SARVA SABDA

SARVA SABDA

SAMBODHINYAKHYOYAM
SAMSKRTA NIGHANTUH
ANDHRA TIKASAHITAH

SRI GODE SURYAPRAKASARAYA PRABHOH

PRERANEYA

TADVIDYAGURUNA SRI PARAVASTU SRINIVASACARYENA
VIRACHITAH

GYAN

Published by

Gyan Publishing House
5, Ansari Road
Daryaganj, New Delhi-110002
Phone: 011-47034999, 9811692060
E-mail: books@gyanbooks.com

Distribution Network
gyanbooks.com
India, USA, Canada, UK, Australia, France

ISBN : 978-81-212-3039-1 (PB)
First Published, Chennapuri, 1875

2nd Impression 2020

Printed at: Gyan Press, Delhi.

Sarva Sabda
Author: Sri Paravastu Srinivasacaryena

సర్వశబ్దసమ్బోధిన్యాఖ్యోయమ్

సంస్కృతనిఘణ్టుః

ఆన్ధ్రటీకాసహితః

శ్రీగాడే, సూర్యప్రకాశరాయప్రభోః

ప్రేరణేన

తద్విద్యాగురుణా - శ్రీపరవస్తు, శ్రీనివాసాచార్యేణవిరచితః

శ్రీగాడే, సూర్యప్రకాశరాయప్రభోర్భాగినేయేన

శ్రీగుడివాడ, లక్ష్మీనరసింహరాయప్రభుణా

అకారాదివర్ణక్రమానుసారేణవిశదీకృతః

శ్రీమచ్చెన్నపురవర్తిన్యామ్

పాలుఘాటి - కుమారయ్యాభిఖ్యస్య

కళానిధ్యాఖ్యముద్రాక్షరశాలాయాంముద్రాపితః

ముద్రాక్షరాఙ్కనసమయే

చతుర్వేది, శ్రీనివాసాచార్యేణ

కుప్పిలి, కుప్పయ్యపట్నాయకాఖ్యేనచ పరిశీలితః

విజయతేతరామ్

పత్రగ్రన్థస్యమూల్యమ్ - రూప ౧౦.

1875.

SARVA SABTHA SAMBOTHINI

OR

THE COMPLETE SANSCRIT DICTIONARY.

PREFACE.

This publication is no new idea. The want of a complete Dictionary in the Sanscrit language similar to those numerous works in the European languages has been long felt.

The famous Amara Kosha merely gives the synonyms of the Gods & Godesses of the Earth, Hills, Forests, Cattles, Birds, Castes and of Ambiguous words with a few others, without any attempt at alphabetical arrangement. It was clearly never intended to serve the purposes of a Dictionary, and reference to any word out of even the limited number it contains, being most difficult, students would generally commit the whole to memory. The several compilations of more recent date, altho' answering the purposes of a Dictionary better, are yet far from being sufficiently copious or complete. The Sanscrit English Dictionary by Mr. H. H Wilson, and the English Sanscrit Dictionary by Mr. M. Williams, are indeed valuable works of their kind; but their value is confined to those students who can understand both English and Sanscrit, and can afford to purchase such expensive works.

It would appear the late Mr. Goday Sooria Pracasa Row felt the want of a work similar to the present whilst studying Sanscrit himself, and in latter years, when a perfect knowledge of the English language and association with English friends enabled him to engraft into Hindu life the improvements of the Western arts and sciences, he conceived the idea of a Sanscrit Dictionary compiled after the European model, and found in his own Preceptor a Scholar competent to the task.

Sriman Parvastu Srinivasa Charyulu Ayavarlungaru who was one of the most renowned Sanscrit Scholars of his time undertook the work; but unfortunately as he was approaching its completion—only words beginning with the last four or five letters of the alphabet remaining to be added—he died, and for want of a competent Pandit to succeed him in the task, his own sons being of tender age, Mr. Pracasa Row who died about nine years later or on the 1st February 1841, had not the satisfaction of seeing the work finished.

Mrs. Sooria, who was a model of wife and mother in the Northern Circars, being anxious to carry out, in every thing, the wishes of her late husband, succeeded in getting the work completed so soon as Sriman Venkata and Ramanuja Charyulu Ayavarlungarulu, the sons of the late Srinivasa Charyulu Ayavarlungaru were able to undertake the task; but neither herself nor her daughter the late Mrs. G. L. Narsing Row, who, combining with the privileges of nature the advantages of education, was an ornament to the ladies of her class, lived to see the present publication. This duty has devolved upon the publishers as near and dear relatives of the original Projector.

All that they have done was to simplify the arrangement of the work, bringing it nearer to the European models, as also to add to the number of words by comparing it with the famous Sabthaculpathrooma and other similar standard works. The original arrangement was rather peculiar; the words were indeed arranged alphabetically, but each class of words beginning with the same letter was laid down according to syllables, and each of these sub-divisions was again arranged with respect to the terminal consonant, so that words of one syllable would be given first, and amongst them words ending with క or the first consonant would hold the first place, words ending with the second consonant or ఖ the second place and so on. Then words of two syllables would be given likewise; then words of three syllables and so on. Therefore to find out the meaning of a word given, one would first have to see with what letter the word begins, then the number of its syllables and finally what is the last consonant in the word. The acknowledgements of the publishers are due to Sriman Parvastu Ramaya Charyulu Ayavarlungaru who carried out the re-arrangement work until the letter త and to Koopily Coopiah Patnaikulu who completed the work, also to Mandayam Singara Charyulu Garu, the Head Cashier of the Bank of Madras, whose name is closely associated with the Sanscrit School at Madras, called Veda Vedanta Verdhani, and with several other charitable works, for his kindness in seeing this Dictionary through the Press; and chiefly to the Honorable D. F. Carmichael who amidst his onerous duties has very kindly undertaken to exercise supervision in the publication.

ఈదిగువను వ్రాయఁబడిన పేళ్లనుగల నిఘంటువులలోని పదములు
సర్వశబ్దసంబోధిని యను నీనిఘంటువునఁ జేర్పఁబడినవి.

౧ అభిధానచింతామణి
౨ ఉణాదికోశము
౩ ఏకాక్షరకోశము
౪ త్రికాణ్డశేషము
౫ ద్విరూపకోశము
౬ ధాతుదీపిక
౭ నానార్థధ్వనిమఞ్జరి
౮ నానార్థరత్నమాల
౯ నానార్థశబ్దకోశము
౧౦ నానార్థసఙ్గ్రహము
౧౧ నామమాల
౧౨ నామలిఙ్గానుశాసనము
౧౩ నిఘణ్టురాజము - మఱి, రాజనిఘణ్టువు
౧౪ పర్యాయనానార్థకోశము
౧౫ భూరిప్రయోగము
౧౬ రాజవల్లభము
౧౭ విశ్వప్రకాశము
౧౮ శబ్దచన్ద్రిక
౧౯ శబ్దమాల
౨౦ శబ్దరత్నావళి
౨౧ సారసఙ్గ్రహ నామ కానేకార్థ సముచ్చయము.

లిఙ్గసఙ్కేత వివరణము.

౧ పుంలిఙ్గమునకు ....పు
౨ స్త్రీలిఙ్గమునకు ....స్త్రీ
౩ నపుంసకలిఙ్గమునకు ......న
౪ త్రిలిఙ్గమునకు ....త్రి
౫ అవ్యయశబ్దమునకు ౦
౬ పుంలిఙ్గ స్త్రీలిఙ్గములయందు వర్తించు శబ్దమునకు. (న)
౭ పుంలిఙ్గ నపుంసకలిఙ్గములయందు వర్తించుశబ్దమునకు... (స్త్రీ)
౮ స్త్రీలిఙ్గ నపుంసకలిఙ్గములయందు వర్తించుశబ్దమునకు...(పు)
౯ పుంలిఙ్గ స్త్రీలిఙ్గములయందు వర్తించు శబ్దమునకు.........ద్వ

కుండలీకరణములనడుమనుండు లింగబోధకవర్ణము తల్లింగాభావసూచకమని తెలియునది.

పదములు మొదలగువాని వివరణము.

మొదటిది సంస్కృతపదము. తరువాతిది యేవర్ణమున్నను ఏపొల్లున్నను అది అన్తమనియును, తరువాతిది లిఙ్గమనియును, ఆతరువాతివి మొదటిపదమునకుఁ బ్రతిపదములనియును, -తె- అనుగుఱుతునకు తర్వాత అంకెలయొక్క వరుసనుండునవి తెనుఁగు పదములనియును దెలిసికొనవలయును.

సర్వశబ్దసమ్బోధిన్యాః

సంస్కృతపీఠికా.

శ్రోత్రియంగుడివాడవంశజలధౌ ప్రాప్తోదయం నిర్మలః । నిత్యం సర్వకలాన్వితః కువలయామోదం సమాపాదయన్ । సంప్రాప్తోన్నతిమార్తతాపహరణోద్యుక్తస్సమాలోకితః । నిత్యం విష్ణుపదాశ్రితో విజయతే లక్ష్మీనృసింహాభిధః ॥ భాగ్యం యద్యపి విద్యతే బహునృణామ్ప్రాప్యా న తేషాం కలాః । విద్యావత్సు చ పణ్డితేషు నితరామ్ భాగ్యోన్నతిర్దుర్లభా । తచ్చేదప్యుభయం క్వచిద్భువి మహౌదార్యం సదా దుర్లభమ్ । తత్సర్వం నరసింహరాయనృపతౌ ఖేలత్యహో నిత్యశః ॥ కోశాః పూర్వతరాస్త్వపేక్షితపదేష్వర్థావబోధం పునః । సౌకర్యాత్త్వరయా చ నైవ జనయన్త్యత్యన్తసాధారణమ్ । సౌకర్యాత్త్వరయా చ కాఙ్క్షితపదేష్వర్థావబోధక్షమః । కోశోయం నరసింహరాయనృపతేర్భూయాజ్జనానాం ముదే ॥

సంస్కృతభాషాయామనేకనిఘణ్టవఉత్పన్నాస్సన్తి- తేషు చామరకోశో ముఖ్యతమః- తత్ర చ ప్రథమకాణ్డే దేవతాప్రభృతీనాం ప్రసిద్ధానాం పర్యాయనామాని జ్ఞాపితాని - ఇతరకాణ్డయోః భూగిరికాననపశుపక్షివర్ణాశ్రమధర్మాణాం ఇతరవస్తూనాఞ్చ పర్యాయనామాని నానార్థశబ్దప్రభృతీని చ జ్ఞాపితాని- ఇతః పరఞ్చానేకే నిఘణ్టవఉత్పన్నాః తే చైకైకాంశమాత్రగ్రాహిణో న తు యావదంశగ్రాహిణః- ఏషు చాపేక్షితశబ్దాన్ శీఘ్రతయా సులభతయా చ జ్ఞాతుం కణ్ఠతః పాఠపూర్వకోపస్థితి సమ్పాదనమన్తరా ఇతరసూచనాని కాన్యపి న సన్తి - హెచ్ హెచ్ విల్సన్ నామ్నా ప్రభుణా సంస్కృతభాషామ్ ఇంగ్లీష్ భాషయా బోధయితుమేకో నిఘణ్టుః - యమ్‌ఉల్యన్నామ్నా చ ప్రభుణా ఇంగ్లీష్ భాషామ్ సంస్కృతభాషయా బోధయితుమన్యో నిఘణ్టుశ్చ నిర్మితః పరన్తు తదుపయోగః ఉభయభాషాపరిజ్ఞానవతామేవ భవతి- హిందుదేశే సర్వత్ర ఇంగ్లీష్ భాషాపరిజ్ఞానహీనకేవలసంస్కృతపణ్డితానాన్తు తదుపయోగో దుర్లభో భవతి అస్యాఞ్చ స్థితౌ ఇంగ్లీష్ భాషాపరిచయహీనసంస్కృతపణ్డితజనానాం ఉపయోగాయ సంస్కృతభాషాయాః అస్తిభారమాధారీకృత్య నిబద్ధభాషాన్తరాణాముపయోగాయ చ విశేషతస్సంస్కృతభాషాపరిచయవద్భిః - పశ్చిమదేశీయయూరోపాఖ్యదేశస్థానాం ప్రాచీనానామిత్యుక్తవాస్తుశాస్త్రిణామ్ వృక్షలతాదిదోహదశాస్త్రిణామ్ ఇతరేషాఞ్చ మనోహరవస్తునిర్మాణకర్మణామ్ మర్యాదాసఙ్గ్రహమాత్రమన్తరా దృష్టాన్తార్థం అనేకగృహనిబన్ధనాని నిర్మితవద్భిః - తదీయజమీన్దార్యధికారాన్తర్గతవిశాఖపురప్రధానజిల్లానామకదేశాన్తర్గతపాతికస్పానామక అనకాపల్లిపురే నిర్మితప్రసిద్ధవివిధవృక్షలతాఙ్కురోపేత మనోరమారామైః మహారాజరాజశ్రీ గోడే సూర్యప్రకాశరాయాఖ్యప్రభూత్తమైః అయమ్ సర్వశబ్దసమ్బోధినీనామకో నిఘణ్టురుద్దిష్టో నిర్మాపయితుమ్

తాదృశోద్దేశనిర్వృత్తయే సంస్కృతభాషీయసకలశాస్త్రాభిజ్ఞై రాన్ధ్రభాషాప్రవీణైః లోకోపకారార్థమనేకేషాంసంస్కృతవిద్యాబోధననిరతైః సూర్యప్రకాశరాయప్రభూపాధ్యాయైఃపణ్డితచక్రవర్తిభిఃశ్రీమత్పరవస్తుశ్రీనివాసాచార్యవర్యైఃసముద్యుక్తంసూర్యప్రకాశరాయాఖ్యప్రభూత్తమాఃఏకోత్తరచత్వారింశదుత్తరాష్టశతోత్తరసహస్రతమే వర్షే ఫెబ్రువరినామ్నిమాసే ప్రథమదివసే పరలోకమవాపుః - తతఃపూర్వంకిఞ్చిన్న్యూనాతిరేకతోనవసంవత్సరేభ్యోఽధస్తాత్ శ్రీనివాసాచార్యవర్యాఃపరమంపదమవిశన్ తథా తేషాంతదవస్థాసమ్భవాత్పూర్వమ్అస్మిన్నిఘణ్టౌవర్ణక్రమేషుచతుఃపఞ్చవర్ణైర్వినావర్ణాస్సమాపితాః - సూర్యప్రకాశరాయప్రభూణాంఅవసానకాలపర్యన్తం సముచితపణ్డితాసన్నిధానాత్ శ్రీనివాసాచార్యవర్యకుమారరత్నయోఃగ్రన్థనిబన్ధనోపయుక్తసముచితవయఃప్రాప్తభావాచ్చాయమ్గ్రన్థఃపరిపూర్తిమనాసాదితవాన్ - సూర్యప్రకాశరాయప్రభూణాం అనన్తరం తదీయకీర్తిపరిపాలనధురన్ధరైః తదీయారామధర్మపరిపాలనాభివర్ధన తత్పరైః విశేషతోవిద్యాప్రవచనహాని సముత్పన్నవిద్యావిహీనతాన్ధకారావగాఢ హిన్దుస్త్రీణాం జ్ఞానతేజస్సముత్పత్తయేఆన్ధ్రభాషామ్ ఇంగ్లీషాఖ్యాఞ్చబోధయితుమ్ చిత్రలేఖనాని గ్రథనగతీశ్చ జ్ఞాపయితుమ్ మహారాజరాజశ్రీ కార్మైకెల్ నామకప్రభు ప్రోత్సాహస్థాపిత హిందూబాలికాపాఠశాలైః సూర్యప్రకాశరాయ ప్రభూత్తమదారైః శ్రీగాడే జానకయ్యాఖ్యైఃతదీయభర్త్రవసానకాలే కర్తవ్యతయా అవశిష్టగ్రన్థఃవిశాఖపట్టణే చతుశ్శాస్త్రవిద్భిఃపఞ్చాణభాషాభిజ్ఞైఃశ్రీమచ్ఛ్రీనివాసాచార్యవర్యకుమారైఃశ్రీమద్రామానుజాచార్యవర్యైఃశ్రీమద్వేఙ్కటరఙ్గాచార్యవర్యైశ్చద్వారాపరిపూరితః॥ పరన్తు॥ తస్మిన్ గ్రన్థేఅకారాదిఔకారపర్యన్తమ్ ప్రాథమికాజ్వర్ణైఃఇతరహల్వర్ణైశ్చసహితశబ్దపరిమితిపర్యన్తమ్ ఏకాదిసఙ్ఖ్యాయుతవర్ణవిశిష్టపదానిజ్ఞాపయితుంచిహ్నవిశేషాస్థాపితాః- తేక ఇత్యుక్తైఅం-అః-ఇత్యాదిశబ్దాఃఏకాక్షరాణీతిచిహ్నేనసహఏకస్మిన్స్థానేప్రథమాక్షరోత్తరఅకారసహితాః ఇతరహల్విశిష్టాః కప్పఃఇత్యాదయోఽక్షరద్వయసహితాశ్శబ్దాఃఅపద్వి-ఇతిసఙ్కేతితచిహ్నవిశేషేణసహఏకస్మిన్స్థానే ప్రథమాక్షరోత్తరఉకారసహితాఃఇతరహల్విశిష్టాః కుడుప ఇత్యాదయఃఅక్షరత్రయసహితాశ్శబ్దాః ఉపత్రి -ఇతిసఙ్కేతితచిహ్నవిశేషేణసహ ఏకస్మిన్స్థానేప్రథమాక్షరోత్తర ఊకారసహితాః ఇతరహల్విశిష్టాః మూటపుష్ప-ఇత్యాదయః అక్షరచతుష్టయసహితాశ్శబ్దాః ఊపచఇతిసఙ్కేతితచిహ్నవిశేషేణసహఏకస్మిన్స్థానేప్రథమాక్షరోత్తరఋకారసహితాః ఇతరహల్విశిష్టాః కృష్ణశింశుపేత్యాదయః అక్షరపఞ్చకసహితాశ్శబ్దాః ఋపప ఇతిసఙ్కేతితచిహ్నవిశేషేణసహఏకస్మిన్స్థానే ఏవమేవఅనేకవిధవర్ణసహితాశ్శబ్దాఃసఙ్కేతితతత్తచ్చిహ్నవిశేషైస్సహతత్తత్స్థానేనివేశితాః ఏతేచచిహ్నవిశేషాః సులభతయాశబ్దాన్జ్ఞాపయితుంసాధారణోపాయతాంనావహన్తీతిపర్యాలోచ్య సర్వశబ్దవిశారదైరనేకభాషావావదూకైఃలౌకికవ్యవహారకుతూహలోపేత గభీరతరప్రజ్ఞాపారావారైః సూర్యప్రకాశరాయప్రభు భాగినే

యధీమతే। దత్తాపురుషసింహాయసమగ్రగుణశాలినే। జగ్గారాయప్రభూణాస్తు జ్యేష్ఠపు
త్రో గుణోజ్జ్వలః। సూర్యప్రకాశరాయాఖ్యో లోకరక్షణతత్పరః। అనకాపల్లినామాయః
కొరుప్రోలభిధస్తథా। గ్రామోమునగపాకాఖ్యః భరణీకాభిధోపిచ। శ్రీరామపురనామా
యః తథామంగవరాభిధః। ఏతన్మధ్యేషు దేశేషు తాలూకాఖ్యేష్వయన్నృపః। జమీందార
పదేస్థిత్వా వ్యవహారేచిరంస్థితః। తస్యప్రభుత్వకాలేతు శ్రీరామస్యేవపాలనే। అనుత్తమం
సుఖం తత్ర ప్రాప్నువన్ సకలాః ప్రజాః। రసేన్దునాగోర్వీమానవర్షాన్తం సనరాధిపః। మ
హారాష్ట్రైస్సముద్భూతం తద్దేశోపప్లవం ప్రభుః। హర్తుం రహ్లీముఖానాన్తు సేనేశానాం సఖా
భవత్। ఆరభ్య నాగనయనవసుక్ష్మామానవత్సరాత్। వేదాగ్నివసుభూమానవర్ష పర్యన్త
ముత్థితాన్। కలహాన్ హర్తుమాప్తోయ స్తేషాంముఖ్యసహాయతామ్। జాతేపాయకరా
ఖ్యానాం కలహే తన్నివర్తనే। ప్రవృత్తో రాజసైన్యేన సాకం వనముపేయివాన్। ప్రజానాం
సదుపాయార్థం రాజమార్గముఖాన్ శుభాన్। కృత్వా ప్రజానాం సన్తోషమకరోల్లోకవత్సలః
తస్యపుత్రౌ చపుత్ర్యౌచాప్యభూతాం ధార్మికప్రభోః। చల్లయ్యమ్మాభిధాం పుత్రీం జ్యేష్ఠాం
విద్యాపయోనిధిః। రాజ్యాధిపతినాదత్తసీయసైన్యబిరుదాఙ్కితః। దేశే రాజమహేన్ద్రి
శ్రీగూడలూర్యాదినామకే। ప్రిన్సిపాల్ సద్వృమీనాఖ్యమధికారముపావహన్। సూర్యప్ర
కాశరాయస్య భాగినేయో మహామతిః। సౌభద్రో మది నే జగ్గారాయాఖ్యః పరిణీతవాన్।
దౌహిత్ర్యౌ తస్య సౌశీల్యసౌజన్యాదిగుణాన్వితే। హాసరేబిల్ నారాయణగజపతేరిమేక
న్యే। సూర్యప్రకాశరాయస్య ద్వితీయాతు కుమారికా। సతీసౌశీల్యసౌజన్యసౌహార్దౌదా
ర్యమార్దవైః। గామ్భీర్యస్థైర్యముఖ్యైశ్చ గుణరత్నైరలంకృతా। రత్నయ్యమ్మేతియా
యోపిచ్చిరోరత్నతయా స్థితా। సూర్యప్రకాశరాయస్య భాగినేయాయధీమతే। దత్తాచవ
లరాజన్నప్రభోః పుత్రవరాయసా। లక్ష్మీనృసింహరాయాఖ్యప్రభవేఖ్యాతకీర్తయే। లక్ష్మీ
నృసింహరాయాఖ్యప్రభుణాచ ప్రవర్తితాః। క్రియాలోకోపకారార్థాః బహ్వ్యస్సన్తి హిత
త్రతు। ముఖ్యాః క్రియావివర్యన్తే లోకఖ్యాతాస్సతాం ముదే। విశాఖపట్టణే మేస్తర్ హేనామ్న
స్తుప్రభోర్యదా। పిహితా పాఠశాలాభూదింగ్లీష్విద్యాప్రవర్తికా। తతఃపరన్తు బాలానాం
విద్యామ్బోధయితుం పునః। ఆధారః కోపినైవాసీత్ తస్మిన్ కాలే ప్రభుస్స్వయమ్। లక్ష్మీనృ
సింహరాయాఖ్యః ప్రత్యహం హిందుపోషణే। రతస్స్థాపయితుం తత్ర విద్యాశాలాం జగద్ధితా
మ్। మేస్తర్ చార్లెసు షాఖ్యోల్యంరీడాఖ్యస్తు ప్రభుర్యదా। విశాఖపట్టణే జిల్లాకలేక్టరధి
కార్యభూత్। తదాతజ్ఞగౌడేసూర్యప్రకాశవనితామపి। జానకయ్యాభిధాం సాధ్వీం
లోకానాం హితచిన్తకామ్। తస్యభ్రాతృకుమారఞ్చ నారాయణగజేశ్వరమ్। అన్యాంశ్చధ
నికాన్ ప్రాధాన్ ప్రోత్సాహ్యభువనప్రియామ్। పాఠశాలాన్తు తత్రాయం స్థాపయామా
స శాశ్వతీమ్। ఇదానీం పాఠశాలాసాత్వభివృద్ధా స్తి నిత్యశః। బాలికాపాఠశాలాయాస్థాప
నార్థన్తు తత్పురే। ముఖ్యాః పౌరేషు కేచిత్తు కార్మైకెల్ నామకం ప్రభుమ్। పురస్కృత్య స
ముద్యుక్తాః పాఠశాలాచసాతతః। వారమేకం ద్వయఞ్చాపిస్థాపితానాఖ్యవర్ధత। తతోస్మిన్

విషయేలక్ష్మీనృసింహాఖ్యప్రభూత్తమమ్। ఆలోచనాయసఖ్యాస్తేచక్రురాహ్వానమస్తతః సోఽబ్రవీద్యోచనామేనాంపాఠశాలాభివర్ధినీమ్। రోమన్ క్యాతిలికాఖ్యాతుమతేస్థాస్తత్పరస్థితాః। కెతీడ్రల్ మఠసమ్బంధాయోగిన్యోనన్సితిశ్రుతాః। ఆస్థితాబాలికానాఞ్చాత్ విద్యాప్రవచనోద్యతాః।విద్యావృద్ధిర్బాలికానాంతదానీన్తుభవేదితి। శ్రీగోడేజానకయ్యాఖ్యాయావద్భారంవహేద్యది। విశాఖపట్టణేతస్యాః స్త్రీషువా పురుషేషువా। వార్తా ప్రశస్యతేతస్మాత్ చతుర్వర్ణేషుబాలికాః। పితృభిఃపాఠశాలాయై ప్రేషణేసులభాఇతి। అస్మాత్తుయోచనాదానాదన్యదప్యస్తితద్విధమ్। అస్మాత్ప్రజానాముత్పన్నం తెషమన్తాం ప్రతిబోధయన్।యావద్భారమముంవోఢుంఅఙ్గ్యకారయత ప్రభుః। బాలికానాంపాఠశాలా ప్రేషణార్థేతుముఖ్యతః।సాపితత్తనయాలక్ష్మీనృసింహాదయితాపిచ। రత్నయ్యమ్మాభిధా తత్రనితరాం శ్రమమూహతుః।మేస్తర్ కార్మైకెలాఖ్యస్తుప్రభుస్తద్యోచనాన్వితః। శ్రీమన్నారాయణగజపతిశ్చాన్యేపి కేచన।యత్నంవిశేషతశ్చక్రుఃపాఠశాలాభివర్ధనే।ప్రభుర్లక్ష్మీనృసింహాఖ్యఃయత్నస్యమహతోస్యతు।సాఫల్యార్థంబిషప్డాక్టర్ టీసోనామప్రభుస్తదా సహానుబన్ధినంకర్తుంసమ్భాష్యబహుశోనృపః। యోగినీఃకారయామాసవిద్యాప్రవచనోద్యతాః। జానకయ్యాఖ్యదేవ్యాస్తుకాలాత్పరముఖావమూ। వధూవరౌతౌతులక్ష్మీనృసింహాఖ్యప్రభూత్తమః।రత్నయ్యాఖ్యాశ్చపత్నీమంయావద్భారంసమూహతుః।పూర్వంప్రవృత్తాత్కృషితఃపాఠశాలాభివర్ధకాత్।యోగినీనాంబాలికాసువిద్యాభ్యాసప్రవర్తనే। స్థితాదభినివేశాచ్చబోధనాత్ప్రీతిపూర్వకాత్। ఏతత్ప్రభృతిహేతుభ్యోవృద్ధింసంప్రాప్యసిత్యశః।పఞ్చాశదుత్తరశతద్వయసఙ్ఖ్యాభిరద్యతు।బాలికాభిర్యుతాసేయంపాఠశాలా విరాజతే। చిత్రలేఖకతాస్తత్రవివిధాస్సీవనక్రియాః।బోధ్యన్తేయన్త్రవిద్యాప్యథోభాషేంగ్లీషభిధాపిచ। శాలాయామిహబాలానాం విద్యాభ్యాసకృతాంస్వతః। ఏకాదశద్వాదశాబ్దవయఃప్రాప్త్యైవకేవలమ్।పాఠశాలాపరిత్యాగఃకర్తవ్యస్స్యాదతఃపురా।అభ్యస్తాస్సకలావిద్యాభవేయుఃకుణ్ఠితాఇతి।ఏవమాలోచ్యసంభాష్యడాక్టర్ టీసోప్రభూత్తమైః। కెతీడ్రల్ మఠసమ్బంధామ్భూమిన్తదనుబన్ధినీమ్।తిర్యగ్భిత్తినివేశేనపృథక్కృత్యచతత్రతు నిర్మమేతన్ముఖాదేవపాఠశాలానివేశనమ్। చతుర్వర్ణోద్భవానాఞ్చయువతీనామియమ్పురా।ఏకైవపాఠశాలాసీత్ హిందుదేశేమహోన్నతా। ఇయన్తుప్రథమాబాలాపాఠశాలోదయఙ్గతా।అతఃపరన్తువిజయనగరాదిస్థలేష్వపి।బహ్వ్యోభవన్ పాఠశాలాబాలికానాంహితేరతాః। వధూవరాభ్యామాభ్యాన్తులోకోపకృతయేపరమ్। యోచితేషుచ కార్యేషుపత్నీకాలావసానతః।న్యూనమస్త్యేకమేతస్యనిర్వృత్యర్థంసతుప్రభుః।అస్త్రియావత్ప్రియత్నేషుతదేవపరికీర్త్యతే। ఉద్యోగంరాజకీయన్తు కాంక్షన్తస్సర్వమానవాః। స్వాంస్వాంవృత్తిమ్పరిత్యజ్యాపీంగ్లీష్భాషాంపఠన్త్యతః। తత్తద్వృత్తివినాశోభూద్దేశేస్మిన్బహుశస్తథా। ఉద్యోగాద్రాజకీయాత్తుభిన్నావృత్తీస్తుసర్వశః।అగౌరవాఖ్యాస్సఞ్చిన్త్యనిరుద్యోగతయాస్థితిః।ఏతత్సర్వంహిన్దుదేశహానికారీతిచిన్తయన్। లక్ష్మీనృసింహరాయాఖ్యప్రభుర్లోకహితఙ్కరః। నానావిధానాంవృత్తీనాంకాయికానామ్ప్రవర్తికామ్।

అభ్యాసశాలాముచితాం సర్వలోకోపకారికామ్ । విశాఖపట్టణే స్థాపయాఞ్చక్రే నిశ్చయము
త్తమమ్ । ఉద్దేశస్తం సముత్పన్నం సఫలీకర్తుముద్యతః । ఆస్తే తత్ప్రభుణా డాక్టర్ టీసో నా
మ్నా ద్యయోచయన్ । జ్ఞాపనాయాస్య కతిచిద్యూరోపాఖ్యాత్తు దేశతః । స్వతః ప్రవీణాః పు
రుషాః తాసు తాసు చ వృత్తిషు । ఆనేష్యన్తే కార్యశీలాస్త్వరయైవ నృణాముదే । సోయం లక్ష్మీ
నృసింహాఖ్యప్రభుర్వర్ణక్రమాదముమ్ । నిఘణ్టుం నిర్మమే తస్తు లోకోపకృతయే భువి । ము
ద్రాఙ్కితం సమకరోత్సర్వవిద్యావిశారదః । ఇమాం తు దమ్పతీ స్వీయాం జ్యేష్ఠాఙ్కన్యాఙ్గు
ణోజ్జ్వలామ్ । నారాయణగజాధీశప్రభవే దదతుస్సతీమ్ । యస్తు ప్రోక్తో గోడే సూర్యనారా
యణ ఇహ ప్రభుః । షేక్ మహమ్మత్పురాఖ్యో యః కుప్పిల్యాఖ్యస్తథాపరః । గ్రామః కరకవ
ల్సాఖ్యః నక్కపల్ల్యభిధోపి యః । ఏతన్ముఖగ్రామముఖ్యేష్వనేకేషు నరాధిపః । తాలూకానా
ము దేశేషు జమీందారపదే స్థితః । జాగీర్దారాధికారశ్చ మజ్జిపాల్యాభిధాదిషు । గ్రామేషు గా
జువాకాఖ్యముఖ్యేష్వప్యవహచ్చిరమ్ । జ్యేష్ఠభ్రాతురివైతస్య నరాణాం పరిపాలనమ్ । రంజ
నం బహుశో లోకే జనానామభవత్తదా । యత్రైవ రాజ్యకార్యేషు భ్రాతా జ్యేష్ఠ ఉపాచర
త్ । తత్రైవ తేషు కార్యేషు సోయం ప్రభురుపాచరత్ । ఏకః పవస్థితో మార్గో గ్రామాద్వాల్తేరు
నామతః । విశాఖపట్టణగ్రామానన్యానపి చ గచ్ఛతామ్ । అతః పాశ్చాత్యభాగాత్తు వాల్తేరు
గ్రాముగామినాం । పాశ్చాత్యభాగం వాల్తేరుగ్రామతో గచ్ఛతామపి । విళమ్బశ్చ ప్రయాస
శ్చ సఞ్జాతోభూత్పురా నృణామ్ । తత్సఙ్కటనివృత్త్యర్థం స్వారామే మార్గమభ్యగాత్ । ఇతో
న్యచ్చ స్వకీయాని ద్రవ్యాణి వినియోజయన్ । అష్టావింశత్సహస్రాణాం రూప్యాణామధికా
న్యపి । రాజమార్గం వరం నౄణాం సౌకర్యార్థమకారయత్ । వాల్తేర్కరకచెట్ట్వోర్గే మహాసే
తుమబన్ధయత్ । హిజ్ హైనెస్ బిరుదోపేత మహారాజాభిధేన తు । విజయాపాఖ్యనగరాధీశే
న ప్రభుణా యుతః । సమీపే భీమునీపట్ణనామ్నః పురవరస్య తు । చిట్టివల్సాభిధః గ్రామసమ్బధి
న్యాం అయం ప్రభుః । గోస్తన్యాఖ్యమహానద్యాః మహాసేతుమబన్ధయత్ । అన్యానపి చ కాంశ్చి
త్తు సేతూనయమకారయత్ । అగ్నిరామవసుక్షోణీమానే సంవత్సరే తథా । వేదరామవసు
క్షోణీమానే సంవత్సరేపి చ । సముత్పన్నే మహాక్షామే గుణ్టూర్దేశస్థితా జనాః । దేశాన్త్రతా
స్స్వస్త్రైనైకే విశాఖపురమాగతాః । త్రిచతుర్ణాం సహస్రాణాం ప్రత్యేకస్మిన్ దినే తదా । అన్న
పానాదికం తేషాం దత్వా నిత్యమపాలయత్ । సుఖితానన్తరం చాపి సూర్యనారాయణప్ర
భుః । ఆరభ్య సప్తశతతస్త్వా సహస్రేశ్చ రోగిణామ్ । రిక్తానామప్యదాద్భుక్తిమేకైకస్మిన్ ది
నే స్వయం । తత్పుత్రో సౌగజపతివిభుర్నారాయణస్తదా । భోజనార్థమిహ గ్రామే జాడ్య
గ్రస్తాగమాత్పునః । రోగాఙ్కురసముత్పత్తిః గ్రామస్థానామ్భవేదితి । అభ్యన్తరోక్తిపర్యన్త
మెజిస్ట్రేట్యధికారిణాం । తచ్చాష్టవత్సరాత్పూర్వకాలపర్యన్తమీదృశం । సత్రమ్ప్రవర్తయా
మాస దీనపోషణతత్పరః । సన్తానాని బహూన్యాసన్ సూర్యనారాయణప్రభోః । గ్రన్థవిస్తా
రభీత్యా తు ముఖ్యాన్ప్రత్యత్ర సూచ్యతే । పుత్రావుభౌ మహారాజరాజశ్రీసహితౌ సఘః । గో
డే వేఙ్కటజగ్గారాయాఖ్య ఏకస్సుతస్తథా । అపరస్తు సుతశ్శ్రీమన్నారాయణగజాధిపః । జ్యేష్ఠో
వేఙ్కటజగ్గారాయాఖ్యస్తత్ర తు యోభవత్ । సచ తద్భాగినేయశ్చ గుడివాడకులోద్భవః ।

లక్ష్మీనృసింహరాయాఖ్యస్సర్వసద్గుణవారిధిః। చన్నపుర్యాముభావేతౌ విద్యాభ్యాసే నియో
జితౌ।నారాయణగజాధీశరాయాఖ్యోయోఽపరస్సుతః।బఙ్గాళనామకేదేశే విద్యాభ్యాసే ని
యోజితః। దేశేఽస్మిన్భాగ్యపూర్ణేషు మాతాపితృషు సర్వతః। ఏవం దేశాన్తరే ప్రేష్యవిద్యా
భ్యాసప్రవర్తనమ్।పుత్త్రాణామేతఏవైకే పితరశ్చక్రురీదృశమ్।శ్రీమద్వేఙ్కటజగ్గారాయా
ఖ్యో జ్యేష్ఠస్తత్సుతః।హూణశాస్త్రాణ్యనేకాని జ్ఞాత్వా విద్యాపయోనిధిః। విశాఖపురమా
పాద్యలోకప్రియకరీం శుభామ్। నక్షత్రశాలాం తత్త్రాయం స్థాపయామాస శాశ్వతీమ్।ద్వి
తీయస్తనయః శ్రీమన్నారాయణగజప్రభుః। జ్యేష్ఠభ్రాతేవ విద్యాభిః పరిపూర్ణో భవన్నృ
పః। గీర్వాణకోశం శబ్దార్థసర్వస్వాఖ్యం మహత్తరమ్। ఎన్సైక్లోపీడియా నామ హూణకో
శవరోపమమ్।ద్రవ్యవ్యయప్రయాసాంశ్చాప్యవాప్య బహుశో నృపః। ఏతద్గ్రన్థకృతాం శ్రీని
వాసాచార్యాణాం సుతోత్తమైః।శ్రీమద్వేఙ్కటరఙ్గార్యవర్యైః కారితవాన్ప్రభుః।శ్రీనివా
సార్యవర్యాస్తు సర్వశాస్త్రవిశారదాః।చక్రుః కోశవరాం సర్వశబ్దసమ్బోధినీమిమామ్।త
దస్తిభారమాశ్రిత్య తత్సుతాస్తు బుధోత్తమాః।శ్రీమద్వేఙ్కటరఙ్గార్యవర్యాః గుణపయో
ధయః।గీర్వాణభాషానిలయం నిఘణ్టుమతులం భువి। అకుర్వన్ సాధుశబ్దార్థసర్వస్వాఖ్యమ
నోహరమ్।సోఽపి శబ్దార్థసర్వస్వనామకోశస్సతాం ముదే। అచిరాదేవ ముద్రాప్య సర్వేషాఞ్చ
ప్రకాశ్యతే॥ వంశావళిరియం పుణ్యపురుషాణాం సునిర్మలా । వర్ధతామ్మార్ఘసూతస్యనిత్యైం
తుకకటాక్షతః॥

సేయం విశాఖపురనామసరోవరోత్థా సూర్యప్రకాశకృతనిత్యవికాసయుక్తా। లక్ష్మీ
నృసింహగజరాణ్ముఖరాజహంసవంశావళీ లసతి తామరసావలీవ॥

సర్వశబ్దసమ్బోధిన్యా
ధ్రపీఠిక.

సంస్కృతభాష ననేకనిఘంటువు లుత్పన్నములై యుండెను — వానిలో నమరము ముఖ్యముగా నుండునది - అందలి ప్రథమకాండము దేవతలు మొదలగు ప్రసిద్ధులగు వారి పర్యాయములను దెలియఁబఱచును - మిగిలిన రెండుకాండములును భూ, గిరి, పశు, పక్షి వర్ణాశ్రమధర్మములను మిగిలినవస్తువులయొక్క పర్యాయములనుఁ దెలియపఱచును - మూఁడియు నానార్థశబ్దములు మొదలగువానిఁ దెలియపఱచును - ఇటువలె ననేకనిఘంటువు లురచియింపంబడియుండెను - అవియునొక్కొక్కయంశములనే కాని యావదంశములను గ్రహించియుండలేవు - వీనిలోఁ గావలసినయెడల శబ్దములనుశీఘ్రముగను సులభముగను గనుఁగొనుటకై కంఠపాఠముచేసి జ్ఞప్తికిందెచ్చుకొనుటకంటె నితరసూచన లేమియును లేవు.

హెచ్ హెచ్ విల్సన్ యిస్కొయరుగారు సంస్కృతమును ఇంగ్లీషును ఎమ్ ఉల్లియమ్ యిస్కొయరుగారు ఇంగ్లీషును సంస్కృతమును బోధించెడి రెండునిఘంటువులను రచియించిరి - అయిన నింగ్లీషును సంస్కృతమునుఁ దెలిసినవారికే గాని హిందూదేశమందలి యింగ్లీషు దెలియని కేవలసంస్కృతపండితులకు నవి యుపయోగించుటకు దుర్లభముగా నుండెను - ఇట్టిస్థితిలో నింగ్లీషు దెలియని సంస్కృతపండితులగువారి కుపయోగమగునట్టును సంస్కృతభాషయొక్క యస్తిభారము నాధారముచేసికొని జనిపరిచిన ఇతరభాషలకు నుపయోగించుటకును సంస్కృతమునందు విశేషపరిచయము కలిగినట్టివారును పడమటిదిక్కు వారని ప్రసిద్ధులైన యూరోపుదేశస్థులయొక్క నాగరికత్వములనఁగా వాస్తుశాస్త్రములను వృక్షలతాది దోహదశాస్త్రములను నితరమైనమిన్నాపనులను మర్యాదలనుఁ దెచ్చుటయే కాక దృష్టాంతమునకై యనేకములైన కట్టడములనేర్పరిచినట్టివారును వారిజమిందారీగ్రామమగు విశాఖపట్టణపు జిల్లా యిలాకా అనకాపల్లి ఖస్బాలో ప్రసిద్ధములగు వృక్షలతాంకురములతో నారామము నిర్మించినట్టివారును నగు మహారాజరాజశ్రీ గోడే, సూర్యప్రకాశ రాయనింగారు సర్వశబ్దసమ్బోధినియనునభిధానముగల యానిఘంటువును రచియింపఁజేయుటకై యుద్దేశించిరి - ఆయుద్దేశము నెరవేర్చుటకై సర్వశాస్త్రజ్ఞులును ఆంధ్రభాషాపరిజ్ఞాతలును లోకోపకారార్థమై యనేకులకు సంస్కృతవిద్యాబోధకులును సూర్యప్రకాశరాయనింగారి కుపాధ్యాయులును పండితచక్రవర్తులునునగు శ్రీమత్పరవస్తు శ్రీనివాసాచార్యులయ్యవారలంగారు పూనుకొనిరి - సూర్యప్రకాశ రాయనింగారు ౧౮౪౧ సంవత్సరమునందలి ఫెబ్రువరి ప్రథమ

దివసమున(తే ౧ దిని)కాలము చేసిరి అంతకుమునుపు రమారమి ౯ సంవత్సరముల క్రిందట శ్రీనివాసాచార్యులయ్యవారలంగారు పరమపదము నొందిరి - అట్టిది వారికి సంభవింపకమునుపే యానిఘంటువులోని వర్ణములలో నాలుగైదు వర్ణములు తప్ప పైవర్ణములను ముగించిరి - సూర్యప్రకాశరాయనింగారవసానము పొందెడి పర్యంతము తగిన పండితులు లేనందున శ్రీనివాసాచార్యులయ్యవారలంగారి కుమారరత్నములు పూనుకొనుటకై తగినవయస్సులేని వారగుట నీగ్రంథము పరిపూర్తినిబొందలేదు - సూర్యప్రకాశ రాయనింగారియనంతరమున నాయనకీర్తిని గాపాడినట్టివారును - ఆయన ప్రతిష్ఠించిన యారామములను తద్ధర్మములనుఁ బరిపాలించి యభివృద్ధిని జేసినట్టివారును విశేషించి విద్యగలపుఁలుడిగిపోయినందున విద్యావిహీనతాంధకారమున మునిఁగియుండిన హిందువుల స్త్రీలకుఁ దెలివియనుఁ దేజస్సుగలుగుటకై తెనుఁగు నింగ్లీషు భాషల బోధజేయుటకును చిత్రకారకత్వమును గ్రథనగతులను గఱపుటకును మహారాజరాజశ్రీ మేష్టరు కార్మైకెల్ దొరవారి ప్రోత్సాహమున హిందువుల బాలికలకుఁ బాఠశాలల నేర్పరచినటువంటి వారును సూర్యప్రకాశ రాయనింగారి కళత్రమునగు శ్రీగాడే జానకయ్యగారు తనభర్తగారు గతించెడి సరికి నవశిష్టముగా నుండిన గ్రంథమును విద్వచ్ఛిఖామణులును చతుశ్శాస్త్రసంవేత్తలును హూణభాషాభిజ్ఞులునునగు శ్రీమచ్ఛ్రీనివాసాచార్య లయ్యవారలంగారి కుమారులునగు శ్రీమద్రామానుజాచార్య లయ్యవారలంగారివలనను శ్రీమద్వేంకటరంగాచార్య. లయ్యవారలంగారివలననుఁ బరిపూర్తిఁజేయించిరి - ఆగ్రంథములో అవర్ణను మొదలు ఔవర్ణమువఱకును మొదటనచ్చులును చివరహల్లులునుఁగల శబ్దపరిమితిపర్యంతము నొకటి మొదలు గణనతోఁగూడిన వర్ణములు కలిగిన పదములను గనపర్చెడి గుఱుతులేర్పరచఁబడియున్నవి - ఇవియెట్టివనఁగా.

అమ్-అః-ఏకాక్షరాణీయని యొకస్థానమందునను మొదటియక్షరముపై అకారమును జివరహల్లునుఁగలిఁగిన కప్పుః మొదలగు రెండువర్ణములుఁగలిఁగిన శబ్దములు అపద్వియను సంకేతములతో నొకస్థానమందునను - ఉకారము మొదటను చివరహల్లునుఁగల మూఁడువర్ణములుగలిగిన-కుడుపః- మొదలగు శబ్దములు ఉపత్రియను సంకేతములతో నొకస్థానమందునను మొదటియక్షరముపై ఊకారమును జివరహల్లునుఁగల-కూటపుష్పః- మొదలగు నాలుగువర్ణములుఁగల శబ్దము, ఊపచ, యను సంకేతముతో నొకచోటను మొదటివర్ణముపై ఋకారమును జివరహల్లునుఁగల నైదువర్ణములుగలిగిన, కృష్ణశింశుపా, మొదలగు శబ్దములు, ఋపేప, యనుసంకేతముతో నొకతావుననిటువలెనే యనేకవర్ణములు కలిగిన శబ్దములకుఁ గుఱుతులేర్పాటు చేయఁబడియున్నవి.

ఈగుఱుతులు సులభముగా శబ్దములను గనుఁగొనుటకు సాధారణముగా సహాయములై యుండనందున సూర్యప్రకాశరాయనింగారికి మేనయల్లురును గుడివాడవంశ రత్నమును సర్వవిద్యావిశారదులును ననేకభాషావావదూకులును లౌకికవ్యవహార కుతూ

హాలోపేతగభీరతరప్రజ్ఞాపారావారులునునగు,లక్ష్మీనరసింహరాయనింగారును శ్రీసూర్యప్రకాశరాయనింగారితమ్ములైన, శ్రీసూర్యనారాయణరాయనింగారి ద్వితీయపుత్రులును సర్వవిద్యావిశారదత్వాది సద్గుణగణోపేతులు ననేకభాషావావదూకులును లౌకికవ్యవహారకుతూహలోపేత గభీరతరప్రజ్ఞాపారావారులునునగు- డీ, హానరేబిల్ నారాయణగజపతిరాయనింగారునుంగూడి వర్ణక్రమముగలిగిన సంకేతములతో నీనిఘంటువును - త,అనెడువర్ణపర్యంతము శ్రీమద్వేంకటరంగాచార్యులయ్యవారలంగారిద్వారాచేయించిరి - దానినిదదాచార్యప్రదర్శితమార్గులై సంస్కృతాంధ్రభాషాజ్ఞానము గలిగిన కుప్పిలి-కుప్పయ్యపట్నాయకుఁడుగారు లిఖించిరి - ఇటనీవలివర్ణములు నీపట్నాయకుఁడుగారే యసహాయముగాముగించిరి - ఈయనయోగ్యమైనగణకులగుట నావర్జామూలముగానొకశబ్దము తేలిపోకయుండునట్లు నిండుగాశ్రమపుచ్చుకొనిరి.

మేష్టరు డీ, యఫ్ కార్మైకెల్ దొరవారీగ్రంథము నచ్చువేయుటయందు పరిశీలించుటకైపూనుకొనిరి.

మఱియును సంస్కృతభాషను బాలురకుఁగఱపుటకుగాను తిరువల్లికేణిలోనేర్పడిన వేదవేదాంతవర్ధినియనుపాఠశాలాధ్యక్షులునుమదరాసుబ్యాంకిక్యాషీయరునగు శ్రీమాఁడమండయం సింగరాచార్యులయ్యంగారు సర్వశబ్దసమ్బోధినియను నిఘంటువునచ్చువేయించుట యిందలిపదములువేయించుట మొదలగువిశేషశ్రమనుబొంది యచ్చుముగింపంజేసిరి - వీరిట్టిప్రజోపకారమైనకార్యములకుమిగులప్రోత్సాహకులు.

కళానిధిముద్రాక్షరశాలాధికారియగు పాలుకురికి కుమారయ్యగారీగ్రంథము నచ్చువేయించుటయేకాక యిందులకుసహాయభూతులై శ్రద్ధతో దప్పులుపడకుండునట్లు కూర్పించి యచ్చువేయించిరి.

మిల్లర్ స్కూలులో సంస్కృతోపాధ్యాయులైన-చతుర్వేది శ్రీనివాసాచార్యులుగారును ఆయనకుమారులు లక్ష్మణాచార్యులుగారు నీనిఘంటువును బరిపూర్ణముచేయుటకుగా ననేకనిఘంటువులలోని పదములుకనుఁగొని యిందులోవేసిరి - లేఖకప్రమాదదోషములు లేకయుండునట్లు నవరించి యీనిఘంటువు పరిపూర్తికి వారునుగూడచాలాసహాయులైరి.

సంస్కృతభాషార్ణవములోని శబ్దజాలమును గనుఁగొనుటకుఁదగిన గుఱుతులుగలిగిననిఘంటువులు లేకపోవుటచేత నాభాషాపరిశ్రమము చేసెడివారి కిబ్బందిగలిగియుండెను - విద్యాభివృద్ధినిఁగూర్చివిశేషాభినివేశముత్పన్నమైపోయినకాలమనఁగా ౮౦ ౫౦ సంవత్సరములక్రిందటనే సంస్కృతభాషకుగలిగిన యీయిబ్బందిని దొలఁగద్రోచుటకై ప్రయత్నముచేసిన మహదుపకారులైన మహారాజరాజశ్రీ గోడేసూర్యప్రకాశరాయనింగారి వంశావళి సూక్ష్మముగా వివరింపఁబడును.

విశాఖపట్టణమందు గోడేవారికుటుంబముప్రఖ్యాతికలిగినదియుఁ బురాతనమైనదియుఁగానున్నది - అందలిపురుషుల యందలిసంగతిప్రశంసించుటకు గ్రంథబాహుళ్యము

పునుగాన సూర్యప్రకాశరాయనింగారి మూడవతాతగారియొద్దినుండి వంశక్రమము వివరింపంబడును.

మొగలాయివారిగొప్పసరదార్లలో గోడే పెద్దసూర్యారాయనింగారి కుమారులైన పెదజగ్గరాయనింగారను నొకప్రసిద్ధిఁగలవారలుండిరి - వారు సప్తసంతానములనునిర్మించిరి - ప్రజోపకారములైనయనేకములైన పనులనుజరిగించిరి - వారికిఁగుమారులుండిరి వారిలో సూర్యారాయనింగారు తత్కుటుంబానూచానప్రకారముగాఁబ్రసిద్ధిచేవెలసిరి - వారికిసౌజన్య వదాన్యతాది గుణనిధులగు జగ్గరాయనింగారనెడి కుమారుఁడును అప్పయ్యగారును-సీతమ్మగారునవెడి కుమారికలునుఁగలిగిరి - ఆజగ్గరాయనింగారు ఇంగ్లీషుగవర్నమెంటుతరఫున సరదారీచేసి యసాధ్యములగు మైలవరము మొదలైన కోటలనుఁజేపట్టిరి - ఇదియునుంగాక తిరుగుబాటుతోనుండిన ప్రజలను నెమ్మదిపఱచి యాదేశమును నిష్కంటకముగాఁజేయుటకు గవర్నమెంటువారికి సహాయులైరి - ఈహేతువులవలన గవర్నమెంటువారప్పటిలో విశేషమరాతబులని యెంచఁబడిన ఆ ప్తాగిరియును-నరిగె-జోడుమహాళ్లు- షాహేబాంపల్లకీ-దానియెమట బరాబరులను జేసెడి కొలకు రజతసువర్ణవేత్రకులనుదయచేయించిరి - ఆయనకు గుణనిధులగుసుపుత్రత్రయమును పుత్రికాత్రయము నుదయించెను - ఆపుత్రత్రయమనఁగా గోడేసూర్యప్రకాశరాయనింగారును-భాస్కరరాయనింగారును-సూర్యనారాయణరాయనింగారును - ప్రతాపసౌందర్య భోగములచేత సూర్యచంద్రేంద్రులకును సమము సేయుటకుం దగినవారలైయుండిరి - వారిముగ్గురిలో గోడేసూర్యప్రకాశరాయనింగారును - గోడేసూర్యనారాయణరాయనింగారును - మిగులప్రఖ్యాతిగలవారలైయుండిరి - వీరలిరువురిలో సూర్యప్రకాశరాయనింగారికి-మజ్జారినూకయ్యగారి కుమారికయును వైదుష్యవినయసౌందర్యాది సుగుణసంపన్నయుసునగు - జానకయ్యమ్మగారు-భార్యయైయుండెను-సూర్యనారాయణరాయనింగారికి వేంకటజగ్గరాయనింగారికితల్లియు-ననపర్తివారిచిన్నదియునైన అచ్చయ్యమ్మగారను నారీరత్నమును - దీ, హానరేబిల్ - నారాయణగజపతిరాయనింగారితల్లియును - చెవలరాజన్నగారి కుమారికయును పాండిత్యాదిగుణసంపన్నయునునగుసీతయ్యమ్మగారును భార్యలైయుండిరి-జగ్గరాయనింగారికిఁ దోబుట్టువులునువనితాశిరోరత్నములును-పతివ్రతాగ్రేసరిణులునునగునప్పయ్యమ్మ-సీతయ్యమ్మగార్లలోనప్పయ్యమ్మగారికి మదినె నరసప్పగారనియును-పెద్దప్పడుగారనియును - సూరన్నగారనియును-ముగ్గురుకుమారులుగలిగిరి- వారిలోగనిష్ఠులును గుణనిధులునునగు మదినెసూరన్నగారికి జగ్గరాయనింగారి జ్యేష్ఠపుత్రికయగుసుభద్రమ్మగారినిచ్చిరి . ఆమెసంస్కృతభాషాప్రవీణయు నుభయకవితాకుశలయునైయుండెను - రెండవతోఁబుట్టువగు చెవల సీతమ్మగారికిఁబండితసార్వభౌములయిన చెవలరాజన్నగారును- అప్పడుగారునుఁజనియించిరి - రాజన్నగారికి జగ్గరాయనింగారి రెండవకుమారికయును సౌశీల్యగుణ సంపత్తియందు నామెయక్కగారైన సుభద్రమ్మగారి కెనయగునదియునైన బంగారమ్మగారినిచ్చిరి - తో

బుట్టువులతో సమానురాలైన లక్ష్మీనరసయ్యమ్మగారిని పురుషసింహులగు గుడివాడ తమ్మయ్యగారికినిచ్చిరి - జగ్గరాయనింగారి పెద్దకుమారులగు సూర్యప్రకాశరాయనింగారు-అనకాపల్లి, మునగపాక, కోరుప్రోలు, భరిణికము, మంగవరము, గోడిచర్ల, శ్రీరామపురము తాలూకాలకు జమిందార్లై చాలా కాలము వ్యవహరించిరి - ఆయనప్రభుత్వపుదినములలో శ్రీరామపరిపాలనమునందువలెనే ప్రజలుమిగులసుఖించిరి ౧౮౧౯వసంవత్సరమువరకు మహారాష్ట్రులవలన దేశమునకుగలిగిన యలజడి నివారణకొఱకు జనరల్ రమ్లీ మొదలగువారికి సహాయులైరి - ౧౮౩౪వ సంవత్సరము మొదలుకొని ౧౮౩౮వ సంవత్సరమువరకు జరిగినఫితూరీల నడంచుటయందు వారుముఖ్యసహాయులైరి - పాయకరావువారి ఫితూరీనడచుటకు సర్కారువారిఫౌజుతో మన్యములకు నడచిరి - ప్రజలసదుపాయమునిమిత్తము రోడ్లువగైరాలను వేయించిరి - ఆయనకు నిద్దరు కుమారులు నిద్దరుకుమారికలునుగలిగియుండిరి - పెద్దకుమారికయగు చెల్లయ్యమ్మగారిని విద్యాపరిపూర్ణులును-సీ, యస్, ఐ, యనెడి కితాబులును సర్కారువారివలనఁ బొందినవారును గూడలూరు రాజమహేంద్రవరము మొదలగు జిల్లాలకు ప్రిన్సిప్యాల్ సదరమీన్ హెూదాలనుఁ జిరకాలము వహించినవారును ప్రకాశరాయనింగారికి మేనయల్లురును సుభద్రమ్మగారిఁగుమారులునునగు మహారాజరాజశ్రీమదినె జగ్గరాయనింగారికినిచ్చిరి-ఆయనదౌహిత్రులిద్దరు దీ, హానరేబిల్ నారాయణగజపతిరాయనింగారి దుహితలైయుండిరి - రెండవకుమారికయు సౌశీల్యసౌజన్యసౌహార్దౌదార్యాది గుణరత్ననిధియునగు రత్నయ్యమ్మగారిని సూర్యప్రకాశరాయనింగారి మేనయల్లురును చెవలరాజన్నగారికుమారులును నగు లక్ష్మీనృసింహరాయనింగారికిచ్చిరి - ఆయనయును ఆయన మేనయల్లురును సూర్యనారాయణరాయనింగారికుమారులునునగు- దీ, హానరేబిల్ నారాయణగజపతిరాయనింగారును జరిగించిన లోకోపకారములైన సంగతులనేకములుగలవు - అందులో ముఖ్యములైనవి వివరింపఁబడును - విశాఖపట్టణములో మేష్టరు హే, దొరగారిఇంగ్లీషుపాఠశాల మూసివైచినపిమ్మట బాలురకు విద్యగఱపుటకు నాధారములేకయుండెను - అట్టిసమయములో లక్ష్మీనరసింహరాయనింగారును - దీ, హానరేబిల్ నారాయణగజపతిరాయనింగారును ప్రత్యహమును హిందువులయొక్క పోషణకై విద్యాకూటము నుంచగలందులకు మేష్టరుచార్లిస్ విల్లియమ్‌రీడ్డుదొరవారు - విశాఖపట్టణపుజిల్లాకు కలక్టరుగానుండినపుడు వారిని-గొడేసూర్యప్రకాశరాయనింగారి కళత్రమైన జానకయ్యమ్మగారికి - నాసూర్యప్రకాశగాయనింగారి తమ్ముల కుమారులగు నారాయణ గజపతిరాయనింగారిని యోగ్యులగు మఱికొందఱు పెద్దమనుష్యులను ప్రోత్సాహముచేసి దానినిస్థాపింపఁజేసిరి - ఇప్పుడాపాఠశాల మిక్కిలియభివృద్ధిలోనున్నది - విశాఖపట్టణమందు బాలికాపాఠశాల నుంచవలెనని మేష్టరు కార్మైకెల్ దొరవారి పురస్సరముగా గ్రామస్థులలోఁ గొందఱు ముఖ్యులు ప్రయత్నముసేసిరి - ౧ - ౨- పర్యాయములుంచఁబడెనుగాని కొనసాగలేదు

కడపటిమారీవిషయమై యీయుభయుల నాలోచనకుఁ బిలిచినప్పుడు వీరాపట్టణములో నేయున్న రోమన్ క్యాథలిక్ కెథీడ్రల్ తోఁజేరిన మఠసంబంధమైన నన్సులనెడి యోగినులు విద్యగఱపుటకుప్పూనుకొనిరేని విద్యకొనసాగుననియును శ్రీగోడేజానకయ్యమ్మగారీ యావద్భారమును వహించిన పక్షమున కామెగారిమాట విశాఖపట్టణములో పురుషులలోనేమి స్త్రీలలోనేమి చాలాసాగుచున్నది గనుక నాలుగు వర్ణములలోని బాలికలను వారితలిదండ్రులుపంపుటకు సులభముగానుండుననియును సలహాయిచ్చుటయేకాక యందువలనఁబ్రజలకు గలిగెడిమేలు నామెకుబోధపఱిచి యీయావద్భారమును వహించుటకంగీకరింపఁజేసిరి - బాలికలను విద్యాకూటమునకురప్పించుటకై ముఖ్యముగా నామెయును నామెకుమారికయు లక్ష్మీనరసింహరాయనింగారి కళత్రమునగు రత్నయ్యమ్మగారును చాలాశ్రమయు గలుగజేసికొనిరి - మేష్టరుకార్మైకెల్ దొరగారిసలహానుబొంది యాయనయును శ్రీనారాయణగజపతిరాయనింగారును మఱికొందఱును విశేషప్రయత్నము సేసిరి - లక్ష్మీనరసింహరాయ నారాయణగజపతిరాయనింగారలీ మహాప్రయత్నమునుఁగొనసాఁగఁజేయుటకై బిషప్ గారైనడాక్టరు టీసో దొరగా రొడంబడునట్లు మాట్లాడి యోగినులు చదువుచెప్పుట కంగీకరింపఁజేసిరి - శ్రీజానకయ్యగారు కాలము చేసినపిమ్మట నీయావద్భారమునువధూవరులనఁగా లక్ష్మీనరసింహరాయనింగారునురత్నయ్యమ్మగారునువహించికొనిరి - మొదటజరిగినకృషిచేతను యోగినులకు విద్యాభ్యాసముచేయించుటలోఁగలిగియుండెడి యభినివేశపు నేర్పును పిల్లలయందు నెనరును మొదలగువానిచేతను నాపాఠశాలయభివృద్ధినిఁబొందినదై ౨౫౦మంది బాలికలుకలదై యున్నది అందులోఁ జిత్తరువులువ్రాయుటయును జంత్రవిద్యయును పరిపరివిధములైన కుట్టుపనులును దెనుఁగునింగ్లీషును నేర్పఁబడుచున్నవి - యీబడిలో విద్యాభ్యాసము చేసిన బాలికలు - ౧౧ - ౧౨ - సంవత్సరములు వయస్సుగలుగుటతోనే బడివదిలివేయవలసి వచ్చినందున నేర్చుకొనినవిద్య కుంఠితమైపోవుననియెంచి డాక్టరు టీసోదొరగారితో మాట్లాడి వారికతీడ్రల్ సంబంధమైన కొంతభూమి చాటగుగోడ మూలముగా వేఱుచేయించి వారివలననె బడికట్టించినారు నాలుగువర్ణములలో యుక్తవయస్సువచ్చినస్త్రీలయొక్క-బడి యిండియాలోనిదియొకటేను - ఈప్రథమబాలికాపాఠశాల యుత్పన్నమయినపిమ్మట విజయనగరము మొదలగు స్థలములలో ననేకబాలికాపాఠశాల లుత్పన్నములైనవి - లోకోపకారముకొఱకై యీవధూవరులు యోచించినకార్యములలో నామెగారు కాలముచేయుటచేత నొకటికొఱఁతగానున్నది - దానిని నెఱవేర్చుట కాయనగారును నారాయణగజపతిరాయనింగారును యావత్ప్రయత్నములలో నున్నారు - అదేమనఁగా గార్నమెంటువారిసంబంధమైన యుద్యోగములందలియాశచేత ననేకులు వారివారి స్వవృత్తులనువదలి యింగ్లీషుచదువుకొనుటచేత నాయావృత్తులునశించుటయును గౌర్నమెంటు పనితప్పనితరమైనపనులుసేయుట పరువుమాలినవిగావారాలోచించి నిరుద్యోగులైయుండుటయును హిందూదేశమునకు హానికరమైనదిగా యోచించి నానావృత్తులు కాయక

ములు నేర్పుటకుఁదగిన యొకవిద్యాభ్యాసశాలను విశాఖపట్టణములో నుంచగలందులకు
వీరునిర్ణయించి యాయుద్దేశము సఫలమౌటకై డాక్టరు టీసోగారితో సలహాచేయుచు
న్నారు ఈవిద్యలనుగఱపుటకు సీమనుండి యాయావృత్తులలో ప్రవీణతగల కొందఱుప
సివాంద్రును త్వరగానే రప్పింపఁబడుదురు - వీరేయిప్పుడీగ్రంథమును వర్ణానుక్రమము
గా రచియింపంజేసి లోకోపకారార్థ మచ్చు వేయించిరి - లక్ష్మీనరసింహ రాయనింగారి
పెద్దకుమారికగారిని నారాయణగజపతిరాయనింగారికిచ్చిరి - గొడే సూర్యనారాయణ
రాయనింగారు- షేకుమహమ్మదుపురము-కుప్పిలి-కరకవలస - నక్క పల్లి-మొదలగుతాలూ
కాలకు జమిందారులై యుండుటయెకాక మల్లిపాలెము-గాజువాఁక-మొదలైనవానికిజా
గీరుదారులై యుండిరి - వారిపరిపాలనమును వారియన్నగారిపరిపాలనమువలె బహుగా
రంజిల్లెను వారియన్నయ్యగారు సర్కారుకార్యములలో నెట్లుపచరించిరో అట్లయేవీరు
నుపచరించిరి - వాల్తేరునుంచివిశాఖపట్టణమునకును మిగిలినగ్రామాదులకును వెళ్లగలం
దులకు నొకరస్తామాత్రమెయుండెను అందువలన పడమటిభాగమునుండి వాల్తేరువెళ్లే
డివారికిని వాల్తేరునుండి పడమరభాగము వెళ్లేడివారికిని చుట్టును ప్రయాసముగలిగి
యుండెను - ఆయిబ్బందినివారణ సేయుటకై వారిస్వకీయమైనతోఁటలోనుండి మార్గమి
చ్చుటయేకాక - ఇరువదెనిమిది వేల రూపాయలకుపైగా స్వకీయమైనద్రవ్యము వినియో
గపఱచిరస్తా వేయించిరి - వాల్తేరు కరకచెట్టురస్తాలోగొప్పవంతెననుకట్టించిరి-ఇదిగాక భీ
మునిపట్టణముదగ్గిరనున్న చిట్టివలసతాలూకు గోస్తనియనెడు గొప్పనదికడ్డుగాగొప్పవం
తెనను హిజ్‌హైనెస్ మహారాజా విజయనగరము వారితోఁగలిసికట్టించి మఱియును
గొన్నివంతెనలు కూడాకట్టించిరి - గుంటూరుజిల్లాలో ౧౮౩౩-౧౮౩౪ సంవత్సరముల
లోపుట్టినమహాక్షామమునకాజిల్లా ప్రజలు చెల్లాచెదరై పోవుటలో విశాఖపట్టణమున క
నేకులువచ్చిరి ఆదినములలో రోజు౧కి ౩ - ౪ వేలజనులకన్నపానాదులనిచ్చిరక్షించిరి
సుభిక్షమైనపిమ్మటసహితము దినము ౧కి ౭ - ౮ వందలజనము మొదలుకొని వేయిపర్యం
తమురోగముకలవారికినిరిక్తులకును భోజనమును బెట్టించిరి ఆయనయనంతరము నాయనకు
మారులగునారాయణగజపతిరాయనింగారు- జాడ్యగ్రస్తులుభోజనముకొఱకీగ్రామము
లోనికివచ్చుటచేతను గ్రామస్థులకు రోగాంకురములుగలుగునని మేజిస్ట్రేటువారభ్యంతర
మునుచెప్పెడిపర్యంతమనఁగా ౭ - ౮ సంవత్సరములక్రిందటివరకా సత్రమునుగడపిరి
ఈసూర్యనారాయణరాయనింగారికి చాలాసంతానముకలదు - గ్రంథబాహుళ్యమవు
నని ముఖ్యులయినవారినిగూర్చి సూచనచేయఁబడును - మహారాజశ్రీ గొడే వేంకటజ
గ్గరాయనింగారనియును శ్రీనారాయణగజపతిరాయనింగారనియును నిరువురుకుమారు
లుగలిగిరి - వారిలో జ్యేష్ఠపుత్రులగు వేంకటజగ్గరాయనింగారికిని మేనయల్లుఁడగు గుడి
వాడ లక్ష్మీనరసింహరాయనింగారికిని చెన్నపట్టణములో విద్యాభ్యాసముచేయించిరి-నా
రాయణగజపతిరాయనింగారికిని గలకత్తాలో విద్యాభ్యాసముచేయించిరి - ఈప్రసీడెనీ
లోఁగుమారుల నితరదేశమునకుఁబంపించి విద్యాబుద్ధులు నేర్పించడము భాగ్యవంతులగు

గొప్పతలిదండ్రులలో వీరొకరే యీచొప్పున జరిగించిరి - ఆయన పెద్దకుమారులైన వేంకటజగ్గరాయనింగారు విద్యాపరిపూర్ణులై హూణశాస్త్రముల ననేకముగా నేర్చుకొనిరి - విశాఖపట్టణములో నొకనక్షత్రశాల నేర్పరిచిరి - రెండవకుమారులయిన శ్రీనారాయణగజపతిరాయనింగారు నన్నగారివలెనే విద్యాపరిపూర్ణులైరి - ఎన్సైక్లోపీడియాకుసమమగు శబ్దార్థసర్వస్వమనెడిది యొకగొప్పగీర్వాణనిఘంటువు - నీగ్రంథమునురచియించిన శ్రీమచ్ఛ్రీనివాసాచార్యులయ్యవారలంగారి కుమాసులైన శ్రీమద్వేంకట రంగాచార్యులయ్యవారలంగారిచేతను జాలాప్రయత్నప్రయాసములనుబొంది రచియింపఁజేసిరి - శ్రీమచ్ఛ్రీనివాసాచార్యులయ్యవారలంగారు సర్వశబ్దసమ్బోధినియను నీనిఘంటువునునిర్మించిరి - ఆయ స్తిభారముపైని వారికుమారులైన శ్రీమద్వేంకటరంగాచార్యులయ్యవారలంగారు సంస్కృతభాషాలయమైన శబ్దార్థసర్వస్వమను నిఘంటువునునిర్మించిరి - అదియునుఁగొద్దిరోజులలోనే యచ్చుసంపూర్ణమగుచున్నది.

శుభమస్తు.

సర్వశబ్దసమ్బోధినీ.

అ

అ-౦-౦-అభావః-౨నిషేధః-౩స్వల్పార్థః-౪సమ్మతిః-౫సాహిత్యమ్॥ తె॥ ౧ లేదనుట, కాదనుట - ౨ అడ్డగించుట-౩ కొంచెము-౪అంగీకారము- ౫వ్యుత్పత్తి.

అమ్-అ-న-యుద్ధమ్-౨అంగణమ్-౩గౌరవమ్ ౪-అంతఃపురమ్-౫కారణమ్-౬భూషణమ్-౭పాదః॥ తె॥౧జగడము-౨ముంగిలి-౩గౌరవము- ౪అంతిపురము - ౫హేతువు-౬తొడవు-౭అడుగు.

అః-అ-పు-అకారః-౨విష్ణుః-౩ చతుర్ముఖః-౪శంకరః-౫బృహస్పతిః-౬కమఠః॥ తె॥ ౧ అవర్ణము-౨వెన్నుఁడు- ౩నలువ-౪శివుఁడు-౫దేవగురువు-౬తాఁబేలు.

అంశః-అ-పు- ద్వాదశాదిత్యగణాన్యతమః - ౨భాగః - ౩సంగీతాంశః - ౪స్తంబాదిసూక్ష్మాంశః-౫కిరణః॥ తె॥ ౧పన్నిద్దరు సూర్యులలోనొకఁడు-౨ఒంతు-౩సంగీతాంశము -౪గడ్డిమొదలయినవాని గుంపు-౫కిరణము.

అంశుః-ఉ-పు-కిరణః-౨లేశః-౩రవిః॥ తె॥౧కిరణము-౨కొంచెము-౩సూర్యుఁడు.

అంశుకమ్-అ-న- వస్త్రమ్- ౨సూక్ష్మవస్త్రమ్-౩స్త్రీణాముత్తరీయవస్త్రమ్॥ తె॥ ౧బట్ట-౨సన్నపుబట్ట-౩పయిట.

అంశుమతీ- ఈ - స్త్రీ - విదారిగంధా॥ తె॥ముయ్యాకుపొన్న.

అంశుమత్ఫలా-ఆ.స్త్రీ-కదలీవృక్షః॥ తె॥అఁటిచెట్టు.

అంశుమాలీ-న్-పు-సూర్యః॥ తె॥సూర్యుఁడు

అంసః-అ(స్త్రీ)-భుజశిరః॥ తె॥ మూఁపు.

అంసకూటః-అ-పు-కకుత్॥ తె॥ఎద్దుమూఁపురము.

అంసదక్షిణావర్తః-అ-పు- స్త్రియఃపుత్రవివృద్ధిలక్షణమ్॥ తె॥ఆఁడుదానికిఁగలపుత్రసంపత్తిని తెలియఁజేయుగురుతు.

అంసరంగికః-అ-పు- పారిభద్రవృక్షః॥ తె॥ బాడిదెచెట్టు.

అంసలః-అ-త్రి-మాంసలః॥ తె॥ బలిసినవాఁడు

అంహః-స్-న-పాపమ్॥ తె॥దోసము.

అంహతిః-ఇ-స్త్రీ-దానమ్॥ తె॥ఈవి.

అకమ్-అ-న-పాపమ్-౨దుఃఖమ్॥ తె॥౧ పాపము-౨దుఃఖము.

అకరికః-అ-పు-శౌల్కికః ॥ తె॥ సుంకముపుచ్చుకొనెడివాఁడు.

అకరిణిః-ఇ-స్త్రీ-అకృతః॥ తె॥చేయనిది.

అకర్మకతినకరౌ-అ-పు-రాజ్యలక్షణే॥ తె॥ రాజ్యచిహ్నము.

అకర్మీ-న్-త్రి-కర్మరహితః॥ తె॥ పనిలేనివాఁడు

అకల్కనః-అ-త్రి-వీతదంభః॥ తె॥డంబములేనివాఁడు.

అకిఞ్చనః-అ-త్రి-అతిలోభీ॥ తె॥మిక్కిలిలోభి

అకుణ్ఠః-అ-పు-క్లీబవ్రమణిగుణః॥ తె॥ అటుగకయుండుట.

అకుణ్ఠః-అ-త్రి-అకుంఠితః॥ తె॥ మొరవబోనిది

అకూపారః-అ-పు- సముద్రః- ౨ అశ్వముఖమీనః-౩ కూర్మరాజః॥ తె॥ ౧ సంద్రము-౨గుఱ్ఱపుమూతిచేఁప-౩ తాఁబేటిమేటి.

అకృష్ణికా-ఆ-సీ-చటకస్త్రీ॥ తె॥ ఆఁడుఊరపిచ్చుక.

అక్రమాతిశయోక్తిః-ఇ-సీ- అలంకారవిశేషః॥ తె॥ ఒకానొకయలంకారము.

అక్లిష్టమ్-అ-న-అపమిత్యకమ్॥ తె॥ కుదువయుంచి తెచ్చినమొఱువు వస్తువు.

అక్షమ్-అ-న- ఇంద్రియమ్- ౨సౌవర్చలలవణమ్॥ తె॥ ౧ పంచేంద్రియములు-౨సౌవర్చలవణము.

అక్షః-అ-పు-విభీతకవృక్షః-౨-నారికేళశిరః ౩ భల్లూకః-౪ వ్యవహారః-౫ నాభిః-౬ షోడశాద్యమాషతులామానసువర్ణమ్ - ౭ పాశకః-౮ కర్షచక్రమ్-౯ వ్యాప్తిః-౧౦ ఆత్మా-౧౧ కేశః-౧౨ కటః-౧౩ ద్యూతవిశేషః-౧౪ చక్రమ్-౧౫ శకటమ్-౧౬ ఆత్మజః-౧౭ తుత్థమ్॥ తె॥ ౧ తాడిచెట్టు- ౨ నారికేడపుమువ్వ-౩ ఎలుగుబంటి- ౪ తగవు-౫ బండికల్లుతగిలించుయిరుసు-౬ ఎనబదిగురివెండగింజలయెత్తు బంగారము ౭ సొగటాలపాచిక-౮ కత్తులసాన-౯ వ్యాపించుట-౧౦ ఆత్మ-౧౧ వెంట్రుకలు-౧౨ చాప-౧౩ ఒకానొకజూదము- ౧౪ బండికల్లు-౧౫ బండి-౧౬ కొడుకు - ౧౭ మైలతుత్తము.

అక్షజమ్-అ-న-నాట్యమ్॥ తె॥ ఆట.

అక్షణప్రభా-ఆ-సీ-విద్యుత్॥ తె॥ మెఱుపు.

అక్షతమ్-అ-న-ధాన్యమ్॥ తె॥ ధాన్యము.

అక్షతః-అ-పు-పుంవజ్రమణిగుణః-౨-షండః తె॥ ౧సమ్మెటతోకొట్టినను బద్దలుగాకయుండుట-౨నపుంసకుఁడు.

అక్షతః-అ-త్రి-అహింసితః॥ తె॥ హింసచేయఁబడనివాఁడు.

అక్షతాః-అ-(న)- హరిద్రాక్తతండులాః-౨-లాజాః॥ తె॥ ౧అక్షతలు-౨పేలాలు.

అక్షతాః- అ - పు - యవాః॥ తె॥ యవధాన్యములు.

అక్షదర్శకః-అ-పు-వ్యవహారద్రష్టా॥ తె॥ తగవులుదీర్చెడువాఁడు.

అక్షదేవీ-న్-పు-ద్యూతకారః॥ తె॥ జూదమాడువాఁడు.

అక్షధూర్తః-అ-పు-ద్యూతకారః॥ తె॥ జూదమాడువాఁడు.

అక్షధూర్తలః-అ-పు-బలీవర్దః॥ తె॥ ఎద్దు.

అక్షఫలః-అ-పు-పుత్రజీవవృక్షః॥ తె॥ పుత్రజీవిచెట్టు.

అక్షమా-ఆ-సీ-అసహనమ్॥ తె॥ ఓర్వలేమి.

అక్షమాలా-ఆ-సీ-జపమాలా-౨అరుంధతీ॥ తె॥ ౧జపమాల-౨వసిష్ఠభార్య.

అక్షయః-అ- త్రి-క్షయరహితః॥ తె॥ నాశములేనివాఁడు.

అక్షయః-అ-పు-అర్జునతూణీరమ్॥ తె॥ అర్జునునియొక్క అమ్ములపొది.

అక్షరమ్-అ-న-మోక్షః-౨ప్రణవః- ౩ధర్మః-౪ ప్రకృతిః-౫ తపః-౬ క్రతుః- ౭ అకారాదికమ్-౮ పరమాత్మా॥ తె॥ ౧ ముక్తి-౨ఓంకారము-౩-ధర్మము-౪ ప్రకృతి-౫ తపస్సు ౬-యజ్ఞము-౭ అవర్ణము మొదలైనవి-౮ పరబ్రహ్మము.

అక్షరః-అ-పు-విష్ణుః-౨శివః- ౩ చతుర్ముఖః॥ తె॥ ౧ వెన్నుఁడు- ౨హరుఁడు-౩ బ్రహ్మ.

అక్షరచణః-అ- పు - లేఖకః॥ తె॥ వ్రాసెడివాఁడు.

అక్షరచుఞ్చుః-ఉ-పు-లేఖకః॥ తె॥మంచి వ్రాతకాఁడు

అక్షరసంస్థానమ్-అ-న-లిఖితమ్॥ తె॥ వ్రాసిన వ్రాఁత.

అక్షవతీ-ఈ-సీ-ద్యూతమ్॥ తె॥జూదము.

అక్షవిశారదః-అ-పు- నలచక్రవర్తి॥ తె॥ నలమహారాజు.

అక్షవీ-న్-పు-ఉత్పాదనవృక్షః॥ తె॥ లొద్దుగుచెట్టు.

అక్షశౌణ్డః-అ-పు- పాశకక్రీడానిపుణః॥ తె॥ సొగటాలుబాగనాడువాఁడు. (ట్టు

అక్షస్కన్దః-అ-పు- కపిత్థవృక్షః॥ తె॥ వెలగచె

అక్షాన్తిః-ఇ-సీ-అసహనమ్॥ తె॥ ఓర్వమి.

అక్షి-ఇ-న-నేత్రమ్॥ తె॥కన్ను.

అక్షిగతః-అ-త్రి-ద్వేష్యః॥ తె॥ద్వేషింపఁదగినవాఁడు.

అక్షియోనికః-అ-పు- ఇంద్రః ॥ తె ॥ దేవేంద్రుఁడు

అక్షీ-న్-పు-రథః॥ తె॥ తేరు.

అక్షీబమ్-అ-న-అకృత్రిమసాముద్రలవణమ్ తె॥ తనకుఁదా నేకలుగుసముద్రపుఉప్పు.

అక్షీబః-అ-పు-శిగ్రువృక్షః॥ తె॥మునుగచెట్టు

అక్షీభః-అ-పు-చూతవిశేషః॥ తె॥ ఒకానొక మామిడి.

అక్షోటః-అ-పు-కర్పరాలవృక్షః॥ తె॥ కొండగోలుగుచెట్టు.

అక్షౌహిణీ-ఈ-సీ- గజాః౨౧౮౭౦-రథాః ౨౧౮౭౦-అశ్వాః-౬౫౬౧౦- భటాః-౧౦౯౩౫౦పత్యుక్తసైన్యమ్॥ తె॥ ఈ లెక్కగలదండు.

అక్ష్యః-అ-త్రి-అక్షిహితః॥ తె॥కంటికిమంచిది

అఖణ్డః-అ-త్రి- సమస్తః॥ తె॥ నిండినవాఁడు.

అఖాతమ్-అ-న-పర్వతశిలాసంధిః॥ తె॥లోయ

అఖాతః-అ(సీ)-దేవఖాతకమ్॥ తె॥కుండము.

అఖిలః-అ-త్రి-సర్వః-౨అగర్హ్యః॥ తె॥౧ యావత్తు-౨అనిందింపఁదగినది

అగః-అ-పు-పర్వతః-౨సర్పః-౩వృక్షః-౪సూర్యః॥ తె॥౧ కొండ-౨పాము-౩చెట్టు - ౪చలిమి.

అగదః-అ-పు-ఔషధమ్॥ తె॥మందు.

అగదః-అ-త్రి-అరోగి-౨గదారహితః॥ తె॥౧రోగము లేనివాఁడు - ౨ఇనుపదుడ్డు లేనివాఁడు.

అగదఙ్కారః-అ-పు-వైద్యః॥ తె॥చికిత్సకుఁడు

అగమః-అ-పు-వృక్షః ౨పర్వతః॥ తె॥౧చెట్టు-౨కొండ.

అగరు-ఉ-న-వంశకవృక్షః॥ తె॥ అగరుచెట్టు-

అగరుః-ఉ-పు-బింబచ్ఛదావృక్షః॥ తె॥ ఇరుగుడుచెట్టు.

అగస్తిః-ఇ-పు- అగస్త్యఋషిః-౨అతసీవృక్షః॥ తె॥౧అగస్త్యముని-౨ నల్లయవిసెచెట్టు.

అగస్త్యః-అ-పు- కుంభసంభవమునిః-౨వృక్షవిశేషః॥ తె॥౧అగస్త్యముని-౨అగిసెచెట్టు.

అగస్త్యమూత్రమ్-అ-న-సముద్రః॥ తె॥ మున్నీరు-

అగాధమ్-అ-న-జలమ్॥ తె॥ఉదకము.

అగాధః-అ-(సీ)-రంధ్రమ్॥ తె॥బెజ్జము.

అగాధః-అ-త్రి-అతినిమ్నః-౨అసాధ్యః॥ తె॥ ౧మిక్కిలిపల్లము-౨అశక్యము.

అగారమ్-అ-న-గృహమ్॥ తె॥ఇల్లు.

అగుః-ఉ-త్రి-మృతః॥ తె॥చనిపోయినవాఁడు.

అగురుః-ఉ(న)బింబచ్ఛదావృక్షః॥ తె॥ఇరుగుడుచెట్టు.

అగుకః-ఉ(సీ)వంశకవృక్షః॥ తె॥అగరుచెట్టు

అగురుః-ఉ-పు-కృష్ణాగరువృక్షః- ౨హింగులమ్-౩- లఘ్వాతురమ్ ॥ తె ॥ ౧నల్లగరుచెట్టు-౨ఇంగిలీకము- ౩ హ్రస్వాతురము.

అగోదా-ఆ-సీ-కరతోయానదీ॥ తె॥ కరతోయయను పేరుగలయేరు.

అగ్న-౦-౦- సర్వమగ్నిసంపద్యతఇత్యర్థే ॥ తే॥అంతయునగ్నియగుచున్నది.

అగ్నిః-ఇ- పు- వహ్నిః-౨భల్లాతవృక్షః- ౩రక్తచిత్రకః-౪శక్రః॥ తె॥౧ అగ్ని-౨నల్లజీడిచెట్టు - ౩ఎఱ్ఱచిత్రమూలము- ౪ ఇంద్రుఁడు.

అగ్నిః-ఇ-త్రి-పూతాత్మా॥ తె॥పరిశుద్ధమయినమనస్సుగలవాఁడు.

అగ్నికః-అ-పు-క్షుద్రాగ్నిమంథవృక్షః-౨రక్తఫలనారికేళవృక్షః॥ తె॥౧ పిన్ననెల్లిచెట్టు-౨ఎఱ్ఱకాయలకొబ్బరిచెట్టు.

అగ్నికణః-అ-పు-స్ఫులింగః॥ తె॥ మిణుగురులు.

అగ్నిచిత్-త్-పు- అగ్నిచయనకర్తా- ౨అంగారః॥ తె॥౧ అగ్నిచయనమనెడియాగముచేసినవాఁడు-౨బొగ్గు.

అగ్నిచితః- అ-పు- పితృదేవతావిశేషః॥ తె॥ ఒకానొకపితృదేవత.

అగ్నిజారః-అ-పు-అగ్నినిర్యాసః- ౨అగ్నినక్రజరాయుః॥ తె॥నిప్పులమంట,అగ్నిజారము. • (ట

అగ్నిజ్వాలః-అ-పు-అగ్నినిర్యాసః॥ తె॥ మం-

అగ్నిజ్వాలా-ఆ-సీ- ధాతకీ॥ తె॥ ధాతకీకుసుమము.

అగ్నిదృక్-శ్-పు-ఘూరః॥ తె॥ ఫాలాక్షుఁడు

అగ్నినక్రజరాయుః-ఉ-పు- అగ్నిజారః॥ తె॥ నిప్పులమంట.

అగ్నినిర్యాసః-అ-పు- అగ్నిజ్వాలః॥ తె॥ అగ్నిజారము.

అగ్నిబీజమ్-అ-న-సువర్ణమ్॥ తె॥బంగారము

అగ్నిభాషా-ఆ-సీ-జ్యోతిష్క-సాలతా॥ తె॥ వెక్కుడుతీఁగె.

అగ్నిభూః-ఊ-పు-షడాననః॥ తె ॥ కుమారస్వామి.

అగ్నిమణిః-ఇ-(న)- సూర్యకాంతమణిః॥ తె॥ సూర్యకాంతమణి.

అగ్నిమన్థః-అ-పు- గంధపత్రావృక్షః॥ తె॥ కూరనెల్లిచెట్టు.

అగ్నిమన్థనీ-ఈ-సీ-వైజయంతికా॥ తె॥తక్కెడుచెట్టు.

అగ్నిమాలః-అ-పు-పితృవిశేషః॥ తె॥ఒకానొకపితృదేవత.

అగ్నిమిత్రః-అ-పు- శూద్రకనామకనృపః॥ తె॥శూద్రకుఁడను పేరుగలరాజు.

అగ్నిముఖః అ-పు-బ్రాహ్మణః - ౨దేవః॥ తె॥ ౧విప్రుఁడు-౨దేవుఁడు.

అగ్నిముఖీ-ఈ-సీ-భల్లాతవృక్షః॥ తె ॥ నల్లజీడిచెట్టు.

అగ్నిలిఙ్గమ్-అ-న- వహ్నిధూమః॥ తె॥ పొగ.

అగ్నివర్షకః-అ- పు - ఆవర్తనామకమేఘః॥ తె॥ఆవర్తమనెడుమేఘము.

అగ్నివాహనః-అ-పు-పితృవిశేషః॥ తె॥ ఒకానొకపితృదేవత.

అగ్నివృక్షః-అ-పు- వికంకతవృక్షః॥ తే॥ కానరేఁగుచెట్టు.

అగ్నిశిఖమ్-అ-న-కుంకుమన్-౨కుసుంభమ్॥ తె॥౧॥కుంకుమము-౨కుసుమపువ్వు.

అగ్నిశిఖా-ఆ-(సీ)-సిందూరమ్-౨శక్రపుష్పి ౩విటపః-౪కలికాలీ॥ తె॥ ౧సిందూరము-౨శక్రపుష్పియనుతరిగొఱ్ఱచెట్టు-౩విటపమనుతరిగొఱ్ఱచెట్టు-౪కలికాలియనుతరిగొఱ్ఱచెట్టు.

అగ్నిష్టోమః-అ-పు-యజ్ఞవిశేషః॥ తె॥ సోమయాగము.

అగ్నిష్ఠః-అ-పు-మూషా॥తె॥మూస.

అగ్నిష్వాత్తః-అ-పు- పితృదేవతావిశేషః॥ తె॥ఒకానొకపితృదేవత.

అగ్నిసహః॥అ-పు- భేకః॥తె॥కప్ప.

అగ్నిసాత్-౦-౦ - సర్వమగ్నిసంపద్యత ఇత్యర్థే-౨అభివిధిః - ౩అగ్నినా సంపద్యత ఇత్యర్థే॥ తె॥ ౧అంతా అగ్నియగుచున్నది-౨దానితోఁజేరి - ౩ అంతా నగ్నితోడనగుచున్నది.

అగ్నిహోత్రః-అ-పు-అగ్నిః-౨హవిః॥తె॥ ౧నిప్పు-౨హవిస్సు.

అగ్నీధ్రః-అ-పు- బ్రహ్మగణఋత్విగ్విశేషః॥ తె॥ బ్రహ్మగణములోనొకఁడు.

అగ్న్యుత్పాతః-అ-పు-ధూమకేతుః- తె-ధూమకేతువు.

అగ్రమ్-అ-న-వృక్షాదిశిఖా-౨పురతః-౩మానవిశేషః-౪అధికమ్-౫ఫలమ్-౬ఆదిః-౭ఆలంబనమ్-౮ప్రాంతః-౯ ఊర్ధ్వః॥తె॥ ౧చెట్టుమొదలైనవానికొన-౨ఎదుట-౩ఒకానొకకొలత-౪హెచ్చు-౫లాభము ౬మొదట-౭పట్టు-౮సమీపము-౯మీఁద.

అగ్రః-అ-త్రి- సజాతీయసమూహముఖ్యః॥ తె॥సరియైనవారి సంఘములో శ్రేష్ఠుఁడు.

అగ్రజః-అ-పు- జ్యేష్ఠః॥తె॥అన్న.

అగ్రజన్మా-న్-పు-జ్యేష్ఠభ్రాతా- ౨బ్రాహ్మణః-౩బ్రహ్మా॥తె॥౧అన్న- ౨విప్రుఁడు- ౩నలువ.

అగ్రజన్మా-న్-త్రి-శ్రేష్ఠః॥తె॥ఉత్తముఁడు.

అగ్రజా-ఆ-స్త్రీ-జ్యేష్ఠా॥తె॥అప్ప.

అగ్రతః-స్-౦-అగ్రే॥తె॥ఎదుట.

అగ్రతస్సరః-అ-పు-అగ్రేసరః॥తె॥ ముందు పోవువాఁడు.

అగ్రధన్వా-న్-పు-ఇంద్రః॥తె॥ వేల్పులదొర.

అగ్రమాంసమ్-అ-న- వృక్కా-యామ్॥ తె॥ వృక్క-యనుగుండె.

అగ్రహారః-అ-పు-విప్రగ్రామః॥తె॥ బ్రాహ్మణులుండునట్టియూరు.

అగ్రామ్యః-అ-త్రి-కార్యనిపుణః॥తె॥ పనియందుగట్టివాఁడు.

అగ్రిమః-అ-త్రి-శ్రేష్ఠః॥తె॥ఘనుఁడు.

అగ్రియః-అ-పు-జ్యేష్ఠః॥తె॥అన్న.

అగ్రియః-అ-త్రి-శ్రేష్ఠః॥తె॥ గొప్పవాఁడు.

అగ్రీయః-అ-త్రి-శ్రేష్ఠః॥తె॥ గొప్పవాఁడు.

అగ్రేదిధిషూః-ఊ-పు-పుత్రవత్పునర్భూపతిద్విజః॥తె॥బిడ్డలుగన్నమారుమనువుదాని మగఁడు.

అగ్రేభోజమ్-౦-౦-అగ్రేభుక్త్వా॥ తె॥ ముందుగాఁదిని.

అగ్రేసరః-అ-పు-పురోగామీ॥తె॥ ముఖ్యునికి ముందు వెళ్లువాఁడు.

అగ్ర్యః-అ-త్రి-శ్రేష్ఠః॥తె॥ఉత్తముఁడు.

అఘమ్-అ-న-పాపమ్-౨దుఃఖమ్-౩ వ్యసనమ్॥ తె॥ ౧పాపము- ౨శోకము- ౩జూదము మొదలయినవ్యసనములు.

అఘమర్షణః-అ-త్రి-ఉదకమధ్యజప్యసూక్తమ్॥ తె॥నీళ్లలోనిలిచిజపించెడుఋక్కు.

అఘాయుః-స్-పు- పాపశీలః-౨సర్పః- ౩కాకః-౪కరవాలః॥తె॥౧పాపస్వభావముగలవాఁడు-౨పాము-౩కాకి-౪కత్తి.

అఘోః-౦-౦- సంబోధనమ్-౨దుష్టసంబోధనమ్॥ తె॥౧ పిలుచుట- ౨దుష్టునిఁబిలుచుట.

అఘోరః-అ-పు- జంబుకః-౨ఏకాదశరుద్రగణవిశేషః॥ తె॥ ౧నక్క- ౨ఏకాదశరు

త్రులలో నొకఁడు.

అఘ్నః-అ-త్రి-అహంతా॥ తె॥ చంపనివాఁడు

అఘ్నా-ఆ-సీ-తరణిః॥ తె॥ ఓడ.

అఘ్న్యా-ఆ-సీ-గౌః॥ తె॥ ఆవు.

అఘ్యా-ఆ-సీ-గౌః॥ తె॥ ఆవు.

అఙ్కః-అ-పు-చిహ్నమ్-౨రూపకవిశేషః-౩రూపకపరిచ్ఛేదః-౪ఉత్సఙ్గః-౫చిత్రయుద్ధమ్-౬మంత్రః-౭స్థానమ్-౮సమీపః-౯భుజాంతరమ్॥ తె॥ ౧గురుతు-౨రూపకవిశేషము౩నాటకాములయందలిభాగము-౪తొడమొదలు-౫వింతపోరు-౬మంత్రము-౭తావు-౮చెంత౯తొమ్ము.

అఙ్కతిః-ఇ-సీ-అగ్నిహోత్రమ్-౨జ్వలనమ్-౩అంబుజమ్-౪యోనిః॥ తె॥ ౧నిప్పు-౨మంట-౩తామర-౪భగము.

అఙ్కపాలీ-ఈ-సీ-ఆలింగనమ్-౨దారికా-౩కోటిః॥ తె॥ ౧కౌఁగిలించుట-౨మద్దిచెట్టు-౩కొస.

అఙ్కపీలీ-ఈ-సీ-దారుహరిద్రా॥ తె॥ మ్రానుపసపు

అఙ్కశయ్యా-ఆ-సీ-మృతిః-౨భూమిశయ్యా॥ తె॥ ౧మరణము-౨నేలమీఁద పరుండుట.

అఙ్కిలః॥అ-పు-అంకురః॥ తె॥ మొలక.

అఙ్కురః-అ-పు-రుధిరమ్-౨లోమ-౩పానీయమ్॥ తె॥ ౧నెత్తురు-౨వెండ్రుక-౩ఉదకము.

అఙ్కురః-అ-(సీ)అభినవోద్భిత్॥ తె॥ మొలక

అఙ్కుశః-అ-(సీ)-సృణిః॥ తె॥ అంకుశము.

అఙ్కుశరేఖా-ఆ-సీ-రాజమాతృలక్షణమ్॥ తె॥ రాజుతల్లికినుండుసాముద్రికరేఖ.

అఙ్కూరః-అ-(సీ)-అంకురః॥ తె॥ మొలక.

అఙ్కోఠః-అ-పు-అంకోలవృక్షః॥ తె॥ ఊడుగుచెట్టు.

అఙ్కోలః-అ-పు-నికోచకవృక్షః॥ తె॥ ఊడుగచెట్టు.

అఙ్కోలగిరిః-ఇ-పు-ప్రియంగువృక్షః॥ తె॥ ప్రేంకణపుచెట్టు.

అఙ్కోల్లా-ఆ-సీ-తక్కోలా॥ తె॥ తక్కోలపుచెట్టు

అఙ్క్యః-అ-త్రి-అంకార్హః॥ తె॥ లెక్కపెట్టఁదగినవాఁడు.

అఙ్గ-౦-౦-సంబోధనే-౨హర్షః-౩కైముతికన్యాయః॥ తె॥ ౧ఓయీయాయని పిలుచుటయందు-౨సంతోషము-౩కైముతికన్యాయము.

అఙ్గమ్-అ-న-తాలప్రాణకలావిశేషః-౨అవయవః-౩శరీరమ్-౪సామీప్యమ్-౫ఉపాయః-౬అప్రధానమ్-౭షట్సంజ్ఞా॥ తె॥ ౧తాలప్రాణమనెడికలావిశేషము౨అవయవము-౩ఒడలు-౪దాపు-౫ఉపాయము-౬గౌణము-౭ఆఱుయనులెక్క.

అఙ్గః-అ-పు-షోడశరాజాన్యతమః-౨దేశవిశేషః॥ తె॥ ౧పదియాఱురాజులలోనొకఁడు-౨ఒకానొకదేశము.

అఙ్గజమ్-అ-న-శోణితమ్-౨రోమ॥ తె॥ ౧నెత్తురు-౨వెంట్రుక.

అఙ్గజః-అ-పు-మన్మథః-౨పుత్రః॥ తె॥ ౧మారుఁడు-౨కొడుకు.

అఙ్గణమ్-అ-న-గృహాగ్రభాగః-౨ఆకాశః॥ తె॥ ౧ముంగిలి-౨ఆకాశము.

అఙ్గదమ్-అ-న-కేయూరమ్॥ తె॥ బాహుపురి.

అఙ్గదః-అ-పు-వాలిపుత్రః-౨భరతపుత్రః॥ తె॥ ౧వాలికొడుకు-౨భరతమహారాజుకొడుకు.

అఙ్గదీర్ఘవాన్-త్-పు-పక్షివిశేషః॥ తె॥ ఒకానొకపిట్ట.

అఙ్గనమ్-అ-న-గృహపురోభాగః-౨యానమ్ తె॥౧ఇంటిముంగిలి - ౨సవారి.

అఙ్గనా-ఆ-సీ-ప్రశస్తావయవస్త్రీ-౨కుబేరదిగ్గజభార్యా॥ తె॥౧ శరీరసౌష్ఠవముగల యాఁడుది-౨ఉత్తరపుదిక్కులోని యేనుఁగుపెండ్లాము.

అఙ్గమర్దః-అ-పు-సంవాహకః॥ తె॥ ఒడలుపిసికెడిజెట్టీవాఁడు.

అఙ్గరాగః-అ-పు-చర్చిక్యమ్-౨చందనమ్- ౩పరిమళః॥ తె॥౧మైపూఁత-౨గంధము-౩తావి.

అఙ్గరాజః-అ-పు-యువరాజః॥ తె॥ రాజునకు తరువాతిరాజు.

అఙ్గవస్త్రోత్థః-అ-పు- శ్వేతయూకః॥ తె॥ చీరపేను.

అఙ్గవిక్షేపః-అ-పు-అంగహారః॥ తె॥ఆడునప్పుడుశరీరముకదలించునట్టినృత్యవిశేషము.

అఙ్గసంస్కారః-అ-పు - శరీరశుద్ధీకరణమ్॥ తె॥ఒడలునుమురికిలేక చేయుట.

అఙ్గహారః-అ-పు-నాట్యేషడాద్యావృత్తిద్విపాదక్రమణోపబృంహితక్రియా॥ తె॥ నాట్యమాడునప్పు డంగముకదలించుట.

అఙ్గాఙ్గీభావసఙ్కరః-అ-పు -అలంకార విశేషః॥ తె॥ఒకానొకయలంకారము.

అఙ్గాధిపః-అ-పు-కర్ణనృపః॥ తె॥కర్ణుఁడను రాజు

అఙ్గారః-అ(సీ)-భృంగరాజః- ౨అగ్నియుక్తమ్-౩ఇంగాలమ్॥ తె॥౧ గుంటకలగర-౨నిప్పుకొఱవి-౩బొగ్గు.

అఙ్గారః-అ-పు-అంగారకః॥ తె॥మూఁడవగ్రహము,

అఙ్గారకః-అ-పు-కుజః-౨ఉల్ముకఖండమ్-౩కురంటకవృక్షః॥ తె॥౧మూఁడవగ్రహము -౨నిప్పుతునక-౩పచ్చపెద్దగోరంట.

అఙ్గారకర్పరః-అ-పు-మూషా॥ తె॥మూస.

అఙ్గారధానికా-ఆ-సీ-హసంతికా॥ తె॥ కుంపటి.

అఙ్గారపోళిః-ఇ-సీ-గోధూమపైష్టమ్॥ తె॥నిప్పులమీఁదకాల్చినగోదుమరొట్టె

అఙ్గారవల్లరీ-ఈ- సీ- శాదఘ్నవృక్షః॥ తె॥నిప్పువన్నెక్రానుఁగుచెట్టు.

అఙ్గారవల్లికా-ఆ-సీ-కాంభోజీలతా॥ తె॥బండిసురివెందచెట్టు.

అఙ్గారవల్లీ-ఈ-సీ-హంజికా - ౨శాదఘ్నవృక్షః॥ తె॥౧ చిలుతేకుచెట్టు-౨క్రానుఁగులోభేదము.

అఙ్గారశకటీ-ఈ-సీ-అంగారధానీ॥ తె॥కుంపటి.

అఙ్గారిణీ-ఈ-సీ- హసంతీ- ౨సూర్యవర్జితదిక్॥ తె॥౧కుంపటి-౨సూర్యునిచేతవిడువఁబడినదిక్కు.

అఙ్గారితమ్-అ-న పలాశీయకలికోద్గమః తె॥ మోదుగుచెట్టుమొగ్గతొడగడము.

అఙ్గారితః-అ-త్రి-దగ్ధః॥ తె॥కాల్పఁబడినది.

అఙ్గార్థపీడితమ్-అ-న-రతిబంధవిశేషః॥ తె॥ ఒకానొకరతిబంధము.

అఙ్గికా-ఆ-సీ-కంచుకః॥ తె॥చొక్కా, రయిక

అఙ్గిరాః-స్-పు-సప్తర్షివిశేషః॥ తె॥సప్తర్షులలోనొకఁడు.

అఙ్గీకారః-అ-పు-అభ్యుపగమః॥ తె॥ ఒప్పుకొనుట.

అఙ్గీకృతః-అ-త్రి-ఉపగతః॥ తె ॥అంగీకరింపఁబడినది.

అఙ్గులమ్-అ-న-అష్టయవపరిమాణమ్॥ తె॥ ఎ

నిమిదియవలకొలత.

అఙ్గులః-అ-పు- మానాంగులః-౨అంగుష్ఠః॥ తె॥౧అడ్డవ్రేలెడు-౨బొటనవ్రేలు.

అఙ్గులిః-ఇ-సీ-హస్తావయవవిశేషః-౨గజఘంటికా॥ తె॥౧చేతివ్రేళ్లు - ౨ఏనుఁగుగంట.

అఙ్గులిమానమ్-అ-న - హస్తవితస్త్యాదిమానమ్॥ తె॥మూర-జేన-మొదలైనకొలత.

అఙ్గులిముద్రా-ఆ-సీ-ముద్రికా॥ తె॥ పేరుచెక్కినయుంగరము.

అఙ్గులీ-ఈ-సీ-హస్తపాదావయవ విశేషః॥ తె॥కాలివ్రేళ్లు-చేతివ్రేళ్లును.

అఙ్గులీయకమ్-అ-న-ఊర్మికా॥ తె॥ఉంగరము

అఙ్గుష్ఠః-అ-పు-అంగుళివిశేషః॥ తె॥ బొటనవ్రేలు.

అఙ్గుష్ఠతర్జనీసంధిరేఖాః-ఆ-సీ- గండసంజ్ఞా॥ తె॥గండదోషములను దెలియజేయుగురుతు.

అఙ్గుష్ఠపార్శ్వరేఖాః-ఆ-సీ-పశుసంఖ్యాలక్షణమ్। తె॥పశువులను దెలిపెడిరేఖలు.

అఙ్గుష్ఠాదిరేఖాః-ఆ-సీ- భ్రాతృసంఖ్యాలక్షణమ్॥ తె॥తోఁబుట్టువులింతఅని తెలియఁజేయురేఖ.

అఙ్ఘ్రిః-ఇ-పు-పాదః-౨ద్విసంజ్ఞా-౩ వృక్షాదిమూలమ్॥ తె॥౧ చరణము-౨ రెండుఅనులెక్క--౩చెట్టుమొదలైనవాని యడుగు.

అఙ్ఘ్రినామకః-అ-పు-మూలమ్। తె॥ వేరు.

అఙ్ఘ్రిపర్ణికా-ఆ-సీ - పృశ్నిపర్ణీ॥ తె॥ కోలపొన్న.

అఙ్ఘ్రిపనసః-అ-పు-శణవృక్షః॥ తె॥ వేరుపనసచెట్టు.

అచణ్డీ-ఈ-సీ-సాధుగౌః॥ తె॥సాధుఆవు.

అచలః-అ-పు-పర్వతః-౨లోకః ౩ చిదాకాశః॥ తె॥౧కొండ-౨లోకము - ౩చిదాకాశము.

అచలా-ఆ-సీ-భూమిః॥ తె॥పుడమి.

అచిన్తమ్-అ-న-మరణమ్॥ తె॥మృతి.

అచిన్త్యః-అ-త్రి-చింతితుమశక్యమ్॥ తె॥ ఎన్నఁగూడనిది.

అచిరద్యుతిః-ఇ-సీ-విద్యుత్॥ తె॥ మెఱుపు.

అచ్యుతః-అ-పు-విష్ణుః-౨హరః- ౩మహాయజ్ఞః॥ తె॥౧హరి-౨శివుఁడు-౩ గొప్పజన్నము.

అచ్యుతః-అ- త్రి-స్థిరః॥ తె॥నిలకడగలవాఁడు

అచ్యుతాగ్రజః-అ-పు-బలరామః॥ తె॥బలరాముఁడు.

అచ్ఛమ్-౦-౦-స్ఫటికః॥ తె॥స్ఫటికము.

అచ్ఛః-అ-త్రి-శ్వేతరూపవాన్-౨నిర్మలః॥ తె॥౧-తెల్లనిరూపముగలవాఁడు-౨ మురికిలేనివాఁడు.

అచ్ఛః-అ-పు-భల్లూకః-౨స్ఫటికః - ౩శ్వేతరూపమ్॥ తె॥౧ఎలుగుబంటి-౨ పటికము-౩ తెలుపు.

అచ్ఛదనః-అ-పు-యతిః-౨సన్న్యాసీ॥ తె॥ ౧ ఇంద్రియములజయించినవాఁడు-౨ కాషాయవస్త్రములధరించినవాఁడు.

అచ్ఛపిణ్డా-ఆ-సీ-పిండఖర్జూరీ॥ తె ॥ ముద్దఖర్జూరము.

అచ్ఛభల్లః-అ-పు-భల్లూకః॥ తె॥ ఎలుగుబంటి.

అచ్ఛావాకః-అ-పు - సోమాఖ్యగణఋత్విగ్విశేషః॥ తె॥ సోమాఖ్యగణముతోఁజేరినఋత్విజుఁడు.

అచ్ఛిద్రా-ఆ-సీ-ధామార్గవలతా॥ తె॥ చేతిబీర.

అచ్ఛోదః-అ-పు-కుబేరక్రీడాసరః॥ తె॥ కుబేరుఁడువిహరించునట్టికొలను.

అజమ్-అ-న-ఆకాశః॥ తె॥ఆకసము.

అజః-అ-పు-ఆత్మా-౨చతుర్ముఖః-౩ మన్మథః-౪ఛాగః-౫హరః-౬విష్ణుః-౭రఘుపుత్రః ౮ త్ర్యబ్దవ్రీహిః॥ తె॥ ౧ఆత్మ-౨బ్రహ్మ-౩మదనుఁడు-౪మేఁకపోతు-౫ శివుఁడు-౬వెన్నుఁడు-౭ రఘుమహారాజుకుమారుఁడు-౮మూఁడేండ్లక్రిందివడ్లు.

అజః-అ-త్రి-అనాదిః॥ తె॥పుట్టుగలేనివాఁడు.

అజకర్ణః-అ-పు-రథద్రుమః॥ తె॥ నల్లమద్దిచెట్టు.

అజగన్ధినీ-ఈ-సీ-తిలపర్ణీ॥ తె॥వామెంట.

అజగరః-అ-పు-సర్పవిశేషః॥ తె॥ పెనుబాము

అజగర్దః-అ-పు-జలవ్యాళః॥ తె॥ నీరుకట్టెపాము.

అజగలః-అ-పు-ద్యూతకారః॥ తె॥జూదమాడెడువాఁడు.

అజగవమ్ అ-న-శివధనుః॥ తె॥ శివునియొక్కవిల్లు.

అజగావమ్ అ-న-శివధనుః॥ తె॥శివునిధనుస్సు

అజననిః-ఇ-సీ-జననాభావః॥ తె॥ పుట్టకపోవుట.

అజన్యమ్-అ-న-ఉత్పాతః॥ తె॥ ఉత్పాతము.

అజపః-అ-పు-అపపాఠాధ్యేతా॥ తె॥ తప్పుగాఁజదివెడివాఁడు.

అజమీలః-అ-పు - పాతాళలోకశేషసరోప్యుద్యానస్థితశివః॥ తె॥ పాతాళలోకమందాదిశేషునియొక్కయుద్యానమున నుండుశివుఁడు.

అజమోదా-ఆ-సీ-దీప్యః-౨శాల్మలీనిర్యాసః॥ తె॥ఓమము-౨బూరుగుబంక.

అజయా-ఆ-సీ-కళంజమ్-౨గుండాలా॥ తె॥ ౧గంజాయి-౨తీఁగెగరికె.

అజరా-ఆ-సీ-జీర్ణదారుః-౨గృహకన్యకా॥ తె॥ ౧పాతగిలినకొయ్య-౨కలబందచెట్టు.

అజర్యమ్-అ-న-సౌహార్దమ్॥ తె॥చెలిమి.

అజవాహనః-అ-పు-హంసః॥ తె॥అంచ.

అజశృఙ్గీ-ఈ-సీ-బస్తాన్త్రీ॥ తె॥వద్దిచెట్టు.

అజస్రమ్ అ-న-అత్యంతమ్॥ తె॥మిక్కిలి.

అజస్రః-అ-త్రి-అత్యంతవాన్॥ తె॥ హెచ్చుగలవాఁడు.

అజా-ఆ-సీ-ఛాగీ॥ తె॥ఆఁడుమేఁక.

అజాగవమ్-అ-న-శివధనుః॥ తె॥శివునివిల్లు.

అజాజీ-ఈ-సీ-శ్వేతజీరకః-౨జీరణః॥ తె॥ ౧తెల్లజీలకఱ్ఱ-౨జీలకఱ్ఱ.

అజాజీవీ-న్-పు-జాబాలః॥ తె॥కురుమవాఁడు

అజాతశత్రుః-ఉ-పు-యుధిష్ఠిరః॥ తె॥ధర్మరాజు.

అజిగీషుతా-ఆ-సీ-విజయేచ్ఛాభావః॥ తె॥ జయేచ్ఛలేకపోవడము.

అజినమ్-అ-న-చర్మ॥ తె॥తోలు.

అజినపత్రా-ఆ-సీ-జతుకా॥ తె॥ చీకురువాయి.

అజినయోనిః-ఇ-పు-కురంగః॥ తె॥ లేడి.

అజిరమ్-అ-న-గృహపురఃప్రదేశః-౨శరీరమ్ ౩విషయః-౪నభ్రమ్-౫దర్దురః-౬పతనమ్-౭శ్వేతోశీరమ్॥ తె॥౧ ఇంటిముంగటితావు-౨దేహము-౩విషయము - ౪వంగినది-౫కప్ప-౬ పడుట-౭ తెల్లవట్టివేరు.

అజిరా-ఆ-సీ-సూర్యధాటీ॥ తె॥ సూర్యునిగమనము.

అజిహ్మః-అ-త్రి-ఋజుః॥ తె॥ కపటములేనివాఁడు.

అజిహ్మగః-అ-పు-బాణః॥ తె॥ కోల.

అజీగవమ్-అ-న-శివధనుః॥ తె॥శివధనుస్సు.

అజీవః అ-పు-అజీవమతప్రవర్తకః॥ తె॥జీవుఁ

ము లేఁడను మతము నేర్పఱచినవాఁడు.

అజైకపాత్-ద్-సీ-పూర్వాభాద్రా నక్షత్రమ్॥ తె॥ నక్షత్రములలో నొకటి.

అజైకపాత్-ద్-పు-ఏకాదశ రుద్రాన్యతమః॥ తె॥ పదునొకరగు రుద్రులలో నొకఁడు.

అజ్ఞః-అ-త్రి-జడః-౨అవివేకీ॥ తె॥ ౧ చురుకు లేనివాఁడు-౨ ఎఱుక లేనివాఁడు.

అజ్ఞానః-అ-త్రి-జ్ఞానశూన్యః॥ తె॥ ఎఱుక లేనివాఁడు.

అఝటా-ఆ-సీ-భూమిధాత్రీ॥ తె॥ నేలయుసిరిక చెట్టు.

అఞ్చలః-అ-(సీ)-వస్త్రాన్తః॥ తె॥ కోకచెంగు, మైజారుసున్న.

అఞ్చితః-అ-త్రి-పూజితః॥ తె॥ పూజింపఁబడ్డవాఁడు.

అఞ్జనమ్-అ-న-సౌవీరాద్యంజనమ్-౨దీపశిఖా॥ తె॥ ౧ కాటుక-౨ దీపపుకొడి.

అఞ్జనః-అ-పు-వరుణదిగ్గజః-౨తిందుకవృక్షః॥ తె॥ ౧ పడమటిదిగ్గజము-౨ నల్లతుమ్మికిచెట్టు.

అఞ్జనకేశీ-ఈ-సీ-నలీతృణమ్॥ తె॥ గువ్వగుత్తిగడ్డి.

అఞ్జనా-ఆ-సీ-వాయుభార్యా-౨కుబేరదిగ్గజభార్యా॥ తె॥ ౧ వాయుదేవు నిల్లాలు - ౨ ఉత్తరదిగ్గజము పెండ్లాము.

అఞ్జనాచలః-అ-పు-అంజనాద్రిః॥ తె॥ కాటుకకొండ.

అఞ్జనావతీ-ఈ-సీ-ఈశానదిగ్గజభార్యా॥ తె॥ ఈశాన్యపుదిక్కులోని యేనుఁగు పెండ్లాము.

అఞ్జనికా-ఆ-సీ-రక్తపుచ్ఛికా॥ తె॥ నల్లికండ్లపాము.

అఞ్జనీ-ఈ-సీ-వాయుభార్యా॥ తె॥ వాయుదేవుని పెండ్లాము.

అఞ్జలిః-ఇ-పు-అభినయసంయుతహస్తవిశేషః-౨సంగతప్రసృతిద్వయమ్-౩సంగతప్రసృతిద్వయపరిమాణవస్తు-౪కుడుపమ్॥ తె॥ ౧ అభినయముతోఁగూడుకొన్నయొకానొకహస్తము-౨దోసిలి-౩ దోసెడు-౪కుంచములో నాలుగవయొంతు.

అఞ్జలికారికా-ఆ-సీ-పుత్తల్యామ్॥ తె॥ సున్నపుగచ్చుబొమ్మ.

అఞ్జసా-౦-౦-శీఘ్రం-౨తత్వమ్॥ తె॥ ౧ శీఘ్రముగా-౨నిజముగా.

అఞ్జికమ్-అ-న-నేత్రమ్॥ తె॥ కన్ను.

అటనిః-ఇ-పు-కార్ముకాగ్రమ్॥ తె॥ వింటికొన.

అటరూషః-అ-పు-వాజిదంతకః॥ తె॥ అడ్డసరపుచెట్టు.

అటవీ-ఈ-సీ-అరణ్యమ్॥ తె॥ అడవి.

అటాట్యా-ఆ-సీ-పర్యటనమ్॥ తె॥ మిక్కిలి తిరుగుట.

అట్టమ్-అ-న-అన్నమ్॥ తె॥ ఓరెము.

అట్టః-అ-పు-రణగృహమ్-౨ప్రాకారః-౩భృశమ్॥ తె॥ ౧ కోటవాకిటిమీఁదియిల్లు-౨ ప్రాకారము-౩ మిక్కిలి.

అట్టః-అ-త్రి-శుష్కః॥ తె॥ ఎండినది.

అట్టః-అ-(సీ)-భూమికా-౨సౌధమ్॥ తె॥ ౧ వేషము-౨ మేడ.

అట్టహాసః-అ-పు-వీరరౌద్రరసజాతహాసః॥ తె॥ వీరరసముచేతను రౌద్రరసముచేతనుగలిగిననవ్వు.

అట్టహాసకః-అ-త్రి-అట్టహాసకారీ॥ తె॥ గొప్పనవ్వునవ్వువాఁడు.

అట్టాలకః-అ-పు-రణగృహమ్॥ తె॥ కోటద్వారముమీఁదియిల్లు.

అట్టికః-అ-పు-ఏకాష్ఠీలా॥ తె॥ బకపుష్పపుచెట్టు.

అటరికా-ఆ-స్త్రీ-ఓలికావిశేషః॥ తె॥ బొబ్బట్లలో భేదము.

అడ్డాణమ్-అ-న-ఖేటకః॥ తె॥ డాలు.

అణకః-అ-త్రి-నికృష్టః॥ తె॥ తక్కువవాఁడు.

అణిః-ఇ-(న)-రథాక్షాగ్రకీలకమ్॥ తె॥ బండియిరుసుతుదిమేకు.

అణిః-ఇ-పు-సీమా॥ తె॥ పొలిమేర.

అణిః-ఇ-స్త్రీ-ఆయుధధారా॥ తె॥ ఆయుధములదారు.

అణిమా-న్-పు-శివభూతివిశేషః-౨ అణుత్వమ్॥ తె॥ ౧ అష్టైశ్వర్యములలో నొకటి-౨ అణుత్వము.

అణీయః-స్-త్రి-అత్యల్పమ్॥ తె॥ మిక్కిలితక్కువైనది.

అణుః-ఉ-పు-అణుపరిమాణమ్-౨ కృష్ణవ్రీహిః॥ తె॥ ౧ అణువనెడికొలత-౨ నల్లవడ్లు.

అణుః-ఉ-త్రి-అణుపరిమాణవాన్॥ తె॥ అణువనెడుపరిమాణముచేతఁగొలువఁబడినది

అణుకః-అ-పు-అల్పః-౨ నిపుణః॥ తె॥ ౧ కొంచెపువాఁడు-౨ నేర్పరి.

అణ్డః-అ-(స్త్రీ)-వృషణః-౨ పక్షికోశః॥ తె॥ ౧ బుడ్డ-౨ గ్రుడ్డు.

అణ్డకోశః-అ-పు-వృషణః॥ తె॥ బుడ్డ.

అణ్డజః-అ-పు-మత్స్యః-౨ పక్షీ-౩ సర్పః-౪ కృకలాసః-౫ గోధా-౬ గృహగోధికా-౭ కుక్కుటః-౮ సూర్యః॥ తె॥ ౧ చేఁప-౨ పిట్ట-౩ పాము-౪ తొండ-౫ ఉడుము-౬ బల్లి-౭ కోడి-౮ సూర్యుఁడు.

అణ్డసుసీ-న్-పు-యూకా॥ తె॥ పేను. (ము.

అణ్డసీమా-న్-పు-అండకోశః॥ తె॥ వృషణ

అణ్డుకః-అ-పు-టిట్టిభః॥ తె॥ లకుముకపిట్ట.

అతః-౦-౦-కారణమ్-౨ ఆశ్చర్యమ్-౩ ప్రకారః-౪ తాదర్థ్యమ్-౫ సమ్మతమ్॥ తె॥ ౧ హేతువు-౨ వింత-౩ పద్ధతి-౪ దానికొఱకు-౫ సమ్మతి.

అతటః-అ-పు-పర్వతారోహణాశక్యతటః॥ తె॥ ఎక్కఁగూడనికొండచఱియ.

అతద్గుణః-అ-పు-అలంకారవిశేషః॥ తె॥ ఒకానొకయలంకారము.

అతర్కణమ్-అ-న-శూన్యాశా-౨ అపరాధః॥ తె॥ ౧ వ్యర్థపుఆశ-౨ నేరము.

అతలః-అ-పు-భూలోకాధోలోకః॥ తె॥ భూలోకమునకుఁగ్రిందిలోకము.

అతసీ-ఈ-స్త్రీ-మునివృక్షః-౨ ఉమా॥ తె॥ ౧ నల్లయగసిచెట్టు-౨ నూనె తీసెడిఅగిసెవిత్తులు.

అతి-౦-౦-అధికమ్-౨ పూజనమ్-౩ లంఘనమ్-౪ భయమ్-౫ అతిక్రమణమ్-౬ అతిదేశః-౭ వ్యాధిః ౮ వ్యాప్తిః-౯ నాశః-౧౦ ఆరోపణమ్-౧౧ అనుజ్ఞా-౧౨ నిర్బంధః-౧౩ కపటః-౧౪ అతిశయః-౧౫ ప్రశంసా ౧౬ ప్రశ్నః-౧౭ సమ్మతిః-౧౮ మర్యాదా॥ తె॥ ౧ హెచ్చు-౨ బాగుచేయడము-౩ దాఁటుట-౪ వెఱపు-౫ మీఱుట-౬ అతిదేశము-౭ రోగము-౮ వ్యాపించుట-౯ నాశము-౧౦ లేనిదానిఁబైఁబెట్టుట-౧౧ సెలవు-౧౨ తొందర-౧౩ వంచన-౧౪ అతిశయము-౧౫ పొగడుట-౧౬ అడుగుట-౧౭ ఒడఁబాటు-౧౮ హద్దు.

అతికృచ్ఛ్రః-అ-(స్త్రీ)-త్రిదినంపాణిపూర్ణాన్నభోజనమ్, త్రిదినమేకైకగ్రాసః, త్రిదినముపవాసః ఏవంవిధంవ్రతమ్॥ తె॥ మూఁడుదినములు చేనిండిన యన్నమును

మూఁడుదినములొక్కొక్క కబళమునుది
నియావలమూఁడుదినము లుపవాసముం
డునట్టివ్రతము.
అతికృష్ణమత్స్యః-అ-పు-నాళతుణమ్॥ తె॥ కీ
డును దెలియఁజేయుమత్స్య.
అతిక్తఫలా-ఆ-సీ-వృత్తోర్వారులతా॥ తె॥ క
రుబూజాదోస.
అతిక్రమః-అ-పు-అత్యాదానమ్ ॥ తె ॥ అక్ర
మముగాఁబుచ్చుకొనుట.
అతిఖరః-అ-పు-ముంజేతుః॥ తె॥ కాకివెదురు
అతిఖట్వః-అ-త్రి-ఖట్వామతిక్రాంతః॥ తె॥
మంచమునతిక్రమించిన వాఁడు.
అతిగణ్డమ్-అ-న-పంచాంగయోగః॥ తె॥ ఇరు
వదియేడుయోగములలోనొకటి.
అతిగుహా-ఆ-సీ-విదారిగంధా॥ తె॥ ముయ్యా
కుపొన్న.
అతిచరా-ఆ-సీ-పద్మచారిణీ॥ తె॥ కాశ్మీరదేశ
పుమెట్టదామర.
అతిచిత్రతమః-అ-పు మృగవిశేషః॥ తె॥ ఒకా
నొకమృగము.
అతిచ్ఛత్రః-అ-పు- ఛత్రాకారతృణమ్ ॥ తె॥
గొడుగుగడ్డి.
అతిచ్ఛత్రా-ఆ-సీ-శతపుష్పా॥ తె॥ పెద్దసదా
పచెట్టు.
అతిజగతీ-ఈ-సీ-త్రయోదశచ్ఛందః-౨ త్ర
యోదశసంజ్ఞా॥ తె॥ ౧పదమూఁడవఛంద
స్సు-౨పదమూఁడవసంజ్ఞ.
అతిజవః-అ-పు-అతిశీఘ్రగామీ॥ తె॥ మిక్కి
లివడిగానడచువాఁడు.
అతిథిః-ఇ-పు-ధర్మపురస్కారగృహాగతబ్రా
హ్మణః-౨శోకః-౩కుశపుత్రః- రకోపః॥
తె॥ ౧భోజనార్థమై యింటికివచ్చిన బ్రా
హ్మణుఁడు-౨దుఃఖము-౩కుశపుత్రుఁడు
రక్రోధము.
అతిథినవర్యా-ఆ-సీ-అతిథిపూజా॥ తె॥ అతిథు
లనుబూజించుట.
అతిదీర్ఘకాలిప్రహస్వాఙ్గమ్-అ-న-విధవాలతు
ణమ్॥ తె॥ విధవయొక్కచిహ్నము.
అతిధృతిః-ఇ-సీ-ఏకోనవింశతిచ్ఛందః-౨ ఏకో
నవింశతిసంజ్ఞా॥ తె॥ ౧పందొమ్మిదవ ఛం
దస్సు-౨పందొమ్మిదవసంజ్ఞ.
అతినాదః-అ-పు-అధిక నాదః ॥ తె॥ గొప్పశబ్ద
ము.
అతినుః-ఉ-త్రి- నౌకాతిక్రమితజలాదికమ్॥
తె॥ పడవచేతదాఁటిననీరు మొదలైనది.
అతినౌకః-అ-త్రి-అతీతనౌకః॥ తె॥ ఓడనుదాఁ
టినవాఁడు.
అతినౌః-ఔ-(న)- నౌకాతిక్రమితజలాదికమ్
॥ తె॥ పడవచేతదాఁటిననీళ్లు మొదలైనది.
అతిపన్థాః-న్-పు-సమీచీనకృతమార్గః ॥ తె॥
చక్కచేసినత్రోవ.
అతిపాతః-అ-పు-౧పాత్యయః-౨అతిక్రమః
॥ తె॥ ౧దగ్గిరనున్నదాని నతిక్రమించుట-
౨వరుసతప్పుట.
అతిబలః-అ-పు-యమః॥ తె॥ జముఁడు.
అతిబలః-అ-త్రి-బలవాన్॥ తె॥ బలిష్ఠుఁడు.
అతిబలా-ఆ-సీ-భారద్వాజీ ॥ తె॥ అతిబలయ
నుచెట్టు.
అతిభేదః-అ-పు-అతిసారరోగః॥ తె॥ పాచనా
లు.
అతిమాత్రమ్-అ-న-అతిశయః॥ తె॥ హెచ్చు.
అతిమాత్రః-అ-త్రి-అతిశయవాన్॥ తె॥ హె
చ్చుగలవాఁడు.
అతిమాత్రకః-అ-త్రి-అధికః॥ తె॥ గొప్పవాఁ
డు. (లిఆసక్తికలవాఁడు.
అతిముక్తః-అ-త్రి-అతితత్పరః॥ తె॥ మిక్కి-

అతిముక్తః-అ-పు-పుండ్రకలతా-౨ తినిశవృక్షః-౩ నిష్ఫలః॥ తె॥ ౧ పువ్వులగురివెంద-౨ నెమ్మిచెట్టు-౩ ఫలములేనిది.

అతిముక్తకః-అ-పు-తినిశవృక్షః-౨ కాకతిందుకవృక్షః॥ తె॥ ౧ నెమ్మిచెట్టు-౨ నల్లతుమికిచెట్టు.

అతిమేచకా-ఆ-సీ- నగ్నచ్ఛదా ॥ తె॥ విష్ణుక్రాంతచెట్టు.

అతిరక్తః-అ-పు- విద్రుమకాంత్యాత్మక మౌక్తికదోషః॥ తె॥ పగడముయొక్క కాంతివంటిముత్తెపుదోషము.

అతిరథః-అ-పు-అనేకధన్వియోద్ధా॥ తె॥ పెక్కండ్రువిలుకాండ్రతోపోరువాఁడు.

అతిరాత్రః-అ-పు-యజ్ఞవిశేషః॥ తె॥ ఒకానొకయజ్ఞము.

అతిరిక్తః-అ-త్రి-సమధికః-౨ అతిక్రాంతః॥ తె॥ ౧ అధికుఁడు-౨ దాఁటినవాఁడు.

అతిరుహా-ఆ-సీ-స్థలపద్మినీ॥ తె॥ నేలదామర.

అతివాదః-అ-పు-వివాదపరుషవచనమ్ ॥ తె॥ జగడములోకఠినపుమాట.

అతివాహికః-అ-పు-నరకస్థప్రాణీ॥ తె॥ నరకములోనుండుజంతువు.

అతివిషా-ఆ-సీ-భంగురా॥ తె॥ అతివసచెట్టు

అతివేలమ్-అ-న-అతిశయః॥ తె॥ మిక్కిలి.

అతివేలః-అ-త్రి-అతిశయవాన్ ॥ తె॥ అతిశయముగలవాఁడు.

అతిశక్వరీ-ఈ-సీ-పంచదశచ్ఛందః-౨ పంచదశసంఖ్యా॥ తె॥ ౧ పదియయిదవఛందస్సు-౨ పదియయిదవలెక్క.

అతిశయః-అ-పు-భరః-౨ ఉత్కర్షః॥ తె॥ ౧ బరువు-౨ ఆధిక్యము.

అతిశయోక్తిః-ఇ-సీ-అలంకారవిశేషః ॥ తె॥ ఒకానొకయలంకారము.

అతిశృఙ్గకః-అ-పు-మత్స్యవిశేషః॥ తె॥ చేఁపలలోనొకటి.

అతిశోభనః-అ-త్రి-శ్రేష్ఠః ॥ తె॥ గొప్పవాఁడు.

అతిసర్జనమ్-అ-న-వితరణమ్॥ తె॥ ఈవి.

అతిసారః-అ-పు-గ్రహణీరోగః॥ తె॥ గ్రహణిరోగము.

అతిసారకీ-న్-త్రి-అతిసారరోగవాన్ ॥ తె॥ గ్రహణిరోగముగలవాఁడు.

అతిసారనుత్-ద్-పు-కళింగవృక్షః॥ తె॥ కొడిసెపాలచెట్టు.

అతిసౌరభః-అ-పు-సహకారవృక్షః ॥ తె॥ తియ్యమామిడిచెట్టు.

అతిస్థూలమహాకృశాఙ్గమ్-అ-న-విధవాలక్షణమ్॥ తె॥ విధవచిహ్నము.

అతిహసితమ్-అ-న - అతిధ్వనియుక్తప్రహసనః॥ తె॥ మిక్కిలిధ్వనితోఁగూడుకొనిన మొదటినవ్వు.

అతీతః-అ-పు-తాళప్రాణగ్రహవిశేషః - ౨ భూతకాలః॥ తె॥ ౧ భరతశాస్త్రములో నివదిప్రాణములయందొకటి-౨ జరిగిన కాలము.

అతీన్ద్రియః-అ-త్రి-అప్రత్యక్షః॥ తె॥ కనువడనిది.

అతీరథః-అ-పు- అనేకధన్వియోద్ధా॥ తె॥ పెక్కండ్రువిలుకాండ్రతో జగడమాడువాఁడు.

అతీవ-౦-౦-అతిశయః॥ తె॥ లెస్స.

అతులవిక్రమః-అ-పు-సింహః॥ తె॥ సింగము

అతుల్యవిక్రమః-అ-త్రి-అసమానపరాక్రమవాన్॥ తె॥ సరిలేనివీర్యముగలవాఁడు.

అత్తికా-ఆ-సీ- నాట్యోక్తజ్యేష్ఠభగినీ ॥ తె॥ నాట్యోక్తియందుఅక్క.

అత్యన్తయుక్తిః-ఇ-సీ-రతిబంధవిశేషః ॥ తె

ఒకానొకరతిబంధము.

అత్యన్తాతిశయోక్తిః-ఇ-సీ - అలంకారవిశేషః॥ తె॥ ఒకానొకయలంకారము.

అత్యన్తీనః-అ-పు-యుద్ధమ్-౨ అత్యంతయుద్ధేచ్ఛాగామీ॥ తె॥ ౧ పోరు-౨ మిక్కుటమైన జగడపుఆశగలవాఁడు.

అత్యధ్యక్షః-అ-త్రి-ఇంద్రియాగోచరః॥ తె॥ ఇంద్రియములకుఁగనుపడనిది.

అత్యమ్లపర్ణా-ఆ-సీ-అమ్లోపాదకీ॥ తె॥ పుల్లబచ్చలి.

అత్యయః-అ-పు-మరణమ్-౨ దోషః-౩ కృఛ్రమ్-౪ అతిక్రమః-౫ దండః॥ తె॥ ౧ చావు-౨ పాపము-౩ తొందర-౪ మీఱుట - ౫ శిక్ష.

అత్యర్కః-అ-పు-పకాష్ఠీలాం-౨ రాజార్కపర్ణవృతః॥ తె॥ ౧ బకపుష్పపుచెట్టు-౨ రాచజిల్లెడుచెట్టు.

అత్యర్థమ్-అ-న-అతిశయః॥ తె॥ అతిశయము.

అత్యర్థః-అ-త్రి-అతిశయవాన్॥ తె॥ అతిశయముగలవాఁడు.

అత్యష్టిః-ఇ-సీ-సప్తదశచ్ఛందః-౨ సప్తదశసంజ్ఞా॥ తె॥ ౧ పదియేడవఛందస్సు-౨ పదియేడవసంజ్ఞ.

అత్యష్టీ-ఈ-సీ-సప్తదశచ్ఛందః-౨ సప్తదశసంజ్ఞా॥ తె॥ ౧ పదియేడవఛందస్సు-౨ పదియేడవసంజ్ఞ.

అత్యాకారః-అ-పు-తిరస్కారః॥ తె॥ అవమానము.

అత్యాదానమ్-అ-త్రి-అతిక్రమః॥ తె॥ క్రమముఁదప్పుట

అత్యారూఢః-అ-త్రి-సమారూఢః-౨ అత్యధికః॥ తె॥ ౧ ఎక్కినవాఁడు-౨ మిక్కిలియెక్కుడు.

అత్యాహితమ్-అ-న-మహాభీతిః-౨ జీవానపేక్షికర్మ॥ తె॥ ౧ గొప్పభయము-౨ ప్రాణములతెక్కపెట్టినపని.

అత్యుక్తా-ఆ-సీ-ద్వితీయచ్ఛందః॥ తె॥ రెండవఛందస్సు.

అత్యుక్తిః-ఇ-సీ-అలంకారవిశేషః॥ తె॥ ఒకానొకయలంకారము.

అత్యుగ్రభూతనాశనమ్- అ-న - రామఠమ్॥ తె॥ ఇంగువు.

అత్యుషితా-ఆ-సీ-గుదమలవిశేషః॥ తె॥ పిట్టకట్టుబడ్డది.

అత్యూహః-అ-పు-నీలికా-౨ చిత్రమేఖలా॥ తె॥ ౧ నీలిచెట్టు-౨ వింతమొలనూలు.

అత్ర-౦-౦-చింతనమ్-౨ ప్రోహచింతనమ్-౩ అస్మిన్నిత్యర్థః-౪ నిర్వ్యాపారః॥ తె॥ ౧ తలఁచుట-౨ చెరుపుదలఁచుట-౩ ఇందు-౪ పనిలేకయుండుట.

అత్రమ్-అ-న-పాయసమ్॥ తె॥ పరమాన్నము

అత్రిభరద్వాజికా-ఆ-సీ- అత్రిభరద్వాజవివాహః॥ తె॥ అత్రిభరద్వాజఋషుల వివాహము.

అథ-౦-౦-మంగళమ్-౨ అనంతరమ్-౩ ఆరంభః-౪ ప్రశ్నః-౫ సాకల్యమ్-౬ అంగీకారః-౭ అధికారః-౮ సముచ్చయః - ౯ వికల్పః-౧౦ నిదర్శనమ్-౧౧ అధికార్థః- ౧౨ స్తుతిః-౧౩ కంఠసమీకృతిః॥ తె॥ ౧ శుభము-౨ వెనుక-౩ మొదలుబెట్టుట-౪ అడుగుట-౫ నిండు-౬ అంగీకారము-౭ అధికారము-౮ కూడా ౯ వికల్పము-౧౦ దృష్టాంతము-౧౧ మిక్కిలి-౧౨ పొగడుట-౧౩ మెడను సమముగాఁజేయుట.

అథో-౦-౦-మంగళమ్-౨ అనంతరమ్-౩ ఆరంభః-౪ ప్రశ్నః-౫ సాకల్యమ్ ౬ అంగీకారః-౭ అధికారః-౮ సముచ్చయః - ౯ విక

ల్పః-౧౦నిదర్శనమ్-౧౧అధికారః-౧౨స్తుతిః-౧౩కంఠసమీకృతిః-౧౪మతాంతరేవిశేషః-౧౫సంశయః౧౬అన్వాదేశః॥ తె॥౧శుభము-౨వెనుక-౩ మొదలుబెట్టుట-౪అడుగుట-౫నిందు-౬అంగీకారము-౭అధికారము-౮కూడా - ౯వికల్పము-౧౦దృష్టాంతము-౧౧మిక్కిలి-౧౨ పొగడుట-౧౩ మెడను సమముగా జేయుట-౧౪వేఱుమతములోనివిశేషము-౧౫సందియము-౧౬ ఒకపనియందుఁబ్రవేశించినవానిని వేఱుపనికిఁబుచ్చుకొనుట.

అదతిః-ఇ-త్రి-బహ్వాశీ॥ తె॥తిండిపోతు.

అదద్భుజా-ఆ-సీ-వృత్తకర్కటీలతా॥ తె॥ కరుబూజాదోస.

అదనశీలః-అ-త్రి-బహ్వాశీ॥ తె॥తిండిపోతు.

అదభ్రః-అ-త్రి-భూయిష్టః॥ తె॥ ఎక్కువది.

అదర్శనమ్-అ-న-తిరోధానమ్॥ తె॥ అగుపడకపోవుట.

అదితిః-ఇ-సీ-పార్వతీ-౨భూమిః-౩ దేవమాతా-౪పునర్వసునక్షత్రమ్॥ తె॥౧ శివునియిల్లాలు-౨పుడమి-౩వేల్పులతల్లి-౪ పునర్వసునక్షత్రము.

అదితినన్దనః-అ-పు-దేవః॥ తె॥ వేల్పు.

అదితిభమ్-అ-న-పునర్వసునక్షత్రమ్॥ తె॥ పునర్వసువు.

అదీనః-అ-పు-గజః-౨ధీరః॥ తె॥ ౧ఏనుఁగు-౨ధైర్యముగలవాఁడు.

అదూరదశాః-అ-త్రి-సమీపస్థదశసంఖ్యావంతః॥ తె॥పదికిదగ్గరనుండులెక్కగలది.

అదూరవింశాః-అ-త్రి- సమీపస్థవింశతి సంఖ్యావంతః॥ తె॥ ఇరువదికిఁబ్రక్కనుండులెక్కగలవి.

అదృక్-శ్-త్రి-అంధః॥ తె॥గ్రుడ్డి.

అదృష్టమ్-అ-న-దైవికాపత్ -౨భాగ్యమ్॥ తె॥ ౧దేవునివల్లపుట్టినఆపద-౨సంపత్తు.

అదృష్టః-అ-త్రి-తిరోహితః॥ తె ॥ కనుపడనివాఁడు.

అదృష్టిః-ఇ-సీ-అసౌమ్యదృష్టిః॥ తె॥క్రూరదృష్టి.

అద్గః-అ-పు-పురోడాశః॥ తె॥ యజ్ఞమునదేవతలకొసఁగుహవిస్సు.

అద్ధా-౦-౦-తత్త్వమ్-౨ప్రత్యక్షమ్-౩ సత్యమ్-౪ప్రతిశ్రయః-౫ప్రశామనమ్-౬అనృతమ్॥ తె॥౧తత్త్వము-౨సమక్షము-౩నిజము-౪ఆశ్రయము-౫అణఁచుట-౬కల్ల.

అద్భుతమ్-అ-న-నవరసాన్యతమః॥ తె॥ నాలవరసము.

అద్భుతమ్-అ-(సీ)-యుద్ధమ్-౨పాదస్ఖలనమ్॥ తె॥౧జగడము-౨అడుగు తొట్రుపాటు.

అద్భుతః-అ-త్రి-అద్భుతరసవాన్॥ తె॥ ఆశ్చర్యరసముగలవాఁడు.

అద్మనీ-ఈ-సీ-దారదాంబుపాత్రమ్-౨ పశువంతుణః॥ తె ॥ ౧విషముచేర్చిననీటిపాత్ర-౨పశువులగజ్జలు.

అద్మరః-అ-త్రి-బహ్వాశీ॥ తె॥తిండిపోతు.

అద్యశ్వీనా-ఆ-సీ-ఆసన్నప్రసవా॥ తె॥ ఆవుపాడుగుచేసుట.

అద్యృద్ధిః-ఇ-సీ- యజ్ఞపశుమేఢ్రస్థానావయవః॥ తె॥యజ్ఞపశువుయొక్కశిశ్నముండుతావు.

అద్రిః-ఇ-పు-పర్వతః-౨వృక్షః- ౩ సప్తసంజ్ఞా-౪అర్కః॥ తె॥౧కొండ- ౨ చెట్టు-౩ యేడుఅనేసంజ్ఞ-౪సూర్యుఁడు.

అద్రిరాజః-అ-పు-హిమవత్పర్వతః॥ తె॥మంచుకొండ.

అద్వయమార్గీ-న్-పు-బౌద్ధమతప్రవర్తకః॥

తె॥బౌద్ధమతప్రవర్తకుఁడు.

అద్వయవాదీ-న్-పు-బుద్ధదేవః ॥ తె॥ బౌద్ధుల వేల్పు.

అద్వయీా-న్-పు-ద్వయరహితః॥ తె॥సరిలేని వాఁడు.

అద్వా-న్-పు-మార్గః॥ తె॥ తెరువు.

అద్వితీయకః-అ-పు - తాలప్రాణకలావిశేషః॥ తె॥ తాల ప్రాణభూతమయినకలా విశేషము.

అధః-స్-ం-౧అధరదిక్-౨అధరదిశః-౩ అధరదిశి-౪అధరదేశః-౫అధరదేశాత్-౬ అధరదేశే-౭అధరకాలః- ౮ అధరకాలాత్-౯అధరకాలె ॥ తె ॥ వకటిమొదలు మూఁడుపర్యంతము క్రిందిదిక్కు -నాల్గు మొదలుఆఱువరకుఁగ్రిందిదేశముయేడు మొదలు తొంమిదివఱకు జరిగినకాలము.

అధనాశ్రమ్-అ-న-ఇంద్రధనుః॥ తె॥ ఇంద్రుని విల్లు.

అధమః-అ-త్రి-కుత్సితః-౨నూర్యః॥ తె॥౧ కుత్సితుఁడు-౨నూర్యుఁడు.

అధమర్ణః-అ-త్రి-ధనగ్రాహీ ॥ తె॥ అప్పువుచ్చుకొన్నవాఁడు.

అధమా-ఆ-సీ-అధమనాయికా॥ తె॥ తక్కువ నాయిక.

అధమాసాదితక్రియా-ఆ-సీ- అధమకృతకార్యమ్॥ తె॥తక్కువమనిషిచేఁజేయఁబడిన పని.

అధరః-అ-పు-కళాస్థానవిశేషచుంబనస్థానవిశేషవనితాధోదశన వాసః- ౨ దశనవాసః॥ తె॥౧ క్రిందిపెదివె-౨పెదివె.

అధరః-అ-త్రి-అనూర్ధ్వః-౨హీనః॥ తె॥౧పాడుగానిది-౨తక్కువది.

అధరాక్-ం-ం-అధోదిగ్దేశయోః॥ తె॥ క్రిందిదిక్కు-క్రిందిదేశము.

అధరాత్-ం-ం-అధరదిగ్దేశ కాలేషుసప్తమీపంచమీప్రథమార్థేషు॥ తె॥ సప్తమీవిభక్తిపంచమీప్రథమలు వీటియర్థముగల క్రిందిదిగ్దేశకాలములు.

అధరేణ-ం-ం-౧సమీపాధోదిశి-౨సమీపాధః కాలే-౩సమీపాధోదేశే-౪సమీపాధోదిక్-౫సమీపాధఃకాలః-౬ సమీపాధోదేశః॥ తె॥౧దగ్గిరపుక్రిందిదిక్కు-౨. దగ్గిరపుక్రిందికాలము-౩ దగ్గిరపుక్రిందిదేశము.

అధరేద్యుః-ం-ం-అధరదినే ॥ తె ॥ గడచిన దినము.

అధర్వా-న్-పు-వేదః-౨ఋషివిశేషః ॥ తె॥ ౧వేదము-౨ఒకానొకఋషి.

అథవా-ం-ం-నోచేదిత్యర్థే॥ తె॥ఆలాగుకాకపోతే.

అధవా-ఆ-సీ-విధవా॥ తె॥ పెనిమిటిలేనిది.

అధస్తాత్-త్-ం-౧అధోదిశి-౨అధోదేశే ॥ తె॥ ౧ క్రిందిదిక్కునందు-౨ క్రిందిదేశమందు.

అధి-ం-ం-౧అధికమ్-౨ఈశ్వరః-౩వ్యాపారః ౪ఆచారః-౫వారి॥ తె॥౧హెచ్చు-౨ ఈశ్వరుఁడు-౩ పని - ౪ఆచారము - ౫ఉదకము.

అధికః-అ-పు-శ్రేష్ఠః-౨అతిశయవాన్ ॥ తె॥ ౧గొప్పవాఁడు-౨హెచ్చుగలవాఁడు.

అధికరణః-అ-పు - ఆధారః - ౨కర్మాధారః॥ తె॥౧కమ్మరిదాగలి-౨పనికిఆధారము.

అధికతాద్రూప్యరూపకమ్-అ-న- కావ్యాలంకారవిశేషః ॥ తె ॥ ఒకానొక యలంకారము.

అధికదశాః-అ-త్రి-అధికదశ సంఖ్యావంతః॥

తె॥ పదింటికంటె నెక్కువ లెక్కగలది.

అధికవిక్రమః-అ-త్రి-అత్యంతపరాక్రమవాన్॥ తె॥ హెచ్చుశౌర్యముగలవాఁడు.

అధికవింశాః-అ-త్రి-అధికవింశతి సంఖ్యావంతః॥ తె॥ ఇరువదికంటె నెక్కువ లెక్కగలది.

అధికర్ధిః-ఇ-త్రి-అధికసంపన్నః॥ తె॥ మిక్కిలి ధనికుఁడు.

అధికాఙ్గః-అ-పు-సారసనమ్॥ తె॥ యోధుల నడికట్టు త్రాడు.

అధికాభేదరూపకమ్-అ-న-కావ్యాలంకారవిశేషః॥ తె॥ ఒకానొకయలంకారము

అధికారః-అ-పు-ప్రక్రియా॥ తె॥ దొరతనము

అధికృత్-త్-పు-అధికారీ॥ తె॥ అధికారి.

అధిక్షిప్తః-అ-త్రి-కూటసాక్షిత్వేననిందితః-౨నిహితః॥ తె॥ తప్పుసాక్షియనిదూషింపఁబడ్డవాఁడు-౨ఉంచఁబడ్డది.

అధిక్షేపః-అ-పు-శాపః॥ తె॥ తిట్టు,

అధిచ్ఛత్రః-అ-పు-ద్రోణవృక్షః॥ తె॥ తుమ్మిచెట్టు.

అధిత్యకా-ఆ-సీ-పర్వతోపరిభూమిః॥ తె॥ కొండమీఁది నేల.

అధినగ్నికా-ఆ-సీ-అవివాహితైకాదశవర్షకన్యా॥ తె॥ పెండ్లి లేనిపదునొకసంవత్సరములవయసుగలపడుచు.

అధిపః-అ-త్రి-స్వామీ॥ తె॥ దొర.

అధిపీఠమ్-౦-౦-పీఠాధిష్ఠానార్థే॥ తె॥ పీఠముపైని.

అధిభూః-ఊ-త్రి-స్వామీ॥ తె॥ ప్రభువు.

అధిరోహిణీ-ఈ-సీ-నిశ్రేణిః॥ తె॥ నిచ్చెన

అధివాసః-అ-పు-నివసనమ్-౨గంధః-౩ధూపాదిసంస్కారః॥ తె॥ ౧ఇల్లు-౨గంధము ౩గంధధూపాదులచేతఁజేయఁబడినసంస్కారము.

అధివాసనమ్-అ-న-గంధపుష్పాదిసంస్కారః ౨దేవతాదిపూజనమ్॥ తె॥ ౧చందనము పువ్వు మొదలగువానిచే వాసనగలవిగాఁజేయుట - ౨దేవతలు మొదలగువారినిఁబూజించుట.

అధివాసనః-అ-పు-నారంగః॥ తె॥ నారంజచెట్టు.

అధివిన్నా-ఆ-సీ-అధ్యూఢా-౨నిశా-౩స్వధాకారః-౪స్వాహాకారః॥ తె॥ ౧పెద్దభార్య-౨రేయి-౩పితలనుగుఱించి చేయు హోమాదులందుఁజెప్పునట్టి యుద్దేశత్యాగము-౪యజ్ఞాదులయందు దేవతలనుగుఱించి చేయునుద్దేశత్యాగము.

అధిశీనః-అ-త్రి-ఘృతాదికద్రవద్రవ్యస్పర్శః॥ తె॥ నేయి మొదలయినద్రవమైనవస్తువులస్పర్శము.

అధిశ్రయణీ-ఈ-సీ-చుల్లీ॥ తె॥ పొయ్యి.

అధిశ్యానః-అ-త్రి-ఘృతాదికద్రవద్రవ్యస్పర్శః॥ తె॥ నేయి మొదలయినద్రవమైనవస్తువులయొక్కస్పర్శము.

అధిష్ఠానమ్-అ-న-పట్టణమ్-౨ప్రభావః-౩చక్రమ్-౪అధ్యాసనమ్-౫వ్యవస్థాకరణమ్-౬ఆరోపణమ్॥ తె॥ ౧పురము-౨మాహాత్మ్యము-౩బండికన్ను-౪ఆక్రమించుట-౫ఏర్పాటుచేయుట-౬లేనిది మోపుట

అధిష్ఠానః-అ-పు-విచక్షణః-౨నర్తకః-౩ధాన్యకోశః॥ తె॥ ౧సమర్థుఁడు-౨నాట్యముఁజేయువాఁడు-౩ధాన్యపుకొట్టు.

అధీనః-అ-త్రి-పరాధీనః॥ తె॥ ఒకనికిలోఁబడ్డవాఁడు.

అధీరః-అ-త్రి-భయశీలః॥ తె॥ వెఱచువాఁడు.

అధీరా-ఆ-సీ-మధ్యాఖ్యనాయికావిశేషః-

౨ప్రగల్భాఖ్యనాయికావిశేషః ॥ తె ॥ ౧మధ్యయను నాయిక- ౨ప్రగల్భయను నాయిక.

అధీశ్వరః-అ-పు-రాజరాజః॥ తె॥తన్ను మ్రొక్కు-సామంతులుగలరాజు.

అధునా-౦-౦-అస్మిన్కాలే॥ తె॥ ఇప్పుడు.

అధూసరచ్ఛదః-అ-పు-కలహంసః॥ తె॥అంచ

అధృష్టః-అ-త్రి-అప్రగల్భః॥ తె॥ ధైర్యము లేనివాఁడు.

అధృష్యా-ఆ-సీ-నదీవిశేషః ॥ తె ॥ ఒకానొక యేరు.

అధోక్షజః-అ-పు-విష్ణుః॥ తె॥కరివేల్పు.

అధోపుష్పీ-ఈ-సీ-ఖరవత్రా॥ తె॥బరివెంక చెట్టు.

అధోభువనమ్-అ-న- చతుర్థాధోలోకః॥ తె॥నాలవదైనక్రిందిలోకము.

అధోముఖః-అ-త్రి- అవాచీనః॥ తె॥ తలవంచుకొన్నవాఁడు.

అధోముఖీ-ఈ-సీ-ఖరవత్రావృక్షః॥ తె॥బరివెంకచెట్టు.

అధ్యవసాయః-అ-పు- విషయినిగరణమ్॥ తె॥ ఉపమానమును దాఁచుట.

అధ్యక్షః-అ-పు-గ్రామాద్యధికారీ॥ తె॥ ఊరిపెత్తనగాఁడు.

అధ్యక్షః-అ-త్రి-ప్రత్యక్షః॥ తె॥ చూచినదివిన్నది మొదలైనది.

అధ్యణ్డా-ఆ-సీ-కాలగుంజా॥ తె॥ నల్లగురి (వెంద)

అధ్యాఖ్యానమ్-అ-న- మిథ్యావాదః॥ తె॥ తప్పుమాట.

అధ్యాపకః-అ-పు-వేదశాస్త్రాధ్యాపయితా॥ తె॥ వేదశాస్త్రములుచదివించువాఁడు.

అధ్యాస్యా-ఆ-సీ-అధ్యాత్మచింతా॥ తె॥ పరమాత్మచింత.

అధ్యాహారః-అ-పు- ఊహః॥ తె॥ తక్కువను నిండించుటకై పదము తెచ్చుకొనుట.

అధ్యూఢః- అ- త్రి - అధీశ్వరః॥ తె॥ అధీశ్వరుఁడు.

అధ్యూఢా-ఆ-సీ-అధివిన్నా॥ తె ॥ పెద్దపెండ్లాము.

అధ్యేషణా-ఆ-సీ॥ వినయపూర్వకగుర్వాదియాచనా॥ తె॥ అణుకువతో గురువు మొదలయినవారినడుగుట.

అధ్వగః-అ-పు-పథికః॥ తె॥ తెరువరి.

అధ్వనీనః-అ-పు-పాంథః॥ తె॥బాటసారి.

అధ్వన్యః-అ-త్రి-పథికః॥ తె॥ తెరువరి.

అధ్వరః-అ-పు-యజ్ఞః॥ తె॥యాగము.

అధ్వర్యుః-ఉ-పు- యజుర్వేదఋత్విక్॥ తె॥ యాగమందలి యజుర్వేదోక్తమైనకర్మ జరుపువాఁడు.

అధ్వా-న్-పు-మార్గః॥ తె॥త్రోవ.

అనః-స్-న-శకటమ్॥ తె॥బండి.

అనక్షరః-అ-త్రి-అవాచ్యవచనమ్॥ తె॥ నోటఁబట్టనిమాట.

అనగ్నికా-ఆ-సీ-కార్పాసవృక్షః॥ తె॥ ప్రత్తిచెట్టు.

అనఘః-అ-త్రి-౧నిర్మలః-౨అపాపః-౩రమ్యః॥ తె॥౧మురికి లేనివాఁడు - ౨దోసము లేనివాఁడు-౩చక్కనివాఁడు.

అనఙ్గమ్-అ-న-౧ఆకాశమ్-౨మనః॥ తె॥ ౧మిన్ను-౨డెందము.

అనఙ్గః-అ-పు-మన్మథః॥ తె॥మదనుఁడు.

అనఙ్గతిలకా-ఆ-సీ-స్వర్గవేశ్యావిశేషః॥ తె ॥ ఒకానొకఅచ్చర.

అనఙ్గమాతా- ఋ-సీ-౧అలక్తః- ౨లాక్షా ॥ తె॥౧లత్తుక-౨లక్క.

అనచ్ఛః-అ-త్రి-కలుషః॥ తె॥కలఁగినది.

అనడుహీ-ఈ-సీ-గౌః॥ తె॥ ఆవు.

అనడ్వాన్-హ-పు-వృషభః॥ తె॥ ఎద్దు.

అనడ్వాహీ-ఈ-సీ-గౌః॥ తె॥ ఆవు.

అనధిష్ణః-అ-త్రి-ప్రవీణః॥ తె॥ నేర్పరి.

అనన్తమ్-అ-న-ఆకాశః-౨అనంతసంఖ్యా-౩అనంతసంఖ్యావత్॥ తె॥ ౧ఆకసము-౨తుదిలేని లెక్క-౩తుదిలేని లెక్కగలది.

అనన్తః-అ-పు-శేషః-౨విష్ణుః॥ తె॥ ౧ఆదిశేషుఁడు-౨వెన్నుఁడు.

అనన్తః-అ-త్రి-అంతరహితః॥ తె॥ నాశములేనివాఁడు.

అనన్తశయనః అ-పు-విష్ణుః॥ తె॥ వెన్నుఁడు.

అనన్తా-ఆ-సీ-వాయుదిక్-౨ఉత్పలశారిబా-౩చక్రపుష్పీ-౪భూమిః-౫దుస్పర్శః-౬దూర్వా-౭పూర్ణిమా-౮హరీతకీవృక్షః-౯గుడూచీ॥ తె॥ ౧వాయవ్యమూల-౨నల్లసుగంధిపాలచెట్టు-౩తరిగొబ్బిచెట్టు-౪పుడమి-౫పిన్నమాలగొండిచెట్టు-౬గరికగడ్డి-౭పున్నము-౮కరకచెట్టు-౯తిప్పతివ్వ.

అనన్యః-అ-పు-విష్ణుః॥ తె॥ వెన్నుఁడు.

అనన్యః-అ-త్రి-అన్యభిన్నః॥ తె॥ తనవాఁడు.

అనన్యజః-అ-పు-మన్మథః॥ తె॥ మదనుఁడు.

అనన్యవృత్తిః-అ-త్రి-ఏకాగ్రచిత్తః॥ తె॥ ఒకటియందేమనస్సుగలవాఁడు.

అనమ్బుః-ఉ-పు-చాతకపక్షీ॥ తె॥ వానకోయిల

అనమ్బుః-ఉ-త్రి-నిర్జలః॥ తె॥ నీళ్లులేనిది.

అనయః-అ-పు-వ్యసనమ్-౨దైవమ్-౩అశుభమ్-౪ఆపత్-౫అనీతిః॥ తె॥ ౧సప్తవ్యసనములు-౨దైవము-౩అమంగళము-౪ఆపద-౫అన్యాయము.

అనర్గలః-అ-త్రి-నిరంకుశః॥ తె॥ అడ్డములేనిది.

అనలః-అ-పు-అగ్నిః-౨అష్టవసువిశేషః-౩విభీషణామాత్యః॥ తె॥ ౧నిప్పు-౨అష్టవసువులలో నొకఁడు-౩విభీషణునిమంత్రి.

అనలప్రభా-ఆ-సీ-జ్యోతిష్మతీ॥ తె॥ జ్యోతిష్మతిచెట్టు.

అనవధానతా-ఆ-సీ-ప్రమాదః॥ తె॥ పరుగుపాటు.

అనవరతమ్-అ-న-అత్యంతమ్॥ తె॥ మిక్కిలి.

అనవరతః-అ-త్రి-అత్యంతవాన్॥ తె॥ మిక్కుటముగలవాఁడు.

అనవస్కరః-అ-త్రి-శోధనఘూర్ణనాదిపరిశుద్ధవస్తు॥ తె॥ కడుగుటచేతను గాలించుటచేతను పరిశుద్ధమయినవస్తువు.

అనా-౦-౦-అభావః॥ తె॥ లేదనుట, కాదనుట.

అనాగతః-అ-పు-తాళప్రాణగ్రహవిశేషః॥ తె॥ తాలప్రాణములలోనొకటి.

అనాగతః-అ-త్రి-ఆగామీ॥ తె॥ రాఁబోవునది.

అనాగతార్తవా-ఆ-సీ-వివాహరహితదశవర్షకన్యా॥ తె॥ పెండ్లిలేనిపదేండ్లపడుచు.

అనాతకీ-న్-పు-సన్యాసీ-౨యతిః॥ తె॥ ౧సన్యాసి-౨యతి.

అనాదరః-అ-పు-తిరస్కారః॥ తె॥ అవమానము.

అనాదిజటిలః-అ-పు-శివః॥ తె॥ హరుఁడు.

అనామయమ్-అ-న-ఆరోగ్యమ్॥ తె॥ రోగములేకయుండుట.

అనామికా-ఆ-సీ-మధ్యమానంతరాంగుళిః-తె॥ దర్భవ్రేలు.

అనామికాదిరేఖా-ఆ-సీ-విద్యాలక్షణమ్॥ తె॥ చదువునుదెలిపెడిరేఖ.

అనారతమ్-అ-న-అత్యంతమ్॥ తె॥ మిక్కిలిన్ని

అనారతః-అ-త్రి-అత్యంతవాన్॥ తె॥ మిక్కిలిది

అనార్యతిక్తః-అ-పు-భూనింబః॥ తె॥ నేలవేముచెట్టు.

అనాసికః-అ-త్రి-అనాసికోచ్చరితః-౨నాసి

కారహితః॥ తె॥ ౧ ముక్కునఁ బలుకఁబడనిది-౨ ముక్కు లేనివాఁడు.

అనాసికా-ఆ-సీ-శీతళా॥ తె॥ అవాసచెట్టు.

అనాహతమ్-అ-న-తంత్రకమ్॥ తె॥ క్రొత్తబట్ట.

అనాహులః-అ-పు- చండాలేతరాంత్యజాతివిశేషః॥ తె॥ మాలకానియొకానొకనీచజాతి.

అనిబద్ధవత్-త్-న- కంఠజాతసంగీతమ్॥ తె॥ నోటితోఁబాడుట.

అనిమిషః-అ-పు-దేవః-౨ మత్స్యః॥ తె॥ ౧ దేవుఁడు-౨ చేఁప.

అనిమేషః-అ-పు-దేవః-౨ మత్స్యః-౩ దీర్ఘాలోచనతత్పరః॥ తె॥ ౧ వేల్పు-౨ చేఁప-౩ చక్కఁగా యోజించుటయందాసక్తిగలవాఁడు.

అనిరుద్ధః-అ-పు- ఉషాపతిః-౨ చారః॥ తె॥ ౧ బాణాసురునియల్లుఁడు-౨ దూత.

అనిరుద్ధః-అ-త్రి- అనర్గళః॥ తె॥ అడ్డములేనివాఁడు.

అనిర్ణయచాన్ద్రాయణమ్-అ-న-చాంద్రాయణాన్యతమమ్॥ తె॥ ఒకానొకచాంద్రాయణవ్రతము.

అనిలః-అ-పు-ఏకోనపంచాశద్వాయుగణాన్యతమః-౨ అష్టవసువిశేషః॥ తె॥ ౧ నలుబదితొమ్మిదివాయువులలోనొకఁడు-౨ ఎనిమిదివసువులలోనొకఁడు.

అనిలజః-అ-పు-రక్తాస్యః॥ తె॥ ఎఱ్ఱమూతికోఁతి

అనివారణః-అ-త్రి-నిరర్గళః॥ తె॥ అడ్డులేనివాఁడు.

అనిశమ్-అ-న-అత్యంతమ్॥ తె॥ మిక్కిలి.

అనిశః-అ-త్రి-అత్యంతవాన్॥ తె॥ మిక్కిలికలవాఁడు.

అనిష్టః-అ-త్రి-అనభిమతః॥ తె॥ ఇష్టముకానిది

అనీకమ్-అ-(సీ) చతురంగబలమ్-౨ యుద్ధమ్॥ తె॥ ౧ చతురంగబలము-౨ జగడము.

అనీకస్థః-అ-పు- రాజాంగరక్షకసమూహః-౨ రాజవృక్షః-౩ గజరక్షణదక్షిణః-౪ ధ్యానస్థః-౫ వీరమర్దలః-౬ రణఖలమ్॥ తె॥ ౧ రాజ్యాంగములను గాపాడువారి సమూహము-౨ రేలచెట్టు-౩ ఏనుఁగులను జక్కఁగాఁగాపాడువాఁడు-౪ ధ్యానములోనుండువాఁడు-౫ వీరునిమద్దెల-౬ యుద్ధభూమి

అనీకినీ-ఈ-సీ-సేనా-౨ గజాః ౨౧౮౭-రథాః ౨౧౮౭-అశ్వాః ౬౫౬౧-భటాః ౧౦౯౩౫-ఏతద్విశిష్టసేనా॥ తె॥ ౧ దళము ౨ పైచెప్పినలెక్కతోఁగూడినదండు.

అను-౦-౦-పశ్చాదర్థః-౨ సాదృశ్యమ్-౩ హీనమ్-౪ దైర్ఘ్యమ్-౫ ఆనుపూర్వ్యే-౬ సహార్థః-౭ లక్షణమ్-౮ ఇత్థంభూతాఖ్యానమ్-౯ భాగః-౧౦ వీప్సా-౧౧ నికటమ్-ఇత ఆరభ్యోపసర్గార్థాః-౧౨ అన్వయః-౧౩ దయా-౧౪ అవబోధః-౧౫ అనుమతిః-౧౬ నియోగః-౧౭ సాంత్వనమ్-౧౮ సేవా-౧౯ ఆసక్తిః-౨౦ ఆనుపూర్వీ-౨౧ సాతత్యమ్-౨౨ ఇచ్ఛా-౨౩ ఉపకారః-౨౪ ప్రోత్సాహః-౨౫ అనుతాపః-౨౬ వాసనమ్-౨౭ ప్రసాధనమ్-౨౮ ప్రశ్నః-౨౯ ఆచారః-౩౦ ఆలోచనమ్-౩౧ ఆనుకూల్యమ్-౩౨ మార్గణమ్-౩౩ అనుక్రమః-౩౪ యాచ్ఞా-౩౫ కల్యాణమ్-౩౬ ఆదరః॥ తె॥ ౧ వెంబడి-౨ పోలడము-౩ తక్కువ-౪ నిడుపు-౫ వరుస-౬ కూడా-౭ చిహ్నము-౮ ఇటువంటివాఁడని చెప్పుట-౯ ఒంతు-౧౦ వీప్స-౧౧ సమీపము-౧౨ అన్వయించుట-౧౩ దయ-౧౪ జ్ఞానము-౧౫ సమ్మతి-౧౬ ఉత్తరువు-౧౭ మంచిమాటపలుకుట-౧౮

కొలువు-౧౯ ఆసక్తి-౨౦క్రమము-౨౧ఎల్లప్పుడు-౨౨ఇచ్ఛ-౨౩మేలు-౨౪ఉత్సాహము-౨౫పశ్చాత్తాపము-౨౬వాసనకలుగఁజేయుట-౨౭అలంకరించుట-౨౮అడుగుట-౨౯ఆచారము-౩౦ ఆలోచించుట-౩౧అనుకూలము-౩౨వెదకుట-౩౩వరుస-౩౪యాచించుట-౩౫మంగళము ౩౬ఆదరణ.

అనుకః-అ-ద్వి-కాముకః॥ తె॥ కాముకుఁడు.

అనుకమ్పా-ఆ-సీ-కరుణారసః॥ తె॥ దయారసము.

అనుకర్షః-అ-పు-దార్వధస్థః-౨మద్యఘటపరివేష్టనమ్-౩మద్యపానపాత్రమ్-౪కర్షణమ్॥ తె॥ ౧నొగక్రిందికొడిపీట-౨కల్లుకుండనుజుట్టుకొనుట-౩కల్లుత్రాగుకుత్తె-౪ఆకర్షణము.

అనుకల్పః-అ-పు-గౌణవిధిః॥ తె॥ ముఖ్యముకానివిధి, రెండవవిధి.

అనుకారః-అ-పు-రూపాద్యనుకరమ్॥ తె॥ పోలడము.

అనుకూలః-అ-పు-పత్యంతరార్థావశ్శృంగారనాయకవిశేషః॥ తె॥ అనుకూలుఁడనునాయకుఁడు.

అనుక్తవిషయస్వరూపోత్ప్రేక్షా-ఆ-సీ-అలంకారవిశేషః॥ తె॥ ఒకానొకయలంకారము.

అనుక్రమః-అ-పు-పరిపాటీ॥ తె॥ ఒకటివెంబడియొకటి.

అనుక్రోశః-అ-పు-కరుణారసః॥ తె॥ దయారసము.

అనుగః-అ-త్రి-అన్వితః॥ తె॥ కూడివెళ్లువాఁడు

అనుగమః-అ-పు-ప్రాప్తిః॥ తె॥ దొరకుట

అనుగవస్త్రీ-ఈ-సీ-వర్తి॥ తె॥ బట్టమొదటిబద్దె.

అనుగవీనః-అ-పు-ఆభీరః॥ తె॥ గొల్లవాఁడు.

అనుగామీనః-అ-పు-యుద్ధేయథేచ్ఛాగామీ॥ తె॥ జగడమందుయథేచ్ఛగాతిరుగువాఁడు

అనుగుణః-అ-పు-అలంకారవిశేషః॥ తె॥ ఒకానొకయలంకారము.

అనుగుణ్యః-అ-త్రి-అనుగుణః॥ తె॥ తగియుండుట.

అనుగ్రహః-అ-పు-దానమానాదిపూర్వకస్వీకారః॥ తె॥ సమ్మానపూర్వకస్వీకారము.

అనుచరః-అ-పు-సహాయః॥ తె॥ తోడు.

అనుజః-అ-పు-కనిష్ఠః॥ తె॥ తమ్ముఁడు.

అనుజా-ఆ-సీ-కనిష్ఠా॥ తె॥ చెల్లెలు.

అనుజీవకః-అ-పు-సేవకః-౨మంత్రిప్రముఖః॥ తె॥ ౧కొలువుగాఁడు-౨మంత్రిమొదలగువారు.

అనుజీవీ న్-పు-సేవకః॥ తె॥ నౌకరు.

అనుజ్ఞా-ఆ-సీ-అనుమతిః-౨అలంకారవిశేషః॥ తె॥ ౧సమ్మతి-౨ఒకానొకయలంకారము

అనుతర్షః-అ-పు-సురాపానపాత్రమ్-౨తృష్ణా-౩అభిలాషః-౪సురాపానమ్॥ తె॥ ౧సారాయిత్రాగుపాత్ర-౨అత్యాశ-౩అభిలాషము-౪సారాత్రాగుట.

అనుతర్షణమ్-అ-న-సురాఘటపరివేష్టనమ్-౨మద్యపానపాత్రమ్॥ తె॥ ౧కల్లుకుండనుజుట్టుట-౨కల్లుత్రాగుగిన్నె.

అనుతాపః-అ-పు-పశ్చాత్తాపః-౨జ్వరవిశేషః॥ తె॥ ౧చేసినతప్పునుగూర్చివెనుకవిచారపడుట-౨ఒకానొకజ్వరము.

అనుత్తమః అ-త్రి-శ్రేష్ఠః॥ తె॥ సరిలేనివాఁడు

అనుత్తరః-అ-త్రి-ఉదీచీదిగ్భిన్నః-౨ప్రతివచనరహితః-౩శ్రేష్ఠః॥ తె॥ ౧ఉత్తరపుదిక్కుకానిది-౨మఱుమాటలేనివాఁడు-౩ఉత్తముఁడు.

అనుదాత్తః-అ-పు-వేదస్వరవిశేషః॥ తె॥ అనుదాత్తమనెడి స్వరము.

అనుద్ధృతః-అ-పు-తాళమానచతుర్భాగద్వయకాలః॥ తె॥ ఒకానొక తాళమానకాలము.

అనునయః-అ-పు-సాంత్వనా॥ తె॥ ఊరడించుట, వేఁడుకొనుట.

అనునాసికః-అ-త్రి-సనాసికోచ్చరితః॥ తె॥ ముక్కుతోఁగూడఁబలికినది.

అనుపమ్-అ-న-జలప్రాయదేశః॥ తె॥ నీళ్లు తరుచుగానుండునట్టి నేల.

అనుపక్షమ్-అ-న-అనుగః॥ తె॥ కూడావచ్చెడివాఁడు.

అనుపదమ్-౦-౦-అనుగః॥ తె॥ కూడావచ్చెడివాఁడు.

అనుపదీన్-త్రి-అన్వేష్టా॥ తె॥ వెదకెడివాఁడు

అనుపదీనా-ఆ-స్త్రీ-పదప్రమాణోపానత్॥ తె॥ కాలికి సరిపడ్డ చెప్పు.

అనుపమః-అ-త్రి-సుందరః॥ తె॥ చక్కనివాఁడు.

అనుపమా-ఆ-స్త్రీ-నైఋతదిగ్గజభార్యా॥ తె॥ నిఋతిదిగ్గజము పెండ్లాము.

అనుపలబ్ధిః-ఇ-పు-అలంకారవిశేషః॥ తె॥ ఒకానొకయలంకారము.

అనుప్లవః-అ-పు-అనుచరః॥ తె॥ ముఖ్యునితోఁగూడా వెళ్లువాఁడు.

అనుబన్ధః-అ-పు-దోషః-౨భావః-౩ప్రకృతానువర్తనమ్-౪ప్రకృత్యాదినశ్వరాంశః-౫శిశుః-౬ముఖ్యానుయాయీ-౭దోషోత్పాదనే॥ తె॥ ౧దోసము-౨భావము-౩ప్రకృతమైనదాని నెడతెగక యనువర్తించుట-౪ప్రకృతిప్రత్యయాదులయందు లోపించినభాగము-౫శిశువు-౬ప్రధానులను అనుసరించువాఁడు-౭పాపము సంపాదించుట.

అనుబన్ధా-ఆ-స్త్రీ-హిక్కా-౨తృష్ణా॥ తె॥ ౧వెక్కిళ్లు-౨దప్పి.

అనుబోధః-అ-పు-ప్రబోధనమ్॥ తె॥ పోయిన పరిమళముగల వస్తువునకు పరిమళము దెచ్చెడి వస్తువు.

అనుభయతాద్రూప్యరూపకమ్-అ-న-కావ్యాలంకారవిశేషః॥ తె॥ ఒకానొకయలంకారము.

అనుభయాభేదోక్తిరూపకమ్-అ-న-కావ్యాలంకారవిశేషః॥ తె॥ ఒకానొకయలంకారము.

అనుభవః-అ-పు-స్మృతిహేతుజ్ఞానమ్॥ తె॥ ఎఱుక.

అనుభావః-అ-పు-సాత్త్వికాదిభావానుమాపకభ్రూవిక్షేపాదిః-౨ప్రభావః-౩సన్మతినిశ్చయః॥ తె॥ ౧సాత్త్వికము మొదలయిన భావములను దెలిపెడి భృకుటీ చలనము మొదలయినది-౨మాహాత్మ్యము-౩పెద్దల మనోనిశ్చయము.

అనుమతా-ఆ-స్త్రీ-ఇక్ష్వాలికా॥ తె॥ మొదవగడ్డి

అనుమతిః-ఇ-స్త్రీ-కళాహీనేందుపూర్ణిమా-౨అనుజ్ఞా॥ తె॥ ౧ఒకకళ తగ్గిన పున్నమ-౨సమ్మతి.

అనుమానమ్-అ-న-అలంకారవిశేషః॥ తె॥ ఒకానొకయలంకారము.

అనుమానః-అ-పు-ఊహః॥ తె॥ ఊహ.

అనుముష్టికః-అ-పు-ఏవముష్టివృత్తవిశేషః॥ తె॥ విషముష్టి చెట్టులో భేదము.

అనుయోగః-అ-పు-ప్రశ్నః॥ తె॥ అడుగుట.

అనురహసమ్-అ-న-రహః॥ తె॥ ఏకాంతము.

అనురహసమ్-౦-౦-రహసి॥ తె॥ ఏకాంతము

అనురోధః-అ-పు-అనువర్తనమ్॥ తె॥ అనుసరించుట.

అనులాపః-అ-పు-ముహుర్భాషా॥ తె॥ ఆడినమాట నాడడము.

అనులేపనమ్-అ-న-చర్చిక్యమ్॥ తె॥ గంధాదులయొక్క పూఁత.

అనులోమజభవః-అ-పు-శ్రేష్ఠజాతిపురుషనీచజాతిస్త్రీజన్యః॥ తె॥ గొప్పజాతిపురుషునికిని - తక్కువజాతిఆఁడుదానికినిఁబుట్టినవాఁడు.

అనువక్త్రికమ్-అ-న-చుంబనవిశేషః॥ తె॥ చుంబనవిశేషము.

అనువర్తనమ్-అ-న- అనుసరణమ్॥ తె॥ అనుసరించుట-

అనువాకః-అ-పు- ఋక్సమూహః-౨ యజుస్సమూహః-౩ సామసమూహః॥ తె॥ ౧ ఋక్కులసముదాయము - ౨యజుస్సముదాయము-౩ సామసముదాయము.

అనువాదీ-న్-పు-సంగీతస్వరభృత్యః॥ తె॥ గానలోలుఁడు.

అనువృత్తమ్-అ-న-స్వభావదృష్టివిశేషః॥ తె॥ ఒకానొకసహజదృష్టి.

అనుశయః-అ-పు-దీర్ఘద్వేషః- ౨పశ్చాత్తాపః ౩అనుబంధః॥ తె॥ ౧ చాలాకాలపుపగ-౨పశ్చాత్తాపము-౩ సంబంధము.

అనుష్టుక్-భ్-సీ-అష్టమచ్ఛందః॥ తె॥ ఎనిమిదవఛందస్సు.

అనుష్టుప్-భ్-సీ-అష్టమచ్ఛందః॥ తె॥ ఎనిమిదవఛందస్సు.

అనుష్ణః-అ-పు-కార్యాతుసః॥ తె॥ బద్ధకుఁడు.

అనుష్ణః-అ-త్రి-శీతః॥ తె॥ చల్లనిది.

అనుసారః-అ-పు-కదరవృక్షః॥ తె॥ తెల్లతుమ్మచెట్టు.

అనుస్యూతః-అ-పు- ఆనాయః॥ తె॥ వల.

అనుస్వారః-అ-పు- బిందుః॥ తె॥ సున్న.

అనుహారః-అ-పు కూపాద్యనుకరమ్॥ తె॥ పోలడము.

అనూకమ్-అ-న-కులమ్-౨శీలమ్-౩ కార్ముకమ్ ౪అనుమోదః-౫సాధనమ్॥ తె॥ ౧వంశము-౨మంచినడత-౩విల్లు-౪ఆమోదించుట-౫సాధనము.

అనూకః- అ- పు- గతజన్మ॥ తె॥ జన్మములేనివాఁడు.

అనూచానః-అ-పు-సాంగవేదాధ్యాపకః - ౨సువినీతః-౩విచక్షణః॥ తె॥ ౧అంగములతో వేదముచదువుకొన్నవారు- ౨మిగులనణఁకువఁగలవాఁడు-౩ సమర్థుఁడు.

అనూనకః-అ-త్రి-సమస్తః॥ తె॥ పూర్ణుఁడు.

అనూపః-అ-పు-మహిషః-౨రాజవిశేషః-౩దరీముఖమ్-౪మయూరః- ౫మకరాలయః తె॥ ౧దున్నపోతు - ౨ఒకానొకరాజు- ౩గుహయొక్కనోరు-౪నెమలి-౫మున్నీరు

అనూపః-అ-త్రి-జలప్రాయదేశః॥ తె॥ నీళ్లు తఱుచుగానుండు నేల.

అనూరాధా-ఆ-సీ-నక్షత్రవిశేషః॥ తె॥ అనూరాధయనునక్షత్రము.

అనూరుః-ఉ-పు- సూర్యసారథిః॥ తె॥ అనూరుఁడు.

అనృజుః-ఉ-పు-ఇంద్రజాలాదికృత్॥ తె॥ ఇంద్రజాలము మొదలగు గారిడీవిద్యలు చేయువాఁడు.

అనృజుః-ఉ-త్రి-కుటిలహృదయః॥ తె॥ కపటపుడెందముగలవాఁడు-

అనృతమ్-అ-న-కృషిజీవనమ్-౨అయాచనవ్రతజీవనమ్-౩మిథ్యా॥ తె॥ ౧పైరుపెట్టిజీవించుట-౨బిచ్చమెత్తక బ్రతుకుట-౩కల్ల

అనేకపః-అ-పు-గజః॥ తె॥ ఏనుఁగు.

అనేడః-అ- త్రి-వివేకరహితః॥ తె॥ ఎఱుకలేనివాఁడు.

అనేడమూకః-అ-పు-వక్తుంశ్రోతుమశిక్షితః-౨అంధః॥ తె॥ ౧ శిశువు-౨గ్రుడ్డివాఁడు.

అనేహా-న్-పు-సమయః-౨శుక్రః॥ తె॥ ౧కాలము-౨శుక్రాచార్యుఁడు.

అనో-౦-౦- వికారః-౨పూత్కారః-౩ఆకారః॥ తె॥౧వికారము-౨పూత్కారము-౩ఆకృతి.

అనోకహః-అ-పు-వృక్షః॥ తె॥చెట్టు.

అన్తః-అ-పు-మరణమ్॥ తె॥చావు

అన్తః-అ-(సీ) నిశ్చయః-౨నాశః-౩స్వరూపమ్-౪అగ్రమ్-౫సమీపః- ౬అంతరమ్-౭అతిమనోహరః-౮అంతఃకరణమ్ - ౯అంత్యః॥ తె॥ ౧నిర్ణయము-౨క్షయము-౩ఆకారము-౪చివర-౫చావు- ౬నడుము- ౭మిక్కిలిచక్కనిది- ౮మనస్సు-౯చివరది.

అన్తకః-అ-పు-కృతాంతః॥ తె॥ యముఁడు.

అన్తకః-అ-త్రి-నాశకః॥ తె॥ చెఱుచువాఁడు

అన్తఃకరణమ్-అ-న-మానసమ్॥ తె॥ డెందము.

అన్తఃపురమ్- అ- న - శుద్ధాంతః-౨శుద్ధాంతస్త్రీ॥ తె॥ ౧అంతిపురము-౨అంతిపురములోనుండుస్త్రీ.

అన్తఃప్రవాహా-ఆ-సీ- సరస్వతీనదీ॥ తె॥ సరస్వతియను నేరు.

అన్తరమ్-అ-న- వినార్థః-౨అంతర్ధిః-౩భేదః-౪అవధిః-౫అవకాశః ౬అవసరః- ౭తాదర్థ్యమ్-౮అన్యార్థః-౯మధ్యమ్॥ తె॥ ౧దానిఁబాసియనుట-౨మేఘము మొదలైనదానిచేఁగప్పఁబడుట - ౩పొరపాటు- ౪హద్దు-౫ఎడము-౬సమయము - ౭దానికొఱకు-౮ఇతరము.

అన్తరమ్-౦-౦-మధ్యమ్-౨సామీప్యమ్-౩వైరాగ్యమ్-౪ప్రభవః॥ తె॥ ౧నడుము-౨దాపు-౩విరక్తి-౪ఉత్పత్తి.

అన్తరః-అ-పు-అంతరాత్మా-౨సదృశః॥ తె॥౧జీవాత్మ-౨సరియైనవాఁడు.

అన్తరః-అ-త్రి-రంధ్రమ్-౨రహితః-౩పరిధానీయమ్-౪స్వీయః-౫బాహ్యః॥ తె॥ ౧బెజ్జము-౨ఒకలెక్కలో మఱియొకలెక్క తీసివేయడము - ౩కట్టుకొనుబట్ట- ౪తనవాఁడు-౫వెలపలిది.

అన్తరఖురీ-ఈ-సీ-అశ్వధావనవిశేషః॥ తె॥ఒకానొకగుఱ్ఱపువరుగు.

అన్తరఙ్గమ్-అ-న- మానసమ్॥ తె॥ మనసులోనుండునది.

అన్తరా-ఆ-సీ-సర్వదానమ్-౨క్రతుః॥ తె॥౧అన్నియొసఁగుట-౨యజ్ఞము.

అన్తరా-౦-౦-మధ్యమ్-౨అంతికమ్- ౩వినార్థకః॥ తె॥౧నడుమ-౨దాపు- ౩దానివెడఁబాసియనుట.

అన్తరాయః-అ-పు-విఘ్నః॥ తె॥అడ్డఁకి.

అన్తరాలమ్-అ-న- సర్వదిఙ్మధ్యమ్-౨మధ్యమ్॥ తె॥౧అన్నిదిక్కులనడుము-౨నడుము

అన్తరిక్షమ్-అ-న-ఆకాశః॥ తె॥ఆకసము.

అన్తరీక్షమ్-అ-న-అంతరిక్షం॥ తె॥ఆకాశము.

అన్తరీపః-అ-పు- జలమధ్యనిరంతరస్థితద్వీపః॥ తె॥దీవి.

అన్తరీయమ్ అ- న- అధోవస్త్రమ్॥ తె॥ కట్టుకొన్నబట్ట.

అన్తరే-౦-౦-మధ్యే॥ తె॥నడుమ.

అన్తరేణ-౦-౦-వర్జయిత్వా- ౨మధ్యే॥ తె॥౧గాక-౨నడుమను.

అన్తర్గడః-అ- త్రి - నిష్ప్రయోజనః॥ తె॥ ప్రయోజనరహితుఁడు.

అన్తర్గతః అ-త్రి-విస్మృతః-౨మధ్యగతః॥ తె॥ ౧మఱచినది-౨నడుమనున్నది.

అన్తర్ద్వారమ్- అ- న - గృహాంతరద్వారమ్॥ తె॥ఇంటినడుమనుండువాకిలి.

అన్తర్ధా-ఆ-సీ-తిరోధానమ్॥ తె॥మఱుఁగు.

అన్తర్ధిః-ఇ-పు-తిరోధానమ్॥ తె॥ మఱుఁగు.

అన్తర్మనాః-స్-త్రి-విచారగ్రస్తః॥ తె॥ విచారముగలవాఁడు.

అన్తర్వంశికః-అ-పు-అంతఃపురపాలకాధికారీ॥ తె॥ అంతిపురముకావలివాఁడు.

అన్తర్వత్నీ-ఈ-సీ-గర్భిణీ॥ తె॥ గర్భవతి,చూలాలు.

అన్తర్వాణిః-ఇ-త్రి-శాస్త్రజ్ఞః॥ తె॥ శాస్త్రముచదువుకొన్నవాఁడు. (వేఁడుక.

అన్తి-౦-౦లక్ష్మీః-౨విలాసః॥ తె॥ ౧లచ్చి-౨ }

అన్తికమ్-అ-న-సామీప్యమ్॥ తె॥ దాపు.

అన్తికః- అ- త్రి- దేశతఃకాలతో వాసమీపస్థః॥ తె॥ దేశముచేతఁగానికాలముచేతఁగానిచెంతనున్నవాఁడు.

అన్తికా-ఆ-సీ- నాట్యోక్తజ్యేష్ఠభగినీ- ౨చుల్లీ॥ తె॥ ౧నాట్యోక్తియందప్ప-౨పొయ్యి.

అన్తికాశ్రయః-అ-పు-ఉపఘ్నః॥ తె॥ చెయ్యి ఊఁత.

అన్తుకః-అ-పు-గర్వః-౨అధికమ్-౩అలంకారవిశేషః॥ తె॥ ౧క్రొవ్వు- ౨హెచ్చు- ౩అలంకారవిశేషము.

అన్తేవసాయీ-న్- పు-శ్వపచః-౨నాపితః-౩మునివిశేషః॥ తె॥ ౧కిరాతకుఁడు- ౨మంగలివాఁడు-౩ఒకానొకముని.

అన్తేవాసీ-న్-పు-శిష్యః-౨చండాలః॥ తె॥ ౧శిష్యుఁడు-౨మాలవాఁడు.

అన్తేవాసీ-న్-త్రి- ప్రాంతవర్తీ॥ తె॥ చెంతనుండువాఁడు.

అన్త్యః-అ-త్రి- అంతజః-౨నికృష్టః॥ తె॥ ౧కడపటఁబుట్టినవాఁడు - ౨తక్కువవాఁడు.

అన్త్యజాతః- అ- పు - చండాలః॥ తె॥ మాలవాఁడు.

అన్త్రమ్-అ-న-పురీతత్॥ తె॥ ప్రేగు.

అన్దుకః-అ-పు-అందూః॥ తె॥ ఏనుఁగుసంకెళ్లు.

అన్దూః-ఊ-సీ- కటిసూత్రమ్-౨శృంఖలమ్-౩పాదభూషణమ్॥ తె॥ ౧మొలనూలు-౨సంకిలి-౩పాదములోఁదొడుగుకొనునగ.

అన్దోలః-అ-పు-ఆందోలికా॥ తె॥ అందలము.

అన్ధమ్-అ-న-జలమ్॥ తె॥ నీరు.

అన్ధః-అ-పు-అంధకారః॥ తె॥ చీఁకటి.

అన్ధః-అ-త్రి- దృగింద్రియరహితః॥ తె॥ గ్రుడ్డివాఁడు.

అన్ధః-స్-న-అన్నమ్॥ తె॥ కూడు.

అన్ధకః-అ-పు-అస్త్రకానామకాయుధమ్- ౨అసురవిశేషః॥ తె॥ ౧అస్త్రకయనెడిఆయుధము-౨అంధకాసురుఁడు.

అన్ధకరిపుః-ఉ-పు-శివః॥ తె॥ శివుఁడు.

అన్ధకారః-అ-పు-ధ్వాంతమ్॥ తె॥ చీఁకటి

అన్ధకారకమ్-అ-న- మహాతలలోకః॥ తె॥ మహాతలమనెడిలోకము.

అన్ధగుళూచీ-ఈ-సీ-వృతురుహా॥ తె॥ బదనికె.

అన్ధతమసమ్-అ-న-గాఢాంధకారః॥ తె॥ కటికిచీఁకటి. (కటికిచీఁకటి

అన్ధాతమసమ్-అ-న- గాఢాంధకారః॥ తె॥ }

అన్ధుః-ఉ-పు-కూపః॥ తె॥ నుయ్యి,బావి.

అన్నమ్-అ-న-ఓదనమ్॥ తె॥ కూడు.

అన్నః-అ-త్రి-భక్షితః॥ తె॥ తినఁబడ్డది

అన్యః-అ-త్రి-భిన్నః-౨తుల్యః॥ తె॥ ౧పరాయివాఁడు-౨సమానుఁడు.

అన్యతమః--అ-త్రి- బహూనామధ్యేఏకః॥ తె॥ అనేకులలోనొకఁడు.

అన్యతరః-అ-త్రి-అన్యః-౨ద్వయోరేకః॥ తె॥ ౧పరాయివాఁడు-౨రెంటిలోనొకటి.

అన్యత్పర్యాయోక్తమ్-అ-న- అలంకారవిశేషః॥ తె॥ ఒకానొకయలంకారము.

అన్యదా-౦-౦అన్యకాలే॥ తె॥ వేఱుకాలము.

అన్యపా-ఆ-సీ-బ్రాహ్మీ॥ తె॥ బ్రహ్మిచెట్టు.

అన్యబన్ధురా-ఆ-సీ- వేశ్యా ॥ తె ॥ సాని, వెలయాలి.

అన్యవాహః అ-పు- వాయసః॥ తె॥ కాకి.

అవ్యాకరణమ్-అ-న-మౌర్వీరవః॥ తె॥ వింటినారియొక్కశబ్దము.

అన్యాతుల్యయోగితా-ఆ-సీ- అలంకారవిశేషః॥ తె॥ ఒకానొకయలంకారము.

అన్యాపనోక్తిః-ఇ-సీ- అలంకారవిశేషః॥ తె॥ ఒకానొకయలంకారము.

అన్యాసఙ్గతిః-ఇ-సీ-అలంకారవిశేషః॥ తె॥ ఒకానొకయలంకారము.

అన్యేద్యుః-౦-౦-అపరదినే॥ తె॥ మఱునాఁడు

అన్వక్-చ్-త్రి-అన్వక్షః॥ తె ॥ కూడావచ్చెడువాఁడు.

అన్వక్షః-అ-త్రి-అనుగః- ౨కృత్స్నః- ౩నిక్షిప్తః॥ తె॥ ౧కూడావెళ్లువాఁడు- ౨సమస్తము- ౩తక్కువవాఁడు.

అన్వక్షః-అ-పు- పరశురామః॥ తె॥ ఏదియవతారములలోనొకఁడు.

అన్వయః-అ-పు-వంశః- ౨కూటస్థః॥ తె॥ ౧కులము-౨మూలపురుషుఁడు.

అన్వర్థమ్ అ-న-చుంబనవిశేషః॥ తె॥ ఒకానొకచుంబనము.

అన్వర్థః-అ-త్రి-సార్థకః॥ తె॥ అర్థవత్తయినది.

అన్వవాయః-అ-పు- వంశః॥ తె॥ కులము.

అన్వాసనమ్-అ-న-కారుగృహమ్॥ తె ॥ వడ్లవాండ్లు మొదలయినవారు పనులుచేసెడిశాల.

అన్వాహార్యమ్-అ-న- మాసికమ్॥ తె॥ మాసశ్రాద్ధము.

అన్వితమ్-అ-న- యోజితమ్॥ తె॥ లెక్కకలియఁగూడడము.

అన్వితః-అ-త్రి-యుక్తః॥ తె॥ కూడుకొన్నవాఁడు.

అన్విష్టః-అ-త్రి-అన్వేషితః॥ తె॥ వెదకఁబడ్డది

అన్వీక్షా-ఆ-సీ-అన్వేషణమ్॥ తె॥ వెదకడము.

అన్వీక్షకీ- ఈ- సీ- అక్షపాదాదికృతతర్కవిద్యా॥ తె॥ అక్షపాదుఁడు మొదలయినవారుచేసినతర్కశాస్త్రము.

అన్వీక్షణమ్-అ-న-మార్గణమ్॥ తె॥ వెదకడము

అన్వీతః-అ- త్రి- యుక్తః॥ తె ॥ కూడుకొన్నవాఁడు.

అన్వేషణా-ఆ-సీ-శ్రాద్ధబ్రాహ్మణగవేషణా॥ తె॥ తద్దినముకొఱకుబ్రాహ్మణుని వెదకుట.

ఆన్వేషణా-అ(పు)మార్గణమ్॥ తె॥ వెదకడము

అన్వేషితః-అ-త్రి- గవేషితః ॥ తె ॥ వెదకఁబడినది.

అన్వేష్టా-ఋ-త్రి-అన్వేషణకర్తా॥ తె॥ వెదకెడువాఁడు.

అప--౦-౦- అన్యపదార్థః- ౨విశ్లేషః- ౩హ్రస్వః-౪ఉద్ఘాటనమ్-౫వారణమ్- ౬అవకృష్టమ్- ౭త్యాగః- ౮విహీనార్థః- ౯చంచలమ్॥ తె॥ ౧వేఱువస్తువు-౨ఎడఁబాయుట-౩పొట్టి- ౪తెఱచుట-౫అడ్డగించుట- ౬నింద్యము- ౭ఈవి - ౮తక్కువ - ౯చలించునది.

అపః-అ-పు- అష్టవస్వన్యతమః॥ తె ॥ ఎనమండ్రు వసువులలోనొకఁడు.

అవకృతానేకవిషయశ్లేషః-అ-పు- అలంకారవిశేషః॥ తె॥ ఒకానొకయలంకారము.

అపక్రమః-అ-పు-అపయానమ్॥ తె॥ పరుగెత్తుట.

అపగా-ఆ-సీ-నదీ॥ తె॥ ఏరు.

అపగుల్ఫః-అ-త్రి-గుల్ఫశక్తిరహితః॥ తె॥ చీలమండయొక్కబలములేనివాఁడు.

అపఘనః-అ-పు-అవయవః-౨శరీరమ్॥ తె॥ ౧అవయవము-౨ఒడలు.

అపచయః-అ-పు-లవనమ్॥ తె॥ కొయ్యడము.

అపచాయితః- అ- త్రి- పూజితదేవాదిః॥ తె॥ పూజింపఁబడినదేవుఁడు మొదలయినది.

అపచితః-అ-త్రి-పూజితదేవాదిః-౨దగ్ధః- ౩ సమృద్ధః ॥ తె॥ ౧పూజింపఁబడినదేవతలు మొదలైనది-౨కాలినది-౩నిండినది.

అపచితిః-ఇ-స్త్రీ- పూజా-౨నిష్కృతిః - ౩సంక్షయః-౪వ్యయః॥ తె॥ ౧సత్కారము-౨కార్యసిద్ధి-౩ నాశము-౪కర్చు.

అపటాన్తరః-అ-త్రి-సంసక్తః ॥ తె ॥ తగిలియున్నది.

అపటీ-న్-త్రి-పటరహితః॥ తె॥బట్టలేనివాఁడు

అపటీ-న్-పు-కాండపటః॥ తె॥ తెర.

అపటుః-ఉ-త్రి-రోగీ-౨అసమర్థః॥ తె॥ ౧వ్యాధిగ్రస్తుఁడు-౨చేతఁగానివాఁడు.

అపతల్పకమ్-అ-న-ప్రగ్రీవః॥ తె॥ అర్ధచంద్రాకారపుతలగడ.

అపత్యమ్-అ-న-పుత్రీ-౨పుత్రః॥ తె॥౧కూఁతురు-౨కొడుకు.

అపత్రపా-ఆ-స్త్రీ- స్వభావహీనకార్యాది జాతలజ్జా॥ తె॥ స్వభావమునకుఁదగనిపనులు మొదలయినవానిని జేయుటచేఁ గలిగిన సిగ్గు.

అపత్రపిష్ణుః-ఉ-త్రి-త్రపాశీలః॥ తె॥ సిగ్గుబడెడు వాఁడు.

అపథమ్-అ-న-అమార్గః॥ తె॥తప్పుత్రోవ.

అపదంశః-అ- పు - సురాపానసమయభక్ష్యమాంసాదిః॥ తె ॥ సారాత్రాగునపుడుతినునట్టిమాంసము మొదలయినది.

అపదానమ్-అ-న-పరిశుద్ధవ్యాపారః-౨వృత్తకర్మ-౩ఖండనమ్॥ తె॥౧ నిర్మలమైనపని-౨జరిగినపని-౩ఖండించుట.

అపదాన్తరః-అ-త్రి- సంసక్తః ॥ తె ॥ తగిలియున్నది.

అపదిశమ్-౦-౦-ఆగ్నేయాదికోణాన్యతమః॥ తె॥విదిక్కులు.

అపదిశమ్-అ-న- ఆగ్నేయాదికోణాన్యతమః॥ తె॥ విదిక్కులు.

అపదేశః-అ-పు-వ్యాజః-౨పదమ్-౩ లక్ష్యమ్-౪నిమిత్తమ్-౫ఖ్యాతిః॥ తె॥౧ నెపము-౨స్థానము-౩గురి-౪ కారణము-౫ప్రసిద్ధి.

అపధ్వంసః-అ-పు-పరిత్యాగః-౨ నిందనమ్-౩ అవచూర్ణనమ్॥ తె॥౧వదలుట-౨నిందించుట-౩పొడిచేయుట.

అపధ్వస్తః-అ-త్రి-ధిక్కృతః-౨ అవచూర్ణితః-౩నిందితః-౪పరిత్యక్తః॥ తె॥౧ వెలివేయఁబడ్డవాఁడు-౨పరులచేతఁబీడింపఁబడ్డవాఁడు-౩నిందింపఁబడ్డవాఁడు-౪విడువఁబడినవాఁడు.

అపనాన్తరః-అ-త్రి-సంసక్తః ॥ తె॥ తగిలియున్నది.

అపనాయః-అ-పు-నియాపనమ్॥ తె॥తొలఁగించుట.

అపన్థాః-న్-పు-అమార్గః॥ తె॥తప్పుత్రోవ.

అపన్నతిః-ఇ-స్త్రీ-నిష్ఫలత్వజాతబుద్ధిః॥ తె॥ నిరాశచేసుకొనుట.

అపన్నసత్వా-ఆ-స్త్రీ-గర్భిణీ ॥ తె॥ చూలాలు.

అపభ్రంశః-అ-పు- శాస్త్రశిక్షారహితవాన్-౨తపనః-౩ప్రాకృతభాషావిశేషః॥ తె॥ ౧ శాస్త్రాభ్యాసములేనివాఁడు-౨సూర్యుఁడు-౩ఒకానొకప్రాకృతభాష.

అపమిత్యమ్-అ-న-నియమాప్తమ్॥ తె॥ కుదువయుంచితెచ్చినవస్తువు.

అపమిత్యకమ్-అ-న-నియమాప్తమ్॥ తె॥కుదవయుంచిమెరువుతెచ్చినవస్తువు.

అపయానమ్-అ-న-పలాయనమ్ ॥ తె ॥ పరుగెత్తుట.

అపరమ్-అ-(పు) పాదాదిపుచ్ఛపర్యంత గజప

శ్చాద్భాగః ॥ తె॥ అడుగు మొదలుతోఁకవఱకుఁగలయేనుఁగుయొక్క వెనకభాగము

అపరః-అ-త్రి-చరమః-౨ కేచిదిత్యర్థకః ॥ తె॥ ౧ వెనకటిది, తరువాతిది, ఈవలది-౨ ఒకానొకఁడు.

అపరః-అ-పు-కనిష్ఠః-౨ అదూరస్థః ॥ తె॥ ౧ తమ్ముఁడు-౨ చెంతనుండువాఁడు.

అపరరాత్రః-అ-పు-రాత్రిపశ్చిమభాగః ॥ తె॥ రాతిరియొక్క వెనుకటిసగము.

అపరస్పరమ్-అ-న-బహుభిస్సంఘీభూయక్రియమాణగమనాదికర్మ ॥ తె॥ అనేకులుచేరుకొని చేయునట్టిపయనము మొదలైనది.

అపరస్పరః-అ-త్రి-బహుభిస్సంఘీభూయక్రియమాణకర్మాయస్యసః॥ తె॥ అనేకులు చేరిచేయునట్టిపనిగలవాఁడు.

అపరా-ఆ-సీ-పార్వతీ॥ తె॥ శివునిభార్య.

అపరాజయా-ఆ-సీ- వాయుధాటీ ॥ తె ॥ గాలివడి.

అపరాజితః-అ-పు-విష్ణుః-౨ శివః - ౩ ఇంద్రరథః-౪ ఏకాదశరుద్రాన్యతమః॥ తె॥ ౧ కరివేల్పు-౨ హరుఁడు-౩ ఇంద్రునితేరు-౪ ఏకాదశరుద్రులలోనొకఁడు.

అపరాజితః-అ-త్రి-అనిర్జితః॥ తె॥ జయింపఁబడనివాఁడు.

అపరాజితా-ఆ-సీ-ఈశానదిక్-౨ క్రోష్టీ-౩ విష్ణుక్రాంతా-౪ నగ్నచ్ఛదా-౫ శణపదీ ॥ తె॥ ౧ ఈశానునిదిక్కు-౨ నల్లనేలగుమ్మడి-౩ విష్ణుక్రాంతము-౪ నల్లనివిష్ణుక్రాంతము-౫ సోమిదచెట్టు.

అపరాతుల్యయోగితా-ఆ-సీ- అలంకారవిశేషః॥ తె॥ ఒకానొకయలంకారము.

అపరాద్ధపృషత్కః-అ-పు-లక్ష్యచ్యుతబాణప్రయోక్తా॥ తె॥ గుఱితప్పనెగిసినవిలుకాఁడు

అపరాధః-అ-పు-ఆగః॥ తె॥ తప్పు.

అపరావృత్తనిలయా- ఆ- సీ - కైలాసః॥ తె॥ కైలాసగిరి.

అపరాసఙ్గతిః-ఇ-సీ-అలంకారవిశేషః॥ తె॥ ఒకానొకయలంకారము.

అపరాహ్ణః-అ-పు-దినపశ్చిమభాగః॥ తె॥ పగటికడపటిభాగము.

అపరాహ్ణకః-అ-పు-దినాంత్యభాగజాతః। తె॥ పగటికొసయందుఁబుట్టినవాఁడు.

అపరేద్యుః-౦-౦-అన్యదినే॥ తె॥ మఱునాఁడు.

అపర్ణః-అ-త్రి-పర్ణరహితః॥ తె॥ ఆకులులేనిది.

అపర్ణా-ఆ-సీ-పార్వతీ॥ తె॥ ముక్కంటివెలఁది.

అపలాపః-అ-పు - గూఢాభిప్రాయవచనమ్॥ తె॥ కపటముగాఁబలుకుట.

అపవనమ్-అ-న-పురసమీపకృత్రిమవనమ్॥ తె॥ పట్టణముదగ్గిరనుండునుద్యానము.

అపవరకమ్-అ-న-అంతర్గృహమ్ - ౨ వేణుస్థమ్-౩ చిత్రాభ్రమ్॥ తె॥ ౧ లోపలిగది-౨ వెదురులోనుండునది-౩ వింతమేఘము.

అపవర్గః-అ-పు - మోక్షః - ౨ క్రియా-౩ క్రియాసాధ్యఫలప్రాప్తిః॥ తె॥ ౧ ముక్తి-౨ పని-౩ పనిచేతఁగలుగుఫలసిద్ధి.

అపవర్జనమ్-అ-న-దానమ్ ౨ మోక్షః - ౩ పరిత్యాగః-౪ ఆకాశమ్-౫ వస్త్రమ్॥ తె॥ ౧ ఈవి-౨ ముక్తి-౩ విడుచుట-౪ మిన్ను-౫ సత్తరువు.

అపవాదః-అ-పు-నిందా-౨ ఆజ్ఞా-౩ విస్రంభః ౪ తిలఘాతుకః-౫ మయూరమైథునం॥ తె॥ ౧ నింద-౨ ఆన-౩ నమ్మకము - ౪ తెలుకుల వాఁడు-౫ నెమళ్లసంభోగము.

అపవాదగీః- ర్-సీ-ప్రతారణమ్ ॥ తె॥ వంచించుట.

అపవారణమ్-అ-న-పిధానమ్॥ తె॥ కప్పుట.

అపవిద్ధః-అ-పు- మాతాపితృత్యక్తాన్య పాలిత పుత్రః॥ తె॥తల్లిదండ్రులచేత విడువఁబడి యొరులచేఁగాపాడఁబడినకొడుకు.

అపవిషా-ఆ-సీ-నిర్విషా-౨నిర్విషనామకగ్రంధిద్రవ్యమ్॥ తె॥౧అతివస-౨ నిర్విషమను పేరుగలగ్రంధ్యము.

అపశదః-అ-పు-నీచః॥ తె॥నీచుఁడు.

అపశబ్దః-అ-పు-శాస్త్రశిక్షారహితవాక్। తె॥ వ్యాకరణవిరుద్ధముయినమాట.

అపష్ఠుః-ఉ-త్రి-ప్రతికూలః-౨అపసవ్యః॥ తె॥ ౧తిరుగఁబడ్డవాఁడు-౨అపసవ్యుఁడు.

అపసర్పః-అ-పు-చారః ॥ తె॥ వేఁగులవాఁడు.

అపసవ్యః-అ-త్రి-దక్షిణః-౨ప్రతికూలః ॥ తె॥ ౧కుడివైపు-౨విరుద్ధము.

అపస్నాతః-అ-త్రి-మృతస్నాతః॥ తె॥ చచ్చినవారలకుస్నానముచేసినవాఁడు.

అపస్మారః-అ-పు- త్రయస్త్రింశద్వ్యభిచారీభావవిశేషః-౨రోగవిశేషః॥ తె॥౧వెఱ్ఱిమఱపుమాటలు-౨కాకిసోమాల,మూర్ఛ.

అపహాంలిహః-అ-పు-బలీవర్దః॥ తె॥ఎద్దు.

అపహసితమ్-అ-న - అతిధ్వనియుక్తాధమహాసః॥ తె॥ మిక్కిలిధ్వనితోఁగూడినతక్కువనవ్వు.

అపహస్తః-అ- పు- బాహ్యరతితాడనహస్తవిశేషః॥ తె॥ బాహ్యరతిప్రహారభేదము

అపహారః-అ-పు-పూర్వావస్థాపేతయాహీనత్వమ్-౨చోరః-౩ద్యూతమ్-౪గ్రాహః ౫అశ్వముఖమీనః॥ తె॥౧ముందటిస్థితికంటెఁడక్కువ-౨దొంగ-౩జూదము-౪మొసలి-౫గుఱ్ఱపుమూతిచేఁప.

అపహ్నవః-అ-పు-అపలాపః-౨స్నేహః ॥ తె॥ ౧వాస్తవమును దాఁచుట-౨చెలిమి.

అపహ్నుతిః-ఇ-సీ-అలంకారవిశేషః॥ తె॥ఒకానొకయలంకారము.

అపాఙ్గః-అ-పు-నేత్రాంతః-౨తిలకమ్ ॥ తె॥ ౧కంటికొన-౨బొట్టు.

అపాగ్రమ్-అ-న-ఉపసర్జనమ్॥ తె॥ ముఖ్యముగానిది.

అపాచీ-ఈ-సీ-దక్షిణదిక్॥ తె॥దక్షిణదిక్కు.

అపానమ్-అ-న-గుదమ్-౨వృషణః॥ తె॥౧ ముడ్డి-౨బుడ్డ.

అపానః-అ-పు-గుదస్థవాయుః॥ తె॥ పిత్తు.

అపామారకః-అ-పు-బర్బురవృక్షః ॥ తె॥ తుమ్మచెట్టు.

అపామార్గః-అ-పు-శేఖరికవృక్షః-౨రక్తశేఖరికవృక్షః॥ తె॥౧ ఉత్తరేణి-౨ఎఱ్ఱయుత్తరేణి.

అపామ్పతిః-ఇ-పు-సముద్రః॥ తె॥సముద్రము

అపారమ్-అ-న-అపారసంఖ్యా-౨అపారసంఖ్యావత్ ॥ తె॥౧తుదిలేనిలెక్క-౨తుదిలేనిలెక్కగలది.

అపారః-అ-త్రి-అంతరహితః ॥ తె॥ తుదిలేనివాఁడు.

అపాశ్రయః-అ-పు-మత్తాలంబః॥ తె॥ ఒరుగుడుతిన్నె.

అపాశ్రయః-అ-త్రి-ఆశ్రయరహితః॥ తె॥ ఆశ్రయములేనివాఁడు. (ముచావున్న}

అపాసనమ్-అ-న-మారణమ్॥ తె ॥ కొట్టడ}

అపి-౦-౦-౧గర్హా-౨సముచ్చయః-౩ప్రశ్నః ౪శంకా-౫సంభావనా-౬బంధనమ్- ౭ఛాదనమ్-౮పవార్థః-౯పదార్థః - ౧౦సర్గః-౧౧ప్రభా-౧౨మూకవ్యాపారః॥ తె॥ ౧నింద-౨అనేకములమేళనము-౩ప్రశ్నము-౪సందియము-౫తలపోయుట-౬కట్టుట-౭ముఱుగు-౮పవకారార్థము- ౯వస్తు

పు-౧౦నిశ్చయము-అధ్యాయము - ౧౧ కాంతి-౧౨మూగవానిచేష్ట.

అపిధానమ్ అ-న-ఆచ్ఛాదనమ్॥ తె॥ మఱుగు.

అపినద్ధః-అ-త్రి-శరీరబద్ధకవచః॥ తె॥కవచము తొడిగినవాఁడు.

అపిభవః-అ-పు-తిరస్కారః॥ తె॥అవమానము.

అపునర్భవః-అ-పు-మోక్షః॥ తె॥ముక్తి.

అపుష్పః-అ-పు-ఉదుంబరవృక్షః॥ తె॥ మేడిచెట్టు.

అపూపః-అ-పు-పిష్టకమ్॥ తె॥అప్పము.

అపూరణీః-ఇ-సీ-అసంపూర్ణః॥ తె॥పరిపూర్ణముగానిది.

అపోదకీ-ఈ-సీ-పాలక్యా॥ తె॥ మట్టుబచ్చలిచెట్టు.

అప్తుః-ఉ-త్రి-యాగీయపశుః॥ తె॥యజ్ఞపశువు.

అప్పః-అ-పు-అష్టవస్వన్యతమః॥ తె॥ అష్టవసువులలోనొకఁడు.

అప్పతిః-ఇ-పు-వరుణః-౨సముద్రః॥ తె॥ ౧వరుణుఁడు-౨సంద్రము.

అప్పిత్తమ్-అ-న-అగ్నిః॥ తె॥అగ్గి.

అప్రకాశః-అ-పు-అభిజిన్నక్షత్రమ్॥ తె॥ అభిజిత్తనుపేరుగలనక్షత్రము.

అప్రకృతానేకవిషయశ్లేషః-అ-పు- అలంకారవిశేషః॥ తె॥ఒకానొకయలంకారము.

అప్రగుణః-అ-త్రి-వ్యస్తః॥ తె॥చెదరినది,విడ్డది

అప్రతిపత్తిః-ఇ-సీ- ఇతికర్తవ్యతారాహిత్యమ్॥ తె॥ ఇట్టిదిచేయవలెనననితోఁచకయుండుట.

అప్రతీతాలః-అ- పు - తాలప్రాణకలావిశేషః॥ తె॥తాలప్రాణమనెడికలావిశేషము

అప్రత్యక్షః-అ- త్రి-ఇంద్రియాగోచరః॥ తె॥ ఇంద్రియములకుఁగనుపడనిది.

అప్రధానమ్-అ-న-ఉపసర్జనవస్తు॥ తె॥ ముఖ్యముకానివస్తువు.

అప్రస్తుతతుల్యయోగితా-ఆ-సీ-అలంకారవిశేషః॥ తె॥ఒకానొకయలంకారము.

అప్రస్తుతప్రశంసా-ఆ-సీ-అలంకారవిశేషః॥ తె॥ఒకానొకయలంకారము.

అప్రహతః-అ-త్రి- ఖిలభూమిః॥ తె॥బీటినేల.

అప్రాకృతః-అ- పు- అప్రాకృతసువర్ణమ్॥ తె॥మంచిబంగారము.

అప్రాకృతః- అ- త్రి-స్వతంత్రః-౨సంహృతః-౩విహితః॥ తె॥ ౧స్వతంత్రుఁడు-౨చంపఁబడ్డది-౩విధింపఁబడ్డది.

అప్రాగ్ర్యః-అ-త్రి-ద్వయహీనః॥ తె॥ ముఖ్యముగానిది.

అప్సరసః స్-సీ-స్వర్గవేశ్యా॥ తె॥ వేల్పులసాని

అప్సరసాంపతిః-ఇ-పు- ఇంద్రః॥ తె॥ దేవేంద్రుఁడు.

అప్సరాః-స్-సీ-స్వర్గవేశ్యా॥ తె॥వేల్పులసాని

అప్సుచరః-అ-పు-మత్స్యః॥ తె॥చేఁప.

అప్సుజమ్-అ-న-పద్మమ్॥ తె॥ తామరపువ్వు.

అప్స్యః-అ-త్రి-ఉదకభవః॥ తె॥ నీటినిబుట్టినవాఁడు.

అఫలః-అ-త్రి-వంధ్యవృక్షః॥ తె॥ గొడ్డుచెట్టు.

అఫలా-ఆ-సీ- పానీయవల్లీవృక్షః॥ తె॥ ఆరెచెట్టు.

అఫేనః-అ-పు-అహిఫేనః॥ తె॥నల్లమందు.

అబద్ధః-అ-త్రి-అనన్వితవాక్॥ తె॥ అన్వయించనిమాటగలవాఁడు.

అబద్ధముఖః-అ-త్రి-ముఖరః॥ తె॥ప్రేలరి.

అబలః-అ-త్రి-నిస్సారః-౨అర్చితః॥ తె॥౧సత్తువులేనివాఁడు-౨పూజింపఁబడ్డవాఁడు.

అబలా-ఆ-సీ-వనితా॥ తె॥ఆఁడుది.

అబాధః అ-త్రి- నిరర్గళః-౨బాధారహితః॥ తె॥ ౧అడ్డములేనివాఁడు-౨తొందరలేనివాఁడు.

అబ్జమ్-అ-న-పద్మమ్-౨లవణమ్॥ తె॥౧తామర పువ్వు-౨ఉప్పు.

అబ్జః-అ-పు- చంద్రః-౨ధన్వంతరిః-౩శంఖః-౪కల్పవృక్షః- ౫చతుర్ముఖః- ౬నిచులవృక్షః॥ తె॥ ౧చందురుఁడు-౨ధన్వంతరి-౩శంఖము-౪వేల్పులచెట్టు-౫నలువ- ౬నీటిప్రబ్బచెట్టు.

అబ్జయోనిః-ఇ-పు-చతుర్ముఖః॥ తె॥నలువ.

అబ్జా-ఆ-సీ-లక్ష్మీః-౨సురావిశేషః॥ తె॥ ౧కమల-౨ఒకవిధమయినకల్లు.

అబ్జారిః-ఇ-పు-చంద్రః॥ తె॥చందురుఁడు.

అబ్దః-అ-పు-సంవత్సరః-౨దర్పణః- ౩మేఘః-౪ముస్తం-౫ఘటః-౬సూర్యః॥ తె॥౧ఏఁడు-౨అద్దము-౩మేఘము- ౪కోట-౫కుండ-౬సూర్యుఁడు.

అబ్ధిః-ఇ-పు-సముద్రః-౨చతుస్సంజ్ఞా॥ తె॥ ౧సంద్రము-౨నాలుగనులెక్క.

అబ్ధిః-ఇ-సీ-నదీ॥ తె॥ఏరు.

అబ్ధికఫః-అ-పు-డిండీరః॥ తె॥ఎండినసురుఁగు.

అబ్ధిజమ్-అ-న-లవణమ్-౨రాహుః॥ తె॥ ౧ఉప్పు-౨రాహుగ్రహము.

అబ్ధిజః-అ-పు- ధన్వంతరిః- ౨చంద్రః-౩కల్పవృక్షః-౪సూర్యః॥ తె॥౧ధన్వంతరి-౨చందురుఁడు- ౩కల్పతరువు-౪ప్రొద్దు.

అబ్ధిజా-ఆ-సీ-లక్ష్మీః॥ తె॥రమ.

అబ్ధినవనీతమ్- అ- న- చంద్రః-౨అమృతమ్॥ తె॥౧చందురుఁడు-౨సుధ.

అబ్ధిపల్లవః-అ-పు-విద్రుమః॥ తె॥పగడము.

అబ్ధిమేఖలా-ఆ-సీ-భూమిః॥ తె॥పృథివి.

అబ్ధివధూః-ఊ-సీ-నదీ॥ తె॥ఏరు.

అబ్రహ్మణ్యమ్-అ- త్రి- అయోగ్యమ్- ౨అవధ్యోక్తిః॥ తె॥౧యోగ్యముకానిది- ౨చంపతగదనిచెప్పుట.

అభగ్నః-అ-పు-తాలప్రాణకళావిశేషః॥ తె॥ తాలప్రాణమనెడికలావిశేషము.

అభగ్నలీలః-అ-పు- తాలప్రాణకలావిశేషః॥ తె॥తాలప్రాణమనుకలావిశేషము.

అభయమ్-అ-న-ఉశీరః॥ తె॥వట్టివేరు.

అభయః-అ-త్రి- నిర్భయః॥ తె॥ వెఱపులేనివాఁడు.

అభయా-ఆ-సీ-పథ్యా॥ తె॥కరకచెట్టు.

అభవః-అ-పు-శివః॥ తె॥ముక్కంటి.

అభావః-అ-పు-అసత్తా-౨నిధనమ్॥ తె॥౧లేకపోవుట-౨చావు,

అభి-౦-౦-లక్షణమ్-౨ఇత్థంభూతాఖ్యానమ్-౩వీప్సా-౪భాగః-౫ఆభిముఖ్యమ్॥ తె॥౧గుఱుతు-౨ఇటువంటిదనిచెప్పుట- ౩మఱరలమరల-౪ఒంతు-౫ఎదురు.

అభికః-అ-త్రి-కాముకః॥ తె॥ కాముకుఁడు.

అభికృతిః-ఇ-సీ- పంచవింశచ్ఛందః- ౨పంచవింశతిసంజ్ఞా॥ తె॥ ౧ఇరవైయైదవఛందస్సు-౨ఇరవదియైదనుసంజ్ఞ.

అభిక్రమః-అ-పు-పరిపాటీ॥ తె॥ ఒకటివెంబడియొకటి.

అభిఖ్యా-ఆ-సీ-కీర్తిః-౨నామ-౩శోభా॥ తె॥౧యశము-౨పేరు-౩కాంతి.

అభిగ్రహః-అ-పు- అభియోగః-౨అభిగ్రహణమ్-౩గౌరవమ్॥ తె॥ ౧యుద్ధాదులయందుయెదుఱుగానడుచుట - ౨పుచ్చుకొనుట-౩గౌరవము.

అభిగ్రహణమ్-అ-న- పశ్యతోహరణమ్॥ తె॥ తెరవాట్లుగొట్టడము.

అభిఘారా-ఆ-సీ-ఆజ్యమ్॥ తె॥ నెయ్యి.

అభిచరః-అ-పు-సహాయః॥ తె॥తోడు.

అభిచారః-అ-పు-పరహింసాకర్మ॥ తె॥ఒకరినిచంపుటకైహోమముచేసుట.

=అభిజనః-అ-పు-గోత్రమ్- ౨జన్మభూమిః- ౩ జాతిః-౪కులధ్వజః॥ తె॥ ౧గోత్రము-౨ పుట్టినతావు - ౩కులము - ౪జాతిబిరుదు.

అభిజాతః- అ - పు - సాంగవేదాధ్యాయీ॥ తె ॥ అంగములతో వేదము జదువుకొన్న వాఁడు.

అభిజాతః-అ-త్రి-కులీనః-౨జాతః-౩పండితః తె॥౧గొప్పకులము వాఁడు- ౨పుట్టిన వాఁడు-౩విద్వాంసుఁడు.

అభిజిత్-త్ (న)నక్షత్రవిశేషః॥ తె॥ ఒకానొక నక్షత్రము.

అభిజితః-అ-పు-అభిజిన్నక్షత్రమ్॥ తె॥ అభిజిత్తనెడు పేరుగలనక్షత్రము.

అభిజ్ఞః-అ-త్రి-నిపుణః॥ తె॥ నేర్పరి.

అభిజ్ఞానమ్-అ-న-చిహ్నమ్॥ తె॥గురుతు.

అభితః-స-౦- కాలతస్సమీపస్థః-౨దేశతస్సమీపస్థః-౩ఉభయభాగయోః-౪శీఘ్రమ్ ౫సాకల్యమ్- ౬అభిముఖే ॥ తె ॥ ౧కాలము చేత సమీపించినవాఁడు- ౨దేశము చేత సమీపించినవాఁడు- ౩ఇరుప్రక్కల-౪వడి-౫నిండు-౬ఎదుట.

అభిధా-ఆ-స్త్రీ-నామధేయమ్॥ తె॥ పేరు.

అభిధానమ్-అ-న-నామ॥ తె॥ పేరు.

అభిధ్యా-ఆ-స్త్రీ-పరధనవిషయేచ్ఛా॥ తె॥ పగవానిసొమ్ముపైనియాశ.

అభినన్దీ-న్-పు-తాళప్రాణకలావిశేషః॥ తె॥ ఒకానొకతాళప్రాణము.

అభినయః-అ- పు- విభావాదివ్యంజకహస్తవిశేషః॥ తె॥ విభావము మొదలైనవాటినిఁ దెలియఁజేయు నొకహస్తము.

అభినవః-అ-త్రి-నూతనః॥ తె॥క్రొత్తది.

అభినవోద్భిత్-ద్-పు-అంకురః॥ తె॥ మొలక.

అభినిర్ముక్తః-అ-పు- సూర్యాస్తమయకాలనిద్రాశీలః॥ తె॥ ప్రొద్దుగ్రుంకునపుడు నిద్రవోవువాఁడు.

అభినిర్యాణమ్-అ-న-దండయాత్రా॥ తె॥ యుద్ధమునకు వెళ్లుట.

అభినివేశః-అ-పు-నిర్బంధః-౨అభిప్రాయః॥ తె॥౧॥ఇబ్బంది-౨అభిప్రాయము.

అభినిష్టానమ్-అ-న-అక్షరమ్- ౨విసర్జనీయః॥ తె॥౧అక్షరము-౨రెండుసున్నలు.

అభినీతః-అ-త్రి-యుక్తః-౨సంస్కృతః- ౩న్యాయ్యః-౪అమర్షవాన్॥ తె॥ ౧తగినది-౨సవరింపఁబడ్డది- ౩న్యాయ్యముతోఁగూడినది-౪కోపముగలది.

అభిన్నః-అ-త్రి-అఖిలః॥ తె॥నిండినది.

అభిపన్నః- అత్రి-అపరాద్ధః-౨అభిగ్రస్తః-౩ ఆపద్గతః-౪శరణార్థి-౫విజ్ఞాతః- ౬అంగీకృతః॥ తె ॥ ౧నేరము చేసినవాఁడు-౨శత్రువుచేత నాక్రమింపఁబడ్డవాఁడు- ౩ఆపద నొందినవాఁడు- ౪శరణము గోరువాఁడు-౫ప్రసిద్ధుఁడైనవాఁడు-౬అంగీకరింపఁబడినవాఁడు

అభిప్రాయః-అ-పు-ఆశయః॥ తె॥తలంపు.

అభిభవః-అ-పు-తిరస్కారః॥ తె॥అవమానము.

అభిభూతః-అ-త్రి-రాజావమానితః॥ తె॥ రాజుచేతనవమానింపఁబడ్డవాఁడు.

అభిమన్త్రణమ్-అ-న-ఆహ్వానమ్॥ తె॥పిలు }
అభిమాతిః-ఇ-పు-శత్రుః॥ తె॥ ద్వేషి.(చుట }

అభిమానః-అ-పు-గర్వః-౨బుద్ధిః-౩ప్రణయః ౪హింసా॥ తె॥౧గర్వము-౨బుద్ధి-౩స్నేహము-౪బాధ.

అభియాతిః-ఇ-పు శత్రుః॥ తె॥ పగవాఁడు.

అభియాతీ-న్-పు-శత్రుః॥ తె॥విరోధి.

అభియోగః-అ-పు-శపథః-౨అభ్యుత్ద్రవః-౩ పరాభవః-౪శాపః-౫అభిగ్రహః॥ తె॥ ౧

ప్రతిజ్ఞ-౨అమృతముకారుట-౩అవమానము-౪తిట్టుట-౫యుద్ధాదులయందుదీదిక్షించుట.

అభిరూపః-అ-త్రి-బుధః-౨మనోహరః॥ తె॥ ౧పండితుఁడు-౨చక్కనివాఁడు.

అభిలావః-అ-పు-లవనమ్॥ తె॥ ధాన్యాదులు కోయ్యడము.

అభిలాషః అ-పు-ఇచ్ఛా॥ తె॥ఇచ్ఛ.

అభిలాషుకః-అ-త్రి-లుబ్ధః॥ తె॥లోభి.

అభివాదనమ్-అ-న- పాదస్పర్శనగోత్రనామపూర్వకనమస్కారః॥ తె॥ అడుగులను దాఁకి గోత్రనామములు చెప్పి మ్రొక్కుట.

అభివాదకః- అ- త్రి - అభివాదనశీలః॥ తె॥ మ్రొక్కునట్టిస్వభావముగలవాఁడు.

అభివేదనమ్-అ-న-ఆక్రాంతః-౨భార్యాంతరపరిగ్రహః-౩మహిషబంధనమ్॥ తె॥౧ ఆక్రమింపఁబడినది-౨వేఱుపెండ్లామును సంపాదించుట - ౩దున్నపోతును కట్టుకన్నె.

అభివ్యాప్తిః-ఇ-సీ-ధూమాదివ్యాపనమ్॥ తె॥ పొగమొదలయినవాటివ్యాప్తి.

అభిశస్తః-అ-త్రి- అగమ్యాగమనాదిదూషితః॥ తె॥ అగమ్యాగమనము మొదలయిన దానిచేతనిందింపఁబడినవాఁడు.

అభిశస్తిః-ఇ-సీ- యాచనా-౨ప్రార్థనా-౩దూషణమ్-౪లోకాపవాదః॥ తె॥౧అడుగుట-౨వేఁడుట-౩నిందించుట-౪జనాపవాదము.

అభిశాపః-అ-పు- మిథ్యాపాపారోపణే॥ తె॥ లేనినిందమోపుట.

అభిషఙ్గః-అ-పు- తిరస్కారః-౨ఆక్రోశః-౩పాశః-౪శపథః॥ తె॥౧ అలక్ష్యపెట్టుట-౨తిట్టడము-౩త్రాడు-౪ప్రతిజ్ఞ.

అభిషవః-అ-పు- సోమరసస్రావణమ్-౨సోమరసస్రావణదినమ్ - ౩మద్యపానసమయభక్షణార్థనర్షవసంస్కృతమాంసఖండమ్-౪స్నానమ్-౫యజ్ఞః॥ తె॥ ౧పుల్లతీఁగెరసముపిండుట - ౨పుల్లతీఁగెరసముపిండుదినము- ౩కల్లుత్రాగునపుడు తినుటకై యావాలుమొదలయినవాటిచేతఁబాగఁచినమాంసపుముక్క- ౪స్నానము-౫యాగము.

అభిషుః-ఇ-పు-కిరణః॥ తె॥కిరణము.

అభిషుతమ్-అ-న-తండులోదకమ్॥ తె॥ కడుగు.

అభిషేకః-అ-పు-స్నానమ్॥ తె॥ నీళ్లుపోసికొనుట.

అభిష్టుతః-అ-త్రి-స్తుతః॥ తె॥ పొగడఁబడ్డవాఁడు.

అభిష్యన్దః-అ-పు-అతివృద్ధిః-౨అస్రవః॥ తె॥౧ మిక్కిలి పెరుగుట-౨కారుట.

అభిష్వఙ్గః-అ-త్రి-ఆక్రోశనం॥ తె॥తిట్టడము.

అభిసమ్పాతః-అ-పు-యుద్ధమ్॥ తె॥జగడము.

అభిసారికా-ఆ-సీ-నాయికావిశేషః॥ తె॥ నాయకునిగూరి సంకేతస్థానమునకుఁబోవునది.

అభిహారః- అ- పు - పశ్యతోహరణమ్-౨సన్నాహః-౩అభియోగః॥ తె॥ ౧ఎదుట దొంగిలించుట - ౨ఆయత్తపడుట- ౩ఫిర్యాదు.

అభిహితః-అ-త్రి- భాషితః॥ తె॥ పలుకఁబడ్డవాఁడు.

అభీకః-అ-పు-శంభుః-౨క్రకచః॥ తె॥౧శివుఁడు-౨రంపము.

అభీకః-అ-త్రి- కాముకః-౨క్రూరః-౩నిర్భయః॥ తె॥ ౧కాముకుఁడు-౨గడుసువాఁడు-౩వెఱపులేనివాఁడు.

అభీక్ష్ణమ్-౦-౦-అసకృదర్థః-౨నిరంతరమ్-౩ శీఘ్రమ్-౪ ప్రకర్షః॥ తె॥ ౧మాటిమాటికి-౨ఎల్లప్పుడు-౩ వేగము-౪ హెచ్చు.

అభీప్సితః-అ-త్రి-ప్రియవస్తు॥ తె॥ ఇష్టమైన వస్తువు.

అభీమరః-అ-పు-వధః-౨యుద్ధమ్- ౩స్వబలభయమ్॥ తె॥ ౧చంపుట-౨జగడము-౩తనదండు చేఁగలిగినభీతి.

అభీరుః-ఉ-సీ- నారాయణీలతా-౨కార్ష్ణి॥ తె॥ ౧పిల్లిపీచర-౨ప్రాఁచితీఁగె

అభీరుః-ఉ-త్రి-నిర్భయః-౨ధీరః॥ తె॥ ౧భయము లేనివాఁడు-౨ధైర్యశాలి.

అభీరుపత్రీ-ఈ-సీ- నారాయణీలతా॥ తె॥ పిల్లిపీచరతీఁగె.

అభీషుః-ఉ-పు-కిరణః-౨పాశః॥ తె॥ ౧కిరణము-౨త్రాడు.

అభీష్టః-అ-త్రి-ప్రియః॥ తె॥ ఇష్టుఁడు.

అభూః-ఊ-పు-చతుర్ముఖః॥ తె॥ బ్రహ్మ.

అభోజనమ్-అ-న-లంఘనమ్॥ తె॥ లంఘనము

అభోజనీ-ఈ-సీ- పరివ్యాధవృక్షః॥ తె॥ నీరుప్రబ్బచెట్టు.

అభ్యగ్రమ్-అ-న-సమీపమ్॥ తె॥ చెంత.

అభ్యగ్రః- అ-త్రి- దేశకాలప్రయుక్తసామీప్యవాన్॥ తె॥ దేశముచేతను గాలముచేతను సమీపించినవాఁడు.

అభ్యఞ్జనమ్-అ-న-తైలాభ్యఙ్గః॥ తె॥ నూనె శరీరమునకు రాచుకొనుట.

అభ్యన్తరమ్-అ-న- సర్వదిఙ్మధ్యమ్-౨మధ్యమ్॥ తె॥ ౧అన్నిదిక్కులనడుమ-౨నడుమ

అభ్యమితః అ-త్రి-రోగీ॥ తె॥ రోగగ్రస్తుఁడు.

అభ్యమిత్రః-అ-పు-శాత్రవాగ్రగామీ॥ తె॥ పగవానికెదురుగాఁబోవువాఁడు.

అభ్యమిత్రీణః-అ-పు- శాత్రవాభిముఖగామీ॥ తె॥ పగవానికెదురుగాఁబోవువాఁడు

అభ్యమిత్రీయః- అ- పు - శాత్రవాభిముఖగామీ॥ తె॥ పగవానికెదురుగాఁబోవువాఁడు.

అభ్యర్ణమ్-అ-న-సమీపమ్॥ తె॥ దాపు.

అభ్యర్ణః॥అ-త్రి-దేశకాలసమీపస్థః॥ తె॥ దేశకాలములచేతదగ్గిరనుండునది

అభ్యవకర్షణమ్-అ-న-బాణాద్యుద్ధరణమ్॥ తె॥ కోలమొదలైనవాటినిఁబయికిఁదీయుట

అభ్యవస్కన్దనమ్-అ-న-ధాటీ॥ తె॥ ముట్టడివేయుట. (పాటు.

అభ్యవహారః-అ-పు-భోజనమ్॥ తె॥ సా

అభ్యవహృతః-అ-త్రి-భక్షితః॥ తె॥ తినఁబడ్డది

అభ్యస్తః-అ-త్రి- గుణకారవాన్॥ తె॥ గుణకారము చేయఁబడినది.

అభ్యస్తః-అ-పు-గుణకారః॥ తె॥ గుణకారము

అభ్యాఖ్యానమ్-అ-న- మిథ్యావాదః॥ తె॥ తప్పుమాట.

అభ్యాగమః-అ-పు-అంతికమ్- ౨ఘాతః-౩విరోధః-౪అభ్యుదయః-౫యుద్ధమ్॥ తె॥ ౧దాపు- ౨హింస-౩పగ- ౪మేలు- ౫జగడము.

అభ్యాగారికః-అ-త్రి- కుటుంబపోషకః॥ తె॥ కుటుంబమును గాపాడువాఁడు.

అభ్యాదానమ్-అ-న-కార్యప్రథానారంభః॥ తె॥ ముఖ్యముగాఁబని మొదలుపెట్టుట.

అభ్యాధానమ్-అ-న-అభిన్యాసః- ౨వహ్న్యర్థంఇధ్మసంగ్రహః॥ తె॥ ౧ఉంచుట- ౨అగ్నికొఱకై సమిధలను దెచ్చుట.

అభ్యాన్తః-అ-త్రి-రోగవాన్॥ తె॥ రోగి.

అభ్యామర్దః-అ-పు-యుద్ధమ్॥ తె॥ జగడము-

అభ్యాశః-అ-త్రి- దేశకాలప్రయుక్తసామీ

వ్యవాన్॥ తె॥ దేశముచేతనుగాలముచే
తనుదాపించినవాఁడు. (యుట
అభ్యాసభనమ్-అ-న-ధాటీ॥ తె॥ ముట్టడివే
అభ్యణ్డీ-ఈ-సీ- వారస్త్రీవిటసంధానకారి
ణీ॥ తె॥ కుంటెనకత్తె.
అభ్యుత్థానమ్- అ- న- గృహాగతమహాత్మోద్దే
శ్యకవినయః॥ తె॥ ఇంటికివచ్చినపెద్దల
కుఁజేయుమర్యాద.
అభ్యుదితః-అ-త్రి-ఉదితః॥ తె॥ పుట్టినవాఁడు
అభ్యుదితః-అ-పు-సూర్యోదయకాలసుప్తః॥
తె॥ సూర్యుఁడుదయించునపుడునిద్రబో
వువాఁడు.
అభ్యుపగమః అ-పు- స్వీకారః-౨సమీపాగ
మనమ్॥ తె॥ ౧పుచ్చుకొనుట-౨చెంతకు
వచ్చుట.
అభ్యుపపత్తిః-ఇ-సీ- దానమానాదిపూర్వక
స్వీకారః॥ తె॥ దానసమ్మానములతోటి
స్వీకారము.
అభ్యూషః-అ-పు-పోలిః॥ తె॥ ఉడికినగుగ్గిళ్లు.
అభ్యూషః-అ-పు-పోలిః॥ తె॥ ఉడికినగుగ్గిళ్లు.
అభ్యోషః-అ-పు- కరభృష్టః॥ తె॥ నానబెట్టి
వేఁచినగుగ్గిళ్లు.
అభ్రమ్-అ-న-నభః-౨స్వర్గః-౩బలాహకః
॥ తె॥ ౧ఆకాశం - ౨దేవలోకము- ౩మే
ఘము. (విశేషము.
అభ్రకమ్-అ-న-ధాతువిశేషః॥ తె॥ ధాతు
అభ్రజః-అ-పు-చాతకపక్షీ॥ తె॥ వానకోయిల
అభ్రపిశాచకః-అ-పు-రాహుగ్రహః॥ తె॥
రాహువు. (బ్బచెట్టు
అభ్రపుష్పః-అ-పు-వేతసవృక్షః॥ తె॥ ప్ర
అభ్రమాతఙ్గః-అ-పు-ఇంద్రగజః॥ తె॥ ఐరా
వతము. (ల్లంగి
అభ్రమార్దవః-అ-పు-మూలకమ్॥ తె॥ ము

అభ్రముః-ఉ-సీ-ఇంద్రదిగ్గజభార్యా॥ తె॥
ఐరావతముయొక్కభార్య.
అభ్రమువల్లభః-అ-పు- ఇంద్రగజః॥ తె॥ ఐ
రావతము.
అభ్రమూః-ఊ-సీ-ఇంద్రదిగ్గజభార్యా॥ తె॥
ఐరావతునిపెండ్లాము.
అభ్రిః-ఇ-సీ-కాష్ఠకుద్దాలః॥ తె॥ ఓడలోనుం
డుకఱ్ఱగుద్దలి. మునందుఁబుట్టినది.
అభ్రియః-అ-త్రి-మేఘభవః॥ తె॥ మేఘ
అభ్రీ- ఈ- సీ- కాష్ఠకుద్దాలః-౨బ్రహ్మపురీ॥
తె॥ ౧ఓడలోనుండుకఱ్ఱగుద్దలి-౨బ్రహ్మ
పట్టణము.
అభ్రేషః-అ-పు-అభ్రిష్టన్యాయః॥ తె॥ తనకు
చితమయినధర్మమువలనఁజెలింపకయుం
డుట. (పుచెట్టు
అమణ్డః-అ-పు-ఏరండవృక్షః॥ తె॥ ఆముద
అమత్రమ్-అ-న-చమకమ్-౨భాజనమ్-౩పా
త్రమ్॥ తె॥ ౧గిన్నె-౨కంచము-౩పా
త్రము.
అమన్దీ-న్-పు- మాతృవాక్యపరిపాలకః॥ తె॥
తల్లిమాటనుగాపాడువాఁడు.
అమరః-అ-పు-దేవః-౨శివః-౩వకులవృక్షః॥
తె॥ ౧వేల్పు - ౨ఈశ్వరుఁడు - ౩పొగడ
చెట్టు.
అమరమఞ్జరీ-ఈ-సీ-ఉత్పాదనవృక్షః॥ తె॥
లొద్దుగచెట్టు.
అమరసమకపా-ఆ-సీ-అజగంధినీ॥ తె॥ వా
యింటచెట్టు,
అమరా-ఆ-సీ-ఇంద్రపురీ- ౨గృహకన్యకా
౩స్థూణా- రగులూచీ - ౫దూర్వాతృణ
మ్-౬శేషనగరమ్॥ తె॥ ౧ఇంద్రునిపట్టణ
ము-౨కలబందచెట్టు-౩కంబము రతిప్ప
తీఁగె-౫గరికె-౬ఆదిశేషునిపురము.

అమరావతీ-ఈ-సీ-ఇంద్రపురమ్॥ తె॥ దేవేంద్రునిప్రోలు.

అమరాశనమ్-అ-న- ఆజ్యమ్-౨అమృతమ్ ॥ తె॥ ౧ నేయి-౨అమృతము.

అమరీ-ఈ-సీ-ఊర్మిః॥ తె॥ ఉమ్మి

అమర్త్యః-అ-పు-దేవః॥ తె॥ వేల్పు.

అమర్త్యః-అ-త్రి-మర్త్యరహితః-౨మర్త్యభిన్నః॥ తె॥ ౧ చావులేనివాఁడు-౨మనిషికానివాఁడు.

అమర్షః-అ-పు- వ్యభిచారిభావవిశేషః- ౨క్రోధః॥ తె॥ ౧ఒకానొకవ్యభిచారిభావము-౨కోపము.

అమర్షణః-అ-త్రి-కోపశీలః॥ తె ॥ ఎప్పుడు కోపగించువాఁడు.

అమలమ్-అ-న-అభ్రకమ్॥ తె॥ కాకిబంగారము.

అమలః-అ-త్రి- నిర్మలః-౨శ్వేతవర్ణవాన్ ॥ తె॥ ౧మురికిలేనిది-౨తెల్లనిది.

అమలః-అ-పు-శ్వేతవర్ణః॥ తె॥ తెలుపు.

అమలకః-అ-పు-వృక్షవిశేషః॥ తె॥ చెట్లలో నొకటి.

అమలా-ఆ-సీ-భూధాత్రీ॥ తె॥ నేలయుసిరికచెట్టు

అమలావతీ-ఈ-సీ-వరుణపట్టణమ్॥ తె॥ వరుణునిపట్టనము.

అమలినః-అ-త్రి-నిర్మలః॥ తె॥ మురికిలేనిది.

అమలినః-అ-పు-శ్వేతవర్ణః॥ తె॥ తెలుపు.

అమవసా-ఆ-సీ-అమావాస్యా॥ తె॥ అమాస.

అమా-ఆ-సీ-అమావాస్యా॥ తె॥ అమాస.

అమా-౦-౦-సహార్థః-౨సమీపః॥ తె ॥ ౧కూడా-౨దగ్గిర.

అమాంసః-అ-త్రి-శాంతః॥ తె॥ బక్కవాఁడు.

అమాత్యః-అ-పు-మంత్రీ॥ తె॥ ప్రగ్గడ.

అమావసా - ఆ - సీ - అమావాస్యా॥ తె॥ అమాస.

ఆమావసిః-ఇ-సీ-అమావాస్యా॥ తె॥ అమాస

అమావసీ-ఈ-సీ-అమావాస్యా॥ తె॥ అమాస.

అమిత్రః-అ-పు-శత్రుః॥ తె॥ పగవాఁడు.

అమిషమ్-అ-న- మాంసమ్-౨వనితారాజ్యమ్ ॥ తె॥ ౧పలలము-౨ఆఁడుదానిదొరతనము.

అమీఢః-అ-(న) మేషః॥ తె॥ గొఱియ.

అమీఢురః-అ-పు- మేషః॥ తె॥ పొట్టేలు.

అముతః-స్-౦-అముష్మాదిత్యర్థే॥ తె॥ వీనివలన

అముత్ర-౦-౦- మరణానంతరభావిశరీరపరిగ్రహః-౨అముష్మిన్నిత్యర్థే॥ తె॥ ౧చావుతర్వాతకలిగెడుశరీరము-౨ఇందు.

అముష్యపుత్రః-అ-పు- సత్కులప్రసూతః॥ తె॥ మంచికులమునందుఁబుట్టినవాఁడు.

అముష్యాయణః-అ- త్రి- ప్రఖ్యాతగోత్రపితృపుత్రః-౨సద్వంశభవః॥ తె॥ ౧ప్రసిద్ధికెక్కినగోత్రముగలతండ్రికొడుకు - ౨గొప్పకులమునందుఁబుట్టినవాఁడు.

అమూదృక్-శ్-త్రి-అమూదృశః॥ తె॥ అటువంటివాఁడు.

అమూదృక్షః-అ-త్రి-అమూదృశః॥ తె॥ అటువంటివాఁడు.

అమూదృశః-అ-త్రి-అమూదృక్షః॥ తె॥ ఆలాగంటిది.

అమృణాళమ్-అ-న-లామజ్జకమ్॥ తె॥ తెల్లవట్టివేరు.

అమృతమ్-అ-న-సుధా-౨ఉదకమ్-౩ముక్తిః ౪యజ్ఞశిష్టఘృతాదికమ్- ౫అయాచనవ్రతజీవనమ్-౬సువర్ణమ్- ౭గగనమ్-౮రసాయనమ్-౯క్షీరమ్-౧౦ఆజ్యమ్-౧౧సామాన్యమ్॥ తె ॥ ౧అమృతము-౨జలము-౩మోక్షము - ౪యజ్ఞమందుమిగిలిన నేయిమొదలయినది- ౫అడుగకబ్రతుకుట- ౬బంగారము- ౭మిన్ను -౮రసా

యనము - ౯పాలు-౧౦ నేయి - ౧౧సామాన్యము.

అమృతః-అ-పు-ధన్వంతరిః-౨సువర్ణః-౩వర్షకసూర్యకిరణః - ౪ఎతిసంప్రదాయజ్ఞానార్థచిహ్నవిశేషః-౫దేవః॥ తె॥౧ధన్వంతరి-౨గరుడుఁడు-౩వర్షప్రదమైనసూర్యకిరణము-౪సన్యాసులవాడు కనుదెలియఁజేయునొకానొకగుఱుతు-౫వేల్పు.

అమృతః-అ-త్రి-స్వాదుః-౨నాశరహితః॥ తె ౧తియ్యనిది-౨చెఱుపులేనిది.

అమృతకా-ఆ-సీ-ఘృతమ్॥ తె॥ నెయ్యి.

అమృతనిర్గమః-అ-పు-పలాండుః॥ తె॥ నీరుల్లి.

అమృతపత్రకా-ఆ-సీ-ప్రకీర్యవృక్షః॥ తె॥ నెమలడుగుచెట్టు.

అమృతఫలమ్-అ-న-ఉదుంబరవిశేషః॥ తె॥ పాలుపిండికలిపిచేసిన పిండివంట, అమృతఫలాదులు.

అమృతఫలః-అ-పు-కటోలలతా॥ తె॥ చేఁదిపొట్లతీఁగె.

అమృతఫలా-ఆ-సీ-ద్రాక్షాలతా॥ తె॥ ద్రాక్షతీఁగె.

అమృతా-ఆ-సీ-ఆమలకీవృక్షః-౨హరీతకీవృక్షః-౩గుడూచీలతా-౪కాకనాసికా-౫బ్రాహ్మీ-౬చంద్రకళా॥ తె॥ ౧ఉసిరికచెట్టు-౨కరకచెట్టు-౩తిప్పతీఁగె-౪ఎఱ్ఱతేగడ-౫బ్రహ్మిచెట్టు-౬చంద్రునికళ.

అమృతాన్ధాః-స-పు-దేవః॥ తె॥ వేల్పు.

అమృతోద్భూతః-అ-పు-పలాండుః॥ తె॥నీరుల్లి

అమైథునః-అ-పు-బ్రహ్మచారీ॥ తె॥ పెండ్లిగానివాఁడు.

అమోఘమ్-అ-న-రామబాణః ॥ తె॥ శ్రీరామునికోల.

అమోఘః-అ-త్రి-సఫలః॥ తె॥ఫలవత్తయినది

అమోఘా- ఆ- సీ- పాటలీ- ౨విడంగమ్॥ తె॥ ౧కలిగొట్టుచెట్టు-౨వాయువిడంగము.

అమ్బకమ్-అ-న-నేత్రం॥ తె॥కన్ను.

అమ్బకః-అ-పు-బాణః॥ తె॥ కోల.

అమ్బరమ్-అ-న-ఆకాశః-౨అనుస్వారః-౩వస్త్రమ్-౪వ్యసనమ్॥ తె॥౧మిన్ను-౨సున్న-౩బట్ట-౪సప్తవ్యసనములు.

అమ్బరః-అ-త్రి-సుగంధిః॥ తె॥ మంచివాసనగలది.

అమ్బరాంబరః-అ-పు-శివః॥ తె॥హరుఁడు.

అమ్బరీషమ్-అ-న-తృణమ్-౨వర్షమ్- ౩రణః॥ తె॥౧గడ్డి-౨వాన-౩పోరు.

అమ్బరీషః-అ-పు-షోడశరాజవిశేషః-౨కిశోరః-౩శంభుః-౪ఆమ్రాతకవృక్షః- ౫రవిః॥ తె॥౧షోడశమహారాజులలో నొకఁడు-౨పిల్ల-౩ఈశ్వరుఁడు-౪అంబాలపుచెట్టు-౫సూర్యుఁడు.

అమ్బరీషః-అ-(సీ)-భ్రాష్ట్రమ్॥ తె॥ వేఁపుడుమంగలము.

అమ్బష్ఠః-అ-పు-బ్రాహ్మణవైశ్యాపుత్రః -౨దేశవిశేషః॥ తె॥౧బ్రాహ్మణునికిన్నికోమటిదానికిన్ని పుట్టినవాఁడు-౨ ఒకానొకదేశము.

అమ్బష్ఠా-ఆ-సీ-చుక్రికా-౨మాగధీలతా-౩బహుమూలికా-౪పాఠా॥ తె॥౧ పులిచింత-౨అడవిమొల్ల-౩బరుసుఅడ్డసరము-౪పాటచెట్టు.

అమ్బా-ఆ-సీ-నాట్యోక్తమాతా-౨మాతా-౩ఆజ్యమ్-౪గౌరీ॥ తె॥ ౧నాట్యపరిభాషయందుఁదల్లి-౨తల్లి-౩నేయి-౪పార్వతి.

అమ్బార్ధవాచకా-ఆ-సీ-మాంసికౌషధిః॥ తె॥ జటామాంసిచెట్టు.

అమ్బికా- ఆ- సీ- పార్వతీ-౨ మాతులీ - ౩

మాతా-ధృతరాష్ట్రజననీ॥ తె॥ ౧ ముక్కంటి పెండ్లాము - ౨ మేనమామభార్య-౩ తల్లి-౪ విచిత్రవీర్యుని పెండ్లాము.
అమ్బు-ఉ-న-జలమ్॥ తె॥ నీరు.
అమ్బుకణః-అ-పు-శీకరః। తె। తుంపర.
అమ్బుగజః-అ-పు-మకరః॥ తె॥ మొసలి.
అమ్బుజమ్-అ-న-పద్మమ్॥ తె॥ తామరపువ్వు.
అమ్బుజః అ-పు-ఇజ్జలసఞ్ఞితివృక్షవిశేషః॥ తె॥ నీరుగన్నేరుచెట్టు. (గుచెట్టు.
అమ్బుదఫలీ-ఈ-స్త్రీ-ప్రసాదనీ॥ తె॥ మూలు
అమ్బుధీమూర్ధః-ఇ-పు-శివః॥ తె॥ ముక్కంటి.
అమ్బుప్రసాదః-అ-పు-కతకవృక్షః॥ తె॥ చిల్లచెట్టు. (కుడుచెట్టు
అమ్బుప్రసాధనః-అ-పు-అరిష్టః॥ తె॥ కుం
అమ్బువాప్యమ్-అ-న-జలారామశాకమ్॥ తె॥ నీటితోటకూర
అమ్బుభూపః అ-పు-వరుణః॥ తె॥ వరుణుఁడు.
అమ్బుభృత్-త్-పు-మేఘః॥ తె॥ మబ్బు.
అమ్బుమర్కటః-అ-పు-శింశుమారః॥ తె॥ పిడకమొసలి.
అమ్బువాసినీ-ఈ-స్త్రీ-కృష్ణవృంతా॥ తె॥ పాదిరిచెట్టు.
అమ్బుస్ఫోటః-అ-పు-బుద్బుదః॥ తె॥ నీటిబుగ్గ.
అమ్బూకృతమ్-అ-న-సనిష్ఠీవవచనమ్॥ తె॥ తుంపరలతోఁగూడినమాట.
అమ్లః-అ-పు-రసవిశేషః॥ తె॥ పులుసు.
అమ్లః-అ-త్రి-అమ్లరసవాన్॥ తె॥ పులుసు
అమ్భః-స్-న-జలమ్॥ తె॥ నీరు. (గలది.
అమ్భోరుహమ్-అ-న-పద్మమ్॥ తె॥ తామర.
అమ్మయః-అ-త్రి-జలభవః॥ తె॥ నీటియందుఁబుట్టినది. (చెట్టు.
అమ్రః-అ-పు-చూతవృక్షః॥ తె॥ మామిడి
అమ్లః-అ-పు-రసవిశేషః॥ తె॥ పులుసు
అమ్లః-అ-త్రి-అమ్లరసవాన్॥ తె॥ పులుసుగలది
అమ్లగన్ధకృత్-త్-పు-సమష్ఠిలవృక్షః॥ తె॥ సమష్ఠిలచెట్టు.
అమ్లలోణికా-ఆ-స్త్రీ-చుక్రికాశాకమ్॥ తె॥ పులిచింత. ద్దగోరింట
అమ్లానః-అ-పు-మహాసహావృక్షః॥ తె॥ పె
అమ్లానః-అ-త్రి-నిర్మలః॥ తె॥ పరిశుద్ధమైనది.
అమ్లామ్లికా-ఆ-స్త్రీ-తింత్రిణీవృక్షః॥ తె॥ చింతచెట్టు.
అమ్లాయనః-అ-పు-కురంటకః॥ తె॥ పచ్చపెద్దగోరింట.
అమ్లికా-ఆ-స్త్రీ-తింత్రిణీవృక్షః॥ తె॥ చింతచెట్టు
అయః-స్-న-అశ్మసారః॥ తె॥ ఇనుము.
అయఃకాన్తః-అ-పు-కాంతః॥ తె॥ సూదియంటుఱాయి.
అయనమ్-అ-న-వత్సరార్ధమ్-౨మార్గః-౩నిలయః-౪సూర్యదక్షిణోత్తరగమనమ్॥ తె॥ ౧ సగముఏఁడు-౨త్రోవ-౩ఇల్లు-౪సూర్యుఁడు దక్షిణముగాను త్తరముగాను బోవుట.
అయన్త్రితః-అ-త్రి-నిరర్గళః॥ తె॥ అడ్డములేనిది
అయఃపదిః-ఇ-పు-అగ్నిః॥ తె॥ అగ్గి.
అయల్లకమ్-అ-న-ఉత్కంఠావిశేషః॥ తె॥ ఇష్టవస్తువునుబొందుటలో నాలస్యము తాళజాలక తహతహపడుట.
అయస్కాన్తః-అ-పు-కాంతః॥ తె॥ సూదియంటుఱాయి. (వాఁడు.
అయస్కారః-అ-పు-కర్మారః॥ తె॥ కమ్మర
అయస్తమ్భనీ-ఈ-స్త్రీ-లింగినీ॥ తె॥ లింగిదొండ.
అయారః-అ-పు-నాట్యచతుర్దశాంగవిశేషః॥ తె॥ ఆటయందుపదునాలవయంగము
అయి-౦-౦-సంబోధనే॥ తె॥ పిలుచుటయందు.
అయుగ్మవర్ణః-అ-పు-గుచ్ఛపత్రః॥ తె॥ ఏఁడా

కులపొన్నచెట్టు.

అయుతమ్-అ-న-దశసహస్రసంఖ్యావంతః తె॥పదివేలమంది.

అయుతమ్-అ-న-దశసహస్రసంఖ్యా॥ తె॥ పదివేలు.

అయే-౦-౦-సంబోధనే॥ తె॥ ఆమంత్రణ(మునందు.

అయోగః-అ-పు-వియోగః-౨కవచమ్-౩వైఫల్యమ్-౪కఠినోద్గమః॥ తె॥ ౧ఎడబాయుట-౨కవచము-౩ప్రయోజనాభావము-౪కఠినోద్గమము.

అయోగసమ్బన్ధాతిశయోక్తిః-ఇ-సీ-అలఙ్కారవిశేషః॥ తె॥ ఒకానొకయలంకారము.

అయోగ్రమ్-అ-న-ముసలమ్॥ తె॥రోఁకలి.

అయోఘనః-అ-పు-కూటకః॥ తె॥ కమ్మరవానిసమ్మెట.

అయోధ్యః-అ-త్రి-యుద్ధకరణాశక్యః॥ తె॥ యుద్ధముసేయఁజాలనివాఁడు.

అయోధ్యా-ఆ-సీ-సాకేతనగరమ్॥ తె॥దశరథునిపట్టణము.

అయోముఖః-అ-పు-దక్షిణసముద్రతీరపర్వతవిశేషః-౨పాత్రవిశేషః-౩ముసలమ్॥ తె॥౧దక్షిణసముద్రపుగట్టులోనియొకకొండ-౨తైలయంత్రము-౩రోఁకలి.

అరమ్ అ-న-శీఘ్రమ్-౨చక్రాంతః॥ తె॥ ౧వడి-౨చక్రముయొక్క అంచు.

ఆరమ్-మ్-౦-అగ్రమ్-౨ప్రవాహః-౩నిశ్చయః-౪నిరుపద్రవః॥ తె॥౧కొన-౨వరద-౩నిజము-౪ఉపద్రవములేమి.

అరః-అ-త్రి-శీఘ్రగః॥ తె॥వడిగాఁజనువాఁడు

అరణిః-ఇ-పు-క్షుద్రాగ్నిమంథవృక్షః॥ తె॥ పిన్నకూరనెల్లిచెట్టు.

అరణిః-ఇ-(న)గంధపత్రావృక్షః-౨అగ్నిమంథనకాష్ఠమ్॥ తె॥౧కూరనెల్లిచెట్టు-౨అగ్గితీసెడుకఱ్ఱ.

అరణ్యమ్-అ-న-వనమ్॥ తె॥అడవి.

అరణ్యజః-అ-పు-వనమహిషః॥ తె॥ కాఱుదున్నపోతు.

అరణ్యవాసినీ-ఈ-సీ-అత్యమ్లపర్ణా-౨కపిత్థపత్రా॥ తె॥౧పుల్లబచ్చలి-౨చేతలాసికూర

అరణ్యవాస్తుకః-అ-పు-కుఞ్జరవృక్షః-౨వృకమృగః॥ తె॥౧వృక్షవిశేషము-౨తోడేలు

అరణ్యానీ-ఈ-సీ-మహారణ్యం॥ తె॥ పెద్దఅడవి

అరతిః-ఇ-సీ-ఉత్కంఠావిశేషః॥ తె॥ ఉత్కంఠావిశేషము.

అరత్నిః-ఇ-(న)నిష్కనిష్ఠముష్టిః॥ తె॥చాఁచినచిటికెనవ్రేలుగలపిడికిలితోఁగూడినమూర

అరన్ధనికః-అ-త్రి-పాచకః॥ తె॥వండువాఁడు.

అరరమ్-అ-న-కవాటమ్-౨ఛాదనమ్॥ తె॥౧తలుపు-౨మఱుఁగు.

అరరః-అ-పు-సోమః-౨విష్ణుః-౩శంకరః॥ తె॥ ౧చంద్రుఁడు-౨హరి-౩శివుఁడు.

అరరవిష్కమ్భః-ఇ-పు-కవాటనిరోధకః॥ తె॥ తలుపునకువేసెడుగడియ.

అరరిః-ఇ-(న)కవాటమ్॥ తె॥తలుపు.

అరలుః-ఉ-పు-శోనకవృక్షః-౨కట్వంగః॥ తె॥ ౧దుండిలపుచెట్టు-౨పెనుమ్రాను.

అరవిన్దమ్-అ-న-పద్మమ్-౨పశ్చిమసముద్రాంతరస్థవరుణోద్యానమ్॥ తె॥౧తామర-౨పడమటిమున్నీటినడుమనుండు వరుణునితోఁట.

అరాజీ-ఈ-సీ-కాకోదుంబరికావృక్షః॥ తె॥ బ్రహ్మమేడిచెట్టు.

అరాతిః-ఇ-పు-శత్రుః॥ తె॥పగవాఁడు.

అరాలః-అ-పు-అభినయహస్తవిశేషః-౨సర్జరసః-౩మదగజః॥ తె॥౧ఒకానొకఅభినయముచూపెడుహస్తము-౨ పపెచెట్టు-౩మదపుటేనుఁగు.

అరాలః-అ-త్రి-వక్రః॥ తె॥ వంకరయయినది.
అరాలవాలః-అ-పు-అలకాః ॥ తె ॥ ముంగురులు.
అరి-న్-న-చక్రమ్॥ తె॥ బండికల్లు.
అరిః-ఇ-పు-శత్రుః॥ తె॥ పగవాఁడు.
అరిత్రమ్-అ-న-కేనిపాతనమ్॥ తె॥ ఓడతెడ్డు.
అరిమేదః-అ-పు-విట్ఖదిరవృక్షః-౨బర్బురః ॥ తె॥ ౧కంపుతుమ్మచెట్టు-౨తుమ్మచెట్టు.
అరిష్టమ్-అ-న-సూతికాగృహమ్-౨గోరసః-౩దేశోపద్రవః-౪అశుభమ్-౫తామ్రమ్-౬మృత్యుచిహ్నమ్-౭శుభమ్॥ తె॥ ౧పురిటియిల్లు-౨చల్ల-౩దేశబాధ-౪అమంగళము-౫రాగి-౬చావుగుఱుతు - ౭మంగళము.
అరిష్టః-అ-పు-ఫేనిలవృక్షః-౨నింబవృక్షః- ౩లశునః-౪వాయసః ॥ తె ॥ ౧కుంకుడుమ్రాను-౨వేఁపమ్రాను-౩వెల్లుల్లి- ౪కాకి.
అరిష్టతాతిః-ఇ-త్రి-శుభంకరః ॥ తె॥ మంగళముఁజేయువాఁడు.
అరిష్టదుష్టధీః-ఈ-త్రి- మరణహేతునాపరవశహృదయః ॥ తె ॥ చావుహేతువుచేతఁబరాధీనమయినమనస్సుగలవాఁడు.
అరిష్టా-ఆ-స్త్రీ-కశ్యపభార్యా ॥ తె॥ కశ్యపప్రజాపతియిల్లాలు.
అరుః-స్-న-వ్రణః॥ తె॥ గాయము.
అరుణమ్-అ-న-తామ్రమ్॥ తె॥ రాగి.
అరుణః-అ-పు-భాస్కరః-౨ సూర్యసారథిః-౩అస్ఫుటరాగయుక్తరక్తవర్ణః-౪తుత్రియజాతిః-౫వరుణః-౬సంధ్యారాగః॥ తె ౧సూర్యుఁడు-౨సూర్యునియొక్క సారథి-౩కొంచెముఎఱుపైనఅకు-౪ రాచకులము-౫వరుణుఁడు-౬సంజకెంజాయ.
అరుణః-అ-త్రి-అస్ఫుటరాగయుక్తరక్తవర్ణవాన్-౨శుష్కః-౩రక్తవర్ణవాన్॥ తె॥ ౧కొంచెమెఱుపైనవర్ణముగలది - ౨ఎండినది-౩ఎఱ్ఱనివన్నెగలవాఁడు.
అరుణా-ఆ-స్త్రీ-ఉపవిషా-౨త్రివృతా-౩మంజిష్ఠా॥ తె॥ ౧అతివస-౨తెల్లతెగడ-౩ మంజిష్ఠపుతీఁగె.
అరుణాభః-అ-పు-ఈశానః॥ తె॥ శివుఁడు.
అరుణావరజః-అ-పు-గరుడః ॥ తె ॥ గరుత్మంతుఁడు.
అరున్తుదః-అ-త్రి-మర్మస్పృక్॥ తె॥ మర్మములు నొప్పించెడివాఁడు.
అరున్ధతీ-ఈ-స్త్రీ-వసిష్ఠభార్యా॥ తె॥ అరంజోతి.
అరుష్కరః-అ-పు-భల్లాతవృక్షః - ౨వ్రణకరః॥ తె॥ ౧నల్లజీడిచెట్టు-౨ పుండుచెయ్యడము.
అరే-౦-౦-దుష్టసంబోధనమ్॥ తె॥ చెడ్డవానినిబిలుచుట.
అరోకః-అ-త్రి-నిష్ప్రభః॥ తె॥ కాంతిలేనివాఁ(డు
అరోహీ-న్-పు-సంగీతాలంకారవిశేషః॥ తె॥ ఒకానొకసంగీతముయొక్క యలంకారము.
అర్కః-అ-పు-సూర్యః-౨జ్యేష్ఠః-౩అగ్నిః-౪స్ఫటికః-౫అర్కపర్ణవృక్షః-౬ ఇంద్రః-౭తామ్రమ్॥ తె॥ ౧సూర్యుఁడు-౨పెద్దకుమారుఁడు-౩నిప్పు-౪పటికము-౫ జిల్లెడుచెట్టు-౬వేల్పులదొర-౭రాగి.
అర్కపర్ణః-అ-పు-అర్కవృక్షః॥ తె॥ జిల్లెడుచెట్టు.
అర్కపుష్పీ-ఈ-స్త్రీ-చిత్రపత్రికాలతా ॥ తె॥ కోలపాల.
అర్కబన్ధుః-ఉ-పు-శాక్యబుద్ధదేవః॥ తె॥ బుద్ధదేవుఁడు.

అర్క-మచ్ఛన్దిః-ఇ-పు-వేత్రః॥ తె॥ పేఁపచెట్టు

అర్క-మన్దారః-అ-పు-వికిరణః॥ తె॥ ఉచ్చింత చెట్టు.

అర్క-రాజః-అ-పు-అలర్క-వృక్షః॥ తె॥ తెల్ల జిల్లేడుచెట్టు. (గుడుచెట్టు

అర్కలతా-ఆ-సీ-జాతధాతకీ॥ తె॥ సౌరు

అర్క-వల్లీ-ఈ-సీ-మంజిష్ఠాలతా॥ తె॥ మంజిష్ఠతీఁగె.

అర్కా-ఆ-సీ-జ్యేష్ఠభగినీ॥ తె॥అప్ప.

అర్కాహ్వః-అ-పు-అర్కపర్ణవృక్షః-౨సూర్యకాంతమణిః॥ తె॥౧జిల్లేడుచెట్టు-౨సూర్యకాంతమణి.

అర్గలమ్-అ-న-కల్లోలః-౨ప్రతిబంధః॥ తె॥ ౧ కెరటము-౨ఆతంకము.

అర్గలః-అ-త్రి-కవాటనిరోధకః॥ తె॥ తలుపుగడియ.

అర్ఘః-అ-పు-పూజావిధానమ్-౨మూల్యమ్॥ తె॥౧పూజించుట-౨వెల.

అర్ఘ్యః-అ-త్రి-అర్ఘార్హః-౨యోగ్యః॥ తె॥౧ పూజకుఁదగినవాఁడు-౨యోగ్యుఁడు.

అర్చనమ్-అ-న-పూజా॥ తె॥పూజ.

అర్చనా-ఆ-(పు) దేవతాదిపూజా॥ తె॥ వేల్పులు మొదలయినవారినిఁబూజించుట.

అర్చా-ఆ-సీ-పూజా-౨ప్రతిమా॥ తె॥ ౧పూజ-౨విగ్రహము.

అర్చిః-స్-న-తేజః॥ తె॥ కాంతి.

అర్చిః-స్-(పు)అగ్నిజ్వాలా॥ తె॥ నిప్పుమంట.

అర్చితః-అ-త్రి-పూజితః॥ తె॥ పూజింపఁబడ్డవాఁడు. (నిలోకము.

అర్చితః-అ-పు-మన్మథలోకః॥ తె॥ మన్మథు

అర్చిష్మతీ-ఈ-సీ-అగ్నిపురమ్॥ తె॥అగ్నిదేవునిపట్టణము. (రచెట్టు.

అర్జకః-అ-పు-శ్వేతపర్ణాసః॥ తె॥ తెల్లగగ్గె

అర్జుకా-ఆ-సీ-నాట్యోక్తవేశ్యా॥ తె॥ నాట్యపరిభాషయందుసాని.

అర్జునమ్-అ-న-తృణమ్-౨సువర్ణమ్॥ తె॥ ౧గడ్డి-౨బంగారము.

అర్జునః-అ-పు-శ్వేతవర్ణః-౨నదీసర్జవృక్షః-౩మయూరః-౪నేత్రరోగః-౫కార్తవీర్యః-౬గాండీవీ॥ తె॥౧తెల్లనివాఁడు-౨మద్దిచెట్టు-౩నెమలి-౪కంటిరోగము-౫కార్తవీర్యార్జునుఁడు-౬అర్జునుఁడు.

అర్జునః-అ-త్రి-మాత్రేకసుతః-౨శ్వేతవర్ణవాన్॥ తె॥౧తల్లికొక్కఁడేకొడుకు-౨తెల్లనివాఁడు.

అర్జునీ-ఈ-సీ-గౌః॥ తె॥ఆవు.

అర్ణమ్-అ-న-అక్షరమ్-౨ఉదకమ్-౩మధుద్రవ్యమ్॥ తె॥౧వర్ణము-౨నీరు-౩తియ్యనివస్తువు.

అర్ణః-స్-న-ఉదకమ్॥ తె॥నీరు.

అర్ణవః-అ-పు-సముద్రః॥ తె॥ సంద్రము.

అర్తనమ్-అ-న-ఘృణార్థకః-౨జుగుప్సా॥ తె॥ ౧కృప-౨వెగటు.

అర్థమ్-అ-న-ప్రకారః-౨విషయః-౩వ్యవహారః-౪ప్రయోజనమ్-౫శబ్దాభిధేయమ్-౬మోక్షశాస్త్రమ్-౭వస్తు-౮హేతుః-౯నివృత్తిః-౧౦ఫలమ్॥ తె॥ ౧తెరఁగు-౨విషయము-౩వ్యవహారము-౪ప్రయోజనము-౫శబ్దార్థము-౬ముక్తిశాస్త్రము-౭వస్తువు-౮కారణము-౯నివృత్తించుట-౧౦ఫలము.

అర్థః-అ-పు-ధనమ్॥ తె॥ ద్రవ్యము.

అర్థనా-ఆ-సీ-యాచ్ఞా-౨భిక్షా॥ తె॥౧యాచించడము-౨బిచ్చము.

అర్థితః-అ-త్రి-యాచితః-౨సంహితః॥ తె॥ ౧యాచింపఁబడ్డవాఁడు-౨కూడుకొన్నవాఁడు

అర్థీ-న్-త్రి-యాచకః-అధనికః॥ తె॥ ౧బిచ్చమెత్తువాఁడు-౨ధనవంతుఁడు.

అర్థీ-న్-పు-అనుజీవీ-ఆయత్తః సేవకః॥ తె॥ ౧అనుసరించి బ్రతికెడివాఁడు - ౨ఆయత్తుని పనివాఁడు.

అర్థనా-ఆ-సీ-భిక్షా-అరక్షణమ్॥ తె॥౧అడుగడము-౨కాపాడుట.

అర్థమ్-అ-న-సమభాగః॥ తె॥సగము.

అర్థః-అ-పు-ఖండమ్॥ తె॥ముక్క.

అర్ధకృచ్ఛ్రః-అ-(సీ) సాయంభోజనమేకదినం ప్రాతరేకదినంద్విదినమయాచితంద్విదినముపవాసః-ఏవంషడ్డినైరర్ధకృచ్ఛ్రమ్॥ తె॥ ఒకదినముసాయంకాలముభుజించుట ఒకదినముతెల్లవారిభుజించుట రెండుదినములు అడుగకపెట్టినమొదలభుజించుట రెండుదినములుపవాసముండుట ఈలాగునాఱుదినములాచరించువ్రతము.

అర్ధచన్ద్రః-అ-పు-అభినయహస్తవిశేషః- నఖక్షతమ్-౩గళహస్తకః-౪బాణవిశేషః॥ తె॥ ౧ఒకానొకచేతిఅభినయము - ౨క్రీడాకాలమందుగోళ్లుతగులుట- ౩మెడబట్టిగెంటడము- ౪ఒకానొకబాణము.

అర్ధచన్ద్రా-ఆ-సీ-సుషేణికా॥ తె॥ నల్లతేగడ.

అర్ధచన్ద్రికా-ఆ-సీ- కర్ణస్ఫోటా॥ తె॥ బొల్లిబూసర.

అర్ధతీ-ఈ-సీ- కుంభదాసీ॥ తె॥ఇల్లూడ్చెడి (పనికత్తె.

అర్ధతూరః-అ- పు- యుద్ధాదివాదనయోగ్యవాద్యవిశేషః॥ తె॥ జగడముమొదలైనదానియందు వాయించుటకుఁ దగినవాద్యము.

అర్ధనారీశః-అ-పు-శివః॥ తె॥ ఈశ్వరుఁడు.

అర్ధనావమ్-అ-న-నావార్ధం॥ తె॥సగముదోనె

అర్ధనౌః-ఔ-సీ-నావార్ధమ్॥ తె॥ సగముపడవ.

అర్ధపతాకః-అ- పు- అభినయహస్తవిశేషః॥ తె॥అభినయహస్తవిశేషము

అర్ధపారావతః-అ-పు- చిత్రకంఠపక్షీ-తిత్తిరిపక్షీ॥ తె॥ ౧పావురములోభేదము- ౨తీతువుపిట్ట.

అర్ధపిప్పలీ-ఈ-సీ-పిప్పల్యర్ధమ్॥ తె॥ పిప్పలిలో సగము.

అర్ధప్రయోగః-అ-పు-వృద్ధిజీవనమ్॥ తె॥ వడ్డిచేత బ్రతుకుట.

అర్ధమాణవకః-అ-పు- దశయష్టిహారః॥ తె॥పదిపేటలహారము

అర్ధరథః-అ-పు-ఏకరథస్య యుద్ధాశక్తః॥ తె॥ ఒకవిలుకానితోఁబోరలేనివాఁడు.

అర్ధరాత్రః-అ-పు-రాత్రిమధ్యమ్॥ తె॥ మధ్యరాత్రి

అర్ధరీణః-అ-త్రి-ధిక్కృతః॥ తె॥ నిందింపఁబడ్డది

అర్ధర్చః-అ-(సీ)ఋగర్ధమ్॥ తె॥ సగముఋక్కు.

అర్ధసాధనః-అ పు-అరిష్టః॥ తె॥కుంకుడుచెట్టు.

అర్ధసిద్ధిః-ఇ-పు-పుత్రజీవవృక్షః॥ తె॥ పుత్రజీవిచెట్టు.

అర్ధహారః-అ-పు- చతుఃపంచాశత్సరహారః॥ తె॥ఏఁబదినాల్గుముత్యములుగలదండ.

అర్థాన్తరన్యాసః-అ-పు- అలంకారవిశేషః॥ తె॥ఒకానొకయలంకారము.

అర్థావృత్తిః-ఇ-పు-అలంకారవిశేషః॥ తె॥ ఒకానొకయలంకారము.

అర్ధాంబుజాసనమ్-అ- న- రతిబంధవిశేషః॥ తె॥ఒకానొకరతిబంధము.

అర్థావృత్తిదీపకమ్-అ-న- కావ్యాలంకారవిశేషః॥ తె॥ఒకానొకయలంకారము.

అర్ధేన్దుః-ఉ పు- అతిప్రౌఢస్త్రీగుహ్యమ్ - ౨

అంగులియోజనమ్- ౩నఖక్షతమ్-౪చంద్రఖండమ్॥ తె॥ ౧మిక్కిలిప్రౌఢురాలియోని- ౨వ్రేళ్లనుజేర్చుట- ౩నఖక్షతము-౪చంద్రునిసగము.

అర్ధోరుకమ్-అ-న-చండాతకమ్॥ తె॥ వేశ్యలు తొడిగెడిలాగు.

అర్ధ్యమ్-అ-న-శిలాజిత్॥ తె॥ శిలాజిత్తు.

అర్ధ్యః- అ- త్రి- న్యాయ్యః-౨ఆత్మవాన్- ౩ప్రార్థనీయః-౪అర్థయుక్తః॥ తె॥ ౧న్యాయముతోఁగూడినది-౨మంచిమనస్సుగలవాఁడు- ౩కోరఁదగినవాఁడు- ౪అర్థముతోఁగూడినది.

అర్పః-అ-పు- వేత్రః॥ తె॥ పేఁపచెట్టు.

అర్బుదమ్-అ-న-సంఖ్యావిశేషః-౨సంఖ్యావిశేషవాన్ - ౩అక్షిరోగః- ౪దంతరోగః॥ తె॥౧ఒకానొకలెక్క-౨ఆలెక్కగలవాఁడు-౩కంటినొప్పి-౪పండ్లనొప్పి.

అర్బుదః-అ- త్రి-ఈషత్కఠినః॥ తె॥ కొంచెము గడుసువాఁడు.

అర్బుదఫలః-అ-పు-చూతవృక్షవిశేషః॥ తె॥ ఒకానొకమామిడిచెట్టు.

అర్భకః-అ-పు-శిశుః-౨దరిద్రః-౩మూర్ఖః-౪జడః-౫భ్రూణః-౬మారుతః- ౭కుబేరః॥ తె॥ ౧పిల్లవాఁడు-౨బీదవాఁడు-౩మూర్ఖుఁడు-౪తెలివిలేనివాఁడు- ౫కడుపులోనిపిల్ల-౬గాలి-౭కుబేరుఁడు.

అర్భకా-ఆ-సీ-స్త్రీశిశుః॥ తె॥ ఆఁడుపిల్ల.

అర్మ-న్-న- నేత్రరోగవిశేషః॥ తె॥ ఒకానొక నేత్రరోగము.

అర్మమ్-అ-న- నేత్రరోగవిశేషః॥ తె॥ ఒకానొకకంటినొప్పి.

అర్మపిః-ఇ-సీ-కశా॥ తె॥ చబుకు.

అర్యః-అ-(న)స్వామీ- ౨వైశ్యః॥ తె॥ ౧ప్రభువు-౨కోమటి.

అర్యమా-న్- పు-ద్వాదశాదిత్యగణదేవతాన్యతమః-౨సూర్యః॥ తె॥ ౧పన్నిద్దరుసూర్యులలోనొకఁడు-౨సూర్యుఁడు.

అర్యమా-ఆ-సీ-సూర్యభక్తా॥ తె॥ సూర్యుని భక్తురాలు.

అర్యమ్ణీ-ఈ-సీ-ఉత్తరానక్షత్రమ్॥ తె॥ ఉత్తరఫల్గుని.

అర్యాణీ-ఈ-సీ- వైశ్యజాతిస్త్రీ॥ తె॥ కోమటిది.

అర్వతీ-ఈ-సీ-అశ్వస్త్రీ॥ తె॥ ఆఁడుగుఱ్ఱము

అర్వన్-త్ -త్రి-కుత్సితః॥ తె॥ కుత్సితుఁడు.

అర్వా-న్-పు-అశ్వః॥ తె॥ గుఱ్ఱము.

అర్వా-న్-త్రి-నికృష్టః॥ తె॥ తక్కువవాఁడు.

అర్వాక్-౦-౦-అధరః॥ తె॥ తక్కువ,లోపము

అర్శః-స్-న-దుర్నామరోగః- ౨దీర్ఘకోశికా తె॥ ౧మూలశంక-౨జెలగ.

అర్శసః-అ-త్రి-అర్శోరోగవాన్॥ తె॥ మూలశంకగలవాఁడు.

అర్శోఘ్నమ్-అ-న-గోరసః॥ తె॥ చల్ల.

అర్శోఘ్నః-అ-పు-కందః॥ తె॥ కందచెట్టు.

అర్షః-అ-పు-పిండాలుః॥ తె॥ చారకంద.

అర్హః-అ-పు- బుద్ధదేవః- ౨శాక్యబుద్ధదేవః- ౩శివః-౪పూజ్యః- ౫వ్యాఘ్రశిశుః॥ తె॥ ౧బౌద్ధులదేవత- ౨శాక్యబుద్ధదేవుఁడు- ౩శంభువు-౪పూజింపఁదగినవాఁడు-౫పులిపిల్ల.

అర్హణా-ఆ-సీ-పూజనమ్॥ తె॥ పూజించుట.

అర్హన్-త్ -పు-బుద్ధదేవః-౨జినః॥ తె॥ ౧బుద్ధదేవుఁడు-౨జైనమతప్రవర్తకుఁడు.

అర్హన్-త్ -త్రి-పూజ్యః॥ తె॥ పూజింపఁదగినవాఁడు.

అర్హితః-అ-త్రి- పూజితః॥ తె॥ పూజింపబడ్డవాఁడు.

అలమ్-అ-న-వృశ్చికపుచ్ఛాగ్రకూకమ్॥ తె॥ తేలుకొండి.

అలమ్-౦-౦-భూషణమ్-౨నిషేధః-౩పర్యాప్తిః-౪వారణమ్-౫అనర్థకమ్॥ తె॥ ౧తొడవు-౨వద్దనుట-౩చాలును-౪అడ్డగించుట-౫అర్థములేనిది.

అలకమ్-అ-న-నిటలమ్॥ తె॥ నొసలు.

అలకః-అ-పు-చూర్ణకుంతలః-౨శ్వేతార్క-వర్ణః॥ తె॥ ౧ముంగురులు-౨తెల్లజిల్లేడు చెట్టు.

అలకా-ఆ-సీ-కుబేరపురీ॥ తె॥ కుబేరునిపట్ట (ణము

అలక్తః-అ-పు-లాక్షా-౨అలక్తకః॥ తె॥ ౧లక్క-౨లత్తుక.

అలగర్దః-అ-పు-జలవ్యాళః॥ తె॥ నీరుకట్టె (పాము.

అలఙ్కరిష్ణుః-ఉ-త్రి-అలంకరణశీలః॥ తె॥ అలంకరించుకొనుట స్వభావముగాఁగలవాఁడు.

అలఙ్కర్తా-ఋ-త్రి-అలంకరిష్ణుః॥ తె॥ అలంకరించుకొనెడిస్వభావముగలవాఁడు.

అలఙ్కర్మీణః-అ-త్రి-కార్యసమర్థః॥ తె॥ మంచిపనివాఁడు.

అలఙ్కారః-అ-పు-ఆభరణమ్-౨సరిగమాది స్వరసందర్భవిశేషః-౩ఉపమాదిః॥ తె॥ ౧తొడవు-౨సరిగమ మొదలగు స్వరములయొక్క చేరిక-౩ఉపమ మొదలైనది.

అలఙ్కృత్-త్-న-భూషణం॥ తె॥ సొమ్ము.

అలఙ్కృతః-అ-త్రి-భూషితః॥ తె॥ అలంకరింపఁబడినవాఁడు.

అలఙ్క్రియా-ఆ-సీ-అలంకారః॥ తె॥ అ (లంకరించుట.

అలఙ్గామీనః-అ-పు-పథికః॥ తె॥ తెరువరి.

అలఙ్జః-అ-త్రి-నిరర్థకజన్మవాన్॥ తె॥ వ్యర్థపుపుట్టుకఁగలవాఁడు.

అలఞ్జరః-అ-పు-మణికః॥ తె॥ పెద్దబాన.

అలఞ్జీవనః-అ-త్రి-అలంజీవనాయేత్యర్థే॥ తె॥ జీవనముకొఱకుచాలినది.

అలర్కః-అ-పు-శ్వేతార్కవర్ణవృతః-౨ఉన్మత్తశునకః-౩రాజవిశేషః-౪ఆత్మజః॥ తె॥ ౧తెల్లజిల్లేడుచెట్టు-౨వెఱ్ఱికుక్క-౩ఒకరాజు-౪కుమారుఁడు.

అలసా-ఆ-సీ-మదాలసాఖ్యాఅప్సరస్త్రీ॥ తె॥ మదాలసయనునప్సరస.

అలసః-అ-త్రి-మందః-౨పాదరోగః-౩వృక్షః॥ తె॥ ౧పనిచేయలేనివాఁడు-౨కాలిరోగము-౩చెట్టు.

అలసాన్ద్రిః-అ-పు-రాజమాషః॥ తె॥ అల (సందలు.

అలాతమ్-అ-న-ఉల్ముకమ్॥ తె॥ కొరవి.

అలాబుః-ఉ-సీ-తుంబీలతా॥ తె॥ ఆనుగుచెట్టు

అలాబూః-ఊ-సీ-తుంబీలతా॥ తె॥ ఆనుఁగుచెట్టు.

అలిః-ఇ-పు-భృంగః-౨శంఖః-౩వృశ్చికః॥ తె॥ ౧తుమ్మెద-౨కణత-౩తేలు.

అలిః-ఇ-సీ-సురా॥ తె॥ కల్లు.

అలికమ్-అ-న-నిటలమ్॥ తె॥ నుదురు.

అలికులసఙ్కులా-ఆ-సీ-సప్తలాలతా॥ తె॥ విరజాజిచెట్టు.

అలిగర్దః-అ-పు-జలవ్యాళః॥ తె॥ నీరుకట్టె (పాము.

అలిన్దః-అ-పు-ద్వారబాహ్యప్రకోష్ఠః॥ తె॥ ఇంటిచోఁపా.

అలిసుహృత్-ద్-పు-కుందలతా॥ తె॥ మొల్లతీఁగె.

అలీ-న్-పు-వృశ్చికః-౨భృంగః॥ తె॥ ౧తేలు-౨తుమ్మెద.

అలీకమ్-అ-న-నిటలమ్-౨అసత్యమ్-౩శుకమైథునమ్॥ తె॥ ౧నుదురు-౨కల్ల-౩చిలుకలక్రీడ.

అల్పమ్-అ-న-అలంకారవిశేషః॥ తె॥ ఒకానొకయలంకారము.

అల్పః-అ-త్రి-సూక్ష్మః॥ తె॥ సన్నపుది,కొం (చెపుది.

అల్పతనుః-ఉ-పు-వంచుః॥ తె॥ పొంచువాఁడు

అల్పనిద్రా-ఆ-సీ-ఉత్తమస్త్రీపురుషలక్షణమ్॥ తె॥ ఉత్తమస్త్రీపురుషులయొక్క-చిహ్నము

అల్పభోజనమ్-అ-న-ఉత్తమస్త్రీలక్షణమ్॥ తె॥ ఉత్తమస్త్రీచిహ్నము.

అల్పమారిషః-అ-పు-తండులీయః॥ తె॥ చిఱ్ఱికూర.

అల్పమ్పచః-అ-త్రి-అతిలుబ్ధః॥ తె॥ మిక్కిలిలుబ్ధుఁడు.

అల్పశః-౦-౦-అల్పమల్పమితివీప్సా॥ తె॥ కొంచెముకొంచెము.

అల్పసరః-స్-న-పల్వలమ్॥ తె॥ కొంనేరు,పచ్చికపట్టు.

అల్పస్థూణా-ఆ-సీ-ప్రఘాణాదిస్తంభః॥ తె॥ సోపాస్తంభము.

అల్పాస్థి-న్-న-గిరిపీలువృక్షః॥ తె॥ చిట్టీతచెట్టు

అల్పిష్ఠః-అ-త్రి-అత్యల్పః॥ తె॥ మిక్కిలిచిన్నది

అల్పీయః-స్-త్రి-అత్యల్పమ్॥ తె॥ మిక్కిలికొంచెమయినది.

అల్లకమ్-అ-న-కౌపీనం॥ తె॥ గోఁచి.

అవ-౦-౦-ఉద్దేశ్యః-౨రక్షణమ్-౩తద్వ్యత్యయః-౪దుష్టః॥ తె॥ ౧ఉద్దేశింపఁదగినది-౨కాపాడుట-౩దానికివ్యత్యాసము-౪దుర్మార్గుఁడు.

అవః-౦-౦-అవరదిగ్దేశకాలేషుసప్తమీపంచమీప్రథమార్థేషు॥ తె॥ సప్తమీపంచమీప్రథమావిభక్తులయర్థముగల క్రిందిదిగ్దేశకాలములు.

అవకరః-అ-పు-సంకరః॥ తె॥ చీపురుచేఁదుడిచినపెంటపోగు.

అవకీర్ణి-న్-పు-బుద్ధిపూర్వకరేతస్స్ఖలనకర్తృబ్రహ్మచారీ॥ తె॥ వ్రతభ్రష్టుఁడగుబ్రహ్మచారి.

అవకుంఠారికా-ఆ-సీ-రోమాంచాదివికారగోపనమ్-౨లజ్జాభయాదిప్రయుక్తాకారగోపనమ్॥ తె॥ ౧గగురుపాటుయుట మొదలగువికారమును దాఁచుట-౨సిగ్గు,వెఱపు మొదలగువానిచేఁబుట్టినవికారమును దాఁచుట.

అవకృష్టః-అ-త్రి-నిష్కాసితః॥ తె॥ వెళ్లఁగొట్టఁబడ్డవాఁడు.

అవకృష్టా-ఆ-సీ-నాటకాంగవిశేషః॥ తె॥ ఒకానొకనాటకాంగము.

అవకేశీ-న్-త్రి-అఫలవృక్షః॥ తె॥ పండనిచెట్టు

అవకోకిలః-అ-త్రి-కోకిలావకృష్టపుష్పస్తబకాదిః॥ తె॥ కోవిలచేతనీడ్వఁబడినపూగుత్తి మొదలయినది.

అవక్రయః-అ-పు-మూల్యమ్॥ తె॥ వెల.

అవక్షోణికా-ఆ-సీ-వల్గా॥ తె॥ గుఱ్ఱపువాఁగె,లగాము.

అవగణితః-అ-త్రి-అవమానితః॥ తె॥ అవమానింపఁబడ్డవాఁడు.

అవగతః-అ-త్రి-విదితః॥ తె॥ ప్రసిద్ధికెక్కినవాఁడు.

అవగాథః-అ-పు-స్నానమ్॥ తె॥ స్నానము.

అవగాహః-అ-పు-కూపసమీపస్థజలద్రోణీ-౨స్నానమ్॥ తె॥ ౧నూతివద్దనున్నగాడి-౨స్నానము.

అవగాహనమ్-అ-న-అతిశయకష్టమ్-౨స్నానమ్॥ తె॥ ౧మిగులకష్టము-౨స్నానము.

అవగీర్ణః-అ-త్రి-స్తుతః॥ తె॥ కొనియాడఁబడ్డది.

అవగీతమ్-అ-త్రి-విగర్హితమ్॥ తె॥ నిందింపఁబడ్డది.

అవగీతమ్-అ-న-మహద్రాజ్యమ్-౨జన్యమ్-౩నిర్వాదః॥ తె॥ ౧గొప్పదొరతనము-౨యుద్ధము-౩వాదములేనిది.

అవగీతః-అ-త్రి- ఆనతః-౨ఖ్యాతగర్హితః-౩ముహుర్ముహుర్దృష్టః-౪హీనగానః॥ తె॥ ౧వంగినవాఁడు-౨ప్రసిద్ధుఁడయిననిందితుఁడు-౩పలుమారుచూడఁబడ్డవాఁడు - ౪చక్కఁగాఁబాడనివాఁడు.

అవగ్రహః-అ-పు-వర్షప్రతిబంధః-౨గజలలాటమ్-౩గోలకమ్- ౪ప్రతిబంధః॥ తె॥ ౧వరుపు-౨ఏనుఁగునొసలు- ౩గోళము-౪విఘ్నము.

అవగ్రహణమ్-అ-న-తిరస్కారః- ౨ప్రతిరోధః॥ తె॥ ౧అలక్ష్యపెట్టుట-౨అడ్డపాటు.

అవగ్రాహః-అ-పు-వర్షప్రతిబంధః॥ తె॥ వరుపు.

అవచక్రః-అ-పు-పక్షివిశేషః॥ తె॥ ఒకానొకపిట్ట.

అవచూడః-అ-పు- ధ్వజపటాధస్థితకూర్చః॥ తె॥ జండాగుడ్డక్రిందకట్టెడుకుచ్చు.

అవచూర్ణితః-అ-త్రి-అపధ్వస్తః॥ తె॥ పరులచేతఁబీడింపఁబడినవాఁడు.

అవచూలః-అ-పు-శ్మశ్రు॥ తె॥ గడ్డముమీసాలవెంట్రుకలు.

అవచూలకః-అ-పు-కేతనలంబమానకూర్చః తె॥ జండాకుచ్చులు.

అవచ్ఛూలమ్-అ-న-చామరమ్॥ తె॥ సురటి.

అవజ్ఞా-ఆ-సీ- తిరస్కారః-౨అలంకారవిశేషః॥ తె॥ ౧ఆసడ్డ-౨ఒకానొకయలంకారము.

అవజ్ఞాతః-అ-త్రి-అవమానితః॥ తె॥ అవమానింపఁబడినవాఁడు.

అవటః-అ-పు-౧గర్తః-౨పక్షిశిశుః-౩బిలమ్-౪కూపః-౫కుహకజీవీ॥ తె॥ ౧గొయ్యి-౨పిట్టపిల్ల-౩రంధ్రము-౪నూయి- ౫మోసపుచ్చువాఁడు.

అవటీటః-అ-త్రి-నతనాసికః॥ తె॥ సడ్డిముక్కువాఁడు.

అవటుః-ఉ-న-కృకాటికా॥ తె॥ ముచ్చిలిగుంట

అవటుః-ఉ-పు-౧గర్తః-౨ఘాతః॥ తె॥ ౧గొయ్యి-౨అవాని.

అవటుః-ఉ-త్రి-అబ్రహ్మచారీ॥ తె॥ బ్రహ్మచారికానివాఁడు.

అవట్టకా-ఆ-సీ-మౌర్వీ॥ తె॥ వింటినారి.

అవతంసః-అ-పు-౧ఉత్తంసః-౨శేఖరః॥ తె॥ ౧చెవికొననుంచుపుష్పాదులు - ౨శిగయందుగట్టిగాఁగట్టినపూలదండ.

అవతమసమ్-అ-న- అల్పాంధకారః॥ తె॥ కొంచెపుచీఁకటి.

అవతరణమ్-అ-న- నాటకాంగవిశేషః-౨భూతాద్యావేశః॥ తె॥ ౧ఒకానొకనాటకాంగము - ౨దెయ్యముమొదలయినది పట్టుకొనుట.

అవతారః- అ- పు - నదీతటాకాదిస్నానాదియోగ్యభాగః - ౨అఱిమేడః- ౩దశసంజ్ఞా-౪కాయః- ౫జన్మాంతరమ్-౬వసంతః॥ తె॥ ౧పఱు-కోనేరు-మొదలైనవాటిరేవు-౨కంపుచంద్ర-౩పదియనులెక్క-౪శరీరము-౫వేఱుజన్మము౬వసంతఋతువు

అవతోకా-ఆ-సీ-స్రవద్గర్భా॥ తె॥ ఈచుకుపోయినయావు.

అవదాతః-అ-త్రి-శ్వేతవర్ణవాన్॥ తె॥ తెల్లనివాఁడు.

అవదాతః-అ-పు-శ్వేతవర్ణః॥ తె॥ తెలుపు.

అవదారణమ్-అ-న-ఖనిత్రమ్॥ తె॥ గుద్దలి.

అవదాహమ్-అ-న-లామజ్జకమ్॥ తె॥ వట్టివేరు

అవదీర్ణః-అ-త్రి-ద్రుతః॥ తె॥ పగిలినది కారినది

అవద్యః-అ-త్రి-కుత్సితః॥ తె॥ కుత్సితుఁడు.

అవధారణమ్-అ-న-నిర్ణయః॥ తె॥ నిశ్చయము

అవధిః- ఇ- పు- గ్రామద్వయమధ్యనిర్ణయభూమిః-౨అవర్తః-౩అవధానమ్- ౪పరి

చ్ఛేదః-౫కాలః-౬అవసానమ్॥ తె॥ ౧పొలిమేర-౨సుడి-౩అవధానము-౪ప్రకరణము-౫సమయము-౬కొస.

అవధూతః-అ-త్రి-ఉత్క్షిప్తః॥ తె॥ ఎగరగొట్టఁబడ్డది.

అవధ్యమ్-అ-న-అనర్థకవచనమ్॥ తె॥ అర్థములేనిమాట.

అవధ్యః-అ-త్రి-వధానర్హః॥ తె॥ చంపఁదగనివాఁడు.

అవనమ్-అ-న-ప్రీణనమ్-౨రక్షణమ్॥ తె॥ ౧తృప్తినొందించుట-౨కాపాడుట.

అవనతః-అ-త్రి-ఆనతః॥ తె॥ చివరకొంచెము వంగినది.

అవనద్ధమ్-అ-న-చర్మాచ్ఛాదితమర్దలాదివాద్యమ్॥ తె॥ తోలుచేతమూయఁబడినమద్దెల మొదలయినవాద్యము.

అవనాటః-అ-త్రి-నతనాసికః॥ తె॥ నడ్డిముక్కువాఁడు.

అవనిః-ఇ-సీ-భూమిః॥ తె॥ పుడమి.

అవనీ-ఈ-సీ-భూమిః॥ తె॥ పుడమి.

అవన్తి-ఇ-న-తండులోదకమ్॥ తె॥ పులిగడుగు

అవన్తికః-అ-పు-ఉదకపక్వః॥ తె॥ వాసెనకుడుము.

అవన్తీ-ఈ-సీ-ఉజ్జయనీపురమ్-౨జ్యేష్ఠభగినీ॥ తె॥ ౧ఉజ్జయనీపట్టణము-౨అప్ప.

అవన్థ్యః-అ-త్రి-ఫలవృక్షాదిః॥ తె॥ ఫలించెడిచెట్టు మొదలయినది.

అవపాతః-అ-పు-రంధ్రమ్॥ తె॥ ఏనుఁగులను పట్టెడిగోదము.

అవభృథః-అ-పు-యజ్ఞాంతస్నానమ్॥ తె॥ యజ్ఞముకడపటజేయునట్టిస్నానము.

అవభ్రుటః-అ-త్రి-నతనాసికః॥ తె॥ నడ్డిముక్కువాఁడు.

అవమః-అ-త్రి-నికృష్టః॥ తె॥ తక్కువవాఁడు.

అవమతః-అ-త్రి-అవమానితః॥ తె॥ అవమానింపఁబడినవాఁడు.

అవమర్దః-అ-పు-పీడనమ్॥ తె॥ పీడించుట.

అవమర్శః-అ-పు-నాట్యచతుర్థసంధిః॥ తె॥ నాట్యముయొక్క-నాలవసంధి.

అవమాననా-ఆ-సీ-తిరస్కారః॥ తె॥ అలక్ష్యముసేయుట.

అవమానితః-అ-త్రి-తిరస్కృతః॥ తె॥ అవమానింపఁబడ్డవాఁడు.

అవయవః-అ-పు-ప్రతీకః॥ తె॥ శరీరము.

అవరః-అ-త్రి-అర్వాచీనః-౨జఘన్యః॥ తె॥ ౧తక్కువది-౨మాపి.

అవరజః-అ-పు-కనిష్ఠః॥ తె॥ తమ్ముఁడు.

అవరజా-ఆ-సీ-కనిష్ఠా॥ తె॥ చెల్లెలు.

అవరణః-అ-పు-కుమారకవృక్షః॥ తె॥ ఉలిమిడిచెట్టు.

అవరతిః-ఇ-సీ-విరతిః॥ తె॥ విరామము.

అవరవర్ణః-అ-పు-శూద్రః॥ తె॥ నాలవజాతివాఁడు.

అవరాహః-అ-పు-అశ్వముఖమీనః॥ తె॥ గుఱ్ఱపుమూతిచేఁప.

అవరోధః-అ-(సీ)అంతఃపురస్త్రీ॥ తె॥ అంతఃపురములోనివెలఁది.

అవరోధః-అ-పు-స్వర్గః-౨అంతఃపురమ్-౩రాజగృహమ్-౪అవరోధనమ్॥ తె॥ ౧దేవలోకము-౨అంతిపురము-౩నగరు-౪అడ్డగించుట.

అవరోధనమ్-అ-న-అంతఃపురమ్-౨అంతఃపురస్త్రీ॥ తె॥ ౧అంతిపురము-౨రాణివాసస్త్రీ.

అవరోహః-అ-పు-శాఖాశిఫా-౨మూలాదగ్రంగతలతా-౩అవతరణమ్-౪కటీ-౫ల

తోద్గమః॥ తె॥ ౧కొమ్మయందుఁబుట్టిన యూడ-౨మొదటపుట్టిచివఱకుఁబోయిన కొమ్మ-౩దిగుటరనడుమ-౪తీఁగెపుట్టుట

అవరోహీ-న్-పు- సంగీతాలంకారవిశేషః॥ తె॥ఒకానొకసంగీతాలంకారము.

అవర్ణః-అ-పు-నిందా॥ తె॥దోషోక్తి.

అవర్ణః-అ-త్రి-పామరోక్తిః-౨వర్ణరహితః॥ తె॥౧నీచులమాట-౨అక్షరములేనిది.

అవలక్షః-అ-త్రి-శ్వేతవర్ణవాన్॥ తె॥తెల్లనిది

అవలక్షః-అ-పు-శ్వేతవర్ణః॥ తె॥తెలుపు.

అవలగ్నః-అ-(స్త్రీ)మధ్యమః॥ తె॥నడుము.

అవలగ్నః-అ-త్రి-సంలగ్నః-౨లంబమానః॥ తె॥౧అంటుకొన్నది-౨వ్రేలాడునది.

అవలగ్నః-అ-పు-స్తనంధయః॥ తె॥ చంటిబిడ్డ.

అవలలః-అ-పు-కుసూలః॥ తె॥పాణక, పురిన్ని

అవలేపః-అ-పు-గర్వః- ౨దూషణమ్- ౩లేపనమ్॥ తె॥ ౧గర్వము-౨దూషణము-౩పూయడము.

అవలోకితమ్-అ-న- స్వభావదృష్టివిశేషః॥ తె॥సహజమయినచూపు.

అవలోకితః-అ-త్రి-బుద్ధః-౨ప్రేషితః॥ తె॥౧ఎఱుగఁబడ్డవాఁడు-౨పంపఁబడినవాఁడు

అవల్గుజః-అ-పు-సోమరాజః॥ తె॥ గచ్చచెట్టు.

అవవాదః-అ-పు- ఆజ్ఞా-౨హీనవాదః॥ తె॥౧ఆజ్ఞ-౨తక్కువమాట.

అవశ్యాయః-అ-పు-హిమమ్-౨గర్వః-౩గణః-౪యుద్ధమ్॥ తె॥౧మంచు-౨అభిమానము ౩గుంపు-౪జగడము.

అవష్టబ్ధః-అ-పు-మధూకవృక్షః॥ తె॥ఇప్ప (చెట్టు.)

అవష్టబ్ధః-అ-త్రి-అదూరే-౨అవలంబితః-౩తిరస్కృతః-౪గృహీతః-౫అవరుద్ధః॥ తె॥౧దాపున-౨పట్టుగలవాఁడు- ౩అవమానింపఁబడ్డవాఁడు-౪దిక్కినవాఁడు-౫ఆగఁబడ్డవాఁడు.

అవష్టబ్ధకః-అ-త్రి-ఆసన్నప్రసవా॥ తె॥సమీపించినప్రసవకాలము.

అవష్టమ్భః-అ-పు-స్తబ్ధతా-౨సువర్ణమ్- ౩గర్వః-౪కుంభః-౫ప్రారంభః॥ తె॥౧ కదలకయుండుట-౨బంగారము-౩గర్వము-౪కుండ-౫ఆరంభము.

అవసక్థికః-అ-పు-పర్యస్తికా॥ తె॥ దోగవట్టు.

అవసథః-అ-(స్త్రీ)-గృహమ్॥ తె॥ఇల్లు.

అవసరః-అ-పు-కార్యోచితసమయః-౨వర్షమ్-౩ప్రస్తావః॥ తె॥౧పనికిఁదగినసమయము-౨వాన-౩సందర్భము.

అవసానమ్-అ-న-క్రియాసమాప్తిః॥ తె॥సరిపుచ్చడము.

అవసితః-అ-త్రి-ఋద్ధః-౨సమాప్తః-౩విదితః-౪నిశ్చితః॥ తె॥౧మార్చినధాన్యము -౨ముగిసినది-౩ప్రసిద్ధమయినది-౪నిశ్చయింపఁబడ్డది.

అవస్కన్దః-అ-పు-సౌప్తికమ్॥ తె॥ ముచ్చిలిపాటు.

అవస్కరః-అ-పు-పురీషమ్-౨యుగాదిరథావయవః-౩పాదుకా-౪గూథమ్ - ౫గుహ్యమ్॥ తె॥౧మలము-౨నొగకాడమొదలయినతేరుఅవయవములు - ౩పావుకోళ్లు-౪రహస్యము-౫గోప్యస్థానము.

అవస్థా-ఆ- స్త్రీ- కాలవిషయాదికృతావస్థా॥ తె॥కాలదేశములుమొదలయినదానిచేతఁజేయబడినస్థితి.

అవస్థితః-అ-త్రి-జ్ఞాతః-౨గతః-౩రుద్ధః-౪అవసానమ్॥ తె॥౧ఎఱుగబడినవాఁడు-౨గమనము-౩ఆగబడ్డది-౪తుది.

అవహిత్థః-అ-పు-లజ్జాభయాదిప్రయుక్తాకా

రగోపనమ్-౨రోమాంచాదిగోపనమ్-౩అభినయసంయుతహస్తవిశేషః॥ తె॥ ౧సిగ్గువెఱపు మొదలైన దానిచేఁగలిగెడు చేష్టలను దాఁచుట-౨గరపొడచుట మొదలయినదానిని దాఁచుట - ౩అభినయముతోఁగూడుకొన్న యొకానొకహస్తము.

అవహిత్థా-ఆ-సీ-వ్యభిచారిభావవిశేషః॥ తె॥ ఒకానొకవ్యభిచారిభావము.

అవహేతః-అ-పు విభీతకవృక్షః॥ తె॥ తాఁడెచెట్టు.

అవహేలః-అ-పు-తిరస్కారః॥ తె॥ అవమానము

అవహేళనమ్-అ-న-తిరస్కారః॥ తె॥ గేలిసేయుట.

అవాక్-చ్-పు-మూకః॥ తె॥ మూఁగవాఁడు.

అవాక్-చ్-త్రి-అధోముఖః-౨దక్షిణదిగ్భవః॥ తె॥ ౧తలవంచినవాఁడు - ౨దక్షిణదిక్కునందుఁబుట్టినవాఁడు.

అవాక్-౦-౦-దక్షిణదిగ్దేశకాలేషు॥ తె॥ దక్షిణపుదిగ్దేశకాలములు.

అవాక్పుష్పీ-ఈ-సీ-శారపీచీ-౨బ్రహ్మదండీ తె॥ ౧కుప్పిచెట్టు-౨బ్రహ్మదండిచెట్టు.

అవాగ్భవః-అ-త్రి-దక్షిణదిగ్భవః॥ తె॥ దక్షిణదిక్కులోఁబుట్టినవాఁడు.

అవాగ్రః-అ-త్రి-ఈషదధోముఖనమ్రః॥ తె॥ కొంచెముతలవంచినవాఁడు.

అవాచీ-ఈ-సీ-దక్షిణదిక్॥ తె॥ దక్షిణదిశ.

అవాచీనః-అ-త్రి-దక్షిణదిగ్భవః-౨అధోముఖః॥ తె॥ ౧దక్షిణదిక్కులోఁబుట్టినవాఁడు-౨తలక్రిందుగనుండువాఁడు.

అవారః-అ(సీ)అర్వాక్తీరమ్॥ తె॥ ఈవలిగట్టు

అవారపారః-అ-పు-సముద్రః॥ తె॥ మున్నీరు

అవాసాః-స్-త్రి-దిగంబరః॥ తె॥ బట్టలేనివాఁడు.

అవిః-ఇ-సీ-రజస్వలా-౨మేష(స్త్రీ)-౩(భ్రూః) తె॥ ౧అంటుది-౨ఆఁడుమేక-౩కనుబొమ

అవిః-ఇ-పు-పర్వతః-౨సూర్యః-౩(ప్రాకారః)-౪పవనః-౫మూషికకంబలః-౬నాథః-౭మేషః॥ తె॥ ౧కొండ-౨సూర్యుఁడు-౩ప్రహరి-౪గాలి-౫ఎలుకగంగడోలు-౬నాథుఁడు-౭మేక.

అవికలః-అ-త్రి-అఖిలః॥ తె॥ నిండు.

అవిగ్నః-అ-పు-కరమర్దకః॥ తె॥ ఓకచెట్టు.

అవిఘ్నమ్-౦-౧-విఘ్నాభావః॥ తె॥ విఘ్నము లేకుండుట.

అవిచ్ఛిన్నః అ-త్రి-సంయుతః-౨సంయుక్తాక్షరపఙ్క్తిః-౩శార్దూలముఖమారుతః॥ తె॥ ౧కూడుకొన్నది - ౨పెక్కుహల్లుల గుంపు-౩పులియూఁపిరి

అవిచ్ఛిన్నరేఖాః-ఆ-సీ-చిరాయుర్లక్షణమ్॥ తె॥ చాలాకాలము బ్రతుకువానికుండు రేఖలు.

అవితః-అ-త్రి-రక్షితః॥ తె॥ కాపాడఁబడ్డవాఁడు

అవిదూసమ్-అ-న-అవిక్షీరమ్॥ తె॥ గొఱ్ఱెపాలు.

అవినీతః-అ-త్రి-పరదుఃఖకారిస్వభావవాన్ తె॥ ఒరులనుతొందరఁబెట్టువాఁడు.

అవిద్గా-ఆ-సీ-కతిచిన్మృతాపత్య(స్త్రీ)॥ తె॥ చనిపోయినకొందఱుబిడ్డలుగలది.

అవిమరీసమ్-అ-న-అవిక్షీరమ్॥ తె॥ గొఱ్ఱెపాలు.

అవిముక్తమ్-అ-న-కాశీ॥ తె॥ వారాణసి.

అవిరతమ్-అ-న-అత్యంతమ్॥ తె॥ మిక్కిలి.

అవిరతః-అ-త్రి-అత్యంతవాన్॥ తె॥ విరామము లేనివాఁడు.

అవిలమ్బితమ్-అ-న-వేగః॥ తె॥ వడి.

అవిలమ్బితః-అ-త్రి-వేగవాన్ - ౨కార్యత్వ

రాయుక్తః-3 రతిబంధవిశేషః॥ తె॥ ౧వడిగలవాఁడు- ౨వనిలోఁజురుకుగలవాఁడు-3 ఒకానొకరతిబంధము.

అవిసోఢమ్-అ-న-అవిక్షీరం॥ తె॥ గొఱ్ఱెపాలు

అవిస్థూలా-ఆ-సీ- గజమందబుద్ధిప్రచారః ॥ తె॥ ఏనుఁగుయొక్క మందబుద్ధిప్రసరించుట.

అవీచిః-ఇ-(న)-నరకవిశేషః॥ తె॥ ఒకానొకనరకము.

అవీచిః-ఇ-త్రి-తరంగరహితః॥ తె॥ కెరటములు లేనిది.

అవీరా-ఆ-సీ-నిష్పతిసుతా॥ తె॥ మొగఁడు బిడ్డలుకూఁడా లేనిది.

అవ్యక్తమ్-అ-న-ప్రకృతిః॥ తె॥ ప్రకృతి.

అవ్యక్తః-అ-పు-హరిః-౨శివః-3 మహదాదిః ౪పరమాత్మా॥ తె॥ ౧విష్ణువు-౨శివుఁడు-3 మహత్తత్వమునకు మొదలు-౪పరమాత్మ

అవ్యక్తః-అ-త్రి-అస్ఫుటః॥ తె॥ వెల్లడికానిది.

అవ్యథః-అ-త్రి-వ్యథారహితః॥ తె॥ దుఃఖము లేనివాఁడు.

అవ్యథా-ఆ-సీ-హరీతకీవృక్షః- ౨పద్మచారిణీ తె॥ ౧కరకచెట్టు-౨మెుఁగుఁదామర.

అవ్యయీభావః-అ-పు- అవ్యయరూపసమాసః ॥ తె ॥ ఆఱువిధములగు సమాసములలోనొకటి.

అవ్యవహితః-అ-త్రి-సంసక్తః॥ తె॥ మిక్కిలి దగ్గిరివాఁడు.

అవ్యాజపత్త్రికా-ఆ- సీ- గణహాసకవృక్షః॥ తె॥ బలురక్కసచెట్టు.

అశనమ్-అ-న-అన్నమ్॥ తె॥ కూడు.

అశనః-అ-పు-సర్జకవృక్షః॥ తె॥ వేగిసచెట్టు.

అశనాయా-ఆ-సీ-బుభుక్షా॥ తె॥ ఆఁకలి.

అశనాయితః-అ-త్రి-క్షుధితః॥ తె ॥ ఆఁకలిగొన్నవాఁడు,

అశనిః-ఇ-(న)-వజ్రాయుధమ్-౨నిర్ఘాతః- 3 విద్యుత్ ॥ తె॥ ౧వజ్రాయుధము - ౨పిడుగు-3 మెఱుపు.

అశాలాకమ్-అ-న-ఔద్దానలమ్॥ తె॥ కొలజున్ను.

అశిరస్కః-అ- పు- రాహుగ్రహః॥ తె॥ రాహువు.

అశిశ్వీ-ఈ-సీ-కేవలవంధ్యా॥ తె॥ గొడ్రాలు

అశీతాంశుః-ఉ-పు-సూర్యః ॥ తె ॥ వేఁడివెలుఁగు.

అశీతిః-ఇ-సీ-దశాష్టకసంఖ్యావంతః॥ తె॥ ఎనుబదుగురు.

అశీతిః ఇ-సీ-దశాష్టకసంఖ్యా॥ తె॥ ఎనుబది.

అశీతికః-అ-త్రి-అశీతిక్రీతవస్త్రమ్॥ తె॥ ఎనుబదిచేఁగొన్నబట్ట.

అశీతికృత్వః-౦-౦-అశీత్యావృత్తిః॥ తె॥ ఎనుబదిమాఱ్లు

అశీతిధా-౦-౦-అశీతిప్రకారేణ॥ తె॥ ఎనుబదివిధముల.

అశునిః-ఇ-సీ-వజ్రాయుధమ్॥ తె ॥ ఇంద్రునియాయుధము.

అశూరః-అ-పు-హాతకః॥ తె॥ పంద.

అశేషః-అ-త్రి-అఖిలః॥ తె॥ నిండు.

అశోకమ్-అ-న-మదనబాణవిశేషః - ౨పారదః-3 అశోకపుష్పమ్॥ తె॥ ౧మన్మథబాణవిశేషము- ౨పాదరసము - 3 అశోకపుష్పము.

అశోకః-అ-పు-వంజులవృక్షః॥ తె॥ అశోకపుచెట్టు

అశోకః-అ-త్రి-నిశ్శోకః॥ తె॥ వ్యసనము లేనిది

అశోకరోహిణీ-ఈ-సీ-కటుకరోహిణీ॥ తె॥ కటుకరోహిణి.

అశోకా-ఆ-సీ-కటుకరోహిణీ॥ తె॥ కటుకరోహిణి

అశ్నన్తమ్-అ-న-ఘుల్లీ॥ తె. పొయ్యి.

అశ్మకుట్టకః-అ-పు-కూటః- ౨పాషాణభేదకః

తె॥౧ఱాయిమలిచెడివాడు-౨కాశఉలి

అశ్మగర్భమ్-అ-న-మరకతమణిః॥ తె॥ మరకతరత్నము.

అశ్మగర్భజః-అ-పు-పాషాణభేదీ॥ తె॥ పిండిబండచెట్టు.

అశ్మఘ్నః-అ-పు-పాషాణభేదకవృక్షః॥ తె॥ పిండిబండచెట్టు.

అశ్మజమ్-అ-న-శిలాజతు॥ తె॥ శిలాజిత్తు.

అశ్మజాతా-ఆ-స్త్రీ-పుత్రధాత్రీవృక్షః॥ తె॥ చిన్నఉసిరికచెట్టు.

అశ్మనగరమ్-అ-న-సముద్రమధ్యస్థపాతాళబలిపట్టణమ్॥ తె॥ మున్నీటినడుమపాతాళములోనుండుబలిచక్రవర్తిపట్టనము.

అశ్మన్తమ్-అ-న-చుల్లీ-౨అశుభమ్-౩మరణమ్-౪అనవధిః-౫క్షేత్రమ్॥ తె॥౧పొయ్యి-౨అమంగళము-౩చావు-౪మేరలేనిది-౫పొలము.

అశ్మన్తకః-అ-పు-వృక్షవిశేషః॥ తె॥ చెట్లలోనొకటి.

అశ్మపుష్పమ్-అ-న-శైలేయమ్॥ తె॥ ఱాబువ్వు

అశ్మభేదీ-ఈ-స్త్రీ-చూర్ణపుష్పీవృక్షః॥ తె॥ చూర్ణపుష్పియనెడుచెట్టు.

అశ్మయోనిః-ఇ-పు-తామ్రపత్రికావృక్షః॥ తె॥ఒకానొకచెట్టు.

అశ్మరీ-ఈ-స్త్రీ-మూత్రకృచ్ఛ్రరోగః॥ తె॥మూత్రద్వారమందుఱాయిపుట్టురోగము.

అశ్మసారః-అ-పు-అయః॥ తె॥ఇనుము.

అశ్మా-న్-పు-పాషాణః॥ తె॥ఱాయి.

అశ్రమ్-అ-న-అశ్రు॥ తె॥కన్నీరు.

అశ్రః-అ-పు-ఆయుధధారా॥ తె॥ఆయుధములఅంచు. (సుండు.

అశ్రపః-అ-పు-రాక్షసజాతిః॥ తె॥ రక్క-

అశ్రాన్తమ్-అ-న-అతిశయః-౨అధికః॥ తె॥౧అతిశయము,వింతయును - ౨ఆధిక్యము హెచ్చును.

అశ్రిః-ఇ-స్త్రీ-ఆయుధధారా॥ తె॥ ఆయుధములఅంచు.

అశ్రు-ఉ-న-సాత్త్వికభావవిశేషః-౨నేత్రమలమ్॥ తె॥ ౧ఒకానొకసాత్త్వికభావము-౨కంటిపుసి.

అశ్లాఘ్యగుణోత్కర్షసారః-అ-పు-అలంకారవిశేషః॥ తె॥ ఒకానొకయలంకారము.

అశ్లీలః-అ-త్రి-పామరవచనమ్॥ తె॥ మూర్ఖునిమాట.

అశ్వమ్-అ-న-అన్నం॥ తె॥ఓగిరము.

అశ్వః-అ-పు-తురంగః-౨పురుషజాతివిశేషః॥ తె॥౧గుఱ్ఱము-౨పురుషజాతిలోభేదము.

అశ్వకర్ణః-అ-పు-సాలవృక్షః॥ తె॥పపెచెట్టు

అశ్వఖరజః-అ-పు-వేసరః॥ తె॥ వేసడము.

అశ్వఖురీ-ఈ-స్త్రీ-ఆస్ఫోటా॥ తె॥ తెల్లదింటెనచెట్టు.

అశ్వగన్ధికా-ఆ-స్త్రీ-బల్యా॥ తె॥ పెన్నేరుచెట్టు

అశ్వతరః అ-పు-దేవయోనిసర్పవిశేషః॥ తె॥ దేవతలలోఁజేరినయొకానొకసర్పము.

అశ్వతా-ఆ-స్త్రీ-అశ్వభావః॥ తె॥ అశ్వధర్మము.

అశ్వత్థః-అ-పు-బోధివృక్షః-౨నారాయణః-౩అగ్నిః-౪అర్కః-౫పూర్ణిమాతిథిః-౬గర్దభాండవృక్షః॥ తె॥౧రావిచెట్టు-౨హరి-౩నిప్పు-౪సూర్యుఁడు-౫పున్నమ-౬కలుజువ్విచెట్టు.

అశ్వత్థపత్త్రాభభగమ్-అ-న-భాగ్యవతీలక్షణమ్॥ తె॥ అదృష్టముగలస్త్రీచిహ్నము.

అశ్వత్థసన్నిభా-ఆ-స్త్రీ-అశ్వత్థికా॥ తె॥ కండ్లరావిచెట్టు.

అశ్వత్థికా-ఆ-సీ-నేత్రాశ్వత్థః॥ తె॥ కండ్లరావిచెట్టు.

అశ్వద్రుః-ఉ-పు-బర్బూరవృక్షః॥ తె॥ తుమ్మ

అశ్వధ్రువస్థానమ్-అ-న- ఉరశ్శిరోరంధ్రోపరంధ్రఫాలప్రపాదపట్కమ్ - ౨తువనిగాళకంఠపక్షసృక్కిబాహు కేశాంతకర్ణమూలరంధ్రోపరంధ్రపక్షోదశకమ్॥ తె॥ ౧గుఱ్ఱమునకుసుళ్లుండెడిస్థానములు ౨ఇవియుసుళ్లుండెడిచోట్లు.

అశ్వత్థమ్-అ-న-ఘుల్లీ॥ తె॥ పొయ్యి.

అశ్వత్థః-అ-పు-మరణమ్॥ తె॥ చనిపోవుట.

అశ్వత్థరీ-ఈ-సీ-వేగవతీ-౨ఉచ్చైశ్శ్రవాః-౩అరుంధతీ॥ తె॥ ౧వడిగలది-౨ఇంద్రునిగుఱ్ఱము-౩అరుంధతి.

అశ్వబడబౌ-అ-పు- అశ్వబడబాద్వయమ్ ॥ తె॥ మొగఆఁడుగుఱ్ఱముల జోడు.

అశ్వబలీవర్దః-అ- పు- అశ్వబలీవర్దసమాహారః॥ తె॥ గుఱ్ఱములు-ఆఁబోఁతులు మొదలైనవానిసముదాయము.

అశ్వమహిషికా- ఆ- సీ- అశ్వ మహిషవిరోధః॥ తె॥ గుఱ్ఱమునకును-దున్నపోఁతునకునుగలపగ.

అశ్వయుక్-జ్-సీ-అశ్వనీనక్షత్రమ్॥ తె॥ అశ్వని

అశ్వలక్షణస్థానాని-అ-న-ఛాయావర్తసత్వవర్ణరతిగంధస్వర శారీరధ్రువక్షేత్రవిశాదశకే॥ తె॥ సుడి మొదలైనచిహ్నములుండునట్టితావులు.

అశ్వవాలకః-అ-పు-కాశదర్భః॥ తె॥ రెల్లుగడ్డి

అశ్వవాహః-అ-పు-సాదీ॥ తె॥ గుఱ్ఱపురౌతు.

అశ్వశిక్షకః-అ-పు-రేవంతః॥ తె ॥ చబుకుసవారుసేయువాఁడు.

అశ్వా-ఆ-సీ-బల్యా-౨అశ్వస్త్రీ॥ తె॥ ౧పెన్నేరుచెట్టు-౨ఆఁడుగుఱ్ఱము.

అశ్వాతరః-అ-పు- కాంతారమ్ - ౨ధాన్యాగారస్థకీటకః- ౩అశ్వపఙ్క్తిః - ౪అశ్వమేధయాగః॥ తె॥ ౧అడవి - ౨వడ్లకొట్టులోనిపురుగు-౩గుఱ్ఱములవరుస-౪అశ్వమేధయాగము.

అశ్వారోహః-అ-పు-సాదీ- ౨అశ్వవారకః॥ తె॥ ౧గుఱ్ఱపురౌతు- ౨గుఱ్ఱమునునిలుపువాఁడు.

అశ్వావర్తభేదః-అ-పు-రోమావర్తవిశేషః॥ తె॥ గుఱ్ఱమునకుఁగలుగునొకానొకసుడి.

అశ్వాశః-అ-పు-చణకః॥ తె॥ సెనగలు.

అశ్వితిక్తః-అ-పు-తృణనింబవృక్షః॥ తె ॥ నేపాళవేముచెట్టు.

అశ్వీనమ్- అ- న- ఏకదినాశ్వగమ్యమార్గః॥ తె॥ ఒకదినమునకుగుఱ్ఱమునడిచెడిత్రోవ

అశ్వినీ-ఈ-సీ-అశ్వనీనక్షత్రమ్॥ తె॥ అశ్వనినక్షత్రము.

అశ్వినీసుతౌ-అ-పు-స్వర్గవైద్యౌ॥ తె॥ దేవతలవైద్యులు.

అశ్వినౌ-న్-పు-అశ్వినీసుతౌ॥ తె॥ దేవవైద్యులు.

అశ్వీయః-అ- త్రి-అశ్వహితః॥ తె॥ గుఱ్ఱమునకుమంచిది.

అశ్వీ-ఈ-సీ- వృషజాతిపురుషప్రియస్త్రీజాతివిశేషః॥ తె॥ వృషజాతిపురుషునియందిష్టముగలస్త్రీజాతిభేదము.

అశ్వీయమ్-అ-న-అశ్వసమూహః॥ తె॥ గుఱ్ఱములగుంపు.

అశ్వేతరః-అ-పు-వామీ॥ తె॥ వేసడము.

అషడక్షీణః-అ-త్రి- తృతీయపురుషరహితాలోచనాదికః॥ తె॥ ఇద్దఱువాఁడుకొనెడియేకాంతము.

అష్టన్-న్-త్రి-అష్టసంఖ్యావంతః॥ తె॥ ఎనిమిదిచేతలెక్కపెట్టఁబడ్డవారు.

అష్టకమ్-అ-న-అష్టసంఖ్యా-౨వేదవిభాగః॥
తె॥౧ఎనిమిది-౨పరాయితము.

అష్టకృత్వః-౦-౦-అష్టావృత్తిః॥ తె॥ ఎనిమిది
మాఱ్లు.

అష్టధా-౦-౦-అష్టప్రకారేణ॥ తె॥ ఎనిమి దితెఱంగుల

అష్టపత్రికా-ఆ-సీ-మల్లికాలతా॥ తె॥ మల్లె
తీఁగె.

అష్టపాత్-ద్-పు-శరభమృగః॥ తె॥ ఎనిమిది
కాళ్ల మెకము.

అష్టమః-అ-త్రి-అష్టసంఖ్యాపూరణః॥ తె॥ ఎ
నిమిదవవాఁడు.

అష్టమీ-ఈ-సీ-అష్టమతిథిః॥ తె॥ ఎనిమిదవతిథి.

అష్టమీచన్ద్రనిటలమ్-అ-న- రాజపత్నీలక్షణ
మ్॥ తె॥రాజస్త్రీలక్షణము.

అష్టమూర్తిః-ఇ-పు-శివః॥ తె॥హరుఁడు.

అష్టరోధిః-ఇ-పు-పక్షివిశేషః॥ తె॥ ఒకానొ
కపులుఁగు.

అష్టశః-౦-౦-అష్టాష్టేతివీప్సా॥ తె॥ ఎని (మిదేసి.

అష్టా-ఆ-సీ-అష్టతంత్రీయుక్తవీణా॥ తె॥ ఎని
మిదితంతులుగలవీణె.

అష్టాదశ-న్-త్రి-అష్టాదశసంఖ్యావంతః॥ తె॥
పదునెనిమిదివస్తువులు.

అష్టాదశః-అ-త్రి-అష్టాదశసంఖ్యాపూరణః॥
తె॥పదునెనిమిదవది.

అష్టాదశకమ్-అ-న-అష్టాదశసంఖ్యా॥ తె॥ ప
దునెనిమిది.

అష్టాదశధా-౦-౦- అష్టాదశప్రకారేణ॥ తె॥
పదునెనిమిదివిధములు.

అష్టాపదమ్-అ-న-శారిఫలకమ్॥ తె॥ సొగటా
లపాళి.

అష్టాపదః-అ-పు- కైలాసపర్వతః - ౨శరభ
మృగః॥ తె॥౧వెండికొండ- ౨ఎనిమిదికా
ళ్ల మెకము.

అష్టాపదః-అ-(సీ)-సువర్ణమ్॥ తె॥బంగారము

అష్టాపదీ-ఈ-సీ-పూర్వాభాద్రానక్షత్రమ్-
౨మల్లికాలతా॥ తె॥ ౧పూర్వాభాద్ర
నక్షత్రము-౨మల్లెతీఁగె.

అష్టారక్తః-అ-పు-క్షుద్రాపామార్గః॥ తె॥ ఎ
ఱ్ఱయుత్తరేణి.

అష్టిః-ఇ-సీ-షోడశచ్ఛందః- ౨షోడశసంఙ్ఞా-
౩భోజనమ్॥ తె॥౧పదియాఱవఛందస్సు-
౨పదియాఱవలెక్క--౩భుక్తి.

అష్ఠీవత్-త్-(సీ)-జాను॥ తె॥ మోఁకాలు.

అష్ఠీవాన్-త్-(సీ)జాను॥ తె॥ మోఁకాలు.

అష్టీ-ఈ-సీ-షోడశచ్ఛందః-౨షోడశసంఙ్ఞా॥
తె॥౧పదియాఱవఛందస్సు-౨పదియాఱ
వలెక్క.

అష్టౌ-న్-త్రి-అష్టసంఖ్యావంతః॥ తె॥ ఎనిమి
దిగలవి.

అసఙ్గతిః-ఇ-సీ-అలంకారవిశేషః॥ తె॥ ఒకా
నొకయలంకారము.

అసఙ్గవచనమ్-అ-న-తురాయణమ్॥ తె॥తడఁ
బడకచదువుట.

అసతీ-ఈ-సీ-జారస్త్రీ॥ తె॥రంకులాడి.

అసతీసుతః-అ-పు-కులటాపుత్రః॥ తె॥గుడిసె
వేటుదానికొడుకు.

అసదర్థనిదర్శనా-ఆ-సీ- అలంకారవిశేషః॥
తె॥ఒకానొకయలంకారము.

అసనః-అ-పు-సర్జకవృక్షః॥ తె॥ వేగిసచెట్టు.

అసనా-ఆ-సీ-ఆమలకీవృక్షః॥ తె॥ఉసిరిక.

అసభికః-అ-పు-ద్యూతకారః॥ తె॥ జూదమా
డువాఁడు.

అసమ్భవః-అ-పు- అలంకారవిశేషః - ౨శూ
న్యః-౩లక్షణదోషవిశేషః॥ తె॥ ౧ఒకా
నొకయలంకారము-౨లేమి- ౩అసంభ
వమనెడిలక్షణదోషము.

అసవః-ఉ-పు-ప్రాణాః॥ తె॥ ప్రాణములు.

అసంహతః-అ-పు-శకటక్రౌంచపద్మాదిభేదయుక్తాసంహతవ్యూహః ॥ తె ॥ శకటము- క్రౌంచము- పద్మము మొదలగు నామ భేదములుగలవ్యూహసమూహము

అసహతా-ఆ-సీ॥అసహనమ్॥ తె॥ ఓరువమి.

అసహనః-అ-పు-శత్రుః॥ తె॥పగవాఁడు.

అసహిష్ణుతా-ఆ-సీ-అసహనమ్॥ తె॥ఓర్వమి

అసారః-అ-త్రి-తూలాదిసదృశనిస్సారవస్తు ॥ తె॥దూదివలెబరువులేనివస్తువు.

అసి-౦-౦-వాక్యాలంకారః- ౧త్వమిత్యర్థే॥ తె॥ ౧వాక్యమునునిండించునట్టిపదము - ౧నీవనునర్థము.

అసిః-ఇ-పు-ఖడ్గః॥ తె॥ ముప్పదియంగుళముల కెక్కుడయినకత్తి.

అసిక్నీ-ఈ-సీ- అవృద్ధప్రేష్యాంతఃపురచారిణీ॥ తె॥ అంతఃపురములోనుండువయసు గలపనికత్తె.

అసిగ్లౌడికః-అ-పు-లశునమ్॥ తె॥ వెల్లుల్లి.

అసితః-అ-పు-శనైశ్చరః - ౨నీలవర్ణః- ౩తుహినోదరమీనః॥ తె॥ ౧శని-౨నల్లనివాఁడు-౩చల్లనికడుపుగలచేఁప.

అసితః-అ-త్రి-నీలవర్ణవాన్॥ తె॥నల్లనివాఁడు

అసితాఙ్గః-అ-పు-ఖడ్గః॥ తె॥కత్తి.

అసితాననః-అ-పు-గోలాంగూలః॥ తె॥కొండముచ్చు.

అసిద్ధవిషయఫలోత్ప్రేక్షా-ఆ-సీ-అలంకారవిశేషః॥ తె॥ఒకానొకయలంకారము.

అసిద్ధవిషయహేతూత్ప్రేక్షా-ఆ- సీ- అలంకారవిశేషః ॥ తె ॥ ఒకానొకయలంకారము.

అసిధరః-అ-పు- నైరృతిః-౨కుబేరః॥ తె॥౧నిఋతి-౨కుబేరుఁడు.

అసిధావకః-అ-పు-శస్త్రమార్జకః॥ తె॥ చికిలి చేసెడివాఁడు.

అసిధేనుకా-ఆ-సీ-ఛురికా॥ తె॥సూరకత్తి.

అసిపత్రః-అ-పు-కోశకారః-౨నరకవిశేషః॥ తె॥ ౧బొంకు-సదారుఁడు-౨ఒకానొక నరకము.

అసిపుత్రీ-ఈ-సీ-ఛురికా॥ తె॥ సూరకత్తి.

అసిహేతిః-ఇ-పు-ఖడ్గధరః॥ తె॥ కత్తిచేతఁబట్టెడువాఁడు.

అసుః-ఉ-పు-ప్రాణః॥ తె॥ప్రాణము.

అసుతుణమ్-అ-న-పరిభవః॥ తె॥పరాభవము

అసుతీవలః-అ-పు- సురాజీవీ-౨యజ్వా॥ తె॥ ౧కల్లివాఁడు-౨యాగముచేసినవాడు

అసుధారిణీ-ఈ-సీ-మహామేదా॥ తె॥ మహామేదచెట్టు.

అసురః-అ-పు-రాక్షసః-౨గజః-౩సూర్యః॥ తె॥ ౧రక్కసుఁడు-౨ఏనుఁగు-౩రవి.

అసురా-ఆ-సీ- దాసీ-౨రాత్రిః॥ తె॥ ౧పనికత్తె-౨రేయి.

అసురాహ్వయమ్-అ- న- మురామాంసీనామకగ్రంధిద్రవ్యమ్॥ తె॥ మురామాంసియనుగ్రంధిద్రవ్యము.

అసుర్క్షణమ్-అ-న-పరిభవః॥ తె॥అవమానము

అసుహృత్-ద్-పు-శత్రుః॥ తె॥ పగవాఁడు.

అసూతుణమ్-అ-న-పరిభవః ॥ తె ॥ అవమానము.

అసూయా-ఆ-సీ-ఈర్ష్యా॥ తె॥ మత్సరము.

అసూర్క్షణమ్-అ-న-పరిభవః॥ తె ॥ అవమానము.

అసృక్-జ్-న-రుధిరమ్॥ తె॥ నెత్తురు.

అసృగ్ధరా-ఆ-సీ-త్వక్॥ తె॥శరీరపుతోలు.

అసౌమ్యస్వరః-అ-పు-అస్వరః॥ తె॥ బొంగు గొంతుకగలవాఁడు.

అస్కన్ధః-అ-పు-అప్రకాండవృక్షః॥ తె॥ మొదలులేనిచెట్టు.

అస్తమ్-౦-౦-అదర్శనమ్-౨నాశః॥ తె॥౧కనఁబడకపోవుట-౨నశించుట.

అస్తః-అ-పు-చరమగిరిః॥ తె॥అస్తమయపర్వతము.

అస్తః-అ-త్రి-నస్నః॥ తె॥త్రోయఁబడ్డది.

అస్తమ్బః-అ-పు-అప్రకాండవృక్షః॥ తె॥ మానుకట్టనిచెట్టు.

అస్తి-౦-౦-స్థితమ్-౨సత్తాయామ్॥ తె॥ ౧ఉన్నది-౨కలదు.

అస్తిక్షీరా-ఆ-సీ-క్షీరవతీ॥ తె॥పాలుగలది.

అస్తిభారః-అ-పు-అస్థిభారః॥ తె॥ అడుగుమట్టుట,పునాదియును.

అస్తు-౦-౦-అసూయోపగమః-౨పీడానుమతిః-౩అనుమతిః॥ తె॥ ౧అసూయచేతనంగీకరించుట-౨దుఃఖముచేతనంగీకరించుట.౩అనుమతించుట.

అస్తుఙ్కారః-అ-పు-అభ్యుపగమః॥ తె॥అంగీకారము.

అస్త్రమ్-అ-న-యజ్ఞవ్రతోబ్జ్యమంత్రవిశేషః-౨బాణాద్యాయుధమ్-౩చాపః॥ తె॥ ౧యాగమందలి సూత్రము చెప్పినట్టిఋక్కు-౨అమ్ముమొదలగు నాయుధము-౩ధనుస్సు.

అస్త్రీ-న్-పు-ధనుర్ధరః॥ తె॥విలుకాఁడు.

అస్థి-ఇ-త్రి-కీకసమ్॥ తె॥ఎముక.

అస్థిపఞ్జరః-అ-పు-పార్శ్వాస్థిసమూహః॥ తె॥పక్కయెముకలగుంపు.

అస్థిరః-అ-త్రి-సంకసుకః॥ తె॥ దేనియందును నిలకడలేనివాఁడు, శాశ్వతముగానిదియును.

అస్థిస్నేహః-అ-పు-మజ్జా॥ తె॥ ఎముకలలోనిక్రొవ్వు.

అస్థిహారః-అ-పు-శివః॥ తె॥రుద్రుఁడు.

అస్థ్యుపదేహికా-ఆ-సీ-వమ్రా॥ తె॥ చెట్టునతెట్టెపెట్టెడినల్లచీమ.

అస్పృశా-ఆ-సీ-నీలీవృక్షః-౨సోమలతా॥ తె॥౧నీలిచెట్టు-౨పుల్లతీఁగె.

అస్పృశీ-ఈ-సీ-కంటకారికా॥ తె॥వ్రాఁకుడుచెట్టు.

అస్మి-౦-౦-అస్మదర్థానువాదః॥ తె॥ నేననుట

అస్రమ్-అ-న-శోణితమ్-౨అశ్రు-౩నాశకమ్॥ తె॥౧నెత్తురు-౨కన్నీరు౩చెఱుపునది

అస్రః-అ-పు-కిరణః-౨క్లేశః-౩కోణః-౪కచః॥ తె॥౧కిరణము-౨కష్టము-౩మూల-౪వెంట్రుక.

అస్రపః-అ-పు-రాక్షసజాతిః॥ తె॥ రక్కసుఁడు.

అస్రు-ఉ-న-అశ్రు-౨రుధిరమ్॥ తె॥౧కన్నీరు-౨రక్తము.

అస్రుః-ఉ-పు-క్లేశః॥ తె॥తొందర.

అస్వచ్ఛన్దః-అ-త్రి-పరాధీనః॥ తె॥ ఒకనికి లోఁబడ్డవాఁడు.

అస్వపుట్-ష్-పు-వాయసః॥ తె॥ కాకి.

అస్వప్నః-అ-పు-దేవః॥ తె॥ వేల్పు.

అస్వరః-అ-త్రి-అసౌమ్యస్వరః॥ తె॥ బొంగుగొంతుకగలవాఁడు.

అస్వాధ్యాయః-అ-పు-స్వాధ్యాయత్యాగీ॥ తె॥వేదమునువిడిచినవాఁడు.

అహమ్-ద్-త్రి-అస్మదర్థః॥ తె॥ నేను

అహమ్-౦-౦-అస్మదర్థః॥ తె॥ నేను.

అహః-న్-న-దినమ్॥ తె॥పగలు.

అహఃకరః-అ-పు-సూర్యః॥ తె॥రవి.

అహఃపతిః-ఇ-పు-సూర్యః॥ తె॥సూర్యుఁడు.

అహఙ్కారః-అ-పు-గర్వః॥ తె॥గర్వము.

అహఙ్కారీ-న్-త్రి-అహంకారవాన్॥ తె॥ గర్వముగలవాఁడు.

అహఙ్కృతిః-ఇ-స్త్రీ-గర్వః॥ తె॥ గర్వము.

అహతః-అ-త్రి-నూతనవస్త్రమ్॥ తె॥ క్రొత్త బట్ట.

అహన్తా-ఆ-స్త్రీ-గర్వః॥ తె॥ గర్వము.

అహన్తా-ఋ-త్రి-అహననకర్తా॥ తె॥ చంపనివాఁడు.

అహమహమికా-ఆ-స్త్రీ-యుద్ధశాలీనపరస్పరాహంకారః॥ తె॥ జగడమునందొండొరులయహంకారము.

అహమ్పూర్వికా-ఆ-స్త్రీ-అహంపూర్వమహంపూర్వమితియుద్ధక్రియా॥ తె॥ నేను ముందు నేనుముందని పైఁబడుట.

అహమ్మతిః-ఇ-స్త్రీ-అజ్ఞానమ్॥ తె॥ తెలివిలేమి.

అహంయుః-ఉ-త్రి-అహంకారీ॥ తె॥ అహంకారముగలవాఁడు.

అహర్పతిః-ఇ-పు-సూర్యః॥ తె॥ సూర్యుఁడు.

అహర్ముఖమ్-అ-న-ప్రభాతమ్॥ తె॥ ప్రాతఃకాలము.

అహల్యా-ఆ-స్త్రీ-గౌతమభార్యా॥ తె॥ గౌతమఋషిపెండ్లాము

అహస్కరః-అ-పు-సూర్యః॥ తె॥ రవి.

అహహ-౦-౦-అద్భుతమ్-౨ఖేదః-౩హర్షః-౪అనునయః॥ తె॥ ౧ఆశ్చర్యము-౨దుఃఖము-౩సంతోషము-౪వేఁడుకొనుట.

అహహో-౦-౦-అద్భుతమ్-౨ఖేదః॥ తె॥ ౧ఆశ్చర్యము-౨విషాదము.

అహార్యః-అ-పు-పర్వతః॥ తె॥ కొండ.

అహార్యః-అ-త్రి-స్థిరః॥ తె॥ చలింపనివాఁడు.

అహిః-ఇ-పు-సర్పః-౨వృత్రాసురః-౩వజ్రాయుధమ్-౪శత్రుః-౫నక్షత్రవిశేషః-౬వృక్షవిశేషః॥ తె॥ ౧పాము-౨వృత్రాసురుఁడు-౩వజ్రాయుధము-౪పగవాఁడు-౫ఒకానొకచుక్క-౬ఒకానొకచెట్టు.

అహికేసరః-అ-పు-నాగకేసరవృక్షః॥ తె॥ నాగకేసరపుచెట్టు.

అహిచ్ఛత్రమ్-అ-న-ఛత్రాకః॥ తె॥ పుట్టకొక్కు.

అహిజిహ్వికా-ఆ-స్త్రీ-నారాయణీ॥ తె॥ పిల్లపీఁచర.

అహితః-అ-పు-శత్రుః॥ తె॥ విరోధి.

అహితుణ్డికః-అ-పు-సర్పగ్రాహకః॥ తె॥ పాములవాఁడు.

అహిదంష్ట్రీ-ఆ-స్త్రీ-వృశ్చికాలికా॥ తె॥ తేలుమణిచెట్టు.

అహిఫేనః-అ-పు-అఫేనః॥ తె॥ నల్లమందు,

అహిభయమ్-అ-న-స్వపక్షప్రభవభయమ్॥ తె॥ తమలోఁబుట్టినభయము.

అహిభుక్-జ్-పు॥ గరుడః-౨మయూరః॥ తె॥ ౧గరుత్మంతుఁడు-౨నెమలి.

అహిభూషణః-అ-పు-హరః॥ తె॥ శివుఁడు.

అహిమాకరీ-న్-పు-అరిమేదవృక్షః॥ తె॥ కంపుతుమ్మచెట్టు.

అహిమేదః-అ-పు-విట్ఖదిరవృక్షః॥ తె॥ కంపుతుమ్మచెట్టు.

అహిరూపధృత్-త్-న-సర్పకంచుకః॥ తె॥ పాముపొఱ.

అహిర్బుధ్న్యః-అ-పు-శివః-౨ఏకాదశరుద్రాన్యతమః॥ తె॥ ౧శివుఁడు-౨ఏకాదశరుద్రులలోనొకఁడు.

అహిర్బుధ్నీ-ఈ-స్త్రీ-ఉత్తరాభాద్రానక్షత్రమ్॥ తె॥ ఉత్తరాభాద్ర.

అహివిషహా-న్-స్త్రీ-నగ్నచ్ఛదా॥ తె॥ నల్లవిష్ణుక్రాంతచెట్టు.

అహిహా-న్-పు-ఇంద్రః॥ తె॥ దేవేంద్రుఁడు.

అహేరుః-ఉ-స్త్రీ-నారాయణీలతా॥ తె॥ పిల్లపీఁచర.

అహో-౦-౦-వికల్పాత్మకసంశయః

౨ఆశ్చర్యమ్-౩ధిగిత్యర్థే-౪విషాదః-౫కరుణా॥ తె॥ ౧వికల్పమయినసందియము-౨ఆశ్చర్యము-౩తిరస్కరించుట-౪ఖేదము-౫కృప.

అహోపురుషికా-ఆ-సీ-యుద్ధకాలీనగర్వప్రయుక్తాత్మబహూకరణవచనమ్ ॥ తె॥ పోరునందుఁ గ్రొవ్వుచేత తన్నుగొప్పపఱుచు వాక్యము.

అహోబత-౦-౦-అనుకంపా-౨ఖేదః-౩సంబోధనమ్-౪అద్భుతమ్-౫సంతోషః ॥ తె॥ ౧దయ-౨దైన్యము-౩పిలుచుట-౪ఆశ్చర్యము-౫సంతసము.

అహోరాత్రః॥ అ-(సీ) త్రింశన్ముహూర్తాత్మకవాసరః॥ తె ॥ ముప్పదిముహూర్తములుగలకాలము.

ఆ

ఆ-౦-౦-స్మృతిః-౨వాక్యమ్-౩ఆక్షేపః-౪అద్భుతమ్-౫హర్షః-౬సంభావనా-౭నిందా-౮వితర్కః-౯కోపసంగతిః॥ తె ॥ ౧జ్ఞాపకము-౨వాక్యము-౩ఆక్షేపించుట-౪వింత-౫సంతోషము-౬ఆలాగుండుననితలఁచుట-౭నింద-౮ఊహ-౯కోపసంబంధము.

ఆమ్-౦-౦-స్వయమంగీకారః॥ తె॥ మాబాగు

ఆః-౦-౧-సంతాపః-౨కోపః-౩పీడా-౪శాంతిః-౫వైరాగ్యమ్-౬నీచకర్మ-౭ప్రభా-౮సంబుద్ధిః-౯ప్రయోగః-౧౦విమలాచారః-౧౧ముఖ్యమ్॥ తె॥ ౧సంతాపము-౨క్రోధము-౩బాధ-౪శమము-౫విరక్తి-౬తక్కువపని-౭కాంతి-౮సంబోధనము-౯ప్రయోగము-౧౦శుద్ధమయిననడవడి-౧౧ప్రధానము.

ఆః-అ-పు-ఘటః-౨భావః-౩పరితాపః-౪పితామహః॥ తె॥ ౧కుండ-౨అభిప్రాయము-౩పరితాపము-౪తాత.

ఆఙ్-౦-౦-ఈషదర్థః-౨అభివ్యాప్తిః-౩ఉత్కర్షః-౪గ్రహణమ్-౫ఆధర్షః-౬ఆశ్లేషః-౭శాపః-౮అభిక్రాంతణమ్-౯అవష్టంభః-౧౦కాలయాపనమ్-౧౧ఉత్కంఠా-౧౨అనికటత్వమ్-౧౩స్పర్ధా-౧౪ఆవాపః-౧౫నిషేధః-౧౬వివాహః-౧౭బంధనమ్-౧౮వధః-౧౯స్నానమ్-౨౦సంస్థా-౨౧సంప్రదాయః-౨౨దర్శనమ్-౨౩విమర్శనమ్-౨౪విజ్ఞానమ్-౨౫జ్ఞాపనమ్-౨౬పారతంత్ర్యమ్-౨౭త్యాగః-౨౮నియోగః-౨౯భూషా-౩౦సంభాషణం-౩౧ఆలేఖ్యమ్-౩౨ఆభిముఖ్యమ్-౩౩ఆక్రమణం-౩౪వృత్తిః-౩౫ఆవృత్తిః-౩౬నివృత్తిః-౩౭ప్రాపణమ్-౩౮ప్రతిశ్రవణమ్-౩౯విస్మృతిః-౪౦విస్రంభః-౪౧అభివిక్షః-౪౨ఉద్యోగః-౪౩సంభ్రమః-౪౪అభ్యవహారః-౪౫ఆహ్వానమ్-౪౬ఆవరణమ్-౪౭ఆఢ్యా-౪౮పూజా-౪౯శ్రమః-౫౦ఉక్తిః-౫౧దుఃఖమ్-౫౨ఆనందః-౫౩సంచయః॥ తె॥ ౧కొంచెము-౨మొదలుకొనిఅంతటానున్న-౩పైకివచ్చుట-౪పుచ్చుకొనుట-౫కోపగించుట-౬కౌఁగిలించుట-౭తిట్టుట-౮కోరుట-౯తదేకశరణత్వము-౧౦కాలముగడపుట-౧౧ఇష్టమైనవస్తువును పొందుటయందు వేఁగిరపడుట-౧౨సమీపము-౧౩పగ-౧౪విడదము-౧౫అడ్డగించుట-౧౬వంచడము-౧౭కట్టుట-౧౮చంపుట-౧౯స్నానము-౨౦హద్దు-౨౧వాడుక-౨౨చూచుట-౨౩ఆలోచించుట-౨౪శాస్త్రజ్ఞా

నము-౨౫ తెలియఁజేయుట-౨౬ పరాధీనము-౨౭ త్యాగము-౨౮ ఉత్తరువు-౨౯ అలంకారము-౩౦ ఒకరితోనొకరు మాటలాడుట-౩౧ చిత్తరువు-౩౨ ఎదురు-౩౩ ఆక్రమించుట-౩౪ జీవనోపాయము-౩౫ వలుమాలు-౩౬ మానుట-౩౭ పొందించుట-౩౮ అంగీకారము-౩౯ మలుపు-౪౦ విశ్వాసము-౪౧ దానితోకూడా-౪౨ వ్యాపారము-౪౩ తొట్రుపాటు-౪౪ భోజనము-౪౫ పిలుచుట-౪౬ కప్పుట-౪౭ పూరించుట-౪౮ సత్కారము-౪౯ బడలిక-౫౦ మాట౫౧-పీడ-౫౨ ప్రీతి-౫౩ కూడఁబెట్టుట.

ఆకమ్పితః-అ-త్రి-ప్రేంఖితః॥ తె॥ కదిలింపఁబడ్డది.

ఆకరః-అ-పు-సువర్ణాదిధాతుజన్మభూమిః-౨ రత్నాదిజన్మభూమిః-౩ నివహః-౪ శ్రేష్ఠః॥ తె॥ ౧ బంగారు మొదలగు లోహములుపుట్టుగని-౨ రత్నములుపుట్టుగని-౩ సమూహము-౪ గొప్పవాఁడు.

ఆకరీ-ఈ-సీ-ఈశాననగరం॥ తె॥ శివునిపట్టణము.

ఆకర్షః-అ-పు-పాశకః-౨ శారిఫలకమ్-౩ ద్యూతమ్-౪ ఇంద్రియమ్౫ ఆకర్షణమ్౬ వ్యవసాయః-౭ ప్రహర్షః॥ తె॥ ౧ పాచికె-౨ సారెలుంచెడువలక-౩ జూదము-౪ ఇంద్రియము-౫ ఈడ్చుట-౬ వ్యాపారము-౭ సంతసము.

ఆకలనమ్-అ-న-ఆకాంక్షా౧ గణనం-౨ జ్ఞానబంధనమ్-౩ సమూహః॥ తె॥ ౧ కోరికనెంచుట-౨ తెలివిచేలోబడుట-౩ సంఘము

ఆకల్పః-అ-పు-వేషః-౨ అస్వాభావికవస్త్రభూషణాద్యలంకారశోభా-౩ కల్పనమ్॥ తె॥ ౧ వేషము-౨ అస్వభావముకానివస్త్రభూషణాద్యలంకారజన్యశోభ-౩ కల్పించుట.

ఆకసనమ్-అ-న-రోమాంచః॥ తె॥ గరపా(డుచుట.

ఆకారః-అ-పు-అభిప్రాయసూచకముఖరాగాదిః-౨ ఆకృతిః-౩ గాత్రవైకృతమ్౪ చిహ్నమ్॥ తె॥ ౧ అభిప్రాయమునుఁదెలిపెడి మొగమునందలి మెఱుపు మొదలైనది-౨ రూపము-౩ శరీరముయొక్క వికారము-౪ గుఱుతు.

ఆకారణా-ఆ-(పు)ఆహ్వానమ్॥ తె॥ పిలవడము

ఆకాలికీ-ఈ-సీ-విద్యుత్॥ తె॥ మెఱుపు.

ఆకాశః-అ-(సీ)గగనమ్॥ తె॥ ఆకసము.

ఆకాశవల్లీ-ఈ-సీ-ఖగవల్లీ॥ తె॥ అంతరవల్లి.

ఆకీర్ణః-అ-త్రి-సంకీర్ణః॥ తె॥ ఎడములేకనిండియున్నది.

ఆకులః-అ-పు-రణసమూహధ్వనిః॥ తె॥ జగడమందలిగుంపుశబ్దము.

ఆకులః-అ-త్రి-వ్యస్తః॥ తె॥ చెదరినది వీడినదియును.

ఆకుల్యమ్-అ-న-హతరాజమ్॥ తె॥ నేలతంగేడు.

ఆకూతమ్-అ-న-అభిప్రాయః॥ తె॥ అభిప్రాయము.

ఆకూతిః-ఇ-సీ-అభిప్రాయః॥ తె॥ అభిప్రా(యము.

ఆకృతిః-ఇ-సీ-ద్వావింశచ్ఛందః-౨ ద్వావింశతిసంజ్ఞా-౩ హృద్గతభావచిహ్నమ్-౪ గాత్రసామాన్యమ్-౫ రూపమ్॥ తె॥ ౧ ఇరువదిరెండవఛందస్సు-౨ ఇరువదిరెండను లెక్క-౩ మనస్సులోనుండుఅభిప్రాయముయొక్కగుఱుతు-౪ శరీరమంత-౫ రూపము.

ఆకేకరా-ఆ-సీ-అర్ధముకుళితస్వాధీనదృగ్వి

శేషః॥ తె॥ సగముమూసినస్వాధీనమైన యొకానొకదృష్టి.

ఆక్రన్దః-అ-పు-రోదనమ్-౨ధ్వనిః-౩ఘోరరణః-౪త్రాతా-౫మిత్రమ్॥ తె॥ ౧ఏడుపు ౨చప్పుడు- ౩భయంకరమైనజగడము-౪కాపాడువాఁడు-౫చెలికాఁడు.

ఆక్రీడః-అ-(సీ) సర్వసాధారణరాజవనమ్॥ తె॥అందఱుపోదగినరాజుతోఁట.

ఆక్రోడః-అ-పు- భుజద్వయాంతరమ్॥ తె॥ ఱొమ్ము.

ఆక్రోశః-అ-పు-శాపః॥ తె॥తిట్టు,

ఆక్రోశనమ్-అ-న-అభిషంగః॥ తె॥ తిట్టడము.

ఆక్షపాదః-అ-పు- సప్తపదార్థతర్క-శాస్త్రవేత్తా॥ తె॥ఏఁడుపదార్థములుగలన్యాయశాస్త్రమెఱిఁగినవాఁడు.

ఆక్షారణా-ఆ-సీ-మైథునవిషయకశాపః॥ తె॥ మైథునమునుగురించిచేయుకూత.

ఆక్షారితః-అ-త్రి- అగమ్యాగమనాదిదూషితః॥ తె॥అగమ్యాగమనము మొదలైనదానిచేత వెలివేయఁబడ్డవాఁడు.

ఆక్షికః-అ-పు-ద్యూతకారః॥ తె॥ జూదమాడే వాఁడు.

ఆక్షీబః-అ-పు-శిగ్రువృక్షః॥ తె॥మునగచెట్టు.

ఆక్షేపః-అ-పు-నిందా-౨శాపః- ౩అలంకారవిశేషః-౪భర్త్సనా-౫ఆకర్షణమ్॥ తె॥ ౧దూషణము - ౨తిట్టు-౩ఒకానొక యలంకారము-౪బెదిరించడము౫-ఈడ్చుట

ఆక్షేపకః-అ-పు- వాతవ్యాధిః-౨వ్యాధః-౩నిందకః॥ తె॥ ౧వాతరోగము- ౨ఎరుకలవాఁడు-౩నిందించువాఁడు.

ఆఖణ్డలః-అ-పు-ఇంద్రః॥ తె॥ వేల్పులదొర.

ఆఖనికః-అ-పు-సూకరః-౨చోరః- ౩మూషకః॥ తె-౧అడవిపంది-౨దొంగ- ౩ఎలుక.

ఆఖుః-ఉ-పు-మూషకః-౨సూకరః॥ తె॥ ౧ఎలుక-౨పంది.

ఆఖుపాషాణః-అ-పు-ఇలిపాషాణః॥ తె॥ఉల్లిపాషాణము.

ఆఖుభుక్-జ్-పు-మార్జారః॥ తె॥పిల్లి

ఆఖువాహః-అ-పు-వినాయకః॥ తె॥ విఘ్నేశ్వరుఁడు.

ఆఖువిషఘ్నీ-ఈ-సీ-దేవతాలవృక్షః॥ తె॥ దేవతాడిచెట్టు.

ఆఖూత్థః-అ-త్రి-ఆఖూత్థానమ్॥ తె॥ ఎలుకలు బైలువెళ్లడము.

ఆఖేటః-అ-పు-మృగయా॥ తె॥ వేట.

ఆఖ్యమ్-అ-న - స్థాలీసంస్కృతపిష్టమ్॥ తె॥ ఉక్కెర.

ఆఖ్యా-ఆ-సీ-నామధేయమ్॥ తె॥ పేరు.

ఆఖ్యాతః-అ-త్రి-భాషితః॥ తె॥ చెప్పఁబడ్డది.

ఆఖ్యాయికా-ఆ-సీ-శ్రీహర్షచరితాదిగ్రంథః॥ తె॥ శ్రీహర్షచరితము మొదలగు గ్రంథములు.

ఆగః-స్-న-అపరాధః-౨పాపమ్॥ తె॥ ౧నేరము-౨దోసము.

ఆగన్తుః-ఉ-త్రి-అతిథిః॥ తె॥విందు.

ఆగమః-అ-పు-అష్టవింశతిసంజ్ఞా-౨ఆగతిః-౩శాస్త్రమ్-౪చంద్రః- ౫కామికాద్యాగమః॥ తె॥ ౧ఇరువదియెనిమిదను లెక్క-౨రాకడ-౩శాస్త్రము - ౪చంద్రుఁడు- ౫కామిక మొదలయినయాగమము.

ఆగారమ్-అ-న-గృహమ్॥ తె॥ఇల్లు.

ఆగూః-ఊ-సీ-ప్రతిజ్ఞానమ్॥ తె॥ అంగీకారము

ఆగూః-ర్-సీ-ప్రతిజ్ఞానం॥ తె॥ అంగీకారము.

ఆగ్నాయీ-ఈ-సీ-అగ్నిభార్యా॥ తె॥ అగ్నిదేవుని పెండ్లాము.

ఆగ్నేయమ్-అ-న-అగ్నిజ్వాలః-౨దశాహకృ

తశ్రాద్ధమ్॥ తె॥ ౧అగ్నిజారము. ౨పదోనాడు చేయు శ్రాద్ధము.

ఆగ్నేయీ-ఈ-సీ- కృత్తికానక్షత్రమ్- ౨అగ్నివిదిక్॥ తె॥ ౧కృత్తికానక్షత్రము- ౨ఆగ్నేయమూల.

ఆగ్రయః-అ-త్రి-జ్యేష్ఠః॥ తె॥అన్న.

ఆగ్రహః-అ-పు-ఇష్టానిష్టకార్యజాతత్వరా- ౨నిగ్రహః- ౩శక్తిః- ౪నిర్బంధః- ౫గ్రహణమ్॥ తె॥ ౧ఇష్టానిష్టములగు పనులయందు గలిగెడు త్వర - ౨శిక్షించుట- ౩సామర్థ్యము-౪ఇబ్బంది ౫పుచ్చుకొనుట

ఆగ్రహాయణికః-అ-పు-మార్గశీర్షమాసః॥ తె॥మార్గశిరమాసము.

ఆగ్రహాయణీ-ఈ-సీ- మృగశిరోనక్షత్రమ్॥ తె॥మృగశిరానక్షత్రము.

ఆగ్రియః-అ- త్రి- సజాతీయసమూహశ్రేష్ఠః॥ తె॥ సరియయినవారి సంపులో గొప్పవాఁడు.

ఆఘాటః- అ- పు- గ్రామద్వయమధ్యభూనిర్ణయః॥ తె॥పొలి మేర.

ఆఘాతః-అ-పు- సీమా-౨ఘాతః॥ తె॥౧హద్దు ౨దెబ్బ.

ఆఘారః-అ-పు-ఆజ్యమ్॥ తె॥ నెయ్యి.

ఆఘ్రాతః-అ-త్రి-ఘ్రాతః- ౨శింజితః॥ తె॥౧వాసనచూడఁబడ్డది-౨శబ్దముగలది.

ఆఙ్గారమ్-అ-న-అంగారసమూహః॥ తె॥ నిప్పులకుప్ప.

ఆఙ్గికః-అ-త్రి-భ్రూవిక్షేపాదిజనితభావః॥ తె॥భ్రూచలనము మొదలయినదాని చేత గలుగునభిప్రాయము.

ఆఙ్గీరసః-అ-పు-పుష్యనక్షత్రమ్- ౨బృహస్పతిః-౩సంవత్సరవిశేషః॥ తె॥ ౧పుష్యమీనక్షత్రము-౨దేవగురువు- ౩అఱువదేండ్లలో నొకటి.

ఆచమనమ్-అ-న- హ్రీబేరమ్-౨ఉపస్పర్శః॥ తె॥౧కురువేరు - ౨ఆచమనము సేయుట.

ఆచామః-అ-పు- అన్నసముద్భవమండః॥ తె॥ గంజిమీఁదిమీగడ.

ఆచారః-అ-పు-సద్వృత్తమ్॥ తె॥మంచినడక.

ఆచారప్రమాణశబ్దః-అ- పు- అలంకారవిశేషః॥ తె॥ఒకానొకయలంకారము.

ఆచార్యః అ-పు-కల్పసూత్రాద్యుపేతవేదాధ్యాపకః॥ తె॥కల్పసూత్రము మొదలయినవాటితోడ వేదమును జదివించువాఁడు.

ఆచార్యా- ఆ- సీ - స్వయంమంత్రోపదేశకర్త్రీ(స్త్రీ)॥ తె॥తానే మంత్రమునుపదేశించునట్టియాఁడుది.

ఆచార్యానీ-ఈ-సీ-ఆచార్యభార్య॥ తె॥అయ్యవారి పెండ్లాము.

ఆచితమ్-అ-న- దశభారతామ్రాదికమ్॥ తె॥ పదిపుట్లమొత్తుగల రాగి మొదలయినది.

ఆచితః-అ-పు-శకటవహనయోగ్యభారః- ౨పలాయుతద్వయమ్॥ తె॥ ౧బండెడుబరువు-౨ఇరువది వేలపలాలమొత్తు.

ఆచితః-అ-త్రి-నిచితః॥ తె॥పరవఁబడ్డది.

ఆచోదనమ్-అ-న-ఆఖేటః॥ తె॥ వేట.

ఆచోలః-అ-పు-కూర్చః॥ తె॥ జెండాకుచ్చు.

ఆచ్ఛాదనమ్-అ-న- తిరోధానమ్-౨వస్త్రమ్-౩అవధారణమ్-౪అపవారణమ్-౫సన్నిధానమ్-౬దోషావృతిః॥ తె॥ ౧మఱుఁగు-౨బట్ట-౩నిశ్చయించుట-౪అడ్డగించుట-౫సమక్షము-౬నేరమును దాఁచుట.

ఆచ్ఛాదనఫలా-ఆ-సీ- కార్పాసవృక్షః॥ తె॥ ప్రత్తిచెట్టు.

ఆచ్ఛాయః-అ పు- అశ్వప్లుతగతిః॥ తె॥గుఱ్ఱపు నడకలలో నొకటి.

ఆచ్ఛురితమ్ - అ - న - సోత్ప్రాసహాసః॥

తె॥ఎత్తిపొడుస్తూనవ్వడము.

ఆచ్ఛురితకమ్-అ-న-సోత్ప్రాసహాసః॥ తె॥ఎత్తిపొడుస్తూనవ్వడము. (డ.

ఆజకమ్-అ-న-అజసమూహః॥ తె॥ మేకలమం

ఆజగవమ్-అ-న-శివధనుః॥ తె॥శివునియొక్క విల్లు. (చెట్టు.

ఆజలోమీ-ఈ-సీ-మహానీలీ॥ తె॥ పెద్దనీలి

ఆజవఞ్జవః-అ-పు-సంసారః॥ తె॥సంసారము

ఆజానుబాహూ-ఉ-పు - ఐశ్వర్యదీర్ఘాయుష్మల్లక్షణమ్॥ తె॥సంపత్తుయొక్కయుదీర్ఘాయుస్సుయొక్కయు చిహ్నము.

ఆజానేయః-అ-పు-కులీనాశ్వః॥ తె॥మంచిగుఱ్ఱము.

ఆజిః-ఇ-పు-అనిరుద్ధః-౨దశరథః॥ తె॥౧అనిరుద్ధుఁడు-౨దశరథమహారాజు

ఆజిః-ఇ-సీ-యుద్ధమ్-౨సమస్థలమ్॥ తె॥ ౧పోరు-౨చదరపునేల.

ఆజినమ్ అ-న-అజినసమూహః॥ తె॥ తోళ్లకుప్ప.

ఆజీవః-అ-పు-జీవనోపాయః॥ తె॥ బ్రతుకుటకుపాయము. ద్రవము

ఆజూః-ఊ-సీ-నరకబాధా॥ తె॥ నరకోప

ఆజ్ఞా-ఆ సీ-నిదేశః॥ తె॥ఉత్తరువు.

ఆజ్యమ్-అ-న-ఘృతమ్-౨శ్రీవాసనామధూపద్రవ్యమ్॥ తె॥ ౧నెయ్యి-౨శ్రీవాసమను పేరుగలధూపద్రవ్యము.

ఆఞ్జనేయః-అ-పు-హనుమాన్॥ తె॥ వాయుపుత్రుఁడు.

ఆటకః-అ-పు - ధూమ్రాటపక్షీ-౨చటకః॥ తె॥ ౧కూఁకటిమూఁగ-౨ఊరఁబిచ్చుక.

ఆటకా-ఆ-సీ-అంగారదీపికా॥ తె॥ కొలిమితిత్తి మొదటిసరము.

ఆటీః-ఈ-సీ-శరారిపక్షీ॥ తె॥ఆడేలుపిట్ట.

ఆటీతః-అ-పు-నందివృక్షః॥ తె॥ నందివర్ధనపు చెట్టు.

ఆటోపః-అ-పు- ఇష్టానిష్టకార్యజాతత్వరా-౨ఉద్దేశకార్యజాతవ్యగ్రతా॥ తె॥ ౧ఇష్టానిష్టములగుపనులయందుఁగలిగెడిత్వర-౨ఉద్దిష్టకార్యమందలిజాగరూకత.

ఆడమ్బరః-అ-పు- రణభేర్యాదిధ్వనిః-౨యుద్ధసంరంభః-౩గజాదిగర్జితమ్॥ తె॥౧జగడమందుభేరిమొదలైనదానిచప్పుడు-౨రణసన్నాహము-౩ఏనుఁగుమొదలైన వాటిధ్వని.

ఆఢకః-అ-(సీ)ఆఢకపరిమాణమ్॥ తె॥తూము.

ఆఢకికః అ-త్రి-ఆఢకవాపః॥ తె॥ తూమెడువిత్తులువిత్తేక్షేత్రము.

ఆఢకీ-ఈ-సీ-తువరికా-౨కల్వ॥ తె॥ ౧తొవరిమన్ను-౨కందులు.

ఆఢ్యః-అ-త్రి-ధనికః-౨ఆత్మవాన్-౩ప్రార్థనీయః॥ తె॥౧ధనవంతుఁడు-౨మంచిమనస్సుగలవాఁడు-౩కోరఁదగినవాఁడు.

ఆణవీనమ్-అ-న- అణుభవనోచితక్షేత్రమ్॥ తె॥ నల్లవడ్లుపండేభూమి.

ఆణిః-ఇ-(న)-రథాక్షాగ్రకీలకమ్॥ తె॥ బండికండ్లుజారకుండుటకై వేసినచీల.

ఆణిః-ఇ-పు-మాత్రికగుణః-౨సీమా॥ తె॥ ౧గుండ్రఁదనము-౨పొలిమేర

ఆతఙ్కమ్-అ-న-శివఖేటః॥ తె॥ శివునిడాలు.

ఆతఙ్కః-అ-పు-సంజ్వరే-౨రోగః-౩భయమ్-౪మురజధ్వనిః-౫శంకా॥ తె॥ ౧కాల్చడము-౨వ్యాధి-౩వెఱపు-౪మద్దెలశబ్దము-౫సందేహము.

ఆతఙ్కితః అ-త్రి-భీరుకః॥ తె॥జడిసేవాఁడు

ఆతఞ్చనమ్-అ-న-ప్రతీవాపః-౨ఆప్యాయనమ్-౩జవనమ్॥ తె॥ ౧కరిగినబంగారము

మొదలయినదానిని వేరుద్రవ్యముతోఁజే ర్చిపాడిచేయుట-౨తృప్తిచేయుట- ౩వే గము.

ఆతతః-అ-త్రి- ఆయామవిస్తారాద్యధికః ॥ తె॥ నిడుపు వెడల్పు మొదలయినవాటిచే త నెక్కు-వైనది.

ఆతతాయీ-న్-త్రి-వధోద్యమసన్నద్ధః॥ తె॥ చంపడమునకుసిద్ధమైనిలచినవాఁడు.

ఆతపః-అ-పు-సూర్య తేజః॥ తె॥ ఎండ.

ఆతపత్రమ్-అ-న-ఛత్రమ్॥ తె॥ గొడుగు.

ఆతపనీయః-అ-పు-వ్రీహివిశేషః॥ తె॥ ఒకా నొకవడ్లు.

ఆతపవారణమ్-అ-న-ఛత్రమ్॥ తె॥ గొడుగు.

ఆతరః-అ-పు-తరపణ్యమ్॥ తె॥ ఓడదాటడపు కూలి.

ఆతాపీ-న్-పు-పక్షివిశేషః॥ తె॥ చిందపిట్ట.

ఆతామ్రఫలః-అ-పు-అంకోలవృక్షః ॥ తె ॥ ఊఁడుగుచెట్టు.

ఆతాయీ-న్-పు-పక్షివిశేషః॥ తె॥ చిందపిట్ట.

ఆతిః-ఇ-సీ-శరారిపక్షీ॥ తె॥ ఆఁడేలు.

ఆతిథేయమ్-అ-న-అన్నపానాద్యతిథిసత్కా రః॥ తె॥ అన్నపానములనొసఁగియతిథిని పూజించుట.

ఆతిథేయః-అ-పు-అన్నపానాద్యతిథిసత్కా రః॥ తె॥ అన్నపానాదులనొసఁగియతిథి నిపూజించుట.

ఆతిథేయీ-ఈ-సీ-అన్నపానాద్యతిథిసత్కా రః॥ తె॥ అన్నపానాదులనొసఁగియతిథి నిపూజించుట.

ఆతిథ్యమ్-అ-న-అతిథిసత్కారార్థద్రవ్యమ్॥ తె॥ అతిథిపూజానిమిత్తమయినవస్తువు.

ఆతిథ్యః-అ-పు-అతిథిః॥ తె॥ ఆగంతువు.

ఆతిథ్యః-అ-త్రి-అతిథిభక్తః॥ తె॥ అతిథియం దలిభక్తి.

ఆతురః-అ-త్రి- ౧రోగీ-౨పీడితః- ౩ఆసక్తః ॥ తె॥ ౧వ్యాధిగ్రస్తుఁడు - ౨పీడింపఁబడ్డ వాఁడు-౩ఇష్టముగలవాఁడు.

ఆతోద్యమ్-అ-న- తతానద్ధసుషిరఘనచతు ర్విధవాద్యమ్ ॥ తె ॥ చతుర్విధవాద్య ములు.

ఆత్తగర్వః-అ-త్రి-రాజావమానితః ॥ తె॥ రా జుచేనవమానింపఁబడ్డవాఁడు.

ఆత్మగుప్తా-ఆ-సీ-కండూరాలతా॥ తె॥దూల గొండి.

ఆత్మఘోషః-అ-పు-వాయసః॥ తె॥ కాకి.

ఆత్మజః-అ-పు-సుతః॥ తె॥కుమారుఁడు.

ఆత్మజా-ఆ-సీ-కుమారీ॥ తె॥కూఁతురు.

ఆత్మతుష్టిప్రమాణశబ్దః-అ-పు- అలంకారవి శేషః॥ తె॥ ఒకానొకయలంకారము.

ఆత్మదర్శకః-అ-పు-దర్పణః॥ తె॥ అద్దము.

ఆత్మనీనః-అ-పు-సుతః-౨స్యాలః॥ తె॥౧కొడు కు-౨బావ.

ఆత్మనీనః-అ-త్రి-ఆత్మహితః॥ తె॥ తనకు మం చిచేయువాఁడు.

ఆత్మభూః-ఊ-పు- చతుర్ముఖః-౨మన్మథః-౩ విష్ణుః-౪శివః॥ తె॥ ౧బ్రహ్మ - ౨మదనుఁ డు-౩హరి-౪హరుఁడు.

ఆత్మంభరిః-ఇ-పు-స్వోదరపోషకః॥ తె॥తనపొ ట్టమాత్రమునిండించుకొనువాఁడు.

ఆత్మయోనిః-ఇ-పు- చతుర్ముఖః-౨మన్మథః ॥ తె॥౧బ్రహ్మ-౨మదనుఁడు.

ఆత్మా-న్-పు-జీవః-౨యత్నః- ౩ధృతిః-౪బు ద్ధిః-౫స్వభావః - ౬బ్రహ్మ-౭దేహః-౮ ఇంద్రియమ్-౯గంధవాహః-౧౦మనః- ౧౧పరమాత్మా॥ తె॥౧జీవాత్మ-౨ప్రయ త్నము- ౩ధైర్యము-౪మతి- ౫స్వభావ

ము-౬బ్రహ్మదేవుఁడు-౭శరీరము-౮ఇంద్రియము-౯గాలి-౧౦ఉల్లము-౧౧పరబ్రహ్మము.

ఆత్రేయః-అ-పు- చంద్రః-౨మునివిశేషః॥ తె॥౧రేవెలుఁగు-౨దత్తాత్రేయముని.

ఆత్రేయీ-ఈ-స్త్రీ-రజస్వలా-౨నదీవిశేషః-౩మునిభార్యా॥ తె॥ ౧బహిష్ఠి-౨ఒకానొకయేఱు-౩ఋషిభార్య

ఆథర్వణమ్-అ-న- అథర్వఋషిదృష్టవేదభాగసమూహః - ౨అథర్వఋషిప్రోక్తవేదభాగసమూహః॥ తె॥౧అథర్వుఁడనుఋషిచూచినవేదసముదాయము-౨అథర్వఋషిచెప్పినవేదభాగసంఘము

ఆథర్వణః-అ-పు- అథర్వణవేదజ్ఞః- ౨పురోహితః॥ తె॥ ౧అథర్వణవేదముఁదెలిసినవాఁడు-౨పురోహితుఁడు.

ఆదతః-అ-పు-బంధకస్థితసేవకః॥ తె॥ కుదువయుంచినసేవకుఁడు.

ఆదర్శః-అ-పు-దర్పణః- ౨ఆస్థిలమ్- ౩టీకాగ్రంథః-౪ప్రతిపుస్తకమ్॥ తె॥ ౧అద్దము-౨అస్థిలము- ౩వ్యాఖ్యానగ్రంథము- ౪వేఱుప్రతి.

ఆదానమ్-అ-న-పాణీంద్రియధర్మః- ౨నిషంగావధికబాణాదానమ్-౩గ్రహణమ్-౪అశ్వాలంకారః॥ తె॥ ౧కర్మేంద్రియములలోనొకటియగుచేతిధర్మము- ౨అమ్ములపొదినుండిబాణమునెత్తుట - ౩పుచ్చుకొనుట-౪గుఱ్ఱముయొక్క సొమ్ము.

ఆదాయః-అ-పు-ద్రవిణమ్-౨లాభః- ౩తామ్రపర్ణీసింధుసంగమః॥ తె॥౧ధనము-౨పెట్టినదానికంటే హెచ్చుగావచ్చుట - ౩ తామ్రపర్ణియను నేఱుసముద్రముతోఁగలియుట.

ఆది-౦-౦-ప్రకాశః-౨ప్రథమః-౩ప్రయోజనమ్-౪విహారః॥ తె॥౧వెలుఁగు-౨మొదటిది-౩ప్రయోజనము-౪క్రీడ.

ఆదిః-ఇ-పు-ఆద్యః॥ తె॥ మొదటిది.

ఆదికవిః-ఇ-పు-వాల్మీకిః॥ తె॥ మొదటఁగావ్యముచెప్పినయతఁడు.

ఆదితః-౦-౦-ఆదౌ॥ తె॥ మొదటినుండి.

ఆదితాలః-అ-పు- తాలప్రాణకలావిశేషః॥ తె ॥ తాలప్రాణభూతమైనయొకానొకకళ.

ఆదితేయః-అ-పు-దేవః॥ తె॥ వేల్పు.

ఆదిత్యః-అ- పు- దేవః-౨ద్వాదశసంజ్ఞా- ౩సూర్యః-౪ద్వాదశాదిత్యగణదేవతాన్యతమః॥ తె॥ ౧వేల్పు-౨పన్నెండనెడులెక్క- ౩రవి-౪పన్నిద్దరుసూర్యులలోనొకఁడు.

ఆదిత్యా-ఆ-స్త్రీ-సరస్వతీ॥ తె॥వాణి,

ఆదీనవః-అ-పు-క్లేశః-౨దోషః ॥ తె॥ ౧రాగద్వేషాదిప్రయుక్తదుఃఖము-౨దోసము.

ఆదీనవః-అ-త్రి-క్లిష్టః-౨దురంతః॥ తె॥౧దుఃఖితుఁడు-౨అంతములేనిది.

ఆదిభిక్షుః-ఉ-పు-శివః॥ తె॥హరుఁడు.

ఆదృతః-అ-త్రి-సాదరః-౨అర్చితః॥ తె॥ ౧ఆదరింపఁబడ్డవాఁడు - ౨పూజింపఁబడ్డవాఁడు.

ఆదేశః-అ-పు-ఆజ్ఞా- ౨వ్యాకరణవిహితోపదేశవిశేషః॥ తె॥౧ఉత్తరువు-౨వ్యాకరణమునందువర్ణాదులనువిధించుట.

ఆద్యః-అ-త్రి- ప్రథమః-౨ముఖ్యః-౩భక్ష్యః॥ తె॥౧మొదటిది- ౨ప్రధానమయినది-౩తినఁదగినది.

ఆద్యమాషకః-అ-పు-పంచగుంజాతులామానసువర్ణమ్॥ తె॥అయిదుగురివెందగింజల

యెత్తుబంగారము.

ఆధ్మానః-అ-త్రి-ఔదరికః॥ తె॥ తనపొట్టమాత్రముపోషించుకొనెడువాఁడు.

అద్వయికః-అ-పు-అద్వయికమతప్రవర్తకః॥ తె॥ అద్వైతమతప్రవర్తకుఁడు.

ఆధాతుః-ఉ-సీ-ఆధారికా॥ తె॥ ఎఱ్ఱజెఱ్ఱి.

ఆధానమ్ అ-న-న్యాసః॥ తె॥ ఉంచడము.

ఆధారమ్-అ-న-గుదమ్॥ తె॥ ముడ్డి.

ఆధారః-అ-పు-తటాకః-౨శాల్యాదిరతుణాగ్ధజలధారణమ్-౩ఆలవాలమ్-౪అధికరణమ్ ॥ తె ॥ ౧కోనేరు-౨బడ్డుచెరువు-౩పాదు-౪ధరించునది.

ఆధారదణ్డః-అ-పు-కశేరుకా॥ తె॥ వెన్నుయెముక.

ఆధారశక్తిః-ఇ-సీ-సర్వలోకభారకాధస్థితశక్తిః॥ తె॥ లోకములన్నిటిని మోయువానిక్రిందనుండుశక్తి.

ఆధారికా-ఆ-సీ-ధారీ-౨ఆధాతుః॥ తె॥ ౧కోరెండచెట్టు-౨ఎఱ్ఱజెఱ్ఱి.

ఆధారీ-ఈ-సీ-ధారీ॥ తె॥ కోరెండచెట్టు.

ఆధిః-ఇ-సీ - అనిష్టావాప్తిజాతమనోవ్యథా-౨అధిష్ఠానమ్-౩వ్యసనమ్ - ౪బంధకః॥ తె॥ ౧అనిష్టమువచ్చుటచేతఁగలిగెడు చిత్తబాధ-౨ఆశ్రయము-౩ జూదము మొదలైనవ్యసనము-౪తాకట్టు.

ఆధీగవః-అ-పు-సామవిశేషః-౨మునివిశేషః ౩మాతులః॥ తె॥ ౧ ఒకానొకసామము-౨ఒకానొకఋషి-౩ మేనమామ.

ఆధూతః-అ-త్రి-ప్రేంఖితః॥ తె॥ కదిలింపఁబడ్డది.

ఆధేయః-అ-త్రి-ఆధారప్రతిసంబంధీ॥ తె॥ ఒకదానిమీఁదనుండునది.

ఆధేయపర్యాయః-అ-పు-అలంకారవిశేషః॥ తె॥ ఒకానొకయలంకారము.

ఆధోరణః-అ-పు-హస్తిపకః॥ తె॥ మావటీఁడు

ఆధోరూపికా-ఆ-సీ - అధోరూపభావప్రాశస్త్యమ్-౨అధోరూపకర్మప్రాశస్త్యమ్॥ తె॥ ౧ అధోరూపమయిన యభిప్రాయముయొక్క ప్రసిద్ధి-౨అధోరూపమయిన పనియొక్క ప్రసిద్ధి.

ఆధ్మాతః-అ-త్రి-శబ్దితః-౨పవనః-౩వ్యాధిః-౪దగ్ధః॥ తె॥ ౧ఊదఁబడ్డది-౨గాలి-౩ రోగము-౪పెనుగు.

ఆధ్యానమ్-అ-న-ఇష్టానిష్టకార్యవిచారః॥ తె॥ ఇష్టానిష్టములగుపనులుగురించి యాలోచించుట.

ఆనకః-అ-(సీ)-పటహవాద్యమ్-౨భేరీ-౩మృదంగః-౪ధ్వనన్మేఘః-౫గోవిందః - ౬మదనాలయః॥ తె॥ ౧తప్పెట-౨దుందుభి-౩మద్దెల-౪శబ్దించునట్టిమేఘము-౫ గోవిందుఁడు-౬యోని.

ఆనకదున్దుభిః-ఇ-పు-వసుదేవః ॥ తె॥ కృష్ణునియొక్క తండ్రి.

ఆనఙ్గః-అ-పు-కుబేరః-౨శివః॥ తె॥ ౧ కుబేరుఁడు-౨శంభువు.

ఆనజ్ఞః-అ-త్రి-స్వారస్యగ్రాహీ॥ తె॥ స్వారస్యమును దెలుసుకొనువాఁడు.

ఆనతమ్-అ-న-సంగమః॥ తె॥ చేరిక.

ఆనతః-అ-త్రి-అధోముఖనమ్రః ॥ తె॥ చివరకొంచముక్రిందికివఁగినది.

ఆనద్ధమ్-అ-న - చర్మాచ్ఛాదితమర్దలాదివాద్యమ్॥ తె॥ తోలుచేతఁ గప్పఁబడ్డ మద్దెల మొదలైనవాద్యము.

ఆనద్ధః-అ-త్రి-ఆబద్ధః॥ తె॥ కట్టఁబడ్డది.

ఆననమ్-అ-న-ముఖమ్॥ తె॥ మొగము.

ఆనద్దమ్-అ-న-ఆకాశః॥ తె॥ ఆకసము.

ఆనన్దః-అ-పు-సంవత్సరవిశేషః-౨సుఖమ్-౩యతిసంప్రదాయభేదజ్ఞానార్థచిహ్నమ్-౪-వార్షికసూర్యకిరణః॥ తె॥ ౧అఱువదియేండ్లలోనొకటి-౨సౌఖ్యము-౩సన్యాసులసంప్రదాయమును దెలిపెడి గుఱుతు-౪వర్షప్రదమైనసూర్యకిరణము.

ఆనన్దకాననమ్-అ-న-కాశీపురమ్॥ తె॥ కాశీపట్టనము.

ఆనన్దథుః-ఉ-పు-ఆనందః॥ తె॥ సంతసము.

ఆనన్దనమ్-అ-న-చిరకాలాగతబంధుమిత్రాలింగనాదిజనితసుఖానుభవః॥ తె॥ పెద్దకాలమునకువచ్చినచుట్టములను స్నేహితులనుగాఁగలించుకొనుటచేతఁగలిగెడుసంతోషానుభవము.

ఆనన్దినీ-ఈ-సీ-బ్రహ్మపురీ॥ తె॥ బ్రహ్మదే(వునిపట్టణము

ఆనన్దాత్మా-న్-పు-చతుర్ముఖః॥ తె॥ బ్రహ్మ.

ఆనన్దాలయః-అ-పు-చంద్రలోకః॥ తె॥ చంద్రునియొక్క లోకము.

ఆనర్తః-అ-పు-యుద్ధమ్-౨నృత్తశాలా-౩దేశవిశేషః-౪జినమ్-౫అబ్ధిః॥ తె॥ ౧జగడము-౨నాట్యశాల-౩ఒకానొకదేశము-౪తోలు-౫సముద్రము.

ఆనాయః-అ-పు-జాలమ్-౨మూలఫలోదుంబరవృక్షః॥ తె॥ ౧వల-౨అడుగునఁగాచునట్టిమేడిచెట్టు.

ఆనాయ్యః-అ-పు-గార్హపత్యానీతదక్షిణాగ్నికుండసంస్కృతాగ్నిః॥ తె॥ గార్హపత్యము నుండితెచ్చి దక్షిణాగ్ని యందుమంటచేసిననిప్పు.

ఆనాహః-అ-పు-మలమూత్రబంధనరోగః-౨వస్త్రాదిదైర్ఘ్యమ్॥ తె॥ ౧మలమూత్రములనుగట్టెడిరోగము-౨బట్టలుమొదలైనవాటిపొడవు.

ఆనిరహతః-అ-పు-దేవసంఖ్యమ్-౨ప్రాణిసంఖ్యమ్-౩జనార్దనః॥ తె॥ ౧దేవతులయుద్ధము-౨జంతువులయుద్ధము-౩విష్ణువు.

ఆనీలయష్టికా-ఆ-సీ-అంబుదఫలీ॥ తె॥ మూలుగుచెట్టు.

ఆనుపూర్వకమ్-అ-న-అనుక్రమః॥ తె॥ వరుస

ఆనుపూర్వీ-ఈ-సీ-అనుక్రమః॥ తె॥ వరుస.

ఆనుపూర్వ్యమ్-అ-న-అనుక్రమభావః-౨అనుక్రమకర్మ॥ తె॥ ౧వరుసఁదనము-౨వరుసపని.

ఆనుపూర్వ్యీ-ఈ-సీ-అనుక్రమభావః-౨అనుక్రమకర్మ॥ తె॥ ౧వరుసఁదనము-౨వరుసపని.

ఆనేతవ్యమ్-అ-న-ఆనయనమ్॥ తె॥ తేవడము.

ఆన్త్రమ్-అ-న-పురీతత్॥ తె॥ పేఁగు.

ఆన్త్రసమావృతః-అ-పు-జలకుక్కుటః॥ తె॥ నీరుకోడి.

ఆన్దోలః-అ-పు-ఆందోళికా॥ తె॥ అందలము.

ఆన్దోలనమ్-అ-న-ఆందోళికా॥ తె॥ అందలము.

ఆన్దోలికా-ఆ-సీ-ఆందోలనమ్॥ తె॥ అందలము

ఆన్దోలితః-అ-త్రి-ప్రేంఖోలితః॥ తె॥ ఊఁగింపఁబడ్డది.

ఆన్ధకమ్-అ-న-పాతాళలోకః-౨అంధసమూహః॥ తె॥ ౧పాతాళలోకము-౨గుడ్డివాండ్రగుంపు.

ఆన్ధకీ-ఈ-సీ-నైరృతదిక్॥ తె॥ నిరృతిదిక్కు.

ఆన్ధతీ-ఈ-సీ-నైరృతిపురీ॥ తె॥ నిరురుతియొక్కపట్టణము.

ఆన్ధసికః-అ-త్రి-పాచకః॥ తె॥ వండెడివాఁడు.

ఆన్వీక్షికీ-ఈ-సీ-దండనీతిః॥ తె॥ దండనశాస్త్రము.

ఆపమ్-అ-న-జలసమూహః॥ తె॥ నీళ్లరాశి.

ఆపః-ప్-సీ-జలమ్॥ తె॥నీరు.

ఆపః-స్-న-జలమ్॥ తె॥ఉదకము.

ఆపక్వమ్-అ-న-అభ్యూషః॥ తె॥ నానఁబెట్టి యుడకఁబెట్టినగుగ్గిళ్లు.

ఆపగా-ఆ-సీ-నదీ॥ తె॥ఏఱు.

ఆపజ్జనక్షః-అ-పు-శాకోటవృక్షః॥ తె॥ పెద్ద టేకుచెట్టు.

ఆపణః-అ-పు-నిషద్యా॥ తె॥అంగడి.

ఆపణికః-అ-పు-సార్థవాహః॥ తె॥ క్రయవిక్రయకారకుఁడు,దుకాణదారియును.

ఆపత్-ద్-సీ-విపత్తిః॥ తె॥ఆపద.

ఆపత్తిః-ఇ-సీ-ప్రాపణమ్-౨దోషః॥ తె॥ ౧ పొందించుట-౨దోషము.

ఆపత్ప్రాప్తః-అ-త్రి-ఆపన్నః॥ తె॥ ఆపదనొందినవాఁడు.

ఆపన్నః-అ-త్రి-ఆపత్ప్రాప్తః-౨ప్రాప్తః॥ తె॥ ౧ఆపదనొందినవాఁడు-౨పొందినవాఁడు

ఆపన్నగ్రామః-అ-పు-ప్రాప్తగ్రామః॥ తె॥ గ్రామమును జెందినవాఁడు.

ఆపమిత్యకమ్-అ-న-నియమాప్తమ్॥ తె॥ కుదువయుంచిమొరవుతెచ్చినవస్తువు

ఆపాతః-అ-పు-తదాత్వమ్॥ తె॥అప్పుడు.

ఆపానమ్-అ-న-పానగోష్ఠీ॥ తె॥ సంఘముగానుండిపానముచేయుచోటు.

ఆపీడః-అ-పు-శేఖరః॥ తె॥ శిఖయందుఁగట్టిగాఁజుట్టినపూలదండ.

ఆపీనమ్-అ-న-ఊధః॥ తె॥పొదుగు.

ఆపీవరః-అ-పు-ఆపీవరేక్షుః॥ తె॥ దలముగా బలిసినచెరుకు.

ఆపూపికమ్-అ-న-భక్ష్యసమూహః॥ తె॥పిండివంటలగుంపు.

ఆపూపికః-అ-త్రి-భక్ష్యకారః॥ తె॥ పిండివంటలువండెడివాఁడు.

ఆపోగణ్డః-అ-పు-శిశుకః-౨వికలాంగః-౩భీరుకః॥ తె॥ ౧కుఱ్ఱవాఁడు-౨అవయవములలోఁదక్కువఁగలవాఁడు-౩పంద.

ఆప్తమ్-అ-న-భాగహారః॥ తె॥ పంతుపుచ్చుకొనుట.

ఆప్తః-అ-పు-విశ్వాసయోగ్యమిత్రమ్॥ తె॥ నమ్మఁదగినచెలికాఁడు.

ఆప్తః-అ-త్రి-భాగహారవాన్-౨లబ్ధః-౩సఖ్యమ్॥ తె॥ ౧పంతుపుచ్చుకొన్నవాఁడు-౨పొందఁబడినది-౩చెలిమి.

ఆప్తిః-ఇ-సీ-సంబంధః-౨లాభః॥ తె॥ ౧చేరిక-౨ఆదాయము.

ఆప్యమ్-అ-న-పారిభావ్యమ్-౨షట్పదాభమక్షికాకృతపింగళవర్ణమధు॥ తె॥ ౧చెంగలికోష్టు-౨తుమ్మెదవంటియీఁగెలుబెట్టినగోరోచనపువన్నెగలతేనె.

ఆప్యః-అ-త్రి-జలమయః-౨జలజాతసర్వవస్తు॥ తె॥ ౧నీటిమయము-౨నీటియందుఁబుట్టినయన్నివస్తువులు.

ఆప్యాయనమ్-అ-న-తృప్తిః-౨హర్షః-౩బంధుసంగమః॥ తె॥ ౧తృప్తి-౨సంతోషము-౩చుట్టములచేరిక.

ఆప్రపదీనః-అ-త్రి-ప్రపదపర్యంతలంబమానాంశుకమ్॥ తె॥ మీఁగాలుపర్యంతము వ్రేలాడుబట్ట.

ఆప్లవః-అ-పు-స్నానమ్॥ తె॥మునుఁగుట.

ఆప్లావః-అ-పు-స్నానమ్॥ తె॥మునుఁగుట.

ఆప్లుతః-అ-పు-స్నాతకః॥ తె॥ వేదముచదివినవెనుక వేఱాశ్రమమునుబొందక వ్రతముచేయువాఁడు.

ఆప్లుతః-అ-త్రి-స్నాతః॥ తె॥ స్నానముచేసినవాఁడు.

ఆబన్ధః-అ-పు-యుగహలబంధనమ్-౨దృఢబం

ధః-౩ప్రేమ-౪అలంకారః॥ తె॥ ౧నాఁగటికినిప్రాజుకునుగట్టే మోకు-౨గట్టిదైన బంధము-౩ఇష్టము-౪ఆభరణము.

ఆబ్దికః-అ-పు-వేణుధ్మః॥ తె॥పిల్లఁగ్రోవి నూఁదు వాఁడు.

ఆభరణమ్-అ-న-విభూషణమ్॥ తె॥నగ.

ఆభాణకః-అ-పు- అమూలకలోకప్రవాదః॥ తె॥నిరాధారమయినజనవాదము.

ఆభాషణమ్-అ-న-బంధుమిత్రసంభాషణమ్ తె॥ చుట్టములతోను స్నేహితులతోను మాటలాడుట.

ఆభాస్వరః-అ- పు· చతుఃషష్ట్యాభాస్వరగణదేవతాన్యతమః-౨చతుఃషష్టిసంజ్ఞా॥ తె॥ ౧ అఱువదినాలుగు భాస్వరగణదేవతలలోనొకఁడు-౨అఱువదినాలుగు.

ఆభిషుః-ఉ-పు-కిరణః॥ తె॥కిరణము.

ఆభీరః-అ-పు-గోపాలః॥ తె॥గొల్ల వాఁడు.

ఆభీరపల్లీ -ఈ-సీ-ఘోషః॥ తె॥గొల్లపల్లె.

ఆభీరీ-ఈ-సీ-గోపాలభార్యా - ౨గోపాలజాతిస్త్రీ॥ తె॥ ౧గొల్లవానిపెండ్లాము-౨గొల్లది.

ఆభీలమ్-అ-న-భయానకరసః-౨కష్టమ్॥ తె॥ ౧దారుణరసము-౨సంకటము.

ఆభీలః-అ-త్రి- భయానకరసవాన్ - ౨కష్టవాన్॥ తె॥ ౧దారుణరసముగలవాఁడు-౨సంకటముగల వాఁడు.

ఆభీలః-అ-పు-వరుణః॥ తె॥ పడమటిదిక్కునకధిపతి.

ఆభీషుః-ఉ-పు-కిరణః-౨పాశః॥ తె॥ ౧కిరణము-౨పగ్గము.

ఆభోగః-అ-పు-చిత్తపరిపూర్ణతా-౨రచనాదిపరిపూర్ణతా - ౩యత్నః-౪వరుణచ్ఛత్రమ్॥ తె॥౧మనస్సుయొక్క పరిపూర్తి-౨కర్మాదిపరిపూర్తి-౩యత్నము-౪వరుణునియొక్కగొడుగు.

ఆమ-ం-అ-జ్ఞాననిశ్చయః- ౨అనుగుణ్యమ్॥ తె॥౧తెలిసియవుననుట-౨ఔఁగా.

ఆమః-అ-పు-రోగః॥ తె॥తెగులు.

ఆమః-అ-త్రి-అపక్వః॥ తె॥ఉడకనిది.

ఆమగన్ధిః- ఇ- త్రి- అపక్వమత్స్యమాంసాదిగంధవదామద్రవ్యమ్॥ తె॥వచనముకాని మత్స్యమాంసాదులవాసనగల యామద్రవ్యము.

ఆమణ్డః-అ-పు-ఏరండవృక్షః॥ తె॥ ఆముదపు చెట్టు.

ఆమనస్యమ్ అ-న - ప్రసూతివ్యాధికృతకష్టమ్॥ తె॥ప్రసవవేదన.

ఆమన్త్రణమ్-అ-న-ఆహ్వానమ్॥ తె॥పిలవడము

ఆమబన్ధః-అ-పు-ప్రస్తుతః-౨సుతః- ౩రోగవిశేషః॥ తె॥౧స్తోత్రముచేయఁబడ్డవాఁడు-౨కొడుకు-౩ఓకానొకరోగము.

ఆమయః-అ పు-రోగః॥ తె॥ వ్యాధి.

ఆమయావీన్-త్రి-రోగీ॥ తె॥రోగగ్రస్తుఁడు

ఆమరమ్-అ-న-హ్రీబేరమ్॥ తె॥కురువేరు.

ఆమరా-ఆ-సీ-ఇంద్రపురీ॥ తె॥ ఇంద్రునినగరము.

ఆమరీ-ఈ-సీ-ఇంద్రపురీ॥ తె॥ ఇంద్రునిప్రోలు

ఆమర్షః-అ-పు-క్రోధః॥ తె॥కోపము.

ఆమలకః-అ-(సీ)-ధాత్రీ॥ తె॥ ఉసిరికచెట్టు.

ఆమలకీ-ఈ-సీ- భూధాత్రీ-౨ధాత్రీ॥ తె॥౧నేలయుసిరికచెట్టు-౨ఉసిరికచెట్టు.

ఆమిక్షా-ఆ-సీ-క్షీరవికృతిః॥ తె॥ జున్ను.

ఆమిషమ్-అ-న-ఉత్కోచః-౨ఉపధానమ్-౩లోభః-౪మాంసమ్॥ తె॥ ౧కానుక- ౨తలగడ-౩లోభము-౪మాంసము

ఆమిషః- అ-పు- సుందరాకారరూపాదివిష

యః॥ తె॥ చక్ర నిరూపము మొదలయినవి షయము.

ఆమిషః-అ-త్రి-భోగ్యవస్తు॥ తె॥ భుజింపఁదగినద్రవ్యము.

ఆమిషాశీ-న్-త్రి-మాంసభక్షకః॥ తె॥ మాంసముతినెడివాఁడు.

ఆమిషీ-ఈ-సీ- భూతజటా- ౨రోగవిశేషః॥ తె॥ ౧జటామాంసి-౨ఒకానొకరోగము

ఆమీవత్క-ః-అ-పు-దేవసంఘః- ౨దేవదారువృక్షః॥ తె॥ ౧దేవతలసముదాయము-౨దేవదారుచెట్టు.

ఆమీషమ్-అ-న-మాంసమ్॥ తె॥ మాంసము.

ఆముక్తః-అ-త్రి-శరీరబద్ధకవచమ్॥ తె॥ శరీరమందుఁదొడుగుకొనెడియినుపచొక్కాయి.

ఆముష్యాయణః-అ-పు-సత్కులప్రసూతః॥ తె॥ మంచివంశమందుఁబుట్టినవాఁడు.

ఆమోదః-అ-పు- ఆనందః-౨విమర్దోత్థమనోహరదూరవ్యాపిగంధః॥ తె॥ ౧సంతోషము- ౨జనసమ్మర్దమందుఁబుట్టి దూరము వ్యాపించుమంచివాసన.

ఆమోదీ-న్-త్రి-ముఖవాసనగంధద్రవ్యమ్॥ తె॥ యక్షకర్దమాదులు.

ఆమోదీ న్-పు-సప్తవర్ణగజః॥ తె॥ పడెండ్లఏనుఁగు-

ఆమ్నాతః-అ-పు-శిక్షితః-౨సద్గుణసంపన్నః॥ తె॥ ౧చదువుకొన్నవాఁడు- ౨మంచిగుణములుగలవాఁడు.

ఆమ్నాయః-అ-పు-వేదః- ౨గురుపరంపరోపదేశప్రాప్తవేదవ్యాకరణాది విద్యాస్థానమ్ - ౩సద్గురుపరంపరాగత రహస్యోపదేశః-౪సంప్రదాయః-౫కులమ్-౬అభ్యయనమ్॥ తె॥ ౧శ్రుతి-౨గురుపరంపరోపదేశముచేతబొందఁబడినవేదవ్యాకరణాదివిద్యాస్థానము-౩సద్గురుపరంపరాగతమయినరహస్యోపదేశము-౪వాడుక-౫వంశము-౬చదువుట.

ఆమ్రః-అ-పు-చూతవృక్షః॥ తె॥ మామిడి (చెట్టు)

ఆమ్రాతకః-అ-పు-పీతనవృక్షః॥ తె॥ అంబాళపుచెట్టు.

ఆమ్రేడితం-అ-న-ద్విస్త్రిరుక్తమ్॥ తె॥ రెండుమూఁడుమాఱ్లుపలకడము.

ఆమ్లః-అ-త్రి-ఆమ్లరసవాన్॥ తె॥ పుల్లనిది.

ఆమ్లః-అ-పు-ఆమ్లరసః-౨ఆమ్లఫలమ్- ౩చాంగేరికౌషధిః॥ తె॥ ౧పులుసు-౨చింతపండు ౩పులిచింత.

ఆమ్లఖలః-అ-త్రి-ఆమ్లకృతఖలః॥ తె॥ చారు,దప్పలము మొదలైనది.

ఆమ్లమల్లికా-ఆ-సీ-వన్యశింబీధాన్యమ్॥ తె॥ అడవిశింబిధాన్యము.

ఆమ్లవేతసః-అ-పు-సహస్రవేధీ॥ తె॥ పుల్లప్రబ్బచెట్టు.

ఆమ్లాతకః-అ-పు-పీతనవృక్షః॥ తె॥ అంబాళపుచెట్టు.

ఆమ్లానికా-ఆ-సీ-తాంబూలవల్లీ॥ తె॥ తమలపాకుతీఁగె.

ఆయతః-అ-త్రి-దీర్ఘః॥ తె॥ నిడుపయినది,

ఆయతనమ్-అ-న - దేవాలయః-౨గృహమ్॥ తె॥ ౧గుడి-౨ఇల్లు.

ఆయతా-ఆ-సీ- సంగీతశ్రుతిజాతవిశేషః॥ తె॥ సంగీతశ్రవణముచేతఁగలిగినవిశేషము.

ఆయతిః-ఇ-సీ-భవిష్యత్కాలః- ౨దీర్ఘతా-౩ప్రభావః-౪ఆగామిఫలమ్-౫స్నేహః ౬వశిత్వమ్-౭వాసరః-౮మర్యాదా-౯ఆయత్తః॥ తె॥ ౧రాఁబోవుకాలము-౨ని

దుపు - ౩ మాహాత్మ్యము - ౪ రాఁగలప్ర
యోజనము - ౫ చెలిమి - ౬ ఇంద్రియనిగ్ర
హము - ౭ దినము - ౮ మర్యాద - ౯ స్వాధీ
నుఁడు.

ఆయత్తః-అ-త్రి-పరాధీనః॥ తె॥ ఒకనికిలోఁ
బడ్డవాఁడు.

ఆయశ్శూలికః-అ-త్రి-తీక్ష్ణసాధనవధారో
గ్యః॥ తె॥ పదునైనయాయుధముచేతఁజం
పఁదగనివాఁడు.

ఆయస్తః-అ-త్రి-క్షిప్తః-౨ కుపితః-౩ హృతః-
౪ శ్లేశితః-౫ తేజితః॥ తె॥ ౧ ఎగరఁగొట్టఁ
బడ్డది-౨ కోపముఁగలది-౩ హరింపఁబడ్డది-
౪ ఖేదముఁగలది-౫ సానపెట్టఁబడ్డది.

ఆయామః-అ-పు-దైర్ఘ్యమ్॥ తె॥ నిడివి.

ఆయాసః-అ-పు-ఉద్యోగః॥ తె॥ వ్యాపారము

ఆయుః-స్-న-జీవితకాలః-౨ ఆజ్యమ్-౩ అష్ట
సంజ్ఞా॥ తె॥ ౧ బ్రతుకుకాలము-౨ నెయ్యి
౩ ఎనిమిది.

ఆయుధమ్-అ-న-ప్రహరణమ్॥ తె॥ ఆయుధము

ఆయుధికః-అ-పు-ఆయుధజీవీ॥ తె॥ ఆయుధ
ములచేతఁబ్రతుకువాఁడు.

ఆయుధేన్ద్రమ్-అ-న-విష్ణుచక్రమ్॥ తె॥ విష్ణు
వుయొక్కచక్రాయుధము.

ఆయుష్మాన్-త్-త్రి-దీర్ఘాయుర్యుక్తః॥ తె॥ దీ
ర్ఘాయువుఁగలవాఁడు.

ఆయుష్మాన్-త్-పు-పంచాంగయోగవిశేషః
॥ తె॥ ఒకానొకపంచాంగయోగము.

ఆయూరేఖా-ఆ-సీ-ఆయుర్లక్షణమ్॥ తె॥ ఆ
యువునుదెలిపెడిరేఖ.

ఆయోగః-అ-పు-గంధమాల్యాపహారః-౨
రోగః-౩ వ్యాపృతిః॥ తె॥ ౧ గంధమునుపూ
లదండనుదోఁచుకొనవడము-౨ రోగము-
౩ వ్యాపించుట.

ఆయోగవః-అ-పు-వైశ్యస్త్రీశూద్రపురుష
జాతః॥ తె॥ కోమటిదానియందుశూద్రు
నిచేతఁగలిగినవాఁడు.

ఆయోధనమ్-అ-న-యుద్ధమ్-౨ వధః॥ తె॥ ౧ జ
గడము-౨ చంపుట.

ఆరః-అ-పు-అంగారకః-౨ శనిః॥ తె॥ ౧ మూఁ
డవగ్రహము-౨ ఏడవగ్రహము.

ఆరకూటః-అ-(సీ,-రీతిః॥ తె॥ ఇత్తడి.

ఆరతుః-అ-పు-గజకుంభాధోదేశః-౨ పురర
తుకః-౩ దక్షిణః॥ తె॥ ౧ ఏనుఁగుగండస్థల
ముయొక్కక్రిందిభాగము-౨ కొత్తనా
లుబంట్రోతు-౩ దక్షిణనాయకుఁడు.

ఆరతుః-అ-త్రి-రక్షణీయః॥ తె॥ కాపాడఁద
గినది.

ఆరగ్వధః-అ-పు-శమ్యాకవృక్షః॥ తె॥ రేల
చెట్టు.

ఆరఘట్టః-అ-పు-అంధకూపః॥ తె॥ లోఁతునుయ్యి

ఆరట్టజః-అ-పు-ఆరట్టదేశజాతాశ్వః॥ తె॥ ఆ
రట్టమనుదేశమందుఁబుట్టినగుఱ్ఱము.

ఆరణిః-ఇ-పు-కుక్కుటః॥ తె॥ కోడి.

ఆరతిః-ఇ-సీ-ఉపరమః॥ తె॥ చాలించడము.

ఆరనాళకమ్-అ-న-తండులోదకమ్॥ తె॥ పులి
గడుగు.

ఆరభటః-అ-పు-భటః॥ తె॥ కాలిబంటు.

ఆరభటీ-ఈ-సీ-కావ్యవృత్తివిశేషః॥ తె॥ కా
వ్యమందలివృత్తిభేదము.

ఆరమ్భమ్-అ-న-నాటకాంగవిశేషః॥ తె॥ ఒ
కానొకనాటకాంగము.

ఆరమ్భః-అ-పు-ఉద్యోగః-౨ వధః-౩ దర్పః-౪
త్వరా॥ తె॥ ౧ వ్యాపారము-౨ చంపుట-
౩ క్రొవ్వు-౪ వేగము.

ఆరవః-అ-పు-ధ్వనిః॥ తె॥ చప్పుడు.

ఆరా-ఆ-సీ-చర్మభేదనీ॥ తె॥ తోళ్లుకుట్టేఆర.

ఆరాత్-౦-౦-దూరమ్-౨సమీపమ్-౩అపాయః-౪ఉత్సంగః-౫కోమలమ్-౬అన్వితః॥ తె॥ ౧దవ్వు-౨చెంత-౩హాని-౪తొడ-౫మెత్తనిది-౬కల్ల.

ఆరాధనమ్-అ-న-సేవా-౨వచనమ్-౩తోషణమ్-౪ప్రాప్తిః॥ తె॥ ౧కొలువు-౨మాట-౩సంతోషపెట్టుట-౪పొందడము.

ఆరామః-అ-పు-పురసమీపకృత్రిమవనమ్-౨మత్స్యవిశేషః॥ తె॥ ౧పట్టణమునకుదాపయినతోఁట-౨ఒకానొకచేఁప.

ఆరామశాకమ్-అ-న-బావ్వమ్॥ తె॥ తోఁటకూర.

ఆరామశీతలః-అ-పు-దేవగంధః॥ తె॥ గోడసాలచెట్టు.

ఆరాలికః-అ-త్రి-పాచకః॥ తె॥ వండెడివాఁడు.

ఆరావః-అ-పు-ధ్వనిః॥ తె॥ చప్పుడు.

ఆరేవతః-అ-పు-ఆరగ్వధవృక్షః॥ తె॥ రేలచెట్టు.

ఆరోగ్యమ్-అ-న-అనామయః॥ తె॥ రోగములేకయుండుట.

ఆరోహః-అ-పు-వస్త్రాదిదైర్ఘ్యమ్-౨శ్రోణ్యామ్-౩ఆరోహణమ్-౪సముచ్ఛ్రాయః-౫మానః-౬అశ్వాదిసాదీ॥ తె॥ ౧బట్టలుమొదలయినవాటినిడుపు-౨పిఱుఁదు-౩ఎక్కుట-౪పొడుగు-౫వెల-౬గుఱ్ఱముమొదలయినవాటిరౌతు.

ఆరోహణమ్-అ-న-సోపానమ్-౨సమారోహః-౩ప్రరోహణమ్॥ తె॥ ౧మెట్టు-౨ఎక్కుట-౩మొలచుట.

ఆరోహ్యః-అ-పు-తరండకః॥ తె॥ పటినిదాఁటుపుట్టి.

ఆర్క-వకమ్-అ-న-మాక్షికనామపర్వతధాతుః॥ తె॥ మాక్షికమనెడిపేరుగలకొండలోనిధాతువు.

ఆర్గ్వధః-అ-పు-శమ్యాకవృక్షః॥ తె॥ రేలచెట్టు

ఆర్చీ-ఈ-సీ-వైదికచ్ఛందఃకృతమంత్రపాదవిశేషః॥ తె॥ వైదికఛందస్సులోనియొకానొకమంత్రపాదము.

ఆర్జకః-అ-పు-సంపాదకః-౨వృక్షవిశేషః॥ తె॥ ౧సంపాదించువాఁడు-౨ఒకానొకచెట్టు.

ఆర్జవమ్-అ-న-ఋజుత్వమ్॥ తె॥ సరిగానుండుట.

ఆర్జవః-అ-పు-పర్ణాసవృక్షః॥ తె॥ గగ్గెరచెట్టు.

ఆర్జునీ-ఈ-సీ-బాహుదానదీ-౨ఉషాకన్యా-౩కుట్టనీ॥ తె॥ ౧బాహుదయనుపేఱు-౨ఉషయనుకన్నియ-౩కుంటెనకత్తె.

ఆర్తగలః-అ-పు-ఝింటీవృక్షః-౨తుజాలకః॥ తె॥ ౧నల్లపెద్దగోరింటచెట్టు-౨ఆరుదొండచెట్టు.

ఆర్తదలః-అ-పు-బింబికాలతా॥ తె॥ దొండచెట్టు.

ఆర్తవమ్-అ-న-(స్త్రీ)ధర్మః-౨పుష్పమ్॥ తె॥ ౧కెలుపు-౨పువ్వు.

ఆర్తవః-అ-త్రి-ఋతుభవః॥ తె॥ ఋతువునందుఁబుట్టినది.

ఆర్తిః-ఇ-(సీ)పీడా-౨ధనుష్కోటీ॥ తె॥ ౧బాధ-౨వింటికొన.

ఆర్థికమ్-అ-న-వృద్ధిజీవనమ్॥ తె॥ వడ్డిచేతఁబ్రతుకుట.

ఆర్ద్రః-అ-త్రి-క్లిన్నః॥ తె॥ తడిసినది.

ఆర్ద్రకమ్-అ-న-శృంగిబేరమ్॥ తె॥ అల్లము.

ఆర్ద్రకః-అ-పు-విశ్వదేవవిశేషః-౨కీటవిశేషః॥ తె॥ ౧విశ్వదేవతలలోనొకఁడు-౨ఆర్ద్రపురుగు.

ఆర్ద్రా-ఆ-సీ-నక్షత్రవిశేషః॥ తె॥ ఆరుద్రయనునక్షత్రము.

ఆర్యః-అ-పు-నాట్యోక్తపతిః॥ తె॥ నాట్యసంకేతమందుఁబెనిమిటి.

ఆర్యః-అ-త్రి-కులీనః ౨న్యాయ్యః-౩సాధుః ॥ తె॥ ౧మంచికులమునఁబుట్టినవాఁడు-౨న్యాయముతోఁగూడినది-౩సాధువు

ఆర్యపుత్రః-అ-పు-నాట్యోక్తస్వపతిః॥ తె॥ నాట్యసంకేతమునం మఁదనమిండగాఁడు.

ఆర్యా-ఆ-సీ-పార్వతీ-౨పూజ్యస్త్రీ-౩ధాన్యవిశేషః-౪వృత్తవిశేషః॥ తె॥ ౧గౌరి-౨పూజ్యురాలు-౩ఒకానొకధాన్యము-౪ఒకానొకవృత్తము.

ఆర్యాణీ-ఈ-సీ-పూజ్యస్త్రీ॥ తె॥ పూజ్యురాలు.

ఆర్యావర్తః-అ-పు-హిమవద్వింధ్యమధ్యప్రాక్సముద్రాదిపశ్చిమసముద్రపర్యంతదేశః॥ తె॥ హిమవత్పర్వతమునకును వింధ్యపర్వతమునకును నడుమనుండు దేశము.

ఆర్యీ-ఈ-సీ-పూజ్యభార్యా ॥ తె॥ పూజ్యనియిల్లాలు.

ఆర్షమ్-అ-న-పదమధ్యపాదావసానద్వితీయపాదవర్తిత్రిపాదిమంత్రః ॥ తె ॥ పదముయొక్క నడుమను-పాదముయొక్క కొనను రెండవపాదముగలిగిన మూఁడుపాదములమంత్రము.

ఆర్షజగతీ-ఈ-సీ-ఆర్షజగతీచ్ఛందః ॥ తె ॥ ఋషిప్రోక్తమైనజగతీచ్ఛందస్సు.

ఆర్షపఙ్క్తిః-ఇ-సీ-ఆర్షపఙ్క్తిచ్ఛందః ॥ తె॥ ఋషిప్రోక్తమైనపఙ్క్తిచ్ఛందస్సు.

ఆర్షబృహతీ-ఈ-సీ-ఆర్షబృహతీచ్ఛందః ॥ తె॥ ఋషిప్రోక్తమైనబృహతీఛందస్సు.

ఆర్షభ్యః-అ-పు-షండతాయోగ్యః॥ తె॥ అచ్చుపొడిచేటందుకు యోగ్యమైనయెద్దు.

ఆర్షీగాయత్రీ-ఈ-సీ-ఆర్షగాయత్రీచ్ఛందః॥ తె॥ ఋషిప్రోక్తమైనగాయత్రీఛందస్సు.

ఆర్షీత్రిష్టుప్-భ్-సీ-ఆర్షీత్రిష్టుప్ఛందః॥ తె॥ ఋషిప్రోక్తమైనత్రిష్టుప్ఛందస్సు.

ఆర్ష్యనుష్టుప్-భ్-సీ-ఆర్ష్యనుష్టుప్ఛందః॥ తె॥ ఋషిప్రోక్తమైనయనుష్టుప్ఛందస్సు

ఆర్ష్యుష్ణిక్-హ-సీ-ఆర్ష్యుష్ణిక్ఛందః॥ తె॥ ఋషిప్రోక్తమైనఉష్ణిక్ఛందస్సు.

ఆర్హతః-అ-పు-జైనశాస్త్రవేత్తా॥ తె॥ జైనశాస్త్రమెఱిఁగినవాఁడు.

ఆర్హతీ-ఈ-సీ-ఆర్హతభావః-౨ఆర్హతకర్మ॥ తె॥ ౧యోగ్యునిధర్మము-౨యోగ్యునిపని

ఆర్హత్యా-ఆ-సీ-అర్హతభావః-౨అర్హతకర్మ తె ॥ ౧యోగ్యునిభావము - ౨యోగ్యునిపని.

ఆర్హత్యమ్-అ-న-ఆర్హతభావః - ౨ఆర్హతకర్మ॥ తె॥ ౧యోగ్యునిధర్మము-౨యోగ్యునిపని.

ఆలమ్-అ-న-వృశ్చికపుచ్ఛాగ్రశూకమ్ - ౨హరితాలకమ్॥ తె॥ ౧తేలుకొండి-౨హరిదలము.

ఆలః-అ-పు-వికిరణః- ౨కుంతలః-౩వృత్యః-౪మదవాలయః॥ తె ॥ ౧ఉద్వృంత-౨తలవెంట్రుక-౩మిత్తి-౪భగము.

ఆలకః-అ-పు-మహానీలీ॥ తె॥ పెద్దనీలిచెట్టు.

ఆలప్తిః-ఇ-సీ- సంగీతరాగాభివ్యక్తిః॥ తె ॥ సంగీతరాగముయొక్క ప్రకాశము.

ఆలప్యాలమ్-౦-౦-నాలపితవ్యమ్॥ తె॥ పలుకవద్దు.

ఆలమ్భః-అ-పు- మారణమ్-౨స్పర్శః॥ తె॥ ౧చంపుట-౨ముట్టడము.

ఆలయః-అ-పు-గృహమ్॥ తె॥ ఇల్లు.

ఆలవాలమ్-అ-న-ఆవాలమ్॥ తె॥ పాదు.

ఆలస్యమ్ అ-న- వ్యభిచారిభావవిశేషః-౨అలసత్వమ్-౩అతిక్రమః॥ తె॥ ౧ఒకానొ

కవ్యభిచారిభావము-౨సోమరితనము-౩మీఱుట.

ఆలస్యః-అ-పు-జలసూకరః-౨మందః॥ తె॥౧నీటిపంది-౨అలసుఁడు.

ఆలానమ్-అ-న-గజబంధనస్తంభః॥ తె॥ఏనుఁగుఁగట్టునట్టికంబము.

ఆలాపః-అ-పు-బంధుమిత్రసంభాషణమ్-౨సంగీతరాగాభివ్యక్తిః॥ తె॥ ౧బంధుమిత్రులతోమాటలాడుట-౨గానమందలి రాగములప్రకాశము.

ఆలాపినీ-ఈ-సీ-వీణావిశేషః॥ తె॥ ఒకానొక వీణ.

ఆలావర్తమ్-అ-న-వస్త్రాదికృతవ్యత్రమ్॥ తె॥అలవట్టము.

ఆలిః-ఇ-సీ-సేతుః-౨విరళవృక్షాదిపఙ్క్తిః-౩సఖీ॥ తె॥౧కట్ట,గట్టు-౨చెట్టుమొదలైనవాటిబారు-౩చెలికత్తె.

ఆలిః-ఇ-పు-అనర్థః-౨విశదాశయః॥ తె॥ ౧అర్థములేనిది-౨అస్పష్టమైన యభిప్రాయము.

ఆలిఙ్గనమ్-అ-న-బాహ్యరతిభేదోపగూహనమ్॥ తె॥కౌఁగలించటము

ఆలిఙ్గ్యః-అ-పు-గోపుచ్ఛాకారమర్దలః॥ తె॥అదోకుమద్దెల.

ఆలిన్దః-అ-పు-ద్వారబాహ్యప్రకోష్ఠకః॥ తె॥ ఇంటిచోపా.

ఆలిన్దకిః-ఇ-సీ-చక్రోడః॥ తె॥ఊకుత

ఆలీన్-పు-వృశ్చికః॥ తె॥ తేలు.

ఆలీ-ఈ-సీ-సేతుః-౨విరళవృక్షాదిపఙ్క్తిః-౩సఖీ॥ తె॥౧కట్ట,గట్టు-౨చెట్టుమొదలైనవాటిబారు-౩చెలికత్తె.

ఆలీఢమ్-అ-న-ధనుర్ధరవిన్యస్తపాదస్థితివిశేషః॥ తె॥ విలుకాఁడుకుడికాలుముందలికిఁ జాఁచినిలుచుట.

ఆలీనమ్-అ-న-నిధానమ్॥ తె॥ పాతిపెట్టిన (సొమ్ము

ఆలుః-ఊ-సీ-గలంతికా-౨కదంబవృక్షః॥ తె॥ ౧గరిగెపిడత-౨కడిమిచెట్టు.

ఆలుకః-అ-పు-తుంబలతా॥ తె॥అనుఁగుచెట్టు

ఆలూః-ఊ-సీ-గలంతికా॥ తె॥గరిగెపిడత.

ఆలోకః-అ-పు-దర్శనమ్-౨ఉద్యోతః-౩వందిభాషణమ్॥ తె॥ ౧చూపు-౨ప్రకాశము-౩చిత్రగింపులు.

ఆలోకనమ్-అ-న-దర్శనమ్॥ తె॥చూడడము.

ఆలోకితమ్-అ-న-స్వభావదృగ్విశేషః॥ తె॥ స్వభావమయినదృష్టివిశేషము.

ఆలోలః-అ-త్రి-చంచలః-౨విషయలోలః॥ తె॥ ౧చంచలుఁడు-౨స్త్రీయందాసక్తి గలవాఁడు.

ఆవపనమ్-అ-న-పాత్రమ్॥ తె॥ గూనె,కూనయును.

ఆవర్తః-అ-పు-ఉదకభ్రమణమ్-౨శరీరరోమావర్తః-౩అవర్తకమేఘః-౪ఆవర్తనమ్-౫చింతా॥ తె॥౧సుళ్లుపడి-౨వెంట్రుకలసుడి-౩ఆవర్తకమనుమేఘము-౪గిరగిరతిరుగడము-౫చింత.

ఆవర్తనీ-ఈ-సీ-చర్మరంగా॥ తె॥నులిదడచెట్టు

ఆవలిః-ఇ-సీ-వృక్షాదిపఙ్క్తిః॥ తె॥ చెట్లుమొదలైనవాటిబారు.

ఆవశః-అ-పు-ఇష్టానిష్టకార్యజాతత్వరా॥ తె॥ఇష్టానిష్టములగుపనులయందుఁగలిగెడితొందర

ఆవసితః-అ-త్రి-ఋద్ధః॥ తె॥నూర్చినధా(న్యము.

ఆవాపః-అ-పు-శాలప్రాణక్రియావిశేషః-౨తరపణ్యమ్-౩ఆలవాలమ్-౪పరరాజ్యచింతా-౫ప్రక్షేపః॥ తె॥ ౧శాలప్రాణభూతమయినయొకానొకక్రియ-౨ఓ

డదాఁటిఁచుటకుఁగూలి-౩ పాదు.౪.వరాయిదొరతనపుచింత-౫ ఎత్తివేయడము.

ఆవాపకః-అ-పు-పారిహార్యమ్॥ తె॥బంగారపుసూడిగము.

ఆవాలమ్-అ-న-ఆలవాలమ్॥ తె॥పాదు.

ఆవాసః అ-పు-గృహమ్॥ తె॥ఇల్లు.

ఆవిః-౦-౦-ప్రకాశః॥ తె॥అగుబడ్డది. (ట్టు·

ఆవిగ్నః-అ-పు-కరమర్దకవృక్షః॥ తె॥ ఓకచె

ఆవిధమ్-అ-న-పాషాణప్రేరకయంత్రః॥ తె॥ ఱాతినెత్తునట్టియంత్రము.

ఆవిధః-అ-పు- మణిద్వారాదిరంధ్రకరణసాధనమ్॥ తె॥పోగర, బరమాయున్న.

ఆవిద్ధః-అ-పు-రంధ్రకరణసాధనమ్॥ తె॥ రంధ్రము చేయుబరమా మొదలయినది.

ఆవిద్ధః-అ-త్రి-వక్రః-౨క్షిప్తః॥ తె॥౧ వంకరది-౨ఎగరఁగొట్టఁబడ్డది.

ఆవిలః-అ-త్రి-కలుషః॥ తె॥కలఁగినది.

ఆవుకః-అ-పు-నాట్యోక్తపితా॥ తె॥ నాట్యసంకేతమందుఁదండ్రి.

ఆవుత్తః-అ-పు-నాట్యోక్తభగినీపతిః॥ తె॥నాట్యసంకేతమందలియప్పపెనిమిటి.

ఆవృత్-త్-సీ-అనుక్రమః॥ తె॥వరుస.

ఆవృతః-అ-త్రి-సంవీతః॥ తె॥పొదుగఁబడ్డది.

ఆవృత్తః-అ పు-నాట్యోక్తభగినీపతిః॥ తె॥ నాట్యసంకేతమందలియప్పపెనిమిటి.

ఆవృత్తిదీపకమ్-అ-న-అలంకారవిశేషః॥ తె॥ ఒకానొకయలంకారము.

ఆవేగః-అ-పు-వ్యభిచారిభావవిశేషః-౨ఇష్టానిష్టకార్యజాతత్వరా-౩ కోపః॥ తె॥ ౧ ఒకానొకవ్యభిచారిభావము - ౨ఇష్టమయినపనియందునననిష్టమయినపనియందునుఁగలిగెడివడి-౩కోపము. (చెట్టు

ఆవేగీ-ఈ-సీ-వృద్ధదారుకలతా॥ తె॥బొద్ది }

ఆవేగీ-న్-పు-వృద్ధదారుకలతా॥ తె॥ బొద్దిచెట్టు. (మ్మె. }

ఆవేలమ్-అ-న-తాంబూలకల్కమ్॥ తె॥త }

ఆవేశః-అ-పు-ఇష్టానిష్టకార్యజాతత్వరా-౨ఉద్దేశ్యకార్యవ్యగ్రతా-౩ భూతాద్యావేశః॥ తె॥౧ఇష్టానిష్టములగు పనులయందుఁగలిగెడి వేగము - ౨పనితొందర - ౩ భూతము మొదలయినవాటి యావేశము

ఆవేశనమ్-అ-న-శిల్పిశాలా-౨భూతావేశః-౩ ప్రవేశః॥ తె॥౧ కమ్మరి మొదలయినవారుపనులుచేయుచోటు - ౨దయ్యమావేశించుట-౩చొచ్చుట.

ఆవేశికః-అ-త్రి-అతిథిః॥ తె॥ఆగంతువు.

ఆవేష్టకః-అ-పు-వృతిః॥ తె॥కంచెకోట.

ఆవ్రశ్చనమ్-అ-న-మంత్రవిశేషః - ౨కోటరమ్॥ తె॥౧ఒకానొకమంత్రము-౨తొఱ్ఱ

ఆశంసితా-ఋ-త్రి - పరోక్షస్తోత్రకర్తా॥ తె॥పరోక్షమునందుఁబొగడువాఁడు.

ఆశంసుః-ఉ-త్రి-పరోక్షస్తోత్రకర్తా॥ తె॥ పరోక్షమునందుఁబొగడువాఁడు.

ఆశః-అ-పు-వ్యాప్తిః-౨భుజః॥ తె॥౧ వసువుట-౨భుజము.

ఆశయః-అ-పు-ఆశ్రయః-౨ అభిప్రాయః-౩ మానసమ్-౪నిధిః-౫ కాసారః॥ తె॥ ౧ఆశ్రయము-౨అభిప్రాయము-౩మనస్సు-౪నిధి-౫సరస్సు. (సుగడ్డ.

ఆశయా-ఆ-సీ-గుండాలా॥ తె॥ గుండాలయ

ఆశయేశయః-అ-పు-నృక్షః॥ తె॥నుడమఁడు

ఆశరః-అ-పు-నైరృతిః- ౨రాక్షసః॥ తె॥ నిరుఋతి-౨రక్కసుఁడు.

ఆశా-ఆ-సీ-దిక్-౨ఇచ్ఛా-౩తృష్ణా॥ తె॥౧ దెస-౨ఇచ్ఛ-౩అత్యాశ.

ఆశాబన్ధః-అ-పు-సమాశ్వాసః - ౨మర్కటవానః॥ తె॥౧ఊరడించుట-౨కోఁతులతావు

ఆశాస్తిః-ఇ-సీ-ఇచ్ఛా॥ తె॥ఇచ్ఛ.

ఆశితః-అ-త్రి-పూర్వగవాశితక్షేత్రమ్- ౨ భక్షితః॥ తె॥ ౧ముందుఆవులను మేపిన భూమి-౨తినఁబడ్డది.

ఆశితభవమ్-అ-న-అన్నాద్యే॥ తె॥ అన్నము మొదలయినది.

ఆశితభవా-ఆ-సీ-తృప్తిః॥ తె॥తనివి.

ఆశితసుతః-అ-పు-సగరచక్రవర్తీ॥ తె॥ సగర చక్రవర్తి.

ఆశీః-ఈ-సీ-సర్పదంష్ట్రా॥ తె॥పాముకోఱ.

ఆశీః-స్-సీ-శుభవాక్-౨అభిలాషః-౩ హితమ్-౪శంసా॥ తె॥౧దీవించడము-౨కోరిక ౩ మేలు-౪తలఁచుట.

ఆశీరః-అ-పు-క్షీరవికృతిః-౨భోజనమ్-౩ పావకః-౪సూర్యః॥ తె॥౧జున్ను - ౨సాపాటు-౩నిప్పు-౪రవి.

ఆశీవిషః-అ-పు-సర్పః॥ తె॥పాము.

ఆశు-ఉ-న-వేగః-౨ప్రచురమ్॥ తె॥ ౧వడి-౨ తఱుచు.

ఆశుః-ఉ-పు-వ్రీహివిశేషః॥ తె॥ ఎఱ్ఱజిలమవరి.

ఆశుః-ఉ-త్రి-వేగవాన్॥ తె॥వడిగలది.

ఆశుగః-అ-పు-వాయుః-౨బాణః॥ తె॥౧గాలి ౨అమ్ము.

ఆశువక్రోష్టిః-ఇ-(న)-ఆరామశాకవిశేషః॥ తె॥తోఁటకూరలోభేదము.

ఆశువ్రీహిః-ఇ-పు-పాటలః॥ తె॥ ఎఱ్ఱజిలమవరి.

ఆశుశుక్షణిః-ఇ-పు-అగ్నిః-౨ఉష్ణనిశ్వాసః-౩సూర్యః-౪దశనోచ్ఛిష్టః॥ తె॥౧నిప్పు-౨వేఁడియూర్పు-౩రవి-౪కఱచిమిగిలినది

ఆశ్చర్యమ్-అ-న-అద్భుతరసః॥ తె॥ ఆశ్చర్యరసము.

ఆశ్చర్యః-అ-త్రి-అద్భుతరసవాన్॥ తె॥ఆశ్చర్యరసముగలవాఁడు.

ఆశ్రమః-అ-(సీ)-బ్రహ్మచారిగృహస్థవానప్రస్థయత్యన్యతమః॥ తె॥ నాలుగాశ్రమములు.

ఆశ్రమః-అ-పు-మునిస్థానమ్-౨యతిసంప్రదాయభేదజ్ఞానార్థచిహ్నమ్ - ౩వటః॥ తె॥౧ఋషులునివసించెడుతావు- ౨సన్న్యాసులసంప్రదాయభేదమునుఁదెలిపెడిగుఱుతు-౩శిష్యులు మొదలైనవారుండునిల్లు.

ఆశ్రయః-అ-పు - రాజషాడ్గుణ్యవిశేషబలవదాశ్రయః-౨విషయః॥ తె॥ ౧రాజుయొక్క-షాడ్గుణ్యాధిక్యముచేతబలిష్ఠుఁడయినయాశ్రయము-౨దేశము.

ఆశ్రయః-అ-త్రి-ప్రాపకః॥ తె॥పొందించువాఁడు.

ఆశ్రయాశః-అ-పు-అగ్నిః॥ తె॥అగ్ని.

ఆశ్రయాశః-అ-త్రి-ఆశ్రయనాశకః॥ తె॥ ఆశ్రయించినవానినిచెఱుపువాఁడు.

ఆశ్రయాశీ-న్-పు-అగ్నిః॥ తె॥అగ్ని.

ఆశ్రవః-అ-త్రి-వచఃప్రకారకర్తా॥ తె॥ మాటలలోభేదముగల్పించువాఁడు.

ఆశ్రవః-అ-పు-శ్రవణగతబుద్ధిః-౨-ప్రతిజ్ఞానమ్-౩క్లేశః॥ తె॥ ౧శ్రవణేంద్రియముతోఁగూడుకొనినబుద్ధి-౨ప్రతిజ్ఞ- ౩దుఃఖము.

ఆశ్రారణమ్-అ-న-నాటకాంగవిశేషః॥ తె॥ ఒకానొకనాటకాంగము.

ఆశ్రుతః-అ-త్రి-అంగీకృతః-౨మంత్రభేదః-౩మాయామద్రవ్యమ్-౪మాయానిర్మితకాంతారమ్॥ తె॥౧అంగీకరింపఁబడ్డది-౨ఒకానొకమంత్రము-౩మాయామవస్తువు-౪మాయచేతజేయబడినయడవి.

ఆశ్లేషా-ఆ-సీ-ఆశ్లేషానక్షత్రమ్॥ తె॥ ఆశ్లేషానక్షత్రము.

ఆశ్వమ్-అ-న-అశ్వసమూహః॥ తె॥గుఱ్ఱపుసముదాయము.

ఆశ్వమూత్రీ-ఈ-సీ-సల్లకీవృక్షః॥ తె॥అందుగుచెట్టు.

ఆశ్వయుజః-అ-పు-ఆశ్వినమాసః॥ తె॥ ఆశ్వయుజమాసము.

ఆశ్వయుజీ-ఈ-సీ - ఆశ్వయుజమాసపూర్ణిమా॥ తె॥ఆశ్వయుజపుపున్నమ.

ఆశ్వాసః-అ-పు-ఆఖ్యాయికాపరిచ్ఛేదః - ౨ నిర్వృతిః-౩ శ్వసనవిశేషః - ౪ సాంత్వనమ్॥ తె॥౧ ఆఖ్యాయికయను వచనకావ్యములోనివర్గువు-౨ సుఖము-౩ ఊర్ధ్వశ్వాసము-౪ ఓఁదార్పడము.

ఆశ్వికమ్-అ-న-రతిబంధవిశేషః॥ తె॥ ఒకానొకరతిబంధము.

ఆశ్వితీ-ఈ-సీ-అశ్వినీనక్షత్రమ్॥ తె॥ అశ్వినీనక్షత్రము.

ఆశ్వినః-అ-పు-ఆశ్వయుజమాసః॥ తె॥ ఆశ్వయుజమాసము.

ఆశ్వినః-అ-త్రి - ఏకదినాశ్వగమ్యమార్గః॥ తె॥ గుఱ్ఱముచేతనొకదినమునఁబోఁదగినత్రోవ.

ఆశ్వినేయౌ-అ-పు-అశ్వినీసుతౌ॥ తె॥ అశ్వినీదేవతలు.

ఆశ్వీకమ్-అ-న-రతిబంధవిశేషః॥ తె॥ ఒకానొకరతిబంధము.

ఆషాఢః-అ-పు-శుచిమాసః-౨ బ్రహ్మచారిపలాశదండః-౩ మలయపర్వతః॥ తె॥ ౧ ఆషాఢమాసము-౨ బ్రహ్మచారిపట్టుకొనుమోఁదుగుకఱ్ఱ-౩ మలయాచలము.

ఆషాఢీ-ఈ-సీ-ఆషాఢపూర్ణిమా॥ తె॥ ఆషాఢపుపున్నమ.

ఆష్టగుణిః-అ-త్రి - అష్టగుణార్థోత్తమర్ణః॥ తె॥ ఎనిమిదిరెట్లువడ్డికిచ్చెడివాఁడు.

ఆసక్తః-అ-త్రి-తత్పరః॥ తె॥ఆసక్తిగలవాఁడు.

ఆసక్తిః-ఇ-సీ-సంగః-౨ లాభః॥ తె॥ ౧ కూడిక-౨ ఆయతి.

ఆసనమ్-అ-న- పీఠమ్ - ౨ సర్వవస్తూదాసీనతా-౩ గజస్కంధదేశః-౪ రాజషాడ్గుణ్యవిశేషః॥ తె॥౧ పీట-౨ ఏవస్తువు నక్కఱలేకుండుట-౩ ఏనుఁగుమెడ-౪ దేశకాలాద్యపేక్షచేతనిలిచియుండుట.

ఆసనః-అ-పు-సర్జకవృక్షః॥ తె॥ వేగిసచెట్టు.

ఆసనా-ఆ-సీ-స్థితిః॥ తె॥ఉనికి.

ఆసన్దిః-ఇ-పు-శవవాహనమ్- ౨ చతురశ్రఖట్వారూపాసనమ్॥ తె॥౧ కటుకు-౨ చౌకమైనమంచమువంటిపీట.

ఆసన్థిః-ఇ-సీ-శవవాహనమ్- ౨ చతురశ్రఖట్వాకారాసనమ్॥ తె॥ ౧ కటుకు-౨ చచ్చౌకమైనమంచమువంటిపీట.

ఆసన్నమ్-అ-న-సమీపమ్॥ తె॥చెంత.

ఆసన్నః-అ-త్రి- దేశకాలప్రయుక్తసామీప్యవాన్॥ తె॥దేశముచేతనుగాలముచేతనుదాపించినవాఁడు.

ఆసన్నవింశాః - అ-త్రి- ప్రాప్తవింశతిసంఖ్యావద్ద్రవ్యాణి॥ తె॥ ఇరువదిలెక్కగల వస్తువులు.

ఆసవః-అ-పు-ఇక్షురసపక్వమద్యమ్॥ తె॥చెఱుకురసముతోఁజేసినసారాయి.

ఆసాదితః-అ-త్రి-ప్రాప్తః॥ తె॥పొందఁబడ్డది.

ఆసారః-అ-పు-సంతతవృష్టిః-౨ శిగ్రువృక్షః-౩ అర్కపర్ణవృక్షః-౪ మిత్రబలమ్-౫ ప్రసరణమ్-౬ వేదః॥ తె॥ ౧ జడివాన-౨ మునగచెట్టు-౩ జిల్లేడుచెట్టు-౪ మిత్రులసేన-౫ దండువిడుచుట-౬ తొలిచదువు.

ఆసికా-ఆ-సీ-ఉపవేశనమ్॥ తె॥ కూర్చుండడము.

ఆసితా-ఆ-సీ-ఇచ్ఛా॥ తె॥ ఇచ్ఛ.(వాఁడు.
ఆసీనః-అ-త్రి-ఉపవిష్టః॥ తె॥ కూర్చున్న
ఆసురమ్-అ-న-ఘోరద్రావణమ్ ॥ తె ॥ చవుటియుప్పు.
ఆసురః-అ-పు-నైరృతిః-౨ద్రోణకాకః-౩రాక్షసః॥ తె॥౧నిరురుతి-౨ పోఁతుకాకి- ౩రక్కసుఁడు.
ఆసురిః-ఇ-సీ-క్రోధః-౨ గుడేతర ద్రవ్యకృత మద్యసారః॥ తె॥౧కోపము-౨బెల్లముకాక వేఱువస్తువులచేతఁజేసినసారాయి.
ఆసురీ-ఈ-సీ-మూలనక్షత్రమ్- ౨అక్షచ్ఛందఃకృతమంత్రపాదవిశేషః- ౩కృష్ణికా॥ తె ॥ ౧మూలనక్షత్రము - ౨అక్షచ్ఛందోబద్ధమైనయొకానొకమంత్రపాదము ౩నల్లావాలు.
ఆసేచనకః-అ-త్రి-దర్శనతృప్త్యంతాజనకః॥ తె॥ఎంతసేపుసూచినను దృప్తిఁగల్గని వస్తువు.
ఆసేదివాన్-స్-త్రి-అధిష్ఠితః ॥తె॥ కూర్చున్నవాఁడు.
ఆస్కన్దనమ్-అ-న-యుద్ధమ్-౨ తిరస్కారః॥ తె॥౧పోరు-౨అవమానము.
ఆస్కన్దితమ్-అ-న-అశ్వగతివిశేషః॥ తె॥గుఱ్ఱపునడకభేదనము.
ఆస్తరణమ్-అ-న-గజపృష్ఠవరిచిత్రకంబలః॥ తె॥ ఏనుఁగుమీఁదవేయునట్టి చిత్రకంబలము.
ఆస్తికః-అ-త్రి-శ్రద్ధాయుక్తః॥ తె॥శ్రద్ధగలవాఁడు.
ఆస్థా-ఆ-సీ-ప్రతిజ్ఞా-౨తాత్పర్యమ్-౩గోష్ఠీ-౪యత్నః-౫ఉపలంభనమ్-౬ఆస్థానీ- ౭ఆలంబనమ్-౮అపేక్షా॥ తె॥౧శపథము-౨అభిప్రాయము-౩సభ -౪ప్రయత్నము-౫అనుభవించుట - ౬కొలువుకూటము-౭పట్టు-౮అపేక్ష. (సభ.
ఆస్థానమ్-అ-న-ధర్మజ్ఞసభా॥ తె॥ తగవర్ల
ఆస్థానీ-ఈ-సీ-ధర్మజ్ఞసభా॥ తె॥ తగవర్లసభ
ఆస్థికా-ఆ-సీ-వజ్రాయుధమ్॥ తె॥ ఇంద్రాయుధము.
ఆస్పదమ్-అ-న-స్థానమ్-౨కృత్యమ్॥ తె॥౧స్థానము-౨చేయఁదగినది.
ఆస్ఫుజిత్-త్-పు-శుక్రః॥ తె॥శుక్రుఁడు
ఆస్ఫుటః-అ-పు-అర్కపర్ణవృక్షః॥ తె॥ జిల్లేడుచెట్టు.
ఆస్ఫోటః-అ-పు-అర్కపర్ణవృక్షః॥ తె॥ జిల్లేడుచెట్టు.
ఆస్ఫోటనీ-ఈ-సీ-వేధనికా ॥ తె॥ రత్నాదుల కుఁదోలవట్టుపిడిసాన.
ఆస్ఫోటా-ఆ-సీ-వ్రకుటీ॥ తె॥అడవిమల్లెతీఁగె
ఆస్ఫోతః-అ-పు-అర్కపర్ణవృక్షః-౨కోవిదారవృక్షః-౩గిరికర్ణీ-౪నవమాలికా॥ తె॥౧జిల్లేడుచెట్టు-౨ఆరెకాంచనవుచెట్టు-౩విష్ణుక్రాంతము-౪విరజాజి.
ఆస్యమ్-అ-న-ముఖమ్-౨ముఖబిలమ్॥ తె॥ ౧ముఖము-౨నోరు.
ఆస్యః-అ-త్రి-ముఖభవః-౨స్థాతవ్యః॥ తె॥ ౧మొగమందుండునది-౨ఉండఁదగినది.
ఆస్యా-ఆ-సీ-స్థితిః॥ తె॥ఉనికి.
ఆస్ఫోటా-ఆ-సీ-వ్రకుటీలతా॥ తె॥అడవిమల్లె
ఆస్రమ్-అ-న-రుధిరమ్॥ తె॥ నెత్తురు.
ఆస్రవః-అ-పు- క్లేశః - ౨రాగద్వేషాదిప్రయుక్తదుఃఖమ్॥ తె॥౧దుఃఖము - ౨రాగద్వేషాదిప్రయుక్తదుఃఖము,
ఆస్వనితమ్-అ-న-మనః॥ తె॥ డెందము.
అహ-౦-౦-ఉవాచేత్యర్థః॥ తె॥పలికెను.
ఆహతమ్-అ-న - జీర్ణవస్త్రమ్- ౨మాతనవస్త్రమ్॥ తె॥౧ప్రాఁతబట్ట-౨క్రొత్తబట్ట.

ఆహతః-అ-త్రి-వ్యర్థకవచనమ్-౨గుణితః-౩తాడితః॥ తె॥ ౧ అసంభావితార్థముఁగల మాట-౨ హెచ్చగుణింపఁబడ్డది-౩ కొట్టఁబడ్డవాఁడు.

ఆహతలక్షణః-అ-పు-సుగుణప్రసిద్ధపురుషః॥ తె॥ సద్గుణములచేతఁ బ్రసిద్ధికెక్కినవాఁడు.

ఆహవః-అ-పు-యుద్ధమ్-౨నిపానమ్-౩యాగః॥ తె॥ ౧ జగడము-౨ నూఁతివద్దిగాడి-౩ జన్నము.

ఆహవనీయః-అ-పు-ప్రాగ్భాగచతురస్రకుండస్థాగ్నిః॥ తె॥ యజ్ఞశాలయందుఁ దూర్పువైపునఁ జచ్చౌకమైన కుండమందుండు నగ్ని.

ఆహారః-అ-పు-అన్నమ్-౨భోజనమ్-౩ఆహరణమ్-౪కందుకః-౫గజకబళః॥ తె॥ ౧ అన్నము-౨ తిండి-౩ తేవటము-౪ చెండు-౫ ఏనుఁగునకిచ్చునట్టి కబళము.

ఆహార్యమ్-అ-న-భూషణాది వేషసామగ్రీ॥ తె॥ సొమ్ము మొదలయిన వేషోపకరణము.

ఆహికః-అ-పు-పూరకవాద్యవిశేషః-౨జ్వరవిశేషః॥ తె॥ ౧ నోటితో నూఁదునట్టి యొకానొక వాద్యము-౨ ఒకానొక జ్వరము.

ఆహితలక్షణః-అ-పు-సుగుణప్రసిద్ధపురుషః॥ తె॥ మంచిగుణములచేతఁ బ్రసిద్ధిఁ జెందిన పురుషుఁడు.

ఆహితుండికః-అ-పు-సర్పగ్రాహకః॥ తె॥ పాములవాఁడు.

ఆహిరిణీ-ఈ-స్త్రీ-విషయుక్తద్విశిరస్సర్పః॥ తె॥ విసముగలరెండుతలలపాము.

ఆహిషః-అ-పు-ఉత్కోచః॥ తె॥ లంచము.

ఆహేయః-అ-త్రి-సర్పసంబంధి విషాదికః॥ తె॥ పాముయొక్క విసము మొదలైనది.

ఆహో-౦-౦-సంశయః-౨విచారః-౩ప్రశ్నః॥ తె॥ ౧ సందియము-౨ చర్చ-౩ అడుగుట.

ఆహోపురుషికా-ఆ-స్త్రీ-యుద్ధకాలీనగర్వప్రయుక్తపరనిందాపూర్వకాత్మసంభావనా॥ తె॥ జగడమందుగర్వముచే శత్రుని దూషించి తన్నుఁ బొగడుట.

ఆహోపౌరుషికా-ఆ-స్త్రీ-ఆముష్యపుత్రభావః-౨ఆముష్యపుత్రకర్మ॥ తె॥ ౧ ప్రసిద్ధకులజాతుని యభిప్రాయము-౨ ప్రసిద్ధకులజాతుని పని.

ఆహ్రీకః-అ-పు-ఆహ్రీకమతప్రవర్తకః॥ తె॥ ఆహ్రీకమనుమతమును గలుగఁ జేసిన వాఁడు.

ఆహ్వయః-అ-పు-నామధేయమ్॥ తె॥ పేరు.

ఆహ్వా-ఆ-స్త్రీ-నామధేయమ్॥ తె॥ పేరు.

ఆహ్వానమ్-అ-న-ఆమంత్రణమ్॥ తె॥ పిలుచుట

ఆహ్వారకస్థమ్-అ-న-ఉశీనరదేశభవాహ్వారాణాంకుధా॥ తె॥ గాంధారదేశమునబుట్టిన యాహ్వారములకుధ.

ఇ

ఇ-౦-౦-చిత్రమ్-౨కోపభేదః-౩ఉక్తిః॥ తె॥ ౧ వింత-౨ కోపములోభేదము-౩ పలుకు.

ఇః-ఇ-పు-మన్మథః-౨అనర్ఘః-౩మణిః-౪అర్చిః-౫అగ్రతీర్థమ్-౬గుహ్యార్థః-౭హరః-౮కరేణుకుక్ష్యంతః-౯చంద్రకిరణః॥ తె॥ ౧ మదనుఁడు-౨ పాము-౩ రత్నము-౪ మంట-౫ కొనతీర్థము-౬ రహస్యార్థము-౭ శివుఁడు-౮ ఆఁడయేనుఁగుయొక్క గర్భాంతర్భాగము-౯ చంద్రునికిరణము.

ఇక్షుః-ఉ-పు-మధుతృణమ్॥ తె॥ చెఱుకు.

ఇక్షుకుట్టకః-అ-పు-సురాజీవీ॥ తె॥ గమ్మళ్లవాఁడు.

ఇక్షుగన్ధా-ఆ-సీ-విదారీ-౨గోక్షురకః-౩కోకిలాక్షః-౪అశ్వవాలకతృణమ్॥ తె॥౧ తెల్ల నేలగుమ్ముఁడుచెట్టు-౨పసుఁగపల్లేరుచెట్టు-౩గొలిమిడిచెట్టు-౪ఆశ్వలాయనదర్భ.

ఇక్షుచ్ఛాయమ్-అ-న-ఇక్షుతృణచ్ఛాయా॥ తె॥ చెఱుకుచెట్లనీడ.

ఇక్షుచ్ఛాయా-ఆ-సీ-పకేక్షుచ్ఛాయా॥ తె॥ ఒకచెఱుకుచెట్టునీడ.

ఇక్షుజః-అ-పు-ప్రేంకణచ్ఛాయావదిక్షుజాతమాక్షికమ్॥ తె॥ ప్రేంకణపుచెట్టు యొక్క-నీడఁగలచెఱుకునుండిపుట్టినమున్తియము.

ఇక్షుపుష్పః-అ-పు-మణికాచః॥ తె॥ వెంపలిచెట్టు.

ఇక్షుభక్షికా-ఆ-సీ-ఇక్షుభక్షణమ్॥ తె॥ చెఱుకుతినుట.

ఇక్షురః-అ-పు-కోకిలాక్షవృక్షః॥ తె॥ గొలిమిడిచెట్టు.

ఇక్షురక్షికా-ఆ-సీ-శేణః॥ తె॥ తెల్లుగడ్డి.

ఇక్షువణః-అ-త్రి-ఇక్షువనమ్॥ తె॥ చెఱుకుతోఁట.

ఇక్షువల్లీ-ఈ-సీ-క్షీరవిదారీ॥ తె॥ పాలుగలనేలగుమ్ముఁడుచెట్టు.

ఇక్షుశరాసనః-అ-పు-మన్మథః॥ తె॥ చెఱుకువిలుకాఁడు.

ఇక్షుశాకటః-అ-త్రి-ఇక్షుభవనోచితక్షేత్రమ్॥ తె॥ చెఱుకువండఁదగిననేల.

ఇక్షుశాకినః-అ-త్రి-ఇక్షుభవనోచితక్షేత్రమ్॥ తె॥ చెఱుకువండుభూమి

ఇక్షుసాయకః-అ-పు-మన్మథః॥ తె॥ చెఱుకువిలుకాఁడు.

ఇక్ష్వాకరః-అ-పు-ఇక్షురససముద్రః॥ తె॥ చెఱుకుపానకపుసముద్రము.

ఇక్ష్వాకుః-ఉ-పు-రాజవిశేషః॥ తె॥ సూర్యవంశములోనియొకానొకరాజు.

ఇక్ష్వాకుః-ఉ-సీ-కటుతుంబీలతా-౨తురుష్క-నామకగ్రంథిద్రవ్యమ్-౩శిల్హకమ్॥ తె॥౧ చేఁదానుగు-౨తురుష్కమనుగ్రంథిద్రవ్యము-౩అందుగుబంక.

ఇక్ష్వారికా-ఆ-సీ-కాశేక్షుః॥ తె॥ కుందుతెల్లు

ఇక్ష్వాలికా-ఆ-సీ-అనుమతా॥ తె॥ మొదవగడ్డి.

ఇఙ్గః-అ-త్రి-జంగమః॥ తె॥ తిరుగునది.

ఇఙ్గః-అ-పు-అభిప్రాయసూచకభ్రుకుటీభంగాదిః-౨అద్భుతమ్-౩జ్ఞానమ్॥ తె॥౧ అభిప్రాయమునుఁదెలిపెడిబొమముడిపాటుమొదలయినది-౨ఆశ్చర్యము-౩తెలివి

ఇఙ్గాలః-అ-పు-శిఖికః॥ తె॥ బొగ్గు.

ఇఙ్గితమ్-అ-న-హృద్గతభావః-౨అభిప్రాయసూచకభ్రుకుటీభంగాదిః-౩గమనమ్॥ తె॥౧ మనసులోనుండునభిప్రాయము-౨అభిప్రాయమునుఁదెలిపెడిభ్రూభంగముమొదలయినది-౩పోవుట.

ఇఙ్గుదః-అ-పు-తాపసతరుః॥ తె॥ గారచెట్టు.

ఇఙ్గుదీ-ఈ-సీ-తాపసతరుః॥ తె॥ గారచెట్టు.

ఇచ్ఛా-ఆ-సీ-కాంక్షా॥ తె॥ కోరిక.

ఇచ్ఛావతీ-ఈ-సీ-గంధపుష్పాద్యలంకారవిశేషాభిలాషయుక్తస్త్రీ॥ తె॥ గంధపుష్పము మొదలయినవాటియందువిశేషాపేక్షగలయాఁడుది.

ఇచ్ఛావసుః-ఉ-పు-కుబేరః॥ తె॥ ఉత్తరదిక్కు-దొర.

ఇజ్యః-అ-పు-బృహస్పతిః-౨నక్షత్రప్రసూతః-౩అంతఃపురపాలకః॥ తె॥౧ సురాచార్యుఁడు-౨మంచికులమునఁ బుట్టినవాఁడు-౩అంతిపురపుకావలివాఁడు,

ఇజ్యా-ఆ-సీ-భూమిః-౨మాతా-౩యాగః-

౪దానమ్-౫అర్చా-౬సంగః॥ తె॥ ౧ పుడమి-౨తల్లి-౩జన్మము-౪ఆవు-౫పూజ-౬చేరిక.

ఇట్వరః-అ-పు-గోపతిః॥ తె॥ అచ్చువేసిన యాఁబోఁతు.

ఇడా-ఆ-సీ-ఇంమనాడీ-౨వాక్-౩గౌః-౪ద్యౌః-౫భూమిః-౬బుధగ్రహపత్నీ-౭పురోడాశపాత్రమ్॥ తె॥ ౧ముక్కునెడమరంధ్రము-౨వాక్కు-౩ఆవు-౪దివి-౫పుడమి-౬బుధునియొక్కభార్య-౭యజ్ఞమందలిహవిస్సునుంచుపాత్ర.

ఇద్వరః-అ-పు-గోపతిః॥ తె॥ ఆఁబోఁతు.

ఇతః-అ-త్రి-జ్ఞాతః-౨గతః॥ తె॥ ౧ తెలిసినవాఁడు-౨వెళ్లినవాఁడు.

ఇతః-౦-౦-పురోర్థః-౨పశ్చాదర్థః-౩తదర్థః-౪పాలనమ్॥ తె॥ ౧ముందర-౨వెనుక-౩అది-౪రక్షణము.

ఇతరః-అ-పు-నీచః॥ తె॥ హీనుఁడు.

ఇతరః-అ-త్రి-అన్యః॥ తె॥ మఱియొకటి.

ఇతరేతరమ్-అ-న-అన్యోన్యమ్॥ తె॥ పరస్పరము.

ఇతరేద్యుః-౦-౦-ఇతరదినే॥ తె॥ మఱియొకనాఁడు.

ఇతి-౦-౦-హేతుః-౨ప్రకరణమ్-౩ప్రకర్షః-౪ఆదిః-౫సమాప్తిః-౬వాక్యనిర్దేశః-౭వాక్యార్థనిర్దేశః-౮మతిః-౯ఏవమర్థః-౧౦నియమః॥ తె॥ ౧కారణము-౨పరిచ్ఛేదము-౩ఉత్కర్షము-౪మొదలు-౫ముగించుట-౬వాక్యమును నిర్దేశించుట-౭వాక్యార్థమును నిర్దేశించుట-౮బుద్ధి-౯ఇట్లు-౧౦నియమము.

ఇతికథా-ఆ-సీ-అపార్థవాక్యమ్-౨అశ్రద్ధేయవాక్యమ్-౩నష్టధర్మః॥ తె॥ ౧తప్పర్థముగలవాక్యము-౨నమ్మఁదగనిమాట-౩నశించినధర్మము.

ఇతిహ-౦-౦-అనాదిప్రవాదః॥ తె॥ పెద్దకాలముగనుండుప్రవాదము-

ఇతిహాసః-అ-పు-భారతాదిగ్రంథః॥ తె॥ భారతము మొదలైన గ్రంథము.

ఇత్థమ్-౦-౦-ఇత్థంప్రకారేణేత్యర్థే॥ తె॥ ఈలాగు.

ఇత్యా-ఆ-సీ-యానవిశేషః॥ తె॥ అందలము.

ఇత్వరః-అ-పు-గోపతిః-౨పాంథః-౩నీచః-౪క్రూరకర్మా॥ తె॥ ౧ఆఁబోఁతు-౨తెరువరి-౩నీచుఁడు-౪కఠినమైనపనిగలవాఁడు.

ఇత్వరీ-ఈ-సీ-జారస్త్రీ॥ తె॥ అంకులాడి.

ఇదమ్-మ్-త్రి-పురోవర్తిపదార్థః॥ తె॥ ఇదిఇది

ఇదానీమ్-౦-౦-అస్మిన్కాలే-౨వాక్యాలంకారః-౩అభివ్యాప్తిః-౪పాదపూరణమ్-౫శోభా॥ తె॥ ౧ఇప్పుడు-౨వాక్యాలంకారము-౩వ్యాపించుట-౪పాదములను నిండించుట-౫కాంతి.

ఇద్ధః-అ-త్రి-ప్రకాశమానః॥ తె॥ వెలయువాఁడు.

ఇధ్మమ్-అ-న-ఇంధనమ్॥ తె॥ కఱ్ఱ

ఇనః-అ-పు-సూర్యః-౨భూపాలః॥ తె॥ ౧రవి-౨రాజు.

ఇనః-అ-త్రి-స్వామీ-౨ధనికః॥ తె॥ ౧ప్రభువు-౨ధనవంతుఁడు.

ఇన్దిః-ఇ-సీ-లక్ష్మీః॥ తె॥ శ్రీ.

ఇన్దిరః-అ-పు-భృంగః॥ తె॥ తుమ్మెద.

ఇన్దిరా-ఆ-సీ-లక్ష్మీః॥ తె॥ విష్ణుభార్య.

ఇన్దీ-ఈ-సీ-లక్ష్మీః॥ తె॥ కమల.

ఇన్దీవరమ్-అ-న-నీలోత్పలమ్-౨పద్మమ్॥ తె॥ ౧నల్లఁగలువ-౨తామర.

ఇన్దీవరః-అ-పు-విష్ణుః॥ తె॥ వెన్నుఁడు.

ఇన్దీవరా-ఆ-సీ-యుగ్మఫలికాలతా॥ తె॥ దుష్టపుచెట్టు.

ఇన్దీవరీ-ఈ-సీ-నారాయణీ॥ తె॥ పిల్లిపీఁచరచెట్టు

ఇన్దుః-ఉ-పు-చంద్రః-౨తిందుకవృక్షః - ౩ఇడా-౪రజతఫలమ్॥ తె॥౧జాబిల్లి-౨నల్లతుమికిచెట్టు-౩ముక్కునెడమ రంధ్రము-౪పావుసేరువెండి. (చెట్టు.

ఇన్దుకమస్థా-ఆ-స్త్రీ-నదీసర్జవృక్షః॥ తె॥మద్ది

ఇన్దుక్షయః-అ-పు-అమావాస్యా। తె॥అమవస

ఇన్దుభమ్-అ-న-మృగశిరోనక్షత్రమ్॥ తె॥మృగశిరనక్షత్రము. (వారము.

ఇన్దువారః-అ-పు-సోమవారః॥ తె॥ సోమ

ఇన్ద్రమ్-అ-త్రి-స్వామీ॥ తె॥సామి.

ఇన్ద్రః-అ-పు-౧ద్వాదశాదిత్యగణదేవతావిశేషః-౨అసురపతిః-౩ముంజేతుః-౪చతుర్దశసంఖ్యా-౫వృషః-౬ఆత్మా-౭పంచాంగయోగవిశేషః-౮ఫణీశ్వరః-౯స్వామీ-నిత్యముత్తరపద-౧౦సజాతీయసమూహశ్రేష్ఠః॥ తె॥౧పన్నిద్దరుసూర్యులలో నొకఁడు-౨వేల్పులదొర-౩శాకివెదురు-౪పదునాలుగు-౫ఆఁబోఁతు-౬ఆత్మ-౭ఒకానొకపంచాంగయోగము - ౮పాఁపఱేఁడు-౯పతి-౧౦నరియయినవారిగుంపులోఁబెద్దవాఁడు- ఈయర్థము- ఈశబ్దము ఉత్తరపదముగానుండునపుడగును.

ఇన్ద్రకోశః-అ-పు-కోశ్రంగః॥ తె॥ తమగము.

ఇన్ద్రగోపః-అ-పు-కీటవిశేషః॥ తె॥ ఆరుద్రపురుగు.

ఇన్ద్రజిత్-త్-పు-౧గరుడః-౨ రావణపుత్రః॥ తె॥౧గరుత్మంతుఁడు-౨రావణునికొడుకు.

ఇన్ద్రద్రుః-ఉ-పు-౧నదీసర్జవృక్షః-౨కలింగః॥ తె॥౧మద్దిచెట్టు-౨కొడిసచెట్టు.

ఇన్ద్రనీలమ్-అ న-మయూరకంఠచ్ఛాయనీలరత్నమ్॥ తె॥ నెమలిమెడచాయవంటి చాయగలనీలమణి.

ఇన్ద్రపుత్రః-అ-పు-కుబేరవాహననరః॥ తె॥ కుబేరునికివాహనమైనమనుజుఁడు.

ఇన్ద్రపుష్పీ-ఈ-స్త్రీ-కలికారీ॥ తె॥ తరిగొట్టచెట్లభేదము.

ఇన్ద్రప్రియమ్-అ-న-మలయపర్వతజాతపీతచందనమ్॥ తె॥ మలయమనుకొండయందుఁబుట్టినపచ్చవన్నెగలగందము.

ఇన్ద్రమూర్ధా-న్-పు-వల్మీకః॥ తె॥పుట్ట.

ఇన్ద్రయవమ్-అ-న-భద్రయవమ్॥ తె॥కొడిసెకాయ.

ఇన్ద్రలుప్తః-అ-పు-యూకః॥ తె॥ పేను.

ఇన్ద్రలుప్తకమ్-అ-న-కేశఘ్నమ్॥ తె॥ పేనుకొఱుకుట.

ఇన్ద్రవల్లీ-ఈ-స్త్రీ-౧రుచకా-౨భద్రా॥ తె॥ ౧ఇల్లిందచెట్టు-౨సవిరెలచెట్టు.

ఇన్ద్రవారుణీ-ఈ-స్త్రీ-విశాలా॥ తె॥ పెద్దపావరచెట్టు.

ఇన్ద్రసాహ్వా-ఆ-స్త్రీ-ఇంద్రవారుణీ॥ తె॥ పెద్దపావరచెట్టు.

ఇన్ద్రసురసః-అ-పు-నిర్గుండీ॥ తె॥ వావిలిచెట్టు

ఇన్ద్రాక్షః-అ-పు-వృషభాఖ్యవృక్షః॥ తె॥వృషభమనుచెట్టు.

ఇన్ద్రాక్షీ-ఈ-స్త్రీ-పార్వతీ॥ తె॥గౌరి.

ఇన్ద్రాణికా-ఆ-స్త్రీ-నిర్గుండీవృక్షః॥ తె॥వావిలి.

ఇన్ద్రాణీ-ఈ-స్త్రీ-౧శచీదేవీ-౨సింధువారవృక్షః-౩రతిబంధః-౪రక్తవచా-౫స్వామినీ॥ తె॥ ౧ఇంద్రునిభార్య-౨వావిలిచెట్టు-౩రతిబంధము-౪ఎఱ్ఱవసచెట్టు-౫యజమానురాలు.

ఇన్ద్రాయుధమ్-అ-న-ఇంద్రధనుః॥ తె॥ దేవేంద్రునివిల్లు.

ఇన్ద్రాయుధః-అ-పు-నీలనేత్రాశ్వః॥ తె॥ నల్లనికన్నులుగలగుఱ్ఱము.

ఇన్ద్రారిః-ఇ-పు-రాక్షసః॥ తె॥రక్కసుఁడు

ఇన్ద్రావరః-అ-పు-విష్ణుః॥ తె॥హరి.

ఇన్ద్రావరజః-అ-పు-విష్ణుః॥ తె॥కరి వేల్పు.

ఇన్ద్రియమ్-అ-న-కర్మజ్ఞానాత్మకేంద్రియమ్-౨రేతః-౩పంచసంజ్ఞా॥ తె॥ ౧ జ్ఞానేంద్రియములుకర్మేంద్రియములు-౨ వీర్యము-౩ఐదనులెక్క.

ఇన్ద్రియార్థః-అ-పు-ఇంద్రియవిషయశబ్దాదిభూతగుణః॥ తె॥ఇంద్రియవిషయములగు శబ్దము మొదలైన పంచభూతముల గుణములు.

ఇన్ధనమ్-అ-న-ఇధ్మమ్॥ తె॥కట్టెలు

ఇన్వకాః-ఆ-సీ-మృగశిరోనక్షత్రశిరోదేశస్థితతారాః॥ తె॥మృగశిరానక్షత్రముయొక్క తలమీఁదనుండుచుక్కలు.

ఇభః-అ-పు-గజః-౨చంద్రః-౩గణపతిః॥ తె॥ ౧ఏనుఁగు-౨జాబిల్లి-౩ వినాయకుఁడు.

ఇభాశ్వప్రియా-ఆ-సీ-క్రోష్టీ॥ తె॥ నల్లనేల గుమ్ముఁడుచెట్టు.

ఇభైరమః-అ-పు-చతుర్దశవర్షగజః॥ తె॥ పదునాలుగేండ్లగలఏనుఁగు.

ఇభ్యః-అ-త్రి-ధనికః॥ తె॥ఆస్తికాపు.

ఇభ్యా-ఆ-సీ-కరేణుః॥ తె॥ఆఁడుయేనుఁగు.

ఇయాన్-త్-త్రి-ఏతాదృశపరిమాణవాన్॥ తె॥ఇంతవాఁడు.

ఇణూన్-న్-పు-పరిమాణమ్-౨స్వర్ణగృహమ్-౩రాజాంగణమ్-౪సూర్యకిరణః-౫కించిదగ్ధః॥ తె॥౧కొలత-౨బంగారవుయిల్లు-౩రాజుయొక్క ముంగిలి-౪ సూర్యునికిరణము-౫కొంచము.

ఇరమ్మదః-అ-పు- మేఘాగ్నిః-౨నిర్ఘాతాగ్నిః॥ తె॥౧మెఱుపు-౨పిడుగునిప్పు.

ఇరా-ఆ-సీ-జలమ్-౨సురా-౩వాక్ - ౪భూమిః-౫సేనాముఖమ్-౬ఆజ్యధారా॥ తె॥ ౧ఉదకము-౨సార-౩ వాక్కు-౪పుడమి-౫ దండుయొక్క ముందటిభాగము-౬ నేతియొక్క ధార.

ఇరావతమ్-అ-న-మేఘలోకః॥ తె॥ మేఘలోకము.

ఇరావతః-అ-పు-సూర్యాశ్వః॥ తె॥ సూర్యునియొక్క గుఱ్ఱము.

ఇరావతీ-ఈ-సీ-లతావిశేషః-౨ నదీవిశేషః-౩యమపురీ॥ తె॥౧ఒకానొకతీఁగె - ౨ఒకానొకఏరు-౩ఏమునినగరము.

ఇరిఙ్గణః-అ-పు-చండవాయుః॥ తె॥ పెద్దగాలి

ఇలసః-అ-పు-హింజలః॥ తె॥నీటిగన్నేరు.

ఇలా-ఆ-సీ-భూమిః-౨బుధగ్రహభార్యా- ౩గౌః-౪వాక్॥ తె॥౧పుడమి-౨బుధునిపెండ్లాము-౩ఆవు-౪వాక్కు.

ఇలాపతిః-ఇ-పు-బుధగ్రహః॥ తె॥ నాలవగ్రహము.

ఇలిః-ఇ-పు-మూషకః॥ తె॥ఎలుక.

ఇలికః-అ-పు-మూషకః॥ తె॥ఎలుక.

ఇలిఙ్గః-అ-పు-యమశంఖః॥ తె॥ యమునిదిందము.

ఇలిన్దకమ్-అ-న-నీలోత్పలమ్॥ తె॥నల్లకలువ.

ఇలిపాషాణః-అ-పు-ఆఖుపాషాణః॥ తె॥ ఉల్లిపాషాణము.

ఇల్వకాః-ఆ-సీ-మృగశిరోనక్షత్ర శిరోదేశస్థితతారాః॥ తె॥ మృగశీర్షానక్షత్రముయొక్క తలమీఁదనుండుచుక్కలు.

ఇల్వలః-అ-పు-దైత్యవిశేషః॥ తె॥ఒకానొకరక్కసుఁడు.

ఇల్వలాః-ఆ-సీ- మృగశిరోనక్షత్రశిరోభాగస్థితనక్షత్రేషు॥ తె॥మృగశిరానక్షత్రముయొక్క తలవైపుననుండుచుక్కలు.

ఇవ-౦-౦-సామ్యమ్॥ తె॥వలెను.

ఇషః-అ-పు-ఆశ్వయుజమాసః॥ తె॥ ఆశ్వయుజమాసము.

ఇషీకా-ఆ-సీ-తృణదలమ్-౨గజాక్షికూటకమ్ ౩తూలికా॥ తె॥౧గడ్డిపరక-౨ ఏనుఁగకండ్లపైనుండెడుగుంటలు-౩ పటచిత్రకారులకుంచ, కాగిదములు వ్రాసెకలమున్ను.

ఇషుః-ఉ-ద్వి-బాణః॥ తె॥కోల.

ఇషుధిః-ఇ-ద్వి-తూణీరః॥ తె॥అమ్ములపొది.

ఇష్టమ్ అ-న-యజ్ఞకర్మ - ౨యజ్ఞమధ్యకృతహోమాన్నదానాదికమ్-౩ఆశంసితమ్-౪దత్తమ్-౫హుతమ్-౬పూజితమ్-క్రియావిశేషణత్వే-౭యథేప్సితమ్॥ తె॥౧ యజ్ఞము చేయుట-౨యజ్ఞమునడుమ జేయునట్టి హోమాన్నదానాదికము-౩కోరఁబడినది-౪ఒసఁగఁబడినది-౫వేల్చఁబడినది-౬పూజింపఁబడినది-౭యథేచ్ఛముగా - ఇందు క్రియావిశేషణము.

ఇష్టః-అ-త్రి - ఇచ్ఛాదిమద్వస్తు - ౨ప్రియతమః॥ తె॥౧ఇచ్ఛగలవస్తువు-౨మిక్కిలి ప్రియుఁడు. (ట్టివేరు.

ఇష్టకాపథమ్-అ-న-లామజ్జకమ్॥ తె॥ తెల్లవ

ఇష్టిః-ఇ-సీ-ఇచ్ఛా-౨యజ్ఞః-౩ఖడ్గః - ౪దేవపూజా-౫అదనమ్-౬సంగ్రహశ్లోకః॥ తె॥ ౧ఇచ్ఛ-౨జన్నము-౩అడిదము-౪ దేవతలనుఁబూజించుట-౫తినుట - ౬టూకీగా చేసినపద్యము.

ఇష్వాసః-అ-పు-కార్ముకః - ౨సాయకక్షేపకక్రోశీ-౩ధనుర్ధరః॥ తె ॥ ౧విల్లు - ౨అమ్ములపొది-౩విలుకాఁడు.

ఇహ-౦-౦-అస్మిన్ దేశ ఇత్యర్థః॥ తె॥ ఇక్కడ.

ఈ

ఈ-ఈ-సీ-లక్ష్మీః-౨వాణీ-౩ఉమా-౪రశనా-౫అబ్జదలమ్-౬కమలకేసరః-౭ఇంద్రచాపమ్-౮బాణః-౯సర్పః-౧౦కందరః॥ తె॥ ౧కమల-౨సరస్వతి-౩పార్వతి-౪ మొలనూలు-౫తామరరేకు-౬ తామరకేసరము - ౭ ఇంద్రునివిల్లు-౮అమ్ము - ౯పాము-౧౦గుహ.

ఈ-౦-౦-కోపః-౨దుఃఖభావనమ్॥ తె॥ ౧క్రోధము-౨దుఃఖచింత.

ఈః-ఈ-సీ-లక్ష్మీః॥ తె॥నారాయణప్రియ.

ఈక్షణమ్-అ-న-నేత్రమ్-౨దర్శనమ్॥ తె॥౧ కన్ను-౨చూడడము.

ఈక్షణికా-ఆ-సీ-విప్రశ్నికా॥ తె॥ సోదెకత్తె.

ఈడా-ఆ-సీ-స్తోత్రమ్॥ తె॥పొగడుట.

ఈడితః-అ-త్రి-ప్రణుతః ॥ తె॥ స్తోత్రము చెయ్యఁబడ్డది.

ఈతిః-ఇ-సీ-అతివృష్ట్యాదిషట్కాన్యతమా-౨డింభః-౩ప్రవాసః॥ తె॥౧ అతివృష్టి మొదలైన దేశోపద్రవములు-౨పిల్ల-౩పయనం.

ఈతికా-ఆ-సీ-సహదేవీ॥ తె॥ముత్తవపులగము చెట్టు. (చెట్టు.

ఈతిశమనః-అ-పు-రథద్రుమః॥ తె॥నల్లమద్ది

ఈత్వగీ-ఈ-సీ-జారస్త్రీ॥ తె॥వ్యభిచారిణి.

ఈదృక్-శ్-త్రి-ఈదృశః॥ తె॥ఇటువంటిది.

ఈదృక్షః-అ-త్రి-ఈదృశః॥ తె॥ ఇటువంటిది.

ఈదృశః-అ-త్రి-ఈదృక్షః॥ తె॥ఇటువంటిది.

ఈధ్రమ్-అ-న-అన్నతప్తోదకమ్॥ తె॥దిట్టుడుకు నీళ్లు.

ఈట్-శ్-త్రి-స్వామీ॥ తె॥ ప్రభువు.

ఈప్సా-ఆ-సీ-ఇచ్ఛా॥ తె॥ఇచ్ఛ.

ఈరః-అ-పు-చంద్రః-౨గోవిందః-౩ మందగర్వః॥ తె॥౧చందమామ - ౨గోపాలుఁడు-౩కొంచపుక్రొవ్వుగలవాఁడు.

ఈరణః-అ-త్రి-సూన్యభూప్రదేశః-౨ఊషరః॥ తె॥౧వట్టినేల-౨చవిటినేల.

ఈరితః-అ-త్రి-ను_త్తః-౨ఉ_క్తః॥ తె॥౧తోయ్యఁబడ్డది-౨చెప్పఁబడ్డది. (వడము.)

ఈర్ష్యా-ఆ-సీ-అసహనమ్॥ తె॥ఓర్చ లేకపో

ఈర్మమ్-అ-న-వ్రణః॥ తె॥కురుపు.

ఈర్యా-ఆ-సీ-శ్రుతిస్మృత్యాచారస్థిరవృ_త్తిః॥ తె॥ శ్రుతిస్మృత్యు_క్తమైన క్రమప్రకారము నడుచుట. (వడము.)

ఈర్ష్యా-ఆ-సీ-అసహనమ్॥ తె॥ఓర్చ లేకపో

ఈర్ష్యాలుః-ఉ-త్రి-ఈర్ష్యాయు_క్తః॥ తె॥అసూయగలవాఁడు.

ఈలితః-అ-త్రి-ప్రణుతః॥ తె॥ స్తోత్రముచెయ్యబడ్డది.

ఈలీ-ఈ-సీ-కరవాలికా॥ తె॥నిమిచాక_త్తి.

ఈవిలా-ఆ-సీ-కరవాలికా॥ తె॥ నిమిచాక_త్తి.

ఈశః-అ-పు-శివః-౨దిక్పాలవిశేషః॥ తె॥౧హరుఁడు-౨ఒకానొకదిక్పాలకుఁడు.

ఈశః-అ-త్రి-స్వామీ॥ తె॥నాయకుఁడు.

ఈశవాచకః-అ-పు-శిరీషవృక్షః॥ తె॥ దిరిసెనచెట్టు.

ఈశా-ఆ-సీ-లాఁగలదండః॥ తె॥ మేడికోల.

ఈశానః-అ-పు-శివః-౨దిక్పాలవిశేషః-౩దాతా॥ తె॥౧హరుఁడు-౨ఎనిమిదిదిక్పాలకులలోనొకఁడు-౩ఇచ్చేవాఁడు.

ఈశానీ-ఈ-సీ-పార్వతీ॥ తె॥గౌరి.

ఈశితా-ఋ-త్రి-స్వామీ॥ తె॥అధిపుఁడు.

ఈశిత్వమ్-అ-న-శివలీలావిభూతివిశేషః॥ తె॥ శివునిఅష్టైశ్వర్యములలోనొకటి.

ఈశీ-ఈ-సీ-పార్వతీ॥ తె॥గౌరి.

ఈశ్వరః-అ-పు-శివః-౨సంవత్సరవిశేషః॥ తె॥౧శివుఁడు-౨ఒకానొకసంవత్సరము.

ఈశ్వరః-అ-త్రి-స్వామీ॥ తె॥ ప్రభువు.

ఈశ్వరవల్లరీ-ఈ-సీ-లింగినీలతా॥ తె॥ లింగిదొండచెట్టు.

ఈశ్వరవల్లికా-ఆ-సీ-వసుకలతా॥ తె॥ వసుకయనేతీఁగె.

ఈశ్వరా-ఆ-సీ-పార్వతీ॥ తె॥దుర్గ.

ఈశ్వరీ-ఈ-సీ-పార్వతీ-౨నాగదమనీ॥ తె॥ ౧గౌరి-౨ఈశ్వరిచెట్టు.

ఈశ్వరేశ్వరీ-ఈ-సీ-పార్వతీ॥ తె॥అంబిక.

ఈషత్-౦-౦-అల్పమ్॥ తె॥కొంచము.

ఈషా-ఆ-సీ-లాంగలదండః॥ తె॥మేడికోల.

ఈషికా-ఆ-సీ-తూలికా॥ తె॥పటచిత్రకాఱులకుంచె-కాగితములువ్రాసేకలమున్ను

ఈహా-ఆ-సీ-ఇచ్ఛా-౨ఉద్యమః-౩కిరణః-౪కాంతిః॥ తె॥౧ఇచ్ఛ-౨యత్నము-౩కిరణము-౪శోభ.

ఈహామృగః-అ-పు-వృకః-౨రూపకవిశేషః॥ తె॥౧తోఁడేలు-౨రూపకములోభేదము.

ఉ

ఉ-౦-౦-సంబుద్ధిః-౨కోపః-౩తపః-౪ప్రశ్నః-౫విహారః॥ తె॥౧పిలుచుట-౨క్రోధము-౩తపస్సు-౪ఊఁకొనుట-౫విహరించుట.

ఉమ్-౦-౦-ప్రశ్నః॥ తె॥ ఊఁకొనుట.

ఉః-ఉ-పు-క్షత్రియః-౨నేత్రమ్-౩హరిః-౪హరః-౫హరమౌలిః॥ తె॥ ౧రాజు-౨కన్ను-౩విష్ణువు-౪శివుఁడు-౫శివునిశిరస్సు.

ఉకః-అ-పు-పక్షీ॥ తె॥పులుగు.

ఉకః-అ-(సీ)-త్వక్-౨ప్రీతిః-౩ఖలమ్॥ తె॥ ౧చర్మము-౨హర్షము-౩వికలము.

ఉ_క్తమ్-అ-న-భాషణమ్॥ తె॥పలుకు.

ఉ_క్తః-అ-త్రి-భాషితః॥ తె॥పలుకఁబడ్డది.

ఉ_క్తవిషయస్వరూపోత్ప్రేక్షా-ఆ-సీ-అలంకారవిశేషః॥ తె॥ఒకానొకయలంకారము.

ఉక్తా-ఆ-సీ-ప్రథమచ్ఛందః॥ తె॥ మొదటిఛందస్సు.

ఉక్తిః-ఇ-స్త్రీ-వచనమ్॥ తె॥ మాట.

ఉక్థమ్-అ-న-సామవిశేషః - ౨ ఋక్సమూహః॥ తె॥ ౧ ఒకానొక సామము - ౨ ఋక్కులయొక్క గుంపు.

ఉక్థః-అ-పు-చాటుః-౨ ఉత్థానమ్॥ తె॥ ౧ చాటువాక్యము మొదలయినది-౨ లేవడము- బయలు వెళ్లడమున్ను.

ఉక్షా-న్-పు-వృషభః॥ తె॥ ఎద్దు.

ఉఖా-ఆ-స్త్రీ-కుంభః-౨ సూర్యకిరణః॥ తె॥ ౧ కుండ-౨ సూర్యునికిరణము.

ఉఖ్యః-అ-త్రి-కుంభపక్వభక్ష్యమ్॥ తె॥ ఉండ్రాళ్లుకుడుములు మొదలయినవి

ఉగ్రమ్-అ-న-రౌద్రరసః॥ తె॥ రౌద్రరసము.

ఉగ్రః-అ-పు-శివః-౨ క్షత్రియపురుష శూద్రస్త్రీసుతః॥ తె॥ ౧ హరుడు-౨ క్షత్రియజాతిమగవానికి-శూద్రదానియందు పుట్టినవాడు.

ఉగ్రః-అ-త్రి-రౌద్రరసవాన్॥ తె॥ రౌద్రరసముగలవాడు.

ఉగ్రగన్ధమ్-అ-న-రామఠమ్॥ తె॥ ఇంగువ.

ఉగ్రగన్ధః-అ-పు-లశునమ్॥ తె॥ తెల్లఉల్లి.

ఉగ్రగన్ధా-ఆ-స్త్రీ-వచా-౨ దీప్యః॥ తె॥ ౧ నల్లవస చెట్టు-౨ ఓమపుచెట్టు.

ఉగ్రా-ఆ-స్త్రీ-వచా॥ తె॥ నల్లవస.

ఉగ్రాక్షః-అ-పు-శివః॥ తె॥ ఈశ్వరుడు.

ఉచకః-అ-పు-ఏరండవృక్షః॥ తె॥ ఆముదపు చెట్టు.

ఉచితః-అ-త్రి-యుక్తః - ౨ నియతః-౩ యోగ్యః-౪ జ్ఞాతః-౫ అభ్యస్తః-౬ సమంజసః॥ తె॥ ౧ తగినది-౨ నియమముగలవాడు-౩ యోగ్యుడు-౪ తెలిసినవాడు-౫ పరిచయముగలది-౬ మంచిది.

ఉచ్చః-అ-త్రి-ఉన్నతః॥ తె॥ పొడుగుది.

ఉచ్చటా-ఆ-స్త్రీ-చూడాలా॥ తె॥ గుండ్రతుంగముస్తె.

ఉచ్చణ్డః-అ-త్రి-త్వరాయుక్తః॥ తె॥ త్వరతో గూడినది.

ఉచ్చయః-అ-పు-నీవీ-౨ గజమందబుద్ధిప్రచారః॥ తె॥ ౧ ఆడుదానికోకకట్టు-౨ ఏనుగు యొక్క బుద్ధిమందముగా ప్రసరించుట.

ఉచ్చారః-అ-పు-పురీషమ్॥ తె॥ మలము.

ఉచ్చావచః-అ-త్రి-అనేకభేదవాన్॥ తె॥ నానావిధమయినది.

ఉచ్చూడః-అ-పు-కేతనపటోర్ధ్వభాగకూర్చః॥ తె॥ జెండాగుడ్డమీదికుచ్చు.

ఉచ్చైః-స్-౦-మహాన్॥ తె॥ గొప్పది.

ఉచ్చైశ్శ్రవాః-స్-పు-ఇంద్రాశ్వః॥ తె॥ దేవేంద్రునిగుఱ్ఱము.

ఉచ్చైస్తమామ్-౦-౦-అధికతమః॥ తె॥ మిక్కిలిగొప్పయయినది.

ఉచ్చైస్తరామ్-మ్-౦-అధికతరః॥ తె॥ మిక్కిలిగొప్పయయినది.

ఉచ్ఛూనకమ్-అ-న-దంతక్షతవిశేషః॥ తె॥ ఒకానొకదంతక్షతము.

ఉచ్ఛృఙ్ఖలః-అ-త్రి-నిరర్గలః॥ తె॥ అడ్డములే (నిది.

ఉచ్ఛ్రాయః-అ-పు-వృక్షాద్యున్నత్యమ్॥ తె॥ చెట్లు మొదలయినవాటిపొడవు.

ఉచ్ఛ్రాయః-అ-పు-వృక్షాద్యున్నత్యమ్॥ తె॥ చెట్లు మొదలయినవాటిపొడవు.

ఉచ్ఛ్రితః-అ-పు-సరళదేవదారువృక్షః-౨ దేవాలయధ్వజః॥ తె॥ ౧ సరళదేవదారుచెట్టు-౨ దేవాలయపుజెండ.

ఉచ్ఛ్రితః-అ-త్రి-ఉన్నతః-౨ ప్రవృద్ధః-౩ జాతః॥ తె॥ ౧ పొడవైనది-౨ పెరిగినది-౩ పుట్టినది.

ఉచ్ఛ్వాసః-అ-పు-ప్రాణనిశ్వాసః-౨ గద్య

పద్యగుణాంతరమ్ - ౩ గ్రంథపరిచ్ఛేదః॥ తె॥౧ఎగవ్రాసిరి - ౨గద్యపద్యములయొక్క-గుణభేదము-౩ గ్రంథముయొక్క-ప్రకరణము.

ఉచ్ఛ్వాసారోర్థః-అ-పు-యాకమ్॥ తె॥ ఊపిరికట్టు నొప్పి.

ఉజ్జయనీ-ఈ-సీ-అవంతీపట్టణమ్॥ తె॥ అవంతి యనుపురము.

ఉజ్జాసనమ్-అ-న-మారణమ్॥ తె॥చంపుట.

ఉజ్జ్వలః-అ-పు-శృంగారరసః-౨విశదః॥ తె॥ ౧రసములలో మొదటిది-౨స్పష్టము.

ఉజ్జ్వలః-అ-త్రి-వికసితః-౨స్వచ్ఛః-౩దీప్తః-౪విలాసీ॥ తె॥౧వికసించినది-౨మురికిలేనిది-౩ ప్రకాసించునది-౪విలాసముఁగలది

ఉఞ్ఛః-అ-పు-కణశఆదానమ్॥ తె॥రోళ్లవద్దనున్న చేలలోనున్న ఒక్కొ-క్క-గింజవొప్పునయేరడము.

ఉఞ్ఛశిలమ్ అ-న-శిలోంఛవృత్తిద్వయ జీవనమ్॥ తె॥శిలోంఛవృత్తులచేత బ్రతుకుట.

ఉటజః-అ-(సీ)-మున్యాశ్రమః॥ తె॥ పర్ణశాల.

ఉడుః-ఉ-(పు)-నక్షత్రమ్॥ తె॥ చుక్క-.

ఉడుపమ్-అ-న-ప్లవః॥ తె॥ తెప్ప.

ఉడుపః-అ-పు-చంద్రః॥ తె॥చందురుఁడు.

ఉడుపుష్పమ్-అ-న-జపాపుష్పే॥ తె॥ దాసన పువ్వు.

ఉడ్డీనమ్-అ-న-ఉడ్డీనమ్ ॥ తె ॥ పక్షిమీఁది కెగరడము.

ఉడ్డీఽమ్-అ-న-పక్షిగతివిశేషః॥ తె॥ పక్షిమీఁది కెగరడము.

ఉత-౦-౦-అవ్యర్థే-౨ వికల్పాత్మకసంశయః-౩వితర్కః-౪పాదపూర్తిః-౫ప్రశ్నః ౬అనుకంపా - ౭అనువాదః-౮పరిచ్ఛేదః॥ తె॥౧ఇంతేకాదు - ౨వికల్పాత్మకమనే సందియము-౩వితర్కము-౪ పాదమును నిండించుట-౫అడుగుట-౬దయ-౭ మఱల చెప్పుట-౮ ప్రకరణము.

ఉతః-అ-త్రి-స్యూతః॥ తె॥కుట్టఁబడ్డది.

ఉతాహో-౦-౦ - వికల్పాత్మకసంశయః-౨ప్రశ్నః-౩విచారః॥ తె॥౧ అదేవో-ఇదేవో-౨అడుగుట-౩విచారము.

ఉత్కః-అ-త్రి-సంతుష్టమానసః॥ తె॥ ప్రీతి జెందినమనస్సుఁగలవాఁడు.

ఉత్కటమ్-అ-న-వరాంగకమ్॥ తె॥ లవంగపు చెక్క.

ఉత్కటః-అ-త్రి-సురాపానాదిమత్తః-౨బలవాన్-౩అతిరిక్తః॥ తె॥ ౧కల్లుద్రాగుట మొదలయినదానిచేత మదించినవాఁడు-౨బలవంతుఁడు-౩హెచ్చైనది.

ఉత్కణ్ఠా-ఆ-సీ-ప్రియవస్తుప్రాప్తిత్వరా-౨సితవీర్యా॥ తె॥ ౧ఇష్టమయినవస్తువును పొందుటకెందు వేగిరపడుట - ౨జీలుగు చెట్టు.

ఉత్కరః-అ-పు-ధాన్యాదిరాశిః॥ తె॥ ధాన్యము మొదలయినవాటికుప్ప.

ఉత్కలనమ్-అ-న - వివాహోద్యుత్సవః॥ తె॥ పెండ్లి మొదలయిన వేఁడుక.

ఉత్కలికా-ఆ-సీ-మహాతరంగః - ౨ఉత్కంఠా-౩హేలా॥ తె॥౧గొప్ప కెరటము-౨విరహమునుఓర్వజాలమి-౩లీల.

ఉత్కలితమ్-అ-న- గణితశాస్త్రాధికారవిశేషః॥ తె॥సంకలితమనను మూలముతియ్యడము.

ఉత్కర్షః-అ-పు-అతిశయః॥ తె॥ఎక్కువ.

ఉత్కా-ఆ-సీ-ప్రియానాగమన చింతాయుక్తసంకేతస్థలగతనాయికా॥ తె॥కాంతుఁడు రానందునఁగలిగినచింతతో సంకేతస్థ

లమునుఁబొందిననాయిక.

ఉత్కారః-అ-పు-ధాన్యోత్క్షేపణమ్॥ తె॥ ధాన్యముతూరుపారవట్టడము.

ఉత్కారికా-ఆ-సీ-కుంభపక్వభక్ష్యమ్॥ తె॥ ఉండ్రాళ్లు-పిల్లఁగుడుములు మొదలైనవి.

ఉత్కృతః-అ-త్రి-రతికూజితమ్-౨బాహ్యరతె-౩హస్తతాడనజాతధ్వనివిశేషః॥ తె॥ ౧క్రీడాకాలమందలిశబ్దము-౨బాహ్యరతము-౩చేతిదెబ్బచేతఁగలిగినచప్పుడు.

ఉత్కృతిః-ఇ-సీ-షడ్వింశచ్ఛందః - ౨షడ్వింశతిసంజ్ఞా ॥ తె ॥ ౧ఇరువదాఱవఛందస్సు-౨ఇరువదాఱవలెక్క.

ఉత్కోచః-అ-పు-ఉపాయనమ్॥ తె॥ కానుక.

ఉత్కోశః-అ-పు-లంచః-౨క్రోధః॥ తె॥ ౧లంచము-౨క్రోధము.

ఉత్క్రోశః-అ-పు- కృష్ణలోహితచంచుచరణకలహంసః-౨కాకః-౩దీర్ఘక్రోధః॥ తె॥ ౧నలుపుఎరుపైనముక్కు-కాళ్లుగల అంచయనుపులుగు-౨కాకి-౩దీర్ఘకోపము.

ఉత్క్షేపః-అ-పు-నిద్రావికారవిశేషః॥ తె॥ నిద్రయొక్క ఒకానొకవికారము.

ఉత్క్షేపణః-అ-పు-వ్యజనమ్-౨ ధాన్యమర్దనవస్తు॥ తె॥ ౧విసనకఱ్ఱ-౨రోఁకలి.

ఉత్ఖాతః-అ-త్రి-ఉన్మూలితః॥ తె॥ పెల్లగించఁబడ్డది.

ఉత్తంసః-అ-పు-అవతంసః-౨శేఖరః॥ తె॥ ౧స్త్రీపురుషులు చెవికొననుంచే పువ్వవల్లవాదులు-౨శిరస్సునధరియించేపువ్వవల్లవాదులు.

ఉత్తః-అ-త్రి-ఆర్ద్రః॥ తె॥ తడిసినది.

ఉత్తణ్డికీ-ఈ-సీ-కాంభోజీలతా॥ తె॥ బండిగురివెందచెట్టు.

ఉత్తప్తమ్-అ-న-శుష్కమాంసమ్॥ తె॥ ఎండినమాంసము.

ఉత్తప్తః-అ-త్రి-సంతప్తః-౨పరిప్లుతః॥ తె॥ ౧తపింపఁబడ్డవాఁడు-౨చలించినవాఁడు.

ఉత్తమః-అ-త్రి - ఏకజాతీయసమూహముఖ్యః-౨శ్రేష్ఠః॥ తె॥ ౧ ఒకవిధమైనగుంపులోముఖ్యుఁడు-౨గొప్పవాఁడు.

ఉత్తమకన్యా-ఆ-సీ-యుగ్మఫలికాలతా॥ తె॥ దుష్టుపుతీఁగె.

ఉత్తమర్ణః-అ-త్రి-అర్థప్రయోక్తా॥ తె॥ అప్పిచ్చినవాఁడు.

ఉత్తమా-ఆ-సీ-భూధాత్రీ-౨శాస్త్రోక్తలక్షణయుక్తస్త్రీ-౩నాయికా-౪అహితకారిప్రియహితకారినాయికా॥ తె॥ ౧ నేలవుసిరిక-౨శాస్త్రోక్తమైనలక్షణములుఁగలయాఁడుది-౩ఉత్తమ యనెడునాయిక-౪అనిష్టముచేయునట్టి - ప్రియునికిమంచిజేయునాయిక.

ఉత్తమాఙ్గమ్-అ-న-శిరః-౨శిశ్నః-౩యోనిః-౪గరుడాలయః॥ తె॥ ౧తల-౨శిశ్నము-౩భగము-౪గరుడునియొక్క యిల్లు.

ఉత్తమాఙ్గః-అ-త్రి-యోగ్యః - ౨వరాననః॥ తె॥ ౧అర్హుఁడు-౨శ్రేష్ఠమయినముఖముఁగలవాఁడు.

ఉత్తమాహః-అ-పు-ఉత్తమదినమ్॥ తె॥ మంచిదినము.

ఉత్తరమ్-అ-న-ప్రతివాక్యమ్-౨అలంకారవిశేషః-౩చుంబనవిశేషః॥ తె॥ ౧ జవాబు-౨ఒకానొకయలంకారము-౩ ఒకానొకచుంబనము.

ఉత్తరః-అ-పు-విరాటసుతః-౨అగ్నిః॥ తె॥ ౧ విరటునికొడుకు-౨అగ్గి.

ఉత్తరః-అ-త్రి-ఉదీచ్యః-౨ఉత్తమః - ౩ఊర్ధ్వః॥ తె॥ ౧ఉత్తరపుది-౨ఘనుఁడు-౩పై

డవయినది.

ఉత్తరక్రీడా-ఆ-సీ-తాలప్రాణకలావిశేషః॥ తె॥ తాలప్రాణభూతమయినయొకానొకకళ.

ఉత్తరజ్గమ్-అ-న-ద్వారోపరిదారు॥ తె॥ ల (ద్రిమ్మికమ్మి)

ఉత్తరపశ్చిమా-ఆ-సీ-ఉత్తరపశ్చిమదిఙ్మధ్యదిక్॥ తె॥ వాయవ్యదిక్కు.

ఉత్తరఫల్గునీ-ఈ-సీ-ఉత్తరానక్షత్రమ్॥ తె॥ ఉత్తరయనుతార.

ఉత్తరవారుణీ-ఈ-సీ-యుక్మఫలికాలతా॥ తె॥ మష్టుపుచెట్టు.

ఉత్తరా-ఆ-సీ-నక్షత్రవిశేషః-౨విరాటతనయా-౩ఉత్తరదిక్-౪ధనుర్లక్ష్మీః॥ తె॥ ౧ ఒకానొకనక్షత్రము-౨విరటరాజుకూతురు-౩ఉత్తరపుదెస-౪వింటికలిమి.

ఉత్తరా-౦-౦-ఉత్తరదిశి-ప్రథమాసప్తమ్యోః॥ తె॥ ఉత్తరపుదిక్కు-ప్రథమా సప్తమీ విభక్తుల యర్థముతో వచ్చును.

ఉత్తరాత్-౦-౦-సప్తమీపంచమీ ప్రథమార్థేషు-౧ఉత్తరదిగ్దేశకాలేషు॥ తె॥ ౧సప్తమీ పంచమీప్రథమావిభక్తుల యర్థముతోఉత్తరదిగ్దేశకాలములయందు వర్తించును.

ఉత్తరాపరా-ఆ-సీ-ఉత్తరాపర దిఙ్మధ్యదిక్॥ తె॥ వాయవ్యదిక్కు.

ఉత్తరాభాద్రా-ఆ-సీ-నక్షత్రవిశేషః॥ తె॥ ఒకానొకనక్షత్రము.

ఉత్తరాషాఢా-ఆ-సీ-నక్షత్రవిశేషః॥ తె॥ ఒకానొకనక్షత్రము.

ఉత్తరాసజ్గః-అ-పు-ఉత్తరీయమ్॥ తె॥ పైబట్ట.

ఉత్తరాహి-౦-౦-ప్రథమాసప్తమ్యోః-౧ఉత్తరస్యాందిశి॥ తె॥ ౧ఉత్తరపుదిక్కు-ఉత్తరపుదిక్కునందు.

ఉత్తరీయమ్-అ-న-ప్రావారః-౨స్త్రీకుచాచ్ఛాదనవస్త్రమ్॥ తె॥ ౧ పయిబట్ట-౨పయ్యెద.

ఉత్తరేణ-౦-౦-ప్రథమాసప్తమ్యోః-౧ సమీపోత్తరదిగ్దేశకాలేషు॥ తె॥ దాపయిన ఉత్తరపుదిగ్దేశకాలములను దెలుపునది-ఇది-ప్రథమ-సప్తమియనువిభక్తులయొక్క యర్థమునందువచ్చును.

ఉత్తరేద్యుః-౦-౦-ఉత్తరదినే॥ తె॥ మఱునాఁడు.

ఉత్తరేర్మః-అ-పు-వ్యాధకృతోత్తర శరీరభాగవ్రణయుక్తమృగః॥ తె॥ శరీరముయొక్క ఉత్తరభాగమందెరుకలవానిచేత కలిగినవ్రణముతోకూడుకొన్న మృగము.

ఉత్త్రాసమ్-అ-న-రతివిశేషః॥ తె॥ ఒకానొకరతి

ఉత్తానః-అ-పు-అనిమ్నః-౨ఊర్ధ్వముఖశాయీ-౩సుప్తోన్ముఖః॥ తె॥ ౧ మెరక-౨వెల్లకిల్లపడున్నవాఁడు-౩ నిద్రబోయిలేచినవాఁడు.

ఉత్తానపత్త్రకః-అ-పు-రక్తైరండవృక్షకః॥ తె॥ ఎఱ్ఱాఁముదపుచెట్టు.

ఉత్తానవఞ్చితః-అ-పు-అభినయసంయుతహస్తవిశేషః॥ తె॥ అభినయముచేయునట్టి ఒకానొకహస్తము.

ఉత్తానశయః-అ-త్రి-స్తనపః॥ తె॥ పాలుద్రాగే శిశువు.

ఉత్తాలః-అ-త్రి-కర్మవ్యగ్రః-౨ఉత్కటః-౩శ్రేష్ఠః॥ తె॥ ౧పనియెందుజురుకుఁగలవాఁడు-౨బలవంతుఁడు-౩గొప్పవాఁడు.

ఉత్తాలకః-అ-పు-తిరీటకవృక్షః॥ తె॥ తెల్లలొద్దుగుచెట్టు.

ఉత్తుణ్డీ-ఈ-సీ-కాకతుండీ॥ తె॥ గురుజచెట్టు.

ఉత్థానమ్-అ-న-నాటకాంగవిశేషః-౨బంధనమ్-౩అధిశ్రయణీ-౪యుద్ధమ్-౫ఉద్ధతిః-౬ఉద్గమః-౭ఆకాంతౌతంత్రః-౮పౌరుషమ్-౯వస్తు-౧౦మలోత్సర్జనమ్-౧౧హర్షః-౧౨ఉద్యోగః-౧౩సమాప్తిః॥ తె॥ ౧ ఒకానొక నాటకాంగము-౨కట్టడము-౩పొయ్యి-౪జగడము-౫లేవడము-౬పుట్టుట-౭ఇచ్ఛకులోబడ్డవాఁడు-౮పరాక్రమము-౯వస్తువు - ౧౦బహిర్భూమికి వెళ్లడము-౧౧సంతోషము-౧౨వ్యాపారము-౧౩ముఁగియుట.

ఉత్పతనమ్-అ-న-జన్మ-౨ఉద్గతిః॥ తె॥౧ పుట్టుక-౨మీఁదికిపోవడము, ఎగరడమున్ను.

ఉత్పతితా-ఋ-త్రి-ఉత్పతనశీలః॥ తె॥ మీఁదికియెగిసేస్వభావముకలది.

ఉత్పతిష్ణుః-ఉ-త్రి-ఉత్పతనశీలః॥ తె॥ఎగిసేది.

ఉత్పత్తిః-ఇ-పు-జననమ్॥ తె॥పుట్టుక(త్రోవ

ఉత్పథమ్-అ-(సీ)-ఉపరిమార్గః॥ తె॥ మీఁది

ఉత్పలమ్-అ-న-కువలయమ్-౨పారిభావ్యమ్-౩గరిండః-౪మాంసశూన్యమ్-౫కాకధ్వనిః-౬పాతాళమ్॥ తె॥ ౧కలువ-౨చంగలికోష్టు-౩పిడక-౪మాంసములేనిది-౫కాకిఅరుపు-౬పాతాళము.

ఉత్పలపఞ్గకమ్-అ-న-నఖక్షతవిశేషః॥ తె॥ ఒకానొకనఖక్షతము.

ఉత్పలపూరకా-ఆ-సీ-పానసీలతా॥ తె॥ ఆఁగాకరచెట్టు.

ఉత్పలశారిబా-ఆ-సీ-అనంతా॥ తె॥నల్లసుగంధిపాలచెట్టు.

ఉత్పలా-ఆ-సీ-ఉత్పలశారిబా॥ తె॥ నల్లసుగంధిపాలచెట్టు.

ఉత్పలాహ్వయా-ఆ-సీ-క్రకరవృక్షః - ౨సహాదేవీ॥ తె॥౧వెఱుమరుచెట్టు-౨సహదేవిచెట్టు.

(కొన్నవాఁడు.

ఉత్పశ్యః-అ-త్రి-ఉన్ముఖః॥ తె॥ తలయెత్తి

ఉత్పాటితః-అ-త్రి-ఉద్ఘాతః॥ తె॥ పెల్లగించఁబడ్డది.

ఉత్పాత్-ద్-పు-శరభమృగః॥ తె॥ ఎనిమిదికాళ్లమెకము.

ఉత్పాతః-అ-పు-అజన్యమ్॥ తె॥ తెలియకుండావచ్చేది.

ఉత్పాదశయనః-అ-పు-టిట్టిభపక్షీ॥ తె॥ లకుముకుపిట్ట.

ఉత్ప్రాసః-అ-పు- సదూషణాపహాస్యవచనమ్॥ తె॥నిందఁగూడినపరిహాసపుమాట.

ఉత్ప్రేక్షా-ఆ-సీ-అలంకారవిశేషః - ౨అనవధానమ్॥ తె॥౧ ఒకానొకయలంకారము-౨పరాకు పాటు.

ఉత్ఫుల్లమ్-అ-న-సంగీతగమకవిశేషః॥ తె॥ ఒకానొకసంగీతగమకము.

ఉత్ఫుల్లః-అ-త్రి-వికసితపుష్పాదిః॥ తె॥వికసించినపువ్వు మొదలయినది.

ఉత్ఫుల్లః-అ-పు-రతిబంధవిశేషః-౨ఉత్తాలః॥ తె॥౧ఒకానొకరతిబంధము - ౨పనియెందాసక్తిగలవాఁడు.

ఉత్ఫుల్లకమ్-అ-న-రతిబంధవిశేషః॥ తె॥ఒకానొకరతిబంధము.

ఉత్సః-అ-పు-పర్వతప్రవజ్జలమ్ - ౨మూత్రమ్॥ తె॥ ౧కొండవూట-౨ఉచ్చ.

ఉత్సఙ్గః-అ-పు-అభినయసంయుక్తహస్తః-౨ఊరుప్రాగ్భాగః॥ తె॥౧ఒకానొక అభినయహస్తము-౨తొడముందటిభాగము.

ఉత్సర్గః-అ-పు-దానమ్- ౨వర్జనమ్-౩సామాన్యన్యాయః-౪వర్ధనమ్॥ తె॥ ౧ఈవి-౨విడుచుట-౩సాధారణన్యాయము-౪పెరుగుట.

ఉత్సర్జనమ్-అ-న-దానమ్॥ తె॥ఇవ్వడము,

ఉత్సవః-అ-పు-ఉద్ధవః-౨కోపః - ౩ఉత్సేకః-౪అప్రసాదః-౫ఇచ్ఛాప్రసవః॥ తె॥ ౧తిరునాళ్లుపెండ్లి మొదలయినది - ౨క్రోధము-౩గర్వము-౪అనుగ్రహము యొక్క లేమి-౫ఆశఁబుట్టుట.

ఉత్సాదనమ్-అ-న-ఉద్వర్తనమ్-౨సముల్లేఖః ౩ఉద్వాహనమ్॥ తె॥ ౧నలుగుపిండి - ౨గీరుట-౩మోయుట.

ఉత్సాదనః-అ-పు-లోధ్రవృక్షః ॥ తె॥ లొద్దుగచెట్టు.

ఉత్సాహః-అ-పు వీరరసస్థాయీభావః - ౨ఉద్యోగః-౩సూత్రమ్॥ తె॥ ౧వీరరసము యొక్క స్థాయీభావము - ౨వ్యాపారము-౩సూత్రము.

ఉత్సాహజా-ఆ-సీ-శక్తిత్రయప్రయుక్తాతిపరాక్రమజాతోత్సాహశక్తిః॥ తె॥మూఁడుశక్తులచేఁబుట్టినమంచిపరాక్రమముతోఁగూడుకొనినఉత్సాహశక్తి.

ఉత్సాహవర్ధనః-అ-పు-వీరరసః॥ తె॥ రెండవ రసము.

ఉత్సుకః-అ-త్రి-ఇష్టార్థోద్యుక్తః॥ తె॥ ఇష్టమయినవిషయమందాసక్తుఁడు.

ఉత్సృష్టః-అ-త్రి-త్యక్తః॥ తె॥విడువఁబడినది.

ఉత్సేకః-అ-పు-గర్వః॥ తె॥అహంకారము.

ఉత్సేధః-అ-పు. ఔన్నత్యమ్- ౨శరీరమ్॥ తె॥ ౧పొడవు-౨దేహము.

ఉదః-అ-(సీ)జలమ్॥ తె॥జలము.

ఉదక్-చ్-౦- ఉత్తరదిక్ - ౨ఉత్తరదేశః ॥ తె॥ ౧ఉత్తరపుదెస-౨ఉత్తరపుదేశము.

ఉదకమ్-అ-న-జలమ్॥ తె॥నీళ్లు.

ఉదకః-అ-పు-కుందలతా-౨ఉత్పలమ్-౩మోనిమూలమ్॥ తె॥ ౧మొల్ల-౨కలువ-౩భగమూలము.

ఉదకసాత్-౦-౦-సర్వముదకంసంపద్యతఇత్యర్థే॥ తె॥అంతాజలమవుచున్నది.

ఉదకీ-౦ - ౦ - సర్వముదకంసంపద్యతఇత్యర్థే॥అంతావుదకమవుచున్నది.

ఉదకీర్యః-అ-పు-కరంజకవృక్షః॥ తె॥ క్రానుఁగుచెట్టు,

ఉదక్యా-ఆ-సీ-రజస్వలా॥ తె॥ కెళువుది.

ఉదగ్భవః-అ-త్రి-ఉత్తరదిగ్భవః॥ తె॥ ఉత్తరదిశయందుఁబుట్టినవాఁడు.

ఉదగ్రః-అ-త్రి-ఉన్నతః॥ తె॥పొడుగుది.

ఉదగ్రదన్-త్-త్రి-దంతురః॥ తె॥ మిట్టపండ్లవాఁడు.

ఉదఙ్-చ్-త్రి-ఉదగ్భవః॥ తె॥ఉత్తరదిక్కునఁబుట్టినది.

ఉదఙ్కః-అ-పు-కుతుపః-౨మునివిశేషః- ౩అనుదకః॥ తె॥ ౧చిన్నసిద్దె-౨ఒకానొకముని-౩ఉదకము లేనిది.

ఉదజః-అ-పు-పశుప్రేరణమ్॥ తె॥పశువులతోలడము.

ఉదఞ్చనమ్-అ-న-శరావః॥ తె॥మూకుడు.

ఉదధిః-ఇ-పు-సముద్రః॥ తె॥మున్నీరు

ఉదధిశమీ-ఈ-సీ-అగస్త్యవృక్షః॥ తె॥ తెల్ల అగిసిచెట్టు.

ఉదఫీరమ్-అ-న-వంగమ్॥ తె॥తగరము.

ఉదన్తః-అ-పు-వృత్తాంతః-౨సాధుః॥ తె॥ ౧సమాచారము-౨సాధువు.

ఉదన్యా-ఆ-సీ-పిపాసా॥ తె॥దప్పి.

ఉదన్వాన్-త్-పు-సముద్రః॥ తె॥మున్నీరు.

ఉదపానమ్-అ-న-కూపః॥ తె॥నుయ్యి

ఉదబన్ధనీ-ఈ-సీ-పాతాళగరుడీలతా॥ తె॥నూసరితీఁగె.

ఉదయః-అ-పు-ఉదయాద్రిః-౨ఉద్గతిః- ౩ఉ

న్నతిః॥ తె॥౧తూర్పుకొండ-౨పుట్టడము-౩పొడవుది.

ఉదరమ్-అ-న-గర్భః-౨యుద్ధమ్॥ తె॥౧కడుపు-౨పోరు.

ఉదరథిః-ఇ-పు-సముద్రః-౨సూర్యః॥ తె॥౧సంద్రము-౨సూర్యుఁడు.

ఉదరమ్భరిః-ఇ-త్రి-కుక్షింభరః॥ తె॥ తనపొట్టపోసుకొనేవాఁడు.

ఉదరావర్తః-అ-పు-శ్వశురహంత్రీలక్షణమ్॥ తె॥ మామనుచంపుదానికుండునట్టిగురుతు.

ఉదర్కః-అ-పు- భవిష్యత్ఫలమ్-౨భవిష్యత్కాలః॥ తె॥౧రాబోవులాభము-౨రాబోవుకాలము.

ఉదర్చిః-స్-పు-దేవవిశేషః-౨అగ్నిః॥ తె॥౧ఒకానొకదేవుఁడు-౨అగ్ని.

ఉదర్చిః-స్-త్రి-ఉత్ప్రభః॥ తె॥ అధికమయిన కాంతిఁగలవాఁడు.

ఉదగ్రిః-ఇ-పు-వృషభః॥ తె॥ఎద్దు.

ఉదవసితమ్-అ-న-గృహమ్॥ తె॥ఇల్లు.

ఉదశ్విత్-త్-న- అర్ధాంబుమిశ్రగోరసః॥ తె॥సగమునీళ్లుగలిపినచల్ల.

ఉదస్తః-అ-త్రి-ఉత్క్షిప్తః॥ తె॥ఎత్తఁబడ్డది.

ఉదస్విత్-త్-న- అర్ధాంబుమిశ్రగోరసః॥ తె॥సగమునీళ్లుగలిపినచల్ల.

ఉదాత్తమ్-అ-న-అలంకారవిశేషః॥ తె॥ఒకానొకయలంకారము.

ఉదాత్తః-అ-పు-ఊర్ధ్వస్వరః॥ తె॥ఒకానొకస్వరము

ఉదాత్తః-అ-త్రి-ఉద్యతః-౨మహాన్-౩వదాన్యః-౪హృద్యః॥ తె॥౧పురుషార్థములయందత్యంతేచ్ఛఁగలవాఁడు-౨ఘనుఁడు-౩దాత-౪ఇష్టము.

ఉదానః-అ-పు- కంఠదేశస్థవాయుః-౨ఉదరావర్తః-౩అనంతపాత్రసర్పః-౪గజవిశేషః-౫విశ్వాసః॥ తె॥ ౧మెడయందుండునట్టిప్రాణవాయువు-౨కడుపునసుండుసుడి-౩ఆదిశేషునిమనమఁడు-౪ఒకానొకయేనుఁగు-౫నమ్మకము.

ఉదారః-అ-త్రి- ఉదాత్తః-౨దక్షిణః-౩ఖ్యాతః-౪దానశౌండః-౫మహాన్-౬కాలః॥ తె॥ ౧పురుషార్థములయందుఅధికేచ్ఛగలవాఁడు-౨పరకార్యనిర్వాహకుఁడు-౩ప్రసిద్ధుఁడు-౪ఈవిచేతప్రసిద్ధుఁడు-౫గొప్పవాఁడు-౬సమయము.

ఉదాస్థితః-అ-పు-ద్వారపాలః-౨చారః-౩సమాహతః-౪అవధారణమ్॥ తె॥ ౧ద్వారపాలకుఁడు-౨వేగువాఁడు-౩ కొట్టబడినవాఁడు-౪నిశ్చయము.

ఉదాహారః-అ-పు-ఉదాహరణమ్॥ తె॥దృష్టాంతము.

ఉదితః-అ-త్రి-భాషితః-౨ఉద్గతః॥ తె॥౧చెప్పబడ్డది-౨ఎత్తబడ్డవి.

ఉదీచీ-ఈ-స్త్రీ-ఉత్తరదిక్॥ తె॥ఉత్తరపుదెస

ఉదీచీనః-అ-త్రి-ఉత్తరదిగ్భవః॥ తె॥ఉత్తరపుదెసలోఁబుట్టినది.

ఉదీచ్యమ్-అ-న-హ్రీబేరమ్॥ తె॥ కురువేరు.

ఉదీచ్యః-అ-త్రి-ప్రాజ్ఞః॥ తె॥పండితుఁడు.

ఉదీచ్యః-అ-పు- శరావత్యవధిపశ్చిమోత్తరదేశః॥ తె॥ శరావతీనదినిపొలిమేరగాఁగలవాయవ్యదేశము.

ఉదీర్ణః-అ-త్రి-ఉదాత్తః॥ తె॥ పురుషార్థములయందధికేచ్ఛఁగలవాఁడు.

ఉదుమ్బరమ్-అ-న- తామ్రమ్-౨కుష్ఠమ్॥ తె॥౧రాగి-౨కుష్ఠవ్యాధి.

ఉదుమ్బరః-అ-(స్త్రీ) దేహళీ॥ తె॥గడప.

ఉదుమ్బరః - అ-పు-జంతుఫలవృక్షః-౨వాన

ప్రష్ఠాశ్రమవిశేషః-౩పుండ్రకః॥ తె॥ ౧ మేడిచెట్టు-౨మూఁడవఆశ్రమము-౩పువ్వులగురివెంద.

ఉదుమ్బరపర్ణీ-ఈ-సీ-నాగదంతివృక్షః ॥ తె ॥ దంతిచెట్టు.

ఉదుమ్బరావతీ-ఈ-సీ-కాలవిశేషః-౨నదీవిశేషః-౩యాగః ౪భూన్యాగారస్థలతా తె॥ ౧ఒకానొకకాలము-౨ఒకానొకయేరు-౩జన్నము-౪పాడుయింటియందు మొలిచినతీఁగె.

ఉదూఖలమ్-అ-న-ఉలూఖలమ్॥ తె॥ రోలు.

ఉదూఢః. అ-త్రి-వివాహితః-౨వృఢః॥ తె॥ ౧పెండ్లియైనది-౨బిరుసైనది.

ఉద్గతః-అ-త్రి-ఉద్వాన్తః॥ తె॥ వెళ్లకక్కినది.

ఉద్గమః-అ-పు-ఉద్యోగః-౨ఉద్భవః ॥ తె॥ ౧ వ్యాపారము-౨పుట్టుట.

ఉద్గమనీయః-అ-త్రి-ధౌతవస్త్రద్వయమ్॥ తె॥ ఉతికినబట్టలజోడు.

ఉద్గాఢః-అ-త్రి-అతిశయవాన్॥ తె॥ హెచ్చైనది.

ఉద్గాతా-ఋ-పు-సామవేదవిన్మహర్త్విక్॥ తె॥ యాగమండలి సామగానముచేయునట్టిగణములోముఖ్యుఁడు.

ఉద్గారః-అ-పు-ఉద్గిరణమ్॥ తె॥ వెళ్లగక్కుడము-తేనుపున్ను.

ఉద్గిరణమ్-అ-న-నిగరణమ్॥ తె॥ మింగడము.

ఉద్గిరిః-ఇ-సీ-నిగరణమ్॥ తె॥ మ్రింగడము.

ఉద్గీథః-అ-పు-సామవేదప్రణవః-౨ఋత్విగ్విశేషః-౩చంద్రః-౪గానవిశేషః-౫శిబిరమ్-౬ఘనః॥ తె॥ ౧ సామవేదములో ప్రణవము-౨ఒకానొకఋత్విజుఁడు-౩చందురుఁడు-౪ఒకానొకగానము-౫దండువిడిచేస్థలము-౬మేఘము.

ఉద్గీర్ణః-అ-త్రి-వాన్తః॥ తె॥ వెళ్లకక్కఁబడ్డది

ఉద్గూర్ణః-అ-త్రి-ఉద్యతః॥ తె॥ ఎత్తఁబడ్డది.

ఉద్గ్రాహః-అ-పు-ఉద్గ్రాహణమ్॥ తె॥ ఎత్తిపట్టడము, చెంబుమీఁదిపుగ్గమున్ను.

ఉద్గ్రాహితః అ-త్రి-ఉపన్యస్తః-౨నిబద్ధః-౩గ్రాహితః॥ తె॥ ౧ ఉంచఁబడ్డది-౨కట్టఁబడ్డది-౩పుచ్చుకోఁబడ్డది.

ఉద్గ్రీవః-అ-త్రి-ఉన్ముఖః-౨గర్వితః॥ తె॥ ౧ తలయెత్తుకొన్నవాఁడు-౨గర్వించినవాఁడు.

ఉద్ఘః-అ-పు-ప్రశస్తః-౨పావకః॥ తె॥ ౧ శ్రేష్ఠమయినది-౨అగ్ని.

ఉద్ఘటనమ్-అ-న-ఘటీయన్త్రమ్॥ తె॥ పతము, గిలకాను.

ఉద్ఘటితమ్-అ-న-రతిబంధవిశేషః॥ తె॥ ఒకానొకరతిబంధము.

ఉద్ఘట్టః-అ-పు-తాలప్రాణకలావిశేషః॥ తె॥ తాలప్రాణభూతమయిన ఒకానొకకళ.

ఉద్ఘనః-అ-పు-తక్ష్యకాష్ఠాధోనిక్షిప్తకాష్ఠమ్॥ తె॥ చెక్కేఁక క్రిందవేశినదుంగ.

ఉద్ఘాటనమ్-అ-న-ఘటీయన్త్రమ్॥ తె॥ పతము-గిలకాను.

ఉద్ఘాతః-అ-పు-పవనాభ్యాసయోగః-౨కుంభకాదిత్రయమ్-౩ముద్గరాయుధమ్॥ తె॥ ౧వాయువునునిలిపేయోగము-౨రేచకపూరకకుంభకములు-౩ఇనుపగుదియ.

ఉద్దన్తురః-అ-పు-ఉత్తుంగః-౨కరాళః-౩ఉత్కటదన్తః॥ తె॥ ౧పొడవైనవాఁడు-౨కరాళుఁడు-౩మిట్టపండ్లవాఁడు.

ఉద్దామః-అ-త్రి-నిరర్గళః॥ తె॥ అడ్డములేనిది.

ఉద్దాలః-అ-పు-శ్లేష్మాతకవృక్షః॥ తె॥ విరిగిచెట్టు.

ఉద్దాలకః-అ-పు-రక్తఖార్గః-౨వ్రీహివిశే

వః-౩మణివిశేషః - ౪కర్ణికారపుష్పమ్॥ తె॥౧జొన్నలలోవిశేషము- ౨ధాన్యభేదము - ౩ఒకానొకమణి- ౪కొండగోఁగుపువ్వు.

ఉద్గ్రథితః-అ-త్రి-బద్ధః॥ తె॥కట్టఁబడ్డది.

ఉద్దీకుణః-అ-పు - తాలప్రాణకలావిశేషః॥ తె॥తాలప్రాణభూతమయినకలావిశేషము.

ఉద్దీపకః-అ-పు-వజ్రకీటః॥ తె॥కొండచీమ.

ఉద్దూషణమ్-అ-న-వివాహాద్యుత్సవః ॥ తె ॥ పెండ్లిమొదలయినఉత్సవము.

ఉద్దేశః-అ-పు-అనుసంధానమ్-౨అన్వేషమ్॥ తె॥౧ఉద్దేశించుట-౨వెదకుట.

ఉద్దేశపాదపః-అ-పు-చైత్యమ్ ॥ తె॥ రచ్చచెట్టు.

ఉద్ధతః-అ-త్రి-దుస్సహస్వభావవాన్॥ తె ॥ ఓర్వఁగూడనిస్వభావముగలవాఁడు.

ఉద్ధరణమ్-అ-న - ఉద్ధృతిః - ౨భుక్తోజ్ఝితమ్॥ తె॥౧ఎత్తడము-౨ఎంగిలి.

ఉద్ధరణీ-ఈ-సీ-త్రికా॥ తె॥ గిలుక-యూతము మొదలైనది.

ఉద్ధవః-అ-పు-ఉత్సవః-౨కృష్ణమంత్రీ - ౩క్రతుపావకః॥ తె॥౧పండుగు-పెండ్లిమొదలయినది-౨కృష్ణునియొక్క అమాత్యుఁడు-౩యాగమందలియగ్ని.

ఉద్ధర్షః-అ-పు-వివాహాద్యుత్సవః॥ తె॥ పెండ్లిమొదలయినవేడుక.

ఉద్ధర్షితమ్-అ-న-రోమాంచః॥ తె॥ దేహముగరిపొడవడము.

ఉద్ధానమ్-అ-న-అధిశ్రయణీ॥ తె॥పొయ్యి.

ఉద్ధారః-అ-పు-వృద్ధిరహితఋణమ్ - ౨చక్రాదిబంధనిర్మాణమ్ - ౩యంత్రక్రమః॥ తె॥౧వడ్డిలేనిఅప్పు-౨బంధముమొదలయినవాటినియేర్పరచుట-౩యంత్రముచేయురీతి.

ఉద్ధితః-అ-త్రి-వృద్ధియుక్తః-౨ప్రోద్యతః-౩ఉత్పన్నః॥ తె॥౧పెరిగినది-౨లేచినది- ౩పుట్టినది.

ఉద్ధృతమ్-అ-న-భాగహారః॥ తె ॥ పాలుపుచ్చుకొనుట.

ఉద్ధృతః-అ-త్రి-భాగహారవాన్-౨భుక్తోజ్ఝితః-౩ఉన్మూలితః-౪సముదక్తః-౫ఉత్తులితః॥ తె॥౧పాలుపుచ్చుకొన్నవాఁడు-౨అనుభవించివిడువబడ్డది-౩పెళ్లగింపఁబడ్డది-౪పైకెత్తియ్యఁబడ్డది-౫తూనికఅయినది

ఉద్ధ్రిః-అ-పు-జలమార్జాలః॥ తె॥నీటిపిల్లి.

ఉద్ధ్రిచూచుకః-అ-పు-చండాలేతరాంత్యజాతివిశేషః॥ తె॥ మాలవానికంటే వేరైనఒకానొకనీచజాతి.

ఉద్ధ్యానమ్-అ-న-అధిశ్రయణీ॥ తె॥పొయ్యి.

ఉద్బద్ధః-అ-త్రి-వికసితపుష్పాదిః॥ తె॥ వికసించినపువ్వుమొదలయినది.

ఉద్బద్ధితమ్-అ-న-రతిబంధవిశేషః॥ తె॥ ఒకానొకరతిబంధము.

ఉద్భుగ్నమ్-అ-న-రతిబంధవిశేషః॥ తె॥ ఒకానొకరతిబంధము.

ఉద్భటః-అ-త్రి-అతిరిక్తః॥ తె॥ హెచ్చైనది.

ఉద్భవః-అ-పు-జననమ్॥ తె॥పుట్టుట.

ఉద్భిజ్జమ్-అ-న-ఉద్భిత్ ॥ తె॥ మొలక.

ఉద్భిజ్జః-అ-త్రి-భూభేదనజాతతరుగుల్మాదిః॥ తె॥ నేలనుపెల్లగించుకొని మొలచుచెట్టు మొదలయినది.

ఉద్భిత్ -ద్-త్రి-ఉద్భిదమ్॥ తె॥ మొలక.

ఉద్భిదః-అ-త్రి-ఉద్భిత్ ॥ తె॥ మొలక.

ఉద్భూతః-అ-త్రి-జాతః॥ తె॥పుట్టినది.

ఉద్ఘాతః-అ-పు-పాదస్ఖలనమ్-౨ కార్యప్ర

ధానారంభః॥ తె॥ ౧ కాలుతడఁబడుట- ౨ పనియొక్క-ముఖ్యమైనయారంభము.

ఉద్భ్రమః-అ-పు-అద్భుతరసః-౨ ఊర్ధ్వచలనమ్॥ తె॥ ౧ ఆశ్చర్యరసము-౨ మీఁదికిపోవడము-మీఁదతిరగడము- బెదరుటయున్ను.

ఉద్భ్రమః-అ-త్రి-అద్భుతరసవాన్॥ తె॥ ఆశ్చర్యరసముఁగలవాఁడు.

ఉద్యతః-అ-త్రి-ఉదాత్తః-౨ ఉద్గూర్ణః॥ తె॥ ౧ పురుషార్థములయందధికేచ్ఛఁగలవాఁడు-౨ ఎత్తఁబడ్డది

ఉద్యమః-అ-పు-ఉద్యోగః-౨ ఉద్యమనమ్॥ తె॥ ౧ వ్యాపారము-౨ ఉద్యుక్తుఁడు కావడము.

ఉద్యానమ్-అ-న-నిస్సరణమ్-౨ ప్రయోజనమ్-౩ సర్వసాధారణరాజవనమ్॥ తె॥ ౧ బయలువెడలుట-౨ ప్రయోజనము-౩ అందఱుఁపోఁదగినరాజుతోఁట.

ఉద్యోగః-అ-(స్త్రీ)-యత్నః-౨ ఉత్సాహః॥ తె॥ ౧ ప్రయత్నము-౨ ఉత్సాహము.

ఉద్రావః-అ-పు-పలాయనమ్॥ తె॥ పరుగెత్తుట

ఉద్వర్తనమ్-అ-న-ఉత్సాదనమ్-౨ ఉద్గమః॥ తె॥ ౧ నలుగుపిండి-౨ కలుగుట.

ఉద్వహనమ్-అ-న-వివాహః-౨ ఉదాసీనః-౩ మిత్రదేశానంతరనృపః॥ తె॥ ౧ పెండ్లి-౨ ఉదాసీనుఁడు-౩ మిత్రదేశమున కవ్వలిరాజు.

ఉద్వానమ్-అ-న-అధిశ్రయణీ॥ తె॥ పొయ్యి.

ఉద్వాన్తః-అ-పు-నిర్మదగజః॥ తే॥ మదములేనియేనుఁగు.

ఉద్వాన్తః-అ-త్రి-సముద్గీర్ణః॥ తె॥ వెళ్లఁగక్కఁబడ్డది.

ఉద్వాసనమ్-అ-న-మారణమ్॥ తె॥ చంపుట.

ఉద్వాహః-అ-పు-వివాహః॥ తె॥ పెండ్లి.

ఉద్వృత్తః-అ-త్రి-దుర్జనః॥ తె॥ దుష్టుఁడు.

ఉద్వేగః-అ-పు-జానకః-౨ ఊర్ధ్వచలనమ్॥ తె॥ ౧ నెరవందిచెట్టు-౨ మీఁదికిపోవడము-మీఁదతిరగడమున్ను.

ఉద్వేగః-అ-(స్త్రీ)-ఉద్వేజనమ్-౨ పర్కటః-౩ భయమ్॥ తె॥ ౧ పీడ-౨ పోకబోండము-౩ భయము.

ఉద్రుః-అ-పు-జలమార్జాలః॥ తె॥ నీటిపిల్లి.

ఉన్దురుః-ఉ-పు-మూషకః॥ తె॥ ఎలుక.

ఉన్నతః-అ-త్రి-ఉచ్చః॥ తె॥ పొడుగుది.

ఉన్నతబాహుమూలె-అ-న-భాగ్యవతీలక్షణమ్॥ తె॥ భాగ్యవంతురాలిగుఱుతు.

ఉన్నయః-అ-పు-ఊర్ధ్వప్రాపణమ్॥ తె॥ మీఁదికియెత్తడము.

ఉన్నాయః-అ-పు-ఊర్ధ్వప్రాపణమ్॥ తె॥ మీఁదికెత్తడము.

ఉన్నిద్రమ్-అ-న-రోమాంచః॥ తె॥ గరిపొడవడము.

ఉన్నిద్రః-అ-త్రి-వికసితపుష్పాదిః॥ తె॥ వికసించినపువ్వు మొదలయినది.

ఉన్నేయప్రశ్నోత్తరమ్-అ-న- అలంకారవిశేషః॥ తె॥ ఒకానొకయలంకారము.

ఉన్మత్తః-అ-పు-ధత్తూరవృక్షః-౨ ముచికుందనృపః॥ తె॥ ౧ ఉమ్మెత్తచెట్టు-౨ ముచికుందుడనురాజు.

ఉన్మత్తః-అ-త్రి-ఉన్మాదవాన్॥ తె॥ వెఱ్ఱివాఁడు.

ఉన్మదిష్ణుః-ఉ-త్రి- భూతాదికృతచిత్తవిభ్రమవాన్॥ తె॥ దయ్యము మొదలయినదానిచాతఁగలిగినచిత్తభ్రమఁగలవాఁడు.

ఉన్మనాః-స్-త్రి-సంతుష్టమనస్కః॥ తె॥ సంతోషము చెందినమనస్సుఁగలవాఁడు.

ఉన్మాథః-అ-పు-కూటయంత్రమ్-౨ మారణ

మ్-౩ ఘాతనమ్॥ తె॥ ౧ పులి మొదలయిన వాఁటిని పట్టెడుబోను-౨ చంపడము-౩ కొట్టడము.

ఉన్మాదః-అ-పు-మన్మథవికారవిశేషః - ౨ వ్యభిచారీభావవిశేషః-౩ చిత్తవిభ్రమః-౪ మారణమ్॥ తె॥ ౧ ఒకానొక మన్మథవికారము-౨ ఒకానొకవ్యభిచారిభావము - ౩ చిత్తభ్రమము-౪ చంపడము.

ఉన్మానమ్-అ-న-తులామానమ్॥ తె॥ తూనికగుళ్లు మొదలైనవి.

ఉన్మీలితమ్-అ-న-అలంకారవిశేషః॥ తె॥ ఒకానొకయలంకారము.

ఉన్మీలితః-అ-త్రి-వికసితపుష్పవృక్షాదిః॥ తె॥ పూసినచెట్టు మొదలయినది.

ఉన్ముక్తకః-అ-(స్త్రీ)-శిరస్సాత్రమ్॥ తె॥ పాదములపర్యంతమువుండేయంగి.

ఉన్ముఖః-అ-త్రి-ఉద్గ్రీవః॥ తె॥ మీఁదుచూచెడువాఁడు.

ఉన్మూలితః-అ-త్రి-ఉత్ఖాతః॥ తె॥ పెల్లగించబడ్డది.

ఉన్మేషః-అ-పు-పక్ష్మక్రియావిశేషః॥ తె॥ కనురెప్పలువిప్పడము.

ఉప-౦-౦-౧ హీనమ్-౨ అంతికమ్-౩ ఆరంభః-౪ అధికమ్-౫ అవాచ్యకరణమ్-౬ అకార్యకరణమ్-౭ ప్రకారః-౮ గోపవేషః ౯ ద్రోహచింతనమ్॥ తె॥ ౧ తక్కువ-౨ చెంత - ౩ మొదలుపెట్టుట-౪ హెచ్చు-౫ చెప్పనిదాన్ని చేయుట-౬ చేయరానిపనిచేయుట-౭ విధము-౮ గొల్లవేషము-౯ కీడుఁదలచుట.

ఉపకణ్ఠమ్-అ-న-సమీపం॥ తె॥ చెంత.

ఉపకణ్ఠః-అ-త్రి- దేశకాలప్రయుక్తసామీప్యవాన్॥ తె॥ దేశముచేతను కాలముచేతను-సమీపమయినది.

ఉపకరణమ్-అ-న-సాధనమ్॥ తె॥ సాధనము.

ఉపకారికా-ఆ-స్త్రీ-ఉపకార్యా-౨ ఉపకర్త్రీ-౩ వేష్టవిశేషః॥ తె॥ ౧ డేర-౨ ఉపకారముచేయునది-౩ ఒకానొకబంక.

ఉపకార్యా-ఆ-స్త్రీ-ఉపకారికా॥ తె॥ డేరా.

ఉపకుమ్భమ్-అ-న-కుంభసమీపం॥ తె॥ కుంభలగ్నముయొక్క సమీపము.

ఉపకుమ్భమ్-౦-౦-కుంభసమీపే॥ తె॥ కుంభసమీపమందు.

ఉపకుమ్భికా-ఆ-స్త్రీ-త్రిపుటాలతా-౨ సుషవీ॥ తె॥ ౧ పిన్నయాలకితీఁగె - ౨ నల్లజీలకఱ్ఱచెట్టు.

ఉపకుర్వాణః-అ-పు-బ్రహ్మచారివిశేషః॥ తె॥ బ్రహ్మచారిలోభేదము.

ఉపకుల్యా-ఆ-స్త్రీ-పిప్పలీలతా॥ తె॥ పిప్పలితీఁగె.

ఉపక్రమః-అ-పు-జ్ఞానకృతప్రథమారంభః-౨ కార్యప్రథమారంభః-౩ ఉపధా-౪ చికిత్సా-౫ ఉపాయః-౬ విక్రమః॥ తె॥ ౧ తెలివితోఁజేసినతొలియారంభము - ౨ పనికి మొదలుఁబెట్టుట - ౩ మంత్రులు మొదలయినవారినిపరీక్షించుట-౪ చికిత్సఁజేయుట-౫ తంత్రము-౬ పరాక్రమము.

ఉపక్రోశః-అ-పు-నిందా॥ తె॥ దూషించుట.

ఉపగతః-అ-త్రి-అంగీకృతః॥ తె॥ ఒప్పుకోనబడ్డది.

ఉపగమః-అ-పు-అంగీకారః-౨ సమీపః-౩ గమనమ్॥ తె॥ ౧ ఒడఁబాటు-౨ చెంత- ౩ పగుట.

ఉపగుః-ఉ-పు-పురుషవిశేషః॥ తె॥ ఒకానొక పురుషుఁడు.

ఉపగూహనమ్-అ-న-ఆలింగనమ్॥ తె॥ కౌఁగిలించుట.

ఉపగ్రహః-అ-పు - బందీకరణమ్-౨ బందీ - ౩

సూర్యాదిగ్రహణమ్-౪అనుకూలనమ్॥ తె॥౧కైదుచెయ్యడము-౨చెరసాల-౩సూర్యుఁడు మొదలయినవారి గ్రహణము-౪అనుకూలము.

ఉపగ్రాహ్యమ్-అ-న-ఉపాయనమ్॥ తె॥ కానుక.

ఉపఘాటకమ్-అ-న-రతిబంధవిశేషః॥ తె॥ ఒకానొకరతిబంధము.

ఉపఘాతినీ-ఈ-సీ-వేహద్గర్భా॥ తె॥ ఈదుకోపొర్వేయావు.

ఉపఘ్నః-అ-పు-అంతికాశ్రయః॥ తె॥ దగ్గిరియాసర.

ఉపచరః-అ-పు-గోమైథునాభియోగః-౨గోగర్భగ్రహణకాలః॥ తె॥౧ ఎద్దువెదగొనడము-౨ఆవులుచూలయ్యేకాలము.

ఉపచరితః-అ-త్రి-ఉపాసితః॥ తె॥ కొలువఁబడ్డది.

ఉపచాయ్యః-అ-పు-చయనాగ్నివిషయప్రయోజ్యశబ్దః-౨గ్రామకామ కరిష్యమాణచయనమ్॥ తె॥ ౧చయనాగ్నియందు ప్రయోగింపఁదగినశబ్దము-౨గ్రామము కావలెననుకోరికఁగలవానిచేతఁజేయఁబడునట్టియొకయాగము.

ఉపచారః-అ-పు-ఉపాయనమ్-౨వైనతేయః-౩వసంతః-౪ఉపకృతిః॥ తె॥౧కానుక-౨గరుడుడు-౩చిగిరించేకాలము-౪ఉపకారము.

ఉపచారగృహీతః-అ-పు-సాంత్వవాక్యానీతబలః॥ తె॥ మంచిమాటచేత దండునుఁదెచ్చినవాఁడు.

ఉపచితః-అ-త్రి-నిదిగ్ధః॥ తె॥అలికినది.

ఉపచిత్రా-ఆ-సీ-మూషకపర్ణీలతా॥ తె॥ఎలుకచెవిచెట్టు.

ఉపజాపః-అ-పు-రాజభేదోపాయః॥ తె॥ రాజులయొక్క మూఁడవయుపాయము.

ఉపజిహ్వికా-ఆ-సీ-వమ్రీ-౨ప్రతిజిహ్వా॥ తె॥౧చెట్టునతెట్టెపెట్టేసల్లచీమ-౨నాలుకమొదలు.

ఉపజీవికా-ఆ-సీ-ఉపజీవనమ్॥ తె॥ఒకరినియాశ్రయించిబ్రతుకుట.

ఉపజ్ఞా-ఆ-సీ-అనాదిప్రవాద రహితప్రథమజ్ఞానమ్॥ తె॥ పెద్దకాలమునుండి తెలియనిదానిని మొదటనెరుగుట.

ఉపణర్యా-ఆ-సీ-ఉపకారికా॥ తె॥డేరా.

ఉపతప్తా-ఋ-త్రి-ఉపతాపకారీశత్రురోగాదిః॥ తె॥తాపమునుఁజేయునట్టిపగవాఁడు-రోగము మొదలయినది.

ఉపతాపః-అ-పు-రోగః-౨తాపః-౩త్వరా॥ తె॥౧వ్యాధి-౨తాపము-౩వడి.

ఉపత్యకా-ఆ-సీ-పర్వతసమీపభూమిః॥ తె॥ కొండచరియ.

ఉపదంశః-అ-పు-సమష్టిలః-౨సురాపానసమయభక్ష్యమ్-౩మేఢ్రరోగః॥ తె॥ ౧సమష్టిలచెట్టు-౨సారాయిఁద్రాగునపుడుతినేవస్తువు-౩శిశ్నవ్యాధి.

ఉపదశాః-అ-త్రి-ప్రాప్తదశ సంఖ్యావంతః॥ తె॥పదింటిసంఖ్యఁగలవి.

ఉపదూషితః-అ-త్రి-ఆసన్నమరణః-౨విదూషితః॥ తె॥౧దాపించినచావుఁగలవాఁడు-౨నిందింపఁబడ్డవాఁడు.

ఉపదేశః-అ-పు-ఆజ్ఞా॥ తె॥ఉత్తరువు.

ఉపద్రవః-అ-పు-దేశోపద్రవః॥ తె॥దేశబాధ.

ఉపధా-ఆ-సీ-ఉపాయనమ్-౨ఉపధానమ్-౩వ్యాకరణనిర్ణీతసంజ్ఞావిశేషః॥ తె॥౧ కానుక-౨తలగడ-౩ వ్యాకరణమందలిఁజేసియున్నయొకానొకసంజ్ఞ.

ఉపధానమ్-అ-న-ఉపబర్హమ్-౨విశేషః-౩ ప్రణయః॥ తె॥౧తలకిందితలగడ-౨విశేషము-౩స్నేహము.

ఉపధిః-ఇ-పు-కపటః-౨చక్రమ్॥ తె॥ ౧వంచన ౨బండిచక్రము.

ఉపనతః-అ-త్రి-ప్రాప్తః॥ తె॥ పొందఁబడ్డది.

ఉపనాహః-అ-పు-వీణాతంత్రీస్థానమ్-౨మృణాలమ్-౩పిండః॥ తె॥౧వీణయొక్కతంతి తావు-౨తామరతూఁడు-౩గ్రాసము.

ఉపనిధిః-ఇ-పు-న్యాసః॥ తె॥ లెక్కపెట్టకముద్రవేసిదాచయిచ్చినసొమ్ము.

ఉపనిషత్-ద్-సీ-ధర్మమ్-౨రహస్యమ్-౩ వేదాంతః॥ తె॥౧ధర్మము-౨ఏకాంతము-౩జ్ఞానకాండము.

ఉపనిష్కరమ్-అ-న-పట్టణసమీపరాజమార్గః॥ తె॥పురమునకుదాపైనరాజబాట.

ఉపన్యాసః-అ-పు-వాగారంభః॥ తె॥ వాక్యము మొదలుపెట్టుట.

ఉపపట్టణమ్-అ-న-శాఖానగరమ్॥ తె॥పేట.

ఉపపతిః-ఇ-పు-శృంగారరస ప్రధాననాయకవిశేషః॥ తె॥శృంగార రసమందలి ముఖ్యుఁడయినయొకానొక నాయకుఁడు.

ఉపపత్తిః-ఇ-సీ-సంగః-౨సేవా-౩ప్రతిపాదకః॥ తె॥౧సంబంధము-౨కొలువు-౩ ప్రతిపాదించుట.

ఉపపన్నః-అ-త్రి-ప్రాప్తః॥ తె॥ పొందఁబడ్డది.

ఉపప్రదానమ్-అ-న-ఉపాయనమ్॥ తె॥ కానుక.

ఉపప్లవః-అ-పు-చంద్రాదిగ్రహణమ్ -౨రాహుః-౩ఉత్పాతః॥ తె॥ ౧చందురుఁడు మొదలయినవారియొక్క గ్రహణము-౨రాహువు-౩తెలియకవచ్చునది.

ఉపప్లుతః-అ-త్రి-వ్యసనవాన్॥ తె॥వ్యసనముఁగలవాఁడు.

ఉపబర్హమ్-అ-న-ఉపధానమ్॥ తె॥తలకింది తలగడ.

ఉపభృత్-త్-సీ-స్రుగ్విశేషహోమపాత్రమ్-౨కిరీటమ్-౩ యోనిమూలమ్-౪ చూచుకమ్॥ తె॥౧ స్రుక్కను హోమపాత్ర-౨మకుటము-౩ భగమూలము-౪చనుమొన.

ఉపభోగః-అ-పు-సుఖదుఃఖప్రాప్తిః॥ తె॥ సుఖమునుదుఃఖమునుఁబొందుట.

ఉపమా-ఆ-సీ-అలంకారవిశేషః-౨ఉపమానమ్-త్రిషుఉత్తరపదేధర్మిణి-౩సదృశః॥ తె॥౧ఒకానొకయలంకారము-౨పోల్చడము-౩ధర్మివాచకముయుత్తరపదమగునపుడుమూఁడులింగములందు-తుల్యుఁడు

ఉపమానమ్-అ-న-అలంకారవిశేషః-౨ఉపమా॥ తె॥౧ఒకానొకయలంకారము-౨పోలిక.

ఉపమానలుప్తా-ఆ-సీ-అలంకారవిశేషః॥ తె॥ ఒకానొకయలంకారము.

ఉపమేయోపమా-ఆ-సీ-అలంకారవిశేషః॥ తె॥ఒకానొకయలంకారము.

ఉపయమః-అ-పు-వివాహః॥ తె॥పెండ్లి.

ఉపయామః-అ-పు-వివాహః॥ తె॥పెండ్లి.

ఉపరక్తః-అ-పు-రాహుగ్రస్తచంద్రసూర్యాన్యతరః-౨ద్యూతాదివ్యసనపీడితః॥ తె॥౧రాహువుచేత మ్రింగబడిన చంద్రసూర్యులలోనొకఁడు-౨జూదము మొదలయిన వ్యసనములఁజేత తొందరఁ బడ్డవాఁడు.

ఉపరక్షణమ్-అ-న-సజ్జనమ్॥ తె॥ దండుచుట్టూ వేసినకంచె.

ఉపరథ్యా-ఆ-సీ-దర్శనీ॥ తె॥పశువులపొంత.

ఉపరా-ఆ-సీ-తురీ॥ తె॥ నూలుకండెయుంచెడి

లాడె.

ఉపరాగః-అ-పు- చంద్రసూర్యగ్రహణమ్-౨ పరివాదః-౩ దుర్నయః-౪ గ్రహకల్లోలః॥ తె॥ ౧ చంద్రసూర్యులయొక్క గ్రహణము-౨ నింద-౩ దుర్నీతి-౪ రాహుగ్రహము.

ఉపరామః-అ-పు-విరామః॥ తె॥ చాలించడము

ఉపరి-౦-౦-ఊర్ధ్వభాగె॥ తె॥ మీఁదివైపు.

ఉపరిష్టాత్ -౦-౦-ఊర్ధ్వదేశః॥ తె॥ మీఁదివైపు

ఉపలమ్ అ-న-గరిండః॥ తె॥ పిడక.

ఉపలః-అ-పు-పాషాణః-౨ మణిః॥ తె॥ ౧ రాయి-౨ రత్నము.

ఉపలనాడీ-ఈ-సీ-గరిండః॥ తె॥ పిడక.

ఉపలభా-ఆ-సీ-బుద్ధిః॥ తె॥ మతి.

ఉపలబ్ధిః ఇ-సీ-బుద్ధిః-౨ ప్రాప్తిః॥ తె॥ ౧ మతి-౨ పొందుట.

ఉపలక్ష్మః-అ-పు- స్మృతిహేతుజ్ఞానమ్॥ తె॥ ఎఱుక.

ఉపలా-ఆ-సీ-శర్కరా-౨ దృషత్పుత్రః॥ తె॥ ౧ మెరపరాయి-౨ పొత్రము.

ఉపలిఙ్గమ్-అ-న-దేశోపద్రవః॥ తె॥ దేశబాధ.

ఉపలేపనమ్-అ-న- గోముఖమ్॥ తె॥ ఇల్లలకడము.

ఉపవనమ్-అ-న-పురసమీప కృత్రిమవనమ్॥ తె॥ పట్టణమునకు దాఁపైనయుద్యానము.

ఉపవర్ణః-అ-పు-చాతుర్వర్ణ్యానులోమజాతిః॥ తె॥ నాలుగువర్ణములయొక్క యనులోమజాతి.

ఉపవర్తనమ్-అ-న- వింశత్యాది గ్రామవద్దేశః॥ తె॥ ఇరువది మొదలగుయూళ్లుఁగలదేశము.

ఉపవసథః-అ-పు-గ్రామః॥ తె॥ ఊరు.

ఉపవాటికా-ఆ-సీ-అమాత్యగృహారామః-౨ వేశ్యాగృహారామః॥ తె॥ ౧ మంత్రియింటియొక్క తోఁట - ౨ సానియింటియొక్కతోఁట.

ఉపవాసః-అ-పు-ఏకవారాశనదినమ్॥ తె॥ ఒకమాటుభుజించుదినము.

ఉపవాహ్యః-అ-పు-రాజవాహ్యః॥ తె॥ సవారియేనుఁగు.

ఉపవింశాః-అ-త్రి- ప్రాప్తవింశతి సంఖ్యావంతః॥ తె॥ ఇరువదిఁటిసంఖ్యగలవి.

ఉపవిషా-ఆ-సీ-అతివిషా॥ తె॥ అతివసచెట్టు.

ఉపవిష్టః-అ-త్రి-ఆసీనః॥ తె॥ కూర్చున్నవాడు

ఉపవీతమ్-అ-న - వామభుజస్థితబ్రహ్మసూత్రమ్-౨ ఉత్తరీయమ్॥ తె॥ ౧ సవ్యముగానున్నజంధెము-౨ పైఁబట్ట.

ఉపశయః-అ-పు-కూటగర్తః ॥ తె॥ మాటుగొయ్యి.

ఉపశల్యమ్-అ-న-గ్రామాంతమ్॥ తె॥ మాలపల్లె.

ఉపశాయః-అ - పు - పర్యాయశయనమ్॥ తె॥ చౌకీపారాలమొందొకఁడునిద్రబోయినవెనుకనొకఁడునిద్రబోవడము.

ఉపశ్రుతః-అ-త్రి-అఁగీకృతః॥ తె॥ అంగీకరింపఁబడ్డవి.

ఉపష్టుః-ఉ-త్రి-సవ్యః॥ తె॥ ఎడమది.

ఉపసంవ్యానమ్-అ-న-అధోవస్త్రమ్॥ తె॥ కట్టుకొనెడుబట్ట.

ఉపసంహృతిః-ఇ-సీ - నాట్యపంచమసంధిః॥ తె॥ నాట్యముయొక్క యయిదవసంధి.

ఉపసమ్పన్నః-అ-త్రి-యజ్ఞహతపశుః-౨ ఉదకాదిసంస్కృతపక్వాన్నాదికమ్॥ తె॥ ౧ యాగమందుచంపఁబడినపశువు-౨ వండినయన్నము మొదలైనది.

ఉపసరః-అ-పు-గో మైథునాభియోగః-౨ గో

గర్భగ్రహణకాలః‖ తె‖ ౧ ఎద్దువెదగొనడము-౨ఆవులుచూలయ్యేకాలము.

ఉపసర్గః-అ-పు-ఉత్పాతః-౨రాగః-౩విఘ్నః ౪పల్లవః-౫ప్రాదిః‖ తె‖ ౧మారి తెగులు మొదలయినది-౨ఎఱుపు-౩ఆటంకము-౪చిగురు-౫ప్ర, మొదలయినయుపసర్గలు.

ఉపసర్జనమ్-అ-న-అప్రధానవస్తు‖ తె‖ ముఖ్యముకానివస్తువు.

ఉపసర్యా-ఆ-సీ-ప్రజనకాల్యా‖ తె‖ ఋతుకాలమువచ్చినయావు.

ఉపసూర్యకమ్-అ-న- ప్రతిసూర్యమండలమ్ ‖ తె‖ సూర్యునిచుట్టునున్నగుడిగట్టడము.

ఉపసేదివాన్-స-పు-శిష్యః‖ తె‖ శిష్యుఁడు.

ఉపస్కరః-అ-పు-వేశవారః‖ తె‖ సంబారు, మెంతి.

ఉపస్థః-అ-పు-కర్మేంద్రియవిశేషగుహ్యమ్-౨శిశ్నః-౩ఉత్సంగః‖ తె‖ ౧కర్మేంద్రియములలోనొకటియయినరహస్యస్థానము-౨శిశ్నము-౩తొడ.

ఉపస్థితః-అ-పు-ద్వారపాలః‖ తె‖ ద్వారపాలకుఁడు.

ఉపస్థితః-అ-త్రి-ప్రాప్తః‖ తె‖ పొందబడ్డది.

ఉపస్పర్శః-అ-పు-ఆచమనమ్-౨స్నానమ్ - ౩స్పర్శనమ్‖ తె‖ ౧ ఆచమనముచేయుట-౨నీళ్లుపోసుకొనుట-౩ముట్టుట.

ఉపహాసితమ్-అ-న-మధ్యహాసనమ్‖ తె‖ పెద్దదిగాకచిన్నదిగాకమధ్యస్థముగానవ్వుట

ఉపహారః-అ-పు-ఉపాయనమ్‖ తె‖ కానుక.

ఉపహ్వరమ్-అ-న-రహస్యమ్-౨ సమీపమ్ ‖ తె‖ ౧ఏకాంతము-౨చెంత.

ఉపా-౦-౦-ప్రభాతమ్‖ తె‖ వేకువ.

ఉపాంశు-ఉ-న-రహస్యమ్‖ తె‖ ఏకాంతము.

ఉపాంశు-౦-౦-రహస్యమ్-౨రహస్యకృతజల్పనమ్‖ తె‖ ౧ఏకాంతము-౨ఏకాంతమందుపలుకుట.

ఉపాంశుః-ఉ-పు-జలభేదః‖ తె‖ నీటిలోభేదము.

ఉపాకరణమ్-అ-న-ఉపనయనానంతర వేదాధ్యాసార్థకర్మవిశేషః‖ తె‖ ఒడుగైనవెనుక వేదముచదువుటకై చేయునట్టి యొకానొకకర్మము.

ఉపాకృతః-అ-పు-యజ్ఞవిశసనార్థాభిమంత్రితపశుః-౨ఉపద్రవః‖ తె‖ ౧యజ్ఞమునందుబలియిచ్చుటకు మంత్రించబడ్డపశువు-౨బాధ.

ఉపాఙ్గమ్-అ-న-సంగీతాంగమ్ ‖ తె ‖ సుతిమొదలైనది.

ఉపాత్యయః-అ-పు-అక్రమః-౨అతిక్రమః‖ తె‖ ౧వరుసతప్పడము - ౨క్రమముతప్పియవలికిపోవడము.

ఉపాదానమ్-అ-న- ఇంద్రియస్వాయత్తీకరణమ్-౨ప్రధానకారణమ్ - ౩ఆదానమ్‖ తె‖ ౧ఇంద్రియములను లోపఱచుకొనుట-౨మొదటికారణము-౩పుచ్చుకొనుట.

ఉపాధిః-ఇ-పు-ఉచితకర్మచింతా-౨వ్యాజః-౩విశేషణమ్-౪పదార్థభేదః‖ తె‖ ౧ తగినపనినిదలచుట-౨సాకు-౩ విశేషణము-౪పదార్థములవేరుపాటు.

ఉపాధిః ఇ-త్రి-కుటుంబపోషకః‖ తె‖ కుటుంబమునుఁగాపాడువాఁడు.

ఉపాధ్యాయః-అ-పు- జీవనార్థవేదశాస్త్రాధ్యాపకః‖ తె‖ జీవనమునకై వేదశాస్త్రములనుచదివించేవాఁడు.

ఉపాధ్యాయా-ఆ-సీ-సూపశాస్త్ర సంగీతశాస్త్రాద్యుపదేశకస్త్రీ-౨స్వయంవిద్యోపదేశకస్త్రీ‖ తె‖ ౧పాకశాస్త్రము-సంగీతశాస్త్రము మొదలయినవాటిని నే

ర్పువాని యొక్క-భార్య-౨తానే విద్య నే
ర్పునట్టియాఁడుది.

ఉపాధ్యాయానీ-ఈ-సీ- ఉపాధ్యాయభా
ర్యా॥ తె॥అయ్యవారి పెండ్లాము.

ఉపాధ్యాయీ-ఈ-సీ-సూపశాస్త్ర సంగీత
శాస్త్రాద్యుపదేశకస్య(స్త్రీ)-౨స్వయంవి
ద్యోపదేశక(స్త్రీ) - ౩ఉపాధ్యాయ భా
ర్యా॥ తె॥ ౧పాకశాస్త్రముసంగీతశా
స్త్రము మొదలయినవాఁటిని నేర్పువాని
భార్య-౨తానే విద్య నేర్పునట్టియాఁడుది
౩ఉపాధ్యాయుని పెండ్లాము.

ఉపానత్-హ-పు-కాకాండః॥ తె॥ చెప్పుటట్ట
చెట్టు.

ఉపానత్-హ-సీ-పాదరక్షా॥ తె॥ చెప్పులు.

ఉపాయః-అ-పు-ఉపాగతిః- ౨సామదానభె
దదండాన్యతమః॥ తె॥౧ఉపాయము- ౨
చతురుపాయములలోనొకటి.

ఉపాయనమ్-అ-న-ఉపహారః॥ తె-కానుక.

ఉపాలమ్భః-అ-పు- దూషణాపహాసవచనం॥
తె॥ నిందతోఁకూడా పరిహాసపుమాట.

ఉపావృత్తః-అ-త్రి-లుఠితః॥ తె॥ పొర్లాడేగు
ఱ్ఱము.

ఉపాశ్రయమ్-అ-న-మత్తాలంభః॥ తె॥ కటక
టాలు.

ఉపాసఙ్గః-అ-పు-తూణీరం॥ తె॥అంబులపొది.

ఉపాసనమ్-అ- న- ధనుర్విద్యాభ్యాసః - ౨
హింసా॥ తె ॥ ౧ధనుర్విద్యనభ్యసించడ
ము-౨బాధించడము.

ఉపాసనా-ఆ-(పు) సేవా॥ తె॥కొలుచుట.

ఉపాసితః-అ-త్రి-ఉపచరితగుర్వాదిః॥ తె॥ఉ
పచరింపఁబడ్డయాచార్యుఁడు మొదలయి
నవారు.

ఉపాస్తిః-ఇ-సీ-సేవా॥ తె॥కొలువు.

ఉపాహితః-అ-పు-ధూమకేతుః॥ తె॥ తోఁక
చుక్క.

ఉపాహితః-అ-త్రి-సంయోజితః- ౨ఉపని వే
శితః॥ తె॥౧కూర్పబడ్డది-౨ఉంచబడ్డది.

ఉపేన్ద్రః-అ-పు-విష్ణుః॥ తె॥ నారాయణుఁడు.

ఉపోఢః-అ-త్రి-నికటస్థః-౨రూఢః-౩దృఢః॥
తె॥౧చెంతనున్నది-౨మొలిచినది-౩గట్టి
యయినది.

ఉపోదకా-ఆ-సీ-మయూరీలతా॥ తె॥ దుంపబ
చ్చలి.

ఉపోదకీ-ఈ-సీ-చుంచులతా॥ తె॥పొలంబచ్చలి.

ఉపోదికా-ఆ-సీ-చుంచులతా ॥ తె ॥ పొలం
బచ్చలి.

ఉపోద్ఘాతః-అ-పు-ఉదాహరణమ్-౨కార్యప్ర
ధానారంభః॥ తె॥౧ఉదాహరణము-౨పని
యొక్క-ముఖ్యమయిన యారంభము.

ఉప్తమ్-అ-న-కుంకుమమ్॥ తె॥కుంకుమము.

ఉప్తః-అ-త్రి-బీజావాపితః॥ తె ॥ విత్తినపొ
లము.

ఉప్తకృష్టః-అ-త్రి-బీజాకృతః॥ తె॥ వెదచల్లి
దున్నినపొలము.

ఉభయద్యుః-౦-౦-దినద్వయే॥ తె॥ రెండుది
నములు.

ఉభయేద్యుః-౦-౦-దినద్వయే॥ తె॥ రెండు (దినములు.

ఉమా-ఆ-సీ-పార్వతీ-౨లాలసీ-౩క్షుమా-౪
హరిద్రా-౫కీర్తిః-౬కాంతిః॥ తె॥౧శివు
నిభార్య-౨నూనెయగసివిత్తులు-౩నల్ల
యగసి-౪పసుపు-౫యశము-౬కాంతి.

ఉమాకటః-అ-పు-ఉమారజః॥ తె॥ అగసివిత్తు
లనూఁగు.

ఉమాపతిః-ఇ-పు-శివః॥ తె॥రుద్రుఁడు.

ఉమాపితా-ఋ- పు- హిమవత్పర్వతః॥ తె॥
మంచుకొండ.

ఉమాప్రియః-అ-పు-నీపః-౨శివః॥ తె॥ ౧మొగులుకడిమి-౨శివుఁడు.

ఉమావృతః-అ-పు-అక్షోటవృక్షః॥ తె॥ కొండగోలుగుచెట్టు.

ఉమ్యమ్-అ న- ఉమాభవనోచితక్షేత్రమ్॥ తె॥అగసిచెట్టుమొగిసవడ్లున్నఅయ్యేనేల

ఉరః-స్-న-నక్షత్రస్థానవిశేషవక్షః-౨శ్రేష్ఠమ్॥ తె॥౧నక్షత్రమునకుస్థానభూతమైనఱొమ్ము-౨గొప్పది.

ఉరఃకిణః-అ-పు-ఉష్ట్రః॥ తె॥లొట్టిపిట్ట.

ఉరగః-అ-పు- సర్పః-౨దీర్ఘమత్స్యః-౩జలూకా॥ తె॥ ౧పాము-౨నిడుపైనచేఁప-౩జెలగ.

ఉరఙ్గమః-అ-పు-సర్పః॥ తె॥పాము.

ఉరణః-అ-పు- మేషః॥ తె॥గొఱ్ఱె,పొట్టేలు.

ఉరపత్రీ-ఈ-సీ-హింగుపలాశికా॥ తె॥ ఇంగువచెట్టుఆకు.

ఉరభ్రః-అ-పు-మేషః॥ తె॥ పొట్టేలు.

ఉరరీ-౦-౦-విస్తారః-౨అంగీకారః॥ తె॥ ౧వెడల్పు-౨అంగీకరించుట.

ఉరరీకృతః-అ-త్రి-అంగీకృతః॥ తె॥ సమ్మతింపఁబడ్డది.

ఉరశ్ఛదః-అ-పు-కవచః॥ తె॥జీర.

ఉరసః-అ-పు- శత్రూణామురోదత్వా స్వబలరక్షకః-౨ఉరోబలవాన్॥ తె॥౧ పగవారికిరొమ్మిచ్చితనసేనను కాపాడువాఁడు-౨రొమ్ముబలిమిగలవాఁడు.

ఉరసిలః-అ-త్రి-శత్రూణామురోదత్వా స్వబలరక్షకః-౨ఉరోబలవాన్॥ తె॥ ౧పగవారికిరొమ్మిచ్చితనసేనను కాపాడువాఁడు-౨రొమ్ముబలమిగలవాఁడు.

ఉరస్ఫుటనమ్-అ-న-రతిబంధవిశేషః॥ తె॥ ఒకానొకరతిబంధము.

ఉరస్యః-అ-పు-ధర్మపత్నీజాతపుత్రః॥ తె॥ధర్మపత్నియందుఁబుట్టినకొడుకు.

ఉరస్వాన్-త్-పు- శత్రూణామురోదత్వా స్వబలరక్షకః-౨ఉరోబలవాన్॥ తె॥ ౧విరోధులకురొమ్మిచ్చితనదండును గాపాడువాఁడు-౨రొమ్ముబలిమిఁగలవాఁడు.

ఉరసూత్రికా-ఆ-సీ - ఉరఃపర్యంతహారః॥ తె॥ముత్యాలపేరు.

ఉరీ-౦-౦-విస్తారః-౨అంగీకారః॥ తె॥ ౧వెడల్పు-౨ఒడఁబాటు.

ఉరీకృతః-అ-త్రి-అంగీకృతః॥ తె॥ ఒప్పుకొనబడ్డది.

ఉరు-౦-౦-ప్రపంచనమ్-౨మేరుః-౩ఉత్కృష్టమ్-౪చోరకర్మ॥ తె॥౧ విస్తారముచేయుట-౨మేరుపర్వతము-౩శ్రేష్ఠము-౪దొంగతనము,

ఉరుః-ఉ-త్రి- ఆయామవిస్తారాద్యధికః॥ తె॥ గొప్పది.

ఉరుబుకః-అ-పు-ఏరండవృక్షః॥ తె॥ ఆముదపుచెట్టు.

ఉరుబూః-ఊ-పు-ఏరండవృక్షః॥ తె॥ ఆముదపుచెట్టు.

ఉరుబూకః-అ-పు ఏరండవృక్షః- ౨చుంచురవృక్షః॥ తె॥౧ఆముదపుచెట్టు-౨ చిట్టాముదపుచెట్టు.

ఉరోమచ్ఛః-అ-పు-పుత్రనాశలక్షణమ్॥ తె॥ పుత్రనాశచిహ్నము,

ఉర్పవాటికా-ఆ-సీ - అమాత్యగృహారామః-౨వేశ్యాగృహారామః॥ తె॥౧మంత్రిపెరటితోఁట-౨సానిపెరటితోఁట.

ఉర్వరా-ఆ-సీ-భూమిః-౨సర్వసస్యాఢ్యభూమిః॥ తె॥ ౧పుడమి-౨అన్నిపయిరులచేతనిండినవేల.

ఉర్వశీ-ఈ-సీ-స్వర్గవేశ్యావిశేషః॥ తె॥ ఒకానొకయప్సర(స్త్రీ).

ఉర్వారుః-ఉ-సీ-కర్కటీ॥ తె॥ సక్క-దోసచెట్టు

ఉర్వీ-ఈ-సీ-భూమిః॥ తె॥ పుడమి.

ఉలపమ్-అ-న-లతాప్రతానినీ॥ తె॥ దట్టముగ నల్లుతీఁగెగుంపు.

ఉలపః-అ-పు-తృణవిశేషః॥ తె॥ ఒకానొకగడ్డి

ఉలూకః-అ-పు-ఘూకపక్షీ-౨ఇంద్రః॥ తె॥ ౧ గుడ్లగూఁబ-౨దేవేంద్రుఁడు.

ఉలూకారిః-ఇ-పు-వాయసః॥ తె॥ కాకి.

ఉలూకినీ-ఈ-సీ-ఉలూకసమూహః॥ తె॥ గుడ్లగూఁబలపోగు.

ఉలూఖలమ్-అ-న-ఉదూఖలమ్॥ తె॥ ఱోలు.

ఉలూఖలకమ్-అ-న-గుగ్గులువృక్షః॥ తె॥ గుగ్గిలపుచెట్టు.

ఉలూపిః-ఇ-పు-శిశుకమత్స్యః॥ తె॥ ఉలసమీను.

ఉలూఖికః-అ-పు-అస్థిసంధివిశేషః॥ తె॥ ఒకానొకయెముకకీలు.

ఉల్కా-ఆ-సీ-అంగారః-౨ఇంగాలః-౩విద్యుత్సమతారకా॥ తె॥ ౧నిప్పు-౨బొగ్గు-౩తోఁకచుక్క.

ఉల్బమ్-అ-న-జరాయుః॥ తె॥ మావి.

ఉల్బణః-అ-త్రి-అతిరిక్తః-౨అతిస్ఫుటః॥ తె॥ ౧హెచ్చైనది-౨మిక్కిలిస్పష్టమైనది.

ఉల్ముకమ్-అ-న-అలాతమ్॥ తె॥ కొఱవి.

ఉల్ముకినీ-ఈ-సీ-ఉల్ముకసమూహః॥ తె॥ కొఱకంచులపోగు.

ఉల్లసితమ్-అ-న-రోమాంచః॥ తె॥ దేహముగరిపొడవడము.

ఉల్లాఘః-అ-త్రి-విగతరోగః-౨శుచిః-౩హృష్టః-౪ప్రవీణః॥ తె॥ ౧వ్యాధిలేనివాఁడు-౨పరిశుద్ధుఁడు-౩సంతుష్టుఁడు-౪నిపుణుఁడు.

ఉల్లాపః-అ-పు-శోకభీత్యాదివికారవచనమ్॥ తె॥ దుఃఖము వెఱపు మొదలైన వానిచేత వెట్టిగామాటలాడుట.

ఉల్లాభః-అ-పు-వితానమ్॥ తె॥ మేలుకట్టు.

ఉల్లాసః-అ-పు-నాట్యచతుర్దశాంగభేదకలాసకః-౨అలంకారవిశేషః-౩ప్రకాశః-౪సంతోషః-౫వికాసః॥ తె॥ ౧ ఆటయందు గల పదునాలు గంగములలో భేదము-౨ఒకానొకయలంకారము-౩వెలుగు-౪సంతోషము-౫వికాసము.

ఉల్లిఖితః-అ-త్రి-ఉత్కీర్ణః-౨తనూకృతః-౩చిత్రితః॥

ఉల్లుః-ఉ-పు-సూరణః॥ తె॥ కందచెట్టు.

ఉల్లూసః-అ-పు-తృణవిశేషః॥ తె॥ ఒకానొకగడ్డి.

ఉల్లేఖః-అ-పు-అలంకారవిశేషః॥ తె॥ ఒకానొకయలంకారము.

ఉల్లోకితమ్-అ-న-స్వభావదృగ్విశేషః॥ తె॥ సహజమైనచూపుభేదము.

ఉల్లోచః-అ-పు-ఉల్లాభః॥ తె॥ మేలుకట్టు.

ఉల్లోలః-అ-పు-మహాతరంగః॥ తె॥ గొప్పకెరట.

ఉశనా-స్-పు-శుక్రః॥ తె॥ శుక్రాచార్యుఁడు.

ఉశీరమ్-అ-న-అభయమ్॥ తె॥ వట్టివేరు.

ఉషమ్-౦-౦-సూర్యోదయాత్పూర్వచతుర్ఘటికాత్మకకాలః॥ తె॥ సూర్యోదయమునకు ముందునాలుగుగడియలకాలము.

ఉషః-స్-న-ప్రభాతమ్-౨సంధ్యా॥ తె॥ ౧ వేఁకువ-౨సంధ్యాకాలము.

ఉషః-అ-పు-కాముకః-౨గుగ్గులువృక్షః॥ తె॥ ౧ కామాసక్తుఁడు-౨గుగ్గిలపుచెట్టు.

ఉషః-౦-౦-సూర్యోదయాత్పూర్వచతుర్ఘటికాత్మకపూర్వకాలః॥ తె॥ ౧ సూర్యోద

యమునకుముందు నాలుగుగడియల కాలము.

ఉషణమ్-అ-న-మరీచమ్॥ తె॥ మిరియము.

ఉషన్-త్-త్రి-అమంగలవాక్॥ తె॥ అశుభవాక్కు.

ఉషర్బుధః-అ-పు-అగ్నిః॥ తె॥ అగ్గి.

ఉషా-ఆ-సీ-కటుతుంబీలతా-౨ బాణాసురసుతా-౩ రాత్రిః॥ తె॥ ౧ చేఁదానుఁగు-౨ బాణాసురునికూఁతురు-౩ రేయి.

ఉషా-ఆ-(పు)-ప్రభాతమ్-౨ సంధ్యా-౩ సాయమ్॥ తె॥ ౧ వేఁకువ-౨ సంధ్య-౩ సాయంకాలము.

ఉషా-౦-౦-సూర్యోదయాత్ప్రాక్ చతుర్ఘటికాత్మక కాలః॥ తె॥ సూర్యోదయమునకు ముందు నాలుగుగడియలకాలము.

ఉషాపతిః-ఇ-పు-అనిరుద్ధః॥ తె॥ కృష్ణుని మనమఁడు.

ఉషిః-ఇ-సీ-వృద్ధిః॥ తె॥ వడ్డి.

ఉషితః-అ-త్రి-దగ్ధః-౨ వ్యుషితః॥ తె॥ ౧ కాల్పఁబడ్డది-౨ ఉన్నది.

ఉష్ట్రః-అ-పు-క్రమేళకః॥ తె॥ లొట్టిపిట్ట.

ఉష్ట్రకర్ణీ-ఈ-సీ-కరభకర్ణికా॥ తె॥ ఉష్ట్రకర్ణియనుచెట్టు.

ఉష్ట్రజిహ్వా-ఆ-సీ-అపుత్రవతీలక్షణమ్॥ తె॥ బిడ్డలేనిదానిచిహ్నము.

ఉష్ట్రధూమః-అ-పు-వృశ్చికాలతా॥ తె॥ తేలుమణిచెట్టు.

ఉష్ట్రాశః-అ-పు-పీలువృక్షః॥ తె॥ గోలుగుచెట్టు

ఉష్ట్రికా-ఆ-సీ-మృత్తికాభాండమ్-౨ కరభస్త్రీ-౩ ఓషధిః॥ తె॥ ౧ కడవ-౨ ఆఁడులొట్టిపిట్ట-౩ ఓషధి.

ఉష్ణః-అ-పు-నూర్ధానః-౨ ఆతపః-౩ గ్రీష్మర్తుః-౪ అగ్నిః॥ తె॥ ౧ ఒడలుదాఁచుకొననిబంటు-౨ ఎండ-౩ ఎండకాలము-౪ అగ్ని.

ఉష్ణః-అ-త్రి-చతురః-౨ తిగ్మః॥ తె॥ ౧ చులుకుఁగలవాఁడు-౨ వేఁడిమి.

ఉష్ణరశ్మిః-ఇ-పు-సూర్యః॥ తె॥ సూర్యుఁడు.

ఉష్ణవారణమ్-అ-న-ఛత్రమ్॥ తె॥ గొడుగు.

ఉష్ణిక్-హ-సీ-సప్తమచ్ఛందః॥ తె॥ ఏఁడవఛందస్సు.

ఉష్ణికా-ఆ-సీ-యవాగూః॥ తె॥ గంజి.

ఉష్ణిహా-ఆ-సీ-ఉష్ణిక్ఛందః॥ తె॥ ఉష్ణిక్కనుఛందస్సు.

ఉష్ణీ-ఈ-సీ-వీణాతంత్రీభేదజస్వరాశ్రయక్రియావిశేషః॥ తె॥ వీణయొక్క తంతులవలనపుట్టుస్వరముఁన కాశ్రయభూతమయినయొకానొకక్రియ.

ఉష్ణీషః-అ-పు-కిరీటమ్॥ తె॥ మకుటము.

ఉష్ణీషః-అ-(సీ)-శిరోవేష్టః॥ తె॥ తలపాగ.

ఉసతీకా-ఆ-సీ-వప్రా॥ తె॥ చెట్టునఁదెట్టెపెట్టునల్లచీమ.

ఉస్రః-అ-(సీ)-కిరణమ్॥ తె॥ కిరణము.

ఉస్రః-అ-పు-బహుశక్తః॥ తె॥ మిక్కిలిసమర్థుఁడు.

ఉస్రా-ఆ-సీ-గౌః-౨ ఉపచిత్రా॥ తె॥ ౧ ఆవు-౨ ఎలుకచెవిచెట్టు.

ఉస్త్రికా-ఆ-సీ-జలధేనుః॥ తె॥ నీటియావు.

ఊ

ఊ-౦-౦-వాక్యారంభః-౨ రక్షా॥ తె॥ ౧ వాక్యము మొదలుపెట్టుట-౨ రక్షించుట.

ఊమ్-౦-౦-రుషోక్తిః-౨ పృచ్ఛా-౩ నిందా-౪ స్పర్ధా॥ తె॥ ౧ కోపపుపలుకు-౨ అడుగుట-౩ నిందించుట-౪ ఒకరికన్న నొకరుమించవలెననుబుద్ధి.

ఊః-ఊ-పు-చంద్రః-౨ అసురః-౩ పురుషః-౪ రా

జపుత్రః-౫గళః-౬ప్రాంగణమ్-౭పూర్ణకుంభః-౮వణిక్ ౯రక్షకః-౧౦మహేశ్వరః॥ తె॥ ౧చందమామ-౨వేల్పు-౩మగవాఁడు-౪రాచకుమారుఁడు-౫మెడ-౬ఇంటిముంగిలి-౭పూర్ణకలశము-౮కోమటి-౯కాపాడువాఁడు-౧౦హరుఁడు.

ఊః-ఊ-సీ-ఉపమా॥ తె॥ పోలిక.

ఊఢః-అ-పు-విన్నః-౨సూర్యః॥ తె॥ ౧పొందఁబడ్డది-౨సూర్యుఁడు.

ఊఢః-అ-త్రి-వివాహితః॥ తె॥ పెండ్లియయినవాఁడు.

ఊతః-అ-త్రి-స్యూతః॥ తె॥ కుట్టఁబడ్డది.

ఊతిః-ఇ-సీ-రక్షణమ్-౨స్యూతిః-౩దేవతావిశేషః-౪ధ్వనివిశేషః॥ తె॥ ౧కాపాడుట-౨కుట్టడము-౩ఒకానొకదేవత-౪ఒకానొకధ్వని.

ఊతిభః-అ-పు-చకోరపక్షీ॥ తె॥ వెన్నెలపులుఁగు.

ఊధః-స్-న-ఆపీనమ్॥ తె॥ పొదుగు.

ఊధస్యమ్-అ-న-క్షీరమ్॥ తె॥ పాలు.

ఊనమ్-అ-న-రహితమ్॥ తె॥ ఒకలెక్కలోనొకలెక్క తీసివేయడము.

ఊనః-అ-త్రి-న్యూనః-౨నేమః॥ తె॥ ౧తక్కువ-౨సగము, కొంతయున్న.

ఊమమ్-అ-న-దేశవిశేషః॥ తె॥ ఒకానొకదేశము.

ఊమః-అ-పు-గగనమ్-౨పాతనమ్॥ తె॥ ౧ఆకాశము-౨త్రోయుట.

ఊరణాక్షః-అ-పు-ప్రపున్నాటః॥ తె॥ తగిరిసచెట్టు.

ఊరరీ-౦-౦-విస్తారః-౨అంగీకారః॥ తె॥ ౧వెడల్పు-౨ఒడఁబాటు.

ఊరవ్యః-అ-పు-వైశ్యః॥ తె॥ కోమటి.

ఊరీ-౦-౦-విస్తారః-౨అంగీకారః॥ తె॥ ౧వెడల్పు-౨ఒప్పుకొనుట.

ఊరీకృతః-అ-త్రి-అంగీకృతః-౨విస్తృతః॥ తె॥ ౧అంగీకరింపఁబడ్డది-౨విస్తరింపఁబడ్డది.

ఊరుః-ఉ-సీ-నక్షత్రస్థానవిశేషః॥ తె॥ ఒకానొకనక్షత్రస్థానము.

ఊరుః-ఉ-పు-సక్థి-ఉపమితబహువ్రీహౌ వయమ్ దీర్ఘాంతః-యథారంభోరూః॥ తె॥ తొడ, ఉపమిత బహువ్రీహిసమాసమందు ఈశబ్దము దీర్ఘాంతముగానుండును.

ఊరుఘట్టనమ్-అ-న-రతిబంధవిశేషః॥ తె॥ ఒకానొకరతిబంధము.

ఊరుజః-అ-పు-వైశ్యః॥ తె॥ కోమటి.

ఊరుపర్వా-న్-(సీ)-జాను॥ తె॥ మోఁకాలు.

ఊరుపీడితమ్-అ-న-రతిబంధవిశేషః॥ తె॥ ఒకానొకరతిబంధము.

ఊరురీ-౦-౦-విస్తారః-౨అంగీకారః॥ తె॥ ౧వెడల్పు-౨ఒప్పుకొనుట.

ఊరువేష్టితమ్-అ-న-రతిబంధవిశేషః॥ తె॥ ఒకానొకరతిబంధము.

ఊరుస్తంభః-అ-పు-రోగవిశేషః॥ తె॥ ఒకానొకరోగము.

ఊరుస్తంభా-ఆ-సీ-కదలీవృక్షః॥ తె॥ అఁటిచెట్టు.

ఊరూపగూహనమ్-అ-న-ఆలింగనవిశేషః॥ తె॥ కౌఁగలించుకొనుటలో భేదము.

ఊర్క్-జ్-(సీ)-శరీరస్థసామర్థ్యమ్॥ తె॥ దేహబలము.

ఊర్జః-అ-పు-కార్తికమాసః-౨బలమ్-౩ఉత్సాహః॥ తె॥ ౧కార్తీకమాసము-౨శరీరముయొక్క బలిమి-౩ఉత్సాహము.

ఊర్జః-స్-న-బలమ్-౨ఉత్సాహః॥ తె॥ ౧దేహ

బలము-౨ఉత్సాహము.
ఊర్జకః-అ-పు-ఏకాష్ఠీలా॥ తె॥ బకపువ్వు చెట్టు.
ఊర్జస్వలః-అ-పు-అతిపరాక్రమవాన్-౨ అతిబలవాన్॥ తె॥౧ మిక్కిలి శౌర్యముగలవాఁడు-౨మిక్కిలి దేహబలముగలవాడు
ఊర్జస్వి-న్-న-అలంకారవిశేషః॥ తె॥ ఒకానొకయలంకారము.
ఊర్జస్వీ-న్-పు-అతిపరాక్రమవాన్-౨ అతిబలవాన్॥ తె॥౧మిక్కిలి శౌర్యముగలవాఁడు-౨మిక్కిలి దేహబలముగలవాఁడు.
ఊర్ణమ్-అ-న-భ్రూమధ్యావర్తః - ౨తంతుః- ౩ మేషాదిలోమ॥ తె॥౧కనుబొమల నడుమనుండెడిసుడి-౨నూలపోఁగు - ౩గొఱ్ఱె మొదలైనవానిబొచ్చు.
ఊర్ణనాభః-అ-పు-లూతా॥ తె॥సాలెపురుగు.
ఊర్ణనాభకః-అ-పు- అభినయహస్తవిశేషః॥ తె॥ఒకానొకయభినయహస్తము.
ఊర్ణనాభిః-ఇ-పు-మర్కటకః॥ తె॥ సాలెపురుగు,
ఊర్ణా-ఆ-(పు)-భ్రూమధ్యమ్-౨ మేషాదిలోమ॥ తె॥ ౧కనుబొమలనడుము - ౨గొఱ్ఱె మొదలైనవానిబొచ్చు.
ఊర్ణాయుః-ఉ-పు-మేషః-౨మేషకంబళః- ౩ ఊర్ణనాభః॥ తె॥౧ పొట్టేలు-౨ గొఱ్ఱెబొచ్చుకంబళి-౩సాలెపురుగు.
ఊర్ణివహిః-ఇ-పు-లూతా॥ తె॥ సాలెపురుగు.
ఊర్దరః-అ-పు-రాక్షసః-౨శూరః॥ తె॥ ౧రక్కసుఁడు-౨శూరుఁడు.
ఊర్ధ్వమ్-అ-న-ఉపరి-౨ఆకాశః॥ తె॥౧మీఁద-౨ఆకసము.
ఊర్ధ్వః-అ-త్రి-ఉత్థితః-౨తుంగః - ౩ఉపరిస్థితః॥ తె॥౧లేచినది-౨పొడవైనది - ౩మీఁదనున్నది.
ఊర్ధ్వకః-అ-పు-యవమధ్యాకారమర్దలః॥ తె॥ యవమధ్యమువంటిమద్దెల.
ఊర్ధ్వకణ్టీ-ఈ-సీ-మహాశతావరీ॥ తె॥ పెద్దపిల్లిపీచరచెట్టు.
ఊర్ధ్వకేశాః-అ-పు-విధవాలక్షణమ్॥ తె॥ విధవయొక్కచిహ్నము.
ఊర్ధ్వగమ్-అ-న-సంగమవిశేషః॥ తె॥ ఒకానొకసంగమము.
ఊర్ధ్వజ్ఞః-అ-త్రి-ఊర్ధ్వజానుకః॥ తె॥ పొడుగుమోఁకాళ్లవాఁడు.
ఊర్ధ్వజ్ఞుః-ఉ-త్రి-ఊర్ధ్వజానుకః॥ తె॥ పొడుగుమోఁకాళ్లవాఁడు.
ఊర్ధ్వదేవః-అ-పు-విష్ణుః॥ తె॥విష్ణువు.
ఊర్ధ్వనఖః-అ-పు-దాసీలక్షణమ్॥ తె॥పనికత్తెగుఱుతు.
ఊర్ధ్వనాసికా-ఆ-సీ-దాసీలక్షణమ్॥ తె॥ పనికత్తెగుఱుతు.
ఊర్ధ్వన్దమః-అ-పు-ఊర్ధ్వస్థః॥ తె॥ నిలుచున్నవాఁడు.
ఊర్ధ్వపాదః-అ-పు-శరభః॥ తె॥ ఎనిమిదికాళ్లమెకము.
ఊర్ధ్వపుండ్రః-అ-పు-తిలకవిశేషః- తె॥ఒకానొకబొట్టు.
ఊర్ధ్వమూలః-అ-పు-తృణవిశేషః॥ తె॥ ఒకానొకగడ్డి.
ఊర్ధ్వరేతాః-స్-పు-మహాదేవః॥ తె॥హరుడు
ఊర్ధ్వలింగః-అ-పు-మహాదేవః॥ తె॥హరుడు.
ఊర్ధ్వలోకః-అ-పు-స్వర్గః॥ తె॥ దేవలోకము.
ఊర్ధ్వలోచనః-అ-పు-శరభమృగః॥ తె॥ ఎనిమిదికాళ్లమెకము.
ఊర్ధ్వశోలః-అ-పు-అగ్నిః॥ తె॥నిప్పు.
ఊర్ధ్వస్థః-అ-త్రి-ఊర్ధ్వంధమః॥ తె॥ నిలచు

న్నవాఁడు.

ఊర్మిః-ఇ-సీ-కల్యమ్॥ తె॥ఉమ్మి.

ఊర్మిః-ఇ-ద్వ-తరంగః-౧ఉత్కంఠా-౨వస్త్రసంకోచలేఖా-౩పీడా-౪వేగః-౫వళిత్రయమ్॥ తె॥౧కెరట-౨విరహము, సొర్వలేమి-౩బట్టముడఁత-౪బాధ-౫వడి-౬కడుపు మొదలయిన వానియందుం డుమూఁడుమడఁతలు

ఊర్మికా-ఆ-సీ-అంగుళీయకమ్-౧తరంగః-౨వస్త్రభంగః-౩మధుపధ్వనిః-౪స్వల్పాంగుళిః॥ తె॥౧ ముద్దుటుంగరము-౨అల-౩కోకకుచ్చిళ్లుమడఁతలు-౪తుమ్మెదఝుంకారము-౫చిటికెనవ్రేలు.

ఊర్మిమాన్-త్-త్రి-వక్రః॥ తె॥వంకరది.

ఊర్మిమాలీ-న్-పు-సముద్రః॥ తె॥ సంద్రము.

ఊర్మిలా-ఆ-సీ-పతిత్యక్తపతివ్రతా-౨లక్ష్మణభార్యా॥ తె॥ ౧పెనిమిటిచేతవిడువఁబడి నపతివ్రతయైనయాఁడుది-౨లక్ష్మణుని పెండ్లాము.

ఊర్వరా-ఆ-సీ-సర్వసస్యాఢ్యాభూమిః॥ తె॥ అన్నిపయిరులచేతనిండినభూమి.

ఊర్వశీ-ఈ-సీ-స్వర్గవేశ్యావిశేషః॥ తె॥ఒకానొకయప్సరస్త్రీ.

ఊర్వసీ-ఈ-సీ-స్వర్గవేశ్యావిశేషః॥ తె॥ ఒకానొకయప్సరస్త్రీ.

ఊలికా-ఆ-సీ-ప్రఖోలికా॥ తె॥చాతా.

ఊలుకః-అ-పు-తండులీయః॥ తె॥చిక్కికూర.

ఊషమ్-అ-న-ప్రభాతమ్॥ తె॥ ప్రాతఃకాలము.

ఊషః-అ-పు-మృత్తికావిశేషః॥ తె॥ చవుటిమన్ను.

ఊషక్షరమ్-అ-న-ఔద్భిదమ్॥ తె॥పఱ్ఱుఉప్పు.

ఊషణమ్-అ-న-మరీచమ్-౧వేల్లజమ్-౨శుంఠీ॥ తె॥౧మిర్యాలచెట్టు-౨మిరియాలు-౩శుంఠి.

ఊషణా-ఆ-సీ-పిప్పలీలతా॥ తె॥ పిప్పలితీఁగె.

ఊషరః-అ-త్రి-క్షారమృద్భూమిః॥ తె॥ చవుటినేల.

ఊషవాన్-త్-త్రి-క్షారమృద్భూమిః॥ తె॥ చవుటినేల.

ఊష్మః-అ-పు-గ్రీష్మర్తుః॥ తె॥ఎండకాలము.

ఊష్మకః-అ-పు-గ్రీష్మర్తుః॥ తె॥ ఎండకాలము.

ఊష్మలః-అ-పు-సూత్థానః॥ తె॥ శరీరముదాఁచనిబంటు.

ఊష్మా-న్-పు-గ్రీష్మర్తుః-౧తాపః-౨బాష్పః-౩ఆతపః॥ తె॥౧గ్రీష్మర్తుః-౨వెట్ట-౩కన్నీరు-౪ఎండ.

ఊష్మాగమః-అ-పు-గ్రీష్మర్తుః॥ తె॥ వేసవికాలము.

ఊష్మావగమః-అ-పు-గ్రీష్మర్తుః॥ తె॥ ఎండకారు.

ఊహః-అ-పు-వితర్కః॥ తె॥తలపోయుట.

ఊహనీ-ఈ-సీ-సమ్మార్జనీ॥ తె॥చీపురు.

ఊహా-ఆ-సీ-బుద్ధివిశేషః॥ తె॥బుద్ధిభేదము.

ఋ.

ఋ-ఋ-పు-కుంజరః-౧శైలః-౨దీవిశేషః-౩దేవః-౪రిపుః-౫భావః-౬వరమ్-౭ద్యౌః-౮దేవమాతా-౯నదీ-౧౦సుధా॥ పతత్పాంపదికమ్-సుపికృతె-ఆ-అరా-అరః-ఇత్యాదిరూపమ్॥ తె॥౧ఏనుఁగు-౨కొండ-౩బుద్ధివిశేషము-౪దేవత-౫శత్రువు-౬ఉనికి-౭బిలము-౮మిన్ను-౯వేల్పులతల్లి-౧౦ఏఱు-౧౧అమృతము.

ఋ-౦-౦-వాక్యమ్-౨గర్హణమ్॥ తె॥౧మాట-౨నింద.

ఋక్-జ్-సీ-ఋగ్వేదః॥ తె॥ ఋగ్వేదము

ఋక్థమ్-అ-న-ధనమ్-౨స్వర్ణమ్॥ తె॥ ౧ద్రవ్యము-౨బంగారము.

ఋక్షః-అ-(సీ)-నక్షత్రమ్-౨జ్యోతిషమ్॥ తె॥ ౧రిక్క-౨జ్యోతిషము.

ఋక్షః-అ-పు-శోణకః-౨భల్లూకః-౩పర్వతవిశేషః॥ తె॥ ౧దుండిగపుమ్రాను-౨ఎలుఁగుబంటి-౩ఒకానొకకొండ.

ఋక్షగన్ధికా-ఆ-సీ-క్షీరవిదారీ॥ తె॥ పాలుగలనేలగుమ్మడిచెట్టు.

ఋక్షపర్వతః-అ-పు-ఋక్షనామకశైలః॥ తె॥ ఋక్షమనుపేరుగలకొండ.

ఋక్షరః-అ-పు-ఋత్విక్॥

ఋక్షరాజః-అ-పు-జాంబవాన్॥

ఋగీ-ఈ-సీ-నేత్రాధోదేశః॥ తె॥ కటుమర్లు.

ఋచా-ఆ-సీ-ఋగ్వేదః॥ తె॥ ఋగ్వేదము.

ఋచీషమ్ అ-న-పిష్టకభర్జనపాత్రమ్॥ తె॥ బూరెలమూఁకుడు.

ఋచ్ఛరా-ఆ-సీ-గణికా॥ తె॥ బోగముది.

ఋజా-ఆ-సీ-ఋగ్వేదః॥ తె॥ ఋగ్వేదము

ఋజీ-ఈ-సీ-ఋగ్వేదః॥ తె॥ వేదములలో మొదటిది.

ఋజీషమ్-అ-న-రుచీషమ్-౨నరకభేదః॥ తె॥ ౧బూరులమూఁకుడు-౨ఒకానొకనరకము.

ఋజుః ఉ-త్రి-అవక్రః-౨వ్యుత్పత్తిరహితః॥ తె॥ ౧తిన్ననిది-౨జ్ఞానరహితుఁడు.

ఋజుకాయః-అ-పు-కశ్యపమునిః॥ తె॥ కశ్యపఋషి.

ఋజురోహితమ్-అ-న-ఇంద్రవజ్రాయుధమ్॥ తె॥ దేవేంద్రునియొక్కవజ్రాయుధము.

ఋజ్రః-అ-పు-నాయకః॥ తె॥ యజమాని.

ఋజ్రిగాయనమ్-అ-న-గంధర్వగానమ్॥ తె॥ గంధర్వగానము.

ఋజ్ఞాసనః-అ-పు-మేషః॥ తె॥ మేక.

ఋణమ్-అ-న-పర్యుదంచనమ్-౨రహితమ్॥ తె॥ ౧అప్పు-౨ఒకలెక్కలోపటియొకలెక్కతీసివేయడము.

ఋణమత్కుణః-అ-పు-ప్రతిభూః॥ తె॥ జామీనుదారుఁడు.

ఋణమారణః-అ-పు-లగ్నకః॥

ఋణీన్-త్రి-ఋణగ్రస్తః॥

ఋతః-అ-త్రి-సత్యవచనవాన్-౨దీప్తః-౩పూజితః॥ తె॥ ౧నిజముపలుకువాఁడు.

ఋతిః-ఇ-సీ-గతిః-౨జుగుప్సా-౩స్పర్ధా-౪మంగళమ్॥ తె॥ ౧గమనము-౨నింద-౩పగ-౪శుభము.

ఋతీయా-ఆ-సీ-ఘృణా-౨జుగుప్సా॥ తె॥ ౧వగచడము-౨నింద.

ఋతుః-ఉ-పు-మాసద్వయమ్-౨స్త్రీధర్మః-౩షట్సంజ్ఞా-౪భానుః-౫కీరః॥ తె॥ ౧రెండునెలలు-౨ముట్టు-౩ఆఱనులెక్క-౪సూర్యుఁడు-౫చిలుక.

ఋతుమతీ-ఈ-సీ-రజస్వలా॥ తె॥ ముట్టుది.

ఋతే-౦-౦-వర్జనే॥ తె॥ కాకయనుట.

ఋత్విక్-జ్-పు-యాజకః॥ తె॥ యాగముచేయించువాఁడు.

ఋద్ధమ్-అ-న-సమృద్ధిః-౨ఆవసితమ్॥ తె॥ ౧సంపూర్ణత-౨నూర్పినధాన్యము.

ఋద్ధః-అ-పు-సమృద్ధిః॥

ఋద్ధః-అ-త్రి-ఆవసితః॥ తె॥ నూర్పినధాన్యము.

ఋద్ధిః-ఇ-సీ-ద్రవ్యాంగమ్-౨ఋద్ధివృద్ధినామకౌషధీ-౩సమృద్ధిః-౪పార్వతీ॥ తె॥ ౧ద్రవ్యాంగము-౨ఋద్ధివృద్ధియనుపేరుగలమూలిక-౩నిండియుండుట-౪గౌరి.

ఋభుః-ఉ-పు-దేవః॥ తె॥ వేల్పు.

ఋభుక్షాః-న్-పు-ఇంద్రః॥ తె॥ దేవేంద్రుఁడు

ఋశః-అ-పు-తృణమ్-౨అవధిః॥ తె॥౧గడ్డి-౨ హద్దు.

ఋశ్యః-అ-పు - అశ్వాకారత్రిశృంగమృగః॥ తె॥ మనుబోఁతు.

ఋశ్యకేతుః-ఉ-పు-అనిరుద్ధః॥ తె॥ శ్రీకృష్ణుని మనుమఁడు.

ఋశ్యప్రోక్తా-ఆ-సీ - కండూరాలతా-౨ నారాయణీలతా॥ తె॥ ౧దూలగొండిచెట్టు-౨పిల్లిపీచర.

ఋశ్యా-ఆ-సీ-కండూరాలతా॥ తె॥ దూలగొండిచెట్టు.

ఋషభః-అ-పు - కపివిశేషః-౨వృషభః - ౩ సంగీతస్వరవిశేషః-నిత్యముత్తరపదే-౪ సజాతీయసమూహశ్రేష్ఠః-౫కర్ణరంధ్రమ్-౬మత్తగజః-౭వరాహపుచ్ఛమ్-౮పర్వతవిశేషః-౯మునివిశేషః॥ తె॥౧ ఒకానొక కోతి-౨ఎద్దు- ౩ ఒకానొకసంగీతస్వరము-౪ ఈశబ్దముత్తరపదముగానుండునపుడు సరియైనవారి గుంపులో గొప్పవాఁడనునర్థము-౫ చెవులయొక్క రంధ్రము-౬మదపుటేనుఁగు-౭ పందితోక-౮ఒకానొకకొండ-౯ ఒకానొక ఋషి.

ఋషభీ-ఈ-సీ-నరాకారస్త్రీ॥

ఋషిః-ఇ-పు- వ్యాసాదిః - ౨ఋషిమతప్రవర్తకః-౩ వేదః-౪జ్ఞానవృద్ధః - ౫దిగంబరః॥ తె॥౧వ్యాసులు మొదలైనవారు- ౨ ఋషులయొక్క మతమును ప్రవర్తింపఁజేయువాఁడు-౩ వేదము-౪జ్ఞానముచేతఁ బెద్దవాఁడు-౫దిసమొలవాఁడు.

ఋషికుల్యా-ఆ-సీ-నదీవిశేషః॥ తె॥ ఒకానొకయేఱు.

ఋషిచాన్ద్రాయణమ్-అ-న - చాంద్రాయణవిశేషః॥ తె॥ ఒకానొకచాన్ద్రాయణము

ఋషిశస్త్రః-అ-పు-కుశః॥ తె॥ కుశదర్భగడ్డి.

ఋషీతకః-అ-పు-శ్వేతకాకః॥ తె॥ తెల్లకాకి.

ఋష్టిః-ఇ-పు-ఖడ్గః॥ తె॥ కత్తి.

ఋష్యప్రోక్తా-ఆ-సీ-శతమూలీ-౨ శూకశింబీ-౩అతిబలా-౪కండూరాలతా.

ఋష్యమూకః-అ-పు-పర్వతవిశేషః॥

ఋష్యశృఙ్గః-అ-పు-మునివిశేషః॥

ౠ

ౠ-౦-౦-వాక్యమ్-౨రక్షా-౩నిందా-౪భయమ్॥ తె॥౧వచనము.

ౠః-ౠ-పు-చికురః-౨సర్పదృష్టిః-౩విగతసంపత్-౪హేమః-౫పద్మమ్-౬స్వర్గః-౭ధనమ్-౮భూషణమ్-౯జంబూః-౧౦భైరవః-౧౧దనుజః-ౠః-రౌ-రః ఇత్యాదిరూపమ్॥ తె॥౧తలవెండ్రుక-౨ పాముయొక్క కన్ను-౩బీదవాఁడు-౪బంగారము-౫తామర-౬దేవలోకము-౭ద్రవ్యము-౮తొడవు-౯నేరేడుచెట్టు-౧౦భైరవుఁడు-౧౧రక్కసుఁడు.

ఌ

ఌః-ఌ-పు-మహాదేవః-౨సర్వః-౩గజదంతః-౪కుళీరదంతః-౫స్వర్గః-౬నప్తా-౭రక్షా-౮లిప్తగాత్రమ్-సుపికృతే-ఆ-అలౌ-అలః ఇత్యాదిరూపమ్॥ తె॥ ౧శివుఁడు-౨సమస్తము-౩ఏనుఁగుదంతము-౪ఎండ్రకాయ-౫స్వర్గము-౬కూఁతురుబిడ్డ-౭కాపాడుట-౮పూయఁబడినశరీరము.

ఏ

ఏ-౦-౦-దుఃఖభావనమ్-౨కోపః-౩ప్రత్యతః-౪సన్నిధిః-౫స్మృతిః-౬ఆహ్వానమ్-

౭ ఆమంత్రణమ్॥ తె॥ ౧ శోకము తలఁచుట ౨ క్రోధము- ౩ కానఁబడునది - ౪ సమీపము-౫ స్మరణ - ౬ పిలచుట-౭ నీయిష్టమని సెలవిచ్చుట.

ఏః-ఏ-పు-హరిః-౨ తేజః-౩ జలమ్- ౪ రాత్రిః-౫ హార్మ్యోదరమ్-౬ ఆకాశః-౭ ఏకాదశసంఖ్యా-౮ మణికుట్టిమః॥ తె॥ ౧ విష్ణువు-౨ తేజస్సు-౩ ఉదకము-౪ రేయి-౫ మేడలయొక్క నడిమిభాగము - ౬ మిన్ను- ౭ పదునొకటియను లెక్క - ౮ రత్నమయమైన శిరోగృహము.

ఏకమ్-అ-న-ఏకత్వసంఖ్యా॥ తె॥ ఒకటి.

ఏకః-అ-త్రి-సర్వనామవిశేషః-౨ ఏకత్వసంఖ్యావాన్-౩ ఏకాకీ-౪ అన్యః- ౫ ముఖ్యః-౬ కేవలః॥ తె॥ ౧ ఒకానొక సర్వనామశబ్దము-౨ ఒకటియను లెక్కగలవాఁడు - ౩ ఒంటరిగాఁడు - ౪ పరాయివాఁడు-౫ ప్రధానుఁడు-౬ అసహాయుఁడు.

ఏకకః-అ-త్రి-ఏకాకీ॥ తె॥ ఒంటరిగాఁడు.

ఏకకుణ్డలః-అ-పు-కుబేరః-౨ బలరామః - ౩ శేషసర్పః॥ తె॥ ౧ కుబేరుఁడు- ౨ బలరాముఁడు-౩ ఆదిశేషుఁడు.

ఏకచక్రమ్-అ-న-శుంభపురీ.

ఏకచరః-అ-పు-గండకమృగః.

ఏకతమః-అ-త్రి-బహూనామ్మధ్యేఏకః.

ఏకతరః-అ-త్రి-ద్వయోర్మధ్యేఏకః-౨ అనన్యః

ఏకతానః-అ-పు - గీతవాద్యతాళన్యాసక్రియాసమత్వమ్॥ తె॥ గానము, వాద్యము, తాళము, ఇవి సరిగానుండుట.

ఏకతానః-అ-త్రి-ఏకాగ్రచిత్తః॥ తె॥ ఒకేమనస్సుఁగలవాఁడు.

ఏకతాలః-అ-పు - గీతవాద్యతాలన్యాసక్రియాసమత్వమ్-౨ తాలప్రాణకలావిశేషః॥ తె॥ ౧ గానము-వాద్యము - తాళము-ఇవి సరిగానుండుట-౨ తాల ప్రాణభూతమైనకలావిశేషము.

ఏకత్ర-౦-౦-ఏకస్మిన్.

ఏకత్రింశః-అ-త్రి-ఏకత్రింశత్పూరణః॥ తె॥ ముప్పదియొక్కటవది.

ఏకత్రింశః-అ-పు-చంద్రః-౨ వినాయకకరః॥ తె॥ ౧ రేవెలుఁగు-౨ గణపతిహస్తము.

ఏకత్రింశత్-త్-సీ- ఏకాధికత్రిదశసంఖ్యా-౨ ఏకాధికత్రిదశసంఖ్యావంతః॥ తె॥ ౧ ముప్పదియొక్కటి-౨ ముప్పదియొక్క వస్తువులు.

ఏకథా-౦-౦ ప్రకారాంతరేణ॥ తె॥ ఒకప్రకారముగాను.

ఏకదన్తః-అ-పు-వినాయకః॥ తె॥ గణపతి.

ఏకదా-౦-౦- ఏకకాలే॥ తె॥ ఒక్కమాఱుగా

ఏకద్వా-అ-త్రి-ఏకోవాద్వౌ వేత్యర్థే॥ తె॥ ఒకటి రెండు,

ఏకధా-౦-౦-ఏకప్రకారః॥ తె॥ ఒకప్రకారము.

ఏకధురః-అ-పు-ఏకధురీణః॥ తె॥ ఒకవిధపు బరువు మోయుజంతువు.

ఏకధురావహః-అ-పు-ఏకధురీణః॥ తె॥ ఒకవిధపుబరువు మోయుజంతువు.

ఏకధురీణః-అ-పు-ఏకధురంధరః॥ తె॥ ఒకవిధపుబరువు మోయుజంతువు.

ఏకపత్నీ-ఈ-సీ-పతిపత్నీ॥ తె॥ ఒకపెనిమిటిఁగలపెండ్లాము.

ఏకపదమ్-అ-న-తత్కాలః॥ తె॥ సద్యస్కాలము.

ఏకపదః-అ-పు-రతిబంధవిశేషః॥ తె॥ ఒకానొకరతిబంధము.

ఏకపదీ-ఈ-సీ-మార్గః॥ తె॥ త్రోవ.

ఏకపాటలా-ఆ-సీ-పార్వతీ॥ తె॥ శివునిల్లాలు.

ఏకపిఙ్గః-అ-పు-కుబేరః॥ తె॥ ఉత్తరదిక్కు-నక ధిపతి.

ఏకయష్టికా-ఆ-సీ-హారవిశేషః॥ తె॥ ఒకానొక హారము.

ఏకరాత్రః-అ-పు-యాగవిశేషః-౨జామాతా॥ తె॥ ౧ఒకదినములోఁజేయునట్టియజ్ఞము-౨అల్లుఁడు.

ఏకవాచకానుప్రవేశసఙ్కరః-అ-పు-అలంకారవిశేషః॥ తె॥ఒకానొకయలంకారము.

ఏకవారిః-ఇ-సీ-కరవాలికా॥ తె॥నిమిచాకత్తి.

ఏకవింశన్మహామణిః-ఇ-పు-ఆధారదండః॥ తె॥ వెన్నెముక.

ఏకవీరః-అ-పు-రాధేయః-౨శ్రీరామః-౩అర్జునః-౪ఏకవీరః-౫కురంగః-౬సువీరకవృక్షః॥ తె॥౧కర్ణుఁడు-౨శ్రీరాముఁడు-౩అర్జునుఁడు-౪ఒకవీరుఁడు-౫జింక.

ఏకశః-అ-పు-బ్రాహ్మణః॥ తె॥ బాపఁడు

ఏకశః-౦-౦-ఏకైకమితివీప్సా॥ తె॥ ఒకటొకటిచొప్పున.

ఏకసర్గః-అ-త్రి-ఆక్రోశనమ్॥ తె॥తిట్టుట.

ఏకసూత్రః-అ-పు-ఏకసూత్రవద్వైడూర్యమ్-౨డమరువాద్యమ్॥ తె॥౧ఒకవిధమైనవైడూర్యమణి.

ఏకహాయనీ-ఈ-సీ-ఏకవత్సరగౌః॥ తె॥ ఏడాదిపెయ్య.

ఏకాకీ-న్-త్రి-ఏకకః॥ తె॥ఒంటరిగాఁడు.

ఏకాక్షః-అ-పు-వాయసః॥ తె॥కాకి.

ఏకాక్షః-అ-త్రి-కాణః.

ఏకాగ్రః-అ-త్రి-ధీరః-౨ఏకతానః॥ తె॥ ౧ధైర్యశాలి-౨ఏకాగ్రచిత్తుఁడు,

ఏకాగ్ర్యః-అ-త్రి-ఏకాగ్రచిత్తః॥ తె॥ ఏకాగ్రచిత్తుఁడు,

ఏకాఙ్గులమ్-అ-న-మూత్రమ్॥ తె॥ఉచ్చ.

ఏకాణ్డః-అ-త్రి-అఖండః॥ తె॥పూర్ణము.

ఏకాదశ-న్-త్రి-ఏకాదశసంఖ్యావంతః-౨ఏకాదశసంఖ్యా॥ తె॥౧పదునొకొండువస్తువులు-౨పదునొకొండు.

ఏకాదశః-అ-(సీ)-ఏకాదశపూరణః॥ తె॥ పదునొకొండవది.

ఏకాదశకమ్-అ-న-ఏకాదశసంఖ్యా॥ తె॥పదునొకండు,

ఏకాదశధా-౦-౦-ఏకాదశప్రకారేణ॥ తె॥ పదునొకొండువిధములుగాను.

ఏకాదశీ-ఈ-సీ-తిథివిశేషః-౨ఏకాదశతంత్రీయుక్తవీణా॥ తె॥౧పదియేనుతిథులలోనొకటి-౨పదునొకతంతులుగలవీణ.

ఏకాన్తమ్-అ-న-అతిశయః-౨రహస్యమ్॥ తె॥ ౧హెచ్చు-౨రహస్యము,

ఏకాన్తః-అ-త్రి-అతిశయవాన్॥ తె॥హెచ్చుఁగలవాఁడు,

ఏకాబ్దా-ఆ-సీ-ఏకవత్సరగౌః॥ తె॥ ఏడాదిపెయ్య,

ఏకాయనః-అ-పు-ఏకాయనమతప్రవర్తకః॥

ఏకాయనః-అ-త్రి-ఏకాగ్రచిత్తః॥

ఏకాయనగతః-అ-త్రి-ఏకాగ్రచిత్తః॥ తె॥ దానియొందుంచునట్టిమనస్సుఁగలవాఁడు.

ఏకావలీ-ఈ-సీ-అలంకారవిశేషః-౨ఏకయష్టిముక్తాహారః॥ తె॥ ౧ఒకానొకయలంకారము-౨ఒకపేటగలముత్యాలహారము

ఏకాష్ఠీలః-అ-పు-శివమల్లీ॥ తె॥ బకపుష్పపుచెట్టు.

ఏకాష్ఠీలా-ఆ-సీ-పాఠా-౨బకపుష్పవృక్షః॥ తె॥౧పాటలిచెట్టు-౨బకపుష్పపుచెట్టు.

ఏకోనవింశః-అ-త్రి-ఏకోనవింశతిసంఖ్యాపూరణః॥ తె॥పందొమ్మిదవది

ఏకోనవింశతిః-ఇ-స్త్రీ-సంఖ్యావిశేషః-౨ఏకోనవింశతిసంఖ్యావంతః॥ తె॥ ౧పందొమ్మిది-౨పందొమ్మండ్రు.

ఏకోనవింశతికృత్వః-౦-౦- ఏకోనవింశత్యావృత్తిః॥ తె॥పందొమ్మిదిమాఱ్లు.

ఏకోనవింశతిధా-౦-౦-ఏకోనవింశతిప్రకారేణ॥ తె॥ పందొమ్మిదివిధములుగాను.

ఏకోనవింశతిశః-౦-౦-ఏకోనవింశతివీప్సా॥ తె॥పందొమ్మిదేసి.

ఏడః-అ-త్రి-బధిరః॥ తె॥ చెవిటివాఁడు.

ఏడకః-అ-పు-మేషః॥ తె॥పొట్టేలు.

ఏడకా-ఆ-స్త్రీ-మేషీ॥ తె॥ఆఁడుగొఱ్ఱె.

ఏడగజః అ-పు-ప్రపున్నాటః॥ తె॥తగిరిసచెట్టు

ఏడమూకః-అ-పు-అధీరః-౨శఠః-౩వాక్ఛ్రుతిరహితః॥ తె॥ ౧ధైర్యములేనివాఁడు - ౨జాణము-౩నోరుచెవిరెండునులేనివాఁడు

ఏడుకమ్-అ-న-అంతర్న్యస్తకీకసభిత్తిః॥ తె॥ రాటలువేసిపెట్టినగోడ.

ఏడూకమ్-అ-న-అంతర్న్యస్తకీకసభిత్తిః॥ తె॥ రాటలువేసిపెట్టినగోడ.

ఏణః-అ-పు-కృష్ణహరిణః॥ తె॥నల్లయిఱ్ఱి.

ఏణీ-ఈ-స్త్రీ-హరిణీ॥ తె॥ లేడి.

ఏతః-అ-పు-తిలతండులవన్మిశ్రసర్వవర్ణః- ౨మృగః॥ తె॥౧చిత్రవర్ణము-౨మృగము.

ఏతః-అ-త్రి-తిలతండులవన్మిశ్రసర్వవర్ణవాన్-౨ఆగతః॥ తె॥ ౧చిత్రవర్ణముగలది-౨వచ్చినది.

ఏతత్-ద్-త్రి-పురోవర్తిపదార్థః॥ తె॥ ఎదుటనుండువస్తువు.

ఏతనః-అ-పు-నిశ్శ్వాసః॥

ఏతర్హి-౦-౦-అస్మిన్కాలే॥ తె॥ఇప్పుడు.

ఏతశః-అ-పు-బ్రాహ్మణః॥

ఏతాదృక్-శ్-త్రి-ఏతాదృశః॥ తె॥ ఇటువంటిది.

ఏతాదృక్షః-అ-పు-ఏతాదృశః॥ తె॥ ఇటువంటిది

ఏతాదృశః-అ-త్రి-ఏతాదృక్షః॥ తె॥ ఇటువంటిది.

ఏతావత్-త్-త్రి-ఏతత్పరిమాణమ్

ఏధః-అ-పు-ఇంధనమ్॥ తె॥పొయికట్టె

ఏధః-స్-న-ఇంధనమ్॥ తె॥పొయికట్టె.

ఏధా-ఆ-స్త్రీ-సమృద్ధిః॥ తె॥నిండారు,

ఏధితః-అ-త్రి-ప్రవృద్ధః॥ తె॥ వృద్ధిపొందినది,

ఏనః-స్-న-పాపమ్-౨అపరాధః - ౩నిందా॥ తె॥౧ దోసము-౨నేరము-౩నింద,

ఏనీ-ఈ-స్త్రీ-నానావర్ణవద్వస్తు॥ తె॥అనేకవర్ణములుగలవస్తువు,

ఏరకః-అ-పు-మేషః॥ తె॥ మేక,

ఏరకా-ఆ-స్త్రీ-మేషీ-౨గుంద్రమూలాతృణమ్॥ తె॥౧ఆఁడుమేక,

ఏరఙ్గః-అ-పు-మత్స్యభేదః॥

ఏరణ్డః-అ-పు-ఆమండవృక్షః॥ తె॥ ఆముదపుచెట్టు,

ఏరణ్డపత్రికా-ఆ-స్త్రీ-నాగదంతీవృక్షః॥

ఏరణ్డఫలా-ఆ-స్త్రీ-నాగదంతీవృక్షః॥ తె॥ నాగదంతిచెట్టు,

ఏరణ్డా-ఆ-స్త్రీ-పిప్పలీ.

ఏర్వారుః-ఊ-పు-కర్కటీభేదః॥

ఏలవాలుకమ్-అ-న-సుగంధిద్రవ్యవిశేషః॥

ఏలబిలః-అ-పు-కుబేరః॥

ఏలా-ఆ-స్త్రీ-వత్రలాలతా॥ తె॥ఏలకిచెట్టు,

ఏలాపత్రమ్-అ-న-తక్కోలా॥ తె॥తక్కోలపుచెట్టు,

ఏలాపర్ణీ-ఈ-స్త్రీ-రాస్నా॥ తె॥ పిరంగిచెక్క,

ఏలాపుత్రః-అ-పు- దేవతాడనిసర్పవిశేషః॥

ఏలావాలుకమ్-అ-న - హరివాలుకమ్॥ తె॥ తూఁటురుబుడసుచెట్టు,

ఏలీ-ఈ-సీ-బంధికాపర్యాయః॥ తె॥ చీలమండబుడి పెలకిందమడమలమీదను,

ఏలీకా-ఆ-సీ-సూక్ష్మైలా॥

ఏవ-౦-౦-ఇతరవ్యవచ్ఛేదః-౨అవజ్ఞానమ్-౩ఆలంభనే-౪సామ్యమ్-౫నియోగః-౬వాక్యపూరణమ్-౭వినిగ్రహః॥ తె॥ ౧అయ్యోవే-౨అవమానము-౩చంపుట-౪పాటి.

ఏవమ్-౦-౦-ఇవార్థే-౨అఙ్గీకారః-౩ఇతరవ్యవచ్ఛేదః-౪స్వయమంగీకారః-౫ఇత్థమర్థః-౬ప్రకారః-౭ఔపమ్యమ్-౮నిశ్చయః-౯ప్రకృతపరామర్శః-౧౦ఉపదేశః-౧౧నిర్ధారణమ్-౧౨అపృచ్ఛా-౧౩పరకృతిః॥ తె॥ ౧వలెను-౨అసమ్మతించుట-౩అయ్యోవే-౪రమాబాగు-౫ఇట్లు-౬తెఱఁగు-౭పోలడము-౮నిజము-౯ప్రకృతమును పరామర్శించుట-౧౦ఉపదేశము-౧౧నిర్ధారణము.

ఏషణః-అ-పు-లోహమయబాణః॥

ఏషణికా-ఆ-సీ-నారాచీ॥ తె॥ బంగారపుపనివానిచీరణము, సేనమున్ను.

ఏషణీ-ఈ-సీ-వ్రణమార్గానుసారిణీ-౨తులావిశేషః॥ తె॥ ౧వ్రణమార్గమున ననుసరించునది-౨త్రాసులో భేదము.

ఏషా-ఆ-సీ-ఇచ్ఛా-౨ఏతచ్ఛబ్దస్య స్త్రీలింగేచ.

ఏహిమన్యే-౦-౦-ప్రహాసాదౌ॥ తె॥ అపహాస్యము.

ఐ

ఐ-౦-౦-స్మృతిః-౨ఆహ్వానమ్-౩ఆమంత్రణమ్॥ తె॥ ౧ఆకలింతకు తెచ్చునది-౨పిలుచుట-౩మీయిష్టమని సెలవిచ్చుట.

ఐః-ఐ-పు-హరః-౨అద్రికటకమ్-౩దిఙ్ముఖమ్-౪త్వక్-౫హస్తః-ఐః-ఆయౌ-ఆయః-ఇత్యాదిరూపమ్॥ తె॥ ౧శివుఁడు-౨కొండచరియ-౩దిక్కుయొక్క మొదటిభాగము-౪చర్మము-౫చేయి.

ఐకద్యమ్-౦-౦-ఏకదేశ్యర్థః॥ తె॥ ఒకవ్వఁడు.

ఐకధ్యమ్-౦-౦-ఏకప్రకారేణ॥ తె॥ ఒకవిధముగాను.

ఐకాగారికః-అ-పు-చోరః-౨ఏకాగారవాసీ॥ తె॥ ౧దొంగ-౨ఒక్కయింటిలో నుండువాఁడు.

ఐకాహికమ్-అ-న-ఏకాహాభవమ్॥

ఐక్యమ్-అ-న-యోజితమ్-౨ఏకీభావః॥ తె॥ ౧లెక్కకలియఁగూడడము-౨ఒకటికావడము.

ఐక్షురమ్-అ-న-ఇక్షురసజాతనీలవర్ణమధు-౨ఇక్షువికారః॥ తె॥ ౧చెరుకురసమువల్లఁజేసిననల్లనితేనె.

ఐఙ్గుదమ్-అ-న-ఇంగుదీఫలమ్॥

ఐణః-అ-త్రి-కృష్ణహరిణచర్మమాంసాదిః॥ తె॥ నల్లయిఱ్ఱియొక్క తోలు-మాంసము మొదలయినది.

ఐణేయః-అ-త్రి-కురంగీచర్మమాంసాదికమ్-౨రతిబంధవిశేషః॥ తె॥ ౧ఆఁడుజింకయొక్క తోలుమాంసము మొదలయినది-౨ఒకానొకరతిబంధము.

ఐతిహ్యమ్-అ-న-అలంకారవిశేషః-౨అనాదిప్రవాదః-౩పారంపర్యోపదేశః॥ తె॥ ౧ఒకానొకయలంకారము-౨పెద్దకాలముగానుండుజనవాదము.

ఐన్దవీ-ఈ-సీ-సరస్వతీ॥ తె॥ వాణి

ఐన్ద్రమ్-అ-న-పంచాంగయోగవిశేషః॥ తె॥ ఒకానొకపంచాంగయోగము.

ఐన్ద్రిః-అ-పు-ద్రోణకాకః-౨కాకాసురః-౩

అర్జునః-౪ జయంతః॥ తె॥ ౧ ఖాంతుకాకి-౨ కాకాసురుఁడు-౩ అర్జునుఁడు-౪ జయంతుఁడు.

ఐన్ద్రః-అ-(సీ) ఇంద్రదేవతాకః॥ తె॥ ఇంద్రుని దేవతగాఁగలది.

ఐన్ద్రజాలికః-అ-పు-మాయాకారకః॥ తె॥ గారడివాఁడు.

ఐన్ద్రలుప్తకః-అ-త్రి-ఖల్వాటః॥ తె॥ బట్టతలవాఁడు.

ఐన్ద్రాగ్నేయా-ఈ-సీ- విశాఖానక్షత్రమ్॥ తె॥ ఇంద్రాగ్నులు దేవతలుగాఁగల విశాఖానక్షత్రము.

ఐన్ద్రాణికమ్-అ-న-రతిబంధవిశేషః॥ తె॥ ఒకానొకరతిబంధము.

ఐన్ద్రియకః-అ-త్రి-ప్రత్యక్షః॥ తె॥ చూచినది విన్నది మొదలైనవి.

ఐన్ద్రీ-ఈ-సీ-శచీ-౨ జ్యేష్ఠానక్షత్రమ్-౩ దుర్గా-౪ ఇంద్రదేవతాకా-౫ అలక్ష్మీః-౬ ఇంద్రవారుణీ-౭ పలాం ౮ పూర్వదిక్॥ తె॥ ౧ శచీదేవి-౨ జ్యేష్ఠ-౩ పార్వతి-౪ ఇంద్రుఁడు దేవతగాఁగలది-౫ దౌర్భాగ్యము-౬ పెద్దపాపరచెట్టు-౭ పలఁకి-౮ తూర్పు.

ఐరావణః-అ-పు-ఇంద్రగజః-౨ నాగరంగవృక్షః-౩ సుధా॥ తె॥ ౧ దేవేంద్రుని యేనుఁగు-౨ నారంజిచెట్టు-౩ అమృతము.

ఐరావతమ్-అ-న-ఋజుదీర్ఘేంద్రచాపమ్॥ తె॥ వంకరలేక నిడుపైన యింద్రధనుస్సు.

ఐరావతః-అ-పు-ఇంద్రగజః-౨ రాజమేఘః-౩ దేవయోనిసర్పవిశేషః-౪ నాగరంగవృక్షః-౫ లికుచవృక్షః-౬ ఐరావతవర్షమ్॥ తె॥ ౧ ఇంద్రుని యేనుఁగు-౨ మేఘములలో గొప్పది-౩ దేవతులలోఁ జేరిన యొకానొకసర్పము-౪ నారంజిచెట్టు-౫ కమ్మరేఁగుచెట్టు-౬ ఐరావతమను పేరుఁగల ఖండము.

ఐరావతః-అ-(సీ)-తటిత్॥ తె॥ మెఱుపు.

ఐరావతీ-ఈ-సీ-విద్యుత్-౨ యమభార్యా-౩ ఐరావతభార్యా-౪ నదీవిశేషః॥ తె॥ ౧ మెఱుపు-౨ యమునియొక్క పెండ్లాము.

ఐరిణమ్-అ-న-పాంశవలవణమ్॥

ఐరేయమ్-అ-న-మద్యమ్॥ తె॥ కల్లు.

ఐలబిలః-అ-పు-కుబేరః-౨ దిలీపనృపః॥ తె॥ ౧ కుబేరుఁడు-౨ దిలీపుఁడను రాజు.

ఐలేయమ్-అ-న-హరివాలుకలతా॥ తె॥ కూఁతురుబుడమ.

ఐలేయః-అ-పు-పురూరవశ్చక్రవర్తీ॥ తె॥ పురూరవుఁడను పేరుఁగల చక్రవర్తి.

ఐశానీ-ఈ-సీ-ఈశానపట్టణమ్॥ తె॥ ఈశానునియొక్క ప్రోలు.

ఐశ్వర్యమ్-అ-న-శివలీలావిభూతిః-౨ సంపత్తిః॥ తె॥ ౧ శివునియొక్క యష్టైశ్వర్యములు-౨ కలిమి.

ఐషమః-౦-౦-వర్తమానవత్సరః॥ తె॥ ఈసంవత్సరము.

ఐషమస్తనః-అ-త్రి-ఐషమస్త్యః॥

ఐష్టికః-అ-పు-యష్టిధరః॥ తె॥ దుడ్డుకఱ్ఱఁబట్టువాఁడు.

ఐహికః అ-త్రి-ఇహభవః॥

ఓ

ఓ-ఓః-పు-విరించిః-౨ కుబేరః-౩ చంద్రః-౪ మేఘః-౫ జీవః-౬ యోనిః-౭ పద్మమ్-౮ కుడ్యమ్-౯ జలమ్-౧౦ చక్రమ్-పతత్త్రిపదకమ్-ఓ ఔః-ఆవౌ-అవః- ఇత్యాదిరూపమ్॥ తె॥ ౧ నలువ-౨ కుబేరుఁడు-౩ జాబిల్లి-౪ మేఘము-౫ జీవాత్మ-౬ భగము - ౭ తామర-

౮ గోడ-౯ ఉదకము-౧౦ చక్రము.

ఓ-౦-౦-సంబుద్ధిః-౨ ఆహ్వానమ్-౩ స్మరణమ్-౪ దయా॥ తె॥ ౧ పిలచుట.

ఓమ్-౦-౦-అంగీకారః-౨ పరమాత్మా-౩ ఉపక్రమః॥ తె॥ ౧ సమ్మతము-౨ పరబ్రహ్మము-౩ ఆరంభము.

ఓకమ్-అ-న-గృహమ్॥ తె॥ ఇల్లు.

ఓకః-స-న-గృహమ్॥ తె॥ ఇల్లు.

ఓకః-అ-పు-గృహమ్॥ తె॥ ఇల్లు.

ఓకణః-అ-పు-యూకః॥ తె॥ పేను.

ఓకణిః-ఇ-పు-యూకః॥ తె॥ పేను.

ఓఘః-అ-పు-శీఘ్రనృత్తగీతవాద్యలయః-౨ సమూహః-౩ ప్రవాహః-౪ ద్రుతనృత్తమ్-౫ పరంపరా-౬ ఉపదేశః॥ తె॥ ౧ శీఘ్రమయిననృత్తగీతవాద్యములుసరిగానుండుట-౨ గుంపు-౩ వరద ౪ శీఘ్రనాట్యము ౫ పరంపర-౬ తెలియపరచడము.

ఓఙ్కారః-అ-పు-ప్రణవః॥ తె॥ ప్రణవము.

ఓజః-స-న-శబ్దగుణః-౨ జ్ఞానమ్-౩ బలమ్-౪ గర్వః-౫ ప్రకాశః-౬ తేజః-౭ ధాత్వవష్టంభః-౮ ధాతుప్రకాశః॥ తె॥ ౧ శబ్దగుణము-౨ తెలివి-౩ బలిమి-౪ అహంకారము-౫ వెలుగు-౬ కాంతి-౭ ధాతువుయొక్క పట్టు-౮ ధాతువుయొక్క ప్రకాశము.

ఓజోశనః-అ-పు-జ్వరవిశేషః॥ తె॥ ఒకానొక జ్వరము.

ఓడవః-అ-పు-రాగవిశేషః॥

ఓడికా-ఆ-సీ-ధాన్యవిశేషః॥

ఓడ్రః-అ-పు-జనః-౨ జపావృక్షః-౩ జనపదవిశేషః॥ తె॥ ౧ మనుజులు-౨ దాసనచెట్టు-౩ ఒకానొకదేశము-అనగా- ఓడ్రదేశము.

ఓడ్రపుష్పమ్-అ-న-జపా॥ తె॥ దాసనపువ్వు.

ఓతుః-ఉ-పు-మార్జాలః॥ తె॥ పిల్లి.

ఓదనః-అ-(సీ)-అన్నమ్॥ తె॥ కూడు.

ఓదనభక్షికా-ఆ-సీ-అన్నభక్షణమ్॥ తె॥ అన్నపుతిండి.

ఓదనాహ్వయా-ఆ-సీ-సహదేవీ॥ తె॥ ముత్తవపులగపుచెట్టు.

ఓషః-అ-పు-దాహః॥ తె॥ కాలడము.

ఓషధిః-ఇ-సీ-తరుగుల్మలతాతృణాదిః-౨ ఫలపాకాంతవ్రీహ్యాదిః॥ తె॥ ౧ చెట్టు-పొద-తీగె-గడ్డి మొదలయినది-౨ పండినవెనుక నశించునట్టివరి - అటువంటిచెట్టు మొదలయినది.

ఓషధీ-ఈ-సీ-తరుగుల్మలతాతృణాదిః-౨ ఫలపాకాంతవ్రీహ్యాదిః॥ తె॥ ౧ చెట్టు-పొద-తీగె-గడ్డి మొదలయినది-౨ పండినవెనుక నశించునట్టి-వరి-అటువంటిచెట్టు మొదలయినది.

ఓషధీశః-అ-పు-చంద్రః-౨ ద్రోణపర్వతః-౩ కర్పూరమ్॥ తె॥ ౧ రేవెలుగు - ౨ ద్రోణమను పేరుగలకొండ-౩ కర్పూరము.

ఓష్ఠముచ్ఛః-అ-పు- అశుభలక్షణమ్॥ తె॥ అమంగళచిహ్నము.

ఓష్ఠః-అ-పు-దశనవాసః-౨ చుంబనస్థానవిశేషః॥ తె॥ ౧ పెదవి-౨ చుంబనస్థానములలో భేదము.

ఓష్ఠపుష్పః-అ-పు-బంధూకవృక్షః॥

ఓష్ఠరోమాణి-న-న-పతిహంత్రీలక్షణమ్॥ తె॥ పెనిమిటిని చంపుదానికుండుగుఱుతు.

ఓష్ఠీ-ఈ-సీ-బింబఫలమ్॥

ఔ

ఔ-౦-౦-సంబుద్ధిః-౨ ఆహ్వానమ్-౩ విరోధః-౪ నిశ్చయః॥ తె॥ ౧ ఓయి-౨ పిలచుట-౩ పగ-౪ నిర్ణయము.

ఔః-ఔ-పు-అంబికాసుతః-౨అనంతః-౩విశుద్ధాంగః-౪దేవపుష్పకమ్-౫ఇంమకలాఽధ్వనిః- ఔః-ఆవౌ-ఆవః - ఇత్యాదిరూపమ్॥ తె॥౧పార్వతికొడుకు-౨ఆదిశేషుఁడు- ౩పరిశుద్ధమయినయవయవములుఁగలవాఁడు-౪దేవతలయొక్క పుష్పకవిమానము-౫చంద్రునియొక్క కళ.

ఔక్షకమ్-అ-న-బలీవర్దసమూహః॥ తె॥ ఎడ్లగుంపు.

ఔఖ్యమ్-అ-న-స్థాలీసంస్కృతాన్నాది॥

ఔచితీ-ఈ-స్త్రీ-ఉచితభావః-౨ఉచితకర్మ॥ తె॥ ౧ఉచితునియొక్క ధర్మము - ౨ఉచితునియొక్కపని.

ఔచిత్యమ్-అ-న- ఉచితభావః-౨ఉచితకర్మ-౩సత్యమ్-౪యోగ్యమ్॥ తె॥ ౧ఉచితునియొక్క ధర్మము-౨ఉచితునియొక్కపని ౩యథార్థము-౪తగినది.

ఔడవః-అ- పు- పంచస్వరయుక్తసంగీతరాగః॥ తె॥ఐదుస్వరములతోఁగూడినగానము

ఔడుమ్బరమ్-అ-న-కుష్ఠరోగవిశేషః - ౨తామ్రమ్॥

ఔత్తానపాదిః- ఇ- పు- ధ్రువనక్షత్రమ్॥ తె॥ ధ్రువనక్షత్రము.

ఔత్సర్గికః-అ-పు-సామాన్యవిధిః॥

ఔత్సుక్యమ్-అ-న-వ్యభిచారీభావవిశేషః- ౨ఉత్కంఠావిశేషః॥ తె॥ ౧ఒకానొకవ్యభిచారిభావము-౨ఒకానొకవిరహాసహిష్ణుత-అనగా,ఎడబాయజాలమి.

ఔదకమ్-అ-న-నీలరత్నమ్॥ తె॥ నల్లనిమణి.

ఔదనికః-అ-త్రి-పాచకః॥ తె॥వండేవాఁడు.

ఔదరికః-అ-పు-విజిగీషావివర్జితః॥

ఔదరికః-అ-త్రి- ఉదరమాత్రపోషకః॥ తె॥ పొట్టమాత్రముపోషించుకొనువాఁడు.

ఔదలావణికః-అ-త్రి-లవణజలసంస్కృతః తె॥నీళ్లుఉప్పునుకలిపిరాచినది.

ఔదశ్వితః-అ-త్రి - ఉదశ్విత్సంస్కృతః॥ తె॥చల్లతోతడిపినది.

ఔదస్వితః-అ-త్రి-ఉదశ్విత్సంస్కృతః॥ తె॥ చల్లతోతడిపినది.

ఔదార్యమ్-అ-న-ఉదారత్వమ్॥

ఔదాస్యమ్-అ-న-ఉపేక్షణమ్-౨వైరాగ్యమ్

ఔదుమ్బరమ్-అ-న-తామ్రమ్॥ తె॥రాగి.

ఔదుమ్బరః-అ-పు-వీణావిశేషః- ౨శ్రాద్ధదేవః-౩రోగవిశేషః॥ తె॥ ౧ఒకానొకవీణ-౨తద్దినపుదేవత-౩ఒకానొకవ్యాధి.

ఔద్దాలకమ్-అ-న-ఉద్దాలకకీటకృతవల్మీకాంతరోత్పన్నసువర్ణాభమధు॥ తె॥ పుట్టలోపుట్టినపచ్చటితేనె.

ఔద్దాలికమ్-అ-న-ఉద్దాలకకీటకృతవల్మీకాంతరోత్పన్నసువర్ణాభమధు॥ తె॥ పుట్టలోపుట్టినపచ్చటితేనె.

ఔద్భిజ్యమ్-అ-న-పాంశవలవణమ్॥

ఔద్భిదమ్-అ-న-ఊషంజరమ్॥ తె॥పట్టుఉప్పు.

ఔద్వాహికమ్-అ-న - ఉద్వాహకాలేలబ్ధంధనమ్॥

ఔపగవః-అ-పు-ఉపగుపురుషసంతానః॥ తె॥ ఉపగనువానికొడుకు.

ఔపగవకమ్-అ-న-ఉపగవగోత్రాపత్య సమూహః॥ తె॥ ఉపగవుడనువానికులమందుఁబుట్టినవారు.

ఔపగవీ-ఈ-స్త్రీ-ఉపగుస్త్రీసంతానః॥ తె॥ఉపగనువానికూఁతురు.

ఔపగ్రస్తికః-అ - పు - రాహుగ్రస్తరవిబింబః॥

ఔపనిధికమ్-అ-న-ఉపనిధిః- ౨ప్రీత్యాభోగార్థమర్పితద్రవ్యమ్॥

ఔపమ్యమ్-అ-న-సాదృశ్యమ్॥
ఔపయికః-అ-త్రి-ఉచితః-౨ఉపయుక్తః॥ తె॥ ౧తగినది, ౨యొప్పు.
ఔపరమ్-అ-న-కాచలవణమ్॥ తె॥ చవుట
ఔపవస్తమ్-అ-న-ఏకవారాశనదినమ్॥ తె॥ ఒకప్పూటభోజనము చేయుదివసము.
ఔపసర్గికః-అ-పు-త్రిదోషజరోగవిశేషః॥
ఔపసర్గికః-అ-త్రి-ఉపసర్గసంబంధీ॥
ఔపస్థ్యమ్-అ-న-ఉపస్థేంద్రియసుఖమ్॥
ఔపానహ్యమ్-అ-న-పాదుకా-౨ఉపానత్॥ తె॥౧పావుకోళ్లు-౨చెప్పులు.
ఔమీనమ్-అ-న-ఉమాభవనోచితక్షేత్రమ్॥ తె॥అగసిచెల్లయ్యేనేల.
ఔరగమ్-అ న ఆశ్లేషానక్షత్రమ్॥ తె॥ ఒకానొకనక్షత్రము.
ఔరభ్రః-అ-పు-కంబలః॥
ఔరభ్రకమ్-అ-న- ఉరభ్రసమూహః॥ తె॥ గొఱ్ఱెపోతులగుంపు.
ఔరసః-అ-పు-ధర్మపత్నీజాతపుత్రః॥ తె॥ ధర్మయందుపుట్టినకొడుకు.
ఔరస్యః-అ-పు-ఔరసపుత్రః॥
ఔర్ధ్వః-అ-పు-ఔర్ధ్వమతప్రవర్తకః॥ తె॥ ఔర్ధ్వమనేపేరుగల మతప్రవర్తకుఁడు.
ఔర్ధ్వదైహికమ్-అ-న-మృతదినకృతదానమ్॥ తె॥చచ్చిననాఁడుచేయుదానము.
ఔర్వమ్-అ-న-పాంశవలవణమ్॥
ఔర్వః-అ-పు-బడబానలః-౨ పంచప్రవరాంతర్గతమునివిశేషః॥ తె॥౧ సంద్రములోనుండునిప్పు.
ఔర్వవ్రతీన్-పు-జలాహారతపస్వీ॥ తె॥ జలము నాహారముగాఁగలిగి తపస్సుఁ జేయువాఁడు.
ఔర్వశేయః-అ-పు-అగస్త్యముని॥తె॥ అగస్త్యమహర్షి.
ఔలూకమ్-అ-న-ఉలూకసమూహః॥
ఔలూకః-అ-పు-యష్టిధరః-౨ షోడశపదార్థతర్కశాస్త్రజ్ఞః॥ తె॥ ౧దుడ్డుకఱ్ఱబట్టే వాఁడు-౨పదియాఱుపదార్థములుగలతర్కశాస్త్రముచదివినవాఁడు.
ఔలూక్యః-అ-పు-వైశేషికః-౨ వైశేషికశాస్త్రవిత్॥
ఔశనమ్-అ-న- ప్రియసాన్నిధ్యమ్-౨ నౌకాస్తంభాగ్రగ్రామశక్తిమహోత్సవః॥ తె॥౧ఇష్టునియొక్క-సన్నిధానము-౨ఓడకంబముయొక్క-చివరనుండుగ్రామదేవతకుఁజేయునట్టియుత్సవము-అనఁగా-సుఱుమానుసంభ్రమము.
ఔశీరమ్-అ-న-చామరమ్-౨దండః-౩శయనమ్-౪ఆసనమ్॥ తె॥౧సురటి-౨దుడ్డుకఱ్ఱ-౩పరుపు-౪ఆసనము-అనఁగాగద్దియ.
ఔషణమ్-అ-న-మరీచరసః॥ తె॥ మిరియాలరసము.
ఔషధమ్-అ-న-రోగహారిఫలమూలపత్రాదికమ్-౨ఫలమూలాదికృతౌషధమ్-౩ అనేకద్రవ్యకృతౌషధమ్॥ తె॥౧వ్యాధినిపోఁగొట్టునట్టిపండు-వేరు-ఆఁకు మొదలయినది-౨పండు - వేరు మొదలయినదానిచేతఁజేసినమందు-౩పెక్కు-సరుకులచేఁజేసినమందు.
ఔషరమ్-అ-న-అయస్కాంతః-౨పాంశవలవణమ్॥
ఔష్ట్రకమ్-అ-న-ఉష్ట్రసమూహః॥ తె॥లొట్టిపిట్టలగుంపు.
ఔష్ణ్యమ్-అ-న-ఉష్ణతా॥
ఔసినరః-అ-పు-షోడశరాజవిశేషః॥ తె॥ పదియాఱవరాజులలోనొకఁడు.

ం

ం-౦-ం-వక్రవాక్యమ్-౨దీర్ఘః-౩యోగః-౪వియోగః-౫సప్తస్వరాంతః-౬మాసః-౭పరంజ్యోతిః-౮పరబ్రహ్మ॥ తె॥౧కుటిలవాక్యము-౨నిడివి-౩సంబంధము-౪ఎడబాయుట-౫ఏడుస్వరములయొక్క కొస-౬నెల-౭ఉత్తమతేజస్సు-౮పరబ్రహ్మము.

ః

ః-౦-ం-శిఖా-౨సిద్ధమంత్రః-౩ప్రగ్రాహః-౪అర్కరథాశ్వః-౫చక్రమ్-౬కుక్కుటమూర్ధా-౭ఇందుబింబమ్-౮చతుర్ముఖః-౯విష్ణుః-౧౦రుద్రః॥ తె॥౧శిగ-౨సిద్ధిపొందినమంత్రముగలవాఁడు-౩పగ్గము-౪సూర్యుని తేరుయొక్క గుఱ్ఱము-౫బండికల్లు-౬కోడితల-౭చంద్రబింబము-౮బ్రహ్మదేవుఁడు-౯నారాయణుఁడు-౧౦ఈశ్వరుఁడు.

క

కమ్-అ-న-జలమ్-౨శిరః-౩సుఖమ్॥ తె॥౧ఉదకము-౨శీర్షము-౩సౌఖ్యము.

కమ్-౦-ం-శిరః-౨జలమ్-౩సుఖమ్-౪అంతరిక్షమ్॥ తె॥౧తల-౨నీరు-౩సౌఖ్యము-౪ఆకాశము.

కః-అ-పు-చతుర్ముఖః-౨విష్ణుః-౩అనిలః-౪అగ్నిః-౫అర్కః-౬యమః-౭ఆత్మా-౮మనః-౯శుద్ధిః-౧౦మయూరః-౧౧అబ్ధిః-౧౨శ్వేతవర్ణః-౧౩వనమ్-౧౪అద్భుతమ్॥ తె॥౧నలువ-౨హరి-౩గాలి-౪నిప్పు-౫రవి-౬జముఁడు-౭జీవాత్మ-౮డెందము-౯పరిశుద్ధి-౧౦నెమలి-౧౧మున్నీరు-౧౨తెలుపు-౧౩అడవి-౧౪ఆశ్చర్యము.

కః-మ్-త్రి-ప్రశ్నః-౨ఆక్షేపః-౩కుత్సా-౪వితర్కః-౫ప్రకారః॥ అయంసర్వనామశబ్దః॥ తె॥౧అడుగుట-౨ఆక్షేపించుట-౩నింద-౪సంశయము-౫తెరవు॥ ఇదిసర్వనామశబ్దము.

కంసమ్-అ-న-మద్యాదిపానపాత్రమ్॥

కంసః-అ-(సీ)-చషకః॥ తె॥గిన్నె-

కంసః-అ-పు-కృష్ణమాతులః-౨కాంస్యమ్-౩మానవిశేషః-౪మస్తః॥ తె॥ ౧కృష్ణుని మేనమామ-౨కంచు-౩తవ్వ-౪దుర్మార్గుఁడు

కంసకమ్-అ-న-చతురౌషధధాతువిశేషః-౨సతుహీరాకసిప్రభేదః-౩పుష్పకాసీసమ్-౪నయనౌషధమ్॥

కంసకారః-అ-(న)-జాతివిశేషః॥

కంసజిత్-త్-పు-శ్రీకృష్ణః॥

కంసవతీ-ఈ-సీ-కంసభగినీ॥

కంసహా-ఆ-పు-విష్ణుః॥

కంసా-ఆ-సీ-కంసభగినీ॥

కంసారాతిః-ఇ-పు-విష్ణుః॥

కకటికా-ఆ-సీ-కవచః॥ తె॥కవచము.

కకుః-ఉ-త్రి-అయోగ్యకర్మకర్తా॥ తె॥ కానిపనులను చేసెడివాఁడు.

కకుత్-ద్-సీ-రాజచిహ్నమ్-౨ప్రధానమ్॥ తె॥౧రాజుయొక్కలక్షణము-౨ముఖ్యము

కకుత్-ద్-స్త్రీ-అంసకూటః॥ తె॥ఎద్దుమూపురము.

కకుత్-ద్-సీ-జిహ్వా॥ తె॥నాలుక.

కకుదః-అ-(సీ)రాజచిహ్నమ్-౨ప్రాధాన్యమ్.

కకుదః-అ-పు-వృషభాఖ్యవృషః-౨కటిపశ్చాద్భాగః-౩అంసకూటః॥ తె॥౧ఎద్దుమూపురము. (నఅభోఁతు.)

కకుదీ-న్-పు-గోపతిః॥ తె॥ అచ్చుబోడిద}

కకుద్మతీ-ఈ-సీ-కటీ. (ద్భాగః॥
కకుద్మాన్-త్-పు - వృషభః-౨కటిపశ్చా
కకుప్-భ్-సీ- దిక్-౨శాస్త్రమ్-౩ధరణీ - ౪ చంపకమాలా॥ తె॥౧దెస-౨శాస్త్రము-౩పుడమి-౪చంపకపువ్వులదండ.
కకుభః-అ-పు-ప్రసేవకః- ౨నదీసర్జవృక్షః-౩ రాగవిశేషః॥ తె॥ ౧వీణకాయముఖమునందుండెకరిది-౨మద్దిచెట్టు.
కక్షమ్-అ-న-శుష్క కాననమ్॥
కక్షః-అ-ద్వి - స్త్రీకలాస్థానవిశేష చుంబనస్థానవిశేషనఖక్షతస్థానవిశేషాః - ౨బాహుమూలమ్॥
కక్షః-అ-పు-తృణమ్-౨వీరుత్ - ౩ పరిధానపశ్చాదంచలః-౪పరిధానాంచలః-౫పాపమ్-౬కచ్ఛః-౭సైరిభః॥ తె॥ ౩కిందికొంగు-౪కొంగు-౬కచ్చ-౭కారుమన్నపోతు
కక్షకః-అ-పు-ఉల్లాభః॥ తె॥ మేలుకట్టు.
కక్షమచ్ఛః-అ-పు-శుభలక్షణమ్॥
కక్షా-ఆ-సీ- గజమధ్యబంధనచర్మరజ్జుః - ౨గ్రాహణికా-౩ప్రకోష్ఠః-౪కాక్షీ - ౫స్పర్ధాకరః-౬రథభాగః॥ తె॥ ౧ఏనుఁగునడుముకుకట్టేతోలుపట్టె.
కక్షీవాన్-త్-పు-గజః॥ తె॥ఏనుఁగు.
కక్ష్యః-అ-పు-చంద్రికా॥ తె॥ వెన్నెల.
కక్ష్యః-అ-(సీ)-శుష్కాటవీ॥
కక్ష్యా-ఆ-సీ-దంతక్షతస్థానవిశేషః-౨తులా-౩వరత్రా-౪కాంచీ-౫గేహాదిప్రకోష్ఠకమ్-౬మధ్యమ్-౭ బంధనమ్-౮ప్రాకారః-౯పరీధానపశ్చాదంచలపల్లవః- ౧౦కచ్ఛా - ౧౧గజమధ్యబంధనచర్మరజ్జుః॥ తె॥౧చంక-౨తూచినయొత్తు- బంకున్న-౩తోలువారు-౪మొలనూలు - ౫ఇంటిముందరిచోపా- నాలుగింట్లనడుమున్న.

కఙ్కః-అ-పు-లోహపృష్ఠపక్షీ-౨యమః-౩ కపటద్విజః-౪మహోత్పలమ్-౫కఠోరః-౬కమనీయః॥ తె॥౧రాబులుఁగు-౨జముఁడు-౩కపటబ్రాహ్మణుఁడు- ౪పెద్దకలువ-౫క్రూరుఁడు-౬మనోహరుఁడు.
కఙ్కచిత్-త్-పు- కంకచయనయాగకర్తా॥
కఙ్కటః-అ-పు-కవచః-౨శివత్రిశూలమ్॥
కఙ్కటకః-అ-పు-శివః॥ తె॥హరుఁడు.
కఙ్కణమ్-అ-న-కటకమ్-౨ప్రతిసరః-౩ కరభూషణమ్-౪కటినమ్-౫బిందుః॥ తె॥ ౧ముంజేతికంకణము- ముంగాముగుగులు-౨దీక్షాదులయందుచేతకట్టిననూలిసూత్రము-౩పోచీలు,చేకట్లు.
కఙ్కతమ్-అ-న-ప్రసాధనికా॥ తె॥ దువ్వెన.
కఙ్కతికా-ఆ-సీ-ప్రసాధనీ॥ తె॥దువ్వెన.
కఙ్కపత్త్రః-అ-పు-బాణః-౨ధాన్యత్వక్-౩కటంగరః॥ తె॥౧బాణము-౨ధాన్యపుపొల్లు ౩ఊముక.
కఙ్కరమ్-అ-న-తక్రమ్-౨కుత్సితమ్॥ తె॥ ౧చల్ల.
కఙ్కష్ఠ్యమ్-అ-న-దంతమలం॥ తె॥పండ్లపాచి
కఙ్కసీ-ఈ-సీ-పానసీలతా॥ తె॥ఆకాకర.
కఙ్కాలః-అ-పు-౧ లప్రాణకలావిశేషః-౨అస్థిపంజరః॥ తె॥ ౨పక్కటెముకగుంపు.
కఙ్కుష్ఠమ్-అ-న - గజజాతకంకుష్ఠనామకగ్రంధ్యమ్॥
కఙ్కుష్ఠా-ఆ-సీ-స్వర్ణక్షీరీ॥ తె॥కంకుష్ఠమనేచెట్టు.
కఙ్కేలిః-ఇ-పు-అశోకవృక్షః॥
కఖ్ఖాణః-అ-పు-అశ్వః॥
కఙ్గుః-ఊ-సీ-ప్రియంగుసస్యమ్॥
కఙ్గుణీ-ఈ-సీ-జ్యోతిష్కసా-౨ప్రియంగుః॥ తె॥౧వెక్కుడుచెట్టు-౨కొఱ్ఱలు.

కఙ్గునీపత్రా-ఆ-స్త్రీ-పణ్యాంధాతృణమ్॥
కఙ్గులః-అ-పు-పాణిః॥
కచకిః-ఇ-స్త్రీ-చర్మకారశాలా॥ తె॥మాదిగవాఁడునుగొడారువాఁడును పనిఁజేయునట్టి తావు.
కచఙ్గనమ్-అ-న-విక్రయస్థానమ్॥ తె॥ అమ్మే తావు.
కచఙ్గలః-అ-పు-సముద్రః॥ తె॥సంద్రము.
కచఙ్గలా-ఆ-స్త్రీ-జంతుభూయిష్ఠభూమిః॥
కచపమ్-అ-న-తృణమ్-౨పత్రమ్.
కచపక్షః-అ-పు-కేశసమూహః.
కచపాశః-అ-పు-కేశసమూహః.
కచమాలః-అ-పు-ధూమః.
కచరా-ఆ-స్త్రీ-(స్త్రీ)వేషధారీపురుషః॥
కచరిపుఫలా-ఆ-స్త్రీ-శమీవృక్షః ॥ తె॥ జమ్మి చెట్టు.
కచహస్తః-అ-పు-కేశసమూహః.
కచా-ఆ-స్త్రీ-కరిణీ-౧శోభా-౨హస్తినీ.
కచాకచి-అ-అ-కచైఃకచైర్గృహీత్వాప్రవర్తమానయుద్ధమ్॥
కచాకు-ఉ-త్రి-దురాధర్షమ్-౨దుశ్శీలమ్॥
కచాకుః-ఉ-పు-సర్పః॥ తె॥పాము.
కచాటురః-అ-పు-పక్షివిశేషః॥ తె॥ ఒకానొక పక్షి.
కచామోదమ్-అ-న-వాలకమ్॥
కచుః-ఉ-స్త్రీ-కచ్వీకందః.
కచువరః-అ-పు-కర్ణికారః॥ తె॥ గోగుచెట్టు.
కచోరీ-ఈ-స్త్రీ-గంధమూలా॥ తె॥ కర్పూరపు చెండ.
కచ్చటమ్-అ-న-జలపిప్పలీ॥
కచ్చరమ్-అ-త్రి-మలినమ్-౨కుత్సితమ్॥
కచ్చరమ్-అ-న-తక్రమ్॥ తె॥చల్ల.
కచ్చరః-అ-త్రి-మలినః॥

కచ్చిత్-అ-అ- కామప్రవేదనమ్-౧ప్రశ్నః-౨వార్తా-౩సంభావనమ్-౪చమత్కారః-౫కోపః-౬వికారః-౭మదిరాపానమ్॥ తె॥౧ కావలసినది తెలుసుకొనవడము.
కచ్చూరః-అ-పు-గంధాహ్వః॥ తె॥ ఆటుగంధ్ల కచ్చూరము.
కచ్చూరకః-అ-పు-ద్రావిడకః॥ తె॥కచోరము.
కచ్ఛః-అ-పు-నద్యాదితీరమ్-౧నందివృక్షః-౨గుహ్యమ్-౩వస్త్రప్రాంతః-౪పార్శ్వమ్-౫వనమ్-౬ద్రుమః-౭పుష్పవనమ్-౮నేత్రరోగవిశేషః-౧౦దేశవిశేషః॥
కచ్ఛః-అ-(స్త్రీ)-జలసమృద్ధదేశః॥
కచ్ఛటికా-ఆ-స్త్రీ-కచ్ఛః,
కచ్ఛపః-అ-పు-నిధివిశేషః-౧కూర్మః-౨మకరః-౩మల్లబంధవిశేషః॥ తె॥ ౧తాబేలు-౨మొసలి.
కచ్ఛపః-అ-త్రి-కుత్సితః॥
కచ్ఛపసంస్థానః-అ-పు-జలసూకరః.
కచ్ఛపికా-ఆ-స్త్రీ-క్షుద్రరోగవిశేషః॥
కచ్ఛపీ-ఈ-స్త్రీ-సరస్వతీవీణా-౨ఢులీ॥ తె॥ ౨ ఆఁడుతాబేలు.
కచ్ఛరుహా-ఆ-స్త్రీ-దూర్వా.
కచ్ఛా-ఆ-స్త్రీ-వీదికా-౨వరాహీ॥
కచ్ఛాటికా-ఆ-స్త్రీ-కచ్ఛటికా॥
కచ్ఛుః-ఉ-స్త్రీ-రోగవిశేషః॥
కచ్ఛుఘ్నీ-ఈ-స్త్రీ-పటోలః-౨హపుషాభేదః॥
కచ్ఛురః-అ-పు-జారః॥
కచ్ఛురః-అ-త్రి-పామనః ॥ తె॥ గజ్జిపట్టినవాఁడు.
కచ్ఛురా-ఆ-స్త్రీ-యాసలతా॥ తె॥చిన్నరేగటి దూలగొండి.
కచ్ఛూః-ఊ-స్త్రీ-పామా॥ తె॥గజ్జి.
కచ్ఛూమతీ-ఈ-స్త్రీ-శూకశింబీ॥
కచ్ఛోటికా-ఆ-స్త్రీ-కచ్ఛః॥

కచ్ఛోరమ్-అ-న-శటీ॥
కజమ్-అ-న-కమలమ్॥
కజకః-అ-పు-క్రముకవృక్షః॥ తె॥ పోకచెట్టు.
కజ్జలమ్-అ-న-దీపశిఖా-౨అంజనమ్॥ తె॥౧దీవ పుకొడి-౨కాటుక.
కజ్జలః-అ-పు-మేఘః॥
కజ్జలధ్వజః-అ-పు-దీపః॥
కజ్జలరోచకః-అ-(సీ)-దీపాధారః॥
కజ్జలీ-ఈ-సీ-మత్స్యవిశేషః॥
కఞ్చటమ్-అ-న-జలజశాకవిశేషః॥
కఞ్చడః-అ-పు-కంచటప్రభేదః॥
కఞ్చుః-ఉ-పు-మురహరః-౨కబలః - ౩ఘాతుకః॥
కఞ్చుకః-అ-(సీ)-వారవాణః-౨చోలకః॥ తె॥ ౧దూదిబొంతచొక్కా-౨చొక్కా, రవికెయున్ను.
కఞ్చుకః-అ-పు-సర్పనిర్మోకః-౨ఆకాశః-౩కవచః-౪సితవస్త్రమ్॥ తె॥౧ పాముకుబుసము-౨ఆకసము-౩కవచము-౪తెల్లబట్ట
కఞ్చుకీ-న్-పు-సర్పః-౨ద్వారపాలః-౩భటః॥ తె॥౧పాము-౨వాకిలికావలివాఁడు-౩పనివాఁడు.
కఞ్చులికా-ఆ-సీ-కంచుకః॥ తె॥ చొక్కా,రయికె.
కఞ్జమ్-అ-న-పద్మమ్-౨పీయూషమ్.
కఞ్జః-అ-పు-కేశః-౨బ్రహ్మ॥ తె॥ ౧కొప్పు-౨నలువ.
కఞ్జికా-ఆ-సీ-బ్రాహ్మణయష్టికావృక్షః॥
కఞ్జనః-అ-పు-కందర్పః॥
కఞ్జరః-అ-పు-జఠరమ్-౨సూర్యః-౩ఉదరమ్-౪హస్తీ.
కఞ్జలః-అ-పు-మదనపక్షీ॥
కఞ్జాకః-అ-పు-కండనః॥ తె॥తవుడు.

కఞ్జారః-అ-పు-జఠరమ్-౨సూర్యః - ౩విరించిః-౪వారణః-౫మునిః॥
కఞ్జికా-ఆ-సీ-బల్యా॥ తె॥పెన్నేరుచెట్టు.
కటః-అ-పు-కటీ-౨గజకపోలః-౩కలింజకః-౪భృశమ్-౫శవరథః-౬శవః - ౭క్రియాకారః-౮సమయః॥ తె॥౧నడుముకిందితొడలమీఁదిభాగము-౨ఏనుఁగుగండస్థలము ౩వెదురుచాప.
కటః-అ-త్రి-క్రియాకారః॥
కటకమ్ అ-న-వలయమ్ ॥ తె॥ ముంగామురుగు.
కటకః-అ-(సీ)-పట్టణమ్ - ౨పర్వతమధ్యభాగః॥ తె॥౧పట్టణము-౨చఱియ.
కటకః-అ-పు-అరిష్టవృక్షః-౨నితంబః - ౩సాముద్రలవణమ్-౪ దంతిదంతమండనమ్॥ తె॥౧కుంకుఁడుచెట్టు-౨పిరుందు-౩సముద్రపుఉప్పు-౪ఏనుఁగదంతపుకట్లు.
కటకాముఖః-అ-పు - అభినయహస్తవిశేషః॥
కటకారః-అ-పు-బురుడః॥ తె॥ మేదరివాఁడు.
కటకీ-న్-పు-పర్వతః॥ తె॥కొండ.
కటకోలః-అ-పు-నిష్ఠీవనపాత్రమ్॥ తె॥ పీకదాను.
కటఖాదకమ్-అ-త్రి-ఖాదకమ్-౨ భక్షకమ్॥
కటఖాదకః-అ-పు-కాచకలశః-౨కాకః-౩జంబూకః॥
కటఙ్కటేరీ-ఈ-సీ-హరిద్రా - ౨దారుహరిద్రా॥ తె॥౧పసుపు-౨మానిపసుపు.
కటఙ్గరః-అ-పు-గోక్షరీమింధనమ్ - ౨ధాన్యత్వక్॥ తె॥౧ఊముక-చెత్త-౨పొల్లు.
కటచ్ఛదః-అ-పు-పర్ణాసః॥ తె॥గగ్గెరచెట్టు.
కటప్రస్తా-ఋ-పు-వృక్షవిస్తారః॥
కటప్రూః-ఊ-పు-శివః-౨విద్యాధరః-౩ రాక్షసః-౪అక్షవః-౫ధనమ్॥

కటభఙ్గః-అ-పు-సస్యానాంహస్తచ్ఛేదః॥

కటభిః-ఇ-సీ-జ్యోతిష్మతీ-సాలతా-౨ ఇంద్రవల్లీ॥ తె॥౧ వెకుఱుచుతీగె.

కటభీ-ఈ-సీ-నాభికా-౨జ్యోతిష్మతీ॥ తె॥౧ నల్లగినియచెట్టు-౨జ్యోతిష్మతిచెట్టు.

కటమాలినీ-ఈ-సీ-మదిరా.

కటప్పః-అ-పు-వాద్యభేదః-౨బాణః॥

కటప్పకః-అ-త్రి-శాకకారః॥ తె॥ కూరలువండువాఁడు.

కటప్పరః-అ-పు - శోనాకవృక్షః - ౨కటభీవృక్షః॥

కటప్పరా-ఆ-సీ-రాజబలా॥ తె॥ గొంతెమగోరుచెట్టు.

కటవ్రణః-అ-పు-భీమసేనః॥

కటశర్కరా-ఆ-సీ-మాత్రికమ్ ॥ తె ॥ ముత్తెము.

కటాకుః-ఉ-పు-పక్షీ॥ తె॥పిట్ట.

కటాక్షః-అ-పు-కేకరః॥ తె॥ కడకంటిచూపు.

కటాయనమ్-అ-న-వీరణమ్॥

కటారః-అ-పు-నాగరః-౨కామీ.

కటాహమ్-అ-న-విషవైద్యతంత్రవిశేషః॥

కటాహః-అ-పు-కర్పరః-౨ తైలాదిపాకపాత్రమ్-౩ఘటవిశేషః-౪ కూర్మపృష్ఠమ్-౫కర్షణమ్-౬కూటః - ౭మహిషీశిశుః॥ తె॥౧బొరుసు.

కటిః-ఇ-సీ-శ్రోణీ-౨అజాదికవధస్థానమ్॥ తె॥ ౧నడుముక్రిందితొడలమీఁదిభాగము.

కటిరోహకః-అ-పు - హస్తిపశ్చాద్భాగారోహకః

కటిశీర్షకః-అ-పు-కటిదేశః॥

కటిశృఙ్ఖలా-ఆ-సీ- చితికా-౨ కటిధార్యక్షుద్రఘంటికా॥

కటికా-ఆ-సీ-వేత్రసూత్రాదికృతఖేటకమ్॥ తె॥ బెత్తముచేతను నూలుపోగులచేతను చేయబడినకేడెము.

కటిత్రమ్-అ-న-కటివాసః-౨మేఖలా॥

కటినాభివిమర్శనమ్-అ-న-బాహ్యరతివిశేషః

కటినీ-ఈ-సీ-గవాదనీ॥ తె॥ తెల్లవిష్ణుక్రాంత.

కటిప్రదక్షిణావర్తః-అ-పు- పాతివ్రత్యలక్షణమ్॥

కటిప్రోథః-అ-పు-స్ఫిజి॥ తె॥పిఱ్ఱలు.

కటిఫలమ్-అ-న-తక్కోలఫలమ్॥ తె॥ తక్కోలబుడ్లు.

కటిమచ్ఛః-అ-పు-వృద్ధిప్రదలక్షణమ్॥

కటిమూలః-అ-పు-మూలకః ॥ తె॥ ముల్లంగిచెట్టు.

కటిల్లకః-అ-పు-కారవల్లీ-౨వర్ణాసః - ౩పునర్నవా-౪భేకః॥ తె॥౧ కాకరచెట్టు-౨గగ్గరచెట్టు-౩గలిజేరుచెట్టు-౪కప్ప.

కటివామావర్తః-అ-పు-జారిణీలక్షణమ్॥

కటిసూత్రమ్-అ-న-మానసూత్రమ్॥ తె॥ పురుషునిమొలతాఁడు.

కటీ-న్-పు-హస్తి॥

కటీ-ఈ-సీ-శ్రోణీ-౨గజగండః॥ తె॥ ౧నడుముకిందితొడలమీఁదిభాగము-౨ఏనుఁగగండస్థలము.

కటీతలః-అ-పు-న్యుబ్జఖడ్గః॥

కటీరమ్-అ-న-కందరః-౨కటీ॥

కటీరకః-అ-పు-నితంబః॥

కటు-ఉ-న-దూషణమ్॥

కటుః-ఉ-పు-కటురసః-౨తిక్తరసః-౩క్షారరసః-౪కటోలలతా॥ తె॥ ౧కారము-౨చేదు-౩ఉప్పన-౪చేతిపొట్ల.

కటుః-ఉ-సీ-కటురోహిణీ॥

కటుః-ఉ-త్రి-కటురసవాన్-౨తిక్తరసవాన్-౩అప్రియః-౪క్షారరసవాన్-౫సుగంధ

వాన్-౭తీక్ష్ణః-౮మత్సరః-౯అకార్యః॥
కటుకమ్-అ-న-తక్కోలా-౨కటురోహిణీ-౩వ్యోషమ్॥ తె॥౧తక్కోలపుచెట్టు - తక్కిడుచెట్టున్ను - ౨కటుకరోహిణి - ౩శుంఠిపిప్పలిమిరియాలు.
కటుకః-అ-పు-శణతృణమ్॥ తె॥ రెల్లుభేదము.
కటుకః-అ-త్రి-నికృష్టః॥ తె॥ తక్కువవాఁడు.
కటుకన్దః-అ-పు-శిగ్రువృక్షః-౨ఆర్ద్రకమ్-౩లశునమ్॥
కటుకవల్లీ-ఈ-సీ-సుకాష్ఠా॥ తె॥ ఖట్వమను చెట్టు.
కటుకా-ఆ-సీ-జీరణా॥ తె॥నల్లజీలకఱ్ఱ.
కటుకాలాబుః-ఉ-పు-కటుతమ్బీ॥
కటుకీటకః-అ-పు-మశకః॥ తె॥దోమ.
కటుకీఫలమ్-అ-న-తక్కోలా॥ తె॥ తక్కోలపుచెట్టు.
కటుక్వణః-అ-పు-టిట్టిభపక్షీ॥ తె॥లకుముకుపిట్ట.
కటుక్వాణః-అ-పు-టిట్టిభపక్షీ॥
కటుగ్రన్థి-న్-న-పిప్పలీమూలమ్॥
కటుచాతుర్జాతకమ్-అ-న-ఏలా-౨త్వక్-౩పత్రక-౪మరీచాత్మకచతుష్కమ్.
కటుణ్టుకః-అ-పు-నీచః-౨దీనః॥ తె॥ ౧హీనుఁడు-౨విన్నబోయినవాఁడు.
కటుతిక్తకః-అ-పు-శణవృక్షః॥
కటుతిక్తికా-ఆ-సీ-కటుతుమ్బీ॥
కటుతుణ్డీ-ఈ-సీ-లతాప్రభేదః॥
కటుతుమ్బీ-ఈ-సీ-పిండఫలాలతా॥ తె॥ చేదానుఁగు.
కటుత్రయమ్-అ-న-త్రికటు॥ తె॥కరక-తాఁడి-ఉసిరికలు.
కటుదశా-ఆ-సీ-కర్కటీ॥
కటునిష్పావః-అ-పు-నదీనిష్పావధాన్యమ్॥
కటుపత్త్రః-అ-పు-పర్పటః-౨సితార్జకః॥
కటుపత్త్రికా-ఆ-సీ-శారీవృక్షః॥
కటుఫలః-అ-పు-పటోలః॥
కటుఫలా-ఆ-సీ-శ్రీవల్లీవృక్షః॥
కటుభఙ్గః-అ-పు-శుంఠీ॥
కటుభద్రమ్-అ-న-శుంఠీ॥
కటుమఞ్జరికా-ఆ-సీ-అపామార్గః॥ తె॥ ఉత్తరేణిచెట్టు,
కటుమోదమ్-అ-న-జవాదినామ సుగంధిద్రవ్యమ్॥
కటుమ్బరః-అ-పు-ప్రసారణీ-౨సారణీ-౩గజయోషా॥
కటుమ్బరా-ఆ-సీ-కటురోహిణీ॥
కటురమ్-అ-న-తక్రమ్॥ తె॥చల్ల.
కటురవః-అ-పు-మండూకః॥ తె॥కప్ప.
కటురోహిణీ-ఈ-సీ-అశోకరోహిణీ-౨కటుకీ
కటువార్తాకీ-ఈ-సీ-శ్వేతకంటకారీ॥
కటుబీజా-ఆ-సీ-పిప్పలీ॥
కటుశృఙ్గాలమ్-అ-న-గౌరసువర్ణశాకమ్॥
కటుస్నేహః-అ-పు-సర్షపః॥ తె॥ ఆవాలు.
కటూత్కటమ్-అ-న-ఆర్ద్రకమ్॥
కటూత్కటకమ్-అ-న-శుంఠీ॥
కటోరా-ఆ-సీ-స్వనామఖ్యాతపాత్రమ్॥
కటోలః-అ-పు-కర్కశదలలతా - ౨చండాలః-౩కటురసః॥ తె॥౧చేతిపొట్ల.
కటోలవీణా-ఆ-సీ-వీణావిశేషః॥
కట్టరః-అ-పు-కర్దమః॥ తె॥బురద.
కట్వరః-అ-పు-సూపః॥ తె॥ముద్దపప్పు.
కట్ఫలః-అ-పు-కైడర్యవృక్షః॥ తె॥ గుమ్ముడుతేకుచెట్టు.
కట్ఫలా-ఆ-సీ-మృగేర్వారుః॥ తె॥ పాపరబుడమచెట్టు.
కట్యాశ్లిష్టకమ్-అ-న-ఆలింగనవిశేషః ॥ తె॥ కౌఁగలించుకొనుటయందు భేదము.

కట్వఙ్గః-అ-పు-అరలువృక్షః॥ తె॥ పెనుమ్రాను

కట్వరమ్-అ-న-దధిసారః - ౨వ్యంజనమ్-౩తక్రమ్॥

కట్వాఙ్గికా-ఆ-సీ-శమీవృక్షః॥ తె॥జమ్మిచెట్టు

కట్వీ-ఈ-సీ-కటుకా-౨లతావిశేషః॥

కఠమ్-అ-న-దారు॥ తె॥కట్ట.

కఠః-అ-పు-కఠప్రోక్తశాఖావేదీ-౨కఠప్రోక్తశాఖాధ్యేతా-౩ఋషివిశేషః-౪ఋగ్భేదః-౫స్వర్ణః-౬పణ్యస్త్రీముఖపంకజమ్॥

కఠమర్దః-అ-పు-శివః॥ తె॥హరుఁడు.

కఠరః-అ-త్రి-కఠినః॥ తె॥కఠినము.

కఠాసుః-ఉ-పు-భద్రసురః॥ తె॥ చేతఁబట్టేకటారి.

కఠాహకః-అ-పు-దాత్యూహపక్షీ॥

కఠిగ్లాడుః-ఉ-పు-లశునమ్॥ తె॥ వెల్లుల్లి.

కఠిఞ్జరః-అ-పు-పర్ణాసః॥ తె॥ గగ్గెరచెట్టు.

కఠినమ్-అ-(సీ)స్థాలీ॥

కఠినమ్-అ-త్రి-కఠరం॥

కఠినః-అ-త్రి-కర్కశః॥

కఠినః-అ-పు-శర్కరా-౨గుడః॥

కఠినపృష్ఠకః-అ-పు-కచ్ఛపః॥

కఠినా-ఆ-సీ-ఘుటికా॥

కఠినీ-ఈ-సీ-ఖడికా॥

కఠిల్లః-అ-పు-కారవేల్లః॥

కఠిల్లకః-అ-పు-కారవేల్లః - ౨పునర్నవా- ౩తులసీ.

కఠిల్లా-ఆ-సీ-యోగ్యా॥ తె॥ఎఱ్ఱగలిజేరు.

కఠీ-ఈ-సీ-బ్రాహ్మణీ॥

కఠేరః-అ-త్రి-అలిలుబ్ధః॥

కఠోరః-అ-త్రి-కఠినః॥

కఠోలః-అ-త్రి-కఠోరః॥

కడః-అ-త్రి-మూర్ఖః॥

కడకమ్-అ-న-లవణవిశేషః॥

కడఙ్గః-అ-పు-సురావిశేషః॥

కడఙ్గరః-అ-పు-బుసమ్॥

కడత్రమ్-అ-న-పాత్రవిశేషః॥

కడమ్బః-అ-పు-శాకనిరస్తః॥ తె॥ కూరకుతీసివేసినతొడిమెలుపీచుమొదలైనవి-

కడమ్బీ-ఈ-సీ-కలంబీశాకమ్॥

కడారః-అ-పు-గోరోచనాదికపిలవర్ణః-౨దానమ్॥ తె॥౨మదము.

కడారః-అ-త్రి-గోరోచనాదికపిలవర్ణవాన్

కడితులః-అ-పు-ఖడ్గః॥

కణమ్-అ-న-శ్రోత్రనేత్రమధ్యదేశః ॥ తె ॥ కణత.

కణః-అ-పు-బాణః-౨ధాన్యఫలమ్-౩అల్పపరిమాణమ్-౪ధాన్యాంశః- ౫బాహుమూలమ్॥ తె॥౨వరిపండు.

కణగుగ్గులుః-ఉ-పు-గుగ్గులుప్రభేదః॥

కణచీరా-ఆ-సీ-తామ్రవర్ణమనశ్శిలా॥

కణజీరః-అ-పు-శ్వేతజీరకః॥ తె॥ తెల్లజీలకఱ్ఱ

కణజీరకమ్-అ-న-క్షుద్రజీరకమ్॥

కణభక్షకః-అ-పు-ఖారిటపక్షీ॥

కణమారిషః-అ-పు-తండులీయమ్॥ తె॥ చిఱ్ఱిచెట్టు,

కణయః-అ-పు-కుంతవిశేషః॥ తె॥ ఈటెలోభేదము,

కణలాభః-అ-పు-ఆవర్తః॥

కణా-ఆ-సీ-పిప్పలీలతా-౨జీరకః॥ తె॥౧పిప్పలితీఁగె-౨జీలకఱ్ఱచెట్టు.

కణాటీనః-అ-పు-ఖంజనపక్షీ॥

కణాటీరః-అ-పు-ఖంజనపక్షీ॥

కణాటీరకః-అ-పు-ఖంజనపక్షీ॥

కణాదః-అ-పు-మునివిశేషః॥

కణాదిః-ఇ-పు-శ్వేతజీరకః॥ తె॥ తెల్లజీలకఱ్ఱచెట్టు.

కణిః-ఇ-పు-లుఠితః ॥ తె ॥ గరిడీశాలయందు పూర్ణుఁడయినవస్తాదు.

కణికః-అ(సీ)గంధపత్రావృక్షః-౨గోధూమచూర్ణః॥ తె॥౧కూరనెల్లిచెట్టు-౨గోధుమపిండి.

కణికః-అ-పు-ధాన్యఫలమ్-౨లేశః॥ తె॥ ౧ వరిపండు-౨కణము.

కణికా-ఆ-సీ-కణః-౨కరమధ్యాంగులిః॥ తె॥౧లేశము-౨చేతినడిమివ్రేలు.

కణితమ్-అ-న-పీడితానాంశబ్దః॥

కణిశమ్-అ-న-సస్యమంజరీ॥ తె॥ వరి మొదలైనదాని వెన్ను.

కణీ-ఈ-సీ- అంతఃపురస్త్రీయోగ్యశకటమ్॥ తె॥రాణివాసస్త్రీలకుపయోగించెడిబండి

కణీకమ్-అ-త్రి-అల్పమ్॥ తె॥తక్కువ.

కణీచీ-ఈ-సీ-పుష్పితలతా-౨గుంజాలతా - ౩ శకటః॥

కణీయః-స్-త్రి-అత్యల్పమ్॥

కణేరః-అ-పు-కర్ణికారవృక్షః॥ తె॥కొండగోగుచెట్టు.

కణేరా-ఆ-సీ-గణికా-౨హస్తినీ॥ తె॥ ౧భోగముది - ౨హస్తినియను స్త్రీజాతులలోనొకతె

కణేరుః-ఊ-సీ-వేశ్యా॥ తె॥భోగముది.

కణేరుః-ఉ-పు-కర్ణికారవృక్షః॥ తె॥ కొండగోగుచెట్టు

కణ్టకః-అ-(సీ)- వృక్షసంబంధి తీక్ష్ణాగ్రావయవః

కణ్టకః-అ-పు-రోమాంచః - ౨బిల్వవృక్షః - ౩ వాయసః-౪వేణుః-౫క్షుద్రవైరీ-౬సూచ్యగ్రమ్-౭వరుషోక్తిః॥ తె॥ ౧గగుర్పొడుచుట-౨మారేడుచెట్టు-౩ కాకి-౪వెదురు-౫అల్పశత్రువు- ౬సూదిమొన-౭కఠినపుమాట.

కణ్టద్రుమః-అ-పు-శాల్మలీవృక్షః॥ తె॥ బూరుగుచెట్టు.

కణ్టకప్రావృతా-ఆ-సీ-గృహకన్యకా॥ తె॥ కలబంద.

కణ్టకఫలః-అ-పు-పనస్ఫలః॥ తె॥పనసఫలచెట్టు

కణ్టకవృన్తాకీ-ఈ-సీ-వార్తాకీ॥

కణ్టకశ్రేణీ-ఈ-సీ-కంటకారీ॥

కణ్టకాఖ్యా-ఆ-సీ-సప్తలాలతా॥ తె॥పిరజాజి.

కణ్టకాగారః-అ-పు-సరటజంతుః॥

కణ్టకాఢ్యః-అ-పు-కుబ్జకనామవృక్షః॥

కణ్టకారికా-ఆ-సీ-బృహతీ॥ తె॥ వాకుడుచెట్టు.

కణ్టకారీ-ఈ-సీ-బృహతీ॥ తె॥వాకుడు.

కణ్టకాలః-అ-పు-పనసవృక్షః॥

కణ్టకాలుకః-అ-పు-యవాసవృక్షః॥

కణ్టకాష్ఠీలః-అ-పు-మత్స్యవిశేషః॥ తె॥ ఒకానొకచేప.

కణ్టకాసనా-ఆ-సీ-గంధోళీ॥ తె॥కందిరీగ.

కణ్టకాసిః ఇ-సీ-శాల్మలీవృక్షః॥ తె॥ బూరుగుచెట్టు.

కణ్టకినీ-ఈ-సీ-కుండలీ॥ తె॥ఉప్పిచెట్టు.

కణ్టకిఫలః-అ-పు-పనసవృక్షః-౨మత్స్యారః- ౩ గోక్షురకః॥ తె॥౧పనసచెట్టు-౨ఉమ్మెత్తచెట్టు-౩పల్లేరు.

కణ్టకిలః-అ-పు-వంశవిశేషః॥

కణ్టకిలతా-ఆ-సీ-త్రపుషీ॥

కణ్టకీ ఈ-సీ-ఘోటజటీ-౨ఖలీనః॥ తె॥ ౧గొట్టెచెట్టు-౨గుఱ్ఱపుకళ్లెము.

కణ్టకీ-న్-పు-నాగరంగవృక్షః-౨ఖదిరవృక్షః॥ తె॥౧నారంజిచెట్టు-౨చంద్రచెట్టు,

కణ్టకిద్రుమః-అ-పు-ఖదిరవృక్షః॥ తె॥ చంద్రచెట్టు.

కణ్టకురణ్టకః-అ-పు-ఝింటీ॥

కణ్టకేచ్ఛుః-ఉ-పు-ఉష్ట్రః॥ తె॥లొట్టిపిట్ట.

కణ్టతనుః-ఊ-సీ-బృహతీ॥

కణ్టకళా-ఆ-సీ-కేతకీ॥ తె॥ మొగలి.
కణ్టపత్రః-అ-పు-వికంకతవృక్షః॥
కణ్టపత్రఫలా-ఆ-సీ-బ్రహ్మదండీవృక్షః॥
కణ్టపాదః-అ-పు-వికంకతవృక్షః॥
కణ్టపుఙ్ఖా-ఆ-సీ-కంటాలుః॥ తె॥ ములువెంపలి చెట్టు.
కణ్టఫలః-అ-పు - క్షుద్రగోక్షురః-౨పనసః-౩లతాకరంజః-౪ధుస్తూరః॥
కణ్టఫలా-ఆ-సీ-లతాకరంజః॥ తె॥ తీగెక్రానుగు.
కణ్టలః-అ-పు-వృక్షవిశేషః॥ తె॥ ఒకానొక వృక్షము.
కణ్టవల్లీ-ఈ-సీ-శ్రీవల్లీ॥ తె॥ శ్రీవల్లిచెట్టు.
కణ్టవృక్షః-అ-పు-తేజఃఫలవృక్షః॥
కణ్టాఫలః-అ-పు-పనసవృక్షః॥
కణ్టార్తగలా-ఆ-సీ-నీలఝింటీ॥
కణ్టాలుః-ఉ-సీ-కంటపుంఖా॥ తె॥ ములువెంపలిచెట్టు.
కణ్టాహ్వయమ్-అ-న-పద్మకందః॥
కణ్టిన్-న్-పు-కలాయః॥
కణ్ఠః-అ-పు-(స్త్రీ)కలాస్థానవిశేషః-౨ దంతక్షతస్థానవిశేషః-౩ నఖక్షతస్థానవిశేషః-౪ మదనవృక్షః-౫ గలః-౬ వాచకశబ్దః - ౭ ధ్వనిః-౮ సమీపమ్-౯ సన్నిధానమ్॥ తె॥ ౪ ఉమ్మెత్తచెట్టు-౫ మెడముందరి భాగము
కణ్ఠకూణికా-ఆ-సీ-వీణా॥
కణ్ఠతలాసికా-ఆ-సీ- అశ్వగ్రీవావేష్టక రజ్జుచర్మాది॥
కణ్ఠనీడకః-అ-పు-చిల్లపక్షీ॥
కణ్ఠనీలకః-అ-పు-ఉల్కా॥
కణ్ఠపాశకః-అ-పు-హస్తిగళవేష్టకరజ్జుః॥
కణ్ఠమచ్ఛః-అ-పు-నపుంసకలక్షణమ్.
కణ్ఠశాటకః-అ-పు-గళశుండీ - ౨ఉపజీవికా॥
తె॥ ౧ గొంతుకపోక-౨ ఒకరినాశ్రయించి జీవించుట,
కణ్ఠశోభనీ-ఈ-సీ-యష్టిమధుకమ్॥
కణ్ఠాగ్నిః-ఇ-పు-పక్షీ॥
కణ్ఠారః-అ-పు-శూరద్వయయుద్ధమ్॥
కణ్ఠాలా-ఆ-సీ-జాలగోణికా॥
కణ్ఠావర్తః-అ-పు-(స్త్రీ)సౌభాగ్యలక్షణమ్॥
కణ్ఠికా-ఆ-సీ-కంఠాభరణమ్॥
కణ్ఠిన్-న్-పు-క్షత్రియః॥
కణ్ఠీ-ఈ-సీ-కుబేరఖడ్గః॥
కణ్ఠీరవః-అ-పు-సింహః-౨చంద్రః॥
కణ్ఠీరవీ-ఈ-సీ-వాసకవృక్షః॥
కణ్ఠేకాలః-అ-పు-శివః॥
కణ్ఠేరథః -అ- పు- మనుష్యవాహ్యయానమ్॥ తె॥ అందలము మొదలైనది.
కణ్ఠ్యః-అ-త్రి-కంఠోద్భవశబ్దాది॥
కణ్డనమ్-అ-న-ఉలూఖలాదినా తండులాదేర్నిర్మలీకరణమ్॥
కణ్డనః-అ-(సీ,-కంజాకః॥ తె॥ తవుడు.
కణ్డనీ-ఈ-సీ-ఉదూఖలమ్॥
కణ్డుః-ఉ-(పు)-కండూతిః॥ తె॥ మురద.
కణ్డురః-అ-పు-కారవెల్లలతా॥
కణ్డురా-ఆ-సీ-ఆత్మగుప్తాలతా-౨ కపికచ్ఛుః॥ తె॥ ౧ దూలగొండి.
కణ్డూః-ఊ-సీ-కండూతిః॥ తె॥ మురద,
కణ్డూకరీ-ఈ-సీ-శూకశింబీవృక్షః॥
కణ్డూఘ్నః-అ-పు-అరగ్వధవృక్షః॥ తె॥ జిల్లేడుచెట్టు.
కణ్డూతిః-ఇ-సీ-కండూః॥ తె॥ మురద.
కణ్డూయనమ్-అ-న-కండూః॥
కణ్డూయా-ఆ-సీ-కండూతిః॥ తె॥ దురద.
కణ్డూరా-ఆ-సీ-ఆత్మగుప్తాలతా-౨అత్యమ్లపర్ణాలతా॥ తె॥ ౧ దూలగొండి-౨పుల్లబచ్చలి

కణ్డూరః-అ-పు-శూరణః॥

కణ్డోలః-అ-పు-పిటః॥ తె॥ పెద్దగంప.

కణ్డోలకః-అ-పు-కండోలః॥

కణ్డోలవీణా-ఆ-సీ-చండాలాదివీణా॥

కణ్డోలీ-ఈ-సీ-కండోలవీణా॥

కణ్డోఘ్నః-అ-పు-శూకకీటః॥

కణ్వమ్-అ-న-మద్యసారహేతు నానాద్రవ్య సముదాయః-౨పాపమ్॥

కణ్వః-అ-పు-మునివిశేషః-౨శైలమేషః॥ తె॥ ౧మునివిశేషము-౨కొండగొఱ్ఱె.

కత్-౦-౦-ప్రకర్షః॥ తె॥ఆధిక్యము.

కతః-అ-పు-కతకవృక్షః॥ తె॥ చిల్లచెట్టు.

కతకః-అ-పు-అంబుప్రసాదవృక్షః - ౨అంబుప్రసాదవృక్షబీజమ్॥ తె॥ ౧చిల్లచెట్టు-౨చిల్లగింజ.

కతఫలః-అ-పు-కతకవృక్షః॥ తె॥ఇండుపుచెట్టు

కతమః అ-పు-అశ్వపృష్ఠావర్తః॥

కతమాలః-అ-పు-అగ్నిః॥

కతలమ్-అ-న-శ్రోత్రనేత్రమధ్యదేశః॥

కతి-ఇ-త్రి-కతిసంఖ్యావంతః॥ తె॥ ఎన్నియనే సంఖ్యగలవి.

కతి-౦-౦-కెచిత్పదార్థాః-౨ అవినీతిః-౩మారణమ్॥ తె॥ ౧కొందఱు-కొన్ని.

కతిపయః-అ-త్రి-కతి॥

కతిసోలః అ-పు-పక్షివిశేషః॥

కత్తృణమ్-అ-న-సౌగంధికతృణమ్-౨ వారిపర్ణీ॥ తె॥ ౧కామంచిగడ్డి-౨తూడికూర.

కత్తోయమ్-అ-న-మద్యమ్॥

కత్సవరమ్-అ-న-స్కంధః॥

కథమ్-౦-౦-కింప్రకారేణేత్యర్థః - ౨ప్రశ్నః-౩సంభ్రమః ౪సంభవః-౫స్వప్నః ౬ఆపత్-౭దోహనమ్-౮తీవ్రకర్మ-౯ చాలనమ్॥ తె॥ ౧ఎట్లుగాను.

కథకః-అ-పు-సూతపుత్రః-౨పురాణపాఠకః ౩ఘటికార్థః॥ తె॥ ౧సూతునికొడుకు - ౨పురాణమును జెప్పెడివాఁడు - ౩అరగడియ.

కథఙ్కథికః-అ-త్రి-ప్రష్టా-౨ప్రశ్నకర్తా.

కథఙ్కథికతా-ఆ-సీ-పృచ్ఛా-౨ప్రశ్నః॥

కథనమ్ అ-న-కథా॥

కథా-ఆ-సీ - ప్రబంధకల్పనా - ౨పూర్వవృత్తాంతః-౩గౌరీ-౪మాహిష్మతీపురమ్॥

కథాప్రసఙ్గః-అ-పు-వాతూలః-౨ చండాలః-౩గోకులమ్-౪ఇతిహాసః-౫కల్పః॥

కథాప్రసఙ్గః-అ-త్రి-విషవైద్యః॥

కథాప్రాణః-అ-త్రి-కథకః - ౨ సతునాటకవక్తా॥

కథితః-అ-త్రి-ఉక్తః॥

కదంపదః-అ-పు-సర్షపః॥ తె॥ఆవాలు.

కదః-అ-పు-మేఘః॥

కదకః-అ-పు-వితానమ్॥

కదక్షరమ్-అ-న-కుత్సితవర్ణః॥

కదధ్వా-న్-పు దుష్టమార్గః॥ తె॥ చెడ్డత్రోవ.

కదనమ్-అ-న-యుద్ధమ్॥ తె॥జగడము.

కదమ్బమ్-అ-న-సమూహః॥

కదమ్బః-అ-పు-నీపవృక్షః-౨బాణః-౩ శాకవిశేషః-౪సర్షపః-౫శాకకాండమ్॥ తె॥ ౧మొగులుకడిమిచెట్టు-౨బాణము-౩కూరకులీసి వేసినతోడి మెలుపీచు మొదలైనవి-౪ఆవపిండి-౫కూరకాడ.

కదమ్బకమ్-అ-న-సమూహః॥ తె॥గుంపు.

కదమ్బకః-అ-పు-సర్షపః॥ తె॥ఆవాలచెట్టు.

కదమ్బపుష్పా-ఆ-సీ-ముండితికావృక్షః॥

కదమ్బపుష్పీ-ఈ-సీ-మహాశ్రావణికావృక్షః

కదమ్బీ-ఈ-సీ-దేవదాలీలతా॥

కదరమ్-అ-న-పాయసభేదః॥

కదరః-అ-పు-సోమవల్క-వృక్షః-౨ ఉపాయనమ్-౩ క్రకచవృక్షః-౪ దీనః-౫ కరీరవృక్షః ౬ పక్షివిశేషః-౭ క్షుద్రరోగః॥ తె॥ ౧ తెల్లతుమ్మచెట్టు-౨ కానుక-౩ వెణుతురుచెట్టు.

కదర్యః-అ-త్రి-అతిలోభవాన్॥

కదళః-అ-పు-కదళీవృక్షః-౨ పృశ్నిలతా॥

కదళకః-అ-పు-కదళీవృక్షః॥ తె॥ అఱటిచెట్టు.

కదళా-ఆ-సీ-పృశ్ని॥

కదళీ-ఈ-సీ-మోచావృక్షః-౨ గజోపరిధ్వజః ౩ శాల్మలీవృక్షః - ౪ పృశ్ని-౫ బింబికాలతా-౬ వారవాణః-౭ భుజపత్రవృక్షః-౮ వింశత్యంగులోన్నత కురంగవిశేషః॥ తె॥ ౧ అఱటిచెట్టు - ౨ ఏనుఁగుమీఁదనుండెడి జెండ-౩ బూరుగుచెట్టు-౪ దొండతీఁగె-౬ దూదిబొంతా వాక్య-కవచమున్ను.

కదళీవద్ధ్యా-ఆ-సీ-ఏకసంతానవన్నారీ॥

కదష్ట్వ-౦-౦-శుభమ్-౨ నిందా॥

కదా-౦-౦-కస్మిన్ కాలె-౨ ప్రకారః-౩ వలాయనమ్॥ తె॥ ౧ ఎప్పుడు.

కదాకారః-అ-త్రి-కుత్సితాకారః

కదాఖ్యమ్-అ-న-కుష్ఠవృక్షః॥

కదాచన-౦-౦-కస్మిన్ కాలె॥

కదాచిత్-౦-౦-అనియతకాలః ॥ తె॥ ఎప్పుడయినా.

కదాడికా-ఆ-సీ-కంథా॥ తె॥ బొంత.

కదుష్ణమ్-అ-న-కించిదుష్ణమ్॥ తె॥ ఇంచుకంత వేడి.

కదుష్ణః-అ-త్రి-కించిదుష్ణవాన్॥ తె॥ ఇంచుకంత వేడిది.

కద్రథః-అ-పు-కుత్సితరథః॥

కద్రుః-ఉ-పు-గోరోచనాదికపిలవర్ణః॥

కద్రుః-ఉ-త్రి-గోరోచనాదికపిలవర్ణవాన్॥

కద్రుసూతః-అ-పు-నాగః॥

కద్రూః-ఊ-సీ-సర్పమాతా॥

కద్వదః-అ-త్రి-గర్హ్యవాదీ॥

కనః-అ-పు-చంచూపుటః-౨ వ్యాఘ్రః॥ తె॥ ౧ ముక్కు-౨ పులి.

కనకమ్-అ-న-స్వర్ణమ్॥ తె॥ బంగరు.

కనకః-అ-(సీ)-సువర్ణమ్॥ తె॥ బంగారము.

కనకః-అ-పు-పలాశవృక్షః- ౨ దుత్తూరవృక్షః-౩ నాగకేసరవృక్షః-౪ చంపకవృక్షః - ౫ కాంచనారవృక్షః-౬ కాలేయమ్॥ తె॥ ౧ మోదుగుచెట్టు-౨ ఉమ్మెత్తచెట్టు-౩ నాగకేసరపుచెట్టు-౪ సంపెంగచెట్టు - ౫ దేవకాంచనపుచెట్టు-౬ కృష్ణచందనము.

కనకక్షారః-అ-పు-టంకణః॥

కనకచ్ఛదా-ఆ-సీ-మదనద్రోణీ॥ తె॥ గేదంగిమొగలిచెట్టు.

కనకదణ్డకమ్-అ-న-రాజఛత్రమ్॥

కనకపలః-అ-పు-పలపరిమాణమ్॥

కనకపుష్పకః-అ-పు-కర్ణికారవృక్షః॥ తె॥ కొండగోగుచెట్టు.

కనకప్రభమ్-అ-న-హరితాలకమ్॥

కనకప్రభా-ఆ-సీ-మహాజ్యోతిష్మతీ॥

కనకప్రసవా-ఆ-సీ-స్వర్ణకేతకీ॥

కనకరమ్భా-ఆ-సీ-సువర్ణకదళీ॥ తె॥ బంగారపనటి.

కనకరసః-అ-పు-హరితాళమ్॥

కనకలోద్భవః-అ-పు-రాలః॥

కనకాక్షీ-ఈ-సీ-ఉలూకస్త్రీ॥ తె॥ ఆఁడుగుడ్లగూబ.

కనకాచలః-అ-పు- అస్తాచలః- ౨ సుమేరుపర్వతః॥

కనకాధ్యక్షః-అ-పు-సువర్ణరక్షకః॥

కనకాపగా-ఆ-సీ-కావేరీనదీ॥

కనకారకః-అ-పు-కోవిదారవృక్షః॥ తె॥ దేవకాంచనపుచెట్టు.

కనకాలుకా-ఆ-సీ-భృంగారుః॥ తె॥ రాజద్వారమందుఁనముంచే బంగారపుగిండిచెంబు.

కనకాహ్వమ్-అ-న-నాగకేసరపుష్పః॥

కనకాహ్వయః-అ-పు-ధుస్తూరవృక్షః॥ తె॥ ఉమ్మెత్తచెట్టు.

కనదమ్-అ-న-మానమ్-౨కూపాంతరమ్ - ౩ అగ్నిః॥

కనదః-అ-పు-కలహంసః-౨పికః-౩చిహ్నమ్॥

కనన్-త్-త్రి-ప్రకాశయుక్తః॥

కననః-అ-త్రి-కాణః.

కనిష్ఠః-అ-త్రి-యువా-౨అత్యల్పః॥ తె॥ ౧పడుచువాఁడు-౨బహుస్వల్పమయినది.

కనిష్ఠః-అ-పు-అనుజః॥ తె॥ తమ్ముఁడు.

కనిష్ఠకమ్-అ-న-శూకతృణమ్॥

కనిష్ఠా-ఆ-సీ-అవరజా-౨కనిష్ఠాంగులిః-౩ధీరాదిత్రయభేదభర్తృన్యూనస్నేహకనిష్ఠికానాయికా॥ తె॥ ౧చెల్లెలు-౨చిటికెనవ్రేలు.

కనిష్ఠికాదిరేఖాః-ఆ-సీ-ఖార్యాసంఖ్యారేఖాః

కనీచిః-ఇ-సీ-గుంజా॥

కనీనికా-ఆ-సీ-తారకా-౨కనిష్ఠాంగులిః॥ తె॥ ౧నల్లగుడ్డు-౨చిటికెనవ్రేలు.

కనీనీ-ఈ-సీ-కనిష్ఠాంగులిః॥

కనీయసమ్-అ-న-తామ్రమ్॥ తె॥ రాగి.

కనీయసీ-ఈ-సీ-కనిష్ఠా॥ తె॥ చెట్టు.

కనీయాన్-స్-పు-కనిష్ఠః-౨అతియువా॥ తె॥ ౧తమ్ముఁడు.

కనీయాన్-స్-త్రి-అత్యల్పః॥

కన్తుః-ఉ-పు-మన్మథః-౨కుసూలః- ౩కాంతః॥ తె॥ ౨పాఁణక,

కన్థా-ఆ-సీ-కదాడికా - ౨మృణ్మయభిత్తిః- ౩ప్రకరణాంతరమ్॥ తె॥ ౧బొంత- ౨మంటిగోడ.

కన్థారీ-ఈ-సీ-వృక్షవిశేషః॥

కన్దమ్-అ-(సీ)-సూరణః॥

కన్దః-అ-పు-పద్మలతాదికందః-౨వృక్షాదిమూలమ్-౩అర్శోఘ్నః॥ తె॥ ౧దుంప - ౨వేరు-౩కందచెట్టు.

కన్దకః-అ-పు-బిల్వః॥ తె॥ మారెడుచెట్టు.

కన్దగుడూచీ-ఈ-సీ-గుడూచీవిశేషః॥

కన్దటమ్-అ-న-శ్వేతోత్పలమ్॥ తె॥ తెల్లకలువ.

కన్దఫలా-ఆ-సీ-క్షుద్రకారవేల్లీ॥

కన్దబహులా-ఆ-సీ-త్రిపర్ణికా॥

కన్దమూలమ్-అ-న-శ్వేతోత్పలమ్॥

కన్దరమ్-అ-న-ఆర్ద్రకమ్॥

కన్దరః-అ-ద్వ-భిత్తిసమానపర్వతపార్శ్వమ్-౨గుహా॥

కన్దరః-అ-పు-వివరమ్-౨అంకుశః॥

కన్దరటః-అ-పు-శ్లేష్మాతకవృక్షః॥ తె॥ విరిగిచెట్టు

కన్దరా-ఆ-సీ-గుహా॥

కన్దరాకరః-అ-పు-పర్వతః॥

కన్దరాలః-అ-పు-అక్షోటవృక్షః-౨సుపార్శ్వకవృక్షః-౩అగ్నిధూమః॥ తె॥ ౧కొండగోలుగుచెట్టు-౨కలుజువ్వి చెట్టు.

కన్దరాలకః-అ-పు-ప్లక్షవృక్షః॥

కన్దరీ-ఈ-సీ-కందారీ॥ తె॥ కందారిచెట్టు.

కన్దరోద్భవా-ఆ-సీ-క్షుద్రపాషాణభేదీవృక్షః

కన్దర్పః-అ-పు-మన్మథః-౨తాలప్రాణకలావిశేషః॥

కన్దర్పకూపః-అ-పు-యోనిః॥

కన్దర్పజీవః-అ-పు కామవృద్ధినామవృక్షః॥

కన్దర్పముసలః-అ-పు-లింగః॥

కన్దర్పశృఙ్ఖలః-అ-పు-శృంగారబంధవిశేషః॥

కన్దలమ్-అ-న- నవాంకురః-౨కలాపః- ౩ఉపరాగః-౪కలధ్వనిః॥

కన్దలః-అ-పు-కనకమ్-౨యుద్ధమ్-౩కపాలః॥

కన్దలతా-ఆ-స్త్రీ-మాలాకందః॥

కన్దలీ-ఈ-స్త్రీ- మోచావృక్షః - ౨వింశత్యంగు లోన్నతహరిణవిశేషః॥ తె॥౧అరటిచెట్టు.

కన్దలీకుసుమమ్-అ-న-శిలీంధ్రమ్॥

కన్దవర్ధనః-అ-పు-సూరణః॥

కన్దవల్లీ-ఈ-స్త్రీ-వంధ్యాకర్కోటకీ॥

కన్దశూరణః-అ-పు-ఓల్లః॥

కన్దసంజ్ఞమ్-అ-న- యోనిరక్తరోగవిశేషః-౨ యోన్యర్శః॥

కన్దసారమ్-అ-న-నందనవనమ్॥

కన్దసున్దరమ్-అ-న-చిత్రపర్ణపద్మమ్॥

కన్దా ఆ-స్త్రీ-కందారీ॥ తె॥కందారిచెట్టు.

కన్దాఢ్యః-అ-పు-ధరణీకందః॥

కన్దారమ్-అ-న-పద్మలతాశిఫా॥ తె॥ తామరతే గ,తామరదూస.

కన్దారీ-ఈ-స్త్రీ-దుష్టావేశా॥ తె॥ కందారచెట్టు.

కన్దార్హః-అ-పు-సూరణః॥

కన్దాలుః-ఉ-పు- కాసాలుః-౨ధరణీకందః - ౩ త్రిపర్ణికా॥

కన్దిరీ-ఈ-స్త్రీ-లజ్జాలువృక్షః॥

కన్దిన్-న్-పు-సూరణః॥

కన్దుః-ఉ-పు-స్వేదనీ॥ తె॥పెనము.

కన్దుకమ్-అ-న-బదరీఫలమ్॥ తె॥ రేగుబంతు.

కన్దుకః-అ-పు-గేందుకః॥ తె॥ చర్మవస్త్రముల చేతచేసినబంతి॥

కన్దుపక్వమ్-అ-న- జలోపసేకంవినా కేవలమ్ పాత్రే యద్వహ్నినాపక్వంభృష్టతండు లాది॥

కన్దూరః-అ-పు-కందః॥ తె॥కందచెట్టు.

కన్దూరేఖాః-ఆ-స్త్రీ- గర్భిణీస్తనోదరాదరస్థిత రేఖాః॥

కన్దోలమ్-అ-న-నీలోత్పలమ్॥ తె॥నల్లకలువ.

కన్దోటః-అ-పు-శుక్లోత్పలమ్॥ తె॥ తెల్లకలువ.

కన్దోతః-అ-పు-కుముదమ్॥ తె॥కలువ.

కన్దోత్థమ్-అ-న-ఉత్పలమ్॥ తె॥కలువ.

కన్ధః-అ-పు- మేఘః॥

కన్ధరః-అ-పు- మేఘః॥

కన్ధరా-ఆ-స్త్రీ-కంఠః-౨చుంబనస్థానభేదగ్రీవా

కన్ధిః-ఇ-స్త్రీ-గ్రీవా॥

కన్ధిః-ఇ-పు-సముద్రః॥

కన్నమ్-అ-న-పాతకమ్-౨మూర్ఛా॥

కన్యకా-ఆ-స్త్రీ-రాశివిశేషః-౨పలాలతా-౩గృ హకన్యకా- ౪పరకీయావిశేషలజ్జాప్రా ధాన్యనాయికా-౫కనిష్ఠభగినీ॥ తె॥ ౧ఒ కామెకరాశి-౨పలకితీగె - ౩కలబంద-౪ పరకీయయగుమెచ్చుసిగ్గుగలనాయిక-౫ చెల్లెలు.

కన్యకాజాతః-అ-పు-అవివాహితాపుత్రః॥

కన్యకుబ్జా-ఆ-స్త్రీ-కన్యాకుబ్జనగరమ్॥

కన్యసః-అ-పు-కనిష్ఠభ్రాతా॥

కన్యసా-ఆ-స్త్రీ-కనిష్ఠభగినీ॥

కన్యా-ఆ- స్త్రీ- శారిబాలతా-౨కన్యాకుబ్జాల తా-౩అవివాహితాష్టవర్షస్త్రీ-౪కన్యా రాశిః-౫స్త్రీ॥ తె॥ ౧గూడపాలచెట్టు - ౨ కొమ్ముపాట్లచెట్టు - ౩పెండ్లిలేనియెనిమి దేండ్లచిన్నది.

కన్యాకా-ఆ-స్త్రీ-కుమారీ॥ తె॥ కూంతురు.

కన్యాకుబ్జమ్-అ-న-కన్యాకుబ్జనగరమ్॥

కన్యాకుబ్జః-అ-పు-కాన్యకుబ్జదేశః॥

కన్యాటః-అ-పు-వాసగృహమ్॥

కన్యాపాలః-అ-పు-పాలవణిక్ - ౨శూద్రజా తివిశేషః॥

కన్యాకుబ్జా-ఆ-స్త్రీ-హ్రస్వఫలాలతా॥ తె॥కొ మ్ముపాట్ల.

కన్యాపిపీలికా-ఆ-స్త్రీ-అతిసూక్ష్మకృష్ణపిపీలికా తె॥నల్లచీమ.

కన్యారామః-అ-పు-బుద్ధభేదః॥
కన్యావ్హా-ఆ-సీ-స్థలేరుహా-౨శోకవిశేషః॥
కన్యుషమ్-అ-న-హస్తపుచ్ఛః॥
కపటః-అ-(సీ)దంభః॥
కపటాతిః-ఇ-సీ-అత్యమ్లపర్ణా॥ తె॥పుల్లపచ్చలి
కపటికః-అ-త్రి-కపటవిశిష్టః॥
కపటినీ-ఈ-సీ-చీడానామకగంధద్రవ్యమ్॥
కపటీ-న్-త్రి-కపటవిశిష్టః॥
కపటీ-న్-పు-గజః॥ తె॥ఏనుగ.
కపటేశ్వరీ-ఈ-సీ-శ్వేతకంటకారీ॥
కపర్దః-అ-పు-శివజటాజూటః॥
కపర్దః-అ-ద్వ-వరాటకః॥ తె॥గవ్వ.
కపర్దకః-అ-పు-శివస్యజటాజూటః-౨కరాటకః
కపర్దీ-న్-పు-శివః॥
కపాటమ్-అ-త్రి-స్వనామఖ్యాతద్వారాచ్ఛాదకకాష్ఠాది॥
కపాటః-అ-పు-కవాటః॥ తె॥తలుపు॥
కపార్థమ్-అ-న-రవిభక్తిః॥ తె॥ ఆదిత్యభక్తిచెట్టు.
కపాలః-అ-(సీ)-కర్పరః-౨ఘటాదిశకలమ్-౩వ్రజః-౪కుష్ఠరోగవిశేషః॥ తె॥ ౧తలచిప్ప౨ముక్క-౩చిల్లపెంకు-౪కపాలకుష్ఠు॥
కపాలః-అ-పు-మర్జనః-౨సర్పః॥
కపాలనాలికా-ఆ-సీ-తర్కుః॥
కపాలభృత్-త్-పు-శివః॥
కపాలికా-ఆ-సీ-దంతరోగవిశేషః॥
కపాలినీ-ఈ-సీ-దుర్గా॥
కపాలీ-న్-పు-ఏకాదశరుద్రవిశేషః-౨శివః-౩కపాలమతప్రవర్తకః॥
కపిః-ఇ-పు-పీతనవృక్షః-౨పిండపిణ్యాకమ్-౩వానరః-౪అర్కః-౫గజః॥ తె॥ ౧అంబాలవృక్షము-౨తురుష్కమనేగ్రంధ్యము-౩క్రోతి-౪సూర్యుడు-౫ఏనుగ.

కపికచ్ఛుఫలోపమా-ఆ-సీ-జతుకాలతా॥
కపికచ్ఛురా-ఆ-సీ-కపికచ్ఛుః॥
కపికచ్ఛూః-ఊ-సీ-కండూరాలతా॥ తె॥దూలగొండిచెట్టు.
కపికచ్ఛా్వ-న్-పు-పారిభద్రవృక్షః॥ తె॥ బాడిదపుచెట్టు.
కపికన్దుకమ్-అ-న-శిరోస్థి॥
కపికా-ఆ-సీ-నీలసిందువారవృక్షః॥
కపికోలిః-ఇ-పు-కోలివిశేషః॥
కపిచూడా-ఆ-సీ-ఆమ్రాతకవృక్షః॥
కపిచూతః-అ-పు-ఆమ్రాతకవృక్షః॥
కపిజః-అ-పు-తురుష్కః॥
కపిఞ్జలః-అ-పు-చిత్రపక్షః॥ తె॥ రెక్కలయందుచిత్రవర్ణముగలబట్టవన్నెపిట్ట.
కపిఞ్జలా-ఆ-సీ-నదీవిశేషః॥
కపిఞ్జికా-ఆ-సీ-తైలపిపీలికా॥
కపితైలమ్-అ-న-తురుష్కనామగంధద్రవ్యమ్
కపిత్థః-అ-పు-దధిత్థవృక్షః-౨అభినయసంయుతహస్తవిశేషః-౩కశేరుకః॥ తె॥ ౧వెలగచెట్టు.
కపిత్థత్వక్-చ్-న-ఏలవాలుకమ్॥
కపిత్థపత్రా-ఆ-సీ-ఝురసీ॥ తె॥చేతలాసికూర
కపిత్థపర్ణీ-ఈ-సీ-వృక్షవిశేషః॥
కపిత్థాస్యః-అ-పు-వానరవిశేషః॥
కపిధ్వజః-అ-పు-అర్జునః॥
కపినామా-న్-పు-సిహ్లకః॥
కపిప్పలీ-ఈ-సీ-రక్తాపామార్గః॥ తె॥ ఎఱ్ఱయుత్తరేణి॥
కపిప్రభా-ఆ-సీ-కపికచ్ఛుః॥
కపిప్రభుః-ఉ-పు-రఘునాథః॥
కపిప్రియః-అ-పు-కపిత్థవృక్షః-౨పీతనవృక్షః॥ తె॥ ౧వెలగచెట్టు-౨అంబాలపుచెట్టు.
కపిరథః-అ-పు-శ్రీరామః॥

కపిరసాఢ్యః-అ-పు-పీతనవృక్షః॥ తె॥ అంబాలపుచెట్టు.

కపిలః-అ-పు-గోరోచనాదికపిలవర్ణః-౨ బ్రాహ్మవర్ణః-౩ కపిలప్రోక్తశాఖాధ్యేతా-౪ మునివిశేషః-౫ పావకః-౬ పారతంత్రకః ౭ సర్పవిశేషః-౮ యుద్ధయోగ్యకుక్కుటః

కపిలః-అ-త్రి-కపిలవర్ణవాన్॥ తె॥ కపిలవర్ణముగలిగినది.

కపిలద్యుతిః-ఇ-పు-సూర్యః॥

కపిలద్రాక్షా-ఆ-సీ-ద్రాక్షావిశేషః॥

కపిలద్రుమః అ-పు-కాక్షీనామసుగంధికాష్ఠమ్॥

కపిలధారా-ఆ-సీ-స్వర్ణదీతీర్థవిశేషః॥

కపిలమచ్ఛః-అ-పు-సౌభాగ్యలక్షణమ్॥

కపిలశింశుపా-ఆ-సీ-సారిణీవృక్షః॥ తె॥ పచ్చయిరుగుడుచెట్టు.

కపిలా-ఆ-సీ-లఘుద్రాక్షాలతా-౨ అగ్నిదిగ్గజభార్యా-౩ కుశింశుపావృక్షః-౪ రేణుకా-౫ రాజరీతిః-౬ కపిలగౌః॥ తె॥౧ కిసుమిసుచెట్టు-౩ కంపుయిరుగుడుచెట్టు-౪ రేణుకమనేగ్రంధ్యము-౫ ఇత్తడి-౬ కపిలవర్ణముగలిగినయావు.

కపిలాక్షీ-ఈ-సీ-కపిలశింశుపావృక్షః॥ తె॥ పచ్చయిరుగుడుచెట్టు.

కపిలాశ్వః-అ-పు-ఇంద్రః॥

కపిలోమఫలా-ఆ-సీ-కపికచ్ఛూః॥

కపిలోమా-ఆ-సీ-రేణుకా॥

కపిలోహమ్-అ-న-రీతిః॥ తె॥ ఇత్తడి.

కపిల్లికా-ఆ-సీ-గజపిప్పలీ॥

కపివక్త్రః-అ-పు-నారదః॥

కపివల్లీ-ఈ-సీ-గజపిప్పలీలతా॥

కపిశః-అ-పు-కపిశవర్ణః-౨ సిల్హకమ్-౩ శ్యామః॥

కపిశః-అ-త్రి-కపిశవర్ణవాన్॥

కపిశా-ఆ-సీ-నదీవిశేషః-౨ మాధవీ॥

కపిశాఞ్జనః-అ-పు-శివః॥

కపిశాపుత్రః-అ-పు-పిశాచః॥

కపిశీ-ఈ-సీ-మాధవీ-౨ మదిరా॥

కపిశీకా-ఆ-సీ-మదిరా॥

కపిశీర్షమ్-అ-న-ప్రాకారాగ్రమ్॥

కపిశీర్షకమ్-అ-న-సాలశృంగమ్-౨ హింగులమ్ తె॥౧ కోటకొమ్ము.

కపిశృఙ్గమ్-అ-న-లవంగవృక్షః-౨ కర్పూరః-౩ మేరుశృంగమ్॥

కపీకచ్ఛుః-ఉ-పు-కపికచ్ఛుః॥

కపీజ్యః-అ-పు-క్షీరికావృక్షః॥

కపీతః-అ-పు-శ్వేతపుష్పవృక్షః॥

కపీతనః-అ-పు-పీతనవృక్షః-౨ సుపార్శ్వకవృక్షః-౩ శిరీషవృక్షః-౪ అశ్వత్థవృక్షః॥ తె॥౧ అంబాలపుచెట్టు-౨ కలుజువ్వి చెట్టు-౩ దిరిశెనచెట్టు-౪ రావిచెట్టు.

కపీన్ద్రః-అ-పు-హనూమాన్॥

కపీష్టః-అ-పు-క్షీరికా॥ తె॥ పాలచెట్టు.

కపోణిః-ఇ-ద్వ-కూర్పరః॥ తె॥ మోచెయ్యి.

కపోతః-అ-పు-శ్వేతాధికనీలవర్ణః-౨ బాలతత్సపక్షీ-౩ పారావతపక్షీ-౪ పంచదశవర్షగజః॥ తె॥౨ గువ్వపిట్ట-౩ పావురాపిట్ట-౪ పదియేనుసంవత్సరాలయేనుఁగు.

కపోతః-అ-త్రి-శ్వేతాధికనీలవర్ణవాన్॥

కపోతకా-ఆ-సీ-త్రిపుటాలతా॥ తె॥ పిన్నపల॥

కపోతచరణా-ఆ-సీ-నలీనామగంధద్రవ్యమ్॥

కపోతపాలికా-ఆ-సీ-విటంకః॥ తె॥ చాపాస్తంభాలమీఁదిశ్రేణికఱ్ఱ.

కపోతపాలీ-ఈ-సీ-కపోతపాలికా॥

కపోతబఙ్కా-ఆ-సీ-బ్రాహ్మీవృక్షః.

కపోతబాణా-ఆ-సీ-నలికానామగంధద్రవ్యం

కపోతవమ్-అ-న-రవిభక్తిః॥ తె॥ ఆదిత్యభక్తి చెట్టు.

కపోతవర్ణీ-ఈ-సీ-సూక్ష్మైలా॥

కపోతవేగా-ఆ-సీ-బ్రాహ్మీ॥ తె॥ బ్రహ్మిచెట్టు.

కపోతసారమ్-అ-న-స్రోతోంజనమ్॥

కపోతాఙ్ఘ్రిః-ఇ-సీ-నలీతృణమ్-౨నలీ॥ తె॥ ౧ గువ్వగుత్తిగడ్డి.

కపోతాభః-అ-పు-కపోతవర్ణః॥

కపోతారిః-ఇ-పు-శ్యేనపక్షీ॥

కపోలః-అ-పు-(స్త్రీ)కలాస్థానవిశేషచుంబనస్థానవిశేషః-౨గండస్థలమ్॥ తె॥ ౨చెక్కిలి

కపోలావర్తః-అ-పు-(స్త్రీ)సౌఖ్యలక్షణమ్॥

కఫః-అ-పు-శ్లేష్మ॥ తె॥ తెమడ.

కఫకూర్చికా-ఆ-సీ-లాలా॥

కఫఘ్నీ-ఈ-సీ-హపుషాభేదః-౨పిప్పలీలతా॥

కఫణిః-ఇ-పు-కూర్పరః॥ తె॥ మోచెయ్యి॥

కఫవర్ధనః-అ-పు-పిండీతగరవృక్షః॥

కఫవర్ధనః-అ-త్రి-శ్లేష్మవృద్ధికారకః॥

కఫవిరోధి-ఇ-న-మరీచమ్॥

కఫాన్తకః-అ-పు-బర్బూరవృక్షః॥

కఫారిః-ఇ-పు-శుంఠీ॥

కఫీన్-త్రి-కఫరోగవాన్॥

కఫేలూః-ఊ-సీ-ఫణా॥ తె॥ పాముపడగ.

కఫోణిః-ఇ-పు-భుజమధ్యగ్రంథిః॥

కబన్ధమ్-అ-న-జలమ్॥

కబన్ధః-అ-పు-రాక్షసవిశేషః-౨విధుంతుదః-౩ ఉదరమ్॥ తె॥ ౧ ఒకానొకరక్కసుడు-౨ రాహువు-౩గర్భము.

కబన్ధః-అ-(స్త్రీ)- క్రియాయుక్తాశిరస్కకళేబరమ్-౨అశిరస్కకళేబరమ్॥

కబరః-అ-త్రి-మిశ్రః॥ తె॥ కలిసినది.

కబరా-ఆ-సీ-అజగంధినీ॥ తె॥ వాయింటచెట్టు.

కబరీ-ఈ-సీ-అజగంధినీ-౨ పూతిమయూరీ-౩ హింగుపత్రీ-౪ కేశవేశః-౫ హింగుపత్రికమ్॥ తె॥ ౧ వాయింటచెట్టు - ౨కుక్కవాయింటచెట్టు-౩హింగుపత్రిచెట్టు - ౪కొప్పు-౫ఇంగువచెట్టాకు.

కబలః-అ-పు-గ్రాసః-౨అజాగలస్తనః-౩కంబలః-౪దిగంబరవ్రతమ్॥ తె॥ ౧ నెమలిగుడ్డంతకబలము.

కబలీ-ఈ-సీ-వాయసోలీ॥ తె॥ కారుకోళ్లిచెట్టు

కబిత్థః-అ-పు-కపిత్థవృక్షః॥ తె॥ వెలగచెట్టు.

కబిలః-అ-పు-కపిలవర్ణః॥

కమఠమ్-అ-న-భిక్షాపాత్రమ్॥

కమఠః-అ-పు-కూర్మః-౨ఖర్వః - ౩వేణ్వంకురః-౪వాద్యభాండమ్-౫కుబేరఖడ్గః॥ తె॥ ౧ తాబేలు-౨పొట్టిది-౩వెదురుమొలక.

కమఠీ-ఈ-సీ-కూర్మ(స్త్రీ)॥ తె॥ ఆడుతాబేలు.

కమణ్డలుః-ఉ-(సీ)-సన్న్యాసిధార్యఘటః॥ తె॥ సన్న్యాసిపట్టుకొనేకలశము.

కమణ్డలుః-ఉ-పు-కర్కటీవృక్షః॥ తె॥ నక్కదోసచెట్టు.

కమణ్డలుపదః-అ-పు-ప్లక్షవృక్షః॥ తె॥ జువ్విచెట్టు.

కమనమ్-అ-త్రి-కాముకమ్-౨అభిరూపమ్॥

కమనః-అ-త్రి-(స్త్రీ)కాముకః॥

కమనః-అ-పు-మన్మథః-౨అభిరూపః-౩అశోకవృక్షః॥

కమనచ్ఛదః-అ-పు-కంకపక్షీ॥ తె॥ రాబులుగు.

కమనీయమ్ అ-త్రి-కామవాభోగ్యమ్॥

కమన్ధమ్-అ-న-కబంధమ్-౨జలమ్॥

కమరః-అ-త్రి-కామీ॥

కమలమ్-అ-న-జలమ్-౨పద్మమ్-౩ హేమాదికృతచ్ఛురికాదిచిత్రికాజినమ్ ౪క్లోమ-౫ఔషధమ్-౬అరుణాబ్జమ్-౭తామ్రమ్॥ తె॥ ౧నీళ్లు-౨తామరపువ్వు-౫ ఓషధుల

జేతఁజేసినమందు-౬ ఎఱ్ఱతామరపువ్వు.

కమలః-అ-పు-మృగః-౨శక్రః-౩జలనిధిః - ౪ వైరృతిధనుః-౫శివహస్తకురంగః॥

కమలచ్ఛదః-అ-పు-కంకపక్షీ॥ తె॥ రాబులుగు.

కమలవల్లభః-అ-పు-దాసీ॥ తె॥ పిన్నవరగోగు

కమలా-ఆ-సీ-వరస్త్రీ-౨లక్ష్మీః - ౩ పార్వతీ-౪కమలాఫలవృక్షః॥

కమలాప్తః-అ-పు-సూర్యః॥

కమలాఫలః-అ-పు-కమలావృక్షః॥ తె॥కమలాఫలపుచెట్టు.

కమలాసనః-అ-పు-చతుర్ముఖః-౨సూర్యః-౩సూకరః-౪మున్యాదిః-౫ మేఘః॥ తె॥ ౩ పంది.

కమలినీ-ఈ-సీ-కమలసరసీ - ౨కమలసమూహః-౩కమలలతా-౪ నాయికావిశేషః॥ తె॥౧తామరకొలను-౨ తామరపువ్వులపోగు-౩ తామరతీఁగె-౪కలహంసునియొక్క నాయిక.

కమలోత్తరమ్-అ-న-కుసుంభమ్॥ తె॥ కుసుంబాపువ్వు.

కమా-ఆ-సీ-శోభా॥

కమితా-ఋ-త్రి-(స్త్రీ)కాముకః॥

కమ్పః-అ-పు-వేపథుః॥ తె॥వణకడము.

కమ్పనమ్-అ-త్రి-కంపయుక్తః॥

కమ్పనః-అ-త్రి-చలనస్వభావవాన్॥

కమ్పరః-అ-త్రి-చఞ్చలః॥

కమ్పలక్ష్మా-న్-పు-వాయుః॥

కమ్పాకః-అ-పు-వాయుః॥

కమ్పితమ్-అ-న-చలనమ్॥

కమ్పిలః-అ-పు-రోచనీ॥

కమ్పిల్లకః-అ-పు-వృక్షవిశేషః॥

కమ్పాః-ఊ-సీ-పార్ష్ణిత్రా॥ తె॥ మీఁగాళ్లదాకకప్పియుండే మోజాచెప్పులు.

కమ్పోష్ఠమ్-అ-న-ఉత్పలమ్॥ తె॥కలువ.

కమ్ప్రః-అ-త్రి-చలనస్వభావవాన్॥ తె॥ చలించేది.

కమ్బరః-అ-పు-చిత్రవర్ణః - ౨కర్బూరవర్ణః॥

కమ్బలమ్-అ-న-జలమ్॥ తె॥నీళ్లు.

కమ్బలః-అ-పు-దేవయోనిసర్పవిశేషః - ౨రల్లకః-౩గజోపరిచిత్రకంబలః - ౪వస్త్రక్రిమిః-౫సాస్నా-౬ప్రావారః॥ తె॥ ౨ గొంగడి-౩ఏనుఁగుమీఁద వేసేమహార్జాము ౫గంగడోలు.

కమ్బలివాహ్యకమ్-అ-న-గంత్రీ॥ తె॥ పెంటజెరబోసేబండి.

కమ్బవః-అ-పు-శ్వేతయావకః॥ తె॥ చీరపేను.

కమ్బిః-ఇ-సీ-దర్విః-౨వంశాంశః॥

కమ్బీ-ఈ-సీ-వంశః-౨వంశదర్వీ ॥ తె॥౧ వెదురు.

కమ్బుః-ఉ-(సీ)-శంఖః॥

కమ్బుః-ఉ-పు-వలయః-౨సంఖ్యా - ౩జలశుక్తిః-౪గుగ్గులువృక్షః-౫ శంబూకః - ౬ హస్తీ.

కమ్బుకా-ఆ-సీ-అశ్వగంధావృక్షః॥

కమ్బుగ్రీవా-ఆ-సీ-త్రిరేఖాలాంఛితకంఠః॥ తె॥మూఁడురేఖలుగలకంఠము.

కమ్బుపుష్పీ-ఈ-సీ-శంఖపుష్పీవృక్షః.

కమ్బుమాలినీ-ఈ-సీ-శంఖపుష్పీ॥

కమ్బుషా-ఆ-సీ-అశ్వత్థికావృక్షః॥ తె॥కండ్ల, రావిచెట్టు.

కమ్బోజః-అ-పు-శంఖవిశేషః-౨దేశభేదః-౩హస్తిభేదః॥

కమ్బ్వచ్ఛః-ఉ-సీ-బహురంధ్రీ॥ తె॥కంసాలి కమ్మెచ్చు.

కమ్బ్వట్టాయా-న్-పు-శంఖచిల్లీ॥

కమ్భారీ-ఈ-సీ-గంభారీవృక్షః॥

కమ్భిః-ఇ-సీ-దర్వీ॥ తె॥ఇ_స్తడిగరిటె.

కమ్భీ-ఈ-సీ-దర్వీ॥ తె॥ఇ_స్తడిగరిటె.

కమ్భు-ఉ-న-ఉశీరమ్॥

కమ్రమ్-అ-న-కరీషాగ్నిః॥

కమ్రః-అ-త్రి-(స్త్రీ)కాముకః॥

కమ్రా-ఆ-సీ-నదీ॥

కయ-౦-౦-చౌర్యమ్-౨విహారః-౩ప్రాపణమ్-౪నిరుపద్రవః॥

కయస్థా-ఆ-సీ-వయస్థా-౨స్వామీ॥

కరమ్-అ-న-జీరకః॥ తె॥జీలకఱ్ఱ.

కరః-అ-పు-కిరణః-౨ద్వివితస్తిప్రమాణమ్-౩హస్తః-౪బలిః-౫గజహస్తః-౬ద్విసంజ్ఞా ౭వర్షోపలః-౮కర్తా-౯కాముకః-౧౦మేఘః॥ తె॥౨మూరెడు-౩ముంజెయ్యి-౪అప్పనము-పన్ను-౫తొండము-౭వడగండ్లు.

కరకమ్-అ-(సీ)-కరంకః-౨కమండలుః॥

కరకః-అ-ద్వ-వర్షోపలః-౨గలంతికా॥ తె॥౧వడగండ్లు-౨గరిగెపిడత.

కరకః-అ-పు-దాడిమవృక్షః-౨కమండలుః॥ తె॥౧దాడిమచెట్టు-౨ఘటము.

కరకః-అ-సీ-కరంకః॥ తె॥ పక్కటెముకలగుంపు.

కరకణ్టకః-అ-పు-నఖః॥ తె॥గోరు.

కరకపత్త్రికా-ఆ-సీ-చాగలః॥ తె॥ నీళ్లముంచే తోలుబొక్కెన.

కరకా-ఆ-సీ-పుమ్ మేఘభవశిలా॥

కరకామ్భః-స్-పు-నారికేళవృక్షః॥ తె॥ కొబ్బరిచెట్టు.

కరగ్రహః-అ-పు-వివాహః-౨కరగ్రహణమ్॥

కరఘర్షణః-అ-పు-దధిమథనదండః॥ తె॥ పెరుగుద్రచ్చుకవ్వముయొక్క కఱ్ఱ.

కరఘర్షిణ్-పు-మంథానదండః॥ తె॥ తరచే కఱ్ఱ

కరఙ్కః-అ-పు-అస్థిపంజరః-౨తాంబూలధానీ-౩నారికేళః-౪మస్తకాస్థి॥ తె॥౧పక్కటెముకలగుంపు-౨తాంబూలపుబిడ-౩టెంకాయగరిటె-౪తలదిప్పయొక్కయెముక.

కరఙ్కశాలిః-ఇ-పు-కరంకనామేక్షుః॥

కరఙ్గః-అ-పు-కించిమన్నతకురంగవిశేషః॥

కరచ్ఛదః-అ-పు-శాఖోటవృక్షః॥

కరచ్ఛదా-ఆ-సీ-సిందూరపుష్పీవృక్షః॥

కరజమ్-అ-న-వ్యాఘ్రనఖనామగంధద్రవ్యమ్॥ తె॥వ్యాఘ్రనఖమనే గ్రంధ్యము.

కరజః-అ-పు-కరంజకవృక్షః-౨నఖమ్-౩వ్యాఘ్రనఖమ్॥

కరజాఖ్యః-అ-పు-నఖీనామగంధద్రవ్యమ్॥

కరజ్యోడిః-ఇ-పు-హస్తజ్యోడివృక్షః॥

కరఞ్జమ్-అ-న-చక్రకారకగ్రంథ్యమ్॥

కరఞ్జః-అ-పు-తిలకూటవిశేషః-౨కరంజకవృక్షః॥ తె॥౧కర్జకాయలు-౨క్రానుగుచెట్టు

కరఞ్జకః-అ-పు-చిరిబిల్వవృక్షః॥ తె॥క్రానుగుచెట్టు.

కరఞ్జఫలకః-అ-పు-కపిత్థవృక్షః॥ తె॥ వెలగచెట్టు.

కరటః-అ-పు-కాకః-౨బిల్వవృక్షః-౩గజగండః-౪దుర్దురూటః-౫వాద్యభాండమ్-౬కుసుంభకమ్-౭పకాదశాహశ్రాద్ధమ్-౮నింద్యజీవనమ్-౯వాద్యవిశేషః॥ తె॥౧కాకి-౨మారేడుచెట్టు-౩ఏనుగుగండస్థలము.

కరటకః-అ-పు-కాకః॥ తె॥కాకి.

కరటా-ఆ-సీ-దుష్టదోహనీయా॥ తె॥ తిన్నగాపితకనీయనిఆవు.

కరటీ-న్-పు-గజః॥ తె॥ఏనుగు.

కరటుః-ఉ-పు-పక్షివిశేషః॥

కరటుకః-అ-పు-(స్త్రీ)హస్తినీ॥ తె॥గురుగుచెట్టు

కరటః-అ-పు-ఝర్ఝరః॥ తె॥జాగంట.

కరణమ్-అ-న-ఇంద్రియమ్ - ౨నాట్యమ్ - ౩ ద్విపాదక్రమణమ్-౪బవాదిః-౫కారణమ్-౬గాత్రమ్-౭రతిబంధః-౮కర్మ-౯చిత్రమ్-౧౦అతిశయితనిదానమ్-౧౧ధ్యానమ్ - ౧౨పద్మాసనాధ్యాసనమ్ - ౧౩క్షేత్రమ్-౧౪గీతమ్-౧౫సాధకతమమ్॥ తె॥౩ రెండుపాదములతోతిరగడము.

కరణః-అ-పు - కాయస్థః - ౨వ్యావహారికః॥ తె॥౧లెక్కవ్రాసేకరణము - ౨కోమటికికాపదానియందుపుట్టినవాఁడు.

కరణత్రాణమ్-అ-న-మస్తకమ్॥

కరణీ-ఈ-సీ-కొంకణదేశప్రసిద్ధకరణీనామకవృక్షః॥

కరణీయమ్-అ-త్రి-కర్తవ్యమ్-౨కార్యమ్॥

కరణ్డః-అ-పు-కర్పూరాదిపాత్రమ్॥ తె॥కరాటము-భరిణెయున్ను.

కరణ్డకః-అ-పు-కర్పూరాదిపాత్రమ్॥ తె॥ కరాటము-భరిణెయున్ను.

కరణ్డీ-న్-పు-మత్స్యః॥ తె॥ చేపలలోభేదము.

కరతలః-అ-పు-హస్తతలః॥

కరతాలమ్-అ-న-వాద్యవిశేషః॥

కరతాలికా-ఆ-సీ-అంగారవల్లరీవృక్షః॥ తె॥ నిప్పవన్నెక్రానుఁగుచెట్టు.

కరతాలీ-ఈ-సీ-వాద్యవిశేషః॥

కరతోయా-ఆ-సీ-నదీవిశేషః॥

కరద్రుమః-అ-పు-కారస్కరవృక్షః॥

కరపత్రమ్-అ-న-క్రకచః॥ తె॥అంపము.

కరపత్రవాన్-త్-పు-తాలవృక్షః॥ తె॥తాటిచెట్టు.

కరపత్రికా-ఆ-సీ-జలక్రీడా॥

కరపర్ణః-అ-పు-భిండావృక్షః-౨రక్తైరండః॥

కరపల్లవః-అ-పు-అంగులిః॥

కరపాత్రమ్-అ-న-జలక్రీడా॥

కరపార్శ్వరేఖాః-ఆ-సీ - సంతానసంఖ్యారేఖాః॥

కరపాలః-అ-పు-ఖడ్గః॥ తె॥ మువ్వదియంగుళాలకుమించినకత్తి.

కరపాలికా-ఆ-సీ-హ్రస్వగదాకారహస్తదండః॥

కరభః-అ-పు-మణిబంధాదాకనిష్ఠకరబహిఃప్రదేశః-౨ఉష్ట్రశిశుః-౩ఖరః॥ తె॥౧ మణికట్టు మొదలుకొని చిటికెనవ్రేలుదాకాచేతిప్రక్కనున్న ప్రదేశము- ౨లొట్టిపిట్టపిల్ల-౩గాడిదె.

కరభకాణ్డికా-ఆ-సీ-ఉష్ట్రకాండీవృక్షః॥

కరభప్రియా-ఆ-సీ-క్షుద్రదురాలాభా॥

కరభర్జితమ్-అ-న-అభ్యూషః॥ తె॥ నానవెట్టివేయించినగుగ్గిళ్లు.

కరభవల్లభః-అ-పు-కపిత్థవృక్షః - ౨పీలువృక్షః॥ తె॥౧వెలగచెట్టు,

కరభాదనీ-ఈ-సీ-క్షుద్రదురాలాభా॥

కరభీ-న్-పు-హస్తీ॥

కరభీ-ఈ-సీ-ఉష్ట్రీ-౨వామీ॥

కరభీరః-అ-పు-సింహః॥

కరభూషణమ్-అ-న-కంకణమ్॥ తె॥ పోచీలు-చేకట్లున్ను.

కరభోరూః-ఊ-సీ- కరభసమానోరుస్త్రీ॥ తె॥మణికట్టు మొదలుకొని చిటికినవ్రేలుదాకావుండేప్రదేశమువలెను ఆజానుగాయుండేతొడలుగలయాఁడుది.

కరమట్టః-అ-పు-గువాకవృక్షః॥

కరమరీ-న్-పు-వందీ॥

కరమర్దః-అ-పు-కరమర్దకవృక్షః ॥ తె॥ ఓకచెట్టు.

కరమర్దకః-అ-పు-అవిఘ్నవృక్షః॥ తె॥ ఓక (చెట్టు.)

కరమర్దికా-ఆ-సీ-గోస్తనః॥ తె॥ ద్రాక్షచెట్టు.

కరమర్దీ-ఈ-సీ-కరమర్దకవృక్షః॥ తె॥ ఓక చెట్టు.

కరమాలః-అ-పు-ఖతమాలః-౨ధూమః॥

కరమాలా-ఆ-సీ-కరపర్వరూపమాలా॥

కరముక్తమ్-అ-న-అస్త్రవిశేషః॥

కరమ్బః-అ-త్రి-మిశ్రః॥ తె॥ కలసినది,

కరమ్బః-అ-పు-సక్తవః॥ తె॥ పొడిపిండి.

కరమ్బితః-అ-త్రి-మిశ్రితః-౨ఖచితః॥

కరమ్భః-అ-పు-కాంపిల్యనామకౌషధిః-౨దధియుక్తసక్తవః॥ తె॥ ౨ పెరుగుతోఁదడిపినపేలపిండి-పెరుగుతోతడిపినవేపుడుపిండిన్ని.

కరమ్భకమ్-అ-న-కరంభః-౨దధిసక్తవః॥

కరమ్భా-ఆ-సీ-యుగ్మఫలికాలతా॥ తె॥ దుష్టపుతీఁగె.

కరయన్త్రిమ్-అ-న-ముక్తకః॥ తె॥ బాణము నారిసహార్చివ్రేళ్లనుపట్టేపట్టు.

కరరుట్-హ-పు-నఖః॥ తె॥ గోరు.

కరరుహః-అ-పు-సాముద్రః-౨నఖః॥ తె॥ ౧ నఖముదిప్ప-౨గోరు.

కరర్ధిః-ఇ-సీ-కరతాలీ॥

కరవర్తకా-ఆ-సీ-సంగ్రహిణా॥ తె॥ బాణము వేసేటప్పుడు బొట్టనవ్రేలికిఁ దగిలించే యుంగరము.

కరవాతీ-ఈ-సీ-కరవాలికా॥ తె॥ నిమిచాకత్తి

కలవాలః-అ-పు-ఖడ్గః-౨నఖమ్॥ తె॥ ౧ముప్పదియంగుళములకుమించినకత్తి-౨గోరు.

కరవాలికా-ఆ-సీ-తురుష్కా॥ తె॥ నిమిచాకత్తి

కరవిన్దా-ఆ-సీ-క్షీరబలా॥ తె॥ కలివెచెట్టు.

కరవీ-ఈ-సీ-కబరీ - ౨హింగుపత్రమ్॥ తె॥ ౧ కొప్పు.

కరవీరః-అ-పు-హయమారకః-౨ఖడ్గః-౩దైత్యవిశేషః॥ తె॥ ౧వాడగన్నేరుచెట్టు-౨ కత్తి

కరవీరకః-అ-పు-అర్జునవృక్షః॥

కరవీరకన్దసంజ్ఞః-అ-పు-తైలకందః॥

కరవీరకా-ఆ-సీ-సౌరాష్ట్రీ॥ తె॥ అపరధాన్యవిశేషము.

కరవీరభుజా-ఆ-సీ-ఆఢకీవృక్షః॥

కరవీరా-ఆ-సీ-తామ్రవర్ణమనశ్శిలా॥

కరవీరీ-ఈ-సీ-శ్రేష్ఠగవీ-౨పుత్రవతీ॥

కరశాఖా-ఆ-సీ-కరాంగులిః॥

కరశీకరః-అ-పు-హస్తిశుండనిర్గతజలకణా॥

కరశూకః-అ-పు-నఖః॥

కరస్నః-ఉ-పు-హస్తః॥ తె॥ ముంజెయ్యి.

కరహాటః-అ-పు-పద్మలతాకందమ్-౨మహాపిండీతకః-౩పుష్పవిశేషః॥ తె॥ ౧తామరదుంప-౨మహాపుత్రజీవిచెట్టు.

కరహాటకః-అ-పు-పిండీతకః॥ తె॥ మ్రంగచెట్టు.

కరాపాలః-అ-పు-ఖడ్గః॥ తె॥ ముప్పదియంగుళములకుమించినకత్తి.

కరామర్దః-అ-పు-కరమర్దవృక్షః॥ తె॥ ఓక చెట్టు.

కరామ్బుకః-అ-పు-కృష్ణపాకఫలవృక్షః॥

కరామ్బుజః-అ-పు-కరమర్దకవృక్షః॥ తె॥ ఓక చెట్టు

కరామ్లకః-అ-పు-కరమర్దకవృక్షః॥ తె॥ ఓకచెట్టు

కరాయికా-ఆ-సీ-బలాకాపక్షీ-౨క్షుద్రబకః

కరారోటః-అ-పు-అంగురీయకమ్॥

కరాలమ్-అ-న- భయానకరసః- ౨కృష్ణార్జకః॥ తె॥ ౨నల్లగగ్గెర.

కరాలః-అ-పు-నరకవిశేషః-౨సర్జరసయుక్తతైలమ్॥

కరాలః-అ-త్రి- భయానకరసవాన్- ౨దం

తురః-౩ తుంగః-౪ జిహ్మః॥
కరాలకః-అ-పు-కృష్ణతులసీ॥
కరాలత్రిపుటా-ఆ-సీ-శారిబా॥
కరాలికః-అ-పు-వృక్షః॥
కరాలీ-ఈ-సీ-అగ్నేః సప్తజిహ్వాంతర్గతజిహ్వావిశేషః॥
కరికః-అ-పు-కశేరుకవృక్షః॥ తె॥ ములువెలగచెట్టు.
కరికణావల్లీ-ఈ-సీ-చవికావృక్షః॥
కరికరక్రీడనమ్-అ-న-రతిబంధవిశేషః-౨ బాహ్యరతిః॥
కరికరక్రీడా-ఆ-సీ-బాహ్యరతివిశేషః॥
కరికుమ్భజః-అ-పు-ఆమలకపరిమాణదంతికుంభజాతమౌక్తికమ్॥ తె॥ ఏనుఁగకుంభస్థలముమీఁదబుట్టు నుసిరికపండంత ముత్తెము.
కరికుసుమ్భః-అ-పు-నాగకేసరచూర్ణకమ్॥
కరిగర్జితమ్-అ-న-హస్తిగర్జనమ్॥
కరిజః-అ-పు-హస్తిశిశుః॥
కరిణీ-ఈ-సీ-గజస్త్రీ॥ తె॥ ఆఁడేనుగ.
కరిత్తః-అ-పు-అమోదర్వీ॥ తె॥ ఇనుపగంటె.
కరిదారకః-అ-పు-సింహః॥ తె॥ సింగము.
కరిపత్రమ్-అ-న-తాళీశపత్రమ్॥ తె॥ తాళీసపత్రము.
కరిపదమ్-అ-న-రతివిశేషః॥
కరిపిప్పలీ-ఈ-సీ-గజపిప్పలీ॥ తె॥ ఏనుఁగపిప్పలిచెట్టు.
కరిపోతః-అ-పు-కరిశాబకః॥
కరిబన్ధః-అ-పు-హస్తిబంధనస్తంభః॥
కరిమాచలః-అ-పు-సింహః॥
కరిముఖః-అ-పు-గణేశః॥
కరిరః-అ-(సీ)-కరీరః॥
కరిశాబకః-అ-పు-హస్తిశిశుః॥
కరిశోలుకమ్-అ-న-దిగంతః॥ తె॥ దిక్కులకొన
కరిసంవర్తకః-అ-పు-౨ భీతకవృక్షః॥ తె॥ తాఁడెచెట్టు.
కరీన్-పు-గజః॥ తె॥ ఏనుఁగు.
కరీరమ్-అ-న-వేణ్వంకురాదిశాకవిశేషః-౨ గజదంతమూలమ్॥
కరీరః-అ-పు-క్రకరవృక్షః-౨ ఘటః-౩ వేణ్వంకురః॥ తె॥ ౧ వెణుతురుచెట్టు-౨ కుండ-౩ వెదురుమొలక.
కరీరా-ఆ-సీ-చీరికా-౨ హస్తిదంతమూలమ్॥
కరీరికా-ఆ-సీ-హస్తిదంతమూలమ్॥
కరీరీ-ఈ-సీ-చీరికా-౨ దంతిదంతమూలమ్॥ తె॥ ౧ చిమ్మట.
కరీషః-అ-(సీ)-గోహాలమ్. తె॥ పరుపిడకలు.
కరీషాగ్నిః-ఇ-పు-శుష్కగోమయవహ్నిః॥
కరుః-ఉ-పు-రోగాదిజాతమనోవ్యథా॥
కరుః-ష్-న-రోగాదిజాతమనోవ్యథా॥
కరుణః-అ-పు-జంభీరవృక్షః॥ తె॥ నిమ్మచెట్టు.
కరుణమల్లీ-ఈ-సీ నవమల్లికా॥
కరుణవిప్రలమ్భః-అ-పు-పూర్వరాగాదిచతుర్భేదవిప్రలంభశృంగారమధ్యే విప్రలంభవిశేషః॥
కరుణా-ఆ-సీ-సంగీతశ్రుతిజాతివిశేషః-౨ నవరసవిశేషః-౩ కృపా॥
కరుణాఖ్యః-అ-పు-తాలప్రాణకలావిశేషః
కరుణాపరః-అ-త్రి-దయాపరః॥
కరుణీ-ఈ-సీ-పుష్పవృక్షవిశేషః॥
కరూశః-అ-పు-దేశవిశేషః-౨ రాజవిశేషః॥ ౩ శివార్చకః-౪ ప్రజాపాలనతత్పరః॥.
కరేకరమ్-అ-న-దోర్యుద్ధమ్-౨ బాహుమధ్యమ్॥ తె॥ ౧ గుద్దులాట-౨ మోచేతిమడుపు
కరేటః-అ-పు-నఖః॥
కరేటవ్యా-ఆ-సీ-ధనచ్ఛ్యాపక్షీ॥

కరేటుః-ఉ-ద్వ-కర్కరేటుపక్షీ॥ తె॥ పెద్దకక్కెర.

కరేణుః-ఉ-పు-గజః-౨కర్ణికారవృక్షః॥ తె॥౧మొగయేనుఁగ-౨కొండగోగుచెట్టు.

కరేణుః-ఉ-సీ-కరిణీ॥ తె॥ఆఁడుయేనుఁగు.

కరేణుభూః-ఊ-పు-పాలకావ్యమునిః॥

కరేణుసుతః-అ-పు-మునివిశేషః॥

కరేన్దుకః-అ-పు-భూతృణమ్॥

కరేబరః-అ-పు-తురుష్కః॥

కరేరుః-ఉ-పు-వృక్షః-౨కీశః॥ తె॥ ౧చెట్టు-౨క్రోఁతి.

కరోటమ్-అ-న-శిరోస్థి॥

కరోటకమ్-అ-న-వస్త్రకోశః॥ తె॥ ౧బట్టలపెట్టె.

కరోటిః-ఇ-సీ-కపాలాధశ్శిరోస్థి॥ తె॥ చిప్పయెముకకిందతలయెముక.

కరోటీ-ఈ-సీ-శిరోస్థి॥

కర్కః-అ-పు-శ్వేతాశ్వః-౨దర్పణః-౩ఘటవిశేషః-౪అగ్నిః-౫కర్కటకః॥ తె॥౧తెల్లగుఱ్ఱము-౨అద్దము-౩ఒకానొకకుండ-౪నిప్పు-౫ఎండ్రకాయ.

కర్కచిర్భిటీ-ఈ-సీ-చిర్భిటా-౨కర్కటీభేదః॥

కర్కటః-అ-పు-రాశివిశేషః-౨కృష్ణేక్షుః-౩కంకః-౪రతిబంధవిశేషః-౫కులీరః-౬వృక్షవిశేషః॥ తె॥౧రాశివిశేషము-౨నల్లచెఱుకు-౩రాబులుగు-౪ఒకానొకరతిబంధము-౫ఎండ్రకాయ-౬ఒకానొకచెట్టు.

కర్కటకః-అ-పు-కులీరః-౨ఇక్షుః-౩రాశివిశేషః॥ తె॥౧ఎండ్రపీత-౨చెఱుకు-౩ఒకానొకరాశి.

కర్కటకశృఙ్గీ-ఈ-సీ-కులీరశృంగీ॥ తె॥ కర్కాటకశృంగిచెట్టు.

కర్కటచ్ఛదా-ఆ-సీ-ఖరవత్రావృక్షః॥ తె॥బరివెంకచెట్టు.

కర్కటముఖమ్-అ-న-విషవిద్యాతంత్రవిశేషః॥

కర్కటశృఙ్గికా-ఆ-సీ-కర్కటశృఙ్గీవృక్షః॥

కర్కటాఖ్యా-ఆ-సీ-కర్కటశృఙ్గీవృక్షః॥

కర్కటాహ్వః-అ-పు-బిల్వవృక్షః॥ తె॥ మారేడుచెట్టు.

కర్కటాహ్వయా-ఆ-సీ-కర్కటకశృంగీ॥

కర్కటాహ్వా-ఆ-సీ-కర్కటశృంగీవృక్షః॥ తె॥కర్కాటకశృంగిచెట్టు.

కర్కటిః-ఇ-సీ-కర్కటీ॥

కర్కటినీ-ఈ-సీ-దారుహరిద్రా॥ తె॥ మానిపసుపు.

కర్కటీ-ఈ-సీ-ఉర్వారులతా॥ తె॥నక్కదోస

కర్కటుః-ఉ-పు-కరేటుపక్షీ॥

కర్కన్ధు-ఉ-న-బదరీఫలమ్॥ తె॥ రేగుపండు.

కర్కన్ధుః-ఉ-పు-బదరీవృక్షః॥ తె॥ రేగుచెట్టు.

కర్కన్ధూః-ఊ-సీ-బదరీవృక్షః॥ తె॥ రేగుచెట్టు.

కర్కరమ్-అ-త్రి-కఠినమ్॥

కర్కరమ్-అ-న-చూర్ణజనకక్షుద్రపాషాణఖండమ్॥

కర్కరః-అ-పు-దర్పణః-౨తరుణః-౩మేషః-౪దృఢః॥

కర్కరాఙ్గః-అ-పు-కాలకంఠపక్షీ॥

కర్కరాటుః-ఉ-పు-కటాక్షః॥

కర్కరాటుకః-అ-పు-కర్కరేటుపక్షీ॥

కర్కరాన్ధకః-అ-పు-అంధకూపః॥

కర్కరాలః-అ-(సీ)-చూర్ణకుంతలః॥

కర్కరాహ్వా-ఆ-సీ-శమీవృక్షః॥ తె॥ జమ్మిచెట్టు.

కర్కరికః-అ-పు-జలపాత్రమ్॥ తె॥ ఉదకపాత్రము.

కర్కరీ-ఈ-సీ-గలంతికా॥ తె॥ గరిగెపిడత.

కర్కరికా-ఆ-సీ-కర్కరీ॥

కర్కరేటమ్-అ-న-గలేహస్తాధానమ్॥

కర్కరేటుః-ఉ-ద్వ-కరెటువక్షీ॥ తె॥ పెద్దకక్కెర.

కర్కశః-అ-పు-కాంపిల్యః-౨శోణరత్నామసృణత్వదోషః-౩ఖడ్గః-౪ఇక్షుః-౫కాసమర్దః-౬మరకతదోషః-౭విద్రుమదోషః॥ తె॥ ౧కంపిల్లము-౨కెంపులయందు గరుకులుగానుండడము-౩కత్తి-౪చెఱకు-౫కసిందచెట్టు.

కర్కశః-అ-త్రి-కఠినః-౨నిర్దయః-౩క్రూరః-౪సాహసికః॥

కర్కశచ్ఛదః-అ-పు-పటోలః-౨శాకోటవృక్షః॥

కర్కశచ్ఛదా-ఆ-సీ-కోశాతకీ॥

కర్కశదలః-అ-పు-కటోలలతా॥ తె॥ చేతిపొట్ల.

కర్కశదళా-ఆ-సీ-దగ్ధవృక్షః॥

కర్కశవాక్యమ్-అ-న-నిష్ఠురవచనమ్॥

కర్కశా-ఆ-సీ-వృశ్చికాలావృక్షః॥

కర్కశికా-ఆ-సీ-వనకోలిః॥

కర్కసారమ్-అ-న-కరంభకమ్-౨దధిసక్తుః॥

కర్కాటకీ-ఈ-సీ-వల్లీ-౨కర్కాటకశృంగీ॥ తె॥ ౧తీఁగె-౨కర్కాటకశృంగిచెట్టు.

కర్కారుః-ఉ-పు-కూష్మాండలతా॥ తె॥ గుమ్మడితీఁగె.

కర్కారుకః-అ-పు-కళింగలతా॥ తె॥ పుచ్చచెట్టు.

కర్కిః-ఇ-పు-కర్కటరాశిః॥

కర్కీ-న్-పు-కర్కటకరాశిః॥ తె॥ కటకరాశి.

కర్కోటః-అ-పు-నాగరాజవిశేషః॥

కర్కోటకః-అ-పు-బిల్వవృక్షః-౨వృశ్చికః-౩దేవయోనిసర్పవిశేషః-౪విషవిశేషః-౫దుర్జనః॥ తె॥ ౧మారేడుచెట్టు-౨తేలు-౩దేవతలలోఁచేరినసర్పము-౪ఒకానొకవిషము-౫దుష్టుఁడు.

కర్కోటకీ-ఈ-సీ-రాజకోశాతకీ-౨పానసీ॥ తె॥ ౧పెద్దబీరచెట్టు-౨ఆగాఁకరచెట్టు.

కర్కోటికా-ఆ-సీ-కర్కాటకః॥

కర్కోటీ-ఈ-సీ-దేవదాలికా॥ తె॥ డావరడంగిచెట్టు.

కర్కోలకమ్-అ-న-తక్కోలఫలమ్॥ తె॥ తక్కోలఫలము.

కర్చూరమ్-అ-న-కర్బురమ్-౨స్వర్ణమ్॥

కర్చూరః-అ-పు-వృక్షవిశేషః॥ తె॥ ఒకానొకచెట్టు.

కర్చూరకః-అ-పు-కర్బూరకః॥

కర్ణః-అ-పు-శ్రోత్రమ్-౨రాధేయః-౩ద్విసంజ్ఞా॥ తె॥ ౧చెవి-౨కర్ణుఁడు.

కర్ణకణ్డుః-ఉ-పు-కర్ణరోగవిశేషః॥ తె॥ ఒకానొకచెవిరోగము.

కర్ణకీటీ-ఈ-సీ-కీటవిశేషః॥ తె॥ ఒకానొకపురుగు.

కర్ణక్ష్వేడః-అ-పు-కర్ణరోగవిశేషః॥

కర్ణగూథమ్-అ-న-కర్ణమలమ్॥ తె॥ గులిబి॥

కర్ణగూథకః-అ-పు-కర్ణరోగవిశేషః॥ తె॥ ఒకానొకచెవిరోగము.

కర్ణజలూకా-ఆ-సీ-శతపదీ॥ తె॥ నల్లజెఱ్ఱి.

కర్ణజలౌకా-ఆ-సీ-శతపదీ॥

కర్ణజలౌకాః-స్-సీ-కర్ణజలౌకా॥

కర్ణజాహమ్-అ-న-కర్ణమూలమ్॥ తె॥ చెవిమొదలు.

కర్ణజిత్-త్-పు-అర్జునః॥

కర్ణదర్పణః-అ-పు-తాడంకనామకర్ణభూషణమ్॥

కర్ణదున్దుభిః-ఇ-సీ-కర్ణకీటీ॥

కర్ణధారః-అ-పు- నావికః ॥ తె ॥ ఓడగడిపే వాఁడు.

కర్ణపత్రః-అ-పు- స్వర్ణకర్ణభూషణమ్॥తె॥ బంగారుదుద్దులు.

కర్ణపాలీ-ఈ-సీ-కర్ణాందూః॥

కర్ణపుష్పః-అ-పు-మోరటలతా॥

కర్ణపూః-ర్-సీ-కర్ణరాజపురమ్॥

కర్ణపూరమ్-అ-న-ఉత్పలమ్- ౨శిరీషమ్॥తె॥ ౧కలువపువ్వు-౨దిరిశెనపువ్వు॥

కర్ణపూరః-అ-పు- నీపవృక్షః- ౨కురంటకవృక్షః-౩తాటంకః-౪అవతంసః-౫అశోకవృక్షః॥తె॥ ౧మొగులుకడిమిచెట్టు-౨పచ్చపెద్దగోరింటచెట్టు- ౩మెరుగుకమ్మలు-౪చెవికొననుంచే పుష్పము మొదలైనవి-౫అశోకవృక్షము.

కర్ణపూరకః-అ-పు-ముస్తా॥తె॥తుంగముస్తె చెట్టు.

కర్ణప్రతినాహః-అ.పు-కర్ణరోగవిశేషః॥

కర్ణఫలః-అ-పు-మత్స్యవిశేషః॥

కర్ణమచ్ఛః-అ-పు-ధార్మికలక్షణమ్॥

కర్ణమలమ్-అ-న-కర్ణజమలమ్॥తె॥ గులిబి॥

కర్ణముకురః-అ- పు- తాడంకనామకర్ణభూషణమ్॥

కర్ణమూలావర్తః-అ-పు-(స్త్రీ)సౌభాగ్యలక్షణమ్॥

కర్ణమోటీ-ఈ-సీ-చాముండా॥

కర్ణలతికా-ఆ-సీ-పాలిః॥

కర్ణవంశః-అ-పు-మంచః॥

కర్ణవర్జితః-అ-పు-సర్పః॥

కర్ణవర్జితః-అ-త్రి-కర్ణహీనః॥

కర్ణవిట్-శ్-పు.కర్ణమలమ్॥తె॥గులిబి.

కర్ణవేధః-అ-పు- కర్ణపట్య-దోషనివారణార్థమ్కర్ణస్య వేధనమ్॥

కర్ణవేధనీ-ఈ-సీ- హస్తికర్ణవేధనాస్త్రమ్॥

కర్ణవేష్టకమ్-అ-న-కుండలమ్॥

కర్ణవేష్టనమ్-అ-న-కుండలమ్॥తె॥ పురుషుల చెవిపోగులు.

కర్ణశష్కులీ-ఈ-సీ-కర్ణగోలకమ్॥

కర్ణసంస్రావః-అ-పు-కర్ణరోగవిశేషః॥

కర్ణస్ఫోటా-ఆ-సీ-త్రిపుటా॥తె॥బొల్లిబూసరచెట్టు.

కర్ణాటః-అ-పు- స్వనామఖ్యాతదేశవిశేషః॥ తె॥కర్ణాటకదేశము.

కర్ణాటీ-ఈ-సీ-రాగిణీవిశేషః॥

కర్ణానుజః-అ-పు-యుధిష్ఠిరరాజః॥

కర్ణాన్దుః-ఉ-సీ-కర్ణపాలీ॥

కర్ణాన్దూః-ఊ-సీ-కర్ణాందుః-౨కర్ణపాలీ॥

కర్ణాభరణకః-అ-పు-ఆరగ్వధవృక్షః॥తె॥ రెల్లచెట్టు.

కర్ణారా-ఆ-సీ-కర్ణవేధనీ॥

కర్ణారిః-ఇ-పు-అర్జునః॥

కర్ణాస్ఫాలః-అ-పు-ఝులంఝులా-౨హస్తికరాస్ఫాలనమ్॥

కర్ణికా-ఆ-సీ-వైజయంతికా-౨సహా- ౩తాలపత్రమ్-౪కర్ణపత్రమ్- ౫బీజకోశః-౬కరిహస్తాగ్రమ్- ౭హస్తమధ్యాంగులిః-౮కర్ణాభరణవిశేషః॥తె॥౧తక్కెడుచెట్టు-౨పిన్నగోరింటచెట్టు- ౩చెవిలకాక్కు-౪బంగారుదుద్దుకమ్మలు - ౫తామరదుద్దు-౬పనుఁగుతొండముకొన-౭చేతినడిమివ్రేలు - ౮చెవియలంకారములలోనొకటి.

కర్ణికాచలః-అ-పు-సుమేరుపర్వతః॥

కర్ణికారః-అ-పు-ఆరగ్వధవృక్షః- ౨పరివ్యాధవృక్షః-౩కమవరః॥తె॥ ౧రేలచెట్టు-౨

కొండగోగుచెట్టు-౩ గోగుచెట్టు.

కర్ణికిన్-పు-హస్తీ॥

కర్ణీ-ఈ-సీ-కదలీవృక్షః॥ తె॥ అరటిచెట్టు.

కర్ణీ-న్-పు- ఆరగ్వధవృక్షః-౨ వర్షపర్వతస ప్తకాంతర్గతపర్వతవిశేషః॥ తె॥ ౧ రేల చెట్టు.

కర్ణీరథః-అ-పు- మనుష్యవాహ్యయానమ్-౨ క్రీడార్థనిర్మితస్వల్పరథః॥ తె॥ ౧ అందలము మొదలయినది- ౨ విలాసార్థముఁ జేయఁబడిన చిన్నరథము.

కర్ణీసుతః-అ-పు-కంసాసురః॥

కర్ణేజపః-అ-త్రి-పిశునః॥ తె॥ కొండెగాఁడు.

కర్ణేన్దుః-ఉ-పు-కర్ణాందుః -౨ అర్ధచంద్రాకృతికర్ణభూషణమ్॥

కర్ణ్యమ్-అ-న-తీక్ష్ణమ్॥ తె॥ గులిమి,

కర్తనమ్ - అ- న - ముస్తా-౨ ఛేదనమ్-౩ నారీణాం మూలసేవనమ్॥

కర్తనమ్-అ-న-ఛేదనమ్-౨ నారీణాం సూత్రనిర్మితిః॥

కర్తరీ-ఈ-సీ-కృపాణీ॥ తె॥ కత్తెర.

కర్తరీముఖః-అ-పు-అభినయహస్తవిశేషః॥

కర్తరీస్వస్తికః-అ-పు-అభినయసంయుతహస్తవిశేషః॥ తె॥ ఒకానొకయభినయహస్తము.

కర్తవ్యమ్-అ-త్రి-కరణీయమ్ - ౨ కరణయోగ్యమ్॥

కర్తా-ఋ-పు-కారకః-౨ పరమేష్ఠీ॥ తె॥ ౧ చేసేవాఁడు-౨ బ్రహ్మ.

కర్తుమ్-౦-౦-విధాతుమ్॥ తె॥ చేసేటందుకు.

కర్తృ-ఋ-న-కారకమ్॥ తె॥ చేసేది.

కర్తృకా-ఆ-సీ-క్షుద్రఖడ్గః॥

కర్తృత్వమ్-అ-న-కర్తృభావః-౨ కర్తృధర్మః॥

కర్త్రీ-ఈ సీ-క్రియావతీ॥ తె॥ చేసేస్త్రీ.

కర్దః-అ-పు-కర్దమః॥

కర్దటః-అ-పు-కరహాటః-౨ పఙ్కః-౩ పఙ్కారః॥

కర్దనమ్-అ-న-ఉదరశబ్దః॥

కర్దమమ్-అ-న-మాంసమ్॥

కర్దమః-అ-పు-కర్దమప్రజాపతిః-౨ పంకః॥ తె ౨ బురద.

కర్దమాటకః-అ-పు-విష్టాదినిక్షేపస్థానమ్॥

కర్ద్రిమః-ఈ-సీ-ముద్గరవృక్షః॥

కర్పటః-అ-పు-నక్తకః-౨ భిక్షుసంఘాటీ॥ తె॥ ౧ మాసినచిన్నగుడ్డ- ౨ సన్యాసులశాటీ.

కర్పటధారీ-న్-త్రి - మలినజీర్ణవస్త్రఖండధారీ-౨ భిక్షుకః॥

కర్పటికః-అ-త్రి-కర్పటధారీ॥

కర్పటీ-న్-త్రి-కర్పటధారీ॥

కర్పణీ-ఈ-సీ-క్షీరిణీ॥ తె॥ చిరుపాలచెట్టు.

కర్పరః-అ-పు-కపాలః-౨ భిక్షాపాత్రమ్- ౩ తస్కరః-ఠధూర్తః॥ తె॥ ౧ తలచిప్పవెముక-౩ దొంగలించెడివాఁడు.

కర్పరః-అ-(సీ)-కటాహః॥ తె॥ మంఢ - బొరుసున్న.

కర్పరాంశః-అ-పు-శర్కరా॥

కర్పరాలః-అ-పు-అక్షోటవృక్షః-౨ కన్దరాలః॥ తె॥ ౧ కొండగోలుగుచెట్టు.

కర్పరికాతుత్థమ్-అ-న-తుత్థవిశేషః-౨ కర్పరీ॥

కర్పరీ-ఈ-సీ-దార్వికాక్వాథోద్భవః॥ తె॥ కర్పరీతుత్థము.

కర్పాసః-అ-(సీ)-కార్పాసః॥ తె॥ ప్రత్తి.

కర్పాసీ-ఈ సీ-కార్పాసీ॥ తె॥ ప్రత్తి.

కర్పూరః-అ-(సీ)-ఘనసారః॥

కర్పూరకః-అ-పు-కర్బూరకః-౨ కర్చూరకః॥

కర్పూరతిలకా- ఆ- సీ- ఉమాసఖీభేదః-౨ జయా॥

కర్పూరతృణమ్-అ-న-గంధతృణమ్॥ తె॥ (వాసనగడ్డి)

కర్పూరతైలమ్-అ-న-కర్పూరస్నేహః॥

కర్పూరనాళికా-ఆ-సీ-పక్వాన్నవిశేషః॥

కర్పూరమణిః-ఇ-పు-పాషాణభేదః.౧కర్పూరమణినామాయంయుక్త్యా వాతాదిదోషనుత్॥

కర్పూరవేదికా-ఆ-సీ-కైలాసపర్వతః॥ తె॥ కైలాసపర్వతము.

కర్ఫరః-అ-పు-దర్పణః॥

కర్బరః అ-పు-వ్యాఘ్రః-౨రాక్షసః॥ తె॥ ౧ పెద్దపులి.

కర్బరీ-ఈ సీ-శివా-౨వ్యాఘ్రీ॥

కర్బుదారః-అ.పు-కోవిదారవృక్షః॥

కర్బుదారకః-అ-పు-శ్లేష్మాంతకవృక్షః॥

కర్బురమ్-అ-న-సువర్ణమ్ - ౨అఘమ్-౩తోయమ్-౪ఆకాశః॥ తె॥౧బంగారము - ౨పాపము-౩నీళ్లు.

కర్బురః-అ-పు- రాక్షసః- ౨తిలతండులవన్మిశ్రసర్వవర్ణః-౩కుంకురుః-౪నానావర్ణలావకపక్షీ ॥ తే ॥ ౩కుంకురుమ్రాను అనే గ్రంథ్యము.

కర్బురః-అ-త్రి- తిలతండులవన్మిశ్రసర్వవర్ణవాన్-౨సిందూరమ్॥

కర్బురటః-అ-పు-శ్లేష్మాంతకవృక్షః॥ తె॥విరిగి చెట్టు.

కర్బురగఫలః-అ-పు-సాకురుండవృక్షః॥

కర్బురశిలాజతు-ఉ-న-శిలాజతువిశేషః॥

కర్బురసుహృత్-ద్-పు- అలక్తః-౨లాక్షా॥ తె॥౧లత్తుక-౨లక్క.

కర్బురా-ఆ-సీ-తరట్టీ-౨కృష్ణవృంతా॥ తె॥ ౧ తరట్టిచెట్టు.

కర్బురీ-ఈ.సీ-పార్వతీ॥

కర్బూరమ్-అ-న-స్వర్ణమ్-౨హరితాలమ్॥

కర్బూరః-అ-పు-శటీ-౨రాక్షసః- ౩ద్రావిడకః॥

కర్బూరకః-అ-పు-హరిద్రాభవృక్షః॥

కర్మ-న్-న-షట్సంజ్ఞా-౨వ్యాసః॥ తె॥ ౧ఆఱుసంజ్ఞగలది-౨విస్తరించడము.

కర్మకరః-అ-పు- భృతకః- ౨భృత్యః-౩కీనాశః॥ తె॥ ౧కూలివాఁడు-౨జీతగాఁడు-౩యముఁడు.

కర్మకరీ-ఈ-సీ-పరిచారికా-౨మూర్వా-౩బింబికాలతా-౪మూర్వాలతా॥

కర్మకారః-అ-త్రి-తత్క్రియః॥ తె॥ కూలిలేకుండాపనిచేసేవాఁడు.

కర్మకీలకః-అ-పు-రజకః॥

కర్మక్షమః-అ-త్రి-కార్యకరణసమర్థః॥

కర్మజః-అ-పు-కలియుగః-౨వటవృక్షః॥

కర్మజః-అ-త్రి-క్రియాజన్యః॥

కర్మజగుణః-అ-పు-క్రియాజన్యగుణః॥

కర్మఠః-అ-త్రి-కర్మశూరః॥ తె॥ కార్యముచివరకువెళ్లించువాఁడు.

కర్మణ్యః అ-త్రి-కర్మయోగ్యః౨క్రియార్హః

కర్మణ్యభుక్-జ్-త్రి-భరణ్యభుక్- ౨వేతనోపజీవీ॥

కర్మణ్యా-ఆ-సీ-భృతిః॥ తె॥జీతము,కూలిన్ని.

కర్మధారః-అ-పు-పట్టికా॥ తె॥కమ్మరవానిదాగలి.

కర్మధారయః-అ-పు-సమాసవిశేషః॥

కర్మన్దీ-న్-పు-యతిః-౨సన్యాసీ॥

కర్మఫలమ్-అ-న- కర్మవిపాకః-౨కర్మరంగఫలమ్॥

కర్మఫలః అ-పు-కర్మరంగః-౨కర్మవిపాకః॥

కర్మభూః-ఊ-సీ-కృష్ణభూమిః॥

కర్మభూమిః-ఇ-సీ-ఆర్యావర్తదేశః॥

కర్మమూలమ్-అ-న-కుశతృణమ్॥

కర్మయుగమ్-అ-న-కలియుగమ్॥

కర్మరఙ్గః-అ-(సీ)-ఫలవృక్షవిశేషః॥

కర్మరీ-ఈ-సీ-వంశరోచనా॥
కర్మవజ్రః-అ-పు-శూద్రః॥ తె॥ శూద్రుఁడు.
కర్మవాటీ-ఈ-సీ-తిథిః॥
కర్మవిపాకః-అ-పు-కర్మజన్యఫలస్యపరిపాకః
కర్మశీలః-అ-త్రి-కర్మకర్తృస్వభావవాన్॥
కర్మశూరః-అ-త్రి-కర్మఠః॥ తె॥ కర్మముచివర వెళ్లించేవాఁడు,
కర్మసచివః-అ-పు-రాజకార్యేతరజాగరూకసచివః-౨అక్షపటలాధ్యక్షాదిః॥ తె॥ ౧ రాచకార్యముకంటె తక్కిన ప్రయోజనములయందు జాగరీకుఁడైయుండే సచివుఁడు.
కర్మసన్న్యాసికః-అ-పు-యతిః-౨సన్న్యాసీ॥
కర్మసాక్షీ-న్-పు-సూర్యః॥
కర్మా-న్-(సీ)-క్రియా॥
కర్మాన్తః-అ-పు-కర్మభూః-౨కృష్టభూః॥
కర్మారః-అ-పు-వేణుః-౨అయస్కారః॥ తె॥ ౧ వెదురు-౨కమ్మరవాఁడు.
కర్మార్హః-అ-పు-పురుషః॥
కర్మార్హః-అ-త్రి-క్రియాయోగ్యః॥
కర్మిణీ-ఈ-సీ-పూర్వమీమాంసా॥
కర్మిష్ఠః-అ-త్రి-క్రియావాన్ - ౨అతిశయకర్మవిశిష్టః॥
కర్మీ-న్-పు-నాగరంగవృక్షః-౨మనుష్యః-౩మానసమ్-౪దేహః-౫కర్మకరః॥ తె॥ ౧ నారంజిచెట్టు.
కర్మీరః-అ-పు-కర్మీరవర్ణః॥
కర్మేన్ద్రియమ్-అ-న-వాక్పాణిపాదపాయూపస్థసముదాయః॥
కర్వః-అ-పు-కామః-౨ఉందురుః॥
కర్వటమ్-అ-న-పురమ్-౨నగరమ్॥
కర్వటః-అ-(సీ)-ద్విశతగ్రామమధ్యేషుసారమస్థానమ్॥

కర్వరః-అ-పు-రాక్షసః-౨వ్యాఘ్రః॥
కర్వరీ-ఈ-సీ-శివా-౨హింగుపత్రీ॥
కర్శః-అ-పు-కర్చూరః॥
కర్షః-అ-పు-కర్షణమ్-౨విభీతకవృక్షః॥ తె॥ ౧ ఒరియడము-రాయడము-౨తాఁడెచెట్టు.
కర్షః-అ-(సీ) - షోడశాద్యమాషతులామానసువర్ణమ్॥
కర్షకః-అ-త్రి-కృషీవలః॥ తె॥ దున్నుకొని జీవించేవాఁడు.
కర్షణమ్-అ-న-కృషికర్మ - ౨లాంగలాదినా భూమ్యాదిఖననమ్॥
కర్షణిః-ఇ-సీ-అసతీ॥
కర్షణీ-ఈ-సీ-క్షీరిణీవృక్షః॥
కర్షఫలః-అ-పు-విభీతకవృక్షః॥ తె॥ తాఁడెచెట్టు.
కర్షఫలా-ఆ-సీ-ఆమలకీవృక్షః॥ తె॥ ఉశిరికచెట్టు.
కర్షాపణః-అ-పు - కర్షపరిమితముద్రితరజితటంకః॥
కర్షార్ధమ్-అ-న-తోలకపరిమాణమ్॥
కర్షిణీ-ఈ-సీ-క్షీరిణీవృక్షః-౨అశ్వముఖబంధనరజ్జుస్థితలోహమ్॥
కర్షూః-ఊ-సీ-నదీ- ౨వార్తా-౩తుషః - ౪హస్తమ్॥
కర్షూః-ఊ-పు-కరీషాగ్నిః॥
కర్హి-౦-౦-కస్మిన్ కాలే॥ తె॥ ఎప్పుడు.
కర్హిచిత్-౦-౦-కస్మింశ్చిత్కాలే॥
కలమ్-అ-న-శుక్లమ్-౨కోలివృక్షః॥
కలః-అ-పు-కమలవల్లభః-౨అజీర్ణమ్॥ తె॥ ౧ పిన్నవరగోగు-౨అజీర్ణము.
కలః-అ-త్రి-అవ్యక్తమధురాక్షరధ్వనిః॥
కలకః-అ-పు-శకులమత్స్యః॥

కలకణ్ఠః-అ-పు-కోకిలః- ౨హంసః - ౩పారావతః-తె॥౧కోయిల-౨హంస-౩ పావురము.

కలకణ్ఠః-అ-త్రి-కలస్వరవాన్॥

కలకణ్ఠీవీణాహంసస్వరః-అ-పు-అష్టపుత్రవతీలక్షణమ్॥

కలకలః-అ-పు-బహుజనధ్వనిః - ౨సర్జరసః॥

కలఘోషః-అ-పు-కోకిలః॥

కలఙ్కః-అ-పు-చిహ్నమ్-౨నిందా-౩ కాలాయసమలమ్॥ తె॥౧గురుతు-౨ దూషణము-౩ కాలాయసముయొక్క మలము.

కలఙ్కషః-అ-పు-సింహః॥

కలఙ్కషా-ఆ-సీ-కరతాలీ॥

కలఙ్కీ-న్-త్రి-అపవాదగ్రస్తః॥

కలఙ్కురః-అ-పు-ఆవర్తః-౨జలభ్రమః॥

కలఞ్జః-అ-పు-త్రిశూలినీ॥ తె॥ గంజావిచెట్టు.

కలటమ్-అ-న-గృహాచ్ఛాదనమ్॥

కలతికా-ఆ-సీ - అంసాధశ్చతురంగులప్రదేశః॥ తె॥భుజశిరస్సుకింద నాలుగుయంగులములదాకా॥

కలతూలికా-ఆ-సీ-ఇచ్ఛావతీ॥

కలత్రమ్-అ-న-భార్యా-౨కటిః-౩నృపాదిదుర్గస్థానమ్॥ తె॥౧పెండ్లాము - ౨తొడలమీఁదనడుముకిందిభాగము.

కలధూతమ్-అ-న-రూప్యమ్॥

కలధౌతమ్-అ-న-రౌప్యమ్-౨హేమ - ౩క
కలధౌతః-అ-త్రి-కలధ్వనిః॥ (లధ్వనిః॥)

కలధ్వనిః-ఇ-పు-పారావతపక్షీ-౨మయూరపక్షీ-౩కోకిలపక్షీ॥ తె॥౧ పారువపుపిట్ట-౨నెమలిపిట్ట-౩ కోయిలపిట్ట.

కలనమ్-అ-న-చిహ్నమ్-౨దోషః-౩గర్భేమిశ్రితమ్శుక్లశోణితమ్ - తత్తుఏకరాత్రేణభవతి.

కలనః-అ-పు-వేతసవృక్షః॥

కలనా-ఆ-సీ-వశీభూతత్వమ్-౨వశతా॥

కలన్దరః-అ-పు-వర్ణసంకరజాతివిశేషః॥

కలన్దికా-ఆ-సీ-సర్వవిద్యా॥

కలన్ధుః-ఉ-సీ-ఘోలీశాకః॥

కలభః-అ-పు-మత్స్యవిశేషః-౨చుంచురః-౩గజశిశుః-౪త్రింశద్వర్షగజశిశుః॥ తె॥ ౧చేపలోభేదము-౨ఎలుకజీడిచెట్టు - ౩ఏనుఁగపిల్ల-౪ముప్పదిసంవత్సరముల ఏనుఁగపిల్ల.

కలభకర్ణికా-ఆ-సీ-ఉష్ట్రకర్ణీవృక్షః॥ తె॥ ఉష్ట్రకర్ణియనుచెట్టు.

కలభవల్లభః-అ-పు-పీలువృక్షః॥

కలభీ-ఈ-సీ-చంచువృక్షః॥

కలమః-అ-పు-లేఖనీ-౨రక్తధాన్యమ్-౩ చారః-౪లాక్షారసః-౫అంకురః-౬ వింశతివర్షగజః-౭నీలాశ్వః॥ తె॥ ౧కాకిదము వ్రాసేకలము-౨ఎఱ్ఱబుడమవడ్లు-౬ ఇఱువదియేండ్లపనుఁగు-

కలమోత్తమః-అ-పు-గంధశాలిః॥

కలమ్బః-అ-పు-శాకనిరస్తః-౨బాణః - ౩నీపవృక్షః॥ తె॥౧కూరకుతీసివేసిన తొడిమెలుపీచుమొదలైనవి-౨బాణము - ౩మొగులుకడిమిచెట్టు.

కలమ్బకః-అ-త్రి-అవాక్కర్ణః - ౨ధారాకదంబః॥ తె ॥ ౧మూఁగచెవుడున్నఁగలవాఁడు.

కలమ్బికా-ఆ-సీ- కలంబీశాకః - ౨గ్రీవాపశ్చాన్నాడీ॥

కలమ్బీ-ఈ-సీ-లతోపోదకీ॥ తె॥ తీఁగెబచ్చలిచెట్టు.

కలమ్బుటమ్-అ-న-హైయంగవీనమ్॥

కలమ్బూః-ఊ-సీ-కలంబీశాకః॥

కలరవః-అ-పు-పారావతపక్షీ॥ తె॥ పావురము.

కలలః-అ-(సీ) - గర్భహేతుశుక్లశోణితపిండః-౧ జరాయుః॥ తె॥ గర్భానకు హేతువైనటువంటి రక్తమున్ను రేతస్సున్ను కలిసినముద్ద.

కలలజః-అ-పు-గాలః॥

కలలజోద్భవః-అ-పు-సాలవృక్షః॥

కలవిఙ్కః-అ-పు-చటకః-౧ కలింగపక్షీ॥ తె॥ ౧ ఊరఁబిచ్చుక-౨ కుంకటిమూగ.

కలశమ్-అ-న-ఘటః॥ తె॥ కుండ.

కలశః-అ-పు-అభినయహస్తవిశేషః - ౨ ఘటః॥ తె॥ ౨ కుండ.

కలశాబ్ధిజా-ఆ-సీ-లక్ష్మీః॥

కలశిః-ఇ-సీ-పృశ్నిపర్ణీ॥

కలశీ-ఈ-సీ-ఘటః-౨ క్రోష్టువిన్నా॥ తె॥ ౧ కుండ-౨ నక్కతోకపొన్నచెట్టు.

కలశోదధిః-ఇ-పు-క్షీరసముద్రః॥

కలసః-అ-పు-ఘటః॥ తె॥ కుండ.

కలసిః-ఇ-పు-పృశ్నిపర్ణీ-౨ గర్గరీ॥

కలసీ-ఈ-సీ-పృశ్నిపర్ణీ-౨ కలసః॥

కలసీసుతః-అ-పు- అగస్త్యమునిః - ౨ వాచస్పతిః॥

కలసోదధిః-ఇ-పు-సముద్రః-౨ కలసఇవఉదధిః - మంథనాధారత్వాత్॥

కలహః-అ-పు-జనానోన్యకలకలః-౨ యుద్ధమ్-౩ రాగః-౪ ఖడ్గకోశః-౫ బంధనమ్- ౬ వాటః॥

కలహంసః-అ-పు-కాదంబపక్షీ-౨ రాజహంసః-౩ నృపోత్తమః-౪ రాజవిశేషః॥ తె॥ ౧ మధురముగాఁబలికెడిహంస - ౨ ముక్కు, కాళ్లున్ను, ఎఱ్ఱగానుండి, తక్కిన శరీరము తెల్లగానుండెడిహంస-౩ రాజశ్రేష్ఠుఁడు-౪ కమలినీకలహంసనాటికయందు నాయకుఁడై చెప్పఁబడ్డరాజు.

కలహనాశనః-అ-పు-పూతికరంజః॥

కలహప్రియః-అ-పు-నారదః॥

కలహప్రియా-ఆ-సీ-సారికాపక్షీ॥

కలహాన్తరితా-ఆ-సీ - పతిమవమత్యపశ్చాత్తాపసమన్వితనాయికా॥

కలా-ఆ-సీ- చంద్రషోడశభాగః - ౨ త్రింశత్కాష్ఠాసమకాలః-౩ తాలప్రాణవిశేషః-౪ తాలమానాష్టనిమిషకాలః-౫ సంకేతితచంచత్పుటాదితాలః-౬ షోడశసంజ్ఞాయాం-౭ వాత్స్యాయనోక్తనృత్తగీతవాద్యాదిచతుష్షష్టిబాహ్యక్రియాః-౮ ఆలింగనచుంబనాద్యాభ్యంతర చతుష్షష్టిక్రియాః-౯ శిల్పికృతకర్మ - ౧౦ అంశః-౧౧ మూలధనవర్ధనమ్ - ౧౨ విద్యా-౧౩ కలనా-౧౪ గురు-౧౫ స్త్రీరజః॥ తె॥ ౧ చంద్రునియొక్క పదియాఱవ భాగము-౨ పదునెనిమిది ఱెప్పపాట్లు పరిమాణముగాఁగల కాష్ఠయనేకాలములు ముప్పదియైనదాకాయుండేకాలము-౬ పదియాఱనేసంజ్ఞయందు-౯ పనివాఁడు చేసేపని-౧౧ వడ్డి-౧౪-బలువు.

కలాకూలమ్-అ-న-విషమ్॥

కలాకేలిః-ఇ-పు-కామదేవః॥ (సురః॥

కలాఙ్కురః-అ-పు-సారసపక్షీ-౨ కంసా }

కలాచికా-ఆ-సీ-ప్రకోష్ఠః-౨ సతుకపోణేరధో మణిబంధపర్యంతః॥

కలాచీ-ఈ-సీ-పటద్గ్రహః॥ తె॥ తమ్మపడిగ.

కలాదః-అ-పు-స్వర్ణకారః-౨ ప్లక్షఫలమ్- ౩ మాతులః-౪ మాతులసుతః-౫ జ్ఞాతిః - ౬ శ్వమైథునమ్ - ౭ క్రూరచిత్తః - ౮ రాహుః-౯ కేతుః॥

కలానిధిః-ఇ-పు-చంద్రః-౨శివః-౩పండితః॥

కలానువాదీ-న్-పు-రోలంబః-౨కలవింకపక్షీ-౩కపింజలపక్షీ॥ తె॥ ౧తుమ్మెద-౨ఊరపిచ్చుక-౩రెక్కలయందు చిత్రవర్ణముగలబట్టవన్నెపిట్ట.

కలాన్తరమ్-అ-న-వృద్ధిః-౨లాభః॥

కలాపః-అ-పు-నాట్యే త్రివారం ద్విపాదక్రమణమ్-౨మయూరపింఛమ్-౩పంచవింశతిసరస్త్రీకటిసూత్రమ్-౪స్వర్ణకారః-౫భూషణమ్-౬సంహతిః-౭తూణః-౮కలాపశేషః-౯ప్రణవః-౧౦మణికుట్టిమః-౧౧చంద్రః-౧౨కాలవిశేషః-౧౩శరీరమ్-౧౪జ్ఞానమ్-౧౫దివాకరః-౧౬మోక్షః-౧౭పరికల్పనమ్-౧౮శిల్పీ॥ తె॥ ౨నెమలిపింఛము-౩ఇరువదేనుపేటలుగలయాఁడుదానిమొలనూలు-౪కంసాలివాఁడు-౬సమూహము-౯ఓంకారము-౧౮పనివాఁడు.

కలాపకః-అ-పు-ద్వాదశయష్టికహారః-౨గజకంఠబంధనిగళమ్॥ తె॥ ౧పండ్రెండుపేటలపేరు-౨ఏనుఁగమెడగొర్లు.

కలాపతిః-ఇ-పు-చంద్రః॥

కలాపినీ-ఈ-సీ-రాత్రిః-౨నాగరముస్తా॥

కలాపీ-న్-పు-మయూరః-౨ప్లక్షవృక్షః-౩కోకిలః॥ తె॥ నెమలి

కలాపూర్ణః-అ-పు-చంద్రః॥

కలాబాతుః-అ-పు-వ్రీహివిశేషః॥

కలాభృత్-త్-పు-చంద్రః॥

కలామకః-అ-పు-కలమధాన్యమ్॥

కలాంబికా-ఆ-సీ-అర్థానాంప్రయోగః-౨ఋణదానమ్॥

కలాయః-అ-పు-లంకా-౨నిర్యాసః-౩మాలిన్యమ్-౪వల్పలోదకమ్॥ తె॥ ౧లంకకలనేవస్తు,బోడసెనగలున్ను.

కలాయనః-అ-పు-నర్తకః॥

కలాయా-ఆ-సీ-గండదూర్వా॥

కలాలాపః-అ-పు-భ్రమరః॥

కలావతీ-ఈ-సీ-తుంబురువీణా॥

కలావికః-అ-పు-కుక్కుటః॥

కలావికలః-అ-పు-చటకః॥

కలాసకః-అ-పు-నాట్యచతుర్దశాంగవిశేషకలాసకః॥ తె॥ కలాసికి॥

కలాహకః-అ-పు-కాహలవాద్యమ్॥

కలిః-ఇ-పు-చతుర్లక్షద్వాత్రింశత్సహస్రవత్సరకాలః-౨విభీతకవృక్షః-౩యుద్ధమ్-౪పంసుకాయః-౫శూరః॥ తె॥ ౧కలియుగము-౨తాఁడిచెట్టు-౩జగడము.

కలిః-ఇ-సీ-కలీ-౨ఖలీనః-౩కలికా॥ తె॥ ౧కలిచెట్టు-౨గుఱ్ఱపుకళ్లెము.

కలికః-అ-పు-క్రౌంచపక్షీ॥

కలికః-అ-న్య-ఖలీనః॥ తె॥ గుఱ్ఱపుకళ్లెము.

కలికా-ఆ-సీ-కోరకః॥ తె॥ ముదురుమొగ్గ.

కలికాపూర్వమ్-అ-న-అంగప్రధానాన్యతరబహుకర్మసాధ్యస్వర్గాదిఫలజనకాపూర్వోత్పత్తౌ తత్తత్ప్రత్యేకకర్మజన్యమదృష్టమ్॥

కలికారః-అ-పు-ధూమ్యాటపక్షీ-౨పీతముస్తకపక్షీ-౩పూతికరంజః॥

కలికారకః-అ-పు-పూతికరంజః-౨నారదమునిః॥

కలికారీ-ఈ-సీ-ఉపవిషభేదః॥

కలికాలీ-ఈ-సీ-ఇంద్రపుష్పీ॥ తె॥ తటిగొట్టలోభేదము.

కలిఙ్గః-అ-పు-వత్సకవృక్షః-౨కర్కారుకలతా-౩ధూమ్యాటపక్షీ-౪దేశవిశేషః-౫పూతికరంజవృక్షః-౬శైలః॥ తె॥ ౧కొడిసె

చెట్టు-౨పుచ్ఛచెట్టు-౩కూకటిమూఁగపిట్ట-౪నెమలడుగుమ్రాను.
కలిఙ్గః-అ-(స్త్రీ)-ఇంద్రయవమ్॥ తె॥ కొడిసెకాయ.
కలిఙ్గః-అ-త్రి-దక్షః-౨విదగ్ధః॥ తె॥౧నేర్పరి.
కలిఙ్గకః-అ-పు-ఇంద్రయవమ్॥ తె॥ కొడిసెకాయ.
కలిఙ్గా-ఆ-స్త్రీ-నితంబినీ॥
కలిఙ్గీ-ఈ-స్త్రీ-ఇంద్రయవమ్॥ తె॥కొడిసెకాయ.
కలిఞ్జః-అ-పు-కటః॥
కలిఞ్జకః-అ-పు-కటః॥ తె॥చాప.
కలిఞ్జనః-అ-పు-నాపితగ్రామః॥ తె॥ మంగలిపల్లె.
కలితమ్-అ-త్రి-విదితమ్-౨ఆప్తమ్॥
కలితః-అ-ద్వి-ఖలీనః॥ తె॥గుఱ్ఱపుకళ్లెము.
కలితః-అ-త్రి-జ్ఞాతః-౨బంధః-౩ఆప్తః-౪భాసురః-౫దగ్ధః॥
కలిదైవత్యా-ఆ-స్త్రీ-చతుర్దశీతిథిః॥
కలిద్రుమః-అ-పు-విభీతకవృక్షః॥ తె॥ తాడెచెట్టు.
కలిన్దః-అ-పు-విభీతకవృక్షః-౨సూర్యః-౩పర్వతవిశేషః॥
కలిన్దకన్యా-ఆ-స్త్రీ-యమునానదీ॥
కలిన్దజా-ఆ-స్త్రీ-యమునానదీ॥
కలిప్రియః-అ-పు-నారదమునిః-౨వానరః॥
కలిమారకః-అ-పు-ప్రకీర్యః॥ తె॥నెమలడుగుమ్రాను.
కలిమాలకః-అ-పు-కలికారకః-౨స్వామీ॥
కలిమాల్యః-అ-పు-పూతికరంజః॥
కలిమోహనః-అ-పు-శాఖాఫలోదుంబరవృక్షః॥
కలిలమ్-అ-న-(స్త్రీ)పురుషరక్తశుక్లపిండమ్॥ తె॥ఆఁడుదానియొక్క రక్తమున్ను మొగవానియొక్క రేతస్సున్నుకలసినముద్ద
కలిలః-అ-త్రి-దుష్ప్రవేశః॥ తె॥చొరశక్యముగానిది
కలిలః-అ-పు-పరశుః-౨పరస్త్రీసంగమః॥ తె॥౧గండ్రగొడ్డలి-౨పరస్త్రీసంగమము.
కలివా-ఆ-స్త్రీ-ఖలీనః॥ తె॥గుఱ్ఱపుకళ్లెము.
కలివృక్షః-అ-పు-కలిద్రుమః-౨వహేడుకవృక్షః॥
కలీ-ఈ-స్త్రీ-కలికా॥
కలీనః-అ-పు-హరిద్వర్ణాశ్వః॥
కలీయః-అ-పు-ఖలీనమ్॥ తె॥ గుఱ్ఱపుకళ్లెము.
కలుషమ్-అ-న-పాపమ్-౨భయానకరసః॥
కలుషః-అ-పు-మహిషః-౨రాక్షసః-౩క్రోధః-౪కాంజికమ్-౫అనిలః-౬రేణుః-౭మాసః॥ తె॥౪పులిగడుగు.
కలుషః-అ-త్రి-భయానకరసవాన్-౨ఆవిలః-౩కిమ్మీరవర్ణః-౪తరలః-౫అనచ్ఛః॥
కళేబరమ్-అ-న-శరీరమ్-౨వృద్ధిః-౩కలాంతరమ్॥ తె॥౨వడ్డి.
కల్కః-అ-త్రి-పాపాశయః-౨పాపాత్మా॥
కల్కః-అ-(స్త్రీ)-విష్ఠా-౨దంభః-౩పాపమ్-౪విభీతకః-౫తైలాదిశేషః॥ తె॥౧మలము-౨డంభము-౩దోసము-౪తాఁడెచెట్టు-౫నూనెమొదలైనవాఁటిశేషము.
కల్కఫలః-అ-పు-దాడిమవృక్షః॥
కల్కిః-ఇ-పు-విభీతకవృక్షః-౨విష్ణ్వవతారవిశేషః॥ తె॥౧తాఁడెచెట్టు-౨విష్ణువుయొక్క యొకానొకయవతారము.
కల్కిన్-న్-పు-కల్కిః॥
కల్పమ్-అ-న-ఈషదసమాప్తమ్॥ తె॥ కొంచెముతక్కువగా.
కల్పః-అ-పు-దేవవృక్షవిశేషః-౨బ్రహ్మదిన

ప్రళయః-3 వేదాంగకల్పశాస్త్రమ్-౪ వేదశాస్త్రోక్తవిధిః-౫అభ్రష్టధర్మః-౬ ప్రళయః-౭వికల్పః॥

కల్పకః-అ-పు-కదరవృక్షః-౨కల్పవృక్షః-3 నాపితః-౪కర్చూరః॥ తె॥ ౧తెల్లతుమ్మచెట్టు-౨కల్పకవృక్షము.

కల్పకవద్వల్లీ-ఈ-సీ-వృక్షాదనీలతా॥తె॥ అడవిఁగాకర.

కల్పక్షయః-అ-పు-బ్రహ్మదినప్రళయః॥

కల్పనమ్-అ-న-సంకల్పః॥

కల్పనా-ఆ-సీ-గజశృంగారః-౨కల్పనమ్॥తె॥ ౨కల్పించుట.

కల్పనీ-ఈ-సీ-కర్తనీ॥

కల్పపాదపః-అ-పు-కల్పవృక్షః॥

కల్పవృక్షః-అ-పు-దేవతరుః॥

కల్పాన్తః-అ-పు-బ్రహ్మదినప్రళయః॥

కల్పితః-అ-పు-సజ్జితహస్తీ॥

కల్పితః-అ-త్రి-రచితే॥

కల్మషమ్-అ-న-పాపమ్-౨హస్తపుచ్ఛమ్॥

కల్మషః అ-పు-నరకవిశేషః॥

కల్మషః-అ-త్రి-మలినే॥

కల్మానీ-ఈ-సీ వీటికాపేటికా॥

కల్మాషః-అ-త్రి- తిలతండులవన్మిశ్రసర్వవర్ణవాన్-౨నీలాధికశ్వేతవర్ణవాన్-3కృష్ణవర్ణః॥

కల్మాషః-అ-పు - తిలతండులవన్మిశ్రసర్వవర్ణః-౨నీలాధికశ్వేతవర్ణః-3దానవః-౪యాచకః-౫గుణః-౬కలుషమ్-౭క్రోధః.

కల్మాషకణ్ఠః-అ-పు-శివః॥

కల్మాషపాదః-అ-పు-సౌదాసరాజః॥

కల్మాషీ-ఈ-సీ-నీలాధికశ్వేతవర్ణవద్దివ్యమ్ ౨నదీవిశేషః-3యోనిమూలమ్-౪గుదమ్

కల్యమ్-అ-న- ప్రభాతమ్-౨సురా-3 ప్రధానమ్॥ తె॥౧ప్రాతఃకాలము-౨కల్లు.

కల్యః-అ-త్రి-విగతరోగః-౨నిపుణః-3శుభవచనమ్-౪ వాగ్విహీనః-౫శ్రుతివిహీనః-౬ఉపాయః॥ తె॥౨ నేర్పరి - ౪మూఁగవాఁడు-౫చెవిటివాఁడు.

కల్యః-అ-పు-దక్షః॥

కల్యజగ్ధిః-ఇ-సీ-ప్రాతర్భోజనమ్॥

కల్యత్వమ్-అ-న-ఆరోగ్యమ్॥

కల్యపాలః-అ-పు-సురాజీవీ॥ తె॥కల్లివాఁడు.

కల్యపాలకః-అ-పు-శౌండికః॥

కల్యవర్తః-అ-పు-ప్రాతర్భోజనమ్॥

కల్యా-ఆ-సీ-వనితా-౨మద్యమ్-3 కల్యాణవచనమ్-౪హరీతకీ॥

కల్యాణమ్-అ-న-మంగళమ్-౨ద్రవ్యాంగమ్ 3కనకమ్-౪వివాహః-౫అక్షయమ్॥ తె॥ ౧శుభము-౨బుద్ధివృద్ధియనెడియోషధి 3బంగారము-౪పెండ్లి.

కల్యాణః-అ-త్రి-మంగళవాన్॥

కల్యాణగోత్రః-అ-పు-మేరుః-౨అర్కవర్ణః-3సన్మార్గః॥

కల్యాణగోత్రా-ఆ-సీ-గంగా॥

కల్యాణబీజః-అ-పు-మసూరః॥

కల్యాణికా-ఆ-సీ-మనశ్శిలా॥

కల్యాణినీ-ఈ-సీ-బలా॥

కల్యాణినీ-ఈ-త్రి-కల్యాణవిశిష్టే॥

కల్యాణీ-ఈ-సీ-పార్వతీ-౨భూమిః-3 రాగవిశేషః-౪మాషపర్ణీ-౫గౌః॥

కల్యాపాలః-అ-పు-శౌండికః॥

కల్లః-అ-త్రి-బధిరః॥

కల్లః-అ-పు-వింధ్యా-౨హరిద్రా॥

కల్లత్వమ్-అ-న-స్వరభేదః-౨బధిరతా॥

కల్లోలః-అ-పు-మహాతరంగః-౨హర్షః - 3శత్రుః॥

కల్హారమ్-అ-న-కించిద్రక్తసుగంధ్యుత్పలమ్॥

కవకః-అ-పు-కవళః-గ్రాసః॥

కవచః-అ-పు-పర్పటః-గర్దభాండవృక్షః-సన్నాహః-పటహః॥ తె॥ పర్పాటకపుచెట్టు-కలజువ్విచెట్టు.

కవచః-అ-(స్త్రీ)-తనుత్రాణమ్-ఉరః-ఛదః-కఞ్చుటకః-జాగరః-సన్నాహః-

కవచపత్రమ్-అ-న-భూర్జపత్రమ్॥

కవటీ-ఈ-సీ-కవాటః తె॥ తలుపు.

కవయీ-ఈ-సీ-మత్స్యవిశేషః॥ తె॥ ఒకానొకచేప.

కవరమ్-అ-త్రి-కేశపాశః-అసంపృక్తమ్-ఖచితమ్॥

కవరః-అ-(సీ)-లవణః-అమ్లః॥

కవరకీ-ఈ-సీ-కారాగారబంధః॥

కవరా-ఆ-సీ-ఖరపుష్పా॥

కవరీ-ఈ-సీ-కేశవిన్యాసః॥

కవళః-అ-పు-గ్రాసః॥

కవళితః-అ-త్రి-భుక్తః॥

కవసః-అ-పు-కవచః॥

కవాటమ్-అ-న-అరరమ్॥ తె॥ తలుపు.

కవాటః-అ-పు-అరరమ్॥ తె॥ తలుపు.

కవాటవక్త్రమ్-అ-న-వృక్షవిశేషః॥

కవాటీ-ఈ-సీ-అరరమ్॥ తె॥ తలుపు.

కవారమ్-అ-న-పద్మమ్॥

కవిః-ఇ-పు-శుక్రః-పండితః-కావ్యకర్తా-వాల్మీకిః-పక్షివిశేషః॥

కవిః-ఇ-త్రి-పండితః॥ తె॥ పండితుఁడు.

కవిః-ఇ-సీ-ఖలీనః॥ తె॥ గుఱ్ఱపుకళ్లెము.

కవికమ్-అ-న-ఖలీనః॥ తె॥ గుఱ్ఱపుకళ్లెము.

కవికా-ఆ-సీ-ఖలీనః-కేవికాపుష్పమ్-కవయీమత్స్యః॥

కవిజ్యేష్ఠః-అ-పు-వాల్మీకిమునిః॥

కవితా-ఆ-సి-కావ్యమ్॥

కవితా-ఋ-పు-కవిః॥

కవియమ్-అ-(సీ)-ఖలీనమ్॥

కవిరామాయణః-అ-పు-వాల్మీకిమునిః॥

కవిలాసికా-ఆ సీ వీణావిశేషః॥

కవివాల్మీకిః-ఇ-పు-వాల్మీకిమునిః॥

కవివేదిన్-త్రి-కవిః॥

కవీ-ఈ-సీ-ఖలీనః॥

కవీయమ్-అ-న ఖలీనమ్॥

కవేరకన్యా-ఆ-సీ-కావేరీనదీ.

కవేలమ్-అ-న ఉత్పలమ్॥

కవోష్ణమ్-అ-న-కించిదుష్ణమ్॥ తె॥ ఇంచుకంత వేఁడి.

కవోష్ణః-అ-త్రి-కించిదుష్ణవాన్॥ తె॥ ఇంచుకంత వేఁడిది.

కవ్యమ్-అ-న-పితృనియమితాన్నమ్॥

కవ్యవాలః-అ-పు-పితృగణవిశేషః॥

కశః-అ-పు-పూతికః॥ తె॥ బూతపిల్లి.

కశః-అ-(సీ)-అర్మపిః॥ తె॥ గుఱ్ఱపుకొరడా.

కశా-ఆ-సీ-అశ్వాదేస్తాడనీ-మాంసరో (హిణీ॥)

కశాకరః-అ-పు-అశ్వశిక్షకః॥

కశార్హః-అ-త్రి-కశ్యః॥ తె॥ చబుకుదెబ్బలకు దగినవాఁడు.

కశిపు-ఉ-న-వస్త్రమ్-అన్నమ్॥

కశిపుః-ఉ-(సీ)-శయ్యా॥

కశిపుః-ఉ-పు-అన్నవస్త్రయోరేకోక్తిః॥

కశేరు-ఉ-(సీ)-పృష్ఠాస్థి॥

కశేరు-ఉ-న-కశేరుకా॥

కశేరుః-ఉ-పు-గజవిశేషః-లలాటమ్-తిలకమ్-రజుస్తా-జంబూద్వీపస్యఖండవిశేషః॥ తె॥ అనుదురు-తుంగముస్తె.

కశేరుకమ్-అ-న-సుపుష్పా॥ తె॥ నమ్మదుంప.

కశేరుకః-అ-పు-కంటకకపిత్థవృక్షః॥ తె॥ ములువెలగ.

కశేరుకా-ఆ-సీ-ఆధారదండః ॥ తె॥ వెన్నుఎముక.

కశేరుమధురా-ఆ-సీ-చవ్యమ్॥ తె॥ చవ్యమనే గ్రంధ్యము.

కశేరూః-ఊ-సీ-తృణకన్దః॥

కశ్చన-౦-౦-కశ్చిత్॥

కశ్చిత్-౦-౦-కశ్చన॥

కశ్మలమ్-అ-న-మూర్ఛా॥

కశ్మలః-అ-పు-నిషాదగ్రామః॥

కశ్మీరః-అ-పు-కాశ్మీరదేశః॥

కశ్మీరజన్మ-న్-న-కుంకుమమ్॥

కశ్యమ్-అ-న-అశ్వమధ్యమ్-౨సురా॥ తె॥ ౧ గుఱ్ఱపునడుము-౨కల్లు.

కశ్యః-అ-త్రి-కశార్హః॥ తె॥ చబుకుదెబ్బలకు తగినవాఁడు.

కశ్యపః-అ-పు-మునివిశేషః-౨మీనః॥ తె ॥౨ చేప.

కశ్యపనన్దనః-అ-పు-గరుడః॥

కషః-అ-పు-నికషోపలః॥ తె॥ బంగారముగీటు పెట్టెవన్నెజూచేఱాయి.

కషణః-అ-త్రి-అపక్వః॥

కషణీ-ఈ-సీ-జారస్త్రీ-౨ఖలీనమ్॥ తె॥ ౨కళ్లెము.

కషా-ఆ-సీ-యాసలతా॥ తె॥ పిన్నరేగటిమూలగొండి.

కషాకుః-ఉ-పు-సూర్యః-౨అగ్నిః॥

కషాయః-అ-పు-రక్తాధికశ్వేతవర్ణః-౨ వృక్షరసః-౩ క్రముకవృక్షః-౪నిర్యాసః -౫ సౌరభమ్-౬రాగః-౭క్వాధః-౮ విలేపనమ్-౯విక్లవః-౧౦రంజనాశ్మా-౧౧ భావనా-౧౨అంగరాగః॥ తె॥ ౩పోకచెట్టు.

కషాయః-అ-(పీ)-కషాయరసః॥ తె॥ ఒగరు.

కషాయః-అ-త్రి- శ్వేతాధికరక్తవర్ణవాన్-౨కషాయరసవాన్॥ తె॥ ౨ఒగరుగలవస్తువు.

కషాయకృత్-త్-పు-రక్తలోధ్రః॥

కషాయయావనాలః-అ-పు-తువరయావనాలధాన్యమ్॥

కషాయా-ఆ-సీ-క్షుద్రదురాలాభా॥

కషాయికా-ఆ-సీ-జలజా॥ తె॥ నీరుపట్టుదోమ.

కషాయితః-అ-త్రి-కృతలోహితః॥

కషాయీ-న్-పు-సాలవృక్షః॥ తె॥ వేపచెట్టు.

కషిః-ఇ-త్రి-హింసకః॥

కషికః-అ-పు-ఖనకః॥ తె॥ కన్నమువేసేదొంగ

కషికా-ఆ-సీ-పక్షిజాతిః॥

కషిణీ-ఈ-సీ-కంకుష్ఠా। తె॥ కంకుష్ఠమను చెట్టు

కషేరుకా-ఆ-సీ-కశేరుకా-౨పృష్ఠాస్థి॥

కష్టమ్-అ-న-దుఃఖమ్-౨గహనమ్॥

కష్టః-అ-త్రి-దుఃఖవాన్॥

కష్టకారకః-అ-పు-సంసారః॥

కష్టకారకః-అ-త్రి-పీడాకరే॥

కష్టస్థానమ్-అ-న-దుఃఖజనకస్థానమ్॥

కసః-అ-పు-కషః॥

కసనోత్పాటనః-అ-పు-వాసకవృక్షః॥

కసిపుః-ఉ-పు-కశిపుః-౨అన్నమ్॥

కసేరుః-ఉ-పు-కశేరుః॥

కసేరుకా-ఆ-సీ-కసేరుః-౨పృష్ఠాస్థి॥

కస్తీరమ్-అ-న-రంగమ్॥

కస్తురికా-ఆ-సీ-కస్తూరీ॥

కస్తూరికా-ఆ-సీ-కస్తూరీ॥

కస్తూరీ-ఈ-సీ-మృగపాలికా-౨మృగమదః-౩నదీవిశేషః-౪శిలాగర్తః- ౫స్త్రీలలాటమ్॥ తె॥ ౧కస్తూరిపిల్లి-

కస్తూరీమల్లికా-ఆ-సీ-మృగమదవాసా॥

కస్థభః-అ-త్రి-గర్వితః॥

కస్థిరమ్-అ-న-వంగమ్॥ తె॥ తగరము.

కస్మలమ్-అ-న-కశ్మలమ్-౨మోహః॥

కహరః-అ-పు-గృహప్రధానస్తంభః॥ తె॥ నిట్రాటు.

కహలా-ఆ-సీ-కాహలీ॥ తె॥ నఫిరీ॥

కహ్లారమ్-అ-న-శ్వేతోత్పలం॥ తె॥ తెల్లకలువ

కహ్వః-అ-పు-బకః॥ తె॥ వాలుకొంగ.

కాంసీయమ్-అ-న-కాంస్యమ్॥

కాంస్యమ్-అ-న-చషకమ్-౨అష్టలోహవిశేషః-౩వాద్యవిశేషః-ఝల్లరీ-౪తైజసవస్తు॥ తె॥ ౧గిన్నె-౨కంచు.

కాంస్యకారః-అ-పు-కంసకారః॥

కాంస్యతాలః-అ-పు-తాళవిశేషః॥ తె॥ చిరితాలము.

కాంస్యనీలః-అ-పు-అంజనభేదః-౨నీలతుత్థమ్

కాంస్యవిమలా-ఆ-సీ-కాంస్యవర్ణవిమలానామకపర్వతధాతుః॥

కాకమ్-అ-న-సురతబంధః-౨కాకసమూహః

కాకః-అ-పు-వాయసః-౨కర్ణికారవృక్షః॥ తె॥ ౧కాకి-౨కొండగోగు.

కాకకఙ్గుః-ఉ-సీ-చీనకః॥

కాకకలా-ఆ-సీ-కాకజంఘావృక్షః॥

కాకకుష్ఠమ్-అ-న-కంకుష్ఠనామగజజాతగ్రంథ్యమ్॥

కాకగుడః-అ-పు-తిలః॥ తె॥ నువ్వులు.

కాకఘ్నీ-ఈ-సీ-అంగారవల్లరీవృక్షః॥ తె॥ నిప్పువన్నెరానుగు.

కాకచిఞ్చా-ఆ-సీ-గుంజా॥ తె॥ గురివెంద.

కాకచిఞ్చిః-ఇ-సీ-గుంజాలతా॥ తె॥ గురివెంద. తీగె.

కాకచిఞ్చీ-ఈ-సీ-గుంజాలతా॥ తె॥ గురివెందతీగె.

కాకచ్ఛదః-అ-పు-ఖంజనపక్షీ॥

కాకచ్ఛదిః-ఇ-పు-ఖంజనపక్షీ॥

కాకజఙ్ఘా-ఆ-సీ-దాసీవత్సా-౨గుంజాలతా-౩కాకనాసాలతా॥ తె॥ ౧వెలుమసంది చెట్టు-౨పూసగురివెందచెట్టు-౩కాకిదొండచెట్టు.

కాకజమ్బుః-ఉ-సీ-భూమిజంబుః-౨క్షుద్రజంబుః॥

కాకజమ్బూః-ఊ-సీ-జంబూటవృక్షః॥ తె॥ కాకినేరేడుచెట్టు.

కాకణమ్-అ-న-కుష్ఠవిశేషః॥

కాకణన్తికా-ఆ-సీ-గుంజా॥ తె॥ గురివెంద.

కాకణన్తీ-ఈ-సీ-గుంజాలతా॥ తె॥ గురివెంద

కాకణీ-ఈ-సీ-కర్షచతుర్థభాగః-౨వింశతివరాటకాః-౩ఏకవరాటకః-౪మానదండతుర్యాంశః-౫పణచతుర్థాంశః॥

కాకతిక్తా-ఆ-సీ-కాంభోజీలతా॥ తె॥ బండిగురివెంద.

కాకతిన్దుకః-అ-పు-కాకపీలుకవృక్షః॥ తె॥ చిట్టితుమికిచెట్టు.

కాకతుణ్డమ్-అ-న-అగురు॥

కాకతుణ్డః-అ-పు-కాలాగురు॥

కాకతుణ్డకః-అ-పు-సందంశః॥ తె॥ కమ్మరవానికారు.

కాకతుణ్డికా-ఆ-సీ-కాకచించా॥ తె॥ బండిగురివెంద.

కాకతుణ్డీ-ఈ-సీ-ఉత్తుండీ-౨రాజరీతిః॥ తె॥ ౧గురుజచెట్టు-౨పొన్నిత్తడి.

కాకదన్తా-ఆ-సీ-గుంజాలతా॥ తె॥ గురివెందతీగె.

కాకధాతుః-ఉ-సీ-కాకమాచీ॥ తె॥ కామంచిచెట్టు।

కాకధ్వజః-అ-పు-బడబాగ్నిః॥

కాకనచీ-ఈ-సీ-గుంజాలతా॥

కాకనామా-న్-పు-బకవృక్షః॥

కాకనాసః-అ-పు-వికంటకవృక్షః॥

కాకనాసా-ఆ-సీ-కాకజంఘావృక్షః॥
కాకనాసికా-ఆ-సీ-కాకజంఘావృక్షః॥
కాకపక్షః-అ-పు- దీర్ఘపత్రకః-౨శిఖండకః॥
తె॥౧నీరుతుమికిచెట్టు- ౨పిల్లజుట్టు-జున పాలున్ను,
కాకపదః-అ-పు- తిర్యగూర్ధ్వ రేఖాత్మకవజ్ర మణిదోషః-౨రతిబంధవిశేషః॥
కాకపర్ణీ-ఈ-సీ-ముద్గపర్ణీ॥
కాకపాణిః-ఇ-పు-నీలచ్ఛాయాత్మకమౌక్తిక దోషః॥
కాకపాదః-అ-పు - తాలమానలఘుచతుష్ట యకాలః-౨తాలప్రాణాంగవిశేషః-౩ వికంకతవృక్షః॥తె॥౩కానరేగుచెట్టు.
కాకపిః-ఇ-పు-సర్పవిశేషః॥
కాకపిత్తా-ఆ-సీ-ఉత్తుండీ॥ తె॥ గురుజచెట్టు.
కాకపీలీ-ఈ-సీ-గుంజాలతా॥ తె॥ గురివెంద తీఁగె.
కాకపీలుః-ఉ-సీ-గుంజాలతా-౨ కాకతిందు కః-౩కాకతుండీ॥ తె॥౧ గురివెందతీఁగె.
కాకపీలుకః-అ-పు-కాకతిందుకవృక్షః॥ తె॥చి ట్టితుమికిచెట్టు.
కాకపుచ్ఛః-అ-పు-కోకిలః॥ తె॥ కోయిల.
కాకపుష్టః-అ-పు-కోకిలః॥ తె॥ కోయిల.
కాకపుష్పమ్-అ-న-గంధపర్ణః॥
కాకఫలః-అ-పు-నింబవృక్షః॥ తె॥ నిమ్మచెట్టు.
కాకఫలీ-ఈ-సీ- కాషాయామ్లజంబీరవృక్షః॥
కాకభజ్జీ-ఈ-సీ-ఉత్తుండీ॥ తె॥గురుజచెట్టు.
కాకభాణ్డీ-ఈ-సీ-మహాకరంజః॥
కాకభీరుః-ఉ-పు-పేచకః॥
కాకమద్గుః-ఉ-పు-దాత్యూహపక్షీ॥
కాకమర్దః-అ-పు-మహాకాలవృక్షః॥
కాకమర్దకః-అ-పు-విషముష్టివృక్షః॥ తె॥ ము శిణిచెట్టు.
కాకమాచికా-ఆ-సీ-కాకమాచీవృక్షః॥
కాకమాచీ-ఈ-సీ-క్షుద్రవృక్షవిశేషః॥
కాకమాతా-ఆ-సీ-కాకమాచీ॥
కాకమాలీ-ఈ-సీ-కాకమాచీ॥ తె॥ కామంచి చెట్టు.
కాకముద్గా-ఆ-సీ-ముద్గపర్ణీ॥ తె॥ పిల్లిపీచర చెట్టు.
కాకమూచీ-ఈ-సీ-వాయసీ॥ తె॥ కామంచి చెట్టు.
కాకయవః-అ-పు- తండులశూన్యధాన్యమ్॥
కాకరక్తా-ఆ-సీ-గుంజాలతా॥ తె॥ గురివెంద.
కాకరుహః-అ-పు-తిలః॥ తె॥నువ్వుచెట్టు.
కాకరుహా-ఆ-సీ-వందావృక్షః॥
కాకరూకః-అ-పు-(స్త్రీ)జితః-౨ఉలూకః - ౩ దంభః॥
కాకరూకః-అ-త్రి- దిగంబరః-౨భీరుకః-౩ని ర్ధనః॥
కాకరూటిః-ఇ-పు-సూకరః॥ తె॥పంది.
కాకలమ్-అ-న-కంఠమణిః॥
కాకలకః-అ-పు-కంఠమణిః॥
కాకలిః-ఇ-సీ-సూక్ష్మమధురాస్ఫుటధ్వనిః॥
కాకలీ - ఈ- సీ - సూక్ష్మమధురావ్యక్తాక్షర ధ్వనిః॥
కాకలీద్రాక్షా-ఆ-సీ-ద్రాక్షాప్రభేదః॥
కాకలీయుతా-ఆ-సీ - సంగీతమూర్ఛనాష్టిష యుతావిశేషః॥
కాకలీరవః-అ-పు-కోకిలః॥ తె॥కోయిల.
కాకలూకః-అ-పు-ఉలూకః-౨నిర్ధనః-౩ దం భః-౪దిగంబరః-౫భీరుకః॥ తె॥ ౧గుడ్ల గూఁబ-౨భీదవాఁడు-౩డంబము- ౪దిస మొలతోనుండువాఁడు - ౫ వెఱచిన వాఁడు.
కాకల్యన్తరయుక్-జ్-సీ- సంగీతమూర్ఛ (నావిశేషః॥

కాకవన్ధ్యా-ఆ-స్త్రీ-ద్వాదశవర్షావత్యస్త్రీ॥
కాకవల్లరీ-ఈ-స్త్రీ-స్వర్ణవల్లీ॥
కాకశీర్షః-అ-పు-బకవృక్షః॥
కాకశ్యామా-ఆ-స్త్రీ-కృష్ణవల్లీ॥ తె॥ నల్లతీఁగె.
కాకస్఩ాహ్వా-ఆ-స్త్రీ-గుంజాలతా॥ తె॥ గురివెందతీఁగె.
కాకసౌవర్చలమ్-అ-న-కాచలవణమ్॥
కాకస్ఫూరః-అ-పు-విషముష్టివృక్షః॥ తె॥ ముషిణిచెట్టు.
కాకస్త్రీ-ఈ-స్త్రీ-అంగారవల్లరీవృక్షః॥ తె॥ నిప్పులవన్నెత్రానుఁగుచెట్టు.
కాకస్ఫూర్జః-అ-పు-కాకతిందుకవృక్షః॥ తె॥ చిట్టితుమికిచెట్టు.
కాకా-ఆ-స్త్రీ-౧ కాకనాసాలతా-౨ కాకోలీవృక్షః-౩ కాకజంఘావృక్షః-౪ రక్తికాలతా-౫ మలపూవృక్షః-౬ కాకమాచీవృక్షః॥ (దిచెట్టు.)
కాకాఙ్గః-అ-పు-సురపాలిః॥ తె॥ సురపా}
కాకాఙ్గా-ఆ-స్త్రీ-కాకాంగీవృక్షః॥
కాకాఙ్గీ-ఈ-స్త్రీ-కాకనాసికాలతా॥ తె॥ కాకిదొండచెట్టు.
కాకాఙ్ఘ్రీ-ఈ-స్త్రీ-కాకజంఘావృక్షః॥
కాకాణ్డః-అ-పు-౧ చర్మారః-౨ మహానింబః-౩ కాకతిందుః॥ తె॥ ౧ చెప్పటట్టచెట్టు-౨ పెద్దవేము-౩ చిట్టితుమికి.
కాకాణ్డా-ఆ-స్త్రీ-కోలశింబీ॥
కాకాణ్డీ-ఈ-స్త్రీ-మహాజ్యోతీ॥
కాకాణ్డోలః-అ-పు-మాషః॥ తె॥ తృణధాన్యవిశేషము.
కాకాణ్డోలా-ఆ-స్త్రీ-కోలశింబీ॥
కాకాదనీ-ఈ-స్త్రీ-౧ గుంజాలతా-౨ హీరలీ॥ తె॥ ౧ గురివెంద-౨ నల్లవుప్పి. (ద్ద వేము చెట్టు)
కాకాన్ధాః-స-పు-మహానింబవృక్షః తె॥ పె}

కాకామ్రః-అ-పు-సమష్ఠిలః॥ తె॥ సమష్ఠిలచెట్టు.
కాకాయుః-ఉ-పు-స్వర్ణవల్లీ॥
కాకారిః-ఇ-పు-పేచకః॥ తె॥ గుడ్లగూబ.
కాకాలః-అ-పు-ద్రోణకాకః॥ తె॥ బొంతుకాకి
కాకాహిః-ఇ-పు-భేకః॥ తె॥ కప్ప-
కాకిణీ-ఈ-స్త్రీ-పణచతుర్థాంశః॥
కాకినీ-ఈ-స్త్రీ-కాకిణీ॥
కాకిలః-అ-పు-౧ కాకలః-౨ కంఠమణిః॥
కాకుః-ఉ-స్త్రీ-గద్గదస్వరాదిః॥ తె॥ దుఃఖము భయము మొదలైనదానిచేతఁ గలిగెడు ధ్వనియొక్క వికారము.
కాకుః-ఉ-త్రి-పామరోక్తిః॥ తె॥ నీచునిపలుకు
కాకుత్స్థః-అ-పు-రామస్వామీ॥
కాకుదమ్-అ-న-తాలు॥ తె॥ నోటిలోనవుడ
కాకృత్యమ్ అ-న-౧ అనుతాపః-౨ అయుక్తకరణమ్॥
కాకేక్షుః-ఉ-పు-౧ ఖడ్గః-౨ కాశః॥
కాకేన్దుః-ఉ-పు-కాకతిన్దుకవృక్షః॥ తె॥ చిట్టితుమికిచెట్టు.
కాకేష్టః అ-పు-నింబవృక్షః॥
కాకోచికః-అ-పు-కాకోచీమత్స్యః॥
కాకోచీ-ఈ స్త్రీ-కాకోచికమత్స్యః॥
కాకోటీ-ఈ-స్త్రీ-భారయష్టీ॥ తె॥ కావడిబద్ద
కాకోదుమ్బరః-అ-పు-కాకోదుంబరికా॥ తె॥ బ్రహ్మమేడిచెట్టు.
కాకోదుమ్బరికా-ఆ-స్త్రీ-వృక్షవిశేషః॥ తె॥ బ్రహ్మమేడిచెట్టు.
కాకోదరః-అ-పు-౧ సర్పః-౨ ఘూకః-౩ జవః-౪ కోకస్ఫూరః-౫ విషముష్టివృక్షః॥ తె॥ ౧ పాము-౨ గుడ్లగూబ-౩ వేగము-౪ ముషిణిచెట్టు-౫ ముషిణిలో భేదము-
కాకోదుమ్బరికా-ఆ-స్త్రీ-జఘనేఫలావృక్షః॥

తె॥బ్రహ్మ మేడిచెట్టు.

కాకోలమ్-అ-న-నరకవిశేషః॥

కాకోలః-అ-పు-రక్తజాతిసర్పవిశేషః - ౨ద్రోణకాకః-౩కులాలః॥ తె॥ ౧రక్తవర్ణముగలయొకానొకపాము - ౨బొంతుకాకి-౩కుమ్మరివాఁడు.

కాకోలః-అ-(సీ)-కృష్ణవర్ణస్థావరవిషవిశేషః

కాకోలీ-ఈ-సీ-వృశ్చికాలికా-౨కాలికా॥ తె॥౧తేలుమణిచెట్టు-౨ కాకోలిచెట్టు.

కాకోలూకికా-ఆ-సీ- కాకోలూకవిరోధః॥ తె॥కాకులకునుగుడ్లగూబలకునుపగ.

కాక్షః-అ-పు-కటాక్షః॥ తె॥క్రేఁగంటిచూపు.

కాక్షీ-ఈ-సీ-తువరికా॥ తె॥ తొవరిమన్ను.

కాక్షీవః-అ-పు-శోభాంజనవృక్షః॥

కాక్షీవకః-అ-పు-శోభాంజనః॥

కాగః-అ-పు-కాకః॥ తె॥కాకి.

కాఙ్క్షా-ఆ-సీ-ఇచ్ఛా॥

కాఙ్క్షితప్రియః-అ-పు-కాకాండః॥ తె॥చెప్పుటట్టచెట్టు.

కాఙ్గీనః-అ-త్రి-కంగుభవనోచితక్షేత్రమ్॥ తె॥కొఱ్ఱలుపండేభూమి.

కాఙ్గా-ఆ-సీ-వచా॥

కాఙ్గేరుకీ-ఈ-సీ-నాగబలా॥ తె॥ జిలిబిలికచెట్టు.

కాచమ్-అ-న-సిక్థకమ్-౨కాచలవణమ్॥

కాచః-అ-పు-క్షారః-౨శిక్యమ్ - ౩నేత్రరోగః ౪కాచమణిః॥ తె॥౧గాజు-౨లవ్వటిపుట్టి.

కాచజమ్-అ-న-కాచలవణమ్॥

కాచనమ్-అ-న-పత్రనిబంధనమ్ - ౨కచేలఇత్యపిపాఠః॥

కాచనకమ్-అ-న-లేఖోఽనిబధ్యతేయేనతత్రపత్రనిబంధనమ్॥

కాచనకీ-న్-పు-లిపిః॥

కాచభాజనమ్-అ-న-కాచపాత్రమ్॥

కాచమలమ్-అ-న-కాచలవణమ్॥

కాచలవణమ్-అ-న-లవణవిశేషః॥

కాచసమ్భవమ్-అ-న-కాచలవణమ్॥

కాచస్థాలీ-ఈ-సీ-కృష్ణవృంతావృక్షః॥ తె॥ పాదరిచెట్టు.

కాచహారిణీ-ఈ-సీ-విరలావృక్షః॥

కాచిఘః-అ-పు-కాంచనః - ౨చమండః - ౩మూషకః॥

కాచిత్-౦-౦-కాచన-కాపిస్త్రీ॥

కాచితమ్-అ-త్రి-శిక్యితమ్ - ౨శిక్యారోపితవస్తు॥

కాచిమః-అ-పు-దేవకులోద్భవవృక్షః॥

కాచివాచనీ-ఈ-సీ-వారాహీ॥ తె॥ పొట్టిసుమ్మడి.

కాఞ్చనమ్-అ-న-సువర్ణమ్-౨కింజల్కః॥

కాఞ్చనః-అ-పు-ఉదుంబరవృక్షః - ౨కాంచనారః-౩చంపకవృక్షః-౪నాగకేసరవృక్షః-౫పున్నాగవృక్షః॥ తె॥౧మేడిచెట్టు-౨దేవకాంచనపుచెట్టు-౩సంపెగచెట్టు-౪నాగకేసరపుచెట్టు-౫పొన్నచెట్టు.

కాఞ్చనకమ్-అ-న-హరితాలమ్॥

కాఞ్చనకః-అ-పు-కోవిదారవృక్షః॥ తె॥ దేవకాంచనపుచెట్టు.

కాఞ్చనకదలీ-ఈ-సీ-సువర్ణకదలీ॥

కాఞ్చనకారిణీ-ఈ-సీ-శతమూలీ॥

కాఞ్చనక్షీరీ-ఈ-సీ-కర్వణీ॥ తె॥ చిరుపాలచెట్టు.

కాఞ్చనగిరిః-ఇ-పు-సుమేరుపర్వతః॥ తె॥ మేరువపర్వతము.

కాఞ్చనచ్ఛాలః-అ-పు-చంపకవృక్షః॥ తె॥ సంపెగచెట్టు.

కాఞ్చనపుష్పకమ్-అ-న-ఆహుల్యవృక్షః॥

కాఞ్చనపుష్పీ-ఈ-సీ-గణికారీవృక్షః॥

కాఞ్చనారః-అ-పు-కోవిదారవృక్షః॥ తె॥ దేవకాంచనపుచెట్టు.

కాఞ్చనాలః-అ-పు-కోవిదారవృక్షః॥ తె॥ దేవకాంచనపుచెట్టు.

కాఞ్చనాహ్వయః-అ-పు-ధత్తూరః-౨నాగకేసరవృక్షః॥ తె॥ ౧ఉమ్మెత్తచెట్టు - ౨నాగకేసరపుచెట్టు.

కాఞ్చనీ-ఈ-సీ-హరిద్రా॥ తె॥ పసపు.

కాఞ్చనీయా-ఆ-సీ-గోరోచనా॥

కాఞ్చిః-ఇ-సీ-ఏకసరస్త్రీకటిసూత్రమ్-౨గుంజాలతా॥ తె॥ ౧ఒంటిపేటగాకట్టుకొన్నయాఁడువారి మొలత్రాఁడు-౨గురివెందతీఁగె.

కాఞ్చికమ్-అ-న-తండులోదకమ్॥ తె॥ పులిగడుగు.

కాఞ్చీ-ఈ-సీ-కాంచీపట్టణమ్-౨ఏకసరస్త్రీకటిసూత్రమ్-౩గుంజాలతా॥ తె॥ ౧కాంచీపట్టణము - ౨ఒంటిపేటగాకట్టుకొన్నయాఁడువారి మొలత్రాఁడు-౩గురివెందతీఁగె.

కాఞ్చీపదమ్-అ-న-జఘనమ్॥

కాఞ్జికమ్-అ-న-తండులోదకమ్॥ తె॥ పులిగడుగు.

కాఞ్జికవటకః-అ-పు-వటకవిశేషః॥

కాఞ్జికా-ఆ-సీ-జీవంతీలతా॥

కాఞ్జీ-ఈ-సీ-మహాద్రోణావృక్షః-౨కాంజికమ్॥

కాటికా-ఆ-సీ-అరణ్యమ్॥ తె॥ అడవి.

కాఠః-అ-పు-పాషాణః॥

కాఠికా-ఆ-సీ-కఠప్రోక్తశాఖాధ్యేతృభావః-౨కఠప్రోక్తశాఖాధ్యేతృకర్మ॥ తె॥ ౧కఠుఁడు చెప్పినశాఖను చదివిన వానియొక్క-ధర్మము-౨కఠుఁడుచెప్పినశాఖనుచదివినవానియొక్క-పని.

కాఠిన్యమ్-అ-న-కఠినతా॥

కాఠిన్యఫలః-అ-పు-కపిత్థవృక్షః॥

కాణః-అ-త్రి-ఏకాక్షః॥ తె॥ ఒంటికంటివాఁడు.

కాణః-అ-పు-కాకః॥ తె॥ కాకి.

కాణుకః-అ-పు-కాకః॥ తె॥ కాకి.

కాణ్డః-అ-(సీ.-జలమ్-౨కాకాంగీలతా - ౩నద్యాదితరణయోగ్యసాధనవిశేషః-౪అవసరః-౫గ్రంథిః-౬స్తంబః-౭రహస్యమ్-౮అశ్వః-౯వర్గః-౧౦దండః-౧౧వృక్షస్కంధః- ౧౨గద్యమ్ - ౧౩నాలమ్-౧౪బిలమ్॥ తె॥ ౧నీళ్లు-౨కాకిదొండ-౫ముడి-౬మబ్బు-౮గుఱ్ఱము-౧౧కొమ్మలక్రిందిమ్రానుయొక్క-మీఁదిభాగము-౧౨చూర్ణిక-౧౩తూఁడు.

కాణ్డః-అ-పు-మూషకః-౨బాణః-౩నికృష్టః॥ తె॥ ౧ఎలుక.

కాణ్డకటుకః-అ-పు-కారవేల్లః॥ తె॥ కాకర.

కాణ్డకాణ్డకః-అ-పు-కాశతృణమ్॥ తె॥ తెల్లగడ్డి.

కాణ్డకారమ్-అ-న-గువాకః॥

కాణ్డకీలకః-అ-పు-లోధ్రః॥

కాణ్డగుణ్డః-అ-పు-గుండతృణమ్॥ తె॥ తుంగగడ్డిభేదము.

కాణ్డగోచరః-అ-పు-నారాచః॥

కాణ్డణీ-ఈ-సీ-సూక్ష్మపర్ణీలతా॥

కాణ్డతిక్తః-అ-పు-భూనింబః॥

కాణ్డతిక్తకః-అ-పు-భూనింబవృక్షః॥

కాణ్డనీలః-అ-పు-లోధ్రః॥

కాణ్డపటః-అ-పు-ప్రతిసీరా-౨యవనీ-౩తెర

సర్కారిణీ॥ తె॥౧ తెరచీరె,పరదాయును.
కాణ్డపుఙ్ఖా-ఆ-స్త్రీ-శరపుంఖా॥
కాణ్డపుష్పమ్-అ-న - ద్రోణపుష్పవి శేషః॥
కాణ్డపృష్ఠమ్-అ-న-కర్ణధనుః॥
కాణ్డపృష్ఠః-అ-పు-ఆయుధజీవీ-౨క్రీతసుతః-౩అన్యకులప్రవిష్టః॥
కాణ్డరుహా-ఆ-స్త్రీ-కటుకీ॥
కాణ్డర్షిః-ఇ-పు- వేదకాండవిశేషాధ్యాపక మునిభేదః॥
కాణ్డవాన్-త్-పు-ధనుర్ధరః॥
కాణ్డసన్ధిః-ఇ-పు-గ్రన్థిః-
కాణ్డస్పృష్టః-అ-త్రి-కాండపృష్ఠః-౨శస్త్రజీవీ॥
కాణ్డహీనమ్-అ-న-భద్రముస్తకమ్॥
కాణ్డికా-ఆ-స్త్రీ-లంకానామకధాన్యవిశేషః-౨వాళుకీనామకకర్కటీభేదః॥
కాణ్డీరః-అ-త్రి-కాండాస్త్రవాన్॥
కాణ్డీరః-అ-పు-అపామార్గవృక్షః - ౨లతాప్రభేదః-౩గజపిప్పలీ-౪ధనుర్ధరః॥
కాణ్డీరీ-ఈ-స్త్రీ-మంజిష్ఠా-౨కాండీరా॥
కాణ్డేక్షుః-ఉ-పు-కోకిలాక్షవృక్షః॥ తె॥గొలిమిడిచెట్టు.
కాణ్డేరీ-ఈ-స్త్రీ-నాగదంతీవృక్షః॥
కాణ్డేరుహా-ఆ-స్త్రీ-కటుకీ॥
కాతరః-అ-త్రి-అధీరః॥ తె॥భయపడేవాఁడు
కాతరః-అ-పు-కాతలమత్స్యః॥
కాతలః-అ-పు-మత్స్యవిశేషః॥
కాతృణమ్-అ-న-రోహిషతృణమ్॥
కాత్యః-అ-పు-కాత్యాయనమునిః॥
కాత్యాయనః-అ-పు-వరరుచిమునిః- ౨మునివిశేషః-౩గళబాధకరోగః॥
కాత్యాయనీ-ఈ-స్త్రీ-పార్వతీ-౨పంచాశద్వర్షవిధవభిక్షుకస్త్రీ-౩ వాయికామెళనకృద్దూతీ-౪కాషాయవస్త్రధారినారీ॥
కాత్సిన్ఘః-ఇ-స్త్రీ-తువరికా॥ తె॥ తొవరియును.
కాదమ్బః-అ-పు- కలహంసః- ౨బాణః- ౩ఇక్షుః॥ తె॥ ౧మధురముగాపలికే నొకజాహంస-౨బాణము-౩చెఱుకు.
కాదమ్బకః-అ-పు-బాణః॥
కాదమ్బరమ్-అ-న- దధ్యగ్రభాగః-౨వాద్యవిశేషః-౩సీమా- ౪కదంబపుష్పోద్భవమద్యమ్-౫శీధుః॥ తె॥ ౧పెరుగుమీఁదిమెట్టు
కాదమ్బరీ-ఈ-స్త్రీ- సురా-౨పరభృతస్త్రీ- ౩శారికా-౪భారతీ॥ తె॥౧కల్లు-౨ఆఁడుకోవెల-౩ఆఁడుగోరింక-౪సరస్వతి.
కాదమ్బరీబీజమ్-అ-న-సురాబీజమ్॥
కాదమ్బర్యః-అ-పు-నీపవృక్షః॥ తె॥ మొగులుకడిమిచెట్టు.
కాదమ్బా-ఆ-స్త్రీ-కదంబపుష్పీవృక్షః॥
కాదమ్బినీ-ఈ-స్త్రీ-మేఘపఙ్క్తిః॥
కాదరీ-ఈ-స్త్రీ- నదీవిశేషః- ౨హరిద్రా -౩పన్యస్త్రీ॥ తె॥౧నదీవిశేషము- ౨పసుపు-౩పొలది.
కాదలీ-ఈ-స్త్రీ-మోచావృక్షః॥ తె॥అరటిచెట్టు
కాదాచిత్కమ్-అ-న-కదాచిద్భవమ్॥
కాద్రవేయః-అ-పు-కద్రుసంతానః-౨నాగః
కానకమ్-అ-న-జయపాలబీజమ్॥
కాననమ్-అ-న- అరణ్యమ్ - ౨గేహః-౩చతుర్ముఖముఖమ్॥
కాననారిః-ఇ-పు-శమీవృక్షః॥ తె॥జమ్మిచెట్టు
కానిష్ఠినేయః-అ-పు-కనిష్ఠాసుతః॥ తె॥ చెల్లెలికొడుకు.
కానీనః-అ-(న)అనూఢాపుత్రః॥
కానీనః-అ-పు-అవివాహితకన్యాపుత్రః॥
కాన్తమ్-అ-న- అయస్కాంతః-౨అమోవి

శేషః॥ తె॥ ౧సూదంటురాయి-౨సూదంటురాతబుట్టినయినుము.

కాన్తః-అ-త్రి-మనోరమః-౨శోభనః॥

కాన్తః-అ-పు-అరిష్టవృక్షః-౨చూతవృక్షః-౩పతిః-౪గృహమ్॥ తె॥ ౧కుంకుడుచెట్టు-౨మామిడిచెట్టు-౩పలిక-౪ఇల్లు.

కాన్తపక్షీ-న్-పు-మయూరః॥

కాన్తపుష్పః-అ-పు-కోవిదారవృక్షః॥ తె॥ దేవకాంచనపుచెట్టు.

కాన్తలకః-అ-పు-నందివృక్షః॥ తె॥ నందిచెట్టు.

కాన్తలోహమ్-అ-న-అయస్కాంతః॥

కాన్తా-ఆ-సీ-సుందరస్త్రీ-౨ఫలినీ॥ తె॥ ౨ప్రేంకణపుచెట్టు

కాన్తాఙ్ఘ్రిదోహదః-అ-పు-అశోకవృక్షః॥

కాన్తాచరణదోహదః-అ-పు-అశోకవృక్షః॥

కాన్తాయసమ్-అ-న-అయస్కాంతః॥

కాన్తారమ్-అ-న-కంటకచోరాదిదుర్గమమార్గః-౨ఉపసర్గాదిః॥

కాన్తారః-అ-పు-ఇక్షుః-౨అరణ్యేక్షుః-౩బ్రహ్మా-౪విష్ణుః-౫ఈశః-౬కాముకః-౭విరాగీ॥ తె॥ ౧చెఱుకు-౨అడవిచెఱుకు-౭వైరాగ్యముఁగలవాఁడు.

కాన్తారః-అ-(సీ)-మహారణ్యమ్॥ తె॥ గొప్పయడవి.

కాన్తారకః అ-పు-ఇక్షువిశేషః॥ తె॥ ఒకానొకచెఱుకు.

కాన్తారీ-ఈ-సీ-ఇక్షుభేదః॥ తె॥ చెఱుకులోభేదము.

కాన్తిః-ఇ-త్రి-వరేణ్యః॥

కాన్తిః-ఇ-సీ-శోభా-౨ఇచ్ఛా.

కాన్తిదమ్-అ-న-పిత్తమ్॥

కాన్తిదమ్-అ-త్రి-శోభాదాయకే॥

కాన్తిదా-అ-సీ-వాకుచీవృక్షః॥

కాన్తిదాయకమ్-అ-న-కాలీయకవృక్షః॥

కాన్తిదాయకమ్-అ-త్రి-శోభాదాయకే॥

కాన్తిమతీ-ఈ-సీ-కుబేరపట్టణః॥ తె॥ అలకాపత్తనము.

కాన్తిరజః-స్-న-కుంకుమమ్॥

కాన్దవః అ-పు-భూరిరంధ్రః॥ తె॥ అట్టు.

కాన్దవికః-అ-త్రి-భక్ష్యకారః॥ తె॥ పిండివఁటలవాఁడు.

కాన్దిగ్భూతః-అ-త్రి-భయేనపలాయితః॥ తె॥ భయముచేతపారిపోయినవాఁడు.

కాన్దిశీకః-అ-త్రి-భయపలాయితః॥ తె॥ జడిసిపారిపొయ్యేవాఁడు.

కాన్దుకః-అ-త్రి-భక్ష్యకారః॥ తె॥ పిండివంటలవాఁడు.

కాన్యకుబ్జమ్-అ-న-పురవిశేషః॥ తె॥ కన్యాకుబ్జమనెడిపురము.

కాన్యజా-ఆ-సీ-నలీనామగంధద్రవ్యమ్॥

కాపటికః-అ-పు-ఇంద్రజాలాదిమాయాకరః-౨ఛాత్రః॥ తె॥ ౧ఇంద్రజాలముమొదలయినగారడివిద్యచేయువాఁడు-౨శిష్యుఁడు.

కాపట్యమ్-అ-న-కపటః॥

కాపథః-అ-పు-దుష్టమార్గః॥

కాపాలమ్-అ-న-అష్టాదశకుష్ఠాంతర్గతవాతికకుష్ఠమ్॥

కాపాలః-అ-పు-కర్కటీ॥

కాపాలికః-అ-పు-వర్ణసంకరజాతివిశేషః॥

కాపాలీ-ఈ-సీ-విడంగా॥

కాపిలః-అ-పు-సాంఖ్యశాస్త్రవేత్తా॥

కాపిశమ్-అ-న-మద్యమ్॥ తె॥ కల్లు.

కాపిశాయనమ్-అ-న-సురా-౨దేవతా॥ తె॥ ౧కల్లు.

కాపిశేయాః-అ-పు-గురునాథాదిశివస } హచరభూతాని॥ }

కాపురుషః-అ-పు-కుపురుషః॥

కాపేయమ్-అ-న-కపిభావః- ౨కపికర్మ-౩క పిసమూహః॥

కాపేయః-అ-త్రి-కపిసంబంధీ॥

కాపోతమ్-అ-న- కపోతసమూహః॥ తె॥ గు వ్వలగుంపు.

కాపోతః-అ-పు-సర్జికాక్షారః॥ తె॥ సర్జక్షా రము.

కాపోతాఞ్జనమ్-అ-న-సౌవీరాంజనశిలా॥

కాప్యకరః-అ-పు- స్వయంకృతంపాపంచిత్తే ఆధాయయఃకథయతిసః॥

కాప్యకారః-అ-పు- చిత్తేపాపంఆధాయయ శ్శంసతిసః॥

కాఫలః-అ-పు-కట్ఫలః॥

కామమ్-అ-న-క్రియావిశేషణె - ౨యథేప్సి తమ్॥

కామమ్-అ-న-రేతః॥

కామమ్-౦-౦-అకామానుమతిః-౨అకామా నుమతిః-౩ప్రశ్నః-౪అనునయః - ౫ప్ర కామమ్-౬అత్యంతమ్-౭అల్పః - ౮సా ధారణమ్-౯హేతుః-౧౦రమ్యమ్ - ౧౧ ధైర్యమ్॥ తె॥౧ఇష్టముచేతనంగీకరించడ ము-౨మనసురాకనంగీకరించడము.

కామః-అ-పు-మన్మథః-౨ఇచ్ఛా.

కామః-అ-త్రి-ఇచ్ఛాధికవస్తు॥

కామకః-అ-పు-విశ్వదేవగణవిశేషః॥ తె॥ వి శ్వదేవతలగణభేదము.

కామకలా-ఆ-సీ-రతిః॥

కామకూటః-అ-పు-వేశ్యాస్నేహః-౨విభ్ర మః-౩బ్రహ్మారాతసనంహతిః॥

కామకేలిః-ఇ-త్రి-షిడ్గః॥

కామకేలిః-ఇ-పు-సురతమ్॥ తె॥నంభోగము.

కామకేలీ-ఈ-సీ-సురతమ్॥ తె॥నంభోగము.

కామఖడ్గదలా-ఆ-సీ-స్వర్ణకేతకీ॥

కామగామీ-న్-త్రి - కామంగామీ - ౨స్వే చ్ఛాగమనశీలః॥

కామగుణః-అ-పు-రాగః-౨విషయః - ౩అ భోగః॥

కామఙ్గామీ-న్-త్రి-స్వేచ్ఛాగమనశీలః॥

కామచారీ-న్-పు-విటః-౨స్వచ్ఛందవర్తీ-౩ కలవింకః॥ తె॥౧కాముకుఁడు - ౨స్వేచ్ఛా గాసంచరించేవాఁడు-౩పిచ్చుక.

కామజః-అ-పు-మన్మథః॥

కామజానః-అ-పు-కోకిలః- ౨కామజనిఇతి పాఠః॥

కామతాలః-అ-పు-కోకిలః॥

కామదః-అ-త్రి-కామదాతా-౨అభిలాషదః

కామదా-ఆ-సీ-కామధేనుః॥

కామదుఘా-ఆ-సీ-కామధేనుః॥

కామదూతికా-ఆ-సీ-నాగదంతీవృక్షః॥

కామదూతీ-ఈ-సీ-పాటలావృక్షః॥

కామధక్-హ-పు-శివః-౨యోగీ॥

కామధుక్-హ-సీ-కామధేనుః॥

కామధేనుః-ఉ సీ-కామదోగ్ధ్రధేనుః॥ తె॥ అ డిగినదల్లాయిచ్చేయావు.

కామధ్వంసీ-న్-పు-శివః॥ తె॥హరుఁడు.

కామనః-అ-త్రి -(స్త్రీ)కాముకః॥

కామనా-ఆ-సీ-ఇచ్ఛా॥

కామనికా-ఆ-సీ-కనీనికా ॥ తె॥ కంటిలోని పాప.

కామన్ధమీ-న్-పు-కాంస్యకారః॥

కామపత్నీ-ఈ-సీ-రతిః॥

కామపాలః-అ-పు-బలరామః॥

కామప్రదః-అ-పు-రతిబంధవిశేషః॥ తె॥ఒకా నొకరతిబంధము.

కామఫలః-అ-పు-మహారాజామ్రవృక్షః॥

కామమహః-అ-పు-చైత్రీపూర్ణిమా॥

కామయితా-ఋ-త్రి-కాముకః॥

కామరూపమ్-అ-న-ప్రాగ్జ్యోతిషనగరమ్॥

కామరూపః-అ-పు-స్వనామఖ్యాతదేశః॥

కామరూపః-అ-త్రి-మనోజ్ఞరూపః॥

కామరూపిణీ-ఈ-సీ-అశ్వగంధావృక్షః॥

కామరూపీ-న్-పు-కృకవాకుః-౨ విద్యాధరః॥ తె॥ ౧ ఊసరవెల్లి.

కామరేఖా-ఆ-సీ-వేశ్యా॥ తె॥ భోగముది.

కామలః-అ-(న)-రోగవిశేషః॥

కాములః-అ-పు-వసంతకాలః-౨మరుభూమిః

కామలః-అ-త్రి-కాముకః॥

కామలతా-ఆ-సీ-శిశ్నః॥ తె॥ శిశ్నము.

కామవతీ-ఈ-సీ-దారుహరిద్రా॥ తె॥ మానుపసపు.

కామవల్లభః-అ-పు-ఆమ్రః॥

కామవల్లభా-ఆ-సీ-జ్యోత్స్నా॥

కామవృక్షః-అ-పు-వృక్షరుహా॥ తె॥ బదనికె.

కామవృద్ధిః-ఇ-పు-క్షుపవిశేషః॥

కామవృన్తా-ఆ-సీ-పాటలావృక్షః॥

కామశరః-అ-పు-ఆమ్రః॥

కామసఖః-అ-పు-వసంతకాలః॥

కామసుతః-అ-పు-అనిరుద్ధః॥

కామాఙ్కుశః-అ-పు-నఖః-౨శిశ్నః॥

కామాఙ్గః-అ-పు-ఆమ్రవృక్షః॥

కామాతురః-అ-త్రి-కామార్తః॥

కామాధిదేవతా-ఆ-సీ-త్రయోదశీతిథిః॥

కామాన్ధః-అ-పు-కోకిలః॥

కామాన్ధా-ఆ-సీ-కస్తూరీ॥

కామాయుః-స్-పు-గరుడః॥

కామాయుధమ్-అ-న-కామదేవాస్త్రః॥

కామాయుధః-అ-పు-మహారాజచూతః॥

కామారణ్యమ్-అ-న-మనోజ్ఞవనమ్॥

కామారిః-ఇ-పు-విటమాక్షికధాతుః-౨మహాదేవః॥

కామార్తః-అ-త్రి-కామపీడితః॥

కామాళుః-ఉ-పు-రక్తకాంచనవృక్షః॥

కామావసాయితా-ఆ-సీ-శివస్యాణిమాద్యష్టైశ్వర్యాంతర్గతైశ్వర్యవిశేషః॥

కామావసాయిత్వమ్-అ-న-కామావసాయితా॥

కామిః-ఇ-పు-కాముకః॥

కామికః-అ-పు-కారండవపక్షీ॥

కామినీ-ఈ-సీ-అతికాముకస్త్రీ-౨వందా-౩ప్రియంగుః-౪చక్రవాకస్త్రీ-౫వరస్త్రీ॥ తె॥ ౧అతికామముగలయాఁడుది-౨బదనికె-౩ప్రేంకణపుచెట్టు-౪ఆఁడుచక్రవాకము.

కామినీశః-అ-పు-శోభాంజనవృక్షః॥

కామీ-న్-పు-సారసపక్షి-౨కాముకః-౩చక్రవాకః-౪పారావతః॥ తె॥ ౧బెగ్గురు-౩జక్కవ-౪పావురపిట్ట.

కామీ-ఈ-సీ-రతిః॥

కామీలః-అ-పు-గ్రామగువాకః॥

కాముకః-అ-పు-అశోకవృక్షః-౨అతిముక్తకలతా॥ తె॥ ౧అశోకవృక్షము-౨పూలగురివెందచెట్టు.

కాముకః-అ-త్రి-స్త్రీకాముకః॥ తె॥ స్త్రీలోలుఁడు.

కాముకకాన్తా-ఆ-సీ-అతిముక్తకలతా॥

కాముకప్రియః-అ-పు-సుగంధహరిద్రా॥ తె॥ కస్తూరిపసపు.

కాముకా-ఆ-సీ-గంధపుష్పాద్యలంకారకామిస్త్రీ॥ తె॥ గంధపుష్పాలంకారములయందపేక్షఁగలయాఁడుది.

కాముకీ-ఈ-సీ-సురతేచ్ఛాయుక్తస్త్రీ॥ తె॥

క్రీడయందభిలాషఁగల నెలత.

కామేష్టః-అ-పు-రాజామ్రవృక్షః॥ తె॥ రాచమామిడిచెట్టు.

కామోదకమ్ - అ - న - మృతోద్దేశేన దత్తోదకమ్॥

కామోదా-ఆ-సీ-రాగిణీవిశేషః॥

కామ్పిలః-అ-పు-కాంపిల్యదేశః॥

కామ్పిల్యః-అ-పు-కరంభః- ౨గుండారోచనీనామసుగంధిద్రవ్యమ్॥ తె॥౧కంపిల్లము.

కామ్పిల్లః-అ-పు-గుండారోచనీ॥

కామ్పిల్లకా-ఆ-సీ-కాంపిల్లః॥

కామ్పీలః-అ-పు-కాంపిల్లః॥

కామ్పీలకః-అ-పు-కాంపిల్లః॥

కామ్బలః-అ-పు-కంబలావృతరథః॥

కామ్బవమ్-అ-న-శంఖధ్వనిః॥

కామ్బవికః-అ-పు-శాంఖికః॥ తె॥సంకుపూసలుచేసేవాఁడు.

కామ్బుకా-ఆ-సీ-అశ్వగంధా॥

కామ్బోజః-అ-పు- కాంబోజదేశజాతాశ్వః ౨కాంబోజదేశజాతగజః- ౩దేశవిశేషః

కామ్బోజికా-ఆ-సీ-వరా॥ తె ॥ నల్లదింటెన చెట్టు.

కామ్బోజీ-ఈ-సీ-యూధికాలతా- ౨మాషపర్ణీ-౩వాతంగినీ-౪రాగవిశేషః॥ తె॥ ౧బండిగురివెంద- ౨కాఱుమినుము- ౩పులుగుడుచెట్టు.

కామ్యమ్-అ-త్రి-కమనీయమ్॥

కామ్యః-అ-పు-సర్జకవృక్షః॥ తె॥ వేగిసచెట్టు.

కామ్యదానమ్-అ-న-ప్రదారణమ్॥ తె॥ కోరినదివ్వడము.

కాయమ్-అ-న- ఉభయహస్తకనిష్ఠికామూలప్రజాపతితీర్థమ్- ౨లక్ష్యమ్-౩ప్రపా-౪దైవతమ్-౫స్వభావః-౬మనుష్యతీర్థమ్॥ తె॥౧ఋషితర్పణయోగ్యస్థానము ౨గుఱుతు-౩చలివిందర.

కాయః-అ-పు- శరీరమ్-౨సమూహః-౩వైశ్యః॥ తె॥౩ కోమటివాఁడు.

కాయజః-అ-పు-మన్మథః॥

కాయజలమ్-అ-న-మూత్రమ్॥

కాయబలనమ్-అ-న-కవచమ్॥

కాయమానమ్-అ-న-తృణకుటీ॥

కాయస్థః-అ-పు-కరణః- ౨నృజాతిః-౩ఆత్మా తె॥౧లెక్కలువ్రాసేవాఁడు.

కాయస్థా-ఆ-సీ-హరీతకీవృక్షః-౨ఆమలకీవృక్షః-౩మార్గః-౪వాయసోలీ-౫కాకోలీ-౬ఉపలాద్వయమ్- ౭తులసీ- ౮కాయస్థస్త్రీజాతిః - కాయస్థపత్న్యాంకాయస్థీతి॥ తె॥౧కరకచెట్టు- ౨ఉసిరికచెట్టు- ౩దారి-౪కాఱుకొల్లిచెట్టు.

కాయికః-అ-త్రి-శారీరకః౨కాయనిష్పన్నః

కాయికా-ఆ-సీ- ప్రత్యహావృద్ధిః॥ తె॥ దినదినమందుపుచ్చుకొనేవడ్డి.

కాయికావృద్ధిః-ఇ-సీ-గవాదిబలీవర్దాదికర్మయుతావృద్ధిః॥

కారః-అ-పు-బలిః-౨కర్మ-౩యత్నః-౪వధః-౫నిశ్చయః-౬బుద్ధిః-౭పాదశైలః॥ తె ॥ ౧అప్పనము,పన్ను

కారకమ్-అ-న-కర్మాదికమ్॥ తె॥ పనిమొదలయినది.

కారకః-అ-త్రి-కర్తా॥ తె॥చేసేవాఁడు.

కారకదీపకమ్-అ-న- అలంకారవిశేషః॥ తె॥ ఒకానొకయలంకారము.

కారకుక్షీయః-అ-పు-శాల్యదేశః॥

కారణమ్-అ-న-హేతుః-౨వధః॥

కారణనిబన్ధనాప్రస్తుతప్రశంసా-ఆ- సీ- అలంకారవిశేషః॥

కారణమాలా-ఆ-సీ-అలంకారవిశేషః॥

కారణశరీరమ్-అ-న-సత్త్వప్రధానమజ్ఞానం

కారణా-ఆ-సీ-నరకతీవ్రవేదనా-౨క్రియా॥ తె॥ ౧చేయడము.

కారణికః-అ-త్రి-పాత్రాపాత్రపరీక్షకః॥ తె॥ పాత్రాపాత్రములను పరిశోధించువాఁడు.

కారణోత్తరమ్-అ-న-ప్రత్యవస్కందనమ్॥

కారణ్డవః-అ-(న)-హంసవిశేషః॥

కారణ్డవః-అ-పు-మహాపక్షః॥ తె॥ కన్నెలేడిపిట్ట.

కారణ్డవ్యూహః-అ-పు-బుధభేదః॥

కారన్ధమీ-న్-పు-కాంస్యకారః-౨ధాతువాదరతః॥

కారభిః-ఇ-పు-రుచకా॥ తె॥ ఇల్లిందచెట్టు.

కారభూషణః-అ-పు-శాక్యబుద్ధదేవః॥

కారమిహికా-ఆ-సీ-కర్పూరమ్॥

కారమ్భః-అ-పు-వనపిప్పలీ॥

కారమ్భా-ఆ-సీ-ప్రియంగుః॥ తె॥ ప్రేంకణపుచెట్టు.

కారవః-అ-పు-కాకః॥

కారవల్లీ-ఈ-సీ-కటిల్లకలతా॥ తె॥ కాఁకరచెట్టు.

కారవీ-ఈ-సీ-చిత్రానక్షత్రమ్-౨కారవీచీ-౩దీప్యః-౪సుషవీ-౫హింగుపలాశికా॥ తె॥ ౧చిత్తయనునక్షత్రము-౨కుప్పిచెట్టు-౩ఓమపుచెట్టు-౪నల్లజీలకఱ్ఱచెట్టు-౫ఇంగువచెట్టాకు.

కారవీచీ-ఈ-సీ-కారవీ॥ తె॥ కుప్పిచెట్టు.

కారవేల్లః-అ-పు-కారవల్లీలతా॥ తె॥ కాఁకరచెట్టు.

కారవేల్లకః-అ-పు-కారవేల్లః॥ తె॥ కాకరచెట్టు.

కారస్కరః-అ-పు-వృక్షవిశేషః॥

కారస్కరాటికా-ఆ-సీ-కర్ణజలౌకా॥

కారా-ఆ-సీ-బంధనాలయః-౨దూతీ-౩ప్రసేవకః-౪బంధనమ్-౫సువర్ణమ్-౬కారికా॥ తె॥ ౧బందిఖానాయిల్లు.

కారాగారమ్-అ-న-బంధనగృహమ్॥ తె॥ బందిఖానాయిల్లు.

కారాగుప్తః-అ-త్రి-కారాగారస్థః॥

కారాయికా-ఆ-సీ-బలాకా॥

కారావేశ్మ-న్-న-కారాగారమ్॥ తె॥ బందిఖానాయిల్లు.

కారిః-ఇ-సీ-వాగ్విషయకర్మ-౨మేధా-౩క్రియాయామ్॥ తె॥ ౧ఉత్తరప్రత్యుత్తరములు-౨నాగంటిమేడి.

కారిః-ఇ-పు-నాపితాదిశిల్పీ॥

కారికా-ఆ-సీ-వాగ్విషయకర్మ-౨యాతనా-౩కృతిః-౪దివాకీర్త్యాదిశిల్పమ్-౫శ్లోకః-౬వివరణమ్-౭నటయోషిత్॥ తె॥ ౧ఉత్తరప్రత్యుత్తరములు-౨మిక్కిలిబాధ-౩చేయడము-౪పనివాఁడితనము-౫పద్యము-౬వివరణము-౭నటునిభార్య.

కారితః-అ-త్రి-శిక్షితః॥

కారితా-ఆ-సీ-స్వేచ్ఛాదానవృద్ధిః॥ తె॥ అడిగినప్పుడిచ్చెడివడ్డి.

కారీ-ఈ-సీ-వృక్షవిశేషః॥

కారీషమ్-అ-న-కరీషసమూహః॥ తె॥ పిడకలపోఁగు.

కారీషగన్ధ్యా-ఆ-సీ-కరీషగంధసుతా॥

కారుః-ఉ-పు-విశ్వకర్మా-౨తక్షతంతువాయనాపితరజకచర్మకారజాతిపంచకమ్-౩వ్యవహారవధూశూద్రపురుషసుతః-౪ఇంద్రః॥ తె॥ ౩కాసెవాఁడు.

కారుః-ఉ-త్రి-కారకః॥

కారుకః-అ-త్రి-శిల్పీ॥

కారుజః-అ-పు-జర్తిలః-౨కలహః-౩ఫేనః-

రక్తైరికమ్-౫ నాభిః - ౬ నాగకేసరవృక్షః-౭ కరిపోతః-౮ శిల్పిచిత్రమ్-౯ వల్మీకః॥ తె॥ ౧ కాఱునువ్వు-౩ మరగ-౭ పసుఁగపిల్లి-౯ పుట్ట.

కారుణికః-అ-త్రి-దయావాన్॥ తె॥ దయగల వాఁడు.

కారుణ్డీ-ఈ-సీ-జలౌకాః॥

కారుణ్యమ్-అ-న-కరుణారసః॥

కారుషాః-అ-పు-కరుషదేశవాసినః॥

కారోత్తమః-అ-పు-సురామండమ్॥ తె॥ కల్లు మీఁదినురుగు తెట్టు.

కారోత్తరః-అ-పు-సురాగ్రభాగః॥

కార్కటమ్-అ-న-రతిబంధవిశేషః॥

కార్కశ్యమ్-అ-న-కర్కశతా॥

కార్తవీర్యః-అ-పు-కార్తవీర్యార్జునః॥

కార్తవీర్యరిపుః-ఉ-పు-పరశురామః॥

కార్తస్వరమ్-అ-న-సువర్ణమ్॥ తె॥ బంగారము

కార్తాన్తికః-అ-పు-జ్యౌతిషికః॥ తె॥ జోస్యమెఱిఁగినవాఁడు.

కార్తికః-అ-పు-కార్తికికమాసః॥ తె॥ కార్తికి నెల.

కార్తికః-అ-త్రి-కృత్తికానక్షత్రయుక్తః॥ తె॥ కృత్తికానక్షత్రముతోఁగూడినది.

కార్తికికః-అ-పు-కార్తికమాసః॥ తె॥ కార్తికి నెల.

కార్తికీ-ఈ-సీ-విశ్వదేవగణవిశేషః- ౨కార్తికపూర్ణిమా॥ తె॥ ౧విశ్వేదేవులలోభేదము-౨కార్తికపున్నమ,

కార్తికేయః-అ- పు- షణ్ముఖః॥ తె॥ కుమారస్వామి.

కార్తికేయప్రసూః-ఊ-సీ-దుర్గా॥

కార్తికోత్సవః-అ-పు-కౌముదీ॥

కార్త్స్న్యమ్-అ-న-సాకల్యమ్॥

కార్త్స్న్యా-ఆ-సీ-భుజంగాక్షీ-౨పలాపర్ణీ॥ తె॥ ౧సర్పాక్షిచెట్టు- ౨పిరంగిచెక్క.

కార్దమిః ఇ-పు-వరుణః॥

కార్దమికః-అ-(సీ)-కర్దమయుక్తః॥ తె॥ బురదలోఁగూడుకొన్నది.

కార్దమికీ-ఈ-సీ-కర్దమయుక్తా॥ తె॥ బురదలోఁగూడుకొన్నది.

కార్పటః-అ-పు-జతు॥

కార్పటికః-అ-పు-మర్మవేత్తా-౨తీర్థసేవీ॥

కార్పణ్యమ్-అ-న-విషవిశేషః-౨కృపణత్వం

కార్పాటకః-అ-పు- అన్యమర్మజ్ఞః- ౨ఛాత్రః॥ తె॥ ౧పరాయివానిగుట్టు తెలిసినవాఁడు ౨శిష్యుఁడు.

కార్పాసమ్ అ-త్రి-కార్పాసజాతవస్త్రాదిః॥

కార్పాసః-అ-పు-తుండికేరీవృక్షః॥ తె॥ ప్రత్తిచెట్టు.

కార్పాసః-అ-(సీ)వస్త్రయోనిః॥ తె॥ ప్రత్తి-ప్రత్తికాయ.

కార్పాసః-అ-త్రి-బాదరః॥ తె॥ ప్రత్తికాయమొదలైనకాయలవల్లఁబుట్టినబట్ట.

కార్పాసనాసికా-ఆ-సీ-తర్కుః॥

కార్పాసికా-ఆ-సీ-కార్పాసీ॥

కార్పాసీ-ఈ-సీ-కార్పాసివృక్షః॥ తె॥ ప్రత్తిచెట్టు.

కార్బురమ్-అ-న- సువర్ణమ్-౨అఘమ్-౩తోయమ్-౪ఆకాశః॥ తె॥ ౧బంగారము-౨పాపము-౩నీళ్లు.

కార్మః-అ-త్రి-కర్మకర్తృస్వభావః॥

కార్మణమ్-అ-న-ఓషధిమూలాదికృతస్తంభనమోహనాదౌ - ౨మంత్రతంత్రాదియోజనమ్-౩కర్మకారకమ్॥

కార్మికః-అ-త్రి-విచిత్రవస్త్రాదిః॥

కార్ముకమ్-అ-న-ధనుః-౨శౌత్రమ్-౩వంశః

‖తె‖౧విల్లు-౨శౌస్త్రము-౩వెదురు.

కార్మ్ముకః-అ-పు-మహానింబవృక్షః-౨కదరవృక్షః-౩వేణుః‖తె‖౧పెద్దవేఁపచెట్టు-౨తెల్లతుమ్మచెట్టు-౩వెదురు.

కార్మ్ముకః-అ-త్రి-కర్మసమర్థః‖ తె‖ పనియందుసమర్థుఁడు.

కార్యమ్-అ-న-ప్రయోజనమ్-౨హేతుః‖

కార్యకర్తా-ఋ-పు-సోత్సాహకార్యకర్తా‖తె‖ఉత్సాహముచేతపనిచేసేవాఁడు.

కార్యకుశలః-అ-త్రి-కర్మఠః‖

కార్యనిబన్ధనాప్రస్తుతప్రశంసా-ఆ-సీ-అలంకారవిశేషః‖

కార్యపుటః-అ-పు-క్షపణః-౨ఉన్మత్తః‖

కార్యప్రద్వేషః-అ-పు-ఆలస్యమ్‖

కార్యసముద్భవః-అ-పు-పరస్పరోపకారాగతబలః‖

కార్యా-ఆ-సీ-కారీవృక్షః‖

కార్యీ-న్-పు-యస్యనిర్దిశ్యతేకార్యంసః‖

కార్శ్య-అ-న-కృశతా‖

కార్శ్యః-అ-పు-సర్జవృక్షః-౨కావ్యః‖తె‖ ౧పపెచెట్టు.

కార్షకః-అ-పు-కర్షకః‖

కార్షాపణః-అ-పు-కర్షపరిమితముద్రితరజతటంకః-౨షోడశపణపరిమితః‖

కార్షాపణశః-౦-౦- కార్షాపణమ్కార్షాపణమితివీప్సా‖

కార్షికః-అ-పు- కర్షపరిమితముద్రితరజతే‖ తె‖ పదియాఱుమాషకములుఎత్తుఁగలిఁగియచ్చుకొట్టినవెండి.

కార్ష్మీ-ఈ-సీ-సుకన్దరాలతా‖తె‖ప్రాఛితీఁగె.

కార్ష్యః-అ-పు-పాలవృక్షః‖

కార్ష్ణిః-ఇ-పు-కామదేవః‖తె‖ మారుఁడు.

కార్ష్ణీ-ఈ-సీ-శతావరీ‖

కార్ష్ణ్యమ్-అ-న-నీలత్వమ్‖తె‖నలుపు.

కాలమ్-అ-న లౌహమ్-౨కక్కోలకమ్-౩కాలీయకమ్‖

కాలః-అ-పు-విశ్వదేవవిశేషః-౨కృతాంతః ౩సమయః-౪కృష్ణవర్ణః-౫తాలప్రాణవిశేషః-౬రక్తచిత్రకమ్-౭తాలవృక్షః-౮మరణమ్-౯త్రిసంజ్ఞా-౧౦మృత్యుః-౧౧రుద్రః‖తె‖౨యముఁడు-౪నలుపు-౬ఎఱ్ఱచిత్రమూలము-౭తాటిచెట్టు-౮చావు-౯మూఁడనేసంజ్ఞ-౧౧శివుఁడు.

కాలః-అ-త్రి-కృష్ణవర్ణవాన్‖తె‖నల్లనిది.

కాలకమ్-అ-న-కాలశాకమ్-౨యకృత్‖

కాలకః-అ-పు-వ్యంగః-౨యమదూతవిశేషః ౩జతుకః-౪అలగర్దసర్పః‖తె‖౧పుట్టుమచ్చ-౨ఒకానొకయమదూత.

కాలకటఙ్కటః-అ-పు-శివః ౨కాలకటంకటోపిపాఠః‖

కాలకణ్టకః-అ-పు-దాత్యూహపక్షీ‖తె‖కూఁకురుగుండంగిపిట్ట.

కాలకణ్ఠః-అ-పు-శివః-౨దాత్యూహపక్షీ-౩కలవింకః-౪ఖంజనపక్షీ-౫మయూరః-౬పీతసారకవృక్షః‖ తె‖ ౨కూఁకురుగుండంగిపిట్ట-౩పిచ్చుక-౪పట్రింత-౫నెమలి-౬వేగిసచెట్టు.

కాలకణ్ఠకః-అ-పు-దాత్యూహపక్షీ‖ తె‖ కూఁకటిగుండంగిపిట్ట.

కాలకణ్ఠికా-ఆ-సీ-ప్రేతకలా‖

కాలకన్దకః-అ-పు-జలసర్పః‖

కాలకర్ణికా-ఆ-సీ-అలక్ష్మీః‖

కాలకర్ణీ-ఈ-సీ-అలక్ష్మీః‖

కాలకలమ్-అ-న-శిరోగ్రీవమ్‖ తె‖ ముచ్చిలిగుంటమీఁదిబుడిపె.

కాలకా- ఆ- సీ- కాలకేయనామాసురగణమాతా‖

కాలకాలః-అ-పు-శివః॥

కాలకీలః-అ-పు- కోలాహలః॥

కాలకుణ్ఠః-అ-పు-యమః॥

కాలకుద్ధః-అ-పు-కృతాంతః॥

కాలకుస్త్రీ-ఈ-సీ-యవక్షాకీ॥ తె॥.గచ్చచెట్టు.

కాలకుష్ఠమ్-అ-న-కంకుష్ఠనామగజజాతద్రవ్యమ్॥

కాలకూటమ్-అ-న-విషవిద్యాతంత్రవిశేషః

కాలకూటః-అ-(సీ)-హాలాహలవిషమ్ - ౨కర్కోటకజాతిసర్పవిషవిశేషః॥

కాలకూటకః అ-పు-కారస్కరవృక్షః॥

కాలకృత్ -త్ -పు-సూర్యః॥

కాలకృతః-అ-త్రి-కాలజాతః॥

కాలఖఞ్జనమ్-అ-న-యకృత్॥

కాలఖణ్డమ్- అ- న- యకృత్॥ తె॥కడుపులో క్లోమక్రిందినల్లనిమాంసదళము.

కాలగ్రన్థిః-ఇ-పు-వత్సరః॥

కాలజ్ఞాతః-అ-పు-వృక్షవిశేషః॥

కాలజ్ఞః-అ-పు-కుక్కుటః-౨జ్ఞానీ-౩జ్యోతిషికః॥ తె॥౧కోడి.

కాలచక్రమ్-అ-న-కాలరూపచక్రమ్॥

కాలఞ్జరః-అ-పు-శివః - ౨యోగిచక్రమ్-౩భైరవః-౪గిరిః॥

కాలఞ్జరీ-ఈ-సీ-చండీ॥

కాలతాలః-అ-పు-తమాలవృక్షః॥

కాలధర్మః-అ-పు-మరణమ్॥

కాలనిర్యాసః-అ-పు-గుగ్గులుః॥

కాలనేమిః-ఇ-పు-స్వనామఖ్యాతరాక్షసః॥

కాలనేమిరిపుః-ఉ-పు-విష్ణుః॥

కాలనేమిహా న్-పు-విష్ణుః॥

కాలనేమిరా-న్-పు-కాలనేమిః॥

కాలపర్ణః-అ-పు-తగరవృక్షః॥

కాలపర్ణీ-ఈ-సీ-విదారిగంధా॥ తె॥ముయ్యాకుపొన్నచెట్టు.

కాలపాలకమ్-అ-న-కంకుష్ఠమృత్తికా॥

కాలపీలుకః-అ-పు-కుపీలుః॥

కాలపురుషః-అ-పు-యమసహాయః-౨జ్యోతిశ్శాస్త్రమ్॥

కాలపృష్ఠమ్-అ-న-కర్ణధనుః-౨ధనుః-౩తురగవిశేషః-౪కంకపక్షీ॥-తె॥ ౨విల్లు-౪రాబులుగు.

కాలపృష్ఠః-అ-పు-కంకపక్షీ- ౨మృగవిశేషః॥

కాలపేయూ-ఊ-సీ-శ్యామాలతా॥

కాలప్రభాతమ్-అ-న-శరత్కాలః॥ తె॥ శరత్కాలము.

కాలబలనమ్-అ-న-వర్మ॥

కాలభాణ్డికా-ఆ-సీ-మంజిష్ఠా॥

కాలమానః-అ-పు-కృష్ణార్జకః॥ తె॥ నల్లగగ్గరచెట్టు.

కాలమాలః-అ-పు-కృష్ణార్జకః॥ తె॥ నల్లగగ్గరచెట్టు,

కాలముష్కకః-అ-పు-ఘంటాపారలివృక్షః॥

కాలమూలః-అ-పు-రక్తచిత్రకః॥ తె॥ ఎఱ్ఱచిత్రమూలపుచెట్టు.

కాలమేశికా-ఆ-సీ-మంజిష్ఠాలతా॥ తె॥ మంజిష్ఠతీగె.

కాలమేశీ-ఈ-సీ-కాలమేషికా॥ తె॥ మంజిష్ఠతీగె.

కాలమేషికా-ఆ-సీ-మంజిష్ఠాలతా-౨సుషేణికా॥ తె॥ ౧మంజిష్ఠతీగె- ౨నల్లతేగడచెట్టు.

కాలమేషీ-ఈ-సీ-అవల్గుజః- ౨సోమరాజీ-౩మంజిష్ఠా-౪త్రివృత్॥ తె॥ ౧కాలుగచ్చచెట్టు.

కాలయుక్తిః-ఇ-పు-సంవత్సరవిశేషః॥

కాలరసః-అ-పు-మహిసాక్షవృక్షః॥ తె॥ మహిసాక్షిచెట్టు.

కాలరాత్రిః-ఇ-సీ-పార్వతీ-౨రాత్రివిశేషః ౩భీమరథీ॥

కాలలవణమ్-అ-న-బిడ్లవణమ్॥

కాలకాహమ్-అ-న-కాలాయసమ్॥

కాలవిద్రుమసస్యకా-ఆ-సీ-లతావిశేషః॥

కాలవృన్తః-అ-పు-కులత్థవృక్షః॥

కాలవృన్తీ-ఈ-సీ-పాటలావృక్షః॥

కాలవేలా-ఆ-సీ-క్రియానర్హకాలవిశేషః॥

కాలశాకమ్-అ-న-స్వనామఖ్యాతశాకమ్॥

కాలశాకః-అ-పు-కృష్ణనింబః॥ తె॥ కరివేంప చెట్టు.

కాలశారః-అ-పు-ఉత్క్రోడః॥ తె॥ ఉడుత.

కాలశాలిః-ఇ-పు-కృష్ణశాలిః॥

కాలశేయమ్-అ-న-గోరసః॥ తె॥ పల్ల.

కాలసంరోధః-అ-పు-చిరకాలావస్థానమ్॥

కాలసర్పః-అ-పు-కృష్ణసర్పః॥

కాలసారమ్-అ-న-పీతచందనమ్॥

కాలసారః-అ-పు-స్వనామఖ్యాతహరిణః॥

కాలసూత్రమ్-అ-న-నరకవిశేషః॥

కాలసేయమ్-అ-న-ఘోలమ్॥

కాలస్కన్ధః-అ-పు-తిందుకవృక్షః-౨తమాలవృక్షః-౩వకుళవృక్షః॥ తె॥ ౧నల్లతుమికిచెట్టు-౩పొగడచెట్టు.

కాలస్థాలీ-ఈ-సీ-పాటలీవృక్షః॥ తె॥ కలిగొట్టుచెట్టు.

కాలహీనః-అ-పు-ఉచ్ఛాదనవృక్షః॥ తె॥ లొద్దుగుచెట్టు.

కాలా-ఆ-సీ-నీలినీ-౨సుషేణికా-౩సుషవీ-౪కశ్యపభార్యా॥ తె॥ ౧నీలిచెట్టు-౨నల్లతేగడ-౩నల్లజీలకఱ్ఱచెట్టు.

కాలాగురు-ఉ-న-కృష్ణాగురు॥

కాలాఞ్జనీ-ఈ-సీ-క్షుపవిశేషః॥

కాలానునాదిన్-న్-పు-భ్రమరః-౨కలవింకః-౩కపిఞ్జలః-౪చాతకః-౫రోలంబః॥ తె॥ ౧తుమ్మెద-౨ఊరపిచ్చుక-౩తెక్కలయంపుచిత్రవర్ణముగలఁ బట్టవన్నెపిట్ట-౪వానకోయిల.

కాలానుశారిబా-ఆ-సీ-తగరపాదికమ్॥

కాలానుసారకమ్-అ-న-తగరః॥ తె॥ గ్రంథితగరపుచెట్టు.

కాలానుసారిన్-న్-న-సరలద్రవః॥ తె॥ దేవదారుబంకతో జేసిన ధూపద్రవ్యము.

కాలానుసారిః-ఇ-పు-శైలేయమ్॥

కాలానుసారీ-ఈ-సీ-బస్తాంత్రి॥ తె॥ అడవిమామెన.

కాలానుసార్యమ్-అ-న-అశ్మపుష్పమ్-౨కాలీయకమ్-౩శింశుపావృక్షః-౪తగరం॥ తె॥ ౧బొబ్బువ్వు-౨మ్రానుపసపు-౩ఇరుగుడుచెట్టు-౪తగరము.

కాలానుసార్యః-అ-పు-శింశుపావృక్షః-౨కాలేయమ్॥

కాలానుసార్యకమ్-అ-న-జాపకపర్వతజాతకృష్ణచందనవృక్షః॥ తె॥ జాపకమనెడి కొండయందుఁ బుట్టిననల్లచందనపుచెట్టు

కాలాన్తకః-అ-పు-శివః॥ తె॥ హరుఁడు.

కాలాన్తరవిషః-అ-పు-మూషికాదిః॥

కాలాపః-అ-పు-సర్పభోగః-౨రాక్షసః॥

కాలాభః-అ-పు-నైరృతిః-౨యమః॥

కాలాయసమ్-అ-న-అయః॥ తె॥ ఇనుము.

కాలికమ్-అ-న-కృష్ణచందనమ్॥

కాలికః-అ-పు-ఇంగాలః-౨క్రౌంచః॥ తె॥ ౧బొగ్గు.

కాలికా-ఆ-సీ-వరుణభార్యా-౨వివర్ణత్వమ్-౩వాయసోలీ-౪కాకోలీ-౫రోమరాజిః-౬కృష్ణవర్ణః-౭భవానీ-౮ధూమావలీ-౯జలదాలీ-౧౦పటోలశాఖా-౧౧యోగినీ

౧౨నవాంబుదః-౧౩ప్రతిమాసవృద్ధిః॥ తె॥ ౧వరుణునిపెండ్లాము-౨మొగమునల్లఁబుచ్చుకోవడము-౩కాలుకొల్లిచెట్టు-౪కాకోలిచెట్టు-౫నూగారు-౬నలుపు-౭పార్వతీదేవి-౮సొగపక్షి-౯మేఘపఙ్క్తి-౧౦పొట్లచెట్టుకొమ్మ-౧౧యోగిని-౧౨వర్షాకాలపు మేఘము-౧౩నెలనెలకునిచ్చువడ్డి.

కాలిఙ్గమ్-అ-న-ఫలవిశేషః॥ తె॥ ఒకానొకపండు.

కాలిఙ్గః-అ-పు-కర్కారులతా-౨గజః-౩సర్పవిశేషః-౪విష్ణుః-౫మన్త్రజ్ఞః-౬కళింగదేశాధీశ్వరః॥ తె॥ ౧పుచ్చచెట్టు-౨ఏనుఁగ-౩ఒకానొకపాము-౪హరి-౫మాంత్రికుఁడు-౬కళింగదేశాధీశ్వరుఁడు.

కాలిఙ్గికా-ఆ-సీ-త్రివృత్॥

కాలిఙ్గీ-ఈ-సీ-రాజకర్కటీ॥

కాలిదాసః-అ-పు-కవిః॥

కాలిదాసకః-అ-పు-కాలిదాసః॥

కాలినీ-ఈ-సీ-ఆర్ద్రానక్షత్రమ్॥ తె॥ ఇఱువదేడునక్షత్రములలో నొకఁటి.

కాలిన్దకమ్-అ-న-కాలిఙ్గమ్॥

కాలిన్దిః-ఇ-పు-జలధేనుః॥ తె॥ నీటియావు.

కాలిన్దీ-ఈ-సీ-యమునానదీ-౨హంజికావృక్షః-౩కాకనాసికా-౪గిరికర్ణికా-౫సగరజననీ-౬కృష్ణభార్యా॥ తె॥ ౧యమునయనునది-౨చిరుతేఁకుచెట్టు-౩ఎఱ్ఱతేగడ-౪తెల్లగనియ.

కాలిన్దీకర్షణః-అ-పు-బలదేవః॥

కాలిన్దీభేదనః-అ-పు-బలరామః॥

కాలిన్దీసూః-ఊ-సీ-సూర్యపత్నీ-౨యమునామాతా॥

కాలిన్దీసోదరః-అ-పు-యమః॥

కాలీ-ఈ-సీ-పార్వతీ-౨కృష్ణవర్ణద్రవ్యమ్-౩నఖమ్-౪ఉపోదకీ-౫జీరణా-౬నవాంబుదశ్రేణీ-౭మాతృకావిశేషః-౮నీలినీ॥ తె॥ ౨నల్లనివస్తువు-౩నఖముచిప్ప-౪పొలముబచ్చలి-౫నల్లజీలకఱ్ఱచెట్టు-౬వర్షాకాలపు మేఘపఙ్క్తి-౮నీలిచెట్టు.

కాలీన్-పు-సూర్యః॥

కాలీకః-అ-పు-క్రౌంచః॥

కాలీచీ-ఈ-సీ-యమవిచారభూమిః॥

కాలీతనయః-అ-పు-మహిషః॥

కాలీయమ్ అ-న-జాపకపర్వతజాతకృష్ణచందనమ్॥

కాలీయః-అ-పు-దేవయోనిసర్పవిశేషః॥

కాలీయకమ్-అ-న-పీతవర్ణసుగన్ధికాష్ఠమ్॥

కాలీయకః-అ-పు-దారుహరిద్రా॥ తె॥ మ్రానుపసపు.

కాలీశః-అ-పు-వరుణః-౨శివః॥

కాలేజమ్-అ-న-యకృత్॥ తె॥ గర్భమునకుదక్షిణభాగమునుండెడిమాంసఖండముక్రింది-నల్లనిమాంసదళము.

కాలేయమ్-అ-న-జాపకపర్వతజాతకృష్ణచందనమ్-౨కాలియానామపీతవర్ణసుగన్ధికాష్ఠమ్॥

కాలేయః అ-పు-రాక్షసవిశేషః-౨సగన్ధహరిద్రా॥ తె॥ ౨కస్తూరిపసపు.

కాలేయకమ్-అ-న-కుంకుమమ్-౨జాపకపర్వతజాతకృష్ణచందనమ్॥ తె॥ ౧కుంకుమము-౨జాపకమనెడికొండయందుఁబుట్టిననల్లనిగంధము.

కాలేయకః-అ-పు-దారుహరిద్రా॥ తె॥ మ్రానుపసపు.

కాల్వః-అ-పు-హరిద్రావిశేషః॥

కాల్వకః-అ-పు-కర్బూరకః॥

కాల్పనికః-అ-త్రి-కల్పనాభవః-౹కల్పితః॥

కాల్యమ్-అ-న-ప్రభాతమ్ ॥ తె॥ ప్రాతఃకాలము.

కాల్యకః-అ-పు-కచ్చూరకః-౹కాల్పకః॥ తె॥ ౧కచ్చోరము.

కాల్యా-ఆ-సీ - గర్భగ్రహణప్రాప్తకాలా ఋతుమతీగౌః॥

కావచికమ్-అ- న - తనుకవచవత్సమూహః॥ తె॥కవచములొడిగినవారిగుంపు.

కావారమ్-అ-న-శైవలః॥

కావారీ-ఈ-సీ-తృణాదిఛత్రమ్॥

కావృకః-అ-పు-కుక్కుటః-౹చక్రవాకః- ౩ పీతమస్తకపక్షీ॥

కావేరమ్-అ-న-కుంకుమమ్॥

కావేరీ-ఈ-సీ-వేశ్యా-౹కావేరీనదీ॥

కావ్యమ్-అ-న-కవికృతగ్రంథః॥

కావ్యః-అ-పు-శుక్రః॥

కావ్యచౌరః-అ-పు-చంద్రరేణుః॥

కావ్యలిఙ్గమ్-అ-న-అలంకారవిశేషః॥

కావ్యా-ఆ-సీ-పూతనా-౹బుద్ధిః॥

కావ్యార్థాపత్తిః-ఇ-సీ-అలంకారవిశేషః॥

కాశః-అ-(సీ)-అశ్వలావకః - ౹ఇక్ష్వారికాతృణమ్॥ తె॥౧అశ్వలాయనదర్భగడ్డి-౹కుందుతెల్లు.

కాశః-అ-పు- ప్రభా-౹కుతమ్॥

కాశకః-అ-పు-కాశః॥

కాశగర్భః-అ-పు-అశ్వవాలకతృణమ్॥ తె॥అశ్వలాయనదర్భ॥

కాశమర్దః-అ-పు-కాసమర్దవృక్షః॥

కాశా-ఆ-సీ-కాశతృణమ్॥

కాశాల్మలిః-ఇ-సీ కూటశాల్మలిః॥

కాశిః-ఇ-సీ-వారాణసీ ॥ తె॥ కాశియనేపట్టణము.

కాశికా-ఆ-సీ-కాశీ॥

కాశికాప్రియః-అ-పు-దివోదాసః॥

కాశిరాజః-అ-పు-వారాణసీరాజః॥

కాశీ-ఈ-సీ-వారాణసీ॥ తె॥ కాశియనేపట్టణము.

కాశీన్-న్-త్రి-కాశరోగయుక్తః॥

కాశీనాథః-అ-పు-శివః॥

కాశీరాజః-అ-పు-దివోదాసః॥

కాశూలా-ఆ-సీ-వేశ్యా॥

కాశేక్షుః-ఉ-పు- ఇక్ష్వారికాతృణమ్॥ తె॥ కుందురెల్లు.

కాశ్మద్విపః-అ-పు-గంభారీ॥ తె॥ గుమ్ముడుచెట్టు.

కాశ్మరీ-ఈ-సీ-గంభారీవృక్షః॥ తె॥ గుమ్ముడుచెట్టు.

కాశ్మర్యః-అ-పు-గంభారీ॥ తె॥గుమ్ముడుచెట్టు

కాశ్మీరమ్-అ-న-పుష్కరమ్ - ౹కుంకుమమ్-౩టంకః ॥ తె॥ ౧పుష్కరమూలమనేచెట్టు-౩ఉలి.

కాశ్మీరః-అ-పు-దేశవిశేషః॥

కాశ్మీరజన్మ-న్-న-కుంకుమమ్॥

కాశ్మీరీ-ఈ-సీ-గోస్తనీద్రాక్షాలతా॥

కాశ్యపః-అ-పు-సూర్యసారథిః- ౹కణాదమునిః-౩మృగభేదః-౪గోత్రవిశేషః - ౫తత్పురివరాంతర్గతమునివిశేషః - ౬కశ్యపస్యాపత్యమాత్రంచ॥

కాశ్యపిః-ఇ-పు-సూర్యసారథిః-౹గరుడః॥

కాశ్యపీ-ఈ-సీ-భూమిః॥

కాశ్యపేయః-అ-పు-సూర్యః॥

కాశ్వరీ-ఈ-సీ-కాశ్మరీ॥

కాషాయమ్-అ-న-కషాయరక్తమ్॥ తె॥ కషాయవర్ణముచేనెఱ్ఱనయినది.

కాషాయః-అ-పు-కషాయరక్తః॥ తె॥కషాయవర్ణముచేనెఱ్ఱనయినది.

కాషాయమోహినీ-ఈ-సీ-సరస్వతీ॥

కాషాయవల్లభా-ఆ-సీ-సరస్వతీ॥

కాషాయీ-ఈ-సీ-కషాయరక్తా॥ తె॥ కషాయవర్ణముచేత నెఱ్ఱనయినది.

కాష్ఠమ్-అ-న-దారు॥ తె॥ కఱ్ఱ.

కాష్ఠకమ్-అ-న-అగురు॥

కాష్ఠకదళీ-ఈ-సీ-కదళీభేదః॥

కాష్ఠకారీ-ఈ-సీ-గంధోలీ॥ తె॥ కంద్రిగ.

కాష్ఠకీటః-అ-పు-ఘుణః॥

కాష్ఠకుట్టః-అ-పు-పక్షివిశేషః॥

కాష్ఠకుద్దాలః-అ-పు- ౧దనీ-౨నౌకాదేర్మలాపనయనార్థం కాష్ఠఘటితకుద్దాలః॥ తె॥ ౧కఱ్ఱగుద్దలి-౨ఓడలోశుద్ధముచేసేటందుకు కఱ్ఱతో జేసినగుద్దలి.

కాష్ఠకుష్ఠీ-ఈ-సీ- కృష్ణవృంతా॥ తె॥ పాదరిచెట్టు.

కాష్ఠజమ్బూః-ఊ-సీ-భూమిజంబూః॥

కాష్ఠతక్షకః-అ-పు-కాష్ఠతట్॥

కాష్ఠతట్-క్ష్-పు-రథకారః॥ తె॥ వడ్లవాఁడు.

కాష్ఠతన్తుః-ఉ-పు-కాష్ఠకృమిః॥

కాష్ఠదారుః-ఉ-పు-దేవకాష్ఠమ్॥

కాష్ఠద్రుః-ఉ-పు పలాశవృక్షః॥ తె॥ మోఁదుగుచెట్టు.

కాష్ఠధాత్రీఫలమ్-అ-న-ఆమలకమ్॥ తె॥ ఉసిరికె.

కాష్ఠపాటలా-ఆ-సీ-సితపాటలికా॥

కాష్ఠపురీ ఈ-సీ-చితా॥

కాష్ఠమల్లః-అ-పు-శవయానమ్॥

కాష్ఠలేఖకః-అ-పు-ఘుణః॥

కాష్ఠలోహీ-న్-పు-లోహయుక్తముద్గరః॥

కాష్ఠవల్లికా-ఆ-సీ-ఖట్వీ-౨కటుకా॥ తె॥ ౧ఒకవిధపుచెట్టు.

కాష్ఠశారిబా-ఆ-సీ-గంధమూలా॥ తె॥ తెల్లసుగంధిపాలచెట్టు.

కాష్ఠా-ఆ-సీ-దిక్-౨అష్టాదశనిమేషకాలః-౩కాలమానాష్టలవకాలః-౪బస్తాంద్రీ-౫దర్వీ-౬దారుహరిద్రా-౭స్థితిః-౮ప్రకర్షః-౯సీమ-౧౦ప్రమాణమ్॥ తె॥ ౪అడవిమామెనచెట్టు-౫తెడ్డు-౬కొమ్ముపసపు-౭ఉనికి.

కాష్ఠామ్బువాహినీ-ఈ-సీ- కాష్ఠాదికృతచ్ఛిన్నాగ్రనౌకాకృతిజలసేచనీ॥

కాష్ఠీలః-అ-పు-రాజార్క-వృక్షః-౨కిరణః॥ తె॥ ౧రాచజిల్లేడుచెట్టు-౨ఉద్దింతచెట్టు

కాష్ఠీలా-ఆ-సీ-కదలీవృక్షః॥ తె॥ అరటిచెట్టు.

కాసః-అ-పు-క్షవథుః॥ తె॥ దగ్గు.

కాసకన్దః-అ-పు-కాసాలుః॥

కాసఘ్నః-అ-పు-తులసీ॥

కాసఘ్నీ-ఇ-త్రి-సూరణాదికృతఖలమ్॥ తె॥ కందనల్లేరు మొదలైనవియెనిపినపులప.

కాసఘ్నీ-ఈ-సీ- కాసమర్దకః-౨కణ్టకారీ॥ తె॥ ౧కశివిందచెట్టు.

కాసజిత్-త్-సీ-భార్గీ॥

కాసనాశినీ-ఈ-సీ- కర్కటశృంగీవృక్షః॥

కాసనుత్-ద్-పు-కటోలలతా॥ తె॥ చేతిపాట్లచెట్టు.

కాసన్దీబటికా-ఆ-సీ- వేశవారవిశేషః॥

కాసమర్దః-అ-పు- పీతపుష్పీ-౨గుల్మభేదః॥ తె॥ ౧కసివెందచెట్టు-౨ఒకానొకగుల్మ॥

కాసమర్దకః-అ-పు-పీతపుష్పా॥ తె॥ కసివిందచెట్టు.

కాసమర్దనః-అ-పు-పటోలః॥ తె॥ చేతిపా

కాసరః అ-పు-మహిషః॥

కాసారః-అ-పు-సరసీ॥ తె॥ మెరకమడుఁగు.

కాసారిః-ఇ-పు-కాసమర్దః॥

కాసాలుః-ఉ-పు- కొంకణదేశేప్రసిద్ధఆలువిశేషః॥

కాసీద్యమ్-అ-న-అజిగీషుతా॥ తె॥ జయేచ్ఛలేకపోవడము

కాసీసమ్-అ-న-కాసీసనామకధాతుః॥ తె॥ కాసీసము.

కాసూః-ఊ-స్త్రీ-బుద్ధిః-౨శక్త్యాయుధమ్-౩రోగః-౪దీప్తిః-౫భాషా॥ తె॥ ౧బుద్ధి-౨శక్తియనుమొకానొకనాయుధము-౩తెగులు-౪కాంతి-౫వాక్కు.

కాసూః-ఊ-(స్త్రీ)-కువాక్॥ తె॥ కుత్సితపుమాట.

కాహకా-ఆ-స్త్రీ-కాహలావాద్యమ్॥

కాహలమ్-అ-న-భృశమ్-౨కష్టమ్-౩అవ్యక్తవాక్యమ్॥ తె॥ ౧అతిశయము.

కాహలః-అ-త్రి-పామరోక్తిః-౨శుష్కః-౩భృశమ్-౪ఖలః॥

కాహలః-అ-పు-ఖగః-౨కుక్కుటః-౩శబ్దమాత్రమ్-౪బిడాలః-౫బృహడ్ఢక్కా॥

కాహలజఙ్ఘా-ఆ-స్త్రీ-(స్త్రీ)సుఖవల్లక్షణమ్॥ తె॥ సుఖలక్షణముఁగలయాఁడుది.

కాహలప్రియా-ఆ-స్త్రీ-శారికా॥ తె॥ గోరింకపిట్ట.

కాహలా-ఆ-స్త్రీ-కాహలీ-౨అప్సరోవిశేషః॥ తె॥ ౧నఫిరి-౨ఒకానొకఅప్సరస్సు.

కాహలాపుష్పః-అ-పు-ధుస్తూరః॥ తె॥ ఉమ్మెత్త.

కాహలీ-ఈ-స్త్రీ-కాహలా-౨తరుణీ-౩వాద్యభాండవిశేషః॥ తె॥ ౧నఫిరి-౨ప్రాయముఁగలయాఁడుది-౩వాయించెడియొకానొకకుండ.

కాహీ-ఈ-స్త్రీ-కుటజవృక్షః॥ తె॥ కొడిసెచెట్టు

కిమ్-మ్-త్రి-జిజ్ఞాసార్థమ్-౨ఆక్షేపః-౩వితర్కః-౪నిందా-౫పరిప్రశ్నః॥ తె॥ ౧జ్ఞానేచ్ఛ-౨ఆక్షేపించుట-౩ఊహించడము-౪నింద-౫అడగడము.

కిమ్-౦-౦-అవ్యః-౨కుత్సా-౩ప్రశ్నః-౪వికల్పాత్మకసంశయః-౫పక్షాంతరమ్-౬ఈషదర్థః-౭పునరర్థః-౮అతిశయనమ్-౯హేతుః-౧౦నిషేధః॥ తె॥ ౧తక్కువ-౨నింద-౩అడుగుట-౪అదియో-ఇదియోయనుసందియము-౫మఱియొకపక్షము-౬కొంచము-౭మఱల-౮ఎక్కుడు-౯కారణము-౧౦కాదనుట.

కింవదన్తిః-ఇ-స్త్రీ-కింవదంతీ॥

కింవదన్తీ-ఈ-స్త్రీ-లోకప్రవాదః॥

కింవా-౦-౦-వికల్పః-౨అథవా॥

కింశారుః-ఉ-పు-సస్యశూకమ్-౨సాయకః-౩కంకపక్షీ॥ తె॥ ౧వరిముల్లు-౨బాణము-౩రాబులుగు.

కింశుకః-అ-పు-పలాశవృక్షః-౨నిర్మోకః-౩చోలకః-౪వారవాణః-౫నందీవృక్షః॥ తె॥ ౧మోదుఁగుచెట్టు-౨పాముయొక్కకుబుసము-౩రైక-౪చొక్కా-౪కవచము.

కింశుకా-ఆ-స్త్రీ-జ్యోతిష్కాసా॥ తె॥ వెక్కుడుతీఁగె.

కింశులుకః-అ-పు-పలాశవృక్షవిశేషః॥ తె॥ ఒకానొకమోదుఁగుచెట్టు.

కింస్తుఘ్నమ్-అ-న-పంచాంగకరణవిశేషః॥

కికిః-ఇ-పు-కికీదివిః-౨నారికేళః॥ తె॥ ౧పాలపిట్ట-౨కొబ్బరిచెట్టు.

కికిదివిః-ఇ-పు-చాషపక్షీ॥ తె॥ పాలపిట్ట.

కికీ-న్-పు-చాషపక్షీ॥ తె॥ పాలపిట్ట.

కికీ-ఈ-స్త్రీ-చాషపక్షీ॥ తె॥ పాలపిట్ట.

కికీదివః-అ-పు-చాషపక్షీ॥ తె॥ పాలపిట్ట.

కికీదివిః-ఇ-పు-చాషపక్షీ-౨శివలలాటనేత్రమ్-౩స్వర్ణచాతకః॥ తె॥ ౧పాలపిట్ట-౨శివునియొక్కనుదుటియందునుండేకన్ను

కికీదీవిః-ఇ-పు-చాషపక్షీ॥ తె॥ పాలపిట్ట.

కిక్కసాః-అ-పు-గర్భిణీవస్తిస్తనోదరస్థి

తరేఖాః॥ తె॥ గర్భిణి(స్త్రీ)యొక్క పొత్తి కడుపు చన్నులు తొడలు కడుపువీఁటియం దుండేగీతలు.

కిఖిః-ఇ-సీ-లఘుశృగాలః॥ తె॥కొంకనక్క.

కిఖిః-ఇ-పు-కపిః॥ తె॥క్రోఁతి.

కిఖీ-ఈ-సీ-జంబుకవిశేషః॥ తె॥ కొంకనక్క.

కిఙ్కరః-అ-త్రి-దాసః॥ తె॥దాసుఁడు.

కిఙ్కరః-అ-పు-భృత్యః॥ తె॥జీతగాఁడు.

కిఙ్కరా-ఆ-సీ-దాసీ॥

కిఙ్కరీ-ఈ-సీ-దాసీ॥

కిఙ్కిణః-అ-పు-క్షుద్రఘంటికా॥ తె॥ గెజ్జెలు, పాంజేబీలు.

కిఙ్కిణీ-ఈ-సీ-వికంకతవృక్షః - ౨ ఘంటాకరా-౩క్షుద్రఘంటికా-౪ కట్యాభరణవిశేషః-౫కింకిణికా॥ తె॥౧కానరేఁగుచెట్టు-౨గిలుకచెట్టు-౩ కాలిగెజ్జెలు-పాంజేబీలు.

కిఙ్కిరమ్-అ-న-గజకుంభః॥ తె॥ ఏనుఁగుగండస్థలము.

కిఙ్కిరః-అ-పు-కోకిలః-౨భ్రమరః-౩ ఘోటకః-౪ కామదేవః॥ తె॥౧కోయిల - ౨తుమ్మెద-౩గుఱ్ఱము-౪మదనుఁడు.

కిఙ్కిరా-ఆ-సీ-రక్తమ్॥

కిఙ్కిరాతః-అ-పు-కర్ణికారవృక్షః-౨ కురంటకవృక్షః॥ తె॥౧కొండగోఁగు-౨పచ్చపువ్వులపెద్దగోరంట.

కిఙ్కిరాలః-అ-పు-బర్బూరవృక్షః॥ తె॥ తుమ్మచెట్టు.

కిఙ్కిరీన్-పు-వికంకతవృక్షః॥ తె॥ కానరేఁగుచెట్టు.

కిఞ్చ-౦-౦-ఆరంభః-౨విశేషః-౩ సాకల్యమ్॥ తె॥౧ఆరంభము-౨ఇంతేకాదు-౩సాంతము.

కిఞ్చన-౦-౦-అసాకల్యమ్-౨అకార్త్స్న్యమ్

కిఞ్చనః-అ-పు-హస్తికర్ణపలాశః॥

కిఞ్చిత్-౦-౦-అల్పః॥ తె॥ఇంచుకంత.

కిఞ్చిలికః-అ-పు-కించులుకః॥ తె॥మీదిగాలి.

కిఞ్చులిపః-అ-పు-గండూపదః॥ తె॥ఎఱ్ఱ.

కిఞ్చులుకః-అ-పు-ఉపరివాయుః-౨గండూపదః॥ తె॥౧మీఁదిగాలి-౨ఎఱ్ఱ.

కిఞ్జమ్-అ-న-కింజల్కమ్॥

కిఞ్జః అ-త్రి-నిరర్థకజన్మవాన్॥ తె॥ నిష్ప్రయోజనమైనజన్మముఁగలవాఁడు.

కిఞ్జలః-అ-పు-కింజల్కః॥

కిఞ్జల్కః-అ-పు-పుష్పకేసరః॥ తె॥ ఆకరుపువ్వు.

కిఞ్జల్కః అ-(సీ)-పుష్పపరాగః-౨నాగకేసరపుష్పమ్-పద్మాభ్యంతరస్థమ్॥ తె॥ ౧పుప్పొడి.

కిఞ్జా-ఆ-సీ-మార్జారధ్వనిః॥ తె॥ పింటినారియొక్క శబ్దము.

కిఞ్జా ఆ-త్రి-నిరర్థకజన్మవాన్॥ తె॥ నిష్ప్రయోజనమైనజన్మముఁగలవాఁడు.

కిటిః-ఇ-పు-సూకరః॥ తె॥పంది.

కిటిభః-అ-పు-కేశకీటః॥

కిట్టమ్-అ-న-శరీరమలమ్॥ తె॥ఒంటిమన్ను.

కిట్టవర్జితమ్-అ-న-శుక్రమ్॥

కిట్టాలః-అ-పు-తామ్రకటకమ్॥ తె॥ రాగిగాజు.

కిట్టిమమ్-అ-న-క్షారోదకమ్॥ తె॥ఉప్పునీళ్లు.

కిణః-అ-పు-మార్జారఘాతః - ౨వ్రణప్రదేశజన్యమాంసగ్రంథిః॥ తె॥౧పింటినారిబిఱిసినకాయ-౨గాయపుకాయ.

కిణాలయమ్-అ-న-కిణ్వమ్॥ తె॥ కిణ్వమనే చెట్టు.

కిణిః-ఇ-సీ-అపామార్గః॥ తె॥ఉత్తరేణి.

కిణితమ్-అ-న-వాయుధనుః॥

కిణిహీ-ఈ-సీ-అపామార్గః-౨కటభీ-౩ గిరికర్ణికా॥ తె॥౧ఉత్తరేణిచెట్టు-౨నల్లగినియచెట్టు-౩ తెల్లగినియచెట్టు.

కిణ్వమ్-అ-న-సురవర్తీ- ౨మద్యసారహేతునానాద్రవ్యసముదాయః-౩ పిణ్యాకః॥ తె॥౧పిల్యమనేచెట్టు-౩ తెలకపిండి.

కిణ్వః-అ-(సీ)-సురాబీజమ్॥

కితవః-అ-పు-ముత్తూరః-౨చండా-౩ అక్షదేవీ రవంచకః॥ తె॥౧ ఉమ్మెత్తచెట్టు - ౨చండాయనేగ్రంధ్యము - ౩ జూదమాఁడువాఁడు-౪వంచనచేసేవాఁడు.

కితుః-ఉ-పు-నాట్యచతుర్దశాంగవిశేషః॥ తె॥ నాట్యమందలిపదునాలుగంగములలో }

కిన్తనుః-ఉ-పు-అష్టపాదః॥ (నొకటి. }

కిన్తమామ్-౦-౦-ద్రవ్యప్రకర్షః-౨ ఇదమేషామతిశయెనకిమ్॥ తె॥౧ఎంతతిశయము.

కిన్తరామ్-౦-౦-ద్రవ్యప్రకర్షః॥ తె॥ ఎంతతిశయము.

కిన్తు-౦-౦-కింపునః-౨ప్రాగుక్తివిరుద్ధార్థమ్

కిన్తుఘ్నః-అ-పు-బవాద్యేకాదశ కరణాంతర్గతశేషకరణమ్॥

కిన్ధీ-న్-పు-అశ్వః॥

కిన్నరః-అ-పు-అశ్వాస్యాదికిన్నరజాతిః-౨నరముఖపక్షిశరీరమ్॥

కిన్నరీ-ఈ-సీ-వీణాతంత్రీభేదజస్వరాశ్రయక్రియావిశేషః-౨కిన్నరస్త్రీ॥

కిన్నరేశః-అ-పు-కుబేరః॥

కిన్నరేశ్వరః-అ-పు-కుబేరః।

కిన్ను-౦-౦-ప్రశ్నః-౨వితర్కః - ౩పురాణమ్-౪మహితమ్-౫అవాచ్యమ్॥ తె॥౧ అడుఁగుట-౨సందియము-౩ పాతది-౪పూజ్యము-౫ చెప్పరానిది.

కిమిలా-ఆ-సీ-బహుసంతానయుక్తస్త్రీ॥ తె॥ విశేషసంతానముఁగలయాఁడుది.

కిము-౦-౦-వికల్పాత్మకసంశయః- ౨సంభావనా-౩ విమర్శః-౪సంకల్పః-౫స్వప్నః॥ తె॥౧ఇదేవో,అదేవో- ౨చక్కఁగా నెలియుట-౩ విచారణము-౪సంకల్పము-౫నిద్దుర.

కిముత-౦-౦ నిర్భరమ్- ౨వికల్పాత్మకసంశయః-౩ ప్రశ్నః॥ తె॥ ౧మిక్కిలిలెస్స- ౨ఇదేవో,అదేవో-౩అడుగుట.

కిమ్పచః-అ-త్రి-కింపచానః॥

కిమ్పచానః-అ-త్రి-అతిలోభీ॥

కిమ్పచాన్నః-అ-త్రి-అతిలోభీ॥ తె॥బహులోభ్యుఁడు.

కిమ్పాకః-అ-పు-నిరర్థకః-౨విషముష్టివృక్షః॥ తె॥౧వ్యర్థుఁడు-౨విషముష్టిచెట్టు.

కిమ్పాకః-అ-త్రి-మాతృశాసితః॥

కిమ్పురుషః-అ-పు-నరముఖపక్షిశరీరః- ౨లోకవిశేషః॥ తె॥ ౧మనుష్యముఖమున్నపక్షిశరీరమున్నుఁగలిగిన దేవతావిశేషపుజాతి-౨కింపురుషలోకము.

కిమ్పురుషమ్-అ-న-కింపురుషవర్షమ్॥

కిమ్భరా-ఆ-సీ-నలీనామగంధద్రవ్యమ్॥

కిమ్మీరః- అ- పు- తిలతండులవన్మిశ్రసర్వవర్ణః-౨రాక్షసవిశేషః॥

కిమ్మీరః-అ- త్రి- తిలతండులవన్మిశ్రసర్వవర్ణవాన్॥ తె॥ పలువన్నెలురంగుకలిగిన చాయ.

కియత్-త్-త్రి-కింపరిమాణమస్య॥

కియదేతికా-ఆ-సీ-ఉత్సాహః-౨ఉద్యోగః॥

కియాహః-అ-పు-రక్తవర్ణఘోటకః॥

కిరః-అ-పు-సూకరః-౨శుకః॥ తె॥ ౧పంది-౨చిలుక.

కిరకః-అ-పు-లేఖకః॥

కిరజ్ఞిః-ఇ-పు-కరతలమ్-౨సర్వత్రనీలఊర్ధ్వత్వేకత్రయో నీలరూపోనీలమణి దోషస్తస్మిన్॥

కిరణః-అ-పు-దీధితిః॥ తె॥ కిరణము.

కిరణమాలీ-న్-పు-సూర్యః॥

కిరాతః-అ-పు-శిఖిపింఛధారకకిరాతజాతిః-౨మ్లేచ్ఛః-౩భూనింబః-౪అల్పతనుః॥ తె॥ ౧నెమలిపింఛమును ధరించుకిరాతజాతి-౨తుఱుకవాఁడు,ఎఱుకలవాఁడున్ను-౩నేలవేముచెట్టు-౪కుఱుచశరీరము.

కిరాతకః-అ-పు భూనింబః॥ తె॥ నేలవేము.

కిరాతతిక్తః-అ-పు-భూనింబః॥ తె॥ నేలవేము

కిరాతా-ఆ-సీ-మందాకినీ॥

కిరాతాశీ-న్-పు-గరుడః॥

కిరాతిః-ఇ-సీ-వేశ్యావిటసంధానకర్త్రీ-౨గంగా॥ తె॥ ౧కుంటెనకత్తె.

కిరాతినీ-ఈ-సీ-జటామాంసీ॥

కిరాతీ-ఈ-సీ-దుర్గా-౨గంగా-౩కుట్టినీ-౪స్వర్గంగా॥

కిరిః-ఇ-పు-సూకరః॥ తె॥ పంది.

కిరికః-అ-పు-కపటద్యూతమ్-౨దేవతాహృదయమ్-౩దేవాలయః॥ తె॥ ౧కపటపుజూదము-౨దేవతయొక్క డెందము-౩దేవళము.

కిరిటి-న్-న-హింతాలఫలమ్॥

కిరిటిః-ఇ-పు-కుక్కుటః॥ తె॥ కోడి.

కిరీటః-అ-(సీ)-కోటీరమ్॥ తె॥ కిరీటము.

కిరీటికా-ఆ-సీ జీవకనామకగ్రంథ్యమ్॥ తె॥ జీవకమను పేరుగలగ్రంథ్యము.

కిరీటీ-న్-పు-అర్జునః॥ తె॥ అర్జునుఁడు.

కిర్మీ-ఈ-సీ-పలాలః-౨గృహమ్-౩స్వర్ణపుత్తలికా-౪లోహపుత్తలికా॥

కిర్మీరః-అ-పు-నాగరంగవృక్షః-౨రాక్షసవిశేషః-౩కర్బురవర్ణః॥

కిర్మీరః-అ-త్రి-తద్వర్ణయుక్తః॥

కిర్మీరజిత్-త్-పు-భీమసేనః॥

కిర్మీరత్వక్-చ్-సీ-నారంగవృక్షః॥

కిర్మీరభిత్-ద్-పు-భీమసేనః॥

కిర్మీరసూదనః-అ-పు-భీమసేనః॥

కిల-౦-౦-వార్తా-౨సంభావ్యమ్-౩అనుచితమ్-౪హేతుః-౫అలీకమ్-౬అనృజుః-౭స్మృతిః ౮అనునయః॥ తె॥ ౧అట-౫అబద్ధము-౬అక్రమము.

కిలకించితమ్-అ-న-హారః-౨శృంగారభావజాక్రియా॥

కిలకిలా-ఆ-సీ-హర్షధ్వనిః॥

కిలాటః-అ-పు-క్షీరవికృతిః-౨దధికూర్చికాతక్రకూర్చికయోః పిండః॥

కిలాటీ-ఈ-సీ-దధ్యాదిపక్వక్షీరవికారః॥ తె॥ విరిచినపాలువిరుగుడుజున్ను.

కిలాటీ-న్-పు-వంశః॥

కిలాసమ్-అ-న-సిధ్మమ్-౨రోగవిశేషః॥ తె॥ ౧సోబె.

కిలాసఘ్నః-అ-పు-వృక్షవిశేషః॥

కిలాసీ-న్-త్రి-సిధ్మలః॥ తె॥ సోబెగలవాఁడు

కిలికించితమ్-అ-న-స్త్రీహావవిశేషః॥ తె॥ ఆఁడువారలశృంగారభావమువల్లఁబుట్టిన చేష్టలు.

కిలిఞ్జః-అ-(సీ)సూక్ష్మదారు॥

కిలిఞ్జకః-అ-పు-కటః-౨కాష్ఠాదిరజ్జుః॥ తె॥ ౧చాప.

కిలిమమ్ అ-న-దేవదారువృక్షః॥ తె॥ దేవదారుచెట్టు.

కిల్బమ్-అ-న-పాపమ్॥ తె॥ దోసము.

కిల్బిషమ్-అ-న-పాపమ్-౨అపరాధః-౩రో

గః-౪కృష్ణసర్పవిశేషః॥ తె॥ ౧పాపము-౨అపరాధము-౩వ్యాధి-౪సల్లతాచువిసము.

కిల్విన్-న్-పు-ఘోటకః॥ తె॥గుఱ్ఱము.

కిశలమ్-అ-(సీ)-పల్లవః॥

కిశలయమ్-అ-(సీ)-పల్లవః॥

కిశోరః-అ-త్రి-వర్జితః॥ తె॥విడువఁబడినది.

కిశోరః-అ-పు-శాబకః-౨బాలాశ్వః-౩లూతా-౪పీలుపర్ణీవృక్షః-౫సూర్యః-౬తైలపర్ణ్యోషధిః-౭తరుణావస్థః-౮నతుపకాదశవర్షావధిపంచదశవర్షపర్యంతవయస్కః తె॥౧చిన్నవాఁడు-౨లేఁతగుఱ్ఱము-౩సాలెపురుగు-౪చాగచెట్టు-౫వేఁడివేలుపు.

కిష్కిన్ధః-అ-పు-ఓఢ్రదేశస్థపర్వతవిశేషః॥

కిష్కిన్ధాధిపః-అ-పు-సుగ్రీవః॥ తె॥ వాలితమ్ముఁడు.

కిష్కిన్ధీ-ఈ-సీ-కిష్కింధపర్వతగుహా॥

కిష్కిన్ధ్యః-అ-పు-స్వనామఖ్యాతపర్వతవిశేషః॥

కిష్కిన్ధ్యా-ఆ-సీ-కిష్కింధ్యపర్వతగుహా॥

కిష్కుః-ఉ-పు-వితస్తిప్రమాణమ్-౨ద్విచత్వారింశదంగుళప్రమాణమ్-౩కుత్సితః తె॥౧జానెడు-౨నలువదిరెండంగుళములకొలత-౩కుత్సితుఁడు.

కిష్కుః-ఉ-ద్వి-హస్తః॥ తె॥మూర.

కిష్కుః-ఉ-(సీ)-ప్రకోష్ఠః॥ తె॥ మణికట్టువరకున్న మోచేతికిక్రిందటిముంజెయ్యి.

కిష్కుపర్వా-న్-పు-ఇక్షుః-౨వేణుః॥

కిసలమ్-అ-న-పల్లవః॥ తె॥చిగురు.

కిసలయమ్-అ-(సీ)-పల్లవః॥ తె॥చిగురు.

కీకటః-అ-పు-అశ్వః-౨మితంపచః-౩నిర్ధనః-౪దేశవిశేషః॥ తె॥౧గుఱ్ఱము-౨అతిలోభి-౩ధనములేనివాడు-౪ఒకానొకదేశము

కీకటాః-అ-పు-దేశవిశేషః॥

కీకసమ్-అ-న-అస్థి॥ తె॥ఎముక.

కీకసః-అ-పు-అతిసూక్ష్మనానావిధక్రిమిజాతిః॥ తె॥ అనేకవిధములై మిక్కిలిచిన్నవిగానుండేపురుగుజాతి.

కీకసాత్మజః-అ-పు-నైరృతిః॥

కీకసాస్యః-అ-పు-పక్షీ॥

కీకిః-ఇ-పు-కికిః-౨చాషపక్షీ॥

కీకిదివిః ఇ-పు-చాషపక్షీ॥ తె॥ పాలపిట్ట.

కీచకః-అ-పు-ధ్వనద్వేణుః-౨రాక్షసవిశేషః ౩నీచః-౪నలః-౫వృక్షవిశేషః॥ తె॥ ౧బొంగువెదురు-౨ఒకానొకరాక్షసుఁడు-౩హీనుఁడు.

కీచకజిత్-త్-పు-భీమసేనః॥

కీచకనిసూదనః-అ-పు-భీమసేనః॥

కీచకభిత్-త్-పు-భీమసేనః॥

కీచకారాతిః-ఇ పు-భీమసేనః॥

కీటః-అ పు-క్రిమిః॥ తె॥పురుగు.

కీటకః-అ-పు-మగధజాతిః-౨ధరణీ-౩క్రిమిజాతిః॥

కీటకః-అ-త్రి-నిష్ఠురః॥

కీటఘ్నః-అ-పు-గంధకః॥

కీటజా-ఆ-సీ-లాక్షా॥

కీటపాదికా-ఆ-సీ హంసపదీవృక్షః॥

కీటమణిః-ఇ-పు-ఖద్యోతః॥ తె॥ మెఱుగుఁబురుగు.

కీటమాతా-ఆ-సీ-హంసపదీవృక్షః॥

కీటమారీ-ఈ-సీ-హంసపదీ॥ తె॥ హంసపాదిచెట్టు.

కీటరాజః-అ పు-పృథుకంఠః॥ తె॥ కుమ్మరిపురుగు.

కీడేరః-అ-పు-తండులీయశాకమ్॥

కీదృక్-శ్-త్రి-కీదృశః॥ తె॥ఎటువంటిది.

కీదృక్షః-అ-త్రి-కీదృశః॥ తె॥ ఎటువంటివాఁడు

కీదృశః-అ-త్రి-కీదృక్షః॥ తె॥ ఎటువఁటిదనిప్రచ్ఛార్థము.

కీనమ్-౦-౦-మాహాత్మ్యమ్-౨వైచిత్ర్యమ్-౩పాలనమ్-౪ఆనందః-౫వారి॥ తె॥౧మాహాత్మ్యము-౨విచిత్రము - ౩పాలించడము-౪సంతసము-౫జలము.

కీనాశః-అ-పు-యమః-౨రహస్యమ్ - ౩కుత్సితః-౪కర్షకః-౫రాక్షసవిశేషః - ౬ఉపాంతఘాతీ॥ తె॥౧ఎముఁడు - ౨ఏకాంతము-౩కుత్సితుఁడు-౪కరినుఁడు-౫ఒకానొకరక్కసుఁడు-౬ఏకాంతమునుఁబయలుపరచెడివాఁడు.

కీనాశః-అ-త్రి-కర్షకః-౨కృపణః॥ తె॥ ౧దున్నేవాఁడు-౨లోభి.

కీయాహః-అ-పు-మహిషీవత్సః॥ తె॥ గేదెదూడ.

కీరమ్-అ-న-మాంసమ్॥

కీరః-అ-పు-పీతనవృక్షః-౨శుకః - ౩జనపదః॥ తె॥౧అంబాలపుచెట్టు-౨చిలుక-౩ పల్లె.

కీరకః-అ-పు-వృక్షభేదః-౨క్షపణకః-౩ప్రాపణమ్॥

కీరవర్ణకమ్-అ-న-స్థౌణేయనామకసుగంధద్రవ్యమ్॥

కీరాః-అ-పు-కాశ్మీరదేశః - ౨తద్దేశస్థజనః-బహువచనాంతోఽయమ్॥

కీరిష్టుః-ఉ-పు-అక్షోటవృక్షః॥ తె॥ కొండగోలుగుచెట్టు.

కీరేష్టః-అ-పు-ఆమ్రవృక్షః-౨అఖోటవృక్షః-౩జలమధూకవృక్షః॥

కీర్ణమ్-అ-న-ఛన్నమ్-౨పరిక్షిప్తమ్-౩హింసితమ్॥ తె॥౧కప్పఁబడినది-౨విడువబడ్డది-చిమ్మఁబడ్డదిన్ని-౩హింసింపఁబడినది.

కీర్ణః-అ-త్రి-క్షీణః-౨ఆచ్ఛన్నః - ౩విక్షిప్తః-౪హింసితః॥

కీర్ణకోశః-అ-పు-భగవిశేషః॥

కీర్తనమ్-అ-న-కథనమ్॥

కీర్తనా-ఆ-సీ-యశః॥

కీర్తిః-ఇ-సీ-యశః-౨ప్రసాదః-౩కర్దమః-౪విస్తృతిః-౫స్థలమ్॥

కీర్తితః-అ-త్రి-కథితః-౨ఖ్యాతః-౩ కూష్మాండీకుభృశంలక్ష్మీకరాక్రురపికీర్తితా॥

కీర్తితాలః-అ-పు - తాలప్రాణకలావిశేషః॥

కీర్తిభాక్-జ్-త్రి-కీర్తియుక్తః॥

కీర్తిభాక్ జ్-పు-ద్రోణాచార్యః॥

కీర్తిమాన్-త్-పు-వసుదేవజ్యేష్ఠపుత్రః॥

కీర్తిమాన్-త్-త్రి-కీర్తివిశిష్టః॥

కీర్తిశేషః-అ-పు-మరణమ్॥

కీర్మిః-ఇ-సీ- పలాశమ్ - ౨శాఖా - ౩లోహపుత్రీ॥

కీలమ్-అ-న-జలమ్॥ తె॥నీళ్లు.

కీలః-అ-ద్వ-అగ్నిజ్వాలః-౨స్థాణుః-౩శఙ్కుః-౪లేశః-౫కఫోణిః-౬ కఫోణినిఘాతః॥ తె॥ ౧మంట-౨మొరడు.

కీలః-అ-పు-శంకుః-౨శంకరః॥ తె॥ ౧గశిక-౨శివుఁడు.

కీలకః-అ-(సీ)-సంవత్సరవిశేషః-౨శివకః- ౩అగ్నిః॥ తె॥౧అఱువదిసంవత్సరములలోనొకటి-౨ఆవునుకట్టెడికొయ్య-౩నిప్పు.

కీలసంస్పర్శః-అ-పు-వృక్షవిశేషః॥

కీలా-ఆ-(న)-కీలః॥

కీలాధిః-ఇ-పు-సముద్రః॥ తె॥మున్నీరు.

కీలాలమ్-అ-న-రుధిరమ్-౨జలమ్ - ౩ఫణభాగః-౪శోణరత్నమ్-౫మధు॥ తె॥౧నెత్తురు-౨నీళ్లు,

కీలాలపః-అ-పు-రాక్షసః॥

కీలితః-అ-త్రి-బద్ధః॥ తె॥కట్టఁబడ్డవాఁడు.

కేశః-అ-త్రి-నగ్నః॥

కీశః-అ-పు-వానరః-౨ దిగంతరమ్ - ౩ యుద్ధశౌండః-౪పక్షీ-౫ సూర్యః॥ తె॥ ౧ కోఁతి-౨దిక్కులమధ్యప్రదేశము-౩ యుద్ధమందు నేర్పరి-౪పిట్ట-౫ సూర్యుఁడు.

కేశపర్ణః-అ-పు-అపామార్గః॥ తె॥ ఉత్తరేణి.

కేశపర్ణీ-ఈ-సీ-అపామార్గః॥ తె॥ ఉత్తరేణి.

కేశవల్లీ-ఈ-సీ-అపామార్గః॥ తె॥ ఉత్తరేణి చెట్టు.

కేశా-ఆ-సీ-కదలీవిశేషః॥ తె॥ చక్రకేళిఅరఁటిచెట్టు.

కు-౦-౦-అల్పః-౨పాపమ్-౩కుత్సా - ౪వారణమ్॥ తె॥౧తక్కువ-౨దోషము-౩ నింద-౪అడ్డగించుట.

కుః-ఉ-సీ-భూమిః-౨మదిరా॥ తె॥ ౧పుడమి-౨సారాయి.

కుః-ఉ-పు-నీచః-౨దుష్టః-౩వైరాగ్యమ్॥ తె॥ ౧హీనుఁడు-౨దుర్మార్గుఁడు-౩విరక్తి.

కుకభమ్-అ-న-మద్యమ్॥ తె॥ మద్యము.

కుకరః-అ-పు-కుణిః॥ తె॥ ఈచుకపోయినచేతులవాఁడు.

కుకరః-అ-త్రి-కుత్సితహస్తయుక్తః-౨రోగాదినాకుంచితకరః॥

కుకరీ-ఈ-సీ-దండవిష్కంభః॥ తె॥ చల్లరాడు

కుకీలః-అ-పు-పర్వతః॥

కుకుటః-అ-పు-సితావరః॥

కుకుదః-అ-పు-కూకుదః - ౨సత్కారపూర్వకాలంకృతకన్యాదానకర్తా॥

కుకున్దరః-అ-పు-కుక్కురద్రుః॥

కుకున్దరే-అ-న-కటిపశ్చాద్భాగగర్తౌ॥ తె॥ కటిప్రదేశము వెనుకనుండేగుంటలు.

కుకుభా-ఆ-సీ-రాగిణీవిశేషః॥

కుకురః-అ-పు-కుక్కురః-౨క్షత్రియవిశేషః-౩ గ్రంథిపర్ణీవృక్షః॥

కుకురాః- అ-పు- దేశవిశేషః - ౨తద్దేశస్థలోకశ్చ.

కుకూటీ-న్-పు-శాల్మలీవృక్షః॥ తె॥ బూరుగు చెట్టు-

కుకూలమ్-అ-న- శంకుభిస్సంకీర్ణమ్శ్వభ్రమ్-౨తనుత్రమ్॥

కుకూలః-అ-పు-తుషానలః॥

కుకోలమ్-అ-న-కోలివృక్షః॥

కుక్కుటః-అ-పు-అగ్నిస్ఫులింగః-౨తామ్రచూడపక్షీ-౩ సారమేయః-౪దక్షః॥ తె॥ ౧మిణుఁగురు-౨కోడి-౩ కుక్క-౪ సమర్థుఁడు.

కుక్కుటకః-అ-పు-కుక్కుభపక్షీ-౨కుక్కుటమ్॥ తె॥౧గంపపులుఁగు-౨కోడి,

కుక్కుటధ్వజః-అ-పు-షణ్ముఖః॥

కుక్కుటమణ్టపః-అ-పు-ముక్తిమంటపః॥

కుక్కుటమర్దకః-అ-పు-దేవగంధః॥ తె॥ గోడసాలచెట్టు.

కుక్కుటమస్తకమ్-అ-న-చవ్యమ్॥

కుక్కుటవ్రతమ్-అ-న-సంతానార్థమ్ స్త్రీకర్తవ్యవ్రతమ్-౨ కుక్కుటీవ్రతమపిపాఠః-౩లలితాసప్తమీవ్రతమ్॥

కుక్కుటశిఖః-అ-పు-కుసుంభవృక్షః॥

కుక్కుటాణ్డః-అ-పు-వ్రీహివిశేషః॥

కుక్కుటాభః-అ-పు-కుక్కుటతుల్యవనచరసర్పవిశేషః॥

కుక్కుటాహిః-ఇ-పు-కుక్కుటాభసర్పః

కుక్కుటిః-ఇ-సీ-దంభచర్యా॥

కుక్కుటీ-ఈ - సీ - అర్థాదిలాభగృహీతమిథ్యాచారాది దంభచర్యా - ౨తామ్రచూడా-౩శాల్మలీవృక్షః-౪ తాలమధ్యమ్॥ తె॥ ౨ ఆఁడుకోడి-౩ బూరుగుచెట్టు.

కుక్కుభః-అ-పు-లజాభాసపక్షీ॥ తె॥౧గంపపులుఁగుపిట్ట.
కుక్కురమ్-అ-న-గ్రంథిపర్ణమ్॥
కుక్కురః-అ-పు-శునకః॥
కుక్కురద్రుః-ఉ-పు-వృక్షవిశేషః॥
కుక్కురీ-ఈ-సీ-కుక్కురస్త్రీ॥
కుక్కువాక్-చ్-పు-సారంగమృగః॥
కుక్షః-అ-పు-కుక్షిః॥
కుక్షిః-ఇ-ద్వ-గర్భః-౨శ్వేతరూపనీలమణిదోషః॥
కుక్షింభరిః-ఇ-త్రి-స్వోదరపూరకః॥ తే॥ తనపొట్టపోషించుకొనువాఁడు.
కుక్షిరన్ధ్రిః-అ-పు-నలః॥
కుఖనకః-అ-పు-ఆఖుః-౨సూకరః॥ తె॥ ౧ఎలుక-౨పంది.
కుఙ్కుమమ్-అ-న-కాశ్మీరజన్మ॥ తె॥కుంకుమపువ్వు.
కుఙ్కుమప్రియః-అ-పు-మూలఫలోదుంబరః
కుఙ్గనీ-ఈ-సీ-మహాజ్యోతిష్మతీ॥
కుచః-అ-పు-స్తనః॥
కుచణ్డికా-ఆ-సీ-మూర్వాలతా॥
కుచన్దనమ్-అ-న-రక్తచందనమ్-౨పత్రాంగమ్-౩వృక్షభేదః-౪కుంకుమమ్॥
కుచఫలః-అ-పు-దాడిమవృక్షః॥
కుచమర్దనమ్-అ-న-బాహ్యరతివిశేషః॥
కుచరః-అ-త్రి-కుపాదః-౨పరదోషకథనశీలః॥ తె॥౧తిన్నఁగానడువనేరనివాఁడు.
కుచాఙ్గేరీ-ఈ-సీ-చుక్రికా॥
కుచాలిఙ్గనమ్-అ-న-ఆలింగనవిశేషః॥
కుచికః-అ-(న)-మత్స్యవిశేషః॥
కుచేలః-అ-త్రి-కువాసాః-౨పరిహితకుత్సితవస్త్రోజనః॥
కుచేలా-ఆ-సీ-విద్ధకర్ణీ॥
కుచేలీ-ఈ-సీ-అంబష్ఠా॥
కుచ్ఛమ్-అ-న-కుముదమ్॥
కుజః-అ-పు-అంగారకః-౨వృక్షః-౩నరకః॥
కుజపుటా-ఆ-సీ-కృష్ణవల్లీ॥ తె॥ సురలితీఁగె.
కుజప్రియః-అ-పు-విద్రుమః॥ తె॥ పగడము.
కుజమ్భలః అ-త్రి-చోరవిశేషః॥
కుజమ్భిలః-అ-త్రి-కుజంభలః॥
కుజలమ్-అ-న-తండులోదకమ్॥ తె॥ పులిగడుఁగు.
కుజవారః-అ-పు-మంగలవారః॥
కుజా-ఆ-సీ-కాత్యాయనీదేవీ॥
కుజ్జిశః-అ-పు-మత్స్యభేదః॥
కుజ్ఝటిః-ఇ-సీ-కుజ్ఝటికా॥
కుజ్ఝటికా-ఆ-సీ-కుజ్ఝటిః॥
కుజ్ఝటీ-ఈ-సీ-కుజ్ఝటిః॥
కుఞ్చః-అ-పు-చామరమ్॥ తె॥సురటి॥
కుఞ్చనమ్-అ-న-నేత్రరోగవిశేషః॥
కుఞ్చఫలా-ఆ-సీ-కుష్మాండీ॥
కుఞ్చిః-ఇ-పు-అష్టముష్టిపరిమాణమ్॥
కుఞ్చికా-ఆ-సీ-గుంజా-౨కృష్ణజీరకః-౩మేంథికా-౪మత్స్యభేదః॥ తె॥౧గురివెంద-౨నల్లజీలకఱ్ఱ-౩మెంతులు-౪ఒకానొకచేఁప
కుఞ్చితమ్-అ-న-నిద్రావికారవిశేషః-౨పక్ష్మక్రియావిశేషః-౩తగరః॥ తె॥౨కనురెప్పవంచడము-౩గ్రంథితగరము.
కుఞ్చితః-అ-త్రి-వక్రః॥ తె॥వంకరది.
కుఞ్చితా-ఆ-సీ-అధప్రసారితస్వాధీనదృగ్విశేషః॥
కుఞ్జః-అ-పు-శైలః॥
కుఞ్జః-అ-(సీ)-లతాదిపిహితోదరః-౨హనుః-౩గజదంతః-౪కాననమ్-౫జనః॥ తె॥౧పొదరిల్లు-౨కంటిక్రింద మొదలుకొని చెక్కిళ్ల పార్శ్వము.

కుఞ్జరః-అ-పు-గజః- నిత్యముత్తరపదే - ౨సజాతీయసమూహశ్రేష్ఠః- ౩కుంతలః-౪సూర్యః- ౫విరించిః- ౬మునివిశేషః॥ తె॥ ౧ఏనుఁగు.

కుఞ్జరక్షారమూలమ్-అ-న-మూలకమ్॥

కుఞ్జరపిప్పలీ-ఈ-సీ-గజపిప్పలీ॥

కుఞ్జరా-ఆ-సీ-మద్యవాసినీ-౨ధాతకీ-౩పాటలావృక్షః-౪హస్తినీ॥ తె॥ ౧ఆరెపువ్వు.

కుఞ్జరారాతిః-ఇ-పు-శరభః॥

కుఞ్జరాలుకమ్- అ - న - ఆలుకవిశేషః-౨హస్త్యాళుః॥

కుఞ్జరాశనః-అ-పు- అశ్వత్థవృక్షః॥ తె॥ రావిచెట్టు.

కుఞ్జరీ- ఈ-సీ-హస్తినీ॥

కుఞ్జలమ్-అ-న-కాంజికమ్॥

కుఞ్జవల్లరీ-ఈ-సీ నికుంజికామ్లావృక్షః॥

కుఞ్జికా-ఆ-సీ- కృష్ణజీరకః - ౨కుంచికా-౩నికుంచికామ్లావృక్షః॥

కుటః-అ-పు-వృక్షః-౨గృహమ్-౩ఘటః-౪కోటిః-౫శిలాకుట్టకప్రారుషః॥ తె॥ ౧చెట్టు-౨ఇల్లు-౩కలశము-౪అంచు-౫రాళ్లుపఁలిచేవాఁడు.

కుటః-అ-(సీ)-కలశః॥

కుటకః అ-పు-కుటరః॥ తె॥ చల్లరాఁడు.

కుటఙ్కః అ-పు-గృహోచ్ఛాదనమ్॥

కుటఙ్గకః-అ-పు-వృక్షలతాగహనమ్-౨గృహభేదః॥

కుటచః-అ-పు-కుటజవృక్షః॥ తె॥ కొండిసె (మ్రాను)

కుటజః-అ-పు-కలింగః-౨అగస్త్యః-౩ద్రోణః॥ తె॥ ౧కొండిసెమ్రాను- ౨అగిసెమ్రాను-౩తుమ్మిచెట్టు.

కుటన్నటమ్-అ-న-ముస్తా - ౨కైవర్తిముస్తకమ్-౩కేశురఇతినీచోక్తిః॥

కుటన్నటః-అ-పు-శోనకవృక్షః॥ తె॥ దుందిలపుచెట్టు.

కుటపః-అ-పు-నిష్కుటః-౨మునిః॥ తె॥ ౧పెరటితోఁట.

కుటమఙ్గలః-అ-పు-అరుణాశ్వః॥

కుటరమ్-అ-న-కుతరః-౨మంథానదండబంధనస్తంభః॥

కుటరః-అ-పు-దండవిష్కంభః॥ తె॥ చల్లరాడు

కుటరాజః-అ-పు-శతపదీవిశేషః॥ తె॥ చీఁకటిలోమెరిసెసరస్వతిజెఱ్ఱి.

కుటరీ-ఈ-సీ-దండవిష్కంభః - ౨మంథదండాగ్రచక్రాభదారు॥ తె ॥ ౧చల్లరాడు-౨కవ్వపుగుత్తి.

కుటరుః-ఉ-పు-పటగృహమ్-౨కర్కటః - ౩పక్షీ॥ తె॥ ౧డేరా-౨ఎండ్రపీత-౩పిట్ట.

కుటరుణా-ఆ-సీ-త్రివృతా॥

కుటలమ్-అ-న-పటలమ్॥

కుటహారికా-ఆ-సీ-దాసీ॥

కుటారుః ఉ-పు-తృణసింహః॥ తె॥ సింహభేదము.

కుటిః-ఇ-పు-వృక్షః-౨శరీరమ్॥

కుటిః-ఇ-సీ-ఆయుధధారా॥ తె ॥ ఆయుధపు అంచు.

కుటిః-ఇ ద్వి-కుటీరమ్॥ తె॥ గుడిసె.

కుటిచరః-అ-పు-జలసూకరః॥

కుటితమ్-అ-త్రి-కుటిలమ్॥

కుటిరమ్-అ-న-కుటీరమ్-౨లఘుకుటీ॥

కుటిలమ్-అ-త్రి-అనృజుః॥

కుటిలః-అ-(సీ)-వక్రః॥ తె॥ వంకరది.

కుటిలకేశాః-అ-పు-(స్త్రీ)(ప్రా)శస్త్యలక్షణం

కుటిలా-ఆ-సీ-నదీవిశేషః॥

కుటీ-ఈ-సీ-కుంభదాసీ-౨కుటీరమ్॥ తె॥ ౧నీళ్లుమోసేదాసి-౨గుడిసె.

కుటీచకః-అ-పు-యతివిశేషః-౨కుటిలవర్త్మని
౩గర్దభః-౪పుత్రాన్నజీవీ॥ తె॥౧ఒకానొ
కయతి-౨వంకరదారినిఁబోవువాఁడు-౩
గాడిదె.

కుటీచరకః-అ-పు-యతివిశేషః॥

కుటీరమ్-అ-న-కంబలః-౨రథః-౩క్షుద్రగృ
హమ్॥ తె॥౩గుడిసె.

కుటీరః-అ-పు-క్షుద్రగృహమ్॥

కుటుఙ్గకః-అ-పు-వృక్షలతాగహనమ్-౨ఛదిః
౩వృక్షలతాగృహభేదః॥

కుటుమ్బః-అ-(సీ)- నామ-౨జ్ఞాతిః - ౩బాంధ
వః-౪సంతతిః-౫పోష్యవర్గః॥

కుటుమ్బవ్యాపృతః-అ-త్రి-కుటుంబపోషణా
సక్తః॥

కుటుమ్బినీ-ఈ-సీ-పురంధ్రీ॥ తె॥ కుటుంబము
నుపోషించేయాఁడుది.

కుటుమ్బీ-న్-త్రి-కర్షకః- ౨కుటుంబవిశిష్టః॥
తె॥౧దున్నుకొనిజీవించువాఁడు-

కుటుమ్బకః-స్-న- కుటుంబవాసస్థానమ్॥

కుట్టకః-అ-పు-అంకవిశేషః॥

కుట్టనమ్-అ-న-ఛేదనమ్-౨కుత్సనమ్-౩ప్రతా
పనమ్॥

కుట్టనీ-ఈ-సీ- వేశ్యావిటసంధానకర్త్రీ॥ తె॥
కుంటెనకత్తె.

కుట్టమితమ్-అ-న-స్త్రీహావవిశేషః॥

కుట్టారమ్-అ-న-శేవలమ్-౨రతిః-౩కంబళమ్

కుట్టారః-అ-పు-పర్వతః.

కుట్టిః-ఇ-సీ-కషణమ్॥ తె॥ ఒరియడము.

కుట్టిః-ఇ-పు-కోవిదః॥ తె॥ తెలిసినవాఁడు.

కుట్టిమః-అ-(సీ)- శిలానిబద్ధభూమిః- ౨దాడి
మవృక్షః॥ తె॥ ౧రాళ్లతోకట్టినప్రదేశ
ము-౨దాఁడిమచెట్టు.

కుట్టిహారికా-ఆ-సీ-దాసీ॥

కుట్టీరః-అ-పు-పర్వతః॥

కుట్మమ్-అ-న-కుట్మలః॥ తె॥ మొగ్గ.

కుట్మలమ్-అ-న-నరకభేదః - ౨యత్రరజ్జుభిః
పీడనమ్॥

కుట్మలః-అ-(సీ)- ఈషద్వికసితకోరకమ్॥ తె॥
ఇంచుకంతవికసించినమొగ్గ.

కుఠః-అ-పు-వృక్షః॥ తె॥ చెట్టు.

కుఠరః-అ-పు-దండవిష్కంభః-౨ముస్తా॥ తె॥
౧చల్లరాఁడు-౨తుంగముస్తె.

కుఠాకుః-ఉ-పు-పక్షివిశేషః॥

కుఠాటఙ్కః-అ-(న)-కుఠారః॥

కుఠారః-అ-పు-వృక్షః॥

కుఠారః-అ-ద్వ-పరశుః॥ తె॥గండ్రగొడ్డలి.

కుఠారీ-న్-పు-పరశురామః.

కుఠారుః-ఉ-పు-వృక్షః - ౨వానరః-౩శస్త్ర
కారః॥

కుఠిః-ఇ-పు-పర్వతః-౨వృక్షః॥

కుఠికః-అ-పు-కుష్ఠమ్॥

కుఠితః-అ-త్రి-వాతాదినున్నశాఖాదిః॥

కుఠేరః-అ-పు-అగ్నిః-౨తులసీ॥

కుఠేరకః-అ-పు-పర్ణాసః॥ తె॥గగ్గెరచెట్టు.

కుఠేరజః-అ-పు-కుఠేరకః-౨శ్వేతతులసీ॥

కుఠేరుః-ఉ-పు-చామరవాతః॥

కుడపః-అ-పు-కుడవపరిమాణమ్॥

కుడవః-అ-పు-పరిమాణవిశేషః- ౨సతుప్రస్థ
చతుర్థాంశః-౩వైద్యకమతేద్విప్రసృత
పరిమాణమ్ద్వాత్రింశత్తోలకమితియా
వత్॥

కుడిః-ఇ-పు-శరీరమ్॥

కుడిశః-అ-పు-మత్స్యవిశేషః॥

కుడుక్కకః-అ-పు-తాలప్రాణకలావిశేషః॥
తె॥ తాలప్రాణభూతమైన యొకానొ
కకళ.

కుడుఙ్గః-అ-పు-నికుంజః॥ తె॥పొదరిల్లు.

కుడుఙ్గలః-అ-పు-మత్స్యవిశేషః॥

కుడుపః-అ-పు- చర్మాచ్ఛాదితవాద్యవిశేషః-౨పాదప్రస్థమ్॥ తె॥౨మానెడు.

కుడుహూఞ్చీ-ఈ-సీ-క్షుద్రకారవేల్లీ॥

కుడ్మలః-అ-పు-కుట్మలః॥

కుడ్యమ్-అ-న-భిత్తిః-౨విలేపనం॥ తె॥౧గోడ

కుడ్యకమ్-అ-న-కుడ్యమ్॥

కుడ్యచ్ఛేదీ-న్-పు-చోరవిశేషః.

కుడ్యచ్ఛేద్యమ్-అ-న-ఖానికమ్॥

కుడ్యమత్సీ-ఈ-సీ-గృహగోధికా॥

కుడ్యమత్స్యా-ఆ-సీ-గృహగోధికా॥ తె॥బల్లి.

కుణః-అ-పు-వాయసః-౨కోపః-౩విభావసుః

కుణఞ్జః-అ-పు-కుణంజరవృక్షః॥ తె॥ కుణంజర చెట్టు.

కుణఞ్జరః-అ-పు-అరణ్యవాస్తుకమ్ ॥ తె ॥ కుణంజరచెట్టు.

కుణఞ్జీ-న్-పు-కుణంజరవృక్షః॥ తె॥ కుణంజర చెట్టు.

కుణపః-అ-పు-శవః-౨మద్గంధః-౩అస్త్రవిశేషః॥ తె॥౧పీనుఁగు.

కుణపః-అ-త్రి-పూతిగన్ధిః॥

కుణపీ-ఈ-సీ-విట్సారికా॥

కుణాలః-అ-పు-దేశభేదః॥

కుణిః-ఇ-పు-నందివృక్షః॥

కుణిః-ఇ-త్రి-కుకరః॥ తె॥ఊచచేతులవాఁడు.

కుణిన్దః-అ-పు-శబ్దః॥

కుణుప్పః-అ-పు-విఘ్నశాకమ్॥ తె॥ కొయ్యతోఁటకూర.

కుణ్టకః-అ-త్రి-స్థూలః॥

కుణ్ఠః-అ-పు-అకృతోద్వాహః-౨ఖర్వః-౩అనిశితాయుధమ్-౪ప్రమాదః-౫వజ్రమ్-౬సర్పః॥ తె॥ ౧పెండ్లిలేనివాఁడు- ౨పొట్టిది- ౩మొనబోయినయాయుధము - ౪పొరపాటు-౫వజ్రము-౬పాము.

కుణ్ఠః-అ-త్రి-క్రియామందః॥ తె॥ జబ్బుగా పనిఁజేసేవాఁడు.

కుణ్ఠకః-అ-త్రి-మూర్ఖః॥

కుణ్ఠితః-అ-త్రి-సంకుచితః॥

కుణ్డమ్-అ-(పు)-స్థాలీ॥

కుణ్డమ్-అ-న- కుంభః-౨కుండనిధానమ్-౩వహ్నిగర్తః॥ తె॥౧కలశము-౨దాఁచుకొన్నసొమ్ము - ౩హోమము జేసుకొనే కుండము.

కుణ్డః-అ-పు-గూఢజః॥ తె॥మగఁడుండగా నన్యునివల్లరహస్యముగాఁబుట్టినవాఁడు.

కుణ్డకీటః- అ- పు- చార్వాకవచనాభిజ్ఞపురుషః-౨పతితబ్రాహ్మణీపుత్రః-౩దాసీకాముకః॥

కుణ్డగోలకమ్-అ-న-కాఁజికమ్॥

కుణ్డఙ్గః-అ-పు-కుంజమ్- ౨వృక్షాచ్ఛాదితస్థానమ్॥

కుణ్డపాయ్యః-అ-పు-పాత్రపీతసోమపానవద్యజ్ఞః॥

కుణ్డలమ్-అ-న- కర్ణవేష్టనమ్-౨వలయమ్-౩పాశః-౪తాడంకః॥ తె॥ ౧పురుషునిచెవినుంచుపోగులు-౨గుండ్రనిది- ౪కమ్మలు.

కుణ్డలినీ-ఈ-సీ- తాంబూలవల్లీ-౨పాలికా-౩కులకుండలినీశక్తిః॥ తె॥౨చెవితమ్మె-

కుణ్డలీ-న్-పు- సర్పః-౨కోవిదారవృక్షః-౩సకుండలః-౪మయూరః-౫వరుణః-౬కుబేరః॥ తె॥ ౧పాము- ౨దేవకాంచనము-౩కుండలములు పెట్టుకొన్నవాఁడు- ౪నెమలి.

కుణ్డలీ-ఈ-సీ-గుడూచీలతా-౨తీక్ష్ణపత్రా-౩హీరలీ-౪కాచహారిణీవృక్షః- ౫కుండలీ

శక్తిః॥ తె॥౧తిప్పతీఁగె-౨ఉప్పిచెట్టు-౪నల్లఉప్పిచెట్టు-

కుణ్డాశీ-న్-త్రి-భగభక్షకః॥

కుణ్డికా-ఆ-స్త్రీ-రసాతలలోకః॥ తె॥ పాతాళలోకములలోనొకటి.

కుణ్డినమ్-అ-న-నగరవిశేషః॥ తె॥ ఒకానొకప్రోలు.

కుణ్డినః-అ-పు-మునివిశేషః॥

కుణ్డీ-ఈ-స్త్రీ-సన్యాసిధార్యఘటః-౨స్థాలీ॥ తె॥౧సన్యాసులకలశము.

కుణ్డోరః-అ-పు-మనుష్యః॥

కుణ్డీరః-అ-త్రి-బలవాన్॥

కుత్-త్-పు-పుత్రః-౨కుత్సితః-౩వ్యయః॥ తె॥౧కొడుకు-౨కుచ్చితుఁడు-౩కర్చు-

కుతః-౦-౦-కస్మాదిత్యర్థే-౨పరిప్రశ్నః-౩ అపలాపః-౪ప్రకారః-౫ పాలనమ్ - ౬ఉపాయః॥ తె॥ ౧ఎందువలన, ఎక్కడినుంచి-౨ఏమివలన-౩ఇదిఎక్కడిదనునపలాపము-౪రీతి-౫పలుట-౬ఉపాయము.

కుతటకః-అ-పు-అమ్లాయనః- ౨సహచరః॥ తె॥౧ పచ్చపెద్దగోరింట-౨పచ్చముఁలుగోరింట.

కుతనుః-ఉ-పు-కుబేరః॥

కుతపః-అ-పు-ద్రోణః-౨ఉదంకః-౩ అర్కః-౪విప్రః-౫గౌః-౬వహ్నిః-౭అతిథిః-౮భాగినేయః-౯కుశః-౧౦ తిలః-౧౧కంబలః-౧౨షోడశవర్షగజః-౧౩బాలః॥ తె॥౧చర్మాచ్ఛాదితవాద్యము-౨చిన్నశిద్దె-౩సూర్యుఁడు-౪బ్రాహ్మణుఁడు-౫ఆవు-౬నిప్పు-౭అతిథి-౮తోఁడఁబుట్టినదానికొడుకు-౯దర్భ-౧౦నువ్వులు-౧౧గొంగళి-౧౨పదియాఱుసంవత్సరములుఁగలయేనుఁగ-౧౩బాల్యుఁడు.

కుతపః-అ-(స్త్రీ)-చతుర్దశఘటికానంతరషోడశఘటికాపర్యంతదినభాగః॥ తె॥పదునాలుగుగడియలపైనిపదియాఱుగడియలదాఁకానయినకాలము.

కుతస్త్యః-అ-త్రి-పామరోక్తిః॥ తె॥ పామరునిమాట.

కుతాకుః-ఉ-పు-దురాధర్షః-౨దుశ్శీలః-౩సర్పః॥ తె॥౧ఓర్వఁగూడనివాఁడు-౨చెడ్డనడతఁగలవాఁడు-౩చిలువ.

కుతుకమ్-అ-న-అననుభూతద్రవ్యాభిలాషః-౨కౌతుకమ్॥ తె॥ ౧అనుభవింపనివస్తువునందుఁగలయిచ్ఛ-౨సంతసము.

కుతుపమ్-అ-(స్త్రీ)-కుతపః-౨దినస్యాష్టమముహూర్తః॥

కుతుపః-అ-పు-దేహలీ-౨చర్మనిర్మితాల్పస్నేహపాత్రమ్॥ తె॥౧గడప.

కుతుమ్బకః-అ-పు-ద్రోణః॥ తె॥ తుమ్మిచెట్టు.

కుతూః-ఊ-స్త్రీ-కృత్తిస్నేహపాత్రమ్॥ తె॥ తోలుసిద్దె.

కుతూణకః-అ-పు-బాలరోగవిశేషః సతు నేత్రరోగః॥

కుతూహలమ్-అ-న-అననుభూతద్రవ్యాభిలాషః-౨ప్రశస్తమ్॥ తె॥౧అనుభవించనిద్రవ్యమునందభిలషించుట-౨శ్రేష్ఠము.

కుతూహలః-అ-త్రి-ప్రశస్తః-౨అద్భుతః॥

కుతృణమ్-అ-న-కుంభీ॥

కుతీక్కలః-అ-పు-పర్వతః-౨పద్మనాలమ్-౩వేశ్యాంగణరూఢవీరుధా॥ తె॥౧కొండ-౨తామరతూఁడు-౩సానులముంగిటమొలచినతీఁగె.

కుత్ర-౦-౦-కస్మిన్నిత్యర్థః-౨మార్ఘ్యకర్మ-౩ప్రశ్నః-౪ఇంద్రియచాలనమ్-౫స్థలాంతరమ్-౬సమ్మతిః-౭సాధుకృత్యమ్-౮స

దాగతః॥ తె॥౧దేనియొందు-ఎక్కడ - ౨ మూర్ఛనిపని - ౩అడుఁగుట- ౪ఇంద్రియ వ్యాపారము-౫మతియొకతావు-౬అం గీకారము-౭ఇష్టమున్న- ౮మంచిపని-౯ఎ ప్పుడున్నవచ్చెడివాఁడు.

కుత్రచిత్-౦-౦-కుత్ర॥

కుత్సనమ్-అ-న-నిందనమ్॥

కుత్సలా-ఆ-సీ-నీలీవృక్షః॥

కుత్సా-ఆ-సీ-నిందా॥

కుత్సితమ్-అ-న-కుష్ఠనామౌషధమ్॥

కుత్సితః-అ-త్రి-నికృష్టః॥ తె॥తక్కువది - అన గాజాత్యాచారములచేనిందితుఁడు.

కుత్సీదమ్-అ-న-వృద్ధిజీవనమ్॥ తె॥ వడ్డిచేజీవించుట.

కుథః-అ-పు-కుశః-౨వేణీ॥ తె॥౧దర్భగడ్డి.

కుథః-అ-త్రి- గజోపరిచిత్రకంబలః॥ తె॥ ఏనుఁగుమీఁదవేయుచిత్రకంబళము.

కుథరః అ-పు-అశ్వః-౨పక్షివిశేషః॥ తె॥౧ గుఱ్ఱము-౨ఒకానొకపక్షివిశేషము.

కుథానుః-ఉ-పు-మర్కటః-౨భానుః-౩పావకః-౪పరోత్తాపీ॥ తె॥౧కోఁతి-౨సూర్యుఁడు-౩నిప్పు - ౪పరాయివానినితపింపఁజేయువాఁడు.

కుదరః-అ-పు-అశ్వః॥ తె॥గుఱ్ఱము.

కుద్దారః-అ-పు-కుద్దాలః॥

కుద్దాలః-అ-పు-కోవిదారవృక్షః- ౨భూమిదారణః॥ తె॥౧దేవకాంచనము-౨గుద్దలి

కుద్యమ్-అ-న-కుడ్యమ్॥ తె॥గోడ.

కుద్రఙ్కః-అ-పు-గృహవిశేషః-౨మంచోపరిమండపః॥

కుద్రఙ్గః-అ-పు-మంచమండపః॥

కుద్రవః-అ-పు-కోద్రవః॥

కుధరః-అ-పు-పర్వతః॥ తె॥కొండ.

కుధ్రః-అ-పు-పర్వతః- ౨చంద్రకాంతమణిః॥ తె॥౧కొండ.

కునఖః-అ-పు-క్షుద్రరోగవిశేషః॥

కునఖః-అ-త్రి-కుత్సితనఖయుక్తః॥

కునఖిన్-త్రి-కునఖరోగయుక్తః-౨సంకుచితనఖః॥

కునటః-అ-పు-శ్యోనాకప్రభేదః॥

కునటగన్ధినీ-ఈ-సీ-త్రివృతా॥ తె॥ తెల్లతేఁగడచెట్టు.

కునటీ-ఈ-సీ-నైపాలీ-౨ధన్యాకమ్॥ తె॥౧నేపాళమణిశిల.

కునలిన్-పు-బకవృక్షః॥

కునహః-అ-పు- చండా॥ తె॥ చండయను గ్రంథ్యము.

కునాభిః-ఇ-పు-వాతమండలీ-౨నిధిః॥

కునాశకః అ-పు-యాసః॥ తె॥ పిన్నరేఁగటిదూలగొండి.

కునాసికః-అ-పు-గజః॥ తె॥ఏనుఁగు.

కున్తః-అ-పు-ప్రాసాయుధమ్-౨చండభావః-౩గవేధుకమ్-౪క్షుద్రజంతుః॥ తె॥౧ఈవి-౨కోపభావము-౩ అడవిగోధుమలు.

కున్తలః-అ-పు-కేశః - ౨దేశవిశేషః- ౩జవః- ౪లాంగలమ్-౫సర్పః-౬ఆయుధవిశేషః॥ తె॥౧వెంట్రుకలు-౨ కుంతలమనేదేశము-౩ వేగము-౪ నాగలి-౫పాము-౬ ఒకానొకఆయుధము.

కున్తలపక్షః-అ-పు- కేశసమూహః॥

కున్తలవర్ధనః-అ-పు-భృంగరాజవృక్షః॥

కున్తలాః-అ-పు-దేశవిశేషః - ౨బహువచనాంతశబ్దోయమ్॥

కున్తలికా-ఆ-సీ-దధ్యాదిచ్ఛేదనీ॥

కున్తలోశీరమ్-అ-న-వాలకమ్॥

కున్తీ-ఈ-సీ- రేణుకానామగ్రంథ్యమ్- ౨స

ల్లకీవృక్షః-౩ గుగ్గులువృక్షః-౪ పాండుపత్నీ॥ తె॥౧ రేణుకమనే గ్రంథ్యము-౨అందుగు చెట్టు-౩గుగ్గిలపుచెట్టు - ౪ధర్మరాజాదులతల్లి.

కున్తీభోజః-అ-పు-అన్లుపంపరా- ౧రాజవిశేషః॥ తె॥ ౧పుల్లపంపరపనసచెట్టు-౨ఒకానొకరాజు.

కున్థుః-ఉ-పు-బౌద్ధవిశేషః-౨ జినచక్రవర్తివిశేషః॥

కున్దః-అ-పు-విష్ణుః-౨నిధివిశేషః-౩ తాలప్రాణకలావిశేషః-౪కుందురుః - ౫మూటపుష్పః-౬చక్రభ్రమః॥ తె॥౪కుందురుష్కమనే గ్రంథ్యము-౫కుందయనుచెట్టు.

కున్దః-అ-(సీ)-మాఘ్యలతా॥ తె॥ మొల్ల.

కున్దకః-అ-పు-కుందురుకః॥

కున్దమః-అ-పు-బిడాలః॥ తె॥పిల్లి,

కున్దరః-అ-పు-తృణభేదః॥

కున్దహోతః-అ-పు-వాయులోకః॥ తె॥ వాయులోకము.

కున్దినీ-ఈ-సీ-పద్మినీ-౨పద్మసమూహః॥

కున్దుః-ఉ-పు-కుందురుః-౨ కుందురునామగంధద్రవ్యమ్-౩మూషికె॥ తె॥ ౧కుందురుష్కమనే గ్రంథ్యము.

కున్దురః-అ-పు- కుందురునామగంధద్రవ్యమ్॥

కున్దురుః-ఉ-పు-సూర్యావర్తః॥ తె॥ కుందురుష్కమనే గ్రంథ్యము.

కున్దురుకః-అ-పు-కుందురునామగంధిద్రవ్యం

కున్దురుకీ-ఈ-సీ- సల్లకీవృక్షః॥ తె॥ అందుగు చెట్టు.

కున్దుగ్రీణా-ఆ-సీ వీసరాజికా॥ తె॥ తెల్లబల్లి.

కున్నారమ్-అ-న-కాచపాత్రమ్॥ తె॥ గాజు చిప్ప.

కుపథః-అ-పు-కుత్సితపంథాః॥

కుపాణిః-ఇ-త్రి-వక్రహస్తః॥

కుపాదః-అ-త్రి-కుచరః॥ తె॥ తిన్నగానడవనేరనివాఁడు. నవాఁడు.

కుపితః-అ-పు-కోపవాన్॥ తె॥ కోపగించి

కుపినీ-న్-పు-కైవర్తః॥ తె॥జాలరివాఁడు

కుపినీ-ఈ-సీ-స్వల్పమత్స్యధానీ॥

కుపిన్దః-అ-పు-తంత్రవాయః॥

కుపీలుః-ఉ-పు- కారస్కరవృక్షః- ౨తిందుకవిశేషః॥

కుప్రాయః-అ-త్రి-నికృష్టః॥ తె॥కుత్సితుఁడు.

కుపోదకీ-ఈ-సీ- ఉపోదకీ॥ తె॥బచ్చలి॥

కుప్యమ్-అ-న-తామ్రాదిద్రవ్యమ్॥ తె॥ రాగి మొదలగువస్తువులు.

కుప్యశాలా- ఆ- సీ- స్వర్ణరూప్యభిన్నధాతుపాత్రాదినిర్మాణాదిగృహమ్॥

కుప్రియః-అ-త్రి-జఘన్యః॥

కుబరః-అ-పు-యుగంధరః॥

కుబేరః-అ-పు-ధనదః-౨నందివృక్షః-౩కుంకుమమ్-౪వైశ్యః॥ తె॥ ౧నవనిధులకధిపతి-౨నందిచెట్టు-౩కుంకుమము-౪కోమటి

కుబేరః-అ-త్రి-ప్రచులితః॥ తె॥కుమ్మరివాఁడు.

కుబేరకః-అ-పు-నందివృక్షః॥ తె॥ నందిచెట్టు.

కుబేరాక్షీ-ఈ-సీ-లతాకరంజః-౨కృష్ణవృంతా॥ తె॥౧తీఁగెగొనుఁగుచెట్టు-౨పాదరిచెట్టు.

కుబ్జః అ-త్రి-గడులః-౨ఉన్నతపృష్ఠశ్చ॥ తె॥ ౧బొక్కిరొమ్మువాఁడు.

కుబ్జః-అ-పు-అపామార్గః-౨ఖడ్గః॥ తె॥౧ఉత్తరేణి.

కుబ్జకః- అ- పు- తినిశవృక్షః-౨వృక్షవిశేషః॥ తె॥౧నెమ్మిచెట్టు-౨ఒకానొకచెట్టు-

కుబ్జకణ్టకః-అ-పు-కదరవృక్షః॥ తె॥ తెల్లతుమ్మ చెట్టు.

కుబ్జపుష్పా-ఆ-సీ-మహాశ్యామా॥ తె॥నల్లతీఁగె

కుబ్జపుష్పీ-ఈ-సీ-సప్తలాలతా॥ తె॥విరజాజి

కుబ్జా-ఆ-సీ-కుబ్జగాః॥ తె॥పొట్టెయావు.

కుబ్జికా-ఆ-సీ- వీణాతంత్రీభేదజస్వరాశ్రయక్రియాభేదః-౨సప్తలా॥ తె॥౧ఒకానొకవీణతంతివలనఁబుట్టిన స్వరసంబంధమైనపనియొక్క-భేదము-౨విరజాజి.

కుబ్రమ్-అ-న-వనమ్-౨కుండమ్ - ౩కుండలమ్-౪తంతుః-౫శరణమ్-౬శకటమ్॥

కుమారమ్-అ-న-జాత్యకాంచనమ్॥

కుమారః-అ-పు-షణ్ముఖః-౨సుతః-౩నాట్యోక్తసుతః - ౪ మౌంజీబంధనపర్యంత బాలః-౫శుకః-౬యువరాజః- ౭అశ్వపాలకః-౮వీరణవృక్షః-౯అశ్వవారకః-౧౦జయంతః॥ తె॥౧కుమారస్వామి - ౨కొడుకు - ౩ నాట్యమందుకొడుకనుటానకుప్రయోగించేది-౪ఎనిమిదేండ్లలోపలివాఁడు-౫చిలుక-౬మంత్రి - ౭గుఱ్ఱమునురక్షించేవాఁడు-౮అవురుగడ్డి.

కుమారకః-అ-పు-తిక్తశాకః-౨పుత్రః- ౩షడాననః॥ తె॥౧ఉలిమిడిచెట్టు-౨కొడుకు-౩కుమారస్వామి.

కుమారజీవః-అ-పు-పుత్రజీవకవృక్షః॥

కుమారపాలః-అ-పు-శాలివాహనరాజః॥

కుమారభృత్యా-ఆ-సీ-గర్భిణ్యాఃపరిచర్యా॥

కుమారయుః-ఉ-పు-యువరాజః॥

కుమారవాహినీ-న్-పు - మయూరః ॥ తె॥నెమలి.

కుమారసూః-ఊ-సీ-గంగా-౨దుర్గా॥

కుమారా-ఆ-సీ - శుక్తిమత్పర్వతజాతనదీవిశేషః॥ తె॥కుమారీనది.

కుమారికా-ఆ-సీ-వృత్తమల్లికాలతా - ౨పుత్రికా-౩తీర్థవిశేషః॥ తె॥ ౧బొండుమల్లె-౨కూఁతురు-౩ఒకానొకతీర్థము.

కుమారీ-ఈ-సీ-సహోవృక్షః-౨గృహకన్యకా ౩చటక(స్త్రీ)-౪కన్యా-౫పుత్రికా-౬గౌరీ - ౭నవమాలికాలతా - ౮నదీవిశేషః॥ తె॥౧పిన్నగోరింటచెట్టు-౨కలుబందచెట్టు-౩ఆఁడఊరపిచ్చుక - ౪పెండ్లిఁగానియెనిమిదేండ్లదిన్నది - ౫కూఁతురు-౬పార్వతీదేవి-౭విరజాజితీఁగె-౮నదీవిశేషము.

కుమారోపవాహః-అ - పు - కుక్కుటః॥ తె॥కోడి.

కుమాలకః-అ-పు-సౌవీరదేశః॥

కుముఖః-అ-పు-సూకరః॥ తె॥పంది.

కుముత్-ద్-త్రి-కృపణః-౨కుత్సితముదః- ౩అప్రీతః॥ తె॥౧లోభి.

కుముదమ్-అ-న-సితోత్పలమ్-౨రక్తపంకజమ్-౩బ్రహ్మజటా-౪నేత్రగోళశుభ్రదేశః॥ తె॥౧తెల్లకలువ - ౨ఎఱ్ఱతామరపుష్పము-౩బ్రహ్మజటయనేయోషధి-౪కనుగుడ్డుచుట్టునుండెడితెల్లనిభాగము.

కుముదః-అ-పు-నైరృతిదిగ్గజః-౨సర్పవిశేషః ౩కపివిశేషః-౪సంతోషహీనః - ౫ఊరుభూమిః-౬దైత్యవిశేషః-౭యమపుత్రః ౮శివశంఖః-౯వాయుః-౧౦శవః॥ తె॥౧నైరృతిదిక్కుననుండుదిగ్గజము- ౨ఒకానొకపాము- ౩కుముఁడనువానరుఁడు-౪సంతసములేనివాఁడు - ౫నిర్జలభూమి-౬ఒకానొకరక్కసుఁడు - ౭యమునికుమారుఁడు-౮శివునిశంఖము-౯గాలి-౧౦పీనుఁగు.

కుముదబాన్ధవః-అ-పు-చంద్రః-౨కర్పూరః॥

కుముదవతీ- ఈ- సీ- కుముద్వతీ- ౨కుముదసమూహః॥

కుముదా-ఆ-సీ-గంభారీ-౨కుంభీ-౩ శాలపర్ణీవృక్షః-౪ధాతకీవృక్షః-౫కట్ఫలః॥ తె॥ ౧ గుమ్ముఁడుచెట్టు-౨ఆఁడుపనుఁగు.

కుముదాత్మః-అ-పు-పితృదేవతావిశేషః॥ తె॥ ఒకానొకపితృదేవత.

కుముదాధారః-అ-పు-వాయులోకః॥ తె॥ వాయులోకము.

కుముదాయితః-అ-పు-సూర్యః॥ తె॥ వేఁడివేలుపు.

కుముదావాసః-అ-పు-కుముదప్రాయదేశః॥

కుముదికా-ఆ-సీ-కైడర్యవృక్షః॥ తె॥ గుమ్ముఁడుచెట్టు.

కుముదినీ-ఈ-సీ-కుముదసరసీ-౨కుముదసమూహః-౩కుముదలతా॥ తె॥ ౧కలువలుండేకొలను-౨కలువపువ్వులపోఁగు-౩కలువతీఁగె.

కుముదినీపతిః-ఇ-పు-చంద్రః॥ తె॥ చందురుడు.

కుముదీ-ఈ-సీ-కట్ఫలః॥

కుముదేశః-అ-పు-చంద్రః॥

కుముద్వతీ-ఈ-సీ-నదీవిశేషః-౨కుముదసరసీ-౩కుముదసమూహః॥ తె॥ ౧ఒకానొకనది-౨తెల్లకలువలుండేసరస్సు-౩ కలువలగుంపు.

కుముద్వాన్-త్-త్రి-కుముదప్రాయదేశః॥ తె॥ కలువలుచాలాకలదేశము.

కుమోదకః-అ-పు-విష్ణుః॥

కుమ్పః-అ-త్రి-బాహుకుంఠః॥

కుమ్బా-ఆ-సీ-యజ్ఞభూమివృతిః-౨అస్పృశ్యాదిదర్శనవారణాయవేష్టనమ్॥ తె॥ ౧యజ్ఞభూమిచుట్టూవేసినకంచె.

కుమ్భమ్-అ-న-గుగ్గులువృక్షః-౨త్రివృద్వృక్షః॥ తె॥ ౧గుగ్గిలపుచెట్టు-౨తెల్లతేఁగడ.

కుమ్భః-అ-పు-రాశివిశేషః-౨గజకుంభః-౩స్థాలీ-౪కుంభపరిమాణమ్-౫పలసహస్రకమ్-౬ద్విశూర్పపరిమాణమ్-౭గజమూర్ధాగ్రమ్-౮ప్రాణాయామవిశేషః ౯కుంభకర్ణసుతః-౧౦విటః-౧౧అన్నరాశిః॥ తె॥ ౧రాశివిశేషము-అనఁగాకుంభరాశి-౩కుండ-౪కుండెడు,చేటెడు న్న-౫పలసహస్రము-౬రెండుచేటలపరిమాణము-౭ఏనుగుకుంభస్థలము-౮కుంభకమనుప్రాణాయామము-౯కుంభకర్ణునికుమారుఁడు-౧౦విటుఁడు-౧౧అన్నపుకుప్ప.

కుమ్భకః-అ-పు-స్థాలీ-౨దక్షిణహస్తేననాసాపుటద్వయంధృత్వా ప్రాణాయామాం గం వాయుస్తంభనమ్॥ తె॥ ౧కుండ.

కుమ్భకారమ్-అ-న-కుంభకర్తృ॥ తె॥ కలశములనుఁజేసేది.

కుమ్భకారః-అ-పు-కులాలః-౨కుంభకర్తా॥ తె॥ ౧కుమ్మరివాఁడు-౨కలశములనుఁజేసేవాఁడు.

కుమ్భకారికా-ఆ-సీ-కులత్థా॥

కుమ్భకారీ-ఈ-సీ-కుంభకర్త్రీ-౨కులత్థాంజనమ్-౩కులత్థికా-౪మనఃశిలా॥ తె॥ ౧కలశములనుఁజేసెడియాఁడుది.

కుమ్భజః-అ-పు-ద్రోణాచార్యః-౨అగస్త్యమునిః-౩వృక్షవిశేషః॥ తె॥ ౩రావిచెట్టు.

కుమ్భతుమ్బీ-ఈ-సీ-అలాబూప్రభేదః॥

కుమ్భదాసీ-ఈ-సీ-కుట్టనీ॥

కుమ్భబీజకః-అ-పు-రీఠాకరజవృక్షః॥ తె॥ గుత్తినెమలడుగుమ్రాను.

కుమ్భయోనిః-ఇ-పు-ద్రోణః-౨ద్రోణాచార్యః-౩అగస్త్యః-౪వసిష్ఠః॥ తె॥ ౧తుమ్మిచెట్టు-౨ద్రోణాచార్యుఁడు-౩ అగస్త్యుఁడు-౪వసిష్ఠుఁడు.

కుమ్భలా-ఆ-స్త్రీ-ముండితికా॥

కుమ్భశాలా-ఆ-స్త్రీ-కుంభనిర్మాణాదిగృహమ్

కుమ్భసన్ధిః-ఇ-పు-హస్తికుంభద్వయమధ్యస్థానమ్॥

కుమ్భసమ్భవః-అ-పు-అగస్త్యమునిః-౨ద్రోణాచార్యః॥

కుమ్భా-ఆ-స్త్రీ-వేశ్యా॥

కుమ్భాణ్డః-అ-పు-కూశ్మాండలతా-౨బాణాసురస్యామాత్యవిశేషః॥ తె॥ ౧గుమ్మడి-౨బాణాసురునిమంత్రి.

కుమ్భాణ్డీ-ఈ-స్త్రీ-కూశ్మాండీ॥ తె॥ గుమ్మడి.

కుమ్భిః-ఇ-స్త్రీ-కైడర్యవృక్షః॥ తె॥ గుమ్ముఁడుతేఁకుచెట్టు.

కుమ్భికమ్-అ-న-ఉత్పలశలాటుః॥ తె॥ కలువకాయ.

కుమ్భికః-అ-ద్వ-వారిపర్ణీ॥ తె॥ తూఁడికూర.

కుమ్భికా-ఆ-స్త్రీ-జలజతృణవిశేషః॥

కుమ్భినీ-ఈ-స్త్రీ-భూమిః-౨కరిణీ॥ తె॥ ౧పుడమి-౨ఆఁడేనుఁగు.

కుమ్భినీబీజమ్-అ-న-జయపాలః॥

కుమ్భిపాకీ-ఈ-స్త్రీ-కట్ఫలః॥

కుమ్భిలః-అ-పు-చోరః-౨శాలమత్స్యః-౩శ్లోకార్థచౌరః-౪శ్యాలః॥

కుమ్భీ-న్-పు-గజః-౨కులాలః-౩కుమ్భీరః-౪గుగ్గులుః॥ తె॥ ౧ఏనుఁగు-౨కుమ్మరవాఁడు.

కుమ్భీ-ఈ-స్త్రీ-పరివ్యాధః-౨భూపాటలీ-౩కలశః॥ తె॥ ౧నీటిప్రబ్బ-౨నేలకలిగొట్టు-౩కుండ.

కుమ్భీకః-అ-పు-పున్నాగవృక్షః-౨కుమ్భికా

కుమ్భీనసః-అ-పు-సర్పః-౨విషజ్వాలాకులగర్వితసర్పః॥ తె॥ ౧పాము-౨విషజ్వాలలచేమదించినపాము.

కుమ్భీనసీ-ఈ-స్త్రీ-సర్ప(స్త్రీ)యామ్-౨లవణరాక్షసమాతా॥ తె॥ ౧ఆఁడుబాము-౨లవణాసురునితల్లి.

కుమ్భీపాకః-అ-పు-నరకవిశేషః॥ తె॥ ఒకానొకనరకము.

కుమ్భీబీజమ్-అ-న-జయపాలః॥

కుమ్భీరః-అ-పు-నక్రః-౨చోరః-౩భుజగః॥ తె॥ ౧కాలుమొసలి-౨దొంగ-౩పాము.

కుమ్భీరమక్షికా-ఆ-స్త్రీ-గోణీ॥ తె॥ నూటిపట్టియాగ.

కుమ్భీలః-అ-పు-మత్స్యవిశేషః-౨తస్కరః-౩నక్రః-౪శ్లోకచ్ఛాయాహరః॥ తె॥ ౧ఒకానొకచేఁప-౨దొంగ-౩కాలుమొసలి.

కుమ్భోలూఫలకమ్-అ-న-గుగ్గులువృక్షః॥ తె॥ గుగ్గిలపుచెట్టు.

కురకః-అ-పు-రక్తలోహితచంచుచరణకలహంసపక్షీ॥ తె॥ ఎఱ్ఱనిముక్కునుఁగాళ్లునుగలపెన్నడపులుఁగు.

కురకా-ఆ-స్త్రీ-సల్లకీవృక్షః॥

కురఙ్కరః-అ-పు-సారసపక్షీ॥

కురఙ్గః-అ-పు-హరిణః-౨కపిః॥ తె॥ ౧ఇఱ్ఱి-౨కోఁతి.

కురఙ్గనయనా-ఆ-స్త్రీ-మృగనయనా-౨నారీ॥

కురఙ్గనాభిః-ఇ-పు-కస్తూరీ॥

కురఙ్గమః-అ-పు-హరిణవిశేషః॥

కురఙ్గికా-ఆ-స్త్రీ-ముద్గపర్ణీ॥

కురచిల్లః-అ-పు-కర్కటః॥

కురటః-అ-పు-చర్మకారః॥

కురణ్టకః-అ-పు-పీతామ్లానః-౨పీతఝింటీ॥

కురణ్డః-అ-పు-బృహతీ॥ తె॥ బుడ్డ.

కురణ్డకః-అ-పు-కురంటకవృక్షః॥

కురణ్డనాశినీ-ఈ-స్త్రీ-కార్పాసవృక్షః॥ తె॥ ప్రత్తిచెట్టు.

కురఙ్గనాశీ-న్-పు-శార్వాసవృక్షః॥ తె॥ ప్రత్తి చెట్టు.

కురరః-అ-పు-కృష్ణలోహితచంచుచరణకలహంసః-౧కురలపక్షీ॥

కురరాఙ్ఘ్రిః-ఇ-పు-దేవసర్షపః॥

కురరీ-ఈ-సీ-మేషీ-౧(స్త్రీ)కురరపక్షీ॥ తె॥ ౧ ఆఁడుగొఱ్ఱె.

కురలః-అ-పు-భ్రమరకః-౧కురరపక్షీ॥ తె॥౧ నుదుటచెలించేముంగురులు.

కురవః-అ-పు-తిలకవృక్షః-౧కుత్సితధ్వనిః-౨ సితమందారః-౩కురవకః-౪రక్తఝింటీ ౫పీతఝింటీ॥

కురవకః-అ-త్రి-కుత్సితశబ్దయుక్తః॥

కురవకః-అ-పు-ఛత్త్రాకుః-౧ధూలీకదంబవృక్షః-౨రక్తమహాసహా-౩రక్తఝింటికా ॥ తె॥ ౧పుట్టకొమ్మ - ౨వస తకడిమిచెట్టు- ౩ఎఱ్ఱపువ్వులపెద్దగోరంటచెట్టు - ౪ఎఱ్ఱములుగోరంట.

కురసః-అ-పు-మద్యభేదః-౧కుత్సితరసః॥

కురసః-అ-త్రి-కుత్సితరసయుక్తః॥

కురసా-ఆ-సీ-గోజిహ్వాలతా॥

కురాహః-అ-పు-కులాహః-౧ఈషత్పాండుః కృష్ణజంఘాఘోటకః॥

కురీ-ఈ-సీ-తృణధాన్యభేదః॥

కురీరమ్-అ-న-మైథునమ్॥

కురుః-ఉ-పు-అగ్నీధ్రరాజపుత్రః సతుప్రియవ్రతరాజపౌత్రః-౧చంద్రవంశీయరాజవిశేషః - ౨దేశేబహువచనాంతః-౩సతుజంబూద్వీపస్యనవవర్షాంతర్గతవర్షవిశేషః-౪కంటకారికా॥

కురుకః-అ-పు-దీర్ఘవాలపక్షీ॥ తె॥ చెముఁడుకాకి.

కురుకన్దకమ్-అ-న-మూలకమ్॥

కురుకుల్లా(?)-ఆ-సీ-బంధుమిత్రసంభాషణమ్॥

కురుక్షేత్రమ్-అ-న-దేశవిశేషః-తత్తుధర్మక్షేత్రం-యత్రకురుపాండవానాంయుద్ధమాసీత్॥

కురుక్షేత్రయోగః-అ-పు-ఏకస్మిన్సావనదినే తిథిత్రయనక్షత్రత్రయయోగత్రయాణాంచస్పర్శః॥

కురుటః-అ-పు-శితావరశాకః॥

కురుణ్టః-అ-పు-పీతఝింటీ-౧పీతామ్లానః॥

కురుణ్టకః-అ-పు-పీతామ్లానః - ౧పీతఝింటీ॥

కురుణ్టీ-ఈ-సీ-దారుపుత్తలికా-౧బ్రాహ్మణీ

కురుపిల్లః-అ-పు-కులీరః॥ తె॥పీత.

కురుబిల్వః-అ-పు-పద్మరాగమణిః॥

కురుబిల్వకః-అ-పు-కుల్మాషః-౧వనకులత్థికా

కురుబిస్తః-అ-పు-చతుఃకర్షతులామానసువర్ణమ్॥

కురుమ్బమ్-అ-న-ఆనాయః-౧కులపాలకమ్॥ తె॥౧వల.

కురుమ్బా-ఆ-సీ-ద్రోణపుష్పీ॥ తె॥ పెనుఁగుతుమ్మి॥

కురుమ్బికా-ఆ-సీ-ద్రోణపుష్పీ॥ తె॥ పెనుఁగుతుమ్మి.

కురుమ్బీ-ఈ-సీ-సైంహలీవృక్షః॥

కురురాట్-జ్-పు-దుర్యోధనః॥

కురులః-అ-పు-ఫాలస్థితచూర్ణకుంతలః॥

కురువకః-అ-పు-రక్తఝింటీ-౧రక్తామ్లానః-౨పీతఝింటీ॥

కురువిన్దమ్-అ-న-కాచలవణమ్ - ౧మాణిక్యమ్-౨కురుబిల్వరత్నమ్ - ౩కుల్మాషసస్యమ్॥

కురువిన్దః అ-పు-ముస్తకమ్-౧దర్పణః- ౨వ్రీహివిశేషః - ౩మత్తకోకిలనేత్రకాన్తి

శోణరత్నమ్-౫హింగులమ్-౬మాషః॥ తె॥ ౧కోలతుంగముస్తె-౪కెంపులో భేదము-౫ఇంగిలీకము-౬మినుములు.

కురూప్యమ్-అ-న-రంగమ్॥

కురుర్కరమ్-అ-న-స్థౌణేయమ్॥ తె॥ స్థౌణేయమను గ్రంథ్యము.

కురుర్కరః-అ-(న)-కుక్కురః॥

కురుర్కరః-అ-పు-శునకః॥

కుర్ణజః-అ-పు-కులంజనవృక్షః॥

కుర్దనమ్-అ-న-(స్త్రీ)పురుషకృతవనవిహారాది క్రీడా॥

కుర్పరః-అ-పు-కఫోణిః-౨జాను.

కుర్పాసః-అ-పు-అర్ధచోలకః॥

కుర్పాసకః-అ-పు-కంచులికా॥

కుర్వన్-త్-త్రి-కర్మకరః-౨భృత్యః॥ తె॥ ౧పనిచేసేవాఁడు-౨జీతగాఁడు.

కుర్వాణః-అ-పు-భృత్యః॥

కులమ్-అ-న-తటాకః-౨గృహమ్-౩బదరీఫలమ్-౪సజాతీయప్రాణిసమూహః-౫తక్కోలఫలమ్-౬గోత్రమ్-౭దేహః-౮జనపదః-౯అన్వయః-౧౦అగ్రమ్॥ తె॥ ౧కొలను-౨ఇల్లు-౩రేఁగుబండు-౪కులము-౫తక్కోలపుఁబ్బు-౬గోత్రము-౭శరీరము-౮పల్లె.

కులః-అ-పు-కులికః-౨శిల్పికులప్రధానః॥

కులకమ్-అ-న-ఏకాన్వయశ్లోకసమూహః-౨కటోలలతా॥ తె॥ ౧ఒకవాక్యమునందన్వయించునట్టిశ్లోకము-౨చేఁదిపొట్లతీఁగె.

కులకః-అ-పు-వల్మీకః-౨కాకతిందుకవృక్షః-౩చాతుర్వర్ణ్యేతరజాతిశ్రేష్ఠః-౪మరువకవృక్షః-౫హరితసర్పః-౬కుపీలుః-౭శిల్పికులప్రధానః॥ తె॥ ౧పుట్ట-౨బిట్టితుమికిచెట్టు-౩మేదరివాఁడు.

కులకర్కటీ-ఈ-స్త్రీ-చీనాకర్కటీ॥

కులకర్కః-అ-పు-కరతాలీ॥

కులతుయా-ఆ-స్త్రీ-శూకశింబీ॥

కులజః-అ-పు-కులీనః-౨సత్కులోద్భవః॥

కులజ్ఞః-అ-పు-కులంజనవృక్షః॥

కులజ్ఞనః-అ-పు-స్వనామఖ్యాతవృక్షః॥

కులటా-ఆ-స్త్రీ-జార(స్త్రీ)-౨భిక్షార్థకృదవ్యభిచారిణీ-౩భ్రష్టా॥ తె॥ ౧అంకుబోఁతు-౨భిక్షమెత్తుకొనెడిపతివ్రత.

కులటీ-ఈ-స్త్రీ-మనఃశిలా॥

కులతిథిః-ఇ-(న)-చతుర్థ్యష్టమీద్వాదశీచతుర్దశ్యః॥

కులత్థః-అ-పు-సస్యభేదః॥ తె॥ ఉలవలు.

కులత్థా-ఆ-స్త్రీ-వనకులత్థః॥ తె॥ అడవియులవలు.

కులత్థికా-ఆ-స్త్రీ-కులత్థాకారాంజనప్రస్తరవిశేషః-౨వనకులత్థః॥

కులత్థికా-ఆ-స్త్రీ-సరటీ-౨చతుష్పాత్॥ తె॥ ౧ఉలవచెట్టు-౨కులుత్థాంజనము.

కులధర్మః-అ-పు-స్వజాతీయధర్మః॥

కులధారకః-అ-పు-పుత్రః॥

కులనక్షత్రమ్-అ-న-భరణీరోహిణీపుష్యమఘోత్తరఫల్గునీచిత్రావిశాఖాజ్యేష్ఠాపూర్వాషాఢాశ్రవణోత్తరభాద్రపదః

కులనాయికా-ఆ-స్త్రీ-పంచమకారయజనే పూజ్యా(స్త్రీ)॥

కులనాశః-అ-పు-ఉష్ట్రః॥ తె॥ ఒంటిపిట్ట.

కులపతిః-ఇ-పు-కులస్వామీ-౨గోత్రప్రధానః-౩కులనాథః॥

కులపత్రః-అ-పు-దమనకవృక్షః॥

కులపర్ణా-ఆ-స్త్రీ-కాకనాసికా॥ తె॥ ఎఱ్ఱతేగడచెట్టు.

కులపాలకమ్-అ-న-కుటుంబమ్॥

కులపాలకమ్-అ-త్రి-వంశప్రతిపాలకః.
కులపాలిః-ఇ-సీ-కులవతీ॥
కులపాలికా-ఆ-సీ-సంతానవత్స్వజాతిస్త్రీ తె॥బిడ్డలుఁగలస్వజాతి పెండ్లాము.
కులభృత్యా-ఆ-సీ-గర్భిణీపర్యుపాసనా॥
కులమ్భరః-అ-పు-కుజంభలః-౨చౌరః॥
కులవర్ణా-ఆ-సీ-రక్తత్రివృత్॥
కులవలమ్-అ-న-స్త్రీపురుషశుక్లశోణితమిళితమ్॥ తె॥ స్త్రీపురుషుల రేతస్సరక్తము న్నుకలిసినది-
కులవారః-అ-పు-మంగళశుక్రవారౌ॥
కులవిప్రః-అ-పు-కులపురోహితః॥
కులశ్రేష్ఠః-అ-పు-చతుర్వర్ణేతరజాతిశ్రేష్ఠః॥ తె॥ మేతరవాఁడు.
కులశ్రేష్ఠి-న్-పు-చతుర్వర్ణేతరజాతిశ్రేష్ఠః-౨శిల్పికులప్రధానః॥ తె॥౧ మేదరివాడు.
కులసః-అ-పు-మహోర్ఘాటీ॥ తె॥ గొప్పబట్ట.
కులసమ్భవః-అ-పు- యస్యకస్యచిత్కులేజాతః
కులసౌరభమ్-అ-న-మరువకవృక్షః॥
కులస్త్రీ-ఈ-సీ-సంతానవత్స్వజాతీయస్త్రీ
కులహాణ్డకః-అ-పు-ఆరణిః-౨ఆవర్తః॥
కులాకులతిథిః-ఇ-(న)-ద్వితీయాషష్ఠీదశమ్యః
కులాకులనక్షత్రమ్-అ-న - ఆర్ద్రామూలాభిజిచ్ఛతభిషానక్షత్రాణి॥
కులాకులవారః-అ-పు-బుధవారః॥
కులాటః-అ-పు-క్షుద్రమత్స్యభేదః॥
కులాద్రిః-ఇ-పు-కులాచలః॥
కులాధారకః-అ-పు-పుత్రః॥
కులాయమ్-అ-న-శరీరమ్॥ తె॥ఒడలు.
కులాయః-అ-పు-నీడమ్-౨స్థానమ్॥ తె॥౧ పిట్టగూఁడు-౨స్థానము.
కులాయస్థః-అ-పు-పక్షీ॥ తె॥పిట్ట.
కులాయికా-ఆ-సీ-పక్షిశాలా॥ తె॥ పిట్టగూడు

కులాలమ్-అ-న- శంకుసంకులశ్వభ్రమ్॥ తె॥ మ్రానిమొంటుఁదొలిచినరంధ్రము.
కులాలః-అ-పు-శిల్పిస్త్రీవ్యావహారికపురుష జాతః-౨ఉపాగ్నిః-౩కకుభః-౪కౌశికః॥ తె॥౧కుమ్మరివాఁడు-౨ఉముకనిప్పు-౩పరుమద్దిచెట్టు-౪గుగ్గిలపుచెట్టు.
కులాలీ-ఈ-సీ-కులుత్థికా-౨కులాలస్త్రీ-౩అరణ్యకులుత్థికా॥ తె॥ ౧కులుత్థాంజనము-౨కుమ్మరిది.
కులాహః-అ-పు-ఈషత్పీతవర్ణః - ౨కృష్ణజానుర్ఘోటకః॥
కులాహకః-అ-పు-కృకలాసః - ౨వృక్షవిశేషః॥ తె॥౧తొండ-౨ఒకానొకచెట్టు.
కులాహలః-అ-పు-క్షుద్రవృక్షవిశేషః॥
కులిః-ఇ-పు-హస్తః॥
కులిః-ఇ-సీ-కంటకారీ॥
కులికః-అ-పు-చాతుర్వర్ణ్యేతరజాతిశ్రేష్ఠః-౨సర్పవిశేషః-౩వృక్షవిశేషః॥ తె॥ ౧మేతరివాఁడు-౨ఒకానొకపాము-౩ఒకానొకచెట్టు.
కులికః-అ-త్రి- శిల్పికులప్రధానః - ౨కులసత్తమః॥
కులికవేలా-ఆ-సీ-రవ్యాదివారేషుశుభకర్మసునిషిద్ధకాలవిశేషః॥
కులిఙ్గః-అ-పు-చటకః-౨కాకః॥ తె॥౧పిచ్చుక-౨కాకి.
కులిఙ్గకః-అ-పు-చటకపక్షీ॥ తె॥ ఊరపిచ్చుక.
కులిఙ్గదృక్-శ్-సీ-యక్షాక్షీ॥ తె॥ గచ్చచెట్టు.
కులిఙ్గాక్షీ-ఈ-సీ-పెటికావృక్షః॥
కులిఙ్గీ-ఈ-సీ-కర్కటశృంగీవృక్షః॥ తె॥కర్కాటకపుశృంగిచెట్టు.
కులిరః-అ-పు-కర్కటః॥ తె॥ఎండ్రకాయ.
కులిశమ్-అ-(పు)-వజ్రమ్ - ౨మత్స్యవిశేషః॥

కులిశః-అ-(సీ)-వజ్రాయుధమ్॥

కులిశః-అ-పు-మత్స్యవిశేషః॥

కులిశనాయకః-అ-పు-శృంగారబంధవిశేషః

కులిశాఙ్కుశా-ఆ-సీ - బౌద్ధానామ్విద్యాదేవీవిశేషః॥

కులిశాసనః-అ-పు-శాక్యమునిః॥

కులీ-న్-పు-కోవిదారవృక్షః - ౨అనుజేవివాహితెఅవివాహితజ్యేష్ఠః॥ తె॥౧ దేవకాంచనము- ౨తమ్ముఁడు పెండ్లియాడినవాఁడౌతూవుండఁగా పెండ్లిలేని పెద్దవాఁడు.

కులీ-ఈ-సీ - కంటకారికా-౨పత్నీ - ౩ జ్యేష్ఠభగినీ॥ తె॥౧ వాకుఁడు చెట్టు.

కులీనః-అ-పు- సత్కులప్రసూతః - ౨శ్రేష్ఠఘోటకః॥ తె॥౧ మంచికులమందు పుట్టినవాఁడు.

కులీనకః-అ-పు-వనముద్గః॥

కులీనసమ్-అ-న-జలమ్॥

కులీరః-అ-పు-మత్స్యవిశేషః-౨కర్కటః- ౩ ఆలయః॥ తె॥౨ఎండ్రపీత,

కులీరశృఙ్గీ-ఈ-సీ-కులుంగీ॥ తె॥ కర్కటకశృంగిచెట్టు.

కులీరాత్-ద్-పు-కర్కటశిశుః॥

కులీశః-అ-పు-కులిశమ్॥

కులుకమ్-అ-న-జిహ్వామలమ్॥

కులుకగుఞ్జా-ఆ-సీ-ఉల్కాగ్నిః॥

కులుఙ్గీ-ఈ-సీ-కులీరశృంగీ॥ తె॥ కర్కటకశృంగిచెట్టు.

కులుత్థః-అ-పు-బలకులా॥ తె॥ఉలవలు.

కులుత్థికా-ఆ-సీ-సరటీ-౨చక్షుష్యా॥ తె॥౧ఉలవచెట్టు-౨కులుత్థాంజనము.

కులేశ్వరః-అ-పు-శివః-౨కులపతిః॥

కులోత్కటః-అ-పు-కులీనాశ్వః॥

కులోత్కటః-అ-త్రి-ఉత్కటకులోద్భవః॥

కుల్ఫః-అ (సీ)-రోగవిశేషః-౨గుల్ఫమ్॥

కుల్మలమ్-అ-న-పాపమ్॥

కుల్మాషమ్-అ-న-తండులోదకమ్॥ తె॥ పులిగడుగు.

కుల్మాషః-అ-పు- యావకః - ౨శ్వేతస్థవిరబస్తకః-౩కురువిందః-౪ ఓరవధాన్యమ్-౫ కులత్థ ఇత్యన్యే-౬మాషాకృతిపత్రః-౭ కాశ్మీరేషు తులసీతిఖ్యాతః- ౮ రాజమాషః ఇత్యన్యే-౯ పాదితమాషాదిః॥ తె॥౧ కాఁబమినుములు-౨ తెల్లముదిమేకపోఁతు.

కుల్మాషాభిషుతమ్-అ- న - తండులోదకమ్॥ తె॥పులిగడుఁగు.

కుల్మాసమ్-అ-న-కాంజికమ్॥

కుల్మాసః-అ-పు- కుల్మాషః - ౨అర్ధపక్వముద్గాదిః॥ తె॥౧ కాఁబమినుము-౨గుగ్గిళ్లు.

కుల్యమ్-అ-న-అస్థి-౨పృష్ఠమ్-౩ ద్రోణః-౪ ఆమిషమ్-౫ సూర్పమ్॥

కుల్యః-అ- త్రి-కులోద్భవః - ౨కులహితః - ౩ మాన్యేపుమ్॥

కుల్యః-అ-పు - అమాత్యః - ౨కులాతిహితః॥ తె॥౧మంత్రి.

కుల్యా-ఆ-సీ కృత్రిమాల్పనదీ-౨ప్రణాలీ- ౩ కులస్త్రీ-౪జీవంతీ - ౫స్థూలవార్తాకుః॥ తె॥౧నదినుండి తవ్విన కాలువ-౨తూముకాలువ.

కువమ్- అ న- ఉత్పలమ్- ౨జలజపుష్పమాత్రమ్॥ తె॥౧కలువపువ్వు.

కువకాలుకా-ఆ-సీ-ఘోలీశాకమ్॥

కువఙ్గమ్-అ-న-సీసకమ్॥

కువచః-అ- త్రి-కువాదః-౨పరదోషకథనశీలః

కువజ్రకమ్-అ-న-వైక్రాంతమణిః॥

కువరః-అ-పు-తువరః॥

కువలమ్-అ-న-ఉత్పలమ్-౨బదరీఫలమ్-౩ ము

క్రూఫలమ్-౪బదరీవృక్షః॥ తె॥ ౧కలువపువ్వు-౨తేఁగుబంకు-౩ముత్తెము- ౪తేఁగుచెట్టు.
కువలః-అ-పు-బదరీవృక్షః॥ తె॥ తేఁగుచెట్టు.
కువలయమ్-అ-న-ఉత్పలమ్-౨ఇందీవరమ్-౩భూవలయమ్-౪తిక్కుసతకంకణమ్॥ తె॥ ౧కలువ-౨నల్లకలువ.
కువలయప్రియః-అ-పు-చంద్రః॥
కువలయాపీడః-అ-పు- కంసస్యహస్తిరూపోదైత్యవిశేషః॥
కువలయినీ-ఈ-సీ-ఉత్పలినీ॥
కువలాయితః-అ-పు-కున్నయిపక్షీ॥ తె॥ చిందపిట్ట.
కువలాశ్వః-అ-పు-దుంధుమారరాజః॥
కువలీ-ఈ-సీ-బదరీవృక్షః॥ తె॥ తేఁగుచెట్టు.
కువాదః-అ-త్రి-కువచః-౨పరదోషకథనశీలః
కువాహులః-అ-పు-ఉష్ట్రః॥
కువిన్దః-అ-పు-తంతువాయః॥ తె॥సాలెవాడు
కువృత్తికృత్-ద్-పు-పూతికః॥
కువేణీ-ఈ-సీ-మత్స్యధానీ-౨కుత్సితావేణీ-౩నిందితవేణీనారీచ॥ తె॥౧చేఁపలబుట్ట.
కువేరః-అ-పు-దేవతావిశేషః॥
కువేరః-అ-త్రి-మందః-౨కుశరీరః॥
కువేరకః-అ-పు-నందీవృక్షః॥
కువేరాక్షీ-ఈ-సీ- పాటలావృక్షః-౨లతాకరంజః-౩సితపాటలికావృక్షః॥
కువేరాచలః-అ-పు-కైలాసపర్వతః॥
కువేరాద్రిః-ఇ-పు-కైలాసపర్వతః॥
కువేలమ్-అ-న-ఉత్పలమ్॥ తె॥కలువపువ్వు.
కుశమ్-అ-న-జలమ్- ౨స్తోత్రమ్-౩ఛందోగః-౪గణనా-౫ఔదుంబరమ్ ॥ తె ॥ ౧ఉదకము.
కుశః-అ-పు-సప్తద్వీపాన్యతమః - ౨శ్రీరామసుతః-౩విశ్వామిత్రపితామహః॥ తె॥ ౧కుశద్వీపము.
కుశః-అ-(సీ)-దర్భః॥ తె॥కుశదర్భగడ్డి.
కుశః-అ-త్రి-పాపిష్ఠః - ౨మత్తః-౩కుత్సితకర్మా॥ తె॥౧పాపముఁజేసినవాఁడు-౨కుదించినవాఁడు- ౩జాత్యాచారనిందితకర్మఁజేయువాఁడు.
కుశపః-అ-పు-పానపాత్రమ్॥ తె॥ త్రాగెడుపాత్ర.
కుశపుష్పమ్-అ-న-గ్రంథిపర్ణమ్॥
కుశలమ్-అ-న-శుభమ్ - ౨పర్యాప్తిః- ౩సుకృతమ్॥
కుశలః-అ-త్రి-నిపుణః॥ తె॥ నేర్పరి.
కుశలప్రశ్నః-అ-పు-కుశలజిజ్ఞాసా॥
కుశలీ-ఈ-సీ- అశ్మంతకవృక్షః-౨క్షుద్రామ్లికా॥
కుశస్థలమ్-అ-న-కాన్యకుబ్జదేశః॥
కుశస్థలీ-ఈ-సీ-దార్వికా॥
కుశా-ఆ-సీ- వాగా-౨రజ్జుః-౩మధుకర్కటికా॥ తె॥౧గుఱ్ఱపుకళ్లెము,వాగెయు.
కుశాకరః-అ-పు-అగ్నిః॥
కుశాక్షః-అ-పు-వానరః॥
కుశాగ్రీయమతిః-ఇ-త్రి-తీక్ష్ణబుద్ధిః॥
కుశారణిః-ఇ-పు-దుర్వాసాః॥
కుశాలీ-న్-పు-హస్తః॥
కుశాలీ-న్-త్రి-కుత్సితః॥
కుశాల్మలిః-ఇ-పు-హంసమోచవృక్షః॥ తె॥ పిన్నబూరుగుచెట్టు.
కుశింశపా-ఆ-సీ-కపిలశింశపా॥
కుశింశుపా-ఆ-సీ-భస్మగర్భా॥ తె॥ కంపుయిరుగుడుచెట్టు.
కుశికః-అ-పు-మునివిశేషః-౨తైలశేషః-౩మజ్జనీ-౪అక్షః॥ తె॥౧ఒకానొకఋషి-౨

ముడ్డి-౩ మెదడు-౪ తాడిచెట్టు.

కుశికా-ఆ-సీ-౫ వేధుకా॥ తె॥ అడవిగోధుమచెట్టు.

కుశితమ్-అ-త్రి-జలమిశ్రితమ్॥

కుశీ-న్-పు-వాల్మీకిమునిః॥

కుశీ-ఈ-సీ-అయఃకృతవస్తుసామాన్యమ్-౨ ఫాలమ్-౩ మాయా-౪ అవిద్యా-౫ ప్రేతః॥ తె॥ ౧ ఇనుముచేతఁజేసినవస్తువులు-౨ నాగంటికఱ్ఱు.

కుశీదమ్-అ-న-వృద్ధిజీవికా-౨ రక్తచందనమ్॥

కుశీలః-అ-పు-క్రూరవృత్తః-౨ క్రూరసర్పః-౩ వృశ్చికః-౪ గిరిః॥

కుశీలవః-అ-పు-చారణః-౨ నటః-౩ వాల్మీకిః-౪ యాచకః-౫ గాయకః॥ తె॥ ౧ నేరవిద్యమొదలైనయాటలవాఁడు-౨ నటుకుఁడు-౩ వాల్మీకుఁడనుమహర్షి-౪ యాచకుఁడు-౫ పాడేవాఁడు.

కుశీవశః-అ-పు-వాల్మీకిమునిః॥

కుశూలః-అ-పు-తుషానలః-౨ ధాన్యాగారమ్॥ తె॥ ౧ ఊముకనిప్పు-౨ ధాన్యపుకొట్టు, పాణకయున్న.

కుశేశయమ్-అ-న-పద్మమ్-౨ సారసపక్షీ॥ తె॥ ౧ తామరపువ్వు-౨ సారసపిట్ట.

కుశేశయః-అ-పు-పర్వతః-౨ కర్ణికారవృక్షః తె॥ ౧ కొండ-౨ కొండఁగోఁగుచెట్టు.

కుషకః-అ-పు-ఫాలః॥ తె॥ నాగంటికఱ్ఱు.

కుషలః-అ-త్రి-కుశలః॥

కుషాకుః-ఉ-పు-మర్కటః-౨ భానుః-౩ పావకః-౪ పరోత్తాపీ॥ తె॥ ౧ కోఁతి-౨ సూర్యుఁడు-౩ అగ్ని-౪ అన్యునిసంకటపెట్టువాఁడు

కుషాకుః-ఉ-త్రి-పరోత్తాపీ॥ తె॥ అన్యునిసంకటపెట్టువాఁడు.

కుషికమ్-అ-న-ఫాలః॥ తె॥ నాగంటికఱ్ఱు.

కుషితః-అ-త్రి-జలమిశ్రితః॥

కుషీదమ్-అ-న-కుసీదమ్॥ తె॥ వడ్డిచేతబ్రతుకుట.

కుష్ఠమ్-అ-న-పారిభావ్యమ్-౨ సుగంధః-౩ విషభేదః॥ తె॥ ౧ చంగలికోష్టు-౨ మంచివాసన.

కుష్ఠః-అ-(సీ)-శ్విత్రమ్॥ తె॥ తెల్లపొడలకుష్ఠు.

కుష్ఠకేతుః-ఉ-పు-భూమ్యాహుల్యః॥

కుష్ఠగన్ధా-ఆ-సీ-బల్యా॥ తె॥ పెన్నేరుచెట్టు.

కుష్ఠగన్ధి-ఇ-న-పలవాలుకమ్॥

కుష్ఠఘ్నః-అ-పు-శాకోటవృక్షః-౨ ఖదిరవృక్షః-౩ లఘుడః-౪ కటోలలతా-౫ హింతావలీ॥ తె॥ ౧ పెద్దటేకుచెట్టు-౨ చంద్రచెట్టు-౩ సన్నపాకులవెఱ్ఱిగన్నేరుచెట్టు-౪ చేఁతిపొట్లచెట్టు.

కుష్ఠఘ్నీ-ఈ-సీ-విడంగమ్-౨ కాకోదుంబరికా॥ తె॥ ౧ వాయువిడంగము-౨ బ్రహ్మమేడిచెట్టు.

కుష్ఠనాశనః-అ-పు-వారాహీకందః-౨ గౌరసర్షపః-౩ క్షీరీశవృక్షః॥

కుష్ఠనాశినీ-ఈ-సీ-సోమరాజీః॥ తె॥ కాలుగచ్చ.

కుష్ఠనుత్-ద్-సీ-భారద్వాజీ॥ తె॥ అడవిప్రత్తిచెట్టు.

కుష్ఠలమ్-అ-న-కుత్సితస్థలమ్॥

కుష్ఠసూదనః-అ-పు-ఆరగ్వధః॥

కుష్ఠహన్తా-ఋ-పు-హస్తికందః॥

కుష్ఠహన్త్రీ-ఈ-సీ-వాకుచీ॥

కుష్ఠహారీ-ఈ-సీ-కాక్షీలతా॥ తె॥ ప్రాదితీఁగె

కుష్ఠహృత్-ద్-పు-ఖదిరవృక్షః॥ తె॥ చంద్రచెట్టు.

కుష్ఠారిః-ఇ-పు-విట్ఖదిరః-౨ పటోలః-౩ ఆదిత్యపుత్రః-౪ ఖదిరః-౫ గంధకః॥

కుష్ఠీ-న్-త్రి-కుష్ఠరోగయుక్తః॥

కుష్మలమ్-అ-న-ఛేదనమ్॥

కుష్మాణ్డః-అ-పు-కర్కారులతా-౨దేవతాగణవిశేషః-౩భ్రూణః॥ తె॥౧గుమ్మడి.

కుష్మాణ్డకః-అ-పు-కుష్మాండః॥ తె॥గుమ్మడి.

కుష్మాణ్డీ-ఈ-సీ-ఉమా-౨ఓషధీ-౩కర్కారుః-౪యాగక్రియావిశేషః॥

కుసలమ్-అ-న-కుశలమ్॥

కుసితః-అ-పు-జనపదః॥

కుసిదాయీ-ఈ-సీ-కుసీదపత్నీ॥

కుసిమ్బీ-ఈ-సీ-శింబీ॥

కుసీదమ్-అ-న-వృద్ధిజీవనమ్-౨వృద్ధిః॥ తె॥ ౧వడ్డిచేతఁబ్రతుకుట-౨వడ్డి.

కుసీదః-అ-త్రి-వృద్ధిజీవీ॥

కుసీదకః-అ-త్రి-వార్ధుషికః॥ తె॥ వడ్డిచేతబ్రతుకువాఁడు.

కుసీదాయీ-ఈ-సీ-కుసీదపత్నీ॥

కుసీదికః-అ-త్రి-వృద్ధిజీవీ॥

కుసుమమ్-అ-న-పుష్పమ్-౨ఫలమ్-౩స్త్రీరజః-౪నేత్రరోగవిశేషః॥

కుసుమగర్భకః-అ-పు-తురుంభః॥ తె॥ పువ్వులుముడిచినకొప్పు.

కుసుమపురమ్-అ-న-పురవిశేషః॥

కుసుమమధ్యమ్-అ-న-వృక్షవిశేషః॥

కుసుమాకరః-అ-పు-మాఘమాసః॥

కుసుమాఞ్జనమ్-అ-న-రీతిపుష్పమ్॥ తె॥ కుసుమాంజనము.

కుసుమాత్మకమ్-అ-న-కుంకుమమ్॥

కుసుమాధిపః-అ-పు-చంపకవృక్షః॥

కుసుమాధిరాట్-జ్-పు-చంపకవృక్షః॥

కుసుమాయుధః-అ-పు-మదనః॥

కుసుమాలః-అ-పు-చోరః॥

కుసుమాసవమ్-అ-న-మధు॥

కుసుమేషుః-ఉ-పు-మన్మథః॥

కుసుమ్భమ్-అ-న-అలక్తః-౨లాక్షా-౩మహారజనమ్-౪సువర్ణమ్॥ తె॥౧లత్తుక-౨లక్క-౩కుసుంబాపువ్వు-౪బంగారము.

కుసుమ్భః-అ-పు-కమండలుః-౨మహారజనవృక్షః॥

కుసూః-ఊ-పు-కించులుకః॥

కుసూలః-అ-పు-కోష్ఠాగారమ్॥ తె॥పురి-పాణకాను.

కుసృతిః-ఇ-సీ-అన్యార్థబోధనమ్-౨శాంబరీ॥ తె॥౧కపటభేదము-౨ఇంద్రజాలము మొదలైనమాయ.

కుస్తిష్కః-అ-పు-శత్రుదూతః-౨రంభామూలమ్-౩కస్తూరికాలేపనమ్-౪రజస్వాలాలింగనమ్॥ తె॥ ౧పగవానిచారుఁడు-౨అరటిచెట్టుయొక్కమూలము-౩కస్తూరిపూఁత-౪ముట్టుదానినికౌఁగిలించుట.

కుస్తుభః-అ-పు-విష్ణుః॥

కుస్తుమ్బరీ-ఈ-సీ-ధన్యాకమ్॥

కుస్తుమ్బురు-ఉ-న-వితున్నకమ్॥ తె॥ధనియాలచెట్టు.

కుహ-ం-ం-త్రి-౨వైదికప్రయోగోయం.

కుహః-అ-పు-కుబేరః॥

కుహకమ్-అ-న-మాయా॥

కుహకజీవీ-న్-త్రి-మాయాజీవీ॥

కుహకస్వనః-అ-పు-కుక్కుటపక్షీ॥

కుహకస్వరః-అ-పు-కుక్కుటః॥

కుహణః-అ-పు-కాహలా॥ తె॥ ఊఁదేబూర.

కుహనమ్-అ-న-మృద్భాండవిశేషః-౨కాచభాజనమ్॥

కుహనః-అ-పు-మూషికః-౨సర్పః-౩శివః॥ తె॥౧ఎలుక-౨పాము.

కుహనః-అ-త్రి-ఈర్ష్యాయుక్తః॥ తె॥ఓరువమిచేఁగూడియుండుట.

కుహనా-ఆ-సీ-అర్థాదిలోభకృతమిథ్యాచారాదికపటచర్యా-౨దంభమాత్రకృతధ్యానమౌనాదిః-౩అర్థలిప్సయాధర్మాశ్రవణమ్ఇత్యన్యే॥

కుహనికా-ఆ-సీ-కుహనా॥

కుహరమ్-అ-న-రంధ్రమ్-౨ ఇంద్రజాలాదిమాయా-౩గహ్వరమ్-౪కోటరమ్-౫ నీవ్రమ్-౬ముఖమ్-౭ కర్ణః-౮కణ్ఠశబ్దః-౯గలః-౧౦అన్తికమ్॥ తె॥౧బెజ్జము-౨గారిడి-౩గుహ-౪తొఱ్ఱ-౫ ఇంటిచూరు-౬మొగము.

కుహరః-అ-పు-సోమవల్కవృక్షః-౨నాగవిశేషః-౩రాజవిశేషః॥ తె॥ ౧తెల్లతుమ్మచెట్టు.

కుహరితః-అ-త్రి-రతికూజితమ్॥

కుహరితః-అ-పు-కోకిలధ్వనిః॥

కుహరీన్-న్-పు-ఇంద్రజాలాదిమాయాకరః॥ తె॥గారిడీచేసేవాఁడు.

కుహలిః-ఇ-పు-పూగపుష్పికా॥

కుహా-ఆ-సీ-కటుకీ॥

కుహుః-ఉ-సీ-కుహూః॥

కుహురుతమ్-అ-న-పికాలాపః-౨రుదితమ్-౩రథనిస్వనః॥

కుహూః-ఊ-సీ-నష్టేందుదర్శః-౨కోకిలధ్వనిః-౩హిమవత్పర్వతజాతనదీవిశేషః॥

కుహూకణ్ఠః-అ-పు-కోకిలః॥ తె॥కోయిల.

కుహూముఖః-అ-పు-కోకిలః॥ తె॥ కోయిల.

కుహూరవః-అ-పు-కోకిలః॥ తె॥కోయిల.

కుహూలమ్-అ-న-సశల్యభూరంధ్రమ్॥

కుహేడికా-ఆ-సీ-కుజ్ఝటికా॥

కుహేడీ-ఈ-సీ-కుహేడికా॥

కుహేలికా-ఆ-సీ-కుజ్ఝటిః॥

కూః-ఊ-సీ-పిశాచీ॥

కూకుః-ఉ-సీ-అష్టవర్షకన్యా॥ తె॥ ఎనిమిదేండ్లపడుచు.

కూకుదః-అ-త్రి-సాలంకృతకన్యాదాతా॥

కూచః-అ-పు-స్తనః॥

కూదికా-ఆ-సీ-తూలికా॥

కూజితమ్-అ-న-పక్షిధ్వనిః॥

కూటః-అ-(సీ)-కపటః-౨పర్వతశృంగమ్-౩యంత్రః-౪అనృతమ్-౫సీరాంగమ్-౬నిశ్చలః-౭పాపమ్-౮లోహముద్గరః-౯తుచ్ఛః-౧౦పురద్వారమ్-౧౧ధాన్యాదిరాశిః॥ తె॥౫నాగంటిఆరు.

కూటః-అ-పు-వల్మీకః-౨భగ్నశృంగవృషభః-౩యోజితమ్-౪అశ్మకుట్టకః-౫అయోఘనః-౬టంకః-౭అగస్త్యమునిః॥ తె॥౧పుట్ట-౨కొమ్ములువిఱిగినయెద్దు-౩లెక్కకలియగూడడము-౪ఱాళ్లుమలిచేవాఁడు౫సమ్మెట-౬కాశవులి-౭అగస్త్యముని.

కూటః-అ-ద్వ-గృహమ్॥ తె॥ఇల్లు.

కూటకమ్-అ-న-శీరాంగమ్-౨ఫాలమ్॥ తె॥ ౧నాగంటిమంప.

కూటకః-అ-పు-చాషపక్షీ-౨మురానామగన్ధద్రవ్యమ్-౩కబరీ॥ తె॥౧పాలపిట్ట.

కూటకః-అ పు-అయోఘనః॥ తె॥కమ్మరవానిసమ్మెట.

కూటకృత్-త్-పు-శివః-౨కాయస్థః॥

కూటకృత్-త్-త్రి-కితవః॥ తె॥ఉన్మత్త.

కూటజః-అ-పు-కుటజవృక్షః॥ తె॥ కొడిసెచెట్టు-

కూటపాలకః-అ-పు-పిత్తజ్వరః॥ (చెట్టు)

కూటపుష్పః-అ-పు-కుందః॥ తె॥కుందయను

కూటపూర్వః-అ-పు-హస్తినామ్త్రిదోషజ్వ

రః-౨కూటపర్వోపిక్వచిత్ప్రాతః.

కూటయన్త్రమ్-అ-న-ఉన్మాదః॥ తె॥ పెద్దపులి మొదలైనవాంటిఁ పట్టెబోను.

కూటశాల్మలిః ఇ-పు-కుశాల్మలివృక్షః॥ తె॥ పిన్నబూరుగచెట్టు.

కూటసాక్షీ-న్-త్రి-మిథ్యాసాక్షీ॥

కూటస్థమ్-అ-న-చక్రకారకమ్॥ తె॥ వ్యాఘ్రనఖము నే గ్రంధ్యము.

కూటస్థః-అ-త్రి-ఏకరూపతయాకాలత్రయవ్యాపకాత్మాదిః॥

కూటాగారమ్-అ-న-వడభీ॥

కూటార్థభాషితా-ఆ-సీ-ప్రబంధకల్పనాకథా॥

కూడ్యమ్-అ-న-భిత్తిః॥ తె॥ గోడ.

కూణిః-ఇ-త్రి-కుకరః॥ తె॥ ఊచచేతులవాఁడు

కూణికా-ఆ-సీ-శృంగమ్-౨వీణామూలస్థవంశశలాకా॥

కూతమ్-అ-న-అభిప్రాయః॥

కూదరః-అ-పు-జాతివిశేషః॥

కూద్దాలః-అ-పు-కుద్దాలవృక్షః॥

కూపః-అ-పు-రంధ్రమ్-౨కుకుందరః-౩గుణవృక్షకః॥ తె॥ ౧బెజ్జము-౨కటిపశ్చాద్భాగమందలిగుంటలు-౩ఓడనడిమికంబము.

కూపః-అ-(సీ)-ఉదపానమ్॥ తె॥ నుయ్యి.

కూపకః-అ-పు-శుష్కనదీస్థానాదికృతగర్తః-౨నౌకామధ్యపతాకాస్తంభః-౩కుకుందః-౪తైలపాత్రమ్॥ తె॥ ౧దోలువు-౨ఓడనడిమికొయ్య-౩కటిభాగమందలిగుంటలు-౪సిద్దె.

కూపగణ్డః-అ-పు-విధవాలక్షణమ్॥ తె॥ లొట్టబడేవాడ.

కూపాఙ్గః-అ-పు-రోమాంచః-౨కూపాంకోపిపాతః॥

కూపారః-అ-పు-సముద్రః॥

కూపికా-ఆ-సీ-అంభోగతోపలమ్-౨జలమధ్యస్థపర్వతాదిః॥

కూబరః-అ-పు-యుగంధరః-౨కుంజరః-౩మనోజ్ఞః-౪కఫోణిః॥ తె॥ ౧కాఁడికిరథానకు వేసినవొగ-౪మోచెయ్యి.

కూబరద్రుః-ఉ-పు-తినిశవృక్షః॥ తె॥ నెమ్మిచెట్టు.

కూబరీ-న్-పు-రథః॥

కూమమ్-అ-న-సరోవరః॥

కూరమ్-అ-న-అన్నమ్॥

కూరః-అ-పు-భక్తమ్॥

కూరరః-అ-పు-కఫోణిః॥ తె॥ మోచెయ్యి.

కూర్చః-అ-(సీ)-భ్రూమధ్యమ్-౨శ్మశ్రు-౩మయూరపుచ్ఛముష్టిః-౪కుశముష్టిః-౫కఠినమ్-౬కైతవమ్-౭వికత్థనమ్-౮దంభః-౯క్షిప్రోపరిభాగః-సతు అంగుష్ఠాంగుళిమధ్యస్యఉపరిభాగః॥ తె॥ ౨గడ్డము, మీసాలవెంట్రుకలున్ను.

కూర్చః-అ-పు-ప్రవికా॥ తె॥ జండాకుచ్చులు.

కూర్చకః-అ-పు-తున్నవాయః॥ తె॥ బట్టలుకుట్టేశిల్పిజాలెవాఁడు.

కూర్చకేసరః-అ-పు-నారికేలః॥

కూర్చపర్ణికా-ఆ-సీ-పాతాళగరుడీలతా॥ తె॥ దూసరితీఁగె.

కూర్చశిరః-స్-న-అంఘ్రిస్కంధః॥

కూర్చశీర్షః-అ-పు-జీవకః॥ తె॥ జీవకమనుచెట్టు.

కూర్చశీర్షకః-అ-పు-జీవకః॥

కూర్చశేఖరః-అ-పు-నారికేళవృక్షః॥ తె॥ కొబ్బరిచెట్టు.

కూర్చా-ఆ-సీ-స్వ(స్త్రీ)-౨కుశః-౩కైతవమ్.౪పీఠమ్॥

కూర్చికా-ఆ-సీ-తున్నవాయః-౨నవప్రసూతగోక్షీరయుక్తక్షీరవికారః-౩సూచికా-౪తూలికా-౫కుట్మలః-౬భ్రూః-౭చుబుకమ్-౮వస్త్రగ్రంథిః-౯నిర్యాసః॥ తె॥౧బట్టలకుట్టు-౨జున్ను-౩సూది-౪చిత్తరువువ్రాసేకణిక-౫మొగ్గ-౬కనుబొమ్మ-౭గడ్డము-౮పోఁకముడి-౯బంక.

కూర్చీ-ఈ-సీ-చిత్రకారోపకరణః॥ తె॥ చిత్తరువువ్రాయుపోగర.

కూర్దనమ్-అ-న-(స్త్రీ)పురుషకృతవనవిహా(రాదిక్రీడా॥

కూర్దనీ-ఈ-సీ-చైత్రీపూర్ణిమా॥

కూర్పమ్-అ-న-భ్రూద్వయమధ్యస్థలమ్॥

కూర్పరః-అ-పు-కఫోణిః-౨కటాహః-౩జాను॥ తె॥౧మోఁచెయ్యి-౨మండ, బొరుసున్న-౩మోకాలు.

కూర్పాసః-అ-పు-కంచుకః-౨వారవాణః॥

కూర్పాసకః-అ-(సీ)-కంచుకః॥ తె॥ చొక్కా, రయికె.

కూర్మః-అ-పు-కమఠః-౨దర్శనప్రవర్తమానవాయుః॥ తె॥౧తాఁబేలు-౨ఉపవాయువులలోభేదము.

కూర్మచక్రమ్-అ-న-కృషికర్మోక్తకచ్ఛపాకారచక్రమ్॥

కూర్మపృష్ఠః-అ-పు-అమ్లానవృక్షః-౨కచ్ఛపస్యపృష్ఠదేశశ్చ॥ తె॥౧తెల్లపెద్దగోరంట.

కూర్మపృష్ఠకమ్-అ-న-శరావమ్॥

కూర్మరాజః-అ-పు-కచ్ఛపరాజః॥

కూర్మరాట్-జ్-పు-ఆధారశక్త్యుపరిస్థితాదికూర్మః-౨అశ్వముఖమీనః॥

కూర్మికా-ఆ-సీ-వీణాతంత్రీభేదజస్వరాశ్రయక్రియాభేదః॥ తె॥వీణయొక్కతంతులనుండిపుట్టుస్వరాశ్రయమైన యొకానొకక్రియ.

కూలమ్-అ-న-నద్యాదితీరమ్-౨సేనాపృష్ఠమ్-౩స్తూపమ్-౪కూటమ్-౫తటాకః॥ తె॥౧యేఱుమొదలయినవాఁటిబడ్డు-౩దిబ్బ-౫చెఱువు.

కూలకమ్-అ-(సీ)-స్తూపః-౨తీరమ్॥

కూలకః-అ-పు-కృమిపర్వతః॥

కూలంకషః-అ-పు-సముద్రః॥ తె॥మున్నీరు.

కూలంకషా-ఆ-సీ-నదీ॥ తె॥యేఱు.

కూలదిక్-శ్-సీ-సముద్రతీరమ్॥ తె॥ చెలియలికట్టు.

కూలవతీ-ఈ-సీ-నదీ॥ తె॥యేఱు.

కూలహణ్టకః-అ-పు-జలావర్తః॥ తె॥నీటిసుడి

కూలహలః-అ-పు-శ్రావణీ॥ తె॥ బోడతరపుచెట్టు.

కూవరః-అ-(సీ)-యుగంధరః-౨యత్రరథస్యయుగకాష్ఠమాసజ్యతేతత్ర॥

కూవరః-అ-పు-కుబ్జకః॥

కూవరః-అ-త్రి-మనోజ్ఞః॥

కూవరీ-ఈ-సీ-కంబలాచ్ఛాదితరథః॥

కూవలమ్-అ-న-చిత్రవర్ణోత్పలమ్॥ తె॥ అనేకరంగులుఁగలకలువపువ్వు.

కూశ్మాణ్డః-అ-పు-కర్కారులతా॥ తె॥గుమ్మడి

కూష్మాణ్డః-అ-పు-కర్కారులతా-౨దేవతాగణవిశేషః-౩భ్రూణః॥ తె॥౧గుమ్మడి.

కూష్మాణ్డకః-అ-పు-కూష్మాండః॥

కూష్మాణ్డీ-ఈ-సీ-అంబికా-౨ఓషధిః॥

కూహకః-అ-త్రి-ఈర్ష్యాయుక్తః-౨వంచకః॥ తె॥ ౧అసూయఁగలవాఁడు-౨మోసగాఁడు.

కూహనా-ఆ-సీ-కుహనా॥

కూహా-ఆ-సీ-కుజ్ఝటికా॥

కృ-౦-౦-కస్మిన్నిత్యర్థః॥ తె॥ఎక్కడ.

కృకమ్-అ-న-శిరోగ్రీభమ్॥ తె॥ ముచ్చిలిగుంటమీఁదిబుచిపె.

కృకః-అ-పు-గలః॥
కృకణః-అ-పు-క్రకరపక్షీ-౨క్రిమిః॥ తె॥౧ పిన్నకక్కెర
కృకరః-అ-పు-క్షుతప్రవర్తమానవాయుః-౨కృకణపక్షీ - ౩చవ్యకమ్- ౪కరవీరవృక్షః-౫శివః॥
కృకలా-ఆ-సీ-పిప్పలీ॥
కృకలాశః-అ-పు-కృకలాసః॥ తె॥తొండ॥
కృకలాసః-అ-పు-సరటః- ౨జాతిహీనః-౩గర్భస్రస్తః॥ తె॥౧తొండ.
కృకవాకుః-ఉ-పు-చిత్రబింబః-౨కుక్కుటః-౩మయూరః-౪సరటః॥ తె॥ ౧ఊసరవెల్లి-౨కోడి-౩నెమలి.
కృకవాకుధ్వజః-అ-పు- కార్తికేయః॥ తె॥ కుమారస్వామి॥
కృకాటికా-ఆ-సీ- కంఠపశ్చాద్భాగః- ౨ఘాటా॥ తె॥౧ముచ్చిలిగుంట.
కృకూలాసః-అ-పు-కృకలాసః॥ తె॥తొండ.
కృచ్ఛ్రమ్-అ-న-కష్టమ్॥
కృచ్ఛ్రః-అ-(సీ)-సాంతపనాదికమ్- ౨దుఃఖమ్-౩పాపమ్॥
కృచ్ఛ్రః-అ-త్రి-కష్టవాన్॥
కృచ్ఛ్రాతికృచ్ఛ్రః అ-పు-వ్రతవిశేషః॥
కృచ్ఛ్రారిః-ఇ-పు-బిల్వాంతరవృక్షః॥
కృచ్ఛ్రార్ధః-అ- పు- దినమట్కసాధ్యవ్రతవిశేషః॥
కృణుః-ఉ-పు-చిత్రకరజాతిః॥
కృతమ్-౦-౦-కృతార్థః॥ తె॥చేయఁబడ్డది.
కృతమ్-అ-న-ఫలమ్-౨పర్యాప్తమ్- ౩ఉపకారః-౪అలమర్థః॥
కృతః-అ-త్రి-విహితః-౨హింసితమ్॥ తె॥ ౧ చేయఁబడ్డది.
కృతః-అ-పు-కృతయుగమ్ - ౨భుక్తార్థస్థితదాసః॥ తె॥ ౨మాటికున్నవాఁడు-
కృతకమ్-అ-న-బిడాలవణమ్॥ తె॥ బిడాలవణము.
కృతకః-అ-త్రి-కృత్రిమః॥ తె॥కపటుఁడు.
కృతకర్మా-న్-త్రి-నిపుణః॥ తె॥ నేర్పరి.
కృతకృత్యః-అ-త్రి-నిష్పన్నకర్మ-౨సమాప్తకార్యః॥
కృతకోటిః-ఇ-పు-కాశ్యపమునిః- ౨ఉపవర్షమునిః॥
కృతగన్ధా-ఆ-సీ-కందారీ॥ తె॥ కందారిచెట్టు.
కృతఘ్నః-అ- త్రి- కృతహంతా - ౨అర్థాత్ యేనకేనచిత్కృతస్య ఉపకారాదేర్ఘాతకః॥
కృతచ్ఛిద్రా-ఆ-సీ-కోశాతకీలతా॥ తె॥బీరచెట్టుతీఁగె.
కృతజిఙ్ఞః-అ-పు-పుత్రజీవః॥ తె ॥ పుత్రజీవిచెట్టు.
కృతజ్ఞః-అ-పు-శునకః॥ తె॥కుక్క.
కృతజ్ఞః-అ-త్రి-ఉపకారజ్ఞః॥ తె॥ఉపకారముగుఱుతెఱిఁగినటువంటివాఁడు.
కృతత్రా-ఆ-సీ-త్రాయమాణాలతా॥
కృతదాసః- అ- పు- నారదోక్తపంచదశదాసాంతర్గతదాసవిశేషః - సతుకేనచిన్నిమిత్తేనపతావత్కాలపర్యంతంతవాహందాసఇతికృతసమయః॥
కృతపుఙ్ఖః-అ-త్రి-కృతహస్తః॥ తె॥గురిగావేసినవిలుకాఁడు.
కృతపూర్వీ-న్-త్రి-పూర్వనిష్పన్నకర్మా.
కృతఫలమ్-అ-న-కక్కోలమ్॥
కృతఫలా-ఆ-సీ-కోలశింబీ॥
కృతమాలః-అ-పు-ఆరగ్వధవృక్షః॥ తె॥ రేలచెట్టు.
కృతమాలా-ఆ-సీ- మలయాద్రిజాతనదీ (విశేషః॥

కృతముఖః-అ-త్రి-నిపుణః - ౨ధనుర్నిపుణః॥ తె॥౧ నేర్పరి-౨నేర్పరియయినవిలుకాడు

కృతమాలకః-అ-పు-నక్తకపక్షీ॥ తె॥ నల్లగుడ్లగూబ.

కృతలక్షణః-అ-త్రి-సుగుణప్రసిద్ధః॥

కృతవేతనః-అ-త్రి-వేతనేననియుక్తదాసాదిః

కృతవేధకః-అ-పు-ఘోషాతకీ॥

కృతవేధనా-ఆ-సీ-కోశాతకీలతా॥

కృతశ్రమః-అ-త్రి-కృతోత్సాహః- ౨యేనశ్రమఃకృతఃసః॥

కృతసాపత్నికా-ఆ-సీ-అధ్యూఢా॥ తె॥ పెద్దపెండ్లాము.

కృతహస్తః-అ-పు-సుప్రయోగవిశిఖః॥ తె॥ గురితప్పకవేసేవిలుకాఁడు.

కృతాన్తమ్-అ-న-దైవమ్- ౨అకుశలకర్మ॥

కృతాఞ్జలిః-ఇ-త్రి-యేనాంజలిఃకృతఃసః.

కృతాఞ్జలిః-ఇ-పు-ఓషధిభేదః॥

కృతాన్తః-అ-పు-యమః-౨సిద్ధాంతః- ౩ధూర్తః-౪గిరిగహ్వరమ్- ౫అశనిపాతః॥

కృతాన్తజనకః-అ-పు-సూర్యః॥

కృతాన్తా-ఆ-సీ-రేణుకానామగంధద్రవ్యం.

కృతార్థః-అ-త్రి-కృతప్రయోజనః॥

కృతాలయః-అ-పు-భేకః॥

కృతావక్థికః-అ-త్రి- వస్త్రాదినాకృతపృష్ఠజానుజంఘాదిబంధః॥

కృతిః-ఇ-సీ-వింశతితమచ్ఛందః-౨వింశతిసంజ్ఞా-౩వాగ్విషయకర్మ-౪యత్నః-౫వర్గాఖ్యగణితమ్- ౬క్రియా-౭హింసా॥ తె॥౩ఉత్తరప్రత్యుత్తరములు.

కృతికరః-అ-పు-రావణః॥

కృతీన్-త్రి-నిపుణః॥ తె॥ నేర్పరి-

కృతీన్-పు-పండితః-౨కృతార్థః॥

కృత్తః-అ-త్రి-ఛిన్నః॥ తె॥నరకఁబడ్డది.

కృత్తిః-ఇ-సీ-చర్మ - ౨భూర్జవృక్షః-౩కర్తనమ్-౪కృత్తికా॥ తె॥ ౧తోలు-౩కత్తిరించడము.

కృత్తికా- ఆ- సీ- నక్షత్రవిశేషః॥ తె॥కృత్తికయనునక్షత్రము.

కృత్తికాభవః-అ-పు-చంద్రః॥

కృత్తికాసుతః-అ-పు-కార్తికేయః॥ తె॥ కుమారస్వామి.

కృత్తివాసః-అ-పు-శివః॥

కృత్తివాసాః-స్-పు-శివః॥

కృత్నుః ఉ-పు-శిల్పీ॥

కృత్యమ్-అ-న-కార్యమ్॥

కృత్యః-అ-త్రి-కుపితః-౨ధనాదిభేద్యః॥

కృత్యా-ఆ-సీ-రంగవల్లీ-౨దేవతా॥ తె॥౧ (ముగ్గు)

కృత్యా-ఆ-(పు)-కర్మ॥

కృత్రిమమ్-అ-న-రతిబంధవిశేషః-౨బిడ్లవణమ్-౩కాచలవణమ్- ౪జవాదినామగంధద్రవ్యమ్-౫రసాంజనమ్॥

కృత్రిమః- అ- పు- తురుష్క- నామకగ్రంథద్రవ్యమ్-౨స్వయంక్రీతపుత్రః॥

కృత్రిమః-అ-త్రి- క్రియయానిర్వృత్తః- ౨రచితః॥

కృత్రిమకః-అ-పు-తురుష్క-నామగంధద్ర(వ్యం॥)

కృత్రిమధూపకః-అ-పు-వృకధూపః॥ తె॥ అనేకద్రవ్యములుగూర్చినధూపద్రవ్యము.

కృత్రిమపుత్రః-అ- పు- ద్వాదశవిధపుత్రమధ్యేపుత్రవిశేషః॥

కృత్రిమమిత్రః-అ-పు-రచితబంధుః॥

కృత్రిమా-ఆ-సీ- రసాదివేధజనితరజితమ్॥

కృత్రిమాదయః-అ-పు-జవాదిః॥

కృత్సమ్-అ-న-జలమ్-౨సముదాయః.

కృత్స్నమ్-అ-న-కుక్షిః-౨ఆపః॥ తె॥౧కడుపు॥

కృత్స్నః-అ-త్రి-సమస్తః.

కృదరః-అ-పు-ధాన్యాదిగృహమ్॥
కృన్తత్రమ్-అ-న-లాంగలమ్॥
కృన్తనమ్-అ-న-ఛేదనమ్॥
కృపః-అ-పు-కృపాచార్యః-౨వ్యాసస్థిః॥
కృపణః-అ-పు-కృమిః॥
కృపణః అ-త్రి-అతిలోభవాన్-౨కుత్సితః-౩నిర్ధనః॥
కృపా-ఆ-సీ-కరుణారసః॥
కృపాణః-అ-పు-ఖడ్గః॥ తె॥కత్తి.
కృపాణకః-అ-పు-ఖడ్గః॥
కృపాణికా-ఆ-సీ-ఛురికా॥
కృపాణీ-ఈ-సీ-కర్తరీ-౨ఛురికా॥ తె॥౧కత్తెర-౨సూరకత్తి.
కృపాద్వైతః-అ-పు-బుద్ధభేదః॥
కృపాలుః-ఉ-త్రి-దయావాన్॥ తె॥జాలిగుండెవాఁడు.
కృపీ-ఈ-సీ ద్రోణాచార్యపత్నీ॥
కృపీటమ్-అ-న-జలమ్-౨ఉదరమ్-౩విపినమ్-౪ఇన్ధనమ్॥ తె॥౧ఉదకము-౨గర్భము-౩అడవి-౪సమిధ॥
కృపీటకమ్-అ-న-గర్భః॥ తె॥కడుపు.
కృపీటపాలమ్-అ-న-కేనిపాతః॥ తె॥ఓడతెడ్డు
కృపీటపాలః-అ-పు-సముద్రః-౨పవనః॥ తె॥౧సంద్రము-౨గాలి.
కృపీటయోనిః-ఇ-పు-అగ్నిః॥ తె॥నిప్పు.
కృపీపుత్రః-అ-పు-అశ్వత్థామా॥
కృమిః ఇ-పు-కీటః॥ తె॥పురుఁగు.
కృమికణ్టకమ్-అ-న-విడంగమ్-౨చిత్రాంగః-౩ఉదుంబరః॥
కృమికోశోత్థమ్-అ-న-కౌశేయమ్॥
కృమిఘ్నః-అ-పు-విడంగః-౨పలాండుః-౩కోలకందః ౪పారిభద్రః-౫భల్లాతకః॥
కృమిఘ్నా-ఆ-సీ-హారిద్రా॥ తె॥పసపు.

కృమిఘ్నీ-ఈ-సీ-ధూమపత్రా-౨విడంగః॥
కృమిజమ్-అ-న-అగురు॥
కృమిజగ్ధమ్ అ-న-అగురు॥
కృమిజా-ఆ-సీ-లాక్షా॥ తె॥లక్క.
కృమిరిపుః-ఉ-పు-విడంగః॥
కృమిలా-ఆ-సీ- బహుప్రసూః - ౨బహుసంతానప్రసవా॥
కృమిలా-ఆ-త్రి-క్రిమియుక్తః॥
కృమివృక్షః-అ-పు-కోషామ్రః॥
కృమిశఙ్ఖః-అ-పు-జీవశంఖః॥
కృమిశుక్తిః-ఇ-సీ-జలశుక్తిః॥
కృమిశైలకః-అ-పు వల్మీకః॥
కృమీలకః-అ-పు-వనముద్గః॥
కృవిః-ఇ-పు-తంతువాయః॥ తె॥సాలెవాఁడు.
కృశః-అ-త్రి-సూక్ష్మః-౨అల్పః॥ తె॥౧సన్నపది-కొంచపుదిన్ని.
కృశరః-అ-పు-తుల్యతిలాన్నమ్॥
కృశరా-ఆ-సీ-తిలౌదనమ్-౨ద్విదళమిశ్రితాన్నమ్॥
కృశలా-ఆ-సీ-కేశః॥
కృశశాఖః-అ-పు-పర్పటః॥
కృశాఙ్గీ-ఈ-సీ - ప్రియంగువృక్షః॥
కృశాఙ్గీ-ఈ-త్రి-సూక్ష్మాంగవిశిష్టః॥
కృశానుః-ఉ-పు-అగ్నిః-౨చిత్రకవృక్షః॥
కృశానురేతాః-స్-పు-శివః॥
కృశాశ్వీ-న్-పు-శైలూషః॥ తె॥ మేళముకట్టుకొని జీవించేవాఁడు.
కృశికా-ఆ-సీ-ఆఖుకర్ణీలతా॥
కృషః-అ-త్రి-కృషీవలః॥ తె॥ దున్నుకొనిజీవించేవాఁడు.
కృషకః-అ-పు-ఫాలమ్-౨కర్షకః-౩వృషః॥ తె॥౧నాగేటికఱ్ఱు-౨దున్నేవాఁడు.
కృషాణుః-ఉ-పు-కృశానుః॥
కృషిః-ఇ-సీ-వైశ్యవృత్తిః-౨కర్షణమ్॥ తె॥౧దున్నిపండించడము.

కృషికమ్-అ-న-ఫాలమ్॥ తె॥ నాగేటికఱ్ఱు.

కృషికః-అ-పు-ఫాలః-౨కర్షకః॥ తె॥ ౧ నాగంటికఱ్ఱు-౨దున్నేవాఁడు.

కృషికః-అ-త్రి-కృషీవలః॥ తె॥ దున్నుకొనిజీవించేవాఁడు.

కృషిబలః-అ-త్రి-కర్షకః॥ తె॥ దున్నుకొనిజీవించేవాఁడు.

కృషీవలః-అ-త్రి-౧కర్షకః-౨కాకజఙ్ఘావృక్షః॥ తె॥ ౧దున్నుకొనిజీవించేవాఁడు.

కృష్కరః-అ-పు-శివః॥

కృష్టమ్-అ-త్రి-కృష్టక్షేత్రమ్॥

కృష్టః-అ-త్రి-సీత్యః॥ తె॥ దున్నినపొలము.

కృష్టపచ్యః-అ-త్రి-వ్రీహిః-౨ధాన్యమ్॥

కృష్టపాక్యమ్-అ-త్రి-కృష్టపచ్యమ్॥

కృష్టిః-ఇ-పు-పండితః-౨కర్షణే(స్త్రీ)॥ తె॥ ౧ తెలిసినవాఁడు.

కృష్ణమ్-అ-న-మరీచమ్-౨పాపమ్-౩లోహమ్-౪నీలాంజనమ్-౫కాలాగురు॥ తె॥ ౧ మిఱియాలు-౨పాపము.

కృష్ణః-అ-పు-విష్ణుః-౨కరమర్దకవృక్షః-౩మహిషః-౪చిత్రవర్ణయజ్ఞార్హహరిణః-౫కృష్ణవక్షస్సహితచంచలపక్షీ-౬నీలవర్ణః ౭శూద్రవర్ణః-౮వ్యాసః-౯అర్జునః-౧౦అగ్నిః-౧౧కోకిలః-౧౨కాకః - ౧౩బహుళపక్షః-౧౪గజః॥ తె॥ ౧విష్ణువు-౨ఒకచెట్టు-౩మన్నపోఁతు-౪చిత్రవర్ణముఁగలిగియజ్ఞమునకుఁదగినయిఱ్ఱి-౫రొమ్మునల్లనిఉవ్వపిట్ట-౬నలుపు-౭శూద్రజాతి ౮వేదవ్యాసుఁడు-౯ఇంద్రపుత్రుఁడు-౧౦నిప్పు-౧౧కోయిల-౧౨కాకి - ౧౩బహుళపక్షము-౧౪ఏనుఁగు.

కృష్ణః-అ-త్రి-నీలవర్ణవాన్॥

కృష్ణకన్దమ్-అ-న-రక్తోత్పలమ్॥ తె॥ఎఱ్ఱకలువ

కృష్ణకర్మా-న్-త్రి-దురాచారవాన్॥

కృష్ణకాకః-అ-పు-ద్రోణకాకః॥ తె॥ బొంతకాకి.

కృష్ణకాష్ఠమ్-అ-న-కాలాగురు॥

కృష్ణకోహలః-అ-పు-ద్యూతకృత్॥

కృష్ణగన్ధా-ఆ-సీ-శోభాంజనః॥

కృష్ణగర్భః-అ-పు-కట్ఫలః॥

కృష్ణచఞ్చుకః-అ-పు-చణకః॥

కృష్ణచరః-అ-పు - కృష్ణస్యభూతపూర్వోగవాదిః॥

కృష్ణచూడికా-ఆ సీ-గుంజా॥ తె॥ గురివెంద.

కృష్ణచూర్ణమ్-అ-న-లోహమలమ్॥

కృష్ణజటా-ఆ-సీ-భూతజటా॥ తె॥ జటామాంసిగ్రంధ్యము.

కృష్ణజీరకః-అ-పు-కృష్ణవర్ణజీరకః॥ తె॥ నల్లజీలకఱ్ఱ.

కృష్ణతణ్డులా-ఆ-సీ-కర్ణస్ఫోటా॥ తె॥ బొల్లిబూసరచెట్టు.

కృష్ణతామ్రమ్-అ-న-గోశీర్షచందనమ్॥

కృష్ణతారః-అ-పు-హరిణః॥

కృష్ణతారే-అ న-కృష్ణతారకే - ౨భాగ్యవతీలక్షణమ్॥

కృష్ణతాలః-అ-పు-తమాలవృక్షః॥

కృష్ణతాలునీ-ఉ-న- దారిద్ర్యవతీలక్షణమ్॥

కృష్ణత్రివృతా-ఆ-సీ-కృష్ణవర్ణాత్రివృత్॥

కృష్ణదన్తా-ఆ-సీ-కాశ్మరీవృక్షః

కృష్ణదేహః - అ - పు - భ్రమరః - ౨సారస్వతః-

కృష్ణద్వైపాయనః అ-పు-వేదవ్యాసః॥

కృష్ణధత్తూరకః- అ- పు- కృష్ణవర్ణధుస్తూరః॥ తె॥నల్లఉమ్మెత్త॥

కృష్ణనిమ్బః-అ-పు-సురభిచ్ఛదవృక్షః॥ తె॥ కరివేఁపచెట్టు-

కృష్ణపక్షః-అ-పు-అసితపక్షః॥
కృష్ణపర్ణః-అ-పు-మహాపిండీతకః॥ తె॥ పెద్ద మ్రంగచెట్టు.
కృష్ణపర్ణీ-ఈ-సీ-కాలతులసీ॥
కృష్ణపాకః-అ-పు-కరమర్దః॥
కృష్ణపాకఫలః-అ-పు-కరమర్దకవృక్షః॥ తె॥ ఓకచెట్టు-
కృష్ణపిఙ్గలా-ఆ-సీ-పార్వతీ॥
కృష్ణపిఙ్గలీ-ఈ-సీ-కృష్ణవర్ణాధికపింగలవర్ణః॥
కృష్ణపిణ్డీతకః-అ-పు-వృక్షవిశేషః॥
కృష్ణపిణ్డీరః-అ-పు-కృష్ణపిండీతకవృక్షః॥
కృష్ణపిపీలీ-ఈ-సీ-కృష్ణవర్ణపిపీలికా॥
కృష్ణపులఙ్గవః-అ-పు-మహద్వజ్రహేతిః॥ తె॥ పెద్దకండచీమ.
కృష్ణపుష్పః-అ-పు-కృష్ణధత్తూరకః॥
కృష్ణపుష్పీ-ఈ-సీ-ప్రియంగువృక్షః॥
కృష్ణఫలమ్-అ-న-తక్కోలం॥ తె॥ తక్కోలచెట్టు
కృష్ణఫలః-అ-పు-కరమర్దకః॥ తె॥ ఓకపండు.
కృష్ణఫలపాకః- అ- పు - కరమర్దకః॥ తె॥ ఓకపండు.
కృష్ణఫలా-ఆ-సీ-సోమరాజీ॥
కృష్ణఫలీ-ఈ- సీ- అవల్గుజః॥ తె॥ కాలుగెచ్చ.
కృష్ణబర్బరకః-అ-పు-బర్బరకవృక్షః॥
కృష్ణబీజమ్-అ-న-కాలింగమ్॥
కృష్ణబీజః-అ-పు - అరిష్టవృక్షః - ౨రక్తశిగ్రువృక్షః॥ తె॥ ౧కుంకుడుచెట్టు.
కృష్ణబీజకః-అ-పు- కలింగలతా ॥ తె ॥ పుచ్చచెట్టు. (యక్ష్తోద్దేశః॥
కృష్ణభూమః-అ - పు - కృష్ణవర్ణమృత్తికా
కృష్ణభూమిజా-ఆ-సి- గోమూత్రికాతృణమ్.
కృష్ణభేదా-ఆ-సీ-కటురోహిణీ॥ తె॥ కటుకరోహిణి. (రోహిణి.
కృష్ణభేదీ-ఈ-సీ-కటురోహిణీ॥ తె॥ కటుక

కృష్ణభోజికః-అ-పు-ద్యూతకారః॥ తె॥ జూదమాడెడివాఁడు.
కృష్ణమల్లికా-ఆ-సీ-కృష్ణార్జకః॥ తె॥ నల్లగగ్గరచెట్టు.
కృష్ణముద్గః-అ-పు-ముద్గవిశేషః॥
కృష్ణమూలీ-ఈ-సీ-శారిబావిశేషః॥
కృష్ణరక్తికా-ఆ-సీ- గుంజాలతా ॥ తె ॥ గురివెంద
కృష్ణరుహా-ఆ-సీ-జతుకాలతా॥
కృష్ణరూప్యః అ- త్రి-కృష్ణస్యభూతపూర్వోగవాదిః॥
కృష్ణరేఖా-ఆ-సీ-దాస్యలక్షణమ్॥
కృష్ణలమ్-అ-న-సేతికా॥ తె॥ మూడుయవలయెత్తువెండి.
కృష్ణలకః-అ-పు-గుంజా॥ తె॥ గురివెంద॥
కృష్ణలవణమ్-అ-న-సౌవర్చలలవణమ్- ౨కాచలవణమ్॥
కృష్ణలా-ఆ- సీ- గుంజాలతా॥ తె॥ గురివెందతీఁగె.
కృష్ణలోహమ్-అ-న-అయస్కాంతః॥
కృష్ణలోహితః-అ- పు- కృష్ణరక్తమిశ్రవర్ణః- ౨ధూమ్రవర్ణః-౩తద్వతిత్రి.
కృష్ణవక్త్రః-అ-పు-వానరః॥
కృష్ణవర్త్మా-న్-పు-అగ్నిః-౨రాహుః -౩దురాచారవాన్॥ తె॥ ౧నిప్పు-౨రాహుగ్రహము-౩ చెడువర్తనుఁడు.
కృష్ణవల్కలః-అ-పు- సాలవృక్షః॥ తె॥ ఎపెచెట్టు.
కృష్ణవల్లికా-ఆ-సీ-జతుకాలతా॥
కృష్ణవల్లీ-ఈ- సీ-కుజపుటాలతా- ౨జతుకీ-౩కాకశ్యామాలతా - ౪సారివావిశేషః॥ తె॥ ౧సురలితీఁగె-౩నల్లతీఁగె.
కృష్ణవృక్షః-అ-పు-కృష్ణాగరువృక్షః॥

కృష్ణవృన్తా-ఆ-సీ-కుబేరాక్షివృక్షః-౨పాటలావృక్షః-౩మూషకపర్ణీలతా॥ తె॥ ౧ పొదరిచెట్టు-౨కలిగొట్టుచెట్టు-౩కాలుమినపచెట్టు.

కృష్ణవృన్తికా-ఆ-సీ-గంభారీవృక్షః-౨పేటికావృక్షః॥

కృష్ణవేణీ-ఈ-సీ-నదీవిశేషః॥

కృష్ణవేణ్ణా-ఆ-సీ-నదీవిశేషః॥

కృష్ణవ్రీహిః-ఇ-పు-ధాన్యవిశేషః॥

కృష్ణశారః-అ-పు-చిత్రవర్ణయజ్ఞార్హహారిణః॥ తె॥ యజ్ఞమునకుతగినటువంటిచిత్రవర్ణపులేడి.

కృష్ణశాలిః-ఇ-పు-ధాన్యవిశేషః॥

కృష్ణశింశుపా-ఆ-సీ-ధూమ్రికావృక్షః॥ తె॥ నల్లయిరుగుడుచెట్టు.

కృష్ణశిగ్రుః-ఉ-పు-శోభాంజనవృక్షః॥

కృష్ణశిమ్బికా-ఆ-సీ-కృష్ణవర్ణశింబీ॥

కృష్ణశృఙ్గః-అ-పు-మహిషః॥ తె॥ దున్నపోతు.

కృష్ణసఖీ-ఈ-సీ-జీరకః॥

కృష్ణసర్పః-అ-పు-సర్పవిశేషః॥ తె॥ నల్లతాచు

కృష్ణసర్పరాజః-అ-పు-కర్కోటకసర్పః॥

కృష్ణసర్షపః-అ-పు-రాజసర్షపః॥

కృష్ణసారః-అ-పు-బింబచ్ఛదావృక్షః-౨స్నుహీవృక్షః-౩చిత్రవర్ణయజ్ఞార్హహారిణః॥ తె॥ ౧ఇరుగుడుచెట్టు-౨చెముడుచెట్టు-౩యజ్ఞమునకుఁదగినటువంటిచిత్రవర్ణపులేడి.

కృష్ణసారకః-అ-పు-వేణుః-౨బింబచ్ఛదావృక్షః-౩స్నుహీవృక్షః-౪చిత్రవర్ణయజ్ఞార్హహారిణః॥ తె॥ ౧వెదురు-౨ఇరుగుడుచెట్టు-౩చెముడుచెట్టు-౪నానావర్ణమైయాగమునకుఁదగినజింక.

కృష్ణసారథిః-ఇ-పు-అర్జునవృక్షః॥

కృష్ణసారా-ఆ-సీ-శింశపావృక్షః॥ తె॥ ఇరుగుడుచెట్టు.

కృష్ణస్కన్ధః-అ-పు-కాలస్కంధః-౨తమాలవృక్షః॥

కృష్ణహయః-అ-పు-సూర్యాశ్వః॥

కృష్ణా-ఆ-సీ-కణా-౨యమునానదీ-౩కృష్ణాఖ్యానదీ-౪పిప్పలీలతా-౫ద్రాక్షాలతా-౬కృష్ణతులసీ-౭ద్రౌపదీ-౮నీలీవృక్షః-౯నీలపునర్నవా-౧౦గంభారీ-౧౧కటుకా-౧౨శారిబావిశేషః-౧౩రాజసర్షపః-౧౪పర్పటీ-౧౫కాకోలీ-౧౬సోమరాజీ॥ తె॥ ౧నల్లజీలకఱ్ఱచెట్టు.

కృష్ణాగురు-ఉ-న-అగురువిశేషః॥

కృష్ణాఙ్గమ్-అ-న-విషవిద్యాతంత్రవిశేషః॥

కృష్ణాచలః-అ-పు-రైవతపర్వతః॥

కృష్ణాఞ్జనీ-ఈ-సీ-కాలాంజనీవృక్షః॥

కృష్ణానదీ-ఈ-సీ-నదీవిశేషః॥

కృష్ణాభా-ఆ-సీ-కాలాంజనీ॥

కృష్ణామిషమ్-అ-న-కృష్ణాయసమ్॥

కృష్ణాయసమ్-అ-న-కృష్ణవర్ణలోహమ్॥

కృష్ణార్చిః-స్-పు-అగ్నిః॥

కృష్ణార్జకః-అ-పు-కాలమాలః-౨కాలతులసీ॥ తె॥ ౧నల్లదగ్గెర-౨నల్లతులసి॥

కృష్ణాలుః-ఉ-పు-నీలాలుః॥

కృష్ణావాసః-అ-పు-అశ్వత్థవృక్షః॥

కృష్ణికా-ఆ-సీ-అసుర్యా-౨రాజికా॥ తె॥ ౧నల్లావచెట్టు.

కృష్ణేక్షుః-ఉ-పు-ఇక్షుభేదః॥

కృష్ణోదుమ్బరికా-ఆ-సీ-కాకోదుంబరికా॥

కృష్యా-ఆ-సీ-తాలప్రాణక్రియావిశేషః॥

కృసరమ్-అ-న-ముద్గాదిమిశ్రితాన్నమ్॥ తె॥ పులగము.

కృసరః-అ-పు-కృశరః॥

క్లృప్తః-అ-త్రి-కృతకల్పనః॥
క్లృప్తకీలా-ఆ-సీ-వ్యవస్థాపత్రమ్॥
క్లృప్తధూపః-అ-పు-సిహ్లకః॥
క్లృప్తికః-అ-త్రి-క్రీతః॥
కేకయః-అ-పు - దేశవిశేషః -౨నూపురః-౩ రాజవిశేషః॥
కేకయీ-ఈ-సీ-దశరథరాజపత్నీ॥
కేకరః-అ-త్రి-వలిరః-౨కటాక్షః॥ తె॥ ౧మెల్లకంటివాఁడు-౨కడకంటిచూపు.
కేకా-ఆ-సీ-మయూరధ్వనిః॥ తె॥ నెమలిరొద.
కేకాలః-అ-పు-మయూరః॥ తె॥ నెమలి.
కేకావలః-అ-పు-మయూరః॥ తె॥ నెమలి.
కేకిశిఖా-ఆ-సీ-బర్హిపర్ణీ॥ తె॥ మయూరశిఖ చెట్టు.
కేకీ-న్-పు-మయూరః॥ తె॥ నెమలిపిట్ట.
కేకున్దః-అ-పు-భక్ష్యవిశేషః॥ తె॥ కుడుము.
కేకున్దకః-అ-పు-భక్ష్యవిశేషః॥ తె॥ కుడుము.
కేకేయీ-ఈ-సీ-కేకయీ॥
కేచన-౦-౦-కేచిత్॥
కేచిత్-౦-౦-కేచన॥
కేచుకమ్-అ-న-కచుః॥
కేణికా-ఆ-సీ-పటకుటీ॥
కేతమ్-అ-న-గృహమ్॥ తె॥ ఇల్లు.
కేతకః-అ-పు-రజఃపుష్పవృక్షః॥ తె॥ మొగలి చెట్టు.
కేతకీ-ఈ-సీ-మాలతీలతా - ౨రజఃపుష్పవృక్షః॥ తె॥ ౧జాజి-౨మొగలిచెట్టు.
కేతనమ్-అ-న-ధ్వజః-౨గృహమ్-౩ చిహ్నమ్ ౪ఆమంత్రణమ్॥ తె॥ ౧శిడము-౨ ఇల్లు-౩ గుఱుతు-౪పిలుచుట.
కేతుః-ఉ-పు-చిహ్నమ్-౨కేతుగ్రహః-౩ వైజయంతికా-౪ధ్వజః॥ తె॥ ౩ తొక్కుడుచెట్టు-౪ జెండా.

కేతుధరః-అ-పు- వాయుః-౨ధ్వజధరః॥ తె॥ ౧గాలి-౨టెక్కెముపట్టెవాఁడు.
కేతుప్రియమ్-అ-న-వైడూర్యరత్నమ్॥
కేతుభః-అ-పు-మేఘః॥
కేతుమాలమ్-అ-న - జంబూద్వీపస్యనవఖండాంతర్గతఖండవిశేషః॥
కేతురత్నమ్-అ-న-వైదూర్యమణిః॥
కేదన్తిః-ఇ-పు-అనిరుద్ధః॥
కేదరః-అ-పు-బర్బూరవృక్షః-౨క్షేత్రమ్-౩ శేరకెత్రి॥ తె॥ ౧తుమ్మచెట్టు-౨ఊడుపుమడి.
కేదారమ్-అ-న-క్షేత్రమ్-౨కేదారకమ్ - ౩ శివక్షేత్రవిశేషః-౪శైలవిశేషః॥ తె॥ ౧ ఒట్టినేల-౨ఊడుపుమడి - ౩ కేదారక్షేత్రము-౪ కేదారపర్వతము.
కేదారః-అ-పు-శంభుః-౨క్షేత్రమ్-౩ పర్వతవిశేషః-౪భూమిభేదః-౫ ఆలవాలమ్॥
కేదారకటుకా-ఆ-సీ-కటుకా॥
కేదారజమ్-అ-న-పద్మకాష్ఠమ్॥
కేదారశృఙ్గమ్-అ-న-మూర్ధజరంజకమ్॥
కేనారః-అ-పు-కుంభీనరకః-౨శివః-౩కపాలః ౪సంధిః॥
కేనిపాతః-అ-పు-కెనిపాతనమ్॥ తె॥ ఓడతెడ్డు
కేనిపాతకః-అ-పు-కెనిపాతః॥ తె॥ ఓడతెడ్డు.
కేనిపాతనమ్-అ-న-అరిత్రమ్॥ తె॥ ఓడతెడ్డు.
కేన్దుః-ఉ-పు-తిందుకవృక్షః॥ తె॥ నల్లతుమికి చెట్టు.
కేన్దుకః-అ-పు-భేకః-౨గాలవవృక్షః॥ తె॥ ౧ కప్ప.
కేన్ద్రమ్-అ-న-లగ్నమ్ - ౨ లగ్నాచ్చతుర్థసప్తమదశమస్థానాని॥
కేమమ్-అ-న-పాటవమ్- తె॥ పులిపురికాయ.
కేముకః-అ-పు-వృక్షవిశేషః॥

కేయూరమ్-అ-న-అంగదమ్॥ తె॥ బాహుపురి-భుజకీర్తులున్ను.

కేయూరః-అ-పు-రతిబంధవిశేషః॥ తె॥ ఒకానొకరతిబంధము. (గాలు.}

కేరలమ్-అ-న-విడంగమ్॥ తె॥ వాయువిళం}

కేరలః-అ-పు-దేశభేదః॥

కేరలీ - ఈ - సీ - జ్యోతిర్గ్రంథవిశేషః - ౨ హోరా॥

కేలకః-అ-పు-ప్లవకః॥ తె॥ పఱుగాళ్లఁగట్టుకొనియాడువాఁడు.

కేలా-ఆ-సీ-కఫోణినిర్ఘాతః-౨ శంకుః-౩ జ్వాలః॥ తె॥ ౧ మోచేతిపోటు-౨ గశిక-౩ మంట.

కేలాసః-అ-పు-కుబేరస్థానమ్॥ తె॥ కుబేరుని స్థానము, కైలాసమున్ను.

కేలిః-ఇ-సీ-(స్త్రీ)పురుషవినోదార్థచతురంగాదిఖేలనమ్-౨ పరీహాసః-౩ పృథివీ॥ తె॥ ౧ (స్త్రీ)పురుషులు వినోదనిమిత్తమైయాఁడేచతురంగము మొదలైనయాట.

కేలికః-అ-పు-అశోకవృక్షః॥

కేలికలా-ఆ-సీ-సరస్వతీవీణా॥

కేలికిలః-అ-పు-కూష్మాండకః-సతుశివస్యానుచరః-౨ నాట్యేనాయకవయస్యః॥

కేలికిలా-ఆ-సీ-కామపత్నీరతిః॥

కేలికీర్ణః-అ-పు-ఉష్ట్రః॥

కేలికుఞ్చికా-ఆ-సీ-శ్యాలికా॥

కేలికోశః-అ-పు-నటః॥

కేలినాగరః-అ-పు-సంభోగవాన్॥

కేలిముఖః-అ-పు-పరీహాసః॥

కేలివృక్షః-అ-పు-కదంబవిశేషః॥

కేలిశీలః-అ-త్రి-పరిహాసకః॥ తె॥ హాస్యగాడు

కేలిసచివః-అ-పు-నర్మదః- ౨ క్రీడావిషయమంత్రీ॥

కేలీ-ఈ-సీ- (స్త్రీ)పురుషవినోదార్థచతురంగాదిఖేలనమ్॥ తె॥ (స్త్రీ)పురుషులువినోదనిమిత్తమైయాడేచతురంగము మొదలైనయాట.

కేవర్తః-అ-పు-కైవర్తజాతిః॥

కేవలమ్-అ-న-నిర్ణీతమ్- ౨ జ్ఞానవిశేషః-౩ కుహనమ్-౪ కిరీటమ్-౫ బ్రహ్మా- ౬ ఛాయాగుల్మః-౭ సవ్యగాలోకనమ్॥

కేవలః-అ-పు-కుహనః॥

కేవలః-అ- త్రి -ఏకస్మిన్-౨ కృత్స్నః॥ తె॥ ౧ ఒకదానియందు-౨ కూర్తిగా.

కేవలజ్ఞానీ-న్-పు-భూతార్హద్విశేషః॥

కేవలద్రవ్యమ్-అ-న-మరిచమ్॥

కేవలీ న్-పు-బుద్ధదేవః- ౨ శాక్యబుద్ధదేవః-౩ జైనవిశేషః॥

కేవికా-ఆ-సీ-పుష్పవిశేషః- ౨ కేలికేతికోఁకణౌప్రసిద్ధః॥

కేశః-అ-పు-శిరోరుహః॥ తె॥ తలవెండ్రుక.

కేశకలాపః-అ-పు-కేశపాశః-౨ కేశసమూహః॥

కేశకారః-అ-పు-ఖరారః- ౨ ఇక్షుభేదః॥ తె॥ ౧ గుఱ్ఱపుకొరపము.

కేశగర్భకః-అ-పు-కబరీ॥

కేశఘ్నమ్-అ-న-ఇంద్రలుప్తకమ్॥ తె॥ పేనుగొఱుకుట.

కేశచ్ఛిత్-ద్-పు-నాపితః॥ తె॥ మంగలివాఁడు.

కేశటః-అ-పు -విష్ణుః- ౨ ఛాగః-౩ ఓకణః- ౪ భ్రాతా-౫ కామదేవస్యశోషణబాణః-౬ శోణకవృక్షః॥

కేశధృత్-త్-పు-భూతకేశః॥

కేశనామ-న్-న-వాలమ్॥

కేశపక్షః-అ-పు-కేశసమూహః॥

కేశపద్ధతిః-ఇ-సీ-సీమంతః॥ తె॥ పాపిట.

కేశపర్ణీ-ఈ-సీ-అపామార్గః॥

కేశపాశః-అ-పు-కేశసమూహః॥

కేశపాశీ-ఈ-సీ.శిఖా॥ తె॥ మొగవానిజుట్టు.

కేశబన్ధః-అ-పు-కుసుమగర్భకః॥ తె॥ పువ్వులు ముడిచినకొప్పు.

కేశభూః-ఊ-పు-శివః॥

కేశమథనీ-ఈ-సీ-శమీవృక్షః॥ తె॥ జమ్మిచెట్టు

కేశమార్జకమ్-అ-న-కంకతికా॥

కేశమార్జనమ్-అ-న-ప్రసాధనీ॥ తె॥ దువ్వెన.

కేశముష్టిః-ఇ-పు- అనుముష్టికవృక్షః- ౨ మహానింబవృక్షః॥ తె॥ ౧ ముషిణీభేదము-౨ పెద్దవేముచెట్టు.

కేశముష్టికః-అ-పు- మహానింబవృక్షః॥ తె॥ పెద్దవేపచెట్టు.

కేశరమ్-అ-న-కింజల్కః॥ తె॥ కేసరము.

కేశరః-అ-(సీ)-కింజల్కః॥ తె॥ కేసరము.

కేశరః-అ-పు- విషవిశేషః- ౨ నాగకేసరవృక్షః-౩ వకుళవృక్షః-౪ పున్నాగవృక్షః-౫ సింహజటా ౬ హింగువృక్షః॥ తె॥ ౧ ఒకానొకవిసము- ౨ నాగకేసరచెట్టు- ౩ పొగడచెట్టు- ౪ పొన్నచెట్టు- ౫ సింగము మెడమీఁదివెండ్రుకలు-౬ ఇంగువచెట్టు.

కేశరఞ్జనః-అ-పు-భృంగరాజః॥ తె॥ గుంటకలగరచెట్టు.

కేశరఞ్జనీ-ఈ-సీ-సహా॥ తె॥ పిన్నగోరంట-

కేశరాజః-అ-పు-శాకభేదః॥

కేశరామ్లః-అ-పు- మాతులుంగకవృక్షః॥ తె॥ మాదిఫలపుచెట్టు.

కేశరీ - న్-పు-సింహః-౨ ఘోటకః ౩ పున్నాగవృక్షః-౪ నాగకేసరవృక్షః-౫ బీజపూరకవృక్షః॥ తె॥ ౧ సింగము-౨ గుఱ్ఱము-౩ పొన్నచెట్టు-౪ నాగకేసరపుచెట్టు.

కేశరుహా-ఆ-సీ-భద్రదంతికావృక్షః॥

కేశరూపా-ఆ-సీ-వందాకవృక్షః॥

కేశవః-అ-పు-విష్ణుః- ౨ పున్నాగవృక్షః-౩ అష్టవర్షబాలః॥ తె ॥ ౧ విష్ణువు-౨ పొన్నచెట్టు-౩ ఎనిమిదేఁడ్లవాఁడు.

కేశవః-అ-త్రి-సుకేశః॥ తె॥ మంచితలవెండ్రుకలుఁగలవాఁడు.

కేశవర్ధినీ-ఈ సీ-సహదేవీలతా॥

కేశవాయుధమ్-అ- న- రథాంగమ్॥ తె॥ బండికల్లు.

కేశవాయుధః-అ-పు-ఆమ్రవృక్షః॥ తె॥ మామిడిచెట్టు.

కేశవాలయః-అ-పు-అశ్వత్థవృక్షః॥ తె॥ రావిచెట్టు.

కేశవావాసః-అ-పు-అశ్వత్థవృక్షః॥ తె॥ రావిచెట్టు.

కేశవేశః-అ-పు-కబరీ॥ తె॥ కొప్పు॥

కేశహన్త్రృఫలా-ఆ-సీ-శమీవృక్షః॥ తె॥ జమ్మిచెట్టు.

కేశహన్త్రీ-ఈ-సీ-శమీవృక్షః॥ తె॥ జమ్మిచెట్టు

కేశహస్తః-అ-పు-కేశసమూహః॥

కేశాకేశి-ఇ- న- కేశేషుకేశేషుగృహీత్వా ప్రవృత్తంయుద్ధమ్॥ తె॥ సిగపట్లపోట్లాట.

కేశాకేశి- ం- ౦- కేశేషుకేశేషుగృహీత్వా ప్రవర్తమానంయుద్ధమ్॥ తె॥ సిగపట్లపోట్లాట.

కేశామ్బునామ-న్-న-హ్రీబేరమ్॥ తె॥ కురువేరు.

కేశారుహా-ఆ-సీ-సహదేవీ॥ తె॥ ముత్తవపులగము,

కేశాహ్వా-ఆ-సీ-మహానీలీ॥ తె॥ పెద్దనీలి.

కేశికః-అ-త్రి-ప్రశస్తకేశవాన్॥ తె॥ మంచితలవెండ్రుకలుఁగలవాఁడు.

కేశికా-ఆ-సీ-శతావరీ॥ తె॥ పిల్లిపీచర.

కేశినిసూదనః-అ-పు-విష్ణుః॥

కేశినీ-ఈ-సీ-శంకినీ-౨ ప్రశస్తకేశవతీ-౩ చోరపుష్పీ॥ తె॥ ౧ కన్నెచెట్టు - ౨ మంచితల వెండ్రుకలుఁగలయాఁడుది.

కేశిసూదనః-అ-పు-శ్రీకృష్ణః॥

కేశిహా-న్-పు-శ్రీకృష్ణః॥

కేశీ-ఈ-సీ-నఖః-౨ నీలీ-౩ భూతకేశీవృక్షః-౪ అజలోమావృక్షః॥ తె॥ ౧ నఖముచిప్ప.

కేశీ-న్-త్రి-ప్రశస్తకేశవాన్॥ తె॥ మంచితల వెండ్రుకలుఁగలవాఁడు.

కేశీ-న్-పు-దైత్యవిశేషః - ౨ ప్రచేతాః - ౩ హ్రీబేరమ్-౪ విష్ణుః-౫ సింహః॥ తె॥ ౨ వరుణుఁడు-౩ కురువేరుచెట్టు.

కేశ్యమ్-అ-న-కృష్ణాగురు॥ తె॥ నల్లగురు.

కేశ్యః-అ-పు-భృంగరాజః॥

కేసరమ్-అ-న-హింగు॥ తె॥ ఇంగువ.

కేసరః-అ-(సీ)-కింజల్కః-౨ సింహకేశాః- ౩ అశ్వకేశాః॥ తె॥ ౧ పూఁదారము-౨ సింగము మెడమీఁది వెండ్రుకలు-౩ అయాలు.

కేసరః-అ-(న)-హింగు॥

కేసరః-అ-పు-నమేరువృక్షః - ౨ వకులవృక్షః-౩ నాగకేసరవృక్షః॥ తె॥ ౧ పొన్నచెట్టు-౨ పొగడచెట్టు-౩ నాగకేసరపుచెట్టు.

కేసరపూరకః-అ-పు-మాతులుంగః॥ తె॥ పుల్లమాదిఫలపుచెట్టు.

కేసరవరమ్-అ-న-కుంకుమమ్॥

కేసరా-ఆ-సీ-కార్పాసవృక్షః॥ తె॥ ప్రత్తిచెట్టు.

కేసరామ్లః-అ-పు-బీజపూరః॥

కేసరికా-ఆ-సీ-సహదేవీలతా॥

కేసరిజః-అ-పు-ఆంజనేయః॥

కేసరీ-న్-పు-సింహః-౨ అశ్వః-౩ పున్నాగః-౪ నాగకేసరవృక్షః-౫ హనుమత్పితా-౬ రక్తశిగ్రుః॥ తె॥ ౨ గుఱ్ఱము - ౩ పొన్నచెట్టు-౪ నాగకేసరపుచెట్టు.

కైకయీ-ఈ-సీ-కేకయీ॥

కైకున్దికమ్-అ-న-కేకుందసమూహః॥ తె॥ కుడుములపోగు.

కైకేయీ-ఈ-సీ-కేకయీ - సాతు కేకయరాజకన్యా॥

కైఙ్కర్యమ్-అ-న-దాసత్వమ్॥

కైటజః-అ-పు-కుటజవృక్షః॥

కైటభః-అ-పు-దైత్యవిశేషః॥

కైటభజిత్-త్-పు-విష్ణుః॥

కైటభహా-న్-పు-విష్ణుః॥

కైటభా-ఆ-సీ-దుర్గా॥

కైటభారిః-ఇ-పు-విష్ణుః॥

కైటభీ-ఈ-సీ-దుర్గా॥

కైటర్యః-అ-పు-కట్ఫలః-౨ నింబః-౩ మహానింబః-౪ మదనవృక్షః॥

కైఠికః-అ-పు-గిరిజంబీరవృక్షః॥ తె॥ కొండనిమ్మచెట్టు,

కైడర్యః-అ-పు-కుముదికావృక్షః-౨ ప్రకీర్యవృక్షః॥ తె॥ ౧ గుమ్ముడుతేఁకుచెట్టు-౨ నెమలడుగుబ్రాను-

కైడర్యా-ఆ-సీ-కటభిః-౨ కృష్ణనింబవృక్షః॥ తె॥ ౧ నల్లగినియచెట్టు-౨ కరివేఁపచెట్టు.

కైతకమ్-అ-న-కేతకీపుష్పమ్-౨ తిక్తకటుకమ్॥ తె॥ ౧ గేదంగిపువ్వు.

కైతవమ్-అ-న-కపటః-౨ ద్యూతమ్-౩ వైడూర్యమణిః॥ తె॥ ౧ నెపము-౨ జూదము.

కైతవాపహ్నుతిః-ఇ-సీ-అలంకారవిశేషః॥

కైదారమ్-అ-న-క్షేత్రసమూహః॥

కైదారః-అ-పు-శాలిధాన్యమ్॥

కైదారకమ్-అ-న-కేదారసమూహః॥

కైదారికమ్-అ-న-క్షేత్రసమూహః॥ తె॥ పొలములమొత్తము.

కైదారిణమ్-అ-న-క్షేత్రసమూహః-౨కేదారసమూహః॥

కైదార్యమ్-అ-న-కేదారసమూహః-౨క్షేత్రసమూహః॥

కైరవమ్-అ-న-సితోత్పలమ్ - ౨కుముదమ్ తె॥౧తెల్లకలువ.

కైరవః-అ-పు-కేతకవృక్షః-౨శత్రుః - ౩కితవః॥ తె॥౧మొగలిచెట్టు.

కైరవిణీ-ఈ-సీ-కుముదినీ॥

కైరవీ-న్-పు-చంద్రః॥

కైరవీ-ఈ-సీ-కౌముదీ-౨మెంథీ-౩జ్యోతిర్గంధా॥ తె॥౧వెన్నెల-౨మెంతిచెట్టు - ౩వేఫుఁడుపిండి.

కైరాటకః-అ-పు-స్థావరవిషభేదః॥

కైరాతమ్-అ-న-భూనింబః - ౨శంబరచందనమ్॥

కైరాతః-అ-పు - భూనింబః - ౨బలవాన్పురుషః॥

కైరాలమ్-అ-న-విడంగమ్॥

కైరాలీ-ఈ-సీ-విడంగా॥

కైలాసః-అ-పు-రజితాచలః॥ తె॥ ఈశానుఁడుండే వెండికొండ.

కైలాసనాథః-అ-పు-కుబేరః॥

కైలాసనికేతనః-అ-పు-శివః॥

కైలాసమన్దిరః-అ-పు-శివః॥

కైలాసౌకాః-స్-పు-కుబేరః॥

కైవర్తః-అ-పు-ధీవరః-౨ముస్తా॥ తె॥౧జాలరివాఁడు-౨తుంగముస్తె.

కైవర్తముస్తమ్-అ-న-కైవర్తముస్తకమ్॥

కైవర్తముస్తకమ్-అ-న- కైవర్తీముస్తకమ్॥

కైవర్తికా-ఆ-సీ-సురంగా॥ తె॥ కైవర్తికమనుచెట్టు.

కైవర్తిముస్తకమ్-అ-న కైవర్తీముస్తకమ్॥

కైవర్తీ-ఈ-సీ-ముస్తా-౨పరిపేలమ్ - ౩కైవర్తపత్నీచ॥ తె॥౧తుంగముస్తె.

కైవర్తీముస్తకమ్-అ-న-ముస్తా॥ తె॥ తుంగముస్తె.

కైవలమ్-అ-న-విడంగమ్॥

కైవల్యమ్-అ-న-మోక్షః-౨వైరాగ్యమ్-౩రహస్యమ్-౪నిర్వృతిః॥

కైశికమ్-అ-న-కేశసమూహః-౨చంద్రః-౩వృత్తివిశేషః॥ తె॥౧వెంట్రుకలకుప్ప-౨చందురుఁడు-౩కావ్యమందలి వాడఁబడు వృత్తివిశేషము.

కైశికః-అ-పు-శృంగారరసః॥

కైశికీ-ఈ-సీ-నాటకవృత్తివిశేషః॥

కైశిక్యః-అ-పు-శాకోటవృక్షః॥ తె॥ పెద్దశేఁకుచెట్టు.

కైశోరమ్-అ-న- దంతజననాదిత్రివర్షపర్యంతవయః॥ తె॥ పల్లుమొలవడము మొదలుకొని మూడేళ్లదాకా అయినవయస్సు.

కైశ్యమ్-అ న-కేశసమూహః॥

కోకః-అ-పు-కర్ణికారవృక్షః - ౨వృకః - ౩చక్రవాకః-౪జ్యేష్ఠః-౫ఖర్జూరవృక్షః - ౬పండితవిశేషః-౭అంశుకమ్॥ తె॥౧ కొండగోఁగుచెట్టు-౨తోఁడేలు-౩జక్కవపిట్ట-౪అన్న-౫ఖర్జూరపుచెట్టు-౬ఒకానొకపండితుఁడు-౭బట్ట.

కోకడః-అ-పు-బిలేశయమృగవిశేషః॥

కోకదేవః-అ-పు-కపోతః॥

కోకనదమ్-అ-న-రక్తపద్మమ్-౨రక్తకుముదమ్॥ తె॥౧ఎఱ్ఱతామరపువ్వు-౨ఎఱ్ఱకలువపువ్వు.

కోకనదః-అ-పు-శంభుః॥

కోకనదచ్ఛవిః-ఇ-పు-రక్తవర్ణః॥ తె॥ ఎఱుపు.

కోకనదచ్ఛవిః-ఇ-త్రి-రక్తవర్ణవాన్॥ తె॥ ఎఱ్ఱనిది.

కోకబన్ధుః-ఉ-పు-సూర్యః॥

కోకాగ్రః-అ-పు-సమష్ఠీలవృక్షః॥ తె॥ సమష్ఠిలచెట్టు.

కోకాహః-అ-పు-శ్వేతఘోటకః - ౨కాకాహ ఇతిపాఠః॥

కోకిలమ్-అ-న-బదరీఫలమ్॥ తె॥ రేగుబండు.

కోకిలః-అ-పు-పికః-౨ఇంగాలమ్-౩శుకః-౪శివః॥ తె॥ ౧కోయిలపిట్ట-౨బొగ్గు-౩చిలుక-౪హరుడు.

కోకిలనయనః-అ-పు-కోకిలాక్షవృక్షః॥

కోకిలప్రియః-అ-పు - తాలప్రాణకలావిశేషః॥

కోకిలాక్షః-అ-పు - ఇక్షుగంధావృక్షః॥ తె॥ గొలిమిడిచెట్టు.

కోకిలాక్షకః-అ-పు-తూలకంటకః॥ తె॥ గొబ్బిచెట్టు.

కోకిలానన్దః-అ-పు - రాజామ్రవృక్షః॥ తె॥ రాచమామిడి.

కోకిలావాసః-అ-పు-ఆమ్రవృక్షః॥ తె॥ మామిడిచెట్టు.

కోకిలేక్షుః ఉ-పు-కృష్ణేక్షుః॥

కోకిలేష్టా-ఆ-సీ- మహాజంబూః॥

కోకిలోత్సవః-అ-పు- రాజామ్రవృక్షః॥ తె॥ రాచమామిడిచెట్టు.

కోఙ్కణమ్-అ-న-శస్త్రభేదః॥

కోఙ్కణః-అ-పు-దేశవిశేషః-౨పక్షివిశేషః-౩మత్స్యవిశేషః॥

కోఙ్కణకః-అ-పు-దేశవిశేషః॥ తె॥ కొంకణదేశము.

కోఙ్కణాసుతః-అ-పు-పరశురామః॥

కోచః-అ-పు-జాతివిశేషః- సతుమాంసచ్ఛేదిగర్భేతీవరస్యారసజాతః॥

కోజాగరః-అ-పు-ఆశ్వినీపూర్ణిమా॥

కోటః-అ-పు-దుర్గమ్॥

కోటకః-అ-పు-గృహకారకః- సతుకుంభకార్యాగర్భేఅట్టాలికాకారస్యారసజాతః॥

కోటరః-అ (సీ)-నిష్కుహః॥ తె॥ తొఱ్ఱ.

కోటరావణమ్-అ-న - సకోటరవృక్షయుక్తవనమ్॥

కోటరీ-ఈ-సీ - బలాదపేతవస్త్ర(స్త్రీ) - ౨చణ్డికా॥

కోటవీ-ఈ-సీ-బలాత్కారత్యక్తవస్త్ర(స్త్రీ)-౨దుర్గా॥

కోటిః-ఇ-సీ-ఆయుధధారా - ౨సంఖ్యావిశేషః-౩సంఖ్యావిశేషవాన్-౪ప్రకర్షః-౫చాపాగ్రమ్-౬పక్షాంతరమ్-౭అశ్రిః॥ తె॥ ౧ఆయుధపుఅంచు-౭అంచు.

కోటికః-అ-పు-ఇంద్రగోపనామకకీటః॥ తె॥ ఆర్ద్రపురుగు.

కోటిజిత్-త్-పు-కాళిదాసః॥

కోటిపాత్రః-అ-పు-కేనిపాతకః॥

కోటిరః-అ-పు-ఇంద్రః-౨నకులః-౩శక్రగోపకకీటః॥

కోటివర్షమ్-అ-న-బాణపురమ్॥

కోటివర్షా-ఆ-సీ-స్పృక్కా॥ తె॥ స్పృక్కయనుగ్రంధ్యము.

కోటిశః-అ-పు-లోష్టభేదనః॥ తె॥ బెడ్డలుచిదగగొట్టెకొయ్యపీట.

కోటిశః-స్-౦-కోటిఃకోటిః॥

కోటీ-ఈ-సీ-ఖడ్గాదెరగ్రభాగః-౨పృక్కాశాకమ్-౩కోటిసంఖ్యా॥

కోటీరమ్-అ-న-కిరీటమ్॥

కోటీరః-అ-పు-ఇంద్రగోపక్రిమిః-౨ఇంద్రచాపమ్-౩నకులః-౪ఇంద్రః॥ తె॥ ౧ఆర్ద్ర

పుసుపు-౫ఇం ద్రధనుస్సు-౩ముంగి-౪ దేవేంద్రుఁడు.

కోటీవర్షమ్-అ-న-బాణపురమ్॥

కోటీవర్షా-ఆ-సీ-కోటివర్షా॥

కోటీశః-అ-పు-లోష్టభేదనః॥ తె॥ బెడ్డలుచిదగకొట్టెకొయ్యపీఁట.

కోట్టమ్-అ-న-పట్టణమ్॥

కొట్టః-అ-పు-గృహాంతర్గృహమ్॥ తె॥ ఇంటిలోపలియిల్లు.

కోట్టవీ-ఈ-సీ-మగ్నా-౨నగ్నాస్త్రీ॥

కోట్టవీపురమ్-అ-న-బాణపురమ్-

కోట్టారః-అ-పు-నాగరః-౨కూపః-౩ పుష్కరిణీ-౪పాదపః॥ తె॥౧భద్రముస్తెలు - ౨నుయ్యి-౩ నలుచదరముగాతవ్వినబావి-తామరకొలనున్న-౪చెట్టు.

కోఠః-అ-పు-మండలకమ్॥ తె॥గుండ్రనికుష్టు

కోఠరః-అ-పు-అంకోఠవృక్షః॥

కోఠరపుష్పీ-ఈ-సీ-వృద్ధదారకః॥

కోణః-అ-పు-శనైశ్చరః-౨వీణాదివాదనమ్-౩కుహిషః-౪ఆయుధధారా-౫లగుడః-౬వాద్యైకదేశః-౭గృహైకదేశః-౮అశ్రిః-౯కౌపీనమ్॥ తె॥ ౧శనియనుగ్రహము - ౨గోటికాపువ్రేలికితొడిగేకొడుపు-౩దున్నపోఁతు - ౪ఆయుధపుఅంచు-౫ఇనుపయలుగుకఱ్ఱసాగు-౮అంచు-౯గోచి.

కోణకుణః-అ-పు-ఉత్కుణః॥

కోణపః-అ-పు-నైరృతః॥ తె॥నిరుతి.

కోణాశ్వః-అ-పు-కృతాంతః॥ తె॥ యముఁడు.

కోణిః-ఇ-త్రి-కుణిః॥

కోథః-అ-పు-నేత్రరోగభేదః॥

కోథః-అ-త్రి-శటితః-౨మథితః॥

కోదణ్డమ్-అ-న-కార్ముకమ్॥ తె॥ శింగిణివిల్లు.

కోదణ్డః-అ-పు-కురంటకః-౨వేణుచాపమ్-౩చతుర్హస్తచాపమ్-౪భ్రూః॥ తె॥౧పచ్చపెద్దగోరంట-౨వెదురువిల్లు-౩నాలుగుహస్తములప్రమాణముఁగలవిల్లు-౪కనుబొమ్మ.

కోద్రవః-అ-పు-కోరదూషః॥ తె॥ఆళ్లు.

కోద్రఙ్గః-అ-పు-ఇంద్రకోశః॥ తె॥తమగము.

కోపః-అ-పు-క్రోధః॥

కోపక్రమమ్-అ-త్రి-కోపయుక్తః॥

కోపక్రమమ్-అ-న-బ్రహ్మణఃసృష్టిః॥

కోపజ్ఞమ్-అ-న-బ్రహ్మప్రథమజ్ఞాతవేదః॥ తె॥ బ్రహ్మయొక్క మొదటిజ్ఞాతరూపమైనవేదము.

కోపనః-అ-త్రి-కోపవిశిష్టః॥

కోపనకః-అ-పు-చోరకనామగంధద్రవ్యమ్॥

కోపనా-ఆ-సీ-రతిసమయకోపశీలస్త్రీ॥

కోపలతా-ఆ-సీ-కర్ణస్ఫోటాలతా॥

కోపితః-అ-పు-కోపవాన్॥

కోపిన్-న్-త్రి-కోపనః॥

కోపిన్-న్-పు- కోపశీలః - ౨జలపారావతః॥ తె॥౧కోపించేస్వభావముఁగలవాఁడు.

కోమలమ్-అ-న-జలమ్॥ తె॥ ఉదకము.

కోమలః-అ-త్రి-మృదులః॥

కోమలః-అ-పు-జలమ్-౨గోపః-౩ కాముకః-౪మరుదేశః-౫పాటలకాంతిరూపవిభ్రమదోషః - ౬శివహస్తకురంగః - ౭వసంతః॥

కోమలకమ్-అ-న-మృణాలమ్॥

కోమలపాణితలె-అ-న- భాగ్యవతీలక్షణమ్॥

కోమలా-ఆ-సీ-క్షీరికా॥

కోమాసికా-ఆ-సీ-జాలికా॥

కోయష్టిః-ఇ-పు-జలకుక్కుభపక్షీ॥

కోయష్టికః-అ-పు-శిఖరిణీ - ౨పక్షిభేదః॥ తె॥

౧గుడ్డికొక్కెరాయి-౨బుకానెకపిట్ట.
కోరకమ్-అ-న-౧కోలకమ్ - ౨మృణాలమ్॥
తె॥౧తక్కోలబుట్లు-౨తామరతూండు.
కోరకః-అ-(సీ)-కలికా-౨కక్కోలకమ్ - ౩
మృణాలమ్ - ౪చోరనామగన్ధద్రవ్యమ్॥
తె॥౧ముదురుమొగ్గ.
కోరకః-అ-పు-అస్థిసంధివిశేషః - ౨కలికా॥
తె॥౧ఎముకలకీలు.
కోరఙ్గః-అ-పు-ఆమలకీవృక్షః॥ తె॥ ఉసిరిక
చెట్టు.
కోరఙ్గీ-ఈ-సీ-త్రిపుటాలతా-౨పిప్పలీ॥ తె॥
౧పిన్నయాలకితీఁగె.
కోరదూషః-అ-పు-కోద్రవః॥ తె॥ఆల్లు.
కోలమ్-అ-న-బదరీఫలమ్-౨మరీచమ్॥ తె॥ ౧
రేగుబండు-౨మిరియాలచెట్టు.
కోలః-అ-పు-ప్లవః-౨నఖమ్-౩సూకరః॥ తె॥
౧తెప్ప-౨నఖముచిప్ప-౩పంది.
కోలకమ్-అ-న-౧కోలమ్-౨మరీచమ్ - ౩గ
న్ధద్రవ్యవిశేషః॥ తె॥౧ తక్కోలబుట్లు-౨
మిరియాలు.
కోలకః-అ-పు-మూర్ధత్రాణమ్-౨నాకః- ౩
అంకోలవృక్షః-౪బహువారవృక్షః॥ తె॥
౧ ఇనుపగొలుసులతో కట్టిన కుల్లాయి-
౨పుట్ట.
కోలకణ్ఠః-అ-పు-విష్ణుః॥
కోలకన్దః-అ-పు-మహాకందవిశేషః॥
కోలకర్కటికా-ఆ-సీ-మధుఖర్జూరికా॥
కోలచర్వితమ్-అ-న-దంతక్షతవిశేషః॥
కోలదళమ్-అ-న-నఖీనామగంధద్రవ్యమ్॥
కోలనాసికా-ఆ-సీ-బంకిణీవృక్షః॥
కోలపుచ్ఛః-అ-పు-కంకపక్షీ॥ తె॥రాబులుగు.
కోలమూలమ్-అ-న-పిప్పలీమూలమ్॥
కోలమ్బకః-అ-పు-వీణాసర్వశరీరమ్-౨అలా
బూదండకకుభసముదాయస్తన్త్రీహీన
ఇత్యన్యే ॥ తె ॥ ౧వీణయొక్క అంగ
మంత.
కోలవల్లీ-ఈ-సీ-గజపిప్పలీలతా-౨ చవ్యమ్॥
కోలశిమ్బీ-ఈ-సీ-లతావిశేషః॥
కోలా-ఆ-సీ-పిప్పలీలతా-౨చవ్యమ్॥ తె॥౧పి
ప్పలితీఁగె-౨చవ్యమనేగ్రంథ్యము.
కోలాఞ్చః-అ-పు-దేశవిశేషః॥
కోలాహలః-అ-పు-బహుజనధ్వనిః-౨పర్వత
విశేషః॥
కోలిః-ఇ-(న)-వృక్షవిశేషః॥
కోలీ-ఈ-సీ-బదరీవృక్షః॥ తె॥ రేగుచెట్టు.
కోలేణ్డః-అ-పు-ఖరః॥ తె॥గాడిద.
కోల్యా-ఆ-సీ-పిప్పలీ॥
కోవిదః-అ-పు-పండితః॥
కోవిదారః-అ-పు-చమరికవృక్షః॥ తె॥ దేవ
కాంచనము.
కోశః-అ-పు - భాండాగారమ్-౨అండః - ౩
ముద్గాదిత్వక్ - ౪కృతాకృతహేమరూ
ప్యద్వయమ్-౫జాతిఫలమ్-౬గర్భః-౭ అ
న్నమయాదికోశః - ౮భగాంతఃప్రవే
శః-౯శిశ్నః - ౧౦వృషణః-౧౧ రాజస
న్నాంగధనమ్-౧౨ మయూరవాలమూల
మ్-౧౩దేహలీమధ్యమ్॥ తె॥ ౧ఖజానా
కొట్టు - ౨గుడ్డు - ౩ పెసలుమొదలైన
వాటిపొట్టు-౪ వెండిబంగారములు - ౫
జాజికాయ.
కోశః-అ-(సీ)-కుట్మలమ్-౨అసిపిధానమ్-౩పు
స్తకౌఘః-౪గృహమ్ - ౫దేహః - ౬శా
స్త్రమ్-౭దివ్యమ్॥ తె॥౧మొగ్గ-౨ఒర-౩
పుస్తకములయొక్క సముదాయము - ౪
ఇల్లు-౫శరీరము - ౬శాస్త్రము - ౭సా
గసు.

కౌశకారః-అ-పు-నారికేలవృక్షః - ౨ అక్షి-౩ ఇక్షువిశేషః-౪ కశేరు॥

కౌశఫలమ్-అ-న-తక్కోలఫలమ్॥

కౌశఫలా-ఆ-సీ- రాజకోశాతకీలతా-౨ త్రపుషీ॥ తె॥ ౧ పెద్దబీర.

కౌశలః-అ-(న)-అయోధ్యానగరీ-మూర్ధన్యమధ్యోప్యయమ్॥

కౌశలాత్మజా-ఆ-సీ-కౌశల్యా - సాతు శ్రీరామమాతా॥

కౌశలికమ్-అ-న-ఉత్కోచః-౨ మూర్ధన్యమధ్యోప్యయమ్॥

కౌశాఙ్గమ్-అ-న-ఇత్కటః - ౨ మూర్ధన్యమధ్యోప్యయమ్॥

కోశాతకః-అ-పు-కచః॥

కోశాతకీ-ఈ-సీ-జ్యోత్స్నికాలతా-౨ అపామార్గః-౩ ఘోషకః-౪ కలశాకవిశేషః॥ తె॥ ౧ పొట్లచెట్టు-౨ ఉత్తరేణి.

కోశాతకీ-న్-పు-వాణిజ్యమ్-౨ వణిక్-౩ బాడబాగ్నిః॥

కోశామ్రః-అ-పు-క్రిమిమ్రః॥ తె॥ తుమ్మెద మామిడిచెట్టు.

కోశికా-ఆ-సీ-మల్లికా - ౨ భిక్షాపాత్రమ్॥ తె॥ ౧ మల్లెతీఁగె-౨ భిక్షమెత్తునట్టిపాత్ర.

కోశిలా-ఆ-సీ-ముద్గపర్ణీ॥

కోశీ-ఈ-సీ-ఉపానత్॥

కోషః-అ-పు-కుట్మలమ్-౨ ఖడ్గపిధానమ్ - ౩ అర్థౌఘః-౪ దివ్యమ్-౫ జాతికాంస్యమ్॥ తె॥ ౧ మొగ్గ - ౨ కత్తియొఱ - ౩ సొమ్మురొక్కగుంపు - ౪ సుందరప్రమాణభేదము-౫ మంచికంచు.

కోషః-అ-(సీ)-కుట్మలః-౨ ఖడ్గపిధానమ్ - ౩ అర్థసమూహః-౪ దివ్యమ్-౫ అండమ్-౬ కృతాకృతమ్-౭ పాత్రమ్-౮ జాతీకోశః-౯ శబ్దాదిసంగ్రహః-౧౦ భాండాగారమ్-౧౧ చషకః - ౧౨ యోనిః - ౧౩ శింబా-౧౪ పనసాదిఫలస్యాంతః-౧౫ నేత్రాదిశబ్దాంతర సంయోగే గోలకవాచకః। తె॥ ౧ మొగ్గ-౨ కత్తియొఱ-౩ సొమ్మురొక్కగుంపు.

కోషకః-అ-పు-అండమ్-౨ అండకోశః॥

కోషకారః-అ-పు-ఇక్షుః-౨ ఇక్షుభేదః - ౩ కీటవిశేషః॥

కోషచఞ్చుః-ఉ-పు-సారసపక్షీ॥

కోషఫలమ్-అ-న-కక్కోలమ్-౨ తచ్చకర్పూరతుల్యగంధద్రవ్యవిశేషః॥

కౌషఫలః-అ-పు-ఘోషకలతా॥

కౌషఫలా-ఆ-సీ-పీతఘోషా-౨ తాలవ్యమధ్యోప్యయమ్॥

కోషలా-ఆ-సీ-అయోధ్యా॥

కోషవృద్ధిః-ఇ-సీ-కురంటః॥

కోషశాయికా-ఆ-సీ-ఛురికా॥

కోషాతకః-అ-పు-కేశః॥

కోషాతకీ-ఈ-సీ-ఘోషాలతా-౨ జ్యోత్స్నావతీరాత్రిః-౩ తాలవ్యమధ్యోప్యయమ్॥

కోషామ్రమ్-అ-న-ఫలవిశేషః-౨ తాలవ్యమధ్యోప్యయమ్॥

కోషీ-ఈ-సీ-పాదుకా-౨ తాలవ్యాంతః॥

కోషీ-న్-పు-ఆమ్రవృక్షః॥ తె॥ మామిడిచెట్టు

కోష్ఠః-అ-(సీ)-కుక్ష్యంతరమ్ - ౨ గృహాంతరమ్-౩ కుసూలః॥ తె॥ ౧ లోఁగడుపు-౨ లోనిల్లు-౩ పురి-గాదె-పాణకయున్న.

కోష్ఠాగారమ్-అ-న-కుసూలః॥ తె॥ పాణక-పురిన్న.

కోష్ణమ్-అ-న-కించిదుష్ణమ్॥ తె॥ ఇంచుకంతవేఁడి.

కోష్ణః-అ-త్రి-కించిదుష్ణవాన్॥ తె॥ ఇంచుకంతవేఁడిది.

కోష్ణజలమ్-అ-న-నఖంపచమ్॥ తె॥ అన్నపు వొసరు.

కోసలః-అ-పు-అగ్నిః॥ తె॥ నిప్పు.

కోసలా-ఆ-సీ-కోసలానగరమ్॥

కోహటకః-అ-పు-వంశనర్తనీ॥ తె॥ దొమ్మర వాఁడు.

కోహలః-అ-పు-వీథివార్తా-౨మద్యభేదః-౩వాద్యభేదః- ౪నాట్యశాస్త్రప్రవక్తా॥ తె॥౧బాజారుమాట.

కౌకృత్యమ్-అ-న-అనుతాపః-౨అయుక్తకరణమ్॥

కౌక్కుటికః-అ-పు-దంభయుక్తః-౨అదూరేరితదృక్-౩ కీటాదివధభీత్యాసంయతచక్షుః ౪పాదనిక్షేపదేశదర్శిభిక్షుః-౫అదూరదర్శనశీలః॥ తె॥౧ డంభముఁగలవాఁడు-౨దూరముపారనిచూపుఁగలవాఁడు

కౌక్కుటికన్దలః-అ-పు-సర్పవిశేషః॥

కౌక్షేయకః-అ-పు-ఖడ్గః॥ తె॥ పెద్దకత్తి.

కౌఙ్కః-అ-పు-దేశవిశేషః॥

కౌఙ్కణః-అ-పు-కొంకణదేశః॥

కౌఞ్చః-అ-పు-క్రౌంచపర్వతః॥

కౌఞ్జాయనః-అ-పు - కుంజస్యపుమపత్యమ్॥

కౌఞ్జాయనీ-ఈ-సీ-బ్రాహ్మణీ - ౨ కుంజస్య స్త్ర్యపత్యమ్॥

కౌఞ్జాయన్యః-అ-పు- కుంజస్యపుమపత్యమ్॥

కౌటః-అ-పు-ఘూకః-౨ చండాలేతరాంత్యజాతివిశేషః-౩కుటజవృక్షః॥ తె॥ ౧గుడ్లగూబ - ౨మాలవానికంటెకడపటిజాతి-౩కొడిసెచెట్టు.

కౌటకః-అ-పు-వైతంసికః॥ తె॥ మాంసములమ్ముకొనెడివాఁడు.

కౌటకికః-అ- త్రి - మాంసికః - ౨మాంసవిక్రేతా॥

కౌటజః-అ-పు-కుటజవృక్షః॥ తె॥ కొడిసెచెట్టు

కౌటతక్షః-అ-పు-గ్రామానధీనరథకారః॥ తె॥ స్వతంత్రపువడ్లవాఁడు.

కౌటసాక్షీ-న్-పు-మిథ్యాసాక్షీ॥

కౌటికః-అ-త్రి-మాంసవిక్రేతా॥ తె॥ మాంసమమ్మెడివాఁడు.

కౌటిలికః-అ-పు-లోహకారః-౨వ్యాధః॥

కౌటిల్యమ్-అ-న - కుటిలత్వమ్ - ౨చాణక్యమూలకమ్॥ తె॥౧కుటిలత్వము - వంకరయున్న.

కౌటిల్యః-అ-పు-వాత్స్యాయనమునిః॥

కౌటుమ్బికః-అ-పు-కుటుంబీ॥

కౌడవికమ్-అ-త్రి - కుడవపరిమితబీజవపనయోగ్యక్షేత్రమ్॥

కౌణపః-అ-పు-రాక్షసః॥

కౌణపదన్తః-అ-పు-భీష్మః॥

కౌణ్డిన్యః-అ-పు-మహాద్రోణః-౨ఋషివిశేషః॥ తె॥౧పెద్దతుమ్మిచెట్టు-౨ ఒకానొక ఋషి.

కౌతుకమ్-అ-న - అననుభూతద్రవ్యాభిలాషః-౨హస్తసూత్రమ్-౩ఇచ్ఛా-౪మంగళమ్-౫ఐతిహ్యమ్-౬నర్మ-౭ప్రఖ్యాతః-౮హర్షః-౯ఉత్సవః-౧౦వివాహః-౧౧గీతాదిభోగకాలః-౧౨ఇంద్రరథః॥ తె॥౧ అనుభవింపనివస్తువునందలియాస - ౨పెండ్లి మొదలైనదానియందు కట్టునట్టిచేతికంకణము-౩ఇచ్ఛ-౪శుభము-౬క్రీడ-౭ప్రసిద్ధము-౮సంతోషము-౯ వేడుక-౧౦ పెండిలి - ౧౧పాటమొదలైనదానిచేత పొద్దుఁబుచ్చుట - ౧౨దేవేంద్రునితేరు.

కౌతూహలమ్-అ-న- అననుభూతద్రవ్యాభిలాషః॥

కౌదాలీకః-అ-పు-వర్ణసంకరజాతివిశేషః-స తురజక్యామ్తీవరాజ్జాతః॥

కౌద్రవికమ్-అ-న-సౌవర్చలలవణమ్॥ తె॥సౌవర్చలవణము.

కౌద్రవీణమ్-అ-త్రి - కోద్రవధాన్యోద్భవయోగ్యక్షేత్రమ్॥

కౌద్రవీణః-అ-త్రి- కోద్రభవనోచితక్షేత్రమ్॥ తె॥ఆల్లుపండేనేల.

కౌన్తికః-అ-పు-ప్రాసాయుధధరః॥ తె॥ఈఁటెఁబట్టేవాఁడు.

కౌన్తీ-ఈ-సీ- రేణుకానామగంధద్రవ్యమ్॥

కౌన్తేయః-అ-పు-కుంతీపుత్రః- సతుయుధిష్ఠిరాదిః-౨అర్జునవృక్షః॥

కౌపమ్-అ-న-కూపోదకమ్॥

కౌపీనమ్-అ-న-అల్లకమ్-౨అకార్యమ్ - ౩గుహ్యమ్॥ తె॥౧గోచి.

కౌపీనః-అ-పు-చంచలః-౨అరుణః-౩హృత్॥

కౌపోదకీ-ఈ-సీ-విష్ణుగదా ॥ తె॥ విష్ణువొక్కగదాయుధము.

కౌబేరమ్-అ-న-పారిభావ్యమ్-౨ఉమంబరవిశేషః॥ తె॥౧చెంగలికోష్టు-౨ పాలుపిండికలిపివండినపిండివంటభేదము.

కౌమారమ్-అ- న - తృతీయవర్షాద్యష్టవర్షపర్యంతవయః॥ తె॥ మూఁడోసంవత్సరము మొదలుకొని యెనిమిదోసంవత్సరముపర్యంతమునైనవయస్సు.

కౌమారీ ఈ-సీ-సప్తమాతృకావిశేషః॥

కౌముదః అ-పు-కార్తికమాసః॥

కౌముదగన్ధ్యా-ఆ-సీ-కుముదగంధసుతా॥

కౌముదికా-ఆ-సీ-ఉమాసఖీవిశేషః॥

కౌముదీ-ఈ-సీ-చంద్రికా-౨ఉత్సవః - ౩కార్తికోత్సవః-౪ఆశ్వినీపూర్ణిమా-౫కార్తికపూర్ణిమా॥ తె॥౧వెన్నెల.

కౌముదీచారః-అ-(సీ)- కోజాగరపూర్ణిమా॥

కౌముదీవృక్షః-ఉ-పు-దీపపాదపః॥ తె॥దీపస్తంభము.

కౌముదీపతిః-ఇ-పు-చంద్రః॥

కౌముదీవృక్షః-అ-పు-దీపవృక్షః॥

కౌమోదకీ-ఈ-సీ-విష్ణుగదా॥ తె॥ విష్ణువొక్కగదాయుధము.

కౌమోదీ-ఈ-సీ-విష్ణుగదా॥

కౌరవః-అ-(న)-కురురాజసంతతిః॥

కౌరవ్యః-అ పు-దేవయోనిసర్పవిశేషః॥

కౌర్ప్యః-అ-పు-వృశ్చికరాశిః॥

కౌర్మమ్-అ-న-రతిబంధవిశేషః॥

కౌలః-అ-త్రి-సతు-లోద్భవః॥

కౌలః-అ-పు-కౌలమతప్రవర్తకః॥

కౌలకేయః-అ-పు-అసతీపుత్రః॥

కౌలటినేయః-అ-(న)- సతీయాభిక్షార్థమ్కులానిగృహాణిఅటతినతుజారార్థమ్ సాపికులటాతత్పుత్రః-౨కౌలటేరః॥

కౌలటినేయః-అ-పు-భిక్షుకసతీసుతః॥ తె॥ భిక్షుమెత్తేపతివ్రతకొడుకు.

కౌలటేయః-అ-పు-కులటాసుతః-౨కౌలటినేయః॥ తె॥౧గుడిశవేటుదానికొడుకు - ౨ భిక్షుమెత్తేపతివ్రతకొడుకు,

కౌలటేరః-అ-(న,-కౌలటినేయః॥ తె॥భిక్షుమెత్తేపతివ్రతకొడుకు.

కౌలటేరః-అ-పు-కులటాసుతః॥ తె॥ గుడిశవేటుదానికొడుకు.

కౌలత్థీనమ్-అ-త్రి- కులత్థకలాయోద్భవక్షేత్రమ్॥

కౌలపుత్రికా-ఆ-(పు)-కులపుత్రభావః-౨కులపుత్రకర్మ॥ తె॥౧మంచివంశమందుఁబుట్టినవానిధర్మము-౨మంచివంశమందుపుట్టినవానిపని.

కౌలవః-అ-పు-పంచాంగకరణవిశేషః॥

కౌలికః-అ-పు-తంత్రవాయః-౨ పాషండః॥

కౌలికః-అ-త్రి-కులపరంపరాయాతః॥

కౌలీనమ్-అ-న-కులీనత్వమ్-౨ ప్రాణిద్యూతమ్-౩ అపవాదః-౪ లోకవాదః-౫ గుహ్యమ్-౬ జన్యమ్-౭ రాజద్యూతమ్-౮ శునకవిహంగాదిపశుసంగమః-౯ కుకర్మ॥ తె॥ ౧ మంచికులమందుపుట్టుట-౨ పశుపక్షిమృగాముల పందెపుజగడము-౩ అపవాదము-౪ లోకాపవాదము-౫ శిశ్నము-భగమున్ను-౬ జన్యము-౭ రాజులపన్నిదము-౮ కుక్కలు పక్షులు పశువుల యుద్ధము-౯ కుచ్ఛితకర్మ.

కౌలీరా-ఆ-సీ-కర్కటశృంగీ॥

కౌలుత్థీనః-అ-త్రి-కులుత్థభవనోచితక్షేత్రమ్॥ తె॥ ఉలవలుపండే నేల.

కౌలేయః-అ-త్రి-కులీనః॥

కౌలేయకః-అ-పు-శునకః-౨ కులీనః-౩ ఇంద్రః-౪ మహాకాముకః॥ తె॥ ౧ కుక్క-౨ మంచికులమందుఁ బుట్టినవాఁడు-౩ దేవేంద్రుఁడు-౪ మిక్కిలి స్త్రీలోలుఁడు.

కౌల్మాషీణమ్-అ-త్రి-కుల్మాషధాన్యోద్భవక్షేత్రమ్॥

కౌల్యః-అ-త్రి-కులీనః॥

కౌవలమ్-అ-న-కువలమ్-౨ కోలిఫలమ్॥

కౌవేరమ్-అ-న-కుష్ఠమ్॥

కౌవేరమ్-అ-త్రి-కుబేరసంబంధీ-తత్కార్యంచ

కౌవేరీ-ఈ-సీ-ఉత్తరాదిక్-౨ కుబేరశక్తిః॥

కౌశమ్-అ-న-కాన్యకుబ్జదేశః॥

కౌశలమ్-అ-న-శిల్పికృతకర్మ-౨ బాహ్యాభ్యంతరచతుఃషష్టికళాః॥ తె॥ ౧ పనివాఁడితనము.

కౌశలికా-ఆ-సీ-ప్రాభృతకమ్॥

కౌశలీ-ఈ-సీ-కుశలప్రశ్నః-౨ ప్రాభృతమ్॥

కౌశలేయః-అ-పు-శ్రీరామః॥

కౌశల్యమ్-అ-న-కుశలత్వమ్.

కౌశల్యా-ఆ-సీ-శ్రీరామమాతా-సాచకోసలరాజకన్యా॥

కౌశల్యాయనిః-ఇ-పు-శ్రీరామః॥

కౌశాంబీ-ఈ-సీ-దేశవిశేషః॥

కౌశికః-అ-పు-గుగ్గులువృక్షః-౨ ఘూకపక్షీ-౩ నకులః-౪ అహితుండికః-౫ కులాలః-౬ ఇంద్రః-౭ విశ్వామిత్రః-౮ కోశవాన్-౯ ఉద్గాతా-౧౦ శృంగారరసః-౧౧ మజ్జా-౧౨ అశ్వకర్ణవృక్షః॥ తె॥ ౧ గుగ్గిలపుచెట్టు-౨ గుడ్లగూఁబ-౩ ముంగిస-౪ పాములవాఁడు-౫ కుమ్మరివాఁడు-౬ దేవేంద్రుఁడు-౭ విశ్వామిత్రుఁడు-౮ ఖజాంజీ-౯ యజ్ఞమందలి సామవేదప్రయోగమును చేయువాఁడు-౧౦ రసములలో నొకటి-

కౌశికప్రియః-అ-పు-శ్రీరామః॥

కౌశికఫలః-అ-పు-నారికేలవృక్షః॥ తె॥ కొబ్బరిచెట్టు.

కౌశికా-ఆ-సీ-మల్లః-౨ పానభాజనమ్॥ తె॥ ౧ ప్రమిద-౨ గిన్నె.

కౌశికాత్మజః-అ-పు-అర్జునః॥

కౌశికాయుధమ్-అ-న-ఇంద్రధనుః॥

కౌశికారాతిః-ఇ-పు-కాకః॥

కౌశికీ-ఈ-సీ-పార్వతీ-౨ ఈశానభార్యా-౩ నదీవిశేషః-౪ గ్రంథవిశేషః-౫ వన్యాగారమ్-౬ మార్జాలవదనమ్॥ తె॥ ౧ పార్వతీదేవి-౨ ఈశానుని పెండ్లాము-౩ ఒకానొకయేరు-౪ ఒకానొకగ్రంథము-౫ అడవిలోనియిల్లు-౬ పిల్లి వెళ్లగ్రక్కుట.

కౌశికీపతిః-ఇ-పు-ఈశానః॥

కౌశికోయ్జః అ-పు-శాఖోటవృక్షః॥

కౌశీతకీ-ఈ-సీ-అగస్త్యపత్నీ॥

కౌశేయః-అ-త్రి- క్రిమికోశోత్థవస్త్రమ్ ॥ తె॥దశిరీబట్టతాప్తా మొదలైనపురుఁగుల వలనఁబుట్టెబట్టలు.

కౌశేయః-అ-పు-మేఘవిశేషః - ౨ఆయుధవిశేషః॥

కౌషికః-అ-పు-కౌశికః॥ తె॥విశ్వామిత్రుఁడు.

కౌషికీ-ఈ-సీ-కౌశికీ॥

కౌషేయమ్-అ-త్రి-కృమికోశోత్థవస్త్రాదిః॥

కౌసల్యః-అ-పు-రాజవిశేషః॥

కౌసల్యా-ఆ-సీ- శ్రీరామమాతా॥

కౌసీద్యమ్-అ-న-ఆలస్యమ్-౨తంద్రా-౩కుసీదస్యభావశ్చ ॥ తె॥ ౧ఆలస్యము - ౨తందర

కౌసుమమ్-అ-న- మకరందః-౨కౌసుంభమ్ ॥ తె॥౧పూఁదేనె-౨కుసుమధాన్యము,

కౌసుమ్భమ్-అ-న- కుసుంభరక్తమ్ - ౨కౌసుమమ్॥ తె॥౧కుసుంబాపువ్వుచేత నెఱ్ఱనైనది-౨కుసుమధాన్యము.

కౌసుమ్భః-అ-పు- కుసుంభరక్తః-౨అరణ్యకుసుంభః॥ తె॥౧కుసుంబాపువ్వుచే నెఱ్ఱనైనది-౨అడవికుసుంబాపువ్వు.

కౌసుమ్భః-అ-త్రి- కుసుంభపుష్పరాగయుక్తః

కౌసుమ్భీ-ఈ-సీ- కుసుంభారక్తా॥ తె॥ కుసుంబాపువ్వుచే నెఱ్ఱనైనది.

కౌసృతికః-అ-పు-ఇంద్రజాలాదిమాయాకారః॥ తె॥ఇంద్రజాలము మొదలైన గారిడీవిద్యలు జేయువాఁడు.

కౌస్తుభః అ-పు-విష్ణుమణిః॥

కౌస్తుభవక్షాః-స్-పు-విష్ణుః॥

క్నుయిః-ఇ-పు-చిల్లపక్షీ॥ తె॥ చిందపిట్ట॥

క్రకచః-అ-పు- కరపత్రః-౨గ్రంథిలవృక్షః॥ తె॥౧అంపము-౨వెణుదురుచెట్టు.

క్రకచచ్ఛదః-అ-పు-కేతకీవృక్షః॥

క్రకచపత్రః-అ-పు- గృహద్రుమవృక్షః॥ తె॥ పాలటేకుచెట్టు.

క్రకచపాత్-ద్-పు-కృకలాసః॥ తె॥తొండ.

క్రకచపాదః-అ-పు-కృకలాసః॥ తె॥ తొండ.

క్రకచపృష్ఠీ-ఈ-సీ-కవయీమత్స్యః॥

క్రకచా-ఆ-సీ-కేతకీ॥

క్రకచారకః-అ-పు-ఖరారః॥ తె॥ గుఱ్ఱపుకొరపము.

క్రకణః-అ-పు-పక్షివిశేషః॥

క్రకరః-అ-పు-కృకణపక్షీ-౨కరీరవృక్షః॥ తె॥ పిన్నకక్కెరపిట్ట.

క్రతుః-ఉ పు-విశ్వదేవవిశేషః - ౨సప్తర్షివిశేషః-౩యూపవద్యజ్ఞః- ౪యజ్ఞః-౫కుచాగ్రమ్-౬ముగ్ధనూపః-౭భస్మ॥

క్రతుదృక్-హ-పు-అసురః॥ తె॥రక్కసుఁడు.

క్రతుదృగ్-హ-పు-అసురః॥ తె॥రక్కసుఁడు.

క్రతుదృట్-హ-పు-అసురః॥ తె॥రక్కసుఁడు

క్రతుదృడ్-హ-పు - అసురః ॥ తె ॥ రక్కసుఁడు.

క్రతుద్విట్-ష్-పు-అసురః॥

క్రతుధ్వంసీ-న్-పు-శివః॥ తె॥హరుఁడు.

క్రతుపశుః-ఉ-పు-అశ్వః॥

క్రతుపురుషః-అ-పు-విష్ణుః॥

క్రతుభుక్-జ్-పు-దేవః॥

క్రతురాజః-అ-పు-రాజసూయయజ్ఞః॥

క్రతూత్తమః-అ-పు-రాజసూయయజ్ఞః॥

క్రథనమ్-అ-న-మారణమ్॥

క్రథనకమ్-అ-న-సితాగురు॥

క్రన్దనమ్-అ-న-యోధధ్వనిః-౨రోదనమ్-౩అనుమూల్యమ్-౪ఆహ్వానమ్॥ తె॥ ౧యుద్ధమందలిభటులబ్బోఁత - అనఁగా-వీరాలాపము-౨ఏడ్వడము-౩పిలుచుట.

క్రన్దనః-అ-పు-బిడాలః॥ తె॥పిల్లి.

క్రన్దితమ్-అ-న-ధ్వనియుక్తరోదనమ్-౨హ్వాతిః॥ తె॥౧మొఱబెట్టియేడ్వడము-౨పిలవడము.

క్రమః-అ-పు-పాదః-౨వేదశాస్త్రోక్తవిధిః-౩శక్తిః-౪చరణవిక్షేపః-౫పరిపాటీ-౬అలంకారవిశేషః-౭పర్యాయః-౮వేదాభ్యాసక్రమః॥

క్రమకః-అ-(సీ)-వేదక్రమవేత్తా। తె॥ వేదమునందు క్రమముఁజదివినవాఁడు.

క్రమచ్ఛదః-అ-పు-అర్కపర్ణవృక్షః॥ తె॥ జిల్లేడుచెట్టు.

క్రమణః-అ-పు-చరణః॥

క్రమపూరకః-అ-పు-బకవృక్షః॥

క్రమశః-స్-౦-క్రమేణక్రమేణ॥

క్రమాగతమ్-అ-త్రి-క్రమాయాతమ్-౨పితృపితామహాదిక్రమేణప్రాప్తమ్॥

క్రమాయాతః-అ-త్రి-క్రమాగతః॥

క్రమిః-ఇ-పు-కృమిః॥

క్రమికణ్టకమ్-అ-న-చిత్రాంగః-౨విడంగమ్ ౩ఉదుంబరః॥

క్రమిఘ్నమ్-అ-న-విడంగమ్॥

క్రమిజమ్-అ-న-అగురు॥

క్రమిజా-ఆ-సీ-లాక్షా॥

క్రమిశత్రుః ఉ-పు-విడంగః॥

క్రముః-ఉ-పు-గువాకః॥

క్రముకమ్-అ-న-తాంబూలకరంకః-౨భద్రముస్తకః-౩కార్పాసికా॥ తె॥ ౧తాంబూలపుబిడ-౨నాగముస్తలు-౩ప్రత్తిచెట్టు.

క్రముకః-అ-పు-పట్టికాలోధ్రః-౨గువాకవృక్షః-౩బ్రహ్మదారువృక్షః-౪భద్రముస్తకః-౫కార్పాసికాఫలమ్॥ తె॥ ౧పట్టికాలోధ్రము-౨పోఁకచెట్టు౩గంగరావిచెట్టు-౪నాగముస్తలు-౫ప్రత్తికాయ.

క్రముకః-అ-(సీ)-బ్రహ్మదారువృక్షః-౨తిరీటకవృక్షః-౩పూగవృక్షః॥ తె॥౧గంగరావిచెట్టు-౨పట్టికాలోధ్రము-౩పోఁకచెట్టు

క్రముకఫలమ్-అ-న-గువాకమ్॥ తె॥ పోఁకపండు.

క్రముకీ-ఈ-సీ-గువాకః॥ తె॥ పోఁక.

క్రమేలః-అ-పు-ఉష్ట్రః॥ తె॥లొట్టిపిట్ట.

క్రమేలకః-అ-పు-ఉష్ట్రః॥ తె॥లొట్టిపిట్ట.

క్రమోద్వేగః-అ-పు-వృషః॥

క్రయః అ-పు-పణః॥ తె॥కొనడము.

క్రయలేఖ్యమ్-అ-న-భూమ్యాదిక్రయలిపిః

క్రయవిక్రయః-అ-పు-వాణిజ్యమ్॥ తె॥వ్యవహారము,

క్రయవిక్రయానుశయః-అ-పు- అష్టాదశవివాదాంతర్గతవివాదవిశేషః॥

క్రయవిక్రయికః-అ-పు-సార్థవాహః॥ తె॥ వర్తకుఁడు.

క్రయశీర్షమ్-అ-న-కపిశీర్షమ్॥

క్రయారోహః-అ-పు-హట్టః॥

క్రయికః-అ-పు-క్రయకర్తా॥ తె॥కొనేవాడు

క్రయీ-న్-త్రి-క్రయకర్తా। తె॥కొనేవాడు

క్రయ్యః-అ-త్రి-క్రయప్రసారితః॥ తె॥ కొనడమునకు యంగడియందు బరచిన వస్తువు

క్రవ్యమ్-అ-న-మాంసమ్॥

క్రవ్యఘాతనః-అ-పు-మృగః॥

క్రవ్యదః-అ-పు-రాక్షసః॥

క్రవ్యాత్-ద్-పు- మాంసభక్షకః-౨రాక్షసః॥ తె॥ ౧మాంసముదినువాఁడు-౨రక్కసుఁడు.

క్రవ్యాదః-అ-పు-రాక్షసః॥

క్రష్టా-ఋ-త్రి-కర్షకః॥ తె॥ దున్నుకొనిజీవించువాఁడు.

క్రాన్తా-ఆ-సీ-బృహతీ॥

క్రాన్తిః-ఇ-సీ-ఖగోలమధ్యవర్తిసూర్యగమనార్థతిర్యగ్గోలరేఖా-౨ఆక్రమః-౩గతిః

క్రాన్తివలయః-అ-పు-క్రాంతిమండలంవిషువద్వృత్తాచ్చతుర్వింశతిభాగైర్దక్షిణోత్తరేయద్వృత్తంతత్॥

క్రాన్తుః-ఉ-పు-పక్షీ॥

క్రాయకః-అ-పు-క్రేతా-౨క్రయజీవీ॥

క్రాయికః-అ-పు-క్రయికః॥ తె॥ కొనేవాఁడు.

క్రిమిః-ఇ-ద్వ-లూతా-౨నీలంగుః॥ తె॥౧సాలెపురుఁగు-౨పురుఁగు.

క్రిమిః-ఇ-సీ-లాక్షా॥ తె॥లక్క.

క్రిమికణ్టకమ్-అ-న-చిత్రాలతా-౨ఉదుంబరవృక్షః-౩విడంగమ్॥ తె॥౧ఎలుకచెవిచెట్టు-౨మేడిచెట్టు-౩వాయువిళంగము.

క్రిమిఘ్నః-అ-పు-విడంగమ్ - ౨కృమిఘ్నః॥ తె॥౧వాయువిడంగము.

క్రిమిఘ్నా-ఆ-సీ-ధూమ్రపత్రా॥ తె॥ పొగచెట్టు.

క్రిమిఘ్నీ-ఈ-సీ-సోమరాజీ॥ తె॥ క్రాలుగచ్చచెట్టు.

క్రిమిజమ్-అ-న-అగురుః॥ తె॥ అగురుచెక్క.

క్రిమిజా-ఆ-సీ-లాక్షా॥ తె॥లక్క.

క్రిమిజాతమ్-అ-న-అలక్తకః-౨లాక్షా॥ తె॥౧లత్తుక-౨లక్క.

క్రిమిజాపమ్-అ-న-అగురు॥

క్రిమిద్రుః-ఉ-పు-కోకామ్రవృక్షః॥ తె॥ తుమ్మెదమామిడిచెట్టు.

క్రిమిలూనః-అ-పు-మక్షికా-౨మార్జాలముఖమ్॥

క్రిమిశత్రుః-ఉ-పు-రక్తపుష్పకః॥

క్రిమిశాత్రవః-అ-పు-విట్ఖదిరః॥ తె॥ చండ్రచెట్టు.

క్రిమిశైలః-అ-పు-వల్మీకః॥

క్రియః-అ-పు-మచ్యాక్షీ-౨మేషరాశిః॥ తె॥౧పొన్నగంటిచెట్టు.

క్రియా-ఆ-సీ-తాలప్రాణవిశేషః-౨స్త్రీపురుషవినోదకేలిః-౩దేవాదిపూజా-౪కర్మ-౫చేష్టా-౬కరణమ్-౭సంప్రధారణమ్-౮శిక్షా-౯ఆరంభః-౧౦ఉపాయః-౧౧చికిత్సా-౧౨నిష్కృతిః॥ తె॥ ౬చెయ్యడము.

క్రియాకారః-అ-పు-నవచ్ఛాత్రః॥

క్రియాకారః-అ-త్రి-కర్మకర్తా॥

క్రియాఙ్గమ్-అ-న-గీతాంగమ్॥

క్రియాద్వేషీ-న్-పు- సాక్ష్యలిఖితభుక్తియుక్తిశపథద్వేష్టా॥

క్రియాద్వేషీ-న్-త్రి-కర్మద్వేష్టా॥

క్రియాపాదః-అ-పు-చతుష్పాదవ్యవహారాంతర్గతతృతీయపాదఃయథా- పూర్వపక్షస్మృతఃపాదో ద్వితీయశ్చోత్తర స్మృతః- క్రియాపాద స్తథాచాన్యచతుర్థోనిర్ణయస్మృతః॥

క్రియాభ్యుపగమః-అ-పు-పరస్పరక్రియాస్వీకారః॥

క్రియావసన్నః-అ-త్రి-సాక్ష్యాదినాప్రాప్తపరాజయః॥

క్రియావాదీ-న్-పు-ప్రమాణవాదీ॥

క్రియావాన్-త్-త్రి-కార్యోద్యుక్తః॥

క్రియాసమభిహారః-అ-పు - పౌనఃపున్యభృశార్థౌ॥

క్రియేన్ద్రియమ్-అ-న-కర్మేంద్రియమ్॥

క్రీడః-అ-పు-తాలప్రాణకలావిశేషః- ౨పరీహాసః॥

క్రీడనమ్-అ-న-ఖేలా॥

క్రీడా-ఆ-స్త్రీ-స్త్రీపురుషవినోదవనవిహారాదిః-౨పరీహాసః-౩అవజ్ఞానమ్॥

క్రీడాకిరాతః-అ-పు-శివః॥

క్రీడాచురః-అ-పు-గిర్యకః॥ తె॥ అచ్చనకాయలు.

క్రీడాద్యూతః-అ-పు-ఖురీఖలః॥ తె॥ పందెము వేసియాడేవాఁడు.

క్రీడారత్నమ్-అ-న-రతిః॥

క్రీడారథః-అ-పు-క్రీడార్థరథః॥

క్రీతః-అ-పు-జననీజనకాన్యతరక్రీతపుత్రః॥

క్రీతః-అ-త్రి-క్రీతవస్తు॥

క్రీతకః-అ-పు-క్రీతపుత్రః॥

క్రీతానుశయః-అ-పు-ద్రవ్యక్రీత్వాపశ్చాదనుతాపః॥

క్రుఞ్-చ్-ద్వి-క్రౌంచః॥ తె॥ కొంగ.

క్రుఞ్చః-అ-పు-క్రౌంచపర్వతః॥

క్రుఞ్చా-ఆ-స్త్రీ-వీణాభేదః॥

క్రుత్-ధ్-స్త్రీ-క్రోధః॥ తె॥ కోపము.

క్రుద్-ధ్-స్త్రీ-క్రోధః॥ తె॥ కోపము.

క్రుద్ధః-అ-త్రి-కుపితః॥

క్రుధా-ఆ-స్త్రీ-క్రోధః॥

క్రుశ్వా-న్-(న)-శృగాలః॥ తె॥ నక్క.

క్రుష్టమ్-అ-న-ధ్వనియుక్తరోదనమ్-౨ధ్వనిః

క్రూరమ్-అ-న-భయానకరసః॥

క్రూరః-అ-పు-జానకః-౨క్రముకవృక్షః-౩నిర్దయః-౪భూతాంకుశవృక్షః-౫రక్తకరవీరవృక్షః-౬శ్యేనపక్షీ-౭కంకపక్షీ॥ తె॥ ౧నెరవంజిచెట్టు-౨పోకచెట్టు-౩దయలేనివాఁడు-౪మహిసాక్షిచెట్టు-౫ఎఱ్ఱగన్నేరుచెట్టు-౬డేగపిట్ట-౭రాఁబులుఁగు.

క్రూరః-అ-త్రి-భయానకరసవాన్-౨పరపీడానిరతః-౩కఠినః-౪ఉష్ణః-౫నృశంసః-౬క్రుద్ధః॥ తె॥ ౧భయానకరసముఁగలవాఁడు-౨ఇతరులనుఁ బీడించుటయందాసక్తిఁగలవాఁడు-౩కఠినుఁడు-౪వేఁడి-౫ఘాతకుఁడు-౬కోపగించినవాఁడు.

క్రూరకర్మా-న్-పు-కటుతుంబినీవృక్షః॥

క్రూరకర్మా-న్-త్రి-భయానకకర్మకర్తా.

క్రూరగన్ధః-అ-పు-గంధకః॥

క్రూరగన్ధా-ఆ-స్త్రీ-కంథారీవృక్షః॥

క్రూరదృక్-శ్-త్రి-పిశునః॥

క్రూరదృక్-శ్-పు-శనైశ్చరః-౨ఖలః॥

క్రూరదృష్టిః-ఇ-పు-అంగారకః॥

క్రూరధూర్తః-అ-పు-కృష్ణధత్తూరకః॥

క్రూరరావీ-న్-పు-ద్రోణకాకః॥ తె॥ బొంతకాకి.

క్రూరలోచనః-అ-పు-శనిః॥

క్రూరా-ఆ-స్త్రీ-రక్తపునర్నవా॥

క్రూరాకృతిః-ఇ-పు-రావణః॥

క్రేఙ్కృతమ్-అ-న-హంసధ్వనిః-౨క్రౌంచధ్వనిః॥

క్రేణిః-ఇ-పు-క్రయణమ్॥

క్రేతవ్యమ్-అ-త్రి-క్రేయవస్తు.

క్రేతా-ఋ-త్రి-క్రయకర్తా॥

క్రేయః-అ-త్రి-క్రేతవ్యమాత్రకమ్॥ తె॥ కొనతగినది.

క్రోఞ్చదారణః-అ-పు-కార్తికేయః॥

క్రోడమ్-అ-న-ఊరుప్రాగ్భాగః॥ తె॥ తొడముందరిభాగము.

క్రోడః-అ-పు-సూకరః-౨శనైశ్చరః-౩హరః-౪మాతంగః-౫జలమ్॥ తె॥ ౧పంది-౨శనిగ్రహము-౩శివుఁడు-౪పనుఁగు-౫నీళ్లు.

క్రోడకన్యా-ఆ-స్త్రీ-వారాహీకందః॥

క్రోడచూడా-ఆ-స్త్రీ-మహాశ్రావణికావృక్షః

క్రోడపర్ణీ-ఈ-సీ-కంటకారికా॥

క్రోడపాదః-అ-పు-కచ్ఛపః॥

క్రోడా-ఆ-(పు)-భుజాంతరద్వయమ్॥

క్రోడాఙ్ఘ్రిః-ఇ-పు-కచ్ఛపః॥

క్రోడాయుధః-అ-పు-శివః॥

క్రోడీ-ఈ-సీ-వారాహీకందః॥

క్రోడీకరణమ్-అ-న-ఆలింగనమ్॥

క్రోడీకృతిః-ఇ-సీ-ఆలింగనమ్॥

క్రోడీముఖః-అ-పు-గండకః॥

క్రోడేష్టా-ఆ-సీ-ముస్తా॥

క్రోథః-అ-పు-కుదనః-౨తృటితమ్॥

క్రోధః-అ-పు-రౌద్రరసస్థాయీభావః-౨కోపః-౩రాజవిశేషః॥

క్రోధజః-అ-పు-మోహః॥

క్రోధనః-అ-పు-సంవత్సరవిశేషః॥

క్రోధనః-అ-త్రి-క్రోధశీలః॥

క్రోధనా-ఆ-సీ-తస్కరీ-౨కోపవతీ॥ తె॥ ౧ కొండబెండ.

క్రోధమూర్ఛితః అ-పు- చోరనామగంధద్రవ్యమ్॥

క్రోధమూర్ఛితః-అ-త్రి-అతికోపనః-

క్రోధీ-న్-త్రి-క్రోధయుక్తః-౨మహిషః॥

క్రోధీ-న్ - పు - సంవత్సరవిశేషః - ౨కోపయుక్తః॥

క్రోశః-అ-పు-క్రోశమాత్రదూరమ్-౨సహస్రధనుః-చతుఃసహస్రహస్తపరిమాణమ్॥ తె॥కోసెడుదూరము.

క్రోశతాలః-అ-పు-ఢక్కా॥

క్రోశధ్వనిః-ఇ-పు-ఢక్కా॥

క్రోశయుగమ్-అ-న-క్రోశద్వయమ్॥

క్రోష్టా-ఋ-పు-జంబుకః॥ తె॥నక్క.

క్రోష్టుః-ఉ-పు-జంబుకః॥ తె॥నక్క. (మికా॥

క్రోష్టుకపుచ్ఛికా-ఆ-సీ-పృశ్నిపర్ణీ-౨గోలో

క్రోష్టుకమేఖలా-ఆ-సీ-పృశ్నిపర్ణీ॥ తె॥ కోలపొన్నచెట్టు.

క్రోష్టుపుచ్ఛికా-ఆ-సీ-పృశ్నిపర్ణీ॥ తె॥ కోలపొన్నచెట్టు.

క్రోష్టుఫలః-అ-పు-ఇంగుదీవృక్షః॥ తె॥ గారచెట్టు.

క్రోష్టువిన్నా-ఆ-సీ-కలశీ॥ తె॥నక్కతోఁకపొన్నచెట్టు.

క్రోష్టుకుః-ఉ-పు-శ్వేతేక్షుః॥ తె॥ తెల్లచెఱకు.

క్రోష్ట్రీ-ఈ-సీ-సృగాలికా-౨క్షీరవిదారీ-౩లాంగలీ॥ తె॥౧ఆఁడునక్క.

క్రోష్ఠీ-ఈ-సీ-భూకూశ్మాండః॥ తె॥ నల్లనేలగుమ్మడుచెట్టు.

క్రౌఞ్చః-అ-పు-సప్తద్వీపవిశేషః - ౨క్రుఞ్చః-౩పర్వతవిశేషః॥

క్రౌఞ్చదారణః-అ-పు-షడాననః॥

క్రౌఞ్చా-ఆ-సీ-క్రౌంచభార్యా॥

క్రౌఞ్చాదనమ్ అ-న-మృణాలమ్-౨చించోటకః-౩పిప్పలీ॥

క్రౌఞ్చాదనీ-ఈ-సీ-పద్మబీజమ్॥

క్రౌఞ్చానుజః-అ-పు-మైనాకపర్వతః॥

క్రౌఞ్చారాతిః-ఇ-పు-కార్తికేయః॥

క్రౌఞ్చారిః-ఇ-పు - కార్తికేయః - ౨పరశురామః॥

క్రౌశశతికః-అ-పు-శతక్రోశగమనకర్తా॥

క్లమః-అ-పు-క్లమథః-౨ఆయాసః॥ తె॥ ౧పుష్పాదులు మొదలైనవి వాడడము.

క్లమథః-అ-పు-క్లమః॥ తె॥ పుష్పాదులు మొదలైనవి వాడుట.

క్లాన్తః అ-త్రి-క్లాంతియుక్తః - ౨శ్రాంతః॥

క్లీతకమ్ అ-న-యష్టిమధుకమ్॥ తె॥ అతిమధురము.

క్లితకికా-ఆ-సీ-నీలినీ॥ తె॥నీలిచెట్టు.
క్లిన్నమ్-అ-త్రి-ఆర్ద్రమ్॥
క్లిన్నః-అ-త్రి-ఆర్ద్రః॥ తె॥తడిసినది.
క్లిన్నాక్షః-అ-త్రి-శ్లేష్మాదినాక్లిన్నచక్షుః॥
క్లిశితః-అ-త్రి-క్లిష్టః॥ తె॥దుఃఖపెట్టఁబడ్డది-ఉడికించఁబడ్డదిన్ని.
క్లిష్టః-అ-త్రి- అసంగతవచనమ్- ౨క్లేశితః॥ తె॥౨దుఃఖపెట్టఁబడ్డవాఁడు, ఉడికించఁబడ్డవాఁడు.
క్లిష్టిః-ఇ-సీ-క్లేశః॥
క్లీ-న్-పు-షండపురుషః॥ తె॥నపుంసకుఁడు.
క్లీతకమ్-అ-న-యష్టిమధుకా॥
క్లీతకికా-ఆ-సీ-నీలీవృక్షః॥
క్లీబః-అ-పు-షండపురుషః॥
క్లీబః-అ-త్రి-నిర్విక్రమః॥
క్లీబనీ-ఈ-సీ-అంబుదఫల్యా॥ తె॥ మూలుగుచెట్టు.
క్లేదః-అ-పు-చంద్రః-౨ఆర్ద్రమ్॥
క్లేదనః-అ-పు-కఫః-౨పంచప్రకారశ్లేష్మాంతర్గతశ్లేష్మవిశేషః॥
క్లేదా-న్-పు-చంద్రః॥
క్లేదుః-ఉ-పు-చంద్రః-౨సన్నిపాతః॥
క్లేశః-అ-పు-రోగాదిజాతమనోవ్యథా-౨రాగద్వేషాదిప్రయుక్తదుఃఖమ్-౩వ్యవసాయః-౪విరాగాదిః॥
క్లేశితః-అ-త్రి-క్లిష్టః॥ తె॥ దుఃఖపెట్టఁబడ్డది, ఉడికించఁబడ్డదిన్ని.
క్లైతకికమ్-అ-న-మద్యమ్॥
క్లోమ-న్-న-గర్భదక్షిణభాగమాంసఖండమ్.
క్వ-౦-౦-కస్మిన్నిత్యర్థః॥ తె॥ఎక్కడ.
క్వఙ్గుః-ఉ-పు-కంగుః॥ తె॥కొఱ్ఱలు.
క్వచన-౦-౦-క్వచిత్॥
క్వచిత్-౦-౦-కస్మింశ్చిత్-౨కుత్రచిత్॥

క్వణః-అ-పు-వీణాధ్వనిః- ౨క్వణనమ్॥ తె॥౨ధ్వనిచేయడము.
క్వణనమ్-అ-న-వీణాధ్వనిః॥
క్వణనః-అ-పు-హండికాసుతః॥
క్వథితః-అ-త్రి-నిష్పక్వః॥ తె॥ అగ్నిచేతకాఁగినది.
క్వాణః-అ-పు-వీణాధ్వనిః॥
క్వాథః-అ-పు-వృక్షరసః- ౨దుఃఖమ్-౩వ్యసనమ్॥
క్వాథోద్భవమ్-అ-న-తుత్థాంజనమ్॥
క్షమ్-అ-న-క్షేత్రమ్-౨వృక్షః॥
క్షః-అ-పు-సంరోధః- ౨విరోధః-౩క్షేమః-౪దుస్స్వప్నః-౫క్షత్రియః-౬శాంతిః- ౭ధరణీ-౮సంవర్తః-౯రాక్షసః-౧౦నరసింహః-౧౧విద్యుత్ -౧౨క్షేత్రపాలః౧౩నాశః॥ తె॥౧అడ్డగించుట-౨పగ-౩క్షేమము-౪దుస్స్వప్నము-౫రాజు-౬ఓరుపమి శాంతిన్ని-౭పుడమి.
క్షణః-అ-పు- దశవిఘటికాసమకాలః- ౨కాలమానశతపద్మపత్రభేదనకాలః - ౩వివాహోద్యుత్సవః- ౪వ్యాపారవికలతా-౫పరతంత్రతా-౬మూహూర్తః-౭పరమాణుః- ౮ఆవసథమ్ - ౯సంరక్షణమ్-౧౦కృదుత్వమ్- ౧౧త్రింశత్కలాపరిమితకాలః సచదశపలపరిమితః-౧౨అవసరః॥ తె॥౮ఇల్లు.
క్షణకమ్-అ-న-క్షుద్రమూలకమ్॥ తె॥ పిన్నముల్లంగిచెట్టు.
క్షణతుః-ఉ-పు-క్షతః- ౨క్షణనురితిచపాఠః॥
క్షణదమ్-అ-న-జలమ్॥
క్షణదః-అ-పు-గణకః॥
క్షణదా-ఆ-సీ-రాత్రిః-౨హరిద్రా॥
క్షణనమ్-అ-న-మారణమ్॥ తె॥ చంపడము.

క్షణనిశ్వాసః-అ-పు-శిశుమారః॥
క్షణప్రభా-ఆ-సీ-విద్యుత్॥
క్షణభఙ్గురః-అ-త్రి-క్షణైకనాశ్యః॥
క్షణరామీ-న్-పు-పారావతః॥
క్షణికః అ-త్రి-క్షణమాత్రస్థాయీ॥
క్షణికా-ఆ-సీ-విద్యుత్॥ తె॥ మెఱుపు.
క్షణినీ-ఈ-సీ-రాత్రిః॥
క్షతమ్-అ-న-వ్రణమ్॥ తె॥ గాయము.
క్షతకాసః అ-పు - పంచవిధకాసరోగాంతర్గతకాసరోగవిశేషః॥
క్షతఘ్నః-అ-పు-అలక్తః-౨లాక్షా- ౩ క్షుపవిశేషః॥ తె॥ ౧లత్తుక-౨లక్క.
క్షతఘ్నీ-ఈ-సీ-లాక్షా- క్షతఘ్నాపిపాసః॥
క్షతజమ్-అ-న-రుధిరమ్-౨పూయమ్॥ తె॥ ౧నెత్తురు॥
క్షతజతృష్ణా-ఆ-సీ- శస్త్రాదిక్షతయుక్తస్య పిపాసా॥
క్షతవిధ్వంసీ-న్-పు-వృద్ధదారకవృక్షః॥
క్షతవ్రణః-అ-పు- షట్ప్రకారవ్రణరోగాంతర్గతవ్రణరోగవిశేషః॥
క్షతవ్రతః-అ-పు- బుద్ధిపూర్వకస్త్రీసంగమకర్తృబ్రహ్మచర్యవ్రతస్థః॥
క్షతహరమ్-అ-న-అగురు॥
క్షతిః-ఇ-సీ-అపచయః-౨క్షయః॥
క్షతోదరః-అ-పు-ఉదరరోగవిశేషః॥
క్షత్తా-ఋ-పు-రథసారథిః-౨క్షత్రియస్త్రీశూద్రసంభవః - ౩ ద్వారపాలకః - ౪ భుజిష్యతనయః - ౫ దేవరన్యాయ ప్రజోత్పాదకః-౬మత్స్యః-౭ బ్రహ్మ.
క్షత్రమ్-అ-న-తగరః-౨శరీరమ్॥ తె॥ ౧గ్రంథితగరపుచెట్టు.
క్షత్రః-అ-(సీ)-క్షత్రియః॥
క్షత్రదూతీ-ఈ-సీ-శ్వేతకంటకారీ॥ తె॥ తెల్లవాకుఁడు.

క్షత్రధనః-అ-పు-తిక్తబీజాలతా॥ తె॥ పెద్దచేఁదానుఁగుచెట్టు.
క్షత్రబన్ధుః-ఉ-పు-నిందితక్షత్రియః॥
క్షత్రవృక్షః-అ-పు-ముచుకుందః॥
క్షత్రియః-అ-పు-రాజన్యః॥
క్షత్రియా-ఆ-సీ-క్షత్రియజాతిస్త్రీ॥
క్షత్రియాణీ-ఈ-సీ-క్షత్రియజాతిస్త్రీ॥
క్షత్రియారిః-ఇ-పు-పరశురామః॥
క్షత్రియీ-ఈ-సీ-క్షత్రియభార్యా॥
క్షద్మ-న్-న-అన్నమ్॥ తె॥ కూడు.
క్షన్తా-ఋ-త్రి-క్షమాశీలః॥ తె॥ ఓర్పుఁగలవాఁడు.
క్షన్తా-ఋ-సీ-సహనశీలః॥ తె॥ ఓర్పుఁగలవాఁడు.
క్షపణః-అ-త్రి-నిర్లజ్జః॥
క్షపణః-అ-పు-క్షపణమతప్రవర్తకః॥ తె॥ క్షపణమను మతమునందు సంచరించెడివాఁడు.
క్షపణకః-అ-పు-బుద్ధభేదః-౨సన్యాసీ॥
క్షపణ్యుః ఉ-పు-అపరాధః॥
క్షపా-ఆ-సీ-రాత్రిః-౨హరిద్రా॥
క్షపాకరః-అ-పు-చంద్రః-౨కర్పూరః॥
క్షపాచరః-అ-పు- రాక్షసః॥
క్షపాటః-అ-పు-రాక్షసః॥
క్షపాత్యయః-అ-పు-ప్రభాతమ్॥
క్షపావతిః-ఇ-పు-చంద్రః-౨కర్పూరః॥
క్షపితమ్-అ-న-భాగహారః॥
క్షపితః-అ-త్రి-భాగహారవాన్॥
క్షపితా-ఋ-త్రి-క్షమాశీలః॥
క్షమమ్-అ-న-యుక్తమ్॥
క్షమమ్-మ్-౦-క్షాంతిః॥ తె॥ ఓర్పు.
క్షమః-అ-త్రి-శక్తః-౨హితః॥
క్షమః-అ-పు-సహః॥

క్షమతా-ఆ-సీ-యోగ్యతా-౨అసామర్థ్యమ్॥

క్షమా-ఆ-సీ-భూమిః-౨ధనహరీ-౩గారీ-౪క్షాంతిః-౫రాత్రిః॥

క్షమాదంశః-అ-పు-శిగ్రుః॥

క్షమావాన్-త్-త్రి-క్షాంతియుక్తః॥

క్షమితా-ఋ-త్రి-క్షమాశీలః॥

క్షమీ-న్-త్రి-క్షమాశీలః॥

క్షయః-అ-పు-సంవత్సరవిశేషః-౨బ్రహ్మాదిన ప్రలయః-౩గృహమ్-౪క్షయరోగః-౫రాజత్రివర్గభేద పరాధిక్యాగతక్షయః-౬ఆచారనాశః-౭అపచయః॥ తె॥ ౧అఱువదిసంవత్సరములలోనొకటి-౨బ్రహ్మప్రళయదినము-౩ఇల్లు-౪క్షయరోగము-౫శత్రువునకంటెఁదానుదగ్గియుండుట-౬ఆచారములేనివాఁడు-౭కొఱతయగు.

క్షయతరుః-ఉ-పు-స్థాలీవృక్షః॥

క్షయథుః-ఉ-పు-కాసః॥

క్షయనాశినీ-ఈ-సీ-జీవంతీవృక్షః॥

క్షయ్యమ్-అ-న-క్షయణీయమ్॥

క్షరమ్-అ-న-నీరమ్॥ తె॥ జలము.

క్షరః-అ-పు-మహాపిండీతకః-౨మహాపుత్రజీవీ-౩కోకిలాక్షః-౪మేఘః॥ తె॥ ౧పెద్దమ్రంగచెట్టు-౨మహాపుత్రజీవిచెట్టు-౩గొబ్బిచెట్టు-౪మేఘము.

క్షరః-అ-త్రి-నిశ్వరః॥

క్షరణమ్-అ-న-మోచనమ్-౨స్రవణమ్॥

క్షరీ-న్-పు-వర్షాకాలః॥

క్షరీ-న్-త్రి-క్షరణవిశిష్టః॥

క్షవః-అ-పు-క్షుతమ్-౨రాజికా-౩కాసః-౪రాజికాభేదః॥

క్షవకః-అ-పు-అర్కపర్ణవృక్షః-౨అపామార్గః-౩రాజికా-౪కాసః-౫రాజికాభేదః తె॥ ౧జిల్లేడుచెట్టు-౨ఉత్తరేణిచెట్టు.

క్షవకృత్-త్-సీ-చిక్కణీ॥

క్షవథుః-ఉ-పు-కాసః-౨క్షుతమ్-౩కంఠకండూయనమ్॥ తె॥ ౧దగ్గు-౨తుమ్ము.

క్షవపత్రా-ఆ-సీ-ద్రోణపుష్పీ॥ తె॥ పెనుఁగుతుమ్మి.

క్షవికా-ఆ-సీ-బృహతీభేదః॥

క్షా-ఆ-సీ-నిద్రా-౨క్షమా॥

క్షాన్తః-అ-త్రి-సర్వాదిక్షమితాపరాధాదిః॥

క్షాన్తః-అ-త్రి-క్షీణః॥

క్షాన్తిః-ఇ-పు-క్షమా॥

క్షాన్తిః-ఇ-సీ-సత్యపిసామర్థ్యేఅపకారిణి అపకారాచికీర్షా॥

క్షాన్తుః-ఉ-పు-పితా॥

క్షాన్తుః-ఉ-త్రి-క్షమాశీలః॥

క్షామః-అ-త్రి-క్షీణః-౨అబలః॥ తె॥ ౧తక్కువైనది.

క్షామవతీ-ఈ-సీ-యాగవిశేషః॥

క్షామవతీష్టిః-ఇ-సీ-యాగవిశేషః॥

క్షామాస్యమ్-అ-న-పథ్యమ్-క్షమాస్యమితిచపాఠః॥

క్షారమ్-అ-న-బిడ్లవణమ్-౨యవక్షారః॥

క్షారః-అ-పు-దుగ్ధమహిషీ-౨గోలీఢః-౩కాచః-౪భస్మ-౫రసవిశేషః-౬లవణమ్-౭ధూర్తః-౮టజ్కణః॥ తె॥ ౨మొక్కపుచెట్టు-౩గాజు.

క్షారః-అ-త్రి-లవణవాన్॥

క్షారకమ్-అ-న-మూలకమ్॥ తె॥ ముల్లంగిచెట్టు.

క్షారకః-అ-పు-తరుణకుట్మలమ్-౨జాలకః-౩పక్షిమత్స్యాదిపిటకః-౪అచిరజాతఫలమ్-౫రజకః॥

క్షారణమ్-అ-న-శాపః॥ తె॥ తిట్టడము.

క్షారతైలమ్-అ-న-పక్వతైలవిశేషః॥

క్షారత్రయమ్-అ-న-త్రివిధక్షారః॥

క్షారదలా-ఆ-సీ-చిల్లీ॥

క్షారదశకమ్-అ-న-దశవిధక్షారః॥

క్షారద్రావణమ్-అ-న-మార్దమ్॥ తె॥ చవుట ఉప్పు.

క్షారద్రుః-ఉ-పు-కింశుకవృక్షః-౨ ఘణ్టాపాటలీవృక్షః॥ తె॥ ౧ మోదుగుచెట్టు.

క్షారపత్రః-అ-పు-వాస్తూకః॥

క్షారపత్రకః-అ-పు-వాస్తూకః॥

క్షారభూమిః-ఇ-పు-లవణమృత్తికదేశః॥

క్షారమధ్యః-అ-పు-అపామార్గః॥

క్షారమేలకః-అ-పు-సర్వక్షారః॥

క్షారవృక్షః-అ-పు-ముష్కకః॥

క్షారశ్రేష్ఠమ్-అ-న-వజ్రక్షారమ్॥

క్షారశ్రేష్ఠః-అ-పు-పలాశః-౨ ముష్కకః॥

క్షారషట్కమ్-అ-న-షడ్విధక్షారః॥

క్షారసిన్ధుః-ఉ-పు-లవణసముద్రః॥

క్షారాచ్ఛమ్-అ-న-సాముద్రలవణమ్॥

క్షారాబ్ధిః-ఇ-పు-లవణసముద్రః॥

క్షారాష్టకమ్-అ-న-అష్టప్రకారక్షారః॥

క్షారికా-ఆ-సీ-క్షుధా॥

క్షారితః-అ-త్రి-అగమ్యాగమనాదిదూషితః-౨ అభిశస్తః-౩ స్రావితః-౪ క్షారః॥

క్షారోదః-అ-పు-లవణసముద్రః॥

క్షాలనమ్-అ-న-ప్రక్షాలనమ్॥

క్షాలితమ్-అ-త్రి-కృతప్రక్షాలనమ్॥

క్షావకః-అ-పు-జాసకః॥ తె॥ నెరవంజిచెట్టు.

క్షి-ఇ-త్రి-నివాసః-౨ గతిః-౩ క్షయః॥

క్షితః-అ-త్రి-క్షీణః॥

క్షితిః-ఇ-సీ-స్థానమ్-౨ నాశః-౩ క్షితిసంఖ్యావద్ద్రవ్యమ్-౪ భూమిః-౫ గృహమ్-౬ సంఖ్యావిశేషః-౭ కాలభేదః-౮ రోచనానామగంధద్రవ్యమ్॥ తె॥ ౬ క్షితియనులెక్క.

క్షితికణః-అ-పు-ధూళిః॥

క్షితిక్షమః-అ-పు-ఖదిరవృక్షః॥ తె॥ చండ్రచెట్టు.

క్షితిజమ్-అ-న-ఖగోలేఽఽకాశమధ్యాన్నవత్యమ్శాంతరేతిర్యగ్వృత్తమ్॥

క్షితిజః-అ-పు-వామీ-౨ భూనాగః-౩ మంగళగ్రహః॥ తె॥ ౧ వేసడము.

క్షితిజః-అ-త్రి-భూజాతః॥

క్షితిజన్తుః-ఉ-పు-భూనాగః॥

క్షితిధరః-అ-పు-పర్వతః-౨ కూర్మవాసుకిదిగ్గజాశ్చ॥

క్షితినాగః-అ-పు-భూనాగః॥

క్షితినాథః-అ-పు-రాజా॥

క్షితిపః-అ-పు-రాజా॥

క్షితిపతిః-ఇ-పు-రాజా॥

క్షితిపాలః-అ-పు-రాజా॥

క్షితిపాలభాక్-జ్-పు-రాజా॥

క్షితిపుత్రః-అ-పు-నరకరాజః॥

క్షితిబదరీ-ఈ-సీ-భూబదరీ॥

క్షితిరుహః-అ-పు-వృక్షః॥

క్షితివర్ధనః-అ-పు-శవః॥

క్షితివర్ధనః-అ-త్రి-భూమివర్ధకః॥

క్షితివ్యుదాసః-అ-పు-గర్తః॥

క్షితీ-ఈ-సీ-భూమిః-౨ గృహమ్॥

క్షిత్యదితిః-ఇ-సీ-దేవకీ॥

క్షిత్వాన్-న్-పు-వాయుః॥

క్షిద్రః-అ-పు-రోగః-౨ సూర్యః-౩ విషాణమ్

క్షిపః-అ-పు-రక్తాశ్వః-౨ క్షేపణమ్-౩ క్షేప్తా॥ తె॥ ౧ ఎఱ్ఱమూతికోఁతి.

క్షిపకః-అ-పు-యోద్ధా॥

క్షిపకా-ఆ-సీ-క్షేపణమ్॥

క్షిపణిః-ఇ-పు-అస్త్రమ్॥

క్షిపణిః-ఇ-సీ-క్షేపణీ-౧నౌకాదండః-౨జాలవిశేషః-౩మంత్రః-౪అధ్వర్యుః॥

క్షిపణీ-ఈ-సీ-క్షిపణిః॥

క్షిపణుః-ఉ-పు-వాయుః॥

క్షిపణ్యుః-ఉ-పు-వసంతకాలః-౨దేహః॥

క్షిపణ్యుః-ఉ-త్రి-సురభిః॥

క్షిపా-ఆ-సీ-క్షేపణమ్-౨రాత్రిః॥ తె॥౧తోయ్యడము-౨రాతిరి.

క్షిప్తమ్-అ-న-రోగాజితమ్॥ తె॥ లెక్కకలియఁగూడడము.

క్షిప్తః-అ-త్రి-మత్తః-౨స్థాపితః॥ తె॥ ౧తోయ్యఁబడ్డది-౨పాఁతడము.

క్షిప్తా-ఆ-సీ-రాత్రిః॥

క్షిప్నుః-ఉ-త్రి-నిరాకరణశీలవాన్-౨నిరాకరిష్ణుః॥

క్షిప్రమ్-అ-న-వేగః॥

క్షిప్రః-అ-త్రి-వేగవాన్॥

క్షిప్రకమ్-అ-న-సక్తవః॥ తె॥పాడిపిండి.

క్షిప్రపాకీ-న్-త్రి-శీఘ్రపాకవిశిష్టః॥

క్షిప్రపాకీ-న్-పు-గర్ధభాండవృక్షః॥

క్షిప్రశ్యేనః-అ-పు-భారద్వాజపక్షీ॥ తె॥ పట్రింత.

క్షియా-ఆ-సీ-ఆచారనాశః-౨అపచయః॥

క్షీజనమ్-అ-న-కీచకానాన్నాదః॥

క్షీణః-అ-త్రి-హీనః-౨సూక్ష్మః॥ తె॥౧తక్కువైనది.

క్షీణవాన్-త్-త్రి-క్షయవిశిష్టః॥

క్షీణాష్టకర్మా-న్-పు-జినః॥

క్షీబః-అ-త్రి-సురాపానాదిమత్తః॥

క్షీరమ్-అ-న-జలమ్-౨దుగ్ధమ్-౩సరలద్రవః॥ తె॥౧ఉదకము-౨పాలు.

క్షీరః-అ-పు-వటవృక్షః-౨చాషపక్షీ-౩క్షీరసాగరః-౪మధురః॥ తె॥౧మఱ్ఱిచెట్టు-౨పాలపిట్ట-౩పాలసంద్రము-౪తీపి.

క్షీరకః-అ-పు-క్షీరమోరటలతా॥

క్షీరకఞ్చుకీ-ఈ-సీ-క్షీరీశవృక్షః॥

క్షీరకణ్ఠః-అ-పు-బాలకః॥

క్షీరకణ్ఠకః-అ-పు-శిశుః॥

క్షీరకన్దః-అ-పు-క్షీరవిదారీ॥

క్షీరకన్దా-ఆ-సీ-క్షీరవల్లీ॥

క్షీరకాకోలికా-ఆ-సీ-పయస్వినీ॥ తె॥ క్షీరకాకోలిచెట్టు.

క్షీరకాకోలీ-ఈ-సీ-అష్టవర్గప్రసిద్ధౌషధివిశేషః॥

క్షీరకాణ్డకః-అ-పు-స్నుహీ-౨అర్కవృక్షః॥ తె॥౧.జెముడుచెట్టు-౨జిల్లెడుచెట్టు.

క్షీరకాష్ఠా-ఆ-సీ నదీవటః॥ తె॥నల్లమఱ్ఱిచెట్టు.

క్షీరకీటః-అ-పు-దుగ్ధజాతకీటః॥

క్షీరక్షరః-అ-పు-దుగ్ధపాషాణః॥

క్షీరజమ్-అ-న-దధి॥

క్షీరజమ్-అ-త్రి-క్షీరజాతద్రవ్యమ్॥

క్షీరదళః-అ-పు-అర్కవృక్షః॥ తె॥ జిల్లెడుచెట్టు.

క్షీరద్రుమః-అ-పు-అశ్వత్థః॥ తె॥ రావిచెట్టు.

క్షీరధేనుః-ఉ-సీ-దానార్థక్షీరనిర్మితధేనుః॥

క్షీరనాశః-అ-పు-శాఖోటవృక్షః-౨దుగ్ధక్షయః॥ తె॥౧పెద్దటేకుచెట్టు.

క్షీరనాశకః-అ-పు-శాఖోటవృక్షః॥ తె॥ పెద్దటేకుచెట్టు.

క్షీరనీరమ్-అ-న-ఆలింగనవిశేషః-౨దుగ్ధజలమ్॥

క్షీరపర్ణీ-న్-పు-అర్కవృక్షః॥ తె॥ జిల్లెడుచెట్టు.

క్షీరపాణమ్-అ-త్రి-దుగ్ధపానకర్తా-దుగ్ధపానయుక్తదేశశ్చ॥

క్షీరపాణమ్-అ-న-దుగ్ధపానమ్॥
క్షీరపానమ్ అ- త్రి-దుగ్ధపానకర్తా - ౨దుగ్ధపానయుక్తదేశశ్చ॥
క్షీరపానమ్-అ-న-దుగ్ధపానమ్॥
క్షీరపాయీ-న్-త్రి-దుగ్ధపానకర్తా॥
క్షీరబలా-ఆ-సీ-కరవిందా॥ తె॥కలివెచెట్టు.
క్షీరమోరటః అ-పు-లతాభేదః॥
క్షీరలః-అ-పు-దుగ్ధాశ్మదుగ్ధపాషాణః॥
క్షీరవల్లీ-ఈ-సీ-క్షీరవిదారీ॥ తె॥ పాలనేలగుమ్ముఁడు చెట్టు.
క్షీరవికృతిః-ఇ-సీ-కూర్చికా॥
క్షీరవిదారికా-ఆ-సీ-క్షీరవిదారీ॥ తె॥ పాల నేలగుమ్ముఁడుచెట్టు.
క్షీరవిదారీ-ఈ-సీ-ఇక్షువల్లీ॥ తె॥ పాలుగల నేలగుమ్ముఁడు.
క్షీరవిషాణికా-ఆ-సీ-వృశ్చికాలీ - ౨క్షీరకాకోలీ॥
క్షీరవృక్షః-అ-పు-ఉదుంబరవృక్షః-౨క్షీరికా-౩రాజాదనీ॥
క్షీరశరః-అ-పు - దధియోగాత్పక్వోష్ణదుగ్ధజాతః॥
క్షీరశీర్షః-అ-పు- శ్రీరామః॥
క్షీరశుక్తా-ఆ-సీ-క్షీరవిదారీ- ౨క్షీరకాకోలీ॥
క్షీరశుక్లః-అ-పు-జలకంటకః॥
క్షీరశుక్లా-ఆ-సీ-విదారీ॥ తె॥ తెల్ల నేలగుమ్ముఁడుచెట్టు.
క్షీరసః-అ-పు-క్షీరసారః॥
క్షీరసన్తాలికా-ఆ సీ-దుగ్ధవికారవిశేషః॥
క్షీరసాగరసుతా-ఆ-సీ-లక్ష్మీః॥ తె॥లచ్చి.
క్షీరసారః-అ-పు-సంతానికా॥ తె॥ పాలమీఁగడమీగడ.
క్షీరస్ఫటికః-అ-పు-క్షీరవర్ణస్ఫటికః॥
క్షీరా-ఆ-సీ-కాకోలీ॥

క్షీరాకరః-అ-పు-క్షీరసముద్రః॥
క్షీరాబ్ధిః-ఇ-పు-క్షీరసముద్రః॥
క్షీరాబ్ధిజమ్-అ-న-సాముద్రలవణమ్-౨మౌక్తికమ్॥
క్షీరాబ్ధిజః-అ-పు-చంద్రః॥
క్షీరాబ్ధిజా-ఆ-సీ-లక్ష్మీః॥
క్షీరాబ్ధితనయః-అ పు-చంద్రః॥
క్షీరాబ్ధితనయా-ఆ-సీ-లక్ష్మీః॥
క్షీరాలీ-ఈ-సీ-దుగ్ధికా॥ తె॥పిన్నపాలచెట్టు.
క్షీరావికా-ఆ-సీ-క్షీరావీ॥
క్షీరాహ్వః-అ-పు-సరలవృక్షః॥
క్షీరికా-ఆ-సీ- రాజాదనవృక్షః॥ తె॥ పాలచెట్టు.
క్షీరిణీ-ఈ-సీ-వృక్షవిశేషః॥
క్షీరిమాన్-త్-పు-క్షీరికా॥ తె॥పాలచెట్టు.
క్షీరివృక్షః- అ- పు- క్షీరయుక్తపంచప్రకారవృక్షః॥
క్షీరీ-న్-పు-అర్కపర్ణవృక్షః- ౨దుగ్ధాశ్మదుగ్ధపాషాణః-౩దుగ్ధికా-౪స్నుహీ-౫రాజాదనీ-౬వటః-౭ప్లక్షః-౮సోమలతా-౯స్థాలీవృక్షః॥ తె॥౧జిల్లేడుచెట్టు.
క్షీరీ-ఈ-సీ-క్షీరకాకోలీ॥ తె॥ క్షీరకాకోలిచెట్టు.
క్షీరిణీ-ఈ-సీ-క్షీరాణీ - ౨కర్వణీ-౩యుగ్మఫలికాలతా-౪దుగ్ధతుంబీలతా॥ తె॥ ౧పిన్నపాలచెట్టు - ౨దిరుపాలచెట్టు- ౩మష్టుపుచెట్టు-౪పాలానుఁగుచెట్టు.
క్షీరీశః-అ-పు-క్షీరకంచుకీ॥
క్షీరేష్టీ-ఈ-సీ-పాయసమ్॥
క్షీరోదః-అ-పు-క్షీరసముద్రః॥
క్షీరోదనన్దనః-అ-పు-చంద్రః॥
క్షీవః-అ-త్రి-మత్తః॥
క్షుః-ఉ-పు-సింహః॥

క్షుణః-అ-పు-అరిష్టవృక్షః॥ తె॥కుంకుడుచెట్టు

క్షుణ్ణమ్-అ-న-గుణకారః-౨చూర్ణీకృతమ్॥

క్షుణ్ణః-అ-త్రి-గుణితః-౨శాస్త్రజ్ఞః॥ తె॥ ౧గుణించినలెక్క-౨శాస్త్రజ్ఞుఁడు.

క్షుత్-ధ్-సీ-క్షుతమ్-౨బుభుక్షా॥ తె॥ ౧తుమ్ము-౨ఆకలి.

క్షుతమ్-అ-న-క్షవః॥ తె॥తుమ్ము.

క్షుతః-అ-పు-క్షుతమ్॥ తె॥తుమ్ము.

క్షుతః-అ-త్రి-నిశితః॥ తె॥ వాఁడిగాచెయ్యఁడము.

క్షుతకః-అ-పు-రాజికా॥

క్షుతా-ఆ-సీ-క్షుతమ్॥ తె॥తుమ్ము.

క్షుతాభిజననః-అ-పు-కృష్ణికా॥ తె॥ నల్లావచెట్టు.

క్షుత్కరీ-ఈ-సీ-కంకాలికా॥

క్షుద్-ధ్-సీ-క్షుధా॥

క్షుదః-అ-పు-తండులాదిచూర్ణమ్॥

క్షుద్రమ్-అ-న-మాత్రాపరిచ్ఛదః॥ తె॥ మాత్రాపరిచ్ఛదము.

క్షుద్రః-అ-పు-తండులావయవః॥

క్షుద్రః-అ-త్రి-అతిలోభీ-౨ క్రూరః-౩నీచః-౪అల్పః-౫అధమః॥ తె॥౧మహాలోభి-౨ఘాతకుఁడు-౩నీచుఁడు-౪కొంచెము-౫పనికిరానివాఁడు.

క్షుద్రకణ్టకారీ-ఈ-సీ-అగ్నిదమనీ॥

క్షుద్రకణ్టకీ-ఈ-సీ- బృహతీ - ౨క్షుద్రభంటాకీతిచపాఠః॥

క్షుద్రకమ్బుః-ఉ-పు-క్షుద్రశంఖః॥

క్షుద్రకారలికా-ఆ-సీ-క్షుద్రకారవేల్లీ॥

క్షుద్రకారవేల్లీ-ఈ సీ-కారవెల్లవిశేషః॥

క్షుద్రకులిశః-అ-పు-వైక్రాంతమణిః॥

క్షుద్రగోక్షురకః-అ- పు - గోక్షురవృక్షభేదః॥

క్షుద్రఘణ్టికా-ఆ-సీ-కింకిణీ॥ తె॥ కాలిగెజ్జలు-పాంజబీలున్ను.

క్షుద్రఘోలీ-ఈ-సీ-చివిల్లికాక్షుపః॥

క్షుద్రచఞ్చుః-ఉ-సీ-క్షుపవిశేషః॥

క్షుద్రచన్దనమ్-అ న-రక్తచందనమ్॥

క్షుద్రచిర్భిటా-ఆ-సీ-గోపాలకర్కటీ॥ తె॥ బుడమచెట్టు.

క్షుద్రచిర్భిటా-ఆ-సీ-గోపాలకర్కటీ॥ తె॥ బుడమచెట్టు.

క్షుద్రచూడః-అ-పు-పక్షివిశేషః॥

క్షుద్రజన్తుః-ఉ-పు-శతపదీ-౨ స్వల్పప్రాణిమాత్రంచ॥

క్షుద్రజాతీఫలమ్-అ-న-ఆమలకమ్॥

క్షుద్రజీరా-ఆ-సీ-జీవంతీ॥

క్షుద్రజీవః-అ-పు-స్వల్పజీరకః॥

క్షుద్రణాః-స్-త్రి-క్షుద్రనాసికః॥ తె॥ చిన్నముక్కువాఁడు.

క్షుద్రతులసీ-ఈ-సీ-అర్జకః-సతుబర్బరీభేదః

క్షుద్రదంశికా-ఆ-సీ-స్వల్పదంశకః॥

క్షుద్రదురాలభా-ఆ-సీ - స్వల్పదురాలభావృక్షః॥

క్షుద్రదుస్పర్శా-ఆ-సీ-అగ్నిదమనీ॥

క్షుద్రధాత్రీ-ఈ-సీ-కర్కటవృక్షః॥

క్షుద్రనాసికః-అ-త్రి-స్వల్పనాసాయుక్తః॥

క్షుద్రపత్రః-అ-పు-శేకుంతా॥ తె॥ తెల్లగగ్గరచెట్టు.

క్షుద్రపత్రా-ఆ-సీ-చాంగేరీ॥

క్షుద్రపత్రీ-ఈ-సీ-వచా॥

క్షుద్రపనసః-అ-పు-లకుచః-౨ స్వల్పకంటాఫలంచ॥

క్షుద్రపర్ణః-అ-పు-అర్జకః॥

క్షుద్రపర్ణః-అ-త్రి-సూక్ష్మపత్రః॥

క్షుద్రపాషాణభేదా-ఆ-సీ-క్షుపవిశేషః॥

క్షుద్రపిప్పలీ-ఈ-సీ-వనపిప్పలీ॥

క్షుద్రపోతికా-ఆ-సీ-మూలపోతీ॥

క్షుద్రఫలః-అ-పు-బోధాంబకః॥ తె॥ నేలపోఁక చెట్టు.

క్షుద్రఫలకః-అ-పు-జీవనవృక్షః॥

క్షుద్రఫలా-ఆ-సీ-గోపాలకర్కటీ - ౨భూమిజంబుకః-౩ఇంద్రవారుణీ-౪కంటకారీ॥ తె॥౧బుడమచెట్టు - ౨కాకినేరేడుచెట్టు-౩పెద్దపావరచెట్టు-౪వ్రాకుడుచెట్టు

క్షుద్రబర్బరా-ఆ-సీ-వరటా॥

క్షుద్రముస్తా-ఆ-సీ-కసేరుః॥

క్షుద్రమూలకమ్-అ-న - వృక్షః-౨హస్తికందః॥ తె॥ ౨చిన్నముల్లంగిచెట్టు.

క్షుద్రవంశా-ఆ-సీ-వరాహక్రాంతా॥

క్షుద్రవల్లీ-ఈ-సీ-మూలపోతీ॥

క్షుద్రవార్తాకినీ- ఈ- సీ - శ్వేతకంటకారీ॥ తె॥ తెల్లవ్రాకుడుచెట్టు.

క్షుద్రవార్తాకీ-ఈ-సీ-బృహతీ॥

క్షుద్రశఙ్ఖః-అ-పు- శంఖనఖః - ౨స్వల్పశంఖజాతిః-౩క్షుల్లకః- ౪శంబూకః- ౫భషశంఖకః॥ తె॥౧నత్తగుల్ల.

క్షుద్రశమా-ఆ-సీ-కటభిః॥ తె॥ నల్లగినియ (చెట్టు.

క్షుద్రశర్కరా - ఆ - సీ - యావనాలశర్కరా.

క్షుద్రశార్దూలః-అ-పు-చిత్రవ్యాఘ్రః॥

క్షుద్రశీర్షః-అ-పు-మయూరశిఖావృక్షః॥

క్షుద్రశుక్తిః-ఇ-సీ-జలశుక్తిః॥

క్షుద్రశ్యామా-ఆ-సీ-కటభీ॥

క్షుద్రశ్లేష్మాతకః-అ-పు-భూకర్బూరః॥ తె॥ చిన్నవిరిగిచెట్టు.

క్షుద్రసహా-ఆ-సీ-ముద్గపర్ణీ-౨ఇంద్రవారుణీ

క్షుద్రసువర్ణమ్-అ-న-రీతిః॥

క్షుద్రహిఙ్గులికా-ఆ-సీ-కంటకారీ॥

క్షుద్రా-ఆ-సీ-కంటకారికా - ౨సరఘా-౩కవేద్ధపత్రా-౪వేశ్యా-౫నటీ-౬వసా - ౭చాంగేరికా-౮హింస్రా-౯మక్షికామాత్రమ్-౧౦ పాదరతా - ౧౧వేధుకా॥ తె॥౧ వ్రాకుడుచెట్టు - ౨అడవియీఁగ-౩చేతలాసికూరచెట్టు-౪వెలయాలి-౫దొమ్మరిది-౬పులిసీరు.

క్షుద్రాగ్నిమన్థః-అ-పు-తపనవృక్షః॥ తె॥ పిన్నసెల్లిచెట్టు.

క్షుద్రాణ్డః-అ-పు-మత్స్యసంఘాతః॥ తె॥ చిరుతమీలకదుపు.

క్షుద్రాణ్డమత్స్యసఙ్ఘాతః-అ-పు- పోతోధానమ్॥ తె॥ చిరుమీనుకదుపు.

క్షుద్రాపామార్గః-అ-పు-రక్తాపామార్గః॥

క్షుద్రాపామార్గకః-అ-పు-రక్తఫిత్॥ తె॥ ఎఱ్ఱవుత్తరేణి.

క్షుద్రామలకమ్-అ-న-ఆమలకమ్॥

క్షుద్రామలకసంజ్ఞః-అ-పు-కర్కటవృక్షః॥

క్షుద్రామ్రః-అ-పు-రూదనస్యకవృక్షః॥ తె॥ పోకమామిడిచెట్టు.

క్షుద్రామ్లపనసః-అ-పు-లకుచః॥ (దులీ.

క్షుద్రామ్లా-ఆ-సీ-అమ్లలోణికా-౨శాం

క్షుద్రామ్లికా-ఆ-సీ-వృక్షవిశేషః॥

క్షుద్రికా-ఆ-సీ-దంశః॥

క్షుద్రేఙ్గుదీ-ఈ-సీ-యవాసః॥

క్షుద్రైర్వారుః-ఉ-పు- గోపాలకర్కటీ॥ తె బుడమచెట్టు.

క్షుద్రోదుమ్బరికా-ఆ-సీ-కాకోదుంబరికా॥

క్షుద్రోపోదకనామ్నీ-ఈ-సీ- మూలపోతీ॥

క్షుద్రోపోదకీ-ఈ-సీ-స్వల్పపూతికాశాకః॥

క్షుద్రోర్వారుః- ఉ- సీ- గోపాలకర్కటీలతా॥ తె॥బుడమచెట్టు.

క్షుద్రోలూకః-అ-పు-దుడులః॥

క్షుద్బోధకః-అ-పు-జానకః॥ తె॥ నేరవంజి చెట్టు.

క్షుధా-ఆ-సీ-బుభుక్షా॥

క్షుధాకుశలః అ-పు-బిల్వాంతరవృక్షః॥

క్షుధాతురః-అ-త్రి-క్షుధాపీడితః॥

క్షుధాభిజననః-అ-పు-రాజికా॥

క్షుధాభిజననః - అ - త్రి - క్షుధాజనకద్రవ్యమాత్రమ్॥

క్షుధితః-అ-త్రి-బుభుక్షితః॥ తె॥ ఆకలిగొన్నవాఁడు.

క్షుధునః-అ-పు-మ్లేచ్ఛభేదః॥

క్షుపః-అ-పు-హ్రస్వశాఖాశిఫవృక్షః॥ తె॥ పొట్టికొమ్మలూడలుఁగలచెట్టు.

క్షుపముష్టిః-ఇ-పు-అనుముష్టికః॥ తె॥ ముషిణిచెట్టుభేదము.

క్షుపాలుః-ఉ-పు-పానీయాలుః॥

క్షుబ్ధః-అ-పు-మంథానదండః - ౨షోడశరతిబంధాంతర్గతైకాదశబంధః॥

క్షుబ్ధః-అ-త్రి-క్షోభవిశిష్టః॥

క్షుభికః-అ-పు-కాలః॥

క్షుభితః-అ-త్రి-భీతః-౨సంచలితః॥

క్షుమా-ఆ-సీ-ఉమా-౨ మధునామా - ౩వరద్యుతిః-౪శణః-౫నీలికా - ౬లతాభేదః॥ తె॥ ౧నూనె తీసేఅగిసివిత్తులు.

క్షురః-అ-పు-కోకిలాక్షః-౨ఇక్ష్వారికా- ౩ఛేదనద్రవ్యమ్-౪గోక్షురకః - ౫మహాపిణ్డీతకః-౬శరః॥ తె॥ ౧ గొలిమిడిచెట్టు-౨ కుందుదెల్లుగడ్డి-౩మంగలికత్తి - ౪పసుఁగుపల్లేరుచెట్టు.

క్షురకః-అ-పు-తిలకవృక్షః - ౨కోకిలాక్షవృక్షః-౩గోక్షురకః-౪భూతాంకుశః॥ తె॥ ౨గొలిమిడిచెట్టు-౩పసుఁగపల్లేరుచెట్టు.

క్షురకర్మ-న్-న-క్షౌరమ్॥

క్షురపత్రః-అ-పు-కుశతృణమ్॥ తె॥ కుశదర్భగడ్డి.

క్షురపత్రః -అ-త్రి-క్షురతుల్యపర్ణయుక్తః॥

క్షురపత్రికా-ఆ-సీ-పాలంక్యశాకమ్॥ తె॥ పాలంకికూర.

క్షురపుత్రికా-ఆ-సీ - పాలక్యశాకమ్॥ తె॥ పాలంకికూర.

క్షురప్రః-అ-పు-బాణః॥

క్షురప్రగమ్-అ-న-క్షురప్రాస్త్రమ్॥

క్షురమర్దీ-న్-పు-నాపితః॥ తె॥ మంగలివాఁడు

క్షురాఙ్గః-అ-పు-గోక్షురకః॥ తె ॥ పసుఁగుపల్లేరు.

క్షురికా-ఆ-సీ- ఖరపత్రావృక్షః-౨సృత్వాత్రవిశేషః॥ తె॥ ౧బరివెంకచెట్టు.

క్షురికాపత్రః-అ-పు-శరః॥

క్షురిణీ-ఈ-సీ-వరాహక్రాంతా॥

క్షురీ-ఈ-సీ-క్షురికా-౨క్షూరీలిచపాతః॥

క్షురీ-న్-పు-నాపితః॥ తె॥ మంగలివాఁడు.

క్షుల్లః-అ-త్రి-లఘుః॥

క్షుల్లకః-అ-పు-శంఖనఖః-౨నీచః-౩దరిద్రః-౪క్షుద్రశంఖః॥ తె॥ ౧నత్తగుల్ల-౨నీచుఁడు-౩దరిద్రుఁడు.

క్షుల్లకః-అ-త్రి-సూక్ష్మః - ౨క్షుద్రః - ౩నీచకః-౪కనిష్ఠః-౫దరిద్రః-౬పామరః-౭దుఃఖితః-౮ఖలః॥ తె॥ ౧సన్నవుది- కొంచపుదిన్ని.

క్షుల్లతాతః-అ-పు-పితృకనిష్ఠభ్రాతా॥

క్షుల్లతాతకః-అ-పు-పితృవ్యః॥

క్ష్వేడః-అ-పు-కర్కోటకజాతిసర్పవిశేషః-౨సరలః-౩కర్ణామయః-౪కుటిలః-౫ఘోషపుష్పమ్-౬దురాసదః॥

క్షేత్రమ్-అ-న-భార్యా-౨శరీరమ్-౩ కేదా

రమ్-౪పుణ్యభూమిః - ౫గృహమ్ - ౬ యోనిః-౭వప్రః-౮గణితశాస్త్రమ్-౯ సిద్ధస్థానమ్॥ తె॥ ౧పెండ్లాము-౨ఒడలు-౩ఊడుపుమడి, భూమిన్ని-౪ పుణ్యస్థలము-౫ఇల్లు-౬భగము - ౭ గోడ- ౮గణిత శాస్త్రము.

క్షేత్రకర్కటీ-ఈ-సీ-వాలుకీ॥

క్షేత్రకృత్-త్-త్రి-క్షేత్రకారః॥ తె॥ దున్నుకొనిజీవించువాఁడు.

క్షేత్రచిర్భిటా-ఆ-సీ-చిర్భిటాకర్కటీ॥

క్షేత్రజః-అ-పు-పత్యనుజ్ఞయాపురుషజాతపుత్రః॥

క్షేత్రజా-ఆ-సీ-శ్వేతకంటకారీ-౨శశాండులీ-౩గోమూత్రికా-౪శిల్పికా-౫చణికా-౬స్వస్త్రియామన్యద్వారాజాతా కన్యాచ॥

క్షేత్రజ్ఞః-అ-పు-జీవః॥

క్షేత్రజ్ఞః-అ-త్రి-ఛేకః-౨ప్రవీణః॥ తె॥ ౧పెంపుడుమృగపక్షులు-౨నేర్పరి.

క్షేత్రదూతీ-ఈ-సీ-శ్వేతకంటకారీ॥

క్షేత్రపర్పటీ-ఈ-సీ-క్షుపవిశేషః॥

క్షేత్రపాలః-అ-పు-దేవతావిశేషః॥

క్షేత్రరుహా-ఆ-సీ-వాలుకీకర్కటీ॥

క్షేత్రరుహా-ఆ-త్రి-క్షేత్రజాతః॥

క్షేత్రసమ్భవః-అ-పు-చంచుక్షుపః-౨ఖిండాక్షుపః-౩భూమిజః॥

క్షేత్రసముద్భూతః-అ-పు-కుందరః॥

క్షేత్రసముద్భూతః-అ-త్రి-క్షేత్రోద్భవః॥

క్షేత్రాజీవః-అ-పు-కర్షకః॥

క్షేత్రాధిదేవతా-ఆ-సీ-తీర్థాధిదేవతా॥

క్షేత్రాధిపః-అ-పు-మేషాదిద్వాదశరాశీనామధిపతిగ్రహగణః॥

క్షేత్రామలకీ-ఈ-సీ-యామ్యామలకీ॥

క్షేత్రికః-అ-పు-క్షేత్రస్వామీ॥

క్షేత్రియమ్-అ-న-తృణమ్ - ౨పరదేహచికిత్స్యః॥

క్షేత్రియః-అ-పు-పారదారకః - ౨ప్రేషజః-౩చికిత్సార్హః-౪అన్యదేహసాధ్యరోగః॥ తె॥ ౧పరస్త్రీరతుఁడు.

క్షేత్రీ-న్-త్రి-క్షేత్రవిశిష్టః-౨కృషీవలః॥

క్షేత్రేక్షుః-ఉ-పు-యావనాలః॥

క్షేపః-అ-పు-తిరస్కారః-౨నిందా-౩వికల్పః-౪విలంబః-౫యాపనమ్-౬లేపనమ్-౭గర్వః-౮ప్రేరణమ్-౯హేలా-౧౦లంఘనమ్-౧౧గుచ్ఛః॥ తె॥ ౧తిరస్కారము-౨జాత్యాచారములచేనిందితుఁడు - ౩వికల్పము-౪ఆలస్యము-౫త్రోయుట,నడుపుట,గడుపుటయున్ను.

క్షేపకః-అ-త్రి-క్షేపకర్తా॥

క్షేపణమ్-అ-న-ప్రేరణమ్॥ తె॥ తొయ్యడము చిమ్మడమున్ను.

క్షేపణిః-ఇ-సీ-నౌకాదండః-౨జాలవిశేషః॥

క్షేపణీ-ఈ-సీ-నౌకాదండః-౨జాలవిశేషః॥ తె॥ ౧ఓడగడిపేగెడ.

క్షేపణ్యుః-ఉ-పు-వాయుః-౨వసంతః॥

క్షేపిమా-న్-పు-అతిశయక్షేపః॥

క్షేపిష్ఠః-అ-త్రి-అతిశయితక్షిప్రవాన్॥ తె॥ మిక్కిలివేగముగలది.

క్షేపీయాన్-స్-పు-ద్వయోరతిశయేనస్థూలః॥

క్షేప్తా-ఋ-త్రి-క్షేపణకర్తా॥

క్షేమః-అ-(సీ)-శుభమ్-౨లబ్ధరక్షణమ్॥

క్షేమః-అ-పు-చండా-౨గరుడః-౩బర్బూరవృక్షః॥ తె॥ ౧చండయనేగ్రంథ్యము-౨గరుడపిట్ట-౩తుమ్మచెట్టు.

క్షేముకః-అ-పు-చోరనామగంధద్రవ్యమ్-౨పాండువంశజనిమిరాజపుత్రః॥

క్షేమకర్తః-అ-త్రి-మంగలకారకః॥
క్షేమకారః-అ-త్రి-శుభంకరః॥
క్షేమకృత్-త్-పు-గరుడః॥
క్షేమఙ్కరః-అ-త్రి-శివంకరః॥ తె॥ శుభము చేయువాఁడు.
క్షేమఙ్కరీ-ఈ-సీ-దేవీవిశేషః॥
క్షేమవాన్-త్-త్రి-మంగలయుక్తః॥
క్షేమా-ఆ-సీ-కాత్యాయనీ-౨క్షేమంకరీ॥
క్షేమాఫలా-ఆ-సీ-ఉదుంబరవృక్షః-౨క్షేమఫలాఇతిచపాఠః॥
క్షేమినీ-ఈ-సీ-గణహాసకః॥ తె॥ బలురక్కసి చెట్టు.
క్షేమ్యమ్-అ-త్రి-కుశలయోగ్యమ్॥
క్షైత్రమ్-అ-న-క్షేత్రసమూహః-౨కేదారసమూహః-౩ఊషంజరః॥ తె॥ ౩వఱ్ఱు వుప్పు.
క్షైత్రజ్ఞమ్-అ-న-క్షేత్రజ్ఞస్యభావః॥
క్షైత్రజ్ఞ్యమ్-అ-న-క్షేత్రజ్ఞస్యభావః॥
క్షైరేయమ్-అ-న-పాయసమ్॥
క్షైరేయీ-ఈ-త్రి-క్షీరసమ్బధీ॥
క్షైరేయీ-ఈ-సీ-పాయసమ్॥
క్షోడః-అ-పు-ఆలానమ్॥
క్షోణిః-ఇ-సీ-సంఖ్యావిశేషవద్ద్రవ్యమ్-౨భూమిః-౩మౌంజీ॥ తె॥౧ముంజెగడ్డిమొలత్రాఁడు.
క్షోణీ-ఈ-సీ-భూమిః-౨మౌఞ్జీ-౩సంఖ్యావిశేషః॥
క్షోణీరథః-అ-పు-శివః॥
క్షోదః-అ-పు-చూర్ణః-౨పేషణమ్॥ తె॥౧పొడుము-౨నూరుట.
క్షోదితమ్-అ-న-చూర్ణమ్॥ తె॥పొడుము.
క్షోదితమ్-అ-త్రి-పేషితమ్॥
క్షోదిమా-న్-పు-అతిశయక్షుద్రతా॥
క్షోదిష్ఠః-అ-త్రి-అతిశయమైనక్షుద్రః॥ తె॥ మిక్కిలీక్షుద్రుఁడు.
క్షోదీయాన్-స్-త్రి-అతిక్షుద్రః॥
క్షోభమ్-అ-న-సంఖ్యావిశేషః-౨సంఖ్యావిశేషవాన్॥ తె॥౧క్షోభమనేలెక్క.
క్షోభః-అ-పు-క్షోభణమ్-౨సంచలనమ్-౩చిత్తచాంచల్యమ్॥
క్షోభకః-అ-పు-కామాఖ్యాస్థపర్వతవిశేషః-
క్షోభకః-అ-త్రి-క్షోభజనకః॥
క్షోభితః-అ-త్రి-క్షోభయుక్తః-౨సంచలితః
క్షోమమ్-అ-న-దుకూలమ్ ॥ తె॥ వెలిపట్టువస్త్రము.
క్షోమః-అ-(సీ)-అట్టః-౨క్షౌమోపిపాఠః॥
క్షోమకః-అ-పు-గణహాసకః॥
క్షౌణిః-ఇ-సీ-పృథివీ॥
క్షౌణీ-ఈ-సీ-పృథివీ॥
క్షౌణీప్రాచీరః-అ-పు-సముద్రః॥
క్షౌద్రమ్-అ-న-సూక్ష్మమాక్షికకృతకపిలవర్ణమధుపానీయమ్-౨జలమ్॥
క్షౌద్రః-అ-పు-క్షౌద్రవర్ణలావకః-౨చంపకవృక్షః॥ తె॥ ౧లావకపిట్ట-౨చంపంగిచెట్టు.
క్షౌద్రక్యమ్-అ-త్రి-క్షుద్రమ్॥
క్షౌద్రజమ్-అ-న-శిక్థకమ్॥
క్షౌద్రజమ్-అ-త్రి-మధూజాతమాత్రః॥
క్షౌద్రధాతుః-ఉ-పు-మాక్షికమ్॥
క్షౌద్రప్రియః-అ-త్రి-మధుప్రియః॥
క్షౌద్రప్రియః-అ-పు-జలమధుకవృక్షః॥
క్షౌద్రమేహః-అ-పు-ప్రమేహరోగవిశేషః॥
క్షౌద్రేయమ్-అ-న-శిక్థకమ్॥
క్షౌద్రేయమ్-అ-త్రి-క్షుద్రసంబంధీ॥

క్షౌమమ్-అ-న-దుకూలమ్॥ తె॥ వెలిపట్టువస్త్రము.

క్షౌమః-అ-త్రి- క్షుమాయావికారః - (స్త్రీ) యాం క్షౌమీ కంథా ఇత్యాది-౨ వల్కః॥ తె॥౨ చెట్టునారతోఁజేసిన వస్త్రము.

క్షౌమః-అ-(సీ)రణగృహమ్॥ తె॥ కోటవాకిటి మీఁదియిల్లు.

క్షౌమకః-అ-పు-చోరనామగంధద్రవ్యమ్॥

క్షౌమీ-ఈ-సీ-అతసీ-౨క్షుమానిర్మితకంథా॥

క్షౌరమ్-అ-న-ముండనమ్॥

క్షౌరకః-అ-పు - నాపితః ॥ తె ॥ మంగలివాఁడు.

క్షౌరికః - అ - పు - నాపితః॥ తె॥ మంగలివాఁడు.

క్ష్ణుతః-అ-త్రి-తీక్ష్ణీకృతః॥

క్ష్మా-ఆ-సీ-భూమిః-౨అష్టచత్వారిరేణుప్రమాణమ్॥

క్ష్మాజః-అ-పు-మంగళగ్రహః॥

క్ష్మాభుక్-జ్-పు-రాజా॥

క్ష్మాభృత్-త్-పు-భూపాలకః-౨పర్వతః॥

క్ష్మాయితః-అ-త్రి-కంపితః॥

క్ష్మాయితా-ఋ-త్రి-కంపకః॥

క్ష్విణ్ణః-అ-త్రి-ముక్తః-౨స్నిగ్ధః॥

క్ష్వేడమ్-అ-న-రక్తార్కవృక్షః - ౨ధ్వనిః-౩ ఘోషాపుష్పమ్॥

క్ష్వేడః-అ-పు-ధ్వనిః - ౨కర్ణామయః- ౩విషమ్-౪పీతఘోషావృక్షః॥

క్ష్వేడః-అ-త్రి-దురాసదః-౨కుటిలః॥

క్ష్వేడా-ఆ-సీ-సింహనాదః-౨వేణుశలాకా ౩కోశాతకీ॥ తె॥౧యుద్ధమందలివీరునిపెడబొబ్బ.

క్ష్వేడితమ్ - అ - న - సింహనాదః॥ తె॥ పెడబొబ్బ.

క్ష్వేడితః-అ-(సీ,- సింహనాదః॥ తె॥ పెడబొబ్బ.

ఖ

ఖమ్-అ-న-ఇంద్రియమ్-౨సుఖమ్-౩వ్యోమ ౪స్వర్గః-౫నక్షత్రమ్-౬క్షేత్రమ్-౭రంధ్రమ్-౮దంతధావనమ్-౯సంవేశః-౧౦కరుణా-౧౧ఫలకః-౧౨శూన్యమ్-౧౩అభ్రకమ్॥ తె॥ ౧నేత్రాదీంద్రియములు-౨సుఖము- ౩ఆకసము- ౪స్వర్గము-౫రిక్క-౬వరిమడి-౭రంధ్రము - ౮దంతధావనము-౯ఉంచుట- ౧౦దయ-౧౧పలక-౧౨అభావము,లేమిన్ని-౧౩అభ్రకము.

ఖః-అ-పు- గరుడః-౨ఖడ్గః-౩స్వర్గః-౪స్వ...మ్-౫శాంతరసః-౬మణిః- ౭కృశః-౮దీనః-౯శూన్యమ్-౧౦దవాగ్నిః-౧౧నిశ్చయః-౧౨సూర్యః॥ తె॥౯సున్న.

ఖకున్తలః-అ-పు-శివః॥

ఖక్ఖటః-అ-పు-కక్ఖటః-౨కఠినః॥

ఖగః-అ-పు- పక్షీ-౨బాణః- ౩సూర్యః- ౪దేహః-౫చంద్రః- ౬గ్రహః- ౭వాయుః॥ తె॥౧పిట్ట-౨బాణము-౩సూర్యుఁడు-౪దేవతలు- ౫చందురుఁడు - ౬గ్రహము- ౭గాలి.

ఖగస్థానమ్-అ-న-వృక్షకోటరమ్॥

ఖగపతిః-ఇ-పు-గరుడః॥

ఖగవక్త్రః-అ-పు-లకుచవృక్షః॥

ఖగవతీ-ఈ-సీ-పృథ్వీ॥

ఖగవల్లీ-ఈ-సీ-ఆకాశవల్లీ॥ తె॥ అంతరవల్లిచెట్టు.

ఖగశత్రుః-ఉ-పు-పృశ్నిపర్ణీ॥

ఖగాన్తకః-అ-పు-శ్యేనపక్షీ॥ తె॥ డేగపిట్ట.

ఖగాసనః-అ-పు-ఉదయపర్వతః-౨విష్ణుః॥

ఖగేన్ద్రః-అ-పు-గరుడః॥
ఖగేన్ద్రధ్వజః-అ-పు-విష్ణుః॥
ఖగేశ్వరః-అ-పు-గరుడః॥
ఖగోళః-అ-పు-ఆకాశమండలమ్॥
ఖగ్గడః-అ-పు-తృణవిశేషః॥
ఖజ్కరః-అ-పు-చూర్ణకుంతలః॥
ఖచమసః-అ-పు-చంద్రః॥
ఖచరః-అ-పు-మేఘః-౨వాయుః-౩రాక్షసః ౪సూర్యః॥
ఖచరః-అ-త్రి-ఆకాశగామీ॥
ఖచితః-అ-పు-బ్రహ్మఖడ్గః॥
ఖచితః-అ-త్రి-సంధానితః॥ తె॥కూర్చఁబడ్డది.
ఖచితకమ్-అ-న-సక్తవః॥ తె॥పొడిపిండి॥
ఖజః-అ-పు-దర్వీః॥
ఖజకః-అ-పు-మంథానదండః॥
ఖజపమ్-అ-న-ఘృతమ్॥
ఖజపః-అ-పు-తండూః॥ తె॥కొయ్యతెడ్డు.
ఖజలమ్-అ-న-నీహారః-౨ఆకాశవారి॥
ఖజా-ఆ-సీ-మంథః-౨ప్రహస్తః-౩దర్వీ-౪మారణమ్॥
ఖజాకః-అ-పు-పక్షీ॥
ఖజాకా-ఆ-సీ-దర్వీ॥ తె॥గరిటె.
ఖజిత్-త్-పు-బుద్ధవిశేషః॥
ఖజ్యోతిః-స్-పు-ఖద్యోతః॥
ఖఞ్జమ్-అ-న-ఖల్లః॥
ఖఞ్జః-అ-పు-వధః-౨వైద్యుతః॥
ఖఞ్జః-అ-త్రి-ఖోడః-౨ఆకులే॥ తె॥ ౧కుంటివాఁడు.
ఖఞ్జకః-అ-త్రి-ఖంజః॥
ఖఞ్జారిః-ఇ-పు-సుస్నా॥
ఖఞ్జఖేటః-అ-పు-ఖంజనపక్షీ॥ తె॥కాటుకపిట్ట.
ఖఞ్జఖేలః-అ-పు-ఖంజనపక్షీ॥ తె॥కాటుకపిట్ట.
ఖఞ్జనమ్-అ-న-గమనమ్॥

ఖఞ్జనః-అ-పు-ఖంజరీటః॥ తె॥ కాటుకపిట్ట.
ఖఞ్జనరతమ్-అ-న-యమినాంగోప్యంరతం ౨యతినాగోపనీయమైథునమ్॥
ఖఞ్జనా-ఆ-సీ-సర్పపీ-౨క్షుద్రఖంజనజాతిః॥
ఖఞ్జనాకృతిః-ఇ-సీ-ఖంజనవిశేషః॥
ఖఞ్జనికా-ఆ-సీ-ఖంజనాకారపక్షివిశేషః॥
ఖఞ్జరీటః-అ-పు-ఖంజనపక్షీ-౨అసిధారావ్రతస్థితః-౩చిరాయుః-౪యాపః-౫శిలీముఖః॥ తె॥౧కాటుకపిట్ట.
ఖఞ్జరీటీ-ఈ-సీ-ఖంజరీట(స్త్రీ)॥ తె॥ ఆఁడుకాటుకపిట్ట.
ఖఞ్జా-ఆ-సీ-తృణవిశేషః-౨హరిద్రా-౩తూలమ్॥ తె॥ ౧గడ్డిలోభేదము-౨పసపు-౩దూది-
ఖఞ్జారిష్టా-ఆ-సీ-గాంగేరుకీ॥ తె॥జిబిలికచెట్టు
ఖటః-అ-పు-కఫః-౨ముష్టిః-౩స్తంభః-౪టంకః-౫కుంభః-౬అంధకూపః॥ తె॥ ౧తెమడ-౨పిడికిలి-౩స్తంభము-౪ఉలి-౫కుండ ౬చీకటిఁగలనుయ్యి.
ఖటకః-అ-పు-ఘటకః॥
ఖటికః-అ-పు-కుబ్జితపాణిః॥
ఖటికా-ఆ-సీ-లేఖనద్రవ్యమ్-౨కర్ణరంధ్రమ్ ౩వీరణమ్॥
ఖటినీ-ఈ-సీ-ఖటీ॥
ఖటీ-ఈ-సీ-లేఖనద్రవ్యమ్॥
ఖటుః-ఉ-పు-శవవాహనమ్॥
ఖట్టనః-అ-త్రి-ఖర్వః-౨ఖద్యోతఇత్యపిపాఠః॥
ఖట్టా-ఆ-సీ-ఖట్వా॥
ఖట్టాశః-అ-(న)-వనజంతువిశేషః॥
ఖట్టానః-అ-పు-ఖట్టాశః॥
ఖట్టిః-ఇ-పు-శవయానమ్॥
ఖట్టికః-అ-త్రి-శాకునికః॥
ఖట్టికా-ఆ-సీ-క్షుద్రఖట్వా-౨శవయానమ్॥

ఖట్టేరకః-అ-త్రి-ఖర్వః॥
ఖట్వా-ఆ-సీ-మఞ్చః॥ తె॥ మంచము.
ఖట్వాఙ్గమ్-అ-న-శివస్యాస్త్రవిశేషః॥
ఖట్వాఙ్గః-అ-పు-సూర్యవంశీయరాజవిశేషః॥
ఖట్వాఙ్గపాణిః-ఇ-పు-శివః॥ తె॥ హరుఁడు.
ఖట్వాఙ్గభృత్-త్-పు-శివః॥ తె॥ హరుఁడు.
ఖట్వాఙ్గీ-న్-పు-శివః॥
ఖట్వారూఢః-అ-త్రి-అవినీతః-౨ప్రమాదవాన్-౩ఖట్వోపరిస్థితః॥
ఖట్వికా-ఆ-సీ-క్షుద్రఖట్వా॥
ఖట్వీ-ఈ-సీ-కటుకవల్లీ॥ తె॥ ఖట్వమను చెట్టు.
ఖడమ్-అ-(సీ)-లఘుతృణమ్॥
ఖడః-అ-పు-పానాన్తరమ్-౨భేదః॥
ఖడక్కికా-ఆ-సీ-పక్షద్వారమ్॥
ఖడతూః-ఊ-పు-బాహుజఙ్ఘాభరణమ్॥
ఖడికా-ఆ-సీ-కఠినీ॥
ఖడీ-ఈ-సీ-కఠినీ-౨స్వనామఖ్యాతశ్వేతవర్ణమృత్తికావిశేషః॥
ఖడూః-ఊ-పు-మృతశయ్యా॥
ఖడ్గమ్-అ-న-లోహమ్॥
ఖడ్గః-అ-పు-ఖడ్గమృగః-౨నిస్త్రింశః-౩గణ్డకశృఙ్గమ్-౪బుద్ధభేదః-౫చోరనామగన్ధద్రవ్యమ్-౬అస్త్రవిశేషః-౭గణ్డకః॥ తె॥ ౧ఖడ్గమృగము-౨ముప్పదియంగుళములకంటె పెద్దదైనకత్తి॥
ఖడ్గకోశః-అ-పు-ఖడ్గలతా॥
ఖడ్గటః-అ-పు-బృహత్కాశః॥
ఖడ్గధేనుః-ఉ-సీ-ఖడ్గపుత్రికా-౨గణ్డకస్త్రీ॥
ఖడ్గపత్రః-అ-పు-ఇక్షుః॥ తె॥ చెఱకు.
ఖడ్గపిధానమ్-అ-న-ఖడ్గకోశః॥
ఖడ్గపిధానకమ్-అ-న-ఖడ్గపిధానమ్॥
ఖడ్గారీటః-అ-త్రి-ఫలకః-౨అసిధారావ్రతధారీ॥
ఖడ్గికః-అ-పు-మహిషీక్షీరఫేనః-౨శౌనికః॥
ఖడ్గిమారః-అ-పు-ఖడ్గకోశలతా॥
ఖడ్గీ-న్-పు-ఖడ్గమృగః॥ తె॥ గండామృగము.
ఖడ్గీకమ్-అ-న-దాత్రమ్॥
ఖణత్కృతమ్-అ-న-శృఙ్ఖలాధ్వనిః-౨ఆయుధధ్వనిః॥
ఖణ్డమ్-అ-న-బిడలవణమ్-౨ఇక్షువికారః॥
ఖణ్డః-అ-పు-తాలప్రాణజాతివిశేషః-౨నవసంజ్ఞా-౩ఇక్షువికారః-౪మణిదోషః॥
ఖణ్డః-అ-(సీ)-శకలమ్-౨శర్కరా-౩ఇక్షువిశేషః-౪మణిదోషః॥
ఖణ్డః-అ-త్రి-ఊనః॥ తె॥ కొంత, సగము.
ఖణ్డకః-అ-పు-నాట్యకృతచతుర్వారద్విపాదక్రమణమ్-౨నిర్నఖః-౩సితాఖణ్డః॥
ఖణ్డకథా-ఆ-సీ-వాఙ్మయభేదః॥
ఖణ్డకమనశ్శిలా-ఆ-సీ-అతిరక్తమనశ్శిలా॥
ఖణ్డకర్ణః-అ-పు-ఆలువిశేషః॥
ఖణ్డకా-ఆ-సీ-అతిరక్తమనశ్శిలా॥
ఖణ్డకాలు-ఉ-న-ఆలువిశేషః॥
ఖణ్డఖణ్డితః-అ-పు-గోధూమపక్వభక్ష్యవిశేషః॥ తె॥ పంచదార వేసినగోదుమపూరి॥
ఖణ్డఖురీ-ఈ-సీ-అశ్వధావితవిశేషః॥
ఖణ్డజః-అ-పు-గుడః-౨యవాసశర్కరా॥
ఖణ్డజ్యోత్స్నవజః-అ-పు-తవరాజ్యోత్స్నవఖణ్డః॥
ఖణ్డధారా-ఆ-సీ-కర్తరీ॥
ఖణ్డనమ్-అ-న-భఞ్జనమ్-౨భేదనమ్-౩నిరాకరణమ్-౪ఛేదనమ్॥
ఖణ్డపరశుః-ఉ-పు-శివః॥
ఖణ్డపర్శుః-ఉ-పు-పరశురామః-౨శఙ్కరః-౩చూర్ణలేపీ-౪ఖణ్డామలకౌషధమ్-౫సంహికాతనయః-౬భగ్నదన్తహస్తీ॥ తె॥ ౧పరశురాముఁడు-౨హరుఁడు-౩గంధవడిపూయువాఁడు-౪ఖండామలక

మను యోషధి-౫ రాహువు- ౬ విఱిఁగిన పల్లుఁగలపసుఁగు.

ఖణ్డపాలః-అ-పు-మోదకః॥

ఖణ్డపుఙ్ఖికా-ఆ-సీ-శరపుంఖికావిశేషః॥ తె॥ ములువెంపలిచెట్టు.

ఖణ్డమోదకః-అ-పు-యవాసశర్కరా॥

ఖణ్డలవణమ్-అ-న-బిడలవమ్॥

ఖణ్డశాఖా-ఆ-సీ-మహిషవల్లీ॥

ఖణ్డసరః-అ-పు-యవాసశర్కరా॥

ఖణ్డాభ్రమ్-అ-న- దంతక్షతవిశేషః-౨అభ్రరేఖా॥

ఖణ్డికః-అ-పు-లంకా - ౨కతుః॥ తె॥ ౧లంకన వడ్లు.

ఖణ్డితమ్-అ-త్రి-ఖండీకృతమ్॥

ఖణ్డితా-ఆ-సీ-అన్యోపభోగచిహ్నితపతిదర్శనజనితేర్ష్యాకషాయితనాయికా॥ తె॥ పరస్త్రీతోరమించిన పెనిమిటియొక్క చిన్నెలుచూచికోపగించిననాయిక.

ఖణ్డినీ-ఈ-సీ-పృథ్వీ॥

ఖణ్డిరః-అ-పు-పీతముద్గః॥ తె॥ పచ్చపెసరు (చెట్టు)

ఖణ్డీ-న్-పు-వనముద్గః॥

ఖణ్డీరః-అ-పు-పీతముద్గః॥

ఖణ్డుకః-అ-పు- హ్రస్వనారికేలవృక్షః॥ తె॥ గుజ్జునారికెడము.

ఖణ్డేన్దుశుభికః-అ-పు-శివః॥

ఖతమాలః-అ-పు-ధూమః-౨మేఘః॥

ఖతిలకః-అ-పు-సూర్యః॥

ఖదికా-ఆ-సీ-లాజాః॥

ఖదిరః-అ-పు-దంతధావనవృక్షః॥ తె॥ చండ్రచెట్టు.

ఖదిరపత్రికా-ఆ-సీ-అరిఖదిరః-౨లజ్జాలులతా

ఖదిరపత్రీ-ఈ-సీ-లజ్జాలులతా॥

ఖదిరవల్లీ-ఈ-సీ-ధారీ॥ తె॥ కోరెండచెట్టు.

ఖదిరా-ఆ-సీ-నమస్కారీ॥ తె॥ అంతరదామర

ఖదిరికా-ఆ-సీ-లాజా॥

ఖదిరీ-ఈ-సీ-ఖదిరీశాకమ్॥

ఖదిరోద్భూతః-అ-పు-ఖాదిరః॥ తె॥ కవిరి.

ఖదిరోపమమ్-అ-న-కదరః॥

ఖదిరోష్ట్రిః-అ-పు-తిల్వకనామగ్రంథ్యమ్॥

ఖదూరవాసినీ-ఈ-సీ-బుద్ధశక్తివిశేషః॥

ఖద్యోతః-అ-పు-సూర్యః-౨జ్యోతిరింగణః-౩మేఘః॥ తె॥ ౧సూర్యుఁడు - ౨మెఱుఁగుఁడుపురుఁగు-౩మేఘము.

ఖద్యోతః-అ-పు-సూర్యః-౨జ్యోతిరింగణః-౩మేఘః॥ తె॥ ౧సూర్యుఁడు - ౨మెఱుఁగుఁడుపురుఁగు-౩మేఘము.

ఖద్యోతనః-అ-పు-సూర్యః॥

ఖధూపః-అ-పు-అగ్నిక్రీడావిశేషః॥

ఖనమ్-అ-న-అత్యుష్ణమ్॥ తె॥ మిక్కిలి వేడి.

ఖనః-అ-త్రి-అత్యుష్ణవాన్। తె॥ మిక్కిలి వేడిది

ఖనః-అ-పు-రోమశః॥ తె॥ పందికొక్కు.

ఖనకః-అ-త్రి-ఖననకర్తా॥

ఖనకః-అ-పు-కషికః- ౨ఆఖుః - ౩చిత్రతత్వజ్ఞః ౪మార్గః - ౫భూమివిత్తజ్ఞః-౬స్వర్ణాద్యుత్పత్తిస్థానజ్ఞః॥ తె॥ ౧కన్నపుదొంగ-౨ఎలుక-౩చిత్రతత్వము నెఱింగినవాఁడు-౪తెరవు.

ఖననమ్-అ-న-విదారణమ్॥

ఖనిః-ఇ-సీ-సువర్ణాదిధాతుజన్మభూమిః॥

ఖనిజః-అ-పు-ఖనిజాతసువర్ణమ్॥ తె॥ గనియందుఁబుట్టినబంగారము.

ఖనిజా-ఆ-సీ-ఖనిజాతరజతమ్॥ తె॥ గనియందుఁబుట్టినవెండి.

ఖనిత్రమ్-అ-న-అవదారణమ్॥ తె॥ గుద్దలి.

ఖనీ-ఈ-సీ-రత్నాద్యుత్పత్తిస్థానమ్॥

ఖపుటః-అ-పు-పాణిపాత్రభిక్షాశితపస్వీ॥

ఖపురమ్-అ-న-దైవపురమ్- ౨భద్రముస్తకమ్-౩ఆనకః-౪ఘటః॥

ఖపురః-అ-త్రి-అలసకః॥ తె॥ మాంద్యుఁడు.

ఖపురః-అ-పు-క్రముకవృక్షః - ౨లశునమ్-౩పూగవట్టకః-౪నిర్యాసః-౫పూగవేష్టః-౬భద్రముస్తకమ్-౭వ్యాళనఖః॥ తె॥ ౧ పోఁకచెట్టు-౨తెల్లవుల్లి-౩పోఁకజవర-౪చెట్టుబంక-౫పోఁకపట్ట-౬తుంగముస్తె.

ఖభ్రాన్తిః-ఇ-పు-దిల్లః॥

ఖమణిః-ఇ-పు-సూర్యః॥

ఖమీలనమ్-అ-న-తంద్రా॥

ఖమూలిః-ఇ-సీ-కుంభికా॥

ఖమూలికా-ఆ-సీ-ఖమూలీ-౨కుంభికా॥

ఖరమ్-అ-న-అత్యుష్ణమ్-౨శుష్క-క్రముకమ్ ౩తీవ్రమ్॥ తె॥౧మిక్కిలి వేఁడి-౨గొంటు పోఁక.

ఖరః-అ-పు- సంవత్సరవిశేషః - ౨దైత్యవిశేషః-౩గర్దభః-౪కౌద్రకమ్॥ తె॥ ౩గాడిదె.

ఖరః-అ- త్రి-అత్యుష్ణవాన్॥ తె॥మిక్కిలి వేడిది

ఖరకాష్ఠికా-ఆ-సీ-బలా॥

ఖరకుటీ-ఈ-సీ-నాపితస్యగృహమ్॥

ఖరకోణః-అ-పు-తిత్తిరిపక్షి॥ తె॥తీతువుపిట్ట.

ఖరక్వాణః-అ-పు-తిత్తిరిపక్షి॥ తె॥తీతువుపిట్ట.

ఖరగన్ధనిభా-ఆ-సీ-నాగబలా॥

ఖరగన్ధా-ఆ-సీ-నాగబలా॥

ఖరఘాతనః-అ-పు-నాగకేసరః॥

ఖరచ్ఛదః-అ-పు-శాకోటవృక్షః- ౨తృణవిశేషః-౩ఉలూకమ్-౪ఇత్కటః-౫క్షుద్రతృణమ్॥ తె॥౧పెద్దటేఁకుచెట్టు - ౨గడ్డిలో భేదము.

ఖరచ్ఛదా-ఆ-సీ-సింధూరీ। తె।సింధూరిచెట్టు

ఖరజః-అ-పు-నఖమ్॥ తె॥గోరు.

ఖరణసః-అ-త్రి-ఖరణాః॥ తె॥ వాడిముక్కువాఁడు.

ఖరణసా-ఆ-సీ-ఖరణసీ॥ తె॥ వాడిముక్కుగలయాఁమది.

ఖరణసీ-ఈ-సీ-ఖరణసా॥ తె॥ వాడిముక్కుగలయాఁడుది.

ఖరణాః-స్-త్రి-ఖరణసః॥ తె॥ వాడిముక్కువాఁడు,

ఖరత్వక్-చ్-సీ-అలంబుషా- ౨లజ్జాలుప్రభేదః॥

ఖరదణ్డమ్-అ-న-పద్మలతాశిఫా॥ తె॥ తామరతేగయూడ.

ఖరదళా-ఆ-సీ-ఖేముఫలా॥

ఖరదూషణః-అ-పు-ధుస్తూరః॥

ఖరధ్వంసీ-న్-పు-శ్రీరామః॥

ఖరనాదినీ-ఈ-సీ-రేణుకానామగంధద్రవ్యం

ఖరపత్రః-అ-పు-క్షుద్రపత్రతులసీ-౨శాకాఖ్యవృక్షః- ౩యావనాలశరః- ౪మరువకః-౫హరిద్దర్భః॥

ఖరపత్రకః అ-పు-మరువకః- ౨తిలకవృక్షః॥ తె॥౧మరువకమను చెట్టు.

ఖరపత్రా-ఆ-సీ-శాఖోటా॥ తె॥ బరివెంకచెట్టు.

ఖరపత్రీ-ఈ- సీ- గోజిహ్వావృక్షః - ౨కాకోదుంబరికా॥

ఖరపాత్రమ్-అ-న-లోహపాత్రమ్॥

ఖరపాదాఢ్యః-అ-పు-కపిత్థవృక్షః॥

ఖరపుంస్వరః-అ-పు-అపుత్రవిధవాలక్షణమ్

ఖరపుష్పః-అ-పు-మరువకవృక్షః॥

ఖరపుష్పా-ఆ-సీ-అజగంధినీ-౨బర్బరా॥ తె॥ ౧వాయింటచెట్టు.

ఖరప్రియః-అ-పు-పారావతః॥

ఖరబుసః-అ-పు-మరువకః॥ తె॥మరువము.

ఖరమఞ్జరీ-ఈ-సీ-అపామార్గః॥ తె॥ ఉత్తరేణిచెట్టు.

ఖరరోమా-న్-పు-దేవయోనిసర్పవిశేషః॥

ఖరలమ్-అ-న-ఖలూరికా॥ తె॥ సాముచేసేగరిడీశాల.

ఖరవః-అ-పు-ఖర్వః॥ తె॥ పొట్టిది.

ఖరవల్లికా-ఆ-సీ-నాగబలా॥

ఖరశబ్దః-అ-పు-కురరపక్షీ॥

ఖరశాకః-అ-పు-భార్గీ॥

ఖరస్కన్ధః-అ-పు-ప్రియాళువృక్షః॥ తె॥ మొరలిచెట్టు.

ఖరస్కన్ధా-ఆ-సీ-పరూషీ-౨ ఖర్జూరి॥ తె॥ ౧ పేరీఁతచెట్టు.

ఖరస్వరా-ఆ-సీ-వనమల్లికా॥

ఖరా-ఆ-సీ-దేవతాడవృక్షః॥

ఖరాంశుః-ఉ-పు-సూర్యః॥

ఖరాగరీ-ఈ-సీ-దేవతాడవృక్షః॥ తె॥ దేవతాడిచెట్టు.

ఖరాబ్దాఙ్కురకమ్-అ-న-వైడూర్యమణిః॥

ఖరారః-అ-పు-క్రకచారకః॥ తె॥ గుఱ్ఱపుకొరపము.

ఖరాశ్వా-ఆ-సీ-దీప్యః-౨ మయూరశిఖా-౩ క్షేత్రయమానికా ఇతి కేచిత్॥ తె॥ ౧ ఓమపుచెట్టు.

ఖరాహ్వా-ఆ-సీ-అజమోదా॥

ఖరికా-ఆ-సీ-కస్తూరీభేదః-సాతుచూర్ణాకృతిః॥

ఖరీఖలః-అ-పు-క్రీడాద్యూతమ్॥ తె॥ పందెము వేసియాఁడుజూదము.

ఖరుః-ఉ-పు-అశ్వః-౨ బ్రాహ్మణీగర్భః-౩ హరః-౪ దంతః-౫ శితమ్-౬ దర్పః-౭ వాయుః-౮ కామదేవః-౯ శుక్లవర్ణః॥ తె॥ ౧ గుఱ్ఱము-౨ బ్రాహ్మణస్త్రీయొక్క గర్భము-౩ శివుఁడు-౪ దంతము-౫ వాడి-౬ గర్వము-౭ గాలి.

ఖరుః-ఉ-త్రి-భృత్యః-౨ శ్వేతః-౩ నిషిద్ధైకరుచిః-౪ నిర్బోధః-౫ క్రూరః-౬ తీక్ష్ణః॥ తె॥ ౧ జీతగాఁడు.

ఖరురః-అ-పు-నఖః॥ తె॥ గోరు.

ఖర్జికా-ఆ-సీ-అవదంశః॥

ఖర్జుః-ఉ-పు-ఖర్జూరీ-౨ కండుః-౩ కీటః॥

ఖర్జూః-ఊ-సీ-విద్యుత్-౨ కండూతిః-౩ కీటః॥ తె॥ ౧ మెఱుపు-౨ దురద.

జర్జూఘ్నః-అ-పు-చక్రమర్దః-౨ ధత్తూరః-౩ అర్కవృక్షః॥

ఖర్జూరమ్-అ-న-రౌప్యమ్-౨ ఖర్జూరఫలమ్॥

ఖర్జూరః-అ-పు-మధుసస్యకః-౨ రజతమ్-౩ వృశ్చికః॥ తె॥ ౧ ఖర్జూరపుచెట్టు-౨ వెండి-౩ తేలు.

ఖర్జూరః-అ-(న)-ఖర్జూరీవృక్షః-౨ వృశ్చికః॥

ఖర్జూరీ-ఈ-సీ-పరూషీ-౨ వనఖర్జూరః॥ తె॥ ౧ పేరీఁతచెట్టు.

ఖర్పటమ్-అ-న-గ్రామధానమ్॥ తె॥ పాలెము.

ఖర్పటా-ఆ-సీ-చతుశ్శతగ్రామసంగ్రాహస్థానమ్॥ తె॥ కసుబా.

ఖర్పరమ్-అ-న-మయూరతుత్థమ్॥ తె॥ మయిలతుత్తము.

ఖర్పరః-అ-పు-కపాలః-౨ వస్త్రవిశేషః-౩ కటాహః-౪ తస్కరః-౫ ధూర్తః-౬ భిక్షాపాత్రమ్-౭ ఛత్రమ్॥ తె॥ ౧ తలచిప్పయెముక-౨ బట్టలోభేదము-౩ హండా.

ఖర్పరీ-ఈ-(పు)-కర్పరీతుత్థమ్॥

ఖర్పరీతుత్థమ్-అ-న-తుత్థవిశేషః॥

ఖర్మః-అ-పు-పౌరుషమ్-౨ కోశజాంశుకమ్

ఖర్వమ్-అ-న-సంఖ్యావిశేషః-౨ సంఖ్యావిశేషవాన్॥

ఖర్వః-అ-పు-కుబేరస్యనిధివిశేషః-౨దశవృందసంఖ్యా-౩కుబ్జకవృక్షః॥

ఖర్వః-అ-త్రి-వామనః-౨క్షుద్రః-వర్గ్యబకారాంతఖర్వశబ్దార్థోప్యత్ర॥ తె॥ ౧పొట్టివాఁడు.

ఖర్వకాణ్డః-అ-పు-ఖర్వగ్రంథిక్షుః॥ తె॥పొట్టికణుపులచెఱకు.

ఖర్వటః-అ(సీ)-చతుశ్శతగ్రామమధ్యస్థలమ్-౨పర్వతప్రాంతగ్రామః॥

ఖర్వత్వమ్-అ-న-ఖర్వభావః-౨నాట్యచతుర్దశాంగవిశేషః॥

ఖర్వశాఖః-అ-పు-వామనః-౨ఖర్వః॥

ఖర్వురా-ఆ-సీ-తరదీవృక్షః॥

ఖర్వ్యాజమ్-అ-న షడ్భుజా॥

ఖలమ్-అ-న-భూమిః-౨స్థానమ్-౩కల్కమ్॥

ఖలః-అ-పు-వేణుః-౨ఖలదానమ్-౩సూర్యః-౪తమాలవృక్షః-౫ధుత్తూరవృక్షః॥ తె॥ ౧వెదురు-౨కళ్లము.

ఖలః-అ-త్రి-దుర్జనః-౨నీచః-౩అధమః॥ తె॥౧దుర్మార్గుఁడు-౨అల్పుఁడు-౩అధముఁడు.

ఖలతిః-ఇ-పు-ఇంద్రలుప్తరోగయుక్తః॥

ఖలతిః-ఇ-త్రి-ఖల్వాటః॥ తె॥బట్టతలవాఁడు.

ఖలదానమ్-అ-న-ఖలః॥ తె॥కళ్లము.

ఖలపూః-ఊ-త్రి-బహుకరః-క్లీబేఖలఇతిరూపమ్॥ తె॥కళ్లముబాగుచేసేవాఁడు.

ఖలమూర్తిః-ఇ-పు-పారదః॥

ఖలాధారా-ఆ-సీ-తైలపాయికా॥

ఖలిః-ఇ-పు-తైలకిట్టమ్॥

ఖలినః-అ-(సీ)ఖలీనః॥

ఖలినీ-ఈ-సీ-తాలీ-౨ఖలసమూహః॥ తె॥౧నేలతాఁడిచెట్టు-౨కళ్లములసమూహము.

ఖలిశః-అ-పు-స్వనామఖ్యాతమత్స్యః॥

ఖలీకారః-అ-పు-అపకారః॥

ఖలీనః-అ-పు-ఖలీయః॥ తె॥ గుఱ్ఱపునోటిలోయినుపకళ్లెము.

ఖలీనః-అ-(సీ)-ఖలీయః॥ తె॥ గుఱ్ఱపుకళ్లెము.

ఖలీయః-అ-పు-ఖలీనమ్॥ తె॥గుఱ్ఱపుకళ్లెము.

ఖలు-౦-౦-నిషేధః-౨వాక్యాలంకారః-౩జిజ్ఞాసా-౪అనునయః-౫విషాదః-౬హేతుః-౭నిశ్చయః-౮నియమః॥ తె॥౧నిషేధము-౨వాక్యాలంకారము-౩ఎఱుఁగనిచ్ఛయించుట-౪ఊరడించుట-౫దుఃఖించుట-౬కారణము-౭నిశ్చయము-౮ఆజ్ఞ

ఖలుక్-జ్-పు-అంధకారః॥

ఖలుక్త్వామ్-౦-౦-నవక్తవ్యమిత్యర్థః॥ తె॥ మాట్లాడవద్దు.

ఖలూరేషః-అ-పు-వృక్షభేదః॥

ఖలూరికా-ఆ-సీ-ధనుర్విద్యావిశ్రమస్థానమ్॥ తె॥౧గరిడీశాల.

ఖలేఘూనీ-ఈ-సీ-మేధిః-౨ఖలేపశుబంధనదారు॥

ఖలేవాలీ-ఈ-సీ-ఖలేగోబంధనదారు॥

ఖలేశః-అ-పు-ఖలిశమత్స్యః॥

ఖలేశయః-అ-పు-ఖలిశమత్స్యః॥

ఖల్యా-ఆ-సీ-ఖలసమూహః॥ తె॥ కళ్లములసమూహము.

ఖల్లః-అ-పు-వస్త్రవిశేషః-౨నితంబః-౩చర్మ-౪గర్తః-౫చాతకపక్షీ-౬ఓషధమర్దనపాత్రమ్-౭దృతిః॥ తె॥౨పిఱుదు.

ఖల్లికా-ఆ-సీ-ఋజీషమ్॥

ఖల్లిటః-అ-త్రి-ఖలతిః॥

ఖల్లీ-ఈ-సీ-హస్తపాదావమర్దనాఖ్యరోగః.

ఖల్లీటః-అ-త్రి-ఖలతిః॥

ఖల్వః-అ-పు-ఆఢకీ-౨కర్పరః॥ తె॥ ౧కందిచెట్టు-౨ముండ,బొరుసున్న-

ఖల్వాటః అ-త్రి-ఖలతిః॥ తె॥బట్టతలవాఁడు.

ఖవల్లీ-ఈ-సీ-ఆకాశవల్లీ॥
ఖవారి-ఇ-న-దివ్యోదకమ్॥
ఖవాష్పః-అ-పు-హిమమ్॥
ఖశః-అ-పు-దేశవిశేషః॥
ఖశా-ఆ-సీ-మురానామగంధద్రవ్యమ్॥
ఖశేటః-అ-పు-ఖలిశమత్స్యః॥
ఖశ్వాసః-అ-పు-వాయుః॥
ఖష్పమ్-అ-న-క్రోధః-౨బలాత్కారః॥
ఖసః-అ-పు-పామా॥
ఖసకన్దః-అ-పు-క్షీరకంచుకీవృక్షః-ఖసగంధోపిక్ష్వచిత్సారః॥
ఖసతిలః-అ-పు-ఖష్టసః॥
ఖసమః-అ-పు-బుద్ధః॥
ఖసమ్భవా-ఆ-సీ-ఆకాశమాంసీ॥
ఖసర్పణః-అ-పు-బుద్ధవిశేషః॥
ఖసాత్మజః అ-పు-రాక్షసః॥
ఖసూచిః-ఇ-త్రి-ప్రతిభారహితః॥
ఖష్టసః-అ-పు-వృక్షవిశేషః॥
ఖష్టసరసః-అ-పు-అహిఫేనః॥
ఖస్తనీ-ఈ-సీ-పృథ్వీ॥
ఖస్ఫాటికః-అ-పు-సూర్యకాంతమణిః-౨చంద్రకాంతమణిః॥
ఖాఖసః-అ-పు-పిండాలుః॥ తె॥ చారకంద.
ఖాంచిః-ఇ-పు-శవవాహనమ్॥
ఖాజికః-అ-పు-లాజాః॥
ఖాటః-అ-(న)-శవరథః॥
ఖాటిః-ఇ-సీ-అసద్గ్రహః-౨కిణః-౩శవరథః॥
ఖాటికా-ఆ-సీ-ఖాటః-౨శవరథః॥
ఖాణ్డికః అ-పు-ఖండపాలః-౨మోదకః॥
ఖాతమ్-అ-న-పుష్కరిణీ॥
ఖాతకమ్-అ-న-పరిఖా॥
ఖాతకః-అ-పు-అధమర్ణః-౨ధారీ-౩ఋణీ.
ఖాతభూః-ఊ-సీ-ప్రతిమాపః-౨పరిఖా॥

ఖాత్రమ్-అ-న-ఖాతమ్-౨ఖనిత్రమ్-౩దారుణమ్-౪వనమ్-౫సూత్రమ్॥
ఖాదకః-అ-త్రి ఋణగ్రహీతా-౨భక్షకః.
ఖాదనమ్-అ-న-భక్షణమ్॥
ఖాదనః-అ-పు-దంతః॥
ఖాదితః-అ-త్రి-భక్షితః॥
ఖాదిరః-అ-పు-రంగదమ్॥ తె॥ కవిరి.
ఖాదిరసారః-అ-పు-ఖదిరవృక్షనిర్యాసః॥
ఖాముకః-అ-త్రి-హింసాలుకః॥
ఖాద్యమ్-అ-త్రి-భక్షణీయద్రవ్యమ్॥
ఖానకః-అ-పు-గర్తాటః॥ తె॥ పందికొక్కు.
ఖానిః-ఇ-పు-సువర్ణాదిజన్మభూమిః-౨రత్నజన్మభూమిః॥
ఖానిః-ఇ-సీ-ఖనిః॥
ఖానికమ్-అ-న-కుడ్యచ్ఛేద్యమ్॥
ఖానిలః అ-త్రి-భిత్తిచోరః॥
ఖానీ-ఈ-సీ-ఖనిః॥
ఖానోదకః-అ-పు-నారికేలః॥
ఖావగా-ఆ-సీ-గంగా॥
ఖారః-అ-పు-ఖారీపరిమాణమ్॥
ఖారిః-ఇ-సీ-ఖారీపరిమాణమ్॥
ఖారికమ్-అ-న-మహాపారేవతమ్॥
ఖారింపచః-అ-త్రి-ఖారిపరిమితాన్నాదిపాకకర్తా॥ (పుట్టెడు.)
ఖారీ-ఈ-సీ-పంచద్రోణపరిమితః॥ తె॥
ఖారీకమ్-అ-త్రి-ఖారీపరిమితబీజవపనోపయుక్తక్షేత్రమ్॥
ఖారీకః-అ-త్రి-ఖారీవాపః॥ తె॥ పుట్టెడువిత్తులువిత్తేనేల.
ఖారీఖమ్-అ-న-మహాపారేవతవృక్షః॥ తె॥ పెద్దయీడెచెట్టు.
ఖారీవాపః-అ-పు-ఖారీకః॥ తె॥ పుట్టెడువిత్తులువిత్తేనేల.

ఖాలీ-ఈ-సీ-ఖలః॥ తె॥ కళ్లము.

ఖిఖిః-ఇ-సీ-కిఖిః॥

ఖిఙ్ఖిరః-అ-పు-శివాభేదః-౨ఖట్వాఙ్గమ్-తత్తు శివస్యాస్త్రమ్-౩వారివాలకం-తత్తుగంధద్రవ్యమ్॥

ఖిదిరః-అ-పు-చంద్రః-౨దీనః-౩తాపసః॥

ఖిద్యమానః-అ-త్రి-ఖేదయుక్తః-౨దైన్యగ్రస్తః ౩ఉపతప్తః॥

ఖిద్రః-అ-పు-రాగః-౨దరిద్రః॥

ఖిన్నః-అ-త్రి-అవమానకృతచేష్టారాహిత్యవాన్-౨ఖేదనాన్॥ తె॥ ౧అవమానముఁ జేసినందువలన నిశ్చేష్టుఁడుగానుండెడువాఁడు-౨కార్యము నిష్ఫలమైనందువలన దుఃఖంచెడువాఁడు.

ఖిరహిట్టీ-ఈ-సీ-మహానమంగా॥

ఖిలః-అ-త్రి-అప్రహతభూమిః-౨సారః-౩సంక్షిప్తః॥ తె॥ ౧దున్నినబీఁటి నేల.

ఖుఙ్గాహః-అ-పు-కృష్ణవర్ణఘోటకః॥

ఖుజ్జాకః-అ-పు-దేవతాడవృక్షః॥

ఖుత్తమ్-అ-న-సంగీతగమకవిశేషః॥

ఖురమ్-అ-న-అత్యుష్ణమ్॥ తె॥ మిక్కిలి వేఁడి.

ఖురః-అ-త్రి-అత్యుష్ణవాన్॥ తె॥ మిక్కిలి వేఁడిది.

ఖురః-అ-పు-నఖః-౨రింఖా-౩కోలదళమ్-౪ఛేదనవస్తు-౫నఖీనామగన్ధద్రవ్యమ్॥ తె॥ ౧గోరు-౨గిట్టపుడెక్క-౩రేఁగాకు

ఖురకమ్-అ-న-వంగవిశేషః॥ తె॥ తెల్లతగరము.

ఖుర్కః-అ-పు-తిలవృక్షః॥

ఖురకుటీ-ఈ-సీ-క్షౌరకపెటికా॥ తె॥ మంగలిపొది.

ఖురణసః-అ-త్రి-ఖురణాః॥ తె॥ బుజ్జముక్కువాఁడు.

ఖురణసా-ఆ-సీ-ఖురణసీ॥ తె॥ బుజ్జముక్కుఁగలయాఁడుది.

ఖురణసీ-ఈ-సీ-ఖురణసా॥ తె॥ బుజ్జముక్కుఁగలయాఁడుది.

ఖురణాః-స్-త్రి-ఖురణసః॥ తె॥ బుజ్జముక్కువాఁడు.

ఖురప్రః-అ-పు-బాణవిశేషః॥

ఖురముఖమ్-అ-న-శృంగవాద్యమ్॥ తె॥ కొమ్ముబూరవాద్యము.

ఖురలీ-ఈ-సీ-ఖలూరికా॥ తె॥ సాముఁజేసెగరిడీశాల.

ఖురాకః-అ-పు-పశుః॥

ఖురాలకః-అ-పు-లోహమయబాణః॥

ఖురాలికః-అ-పు-ప్రామణీభండః-౨నారాచః-౩ఉపధానమ్-ఖరాలికాపిపాఠః

ఖురీ-ఈ-సీ-అశ్వధావితవిశేషః॥ తె॥ గుఱ్ఱపుపరుఁగులలోనొకవిధము.

ఖుర్దనమ్-అ-న-స్త్రీపురుషకృతవనవిహారాదిక్రీడా॥

ఖుల్లమ్-అ-న-నఖీనామగంధద్రవ్యమ్॥

ఖుల్లమ్-అ-త్రి-క్షుద్రః-౨నీచః॥

ఖుల్లకః-అ-త్రి-స్వల్పః-౨నీచః-౩కనిష్టః-౪దరిద్రః-౫నిష్ఠురః-౬ఖలః॥

ఖుల్లతాతః-అ-పు-పితృకనిష్ఠభ్రాతా॥

ఖుల్లమః-అ-పు-పంథాః॥

ఖుల్లుకః-అ-పు-నీచః॥

ఖేఖీరకః-అ-పు-శబ్దవతీయష్టిః॥

ఖేగమనః-అ-పు-కాలకంఠపక్షీ॥

ఖేచరమ్-అ-న-కాసీసనామకపర్వతధాతుః॥ తె॥ కాసీసపర్వతమునఁబుట్టినధాతువు.

ఖేచరః-అ-పు-శివః-౨విద్యాధరః-౩పారదః.

ఖేచరః-అ-త్రి-అంతరిక్షచారీ॥ తె॥ ఆకసమందు సంచరించునది.

ఖటమ్-అ-న-తృణమ్-ఖట్టమపిపాఠః॥

ఖటః-అ-త్రి-నికృష్టః-౨ఘోటకః- ౩సునంద కః-౪ సునందక ఇతిపాఠేబలరామస్యగ దా ఇతి కేచిత్॥

ఖటః-అ-(సీ)-ఖర్పటః- ౨మృగయా- ౩కఫః-౪చర్మ॥ తె॥౧పాలెము.

ఖటః-అ-పు-కవటః-౨కుత్సితః- ౩అంధః-౪గుడవికారః- ౫ఫలకమ్ - ౬సూర్యాదిగ్రహః-౭పక్షీ-౮పిశాచాదిః॥

ఖటకమ్-అ-న-ఫలకమ్-౨ఖర్పటః॥ తె॥ ౧డాలు-౨పాలెము.

ఖటకః-అ-పు-కఫః- ౨గ్రామభేదః- ౩ఫలకమ్॥ తె॥౧తెమడ.

ఖేటితాలః-అ-పు-వైతాలికః॥

ఖేటీ-న్-పు-నాగరః-౨కామీ॥

ఖేదః-అ-పు- నిష్ఫలత్వజాతబుద్ధిః - ౨అవసన్నతా॥ తె॥ ౧నిష్ఫలమయినతరువాతవుండేబుద్ధి.

ఖేదినీ-ఈ-సీ-అశనపర్ణీవృక్షః-౨లతా॥

ఖేనసః-అ-పు-వానప్రస్థవిశేషః॥ తె॥ వానప్రస్థమనెడునొకయాశ్రమములోని భేదము.

ఖేయమ్-అ-న-పరిఘా॥ తె॥అగడ్త-

ఖేరా-ఆ-సీ-(స్త్రీ)పురుషవనవిహారాదిక్రీడా

ఖేలనమ్-అ-న-క్రీడనమ్॥

ఖేలనీ-ఈ-సీ-శారిఫలమ్॥

ఖేలా-ఆ-సీ-(స్త్రీ)పురుషవనవిహారాదిక్రీడా

ఖేలిః-ఇ-సీ-గీతమ్- ౨బాణః- ౩సూర్యః-౪పక్షీ-౫జంతుః॥

ఖేసరః-అ-పు-జంతువిశేషః॥

ఖోంగాహః-అ-పు-శ్వేతపింగలాశ్వః-ఖాంగాహాపిపాఠః॥

ఖోటిః-ఇ-సీ-చతురా(స్త్రీ)-ఖోరిరిత్యపిపాఠః

ఖోటీ-ఈ-సీ-పాలంకీవృక్షః-౨చతురాపి॥

ఖోడః-అ-త్రి-ఖంజః॥ తె॥కుంటికాలివాఁడు.

ఖోడకశీర్షకమ్-అ-న- కపిశీర్షమ్- ౨క్రయశీర్షమ్॥

ఖోరః-అ-త్రి-ఖంజః॥

ఖోలః-అ-త్రి-ఖంజః॥

ఖోలకః-అ-పు-పాకః-౨శిరస్థః- ౩వల్మీకః-౪పూగకోశః॥

ఖోలిః-ఇ-సీ-తూణః॥

ఖోల్మూకః-అ-పు-మంగళగ్రహః॥

ఖ్యా-ఆ-సీ-ఖ్యాతిః-౨ప్రకథనమ్॥

ఖ్యాతః-అ-త్రి-ప్రసిద్ధః॥

ఖ్యాతగర్హణః-అ-త్రి-ప్రసిద్ధకుత్సనః॥

ఖ్యాతగర్హితః-అ-త్రి-ఖ్యాతగర్హణః॥

ఖ్యాతిః-ఇ-సీ-స్తోత్రమ్ - ౨కులశీలాదిప్రయుక్తప్రసిద్ధిః॥

గ

గమ్-అ-న-గీతమ్॥

గః-అ పు-గాంధారస్వరస్థానమ్ - ౨గంధర్వః-౩విఘ్నేశ్వరః॥

గగర్ధికః-అ-పు-దివసః-౨సుఖస్నానార్థమంగళమ్॥

గగనమ్-అ-న-ఆకాశమ్ - ౨గమనమ్ - ౩పాదేంద్రియగుణః-౪ప్రస్థానమ్॥ తె॥ ౧ఆకసము-౨నడక-౩ పాదేంద్రియగుణము-౪తర్లిపోవడము.

గగనధ్వజః-అ-పు- మేఘః-౨సూర్యః॥

గగనాధ్వగః-అ-పు-సూర్యః॥

గగనేచరః-అ-పు-గ్రహః-౨నక్షత్రమ్॥

గగనోల్ముకః-అ-పు-మంగళగ్రహః॥

గఙ్గకా-ఆ-సీ-గంగా॥

గఙ్గా-ఆ-సీ-సురనదీ-౨దివ్యాంగనావిశేషః-౩పార్వతీ॥

గఙ్గాకా-ఆ-సీ-గంగా॥

గఙ్గాచిల్లీ-ఈ-సీ-చిల్లవిశేషః॥

గఙ్గాజః-అ-పు-భీష్మః-౨కార్తికేయః॥

గఙ్గాటేయః-అ-పు-మత్స్యభేదః॥

గఙ్గాధరః-అ-పు-శివః-౨ఆకాశః-౩ పర్వతః-౪పతుపఙ్క్తిః-౫సముద్రః॥ తె॥ ౧హరుఁడు-౨ఆకసము-౩కొండ-౪తెక్కలవరుస-౫సంద్రము.

గఙ్గాపత్రీ-ఈ-సీ-వృక్షవిశేషః॥

గఙ్గాపితా-ఋ-పు-భగీరథః॥

గఙ్గాపుత్రః-అ-పు-భీష్మః-౨ వర్ణసంకరజాతివిశేషః॥

గఙ్గాసుతః-అ-పు-కార్తికేయః-౨భీష్మః॥

గఙ్గికా-ఆ-సీ-గంగా॥

గచ్ఛః-అ-పు-వృక్షః - ౨నిర్విసర్గేగమనక్రియానుమతిః॥

గజః-అ-పు-ద్విరదః-౨ అష్టసంఖ్యా - ౩పరిమాణవిశేషః - సతుహస్తద్వయమ్పాదోనహస్తద్వయంచ - ౪వాస్తునఃస్థానభేదః॥ తె॥ ౧ఏనుఁగు-౨ఎనిమిదవసంఖ్య.

గజకన్దః-అ-పు-హస్తికందః॥

గజకర్ణః-అ-పు-గణహాసకః॥ తె॥ బలురక్కసిచెట్టు.

గజకూర్మాశీ-న్-పు-గరుడః॥

గజచిర్భిటా-ఆ-సీ-మృగోర్వారుః॥ తె॥ పాపరబుడమచెట్టు.

గజచిర్భటా-ఆ-సీ-ఇంద్రవారుణీ॥ తె॥ పెద్దపాపరచెట్టు.

గజచిర్భిటః-అ-పు-గొడుంబా॥

గజచిర్భిటా-ఆ-సీ-మహేంద్రవారుణీ।

గజచోదనీ-ఈ-సీ-ధామార్గవః॥ తె॥ చేఁతిబీరచెట్టు.

గజచ్ఛాయః-అ-పు-మహిషః॥

గజచ్ఛాయా-ఆ-సీ- పుణ్యకాలవిశేషః - ౨పర్వతః॥

గజఝమ్పా-ఆ-సీ-తాలపాణికలావిశేషః॥

గజఢక్కా-ఆ-సీ-గజోపరిస్థబృహఢక్కా॥

గజతా-ఆ-సీ-గజసమూహః॥

గజదఘ్నః-అ-పు-గజపరిమాణమ్।

గజదన్తః-అ-పు-గణేశః - ౨గజసంబంధిదంతః-౩ నాగదంతః- సతుద్రవ్యస్థాపనార్థమ్భిత్తిస్థదండద్వయమ్॥

గజదన్తఫలా-ఆ-సీ-డాంగరీ॥ తె॥ ఖురాసానిపుచ్చ.

గజదానమ్-అ-న-హస్తిమదః॥

గజద్వయసః-అ-త్రి-గజపరిమాణమ్॥

గజనిమీలనమ్-అ-న-కపటః॥

గజనిమీలికా-ఆ-సీ-విప్రలంభః॥ తె॥ లేదనిఉడాయించడము.

గజపాదపః-అ-పు-స్థాలీవృక్షః॥

గజపిప్పలీ-ఈ-సీ-పిప్పలీభేదః॥

గజపుటః-అ-పు - ఔషధపాకార్థహస్తపరిమితగర్తః॥

గజప్రియా-ఆ-సీ-శల్లకీవృక్షః॥

గజబన్ధనీ-ఈ-సీ-గజబంధనస్థానమ్॥

గజభక్షకః-అ-పు-అశ్వత్థవృక్షః॥

గజభక్షా-ఆ-సీ-శల్లకీవృక్షః॥

గజభక్ష్యా-ఆ-సీ-సల్లకీవృక్షః॥ తె॥ అందుగుచెట్టు.

గజమాచలః-అ-(న)-సింహః॥

గజమాత్రః-అ-త్రి-గజపరిమితః॥

గజమోటనః-అ-(న)-సింహః॥

గజరిపుః-ఉ-పు-సింహః॥ తె॥ సింగము.

గజలీలః-అ పు-తాలపాణికలావిశేషః॥

గజవదనః-అ-పు-గణేశః॥

గజవల్లభా-ఆ-సీ-గిరికదలీ-౨శల్లకీ॥

గజసాహ్వయమ్-అ-న-హస్తినాపురమ్॥
గజహంసగతిః-ఇ-సీ-రాజవల్లీలక్షణమ్॥
గజాఖ్యః-అ-పు-చక్రమర్దవృక్షః॥
గజాగ్రణీః-ఈ-పు-ఐరావతహస్తీ॥
గజాజీవః-అ-పు-హస్తిపాలకః॥
గజాణ్డమ్-అ-న-పిండమూలమ్॥
గజాననః-అ-పు-వినాయకః॥
గజారిః-ఇ-పు-సింహః-౨శరభమృగః - ౩వృక్షవిశేషః॥
గజాశనః-అ-పు-అశ్వత్థవృక్షః ॥ తె ॥ రావిచెట్టు.
గజాశనా-ఆ-సీ-భంగా-౨శల్లకీవృక్షః-౩పద్మమూలమ్॥
గజాసురారిః-ఇ-పు-శివః॥
గజాస్యమ్-అ-న-హస్తిముఖమ్॥
గజాస్యః-అ-పు-గణేశః॥
గజాహ్వమ్-అ-న-హస్తినాపురః॥ తె॥ హస్తినాపురము.
గజాహ్వయమ్-అ-న-హస్తినాపురః॥ తె॥ హస్తినాపురము.
గజాహ్వా-ఆ-సీ-కరిపిప్పలీ-౨హస్తిపురీ॥ తె॥ ౧ ఏనుగపిప్పలిచెట్టు - ౨హస్తినాపత్తనము.
గజేష్టా-ఆ-సీ-విదారీ॥
గజోద్భవమ్-అ-న-కంకుష్ఠనామకద్రవ్యమ్॥
గజోషణా-ఆ-సీ-గజపిప్పలీ॥
గఞ్జః-అ-(సీ)-భాండాగారమ్॥ తె॥ ఖజానాకొట్టు.
గఞ్జః-అ-పు-భాండాగారమ్-౨సువర్ణాదిధాతుజన్మభూమిః-౩అవజ్ఞా॥ తె॥ ౧ఖజానాకొట్టు.
గఞ్జా-ఆ-సీ-మద్యగృహమ్ - ౨ఖనిః-౩పామరసద్మ-౪మద్యభాండమ్॥ తె॥ ౧ సారాయికొట్టు.
గఞ్జికా-ఆ-సీ-మదిరాగృహమ్॥ తె ॥ సారాయికొట్టు.
గడః-అ-పు-మత్స్యభేదః- ౨అంతరాయః-౩పరిఖా-౪వ్యవధానమ్-౫దేశవిశేషః॥
గడకః-అ-పు-మత్స్యభేదః॥
గడదేశజమ్-అ-న-సాంబరలవణమ్॥
గడయన్తః-అ-పు-మేఘః॥
గడలవణమ్-అ-న-సంబరదేశోద్భవలవణమ్॥
గడిః-ఇ-పు-వత్సరః॥
గడుః-ఉ-పు-మాంసగ్రంధిః-౨కుబ్జః॥ తె॥ ౧ కంతి-౨బొక్కిరొమ్మువాఁడు.
గడురః-అ-త్రి-కుబ్జః॥ తె॥ బొక్కిరొమ్మువాడు
గడులః॥అ-త్రి-కుబ్జః॥ తె॥ బొక్కిరొమ్మువాడు
గడేరః-అ-పు-మేఘః॥
గడోత్థమ్-అ-న-గడలవణమ్॥
గడోలః-అ-పు-గుడః-౨గ్రాసః॥
గడ్డరా-ఆ-సీ-మేషీ॥ తె॥ ఆఁడుగొఱియ.
గడ్డరికా- ఆ- సీ- అజ్ఞాతప్రవాహాగమమూలోధారా వాహీనదీవిశేషః - ౨మేషయూథైరనుగమ్యమానా మేషీ॥
గడ్డుకః-అ-పు-జలపాత్రవిశేషః॥
గడ్డూకః-అ-పు-గడ్డుకః॥
గణః-అ-పు-సమూహః-౨సప్తవింశతిగజసప్తవింశతిరథైకాశీతివాజి పంచత్రింశదుత్తరశతభటయుక్తసైన్యమ్ - ౩సంఖ్యా-౪ప్రమథః ॥ తె॥ ౧గుంపు-౨ఇరువదేఁడుఏనుఁగులు-ఇరువదేడురథములు-ఎనబదొక్కగుఱ్ఱములు-నూఁటముప్పదైదుగుఱుబంట్లుఁగలిగినసేన.
గణకః-అ-పు-జ్యౌతిషికః॥ తె॥ జ్యౌతిష్కుఁడు
గణకర్ణికా-ఆ-సీ-ఇంద్రవారుణీ॥
గణకారః-అ-పు- భీమసేనః-౨ధాతుసంగ్రహకర్తా॥

గణకీ-ఈ-సీ-జ్యోతిషికస్త్రీ॥

గణచక్రకమ్-అ-న-ధార్మికాణాంసంభూయభోజనమ్॥

గణతా-ఆ-సీ-గణస్యభావః॥

గణదీక్షీ-న్-త్రి-గణేశదీక్షితః॥

గణదేవతా-ఆ-సీ-సంహతదేవతావిశేషః॥

గణద్రవ్యమ్-అ-న-సాధారణద్రవ్యమ్-౨ద్రవ్యసమూహః॥

గణనమ్-అ-న-సంఖ్యానమ్॥

గణనా-ఆ-సీ-గణనమ్॥

గణనా-ఆ-(పు)-సంఖ్యాకరణమ్॥

గణనాయికా-ఆ-సీ-దుర్గా॥

గణనీయః-అ-త్రి-గణనార్హః॥

గణపర్వతః-అ-పు-కైలాసపర్వతః॥

గణపీఠకమ్-అ-న-వక్షః॥

గణరాత్రమ్-అ-(సీ)-బహురాత్రిసమూహః

గణరూపః-అ-పు-అర్కవృక్షః॥ తె॥ జిల్లేడుచెట్టు.

గణరూపకః-అ-పు-రాజార్కః॥

గణరూపీ-న్-పు-శ్వేతార్కః॥

గణవతీసుతః-అ-పు-దివోదాసః॥

గణహాసః-అ-పు-చోరకనామగంధద్రవ్యమ్

గణహాసకః-అ-పు-చండానామకగ్రంథ్యమ్-౨గజకర్ణః॥ తె॥౧చండయనుగ్రంథ్యము-౨బలురక్కసిచెట్టు.

గణాగ్రణీః-ఈ-పు-గణేశః॥

గణాచలః-అ-పు-కైలాసపర్వతః॥

గణాధిపః-అ-పు-శివః-౨వినాయకః॥

గణాధిపతిః-ఇ-పు-శంకరః-౨గజాననః॥

గణిః-ఇ-సీ-గణనమ్॥

గణిః-ఇ-పు-వేదవేదాంగాధ్యాపకః॥

గణికా-ఆ-సీ-అంబష్ఠాలతా-౨గజస్త్రీ-౩వేశ్యా-౪యూథికా-౫గణికారికావృక్షః॥ తె॥౧అడవిమొల్లచెట్టు-౨ఆడుఏనుగు ౩సానిది.

గణికారికా-ఆ-సీ-గంధపత్రావృక్షః॥ తె॥కూరనెల్లిచెట్టు.

గణికారీ-ఈ-సీ-పుష్పవృక్షవిశేషః॥

గణితమ్-అ-న-నిశ్చితసంఖ్యావిశేషక్రముకాదిద్రవ్యమ్-౨అంకశాస్త్రమ్॥

గణితమ్-అ-త్రి-కృతగణనమ్॥

గణిపిటకా-ఆ-సీ-ద్వాదశాంగీ-సాతుజినానాంవిద్యావిభాగః॥

గణేయః-అ-త్రి-గణనాహ్వానక్షత్రాదిః॥

గణేరుః-ఉ-పు-కర్ణికారవృక్షః॥ తె॥కొండగోఁగుచెట్టు.

గణేరుః-ఉ-సీ-వేశ్యా-౨హస్తినీ॥

గణేరుకా-ఆ-సీ-కుట్టినీ॥

గణేశకుసుమః-అ-పు-రక్తకరవీరః॥

గణేశభూషణమ్-అ-న-సింధూరమ్॥

గణోత్సాహః-అ-పు-గండకః॥

గణ్డః-అ-పు-వ్రణః-౨పిటకః-౩గర్వః-౪ఖడ్గమృగః-౫మూలాదినక్షత్రదుష్టభాగః-౬హయభూషణమ్-౭బుద్బుదః-౮ఉపాయః-౯ప్రతీకః-౧౦చిహ్నమ్॥

గణ్డః-అ-(సీ)-పంచాంగయోగవిశేషః-౨నఖక్షతస్థానవిశేషః-౩కపోలః-౪గజకపోలః తె॥ ౩చెక్కిలి-౪ఏనుఁగుయొక్కగండస్థలము.

గణ్డకః-అ-పు-మత్స్యశిశుః-౨గిరిచ్యుతోపలః ౩ఖడ్గమృగః-౪విఘ్నః-౫గర్భోణీ॥ తె॥౧చేఁపపిల్ల-౨గండరాయి-౩ఖడ్గమృగము-౪విఘ్నము౫అర్ధచంద్రాకారపుతలగడ

గణ్డకారీ-ఈ-సీ-ఖదిరవృక్షః-౨వరాహక్రాంతా॥

గణ్డకాలీ-ఈ-సీ-ఖదిరీవృక్షః॥

గణ్డకీ-ఈ-సీ-నదీవిశేషః॥ తె॥ఒకానొకనది.

గణ్డకుసుమమ్-అ-న-హస్తిమదః॥

గణ్డకూపః-అ-పు-పర్వతస్యోచ్చస్థానమ్॥

గణ్డగాత్రమ్-అ-న-ఫలవిశేషః॥

గణ్డదూర్వా-ఆ-సీ-దూర్వావిశేషః॥

గణ్డమాలా-ఆ-సీ-గలగండరోగః॥

గణ్డమాలికా-ఆ-సీ-లజ్జాలువృక్షః॥

గణ్డశైలః-అ-పు-గిరిచ్యుతస్థూలోపలః-౨లలాటమ్॥ తె॥౧కొండమీఁదినుండిజారిపడినపెద్దవాఁడు.

గణ్డాఙ్గః-అ-పు-ఖడ్గీ॥

గణ్డారిః-ఇ-పు-కోవిదారవృక్షః॥

గణ్డాలీ-ఈ-సీ-శకులాక్షకతృణమ్-౨శ్వేతదూర్వా-౩సర్పాక్షీ-౪గండదూర్వా॥ తె॥౧తీఁగెగరిక. (భాగః॥)

గణ్డిః-ఇ-పు-వృక్షస్యమూలాచ్ఛాఖావధి

గణ్డీరః-అ-పు-సముష్ఠిలా-౨అనూపదేశజంశాకమితికేచిత్-౩వీరః॥ తె॥౧పరువంగచెట్టు. (చెట్టు)

గణ్డీరీ-ఈ-సీ-స్నుహీవృక్షః॥ తె॥ చెముఁడు

గణ్డుః-ఉ-(న)-ఉపధానమ్॥

గణ్డూపదః-అ-పు-కించులికః॥ తె॥ఎఱ్ఱలు.

గణ్డూపదభవమ్-అ-న-సీసకమ్॥

గణ్డూపదీ-ఈ-సీ-కించులిక(స్త్రీ)॥ తె॥ఆడెఱ్ఱలు

గణ్డూషః-అ-పు-చులికమ్-౨ముఖపూరణమ్-౩హస్తిశుండాగ్రభాగః-౪ప్రసృతిపరిమితమ్॥ తె॥౧చేరెఁడు.

గణ్డూషః-అ-ద్వ-ముఖపూరణమ్-౨గజపుష్కరమ్॥ తె॥౧నీళ్లుపుక్కిటనుబట్టుట.

గణ్డోలః-అ-పు-గుడః-౨గ్రాసః॥

గణ్డోలీ-ఈ-సీ-కంటకాసనా-౨వరటా-౩భద్రానదీ॥ తె॥౧కందిరీఁగ-౨ఆఁడుహంస-౩భద్రానది.

గణ్యమ్-అ-త్రి-గణనీయమ్॥

గతమ్-అ-న-గమనమ్॥

గతః-అ-త్రి-యాతః-౨విజ్ఞాతమ్॥

గతసన్నకః-అ-పు-నిర్మదహస్తీ॥

గతాగతమ్-అ-న-పక్షిగతివిశేషః-౨యాతాయాతమ్॥

గతార్తవా-ఆ-సీ-వృద్ధా-౨వంధ్యా॥

గతిః-ఇ-సీ-చతుస్సంజ్ఞా-౨గమనమ్-౩మార్గః-౪దశా-౫బుద్ధిః-౬ఉపాయః-౭యాత్రా-౮నాడీవ్రణమ్॥

గతిలా-ఆ-సీ-నదీవిశేషః॥

గత్వరః-అ-త్రి-గమనశీలః॥

గదమ్-అ-న-విషమ్॥

గదః-అ-పు-రోగః-౨కృష్ణభ్రాతా-౩భాషణం

గదయిత్నుః-ఉ-త్రి-జల్పాకః-౨కాముకః॥

గదయిత్నుః-ఉ-పు-కామః-౨కాముకః-౩జల్పాకః॥

గదా-ఆ-సీ-ఆయుధవిశేషః-౨పాటలావృక్షః॥ తె॥౧నిలివెడుపొడుఁగుగద.

గదాఖ్యమ్-అ-న-కుష్ఠమ్॥

గదాగదౌ-అ-పు-అశ్వినీకుమారౌ-ద్వివచనాంతోయమ్॥

గదాగ్రజః-అ-పు-విష్ణుః॥

గదాగ్రణీః-ఈ-పు-క్షయరోగః॥

గదాధరః-అ-పు-విష్ణుః॥

గదాభృత్-త్-పు-విష్ణుః॥

గదామ్బరః-అ-పు-మేఘః॥

గదారాతిః-ఇ-పు-ఔషధమ్॥

గదాహ్వమ్-అ-న-కుష్ఠమ్॥

గదీ-న్-పు-విష్ణుః॥

గదీ-న్-త్రి-రోగయుక్తః॥

గద్గదః-అ-త్రి-గళమూలస్థవాక్॥

గద్గదస్వరః-అ-పు-మహిషః॥

గద్యమ్-అ-న-గణపాదరహితకవిత్వమ్॥ తె॥ చూర్ణిక.

గద్యః-అ-త్రి-వక్తవ్యః॥ తె॥ పలకఁదగ్గది.

గద్యాణః-అ-పు-ద్విధరణతులామానటంకః తె॥ రెండుధరణములయెత్తువెండి.

గద్యానకమ్-అ-న-అష్టచత్వారింశద్రక్తికాపరిమాణమ్-౨చతుఃషష్టిగుంజాపరిమాణమ్-గద్యాలకమితిచపాఠః॥

గన్తవ్యః-అ-త్రి-గమనార్హః॥ తె॥ పొందఁదగినది.

గన్తా-ఋ-త్రి-గమనకర్తా॥

గన్తుమ్-౦-౦-గమనార్థమిత్యర్థః॥ తె॥ వెళ్లేటందుకు.

గన్తుః ఉ-పు-పథికః॥

గన్త్రీ-ఈ-సీ-కంబలివాహ్యకః॥ తె॥ పెంట మొదలయినవిచేరబోసేబండి॥

గన్త్రీరథః-అ-పు-శకటమ్॥

గన్థనమ్-అ-న-గద్యపద్యాదిసందర్భః॥

గన్ధమ్-అ-న-ధ్యామకమ్॥ తె॥ ధ్యామకమనే గ్రంధ్యము.

గన్ధః-అ-పు-భూగుణః-౨ఆమోదః-౩గర్వః-౪గంధకః-౫సంబంధః-౬లేశః॥ తె॥ ౧ వాసన.

గన్ధకః-అ-పు-శిగ్రువృక్షః-౨గ్రంధికః-౩శోభాంజనవృక్షః-౪ఉపధాతువిశేషః॥ తె॥ ౧మునుగచెట్టు-౨గంధకము.

గన్ధకన్దకః-అ-పు-కశేరు॥

గన్ధకారికా-ఆ-సీ-సైరంధ్రీ-సాతుపరవేశ్మస్థాస్వవశాశిల్పకారికా॥

గన్ధకారీ-ఈ-సీ-రక్తపాదీ॥ తె॥ అంతరతామర.

గన్ధకాలికా-ఆ-సీ-వ్యాసమాతా॥

గన్ధకాలీ-ఈ-సీ-వ్యాసమాతా॥

గన్ధకాష్ఠమ్-అ-న-అగురుకాష్ఠమ్-౨శంబరచందనమ్॥

గన్ధకుటీ-ఈ-సీ-మురానామకౌషధిః॥ తె॥ మురఅనేఓషధి.

గన్ధకుసుమా-ఆ-సీ-గణికారీవృక్షః॥

గన్ధకేలికా-ఆ-సీ-కస్తూరీ॥

గన్ధకోకిలా-ఆ-సీ-గంధద్రవ్యవిశేషః॥

గన్ధచేలికా-ఆ-సీ-కస్తూరీ॥

గన్ధజాతమ్-అ-న-తేజపత్రమ్॥

గన్ధజ్ఞా-ఆ-సీ-నాసికా॥

గన్ధతూర్యమ్-అ-న-వాద్యవిశేషః॥

గన్ధతృణమ్-అ-న-భూతికతృణమ్॥ తె॥ వాసనగడ్డి.

గన్ధత్వక్-చ్-న-ఏలవాలుకమ్॥

గన్ధదళా-ఆ-సీ-అజమోదా॥

గన్ధధూమజః-అ-పు-స్వాదునాఖుగంధద్రవ్యమ్॥

గన్ధధూళిః-ఇ-సీ-కస్తూరీ॥

గన్ధనమ్-అ-న-ప్రకాశనమ్-౨సూచనమ్-౩హింసా-౪పరోత్సాహనమ్॥

గన్ధనః-అ-పు-వ్రీహివిశేషః॥

గన్ధనాకులి-ఈ-సీ-చవ్యమ్-౨నాకులీ-౩సువహా-౪రాస్నా-౫కందవిశేషః॥

గన్ధనామా-న్-పు-రక్తతులసీ॥

గన్ధవాలీ-ఈ-సీ-నాసికా॥

గన్ధనిలయా-ఆ-సీ-నవమల్లికా॥

గన్ధనిశా-ఆ-సీ-గర్గపత్రా॥

గన్ధపత్రః-అ-పు-హరితాలేయకవృక్షః-౨శ్వేతతులసీ-౩మరువకః-౪బర్బరః-౫నారంగః-౬బిల్వః॥

గన్ధపత్రా-ఆ-సీ-అగ్నిమంథవృక్షః-౨శటీభేదః॥ తె॥ ౧కూరనెల్లిచెట్టు.

గన్ధపత్రికా-ఆ-సీ-గంధపత్రా-౨అజమోదా

గన్ధపత్త్రీ-ఈ-సీ-అంబష్ఠా-౨అశ్వగంధా-౩అజమోదా॥ (ఛిపత్త్రి.

గన్ధపర్ణకమ్-అ-న-సూరపర్ణమ్॥ తె॥ మా

గన్ధపలాశికా-ఆ-సీ-హరిద్రా॥

గన్ధపలాశీ-ఈ-సీ-శటీ॥

గన్ధపాషాణః-అ-పు-గంధకః॥

గన్ధపిప్పలకః-అ-పు-సుపార్శ్వకవృక్షః॥ తె-కలుజువ్వి చెట్టు.

గన్ధపిశాచికా-ఆ-సీ-ధూపః॥

గన్ధపీతా-ఆ-సీ-గంధపత్త్రా॥

గన్ధపుష్పః-అ-పు- అంకోలవృక్షః- ౨వేతసవృక్షః-౩బహువారవృక్షః॥ తె॥౧ఊడుగుచెట్టు.

గన్ధపుష్పా-ఆ-సీ- కేతకీ-౨నీలీ-౩గణికారీ॥

గన్ధఫణిజ్జకః-అ-పు-రక్తతులసీ॥

గన్ధఫలః-అ-పు-కపిత్థః - ౨బిల్వః- ౩ తేజఃఫలవృక్షః॥

గన్ధఫలా-ఆ-సీ- మేంథీ-౨ప్రియంగువృక్షః-౩విదారీ-౪సల్లకీ॥ తె ॥ ౧మెంతిచెట్టు- ౨ప్రేంకణపుచెట్టు.

గన్ధఫలీ-ఈ-సీ- ప్రియంగుః - ౨చంపకముకులమ్॥ తె॥౧ ప్రేంకణపుచెట్టు-౨ సంపెగమొగ్గ.

గన్ధబన్ధుః-ఉ-పు-ఆమ్రవృక్షః॥ తె॥మామిడి.

గన్ధబహులా-ఆ-సీ-గోరక్షీ॥ తె॥గోరక్షిచెట్టు

గన్ధభద్రా-ఆ-సీ-లతావిశేషః॥

గన్ధభాణ్డః-అ-పు-గర్దభాండవృక్షః॥

గన్ధమాంసీ-ఈ-సీ-జటామాంసీభేదః॥

గన్ధమాతా-ఆ-సీ-పృథివీ॥

గన్ధమాదనః-అ-పు-వానరవిశేషః-౨శృంగమ్ ౩భ్రమరః-౪గంధకః॥

గన్ధమాదనః-అ-(సీ)-గంధమాదనపర్వతః-౨గంధకమ్॥

గన్ధమాదనీ-ఈ-సీ-మదిరా- ౨వందాకః-౩చీడానామగంధద్రవ్యమ్॥

గన్ధమాదినీ-ఈ-సీ-లాక్షా. ౨పురానామగంధద్రవ్యమ్॥

గన్ధమార్జారః-అ-పు-ఖట్వాసః॥

గన్ధమాలతీ-ఈ-సీ-గంధద్రవ్యవిశేషః-సాతుగుణైర్గంధకోకిలాతుల్యా॥

గన్ధమాలినీ-ఈ-సీ-మురానామకౌషధిః॥

గన్ధముణ్డః-అ-పు-లతావిశేషః॥

గన్ధమూలః-అ-పు-కులంజనవృక్షః॥

గన్ధమూలకః-అ-పు-శటీ॥

గన్ధమూలఘ్నః-అ-పు-శాకోటవృక్షః ॥ తె ॥ పెద్దటేకుచెట్టు.

గన్ధమూలా-ఆ-సీ-కాష్ఠశారిబా- ౨పద్మచారిణీ-౩కచోరీ-౪సల్లకీ-౫శటీ॥ తె॥ ౧తెల్లసుగంధిపాలచెట్టు-౨ముణుగుదామర-౩కర్పూరపుబెండచెట్టు.

గన్ధమూలికా-ఆ-సీ-స్థూకందీ-౨శటీ॥

గన్ధమూలీ-ఈ-సీ-షడ్గ్రంధికా॥ తె॥నల్లఅతివసచెట్టు.

గన్ధమూషికః-అ-పు-చుచుందరీ॥

గన్ధమూషీ-ఈ-సీ-చుచుందరీ॥

గన్ధమృగః-అ-పు-మృగపాలికా॥ తె ॥ కస్తూరిపిల్లి॥

గన్ధమైథునః-అ-పు-వృషః॥

గన్ధమోదనః-అ-పు-గంధకః॥

గన్ధమోహినీ-ఈ-సీ-చంపకకలీ॥

గన్ధరసః-అ-పు-బోలః॥ తె॥బాలింతబోలు.

గన్ధరసాఙ్గకః-అ-పు- శ్రీవేష్టనామసుగంధిద్రవ్యమ్॥

గన్ధరాజమ్-అ-న-చందనమ్ - ౨జవాదినామగంధద్రవ్యమ్- ౩స్వనామఖ్యాతశుక్లవర్ణపుష్పమ్॥

గన్ధరాజః-అ-పు-ముద్గరవృక్షః ౨ కణగుగ్గులుః
గన్ధరాజీ-ఈ-సీ-నఖీనామగంధద్రవ్యమ్॥
గన్ధర్వః-అ-పు- చిత్రసేనాదిగంధర్వజాతిః- ౨ అశ్వః-౩ దివ్యగాయనః-౪ పుంస్కోకిలః-౫ అంతరాభవసత్వమ్-౬ ఉపశుః-౭ గోపుచ్ఛవన్మృగవిశేషః॥
గన్ధర్వవేదః-అ-పు-సంగీతవిద్యా॥
గన్ధర్వహస్తః-అ-పు-ఏరండవృక్షః॥ తె॥ఆముదపు చెట్టు.
గన్ధర్వహస్తకః-అ-పు-ఏరండవృక్షః॥ తె॥ ఆముదపు చెట్టు.
గన్ధలోలుపా-ఆ-సీ-మక్షికా॥
గన్ధవణిక్-చ్-పు- గాంధికః-సచవర్ణసంకర జాతివిశేషః॥
గన్ధవతీ-ఈ-సీ- వాయుపట్టణమ్ - ౨ సురా-౩ భూమిః-౪ పురుషవిశేషః- ౫ వ్యాసమాతా-౬ వనమల్లికా - ౭ మురానామగంధద్రవ్యమ్॥
గన్ధవధూః-ఊ-సీ-శటీ-౨ చీడానామగంధద్రవ్యమ్॥
గన్ధవల్కలమ్-అ-న-త్వచమ్॥
గన్ధవల్లరీ-ఈ-సీ-సహదేవీ॥
గన్ధవల్లీ-ఈ-సీ-పీతపుష్పదండోత్పలః॥
గన్ధవహః-అ-పు-వాయుః॥
గన్ధవహః-అ-త్రి-గంధయుక్తః॥
గన్ధవహః-అ-ద్వి-నాసికా॥ తె॥ముక్కు.
గన్ధవహలః-అ-పు-సితార్జకః॥
గన్ధవహా-ఆ-సీ-నాసికా॥ తె॥ముక్కు
గన్ధవహులా-ఆ-సీ-గోరక్షీవృక్షః॥
గన్ధవాన్-త్-త్రి-గంధసంపన్నః॥
గన్ధవాహః-అ-పు-వాయుః-౨ మయూరః-౩ భ్రమరః-౪ సూకరః-౫ మద్యభాండమ్-౬ దూవకః॥ తె॥ ౧ గాలి- ౨ నెమలి-౩ తుమ్మెద-౪ పంది-౫ కల్లుకుండ-౬ దూషకుడు
గన్ధవాహా-ఆ-సీ-నాసికా॥
గన్ధవిహ్వలః-అ-పు- గోధూమః॥
గన్ధవీజా-ఆ-సీ-మేథికా॥
గన్ధవృక్షకః-అ-పు-సాలవృక్షః॥
గన్ధవేశికా-ఆ-సీ-వేదముఖ్యా॥ తె ॥ జవ్వాది పిల్లి.
గన్ధవ్యాకులమ్-అ-న-కక్కోలమ్॥
గన్ధశటీ-ఈ-సీ-శటీ॥
గన్ధశాకమ్-అ-న-సువర్ణశాకం॥ తె॥ నెల్లికూర
గన్ధశాలిః-ఇ-పు-శాలిధాన్యవిశేషః॥
గన్ధశుణ్డినీ-ఈ-సీ-చుచుందరీ-గంధాశుండినీతి నామద్వయమ్॥
గన్ధశేఖరః-అ-పు-కస్తూరీ॥
గన్ధసారః-అ-పు-చందనవృక్షః-౨ ముద్గరవృక్షః॥ తె॥ ౧ మంచిగంధపు చెట్టు.
గన్ధసారణః-అ-పు-బృహన్నఖీ॥
గన్ధసోమమ్-అ-న-కుముదమ్॥
గన్ధహారికా-ఆ-సీ- పరగృహంగత్వాకర్మకారిణీశిల్పినీ॥
గన్ధా-ఆ-సీ-చంపకకలికా-౨ శటీ-౩ శాలపర్ణీ॥
గన్ధాః-అ-పు-పరిమళః॥ తె॥ వాసన.
గన్ధాఖుః ఉ-త్రి-చుచుందరీ॥ తె॥చుంచు.
గన్ధాజూరీ-న్-పు-మరువకః॥ తె॥మరువము
గన్ధాజీవః-అ-పు-గంధవణిక్॥
గన్ధాఢ్యమ్-అ-న - జవాదినామగంధద్రవ్యమ్-౨ చందనమ్॥
గన్ధాఢ్యమ్-అ-త్రి-గంధయుక్తః॥
గన్ధాఢ్యః-అ-పు-నాగరంగవృక్షః॥
గన్ధాఢ్యా-ఆ-సీ-మురానామకౌషధిః-౨ గంధపత్రా-౩ స్వర్ణయూథీ-౪ తరుణీ-౫ ఆరామశీతలా-౬ గంధాలీ॥
గన్ధామ్లా-ఆ-సీ-వనబీజపూరకః॥

గన్ధారీ-ఈ-సీ-కలంజః-౨యాసలతా॥ తె॥౧ గంజావిచెట్టు-౨పిన్నరేఁగటిదూలగొండిచెట్టు

గన్ధాలా-ఆ-సీ-వృక్షవిశేషః॥

గన్ధాలికమ్-అ-న-తృణకుంకుమమ్॥

గన్ధాలీ-ఈ-సీ-లతావిశేషః॥

గన్ధాలీగర్భః-అ-పు-సూక్ష్మైలా॥

గన్ధాలుః-ఉ-సీ-పుత్రధాత్రీ॥ తె॥ పుత్రధాత్రిచెట్టు.

గన్ధాశ్మా-న్-పు-గంధకః॥

గన్ధాష్టకమ్-అ-న-పంచదేవతాదేయాష్టప్రకారగంధద్రవ్యమ్॥

గన్ధాహ్వాః-అ-పు-కచ్చూరః॥ తె॥ ఆఱుగండ్ల కచ్చూరము.

గన్ధి-న్-న-తృణకుంకుమమ్॥

గన్ధికః-అ-పు-గంధకః॥

గన్ధినీ-ఈ-సీ-మురా॥ తె॥మురయనువోషధి

గన్ధిపర్ణః-అ-పు-సప్తచ్ఛదవృక్షః॥

గన్ధిలః-అ-పు-వృద్ధజంబుకః॥ తె॥వరదునక్క.

గన్ధోతుః-ఉ-పు-ఖట్టాశః-౨గంధౌతుశ్చ॥

గన్ధోత్కటా-ఆ-సీ-దమనకవృక్షః॥

గన్ధోత్తమా-ఆ-సీ-సురా॥

గన్ధోలిః-ఇ-సీ-శటీ॥

గన్ధోలీ-ఈ-సీ-కంటకాసనా-౨వరటా-౩భద్రా-౪శటీ॥ తె॥౧కందిరీఁగ.

గభస్తిః-ఇ-పు-కిరణమ్-౨సూర్యః॥

గభస్తిః-ఇ-సీ-స్వాహా॥

గభస్తిమత్-త్-న-సప్తపాతాళాంతర్గతపాతాళవిశేషః-తత్తుతలాతలమ్॥

గభస్తిమాన్-త్-పు-సూర్యః॥

గభస్తిహస్తః-అ-పు-సూర్యః॥

గభీరః-అ-త్రి-నిమ్నః-౨నీచస్థానమ్॥ తె॥౧లోతైనది.

గభీరికా-ఆ-సీ-బృహడ్ఢక్కా॥

గభోలికః-అ-పు-మసూరః॥

గమః-అ-పు-ప్రస్థానమ్-౨అక్షవివర్తః-సతుద్యూతప్రభేదః॥ తె॥౧తర్లిపోవడము.

గమకమ్-అ-న-సంగీతగమకః-౨అధరాధోభాగః॥ తె॥౨కిందిపెదవికిందిగుంట.

గమకారిత్వమ్-అ-న-రభసః॥

గమథః-అ-పు-పంథాః॥

గమధః-అ-త్రి-పథికః॥

గమనమ్-అ-న-జిగీషోః ప్రయాణమ్॥

గమిష్ణుః-ఉ-పు-కురుదేశః-౨ప్రాప్తకామమానసమ్-౩మారుతః॥

గమీ-న్-త్రి-గమనకర్తా॥

గమ్భారికా-ఆ-సీ-గంభారీవృక్షః॥

గమ్భారీ-ఈ-సీ-కాశ్మర్యవృక్షః॥ తె॥ గుమ్ముడుచెట్టు.

గమ్భిః-ఇ-పు-జంబీరవృక్షః॥ తె॥నిమ్మచెట్టు.

గమ్భీరః-అ-పు-జంబీరః-౨పంకజమ్-౩ఋఙ్మంత్రః॥

గమ్భీరః-అ-త్రి-హృదయజాతమంద్రధ్వనిః-౨నిమ్నస్థలమ్॥

గమ్భీరనాభిః-ఇ-సీ-స్త్రీపూజ్యలక్షణమ్॥

గమ్భీరవేదీ-న్-పు-చిరకాలగృహ్యమాణసత్కృతశిక్షావగ్గజః॥ తె॥ మదపుటేనుఁగ

గమ్యః-అ-త్రి-ప్రాప్యః॥ తె॥పొందఁదగ్గది.

గయః-అ-పు-షోడశరాజవిశేషః-౨దైత్యవిశేషః-౩శివః-౪వానరభేదః॥

గయా-ఆ-సీ-నగరవిశేషః॥

గరమ్-అ-న-బవాద్యేకాదశకరణాంతర్గతపంచమకరణమ్-౨వత్సనాభాఖ్యవిషమ్.

గరః-అ-పు-కృత్రిమవిషమ్-౨వ్యాధిః-౩ఉపవిషా-౪పంచాంగకరణవిశేషః॥ తే॥ ౧కృత్రిమవిసము-౨సంకటము, రోగమున్న

౩అతివసరఒకానొకపంచాంగకరణము

గరఘ్నః-అ-పు-కృష్ణార్జకః-౨బర్బరః॥

గరఘ్నీ-ఈ-స్త్రీ-మత్స్యవిశేషః॥

గరజిః-ఇ-పు-పంచాంగకరణవిశేషః॥

గరణమ్-అ-న-సేచనమ్-౨నిగరణమ్॥

గరదమ్-అ-న-విషమ్॥

గరదః-అ-త్రి-విషదానకర్తా॥

గరభః-అ-పు-గర్భః॥

గరలమ్-అ-న-సర్పవిషమ్-౨మానమ్-౩తృణపూరకః॥

గరళముఖః-అ-పు-సర్పః॥

గరలారిః-ఇ-పు-మరకతమణిః॥

గరవ్రతః-అ-పు-మయూరః॥

గరా-ఆ-స్త్రీ-దేవదాలీలతా-౨నిగరణమ్॥

గరాగరీ-ఈ-స్త్రీ-దేవతాడవృక్షః॥ తె॥ దేవతాడిచెట్టు.

గరాత్మకమ్-అ-న-శోభాంజనబీజమ్॥

గరాధికా-ఆ స్త్రీ-లాక్షా-౨గరాయికా-గరాషికాపిపాతః॥

గరిణ్డమ్-అ-న-ఉపలః॥ తె॥ పిడక.

గరిమా-న్-త్రి-గురుతా॥

గరిమా-న్-పు-శివలీలావిభూతివిశేషః-౨గురుత్వమ్॥

గరిష్ఠః-అ-త్రి-అత్యంతగురుః॥ తె॥ మిక్కిలిబరువైనది.

గరీ-ఈ-స్త్రీ-దేవతాడవృక్షః॥

గరీయాన్-స్-త్రి-అతిగురుః॥ తె॥ మిక్కిలిబరువైనది.

గరుడః-అ-పు-గరుత్మాన్॥

గరుడతాలః-అ-పు-తాలప్రాణకలావిశేషః.

గరుడధ్వజః-అ-పు-విష్ణుః॥

గరుడాగ్రజః-అ-పు-సూర్యసారథిః॥ తె॥ అనూరుఁడు.

గరుడాఙ్కితమ్-అ-న-మరకతమణిః॥

గరుడాశ్మా-న్-పు-మరకతమణిః॥

గరుడోత్తీర్ణమ్-అ-న-మరకతమణిః॥

గరుత్-త్-పు-పక్షిపక్షః-౨సూర్యః-౩ధ్వనిః తె॥ గపిట్టతెక్క.

గరుత్మాన్-త్-పు-గరుడః-౨పక్షీ॥

గరుద్యోధీ-న్-పు-భారతీపక్షీ॥

గర్గః-అ-పు-దేవయోనిసర్పవిశేషః-౨ము(నివిశేషః

గర్గరః-అ-పు-మత్స్యవిశేషః॥

గర్గరీ-ఈ-స్త్రీ-మంథనీ॥ తె॥ పెరుగుతరిచేకుండ

గర్గాటః-అ-పు-మత్స్యవిశేషః॥

గర్జమ్-అ-న-హస్తిశబ్దః-౨మేఘాదిశబ్దశ్చ॥

గర్జకః-అ-పు-మత్స్యవిశేషః॥

గర్జనమ్-అ-న-నిస్వనః-౨కోపః॥

గర్జరమ్-అ-న-మూలవిశేషః॥

గర్జా-ఆ-స్త్రీ-సింహధ్వనిః-౨వ్యాఘ్రధ్వనిః-౩మేఘధ్వనిః॥ తె॥ ౩ఉరుము.

గర్జాఫలః-అః-పు-వికంటకవృక్షః-౨యుద్ధమ్-౩భర్త్సనమ్-౪ఉత్తేజనమ్॥

గర్జిః-ఇ-పు-మేఘశబ్దః॥

గర్జితమ్-అ-న-మేఘగర్జా-౨గజబృంహితమ్॥ తె॥ గఉరుము-౨ఏనుఁగఅరుపు.

గర్జితః-అ-పు-నవీనమత్తగజః॥ తె॥ క్రొత్తగామదించినఏనుఁగు.

గర్తః-అ-పు-అవటః-౨కుకుందరః॥ తె॥ గగొయ్యి,బొక్కనున్న-౨కటిభాగమందలిగుంట.

గర్తాటః-అ-పు-ఖనకః॥ తె॥ పందికొక్కు.

గర్తికా-ఆ-స్త్రీ-పాట్టశాలికతంతువాయగృహమ్॥ తె॥ పట్టుసాలెవానియిల్లు.

గర్దభమ్-అ-న-కైరవమ్-౨విడంగమ్॥

గర్దభః-అ-పు-ఖరః-౨క్షుద్రరోగః-౩జంతువిశేషః॥ తె॥ గగాడిదె.

గర్దభగదః-అ-పు-జ్వాలాగర్దభకరోగః॥

గర్దభశాకః-అ-పు-హంజికావృక్షః॥ తె॥ చిరితేకుచెట్టు.

గర్దభశాకా-ఆ-సీ-బ్రహ్మయష్టిః॥

గర్దభశాఖీ-ఈ-సీ-భార్గీ॥

గర్దభాణ్ఞనకా-ఆ-సీ-దేవదాలికా॥ తె॥ దేవరడంగిచెట్టు.

గర్దభాణ్డః-అ-పు-సుపార్శ్వకవృక్షః॥ తె॥ కలజువ్విచెట్టు.

గర్దభాహ్వయః-అ-పు-కుముదమ్॥

గర్దభికా-ఆ-సీ-క్షుద్రరోగవిశేషః॥

గర్దభీ-ఈ-సీ-శ్వేతకంటకారీ॥ తె॥ తెల్లవాకుడుచెట్టు.

గర్ధః-అ-పు-యాచనా-౨గర్దభాండవృక్షః॥

గర్ధనః-అ-త్రి-విషయేచ్ఛావాన్॥

గర్భమ్-అ-న-కచాదిబద్ధమాలా॥

గర్భః-అ-త్రి-పవనసంకటమ్-౨అపవరకః-౩అర్భకః॥ తె॥౧కొలిమితిత్తి-౨ఇంటిలోపలియిల్లు-౩పిల్ల.

గర్భః-అ-పు-నాట్యతృతీయసంధిః-౨ఉదరస్థశిశుః-౩కుక్షిః॥ తె॥౨కడుపులోపిల్ల.

గర్భకమ్-అ-న-రజనీద్వంద్వమ్॥

గర్భకః-అ-పు-కబరీమధ్యమాల్యమ్॥ తె॥ కొప్పులోముడిచినదండ.

గర్భకరః-అ-పు-పుత్రజీవవృక్షః॥

గర్భఘాతినీ-ఈ-సీ-లాంగలికావృక్షః॥

గర్భణ్డః-అ-పు-నాభిగుడకః॥

గర్భదః-అ-పు-పుత్రజీవవృక్షః॥

గర్భధాత్రీ-ఈ-సీ-క్షుపవిశేషః॥

గర్భసుత్-త్-పు-కలికారీవృక్షః॥

గర్భపాకీ-న్-పు-యష్టికవ్రీహిః॥

గర్భపాతః-అ-పు-అరిష్టవృక్షః॥ తె॥ కుంకుడుచెట్టు.

గర్భపాతకః-అ-పు-రక్తశోభాంజనవృక్షః॥

గర్భపాతనః-అ-పు-రీఠాకరంజః॥

గర్భపాతనా-ఆ-సీ-కూశ్మాండలతా॥ తె॥ గుమ్మడిచెట్టు.

గర్భపాతనీ-ఈ-సీ-కలికాలీ॥ తె॥ తరిగొబ్బిభేదము-

గర్భపాతినీ-ఈ-సీ-విశల్యావృక్షః॥

గర్భరూపః-అ-త్రి-తరుణః॥

గర్భవతీ-ఈ-సీ-అంతరాపత్యా॥

గర్భశయ్యా-ఆ-సీ- గర్భోత్పత్తిస్థానమ్-తత్పిత్తాశయపక్వాశయయోర్మధ్యవర్తి॥

గర్భస్రావః-అ-పు-గర్భపాతః॥

గర్భస్రావీ-న్-పు-హింతాలవృక్షః॥

గర్భాగారమ్-అ-న- గృహాంతర్గృహమ్॥ తె॥ శయనగృహము.

గర్భాధానమ్-అ-న- దశసంస్కారాంతర్గతప్రథమసంస్కారః॥

గర్భాశయః-అ-పు-జరాయుః౨గర్భశయ్యా॥ తె॥౧మావి.

గర్భిణీ-ఈ-సీ-గర్భవతీ-౨క్షీరావీవృక్షః॥

గర్భిణ్యావేక్షణమ్-అ-న-కుమారభృత్యా-౨గర్భిణీపరిచర్యా॥

గర్భోణీ-ఈ-సీ-గండకః॥ తె॥ అర్ధచంద్రాకారపుతలగడ.

గర్భోనిః-ఇ-పు-ప్రగ్రీవః॥ తె॥అర్ధచంద్రాకారమైనతలగడ.

గర్భోపఘాతినీ- ఈ- సీ- అన్నతౌవృషావగమనాదివశాత్ యస్యాః గర్భపాతోభవతి సాగౌః॥

గర్ముత్-త్-న-శ్యామాకప్రముఖాయః॥ తె॥ చామలు మొదలయినగడ్డిపంట.

గర్ముత్-త్-పు-అర్కః-౨కిరణః॥

గర్ముత్-త్-సీ- గర్పటీ-౨సువర్ణమ్-౩లతా॥

తె॥ ౧ఎండించినవరుగు-౨ఖంగారము-౩తీఁగె.
గర్ముటికా-ఆ-సీ-వ్రీహిభేదః॥
గర్మోటికా-ఆ-సీ-జరడీతృణమ్॥
గర్వః-అ-పు-వ్యభిచారిభావవిశేషదర్పః॥ తె॥గర్వము.
గర్వటీ-ఈ-సీ-గర్ముతీ॥ తె॥ ఎండించినవరుగు.
గర్వాటః-అ-పు-ద్వారపాలః॥
గర్వితః-అ-త్రి-గర్వయుక్తః॥
గర్వీ-ఈ-సీ-గర్వః॥
గర్వీ-న్-త్రి-గర్వితః॥ తె॥ గర్వించినవాఁడు.
గర్హణమ్-అ-న-నిందా॥
గర్హా-ఆ-సీ-నిందా॥
గర్హితమ్-అ-త్రి-నిందితమ్॥
గర్హ్యః-అ-త్రి-నికృష్టః॥
గర్హ్యవాదీ-న్-త్రి-కద్వదః॥
గలః-అ-పు-కంఠః-౨సర్జరసః॥ తె॥ ౧మెడ ముందరిభాగము.
గలకః-అ-పు-గడకమత్స్యః॥
గలకమ్బలః-అ-పు-సాస్నా॥ తె॥ గంగడోలు.
గలగణ్డః-అ-పు-గండమాలా॥ తె॥ గలగండ మాల.
గలగ్రహః-అ-పు-వ్యంజనవిశేషః॥
గలన్తికా-ఆ-సీ-కరకా॥ తె॥గరిగెపిడత.
గలమేఖలా-ఆ-సీ-గలసూత్రమ్-౨కంఠాభరణవిశేషః॥
గలవ్రతః-అ-పు-మయూరః॥
గలశుణ్డికా-ఆ-సీ-తాలూర్ధ్వసూక్ష్మజిహ్వా॥
గలశుణ్డీ-న్-పు-గలచులికా॥
గలశుణ్డీ-ఈ-సీ-ఘట్టికా॥ తె॥ గొంతుకపోక.
గలస్తనః-అ-పు-గలచులికా॥
గలస్తనీ-ఈ-సీ-ఛాగీ॥
గలా-అ-సీ-అలంబుషా॥

గలాఙ్కురః-అ-పు-గలశుండీ॥ తె॥ ఉపజీవి చెట్టు.
గలానిలః-అ-పు-మత్స్యవిశేషః॥
గలిః-ఇ-పు-శక్తోప్యధూర్వస్థో వృషః॥
గలితః-అ-త్రి-గ్రథితః-౨స్రస్తః॥ తె॥౧కూర్పబడ్డది-౨జారిపడ్డది.
గలేగణ్డః-అ-పు-పక్షివిశేషః॥
గలేస్తనీ-ఈ-సీ-ఛాగీ॥
గల్యమ్-అ-న-ఊర్మిః॥ తె॥ఉమ్మి
గల్యా-ఆ-సీ-గలసమూహః॥ తె॥ పతికెలస మూహము.
గల్లః-అ-పు-గండస్థలమ్॥ తె॥చెక్కిలి.
గల్లచాతురీ-ఈ-సీ-ఉపధానవిశేషః॥
గల్వర్కః-అ-పు-చషకః-౨మద్యపానపాత్రమ్-౩ఇంద్రనీలమణిః॥
గవయః-అ-పు-వనగౌః॥ తె॥ అడవిగోవు.
గవయీ-ఈ-సీ-గవయస్త్రీ॥
గవరాజః-అ-పు-వృషః॥
గవలమ్-అ-న-మహిషశృంగమ్॥ తె॥ గేదె కొమ్ము.
గవలః-అ-పు-మహిషః॥
గవాక్షః-అ-(సీ)-వాతాయనమ్॥ తె॥కిటికి.
గవాక్షః-అ-పు-వానరవిశేషః॥
గవాక్షా-ఆ-సీ-గోతుంబాలతా॥
గవాక్షీ-న్-పు-శాకోటవృక్షః॥ తె॥ పెద్దటేకుచెట్టు.
గవాక్షీ-ఈ-సీ-మల్లికాలతా-౨శక్రవారుణీ-౩గోతుంబాలతా॥ తె॥ ౧మల్లెచెట్టు.
గవాచీ-ఈ-సీ-మత్స్యవిశేషః॥
గవాదనమ్-అ-న-ఘాసః॥
గవాదనీ-ఈ-సీ-శ్వేతక్షుద్రా-౨ఇంద్రవారుణీ-౩గవాంఘాసభక్షణాధారః-రనీలాపరాజితా॥ తె॥౧తెల్లవిష్ణుక్రాంతము

గవాలూకః-అ-పు-గవయః॥

గవాశనః-అ-పు-గోభక్షకః॥

గవాషికా-ఆ-స్త్రీ-లాక్షా-గరాధికాపిపాఠః

గవీనః-అ-త్రి-పూర్వంగవాశితక్షేత్రమ్-౨ పూర్వంగవోషితక్షేత్రమ్॥ తె॥ ౧ ముసుపావులు మేసినపొలము - ౨ మునుపావులుండినపొలము.

గవీశ్వరః-అ-పు-గవాంస్వామీ॥

గవేడుః-ఉ-స్త్రీ-ధాన్యవిశేషః॥

గవేధుః-ఉ-ద్వ-కుశికా॥ తె॥ అడవిగోదుమలు

గవేధుకమ్-అ-న-గైరికమ్॥

గవేధుకా-ఆ-స్త్రీ-కుశికా। తె। అడవిగోదుమలు

గవేరుకమ్-అ-న-గైరికమ్॥

గవేశకా-ఆ-స్త్రీ-వృక్షవిశేషః॥

గవేషణా-ఆ-స్త్రీ-శ్రాద్ధబ్రాహ్మణాద్యన్వేషణా। తె॥ శ్రాద్ధబ్రాహ్మణుల వెదకుట.

గవేషణా-ఆ-(పు)-అన్వేషణమ్॥ తె॥ వెదకుట

గవేషితః-అ-త్రి-అన్వేషితః॥ తె॥ వెదకబడ్డది

గవోద్ఘః-అ-పు-ఉత్తమగవః॥

గవ్యమ్-అ-న-రాగద్రవ్యమ్॥

గవ్యః-అ-త్రి-గోక్షీరాదిగోజన్యపదార్థః॥ తె॥ ఆవుసంబంధమయిన పాలు మొదలయినది.

గవ్యా-ఆ-స్త్రీ-చాపమౌర్వీ-౨ గోసమూహః-౩ గోహితమ్-౪ గవ్యూతిః॥ తె॥ ౧ వింటినారి-౨ ఆవులమంద-౪ రెండుక్రోసులు.

గవ్యాదనీ-ఈ-స్త్రీ-ఇంద్రవారుణీ॥

గవ్యూతమ్-అ-న-క్రోశద్వయదూరమ్॥

గవ్యూతిః-ఇ-(న)-ద్విసహస్రధనుః-౨ క్రోశద్వయమ్॥

గవ్యూతిః-ఇ-స్త్రీ-క్రోశద్వయదూరమ్॥

గవ్యూతీ-ఈ-స్త్రీ-గవ్యూతిః॥

గశికః-అ-పు-తైలశేషః॥ తె॥ నూనెమడ్డి.

గసకః-అ-పు-సూక్ష్మతండులః। తె। గసగసాలు

గహనమ్-అ-న-అరణ్యమ్-౨ దుఃఖమ్॥

గహనః-అ-త్రి-దుర్గమః॥ తె॥ చొరరానిది.

గహనా-ఆ-స్త్రీ-పూర్వమీమాంసా॥

గహరమ్-అ-న-కాష్ఠధనమ్॥ తె॥ పిడక

గహ్వరమ్-అ-న-కపటః-౨ పర్వతజాతగుహా-౩ నికుంజః-౪ గహనమ్॥ తె ॥ ౨ కొండగుహ-౩ పొదరిల్లు-౪ అడవి.

గహ్వరః-అ-త్రి-సరంధ్రః॥

గహ్వరీ-ఈ-స్త్రీ-భూమిః॥

గా-ఆ-స్త్రీ-గాథా॥

గాఙ్గమ్-అ-త్రి-గంగాసంభూతమ్॥

గాఙ్గః-అ-పు-భీష్మః-౨ కార్తికేయః॥

గాఙ్గటః-అ-పు-మత్స్యభేదః॥

గాఙ్గటకః-అ-పు-గాంగటమత్స్యః॥

గాఙ్గటేయః-అ-పు-గాంగటమత్స్యః॥

గాఙ్గవరితమ్-అ-న-సూర్యశంఖః॥

గాఙ్గాయనిః-ఇ-పు-భీష్మః-౨ కార్తికేయః॥

గాఙ్గేయమ్-అ-న-కనకమ్-౨ కసేరుః॥

గాఙ్గేయః-అ-పు-షణ్ముఖః-౨ పద్మమ్-౩ భీష్మః

గాఙ్గేరీ-ఈ-స్త్రీ-చుక్రికా॥ తె॥ పులిచింతచెట్టు

గాఙ్గేరుకీ-ఈ-స్త్రీ-నాగబలా॥ తె॥ జిబిలికచెట్టు

గాఙ్గేష్టిః-ఇ-స్త్రీ-మౌక్తికమ్॥ తె॥ ముత్తెము.

గాఙ్గేష్ఠీ-ఈ-స్త్రీ-కటశర్కరాలతా॥

గాఙ్గికాయః-అ-పు-వర్తికపక్షీ॥

గాఢమ్-అ-న-అతిశయః-౨ దృఢమ్॥

గాఢః-అ-త్రి-అతిశయవాన్॥

గాఢముష్టిః-ఇ-పు-ఖడ్గః॥

గాఢముష్టిః-ఇ-త్రి-కృపణః॥

గాధావటీ-ఈ-స్త్రీ - చతురంగక్రీడామధ్యక్రీడావిశేషః॥

గాణపత్యః-అ-త్రి-గణేశోపాసకః-౨ గణపతిసంబంధీ॥

గాణిక్యమ్-అ-న-వేశ్యాసమూహః॥

గాణ్డివః-అ-(సీ)-అర్జునధనుః-౨ధనుః॥

గాణ్డీవః-అ-(సీ)-అర్జునధనుః-౨ధనుః॥

గాణ్డీవీ-న్-పు-అర్జునః-౨అర్జునవృక్షః॥

గాతవమ్-అ-న-గంధర్వగానమ్॥

గాతా-ఋ-త్రి-గాయకః॥

గాతుః-ఉ-త్రి-రోషణః-౨గాయనః॥

గాతుః-ఉ-పు-పుంస్కోకిలః-౨భృంగః-౩గానప్రవీణః-౪అగ్నిచిత్॥ తె॥ ౧మొగకోయిలపిట్ట-౨తుమ్మెద-౩గట్టిపాటగాడు-౪చయనముచేసినవాఁడు.

గాతుః-ఉ-సీ-భూగర్జనమ్॥ తె॥ ౧ భూమిలో ఉరమడము.

గాత్రమ్-అ-న-అవయవః-౨శరీరమ్-౩కంఠః

గాత్రభఙ్గా-ఆ-సీ-శూకశింబీ॥

గాత్రమార్జనీ-ఈ-సీ - శరీరమార్జనార్థం వస్త్రమ్॥

గాత్రసమ్ప్లవః-అ-పు-ప్లవపక్షీ॥

గాత్రసఙ్కోచీ-న్-పు-మార్జాలః-౨కృకలాసః॥ తె॥ ౧పిల్లి-౨తొండ.

గాత్రా-ఆ-(పు)- గజపురఃపాదాదిముఖపర్యంతభాగః॥

గాత్రానులేపనీ-ఈ-సీ-వర్తీ॥ తె॥ సుగంధద్రవ్యాములుకూర్చి తీసిచేసిన గంధపుబిళ్ల-

గాథకః-అ-త్రి-గాయకః॥

గాథా-ఆ-సీ-వృత్తమ్-౨బాణకః-౩వాగ్విశేషః-౪పూర్వపుణ్యచారిత్రమ్-౫భావనా-౬వాయులక్ష్మీః॥ తె॥ ౧చరిత్ర-౨బాణకము-౩ముందుగాజెప్పెడువాగ్విశేషము-౪పూర్విపుకులపుణ్యచరిత్రము-౫ఊహించుట-౬వాయులక్ష్మీ.

గాథః-అ-పు-స్థానమ్-౨లిప్సా॥

గాధిః-ఇ-పు- చంద్రవంశీయకుశికరాజపుత్రః- సతుకాన్యకుబ్జదేశస్యరాజా - విశ్వామిత్రమునిపితాచ॥

గాధిజః-అ-పు-విశ్వామిత్రమునిః॥ తె॥ విశ్వామిత్రఋషి॥

గాధిపురమ్-అ-న-కాన్యకుబ్జదేశః॥ తె॥ కన్యాకుబ్జదేశము.

గాధిభూః-ఊ-పు-విశ్వామిత్రమునిః॥

గాధేయః-అ-పు-విశ్వామిత్రమునిః॥ తె॥ విశ్వామిత్రఋషి.

గానమ్-అ-న-సంగీతమ్-౨నాటకాంగవిశేషః

గానినీ-ఈ-సీ-వచా॥

గాన్తః-అ-త్రి-గంతా-౨గాథకః॥

గాన్త్రీ-ఈ-సీ-గంత్రీ-వృషవాహ్యశకటః

గాన్దినీ-ఈ-సీ-గంగా-౨అక్రూరమాతా॥

గాన్ధర్వమ్-అ-న- గంధర్వగానమ్ - ౨సంగీతమ్॥

గాన్ధర్వః-అ-పు- గంధర్వః-తత్సంబంధినిత్రి॥

గాన్ధర్వీ-ఈ-సీ-సామవేదః॥

గాన్ధారమ్-అ-న-గంధరసః॥

గాన్ధారః-అ-పు-సంగీతస్వరవిశేషః- ౨సంగీతరాగవిశేషః-౩దేశవిశేషః-౪సిందూరమ్॥

గాన్ధారరాజః-అ-పు-శకునిః॥

గాన్ధారీ-ఈ-సీ-ధృతరాష్ట్రరాజపత్నీ॥ తె॥ దుర్యోధనాదులతల్లి.

గాన్ధారేయః-అ-పు-దుర్యోధనః॥

గాన్ధికః-అ-పు-లేఖకః- ౨సుగంధివ్యవహారీ॥

గాముకః-అ-త్రి-గంతా॥

గామ్భీర్యమ్-అ-న-స్త్రీహావవిశేషః-౨గంభీరత్వమ్॥

గాయకః-అ-త్రి-గానకర్తా॥

గాయత్రమ్-అ-న-పుష్పచ్ఛందః॥

గాయత్రీ-ఈ-సీ-ఖదిరవృక్షః-౨షట్చ్ఛందః

గాయత్రీ-న్-పు-ఖదిరవృక్షః॥ తె॥ చండ్ర.

గాయత్రీబ్రహ్మచారీ-న్-పు- బ్రహ్మచారివిశేషః॥

గాయనః-అ-త్రి-గాయకః-౨జల్పాకః॥

గారిత్రమ్-అ-న-ఓదనమ్॥

గారుడమ్-అ-న-విషశాస్త్రమ్-౨మరకతమణిః-౩ సూర్యగతిః-౪ స్వర్ణమ్-౫ గరుడపురాణమ్॥

గారుడః-అ-త్రి-గరుడసంబంధి॥

గారుడచిత్-త్-పు- గారుడచయనయాగకర్తా॥

గారుడికః-అ-పు-విషవైద్యః॥

గారుడీ-ఈ-సీ-పాతాలగరుడీలతా॥

గారుత్మతమ్-అ-న-మరకతరత్నమ్॥

గారుత్మతపత్రికా-ఆ-సీ-హరితపత్రికా॥ తె॥ పచ్చాకుచెట్టు.

గార్గకమ్-అ-న-గర్గగోత్రసంతానసమూహః॥

గార్గికా-ఆ-సీ-గార్గ్యభావః-౨గార్గ్యకర్మ॥

గార్గీ-ఈ-సీ-గర్గగోత్రస్త్ర్యపత్యమ్॥ తె॥ గర్గగోత్రమందుఁబుట్టినయాఁడుది.

గార్గీపుత్రకాయనిః-ఇ-పు- గార్గీపుత్రవంశః

గార్గీపుత్రాయనిః-ఇ-పు- గార్గీపుత్రవంశః

గార్గీపుత్రిః-ఇ-పు-గార్గీపుత్రవంశః॥

గార్గేష్టా-ఆ-సీ-కాంభోజీలతా॥ తె॥ బండిసురివెందతీఁగె.

గార్గ్యః-అ-పు-గర్గగోత్రపుమపత్యమ్-౨మునివిశేషః॥ తె॥ ౧ గర్గగోత్రమందుఁబుట్టినవాఁడు-౨గార్గేయమహర్షి.

గార్దభః-అ-పు-గర్దభజాతిః॥

గార్దభీ-ఈ-సీ-గర్దభజాతిః॥

గార్ధపక్షః-అ-పు-గార్ధ్రపత్రబాణః-గార్ధ్రపక్షోపి॥

గార్ధ్యమ్-అ-న-లిప్సా॥

గార్ధ్రపత్రః-అ-పు-గృధ్రపక్షయుక్తబాణః

గార్భిణమ్-అ-న-గర్భిణీసమూహః॥ తె॥ చూలాండ్రసముదాయము.

గార్భిణ్యమ్-అ-న-గర్భిణీసమూహః॥ తె॥ చూలాండ్రసముదాయము.

గార్హపత్యః-అ-పు-పశ్చిమభాగవలయాకారకుండాగ్నిః॥

గార్హస్థ్యమ్-అ-న-వీటికా-౨గృహస్థధర్మః॥ తె॥ ౧ తాంబూలము.

గాలనమ్-అ-న-క్షారణమ్॥

గాలవః-అ-పు-లోధ్రవృక్షః-౨మునివిశేషః ౩ మహాతలలోకస్థమునిః ॥ తె॥ ౧ తెల్లలొద్దుఁగుచెట్టు-౨ఒకానొకఋషి-౩ మహాతలమనుక్రిందియాఱవలోకమునునుండుఋషి.

గాలిః-ఇ-పు-శాపః॥

గాలితః-అ-త్రి-ద్రవీకృతః-౨కృతగాలనః॥

గాలినీ-ఈ-సీ-ముద్రావిశేషః॥

గాలోడ్యమ్-అ-న-పద్మబీజమ్॥

గాహః-అ-పు-స్నానమ్-౨ప్రాకృతశ్లోకః॥

గీః-ఇ-సీ-సరస్వతీ॥

గిత్వః-అ-పు-ప్రాణః॥

గిరా-ఆ-సీ-వాక్-౨సరస్వతీ॥

గిరిః-ఇ-పు-పర్వతః-౨యతిసంప్రదాయజ్ఞానార్థచిహ్నమ్-౩ గజః-౪ గండశైలః-౫ కందుకః-౬ గలః॥

గిరిః-ఇ-సీ-నిగరణమ్॥ తె॥ మ్రింగడము.

గిరికణ్టః-అ-పు-వజ్రాయుధమ్॥

గిరికణ్టకః-అ-పు-వజ్రః॥

గిరికదమ్బః-అ-పు-నీపః-౨ధారాకదంబః॥

గిరికదలీ-ఈ-సీ-పర్వతీయకదలీ

గిరికర్ణికా-ఆ-సీ-శిరీషపత్రా-౨ పృథివీ-౩

అపరాజితా॥ తె॥౧ తెల్లగినియచెట్టు.
గిరికర్ణీ-ఈ-సీ-ఆస్ఫోటా॥ తె॥ నల్లదింటెన చెట్టు.
గిరికా-ఆ-సీ-ఆస్ఫోటాలతా-౨ బాలమూషికా-౩ జలూకా-౪ విధవా-౫ పార్వతీ-౬ వసురాజభార్యా॥ తె॥౧ అడవిమల్లెచెట్టు ౨ జెలగ॥
గిరికాఖ్యః-అ-పు- మధూలకవృక్షః॥ తె॥ నీరిప్పచెట్టు.
గిరికాననః-అ-పు-గిరిరోగనైకచతుర్థీనః॥
గిరిగుడః-అ-పు-గెండుకః॥
గిరిజమ్-అ-న-అభ్రకమ్ - ౨ శిలాజతు-౩ లోహమ్॥ తె॥౧ కాకిబంగారము.
గిరిజః-అ-పు-మధూలకవృక్షః-౨ కలింగః॥ తె॥ ౧నీరిప్పచెట్టు-౨కొడిసెచెట్టు.
గిరిజా-ఆ-సీ-పార్వతీ-౨మాతులుంగీ॥
గిరిజానుజా-ఆ-సీ-దేవబలా॥ తె॥ కలుక్రాంతచెట్టు.
గిరిజామలమ్-అ-న- అభ్రకమ్॥ తె॥ కాకిబంగారము.
గిరిజ్వరః-అ-పు-వజ్రః॥
గిరితః-అ-త్రి-గిలితః-౨భక్షితః॥
గిరిధన్వా-న్-పు-శివః॥
గిరిధరః-అపు-విష్ణుః॥
గిరిధాతుః-ఉ-పు-గైరికమ్॥
గిరినిమ్బః-అ-పు-మహారిష్టవృక్షః॥
గిరిపక్షభిత్-ద్-పు-వజ్రాయుధమ్॥
గిరిపీలు-ఉ-న-పరూషకః॥ తె॥ చిట్టీతచెట్టు.
గిరిపీలుః-ఉ-పు-పరూషకవృక్షః॥
గిరిపుష్పకమ్-అ-న-శైలేయమ్॥
గిరిప్రియా-ఆ-సీ-చమరీగవీ॥
గిరిభవః-అ-పు-ప్లక్షవృక్షః॥ తె॥ జువ్విచెట్టు.
గిరిభిత్-ద్-పు-పాషాణభేదకవృక్షః॥
గిరిభూః-ఊ-సీ-క్షుద్రపాషాణభిదా-౨పార్వతీచ॥
గిరిమల్లికా-ఆ-సీ-కలింగవృక్షః॥ తె॥ కొడిసెచెట్టు-
గిరిమానః-అ-పు-హస్తీ॥
గిరిమృత్-ద్-సీ-గైరికనామకపర్వతధాతుః
గిరిమృద్భవమ్-అ-న-గైరికమ్॥
గిరిమేదః-అ-పు-విట్ఖదిరః- ఇరిమేదఇతిపాఠః
గిరియకః-అ-పు-క్రీడాదురః॥ తె॥ అచ్చనగాయలు.
గిరియాకః-అ-పు-గేండుకః॥
గిరివర్తికః-అ-పు-పక్షివిశేషః॥
గిరివాసీ-న్-పు-హస్తికందః॥
గిరిశః-అ-పు-శివః॥
గిరిశాలినీ-ఈ-సీ-అపరాజితా॥
గిరిశృఙ్గః-అ-పు-గణేశః॥
గిరిసారః-అ-పు-లోహమ్-౨మలయపర్వతః
గిరిసుతా-ఆ-సీ-పార్వతీ॥
గిరిస్తనీ-ఈ-సీ-భూమిః॥
గిరీశః-అ-పు-ఏకాదశరుద్రవిశేషః-౨శివః-౩ ఈశానః॥
గిలః-అ-పు-జంబీరః॥
గిలగ్రాహః-అ-పు-నక్రః॥
గిలనమ్-అ-న-గిరణమ్-౨భక్షణమ్॥
గిలిః-ఇ-సీ-గిలనమ్॥
గిలితః-అ-త్రి-భక్షితః॥
గిష్ణుః-అ-పు-సామవేదవేత్తా-౨గాయకః॥
గీః-ర్-సీ-సరస్వతీ-౨వాక్॥
గీతమ్-అ-న-ధ్రువాదిభేదబద్ధసంగీతమ్॥ తె॥ గీతము.
గీతః-అ-త్రి-శబ్దితః॥
గీతమోదీ-న్-పు-కిన్నరః॥
గీతా-ఆ-సీ-గ్రంథవిశేషః॥

గీతిః-ఇ-సీ-గానమ్-౨ వృత్తవిశేషః॥ తె॥ ౧ పాట-౨ ఆర్యావృత్తములలో భేదము.

గీతిః-ఇ-పు-ఖదిరవృక్షః॥ తె॥ చండ్రచెట్టు.

గీరథః-అ-పు-బృహస్పతిః॥

గీర్ణః-అ-పు-స్తుతః॥

గీర్ణిః-ఇ-సీ-నిగరణమ్॥ తె॥ మ్రింగడము.

గీర్దేవీ-ఈ-సీ-సరస్వతీ॥

గీర్పతిః-ఇ-పు-బృహస్పతిః॥

గీర్లతా-ఆ-సీ-మహాజ్యోతిష్మతీ॥

గీర్వాణః-అ-పు-దేవః॥

గీర్వాణకుసుమమ్-అ-న-లవంగమ్॥

గీష్ణుః-ఉ-పు-నటః-౨ గాయకః॥

గీష్పతిః-ఇ-పు-బృహస్పతిః-౨ పండితః॥

గుగ్గులః-అ-పు గుగ్గులువృక్షః॥ తె॥ గుగ్గిలపు చెట్టు.

గుగ్గులుః-ఉ-పు - గుగ్గులువృక్షః - ౨ రక్తశోభాంజనవృక్షః॥ తె॥ ౧ గుగ్గిలపుచెట్టు-౨ ఎఱ్ఱమునుఁగచెట్టు.

గుచ్ఛః-అ-పు-వికసితపుష్పస్తబకః-౨ వృత్తతృణమ్-౩ ద్వాత్రింశద్యష్టికముక్తాహారః-౪ తృణాదిస్తంబః-౫ సమూహః॥ తె॥ ౧ వికసించినపువ్వులగుత్తి - ౨ అల్లపుకొమ్మలవంటివేళ్లగడ్డి-౩ ముప్పదిరెండుపేటలుగలముత్తెములహారము-౪ దుబ్బు ౫ గుంపు.

గుచ్ఛకమ్-అ-న-గ్రంథిపర్ణమ్॥

గుచ్ఛకః-అ-పు-వికసితపుష్పగుచ్ఛః॥ తె॥ వికసించినపువ్వులగుత్తి.

గుచ్ఛకణిశః-అ-పు-రాగిధాన్యమ్॥

గుచ్ఛకణ్టకః-అ-పు-బ్రహ్మదండీ॥ తె॥ బ్రహ్మదండిచెట్టు.

గుచ్ఛకరఞ్జః-అ-పు-కరంజవిశేషః॥

గుచ్ఛకుసుమః-అ-పు-సప్తపర్ణవృక్షః॥ తె॥ పడాకులఅరఁటిచెట్టు.

గుచ్ఛదన్తికా-ఆ-సీ-కదళీ॥

గుచ్ఛపత్త్రః-అ-పు-సప్తచ్ఛదః॥ తె॥ పడాకుల పొన్న.

గుచ్ఛపుత్రీ-ఈ-సీ-గుచ్ఛపుష్పా॥ తె॥ బంతి చెట్టు.

గుచ్ఛపుష్పః-అ-పు-సప్తచ్ఛదవృక్షః॥

గుచ్ఛపుష్పకః-అ-పు-గుచ్ఛపత్త్రః-౨ రీఠాకరంజః॥ తె॥ ౧ పడాకులపొన్నచెట్టు-౨ గుత్తినెమలడుఁగుమ్రాను.

గుచ్ఛపుష్పా-ఆ-సీ-వృథుగుచ్ఛా॥ తె॥ బంతి చెట్టు.

గుచ్ఛపుష్పీ-ఈ-సీ-ధాతకీ-౨ శిమ్మృడీవృక్షః॥

గుచ్ఛఫలః-అ-పు-కతకవృక్షః॥ తె॥ చిల్లచెట్టు.

గుచ్ఛఫలా-ఆ-సీ-అగ్నిదమనీ-౨ కాకమాచీ-౩ నిష్పావీ-౪ ద్రాక్షా-౫ కదళీ॥

గుచ్ఛఫలికః-అ-పు-ద్రాక్షాలతా॥

గుచ్ఛబన్ధా-ఆ-సీ-గుండాలా॥ తె॥ గుండాల చెట్టు.

గుచ్ఛభద్రా-ఆ-సీ-గుండాలావృక్షః॥

గుచ్ఛమూలికా-ఆ-సీ-గుండాసినీతృణమ్॥

గుచ్ఛార్ధః-అ-పు-షోడశయష్టిముక్తాహారః॥

గుచ్ఛాహ్వకన్దః-అ-పు-గులంచకందః॥

గుచ్ఛీ-ఈ-సీ-గుచ్ఛకరంజః॥

గుజః-అ-పు-మాతులుంగవిశేషః॥ తె॥ పుల్లమాదిఫలపుచెట్టు.

గుజ్జరీ-ఈ-సీ-రాగిణీవిశేషః॥

గుఞ్ఛః-అ-పు-వికసితపుష్పస్తబకః॥ తె॥ వికసించినపువ్వులగుత్తి.

గుఞ్జః-అ-పు-గుచ్ఛః-౨ పుష్పస్తబకః॥

గుఞ్జకః-అ-పు-వృక్షవిశేషః॥

గుఞ్జకృత్-త్-పు-భ్రమరః॥

గుఞ్జనమ్-అ-న-గునగునధ్వనిః - ౨ భ్రమరాదిశబ్దః॥

గుఞ్జరా-ఆ-సీ-ధాతకీ॥ తె॥ధాతకీకుసుమము.

గుఞ్జా-ఆ-సీ-కృష్ణలాలతా-౨చిరారః- ౩కల ధ్వనిః- ౪పటహావాద్యమ్ - ౫లవణాకర భూమిః॥ తె॥౧ పూసగురివెందచెట్టు-౨ సితారు-౫ఉప్పవఱ్ఱ.

గుఞ్జికా-ఆ-సీ-గుంజా-౨త్రియవపరిమాణం

గుఞ్జితమ్-అ-న-గుంజనమ్॥

గుటా-ఆ-సీ-బదరీఫలమ్॥ తె॥ రేఁగుబండు.

గుటికా-ఆ-సీ-వటికా॥

గుడమ్-అ-న-కుంకుమమ్-౨పిండమ్- ౩ఇక్షు పాకః॥ తె॥౩ బెల్లము.

గుడః-అ-పు-హస్తః-౨సన్నాహః-౩మత్స్య విశేషః-౪రోగః॥

గుడః-అ-(సీ)-గుళికః॥

గుడకః-అ-పు-గుడద్వారాపక్వౌషధవిశేషః

గుడకరీ-ఈ-సీ-రాగిణీవిశేషః॥

గుడచీ-ఈ-సీ-గుడూచీ॥

గుడతృణః-అ-పు-ఇక్షుః॥ తె॥ చెఱకు.

గుడత్రిణమ్-అ-న- గుడతృణమ్॥ తె॥ చెఱకు.

గుడత్వక్-చ్-న - స్వనామఖ్యాతగంధద్ర వ్యమ్॥

గుడత్వచమ్- అ-న - గుడత్వక్-౨రాజభో గ్యమ్॥

గుడదారు-ఉ-న-ఇక్షుః॥ తె॥ చెఱకు.

గుడద్రవః-అ-పు-అలక్తః-౨లాక్షా॥ తె॥౧ల త్తుక-౨లక్క.

గుడధేనుః-ఉ-సీ-గుడాదినిర్మితాధేనుః॥

గుడపః-అ-పు-కృష్ణలః ॥ తె॥ మూఁడుయవల యెత్తు.

గుడపిణ్డః-అ-పు-గుడమిశ్రపిష్టకృతః॥ తె॥ పిం డిపోఁకలు.

గుడపుష్పః-అ-పు-మధూకవృక్షః॥ తె॥ ఇప్ప చెట్టు.

గుడఫలః-అ-పు-పీలుః-౨కమలవల్లభః॥ తె॥౧ గోఁగుచెట్టు-౨పిన్నవరగోఁగుచెట్టు.

గుడఫలా-ఆ-సీ-కాకమూచీ॥ తె॥ కామంచి చెట్టు.

గుడబలా-ఆ-సీ-తుర్యపిండీ॥ తె॥ కొమ్మనగొ త్తిపిండిచెట్టు.

గుడబీజః-అ-పు-మసూరః॥

గుడలమ్-అ-న-గాడీమదిరా॥

గుడశి(గ్రు)ః-ఉ-పు-రక్తశోభాంజనవృక్షః॥

గుడా-ఆ-సీ-స్నుహీవృక్షః-౨తర్జన్యంగుష్ఠా గ్రసంయోగవలయః-౩(ద్రా)క్షాలతా ౪నిద్రా-౫సవత్సధేనుః॥

గుడాకా-ఆ-సీ-నిద్రా॥

గుడాకేశః-అ-పు- అర్జునః - ౨శ్వేతపుష్పప లాండుః॥

గుడాశయః-అ-పు-అఖోటవృక్షః॥

గుడాసారా-ఆ-సీ-గోస్తనీద్రాక్షా॥

గుడికా-ఆ-సీ-గుటికా-౨బృహద్వటికా॥

గుడుచీ-ఈ-సీ-గుడూచీ॥

గుడూచీ-ఈ-సీ-వత్సాదనీలతా॥ తె॥తిప్పతీగె.

గుడేరః-అ-పు-(గ్రా)సః-౨గుడకః॥

గుడేరకః-అ-పు-(గ్రా)సః॥

గుడోద్భవా-ఆ-సీ-శర్కరా॥

గుడ్ఫః-అ-పు-గుల్ఫః॥ తె॥చీలమండ.

గుడ్ఫః-అ-పు-గుల్ఫః॥ తె॥చీలమండ.

గుణః-అ-పు-మౌర్వీ-౨త్రిసంజ్ఞా-౩ గుణకా రః-౪రజ్జుః-౫ఉపసర్జనమ్ - ౬వృకోద రః-౭తంతుః-౮ఇంద్రియమ్- ౯రూపా దిః-౧౦సంధివిగ్రహాదిః-౧౧సత్వాదిః- ౧౨త్యాగాదిః-౧౩అప్రధానకమ్-౧౪ శౌర్యాదిః-౧౫శుల్బః-౧౬శుక్లాదిః॥ తె॥ ౧వింటినారి-౫మూఁడనుసంజ్ఞ - ౩హె చ్చవేయడము-౪త్రాడు - ౬భీమసేనుఁ

డు-౯రూపము, రసము, గంధము, మొదలైనఇరువదినాల్గింటిలోనొకటి- ౧౦ సంధి, విగ్రహము, యానము, మొదలైనయాఱింటిలోనొకటి ౧౧సత్వము, రజస్సు, తమస్సు, అనే-మూడింటిలోనొకటి-౧౩ ప్రధానముగానిది-౧౪ శౌర్యము మొదలైనది-౧౫సుంకము.

గుణః-అ-త్రి-పాచకః॥ తె॥వంటపుట్టివాఁడు.

గుణకః-అ-పు-పూరకాంకమ్॥

గుణకారః-అ-పు-భీమసేనః॥

గుణకారః-అ-త్రి-గుణకారకః॥

గుణజ్ఞః-అ-త్రి-గుణవేత్తా॥

గుణధ్వనిః-ఇ-పు-ధనుష్టంకారః॥

గుణనికా-ఆ-సీ- నాట్యప్రయోక్తవ్యార్థః-౨ధనుర్విద్యాద్యభ్యాసః-౩గుణవృద్ధిః-౪ పునఃపునరావృత్తిః॥ తె॥౩ రెట్టించినది.

గుణనీ-ఈ-సీ-పాఠనిశ్చయః॥

గుణనీయః-అ-పు-శాస్త్రాదిక్యభ్యాసః॥

గుణప్రియా-ఆ-సీ-అతివిషా॥ తె॥అతివస.

గుణభ్రంశః-అ-పు-గుణనాశః॥

గుణలయనికా-ఆ-సీ- వస్త్రనిర్మితగృహమ్॥

గుణలయనీ-ఈ-సీ-గుణలయనికా॥ తె॥ ఢేరా.

గుణలయినీ-ఈ-సీ-పటగృహమ్॥ తె॥ ఢేరా.

గుణవతీ-ఈ-సీ-పటగృహమ్॥ తె॥ ఢేరా॥

గుణవర్ణనమ్-అ-న-స్తోత్రమ్॥

గుణవాన్-త్-త్రి- సంబంధీ-౨గుణవిశిష్టః॥

గుణవృత్తకః-అ-పు- కూపకః॥ తె॥ ఓడనడిమి జెండాకొయ్య.

గుణసాగరః అ-పు-బ్రహ్మా-౨బుద్ధవిశేషః॥

గుణసాగరః-అ-త్రి-సకలగుణాధారః॥

గుణా-ఆ-సీ-దూర్వా-౨మాంసరోహిణీ॥

గుణాకరః-అ-పు-బుద్ధః॥

గుణాకరః-అ-త్రి-గుణయుక్తః॥

గుణితః-అ-త్రి- ఆహతః॥ తె॥ హెచ్చుగుణించినది.

గుణీ-న్-పు-ధనుః॥

గుణీ-న్-త్రి-గుణవిశిష్టః॥

గుణీభూతః-అ-త్రి-అప్రధానీభూతః॥

గుణీభూతవ్యఙ్గ్యః-అ-పు-కావ్యవిశేషః॥

గుణేశ్వరః-అ-పు-చిత్రకూటపర్వతః॥

గుణోజ్జ్వలా-ఆ-సీ-అంబష్ఠాలతా॥ తె॥ అడవిమొల్ల-

గుణోత్కర్షః-అ-పు-గుణాతిశయః॥

గుణోత్కీర్తనమ్-అ-న-గుణకథనమ్-విరహకాలీనకాంతావిషయక ప్రశంసాప్రతిపాదనమ్॥

గుణ్ఠితః-అ-త్రి-రూషితః॥ తె॥మూయఁబడ్డది.

గుణ్డః-అ-పు-కాండగుండతృణమ్॥ తె॥ తుంగగడ్డిలో భేదము.

గుణ్డకః-అ-పు- మలినః-౨ధూళీ-౩కలోక్తిః-౪ స్నేహపాత్రమ్॥

గుణ్డకన్దః-అ-పు-కశేరు॥

గుణ్డారోచనికా-ఆ-సీ-వృక్షవిశేషః॥

గుణ్డాలా-ఆ-సీ-గుచ్ఛబంధాతృణమ్॥ తె॥ గుండాలనేగడ్డి.

గుణ్డాలుః-ఉ-పు-జలమంటపః॥ తె॥నీళ్లమీఁదఁబలిసినపాఁకేకూర.

గుణ్డాసినీ-ఈ-సీ-తృణభేదః॥ (చూర్ణమ్॥

గుణ్డికః-అ-పు - గుండకః - ౨తండులాది }

గుణ్డికా-ఆ-సీ-గుండికానదీ॥

గుణ్డిచా- ఆ- సీ - శ్రీపురుషోత్తమదేవస్యరథారోహణానంతరం వాసార్థమండపవిశేషః॥

గుణ్డితః-అ-త్రి-ధూళిగుండకేనైవమ్రక్షితః

గుణ్డిలః-అ-పు-మార్దలధ్వనిః। తె।మద్దెలశబ్దము

గుత్థః-అ-పు-గవేధుకా॥

గుత్థకమ్-అ-న గ్రంథిపర్ణమ్॥

గుత్సః-అ-పు-స్తబకః-౨ స్తంబః-౩ ద్వాత్రింశద్యష్టికహారః-౪ గ్రంథిపర్ణవృక్షః॥

గుత్సకః-అ-పు-స్తబకః-౨ గ్రంథపరిచ్ఛేదః॥

గుత్సకపుష్పః-అ-పు-సప్తచ్ఛదవృక్షః॥

గుత్సార్ధః-అ-పు-గుచ్ఛార్ధః-౨ చతుర్వింశతియష్టికహారః॥

గుదమ్-అ-న-మలద్వారమ్॥

గుదకీలః-అ-పు-అర్శరోగః॥ తె॥ మూలవ్యాధి.

గుదకీలకః-అ-పు-గుదకీలః॥

గుదగ్రహః-అ-పు-ఉదావర్తరోగః॥

గుదభ్రంశః-అ-పు-రోగవిశేషః॥

గుదాఙ్కురః-అ-పు-అర్శోరోగః॥

గుధేరః-అ-త్రి-రక్షకః॥

గున్దలః-అ-పు-మర్దలశబ్దః॥

గున్ద్రః-అ-పు-పక్షివిశేషః-౨ ముంజేక్షుః॥ తె॥ ౧పక్షిలోభేదము-౨ కాకివెదురు.

గున్ద్రమూలా-ఆ-స్త్రీ-పరకాంతృణమ్॥

గున్ద్రా-ఆ-స్త్రీ-ప్రియంగుః-౨ భద్రముస్తకః॥ తె॥ ౧ప్రేంకణపుచెట్టు-౨ భద్రముస్తె.

గున్ద్రాలః-అ-పు-జీవంజీవపక్షీ-గుందాలోపి పాఠః॥

గుపిలః-అ-పు-రాజా॥

గుప్తః-అ-త్రి-గూఢః-౨ రక్షితః॥ తె॥ ౧దాగియున్నది-౨ రక్షించబడ్డది.

గుప్తగతిః-ఇ-పు-చరః॥

గుప్తచరః-అ-పు-బలదేవః॥

గుప్తరాగః-అ-పు-కేతకీవృక్షః॥ తె॥ మొగలిచెట్టు.

గుప్తస్నేహః-అ-పు-అంకోలవృక్షః॥

గుప్తా-ఆ-స్త్రీ-రాజాంతఃపురస్త్రీ-౨ కపికచ్ఛుః

గుప్తిః-ఇ-స్త్రీ-రంధ్రమ్-౨ దాసః-౩ కారాగృహమ్-౪ రక్షణమ్-౫ శస్త్రవిశేషః-౬ నిమ్నబిలమ్॥ తె॥ ౧బొక్క-౩ బందీఖానా-౪ రక్షించడము.

గుప్తిః-ఇ-పు-యమః॥

గుఫితః-అ-త్రి-గుంఫితః-౨ గ్రథితః॥

గుమ్ఫః-అ-పు-పుష్పాదిరచనా-౨ హేతుః-౩ అలంకారః॥

గుమ్ఫితః-అ-త్రి-గ్రంథితః॥ తె॥ కూర్చపడ్డది.

గుమ్భః-అ-పు-గద్యపద్యాదిరచనా॥

గుమ్భితః-అ-త్రి-గ్రథితః॥ తె॥ కూర్పఁబడ్డది.

గురణమ్-అ-న-ఉద్యమః॥

గురణా-ఆ-(పు)-ఉద్యమః॥ తె॥ ఉద్యుక్తుడు కావడము.

గురుః-ఉ-త్రి-బృహత్ఖ్యాతః-౨ దుర్ధరః-౩ మహాన్॥ తె॥ ౧గొప్పప్రసిద్ధిఁజెందినవాఁడు-౨ బరువు-౩ గొప్పది.

గురుః-ఉ-పు-బృహస్పతిః-౨ లఘుద్వయమ్-౩ తాలప్రాణాంగవిశేషః-౪ నిషేకాదికృత్పితా-౫ పురోహితః-౬ పిత్రాదిః-౭ సంయుక్తవర్ణపరః-౮ దీర్ఘాక్షరమ్-౯ దుర్ధరః॥ తె॥ ౧బృహస్పతియనుగ్రహము-౨ రెండులఘువులు-అనగా ఛందశ్శాస్త్రమున గురుసంఖ్యగలయక్షరము-౩ తాలప్రాణభూతమైన యొకానొక యంగము-౪ నిషేకవివాహాదులు చేయించు తండ్రి-౫ పౌరోహితుఁడు-౬ తండ్రి మొదలగు పెద్దలు-౭ జంటయక్షరమునకు ముందియక్షరము-౮ నిడుదయగు యక్షరము-౯ బరువు.

గురుక్రమః-అ-పు-ఇతిహ-పారంపర్యోపదేశః॥

గురుఘ్నః-అ-పు-గౌరసర్షపః॥

గురుఘ్నః-అ-త్రి-గురుహంతా॥

గురుణ్టకః-అ-పు-తిలమయూరః॥

గురుతల్పగః-అ-పు-విమాతృగంతా॥
గురుత్వమ్-అ-న-మహత్త్వమ్-౨గురుతా-౩అలఘుతా॥
గురుదైవతః-అ-పు-పుష్యనక్షత్రమ్॥
గురువక్త్రమ్-అ-న-వంగమ్॥
గురువక్త్రా-ఆ-సీ-తింతిడీవృక్షః॥
గురుప్రియః-అ-పు-పుష్యరాగరత్నమ్॥
గురుమర్దలః-అ-పు-డిండిమవాద్యమ్॥
గురురత్నమ్-అ-న-పుష్యరాగమణిః॥
గురువర్చోఘ్నః-అ-పు-లింపాకః॥
గురువారః-అ-పు-బృహస్పతివారః॥
గురుహా-న్-పు-గురుఘ్నః॥
గుర్జరీ-ఈ-సీ-రాగిణీవిశేషః॥
గుర్విణీ-ఈ-సీ-గర్భిణీ॥ తె॥చూలాలు.
గుర్వీ-ఈ-సీ-గర్భవతీ-౨గురుపత్నీ - ౩గురుత్వయుక్తా॥
గులః-అ-పు-ఇక్షువః-౨గుడః॥
గులఞ్చకన్దః-అ-పు-కందవిశేషః॥
గులా-ఆ-సీ-స్నుహీవృక్షః॥ తె॥ చెముడుచెట్టు.
గులికా-ఆ-సీ-ఘుటికా॥ తె॥ఉండ.
గులీ-ఈ-సీ-గుటికా-౨రోగభేదః॥
గులుచ్ఛః-అ-పు-వికసితపుష్పస్తబకః॥ తె॥ వికసించినపూలగుత్తి.
గులుచ్ఛకః-అ-పు-వికసితపుష్పగుచ్ఛః॥ తె॥ వికసించినపువ్వులగుత్తి.
గులుఞ్ఛః-అ-పు-వికసితపుష్పస్తబకః॥ తె॥ వికసించినపువ్వులగుత్తి.
గులుఞ్ఛకః-అ-పు-గుచ్ఛః॥
గులూచీ-ఈ-సి-వత్సాదనీ- ౨గుగ్గులువృక్షః-౩స్వర్గః-౪జలబిందుః - ౫పర్వతప్రాంతః॥ తె॥౧తిప్పతీఁగె-౨గుగ్గిలపుచెట్టు.
గుల్ఫః-అ-పు-గుల్ఫః॥ తె॥చీలమండ.
గుల్ఫః-అ-పు-స్త్రీకలాస్థానవిశేషః-౨గుడ్ఫః॥ తె॥౨చీలమండ.
గుల్మమ్-అ-న-సంఘః-౨నాభిః॥
గుల్మః-అ-పు-మత్స్యవిశేషః - ౨అప్రకాండవృక్షః-౩ప్లీహా- ౪నవగజనవరథసప్తవింశత్యశ్వపంచచత్వారింశద్భటసైన్యమ్-౫ఘటః-౬రోగవిశేషః- ౭దుర్గాదౌబలరక్షణమ్॥ తె॥౧౨కానొకచేప-౨మానులేనిచెట్టు - ౩హృదయవామభాగమందలిపచ్చనిమాంసఖండము- ౬కడుపులోనుపైత్యముచేతఁబుట్టిన మాంసగ్రంథి.
గుల్మకేతుః-ఉ-పు-అమ్లవేతసః॥
గుల్మమూలమ్-అ-న-ఆర్ద్రకమ్॥
గుల్మవల్లీ-ఈ-సీ-సోమలతా॥
గుల్మినీ-ఈ-సీ-లతాప్రతానసీ॥ తె॥ దట్టముగాఅల్లుకొనెడితీఁగెచెట్టు.
గుల్మీ-ఈ-సీ-ఆమలకీ-౨ఏలా-౩వనీ-౪వస్త్రవేశ్మ-౫గృధ్రనఖీవృక్షః॥
గుల్మీ-న్-త్రి-గుల్మరోగయుక్తః॥
గుల్యః-అ-పు-మధురః॥
గువాకః-అ-పు-కందుకః - ౨మల్లికాముకుళమ్-౩క్రముకవృక్షః-౪దూర్వః-౫ఖదిరవృక్షః - ౬మహిషీప్రసవః॥ తె॥౧బంతి-౨మల్లెమొగ్గ - ౩పోఁకచెట్టు-౪చేట - ౫చంద్రచెట్టు-౬గేదెప్రసవము.
గువాకుః-ఉ-పు-క్రముకవృక్షః- ౨దూర్వః-౩మల్లికాముకుళమ్-౪మహిషీప్రసవః॥ తె॥౧పోఁకచెట్టు-౨చేట - ౩మల్లెమొగ్గ-౪గేదెప్రసవము.
గుహః-అ-పు-షణ్ముఖః - ౨నిషాదవిశేషః - ౩స్కంధరుహః॥
గుహప్రసూః-ఊ-సీ-పార్వతీ॥
గుహాలీ-ఈ-సీ-ఘుటికా॥ తె॥పోకకత్తి.

గుహా-ఆ-సీ-పర్వతజాతగృహమ్-౧క్రోష్టువిన్నా-౨విదారిగంధా-౩హృదయమ్-౪రహస్యమ్॥ తె॥ ౧నక్కతోఁకపొన్నచెట్టు-౨ముయ్యాకుపొన్నచెట్టు.

గుహాకేశః-అ-పు-శివః॥

గుహాశయః-అ-పు-అక్షోటవృక్షః-౧శార్దూలః-౨సింహః-౩భల్లూకః॥ తె॥ ౧కొండగోలుగుచెట్టు-౨పులి-౩సింగము-౪ఎలుగుబంటి.

గుహినమ్-అ-న-వసనమ్॥

గుహిలమ్-అ-న-ధనమ్॥

గుహేరః-అ-పు-లోహకారః-౧గోప్తా॥

గుహ్యమ్-అ-న-భగః-౧రహస్యమ్-౨పురీషమార్గః॥

గుహ్యః-అ-పు-దంభః-౧కపటః-౨యక్షః॥

గుహ్యకః-అ-పు-మాణిభద్రాదిగుహ్యకజాతిః-౧గుహ్యకనామా॥

గుహ్యకేశ్వరః-అ-పు-కుబేరః॥

గుహ్యగురుః-ఉ-పు-శివః॥

గుహ్యదీపకః-అ-పు-ఖద్యోతః॥

గుహ్యనిష్యన్దః-అ-పు-మూత్రమ్॥

గుహ్యపుష్పః-అ-పు-అశ్వత్థవృక్షః॥

గుహ్యబీజః-అ-పు-భూతృణమ్॥

గుహ్యభాషితమ్-అ-న-మంత్రః-౧గుప్తవాక్యంచ॥

గుహ్యా-ఆ-సీ-శాఖానగరమ్॥ తె॥ పేట.

గూః-ఊ-పు-మన్మథః-౧గుః-౨విష్ఠా॥

గూడః-అ-పు-గుడమ్॥ తె॥ బెల్లము.

గూఢమ్-అ-న-రహస్యమ్-౧గుహ్యమ్॥

గూఢః-అ-త్రి-గుప్తః॥ తె॥ దాఁగియున్నది.

గూఢజః-అ-పు-గుప్తరూపాన్యజాతపుత్రః॥

గూఢజత్రుణీ-ఉ-న-ధనాధిపల్లక్షణమ్॥-ద్వి-

గూఢనీడః-అ-పు-ఖంజనపక్షీ॥ తె॥ కాటుకపిట్ట.

గూఢపత్రః-అ-పు-కరీరవృక్షః॥

గూఢపత్రా-ఆ-సీ-భూధాత్రీ॥ తె॥ నేలయుసిరికచెట్టు.

గూఢపథః-అ-పు-అంతఃకరణమ్-౧గుప్తపథశ్చ

గూఢపాత్-ద్-పు-సర్పః॥ తె॥ పాము.

గూఢపాదః-అ-పు-సర్పః॥ తె॥ పాము.

గూఢపురుషః-అ-పు-చారః॥ తె॥ అరకారావాఁడు,

గూఢపుష్పః-అ-పు-వకులవృక్షః॥ తె॥ పొగడచెట్టు.

గూఢపుష్పకః-అ-పు-మంగల్యకః॥ తె॥ దిరుసెనగచెట్టు.

గూఢఫలః-అ-పు-బదరః॥

గూఢమార్గః-అ-పు-భువోంతరమార్గః॥

గూఢముష్కః-అ-పు-గజః॥ తె॥ ఏనుఁగు.

గూఢమైథునః-అ-పు-కాకః॥ తె॥ కాకి.

గూఢవర్చస్కమ్-అ-న-పురీషమ్॥ తె॥ మలము

గూఢవర్చాః-స్-పు-భేకః॥ తె॥ కప్ప.

గూఢవల్లికా-ఆ-సీ-అంకోఠవృక్షః॥

గూఢసాక్షీ-న్-త్రి-యోర్థినాగూఢతయాప్రత్యర్థివచనంశ్రావితఃసః॥

గూఢాఙ్గః-అ-పు-కచ్ఛపః॥ తె॥ తాఁబేలు.

గూఢాఙ్ఘ్రిః-ఇ-పు-సర్పః॥ తె॥ పాము.

గూఢోక్తిః-ఇ-సీ-అలంకారవిశేషః॥

గూఢోత్పన్నః-అ-పు-ద్వాదశవిధపుత్రమధ్యేపుత్రవిశేషః॥

గూథః-అ-(సీ)-పురీషమ్॥ తె॥ మలము.

గూథలక్తః-అ-పు-పక్షివిశేషః॥

గూనః-అ-త్రి-గుదోత్సృష్టపురీషాదిః॥

గూరణమ్-అ-న-ఉద్యమః॥

గూవాకః-అ-పు-గువాకః॥

గూషణా-ఆ-సీ-మయూరచంద్రకః-౧మయూరపింఛచక్రమ్॥

గృఞ్జనమ్-అ-న-విషదిగ్ధపశోర్మాంసమ్ - ౨ మూలవిశేషః॥

గృఞ్జనః-అ-పు-లశునమ్ - ౨ ముఱుంగీవృక్షః॥ తె॥ ౧ తెల్లఉల్లి-౨ కాలిమునుఁగచెట్టు.

గృణ్డీరః-అ-పు-పృథుశృగాలః॥

గృత్సః-అ-పు-కందర్పః॥

గృత్సః-అ-పు-సాంగవేదాధ్యాయీ॥

గృధుః ఉ-పు-కామదేవః-౨ అభిలాషుకః॥

గృధూః-ఊ-పు-బుద్ధిః-౨ అపానమ్ - ౩ కుత్సితమ్॥

గృధ్నుః-ఉ-పు-లుబ్ధః॥

గృధ్నుః-ఉ-త్రి-విషయేచ్ఛావాన్॥

గృధ్నుతా-ఆ-సీ-లుబ్ధతా॥

గృధ్రః అ-పు-దాక్షాయ్యపక్షీ॥ తె॥ గద్ద.

గృధ్రః-అ-త్రి-ధనలుబ్ధః॥

గృధ్రనఖీ-ఈ-సీ-కులికవృక్షః-౨ కోలివృక్షః॥

గృధ్రపత్రా-ఆ-సీ-ధూమ్రపత్రా॥ తె॥ పొగాకు.

గృధ్రరాజః-అ-పు-జటాయుపక్షీ॥

గృధ్రవక్త్రా-ఆ-సీ-హిరలీ॥ తె॥ నల్లవుప్పిచెట్టు.

గృధ్రశీర్ష్ణీ-ఈ-సీ-వృక్షాగ్రమ్-౨ పద్మకేసరః

గృధ్రసఖీ-ఈ-సీ-హిరలీ॥ తె॥ నల్లఉప్పిచెట్టు.

గృధ్రసఖ్యన్యా-ఆ-సీ - కాచహారిణీవృక్షః॥ తె॥ పిరళచెట్టు.

గృధ్రసీ-ఈ-సీ-ఊరుసంధివాతరోగః॥

గృధ్రహలా-ఆ-సీ-హిరలీ॥ తె॥ నల్లఉప్పిచెట్టు

గృధ్రాక్షీ-ఈ-సీ-ధూమ్రపత్రా॥ తె॥ పొగాకుచెట్టు.

గృధ్రాన్రీ ఈ-సీ-ధూమపత్రావృక్షః ॥ తె॥ పొగాకుచెట్టు.

గృ[illegible]టః-ఇ-సీ- కార్ష్ణిలతా - ౨ సకృత్ప్రసూతగౌః॥ తె॥ ౧ ప్రాచితీఁగె - ౨ తొలియీఁత ఆవు.

గృష్టిః-ఇ-పు-వరాహః - ౨ క్రాంతః॥ తె॥ ౧ పంది.

గృష్ణిః-ఇ-పు-పాషండః-౨ షండః॥

గృహమ్-అ-న-సదనమ్-౨ భార్యా-౩ దేవవృక్షాంగవృక్షభేదః॥ తె॥ ౧ ఇల్లు.

గృహకచ్ఛపః-అ-పు-పేషణశిలా॥

గృహకన్యా-ఆ-సీ-కంటకప్రావృతా॥ తె॥ కలుబంద.

గృహకపోతకః-అ-పు-పక్షివిశేషః॥

గృహకర్తా-ఋ- పు- ధూసరోతిసూక్ష్మశ్చటకః॥

గృహకాణ్డః-అ-పు-గజపిప్పలీలతా॥

గృహకారకః-అ-పు-వర్ణసంకరజాతివిశేషః

గృహకారీ-న్-పు-కీటవిశేషః॥

గృహగోధా-ఆ-సీ-జ్యేష్ఠీ॥

గృహగోధికా-ఆ-సీ-పల్లీ॥ తె॥ బల్లి-

గృహగోలికా-ఆ-సీ-జ్యేష్ఠీ॥

గృహణీ-ఈ-సీ-కాంజికమ్॥

గృహతటీ-ఈ-సీ-వీథీ॥

గృహద్రుమః-అ-పు-క్రకచపత్రవృక్షః॥ తె॥ పాలఱేఁకుచెట్టు.

గృహనాశనః-అ-పు-కపోతః॥

గృహనీడః-అ-పు-చటకః॥

గృహపతిః-ఇ-పు- గృహస్థః- ౨ దూరదేశవార్తాహరచారః-౩ మంత్రీ-౪ ధర్మః॥

గృహపోతకః-అ-పు-వాస్తుః-౨ వాటీ॥

గృహబలిప్రియః-అ-పు-బకపక్షీ॥

గృహబలిభుక్ -జ్-పు-చటకః-౨ బకః-౩ కాకః

గృహభూదారః-అ-పు-రోమశః॥ తె॥ పందికొక్కు.

గృహభూమిః-ఇ-సీ-వాస్తుః-౨ వేశ్మభూః॥

గృహమణిః-ఇ-పు-దీపప్రభా॥

గృహమాచికా-ఆ-సీ-చర్మచటీ॥

గృహమృగః-అ-పు-శునకః॥ తె॥కుక్క.

గృహమేధినీ-ఈ-సీ-సాత్త్వికీబుద్ధిః-౨గృహ }
గృహమేధీ-న్-పు-గృహస్థః॥ స్థపత్నీచ॥ }

గృహయావ్యః-అ-పు-గృహస్థః॥

గృహయాలుః-ఉ-త్రి-గృహీతా॥ తె॥ గ్రహించేవాఁడు.

గృహవాటికా-ఆ-సీ-గృహసమీపవనమ్॥

గృహస్థః-అ-పు-గృహమేధీ॥

గృహస్థూణమ్-అ-న-గృహస్తంభః॥

గృహాః-అ-పు-సదనమ్-౨భార్యా॥ తె॥౧ఇల్లు

గృహాగతః-అ-పు-అతిథిః॥

గృహాధిపః-అ-పు-గృహస్థః॥

గృహాన్తరమ్-అ-న-త్రిమార్గసంయుక్తమార్గః॥ తె॥ మూఁడుత్రోవలుకలిసినత్రోవ.

గృహామ్లమ్-అ-న-కాంజికమ్॥

గృహాయనికః-అ-పు-గృహస్థః॥

గృహారామః-అ-పు-గృహసమీపేకృత్రిమవనమ్॥

గృహాలికా-ఆ-సీ-జ్యేష్ఠీ॥

గృహావగ్రహణీ-ఈ-సీ-దేహలీ॥ తె॥గడప.

గృహాశయా-ఆ-సీ-తాంబూలీ॥

గృహాశ్మా-న్-పు-పేషణశిలా॥

గృహిణీ-ఈ-సీ-భార్యా-౨గంధోళీ॥ తె॥ ౧ పెండ్లాము-౨కందిరీఁగ.

గృహీ-న్-పు-గృహస్థః॥

గృహీతమ్-అ-త్రి-స్వీకృతమ్-౨ప్రాప్తమ్-౩జ్ఞాతమ్-౪ధృతమ్॥

గృహీతదిక్-శ్-త్రి-పలాయితః-౨తిరోహితః

గృహీతా-ఋ-త్రి-గ్రాహకః॥ తె॥ గ్రహించేవాఁడు.

గృహీతిః-ఇ-సీ-గ్రహణక్షమబుద్ధిః॥

గృహైకదేశః-అ-పు-అలిందః॥ తె॥ ఇంటిచోపా॥

గృహోదకమ్-అ-న-తండులోదకమ్॥ తె॥ పులిగడుగు.

గృహోలికా-ఆ-సీ-జ్యేష్ఠీ॥

గృహ్యమ్-అ-న-కర్మావబోధకగ్రంథః-౨శాఖానగరమ్॥ తె॥౨పేట.

గృహ్యః-అ-పు-గృహాసక్తమృగః-౨గృహాసక్తపక్షీ॥

గృహ్యః-అ-త్రి-స్వవశగః-౨అస్వతంత్రః॥

గృహ్యకః-అ-పు-గృహసంవర్ధితపక్షిమృగాదిః॥

గృహ్యకః-అ-త్రి-పరాధీనః॥

గృహ్యా-ఆ-సీ-శాఖాపురమ్-౨నగరనికటస్థగ్రామః॥

గేణ్డుః-ఉ-పు-గెండుకః॥

గేణ్డుకః-అ-పు-కందుకః॥

గేణ్డూకః-అ-పు-గెండుకః॥

గేన్దుకః-అ-పు-కందుకః॥ తె॥బంతి.

గేయమ్-అ-న-సంగీతమ్-౨గాతవ్యమ్॥ తె॥౧ సంగీతము-౨గానముచేయఁదగినది.

గేయః-అ-త్రి-గాతవ్యః-౨గాయనః॥

గేష్ణః-అ-పు-రంగోపజీవీ-౨సామగానకర్తా॥

గేష్ణుః-ఉ-పు-గాయనః-౨నటః-౩సామగానకర్తా॥

గేహమ్-అ-న-భార్యా-౨గృహమ్॥

గేహః-అ-(సీ)-సదనమ్॥ తె॥ఇల్లు.

గేహవర్ణః-అ-పు-రక్తాశ్వః॥ తె॥ ఎఱ్ఱనిగుఱ్ఱము.

గేహీ-న్-త్రి-గృహీ॥

గేహేనర్దీ-న్-పు-కాపురుషః॥

గేహేనర్దీ-న్-త్రి-గృహేశూరః॥ తె॥ ఇంటిలోనుండిప్రగల్భోక్తులుపలికేవాఁడు.

గేహేశూరః-అ-పు-గేహేనర్దీ॥ తె॥ఇంటిలోనుండిప్రగల్భోక్తులుఁబలికెడివాఁడు.

గైతీ-ఈ-సీ-సామవేదః-౨స్వర్గః॥

గైరికమ్-అ-న-పర్వతజాతరక్తధాతుః-౨గైరికనామకపర్వతధాతుః - ౩సువర్ణమ్॥ తె॥ ౧జేగురు-౨గైరికమనేధాతువిశేషము-౩బంగారము.

గైరికః-అ-పు-కిరాతః - ౨గానవిద్యావిశారదః॥

గైరికాక్షః-అ-పు-జలమధూకవృక్షః॥

గైరీ-ఈ-సీ-లాంగలికీవృక్షః॥ తె॥ నీటిపిప్పలిచెట్టు.

గైరేయమ్-అ-త్రి-గిరిజాతః॥

గైరేయమ్-అ-న-శిలాజతు॥

గైషః-అ-పు-నీచపరిగ్రహః - ౨నకులాసంగమః॥

గోకణ్టకః-అ-పు-గోక్షురకః-౨స్థపుటః-౩గోఖురమ్॥ తె॥ ౧పనుఁగపల్లేరు - ౨జాజిచెట్టు-౩ఆవుడెక్క.

గోకర్ణః-అ-పు-సర్పః-౨గోకర్ణవన్మృగః- ౩విస్తృతాంగుష్ఠానామికామధ్యమానమ్ ర ప్రమథవిశేషః॥ తె॥౧పాము - ౨కణుచు,అనఁగాదుప్పి - ౩జానెటికికొంచెము తక్కువ-౪ ప్రమథగణవిశేషము.

గోకర్ణీ-ఈ-సీ-మూర్వా॥ తె॥ చాగచెట్టు.

గోకిరటీ-ఈ-సీ-శారికా॥ తె॥ గోరంక.

గోకిరాటికా-ఆ-సీ-సారికాపక్షీ॥ తె॥గోరంకపిట్ట.

గోకిరాటీ-ఈ సీ-సారికాపక్షీ॥ తె॥ గోరంకపిట్ట.

గోకిలః-అ-పు-ముసలమ్-౨హాలమ్॥ తె॥ ౧రోఁకలి-౨నాగలి.

గోకిలః-అ-పు-ముసలమ్-౨హాలమ్॥ తె॥ ౧రోకలి-౨నాగలి.

గోకుణికః-అ-పు-కేసరః-౨పంకసః॥

గోకులమ్-అ-న - గోసమూహః - ౨గోస్థానమ్॥

గోకులికః-అ-త్రి - కేకరః - ౨పంకస్థగవ్యుపేక్షకః॥

గోకృతమ్-అ-న-గోమయమ్॥ తె॥ పేఁడ.

గోక్షురః-అ-పు-క్షుద్రక్షుపవిశేషః- సతుక్షుద్రబృహద్భేదేనద్వివిధః॥

గోక్షురకః-అ- పు- గోకంటకః॥ తె॥ పనుఁగపల్లేరు.

గోఖురమ్-అ-న-గవాంశఫమ్॥

గోఖురః-అ-పు-గోక్షురవృక్షః॥

గోఖురిః-ఇ-పు-గోక్షురః॥

గోగణమ్-అ-న-గరిండమ్॥ తె॥పిడకలు.

గోగన్ధా-ఆ-సీ- జిహ్వాగ్రావలంబిస్వల్పజిహ్వా॥ తె॥కొండనాలుక.

గోగన్ధనః-అ-పు-పురోవాయుః॥ తె॥ ఎదురుగాలి.

గోగృష్టిః-ఇ-సీ-సకృత్ప్రసూతాగౌః॥

గోగోయుగ్మమ్-అ-న-గోద్వంద్వమ్॥

గోగోష్టమ్-అ-న-గోస్థానమ్॥

గోగ్రన్థి-ఇ-న-గరిండమ్॥ తె॥పిడకలు.

గోగ్రన్థిః-ఇ-పు- గోజిహ్వకా - ౨గోష్ఠమ్॥ తె॥ ౧ఆవునాలుక - ౨పశువులఁగట్టెడుశాల.

గోఘృతమ్-అ-న-వృష్టిః-౨గవ్యఘృతంచ॥

గోఘ్నః-అ-పు-అతిథిః॥

గోఘ్నః-అ-త్రి-గోఘాతకః॥

గోచరమ్-అ-న-గోష్ఠమ్॥

గోచరః-అ-పు- ఇంద్రియవిషయః- ౨పంచభూతగుణః॥

గోచ్ఛాలః-అ-పు-కులాహలవృక్షః॥

గోజలమ్-అ-న-గోమూత్రమ్॥

గోజా-ఆ-సీ-గోలోమికావృక్షః॥

గోజాగరికమ్-అ-న-మంగళమ్॥

గోజాగరికః-అ-పు-కంటకారికావృక్షః॥

గోజాపర్ణీ-ఈ-సీ-దుగ్ధఫేణీవృక్షః॥

గోజిహ్వా-ఆ-సీ-దార్వికా - ౨ఖరపత్రా॥ తె॥ ౧ఎద్దునాలుకచెట్టు - ౨బరివెంకచెట్టు.

గోజిహ్వికా-ఆ-సీ-గోజిహ్వాలతా॥

గోడః-అ-పు - గాండః - సతునాభౌ ప్రవృద్ధమాంసగుడకః॥

గోడుమ్బః-అ-పు-శీర్ణవృంతః॥

గోడుమ్బా-ఆ-సీ-గవాదనీ॥

గోడుమ్బికా-ఆ-సీ-గోడుంబా॥

గోణీ-ఈ-సీ-ద్విశూర్పపరిమాణమ్॥ తె॥ రెండుచేటలపరిమాణపుగోనెసంచి.

గోణ్డః-అ-పు-దేశవిశేషః॥

గోణ్డః-అ-త్రి-వృద్ధనాభిమాన్-౨పామరజాతీయః॥ తె॥ ౧పైకివచ్చినబొడ్డువాఁడు-౨పామరజాతివాఁడు.

గోతమః-అ-పు-గౌతమమునిః - సతుబ్రహ్మపుత్రః॥

గోతమాన్వయః-అ-పు-శాక్యమునిః॥

గోతల్లజః-అ-పు-ఉత్తమాగౌః-౨గోషుమధ్యేతల్లజః-ప్రశస్తః॥

గోతుమ్బః-అ-పు-గవాదనీఫలమ్॥

గోత్రమ్-అ-న-వేశ్యాగృహమ్- ౨పుత్రపౌత్రాదిపరంపరారూపవంశః- ౩కులమ్-౪నామధేయమ్-౫క్షేత్రమ్- ౬వనమ్-౭విత్తమ్ - ౮మార్గః - ౯సంభావనీయచోరః॥

గోత్రః-అ-త్రి-గౌరక్షకః॥

గోత్రః-అ-పు-పర్వతః- ౨చక్రమ్- ౩నృపః॥

గోత్రజః-అ-త్రి-గోత్రోత్పన్నః॥

గోత్రభిత్-ద్-పు-ఇంద్రః॥

గోత్రవృక్షః-అ-పు-ధన్వనవృక్షః॥

గోత్రా -ఆ-సీ-భూమిః-౨గోసమూహః॥

గోత్రానులేపనీ-ఈ-సీ-వర్తీ॥ తె॥సుగంధద్రవ్యాదులుకూర్చి చేసినగంధపుబిళ్ల .

గోదమ్-అ-న-మస్తిష్కమ్॥ తె॥ శిరస్సునవుండేనేతిముద్దవంటిమెదడు.

గోదః-అ-త్రి-గోదాతా॥

గోదన్తమ్-అ-న- హరితాలమ్॥ తె॥ హరిదలము.

గోదా-ఆ-సీ- గోదావరీనదీ॥

గోదారణమ్-అ-న-లాంగలమ్॥ తె॥నాగలి.

గోదావరీ-ఈ-సీ-గోదానదీ॥

గోదుగ్ధదా-ఆ-సీ-చణికాతృణమ్॥

గోదోహనీ-ఈ-సీ-గోదోహనపాత్రమ్॥

గోద్దాలః-అ-పు-శైశవమ్-౨మాఘమాసః॥

గోద్రవః-అ-పు-గోమూత్రమ్॥

గోధనమ్-అ-న-గోసమూహః-౨గోస్థానమ్

గోధనః-అ-పు-స్థూలాగ్రబాణః॥

గోధా-ఆ-సీ-ధనుర్గుణాఘాతవారణాయప్రకోష్ఠబద్ధాచర్మకృతపట్టికా - సైవనిహాకేత్యుచ్యతే॥ తె॥ఉడుము.

గోధా-ఆ-(పు)- హస్తఘ్నజ్యానివారణమ్॥ తె॥వింటినారిదెబ్బతగలకుండా చేతికికట్టినఉడుముతోలు.

గోధాపదికా-ఆ-సీ-గోధాపదీలతా॥

గోధాపదీ-ఈ-సీ-హంసపదీ॥ తె॥ హంసపాదిచెట్టు.

గోధావనీ-ఈ-సీ-సోమలతా॥ తె॥ పుల్లతీఁగె.

గోధాస్కన్ధః- అ - పు- అరిమేదవృక్షః॥ తె॥ చంద్రచెట్టు.

గోధిః-ఇ-పు- లలాటమ్- ౨గోధికా॥ తె॥ ౧నుదురు-౨ఉడుము.

గోధిః-ఇ-ద్వ-నిటిలమ్॥ తె॥నుదురు.

గోధికా-ఆ-సీ-నిహాకా॥ తె॥ నీరుడుము.

గోధికాత్మజః-అ-పు-స్థలగోధికా-౧గోధాశిశుతుల్యాకారకోటరస్థ జంతువిశేషః॥

గోధినీ-ఈ-సీ - క్షుద్రికా-సాతుబృహతీభేదః॥

గోధుక్-హ-త్రి-గోదోగ్ధా॥

గోధుక్-హ-పు-ఆభీరః॥ తె॥ గొల్లవాఁడు.

గోధూమః-అ-పు-యవః-౧నాగరంగవృక్షః ౨భేషజమ్॥ తె॥ ౦గోధుమలు-౧నారంజిచెట్టు-౨భేషజము.

గోధూమసమ్భవమ్-అ-న-సౌవీరమ్-౧కాంజికభేదః॥

గోధూమీ-ఈ-సీ-గోలోమికా॥

గోధూలిః-ఇ-సీ-కాలవిశేషః-సాతు త్రివిధా ౧గ్రీష్మెఅర్ధాస్తరవికాలః-౨హేమంతెశిశిరయోర్మృదుతాప్రాప్తపిండీకృతరవికాలః-౩వర్షాశరద్వసంతేష్వస్తగతరవికాలః॥

గోధేనుః-ఉ-సీ-దుగ్ధవతీగవీ॥

గోధేరః-అ-పు-గోప్తా॥

గోనర్దీ-ఈ-సీ-సారసపక్షిణీ॥

గోనర్దమ్-అ-న-ముస్తా-౧పరివేల్లతృణమ్-౨నేత్రమూలమ్॥ తె॥ ౦తుంగముస్తె-౧భద్రతుంగగడ్డి-౨ముక్కువైపుకొలికి.

గోనర్దః-అ-పు-సారసపక్షీ-౧మత్స్యః-౨సర్పః-౩గురుద్రోహీ॥ తె॥ ౦బెగ్గురు.

గోనర్దీయః-అ-పు-పతంజలిమునిః॥

గోనసః-అ-పు-తిలిత్ససర్పః-౧వైక్రాంతమణిః-౨మాంసమ్-౩కుంకుమమ్-౪నీచః॥ తె॥ ౦కొండచిలువ.

గోనాథః-అ-పు-అనడ్వాన్॥

గోనాసమ్-అ-న-వైక్రాంతమణిః॥

గోనాసః-అ-పు-తిలిత్ససర్పః॥ తె॥ కొండచిలువ.

గోనిష్యన్దః-అ-పు-గోమూత్రమ్॥

గోపః-అ-త్రి-రక్షకః-౧ఉపకారకః॥

గోపః-అ-పు-అనేకగ్రామాధికారీ-౧ఆభీరః ౨బాలమ్-౩గోష్ఠాధ్యక్షః-౪వల్లభః-౫నృపః॥ తె॥ ౧గొల్లవాఁడు - ౨బాలింతబోలు.

గోపకః-అ-పు-బహుగ్రామాధిపతిః॥

గోపకణ్టకః-అ-పు-వికంకతవృక్షః॥ తె॥ కానరేఁగుచెట్టు.

గోపకన్యా-ఆ-సీ-శారివౌషధిః - ౧ఆభీరసుతా చ॥

గోపఘోణ్టా-ఆ-సీ-శమీవృక్షః॥ తె॥ జమ్మిచెట్టు.

గోపతిః-ఇ-పు-ఇట్వరః-౧రాజా-౨ఇంద్రః-౩షండః-౪సూర్యః-౫విష్ణుః-౬శంకరః-౭చంద్రః-౮చతుర్ముఖః-౯అగ్నిః॥ తె॥ ౦అచ్చుపోసినయాఁబోతు.

గోపదలః-అ-పు-గువాకః॥

గోపనమ్-అ-న-అపహ్నవః-౧కుత్సనమ్-౨రక్షా-౩వ్యాకులత్వమ్-౪దీప్తిః-౫తమాలపత్రమ్॥

గోపనీయమ్-అ-త్రి-గోప్యమ్॥

గోపభద్రమ్-అ-న-శాలూకమ్॥

గోపభద్రా-ఆ-సీ-కాశ్మరీవృక్షః॥

గోపభద్రికా-ఆ-సీ-గంభారీవృక్షః॥

గోపరసః-అ-పు-బోలః॥

గోపవధూః-ఊ-సీ-శారిబా-౧గోపస్యపత్నీ

గోపవల్లీ- ఈ - సీ - మూర్వా-౧శారిబా-౨శ్యామాలతా॥

గోపా-ఆ-సీ-శ్యామాలతా॥

గోపాణిః-ఇ-పు-ఇంద్రః॥

గోపానసీ-ఈ-సీ-వలభిః॥ తె॥ చూరుకమ్మి.

గోపాయితః-అ-త్రి-రక్షితః॥

గోపాలః-అ-పు-విష్ణుః-౨ఆభీరః-౩భూపతిః తె॥౧విష్ణువు-౨గొల్లవాఁడు-౩రాజు ౙ

గోపాలకః-అ-పు-శివః-౨శ్రీకృష్ణః॥

గోపాలకర్కటీ-ఈ-సీ-క్షుద్రచిర్భటా॥ తె॥బుడమచెట్టు.

గోపాలికా-ఆ-సీ-గోపాలపత్నీ-౨కీటవిశేషః॥

గోపాలీ-ఈ-సీ-గోపాలకర్కటీ-౨గోరక్షీ-౩ఆభీరస్త్రీ॥ తె॥౧బుడమచెట్టు-౨గోరక్షిచెట్టు-౩గొల్లది.

గోపాష్టమీ-ఈ-సీ-కార్తికశుక్లాష్టమీ॥

గోపికా-ఆ-సీ-గోపీ-౨రక్షిత్రీ చ॥

గోపితా-ఆ-సీ-అనాసికా॥ తె॥ అనాసచెట్టు.

గోపినీ-ఈ-సీ-శ్యామాలతా॥

గోపిలః-అ-త్రి-గోప్తా॥

గోపీ-ఈ-సీ-శారిబా-౨ఉత్పలశారిబా-౩గోపస్త్రీ॥ తె॥౧గూడపాలచెట్టు-౨నల్లసుగంధిపాలచెట్టు-౩గొల్లది.

గోపీథమ్-అ-న-తీర్థస్థానమ్॥

గోపీథః-అ-పు-రక్షణమ్॥

గోపీథః-అ-పు-ప్రభాతమ్-౨కూపసమీపస్థజలద్రోణీ॥ తె॥౧ఉదయము-౨నూతివద్దిగాడి.

గోపుచ్ఛః-అ-పు-తాలప్రాణయతివిశేషః॥

గోపుచ్ఛః-అ-(సీ) చత్వారింశద్యష్టికహారః॥ తె॥నలుబదిపేటలుఁగలహారము.

గోపుటమ్-అ-న-పరివేల్లమ్॥ తె॥ భద్రముంగగడ్డి.

గోపుటా-ఆ-సీ-స్థూలైలా॥

గోపుటికః-అ-పు-శివవృషస్యమండపః॥

గోపురమ్-అ-న-పట్టణద్వారమ్-౨ముస్తా-౩ద్వారమ్-౪విష్ణుసౌధమ్ ॥ తె॥ ౨తుంగముస్తె.

గోపురకః-అ-పు-కుందురుకః॥

గోపురీషమ్-అ-న-గోమయమ్॥ తె॥పేఁడ.

గోపేన్ద్రః-అ-పు-విష్ణుః॥

గోపేశః-అ-పు-శాక్యమునిః-౨నందఘోషః

గోప్తా-ఋ-త్రి-రక్షకః॥

గోప్త్రీ-ఈ-సీ-బ్రహ్మపురీ॥

గోప్యః-అ-పు-దాశీసుతః॥

గోప్యః-అ-త్రి-రక్షణీయః॥ తె॥ రక్షింపఁదగినది.

గోప్యకః-అ-పు-భృత్యః॥ తె॥జీతగాఁడు.

గోప్యాధిః-ఇ-పు-బంధకవిశేషః॥

గోప్రకాణ్డః-అ-పు-శ్రేష్ఠగౌః॥

గోభణ్డీరః-అ-పు-జలకుక్కుభపక్షీ॥

గోమక్షికా-ఆ-సీ-దంశః॥ తె॥అడవిఈఁగ.

గోమతల్లికా-ఆ-సీ-సుశీలాగౌః॥

గోమతీ-ఈ-సీ-నదీవిశేషః॥ తె॥గోమతియనునది.

గోమన్తః-అ-పు-పర్వతవిశేషః-౨గవాంస్వామీ-౩గోపసమూహః॥

గోమయమ్-అ-(సీ)-గోవిట్-౨గోవికారః॥ తె॥౧ఆవుపేఁడ.

గోమయచ్ఛత్రమ్-అ-న-కరకమ్॥

గోమయచ్ఛత్రికా-ఆ-సీ-గోమయచ్ఛత్రం

గోమయప్రియమ్-అ-న-భూతృణమ్॥

గోమయోత్థా-ఆ-సీ-గోమయజాతకీటవిశేషః॥

గోమయోద్భవః-అ-పు-ఆరగ్వధః॥

గోమాన్-త్-త్రి-గోమీ॥ తె॥పశువులుఁగలవాఁడు-పశువులదొరాను.

గోమాయుః-ఉ-న-గోపిత్తః॥

గోమాయుః-ఉ-పు-జంబుకః॥ తె॥నక్క.

గోమారిః-ఇ-పు-బృహదశ్వత్థః॥ తె॥ పెద్దగోమారి.

గోమితమ్-అ-న-క్రోశమాత్రదూరమ్॥

గోమినీ-ఈ-సీ-లక్ష్మీః॥

గోమీ-న్-త్రి-గోమాన్॥ తె॥ పశువులుగాంచువాఁడు-పశువులదొరాను.

గోమీ-న్-పు-వానరః-౨ భేకః॥ తె॥ ౧ కోఁతి-౨ కప్ప.

గోమీనః-అ-పు-మత్స్యవిశేషః॥

గోముఖమ్-అ-న-పూరకవాద్యవిశేషః-౨ ఉపలేపనమ్॥ తె॥ ౨ ఇల్లలకడము.

గోముఖః-అ-పు-నక్రః-౨ కుటిలాగారమ్-౩ చతుర్ముఖః॥ తె॥ ౧ కాలు మొసలి.

గోముఖీ-ఈ-సీ- హిమాలయాద్గంగాపతనే గోముఖాకారగుహా॥

గోమూత్రమ్-అ-న-గోంబు॥ తె॥ గోమూత్రము.

గోమూత్రశిలాజతు-ఉ-న-శిలాజతువిశేషః

గోమూత్రికా-ఆ-సీ-తృణవిశేషః॥

గోమూత్రీ-న్-పు-రక్తబీజవృక్షః॥ తె॥ ఎఱ్ఱవేగిసచెట్టు.

గోమేదః-అ-పు-గోమేదకమణిః॥

గోమేదకమ్-అ-న-పీతమణిః-౨ కాకోలమ్ ౩ పత్రకమ్॥

గోమేదకః-అ-పు-స్వనామఖ్యాతమణిః॥

గోమేదసన్నిభః-అ-పు-దుగ్ధపాషాణః॥

గోమేధమ్-అ-న-గోమేధికరత్నమ్॥

గోమేధః-అ-పు-పర్వతః-౨ యాగవిశేషః॥

గోమేధసన్నిభః-అ-పు - దుగ్ధాత్మదుగ్ధపాషాణః॥

గోమేధికమ్-అ-న-రత్నవిశేషః-౨ కాకోలః-౩ పత్రకమ్॥ తె॥ ౧ ఒకానొకరత్నము-౨ విషభేదము-౩ ఆకుపత్రికము.

గోమ్బు-ఉ-న-గోమూత్రమ్॥

గోయుజా-ఆ-సీ- క్రోశద్వయదూరమ్॥ తె॥ రెండుక్రోసులదూరము.

గోరక్షః-అ-పు- ఋషభనామౌషధమ్ - ౨ నాగరంగః॥

గోరక్షః-అ-త్రి-గోరక్షకః॥

గోరక్షకః-అ-పు-మాహిష్యః॥ తె॥ వైశ్యస్త్రీకిన్ని క్షత్రియునికిన్ని బుట్టినవాఁడు.

గోరక్షకర్కటీ-ఈ-సీ-చిర్భిటా॥

గోరక్షజమ్బూః-ఊ-సీ-గోధూమః - ౨ గోరక్షతండులః॥

గోరక్షతణ్డులా-ఆ-సీ- క్షుద్రలతావిశేషః॥

గోరక్షతుమ్బా-ఈ-సీ- నాడాలాబూలతా॥ తె॥ కుండానుఁగుచెట్టు.

గోరక్షదుగ్ధా-ఆ-సీ-క్షుద్రక్షుపవిశేషః॥

గోరక్షా-ఆ-సీ- నాగరంగవృక్షః-౨ గోరక్షణమ్॥ తె॥ ౧ నారంజిచెట్టు-౨ పశువులుఁగాయడము.

గోరక్షీ-ఈ-సీ- నాడాలాబూలతా-౨ సర్వదండీ॥ తె॥ ౧ కుండానుఁగుచెట్టు - ౨ గోరక్షిచెట్టు.

గోరఙ్కుః-ఉ-పు-పక్షిభేదః-౨ లగ్నకః॥

గోరటః-అ-పు-దుష్టదిరః॥

గోరణమ్-అ-న-ఉద్యమః॥ తె॥ ఉద్యుక్తుఁడు కావడము.

గోరసః-అ-పు-సరలద్రవః-౨ క్షీరమ్-౩ దండాహతమ్॥ తె॥ ౧ దేవదారుబంకతోఁజేసినధూపద్రవ్యము-౨ పాలు-౩ చల్ల.

గోరసజమ్-అ న-తక్రమ్॥ తె॥ చల్ల-

గోరాటకా-ఆ-సీ-శారికాపక్షీ॥ తె॥ గోరంకపిట్ట.

గోరాటీ-ఈ-సీ-శారికాపక్షీ॥ తె॥ గోరం
(కపిట్ట.

గోరాణ్డికా-ఆ-సీ-శారికాపక్షీ॥ తె॥ గోరంకపిట్ట.

గోరికా-ఆ-సీ-శారికాపక్షీ॥ తె॥ గోరంకపిట్ట.

గోరుతమ్-అ-త్రి-క్రోశమాత్రదూరమ్॥

గోరోచమ్-అ-న-హరితాలమ్॥

గోరోచనా-ఆ-సీ-రోచనా। తె॥ గోరోచనము

గోర్దమ్-అ-న-మస్తిష్కమ్॥ తె॥ శిరస్సునవుండే నేతిముద్దవంటి మెదడు.

గోలమ్-అ-న-మండలమ్॥

గోలః-అ-పు-బోలమ్-౨నేత్రాదిగోలః-౩వర్తులస్ఫుటపిండాదిః-౪విధవాజారసుతః తె॥ ౧బాలింతబోలు-౨బొక్క-౩ఉండ-౪విధవకుఅన్యునివలనఁబుట్టినవాఁడు.

గోలకమ్-అ-న-గోలోకమ్॥

గోలకః-అ-పు-భర్తృమరణానంతరజారజపుత్రః-౨భగ్నభాండః-౩శిరస్త్రమ్-౪కంబలః-౫నేత్రేంద్రియస్థానమ్-౬పూగకోశః॥ తె॥ ౧పెనిమిటిచనిపోయిన తర్వాత నన్యపురుషునివల్ల పుట్టినకొడుకు-౨పోయినకుండ-౩కుళ్లాయి.

గోలత్తికా-ఆ-సీ-ఖంజరీటీపక్షీ॥ తె॥ ఆఁడుఉవ్వపిట్ట.

గోలా-ఆ-సీ-నైపాలీ-౨గోదావరీనదీ॥ తె॥ ౧నేపాలదేశమణిశిల-౨గోదావరీ.

గోలాఙ్గూలః-అ-పు-అసితాననః॥ తె॥ కొండముచ్చు.

గోలాసః-అ-పు-గోమయచ్ఛత్రికా-౨శిలీంధ్రమ్॥

గోలిహః-అ-పు-గోలీఢవృక్షః॥ తె॥ మొక్కపుచెట్టు.

గోలీ-ఈ-సీ-గోధా॥ తె॥ ఉడుము.

గోలీఢః-అ-పు-ఝూటలవృక్షః॥ తె॥ మొక్కపుచెట్టు.

గోలోకమ్-అ-న-శ్రీకృష్ణస్యస్థానమ్॥

గోలోకః-అ-పు-శ్రీకృష్ణస్యనిత్యధామ॥

గోలోమికా-ఆ-సీ-క్షుద్రక్షుపవిశేషః॥

గోలోమీ-ఈ-సీ-వచా-౨శతవీర్యాతృణమ్-౩శమీధాన్యవిశేషః-౪భూతవేశః॥ తె॥ ౧నల్లవస-౨తెల్లగరికె-౩అపరధాన్యభేదము-౪మరులుజడచెట్టు.

గోవత్సాదీ-న్-పు-వృకః॥

గోవన్దనీ-ఈ-సీ-ప్రియంగువృక్షః-౨పీతదండోత్పలః॥

గోవన్దినీ-ఈ-సీ-ప్రియంగుః॥ తె॥ ప్రేంకణపుచెట్టు.

గోవర్ధనః-అ-పు-సింహః-౨మాతులుంగవృక్షః-౩అసారః॥

గోవర్ధనధరః-అ-పు-శ్రీకృష్ణః॥

గోవశా-ఆ-సీ-వంధ్యాగౌః॥ తె॥ గొడ్డావు.

గోవిట్-శ్-పు-గోమయమ్॥

గోవిట్-శ్-సీ-గోమయమ్॥

గోవిన్దః-అ-పు-విష్ణుః-౨గవాధ్యక్షః-౩బృహస్పతిః-౪చతుర్ముఖః-౫ఇంద్రః-౬భూపతిః-౭పర్వతః-౮పరమాత్మా॥

గోవిష్ఠా-ఆ-సీ-గోమయమ్॥

గోవృకః-అ-పు-కృకవాకుః-౨పీతమస్తకః-౩కోకః॥

గోవృన్దమ్-అ-న-గోసమూహః॥

గోవృన్దారకః-అ-పు-శ్రేష్ఠగౌః॥

గోవృషః-అ-పు-వృషః॥

గోశకృత్-త్-న-గోమయమ్॥

గోశాలమ్-అ-న-గోశాలా॥ తె॥ ఆవులశాల.

గోశీర్షకః-అ-పు-ద్రోణపుష్పీవృక్షః॥

గోశాలా-ఆ-సీ-గోశాలమ్॥ తె॥ ఆవులశాల.

గోశీర్షమ్-అ-న-రక్తకృష్ణచందనమ్॥

గోశృఙ్గః-అ-పు-బబ్బూరవృక్షః॥ తె॥ తుమ్మచెట్టు.

గోశ్రేణీ-ఈ-సీ-తలస్ఫోటకః॥ తె॥ తంగేడుచెట్టు.

గోషడ్గవమ్-అ-న-గోషట్కమ్॥

గోష్ఠమ్-అ-న-గోస్థానకమ్॥ తె॥ పసులదొడ్డి.

గోష్ఠశ్వః-అ-త్రి-స్వస్థానేస్థిత్వా పరద్వేషీ

గోష్ఠాష్టమీ-ఈ-సీ-గోపాష్టమీ॥

గోష్ఠీ-ఈ-సీ-సభా-౨సల్లాపః॥

గోష్ఠీనమ్-అ-(సీ) భూతపూర్వగోష్ఠమ్॥ తె॥ మును పావులున్నశాల.

గోష్ఠీపతిః-ఇ-పు-పోష్యవర్గపాలకః-౨సభాపతిః॥

గోష్పదమ్-అ-న-గోఖురమ్-౨శ్వభ్రమ్-౩మానమ్-౪గోగమ్యమ్॥ తె॥ ౧ఆవుగొరిజె-౨ఆవుగొరిజెదిగఁబడినపల్లము-౩కొలత-౪పసువులుఁదిరిగెడితావు.

గోసః-అ-పు-వోలః-౨ఉషఃకాలః॥

గోసఙ్ఖ్యః-అ-పు-గోపాలః॥ తె॥ గొల్లవాఁడు

గోసఙ్ఖ్యా-ఆ-సీ-పాదబంధనమ్॥ తె॥ ఆవులు గేదెలు మొదలైనవి.

గోసఙ్గః-అ-పు-ప్రత్యూషః॥

గోసదృక్షః-అ-పు-గవయః॥

గోసన్దాయః-అ-పు-గోదానకర్తా॥

గోసహ్వా-ఆ-సీ-గోజాతః॥

గోసవః-అ-పు-గోమేధయజ్ఞః॥

గోసర్గః-అ-పు-ప్రభాతమ్॥

గోసశకః-అ-పు-వోలః॥

గోస్తనః-అ-(సీ)-చత్వారింశద్యష్టికహారః॥

గోస్తనా-ఆ-సీ-గోస్తనీ॥

గోస్తనీ-ఈ-సీ-ద్రాక్షాలతా॥

గోస్థానకమ్-అ-న-గోష్ఠమ్॥

గోస్వామినః-న్-పు-నాట్యోక్తరాజ్యాభిషిక్తేతరరాజానః॥ తె॥ రాజకొమారులు

గోస్వామీ-న్-త్రి-గోపతిః-౨స్వర్గస్యభువో వా ప్రభుః॥

గోహన్నమ్-అ-న-గోమయమ్॥

గోహరీతకీ-ఈ-సీ-బిల్వవృక్షః॥

గోహలః-అ-పు-కరీషః॥ తె॥ పరుపిడకలు.

గోహితః-అ-పు-ఘోషలతా-౨బిల్వః॥

గోహితః-అ-త్రి-గవాంహితకారకః॥

గోహిరమ్-అ-న-పాదమూలమ్॥

గోహ్యమ్-అ-త్రి-గుహ్యమ్-౨గోపనీయమ్॥

గౌః-ఓ-సీ-దిక్-౨సరస్వతీ-౩వాక్-౪భూమిః-౫క్రోశమాత్రదూరమ్-౬గౌః-౭లక్ష్యమ్-౮దృష్టిః॥ తె॥ ౫కోసుదూరము-౬ఆవు.

గౌః-ఓ-పు-బలీవర్దః-౨అర్కః-౩చంద్రః-౪క్రతుః-౫మునివిశేషః-౬అర్జునః॥

గౌః-ఓ-ద్వ-జలమ్-౨నేత్రమ్-౩కిరణః-౪బాణః-౫స్వర్గః-౬వజ్రమ్-౭లోమ॥

గౌః-ఓ-(పు)-తేజః॥

గౌఞ్జికః-అ-పు-స్వర్ణకారః॥

గౌడః-అ-పు-స్వనామఖ్యాతదేశః॥

గౌడదేశికా-ఆ-సీ-వాయసోలీ॥ తె॥ కారుకొల్లిచెట్టు.

గౌడవాస్తూకః-అ-పు-చిల్లీశాకమ్॥

గౌడికమ్-అ-న-మద్యవిశేషః॥

గౌడీ-ఈ-సీ-ధాతకీకుసుమరసగుడాదికృతమద్యమ్-౨కేవలగుడకృతమద్యసారః॥

గౌతమః-అ-పు-శాక్యబుద్ధదేవః-౨ద్రోణః-౩మునివిశేషః-౪ద్విపన్మేషః॥ తె॥ ౨తుమ్మిచెట్టు-౪యేనుఁగ.

గౌతమసహ్వా-ఆ-సీ-గోదావరీనదీ॥

గౌతమీ-ఈ-సీ-గోదావరీనదీ-౨గోరోచనా-౩గౌరీ-౪గోపశేషః॥ తె॥ ౨గోరోచనము

గౌతమీద్వారమ్-అ-న-త్ర్యంబకాద్రిః॥

గౌత్తమః-అ-పు-స్థావరవిషభేదః॥

గౌధారః-అ-పు-గోధికాపత్యమ్॥ తె॥ ఉడుముపిల్ల.

గౌధేయః-అ-పు-గోధికాపత్యమ్॥ తె॥ ఉడుముపిల్ల.

గౌధేరః-అ-పు-గోధికాపత్యమ్ ॥ తె॥ ఉడుముపిల్ల.

గౌపుచ్ఛికః-అ-పు-బాహుకః॥ తె॥ సంగడి.

గౌరమ్-అ-న-పద్మకేసరః-౨సితసర్షపః॥

గౌరః-అ-త్రి-శ్వేతవర్ణవాన్-౨పీతవర్ణవాన్-౩పీతాధికరక్తవర్ణవాన్-౪విశుద్ధః॥

గౌరః-అ-పు-శ్వేతవర్ణః-౨పీతవర్ణః-౩పీతాధికరక్తవర్ణః-౪నాగరంగవృక్షః-౫ప్రకీర్యవృక్షః-౬వ్రీహివిశేషః-౭అరుణః-౮ఆమ్రకః-౯చంద్రః॥ తె॥ ౪నారంజిచెట్టు-౫నెమలడుగుమ్రాను.

గౌరచన్ద్రః-అ-పు-శ్రీచైతన్యదేవః॥ తె॥ ఒకానొకదేవుఁడు.

గౌరజీరకః-అ-పు-శుక్లజీరకః॥ తె॥ తెల్లజీలకఱ్ఱ.

గౌరత్వక్-చ్-పు-ఇంగుదీవృక్షః॥ తె॥ గారచెట్టు.

గౌరవమ్-అ-న-గృహాగతమహాత్మానంప్రతికృతవినయః॥ తె॥ ఇంటికివచ్చినపెద్దలవిషయమైచేసెడు వినయము, మరియాద.

గౌరవితః-అ-త్రి-అర్యః॥

గౌరశాకః-అ-పు-మధూకవృక్షః॥ తె॥ నీరిప్పచెట్టు.

గౌరసర్షపః-అ-పు-శ్వేతసర్షపః॥ తె॥ తెల్లావాలు,

గౌరసువర్ణమ్-అ-న-పత్రశాకవిశేషః తత్తు చిత్రకూటదేశేప్రసిద్ధమ్॥

గౌరసౌవర్ణమ్-అ-న-సువర్ణకశాకమ్॥ తె॥ నెల్లికూర.

గౌరా-ఆ-సీ-గౌరీ॥

గౌరాఙ్గః-అ-పు-శ్రీచైతన్యదేవః॥

గౌరార్ద్రికః-అ-పు-స్థావరవిషభేదః॥

గౌరాస్యః-అ-పు-కృష్ణవానరః॥

గౌరికః-అ-పు-శ్వేతలావకః॥ తె॥ తెల్లలావుకపిట్ట.

గౌరికా-ఆ-సీ-అష్టవర్షీయాకన్యా॥

గౌరిలమ్-అ-న-చూర్ణమ్-౨గౌరసర్షపః॥

గౌరిలః-అ-పు-శ్వేతసర్షపః-౨లోహచూర్ణం

గౌరీ-ఈ-సీ-పార్వతీ-౨హరిద్రా-౩అవివాహితదశవర్షకన్యా-౪రోచనా-౫హింగుః-౬ప్రియంగుః-౭వరుణభార్యా-౮రజనీ-౯నగ్నకన్యా-౧౦వసుధా-౧౧నదీ-౧౨సరస్వతీ॥

గౌరీకా-ఆ-సీ-శారికా॥ తె॥ గోరపిట్ట.

గౌరీజమ్-అ-న-అభ్రకమ్॥

గౌరీపుత్రః-అ-పు-కార్తికేయః॥

గౌరీపుష్పః-అ-పు-ప్రియంగువృక్షః॥ తె॥ ప్రేంకణపుచెట్టు.

గౌరీలలితమ్-అ-న-హరితాలమ్॥

గౌరీవాసః-అ-పు-హ్రస్వపుష్పీవృక్షః॥ తె॥ పిన్నయిప్పచెట్టు.

గౌరుతల్పికః-అ-పు-గురుపత్నీగామీ॥

గౌర్యశ్మా-న్-పు-గౌరీపాషాణః॥

గౌర్యాత్మికా-ఆ-సీ-తృతీయాతిథిః॥ తె॥ తదియ.

గౌలికః-అ-పు-ముష్కకవృక్షః॥

గౌలేయకః-అ-పు-శైలపూగవృక్షః॥ తె॥ కొండపోఁకచెట్టు.

గౌల్యమ్-అ-న-మధురమ్॥

గౌశతికః-అ-త్రి-గోశతస్వామీ॥

గౌష్ఠీనమ్-అ-న-భూతపూర్వగోష్ఠమ్॥ తె॥ మునుపావులున్నశాల.

గ్రథితః-అ-త్రి-గుంభితః॥ తె॥ కూర్పఁబడ్డది.

గ్రన్థః-అ-పు-ధనమ్-౨వాక్యసందర్భః-౩ద్వాత్రింశద్వర్ణసంఖ్యాయః-౪శాస్త్రమ్॥ తె॥ ౩శ్లోకము.

గ్రన్థకర్తా-ఋ-త్రి-గ్రంథకారః-౨శాస్త్రకృత్॥

గ్రన్థకుటీ-ఈ-సీ-లేఖ్యస్థానమ్॥ తె॥ కరణాలు లెక్కలు వ్రాసే చావడి.

గ్రన్థనమ్-అ-న-గద్యపద్యాదిరచనా-౨పుష్పాద్యరచనా॥

గ్రన్థనా-ఆ-సీ-గ్రంథనమ్॥

గ్రన్థిః-ఇ-పు-వేణ్వాదిపర్వ-౨చర్మ-౩కీలః-౪కుటిలతా-౫రథాభరణమ్॥ తె॥ ౩కంతి.

గ్రన్థికమ్-అ-న-పిప్పలీమూలమ్-౨గుగ్గులుః-౩గ్రన్థిపర్ణమ్॥ తె॥ ౧పిప్పలిదుంప.

గ్రన్థికః-అ-పు-గంధకః-౨గుగ్గులువృక్షః-౩విషవిశేషః-౪దైవజ్ఞః॥ తె॥ ౧గంధకము-౨గుగ్గిలపుచెట్టు-౩విషములో భేదము.

గ్రన్థికా-ఆ-సీ-శంఖినీ-౨పీతవచా॥ తె॥ ౧కట్లచెట్టు-౨పచ్చవస.

గ్రన్థితః-ఆ-త్రి-గుంభితః-౨ఆక్రాంతః-౩హింసితః॥ తె॥ ౧కూర్చఁబడ్డది.

గ్రన్థిదళా-ఆ-సీ-మాలాకందః॥

గ్రన్థిదూర్వా-ఆ-సీ-మాలాదూర్వా॥

గ్రన్థిపర్ణమ్-అ-న-స్థౌణేయగ్రంథ్యమ్॥

గ్రన్థిపర్ణః-అ-పు-చోరకనామగంధద్రవ్యమ్.

గ్రన్థిపర్ణా-ఆ-సీ-జతుకాలతా॥

గ్రన్థిపర్ణీ-ఈ-సీ-గండదూర్వా॥

గ్రన్థిపాత్-ద్-పు-ఉష్ట్రః॥ తె॥ లొట్టిపిట్ట.

గ్రన్థిఫలః-అ-పు-శాకుగుండవృక్షః-౨కపిత్థవృక్షః-౩మదనవృక్షః॥

గ్రన్థిబర్హీ-న్-పు-గ్రంథిపర్ణవృక్షః॥

గ్రన్థిముత్ఫలః-అ-పు-లకుచః॥

గ్రన్థిమాన్-త్-పు-అస్థిసంహారకవృక్షః॥

గ్రన్థిమూలమ్-అ-న-గృంజనమ్॥

గ్రన్థిమూలా-ఆ-సీ-మాలాదూర్వా॥

గ్రన్థిలమ్-అ-న-పిప్పలీమూలమ్-౨ఆర్ద్రకమ్

గ్రన్థిలః-అ-త్రి-గ్రంథిసహితః॥

గ్రన్థిలః-అ-పు-వికంకతవృక్షః-౨క్రకరః-౩రుద్రాక్షః॥ తె॥ ౧కానరేఁగుచెట్టు-౨వెణుతురుచెట్టు-౩రుద్రాక్షచెట్టు.

గ్రన్థిలా-ఆ-సి-భద్రముస్తా-౨మాలాదూర్వా-౩గండదూర్వా॥

గ్రన్థిహారః-అ-పు-అమాత్యః॥

గ్రన్థీకమ్-అ-న-పిప్పలీమూలమ్-౨గ్రంథికమ్

గ్రస్తః-అ-త్రి-లుప్తవర్ణపదవచనమ్-౨భక్షితః॥ తె॥ ౨తినఁబడ్డది.

గ్రహః-అ-పు-చంద్రసూర్యగ్రహణమ్-౨సంగీతాంశవిశేషః-౩తాలప్రాణవిశేషః-౪ఇష్టానిష్టకార్యజాతత్వరా-౫నవసంజ్ఞా-౬గ్రహణమ్-౭అర్కాదిగ్రహః-౮పూతనాదిపిశాచః-౯నిర్బంధః-౧౦అనుగ్రహః-౧౧రణోద్యోగః॥ తె॥ ౬పుచ్చుకోవడము.

గ్రహకల్లోలః-అ-పు-రాహుగ్రహః॥

గ్రహజాలికః-అ-పు-రోమాంచాదివికారగోపనమ్-౨లజ్జాభయాదిప్రయుక్తాకారగోపనమ్॥ తె॥ ౧ఒళ్లుగగుర్పొడవడము మొదలైనవికారములనుఁ దెలియకుండాఁజేయడము-౨సిగ్గుజడుపు మొదలైనవాఁటిని దెలియకుండా చేయడము.

గ్రహణమ్-అ-న-ఉపలబ్ధిః-౨ఆదరః-౩గ్రహః-౪కరః-౫ఉపరాగః-౬స్వీకారః-౭వందీ॥

గ్రహణిః-ఇ-సీ-గ్రహణీరోగః॥

గ్రహణిరుక్-జ్-సీ-అతిసారరోగః-గ్రహణీరుగపిపాతః॥ తె॥ పాచనాలు.

గ్రహణీ-ఈ-సీ-అగ్న్యధిష్ఠాననాడీ-౨రోగవిశేషః॥

గ్రహణీహరమ్-అ-న-లవంగమ్॥

గ్రహద్రుమః-అ-పు-శాకవృక్షః॥
గ్రహనాయకః-అ-పు-శనిః-౨సూర్యః॥
గ్రహనాశః-అ-పు-వృక్షవిశేషః॥
గ్రహనాశనః-అ-పు-గ్రహనాశవృక్షః॥
గ్రహనేమిః-ఇ-పు-చంద్రః॥
గ్రహపతిః-ఇ-పు-సూర్యః-౨అర్కవృక్షః॥
గ్రహపుషః-అ-పు-సూర్యః॥
గ్రహభీతిజిత్-త్-పు-చీడానామగంధద్రవ్యమ్॥
గ్రహయాగః-అ-పు-గ్రహాణాంయజ్ఞః॥
గ్రహరాజః-అ-పు-అర్కః-౨చంద్రః॥
గ్రహాధారః-అ-పు-ధ్రువనక్షత్రమ్॥
గ్రహామయః-అ-పు-ఆవేశః-సతుభూతాదినాజాతరోగః॥
గ్రహాశీ-న్-పు-గ్రహనాశవృక్షః॥
గ్రహాహ్వయః-అ-పు-భూతాంకుశవృక్షః॥
గ్రహిలః-అ-త్రి-పిశాచగ్రస్తః॥ తె॥ దెయ్యముపట్టినవాఁడు.
గ్రహీతా-ఋ-త్రి-గ్రహణకర్తా॥
గ్రహీతుమ్-౦-౦-గ్రహణాయేత్యర్థే॥ తె॥ గ్రహించేటందుకు.
గ్రామః-అ-పు-సంగీతస్వరసమూహః-౨సంవసథః-౩సమూహః॥ తె॥ ౨పల్లెటూరు.
గ్రామకులాలికా-ఆ-స్త్రీ-గ్రామకులభావః-౨గ్రామకులకర్మ॥
గ్రామకులికా-ఆ-స్త్రీ-గ్రామకులాలభావః-౨గ్రామకులకర్మ॥
గ్రామకూటః-అ-పు-శూద్రః॥
గ్రామజనిష్పావీ-ఈ-స్త్రీ-నఖనిష్పావీ॥
గ్రామణీః-ఈ-స్త్రీ-నీలికా-౨పణ్యస్త్రీ॥
గ్రామణీః-ఈ-త్రి-అధిపతిః-౨ముఖ్యః-౩గ్రామేశః॥

గ్రామణీః-ఈ-పు-నాపితః-౨భోగికః॥ తె॥ ౧ మంగలివాఁడు.
గ్రామతక్షః-అ-పు-గ్రామాధీనః-౨కాష్ఠతట్
గ్రామతా-ఆ-స్త్రీ-గ్రామసమూహః॥
గ్రామధానమ్-అ-న-ఖర్వటమ్॥ తె॥ పల్లె.
గ్రామపుత్రికా-ఆ-స్త్రీ-గ్రామపుత్రభావః-౨గ్రామపుత్రకర్మ॥
గ్రామభృతః-అ-పు-గ్రామప్రేష్యః-సతుబ్రాహ్మణశ్చేత్ పంచమాబ్రాహ్మణః॥
గ్రామమద్గురికా-ఆ-స్త్రీ-శృంగీమత్స్యః-౨గ్రామయుద్ధమ్॥
గ్రామముఖః-అ-పు-హట్టః॥
గ్రామమృగః-అ-పు-కుక్కురః॥
గ్రామయాజకః-అ-పు-గ్రామస్థనానావర్ణానాంపురోహితః॥
గ్రామషణ్డికా-ఆ-స్త్రీ-గ్రామషండభావః-౨గ్రామషండకర్మ॥
గ్రామసింహః-అ-పు-శునకః॥ తె॥ కుక్క.
గ్రామస్థః-అ-త్రి-గ్రామవాసీ॥
గ్రామహాసకః-అ-పు-భగినీపతిః॥
గ్రామాధానమ్-అ-న-మృగయా॥
గ్రామాన్తమ్-అ-న-ఉపశల్యమ్॥ తె॥ మాలపల్లె.
గ్రామిణీ-ఈ-స్త్రీ-నీలీవృక్షః॥
గ్రామినః-అ-పు-గ్రామసంభూతః-౨వాయసః॥
గ్రామీ-న్-త్రి-గ్రామవిశిష్టః॥
గ్రామీణః-అ-పు-గ్రామసూకరః-౨కుక్కురః-౩కాకః॥
గ్రామీణః-అ-త్రి-గ్రామజనితః॥
గ్రామీణా-ఆ-స్త్రీ-నీలినీ-౨పాలంక్యశాకమ్॥ తె॥ నీలిచెట్టు.
గ్రామేయకః-అ-త్రి-గ్రామజనితః॥
గ్రామేయా-ఆ-స్త్రీ-గ్రామ్యనారీ॥

గ్రామేశః-అ-త్రి-గ్రామాధిపతిః॥

గ్రామ్యమ్-అ-న-రతిబంధవిశేషః॥ తె॥ ఒకానొకరతిబంధము.

గ్రామ్యః-అ-పు-దుత్తూరః-౨కుక్కుటాదిజాతిః॥ తె॥ ౧ఉమ్మెత్తచెట్టు-౨కోడి మొదలయినది.

గ్రామ్యః-అ-త్రి-కామజనితః-౨పామరవచనమ్॥ తె॥ ౧గ్రామమందైనది-౨తెలియనివాండ్లుచ్చరించునది.

గ్రామ్యకన్దః-అ-పు-గ్రామ్యాల్లః॥

గ్రామ్యకర్కటా-ఆ-సీ-కూష్మాండః॥

గ్రామ్యకుంకుమమ్-అ-న-కుసుంభమ్॥

గ్రామ్యకుమారికా-ఆ-సీ-గ్రామకుమారభావః-౨గ్రామకుమారకర్మ॥

గ్రామ్యకోశాతకీ-ఈ-సీ-హస్తికోశాతకీలతా॥ తె॥ పనుంగుబీర.

గ్రామ్యధర్మః-అ-పు-మైథునమ్॥

గ్రామ్యపశుః ఉ-పు-గ్రామ్యజాతజంతుః॥

గ్రామ్యమద్గురికా-ఆ-సీ-శృంగీమత్స్యః॥

గ్రామ్యమృగః-అ-పు-కుక్కురః॥

గ్రామ్యరాశిః-ఇ-పు- మిథునమ్-౨కన్యా-౩తులా-౪వృశ్చికః-౫ధనుః-౬కుంభః-౭రాత్రౌ మేషః వృషశ్చ॥

గ్రామ్యవల్లభా-ఆ-సీ-పాలంక్యశాకమ్॥

గ్రామ్యసూకరః-అ-(న)-గ్రామోత్పన్నవరాహః॥

గ్రామ్యా-ఆ-సీ-నీలీ-౨నిష్పావీ॥

గ్రామ్యాశ్వః-అ-పు-గర్దభః॥

గ్రావస్తుత్-త్-పు-హోతృగణఋత్విగ్విశేషః॥

గ్రావా-న్-పు-పర్వతః-౨పాషాణః-౩పాలంక్యః॥ తె॥ ౧కొండ-౨రాయి-౩పాలంకికూర.

గ్రావా-ఆ-సీ-పాలంక్యః॥ తె॥ పాలంకికూర.

గ్రాసః-అ-పు-కబలః॥ తె॥ కబళము.

గ్రాహః-అ-పు-అశ్వముఖమీనః-౨నక్రః-౩గ్రహణమ్-౪బంధనమ్-౫వరాహః-౬కూటః॥ తె॥ ౧గుఱ్ఱపుమూంతిమీను-౨మొసలి-౩పుచ్చుకోవడము-౪కట్టడము-౫పంది-౬శిఖరము.

గ్రాహకః-అ-పు-సితావరశాకమ్-౨హింస్రపక్షీ-౩వ్యాళగ్రాహీ॥

గ్రాహకః-అ-త్రి-గ్రహీతా॥

గ్రాహిణీ-ఈ-సీ-క్షుద్రదురాలభా-౨ఆమ్రమూలావృక్షః॥

గ్రాహిఫలః-అ-పు-కపిత్థవృక్షః॥ తె॥ వెలగచెట్టు.

గ్రాహీ-న్-పు-కపిత్థవృక్షః-౨దుత్తూరవృక్షః॥ తె॥ ౧వెలగచెట్టు-౨ఉమ్మెత్తచెట్టు.

గ్రాహీ-న్-త్రి-మలబంధకః-౨ధారకః-౩గ్రహణకర్తా॥

గ్రాహ్యమ్-అ-న-రతిబంధవిశేషః॥

గ్రివః-అ-పు-కిరణః॥

గ్రీవా-ఆ-సీ-కంధరా-౨కంఠశిరా॥ తె॥ ౧మెడ-౨మెడనరము.

గ్రీవీ-న్-(న)-ఉష్ట్రః॥

గ్రీవీ-న్-త్రి-ప్రశస్తగ్రీవాయుక్తః॥

గ్రీష్మః-అ-పు-గ్రీష్మర్తుః॥

గ్రీష్మజా-ఆ-సీ-లవణీ॥

గ్రీష్మపుష్పీ-ఈ-సీ-కరుణీపుష్పవృక్షః॥

గ్రీష్మభవా-ఆ-సీ-నవమల్లికా॥

గ్రీష్మసున్దరకః-అ-పు-శాకవిశేషః॥

గ్రీష్మసున్దరీ-ఈ-సీ-హంసపదీ॥ తె॥ హంసపాదిచెట్టు.

గ్రీష్మహాసమ్-అ-న-[illegible]ప్రతూలకమ్॥

గ్రీష్మీ-ఈ-సీ-నవమల్లికా॥

గ్రీష్మోద్భవా-ఆ-సీ-నవమల్లికా॥

గ్రైవమ్-అ-న-కంఠభూషా ॥ తె॥ స్త్రీలుమెడనువుంచుకొనే బంగారపుతీగె - నానున్న.

గ్రైవేయమ్-అ-న-కంఠభూషణమ్॥ తె॥ స్త్రీలుకంఠమునందువుంచేబంగారపుతీగె.

గ్రైవేయకమ్-అ-న-కంఠభూషా॥ తె॥ స్త్రీకంఠమునందుంచేబంగారపుతీగె, నానున్న.

గ్రైష్మీ-ఈ-సీ-నవమల్లికా॥

గ్రైష్మిన్-త్రి-గ్రీష్మసంబంధీ॥

గ్లస్తః-అ-త్రి-భక్షితః॥ తె॥ తినబడ్డది.

గ్లహః-అ-పు-పణః॥ తె॥ పందెము.

గ్లాతా-ఋ-త్రి-గ్లానియుక్తః॥

గ్లానః-అ-త్రి-రోగాత్ క్షీణదేహః॥

గ్లానా-ఆ-సీ-అవస్థావిశేషజన్యవృష్టివిశేషః॥

గ్లానిః-ఇ-సీ-వ్యభిచారిభావవిశేషః-౨పీడా॥

గ్లాస్నుః-ఉ-త్రి-రోగవాన్॥

గ్లేయః-అ-త్రి-గ్లానియోగ్యః॥

గ్లౌః-ఔ-పు-చంద్రః-౨కర్పూరః॥

ఘ

ఘమ్-అ-న-వాద్యమ్-౨అవ్యక్తమ్॥

ఘః-అ-పు-మేఘః-౨నినాఘః-౩కింకిణీ-౪ఘంటా-౫ఘట్టనమ్-౬శివః॥

ఘటః-అ-పు-కలశః-౨తీర్థమ్-౩నారికేలశిరః-౪సమాధిః॥ తె॥ ౧కుండ-౨రేవు-౩నారికేడపుమొవ్వు.

ఘటకః-అ-పు-వనస్పతిః-పుష్పేణవినాయఃఫలతిసః-౨యోజకః॥

ఘటచక్రమ్-అ-న-రతిబంధవిశేషః॥

ఘటప్లవః-అ-పు-శిగ్రువృక్షః॥ తె॥ మునగచెట్టు.

ఘటదాసీ-ఈ-సీ-కుట్టినీ॥

ఘటనా-ఆ-సీ-గజసమూహః-౨సంఘాతీకరణమ్॥

ఘటయోనిః-ఇ-పు-అగస్త్యమునిః॥

ఘటరాజః-అ-పు-కుంభః॥

ఘటా-ఆ-సీ-గజసమూహః-౨ద్విచతురాదిగజసంఘటనమ్-౩ఘటనా-౪గోష్ఠీ॥

ఘటాలావుః-ఉ-సీ-కుంభతుంబీ॥

ఘటికమ్-అ-న-నితంబః॥

ఘటికా-ఆ-సీ-కాలవిశేషః-౨గుహాలీ-౩దుగ్ధపాషాణః-౪పాకశుక్లా-౫బంధికాగ్రంథిః-౬నద్యాదితరణయోగ్యసాధనవిశేషః॥ తె॥ ౧గడియసేపు-౨పోకచెక్క-౫చిలుకుండలబుడిపెలు.

ఘటితమ్ అ-న-హస్తిఘటః-౨పాటితమ్-౩స్యూతమ్॥

ఘటినీ-ఈ-సీ-దుగ్ధపాషాణః॥ తె॥ ఉల్లిపాషాణము.

ఘటీ-ఈ-సీ-కలశః-౨ముహూర్తార్ధకాలః-౩దుగ్ధపాషాణః-౪అల్పఘటః-౫బంధికాగ్రంథిః॥ తె॥ ౧కుండ-౨గడియసేపు-౩ఉల్లిపాషాణము-౪పిడత-౫చీలముండబుడిపె.

ఘటీకారః-అ-పు-ఆఘటమ్ఘటమ్కరోతియః సకులాలః॥

ఘటీయన్త్రమ్-అ-న-ఉద్ఘాటనమ్॥ తె॥ నూతిగిలుక-పతమున్న.

ఘటోద్దికా-ఆ-సీ-వేశ్యావిటసంధానకర్త్రీ॥ తె॥ కుంటెనకత్తె.

ఘటోత్కచః-అ-పు-రాక్షసవిశేషః - సతుహిడింబారాక్షసీగర్భేభీమసేనాజ్జాతః

ఘటోత్కచాన్తకః-అ-పు-కర్ణరాజః॥

ఘటోదకః-అ-పు-నారికేలవృక్షః॥ తె॥ కొబ్బరిచెట్టు.

ఘటోదరమ్-అ-న-(స్త్రీ)దౌర్భాగ్యలక్షణమ్॥

ఘటోద్భవః-అ-పు-అగస్త్యమునిః॥

ఘట్టః-అ-పు-శుల్కస్థానమ్ ॥ తె ॥ సుంకరిమెట్టు.

ఘట్టగా-ఆ-సీ-నదీభేదః॥

ఘట్టజీవీ-న్-పు-వర్ణసంకరజాతివిశేషః-సతువైశ్యాయామ్రజకాజ్జాతః॥

ఘట్టనా-ఆ-సీ-చలనా-౨వృత్తిః॥

ఘట్టికా-ఆ-సీ-గలశుండీ॥ తె॥ గొంతుకపోఁక.

ఘట్టితమ్-అ-న-చుంబనవిశేషః॥

ఘణ్టః-అ-పు-స్వనామఖ్యాతవ్యంజనవిశేషః

ఘణ్టకః-అ-పు-క్షుపవిశేషః-ఘంటకర్ణోపిపారః॥

ఘణ్టా-ఆ-సీ-వరణా-౨గోలీఢః-౩బదరమ్-౪పూగమ్॥ తె॥౧పిడిగంట-౨మొక్కపుచెట్టు-౩రేఁగుచెట్టు-౪పోఁకచెట్టు.

ఘణ్టాకః-అ-పు-ఘంటాపాటలివృక్షః॥

ఘణ్టాకర్ణః-అ-పు-శివగణవిశేషః॥

ఘణ్టాపథమ్-అ-న-నేత్రమూలమ్ ॥ తె॥ ముక్కువైపుకొలికి.

ఘణ్టాపథః-అ-పు-దశధనుర్విస్తారగజఘోటకసాధారణమార్గః॥ తె॥ పదిబారలువెడల్పుఁగలయేనుఁగులుగుఱ్ఱాలునడిచేమార్గము.

ఘణ్టాపాటలః-అ-పు-గోలీఢవృక్షః॥ తె॥ మొక్కపుచెట్టు.

ఘణ్టాపాటలిః-ఇ-పు-గోలీఢవృక్షః॥ తె॥ మొక్కపుచెట్టు.

ఘణ్టాబీజమ్-అ-న-జయపాలః॥

ఘణ్టాభిదా-ఆ-సీ-గోరక్షతుంబీలతా॥ తె॥ కుండానుఁగుచెట్టు.

ఘణ్టారవా-ఆ-సీ-కింకిణీ॥ తె॥ గిలుకచెట్టు.

ఘణ్టాలీ-ఈ-సీ-కోశాతకీ-౨ఘంటాశ్రేణీచ

ఘణ్టాశబ్దమ్-అ-న-కాంస్యమ్॥ తె॥ కంచు.

ఘణ్టాశీర్షః-అ-పు-వైతాళికవిశేషః॥ తె॥ మేలుకొలుపులుపాడేవాఁడు.

ఘణ్టికా-ఆ-సీ-లంబికా-౨తాలూర్ధ్వసూక్ష్మజిహ్వా॥

ఘణ్టికీబీజమ్-అ-న-జయపాలః॥

ఘణ్టుః-ఉ-పు-గజఘంటా-౨ప్రతాపః॥

ఘణ్టేశ్వరః-అ-పు-దేవతావిశేషః-సతుమంగళపుత్రః-౨వ్రణదాతాచ॥

ఘణ్డః-అ-పు-భ్రమరః॥

ఘతనః-అ-త్రి-బహ్వాసీ॥ తె॥ తిండిపోఁతు.

ఘనమ్-అ-న-కాంస్యతాలాదివాద్యమ్-౨మధ్యఃకృతనృత్తగీతవాద్యలయః-౩దధిమధ్యభాగః॥ తె॥౩తోడుబెట్టినకుండలోఅడుగుదిపైదిగాకనడిమిపెరుగు.

ఘనః-అ-పు-మేఘః-౨లోహముద్గరః-౩గుణకారవిశేషః-౪ముస్తా-౫అగ్నిజాతఘోరరూపమేఘః॥ తె॥౧మేఘము-౨కుఱుచయినుపదుడ్డు-౩వర్గుతిరిగిగుణించడము-౪తుంగముస్తె.

ఘనః-అ-త్రి-సాంద్రః-౨కఠినః-౩అధికః॥ తె॥౧దట్టనతరుచుగలది.

ఘనకఫః-అ-పు-కరకా॥

ఘనకాలః-అ-పు-వర్షర్తుః॥

ఘనగోలకః-అ-పు-సంశ్లిష్టరజతసువర్ణమ్॥

ఘనజమ్బాలః-అ-పు-చులుకః॥

ఘనజ్వాలా-ఆ-సీ-మేఘదీప్తిః॥

ఘనడిణ్డిమః-అ-పు-కాకనాసికాలతా॥ తె॥ కాకిదొండతీఁగె.

ఘనతాలః-అ-పు-సారంగపక్షీ ॥ తె ॥ వానకోయిల.

ఘనతోలః-అ-పు-చాతకపక్షీ॥ తె॥ వానకోయిల.

ఘనత్వక్-చ్-పు-ఉత్పాదనవృక్షః॥ తె॥ లొద్దుగుచెట్టు.

ఘనద్రుమః-అ-పు-వికంటకవృక్షః॥

ఘననాభిః-ఇ-పు-ధూమః॥

ఘనపత్రః-అ-పు-పునర్ణవా॥

ఘనపల్లవః-అ-పు-శిగ్రువృక్షః॥ తె॥ మునఁగచెట్టు.

ఘనపాషణ్డః-అ-పు-మయూరః॥

ఘనపుష్పః-అ-పు-శిగ్రువృక్షః॥ తె॥ మునఁగచెట్టు,

ఘనఫలః-అ-పు-వికంటకవృక్షః॥

ఘనమూలమ్-అ-న-ఘనభాగహారః॥ తె॥ ఘనాధికారమునకుమూలము తేవడము.

ఘనమూలః-అ-పు-మోరటః॥

ఘనరవః-అ-పు-కంకపక్షీ॥ తె॥ ఱాబులుఁగు.

ఘనరసమ్-అ-న-మోరటమ్-౨కర్పూరః-౩నిర్యాసః॥

ఘనరసః-అ-త్రి-సాంద్రః॥ తె॥ దట్టమైనది.

ఘనరసః-అ-(సీ)-జలమ్॥ తె॥ నీళ్లు.

ఘనరసః-అ-పు-సమ్యక్సిద్ధరసః॥

ఘనవల్లికా-ఆ-సీ-విద్యుత్॥

ఘనవల్లీ-ఈ-సీ-అమృతస్రవాలతా॥

ఘనవాతః-అ-పు-నరకభేదః॥

ఘనవాసః-అ-పు-కూష్మాండః॥

ఘనవాహనః-అ-పు-శివః-౨ఇంద్రశ్చ॥

ఘనశ్యామః-అ-త్రి-నిబిడకృష్ణవర్ణః-౨యౌగికోఽయంశబ్దః-శ్రీరామకృష్ణయోర్బోధకః॥

ఘనసారః-అ-పు-కర్పూరః-౨గర్దభః-౩దక్షిణావర్తపారదః-౪వృక్షభేదః-౫జలమ్॥

ఘనస్కన్ధః-అ-పు-కోశామ్రవృక్షః॥

ఘనస్వనః-అ-పు-తండులీయశాకః-౨మేఘశబ్దః॥ తె॥ ౧చిఱ్ఱికూరచెట్టు-౨ఉరుము.

ఘనా-ఆ-సీ-మాషపర్ణీ-౨రుద్రజటా॥

ఘనాకరః-అ-పు-వర్షాకాలః॥

ఘనాఘనః-అ-త్రి-సాంద్రః॥ తె॥ దట్టమైనది.

ఘనాఘనః-అ-పు-ఇంద్రః-౨వర్షుకమేఘః-౩ఘాతుకమత్తేభః-౪పర్వతః-౫సంపత్-౬కవాటమ్-౭దానశీలః॥ తె॥ ౨వర్షించేమేఘము - ౩అనేకహింసలుచేసేను దించినఏనుఁగ.

ఘనాఘనా-ఆ-సీ-కాకమాచీ॥

ఘనాత్యయః-అ-పు-శరత్కాలః॥

ఘనామయః-అ-పు-ఖర్జూరవృక్షః॥

ఘనామలః-అ-పు-వాస్తూకశాకః॥

ఘనాశ్రయః-అ-పు-ఆకాశమ్॥ తె॥ ఆకసము.

ఘనోదధిః-ఇ-పు-నరకభేదః॥

ఘనోపలః-అ-పు-కరకః॥ తె॥ వడగండ్లు.

ఘరట్టః-అ-పు-చక్రికాయంత్రమ్॥ తె॥ తిరగలి

ఘర్ఘటః అ-పు-మత్స్యవిశేషః॥

ఘర్ఘరమ్-అ-న-అద్భుతరసజాతహాసః॥

ఘర్ఘరః-అ-పు-ద్విత్రితలకవాటః-౨వర్షణధ్వనిః-౩వాద్యవిశేషః-౪ఘూకః॥

ఘర్ఘరకః-అ-పు-ఘర్ఘరనదః॥

ఘర్ఘరా-ఆ-సీ-క్షుద్రఘంటికా-౨వీణాభేదః

ఘర్ఘరికా-ఆ-సీ-క్షుద్రఘంటికా-౨భృష్టధాన్యమ్-౩నదీవిశేషః-౪వాదిత్రదండః-౫వాద్యప్రభేదః॥

ఘర్ఘుఘా-ఆ-సీ-యమకీటః॥

ఘర్పరకః-అ-పు-ఘూకః॥ తె॥ గుడ్లగూబ.

ఘర్పరికా-ఆ-సీ-వాద్యలగుడః-౨వాద్యవిశేషః-౩క్షుద్రఘంటికా-౪భృష్టధాన్యమ్-౫నదీవిశేషః॥ తె॥ ౧వాయించేకజ్జ-౨భేరీవాద్యము-౪అటుకులు.

ఘర్మః-అ-పు-స్వేదః-౨గజహృదయజాతమదః-౩ఆతపః-౪గ్రీష్మః-౫ఊష్మా-౬వా

సరః॥ తె॥ ౧ చెమట-౨ పసుపుగకుహ్వాదయ మంచుబుట్టేనుదము - ౩ ఎండ-౪ గ్రీష్మము-౫ వెట్ట-౬ వారము.

ఘర్మవిచర్చికా-ఆ-సీ-ఘర్మవిచర్చీ-౨ ఘర్మచర్చికా॥

ఘర్మాన్తః-అ-పు-వర్షాకాలః॥

ఘర్మాన్తకాముకీ-ఈ-సీ-బలాకా॥

ఘర్షణమ్-అ-న-ఘర్షణః॥

ఘర్షణాలః-అ-పు-శిలాపుత్రః॥

ఘర్షణీ-ఈ-సీ-హరిద్రా॥

ఘల్లరీముఖమ్-అ-న-రతిబంధవిశేషః॥

ఘసిః-ఇ-పు-ఆహారః॥

ఘస్మరః-అ-త్రి-బహ్వాసీ॥ తె॥ తిండిపోతు.

ఘస్రమ్-అ-న-కుంకుమమ్॥

ఘస్రః-అ-(సీ)-దినమ్॥

ఘస్రః-అ-త్రి-హింస్రః॥

ఘా-ఆ-సీ-భూః-౨ వార్తా-౩ ఘాతః-౪ కా-౫ ధీ

ఘాటః-అ-పు-ఘాటా॥

ఘాటా-ఆ-సీ-కంఠపశ్చాద్భాగః॥

ఘాటిః-ఇ-సీ- కిణః-౨ శవథః-౩ ఏకగృహమ్॥ తె॥ ౧ గాయపుకాయ-౨ వట్టు.

ఘాటికా-ఆ-సీ-ఘాటా॥

ఘాటీ-ఈ-సీ-కంఠపశ్చాద్భాగః॥

ఘాణ్టికః-అ-పు-వైతాళికవిశేషః॥ తె॥ నిద్రమేలుకొలిపేవాఁడు.

ఘాతమ్-అ-న-పుష్కరిణీ॥

ఘాతః-అ-పు-మారణమ్-౨ గుణకారః-౩ ప్రహారః-౪ కాండః॥ తె॥ ౧ నలుచదరపుబావి

ఘాతిః-అ-త్రి-గుణకారవాన్॥

ఘాతకః-అ-త్రి-హననకర్తా॥

ఘాతనమ్-అ-న-హననమ్-౨ యజ్ఞార్థపశువధః

ఘాతనః-అ-త్రి-వధకర్తా॥

ఘాతిః-ఇ-పు-పక్షిబంధనమ్-౨ ప్రహరణమ్॥

ఘాతికా-ఆ-సీ-పరిఘా॥ తె॥ అగడిత॥

ఘాతిపక్షీ-న్-పు-శ్యేనపక్షీ॥ తె॥ డేగపిట్ట.

ఘాతుకః-అ-త్రి-హింసాశీలః-౨ పరపీడారతః॥

ఘాత్యమ్-అ-త్రి-హననయోగ్యమ్॥

ఘారుః-అ-పు-చంద్రః-౨ వ్యోమ॥ తె॥ ౧ చందురుఁడు-౨ ఆకసము.

ఘారికా-ఆ-సీ- గుడపిష్టాదికృతాపూపః॥ తె॥ అప్పాలు.

ఘార్త్తికః-అ-పు-ఘృతపూరః॥

ఘాసః-అ-పు-తృణమ్॥ తె॥ గడ్డి.

ఘాసిః-ఇ-పు-అగ్నిః॥

ఘీత్కృతమ్-అ-న-గజధ్వనిః॥

ఘుః-ఉ-పు-ధ్వనిః॥

ఘుటః-అ-పు-గుల్ఫః॥ తె॥ చీలమండ.

ఘుటిః ఇ-సీ-పార్ష్ణిః॥ తె॥ మడమ.

ఘుటికః-అ-పు-గుల్ఫః॥ తె॥ చీలమండ.

ఘుటికా-ఆ-సీ-గులికా-౨ గుల్ఫః॥ తె॥ ౧ ఉండ-౨ చీలమండ.

ఘుటీ-ఈ-సీ-గుల్ఫః॥ తె॥ చీలమండ॥

ఘుణః-అ-పు-కాష్ఠభవకీటః॥ తె॥ నుసిపురుగు, కఱ్ఱలోఁబుట్టినపురుగు.

ఘుణవల్లభా-ఆ-సీ-అతివిషా॥

ఘుణ్టః-అ-పు-గుల్ఫః॥ తె॥ చీలమండ.

ఘుణ్టకః అ-పు-గుల్ఫః॥ తె॥ చీలమండ.

ఘుణ్టికమ్-అ-న-వనస్థకరీషమ్॥

ఘుణ్ణః-అ-పు-భ్రమరః॥

ఘుర్ఘురః-అ-పు-వనవరాహధ్వనిః॥ తె॥ అడవిపందిగ్రోఁత.

ఘుర్ఘురీ-ఈ-సీ-జలజంతువిశేషః॥

ఘులఘులారవః-అ-పు-పారావతభేదః॥

ఘులఞ్చః-అ-పు-గవేధుకా॥

ఘుషితమ్-అ-త్రి-శబ్దితమ్॥

ఘుష్టమ్-అ-త్రి-శబ్దితమ్॥
ఘుసృణమ్-అ-న-కుంకుమమ్॥
ఘూకః-అ-పు-ఉలూకపక్షీ॥ తె॥ గుడ్లగూబ.
ఘూకమార్జారలోచనే-అ-న-భర్తృహంత్రీలక్షణమ్॥ తె॥ ఏనమండ్రముగండ్లను జంపెకుగులుతు, అనఁగా నెనిమిదిమను వులుపోవుచుగువ.
ఘూకారిః-ఇ-పు-కాకః॥ తె॥ కాకి.
ఘూకావాసః-అ-పు-శాకోటవృక్షః॥ తె॥ పెద్దపేఁకుచెట్టు.
ఘూర్ణః-అ-పు-గ్రీష్మసుందరకః-భ్రమణం
ఘూర్ణనమ్-అ-న-భ్రమః॥ తె॥ గిరగిరతిరగడము.
ఘూర్ణాయమానః-అ-త్రి-భ్రామ్యమాణః॥
ఘూర్ణిః-ఇ-సీ-భ్రమః॥ తె॥ గిరగిరతిరగడము
ఘూర్ణితః-అ-త్రి-ప్రచలాయితః॥ తె॥ కునికిపాట్లుపడేవాఁడు.
ఘూర్ణ్యమానః-అ-త్రి-భ్రామ్యమాణః॥
ఘృణా-ఆ-సీ-కరుణారసః-జుగుప్సా॥
ఘృణావాసః-అ-పు కుష్మాండః॥
ఘృణావాసః-అ-త్రి-ఘృణాయుక్తః॥
ఘృణిః-ఇ-పు-కిరణః-జ్వాలా॥
ఘృణీయా-ఆ-సీ-ఘృణార్థకమ్-జుగుప్సా॥ తె॥ ఏవగవడము-అపవగించడము.
ఘృతమ్-అ-న-జలమ్-ఆజ్యమ్-3 ప్రదీప్తమ్-రక్షితమ్॥
ఘృతః-అ-త్రి-దీప్తః-సేచకః॥
ఘృతః-అ-పు-సూర్యః-సంసారః॥
ఘృతకరఞ్జః-అ-పు-కరంజభేదః॥
ఘృతకుమారికా ఆ-సీ-ఘృతకుమారీ॥
ఘృతకుమారీ-ఈ-సీ-స్వనామఖ్యాతగుల్మః॥
ఘృతదీధితిః-ఇ-పు-అగ్నిః॥
ఘృతపత్రకః-అ-పు-ప్రకీర్యవృక్షః॥ తె॥ నెమలడుఁగుద్రూను.

ఘృతపర్ణకః-అ-పు-ఘృతకరంజః॥
ఘృతపూరః-అ-పు-పిష్టకవిశేషః॥
ఘృతపూర్ణకః-అ-పు-కరంజవృక్షః॥
ఘృతమణ్డలికా-ఆ-సీ-హంసపదీవృక్షః॥
ఘృతమణ్డా-ఆ-సీ-వాయసోలీవృక్షః॥
ఘృతవరః-అ-పు-ఘృతపూరః॥
ఘృతా-ఆ-సీ-ఘృతమండా॥
ఘృతాచీ-ఈ-సీ-అప్సరోవిశేషః॥
ఘృతాచీగర్భసమ్భవా-ఆ-సీ-స్థూలైలా॥
ఘృతాహ్వః-అ-పు-సరలద్రవః॥
ఘృతేలీ-ఈ-సీ-కీటవిశేషః-తైలపాయికా ఇతికేచిత్॥
ఘృతైధికా-ఆ-సీ-కపిలవర్ణపిపీలికా॥ తె॥ చీమలలో భేదము.
ఘృతోదః-అ-పు-ఘృతసముద్రః॥
ఘృష్టః-అ-త్రి-ఘర్షితః॥
ఘృష్టకమ్-అ-న-ఆలింగనవిశేషః॥ తె॥ కౌఁగిలింత.
ఘృష్టి-ఇ-న-జ్ఞాపనమ్॥ తె॥ జ్ఞప్తి.
ఘృష్టిః-ఇ-సీ-ఏకవారప్రసూతాగౌః-ఘర్షణమ్॥ తె॥ తొలియీఁతయావు-ఒరాయుట.
ఘృష్టిః-ఇ-పు-కిరణః-సూకరః॥ తె॥ కిరణము-పంది.
ఘృష్టిలా-ఆ-సీ-చిత్రపర్ణికా-పృశ్నిపర్ణీ॥
ఘృష్విన్-(న)-సూకరః॥
ఘుఙ్ఘులికా-ఆ-సీ-క్రౌంచాదనమ్॥
ఘోటః-అ-(న)-ఘోటకః॥
ఘోటకః-అ-(న)-పశువిశేషః॥
ఘోటజటీ-ఈ-సీ-ఘోటా॥ తె॥ గొట్టెచెట్టు.
ఘోటా-ఆ-సీ-ఘోటజటీ॥ తె॥ గొట్టెచెట్టు.
ఘోటికా-ఆ-సీ-వృక్షభేదః॥
ఘోటీ-ఈ-సీ-అశ్వస్త్రీ॥ తె॥ ఆఁడుగుఱ్ఱము.

ఘోణః-అ-పు-గోపతిః॥ తె॥ అచ్చుబోసిన యాబోతు.

ఘోణా-ఆ-సీ-నాసికా-౨రథకర్ణికా॥ తె॥ ౧ ముక్కు-౨రథచక్రము యొక్క వుండ.

ఘోణికాపుత్రః-అ-పు-కళాశాస్త్రకర్తృవిశేషః॥ తె॥ కళాశాస్త్రము చేసినవాఁడు

ఘోణీ-ఈ-సీ-కుంభీరమక్షికా॥ తె॥ నీరుపట్టుయీఁగ.

ఘోణీ-న్-పు-సూకరః॥ తె॥ పంది.

ఘోంటా-ఆ-సీ-బదరీవృక్షః-౨బదరీఫలమ్-౩క్రముకవృక్షః॥ తె॥ ౧రేఁగుచెట్టు-౨రేఁగుబండు-౩పోఁకచెట్టు.

ఘోనసః-అ-పు-గోనసః-౧తిలిత్ససర్పః॥

ఘోరమ్-అ-న-భయానకరసః॥ తె॥ భయానకరసము.

ఘోరః-అ-పు-హరః-౨దేశవిశేషః-౩రంగమ్-౪కురంగః॥ తె॥ ౧హరుఁడు-౨దేశవిశేషము-౩జగడము జేయుతావు-౪జింక

ఘోరః-అ-త్రి-భయానకరసవాన్॥ తె॥ భయపెఱచునది.

ఘోరణ్యాసీ-న్-పు-గృహస్థవిశేషః॥ తె॥ గేస్తులలోనివిశేషము.

ఘోరదర్శనః-అ-త్రి-భయానకరూపే॥

ఘోరదర్శనః-అ-(న)ఉలూకః॥ తె॥ గుడ్లగూబ

ఘోరదర్శనః-అ-పు-వ్యాఘ్రః॥ తె॥ పెద్దపులి

ఘోరధ్వనిః-ఇ-పు-బడబాగ్నిః॥ తె॥ సముద్రమునందుబడబాగ్ని.

ఘోరపుష్పమ్-అ-న-కాంస్యమ్-ఘోరఘుష్యమపి పాఠః॥ తె॥ కంచు.

ఘోరరాసనః-అ-పు-శృగాలః॥ తె॥ నక్క.

ఘోరరాసీ-న్-పు-శృగాలః॥ తె॥ నక్క.

ఘోరరూపిణీ-ఈ-సీ-బ్రహ్మధనుః॥ తె॥ బ్రహ్మదేవునివిల్లు.

ఘోరా-ఆ-సీ-అశ్వప్రోథమ్-౨రాత్రిః-౩దేవదాలీలతా-౪భయానకా చ॥ తె॥ ౧ గుఱ్ఱపుముక్కు.

ఘోరితః-అ-పు-నిద్రితేన క్రియమాణశ్శబ్దవిశేషః॥ తె॥ నిద్రలోగుఱ్ఱు.

ఘోలమ్-అ-న-గోరసః॥ తె॥ చల్ల.

ఘోలీ-ఈ-సీ-కపిత్థపత్రా॥ తె॥ చేతలాసిచెట్టు.

ఘోషమ్-అ-న-కాంస్యమ్॥ తె॥ కంచు.

ఘోషః-అ-పు-ఆభీరపల్లీ-౨ఘోషణా-౩మూషకః-౪గోపాలః॥ తె॥ ౧గొల్లపల్లె-౨చాటడము-౩ఎలుక-౪గొల్లవాఁడు.

ఘోషః-అ-(సీ)-శతపుష్పికా-౨కాంస్యరవః ౩క్ష్వేలా॥ తె॥ ౧పెద్దసదాపచెట్టు-౨కంచుమ్రోత-౩సింహనాదము.

ఘోషకః-అ-పు-ఘోషాలతా॥

ఘోషకాకృతిః-ఇ-పు-ఘోషకః॥

ఘోషణా-ఆ-సీ-ఉచ్చైర్ఘుష్టమ్॥ తె॥ చావడము.

ఘోషయిత్నుః-ఉ-పు-బ్రాహ్మణః-౨కోకిలః-౩వందీ॥

ఘోషవతీ-ఈ-సీ-వీణా॥

ఘోషవాన్-న్-త్రి-శబ్దవిశిష్టః॥

ఘోషా-ఆ-సీ-ఘోటజటీ-౨సుపవీ-౩ధ్వనిః-౪మేఘనాదః॥ తె॥ ౧గోొట్లచెట్టు-౨నల్లజీలకఱ్ఱచెట్టు-౩చప్పుడు-౪చిఱ్ఱికూర.

ఘోషాతికీ-ఈ-సీ-శ్వేతఘోషా॥

ఘోషికః-అ-పు-జలసూకరః॥ తె॥ నీరుపంది.

ఘ్రాణమ్-అ-న-జ్ఞానేంద్రియవిశేషః-౨నాశికా॥ తె॥ ౧ముక్కుననుండింద్రియము-౨ముక్కు.

ఘ్రాణః-అ-త్రి-ఘ్రాతః॥ తె॥ వాసనచూడఁబడ్డది.

ఘ్రాణతర్పణః-అ-పు-సుగంధిః॥

ఘ్రాణదుఃఖదా-ఆ-సీ-ఛిక్కణీ॥

ఘ్రాతః-అ-త్రి-ఘ్రాణః॥ తె॥ వాసనచూడఁబడ్డది.

ఘ్రాతిః ఇ సీ-నాసికా॥ తె॥ ముక్కు.

ఙ

ఙమ్-అ-న-అంజనమ్-౨వేణునాదః-౩ శాశ్వతమ్॥ తె॥ ౧కాటుక-౨పిల్లనగ్రోవిశబ్దము-౩స్థిరము.

ఙః-అ-పు-భైరవః-౨విషయః-౩జనః॥ తె॥ ౧ భైరవుఁడు, భయమున్ను- ౨దేశము, శబ్దాదులు-౩జనము.

చ

చ-౦-౦-పాదపూరణమ్-౨ఇతరవ్యవచ్ఛేదః ౩అన్వాచయః-౪సమాహారః-౫ఇతరేతరమ్-౬సముచ్చయః-౭చేదర్థః-౮అవధారణమ్-౯భేదః-౧౦ హేతుః - ౧౧తుల్యయోగః-౧౨వినియోగః-౧౩పానరుక్త్యర్థః-౧౪ప్రభా-౧౫శోభా॥ తె॥ ౧ పాదపూర్తియందు వచ్చెడు అవ్యయము-౨అయ్యే వే-౩అదివుండగాయిదిన్ని-౪అవయవములకు ప్రాధాన్యములేక సమూహప్రాధాన్యము-౫అన్నిటికిన్ని పరస్పర ప్రాధాన్యము - ౬అదిన్నియిది న్ని-౭అట్లాయెనా-౮నిశ్చయము-౯విశేషము-౧౦ కారణము - ౧౧తుల్యయోగము-౧౨ఆజ్ఞ - ౧౩మరలయనుట - ౧౪ దీప్తి-౧౫కాంతి.

చమ్-అ-న-శోణితమ్॥ తె॥ నెత్తురు.

చః-అ-పు-ఈశ్వరః-౨చకోరః-౩తురుష్కః-౪చంద్రమాః॥ తె॥ ౧ఈశ్వరుఁడు - ౨వెన్నెలపులుఁగు-౩తుఱకవాఁడు - ౪చందురుఁడు.

చః-అ-త్రి-విమలః-౨శిక్షకః॥ తె॥ ౧నిర్మలము ౨శిక్షించువాఁడు.

చకః-అ-పు-చంద్రః-౨కిరీటమ్॥ తె॥ ౧చందురుఁడు-౨కిరీటము.

చకితమ్-అ-న-భయమ్॥ తె॥ వెఱపు, భయమున్ను.

చకితః-అ-త్రి-భీరుః॥ తె॥ భయపడేవాఁడు.

చకుః-ఉ-పు-కపింజలపక్షీ॥ తె॥ తెక్కలమొందుచిత్రవర్ణముగలబట్టవన్నెపులుఁగు.

చకోరః-అ-(న)-పక్షివిశేషః॥

చకోరః-అ-పు-జ్యోత్స్నాప్రియపక్షీ॥ తె॥ వెన్నెలపులుఁగు.

చకోరకః-అ-(న)-చకోరపక్షీ॥ తె॥ వెన్నెలపులుఁగు.

చకోరాశా-ఆ-సీ-చంద్రికా॥ తె॥ వెన్నెల.

చక్రమ్-అ-న-జలభ్రమః-౨జలనిర్గమః- ౩సమూహః-౪రథాంగమ్-౫ చతురంగబలసమూహః-౬చక్రాయుధమ్-౭తిలయంత్రమ్-౮రాష్ట్రమ్ -౯గ్రామజాలమ్-౧౦యుద్ధమ్-౧౧కుంభకారయంత్రమ్॥ తె॥ ౧సీటిసుడి-౨తూము- ౩సముదాయము-౪బండికల్లు - ౫ఏనుఁగు, గుఱ్ఱము, తేరు, కాలిబలము, ఇదిచతురంగబలము ౬సుదర్శనము-౭గానుగు-౮గ్రామసముదాయము-౧౦ పెనుకువ - ౧౧కుమ్మరసారె.

చక్రః-అ-పు-చక్రవాకపక్షీ॥ తె॥ జక్కవపిట్ట

చక్రకః-అ-త్రి-తర్కవిశేషః-తస్యలక్షణమ్ యథా - స్వాపేక్షణీయాపేక్షితసాపేక్షితత్వనిబంధనప్రసంగత్వమ్-అపేక్షాచక్షప్తౌఉత్పత్తౌస్థితౌచగ్రాహ్యః॥

చక్రకారకమ్-అ - న - వ్యాఘ్రనఖమ్॥ తె॥ వ్యాఘ్రనఖమనే గ్రంథ్యము.
చక్రకుల్యా-ఆ-స్రీ-చిత్రపర్ణీ॥
చక్రగజః-అ-పు-చక్రమర్దవృక్షః॥
చక్రగణ్డుః-ఉ-పు- వర్తులాకారోపధానమ్॥
చక్రగుచ్ఛః-అ-పు-అశోకవృక్షః॥
చక్రజీవకః-అ-పు-కుంభకారః॥
చక్రదంష్ట్రః-అ-పు-సూకరః॥
చక్రదన్తీ-ఈ-స్రీ-దంతీవృక్షః॥
చక్రదన్తీబీజమ్-అ-న-జయపాలః॥
చక్రధరః-అ-పు-విష్ణుః-౨సర్పః॥ తె॥ ౧విష్ణువు-౨పాము.
చక్రధరః-అ-త్రి-గ్రామజాలికః॥
చక్రనఖః-అ-పు- వ్యాఘ్రనఖనామగంధద్రవ్యమ్॥
చక్రనామా-న్-పు-మాక్షికధాతుః॥
చక్రనాయకః-అ-పు-వ్యాఘ్రనఖః॥
చక్రన్దా-ఆ-స్రీ-అజగంధినీ ॥ తె ॥ వాయింటచెట్టు.
చక్రపక్షః-అ-పు-హంసః॥ తె॥అంచ.
చక్రపద్మాటః-అ-పు-చక్రమర్దకవృక్షః॥
చక్రపరివ్యాధః-అ-పు-ఆరగ్వధవృక్షః॥ తె॥ రేలచెట్టు.
చక్రపర్ణీ-ఈ-స్రీ-చక్రకుల్యాలతా॥
చక్రపాణిః-ఇ-పు-విష్ణుః ॥ తె ॥ నారాయణుఁడు.
చక్రపాదః-అ-పు-రథః-౨గజః॥ తె॥ ౧అరదము-౨ఏనుఁగు.
చక్రపుఙ్ఖః-అ-పు-బాణః॥ తె॥అమ్ము.
చక్రపుష్కరిణీ-ఈ-స్రీ-మణికర్ణికా॥
చక్రఫలమ్-అ-న-అస్త్రవిశేషః॥
చక్రబన్ధుః-ఉ-పు-సూర్యః॥
చక్రబాన్ధవః-అ-పు-సూర్యః॥ తె॥రవి.

చక్రభృత్-త్-పు-విష్ణుః॥ తె॥విష్ణువు.
చక్రభేదినీ-ఈ-స్రీ-రాత్రిః॥ తె॥రాతిరి.
చక్రమణ్డలీ-న్-పు-అజగరసర్పః॥ తె॥ కొండచిలువ.
చక్రమర్దః-అ-పు-తృణవిశేషః॥
చక్రమర్దకః-అ-పు-ప్రపున్నాటః॥ తె॥ తగిరిసెచెట్టు.
చక్రయానమ్-అ-న-రథాది- ౨చక్రయుక్తవాహనమ్॥
చక్రరదః-అ-పు-సూకరః॥ తె॥పంది.
చక్రరేఖా-ఆ-స్రీ-రాజపత్నీలక్షణమ్॥ తె॥రాజభార్యలక్షణము.
చక్రలక్షణా-ఆ-స్రీ- గుడూచీలతా॥ తె॥ తిప్పతీఁగె.
చక్రలతామ్రః-అ-పు-బద్ధరసాలవృక్షః॥
చక్రలా-ఆ-స్రీ-ఉచ్చటా॥ తె॥ గుండ్రతుంగముస్తె.
చక్రవక్త్రమ్-అ-న-దరిద్రవతీలక్షణమ్॥ తె॥ పేదరాలగుటకుగుఱుతు.
చక్రవర్తమ్-అ-న-చక్రవర్తినీశాకమ్॥ తె ॥ చక్రవర్తిచెట్టు.
చక్రవర్తినీ-ఈ-స్రీ- జనీనామగంధద్రవ్యమ్-౨అలక్తకః-౩జటామాంసీ॥
చక్రవర్తీ-న్-పు-సప్తద్వీపసహితభూపాలకహరిశ్చంద్రాదిః-౨శాకవిశేషః-౩తృణవిశేషః॥ తె ॥ ౧పదుదీవులతోఁగూడిన పుడమి నేలుహరిశ్చంద్రాదులు-౨చక్రవర్తికూర-౩ఒకవిధమగుకసవు.
చక్రవాకః-అ-(న)-పక్షివిశేషః॥
చక్రవాకః-అ-పు-కోకః॥ తె॥జక్కవపిట్ట.
చక్రవాటః-అ-పు-క్రియారోహః-౨పర్యంతః-౩శిఖాతరుః॥
చక్రవాడమ్-అ-న-చక్రవాలమ్॥

చక్రవాడః-అ-పు-పర్వతవిశేషః॥
చక్రవాతః-అ-పు-భ్రమివాతః॥
చక్రవాలమ్-అ-న- మండలాకారదిక్సమూహః-౨మండలాకారవస్తు-౩సమూహః తె॥౧గుండ్రనిభూమి మొదలయినది - ౨గుండ్రనిది-౩గుంపు.
చక్రవాలః-అ-పు-చక్రవాలపర్వతః॥ తె॥ చక్రవాళమనెడికుల.
చక్రవాస్తుకమ్-అ-న- చక్రవర్తినీశాకమ్॥ తె॥చక్రవర్తికూర.
చక్రవృద్ధిః-ఇ-సీ-వృద్ధేపునర్వృద్ధిః॥ తె॥ వడ్డీకివడ్డికట్టడము.
చక్రవ్యూహః-అ-పు-యుద్ధార్థమండలాకారేణ సైన్యరచనా॥
చక్రశల్యా-ఆ-సీ-కాకతుండీ-౨శ్వేతగుంజా
చక్రశ్రేణీ-ఈ-సీ-అజశృంగీవృక్షః॥
చక్రసంజ్ఞమ్-అ-న-వంగమ్॥ తె॥తగరము.
చక్రసంవరః-అ-పు-బుద్ధభేదః॥
చక్రా-ఆ-సీ-నాగరముస్తా-౨కర్కటశృంగీ॥
చక్రాంగీ - ఈ - సీ - హంసీ-చక్రాంకితిచపాఠః॥
చక్రాంగః-అ-పు-హంసః॥ తె॥అంచ॥
చక్రాంగః-అ-(న)-హంసః - ౨చక్రమంగమస్యేతివ్యుత్పత్త్యారథోపి॥
చక్రాంగా-ఆ-సి-సుదర్శనాలతా॥
చక్రాంగీ-ఈ-సీ - కటురోహిణీ-౨పాతాళగరుడీలతా॥ తె॥ ౧కటుకరోహిణి-౨దూసరిచెట్టు.
చక్రాటః-అ-పు-విషవైద్యః- ౨దీనారమ్-౩దుర్జనః॥
చక్రాణః-అ-త్రి-కృతవాన్-౨కర్మణివాచ్యే కృతః-భావేవాచ్యేక్లీబం-కృతమ్॥
చక్రాధివాసీ-న్-పు-నాగరంగవృక్షః॥

చక్రావర్తః-అ-పు-ఘూర్ణనమ్॥
చక్రాహ్వః-అ-పు-చక్రమర్దః॥
చక్రిః-ఇ-పు-కర్తా॥
చక్రికా-ఆ-సీ-జాను॥
చక్రికాయన్త్రమ్-అ-న-ఘరట్టః। తె॥తిరగలి
చక్రీ-న్-పు-విష్ణుః-౨సర్పః-౩రథః-౪కులాలః-౫కాకాహిః-౬గ్రామజాలీ-౭తిలఘాతుకః॥ తె॥౧విష్ణువు-౨పాము-౩రథము-౪కుమ్మరివాఁడు-౫కప్ప-౬చాలాపూఁళ్లుగలదొర-౭తెలుకులవాఁడు.
చక్రీవాన్-త్-పు-గర్దభః॥ తె॥గాడిదె.
చక్రీవాన్-త్-(న)- గర్దభః-౨రాజవిశేషః॥ తె॥౧గాడిదె-౨ఒకానొకరాజు.
చక్రుః-ఉ-పు-కర్తా॥
చక్రేశ్వరీ-ఈ-సీ- జినానాంవిద్యాదేవీవిశేషః॥
చక్రోష్ఠః-అ-పు-కుబేరః॥ తె॥ జక్కులతేఁడు
చక్వమ్-అ-న-చిక్కణమ్॥ తె॥పోకపైగరి.
చతుణమ్-అ-న- మద్యపానరోచకభక్ష్యద్రవ్యమ్-౨కథనంచ॥
చక్షాః-స్-పు-బృహస్పతిః-౨ఉపాధ్యాయః
చక్షుః-స్-న-నేత్రమ్॥ తె॥కన్ను.
చక్షుర్వహనమ్-అ-న-మేషశృంగీవృక్షః॥
చక్షుశ్రవాః-స్-పు-సర్పః॥ తె॥పాము.
చక్షుష్యమ్-అ-న- పౌండర్యమ్-౨కేతకీవృక్షః॥ తె॥ ౧పుండరీకమనేగ్రంథ్యము-౨మొగలిచెట్టు.
చక్షుష్యః-అ-పు-కేతకవృక్షః-౨పుండరీకవృక్షః-౩శోభాంజనవృక్షః-౪రసాంజనమ్॥ తె॥౧మొగలిచెట్టు-౨పుండరీకమనెడుచెట్టు-౩మునుఁగచెట్టు-౪రసాంజనము.
చక్షుష్యః-అ-త్రి-ప్రియవస్తు-౨అక్షిహితః॥ తె॥౧ఇష్టవస్తువు-౨కండ్లకిష్టమైనది.

చఞ్చుపుష్పా-ఆ-సీ-జీవాశాకమ్-౧అజశృంగీ-౨కదంబః-౩కులుద్ధికా॥ తె॥ ౧పాలకూరచెట్టు-౨వద్దిచెట్టు-౩పొడిపిండి- ౪కులుద్ధాంజనము.

చఞ్చురమ్-అ-న-యానమాత్రమ్॥

చఞ్చురః-అ-పు-రథః-౨వృక్షః॥ తె॥ ౧తేరు ౨చెట్టు.

చఞ్చూర్యమణమ్-అ-న- పునఃపునఃభ్రమణమ్-౨అతిశయభ్రమణమ్॥

చఙ్గః-అ-పు-శోభనమ్-౨దక్షః॥

చఙ్గః-అ-త్రి-శోభనః-౨దక్షః॥ తె॥ ౧శుభము. ౨సమర్థుఁడు.

చచిణ్డా-ఆ-సీ-ఫలలతావిశేషః॥

చచ్చత్పుటః-అ-పు- తాలప్రాణకలావిశేషః॥ తె॥ తాలప్రాణభూతమైనయొకానొక కళ.

చఞ్చః-అ-పు-పామరజాతీయః॥ తె॥ పామరజాతివాఁడు.

చఞ్చః-అ-(సీ)-తృణపురుషః-౨అనలాదినిర్మాణః॥ తె॥ ౧వెఱబొమ్మ-అనఁగాఁ బొలములయందుఁ గసవుతోఁ గట్టినబొమ్మ- దీనికే దిష్టిబొమ్మయందురు- ౨అగ్ని మొదలగునదికలుగఁజేయుట.

చఞ్చత్పుటః-అ-పు- తాలప్రాణకలావిశేషః॥ తె॥ తాలప్రాణభూతమైనయొకానొక కళ.

చఞ్చరమ్-అ-న-వస్త్రమ్॥

చఞ్చరీ-ఈ-(న)-భ్రమరీ॥

చఞ్చరీకః-అ-పు-భృంగః॥ తె॥ తుమ్మెద.

చఞ్చలమ్-అ-న-వేగః॥

చఞ్చలః-అ-పు-ఖంజరీటః॥ తె॥ కాటుకపిట్ట.

చఞ్చలః-అ-త్రి-కదాచిచ్చలనస్వభావవాన్

చఞ్చలా-ఆ-సీ-విద్యుత్-౨లక్ష్మీః-౩పిప్పలీ-౪పుంశ్చలీ॥ తె॥ ౧మెఱుపు.

చఞ్చా-ఆ-సీ- నలనిర్మితా - ౨తృణనిర్మితపురుషః॥

చఞ్చుః-ఉ-పు-ఏరండవృక్షః-౨అల్పతనుః-౩గోనాడీచః-సతు నాడీచశాకః-రమ్యగః-౪క్షుద్రచంచువృక్షః॥ తె॥ ౧ఆముదపుచెట్టు-౨చెంచువాఁడు.

చఞ్చుః-ఉ-సీ- ఉపోదకీలతా-౨పక్షిత్రోటీ॥ తె॥ ౧పొలముబచ్చలి-౨పక్షిముక్కు.

చఞ్చుకా-ఆ-సీ-చంచుః- పక్షిణామోష్ఠః॥

చఞ్చుపత్రః-అ-పు-చంచుశాకః॥

చఞ్చుభృత్-త్-(న)-పక్షీ॥

చఞ్చుమాన్-త్-(న)-పక్షీ॥

చఞ్చురః-అ-పు-హస్తిపర్ణః॥ తె॥ చిట్టిఆముదపుచెట్టు.

చఞ్చువిషావహః-అ-పు-చంచురః॥ తె॥ ఎలుకజీడిచెట్టు.

చఞ్చుసూచిః-ఇ-(న)-కారండవపక్షీ॥

చఞ్చుసూచికః-అ-(న)-చంచుసూచిపక్షీ॥

చఞ్చూః-ఊ-సీ-ఉపోదకీలతా-౨పక్షిత్రోటీ॥ తె॥ ౧పొలముబచ్చలి-౨పక్షిముక్కు.

చటకమ్-అ-న-తారధ్వనిః॥

చటకః-అ-(న)-పక్షివిశేషః॥ తె॥ ఊరపిచ్చుక.

చటకః-అ-పు-కుక్కుటః-౨కలవింకః॥ తె॥ ౧కోడి-౨ఊరపిచ్చుక.

చటకకా-ఆ-సీ-చటకా॥

చటకా-ఆ-సీ-చటకస్త్రీ-౨చటకస్త్ర్యపత్యమ్-౩పిప్పలీమూలమ్॥ తె॥ ౧ఆఁడుయూరపిచ్చుక-౨ఆఁడపిచ్చుకపిల్ల-౩పిప్పలిదుంప.

చటకాశిరః-స్-న-పిప్పలీమూలమ్॥ తె॥ పిప్పలిదుంప.

చటకికా-ఆ-సీ-చటకా॥

చటకోత్తమా-ఆ-సీ-చటకస్త్రీ॥ తె॥ ఆఁడుయూరపిచ్చుక.

చటాకః-అ-పు-కలవింకపక్షీ॥ తె॥౧ఊరపిచ్చుక
చటిః-ఇ-పు-జలబిందుః॥
చటికా-ఆ-సీ-పిప్పలీమూలమ్-౨చటకా॥
చటికాశిరః-స్-న-పిప్పలీమూలమ్॥
చటు-ఉ-న-ప్రియభాషణమ్॥
చటుః-ఉ-పు-ప్రియవాక్యమ్-౨ఉదరమ్-౩ వ్రతినామాసనభేదః॥
చటుః-ఉ-సీ-ప్రేమకృతమిథ్యాస్తోత్రమ్-౨ రాజాదిస్తుతిః-౩పశుపిచండకః॥
చటులః-అ-త్రి-చంచలః-౨సుందరః॥
చటులా-ఆ-సీ-విద్యుత్॥
చటుల్లోలః అ-త్రి-చాటులోలః - ౨సుచం చలః॥
చణకః-అ-పు-హరిమంథకః-౨మారుతః - ౩ యోగవిద్యావిశారదః ॥ తె॥ ౧సెనగ చెట్టు.
చణకపుష్పీ-ఈ-సీ-ఉష్ట్రకర్ణీనామకవృక్షః॥
చణకాత్మజః-అ-పు-వాత్స్యాయనమునిః॥
చణకామ్లకమ్-అ-న-చణకలవణమ్॥
చణకామ్లవాః-ర్-న-క్షేత్రస్థఫలవచ్చణక పత్రశిశిరవారి.
చణద్రుమః-అ-పు-క్షుద్రగోక్షురః-చణీద్రు మోపిపాఠః॥
చణపత్రీ-ఈ-సీ-రుదంతీవృక్షః॥
చణపుష్పీ-ఈ-సీ-ఉష్ట్రకర్ణీనామకవృక్షః॥
చణికా-ఆ-సీ-తృణవిశేషః॥
చణ్డమ్-అ-న-తీక్ష్ణమ్॥
చణ్డః-అ-త్రి-అతికోపశీలః-౨తీవ్రః॥
చణ్డః-అ-పు-క్రోధః-౨అసురవిశేషః - ౩య మదాసః-రతింతిడీవృక్షః॥
చణ్డకః-అ-పు-లఘుడః-౨శార్దూలః॥ తె॥ ౧స న్నపాకులమొల్లగన్నేరు-౨పులి.
చణ్డతా-ఆ-సీ-ఉగ్రతా॥

చణ్డనాయికా-ఆ-సీ-దుర్గా - ౨అష్టనాయి కాంతర్గతనాయికావిశేషః॥
చణ్డముణ్డా-ఆ-సీ-చాముండా॥ తె॥పార్వతి.
చణ్డముణ్డీ-ఈ-సీ-చాముండా॥ తె॥పార్వతి.
చణ్డరుద్రికా-ఆ-సీ-విద్యావిశేషః॥
చణ్డవతీ-ఈ-సీ-దుర్గా-౨అష్టనాయికాంతర్గ తనాయికావిశేషః॥
చణ్డశూకః-అ-పు-సాలవృక్షః-౨మారిషశా కమ్॥ తె॥౧పపెచెట్టు-౨నీరుదిల్లిచెట్టు.
చణ్డా-ఆ-సీ-లింగినీ-౨శంఖినీ-౩బృహచ్ఛదః॥ తె॥౧లింగిదొండచెట్టు-౨కట్లచెట్టు - ౩ చండఅనే గ్రంథ్యము.
చణ్డాంశుః-ఉ-పు-సూర్యః॥
చణ్డాజః-అ-పు-సింహః-౨మాధవః- ౩బృ హస్పతిసవః॥
చణ్డాతః-అ-పు-కరవీరః॥ తె॥ వాడగన్నేరుచెట్టు.
చణ్డాతకమ్-అ-న-అర్ధోరుకమ్-వరస్త్రీణామ ర్ధోరుపర్యంతంవాసః॥
చణ్డాతకః-అ-(సీ)-అర్ధోరుకమ్॥ తె॥ వేశ్యలు సగముతొడలదాకాతొడుగుకొనే చల్ల డము.
చణ్డాలః-అ-పు-బ్రాహ్మణస్త్రియాంశూద్ర పురుషజాతః-౨నాపితః॥ తె॥౧మాలవా ఁడు-౨మంగలవాఁడు.
చణ్డాలకన్దః-అ-పు-కందవిశేషః॥
చణ్డాలవల్లకీ-ఈ-సీ-చండాలవీణా॥
చణ్డాలికా-ఆ-సీ-చండాలవల్లకీ-౨ఉమా- ౩ ఓషధీభేదః॥
చణ్డాలీ-ఈ-సీ-నీలినీ-౨చండాలస్త్రీ॥ తె॥౧నీ లిచెట్టు-౨మాలది.
చణ్డిః-ఇ-సీ-చండీ॥
చణ్డికా-ఆ-సీ-పార్వతీ-౨కోపనస్త్రీ॥ తె॥౧ పార్వతి-౨కోపగించేది.

చణ్డిలః-అ-పు-నాపితః-౨శశాంకః-౩రుద్రః ౪వాస్తూకమ్॥ తె॥ ౧మంగలవాఁడు-౨చందురుఁడు.

చణ్డిలా-ఆ-సీ-నదీభేదః॥

చణ్డీ-ఈ-సీ-గౌరీ-౨హింస్రా-౩కోపనా॥

చణ్డీకుసుమః-అ-పు-రక్తకరవీరవృక్షః॥

చణ్డుః-ఉ-పు-ఉందురుః॥

చతస్రః-అ-త్రి-చతుఃసంఖ్యావిశిష్టాః-చతుః శబ్దస్య (స్త్రీ)లింగేబహువచనాంతరూపో యమ్-పుంసి, చత్వారః,క్లీబే,చత్వారి॥

చతుః-౦-౦-చతురావృత్తిః॥ తె॥ నాలుగు మార్లు.

చతుఃపత్రీ-ఈ-సీ-క్షుద్రపాషాణభేదీ॥

చతుఃపర్ణీ-ఈ-సీ-క్షుద్రామ్లికా॥

చతుఃపలా-ఆ-సీ-నాగబలా॥

చతుఃపుణ్డ్రః-అ-పు-భిండావృక్షః॥

చతుఃషష్టిః-ఇ-సీ-చతురధికషష్టిసంఖ్యా-౨కలానామ్నీఉపవిద్యా-౩ఋగ్వేదః॥

చతురమ్-అ-న-[illegible]ద్రావికారవిశేషః - ౨గజశాలా॥

చతురః-అ-పు-అభినయహస్తవిశేషః - ౨చక్రగండుః-౩హస్తిశాలా॥

చతురః-అ-త్రి-సూత్థానః-౨నిపుణః-౩దక్షః ౪ధీమాన్॥ తె॥ ౧శరీరముదాచనిబంటు-౨నేర్పరి-౩సమర్థుడు-౪బుద్ధిమంతుడు.

చతురఙ్గమ్-అ-న-బంధతంత్రమ్ - ౨హస్త్యశ్వరథపదాతిసైన్యమ్॥ తె॥ ౧చదరంగము

చతురఙ్గా-ఆ-సీ-ఘోటికావృక్షః॥

చతురఙ్గిణీ-ఈ-సీ-చతురంగసేనా॥

చతురఙ్గులః-అ-త్రి-చతురంగుళిపరిమితః॥

చతురఙ్గులః-అ-పు-ఆరగ్వధవృక్షః - ౨మల్లకః॥ తె॥ ౧రేలచెట్టు-౨అపరకర్మమందలి పిండివంట.

చతురస్రా-ఆ-సీ-భూమిః॥

చతురప్రాయమ్-అ-న సుతలలోకః॥

చతురబ్దా-ఆ-సీ-చతుర్హాయణీ॥ తె॥ నాలుగేండ్లపెయ్య.

చతురశ్రః-అ-పు-తాలప్రాణజాతివిశేషః-౨చతురశ్రఖలూరికా॥

చతురశ్రకః-అ-పు-అభినయసంయుతహస్తవిశేషః॥

చతురశ్రా-ఆ-సీ-బర్బూరవృక్షః॥ తె॥ తుమ్మచెట్టు.

చతురశ్రికః-అ-పు-కశేరుకః-౨కర్మాధారః॥ తె॥ ౧ములువెలగచెట్టు-౨కమ్మరిదాగలి

చతురస్రః-అ-త్రి-చతుష్కోణః॥

చతురాననః-అ-పు-చతుర్ముఖః-౨శుక్రః-౩చతురః-౪చక్రవర్తీ-౫సంస్పర్శా - ౬జతుకీలతా॥ తె॥ ౩నేర్పరి-౫చక్రవర్తికూరచెట్టు-౬సురశతీఁగె.

చతురూషణమ్ అ-న - పిప్పలీమూలసహితమ్-త్రికటు.

చతుర్గతిః ఇ-పు-కూర్మః॥ తె॥ తాబేలు,

చతుర్జాతమ్-అ-న-తృటి(స్త్రీ)పత్రకేసరచతుష్టయమ్॥ తె॥ పలకులు, లవంగాలు, ఆకుపత్రికము, నాగకేసరాలున్ను.

చతుర్థః-అ-త్రి-చతుస్సంఖ్యాపూరణః॥ తె॥ నాలుగోది.

చతుర్థః-అ-త్రి-చతుర్ణాంపూరణః॥

చతుర్థాంశః-అ-పు-చతుర్భాగైకభాగః॥

చతుర్థికా-ఆ-సీ-పలపరిమాణమ్॥

చతుర్థీ-ఈ-సీ-చతుర్థీతిథిః - ౨చతుస్సంఖ్యాపూరణీ॥ తె॥ ౧చవితి-౨నాలుగోది.

చతుర్దన్తః-అ-పు-ఇంద్రద్విపః-౨వీణాతంత్రీభేదజస్వరాశ్రయక్రియావిశేషః॥

చతుర్దశన్-త్రి-చతుర్దశసంఖ్యావంతః-త్రి

షాసమః॥ తె॥పదునాలుగనే లెక్కగలవి

చతుర్దశమ్-అ- న- చతుర్దశసంఖ్యాపూరణమ్॥ తె॥పదునాలుగవది.

చతుర్దశః-అ-పు- చతుర్దశసంఖ్యాపూరణః॥ తె॥పదునాలుగవది.

చతుర్దశకమ్-అ-న-చతుర్దశసంఖ్యా॥ తె॥పదునాలుఁగు.

చతుర్దశధా-౦-౦-చతుర్దశప్రకారేణ॥ తె॥పదునాలుఁగువిధములుగాను,

చతుర్దశీ-ఈ-సీ-చతుర్దశీతిథిః- ౨చతుర్దశతంత్రీవీణా - ౩చతుర్దశసంఖ్యాపూరణీ ॥ తె॥౧చతుర్దశియనుతిథి- ౨పదునాలుఁగుతీగెలుఁగలవీణ-౩పదునాలుఁగవది.

చతుర్దోలమ్-అ-(సీ)- స్వనామఖ్యాతయానవిశేషః॥

చతుర్ధా-౦-౦-చతుఃప్రకారమ్॥

చతుర్బీజమ్-అ-న- మేథికా, చంద్రశూరమ్-కాలాజాజీ, యవానికా, ఏతచ్చతుష్టయమ్మీలితమ్॥

చతుర్భద్రమ్-అ-న-బలయుక్తధర్మార్థకామమోక్షసమూహః-౨ధర్మార్థసుఖబలసమూహః॥

చతుర్భాగః-అ-పు- తాలమానద్వికలామాత్రకాలః॥

చతుర్భుజః-అ-పు-విష్ణుః॥

చతుర్ముఖః-అ-పు-తాలప్రాణకలావిశేషః-౨హిరణ్యగర్భః॥

చతుర్యుగమ్-అ-న-చతుర్యుగసమాహారః॥

చతుర్యుగః-అ-పు - కల్యాదిచతుర్యుగవిశిష్టకాలః॥

చతుర్వక్త్రః-అ-పు-బ్రహ్మా॥

చతుర్వర్గః-అ- పు - ధర్మార్థకామమోక్షసమూహః॥

చతుర్విద్యః-అ-పు-చతుర్వేదవేత్తా - అస్యరూపాంతరాణియథా- చతుర్వేదః, చాతుర్వైద్యః, చాతుర్వైదః॥

చతుర్హాయనీ-ఈ-సీ-చతుర్వత్సరాగౌః॥

చతులః-అ-త్రి-స్థాపయితా॥

చతుశ్శః-౦-౦-చతుర్వీప్సా॥ తె॥ నాలుగేసినాలుగేసి.

చతుశ్శాలమ్-అ-(పు) - పరస్పరాభిముఖగృహచతుష్టయమ్॥

చతుశ్శాలమ్-అ-న-సంజవనమ్॥ తె॥ భవంతియిల్లు.

చతుశ్శాలకమ్-అ-న-చతుశ్శాలమ్॥

చతుశ్శృఙ్గః-అ-పు-అగ్నిః॥

చతుష్కమ్- అ- న- చతుస్సంఖ్యా॥ తె॥ నాలుగు.

చతుష్కీ--ఈ-సీ - మశహరీ - ౨పుష్కరిణీభేదః॥

చతుష్టయమ్-అ-న-చతుస్సంఖ్యా ॥ తె॥ నాలుగు॥

చతుష్పథమ్-అ-న-శృంగాటకమ్॥ తె॥ నాలుగుత్రోవలుకలిసినదారి.

చతుష్పథః-అ-పు-బ్రాహ్మణః॥

చతుష్పదః-అ-పు-సింహాదిః- ౨బ్రాహ్మణః॥

చతుష్పదీ-ఈ-సీ-పద్యమ్॥

చతుష్పాటీ-ఈ-సీ-నదీ॥

చతుష్పాఠీ-ఈ- సీ- చతుర్ణాంవేదానాంపాఠోయస్యాంసా॥

చతుష్పాణిః-ఇ-పు-విష్ణుః॥

చతుష్పాత్ -ద్ -పు-చతుష్పాత్కరణమ్॥

చతుష్పాథమ్-అ-న-శృంగాటకమ్॥ తె॥ నాలుగుత్రోవలుకలిసినదారి.

చతుష్పాద్యః-అ-పు-చతుర్గుణదండః॥ తె॥ నాలుగురెట్లుదండుగ.

చతుస్తాలః-అ-పు- తాలప్రాణకలావిశేషః॥ తె॥తాల ప్రాణభూతమైన యొకానొకకళ.

చతుస్త్రింశజ్జాతజ్ఞః-అ-పు-బుద్ధభేదః॥

చతుస్త్రింశత్-త్-సీ-చతురధికాస్త్రింశత్

చతుస్సమమ్- అ - న - మిలితచందనాగరుకస్తూరీకుంకుమరూపమ్-౨ఔషధవిశేషః

చతూరాజీ-ఈ-సీ- చతురంగక్రీడాంతర్గతక్రీడావిశేషః॥

చత్వరమ్-అ-న-చతుష్పథమ్ - ౨గృహపురః ప్రదేశః-౩నికుంజః - ౪అగ్న్యాదిస్థాపనార్థచతురశ్రసంస్కృతప్రదేశః-౫వల్కలమ్॥ తె॥ ౧నాలుగుత్రోవలుకలిసిన దారి-౨ముంగిలి- ౩పొదరిల్లు- ౪అలికిన చోటు-౫నారచీరె.

చత్వరీ-ఈ-సీ-శ్రవణజ్ఞబుద్ధిః-౨విధవా॥

చత్వారః-ర్ -త్రి- చతుష్క-సంఖ్యావంతః॥ తె॥నాలుగు.

చత్వారింశః-అ-త్రి-చత్వారింశత్పూరణః॥ తె॥నలుబదోది.

చత్వారింశత్-త్-సీ-సంఖ్యావిశేషః-౨సంఖ్యావిశేషవంతః- సంఖ్యామాత్రేకత్ర చిద్బహువచనః॥ తె॥ ౧నలుబది-౨నలుబదివస్తువులు.

చత్వారింశతికః-అ-పు- చత్వారింశతీక్రీతవస్త్రమ్॥

చత్వారింశత్కృత్వః-౦-౦-చత్వారింశదావృత్తిః॥ తె॥నలుబదిమార్లు.

చత్వారింశద్ధా-౦-౦- చత్వారింశత్ప్రకారేణ॥ తె॥నలుబదివిధాలుగాను.

చత్వాలః-అ-పు-హోమకుండమ్- ౨దర్భః ౩గర్భః॥ (మ్రరభుజగః॥)

చదిరః-అ-పు-హస్తీ-౨చంద్రః-౩కర్పూర }

చన-౦-౦-అసాకల్యమ్॥ తె॥కొంత.

చన్దః-అ-పు-చంద్రః॥

చన్దకః-అ-పు-మత్స్యవిశేషః - చంద్రకోపి పాఠః॥

చన్దనమ్-అ-న-కుంకుమమ్-౨పుష్పమ్॥

చన్దనః-అ-(సీ)-శ్రీగంధః॥

చన్దనః-అ-పు-కర్పూరః-౨వరుణఖడ్గః- ౩వానరవిశేషః॥

చన్దనగోపీ-ఈ-సీ-శారివావిశేషః॥

చన్దనపుష్పమ్-అ-న-లవంగమ్॥

చన్దనశారివా-ఆ-సీ-శారివావిశేషః॥

చన్దనసారః-అ-పు-వజ్రక్షారమ్॥

చన్దనా-ఆ-సీ- ఉత్పలశారివా-౨నదీవిశేషః॥ తె॥౧నల్లసుగంధిపాలచెట్టు.

చన్దనాచలః-అ-పు-మలయపర్వతః॥

చన్దనాద్రిః-ఇ-పు-మలయపర్వతః॥

చన్దనీ-ఈ-సీ-నదీవిశేషః॥

చన్దనీయా-ఆ-సీ-గోరోచనా॥

చన్దిరః-అ-పు-చంద్రః-౨అనేకపః॥ తె॥ ౧చందురుఁడు-౨ఏనుఁగు,

చన్ద్రమ్-అ-న-సువర్ణమ్-౨గ్రైవేయకమ్-౩నృపాంగణమ్॥

చన్ద్రః-అ-పు-ఇందుః-౨కాంపిల్యమ్ - ౩ఏకసంజ్ఞా-ఇత్యముత్తరపదే-౪సజాతీయసమూహశ్రేష్ఠః-౫కర్పూరః-౬కపిలః- ౭స్ఫూర్జకవృక్షః-౮కుంకుమాదిః॥ తె॥ ౧జాబిల్లి-౨కంపిల్లమనేగ్రంథ్యము-౭ నల్లతుమికి.

చన్ద్రకమ్-అ-న-సితమరీచమ్॥

చన్ద్రకః-అ-పు-మేచకః-౨ఉల్లాభః-౩అశ్మంతకవృక్షః॥ తె॥౧నెమలిపురికన్ను- ౨మేలుకట్టు.

చన్ద్రకలా-ఆ-సీ-డ్రగడవాద్యమ్- ౨వాచా

మత్స్యః-౩చంద్రస్యషోడశోభాగః॥
చన్ద్రికాన్తమ్-అ-న-కైరవమ్-౨శ్రీఖండచందనమ్॥ తె॥౧తెల్లకలువ.
చన్ద్రకాన్తః-అ-పు-చంద్రకాంతమణిః - ౨కైరవమ్॥
చన్ద్రకాన్తా-ఆ-సీ-రాత్రిః-౨చంద్రపత్నీచ॥
చన్ద్రకాలానలమ్-అ-న-చక్రవిశేషః॥
చన్ద్రకిః-ఇ-సీ-రాజపత్నీ- ౨కిన్నరీ - ౩సరస్వతీ॥
చన్ద్రకీ-న్-(న)-మయూరః॥ తె॥ నెమలి.
చన్ద్రకీన్-పు-మయూరః-౨కుక్కుటః॥ తె॥ ౧నెమలి-౨కోడి.
చన్ద్రకేతుః-ఉ-పు-చంద్రః॥
చన్ద్రగుప్తః-అ-పు - రాజవిశేషః - ౨చిత్రగుప్తః॥
చన్ద్రగోలస్థాః-అ-పు-దివ్యపితరః-బహువచనాంతోయమ్‌శబ్దః॥
చన్ద్రగోలికా-ఆ-సీ-జ్యోత్స్నా॥
చన్ద్రగ్రహః-అ-పు-చంద్రః-౨చంద్రగ్రహణమ్-౩కేతుః-౪రాహుః-౫పద్మమ్ - ౬భూషావిశేషః-౭శివఖడ్గః॥
చన్ద్రచఞ్చలా-ఆ-సీ-చంద్రకమత్స్యః॥
చన్ద్రదారాః-అ-పు- అశ్విన్యాదినక్షత్రాణి-బహువచనాంతోయమ్॥
చన్ద్రనాడీ-ఈ-సీ-భగాంతర్గింగనాడీ॥
చన్ద్రపుచ్ఛమ్-అ-న-శివఖటః॥
చన్ద్రపుష్పా-ఆ-సీ-శ్వేతకంటకారీ॥
చన్ద్రప్రభః-అ-పు-వృత్తాహద్విశేషః॥
చన్ద్రప్రభా-ఆ-సీ-వాకుచీ- ౨ఔషధవిశేషః
చన్ద్రబాలా-ఆ-సీ-ఏలాలతా॥ తె॥ఏలకితీఁగె.
చన్ద్రబీజమ్-అ-న-రజతమ్॥ తె॥ వెండి.
చన్ద్రభా-ఆ-సీ-వృత్తమల్లికాలతా॥ తె॥ బొడ్డుమల్లెచెట్టు.

చన్ద్రభాగా-ఆ-సీ-చంద్రభాగానదీ॥
చన్ద్రభాగీ-ఈ-సీ-చంద్రభాగానదీ॥
చన్ద్రభాసా-ఆ-సీ-బృహస్పతిభార్యా॥
చన్ద్రభూతి-ఇ-న-రూప్యమ్॥
చన్ద్రమణిః-ఇ-పు-చంద్రకాంతమణిః॥
చన్ద్రమణ్డలమ్-అ-న- చంద్రబింబమ్ - ౨చంద్రపరివేశః॥
చన్ద్రమతీ-ఈ-సీ- హరిశ్చంద్రభార్యా - ౨చంద్రపట్టణమ్॥
చన్ద్రమసాయనః-అ-పు-బుధగ్రహః॥
చన్ద్రమాః-స్- పు- చంద్రః - ౨బాణాసురానుజః॥
చన్ద్రమాలా-ఆ-సీ-త్రిపుటాలతా॥ తె॥పిన్నయేలకి.
చన్ద్రమౌళిః-ఇ-పు-శివః॥
చన్ద్రరేణుః-ఉ-పు-కావ్యచోరః॥
చన్ద్రలేఖా-ఆ-సీ-వాకుచీ॥
చన్ద్రలోహకమ్-అ-న-రూప్యమ్॥
చన్ద్రవంశః-అ-పు-చంద్రసంతానః॥
చన్ద్రవల్లరీ-ఈ-సీ-సామవల్లరీ॥
చన్ద్రవల్లీ-ఈ-సీ-మాధవీలతా-౨ప్రసారణీ ౩సోమలతా॥ తె॥౧మాధవితీఁగె.
చన్ద్రవాలా-ఆ-సీ-స్థూలైలా॥
చన్ద్రవిహఙ్గమః-అ-పు-బకపక్షీ॥ తె ॥ వాలుకొంగ.
చన్ద్రవ్రతమ్-అ-న- చాంద్రాయణవ్రతమ్॥
చన్ద్రశాలా - ఆ - సీ - శిరోగృహమ్-౨జ్యోత్స్నా॥ తె॥౧మిద్దెటిల్లు, మేడయున్న-౨వెన్నెల.
చన్ద్రశాలికా-ఆ-సీ-బడభీ॥
చన్ద్రశూరమ్-అ-న-ఫలవిశేషః॥
చన్ద్రశేఖరః-అ- పు-శివః- ౨పర్వతవిశేషః॥ తె॥౧హరుఁడు-౨ఒకానొకమల.

చన్ద్రసంజ్ఞః-అ-పు-కర్పూరః॥ తె॥ కప్పురము

చన్ద్రసమ్భవా-ఆ-స్త్రీ-క్షుద్రైలా॥

చన్ద్రసుతా-ఆ-స్త్రీ-వరుణభార్యా॥ తె॥ వరుణుని పెండ్లాము.

చన్ద్రసూర్యాగ్నిలోచనః-అ-పు- శివః॥ తె॥ హరుఁడు.

చన్ద్రహాసమ్-అ-న-రౌప్యమ్॥

చన్ద్రహాసః-అ-పు- కుబేరఖడ్గః-౨రావణఖడ్గః-౩ఖడ్గః॥ తె॥ ౧కుబేరునికత్తి-౨రావణాసురునికత్తి-౩కత్తి.

చన్ద్రహాసా-ఆ-స్త్రీ-గుడూచీ॥

చన్ద్రా-ఆ-స్త్రీ-ఏలా-౨వితానః-౩గుడూచీ॥

చన్ద్రాతపమ్-అ-న-వితానమ్॥ తె॥ మేలుకట్టు

చన్ద్రాతపః-అ-పు-చంద్రికా॥ తె॥ వెన్నెల.

చన్ద్రాపీడః-అ-పు-శివః॥ తె॥ హరుఁడు.

చన్ద్రావలీ-ఈ-స్త్రీ-గోపీవిశేషః॥

చన్ద్రికా-ఆ-స్త్రీ-జ్యోత్స్నా-౨గుళూచీలతా ౩కర్ణస్ఫోటా-౪మేంథీ-౫జ్యోతిర్ఘ్నంటా॥ తె॥ ౧వెన్నెల-౨తిప్పతీఁగె-౩బొల్లిబూసర-౪మెంతిచెట్టు-౫పఁపుఁడుపిండి

చన్ద్రికాద్రావః-అ-పు- చంద్రకాంతమణిః॥

చన్ద్రికాపాయిన్-(న)-చకోరపక్షీ॥

చన్ద్రికామ్బుజమ్-అ-న-సితోత్పలమ్॥

చన్ద్రిలః-అ-పు-శివః-౨నాపితః-౩వాస్తూకమ్

చన్ద్రీ-ఈ-స్త్రీ-వాకుటీ॥

చన్ద్రేష్టా-ఆ-స్త్రీ-ఉత్పలినీ॥

చన్ద్రోదయః-అ-పు-వితానమ్-౨ఔషధవిశేషః॥ తె॥ ౧మేలుకట్టు-౨ఔషధము.

చన్ద్రోదయా-ఆ-స్త్రీ- నేత్రరోగస్యౌషధవిశేషః॥

చన్ద్రోపలః-అ-పు-చంద్రకాంతమణిః॥

చపః-అ-పు-శిశ్నః-౨వేణుః॥ తె॥ ౧మేఢ్రము-౨వెదురు.

చపటః-అ-పు-ప్రతలః॥ తె॥ చాఁచిన వ్రేళ్లుఁగలఅఱచెయ్యి.

చపలమ్-అ-న-వేగః॥ తె॥ వేగము.

చపలః-అ-పు- రాజమాషః-౨పారదమ్-౩వానరః-౪మీనః-౫చోరకః-౬ప్రస్తరభేదః॥ తె॥ ౧అలసందచెట్టు-౨పాదరసము-౩కోఁతి-౪చేఁప-౫చండయనే గ్రంథ్యము-౬ఒకవిధమగు ఱాయి,

చపలః-అ-ద్వ- చపలనామకపర్వతధాతుః॥ తె॥ చపలపర్వతమునఁబుట్టినధాతువు.

చపలః-అ-త్రి- వేగవాన్ - ౨చంచలస్వభావః-౩దుర్వినీతః-౪నీచః॥ తె॥ ౧త్వర - ౨చంచలస్వభావముఁ గలవాఁడు - ౩దురాచారుఁడు-౪అల్పుఁడు.

చపలతా-ఆ-స్త్రీ-వ్యభిచారీభావవిశేషః॥ తె॥ శృంగారరసావయవ వ్యభిచారీభావ విశేషము-రాగద్వేషాదులచేఁ జిత్తమున లాఘవజ్ఞానము-చపలత.

చపలా-ఆ-స్త్రీ-విద్యుత్-౨పిప్పలీ- ౩లక్ష్మీః-౪పుంశ్చలీ॥ తె॥ ౧మెఱుపు.

చపలాతిశయోక్తిః-ఇ-స్త్రీ-అలంకారవిశేషః తె॥ ఒకానొకయలంకారము.

చపేటః-అ-పు-ప్రతలః॥ తె॥ చాఁచినవ్రేళ్లుఁ గలఅఱచెయ్యి.

చపేటార్యః-అ-పు- కాకనాసికాలతా॥ తె॥ కాకిదొండచెట్టు.

చబుకమ్-అ-న-ఓష్ఠాధఃప్రదేశః॥ తె॥ గడ్డము

చబూకమ్-అ-న-ఓష్ఠాధఃప్రదేశః॥ తె॥ గడ్డము

చమత్కారః-అ-పు-అద్భుతరసః- ౨అపామార్గః॥ తె॥ ౧అద్భుతరసము - ౨ఉత్తరేణి.

చమత్కారః-అ-త్రి-అద్భుతరసవాన్॥

చమరమ్-అ-న-ప్రకీర్ణకమ్-౨మంజరీ॥ తె॥ ౧సురటి-౨పూగుత్తి.

చమరః-అ-పు-చమరమృగః॥ తె॥ చమరీమృగము.

చమరపుచ్ఛమ్-అ-న-చామరమ్॥ తె॥ చామరము.

చమరపుచ్ఛః-అ-పు-కోకడః-సతుబిలేశయభేదః॥

చమరిః-ఇ-సీ-మంజరీ॥ తె॥పూగుత్తి.

చమరికః-అ-పు-కోవిదారవృక్షః॥ తె॥ ఎఱ్ఱకాంచనపుచెట్టు.

చమరికా-ఆ-సీ-దేవకాంచనవృక్షః॥ తె॥ దేవకాంచనపుచెట్టు.

చమరీ-ఈ-సీ-చమరగవీ॥

చమలః-అ-త్రి-బహ్వాశీ॥ తె॥తిండిపోఁతు.

చమసః-అ-పు-బాలః-౨పర్పటః-౩పిష్టభేదః-౪లడ్డుకః॥

చమసః-అ-(సీ)- సోమపానపాత్రవిశేషః॥ తె॥యజ్ఞమునసోమపానముఁజేయుపాత్రము.

చమసీ-ఈ-సీ-సోమపానపాత్రమ్- ౨ముద్గమసూరాదిపిష్టమ్॥

చముః-ఉ-సీ-గజాః ౭౨౯, రథాః ౭౨౯, అశ్వాః ౨౧౮౭, భటాః ౩౬౪౫ తద్యుక్తసైన్యమ్ - ౨సేనా॥ తె॥ ౧ఏడువందలఇరువైతొమ్మిదియేనుఁగులు, ఏడువందలఇరువైతొమ్మిది రథములు, రెండు వేలనూటఎనబదియేడుగుఱ్ఱాలు, మూఁడు వేలయాఱునూటనలబదైదుగురు భటులున్నగలసేన.

చమూః-ఊ-సీ-సేనా-౨గజాః ౭౨౯, రథాః ౭౨౯, అశ్వాః-౨౧౮౭, భటాః ౩౬౪౫ తద్యుక్తసైన్యమ్॥ తె॥౧సేన-౨ఏడువందలఇరువైతొమ్మిది యేనుఁగులు, ఏడువందలఇరువైతొమ్మిదిరథములు, రెండువేల నూటయెనబదేడుగుఱ్ఱములు, మూఁడు వేలనారునూటనలబదైదుగురుభటులున్నగలసేన.

చమూరుః-ఉ-(న)-హరిణవిశేషః॥

చమూరుః-ఉ - పు - సంశయాస్పదబాలహరిణః॥

చమ్పః-అ-పు-కోవిదారవృక్షః॥ తె॥ఎఱ్ఱకాంచనపుచెట్టు.

చమ్పకమ్-అ-న-కదళీఫలవిశేషః-౨చంపకపుష్పంచ॥ తె॥౧ఒకానొకఅరటిపండు - ౨సంపెగపువ్వు.

చమ్పకః-అ-పు-చాంపేయవృక్షః॥ తె॥సంపెగచెట్టు.

చమ్పకకలికా-ఆ-సీ-చంపకకోరకః॥ తె॥ సంపెగమొగ్గ.

చమ్పకరమ్భా-ఆ-సీ-సువర్ణకదళీ॥

చమ్పకాలుః-ఉ-పు-పనసః॥

చమ్పకున్దః-అ-పు-మత్స్యభేదః॥

చమ్పకోశః-అ-పు-పనసః॥

చమ్పా-ఆ-సీ-కృష్ణకదలీవృక్షః - ౨కర్ణపురీ॥ తె॥౧నల్లయఅటిచెట్టు - ౨కర్ణునిప్రోలు,

చమ్పాధిపః-అ-పు-కర్ణరాజః॥ తె॥ కర్ణుఁడనురాజు.

చమ్పాపురీ-ఈ-సీ-చంపానగరీ॥ తె॥ చంపానగరము.

చమ్పాలుః-ఉ-పు-పనసః॥

చమ్పావతీ-ఈ-సీ-చంపాపురీ॥

చమ్పూః-ఊ-సీ-కావ్యవిశేషః॥ తె॥ ఒకానొక కావ్యము.

చమ్పేశః-అ-పు-కర్ణరాజః॥

చమ్పోపలక్షితః అ-పు-అంగదేశః॥

చయః-అ-పు-వప్రః-౨సమూహః- ౩మూలబంధః-౪సంగ్రహః॥ తె॥౧పుట్టకోట॥

చయనమ్-అ-న- అగ్నిస్థాపనార్థమిష్టకాదిభి ర్జంత్వాద్యాకారకృతవేదికా-౨చయన వేదికాగ్నిః॥ తె॥ ౧అగ్నినిస్థాపించుటకై ఇటుకరాళ్లు మొదలగు వానిచేతఁ జేయఁబడినజంతువుయొక్క-యాకారముఁగల తిన్నె- తన్నిష్ఠాగ్నౌచ - ౨ఆతిన్నెయందుండగ్ని.

చరః-అ-పు-చారః-౨దూరమ్॥ తె॥౧అరకార ౨దూరము.

చరః-అ-త్రి-జంగమః॥ తె॥సంచరించేది.

చరకః-అ-పు-చారః-౨పర్పటః - ౩మునివిశేషః-౪తత్కృతతన్నామకగ్రంథః॥

చరకః-అ-(సీ)-వైద్యశాస్త్రమ్- ౨ద్విపటః॥ తె॥౧వైద్యశాస్త్రము-౨దుప్పటి.

చరటః-అ-పు-ఖంజనపక్షీ॥ తె॥ కాటుకపిట్ట.

చరడః-అ-పు-శితికక్షః॥ తె॥ నల్లచంకలగెద్ద.

చరణమ్-అ-న-విష్ణుచక్రమ్-౨సద్వృత్తమ్- ౩సంచారః-౪స్థండిలమ్-౫ప్రాంగణమ్ ॥ తె॥౧విష్ణుచక్రము-౨మంచినడత- ౩తిరుగుట-౪సంస్కారము చేసినభూమి-౫ముంగిలి.

చరణః-అ-(సీ)-పాదః-౨మూలమ్- ౩కులమ్- ౪గతిః॥ తె॥౧పాదము-౨వేరు-౩కులము ౪నడవడము.

చరణగ్రన్థిః-ఇ-పు-గుల్ఫః॥ తె॥చీలమండ.

చరణాః-అ-పు - నామాంతె నాట్యపరిభాషాయామితరత్రచ- ౧పూజ్యాః - ౨వేదశాఖాధ్యేతా-బహువచనాంతోయమ్॥

చరణాయుధః-అ-పు-కుక్కుటః॥ తె॥కోడి.

చరణ్యుః-ఉ-పు-వాయుః॥ తె॥గాలి.

చరమః-అ-త్రి-అంత్యః-౨పశ్చిమః॥ తె॥ ౧చివరది-౨పశ్చిమము.

చరమక్ష్మాభృత్-త్-పు-అస్తాద్రిః॥ తె॥ హ} (స్తాద్రి.}

చరమాచలః-అ-పు-అస్తపర్వతః॥ తె॥ హస్తాచలము.

చరమాద్రిః-ఇ-పు-అస్తాచలః॥ తె॥హస్తాద్రి

చరయుః-ఉ-పు-మేఘః-౨వాతః ॥ తె॥ ౧మబ్బు-౨వాయువు.

చరాచరమ్-అ-న-భువనమ్-౨ఆకాశః-౩జంగమాజంగమమ్॥

చరాచరః-అ-త్రి-జంగమః-౨ఇంగః-౩ఇష్టః॥ తె॥ ౧మనుష్యపక్ష్యాదులు.

చరాలా-ఆ-సీ-ఆగ్నేయవిదిక్॥ తె॥ఆగ్నేయ దిక్కునకెదురుదిక్కు.

చరిః-ఇ-పు-పశుః.

చరితమ్-అ-న-చరిత్రమ్॥.

చరితార్థః-అ-త్రి-ప్రాప్తప్రయోజనః.

చరిత్రమ్-అ-న-సద్వృత్తమ్ ॥ తె॥ మంచినడవడి.

చరిత్రా-ఆ-సీ-తింతిడీవృక్షః.

చరిష్ణుః-ఉ-త్రి- సంచారస్వభావమనుష్యపశ్వాదిః॥ తె॥ సంచరించేస్వభావముగలమనుష్యులుపశువులు మొదలైనది.

చరీత్రమ్-అ-న-చరిత్రమ్॥

చరుః-ఉ-(సీ)-కుండలీ- ౨హోమయోగ్యపక్వాన్నమ్-౩స్థాలీ॥ తె॥ ౧ఉప్పిచెట్టు- ౨హోమమునకై వండినయన్నము-౩కుండ.

చరుః-ఉ-పు-హవ్యాన్నమ్ - ౨తత్పాకభాండమ్॥

చరువ్రణః-అ-పు-చిత్రాపూపః॥

చరూః-ఊ- సీ- హోమయోగ్యపక్వాన్నమ్॥ తె॥ హోమమునకై వండినయన్నము.

చర్చరీ-న్-పు-తాలప్రాణకలావిశేషః॥ తె॥ తాలప్రాణభూతమైనయొకానొకకళ

చర్చరీ-ఈ-సీ-గోత్రేణీ-౨దేవీవిశేషః-౩కరతాలికా-౪గీతభేదః॥ తె॥ ౧తంగెడుచెట్టు-౨చర్చరీదేవి-౩చప్పట్లు-౪గీతములో భేదము.

చర్చరీకః-అ-పు-మహాకాలః-౨కేశవిన్యాసః-౩శాకః॥

చర్చా-ఆ-సీ-చాముండా ౨నిధివిశేషః-౩ప్రమాణైరర్థపరీక్షణమ్-౪చర్చిక్యమ్॥ తె॥ ౧పార్వతీదేవి-౨చర్చయనునది-౩ప్రమాణములచేతనర్థములను బరీక్షించుట, రూకలనాణెముచూచుటయున్ను-౪గంధాదులయొక్క మైపూత.

చర్చికా-ఆ-సీ-చాముండా-౨చర్చా॥ తె॥ ౧పార్వతిదేవి-౨గంధాదులయొక్క మైపూత.

చర్చిక్యమ్-అ-న-చర్చా॥ తె॥ గంధాదులమైపూత.

చర్చితమ్-అ-త్రి-చందనాదినాకృతలేపనమ్

చర్త్యః-అ-త్రి-హననీయః॥

చర్పటః-అ-పు-ప్రతలః-౨పర్పటః-౩సృష్టివికృతిః॥ తె॥ ౧చాఁచినవ్రేళ్లుఁగలయఱచెయ్యి-౨అప్పడము-౩సృజింపఁబడినపరిణామవికారము.

చర్పటీ ఈ-సీ-పోలీ॥

చర్భటః-అ-పు-ఇర్వారుః॥

చర్భటీ-ఈ-సీ-చర్చరీ-'౨హర్షక్రీడావాక్॥

చర్మ-న్-న-అజినమ్-౨ఖేటకమ్॥ తె॥ ౧తోలు-౨డాలు.

చర్మమ్-అ-న-ఫలకః॥

చర్మకః-అ-పు-భూర్జవృక్షః॥ తె॥ భుజపత్రపుచెట్టు.

చర్మకషా-ఆ-సీ-పశ్చిమదేశజాతగంధద్రవ్యమ్॥

చర్మకసా-ఆ-సీ-భూరిఫేనా॥ తె॥ సంబరేణు

చర్మకారః-అ-పు-క్షౌరకస్త్రీకుంభకారజనితః-౨చర్మకరౌషధమ్॥ తె॥ ౧గోండారువాఁడు-౨తోళ్లుదక్కపఱిచెడుఔషధము.

చర్మకారాహ్వయః-అ-పు-హింగులమ్॥ తె॥ ఇంగిలీకము.

చర్మకారీ-ఈ-సీ-చర్మకపౌషధిః॥

చర్మకీలః-అ-పు-గ్రంథిః॥ తె॥ కంతి.

చర్మకృత్-త్-పు-చర్మకారః॥

చర్మఖణ్డకః-అ-పు-చర్మకారః॥ తె॥ గోండారువాఁడు.

చర్మచటకా-ఆ-సీ-నిశాచరపక్షివిశేషః॥

చర్మచటీ-ఈ-సీ-చర్మచటకా॥

చర్మచిత్రకమ్-అ-న-శ్వేతకుష్ఠమ్॥

చర్మచోరీ-ఈ-సీ-వృక్షవిశేషః॥ తె॥ కొండబెండచెట్టు.

చర్మజమ్-అ-న-రోమ-౨రుధిరమ్॥

చర్మణ్వతీ-ఈ-సీ-నదీవిశేషః-౨కదలీవృక్షః॥ తె॥ ౧చర్మణ్వతియనునది-౨అరటిచెట్టు

చర్మతరఙ్గః-అ-పు-వలిః-౨త్వక్సంకోచః॥

చర్మదణ్డః-అ-పు-కశా॥

చర్మదూషికా-ఆ-సీ-కోఠరోగః॥

చర్మద్రుమః-అ-పు-భూర్జవృక్షః॥

చర్మపత్రా-ఆ-సీ-చర్మచటీ॥

చర్మపాత్రమ్-అ-న-ఖాకాణమ్॥ తె॥ ఓడలోనీళ్లుపారబోసేతోలుపాత్ర.

చర్మపాదుకా-ఆ-సీ-ఉపానత్॥

చర్మప్రభేదికా-ఆ-సీ-చర్మప్రభేదనాస్త్రమ్ తె॥ తోళ్లుకుట్టేఆరెమొదలయినది.

చర్మప్రభేదినీ-ఈ-సీ-ఆరా॥ తె॥ తోళ్లుకుట్టే ఆరె.

చర్మప్రసేవకః-అ-పు-చర్మప్రసేవికా॥

చర్మప్రసేవికా-ఆ-సీ-భస్త్రా॥ తె॥ కొలిమి తిత్తి. (మంగళ.

చర్మముణ్డా-ఆ-సీ-చాముండా॥ తె॥ సర్వ

చర్మరఙ్గా-ఆ-సీ-ఆవర్తనీ॥ తె॥ నులిదడచెట్టు.

చర్మరుః-ఉ-పు-చర్మకారః॥ తె॥ గొడారివాఁడు

చర్మసమ్భవా-ఆ-సీ-ఏలా॥ తె॥ ఏలకిచెట్టు.

చర్మసారః-అ-పు-రసః॥

చర్మాహ్వః-అ-పు-రసః॥

చర్మారః అ-పు-కాకాండః - ౨ చర్మకారః॥ తె॥ ౧ చెప్పటట్టచెట్టు-౨ గొడారువాఁడు

చర్మీ-న్-పు-భూర్జవృక్షః-౨ ఫలకపాణిః - ౩ భృంగిరిటిః॥ తె॥ ౧ భుజపత్రిచెట్టు-౨ డాలుపట్టినవాఁడు-అఱిగెపట్టెవాఁడున్ను-౩ మూఁడు కాళ్లుఁగల భృంగియను శివభక్తుఁడు.

చర్యా-ఆ-సీ-శ్రుతిస్మృత్యాచారస్థిరవృత్తిః-౨ గమనమ్-౩ అదనమ్-౪ ఆచరణంచ॥ తె॥ ౧ శ్రుతి, స్మృతి, వీనిచేతవిధింపఁబడినయాచారమునందుస్థిరముగునడవడి.

చర్వణమ్-అ-న-భక్షణమ్-౨ ముఖబిలమ్-౩ నర్తకీముఖమ్-౪ పానపాత్రమ్-౫ మిత్రగృహమ్॥ తె॥ ౧ తినడము-౨ నోరు-౩ ఆఁడెకు(స్త్రీ)ముఖము-౪ పానపాత్రము-౫ స్నేహితునియిల్లు.

చర్వణా-ఆ-సీ-నీలమక్షికా - ౨ చాంద్రాధఃప్రసారితకలా॥ తె॥ ౧ నల్లయీఁగ-౨ దిగువకుజారినచంద్రకళ.

చర్వా-న్-పు-తలప్రహారః॥

చర్వికా-ఆ-సీ-జంఘాపాదసంధిః॥ తె॥ చీలమండకీలు.

చర్వితమ్-అ-న-నేత్రమూలమ్॥ తె॥ ముక్కువైపుకొలికి.

చర్వితః-అ-త్రి-భక్షితః॥ తె॥ తినబడ్డది.

చర్వితచర్వణమ్-అ-న-రోమంథః॥ తె॥ నెమరువెయ్యడము.

చర్వితపాత్రకమ్-అ-న-చర్వితతాంబూలాదిత్యాగపాత్రమ్॥ తె॥ తమ్మతసుకు.

చర్వితా-ఆ-సీ-చంద్రాధఃప్రసారితకలా॥

చర్వ్యమ్-అ-త్రి-చర్వణీయమ్॥

చర్షణిః-ఇ-పు-జనః॥

చర్షణీ-ఈ-సీ-జార(స్త్రీ)-౨ విశ్వాసహీనః- ౩ కౌమారమ్॥ తె॥ ౧ రంకులాడి - ౨ నమ్మకములేనివాఁడు-౩ కౌమారావస్థ.

చలః-అ-పు-నఖమ్-౨ ఖలః-౩ చంచలః- ౪ కంపః॥ తె॥ ౧ నఖముదిప్ప-౨ దుష్టుఁడు-౩ కదలుట-౪ వణకుట. (హస్తాదికము.

చలః-అ-త్రి-కదాచిచ్చలనయుక్తః॥ తె॥

చలచ్చఞ్చుః-ఉ-పు-చకోరపక్షి॥ తె॥ వెన్నెలపులుఁగు.

చలజిహ్వః-అ-పు - హింస్రః-౨ క్రమేలకః-౩ శునకః॥ తె॥ ౧ హింసించునది-౨ ఒంటె-౩ కుక్క.

చలత్పూర్ణిమా-ఆ-సీ-చంద్రకమత్స్యః॥

చలదఙ్గః-అ-పు-మత్స్యవిశేషః॥

చలదఙ్గకః-అ-పు-చలదంగమత్స్యః॥

చలదలః-అ-పు-అశ్వత్థవృక్షః - ౨ గుండతృణమ్॥ తె॥ ౧ రావిచెట్టు- ౨ గుండతుంగగెడ్డి.

చలద్గలః-అ-పు-భేకః॥ తె॥ కప్ప.

చలనమ్-అ-న-భయమ్ - ౨ కనీనికాచలనవిశేషః-౩ కంపః॥ తె॥ ౧ వెఱపు, భయమున్ను-౨ కంటినల్లగుడ్డుత్రిప్పట-౩ కదలడము.

చలనః-అ-పు-పాదః-౨ హరిణః॥

చలనః-అ-త్రి-చలనవాన్॥

చలనకమ్-అ-న-చండాతకమ్॥

చలనీ-ఈ-సీ-వారీభేదః - ౨ గజబంధనీ - ౩ వస్త్రఘర్ఘరీ॥

చలపత్రః-అ-పు- అశ్వత్థవృక్షః॥ తె॥ రావి చెట్టు.

చలపత్రకః-అ-పు-ధుస్తూరః॥ తె॥ ఉమ్మెత్త చెట్టు.

చలా-ఆ-సీ-లక్ష్మీః-౨సిల్హకః॥

చలాచలః-అ-త్రి-క్వచిచ్చలనస్వభావవాన్

చలాచలః-అ-పు-కాకః॥

చలాతఙ్కః-అ-పు-వాతరోగః॥

చలిః-ఇ-సీ-నాట్యచతుర్దశాంగవిశేషః॥ తె॥ నాట్యమందలి పదునాలుగంగములవిశేషము.

చలితః-అ-త్రి- ప్రయాణవత్సైన్యమ్ - ౨ఆధూతః॥ తె॥ ౧కదిలినదండు-౨కదిలించఁబడ్డది.

చలుః-ఉ-పు-గండూషః॥

చలుకః-అ-పు-ప్రసృతిః-౨భాండభేదః॥

చవిః-ఇ-సీ-చవికా॥

చవికమ్-అ-న-చవికా॥

చవికా-ఆ-సీ-చవ్యమ్॥ తె॥ సేవ్యము నే గ్రంథ్యము.

చవ్యమ్-అ-న-ఉగ్రగంధా॥ తె॥ వస.

చవ్యకమ్-అ-న-చవికా॥

చవ్యజా-ఆ-సీ-గజపిప్పలీ॥

చవ్యఫలమ్-అ-న-గజపిప్పలీ॥

చవ్యా-ఆ-(పు)-కశేరుమధురా॥ తె॥ చవ్యము నుగ్రంథ్యము.

చవ్యా-ఆ-సీ-చవికా-౨వచా-౩కార్పాసీ॥

చషకః-అ-పు-కందుకః-౨నీవీగ్రంథిః-౩సర్షపః॥ తె॥ ౧చెండు-౨పోఁకముడి౩ఆవాలు

చషకః-అ-(సీ)- అమత్రమ్ - ౨మద్యమ్- ౩మద్యపాత్రమ్॥ తె॥ ౧గిన్నె-౨కల్లు-౩కల్లుతాగేగిన్నె.

చషతిః-ఇ-పు-భక్షణమ్-౨వధః॥

చషాలః-అ-(సీ)-యూపాగ్రకృతకటకమ్॥

చషాలః-అ-పు-యూపకటకః-౨యజ్ఞసమాప్తిసూచకం,పశుబంధనాద్యర్థం, యజ్ఞభూమౌ,యత్కాష్ఠమారోప్యతే,స,యూపః-తస్యశిరసి,వలయాకృతిర్ద్రుమగుకాకృతిర్వా,యః కాష్ఠవికారః,సః- ౩యూపమూలే,విహితలోహవలయశ్చ-రషధుస్థానమ్॥

చా-ఆ-సీ-శోభా॥

చాకచిచ్చా-ఆ-సీ-శ్వేతపుష్పా॥

చాక్రికః-అ-పు-వైతాళికవిశేషః-౨తిలఘాతుకః॥ తె॥ ౧నిద్రమేలుకొలిపేవాఁడు-౨తెలుకులవాఁడు.

చాక్షుషమ్-అ న-విష్ణుచక్రమ్- ౨ప్రత్యక్షవిశేషః-తత్తుచక్షురింద్రియజ్ఞానమ్॥

చాక్షుషః అ-పు- షష్ఠమనుః- ౨అస్మిన్మన్వంతరే,అజితనామకోవిష్ణోరవతారః॥

చాక్షుష్యః-అ-త్రి-మనోహరః॥ తె॥ కండ్లకు హితమైనది,ఇష్టవస్తువయును.

చాగలః-అ-పు-కరపత్రికా ॥ తె॥ తోలుబొక్కెన.

చాఙ్గః-అ-పు-చాంగేరీ॥ తె॥ పులిచింత.

చాఙ్గేరీ-ఈ-సీ-చుక్రికా॥ తె॥ పులిచింతచెట్టు.

చాచుపుటః-అ-పు-తాలపాణికలావిశేషః॥ తె॥ తాలపాణిభూతమైన యొకానొక కళ.

చాఞ్చల్యమ్-అ-న-చంచలతా-౨చాపల్యమ్॥

చాటః-అ-పు-చౌరః॥

చాటకైరః-అ-పు-భరద్వాజపక్షీ- ౨చటకాపుమపత్యమ్॥ తె॥ ౧పత్రింత- ౨పోఁతుపిచ్చుకపిల్ల.

చాటుః-ఉ-(సీ)-ప్రియవాక్యమ్॥

చాటుః-ఉ-సీ-ప్రేమకృతమిథ్యాస్తోత్రమ్-౨

రాజాదిస్తుతిః-౩పశుపిచండకః॥ తె॥ ౧ ప్రేమచేత లేనిదానిం గల్పించిపొగడుట- ౨రాజు మొదలగు వారిం బొగడుట - ౩ చతుష్పాదజంతువులకడుపు.

చాటుకారః-అ-పు - కనకమౌక్తికసరః॥ తె॥ ముత్యాలుబంగారపుగుండ్లు, కూడాగుచ్చినపేరు.

చాటుకారః-అ-త్రి-చటుతాత్పరకరః॥ తె॥ చెమతాత్పరములుం జేయువాండు.

చాటుపటుః-ఉ-పు-భండః॥

చాటులోలః-అ-త్రి-చటుల్లోలః॥

చాటువటుః-ఉ-పు-చాటుపటుః॥

చాటూక్తిః-ఇ-సీ-సేవా॥

చాణమ్-అ-న-గరిండమ్॥ తె॥పిడకలు.

చాణకీనమ్-అ-త్రి- చణకోత్పత్తియోగ్యక్షేత్రమ్॥ తె॥ సెనగలుఅయ్యేమంచిభూమి.

చాణక్యః-అ-పు-మునివిశేషః॥

చాణక్యమూలకమ్-అ న- మూలకప్రభేదః॥

చాణూరః-అ-పు-కంసరాజస్యమల్లవిశేషః॥

చాణ్డాలః-అ-పు-జనంగమః॥ తె॥మాలవాడు.

చాణ్డాలికా-ఆ-సీ కండోలవీణా॥ తె॥ చెండాలుడువాయించేవీణ.

చాణ్డాలీ-ఈ-సీ-లింగినీ- ౨చాండాలవల్లీ చ॥

చాతకః-అ-పు-చాతకపక్షీ॥ తె॥ వానకోయిల.

చాతకానన్దనః-అ-పు-వర్షాకాలః॥

చాతురః-అ-త్రి-నేత్రగోచరః- ౨చాటుకారః-౩నియంతా॥

చాతురః-అ-పు-చాటుకారీ- ౨నేత్రాగోచరః॥ తె॥౧వేషకలుచేయువాండు- ౨కండ్లకుగుపడనిది.

చాతురకః-అ-త్రి-చాతురః॥

చాతురాశ్రమ్యమ్-అ-న-బ్రహ్మచర్యగార్హస్థ్యవానప్రస్థభిక్షుకాశ్రమ చతుష్టయానాంధర్మః॥

చాతురికః-అ-పు-సారథిః॥

చాతురీ-ఈ-సీ-చతురభావః- ౨చతురకర్మ॥ తె॥౧నేర్పరి-౨నేర్పరిపని.

చాతుర్గుణికః-అ-పు - చతుర్గుణార్థోత్తమర్ణః తె॥నాలుగంతలవడ్డికియిచ్చేవాండు.

చాతుర్జాతమ్-అ-న- త్వగేలాపత్రనాగకేసరయుతచందనచూర్ణః- ౨త్వగాదిపత్రకేసరచతుష్టయమ్॥ తె॥ ౧బుక్కాభేదము-౨ఏలకులు, లవంగాలు, ఆకుపత్రికము, నాగకేసరాలున్ను.

చాతుర్జాతకమ్-అ-న-గుడత్వగేలానాగకేసరపత్రరూపచతుష్టయమ్॥

చాతుర్భద్రమ్-అ -న - నాగరాతివిషాముస్తాగుడూచీతిచతుష్టయమ్॥

చాతుర్యమ్-అ-న-చతురభావః- ౨చతురకర్మ ॥ తె॥౧చతురునిభావము- ౨చతురునిపని.

చాతుర్వర్ణ్యమ్-అ-న- బ్రాహ్మణక్షత్రియవైశ్యశూద్రసమాహారః॥

చాతుర్వైద్యః-అ-పు-చాతుర్విద్యః- ౨చతుర్వేదవేత్తా॥

చాత్వాలః-అ-పు- గర్తః - ౨అగ్నిహోత్రోపకరణమ్॥

చాన్ద్రిమ్-అ-న-చాంద్రాయణమ్॥

చాన్ద్రిః-అ-పు-చంద్రకాంతమణిః-౨చాంద్రమాసః॥

చాన్ద్రికమ్-అ-న-శుంఠీ॥

చాన్ద్రిభాగా-ఆ-సీ-చంద్రభాగానదీ॥

చాన్ద్రిభాగీ-ఈ-సీ-చంద్రభాగానదీ॥

చాన్ద్రిమసమ్-అ న-మృగశిరోనక్షత్రమ్॥

చాన్ద్రిమసమ్-అ-త్రి-చంద్రమస్సంబంధినీ॥

చాన్ద్రిమసాయనః-అ-పు-బుధగ్రహః॥

చాన్ద్రిమాసః-అ-పు-చంద్రసంబంధిమాసః

చాన్ద్రాఖ్యమ్-అ-న-ఆర్ద్రకమ్॥

చాన్ద్రాయణమ్-అ-న-మాసపరిమితవ్రతమ్॥

చాన్ద్రిః-ఇ-పు-బుధగ్రహః॥ తె॥ నాలవగ్రహము.

చాన్ద్రీ-ఈ-సీ-చన్ద్రికా-౨శ్వేతకణ్టకారీ॥ తె॥౧వెన్నెల-౨తెల్లవాకుడుచెట్టు.

చాపః-అ-(సీ)-కార్ముకమ్॥ తె॥విల్లు.

చాపపటః-అ-పు-ప్రియాలవృక్షః॥

చాపలమ్-అ-న-అనవస్థితిః॥

చాపల్యమ్-అ-న-చపలతా-౨చాఞ్చల్యమ్॥

చామరమ్-అ-(సీ)- చమరీపుచ్ఛలోమనిర్మితవ్యజనమ్॥

చామరమ్-అ-న-ప్రకీర్ణకమ్॥ తె॥సురటి.

చామరపుష్పః-అ-పు-చూతవృక్షః - ౨కేతకీవృక్షః-౩కాశతృణమ్-౪గువాకః॥ తె॥ ౧మామిడిచెట్టు-౨మొగలిచెట్టు - ౩తెల్లుగెడ్డి-౪పోఁకచెట్టు.

చామరపుష్పకః-అ-పు- కాశః - ౨చామరపుష్పార్థోప్యత్ర॥

చామరా-ఆ-సీ- స్వర్గః-౨చామరమ్॥ తె॥ ౧స్వర్గము-౨సురటి॥

చామరీ-ఈ-సీ-చామరమ్॥ తె॥ సురటి.

చామరీన్-(న)- ఘోటకః॥

చామీకరమ్-అ-న- సువర్ణమ్-౨ఆకరః-౩మేరుః॥ తె॥౧బంగారము - ౨గని-౩మేరుపర్వతము.

చామీకరః-అ-పు-సూర్యధనుః॥ తె॥సూర్యుని విల్లు.

చామీరమ్-అ-న-సూర్యధనుః॥ తె॥సూర్యునివిల్లు.

చాముణ్డా-ఆ-సీ-సప్తమాతృకావిశేషః॥ తె॥ సప్తమాతృకలలోనొకతె.

చాముణ్డీ-ఈ-సీ- సప్తమాతృకావిశేషః॥ తె॥ సప్తమాతృకలలోనొకతె.

చామ్పిలా-ఆ-సీ-నదీ॥

చామ్పేయః-అ-పు-చమ్పకవృక్షః-౨నాగకేసరవృక్షః-౩స్వర్ణమ్-౪కిఞ్జల్కః॥ తె॥ ౧సంపెగచెట్టు-౨నాగకేసరచెట్టు-౩బంగారము-౪కేసరము.

చామ్పేయకమ్-అ-న-కిఞ్జల్కః॥ తె॥ కేసరము

చామ్యమ్-అ-న-భక్ష్యమ్॥

చారమ్-అ-న-కృత్రిమవిషమ్॥

చారః-అ-పు-నవగుప్తః-౨ప్రణిధిః-౩ప్రశితిః-౪ప్రియాలువృక్షః- ౫స్వరః - ౬బన్ధురః-౭సర్పః-౮గతిః॥ తె॥ ౧చారచెట్టు-౨హరకార-౩బొండ, సంకిలి మొదలయినవాటిచేతఁజేసినకయిదు - ౪మొరలెచెట్టు-౫స్వరము.

చారకః-అ-పు-బహువల్కః-౨అశ్వాదేఃపాలకః-౩సఞ్చారకః-౪బన్ధః॥ తె॥౧చారచెట్టు.

చారటికా-ఆ-సీ-నలీనామగన్ధద్రవ్యమ్॥

చారటీ-ఈ-సీ-పద్మచారిణీ॥ తె॥ ముణుగుదామర.

చారణమ్-అ-న-సఞ్చారః॥ తె॥తిరుగుట.

చారణః-అ-పు-కుశీలవః॥ తె॥ నెరవిద్య మొదలైనయాటలవాళ్లు.

చారణీ-ఈ-సీ-కరణీ॥ తె॥కరణిచెట్టు.

చారభటః-అ-పు-వీరః॥

చారవాయుః-ఉ-పు నిదాఘజవాయుః॥

చారిణీ-ఈ-సీ-గవాదనీ- ౨తిరచ్ఛదా॥ తె॥౧తెల్లవిష్ణుక్రాన్తచెట్టు- ౨గెడ్డిభేదము.

చారితమ్-అ-న-రతిబన్ధవిశేషః॥ తె॥రతిబన్ధభేదము.

చారిత్రమ్-అ-న-సద్వృత్తమ్॥ తె॥ మంచినడత.

చారిత్రా-ఆ సీ-తింతిడీవృక్షః॥

చారీ-ఈ-సీ-నాటకాంగవిశేషః- ౧నాట్యే ఏకపాదప్రచారః॥ తె॥ ౧ఒకానొక నాటకాంగము - ౧నాట్యమందొంటికాలితో తిరగడము.

చారు-ఉ-న-కుంకుమమ్॥ తె॥కుంకుమము.

చారుః-ఉ-పు-బృహస్పతిః॥ తె॥బృహస్పతియనుగ్రహము.

చారుః-ఉ-త్రి- మనోహరః॥ తె॥ రమణీయము.

చారుకః-అ-పు-శరబీజమ్॥

చారుకాన్తిః-ఇ-సీ-చంద్రభార్యా॥ తె॥ చంద్రుని పెండ్లాము.

చారుకిఙ్జల్కా-ఆ-సీ-సహా॥ తె॥ పిన్నగోరంటచెట్టు.

చారుకేశరా-ఆ- సీ- నాగరముస్తా-౧తరుణీపుష్పమ్॥

చారుగర్భః-అ-పు-శ్రీకృష్ణపుత్రః॥

చారుగుప్తః-అ-పు-శ్రీకృష్ణపుత్రః॥

చారుదర్శనః-అ-పు- సుపార్శ్వకవృక్షః॥ తె॥ కలుజువ్విచెట్టు.

చారుదేష్ణః-అ-పు-రుక్మిణ్యాం శ్రీకృష్ణపుత్రః

చారుధారా-ఆ-సీ-శచీ- చారుధామా ఇత్యపి పాఠః॥

చారునాలకమ్-అ-న-రక్తపద్మమ్॥

చారుపర్ణీ-ఈ-సీ- ప్రభద్రా॥ తె॥సవిరెలచెట్టు

చారుఫలా-ఆ-సీ-ద్రాక్షా॥

చారుబాహుః-ఉ-పు-శ్రీకృష్ణపుత్రః॥

చారుమతీ-ఈ-సీ-చంద్రభార్యా॥

చారుమోదా-ఆ-సీ-అంబష్ఠాలతా॥ తె॥అడవిమొల్ల.

చారులోచనః-అ-పు-హరిణః॥

చారువర్ధనా-ఆ-సీ-నారీ॥

చారువిన్దః-అ-పు-శ్రీకృష్ణపుత్రః॥

చారువ్రతా-ఆ-సీ-మాసోపవాసినీ॥

చారుశిలా-ఆ-సీ-మణిః॥

చార్చిక్యమ్-అ-న-చందనాదినా దేహవిలేపన విశేషః॥

చార్మః-అ-పు-చర్మాచ్ఛాదితరథః॥

చార్మః-అ-త్రి-చర్మాచన్నద్రవ్యమ్॥

చార్మణమ్-అ-న-చర్మసమూహః॥ తె॥ తోళ్లగుంపు.

చార్మణః-అ-త్రి-చర్మసంబంధీ॥ తె॥ చర్మసంబంధము.

చార్మిణమ్-అ-న-చర్మిణాం సమూహః॥

చార్వాకః-అ-పు - చార్వాకశాస్త్రవేత్తా॥ తె॥చార్వాకమనెడి శాస్త్రముఁ జదివినవాఁడు.

చార్వీ-ఈ-సీ- గ్రహణతుష్టబుద్ధిః - ౧శోభనా-౩కుబేరపత్నీ-౪జ్యోత్స్నా-౫దీప్తిః॥ తె॥౧గ్రహించఁదగినబుద్ధి- ౨శుభకరము-౩కుబేరుని పెండ్లాము-౪వెన్నెల-౫కాంతి.

చాలః-అ- పు - స్వనామఖ్యాతగృహాచ్ఛాదనమ్॥

చాలకః-అ-పు-అంకుశమర్ధహస్తీ॥

చాలనమ్-అ-న-చలనమ్॥ తె॥కదలడము.

చాలనీ-ఈ-సీ-తితవుః॥ తె॥జల్లెడ.

చాలా-ఆ-సీ-నాట్యచతుర్దశాంగవిశేషః॥

చాలీ-ఈ-సీ-నాట్యచతుర్దశాంగవిశేషః॥

చాషః-అ-పు-కికీదివిపక్షీ॥ తె॥పాలపిట్ట.

చాషకమ్-అ-న-జాపకపర్వతజాతకృష్ణచందనమ్॥ తె॥జాపకపర్వతమునఁబుట్టినకృష్ణచందనము.

చాసః-అ-పు-కికీదివిపక్షీ॥ తె॥పాలపిట్ట.

చికలీలః-అ-పు-కర్దమః॥ తె॥బురుద.

చికిత్సకః-అ-పు-వైద్యః॥ తె॥వైద్యుఁడు.

చికిత్సా-ఆ-సీ-రుక్ప్రతిక్రియా॥ తె॥ వైద్యము

చికిత్సితమ్-అ-న-చికిత్సా॥

చికిత్సితమ్-అ-త్రి-కృతప్రతీకారే॥

చికినః-అ-త్రి-చిపిటనాసికః॥

చికిలః-అ-పు-పంకః॥

చికీర్షా-ఆ-సీ-కర్తుమిచ్ఛా॥ తె॥ చేయనిచ్ఛ.

చికీర్షుః-ఉ-త్రి-కర్తుమిచ్ఛుః-౧కరణేచ్ఛావిశిష్టః॥

చికురః-అ-పు-కేశః-౨సర్పః-౩గృహబభ్రుః ౪పక్షిభేదః-౫వృక్షవిశేషః-౬శైలవిశేషః॥ తె॥ ౧తలవెండ్రుక-౨పాము-౩బల్లి-౪ఒకానొకపిట్ట-౫ఒకానొకచెట్టు ౬ఒకానొకకొండ.

చికురః-అ-త్రి-చంచలస్వభావవాన్॥ తె॥ నిలుకడలేనివాఁడు.

చికురపక్షః-అ-పు-కచసమూహః॥

చికురపాశః-అ-పు-కేశసమూహః॥

చికురహస్తః-అ-పు-కేశసమూహః॥

చికూరః-అ-పు-కేశః॥

చిక్కః-అ-పు-చుచుందరిః॥ తె॥ చుంచు.

చిక్కణమ్-అ-న-చక్కణమ్॥ తె॥ పోఁకపైగరి.

చిక్కణః-అ-పు-పూగవృక్షః॥ తె॥ పోఁకచెట్టు

చిక్కణః-అ-త్రి-మసృణః॥ తె॥ చిక్కనిద్రవ్యము.

చిక్కణా-ఆ-సీ-ఉత్తమాగః॥

చిక్కణీ-ఈ-సీ-పూగఫలమ్॥ తె॥ పోఁకపండు

చిక్కసః-అ-పు-యవచూర్ణమ్॥

చిక్కసః-అ-(సీ)-ముద్గగోధూమాదిపిష్టమ్ ॥ తె॥ పెసలుగోధుమలుమొదలైనదానిపిండి.

చిక్కా-ఆ-సీ-పూగఫలమ్॥ తె॥ పోఁకపండు.

చిక్రోడః-అ-పు-స్థూలదంతకః॥ తె॥ ఉడుత.

చిజ్గటః-అ-పు-మత్స్యవిశేషః॥

చిజ్గటీ-ఈ-సీ-మత్స్యవిశేషః॥

చిజ్గడః-అ-పు-చింగటమత్స్యః॥

చిచిణ్డః-అ-పు-ఫలవిశేషః॥

చిచ్చికః-అ-పు-చికిత్సకః-౨పూరిషః॥ తె॥ ౧వైద్యుఁడు - ౨నాటకపరిభాషయందుపూజ్యుఁడు.

చిచ్చిడః-అ-పు-గోమారిః॥ తె॥ పెద్దగోమారి.

చిఞ్చా-ఆ-సీ-తింత్రిణీవృక్షః॥ తె॥ చింతచెట్టు.

చిఞ్చామ్లమ్-అ-న-అమ్లశాకః॥

చిఞ్చాసారః-అ-పు-అమ్లశాకః॥

చిఞ్చీ-ఈ-సీ-గుంజా॥

చిఞ్చోటకః-అ-పు-తృణవిశేషః॥

చిత్-ద్-సీ-బుద్ధిః॥ తె॥ తెలివి.

చిత్-త్-సీ-బుద్ధిః॥ తె॥ తెలివి.

చిత్-౦-౦-అసాకల్యమ్॥ తె॥ కొంత.

చితః-అ-త్రి-వ్యాప్తః॥ తె॥ వ్యాపించినది.

చితా-ఆ-సీ-సరళదేవదారువృక్షః-౨చితిః॥ తె॥ ౧సోద, కాడున్ను.

చితాచూడకమ్-అ-న-చితా॥

చితిః-ఇ-సీ-చితా-౨స్తోమః-౩బుద్ధిః॥ తె॥ ౧సోద, కాడున్ను-౨స్తోమము-౩మనస్సు.

చితికా-ఆ-సీ-కటిశృంఖలా॥

చిత్కృతమ్-అ-న-గోవత్సధ్వనిః॥

చిత్తమ్-అ-న-మనః॥

చిత్తప్రసన్నతా-ఆ-సీ-హర్షః॥ తె॥ సంతసము.

చిత్తవిప్లవః-అ-పు-ఉన్మాదః॥ తె॥ వెఱ్ఱి.

చిత్తవిభ్రమః-అ-పు-ఉన్మాదః॥ తె॥ వెఱ్ఱి.

చిత్తసమున్నతిః-ఇ-సీ-గర్వః॥ తె॥ గర్వము.

చిత్రా-ఆ-సీ-చిత్రానక్షత్రమ్॥ తె॥ ఇరువదేఁడునక్షత్రములలోనొకటి.

చిత్తాభోగః-అ-పు-చిత్తపరిపూర్తిః॥ తె॥ మనస్సునిండియుండుట.

చిత్తోన్నతిః-ఇ-సీ-గర్వః॥

చిత్యమ్-అ-న-మృతకచైత్యమ్॥ తె॥ పీనుఁగుల నుపెట్టుకొనురచ్చ, చావడి.

చిత్యః-అ-పు-అగ్నిః॥ తె॥ నిప్పు.

చిత్యా-ఆ-సీ-చితా॥ తె॥ పొద, కాడునన్ను.

చిత్రమ్-అ-న-అద్భుతరసః- ౨తిలకమ్- ౩ఆలేఖ్యమ్-౪తాండవమ్-౫ఆకాశః॥ తె॥ ౧నవరసములలోనొకటి- ౨మెసలిబొట్టు ౩చిత్తరువు-౪ఆట- ౫ఆకసము.

చిత్రః-అ-పు-తిలతండులవన్మిశ్రసర్వవర్ణః- ౨తాలప్రాణమార్గవిశేషః-౩చిత్రకః ౪మనుజవిశేషః-౫వరాహక్రాంతా-౬సర్పవిశేషః-౭గోపాలః॥ తె॥ ౧చిత్రవర్ణము-౨తాలప్రాణమార్గవిశేషము-౩చిత్రమూలపుచెట్టు.

చిత్రః-అ-త్రి- తిలతండులవన్మిశ్రసర్వవర్ణవాన్-౨అద్భుతరసవాన్॥

చిత్రకమ్-అ-న-తిలకమ్॥ తె॥ బొట్టు.

చిత్రకః-అ-పు- కూశ్మాండలతా - ౨తిలకవృక్షః-౩ఏరండవృక్షః-౪వహ్నిసంజ్ఞకవృక్షః-౫చిత్రకాయః- ౬జామివృక్షః॥ తె॥ ౧గుమ్మడిచెట్టు - ౨తిలకవృక్షము - ౩ఆముదపుచెట్టు-౪చిత్రమూలము-౫చిఱుతపులి-౬జామిచెట్టు.

చిత్రకణ్ఠః-అ-పు-కపోతః॥

చిత్రకమ్బలః-అ-పు-కంబలవిశేషః॥

చిత్రకరః-అ-పు-వర్ణసంకరజాతివిశేషః॥

చిత్రకర్మా-న్-పు-తినిశవృక్షః-బహువ్రీహౌ ఆశ్చర్యకర్మా-చిత్రకారశ్చ॥

చిత్రకాయః-అ-పు-చిత్రకః॥ తె॥ చిఱుతపులి

చిత్రకారః-అ-పు-రంగాజీవః॥ తె॥ ముచ్చెవాఁడు.

చిత్రకూటః-అ-పు-పర్వతవిశేషః॥

చిత్రకృత్-త్-పు-తినిశవృక్షః-౨చిత్రకరః॥ తె॥ ౧నెమ్మిచెట్టు - ౨చిత్రములుఁజేయువాఁడు.

చిత్రకేతుః-ఉ-పు-జామివృక్షః ॥ తె॥ జామిచెట్టు.

చిత్రకోలః-అ-పు-అంజనికా॥

చిత్రగన్ధమ్-అ-న-హరితాలమ్॥

చిత్రగవీ-ఈ-సీ-చిత్రవర్ణగౌః॥ తె॥ నానావర్ణములుఁగలఆవు.

చిత్రగుప్తః-అ-పు-యమః- ౨యమలేఖకః॥ తె॥ ౧జముఁడు-౨జమునియొక్క లెక్కలువ్రాయువాఁడు.

చిత్రచరణః-అ-పు-చిత్రకః॥ తె॥ చిత్రమూలపుచెట్టు.

చిత్రజల్పః-అ-పు-వాక్యవిశేషః॥

చిత్రతణ్డులమ్-అ-న-విడంగమ్॥

చిత్రతణ్డులా-ఆ-సీ-విడంగమ్॥ తె॥ వాయువిడంగము.

చిత్రతమః-అ-పు-తాలప్రాణమార్గవిశేషః॥

చిత్రతరః-అ-పు- తాలప్రాణమార్గవిశేషః॥

చిత్రతీ-ఈ-సీ -వీణాతంత్రీభేదజస్వరాశ్రయక్రియాభేదః॥

చిత్రత్వక్-చ్-పు-భూర్జవృక్షః॥

చిత్రదణ్డకః-అ-పు-కందః॥ తె॥ కందచెట్టు

చిత్రదేవీ-ఈ-సీ-మహేంద్రవారుణీ॥

చిత్రనేత్రా-ఆ-సీ-శారికాపక్షీ॥

చిత్రపక్షః-అ-పు-కపింజలపక్షీ॥ తె॥ ఱెక్కలయందు చిత్రవర్ణముఁగల బట్టపులుఁగుయనేపిట్ట.

చిత్రపక్షకః-అ-పు-మయూరపక్షీ॥ తె॥ నెమలిపిట్ట.

చిత్రపత్త్రః-అ-పు-తిలకవృక్షః॥ తె॥ తిలకవృక్షము.

చిత్రపత్త్రికా-ఆ-సీ- మోహినీ॥ తె॥ కోల } (పాలచెట్టు.)

చిత్రపత్రీ-ఈ-సీ-జలపిప్పలీ॥

చిత్రపదా-ఆ-సీ-గోధాపదీలతా-౨ ఛందోభేదః॥

చిత్రపర్ణికా-ఆ-సీ-చిత్రపర్ణీభేదః॥

చిత్రపర్ణీ-ఈ-సీ-పృశ్నిపర్ణీ-౨కర్ణస్ఫోటా-౩జలపిప్పలీ-౪ద్రోణపుష్పీ-౫మంజిష్ఠా॥ తె॥౧కోలపొన్నచెట్టు-౨బొల్లిబూసరచెట్టు.

చిత్రపాదా-ఆ-సీ-శారికాపక్షీ॥

చిత్రపిఙ్గలః-అ-పు-మయూరః॥ తె॥ నెమలి.

చిత్రపిఙ్ఖకః-అ-పు-మయూరః॥ తె॥ నెమలి.

చిత్రపుఙ్ఖః-అ-పు-శరః॥

చిత్రపుష్పీ-ఈ-సీ-మద్యవాసినీ-౨అంబష్ఠా॥ తె॥౧ఆరెపువ్వు.

చిత్రపృష్ఠః-అ-పు-కలవింకపక్షీ॥ తె॥ ఊరపిచ్చుక.

చిత్రప్రణయః-అ-పు-పశ్చిమసముద్రాంతరస్థవరుణపుత్రః॥

చిత్రఫలః-అ-పు-మత్స్యవిశేషః॥

చిత్రఫలకః-అ-పు-చిత్రఫలమత్స్యః॥

చిత్రఫలా-ఆ-సీ-చిర్భిటా-౨మృగేర్వారుః-౩లింగినీ-౪మహేంద్రవారుణీ-౫వార్తాకీ-౬కంటకారీ-౭మత్స్యవిశేషః॥

చిత్రబిమ్బః-అ-పు-కృకవాకుః॥ తె॥ ఊసరవెల్లి.

చిత్రభానుః-ఉ-పు-అగ్నిః-౨సూర్యః-౩సంవత్సరవిశేషః-౪చిత్రకవృక్షః-౫అర్కవృక్షః-౬భైరవః॥ తె॥౧నిప్పు-౨సూర్యుఁడు-౩అఱువదిసంవత్సరములలోనొకటి.

చిత్రభేషజః-అ-పు-కాకోదుంబరికావృక్షః॥ తె॥ బ్రహ్మమేడిచెట్టు.

చిత్రభేషజా-ఆ-సీ-కాకోదుంబరికా॥

చిత్రమేఖలః-అ-పు-మయూరః॥ తె॥ నెమలి

చిత్రయోధీ-న్-పు-అర్జునవృక్షః-౨పార్థః॥

చిత్రయోనిః-ఇ-పు-లావకపక్షీ॥ తె॥ లావకపిట్ట.

చిత్రరథః-అ-పు-గంధర్వవిశేషః-౨సూర్యః-౩విద్యాధరవిశేషః॥ తె॥౧చిత్రరథుడనుగంధర్వుఁడు-౨వేఁడివెలుఁగు-౩ఒకానొకవిద్యాధరుఁడు.

చిత్రరథా-ఆ-సీ-నదీవిశేషః॥ తె॥ ఒకానొకయేరు.

చిత్రరేఖా-ఆ-సీ-కుబేరభార్యా॥ తె॥కుబేరునిపెండ్లాము.

చిత్రలః-అ-పు-కర్బురవర్ణః-౨తద్వతి, త్రి॥

చిత్రలతా-ఆ-సీ-మంజిష్ఠా॥

చిత్రలా-ఆ-సీ-గోరక్షీవృక్షః॥

చిత్రలేఖా-ఆ-సీ-అప్సరోవిశేషః-సాఉషాయాసఖీ-౨కుంభాండకన్యా-౩ఛందోవిశేషః॥

చిత్రలోచనా-ఆ-సీ-శారికాపక్షీ॥

చిత్రవదాలః-అ-పు-పాఠీనమత్స్యః॥

చిత్రవల్లికః-అ-పు-వదాలమత్స్యః॥

చిత్రవల్లీ-ఈ-సీ-మృగేర్వారుః॥

చిత్రవాలః-అ-పు-చాషపక్షీ॥ తె॥ పాలపిట్ట.

చిత్రవిగ్రహః-అ-పు-కుక్కుటః॥ తె॥కోడి.

చిత్రవీర్యః-అ-పు-రక్తైరండః॥

చిత్రశిఖణ్డిజః-అ-పు-బృహస్పతిః॥

చిత్రశిఖణ్డిప్రసూతః-అ-పు-బృహస్పతిః॥

చిత్రశిఖణ్డీ-న్-పు-సప్తర్షిసామాన్యమ్॥ తె॥ సాధారణముగసప్తమహాఋషులు.

చిత్రసర్పః-అ-పు-మాలుధానసర్పః॥

చిత్రసారః-అ-పు-పోత్రకవృక్షః॥ తె॥ బిల్లుచెట్టు.

చిత్రసేనః-అ-పు-గంధర్వవిశేషః॥ తె॥ ఒకానొకగంధర్వుఁడు.

చిత్రసేనా-ఆ-సీ-నదీవిశేషః॥ తె॥ ఒకానొకనది.

చిత్రా-ఆ-సీ-చిత్రానక్షత్రమ్-౨మూషకపర్ణీశాకమ్-౩గోతుంబా-౪అప్సరోవిశేషః-౫దంతికా॥ తె॥ ౧ఇఱువదేడునక్షత్రములలోనొకటి-౨ఎలుకచెవిచెట్టు-౩విష్ణుక్రాంతచెట్టు-౪ఒకానొకయప్సరసు ౫నాగదంతిచెట్టు.

చిత్రాక్షీ-ఈ-సీ-శారికాపక్షీ॥ తె॥ గోరెంకపిట్ట.

చిత్రాక్షుపః-అ-పు-ద్రోణపుష్పీ॥ తె॥ పనుగుతుమ్మిచెట్టు.

చిత్రాఙ్గమ్-అ-న-హింగులమ్-౨హరితాలం

చిత్రాఙ్గః-అ-పు-రక్తచిత్రకః॥ తె॥ ఎఱ్ఱచిత్రమూలపుచెట్టు.

చిత్రాఙ్గదః-అ-పు-చంద్రవంశీయరాజవిశేషః-౨గంధర్వవిశేషః-౩బ్రహ్మపాదజమసీశాఖ్యకాయస్థస్యచిత్రగుప్తాదిత్రయాంతర్గతమతవిశేషః సఅధోలోకవివేచకః॥

చిత్రాఙ్గదసూః-ఊ-సీ-సత్యవతీ॥

చిత్రాఙ్గీ-ఈ-సీ-మంజిష్ఠా-౨కర్ణజలౌకాః॥

చిత్రాటీరః-అ-పు-చంద్రః-౨ఘంటాకర్ణబలిభాగాగ్రబిందుభిరంకితభాలః॥

చిత్రాపూపః-అ-పు-పిష్టకభేదః॥

చిత్రాయసమ్-అ-న-తీక్ష్ణలోహమ్॥

చిత్రికః-అ-పు-చైత్రమాసః॥

చిత్రిణీ-ఈ-సీ-స్త్రీజాతివిశేషః-౨చిత్రానక్షత్రమ్॥ తె॥ ౧చిత్తినియనునొకస్త్రీజాతి-౨ఇఱువదేడునక్షత్రములలోనొకటి.

చిత్రితాకరీ-ఈ-సీ-యమపట్టణమ్॥ తె॥ జమునిప్రోలు.

చిత్రేశః-అ-పు-చంద్రః॥ తె॥ వెన్నెలరేఁడు.

చిత్రోక్తిః-ఇ-సీ-ఆకాశవాణీ-౨ఆశ్చర్యకథనంచ॥

చిత్రోత్తరమ్-అ-న-అలంకారవిశేషః॥ తె॥ ఒకానొకయలంకారము.

చిత్రౌదనమ్-అ-న-విచిత్రాన్నమ్॥

చిదా-ఆ-సీ-సరళదేవదారువృక్షః॥ తె॥ సరళదేవదారుచెట్టు.

చిద్రూపః-అ-త్రి-హృదయాళుః-౨స్ఫూర్తిమాన్-౩జ్ఞానమయః॥

చిత్తలా-ఆ-సీ-అతలలోకస్థశక్తిః॥ తె॥ అతలలోకముననుండుశక్తి.

చిన్తా-ఆ-సీ-వ్యభిచారీభావవిశేషః-౨ఇష్టానిష్టకార్యవిచారః-౩అనిష్టకార్యవిచారః-౪పరంపరా॥ తె॥ ౧శృంగారరసైకదేశమగువ్యభిచారీవిశేషములలోనొకటి-౨మంచిచెడుగులగు పనులను విచారించుట-౩ఇష్టములేనికార్యవిచారము-౪వంపరపనసచెట్టు.

చిన్తామణిః-ఇ-పు-బ్రహ్మ-౨బుద్ధవిశేషః-౩మణివిశేషః॥

చిన్తాయనా-ఆ-సీ-భార్యా-౨సురా-౩మాయా॥ తె॥ ౧ఇల్లాలు-౨కల్లు-౩మాయ.

చిన్తావేశ్మ-న్-న-మంత్రణాగృహమ్॥

చిన్తిడీ-ఈ-సీ-తింతిడీ॥ తె॥ చింతచెట్టు

చిన్తితమ్-అ-త్రి-కృతచింతనమ్-౨కర్తరి క్తే చింతాయుక్తః-౩భావే క్తే చింతా॥

చిన్తితిః-ఇ-సీ-చింతా॥

చిన్తియా-ఆ-సీ-ఇష్టానిష్టకార్యవిచారః-౨అనిష్టకార్యవిచారః॥ తె॥ ౧మంచిచెడుగులగుపనులనువిచారించుట-౨ఇష్టములేనికార్యవిచారము.

చిన్నః-అ-పు-సస్యవిశేషః॥

చిపిటః-అ-పు-భక్ష్యవిశేషః-౨విస్మృతః॥ తె॥ ౧అటుకులు-౨మరువబడినది,

చిపిటకః-అ-పు-పృథుకః॥ తె॥అటుకులు.

చిపిటా-ఆ-స్త్రీ-గుండాసినీతృణమ్॥

చిపుటః-అ-పు-చిపిటకః॥ తె॥అటుకులు.

చిబుకమ్-అ-న-ఓష్ఠాధఃప్రదేశః॥ తె॥ గెడ్డపు వెంట్రుకలువచ్చేగద్దువ.

చిబూకమ్-అ-న-ఓష్ఠాధఃప్రదేశః॥ తె॥గెడ్డపు వెంట్రుకలువచ్చేగద్దువ,

చిమిః-ఇ-పు-శుకపక్షీ-౨పట్టవృక్షః॥

చిమికః-అ-పు-శుకపక్షీ॥ తె॥చిలుకపిట్ట.

చిరమ్-మ్-౦-చిరకాలః॥ తె॥ దీర్ఘకాలము.

చిరమ్-అ-న-చిరకాలః॥ తె॥ దీర్ఘకాలము.

చిరకారీ-న్-త్రి-చిరక్రియః॥

చిరకాలమ్-అ-న-దీర్ఘకాలః॥

చిరక్రియః-అ-త్రి-దీర్ఘసూత్రః॥ తె॥ విచారించియాలస్యముగా పనిచేసేవాఁడు.

చిరజీవకః-అ-పు-జీవకవృక్షః॥

చిరజీవీ-న్-పు-జీవకనామకగ్రంథ్యమ్-౨విష్ణుః-౩కాకః-౪శాల్మలివృక్షః౫మార్కండేయః-౬అశ్వత్థామా-౭బలిః-౮వ్యాసః-౯హనుమాన్-౧౦విభీషణః-౧౧కృపః-౧౨పరశురామః॥ తె॥ ౧జీవకమను గ్రంథ్యము-౨నారాయణుఁడు-౩కాకిము-౪బూరుఁగుచెట్టు.

చిరజ్జీవీ-న్-పు-వాయసః-౨విష్ణుః-౩జీవకవృక్షః-౪శాల్మలివృక్షః॥ తె॥ ౧కాకి-౨విష్ణువు-౩జీవకమను గ్రంథ్యము-౪బూరుఁగుచెట్టు.

చిరజ్జీవీ-న్-త్రి-చిరజీవీ॥

చిరణ్టికా-ఆ-స్త్రీ-శంఖపుష్పీ-౨సుభాగినీ॥ తె॥ ౧శంఖపుష్పిచెట్టు-౨ముత్తయిదువ.

చిరణ్టీ-ఈ-స్త్రీ-సువాసినీ-౨ద్వితీయవయస్త్రీ తె॥ ౧ముత్తయిదువ - ౨ఇరువదయిదు యేళ్లుమొదలుకొని యేబదియేండ్లలోపలియాఁడుది.

చిరతిక్తః-అ-పు-వృక్షవిశేషః॥

చిరత్నః-అ-త్రి-పురాతనః॥ తె॥ పూర్వకాలపుది.

చిరన్తనః-అ-త్రి-పురాతనః॥ తె॥ పూర్వకాలపుది.

చిరపర్ణమ్-అ-న-సురపర్ణమ్॥ తె॥ మాచిపత్రిచెట్టు.

చిరపాకీ-న్-పు-కపిత్థవృక్షః॥ తె॥ వెలగచెట్టు.

చిరపుష్పః-అ-పు-వకుళవృక్షః॥ తె॥ పొగడచెట్టు.

చిరబిల్వః-అ-పు-కరంజవృక్షః॥

చిరమేహీ-న్-(న)-గర్దభః॥ తె॥గాడిద.

చిరణ్ఘణః-అ-పు-చిల్లః॥ తె॥చిందపిట్ట.

చిరరాత్రమ్-అ-న-బహురాత్రిసమూహః తె॥అనేకరాత్రులగుంపు.

చిరరాత్రాయ-౦-౦-చిరకాలః॥ తె॥చాలాకాలము.

చిరసూతా-ఆ-స్త్రీ-చిరప్రసూతాగవీ॥

చిరస్థాయీ-న్-త్రి-బహుకాలస్థాతా॥

చిరస్య-౦-౦-చిరకాలః॥ తె॥చాలాకాలము॥

చిరాటికా-ఆ-స్త్రీ-శ్వేతపునర్ణవా-౨చటికా.

చిరాత్-త్-పు-గరుడః॥

చిరాత్-౦-౦-చిరకాలః॥ తె॥చిరకాలము.

చిరాతిక్తః-అ-పు-చిరతిక్తః॥

చిరాయ-౦-౦-చిరకాలః॥ తె॥ దీర్ఘకాలము

చిరాయుః-స్-పు-వాతాయుః-౨దేవతా॥ తె॥౧ఊరకాఁకరచెట్టు.

చిరాయుః-స్-త్రి-చిరజీవిః॥

చిరిః-ఇ-పు-శుకపక్షీ॥

చిరికా-ఆ-స్త్రీ-గుదములవిశేషః॥ తె॥పిట్టము గట్టిపడ్డది.

చిరిణ్టీ-ఈ-సీ-ఊఢా-అనూఢా,వా-పితృగృహస్థితాకన్యా-౨ద్వితీయవయాః స్త్రీ-యువతీ॥

చిరిబిల్వః-అ-పు-కరంజకవృక్షః॥ తె॥ క్రానుఁగుచెట్టు.

చిరు-ఉ-న-బాహుసంధిః॥

చిరే-౦-౦-చిరమ్॥

చిరేణ-౦-౦-చిరకాలే॥

చిర్భటీ-ఈ-సీ-కర్కటీ॥

చిర్భిటా-ఆ-సీ-కర్కటీభేదః॥

చిలమీలికా-ఆ-సీ-కంఠీభేదః-౨ఖద్యోతః-౩విద్యుత్॥

చిలిచిమః-అ-పు-నడాఖ్యతృణచరమత్స్యః॥ తె॥నడయనుకసువునందిరిగెడు చేఁప.

చిలిమిలికా-ఆ-సీ-తటిత్-౨ఖద్యోతః-౩కంఠభూషా॥ తె॥ ౧మెఱుపు-౨మెఱుగుడుపురుగు-౩నాను, అడ్డిగెలు, పట్టెడమొదలగునవి.

చిలీచిమః-అ-పు-నడాఖ్యతృణచరమత్స్యః॥ తె॥నడయనుకసువునందిరిగెడు చేఁప.

చిలీచీమః-అ-పు-నడాఖ్యతృణచరమత్స్యః తె॥నడయనుకసువునందిరిగెడు చేఁప. ॥

చిల్లః-అ-పు-కున్నయిః-౨క్లిన్ననేత్రః॥ తె॥ ౧చిందపిట్ట-౨పుసికండ్లవాఁడు.

చిల్లః-అ-త్రి-క్లిన్ననేత్రః॥ తె॥ పుసికండ్లవాఁడు.

చిల్లకతరుః-ఉ-పు-ఉత్పాదనవృక్షః॥ తె॥ లొద్దుగుచెట్టు.

చిల్లకా-ఆ-సీ-ఝిల్లికా॥

చిల్లభక్ష్యా-ఆ-సీ-హట్టవిలాసినీ॥

చిల్లాభః-అ-పు-ప్రసహ్యచోరః॥

చిల్లిః ఇ-సీ ఉత్పాదనవృక్షః॥ తె॥ లొద్దుగుచెట్టు.

చిల్లీ-ఈ-సీ-లోధ్రః-౨పత్రశాకభేదః॥

చిఃః-ఇ-పు-చిబుకమ్॥

చివిటః-అ-పు-చిపిటః॥

చివిల్లికా-ఆ-సీ-క్షుద్రక్షుపవిశేషః॥

చివుః-ఉ-పు-చివుకమ్॥

చివుకమ్-అ-న-అధరాధోభాగః॥

చివుకః-అ-పు-ముచుకుందవృక్షః॥

చిహురః-అ-పు-కేశః॥ తె॥ వెండ్రుక.

చిహ్నమ్-అ-న-లాంఛనమ్-౨పతాకా॥ తె॥౧గుఱుతు-౨శిడము.

చిహ్నకారీ-న్-త్రి-ఘోరదర్శనః-౨విఘాతీ॥

చిహ్నధారిణీ-ఈ-సీ-శ్యామాలతా॥

చిహ్నితః-అ-త్రి-చిహ్నయుక్తః-౨అంకితః-౩లక్షితః॥

చీడా-ఆ-సీ-గంధద్రవ్యవిశేషః॥

చీత్కృతమ్-అ-న-రథధ్వనిః ॥ తె ॥ తేరుచప్పుడు.

చీనమ్-అ-న-పతాకా-౨సీసకమ్॥ తె॥ ౧టెక్కెము-౨సీసము.

చీనః-అ-పు-త్రింశదంగులోన్నతహరిణవిశేషః-౨వ్రీహివిశేషః-౩అంశుకాంతరమ్ రతతిః॥ తె॥౧ముప్పదియంగుళములపొడవుగలజింక-౨ధాన్యభేదము - ౩ఒకవిధముగు చీనీవస్త్రము-రగుంపు.

చీనకః-అ-పు-ధాన్యవిశేషః॥

చీనకర్పూరః-అ-పు-కర్పూరవిశేషః॥

చీనకా-ఆ-సీ- త్రింశదంగులోన్నతహరిణవిశేషః॥ తె॥ ముప్పదియంగుళములపొడవుగలజింక.

చీనజమ్-అ-న లోహమ్- తత్తుతీక్ష్ణలౌహమ్॥

చీనపిష్టమ్-అ-న-సిందూరమ్-౨సీసకమ్॥ తె॥ ౧సిందూరము-౨సీసము.

చీనవఙ్గమ్-అ-న-సీసకమ్॥ తె॥సీసము.

చీనా-ఆ-సీ-శమీవృక్షః॥ తె॥జమ్మిచెట్టు.
చీనాకర్కటీ-ఈ-సీ-కర్కటీప్రభేదః-సాతు చిత్రకూటదేశేప్రసిద్ధా॥
చీనిః-ఇ-సీ- త్రింశదంగులోన్నతహరిణవిశేషః॥ తె॥ ముప్పదియంగుళములపొడవుగలజింక.
చీబుకమ్-అ-న-ఓష్ఠాధఃప్రదేశః॥ తె॥ గెడ్డపువెంట్రుకలువచ్చేగడ్డవ.
చీరమ్-అ-న-సువర్ణమ్-౨వల్కలవస్త్రమ్- ౩ గోస్తనః-రవస్త్రమ్-౫చూడా॥ తె॥ ౧ బంగారము-౨నారచీరె - ౩ఆవుచన్నురవలువ-౫కచ్చోరము,
చీరః-అ-పు-మత్స్యవిశేషః॥ తె॥ ఒకానొకచేఁప.
చీరః-అ-త్రి-సీసమ్॥ తె॥సీసము.
చీరకః-అ-పు-విక్రియాలేఖః- ౨వికారలేఖనమ్॥
చీరఖణ్డకః-అ-పు-భిక్షూసంఘాటీ॥ తె॥సన్యాసులశాటి.
చీరపత్రికా-ఆ-సీ-చంచుశాకః॥
చీరపర్ణః-అ-పు-శాలవృక్షః॥
చీరవట్టమ్-అ-న-సీసకమ్॥ తె॥సీసము.
చీరిః-ఇ-సీ-నేత్రాంశుకమ్॥
చీరికా-ఆ-సీ-భక్ష్యకాలతా-౨ఝిల్లికా॥ తె॥ ౧లతావిశేషము-౨చిమ్మెట.
చీరితచ్ఛదా-ఆ-సీ-పాలంక్యశాకమ్॥
చీరీ-ఈ-సీ-ఝిల్లికా-౨కచోరికా॥ తె॥౧చిమ్మెట-౨కచ్చోరము.
చీరుకమ్-అ-న-ఫలవిశేషః॥
చీర్ణమ్-అ-త్రి-శీలితమ్॥
చీర్ణకా-ఆ-సీ- పారియాత్రపర్వతజాతనదీవిశేషః॥
చీర్ణపర్ణః-అ-పు- నింబవృక్షః - ౨ఖర్జూరవృక్షః॥ తె॥౧వేపచెట్టు-౨ఖర్జూరపుచెట్టు.
చీలికా-ఆ-సీ-చీరికా-౨ఝిల్లీ॥
చీల్లకా-ఆ-సీ-ఝిల్లీ॥
చీవరమ్-అ-న-భిక్షుసంఘాటీ॥ తె॥ సన్యాసులశాటి.
చీవరీ-న్-పు-బుద్ధభిక్షుకః॥
చుకః-అ-పు-శరీరమ్-౨రైత్యః- ౩తింత్రిణీరసః॥ తె॥౧ఒడలు-౨రక్కసుఁడు-౩చింతపండుకలిపిననీళ్లు.
చుక్కారః-అ-పు-సింహనాదః॥
చుక్కికా-ఆ-సీ-చాంగేరీ॥ తె॥పులిచింత.
చుక్రమ్-అ-న-తండులోదకమ్- ౨అమ్లద్రవ్యవిశేషః॥ తె॥౧పులిగడుగు-౨పులుపుగలపదార్థవిశేషము.
చుక్రః-అ-పు-ఆమ్లవేతసశాకమ్- ౨తుంబః॥ తె॥౧పుల్లప్రబ్బచెట్టు- ౨ఆనుఁగుచెట్టు.
చుక్రకమ్-అ-న-శాకవిశేషః॥
చుక్రఫలమ్-అ-న-వృక్షామ్లమ్॥
చుక్రా-ఆ-సీ-తింత్రిణీవృక్షః - ౨తింత్రిణీకమ్॥ తె॥౧చింతచెట్టు-౨చింతపండు.
చుక్రామ్లమ్-అ-న-వృక్షామ్లమ్॥
చుక్రామ్లా-ఆ-సీ-అమ్లలోణికా-౨చించా-౩కాఁజికభేదః॥
చుక్రికా-ఆ-సీ-చాంగేరీ॥ తె॥పులిచింత.
చుక్లమ్-అ-న-తింత్రిణీకమ్॥ తె॥ చింతపండు.
చుక్లా-ఆ-సీ-తింత్రిణీవృక్షః॥ తె॥ చింతచెట్టు.
చుచుకమ్-అ-న-కుచాగ్రమ్॥ తె॥ చన్మొన.
చుచున్దరీ-ఈ-సీ-గంధాఖుః॥ తెచుంచెలుక-
చుచూః-ఊ-పు-సునిషణ్ణశాకమ్॥
చుచూకమ్-అ-న-చుచుకమ్॥
చుచ్ఛురితమ్-అ-న-సోత్ప్రాసహాసః॥ తె॥ ఎత్తిపొడుచుచునవ్వడము.
చుఞ్చుః-ఉ-పు-చుంచురః॥ తె॥ఎలుకజీడిచెట్టు

చుఞ్చురః-అ-పు-భీరుపత్రః॥ తె॥ ఎలుకజీడి చెట్టు.

చుఞ్చురీ-ఈ-సీ-తింతిడీద్యూతమ్॥

చుఞ్చులీ-ఈ-సీ-తింతిడీకాస్థిభిర్ద్యూతక్రీడా

చుట్టా-ఆ-సీ-కూపః॥

చుణ్టీ-ఈ-సీ-కూపః-౨ఉపకూపమ్-కూపసమీపేస్వల్పజలాధారః॥

చుతః-అ-పు-గుదద్వారమ్॥

చుతిః-ఇ-సీ-గుదద్వారమ్॥

చున్దీ-ఈ-సీ-కుట్టినీ॥

చుబుకమ్-అ-న-ఓష్ఠాధః ప్రదేశః॥ తె॥ గెడ్డపు వెంట్రుకలువచ్చేగడ్డవ.

చుబుకమచ్ఛః-అ-పు- వంధ్యాలక్షణమ్॥ తె॥ గొడ్రాలుగుఱుతు.

చుబుకావర్తః-అ-పు-స్త్రీశుభలక్షణమ్॥ తె॥ స్త్రీశుభలక్షణము.

చుమ్బకమ్-అ-న-అయస్కాంతవిశేషః॥

చుమ్బకః-అ-త్రి-చుంబనపరః-౨ధూర్తః-౩బహుగ్రంథైకదేశజ్ఞః॥

చుమ్బకః-అ-పు-ధూర్తః-౨కాముకః॥ తె॥ ౧ధూర్తనాయకుఁడు-౨స్త్రీలోలుఁడు.

చుమ్బనమ్-అ-న- బాహ్యరతివిశేషః॥ తె॥ ముద్దు.

చురా-ఆ-సీ-చౌర్యమ్॥ తె॥ దొంగతనము.

చురీ-ఈ-సీ- కూపసమీపస్వల్పజలాధారః॥ తె॥ నూతివద్దిగాడి.

చుర్దంశః-అ-పు-మత్కుణః॥ తె॥ నల్లి.

చులుకమ్-అ-న-మాషమజ్జనజలమ్॥

చులుకః-అ-పు-ఘనపంకః-౨ప్రసృతిః-౩భాండప్రభేదః॥

చులుకా-ఆ-సీ-శింశుమారః॥ తె॥ మొసలి.

చులుకీ-న్-పు-శిశుమారాకృతిమత్స్యః॥

చులుమ్పః-అ-పు-బాలలాలనమ్॥

చులుమ్పా-ఆ-సీ-ఛాగీ॥

చులుమ్పీ-న్-పు- శిశుమారాకృతిమత్స్యః-౨ఉత్పలమత్స్యః॥

చులూకః-అ-పు-ప్రసృతిః - ౨భాండమ్॥ తె॥ ౧చేరెడు-౨కుండ.

చుల్లః-అ-పు-క్లిన్నచక్షుః॥ తె॥ పుసిగండ్లవాఁడు.

చుల్లః-అ-త్రి-క్లిన్నాక్షః-౨క్లిన్నాక్షీ॥ తె॥ ౧పుసిగఁడ్లవాఁడు-౨పుసికండ్లది.

చుల్లకీ-ఈ-సీ-శిశుమారః-౨కుండీభేదః-౩కులవిశేషః॥

చుల్లిః-ఇ-సి-పాకార్థమగ్నిస్థానమ్॥ తె॥ పొయ్యి.

చుల్లీ-ఈ-సి-చితా-౨ఉద్ధానమ్॥

చువ్రమ్-అ-న-వదనమ్॥

చుస్తమ్-అ-(సి)-పుస్తమ్ - తత్తుమాంసపిండకవిశేషః-౨స్థాలీభృష్టమాంసమ్॥

చూచికః-అ-(సి)-గడ్డువాద్యమ్॥ తె॥ తుడుమువాద్యము.

చూచుః-ఉ-పు-స్తనచూచుకమ్॥ తె॥ చనుమొన.

చూచుకమ్-అ-న-స్తనముఖమ్॥ తె॥ చనుమొన.

చూడః-అ-పు-శిఖా-౨మయూరశిఖా॥ తె॥ ౧మొగవానిజుట్టు - ౨నెమలినెత్తినుండేజుట్టు.

చూడకః-అ-పు-కూపః॥ తె॥ నుయ్యి.

చూడా-ఆ-సీ-శిఖా-౨మయూరశిఖా-౩వలభిః-౪బాహుభూషణమ్॥ తె॥ ౧మొగవానిజుట్టు-౨నెమలినెత్తినుండేజుట్టు-౩ఇంటిచూరు-౪దండగడియము.

చూడాకరణమ్-అ-న- దశసంస్కారాంతర్గతసంస్కారవిశేషః॥

చూడాకర్మ-న్-న-చౌలమ్॥ తె॥ పుట్టువెంట్రుకలుతియ్యడము.

చూడామణిః-ఇ-పు-కిరీటాగ్రమ్-౨శిరస్థితరత్నమ్-౩కాకచించీఫలమ్॥ తె॥ ౧కిరీటపుకొన-౨తలలోనిడుకొనినరత్నము-౩గురివెందగింజ.

చూడామ్లమ్-అ-న-వృక్షామ్లమ్॥

చూడాలమ్ అ-న-మస్తకమ్॥

చూడాలమ్-అ-త్రి-చూడాయుక్తః॥

చూడాలా-ఆ-స్త్రీ-చక్రలా - ౨యోగినీవిశేషః-౩శ్వేతగుంజా॥ తె॥ ౧గుండ్రతుంగముస్తె-౨యోగినీవిశేషము.

చూడావాన్-త్-త్రి-చూడావిశిష్టః॥

చూడేశ్వరః-అ-పు- పశ్చిమసముద్రాంతరస్థవరుణోద్యానస్థితశివః॥ తె॥ పడమటిసంద్రములోని వరుణునితోఁటలోనుండుహరుఁడు-

చూతమ్-అ-న-మదనబాణవిశేషః॥ తె॥ మన్మధునియైదుబాణములలో స్తంభనావస్థనుఁజేయునొకబాణము.

చూతః-అ-పు-చూతవృక్షః ॥ తె ॥ మామిడిచెట్టు.

చూతకః-అ-పు-ఆమ్రః-౨కూపకః॥ తె॥ ౧మామిడిచెట్టు-౨నుయ్యి.

చూత్కృతమ్-అ-న - బాహ్యరతికాలీనవ్యాపారవిశేషజన్యధ్వనిః॥ తె॥ బాహ్యరతియందుఁగొట్టుటవలనఁబుట్టినధ్వని.

చూబుకమ్-అ-న-గండాధఃప్రదేశః॥ తె॥ గెడ్డపువెంట్రుకలువచ్చేగద్దువ.

చూర్ణమ్-అ-న-వాసయోగః - ౨క్షోదవిశేషః॥ తె॥ ౧బుక్కా- మొదలైనది - ౨పొడుములోభేదము.

చూర్ణః-అ-పు-క్షోదః॥ తె॥ పొడుము.

చూర్ణకమ్-అ-న-గద్యవిశేషః॥

చూర్ణకః-అ-పు-సక్తుః - ౨స్వార్థే కే చూర్ణశబ్దార్థోప్యత్ర॥

చూర్ణకారః-అ-పు- వర్ణసంకరజాతివిశేషః-స-నటకన్యాయామ్- పుండ్రకాజ్జాతః॥

చూర్ణకుంతలః-అ-పు-అలకః॥ తె॥ ముంగురులు

చూర్ణఖణ్డమ్-అ-న-కర్కరమ్॥

చూర్ణపారదః-అ-పు-హింగులమ్॥ తె॥ ఇంగిలీకము.

చూర్ణపుష్పీ-ఈ-స్త్రీ-అశ్మభేదీవృక్షః॥ తె॥ వృక్షభేదము.

చూర్ణశాకాఙ్కః-అ-పు-గౌరసువర్ణశాకమ్

చూర్ణి-ఇ-న-వాసయోగః॥ తె॥ బుక్కా- మొదలైనది.

చూర్ణిః-ఇ-స్త్రీ-పాతంజలవ్యాకరణమ్ - ౨మహాభాష్యమ్-౩కపర్దకః-౪శతసంఖ్యాకకపర్దకాః॥

చూర్ణికా-ఆ-స్త్రీ-సక్తుః॥

చూర్ణికృత్-త్-పు-భాష్యకారః॥

చూర్ణీ-ఈ-స్త్రీ-గద్యమ్-౨కపర్దకః- ౩నదీవిశేషః- సారాణాఘట్టాఖ్యగ్రామసమీపేతి స్మృతి॥ తె॥ ౧చూర్ణిక.

చూలా-ఆ-స్త్రీ-చంద్రశాలా-౨చూడాచ॥

చూలికమ్-అ-న-ఘృతభృష్టగోధూమచూర్ణం

చూలికః-అ-(స్త్రీ)-కుక్కుటః॥ తె॥ కోడి.

చూలికా-ఆ-స్త్రీ-గజకర్ణమూలమ్ - ౨కచః॥ తె॥ ౧ఏనుఁగుచెవులయడుగుననుండుప్రదేశము-౨కొప్పు.

చూషా-ఆ-స్త్రీ-గజమధ్యబంధనచర్మరజ్జుః॥ తె॥ ఏనుఁగునడుమునకుకట్టేతోలుపట్టె.

చేటః-అ-పు-శరనాయకకర్మసచివః॥

చేటః-అ-త్రి-నికృష్టః॥ తె॥ జాత్యాచారనిందితుఁడు.

చేటకః-అ-పు-దాసః-౨ఉపపతినాయకభేదః॥

చేటికా-ఆ-సీ-దాసీ॥ తె॥ బానిశ.

చేటీ-ఈ-సీ-దాసీ॥ తె॥ తొత్తు.

చేడః-అ-పు-దాసః॥ తె॥ దాసుఁడు.

చేడకః-అ-పు-దాసః॥

చేడికా-ఆ-సీ-దాసీ॥ తె॥ బానిశ.

చేడీ-ఈ-సీ-దాసీ॥ తె॥ తొత్తు.

చేత్-౦-౦-పక్షాంతరమ్॥ తె॥ అయితే, అట్లాయెనా.

చేతః-స్-న-మనః॥ తె॥ మనస్సు॥

చేతకీ-ఈ-సీ-హరీతకీ-౨హిమాచలభవా త్రిశిరాహరీతకీ-సాచ-సర్వరోగనాశనీ గంధయుక్తద్రవ్యకరణే ప్రశస్తా-౩జాతీపుష్పమ్॥

చేతనః-అ-పు-ఆత్మా-౨మనుష్యః-౩ప్రాణీ॥

చేతనః-అ-త్రి-మనుష్యాదిజంతుః॥

చేతనకీ-ఈ-సీ-హరీతకీ॥ తె॥ కరకచెట్టు.

చేతనా-ఆ-సీ-బుద్ధిః॥ తె॥ మనస్సు.

చేతనీయా-ఆ-సీ-ఋద్ధినామౌషధిః॥

చేతుకీ-ఈ-సీ-హరీతకీవృక్షః॥ తె॥ కరకచెట్టు.

చేదిః-ఇ-పు-దేశభేదః॥

చేదిపతిః-ఇ-పు-ఉపరిచరవసుః॥

చేదిరాజః-అ-పు-శిశుపాలః-౨ఉపరిచరవసుః

చేదిరాట్-జ్-పు-శిశుపాలః॥

చేబీ-ఈ-సీ-రాగిణీవిశేషః॥

చేయమ్-అ-న-చయనమ్॥ తె॥ పరువడము.

చేలమ్-అ-న-వస్త్రమ్-౨బర్హిచంద్రకమ్॥ తె॥ ౧బట్ట-౨నెమలికన్ను-అనగాఁదోకలోనుండునది.

చేలః-అ-త్రి-అధమః-౨నింద్యః-౩అధమః॥ తె॥ ౧ఓరువమి-౨నిందింపఁదగినది-౩అధముఁడు.

చేలానః-అ-పు-ఫలలతావిశేషః॥

చేలాలః-అ-పు-ఫలలతావిశేషః॥

చేలికా-ఆ-సీ-పట్టవస్త్రవిశేషః॥

చేలీ-ఈ-సీ-వస్త్రమ్॥ తె॥ వస్త్రము.

చేలుకః అ-పు-భృత్యః॥ తె॥ భృత్యుఁడు.

చేష్టకః-అ-పు-రతిబంధవిశేషః॥

చేష్టా-ఆ-సీ-స్త్రీపురుషవినోదకేలిః-౨అవయవాదిచలనమ్॥ తె॥ ౧స్త్రీపురుషులవేడుకపనులు-౨అవయములగదలించుట.

చేష్టానాశః-అ-పు-ప్రళయః॥

చేష్టితమ్-అ-న-గతిః-౨చేష్టా॥

చేష్టితమ్-అ-త్రి-చేష్టాన్వితే॥

చైతన్యమ్-అ-న-ప్రకృతిః-౨చేతనా॥

చైతన్యః-అ-పు-భగవదవతారవిశేషః॥

చైత్యమ్-అ-న-దేవాలయమ్-౨బుద్ధగృహమ్-౩మునిగృహమ్-౪యజ్ఞశాలా-౫ఉద్దేశపాదపః-౬బుద్ధిః-౭బింబమ్-౮సభా తె॥ ౧గుడి-౨బుద్ధమతస్థులయిల్లు-౩మునిగృహము-౪యాగశాల-౫రచ్చచెట్టు-౬మనస్సు-౭బింబము-౮ఓలగము,సభ.

చైత్యః-అ-పు-బుద్ధః-౨బింబః-౩ఉద్దేశవృక్షః

చైత్యద్రుః-ఉ-పు-అశ్వత్థవృక్షః॥ తె॥ రావిచెట్టు.

చైత్యముఖః-అ-పు-కమండలుః॥

చైత్యవృక్షః-అ-పు-అశ్వత్థవృక్షః॥ తె॥ రావిచెట్టు.

చైత్యాలయః-అ-పు-పాతాళలోకః॥ తె॥ క్రిందిలోకము.

చైత్రమ్-అ-న-మృతమ్-౨దేవకులమ్॥

చైత్రః-అ-పు-చైత్రమాసః-౨అద్రివిశేషః-౩బుద్ధభిక్షుకః-౪చిత్రాగర్భజోబుధపుత్రః॥

చైత్రకః-అ-పు-చైత్రమాసః॥

చైత్రకన్థా-ఆ-సీ-చిత్రనామకస్యకంథా॥ తె॥చైత్రుని యొక్క బొంత, లేక దింకిగుడ్డ

చైత్రరథమ్-అ-న-కుబేరోద్యానమ్॥ తె॥ కుబేరునితోఁట.

చైత్రరథః-అ-పు-శశిబిందునృపః॥ తె॥ శశిబిందుఁడను రాజు.

చైత్రసఖః-అ-పు-మన్మథః॥ తె॥మారుఁడు.

చైత్రావళీ-ఈ-సీ-చైత్రీపూర్ణిమా॥

చైత్రికః-అ-పు-చైత్రమాసః॥ తె॥చైత్రమాసము.

చైత్రీ-న్-పు-చైత్రమాసః-౨చైత్రిరితిచ పాఠః॥

చైత్రీ-ఈ-సీ-పూర్ణచంద్రయుక్తరాత్రిః-౨చైత్రమాసపూర్ణిమా॥ తె॥ ౧పూర్ణచంద్రుఁడుగలరాతిరి - ౨చైత్రశుద్ధపున్నమ.

చైద్యః-అ-పు-చేదిదేశరాజః॥

చైద్యా-ఆ-సీ-జ్యోతిష్కా-సా॥ తె॥ వెక్కుఁడుతీఁగె.

చోక్షః-అ-పు-గీతః-౨శుచిః-౩దక్షః-౪తీక్ష్ణః ౫మనోజ్ఞః॥

చోచమ్-అ-న-వరాంగకమ్-౨భోజనత్యక్తాన్నాదికమ్-౩తాలఫలమ్-౪కదలీఫలమ్-౫నారికేళమ్-౬వల్కలమ్-౭చర్మ॥ తె॥ ౧లవంగపుచెక్క - ౨తినగామిగిలినయన్నాదులు-౩తాటిపండు-౪అరటిపండు-౫టెంకాయ-౬నార,పట్ట-౭తోలు.

చోచకమ్-అ-న-వల్కలమ్॥ తె॥నార,పట్ట.

చోచా-ఆ-సీ-వరికోణీ॥ తె॥ నారికేడపుబొండము.

చోటీ-ఈ-సీ-శాటీ॥

చోడః-అ-పు-కంచులికా-౨దేశవిశేషః॥ తె॥ ౧చొక్కా-౨ఒకానొక దేశము.

చోదమ్-అ-న-లవంగకం। తె।లవంగపుచెక్క

చోదనమ్-అ-న-లజ్జా-౨ప్రేరణమ్॥ తె॥౧నాన,అనఁగాసిగ్గు - ౨ప్రేరేపించుట, అనఁగాఉసుకొలుపుట.

చోదనహారీ-న్-పు-గణహాసకః॥ తె॥ బలురక్కసిచెట్టు.

చోదనా-ఆ-సీ-విధిః-౨ప్రేరణా-౩పకోద్దిష్టాదివృధ్యాదౌప్రోసవృధ్యాదిచోదనా॥

చోదనాగుడః-అ-పు-కందుకః॥

చోదనీ-ఈ-సీ-యాసలతా॥ తె॥పిన్నరేఁగటిదూలగొండి.

చోద్యమ్-అ-న-శాపః-౨అద్భుతరసః-౩ప్రశ్నః॥ తె॥౧తిట్టు-౨నవరసములలోనొకటి-౩అడుగుట.

చోద్యః-అ-త్రి-అద్భుతరసవాన్-౨చోదనార్హః॥ తె॥౧అద్భుతరసముకలది-౨ప్రేరణచేయఁదగినది.

చోపనమ్-అ-న-శనైర్గమనమ్॥

చోరః-అ-పు-తస్కరః-౨సుగంధః - ౩మన్మథః॥ తె॥౧దొంగ-౨మంచిపరిమళము- ౩మారుఁడు.

చోరకః-అ-పు-చండా॥ తె॥ చెండయనుగ్రంథ్యము.

చోరజ్కారమ్-౦-౦-చోరఇతి॥ తె॥ దొంగదొంగఅని.

చోరపుష్పికా-ఆ-సీ-చోరపుష్పీ॥

చోరపుష్పీ-ఈ-సీ-శంఖినీ॥ తె॥కట్లచెట్టు.

చోరభయమ్-అ-న-చోరాద్భయమ్ ॥ తె ॥ దొంగలవలనభయము.

చోరసంజ్ఞికః-అ-పు-శిగ్రువృక్షః॥ తె॥మునఁగచెట్టు.

చోరస్నాయుః-ఉ-సీ-కాకనాసాలతా-౨తస్కరస్నాయుః॥

చోరా-ఆ-సీ-చోరపుష్పీ॥
చోరికా-ఆ-సీ-చౌరికా-౨చౌర్యమ్॥
చోరితమ్-అ-న-స్తేయమ్॥ తె॥ దొంగతనము.
చోరీ-ఈ-సీ-శంఖినీ॥ తె॥కట్లచెట్టు.
చోరౌషధమ్-అ-న-ఉత్పాదనవృక్షః॥ తె॥ లొద్దుగుచెట్టు.
చోలః-అ-పు-కంచుకః-౨దేశవిశేషః॥ తె॥ ౧ చొక్కా-తొడుగు-౨-౨చోళదేశము.
చోలః-అ-త్రి-చోలభవః॥ తె॥ చోలదేశమందుఁబుట్టినవాఁడు.
చోలకమ్-అ-న-వల్కలమ్॥
చోలకః-అ-పు-వృక్షాదిత్వక్-౨కవచమ్॥ తె॥ చెట్లు మొదలైనవాఁటి తొక్క - ౨కవచము.
చోలకీ-న్-పు-కరీరః-౨నారంగః-౩కిష్కుపర్వ
చోలణ్డుకః-అ-పు-శిరోవేష్టః॥
చోసక్కః-అ-పు-సింధువారదేశీయాశ్వః॥
చౌక్షమ్-అ-త్రి-మనోజ్ఞమ్॥
చౌణ్డాదికః అ-పు - పర్వతశిలాసంధిః॥ తె॥ లోయ.
చౌరః-అ-(న)-చోరః-౨చోరపుష్పీ- ౩సుగంధిద్రవ్యవిశేషః॥
చౌరికా-ఆ-సీ-చౌర్యమ్-౨చోరభావః - ౩చోరకర్మ॥
చౌరీ-ఈ-సీ-చౌర్యమ్॥ తె॥దొంగతనము.
చౌర్యమ్-అ-న-స్తేయమ్॥ తె॥ దొంగతనము.
చౌలమ్-అ-న-ఉపనయనపూర్వకర్తవ్యచూడాకర్మ॥ తె॥ వడుగునకుముందుచేయు క్షౌరము-పుట్టువెండ్రుకలుతీయుట.
చౌలకర్మ-న్-న-చూడాకర్మ॥
చౌలుక్యః-అ-పు-రాజర్షిభేదః॥
చ్యవనః-అ-పు-రసాతలలోకస్థితమునిః॥ తె॥రసాతలమనుక్రిందిలోకమునను౦డుముని
చ్యుతః-అ-త్రి-గళితః॥ తె॥జారినది.
చ్యుతిః-ఇ-సీ-భగమ్-౨గుదద్వారమ్ - ౩క్షరణమ్॥
చ్యుపః-అ-పు-ముఖమ్॥
చ్యోతమ్-అ-న-శ్చ్యుతమ్ - ౨ఘృతాదిక్షరణమ్॥
చ్యౌత్నః-అ-త్రి-గమనకర్తా-౨అండజః - ౩త్యాజ్యః॥

ఛ

ఛమ్-అ-న-అబ్దః॥ తె॥సంవత్సరము.
ఛః-అ-పు- ఆచ్ఛాదనమ్ - ౨సంవృతిః-౩పక్షధ్వనిః-౪కరండః॥ తె॥ ౧కప్పుట-౨వెలుఁగు - ఊరుమొదలగువానిచుట్టునుండునది- ౩తెక్కలవలనపుట్టినశబ్దము - ౪భరిణె.
ఛః-అ- త్రి-నిర్మలః-౨నిత్యః-౩మలినః- ౪ఛేదనః॥ తె॥౧పరిశుద్ధము-౨నాశములేనిది-౩మురికి-౪వేఁటు.
ఛగః-అ-(న)-ఛాగః॥
ఛగణమ్-అ-(సీ)-కరీషః॥
ఛగలమ్-అ-న-నీలవస్త్రమ్॥
ఛగలః-అ-పు-ఛాగః-౨వృద్ధదారకః- ౩నీలవస్త్రమ్॥ తె॥౧మేక- ౨బొద్దిచెట్టు-౩నల్లనిబట్ట.
ఛగలకః-అ-(న)-ఛాగః॥
ఛగలాం-ఆ-సీ-వృద్ధదారకవృక్షః॥
ఛగలాఖ్యీ-ఈ-సీ-ఛగలాంత్రీ॥
ఛగలాణ్డీ-ఈ-సీ-బస్తాంత్రీ॥ తె॥ గాలదెగడపరచెట్టు.
ఛగలాన్త్రికా-ఆ-సీ-ఛగలాన్త్రీ॥
ఛగలాన్త్రీ-ఈ-సీ- వృద్ధదారకవృక్షః-౨వృకః॥

ఛగలీ-ఈ-సీ- ఛాగమాతా-౨వృద్ధదారకవృక్షః॥

ఛటా-ఆ-సీ-సమూహః-౨దీప్తిః॥

ఛటాఫలః-అ-పు-గువాకవృక్షః॥ తె॥ పోఁకచెట్టు.

ఛటాభా-ఆ-సీ-విద్యుత్॥

ఛత్రమ్-అ-న-ఆతపత్రమ్॥ తె॥ గొడుగు॥

ఛత్రః-అ-పు- మూలేన, పత్రేణచవచాకారవృక్షః॥

ఛత్రకః-అ-పు-మత్స్యరంగపక్షీ-౨అతిచ్ఛత్రః ౩ఈశ్వరగృహవిశేషః॥

ఛత్రగుచ్ఛః-అ-పు-గుండతృణమ్॥

ఛత్రచక్రమ్-అ-న-చక్రవిశేషః॥

ఛత్రధారః-అ-త్రి-ఛత్రధరః॥

ఛత్రపత్రమ్-అ-న-స్థలపద్మమ్॥

ఛత్రపత్రః-అ-పు-భూర్జవృక్షః-౨మానకచుః ౩సప్తపర్ణవృక్షః॥

ఛత్రపర్ణః-అ-పు-సప్తపర్ణవృక్షః॥ తె॥ ఏడాకులఅరటిచెట్టు.

ఛత్రభఙ్గః-అ-పు- వైధవ్యమ్ - ౨అస్వాతంత్ర్యమ్-౩నృపాత్యయః॥ తె॥ ౧ముండమోయుట- ౨అస్వాతంత్ర్యములేకపోవుట-౩రాజాజ్ఞనతిక్రమించుట.

ఛత్రా-ఆ-సీ-మిశ్రేయా-౨పాలఘ్నః-౩సుషవీ-౪వితున్నకమ్-౫సిలీంధ్రకమ్॥ తె॥ ౧పిన్నసదాపచెట్టు-౨గొడుగువంటిగడ్డి ౩నల్లజీలకఱ్ఱ- ౪ధనియాలు-౫నేలతాఁడిచెట్టు.

ఛత్రాకమ్-అ-న-కింపాకుః-౨ఛత్రికా॥

ఛత్రాకః-అ-పు-జాలబర్బూరకవృక్షః॥

ఛత్రాకీ-ఈ-సీ-నాకులీ॥ తె॥ సర్పాక్షిచెట్టు.

ఛత్రాకుః-ఉ-ద్వి-భూకందః॥ తె॥ పుట్టకొక్కు

ఛత్రాతిచ్ఛత్రః-అ-పు-ఛత్రాకారజలోద్భవసుగంధాఖ్యతృణవిశేషః॥

ఛత్రాదిచ్ఛత్రః-అ-పు- ఛత్రాకారతృణమ్ తె॥ గొడుగువంటిగడ్డి.

ఛత్రాధాన్యమ్-అ-న-ధన్యాకమ్॥

ఛత్రికా-ఆ-సీ-శిలీంధ్రమ్॥

ఛత్రీ-ఈ-సీ-అల్పఛత్రమ్॥ తె॥ చిన్నగొడుగు.

ఛత్రీ-న్-పు-నాపితః॥

ఛత్రీ-న్-త్రి-ఛత్రవిశిష్టః॥

ఛత్వరః-అ-పు-గృహమ్-౨కుంజః॥

ఛదః-అ-పు-పత్రమ్-౨పక్షిపక్షః-౩గ్రంథిపర్ణమ్-౪తమాలః॥

ఛదనమ్-అ-న-పత్రమ్-౨పక్షః-౩పిధానమ్-౪తమాలపత్రమ్॥ తె॥ ౧ఆకు-౨ఱెక్క.

ఛదపత్రః-అ-పు-భూర్జపత్రవృక్షః॥

ఛది-ఇ-త్రి-వమనమ్-౨రేతః॥ తె॥ ౧వాంతి.

ఛదిః-ఇ-పు-అష్టబాలరేణుప్రమాణమ్-౨పటలమ్॥ తె॥ ౨ఇంటికప్పు.

ఛదిః-స్-న-పటలమ్॥ తె॥ ఇంటికప్పు॥

ఛదినీ-ఈ-సీ-మూత్రఫలా॥ తె॥ చేతిదోస.

ఛద్గుః-ఉ-పు-రోగవిశేషః-౨మార్జారవక్త్రమ్

ఛద్మ-న్-న-కపటః-౨మిషః-౩శాలిః-౪సద్మ॥ తె॥ ౧కపటము-౨నెపము-౩వడ్లు-౪ఇల్లు.

ఛద్మతాపసః-అ-పు-ఛలతపస్వీ॥

ఛద్మికా-ఆ-సీ-గుడూచీ॥

ఛన్దః-స్-న-వేదాంగఛందశ్శాస్త్రమ్-౨గాయత్ర్యాదిఛందః-౩శ్రుతిః-౪ఇచ్ఛా-౫అనునయః-౬పద్యమ్-౭స్వైరాచారః॥

ఛన్దః-అ-(సీ)-ఇచ్ఛా॥

ఛన్దః-అ-పు-అభిప్రాయః-౨వశః-౩విషమ్॥

ఛన్దకపాతనః-అ-పు-ఛద్మతాపసః॥

ఛన్దర్శిత్-౦-౦-ఇత్యత్రగంధేవర్తతే॥

ఛన్దశ్చిత్-త్-పు-ఛందశ్చయనకర్తా॥ తె॥ ఛందశ్చయనముచేయువాఁడు.

ఛన్దోగః-అ-పు-ఛందోగశాఖాధ్యేతా॥
ఛన్దోగపరిశిష్టమ్-అ-న- కాత్యాయనముని కృతంసామవేదికర్మబోధకగోభిలసూత్రాణాంపరిశేషశాస్త్రమ్॥
ఛన్దోవిచితిః-ఇ-సీ- శ్రుతిఛందసాంప్రత్యాయకంశాస్త్రమ్॥
ఛన్నమ్-అ-న-రహస్యమ్॥
ఛన్నమ్-అ-త్రి-రహస్యస్థలాదికమ్-౨ఛాదితమ్॥ తె॥౨కప్పఁబడినది.
ఛన్నవీరః-అ-పు-అసురః॥
ఛముణ్డః-అ-పు-మృతపితృకః-౨బంధుహీనః॥
ఛర్దమ్-అ-న-వమనమ్॥ తె॥ వాంతి.
ఛర్దనమ్-అ-న-వమనమ్॥ తె॥ వాంతి.
ఛర్దనః-అ-పు-నింబః-౨అలంబుషరాక్షసః-౩మదనవృక్షః॥ తె॥౧ వేఁపచెట్టు.
ఛర్దాపనికా-ఆ సీ-కర్కటీ॥
ఛర్దిః - స్ - సీ - వమిః॥
ఛర్దిః-ఇ-సీ-వమనమ్-౨రేతః॥ తె॥౧వాంతి.
ఛర్దికా-ఆ-సీ-ఛర్దిః-౨విష్ణుక్రాంతా॥
ఛర్దికారిపుః-ఉ-పు-క్షుద్రైలా॥
ఛర్దిఘ్నః-అ-పు-నింబవృక్షః॥
ఛలమ్-అ-న-కపటః-౨మిషః-౩స్ఖలితమ్॥ తె॥౩యుద్ధమందువెనకద్రొక్కుట.
ఛల్లిః-ఇ-సీ-త్వక్॥
ఛల్లీ-ఈ-సీ-వీరుత్ -౨సంతానః-౩వల్కలమ్-౪కుసుమవిశేషః॥
ఛవిః-ఇ-సీ-కాంతిః-౨తేజః॥ తె॥౧మెఱయుట౨తేజస్సు.
ఛవీ-ఈ-సీ-కాంతిః-౨తేజః॥ తె॥౧మెఱయుట౨తేజస్సు.
ఛా-ఆ-సీ-ఆచ్ఛాదనమ్॥
ఛాః-ఆ-పు-శాబకః॥
ఛాగః-అ-(న)-పశువిశేషః॥
ఛాగః-అ-పు-బస్తః॥ తె॥ మేకపోఁతు.
ఛాగణః-అ-పు-కరీషాగ్నిః॥
ఛాగతుణ్డమ్-అ-న-విషవిద్యాతంత్రవిశేషః॥ తె॥ పాములవాండ్లతంత్రము,ఉపాయమున్ను.
ఛాగభోజీ-న్-(న)-వృకః॥ తె॥ తోఁడేలు.
ఛాగభోజీ-న్-త్రి-ఛాగభక్షకః॥
ఛాగరథః-అ-పు-అగ్నిః॥
ఛాగలః-అ-(న)-ఛాగః॥
ఛాగలకః-అ-పు-అజః-౨మత్స్యవిశేషః॥ తె॥౧మేకపోఁతు-౨ఒకానొకచేఁప.
ఛాగలాన్త్రికా-ఆ-సీ-వృద్ధదారకవృక్షః॥
ఛాగలాన్త్రీ-ఈ-సీ-వృకః॥
ఛాగవాహనః-అ-పు-అగ్నిః॥
ఛాగికా ఆ-సీ-ఛాగీ॥
ఛాగీ-ఈ-సీ-అజా॥ తె॥ ఆఁడుమేక.
ఛాతః-అ-త్రి-కృత్తః-౨దుర్బలః॥ తె॥౧నరకఁబడ్డది.
ఛాత్రమ్-అ-న-సారఘమ్॥ తె॥ పెద్దఈఁగెలుబెట్టినతేనె.
ఛాత్రః-అ-పు-శిష్యః॥
ఛాత్రకమ్-అ-న-ఛాత్రంమధు॥
ఛాత్రగణ్డః-అ-పు-పదాద్యవిత్ - విభక్త్యంతస్యశ్లోకచరణస్యవా ఆదిమాత్రవేత్తా
ఛాత్రదర్శనమ్-అ-న-హైయంగవీనమ్ - ౨శిష్యావలోకనంచ॥ తె॥౧అప్పుడుతరచిదీసినవెన్న.
ఛాత్రికమ్-అ-న-సారఘమధు॥ తె॥ పచ్చనితేనెటీగబెట్టిన గొడుగువంటితెట్టులోఁబుట్టినపచ్చనితేనె.
ఛాదమ్-అ-న-పటలమ్॥
ఛాదనమ్-అ-న-ఛదనమ్-౨అంతర్ధానమ్-౩పత్రమ్-౪ఆచ్ఛాదనంచ॥

ఛాదనః-అ-పు-నీలామ్లానవృక్షః॥

ఛాదితః-అ-త్రి-ఛన్నః-౨భిన్నః॥ తె॥ ౧కప్పఁబడినది-౨ఛేదింపఁబడినది.

ఛాన్దసః-అ-పు-వేదాధ్యేతా॥

ఛాన్దోగ్యమ్-అ-న-సామవేదోపనిషత్॥

ఛాయా-ఆ-సీ-కాంతిః-౨సూర్యజాయా-౩ప్రతిబింబః-౪అనాతపః-౫రాగాంగమ్-౬పాలనమ్-౭ఉత్కోచః-౮సచ్ఛభా-౯కావ్యరీతిః॥ తె॥ ౧కాంతి-౨సూర్యుని పెండ్లాము-౩ప్రతిబింబము-౪నీడ-౫మైపూతగలశరీరము-౬ఏలుట-౭లంచము-౮మంచికాంతి-౯కావ్యముయొక్క రీతి.

ఛాయాకరః-అ-పు-ఛత్రాపటికః॥ తె॥ గొడుగు పట్టేవాఁడు.

ఛాయాతనయః-అ-పు-శనైశ్చరః॥

ఛాయాతరుః-ఉ-పు-నమేరుః॥ తె॥ సురపొన్న

ఛాయాత్మజః-అ-పు-శనిగ్రహః॥

ఛాయాపథః-అ-పు-దేవపథః-౨ఆకాశః॥

ఛాయాపుత్రః-అ-పు-శనైశ్చరః-౨అశ్వశిశుకః॥

ఛాయాప్రియః-అ-పు-కరంజకః-౨సూర్యః॥ తె॥ ౧కానుఁగుచెట్టు-౨వేఁడివెలుఁగు.

ఛాయాభృత్-త్-పు-చంద్రః॥

ఛాయామిత్రమ్-అ-న-ఛత్రమ్॥

ఛాయామృగధరః-అ-పు-చంద్రః॥

ఛాయావతీ-ఈ-సీ-సూర్యలోకః॥

ఛిః-ఇ-పు-గర్హా॥

ఛిక్కనీ-ఈ-సీ-వృక్షవిశేషః॥

ఛిక్కా-ఆ-సీ-క్షుతమ్॥

ఛిక్కికా-ఆ-సీ-ఛిక్కనీ॥

ఛిక్లికా-ఆ-సీ-కుణుంబః॥ తె॥ కొయ్యతోఁటకూర.

ఛితః-అ-త్రి-కృత్తః॥ తె॥ నరకఁబడ్డది.

ఛిత్తిః-ఇ-పు-కరజవృక్షః॥

ఛిత్వరః-అ-త్రి-ఛేదనద్రవ్యమ్-౨ధూర్తః-౩వైరీ॥

ఛిద్-త్-త్రి-ఛేదనకర్తా॥

ఛిదకమ్-అ-న-వజ్రమ్॥

ఛిదా-ఆ-సీ-ఛేదనమ్॥ తె॥ నఱుకుట.

ఛిదిః-ఇ-సీ-కుఠారః॥

ఛిదిరః-అ-పు-పావకః-౨రజ్జుః-౩కరవాలః-౪పరశ్వధః॥

ఛిదురః-అ-త్రి-ఛేదనద్రవ్యమ్-౨ధూర్తః } (౩వైరీ॥

ఛిద్రమ్-అ-న-రంధ్రమ్-౨దూషణమ్॥

ఛిద్రపాదా-అ-పు-అపుత్రవతీలక్షణమ్-నిత్యద్వివచనాంతః॥

ఛిద్రవైదేహీ-ఈ-సీ-గజపిప్పలీ॥

ఛిద్రాన్తః-అ-పు-నలః॥

ఛిద్రాఫలమ్-అ-న-మాయాఫలమ్॥

ఛిద్రితః-అ-త్రి-వేధితః॥ తె॥ రంధ్రము చేయబడినది.

ఛిన్నమ్-అ-న-భాగహారః॥

ఛిన్నమ్-అ-త్రి-భాగహారవత్-౨కృత్తమ్॥ తె॥ ౨నఱకఁబడ్డది.

ఛిన్నగ్రన్థికా-ఆ-సీ-త్రిపర్ణికా॥

ఛిన్నపత్రీ-ఈ-సీ-అంబష్ఠా॥

ఛిన్నరుహః-అ-పు-తిలకవృక్షః॥

ఛిన్నరుహా-ఆ-సీ-గుడూచీ-౨స్వర్ణకేతకీ-౩సల్లకీ॥

ఛిన్నవేశికా-ఆ-సీ-పాఠా॥

ఛిన్నా-ఆ-సీ-గుడూచీ-౨పుంశ్చలీ॥

ఛిన్నోద్భవా-ఆ-సీ-గుడూచీ॥

ఛిలిహిణ్డః-అ-పు-పాతాళగరుడవృక్షః॥

ఛిల్లిః-ఇ-సీ-వృక్షాదిత్వక్॥ తె॥ చెట్లు మొదలైనవాఁటితొక్క.

ఛల్లీ-ఈ-సీ-వృక్షాదిత్వక్॥ తె॥ చెట్లు మొదలైనవాఁటితొక్క.

ఛుఛున్దరీ-ఈ-సీ-జంతువిశేషః॥

ఛుద్రమ్-అ-న-ప్రతీకరణమ్-౨రశ్మిః॥

ఛుపః-అ-పు-క్షుపః-౨స్పర్శనమ్-౩చపలః-౪యుద్ధమ్॥

ఛురా-ఆ-సీ-సుధా-౨చూర్ణమ్॥

ఛురికా-ఆ-సీ-అసిపుత్రికా॥ తె॥ మొలనుంచే సూరకత్తి.

ఛురితమ్-అ-త్రి-ఖచితమ్-౨ఛిన్నంచ॥

ఛురితమ్-అ-న-నఖక్షతవిశేషః॥

ఛురీ-ఈ-సీ-ఛురికా॥ తె॥ మొలనుంచేసూరుకత్తి.

ఛుల్లిః-ఇ-సీ-అధిశ్రయణీ॥ తె॥పొయ్యి.

ఛూరికాపత్రీ-ఈ-సీ-శ్వేతా॥

ఛూరీ-ఈ-సీ-ఛురికా॥ తె॥సూరకత్తి

ఛూలః-అ-పు-చామరమ్॥ తె॥సురటి.

ఛేకః-అ-పు-గృహసంవర్ధితపక్షీ-౨గృహసంవర్ధితమృగః॥ తె॥౧ పెంపుడుపిట్ట-౨పెంపుడుమృగము.

ఛేకః-అ-త్రి-కార్యకుశలః॥ తె॥ పనులయందు నేర్పరి.

ఛేకాపహ్నుతిః-ఇ-సీ-అలంకారవిశేషః॥ తె॥ ఒకానొకయలంకారము.

ఛేకోక్తిః-ఇ-సీ-అలంకారవిశేషః॥ తె॥ ఒకానొకయలంకారము.

ఛేదః-అ-పు-ఛేదనమ్॥

ఛేదనమ్-అ-న-కర్తనమ్-౨భేదః॥

ఛేదనీయః-అ-పు-కతకవృక్షః॥ తె॥ ఇండుపుచెట్టు.

ఛేదనీయః-అ-త్రి-ఛేద్యః॥

ఛేదిః-ఇ-త్రి-ఛేదనకర్తా॥

ఛేదితమ్-అ-త్రి-ఛిన్నమ్॥

ఛేమణ్డః-అ-పు-పితృహీనః॥

ఛేలుః-ఉ-పు-సోమరాజీ॥

ఛోటికా-ఆ-సీ-తర్జన్యంగుష్ఠాంగులిధ్వనిః॥

ఛోటీన్-న్-పు-కైవర్తః॥

ఛోరణమ్-అ-న-పరిత్యాగః॥

ఛోలఙ్గః-అ-పు-మాతులుంగః॥

జ

జమ్-౦-౧-పత్నీ॥ తె॥ పెండ్లాము.

జమ్-అ-న-కటిభూషణమ్-౨పత్నీ-౩తేజః-౪అంబు-౫జన్మ-౬జతుకాష్ఠమ్-౭జలాశయః॥ తె॥ ౧మొలనూలు మొదలగుయలంకారము-౨ఆలు-౩తేజస్సు-౪ఉదకము-౫పుట్టువు-౬లక్కకఱ్ఱ-౭మడుఁగు.

జః-అ-త్రి-వేగితః-౨జేతా॥

జః-అ-పు-జయః-౨విజయః-౩శబ్దః-౪మాలిః-౫మత్సరః-౬మృత్యుంజయః-౭జనిః-౮తాతమాత్రమ్-౯జనార్దనః-౧౦విషమ్-౧౧భుక్తిః-౧౨తేజః-౧౩పిశాచః-౧౪వేగః॥

జకుటమ్-అ-న-వార్తాకుపుష్పమ్॥

జకుటః-అ-పు-మలయపర్వతః-౨కుక్కురః॥

జక్షణమ్-అ-న-భక్షణమ్॥ తె॥తినడము.

జక్షితః-అ-త్రి-భక్షితః॥ తె॥తినబడ్డది.

జక్ష్మః-అ-పు-జక్ష్మా॥

జక్ష్మా-న్-పు-యక్ష్మరోగః॥

జగచ్చక్షుః-స్-పు-సూర్యః॥ తె॥ వేఁడివెలుఁగు.

జగత్-త్-పు-వాయుః-౨జంగమః॥ తె॥ ౧గాలి-౨ప్రాణి,జంతువు.

జగత్-త్-న-భువనమ్॥ తె॥ప్రపంచము.

జగతీ-ఈ-సీ-భూమిః-౨భువనమ్-౩ద్వాదశచ్ఛందః-౪ద్వాదశసంజ్ఞా-౫వాస్తుః॥

తె॥ ౧ పుడమి-౨ జగత్తు-౩ జగతీచ్ఛందస్సు ౪ పండ్రెండను లెక్క - ౫ వాస్తుపురుషుఁడు.

జగత్కర్తా-ఋ-పు-బ్రహ్మా॥ తె॥ బ్రహ్మదేవర.

జగత్ప్రాణః-అ-పు-వాయుః॥ తె॥ గాలి.

జగత్సాక్షీ-న్-పు-సూర్యః॥ తె॥ సూర్యుఁడు.

జగదమ్బా-ఆ-సీ-దుర్గా॥

జగదాధారః-అ-పు-వాయుః-౨ జగదాశ్రయః

జగదీశః-అ-పు-విష్ణుః॥

జగద్గౌరీ-ఈ-సీ-మనసా దేవీ॥

జగద్ధాత్రీ-ఈ-సీ-దుర్గావిశేషః॥

జగద్బలః-అ-పు-వాయుః॥

జగద్యోనిః-ఇ-పు-శివః-౨ విష్ణుః-౩ బ్రహ్మా.

జగద్యోనిః-ఇ-సీ-పృథివీ॥

జగద్వహా-ఆ-సీ-పృథివీ॥

జగద్వినాశః-అ-పు-యుగాంతః॥

జగన్నాథః-అ-పు-విష్ణుః॥

జగన్నుః-ఉ-పు-అగ్నిః- ౨ జంతుః- జగనురపి పాఠః॥

జగన్మాతా-ఋ-సీ-పార్వతీ-౨ లక్ష్మీః॥ తె॥ ౧ సర్వమంగళ-౨ లచ్చి.

జగరః-అ-పు-కవచమ్॥ తె॥ కవచము.

జగలః-అ- పు- మద్యార్థనానాద్రవ్యయోగకృతపిష్టమ్-౨ పిష్టకృతమద్యమ్- ౩ కితవః- ౪ మోతుకః॥ తె॥ ౨ పిండి చేతఁజేసిన సారాయి.

జగలః-అ-(సీ,-మదనవృక్షః॥ తె॥ మంగచెట్టు.

జగ్ధః-అ-త్రి-భక్షితః॥ తె॥ తినఁబడ్డది.

జగ్ధిః-ఇ-సీ-భోజనమ్॥

జగ్మిః-ఇ-పు-వాయుః॥

జఘనమ్-అ-న-దేశ్యచుంబనస్థానవిశేషః- ౨ నఖక్షతస్థానవిశేషః- ౩ ముష్టితాడనస్థానవిశేషః- ౪ స్త్రీకటిపురోభాగః- ౫ కటిస్థలమ్॥ తె॥ ౧ దేశాచారముగా ముద్దుపెట్టుకొను శృంగారరసప్రధానస్థానము- ౨ గోరువంకలిడు ఒకానొకస్థానము- ౩ గుద్దులకుఁదగిన యొకానొకస్థానము - ౪ స్త్రీల పిఱుదుల ముందు ప్రక్క ౫ పిఱుదు

జఘనః-అ-పు-అపరాధః॥ తె॥ తప్పితము, నేరమున్ను.

జఘనకూపకౌ- అ - పు - కుకుందరౌ-ద్వివచనాంతోయఁశబ్దః॥

జఘనేఫలా-ఆ-సీ- కాకోదుంబరికావృక్షః॥ తె॥ బ్రహ్మమేడిచెట్టు.

జఘన్యమ్-అ-న-జఘనః- ౨ శఫమ్- ౩ శిశ్నః తె॥ ౧ తోక- ౨ డెక్క--౩ శిశ్నము.

జఘన్యః-అ-త్రి-చరమః-౨ గర్హితః॥

జఘన్యః-అ-పు-చరమః-౨ గర్హితః॥ తె॥ ౧ చివరది-౨ నిందితుఁడు.

జఘన్యజః-అ-పు-కనిష్ఠః-౨ శూద్రః॥ తె॥ ౧ తమ్ముఁడు-౨ శూద్రుఁడు.

జఘన్యజా-ఆ-సీ-కనిష్ఠా-౨ శూద్రా॥

జఘ్నిః-ఇ-పు-హననయోగ్యాస్త్రమ్॥

జఘ్నుః-ఉ-త్రి-హననకర్తా॥

జఙ్గమః-అ-త్రి- సంచారస్వభావమనుష్యపశ్వాదిః॥

జఙ్గమకుటీ-ఈ-సీ-ఛత్రమ్॥

జఙ్గలమ్-అ-త్రి- నిర్వారిదేశః-౨ నిర్జనస్థానమ్

జఙ్గలా-ఆ-సీ-పిశితమ్॥ తె॥ మాంసము.

జఙ్గా-ఆ-సీ-కలంజః॥ తె॥ గంజావిచెట్టు.

జఙ్గాపథః-అ-పు-చతుష్పథమ్॥ తె॥ నాలుగు

త్రోవలుకలిసినదారి.

జజ్గాలః-అ-పు-రోధవిశేషః-సపంకారః॥

జజ్గులమ్-అ-న-విషమ్॥

జఙ్ఘా-ఆ-సీ-ప్రసృతా॥ తె॥పిక్క.

జఙ్ఘాకరికః-అ-త్రి-ధారకః॥

జఙ్ఘాకరికః-అ-పు-జాంఘికః॥ తె॥ శీఘ్రముగాదూరమువెళ్లి వార్తచెప్పేవాఁడు.

జఙ్ఘాత్రాణమ్-అ-న-జంఘాసన్నాహః॥

జఙ్ఘాప్రకోష్ఠరోమాణి-న్-న- విధవాలక్షణమ్॥ తె॥ముండమోపిగులుకు.

జఙ్ఘాసుచ్ఛః-అ-పు-అర్థనాశలక్షణమ్॥ తె॥ధనము,నాశమగుటకుగులుతు.

జఙ్ఘాలః-అ-త్రి-శీఘ్రగామీ॥ తె॥మిగులశీఘ్రముగాబోవువాఁడు.

జఙ్ఘావర్తః-అ-పు-దరిద్రవతీలక్షణమ్॥ తె॥ పేదరాలగుటకుగులుతు.

జఞ్ఝనీ-ఈ-సీ- వేణునాదధ్వనిః॥

జఞ్ఝపూకః-అ- త్రి-పునఃపునఃజపకర్తా॥

జటా-ఆ-సీ-శిఫా-౨హ్రీబేరమ్-౩భూతజటా-౪సటా॥ తె॥౧చెట్టువూడ-౨ఉసురువేరు-౩జటామాంసిచెట్టు-౪జెడకట్టినవెండ్రుకలు

జటాజూటః-అ-పు-జటాసమూహః॥

జటాజ్వాలః-అ-పు-ప్రదీపః।

జటాటఙ్కః-అ-పు-శివః॥

జటాటీరః-అ-పు-శివః॥ తె॥హరుఁడు.

జటాధరః-అ-పు-శివః-౨బుద్ధభేదః-౩అభిధానతంత్రకారశ్చ॥

జటామాంసీ-ఈ-సీ-సుగంధిద్రవ్యవిశేషః॥

జటాయుః-ష్-పు-జటాయువపక్షీ॥ తె॥ జటాయువనుపక్షి-

జటాయుః-ఉ-పు-గుగ్గులువృక్షః- ౨జటాయుపక్షీ॥ తె॥ ౧గుగ్గిలపుచెట్టు- ౨జటాయువనుపక్షి.

జటాలః-అ-పు-కర్పూరః- ౨వటః- ౩ముష్కకః-౪గుగ్గులుః॥

జటాలః-అ-త్రి-జటాయుక్తః॥

జటాలా-ఆ-సీ-జటామాంసీ॥ తె॥ జటామాంసియను గ్రంథ్యము.

జటావతీ - ఈ - సీ- జటామాంసీ॥ తె॥ జటామాంసియను గ్రంథ్యము.

జటావల్లీ-ఈ-సీ-రుద్రజటా॥ తె॥ రుద్రజడచెట్టు.

జటిః-ఇ-సీ- ప్లక్షవృక్షః- ౨జటా- ౩సమూహః॥ తె॥ ౧జువ్విచెట్టు-౨జడ-౩గుంపు.

జటిలమ్-అ-న-హ్రీబేరమ్॥ తె॥కురువేరు.

జటిలః-అ-పు-సింహః॥ తె॥సింగము.

జటిలః-అ-త్రి-జటాయుక్తః-౨సమ్మిశ్రః॥ తె॥౧జడదారి-౨చక్కఁగాఁగలిసినది.

జటిలా-ఆ-సీ-వచా- ౨భూతజటా-౩పిప్పలీ-౪మదనకవృక్షః-౫రాధికాశ్వగ్రుః॥ తె॥౧నల్లవస-౨జటామాంసి.

జటీ-న్-పు-ప్లక్షవృక్షః-౨వటవృక్షః॥ తె॥౧జువ్విచెట్టు-౨మఱ్ఱిచెట్టు.

జటీ-ఈ-సీ-ప్లక్షవృక్షః॥ తె॥ జువ్విచెట్టు.

జటులః-అ-పు-జతుకమ్॥

జఠరః-అ-(సీ)-గర్భః॥ తె॥పొట్ట.

జఠరః-అ-పు-వృక్షిః॥

జఠరః-అ-త్రి-కఠినద్రవ్యమ్॥ తె॥కఠినవస్తువు

జఠరనుత్-త్-పు- ఆరగ్వధవృక్షః॥ తె॥ రేలచెట్టు.

జఠరామయః-అ-పు-జలోదరరోగః॥

జడమ్-అ-న- జలమ్- ౨సీసకమ్॥ తె॥ ౧ఉదకము-౨సీసము.

జడః-అ-పు-శీతవస్తు-౨స్తబ్ధః-౩అజ్ఞః॥

జడః-అ- త్రి- హిమగ్రస్తః- ౨మూకః- ౩అప్రజ్ఞః॥

జడః-అ-(సీ)-జలమ్॥ తె॥ఉదకము.
జడక్రియః-అ-త్రి-దీర్ఘసూత్రీ-౧చిరక్రియః
జడతా-ఆ-సీ- వ్యభిచారీభావవిశేషః - ౨జాడ్యమ్॥
జడత్రా-ఆ-సీ-కాకనాసికాలతా॥ తె॥ కాకిదొండతీఁగె.
జడా-ఆ-సీ-శూకశింబీ- ౧భూమ్యామలకీ॥
జడాత్మా-న్-పు-మహిషః॥ తె॥ దున్నపోఁతు.
జడిమా-న్-పు-జడతా॥
జడులః-అ-పు-వ్యంగః॥ తె॥పుట్టుమచ్చ.
జతు-ఉ-న-అలక్తః-౧లాక్షా॥ తె॥ ౧లత్తుక-౨లక్క.
జతుకమ్-అ-న-రామఠమ్-౨లాక్షా॥ తె॥ ౧ఇంగువ-౨లక్క.
జతుకా-ఆ-సీ-చక్రవర్తినీ-౨అజినపత్రా॥ తె॥ ౧చక్రవర్తికూరచెట్టు- ౨చీకురువాయి.
జతుకారీ-ఈ-సీ-జతుకాలతా॥
జతుకీ-ఈ-సీ-జంతుకారీ॥ తె॥సురళతీఁగె.
జతుకృత్-త్-సీ-చక్రవర్తినీ- ౨అజినపత్రా॥ తె॥ ౧చక్రవర్తికూరచెట్టు - ౨చీకురువాయి.
జతుకృష్ణా-ఆ-సీ-పర్పటీ॥
జతునీ-ఈ-సీ-చర్మచటికా॥
జతుపుత్రకః-అ-పు-నయః ౨పాశకగుటికా॥
జతుమణిః-ఇ-పు-క్షుద్రరోగవిశేషః॥
జతుముఖః-అ-పు- వ్రీహివిశేషః॥ తె॥ధాన్యవిశేషము.
జతురసః-అ-పు-అలక్తకః॥ తె॥లత్తుక.
జతూకమ్-అ-న-లాక్షా॥ తె॥లక్క.
జతూకా-ఆ-సీ-జనీనామగంధద్రవ్యమ్-౨చర్మచటీ॥
జత్రు-ఉ-న-భుజశిరఃకంఠసంధిః॥ తె॥ మెడకొంకులు,

జత్రుకమ్-అ-న-జత్రు॥
జత్వశ్మకమ్-అ-న-శిలాజతు॥
జత్వాధోషః-అ-పు-నక్రః॥ తె॥కారుమొసలి
జనః-అ-పు-౧కసంజ్ఞా-౨మనుష్యజాతిః - ౩లోకవిశేషః-౪పామరః॥ తె॥౧ఒకటను సంజ్ఞ-౨మనుజుడు-౩మనుష్యలోకము.
జనకః-అ-పు-౧తాలప్రాణకలావిశేషః - ౨పితా-౩మిథిలాధిపతిః-౪పారదః॥ తె॥ ౨తండ్రి- ౩జనకమహారాజు - ౪పాదరసము.
జనకతనయా-ఆ-సీ-సీతా॥
జనకనన్దినీ-ఈ-సీ-సీతా॥
జనకసుతా-ఆ-సీ-సీతా॥
జనకా-ఆ-సీ-సహదేవీ॥ తె॥ ముత్తవపులగ (పు చెట్టు.)
జనకాత్మజా-ఆ-సీ-సీతా॥
జనకారీ-న్-పు-అలక్తకః॥ తె॥లత్తుక.
జనఙ్గమః-అ-పు-చాండాలః॥ తె॥మాలవాడు
జనతా-ఆ-సీ- జనసమూహః - ౨జనత్వంచ॥ తె॥౧మనుష్యులగుంపు
జననమ్-అ-న-జన్మ-౨గోత్రమ్॥ తె॥ ౧పుట్టువు-౨వంశము.
జననిః-ఇ-సీ-జనీనామగంధద్రవ్యమ్॥
జననీ-ఈ-సీ-కరుణారసః-౨చక్రవర్తినీ - ౩మాతా-౪జనీనామగంధద్రవ్యమ్- ౫చర్మచటీ-౬యూథికా- ౭కటుకా-౮మంజిష్ఠా - ౯అలక్తకః - ౧౦జటామాంసీ॥ తె౨చక్రవర్తిచెట్టు-౩తల్లి.
జననీయమ్-అ-న-ఘృతమ్॥ తె॥ నెయ్యి.
జనపదః-అ-పు-నివృత్-౨దేశః॥ తె॥ ౧పల్లెటూరు-౨పల్లెటూళ్లుగలదేశమున్ను.
జనప్రవాదః-అ-పు-లోకాపవాదః॥
జనప్రియః-అ-పు-ధాన్యకమ్ - ౨శోభాఞ్జనవృక్షః॥

జనమేజయః-అ-పు-పరీక్షితరాజపుత్రః॥

జనయితా-ఋ-పు-పితా॥ తె॥తండ్రి.

జనయిత్రీ-ఈ-సీ-మాతా॥ తె॥తల్లి.

జనరవః-అ-పు-లోకవాదః॥

జనలోకః-అ-పు-మహర్లోకోపరిభువనమ్॥

జనవల్లభః-అ-పు-శ్వేతరోహితవృక్షః॥

జనవల్లభః-అ-త్రి-లోకప్రియః॥

జనవాదః-అ-పు-జనప్రవాదః॥ తె॥ లోకప్రవాదము.

జనశ్రుతిః-ఇ-సీ-లోకప్రవాదః॥ తె॥ లోకప్రవాదము.

జనస్థానమ్-అ-న-దండకారణ్యమ్॥

జనా-ఆ-సీ-ఉత్పత్తిః॥

జనాన్తః-అ-పు-దేశః॥

జనాన్తికమ్-అ-న-అప్రకాశః॥

జనార్దనమ్-అ-న-శుంఠీ॥

జనార్దనః-అ-పు-విష్ణుః-౧యమః- ౩దైత్యః-౨రుద్రః॥

జనాశనః అ-పు-వృకః॥ తె॥తోఁడేలు

జనాశ్రయః-అ-పు-మండపః॥

జనిః-ఇ-సీ-భార్యా-౧ఉత్పత్తిః-౩మాతా-౨జనీనామగంధద్రవ్యమ్॥

జనిః-ఇ-ద్వ-జన్మ॥ తె॥పుట్టువు.

జనికా-ఆ-సీ-స్నుషా-౧జననకర్త్రీచ॥

జనితమ్-అ-త్రి-ఉత్పాదితమ్॥

జనితా-ఋ-పు-పితా॥ తె॥తండ్రి.

జనిత్రీ-ఈ-సీ-మాతా॥ తె॥తల్లి.

జనిత్వః-అ-పు-పితా॥ తె॥తండ్రి.

జనిత్వా-ఆ-సీ-మాతా॥ తె॥తల్లి.

జనినీలికా-ఆ-సీ-మహానీలీ॥

జనిమా-న్-పు-జన్మ॥ తె॥జననము.

జనీ-ఈ-సీ-చక్రవర్తినీ-౧స్నుషా॥ తె॥ ౧చక్రవర్తిచెట్టు-౧కోడలు.

జనుః-ఉ-సీ-జన్మ॥ తె॥పుట్టువు.

జనుః-స్-న-జన్మ॥ తె॥పుట్టువు.

జనుషాన్ధః-అ-త్రి-జన్మతోంధః॥ తె॥పుట్టుగుడ్డివాఁడు.

జనూః-ఊ-సీ-జన్మ॥ తె॥జననము.

జనేష్టః-అ-పు-ముద్గరవృక్షః॥

జనేష్టా-ఆ-సీ-జతుకా-౧వృద్ధినామౌషధిః- ౩జాతీపుష్పమ్ ౨హరిద్రా॥

జనోదాహరణమ్-అ-న యశః॥

జనౌః-ఔ-పు-జనరక్షకః॥

జన్తుః-ఉ-పు-మనుష్యాదిజంతుః ॥ తె॥ మనుష్యాదిజంతువులు.

జన్తుకమ్బుః-ఉ-పు-కృమిశంఖః॥

జన్తుకా-ఆ-సీ-నాడీహింగు-౧లాక్షా॥

జన్తుకారీ-ఈ-సీ-జతుకీలతా॥ తె॥ సురళితీఁగె.

జన్తుఘ్నమ్-అ-న-విడంగమ్-౧హింగు.

జన్తుఘ్నః-అ-పు-బీజపూరః॥

జన్తుఘ్నీ-ఈ-సీ-విడంగమ్॥

జన్తునాశనమ్-అ-న-హింగు॥

జన్తుపాదపః-అ-పు-కోశామ్రవృక్షః॥

జన్తుఫలః-అ-పు-ఉదుంబరవృక్షః॥ తె॥ మేడిచెట్టు.

జన్తుమారీ-ఈ-సీ-నింబుకః॥

జన్తులా-ఆ-సీ-కాశతృణమ్॥ తె॥ తెల్లుగడ్డి.

జన్తుహన్త్రీ-ఈ-సీ-విడంగమ్॥

జన్మ-న్-న-జననమ్॥ తె॥పుట్టువు.

జన్మమ్-అ-న-ఉత్పత్తిః॥

జన్మకీలః-అ-పు-విష్ణుః॥

జన్మదః-అ-పు-పితా॥

జన్మవర్త్మ-న్-న-యోనిః॥

జన్మాన్తరమ్-అ-న-పరలోకః॥

జన్మాష్టమీ-ఈ-సీ-శ్రీకృష్ణాష్టమీ॥

జన్మీ-న్-పు-మనుష్యాదిజంతుః॥ తె॥ మనుష్యాదిజంతువులు.

జన్మేజయః-అ-పు-జనమేజయరాజః॥

జన్యమ్-అ-న-రథ్యాకలహః-౨యుద్ధమ్॥ తె॥ ౧వీధిజగడము-౨చీవయాలము.

జన్యః-అ-పు-మనుష్యాదిజంతుః-౨భర్తృమిత్రాణి-౩భార్యాజ్ఞాతిభృత్యాః-౪పితా॥ తె॥ ౧మనుష్యులు మొదలగుజంతువులు-౨పెనిమిటి, స్నేహితుఁడు మొదలగువారు - ౩పెండ్లాము, దాయాది, సేవకుఁడున్ను-౪తండ్రి.

జన్యః-అ-త్రి-ఉత్పాద్యః-౨నీచః- ౩జనితవ్యః

జన్యః-అ (స్త్రీ)-హట్టః-౨అపవాదః॥ తె॥ ౧అంగడి-౨అపవాదము.

జన్యా-ఆ-స్త్రీ-మాతా॥ తె॥ తల్లి.

జన్యుః-ఉ-పు-ప్రాణీ-౨అగ్నిః-౩ధాతా॥

జపః-అ-పు-బ్రహ్మయజ్ఞవేదాధ్యయనమ్-౨మంత్రావృత్తిః॥ తె॥ ౧బ్రహ్మయజ్ఞము-వేదాధ్యయనము-౨మంత్రముమరలమరలఁజెప్పుట.

జపనమ్-అ-న-జపః॥

జపపరాయణః-అ-త్రి-జపాసక్తః-౨జపనశీలః॥

జపవటీ-ఈ-స్త్రీ-అక్షమాలా॥ తె॥ జపమాలిక.

జపా-ఆ-స్త్రీ-జపాపుష్పీ॥ తె॥ దాసనచెట్టు.

జపాపుష్పీ-ఈ-స్త్రీ-జపా॥ తె॥ దాసనచెట్టు.

జపాలః-అ-పు-అజాజీవీ॥ తె॥ కురుమవాఁడు

జబికా ఆ-స్త్రీ-కదంబః॥ తె॥ పాడిపిండి॥

జమజః-అ-త్రి-యమజః॥

జమదగ్నిః-ఇ-పు-యమదగ్నిమునిః॥

జమదగ్నిజః-అ-పు-పరశురామః॥ తె॥ పదియవతారములలో నొకఁడు.

జమనమ్-అ-న-జేమనమ్-౨భోజనమ్॥

జమ్పతీ-ఈ-పు-దంపతీ - నిత్యద్వివచనాంతోయమ్॥ తె॥ ఆలుమొగల్లు.

జమ్బాలః-అ-పు- కర్దమః-౨శైవాలవిశేషః॥ తె॥ ౧బురద-౨నాచులోభేదము.

జమ్బాలినీ-ఈ-స్త్రీ-నదీ॥

జమ్బిరః-అ-పు జమ్బీరః॥ తె॥ నిమ్మచెట్టు.

జమ్బీరః-అ-పు-దంతశఠవృక్షః- ౨మరువకః॥ తె॥ ౧నిమ్మచెట్టు-౨మరువము.

జమ్బు-ఉ-న-జంబూఫలమ్। తె॥ నేరేడుబండు

జమ్బుః-ఉ-స్త్రీ-జంబూః॥ తె॥ నేరేడుచెట్టు.

జమ్బుః-ఉ-పు-గోమాయుః-తె॥ నక్క.

జమ్బుకః-అ-త్రి-నీచః॥

జమ్బుకః-అ-పు-మహిసాక్షువృక్షః-౨శోనకః ౩కేతకీవృక్షః-౪గోమాయుః-౫వరుణః-౬నీచః॥ తె॥ ౧మహిసాక్షిచెట్టు-౨దుందిలపుచెట్టు-౩మొగలిచెట్టు-౪నక్క--౫వరుణుఁడు-౬అల్పుఁడు.

జమ్బుద్వీపః-అ-పు- పృథివ్యాఃసప్తద్వీపాంతర్గతద్వీపవిశేషః॥

జమ్బులః-అ-పు- జంబూవృక్షః - ౨కేతకవృక్షః॥ తె॥ ౧నేరేడుచెట్టు-౨మొగలిచెట్టు.

జమ్బువనజమ్-అ-న-శ్వేతజవాపుష్పమ్॥

జమ్బూః-ఊ-స్త్రీ-సప్తద్వీపవిశేషః-౨జంబూవృక్షః-౩నాగమథనీ-౪నదీవిశేషః-౫జంబూఫలమ్॥ తె॥ ౧పదుదీవులలో నొకటి-౨నేరేడుచెట్టు-౩దంతిచెట్టు-౪ఒకానొకయేరు-౫నేరేడుబండు.

జమ్బూకః-అ-(న)-శృగాలః- ౨జంబుకశబ్దార్థోప్యత్ర॥

జమ్బూకా-ఆ-స్త్రీ-కాకలీద్రాక్షా॥

జమ్బూటః-అ-పు-కాకజంభూవృక్షః॥ తె॥ కాకినేరేడుచెట్టు.

జమ్బూలః-అ-పు- జంబూవృక్షః- ౨కేతకవృక్షః॥ తె॥ ౧నేరేడుచెట్టు-౨మొగలిచెట్టు.

జమ్బూలమాలికా-ఆ-స్త్రీ- కన్యావరయోర్ముఖచంద్రికా॥

జమ్భః-అ-పు-జంబీరవృక్షః-౨దంష్ట్రీ-౩దంభః-౪దానవవిశేషః-౫భక్షణమ్॥ తె॥ ౧నిమ్మచెట్టు-౨దౌడదంతము-౩డంభము-౪ఒకానొకరక్కసుఁడు-౫తినడము.

జమ్భకః-అ-పు-జంబీరః॥

జమ్భకా-ఆ-సీ-జృంభా॥

జమ్భద్విట్-ష్-పు-ఇంద్రః॥

జమ్భభేదీ-న్-పు-ఇంద్రః॥

జమ్భరః-అ-పు జంబీరః॥ తె॥ నిమ్మచెట్టు.

జమ్భలః-అ-పు-జంబీరవృక్షః-౨అర్కపర్ణః-౩దేవతావిశేషః॥ తె॥ ౧నిమ్మచెట్టు-౨జిల్లేడుచెట్టు-౩జంభలదేవత.

జమ్భలా-ఆ-సీ-రాక్షసీవిశేషః॥

జమ్భా-ఆ-సీ-జృంభా॥

జమ్భారిః-ఇ-పు-వహ్నిః-౨వజ్రమ్-౩ఇంద్రః॥ తె॥ ౧నిప్పు-౨వజ్రము-౩దేవేంద్రుఁడు.

జమ్భీ-న్-పు జంబీరః॥ తె॥ నిమ్మచెట్టు.

జమ్భీరః-అ-పు-దంతశఠవృక్షః॥ తె॥ నిమ్మచెట్టు

జయః-అ-పు-సంవత్సరవిశేషః-౨జయనమ్-౩జయంతః-౪విష్ణుద్వారపాలకః॥ తె॥ ౧అఱువదిసంవత్సరములలోనొకటి-౨జయించడము-౩జయంతుఁడు-౪విష్ణువుయొక్క ద్వారపాలకుఁడు.

జయః-అ-ద్వ-గంధపత్రా॥ తె॥ కూరనెల్లిచెట్టు.

జయకోలాహలః-అ-పు-పాశకభేదః-౨జయధ్వనిశ్చ॥

జయఘణ్టా-ఆ-సీ-డంగురా॥ తె॥ జాగంట.

జయఢక్కా-ఆ-సీ-వాద్యవిశేషః॥

జయతాలః-అ-పు-తాలప్రాణకలావిశేషః॥

జయదత్తః-అ-పు-ఇంద్రపుత్రః॥

జయద్రుః-ఉ-పు-నందివృక్షః॥ తె॥ నందిచెట్టు.

జయనమ్-అ-న-జయః-౨తురంగాదిసన్నాహః॥ తె॥ ౧జయము-౨గుఱ్ఱము మొదలగునవి యుద్ధమునకై సన్నద్ధమగుట,

జయనీ-ఈ-సీ-ఇంద్రకన్యా॥

జయన్తః-అ-పు-ఇంద్రసుతః-౨శంకరః॥ తె॥ ౧ఇంద్రునికొడుకు-౨శివుఁడు.

జయన్తికా-ఆ-సీ-హరిద్రా॥

జయన్తీ-ఈ-సీ-వైజయంతికా-౨హరిద్రా-౩అపర్ణా-౪తిథివిశేషః-౫సింధుపుత్రీ-౬పతాకా॥ తె॥ ౧తక్కెడచెట్టు-౨పసపు-౩పార్వతీదేవి-౪నృసింహజయంతి మొదలయినది-౫సింధురాజుకూఁతురు-౬టెక్కెము.

జయపత్రమ్-అ-న-అశ్వమేధియయజ్ఞఘోటకకపాలెబద్ధాలిపిః॥

జయపాలః-అ-పు-విధిః-౨విష్ణుః-౩భూపాలః-౪వృక్షవిశేషః॥

జయపుత్రకః-అ-పు-పాశకభేదః॥

జయమఙ్గలః-అ-పు-తాలప్రాణకలావిశేషః-౨జ్వరఘ్నౌషధవిశేషః॥ తె॥ ౧తాలప్రాణభూతమనెడియొకానొకకళ.

జయవాహినీ-ఈ-సీ-శచీదేవీ॥ తె॥ ఇంద్రుని పెండ్లాము.

జయశ్రీః-ఈ-పు-తాలప్రాణకలావిశేషః॥

జయశ్రీః-ఈ-సీ-జయలక్ష్మీః॥ తె॥ జయలక్ష్మి.

జయా-ఆ-సీ-తృతీయాతిథిః-౨అష్టమీ-౩త్రయోదశీ-౪హరీతకీ-౫వైజయంతికా-౬కలంజః-౭దుర్గా-౮కదలీ॥ తె॥ ౪కరక్కచెట్టు-౫తక్కెడుచెట్టు-౬గంజాయిచెట్టు-౮అరటిచెట్టు.

జయావహా-ఆ-సీ భద్రదంతీవృక్షః॥

జయాశ్రయా-ఆ-సీ-జడీతృణమ్॥

జయాహ్వా-ఆ-సీ-భద్రదంతీవృక్షః॥

జయిన్-న్-త్రి-జయయుక్తః-౨విజయీ॥
జయః-ఉ-పు-ఔషధమ్॥
జయ్యః-అ-పు-అవశ్యజేతవ్యశత్రుః॥ తె॥ జెయించఁదగినశత్రువు.
జయ్యః-అ-త్రి-జేతుంశక్యః - ౨జయకరణయోగ్యః॥
జరఠః-అ-త్రి-వృద్ధః-౨కఠినద్రవ్యమ్॥ తె॥ ౧ ముదిమి-౨కాఠిన్యవస్తువు.
జరఠా-ఆ-సీ-జఠరమ్॥ తె॥ కడుపు.
జరడీ-ఈ-సీ-తృణవిశేషః॥
జరణమ్-అ-న-హింగు-౨ఖుష్ఠౌషధీ॥
జరణమ్-అ-త్రి-జీర్ణే॥
జరణః-అ-పు-జీరకః-౨కృష్ణజీరకః-౩సౌవర్చలలవణమ్-౪కాసమర్దః॥
జరణద్రుమః-అ-పు-అశ్వకర్ణవృక్షః॥
జరణా-ఆ-సీ-కృష్ణజీరకః॥
జరణ్డః-అ-త్రి-జీర్ణః॥
జరత్-త్-త్రి-వృద్ధః-౨పురాతనమ్.
జరతీ-ఈ-సీ-వృద్ధా॥
జరత్కారుః-ఉ-పు-మునివిశేషః॥
జరత్కారుః-ఉ-సీ-మనసాదేవీ॥
జరత్కారుప్రియా-ఆ-సీ-మనసాదేవీ॥
జరద్గవః-అ-పు-వృద్ధోక్షః॥ తె॥ ముదిఎద్దు.
జరన్-త్-త్రి-వృద్ధః॥ తె॥ ముసలివాఁడు.
జరన్తః-అ-పు-మహిషః॥ తె॥ దున్నపోఁతు.
జరసానః-అ-పు-మనుష్యః॥
జరా-ఆ-సీ-జీర్ణతా॥ తె॥ ముదిమి.
జరాతురః-అ-త్రి-జీర్ణః-౨జరారోగగ్రస్తః
జరాపుష్టః-అ-పు-జరాసంధః॥
జరాభీరుః ఉ-పు-మన్మథః॥
జరాభీరుః-ఉ-త్రి-జరాభయశీలే॥
జరాయణిః-ఇ-పు-జరాసంధః॥
జరాయుః-ఉ-పు-గర్భాశయః॥ తె॥ మావి.
జరాయుః-స్-పు-గర్భాశయః॥ తె॥ మావి.
జరాయుజః-అ-త్రి-జరాయుజాతమనుష్యపశ్వాదిః॥ తె॥ మావివలనబుట్టినజంతువులు
జరాసన్ధః-అ-పు-చంద్రవంశీయరాజవిశేషః
జరాసన్ధజిత్-త్-పు-భీమః॥
జరిత్రమ్-అ-న-స్తోత్రమ్॥ తె॥ స్తోత్రము.
జరీన్-న్-త్రి-వృద్ధః॥
జరూథమ్-అ-న-మాంసమ్॥ తె॥ ఆమిషము.
జర్జరమ్-అ-న-ఇంద్రనీలమ్॥ తె॥ నవరత్నములలోనొకటి.
జర్జరః-అ-పు-కోకిలః॥ తె॥ కోయిల.
జర్జరః-అ-త్రి-జీర్ణః॥ తె॥ ముదిమి.
జర్జరీకః-అ-త్రి-బహుఛిద్రద్రవ్యమ్-౨జరాతురః॥ (శిడము.
జర్ఝరః-అ-పు-ఇంద్రధ్వజః॥ తె॥ ఇంద్రుని
జర్ఝరః-అ-త్రి-శీర్ణః॥ తె॥ చల్లఁబడినది.
జర్ఝరికమ్-అ-న-బహుచ్ఛిద్రమ్॥ తె॥ జల్లెడ.
జర్ఝరికః-అ-పు-జరాతురః॥ తె॥ ముసలితనము.
జర్ణః-అ-పు-చంద్రః-౨వృక్షః॥
జర్ణః-అ-త్రి-జీర్ణే॥
జర్తః అ-పు-యోనిః-౨హస్తీ॥
జర్తిలః-అ-పు- కారుజః- ౨రాక్షసః-౩కపిశ్చలః-౪సరటాదిమైథునమ్॥ తె॥ ౧ కాఱునువ్వులు-౨రక్కసుఁడు౩కదలనిది-౪తొండలమైథునము.
జర్తుః-ఉ-పు-యోనిః-౨హస్తీ॥
జర్హిలః-అ-పు-అరణ్యతిలః॥
జలమ్-అ-న-సలిలమ్-౨మూత్రమ్॥ తె॥ ౧ఉదకము-౨మూత్రము.
జలః-అ-పు-కోకనదమ్-౨హ్రీబేరమ్॥ తె॥ ౧ ఎఱ్ఱతామర-౨కురువేరు.
జలః-అ-త్రి-జడః॥ తె॥ స్తబ్ధుఁడు.

జలకణ్టకః-అ-పు-శృంగాటః-౨కుంభీరః॥

జలకపిః-ఇ-పు-శిశుమారః॥

జలకరఙ్కః-అ-పు-నారికేలఫలమ్- ౨అంబుదః-౩శంఖః-౪జలలతా॥ తె॥౧కొబ్బరికాయ-౨మేఘము-౩శంఖము.

జలకల్కః-అ-పు-జంబాలః॥ తె॥బురద.

జలకాకః-అ-పు-పక్షివిశేషః॥ తె॥నీటికాకి.

జలకాఙ్క్షః-అ-పు-హస్తీ॥

జలకాఙ్క్షీ-న్-(న)హస్తీ-౨జలాభిలాషిణీత్రి

జలకాన్తారః-అ-పు-వరుణః॥

జలకాముకః-అ-పు-కుటుంబినీవృక్షః॥

జలకిరాటః-అ-పు-గ్రాహః॥

జలకుక్కుభః-అ-పు-జలచరపక్షివిశేషః॥

జలకుక్కుటీ-ఈ-సీ-గంగాచిల్లీ॥

జలకున్తలః-అ-పు-శైవాలమ్॥ తె॥నాచు.

జలకూపీ-ఈ-సీ-కూపగర్తః- ౨పుష్కరిణీ॥ తె॥౨నలుచదరపుబావి.

జలకూర్చికా-ఆ-సీ-ఆరామశాకవిశేషః॥ తె॥ తోఁటకూరవిశేషము.

జలకూర్మః-అ-పు-శిశుమారః॥

జలకేశః-అ-పు-శైవాలమ్॥ తె॥నాచు.

జలక్రీడా-ఆ-సీ-నద్యాదావయస్యాదిభిః- సహజలనిక్షేపాదిరూపక్రీడా॥

జలగుల్మః-అ-పు-కచ్ఛపః-౨జలావర్తః- ౩చత్వరమ్॥ తె॥౧తాఁబేలు-౨నీటిసుడి - ౩ముంగిలి.

జలఙ్గః-అ-పు-మహాకాలః॥

జలఙ్గమః-అ-పు-జనంగమః-౨చాండాలః॥

జలచత్వరమ్-అ-న-జలనికుంజః॥ తె॥ నీళ్లలో పొద.

జలచరః-అ-పు-హంసాదిపక్షిజాతిః॥ తె॥హంసమొదలగునీటఁదిరిగెడుపక్షిజాతి.

జలచారీ-న్-పు-మత్స్యః॥ తె॥చేఁప.

జలచారీ-న్-త్రి-జలచరః॥ తె॥చేఁప.

జలజమ్-అ-న-అబ్జమ్-౨శంఖః॥ తె॥ ౧పద్మము-౨శంఖము.

జలజః-అ-పు-చంద్రః॥ తె॥చందురుఁడు.

జలజన్తుః-ఉ-పు-జలజప్రాణీ॥

జలజన్తుకా-ఆ-సీ-జలౌకా॥

జలజన్మ-న్-న-పద్మమ్॥ తె॥తామర.

జలజమ్బుకా-ఆ-సీ-క్షుద్రజంబూః॥

జలజా-ఆ-సీ-కాషాయికా-౨రమా॥ తె॥ ౧నీరుపట్టుదోమ-౨లక్ష్మి.

జలజిహ్వః-అ-పు-నక్రః॥ తె॥మొసలి.

జలడిమ్బః-అ-పు-శంబూకః॥

జలతస్కరః-అ-పు-సూర్యః॥ తె॥సూర్యఁడు.

జలతాపికః-అ-పు- ఇల్లీశమత్స్యః - ౨శాకచీమత్స్యః॥

జలతాపీ-న్-పు-ఇల్లీశమత్స్యః॥

జలతాలః-అ-పు-ఇల్లీశమత్స్యః॥

జలతిక్తికా-ఆ-సీ-సల్లకీవృక్షః॥

జలత్రా-ఆ-సీ-ఛత్రమ్॥

జలదః-అ-పు-ముస్తకః- ౨మేఘః॥ తె॥ ౧తుంగముస్తె-౨మేఘము.

జలదః-అ-త్రి-జలదానకర్తా॥

జలదన్యుః-ఉ-పు-సూర్యః॥ తె॥సూర్యుఁడు.

జలదాగమః-అ-పు-వర్షాకాలః॥ తె॥ వానకాలము.

జలదాశనః-అ-పు-శాలవృక్షః॥

జలద్రోణీ-ఈ-సీ-నిపానమ్॥ తె॥ నూతివద్దిగాడి.

జలధరః-అ-పు-మేఘః-౨దుఃఖితః - ౩సముద్రః-౪తినిశవృక్షః॥ తె॥౧మబ్బు - ౨దుఃఖించేవాఁడు-౩సంద్రము-౪నెమ్మిచెట్టు

జలధిః-ఇ-పు-సముద్రః-౨జంబుకః-౩దశశంఖసంఖ్యా-సాతుశతలక్షకోటయః॥

జలధిగా-ఆ-సీ-నదీ॥

జలధిజా-ఆ-సీ-లక్ష్మీః॥

జలనకులః-అ-పు-జలజంతువిశేషః॥

జలనిధిః-ఇ-పు-సముద్రః॥ తె॥ మున్నీరు.

జలనిర్గమః-అ-పు-పుటభేదః॥ తె॥ కాలువ.

జలనీలీ-ఈ-సీ-శైవాలః॥ తె॥ నాచు.

జలనూపురః-అ-పు-నీపవృక్షః॥ తె॥ మొగులు కడిమిచెట్టు.

జలన్ధరః-అ-పు-అసురవిశేషః॥ తె॥ ఒకానొక రాక్షసుఁడు.

జలపతిః-ఇ-పు-వరుణః-౨సముద్రః॥

జలపారావతః-అ-పు-పక్షివిశేషః॥

జలపిత్తమ్-అ-న-అగ్నిః॥ తె॥ నిప్పు.

జలపిప్పలీ-ఈ-సీ-పిప్పలీవిశేషః॥

జలపిప్పికః-అ-పు-మత్స్యః॥ తె॥ చేఁప.

జలపృష్ఠజా-ఆ-సీ-శైవాలమ్॥ తె॥ నాచు.

జలపోటనః-అ-పు-మేఘః॥

జలప్రదః-అ-పు-పితృవిశేషః॥ తె॥ పితృదేవతలలోవిశేషము.

జలప్రాయమ్-అ-న-జలబహులస్థానమ్-౨ అనూపదేశః॥

జలప్రియః-అ-పు-సూకరః-౨చాతకపక్షీ-౩ మత్స్యః॥ తె॥ ౧పంది-౨వానకోయిల-౩ చేఁప.

జలప్లవః-అ-పు-జలనకులః॥

జలఫలమ్-అ-న-శృంగాటకమ్॥

జలబన్ధః-అ-పు-మత్స్యః॥ తె॥ చేఁప.

జలబన్ధకః-అ-పు-జలమధ్యగం,స్రోతోభేదకగం,నారుశిలాది॥

జలబిన్దుః-ఉ-పు-త్రిఖండకః॥ తె॥ పరికెగడ్డ.

జలబిన్దుజా-ఆ-సీ-యావనాలీశర్కరా॥

జలబిల్వః-అ-పు-పంచాగః-౨కర్కటః-౩జలచత్వరమ్॥

జలబుద్బుదమ్-అ-న-జలబింబమ్॥

జలబ్రహ్మీ-ఈ-సీ-హిలమోచీ॥

జలభూః-ఊ-పు-మేఘః-౨కంచటమ్॥

జలమక్షికా-ఆ-సీ-వారికృమిః॥

జలమణ్టపః-అ-పు-గుండాలుః॥ తె॥ నీళ్లమీఁద బలిసినపాకెడుకూరచెట్టు.

జలమద్గుః-ఉ-పు-మత్స్యరంగపక్షీ॥

జలమధూకః-అ-పు-మధూకవృక్షప్రభేదః॥

జలమసిః-ఇ-పు-మేఘః॥ తె॥ మొయిలు.

జలమార్గః-అ-పు-ప్రణాలీ॥

జలమార్జారః-అ-పు-ఉద్రః॥ తె॥ నీరుపిల్లి.

జలముక్-చ్-పు-మేఘః॥ తె॥ మేఘము.

జలమూర్తిః-ఇ-పు-శివః॥

జలమూర్తికా-ఆ-సీ-కరకా॥

జలమోదమ్-అ-న-ఉశీరమ్॥

జలయన్త్రగృహమ్-అ-న-జలమధ్యకృతగృహమ్॥

జలరఙ్కః-అ-పు-బకపక్షీ॥ తె॥ వాలుకొంగ.

జలరఙ్కుః-ఉ-పు-దాత్యూహపక్షీ॥ తె॥ కూకురుగుండంగిపిట్ట.

జలరఙ్జః-అ-పు-బకపక్షీ॥ తె॥ వాలుకొంగ.

జలరఙ్జిః-ఇ-పు-దాత్యూహపక్షీ॥ తె॥ కూకురుగుండంగిపిట్ట.

జలరణ్డః-అ-పు-జలావర్తః-౨పయోరేణుః-౩భుజంగమః.

జలరసః-అ-పు-లవణమ్॥ తె॥ ఉప్పు.

జలరాగః-అ-పు-పాటలవర్ణశోణరత్నమ్॥ తె॥ కెంపులోభేదము.

జలరాశిః-ఇ-పు-సముద్రః॥ తె॥ మున్నీరు.

జలరుట్-హ-పు-పద్మమ్॥ తె॥ తామర.

జలరుహమ్-అ-న-పద్మమ్॥ తె॥ తామర.

జలరూపః-అ-పు-మకరః॥ తె॥ మొసలి.

జలరోహితః-అ-పు-నైరృతిః॥ తె॥ దిక్పాలకులలోనొకఁడు.

జలలతా-ఆ-సీ-తరంగః॥

జలలోకః-అ-పు-పాతాళలోకః॥

జలవరణ్టః-అ-పు-జలవసంతాఖ్యవ్రణః॥

జలవర్షుకః-అ-పు-పుష్కలనామక మేఘః॥ తె॥పుష్కలమనే పేరుఁగల మేఘము.

జలవల్కలః-అ-పు-కుంభికా॥

జలవల్లీ-ఈ-సీ-శృంగాటకః॥

జలవాయసః-అ-పు-మద్గుపక్షీ॥

జలవాలకః-అ-పు-వింధ్యపర్వతః॥

జలవాలికా-ఆ-సీ-విద్యుత్॥

జలవాసమ్-అ-న-ఉశీరమ్॥

జలవాసః-అ-పు-విష్ణుకందః॥

జలవాహః-అ-పు-మేఘః॥ తె॥ మేఘము.

జలబిడాలః-అ-పు-జలనకులః॥

జలవిషురమ్-అ-న-తులాసంక్రాంతిః॥

జలవృశ్చికః-అ-పు-చింగటమత్స్యః॥ తె॥ రొయ్యచేఁప.

జలవేతసః-అ-పు-వానీరవృక్షః॥

జలవ్యధః-అ-పు-కంకత్రోటమత్స్యః॥

జలవ్యాలః-అ-పు-అలగర్దః॥ తె॥నీరుకట్టెపాము.

జలశయః-అ-పు-విష్ణుః॥

జలశయనః-అ-పు-విష్ణుః॥

జలశాయీ-న్-పు-విష్ణుః॥

జలశుక్తిః-ఇ-సీ-శంబూకః॥ తె॥ కప్పచిప్ప.

జలశూకమ్-అ-న-శైవాలమ్॥ తె॥ నాచు.

జలశూకః-అ-పు-శైవాలవిశేషః॥ తె॥ నాచులోభేదము.

జలశూకరః-అ-పు-కుంభీరః॥

జలసర్పిణీ-ఈ-సీ-జలౌకా॥ తె॥ జెలగ.

జలసూచిః-ఇ-పు-౧జలౌకాః-౨సృగాలః-౩ఝషః-౪కంకత్రోటీ-౫శింశుమారః॥ తె॥౧జెలగ-౨నక్క-౩చేఁప-౪తాబులుగుముకు-౫శింశుమారచక్రము,ధ్రువచక్రమున్ను.

జలస్థా-ఆ-సీ-గండదూర్వా॥

జలహమ్-అ-న-స్వల్పజలయంత్రగృహమ్॥

జలహస్తీ-న్-పు-తంతునాగః॥ తె॥ నెగడు.

జలహాసః-అ-పు-సముద్రఫేనః॥ తె॥ సముద్రపునురుఁగ.

జలాకరః-అ-పు-శుద్ధోదకసముద్రః॥ తె॥ మంచినీళ్లసంద్రము.

జలాకా-ఆ-సీ-జలౌకసః॥

జలాక్షీ-ఈ-సీ-జలపిప్పలీ॥

జలాఖుః-ఉ-పు-జలనకులః॥

జలాఞ్చలమ్-అ-న-౧వారినిర్గమః-౨శైవలమ్॥ తె॥౧నీళ్లుపారుటకుఁగట్టినతూము-౨నాచు॥

జలాటనః-అ-పు-లోహపృష్ఠపక్షీ॥ తె॥ బాబులుఁగు.

జలాటనీ-ఈ-సీ-జలౌకా॥ తె॥ జెలగ.

జలాణ్టకమ్-అ-న-పోతోద్ధానమ్॥ తె॥ చిఱుమీలకదుపు.

జలాణ్టకః-అ-పు-నక్రరాజః॥

జలాత్మా-న్-పు-చంద్రః॥ తె॥చంద్రుఁడు.

జలాత్మా-న్-సీ-పూర్వాషాఢానక్షత్రమ్॥ తె॥ ఇఱువదేఁడునక్షత్రములలోనొకటి.

జలాత్మికా-ఆ-సీ-జలౌకా॥ తె॥ జెలగ.

జలాధారః-అ-పు-నదీమధ్యస్థజలాశయః॥

జలాధిదైవతమ్-అ-న-పూర్వాషాఢానక్షత్రమ్॥ తె॥ ఇఱువదేఁడునక్షత్రములలోనొకటి.

జలాధిదైవతః-అ-పు-వరుణః॥ తె॥ పశ్చిమదెసకధిపతి.

జలామ్బికా-ఆ-సీ-కూపః- జలాత్మికా ఇతి (క్వచిత్పాఠః॥)

జలాయుకా-ఆ-సీ-జలౌకా॥ తె॥ జెలగ.

జలారః-అ-పు-జలాశ్వః॥ తె॥ నీటిగుఱ్ఱము.

జలారుణ్డః-అ-పు-జలావర్తః-౨పరోరేణుః ౩సర్పః॥ తె॥ ౧నీటిసుడి-౨నీటితుంపర-౩పాము.

జలార్ణవః-అ-పు-వర్షర్తుః॥ తె॥ శ్రావణభాద్రపదమాసములు.

జలార్ద్రః-అ-పు-ఆర్ద్రవస్త్రమ్॥

జలార్ద్రా-ఆ-సీ-వ్యజనమ్-౨క్లిన్నవస్త్రమ్॥ తె॥ ౧విసనకఱ్ఱ.

జలాలుః-ఉ-పు-పానీయాలుః॥

జలాలుకమ్-అ-న-పద్మకందః॥

జలాలుకా-ఆ-సీ-జలౌకా॥ తె॥ జెలగ.

జలాలోకా-ఆ-సీ-జలౌకా॥ తె॥ జెలగ.

జలావర్తః-అ-పు-జలగుల్మః-౨అంభసాంభ్రమః॥

జలాశయమ్-అ-న-లామజ్జకమ్-౨నీలోశీరమ్॥ తె॥ ౧తెల్లవట్టివేరు-౨నల్లవట్టివేరు.

జలాశయః-అ-పు-నదీమధ్యజలాధారః॥ తె॥ మడుఁగు.

జలాశయా-ఆ-సీ-గుండాలావృక్షః॥

జలాశ్రయః-అ-పు-గుండతృణమ్॥ తె॥ గుండతుంగ.

జలాశ్రయా-ఆ-సీ-శూలపత్రీ॥ తె॥ త్రిశూలిగడ్డి.

జలాష్ఠీలా ఆ-సీ-పుష్కరిణీ॥ తె॥ నలుచదరపుబావి.

జలాహ్వయమ్-అ-న-ఉత్పలమ్॥

జలికా-ఆ-సీ-జలౌకా॥ తె॥ జెలగ.

జలుకా-ఆ-సీ-జలౌకా॥ తె॥ జెలగ.

జలూకా-ఆ-సీ-రక్తపా-౨రక్తపాదీ॥ తె॥ ౧జెలగ-౨అంతరతామర.

జలేచరః-అ-పు-జలచరపక్షీ-సతుహంసమద్గురకాదిః॥

జలేభయా-ఆ-సీ-హస్తిశుండావృక్షః॥

జలేజాతమ్-అ-న-పద్మమ్॥

జలేన్ద్రః-అ-పు-వరుణః-౨సముద్రః-౩జంబాలః॥ తె॥ ౧వరుణుఁడు-౨మున్నీరు-౩అడుసు.

జలేన్ధనః-అ-పు-బాడబాగ్నిః॥

జలేరుహా-ఆ-సీ-కుటుంబినీవృక్షః॥

జలేవాహః-అ-పు-జాతివిశేషః॥

జలేశయః-అ-పు-మత్స్యః॥

జలేశ్వరః-అ-పు-వరుణః-౨సముద్రః॥ తె॥ ౧వరుణుఁడు-౨సంద్రము.

జలోకా-ఆ-సీ-జలౌకా॥ తె॥ జెలగ.

జలోచ్ఛ్వాసః-అ-పు-తటాకాదిజలనిర్గమనార్థకృతజలనిర్గమః॥

జలోదరమ్-అ-న-జఠరామయః॥

జలోద్భవా-ఆ-సీ-లఘుబ్రాహ్మీ॥ తె॥ లఘుబ్రహ్మిచెట్టు.

జలోద్భూతా-ఆ-సీ-గుండాలాక్షుపః॥

జలోరగీ-ఈ-సీ-జలౌకా॥ తె॥ జెలగ.

జలౌకసః-అ-త్రి-జలౌకా-అకారాంతోయంశబ్దః॥

జలౌకసః-స-సీ-రక్తపా-౨పరివ్యాధః-సాంతబహువచనాంతోయంశబ్దః॥ తె॥ ౧జెలగ-౨నీటిప్రబ్బచెట్టు.

జలౌకసా-ఆ-సీ-జలూకా॥ తె॥ జెలగ.

జలౌకా-ఆ-సీ-రక్తపా॥ తె॥ జెలగ.

జలౌకాః-స-సీ-పరివ్యాధః॥ తె॥ నీటిప్రబ్బచెట్టు.

జల్పః-అ-పు-విజిగీషోః కథా-పరమతఖండనపూర్వకమ్-స్వమతవ్యవస్థాపనమ్-౨కథా చ.

జల్పనమ్-అ-న-కథనమ్॥

జల్పాకః-అ-త్రి-బహుగర్హ్యవాక్॥ తె॥ మి

క్య-లీఅసహ్యపుమాటలాడేవాఁడు.

జల్పితః-అ-త్రి-భాషితః॥ తె॥ చెప్పఁబడ్డది.

జవః-అ-పు-వేగః॥ తె॥ శీఘ్రము.

జవః-అ-త్రి-వేగగామీ॥ తె॥ శీఘ్రముగా వెళ్లువాఁడు.

జవన్-త్-పు-విహంగః॥ తె॥ పిట్ట.

జవనమ్-అ-న-శీఘ్రగమనమ్॥ తె॥ శీఘ్రముగాఁబోవుట.

జవనః-అ-పు-వేగవదశ్వః-౨దేశవిశేషః॥ తె॥ ౧త్వరితముగాబోవుగుఱ్ఱము-౨ఒకానొకదేశము.

జవనః-అ-త్రి-వేగగామీ॥ తె॥ త్వరితముగాబోవువాఁడు.

జవనాలమ్-అ-న-ఫలవిశేషః॥

జవనికా-ఆ-సీ-ప్రతిసీరా॥ తె॥ తెరచీరె,పరదాయున్ను.

జవనీ-ఈ-సీ-అపటీ-౨ఓషధీభేదః॥

జవసమ్-అ-న-ఘాసః॥

జవా-ఆ-సీ-ఓఢ్రపుష్పమ్॥ తె॥ దాసనపువ్వు.

జవాది-ఇ-న-సుగంధిద్రవ్యభేదః॥

జవాదిః-ఇ-పు-సంకుమదః॥ తె॥ జవ్వాది.

జవాధికః-అ-పు-వేగాధికఘోటకః॥

జవాధికః-అ-త్రి-అతిశయవేగయుక్తః॥

జవాన్-త్-పు-అశ్వపుచ్ఛావర్తః॥ తె॥ గుఱ్ఱముతోఁకదగ్గిరనుండుసుడి.

జవాపుష్పమ్-అ-న-ఓఢ్రపుష్పమ్॥

జవీన్-త్రి-వేగయుక్తః౧ఉష్ట్రః-౨ఘోటకః॥

జసీ-న్-పు-వాతప్రమీః॥ తె॥ గాలికెదురునడిచేమృగము.

జసురిః-ఇ-పు-వజ్రమ్॥

జహాకః-అ-పు-కాలః॥

జహాకః-అ-త్రి-త్యాగకర్తా-౨బాలః-౩నిర్మోకః-౪నిర్మోహః॥

జహారః-అ-పు-మార్జారః॥ తె॥ పిల్లి.

జహా-ఆ-సీ-కండూరాలతా॥ తె॥ దూలగొండి

జహానకః-అ-పు-ప్రళయః॥

జహ్నుః-ఉ-పు-విష్ణుః-౨రాజర్షిభేదః-సచంద్రవంశీయరాజపుత్రః॥

జహ్నుతనయా-ఆ-సీ-గంగా.

జహ్నుసుతా-ఆ-సీ-గంగా॥

జా-ఆ-సీ-గంగా-౨యోనిః-౩సాగరవేలా॥ తె॥ ౧గంగానది-౨ఉపస్థము-౩సముద్రపుచెలియలికట్ట.

జాగతమ్-అ-న-ద్వాదశచ్ఛందః-౨ద్వాదశసంజ్ఞా॥

జాగరః-అ-పు-కవచమ్॥

జాగరః-అ-ద్వ-జాగరణమ్॥ తె॥ మేలుకోవడము.

జాగరణమ్-అ-న-జాగరః॥ తె॥ మేలుకోవడము

జాగరితా-ఋ-త్రి-జాగరూకః॥

జాగరీ-న్-త్రి-జాగరూకః॥

జాగరూకః-అ-త్రి-జాగరితా॥ తె॥ మేలుకొనువాఁడు.

జాగర్తిః-ఇ-సీ-జాగరణమ్॥ తె॥ మేలుకోవడము.

జాగర్యా-ఆ-సి-జాగరణమ్॥ తె॥ మేలుకోవడము.

జాగర్యా-ఆ-ద్వ-జాగరణమ్॥ తె॥ మేలుకోవడము.

జాగుడమ్-అ-న-కుంకుమమ్॥ తె॥ కుంకుమము

జాగృవిః-ఇ-పు-ప్రాణః-౨వాయుః-౩వహ్నిః॥ తె॥ ౧ప్రాణము-౨గాలి-౩అగ్గి.

జాగ్రత్-త్-త్రి-జాగరణవిశిష్టః॥

జాగ్రియా-ఆ-సీ-జాగరణమ్॥

జాఘనీ-ఈ-సీ-యజ్ఞపశుపుచ్ఛః॥ తె॥ యజ్ఞపశువుయొక్క తోక.

జాఙ్గలమ్-అ-న- మాంసమ్-౨జాలినీఫలమ్॥ తె॥౧మాంసము-౨జాలినీయనుఫలము,

జాఙ్గలః-అ-పు-కపింజలపక్షీ॥

జాఙ్గలః-అ-త్రి-అల్పద్రుమజలదేశః-౨నిర్జలస్థానమ్॥

జాఙ్గలిః-ఇ-పు-వ్యాళగ్రాహీ॥

జాఙ్గలిః-ఇ-సీ-విషవిద్యా॥

జాఙ్గలికః-అ-పు-విషవైద్యః॥

జాఙ్గలీ-ఈ-సీ-విషవిద్యా॥

జాఙ్గులమ్-అ-న-విషమ్- ౨జాలినీఫలమ్॥ తె॥ ౧విసము-౨జాలినీయనుఫలము.

జాఙ్గులః-అ-పు-విషవిద్యా॥

జాఙ్గులిః-ఇ-పు-విషవైద్యః॥

జాఙ్గులికః-అ-పు-వ్యాళగ్రాహీ॥

జాఙ్గులీ-ఈ-సీ-విషవిద్యా॥

జాఙ్ఘికః-అ-పు-జంఘాకరికః-౨ఉష్ట్రః-౩శ్రీకారీవృక్షః॥ తె॥౧త్వరగాదూరమువెళ్లి వర్తమానముచెప్పేవాఁడు.

జాజ్వల్యమానః-అ-త్రి-దేదీప్యమానః॥

జాటలిః-ఇ-(న)-వృక్షవిశేషః॥

జాఠరః-అ-పు- పకభాసమత్వరూపమూర్తిక దోషః॥

జాడ్యమ్-అ-న-జడభావః-౨జడకర్మ॥

జాడ్యారిః ఇ-పు-జంబీరః॥ తె॥ నిమ్మచెట్టు.

జాతమ్ అ-న - సామాన్యమ్ - ౨సమూహః-౩జన్మ.

జాతః అ- త్రి-ఉత్పన్నః-౨భూతః॥ తె॥౧పుట్టినది-౨అయినది.

జాతకమ్-అ-న- జాతబాలకస్యశుభాశుభనిర్ణాయకగ్రహః॥

జాతకః-అ-పు- కారండీ-౨భిక్షుః॥

జాతకః-అ-త్రి-జాతః॥

జాతకర్మ-న్-న- దశసంస్కారాంతర్గతసంస్కారవిశేషః॥

జాతధాతకీ-ఈ-సీ-మంజిష్ఠాలతా॥ తె॥ మంజిష్ఠచెట్టు.

జాతరూపమ్-అ- న- సువర్ణమ్-౨ధుస్తూరః ॥ తె॥౧బంగారము-౨ఉమ్మెత్త.

జాతరూపమ్-అ-త్రి-ఉత్పన్నరూపే॥

జాతవేదాః-స్-పు-అగ్నిః- ౨చిత్రకవృక్షః॥

జాతాపత్యా-ఆ-సీ-ప్రసూతాపత్యస్త్రీ॥

జాతిః-ఇ-సీ-సామాన్యమ్ - ౨తాలప్రాణకలావిశేషః-౩ఆమలకీవృక్షః-౪ఛందః-౫జన్మ-౬గోత్రమ్-౭స్వవ్యాహతికరోత్తరమ్-౮చుల్లీ- ౯కంపిల్లమ్- ౧౦అలంకృతిః-౧౧మాలతీలతా॥ తె॥ ౧సత్తాదిసామాన్యధర్మము-౨తాలప్రాణకలావిశేషము- ౩ఉసిరికచెట్టు- ౪ఛందస్సు-౫పుట్టువు-౬సంతతి- ౭తనకువిరోధమగుమాట-౮పొయ్యి- ౯కంపిల్లమనుగ్రంధ్యము ౧౦భూషణము-౧౧జాజిచెట్టు.

జాతికః-అ-పు-జాలిపత్రికా॥

జాతికోశమ్-అ-న-జాతిఫలం॥ తె॥జాజికాయ

జాతికోషమ్-అ-న-జాతీఫలమ్॥ తె॥ జాజికాయ.

జాతికోషీ-ఈ-సీ-జాతీపత్రీ॥ తె॥ జాపత్రి

జాతిదైత్యః- అ- పు- కుబేరః॥ తె॥ నవనిధులరేఁడు

జాతిపత్రికా-ఆ-సీ-జాతికమ్॥ తె॥ జాపత్రి.

జాతిఫలమ్ అ-న-మాలతీఫలమ్॥ తె॥ జాజికాయ,

జాతిభ్రంశకరమ్-అ-న-నవవిధపాపాంతర్గతపాపవిశేషః॥

జాతిరసః-అ-పు-బోలమ్॥ తె॥ బాలింతబోలు

జాతిలిఙ్గః-అ-పు-హింగులమ్॥ తె॥ఇంగిలీకము

జాతివైద్యః-అ-పు-కుబేరశంఖః॥ తె॥కుబేరుని చిందము.

జాతివైరమ్-అ-న-స్వాభావికశత్రుత్వమ్॥

జాతిసారమ్-అ-న-జాతీఫలమ్॥ తె॥ జాజికాయ.

జాతీ-ఈ-స్త్రీ-మాలతీలతా॥ తె॥ జాజిచెట్టు.

జాతీకోశమ్-అ-న-జాతీఫలమ్॥

జాతీకోషమ్-అ-న-జాతీఫలమ్॥

జాతీపత్త్రీ-ఈ-స్త్రీ-జాతీఫలత్వక్॥

జాతీఫలమ్-అ-న-ఫలవిశేషః॥

జాతీయః-అ-త్రి-తద్ధితప్రత్యయవిశేషః-సతుప్రకారార్థేభవతి॥

జాతీరసమ్-అ-న-బోలః॥

జాతు-౦-౦-కదాచిదర్థః-౨సంభావితార్థః-౩గర్హార్థః॥ తె॥౧.ఒకానొకప్పుడు.

జాతుకమ్-అ-న-హింగు॥

జాతుధాతకీ-ఈ-స్త్రీ-రక్తపర్ణీ॥ తె॥ సురుగుడు చెట్టు.

జాతుధానః-అ-పు-యాతుధానః॥

జాతుషః-అ-త్రి-జతువికారపాంచాలికా॥ తె॥లక్క బొమ్మ.

జాతోక్షః-అ-పు-ఉత్పన్నోక్షః॥ తె॥ పిడికొట్టినయెద్దు,వయస్సువచ్చినయెద్దున్ను.

జాత్యః-అ-త్రి-శ్రేష్ఠః-౨కులీనః-౩సుందరః తె॥౧శ్రేష్ఠము, మేలిమిన్ని-౨సత్కులమందుఁబుట్టినవాఁడు-౩చక్కనివాఁడు

జాత్యన్ధః-అ-త్రి-జన్మాంధః॥ తె॥ పుట్టుగుడ్డివాఁడు.

జానకః-అ-పు-ఉద్వేగః॥ తె॥ నెరవంజిచెట్టు.

జానకిః-ఇ-పు-దానవవిశేషః॥ తె॥ ఒకానొకరక్కసుఁడు.

జానకీ-ఈ-స్త్రీ-సీతా॥ తె॥సీతాదేవి.

జానపదః-అ-పు-జనః-౨దేశః॥

జానిః-ఇ-స్త్రీ-భార్యా-౨వరస్త్రీ-౩తారా-౪రాజగృహమ్॥

జాను-ఉ-న-స్త్రీకలాస్థానవిశేషః-౨ఊరుపర్వ॥ తె॥౨మోకాలు.

జానుః-ఉ-పు-ఊరుపర్వ॥ తె॥మోకాలు.

జానుకూర్పరమ్-అ-న-రతిబంధవిశేషః॥ తె॥ ఒకానొకరతిబంధము.

జాపః-అ-పు-జపః॥

జాపకమ్-అ-న-జాపకపర్వతజాతకృష్ణచందనమ్॥ తె॥జాపకమనుమలయెందుఁబుట్టినకృష్ణచందనము.

జాపకః-అ-త్రి-జపకర్తా॥

జాపనమ్-అ-న-నిరసనమ్-౨నిర్వర్తనమ్॥

జాబాలః-అ-త్రి-అజాజీవః-౨మునివిశేషః॥

జాబాలః-అ-పు-అజాజీవీ-౨మనుష్యః॥ తె॥౧కురుమావాఁడు-౨మనుజుఁడు.

జాబాలిః-ఇ-పు-మునివిశేషః॥

జామదగ్నిః-ఇ-పు-పరశురామః-౨నాభిస్థానమ్-౩దృగంతరమ్-౪వైదికాగ్నిః-౫గృహాంగణమ్॥ తె॥౧పరశురాముఁడు-౨బొడ్డు-౩దృష్టి, చూపున్ను-౪వేదప్రణిధానాగ్ని-౫ముంగిలి.

జామదగ్న్యః-అ-పు-జమదగ్నిపుత్త్రః॥

జామా-ఆ-స్త్రీ-కంచుకవిశేషః-౨జననీ-౩త్వక్-౪సంతతిః॥ తె॥౧ అంగి-చొక్కాయున్ను-౨తల్లి-౩తొక్క--తోలు-౪వంశము

జామాతా-ఋ-పు-పుత్త్రికాపతిః-౨వల్లభః-౩సూర్యావర్తః॥ తె॥౧అల్లుడు-౨పెనిమిటి-౩సూర్యమండలము.

జామి-౦-౦-ఆలస్యమ్-౨ఉపాంతికమ్-౩అధికమ్॥ తె॥౧ఆలస్యము-౨సమీపము-౩విస్తారము.

జామిః-ఇ-స్త్రీ-శ్వశ్రూః- ౨స్వసా - ౩కుల స్త్రీ॥ తె॥౧అత్త-౨చెల్లెలు-౩కులకాంత.

జామిషమ్-అ-న-హరణమ్॥ తె॥ అల్లునికి కూఁతునికియిచ్చినసొమ్ము.

జామీ-ఈ-స్త్రీ-జామిః॥

జామీవృక్షః-అ-పు-బీజాపూరః॥ తె॥ జామిచెట్టు.

జామేయః-అ-పు-భాగినేయః॥

జామ్బవమ్-అ-న- జంబూఫలమ్-౨సువర్ణమ్॥

జామ్బవః-అ-పు-జాంబవాన్॥

జామ్బవతీ-ఈ-స్త్రీ-నాగమథనీ-౨కృష్ణభార్యా॥ తె॥౧దంతిచెట్టు-౨జాఁబవతియను కృష్ణభార్య.

జామ్బవాన్-త్-పు-ఋక్షరాజః-౨బ్రహ్మపుత్రః॥

జామ్బవీ-ఈ-స్త్రీ-నాగమథనీ॥ తె॥ దంతిచెట్టు.

జామ్బుకః-అ-పు-శృగాలః॥ తె॥నక్క.

జామ్బువాన్-త్-పు-జాంబవాన్॥

జామ్బూనదమ్-అ-న-సువర్ణమ్-౨ధుస్తూరః॥ తె॥౧బంగారము-౨ఉమ్మెత్త.

జాయః-అ-పు-ఔషధమ్॥ తె॥ఓషధి.

జాయకమ్-అ-న- కాలీయకమ్- ౨పీతవర్ణసుగంధికాష్ఠమ్॥

జాయా-ఆ-స్త్రీ-భార్యా॥ తె॥ పెండ్లాము.

జాయాజీవః-అ-పు-శైలూషః॥ తె॥ వేషముకట్టిజీవించేవాఁడు.

జాయానుజీవీ-న్-పు-నటః-౨బకపక్షి - ౩వేశ్యాపతిః-౪దుస్థః॥

జాయాపతీ-న్-పు-దంపతీ॥ తె॥ ఆలుమొగల్లు.

జాయుః-ఉ-పు-ఔషధమ్॥ తె॥ఔషధము.

జారః-అ-పు-విటః॥ తె॥జారుఁడు.

జారజః-అ-త్రి-ఉపపతిజాతసంతానః॥

జారణీ-ఈ-స్త్రీ-స్థూలజీరకః॥

జారా-ఆ-స్త్రీ-జారిణీ॥ తె॥జారురాలు.

జారీ-ఈ-స్త్రీ-ఓషధీవిశేషః॥

జారుత్థః-అ-పు-త్రిగుణదక్షిణాకయజ్ఞః॥

జాలమ్-అ-న- ఆనాయః - ౨గవాక్షః- ౩సమూహః-౪కుట్మలమ్॥ తె॥౧వల-౨కిటికీ-౩సముదాయము-౪మొగ్గ.

జాలః-అ-పు- అస్నిగ్ధసూత్రరూపవైదూర్యదోషః- ౨ఇంద్రజాలాదిమాయా- ౩నీపవృక్షః॥ తె॥౩కడిమిచెట్టు.

జాలకమ్-అ-(పు)-మోచకఫలమ్॥

జాలకమ్-అ-న-గవాక్షః-౨తరుణకోరకమ్ ౩లూతావట్టః-౪కులాయః-౫జాలినీదలమ్-౬అతలలోకః॥ తె॥౧కిటికీ-౨లేతమొగ్గ-౩సాలెపురుగుమగ్గము-౪పిట్టగూడు-౫పొట్లాకు-౬అతలలోకము.

జాలకః-అ-పు-గవాక్షః॥ తె॥కిటికీ-

జాలకారకః-అ-త్రి-జాలకర్తా॥

జాలకారకః-అ-పు-మర్కటకః॥

జాలకినీ-ఈ-స్త్రీ-మేషీ॥

జాలకృత్-త్-స్త్రీ-లూతా॥ తె॥సాలెపురుగు

జాలగర్దభః-అ-పు-రోగవిశేషః॥

జాలగోణికా-ఆ-స్త్రీ-దధిమంథనభాండవిశేషః

జాలద్రుమః-అ-పు-బింబికాలతా॥ తె॥ దొండచెట్టు.

జాలన్ధరః-అ-పు-త్రిగర్తదేశః॥

జాలపాత్-ద్-పు-హంసః॥

జాలపాదకః-అ-పు-హంసః॥

జాలప్రాయా-ఆ-స్త్రీ-అంగరక్షిణీ॥

జాలబర్బూరకః-అ-పు-బర్బూరవృక్షవిశేషః.

జాలవృక్షః-అ-పు-తుజాలకలతా॥ తె॥ఆకుదొండ.

జాలాటనీ-ఈ-స్త్రీ-జలూకా॥ తె॥ జెలగ.

జాలారుణ్డః-అ-పు- జలావర్తః- ౨పవమోరే

ణుః ౩ సర్పః॥ తె॥ ౧నీటిసుడి-౨నీటితుం పర-౩ పాము.

జాలికమ్-అ-న-చిత్రవర్ణపద్మమ్॥ తె॥ నానావర్ణములుఁగలకమలము.

జాలికః-అ-పు-కైవర్తః-౨వాగురికః॥ తె॥౧ జాలరి వాఁడు-౨వలచేతమృగపక్షులను బట్టిజీవించువాఁడు.

జాలికః-అ-త్రి-కుటిలహృదయః॥ తె॥ కపటపు డెందముఁగలవాఁడు.

జాలికా-ఆ-సీ-ఆనాయః-౨దంభవిశేషః-౩ వస్త్రవిశేషః-౪లూతా॥ తె॥ ౧వల-౪ సాలెపురుఁగు.

జాలినీ-ఈ-సీ-చిత్రకారకరణమ్-౨బృహస్పతిభార్యా-౩కోశాతకీ॥ తె॥ ౧ముచ్చెవానిపోఁగర.

జాలీ-న్-పు-కైవర్తః॥ తె॥ వలచేతజీవించువాఁడు.

జాలీ-ఈ-సీ-పటోలికాలతా॥ తె॥ పొట్లచెట్టు

జాల్మః అ-పు-నీచః॥ తె॥అల్పుఁడు.

జాల్మః-అ-త్రి-అసమీక్ష్యకార్యకారీ-౨స్తబ్ధః॥ తె॥౧విచారించకపనిచేసేవాఁడు-౨స్తబ్ధుఁడు.

జావాలః-అ-పు-అజాజీవీ॥ తె॥ కురుమా వాఁడు.

జాషకమ్-అ-న-కాలీయనామగంధద్రవ్యమ్

జాహకః-అ-పు-మేఘః-౨మార్జారః-౩ఖట్వా-౪కారుండికా-౫బిలేశయజంతువిశేషః॥

జాహ్నవీ-ఈ-సీ-గంగా॥

జిః-ఇ-త్రి-జేతా॥

జిః-ఇ-పు-పిశాచః॥

జిగత్నుః-ఉ-పు-ప్రాణవాయుః॥

జిగమిషా-ఆ-సీ-గమనేచ్ఛా॥

జిగీషా-ఆ-సీ-జేతుమిచ్ఛా-౨వ్యవసాయః-౩ సంఘాతః-౪ప్రథమః॥ తె॥౧గెలువనిచ్ఛయించుట-౨ప్రయత్నము-౩సమూహము-౪మొదటిది.

జిఘత్సా-ఆ-సీ-క్షుధా॥

జిఘత్సుః-ఉ-త్రి-క్షుధితః॥ తె॥ ఆఁకలిగొన్నవాఁడు.

జిఘాంసకః-అ-త్రి-హననేచ్ఛుకః॥

జిఘాంసా-ఆ-సీ-హననేచ్ఛా॥

జిఘాంసుః-ఉ-త్రి-హననేచ్ఛుః॥

జిఘాంసుః-ఉ-పు-శత్రుః॥ తె॥పగవాఁడు.

జిఘ్రుః-అ-త్రి-ఘ్రాణకర్తా॥

జిఙ్గినీ-ఈ-సీ-వృక్షవిశేషః॥

జిఙ్గీ-ఈ-సీ-మంజిష్ఠాలతా ॥ తె ॥ మంజిష్ఠచెట్టు.

జితః-అ-పు-అర్హదుపాసకవిశేషః॥

జితః-అ-త్రి-ప్రాప్తపరాజయః॥

జితకాశిః-ఇ-పు-దృఢముష్టిః॥

జితకాశీ-న్-త్రి-జయయుక్తః॥

జితనేమిః-ఇ-పు-అశ్వత్థనిర్మితదండః॥

జితశత్రుః-ఉ-పు-వృత్తార్హత్పితా॥

జితశత్రుః-ఉ-త్రి-కృతశత్రుపరాజయః॥

జితాక్షరః-అ-త్రి-కృతాక్షరజయః-వశీభూతాక్షరకః-దృష్టిమాత్రేణాక్షరబోధనపాఠకుమః॥

జితామిత్రః-అ-పు-విష్ణుః॥

జితామిత్రః-అ-త్రి-కృతశత్రుపరాజయః॥

జితారిః-ఇ-పు-బుద్ధః-౨వృత్తార్హత్పితా॥

జితారిః-ఇ-త్రి-జితశత్రుః॥

జితాహవః-అ-పు-జితకాశీ॥

జితేన్ద్రియః-అ-త్రి-జ్ఞానయుక్తః॥ తె॥ ఇంద్రియనిగ్రహముఁగలవాఁడు.

జితేన్ద్రియః-అ-పు-సృగాలః॥ తె॥నక్క.

జితేన్ద్రియాహ్వః-అ-పు- కామవృద్ధివృక్షః॥

జిత్తమః-అ-పు-జితుమః-మిథునరాశిః - ౨జయశీలానాంమధ్యేఉత్తమశ్చ.

జిత్యా-ఆ-సీ-హాల్యా॥ తె॥ గొర్తినాగలి.

జిత్వరః-అ-త్రి-జయశీలః॥ తె॥ గెలిచెడిస్వభావముఁగలవాఁడు.

జిత్వరీ-ఈ-సీ- కాశీ॥

జినః-అ-పు-బుద్ధదేవః - ౨శాక్యబుద్ధదేవః-౩అతివృద్ధః-౪చతుర్వింశతిసంజ్ఞా-౫జిత్వరః॥ తె॥ ౧బుద్ధమత దేవత - ౨శాక్యబుద్ధమత దేవత-౩మిగులముసలివాఁడు-౪ఇరువదినాలుగు- ౫జయించేస్వభావము గలవాఁడు.

జినయోనిః-ఇ-పు-మృగః॥

జినసద్మ-న్-న-జినగృహమ్॥

జినేన్ద్రః-అ-పు-బుద్ధః॥

జివాజివః-అ-పు-జీవంజీవపక్షీ॥

జివ్రిః-ఇ-పు-సమయః-౨పక్షీ॥

జిష్ణుః-ఉ-త్రి-జయశీలః॥ తె॥ జయస్వభావము గలవాఁడు.

జిష్ణుః-ఉ-పు- ఇంద్రః-౨అర్జునః-౩విష్ణుః-౪శంకరః-౫సంసారత్యాగశీలః-౬పర్వతమూర్ధా॥ తె॥ ౧దేవేంద్రుఁడు- ౨అర్జునుఁడు-౩విష్ణువు ౪హరుఁడు - ౫సంసారముత్యజించేస్వభావముగలవాఁడు- ౬కొండశిఖరము.

జిహీర్షా-ఆ-సీ-హర్తుమిచ్ఛా॥ తె॥ హరించుటకిచ్ఛయించుట.

జిహృదానః-అ-పు-భేకః॥ తె॥ కప్ప.

జిహ్మమ్-అ-న-తగరవృక్షః॥

జిహ్మః-అ-త్రి-వక్రః-౨మందః॥ తె॥ ౧వంకర

జిహ్మగః-అ-త్రి-మందగః॥

జిహ్మగః-అ-పు-సర్పః-౨మందగః-౩కుటిలః-౪మూర్ఖః॥ తె॥ ౧పాము-౨మెల్లఁగాబోవువాఁడు-౩కుటిలుఁడు-౪ముష్కరుడు

జిహ్మమోహనః-అ-పు-భేకః॥ తె॥ కప్ప.

జిహ్మయన్త్రమ్-అ-న-బడిశమ్॥ తె॥ గాలము.

జిహ్మశల్యః-అ-పు-ఖదిరవృక్షః॥ తె॥ చండ్రచెట్టు.

జిహ్వమ్-అ-న-తగరమూలమ్॥

జిహ్వః-అ-(న)-జిహ్వా॥

జిహ్వపః-అ-పు-శునకః-౨మార్జారః-౩వ్యాఘ్రః-౪చిత్రకః॥ తె॥ ౧జేపి-౨పిల్లి-౩పెద్దపులి-౪బొట్టు,చిత్రమూలమున్ను.

జిహ్వలః-అ-త్రి-లుబ్ధః-౨లోలుపః॥

జిహ్వా- ఆ- సీ- జ్ఞానేంద్రియభేదరసనా-౨వాక్-౩జ్వాలా॥ తె॥ ౧నాలుక-౨పలుకు-౩మంట.

జిహ్వానిర్లేఖనమ్-అ-న- జిహ్వామార్జనమ్-౨జిహ్వామార్జనద్రవ్యమ్- తద్దశాంగులంకోమలంకృశమ్, స్వర్ణ, రూప్య, తామ్ర, లోహ, నిర్మితమ్ జిహ్వామలాపకర్షణే ప్రశస్తమ్॥

జిహ్వాపః అ-పు-కుక్కురః-౨వ్యాఘ్రః- ౩బిడాలః-౪భల్లూకః- ౫చిత్రకవ్యాఘ్రః॥

జిహ్వామలమ్-అ-న-జిహ్వాస్థితమలమ్॥

జిహ్వామూలీయః-అ-పు-వజ్రాకృతివర్ణః॥

జిహ్వారదః-అ-పు-పక్షీ॥

జిహ్వాలిట్-హ-పు-కుక్కురః॥

జిహ్వాశల్యః-అ-పు-ఖదిరవృక్షః॥ తె॥ చండ్రచెట్టు.

జిహ్వాస్వాదః-అ-పు-లేహనమ్॥

జీ ఈ-సీ-కామినీ-౨సమ్మతిః॥

జీ-న్-పు-జీవయుక్తః॥

జీనః-అ-త్రి-వృద్ధః॥ తె॥ ముసలివాఁడు.

జీమూతః-అ-పు-మేఘః- ౨పర్వతః-౩కరీ-౪

సంగీతగ్రామవిశేషః-౫భూతికరః-౬శక్రః-౭శివః-౮చంద్రః-౯కృషీవలః-౧౦దుఃఖితః-౧౧నిశ్శ్వాసజాతజలరూపమేఘః-౧౨నరకాసురసారథిః॥ తె॥ ౧మబ్బు-౨కొండ-౩పసుఁగు-౪సంగీతగ్రామవిశేషము-౫ఐశ్వర్యమునుఁజేయునది-౬ఇంద్రుఁడు-౭హరుఁడు-౮చంద్రుఁడు-౯పైరుపెట్టిజీవించువాఁడు-౧౦దుఃఖపెట్టబడినవాఁడు-౧౧మేఘము-౧౨నరకాసురునిసారథి.

జీమూతకూటః-అ-పు-పర్వతః॥

జీమూతమూలమ్-అ-న-శటీ॥

జీమూతవాహనః-అ-పు-ఇంద్రః-౨ధర్మరత్ననామకస్మృతిసంగ్రహకర్తా చ॥

జీమూతవాహీ-న్-పు-ధూమః॥

జీమూతా-ఆ-సీ-దేవదాలికా-౨దేవతాడవృక్షః॥ తె॥ ౧డావరడంగిచెట్టు-౨దేవతాడిచెట్టు.

జీరమ్-అ-న-సుషవీ॥ తె॥ నల్లజీలకఱ్ఱ.

జీరః-అ-పు-జీరకః॥ తె॥ జీలకఱ్ఱచెట్టు.

జీరకః-అ-పు-జీరణః-౨అజాజీ॥ తె॥ ౧జీలకఱ్ఱచెట్టు-౨జీలకఱ్ఱ.

జీరణః-అ-పు-అజాజీ॥ తె॥ మంచిజీలకఱ్ఱ.

జీరణా-ఆ-సీ-వాంతిశోధనీ॥ తె॥ నల్లజీలకఱ్ఱచెట్టు.

జీరణా-ఆ-(పు)-హింగుః-౨జాతిః-౩సౌవర్చలమ్॥ తె॥ ౧ఇంగువు-౨జాజిపూలచెట్టు-౩సౌవర్చలలవణము.

జీరికా-ఆ-సీ-వంశపత్రీతృణమ్॥

జీర్ణమ్-అ-న-పక్వమ్-౨దారితమ్-౩భేదః॥ తె॥ ౧పండినది-౨బద్దలుచెయ్యఁబడ్డది-౩భేదము-వేఱున్ను.

జీర్ణః-అ-పు-జీరకః॥ తె॥ జీలకఱ్ఱ.

జీర్ణః-అ-త్రి-వృద్ధః॥ తె॥ ముసలివాఁడు.

జీర్ణదారుః-ఉ-పు-వృద్ధదారకభేదః॥

జీర్ణదారుః-ఉ-సీ-వృద్ధదారునామకవృక్షః॥

జీర్ణపత్రికా-ఆ-సీ-వంశపత్రీతృణమ్॥

జీర్ణపర్ణమ్-అ-న-పురాతనపత్రే॥

జీర్ణపర్ణః-అ-పు-తిరీటకవృక్షః-౨నింబవృక్షః-౩ఖర్జూరద్రుమః॥ తె॥ ౧పట్టికాలోధ్రము-౨వేఁపచెట్టు-౩ఖర్జూరపుచెట్టు.

జీర్ణబుధ్నః-అ-పు-పట్టికాలోధ్రః॥

జీర్ణబుధ్నకమ్-అ-న-పరివేల్లతృణమ్॥ తె॥ భద్రతుంగగడ్డి.

జీర్ణవజ్రమ్-అ-న-వైక్రాంతమణిః॥

జీర్ణవస్త్రమ్-అ-న-పురాతనవస్త్రమ్॥

జీర్ణా-ఆ-సీ-వృద్ధదారకవిశేషః॥

జీర్ణిః-ఇ-సీ-జ్యానిః-౨నాశః॥ తె॥ ౧ముదియడము-పాతగిల్లడమున్ను-౨నసించడము

జీర్విః-ఇ-పు-కుఠారః-౨శకటమ్-౩కాయః-౪పశుః॥

జీవః-అ-(సీ)-జీవితమ్॥

జీవః-అ-పు-బృహస్పతిః-౨జీవితమ్-౩అగ్నినక్రజరాయుః-౪ప్రాణః-౫ఆత్మా॥ తె॥ ౧దేవగురుఁడు-౨బ్రతకడము.

జీవః-అ-త్రి-జీవవాన్॥ తె॥ జీవనము.

జీవకః-అ-పు-జీవకమతప్రవర్తకః-౨అష్టవర్గాంతర్గతౌషధవిశేషః॥

జీవకః-అ-త్రి-సర్జకవృక్షః-౨కూర్చశీర్షః-౩క్షపణకః-౪వృద్ధిజీవీ-౫అహితుండికః-౬జీవీ-౭సేవకః॥ తె॥ ౧వేగిసపుచెట్టు-౨జీవకమనేగ్రంధ్యము-౩క్షపణకమతస్థుఁడు-౪వడ్డివల్లబ్రతికేవాఁడు-౫పాములవాఁడు.

జీవజీవః-అ-పు-జీవంజీవపక్షీ॥ తె॥ వెన్నెలపులుఁగు.

జీవఞ్జీవః-అ-పు-జీవద్రుక్-౨చకోరః - ౩వృక్షవిశేషః॥ తె॥ ౧వెన్నెలపులుఁగు - ౨చకోరపక్షి-౩ఒకానొకచెట్టు.

జీవత్తోకా-ఆ-సీ-జీవదపత్యస్త్రీ॥ తె॥ బ్రతికియున్నకొడుకులుఁగలయాఁడుది.

జీవత్పతిః-ఇ-సీ-సధవా॥

జీవత్పితృకః-అ-పు-విద్యమానపితృకః॥

జీవథః-అ-పు-ప్రాణః-౨కూర్మః-౩మయూరః-౪మేఘః॥

జీవథః-అ-త్రి-ధార్మికః-౨చిరాయుః॥

జీవదః-అ-పు-వైద్యః-౨ధాతా - ౩విద్విట్॥

జీవదః అ-త్రి-జీవనదాతా॥

జీవదాత్రీ-ఈ-సీ-ఋద్ధిః॥

జీవదృక్-శ్-పు-జీవంజీవః॥ తె॥ వెన్నెలపులుఁగు.

జీవధనమ్-అ-న-గవాదికమ్॥

జీవన్-త్-పు-కాలః॥ తె॥ కాలము.

జీవనమ్-అ-న-జలమ్-౨జీవనోపాయః - ౩ప్రాణధారణమ్-౪హైయంగవీనమ్-౫మజ్జా॥ తె॥ ౧ఉదకము - ౨బ్రతుకుదారి-౩ప్రాణాధారము- ౪అప్పుడుతరచిదీసినవెన్న-౫చెట్టుచేవ.

జీవనః-అ-పు-పుత్రః-౨జీవః- ౩జీవకౌషధమ్-౪వాతః-౫క్షుద్రఫలకవృక్షః॥

జీవనకమ్-అ-న-అన్నమ్॥ తె॥ సాదము.

జీవనద్రుః-ఉ-పు-నారికేళవృక్షః॥ తె॥ కొబ్బరిచెట్టు.

జీవనయోనిః-ఇ-సీ-యత్నవిశేషః-సతు- అతీంద్రియః-శరీరే- ప్రాణసంచారకారణమ్॥

జీవనా-ఆ-సీ-కాకజంఘాయామ్॥ తె॥ వెలుమసంధిచెట్టు.

జీవనాఘాతమ్-అ-న-విషమ్॥ తె॥ విసము.

జీవనావాసః-అ-పు-వరుణః॥ తె॥ వరుణుఁడు.

జీవనికా-ఆ-సీ-హరీతకీ॥

జీవనీ-ఈ-సీ-జీవా-౨మహామేదా-౩కాకోలీ-౪జతుకీలతా॥ తె॥ ౧పాలకూరచెట్టు-౨మహామేదచెట్టు-౩కాకోలిచెట్టు-౪సురళతీగె.

జీవనీయమ్-అ-న-జలమ్॥ తె॥ ఉదకము,

జీవనీయగణః-అ-పు-ఔషధవిశేషః- యథా- అష్టవర్గశ్చవర్ణిన్యౌజీవంతీమధుకంతథా జీవనీయగణఃప్రోక్తోజీవనస్తుపునస్తథా॥

జీవనీయా-ఆ-సీ-జీవాశాకమ్॥ తె॥ పాలకూరచెట్టు.

జీవనేత్రీ-ఈ-సీ-సైంహలీ॥

జీవనౌషధమ్-అ-న- యేనమ్రియమాణోజీవతితదౌషధమ్-౨జీవరక్షాకారి- ౩జీవనోపాయః॥

జీవన్తః అ-పు-ఔషధమ్-౨ప్రాణః॥

జీవన్తః-అ-త్రి-ఆయుర్విశిష్టః- ౨జీవశాకః॥

జీవన్తికః-అ-పు-జీవాంతకః॥

జీవన్తికా-ఆ-సీ-వృక్షరుహా-౨గుడూచీలతా-౩జీవశాకః-౪జీవంతీ-౫హరీతకీ॥ తె॥ ౧వదనికె-౨తిప్పతీఁగె-౩నీరుదిజ్జిచెట్టు - ౪పాలకూర-౫కరకచెట్టు.

జీవన్తీ-ఈ-సీ-జీవా-౨శమీ - ౩గుడూచీలతా॥ తె॥ ౧పాలకూర- ౨జమ్మి - ౩తిప్పతీఁగె.

జీవన్ముక్తః-అ-త్రి - స్వస్వరూపాఖండబ్రహ్మణిసాక్షాత్కృతేజ్ఞానతత్కార్యసంచితకర్మాదీనాం బాధితత్వాదఖిలబంధరహితో బ్రహ్మనిష్ఠః॥

జీవపుత్రకః-అ-పు-ఇంగుదీవృక్షః॥ తె॥ గారచెట్టు.

జీవపుష్పా-ఆ-సీ-బృహజ్జీవంతీ॥

జీవప్రియా-ఆ-సీ-హరీతకీ॥ తె॥కరకచెట్టు.

జీవభద్రా-ఆ-సీ-జీవంతీలతా-౨వృద్ధినామౌషధమ్॥

జీవమన్దిరమ్-అ-న-శరీరమ్॥ తె॥ఒడలు.

జీవమూతః-అ-పు-మేఘః॥ తె॥ మేఘము.

జీవలా-ఆ-సీ-సైంహలీ॥

జీవలోథసీ-ఈ-సీ-పునర్నవా॥ తె॥ గలిజేరు.

జీవవల్లీ-ఈ-సీ-క్షీరకాకోలీ॥

జీవవృత్తిః-ఇ-(సీ)-గవాశ్వాదిరక్షణవృత్తిః॥ తె॥గోవులను-గుఱ్ఱములను మొదలగు వాఁటినిరక్షించెడువృత్తి.

జీవశాకః-అ-పు-మారిషశాకమ్-౨శాకవీరః॥ తె॥౧నీరుదిట్టిచెట్టు-౨జీవశాకము.

జీవశుక్లా-ఆ-సీ-క్షీరకాకోలీ॥

జీవశ్రేష్ఠా-ఆ-సీ-ఋద్ధినామౌషధమ్॥

జీవసంజ్ఞః-అ-పు-కామవృద్ధివృక్షః॥

జీవసాధనమ్-అ-న-ధాన్యమ్॥ తె॥ధాన్యము.

జీవసూః-ఊ-సీ-అమృతాపత్యస్త్రీ॥ తె॥ బిడ్డలుచావనిగరిత.

జీవస్థానమ్-అ-న-మర్మ॥

జీవా-ఆ-సీ-వీణాతంత్రీజీవా-౨జీవంతీశాకమ్-౩మౌర్వీ-౪వచా-౫భూమిః-౬శింజితమ్-౭వృత్తిః-౮జీవేతివాక్॥ తె॥ ౧తంత్రులకిందవుంచేజవ-గొంగలిపీచు-౨పాలకూరచెట్టు-౩వింటినారి-౪వస-౫పుడమి-౬శబ్దించుట-౭జీవనము.

జీవాజీవః-అ-పు-జీవితమ్॥ తె॥బ్రతకడము.

జీవాతుః-ఉ-పు-జీవనౌషధమ్॥ తె॥ బ్రతికించేమందు.

జీవాతుః-ఉ-(సీ)-జీవః-౨జీవితమ్-౩భక్తమ్-౪జీవనౌషధమ్॥

జీవాతృకా-ఆ-సీ-ఔషధమ్॥ తె॥మందు.

జవాత్మా-న్-పు-దేహీ॥

జీవాధారః-అ-పు-క్షేత్రమ్॥

జీవాన్తకః-అ-పు-కుటుంబశాకమ్-౨జీవశాకః-౩శాకునికః॥ తె॥ ౧కొయ్యతోటకూర-౨దిట్టికూర-౩పిట్టలుపట్టువాఁడు.

జీవాలా-ఆ-సీ-సైంహలీ॥

జీవికా-ఆ-సీ-జీవనోపాయః॥ తె॥ బ్రతుకుత్రోవ.

జీవితమ్-అ-త్రి-జీవనయుక్తే॥

జీవితమ్-అ-న-అసుధారణమ్॥

జీవితకాలః-అ-పు-ఆయుః॥

జీవితజ్ఞా-ఆ-సీ-నాడీ॥

జీవితస్వామీ-న్-పు-భర్తా॥ తె॥మగఁడు.

జీవితేశః-అ-పు-కృతాంతః-౨ప్రాణనాథః-౩చంద్రః-౪సూర్యః-౫జీవాతుః॥

జీవితేశః-అ-త్రి-ప్రియః॥ తె॥ ప్రాణనాయకుఁడు.

జీవీ-న్-పు-ప్రాణీ॥

జీవ్యా-ఆ-సీ-గోక్షురదుగ్ధా-౨జీవంతీ-౩హరీతకీ॥

జు-ఈ-న-కీర్తిః-౨సంగరః॥ తె॥ ౧కీర్తి-౨యుద్ధము.

జుగుప్సనమ్-అ-న-నిందా॥

జుగుప్సా-ఆ-సీ-నిందా-౨బీభత్సరసస్థాయిభావః-౩ఘృణా॥ తె॥ ౧నింద-౨నవరసములలోనొకటియగు భీభత్సరసములో స్థాయీభావము-౩దయ.

జుఙ్గః-అ-పు-వృద్ధదారకలతా॥ తె॥బొద్దికూర.

జుఙ్గకః-అ-పు-వృద్ధదారకవృక్షః॥

జుఙ్గా-ఆ-సీ-జుంగః॥

జుఙ్గితః-అ-త్రి-త్యక్తః॥

జుటకమ్-అ-న-జటా॥

జుటికా-ఆ-సీ-శిఖా॥

జుష్కకః-అ-పు-యూషః॥

జుష్టమ్-అ-న-ఉచ్ఛిష్టమ్॥

జుష్టమ్-అ-త్రి-సేవితః॥

జుష్యః-అ-త్రి-సేవ్యః॥

జుహురాణః-అ-పు-అశ్వః-౨అనిలః-౩భృత్యః-౪అగ్నిః-౫అధ్వర్యుః-౬చంద్రః॥ తె॥౧గుఱ్ఱము-౨గాలి-౩ సేవకుఁడు-౪అగ్గి-౫అధ్వర్యుఁడు-౬చందురుఁడు.

జుహువానః-అ-పు-కఠినహృదయః-౨అగ్నిః ౩వృక్షః॥ తె॥ ౧కఠినహృదయుఁడు-౨అగ్గి-౩చెట్టు.

జుహూః-ఊ-సీ-స్రుగ్విశేషహోమపాత్రమ్॥ తె॥ ఒకానొక హోమపాత్రము

జుహూతరుః-ఉ-పు-పలాశవృక్షః॥ తె॥ మోదుగుచెట్టు.

జుహూవాన్-త్-పు-అగ్నిః॥ తె॥నిప్పు.

జూః-ఊ-పు-జీవః-౨వ్యోమ-౩పిశాచః॥ తె॥ ౧జీవము-౨ఆకసము-౩పిశాచము.

జూః-ఊ-సీ-వాణీ-౨ఆకాశః-౩పిశాచీ-౪జవనమ్-౫త్వరాగమనమ్-౬గమనమ్॥

జూటః-అ-పు-శివజటా-౨జటా॥

జూటః-అ-(సీ)-వలయాకారబద్ధజటాసమూహః॥ తె॥ గుండ్రగాఁదలకుఁజుట్టుకొనిన జేడలగుంపు.

జూటకమ్-అ-న-కేశబంధః-౨జటా॥

జూతిః-ఇ-సీ-శీఘ్రగమనమ్॥ తె॥ వేగముగాఁబోవుట.

జూతికా-ఆ-సీ-కర్పూరభేదః॥

జూర్ణాఖ్యః-అ-పు-తృణవిశేషః॥

జూర్ణాహ్వయః-అ-పు-దేవధాన్యమ్॥

జూర్ణిః-ఇ-సీ-వేగః-౨అర్కపర్ణవృక్షః-౩రత్నమ్-౪అగ్నిః-౫సూర్యః-౬దేహః-౭బ్రహ్మా-౮జ్వరః॥ తె॥౧వేగము-౨జిల్లేడుచెట్టు-౩రత్నము-౪అగ్గి-౫సూర్యుఁడు.

జూర్తిః-ఇ-సీ-జ్వరవిశేషః॥ తె॥ఒకానొకజ్వరము.

జూర్ణః-అ-పు-యావనాళః॥ తె॥జొన్నలు.

జూషమ్-అ-(సీ)-యూషమ్-ముద్గాదిక్వాథరసః॥

జూషణమ్-అ-న-వృక్షవిశేషః॥

జృమ్భః-అ-త్రి-జృంభణమ్-౨వికాసః॥ తె॥ ౧ఆవలింత, ఒళ్లువిరుచుకోవడమున్ను-౨వికసించుట,పూచుటయున్ను.

జృమ్భణమ్-అ-న-జృంభః-౨రతిబంధవిశేషః తె॥౧ఆవలింత, ఒళ్లువిరుచుకోవడము.

జృమ్భనమ్-అ-న-జృంభః॥

జృమ్భా-ఆ-సీ-జృంభః॥

జృమ్భికా-ఆ-సీ-జృంభణమ్॥ తె॥ఆవులింత,ఒళ్లువిరుచుకోవడమున్ను.

జృమ్భితమ్-అ-న-రతిబంధవిశేషః-౨జృంభణమ్-౩ప్రవృద్ధమ్-౪స్ఫుటితమ్॥ తె॥౨ఆవులింత.

జృమ్భితః-అ-త్రి-వికసితపుష్పాదిః-౨ప్రవృద్ధః-౩ఈహా॥ తె॥ ౧పూచినపూలు మొదలైనవి-౨ఆవులింత-౩ఇచ్ఛ.

జృమ్భిణీ-ఈ-సీ-పలాపర్ణీ॥

జేతా-ఋ-పు-జయశీలః॥ తె॥ జయస్వభావుఁడు.

జేన్తాకః-అ-పు-స్వేదవిశేషః॥

జేమనమ్-అ-న-భోజనమ్॥ తె॥భోజనము.

జేయమ్-అ-న-జయః॥ తె॥జయము.

జేయః-అ-త్రి-జేతవ్యమాత్రకమ్॥

జేయః-అ-పు-జేతవ్యమాత్రశత్రుః॥ తె॥ జయింపఁదగినపగవాఁడు.

జైత్రమ్-అ-న-ఔషధమ్॥

జైత్రః-అ-పు-ఇంద్రరథః-౨జేతా॥ తె॥౧ఇంద్రుని తేరు - ౨గెలిచేస్వభావముఁ లగవాఁడు.

జైత్రః-అ-త్రి-జేతా॥
జైత్రరథః-అ-పు-జయప్రదరథః॥ తె॥ జయప్రదమగుతేరు.
జైత్రీ-ఈ-సీ-జయంతీవృక్షః॥
జైనః-అ-పు-జైనశాస్త్రవేత్తా॥ తె॥ జైనశాస్త్రముఁజదివినవాఁడు.
జైపాలః-అ-పు-జయపాలవృక్షః॥
జైమినిః-ఇ-పు-మునివిశేషః॥
జైమినీయః-అ-పు-మీమాంసశాస్త్రవేత్తా తె॥మీమాంసశాస్త్రముఁజదివినవాఁడు.
జైవాతృకః-అ-పు-చంద్రః-౨కర్పూరః-౩పుత్రః-౪భేషజమ్॥ తె॥౧చందురుఁడు-౨కర్పూరము-౩కుమారుఁడు- ౪వైద్యము.
జైవాతృకః-అ-త్రి-ఆయుష్మాన్ - ౨కృశః॥ తె॥౧ఆయుష్మంతుఁడు.
జైహ్మ్యమ్-అ-న-కుటిలతా॥
జోఙ్గకమ్-అ-న-అగురు॥
జోఙ్గకః-అ-పు-అగరువృక్షః॥
జోఙ్గటః-అ-పు-గర్భిణ్యభిలాషః॥
జోటిఙ్గః-అ-పు-మహాదేవః-౨మహావ్రతీ॥
జోటీ-ఈ-సీ-సూక్ష్మతాంశుకయుగమ్॥ తె॥ దుప్పటి.
జోనకః-అ-పు-రక్తాధికనీలవర్ణః॥ తె॥ ఎఱుపురంగధికముగాఁగలిసిననలుపువర్ణము.
జోనకః-అ-త్రి-రక్తాధికనీలవర్ణవాన్॥ తె॥ఎఱుపురంగధికముగాగలిసిన నలుపువర్ణముఁగలది.
జోనలః-అ-పు-యావనాలః॥ తె॥జొన్నలు.
జోనాలః-అ-పు-యావనాలః॥ తె॥ జొన్నలు.
జోన్తాలా-ఆ-సీ-దేవధాన్యమ్॥
జోషమ్-అ-న-సుఖమ్॥
జోషమ్-౦-౦-ఆనందః-౨తూష్ణీమర్థః - ౩యోగపద్యమ్-౪సమృద్ధిః-౫క్షేపః - ౬నిరోగః॥ తె॥౧సుఖముగా-౨ఊరకే- ౩ఒక్కమారుగా- ౪నిండారియుండుట-౫తిరస్కరించుట-౬ఆజ్ఞ.
జోషా-ఆ-సీ-వనితా॥ తె॥మగువ.
జోషికా-ఆ-సీ-జాలికా॥
జోషిత్-త్-సీ-యోషిత్॥
జోషితా-ఆ-సీ-యోషిత్॥
జౌహకః-అ-పు-కృకలాసః॥ తె॥తొండ.
జ్ఞః-అ-త్రి-పండితః॥ తె॥విద్వాంసుఁడు.
జ్ఞః-అ-పు-బుధగ్రహః-౨పండితః॥ తె॥తొమ్మిదిగ్రహములలో నొకఁడు - ౨విద్వాంసుఁడు.
జ్ఞపితః-అ-త్రి-జ్ఞాపితః॥ తె॥ తెలుపబడ్డది.
జ్ఞప్తః-అ-త్రి-జ్ఞాపితః॥ తె॥ తెలుపపడ్డది.
జ్ఞప్తిః-ఇ-సీ-బుద్ధిః॥ తె॥ బుద్ధి, తెలివియును.
జ్ఞాతమ్-అ-త్రి-కృతజ్ఞానమ్॥
జ్ఞాతవ్యమ్-అ-త్రి-జ్ఞానీయమ్॥
జ్ఞాతసిద్ధాన్తః-అ-పు - సోమసూర్యసిద్ధాంతవేత్తా॥ తె॥ సోమసూర్యసిద్ధాంతములు తెలిసినవాఁడు.
జ్ఞాతా-ఋ-త్రి-లౌకికవైదికకార్యజ్ఞః॥ తె॥ లౌకికవైదికకార్యములు తెలిసినవాఁడు
జ్ఞాతిః-ఇ-పు-సపిండసహోదరాదిః - జానాతిభిద్రంకులస్థితించజ్ఞాతిః॥
జ్ఞాతిః-ఇ-సీ-సమానగోత్రపురుషః-౨పితా॥ తె॥౧దాయాది-౨తండ్రి.
జ్ఞాతేయమ్-అ-న- జ్ఞాతిత్వమ్ ॥ తె ॥ బంధుత్వము.
జ్ఞానమ్-అ-న- మోక్షబుద్ధిః - ౨పంచసంజ్ఞా॥ తె॥౧ మోక్షజ్ఞానము-౨ఐదనుసంజ్ఞ.
జ్ఞానదర్పణః-అ-పు-పూర్వజినః॥
జ్ఞానలక్షణా- ఆ - సీ - త్రివిధాలౌకికసన్నికర్షాంతర్గతసన్నికర్షః॥

జ్ఞానసమ్భూః-ఊ-పు-జీవేశ్వరతత్త్వవేత్తా॥ తె॥ జీవేశ్వరులయథార్థము నెఱిఁగినవాఁడు.

జ్ఞానీ-న్-పు-కుక్కుటః-౨జ్యౌతిషికః॥ తె॥ ౧ కోడి-౨జ్యౌతిషికుఁడు.

జ్ఞానీ-న్-త్రి-జ్ఞానవాన్॥ తె॥ జ్ఞానముఁగలవాఁడు.

జ్ఞానేన్ద్రియమ్-అ-న-బుద్ధీంద్రియమ్॥

జ్ఞాపనమ్-అ-న-బోధనమ్॥

జ్ఞాపితః-అ-త్రి-విజ్ఞాపితః॥ తె॥ తెలుపఁబడ్డది.

జ్ఞాప్తిః-ఇ-సీ-జ్ఞాపనమ్॥

జ్యా-ఆ-సీ-భూమిః-౨మౌర్వీ-౩మాతా॥ తె॥ ౧భూమి-౨వింటినారి-౩తల్లి.

జ్యానిః-ఇ-సీ జీర్ణిః-౨ప్రవంత్యామ్॥ తె॥ ౧ ముదియడము-పాతగిలడమున్న.

జ్యాయా-ఆ-సీ-వీణాతంత్రీభేదజస్వరాశ్రయక్రియావిశేషః॥

జ్యాయాన్-స్-త్రి-అతివృద్ధః-౨ప్రశస్తతరః ౩అగ్రజః॥ తె॥ ౧ తొంబదేండ్లుమించినవాఁడు-౨పసందయినది-౩అన్న.

జ్యేష్ఠమ్-అ-న-హ్రీబేరమ్॥ తె॥ కురువేరు.

జ్యేష్ఠః-అ-త్రి-వృద్ధతమః-౨శ్రేష్ఠః॥ తె॥ ౧పంకుముసలి-౨శ్రేష్ఠము-మేలిమిన్న.

జ్యేష్ఠః-అ-పు-మాసవిశేషః-౨హంసః-౩అగ్రజః॥ తె॥ ౧ఒకానొకనెల-౨అంచ-౩అన్న.

జ్యేష్ఠఘ్నీ-ఈ-సీ-జ్యేష్ఠానక్షత్రమ్॥ తె॥ ఇఱువదేడునక్షత్రములలోనొకటి.

జ్యేష్ఠతాతః-అ-పు-పితురగ్రజః॥

జ్యేష్ఠబలా-ఆ-సీ-సహదేవీ॥

జ్యేష్ఠవర్ణః-అ-పు-బ్రాహ్మణః॥

జ్యేష్ఠశ్వశ్రూః-ఊ-సీ-పత్న్యా జ్యేష్ఠాభగినీ॥

జ్యేష్ఠసామ-న్-న-సామభేదః-౨తదధ్యయనాంగవ్రతమ్॥

జ్యేష్ఠా-ఆ-సీ-నక్షత్రవిశేషః-౨వీణాతంత్రీభేదజస్వరాశ్రయక్రియాభేదః-౩ప్రేతకలా-౪గృహగోధికా-౫ధీరాధీరాధీరాధీరా నాయికత్రయభేద భర్త్రధికస్నేహా జ్యేష్ఠానాయికా-౬అగ్రజా॥ తె॥ ౧ఇఱువదేడునక్షత్రములలోనొకటి-౩పీనుఁగకళ, అలక్ష్మియన్న-౪బల్లి-౫ధీరానాయకి, అధీరానాయకి, ధీరాధీరానాయకి, ఇట్టిముత్తెఱఁగులగు నాయికాభేదమువలన నాయకునియందు మిగుల స్నేహముఁగలజ్యేష్ఠానాయకి-అనఁగా-అప్ప-౬అన్న.

జ్యేష్ఠామూలీయః-అ-పు-జ్యైష్ఠమాసః॥

జ్యేష్ఠామ్బు-ఉ-న-తండులాంబు॥

జ్యేష్ఠామ్భః-స్-న-తండులోదకమ్॥ తె॥ పులిగడుగు.

జ్యేష్ఠాశ్రమీ-న్-పు-గృహస్థః॥

జ్యేష్ఠాసారితక్రియా-ఆ-సీ-నాటకాంగవిశేషః॥ తె॥ ఒకానొకనాటకాంగవిశేషము.

జ్యేష్ఠీ-ఈ-సీ-గృహగోధికా॥ తె॥ బల్లి.

జ్యైష్ఠః-అ-పు-జ్యేష్ఠమాసః-౨జ్యేష్ఠానక్షత్రయుక్తాపౌర్ణమాసీ జ్యైష్ఠీ-సా-యత్రమాసే భవతి సః-వృషస్థరవిప్రారబ్ధశుక్లప్రతిపదాది దర్శాంతశ్చాంద్రః-వృషరాశిస్థరవికః సౌరః॥

జ్యైష్ఠసామా-న్-పు-జ్యేష్ఠసామవేదాధ్యేతా॥

జ్యైష్ఠినేయః-అ-పు-జ్యేష్ఠాసుతః॥ తె॥ అప్పకొడుకు.

జ్యైష్ఠీ-ఈ-సీ-జ్యేష్ఠమాసపూర్ణిమా॥ తె॥ జ్యేష్ఠమాసపున్నమ.

జ్యోక్చ-౦-౦-దీర్ఘవచనమ్॥ తె॥ దీర్ఘమగుమాట.

జ్యోతిః-స్-న- దేవవృక్షౌంగవృక్షవిశేషః-౨నేత్రమ్-౩నక్షత్రమ్-౪అగ్నిజ్వాలా-౫పుత్రః-౬అర్థః-౭అధ్వరః-౮ఆత్మా-౯ద్యోతః-౧౦వేదాంగమ్॥ తె॥౧ ఒకానొక దేవవృక్షము-౨కన్ను-౩చుక్క-౪నిప్పుమంట-౫కుమారుఁడు-౬ధనము-౭యజ్ఞము-౮ఆత్మ-౯ప్రకాశము - ౧౦జ్యోతిషము.

జ్యోతిః-ష్-పు-అగ్నిః-౨చంద్రః-౩అర్కః॥

జ్యోతిరిఙ్గః-అ-పు-ఖద్యోతః॥ తె॥ మెఱుఁగుడుపురుగు.

జ్యోతిరిఙ్గణః-అ-పు-ఖద్యోతః॥ తె॥ మెఱుఁగుడుపురుఁగు.

జ్యోతిర్గన్ధా-ఆ-సీ-కైరవీ॥ తె॥ వేఁపుడుపిండి.

జ్యోతిర్బీజమ్-అ-న-జ్యోతిరింగణః॥ తె॥ మిణుగురుపురుగు.

జ్యోతిర్మాలీ-న్-పు-ఖద్యోతః॥ తె॥ మెఱుఁగుడుపురుఁగు.

జ్యోతిర్లతా-ఆ-సీ-జ్యోతిష్మతీ॥ తె॥ జ్యోతిష్మతిచెట్టు.

జ్యోతిశ్చక్రమ్-అ-న- చంద్రసూర్యాదిగ్రహనక్షత్రమండలమ్-రాశిచక్రమ్॥

జ్యోతిషమ్-అ-న - వేదాంగశాస్త్రవిశేషః-తద్గ్రహణాదిగణనశాస్త్రమ్॥

జ్యోతిషాఙ్గలిః-ఇ - సీ - వేదాంగజ్యోతిశ్శాస్త్రమ్॥

జ్యోతిషాంపతిః-ఇ-పు-చంద్రః- ౨సూర్యః॥ తె॥౧ చందురుఁడు-౨సూర్యుఁడు.

జ్యోతిషికః-అ-పు-జ్యౌతిషికః॥

జ్యోతిషీ-ఈ-సీ-తారా॥

జ్యోతిషీ-ఈ-త్రి-జ్యోతిషశాస్త్రజ్ఞే॥

జ్యోతిష్కః-అ-పు-చిత్రకవృక్షః-౨మేథికాబీజమ్-౩గణికారికావృక్షః॥

జ్యోతిష్కా-ఆ-సీ-జ్యోతిష్మతీలతా॥ తె॥ ఎకుడుతీఁగె.

జ్యోతిష్కాః-అ-పు-చంద్రార్కగ్రహనక్షత్రతారకాః-బహువచనాంతోయంశబ్దః॥

జ్యోతిష్కా-సా-ఆ- సీ- జ్యోతిష్మతీలతా॥ తె॥ వెకుడుతీఁగె.

జ్యోతిష్టోమమ్-అ- న- షోడశఋత్విక్సాధ్యయజ్ఞవిశేషః॥

జ్యోతిష్మతీ-ఈ-సీ-జ్యోతిష్కా-సా- ౨స్వర్ణలతా॥ తె॥౧ వెకుడుతీఁగె-౨జ్యోతిష్మతిచెట్టు.

జ్యోతిష్యః-అ-పు-చిత్రకః॥ తె॥ చిత్రమూలము

జ్యోతీరథః-అ-పు-ధ్రువః॥

జ్యోత్స్నా-ఆ-సీ చంద్రికా-౨చంద్రికాయుక్తరాత్రిః॥ తె॥౧ వెన్నెల-౨వెన్నెలరాతిరి.

జ్యోత్స్నాప్రియః-అ-పు- చకోరపక్షీ॥ తె॥ వెన్నెలపులుఁగు.

జ్యోత్స్నావృక్షః-అ-పు-దీపాధారః॥

జ్యోత్స్నీ-ఈ-సీ-చంద్రికాయుక్తరాత్రిః-౨పటోలికాలతా॥ తె॥ ౧వెన్నెలరాతిరి-౨పొట్లతీఁగె.

జ్యౌతిషికః-అ-పు-మౌహూర్తికః॥ తె॥ జోతిషము తెలిసినవాఁడు.

జ్యౌత్స్నః-అ-త్రి-దీప్తః-౨జ్యోత్స్నాయుక్తః

జ్యౌత్స్నికా-ఆ-సీ- జ్యోత్స్నాన్వితానిశా॥

జ్యౌత్స్నీ-ఈ-సీ - పూర్ణిమాయుక్తరాత్రిః-౨జ్యోత్స్నీ॥

జ్వరః-అ-పు-రోగతాపః॥ తె॥ జ్వరము.

జ్వరఘ్నః-అ-త్రి-జ్వరనాశకే॥

జ్వరఘ్నః-అ-పు-గుడూచీ-౨వాస్తూకమ్॥

జ్వరహన్త్రీ-ఈ సీ-మంజిష్ఠా-౨జ్వరఘ్నీచ

జ్వరాగ్నిః-ఇ-పు-జ్వరరూపాగ్నిః॥

జ్వరాజ్ఞీ-ఈ-సీ-భద్రదంతికా॥

జ్వరాన్తకః-అ-పు-తృణనింబః-౨ఆరగ్వధః-౩ఔషధవిశేషః-౪జ్వరనాశకశ్చ॥ తె॥ ౧నేపాళవేముచెట్టు-౨రేలచెట్టు-౩ఒకానొకయౌషధి.

జ్వరాపహా-ఆ-సీ-బిల్లపత్రీ॥

జ్వరాపహా-ఆ-త్రి-జ్వరనాశకే॥

జ్వరితః అ-త్రి-జ్వరీ॥

జ్వరీన్-త్రి-జ్వరయుక్తః॥

జ్వలః-అ-పు-జ్వాలః-౨దీప్తిః॥

జ్వలః-అ-త్రి-దీప్తివిశిష్టః॥

జ్వలకా-ఆ-సీ-అగ్నిశిఖా॥

జ్వలనమ్-అ-న-దహనే॥

జ్వలనః-అ-పు-అగ్నిః-౨చిత్రకవృక్షః॥

జ్వలనాశ్మాన్-పు-సూర్యకాంతమణిః॥

జ్వలితః అ-త్రి-దగ్ధః-౨భాస్వరః॥ తె॥ ౧కాలినది-౨శోభించునది.

జ్వలినీ-ఈ-సీ-మూర్వాలతా॥

జ్వాలః-అ-ద్వ-అగ్నిజ్వాలా॥ తె॥ అగ్నిజారము.

జ్వాలః-అ-త్రి-దీప్తిఃశిఖా॥

జ్వాలా-ఆ-సీ-దగ్ధాన్నమ్-౨అగ్నిశిఖా-౩దాహః॥

జ్వాలాకః-అ-పు-కరపత్రః-౨శాకవిశేషః-౩రోహితః॥ తె॥ ౧రంపము-౨ఒకానొకకూర.

జ్వాలాగర్దభకః-అ-పు-రోగవిశేషః॥

జ్వాలాచీనః-అ-పు-వ్రీహివిశేషః॥ తె॥ ఒకానొకధాన్యము.

జ్వాలాజిహ్వః-అ-పు-అగ్నిః-౨గౌరీదూతః-౩కృష్ణసర్పః॥ తె॥ ౧నిప్పు-౨పార్వతీదేవియొక్క దూత-౩నల్లతాఁచు.

జ్వాలామాలః-అ-పు-అగ్నిలోకః॥ తె॥ అగ్నిలోకము.

జ్వాలాముఖీ-ఈ-సీ-పీఠస్థానవిశేషః॥

ఝ

ఝః-అ-పు-ధాతా-౨హంసః-౩ప్రతాపః-౪భ్రమరః-౫నష్టః-౬చోరః-౭ఝంఝానిలః-౮మదః-౯భైరవః-౧౦బంధనమ్-౧౧ఝర్ఝరధ్వనిః॥ తె॥ ౧నలువ-౨అంచ-౩ప్రతాపము-౪తుమ్మెద-౫నశించడము-౬దొంగ-౭గాలివాన-౮మదము-౯భయానకరసము-౧౦కట్టడము-౧౧ఝుర్ఝరశబ్దము.

ఝకటః-అ-(సీ)-కలహః॥ తె॥ జగడము.

ఝగితి-౦-౦-శీఘ్రరూపార్థః॥ తె॥ శీఘ్రముగాను.

ఝంకారః-అ-పు-భ్రమరాదిశబ్దః॥

ఝంకృతమ్-అ-న-భ్రమరధ్వనిః॥ తె॥ తుమ్మెదగొద.

ఝఙ్ఘకః-అ-పు ఇంద్రశంఖః॥ తె॥ ఇంద్రునిశంఖము.

ఝంఝా-ఆ-సీ-సవృష్టివాయుః-౨సూత్కారంబువర్షణమ్-౩ధ్వనివిశేషః-౪అతిస్థూలవర్షణమ్-౫భేరికాధ్వనిః॥ తె॥ ౧వర్షిస్తుండగా విసరేగాలి.

ఝంఝానిలః-అ-పు-ప్రావృషిజవాయుః॥

ఝంఝావాతః-అ-పు-ప్రావృషిజవాయుః॥

ఝటా-ఆ-సీ-భూధాత్రీ॥ తె॥ నేలవుసిరిక.

ఝటిః-ఇ-పు-క్షుద్రవృక్షః॥

ఝటితి-౦-౦-శీఘ్రమ్॥

ఝడితి-౦-౦-శీఘ్రరూపార్థః॥ తె॥ శీఘ్రముగాను.

ఝత్తి-౦-౦-ఝటితి॥

ఝనత్కారః-అ-పు- అనుకరణశబ్దః-౨కంకణాదిధ్వనిః॥

ఝన్పః-అ-పు-సంపాతపతనమ్-౨లంఘః॥

ఝమ్పటః-అ-పు-తాలప్రాణకలావిశేషః॥

ఝమ్పా-ఆ-సీ-తాలప్రాణకలావిశేషః॥

ఝమ్పారుః-ఉ-పు-వానరః॥

ఝమ్పాశీ-న్-పు-మత్స్యరంగపక్షీ॥

ఝమ్పి-న్-పు-వానరః॥

ఝరః-అ-పు-పర్వతప్రవత్ప్రవాహః॥ తె॥ సెలయేఱు.

ఝపరీ-ఈ-సీ-హుడుక్కా-వాద్యమ్-౨వాలచక్రమ్॥ తె॥ ౧ఢక్కా-వాద్యము-౨వాలచక్రము.

ఝరవతీ-ఈ-సీ-నదీ॥ తె॥ ఏఱు.

ఝరసీ-ఈ-సీ-కపిత్థపత్రా॥ తె॥ చేతలాసికూరచెట్టు.

ఝరా-ఆ-సీ-ఇంద్రసభా-౨ఝరః॥ తె॥ ౧ఇంద్రునికొల్వుకూటము-౨సెలయేఱు.

ఝరి-ఇ-న-క్రోధః-౨మనోహరః॥

ఝరీ-ఈ-ద్వ-పర్వతప్రవత్ప్రవాహః-౨వాగాడంబరః॥ తె॥ ౧సెలయేఱు-౨మాటలకోరు.

ఝకీ-ఈ-సీ-వృశ్చికాలయః॥ తె॥ తేళ్లపుట్ట.

ఝర్ఝరః-అ-పు-కరడః-౨అంతర్ఝర్ఝరితశోణరత్నదోషః-౩పుష్యరాగదోషః-౪గోమేధదోషః-౫కలియుగః-౬వాద్యఖాండమ్-౭నదవిశేషః॥ తె॥ ౧జాగంట-౨కెంపులకులోపలనలుసుగానుండుట-౩పుష్యరాగదోషము-౪గోమేధదోషము-౫కలియుగము-౬వాద్యఘటము-౭నదవిశేషము.

ఝర్ఝరకః-అ-పు-కలియుగమ్॥

ఝర్ఝరా-ఆ-సీ-వేశ్యా॥

ఝర్ఝరీ-ఈ-సీ-హుడుక్కా-వాద్యమ్-౨వాలచక్రమ్॥ తె॥ ఢక్కా-వాద్యము - ౨వాలచక్రము.

ఝర్ఝరీకః-అ-పు-శరీరమ్-౨దేశః-౩చిత్రమ్

ఝలః-అ-పు - పర్వతప్రవత్ప్రవాహః॥ తె॥ సెలయేఱు.

ఝల్ఝలా-ఆ-స్త్రీ-హస్తికర్ణాస్ఫాలనమ్॥

ఝలరీ-ఈ-సీ-హుడుక్కః - ౨ఝర్ఝరవాద్యమ్-౩వాలచక్రమ్-౪కేశవక్త్రిమ్॥

ఝలవతీ-ఈ-సీ-నదీ॥ తె॥ ఏఱు.

ఝలా-ఆ-సీ-కన్యా-౨ఆతపస్యార్శ్మిః॥

ఝల్లః అ-పు-వర్ణసంకరజాతివిశేషః-స-క్షత్రియాత్-వ్రాత్యాత్-సవర్ణాయాం జాతః-౨ప్రహాసకః॥

ఝల్లకమ్-అ-న-కాంస్యనిర్మితకరతాలకమ్॥

ఝల్లకణ్ఠః-అ-పు-పారావతః॥

ఝల్లరా-ఆ-సీ-ఛత్రాంతలంబివస్త్రాదిః - ౨వాద్యవిశేషః-౩కేశః॥ తె॥ ౧జాలరు - ౨వాద్యవిశేషము-౩కొప్పు.

ఝల్లరీ-ఈ-సీ-ఛత్రాంతలంబివస్త్రాదిః - ౨వాద్యవిశేషః-౩కేశః॥ తె॥ ౧జాలరు-౨వాద్యవిశేషము-౩కొప్పు.

ఝల్లికా-ఆ-సీ-చీరికా-౨లేపనమ్-౩మలమ్-౪ఆతపరుచిః॥ తె॥ ౧చిమ్మెట-౨పూయుట-౩మలము-౪ఎండయొక్క-కాంతి.

ఝల్లీ-ఈ-సీ-ఝర్ఝరవాద్యమ్॥

ఝల్లోలః-అ-పు-తరుక-లాసకః॥

ఝశీ-ఈ-సీ-అశ్వధావితవిశేషః॥ తె॥ గుఱ్ఱపుపరుగులోవిశేషము.

ఝషమ్-అ-న-ఖలమ్॥

ఝషః-అ-పు-మత్స్యః-౨ఫలవన్మీనః-౩మకరః-౪వణః-౫వనమ్॥ తె॥ ౧చేప-౨ఫలవన్మీనము-౩మొసలి-౪వందెము-౫అవిడ.

ఝషకేతనః-అ-పు-కందర్పః॥

ఝషధ్వజః-అ-పు-సముద్రః-౨మన్మథః॥ తె॥ ౧మున్నీరు-౨మదనుఁడు.

ఝషా-ఆ-సీ-గాంగేరుకీ॥ తె॥ జిబిలికచెట్టు.

ఝషాఙ్కః-అ-పు-అనిరుద్ధః॥

ఝషాశనః-అ-పు-శిశుమారః॥

ఝషోదరీ-ఈ-సీ-వ్యాసమాతా॥

ఝాఙ్కృతమ్-అ-న-చరణాలంకారవిశేషః॥

ఝాటః-అ-పు-నికుంజః-౨కాంతారః-౩తృణసమ్మార్జనమ్-౪సమూహః॥ తె॥ ౧పొద-౨అడవి-౩చీపురు-౪సముదాయము.

ఝాటలః-అ-పు-గోలీఢవృక్షః॥ తె॥ మొక్కపుచెట్టు.

ఝాటలీ-ఈ-సీ-గోలీఢవృక్షః॥ తె॥ మొక్కపుచెట్టు.

ఝాటా-ఆ-సీ-భూమ్యామలకీ-౨యూథీవృక్షః॥

ఝాటికా-ఆ-సీ-భూమ్యామలకీ॥

ఝాటీ-ఈ-సీ-మహాకంబలః॥ తె॥ పెద్దగొంగళి.

ఝాత్కృతమ్-అ-న-వాయుధ్వనిః॥ తె॥ గాలివిసరుటవలనఁబుట్టినశబ్దము.

ఝాబుకః-అ-పు-పిచులః॥ తె॥ సన్నపాకులప్రక్కెచెట్టు.

ఝామకమ్-అ-న-దగ్ధేష్టకా॥

ఝామరః-అ-పు-తర్కుశాణః॥

ఝారీ-ఈ-సీ-పర్వతప్రవత్ప్రవాహః॥ తె॥ సెలయేఱు.

ఝార్ఝరః-అ-(పు)-ఝర్ఝరికః-౨ఝర్ఝరవాద్యకర్తా॥

ఝాలః-అ-పు-పర్వతప్రవత్ప్రవాహః॥ తె॥ (సెలయేరు.)

ఝాలిః-ఇ-సీ-వ్యంజనవిశేషః॥

ఝాల్లరా-ఆ-సీ-ఛత్రాంతలంబివస్త్రాదిః-౨వాద్యవిశేషః-౩కేశః॥ తె॥ ౧జాలరు-౨వాద్యవిశేషము-౩కొప్పు.

ఝావుః-ఉ-పు-వృక్షవిశేషః॥

ఝావుకః-అ-పు-వృక్షవిశేషః॥

ఝిఙ్కృతమ్-అ-న-నూపురధ్వనిః-౨వాద్యధ్వనిః॥

ఝిఙ్గాకమ్-అ-న-ఫలవిశేషః॥

ఝిఙ్గినీ-ఈ-సీ-జింగినీవృక్షః-౨ఉల్కా॥

ఝిఙ్గీ-ఈ-సీ-జింగినీవృక్షః॥

ఝిఞ్ఝిణీ-ఈ-సీ-కింకిణీ॥ తె॥ గజ్జలు, పాంజేబీలున్ను.

ఝిఞ్ఝకః-అ-పు-దావాగ్నిః॥

ఝిఞ్ఝిరిష్టా-ఆ-సీ-క్షుపవిశేషః॥

ఝిఞ్ఝీ-ఈ-సీ-ఝిల్లీ॥

ఝిణ్టీ-ఈ-సీ-ఫీలీ-౨సైరేయకః॥ తె॥ ౧నల్లపెద్దగోరంట-౨నల్లములుగోరంట.

ఝిరికా-ఆ-సీ-ఝిల్లీ॥

ఝిరీ-ఈ-సీ-ఝిల్లీ॥

ఝిల్లిః-ఇ-సీ-వాద్యవిశేషః॥

ఝిల్లికా-ఆ-సీ-చీరికా-౨లేపనమ్-౩మలమ్-౪ఆతపరుచిః-౫ఝిల్లీ-౬ఝిల్లికారావః-౭ఉద్వర్తనవస్త్రరుచిః॥ తె॥ ౧చిమ్మెట-౨పూయడము-౩మలము-౪ఎండయొక్క కాంతి.

ఝిల్లీ-ఈ-సీ-భిస్సటా॥ తె॥ అన్నపుమాడుచెక్కలు.

ఝిల్లీకణ్ఠః-అ-పు-గృహకపోతః॥

ఝిల్లీకా-ఆ-సీ-ఝిల్లికా॥

ఝీరుకా-ఆ-సీ-ఝిల్లీ॥

ఝుణ్టః-అ-పు-స్తంబః-అప్రకాండవృక్షః॥

ఝుమరిః-ఇ-సీ-రాగిణీవిశేషః॥

ఝూణిః-ఇ-పు-క్రముకభేదః-౨మష్టదైవశ్రుతిః॥

ఝూషః-అ-పు-గువాకవృక్షః ॥ తె॥ పోఁక చెట్టు.

ఞ

ఞః-అ-పు-గాయకః-౨ఘర్ఘరధ్వనిః - ౩బలీవర్దః-౪శుక్రః-౫నామమతిః॥

ఞిః-ఇ-పు-ప్రత్యయవిశేషః- సత్ప్రేరణార్థభవతీ-౨ధాతోరనుబంధవిశేషః - సవర్తమానక్తప్రత్యయబోధకః॥

ట

టమ్-అ-న-కరంకః॥

టః-అ-పు-కరటః-౨ధూమః-౩చాపమ్ - ౪అర్కకిరణః-౫ధ్వనిః-౬కవాటమ్ - ౭వార్తా-౮సూనుః-౯చమరీమృగః॥ తె॥ ౧కాకి-౨పొగ-౩ధనుస్సు- ౪సూర్యకిరణము-౫శబ్దము-౬తలుపు-౭మాట-౮కొడుకు-౯చమరీమృగము.

టకః-అ-పు-పురాణమ్ - ౨గోపాలః - ౩ప్రియః-౪కుమారవయః॥ తె॥ ౧ప్రాఁత-౨గొల్లవాఁడు - ౩ఇష్టుఁడు - ౪కౌమారప్రాయము.

టక్క దేశీయః-అ-పు-వాస్తూకశాకః॥

టగరః-అ-పు-టంకణక్షారః- ౨హేలావిభ్రమగోచరః॥

టగరః-అ-త్రి-కేకరాక్షః॥

టఙ్కః-అ-పు-గర్వః- ౨ద్విధరణతులామానమ్॥ తె॥ ౧గర్వము - ౨రెండుధరణాలయెత్తువెండి.

టఙ్కః-అ (సీ)-అశ్మకుట్టకః-౨ఖనిత్రమ్-౩అసికోశః-౪జంఘా- ౫నాసాంతరమ్॥ తె॥ ౧కాశవులి-౨తవ్వుగోల-౩కత్తియొఱ-౪పిక్క-౫ముక్కులోపల.

టఙ్కకః-అ-పు-రజతముద్రా॥

టఙ్కపతిః-ఇ-పు - రూపాధ్యక్షః-౨టంకకశాలానియుక్తః॥

టఙ్కశాలా-ఆ-సీ- రజతముద్రాగృహమ్॥ తె॥ టంకసాల.

టఙ్కటీకః-అ-పు-శివః॥

టఙ్కణమ్-అ-న- మాలతీతిలసంభవమ్॥ తె॥ వెలిగారము.

టఙ్కణః-అ-పు-క్షారవిశేషః॥

టఙ్కశాలా-ఆ-సీ-ముద్రాంకనీశాలా॥ తె॥ టంకసాల.

టఙ్కా-ఆ-సీ-జంఘా॥

టఙ్కానకః-అ-పు-బ్రహ్మదారువృక్షః॥

టఙ్కారః-అ-పు-చాపగుణధ్వనిః-౨ఖ్యాతిః-౩విస్మయః ॥ తె॥ ౧వింటినారియొక్క ధ్వని-౨ప్రసిద్ధి-౩ఆశ్చర్యము.

టఙ్కారీ-ఈ-సీ-క్షుపవిశేషః॥

టఙ్కృతమ్-అ-న-మౌర్వీధ్వనిః॥ తె॥ వింటి నారియొక్క ధ్వని.

టఙ్గః-అ-(సీ)-ఖనిత్రమ్-౨ఖడ్గభేదః-౩జంఘా॥

టఙ్గః-అ-పు-టంకణః - ౨చతుర్మాషకపరిమాణమ్॥

టఙ్గణః-అ-(సీ)-టంకణః॥

టఙ్గినీ-ఈ-సీ-వృక్షవిశేషః॥

టట్టనీ-ఈ-సీ-జ్యేష్ఠీ॥

టట్టరీ-ఈ-సీ-మృషావాదః - ౨లంపావాద్యమ్-౩పటహవాద్యమ్॥

టట్టురః-అ-పు-భేరీశబ్దః॥

టణ్టమ్-అ-న-ఢక్కానాదః॥

టలనమ్-అ-న-విక్లవః॥

టా-ఆ-సీ-భూమిః-౨వ్యావృత్తిః॥ తె॥ ౧పుడమి-౨పలుమాఱుచెప్పట.

టాఙ్కారః-అ-పు-నాగవీటః॥

టూరః-అ-పు-లంగః-౨తురంగః॥

టిటిభకః-అ-పు-టిట్టిభపక్షీ॥ తె॥లకుముకిపిట్ట

టిట్టిభః-అ-పు-ఉత్పాదశయనపక్షీ॥

టిట్టిభకః-అ-పు-టిట్టిభపక్షీ॥ తె॥లకుముకిపిట్ట

టిట్టిణికా-ఆ-సీ-అంబుశిరీషికా॥

టిణ్టీ-ఈ-సీ-పటహనాదః॥ తె॥తప్పెటశబ్దము

టిణ్డిశః-అ-పు-వృక్షవిశేషః॥

టిప్పణః-అ-పు-వ్యాఖ్యానగ్రంథవిశేషః॥ తె॥ ఒకానొక వ్యాఖ్యానగ్రంథము.

టిప్పనీ-ఈ-సీ-టీకా॥

టీకా-ఆ-సీ-ప్రతిపదవ్యాఖ్యానగ్రంథః॥

టుణ్టుకః-అ-పు-శ్యోణాకవృక్షః-౨కృష్ణఖదిరవృక్షః-౩పక్షివిశేషః౪శ్యోణాకప్రభేదః

టుణ్టుకః-అ-త్రి-నీచః-౨క్రూరః॥

టుణ్టుకా-ఆ-సీ-టంగినీవృక్షః॥

టునాకా-ఆ-సీ-తాలమూలీవృక్షః॥

టున్దురః-అ-పు-మహిసాక్షువృక్షః॥ తె॥ మహిసాక్షిచెట్టు.

టేజ్కా-కా-ఆ-సీ- తాలప్రాణకలావిశేషః॥

టేరకః-అ-త్రి-వక్రచక్షుః॥

ఠ

ఠమ్-అ-న- చంద్రమండలమ్-౨స్తంభనమ్-౩సహాసమ్-౪వేణునాదః - ౫ఘంటానాదః॥ తె॥ ౧చంద్రమండలము- ౨కట్టుట-౪పిల్లనగ్రోవినాదము-౫ఘంటచప్పుడు.

ఠః-అ-పు-శంకరః-౨అగ్నిః-౩మహాధ్వనిః-౪చంద్రమండలః-౫మండలః-౬శూన్యమ్౭లోకగోచరః॥

ఠః-అ-త్రి-శూన్యః-౨శఠః- ౩దృఢః॥ తె॥ ౧లేమి-౨శఠుఁడు,మూఢుఁడున్ను-౩కట్టి.

ఠక్కః-అ-త్రి-మాయావీ॥ తె॥అబద్ధము చేసేవాఁడు.

ఠక్కురః-అ-పు-దేవతా॥

ఠఠమ్-౦-౦-అనుకరణశబ్దః॥

ఠఠఠమ్-౦-౦-అనుకరణశబ్దః॥

ఠేరః-అ-త్రి-వృద్ధః॥

డ

డమ్-అ-న-యుద్ధమ్- ౨దుర్గపదమ్-౩డమరుకమ్-౪ఆందోలనమ్॥ తె॥౧యుద్ధము-౨పోగూడనితావు-౩డమరుకమను వాద్యము అనఁగా,బుడబుడక-౪పల్లకి.

డః-అ-పు- విషయః- ౨శంభుః- ౩వాసః- ౪త్రాసః-౫జయధ్వనిః- ౬శంఖధ్వనిః-౭రౌద్రరసః- ౮శైలకుహరమ్- ౯మూర్ఛికాయుతః॥ తె॥౧దేశము-౨శివుఁడు-౩నవ్వు-౪భయము-౫జయశబ్దము-౬శంఖశబ్దము- ౭రౌద్రరసము- ౮గుహ-౯బొమముడితోఁగూడుకొనిన వాఁడు.

డః-అ-త్రి-గాయనః-౨జడః॥ తె॥ ౧పాడుట-౨జడుఁడు. (నిపుచ్చె,

డగ్గరిః-ఇ-సీ-ఔషధవిశేషః॥ తె॥ఖురాసా

డగ్గరీ-ఈ-సీ- ఔషధవిశేషః- ౨ఫలవిశేషః॥ తె॥౧ఖురాసానివుచ్చె.

డగ్గారీ-ఈ-సీ-డంగరీఫలమ్॥

డభిశుగః-అ-పు-చతుర్ముఖః॥ తె॥నలువ.

డమః-అ-పు- వర్ణసంకరజాతివిశేషః-సచండాల్యాం లేటాజ్జాతః॥

డమరమ్-అ-న-భీత్యాపలాయనమ్॥

డమరః-అ-పు-విప్లవః॥ తె॥ దేశోపద్రవము.

డమరుః-ఉ-పు-డమరుకవాద్యమ్- ౨క్షీణమధ్యో గుటికాద్వయాలంబితః - ౩చమత్కారః-కపాలియోగివాద్యమ్॥

డయనమ్-అ-న- పక్షిగతివిశేషః- ౨మనుష్యవాహ్యమ్॥ తె॥ ౧ఆకాశమందు తెక్క-

లుకదలకుండాపోవడము - ౨అందలము మొదలయినది.
డల్లకమ్-అ-న-వంశాదినిర్మితపాత్రమ్॥
డహుః-ఉ-పు-లకుచవృక్షః॥ తె॥ కమ్మరేఁగు చెట్టు.
డహూః-ఊ-పు-డహుః॥
డా-ఆ-సీ-వ్రీడా-౨వాక్॥ తె॥ ౧లజ్జ-౨వాక్కు,
డాకినీ-ఈ-సీ-ముద్గాదిత్వక్॥ తె॥ పెసలు మొదలయినవాఁటిపొట్టు.
డాఙ్గరిః-ఇ-సీ-ఔషధవిశేషః॥ తె॥ ఖురాసానివుచ్చె.
డాఙ్గరీ-ఈ-సీ-ఔషధవిశేషః॥ తె॥ ఖురాసానివుచ్చె.
డామరః-అ-పు-శివోక్తశాస్త్రవిశేషః సతు షడ్విధః - తేషాన్నామానిశ్లోకసంఖ్యాశ్చయథా - యోగడామరః-౨౩౫౩౩ శివడామరః-౧౧౦౦౦ ౭దుర్గాడామరః-౧౧౫౦౩ సారస్వతడామరః-౯౯౦౫ బ్రహ్మడామరః-౭౧౦౫ గంధర్వడామరః-౬౦౦౬౦-౨డమరః-౩చమత్కారః॥
డామ్బికః-అ-పు-ఇంద్రజాలాదిమాయాకరః॥
డాలిమః-అ-పు-దాలిమః॥ తె॥ దాడిమచెట్టు.
డాహలః-అ-పు-త్రిపురదేశః॥
డాహుకః-అ-పు-దాత్యూహపక్షీ॥ తె॥ భరతపిట్ట.
డిఙ్గరః-అ-పు-భృత్యః-౨గండకః-౩క్షేపః-౪ఖలః-౫ధూర్తః॥ తె॥ ౧సేవకుఁడు-౨ఖడ్గమృగము-౩ప్రేరేపించుట, లేక చిమ్ముట
డిణ్డిమః-అ-పు-వాద్యవిశేషః॥ తె॥ ఢమామా.
డిణ్డీరః-అ-పు-సముద్రఫేనః॥ తె॥ సంద్రపు నురుఁగు.

డిణ్డీరమోదకమ్-అ-న-గృంజనమ్॥ తె॥ వెల్లుల్లి
డిణ్డిశః-అ-పు-టిండిశః॥
డిణ్డీ-ఈ-సీ-డిండిమధ్వనిః॥ తె॥ ఢమామాశబ్దము.
డిణ్డీరః-అ-పు-అబ్ధికఫః-౨ఆలింగనమ్॥ తె॥ ౧సంద్రపునురుఁగు-౨కౌఁగలించడము.
డిభః-అ-పు-శిశుః-౨మూర్ఖః॥ తె॥ ౧పిల్ల-౨మూర్ఖుఁడు.
డిమః-అ-పు-రూపకవిశేషః॥
డిమ్బమ్-అ-న-భయమ్-౨కలలమ్-౩ఫుప్ఫుసః రడమరః॥
డిమ్బః-అ-పు-విప్లవః-౨ప్లీహా-౩ఖగాణ్డః॥ తె॥ ౧దేశోపద్రవము-౨రొమ్మునందెడమప్రక్కనుండుమాంసవిశేషము-౩పిట్టగుడ్డు.
డిమ్బాహవః-అ-పు-నృపతిరహితయుద్ధమ్॥
డిమ్బికా-ఆ-సీ-కాముకీ-౨జలబింబః-౩శోణకవృక్షః॥ (శువు.)
డిమ్భః-అ-త్రి-స్తన్యపః॥ తె॥ పాలుతాగేశి
డిమ్భకః-అ-త్రి-వాలకః॥
డిమ్భచక్రమ్-అ-న-నరాణాంశుభాశుభనిర్ణాయకచక్రవిశేషః॥
డిమ్భా-ఆ-సీ-అతిశిశుః॥
డీనమ్-అ-న-పక్షిగతివిశేషః॥ తె॥ ఆకాశమందు తెక్కలుకదిలించుకుంటూపోవడము
డీనడీనకమ్-అ-న-పక్షిణాంగతిక్రియావిశేషః
డీనావడీనమ్-అ-న-పక్షిగతివిశేషః-తత్తుపక్షస్యాంగతాగత్యంతరమిశ్రణమ్-౨అధఃకుత్సితగమనంచ॥
ఢుణ్ఢుః-ఉ-సీ-ముద్గాదిత్వక్॥ తె॥ పెసలుమొదలయినవాఁటిపొట్టు.
ఢుణ్ఢుః-ఉ-పు-డుండుభసర్పః॥ తె॥ దుండుపాము.

డుణ్డుకః-అ-పు- శోణాకవృక్షః-౨క్రూరః॥ తె॥౧దుందిలవుచెట్టు.

డుణ్డుభః-అ-పు-క్షీరాకారనిర్విషద్విశిరస్సర్పః॥

డుణ్డులః-అ-పు-క్షుద్రపేచకః॥

డుపికా-ఆ-సీ- నదీతరణయోగ్యసాధనవిశేషః॥ తె॥వళవ,పుట్టి మొదలగునవి.

డులిః-ఇ-సీ-చులిః-౨కమఠీ॥

డులికా-ఆ-సీ-ఖంజనాకారవత్పక్షివిశేషః॥

డులీ-ఈ-సీ-కూర్మస్త్రీ- ౨చిల్లీశాకః॥ తె॥ ౧ ఆఁడుతాఁబేలు.

డేణ్డురా-ఆ-సీ-జయఘంటా॥ తె॥ జేగంట.

డోడీ-ఈ-సీ-క్షుపవిశేషః॥

డోరమ్-అ-న-హస్తాదిబంధనసూత్రమ్॥

డోరకమ్-అ-న-డోరమ్॥

డోరడీ-ఈ-సీ-బృహతీ॥

డోలా-ఆ-సీ- అభినయసంయుక్తహస్తవిశేషః-౨నీలినీ-౩ప్రేంఖోలికా॥ తె॥౨నీలిచెట్టు-౩డోలి,అందెచొంతా॥

డోలాబ్జమ్-అ-న-ఉత్పలమ్॥ తె॥కలువ.

ఢ

ఢమ్-అ-న-జ్ఞానమ్-౨తూర్యముఖమ్॥ తె॥ ౧జ్ఞానము-౨వాద్యముఖము.

ఢః-అ-పు-పిశాచః-౨భయమ్-౩కాలః-౪రాగః-౫పాంథః-౬ధ్వనిః- ౭కుమారః -౮శ్వా-౯నిర్గుణః॥ తె॥౧దయ్యము- ౨భయము-౩కాలము-౪అనురాగము- ౫త్రోవబోవువాఁడు-౬శబ్దము- ౭కొడుకు- ౮కుక్క-౯గుణరహితుఁడు.

ఢః-అ-త్రి-నిర్గుణః-౨గూఢః-౩సౌమ్యః- ౪సవ్యః-౫అపసవ్యః॥ తె॥౧గుణరహితుఁడు-౨దాఁగినవాఁడు-౩సోలిక-౪కుడివైపు-౫ఎడమవైపు.

ఢక్కః-అ-పు-దేశవిశేషః॥

ఢక్కా-ఆ-సీ-రాజప్రయాణఢక్కా॥ తె॥ ఢమణము.

ఢక్కారీ-ఈ-సీ-తారిణీ॥

ఢజ్కారః-అ-పు-గోపతిః॥ తె॥ అచ్చుపోసిన యాబోఁతు.

ఢణ్టీ-ఈ-సీ-వాక్యవిశేషః॥

ఢా-ఆ-సీ-ఢక్కా॥

ఢాలమ్-అ-న-ఫలకమ్॥

ఢాలీ-న్-త్రి-ఢాలవిశిష్టః-౨చర్మీ॥

ఢామరా-ఆ-సీ-హంసీ॥

ఢుణ్ఢిః-ఇ-పు-గణేశః॥

ఢోలః-అ-పు-స్వనామఖ్యాతవాద్యమ్॥

ణ

ణమ్-అ-న-సరోజదళమ్- ౨జ్ఞానమ్ - ౩గమనమ్॥

ణః-అ-పు-జారః-౨భయరవః-౩సంకటః- ౪అగ్నిః-౫ధ్వనిః-౬జ్ఞానమ్ - ౭బిందుదేవః-సబుద్ధదేవతావిశేషః-౮భూషణమ్-౯గుణవర్జితః-౧౦పానీయనిలయః॥

ణః-అ-త్రి-నిస్తుషః॥

ణా-ఆ-సీ-రజనీ-౨శయ్యా-౩ధేనుః- ౪నాసికా-౫కృపా॥

త

తమ్-అ-(పు)-తరణమ్-౨పుణ్యమ్॥

తః-అ-పు-సంయోగః-౨నిశ్చయః- ౩కోపః॥ ౪పుచ్ఛా-౫ధాతృవాదవిధిః -౬చోరః॥ తె॥౧సంయోగము-౨నిశ్చయము- ౩ఆగ్రహము-౪తోఁక-౫పరస్పరవిరోధము

నుఁగలుగఁజేయుమాటలు-ఒడొంగ.

తః-అ-(సీ)-క్రీడనమ్॥ తె॥ఆడుట.

తః-అ-త్రి-క్రీడకః-౨ప్రకృతార్థోక్తిః-౩బ్రహ్మహేతిః-౪రమాముఖమ్॥ తె॥౧ఆడించువాఁడు-౨ప్రస్తుతప్రయోజనపు మాట-౩కారణము-౪లక్ష్మీముఖము.

తకమ్-అ-న-త్వరితమ్-౨నిద్రా॥ తె॥౧వేగ (ము-౨నిదుర.)

తకిలః-అ-త్రి-ధూర్తః॥

తకిలా-ఆ-సీ-ఔషధమ్॥

తక్కోలమ్-అ-న-తక్కోలఫలమ్ ॥ తె॥ తక్కోలాలచెట్టు.

తక్కోలా-ఆ-సీ-లతాకస్తూరికా ॥ తె॥ తక్కోలాలచెట్టు.

తక్ష్యః-అ-త్రి-హాస్యః-౨సహనీయః॥

తక్రమ్-అ-న- పాదజలవిశిష్టగోరసః॥ తె॥ పాతికనీళ్లుకలిసినచల్ల.

తక్రకూర్చికా-ఆ-సీ- ఉష్ణదుగ్ధతక్రయోగేనజాతా॥

తక్రమాంసమ్-అ-న-వ్యంజనవిశేషః॥

తక్రాటః-అ-పు-మంథానదండః॥

తక్రాదిఖలః-అ-త్రి-తక్రదధిక్కృతఖలః॥ తె॥ మెంతిపెరుగు మెంతిచల్ల మొదలైనది.

తక్షకః-అ-పు-దేవయోనిరక్తజాతిః- ౨సర్పవిశేషః-౩రథకారః-౪తక్షణమ్ - ౫త్వష్టా-౬విశ్వకర్మా-౭వృక్షభేదః- ౮సూత్రధారః॥ తె॥౩వడ్రంగి-౪చెక్కడము.

తక్షణమ్-అ-న-కృశకరణమ్॥

తక్షణీ-ఈ-సీ-వాసీఅస్త్రమ్॥

తక్షశిలా-ఆ-సీ-దేశవిశేషః॥

తక్షన్-న్-పు-రథకారః॥ తె॥వడ్లవాఁడు.

తగరమ్-అ-న-సరలద్రవః॥ తె॥ దేవదారుబంకతోచేసినధూపద్రవ్యము.

తగరః-అ-పు-నంద్యావర్తవృక్షః-౨మేషః-౩కాలానుసారకః-౪టంకణక్షారః-౫హేలావిభ్రమగోచరః॥ తె॥ ౧నందివర్ధనపుచెట్టు-౨గొఱ్ఱెపొట్టేలు-౩గ్రంథితగరపుచెట్టు-౪టంకణక్షారము-౫(స్త్రీ)పురుషులవిహారరూపమగు వేడుకలచూచుట.

తగరపాదికమ్-అ-న-తగరమ్॥

తఙ్కః-అ-పు-స్వచ్ఛందః-౨శంకా॥ తె॥ ౧యథేచ్ఛ-౨భయము.

తఙ్కః-అ-(సీ)-పాషాణదారణః- ౨ప్రియవిరహజస్తాపః-౩భయమ్॥

తజ్వా-ఆ-సీ-వస్త్రమ్॥ తె॥వలువ.

తజ్వీ-ఈ-సీ-హింగుపత్రీ॥

తటమ్-అ-న-నదీతీరమ్॥ తె॥ఏటిఒడ్డు.

తటః-అ-త్రి-తీరమ్॥

తటః-అ-పు - నదీతీరమ్ - ౨పర్వతశిఖరాధోన్నతప్రదేశః॥ తె॥౧ఏటిఒడ్డు- ౨కొండశిఖరమునకుఁగ్రిందియున్నతప్రదేశము.

తటస్థమ్-అ-న-లక్షణవిశేషః॥

తటాకః-అ-పు-తడాగః-పద్మాదియుక్తసరః॥ తె॥ చెఱువు.

తటాకః-అ-(సీ)-పద్మాకరః॥ తె॥ చెఱువు.

తటాగః-అ పు-తటాకః॥ తె॥ చెఱువు.

తటాఘ్నః-అ-పు-మహిషః॥ తె॥ దున్నపోఁతు.

తటిత్-త్-సీ-విద్యుత్ ॥ తె॥ మెఱుపు.

తటితా-ఆ-సీ-విద్యుత్ ॥ తె॥ మెఱుపు.

తటిత్పతిః-ఇ-పు-మేఘః॥ తె॥ మేఘము.

తటిత్వాన్-త్-పు-మేఘః॥ తె॥ మబ్బు.

తటినీ-ఈ-సీ-నదీ॥ తె॥ఏఱు.

తటీ-ఈ-సీ-నదీతీరమ్॥ తె॥ఏటిఒడ్డు.

తడగః-అ-పు-తడాగః॥ తె॥ చెఱువు.

తడాకః-అ-పు-పద్మాకరః॥ తె॥ చెఱువు.

తడాకా-ఆ-సీ - నదీసముద్రాణాంతటభాగః-౨ఆఘాతః॥

తడాగః-అ-(సీ)-యంత్రకూటకః-౨పద్మాదియుక్తంనరః॥

తడాగః-అ-పు-తటాకః-౨కూటయంత్రమ్॥ తె॥౧చెఱువు-౨బోను.

తడాఘాతః-అ-పు-ఊర్ధ్వీకృత్యహస్తిశుండాఘాతః॥

తడిత్-త్-సీ-విద్యుత్॥ తె॥ మెఱుపు.

తడిత్వాన్-త్-పు-మేఘః-౨ముస్తకమ్॥

తణ్డూః-ఊ-ద్వ-తందూః॥ తె॥కొయ్యతెడ్డు.

తణ్డకః-అ-పు-ఖంజనపక్షీ-౨ఫేనః-౩సమాసప్రాయవాక్-౪గృహదారు-౫తరుస్కంధః॥

తణ్డకః-అ-(సీ)-భూషణమ్॥

తణ్డకః-అ-త్రి-మాయాబహులకే॥

తణ్డసః-అ-పు-అంగారధానీ॥ తె॥ కమ్మరకొలిమి.

తణ్డుః-ఉ-పు-నందికేశ్వరః॥ తె॥ నందికేశ్వరుఁడు.

తణ్డురీణః-అ-పు-కీటమాత్రమ్-౨తండులోదకమ్॥

తణ్డురీణః-అ-త్రి-బర్బరే॥

తణ్డులః-అ-పు-విడంగమ్-౨తండులీయశాకమ్-౩ధాన్యాదినికరః॥ తె॥౧వాయువిడంగము.

తణ్డులః-అ-(సీ)-ధాన్యసారః॥ తె॥ బియ్యము.

తణ్డులఫలా-ఆ-సీ-పిప్పలీ॥ తె॥పిప్పలిచెట్టు.

తణ్డులా-ఆ-సీ-మహాసమంగా-౨విడంగమ్॥

తణ్డులామ్బు-ఉ-న-తండులోదకమ్॥ తె॥పులిగడుఁగు.

తణ్డులీ-ఈ-సీ-యవతిక్తాలతా-౨శశాండులీకర్కటీ-౩తండులీయశాకః॥ తె॥ ౧పద్మమనేచెట్టు.

తణ్డులీకః-అ-పు-తండులీయశాకః॥ తె॥ చిఱ్ఱికూర.

తణ్డులీయః-అ-పు-భండీరః-౨విడంగద్రుమః-౩ధాన్యమ్॥ తె॥౧చిఱ్ఱిచెట్టు-౨వాయువిడంగపుచెట్టు-౩వడ్లుమొదలైనవి,

తణ్డులీయకః-అ-పు-తండులీయశాకః-౨విడంగమ్॥

తణ్డులీయికా-ఆ-సీ-విడంగమ్॥

తణ్డులుః-ఉ-సీ-విడంగమ్॥

తణ్డులేరః-అ-పు-తండులీయశాకః॥ తె॥ చిఱ్ఱికూర,

తణ్డులోత్థమ్-అ-న-తండులాంబు॥

తణ్డులోదకమ్-అ-న-కాంచికమ్॥ తె॥ పులిగడుఁగు.

తణ్డులౌఘః-అ-పు-వేష్టవంశః-౨తండులసమూహశ్చ॥

తణ్డూః-ఊ-ద్వ-తందూః॥ తె॥ కొయ్యతెడ్డు.

తత్-ద్-త్రి-సర్వనామ-౧ప్రకృతార్థోక్తిః-౨హేతుః-౩పూర్వార్థపరామర్శకః-౪ప్రసిద్ధః॥ తె॥౧మఱియొకటి.

తత్-౦-౦-హేతుః-౨పక్షః-౩ఆత్మా-౪అనిర్దేశ్యః-౫ప్రకృతమ్-౬ఆమర్శనమ్॥

తతమ్-అ-న-తంత్రీవద్వీణాదివాద్యమ్॥ తె॥ తంత్రులుకట్టినవీణమొదలైనవాద్యము.

తతః-అ-పు-వాయుః॥

తతః-అ-త్రి-విస్తృతః-౨వ్యాప్తః॥

తతః-౦-౦-హేతుః-౨తస్మాదిత్యర్థః-౩ప్రశ్నః-౪అనంతరమ్-౫సామర్థ్యమ్-౬అపలాపనమ్॥ తె॥ ౧కారణము-౨అందువలన-౩అడుగుట-౪తరువాతను-౫నేర్పుఱితనము-౬మోసముచేయుమాట.

తతగః-అ-పు-వాయుః॥ తె॥గాలి.

తతచ్ఛదా-ఆ-సీ-కదలీతరుః॥ తె॥అరటిచెట్టు.

తతపత్రీ-ఈ-సీ-కదళీవృక్షః॥ తె॥అరటిచెట్టు

తతమః-అ-త్రి-బహూనామధ్యేసః॥

తతరః-అ-త్రి-ద్వయోర్మధ్యేసః॥

తతస్త్యమ్-అ-త్రి-తత్సంబంధీ॥

తతి-ఇ-త్రి-తత్పరిమాణమ్ - బహువచనాంతోయంశబ్దః॥

తతిః-ఇ-సీ-సమూహః-౨కదలీతరుః॥ తెః౧సముదాయము-౨అరటిచెట్టు.

తత్కాలః-అ-పు-వర్తమానకాలః॥

తత్కాలధీః-ఈ-త్రి-ప్రత్యుత్పన్నమతిః-ఉపస్థితబుద్ధిః॥

తత్క్రియః-అ-త్రి-కర్మకారః-వేతనంవినాభారవహాదికర్తా॥

తత్క్షణః-అ-పు-సద్యః॥

తత్పరః-అ-త్రి-ఆసక్తః॥ తెఃఆసక్తిగలవాడు

తత్పరాయణః-అ-త్రి-తదాసక్తః॥

తత్పురుషః-అ-పు-సమాసవిశేషః॥

తత్ఫలః-అ-పు-కువలయమ్-౨కుష్ఠనామౌషధిః-౩చోరనామసుగంధిద్రవ్యమ్॥

తత్ర-౦-౦-తస్మిన్నిత్యర్థే-౨సాహిత్యమ్-౩పలాయనమ్॥ తెః౧అక్కడ-అచ్చట-౨కూడుకొనియుండుట-౩పాఱిపోవుట.

తత్రత్యః-అ-త్రి-తత్రభవః-తస్మిన్నుత్పన్నః

తత్రభవాన్-త్-త్రి-శ్లాఘ్యః॥

తత్వమ్-అ-న-ఆలస్యకృతనృత్తగీతవాద్యలయః-౨పంచవింశతిసంజ్ఞా-౩స్వరూపమ్-౪పరమాత్మా-౫వాద్యవిశేషః॥ తెః౧ఆలస్యముగాఁజేయఁబడిన-యాటపాట-వాద్యములలయ-౨ఇరువదైదనుసంజ్ఞ-౩ఆకారము-౪పరమాత్మ-౫ఒకానొకవాద్యము.

తత్వజ్ఞానమ్-అ-న-బుద్ధిగుణవిశేషః-తత్త్వబ్రహ్మజ్ఞానమ్॥

తత్వధీః-ఈ-పు-శితికక్షపక్షీ॥ తెః నల్లచంకలగద్ద.

తత్వన్యాసః-అ-పు-విష్ణుపూజావిషయకన్యాసవిశేషః॥

తత్సః-అ-పు-మృగపక్షిగ్రహణహేత్వామిషమ్॥ తెఃఎఱవేసినమాంసము.

తథా-౦-౦-ఇవార్థః-౨తేనప్రకారేణేత్యర్థః-౩సముచ్చయః-౪పరమార్థః-౫అభ్యనుజ్ఞా-౬నిశ్చయః-౭నిందనమ్-౮సమ్యగర్థః-౯సాకల్యమ్-౧౦సాధుకర్మ॥ తెః౧వలెను-౨ఆలాగు-౩పరస్పరనిరపేక్షములగునవయవవస్తువులకు నొకక్రియతో సంబంధముగలుగుట-౪పరమార్థము-౫ఉత్తరువుచేయుట-౬నిశ్చయము-౭నిందించుట-౮లెస్స-౯సాంతము-౧౦యోగ్యమగుపని.

తథాగతః-అ-త్రి-పూర్వోక్తప్రకారేణాగతే

తథాగతః-అ-పు-బుద్ధదేవః॥

తథాచ-౦-౦-పూర్వోక్తార్థదృఢీకరణమ్.

తథైవ-౦-౦-తద్వదేవ॥

తథ్యమ్-అ-న-సత్యవచనమ్॥

తథ్యః-అ-త్రి-సత్యవచనవాన్॥

తద్-ద్-త్రి-తత్॥

తదన్యః-అ-త్రి-తస్మాదన్యః॥ తెః దానికంటెమఱియొకటి.

తదా-౦-౦-తత్కాలః-౨చింతావ్యాపారః-౩జాతిః॥ తెః౧అప్పుడు.

తదాత్వమ్-అ-న-తత్కాలః॥ తెఃఅప్పుడు.

తదానీమ్-౦-౦-తత్కాలః॥ తెఃఅప్పుడు.

తదాముఖమ్-అ-న-ఆరంభః॥

తద్గుణః-అ-పు-అలంకారవిశేషః॥ తెః ఒకానొకయలంకారము.

తద్దినమ్-మ్-౦-దినమధ్యమ్-౨ప్రతిదినమ్॥

తద్దినమ్-అ-న-పూర్వోక్తదినే॥

తద్ధనః-అ-త్రి-కృపణః॥

తద్బలా-ఆ-సీ-బాణవిశేషః॥

తద్భవిష్యః-అ-త్రి-దైవపరః॥ తె॥యెభ్యరాశి

తద్వత్-త్-ం-ప్రశ్నః-౧వితర్కః-౩నీచః-౪ప్రబలః-౫తత్ప్రకారేణేత్యర్థః॥

తనః-అ-పు-చందనమ్-౨చిత్తమ్॥

తనయః-అ-త్రి-పుత్రః॥

తనయః-అ-పు-సుతః॥ తె॥కుమారుఁడు.

తనయా-ఆ-సీ-సుతా-౨చక్రకుల్యా॥ తె॥ ౧ కూఁతురు.

తనిష్ఠః-అ-త్రి-అయమనయోరతిశయేనతనుః-౨క్షుద్రః॥

తనీయాన్-స్-త్రి-అయమేషామతిశయేనతనుః-౨అల్పః॥

తనుః-ఉ-సీ-వృక్షాదిత్వక్-౨శరీరమ్॥ తె॥ ౧ చెట్లు మొదలైనవాఁటితొక్క,తోలు-౨ ఒడలు.

తనుః-ఉ-త్రి-సూక్ష్మః-౨విరలః॥ తె॥ ౧సన్నపుది,కొంచపుది౨-౨వెలితిఁగలబట్ట మొదలైనది.

తనుః-స్-న-శరీరమ్॥ తె॥ఒడలు.

తనుక్షీరః-అ-పు-పీతనవృక్షః॥ తె॥అంబాలపు చెట్టు॥

తనుచ్ఛాయః-అ-పు-జాలబర్బూరకవృక్షః॥

తనుచ్ఛాయా-ఆ(పు)-శరీరచ్ఛాయాయామ్

తనుజః-అ-పు-పుత్రః॥ తె॥కుమారుఁడు.

తనుజా-ఆ-సీ-కన్యా॥ తె॥కుమార్తె.

తనుత్రమ్-అ-న-తనుత్రాణమ్॥ తె॥కవచము

తనుత్రాణమ్-అ-న-వర్మ॥ తె॥కవచము.

తనుత్వచః-అ-పు- క్షుద్రాగ్నిమంథవృక్షః॥ తె॥పిన్న నెల్లి చెట్టు.

తనుత్వచా-ఆ-సీ-క్షుద్రాగ్నిమంథః॥

తనుపత్రః-అ-పు-ఇంగుదీవృక్షః॥ తె॥గారచెట్టు

తనుబీజః-అ-పు-రాజబదరః॥

తనుభస్త్రీ-ఆ-సీ-నాసికా॥ తె॥ ముక్కు.

తనురసః-అ-పు-ఘర్మః॥ తె॥చెమట.

తనురుట్-హ-న-తనురుహమ్॥

తనురుహమ్-అ-న-శిరోముఖవ్యతిరిక్తసర్వాంగజాతలోమ॥

తనురోమావలిః-ఇ-సీ-స్త్రీసుఖవల్లక్షణమ్॥

తనులః-అ-త్రి-విస్తృతః॥

తనులోమశమ్-అ-న-కాశీసనామకపర్వతధాతుః॥

తనువాతః-అ-పు-నరకవిశేషః॥

తనువ్రణః-అ-పు-వల్మీకరోగః॥

తనుసఞ్చారిణీ-ఈ-సీ-బాలికాస్త్రీ॥

తనూః-ఊ-సీ-శరీరమ్॥ తె॥ఒడలు.

తనూకృతః-అ-త్రి-తష్టః-౨అల్పీకృతః॥

తనూజః-అ-(న)-పుత్రః॥

తనూనపమ్-అ-న-ఘృతమ్॥

తనూనపాత్-ద్-పు-అగ్నిః-౨చిత్రకవృక్షః

తనూనపాత్-త్-పు-అగ్నిః॥ తె॥నిప్పు.

తనూరుహమ్-అ-న-పక్షపక్షః-౨శిరోముఖంవినాసర్వాంగజాతలోమ॥ తె॥ ౧పిట్టఱెక్క.

తనూరుహః-అ-పు-పుత్రః-౨గరుత్-౩లోమ

తనూహ్రదః-అ-పు-పాయుః॥

తన్తుః-ఉ-పు-తంతునాగః-౨సూత్రమ్॥ తె॥ ౧నెగడు-౨నూలు.

తన్తుకః అ-పు-తంతుభః-సర్షపః॥

తన్తుకాష్ఠమ్-అ-న-తూలీ॥

తన్తుకీ-ఈ-సీ-నాడీ॥

తన్తుకీటః-అ-పు-కోశకారః॥

తన్తుణః-అ-పు-గ్రాహః॥

తన్తునాగః-అ-పు-నిర్మండలః-౨గ్రాహః॥ తె॥౧నెగడు.

తన్తునాభః-అ-పు-లూతా॥ తె॥సాలెపురుఁగు

తన్తునిర్యాసః-అ-పు-తాలః||

తన్తుపర్వ-న్-న-పరమేశ్వరోపవీతిదానతిథిః సా-శ్రావణీపూర్ణిమా||

తన్తుభః-అ-పు-సర్షపః-౨వత్సః||

తన్తురమ్-అ-న-మృణాలమ్||

తన్తులమ్-అ-న-మృణాలమ్||

తన్తువాపః-అ-పు-తంత్రవాయః-౨తంత్రమ్

తన్తువాయః-అ-పు-లూతా-౨శిల్పిపురుష కుంభకారస్త్రీజాతః|| తె|| ౧సాలెపురుఁగు-౨సాలెవాఁడు.

తన్తువిగ్రహా-ఆ-సీ-కదలీ||

తన్తుశాలా-ఆ-సీ-తంతువపనగృహమ్||

తన్తుసన్తతమ్-అ-త్రి-సూత్రవిస్తృతవస్త్రాది

తన్తుసారః-అ-పు-గువాకవృక్షః||

తన్త్రమ్-అ-న-తంతువాయపరిచ్ఛదః-౨యోగః-౩ప్రయోగః-౪సిద్ధాంతః-౫శాస్త్రమ్-౬ముఖ్యౌషధమ్ ౭ఏకస్య ద్విసాధకోపాయః-౮కుటుంబవ్యాపృతిః-౯ప్రధానమ్-౧౦సూత్రవాయః-౧౧ఇతికర్తవ్యతా-౧౨హేతుః-౧౩శ్రుతిసంఘాంతరమ్-౧౪సాధారణవిధిః|| తె||౧మగ్గము.

తన్త్రః-అ-పు-స్వరాష్ట్రచింతా-౨వ్యాకరణమ్-౩కర్తా-౪నిఘ్నః|| తె|| ౧తనరాష్ట్రమునుగురించిచింతించుట-౨వ్యాకరణశాస్త్రము-౩ప్రధానుఁడు-౪పరాధీనుఁడు.

తన్త్రకమ్-అ-న-నూతనవస్త్రమ్||

తన్త్రకః-అ-త్రి-నిష్ప్రవాణిః|| తె|| కొత్తబట్ట.

తన్త్రకాష్ఠమ్-అ-న-తంత్రవాయస్యతురీ||

తన్త్రతా-ఆ-సీ-అనేకముద్దిశ్యసకృత్ప్రవృత్తిః

తన్త్రవాపః-అ-పు-తంత్రవాయః||

తన్త్రవాపః-అ-(సీ)-తంత్రే||

తన్త్రవాయః-అ-పు-వర్ణసంకరజాతివిశేషః

తన్త్రికా-ఆ-సీ-గుడూచీలతా|| తె||తిప్పతీఁగె.

తన్త్రిపాలకః-అ-పు-జయద్రథరాజః||

తన్త్రీః-ఈ-సీ-వీణాగుణః-౨గుడూచీలతా-౩దేహశిరాః-౪నదీవిశేషః-౫యువతీభేదః-౬రజ్జుః|| తె|| ౧వీణతంతులు-౨తిప్పతీఁగె-౩నరాలు.

తన్దరీణః-అ-పు-తండులోదకమ్|| తె|| బియ్యపుకడుఁగు.

తన్దూరీణః-అ-పు-కీలమాత్రమ్-౨బర్బరః-౩తండులోదకమ్||

తన్ద్రిః-అ-త్రి-ప్రమీలా|| తె|| కునికిపాటు,అలసతచేతసొమ్మశిలడమున్ను.

తన్ద్రివాయః-అ-పు-తంత్రవాయః||

తన్ద్రా-ఆ-సీ-అలసత్వమ్-౨నిద్రా||

తన్ద్రాలుః-ఉ-త్రి-నిద్రాలుః||

తన్ద్రిః-ఇ-పు-ప్రమీలా-౨నిద్రా|| తె|| ౧కునికిపాటు,సొమ్మశిలపోవడమున్ను.

తన్ద్రికా-ఆ-సీ-తన్ద్రిః||

తన్ద్రీ-ఈ-సీ-ప్రమీలా-౨నిద్రా|| తె|| ౧కునికిపాటు,సొమ్మసిలపోవడమున్ను.

తన్ద్రూః-ఊ-సీ-ద్రోణిప్లవః-౨దర్వీ||

తన్నిః-ఇ-సీ-చక్రకుల్యా-తన్విరపిపాఠః||

తన్యతుః-ఉ-పు-రాత్రిః-౨వాద్యమ్||

తన్వీ-ఈ-సీ-హింగుపత్రీ-౨హింగుపలాశికా-౩తనుశరీరస్త్రీ|| తె|| ౧హింగుపత్రిచెట్టు-౨ఇంగువచెట్టాకు.

తపమ్-అ-న-తపః|| తె||తపస్సు.

తపః-అ-పు-మాఘమాసః||

తపః-స్-న-మాఘమాసః-౨వ్రతరూపతపః ౩ధర్మః-౪తపోలోకః-౫కృచ్ఛ్రాదికర్మ||

తపఃకరః-అ-త్రి-తపస్యాకారకే||

తపఃక్లేశసహః-అ-త్రి-దాంతః||

తపతీ-ఈ-సీ- ఛాయానామసూర్యపత్నీ -౨సూర్యకన్యా॥

తపనః-అ-పు-సూర్యః - ౨నరకవిశేషః- ౩భల్లాతవృక్షః-౪క్షుద్రాగ్నిమంథవృక్షః-౫గ్రీష్మః-౬రత్నమ్-౭శంకరః॥ తె॥ ౩నల్లజీడిచెట్టు-౪పిన్ననెల్లిచెట్టు.

తపనః-అ-త్రి-భాస్వరః॥

తపనచ్ఛదః-అ-పు-ఆదిత్యపత్రవృక్షః॥

తపనతనయా-ఆ-సీ-శమీవృక్షః-౨యమునా,

తపనమణిః-ఇ-పు-.సూర్యకాంతమణిః॥

తపనాత్మజా-ఆ-సీ- గోదావరీనదీ-౨యమునా॥

తపనీ-ఈ-సీ-గోదావరీ॥

తపనీయమ్-అ-న-సువర్ణమ్॥ తె॥ బంగారము.

తపనీయకమ్-అ-న-సువర్ణమ్॥ తె॥బంగారము

తపనేష్టమ్-అ-న-తామ్రమ్॥ తె॥ రాగి.

తపసః-అ-పు-చంద్రః-౨పక్షీ॥

తపస్తక్షః-అ-పు-ఇంద్రః॥ తె॥ దేవేంద్రుఁడు-

తపస్థలీ-ఈ-సీ-కాశీ॥

తపస్యమ్-అ-న-కుందపుష్పమ్॥

తపస్యః-అ-పు-ఫాల్గునమాసః-౨అర్జునః॥

తపస్యా-ఆ-సీ-కార్యార్థపర్యటనమ్- ౨వ్రతచర్యా॥ తె॥౧పనినిమిత్తముతిరుగులాడుట-౨వ్రతానుష్ఠానము.

తపస్వినీ-ఈ-సీ-భూతజటా-౨కటురోహిణీ-౩తపస్విస్త్రీ॥ తె॥౧జటామాంసి॥

తపస్విపత్రః-అ-పు-దమనకవృక్షః॥

తపస్వీ-న్-త్రి-తపోయుక్తః॥

తపస్వీ-న్-పు-కృచ్ఛ్రచాంద్రాయణాదివ్రతశీలః-౨అనుకంపార్హః-౩శోచ్యః-౪నారదః-౫మత్స్యవిశేషః॥

తపస్వీ-ఈ-సీ-భూతజటా॥ తె॥జటామాంసి.

తపాః-స్-పు-మాఘమాసః-౨శిశిరర్తుః॥

తపాత్యయః-అ-పు-వర్షాకాలః॥

తపానః-అ-పు-సూర్యః॥

తపితమ్-అ-త్రి-తప్తమ్॥

తపుః-స్-పు-అగ్నిః-౨సూర్యః॥

తపోధనః-అ-పు-సన్యాసీ-౨తాపసః- ౩దమనకవృక్షః॥ తె॥౧సన్యాసి-౨ఋషి.

తపోధనా- ఆ-సీ-ముండినారీ॥

తపోవటః-అ-పు-బ్రహ్మావర్తదేశః॥

తప్తః-అ-త్రి-తాపయుక్తః॥

తప్తకుమ్భః-అ-పు-నరకవిశేషః॥

తప్తకృచ్ఛ్రః-అ-పు-వ్రతవిశేషః॥

తప్తకృచ్ఛ్రః-అ-(సీ)- త్ర్యహముష్ణాఃపిబేదాపః త్ర్యహముష్ణంఘృతంపిబేత్ । త్ర్యహముష్ణంపయఃపీత్వా వాయుభక్షోదినత్రయమ్ - ఇదంతప్తకృచ్ఛ్రమ్॥ తె॥మూఁడురోజులువేఁడినీళ్లుతాగి- ౩రోజులువేఁడినెయ్యితాగి,౩రోజులువేఁడిపాలుతాగి, ౩రోజులువాయువుభక్షించియుండేవ్రతము.

తప్తపాషాణకుణ్డమ్-అ-న-నరకవిశేషః॥

తప్తరూపకమ్-అ-న రౌప్యమ్॥ తె॥ వెండి.

తప్తవాలుకః-అ-పు-నరకవిశేషః॥

తప్తశూర్మికుణ్డమ్-అ-న-నరకవిశేషః॥

తప్తసురాకుణ్డమ్-అ-న-నరకవిశేషః॥

తప్తుమ్-౦-౦-తపఃకర్తుమ్॥ తె॥ తపస్సుచేసేటందుకు.

తమమ్-అ-న- అంధకారః- ౨పాదాగ్రమ్॥ తె॥౧చీఁకటి.

తమః-అ(సీ)రాహుః॥ తె॥ఎనిమిదవగ్రహము

తమః-స్-న-రాహుగ్రహః - ౨తమోగుణః-౩దైన్యమ్ - ౪అంధకారః- ౫శోకః- ౬మోహః- ౭కంబలః- ౮లాంఛనమ్- ౯వతుః॥ తె॥౧రాహుగ్రహము - ౨మూఢు

గుణములలోఁగడపటిది-౩దీనత్వము-౪చీఁకటి-౫దుఃఖము-౬మోహము ౭గొంగళి-౮గుఱుతు-౯రొమ్ము.

తమః-అ-పు-రాహుగ్రహః-౨తమోగుణః-౩తమాలవృక్షః॥

తమఙ్గకః-అ-పు-కోత్రంగః-౨ఇంద్రకోశః-౩మంచకః॥ తె॥౧తమగము.

తమతః-అ-త్రి-తృషితః-౨వాంఛితః॥

తమప్రభః-అ-పు-నరకభేదః॥

తమరమ్-అ-న-వంగమ్॥ తె॥తగరము.

తమరకమ్-అ-న-వంగమ్॥ తె॥తగరము.

తమరాజః-అ-పు-శర్కరావిశేషః॥

తమసమ్-అ-న-అంధకారః-౨నగరమ్॥

తమసః-అ-పు-కూపః-౨అంధకారః॥

తమసా-ఆ-సీ-నదీవిశేషః॥

తమస్తతిః-ఇ-సీ-అంధకారసమూహః॥

తమస్వినీ-ఈ-సీ-రాత్రిః-౨హరిద్రా॥ తె॥౧రాతిరి-౨పసపు.

తమా-ఆ-సీ-రాత్రిః-౨తమాలవృక్షః॥

తమాః-స్-పు-ధూలిః-౨ఆర్తవమ్-౩రాహుః తె॥౧పరాగము,ధూళియున్న-౨ముట్టు.

తమాలమ్-అ-న-పత్రకమ్॥ తె॥ఆకుపత్రికము

తమాలః-అ-పు-భూధాత్రీ-౨జంబీరవృక్షః-౩తిలకః-౪ఖడ్గః-౫వరుణవృక్షః॥ తె॥౧నేలయుసిరికచెట్టు-౨నిమ్మచెట్టు-౩తిలకవృక్షము-౪ఖడ్గమృగము-౫ఊలిమిడిచెట్టు.

తమాలః-అ-(సీ)-తమాలవృక్షః॥ తె॥సముద్రతీరమందలినల్లనియాకులుఁగలచీకటిచెట్టు,క్రాఁనుఁగుచెట్టున్నః కమ్॥

తమాలకమ్-అ-న-సునిషణ్ణశాకమ్-౨పత్ర }

తమాలకః-అ(సీ)తమాలవృక్షః-౨వంశత్వక్

తమాలపత్రమ్-అ-న-తాపింఛమ్-౨తిలకమ్-౩పత్రకమ్॥

తమాలికా-ఆ-సీ-తామ్రవల్లీ-౨తామలిప్తదేశః-౩భూమ్యామలీ॥ తె॥ ౧మాత్రవల్లిచెట్టు.

తమాలినీ-ఈ-సీ-భూమ్యామలీ-౨తామలిప్తదేశః॥

తమాలీ-ఈ-సీ-తామ్రవల్లీ-౨వరుణవృక్షః॥ తె॥౧తామ్రవల్లిచెట్టు.

తమిః-ఇ-సీ-రాత్రిః॥

తమిస్రమ్-అ-న-కోపః-౨అంధకారమ్॥

తమిస్రపక్షః-అ-పు-కృష్ణపక్షః॥

తమిస్రా-ఆ-సీ-తమోయుక్తరాత్రిః-౨రాత్రిః॥

తమిస్రా-ఆ-(పు)-అంధకారః॥

తమీ-ఈ-సీ-రాత్రిః-౨హరిద్రా॥

తమోఘ్నః-అ-పు-వహ్నిః-౨సూర్యః-౩చంద్రః-౪బుద్ధః-౫కేశవః-౬శంభుః॥

తమోజ్యోతిః-స్-పు-జ్యోతిరిఙ్గణః॥ తె॥ మెఱుఁగుడుపురుఁగు.

తమోనుత్-ద్-పు-అగ్నిః-౨చంద్రః-౩అర్కః-౪దీపః॥ తె॥౧నిప్పు-౨చంద్రుఁడు-౩సూర్యుఁడు-౪దీపము.

తమోనుదః-అ-పు-సూర్యః॥

తమోపహః-అ-పు-సూర్యః-౨చంద్రః-౩అగ్నిః-౪బుద్ధిః॥ తె॥ ౧సూర్యుఁడు-౨చంద్రుఁడు-౩అగ్ని-౪తెలివి.

తమోభిత్-ద్-పు-ఖద్యోతః॥ తె॥ మిణుగురుపురుఁగు.

తమోమణిః-ఇ-పు-ఖద్యోతః-౨గోమేదకమణిః॥ తె॥౧మెఱుఁగుడుపురుఁగు.

తమోలిప్తీ-ఈ.సీ-దేశవిశేషః॥

తమోవికారః-అ-పు-రోగః॥

తమోహరః-అ-పు-చంద్రః॥

తమ్వా-ఆ-సీ-గౌః॥

తమ్బా-ఆ-సీ-గౌః॥

తరః-స్-న-వేగః-౨మాంసమ్-౩శరీరస్థబలమ్-౪శరీరసామర్థ్యమ్॥ తె॥ ౧వేగము-౨మాంసము-౩దేహబలము.

తరః-అ-పు-నద్యాదితరణమ్-౨కృశానుః-౩వృక్షః॥ తె॥ ౧పడవ,పుట్టిమొదలైనవి-౨అగ్ని-౩వృక్షము.

తరక్షుః-అ-పు-మృగాదనః॥ తె॥ సివంగి.

తరక్షుః-ఉ-పు-మృగాదనః॥ తె॥ సివంగి.

తరక్షుకః-అ-పు-తరక్షుః॥ తె॥ సివంగి॥

తరఙ్గః-అ-పు-భఙ్గః॥ తె॥ అల,కెరటమున్ను.

తరఙ్గరఙ్గికా-ఆ-సీ-భ్రూభఙ్గః॥ తె॥ బొమముడి.

తరఙ్గా-ఆ-సీ-కైవర్తికా॥ తె॥ కైవర్తికచెట్టు.

తరఙ్గిణీ-ఈ-సీ-నదీ-౨హరిద్రా॥ తె॥ ౧ఏఱు-౨పసపు.

తరట్టీ-ఈ-సీ-తారటీ॥ తె॥ తరట్టిఅనేచెట్టు.

తరణమ్-అ-న-నద్యాదితరణమ్॥ తె॥ ఏఱుమొదలైనవిదాఁటడము.

తరణః-అ-పు-భేలకః-౨స్వర్గః॥

తరణిః ఇ-పు-సూర్యః-౨సాగరః॥

తరణిః-ఇ-సీ-సహా-౨నౌకా-౩తరణమ్-౪నదీ-౫కుమారీనామకౌషధిః॥ తె॥ ౧పిన్నగోరంటచెట్టు-౨ఓడ-౩దాఁటడము-౪ఏఱు-౫కుమారియనుఔషధము.

తరణిపేటకః-అ-పు-కాష్ఠాంబువాహినీ॥

తరణిరత్నమ్-అ-న-మాణిక్యమ్॥

తరణీ-ఈ-సీ-నౌకా-౨నదీ॥ తె॥ ౧ఓడ-౨ఏఱు

తరణ్డః-అ-(సీ)-బడిశీసూత్రబద్ధకాష్ఠాది-౨ప్లవః-౩నౌకా-౪కుంభతుంబీరంభాదిసంచరః॥

తరణ్డః-అ-పు-దేశవిశేషః॥

తరణ్డకః-అ-పు-ఆరోహ్యః॥ తె॥ ఏఱుదాటే (పుట్టి)

తరణ్డపాదా-ఆ-సీ-నౌకా॥

తరత్-ద్-పు-కారండవపక్షీ-౨ప్లవః॥ తె॥ ౧కన్నెలేడిపిట్ట-౨తెప్ప,కప్ప,నీటికోడి,మాలవాఁడు,తుంగముస్తలున్ను.

తరదీ-ఈ-సీ-కంటకివృక్షభేదః॥

తరన్తః-అ-పు-భేకః-౨ఆసారః-౩సముద్రః

తరన్తీ-ఈ-సీ-తరిః॥

తరపణ్యమ్-అ-న-ఆతరః॥ తె॥ ఓడదాటించేకూలి.

తరమ్బుజమ్-అ-న-ఫలవిశేషః॥

తరలః-అ-పు-హారమధ్యరత్నమ్-౨పిఙ్గః-౩ఖాసురః-౪తంతువాయగ్రామః॥ తె॥ ౧నాయకరత్నము-౨జారుఁడు-౩మెఱయునట్టిది-౪సాలెవాండ్లపల్లె.

తరలః-అ-త్రి-కదాచిచ్చలనశీలః-౨చలః-౩పిఙ్గః-౪ఖాస్వరః-౫మధ్యశూన్యద్రవ్యమ్-౬ద్రవీభూతశ్చ॥ తె॥ ౧హస్తాదికము

తరలలోచనా-ఆ-సీ-చంచలనయనా నారీ॥

తరళా-ఆ-సీ-యవాగూః-౨సురా॥ తె॥ ౧గంజి-౨కల్లు.

తరలితః-అ-త్రి-ప్రేంఖోలితః॥ తె॥ ఊగించఁబడ్డది.

తరవారిః-ఇ-పు-ఖడ్గః॥ తె॥ పెద్దకత్తి,ఆనఁగాముప్పదియంగుళములకుమించినది.

తరసమ్-అ-న-మాంసమ్॥ తె॥ మాంసము.

తరస్థానమ్-అ-న-ఘట్టః॥

తరస్వాన్-త్-త్రి-శూరః-౨వేగీ॥

తరస్వీ-న్-త్రి-శూరః-౨వేగీ॥

తరస్వీ-న్-పు-వ్యాఘ్రః-౨వేగగామీ-౩శూరః॥ తె॥ ౧పెద్దపులి-౨శీఘ్రముగాఁబోవువాఁడు-౩శూరుఁడు.

తరాన్ధుః ఉ-పు-నౌకావిశేషః॥

తరాలుః-ఉ-పు-నౌకావిశేషః॥

తరిః-ఇ-సీ-తరణిః-౨దశా-౩వస్త్రాదిపేటకః
తె॥ ౧ఓడ-౨అవస్థ-౩బట్టలు మొదలయిన వాటిపెట్టె.

తరికః-అ-పు-ప్లవః॥

తరికా-ఆ-సీ-నౌకా॥

తరిణీ-ఈ-సీ-నౌకా॥

తరితా-ఆ-సీ-తర్జనీ-౨గ్రంజనమ్॥

తరిరథః-అ-పు-అరిత్రమ్॥

తరీః-ఈ-సీ- తరణిః-౨దశా- ౩వస్త్రాదిపేటకః-౪ధూమః-౫ద్రోణీ॥ తె॥ ౧ఓడ-౨అవస్థ-౩బట్టలు మొదలైనవాఁటిపెట్టె.

తరిషః-అ-పు-ఉద్యోగః॥

తరీషః-అ-పు-శోభనాకారః-౨ఫేనః-౩అబ్ధిః-౪వ్యవసాయః-౫సమర్థః-౬సముద్రః-౭స్వర్గః॥ తె॥ ౧సుందరాకారుఁడు-౨నురుగు- ౩సంవత్సరము-౪ప్రయత్నము-౫సమర్థుఁడు-౬సంద్రము- ౭స్వర్గము.

తరీషా-ఆ-సీ-తరణిః॥ తె॥ ఓడ.

తరీషీ-ఈ-సీ-ఇంద్రకన్యా॥

తరుః-ఉ-పు-వృక్షః॥ తె॥ చెట్టు.

తరుకూణిః-ఇ-పు-వాగ్గుదపక్షీ॥

తరుజీవనమ్-అ-న-వృక్షమూలమ్॥

తరుణమ్-అ-న-పంచవిధాస్థివిశేషః-౨కుబ్జపుష్పమ్॥

తరుణః-అ-పు-యువా- ౨కుబ్జః-౩పుష్పమ్-౪ఉరుబూకవృక్షః॥ తె॥ ౧పిన్నవయస్సువాఁడు-౨పొట్టివాఁడు - ౩పువ్వు- ౪ఆముదపుచెట్టు.

తరుణః-అ-త్రి-నూతనః॥

తరుణజ్వరః-అ-పు-సప్తాహావధిజ్వరః॥

తరుణదధి-ఇ-న-పంచదినాతీతదధి॥

తరుణీ-ఈ-సీ-యుక్మఫలికాలతా-౨జాతధాతకీ - ౩షోడశవర్షాదారభ్య అష్టత్రింశద్వర్ష(స్త్రీ)॥ తె॥ ౧దుష్టువుచెట్టు-౨సురుగుడుచెట్టు-౩పదియారు సంవత్సరములు మొదలుకొని ముప్పదాఱు సంవత్సరములలోపు వయసుఁగలయాఁడుది.

తరుణీకటాక్షమాలః-అ-పు- తిలకవృక్షః॥

తరుతూలికా-ఆ-సీ-వాతులిః॥

తరుదూలికా-ఆ-సీ-వాతులిః॥

తరునఖః-అ-పు-కంటకః॥

తరుభుక్-జ్-పు-వందాకః-వృక్షోపరివృక్షః

తరుమృగః-అ-పు-వానరః॥

తరురాగమ్-అ-న-కిసలయమ్-౨నూతనపల్లవః

తరురాజః-అ-పు-తాలవృక్షః॥ తె॥ తాటిచెట్టు

తరురుహా-ఆ-సీ-వందాకః॥

తరురోహిణీ-ఈ-సీ-వందాకః॥

తరువల్లీ-ఈ-సీ-జతుకాలతా॥

తరుశాయీ-న్-పు-పక్షీ॥ తె॥ పిట్ట.

తరుసారః-అ-పు-కర్పూరః॥

తరుస్థా-ఆ-సీ-వందాకః॥

తరూటః-అ-పు-ఉత్పలకందః॥

తర్కః-అ-పు-ఊహా-౨ఇచ్ఛా-౩వితర్కః-౪తర్కశాస్త్రమ్॥ తె॥ ౧ఊహించుట-౨ఇచ్ఛ-౩తర్కించడము.

తర్కకః-అ-పు-యాచకః॥

తర్కరికః-అ-పు- వాయసనీడమ్॥ తె॥ కాకిగూడు.

తర్కవిద్యా-ఆ-సీ-న్యాయవిద్యా॥

తర్కారీ-ఈ-సీ-వైజయంతికా॥ తె॥ తక్కెడుచెట్టు.

తర్కిణః-అ-పు-చక్రమర్దవృక్షః-తర్కలోపిపాతః॥

తర్కిలః-అ-పు-చక్రమర్దవృక్షః॥

తర్కీ-న్-త్రి-తర్కవిశిష్టః-మీమాంసకః॥

తర్కుః-ఉ-సీ-సూత్రనిర్మాణయంత్రమ్॥

తర్కుటమ్-అ-న-కర్తనమ్॥

తర్కుటీ-ఈ-సీ-తర్కుః॥

తర్కుపిణ్డః-అ-పు-తర్కుస్థితమృత్పిండః॥

తర్కుపీఠీ-ఈ-సీ-తర్కుపిండః॥

తర్కులాసకః-అ-పు-ఝల్లోలః॥

తర్కుశాణః-అ-పు-సామకః॥

తర్క్షుః-ఉ-పు-తరక్షుః॥

తర్క్ష్యః-అ-పు-యవక్షారః॥

తర్జనమ్-అ-న-భర్త్సనమ్॥ తె॥ బెదిరించడము

తర్జనీ-ఈ-సీ-ప్రదేశినీ॥ తె॥ జుట్టన వ్రేలు.

తర్జికః-అ-పు-దేశవిశేషః॥

తర్ణః-అ-పు-వత్సః॥

తర్ణకః-అ-పు-సద్యోజాతవత్సః-౨శిరీషమ్॥ తె॥ ౧అప్పుడుపుట్టినదూడ-౨దిరిసెనచెట్టు,ఇదే,శిరిసెపుచెట్టు.

తర్ణిః-ఇ-పు-నద్యాదితరణమ్-౨సూర్యః॥ తె॥ ౧పడవ,పుట్టి మొదలైనది-౨వేఁడివేలుపు

తర్తరీకమ్-అ-న-నౌకా॥

తర్తరీకమ్-అ-త్రి-పారగే॥

తర్దుః-ఉ-పు-సూర్యః॥ తె॥ వేఁడివేలుఁగు.

తర్దూః-ఊ-సీ-దారుహస్తకః॥

తర్దూః-ఊ-ద్వ-తందూః॥ తె॥ కొయ్యతెడ్డు.

తర్పణమ్-అ-న-పితృతర్పణమ్-౨పితృయజ్ఞః-౩తృప్తిః-౪ప్రీణనమ్-౫యజ్ఞకాష్ఠమ్॥ తె॥ ౧పితృదేవతలకుతృప్తికరమగు తర్పణము-౨పితృయజ్ఞము-౩తనివి-౪తృప్తిపొందడము.

తర్పణీ-ఈ-సీ-గురుస్కంధవృక్షః-సచశ్లేష్మణావృక్షః॥

తర్పణేచ్ఛుః-ఉ-పు-భీష్మః॥

తర్పణేచ్ఛుః-ఉ-త్రి-తర్పణాకాంక్షిణి॥

తర్పిణీ-ఈ-సీ-పద్మచారిణీ॥

తర్బటః-అ-పు-వత్సరః-౨చక్రమర్దః॥

తర్మ-న్-న-యూపస్తంభాగ్రకోశాకారః॥ తె॥ యజ్ఞమునందు నాటియున్నయూపస్తంభముయొక్క చివరకొన.

తర్షః-అ-పు-ఇచ్ఛా-౨పిపాసా-౩వీప్సా-౪సముద్రః-౫ప్లవః-౬సూర్యః॥ తె॥ ౧ఇచ్ఛ-౨దప్పి-౩అత్యాదరము-౪మున్నీరు-౫తెప్ప,కప్పయున్న-౬సూర్యుఁడు.

తర్షణమ్-అ-న-పిపాసా॥

తర్షితః-అ-త్రి-తృషితః॥ తె॥ దప్పిగొన్నవాడు

తర్హి-౦-౦-తస్మిన్కాలే-౨ప్రశ్నః-౩ఉత్తరమ్-౪క్షణః-౫అనుక్షణమ్-౬తత్క్షణః॥ తె॥ ౧అప్పుడు-౨అడుగుట-౩ఉత్తరము-౪క్షణము-౫వెంటనే-౬అప్పుడే.

తలమ్-అ-న-రంధ్రమ్-౨హస్తపాదాధోభాగః-౩తల్పమ్-౪పాతాళమ్-౫సముస్థలమ్-౬స్వరూపమ్-౭అధరమ్॥ తె॥ ౧బెజ్జము-౨అఱచెయ్యి,అఱకాలున్ను-౩దూదిపేశికుట్టినపరుపు-౭కిందిది.

తలమ్-అ-(పు)హస్తజ్యాఘాతవారణమ్॥ తె॥ నారిదెబ్బతగలకుండా చేతికికట్టినఉడపతోలు.

తలః-అ-పు-తాలవృక్షః-౨వితస్తిః॥ తె॥ ౧తాటిచెట్టు-౨జేన,

తలః-అ-(సీ)చపేటః-౨ఖడ్గముష్టిః॥ తె॥ ౧చెంపదెబ్బ-౨కత్తిపిడి.

తలకమ్-అ-న-పుష్కరిణీ॥

తలఝషః-అ-పు-వాతపిత్తహరమీనః॥

తలనః-అ-పు-కురంగః॥ తె॥ ఇఱ్ఱి. (చెట్టు)

తలపోటకః-అ-పు-గోశ్రేణీ॥ తె॥ తంగెడు }

తలప్రహారః-అ-పు-చపేటః-౨తలాఘాతశ్చ

తలసారకమ్-అ-న-ఘోటకస్యాన్నభోజనపాత్రమ్-౨ఘోటకస్య-వక్షస్థలబంధనరజ్జుః॥

తలహృదయమ్-అ-న- పాదతలస్యమధ్యమ్॥

తలా-ఆ-సీ-గోధా-జ్యాఘాతవారణా॥

తలాకినీ-ఈ-సీ-భూధాత్రీ॥ తె॥ నేలయుసిరిక చెట్టు.

తలాచీ-ఈ-సీ-నలనిర్మితకటః॥

తలాటః-అ-పు-చిక్రోడః॥ తె॥ ఉడుత.

తలాతలమ్-అ-న-సప్తమాధోలోకః॥

తలికా-ఆ-సీ-తలసారకమ్॥

తలితమ్-అ-న-భృష్టమాంసమ్॥

తలినమ్-అ-న-స్వచ్ఛమ్-౨శయ్యా॥ తె॥ ౧నిర్మలమైనది-౨శయ్య.

తలినః-అ-త్రి- విరలః-౨స్తోకః- ౩స్వచ్ఛః- ౪దుర్బలః॥

తలినా-ఆ-(పు)-విరలా-౨అల్పా॥ తె॥ ౧వెలితిగలది-౨తక్కువైనది.

తలిమమ్-అ-న-తల్పమ్-౨కుట్టిమః- ౩చంద్రహాసః-౪వితానమ్॥ తె॥ ౧మూదివేసికట్టినవరుపు- ౨మేడలయొక్కయడుగుభూములు-౩పెద్దకత్తి-౪సముదాయము.

తలునః-అ-పు-యువా-౨తపనః॥

తలునీ-ఈ-సీ- షోడశవర్షాదారభ్యాష్టత్రింశద్వర్షస్త్రీ॥ తె॥ పదియాఱుసంవత్సరములు మొదలుకొనిముప్పదెనిమిదిసంవత్సరములలోపువయస్సుగలయాఁడుది.

తలేక్షణః-అ-పు-సూకరః॥ తె॥ పంది.

తలోదరీ-ఈ-సీ-వనితా॥ తె॥ ఆఁడుది.

తలోదా-ఆ-సీ-నదీ॥

తల్కమ్-అ-న-వనమ్॥

తల్పమ్-అ-న-భార్యా-౨ప్లవవిశేషః-౩అట్టమ్-౪అన్నమ్॥ తె॥ ౧ఆలు- ౨తల్పము,పడవయున్న-౩బిగడముఁజేయుటకై -ముంగిటిమంటపముమీఁదగాని- కొత్తళముమీఁదగానికట్టినయిల్లు-౪అన్నము.

తల్పః-అ-(సీ)-తలిమమ్॥ తె॥ మూదివేసికట్టినవరుపు.

తల్పః-అ-పు-అశ్వసాదీ॥ తె॥ గుఱ్ఱపురౌతు.

తల్పకీటః-అ-పు-కీటవిశేషః॥

తల్పనమ్-అ-న- కరిపృష్ఠమ్ - ౨పృష్ఠవంశస్యమాంసమ్॥

తల్పా-ఆ-సీ-స్నుషా-౨దాసీ-౩విద్యుత్॥ తె॥ ౧కోడలు-౨బానిస-౩మెఱుపు.

తల్లమ్-అ-న బిలమ్॥

తల్లః-అ-పు-జలాధారవిశేషః॥

తల్లజః-అ-పు-ప్రశస్తవాచకః॥

తల్లీ-ఈ-సీ-తరుణీ॥

తవక్షీరమ్-అ-న-యవక్షీరమ్-తోపాక్షీరఇతిఖ్యాతమ్॥

తవక్షీరీ-ఈ-సీ-గంధపత్రా॥

తవరాజః-అ-పు-శ్వేతశర్కరా॥ తె॥ కండుఅనేపంచదార.

తవరాజోద్భవఖణ్డః- అ- పు- యవాసశర్కరాభవఖండః॥

తవిషః-అ-పు-స్వర్గః-౨సముద్రః॥

తవిషీ-ఈ-సీ-నదీ-౨ఇంద్రకన్యా-౩శక్తిః॥

తవీషః-అ-పు-స్వర్గః-౨సముద్రః-౩స్వర్ణమ్

తవీషీ-ఈ-సీ-ఇంద్రకన్యా॥

తష్టః-అ-త్రి-త్వష్టః॥ తె॥ చెక్కబడ్డకాష్ఠాదికము.

తష్టా-ఋ-పు-త్వష్టా-౨విశ్వకర్మా-౩ఆదిత్యవిశేషః॥

తసరః-అ-పు-త్రసరః-౨సూత్రవేష్టనమ్॥

తస్కరః-అ-పు-పిండీతకవృక్షః-౨కాకనాసికాలతా-౩వృకః-౪చోరః॥ తె॥ ౧మ్రంగచెట్టు-౨కాకిదొండచెట్టు-౩తోఁడేలు-౪దొంగ.

తస్కరస్నాయుః-ఉ-పు-కాకనాసాలతా॥

తస్క-రీ-ఈ-సీ-క్రోధనా-౨కోపవనావారీ॥ తె॥ ౧కొండబెండచెట్టు.

తా-ఆ-సీ-కరుణా॥

తాటఙ్క-ః-అ-పు-కర్ణపూరః॥ తె॥ బంగారపు మెఱుఁగుకమ్మలు.

తాటస్థ్యమ్-అ-న-ఉదాసీనత్వమ్-౨నికటస్థత్వమ్॥

తాడః-అ-పు-తాడనమ్-౨ఘోషః-౩ముష్టిమేయతృణాది-౪పర్వతః॥ తె॥ ౧కొట్టుట-౨శబ్దము-౩పిడికెడుగడ్డి మొదలైనది ౪కొండ.

తాడకః-అ-పు-దేవతాడవృక్షః॥ తె॥ దేవతాడిచెట్టు.

తాడకా-ఆ-సీ-రాక్షసీవిశేషః-సాసుకేతుయక్షకన్యా॥

తాడకాఫలమ్-అ-న-బృహదేలా॥

తాడఘా-ఆ-సీ-సుత్తిగా॥ తె॥ సుత్తె.

తాడఙ్క-ః-అ-పు-కర్ణభూషా॥

తాడనమ్-అ-న-ఆఘాతః॥

తాడనీ-ఈ-సీ-అశ్వతాడనయష్టిః॥

తాడపత్రమ్-అ-న-తాడంకః॥

తాడిః-ఇ-సీ-వృక్షవిశేషః॥

తాడితమ్-అ-న-గుణకారః॥ తె॥ గుణకారము

తాడితః-అ-త్రి-గుణకారవాన్॥

తాడీ-ఈ-సీ-భూధాత్రీ॥ తె॥ నేలయుసిరికె.

తాడులః-అ-పు-తాడయితా॥

తాడ్యమానః-అ-పు-పటహాదిః॥

తాడ్యమానః-అ-త్రి-తాడనయుక్తః॥

తాణ్డవః-అ-(సీ) ఆరభటీవృత్తిప్రధాననాట్యమ్-౨పురుషనాట్యమ్॥ తె॥ ౧ఆరభటీశాస్త్రప్రకారముగా నాట్యము జేయుట-౨పురుషనాట్యము.

తాణ్డవః-అ-పు-తృణభేదః॥ తె॥ కసువులో } భేదము.

తాణ్డవతాలికః-అ-పు-నందీ-స, శివద్వారీ॥

తాణ్డవప్రియః-అ-పు-శివః॥

తాణ్డి-ఇ-న-నృత్యశాస్త్రమ్॥

తాతః-అ-త్రి-పూజ్యః॥

తాతః-అ-పు-పితా-౨అనుకంపా॥ తె॥ ౧తండ్రి-౨దయ.

తాతగుః-ఉ-పు-క్షుద్రతాతః-పితృవ్యః॥

తాతగుః-ఉ-త్రి-క్షుద్రజాతః-౨జనయిత్రీహితః॥ తె॥ ౧నీచజాతి-౨తల్లికిష్టమగువాఁడు.

తాతజనయిత్ర్యౌ-ఈ-సీ-మాతాపితరౌ-ద్వివచనాంతోయంశబ్దః॥

తాతతుల్యః-అ-త్రి-పితృసమః॥

తాతనః-అ-పు-ఖంజనపక్షీ॥

తాతలః-అ-పు-రోగః-౨పాకః-౩లౌహకూటః-౪మనోజవః॥

తాతలః-అ-త్రి-తప్తమాత్రే॥

తాతిః-ఇ-పు-పుత్రః॥

తాత్కాలికః-అ-త్రి-తత్కాలభవః॥

తాత్పర్యమ్-అ-న-అభిప్రాయః-౨వక్తురిచ్ఛా॥ తె॥ ౧అభిప్రాయము.

తాదాత్మ్యమ్-అ-న-తత్స్వరూపమ్-౨అభేదసంబంధః॥

తాదృక్-శ్-త్రి-తాదృశః॥ తె॥ అటువంటిది.

తాదృక్పణ్డః-అ-పు-బ్రహ్మచారీ॥

తాదృక్షః-అ-త్రి-తాదృశః॥ తె॥ అటువంటిది.

తాదృశః-అ-త్రి-తాదృక్షః॥ తె॥ అటువంటిది.

తానమ్-అ-న-విస్తారః-౨జ్ఞానవిషయః॥

తానః-అ-పు-స్వరనిబంధితరాగః॥

తానవమ్-అ-న-గాత్రేతనుతా॥

తానూనప్త్రమ్-అ-న-యాజ్ఞీయద్రవ్యభేదః-౨శిలాభేదః-౩ఖడ్గాయుధనిపాతః-౪కలాంతరమ్॥ తె॥ ౧యజ్ఞసంబంధద్రవ్య

ము- ౨ఒకవిధముగుతాయి- ౩కత్తినలుకు-రకళౌభేదము.

తానూరః-అ-పు-పయసాంభ్రమః-౨ఆవర్తః

తాన్తః-అ-త్రి-శ్రాంతః॥

తాన్త్రికః-అ-త్రి- జ్ఞాతసిద్ధాంతః-శాస్త్రతత్త్వజ్ఞః- ౨తంత్రశాస్త్రవేత్తా- ౩తత్సంబంధీచ॥

తాన్త్రికః-అ-పు- విషచికిత్సకః-౨తాంత్రికమతప్రవర్తకః- ౩సూర్యసోమసిద్ధాంతవేత్తా॥ తె॥ ౧విషవైద్యుఁడు-౨తాంత్రికమతస్థుఁడు- ౩సూర్యసోమసిద్ధాంతములుఁ దెలిసినవాఁడు.

తాపః-అ-పు-అభితాపః॥ తె॥ సంతాపము.

తాపకః-అ-పు-జ్వరః॥

తాపకః-అ-త్రి-తాపకర్తా॥

తాపత్యః-అ-పు-అర్జునః॥

తాపనః-అ-త్రి-తాపయితా॥

తాపనః-అ-పు-సూర్యః - ౨కామబాణః - ౩సూర్యకాంతమణిః॥

తాపనీ-ఈ-స్త్రీ-మంత్రవిశేషః-౨నదీవిశేషః-౩నిశా॥ తె॥ ౧ఒకానొకమంత్రము-౨ఒకానొకనది-౩రేయి.

తాపసమ్-అ-న-తమాలపత్రమ్॥

తాపసః-అ-పు- కృచ్ఛ్రచాంద్రాయణాదివ్రతశీలః॥ తె॥ కృచ్ఛ్రచాంద్రాయణాదివ్రతములనాచరించువాఁడు.

తాపసః-అ-త్రి-తపస్వీ- ౨దమనకవృక్షః- ౩బకపక్షీ॥

తాపసతరుః ఉ-పు-ఇంగుదీవృక్షః॥ తె॥ గారచెట్టు.

తాపసద్రుమః-అ పు- ఇంగుదీవృక్షః॥ తె॥ గారచెట్టు.

తాపసద్రుమసన్నిభా-ఆ-స్త్రీ- గర్భధాత్రీ క్షుపః॥

తాపసపత్రకః-అ-పు-దవనమ్॥ తె॥ దవనము.

తాపసప్రియః-అ-పు ప్రియాలవృక్షః॥

తాపసప్రియా-ఆ-స్త్రీ-ద్రాక్షాలతా॥ తె॥ ద్రాక్షతీఁగె.

తాపహారీ-ఈ-స్త్రీ-వ్యంజనవిశేషః॥

తాపహరీ-ఈ-త్రి-తాపహారిణ్యామ్॥

తాపిజమ్-అ-న- మాక్షికనామకపర్వతధాతుః॥ తె॥ మాక్షికపర్వతమునఁబుట్టినజేగురు.

తాపిచ్ఛః-అ-పు-తమాలవృక్షః॥ తె॥ సముద్రతీరమందలినల్లనిఆకులుఁగలచీకటిచెట్టు.

తాపిఞ్జమ్-అ-న-ధాతుమాక్షికమ్॥

తాపిఞ్జః-అ-పు-తాపింఛః॥ తె॥ సముద్రతీరమందలినల్లనియాకులుఁగల చీకటిచెట్టు.

తాపీన్-పు-బుద్ధః॥

తాపీన్-త్రి-తాపయుక్తే॥

తాపీ-ఈ-స్త్రీ- తాపినీనదీ-౨యమునా॥ తె॥ ౧తాపినీయనునది-౨యమునయనునది.

తాప్యమ్-అ-న-ధాతుమాక్షికమ్॥

తాప్యకమ్-అ-న-మాక్షికమ్॥

తాప్యృత్థసంజ్ఞకమ్-అ-న-మాక్షికధాతుః॥

తామమ్-అ-న-పద్మమ్॥ తె॥ కమలము.

తామః-అ-పు-భీషణః-౨దోషః॥

తామరమ్-అ-న-జలమ్-౨ఘృతమ్॥ తె॥ ౧జలము-౨నెయ్యి,

తామరసమ్-అ-న-పద్మమ్ - ౨తామ్రమ్-౩స్వర్ణమ్॥

తామలకీ-ఈ-స్త్రీ-భూమ్యామలకీ॥

తామలకీదలమ్- అ- న - తాలీసపత్రమ్॥ తె॥ తాళిసపత్రము.

తామలిప్తమ్-అ-న-దేశవిశేషః॥ తె॥ ఒకానొకదేశము.

తామలిప్తీ-ఈ-స్త్రీ-దేశవిశేషః॥ తె॥ ఒకానొకదేశము.

తామసమ్-అ-న-తమోవిశిష్టమ్॥

తామసః-అ-పు-భుజగః-ఖలః-౩తమోవిశిష్టః॥ తె॥౧పాము-౨దుష్టుఁడు-౩తమోగుణముఁగలవాఁడు.

తామసికమ్-అ-త్రి-తామసమ్-తమోగుణకార్యమ్॥

తామసీ-ఈ-సీ-తమోవిశిష్టా-౨దుర్గా-౩జటామాంసీ॥

తామిస్రమ్-అ-న-అంధకారమయనరకమ్॥

తామిస్రః-అ-పు-భోగేచ్ఛాప్రతిఘాతె క్రోధః॥

తామ్బూలమ్-అ-న-వీటికా-౨క్రముకమ్-౩పర్ణమ్॥ తె॥౧తాంబూలము-౨పోఁకచెక్క-౩ఆకు.

తామ్బూలకరఙ్కః-అ-పు-తాంబూలపాత్రమ్॥

తామ్బూలదః-అ-త్రి-తాంబూలదాతా॥

తామ్బూలధాన్యః-అ-పు-కరంకః॥ తె॥ తాంబూలపుబిడా॥

తామ్బూలపత్రః-అ-పు-పిండాలుః॥

తామ్బూలరాగః-అ-పు-మసూరః-౨తాంబూలస్యరంగంచ॥

తామ్బూలవల్లికా-ఆ-సీ-మహాశ్వేమాలతా-౨తాంబూలీ॥ తె॥౧నల్లతీఁగె-౨తమలపాఁకుచెట్టు.

తామ్బూలవల్లీ-ఈ-సీ-తాంబూలీలతా॥ తె॥ తమలపాఁకుచెట్టు.

తామ్బూలీ-ఈ-సీ-తాంబూలవల్లీ॥ తె॥ తమలపాఁకుచెట్టు.

తామ్రమ్-అ-న-విద్రుమః-౨తైజసధాతువిశేషః॥ తె॥౧పగడము.

తామ్రః-అ-పు-రక్తాధికపీతవర్ణః-౨కుష్ఠరోగవిశేషః॥ తె॥౧మిగులనెఱుపుఁగలపసపువర్ణము-౨ఒకానొకకుష్ఠురోగము.

తామ్రః-అ-త్రి-రక్తాధికపీతవర్ణవాన్॥ తె॥ మిగులనెఱుపుఁగలపసపువర్ణముఁగలది.

తామ్రకమ్-అ-న-తామ్రమ్॥

తామ్రకర్ణీ-ఈ-సీ-అంజననామపశ్చిమదిగ్హస్తిపత్నీ॥

తామ్రకారః-అ-పు-వర్ణసంకరజాతివిశేషః॥

తామ్రకుట్టకః-అ-పు-శౌల్బికః॥ తె॥ కంచరివాఁడు.

తామ్రకూటః-అ-(సీ)-క్షుపవిశేషః॥

తామ్రక్రిమిః-ఇ-పు-ఇంద్రగోపకీటః॥ తె॥ఆర్ద్రపురుఁగు.

తామ్రగర్భమ్-అ-న-తుత్థమ్॥

తామ్రచూడః-అ-(న)-కుక్కుటః-౨కుక్కురద్రుః॥

తామ్రచూడః-అ-పు-అభినయహస్తవిశేషః-౨కుక్కుటః॥ తె॥ ౧ఒకానొకఅభినయహస్తము-౨కోడి.

తామ్రదుగ్ధా-ఆ-సీ-గోరక్షదుగ్ధా॥

తామ్రపట్టమ్-అ-న-తామ్రనిర్మితలేఖనపత్రమ్॥

తామ్రపత్రమ్-అ-న-తామ్రనిర్మితపత్రే॥

తామ్రపత్రః-అ-పు-జీవశాకః॥ తె॥ జీవశాకము.

తామ్రపత్రికా-ఆ-సీ-అశ్మయోనివృక్షః॥ తె॥ఒకానొకచెట్టు.

తామ్రపర్ణీ-ఈ-సీ-వరుణదిగ్గజభార్యా-౨నదీవిశేషః॥

తామ్రపల్లవః-అ-పు-అశోకవృక్షః॥

తామ్రపాకీన్-పు-గర్దభాండవృక్షః॥

తామ్రపాదీ-ఈ-సీ-హంసపదీ॥

తామ్రపుష్పః-అ-పు-కోవిదారవృక్షః॥ తె॥ దేవకాంచనము.

తామ్రపుష్పా-ఆ-సీ-కృష్ణవృంతా॥ తె॥ పాదరిచెట్టు.

తామ్రపుష్పికా-ఆ-సీ-కాకనాసికా॥ తె॥ఎఱ్ఱతేగడ.

తామ్రపుష్పీ-ఈ-సీ-ధాతకీ -౨పాటలావృక్షః॥ తె॥౧ధాతకీకుసుమపుచెట్టు - ౨కలిగొట్టుచెట్టు.

తామ్రఫలః-అ-పు-అంకోఠవృక్షః॥

తామ్రబీజః-అ-పు-కులత్థః॥ తె॥ఉలవలు.

తామ్రబృన్దికా-ఆ-సీ-వృక్షవిశేషః॥ తె॥ తామ్రబృందియనుచెట్టు.

తామ్రబృన్దీ-ఈ-సీ-యూటికా॥ తె॥ఎఱ్ఱతోఁటకూరకాడచెట్టు.

తామ్రమూలా-ఆ-సీ-దురాలభా-౨లజ్జాలుః ౩కచ్ఛురా॥

తామ్రవర్ణః-అ-పు-వల్లివాహతృణమ్॥

తామ్రవర్ణా-ఆ-సీ-ఓఢ్రపుష్పవృక్షః॥

తామ్రవల్లీ-ఈ-సీ-తమాలికా- ౨మంజిష్ఠా॥ తె॥౧తామ్రవల్లిచెట్టు- ౨మంజిష్ఠతీఁగె.

తామ్రవృక్షః-అ-పు - రక్తచందనమ్ - ౨కులత్థః॥

తామ్రవృన్తః-అ-పు-కులత్థః॥

తామ్రవృన్తా-ఆ-సీ-కులత్థికా॥

తామ్రశిఖిన్-న్-(పు)-కుక్కుటః॥ తె॥కోడి.

తామ్రసారమ్-అ-న-రక్తచందనమ్॥

తామ్రసారకమ్-అ-న-రక్తచందనమ్॥

తామ్రసారకః-అ-పు-రక్తఖదిరః॥

తామ్రా-ఆ-సీ-తామ్రవల్లీ॥ తె॥ తామ్రవల్లిచెట్టు.

తామ్రా-ఆ-(పు) - అష్టలోహవిశేషః॥ తె॥ రాగి.

తామ్రాకుః-ఉ-పు-ఉపద్వీపభేదః॥

తామ్రాక్షః-అ-పు-కోకిలః-౨దైత్యః॥ తె॥ ౧కోయిల - ౨తామ్రాక్షుఁడను రాక్షసుఁడు.

తామ్రాక్షః-అ-త్రి-లోహితాక్షః॥ తె॥ ఎఱ్ఱనికండ్లవాఁడు.

తామ్రాభమ్-అ-న-రక్తచందనమ్॥

తామ్రార్ధమ్-అ-న-కాంస్యమ్॥

తామ్రికః-అ-త్రి-తామ్రనిర్మితః॥

తామ్రికః-అ-పు-విచికిత్సకః- ౨గండూపదః॥ తె॥౨ఎఱ్ఱ.

తామ్రికా-ఆ-సీ- గుంజాలతా - ౨మానరంధ్రవాద్యమ్॥ తె॥౧గురివెందతీఁగె.

తామ్రీ-ఈ-సీ-వాద్యవిశేషః॥

తాయికః-అ-పు-తర్జికాభిధదేశః॥

తారమ్-అ-న-ప్రణవః॥ తె॥ఓంకారము.

తారః-అ-పు-మౌక్తికగుణః-౨రజతమ్-౩ముక్తిః-౪పరిశుద్ధిః-౫తరణమ్-౬సఖ్యమ్- ౭తారకాసురః-౮తరలః॥ తె॥ ౧కాంతిఁగలుగుట-౨వెండి-౩మోక్షము- ౪పరిశుద్ధము-౫దాఁటడము-౬స్నేహము-౭తారకాసురుఁడను రాక్షసుఁడు-౮వెలవెలబారియుండుట, వెలితియున్న.

తారః-అ-ద్వ-కనీనికా - ౨శుద్ధమౌక్తికమ్॥ తె॥౧నల్లగుడ్డు- ౨నిర్మలమైనముత్తెము.

తారః-అ-త్రి-శిరోజాతోచ్చైర్ధ్వనిః - ౨మహాన్॥

తారకమ్-అ-(పు)-చతుస్తారా-౨నక్షత్రమ్॥

తారకమ్-అ-న-నక్షత్రమ్-౨కనీనికా - ౩నేత్రమ్॥ తె॥౧చుక్క-౨నల్లగ్రుడ్డు.

తారకః-అ-త్రి-త్రాతా॥

తారకః-అ-పు-దైత్యవిశేషః- ౨నావికః॥ తె॥ ౧ఒకానొకరాక్షసుఁడు - ౨ఓడదాటించేవాఁడు.

తారకజిత్-త్-పు- షణ్ముఖః॥ తె॥ కుమారస్వామి.

తారకబ్రహ్మ-న్-న-షడక్షరమంత్రవిశేషః

తారకా-ఆ-(పు)-నక్షత్రమ్-౨కనీనికా॥ తె॥ ౧రిక్క--౨నల్లగ్రుడ్డు.

తారకా-ఆ-సీ-నక్షత్రమ్-౨కనీనికా-౩ధారీ తె॥ ౧రిక్క--౨నల్లగ్రుడ్డు-౩కోరెంద చెట్టు.

తారకారిః-ఇ-పు-కార్తికేయః॥

తారకితమ్-అ-త్రి-తారకాయుక్తమ్॥

తారకిణీ-ఈ-సీ-రాత్రిః॥ తె॥ రాతిరి.

తారటీ-ఈ-సీ-తరట్టీ॥ తె॥ తరట్టిచెట్టు.

తారణః-అ-త్రి-తరణకారయితా॥

తారణః-అ-పు-సంవత్సరవిశేషః॥ తె॥ అఱువదిసంవత్సరములలోనొకటి.

తారణా-ఆ-సీ-కోలద్వయఘటితమ్॥ తె॥ సంగడి.

తారణిః-ఇ-సీ-నౌకా॥

తారతణ్డులః-అ-పు-మౌక్తికతండులః॥ తె॥ తెల్లజొన్నలు.

తారతమ్యమ్-అ-న-తరతమయోర్భావః-న్యూనాధిక్యమ్॥

తారదీ-ఈ-సీ-తరదీవృక్షః॥

తారపుష్పః-అ-పు-కుందవృక్షః॥

తారమాక్షికః-అ-పు-మాక్షికవిశేషః॥ తె॥ కంచరివాఁడు.

తారలః-అ-త్రి-విటః॥

తారవిమలా-ఆ-సీ-రజతవర్ణవిమలనామకపర్వతధాతుః॥ తె॥ విమలపర్వతమునఁబుట్టిన తెల్లనిధాతువు, తెల్లజేగురు.

తారశుద్ధికరమ్-అ-న-సీసకమ్॥

తారా-ఆ-(న)-నక్షత్రమ్-౨అక్షిమధ్యమ్॥

తారా-ఆ-సీ-నక్షత్రమ్-౨సుగ్రీవభార్యా-౩బృహస్పతిభార్యా-౪బౌద్ధదేవీ॥ తె॥ ౧చుక్క--౨సుగ్రీవునిపెండ్లాము-౩బృహస్పతియాలు-౪బుద్ధదేవి.

తారాపతిః-ఇ-పు-శివః-౨చంద్రః-౩బృహస్పతిః-౪వాలీ-౫సుగ్రీవః॥

తారాపథమ్-అ-న-ఆకాశమ్॥ తె॥ ఆకసము.

తారాపథః-అ-పు-ఆకాశః॥

తారాపీడః-అ-పు-చంద్రః॥

తారాభూషా-ఆ-సీ-రాత్రిః॥ తె॥ రాతిరి.

తారాభ్రః-అ-పు-కర్పూరః॥

తారామణ్డలః-అ-పు-ఈశ్వరగృహవిశేషః॥

తారారిః-ఇ-పు-విటమాక్షికః॥

తారావటః-అ-పు-నంద్యావర్తవృక్షః॥ తె॥ నందివర్ధనపుచెట్టు.

తారికా-ఆ-సీ-తాలరసః॥

తారిణీ-ఈ-సీ-బుద్ధదేవతాభేదః॥

తారుణ్యమ్-అ-న-షోడశవర్షాదారభ్యపంచాశద్వర్షపర్యంతవయః॥ తె॥ పదియాఱేండ్లు మొదలుకొని యేఁబదేండ్లవఱకుఁగలవయస్సు.

తారేయః-అ-పు-బుధగ్రహః-౨వాలిపుత్రః తె॥ ౧బుధుఁడు-౨అంగముఁడు.

తార్కికః-అ-త్రి-తర్కశాస్త్రవేత్తా-౨తర్కాధ్యయనకర్తా-స షడ్విధా-యథా ౧వైశేషికః-౨ఔలూక్యః-౩బార్హస్పత్యః-౪నాస్తికః-౫లౌకాయతికః-౬చార్వాకః॥

తార్క్షః-అ-పు-కశ్యపః॥

తార్క్షీ-ఈ-సీ-పాతాలగరుడీలతా॥

తార్క్ష్యమ్ అ-న-రసాంజనమ్॥ తె॥ రసాంజనము.

తార్క్ష్యః-అ-పు-గరుడః-౨అశ్వః-౩మాక్షీకనామపర్వతధాతుః-౪రథః-౫అశ్వకర్ణవృక్షః-౬అరుణః॥ తె॥ ౧గరుడుఁడు-౨గుఱ్ఱము-౩మాక్షీకపర్వతమునఁబుట్టిన

ధాతువు- ౪అరదము-౫మద్దిచెట్టు, ఏపెచెట్టున్ను-౬ఎలుపు.

తార్క్ష్యజమ్-అ-న-రసాంజనమ్॥

తార్క్ష్యధ్వజః-అ-పు-విష్ణుః॥

తార్క్ష్యనాయకః-అ-పు-గరుడః॥

తార్క్ష్యప్రసవః-అ-పు-అశ్వకర్ణవృక్షః॥

తార్క్ష్యశైలమ్- అ- న- రసాంజనమ్॥ తె॥రసాంజనము.

తార్క్ష్యీ-ఈ-సీ-వనలతావిశేషః॥

తార్ప్యమ్- అ- న- మాక్షికనామపర్వతధాతుః॥ తె॥మాక్షికపర్వతమునఁబుట్టినధాతువు.

తాలమ్-అ-న- ఖడ్గాదిముష్టిః-౨కాంస్యవాద్యభాండమ్-౩హారితాలమ్-౪తాలీశపత్రమ్-౫దుర్గాసింహాసనమ్-౬తాలఫలమ్॥ తె॥౧కత్తిమొదలైనవాఁటిపిడి- ౨వాద్యములువాయించుకంచుకుండ - ౩హరిదలము - ౪తాలీసుపత్రము- ౫దుర్గాసింహాసనము-౬తాటిపండు.

తాలః-అ-పు-కాలక్రియయోర్మానమ్-౨తాలప్రాణక్రియావిశేషః - ౩తృణరాజవృక్షః - ౪విస్తృతాంగుష్ఠమధ్యమాప్రమాణమ్-౫సర్జరసః- ౬హరితాలకమ్- ౭కలాస్థానమ్-౮చాపమ్-౯కరతలమ్॥ తె॥ ౧ఖాతవేయడము-౨తాలప్రాణక్రియావిశేషము, అనఁగా త్రిపుటాదితాళములు-౩తాటిచెట్టు - ౪ఱాడితెడుకంటెహెచ్చు- ౫యక్షధూపము-౬హరిదళము-౭కళలుండుస్థలము-౮విల్లు-౯అఱచెయ్యి.

తాలకమ్-అ-న- ద్వారయంత్రమ్-౨పర్వతధాతువిశేషః- ౩హరితాలమ్ - ౪తువరికా॥ తె॥౧తలుపుతాళము- ౨తాళకము ౩హరిదళము-౪తొవరిమన్ను.

తాలకాభః-అ-పు-హరితవర్ణః॥

తాలకాభః-అ-త్రి-తద్వతి॥

తాలకీ-ఈ-సీ-తాలసురా॥

తాలక్షీరకమ్-అ-న-తాలసంభూతతవక్షీరం

తాలధ్వజః-అ-పు-బలదేవః॥

తాలధ్వజా-ఆ-సీ-పురీవిశేషః॥

తాలపత్రమ్ అ-న- తాడంకః - ౨తాలవృక్షస్యపర్ణంచ॥

తాలపత్రికా-ఆ-సీ-విస్తారవర్తులకాంస్యతాలమ్-౨మిశ్రేయా॥ తె॥౧కైతాలము-౨పిన్నసదాపచెట్టు.

తాలపత్రీ-ఈ-సీ-మూషికపర్ణీ॥

తాలపర్ణమ్- అ- (పు)-మురానామకగంధద్రవ్యమ్॥

తాలపర్ణీ-ఈ-సీ-మిశ్రేయా-౨మురా॥ తె॥౧పిన్నసదాపచెట్టు-౨మురయనేయోషధి

తాలపుష్పకమ్-అ-న-ప్రపౌండరీకమ్॥

తాలప్రలమ్బమ్-అ-న-తాలజటా॥

తాలభృత్-త్-పు-బలదేవః॥

తాలమూలికా-ఆ-సీ-తాలీ॥ తె॥ నేలతాడిచెట్టు

తాలమూలీ-ఈ-సీ-స్వనామఖ్యాతవృక్షః॥

తాలలక్ష్మా-న్-పు-బలదేవః॥

తాలవంశః-అ-పు-వక్రవేణుః॥ తె॥ వంకరవెదురు.

తాలవృన్తమ్-అ-న-వ్యజనమ్॥ తె॥ విసనకఱ్ఱ.

తాలవృన్తకమ్-అ-న-వ్యజనమ్॥ తె॥విసనకఱ్ఱ

తాలవేచనకః-అ-పు-నటః-౨తాలరేచనకోపిపాఠః॥

తాలవ్యమ్-అ-త్రి-తాలుజాతమ్॥

తాలసిః-ఇ-పు-సర్జరసః॥ తె॥సర్జరసము.

తాలాఖ్యా-ఆ-సీ-మురా॥

తాలాఙ్కః-అ-పు-బలరామః- ౨కరపత్రమ్

౩ శాకభేదః-౪మహాలక్షణసంపూర్ణపురుషః-౫హారః-౬పుస్తకమ్॥

తాలాజ్యా-ఆ-సీ-యమునానదీ॥ తె॥ యమునయనునది.

తాలావచరః-అ-పు-నటః॥

తాలిః-ఇ-సీ-భూమ్యామలకీ-౨తాలీ॥

తాలిః-ఇ-ద్వి-కాంస్యతాలమ్॥ తె॥ చిటితాలము.

తాలికః-అ-పు-ప్రసారితాంగులిపాణిః॥

తాలికా-ఆ-సీ- చపేటః- ౨తాలమూలీ- ౩ తామ్రవల్లీ॥

తాలితమ్-అ-న-తులితపటః- ౨వాద్యభాండమ్-౩గుణః॥

తాలిశః-అ-పు-పర్వతః॥

తాలీ-ఈ-సీ-భూధాత్రీ- ౨తాలమూలికా- ౩శ్రీతాలీ-౪తామ్రవల్లీ॥ తె॥ ౧నేలయుసిరికచెట్టు-౨నేలతాఁడిచెట్టు- ౩శ్రీతాళము-౪తామ్రవల్లిచెట్టు.

తాలీపత్రమ్-అ-న-తాలీశపత్రమ్॥ తె॥ తాళిసపత్రము.

తాలీశమ్-అ-న-తాలీశపత్రమ్॥ తె॥ తాళిసపత్రము.

తాలీశపత్రమ్-అ-న-వృక్షవిశేషః॥

తాలీసమ్-అ-న-తాలీసపత్రమ్॥ తె॥ తాళిసపత్రము.

తాలీసపత్రమ్- అ- న- తాలీకమ్- ౨ఆమలకీ॥ తె॥ ౧తాలిసపత్రము-౨ఉసిరిక.

తాలు-ఉ-న-కాకుదమ్॥ తె॥ నోటిలోపలిదౌడ

తాలుజిహ్వః-అ-పు-నక్రః॥ తె॥ కాలు మొసలి

తాలూరః-అ-పు-ఆవర్తః॥

తావకీనమ్-అ-త్రి-తవ-ఇదమ్-త్వదీయమ్॥

తావత్-త్-౦-సాకల్యమ్- ౨అవధిః-౩మానమ్-౪పరిమాణనిశ్చయః-౫ప్రశంసా-ఉపక్రాన్తరమ్॥ తె॥ ౧అంతాను - ౨అందాకాను - ౩అంతమాత్రము-౪అందరినేవే- ౫ప్రశంస - ౬పొర్ణమ్యమావాస్యలు.

తావరమ్-అ-న-ధనుర్గుణః॥

తావాన్-త్-త్రి- పరిమాణనిశ్చయః॥ తె॥ అంతమాత్రము.

తావిషః-అ-పు-స్వర్గః-౨సముద్రః॥

తావిషీ-ఈ-సీ ఇంద్రకన్యా-౨నదీ-౩పృథివీ

తావీషః-అ-పు-స్వర్గః-౨అంబుధిః-౩కాంచనమ్॥

తావీషీ-ఈ-సీ-చంద్రకన్యా॥

తావురిః-ఇ-పు-వృషరాశిః॥

తిక్తమ్-అ-న-పర్పటికౌషధిః॥

తిక్తః-అ-త్రి-తిక్తరసవాన్॥ తె॥ చేదైనది.

తిక్తః-అ-పు-తిక్తరసః-౨కటోలలతా-౩కతకవృక్షః॥ తె॥ ౧చేదు-౨చేతిపొట్లతీఁగె- ౩చిల్లచెట్టు.

తిక్తకః-అ-పు-పర్పటః॥ తె॥ పర్పాటకపుచెట్టు

తిక్తకన్దికా-ఆ సీ-గంధపత్రా॥ తె॥ కూరనెల్లిచెట్టు.

తిక్తకా-ఆ-సీ-కటుతుంబీ॥ తె॥ చేదానుఁగుచెట్టు:

తిక్తగన్ధికా-ఆ-సీ-వరాహక్రాంతా॥

తిక్తగుఞ్జా-ఆ-సీ-కరంజః॥

తిక్తతణ్డులా-ఆ-సీ-పిప్పలీ॥

తిక్తతుణ్డీ-ఈ-సీ-కటుతుండీలతా॥

తిక్తతుమ్బీ-ఈ-సీ-కటుతుంబీ॥

తిక్తదుగ్ధా-ఆ-సీ-కర్పణీ-౨అజశృంగీ॥ తె॥ ౧దిఱుపాలచెట్టు-

తిక్తమధ్వికా-ఆ-సీ-కంకుష్ఠా॥ తె॥ కంకుష్ఠనుచెట్టు.

తిక్తధాతుః-ఉ-పు-పిత్తమ్॥

తిక్తపత్రః-అ-పు-కర్కోటకః॥

తిక్తపర్వాన్-న్-పు-దూర్వా-౨హిలమోచీ-౩గుడూచీ-౪యష్టిమధు॥

తిక్తపుష్పా-ఆ-సీ-పాఠా॥

తిక్తఫలః-అ-పు-కతకవృక్షః॥ తె॥ చిల్లచెట్టు.

తిక్తఫలా-ఆ-సీ-యవతిక్తాలతా-౨వార్తాకీ-౩పద్మభుజా॥

తిక్తబీజా-ఆ-సీ-క్షుత్రధనః॥ తె॥ పెద్దచేఁదానుగుచెట్టు.

తిక్తభద్రకః-అ-పు-పటోలః॥

తిక్తమరిచః-అ-పు-కతకవృక్షః॥ తె॥ చిల్లచెట్టు

తిక్తరోహిణికా-ఆ-సీ-కటుకా॥

తిక్తరోహిణీ-ఈ-సీ-కటుకా॥

తిక్తవల్లీ-ఈ-సీ-మూర్వాలతా॥

తిక్తవారః-అ-పు-ద్విరేభమైథునమ్-౨పిశాచగ్రస్తచేతః॥ తె॥ ౧తుమ్మెదలమైథునము-౨పిశాచముపట్టినమనస్సు.

తిక్తశాకః-అ-పు-శ్వేతపుష్పః॥ తె॥ ఉలిమిడిచెట్టు.

తిక్తసారమ్-అ-న-దీర్ఘరోహిషకతృణమ్॥

తిక్తసారః-అ-పు-ఖదిరవృక్షః॥ తె॥ చండ్రచెట్టు.

తిక్తసారకః-అ-పు-ఇంగుదీవృక్షః॥ తె॥ గారచెట్టు.

తిక్తా-ఆ-సీ-కన్యాకుబ్జాలతా-౨ధామార్గవలతా-౩ఈశ్వరీ॥ తె॥ ౧కొమ్ముపొట్ల-౨చేతిబీర-౩ఈశ్వరిచెట్టు-

తిక్తాఖ్యా-ఆ-సీ-కటుతుండీ॥

తిక్తాఙ్గా-ఆ-సీ-పాతాలగరుడీలతా॥

తిక్తికా-ఆ-సీ-కటుతుంబీ॥

తిక్ష్ణభూజః-అ-పు-అంఘ్రిపనసః॥ తె॥ వేఱుపనస.

తిగ్మమ్-అ-న-అత్యుష్ణమ్॥ తె॥ మిక్కిలివేడి.

తిగ్మః-అ-త్రి-అత్యుష్ణవాన్॥ తె॥ మిక్కిలివేఁడిది.

తిగ్మాంశుః-ఉ-పు-సూర్యః॥

తిజిలః-అ-పు-చంద్రః-౨రాక్షసః॥

తిణ్టీ-ఈ-సీ-త్రివృత్॥

తితఉః-ఉ-సీ-చాలనీ॥ తె॥ జల్లెడ.

తితిక్షా-ఆ-సీ-క్షమా॥ తె॥ ఓరుపు.

తితిక్షితః-అ-త్రి-క్షాంతః॥

తితిక్షుః ఉ-త్రి-క్షమాశాలీ॥ తె॥ ఓరుపుఁగలవాఁడు.

తితిభః-అ-పు-ఇంద్రగోపకీటః॥ తె॥ ఆర్ద్రపురుఁగు.

తితిలమ్-అ-న-నందకమ్-౨తైతిలకరణమ్-౩తిలపిచ్చటమ్॥

తిత్తిరః-అ-పు-తిత్తిరిపక్షీ॥ తె॥ తీతువుపిట్ట.

తిత్తిరటా-ఆ-సీ-తిరచ్ఛదాతృణమ్॥ తె॥ గెడ్డిలోభేదము.

తిత్తిరిః-ఇ-పు-ఖరక్వాణపక్షీ-౨మునివిశేషః॥ తె॥ ౧తీతువుపిట్ట-౨ఒకానొకముని.

తిథః-అ-పు-కాలః-౨అగ్నిః-౩కామః-౪ప్రావృట్కాలః॥ తె॥ ౧కాలము-౨నిప్పు-

తిథిః-ఇ-ద్వ-అహోరాత్రః-౨చంద్రకలాపూర్తిః-౩పంచదశసంఖ్యా॥ తె॥ ౧రాత్రింబగలు-౨చంద్రునికళపూర్తి-౩పదియేను.

తిథిక్షయః-అ-పు-అమావాస్యా॥ తె॥ అమావస

తిథిప్రణీః-ఈ-పు-చంద్రః॥ తె॥ చందురుఁడు.

తిథీ-ఈ-సీ-తిథిః॥

తినాశకః-అ-పు-తినిశవృక్షః॥ తె॥ నెమ్మిచెట్టు

తినిశః-అ-పు-అతిముక్తకవృక్షః॥ తె॥ నెమ్మిచెట్టు.

తిన్త్రిణీ-ఈ-సీ-తింత్రిణీవృక్షః॥ తె॥ చింతచెట్టు

తిన్తిడః-అ-పు-చించా-౨వృక్షామ్లః-౩దైత్య

భేదః॥ తె॥ ౧ చింతచెట్టు- ౨చింతపండు-౩ దైత్యభేదము.

తిన్త్రిడా-ఆ-సీ-తింత్రిణీవృక్షః ॥ తె॥ చింత చెట్టు.

తిన్త్రిడికా-ఆ-సీ-తింతిడీ॥ తె॥ చింతచెట్టు.

తిన్త్రిడీ-ఈ-సీ-వృక్షవిశేషః॥ తె॥ చింతచెట్టు.

తిన్త్రిడీకమ్-అ-న-వృక్షామ్లమ్ ॥ తె ॥ చింత పండు.

తిన్త్రిడీకః-అ-త్రి-తింతిడీ॥ తె॥ చింతచెట్టు.

తిన్త్రిడీద్యూతమ్-అ-న-చుంచురీ॥

తిన్త్రిలికా-ఆ-సీ-తింతిడీ॥ తె॥ చింతచెట్టు.

తిన్త్రిలీ-ఈ-సీ-తింతిడీ॥ తె॥ చింతచెట్టు.

తిన్త్రిలీకా-ఆ-సీ-తింతిడీ॥ తె॥ చింతచెట్టు.

తిన్త్రిణీ-ఈ-సీ-చించావృక్షః ॥ తె ॥ చింత చెట్టు.

తిన్త్రిణీకమ్-అ-న-వృక్షామ్లమ్ - ౨చించా॥ తె॥ ౧ చింతపండు-౨చింతచెట్టు.

తిన్దిశః-అ-పు-టిండిశవృక్షః॥

తిన్దుః-ఉ-పు-తిందుకవృక్షః ॥ తె॥ నల్లతుమికి చెట్టు.

తిన్దుకమ్-అ-న-కర్షపరిమాణమ్॥

తిన్దుకః-అ-ద్వి- వృక్షవిశేషః - ౨కెందుకవృక్షః॥ తె॥ ౧నల్లతుమికిచెట్టు.

తిన్దుకః-అ-(సీ)-శితిసారకవృక్షః॥ తె॥ నల్లతుమికిచెట్టు.

తిన్దుకిః-ఇ-సీ-తిందుకః॥ తె॥ నల్లతుమికిచెట్టు.

తిన్దుకినీ-ఈ-సీ-ఆవర్తనీ॥ తె॥ నులిదడచెట్టు.

తిన్దుకీ-ఈ-సీ-తిందుకః॥ తె॥ నల్లతుమికిచెట్టు.

తిన్దులః-అ-పు-తిందుకవృక్షః॥ తె॥ నల్లతుమికి చెట్టు.

తిమిః-ఇ-పు-శతయోజనదీర్ఘమత్స్యః- ౨మత్స్యః-౩సముద్రః॥ తె॥ ౧నూరామడ పొడవుగలచేప-౨చేప.

తిమికోశః-అ-పు-సముద్రః॥ తె॥ సంద్రము,

తిమిఙ్గిలః అ-పు-తిమిభక్షకమీనః॥ తె॥ తిమి యనుచేపను మ్రింగునట్టి తిమింగలమను చేప.

తిమిఙ్గిలగిలః-అ-పు- మహామత్స్యవిశేషః॥

తిమితః-అ-త్రి-ఆర్ద్రః-౨నిశ్చలః॥ తె॥ తడిసినది.

తిమిరమ్-అ-న-అంధకారః-౨అక్షిరోగః॥ తె॥ ౧చీకటి-౨కంటికివచ్చేరోగము.

తిమిరరిపుః-ఉ-పు-సూర్యః॥ తె॥ సూర్యుడు.

తిమిషః-అ-పు- గ్రామ్యకర్కటీ - ౨నాటామ్రః॥

తిమీ-ఈ-సీ-తిమిమత్స్యః॥

తిరః-స్-०-అంతర్ధానమ్-౨తిర్యగర్థః- ౩తిరస్కారః॥

తిరచ్ఛదా-ఆ-సీ-తృణవిశేషః॥ తె॥ గడ్డిలో భేదము.

తిరటః-అ-పు-శ్వేతసురసావృక్షః॥ తె॥ తెల్ల వావిలిచెట్టు.

తిరశ్చీ-ఈ-సీ-తిర్యగ్గామినీ - ౨పశుపక్షి(స్త్రీ)॥ తె॥ ౧అడ్డముగావెళ్లే(స్త్రీ).

తిరస్కరిణీ-ఈ-సీ-కాండపటః॥ తె॥ తెరచీరె, పరదాయున్ను.

తిరస్కారః-అ-పు-అనాదరః॥

తిరస్కారిణీ-ఈ-సీ-తిరస్కరిణీ॥

తిరస్కృతః-అ-త్రి- అనాదృతః - కృతతిరస్కారః॥

తిరస్క్రియా-ఆ-సి-తిరస్కారః॥ తె॥ లక్ష్య పెట్టకపోవుట.

తిరిటిః-ఇ-పు-ఇక్షుగ్రంథిః॥

తిరిమః-అ-పు-శాలిభేదః॥

తిరియః-అ-పు-శాలివిశేషః॥

తిరీటమ్-అ-న- వలయీకృతవస్తు-౨కిరీటమ్॥ తె॥ ౧చుట్టచుట్టినది-౨కిరీటము.

తిరీటః-అ-పు-తిల్వవృక్షః॥ తె॥ ఎఱ్ఱలొద్దుగు చెట్టు.

తిరీటకః-అ-పు-పట్టికాలోధ్రవృక్షః॥ తె॥ లొద్దుగచెట్టు.

తిరోధానమ్-అ-న-ఆచ్ఛాదనమ్-౨అదర్శనమ్ తె॥౧కప్పుట-౨అగుపడకపోవడము.

తిరోహితః-అ-త్రి-నష్టః - ౨ఆచ్ఛాదితః॥తె॥ ౧పారిపోయి డాగియున్నవాఁడు.

తిర్యక్-చ్-౦-వక్రమ్-౨తిరోర్ధః-౩నిరుద్ధార్థః

తిర్యక్-చ్-పు-వాయుః॥ తె॥ గాలి.

తిర్యక్-చ్-న-సంగమవిశేషః॥ తె॥ ఒకానొకసంగమము.

తిర్యక్కోక-శః-అ-పు-భగభేదః॥ తె॥ ముద్దుపెట్టుకోవడము.

తిర్యక్ఫలా-ఆ-సి-జతుకీలతా॥ తె॥సురళతీఁగె

తిర్యక్స్రోతాః-స్-పు-పశుపక్ష్యాదిః-సబ్రహ్మణోష్టసుస్సర్గః॥

తిర్యగాఖ్యమ్-అ-న- చుంబనవిశేషః॥ తె॥ ఒకానొకముద్దుపెట్టుట.

తిర్యగూర్ధ్వాష్టోత్తరశత మానాఙ్గులాఙ్గమ్-అ-న-పృథివీపాలలక్షణమ్॥

తిర్యగ్యానః-అ-పు-కులీరః॥

తిర్యఙ్-చ్-(సి)-తిర్యగ్గామీ॥ తె॥ అడ్డముగా వెళ్లువాఁడు.

తిర్యఙ్-చ్-త్రి- విహంగాదిః - ౨పశుః-౩వక్రగామీ॥

తిర్యక్షీ-ఈ-సి-తిరశ్చీ-(స్త్రీ)పశుపక్ష్యాదిః॥

తిలః-అ-పు-కాశగుడః॥ తె॥నువ్వులు

తిలకమ్-అ-న- గర్భదక్షిణభాగమాంసఖండమ్-౨కృష్ణసౌవర్చలలవణమ్॥ తె॥ ౧గర్భములో కుడిప్రక్కనుండు మాంసఖండము-౨నల్లసౌవర్చలవణము.

తిలకః-అ-(సి)- చందనాదినాలలాటాదిద్వాదశాంగేషుకృతచిహ్నవిశేషః- ౨చిత్రకమ్॥ తె॥౨బొట్టు.

తిలకః-అ- పు- అభినయసంయుక్తహస్తవిశేషః - ౨తిలకవృక్షః - ౩కటోలలతా-౪వ్యంగః-౫నీలాశ్వః - ౬పుష్పవృక్షవిశేషః॥ తె॥ ౧అభినయముతో కూడినయొకానొకహస్తము- ౨తిలకవృక్షము-౩చేతిపొట్లతీఁగె - ౪పుట్టుమచ్చ-౫నల్లగుఱ్ఱము-౬ఒకానొకపుష్పవృక్షము.

తిలకటః-అ-పు-తిలరజః॥ తె॥ నువ్వులనూఁగు, నూఁగర.

తిలకకణ్ఠకః-అ-పు-చటకః॥ తె॥ ఊరపిచ్చుక.

తిలకా-ఆ-సి-హారభేదః॥

తిలకాలకః-అ-పు -వ్యంగః-౨తిలయుక్తః॥ తె॥ ౧పుట్టుమచ్చ.

తిలకాశ్రయః-అ-పు-లలాటమ్॥ తె॥నుదురు.

తిలకిట్టమ్-అ-న-తిలమలమ్॥

తిలకీ-న్- త్రి-తిలకయుక్తః॥

తిలఘాతుకః-అ-పు-తిలతణ్డకః॥ తె॥ తెలుకులవాఁడు.

తిలచిత్రపత్రకః-అ-పు-తైలకందః॥

తిలచూర్ణమ్-అ-న-చూర్ణీకృతతిలః ॥ తె॥ నువ్వుపొడి.

తిలతః-౦-౦ - తిలప్రమాణతఇత్యర్థః॥ తె॥ నూగింజంత.

తిలతణ్డకః-అ-పు-తిలఘాతుకః॥ తె॥ తెలుకులవాఁడు,

తిలతణ్డులమ్-అ-న-ఆలింగనవిశేషః॥ తె॥ఆలింగనవిశేషము-

తిలతణ్డులకమ్-అ-న-ఆలింగనమ్- ౨తిలమిశ్రితతండులంచ॥

తిలతైలమ్-అ-న-తిలస్నేహః॥

తిలధేనుః-ఉ-సీ-తిలనిర్మితా ధేనుః॥

తిలపర్ణమ్-అ-న-చందనమ్- ౨తిలవృక్షపత్రం చ॥

తిలపర్ణః-అ-పు-శ్రీవేష్టః॥

తిలపర్ణి-ఇ-న-రక్తచందనమ్ ॥ తె॥ ఎఱ్ఱనిగంధము-

తిలపర్ణికా-ఆ-సీ-రక్తచందనమ్॥ తె॥ ఎఱ్ఱని గంధము,

తిలపర్ణీ-ఈ-సీ-అజగంధినీ-౨శ్రీవేష్టః - ౩రక్తచందనమ్॥ తె॥౧వాయింటచెట్టు-౨దేవదారుబంక-౩ఎఱ్ఱగంధము.

తిలపిచ్చటమ్-అ-న-తిలపిష్టకమ్॥ తె॥ తెలుకపిండి.

తిలపిఞ్జః-అ-పు-తిలపేజః॥ తె॥ పొల్లనువ్వులు.

తిలపుష్పనాసికా-ఆ-సీ-(స్త్రీ)సుఖవల్లక్షణమ్ ॥ తె॥సుఖానుభవముంగలిగెడు(స్త్రీ).

తిలపేజః-అ-పు-తిలపింజః॥ తె॥పొల్లనువ్వులు

తిలబీజా-ఆ-సీ-గుంజాలతా॥ తె॥ గురివెంద తీఁగె.

తిలభావినీ-ఈ-సీ-మాలతీలతా ॥ తె॥ జాజి చెట్టు.

తిలభావీ-న్-పు-నాగరంగవృక్షః॥ తె॥ నారంజిచెట్టు.

తిలమయూరః-అ-పు-మయూరవిశేషః॥

తిలయన్త్రమ్-అ-న-వరజమ్॥ తె॥ తెలుకులవానిగానుఁగు.

తిలరసః-అ-పు-తైలమ్॥ తె॥నూనె.

తిలస్నేహమ్ అ-న-తైలమ్॥ తె॥నూనె.

తిలస్నేహః-అ-పు-తిలతైలమ్॥ తె॥నూనె.

తిలాజ్యోతదలః-అ-పు-తైలకందః॥

తిలాపత్యా-ఆ-సీ-కృష్ణజీరకః॥

తిలిఙ్గః-అ-పు-తిలిత్సః॥ తె॥కొండచిలువ.

తిలిత్సః-అ-పు-గోనసనర్పః ॥ తె॥ కొండచిలువ.

తిలిత్సకః-అ-పు-తరక్షుః॥ తె॥శివంగి.

తిలిప్పః-అ-పు-గోనససర్పః ॥ తె॥ కొండచిలువ.

తిలోత్తమా-ఆ-సీ - స్వర్గవేశ్యావిశేషః॥ తె॥ ఒకానొకయప్సరసు.

తిలౌదనమ్ అ-న-కృసరవిశేషః॥ తె॥ నువ్వులపులగము.

తిల్వః-అ-పు-తిరీటవృక్షః॥ తె॥ ఎఱ్ఱలొద్దుగు చెట్టు.

తిల్వకః-అ-పు-తిరీటకవృక్షః॥ తె॥ వట్టికాలోధ్రము.

తిల్యమ్-అ-న-తైలమ్-౨తిలక్షేత్రమ్॥ తె॥ ౧నూనె.

తిల్యః-అ-త్రి-తిలభవనోచితః॥ తె॥ నువ్వులు పండేక్షేత్రము.

తిల్వః-అ-పు-లోధ్రః-౨శ్వేతలోధ్రః-౩రక్తలోధ్రః॥ తె॥౧లొద్దుగుచెట్టు-౨తెల్లలొద్దుగుచెట్టు-౩ఎఱ్ఱలొద్దుగుచెట్టు.

తిల్వకః-అ-పు- తిల్వకనామకగ్రంథ్యమ్॥ తె॥ తిల్వకమనుగ్రంథ్యము.

తిష్టద్గుః-ఉ-పు-సంధ్యాకాలః॥

తిష్యః-అ-పు-పుష్యనక్షత్రమ్-౨కలియుగమ్ ౩పౌషమాసః॥ తె॥ ౧ఇఱువదేడునక్షత్రములలోనొకటి- ౨కలియుగము-౩పుష్యమాసము.

తిష్యకః-అ-పు-పౌషమాసః॥ తె॥ పుష్యమాసము.

తిష్యపుష్పః-అ-పు-సర్జకవృక్షః॥ తె॥ వేగిసచెట్టు.

తిష్యపుష్పా-ఆ-సీ-ఆమలకీ॥

తిష్యఫలా-ఆ-సీ-ఆమలకీవృక్షః॥ తె॥ ఉసిరికచెట్టు-

తిష్యఫలీ-ఈ-సీ-ఆమలకీవృక్షః॥ తె॥ఉసిరి (కచెట్టు.

తిష్యా-ఆ-సీ-ఆమలకీవృక్షః॥ తె॥ఉసిరికచెట్టు

తివాః-న్-పు-వ్యాధిః-౨వ్రీహిః-౩ధనుః-౪సద్భావః॥

తీకః-అ-పు-చంద్రః-౨విశాలః॥ తె॥ ౧చందురుఁడు-౨విస్తారము.

తీక్షుకః-అ-పు-గౌరీఢః॥ తె॥ మొక్కపుచెట్టు.

తీక్ష్ణమ్-అ-న-అత్యుష్ణమ్-౨విషమ్-౩యుద్ధమ్-౪సముద్రలవణమ్-౫లౌహమ్ - ౬మరణమ్-౭శస్త్రమ్-౮శీఘ్రమ్ - ౯ముష్కకః-౧౦చవ్యకమ్॥

తీక్ష్ణః-అ-పు-శిగ్రువృక్షః-౨జానకః-౩అయః౪లోహవిశేషః॥ తె॥ ౧మునగచెట్టు-౨నెరవంజిచెట్టు-౩ఇనుము - ౪ఒకానొకయినుము.

తీక్ష్ణః-అ-త్రి-అత్యుష్ణవాన్-౨అకుతః-౩క్రూరః-౪ఆత్మత్యాగీ-౫నిరాలస్యః-౬సుబుద్ధిః-౭యోగీ॥

తీక్ష్ణకః-అ-పు-ముష్కకః-౨గౌరసర్షపః॥

తీక్ష్ణకణ్టకః-అ-పు-ధుస్తూరః- ౨బర్బూరః- ౩ఇంగుదీ-౪కరీరః॥ తె॥౧ఉమ్మెత్తచెట్టు-౨తుమ్మచెట్టు- ౩గారచెట్టు- ౪ వెణుతురుచెట్టు.

తీక్ష్ణకణ్టకా-ఆ-సీ-కందారీ॥ తె॥కందారిచెట్టు

తీక్ష్ణకన్దః-అ-పు-పలాండుః॥ తె॥ఉల్లి.

తీక్ష్ణకర్మా-న్-త్రి-తీవ్రకర్మా॥

తీక్ష్ణకల్కః-అ-పు-తుంబూరువృక్షః॥

తీక్ష్ణగన్ధః-అ - పు- మహాద్రోణః-౨జానకః॥ తె॥౧పెద్దతుమ్మిచెట్టు-౨నెరవంజిచెట్టు

తీక్ష్ణగన్ధకః-అ-పు-శిగ్రువృక్షః॥ తె॥ మునఁగచెట్టు.

తీక్ష్ణగన్ధా-ఆ-సీ-కందారీ-౨శ్వేతవచా-౩రాజికా-౪వచా- ౫జీవన్తీ- ౬సూక్ష్మైలా॥ తె॥౧కందారిచెట్టు.

తీక్ష్ణతణ్డులా-ఆ-సీ-పిప్పలీ॥

తీక్ష్ణతుణ్డః-అ-పు-మశకః॥ తె॥దోమ.

తీక్ష్ణతైలమ్-అ-న-సర్జరసః- ౨స్నుహీక్షీరమ్ ౩సురా॥ తె॥౧సర్జరసము - ౨చెముఁడుపాలు-౩కల్లు.

తీక్ష్ణదంష్ట్రః-అ-పు-శార్దూలః॥ తె॥ బెబ్బులి.

తీక్ష్ణపత్రః-అ-పు-తుంబురువృక్షః॥

తీక్ష్ణపత్రా-ఆ-సీ-యాసః-౨కుండలీ॥ తె॥ ౧పిన్నరేగఁటిదూలగొండిచెట్టు - ౨ఉప్పిచెట్టు.

తీక్ష్ణపత్రికా-ఆ-సీ-పత్రాస్త్రమ్॥ తె॥ ఫలాదులుకోసేచాకు.

తీక్ష్ణపుష్పమ్-అ-న-లవంగమ్॥ తె॥ లవంగము.

తీక్ష్ణపుష్పా-ఆ-సీ-కేతకీ॥ తె॥ మొగలిపువ్వు.

తీక్ష్ణప్రభేదీ-న్-పు-పరిఘట్టనమ్॥ తె॥ అర్ధచంద్రాకారమైనగంద్రగొడ్డలి.

తీక్ష్ణఫలః-అ-పు-తుంబురువృక్షః॥

తీక్ష్ణమూలః-అ-పు-శిగ్రుః-౨కులంజనః॥

తీక్ష్ణమూలకః-అ-పు-బర్హిపర్ణీ॥ తె॥నుయూరశిఖచెట్టు.

తీక్ష్ణరసః-అ-పు-యవక్షారః॥

తీక్ష్ణవల్కలః-అ-పు-తుంబురో॥ తె॥ తుంబురనెడుగ్రంథ్యము.

తీక్ష్ణశూకః-అ-పు-యవః॥

తీక్ష్ణసారా-ఆ-సీ-కృష్ణశింశుపావృక్షః॥ తె॥నల్లయిరుగుడుచెట్టు-

తీక్ష్ణా-ఆ-సీ-పిప్పలీలతా-౨అత్యమ్లపర్ణా-౩వచా- ౪సర్పకంకాలికావృక్షః - ౫కపికచ్ఛూః॥ తె॥ ౧పిప్పలితీఁగె-౨పుల్లబచ్చలిచెట్టు.

తీక్ష్ణాయసమ్-అ-న-లోహవిశేషః॥

తీతఉః-ఉ-పు-చాలనీ॥ తె॥జల్లెడ.

తీరమ్-అ-న-నద్యాదికూలమ్॥ తె॥పటియొడ్డు

తీరః-అ-పు-త్రపుః-౨అసూర్యః-౩హరః॥ తె॥ ౧తగరము-౨సూర్యుఁడు-౩శివుఁడు.

తీరః-ం-ం-తిర్యగర్థః-౨అంతర్ధిః-౩మాహాత్మ్యమ్-౪వైచిత్ర్యమ్-౫ప్రలయః-౬పృథగర్థః-౭అతీతః-౮ప్రబలః-౯అత్యయః॥ తె॥ ౧అడ్డముగా-౨కప్పడము,అనఁగా లేకుండాచేయడము-౩మాహాత్మ్యము,మహిమయున్న-౪విచిత్రము-౫నాశము-౬వేఱైనది-౭జరిగినకాలము-౮ప్రబలముగుట-౯చావు.

తీరభుక్తిః-ఇ-పు-దేశవిశేషః॥

తీరితమ్-అ-న-కర్మణాంసమాప్తిః॥

తీర్ణః-అ-త్రి-ఉత్తీర్ణః-౨అభిభూతః-౩ప్లుతః

తీర్ణపదీ-ఈ-సీ-తాలమూలీ॥

తీర్థమ్-అ-న-జలమ్-౨నదీతటాకాదిషుస్నానయోగ్యభాగః-౩యజ్ఞః-౪శాస్త్రమ్-౫మునిజుష్టతోయమ్-౬మంత్ర్యాద్యష్టాదశకమ్-౭పుణ్యభూమిః-౮పాత్రమ్-౯స్త్రీరజః-౧౦నిపానమ్-౧౧మహానదీ-౧౨దైవాదిః-౧౩ఆగమః-౧౪పుణ్యవనమ్॥ తె॥ ౧నీళ్లు-౨రేవు-౩జన్నము-౪శాస్త్రము-౫మహర్షులుస్నానముజేయు మడుఁగు-౬రాజులాలోచనఁజేయుస్థలము మొదలగుపదునెనిమిదిస్థలములు-౭అయోధ్యా-మధురాదిపుణ్యభూములు ౮పాత్రము-౯ముట్టురక్తము-౧౦నూతివద్దిగాడి-౧౧గంగా,గోదావరి,కావేరీ మొదలగునదులు-౧౨అదృష్టము మొదలగునవి-౧౩ఆగమశాస్త్రము-౧౪దండకారణ్యాదులు.

తీర్థః-అ-పు- యతిసంప్రదాయభేదజ్ఞానార్థచిహ్నమ్-౨గురుః-౩యోనిః-౪ఉపాయః॥ తె॥ ౧యతిసంప్రదాయభేదజ్ఞానార్థచిహ్నము-౨గురువు-౩యోని-౪సాధనము.

తీర్థకరః-అ-పు- శాక్యబుద్ధదేవః॥ తె॥ బుద్ధదేవత.

తీర్థకృత్-త్-పు-బుద్ధదేవః॥ తె॥ బుద్ధదేవుఁడు

తీర్థఙ్కరః-అ-పు-శాక్యబుద్ధదేవః॥ తె॥ బుద్ధదేవత.

తీర్థరాజీ-ఈ-సీ-కాశీ॥

తీర్థవాకః-అ-పు-కేశః॥

తీర్థసేవీ-న్-(న)-బకవత్నీ॥

తీర్థసేవీ-న్-త్రి-తీర్థవాసీ॥

తీవరః-అ-పు-కైవర్తః॥ తె॥ వలచేతజీవించేవాఁడు.

తీవరీ-ఈ-సీ-వ్యాధపత్నీ॥

తీవ్రమ్-అ-న-అతిశయః-౨కష్టమ్-౩తీరమ్-౪తీక్ష్ణమ్-౫త్రపు-౬లోహమ్॥

తీవ్రః-అ-పు-శివః॥

తీవ్రః-అ-త్రి-అతిశయవాన్-౨కటుః-౩ఉష్ణః॥ తె॥ ౧అతిశయమయినది-౨చేఁదు-౩వేఁడి.

తీవ్రకణ్ఠః-అ-పు-శూరణః॥

తీవ్రగన్ధః-అ-పు-తులసీ-౨ఉర్వారుః॥ తె॥ ౧తులశి-౨నక్కదోస.

తీవ్రగన్ధా-ఆ-సీ-యవానీ॥

తీవ్రజ్వాలా-ఆ-సీ-ధాతకీ॥

తీవ్రవేదనా-ఆ-సీ- యాతనా - అతిశయవేదనా॥

తీవ్రా-ఆ-సీ-తరట్టీ-౨కటురోహిణీ-౩గంధదూర్వా-౪నదీవిశేషః-౫మహాజ్యోతిష్మతీ-౬తులసీ-౭రాజికా॥ తె॥ ౧తరట్టిచెట్టు-౨కటుకరోహిణి-౩వాసనగరికెగడ్డి-౪ఒకానొకయేఱు-౫పెద్దవెక్కుడుతీఁగె-౬తులశి-౭నల్లావాలు.

తు-౦-౦-పాదపూరణమ్ - ౨ఇతరవ్యవచ్ఛేదః-౩ భేదః-౪అవధారణమ్-౫పూజా-౬ హేతుః-౭భావః-౮నిద్రా - ౯దూరాహ్వానమ్-౧౦వికారః-౧౧శోభనమ్-౧౨ ఉల్లంఘనమ్॥ తె॥౧పాదపూరణము - ౨అయ్యేవే-౩విశేషము-౪నిశ్చయము-౫మర్యాదజేయుట-౬కారణము-౭అభిప్రాయము-౮నిద్దుర - ౯దూరమునుండిపిలుచుట-౧౦వికారము-౧౧శుభము - ౧౨పొగ్లాడుట.

తుక్-జ్-పు-అపత్యమ్॥

తుక్-జ్-సీ-స్త్రీపుంరూపసంతానః॥ తె॥బిడ్డ.

తుకా-ఆ-సీ-వంశలోచనా॥ తె॥తవాక్షీరి.

తుకాక్షీరీ-ఈ-సీ-వంశరోచనా॥ తె॥ తవాక్షీరి.

తుఖరః-అ-పు-బాణః-౨దేశవిశేషః॥ తె॥ ౧అమ్ము-౨ఒకానొకదేశము.

తుగా-ఆ-సీ-వంశలోచనా॥ తె॥తవాక్షీరి,

తుగాక్షీరీ-ఈ-సీ-వంశరోచనా॥ తె॥తవాక్షీరి

తుఙ్గమ్-అ-న-కింజల్కః॥

తుఙ్గః-అ-పు-నమేరువృక్షః-౨శైలః - ౩బుధగ్రహః ౪నారికేలః-౫గండకః-౬యోగభేదః - సతుగ్రహాణాముచ్చరాశిః॥ తె॥౧పొన్నచెట్టు-౨కొండ.

తుఙ్గః-అ-త్రి-ఉన్నతః-౨ఉగ్రః-౩ప్రధానం

తుఙ్గకః-అ-పు-పున్నాగవృక్షః॥

తుఙ్గభద్రః-అ-పు-మదోత్కటహస్తీ॥

తుఙ్గభద్రా-ఆ-సీ-తుంగభద్రానదీ॥

తుఙ్గశేఖరః-అ-పు-పర్వతః॥

తుఙ్గా-ఆ-సీ-శమీవృక్షః- ౨వంశలోచనా॥ తె॥౧జమ్మిచెట్టు-౨తవక్షీరి.

తుఙ్గిణీ-ఈ-సీ-మహాశతావరీ॥ తె॥ పెద్దపిల్లిపీచర.

తుఙ్గినీ-ఈ-సీ-మహాశతావరీ॥ తె॥ పెద్దపిల్లిపీచర.

తుఙ్గీ-న్-పు-తుంగస్థానస్థితః-ఉచ్చస్థగ్రహః॥

తుఙ్గీ-ఈ-సీ-అజగంధినీ-౨సాలవృక్షః-౩హరిద్రా॥ తె॥ ౧వాయింటచెట్టు - ౨పప్పెచెట్టు-౩పసపుచెట్టు.

తుఙ్గీపతిః-ఇ-పు-చంద్రః॥

తుఙ్గీశః-అ-పు-శివః-౨కృష్ణః-౩సూర్యః॥

తుచ్ఛమ్-అ-న-దుఃఖమ్-౨అల్పః॥ తె॥౧దుఃఖము-౨అల్పము,తక్కువయున్న.

తుచ్ఛః-అ-త్రి-గజదిగ్ధకపిత్థవద్రిక్తవస్తు॥ తె॥ పొల్లు.

తుచ్ఛద్రుః-ఉ-పు-ఏరండవృక్షః॥ తె॥ ఆముదపుచెట్టు.

తుచ్ఛధాన్యకమ్-అ-న-పులాకః॥

తుచ్ఛా-ఆ-సీ-తుత్థా- ౨నీలీవృక్షః॥ తె॥ ౧రసాంజనము-౨నీలిచెట్టు.

తుజాలకః-అ-పు-జాలవృక్షః॥ తె॥ ఆలుదొండచెట్టు.

తుటనః-అ-పు- అష్టవర్షాంతరబాలః- ౨తూలీ॥ తె॥ ౧ఎనిమిదిసంవత్సరములలోపువయస్సుగలవాఁడు.

తుటుమః-అ-పు-ఉందురుః॥

తుణిః-ఇ-పు-కుణిః-౨తున్నవృక్షః॥ తె॥ ౧పొట్టిచేతులవాఁడు-౨నందివృక్షము.

తుణ్డమ్-అ-న-పక్షిత్రోటిః- ౨మనుష్యాదిముఖమ్॥ తె॥౧పిట్టముట్టె.

తుణ్డకేరికా-ఆ-సీ-కార్పాసీ॥

తుణ్డకేరీ-ఈ-సీ-బింబికా- ౨కార్పాసీ॥ తె॥౧దొండచెట్టు-౨ప్రత్తిచెట్టు.

తుణ్డిః ఇ-పు-ముఖమ్-౨చంచుః॥

తుణ్డిః-ఇ-సీ-నాభిః॥

తుణ్డికా-ఆ-సి-నాభిః-౨బింబికా॥

తుణ్డికేరిః-ఇ-సీ-కార్పాసీ-౨బింబికా॥ తె॥ ౧ ప్రత్తిచెట్టు-౨దొండచెట్టు.

తుణ్డికేరికా-ఆ-సీ-కార్పాసీ-౨బింబికా॥ తె॥ ౧ప్రత్తిచెట్టు-౨దొండచెట్టు.

తుణ్డికేరీ-ఈ-సీ-కార్పాసవృక్షః-౨బింబికాలతా॥ తె॥౧ప్రత్తిచెట్టు-౨దొండచెట్టు.

తుణ్డికేశీ-ఈ-సీ-కార్పాసీ-౨బింబికా॥ తె॥ ౧ ప్రత్తిచెట్టు-౨దొండచెట్టు.

తుణ్డితః-అ-త్రి-వాయ్వాదినున్నశాఖాదిః॥ తె॥ గాలికివిఱిఁగినచెట్లకొమ్మలు మొదలగునవి.

తుణ్డిభః-అ-త్రి-వృద్ధనాభిః - ౨బృహన్నాభియుక్తః॥

తుణ్డిలః-అ-త్రి-వృద్ధనాభిః-౨ముఖరః॥

తుణ్డీ-ఈ-సీ-మోహినీ॥ తె॥నల్లఉమ్మెత్త.

తుణ్డీన్-పు-విహంగః - ౨పకోనవింశతివర్షగజః॥ తె॥ ౧పిట్ట-౨పందొమ్మిదేండ్లపనుగు.

తుత్థమ్-అ-న-కర్పరీతుత్థం॥ తె॥కర్పరీతుత్థము.

తుత్థః-అ-పు-అగ్నిః-౨అంజనమ్॥ తె॥ ౧నిప్పు-౨కాటుక.

తుత్థకమ్-అ-న-తుత్థమ్॥

తుత్థతాలీయమ్-అ-న-దుగ్ధామ్లమ్- ౨దుగ్ధఫేనః॥ తె॥౧వృక్షభేదము-౨పాలనురుగు.

తుత్థా-ఆ-సీ-నీలినీ-౨త్రిపుటాలతా॥ తె॥ ౧నీలిచెట్టు-౨పిన్నయాలకి.

తుత్థాఞ్జనమ్-అ న-మయూరతుత్థమ్॥ తె॥మైలతుత్తము.

తునికః-అ-పు-నందివృక్షః॥ తె॥నందిచెట్టు.

తున్తుర్పః-అ-పు-జలబిందుః॥ తె॥నీటిబిందువు.

తున్తువాయః-అ-పు- శిల్పికుంభకారస్త్రీజాతః॥ తె॥సాలెవాఁడు.

తున్దమ్-అ-న-గర్భః॥ తె॥కడుపు.

తున్దః-అ-పు-గోధూమః॥ తె॥గోధుమలు.

తున్దకటః-అ-పు-తుందరజః॥ తె॥ గోధుమల నూగు-దూగర.

తున్దకూపికా-ఆ-సీ-నాభిః॥

తున్దకూపీ-ఈ-సీ-నాభిః॥

తున్దపరిమార్జః-అ-త్రి-తుందపరిమృజః॥ తె॥ బద్ధకుఁడు.

తున్దపరిమృజః-అ-త్రి-అలసః॥ తె॥బద్ధకుఁడు.

తున్దపరిమృజః-అ-పు- మందస్వభావకః॥ తె॥ బద్ధకుఁడు.

తున్ది-ఇ-న-ఉదరమ్॥ తె॥కడుపు.

తున్దిః-ఇ పు-గంధర్వవిశేషః॥

తున్దిః-ఇ-సీ-నాభిః॥ తె॥పొక్కిలి.

తున్దికః-అ-త్రి-శకునావృతః-౨తుందిలః॥ తె॥ ౧దాళువా-సారువావస్లు - ౨బొజ్జఁగలవాఁడు.

తున్దికా-ఆ-సీ-నాభిః॥ తె॥బొడ్డు.

తున్దితః-అ-త్రి-తుండిలః ॥ తె ॥ పెద్దబొజ్జువాఁడు.

తున్దిభః-అ-త్రి-తుందిలః ॥ తె॥ పెద్దకడుపువాఁడు.

తున్దిభః-అ-పు-తుందిలః-౨వృద్ధనాభిః॥ తె॥ ౧బొజ్జ గలవాఁడు - ౨ ఉరుకుబొడ్డుగలవాఁడు.

తున్దిలః-అ-త్రి-పిచండిలః-౨వృద్ధనాభిః॥ తె॥ ౧బొజ్జగలవాఁడు - ౨ఉరుకుబొడ్డుగలవాఁడు.

తున్దిలః-అ-పు-కఠినప్రసవనారికేళః॥ తె॥కట్టిఫలపుష్పాదులుగలటెంకాయచెట్టు-యిదిరోగహారి.

తున్దిలఫలా-ఆ-సీ-త్రపుషీ॥

తున్దీ-ఈ-సీ-నాభిః॥

తున్దీన్-త్రి-తుందిలః॥ తె॥బొజ్జగలవాఁడు.

తున్దుభః-అ-పు-సర్షపః॥ తె॥ఆవాలు.

తున్నః-అ-త్రి-వ్యథితే॥

తున్నః-అ-పు-నందివృక్షః॥ తె॥ నందివృక్షము

తున్నకః-అ-పు-నందివృక్షః॥ తె॥ నంది చెట్టు.

తున్నవాయః-అ-పు- చర్మకార(స్త్రీ)వి ప్రజనితః॥ తె॥ బట్టలుకుట్టేచిప్పవాఁడు,

తుబరః-అ-పు-శృంగరహితాగౌః- ౨శ్మశ్రురహితపురుషః॥ తె॥ ౧కొమ్ములేనిఆవు - ౨ పేడివాఁడు.

తుమురః-అ-(సీ)-తుములః॥

తుములమ్-అ-న-ఉభయబలసంయోగః॥ తె॥ రెండుబలములుకలుసుకొవడము,

తుములః-అ-పు-రణసమూహధ్వనిః - ౨కలివృక్షః॥ తె॥ ౧యుద్ధములోగొల్లు- ౨తాండెచెట్టు.

తుములః-అ-త్రి-ఉభయబలసంకులయుద్ధమ్- ౨ఆకులః॥ తె॥ ౧దొమ్మియుద్ధము- ౨వ్యాకులమైనది.

తుమ్బమ్-అ-న-వీణాతుంబమ్॥ తె॥ వీణెకాయ.

తుమ్బః-అ-(న)-అలాబుః॥ (చెట్టు.)

తుమ్బః-అ-పు-అలాబూలతా॥ తె॥ ఆనుఁగు

తుమ్బకః-అ-పు- అలాబుః- ౨రాజాలాబుః॥ తె॥ ౧ఆనుఁగుచెట్టు.

తుమ్బకః- అ- త్రి- స్పష్టనాశికవాక్॥ తె॥ ముక్కునపలికేమాట.

తుమ్బా-ఆ-సీ-గౌః॥ తె॥ ఆవు.

తుమ్బిః-ఇ-సీ-అలాబుః॥ తె॥ ఆనుఁగుచెట్టు.

తుమ్బికా-ఆ-సీ- అలాబుః-౨కటుతుంబీ॥ తె॥ ౧ఆనుఁగుచెట్టు- ౨చేఁదానపచెట్టు.

తుమ్బినీ-ఈ-సీ-ఇంద్రవారుణీ॥ తె॥ పెద్దపాపరచెట్టు.

తుమ్బీ-ఈ-సీ-అలాబూలతా॥

తుమ్బీపుష్పమ్- అ- న - లతాంబుజమ్-అలాబూపుష్పమ్॥

తుమ్బుకమ్-అ న-అలాబుఫలమ్॥ తె॥ ఆనుఁగుపండు.

తుమ్బుకః-అ-పు-అలాబుః॥ తె॥ ఆనుఁగుచెట్టు

తుమ్బురీ-ఈ-సీ-కుక్కురీ-ధన్యాకమ్॥

తుమ్బురు-ఉ-న-కుస్తుంబురు॥

తుమ్బురుః-ఉ-పు- తీక్ష్ణవల్కఫలమ్ - ౨గంధర్వవిశేషః॥ తె॥ ౧తుంబురుఅనేగ్రంథ్యము-౨ఒకానొకగంధర్వుఁడు.

తురమ్-అ-న-త్వరితమ్- ౨విత్తమ్- ౩గజశాలా॥ తె॥ ౧వేగము - ౨ధనము-౩ఏనుఁగశాల.

తురః-అ-త్రి వేగవాన్॥

తురః-అ-పు-బాణః॥ తె॥ బాణము.

తురగః-అ-పు-అశ్వః-౨చిత్తమ్॥ తె॥ ౧గుఱ్ఱము-౨మనస్సు.

తురగగన్ధా-ఆ-సీ-అశ్వగంధా॥

తురగబ్రహ్మచర్యకమ్-అ-న- అభావాదంగనాత్యాగః॥

తురగాననమ్-అ-న- దరిద్రవతీలక్షణమ్॥ తె॥ పేదరాలియొక్క గుఱుతు.

తురగాననః-అ-పు-అశ్వముఖమీనః॥ తె॥ గుఱ్ఱపుమూతిచేఁప.

తురగీ-న్-త్రి-అశ్వారోహః॥ తె॥ గుఱ్ఱపుసవారు.

తురగీ-ఈ-సీ-అశ్వగంధా-౨అశ్వ(స్త్రీ)॥

తురఙ్గః-అ-ద్వ-ఘోటకః-౨చిత్తమ్॥ తె॥ ౧గుఱ్ఱము.

తురఙ్గః-అ-పు-అశ్వః॥ తె॥ గుఱ్ఱము.

తురఙ్గకః-అ-పు-ఘోషకాకృతిః॥

తురఙ్గద్వేషణీ-ఈ-సీ-మహిషీ॥

తురఙ్గప్రియః-అ-పు-యవః॥

తురఙ్గమః-అ-(న)-ఘోటకః॥ తె॥ గుఱ్ఱము.

తురఙ్గమః-అ-పు-అశ్వః॥ తె॥ గుఱ్ఱము.

తురఙ్గలీలః-అ-పు-తాలప్రాణకలావిశేషః॥ తె॥ తాలప్రాణకలావిశేషము.

తురఙ్గవక్త్రః-అ-పు-కిన్నరః॥

తురఙ్గవదనః-అ-పు-అశ్వముఖనరస్వరూపః॥ తె ॥ గుఱ్ఱపు మొగముమనుష్యస్వరూపముఁగలవాఁడు.

తురఙ్గారిః-ఇ-పు-కరవీరః॥

తురఙ్గికా-ఆ-స్త్రీ-దేవదాలీలతా॥

తురఙ్గీ-ఈ-స్త్రీ-అశ్వగంధా-౨ఘోటికావృక్షః

తురుష్కః-అ-పు-తురుష్కనామకగ్రంథ్యమ్-౨పిండకమ్ ॥ తె ॥ ౧తురుష్కమనుగ్రంథ్యము-౨అందుగుబంకధూపద్రవ్యము.

తురుష్కా-ఆ-స్త్రీ-కరవాలికా-౨చండాలేతరద్వాదశాంత్యజాతివిశేషః॥ తె॥ ౧ చిమ్మకత్తి- ౨మాలవానికంటెనితరములగు పండ్రెండు కడపటిజాతులలోని విశేషము.

తురాయణమ్-అ-న-అసంగవచనమ్॥ తె॥ తడబడకుండాచదవడము.

తురాయణః-అ-త్రి-పరాయణః॥

తురాషాట్-హ-పు-ఇంద్రః॥ తె॥ దేవేంద్రుఁడు.

తురాషాడ్-హ-పు- ఇంద్రః॥ తె॥ దేవేంద్రుఁడు

తురిః-ఇ-స్త్రీ-తురీ॥

తురిః-ఇ-పు-సముద్రః॥ తె॥ సంద్రము.

తురీ-ఈ-స్త్రీ- ప్రసరా॥ తె॥ నేసేటప్పుడునూలు కండెనుంచేనాడె.

తురీన్-న్-పు-ప్రసరా॥ తె॥ నేసేటప్పుడునూలు కండెనుంచేనాడె.

తురీయమ్-అ-న-బ్రహ్మ.

తురీయః-అ-త్రి-చతుర్థః॥ తె॥ నాలుగవది.

తురీయవర్ణః-అ-పు-శూద్రః॥

తురుష్కః-అ-పు-కుసుమగర్భకః॥ తె॥ పువ్వులుముడిచినకొప్పు.

తురుష్కః-అ-పు-గంధద్రవ్యభేదః॥ తె॥ తురుష్కమనేగంధద్రవ్యము.

తుర్యః-అ-త్రి-చతుర్థః॥ తె॥ నాలుగోది,

తుర్యపిణ్డీ-ఈ-స్త్రీ-గుడబలా॥ తె॥ కొమ్మనగొఱ్ఱపిండిచెట్టు.

తుర్యవాట్-హ-పు-చతురబ్దవృషః॥ తె॥ నాలుగేండ్లకోడె.

తుర్యౌహీ-ఈ-స్త్రీ- చతురబ్దగౌః॥ తె॥ నాలుగేండ్లఆవు.

తుర్వసుః-ఉ-పు-యయాతిరాజపుత్రః॥

తులసారిణీ-ఈ-స్త్రీ-తూణమ్॥

తులసీ-ఈ-స్త్రీ-నాగమాతా॥ తె॥ తులసిచెట్టు

తులసీద్వేషా-ఆ-స్త్రీ-బర్బరీ॥

తులా-ఆ-స్త్రీ- తులారాశిః-౨పలాలతా-౩శతపలతులామానసువర్ణమ్-౪పాదావతమ్-౫కక్ష్యా-౬ఉన్మానమ్- ౭సాదృశ్యమ్-౮ఉన్మానసాధనమ్ -౯గృహదార్వంతరమ్-౧౦భాండమ్॥ తె॥ ౧తులయనేరాసి- ౨పలకిచెట్టు - ౩నూరుపలాలయెత్తు బంగారము-౪పతముమీఁదికట్టు-౫బంకుయెత్తున్న-౬తూచడము- ౭సామ్యము-౮తూచేతక్కెడత్రాసుమొదలైనది-౯ఇంటికివేసెడుతులావాసము-౧౦కుండ

తులాకోటిః-ఇ-పు-పాదాంగదమ్॥ తె॥ పావడము,బిరుదుపెండేరము.

తులాకోటిః-ఇ-స్త్రీ- నూపురః- ౨మానభేదః-౩అర్బుదః॥

తులాకోటీ-ఈ-స్త్రీ-తులాకోటిః॥

తులాకోశః-అ-పు-తులాపరీక్షా॥

తులాధరః-అ-పు-తులారాశిః॥

తులాధరః-అ-త్రి-వణిక్-౨తులాగుణః॥

తులాధారః-అ-పు-వాణిజకః-౨ తులా రాశిః ॥ తె॥ ౧ వ్యాపారసాధనము - ౨ మేషాది రాసులలోనొకటి.

తులాపురుషకృచ్ఛ్రః-అ-(స్త్రీ)-తప్తాతికృచ్ఛ్రవిశేషః॥ తె॥ ఒకానొకతప్తకృచ్ఛ్రము మొదలైనది.

తులాపురుషదానమ్-అ-న - షోడశమహాదానాంతర్గతదానవిశేషః॥

తులాబీజమ్-అ-న-గుంజా॥

తులామానమ్-అ-న-ఉన్మానమ్॥ తె ॥ తూనికెగుండ్లు మొదలైనవి.

తులిః-ఇ-స్త్రీ-తురీ-౨ తూలికా॥

తులికా-ఆ-స్త్రీ-వాయువాహః॥

తులినీ-ఈ-స్త్రీ-శాల్మలిః॥ తె॥ బూరుఁగుచెట్టు.

తులిఫలా-ఆ-స్త్రీ-శాల్మలిః॥ తె॥ బూరుగుచెట్టు.

తులీ-ఈ-స్త్రీ-తురీ॥

తుల్యః-అ-త్రి-సమః॥ తె॥ సమానము, సమానవస్తువున్ను.

తుల్యపానమ్-అ-న- ఆత్మీయైర్జనైస్సహమిళిత్వా ఏకకాలేకృతంపానమ్॥

తుల్యయోగితా-ఆ-స్త్రీ- అలంకారవిశేషః॥ తె॥ ఒకానొకయలంకారము.

తువరః-అ-(స్త్రీ)-కషాయరసః॥ తె॥ ఒగరు.

తువరః-అ-పు-కషాయరసః॥ తె॥ ఒగరు.

తువరః-అ-త్రి- కషాయరసవాన్-౨ శ్మశ్రుహీనః॥ తె॥ ౧ ఒగరైనవస్తువు.

తువరయావనాలః-అ-పు-ధాన్యవిశేషః॥

తువరికా-ఆ-స్త్రీ-సురాష్ట్రికమ్-౨ ఆఢకీ॥ తె॥ ౧ తొవరిమన్ను-౨ కందులు.

తువరీ-ఈ స్త్రీ-ఆఢకీ-౨ సౌరాష్ట్రిజమృత్తికా॥ తె॥ ౧ కందులు.

తువరీశిమ్బః-అ-పు-చక్రమర్దకవృక్షః॥

తువిః-ఇ-స్త్రీ-తుంబీ॥

తుషీయః-అ-పు-క్రోధశీలః-౨ గర్దభమైథునమ్ ౩ చతుర్థపాదః॥ తె॥ ౧ కోపస్వభావుఁడు ౨ గాడిదెమైథునము - ౩ నాలవపాదము.

తుషః-అ-(స్త్రీ)- ధాన్యత్వక్-౨ విభీతకవృక్షః॥ తె॥ ౧ ఉముక - ౨ తాఁడెచెట్టు.

తుషః-అ-పు-ధాన్యత్వక్- ౨ విభీతకవృక్షః ॥ తె॥ ౧ ధాన్యపుపొల్లు- ౨ తాఁడెచెట్టు.

తుషగ్రహః-అ-పు-అగ్నిః॥ తె॥ నిప్పు.

తుషసారః-అ-పు-అగ్నిః॥ తె॥ నిప్పు.

తుషానలః-అ-పు-తుషాగ్నిః॥ తె॥ ఉముకనిప్పు

తుషారః-అ-పు-నీహారః-౨ శీకరః - ౩ దేశభేదః-౪ చంద్రః॥ తె॥ ౧ మంచు- ౨ తుంపర- ౩ దేశభేదము-౪ చందురుఁడు.

తుషారః-అ-త్రి-శీతలః॥ తె॥ చల్లనిది.

తుషితః-అ-పు- షట్త్రింశత్తుషితగణదేవజాతిః-౨ షట్త్రింశత్సంజ్ఞా॥ తె॥ ౧ ముప్పదియాఱుగురు తుషితులను దేవజాతి - ౨ ముప్పదాఱుసంఖ్య,

తుషోత్థమ్-అ-న-తుషోదకమ్॥

తుషోదకమ్-అ-న-కాంజికమ్-౨ కాంజికభేదః

తుష్టః-అ-త్రి-తోషప్రాప్తః॥

తుష్టిః-ఇ-స్త్రీ-తోషః - ౨ అధిగతార్థాదన్యత్ర తుచ్ఛత్వబుద్ధిః- ౩ మాతృకావిశేషః॥

తుష్టుః-ఉ-పు-కర్ణమణిః॥

తుసః-అ-పు-తుషః॥ తె॥ ఉముక.

తుస్తమ్-అ-న-ధూళిః॥

తుహినమ్-అ-న-నీహారః-౨ చంద్రతేజః॥ తె॥ ౧ మంచు-౨ చంద్రునియొక్క తేజస్సు,

తుహినాంశుతైలమ్-అ-న- కర్పూరతైలమ్॥

తూకః-అ-పు - నాట్యచతుర్దశాంగవిశేషః॥ తె॥ నాట్యమందలిపదునాలుగంగములలోవిశేషము-అనగా-తుకయనునది,

తూణః-అ-ద్వ-నిషంగః॥ తె॥ అంబులపొది,

తూణకమ్-అ-న-ఛందోవిశేషః॥

తూణీన్-పు-నందీవృక్షః॥

తూణీన్-త్రి-తూణయుక్తే॥

తూణీ-ఈ-సీ-మత్తూగః-౨నీలినీ-౩నిషంగః॥ తె॥ ౧ఉమ్మెత్త - ౨నీలిచెట్టు-౩అంబులపొది.

తూణీకః-అ-పు-నందీవృక్షః॥

తూణీరః-అ-పు-నిషంగః॥ తె॥అంబులపొది.

తూతకమ్-అ-న-తుత్థమ్॥

తూదః-అ-పు-తూలవృక్షః॥

తూడః-అ-త్రి-బ్రహ్మతుండీ॥ తె॥గంగరావి.

తూదసస్యకః-అ-పు - క్షుద్రామ్రవృక్షః॥ తె॥పోఁకలంతేసికాయలమామిడిచెట్టు.

తూబరః-అ-పు-శృంగరహితాగౌః- ౨శ్మశ్రురహితపురుషః॥ తె॥ ౧కొమ్ములులేనిపశువు-౨పేడివాఁడు-

తూరమ్-అ-న-వాద్యమ్॥

తూరీ-ఈ-సీ-ధుస్తూరవృక్షః॥ తె॥ ఉమ్మెత్తచెట్టు.

తూర్ణమ్-అ-త్రి-తద్వతి॥

తూర్ణమ్-అ-న-వేగః॥ తె॥ వేగము.

తూర్ణః-అ-పు-వేగవాన్॥

తూర్ణకః-అ-పు-శకునావృతః॥ తె॥దాళువాసొకువావడ్లు.

తూర్ణిః-ఇ-పు-మలమ్--౨త్వరా-౩శ్లోకః - ౪మనః॥

తూర్ణిః-ఇ-సీ-శీఘ్రమ్॥ తె॥ వేగము.

తూర్యమ్-అ-న-వాద్యమ్॥

తూర్యమ్-అ-(సీ) - చతుర్విధవాద్యధ్వనిః॥ తె ॥ నాలుగువిధములగు వాద్యములచప్పుడు.

తూర్యఖణ్డః-అ-పు-ద్రగడవాద్యమ్॥

తూలమ్-అ-న-ఆకాశమ్-౨అశ్వత్థాకారవృక్షవిశేషః॥ తె॥౧ఆకసము- ౨రావిచెట్టువంటిఒకానొకచెట్టు.

తూలః-అ-పు-కార్పాసాదితూలః॥ తె॥ప్రత్తిమొదలయినదూది.

తూలకమ్-అ-న-తూలః॥ తె॥దూది.

తూలకణ్టకః-అ-పు-కోకిలాక్షకః॥ తె॥ గొబ్బిచెట్టు.

తూలకార్ముకమ్- అ - న - తూలస్ఫోటనార్థధనుః॥

తూలచాపః-అ-పు-తూలకార్ముకమ్॥

తూలనాలికా-ఆ-సీ-పింజికా॥

తూలనాలీ-ఈ-సీ-తూలనాలికా॥

తూలపిచుః-ఉ-పు-తూలః॥ తె॥దూది.

తూలవృక్షః-అ-పు-శాల్మలీ॥ తె ॥ బూరుఁగుచెట్టు.

తూలశర్కరా-ఆ- సీ - కార్పాసబీజమ్॥ తె॥ ప్రత్తిగింజ.

తూలసేచనమ్-అ-న-సూత్రకర్తనమ్॥

తూలా-ఆ-సీ-కార్పాసీ-౨వర్తిః॥

తూలిః-ఇ-సీ- చిత్రోపకరణశలాకా- ౨తూలశయ్యా॥ తె॥ ౧పటచిత్రకారులకుంచె-౨దూదిపరుపు.

తూలికా-ఆ-సీ- ఈషికా - ౨తూలశయ్యా॥ తె॥౧కాగితము వ్రాసేకలము-పటచిత్రకారులు వ్రాసేకుంచిన్ని-౨దూదిపరుపు

తూలినీ-ఈ-సీ-శాల్మలీవృక్షః- ౨కార్పాసః॥ తె॥౧బూరుఁగుచెట్టు-౨ప్రత్తిచెట్టు.

తూలిఫలా-ఆ-సీ-శాల్మలిః ॥ తె ॥ బూరుఁగుకాయ.

తూలీ-ఈ-సీ-నీలీ-౨వర్తిః-౩తూలికా॥

తూవరః-అ-పు-కషాయరసః- ౨కాలేఽజాతశృంగోగౌః-౩అశ్మశ్రుపురుషః-౪పురుషవ్యంజనవ్యక్తః॥ తె॥౧ఒగరు.

తూవరః-అ-త్రి-కషాయరసవాన్॥ తె ॥ ఒగరైనవస్తువు.

తూవరికా-ఆ-సీ-తువరికా ॥ తె ॥ తొవరిమన్ను.

తూవరీ-ఈ-సీ-సౌరాష్ట్రిమృత్తికా॥

తూష్ణికామ్-౦-౦-మౌనమ్॥ తె॥ఊరకే.

తూష్ణీమ్-౦-౦-మౌనమ్॥ తె॥ఊరకే.

తూష్ణీంశీలః-అ-త్రి-మౌనీ॥

తూష్ణీకః-అ-త్రి-తూష్ణీంశీలః॥

తూష్ణీకః-అ-పు-తూష్ణీంశీలః॥ తె ॥ ఊరకెనుండెడువాఁడు.

తూష్ణీకామ్-౦-౦-మౌనమ్॥

తూస్తమ్-అ-న-ధూలిః-౨జటా-౩పాపమ్-౪సూక్ష్మమ్॥

తృఖమ్-అ-న-జాతీఫలమ్॥

తృట్-ష్-సీ-ఇచ్ఛా-౨పిపాసా॥ తె॥ ౧ఇచ్ఛ-౨దప్పి.

తృటః-అ-పు-తీక్ష్ణసూచ్యాబ్జపుష్పదళవేధకాలః॥ తె॥ తామరపూరేకునుసూదితోపొడిచినంతసేపు.

తృటదిబః-అ-పు-అంఘ్రిపనసః॥ తె॥ వేలుపనసచెట్టు.

తృటిః-ఇ-సీ-తీక్ష్ణసూచ్యాబ్జపుష్పదళవేధమాత్రకాలః-౨త్రిపుటాలతా-౩లవః-౪సంశయః॥ తె॥ ౧తామరపూరేకునుసూదితోపొడిచినంతసేపు-౨పిన్నయేలకితీఁగె-౩అల్పపరిమాణము-౪సందియము.

తృణమ్-అ-న-యవసమ్-౨నలతృణమ్-౩కాశతృణమ్-౪బల్బజమ్-౫వీరణతృణమ్-౬ఇక్షుః॥ తె॥ ౧గడ్డి-౨కిక్కసగడ్డి-౩తెల్లుగడ్డి-౪మోదయపుగడ్డి-౫అవురుగడ్డి-౬చెఱకు.

తృణకుఙ్కుమమ్-అ-న-సుగంధద్రవ్యభేదః॥

తృణకుటీ-ఈ-సీ-తృణాచ్ఛాదితగృహమ్॥

తృణకూర్మః-అ-పు-తుంబీ॥

తృణకేతుః-ఉ-పు-వంశః॥

తృణకేతుకః-అ-పు-వంశః॥

తృణగోధా-ఆ-సీ-చిత్రగలః-౨కృకలాసః॥ తె॥ ౧ఒకానొకజంతువు-౨తొండ.

తృణగ్రన్థిః-ఇ-సీ-స్వర్ణజీవంతీ॥

తృణగ్రాహీ-న్-పు-తృణలేశగ్రాహకనీలరత్నమ్॥ తె॥ తృణగ్రాహినీయనునీలరత్నము.

తృణజమ్భః-అ-త్రి-తృణభక్షకః-౨తృణవర్ణదంతయుక్తః॥

తృణతా-ఆ-సీ-కార్ముకమ్-౨తృణత్వమ్॥ తె॥ ౧ధనుస్సు-౨గెడ్డియగుట.

తృణద్రుమః-అ-పు-తాలద్రుమః-౨నారికేళవృక్షః-౩క్రముకవృక్షః-౪తృణగుల్మః-౫దరీముఖమ్॥ తె॥ ౧తాటిచెట్టు-౨కొబ్బరిచెట్టు-౩పోఁకచెట్టు-౪కసువుపొద-౫గుహయొక్క బిలము.

తృణధాన్యమ్-అ-న-నీవారాదితృణధాన్యమ్॥ తె॥ దూసరివడ్లు-వెదురుబియ్యము మొదలయినగడ్డిపంట.

తృణధ్వజః-అ-పు-వేణుః॥ తె॥ వెదురు.

తృణనిమ్బః-అ-పు-నైపాలః॥ తె॥ నేపాళ[illegible]ము.

తృణపత్రికా-ఆ-సీ-ఇక్షుదర్భా॥

తృణపత్రీ-ఈ-సీ-గుండాశినీ॥

తృణపుష్పమ్-అ-న-తృణకుంకుమమ్॥

తృణపుష్పీ-ఈ-సీ-సిందూరపుష్పీవృక్షః॥

తృణపూలీ-ఈ-సీ-చంచా॥

తృణబల్బజా-ఆ-సీ-బల్బజా॥

తృణబిన్దుకః-అ-పు-శ్యామాకః॥ తె॥ చామల

తృణబీజః-అ-పు-శ్యామాకః॥ తె॥ చామలు.

తృణబీజోత్తమః-అ-పు-శ్యామాకః॥ తె॥ చామలు.

తృణమణిః-ఇ-పు-తృణగ్రాహీ॥

తృణమత్కుణః-అ-పు-లగ్నకః॥

తృణరాజః-అ-పు-నారికేళవృక్షః-౨తాలవృక్షః॥ తె॥౧కొబ్బరిచెట్టు-౨తాటిచెట్టు.

తృణరాజాహ్వయః-అ-పు- తాలవృక్షః॥ తె॥ తాటిచెట్టు.

తృణరాట్-జ్-పు-హింతాలవృక్షః॥ తె॥ గిరుకతాడిచెట్టు.

తృణశీతమ్-అ-త్రి-కత్తృణమ్-గంధతృణమ్॥

తృణశీతా-ఆ-సీ-జలపిప్పలీ॥

తృణశూన్యమ్-అ-త్రి-తృణరహితే॥

తృణశూన్యమ్-అ-న-మల్లికాలతా-౨కేతకీఫలమ్॥ తె॥౧మల్లెచెట్టు-౨మొగలిపండు.

తృణశూల్యమ్-అ-న-మల్లికాలతా-౨కేతకీఫలమ్॥ తె॥౧మల్లెచెట్టు-౨మొగలిపండు.

తృణషట్పదః-అ-పు-వరోలః॥

తృణసారా-ఆ-సీ-కదలీ॥

తృణసింహః-అ-పు- కుఠారుః- ౨సింహవిశేషః॥

తృణహర్మ్యః-అ-పు-తృణయుక్తాట్టాలికా-అట్టాలికోపరితృణనిర్మితగృహమ్॥

తృణాంఘ్రిపః-అ-పు- మంథానకతృణమ్॥

తృణాగ్నిః-ఇ-పు-తృణజాతాగ్నిః॥

తృణాఞ్జనః-అ-పు-కృకలాసః॥

తృణాఢ్యమ్ అ-న-పర్వతతృణమ్॥

తృణామ్లమ్-అ-న-లవణతృణమ్॥

తృణాసృక్-జ్-పు-తృణకుంకుమమ్॥

తృణేక్షుః-ఉ-పు-బల్బజా॥

తృణోత్తమః-అ-పు-ఉఖర్వలతృణమ్॥

తృణోద్భవః-అ-పు-నీవారః॥

తృణౌకః-స్-న- కాయమానమ్-తృణనిర్మితగృహమ్॥

తృణౌషధమ్-అ-న- పలవాలుకాఖ్యగంధద్రవ్యమ్॥

తృణ్యా-ఆ-సీ-తృణసమూహః॥

తృతీయః-అ-త్రి-త్రిసంఖ్యాపూరణః॥ తె॥ మూఁడవది.

తృతీయత్రిఫలా-ఆ- సీ- జాతి,లవంగ,పూగఫలాని॥ తె॥ జాజికాయలు,లవంగాలు, పోఁకచెక్కలు.

తృతీయప్రకృతిః-ఇ-సీ-తృతీయాప్రకృతిః॥

తృతీయప్రకృతిః-ఇ-పు-షండః॥ తె॥ నపుంసకుఁడు.

తృతీయప్రహర్షణమ్- అ- న- అలంకారవిశేషః॥ తె॥ఒకానొకయలంకారము.

తృతీయా-ఆ-సీ-తృతీయాతిథిః॥ తె॥తదియ.

తృతీయా-౦-౦-త్రివారకృషిః॥ తె॥ముమ్మాగుదున్నడము.

తృతీయాకృతః-అ-త్రి-త్రిహల్యః॥ తె॥ ముమ్మారుదున్నినపొలము.

తృతీయాప్రకృతిః-ఇ-సీ-పదద్వయమేకంనామ-౧షండః॥ తె॥౧నపుంసకుఁడు.

తృపత్-త్-పు-చంద్రః-౨ఛత్రమ్॥

తృపలా-ఆ-సీ-లతా-౨త్రిఫలా॥

తృప్తః-అ-పు-పురోడాశః॥ తె॥ యజ్ఞమునందు హోమముఁజేయునట్టిఅన్నాదులు

తృప్తః-అ-త్రి-ఇష్టప్రాప్తిజనితానందయుక్తః॥ తె॥సంతసమునొందియుండుట.

తృప్తిః-ఇ-సి-తర్పణమ్॥ తె॥తనివి.

తృప్రః-అ-పు-ఘృతమ్-౨పురోడాశః॥

తృఫలా-ఆ-సి-త్రిఫలా॥

తృఫూః-ఊ-పు-సర్పజాతిః॥

తృషత్-త్-పు-చంద్రః॥ తె॥చంద్రుఁడు,

తృషా-ఆ-సీ-వీప్సా-౨పిపాసా-౩ఇచ్ఛా-౪కామకన్యా-౫లాంగలికీవృక్షః॥ తె॥ ౧అత్యాదరము-౨దప్పి-౩ఇచ్ఛ-౪కామకన్య-౫కొబ్బరిచెట్టు,

తృషాభూః-ఊ-సీ-క్లోమ॥

తృషాహమ్-అ-న-జలమ్॥

తృషాహా-ఆ-సీ-మధురికా॥

తృషితః-అ-త్రి-పిపాసుః॥ తె॥ దప్పిగొన్నవాఁడు,

తృషితోత్తరా-ఆ-సీ-అశనపర్ణీ॥

తృష్ణక్-జ్-త్రి-లుబ్ధః॥

తృష్ణా-ఆ-సీ-ఇచ్ఛా-౨పిపాసా॥ తె॥ ౧ఇచ్ఛ-౨దప్పి.

తృష్ణాక్షయః-అ-పు-శాంతిః-౨పిపాసానాశశ్చ,

తృష్ణారిః-ఇ-పు-పర్పటః॥

తృష్ణాఘ్నః-అ-పు-పర్పటః॥ తె॥ పర్పాటకము.

తృష్ణక్-జ్-త్రి-లుబ్ధః॥ తె॥ లోభి,

తృహాతృణః-అ-పు-మధూనికా॥ తె॥ తృణధాన్యవిశేషము.

తే-౦-౦-త్వయా ఇత్యర్థః-౨యుష్మచ్ఛబ్దస్య షష్ఠ్యా-తవ-౨చతుర్థ్యాతుభ్యమ్॥ తె॥ ౧నీచేతను అన్నమాట,

తేజః-స్-న-పంచభూతవిశేషః-౨రేతః-౩బలమ్-౪ప్రతాపః-౫అన్నమ్-౬ప్రభావః-౭పరాక్రమః-౮వరాహదంష్ట్రా-౯అగ్నిః-౧౦నవనీతమ్-౧౧సువర్ణమ్-౧౨మజ్జా-౧౩పిత్తమ్-౧౪అసహనమ్-౧౫ద్విట్॥ తె॥ ౧పృథివ్యప్తేజోవాయ్వాకాశములలో నొకటి-౨రేతస్సు-౩బలము-౪పరాక్రమము-౫సాదము-౬ప్రభావము-౭పరాక్రమము-౮పందికోఱ-౯నిప్పు-౧౦వెన్న-౧౧బంగారము-౧౨చెట్టుచేవ-౧౩పైత్యము-౧౪అసహనము-౧౫శత్రువు.

తేజఃఫలః-అ-పు-వృక్షవిశేషః॥

తేజనః-అ-పు-వేణుః-౨ముంజః-౩భద్రముంజః॥ తె॥ ౧వెదురు,

తేజనకః-అ-పు-ముంజేక్షుః॥ తె॥ కాకివెదురు,

తేజనీ-ఈ-సీ-మూర్వా-౨జ్యోతిష్మతీ॥ తె॥ ౧చాఁగచెట్టు-౨వెక్కుడుతీఁగె,

తేజపత్రమ్-అ-న-స్వనామఖ్యాతవృక్షః॥

తేజలః-అ-పు-కపింజలపక్షీ॥

తేజస్కరమ్-అ-త్రి-తేజోబుద్ధికారకద్రవ్యమ్॥

తేజస్వినీ-ఈ-సీ-జ్యోతిష్మతీ-౨మహాజ్యోతిష్మతీ॥ తె॥ ౧వెక్కుడుతీఁగె-౨పెద్దవెక్కుడుతీఁగె,

తేజస్వీ-న్-త్రి-తేజోయుక్తః॥

తేజితః-అ-త్రి-నిశితః॥ తె॥ వాఁడిగాచెయ్యఁబడ్డది,

తేజీయాన్-స్-త్రి-తేజోయుక్తః॥

తేజోమస్థః-అ-పు-గణికారికా॥ తె॥ నెల్లిచెట్టు,

తేజోరూపమ్-అ-న-బ్రహ్మ॥

తేజోవతీ-ఈ-సీ-గజపిప్పలీ-౨చవికా-౩మహాజ్యోతిష్మతీ॥

తేజోవృక్షః-అ-పు-క్షుద్రాగ్నిమంథవృక్షః॥ తె॥ పిన్ననెల్లిచెట్టు,

తేన-౦-౦-తద్ధేతునేత్యర్థః॥ తె॥ ఆహేతువచేఁతను,

తేనః-అ-పు-గానాంగవిశేషః॥

తేమః-అ-పు-సముందనమ్॥ తె॥ తడియడము,

తేమనమ్-అ-న-నిష్ఠానమ్-౨పీతోశీరమ్-౩వ్యంజనమ్-౪క్లేదః॥ తె॥ ౧పాలతిమ్మన

ము-ఱపచ్చవట్టివేళ్లు-౩పులుసు - ౪త్ర
మము,
తేమనీ-ఈ-సీ-చుల్లీభేదః॥
తేవనమ్-అ-న-కేళికాననమ్-౨క్రీడా॥
తైక్ష్ణ్యమ్-అ-న-తీక్ష్ణతా॥
తైజసమ్-అ-న-ఘృతమ్-౨ధాతుద్రవ్యమ్॥
తైజసావర్తినీ-ఈ-సీ-మూషా॥ తె॥సువర్ణాది
లోహములుకరిగేమూస.
తైతిలమ్-అ-న-బవాద్యేకాదశకరణాంతర్గ
తచతుర్థకరణమ్॥
తైతిలః-అ-పు-మంటకః॥ తె॥ పంచదారవే
యనిగోధుమపూరీలు.
తైతులః-అ-పు-పంచాంగకరణవిశేషః-౨దం
తకః॥తె॥౧పంచాంగములోని ఒకానొక
కరణము-౨దంతిచెట్టు.
తైత్తిరమ్-అ-న-తిత్తిరిపక్షిసమూహః॥తె॥ తీ
తువులగుంపు.
తైత్తిరః-అ-పు-తిత్తిరిపక్షీ-౨ఖండకః॥
తైత్తిరీయకః-అ-పు-తైత్తిరీయా - యజుర్వే
దీయశాఖావిశేషవేత్తా॥
తైత్తిరీయా-ఆ-సీ-యజుర్వేదస్యశాఖావిశే
షః॥
తైరణీ-ఈ-సీ-క్షుపవిశేషః॥
తైలమ్-అ-న-తిలరసః- ౨ఏరండసర్షపాదిశ
బ్దపూర్వస్స్నేహద్రసః॥తె॥౧నూనె-౨
ఈపదమునకు కొన్నిపదములు ముందు
వుంచిపలికితే నాయారసములుఅర్థమౌ
ను - అదియట్లంటేను - ఏరండతైలమ్,ఆ
ముదము- సర్షపతైలమ్,ఆవనూనె - ఇవి
మొదలుగానూహించుకొనేది.
తైలకమ్-అ-న-అల్పపరిమాణతైలమ్॥
తైలకన్దః-అ-పు-కందవిశేషః॥
తైలకారః-అ- పు- వర్ణసంకరజాతివిశేషః-
స, కొూటక(స్త్రీ)గర్భేకుంభకారాజ్జాతః
తైలకిట్టమ్-అ-న-తైలమలమ్॥
తైలఙ్గః-అ-పు-దేశవిశేషః॥
తైలచౌరికా-ఆ-సీ-తైలపాయికా॥తె॥గబ్బి
లము.
తైలద్రోణీ-ఈ-సీ-కంఠపర్యంతమజ్జనార్థతై
లపూర్ణకాష్ఠాదినిర్మితపాత్రవిశేషః॥
తైలవర్ణకమ్-అ-న-గ్రంథివర్ణవృక్షః॥
తైలపర్ణికమ్-అ-న-శ్వేతచందనమ్॥తె॥తెల్ల
గంధము.
తైలపర్ణీ-ఈ-సీ-మలయజః-౨శ్రీవాసః-౩సి
ల్హకమ్॥తె॥౧శ్రీగంధము - ౨వృక్షవిశే
షము- ౩దేవదారుబంకతోఁజేసినధూప
ద్రవ్యము.
తైలపా-ఆ-సీ-తైలపాయికా॥తె॥గబ్బిలము
తైలపాయికా-ఆ-సీ-వరోళ్లి - ౨రాగిణీ॥తె॥
౧గబ్బిలము - ౨ఎఱ్ఱాకులతోఁటకూర
చెట్టు.
తైలపిపీలికా-ఆ-సీ-రక్తపిపీలికా॥ తె॥ ఎఱ్ఱ
చీమ.
తైలఫలః-అ-పు-ఇంగుదీ - ౨విభీతకవృక్షః॥
తె॥౧గారచెట్టు-౨తాఁడెచెట్టు.
తైలభావినీ-ఈ-సీ-జాతీపుష్పవృక్షః॥
తైలభేదిన్-పు-బర్బూరవృక్షః ॥ తె॥ తుమ్మ
చెట్టు.
తైలమాలీ-ఈ-సీ-వర్తిః॥
తైలమ్బాతా-ఆ-సీ-తిలపాతవత్స్వధా॥ తె॥
శ్రాద్ధతిలహోమము.
తైలసాధనమ్-అ-న-గంధద్రవ్యవిశేషః॥
తైలస్ఫటికః-అ-పు-తృణమణిః॥
తైలాగురు-ఉ-న-దాహాగురు॥
తైలాటీ ఈ-సీ-వరటా॥ } తె॥ గబ్బిలము.
తైలామ్బుకా-ఆ-సీ-తైలపాయికా॥

తైలికః-అ-పు-తిలఘాతుకః ॥ తె॥ తెలుకుల వాఁడు.
తైలినీ-ఈ-సీ-కీటభేదః॥
తైలిశాలా-ఆ-సీ-యంత్రగృహమ్॥
తైలీన్-స్వ-తైలకారః॥
తైలీన్-త్రి-తైలసంబంధిని॥
తైలీనమ్-అ-న-తిలక్షేత్రమ్॥
తైలీనః-అ-త్రి-తిలభవనోచితః॥ తె॥నువ్వులు పండేక్షేత్రము.
తైషః-అ-పు-పౌషమాసః ॥ తె॥ పుష్యమాసము.
తైషీ-ఈ-సీ- పుష్యనక్షత్రయుక్తాపౌర్ణమాసీ॥ తె॥ పుష్యనక్షత్రముతోఁగూడుకొనిన పున్నమ.
తైస్రకమ్-అ-న-వస్త్రమ్॥
తోకమ్-అ-న - స్త్రీపుంరూపసంతానః॥ తె॥ బిడ్డ.
తోక్మమ్-అ-న-పింజూషమ్॥ తె॥ చెవిలోఁగుబి.
తోక్మః-అ-పు-హరితయవః॥ తె॥ వచ్చయవలు
తోక్మా-ఆ-సీ - ఆర్ద్రహరితయవచణకాదిః॥ తె॥ నానినపచ్చశనగలు మొదలైనవి.
తోక్యః-అ-పు-తోక్మః॥ తె॥పచ్చయవలు.
తోటకమ్-అ-న-వృత్తవిశేషః॥ తె॥ తోటకమనువృత్తము.
తోత్రమ్-అ-న-గజభీత్యర్థవేణుకః- ౨తోదనమ్॥ తె॥ ౧పనుఁగనుబెదిరించేఈటె - ౨ములుకోలకఱ్ఱ.
తోత్రలోత్తరమ్-అ-న-విషవిద్యాతంత్రమ్॥ తె॥విసముదించునట్టియుపాయము, తంత్రమున్ను.
తోదః-అ-పు-వ్యథా॥
తోదనమ్-అ-న-తోత్రమ్-౨తోదః- ౩వ్యధనమ్॥ తె॥ ౧ములుకోల-౨తొయ్యడము-౩దుఃఖపెట్టుట. (బిల్లకోల.)
తోమరః-అ-(సీ)-శర్వలా-౨నేజా॥ తె॥ ౧
తోమరధరః-అ-పు-అగ్నిః॥ తె॥ అనలుఁడు.
తోమరికా-ఆ-సీ-తువరికా॥
తోయమ్-అ-న-జలమ్॥ తె॥ఉదకము.
తోయకామః-అ-పు-పరివ్యాధః-౨జలవేతసః॥ తె॥నీటిప్రబ్బచెట్టు.
తోయకామః-అ-త్రి-జలాభిలాషిణి॥
తోయకృచ్ఛ్రమ్-అ-న- జలమాత్రపానరూపవ్రతవిశేషః॥
తోయడిక్ఫః-అ-పు-ఘనోపలః॥
తోయదమ్-అ-న-ఘృతమ్॥ తె॥ నెయ్యి.
తోయదః-అ-త్రి-జలదాతా॥
తోయదః-అ-పు-మేఘః - ౨ముస్తకః॥ తె॥ ౧మేఘము-౨తుంగముస్తెలు-
తోయధరః-అ-పు-మేఘః-౨ముస్తా-౩సునిషణ్ణకశాకః॥ తె॥౧మొగులు - ౨తుంగముస్తెలు-౩నీరుచెంచలికూర.
తోయధిః-ఇ-పు-సముద్రః॥ తె॥ మున్నీరు.
తోయధిప్రియమ్-అ-న-లవంగమ్॥
తోయనిధిః-ఇ-పు-సముద్రః॥ తె॥సంద్రము.
తోయపిప్పలీ-ఈ-సీ-లాంగలీ॥ తె॥ నీరుపిప్పలిచెట్టు.
తోయపుష్పీ-ఈ-సీ-పాటలావృక్షః॥
తోయప్రసాదనమ్-అ-న-కతకమ్॥ తె॥ ఇండుపుగింజ,
తోయప్రసాదనఫలమ్ - అ-న - కతకఫలమ్॥ తె॥ఇండుపుబండు.
తోయఫలా-ఆ-సీ-ఇర్వారుః॥
తోయరసా-ఆ-సీ-పరివ్యాధః॥ తె॥నీరుప్రబ్బచెట్టు.
తోయవల్లీ-ఈ-సీ-కారవేల్లః॥

తోయశుక్తికా-ఆ-సీ-జలశుక్తిః॥

తోయసూచకః-అ-పు-భేకః॥ తె॥కప్ప,

తోయాధివాసినీ-ఈ-సీ-పాటలావృక్షః -౨ తోయాదివాసిన్యపిపాఠః॥

తోరణమ్-అ-న-కంధరా-౨కంఠీ॥

తోరణః-అ-(సీ) బహిర్ద్వారమ్-౨వందనమాలా॥ తె॥౧తలవాకిలి-౨ద్వారమందుకట్టిన తోరణము.

తోరణరేఖా-ఆ-సీ-రాజపత్నీలక్షణమ్॥

తోలమ్-అ-(సీ)-తోలకమ్॥

తోలకమ్-అ-(సీ)-శాణద్వయమానమ్-౨అశీతిరక్తిపరిమాణమ్- తత్తుషోడశమాసకః షణ్ణవతిరక్తిపరిమాణంచ॥

తోషః-అ-పు-తుష్టిః॥ తె॥సంతోషము.

తౌక్షికః-అ-పు-ధనూరాశిః॥

తౌఖారః-అ-పు-తుక్షరదేశాశ్వః॥ తె॥తుక్షరదేశపుగుఱ్ఱము.

తౌతాతికమ్- అ- న- తుతాతభట్టకృతశాస్త్రమ్॥

తౌతికమ్-అ-న-ముక్తా॥

తౌతికః-అ-పు-శుక్తిః॥

తౌర్యమ్-అ-న- తూర్యేమురజాదౌభవంశబ్దరూపమ్।

తౌర్యత్రికమ్-అ-న-నృత్తగీతవాద్యభేదః॥

తౌలమ్-అ-న-తులా॥

తౌలః-అ-పు-తులారాశౌ॥

తౌలిః-ఇ-సీ-అనూరాధానక్షత్రమ్ ॥ తె॥ ఇరువదేడునక్షత్రములలోనొకటి.

తౌలికః-అ-పు-చిత్రకారః॥

తౌలికా-ఆ-సీ- కీటవిశేషః॥ తె॥ కుంకుడుపురుగు.

తౌలికికః-అ-పు-చిత్రకారః॥

తౌలీ-ఈ-సీ-తులారాశౌ॥

తౌషారమ్-అ-న-తుషారజలమ్॥

త్యక్తమ్-అ-న-రహితమ్॥ తె॥ ఒకలెక్కలో మరియొకలెక్క తీసివేయడము.

త్యక్తః-అ-త్రి-ఉత్సృష్టః॥ తె॥ విడిచిపెట్టఁబడ్డది.

త్యజనమ్-అ-న-త్యాగః-వర్జనమ్॥

త్యజితవాన్-త్-పు-త్యక్తవాన్॥ తె॥ విడచిపెట్టినవాఁడు.

త్యత్-ద్-త్రి-తత్- అస్యపుల్లింగస్త్రీలింగయోఃరూపమ్- స్యః-స్యా-సర్వనామశబ్దోయమ్॥

త్యాగః-అ-పు-దానమ్- ౨వర్జనమ్-౩వివేకిపురుషః॥ తె॥ ౧ఇవ్వడము- ౨విడిచిపెట్టడము.

త్యాగివః-అ-త్రి-త్యక్తః-౨త్యాగేననిష్పన్నః

త్యాగీ-న్-త్రి-దాతా-౨శూరః- ౩వర్జనశీలః

త్యాజితవాన్-త్-పు-త్యక్తవాన్॥ తె॥విడచిపెట్టినవాఁడు.

త్యాజ్యః-అ-త్రి-త్యాగయోగ్యః-౨వర్జనీయః

త్రఙ్గః-అ-(న)-పురవిశేషః॥

త్రపా-ఆ-(న)-లజ్జా-౨కులటా- ౩కులమ్-౪కీర్తిః॥ తె॥౧సిగ్గు-౨ఱంకులాడి-౩కులము-౪ఖ్యాతి.

త్రపా-ఆ-సీ-లజ్జా-౨కులటా॥ తె॥ ౧నాన-౨గుడిసెవేటుది.

త్రపాకః-అ-పు-మ్లేచ్ఛవిశేషః॥

త్రపారణ్డా-ఆ-సీ-వేశ్యా॥

త్రపిష్ఠః-అ-త్రి-అతిలజ్జితః॥

త్రపీయాన్-స్-త్రి-త్రపిష్ఠః॥

త్రపు-ఉ-న-అష్టలోహవిశేషః- ౨సీసకమ్॥ తె॥౧తగరము-౨సీసము.

త్రపుః-స్-న-రంగమ్॥

త్రపుకర్కటీ-ఈ-సీ- రోమశలతా॥ తె॥ ములుదోస.

త్రపుటీ-ఈ-సీ-సూక్ష్మైలా॥

త్రపుభీరుకమ్-అ-న-రజతమ్॥ తె॥ వెండి.

త్రపులమ్-అ-న-రంగమ్॥

త్రపుషమ్-అ-న-పురీషమ్-౨రంగమ్-౩ త్రపుషీఫలమ్॥

త్రపుషీ-ఈ-సీ- కర్కటీ - దంత్యసాంతోఽపి పాఠః॥

త్రపుసమ్-అ-న- వంగమ్- ౨త్రపుకర్కటీలతా॥ తె॥ ౧తగరము-౨ములుదోస.

త్రపుసః-అ-పు- త్రపుకర్కటీ- ౨ఇంద్రవారుణీ॥ తె॥ ౧ములుదోస - ౨పెద్దపాపర చెట్టు.

త్రపుసీ-ఈ-సీ-త్రపుకర్కటీ-౨ఇంద్ర వారుణీ॥ తె॥ ౧ములుదోస-౨పెద్దపాపర చెట్టు

త్రప్స్యమ్-అ-న-ద్రప్స్యమ్-ఘనేతరదధి॥

త్రయమ్-అ-త్రి-త్రిసమాహారః- ౨త్రిసంఖ్యా॥ తె॥ ౧మూడింటిసమూహము-౨మూడు.

త్రయః-అ-పు- త్రిసంఖ్యా-త్రిశబ్దస్యబహువచనాంతరూపోఽయమ్-అన్యత్స్త్రీలింగనపుంసకలింగయోరూపే-తిస్రః-త్రీణి॥ తె॥ మూడు.

త్రయిః-ఇ-పు-త్రిసంఖ్యావంతః॥

త్రయీ-ఈ-సీ-వేదః-౨వేదత్రయమ్-౩ త్రిసమాహారః-౪త్రిపదీ-౫పురంధ్రీ-౬సుమతిః॥ తె॥ ౧వేదము-౨వేదత్రయము-౩మూడింటిగుంపు - ౪పసుఁగుకాళ్లకుఁ గట్టెడుసంకిలి-౫పతివ్రత-౬మంచిమనస్సుగలది.

త్రయీతనుః-ఉ-పు-సూర్యః॥ తె॥ సూర్యుడు

త్రయీధర్మః-అ-పు-వేదవిధిః॥ తె॥ వేదవిహితధర్మము.

త్రయీముఖః-అ-పు-బ్రాహ్మణః॥

త్రయోదశన్-త్రి-త్రయోదశసంఖ్యావంతః॥ తె॥ పదిమూడువస్తువులు.

త్రయోదశః-అ-త్రి- త్రయోదశానాం పూరణః॥

త్రయోదశః-అ-(సీ)- త్రయోదశసంఖ్యాపూరణః॥ తె॥ పదమూడోది.

త్రయోదశకమ్-అ-న-త్రయోదశసంఖ్యా॥ తె॥ పదిమూడవసంఖ్య.

త్రయోదశధా-౦-౦-త్రయోదశప్రకారేణ॥ తె॥ పదిమూడుప్రకారములుగాను.

త్రయోదశీ-ఈ-సీ- త్రయోదశీతిథిః-౨త్రయోదశతంత్రీవీణా-౩త్రయోదశసంఖ్యాపూరణీ॥ తె॥ ౧త్రయోదశియనుతిథి-౨పదిమూడుతంత్రులుఁగలవీణ-౩పదిమూడవది

త్రసమ్-అ-న-వనమ్॥

త్రసః-అ-త్రి-జంగమః॥ తె॥ మనుష్యమృగపక్ష్యాదులు.

త్రసకమ్-అ-న-ఇషీకా॥ తె॥ గడ్డిపరక.

త్రసరః-అ-పు-సూత్రవేష్టనమ్॥ తె॥ నూలుకండె॥

త్రసరేణుః-ఉ-సీ-సూర్యభార్యావిశేషః॥

త్రసరేణుః-ఉ - పు - త్రింశత్పరమాణుపరిమాణమ్-స-గవాక్షాంతర్గతేసూర్యకిరణేదృశ్యతే॥

త్రసురః-అ-పు-భీరుకః॥

త్రస్తమ్-అ-న-భయమ్॥ తె॥ వెఱవు,

త్రస్తః-అ-త్రి-భీరుః॥ తె॥ భయపడేవాఁడు

త్రస్తా-ఆ-సీ-అవస్థాభేదజదృగ్భేదః॥ తె॥ భయావస్థవలనఁగలతబారినచూపు.

త్రస్నుః-ఉ-త్రి-కాతరః॥ తె॥ భయపడేవాఁడు.

త్రాణమ్-అ-న-రక్షణమ్- ౨త్రాయమాణాలతా॥ తె॥ ౧రక్షించడము.

త్రాణః-అ-త్రి-రక్షితః-౨త్రాయమాణః॥ తె॥౧రక్షించఁబడ్డది.

త్రాణా-ఆ-సీ-త్రాయమాణా॥

త్రాతమ్-అ-న-రక్షణే॥

త్రాతః-అ-త్రి-రక్షితః॥ తె॥రక్షించఁబడ్డది.

త్రాపుషమ్-అ-త్రి-త్రపుషానిర్మితమ్॥

త్రాపుసః-అ-త్రి - త్రపువికారపాంచాలికా॥ తె॥తగరపుబొమ్మ మొదలయినవి.

త్రాయన్తీ-ఈ-సీ-బలభద్రికా-౨దేవబలా॥ తె॥ ౧కలుక్రానుఁగు- ౨కలుక్రాంత చెట్టు.

త్రాయమాణమ్-అ-త్రి-రక్ష్యమాణమ్॥

త్రాయమాణా-ఆ-సీ-బలభద్రికా॥ తె॥ కలుక్రానుఁగు.

త్రాలమ్-అ-న-త్రపుకర్కటీలతా॥ తె॥ములుదోసచెట్టు.

త్రాసః-అ-పు-భయమ్- ౨వ్యభిచారీభావవిశేషః - ౩భిన్నరేఖామిషశోణరత్నదోషః-౪నీలరత్నదోషః॥

త్రాసదాయిన్-న్-త్రి-భయదాతా॥

త్రింశః-౦-౦-త్రివీప్సా॥ తె॥ మూడేసిమూడేసి.

త్రింశః-అ-త్రి-త్రింశత్పూరణః॥ తె॥ ముప్పదోది.

త్రింశకః-అ-త్రి-త్రింశత్సమూహః॥

త్రింశచ్ఛః-౦-౦-త్రింశద్వీప్సా॥

త్రింశత్-త్-సీ-త్రిదశకసంఖ్యా-౨త్రిదశకసంఖ్యావంతః - ౩సంఖ్యామాత్రేక్వచిద్వివచనబహువచనాంతతాచ॥

త్రింశతికః-అ-త్రి-త్రింశత్క్రీతవస్త్రమ్॥ తె॥ ముప్పదింటికికొన్నవస్త్రము.

త్రింశత్కృత్వః-౦-౦- త్రింశదావృత్తిః॥ తె॥ ముప్పదిమార్లు.

త్రింశత్పత్రమ్-అ-న-కుముదమ్॥

త్రింశద్ధా-౦-౦-త్రింశత్ప్రకారేణ॥ తె॥ ముప్పదివిధములుగాను.

త్రిః-స్-౦-త్రిరావృత్తిః॥ తె॥ మూడుమార్లు.

త్రికమ్-అ-న-త్రిసంఖ్యా-౨త్రిద్రవ్యసమాహారః-౩పృష్ఠవంశాధరః-౪త్రిపథసంస్థానమ్-౫త్రిఫలా-౬త్రికటు-౭త్రిమదః॥ తె॥ ౧మూడనుసంఖ్య - ౨మూడుద్రవ్యములగుంపు-౩ముడ్డిపూస-

త్రికకుత్-ద్-పు-అభినయసంయుక్తహస్తవిశేషః-౨విష్ణుః-౩త్రికూటపర్వతః॥

త్రికటః-అ-పు-గోక్షురకః॥ తె॥ పనుఁగపల్లేరు.

త్రికటీ-ఈ-సీ-ఇంద్రశంఖః॥ తె॥ఇంద్రునిశంఖము.

త్రికటు-ఉ-న-త్రికటుకమ్॥ తె॥శుంఠి పిప్పలి మిరియాలు యేలకులు ఆకుపత్రికము లవంగాలున్ను.

త్రికటుకమ్-అ-న-త్ర్యూషణమ్॥ తె॥ శుంఠి పిప్పలి మిరియాలు ఏలకులు ఆకుపత్రికము లవంగాలున్ను.

త్రికణ్టమ్-అ-న- మిలితబృహత్యగ్నిదమనీదుస్పర్శాత్రయరూపమ్॥

త్రికణ్టః-అ-పు-గోక్షురకః - ౨పత్రగుప్తవృక్షః-౩మత్స్యభేదః॥

త్రికణ్టకః-అ-పు- వ్యాళదంష్ట్రీ- ౨లఘుగర్గమత్స్యః॥ తె॥౧పెద్దపల్లేరు.

త్రికణ్టకః-అ-పు-త్రిశృంగకః॥ తె॥పరికెగడ్డి.

త్రికభేదీ-న్-పు-త్రికభేదిమతప్రవర్తకః॥ తె॥ త్రికభేదిమతస్థుఁడు.

త్రికర్తః-అ-పు-దేశవిశేషః॥ తె॥ ఒకానొక దేశము.

త్రికర్తా-ఆ-సీ-సురతేచ్ఛాభవధ్వనితా-౨జారి

ణీ-౩ ముక్తా-రఘుర్ఘురికా॥ తె॥ గరమించవలెననియిచ్చగలయాఁడుది-అరఁకులాడి-౩ ము త్తైము-రఘుర్ఘురిక.

త్రికా-ఆ-సీ-నేమిః-ఉద్ధరిణీ॥ తె॥ గనూతిమీఁదిగిలుక-అపతము మొదలయినది.

త్రికాయః-అ-పు-బుద్ధః॥

త్రికార్షికమ్-అ-న-మిలితనాగరాతివిషాముస్తాత్రయరూపమ్॥

త్రికాలజ్ఞః-అ-పు-బుద్ధః॥

త్రికాలజ్ఞః-అ-త్రి-సర్వజ్ఞః॥

త్రికాలదర్శీ-న్-పు-ఋషిః॥

త్రికాలదర్శీ-న్-త్రి-భూతభవిష్యద్వర్తమానవేత్తరి॥

త్రికాలవిత్-ద్-పు-బుద్ధః॥

త్రికాలవిత్-ద్-త్రి-త్రికాలజ్ఞే॥

త్రికూటమ్-అ-న-సింధులవణమ్-సాముద్రలవణమ్॥

త్రికూటః-అ-పు-త్రికూటపర్వతః॥ తె॥ త్రికూటాచలము.

త్రికూటలవణమ్-అ-న-ద్రోణీలవణమ్॥

త్రికేతుః-ఉ-పు-శుకః॥ తె॥ చిలుక.

త్రికోణమ్-అ-త్రి-త్ర్యస్రే॥

త్రికోణమ్-అ-న-భగః॥ తె॥ యోని.

త్రికోణకః-అ-పు-గుండః॥ తె॥ గుండఅనేటుంగగడ్డి.

త్రికోణఫలమ్-అ-న-శృంగాటకమ్॥

త్రికోణమణ్డలమ్-అ-న-కుజమండలమ్॥ తె॥ కుజమండలము.

త్రికౌముదగన్ధ్యమ్-అ-న-త్రయాణాంకుముదగంధానాంసమాహారః॥

త్రికౌముదగన్ధ్యా-ఆ-సీ-త్రయాణాంకుముదగంధానాంసమాహారః॥

త్రిక్షారమ్-అ-న-క్షారత్రయమ్-మిలితసర్జికాక్షారయవక్షారటంకణక్షారాణి.

త్రిక్షురః-అ-పు-కోకిలాక్షవృక్షః॥ తె॥ గొలిమిడిచెట్టు.

త్రిఖమ్-అ-న-త్రపుషమ్॥

త్రిఖట్టమ్-అ-న-ఖట్టాత్రయమ్॥

త్రిఖట్టీ-ఈ-సీ-త్రిఖట్టమ్॥

త్రిఖట్వమ్-అ-న-త్రిఖట్వాసమాహారః॥ తె॥ మూడుమంచాలజత.

త్రిఖట్వీ-ఈ-సీ-త్రిఖట్వాసమాహారః॥ తె॥ మూడుమంచాలజత.

త్రిగణః-అ-పు-త్రివర్గః-ధర్మార్థకామాః॥

త్రిగమ్భీరాః-ఆ-సీ-స్వరసత్వనాభిగంభీరత్వభాగ్యవల్లక్షణమ్-బహువచనాంతోయమ్॥

త్రిగర్తః-అ-పు-దేశవిశేషః॥

త్రిగర్తకః-అ-పు-త్రిగర్తదేశః॥

త్రిగర్తా-ఆ-సీ-ఘుర్ఘురికా-౨కాముకాంగనా

త్రిగర్తికః-అ-పు-త్రిగర్తదేశః॥

త్రిగవమ్-అ-న-మాద్యమ్। తె। సిరగడపుచెట్టు

త్రిగుణమ్-అ-న-సత్వరజస్తమాంసి॥

త్రిగుణమ్-అ-త్రి-త్రయాణాంపూరణేగుణత్రయయుక్తేచ॥

త్రిగుణాకృతః-అ-త్రి-త్రిహల్యః॥ తె॥ ముమ్మారుదున్నినపొలము.

త్రిచతురాః-అ-త్రి-త్రయోవాచత్వారోవేత్యర్థః-బహువచనాంతోయమ్॥ తె॥ మూడునాలుగు.

త్రిచతుర్దలః-అ-పు-వితున్నః॥ తె॥ చెంచలికూరచెట్టు.

త్రిజాతమ్-అ-త్రి-త్వక్పత్రైలాత్రయమ్॥

త్రిజాతకమ్-అ-న-మిలితతుల్యత్వగేలాపత్రాణి॥

త్రిణమ్-అ-న-తృణమ్॥

త్రిణతా-ఆ-సీ-ధనుః-౨త్రిణత్వంచ॥

త్రిణాచికేతః-అ-పు-యజుర్వేదైకదేశో

గ్రంథః-౨తద్వేదాధ్యాయీ॥
త్రితక్షమ్-అ-న-త్రితక్షసమాహారః॥ తె॥ ముగ్గురువడ్రంగ్లజత.
త్రితక్షమ్-అ-(పు)-తక్షత్రయమ్॥ తె॥ ముగ్గురువడ్రంగ్లు.
త్రితక్షీ-ఈ-సీ-త్రితక్షసమాహారః॥ తె॥ ముగ్గురువడ్రంగ్లజత.
త్రితయమ్-అ-న- త్రిసంఖ్యా - ౨త్రిసమాహారః॥ తె॥ ౧మూడు- ౨మూడుజతలు.
త్రిదణ్డః-అ-పు-సన్న్యాసాశ్రమః॥
త్రిదణ్డీ-న్-పు-త్రిదండధారియతిః- ౨కాయవాఙ్మనోదండయుక్తః-౩యజ్ఞోపవీతమ్
త్రిదలా-ఆ-సీ-గోధాపదీలతా॥
త్రిదలికా-ఆ-సీ-చర్మకషా॥
త్రిదశః-అ-పు-దేవః॥
త్రిదశదీర్ఘికా-ఆ-సీ-స్వర్గంగా॥
త్రిదశమఞ్జరీ-ఈ-సీ-తులసీ॥
త్రిదశాయుధమ్-అ-న-వజ్రమ్॥
త్రిదశారిః-ఇ-పు-అసురః॥
త్రిదశాలయః-అ-పు-స్వర్గః-౨సుమేరుపర్వతః॥ తె॥ ౧స్వర్గము-౨మేరుగిరి - అనగా బంగారుకొండ.
త్రిదశావాసః-అ-పు-స్వర్గః॥
త్రిదశాహారః-అ-పు-అమృతమ్॥
త్రిదారకః-అ-పు-గుండతృణమ్॥ తె॥ గుండయనుతుంగగడ్డి.
త్రిదినస్పృక్-శ్-పు-త్ర్యహస్పర్శః॥
త్రిదివః-అ-(సీ)-స్వర్గః-౨ఆకాశః॥ తె॥ ౧స్వర్గము-౨ఆకసము.
త్రిదివః-అ-పు-స్వర్గః-౨గగనమ్॥ తె॥ ౧స్వర్గము-౨ఆకసము.
త్రిదివా-ఆ-సీ-నదీవిశేషః॥ తె॥ ఒకానొకయేఱు.

త్రిదివేశః-అ-పు-దేవః॥
త్రిదివోద్భవా-ఆ-సీ-స్థూలైలా॥
త్రిదృక్-శ్-పు-శివః॥
త్రిదోషమ్-అ-న-దోషత్రయమ్-వాతపిత్తకఫరూపమ్॥
త్రిదోషఘ్నః-అ-పు-రుద్రాక్షః॥ తె॥ రుద్రాక్షచెట్టు.
త్రిదోషజః-అ-త్రి-త్రిదోషజనితః-సన్నిపాతరోగః॥
త్రిధా-౦-౧-త్రిప్రకారేణేత్యర్థః॥ తె॥ మూడుప్రకారములుగాను.
త్రిధాతు-ఉ-న-ధాతుత్రయమ్॥
త్రిధాతుః-ఉ-పు-గణేశః॥
త్రిధామ-న్-(పు)-ధామత్రయమ్॥
త్రిధామా-న్-పు-అగ్నిః-౨కేశవః-౩హరః-౪మృత్యుః-౫యోగః॥ తె॥ ౧నిప్పు-౨విష్ణువు-౩హరుఁడు-౪యముఁడు-మృత్యుదేవతయున్ను-౫చేరిక-సంబంధమున్ను
త్రిధారకమ్-అ-న-ధారకత్రయమ్॥
త్రిధారకః-అ-పు-గుండతృణమ్॥
త్రిధారస్నుహీ-ఈ-సీ-స్నుహీవిశేషః॥
త్రినయనః-అ-పు-శివః॥
త్రినామమ్-అ-న-త్రినామసమాహారః॥
త్రినామీ-ఈ-సీ-త్రినామసమాహారః॥
త్రినావమ్-అ-న - త్రినౌకాసమాహారః॥ తె॥ మూఁడువాడలజత.
త్రినేత్రః-అ-పు-ఈశానః-౨శివః॥
త్రినేత్రచూడామణిః-ఇ-పు-చంద్రః॥
త్రినేత్రా-ఆ-సీ-వారాహీకందః- ౨నేత్రత్రయయుక్తాచ॥
త్రిపతాకమ్-అ న - రేఖాత్రయాంకితభాలమ్॥
త్రిపతాకః-అ-పు-అభినయహస్తవిశేషః॥

త్రిపత్త్రః-అ-పు-బిల్వః-అపత్రత్రయేత్రిపత్రీ॥

త్రిపత్త్రకః-అ-పు-పలాశవృక్షః॥ తె॥ మోదుగుచెట్టు.

త్రిపథమ్-అ-న-త్రిమార్గమ్॥

త్రిపథః-అ-(సీ)-త్రిమార్గమ్॥ తె॥ మూడింటితోవ.

త్రిపథగా-ఆ-సీ-గంగా॥

త్రిపదా-ఆ-సీ-హంసపదీవృక్షః॥ తె॥ హంసపాదిచెట్టు.

త్రిపదికా-ఆ-సీ- అర్ఘ్యార్థధాతునిర్మితత్రిపాదయుక్తశంఖాధారః॥

త్రిపదీ-ఈ-సీ- హంసపదీ-౨గజపాదబంధనిగళమ్॥ తె॥౧హంసపాదిచెట్టు- ౨ఏనుగకాళ్లనుగట్టెగొలుసు.

త్రిపర్ణః-అ-పు-పలాశః॥ తె॥ మోదుగుచెట్టు

త్రిపర్ణికా-ఆ-సీ-కందవిశేషః॥

త్రిపర్ణీ-ఈ-సీ-జ్యోతిష్మతీ॥ తె॥ వెక్కుడుచెట్టు.

త్రిపలాశః-అ-పు-కింశుకవృక్షః॥ తె॥ మోదుగుచెట్టు.

త్రిపాత్-ద్-పు-అగ్నిః-౨విష్ణుః-౩జ్వరః॥

త్రిపాత్త్రమ్-అ-న- త్రిపాత్రసమాహారః॥ తె॥మూండుపాత్రలజత

త్రిపాథః-అ-పు-త్రిమార్గసంగమః॥ తె॥మూడుత్రోవలుకలిసినదారి.

త్రిపాదికా-ఆ-సీ-హంసపదీలతా॥

త్రిపాద్యః-అ-పు-త్రిగుణదండః॥ తె॥ముమ్మడిదండుగ.

త్రిపిష్టపమ్-అ-న-స్వర్గః-౨ఆకాశమ్॥

త్రిపిష్టపసత్-ద్-పు-దేవతా॥

త్రిపుః-ఉ-సీ-నాస్యా॥ తె॥ఎద్దుముక్కుత్రాడు.

త్రిపుటః-అ-పు-సతీలకః-౨తీరమ్-౩హస్తభేదః-౪తాలకః-౫గోక్షురవృక్షః॥

త్రిపుటా-ఆ-సీ-వార్షికమల్లికాలతా - ౨త్రివృతా-౩కాకనాసికా- ౪ఉపకుంచికా॥ తె॥౨తెల్లతేగడ-౩ఎఱ్ఱతేగడ.

త్రిపుటీ-న్-పు-ఏరండవృక్షః॥ తె॥ ఆముదపుచెట్టు.

త్రిపుటీ-ఈ-సీ-త్రివృతా॥ తె॥ తెల్లతేగడ.

త్రిపుటీఫలః-అ-పు-ఏరండః॥

త్రిపుణ్డ్రమ్-అ-న - భస్మాదికృతకపాలస్థతిర్యగ్రేఖాత్రయమ్॥

త్రిపుణ్డ్రకమ్-అ-న-త్రిపుండ్రమ్॥

త్రిపురమ్ - అ - న - మయదానవనిర్మితపురత్రయమ్॥

త్రిపురదహనః-అ-పు-శివః॥

త్రిపురమల్లికా-ఆ-సీ-పుష్పవృక్షవిశేషః॥

త్రిపురాన్తకః-అ-పు-శివః॥ తె॥హరుఁడు.

త్రిపురీ-ఈ-సీ-త్రిపురసమాహారః॥ తె॥ మూడుపట్టణములజత.

త్రిపుషా-ఆ-సీ-కృష్ణత్రివృత్॥

త్రిపుష్టః-అ-పు-రాజభేదః॥

త్రిపుష్పిన్యా-ఆ-సీ-మోహినీ॥ తె॥నల్లఉమ్మెత్తచెట్టు.

త్రిఫలా-ఆ-సీ-ఫలత్రికమ్॥ తె॥ కరకతాండ్రయుసిరికలు.

త్రిఫలీ-ఈ-సీ-ఫలత్రికమ్॥ తె॥ కరకతాండ్రయుసిరికలు.

త్రిబలీకమ్-అ-న-పాయుః॥

త్రిబీజః-అ-పు-శ్యామాకః॥ తె॥చామలు.

త్రిభఙ్గీ-న్-పు-తాలప్రాణకలాభేదః॥

త్రిభణ్డీ-ఈ-సీ-త్రివృతా॥ తె॥ తెల్లతేగడ.

త్రిభద్రమ్-అ-న-సురతమ్॥

త్రిభిన్నః-అ-పు- తాలప్రాణకలావిశేషః॥

త్రిభువనమ్-అ-న- త్రిభువనసమాహారః॥

త్రిమదః-అ-పు-ముస్తాచిత్రకవిడంగాని॥

త్రిమధు-ఉ-న-మిలితసితామాక్షికసర్పింషి

త్రిమధుః-ఉ-పు-౧ఋగ్వేదైకదేశః-౨మధు వాతాఽఋక్త్రయవేత్తా॥

త్రిమార్గీ-ఈ-సీ-త్రిపథమ్॥

త్రిముకుటః-అ-పు-త్రికూటపర్వతః॥

త్రిముఖః-అ-పు-బుద్ధవిశేషః॥

త్రిముఖా-ఆ-సీ- బుద్ధదేవతాభేదః- సా,మాయాదేవీ॥

త్రిమూర్తిః-ఇ-పు- బుద్ధః-౨బ్రహ్మా-విష్ణు-శివాఖ్యమూర్తిత్రయవాన్॥

త్రియమ్బకః-అ-పు-శివః॥

త్రియష్టిః-ఇ-పు-క్షేత్రపర్పటీ॥

త్రియామకమ్-అ-న-పాపమ్॥

త్రియామా-ఆ-సీ-రాత్రిః-౨హరిద్రా-౩యమునా-౪నీలీ-౫కృష్ణత్రివృత్॥

త్రియుగమ్-అ-న- యుగత్రయసమాహారః॥

త్రియూథః-అ-పు-కపిలాశ్వః॥

త్రిరసా-ఆ-సీ-పాఠా॥ తె॥ పాటచెట్టు.

త్రిరాజమ్-అ-న-త్రిరాజసమాహారః॥

త్రిరాజీ-ఈ-సీ- త్రిరాజసమాహారః॥

త్రిరాత్రమ్-అ-న-రాత్రిత్రయమ్॥

త్రిరాత్రః-అ-పు-యాగవిశేషః- ౨పట్టణస్థమస్కరః॥ తె॥ ౧ఒకానొకజన్నము - ౨పట్టణమునందుండు వెదురుపొద.

త్రిరాత్రా-ఆ-సీ-ఋతుమతీ ॥ తె ॥ ముట్టుది.

త్రిరేఖః-అ-పు-శంఖః॥

త్రిలవణమ్-అ-న-సైంధవమ్-బిడమ్-రుచకమ్ మిలితైతల్లవణత్రయమ్॥

త్రిలేఖాన్వితగ్రీవా-ఆ-సీ- రాజపత్నీలక్షణమ్॥ తె॥ రాజుభార్యకుండుగుఱుతు.

త్రిలోకీ-ఈ-సీ-లోకత్రయసమాహారః॥

త్రిలోకేశః-అ-పు-సూర్యః॥

త్రిలోచనః-అ-పు-శివః॥

త్రిలోచనా-ఆ-సీ-బుద్ధదేవీభేదః-౨దుర్గా చ

త్రిలోచనీ-ఈ-సీ-దుర్గా॥

త్రిలోహకమ్-అ-న-సువర్ణమ్-రజతమ్ - తామ్రమ్-ఎతద్ధాతుత్రయమ్॥

త్రిలోహీ-ఈ-సీ-ముద్రావిశేషః॥

త్రివత్సః-అ-పు-త్రివత్సరవృషభః॥ తె॥ మూడేండ్లకోడెదూడ.

త్రివర్గః-అ-పు-ధర్మార్థకామత్రయమ్- ౨రాజసంబంధి స్థానాపచయ వృద్ధిత్రయమ్- ౩సత్వరజస్తమస్త్రయమ్ - ౪కటుత్రయమ్-౫త్రిఫలా॥ తె॥ ౪శుంఠిపిప్పలిమిరియాలు-౫కరకతాడియుసిరికలు.

త్రివర్ణకమ్-అ-న-గోక్షురకః - ౨త్రిఫలా-౩త్రికటు॥ తె॥ ౧పనుఁగపల్లేరు-౨కరకతాఁడియుసిరికెలు - ౩శుంఠిపిప్పలిమిరియాలు-పలకులు - ఆకుపత్రికము - లవంగాలున్న.

త్రివర్ణకః-అ-పు-గోక్షురకః-౨త్రిఫలా - ౩త్రికటుకమ్॥ తె॥ ౧పనుఁగపల్లేరు- ౨కరకతాఁడియుసిరికెలు - ౩శుంఠిపిప్పలిమిరియాలు-పలకులు-ఆకుపత్రికము-లవంగాలున్న.

త్రివర్ణీ-ఈ-సీ-పాఠా॥ తె॥ పాటచెట్టు.

త్రివర్షికా-ఆ-సీ-త్రిహాయణీ-త్రివర్షాగౌః॥

త్రివలిసూక్ష్మమధ్యమ్-అ-న- రాజపత్నీలక్షణమ్॥ తె॥ రాజుభార్యకుండుగుఱుతు.

త్రివిక్రమః-అ-పు-విష్ణుః॥ తె॥ వెన్నుఁడు.

త్రివిశాలాః-ఆ-సీ-వక్షోనిటలకటిప్రశస్తాః॥

త్రివిష్టపమ్-అ-న-స్వర్గః॥ తె॥ స్వర్గము.

త్రివిష్టపసత్-ద్-పు-త్రివిష్టపసత్॥

త్రివృత్-త్-సీ-హరీతకీవృక్షః- ౨సర్వాను

భూతిః॥ తె॥ ౧ కరక చెట్టు-౨ తెల్ల తేగడ,

త్రివృత్-త్-పు-వృద్ధిః॥ తె॥ వడ్డి.

త్రివృతా-ఆ-సీ-సర్వానుభూతిః॥ తె॥ తెల్ల తేగడ.

త్రివృత్కరణమ్-అ-న-క్షిత్యప్తేజసాం మిశ్రీకరణమ్॥

త్రివృత్తః-అ-పు-ఆవరకతారూపమాత్తికదోషః॥

త్రివృత్పుత్రీ-ఈ-సీ-బస్తాంత్రీ॥ తె॥ గాడిదెగడపర చెట్టు.

త్రివృత్పర్ణీ-ఈ-సీ-హిలమోచికా॥

త్రివేణీ-ఈ-సీ-గంగానదీ॥

త్రివేలా-ఆ-సీ-త్రివృత్॥

త్రిశఙ్కుః-ఉ-పు-తార్క్ష్యః-౨ రాజవిశేషః ౩ మార్జారః-౪ శరభమృగః॥ తె॥ ౧ గరుడుఁడు-౨ త్రిశంకుఁడను రాజు- ౩ పిల్లి-౪ శరభమృగము,

త్రిశఙ్కుజః-అ-పు-హరిశ్చంద్రరాజః॥

త్రిశఙ్కుయాజీ-న్-పు-విశ్వామిత్రః॥

త్రిశఙ్కుజః-అ-పు-హరిశ్చంద్రనృపః॥

త్రిశరణః-అ-పు-జినః॥

త్రిశర్కరా-ఆ-సీ-మిళితగుడోత్పన్నాహిమోత్థాఖ్యధురా॥

త్రిశలా-ఆ-సీ-వృత్తార్హన్మాతృవిశేషః-సా-వర్ధమానమాతా॥

త్రిశాఖపత్రః-అ-పు-బిల్వః॥ తె॥ మారెడు చెట్టు.

త్రిశిఖమ్-అ-న-శిఖరమ్-౨ త్రిశూలమ్॥ తె॥ ౧ శిఖరము-౨ ముమ్మొనవాలు.

త్రిశిఖః-అ-పు-రాక్షసవిశేషః-స, రావణపుత్రః-౨ బిల్వః॥

త్రిశిఖదళా-ఆ-సీ-మాలాకందః॥

త్రిశిరః-అ-పు-రాక్షసవిశేషః-౨ అగ్నిః॥ తె॥ ౧ ఒకానొక రక్కసుఁడు-౨ నిప్పు.

త్రిశిరాః-స్-పు-కుబేరః-౨ జ్వరః- ౩ రావణపుత్రవిశేషః-౪ ఖరసేనాపతిః॥

త్రిశీర్షకమ్-అ-న-త్రిశూలమ్॥

త్రిశూలమ్-అ-న-అస్త్రవిశేషః॥

త్రిశూలినీ-ఈ-సీ-కలంజః॥ తె॥ గంజావి చెట్టు

త్రిశూలీ-న్-పు-శివః॥ తె॥ హరుఁడు.

త్రిశృఙ్గః-అ-పు-త్రిఖండకః-౨ త్రికూటపర్వతః-౩ త్రికోణః॥ తె॥ ౧ పరికెగడ్డి.

త్రిశృఙ్గకః-అ-పు-త్రికండకః॥ తె॥ పరికెగడ్డి.

త్రిశృఙ్గీ-న్-పు-రోహితాఖ్యమీనః॥ తె॥ రోహితమను చేఁప.

త్రిషుగన్ధమ్-అ-న-త్వగేలాపత్రత్రయయుతచందనచూర్ణః॥ తె॥ బుక్కాలో భేదము.

త్రిష్టుబ్-భ్-సీ-ఏకాదశచ్ఛందః॥ తె॥ పదనకొండవఛందస్సు.

త్రిష్టుప్-భ్-సీ-ఏకాదశచ్ఛందః-౨ ఏకాదశసంజ్ఞా॥

త్రిసన్ధిః-ఇ-సి-పుష్పవిశేషః॥

త్రిసన్ధ్యమ్-అ-న-దినాదిమధ్యావసానసంధ్యాః॥

త్రిసన్ధ్యీ-ఈ-సీ-దినాదిమధ్యావసానసంధ్యాః॥

త్రిసమమ్-అ-న-సమత్రయమ్-సమహరీతకీనాగరగుడరూపమ్॥

త్రిసరః-అ-పు-కృశరః॥

త్రిసరా-ఆ-సీ-తిలతండులమాషకృతకృసరః॥ తె॥ నువ్వులు-బియ్యము-మినుములు వేసి జేసినపులగము.

త్రిసవనమ్-అ-న-త్రికాలమ్॥

త్రిసవనస్నాయీ-న్-పు-త్రికాలస్నాయీ

త్రిసామా-న్-సీ-నదీవిశేషః॥ తె॥ ఒకానొకయేఱు.

త్రిసామీ-ఈ-సీ-త్రిసీమసమాహారః॥

త్రిసితా-ఆ-సీ-త్రిశర్కరా॥

త్రిసీత్యః-అ-త్రి-త్రిగుణాకృతః॥ తె॥ ముమ్మారుదున్నినపొలము.

త్రిసీమ్-అ-న-త్రిసీమసమాహారః॥

త్రిసుగన్ధి-ఇ-న-త్రిజాతకమ్॥

త్రిసుపర్ణః-అ-పు-బహ్వృచానాం వేదభాగః తద్వ్రతంచ-తద్యోగాత్-పురుషోపి త్రిసుపర్ణః॥

త్రిసూత్రమ్-అ-న-బ్రహ్మసూత్రమ్॥ తె॥ జందెము.

త్రిసూత్రః-అ-పు-పద్మాకారపద్రేఖాత్మక త్రిసూత్రవద్వైద్యదూర్యమ్॥

త్రిస్రోతాః-స్-సీ-గంగా-అనదీవిశేషః॥ తె॥ గంగానది-అత్రిస్రోతయనునది,

త్రిహల్యః-అ-త్రి-త్రిగుణాకృతః॥ తె॥ మున్మారుమున్నినపొలము.

త్రిహాయణీ-ఈ-సీ-త్రివర్షాగాః-అద్రౌపదీ॥

త్రిహాయనీ-ఈ-సీ-త్రివత్సరగాః॥ తె॥ మూడేండ్లపెయ్య.

త్రిప్రహస్వాః-అ-పు-గ్రీవాజంఘామేహనేషుప్రశస్తాః-నిత్యబహువచనాంతోయంశబ్దః॥ తె॥ మెడ-పిక్కలు-శిశినము-కులుచగానుండవలయును-మహాపురుషలక్షణములివి.

త్రుటిః-ఇ-సీ-క్షుద్రైలా-అల్పమ్-3సంశయః-ర కాలభేదః-సదహ్రస్వాతురచతుర్భాగగ్రహణాత్మకః-2క్షణద్వయాత్మకః॥

త్రుటిబీజః-అ-పు-కచుః॥

త్రుటీ-ఈ-సీ-త్రుటిః॥

త్రేతా-ఆ-సీ-కలియుగత్రిగుణత్రేతాయుగమ్-అయాగాగ్నిత్రయమ్-3త్రిసమాహారః॥ తె॥ కలియుగమునకుమూడురెట్లయినత్రేతాయుగమనుపేరుగల మూడవయుగము-అదక్షిణాగ్నిగార్హపత్యాహవనీయములనేమూడగ్నులు-3మూడింటిజత.

త్రేధా-౦-౦-త్రిప్రకారేణేత్యర్థః॥ తె॥ మూడుప్రకారములుగాను.

త్రైగుణికః-అ-పు-త్రిగుణార్థోత్తమర్ణః॥ తె॥ మూడురెట్లకువడ్డికినిచ్చెడువాడు.

త్రైగుణ్యమ్-అ-న-త్రిగుణధర్మః-సత్వరజస్తమస్త్వమ్-అశైత్యసౌగంధ్యమాంద్యమ్-3త్రిభిఃపూరణంచ॥

త్రైధమ్-అ-న-త్రిప్రకారేణేత్యర్థః॥ తె॥ మూడుప్రకారములుగాను.

త్రైధమ్-౦-౦-త్రిప్రకారేణేత్యర్థః॥ తె॥ మూడుప్రకారములుగాను.

త్రైపురః-అ-పు-త్రిపురదేశః॥

త్రైలోక్యమ్-అ-న-త్రిలోకీ॥

త్రైలోక్యవిజయా-ఆ-సీ-భంగా॥

త్రైవిద్యః-అ-పు-త్రివేదజ్ఞః-అత్రివిద్యావేత్తా॥

త్రైష్టుభమ్-అ-న-ఏకాదశచ్ఛందః-ఏకాదశసంజ్ఞా॥

త్రోటకీ-ఈ-సీ-రాగిణీవిశేషః॥

త్రోటిః ఇ-సీ-పక్షిచంచుః-అకట్ఫలః-3మీనచంచుః॥ తె॥ పిట్టముక్కు-అగుమ్మడుతేకుచెట్టు-3చేపముక్కు.

త్రోటిహస్తః-అ-పు-పక్షి॥

త్రోటీ-ఈ-సీ-త్రోటిః॥

త్రోతకమ్-అ-న-విషవైద్యతంత్రవిశేషః॥ తె॥ విషవైద్యతంత్రము.

త్రోత్రమ్-అ-న-గవాదితాడనదండః॥

త్ర్యక్షః-అ-పు-నారికేలః-౨శివః॥ తె॥౧కొబ్బరికాయ-౨శివుఁడు,

త్ర్యక్షురః-అ-పు-ఘుటకః॥

త్ర్యఙ్గటమ్-అ-న-శిక్యభేదః- ౨ఘోటాంజనీ॥

త్ర్యఙ్గటః-అ-పు-ఘోటాంజనీ- ౨శిక్యభేదః-౩ఈశ్వరః॥

త్ర్యఙ్గులమ్- అ- న- కాష్ఠకుద్దాలః-౨హల్లీ॥ తె॥౧కట్టగుద్దలి-౨గొర్తినాగలి.

త్ర్యఞ్జనమ్-అ-న-అంజనత్రయమ్-యథా కాలాంజనమ్-పుష్పాంజనమ్-రసాంజనమ్॥

త్ర్యధ్వగా-ఆ-సీ-గంగా॥

త్ర్యబ్దా-ఆ-సీ-త్రివత్సరాగౌః॥ తె॥ మూడేండ్ల పెయ్య.

త్ర్యమ్బకః-అ-పు- శివః-౨త్ర్యంబకాద్రిః॥ తె॥౧హరుఁడు- ౨త్ర్యంబకమనుకొండ.

త్ర్యమ్బకసఖః-అ-పు-కుబేరః॥ తె॥ నవనిధులఱేఁడు,

త్ర్యమ్బకోద్భూతా-ఆ-సీ-గోదావరీనదీ॥ తె॥ గోదావరియనునది,

త్ర్యవిః-ఇ-పు-సార్ధవత్సరవత్సతరః॥ తె॥ పదునెన్మరకోడెదూడ.

త్ర్యవీ-ఈ-సీ-సార్ధవత్సరవత్సతరీ॥ తె॥ పదునెన్మరపెయ్యదూడ.

త్ర్యశ్రమ్-అ-న-వ్యాఘ్రనఖమ్ ॥ తె॥ వ్యాఘ్రనఖమనే గ్రంథ్యము.

త్ర్యశ్రః-అ-పు- తాల ప్రాణజాతివిశేషః॥

త్ర్యశ్రఫలా-ఆ-సీ-కార్పాసవృక్షః- ౨సల్లకీవృక్షః॥ తె॥౧ప్రత్తిచెట్టు-౨అందుగుచెట్టు.

త్ర్యశ్రా-ఆ-సీ- వార్షికమల్లికా - ౨త్రివృతా॥ తె॥౨తెల్లతేగడ.

త్ర్యహః-అ-పు-దినత్రయమ్॥ తె॥ మూడుదినములు.

త్ర్యహస్పర్శః-అ-పు-త్రిదినస్పృక్ - తిథిత్రయస్పర్శయుక్తమహః॥

త్ర్యహస్పృశమ్-అ-న-త్ర్యహస్పర్శః॥

త్ర్యాహికః-అ-త్రి-తృతీయేహ్నిభవః॥

త్ర్యుషణమ్-అ-న- మిళితశుంఠీ-పిప్పలీ-మరీచమ్॥

త్ర్యూషణమ్-అ-న-త్రికటుకమ్॥ తె॥ శొంఠిపిప్పలి మిరియాలు ఏలకులు ఆకుపత్రికము లవంగాలున్ను,

త్వద్-ద్-త్రి-సమానరూపః-౨యుష్మదర్థః॥ తె॥నీవు.

త్వమ్-మ్-ం-యుష్మదర్థః॥

త్వః-అ-త్రి-భిన్నః-అన్యః॥

త్వః-అ-పు-అన్యః॥ తె॥మఱియొకటి.

త్వక్-చ్-సీ-జ్ఞానేంద్రియభేదః- ౨వృక్షాదిత్వక్-౩వరాంగకమ్॥ తె ॥ ౩లవంగపుచెక్క.

త్వక్కణ్డురః-అ-పు-వ్రణః॥

త్వక్క్షీరా-ఆ-సీ-తుకాక్షీరీ॥ తె॥ తవక్షీరి.

త్వక్క్షీరీ-ఈ-సీ-తుకాక్షీరీ॥ తె॥తవక్షీరి.

త్వక్ఛదః-అ-పు-క్షీరీశవృక్షః॥

త్వక్పత్రమ్-అ-న-వరాంగకమ్॥ తె॥ లవంగపుచెక్క.

త్వక్పత్రీ-ఈ-సీ-హింగుపత్రికా॥ తె॥ఇంగువచెట్టాకు.

త్వక్పుష్పమ్-అ-న-సిధ్మః॥ తె॥సోబె

త్వక్పుష్పికా-ఆ-సీ-కిలాసమ్॥

త్వక్పుష్పీ-ఈ-సీ-కిలాసమ్॥

త్వక్సారః-అ-పు-వేణుః-౨శణతృణమ్॥ తె॥౧వెదురు-౨శణమనేతెల్లు,

త్వక్సారభేదినీ-ఈ-సీ- క్షుద్రచంచువృక్షః॥

త్వక్సారా- ఆ - సీ - వంశరోచనా॥ తె॥ తవక్షీరి.

త్వక్సుగన్ధః-అ-పు-నాగరంగవృక్షః॥ తె॥ నారంజిచెట్టు.

త్వక్సుగన్ధా-ఆ-సీ-ఏలాలతా॥ తె॥ఏలకిచెట్టు.

త్వగఙ్కురః-అ-పు-రోమాంచః॥

త్వగాక్షీరీ-ఈ-సీ- తుగాక్షీరీ-౨వంశలోచనా॥

త్వగ్గన్ధః-అ-పు-నాగరంగః॥

త్వగ్జమ్ అ-న-రోమ-౨రుధిరమ్॥

త్వగ్దోషః-అ-పు- కుష్ఠరోగః॥

త్వగ్దోషాపహా-ఆ-సీ-వాకుచీ॥

త్వగ్దోషారిః-ఇ-పు-హస్తికందః॥ చెక్క}

త్వచమ్-అ-న-వరాంగకమ్॥ తె॥లవంగపు}

త్వచః-అ-పు-త్వక్-౨వృక్షాదిత్వక్॥ తె॥ ౧శరీరమందలితోలు-౨చెట్లనార,పట్ట.

త్వచా-ఆ-సీ- వృక్షాదిత్వక్॥ తె॥ చెట్లనార, పట్ట.

త్వచాపత్రమ్-అ-న-త్వక్పత్రమ్॥

త్వచిష్ఠః-అ-త్రి-అతిశయేనత్వగ్వాన్॥ తె॥దట్టముగుచర్మముగాని నారగాని కలది.

త్వచిసారః-అ-పు-వేణుః॥ తె॥ వెదురు.

త్వచిసుగన్ధా-ఆ-సీ-క్షుద్రైలా॥

త్వచీయాన్-స్-త్రి-ద్వయోరతిశయేనత్వగ్వాన్॥ తె॥ రెంటిలోనొకటియతిశయముగుత్వక్కుగలది-తక్కు-చర్మము.

త్వత్-ద్-త్రి-భిన్నః-౨భవతః॥

త్వదీయమ్-అ-త్రి-భవదీయమ్॥

త్వరణమ్-అ-న-త్వరా॥

త్వరా-ఆ-సీ-ఉద్దేశ్యకార్యవ్యగ్రతా॥ తె॥తలచుకొన్నకార్యమందలితొందర.

త్వరిః-ఇ-సీ-త్వరా॥

త్వరితమ్-అ-న- వేగః॥ తె॥శీఘ్రము.

త్వరితః-అ-త్రి-వేగగామీ॥ తె॥ త్వరగాబోవువాఁడు.

త్వరితోదితమ్-అ-త్రి-శీఘ్రోచ్చారితవచః॥

త్వషీ-ఈ-సీ-పాలికా॥ తె॥చెవితమ్మె.

త్వష్టః-అ-త్రి-తష్టః॥ తె॥ చెక్కబడ్డకాష్ఠాదికము.

త్వష్టా-ఋ-పు- ద్వాదశాదిత్యగణదేవవిశేషః-౨విశ్వకర్మ-౩రథకారః॥ తె॥౧పన్నిద్దరుసూర్యులలోనొకఁడు-౨విశ్వకర్ముఁడు-౩వడ్లవాఁడు.

త్వష్టృదేవతా-ఆ-సీ- ద్వితీయాతిథిః॥ తె॥ విదియ.

త్వష్టృదేవ్యా-ఆ-సీ-చిత్రానక్షత్రమ్॥ తె॥ఇఱువదేడునక్షత్రములలోనొకటి.

త్వాచప్రత్యక్షమ్-అ-న- స్పర్శజ్ఞానమ్-ద్రవ్యాదేస్పర్శద్వారాబోధః॥

త్వాదృక్-శ్ -త్రి-తాదృశః॥ తె॥ నీవంటిది.

త్వాదృక్షః-అ-త్రి- త్వాదృశః॥ తె॥ నీవంటివాఁడు.

త్వాదృశః-అ-త్రి-త్వాదృక్షః॥ తె॥నీవంటిది.

త్వాష్ట్రః-అ-పు-వృత్రాసురః॥ తె॥ వృత్రాసురుఁడనువాఁడు.

త్వాష్ట్రీ-ఈ-సీ-చిత్రానక్షత్రమ్-౨సంజ్ఞానామసూర్యపత్నీ-౩రథికా - రథుద్రరథః॥

త్విట్-ష్-సీ-తేజః-౨కాంతిః-౩జ్వాలా-౪జిగీషా-౫వ్యవసాయః-౬గిరిధ్వనిః॥

త్విట్కృతమ్-అ-న-పర్వతధ్వనిః॥ తె॥ కొండయందుఁబుట్టినరొద.

త్విషా-ఆ-సీ- తేజః॥ తె॥ తేజస్సు.

త్విషాంపతిః-ఇ-పు-సూర్యః॥

త్విషిః-ఇ-పు-కిరణమ్॥

త్విషీ-ఈ-సీ- తేజః॥ తె॥ తేజస్సు.

త్సరుః-ఉ-పు-ఖడ్గాదిముష్టిః॥ తె॥ పిడి- పకుఁజున్న.

థ

థమ్-అ-న-బ్రహ్మనిర్వాణమ్-౨గాయత్రీపఠనమ్-౩రక్షణమ్-౪మంగళమ్-౫సాధ్వసమ్॥ తె॥ ౧బ్రహ్మసాక్షాత్కారము, మోక్షము-౨గాయత్రీజపముజేయుట.

థః-అ-పు-ఊర్మిః-౨చంద్రః-౩పర్వతః-౪భయరక్షకః-౫వ్యాధిభేదః-౬ఉభయదిహ్నామ్-౭భక్షణమ్॥ తె॥ ౧అల-౨చందురుఁడు-౩కొండ.

థః-అ-త్రి-ధవళః-౨శ్యామలః-౩పృథులః॥ తె॥ ౧తెలుపు-౨నలుపు-౩విస్తారము.

థుత్కారః-అ-పు-నిష్ఠీవనత్యాగానుకరణశబ్దః॥

థూథూ-౦-౦-నిష్ఠీవనత్యాగానుకరణశబ్దః॥

థైథై-౦-౦-వాద్యానుకరణశబ్దవిశేషః॥

థోడనమ్-అ-న-సంవరణమ్॥

ద

దమ్-అ-న-పానమ్-౨వైరాగ్యమ్-౩కలత్రమ్-౪అవలోకనమ్॥ తె॥ ౧త్రాగుట-౨విరక్తి-౩ఆలు-౪చూచుట,

దమ్-మ్-౦-భార్యా॥ తె॥ పెండ్లాము.

దః-అ-పు-సర్వలోకాధిపః-౨గురుః-౩అచలః-౪దత్తః-౫దాతా-౬ఖండనమ్॥ తె॥ ౧ఈశ్వరుఁడు-౨గురుఁడు.

దః-అ-త్రి-దాతా-౨ఛేదః-౩గృహాంతః-౪ద్రావకః-౫శుచిః॥ తె॥ ౧ఈవిఁగలవాఁడు-౨ముక్కలుజేయుట-౩ఇంటికొస-౪ద్రవద్రవ్యము-౫పరిశుద్ధము.

దంశః-అ-పు-శిగ్రువృక్షః-౨మహిషః-౩వనమక్షికా-౪దోషః-౫మర్మ-౬వర్మ-౭ఖండనమ్-౮సర్పక్షతమ్-౯సన్నాహః॥ తె॥ ౧మునుగచెట్టు-౨ఎనుబోఁతు-౩అడవియీఁగ-౪దోసము-౫మర్మము-౬కవచము-౭ముక్క-౮పాముకాటు-౯యుద్ధమునకుసిద్ధపడుట.

దంశకః-అ-పు-దంశః॥ తె॥ అడవియీఁగ.

దంశకః-అ-త్రి-దంశనకర్తా॥

దంశనమ్-అ-న-తనుత్రాణమ్॥ తె॥ కవచము.

దంశనః-అ-పు-దంతః॥ తె॥ పల్లు.

దంశభీరుః-ఉ-ద్వి-మహిషః॥ తె॥ దున్నపోతు

దంశమూలః-అ-పు-శిగ్రుః॥ తె॥ మునుగచెట్టు

దంశితః-అ-త్రి-కవచాలంకృతః-౨దష్టః॥ తె॥ ౧కవచముచే నలంకరింపబడిన వాఁడు-౨కరవఁబడ్డది.

దంశీ-ఈ-స్త్రీ-స్వల్పవనమక్షికా॥ తె॥ అడవిచిఱుయీఁగ.

దంష్ట్రః-అ-ద్వి-దాడకః॥ తె॥ దౌడపల్లు,

దంష్ట్రా-ఆ-స్త్రీ-దంతవిశేషః॥

దంష్ట్రాయుధః-అ-పు-వరాహః॥ తె॥ అడవిపంది.

దంష్ట్రికా-ఆ-స్త్రీ-దాఢికా॥

దంష్ట్రీ-న్-ద్వి-సూకరః-౨సర్పః॥

దంష్ట్రీ-న్-త్రి-దంష్ట్రావిశిష్టే॥

దంష్ట్రీ-న్-పు-సూకరః-౨సందంష్ట్రగ్రాహః-౩సర్పః-౪శార్దూలః-౫మూషకః॥ తె॥ ౧అడవిపంది-౨కోఱగలమొసలి-౩పాము-౪పెద్దపులి-౫పందికొక్కు.

దకమ్-అ-న-జలమ్-౨జలావర్తః॥ తె॥ ౧జలము-౨నీటిసుడి.

దక్షః-అ-పు-విశ్వదేవవిశేషః-౨సూర్ధానః-౩సనత్కుమారః-౪కుక్కుటః-౫సమర్థః-౬దక్షప్రజాపతిః-౭అగ్నిః-౮హారః-౯మునిః॥ తె॥ ౧విశ్వదేవతలలోనొకడు-౨శరీరముదాచనిబంటు-౩సనత్కుమా

రుఁడు-౪ కోడి-౫ సమర్థుఁడు-౬ దక్షప్రజాపతి-౭ అగ్నిహోత్రుఁడు-౮ శివుఁడు-౯ ఋషి.

దక్షః-అ-త్రి-అభిజ్ఞః॥ తె॥ తెలిసినవాఁడు.

దక్షకన్యా-ఆ-స్త్రీ-దిగ్జాతిః-౨ గౌరీ॥ తె॥ ౧ దిక్కులగుంపు-౨ పార్వతీదేవి.

దక్షజా-ఆ-స్త్రీ-దుర్గా॥

దక్షజాపతిః-ఇ-పు-చంద్రః-౨ శివశ్చ॥

దక్షసంహారః-అ-పు-శివః॥ తె॥ హరుఁడు.

దక్షసావర్ణిః-ఇ-పు - నవమమనుః - అస్మిన్మన్వంతరే - ఋషభనామ్నా భగవదవతారః - శ్రుతనామా ఇంద్రః - పారమరీచి గర్భాద్యాదేవాః - ద్యుతిమదాద్యాః సప్తర్షయః-భూకేతుదీప్తికేతుప్రభృతయో మనుపుత్రా భవిష్యంతి.

దక్షా-ఆ-స్త్రీ-పృథివీ॥

దక్షాధ్వరధ్వంసకృత్-త్-పు-శివః॥

దక్షాయ్యః-అ-పు-గరుడః-౨ గృధ్రః॥

దక్షారిః-ఇ-పు-వీరభద్రః॥

దక్షిణః-అ-పు-తాల ప్రాణమార్గవిశేషః-౨ పత్యంతర్భావశృంగార నాయకవిశేషః ౩ ఉదారః-౪ దక్షిణదిగ్వర్తీ-౫ పరచ్ఛందానువర్తీ॥ తె॥ ౩ పరకార్యనిర్వాహకుడు

దక్షిణః-అ-త్రి-అపసవ్యః-౨ దక్షిణోద్భూతః-౩ సరలః-౪ పరఛందానువర్తీ-౫ ఆరామః-౬ దక్షః-౭ చతుర్థాపత్యంతర్గతపతివిశేషః॥ తె॥ ౧ కుడిది.

దక్షిణకాళికా-ఆ-స్త్రీ-ఆద్యాశక్తిః॥

దక్షిణతః-౦-౦-దక్షిణస్యాందిశి॥

దక్షిణపూర్వా-ఆ-స్త్రీ - దక్షిణపూర్వదిగంతరాళదిక్॥ తె॥ అగ్నిమూలదిక్కు.

దక్షిణస్థః-అ-పు-రథసారథిః॥ తె॥ రథముఁదోలెడువాఁడు.

దక్షిణా-ఆ-స్త్రీ-దక్షిణదిక్-౨ దేయవిశేషః॥ తె॥ ౨ దానముతరువాతయిచ్చేదక్షిణ.

దక్షిణా-౦-౦ - దక్షిణదిశి - ప్రథమాసప్తమ్యా॥ తె॥ దక్షిణదిక్కు, దక్షిణదిక్కుయెందు.

దక్షిణాగామీ-న్-పు - దక్షిణాగమమతప్రవర్తకః॥

దక్షిణాగ్నిః-ఇ-పు- దక్షిణభాగధనురాకారకుండస్థవహ్నిః॥ తె॥ యజ్ఞమునందు వేదికకు దక్షిణప్రక్కధనురాకారకుండమునందుఁబ్రతిష్ఠచేసినయగ్ని.

దక్షిణాచలః-అ-పు-మలయపర్వతః॥

దక్షిణాచారః-అ-పు-ఆచారవిశేషః॥

దక్షిణాత్-౦-౦-దక్షిణదిగ్దేశకాలేషు-పంచమీసప్తమీప్రథమార్థేషు॥ తె॥ దక్షిణదిక్కు, దక్షిణదిక్కుయెందు, దక్షిణదిక్కువల్లను-వల్లను, కంటె, పట్టి- యీమూడున్ను-తెనుగుపంచమివిభక్తులు - దక్షిణదేశము, దక్షిణదేశమునందు, దక్షిణదేశమువల్లను-వల్లను, కంటె, పట్టి- ఈ మూడున్ను తెనుగు పంచమీవిభక్తులు-భూతకాలము, భూతకాలమునందు, భూతకాలమువల్లను - వల్లను, కంటె, పట్టి-యీమూడున్ను తెనుగు పంచమీవిభక్తులు.

దక్షిణాధీశః-అ-పు-కృతాంతః॥ తె॥ యముడు

దక్షిణాపథః-అ-పు-వింధ్యపర్వతదక్షిణసేతుపర్యంతదేశః॥ తె॥ వింధ్యపర్వతము మొదలుకొని సేతువుపర్యంతమున్న దేశము.

దక్షిణాపథజన్మా-న్-పు-జాతివిశేషః॥

దక్షిణాపరా-ఆ-స్త్రీ-దక్షిణాపరదిశోర్మధ్యదిక్॥ తె॥ దక్షిణపశ్చిమములనడిమిదిక్కు.

దక్షిణాయనమ్-అ-న - సూర్యస్యదక్షిణాగ

తిః-సా-శ్రావణాదిషట్సుమాసేషుభవతి

దక్షిణారుః-ఉ-పు-వ్యాధకర్తృకదక్షిణాంగవ్రణితమృగః॥

దక్షిణార్హః-అ-త్రి-దక్షిణాయోగ్యః॥ తె॥ దక్షిణకుఁదగినవాఁడు.

దక్షిణావర్తకీ-ఈ-స్త్రీ-వృశ్చికాలిః॥

దక్షిణావర్తమూత్రధారా-ఆ-స్త్రీ - నృపలక్షణమ్॥ తె॥ రాజుకాఁబోవుపురుషుని గుఱుతు.

దక్షిణాశాపతిః-ఇ-పు-యమః॥

దక్షిణాహి-౦-౦- దక్షిణస్యాందిశిదూరేప్రథమాసప్తమ్యౌ॥ తె॥ దూరముగాదక్షిణపుదిక్కు - దూరముగా దక్షిణదిక్కుయందు.

దక్షిణీయః-అ-త్రి-దక్షిణార్హః॥

దక్షిణేన-౦-౦-దక్షిణదిగ్దేశకాలేషుసమీపార్థేప్రథమాసప్తమ్యౌ॥

దక్షిణేయః-అ-త్రి-దక్షిణార్హః॥ తె॥ దక్షిణకు తగినది.

దక్షిణేర్మా-న్-పు- లుబ్ధేనదక్షిణభాగకృతవ్రణమృగః॥ తె॥ కుడిభాగమందుగాయమైనలేడి.

దక్షిణ్యః-అ-త్రి-దక్షిణార్హః॥ తె॥దక్షిణకుఁదగినవాఁడు.

దగ్ధమ్-అ-న-కతృణమ్॥

దగ్ధః-అ-త్రి-ఉషితః॥ తె॥ కాల్చబడ్డది.

దగ్ధకణ్ఠా-ఆ-స్త్రీ-మహాశతావరీ॥ తె॥ పెద్దపిల్లిపీచర.

దగ్ధకాకః-అ-పు- ద్రోణకాకః॥ తె॥ బొంతకాకి.

దగ్ధరథః-అ-పు-చిత్రరథగంధర్వః॥

దగ్ధరుహః-అ-పు-తిలకవృక్షః॥

దగ్ధరుహా-ఆ-స్త్రీ-దగ్ధావృక్షః॥

దగ్ధా-ఆ-స్త్రీ- శ్రితార్కదిక్-౨ వృక్షవిశేషః॥

దగ్ధికా-ఆ-స్త్రీ-దగ్ధాన్నమ్-౨ దగ్ధావృక్షః॥

దగ్ధేష్టకా-ఆ-స్త్రీ-ఝామకమ్॥

దక్షుః-ఉ-పు-వృషభః॥ తె॥ఎద్దు.

దణ్డః-అ-పు-సూర్యపార్శ్వవర్తిదేవవిశేషః-౨ చతుర్హస్తప్రమాణమ్- ౩ శుకః-౪ రాజచతురుపాయవిశేషః - ౫ ప్రవరధృతకాదిసప్తదశభేదయుక్తదండవ్యూహః-౬ యమః-౭ అశ్వః-౮ మంథానః॥ తె॥ ౧ సూర్యునిపార్శ్వమందుండేవాఁడు- ౨ బారెడు-౩ చిలుక- ౪ శత్రువునుపీడపెట్టడము-౫ ప్రవరులు - ధృతకులనుపదియేడువిధములగుదండసమూహము - ౬ యముఁడు-౭ గుఱ్ఱము-౮ కవ్వము.

దణ్డః-అ-(స్త్రీ)- దమః-౨ హింసా-౩ లగుడః-౪ రాజశాసనమ్-౫ యష్టిః- ౬ ప్రకాండః-౭ మానవిశేషః-౮ మాల్యమ్- ౯ అభిమానః-౧౦ సైన్యమ్-౧౧ కోణః-౧౨ గ్రహః తె॥ ౧ దండుగ- ౨ హింసపెట్టడము-౩ దుడ్డుకఱ్ఱ - ౪ రాజదండన- ౫ కఱ్ఱ- ౬ కొమ్మలక్రిందిమాను- ౭ కొలిచేకఱ్ఱ-౮ పూలదండ- ౯ అభిమానము- ౧౦ దండు- ౧౧ మూల-౧౨ గ్రహము.

దణ్డకః-అ-పు-మౌక్తికయష్టికా- ౨ గృహదారుః- ౩ తరుస్కంధః - ౪ మాయా- ౫ బహులమ్- ౬ దేశవిశేషః - ౭ అరణ్యవిశేషః॥ తె॥ ౧ ముత్యాలహారపుపేట-౨ దూలము-౩ వృక్షముయొక్కకొమ్మలక్రిందిమాను- ౪ మాయ-౫ విస్తారము- ౬ ఒకానొకదేశము- ౭ దండకారణ్యము.

దణ్డకః-అ-(స్త్రీ)- దండకనామకవృత్తమ్॥ తె॥ దండకవృత్తమనునొకవృత్తము-అనగా దండకము.

దణ్డకన్దకః-అ-పు-ధరణీకందః॥
దణ్డకా-ఆ-సీ-జనస్థానమ్-౨దండకారణ్యమ్॥
దణ్డకాకః-అ-పు-ద్రోణకాకః॥ తె॥ బొంతుకాకి.
దణ్డఢక్కా-ఆ-సీ-వాద్యవిశేషః॥
దణ్డతామ్రీ-ఈ-సీ-తామ్రీవాద్యమ్॥
దణ్డధరః-అ-పు-కృతాంతః-౨భూపతిః॥ తె॥ ౧యముఁడు-౨రాజు.
దణ్డధారః-అ-పు-పృథ్వీనాథః-౨ప్రేతాధిపః॥
దణ్డనాయకః-అ-పు-సేనానీః-స,చతురంగబలాధ్యక్షః॥
దణ్డనీతిః-ఇ-సీ-చాణక్యాదిప్రణీతనీతిశాస్త్రమ్॥ తె॥ కామందాదిచాణక్యదండనీతిశాస్త్రము.
దణ్డపాంశులః-అ-పు-ద్వారపాలః॥
దణ్డపాణిః-ఇ-పు-యమః-౨కాశీస్థశివగణవిశేషః-స,పూర్ణభద్రయక్షపుత్రః॥
దణ్డపారుష్యమ్-అ-న-రాజ్ఞాంసప్తవ్యసనాంతర్గతవ్యసనవిశేషః-౨అష్టాదశవివాదాంతర్గతవివాదవిశేషః-తత్తుతాడనాది॥
దణ్డపాలః-అ-పు-అర్ధశఫరమత్స్యః-౨ద్వారపాలః॥
దణ్డపాలకః-అ-పు-శకులమత్స్యః॥
దణ్డపాశికః-అ-పు-పురాధ్యక్షః॥ తె॥ పట్టణముమీఁదికొత్వాలు.
దణ్డభృత్-త్-పు-కుంభకారః॥
దణ్డభృత్-త్-త్రి-దండధారకః॥
దణ్డయాత్రా-ఆ-సీ-దిగ్విజయః-౨సంయానమ్-౩వరయాత్రా॥ తె॥ ౧దిక్కులను జయించుట-౨జంతికెలు-అనఁగా దేనెతొళలపెండివంట-౩తోలు,వాఱు.
దణ్డయామః-అ-పు-యమః-౨దినమ్-౩అగస్త్యః॥

దణ్డయామిః-ఇ-పు-అగస్త్యః-౨దివసః-౩కృతాంతః॥ తె॥ ౧అగస్త్యమహాముని-౨దినము-౩యముఁడు.
దణ్డరీ-ఈ-సీ-డంగరీఫలమ్॥
దణ్డవాదీ-న్-త్రి-దండవక్తరి॥
దణ్డవాదీ-న్-పు-దర్వాటః-౨ద్వారపాలః॥
దణ్డవాలధిః-ఇ-పు-హస్తీ॥
దణ్డవాసీ-న్-పు-ద్వారపాలః-౨ఏకగ్రామాధికృతజనః॥
దణ్డవిష్కమ్భః-అ-పు-యత్రస్తంభాదౌ-ఆకర్షణార్థంరజ్జ్వాదండోనిబధ్యతేసః॥
దణ్డవృక్షకః-అ-పు-స్నుహీ॥
దణ్డహస్తమ్-అ-న-తగరపుష్పమ్॥
దణ్డాజినమ్-అ-న-కపటః-౨వంచనమ్॥ తె॥ ౧కపటము-౨మోసము.
దణ్డాదణ్డి-౦-౦-దండైర్దండైర్గృహీత్వాప్రవర్తమానయుద్ధమ్॥ తె॥ కఱ్ఱలఁబట్టిజగడముజేయుట.
దణ్డారః-అ-పు-శరయంత్రమ్-౨కులాలచక్రమ్-౩దహానః-౪మత్తవారణః॥ తె॥ ౧శరయంత్రము-అనఁగా-బాణములచేతఁగట్టపడినది-౨కుమ్మరసాన-౩అగ్గి-చిచ్చు-౪మదించినయేనుఁగు.
దణ్డాహతమ్-అ-న-గోరసః॥ తె॥ చల్ల.
దణ్డికః-అ-పు-మౌక్తికయష్టికా-౨మత్స్యవిశేషః॥ తె॥ ౧ముత్యాలహారపుపేట-౨ఒకానొకచేఁప.
దణ్డికా-ఆ-సీ-మౌక్తికయష్టికా॥ తె॥ ముత్యాలహారపుపేట.
దణ్డితః-అ-త్రి-కృతదండః॥
దణ్డినః-అ-పు-వృకధూమః॥ తె॥ నీళ్లమీదిపాకేతీఁగె.
దణ్డీ-న్-పు-కృతాంతః-౨ద్వారపాలకః-౩

పిండః-౪ నగరమ్-౫ తిలకల్కః॥ తె॥ ౧ యముఁడు-౨ పౌవారికుఁడు-౩ పిండము - ౪ పట్టణము-౫ గానుఁగుపిండి.

దణ్డిన్-త్రి-దండవాన్॥

దణ్డోత్పలమ్-అ-న-వృక్షవిశేషః॥

దణ్డోత్పలా-ఆ-స్త్రీ-శ్వేతపుష్పదండోత్పలమ్॥

దణ్డ్యః-అ-త్రి-దండనీయః-దండితవ్యః॥

దత్-త్-పు-దంతః- అస్య బహువచనే దతః॥ తె॥ పల్లు.

దత్తమ్-అ-త్రి-రక్షితమ్-౨ కృతదానమ్॥

దత్తమ్-అ-న-దానే॥

దత్తః-అ-పు-రాజవిశేషః-స-అగ్నిసింహానందనః-౨ వైశ్యస్యోపాధివిశేషః - ౩ అథునా కాయస్థాదెరుపాధిశ్చ-౪ భగవదవతారవిశేషః-స - అత్రిపుత్రః-దత్తాత్రేయేతినామ్నాఖ్యాతః॥

దత్తకః-అ-పు-మాత్రా పిత్రా వా దత్తపుత్రః

దత్తకపుత్రః-అ-పు- ద్వాదశవిధపుత్రాంతర్గతపుత్రవిశేషః॥

దత్తాత్మా-న్-పు-స్వసమ్మత్యా స్వయందత్తపుత్రః॥ తె॥ తాను సమ్మతించి తా నిచ్చిన కొమారుఁడు.

దత్తాప్రదానికమ్-అ-న - అష్టాదశవివాదపదాంతర్గతవివాదపదవిశేషః॥

దత్తానపకర్మ-న్-న-దత్తాప్రదానికమ్॥

దత్తిః-ఇ-స్త్రీ-దానమ్॥

దత్తేయః-అ-పు-ఇంద్రః॥

దత్రిమః-అ-పు- ఆపత్కాలె మాత్రా పిత్రా వా ఉదకపూర్వకం దత్తపుత్రః॥ తె॥ స్వీకారపుత్రుఁడు.

దదనమ్-అ-న-దానమ్॥

దద్రుః-ఊ-పు-రోగవిశేషః॥

దద్రుకః-అ-పు-దద్రురోగః॥

దద్రుఘ్నః-అ-పు-చక్రమర్దకః॥

దద్రుణః-అ-త్రి-దద్రురోగీ॥

దద్రుణః-అ-పు-దర్దురోగవాన్॥ తె॥ దర్దురోగము వాఁడు.

దద్రునాశినీ-ఈ-స్త్రీ-తైలినీకీటః॥

దద్రురోగిన్-న్-త్రి-దద్రురోగవిశిష్టః॥

దద్రూః-ఊ-పు-రోగవిశేషః॥

దద్రూఘ్నః-అ-పు-దద్రుఘ్నః॥

దద్రూణః-అ-త్రి-దద్రుణః॥

దధి-ఇ-న-క్షీరోత్తరావస్థా-౨ శ్రీవాసః-౩ వసనమ్॥ తె॥ ౧ పెరుగు.

దధికూర్చికా-ఆ-స్త్రీ- అర్ధోదకోష్ణదుగ్ధేదధ్యమ్లసంయోగాజ్జాతా- ౨ ఉష్ణదుగ్ధేదధ్యమ్లసంయోగాజ్జాతా॥

దధిచారః-అ-పు-దధిమథనదండః॥ తె॥ పెరుగుద్రచ్చుకవ్వము.

దధిజమ్-అ-న-నవనీతమ్॥ తె॥ వెన్న.

దధిత్థః-అ-పు-కపిత్థవృక్షః॥ తె॥ వెలగచెట్టు.

దధిత్థాఖ్యః-అ-పు-సరలద్రవః॥

దధిధేనుః-ఉ - స్త్రీ - దానార్థదధ్యాదినిర్మితా ధేనుః॥

దధిపుష్పా-ఆ-స్త్రీ-దేవదాలికా॥ తె॥ డావరడంగిచెట్టు.

దధిపుష్పికా-ఆ-స్త్రీ-అపరాజితా॥

దధిపుష్పీ-ఈ-స్త్రీ-కోలశింబీ॥

దధిఫలః-అ-పు-కపిత్థవృక్షః॥ తె॥ వెలగచెట్టు.

దధిమణ్డః-అ-పు-మస్తు॥

దధిమణ్డోదః-అ-పు-దధినముద్రః॥

దధిముఖః-అ-పు-వానరవిశేషః-స - సుగ్రీవశ్వశురః-తస్య మధువనపాలకశ్చ॥

దధిశోణః-అ-పు-వానరః॥

దధిసక్తవః-అ-పు-కరంభః - దధ్యుపసిక్తాస్సక్తవః-నిత్యబహువచనాంతోయమ్॥

దధిసారమ్-అ-న-నవనీతమ్॥ తె॥ వెన్న.
దధిస్నేహః-అ-పు-దధిసరః॥
దధిస్వేదః-అ-పు-ఘోలమ్॥
దధీచః-అ-పు-కుబేరః-౨తక్రమ్- ౩గోపభవనమ్-౪మునివిశేషః॥ తె॥౧కుబేరుఁడు- ౨చల్ల-౩ వ్రేపల్లె-౪ఒకానొకముని.
దధీచిః ఇ-పు-మునివిశేషః॥ తె॥ దధీచియనుముని.
దధీచ్యస్థి-ఇ-న-హీరకమ్-౨వజ్రంచ॥
దధృక్-శ్ -త్రి-ధృష్టః॥
దధ్నః-అ-పు-యమః॥
దధ్యాకరః-అ-పు-దధిసముద్రః॥ తె॥ పెరుగుసంద్రము.
దధ్యానీ-ఈ-సీ-సుదర్శనా- ౨సుదర్శనగులంచ
దధ్యుత్తరమ్-అ-న-దధిస్నేహః॥
దధ్యుత్తరగమ్-అ-న-దధిస్నేహః॥
దధ్యుదః-అ-పు-దధిసముద్రః॥
దనుః-ఉ-పు-విశ్వదేవవిశేషః॥ తె॥ విశ్వదేవతలలోనొకఁడు.
దనుః-ఉ-సీ-దానవమాతా ॥ తె॥ రాక్షసుల తల్లి.
దనుజః-అ-పు-రాక్షసజాతిః ॥ తె॥ రాక్షస జాతి.
దనుజద్విట్-ష్-పు-దేవః॥
దనుసూనుః-ఉ-పు-అసురః॥ తె॥ రాక్షసులు.
దన్తః-అ-పు-రదనః- ౨ద్వాత్రింశత్సంజ్ఞా-౩అద్రికటకమ్-౪కుంజః-౫ఉన్నతోపలః॥ తె॥౧పల్లు-౨ముప్పదిరెండు - ౩కొండనడుము-౪పొదరిల్లు-౫పొడవుఱాయి.
దన్తకః అ-పు గిరిచ్యుతస్థూలోపలః॥ తె॥ పర్వతమునుండిజారిపడినపెద్దఱాయి.
దన్తకర్షణః-అ-పు-జంబీరః॥
దన్తకాష్ఠమ్-అ-న-వికంకతవృక్షః - ౨దంతధావనార్థకాష్ఠమ్॥
దన్తకాష్ఠకమ్-అ-న-ఆహుల్యవృక్షః॥
దన్తచ్ఛదః-అ-పు-ఓష్ఠః॥
దన్తచ్ఛదోపమా-ఆ-సీ-బింబీ॥
దన్తధావనమ్-అ-న-దంతశుద్ధిః॥
దన్తధావనః-అ-పు- ఖదిరవృక్షః- ౨గుచ్ఛకరంజః-౩వకులః॥ తె॥౧చంద్రచెట్టు.
దన్తనఖక్షతమ్-అ-న-బాహ్యరతివిశేషః॥ తె॥ సంభోగాదికృత్యములలో బాహ్యరతి యగుగోరువంకలిడుట.
దన్తపత్రమ్-అ-న-కుండలమ్॥
దన్తపత్రకమ్-అ-న-కుందపుష్పమ్॥
దన్తపుష్పమ్-అ-న-కతకఫలమ్॥
దన్తఫలమ్-అ-న-కతకమ్॥
దన్తఫలః-అ-పు-కపిత్థః॥
దన్తఫలా-ఆ-సీ-పిప్పలీ॥
దన్తబీజకః-అ-పు-దాడిమః॥
దన్తభాగః-అ-పు-గజపురోభాగః॥ తె॥ ఏనుఁగుయొక్క-శిరస్సు-తొండ-మొదలయినది.
దన్తమలమ్-అ-న-దంతలగ్నక్లేదః॥
దన్తమూలికా-ఆ-సీ-దంతీవృక్షః॥
దన్తవస్త్రమ్-అ-న-ఓష్ఠః॥
దన్తవాసాః-స్-పు-ఓష్ఠః॥
దన్తవైరీ-న్-పు-అమ్లపంపరా॥ తె॥ పుల్లపంపరపనసచెట్టు.
దన్తశటః-అ-పు-దంతశఠః॥ తె॥ వెలగచెట్టు.
దన్తశఠః-అ-పు-కపిత్థవృక్షః-౨జంబీరవృక్షః ౩కశేరుకవృక్షః-౪ అమ్లరసః॥ తె॥౧వెలగచెట్టు- ౨నిమ్మచెట్టు- ౩ములువెలగచెట్టు-౪పచ్చిపులుసు.
దన్తశఠా-ఆ-సీ-చుక్రికా॥ తె॥పులిచింత.
దన్తశఫరీ-ఈ-సీ-దంతరోగజనకమీనః॥ తె॥ పండ్లనెప్పినిఁబుట్టించుచేప.

దన్తశర్కరా-ఆ-సీ-కఫవాయుశోషితదంతగతమలమ్॥

దన్తశాణమ్-అ-న-నిశ్చుక్వణమ్॥

దన్తశిరా-ఆ-సీ-మాఢీ॥

దన్తహర్షః-అ-పు-దంతరోగవిశేషః॥

దన్తహర్షకః-అ-పు-జంబీరవృక్షః॥ తె॥ నిమ్మచెట్టు.

దన్తహర్షణః-అ-పు-జంబీరవృక్షః॥ తె॥ నిమ్మచెట్టు.

దన్తాఘాతః-అ-పు- నింబూకః- ౨దశనాఘాతశ్చ॥

దన్తాయుధః-అ-పు-సూకరః॥

దన్తార్బుదమ్-అ-(సీ)దంతరోగభేదః॥

దన్తాలికా-ఆ-సీ-వల్గా॥

దన్తావలః-అ-(న)-హస్తీ॥ తె॥ఏనుఁగు.

దన్తావలః-అ-పు-గజః॥ తె॥ఏనుఁగు.

దన్తికా-ఆ-సీ- నాగదంతివృక్షః॥ తె॥ దంతిచెట్టు.

దన్తిజా-ఆ-సీ-దంతికా॥

దన్తినీ-ఈ-సీ-దంతీవృక్షః॥

దన్తిమదః-అ-పు-హస్తిమదః॥

దన్తివర్దనమ్-అ-న-సుతలలోకః॥ తె॥ సుతలయనులోకము.

దన్తీ-న్-(న)-హస్తీ॥ తె॥ఏనుఁగు.

దన్తీ-న్-పు-గజః॥ తె॥ఏనుఁగు.

దన్తీ-ఈ-సీ-స్వనామఖ్యాతవృక్షః॥

దన్తీబీజమ్-అ-న-జయపాలః॥

దన్తురః-అ-త్రి-ఉదగ్రదంతః॥ తె॥మిట్టవండ్లవాఁడు.

దన్తురచ్ఛదః-అ-పు బీజపూరః॥

దన్తోలూఖలికః-అ-త్రి-వానప్రస్థవిశేషః- ౨దంతమాత్రేణధిత్వా యోభక్షతిసః

దన్త్యమ్-అ-న-దంతమలమ్॥ తె॥వండ్లపాచి-

దన్త్యః-అ-త్రి- దంతసంబంధాక్షరమ్॥ తె॥ దంతస్థానమునఁబలికేఅక్షరము.

దన్దశూకః-అ-పు-సర్పః-౨రాక్షసః॥ తె॥ ౧ పాము-౨రక్కసుఁడు.

దన్ధనమ్-అ-న-కాలయాపనా॥ తె॥కాలము వెళ్లబుచ్చుడము.

దపథుః-ఉ-పు-జ్వరవిశేషః॥

దభ్రః-అ-పు-సముద్రః॥

దభ్రః-అ-త్రి-సూక్ష్మః॥ తె॥సన్నపది,కొంచపుదిన్ని.

దమః-అ-పు-దండోపాయ-౨దాంతిః-౩ కర్దమః॥ తె॥ ౧చతురుపాయములలోనొకటి-౨ఇంద్రియనిగ్రహాదిక్లేశసహనము ౩బురద.

దమకః-అ-త్రి-దమనకర్తా॥

దమఘోషః-అ- పు- చంద్రవంశీయరాజవిశేషః॥

దమఘోషసుతః-అ-పు-శిశుపాలః॥

దమథః- అ- పు- దాంతిః-౨దండః॥ తె॥ ౧ఇంద్రియనిగ్రహాదిక్లేశసహనము-౨శిక్ష.

దమథుః-ఉ-పు-దండః-౨దమః॥

దమనమ్-అ-న-దండః॥

దమనః-అ-పు-దేవశేఖరః-౨నడతృణమ్॥ తె॥ ౧దవనము-౨కిక్కసగడ్డి.

దమనకః-అ-పు-వృక్షవిశేషః॥

దమనీ-ఈ-సీ-అగ్నిదమనీవృక్షః॥

దమయన్తీ-ఈ-సీ-నలరాజభార్యా- ౨భద్రమల్లికా॥

దమితః-అ-త్రి-శిక్షితః॥ తె॥శిక్షింపఁబడినది.

దమీ-న్-పు-దమనవిశిష్టః॥

దమునాః-స్-పు-అగ్నిః - ౨శుక్రాచార్యః॥ తె॥ ౧అనలుఁడు-౨రాక్షసులగురువు.

దమూనాః-స్-పు-అగ్నిః॥

దమ్పతీ-ఇ-పు-జాయాపతీ- నిత్యద్వివచనాంతోయం॥ తె॥మగడుపెండ్లాము.

దమ్భః-అ-పు-కపటః- ౨కల్కః॥ తె॥ ౧కపటము-౨కల్కము.

దమ్భోలిః-ఇ-పు వజ్రాయుధమ్॥ తె॥ ఇంద్రాయుధము.

దమ్యః-అ-పు-వత్సతరః॥ తె॥తరిపిదూడ.

దయః-అ-పు-దయా॥

దయా-ఆ-స్త్రీ-కరుణారసః॥ తె॥ తొమ్మిదిరసములలోనొకటియగుకరుణారసము, దయయున్న.

దయాకూర్చః-అ-పు-బుద్ధః॥

దయాలుః-ఉ-త్రి-దయావాన్॥ తె॥దయగలిగినవాఁడు.

దయితః-అ-పు-పతిః॥

దయితః అ-త్రి-ప్రియవస్తు॥ తె॥ఇష్టవస్తువు.

దయితా-ఆ-స్త్రీ-వనితా-౨భార్యా॥ తె॥ ౧ఆఁడుది-౨పెండ్లాము.

దర-౦-౦-అల్పః॥ తె॥ తక్కువ, ఇంచుకంతయున్న,

దరమ్-అ-న-శంఖః॥ తె॥చిందము.

దరః-అ-(న)-కందరే॥

దరః-అ-(స్త్రీ)-భయమ్-౨శంఖః॥ తె॥ ౧భీతి-౨శంఖము.

దరః-అ-పు-గర్తః॥ తె॥ బిలము, చీమలపుట్ట మొదలగునవి.

దరకః-అ-పు-వ్రీహివిశేషః॥ తె॥ ధాన్యవిశేషము.

దరకణ్టికా-ఆ-స్త్రీ-శతావరీ॥ తె॥పసుఁగపల్లేరు.

దరణిః-ఇ-పు-కూలభంగః॥

దరత్-ద్-స్త్రీ-విషజనకమ్లేచ్ఛదేశః-౨ప్రపాతః-౩భయమ్-౪పర్వతః-౫హరీతకీ-౬తీరమ్॥ తె॥ ౧విషజనకమ్లేచ్ఛదేశము-౨కొండచఱియ-౩వెఱపు-౪కొండ-౫కరకచెట్టు-౬ఒడ్డు.

దరత్-ద్-పు-అభిప్రాయః॥ తె॥ అభిప్రాయము-తాత్పర్యమున్న.

దరదమ్-అ-న-హింగులమ్॥ తె॥ ఇంగిలీకము.

దరదః-అ-పు-హింగులమ్-౨దేశవిశేషః-౩భయమ్-౪మ్లేచ్ఛజాతిభేదః॥ తె॥ ౧ఇంగిలీకము-౨ఒకానొకదేశము-౩వెఱపు.

దరాలయః-అ-పు-శవవాహనమ్॥ తె॥కటువు

దరిః-ఇ-స్త్రీ-దరీ॥

దరితః-అ-త్రి-భీతః॥ తె॥ భయపడ్డవాఁడు.

దరితః-అ-పు-భీతః॥ తె॥ భయపడ్డవాఁడు.

దరిద్రః-అ-పు-నిర్ధనః॥ తె॥ధనహీనుఁడు.

దరిద్రః-అ-త్రి-నిస్వః॥ తె॥ పేదవాఁడు.

దరిద్రాయకః-అ-త్రి-దరిద్రః ॥ తె ॥ దరిద్రుఁడు.

దరిద్రితః-అ-త్రి-దరిద్రః-దారిద్ర్యయుక్తః

దరిద్రితా-ఋ-త్రి-దరిద్రాయకః॥

దరీ-ఈ-స్త్రీ-భిత్తివద్భాసమానపర్వతపార్శ్వమ్-౨గుహా ॥ తె॥ ౧గోడలాగనుపుండేకొండదరి-౨గుహ.

దరోదరమ్-అ-న-దురోదరమ్॥ తె॥ జూదము, పందెమున్న.

దరోదరః-అ-పు-దురోదరః॥ తె॥ జూదమాడువాఁడు.

దర్దరః-అ-పు-పర్వతః॥ తె॥కొండ.

దర్దరః-అ-త్రి-ఈషద్భగ్నభాజనే॥

దర్దరామ్రః-అ-పు-వ్యంజనవిశేషః॥

దర్దరీకమ్-అ-న-వాద్యమ్॥

దర్దరీకః-అ-పు-మేఘః - ౨వాద్యభేదః - ౩భేకః॥

దర్దుఘ్నః-అ-పు-ప్రపున్నాటః॥ తె॥ తగిరిసచెట్టు,

దర్దుఘ్నా-ఆ-సీ-ఉపోదకీ॥ తె॥ పొలముబచ్చలి చెట్టు.

దర్దుణః-అ-పు-దర్దురోగవాన్॥ తె॥ దర్దురురోగమువాఁడు.

దర్దురమ్-అ-న-గ్రామజాలమ్॥ తె॥ గ్రామసమూహము.

దర్దురః-అ-ద్వి-భేకః॥ తె॥ కప్ప.

దర్దురః-అ-పు-విషవిశేషః-౨భేకః-౩దర్దురపర్వతః-౪వ్రీహివిశేషః-౫మేఘః॥ తె॥ ౧దర్దురమనువిసము-౨కప్ప-౩దర్దురపర్వతము-౪దర్దురధాన్యము-౫మబ్బు.

దర్దురః-అ-త్రి-ఈషద్భగ్నవస్తు॥ తె॥ కొంచెముముక్కిపోయినవస్తువు.

దర్దురా-ఆ-సీ-చండికా॥ తె॥ చెండికాదేవి.

దర్దురూటః-అ-పు-కరటః॥ తె॥ కాకము.

దర్దూః-ఊ-పు-దర్ద్రురోగః॥

దర్ద్రుః-ఉ-పు-రోగవిశేషః॥

దర్ద్రుఘ్నః-అ-పు-చక్రమర్దకః॥

దర్ద్రుణః-అ-త్రి-దర్దురోగీ॥ తె॥ దర్దురురోగముగలవాఁడు.

దర్ద్రూః-ఊ-పు-రోగవిశేషః॥

దర్ద్రూణః-అ-త్రి-దద్రురోగీ॥

దర్ద్రూరోగీ-న్-త్రి-దద్రురోగీ॥

దర్పః-అ-పు-గర్వః-౨కస్తూరీ॥ తె॥ ౧గర్వము-౨మృగమదము.

దర్పకః-అ-పు-మన్మథః॥ తె॥ మదనుఁడు.

దర్పణమ్-అ-న-చక్షుః-౨సందీపనమ్॥

దర్పణః-అ-పు-తాలప్రాణకలావిశేషః॥ తె॥ తాలప్రాణభూతమైనయొకానొకకళ

దర్పణః-అ-(సీ)-ముకురః॥ తె॥ అద్దము.

దర్పణచణః-అ-పు-నాపితః॥ తె॥ మంగలివాఁడు.

దర్పసారకః-అ-పు-కస్తూరీ॥ తె॥ మృగమదము

దర్భారమ్భః-అ-పు-అహంకారారంభః॥

దర్భః-అ-పు-కుశః-౨తృణవిశేషః-౩అశ్వవాలకతృణమ్॥ తె॥ ౧కుశదర్భగడ్డి-౨గడ్డిలోభేదము-౩ఆశ్వలాయనదర్భ.

దర్భటమ్-అ-న-నిభృతగృహమ్॥

దర్భపత్రః-అ-పు-కాశః॥ తె॥ తెల్లుగడ్డి.

దర్భాహ్వయః-అ-పు-ముంజః॥ తె॥ ముంజగడ్డి

దర్వః-అ-పు-రాక్షసః-౨హింస్రః॥

దర్వటః-అ-పు-దండవాదీ॥

దర్వరీకః-అ-పు-ఇంద్రః-౨వాయుః-౩వాద్యభేదః॥

దర్విః-ఇ-సీ-వ్యంజనాదిదారకః॥

దర్వికః-అ-పు-దర్వీ॥ తె॥ తెడ్డు.

దర్వికా-ఆ-సీ-దార్వికా-౨ఖజాకా

దర్వీ-ఈ-సీ-ఫణా-౨ఖజాకా॥ తె॥ ౧పగడ-౨ఇత్తడిగరిటె.

దర్వీకరః-అ-త్రి-ఖజాకాకారకే॥

దర్వీకరః-అ-పు-సర్పః-౨పాచకః-౩యాచకః-౪యాజకః॥ తె॥ ౧పాము-౨వంటపుట్టి-౩యాచించేవాఁడు-౪యజ్ఞముచేసేవాఁడు.

దర్వీతుణ్డః-అ-పు-బలాకాపక్షీ॥ తె॥ తెల్లకొక్కెర.

దర్శః-అ-పు-అమావాస్యా-౨అమావాస్యాకర్తవ్యయాగః-౩అవలోకనమ్॥ తె॥ ౧అమవస-౨ఇష్టి-౩చూపు.

దర్శకః-అ-పు-ద్వారపాలకః-౨దర్శయితా-౩ప్రవీణః॥ తె॥ ౧వాకిటిపారావాఁడు-దౌవారికుఁడున్ను-౨చూపించేవాఁడు-౩నేర్పరి,జాణయున్ను,

దర్శతః-అ-పు-సూర్యః-౨చంద్రః॥ తె॥ ౧సూర్యుఁడు-౨చంద్రుఁడు.

దర్శనమ్-అ-న-ఆలోకనమ్-౨దర్పణః-౩స్వ

ష్నః-౪బుద్ధిః-౫శాస్త్రమ్-౬అక్షి-౭దృష్టిః-౮ధర్మః-౯ఉపలబ్ధిః॥ తె॥ ౧చూడడము-౨అద్దము-౩స్వప్నము-౪బుద్ధి-౫శాస్త్రము-౬కన్ను-౭చూపు-౮ధర్మము-౯కనుపడడము.

దర్శనీయః-అ-త్రి-మనోజ్ఞః-౨దర్శనయోగ్యః

దర్శయామినీ-ఈ-సీ-తమిస్రా-అంధకారరాత్రిః॥

దర్శయితా-ఋ-త్రి-దర్శకః-౨ప్రతీహారః॥

దర్శవిపత్-ద్-పు-చంద్రః॥

దర్శితః-అ-త్రి-దర్శనంకారితః॥

దర్శినీ-ఈ-సీ-ఉపరథ్యా॥ తె॥ పశువులపొంతం.

దలమ్-అ-న-పత్రమ్-౨నఖమ్-౩హరితాలకమ్-౪సేనా॥ తె॥ ౧ఆకు-౨నఖముచిప్ప-౩హరిదలము-౪దండు.

దలః-అ-పు-ఖండః॥ తె॥ ముక్క.

దలకోశః-అ-పు-మహిసాక్షివృక్షః॥ తె॥ మహిసాక్షిచెట్టు.

దలనిర్మోకః-అ-పు-భూర్జవృక్షః॥

దలనీ-ఈ-సీ-లోష్టమ్॥

దలనీ-ఈ-త్రి-భేదకర్త్రి॥

దలపః-అ-పు-స్వర్ణమ్-౨శస్త్రమ్॥

దలపుష్పా-ఆ-సీ-కేతకీ॥ తె॥ మొగలిచెట్టు.

దలపారిణీ-ఈ-సీ-కేముకః॥

దలసూచిః-ఇ-పు-కంటకమ్॥

దలస్నసా-ఆ-సీ-పత్రశిరా॥

దలాఢకః-అ-పు-స్వయంజాతతిలః-౨పృశ్ని-౩గైరికమ్-౪ఫేనః-౫ఖాతకమ్-౬నాగకేసరః-౭మహాత్తరః-౮కుందః-౯కరికర్ణః-౧౦శిరీషః-౧౧వాత్యా.

దలాఢ్యః-అ-పు-పంకకర్బటః॥

దలాధకః-అ-పు-మహిసాక్షివృక్షః॥ తె॥ మహిసాక్షిచెట్టు.

దలామలమ్-అ-న-దమనకః-౨మరువకః॥ తె॥ ౧దవనము-౨మరువము.

దలామ్లమ్-అ-న-చుక్రమ్॥

దలిః-ఇ-ద్వి-లోష్టమ్॥

దలికమ్-అ-న-కాష్ఠమ్॥

దలితః-అ-త్రి-వికసితపుష్పవృక్షాదిః॥ తె॥ పూచేపూలచెట్లు మొదలైనవి.

దలిశః-అ-పు-కుబేరధనుః॥ తె॥ కుబేరునిధనుస్సు.

దలేగన్ధిః-ఇ-పు-సప్తపర్ణవృక్షః॥

దల్భః-అ-పు-ప్రతారణా-౨పాపమ్-౩మునిభేదః-౪చక్రమ్॥

దల్మిః-ఇ-పు-ఇంద్రః-౨వజ్రమ్॥

దవః-అ-పు-వనవహ్నిః-౨వనమ్-౩అగ్నిః-౪హాయః॥ తె॥ ౧దవానలము-౨అడవి-౩అగ్ని-౪గుజ్జము,

దవథుః-ఉ-పు-పరితాపః-౨చతురాది (దాహః॥)

దవనః-అ-పు-దేవశేఖరః॥ తె॥ దమనము.

దవాగ్నిః-ఇ-పు-దావానలః॥

దవాగ్నికమ్-అ-న-అగ్నిజ్వాలః॥ తె॥ అగ్నిజారము.

దవిష్ఠమ్-అ-న-అతిదూరమ్॥ తె॥ మిక్కిలిదవ్వు

దవిష్ఠః-అ-త్రి-అతిదూరస్థః॥ తె॥ మిగులదూరముననున్నది.

దవీయః-స్-న-అతిదూరమ్॥ తె॥ మిక్కిలిదూరము.

దవీయాన్-స్-త్రి-అతిదూరస్థః॥ తె॥ మిగులదూరముననున్నది.

దశ-న్-త్రి-దశసంఖ్యావంతః॥ తె॥ పదివస్తువులు.

దశకమ్-అ-న-దశసంఖ్యా॥ తె॥ పది.

దశకః-అ-పు-తండులః॥ తె॥ బియ్యము.

దశకణ్ఠః-అ-పు-రావణః॥

దశకన్ధజిత్-త్-పు-శ్రీరామః॥

దశకన్ధరః-అ-పు-రావణః॥

దశకృత్వః-౦-౦-దశావృత్తిః॥ తె॥ పదిమార్లు.

దశకోటిః-ఇ-సీ-దశకోటిసంఖ్యా-౨దశకోటిసంఖ్యావంతః॥

దశగ్రీవః-అ-పు-రావణః॥

దశతిః-ఇ-సీ-శతమ్॥

దశధా-౦-౦-దశప్రకారేణ॥ తె॥ పదివిధములుగాను.

దశనమ్-అ-న-తనుత్రాణమ్॥ తె॥ కవచము.

దశనః-అ-(సీ)-దంతః॥ తె॥ పల్లు.

దశనః-అ-పు-దంతః-౨శిఖరమ్॥ తె॥ ౧పల్లు-౨శిఖరము.

దశనవాసః-స్-న-రదచ్ఛదః॥ తె॥ పెదవి.

దశనాఘ్రా-ఆ-సీ-చుక్రికా॥ చుంబనమ్॥
దశనోచ్ఛిష్టః-అ-పు-నిశ్వాసః-౨అధర

దశనోచ్ఛిష్టః-అ-త్రి-దంతత్యక్తే॥

దశపారమితాధరః-అ-పు బుద్ధః॥

దశపురమ్-అ-న-కైవర్తీముస్తకమ్-౨దేశభేదః-స,మాలవదేశైకఖండః-౩పురభేదః

దశపూరమ్-అ-న-దశపురమ్॥

దశపూలీ-ఈ-సీ-దశపూలసమాహారః॥ తె॥ పదిగడ్డికట్టలగుంపు.

దశబలః-అ-పు-బుద్ధదేవః॥

దశభూమిగః-అ-పు-బుద్ధః॥

దశభూమీశః-అ-పు-బుద్ధః॥

దశమః-అ-త్రి-దశానాంపూరణః॥

దశమః-అ-(సీ)-దశసంఖ్యాపూరణః॥ తె॥ పదోది.

దశమాలమ్-అ-న-దశమాలాసమాహారః॥ తె॥ పదిపూలమాలలజత.

దశమాలీ-ఈ-సీ-దశమాలాసమాహారః॥ తె॥ పదిపూలమాలలజత.

దశమీ-న్-త్రి-అతివృద్ధః॥ తె॥ తొంబదేండ్లు మించినవాఁడు.

దశమీ-ఈ-సీ-దశసంఖ్యాపూరణీ-౨తిథివిశేషః॥ తె॥ ౧పదోది-౨దశమితిథి-

దశమీస్థః-అ-త్రి-స్థవిరః-౨క్షీణరాగః-స,నష్టబీజః-౩మరణావస్థాప్రాప్తః-౪వ్యతాశనమ్॥ తె॥ ౧ముసలివాఁడు.

దశమీస్థః-అ-పు-నష్టబీజః॥ తె॥ వీర్యపటుత్వముపోయినవాఁడు.

దశముఖః-అ-పు-రావణః॥

దశముఖాన్తకః-అ-పు-శ్రీరామః॥

దశమూత్రకమ్-అ-న-హస్తిమహిషోష్ట్రగోవాజమేషాశ్వగర్దభమానుషమానుషీణాందశానాంమూత్రమ్॥

దశమూలమ్-అ-న-పాచకవిశేషః॥

దశయోగభఙ్గః-అ-పు-సంస్కారకర్మణినక్షత్రవేధవిశేషః-అయంఖర్జూరవేధః॥

దశరథః-అ-పు-ఇక్ష్వాకువంశీయరాజవిశేషః॥

దశరూపభృత్-త్-పు-విష్ణుః॥ తె॥ వెన్నుఁడు

దశలక్షమ్-అ-న-దశలక్షసంఖ్యా-౨దశలక్షసంఖ్యావంతః॥

దశవాజీ-న్-పు-చంద్రః॥

దశా-ఆ-సీ-వర్తిః-౨అవస్థా-౩వస్త్రాన్తః-౪ఆయుర్దశమాంశకః-౫అభిలాషః॥ తె॥ ౧దీపపువత్తి-౨అవస్థ-౩బట్టకొన-ఆనఁగా చెంగు-౪ఆయుస్సునందుఁబదవభాగము ౫ఆశ.

దశాః-ఆ-ద్వి-వస్త్రయః-బహువచనాంతోయమ్॥ తె॥ వస్త్రము మొదటిబద్దె.

దశాకర్షః-అ-పు-ప్రదీపః॥

దశాకర్షీ-న్-పు-ప్రదీపః॥

దశాఙ్గులమ్-అ-న-ఖర్బూజమ్॥

దశాననః-అ-పు-రావణః॥

దశానికః-అ-పు-దంతీవృక్షః॥

దశారుహా-ఆ-సీ-కైవర్తికా ॥

దశార్ణః-అ-పు-దేశవిశేషః॥

దశార్ణా-ఆ సీ- వింధ్యాద్రిజాతనదీవిశేషః॥ తె ॥ వింధ్యపర్వతమునఁబుట్టినయొకానొకయేఱు.

దశార్హః-అ-పు-బుద్ధః-౨యదుదేశః- ౩తద్దేశస్థేపుం,భూమ్ని॥

దశావతారః-అ-పు-విష్ణుః॥

దశాశ్వః-అ-పు-చంద్రః॥

దశాస్యః-అ-పు-రావణః॥

దశాస్యజిత్-త్-పు-శ్రీరామః॥

దశేంధనః-అ-పు-ప్రదీపః॥

దశేరః-అ-పు-హింస్రః॥

దశేరకః-అ-పు-మరుదేశః- ౨తద్దేశస్థే-పుం భూమ్ని॥

దశేరుకః-అ-పు-మరుదేశః॥

దశైకాదశికః అ-త్రి - దశైకాదశార్థోత్తమర్ణః॥ తె॥పదినిచ్చిపదకొండుచొప్పున వడ్డీపుచ్చుకొనెడివాఁడు.

దస్మః-అ-పు-యజమానః-౨చోరః-౩హుతాశనః-౪ఖలః॥

దస్యుః-ఉ-పు-తస్కరః-౨శత్రుః॥ తె॥౧దొంగ-౨పగవాఁడు.

దస్యుకారమ్-౦-౦ - చోరశ్చేరఇతి॥ తె॥ దొంగదొంగయని.

దస్రమ్-అ-న-శిశిరమ్॥

దస్రః-అ-పు-కిరణః-౨ఖరః- ౩అశ్వినీసుతః॥ తె॥ ౧కిరణము-౨గాడిదె.

దస్రదేవతా-ఆ-సీ-అశ్వినీనక్షత్రమ్॥

దస్రసూః-ఊ-సీ-సంజ్ఞా-సా- సూర్యపత్నీ-అశ్వినీకుమారమాతాచ॥

దస్రౌ-అ- పు- అశ్వినీసుతౌ- ద్వివచనాంతోయంశబ్దః॥

దహనమ్-అ-న-దాహః-౨దుష్టచేతసి॥ త్రి॥

దహనః-అ-పు-అగ్నిః-౨భల్లాతకవృక్షః- ౩చిత్రకః- ౪దుష్టచేష్టితః ॥ తె ॥ ౧అగ్నిహోత్రుఁడు-౨నల్లజీడిచెట్టు-౩చిత్రమూలము-౪దుర్వ్యాపారము.

దహనకేతనః-అ-పు-ధూమః॥ తె॥పొగ.

దహనప్రియా-ఆ-సీ-స్వాహా॥

దహనాగురు-ఉ-న-దాహాగురు॥

దహనారాతిః-ఇ-పు-జలమ్॥

దహనీయః-అ-త్రి-దాహ్యః-దహనార్హః॥

దహనోపలః-అ-పు- సూర్యకాంతమణిః - దహనోపమోపిపాఠః॥ తె॥ సూర్యకాంతమణి.

దహరమ్-అ-న-అభిప్రాయః॥ తె॥ అభిప్రాయము.

దహరః-అ-పు-మూషికా-౨భ్రాతా- ౩బాలకః॥ తె॥౧ఆఁడుఎలుక-౨అన్న - ౩బాల్యుఁడు.

దహ్రః-అ-పు-అగ్నిః-౨దావానలః॥

దహుః-ఉ-పు-లకుచవృక్షః॥ తె॥ కమ్మరేఁగు చెట్టు.

దా-ఆ-సీ-క్షాంతిః-౨దానమ్-౩శోధనమ్ ౪ఛేదః-౫ఉపతాపః-౬రక్షా॥ తె॥ ౧ఓరుపు-౨ఈవి.

దాకః-అ-పు-యజమానః-౨దాతా॥

దాక్షః-అ-పు-దక్షపుమపత్యమ్॥ తె॥ దక్షప్రజాపతియొక్క-సంతానము.

దాక్షకమ్-అ-న - దక్షగోత్రాపత్యసమూహః॥ తె॥దక్షునిసంతతిసమూహము.

దాక్షాయణీ-ఈ-సీ-పార్వతీ-౨తారకా- ౩భూమిః-౪రోహిణీనక్షత్రమ్-౫దంతీవృ

తః॥ తె॥౧పార్వతీదేవి - ౨అశ్విని మొదలగునక్షత్రములు-౩పుడమి- ౪రోహిణియనునక్షత్రము-౫దంతిచెట్టు.

దాక్షాయణీపతిః-ఇ-పు-చంద్రః॥

దాక్షాయణీరమణః-అ-పు-చంద్రః॥

దాక్షాయ్యః-అ-పు-గృధ్రః॥ తె॥గెద్ద.

దాక్షిః-ఇ-పు-దక్షపుమపత్యమ్॥ తె॥ దక్షప్రజాపతియొక్క-సంతానము.

దాక్షికన్థా-ఆ-సీ-దక్షకమార్గకంథా॥ తె॥ దక్షకుమారునిబొంత,

దాక్షిణాత్యః-అ-పు-నారికేలవృక్షః॥ తె॥ కొబ్బరిచెట్టు.

దాక్షిణాత్యః-అ-త్రి-దక్షిణదేశభవః॥ తె॥ దక్షిణదేశమందుఁబుట్టినవాఁడు.

దాక్షిణ్యమ్-అ-త్రి-దక్షిణార్హౌ॥

దాక్షిణ్యమ్-అ-న- పరకార్యనిర్వహణశక్తిః॥ తె॥ఇతరులపనులను నెరవేర్చుశక్తి,

దాక్షీ-ఈ-సీ-దక్షస్త్రపత్యమ్॥

దాక్షీపుత్రః-అ-పు-పాణినిమునిః॥

దాక్షేయః-అ-పు-పాణినిమునిః॥

దాక్ష్యమ్-అ-న-దక్షతా-నిపుణతా॥

దాడకః-అ-పు-దంష్ట్రః॥ తె॥ దవుడపల్లు.

దాడిమమ్-అ-న-దాడిమఫలమ్॥ తె॥ దానిమ్మపండు.

దాడిమః-అ-పు-దాడిమవృక్షః॥ తె॥ దానిమ్మచెట్టు.

దాడిమః-అ-త్రి-ఫలవృక్షవిశేషః-౨ఏలా॥

దాడిమపుష్పకః-అ-పు-రోచనః॥ తె॥ ములుమోదుఁగుచెట్టు.

దాడిమప్రియః-అ-పు-శుకపక్షీ॥ తె॥ చిలుకపిట్ట.

దాడిమబీజరదనాః- అ -పు- రాజపత్నీలక్షణమ్-బహువచనాంతోయమ్.

దాడిమభక్షణః-అ-పు-కీరపక్షీ॥ తె॥చిలుకపిట్ట

దాడిమా-ఆ-సీ-దాడిమవృక్షః॥ తె॥ దానిమ్మచెట్టు.

దాడిమిః-ఇ-పు-దాడిమవృక్షః॥ తె॥ దాని } (మ్మచెట్టు.

దాడిమీ-ఈ-సీ-దాడిమవృక్షః॥ తె॥ దానిమ్మచెట్టు.

దాడిమీసారః-అ-పు-దాడిమః॥

దాడిమ్బః-అ-పు-దాడిమః॥

దాఢా-ఆ-సీ-దంష్ట్రా-౨అభిలాషః - ౩బృందమ్॥ తె॥౧కోఱపల్లు - ౨ఆశ, ఇచ్ఛయున్న-౩గుంపు.

దాఢికా-ఆ-సీ-ముఖావయవవిశేషః॥

దాణ్డపాతా-ఆ-సీ - దండపాతవత్ఫాల్గునీ॥ తె॥కామునిపున్నము.

దాణ్డా-ఆ-సీ-దండప్రహరణవతీక్రీడా॥ తె॥ కఱ్ఱలతోపోట్లాట,

దాణ్డాజనికః-అ-పు-మాయాకారః॥ తె॥ గారడీవాఁడు.

దాణ్డాజినికః-అ-త్రి-కుహకః॥

దాతః-అ-త్రి-కృత్తః॥ తె॥కొయ్యబడ్డది.

దాతా-ఋ-త్రి-దానకర్తా॥

దాత్యూహః-అ-(న)-పక్షివిశేషః॥ తె॥ కూకురుగుండంగిపిట్ట.

దాత్యూహః-అ-పు-జలరంజిః-౨చాతకపక్షీ॥ తె॥౧కూకురుగుండంగిపిట్ట - ౨వానకోయిల.

దాత్యోహః-అ-పు-దాత్యూహః॥ తె॥ కూకురుగుండంగిపిట్ట.

దాత్రమ్-అ-న-లవిత్రమ్॥ తె॥కొడవలి.

దాత్రీ-ఈ-సీ-దానకర్త్రీ॥

దాత్వః-అ-పు-దాతా॥

దాధికః-అ-త్రి-దధిసంస్కృతః॥ తె॥ పెరుగుతోతడిపినది.

దానమ్-అ-న-త్యాగః-౨రాజచతురుపాయ విశేషః-౩గజమదః-౪గజగండస్థలమదః ౫శుద్ధిః-౬ఖండనమ్-౭పాలనమ్॥ తె॥ ౧ ఇవ్వడము - ౨శత్రువుకేమైనాయివ్వడము-౩ఏనుఁగమదము - ౪ఏనుఁగుచెక్కిళ్లయందుఁబుట్టెడుమదము - ౫పరిశుద్ధము-౬ముక్కలుచేయుట-౭ఏలుట.

దానపతిః-ఇ-పు-సతతదాతా-౨అక్రూరః॥

దానవః-అ-పు-రాక్షసః॥ తె॥ రక్కసుఁడు.

దానవజ్రః-అ-పు-వైశ్యః॥

దానవారిః-ఇ-పు-దేవః-౨విష్ణుః॥ తె॥ ౧దేవత-౨వెన్నుఁడు.

దానశీలః-అ-త్రి-దాతా॥

దానశౌణ్డః-అ-త్రి-బహుప్రదః॥

దానశౌణ్డః-అ-పు-బహుప్రదః॥ తె॥ ఎక్కువగానిచ్చువాఁడు.

దానీ-న్-పు-కమలవల్లభః-౨దాతా॥ తె॥ ౧పిన్నవరగోఁగు.

దానీయః-అ-త్రి-సంప్రదానమ్॥

దానుః-ఉ-త్రి-దాతా-౨విక్రాంతః-౩శర్మ-౪వాయుః॥

దాన్తః-అ-పు- దవనః-౨తపఃక్లేశసహః॥ తె॥ ౧ దవనపుచెట్టు - ౨తపస్సుయందు ప్రయాసమునుసహించేవాఁడు.

దాన్తః-అ-త్రి-శిక్షితః॥ తె॥ శిక్షించబడ్డది.

దాన్తిః-ఇ-స్త్రీ-ఇంద్రియనిగ్రహాదిపరిక్లేశసహనమ్॥ తె॥ ఇంద్రియనిగ్రహము మొదలగు ప్రయాసమునుసహించుట.

దాపితః-అ-త్రి-వివాదపరాజితః॥ తె॥ తగవునందోడినవాఁడు.

దామ-న్-(పు)- సందానమ్॥ తె॥ పలుపు,ఉరదాడున్ను.

దామనపర్వ-న్-న-దమనభంజనతిథిః-సా- (చైత్రశుక్లచతుర్దశీ॥)

దామనీ-ఈ-స్త్రీ-పశుబంధనదామ॥ తె॥ దామెనత్రాడు.

దామపూగః-అ-పు- దీర్ఘవృత్తపూగః॥ తె॥ కొలపోఁక.

దామలిప్తమ్-అ-న-తమోలిప్తదేశః॥

దామా-ఆ-స్త్రీ-దామ॥

దామాఞ్చనమ్-అ-న-అశ్వాదేఃపాదబంధనరజ్జుః॥

దామాఞ్చలమ్-అ-న- ఏకశఫాంఘ్రిబంధః-అశ్వాదిపాదబంధనరజ్జుః॥

దామోదరః-అ-పు-విష్ణుః॥ తె॥ వెన్నుఁడు.

దామ్భికః-అ-త్రి-దంభయుక్తః॥

దామ్భికః-అ-(న)-బకపక్షీ॥

దాయః-అ-పు- వివాహోద్యుత్సవేషుబంధుదత్తవస్తుజాతమ్- ౨విభక్తవ్యధనమ్-౩పితృద్రవ్యమ్-౪యౌతకమ్-౫దానమ్-౬సొల్లుంఠభాషణమ్॥ తె॥ ౧కట్నము-౨విభాగముచేసుకోవలసినధనము-౩తండ్రిసంపాదించినధనము - ౪వివాహకాలమందల్లునికి - గూఁతునకునిచ్చినసొమ్ములుమొదలగుద్రవ్యము-౫దానము- ౬ఎత్తిపొడుచుమాట.

దాయకః-అ-పు-పుత్రః-౨బాలకః - ౩దారుకః॥

దాయకః-అ-త్రి-దాతా॥

దాయబన్ధుః-ఉ-పు-భ్రాతా॥

దాయభాగః-అ-పు- సంబంధిమాత్రేణసంబంధిధనవిభాగః- పూర్వద్రవ్యస్వామిసంబంధాధీనమ్ తత్స్వామ్యుపరమేయత్రద్రవ్యేస్వత్వంతత్రనిరూఢో దాయశబ్దస్తస్యవిభాగః॥

దాయవిభాగః-అ-పు-దాయభాగః॥

దాయాదః-అ-పు-సుతః- ౨జ్ఞాతిః-౩నక్షత్ర

లోకః॥ తె॥ ౧కొడుకు-౨దాయాది-౩న
క్షత్రలోకము.
దాయాదీ-ఈ-సీ-సుతా॥ తె॥ కూఁతురు.
దాయితః-అ-త్రి-దాపితః॥
దారః-అ-పు-మత్స్యవిశేషః॥ తె॥ ఒకానొక
చేఁప.
దారకః-అ-పు-విష్ణుసారథిః-౨పుత్రః॥ తె॥౧
శ్రీకృష్ణసారథి-౨కుమారుఁడు.
దారకః-అ-త్రి- అష్టవర్షపర్యంతబాలః-౨భె
దకః-౩గ్రామ్యసూకరః॥ తె॥ ౧ఎనిమి
దేండ్లపిల్లఁడు - ౨మిత్రభేదముచేయు
వాఁడు.
దారకర్మ-న్-న-వివాహః॥
దారకా-ఆ-సీ-పుత్రికా॥ తె॥కూఁతురు.
దారణమ్-అ-న-కతకమ్-౨విదారణమ్॥
దారదః-అ-పు- పీతజాతిసర్పవిషవిశేషః-౨
పారదః-౩హింగులమ్॥ తె॥ ౧ఒకానె
కపచ్చజాతిపాముచిసము - ౨పాదరస
ము-౩ఇంగిలీకము.
దారబలిభుక్-జ్-పు- బకపక్షీ॥ తె॥ వాలు
కొంగ.
దారా-ఆ-సీ-భార్యా॥ తె॥ పెండ్లాము.
దారాః-అ-పు-భార్యా-౨బహువచనాంతో
యమ్॥
దారిః-ఇ-సీ-భేదనమ్॥ తె॥ భేదించడము.
దారికా-ఆ-సీ-నదీనగ్గవృక్షః॥ తె॥ మద్దిచెట్టు.
దారితః-అ-త్రి-భేదితః॥ తె॥బద్దలుకొట్టబడ్డది
దారిద్రమ్-అ-న-దరిద్రతా॥
దారిద్ర్యమ్-అ-న-దరిద్రతా॥
దారీ-ఈ-సీ-ముచవత్రా॥ తె॥కోరెందచెట్టు
దారు-ఉ-న-దేవదారు-౨పిత్తలమ్॥
దారుః-ఉ-త్రి-శిల్పీ-౨దారకః-౩దాతా॥
దారుః-ఉ-(సీ)-కాష్ఠమ్- ౨దేవదారువృక్షః॥
తె॥౧కఱ్ఱ-౨దేవదారుచెట్టు.
దారుకమ్-అ-న-వృద్ధదారుకః- ౨దేవదారు॥
తె॥౧వృద్ధదారుకమనేచెట్టు- ౨దేవదా
రుచెట్టు.
దారుకః-అ-పు-శ్రీకృష్ణసారథిః॥
దారుకదలీ-ఈ-సీ-వనకదలీ॥
దారుకా- ఆ- సీ- వనవిశేషః-౨కాష్ఠమయ
స్త్రీ॥
దారుగన్ధా-ఆ-సీ- చీడానామగంధద్రవ్యమ్॥
దారుగర్భా-ఆ-సీ-సాలభంజికా॥ తె॥బొమ్మ
దారుజః-అ-పు-మర్ధలః॥ తె॥మద్దెల.
దారుజః-అ-త్రి-కాష్ఠనిర్మితే॥
దారుణమ్-అ-న-భయానకరసః॥ తె॥ తొమ్మి
దిరసములలోనొకటియగుభయానకర
సము-౨నఁగాభయము.
దారుణః-అ-పు-చిత్రకః- ౨భయానకరసః॥
దారుణః-అ-త్రి-భయానకరసవాన్॥ తె॥భ
యానకరసముఁగలది.
దారుతతుణీ-ఈ-సీ-బాడాశిః॥ తె॥ వడ్లవాని
బాడిదె.
దారునిశా-ఆ-సీ-దారుహరిద్రా॥ తె॥ మ్రాని
పసపు.
దారుపత్రీ-ఈ-సీ-హింగుపత్రీ॥
దారుపీతా-ఆ-సీ-దారుహరిద్రా॥ తె॥ మ్రాని
పసపు.
దారుపుత్రికా-ఆ-సీ-సాలభంజికా॥ తె॥ కొ
య్యబొమ్మ.
దారుముఖ్యాహ్వాయా-ఆ-సీ-గోధా॥
దారుస్త్రీ-ఈ-సీ-దారుకా॥
దారుహరిద్రా-ఆ-సీ - పచంపచా ॥ తె॥ మ్రా
నుపసపు.
దారుహస్తకః-అ-పు-కాష్ఠనిర్మితహస్తః॥
దారేరసః-అ-పు- రాసః- ౨రససిద్ధిబలిః-౩

షష్టికాంగలికః-౪శృంగారః-౫పరీహాసః-౬గోష్ఠీ॥ తె॥ ౧గొల్లలక్రీడ-౨రససిద్ధిబలి - ౩విషవైద్యభేదము - ౪సొగసు, శృంగారము-౫పరిహాసము-౬గోష్ఠి.

దార్ఘసత్రః-అ-త్రి-దీర్ఘసత్రయోగేభవః॥

దార్ఢ్యమ్-అ-న-దృఢభావః-౨దృఢకర్మ॥

దార్దరమ్-అ-న-దక్షిణావర్తశంఖః-౨క్రిమిజమ్॥ తె॥ ౧దక్షిణావర్తశంఖము-౨అగరుచెక్క.

దార్దురమ్-అ-న-దక్షిణావర్తశంఖః-౨జతు-౩జలమ్-౪దర్దురధర్మశ్చ॥

దార్దురికః-అ-పు-కులాలః॥ తె॥ కుమ్మరవాఁడు

దార్వటమ్-అ-న-చింతావేశ్మ॥

దార్వణ్డః-అ-పు-మయూరః॥ తె॥ నెమలి.

దార్వాఘాటః-అ-పు-శతపత్రకపక్షీ॥ తె॥ వడ్లంగిపిట్ట. (తె॥వడ్లంగిపిట్ట}

దార్వాఘాతః-అ-పు- దార్వాఘాటపక్షీ॥}

దార్వికః-అ-పు-కందః॥ తె॥ కందచెట్టు.

దార్వికా-ఆ-సీ- గోజిహ్వా- ౨కాక్వాథోద్భవతుత్థమ్॥ తె॥ ౧ఎద్దువాలుకచెట్టు.

దార్వికాక్వాథోద్భవమ్-అ-న-కర్పరీతుత్థమ్॥ తె॥ కర్పరీతుత్థము.

దార్విపత్రికా-ఆ-సీ-గోజిహ్వా॥

దార్వీ-ఈ-సీ- దారుహరిద్రా- ౨దేవదారువృక్షః-౩హరిద్రా॥ తె॥ ౧మ్రానుపసపు-౨దేవదారుచెట్టు-౩పసపు.

దార్వీక్వాథోద్భవమ్-అ-న- రసాంజనమ్-౨కృత్రిమరసాంజనమ్॥

దార్షదః-అ-త్రి-దృషద్భవః॥

దాలమ్-అ-న- ఇంద్రనీలాకారమాక్షికకృతవృక్షకోటరాంతస్థపీతవర్ణమధు॥ తె॥ నల్లనితేనెటీగలచేతఁ జెట్లతొఱ్ఱలలోఁగూర్పఁబడినపచ్చనితేనె.

దాలః-అ-పు-కోద్రవః॥

దాలవః-అ-పు-స్థావరవిషభేదః॥

దాలా-ఆ-సీ-మహాకాలః॥

దాలికా-ఆ-సీ-మహాకాలః॥

దాలిమః-అ-పు-దాడిమః॥

దాలీ-ఈ-సీ-ముద్గాఢకాదిదలః- ౨దేవదాలీలతా॥ తె॥ ౧పప్పు.

దాల్భ్యః-అ-పు-మునివిశేషః॥ తె॥ ఒకానొక ఋషి.

దాల్మిః-ఇ-పు-ఇంద్రః॥

దావః-అ-పు-దవానలః-౨వనమ్-౩అగ్నిః-౪హయః॥ తె॥ ౧కాఱుచిచ్చు-౨అడవి- ౩అగ్గి-౪గుఱ్ఱము.

దావాగ్నిః-ఇ-పు-వనోద్భవాగ్నిః॥ తె॥ అడవియందుఁబుట్టినచిచ్చు.

దావానలః-అ-పు-దావాగ్నిః॥ తె॥ కాఱుచిచ్చు.

దావికః-అ-త్రి-దేవికానదీభవః॥ తె॥ దేవికాయనునదియందుబుట్టినది.

దావికా-ఆ-సీ-నదీవిశేషః-౨వృశ్చికయంత్రమ్॥ తె॥ ౧ఒకానొకయేఱు-౨వృశ్చికయంత్రము.

దాశః-అ-పు- కైవర్తః॥ తె॥ వలచేతజీవించేవాఁడు.

దాశపురమ్-అ-న-ముస్తా-౨దేశః-౩పట్టణమ్ తె॥ ౧తుంగముస్తె-౨దేశము- ౩ప్రోలు-

దాశరథః-అ-పు-శ్రీరామః॥

దాశరథిః-ఇ-పు-రామః॥ తె॥ శ్రీరాముఁడు.

దాశార్హః-అ పు-విష్ణుః॥ తె॥ వెన్నుఁడు.

దాశేరకః-అ-పు-మాలవదేశః॥

దాశ్వః-అ-త్రి-దాతా॥

దాశ్వాన్-స-త్రి-దత్తవాన్॥

దాసః-అ-పు-కైవర్తః-౨భృత్యః-౩శూద్రః

౪రాజవిశేషః॥ తె॥ ౧జాలరివాఁడు-౨సేవకుఁడు-౩శూద్రుఁడు-౪దాసరాజు

దాసనన్దినీ-ఈ-సీ-సత్యవతీ॥

దాసపురమ్-అ-న-పరివేల్లమ్॥ తె॥ భద్రముంగగడ్డి.

దాసపూరమ్-అ-న-కైవర్తీముస్తకమ్॥

దాసికా-ఆ-సీ-దాసీ॥

దాసీ-ఈ-సీ-ఝింటీ-౨కాకనాసికా-౩పరిచారికా-౪అష్టవిధనాయికాదూతీవిశేషః-౫చేటీ॥ తె॥౧నల్లపెద్దగోరింటచెట్టు-౨కాకిదొండచెట్టు-౩పనిచేసేది-౫కొన్నదాసి.

దాసీవత్సా-ఆ-సీ-కాకజంఘా॥ తె॥ వెలుమసందిచెట్టు.

దాసీసభమ్-అ-న-దాసీసమూహః॥ తె॥ దాసీలగుంపు.

దాసేయః-అ-త్రి-దాసోత్పన్నః॥

దాసేయః-అ-పు-భృత్యః॥ తె॥ జీతగాఁడు.

దాసేయీ-ఈ-సీ-సత్యవతీ॥

దాసేరః-అ-త్రి-దాసికాపత్యే॥

దాసేరః-అ-పు-భృత్యః-౨ఉష్ట్రః॥ తె॥ ౧జీతగాడు-౨ఒంటెపిట్ట.

దాసేరకః-అ-పు-ఉష్ట్రః-౨దాసీపుత్రః-౩ధీవరః॥ తె॥౧ఒంటెపిట్ట-౨దాసీదానికొడుకు-౩పల్లెవాఁడు.

దాస్యమ్-అ-న-దాసస్యభావః॥

దాస్రా-ఆ-సీ-అశ్వినీనక్షత్రమ్॥ తె॥ ఇరువదేడునక్షత్రములలోనొకటి.

దాహః-అ-పు-దహనమ్-౨భస్మీకరణమ్॥

దాహకః-అ-పు-చిత్రకః-౨రక్తచిత్రకః॥

దాహకః-అ-త్రి-దాహకర్తా॥

దాహనమ్-అ-న-భస్మీకరణప్రేరణమ్॥

దాహసరః-అ-పు-శ్మశానమ్॥

దాహహరణమ్-అ-న-వీరణమూలమ్॥

దాహాగురు-ఉ-న-సుగంధిద్రవ్యవిశేషః॥

దిక్-శ్-సీ-దిశా-౨దశసంఖ్యా॥ తె॥ ౧దెస-౨పదియనుసంఖ్య.

దిక్కరః-అ-పు-కరభః॥

దిక్కరః-అ-పు-యువా॥

దిక్కరీ-ఈ-సీ-యువతీ॥

దిక్పతిః-ఇ-పు-దిగధీశ్వరః॥

దిక్పాలః-అ-పు-పూర్వాదిదశదిశాంపాలకః

దిక్శూలమ్-అ-న-దిగ్విశేషగమనేనిషిద్ధవారాః॥

దిగమ్బరః-అ-పు-శాక్యబుద్ధదేవః-౨భైరవః-౩దిగంబరమతప్రవర్తకః-౪క్షపణకః-౫అంధకారః-౬శంకరః॥ తె॥౧బుద్ధదేవుఁడు-౨భైరవేశ్వరుఁడు-౩దిగంబరమతస్థుఁడు, అనగా-దిస్సమొలవాఁడు-౪క్షపణమతస్థుఁడు-౫చీఁకటి ౬శివుఁడు.

దిగమ్బరః-అ-త్రి-అవాసాః॥ తె॥ వస్త్రములేనిది.

దిగమ్బరీ-ఈ-సీ-దుర్గా-౨దిగంబరస్యపత్నీ॥

దిగ్గజః-అ-పు-పూర్వాదిదిశిస్థాపితైరావతాదిగజః॥ తె॥ భూభారమును మోయుటకై దిక్కులకొనలయందుంచఁబడిన యైరావతము మొదలగుదిగ్గజములు.

దిగ్ధః-అ-పు-విషాక్తబాణః॥ తె॥ విసముపూసినబాణము.

దిగ్ధః-అ-త్రి-విషాక్తబాణః-౨లిప్తః-౩ప్రవృద్ధః॥ తె॥ ౧విసముపూసినబాణము-౨పూయఁబడినది-౩పెరిగినది.

దిగ్వాసాః-స్-పు-శివః॥

దిగ్వాసాః-స్-త్రి-నగ్నః॥

దిగ్విజయః-అ-పు-విద్యయాయుద్ధేనవాదిశాంవిజయః॥

దిజ్యః-అ-పు-వీణా॥ తె॥ఈరు.

దితః-అ-త్రి-కృత్తః॥ తె॥కోయ్యఁబడ్డది.

దితిః-ఇ-పు-భూమిపాలకః॥ తె॥ రాజు.

దితిః-ఇ-సీ-దైత్యమాతా-౨ఖండనమ్॥ తె॥ ౧ రాక్షసులతల్లి-౨తునకలు.

దితిజః-అ-పు-దైత్యః॥

దితిసుతః-అ-పు-రాక్షసజాతిః॥ తె॥ దితికొమరులు.

దిత్యః-అ-పు-దితిసుతః॥ తె॥ రాక్షసులు.

దిత్యవాట్-హ-పు-ద్వివత్సరవృషః॥ తె॥ రెండేండ్లయెద్దు.

దిత్యౌహీ-ఈ-సీ-ద్వివర్షగాః॥ తె॥ రెండేండ్లపెయ్యదూడ.

దిదీయః-అ-పు-రక్తచిత్రకః॥ తె॥ ఎఱ్ఱచిత్రమూలము.

దిద్యుత్-త్-త్రి-దీప్తివిశిష్టః॥

దిధిషాయ్యః-అ-పు-ఆరోపితబంధుః॥

దిధిషుః-ఊ-సీ-ద్విరూఢాయామ్॥

దిధిషుః-ఊ-పు-పునర్భూపతిః॥ తె॥ మారుమనువుదానిమగడు.

దిధిషూః-ఊ-పు-పునర్భూపతిః॥ తె॥మారుమనువుదానిమగడు.

దిధిషూః-ఊ-సీ-పునర్భూః॥ తె॥ మారుమనువుది.

దిధిషూపతిః-ఇ-పు-ద్విరూఢాపతిః॥ తె॥ మారుమనువుదానిమగడు.

దినమ్-అ-(సీ)-కాలవిశేషః-తత్తు - మనుష్యమానేనషష్టిదండాత్మకమ్- ౨పితృమానేన గౌణచాంద్రమాసాత్మకమ్-౩దేవాసురమానేనవత్సరాత్మకమ్ - ౪బ్రహ్మమానేన దివ్యద్విసహస్రయుగాత్మకమ్-౫మనుష్యమానేన బ్రహ్మణో దినస్య సంఖ్యా॥ ౮౬౪౦౦౦౦౦౦౦౦.

దినమ్-అ-న-వాసరః॥ తె॥పగలు.

దినకరః-అ-పు-సూర్యః॥

దినకరాత్మజా-ఆ-సీ-యమునా॥

దినకేశవః-అ-పు-అంధకారః॥

దినజ్యోతిః-స్-న-ఆతపః॥

దినదుఃఖితః-అ-ద్వ-చక్రవాకః॥

దినప్రణీః-ఈ-పు-సూర్యః॥

దినబలః-అ-పు-పంచమషష్ఠసప్తమాష్టమైకాదశద్వాదశరాశయః॥

దినమణిః-ఇ-పు-సూర్యః॥ తె॥సూర్యుఁడు.

దినమూర్ధా-న్-పు-పూర్వాద్రిః - ఉదయాచలః॥

దినాంశః-అ-పు-ప్రాహ్ణ-మధ్యాహ్నాపరాహ్ణసాయాహ్నాదిః॥

దినాదిః-ఇ-పు-ప్రభాతమ్ - దివావసానమ్॥

దినాన్తః-అ-పు-సాయః॥

దినాన్తకః-అ పు-అంధకారః॥

దినావసానమ్-అ-న-దినాంతః॥

దినికా-ఆ-సీ-ఏకదినకృతకర్మమూల్యమ్॥

దిలీపః-అ-పు-షోడశరాజవిశేషః ॥ తె॥ పదియాఱురాజులలోనొకఁడు.

దిలీపరాట్-జ్-పు-దిలీపరాజః॥ తె॥ పదియాఱురాజులలోనొకడు.

దిలీరమ్-అ-న-శిలీంధ్రకమ్॥

దివమ్-అ-న-స్వర్గః-౨అంతరిక్షమ్-౩దివా-౪వనమ్॥ తె॥౧స్వర్గము-౨ఆకసము-౩పగలు-౪వనము.

దివనిర్మితా-ఆ-సీ-గుడూచీలతా॥ తె॥తిప్పతీగె.

దివసః-అ-(సీ)-దినమ్॥ తె॥పగలు.

దివసకరః-అ-పు-సూర్యః॥

దివసముఖమ్-అ-న-ప్రభాతమ్॥

దివస్పతిః-ఇ-పు-ఇంద్రః॥ తె॥ దేవేంద్రుఁడు.

దివస్పృథివ్యౌ-ఈ-సీ-రోదసీ-స్వర్గభూమ్యౌ

ద్వివచనాంతోయమ్॥

దివా-న్-పు-దినమ్॥

దివా-౧-౦-అహ్నీతి సప్తమ్యర్థః॥

దివాకరః-అ-పు- సూర్యః-౨అర్కవృక్షః-౩ కాకః-౪పుష్పవిశేషః॥ తె॥౧సూర్యుఁడు ౨జిల్లేడుచెట్టు-౩కాకి-౪ఒకానొకపూలచెట్టు.

దివాకీర్తిః-ఇ-పు- నాపితః - ౨చండాలః- ౩ సూర్యః-౪ఉలూకః॥ తె॥ ౧మంగలివాఁడు-౨మాలవాఁడు- ౩సూర్యుఁడు-౪గుడ్లగూబ.

దివాటనః-అ-పు-వాయసః॥ తె॥ కాకి.

దివాతనః-అ-త్రి-దినభవః॥

దివాన్ధః-అ-పు-పేచకః॥ తె॥ గుడ్లగూబ.

దివాన్ధకీ-ఈ-సీ-చుచుందరీ॥

దివాన్ధా-ఆ-సీ-వల్గులాపక్షీ॥

దివాభీతః-అ-పు- ఘూకః- ౨చోరః-౩కుముదాకరః- ౪కుంభీరః- ౫మత్స్యవిశేషః॥ తె॥౧గుడ్లగూబ-౨దొంగ- ౩కలువలుండుసరస్సు-౪పనుఁగఁదినెడుమొసలి-౫ ఒకానొకచేఁప.

దివాభీతిః-ఇ-సీ- పేచకః॥ తె॥గుడ్లగూబ.

దివామణిః-ఇ-పు-సూర్యః॥ తె॥సూర్యుఁడు.

దివామధ్యమ్-అ-న-మధ్యాహ్నః॥

దివాస్వాపా-ఆ-సీ-వల్గులాపక్షీ॥

దివిః-ఇ-పు-చాషపక్షీ॥ తె॥పాలపిట్ట.

దివిజః-అ-త్రి-స్వర్గీయః॥

దివిజః-అ-పు- దేవజాతిః॥ తె॥ దేవతలు.

దివిషత్-ద్-పు-దేవః॥ తె॥ దేవతలు.

దివిష్ఠః-అ-త్రి-స్వర్గస్థః॥

దివీ-ఈ-సీ-ఉపజిహ్వా కాకీటః॥

దివేక్రాన్తా-ఆ-సీ-బ్రాహ్మీ॥ తె॥ బ్రహ్మిచెట్టు

దివోకాః-స్-పు-దేవః-౨చాతకః॥

దివోదాసః-అ-పు-రాజవిశేషః॥ తె॥దివోదాసుఁడనురాజు.

దివోద్భవా-ఆ-త్రి-దివిజా తె॥

దివోద్భవా-ఆ-సీ-ఏలాలతా॥ తె॥ ఏలకితీఁగె.

దివౌకాః-స్-పు-దేవః-౨చాతకః॥ తె॥ ౧దేవతలు-౨వానకోయిల.

దివ్యమ్-అ-న-లవంగమ్-౨హరిచందనమ్-౩శపథః॥ తె॥౧లవంగపుచెట్టు-౨మలయాచలమందుఁ బుట్టిన పచ్చగంధము - ౩ఒట్టు.

దివ్యః-అ-త్రి-మనోహరః-౨దివిభవః॥ తె॥ ౧మనస్సునకిష్టమైనది-౨స్వర్గమునందుఁబుట్టినది.

దివ్యః-అ-పు-యవః- ౨గుగ్గులుః ౩భావవిశేషః॥

దివ్యగన్ధమ్-అ-న-లవంగమ్॥

దివ్యగన్ధః-అ-పు-చుంచురః॥ తె॥ ఎలుకజీఁడిచెట్టు.

దివ్యగన్ధా-ఆ-సీ-స్థూలైలా - ౨మహాచంచశాకః॥

దివ్యగాయనమ్-అ-న - గంధర్వగానమ్॥ తె॥ గంధర్వులపాట.

దివ్యగాయనః-అ-పు- గంధర్వః - స్వర్గగాయకః॥

దివ్యచక్షుః-స్-త్రి-సులోచనః॥ తె॥ మంచినేత్రములుఁగలవాఁడు.

దివ్యచక్షుః-స్-పు-సుగంధిః-౨వేదండః॥ తె॥ ౧పరిమళించేద్రవ్యము-౨ఏనుఁగు,

దివ్యతుమ్బీ-ఈ-సీ-భూతుంబీ॥ తె॥ నేలానుగుచెట్టు.

దివ్యతేజాః-స్-సీ-బ్రాహ్మీ॥ తె॥ బ్రహ్మిచెట్టు

దివ్యదోహదమ్-అ-త్రి-ఉపయాచితమ్-౨దేవదేయవస్తు॥

దివ్యపుష్పః-అ-పు-కరవీరః॥
దివ్యపుష్పా-ఆ-సీ-మహాద్రోణీ॥
దివ్యపుష్పికా-ఆ-సీ-లోహితవర్ణార్కవృక్షః
దివ్యరత్నమ్-అ-న-చింతామణిః॥ తె॥ చింతామణియను దేవరత్నము.
దివ్యరథః-అ-పు-వ్యోమయానమ్-దేవవిమానః॥
దివ్యరసః-అ-పు-పారదః॥
దివ్యలతా-ఆ-సీ-మూర్వాలతా॥
దివ్యవస్త్రమ్-అ-న-సుందరవస్త్రే, దివిభవవస్త్రేచ॥
దివ్యవస్త్రః-అ-పు-సూర్యశోభా॥
దివ్యవస్త్రః-అ-త్రి- సుందరవస్త్రయుక్తే॥
దివ్యసారః-అ-పు-సాలవృక్షః॥
దివ్యా-ఆ-సీ-జ్యోతిష్మతీ- ౨పిండఖర్జూరీ- ౩ ఇంద్రాణ్యాదిదేవతా నాయికాజాతిః- ౪రాజగృహీతవేశ్యా-౫ఆమలకీవృక్షః॥ తె॥౧జ్యోతిష్మతిచెట్టు-౨ముద్దఖర్జూరము ౩శచీదేవి మొదలగు దేవతానాయికలు-౪రాజువుంచుకున్నసాని- ౫ఉసిరికచెట్టు.
దివ్యాదివ్యా-ఆ-సీ-సీతాదినాయికాజాతిః॥ తె॥సీతాదేవి మొదలగునాయికీజాతి.
దివ్యోదకమ్-అ-న-ఆకాశజలమ్॥
దివ్యోపపాదుకః-అ-త్రి అయోనిసంభవదేవజాతిః॥ తె ॥ యోనిసంభవములేనిదేవాదులు.
దివ్యౌఘః-అ-పు-గురువిశేషః॥
దిశా-ఆ-సీ-దిక్॥ తె॥దిక్కు.
దిశః-స-సీ-దిక్॥
దిశీ-ఈ-సీ-దిక్॥ తె॥దిక్కు.
దిశ్యః-అ-త్రి-దిగ్భవః॥ తె॥దిక్కు నందుఁబుట్టినది-

దిష్టమ్-అ-న-భాగ్యమ్-౨పరిణామః- ౩ఆనందః॥ తె॥౧అదృష్టము- ౨కొలత-౩సంతోషము.
దిష్టమ్-అ-త్రి-ఉపదిష్టే॥
దిష్టః-అ-పు-కాలః- ౨దారుహరిద్రా॥ తె॥౧కాలము-౨మ్రానిపసపు.
దిష్టాన్తః-అ-పు-మరణమ్॥ తె॥చావు.
దిష్టిః-ఇ-సీ-దానమ్-౨పరిమాణమ్-౩ఆనందః తె॥౧ఈవి-౨కొలత-౩సంతసము.
దిష్ట్యా-౦-౦-ఆనందః॥ తె॥సుఖముగా.
దిష్ణుః-ఉ-త్రి-దాతా॥
దిష్ణుః-ఉ-పు-దాతా-౨కర్దమః ॥ తె॥ ౨బురద.
దీక్షా-ఆ-సీ-పకవింశతిసంజ్ఞా-౨యాగాదిదీక్షా॥
దీక్షాన్తః-అ-పు- అవభృథః॥ తె ॥ యజ్ఞాంతస్నానము.
దీక్షితః-అ-పు-సోమపదగ్నిష్టోమయజమానః ౨గురుగృహవాసిశిష్యః॥ తె॥౧యజ్ఞముసుజేయుయజమానుఁడు - ౨గురుగృహవాసముఁజేయుశిష్యుఁడు.
దీదివిః-ఇ-(సీ,-అన్నమ్॥
దీదివిః ఇ-పు- స్వర్గః-౨గార్హపత్యాగ్నిః॥ తె॥౧స్వర్గము-౨గృహస్థాగ్ని-ఔపాసనాగ్నియున్ను.
దీదివిః-ఇ-త్రి-అన్నమ్-౨ఉదితః॥ తె॥ ౧అన్నము.
దీధితిః-ఇ-సీ-కిరణః॥ తె॥కిరణము.
దీనమ్-అ-న-తగరపుష్పమ్॥
దీనః-అ-త్రి-దరిద్రః-౨భీతః॥ తె॥ ౧దరిద్రుఁడు-౨భయపడ్డవాఁడు.
దీనః-అ-పు-కేతకీవృక్షః॥ తె॥ మొగలిచెట్టు.
దీనా-ఆ-సీ-మూషికస్త్రీ॥

దీనారమ్-అ-న- షట్ప్రతికృష్ణలపరిమితముద్రితసువర్ణమ్॥ తె॥ డెబ్బదిగురివెందగింజలెత్తుబంగారుముద్రించిన నాణ్యము.

దీనారః-అ-పు-స్వర్ణభూషా- ౨ముద్రా-౩నిష్క పరిమాణమ్-౪సువర్ణకర్షద్వయమ్-౫సమ్యగ్వ్యవహారార్థంమానవస్తు - ౬లౌకికః - ౭ద్వాత్రింశద్రక్తికాపరిమితకాంచనమ్॥

దీపః అ-పు-ప్రదీపః॥ తె॥దీపము.

దీపకమ్-అ-త్రి-దీప్తికారకః-౨కుంకుమమ్॥

దీపకమ్-అ-న-అలంకారవిశేషః- ౨యవానీ-౩జీరకః॥ తె॥౧ఒకానొకయలంకారము ౨ఓమము-౩జీలకఱ్ఱ.

దీపకః-అ-పు-తాలప్రాణకలావిశేషః- ౨పక్షిగ్రహణహేతుపక్షీ॥ తె॥ ౧తాలప్రాణకలావిశేషము-౨దీముపిట్ట.

దీపకిట్టమ్-అ-న-లోచకమ్॥ తె ॥ దీపపుకొణుసురు.

దీపకూపీ-ఈ-సీ-దీపవర్తిః॥

దీపఖోరీ-ఈ-సీ-దీపకూపీ॥

దీపధ్వజః-అ-(సీ)-కజ్జలమ్॥

దీపధ్వజః-అ-పు-దీపపాదపః॥ తె॥ దీపస్తంభము.

దీపనమ్-అ-న-తగరమూలమ్- ౨కుంకుమమ్॥

దీపనః-అ-త్రి-దీపయితా॥

దీపనః అ-పు జామీవృక్షః॥ తె॥జామిచెట్టు.

దీపనీ-ఈ-సీ-మేంథీ-౨మదనీ-౩యవానీ॥ తె॥ ౧మెంతిచెట్టు-౨మెంతులు - ౩ఓమపుచెట్టు.

దీపనీయః-అ-పు-యవానీ॥

దీపనీయః-అ-త్రి-దీపనయోగ్యః-౨ఔషధవర్గవిశేషః - యథా-పిప్పలీపిప్పలీమూలం చవ్యచిత్రకనాగరమ్॥దీపనీయఃస్మృతో వర్గఃకఫానిలగదాపహః॥

దీపనీయా-ఆ-సీ-యవానీ॥ తె॥ఓమపుచెట్టు.

దీపపాదపః-అ పు-దీపధ్వజః॥ తె॥ దీపస్తంభము.

దీపపుష్పః-అ-పు-చంపకవృక్షః॥

దీపవాన్-త్ - పు- సముద్రః-౨పురుషనదః॥ తె॥౧మున్నీరు - ౨పడమటకు పాఱెడు యేఱు-పురుషనదమున్ను.

దీపవృక్షః-అ-పు-దీపాధారః॥

దీపశిఖా-ఆ-సీ-అంజనమ్॥ తె॥దీపపుకోడి.

దీపశృఙ్ఖలా-ఆ-సీ-దీపాళీ॥

దీపార్థః-అ-పు-గృహభూదారః ॥ తె॥ పందికొక్కు.

దీపాన్వితా-ఆ-సీ - ముఖ్యచాంద్రేణాశ్వినస్య గౌణచాంద్రేణ కార్తికస్య మావాస్యా॥

దీపాళీ-ఈ-సీ- దీపమాలా - ౨దీపాన్వితామావాస్యా॥

దీపికా-ఆ-సీ - నృసింహతాపనీయశ్రీనివాసకృతజ్యోతిర్గ్రంథవిశేషః-౨రాగిణీవిశేషః

దీపికా-ఆ-త్రి- ప్రకాశికాయామ్॥

దీపితా-ఋ- త్రి-దీప్తికర్తా॥

దీప్తమ్-అ-న-దేవవృక్షాంగవృక్షవిశేషః - ౨రజతాంబరమ్-౩కీటవిశేషః॥ తె॥ ౧దీప్తమను దేవవృక్షాంగవృక్షవిశేషము-౨తెల్లగుడ్డ-౩ఒకానొకపురుగు.

దీప్తః-అ-పు-నింబూకః-౨సింహః॥

దీప్తః-అ-త్రి-విభాసితః - ౨దగ్ధః-౩జ్వలితః॥ తె॥౧ప్రకాశింపఁజేయఁబడినది - ౨కాల్చఁబడినది-౩మంటజేయఁబడినది.

దీప్తకమ్-అ-న-స్వర్ణమ్॥

దీప్తకః-అ-పు - దుగ్ధాత్మదుగ్ధపాషాణః॥

దీప్తజిహ్వా-ఆ-(స)-ఉల్కా-౨ముఖీ-౩శృగాలీ

దీప్తపిఙ్గలః-అ-పు-సింహః॥

దీప్తరసః-అ-పు-కించులుకః॥

దీప్తలోచనః-అ-పు-బిడాలః॥ తె॥పిల్లి.

దీప్తలోహమ్-అ-న-కాంస్యమ్॥ తె॥కంచు.

దీప్తా-ఆ-సీ-సంగీతశ్రుతిజాతివిశేషః-౨లాంగలికావృక్షః-౩జ్యోతిష్మతీ-౪రసాతలా॥ తె॥౧సంగీతశ్రుతిజాతివిశేషము-౨అతరిగొట్టుచెట్టు-౩ఎక్కుడుతీఁగె-౪రసంబరేణిచెట్టు.

దీప్తాక్షః-అ-పు-బిడాలః॥ తె॥పిల్లి.

దీప్తాగ్నిః-ఇ-పు-అగస్త్యః॥

దీప్తాగ్నిః-ఇ-త్రి-తీక్ష్ణజఠరానలయుక్తే॥

దీప్తాఙ్గః-అ-పు-మయూరః॥ తె॥ నెమలి.

దీప్తిః-ఇ-సీ-తేజః-౨స్త్రీహావవిశేషః-౩బాణవేగః-౪అలక్తకః-౫లాక్షా॥ తె॥ ౧తేజస్సు-౨స్త్రీలయొక్క శృంగారభావమువలనఁబుట్టిన చేష్టావిశేషములు, అనగా-స్త్రీ మెడయెత్తికనుబొమలు-కన్నులును వేడుకగాఁ జూపుచుఁ దనమనస్సునందుండుభావమునుకొంచెముఁబయలుపఱచుటహావము - ఇదిశృంగారరసావయవముగు-అనుభవమనంబడును-౩తూపుయొక్క-యురువడి-౪లత్తుక-౫లక్క.

దీప్తికః-అ-పు-దుగ్ధపాషాణవృక్షః॥

దీప్తోపలః-అ-పు-సూర్యకాంతమణిః॥

దీప్యః-అ-పు-అజమోదా-౨జీరకః॥ తె॥ ౧ఓమము-౨జీలకఱ్ఱ.

దీప్యకమ్-అ-న-అజమోదా - ౨యవానీ-౩బర్హిచూడా॥

దీప్యకః-అ-పు-యవానీ-౨అలంకారః-౩లోచమస్తకః॥ తె॥౧ఓమము.

దీప్రః-అ-త్రి-దీప్తివిశిష్టః॥

దీర్ఘమ్-అ-త్రి-ఆయతమ్॥

దీర్ఘః-అ-పు-లతాశాలవృక్షః-౨ఇక్కటః-౩రామశరః-౪ఉష్ట్రః-౫పంచమ-షష్ఠ-సప్తమాష్టమరాశయః॥

దీర్ఘకణః-అ-పు-శ్వేతజీరకః॥ తె॥ తెల్లజీలకఱ్ఱ.

దీర్ఘకణా-ఆ-సీ-గౌరజీరకః॥

దీర్ఘకణ్టకః-అ-పు-బర్బూరః॥ తె॥తుమ్మచెట్టు.

దీర్ఘకణ్ఠకః-అ-పు-బకపక్షీ॥ తె॥ వాలుకొంగ.

దీర్ఘకన్దకమ్-అ-న-మూలకమ్॥

దీర్ఘకన్దికా-ఆ-సీ-ముసలీ॥

దీర్ఘకన్ధరః-అ-పు-బకః॥ తె॥ వాలుకొంగ

దీర్ఘకాణ్డః-అ-పు-గుండతృణమ్॥ తె॥ తుంగగడ్డి.

దీర్ఘకాణ్డా-ఆ-సీ-పాతాలగరుడీలతా॥

దీర్ఘకాశః-అ-పు-శణతృణమ్॥ తె॥ శణపుసెల్లు.

దీర్ఘకీలః-అ-పు-అంకోఠవృక్షః॥ తె॥ ఊడుఁగుచెట్టు.

దీర్ఘకీలకః-అ-పు-అంకోఠవృక్షః॥

దీర్ఘకూరకమ్-అ-న-రాజాన్నమ్॥

దీర్ఘకేశః-అ-పు-భల్లూకః॥.

దీర్ఘకేశః-అ-త్రి-ఆయతకేశః॥

దీర్ఘకేశాః-అ-పు - ఐశ్వర్యదీర్ఘాయుష్మల్లక్షణమ్-బహువచనాంతోయమ్॥

దీర్ఘకోశికా-ఆ-సీ-దుర్నామా॥ తె॥ పనుఁగజెలగ.

దీర్ఘకోశీ-ఈ-సీ-దుర్నామా॥ తె॥ పనుఁగజెలగ,

దీర్ఘకోషికా-ఆ-సీ-ఝిణాయికా॥ తె॥ పనుఁగజెలగ.

దీర్ఘగతిః-ఇ-పు-ఉష్ట్రః॥ తె॥లొట్టిపిట్ట.

దీర్ఘగ్రన్థిః-ఇ-పు-గజపిప్పలీ॥

దీర్ఘగ్రీవః-అ-పు-ఉష్ట్రః-౨నీలక్రౌంచః॥

దీర్ఘఘాటికః-అ-పు-ఉష్ట్రః॥ తె॥లొట్టిపిట్ట.

దీర్ఘచతురశ్రమణ్డలః-అ-త్రి- గురుమండలమ్॥ తె॥గురుమండలము.

దీర్ఘజఙ్గలః-అ-పు-భంగానమత్స్యః॥

దీర్ఘజఙ్ఘః-అ-త్రి - ఆయతజానుయుక్తే॥

దీర్ఘజఙ్ఘః-అ-పు-సారసపక్షీ-౨ఉష్ట్రః-౩బకపక్షీ॥ తె॥౧బెగ్గురు-౨లొట్టిపిట్ట- ౩వాలుకొంగ.

దీర్ఘజిహ్వః-అ-పు-సర్పః॥ తె॥పాము.

దీర్ఘజిహ్వికా-ఆ-సీ-నైరృతిభార్యా॥ తె॥నిరుతి పెండ్లాము.

దీర్ఘతరుః-ఉ-పు - తాలవృక్షః ॥తె॥ తాటిచెట్టు.

దీర్ఘతిమిషా-ఆ-సీ-కర్కటీ॥

దీర్ఘతుణ్డా-ఆ-సీ-చుచుందరీ॥ తె॥చుంచు.

దీర్ఘతృణః-అ-పు-పల్లివాహః॥

దీర్ఘతేజాః-స్-సీ- మండూకపర్ణీ॥ తె॥ మండూకబ్రహ్మిచెట్టు.

దీర్ఘదణ్డః-అ-పు-ఏరండవృక్షః॥ తె॥ ఆముదపుచెట్టు.

దీర్ఘదండకః-అ-పు-ఏరండవృక్షః॥ తె॥ ఆముదపుచెట్టు.

దీర్ఘదణ్డీ-ఈ-సీ-గోరక్షీవృక్షః॥ తె॥ గోరక్షిచెట్టు.

దీర్ఘదర్శి-న్-త్రి-దూరదర్శకే॥

దీర్ఘదర్శి-న్-పు-దేశకాలలక్షణజ్ఞః-౨గృధ్రః ౩భల్లూకః॥ తె॥ ౧దేశకాలలక్షణముల నెఱిఁగినవాఁడు-౨గెద్ద- ౩ఎలుగుబంటి.

దీర్ఘదృష్టిః-ఇ-పు-దీర్ఘదర్శి॥

దీర్ఘద్రుః-ఉ-పు-తాలవృక్షః॥ తె॥తాటిచెట్టు

దీర్ఘద్రుమః-అ-పు-శాల్మలీవృక్షః॥ తె॥ బూరుఁగుచెట్టు.

దీర్ఘధ్వనిః-ఇ-పు కీటరాజః ॥ తె॥ కుమ్మరపురుగు.

దీర్ఘనాదః-అ-పు-శంఖః॥ తె॥ దిందము.

దీర్ఘనాలః-అ-పు-గుండతృణమ్ ॥ తె॥ గుండతుంగగడ్డి.

దీర్ఘనిద్రా-ఆ-సీ-మరణమ్॥ తె॥చావు.

దీర్ఘపటోలికా-ఆ-సీ-లతాఫలవిశేషః॥

దీర్ఘపత్రః-అ-పు-మధూలకవృక్షః-౨వేతసః ౩పాలవృక్షః॥ తె॥౧నీరిప్పచెట్టు-౨ప్రబ్బచెట్టు-౩పపెచెట్టు.

దీర్ఘపత్రకః-అ-పు-కాకపక్షః-౨రక్తలశునః-౩ఏరండః-౪హిజ్జలః-౫వేతసః- ౬కరీరవృక్షః-౭జలజమధూకః - ౮లశునః॥ తె॥ ౧నీరుతుమికిచెట్టు- ౨ఎఱ్ఱుల్లి - ౩ఆముదపుచెట్టు-౪గన్నేరుచెట్టు-౫ప్రబ్బచెట్టు-౬వెణుతురుచెట్టు-౭నీరిప్పచెట్టు-౮ఉల్లి.

దీర్ఘపత్రా-ఆ-సీ-కాష్ఠశారిబా-౨విటాలికా-౩చిత్రపర్ణికా-౪హ్రస్వజంబుః- ౫గంధపత్రా-౬కేతకీ-౭డోడీక్షుపః॥ తె॥౧తెల్లసుగంధిపాలచెట్టు - ౨చిఱిగలిజేరుచెట్టు-౩కోలపొన్నచెట్టు- ౪పొట్టినేరేడుచెట్టు-౫కూరవెల్లిచెట్టు- ౬మొగలిచెట్టు.

దీర్ఘపత్రికా-ఆ-సీ-గృహకన్యకా- ౨శ్వేతవచా-౩పాలపర్ణీ॥ తె॥౧కలుబంద- ౨తెల్లవస-౩ముయ్యాకుపొన్న.

దీర్ఘపత్రీ-ఈ-సీ-హింగుపలాశికా- ౨మహాచంచుశాకః॥ తె॥౧ఇంగువుచెట్టాకు.

దీర్ఘపర్ణీ-ఈ-సీ-పృశ్నిపర్ణీ॥

దీర్ఘపల్లవమ్-అ-న- ఆయతచ్ఛదే॥

దీర్ఘపల్లవః-అ-పు-శణవృక్షః॥ తె॥ శణమునేతెల్లు.

దీర్ఘపల్లవః-అ-త్రి-తద్వతి॥

దీర్ఘపాత్-ద్-పు-కంకపక్షీ ॥ తె ॥ బాబులుఁగు.

దీర్ఘపాదః-అ-పు-వృకః - ౨మునివిశేషః-౩

మార్తాండః॥ తె॥౧తోఁడేలు- ౨బకానొ కబులిపి-౩సూర్యుఁడు.
దీర్ఘపాదపః-అ-పు-తాలః- ౨పూగః॥ తె॥౧ తాటిచెట్టు-౨పోఁకచెట్టు.
దీర్ఘపుచ్ఛికా-ఆ-సీ-గోధా॥ తె॥ఉడుము.
దీర్ఘపృష్ఠః-అ-పు-సర్పః॥ తె॥పాము.
దీర్ఘఫలః-అ-పు-ఆరగ్వధవృక్షః॥ తె॥ తేల } చెట్టు.
దీర్ఘఫలకః-అ-పు-అగస్త్యవృక్షః. }
దీర్ఘఫలా-ఆ-సీ-జతుకా-౨కపిలద్రాక్షా.
దీర్ఘబీజా-ఆ-సీ-దుగ్ధతుంబీలతా॥ తె॥ పాలానుఁగుచెట్టు.
దీర్ఘమారుతః-అ-(న)-హస్తీ॥
దీర్ఘమాలమ్-అ-న-దీర్ఘరోహిషకమ్॥
దీర్ఘమూలమ్-అ-న-లామజ్జకమ్॥ తె॥ అగురువేరు.
దీర్ఘమూలః-అ-పు-కుశతృణమ్॥ తె॥కుశగడ్డి.
దీర్ఘమూలకమ్-అ-న-మూలకమ్॥
దీర్ఘమూలా-ఆ-సీ-విదారిగంధా ॥ తె॥ ముయ్యాకుపొన్న.
దీర్ఘమూలీ-ఈ-సీ-దురాలభా॥
దీర్ఘరదః-అ-పు-సూకరః॥ తె॥అడవిపంది.
దీర్ఘరదః-అ-త్రి-ఆయతదంతె॥
దీర్ఘరసనః-అ-పు-సర్పః॥ తె॥పాము-
దీర్ఘరాగా-ఆ-సీ-హరిద్రా॥ తె॥పసపు.
దీర్ఘరాజికా-ఆ-సీ-హరిద్రా॥ తె॥పసపు.
దీర్ఘరాత్రమ్-అ-న-చిరకాలమ్ - ౨దీర్ఘాని శాచ॥
దీర్ఘరోమ-న్-న-హ్రీబేరమ్॥ తె॥కురువేరు.
దీర్ఘరోమా-న్-పు-భల్లూకః॥ తె॥ఎలుగు.
దీర్ఘరోహిషకమ్-అ-న-కత్తృణభేదః-౨సుగంధితృణవిశేషః॥
దీర్ఘలోహితయష్టికా-ఆ-సీ-సితవీర్యా॥ తె॥ జీలుగచెట్టు.

దీర్ఘవంశః-అ-పు-నలః- ౨ఆయతెత్నణధ్వజె కులెచ॥
దీర్ఘవక్త్రః-అ-(న)-హస్తీ॥ తె॥ఏనుఁగు.
దీర్ఘవచ్ఛికా-ఆ-సీ-కుంభీరః॥ తె॥గజగ్రాహిమత్స్యము.
దీర్ఘవల్లీ-ఈ-సీ-మహేంద్రవారుణీ- ౨పాతాలగరుడీ - ౩పలాశీ - ౪ఆయతాలతాచ॥
దీర్ఘవాగ్దతః-అ-పు-కుక్కుటః॥ తె॥కోడి.
దీర్ఘవాలః-అ-పు-కురుకపక్షీ ॥ తె॥ చెమడుకాకి.
దీర్ఘవాలా-ఆ-సీ-చమరీ॥ తె॥చమరీమృగము
దీర్ఘవాలుకా-ఆ-సీ-వృద్ధదారుకవృక్షః॥ తె॥ వృద్ధదారుకమనుచెట్టు, పెద్దమ్రానుచెట్టును.
దీర్ఘవృన్తః-అ-పు-శ్యోణాకవృక్షః॥ తె॥ పెద్దమ్రానుచెట్టు.
దీర్ఘవృన్తకః-అ-పు-కట్వాంగవృక్షః॥ తె॥పెనుమ్రాను-అనగా-పెద్దమానుచెట్టు.
దీర్ఘవృన్తా-ఆ-సీ-యుగ్మఫలికా॥ తె॥ దుష్టుపుచెట్టు. (రాసన॥ }
దీర్ఘవృన్తికా-ఆ-సీ-పలాపర్ణీ॥ తె॥ సన్న }
దీర్ఘశరః-అ-పు-యావనాలః॥ తె॥జొన్నలు.
దీర్ఘశాఖః-అ-పు-శణవృక్షః- ౨సాలవృక్షః॥
దీర్ఘశాఖికా-ఆ-సీ-నీలామ్లీక్షుపః॥
దీర్ఘశిమ్బికః-అ-పు-క్షువః॥
దీర్ఘశూకకమ్-అ-న-రాజాన్నమ్॥
దీర్ఘసక్థమ్-అ-త్రి-దీర్ఘోరు॥
దీర్ఘసక్థి-న్-న-శకటమ్॥
దీర్ఘసత్రమ్-అ-న-యాగవిశేషః- ౨గోకర్ణక్షేత్రస్థతీర్థవిశేషః॥
దీర్ఘసస్యకః-అ-పు-ఆరగ్వధవృక్షః॥ తె॥ తేలచెట్టు.

దీర్ఘసురతః-అ-(న)-కుక్కురః॥

దీర్ఘసూత్రః-అ-త్రి-చిరక్రియః ॥ తె॥ విచారించియాలస్యముగాపనిఁజేయువాఁడు.

దీర్ఘసూత్రః-అ-పు-కుక్షిరోగః-౨నేత్రమ్॥ తె॥౧కడుపునొప్పి-౨గుల్మనొప్పి-౩కన్ను

దీర్ఘసూత్రీ-న్-త్రి-దీర్ఘసూత్రః॥

దీర్ఘస్కన్ధః-అ-పు-తినిశవృక్షః - ౨తాలవృక్షః॥ తె॥౧నెమ్మిచెట్టు-౨తాటిచెట్టు.

దీర్ఘా-ఆ-సీ-పృశ్నిపర్ణీ॥

దీర్ఘాగ్రః-అ-పు-మరువకః॥ తె॥మరువము.

దీర్ఘాధ్వగః-అ-త్రి-లేఖహారః॥

దీర్ఘాధ్వగః-అ-పు-శృంఖలకః- ౨లేఖహారః॥ తె॥౧లొట్టిపిట్ట-౨హరకారావాఁడు.

దీర్ఘాయుః-స్-త్రి-చిరజీవిని॥

దీర్ఘాయుః-ష్-పు- జీవకనామకగంధద్రవ్యమ్-౨మార్కండేయమునిః॥

దీర్ఘాయుధః-అ-పు-కుంతాస్త్రమ్ - ౨సూకరః॥

దీర్ఘాయుష్యః-అ-పు-శ్వేతమందారకః॥

దీర్ఘాలర్కః-అ-పు-శ్వేతమందారకః॥

దీర్ఘికా-ఆ-సీ-వాపీ-౨హింగుపత్రీ - ౩హింగుపలాశికా॥ తె॥ ౧చతురశ్రమైనకోనేరు- ౨హింగుపత్రిచెట్టు - ౩ఇంగువుచెట్టాకు.

దీర్ఘేర్వారుః-ఊ-పు-డంగరీ॥

దీర్ఘోర్వారుః-ఊ-సీ-నాగశుండీ॥ తె॥ ఖురాసానిపుచ్చె.

దీర్ణమ్-అ-న-క్షతమ్॥ తె॥గాయము.

దీర్ణః-అ-త్రి-విదారితః-౨భీతః॥

దీవిః-ఇ-పు-కికీదివిః॥

దుః-ర్-౦-నిషేధః-౨దుఃఖమ్-౩నిందా-౪అవక్షేపణమ్-౫పురుషోత్తమదేవః॥

దుః-స్-౦-అశోభనమ్-౨దుఃఖమ్॥ తె॥ ౧అమంగళము-౨దుఃఖము.

దుఃకూలః-అ-పు- చోరనామకగంధద్రవ్యమ్॥

దుఃఖమ్-అ-న-కష్టమ్-౨సంసారః- ౩మనోధర్మవిశేషః॥

దుఃఖదోహ్యా-ఆ-సీ-దుర్దోహాగవీ॥

దుఃఖితః-అ-త్రి-దుఃఖీ-౨భావే-క్తే-దుఃఖమ్, తత్రక్లీ॥

దుఃఖీ-న్-త్రి-దుఃఖాన్వితః॥

దుఃషమమ్-౦-౦-నిందనీయమ్॥

దుఃసమమ్-అ-త్రి-అసమంజసమ్॥

దుఃసహా-ఆ-సీ-నాగదమనీ॥

దుఃసాధీ న్-పు-దౌవారికః॥

దుఃసాధ్యః-అ-త్రి-దుఃఖనిష్పాద్యః॥

దుఃస్థః-అ-త్రి-దుర్గతః -౨మూర్ఖః - ౩దుఃఖేనతిష్ఠతియః-౪లుబ్ధః॥

దుఃస్పర్శః-అ-పు-దురాలభా - ౨లతాకరంజః॥

దుఃస్పర్శః-అ-త్రి-ఖరస్పర్శః॥

దుఃస్పర్శా-ఆ-సీ-కపికచ్ఛుః- ౨ఆకాశవల్లీ-౩కంటకారీ-౪దురాలభా॥

దుఃస్ఫోటః-అ-పు-శస్త్రభేదః॥

దుకూలమ్-అ-న-క్షౌమవస్త్రమ్ - ౨సూక్ష్మవస్త్రమ్॥ తె॥౧వెలిపట్టువస్త్రము- ౨సన్నపుబట్ట.

దుగూలమ్-అ-న-దుకూలమ్, పట్టవస్త్రమ్.

దుగ్ధమ్-అ-న క్షీరమ్॥ తె॥పాలు.

దుగ్ధః-అ-త్రి-ప్రపూరితః- ౨కృతదోహశ్చ॥ తె॥౧నిండింపఁబడినది.

దుగ్ధకూపికా-ఆ-సీ-పిష్టకవిశేషః॥

దుగ్ధతాలీయమ్-అ-న - దుగ్ధాగ్రమ్-౨క్షీరఫేనః-౩దుగ్ధాగ్రమ్.

దుగ్ధతుమ్బీ-ఈ-సీ-క్షుద్రియఫలా ॥ తె॥ పాలానుఁగుచెట్టు.

దుగ్ధనికః-అ-పు-రక్తభిత్ ॥ తె॥ఎఱ్ఱయుత్తరేణి
దుగ్ధపాచనమ్-అ-న-దుగ్ధపాకపాత్రమ్॥
దుగ్ధపాషాణః-అ-పు-వృక్షవిశేషః॥
దుగ్ధపుచ్ఛీ-ఈ-సీ-వృక్షవిశేషః॥
దుగ్ధఫేనః-అ-పు-క్షీరహిండీరః॥
దుగ్ధఫేనీ-ఈ-సీ-క్షుద్రక్షుపవిశేషః॥
దుగ్ధబీజా-ఆ-సీ- యావనాలాద్యకృతాతప్త తండులచిపిటః॥
దుగ్ధస్నుక్-హ-సీ-స్నుహీవృక్షః॥ తె॥ చెముడుచెట్టు.
దుగ్ధాక్షః-అ-పు-దుగ్ధాశ్మదుగ్ధపాషాణః॥
దుగ్ధాశ్మదుగ్ధపాషాణః-అ-పు-క్షీరలః॥ తె॥దుగ్ధపాషాణభేదము.
దుగ్ధాబ్ధితనయా-ఆ-సీ-లక్ష్మీః॥ తె॥ కలుములజవరాలు.
దుగ్ధాశ్మా-న్-పు-దుగ్ధపాషాణః॥
దుగ్ధికా-ఆ-సీ-క్షీరావీ॥ తె॥ పిన్నపాలచెట్టు.
దుగ్ధినికా-ఆ-సీ-రక్తాపామార్గః ॥ తె॥ ఎఱ్ఱయుత్తరేణిచెట్టు.
దుగ్ధీ-ఈ-సీ-క్షీరావీ-౨దుగ్ధపాషాణః॥ తె॥ ౧ చిఱుపాలచెట్టు-౨దుగ్ధపాషాణము.
దుచ్ఛకః-అ-పు- మురానామగంధద్రవ్యమ్ ౨విహారాద్యవకాశకః॥
దుడిః-ఇ-సీ-దులిః-౨కచ్ఛపీ॥ తె॥౧ఒకానొక ముని-౨ఆఁడుతాఁబేలు.
దుణ్డకః-అ-త్రి-కుటిలహృదయః॥ తె॥ కపటపుడెందముఁగలవాఁడు.
దుణ్డికః-అ-పు-అనుముష్టికవృక్షః॥ తె॥ ముష్టిలో భేదము.
దుణ్డుకః-అ-త్రి-దుష్టచిత్తః॥
దుణ్డుభః-అ-పు-డుండుభసర్పః॥ తె॥మండుఁబాము.
దుత్తూరః-అ-పు-ఉన్మత్తః॥ తె॥ ఉమ్మెత్త (చెట్టు.

దుద్రుమః-అ-పు-హరిత్పలాండుః॥
దున్దమః-అ-పు-దుందుభిః॥
దున్దుః-ఉ-పు-వసుదేవః-౨అసురః- ౩దుందుభివాద్యమ్॥ తె॥౧శ్రీకృష్ణునితండ్రి - ౨ దుందుఁడను రక్కసుఁడు - ౩ భేరివాద్యము.
దున్దుభిః-ఇ-ద్వ-లక్ష్యబిందుత్రికమ్-౨వాలిపరిపంథీ॥ తె॥౧ఇత్తిగ - ౨వాలియొక్క శత్రువు.
దున్దుభిః-ఇ-సీ-అక్షః॥ తె॥ పాచిక.
దున్దుభిః-ఇ-పు-సంవత్సరవిశేషః-౨భేరీ - ౩రాక్షసవిశేషః-౪వైశ్యః - ౫శూద్రః॥ తె॥౧అఱువదిసంవత్సరములలోనొకటి-౨భేరి-౩దుందుభియనురాక్షసుఁడు - ౪కోమటి-౫శూద్రుఁడు.
దున్దుమారః-అ-పు-ఇంద్రగోపః-౨గృహధూమః-౩బిడాలః॥ తె॥ ౧ఇంద్రగోపము-అనఁగా ఆర్ద్రపురుగు-౨ఇంటియొక్క పొగ-౩పిల్లి.
దురటః-అ-త్రి-దుర్జనః॥ తె॥దుర్మార్గుఁడు.
దురదృష్టమ్-అ-న-దుర్భాగ్యమ్॥
దురధ్వః-అ-పు-దుష్టమార్గః॥ తె॥ చెడ్డత్రోవ.
దురభిగ్రహః-అ-పు-అపామార్గః॥ తె॥ ఉత్తరేణి.
దురభిగ్రహః-అ-త్రి-దుఃఖగ్రాహ్యః॥
దురభిగ్రహా-ఆ-సీ-కపికచ్ఛుః-౨దురాలభా॥ తె॥౧దూలగొండిచెట్టు-౨తీఁటకసివెంద చెట్టు.
దురాకః-అ-పు-మ్లేచ్ఛభేదః॥
దురాచారః-అ-పు-విరుద్ధాచరణమ్॥
దురాచారః-అ-త్రి-నిందితాచారవతి॥
దురాధర్షః-అ-పు-గౌరసర్షపః॥
దురాధర్షః-అ-త్రి-అధర్షణీయః॥

దురాధర్షా-ఆ-సీ-కుటంబినీవృక్షః॥
దురారుహః-అ-పు-తాలవృక్షః-౨బిల్వః - ౩ నారికేళః॥ తె॥౧తాటిచెట్టు-౨మారేడు చెట్టు-౩కొబ్బరిచెట్టు.
దురారుహా-ఆ-సీ-ఖర్జూరీ॥
దురారోహః-అ-ద్వ-సరటః॥
దురారోహః-అ-త్రి-దుఃఖారోహణీయె॥
దురారోహా-ఆ-సీ-పరూషీ॥ తె॥పేరీఁతచెట్టు.
దురాలభా-ఆ-త్రి-దురాలభనీయె॥
దురాలభా-ఆ-సీ-యాసః॥ తె॥ పెన్నరేగటి దూలగొండి,
దురాలమ్భా-ఆ సీ-దురాలభా॥
దురాలాపః-అ-త్రి- దుర్వచః ॥ తె ॥ చెడు మాట.
దురాలాపః-అ-పు-గాలిః॥
దురాసదః-అ-త్రి-దుష్ప్రాప్యః॥
దురితమ్-అ-త్రి-తద్వతి॥
దురితమ్-అ-న-పాపమ్॥ తె॥పాపము.
దురితదమనీ-ఈ-సీ-శమీ-౨పాపనాశనీచ॥
దురిష్ఠః-అ-త్రి-అతిమందః-౨అయమనయో రేషాం,వా, అతిశయెన, దుఃఖనిందితః॥
దురీషణా-ఆ-సీ-శాపః॥ తె॥తిట్టు.
దురోణః-అ-పు-దీపప్రభా॥ తె॥ దీవమువెలుఁ గు-కాంతి.
దురోదరమ్-అ-న-ద్యూతమ్-౨పణః॥ తె॥ ౧ జూదము-౨పందెము.
దురోదరః-అ-పు-ద్యూతకరః॥ తె॥ జూదమాఁ డువాఁడు.
దుర్గమ్-అ-న-పర్వతాగ్రసాలవత్పట్టణమ్-౨ రాజ్యసప్తాంగవిశేషః-౩నరకః॥ తె॥ ౧ ఖిల్లా-౨రాజసప్తాంగములలో దుర్గమొ కటి-అనగా, రాజు, మంత్రి, స్నేహితుఁ డు, బొక్కసము, పట్టణపుదేశము, దు ర్గము-అనఁగాఁ బర్వతములచేతఁ జొర గూడనిపట్టణము-దండు, ఇవియేడును రా జ్యాంగములు-౩నరకము.
దుర్గః-అ-పు-గుగ్గులువృక్షః - ౨అసురభేదః॥ తె॥౧గుగ్గిలపుచెట్టు.
దుర్గః-అ-త్రి-దురాసదః-౨పట్టణమ్॥
దుర్గకారకమ్-అ-న-వృక్షవిశేషః॥
దుర్గకారకమ్-అ-త్రి-దుర్గకర్తా॥
దుర్గతః-అ-త్రి-దరిద్రః॥
దుర్గతిః-ఇ-సీ-నరకః-౨దారిద్ర్యమ్॥
దుర్గతినాశినీ-ఈ-సీ-దుర్గా॥
దుర్గన్ధమ్-అ-న-సౌవర్చలలవణమ్॥
దుర్గన్ధః-అ-పు-దుష్టగన్ధః॥
దుర్గన్ధః-అ-త్రి-దుర్గంధవద్ద్రవ్యమ్॥
దుర్గన్ధవదనమ్-అ-న- దరిద్రవతీలక్షణమ్॥
దుర్గన్ధి-న్- త్రి-దుర్గంధవద్ద్రవ్యమ్॥
దుర్గపుష్పీ-ఈ-సీ-వృక్షవిశేషః॥
దుర్గమమ్-అ-న-పర్వతాగ్రసాలవత్పట్టణమ్
దుర్గమః-అ- త్రి -అప్రాప్యః॥
దుర్గసఞ్చరః-అ-పు- నద్యాదౌ కాష్ఠాదిబద్ధసే త్వాదిః॥ తె॥వంతెనమొదలైనది.
దుర్గసఞ్చారః-అ-పు-దుర్గసంచరః॥
దుర్గా-ఆ-సీ-పార్వతీ- ౨కాలికా-౩నీలీ-౪అ పరాజితా-౫శ్యామావక్షీ॥
దుర్గాధ్యక్షః-అ-పు-దుర్గరక్షకః॥
దుర్గానవమీ-ఈ-సీ-కార్తికశుక్లనవమీ॥
దుర్గాహ్వాః-అ-పు-భూమిజగుగ్గులుః॥
దుర్గీ -ఈ-సీ-పార్వతీ॥
దుర్ఘోషః-అ-ద్వ-భల్లూకః-౨నిందితరవః॥
దుర్ఘోషః-అ-త్రి-తద్వతి॥
దుర్జనః-అ-త్రి-ఖలః॥ తె॥దుర్జనుఁడు.
దుర్జయః- అ- పు - కార్తవీర్యరాజవంశోద్భ వానంతపుత్రః॥

దుర్జయః-అ-త్రి-దుర్జేయః,దుఃఖేనజీయతేసౌ

దుర్జరా-ఆ-త్రి-దుర్జరే॥

దుర్జరా-ఆ-సి-జ్యోతిష్మతీ॥ తె॥ జ్యోతిష్మతి చెట్టు.

దుర్జాతమ్-అ-త్రి-అసమ్యగ్జాతే-౨అసమంజసమ్॥

దుర్జాతమ్-అ-న-వ్యసనమ్ - ౨అసమ్యగ్జాత వస్తు॥

దుర్ధూరః అ-పు-ఉన్మత్తః॥ తె॥ఉమ్మెత్తచెట్టు.

దుర్దాన్తః-అ-పు-కలహః-౨వత్సతరః॥

దుర్దాన్తః-అ-త్రి-అశాంతె॥

దుర్దినమ్-అ-న-మెఘచ్ఛన్నదినమ్- ౨వృష్టిః॥

దుర్దురూటః అ-పు-నాస్తికః॥

దుర్ద్రిశా-ఆ-సీ-లతావిశేషః॥

దుర్ద్రుమః- అ- పు- లతార్కః॥ తె ॥ పచ్చనీ ఉల్లి.

దుర్ధరః-అ-పు-నరకవిశేషః-౨ఋషభౌషధిః ౩పారదః-౪భల్లాతకః-౫మహిషాసురస్య సెనాపతివిశేషః॥

దుర్ధరః-అ-త్రి-కష్టధార్యః- ౨వృషభౌషధిః॥

దుర్ధర్షః-అ-త్రి-ధర్షితుమశక్యః॥

దుర్ధర్షా-ఆ-సీ-నాగదమనీ-౨కందారీ-దుఃఖధర్షణీయెత్రి॥తె॥౧దంతిచెట్టు- ౨కందారి చెట్టు.

దుర్ధురూటః-అ-పు-యుక్తింవినాగురువాక్యమమన్యమానః॥

దుర్నామన్-న-అర్శోరోగః॥

దుర్నామకమ్-అ-న-అర్శోరోగః ॥ తె॥ మూలశంక. (నుంగజెలగ

దుర్నామా-న్-ద్వ-దీర్ఘకోశికా॥ తె॥ ప}

దుర్నామా-న్-సీ-దీర్ఘకోశికా- ౨రోగవిశేషః॥ తె॥౧పనుంగుజెలగ-౨ఒకానొకరోగము.

దుర్నామా-ఆ-సీ- దీర్ఘకోశికా- ౨రోగవిశేషః॥ తె॥౧పనుంగుజెలగ.

దుర్నామారిః-ఇ-పు-శూరణః॥

దుర్నామ్నీ-ఈ-సీ-దీర్ఘకోశికా॥

దుర్బలః-అ-త్రి-శాతః॥ తె॥బక్కవాఁడు.

దుర్బలా-ఆ-సీ-అంబుశిరీషికా॥

దుర్భగా-ఆ-సీ-పతిస్నేహరహితా॥

దుర్భరః-అ-త్రి-అనిష్టః-౨నిర్భరః-౩సారః॥

దుర్భరా -ఆ-సీ- శ్వేతకంటకారీ॥ తె॥ తెల్ల వాకుడుచెట్టు.

దుర్భిక్షమ్- అ - న- భిక్షాయాః,అప్రాప్తికాలః॥

దుర్మతిః-ఇ-పు-సంవత్సరవిశేషః-౨దుర్బుద్ధిః

దుర్మదా-ఆ-సీ-జ్యోతిష్మతీ॥ తె॥ ఎక్కుడుతీఁగె.

దుర్మనాః-స్-సీ-శతావర్యామ్॥

దుర్మనాః-స్-త్రి-విచారగ్రస్తః-౨దుష్టబుద్ధిః

దుర్మరా-ఆ-సీ-దూర్వా-౨శ్వేతదూర్వా॥

దుర్ముఖః-అ-త్రి-అప్రియవాదీ॥

దుర్ముఖః-అ-పు-దేవయోనిసర్పవిశేషః-౨ముఖరః॥ తె॥ ౨కానిమాటలుప్రేలెడువాఁడు

దుర్ముఖి-న్-పు-సంవత్సరవిశేషః॥

దుర్మూల్యమ్-అ-న-మహార్ఘమ్॥

దుర్మేధాః-స్-త్రి-మందమేధాః॥

దుర్మోహః-అ-పు-కాకతుండీ॥

దుర్యోధనః-అ-పు-సుయోధనః॥

దుర్లఙ్ఘః-అ-ద్వ-ఉష్ట్రః॥

దుర్లఙ్ఘనః-అ-త్రి-దుర్లంఘనీయే॥

దుర్లభః-అ-పు-కచ్ఛురః-౨కర్చూరమ్॥

దుర్లభః-అ-త్రి-దుష్ప్రాపః- ౨అతిప్రశస్తః-౩ప్రియః॥ తె॥౧పొందఁగూడనిది.

దుర్లభా-ఆ-సీ-శ్వేతకంటకారీ-౨కచారీ॥ తె॥ ౧తెల్లవ్రాకుడుచెట్టు-౨కర్పూరపుబెండ

దుర్వచః-స్-న-దురాలాపః॥
దుర్వచః-అ-త్రి-దుఃఖకథ్యే॥ (కమ్॥
దుర్వర్ణమ్-అ-త్రి-మందవర్ణే-ఏలవాలు
దుర్వర్ణమ్-అ-న-రజతమ్॥ తె॥ వెండి.
దుర్వర్ణః-అ-పు-వాలుకమ్॥
దుర్వర్ణః-అ-త్రి-దుష్ప్రభః
దుర్వర్ణకమ్-అ-న-రజతమ్॥
దుర్వాక్-చ్-త్రి-కద్వదః॥
దుర్వాక్-చ్-సీ-దుష్టవాక్యే
దుర్వాదః-అ-పు-స్తుతిపూర్వకదుర్వాక్యమ్ అనిందితవాక్యంచ॥
దుర్వాసాః-స్-పు-మునివిశేషః - అమందవ స్త్రయుక్తైత్రి॥
దుర్విధః-అ-త్రి-దరిద్రః-దుర్జనః॥
దుర్వినీతః-అ-పు-అవినీతాశ్వః॥
దుర్వినీతః-అ-త్రి-అవినీతమాత్రే॥
దుర్వృత్తః-అ-త్రి-దుర్జనః॥
దుర్హృత్-ద్-త్రి-దుష్టచిత్తే॥
దుర్హృత్-ద్-పు-శత్రుః॥
దుర్హృదయః-అ-త్రి-దుష్టాంతఃకరణః॥
దులిః-ఇ-పు-మునివిశేషః॥
దులిః-ఇ-సీ-కమఠ్యామ్॥ (దులాబేలు.
దులీ-ఈ-సీ-కూర్మస్త్రీ-దులిః॥ తె॥ ౧ఆ:
దుశ్చరః-అ-పు-శంబూకః-భల్లూకః॥
దుశ్చరః-అ-త్రి-దుర్గమే॥ (కోతరోగః॥
దుశ్చర్మా-న్-పు-అప్రావృతమేఢ్రః-
దుశ్చిక్యమ్-అ-న- లగ్నాత్తృతీయలగ్నమ్॥
దుశ్చ్యవనః-అ-పు- ఇంద్రః-ఆరోగవిశేషః- 3గహ్వరమ్॥
దుశ్చ్యావనః-అ-పు-ఇంద్రః- ఆరోగవిశేషః 3గహ్వరమ్॥ (రణమ్॥
దుష్కరమ్- అ - న-ఆకాశమ్-దుఃఖేనక
దుష్కరః-అ-త్రి-అశక్యకర్తవ్యః॥

దుష్కర్మ-న్-న-పాపమ్॥
దుష్కులీనః-అ-పు-దుష్కులప్రసూతః॥
దుష్కులీనః-అ-త్రి-దుష్కులోద్భవే॥
దుష్కృతమ్-అ-న-పాపమ్॥
దుష్క్రీతమ్-అ-త్రి-మహార్ఘమ్॥
దుష్ఖమ్-అ-న-దుఃఖమ్॥
దుష్ఖదిరః-అ-పు-ఖదిరవృక్షభేదః॥
దుష్టమ్-అ-న-కుష్ఠమ్॥
దుష్టః-అ-త్రి-దుర్బలః-అధమః॥ (ముగా
దుష్టమమ్-౦-౦-గర్హ్యమ్॥ తె॥ అసహ్య
దుష్టవృషః-అ-పు-శక్తోప్యధుర్వహః॥
దుష్టా-ఆ-సీ-పుంశ్చలీ॥
దుష్టావేశా-ఆ-సీ-కందారీ॥ తె॥ కందారిచెట్టు
దుష్టు-౦-౦-నిందా॥ తె॥ అసహ్యముగా.
దుష్ఠుః-౦-౦-నిందా॥ తె॥ అసహ్యముగా.
దుష్ఠుః-ఉ-త్రి-అవినీతః॥ (?సచెట్టు
దుష్పత్రః-అ-పు-గణహాసకః॥ తె॥ బుుర
దుష్పథః-అ-(సీ)-దుష్టమార్గః॥
దుష్పర్శః-అ-పు-దురాలభా॥
దుష్పర్శః-అ-త్రి-దుఃఖస్పృశ్యే॥
దుష్పుత్రః-అ-పు- చండా॥ తె॥ చండయను గ్రంథ్యము.
దుష్ప్రధర్షః-అ-పు-తుజాలకః॥ తె॥ ఆటుదొం డచెట్టు.
దుష్ప్రధర్షణీ-ఈ-సీ-వార్తాకీ॥
దుష్ప్రధర్షా-ఆ-సీ- దురాలభా-ఖర్జూరీ॥
దుష్ప్రధర్షిణీ-ఈ-సీ బృహతీ-దుష్ప్రధర్ష ణీ-కంటకారీ॥ తె॥ ౧ నేలములకచెట్టు॥
దుష్ప్రభః-అ-పు-కృకవాకుః॥ తె॥ ఊసరవెల్లి
దుష్ప్రవేశా-ఆ-సీ-కంథారీవృక్షః॥
దుష్మన్తః-అ-పు-చంద్రవంశీయరాజవిశేషః
దుష్షమమ్-౦-౦- కాలప్రవతనమ్ ॥ తె॥ ఆల స్యముగా.

దుస్తూరః-అ-పు-ఉన్మత్తః ॥తె॥ ఉమ్మెత్త చెట్టు.
దుస్తః-అ-త్రి-అతిలోభీ-౨అజ్ఞః-౩దుర్గతః॥
దుస్స్పర్శః-అ-పు-లతాకరంజః-౨యాసః ॥తె॥౧తీఁగెక్రానుఁగుచెట్టు-౨పిన్నరేఁగటిమూలగోఁడిచెట్టు.
దుస్స్పర్శా-ఆ-సీ-కంటకారికా-౨ఖగవల్లీ॥ తె॥౧వ్రాకుడుచెట్టు-అంతరవల్లి.
దుస్సథః-అ-పు-శ్వా-౨కుక్కుటః॥ తె॥ ౧కుక్క-౨కోడి.
దుస్సహా-ఆ-సీ-నాగమథనీ॥తె॥దంతిచెట్టు.
దుహితా-ఋ-సీ-పుత్రికా॥
దుహితుఃపతిః-ఇ-పు-జామాతా॥
దుహీ-ఈ-సీ-పుత్రికా॥ (హ్యమ్॥
దుహ్యమ్-అ-న-దోహనయోగ్యమ్-౨దో
దూఢభః-అ-త్రి-వ్యసనప్రాప్తః-౨విపద్యుక్తః॥
దూడాశః-అ-త్రి-పీడాయుక్తః-౨దంత్యసాంతోపి-౩దుఃఖేనదాస్యతేయః॥
దూఢ్యః-అ-త్రి-అఘగుః-దుష్టంధ్యాయతియః
దూణాశః-అ-త్రి-దుఃఖేననష్టః॥
దూతః-అ-పు-సందేశహరః॥తె॥ వర్తమానములుకొంచుఁబోయ్యేదూత.
దూతఘ్నీ-ఈ-సీ-కదంబపుష్పీ॥
దూతిః-ఇ-సీ-దూతికా-౨శారికా-౩అష్టవిధ
దూతికా-ఆ-సీ-దూతీ॥ (నాయికాదూతీభేదః
దూతీ-ఈ-సీ-దూతికా-౨శారికా౩-అష్టవిధ
దూతీకా-ఆ-సీ-దూతీ॥ (నాయికాదూతీభేదః
దూత్యమ్-అ-న-దూతకర్మ-౨దూతస్యభావః ౩దూతస్వభావః॥ తె॥ ౧వర్తమానము లుకొంచుబోన్యేవని.
దూనః-అ-త్రి-దుఃఖితః॥
దూత్రః-అ-త్రి-బలవాన్॥

దూరమ్-అ-న-విప్రకృష్టమ్॥తె॥దూరము.
దూరః-అ-త్రి-దూరస్థః॥ తె॥దూరమందున్నది
దూరదర్శనః-అ-పు-గృధ్రః॥
దూరదర్శిన్-త్రి-దీర్ఘదర్శకే॥
దూరదర్శిన్-పు-దేశకాలలక్షణజ్ఞః॥
దూరదృక్-శ్-త్రి-దీర్ఘదర్శకే॥
దూరదృక్-శ్-పు-గృధ్రపక్షీ॥ తె॥గెద్ద.
దూరమూలః-అ-పు-ముంజతృణమ్॥
దూరవేధిన్-త్రి-దూరనిక్షేప్యాస్త్రమ్॥
దూరేరితేక్షణః-అ-త్రి-కేకరః॥
దూర్యమ్-అ-న-విష్ఠా-౨శటీ॥
దూర్వః-అ-పు-మత్స్యః॥ తె॥చేఁప.
దూర్వా-ఆ-సీ-శతపర్వికా-౨స్వర్గః-౩అవిచ్ఛిన్నః-రనిరామయః॥తె॥ ౧గరికెగడ్డి.
దూలికా-ఆ-సీ-నీలీ॥
దూలీ-ఈ-సీ-నాసికాంతరాలనాలమ్-౨నీలీ
దూశ్యమ్-అ-న-దూష్యమ్-౨వస్త్రగృహమ్
దూషకః-అ-త్రి-దోషోత్పాదకః॥
దూషణమ్-అ-న-దోషే॥
దూషణః-అ-పు-రావణభ్రాతృఖరసేనాపతిః
దూషణారిః-ఇ-పు-శ్రీరామః॥
దూషిః-ఇ-సీ-దూషికా॥ తె॥కంటిపుసి.
దూషికా-ఆ-సీ-నేత్రమలమ్-౨లూతా॥ తె॥ ౧కంటిపుసి-౨సాలెపురుగు.
దూషితః-అ-త్రి-ప్రాప్తదోషః॥
దూషితా-ఆ-సీ-దూషణప్రాప్తాకన్యా॥
దూషీ-ఈ-సీ-దూషికా॥ తె॥కంటిపుసి.
దూషీకా-ఆ-సీ-నేత్రమలమ్॥ తె॥ కంటిపుసి.
దూషీవిషమ్-అ-న-ఔషధాదిభిరవీర్యంవిషమ్-౨ఆదిపదాత్ దావాగ్నివాయురౌద్రశోషితవిషమ్-౩స్వభావతోగుణహీనంవిషమ్॥
దూష్యమ్-అ-న-పటగృహమ్-౨వస్త్రమ్-౩

పూయమ్॥ తె॥ ౧ఢేరా
దూష్యః-అ-త్రి-నింద్యః॥ తె॥ నిందింపఁదగినది.
దూష్యా-ఆ-సీ-గజమధ్యబంధనచర్మరజ్జుః-౨
కక్ష్యా॥ తె॥ పనుఁగనడుమ నకుఁగట్టెతో
లుపట్టె.
దృక్-శ్-త్రి-ద్రష్టా॥ తె॥ చూచువాఁడు.
దృక్-శ్-సీ-వీక్షా-౨జ్ఞానమ్-౩నేత్రమ్॥ తె॥
౧చూపు-౨జ్ఞానము-౩కన్ను.
దృకమ్-అ-న-ఛిద్రమ్॥
దృకాణః-అ-పు-ద్రేక్కాణః
దృక్కర్ణః-అ-పు-సర్పః॥
దృక్కాణః-అ-పు-ద్రేక్కాణః॥
దృక్ప్రసాదా-ఆ-సీ-కులత్థా-౨కులత్థాంజ
నమ్॥
దృక్ప్రియా-ఆ-సీ-శోభా॥
దృక్శ్రుతిః-ఇ-పు-సర్పః॥ తె॥ పాము.
దృగధ్యక్షః-అ-పు-సూర్యః॥
దృగాయుధః-అ-పు-శివః॥
దృగ్గోలః-అ-పు-ఖగోలాంతర్గతగోలవిశేషః
దృగ్ఘూర్ణః-అ-పు-చాషపక్షీ॥ తె॥ పాలపిట్ట.
దృగ్ధః-అ-త్రి-గుంభితః॥ తె॥ కూర్చఁబడ్డది.
దృగ్విషః-అ-పు-నాగః॥
దృఢమ్-అ-న-అతిశయః-౨లోహమ్॥
దృఢః-అ-త్రి-అతిశయవాన్-౨సాంద్రః-౩
కఠినద్రవ్యమ్-౪స్థూలః-౫శక్తః॥ తె॥ ౧
దట్టనతరుచుఁగలది.
దృఢకణ్టకః-అ-పు-క్షుద్రఫలకవృక్షః॥
దృఢకణ్టకా-ఆ-సీ-పరూషీ॥ తె॥ పేరీఁతచెట్టు.
దృఢకర్పరః-అ-పు-సౌధాతుః॥ తె॥ కప్పచిప్ప.
దృఢకాణ్డమ్-అ-న-దీర్ఘరోహిషకమ్॥
దృఢకాణ్డః-అ-పు-వంశః॥
దృఢకాణ్డా-ఆ-సీ-పాతాలగరుడీలతా॥
దృఢక్షురా-ఆ-సీ-బల్బజా॥

దృఢగాత్రికా-ఆ-సీ-మత్స్యండీ॥
దృఢగ్రన్థిః-ఇ-పు-వంశః॥
దృఢఘనమ్-అ-న-దీర్ఘరోహిషకమ్॥
దృఢతరుః-ఉ-పు-నాగరంగవృక్షః॥ తె॥ నారం
జిచెట్టు.
దృఢతృణః-అ-పు-ముంజతృణమ్॥
దృఢతృణా-ఆ-సీ-బల్బజా॥
దృఢత్వక్-చ్-పు-యావనాలశరః॥
దృఢదలా-ఆ-సీ-శ్రీతాలీ॥ తె॥ శ్రీతాళము.
దృఢదంశకః-అ-పు-నక్రః॥ తె॥ కాఱుమొసలి
దృఢనీరః-అ-పు-నారికేళవృక్షః॥
దృఢపత్రః-అ-పు-వంశః॥
దృఢపత్రీ-ఈ-సీ-బల్బజా॥
దృఢపాదా-ఆ-సీ-యవతిక్తా॥ తె॥ పద్మను నెడు
చెట్టు.
దృఢపాదీ-ఈ-సీ-భూమ్యామలీ॥
దృఢప్రరోహః-అ-పు-ప్లక్షవృక్షః॥
దృఢఫలః-అ-పు-నారికేళవృక్షః॥ తె॥ కొబ్బరి
చెట్టు.
దృఢబన్ధినీ-ఈ-సీ-శ్యామాలతా॥
దృఢబీజః-అ-పు-చక్రమర్దః-౨బదరః-౩బ
బ్బూరః
దృఢముష్టిః-ఇ-పు-ఖడ్గాదిః॥
దృఢముష్టిః-ఇ-త్రి-కృపణః॥
దృఢమూలః-అ-పు-నారికేలవృక్షః-౨ముం
జతృణమ్-౩మంథానకతృణమ్॥ తె॥ ౧
కొబ్బరిచెట్టు.
దృఢరఙ్గా-ఆ-సీ-స్ఫటీ॥
దృఢలతా-ఆ-సీ-పాతాలగరుడీలతా॥
దృఢలోమా-న్-పు-సూకరః॥
దృఢలోమా-న్-త్రి-కఠినలోమయుక్తః॥
దృఢవల్కలః-అ-పు-లకుచః-౨పూగః॥
దృఢవల్కా-ఆ-సీ-అంబష్ఠా॥

దృఢసన్ధిః-ఇ-త్రి- దృఢావయవసంధిమచ్ఛరీరాదిః॥ తె॥బలసినగట్టిశరీరము మొదలైనది.
దృఢసూత్రికా-ఆ-సీ-మూర్వా॥
దృఢస్కన్ధః-అ-పు-క్షీరికావృక్షః॥ తె॥ పాలచెట్టు.
దృఢాఙ్గమ్-అ-న-హీరకమ్॥
దృఢారఙ్గా-ఆ-సీ-స్ఫటికః॥
దృతః-అ-త్రి-ఆదృతః॥
దృతా-ఆ-సీ-జీరకః॥
దృతిః-ఇ-పు- జలాధారచర్మవికారః - ౨మత్స్యః॥ తె॥౧తోలుతిత్తి.
దృతిధారకః-అ-పు-వృక్షవిశేషః॥
దృతిహరిః-ఇ-పు-కుక్కురః॥
దృన్-౦-౦-హింసా॥
దృన్భూః-ఊ-సీ-సర్పః-౨చక్రమ్॥
దృన్భూః ఊ-పు-వజ్రమ్-౨సూర్యః - ౩రాజా-౪అంతకః॥
దృప్తః-అ-త్రి-గర్వితః॥
దృప్రః-అ-త్రి-దృప్తః॥
దృబ్ధః-అ-త్రి-గ్రథితః-౨భీతః॥
దృమ్భూః ఊ-సీ-సర్పః॥
దృమ్భూః ఊ-సీ-దృన్భూః॥
దృమ్మిః-ఇ-పు-సర్పః॥
దృశత్-ద్-సీ-పాషాణః - ౨నిష్పేషణశిలాపట్టమ్॥
దృశద్వతీ-ఈ-సీ-నదీవిశేషః-౨కాత్యాయనీ.
దృశా-ఆ-సీ-దృక్॥ తె॥దృష్టి.
దృశాకాఙ్క్ష్యమ్-అ-న-పద్మమ్॥
దృశానమ్-అ-న-జ్యోతిః॥
దృశానః-అ-పు-శివః-౨విరోచనః-౩జ్యోతిః॥ ౪ఆచార్యః-౫బ్రాహ్మణః-౬ఉపాధ్యాయః॥

దృశిః-ఇ-సీ-చక్షుః॥
దృశీ-ఈ-సీ-చక్షుః॥
దృశోపమమ్-అ-న-శ్వేతపద్మమ్॥
దృశ్యమ్-అ-త్రి-దర్శనీయమ్॥
దృషత్-ద్-సీ-పాషాణః-౨నిష్పేషణశిలా॥
దృషత్సారమ్-అ-న-ముండాయసమ్॥
దృష్టమ్-అ-న-స్వరాష్ట్రపరరాష్ట్రమనుష్యకృతాపత్॥
దృష్టరజాః-స్-సీ- ద్వాదశవర్షదృష్టరజస్స్త్రీ॥
దృష్టాన్తః-అ-పు-అలంకారవిశేషః - ౨ఉదాహరణమ్-౩శాస్త్రమ్-౪నిశ్చయః॥
దృష్టిః-ఇ-సీ- వీక్షా-౨ద్విసంజ్ఞా-౩నేత్రమ్-౪మనీషా॥ తె॥౧చూపు.
దృష్టికృత్-త్-న-స్థలపద్మమ్॥
దృష్టికృతమ్-అ-న-స్థలపద్మమ్॥
దృష్టిగుణః-అ-పు-బాణాదిలక్ష్యమ్॥
దృష్టిగోధిః-ఇ-పు-శివః॥
దృష్టిబంధుః-ఉ-పు-ఖద్యోతః॥
దృష్టివిక్షేపః-అ-పు-కటాక్షః॥
దృహితః-అ-త్రి-వృద్ధిప్రాప్తః॥
దేదీప్యమానః-అ-త్రి - పునఃపునరతిశయేన వాదీప్యతేయః - అతిశయదీప్తివిశిష్టః॥
దేయమ్-అ-త్రి-దాతవ్యమ్॥
దేవమ్-అ-న-ఇంద్రియమ్॥
దేవః-అ-పు-దైవతమ్-౨మేఘః- ౩నాట్యోక్తరాజా-౪రాజా॥
దేవకః-అ-పు-యదువంశీయరాజవిశేషః॥
దేవకర్దమః-అ-పు- సుగంధద్రవ్యవిశేషః-సశ్రీఖండాగురుకర్పూరకుంకుమసమ్మిశ్రితైర్భవతి.
దేవకాత్మజా-ఆ-సీ-దేవకీ॥
దేవకాష్ఠమ్-అ-న-దేవదారు-౨దేవదారుప్రభేదః॥

దేవకిః-ఇ-సీ-విష్ణుమాతా॥
దేవకిరీ-ఈ-సీ-మేఘరాగస్యభార్యా॥
దేవకీ-ఈ-సీ-విష్ణుమాతా॥
దేవకీనన్దనః-అ-పు-విష్ణుః॥
దేవకీసూనుః-ఉ-పు-శ్రీకృష్ణః॥
దేవకులమ్-అ-న-వినాముఖంయజ్ఞాయతనమ్
దేవకురుమ్బా-ఆ-సీ-మహాద్రోణా॥
దేవకుసుమమ్-అ-న-లవంగమ్॥
దేవఖాతమ్-అ-న-దేవఖాతకమ్॥
దేవఖాతకమ్-అ-(సీ)-అకృత్రిమజలాశయః-౨అపౌరుషేయందేవకుండమ్-౩నాగాదికుండమకృత్రిమమ్-౪గుహా॥
దేవఖాతబిలమ్-అ-న-గుహా॥
దేవగడ్డలిః-ఇ-సీ-మహాశ్రావణికా॥ తె॥ పెద్ద బోడతరపుచెట్టు.
దేవగన్ధః-అ-పు-ఆరామశీతలః- ౨సహదేవీ॥ తె॥౧గొడసాలచెట్టు-౨సహదేవిచెట్టు.
దేవగన్ధా-ఆ-సీ-మహామేదా॥
దేవగాన్ధారీ-ఈ-సీ-శ్రీరాగస్యభార్యా॥
దేవగాయనః-అ-పు-గంధర్వః॥
దేవగిరీ-ఈ-సీ-రాగిణీవిశేషః॥
దేవగురుః-ఉ-పు-బృహస్పతిః॥
దేవగృహమ్-అ-న - సూర్యచంద్రాదీనాం జ్యోతిర్మండలాని-౨దేవాలయశ్చ॥
దేవఘాతమ్-అ-న-దేవనిర్మితగుహా॥
దేవఘాతకః-అ-(సీ)- అఘాతవిస్తృతగర్తః॥ తె॥ పెద్దపల్లపుగుంట.
దేవచికిత్సకౌ-అ-పు-అశ్వినీకుమారౌ-నిత్యద్వివచనాంతోయంశబ్దః॥
దేవచ్ఛన్దః-అ-పు-శతయష్టికహారః॥ తె॥ నూఱుసరములుగలముత్తెమ్ములహారము.
దేవజగ్ధమ్-అ-న-దేవజగ్ధకమ్॥ చిగడ్డి.
దేవజగ్ధకమ్-అ-న-కత్తృణమ్॥ తె॥ కామం

దేవటః-అ-త్రి-శిల్పీ॥
దేవటః-అ-పు-కిలింజకః-౨శశానః- ౩అగ్నిః-౪శిల్పీ॥ తె॥౧చాప.
దేవట్టీ-ఈ-సీ-గంగాచిల్లీ॥
దేవతకుకః-అ-పు-పలాండుః॥ తె॥ నీఉల్లి.
దేవతరుః-ఉ-పు-మందారః-౨పారిజాతః-౩సంతానః-౪కల్పవృక్షః- ౫హరిచందనమ్-౬చైత్యవృక్షః॥
దేవతా-ఆ-సీ-దేవః ౨త్రయస్త్రింశత్సంజ్ఞా
దేవతాడః-అ-పు- వృత్తకోశః- ౨సైంహికేయః- ౩ యజ్ఞవిశేషః- ౪హుతాశనః-॥ తె॥౧దేవతాడిచెట్టు.
దేవతాడకః-అ-పు-దేవతాడః॥ తె॥ దేవతాడిచెట్టు.
దేవతాధిపః-అ-పు-ఇంద్రః॥
దేవతున్దికః-అ-పు-మహాద్రోణః॥ తె॥ పెద్ద తుమ్మిచెట్టు.
దేవత్రా-౦-౦- దేవాన్- దేవేషు- ఇతిద్వితీయాసప్తమ్యోః ॥ తె॥ దేవతలను-దేవతలయెందున్ను.
దేవత్వమ్-అ-న-దేవస్వరూపమ్ ॥ తె॥ దేవుండుకావడము.
దేవదణ్డా-ఆ-సీ-నాగబలా॥
దేవదత్తః- అ-పు - జృంభప్రవర్తమానవాయుః-౨అర్జునశంఖః॥
దేవదత్తాగ్రజః-అ-పు-బుద్ధః॥
దేవదత్తోపక్రమః -అ-పు- దేవదత్తస్యప్రథమోపక్రమః॥
దేవదత్తోపజ్ఞా-ఆ-సీ- దేవదత్తస్యఆదౌజ్ఞాతవస్తు॥
దేవదానీ-ఈ-సీ-ఘోషకాకృతిః॥
దేవదారు-ఉ-న-వృక్షవిశేషః॥
దేవదారుః-ఉ-(సీ)-భద్రదారువృక్షః॥

దేవదాలికా-ఆ-సీ-దధిపుష్పా॥ తె॥ డావరడం గిచెట్టు.
దేవదాలీ-ఈ-సీ-లతావిశేషః-పీతాగరాఖర స్పర్శావిమఘ్నీగరనాశినీ॥
దేవదాసీ-ఈ-సీ-వేశ్యా-౨వనబీజపూరకః॥
దేవదీపః-అ-పు-లోచనమ్॥
దేవదున్దుభిః-ఇ-పు-గంధపర్ణాసః-స-రక్తతులసీ-౨దేవానాందుందుభివాద్యమ్॥
దేవదున్దుభిః-ఇ-సీ-తులసీ॥
దేవదూతీ-ఈ-సీ-వనబీజపూరకః॥
దేవదేవః-అ-పు-శివః॥
దేవద్రీచీ-ఈ-సీ-దేవతాయాయినీ॥ తె॥ దేవతలనుగూర్చి వెళ్లు(స్త్రీ).
దేవద్రోణీ-ఈ-సీ-దేవయాత్రా॥
దేవద్ర్యఞ్-చ్-త్రి-దేవపూజకః-౨దేవసమీపగంతా॥
దేవధాన్యమ్-అ-న-ధాన్యవిశేషః॥
దేవధూపః-అ-పు-గుగ్గులుః॥
దేవనమ్-అ-న-ద్యూతమ్-౨మంత్రాదిః-౩యుద్ధార్థః-౪వ్యవహారః-౬జిగీషా-౭క్రీడా-౮పద్మమ్-౯ద్యుతిః-౧౦పరిదేవనమ్-౧౧స్తుతిః-౧౨గతిః॥
దేవనః-అ-పు-పతిభ్రాతా-౨పాశకః॥ తె॥ ౧ పెనిమిటితోడఁబుట్టినవాఁడు - ౨సొగటాలపాచిక.
దేవనన్దీ-న్-పు-ఇంద్రద్వారపాలః॥
దేవనలః-అ-పు-నలభేదః॥
దేవనా-ఆ-సీ-క్రీడా-౨సేవా॥
దేవనాలః-అ-పు-దేవనలః॥
దేవనాలకః-అ-పు-మహానలతృణమ్॥ తె॥ అడవికిక్కస.
దేవపతిః-ఇ-పు-ఇంద్రః॥(నాంఖార్యాచ॥
దేవపత్నీ-ఈ-సీ-మధ్వాలుకమ్-౨దేవా

దేవపథః-అ-పు-దేవానాంపంథాః॥
దేవపర్ణమ్-అ-న-సురపర్ణమ్॥ తె॥ మాచిపత్రి
దేవపుత్రికా-ఆ-సీ-వృక్కా॥
దేవపుత్రీ-ఈ-సీ-వృక్కా॥
దేవపూః-ర్-సీ-అమరావతీ॥
దేవప్రశ్నః-అ-పు-గ్రహనక్షత్రాదిఘటితజిజ్ఞాసా॥
దేవప్రియః-అ-పు-పీతభృంగరాజః-౨బకపుష్పః॥
దేవబలా-ఆ-సీ-త్రాయంతీ-౨సహదేవీ॥ తె॥ ౧కలుత్రాఁగుచెట్టు-౨ముత్తవపులగపుచెట్టు.
దేవబ్రహ్మన్-న్-పు-నారదమునిః॥
దేవభవనమ్-అ-న-అశ్వత్థః-౨స్వర్గశ్చ॥
దేవభూః-ఊ-పు-దేవః॥
దేవభూతిః ఇ-సీ-మందాకినీ॥
దేవభూయమ్-అ-న - దేవసాయుజ్యమ్॥ తె॥ దేవస్వరూపము-దేవుఁడు కావడమున్ను.
దేవమణిః-ఇ-సీ-మహామేదా॥ తె॥ మహామేదయనుచెట్టు.
దేవమణిః-ఇ-పు-కౌస్తుభః - ౨అశ్వగళావర్తః-౩శివః-౪చింతామణిః॥
దేవమాతా-ఋ-సీ-అదితిః॥
దేవమాతృకః-అ-త్రి - వృష్ట్యంబుసంపన్నవ్రీహిపాలితదేశః॥
దేవమానకః-అ-పు-కౌస్తుభమణిః॥
దేవమాసః-అ-పు-గర్భస్యాష్టమమాసః - ౨దేవానాంమాసః-స - మనుష్యమానేత్రింశద్వర్షాత్మకః॥
దేవయజిః-ఇ-పు-దేవపూజకః-౨మునిః॥
దేవయజ్ఞః-అ-పు-వైశ్వదేవః॥
దేవయాత్రా-ఆ-సీ-దేవగమనమ్ - ౨దేవోత్సవాదిచ॥

దేవయానమ్-అ-న-విమానమ్॥
దేవయానా-ఆ-సీ-శుక్రపుత్రీ॥
దేవయానీ-ఈ-సీ- శుక్రాచార్యకన్యా-సా-యయాతిరాజపత్నీ॥
దేవయుః-ఉ-త్రి-ధార్మికః- ౨లోకయాత్రికః॥
దేవయుః-ఉ-పు-దేవే॥
దేవయోనిః-ఇ-ద్వ-దేవఎవ-యోనిర్నిదానభూతోయస్యసః॥
దేవరః-అ-పు-పతిభ్రాతా॥ తె॥ మగనితోడఁబుట్టినవాఁడు.
దేవరథః-అ-పు-దేవానాంవిమానః-సచ-పుష్పకాదిః॥
దేవరాజః-అ-పు-ఇంద్రః॥
దేవరాతః-అ-పు-మునివిశేషః - ౨రాజవిశేషః-౩బకవిశేషః॥
దేవర్షిః-ఇ-పు-సురర్షిః-౧తుంబురుభరతాదిః ౩కణాదాదిః॥
దేవలః-అ-పు- దేవాజీవః - ౨మునివిశేషః॥ తె॥౧తంబలవాఁడు-నంబివాడును.
దేవలకః-అ-పు-దేవాజీవః-జీవితార్థం దేవాన్గృహీతవాన్-౨దేవోపజీవజీవీ - ౩ధార్మికః-౪నారదమునిః-౫దేవరః- ౬ధర్మశాస్త్రవక్తా-౭మునివిశేషః॥
దేవలతా-ఆ-సీ-నవమల్లికా॥
దేవలాఙ్గులికా-ఆ-సీ-వృశ్చికాలిః॥
దేవలోకః-అ-పు-స్వర్గః॥
దేవవక్త్రమ్-అ-న-అగ్నిః - ౨దేవానాంముఖంచ॥
దేవవర్ధకిః-ఇ-పు-విశ్వకర్మా॥
దేవవల్లభః-అ-పు- నమేరువృక్షః॥ తె॥ సురపొన్న.
దేవవృక్షః-అ-పు-కల్పవృక్షాదిః-౨గుగ్గులువృక్షః॥

దేవవ్రతః-అ-పు- భీష్మః - ౨దేవానాంవ్రతంచ॥
దేవశేఖరః-అ-పు-దవనః- ౨దేవానాంమస్తకంచ॥ తె॥౧దవనము.
దేవశ్రుతః-అ-పు-నారదః-౨దేవః-౩శాస్త్రమ్-౪హోమద్రవ్యవిశేషః॥
దేవశ్రేణీ-ఈ-సీ-మూర్వా॥
దేవసభా-ఆ-సీ-దేవానాంసమాజః॥
దేవసభ్యః-అ-త్రి- క్రీడాసభాస్థః - ౨దేవసామాజికశ్చ॥
దేవసర్షపః-అ-పు-వృక్షప్రభేదః॥
దేవసహా-ఆ-సీ- సహదేవీ- ౨భిక్షాసూత్రమ్॥ తె॥౧సహదేవిచెట్టు.
దేవసాత్ -౦-౦ - సకలజనాదేవభావాశ్రయాః-౨దేవాధీనమ్-౩దేవదేయమ్॥
దేవసాయుజ్యమ్-అ-న-దేవత్వమ్॥ తె॥ దేవస్వరూపము,దేవుఁడుకావడమును.
దేవసృష్టా-ఆ-సి-మద్యమ్॥
దేవసేనా-ఆ-సీ-ఇంద్రకన్యా,సా,షష్ఠీ-౨దేవానాంసేనా॥
దేవసేనాపతిః-ఇ-పు-కార్తికేయః॥
దేవస్వమ్-అ-న-దేవస్వత్వాస్పదధనమ్॥
దేవా-ఋ-పు-పతిభ్రాతా-౨రండాపతిః॥
దేవా-ఆ-సీ-పద్మచారిణీ-౨అశనపర్ణీ॥
దేవాజీవః-అ-పు-దేవలః॥ తె॥తంబలవాఁడు, నంబివాఁడును.
దేవాజీవః-అ-త్రి-దేవలః॥
దేవాజీవీ-న్-త్రి-దేవలః॥
దేవాటః-అ-పు-హరిహరక్షేత్రమ్॥
దేవాత్మా-న్-పు-అశ్వత్థః॥
దేవానాంప్రియః-అ-ద్వ-ఛాగః-౨జాల్మః॥
దేవానాంప్రియః-అ-పు-అవివేకీ॥
దేవాపిః-ఇ-పు- ప్రతీపరాజ్ఞఃపుత్రః॥

దేవాభీష్టా-ఆ-సీ-తాంబూలీ॥

దేవాయతనమ్-అ-న-దేవాలయః॥

దేవాయుధమ్-అ-న-శక్రధనుః-౨దేవానా మస్త్రంచ॥

దేవార్హమ్-అ-న-సురపర్ణమ్॥ తె॥మాచిపత్రి చెట్టు.

దేవార్హా-ఆ-సీ-సహదేవీలతా॥

దేవాలయమ్-అ-న-మేఘలోకః-౨దేవతా గృహమ్॥

దేవాలా-ఆ-సీ-రాగిణీవిశేషః॥

దేవావాసః-అ-పు-అశ్వత్థవృక్షః॥

దేవాశ్వః-అ-పు-ఇంద్రఘోటకః-ఉచ్చైశ్శ్రవాః॥

దేవికా-ఆ-త్రి-దేవసంబంధిని॥

దేవికా-ఆ-సీ-దేవికానదీ-౨దుత్తూరః॥ తె॥౧ నదీవిశేషము-౨ఉమ్మెత్తచెట్టు.

దేవిలః-అ-త్రి-ధార్మికః॥

దేవీ-ఈ-సీ-పార్వతీ -౨నాట్యోక్తరాజపట్టాభిషిక్తభార్యా-౩రాజపట్టాభిషిక్త భార్యా-౪మూర్వా-౫పాఠా-౬స్పృక్కా-౭భూతుంబీ-౮చటక(స్త్రీ)॥ తె॥౪ చాగచెట్టు-౫పాటచెట్టు-౬స్పృక్కయనెడిగ్రంథ్యము-౭నేలానుగుచెట్టు-౮ఆడుయూరపిచ్చుక.

దేవీకోటః-అ-పు-బాణపురమ్॥

దేవేజ్యః-అ-పు-బృహస్పతిః॥

దేవేష్టః-అ-పు-మహామేదా-౨గుగ్గులుః॥

దేవేష్టః-అ-త్రి-దేవవాంఛితే॥

దేవేష్టా-ఆ-సీ-వనబీజపూరకః॥

దేవోద్యానమ్-అ-న-దేవానాంవనమ్॥

దేశః-అ-పు- వింశతిత్రింశద్గ్రామాత్మకభూమిః-౨షట్పంచాశత్సంజ్ఞా॥ తె॥౧దేశము

దేశకః-అ-త్రి-శాస్తా॥

దేశకారీ-ఈ-సీ- రాగిణీవిశేషః-౨మేఘరాగస్యభార్యా॥

దేశరూపమ్-అ-న-అభ్రష్టధర్మః॥

దేశసాత్మ్యమ్-అ-న-రతిబంధవిశేషః॥

దేశాఖీ-ఈ-సీ- రాగిణీవిశేషః-౨హిందోలరాగస్యద్వితీయరాగిణీ॥

దేశాన్తరమ్-అ-న- సుమేరులంకయోర్మధ్యరేఖా స్వరూపదేశస్వదేశయో రంతరయోజనమ్ - ౨మే, ఉదయాంతరకర్మ కాలంకాయామాదయికా గ్రహాజాతాస్తే దేశాంతరకర్మకా స్వపురోదయికాస్యుః-తచ్చద్వివిధమ్- ఏకంపూర్వాపరమ్-ద్వితీయమ్-యామ్యోత్తరమ్- తచ్చరసంజ్ఞముక్తంయథా - యేనేనలంకోదయకాలికాస్తేదేశాంతరేణ- స్వపురోదయేస్యుః- దేశాంతరంప్రాగపరంతథాస్యత్ -యామ్యోత్తరంతచ్చరసంజ్ఞముక్తమ్- ౩ దేశాంతరపరిభాషాయాంవృద్ధమనుః॥ వాచోయత్ర విభిద్యంతేగిరిర్వావ్యవధాయకః॥ మహానద్యంతరంయచ్చ తద్దేశాంతరముచ్యతే॥ దేశనామనదీభేదాన్నికటోపిభవేద్యది । తత్తుదేశాంతరంప్రోక్తంస్వయమేవస్వయంభువా ॥

దేశికః-అ-పు-గురుః-౨పథికః॥

దేశికః-అ-త్రి- దేశభవః-౨రాజా- ౩అసూయారహితః॥

దేశినీ-ఈ-సీ-తర్జనీ॥

దేశీ-ఈ-సీ-రాగిణీవిశేషః-౨హనుమన్మతేదీపకరాగస్యభార్యా॥

దేశ్యమ్-అ-న-పూర్వపక్షః॥

దేశ్యమ్-అ-త్రి-దేశార్హే॥

దేష్ణుః-ఉ-త్రి-దాతా-౨దుర్ద్రుమః-౩రజకః॥

దేహః-అ-(సీ)-శరీరమ్॥

దేహకోశః-అ-పు-పక్షః॥
దేహక్షయః-అ-పు-రోగః॥
దేహదః-అ-పు-పారదః॥
దేహధారకమ్-అ-(పు)-అస్థి॥
దేహధిః-ఇ-పు-పక్షః॥
దేహధృక్-క్-పు-వాయుః॥
దేహభృత్-త్-పు-జీవః॥
దేహయాత్రా-ఆ-సీ-భోజనమ్-౨కృతాంతగమనమ్॥
దేహలా-ఆ-సీ-మద్యమ్॥
దేహలిః-ఇ-పు-దేహలీ॥
దేహలీ-ఈ-సీ-గృహావగ్రహణీ॥ తె॥ గడప.
దేహసారః-అ-పు-మజ్జా॥
దేహాత్మవాదీ-న్-త్రి-చార్వాకః॥
దేహికా-ఆ-సీ-కీటవిశేషః॥
దేహీ-న్-త్రి-శరీరీ-ప్రాణీ॥
దైతేయః-అ-పు-రాక్షసజాతిః॥
దైతేయా-ఆ-సీ-శేషసర్పనగరీ॥
దైత్యః-అ-త్రి-దితిసంబంధినీ॥
దైత్యః-అ-పు-రాక్షసః॥
దైత్యగురుః-ఉ-పు-శుక్రః॥
దైత్యదేవః-అ-పు-వరుణః-౨వాయుః॥
దైత్యనిసూదనః-అ-పు-విష్ణుః॥
దైత్యపురోధాః-స్-పు-శుక్రః॥
దైత్యమదనః-అ-పు-కందః॥ తె॥ కందచెట్టు.
దైత్యమాతా-ఋ-సీ-దితిః॥
దైత్యమాతా-ఋ-త్రి-దైత్యపరిమాణకర్తరి॥
దైత్యమేదజః-అ-పు-భూమిజగుగ్గులుః॥
దైత్యమేదజా-ఆ-సీ-పృథివ్యామ్-మధుకైటభమదజాతత్వాత్॥
దైత్యయుగమ్-అ-న-దైత్యానాంయుగవిశేషః॥
దైత్యయుగః-అ-పు-దేవతాద్వాదశసహస్రవత్సరకాలః౧అమానుషమహాయుగః
దైత్యా-ఆ-సీ-మురా-౨సురా-౩చండౌషధిః తె॥ ౧మురయనేమోషధి-౨కల్లు.
దైత్యారిః-ఇ-పు-విష్ణుః-౨దేవః॥
దైత్యాహోరాత్రః-అ-పు-మానుషసంవత్సరః॥
దైనమ్-అ-న-దీనతా॥
దైనమ్-అ-త్రి-దినసంబంధినీ॥
దైనన్దినమ్-అ-త్రి-దినేదినేభవమ్-౨స్వార్థేష్ణే ప్రతిదినమ్॥
దైనన్దినప్రళయః-అ-పు-ప్రళయవిశేషః॥
దైనారమ్-అ-త్రి-దీనారమితస్వర్ణజాతవస్తు
దైనికీ-ఈ-సి-దినభృతిః-ఏకదినకర్మమూల్యం
దైన్యమ్-అ-న-వ్యభిచారీభావవిశేషః-౨దీనత్వమ్॥
దైపమ్-అ-త్రి-దీపసంబంధి॥
దైర్ఘ్యమ్-అ-న-దీర్ఘత్వమ్-౨ఆరోహస్థానే ఆనాహ ఇతిభవతః॥
దైలీపః-అ-పు-దిలీపరాజపుత్రో రఘుః॥
దైవమ్-అ-త్రి-విభవే॥
దైవమ్-అ-న-భాగ్యమ్-౨అంగుళ్యగ్రదేవతీర్థమ్-౩దైవః॥ తె॥ ౨దేవతర్పణస్థానము.
దైవమ్-అ-(సి)-భాగ్యమ్॥
దైవకీ-ఈ-సి-కృష్ణమాతా॥
దైవకీనన్దనః-అ-పు-శ్రీకృష్ణః॥
దైవకోవిదా-ఆ-సి-దైవజ్ఞా॥
దైవకోవిదః-అ-త్రి-దైవపండితే॥
దైవజ్ఞః-అ-పు-జ్యౌతిషికః-౨త్రికాలవేదీ॥
దైవజ్ఞః-అ-త్రి-గణకః॥
దైవజ్ఞా-ఆ-సి-గృహగోధికా-౨ప్రశ్నికా॥ తె॥ ౧బల్లి-౨సోదెకత్తె.
దైవతమ్-అ-త్రి-దేవసంబంధిని॥

దైవతమ్-అ-న- పదమధ్యపాదావసానప్రథమపాదత్రిపాదీమంత్రః॥

దైవతః-అ-(సీ)-దేవః॥

దైవదీపః-అ-పు-చక్షుః-౨దేవసంబంధిప్రదీపశ్చ॥

దైవపరః-అ-త్రి-తద్భవిష్యః॥ తె॥ ఈగెలుము శిరేయేభ్యరాశివాఁడు.

దైవపిశునీ-ఈ-సీ-ఉలూకస్త్రీ

దైవప్రశ్నః-అ-పు- ప్రాక్తనశుభాశుభకర్మజిజ్ఞాసా॥

దైవయుగమ్- అ -న- దేవానాంయుగమ్-తచ్చ - ౧దెవమానేనద్వాదశసహస్రవర్షమ్- ౨మనుష్యపరిమాణేనచతుర్యుగమానమ్॥

దైవయుగః-అ-పు-దేవతాద్వాదశసహస్రవత్సరకాలః-౨మానుషమహాయుగః॥

దైవలకః-అ-పు-భౌతః-భూతసేవకః॥

దైవలకః-అ-త్రి-దేవలసంబంధిని॥

దైవలేఖకః-అ-పు-మౌహూర్తః-గణకః॥

దైవవాణీ-ఈ-సీ-ఆకాశవాణీ - అమానుషీవాక్॥

దైవాకరిః-ఇ-పు-శనిః-౨యమః॥

దైవాకరిః-ఇ-సీ-యమునా॥

దైవాత్ -౦-౦-శతాత్॥

దైవాహోరాత్రః-అ-పు - మానుషసంవత్సరః॥

దైవికః-అ-త్రి-దెవసంబంధీ - ౨దైవేభవః॥

దైవీ-ఈ-సీ- ఆర్షచ్ఛందః కృతమంత్రపాదభేదః॥

దైన్యమ్-అ-న-దైవమ్-౨భాగ్యమ్॥

దైశికమ్-అ-త్రి-దేశసంబంధి- ౨సంబంధవిశేషః॥

దైష్టికః-అ-పు-దిష్టేనభవః-భాగ్యాధీనజాతః-౨కాలేనజాతః॥

దైహికమ్-అ-త్రి-దేహసంబంధి॥

దైహికః-అ-పు- ప్రాణిద్యూతమ్॥ తె॥ జెంతువులతోనాడుజూదము.

దోః-స్-పు-బాహుః॥

దోః-స్-(సీ)-భుజః॥

దోఃశిఖరమ్-అ-న-స్కంధః॥

దోఃసహస్రభృత్-త్-పు - కార్తవీర్యార్జునః-౨బాణరాజాచ॥

దోగ్ధా-ఋ-త్రి-దోహనకర్తా॥

దోగ్ధా-ఋ-పు-గోపాలకః-౨వత్సః-౩కవిః-రబంధూపజీవీ॥

దోగ్ధ్రీ-ఈ-సీ-పయస్వినీ-౨సుతా॥ తె॥౧పాలిచ్చేయావు.

దోదుల్యమానః-అ-త్రి- పునఃపునరతిశయేనవాదోలనవిశిష్టః॥

దోధః-అ-పు-గోవత్సః॥

దోధకః-అ-పు-ఛందోవిశేషః॥

దోధూయమానః-అ-త్రి- పునఃపునరతిశయేనవాకంపవిశిష్టః॥

దోనపః-అ-పు-వైక్రాంతః॥

దోరకః-అ-(న)-వీణాతంతుబంధనరజ్జుః॥

దోరకః-అ-పు-వీణాతంత్రీబంధనరజ్జుః॥

దోరికా-ఆ-సీ-వీణాదోరికా॥ తె॥దోరము.

దోర్గడుః-ఉ-పు-కుంఠితహస్తః॥

దోర్గ్రహః-అ-త్రి - బలవాన్-౨భుజస్యగ్రహణంతస్యవ్యథాచ॥

దోర్దణ్డః-అ-పు-బాహురూపదండః॥

దోర్మధ్యమ్-అ-న-కరేకరమ్-౨బాహుమధ్యమ్॥ తె॥౧గుద్దులాట-౨మోచేతిమడుపు.

దోర్మూలమ్-అ-న-కక్షః॥

దోలః-అ-పు-దోలనమ్ - ౨శ్రీకృష్ణస్యయాత్రావిశేషః॥

దోలా-ఆ-సీ-ఆందోలికా- ౨ప్రెంఖోలికా॥

తె॥ ౧అందలము-౨డోలి.
దోలాయమానః-అ-త్రి-దోలనవిశిష్టః॥
దోలికా-ఆ-స్త్రీ హిందోలా॥
దోలీ-ఈ-స్త్రీ-నాసికాంతరాలనాలమ్॥
దోషః-అ-పు-పాపమ్-౨దూషణమ్॥
దోషకః-అ-పు-గోవత్సః॥
దోషగ్రాహిన్-న్-త్రి- దోషగ్రహణకర్తా॥
దోషఘ్నా-ఆ-స్త్రీ-రక్తవచా ॥ తె॥ ఎఱ్ఱవస చెట్టు.
దోషజ్ఞః-అ-త్రి-పండితః-౨చికిత్సకః-౩దోష విషయకజ్ఞానయుక్తశ్చ॥
దోషజ్ఞః-అ-పు-పండితః-౨భేషజః॥ తె॥ ౨వై ద్యుఁడు.
దోషత్రయమ్-అ-న-వాతపిత్తకఫాః॥
దోషా-ఆ-స్త్రీ-రాత్రిః-౨భుజః॥
దోషాన్-న్-(స్త్రీ)-భుజః॥
దోషా-౦-౦-రాత్రౌ-ఇతిసప్తమ్యర్థః॥
దోషాకరః-అ-పు-చంద్రః-౨దోషాణామాక రశ్చ॥
దోషాక్లేశీ-ఈ-స్త్రీ-వనబర్బరికా॥
దోషాతనః-అ-త్రి-రాత్రిభవః॥
దోషాతిలకః-అ-పు-ప్రదీపః॥
దోషాస్యః-అ-పు-ప్రదీపః॥
దోషికః-అ-పు-రోగః॥
దోషిన్-న్-త్రి-దోషయుక్తః॥
దోషైకదృక్ - శ్ - త్రి - పరదోషాన్వేషణ కర్తా॥
దోస్థః-అ-పు-క్రీడా-౨క్రీడకః- ౩సేవా-౪ సేవకః॥
దోస్థః-అ-త్రి-దోఃస్థితే॥
దోహః-అ-పు-దోహనపాత్రమ్॥
దోహజమ్-అ-న-క్షీరమ్॥తె॥పాలు.
దోహడికా-ఆ-స్త్రీ-ఛందోవిశేషః॥
దోహదమ్-అ-న-ఇచ్ఛా॥
దోహదః-అ-(స్త్రీ)-గర్భిణ్యాభిలాషః॥
దోహదః-అ-పు-గర్భలక్షణమ్-౨గర్భః- ౩అ కాలపత్రపుష్పఫలోత్పాదక ద్రవ్యమ్॥
దోహదలక్షణమ్-అ-న-గర్భిణీగర్భః- ౨యౌ వనసంధిః॥
దోహదవతీ-ఈ-స్త్రీ-శ్రద్ధాళుః॥ తె॥ వేవిళ్లుఁగ లయాఁడుది.
దోహదాన్వితా-ఆ-స్త్రీ-దోహదవతీ॥
దోహనమ్-అ-న-స్తనాద్దుగ్ధనిఃసారణమ్॥
దోహనీ-ఈ-స్త్రీ-దోహనపాత్రమ్॥
దోహలః-అ-పు-ఇచ్ఛా॥
దోహలవతీ-ఈ-స్త్రీ-శ్రద్ధాళుః॥ తె॥ వేవిళ్లుఁగ లయాఁడుది.
దోహలీ-ఈ-స్త్రీ-అశోకవృక్షః॥
దోహాపనయః-అ-పు-దుగ్ధమ్॥
దోహీయాన్-స్-త్రి-అతిశయదోహకః॥
దోహ్యమ్-అ-త్రి-దోహనీయమ్॥
దౌఃసాధికః-అ-పు-ద్వాఃస్థితః-ద్వారపాలః॥
దౌకూలమ్-అ-త్రి- దుకూలేనావృతరథాది॥
దౌత్యమ్-అ-న-దూతకర్మ॥తె॥వర్తమానము లుకొంచుఁబోయ్యేపని.
దౌరాత్మ్యమ్-అ-న-దురాత్మనోభావః- ౨దు రాత్మనఃకర్మ-మర్నిందితఆత్మాయత్నః- ధృతిఃబుద్ధిః-స్వభావః- శరీరంవాయస్య సదురాత్మా॥
దౌర్గ్యమ్-అ-న-దుర్గవృత్తిధర్మః- ౨దుర్గసం బంధి-దుర్గస్యభావః-దుర్గస్యేదంవా॥
దౌర్జన్యమ్-అ-న-దుర్జనత్వమ్ - దుర్జనస్యభా వః-దుర్జనస్యేదంవా॥
దౌర్బల్యమ్-అ-న-దుర్బలతా- ౨అల్పబలత్వ మ్-దౌర్బలస్యభావః॥
దౌర్భాగినేయః-అ-పు- నిర్భాగ్యవతీపుత్రః॥

దౌర్భాగినేయీ-ఈ-సీ - నిర్భాగ్యవతీపుత్రికా॥
దౌర్భాగ్యమ్- అ - న - దుర్భగస్యదుర్భగాయావాభావః-దుర్భగత్వమ్- ౧దుర్భాగ్యమేవదౌర్భాగ్యమ్॥
దౌర్మనస్యమ్-అ-న-దుర్మనసోర్భావః- ౧దుఃఖనిబంధనచిత్తావసాదః॥
దౌర్వీణమ్-అ-న-ఇష్టపర్ణమ్-౧దూర్వారసః
దౌర్హృదమ్-అ-న-దోహదమ్॥
దౌలేయః-అ-పు-కచ్ఛపః॥
ద్యౌష్మిః-ఇ-పు-ఇంద్రః॥
దౌవారికః-అ-పు-ద్వారపాలకః॥
దౌష్కులేయః-అ-త్రి-దుష్కులోద్భవః-నిందితవంశజాతః॥
దౌష్కులేయః-అ-పు- దుష్కులప్రసూతః॥
దౌష్మన్తః-అ-పు-భరతనృపః॥
దౌష్మన్తిః-ఇ-పు-దుష్మంతరాజపుత్రః-సతు-భరతరాజః॥
దౌహిత్రః-అ-(న)-దుహితురపత్యమ్॥
దౌహిత్రః-అ-పు-పుత్రికాపుత్రః॥
ద్యావాక్షమే-ఆ-సీ- స్వర్గపృథివ్యౌ-నిత్యద్వివచనాంతోయమ్॥
ద్యావాపృథివ్యౌ-ఈ-సీ-ఆకాశభూమీ- ౧నిత్యద్వివచనాంతోయమ్॥
ద్యావాభూమీ-ఈ-సీ-ఆకాశభూమీ - ౧నిత్యద్వివచనాంతోయమ్॥
ద్యు-ఉ-న-దినమ్-౧గగనమ్-౩స్వర్గః॥
ద్యుః-ఉ-పు-ద్యౌః-౧అహః-౩వహ్నిః॥
ద్యుః-స్-౦-ఆకాశః॥
ద్యుగః-అ-పు-పక్షీ॥
ద్యుగణః-అ-పు-అహర్గణః॥
ద్యుత్-త్-పు-కిరణః॥
ద్యుత్-త్-సీ-కాంతిః-౧తేజః॥
ద్యుతిః-ఇ-సీ-కాంతిః-౨తేజః-౩ఆతపః॥
ద్యుతికరః-అ-పు-ధ్రువః॥
ద్యుతికరః-అ-త్రి-దీప్తికారకే॥
ద్యుతితమ్-అ-త్రి-దీప్తివిశిష్టమ్-౧ద్యోతితమ్॥
ద్యునమ్-అ-న-లగ్నాత్సప్తమరాశిః॥
ద్యునివాసీ-న్-త్రి-దేవతా-౧స్వర్గవాసీ॥
ద్యునిశమ్-అ-న-అహోరాత్రః॥
ద్యుపతిః-ఇ-పు-సూర్యః॥
ద్యుమణిః-ఇ-పు-సూర్యః-౧అర్కవృక్షః॥
ద్యుమయీ-ఈ - సీ - విశ్వకర్మకన్యా-సా-సూర్యపత్నీ॥
ద్యుమ్నమ్-అ-న-విత్తమ్-౧పరాక్రమః-౩బలమ్॥
ద్యువా-న్-పు-సూర్యః-౧ద్యౌః॥
ద్యుషత్-ద్-పు-దేవః-౧గ్రహః॥
ద్యూతః-అ-(సీ)-అక్షవాన్॥ తె॥ జూదము.
ద్యూతకారః-అ-త్రి-ద్యూతకారయితా॥
ద్యూతకారకః-అ-త్రి- ద్యూతకారయితా॥
ద్యూతకృత్-త్-త్రి-ద్యూతకరః- ౧అక్షక్రీడకః॥
ద్యూతకృత్-త్-పు-ద్యూతకారః॥
ద్యూతపూర్ణిమా-ఆ-సీ-కోజాగరపూర్ణిమా
ద్యూతపౌర్ణమీ-ఈ-సీ-ద్యూతపూర్ణిమా॥
ద్యూతప్రతిపత్-ద్- సీ - కార్తికశుక్లప్రతిపత్-సాచకౌముదీ॥
ద్యూతబీజమ్-అ-న-కపర్దకః- ౧ద్యూతస్యకారణంచ॥
ద్యూతిః-ఇ-సీ-అక్షవాన్॥ తె॥ జూదము.
ద్యూనమ్-అ-న-లగ్నాత్సప్తమరాశిః॥
ద్యోతః-అ-పు- తేజః-౧ఆతపః॥
ద్యోతనమ్-అ-న-దర్శనమ్-౧ప్రకాశనమ్॥
ద్యోతనః-అ-పు-దీపః॥
ద్యోతితమ్-అ-త్రి-ద్యుతితమ్-౧దీప్తమ్॥

ద్యోతమ్-అ-న-విద్యుత్సమూహః-౨లతావిద్యుత్॥ తె॥౧మెఱుఁగులగుంపు - ౨మెఱుపుతీఁగె.

ద్యోభూమిః-ఇ-పు-పక్షీ - ౨స్వర్గపృథివ్యోః (స్త్రీ)ద్విత్వే॥

ద్యోషత్-ద్-పు-దేవః॥

ద్యౌః-ఓ-సీ-స్వర్గః-౨ఆకాశః॥

ద్యౌః-వ్-సీ-స్వర్గః-౨ఆకాశః॥

ద్యౌత్రమ్-అ-న-జ్యోతిః॥

ద్రగడః-అ-పు-వాద్యవిశేషః॥

ద్రక్షణమ్-అ-న-తోలకమ్॥

ద్రఙ్గః-అ-త్రి-పురీ॥

ద్రఢిమా-న్-పు-దృఢతా॥

ద్రఢీయాన్-స్ - త్రి - ద్వయోరతిశయేన దృఢః॥

ద్రఢిష్ఠః-అ-త్రి-ద్రఢీయాన్-అయమనయో రేషాంవా-అతిశయేనదృఢః॥

ద్రఢిష్ఠః-అ-పు-అతిదృఢః॥

ద్రప్సమ్-అ-న-దధ్యధోభాగః- ౨దధ్యగ్రభాగః॥ తె॥ ౧తోడుఁబెట్టినకుఁడలోయడుగుపెరుగు-౨తోడుఁబెట్టినకుండలోనిపై పెరుగు.

ద్రప్సః-అ-పు-జలబిందుః॥

ద్రప్స్యమ్-అ- న- ఘనేతరదధి - ౨అస్యరూపాంతరం— ద్రప్స్యమ్॥

ద్రవమ్-అ-న-దధ్యధోభాగః॥ తె॥తోడుఁబెట్టినకుండలోయడుగుపెరుగు.

ద్రవః-అ-పు-(స్త్రీ)పురుషవినోదమనోరంజనమ్- ౨పలాయనమ్-౩రసః- ౪గమనమ్-౫వేగః॥

ద్రవజః-అ-పు- గుడః - ౨ద్రవజాతవస్తుమాత్రంచ॥

ద్రవణమ్-అ-న-గమనమ్-౨క్షరణమ్-౩అ } (నుతాపః॥)

ద్రవత్పత్రీ-ఈ-సీ-శిమ్బడీవృక్షః॥

ద్రవత్వమ్-అ-న- ద్రవస్యభావః॥

ద్రవన్తీ-ఈ-సీ-మూషకపర్ణీ -౨నదీ॥ తె॥౧ఎలుకచెవిచెట్టు.

ద్రవపోతః-అ-పు-గమ్భారీవృక్షః॥ తె॥గుమ్ముడుచెట్టు.

ద్రవరసా-ఆ-సీ-లాక్షా॥

ద్రవసీ ఈ-సీ-గంభారీ॥ తె॥గుమ్ముడుచెట్టు.

ద్రవాధారః-అ-పు-చులుకః-౨ద్రవద్రవ్యరక్షాపాత్రంచ॥ తె॥౧చేరెడు.

ద్రవిడీ-ఈ-సీ-రాగిణీవిశేషః॥

ద్రవిణమ్-అ-న- శరీరస్థబలమ్- ౨శరీరస్థసామర్థ్యమ్-౩కాంచనమ్-౪విత్తమ్-౫గృహమ్-౬పరాక్రమః॥

ద్రవిణనాశనః-అ-పు-శోభాంజనవృక్షః॥

ద్రవిణా-ఆ-సీ-కచోరీ॥ తె॥ కర్పూరపుబెండ.

ద్రవిణోదాః-స్-పు-అగ్నిః॥

ద్రవీకరణమ్-అ-న- అద్రవస్యద్రవకరణమ్॥

ద్రవ్యమ్-అ-త్రి-ద్రుమవికారే- ౨జతు-౩వినయః-౪మద్యమ్- యథాసశబ్దంనపిబేద్ద్రవ్యమ్॥

ద్రవ్యమ్-అ-న-విత్తమ్-౨గుణాశ్రయః- ౩పిత్తలమ్-౪విలేపనమ్-౫క్లీబమ్- ౬భేషజమ్-౭భవ్యమ్॥ తె॥౧సొమ్ము-౨గుణవత్తనుట.

ద్రవ్యాఙ్గమ్-అ-న- ఋద్ధివృద్ధినామకౌషధిః

ద్రాక్-౦-౦-శీఘ్రమ్॥ తె॥శీఘ్రముగా.

ద్రాక్షా-ఆ-సీ-గోస్తనీలతా॥

ద్రాఘిమా-న్-పు-దీర్ఘత్వమ్ ౨భూగోలస్య దీర్ఘతా॥

ద్రాఘిష్ఠః-అ-త్రి-అతిదీర్ఘః॥

ద్రాఘీయాన్-స్ - త్రి- ద్వయోరతిశయేన దీర్ఘః॥

ద్రాణః-అ-త్రి-సుప్తః-౨పలాయితః

ద్రాపః-అ-పు-కర్దమః-౨వ్యోమ-౩కపర్దీ-౪మూర్ఖః॥

ద్రాప్సమ్-అ-న-ఘనేతరదధి॥

ద్రామిలః-అ-పు-చాణక్యమునిః॥

ద్రావః-అ-పు-గమనమ్-౨ద్రవణమ్-౩అనుతాపః॥

ద్రావకమ్-అ-న-అయస్కాంతవిశేషః-౨ప్లీహారోగస్యౌషధవిశేషః॥

ద్రావకః-అ-పు-ప్రస్తరభేదః-౨విదగ్ధః-౩మోషకః-౪శిడ్గః-౫రసభేదః-౬హృదయగ్రాహీ-౭ద్రవకారకః॥

ద్రావకః-అ-త్రి-అభిజ్ఞః॥

ద్రావకకన్దః-అ-పు-తైలకందః॥

ద్రావకరమ్-అ-న-శ్వేతటంకణమ్॥

ద్రావణమ్-అ-న-కతకఫలమ్-౨విద్రావణం చ॥

ద్రావికా-ఆ-సీ-లాలా॥

ద్రావిడమ్-అ-న-దేశవిశేషః-౨శంఖః॥

ద్రావిడః-అ-త్రి-దేశవిశేషజాతః-౨సంఖ్యాభేదః-౩వేదముఖ్యః-౪కర్చూరః॥

ద్రావిడకమ్-అ-న-బిడ్లవణమ్॥

ద్రావిడకః-అ-పు-కచోరః॥తె॥కచోరము.

ద్రావిడభూతికః-అ-పు-ద్రావిడకః-వేధముఖ్యకః॥

ద్రావిడా-ఆ-సీ-వేదముఖ్యా॥ తె॥ జవ్వాదిపిల్లి.

ద్రావిడీ-ఈ-సీ-త్రిపుటాలతా॥తె॥ పిన్నయేలకితీఁగె.

ద్రావ్యమ్-అ-త్రి-అవస్యగమనీయమ్-౨అవస్యతీకరణీయమ్-౩అవశ్యానుతపనీయమ్

ద్రు-ఉ-న-దేవదారువృక్షః॥

ద్రుః-ఉ-సీ-గతౌ॥

ద్రుః-ఉ-పు-వృక్షః॥తె॥చెట్టు

ద్రుకిలిమమ్-అ-న-దేవదారువృక్షః॥

ద్రుఘణః-అ-పు-ముద్గరః-౨అలిందః-౩తాద్రుకుంభః-౪పరశ్వధః-౫చతుర్ముఖః॥తె॥౧కులుచటినుపమద్దు-౨చోపా-౩రాగిచెంబు-౪గండ్రగొడ్డలి-౫నలువ.

ద్రుణమ్-అ-న-ద్రోణికార్ముకమ్-౨కార్ముకమ్-౩ఖడ్గః-౪భృంగః॥తె॥ ౧ద్రోణాచార్యునిధనుస్సు-౨ధనుస్సు-౩కత్తి-౪తుమ్మెద.

ద్రుణః-అ-పు-వృశ్చికః-౨భృంగః-౩పిశునః॥తె॥౧తేలు.

ద్రుణసః-అ-త్రి-దీర్ఘనాసికాయుక్తః॥

ద్రుణహః-అ-పు-ఖడ్గపిధానమ్॥

ద్రుణా-ఆ-సీ-జ్యా॥

ద్రుణిః-ఇ-సీ-కూర్మస్త్రీ-౨జలద్రోణీ॥తె॥౧.౧ఆఁడుతాబేలు-౨నీళ్లుమోసెడుపడవః

ద్రుణీ-ఈ-సీ-వృశ్చికః-౨మౌర్వీ॥తె॥౧తేలు ౨వింటినారి.

ద్రుతమ్-అ-న-శీఘ్రనృత్తగీతవాద్యలయః-౨సంగీతార్ధలఘుకాలః-౩వేగః॥

ద్రుతః-అ-పు-పలాయితః-౨ద్రుమః॥

ద్రుతః-అ-త్రి-అవదీర్ణః-౨విద్రుతః॥తె॥౧పగిలినది-౨కరఁగఁబడ్డనెయ్యిమొదలైనది

ద్రునఖః-అ-పు-కంటకమ్॥

ద్రుమః-అ-పు-వృక్షః-౨మిత్రమ్-౩చైత్యః-౪కింపురుషః-౫సురః-౬పారిజాతవృక్షః

ద్రుమనఖః-అ-పు-కంటకమ్॥

ద్రుమవ్యాధిః-ఇ-పు-లాక్షా॥

ద్రుమరః-అ-పు-కంటకమ్॥

ద్రుమశీర్షమ్-అ-న-కుట్టిమభేదః॥

ద్రుమశ్రేష్ఠః-అ-పు-తాలవృక్షః॥ తె॥ తాటిచెట్టు.

ద్రుమామయః- అ- పు- అలక్తః-౨లాక్షా॥
తె॥౧లత్తుక-౨లక్క.
ద్రుమారిః-ఇ-పు-హస్తీ॥
ద్రుమారుహా-ఆ-సీ-కైవర్తికా॥ తె॥ కైవర్తిక చెట్టు.
ద్రుమాశ్రయః-అ-పు-సరటః॥
ద్రుమాశ్రయః-అ-త్రి-వృక్షాశ్రితమాత్రేషు॥
ద్రుమేశ్వరః-అ-పు-తాలవృక్షః-౨చంద్రః॥
తె॥౧తాటిచెట్టు.
ద్రుమోత్పలః-అ-పు-కర్ణికారవృక్షః॥ తె॥ కొండగోఁగుచెట్టు.
ద్రువయమ్-అ-న-పరిమాణమ్॥ తె॥కుంచము మానిక మొదలైనది.
ద్రుశత్-ద్-సీ-పాషాణః॥
ద్రుషత్-ద్-సీ-పాషాణః- ౨పాషాణపట్టః॥
తె॥౧ఱాయి-౨సన్నెకల్లు.
ద్రుసల్లకః-అ-పు-ప్రియాలవృక్షః॥
ద్రుహః-అ-పు-పుత్రః॥ తె॥ కుమారుఁడు.
ద్రుహణః-అ-పు-చతుర్ముఖః॥ తె॥బ్రహ్మ.
ద్రుహిణః-అ-పు-చతుర్ముఖః-౨కేశవః-౩ముద్గరః ౪ఈశ్వరః॥ తె॥ ౩కులుచటినుపముద్దు.
ద్రుహీ-ఈ-సీ-పుత్రికా॥ తె॥కుమారి.
ద్రూః-ఊ-పు-స్వర్ణమ్॥
ద్రూఘణః-అ-పు-ద్రుఘణః॥
ద్రూణః-అ-పు-వృశ్చికః॥ తె॥తేలు.
ద్రేక్కాణః-అ-పు-లగ్నతృతీయభాగైకభాగః॥
ద్రేక్కాణః- అ- పు- లగ్నతృతీయభాగైకభాగః॥
ద్రోణమ్-అ-న-కార్ముకమ్- ౨ద్రోణకార్ముకమ్॥ తె॥౧విల్లు- ౨ద్రోణాచార్యునివిల్లు.
ద్రోణః- అ- పు- కుతపః-౨అధిచ్ఛత్రః-౩వృశ్చికః-౪ద్రోణాచార్యః- ౫కాకవిశేషః- ౬విషమ్॥ తె॥ ౧చర్మాచ్ఛాదితవాద్యవిశేషము - ౨తుమ్మిచెట్టు-౩తేలు- ౪ద్రోణాచార్యుఁడు-౫బొంతుకాకి-౬విసము
ద్రోణః-అ-(సీ)-ఆఢకపరిమాణమ్- ౨రాశిపరిమాణమ్॥ తె॥ ౧నలుతూము- ౨చేటెడులోసగము.
ద్రోణకా-ఆ-సీ-శ్వేతసురసావృక్షః॥ తె॥ తెల్లవావిలిచెట్టు.
ద్రోణకాకః-అ-పు- కృష్ణకాకః॥ తె॥ బొంతుకాకి.
ద్రోణక్షీరా-ఆ-సీ- ద్రోణదుఘా॥ తె॥ చాలా పాలిచ్చుయావు.
ద్రోణగన్ధికా-ఆ-సీ-రాస్నా॥
ద్రోణఘా-ఆ-సీ-ద్రోణదుఘా॥
ద్రోణదుగ్ధా-ఆ-సీ-ద్రోణక్షీరా॥
ద్రోణదుఘా-ఆ-సీ-ద్రోణక్షీరా॥ తె॥ చాలా పాలిచ్చుయావు.
ద్రోణపుష్పీ-ఈ-సీ-ద్విపన్మైషః॥ తె॥పసుఁగుతుమ్మ.
ద్రోణమానా-ఆ-సీ-ద్రోణదుఘా॥
ద్రోణముఖమ్- అ- న - చతుశ్శతగ్రామమధ్యేను నోహరగ్రామః॥
ద్రోణమ్పచః-అ-త్రి- ద్రోణపరిమితవస్తుపాకకర్తా॥
ద్రోణా-ఆ-సీ- దేశవిశేషః-౨ద్రోణపుష్పీ॥
ద్రోణాచార్యః-అ-పు-భరద్వాజపుత్రః॥
ద్రోణాటః-అ-పు-గాథావిశేషః-౨మృగలుబ్ధకః-౩బైడాలవ్రతికః॥
ద్రోణిః-ఇ-సీ- పర్వతద్వయసంధిః- ౨కర్ణజలూకా॥ తె॥ ౧రెండుకొండలసంది- ౨నల్లజెఱ్ఱి.
(౨నీలీవృక్షః॥)
ద్రోణికా-ఆ-సీ- బహుజలవాహకద్రోణీ-

ద్రోణీ-ఈ-స్త్రీ- కాష్ఠాంబువాహకద్రోణీ-౨నీలినీ-౩గవాఘ-సభూమిః-౪దేశవిశేషః-౫శైలభేదః-౬శైలయోస్సంధిః-౭ఇంద్రచిర్భిటీ-౮ద్రోణీలవణమ్-౯నదీవిశేషః-౧౦ద్విశూర్పపరిమాణమ్॥తె॥౧కఱ్ఱలు నీళ్లు మోసెడుపడవ-౨నీలిచెట్టు-౩బీడు.

ద్రోణీదలః-అ-పు-కేతకీపుష్పమ్॥

ద్రోణీముఖమ్-అ-న-ద్రోణముఖమ్॥

ద్రోణీలవణమ్-అ-న-ఉపకర్ణాటదేశప్రసిద్ధలవణవిశేషః॥

ద్రోహః-అ-పు-జిఘాంసా-౨అనిష్టచింతనమ్.

ద్రోహచిన్తనమ్-అ-న-ద్రోహచింతా॥

ద్రోహాటః-అ-పు-గాథాప్రభేదః-౨మృగలుబ్ధకః-౩బైడాలవ్రతికః॥

ద్రోహీ-న్-పు-ద్రోహకః-పరానిష్ఠచింతకః॥

ద్రౌణాయనః-అ-పు-అశ్వత్థామా॥

ద్రౌణిః-ఇ-పు-అశ్వత్థామా॥

ద్రౌణికః-అ-పు ద్రోణవాపక్షేత్రమ్॥తె॥ నలుతుమువిత్తులువిత్తేనేల.

ద్రౌణికః- అ - త్రి - ద్రోణపరిమితబీజవపనయోగ్యక్షేత్రమ్॥

ద్రౌపదీ-ఈ-స్త్రీ-పాంచాలీ॥తె॥ధర్మరాజాదుల పెండ్లాము.

ద్వన్దమ్-అ-న-మిథునమ్॥

ద్వన్ద్వమ్-అ-న-స్త్రీపురుషయుగ్మమ్-౨ద్వంద్వయుద్ధమ్-౩ద్వయమ్-౪శీతోష్ణాదిద్వంద్వాని-౫రహస్యమ్-౬మర్యాదా-౭వాక్యమ్-౮యజ్ఞపాత్రమ్-౯ప్రయోజనమ్॥

ద్వన్ద్వః-అ-పు-రోగవిశేషః-౨సమాసభేదః-సతుభిన్నార్థానాంపదానాంసమాసః॥

ద్వన్ద్వచరః-అ-పు- చక్రవాకః॥

ద్వన్ద్వచారీ-న్-పు-చక్రవాకః॥

ద్వన్ద్వజః-అ-పు- ద్విదోషజరోగః-౨కలహోజాతశ్చ॥

ద్వయమ్-అ-న-యుగ్మమ్-౨ద్విసంజ్ఞా॥ తె॥౧జోడు-౨రెండు.

ద్వయాగ్నిః-ఇ-పు వృక్షభేదః॥

ద్వయాతిగః- అ - త్రి - రజస్తమోగుణశూన్యః-౨సత్వగుణయుక్తః॥

ద్వయాతిగః-అ-పు-రజస్తమోగుణరహితసత్వప్రధానపురుషః॥

ద్వయీ-ఈ-స్త్రీ-యుగ్మమ్॥తె॥జోడు.

ద్వాః-ర్-స్త్రీ-ద్వారమ్-౨ఉపాయః॥

ద్వాఃస్థః- అ - పు - ద్వారపాలః- ౨నందికేశ్వరః॥

ద్వాఃస్థితః-అ-త్రి-ద్వారపాలః॥

ద్వాఃస్థితదర్శకః-అ-త్రి-ద్వారపాలః॥

ద్వాఃస్థితదర్శీ-న్-త్రి-ద్వారపాలః॥

ద్వాచత్వారింశత్ -త్- స్త్రీ- ద్విచత్వారింశత్॥

ద్వాత్రింశత్ -త్ - స్త్రీ- ద్వ్యధికత్రింశత్సంఖ్యా-౨తత్సంఖ్యేయశ్చ॥

ద్వాత్రింశత్స్నిగ్ధదశనాః అ-పు-సర్వధరాధిపలక్షణమ్- బహువచనాంతోయమ్॥

ద్వాత్రింశదక్షరీ-న్-పు-గ్రంథః॥

ద్వాత్రింశల్లక్షణోపేతః-అ-పు-మహాపురుషః॥

ద్వాదశ-న్-త్రి- ద్వాదశసంఖ్యావంతః -అయంనిత్యబహువచనాంతః- త్రిలింగెసమానరూపః॥తె॥పండ్రెండువస్తువులు.

ద్వాదశః-అ-త్రి-ద్వాదశసంఖ్యాపూరణః॥తె॥పండ్రెండవది.

ద్వాదశకమ్-అ-న-ద్వాదశసంఖ్యా॥

ద్వాదశకరః-అ-పు- బృహస్పతిః ౨కార్తికేయశ్చ॥

ద్వాదశధా-౦-౦-ద్వాదశప్రకారేణ॥ తె॥ పన్రెండువిధములుగాను.

ద్వాదశపత్రకమ్-అ-న-యోగపిశేషః॥

ద్వాదశలోచనః-అ-పు-కార్తికేయః॥

ద్వాదశాంశుః-ఉ-పు-బృహస్పతిః॥

ద్వాదశాక్షః-అ-పు-కార్తికేయః-౨బుద్ధః॥

ద్వాదశాక్షరమన్త్రః-అ-పు-ద్వాదశవర్ణాత్మకవిష్ణువిషయకమంత్రవిశేషః॥

ద్వాదశాఖ్యః-అ-పు-బుద్ధః॥

ద్వాదశాఙ్గులః-అ-పు-వితస్తిః॥ తె॥ జేనెడు.

ద్వాదశాత్మా-న్-పు-సూర్యః-౨అర్కవృక్షః

ద్వాదశాయుః-స్-పు-కుక్కురః॥

ద్వాదశార్చిః-స్-పు-బృహస్పతిః॥

ద్వాదశీ-ఈ-సీ-ద్వాదశీతిథిః-౨ద్వాదశసంఖ్యాపూరణీ॥ తె॥౨పండ్రెండవది.

ద్వాపరః-అ-పు-కలియుగద్విగుణద్వాపరయుగమ్-౨సంశయః॥ తె॥ ౧రెండుకలియుగములంతయినద్వాపరయుగము-౨సంశయము.

ద్వారమ్-అ-న-ప్రతీహారః-౨ఉపాయః॥ తె॥ ౧వాకిలి.

ద్వారకః-అ-పు-ద్వారకా॥

ద్వారకణ్టకః-అ-పు-కవాటమ్॥

ద్వారకా-ఆ-సీ-ద్వారవతీపురమ్॥

ద్వారకేశః-అ-పు-కృష్ణః॥

ద్వారదాతుః-ఉ-పు-వరదాతుః-భూమీసహవృక్షః॥

ద్వారపాలమ్-అ-న-తీర్థవిశేషః॥

ద్వారపాలః-అ-త్రి-ద్వారరక్షకః॥

ద్వారపాలః అ-పు-దౌవారికః॥ తె॥ ద్వారపాలకుఁడు.

ద్వారపాలకః-అ-పు-ద్వారపాలః॥

ద్వారపిణ్డీ-ఈ-సీ-దేహళీ॥

ద్వారబలిభుక్-జ్-పు-బకః॥

ద్వారయన్త్రమ్-అ-న-కవాటనిరోధకయంత్రమ్॥ తె॥తాళము,

ద్వారవతీ-ఈ-సీ-ద్వారకానగరమ్॥

ద్వారశాఖా-ఆ-సీ-ద్వారస్తంభః॥ తె॥ ద్వారబంధపునిడుపుకమ్మి.

ద్వారస్తమ్భః-అ-పు-ద్వారశాఖ-నిత్యద్వివచనాంతోయమ్॥ తె॥ ద్వారబంధపునిడుపుకమ్ములు.

ద్వారస్థః-అ-పు-ద్వారపాలః॥

ద్వారావతీ-ఈ-సి-ద్వారకా॥

ద్వారావరణరోధకః-అ-పు-కవాటనిరోధకః॥ తె॥గడియ.

ద్వారికః-అ-పు-ద్వారపాలః॥

ద్వారికా-ఆ-సీ-ద్వారకాపురీ॥

ద్వారీ-న్-త్రి-ద్వారపాలః॥

ద్వార్స్థః-అ-పు-ద్వారపాలః॥

ద్వార్స్థితదర్శకః-అ-పు-ద్వారపాలకః॥

ద్వావింశతిః-ఇ-సీ-ద్వ్యధికవింశతిః॥

ద్వాసప్తతిః-ఇ-సీ-ద్విసప్తతిః॥

ద్వాస్థః-అ-పు-ద్వారపాలః॥

ద్వాస్థితః-అ-పు-ద్వారపాలః॥

ద్వాస్థితదర్శకః-అ-పు-దౌవారికః॥

ద్విః-౦-౦-ద్విరావృత్తిః-౨ద్విశబ్దస్యపుంసిరూపమ్,ద్వౌ,స్త్రియామ్,క్లీబే,చ,ద్వే॥ తె॥౧రెండుమార్లు.

ద్వికమ్-అ-న-ద్వయమ్॥ తె॥ రెండు.

ద్వికః-అ-పు-కాకః-౨కోకః॥

ద్వికకారః-అ-పు-కాకః॥

ద్వికకుత్-ద్-పు-ఉష్ట్రః॥

ద్విగుణమ్-అ-త్రి-ద్వాఖ్యాంపూరణమ్-౨అంకద్వయాఖ్యాంఘాతః॥

ద్విఖణ్డకః-అ-పు-స్యూతాంశుకయుగమ్॥ తె॥ దుప్పటి.

ద్విగుః-ఉ-పు-సమాసవిశేషః॥

ద్విగుణాకృతః- అ-త్రి- ద్విహల్యః॥ తె॥ రెండుమార్లుదున్నినపొలము.

ద్విచతురాః-అ-త్రి- ద్విచతుర్ద్రివ్యాణి - బహువచనాంతోయమ్॥ తె॥ రెండునాలుగువస్తువులు.

ద్విజః-అ-త్రి-ద్విజా తె॥

ద్విజః-అ-పు-విహంగః-౨విప్రః- ౩క్షత్రియః ౪వైశ్యః-౫దంతః-౬శరీరమ్-౭పాదపః ౮కుమారః- ౯గణనాథః- ౧౦జరాసంధః॥

ద్విజకుత్సనః-అ-పు- శ్లేష్మాతకవృక్షః॥ తె॥విరిగిచెట్టు.

ద్విజకుత్సితః -అ- పు- శ్లేషాంతకవృక్షః॥ తె॥ విరిగిచెట్టు.

ద్విజదాసః-అ-పు-శూద్రః॥

ద్విజదాసః-అ-త్రి-ద్విజానాందాసః॥

ద్విజన్మా-న్-త్రి-ద్వివారజన్మయుక్తే॥

ద్విజన్మా-న్-పు-బ్రాహ్మణః -౨బ్రహ్మక్షత్రియవిశః-౩ఖగః-౪రదనః॥

ద్విజపతిః-ఇ-పు-చంద్రః॥

ద్విజపాతః-అ-పు-శూద్రః॥

ద్విజప్రపా-ఆ-సీ-ఆలవాలమ్॥

ద్విజప్రియా-ఆ-సీ-సోమలతా॥

ద్విజప్రియః-అ-త్రి-ద్విజస్యప్రియవస్తుని॥

ద్విజబన్ధుః-ఉ- పు- అబ్రాహ్మణః-స-భట్టదైవజ్ఞాదిః॥

ద్విజబ్రువః-అ-పు-బ్రాహ్మణబ్రువః-సచ-జాతిమాత్రోపజీవీబ్రాహ్మణః॥

ద్విజరాజః-అ-పు-చంద్రః-౨గరుడః- ౩అనంతనామకసర్పః-౪కర్పూరః॥

ద్విజలిఙ్గీ-న్-త్రి-బ్రాహ్మణవేషధారిణి॥

ద్విజలిఙ్గీ-న్-పు-క్షత్రియః॥

ద్విజవ్రణః-అ-పు-దంతార్బుదః॥

ద్విజసత్తః-అ-పు-రాజమాషః॥

ద్విజసేవకః-అ-పు-శూద్రః॥

ద్విజసేవకః-అ-త్రి- త్రివర్ణసేవాకర్తరి॥

ద్విజా-ఆ- సీ- భార్గీవృక్షః - ౨రేణుకా - ౩పాలంకీ॥ తె॥౧దిఱుతేఁకుచెట్టు-౨రేణుకమనుగ్రంథ్యము.

ద్విజాఙ్గీ-ఈ-సీ-కటుకా॥

ద్విజాతిః-ఇ-పు బ్రాహ్మణః- ౨అండజః- ౩బ్రాహ్మణాదిజాతత్రయమ్॥

ద్విజాయనీ-ఈ-సీ-యజ్ఞోపవీతమ్॥

ద్విజాలయః-అ-పు- కోటరమ్- ౨ద్విజానాంగృహంచ॥

ద్విజిహ్వః-అ-త్రి-సర్పః-౨సూచకః-౩ఖలః-౪చోరః-౫దుఃసాధ్యః॥

ద్విజిహ్వః-అ-పు-సర్పః-౨సూచకః ॥ తె॥౧పాము-౨కొండెగాఁడు.

ద్విజిహ్వా-ఆ-సీ-శాకవిశేషః॥

ద్విజోత్తమః-అ-పు- బ్రాహ్మణః॥

ద్విట్-ష్-త్రి-శత్రుః॥

ద్వితః-అ-పు-వహ్నిజాయా,స్వాహా-౨విసర్గః-౩తకారద్వయమ్॥

ద్వితయమ్- అ- న- వస్తుద్వయమ్- ౨ద్విసంఖ్యా॥ తె॥౧జోడు-౨రెండు.

ద్వితలమ్-అ-న-రతిబంధవిశేషః॥

ద్వితీయః-అ-పు-పుత్రః॥

ద్వితీయః-అ -త్రి - ద్విసంఖ్యాపూరణః॥ తె॥ రెండవది.

ద్వితీయత్రిఫలా-ఆ-సీ- ద్రాక్షాకాశ్మర్యఖర్జూర్యః॥ తె॥ ద్రాక్షగుమ్ముడుఖర్జూరకాయలు-

ద్వితీయప్రహర్షణమ్-అ-న-అలంకారవిశేషః

ద్వితీయవ్యాఘాతః-అ-పు-అలంకారవిశేషః

ద్వితీయసముచ్చయః- అ- పు- అలంకారవిశేషః॥

ద్వితీయా-ఆ-సీ-ద్వితీయాతిథిః - ౨యజ్ఞాధికారిభార్యా॥ తె॥౧విదియ.

ద్వితీయా-౦-౦-ద్వివారకృషిః॥ తె॥ రెండుమార్లుదున్నడము.

ద్వితీయాకృతః-అ-త్రి- ద్విహల్యః॥ తె॥ రెండుమార్లుదున్నినపొలము.

ద్వితీయాభా-ఆ-సీ-దారుహరిద్రా॥

ద్విత్రాః-అ-త్రి-ద్విత్రిద్రవ్యాణి - నిత్యబహువచనాంతోయంశబ్దః॥ తె ॥ రెండుమూఁడువస్తువులు.

ద్విదన్-త్-త్రి-దంతద్వయయుక్తవృషాదిః॥

ద్విదామ్నీ-ఈ-సీ-రజ్జుద్వయయుక్తాగౌః॥

ద్విదేహః-అ-పు-గణేశః॥

ద్విదైవత్యా-ఆ-సీ-విశాఖానక్షత్రమ్॥

ద్విధా-౦-౦-ద్విప్రకారేణ॥ తె॥ రెండువిధములుగాను.

ద్విధాకులీ-ఈ-సీ- గోశ్రేణీ ॥ తె॥ తంగెడుచెట్టు॥

ద్విధాగతిః-ఇ-త్రి-ద్విప్రకారగతియుక్తే॥

ద్విధాగతిః-ఇ-పు- కులీరః॥ తె॥ఎండ్రకాయ॥

ద్విధాతుః-ఉ-పు-గణేశః॥

ద్విధాతు-ఉ-న-ధాతుద్వయె॥

ద్విధాత్మకమ్-అ-న-జాతీకోశమ్॥

ద్విధాలేఖ్యః-అ-పు-హింతాలవృక్షః॥

ద్విధాలేఖ్యః-అ-త్రి-ద్విప్రకారలేఖనీయె॥

ద్వినగ్నకః-అ-పు-మశ్చర్మా॥

ద్విపమ్-అ-న-పాదుకా ॥ తె॥ పావుకోళ్లు॥ చెప్పులున్ను॥

ద్విపః-అ-పు-గజః-౨నాగకేసరః॥

ద్విపః-అ-ద్వ-హస్తీ॥ తె॥ఏనుఁగు॥

ద్విపటీ-ఈ-సీ-పటద్వయసమాహారః॥ తె॥దుప్పటి.

ద్విపథమ్-అ-న-పథద్వయమ్॥

ద్విపథః-అ-(సీ)- ద్వయోఃపథి॥ తె॥ రెండింటిత్రోవ.

ద్విపథః-అ-త్రి-ద్వౌపంథానౌయత్రేత్యర్థే॥

ద్విపదః-అ-ద్వ-మనుష్యః-౨దేవః-౩పక్షీ- ౪రాక్షసః॥

ద్విపదరాశిః-ఇ-పు- మిథునమ్ - ౨తులా - ౩కుంభః-౪కన్యా-౫ధనుషః-పూర్వార్ధం

ద్విపదికా-ఆ-సీ-ద్వౌద్వౌపాదావిత్యర్థే॥ తె॥ రెండేసిపాదాలు.

ద్విపమదః-అ-పు-హస్తిమదః॥

ద్విపర్ణీ-ఈ-సీ-వనకోలీ॥

ద్విపర్ణీ-ఈ-త్రి-పర్ణద్వయయుక్తే॥

ద్విపాణ్డుః- ఉ - సీ- మూత్రఫలా॥ తె॥చేంతిదోస.

ద్విపాత్-ద్-త్రి-ద్వౌపాదౌయస్యసః- పాదద్వయయుక్తః॥

ద్విపాద్యమ్-అ-న-ద్విగుణదండః॥

ద్విపాద్యః-అ-పు-ద్విగుణదండః॥ తె॥ రెట్టిదండుగ.

ద్విపాయీ-న్-పు-హస్తీ॥

ద్విపుటః-అ-పు-చణకః॥ తె॥ సెనగలు.

ద్విపుటా-ఆ-సీ-మాలతీలతా॥ తె॥జాజిచెట్టు

ద్విపృష్టః-అ-పు-రాజభేదః॥

ద్విమాతృజః-అ-పు-ద్వైమాత్రేయః॥ తె॥సవతితల్లికొడుకు.

ద్విముఖః-అ-పు-రాజసర్పః॥

ద్విముఖః-అ-త్రి-ముఖద్వయయుక్తే॥

ద్విముఖా-ఆ-సీ-కర్కటీ-౨జలౌకాః॥

ద్విముఖాహిః-ఇ-పు-సర్పవిశేషః॥

ద్విముఖీ-ఈ-సీ-విషవద్విశిరస్సర్పః॥
ద్విముఖోరగః-అ-పు-రాజసర్పః॥
ద్విమూర్ధః-అ-త్రి-మస్తకద్వయయుక్తః॥
ద్విరదః-అ-ద్వి-హస్తి॥
ద్విరదః-అ-పు-గజః॥ తె॥ ఏనుఁగు.
ద్విరదాన్తకః-అ-పు-సింహః॥
ద్విరశనమ్ అ-న-వారద్వయభోజనమ్॥
ద్విరసనః-అ-పు-సర్పః॥ తె॥ పాము.
ద్విరాపః-అ-పు-హస్తి॥
ద్విరుక్తః-అ-త్రి-ద్వివారకథితః॥
ద్విరుక్తిః-ఇ-సి-ద్వివారకథనమ్॥
ద్విరూఢా-ఆ-సీ-ద్వివారవివాహితా॥
ద్విరూపః-అ-పు-ద్వ్యేకారశబ్దాదిః - అద్వివారగ్రంథావృత్తిః॥
ద్విరూపః-అ-త్రి-రూపద్వయయుక్తే॥
ద్విరేతాః-స్-పు-వామీ॥ తె॥ వేసడము.
ద్విరేఫః-అ-త్రి-బర్బరే॥
ద్విరేఫః-అ-పు-భృంగః-భ్రమరః॥ తె॥ ౧తుమ్మెద-భ్రమరము.
ద్విరేఫారిః-ఇ-పు-చంపకవృక్షః॥ తె॥ సంపెగచెట్టు.
ద్వివర్షా-ఆ-సీ-ద్విహాయనీ-ద్వివర్షవయస్కాగౌః॥
ద్వివర్షికా-ఆ-సీ-ద్వివర్షాగౌః॥
ద్వివర్షీణః-అ-త్రి-ద్వివార్షికః-ద్వివర్షవయస్కః॥ (యజాతః॥)
ద్వివార్షికః-అ-త్రి-ద్వివర్షభవః-వత్సరద్వ
ద్వివాహికా-ఆ-సీ-దోలా॥
ద్వివిదః-అ-పు-వానరవిశేషః॥
ద్వివేశరా-ఆ-సీ-లఘురథః॥
ద్విశః-ం-ం-ద్వివీప్సా॥ తె॥ రెండేసిరెండేసి.
ద్విశతికా-ఆ-సీ-ద్వేద్వేశతే ఇత్యర్థః॥ తె॥ రెండేసినూర్లు.

ద్విశఫః-అ-పు-ద్విఖురపశుః॥
ద్విశీర్షకః-అ-పు-అగ్నిః॥ తె॥ నిప్పు.
ద్విశృఙ్గీ-న్-పు-మీనవిశేషః॥ తె॥ ఒకానొకచేఁప.
ద్విషః-అ-పు-శత్రుః॥
ద్విషతీతాపః-అ-త్రి-ద్విషతీంతపతియః-స్త్రీశత్రుతాపకః॥
ద్విషన్-త్-త్రి-శత్రుః॥
ద్విషన్-త్-పు-శత్రుః॥
ద్విషన్తపః-అ-త్రి-శత్రుంతపః-శత్రుతాపజనకః॥
ద్విషన్మేషః-అ-పు-ద్రోణపుష్పీ॥ తె॥ ఏనుఁగుతుమ్మిచెట్టు.
ద్విష్టమ్-అ-న-ద్వ్యష్టమ్-తామ్రమ్॥
ద్విష్టమ్-అ-త్రి-ద్వేషవిషయే॥
ద్విష్ఠః-అ-త్రి-ద్వయోస్తిష్ఠతియః-ఉభయస్థః॥
ద్విసప్తతిః-ఇ-సీ-ద్వ్యధికసప్తతిః॥
ద్విసహస్రాక్షః-అ-పు-అనంతదేవః॥
ద్విసీత్యః-అ-త్రి-ద్విహల్యః॥ తె॥ రెండుమార్లుదున్నినపొలము.
ద్విసూత్రః-అ-పు-ద్విసూత్రవద్వైసూర్యమ్॥
ద్విస్విన్నాన్నమ్-అ-న-సిద్ధతండులమ్॥
ద్విహల్యః-అ-త్రి-ద్విసీత్యః॥ తె॥ రెండుమార్లుదున్నినపొలము.
ద్విహా-న్-పు-హస్తి॥
ద్విహాయనీ-ఈ-సీ-ద్వివత్సరగౌః॥ తె॥ రెండేండ్లపెయ్య.
ద్వీన్ద్రియగ్రాహ్యః-అ-పు-ఇంద్రియద్వయగ్రహణీయగుణః-సతు-సంఖ్యాదిసప్తవత్త్వస్నేహస్వరూపః॥
ద్వీపమ్-అ-న-వ్యాఘ్రచర్మ॥

ద్వీపః-అ-(సీ)- వారిమధ్యతటమ్ - జలవేష్టితభూమిః॥

ద్వీపః-అ-పు-జలమధ్యనిరంతరస్థితద్వీపః॥

ద్వీపకర్పూరజః-అ-పు-చీనకర్పూరః॥

ద్వీపఖర్జూరమ్-అ-న-మహాపారేవతమ్॥

ద్వీపజమ్-అ-న-మహాపారేవతమ్॥

ద్వీపవతీ-ఈ-సీ-నదీ-ఽభూమిః॥

ద్వీపవాన్-త్-పు-సముద్రః-ఽనదః॥

ద్వీపశత్రుః-ఉ-పు-శతావరీ॥

ద్వీపికా-ఆ-సీ-శతావరీ॥

ద్వీపిచిత్రః-అ-పు-చిత్రకాయః॥ తె॥ చిఱుతపులి.

ద్వీపినఖః-అ-పు-వ్యాలనఖః॥

ద్వీపిశత్రుః-ఉ-పు-శతమూలీ॥

ద్వీపీ-న్-పు-వ్యాఘ్రః - ఽసముద్రః - ౩చిత్రకః॥

ద్వీప్యః-అ-త్రి-ద్వైప్యః॥

ద్వీప్యః-అ-పు-దీపస్థజంతుః-ఽశంకరః- ౩కాకభేదః-౪వ్యాసః॥

ద్వేధా-౦-౦-ద్విప్రకారేణ॥ తె॥ రెండువిధములుగాను.

ద్వేషః-అ-పు-శత్రుత్వమ్॥

ద్వేషజిత్-త్-పు-బింబికాలతా॥ తె॥ దొండచెట్టు.

ద్వేషణమ్-అ-న-ద్వేషః॥

ద్వేషణః-అ-త్రి-శత్రుః॥

ద్వేషణః-అ-పు-శత్రుః॥

ద్వేషీ-న్-త్రి-శత్రుః॥

ద్వేష్టా-ఋ-త్రి-ఈర్ష్యాయుక్తః॥

ద్వేష్యః-అ-పు-శత్రుః॥ తె॥ పగవాఁడు.

ద్వేష్యః-అ-త్రి-అక్షిగతః॥ తె॥ ద్వేషింపఁదగినవాఁడు.

ద్వైగుణికః-అ-త్రి-వృథ్యాజీవః॥

ద్వైగుణికః-అ-పు - ద్విగుణార్థోత్తమర్ణః॥ తె॥ రెట్టియిచ్చేటట్టునిర్ణయించుకొనివడ్డి కిచ్చువాఁడు.

ద్వైతమ్-అ-న-వస్తుద్వయమ్ - ఽలోకాదిరూపమ్॥

ద్వైతవాదీ-న్-త్రి-జీవేశ్వరయోర్భేదవాదీ-ఽఈశ్వరాతిరిక్తజీవవక్తా॥

ద్వైతీయీకః-అ-త్రి-ద్వితీయః॥

ద్వైదలీ-ఈ-సీ-భూమిజంబుకా॥ తె॥ నేలనేరెడుచెట్టు.

ద్వైధమ్-అ-న- రాజషాడ్గుణ్యభేదోభయశత్రుసంధ్యానుకూలవర్తనమ్॥

ద్వైధమ్-౦-౦-ద్విప్రకారేణ॥ తె॥ రెండువిధములుగాను.

ద్వైపమ్-అ-న-వ్యాఘ్రచర్మావృతరథః॥

ద్వైపః-అ-పు-వ్యాఘ్రచర్మావృతరథః॥

ద్వైపః-అ-త్రి- ద్వీపసంబంధిని- ఽవ్యాఘ్రచర్మసంబంధినిచ॥

ద్వైపాయనః-అ-పు-వ్యాసః॥

ద్వైపీ-ఈ-సీ-వ్యాఘ్రచర్మావృతరథః॥

ద్వైప్యమ్-అ-త్రి-ద్వీపసంబంధి॥

ద్వైమాతురః-అ-పు-వినాయకః-ఽజరాసంధః-౩వాసుదేవః॥

ద్వైమాతృకః-అ-పు- నదీవృష్టిజలోద్భూతధాన్యభృతోదేశః॥

ద్వైమాత్రేయః-అ-పు-ద్విమాతృజః॥ తె॥ సవతితల్లికొడుకు.

ద్వైషణీయా-ఆ-సీ-నాగవల్లీభేదః॥

ద్వౌ-ఇ-త్రి-ద్విసంఖ్యావంతౌ - నిత్యద్వివచనాంతోయమ్॥ తె॥ రెండువస్తువులు.

ద్వ్యక్షరమ్-అ-న- వర్ణద్వయమ్-ఽద్వయోరక్షరమ్॥ (శబ్దాదౌ॥)

ద్వ్యక్షరమ్-అ- త్రి- అక్షరద్వయయుక్త}

ద్వ్యఙ్గులమ్-అ-త్రి-అంగులిద్వయపరిమితం
ద్వ్యఞ్జలమ్-అ-త్రి- అంజలిద్వయపరిమితమ్
ద్వ్యఞ్జలమ్-అ-న-ద్వయోరంజల్యోః సమాహారః-౨అంజలిద్వయమాత్రే॥
ద్వ్యణుకమ్ అ-న - పరమాణుసమవేతద్రవ్యమ్-౨పరమాణుద్వయాత్మకమ్ - తచ్చ ప్రత్యక్షాదివిషయమ్॥
ద్వ్యన్యః-అ-త్రి-ద్వాభ్యామన్యః-౨ద్వే, అన్యేయాస్య- ౩ద్వయోరన్యయోస్సమాహారః-ఇతి వా క్యేక్షి॥
ద్వ్యర్థః-అ-త్రి- అర్థద్వయయుక్తశబ్దాదిః॥
ద్వ్యష్టమ్-అ-న-తామ్రమ్॥
ద్వ్యహః-అ-పు-దినద్వయమ్॥
ద్వ్యాత్మకః-అ-పు-మిథునకన్యాధనుర్మీనరాశయః॥
ద్వ్యాహికః-అ-త్రి-దినద్వయభవః॥

ధ

ధమ్ అ-న-గృహమ్ ౨ధనమ్- ౩ధాన్యమ్॥
ధమ్-౦-౦-శిరః॥
ధః-అ-పు-ధైవతస్వరస్థానమ్- ౨ఇంద్రః-౩ధ్వనిః-౪ధ్యానమ్-౫శ్రీదః - ౬ధన్వంతరిః-౭ఘటః - ౮సదాచారః-౯బ్రహ్మవిద్యా-౧౦శుభమ్॥
ధటః-అ-పు-దారుకృతతులావిశేషః-౨తులారాశిః-౩తులాపరీక్షా ॥ తె॥ ౧తక్కెడదండె.
ధటకః-అ- పు- చతుర్దశవల్లపరిమాణమ్ - ౨ద్విచత్వారింశద్రక్తికా॥
ధటా-ఆ-సి-లంబాధరా॥ తె॥ వ్రాసు,తక్కెడయున్న.
ధటినీ-ఈ-సీ- తంతుకృతకటిసూత్రమ్॥ తె॥ నూలుమొలత్రాడు.
ధటీ-ఈ-సీ-చీరవస్త్రమ్-౨కౌపీనమ్॥
ధటీదానమ్- అ - న- గర్భాధానానంతరస్త్రీసంప్రదానకచీరవస్త్రదానమ్॥
ధతా-ఋ-పు-చతుర్ముఖః-
ధత్తూరః-అ-పు-ధుస్తూరః॥
ధనమ్-అ-న-వితున్నకమ్-౨రోజితమ్-౩విత్తమ్-౪గవాదిసంపత్ ॥ తె॥ ౧ధనియాలు-౨లెక్కకలియఁగూడడము-౩సొమ్ము౪ఆవులుగేదెలు మొదలయినవి.
ధనకేళిః ఇ-పు-కుబేరః॥
ధనచ్ఛూః-ఊ-సీ-కరేటుపక్షి॥
ధనఞ్జయః-అ-పు- అగ్నిః- ౨శవశరీరేపివర్తమానవాయుః - ౩దేవయోనిసర్పవిశేషః-౪అర్జునః-౫కకుభవృక్షః-౬ఇంద్రః-౭మేఘః ॥ తె ॥ ౨శవశరీరమందుసహానుండెడి ప్రాణవాయువు-౫మద్దిచెట్టు.
ధనదః-అ-పు-కుబేరః-౨దాతా॥
ధనదః-అ-త్రి-దాతా-౨హిజ్జలవృక్షః॥
ధనదాక్షీ-ఈ-సీ-లతాకరంజః॥ తె॥ తీఁగెక్రానుఁగుచెట్టు.
ధనదానుజః-అ-పు-రావణః॥
ధనదాయీ-న్-పు-అగ్నిః॥
ధనదాయీ-న్-త్రి ధనదాతా॥
ధనన్దదా-ఆ-సీ-బుద్ధశక్తిభేదః॥
ధనపతిః-ఇ-పు-కుబేరః॥
ధనపిశాచికా-ఆ-సీ-ధనాశా-౨తృష్ణా॥
ధనపిశాచీ-ఈ-సీ-తృష్ణా-౨ధనలోభః॥
ధనప్రియా-ఆ-సీ-కాకజంబూః॥
ధనవతీ-ఈ-సీ-ధనిష్ఠానక్షత్రమ్॥
ధనవాన్-త్-త్రి-ధనికః॥
ధనస్యకః-అ-పు-గోక్షురః॥
ధనహారీ-ఈ-సీ- శంఖినీ- ౨చండా॥ తె॥ ౧కల్లిచెట్టు-౨చండయను గ్రంథ్యము.

ధనహారీ-న్-త్రి-ధనహారకః॥

ధనాధిపః-అ-పు-కుబేరః॥

ధనాధ్యక్షః-అ-పు-కుబేరః॥

ధనాశా-ఆ-సీ-ధనలోభః॥

ధనాశ్రీః-ఈ-సీ-రాగిణీవిశేషః-౨హనుమన్మతే శ్రీరాగస్య తృతీయభార్యా॥

ధనికః-అ-(సీ)-ధన్యాకమ్-౨ధవః॥

ధనికః-అ-త్రి-ధనవాన్॥ తె॥ ధనముఁగలవాఁడు,

ధనికా-ఆ-సీ-సాధునారీ-౨వధూః-౩యువతీ ౪ప్రియంగువృక్షః॥

ధనిష్ఠా-ఆ-సీ-నక్షత్రవిశేషః॥

ధనీ-న్-త్రి-ధనికః॥

ధనీకా-ఆ-సీ-యువతీ॥

ధనీయకమ్-అ-న-ధన్యాకమ్॥

ధనుః-స్-త్రి-ధనుర్ధరః॥

ధనుః-స్-న-చతుర్హస్తప్రమాణమ్-౨రాశివిశేషః-౩ధనుర్వేదః॥ తె॥౧బారెడు.

ధనుః-స్-పు-ప్రియాళువృక్షః॥ తె॥ మొరలిచెట్టు.

ధనుః-స్-(సీ)-కార్ముకమ్॥ తె॥విల్లు.

ధనుః-ఉ-పు-ప్రియాళువృక్షః-౨కార్ముకమ్॥ తె॥౧ మొరలిచెట్టు-౨విల్లు.

ధనుఃపటః-అ-పు-ప్రియాలువృక్షః॥ తె॥ మొరలిచెట్టు.

ధనుఃశాఖా-ఆ-సీ-మూర్వా॥

ధనుఃశ్రేణీ-ఈ-సీ-మూర్వా-౨మహేంద్రవారుణీ॥

ధనురాకారమణ్డలమ్-అ-త్రి-శనిమండలమ్॥

ధనుర్గుణా-ఆ-సీ-మూర్వా॥

ధనుర్గ్రీమః-అ-పు-వంశః॥

ధనుర్ధరః-అ-పు-ధానుష్కః॥ తె॥విలుకాఁడు.

ధనుర్ధరః-అ-త్రి-ధనుర్ధారీ॥

ధనుర్ధరీ-ఈ-సీ-చటకస్త్రీ॥ తె॥ ఆఁడుఁబూరపిచ్చుక.

ధనుర్ధారీ న్-త్రి-ధనుర్ధరః॥

ధనుర్భృత్-త్-పు-ధనుర్ధరః॥

ధనుర్మధ్యమ్-అ-న-చాపమధ్యభాగః॥

ధనుర్మాలా-ఆ-సీ-మూర్వా॥

ధనుర్యాసః-అ-పు-ధన్వయాసః॥

ధనుర్లతా-ఆ-సీ-సోమవల్లీ॥

ధనుర్వృక్షః-అ-పు-ధన్వనవృక్షః-౨వంశః-౩భల్లాతకః-౪అశ్వత్థః॥

ధనుష్కరః-అ-పు-ధానుష్కః-ధనుఃకరేయస్య॥

ధనుష్పటః-అ-పు-ప్రియాలవృక్షః॥

ధనుష్మాన్-త్-పు-ధనుర్ధరః॥

ధనూః-ఊ-పు-ధాన్యసంచయే-ధనుషిచ॥

ధనూః-ఊ-సీ-కార్ముకమ్॥ తె॥విల్లు.

ధనేయకమ్-అ-న-ధన్యాకమ్॥

ధనేశ్వరః-అ-పు-కుబేరః॥

ధన్యః-అ-పు-అశ్వకర్ణవృక్షః॥

ధన్యః-అ-త్రి-సుకృతీ॥ తె॥పుణ్యాత్ముఁడు.

ధన్యవ్రతమ్-అ-న-ధనజనకవ్రతవిశేషః॥

ధన్యా-ఆ-సీ-ధాత్రీ-౨ఆమలకీవృక్షః॥

ధన్యాకమ్-అ-న-సస్యవిశేషః॥

ధన్వ-న్-న-ధనుః-౨స్థలమ్॥

ధన్వమ్-అ-న-ధనుః॥

ధన్వఙ్గః-అ-పు-ధన్వనవృక్షః॥

ధన్వదుగమ్-అ-న-నిర్జలదేశః॥

ధన్వనః-అ-పు-వృక్షవిశేషః॥

ధన్వనచ్ఛదః-అ-పు-పరూషీ॥ తె॥ పేరీతచెట్టు

ధన్వనీ-ఈ-సీ-ధన్వవృక్షః॥ తె॥తడచెట్టు.

ధన్వన్తరిః-ఇ-పు-దేవవైద్యః-౨నాగరంగవృక్షః-౩సూర్యః-౪మహేశ్వరః॥

ధన్వన్తరిగ్రస్తా-ఆ-సీ-కటుకీ॥

ధన్వయవాసః-అ-పు-దురాలభా॥

ధన్వయవాసకః-అ-పు-దురాలభా॥

ధన్వయాసః-అ-పు-యాసః॥ తె॥ పిన్నరేగటిదూలగొండిచెట్టు.

ధన్వవృక్షః-అ-పు-ధన్వనీ॥ తె॥ తడచెట్టు.

ధన్వా-న్-పు-ధనూరాశిః-౨నిర్జలభూమిః॥

ధన్వా-న్-(సీ)-కార్ముకమ్॥ తె॥ విల్లు.

ధన్విః-ఇ-పు-శబ్దః॥

ధన్వీ-న్-త్రి-ధనుర్ధరః-౨విదగ్ధః॥

ధన్వీ-న్-పు-ధనుర్ధరః-౨పార్థః-౩విదగ్ధః-౪కకుభవృక్షః॥

ధమః-అ-త్రి-అగ్నిసంయోగకర్తా-౨శబ్దకర్తా-ఇతిధముధాతోః పచాదిత్వాదచ్ ప్రత్యయేనసాధ్యః॥

ధమకః-అ-పు-కర్మకారః॥

ధమధమా-౦-౦-ధముధమంకరోతీత్యర్థః॥ తె॥ ధమధమధ్వనిచెయ్యడము.

ధమనః-అ-పు-నలః॥

ధమనః-అ-త్రి-భస్త్రాధ్మాపకె౯కూ౯రేచ॥

ధమనః-అ-(సీ)-నాసాపుటః॥ తె॥ ముకుగోల్లు.

ధమనిః-ఇ-సీ-ధమనీ॥

ధమనీ-ఈ-సీ-నలీతృణమ్-౨శిరా-౩హట్టవిలాసినీ-౪హరిద్రా-౫గ్రీవా-౬పృశ్నిపర్ణీ॥ తె॥ ౧గువ్వగుత్తిగడ్డి-౨బోలునరము॥

ధమ్మిల్లః-అ-పు-సంయతాః కచాః-౨కుసుమగర్భేమౌక్తికపద్మరాగలతికాదినాబహిఃసంయతోబద్ధకేశకలాపః॥

ధరః-అ-పు-పర్వతః-౨కార్పాసతూలమ్-౩కమఠాధిపః॥

ధరణమ్-అ-న-దశరూప్యమాషతులామానమ్-౨ధారణమ్॥ తె॥ ౧పదిరూప్యమాషము లెత్తు వెండి-౨ధరించడము.

ధరణః-అ-పు-పాత్రః-౨అద్రిపతిః-౩లోకః-౪స్తనః-౫ధాన్యం-౬దివాకరః-౭కేతుః॥ తె॥ ౧పెంపుడుచిలుక.

ధరణిః-ఇ-సీ-పృథివీ॥

ధరణిధరః-అ-పు-విష్ణుః॥

ధరణీ-ఈ-సీ-భూమిః-౨పకసంజ్ఞా-౩శాల్మలివృక్షః-౪నాడీ-౫కందవిశేషః॥

ధరణీకన్దః-అ-పు-ధరణీనామమూలవిశేషః॥

ధరణీకీలకః-అ-పు-పర్వతః॥

ధరణీధరః-అ-పు-విష్ణుః-౨పర్వతః-౩శేషసర్పః॥

ధరణీపూరః-అ-పు-సముద్రః॥

ధరణీప్లవః-అ-పు-సముద్రః॥

ధరణీశ్వరః-అ-పు-శివః॥

ధరణీసుతా-ఆ-సీ-సీతా॥

ధరా-ఆ-సీ-భూమిః-౨మేదః-౩(స్త్రీ)గర్భాశయః॥ తె॥ ౧భూమి-౨మెదడు-౩మావి.

ధరాకదమ్బః-అ-పు-ధారాకదంబవృక్షః॥

ధరాత్మజః-అ-పు-మంగళగ్రహః॥

ధరాధరః-అ-పు-నృపః-౨శైలః-౩విష్ణుః-౪దిగ్గజః-౫శేషసర్పః-౬కూర్మః॥

ధరామరః-అ-పు-బ్రాహ్మణః॥

ధరిత్రీ-ఈ-సీ-భూమిః॥

ధరిమా-న్-పు-రూపమ్-౨తులా॥

ధరుణః-అ-పు-బ్రహ్మా-౨స్వర్గః-౩నీరమ్॥

ధర్తవ్యమ్-అ-త్రి-ధారణీయమ్-౨స్థాతవ్యమ్-౩పతనీయమ్-ఇతిధృధాతోఃకర్మణితవ్యప్రత్యయేన సాధ్యమ్-౫భావేక్లీ॥

ధర్తా-ఋ-పు-ధారకః॥ తె॥ ధరించెడువాడు

ధర్తుమ్-౦-౦-ధారణియేత్యర్థః॥ తె॥ ధరించేటందుకు.

ధర్త్రమ్-అ-న-గృహమ్-౨క్రతుః-౩ధర్మః॥

ధర్మః-అ-పు-ఉపమా-౨ఉపనిషత్-౩అష్టవసువిశేషః-౪కార్ముకమ్-౫న్యాయః-౬

అధ్వరః-౭అహింసా-౮యజ్వా-౯ఆచారః-౧౦కృతాంతః - ౧౧వృషః - ౧౨శశాంకః-౧౩గోవిందః- ౧౪ధర్మరాజః-౧౫మహాత్మా॥

ధర్మః-అ-(స్త్రీ)-పుణ్యమ్ - ౨వేదవిధిః - ౩సామ్యమ్-౪స్వభావః॥

ధర్మకర్మ-న్-న-ధర్మకార్యమ్-౨శుభాదృష్టప్రతిపాదకక్రియా॥

ధర్మకాయః-అ-పు-బుద్ధః॥

ధర్మకీలః-అ-పు-శాసనమ్-రాజశాసనమ్॥

ధర్మకీలకః-అ-పు-బ్రహ్మాశాసనమ్॥

ధర్మకేతుః-ఉ-పు-బుద్ధః॥

ధర్మక్షేత్రమ్-అ-న-కురుక్షేత్రమ్॥

ధర్మక్షేత్రమ్-అ-త్రి-ధర్మాధారే॥

ధర్మచక్రః-అ-పు-బుద్ధః॥

ధర్మచక్రభృత్-త్-పు-బుద్ధదేవః॥

ధర్మచారిణీ-ఈ-స్త్రీ-జాయా॥

ధర్మచిన్తనమ్-అ-న-ధర్మచింతా॥

ధర్మచిన్తా-ఆ-స్త్రీ-పుణ్యభావనా॥

ధర్మజ్ఞః-అ-త్రి-ధర్మజ్ఞానవిశిష్టః॥

ధర్మణః-అ-పు-వృక్షభేదః-౨సర్పవిశేషః॥

ధర్మత్వమ్-అ-న-వృత్తిమత్త్వమ్-౨ఆధేయత్వమిత్యాదివత్॥

ధర్మద్రవీ-ఈ-స్త్రీ-గంగానదీ॥

ధర్మధాతుః-ఉ-పు-బుద్ధః॥

ధర్మధ్వజీ-న్-త్రి-దంభకాషాయకమండలుజటాధారణజీవీ॥

ధర్మపత్తనమ్-అ-న-మరీచలతా- ౨ధర్మపురీ॥ తె॥౧మిరియాలచెట్టు.

ధర్మపత్రమ్-అ-న-యజ్ఞోడుంబరః॥

ధర్మపుత్రః-అ-పు-యుధిష్ఠిరః - ౨నరనారాయణౌవృషీ॥ తె॥ధర్మరాజు

ధర్మభాణకః-అ-పు-భారతాదిపాఠకః॥

ధర్మయుః-ఉ-త్రి-ధన్యః-౨ధార్మికః- ఇతిధర్మశబ్దాదస్త్యర్థేయుప్రత్యయేననిష్పన్నః॥ తె॥౧పుణ్యాత్ముఁడు.

ధర్మయుక్-జ్-త్రి- ధన్యః- ౨ధర్మయుక్తః-ధర్మం యునక్తీత్యర్థేక్విప్ప్రత్యయేననిష్పన్నః॥ తె॥౧పుణ్యాత్ముఁడు.

ధర్మరాజః-అ-పు-బుద్ధదేవః-౨కృతాంతః-౩యుధిష్ఠిరః-౪వృషః-౫సస్యకారకః- ౬కామః॥

ధర్మలుప్తా-ఆ-స్త్రీ-అలంకారవిశేషః॥

ధర్మవాచకలుప్తా-ఆ-స్త్రీ- అలంకారవిశేషః॥

ధర్మవాన్-త్-త్రి - ధర్మవిశిష్టః - ౨పుణ్యవాన్॥

ధర్మవాసవః-అ-పు-పౌర్ణమాసీ॥

ధర్మవాహనమ్-అ-న-ధర్మస్యయానే॥

ధర్మవాహనః-అ-పు శివః॥

ధర్మశాస్త్రమ్-అ - న - మన్వాదిప్రణీతశాస్త్రమ్॥

ధర్మశీలః-అ-త్రి-ధన్యః॥ తె॥ పుణ్యాత్ముఁడు.

ధర్మసంహితా-ఆ-స్త్రీ-స్మృతిశాస్త్రమ్॥

ధర్మసావర్ణిః-ఇ-పు-ఏకాదశోమనుః॥

ధర్మసుతః-అ-పు-యుధిష్ఠిరరాజః॥

ధర్మసూః-ఊ-పు-ధూమ్యాటపక్షీ॥

ధర్మాత్మా-న్-పు-ధర్మశీలః॥

ధర్మాధర్మపరీక్షణమ్-అ-న- పరీక్షావిశేషః॥

ధర్మాధికరణమ్-అ-న-రాజ్ఞోవిచారస్థానమ్॥

ధర్మాధికరణః-అ-పు-ధర్మాధ్యక్షః॥

ధర్మాధికరణీ-న్-పు-ధర్మాధికరణవిశిష్టః॥

ధర్మాధ్యక్షః-అ-పు-ధర్మాధికరణీ॥

ధర్మారణ్యమ్-అ-న-పుణ్యవనవిశేషః॥

ధర్మాసనమ్-అ-న-విచారాసనమ్॥

ధర్మిణీ-ఈ-స్త్రీ-రేణుకా॥

ధర్మీ-న్-త్రి-ధర్మవాన్ - పుణ్యశీలః॥

ధర్మోపదేశకః-అ-పు-గురుః॥

ధర్మోపమానలుప్తా-ఆ-సీ-అలంకారవిశేషః॥

ధర్మోపమానవాచకలుప్తా-ఆ-సీ- అలంకారవిశేషః॥

ధర్మ్యః-అ-త్రి-ధర్మాదనపేతః-ధర్మయుక్తః॥

ధర్మ్యవివాహః-అ-పు-వివాహవిశేషః-సచ-పంచధవిః- బ్రాహ్మ-దైవ-ఆర్ష- గాంధర్వ-ప్రాజాపత్య-రూపః, అధర్మవివాహస్త్రివిధః-ఆసుర-రాక్షస-పైశాచరూపః

ధర్షః-అ-పు-అంతఃపురపాలకనపుంసకః- ౨శక్తిబంధనమ్- ౩సంహితః- ౪హింసా-౫అమర్షః- ౬ప్రాగల్భ్యమ్ - ఇతిధృషధాతోఃభావే-అచ్-ప్రత్యయేనసాధ్యః॥ తె॥౧ఖొజ్జావాఁడు.

ధర్షకః-అ-త్రి-నటః॥

ధర్షకారిణీ-ఈ-సీ-దూషితాకన్యా॥

ధర్షణమ్-అ-న- తిరస్కారః - ౨సురతమ్- ౩ధార్ష్ట్యమ్-౪ప్రాగల్భ్యమ్॥ తె॥ ౩బెదిరించడము-

ధర్షణా - ఆ-సీ-కులటా॥

ధర్షణిః-ఇ-సీ-బంధకీ-౨వృషలః॥

ధర్షణీ-ఈ-సీ- జారస్త్రీ - ౨కోపశీలా-౩సింహవాలః-౪కృపాణః॥

ధర్షధరః-అ-పు- అంతఃపురపాలకనపుంసకః తె॥ఖొజ్జా వాఁడు.

ధర్షవర్షః-అ-పు-అంతఃపురపాలకనపుంసకః తె॥ఖొజ్జా వాఁడు.

ధర్షిణీ-ఈ-సీ-పుంశ్చలీ॥

ధర్షితమ్-అ-న-రతిః॥

ధర్షితమ్-అ-త్రి-కృతధర్షణే॥

ధర్షితా-ఆ-సీ-అసతీ॥

ధలణ్డః-అ-పు-గృహకంటకవృక్షః॥

ధవః-అ-పు- నాగరంగవృక్షః-౨పతిః-౩నరః-౪ద్రుమవిశేషః - ౫ధూర్తః - ౬ధావళ్యమ్-౭పద్మకేసరః-౮స్వర్గమార్గః-౯పణ్యస్త్రీకుచమండలమ్॥ తె॥ ౧నారంజిచెట్టు-౨మగఁడు-౬తెలుపు.

ధవలమ్-అ-న-శ్వేతమరీచమ్-౨రాగవిశేషః-౩హిందోలరాగస్యాష్టమపుత్రః॥

ధవలః-అ-త్రి-సుందరః-౨శ్వేతగుణయుక్తః

ధవలః-అ-పు-శ్వేతవర్ణః-౨మత్స్యవిశేషః-౩వృషభః॥

ధవలపక్షః-అ-పు-హంసః-౨శుక్లపక్షశ్చ॥

ధవలపాటలీ-ఈ-సీ-సితపాటలికా॥

ధవలమృత్తికా-ఆ-సీ- దుగ్ధపాషాణః॥ తె॥ ఉల్లిపాషాణము.

ధవలయావనాలః-అ-పు-యావనాలవిశేషః

ధవలా-ఆ-సీ-శుక్లాగౌః॥

ధవలాఙ్గీ-ఈ-సీ-సరస్వతీ॥

ధవలీ-ఈ-సీ- శ్వేతవర్ణః-౨మత్స్యవిశేషః-౩వృషభః॥

ధవలోత్పలమ్-అ-న-కుముదమ్॥

ధవాణకః-అ-పు-వాయుః॥

ధవిత్రమ్-అ-న-కృష్ణాజినకృతవ్యజనమ్॥

ధా-ఆ-సీ-బుద్ధిః॥

ధాః-ఆ-పు-బ్రహ్మ-౨ధారకః-౩బృహస్పతిః

ధాకః-అ-పు-వృషః-౨ఆహారః-౩అన్నమ్-౪స్తంభః॥

ధాటిః-ఇ-సీ- అభ్యాసాదనమ్ - ౨దండయాత్రా॥ తె॥౧ముట్టడి వేయడము.

ధాటీ-ఈ-సీ- అభ్యాసాదనమ్- ౨దండయాత్రా॥ తె॥౧ముట్టడి వేయడము.

ధాణకః-అ-పు-దీనారభాగః॥

ధాతకీ-ఈ-సీ-ధాతుపుష్పికా-౨మద్యవాసినీ॥ తె॥ ౧ధాతకీకుసుమమను గ్రంథ్యము-౨ఆరెపువ్వు.

ధాతా-ఋ-పు-ద్వాదశాదిత్యగణదేవభేదః-౨సంవత్సరవిశేషః-౩చతుర్ముఖః॥

ధాతా-ఋ-త్రి-ధారకః॥ తె॥ ధరించేవాడు

ధాతుః-ఉ-పు-పర్వతజాతమనశ్శిలాదిధాతుః-౨సప్తసంజ్ఞా-౩శారీరరక్తాదిధాతుః-౪వాతపిత్తశ్లేష్మత్రయమ్-౫భూతపంచకమ్-౬సంగీతమ్-౭శబ్దాదిపంచకమ్-౮ఇంద్రియదశకమ్-౯శబ్దయోనిః-౧౦స్వభావః-౧౧గైరికమ్-౧౨లోహమ్-౧౩కనకమ్॥

ధాతుకాసీసమ్-అ-న-కాసీసమ్॥ తె॥ కాసీసము.

ధాతుఘ్నమ్-అ-న-కాంజికమ్॥

ధాతునాశనమ్-అ-న-కాంజికమ్॥

ధాతుపః-అ-పు-శరీరస్థప్రథమధాతుః॥

ధాతుపుష్పికా-ఆ-సీ-ధాతకీ॥ తె॥ ధాతకీకుసుమమను గ్రంథ్యము.

ధాతుపుష్పీ-ఈ-సి-ధాతకీ॥

ధాతుభృత్-త్-పు-పర్వతః॥

ధాతుభృత్-త్-త్రి-ధాతుపోషకే॥

ధాతుమాక్షికమ్-అ-న-మాక్షికనామకపర్వతధాతుః॥

ధాతుమారిణీ-ఈ-సీ-సర్జికా॥

ధాతురాజకమ్-అ-న-రేతః॥

ధాతువల్లభమ్-అ-న-టంకణమ్॥

ధాతువాదీ-న్-పు-కారంధమీ॥

ధాతువైరీ-న్-పు-గంధకః॥

ధాతుశేఖరమ్-అ-న-కాసీసమ్॥

ధాతూపలః-అ-పు-కఠినికా॥

ధాతృపుత్రః-అ-పు-సనత్కుమారః-౨బ్రహ్మణస్సుతమాత్రంచ॥

ధాతృపుష్పికా-ఆ-సీ-ధాతకీ॥

ధాతృపుష్పీ-ఈ-సీ-ధాతకీ॥

ధాత్రమ్-అ-న-భాజనమ్॥

ధాత్రికా-ఆ-సీ-మాతా-౨భూమిః-౩ఆమలకీ॥ తె॥ ౧తల్లి-౨భూమి-౩ఉసిరికచెట్టు.

ధాత్రీ-ఈ-సీ-భూమిః-౨ఆమలకీవృక్షః-౩ఉపమాతా-౪జననీ॥ తె॥ ౧భూమి-౨ఉసిరికచెట్టు-౩పెంపుడుతల్లి-౪తల్లి.

ధాత్రీపత్రమ్-అ-న-తాలీశపత్రమ్-౨ఆమలకీదళంచ॥

ధాత్రీపుత్రః-అ-పు-నటః-౨ఉపమాతాసు (తశ్చ॥)

ధాత్రీఫలమ్-అ-న-ఆమలకీ॥

ధాత్రేయికా-ఆ-సీ-ధాత్రీ॥

ధాత్రేయీ-ఈ-సీ-అష్టవిధనాయికాదూతీవిశేషః॥

ధానకమ్-అ-న-వితున్నకమ్॥ తె॥ ధనియాలు.

ధానా-ఆ-సీ-వృక్షబీజమ్-౨ధాన్యకమ్-౩అభినవః-౪అంకురః-౫భిన్నః-౬చూర్ణసక్తవః॥ తె॥ ౧చెట్టువిత్తనము-౨ధనియాలు-

ధానాః-ఆ-సీ-భృష్టయవః-బహువచనాంతోయంశబ్దః॥ తె॥ వేఁపుఁడుబియ్యము-వేఁపుఁడుయవలున్న.

ధానాకమ్-అ-న-వితున్నకం॥ తె॥ ధనియాలు

ధానాకాః-ఆ-సీ-ధానాః-నిత్యబహువచనాంతోయంశబ్దః॥

ధానాచూర్ణమ్-అ-న-భృష్టయవచూర్ణమ్-సక్తవః॥

ధానీ-ఈ-సీ-వితున్నకమ్-౨నిధానమ్-౩నదీవిశేషః-౪వాసస్థానమ్-౫పీలువృక్షః॥ తె॥ ౧ధనియాలు.

ధానుష్కః-అ-త్రి-ధనుర్ధరః॥

ధానుష్కా-ఆ-సీ-అపామార్గవృక్షః॥

ధానుష్యః-అ-పు-వంశః॥

ధానేయమ్-అ-న-ధన్యాకమ్॥

ధానేయకమ్-అ-న-ధన్యాకమ్॥

ధానేయకమ్-అ-న-ధన్యాకమ్॥ తె॥ ధనియాలు.

ధానేయకా-ఆ-స్త్రీ-వితున్నకః ॥తె॥ ధనియాలు.

ధాన్ధా-ఆ-స్త్రీ-పృథ్వీకా॥

ధాన్యమ్-అ-న-వ్రీహిః-౨వితున్నకమ్-౩చతుస్తిలపరిమాణమ్-౪పరిపెలమ్-సతుషతండులాది॥

ధాన్యకమ్-అ-న-ధన్యాకమ్॥

ధాన్యకోష్ఠకమ్-అ-న-ధాన్యరక్షార్థగృహమ్

ధాన్యచమసః-అ-పు-చిపిటకః॥

ధాన్యధేనుః-ఉ-స్త్రీ-దానార్థధాన్యనిర్మితాధేనుః॥

ధాన్యబీజమ్-అ-న-ధన్యాకమ్॥

ధాన్యమాయః-అ-పు-ధాన్యవిక్రయీ॥

ధాన్యవర్ధనమ్-అ-న-వార్ధుష్యమ్॥

ధాన్యరాజః-అ-పు-యవః॥

ధాన్యవీరః-అ-పు-మాషః॥

ధాన్యశీర్షకమ్-అ-న-ధాన్యమంజరీ॥

ధాన్యసారః-అ-పు-తండులః॥ తె॥బియ్యము

ధాన్యాకమ్-అ-న-వితున్నకమ్॥ తె॥ ధనియాలు.

ధాన్యాచలః-అ-పు-దానార్థధాన్యనిర్మితపర్వతః॥

ధాన్యామ్లమ్-అ-న-కాంజికమ్॥

ధాన్యారిః-ఇ-పు-మూషికః॥

ధాన్యారిః-ఇ-త్రి-ధాన్యస్యశత్రౌ॥

ధాన్యాస్థి-ఇ-న-తండులః॥ తె॥బియ్యము॥

ధాన్యోత్తమః-అ-పు-శాలిధాన్యమ్॥

ధామన్-న-తేజః-౨గృహమ్-౩శరీరమ్-౪ప్రభావః-౫స్థానమ్-౬జన్మ-౭సుఖమ్-౮నగరమ్॥

ధామకః-అ-పు-మాషకపరిమాణమ్॥

ధామనిధిః-ఇ-పు-సూర్యః॥

ధామనీ-ఈ-స్త్రీ-ధమనీ॥

ధామార్గవః-అ-పు-అపామార్గః-౨గజచోదనీలతా-౩దేవదారువృక్షః॥ తె॥౧ఉత్తరేణిచెట్టు-౨చేంటిబీరచెట్టు-౩దేవదారుచెట్టు.

ధామార్జవః-అ-పు-అపామార్గః-౨గజచోదనీలతా॥ తె॥౧ఉత్తరేణిచెట్టు-౨చేంటిబీరచెట్టు.

ధాయః-అ-త్రి-ధారణకర్తా॥

ధాయాః-స్-త్రి-ధారణకర్తా-౨పోషణకర్తా॥

ధాయ్యః-అ-పు-పురోహితః॥

ధాయ్యా-ఆ-స్త్రీ-అగ్నిసమింధనార్థంఋక్ అగ్నిప్రజ్వాలనమంత్రః॥

ధారమ్-అ-న-వర్షోద్భవంజలమ్-తద్ద్వివిధమ్ ౧గాంగమ్-౨సాముద్రంచ॥

ధారః-అ-పు-గ్రావాంతరమ్-౨ఋణమ్-౩జలధరాసారవర్షణమ్-౪ప్రాంతః-౫గంభీరః॥

ధారకః-అ-పు-కలశః॥

ధారణమ్-అ-న-విధారణమ్॥

ధారణా-ఆ-స్త్రీ-ఈశ్వరేతరాజ్ఞతా-౨రాజాదికృతమర్యాదా-౩బుద్ధిః॥

ధారణీ-ఈ-స్త్రీ-నాడికా-౨బుద్ధోక్తమంత్రభేదః-౩శ్రేణీ॥

ధారణీయః-అ-త్రి-ధార్యే॥

ధారణీయా-ఆ-స్త్రీ-ధరణీకందః॥

ధారయిత్రీ-ఈ-స్త్రీ-భూమిః॥

ధారా-ఆ-స్త్రీ-ప్రవాహవేగః-౨ఆరోహణాశక్యపర్వతోన్నతప్రదేశః-౩అశ్వగతిపంచకమ్-౪ఆయుధకోటిః-౫పట్టణవిశేషః-౬కపిసేనాగ్రమ్-౭స్రవదంబ్వాది

ధారా-౫ దానాంబు-౯ ఉత్కర్షః ౧౦ దేశవిశేషః- ౧౧ తరువిశేషః- ౧౨ సమూహః- ౧౩ ఉపవనాంతరమ్॥ తె॥ ౪ కత్తి వాడిఅంచు-౨ కారేధార॥

ధారాకదమ్బః-అ-పు-నీపవృక్షః ॥తె॥ మొగులుకడిమిచెట్టు.

ధారాఙ్కురః-అ-పు- సునాశీరః-౨ శీకరః-౩ ఘనోపలః॥

ధారాఙ్గమ్-అ-న-జలావతారః-౨ ఖడ్గః ॥తె॥ ౧ తూము-వాలున్న-౨ కత్తి.

ధారాఙ్గః-అ-పు-తీర్థమ్-౨ ఖడ్గః॥

ధారాటః-అ-పు-అశ్వః- ౨ చాతకపక్షీ- ౩ మేఘః-౪ మత్తహస్తీ॥

ధారాధరః అ-పు-మేఘః- ౨ ఖడ్గః- ౩ మహాశౌర్యయుక్తః॥

ధారాఫలః-అ-పు-మదనవృక్షః॥

ధారావనిః-ఇ-పు-వాయుః-

ధారావిషః-అ-పు-ఖడ్గః॥

ధారాసమ్పాతః-అ-పు-సంతతవృష్టిః॥

ధారాస్నుహీ-ఈ-సీ-త్రిధారస్నుహీ॥

ధారిణీ-ఈ-సీ-ధరణీ-౨ శాల్మలీవృక్షః॥

ధారిన్-పు-పీలువృక్షః॥

ధారీ-ఈ-సీ-ముచవత్రా॥ తె॥ కోరెందచెట్టు.

ధారీ-న్-త్రి-ధారవిశిష్టె॥

ధాయః-ఉ-త్రి-పానకర్తా॥

ధారుణీ-ఈ-సీ-భూమిః॥

ధార్తరాష్ట్రః-అ-పు- అతికృష్ణచంచుచరణశ్వేతహంసః-౨ దుర్యోధనః-౩ కైరవః-౪ భోగీ॥

ధార్తరాష్ట్రపదీ-ఈ-సీ-హంసపదీ॥

ధార్మపత్తనమ్- అ - న - వేల్లజమ్॥ తె॥ మిరియాలు.

ధార్మికః-అ-త్రి-సుకృతీ॥ తె॥ పుణ్యాత్ముఁడు.

ధార్మికా-ఆ-సీ-ఏకాదశీతిథిః॥

ధార్యమ్-అ-త్రి-ధారణీయమ్॥

ధార్యా- ఆ- సీ- ధారికా- ౨ అగ్నిప్రజ్వలనఋక్సమూహః॥ తె॥ ౧ కోరెందచెట్టు.

ధాలమ్-అ-న-సంగీతగమకభేదః॥

ధాలధవ్యః-అ-పు-శివఖడ్గః॥

ధావకః అ-త్రి-ధావనకర్తా-ధావధాతోః అక ప్రత్యయేననిష్పన్నః॥

ధావతీ-ఈ-సీ-క్రోష్టువిన్నా॥ తె॥ నక్కతోఁకపొన్న.

ధావనమ్-అ-న-శీఘ్రగమనమ్- ౨ శుద్ధిః॥ తె॥ ౧ పరుగెత్తడము.

ధావనిః-ఇ-సీ-పృశ్నిపర్ణీ॥

ధావనికా-ఆ-సీ-కంటకారికా॥

ధావనీ-ఈ-సీ- క్రోష్టువిన్నా- ౨ రజక(స్త్రీ)॥ తె॥ ౧ నక్క-తోఁకపొన్న-౨ చాకలిది.

ధావితః-అ-త్రి-గతః- ౨ మార్జితః- ధావధాతోః క్తప్రత్యయేననిష్పన్నః॥

ధాసాః-స్-పు-పర్వతః॥

ధిక్-౦-౦-నిర్భర్త్సనమ్- ౨ నిందా- ౩ కుత్సనమ్-౪ నిషేధః॥

ధికమ్-అ-న-అధికమ్- ౨ వైరాగ్యమ్- ౩ వ్యాఘ్రచర్మ॥

ధిక్కారః-అ-పు-ధిక్॥

ధిక్కృతః- అ- త్రి- అపధ్వస్తః-౨ అధర్మిణః ॥ తె॥ ౧ వెలివేయఁబడ్డవాఁడు-౨ నిందించబడ్డవాఁడు.

ధిక్క్రియా-ఆ-సీ-నిందా॥

ధిగ్వణః-అ-పు-వర్ణసంకరవిశేషః॥

ధినిలా-ఆ-సీ-కత్తృణమ్॥ తె॥ కామంచిగడ్డి.

ధియాంపతిః-ఇ-పు- పూర్వజినవిశేషః-౨ ఆత్మా - ధ్యాతపవధియాంపతిరితిప్రయోగదర్శనాత్॥

ధిషణః-అ-పు-బృహస్పతిః-౨సౌమ్యః-౩సూర్యః-౪వసంతః॥
ధిషణా-ఆ-సీ-బుద్ధిః-౨గౌరీ॥
ధిష్ణ్యమ్-అ-న-స్థానమ్-౨గృహమ్-౩నక్షత్రమ్-౪అగ్నిః-౫శక్తిః॥
ధిష్ణ్యః-అ-పు-అగ్నిః-౨శుక్రాచార్యః॥
ధిష్ణ్యమ్-అ-న-నక్షత్రమ్-౨గృహమ్-౩స్థానమ్-౪బలమ్॥
ధిష్ణ్యః-అ-పు-శుక్రః-౨అనలః-౩శక్తిః-౪ఆద్యః-౫తురీయః॥
ధీ-ఈ-సీ-బుద్ధిః॥
ధీః-ఈ-సీ-బుద్ధిః॥
ధీతః-అ-త్రి-పీతః-ఇతిధేధాతోక్తప్రత్యయే ననిష్పన్నః॥
ధీతిః-ఇ-సీ-పిపాసా॥
ధీదా-ఆ-సీ-కన్యా-౨మనీషా॥
ధీన్ద్రియమ్-అ-న-జ్ఞానేంద్రియమ్॥
ధీమతీ-ఈ-సీ-ప్రజ్ఞా॥ తె॥ తెలిసినయాఁడుది
ధీమాన్-త్-త్రి-పండితే॥
ధీమాన్-త్-పు-పండితః-౨బృహస్పతిః॥
ధీరమ్-అ-న-కుంకుమమ్॥
ధీరః-అ-పు-పండితః-౨సముద్రః॥
ధీరః-అ-త్రి-ధైర్యవాన్॥
ధీరత్వమ్-అ-న-ధీరతా॥
ధీరపత్రీ-ఈ-సీ-ధరణీకందః॥
ధీరలలితః-అ-పు-సర్వరససాధారణనాయకవిశేషః॥
ధీరశాన్తః-అ-పు-సర్వరసప్రధాననాయకవిశేషః॥
ధీరస్కన్ధః-అ-పు-మహిషః॥
ధీరా-ఆ-సీ-మధ్యాప్రగల్భాభేదవ్యంగ్యకోపప్రకాశధీరానాయికా-౨కాకోలీ-౩మనోజ్యోతిష్మతీ॥
ధీరాధీరా-ఆ-సీ-మధ్యాప్రగల్భాభేదవ్యంగ్యావ్యంగ్యకోపప్రకాశధీరాధీరానాయికా॥
ధీరోదాత్తః-అ-పు-సర్వరసప్రధాననాయకవిశేషః॥
ధీరోద్ధతః-అ-పు-సర్వరసప్రధాననాయకవిశేషః॥
ధీలటిః-ఇ-సీ-దుహితా॥
ధీవరః-అ-పు-కైవర్తః-౨అంబుధిః॥ తె॥ గజాలరివాఁడు-౨సముద్రము.
ధీవరీ-ఈ-సీ-ధీవరపత్నీ-౨మత్స్యవేధినీ॥
ధీవాన్-ద్వ-ధీవరః॥
ధీశక్తిః-ఇ-సీ-నిష్క్రమః॥ తె॥ బుద్ధిబలిమి॥
ధీసఖః-అ-పు-మంత్రీ॥ (మంత్రీ॥)
ధీసచివః-అ-పు-కార్యాలోచనయోగ్య
ధుః-ఉ-సీ-కంపనమ్॥
ధుక్ష్మాంక్ష్-పు-శ్వేతకాకః॥ తె॥ తెల్లకాకి.
ధుతః-అ-త్రి-కంపితః-౨త్యక్తః॥ తె॥ గదలింపఁబడ్డది-౨విడువఁబడ్డది.
ధుత్తూరః-అ-పు-ఉన్మత్తః॥ తె॥ ఉమ్మెత్త.
ధునిః-ఇ-సీ-నదీ॥
ధునీ-ఈ-సీ-నదీ-౨విహంగాండః॥
ధునీనాథః-అ-పు-సముద్రః॥
ధున్ధుమారః-అ-పు-కువలయాశ్వరాజః-సతుబృహదశ్వపుత్రః-౨శక్రగోపః-౩గృహధూమః-౪పదాలికః॥
ధుపః-అ-పు-హ్రస్వశాఖాశిఫవృక్షః॥
ధురన్ధరః-అ-త్రి-ధుర్వాహకమాత్రే॥
ధురన్ధరః-అ-పు-ధౌరేయః-౨ధవవృక్షః॥ తె॥ గబరువుమోసేజంతువు.
ధురా-ఆ-సీ-భారః॥ తె॥ బరువు.
ధురికః-అ-పు-స్వర్ణపాత్రమ్-౨అశ్వపుచ్ఛమ్-౩అశ్వమైథునమ్-౪కూష్మాండకీటకః

ధురీ-ఈ-సీ-భారః॥ తె॥ బరువు.

ధురీణః-అ-పు-ధురంధరః॥ తె॥ బరువుమోసే వాఁడు.

ధురీయః-అ-త్రి-భారయోగ్యః॥

ధురీయః-అ-పు-అనడ్వాన్॥

ధుర్యః-అ-పు-ఋషభౌషధౌ-౨అనడుహి-చ

ధుర్యః-అ-త్రి-ధురంధరః॥ తె॥ బరువుమోసే జంతువు.

ధుర్వీ-ఈ-సీ-రథాదిపురోభాగః॥

ధువకా-ఆ-సీ-ధ్రువకా॥

ధువనః-అ-పు-అగ్నిః॥

ధువిత్రమ్-అ-న-యజ్ఞాగ్నిజ్వాలనార్థమృగ చర్మరచితవ్యజనమ్॥

ధుస్తురః-అ-పు-ధుస్తూరః॥

ధుస్తూరః-అ-పు-క్షుపవిశేషః॥

ధూః-ర్-పు-విశ్వదేవవిశేషః-౨ధూతః॥

ధూః-ర్-సీ-రథాదిపురోభాగః-౨కంపః-౩విత్తమ్-౪భారః-౫రథయుగాగ్రమ్॥

ధూకః-అ-పు-వాయుః-౨ధూర్తః-౩కాలః॥

ధూతః-అ-త్రి-కంపితః-౨త్యక్తః-౩భర్త్సితః॥ తె॥ ౧కదిలించఁబడ్డది-౨విడువఁబడ్డది-౩బెదిరించఁబడ్డవాఁడు.

ధూనః-అ-త్రి-నిదాఘక్షుత్తృష్ణాదిపీడితః॥

ధూనకః-అ-పు-వహ్నివల్లభః॥

ధూననమ్-అ-న-కంపనమ్-ణ్యన్తధూఞ్ధాతోరనటా సాధ్యమ్॥

ధూనిః-ఇ-సీ-కంపనమ్-ధూఞ్ధాతోః క్తిన్స్థానే ల్వాదిత్వాన్నిః॥

ధూపః-అ-పు-అగరుగుగ్గులాదిధూపః-౨ధూమః॥ తె॥ ౧అగరు, గుగ్గిలము మొదలగున విధూపము-౨పొగ.

ధూపనః-అ-పు-సాలవృక్షనిర్యాసః॥

ధూపవృక్షః-అ-పు-సరలవృక్షః॥

ధూపవృక్షకః-అ-పు-సరలవృక్షః॥

ధూపాగురు-ఉ-న-దాహాగురు॥

ధూపాఙ్గః-అ-పు-శ్రీవేష్టః॥

ధూపాయితః-అ-త్రి-నిదాఘక్షుత్తృష్ణాది పీడితః॥

ధూపార్హమ్-అ-న-కృష్ణాగురు॥

ధూపార్హమ్-అ-త్రి-ధూపయోగ్యః॥

ధూపితః-అ-త్రి-భావితః-౨నిదాఘక్షుత్తృష్ణాదిపీడితః॥ తె॥ ౧కర్పూరాదికము చేత వాసించినవస్తువు.

ధూమః-అ-పు-అగ్నిధూమః॥ తె॥ పొగ.

ధూమకేతనః-అ-పు-కేతుగ్రహః-౨అగ్నిః॥

ధూమకేతుః-ఉ-పు-అగ్నిః-౨ఉత్పాతః-౩గ్రహవిశేషః॥

ధూమగన్ధికమ్-అ-న-రోహిషతృణమ్॥

ధూమజాఙ్గజమ్-అ-న-వజ్రక్షారమ్॥

ధూమధ్వజః-అ-పు-అగ్నిః॥

ధూమప్రభా-ఆ-సీ-ధూమాంధకారనరకః॥

ధూమమహిషీ-ఈ-సీ-కుజ్ఝటీ॥

ధూమయోనిః-ఇ-పు-మేఘః-౨ముస్తకః॥

ధూమలః-అ-పు-నీలాధికరక్తవర్ణః॥

ధూమలః-అ-త్రి-నీలాధికరక్తవర్ణవాన్॥

ధూమసంహతిః-ఇ-సీ-ధూమసమూహః॥

ధూమసీ-ఈ-సీ-రోటికావిశేషః॥

ధూమాక్షిః-ఇ-పు-ధూమాంకితాభాసమాక్తికదోషః॥

ధూమాభః-అ-పు-ధూమ్రవర్ణః॥

ధూమాభః-అ-త్రి-తద్వతి॥

ధూమావతీ-ఈ-సీ-దశమహావిద్యాంతర్గతవిద్యావిశేషః॥

ధూమికా-ఆ-సీ-కుజ్ఝటీ॥ తె॥ పొగవంటిచీకటి.

ధూమోత్థమ్-అ-న-వజ్రక్షారమ్॥

ధూమోర్ణా-ఆ-సీ-యమపత్నీ॥

ధూమోర్ణాపతిః-ఇ-పు-యమః॥

ధూమ్యా-ఆ-సీ-ధూమసమూహః॥ తె॥ పొగలసమూహము.

ధూమ్యాటః-అ-పు-కలింగపక్షీ॥ తె॥ కూఁకటిమూఁగపిట్ట.

ధూమ్రః-అ-పు-నీలాధికరక్తవర్ణః- ౨కలింగపక్షి॥ తె॥ ౨కూఁకటిమూఁగపిట్ట.

ధూమ్రః-అ-త్రి-నీలాధికరక్తవర్ణయుక్తః-౨కోపయుక్తః॥

ధూమ్రకః-అ-పు-ఉష్ట్రః॥ తె॥ లొట్టిపిట్ట.

ధూమ్రపత్రా-ఆ-సీ-గృధ్రపత్రా ॥ తె॥ పొగచెట్టు.

ధూమ్రమూలికా -ఆ-సీ-శూలపత్రితృణమ్ ॥ తె॥ త్రిశూలిగడ్డి.

ధూమ్రలోచనః-అ-పు-కపోతః- ౨శుంభాసురసేనాపతిః॥

ధూమ్రవర్ణః-అ-పు-తురుష్కః॥

ధూమ్రవర్ణః -అ-త్రి-కృష్ణలోహితవర్ణయుక్తే॥

ధూమ్రవర్ణా-ఆ-సీ-అగ్నేః-సప్తజిహ్వాంతర్గతజిహ్వావిశేషః॥

ధూమ్రా-ఆ-సీ-శశాండులీ॥

ధూమ్రాభః-అ-పు-వాయుః॥

ధూమ్రాహ్వా-ఆ-సీ- ధూమ్రపత్రా॥ తె॥ పొగచెట్టు.

ధూమ్రికా-ఆ-సీ-కృష్ణశింశుపావృక్షః॥ తె॥ నల్లయిరుగుడుచెట్టు.

ధూర్జటిః-ఇ-పు-శివః॥

ధూర్జటీ-న్-పు-శివః॥

ధూర్తమ్-అ-న-బిడ్లవణమ్-౨లౌహకిట్టమ్॥

ధూర్తః-అ-పు-ధత్తూరః- ౨మాయాకారః-౩దూత్యకారః॥ తె॥ ౧ఉమ్మెత్తచెట్టు-౨గారిడివాఁడు-౩జూదగాఁడు.

ధూర్తః-అ-త్రి-వంచకః॥

ధూర్తకః-అ-పు-శృగాలః- ౨ధూర్తః॥

ధూర్తకృత్-త్-పు-ధుస్తూరః॥

ధూర్తకృత్-త్-త్రి-వంచకకారకే॥

ధూర్తజన్తుః-ఉ-పు-మానుషః॥

ధూర్తమానుషా-ఆ-సీ-రాస్నా॥

ధూర్ధరః-అ-పు-ధురంధరః॥

ధూర్వహః-అ-త్రి-ధురంధరః॥

ధూర్వహః-అ-పు- ధురంధరః ॥ తె ॥ బండి-నాగలి- కంట్లము-మొదలగుబరువుమోసెడుజంతువు.

ధూర్షీ-ఈ-సీ-రథాగ్రభాగః॥

ధూలకమ్-అ-న-విషమ్॥

ధూలిః-ఇ-సీ-పరాగః- ౨సంఖ్యాంతరమ్-౩మకరః-౪మునిః॥ తె॥ ౧దుమ్ము.

ధూలికదమ్బః-అ-పు-మధుధూర్తవృక్షః- ౨తినిశవృక్షః-౩వరుణవృక్షః॥ తె॥ ౧వసంతకడిమి

ధూలికా-ఆ-సీ-కుజ్ఝటికా॥

ధూలికుట్టిమమ్-అ-న-వప్రః॥ తె॥ పుట్టకోట.

ధూలికేదారః-అ-పు-వప్రమ్-క్షేత్రమ్॥

ధూలిగుచ్ఛకః-అ-పు-పటవాసకః-౨ఫల్గుచూర్ణమ్॥

ధూలిజఙ్ఘః-అ-పు-వాయసః॥ తె॥ కాకి.

ధూలిధ్వజః-అ-పు-వాయుః॥

ధూలిపుష్పికా-ఆ-సీ-కేతకీ॥ (౧వృక్షః॥)

ధూలీకదమ్బః-అ-పు-నీపః-౨తినిశః- ౩వరు

ధూలీకదమ్బకః-అ-పు-నీపః॥

ధూలీగుచ్ఛః-అ-పు - కర్పూరకుంకుమమిశ్రచందనచూర్ణః॥ తె॥ బుక్కాలోభేదము.

ధూలీపటలః-అ-పు-ఉడ్డీయమానధూలీసమూహః॥

ధూసరః-అ-పు ఈషచ్ఛుక్లవర్ణః-౨ఖరః॥

ధూసరః-అ-త్రి-ఈషచ్ఛుక్లవర్ణవాన్-౨ఉష్ట్రః-౩కపోతః-౪తైలకారః॥

ధూసరచ్ఛదా-ఆ-సీ-శ్వేతపుఙ్ఖా॥

ధూసరపత్త్రికా-ఆ-సీ-హస్తిశుండీ॥ తె॥ హస్తిశుండిచెట్టు.

ధూసరా-ఆ-సీ-పాండురఫలీక్షుపః॥

ధూసరీ-ఈ-సీ-కిన్నరీభేదః॥

ధూస్తూరః-అ-పు-ధుస్తూరవృక్షః॥

ధృతమ్-అ-న-తాలప్రాణాంగభేదః॥

ధృతః-అ-పు-తాలమానానుధృతద్వయకాలః॥

ధృతః-అ-త్రి-ధారణక్రియాకర్మ॥ తె॥ ధరించబడ్డది॥

ధృతరాష్ట్రః-అ-పు-దేవయోనిసర్పవిశేషః-౨విచిత్రవీర్యసుతః-౩పక్షివిశేషః-౪క్షత్రియవిశేషః-౫గంధర్వవిశేషః॥

ధృతరాష్ట్రీ-ఈ-సీ-హంసపత్నీ॥

ధృతిః-ఇ-పు-ఇష్టిః॥

ధృతిః-ఇ-సీ-పంచాంగయోగవిశేషః-౨వ్యభిచారీభావవిశేషః-౩అష్టాదశచ్ఛందః-౪అష్టాదశసంఖ్యా-౫ధైర్యమ్-౬ధారణమ్-౭ప్రీతిః-౮సౌఖ్యమ్-౯యజ్ఞః॥

ధృత్వరీ-ఈ-సీ-భూమిః॥

ధృత్వా-న్-పు-ధర్మః-౨విప్రః-౩సముద్రః-౪అంతరిక్షమ్-౫మేధావీ-౬విష్ణుః॥

ధృషుః-ఉ-పు-దక్షః-౨సంఘాతః-౩ప్రగల్భః॥

ధృష్టః-అ-పు-పత్యంతర్భావశృంగారనాయకః॥

ధృష్టః-అ-త్రి-సభాయాంనిశ్శంకితః॥

ధృష్టా-ఆ-సీ-అసతీ॥

ధృష్ణక్-జ్-త్రి-నిర్లజ్జః॥

ధృష్ణిః-ఇ-పు-కిరణః॥

ధృష్ణుః-ఉ-త్రి-సభాయాంనిశ్శంకితః॥

ధృష్ణుః-ఉ-పు-కంచికాయామ్॥

ధృష్ణుక్-హ-త్రి-సభాయాంనిశ్శంకితః॥

ధేనః-అ-పు-సముద్రః-౨నదః॥

ధేనా-ఆ-సీ-నదీ-౨భారతీభేదః॥

ధేనికా-ఆ-సీ-ధన్యాకమ్॥

ధేనుః-ఉ-సీ-నవసూతిః॥ తె॥ లేఁగటియావు.

ధేనుకః-అ-పు-శ్వేతయూకః-౨అసురవిశేషః-౩షోడశరతిబంధాంతర్గతద్వాదశబంధః॥ తె॥ ౧చీడపేను.

ధేనుకసూదనః-అ-పు-శ్రీకృష్ణః॥

ధేనుకా-ఆ-సీ-హస్తినీ-౨గౌః॥

ధేనుదుగ్ధమ్-అ-న-చిర్భిటః-౨గోక్షీరమ్॥

ధేనుదుగ్ధకరః-అ-పు-గర్జరః॥

ధేనుష్యా-ఆ-సీ-బంధకస్థితాగౌః॥ తె॥ తాకట్టుపెట్టినయావు, కట్టిమేపేయావును.

ధైనుకమ్-అ-న-రతిబంధవిశేషః-౨ధేనుసమూహః॥

ధైర్యమ్-అ-న-స్త్రీహావవిశేషః-౨ధీరత్వమ్॥

ధైవతః-అ-పు-సంగీతస్వరవిశేషః॥

ధోడః-అ-పు-సర్పవిశేషః॥

ధోరణమ్-అ-న-వాహనమ్-౨అశ్వప్రథమగతిః॥

ధోరణః-అ-పు-హంసః॥

ధోరణిః-ఇ-సీ-వృక్షాదిపఙ్క్తిః॥

ధోరితమ్-అ-న-ధోరణమ్-౨అశ్వప్రథమగతిః॥

ధోరితకమ్-అ-న-ధోరితకమ్॥

ధౌతమ్-అ-త్రి-మార్జితమ్॥

ధౌతమ్-అ-న-రూప్యమ్॥

ధౌతకటః-అ-పు-సూత్రరచితభాండమ్॥

ధౌతకోషజమ్-అ-న-పత్త్రోర్ణమ్॥

ధౌతకౌశేయమ్-అ-న-పత్త్రోర్ణమ్-కౌశేయమేవధౌతమ్-ప్రక్షాళితమ్-పత్త్రోర్ణాఖ్య

మ్వటలకుచాదిపత్త్రేషు క్రిమిభిరూర్ణాయాః కృతత్వాత్పత్త్రసంబంధినీ-ఊర్ణా-అత్త్రేతిపత్త్రోర్ణమ్॥
ధౌతశిలమ్-అ-న-స్ఫాటికమ్॥
ధౌమకః-అ-పు-దేశవిశేషః॥
ధౌరః-అ-పు-ధవవృక్షః॥
ధౌరితకమ్-అ-న-అశ్వగతివిశేషః॥ తె॥ కావాతిరగడము.
ధౌరేయః-అ-పు-ధురంధరః॥ తె॥ బరువు మోసెడుజంతువు.
ధౌరేయః-అ-త్రి-రథలాంగలాదిభారవోఢా
ధౌర్తికమ్-అ-త్రి-ధూర్తస్యేదమ్-౨ధూర్తస్యభావః॥
ధౌర్తికా-ఆ-(పు)-ధూర్తభావః - ౨ధూర్తకర్మ॥
ధౌర్యమ్-అ-న-అశ్వస్యప్రథమగతిః॥
ధ్మాకారః-అ-పు-లోహకారకః॥
ధ్మాఙ్క్షః-అ-పు-కాకః-౨మత్స్యభక్షకపక్షీ-౩తక్షకః-౪భిక్షుకః॥
ధ్మాఙ్క్షజఙ్ఘా-ఆ-సీ-కాకజంఘా॥
ధ్మాఙ్క్షజమ్బూః-ఊ-సీ-కాకజంబూః॥
ధ్మాఙ్క్షతుణ్డీ-ఈ-సీ-కాకనాసాలతా॥
ధ్మాఙ్క్షదన్తీ-ఈ-సీ-కాకతుండీ॥
ధ్మాఙ్క్షనఖీ-ఈ-సీ-కాకతుండీ॥
ధ్మాఙ్క్షనామ్నీ-ఈ-సీ-కాకోదుంబరికా॥
ధ్మాఙ్క్షనాశినీ-ఈ-సీ-హపుషా॥
ధ్మాఙ్క్షనాసా-ఆ-సీ-కాకనాసాలతా॥
ధ్మాఙ్క్షనాసికా-ఆ-సీ-కాకనాసాలతా॥
ధ్మాఙ్క్షపుష్టః-అ-పు-కోకిలః॥
ధ్మాఙ్క్షమాచీ-ఈ-సీ-కాకమాచీ॥
ధ్మాఙ్క్షవల్లీ-ఈ-సీ-కాకనాసా॥
ధ్మాఙ్క్షాదనీ-ఈ-సీ-కాకతుండీ॥
ధ్మాఙ్క్షారాతిః-ఇ-పు-పేచకః॥
ధ్మాఙ్క్షీ-ఈ-సీ-కకోలికా॥
ధ్మాఙ్క్షోలీ-ఈ-సీ-కాకోలీ॥
ధ్మామా-న్-పు-పరిమాణమ్-౨ఆలోకః - ౩ధ్యానమ్॥
ధ్యాతమ్-అ-త్రి-చింతితమ్॥
ధ్యానమ్-అ-న - ఈశ్వరచింతనకృతమనోనిశ్చలతా॥
ధ్యానయోగః-అ-పు- ధ్యానరూపయోగః॥
ధ్యామ-న్-న-చింతాయామ్॥
ధ్యామమ్-అ-న-కత్తృణమ్॥ తె॥ కామంచిగడ్డి.
ధ్యామకమ్ అ-న-శబరమ్॥ తె॥ ధ్యామకమను గ్రంథ్యము.
ధ్యామా-న్-పు-పరిణామః॥
ధ్యేయః-అ-త్రి-ధ్యాతవ్యః॥
ధ్రాజిః-ఇ-సీ-వాతాలిః॥
ధ్రాడిః-ఇ-పు-పుష్పచయః॥
ధ్రువమ్-అ-న-ధ్రువనామయోగః-౨తర్కః-౩నిశ్చయః-౪ఆకాశమ్॥
ధ్రువః-అ-పు- అష్టవసువిశేషః - ౨ధ్రువనక్షత్రమ్-౩తాలప్రాణక్రియావిశేషః-౪స్థాణుః-౫వటవృక్షః-౬కీలః-౭మునివిశేషః-౮గిరిః-౯శంకుః-౧౦హరః-౧౧విష్ణుః-౧౨యోగభేదః - ౧౩శరారిపక్షీ- ౧౪ధ్రువకః॥ తె॥ ౪మోడు-౫మఱ్ఱిచెట్టు-౬గసికె.
ధ్రువః-అ-త్రి-శాశ్వతః-౨నాశరహితః-౩నిశ్చలః॥
ధ్రువకః-అ-త్రి-స్థిరః-౨గీతాంగవిశేషః॥
ధ్రువకా-ఆ-సీ-తాలప్రాణక్రియావిశేషః
ధ్రువా- ఆ - సి - విదారిగంధా - ౨స్రుగ్భేదహోమపాత్రమ్ - ౩అశ్వావర్తః- ౪మూర్వా-౫గీతిః-౬సాలపర్ణీ॥ తె॥ ౧ము

యా్యాకుపాన్న-౩అశ్వావర్తస్థానము.

ధ్రువాతరుః-ఉ-పు-వికంకతవృక్షః॥ తె॥ కానరేఁగుచెట్టు.

ధ్వంసః-అ-పు-నాశః॥

ధ్వంసనమ్-అ-న-మారణమ్-౨గమనమ్-౩అధఃపతనమ్॥

ధ్వంసీ-న్-పు-పర్వతసంభవపీలువృక్షః॥

ధ్వంసీ-న్-త్రి-ధ్వంసవిశిష్టే॥

ధ్వంసీ-ఈ-సి-త్రసరేణుపరిమాణమ్॥

ధ్వజః-అ పు-చిహ్నమ్)

ధ్వజః-అ-(సి)-కేతనమ్-౨ఖట్వాంగమ్-౩మేఢ్రః-౪గర్వః-౫దర్పః-౬చిహ్నమ్-౭పూర్వదిశోగృహమ్-౮పతాకాదండః॥ తె॥౧జెండ. టిచెట్టు.}

ధ్వజద్రుమః-అ-పు-తాలవృక్షః॥ తె॥ తా}

ధ్వజప్రహరణః-అ-పు-వాయుః॥

ధ్వజభఙ్గః-అ-పు-క్లీబత్వజనకరోగవిశేషః॥

ధ్వజవాన్-త్-త్రి-కేతనయుక్తః॥

ధ్వజాకారమణ్డలమ్-అ-త్రి-కేతుమండలమ్

ధ్వజినీ-ఈ-సి-పార్ష్ణిః-౨సేనా॥ తె॥౧మడమ-౨సమూహము.

ధ్వజీ-న్-పు-శైలః-౨రథః-౩విప్రః-౪భుజంగః-౫తురంగః-౬తిలఘాతుకః-౭మయూరః॥

ధ్వజోత్థానమ్-అ-న-శక్రోత్సవః॥

ధ్వనః-అ-పు-శబ్దః॥

ధ్వనమోదీ-న్-పు-భ్రమరః॥

ధ్వనిః-ఇ-పు-శబ్దః-౨మృదంగాదిశబ్దః-౩ఉత్తమకావ్యమ్॥

ధ్వనిగ్రహః-అ-పు-శ్రోత్రమ్-౨శబ్దజ్ఞానంచ

ధ్వనితః-అ-త్రి-స్వనితః-౨ధ్వనికావ్యయుక్తవాక్యాదిశ్చ॥ తె॥౧ధ్వనించేసెడుభేర్యాదికము.

ధ్వనినాలా-ఆ-సి-వీణా-౨వేణుః-౩కాహలః

ధ్వనిలాలా-ఆ-సి-వేణుః-౨కాహలా-౩వీణా

ధ్వనివికారః-అ-పు-శోకభయాదినాశబ్దవికృతిః॥

ధ్వస్తః-అ-త్రి-ప్రస్తః॥ తె॥జారినది.

ధ్వాఙ్క్షః-అ-పు-వాయసః-౨మత్స్యాదనఖగః-౩తర్కుకః-౪భిక్షుకః-౫గుహః॥ తె॥౧కాకి-౨కొంగ.

ధ్వాఙ్క్షనేత్రే-అ-న-దరిద్రవతీలతృణమ్ - నిత్యద్వివచనాంతోయమ్॥

ధ్వాఙ్క్షకా-ఆ-సి-పరివ్యాధః॥ తె॥ నీటిప్రబ్బచెట్టు.

ధ్వాఙ్క్షీ-ఈ-సి-కాకోలీ-౨వాయసస్త్రీ॥ తె॥౧కాకోలిచెట్టు-౨ఆఁడుకాకి.

ధ్వాఙ్క్షీరః-అ-పు-కాకనాసికా॥ తె॥ కాకిదొండచెట్టు.

ధ్వానః-అ-పు-ధ్వనిః॥

ధ్వాన్తమ్-అ-న-అంధకారః॥

ధ్వాన్తవిత్తః-అ-పు-ఖద్యోతః॥

ధ్వాన్తశత్రవః-అ-పు-శోనాకవృక్షః-౨సూర్యచంద్రాగ్నయశ్చ॥

ధ్వాన్తారాతిః-ఇ-పు-సూర్యః-౨చంద్రాగ్నిచ॥

ధ్వాన్తోన్మేషః-అ-పు-ఖద్యోతః॥

న

న-౦-౦-అభావః-౨నిషేధః-౩తద్విరుద్ధః-౪తదన్యః-౫ఈషదర్థః-౬మనోజ్ఞః-౭కాదిన్యమ్-౮కామ్యకర్మ॥ తె॥౧లేదు,కాదు-౨ఒద్దు.

నంశుకః-అ-త్రి-నాశకః॥

నంష్టా-ఋ-త్రి-నాశాశ్రయః॥

నః-అ-పు-హేరంబః-౨యుద్ధమ్-౩దానమ్-

౪శుభమ్-౫సుగతః-౬బంధః- ౭ద్వారండః-౮స్తుతః-౯రత్నమ్- ౧౦ద్వితీయాచతుర్థీషష్ఠీ బహువచనాంతస్యాస్మచ్ఛబ్దస్యసాంతరూపోయంచ॥ తె॥ ౧వినాయకుఁడు.

నః-అ-త్రి-పద్యమ్-౨సూక్ష్మః-౩అపరిక్లిష్టః-౪శూన్యః-౫అభిన్నః

నఃక్షుద్రః-అ-త్రి-క్షుద్రనాసికః॥

నకః-అ-పు-ఆయత్తః- ౨ఐశ్వర్యయుక్తః-౩గోవిందః-౪ఫాలః-౫ద్యోతః-౬భేకః॥

నకుటమ్-అ-న-నాసికా॥

నకులః-అ-త్రి-కులరహితే॥

నకులః-అ-పు-గృహబభ్రుః - ౨పాండవవిశేషః॥ తె॥౧ముంగిస-౨నకులుఁడు.

నకులా-ఆ-స్త్రీ-వీణాతంత్రీభేదజస్వరాశ్రయక్రియాభేదః॥

నకులాఢ్యా-ఆ-స్త్రీ-గంధనాకులీ॥

నకులీ-ఈ-స్త్రీ- కుక్కుటీ-౨మాంసీ-౩శంఖినీ-౪కుంకుమమ్ - ౫హకారః, ఇతిబీజాభిధానమ్-౬నకులస్యభార్యాచ॥

నకులీశః-అ-పు-భైరవవిశేషః- ౨హకారః॥

నకులేష్టా-ఆ-స్త్రీ- నాకులీ॥ తె॥సర్పాక్షీచెట్టు.

నక్కుటకమ్-అ-న-ఘ్రాణమ్॥ తె॥ముక్కు.

నక్తమ్-అ-న-రాత్రిః- ౨లక్షణయానక్తవ్రతమ్॥

నక్తమ్-౦-౦-రాత్రావిత్యర్థః॥

నక్తకః-అ-పు- కృతమూలకః-౨కర్పటః॥ తె॥ ౧నల్లగుడ్డఁగూఁబ-౨మాసినచిన్నగుడ్డ.

నక్తచారీ-న్-త్రి-రాత్రిచరమాత్రే॥

నక్తచారీ-న్-పు విడాలః-౨పేచకః॥

నక్తఞ్చరః-అ-పు- గుగ్గులువృక్షః-౨మూకః-౩రాక్షసః॥ తె॥ ౧గుగ్గిలపుచెట్టు-౨గుడ్లగూఁబ.

నక్తమాలః-అ-పు-కరంజకవృక్షః॥ తె॥ కానుఁగుచెట్టు.

నక్తముఖా-ఆ-స్త్రీ-రాత్రిః॥

నక్తవ్రతమ్-అ-న- దివాభోజనాభావవిశిష్టరాత్రిభోజనమ్॥

నక్తా-ఆ-స్త్రీ-కలికారీ॥

నక్రమ్-అ-న-అగ్రదారు-౨నాసికా॥

నక్రః-అ-పు-కుంభీరః॥ తె॥కాలుమొసలి.

నక్రరాజః-అ-పు-జలజంతువిశేషః॥

నక్రా-ఆ-స్త్రీ-వృశ్చికాలికా-౨నాసికా॥ తె॥ ౧తేలుమణిచెట్టు.

నక్షత్రమ్-అ-న- తారకా-౨సప్తవింశతిసంజ్ఞా॥

నక్షత్రకణ్టకీ-ఈ-స్త్రీ-అనాసికా॥ తె॥ అనాసచెట్టు.

నక్షత్రకాన్తివిస్తారః-అ-పు-ధవలయావనాలః॥

నక్షత్రచక్రమ్-అ-న- మంత్రగ్రహణోక్తషట్చక్రాంతర్గతచక్రవిశేషః॥

నక్షత్రనేమిః-ఇ-పు-చంద్రః-౨విష్ణుః-౩ధ్రువః॥

నక్షత్రనేమిః-ఇ-స్త్రీ-రేవతీనక్షత్రమ్॥

నక్షత్రపః-అ-పు-ఉడుపః - ౨చంద్రః - నక్షత్రంపాతీతివ్యుత్పత్త్యాసిద్ధః॥

నక్షత్రపురుషః-అ-పు-వ్రతవిశేషః॥

నక్షత్రమాలా-ఆ-స్త్రీ- సప్తవింశతిమౌక్తికహారః-౨నక్షత్రపంక్తిః॥ తె॥౧ఇరువదేడుముత్తెములుఁగ్రుచ్చినహారము-౨చుక్కలవరుస.

నక్షత్రశాఖినీ-ఈ-స్త్రీ- ఆర్ద్రానక్షత్రమ్॥ తె॥ ఆఱవనక్షత్రము.

నక్షత్రాకృతిః-ఇ-పు-తారతండులః॥ తె॥ తెల్లజొన్నలు.

నక్షత్రేశః-అ-పు-చంద్రః॥

నఖమ్-అ-న-నఖీ-౨చక్రకారకః॥ తె॥ ౧నఖ ముచిప్ప-౨వ్యాఘ్రనఖమను గ్రంథ్యము

నఖః-అ-పు-వింశతిసంజ్ఞా-౨షండః॥

నఖః-అ-(సీ)-హస్తపాదమలమ్॥ తె॥ గోళ్లు

నఖకుట్టః-అ-పు-నాపితః॥

నఖనిష్పావః-అ-పు-నిష్పావీభేదః॥

నఖపర్ణీ-ఈ-సీ-వృశ్చికాక్షుపః॥

నఖపుష్పీ-ఈ-సీ-పృక్కా॥

నఖముచమ్-అ-త్రి-నఖస్య మోచకే॥

నఖముచస్-అ-న-కార్ముకమ్॥ తె॥విల్లు.

నఖరః-అ-(సీ)-కరరుహః॥ తె॥గోరు.

నఖరఞ్జనీ-ఈ-సీ-నఖచ్ఛేదనాస్త్రవిశేషః॥

నఖరాయుధః-అ-పు-మార్జారః- ౨సింహః- ౩వ్యాఘ్రః-౪కుక్కుటః॥ తె॥౧పిల్లి.

నఖరాహ్వః-అ-పు-కరవీరవృక్షః॥

నఖరీ-ఈ-సీ-నఖీ-౨క్షుద్రనఖీ॥

నఖవృక్షః-అ-పు-నీలవృక్షః॥

నఖశంఖః-అ-పు-క్షుద్రశంఖః॥

నఖాఙ్కమ్-అ-న-వ్యాఘ్రనఖీ॥

నఖాఙ్గమ్-అ-న-నలీ॥

నఖాయుధః-అ-పు-వ్యాఘ్రసింహకుక్కుటాః॥

నఖాలిః-ఇ-పు-క్షుద్రశంఖః-౨నఖశ్రేణీ॥

నఖాలుః-ఉ-పు-నీలవృక్షః॥

నఖాశీ-న్-పు-పేచకః॥

నఖాశీ-న్-త్రి-నఖభక్షకమాత్రే॥

నఖీ-న్-పు-సింహః- ౨విదారణక్షమనఖయుక్తపశుమాత్రమ్॥

నఖీ-ఈ-సీ-నఖమ్-౨నఖనామగంధద్రవ్యమ్॥ తె॥౧నఖముచిప్ప.

నగః-అ-పు-పర్వతః-౨భుజగః-౩సానుః॥

నగజః-అ-పు-హస్తీ॥

నగజః-అ-త్రి-పర్వతజాతవస్తుమాత్రే॥

నగజా-ఆ-సీ-క్షుద్రపాషాణభేదా॥

నగణా-ఆ-సీ-లతావిశేషః॥

నగనన్దినీ-ఈ-సీ-దుర్గా॥

నగపతిః-ఇ-పు-హిమాలయపర్వతః - ౨చంద్రశ్చ॥

నగభిత్-ద్-పు-పాషాణభేదనః-౨ఇంద్రశ్చ

నగభూః-ఊ-పు-క్షుద్రపాషాణభేదా॥

నగభూః-ఊ-త్రి-పర్వతజాతె॥

నగరమ్-అ-న-పట్టణమ్॥ తె॥పత్తనము.

నగరఘాతః-అ-పు-హస్తీ॥

నగరీ-ఈ-(పు)-పట్టణమ్॥ తె॥పత్తనము.

నగరీబకః-అ-పు-కాకః॥

నగరోత్థా-ఆ-సీ-నగరముస్తా॥

నగరౌషధిః-ఇ-సీ-కదలీ॥

నగాటనః-అ-పు-వానరః॥

నగాధిపః-అ-పు-హిమాలయపర్వతః॥

నగాశ్రయః-అ-పు-హస్తికందః॥

నగాశ్రయః-అ-త్రి-నగవాసిని॥

నగౌకాః-స్-త్రి-నగవాసిని॥

నగౌకాః-స్-పు-విహగః- ౨శరభః - ౩సింహః-౪కాకః॥ తె॥౧పిట్ట.

నగ్నః-అ-పు - ద్వాదశనగ్నగణదేవతాన్యతమః-౨క్షపణకః-౩వందీ॥

నగ్నః-అ-త్రి-దిగంబరః॥

నగ్నకః-అ-పు-వందీ-౨క్షపణః॥

నగ్నచ్ఛదా-ఆ-సీ-నీలపుష్పా॥ తె॥ నల్లవిష్ణుక్రాంత.

నగ్నజిత్-త్-పు-రాజవిశేషః॥

నగ్నహు-ఉ-న-మద్యసారహేతునానాద్రవ్యసముదాయః॥

నగ్నహూః-ఊ-పు-మద్యసారహేతునానాద్రవ్యసముదాయః॥

నగ్నా-ఆ-స్త్రీ-వివస్త్రానారీ॥

నగ్నాటః-అ-పు-నగ్నాటమతప్రవర్తకః॥

నగ్నాటకః-అ-పు-దిగంబరయోగీ॥

నగ్నికా-ఆ-స్త్రీ-అవివాహితదశవర్షకన్యా-౨ బలాత్కారత్యక్తవస్త్రస్త్రీ-౩ సూర్యభార్యా॥

నఞ్-౦-౦-అల్పమ్-౨ అభావః-౩ విరోధః-౪ అన్యార్థః-౫ సామ్యమ్-౬ ఈషదర్థః-౭ నిషేధః॥

నటః-అ-పు-అభినయవేదీ-౨ శోనాకః-౩ శైలూషః-౪ నర్తకః॥ తె॥ ౧ అభినయవేత్త-౨ మందిలపుచెట్టు-౩ మేళముకట్టిజీవించువాఁడు-౪ నాట్యముఁజేసెడువాఁడు.

నటనమ్-అ-న-సర్వరసప్రధాననాట్యమ్॥

నటనారాయణః-అ-పు-రాగవిశేషః॥

నటభూషణమ్-అ-న-హరితాలమ్॥

నటమణ్డనమ్-అ-న-హరితాలకమ్॥ తె॥ హరిదళము.

నటమాక్షికమ్-అ-న-మాక్షికనామపర్వతధాతుః॥

నటవరః-అ-పు-నటశ్రేష్ఠః॥

నటసంజ్ఞకః-అ-పు-గోదంతాఖ్యహరితాలమ్-౨ నటశ్చ॥

నటాన్తికా-ఆ-స్త్రీ-లజ్జా

నటీ-ఈ-స్త్రీ-కాకనాసాలతా-౨ నలీతృణమ్-౩ నలీనామగంధద్రవ్యమ్-౪ నటపత్నీ-౫ వేశ్యా॥ తె॥ ౧ కాకిదొండ-౨ గువ్వగుత్తిగడ్డి.

నటీన్-న్-పు-వంశనర్తనీ॥ తె॥ దొమ్మరవాడు.

నటేశ్వరః-అ-పు-శివః॥

నడః-అ-పు-పీతనవృక్షః-౨ నలతృణమ్॥ తె॥ ౧ అంబాలపుచెట్టు-౨ కిక్కసగడ్డి.

నడకీయః-అ-త్రి-నలసమూహదేశః॥

నడమీనః-అ-పు-నడతృణచరమత్స్యః॥

నడసంహతిః-ఇ-స్త్రీ-నడసమూహః॥

నడహః-అ-త్రి-కాంతః-౨ లలితః॥

నడ్యా-ఆ-స్త్రీ-నడతృణసమూహః॥ తె॥ కిక్కసగడ్డిసమూహము.

నడ్వలః-అ-త్రి-నడప్రాయదేశః॥ తె॥ కనపగడ్డిగలదేశము.

నడ్వాన్-త్-త్రి-నడప్రాయదేశః॥ తె॥ కనపకసువుఁగలదేశము.

నడ్వాభూః-ఊ-స్త్రీ-కుట్టిమః॥

నతమ్-అ-న-తగరమ్॥ తె॥ గ్రంథితగరము.

నతః-అ-త్రి-కుటిలః-౨ నమ్రః॥

నతః-అ-పు-నమ్రః॥ తె॥ వంగినది॥

నతద్రుమః-అ-పు-లతాశాలః॥

నతనాసికః-అ-త్రి-అల్పనాసికాయుక్తః॥

నతా-ఆ-స్త్రీ-నాశికాభేదః-౨ సరళద్రవః॥ తె॥ ౧ చివరవంగియుండెడుముక్కు-౨ దేవదారుచెక్కతోఁ జేసినధూపద్రవ్యము.

నతాఙ్గీ-ఈ-స్త్రీ-నారీ॥

నతిః-ఇ-స్త్రీ-నమస్కారః॥

నదః-అ-పు-నినదః-౨ సముద్రః-౩ పురుషనదః

నదనుః-ఉ-పు-మేఘః-౨ సింహః॥

నదన్యుః-ఉ-పు-మేఘః॥

నదీ-ఈ-స్త్రీ-తరంగిణీ-౨ కరతోయానదీ-౩ యోజనాతిదూరప్రవహత్పర్వతఝరః॥ తె॥ ౧ ఏఱు-౩ యోజనముకంటెదూరముగాఁ బ్రవహించెడి కొండయొక్క కాలువ.

నదీకదమ్బమ్-అ-న-నదీసమూహః॥

నదీకదమ్బః-అ-పు-మహాశ్రావణికా॥

నదీకాన్తః-అ-పు-సముద్రః-౨ నిచులవృక్షః-౩ సింధువారవృక్షః-౪ శంకరః-౫ అర్కః తె॥ ౨ ప్రబ్బచెట్టు-౩ వావిలిచెట్టు.

నదీకాన్తా-ఆ-సీ-జంబువృక్షః-౨కాకజంఘౌషధిః-౩లతా॥

నదీకూలప్రియః-అ-పు-జలవేతసః॥

నదీజమ్-అ-న-స్రోతోంజనమ్॥

నదీజః-అ-పు-అర్జునవృక్షః-౨యావనాలశరః ౩హిజ్జలవృక్షః॥

నదీజః-అ-త్రి-నదీజాతే॥

నదీజా-ఆ-సీ-అగ్నిమంథవృక్షః॥

నదీజారః-అ-పు-శివః॥

నదీతరస్థానమ్-అ-న-ఘట్టః-౨నదీభిన్నస్థానంచ॥

నదీనః-అ-పు-సముద్రః-౨వరుణః॥

నదీనిష్పావః-అ-పు-ధాన్యభేదః॥

నదీమాతృకః-అ-త్రి-నద్యంబుసంపన్నవ్రీహిపాలితదేశః॥ తె॥ ఏటినీటివల్లపండెడు సస్యమువల్లపరిపాలించఁబడేదేశము.

నదీవఙ్కః-అ-పు-వంకురః॥

నదీవటః-అ-పు-వటకవృక్షః॥ తె॥ నల్లమఱ్ఱిచెట్టు

నదీవరమ్-అ-న-అష్టలోహవిశేషః-౨వంగమ్ తె॥ ౨తగరము.

నదీష్ణః-అ-త్రి-నద్యవగాహనదక్షః-నదీస్నానకుశలః-౨నదీజ్ఞః॥

నదీసర్జః-అ-పు-వీరతరుః॥ తె॥ మద్దిచెట్టు.

నదేయః-అ-పు-ప్లవభేదః॥ తె॥ తెప్పలోభేదము.

నదేయీ-ఈ-సీ-నాదేయీ-భూమిజంబుః॥

నద్ధః-అ-త్రి-బద్ధః॥ తె॥ కట్టఁబడ్డది.

నద్యామ్రః-అ-పు-సమష్ఠిలావృక్షః॥

నధ్రీ-ఈ-సీ-వరత్రా॥ తె॥ తోలువారు.

ననన్దా-ఋ-సీ-భర్తృభగినీ॥ తె॥ ఆఁడుబిడ్డ.

ననన్దినీ-ఈ-సీ-భర్తృభగినీ॥ తె॥ ఆఁడుబిడ్డ.

ననాన్దా-ఋ-సీ-భర్తృభగినీ॥ తె॥ ఆఁడుబిడ్డ

నను-౦-౦-సంబోధనమ్-౨ప్రశ్నః-౩అవధారణమ్-౪అనుజ్ఞా-౫అనునయః-౬ప్రకారః-౭ప్రత్యుక్తిః-౮ఇచ్ఛా-౯పరమతక్షేపః-౧౦ఐతిహ్యమ్-౧౧ఐషణా॥ తె॥ ౧ఓయి-౨అడుగుట-౩నిశ్చయము-౪సమ్మతి,ఆజ్ఞ-౫ఊరడించుట-౬విధము-౭బదులుమాట-౮ఇచ్ఛ-౯పరమతతిరస్కరణము-౧౦అనాదిప్రవాదము.

ననుచ-౦-౦-విరోధోక్తిః-౨ప్రశ్నః॥ తె॥ ౧ఉన్నదానినివిరోధముగాచెప్పడము-౨అడుగుట.

నన్దః-అ-పు-గోపాలవిశేషః-౨మోదః-౩నవసంజ్ఞా-౪నరపతిభేదః-౫వేణువిశేషః॥

నన్దకః-అ-త్రి-హర్షకే-౨కులపాలకేచ-౩కృష్ణపితా-౪ఆనందః-౫ఆనందకారకశ్చ॥

నన్దకః-అ-పు-విష్ణుఖడ్గః-౨హర్షకః-౩కులపాలకః॥

నన్దకిః-ఇ-సీ-పిప్పలీ॥

నన్దకీ-న్-పు-విష్ణుః॥

నన్దకీ-ఈ-సీ-విష్ణుశిఖామణిః॥

నన్దగోపితా-ఆ-సీ-రాస్నా-౨నందగోపజన్మభూమ్యాదిశ్చ॥

నన్దథుః-ఉ-పు-ఆనందః॥

నన్దనమ్-అ-న-ఇంద్రోద్యానమ్-౨పురసమీపకృత్రిమవనమ్॥

నన్దనః-అ-ద్వ-సుతః-౨భేకః-౩ఆనందకారకః-౪విష్ణుః॥

నన్దనః-అ-పు-సంవత్సరవిశేషః-౨కలిశకాంతరభేదః-౩తాలప్రాణకలావిశేషః-౪పుత్రః॥

నన్దనః-అ-త్రి-హర్షకః॥

నన్దనఖేటమ్-అ-న-ఖేటకవిశేషః॥

నన్దనజమ్-అ-న-హరిచందనమ్॥

నన్దనజమ్-అ-త్రి-హర్షజాతే॥
నన్దనన్దనః-అ-పు-శ్రీకృష్ణః॥
నన్దనన్దినీ-ఈ-సీ-దుర్గా॥ శేషః॥
నన్దనమాలా-ఆ-సీ-కృష్ణప్రీతికృన్మాలావి
నన్దనస్తుతిః-ఇ-పు-నందివృక్షః॥
నన్దనా-ఆ-సీ-దుహితా॥
నన్దనీ-ఈ-సీ-పుత్రికా-౧గృహగోధికా॥ తె॥ ౧కుమార్తె-౨బల్లి.
నన్దన్తః-అ-పు-పుత్రః-౨రాజా-౩మిత్రమ్॥
నన్దపాలః-అ-పు-వరుణః॥
నన్దపుత్రీ-ఈ-సీ-పార్వతీ॥
నన్దయన్తః అ-త్రి-ఆనందజనకః॥
నన్దసుతః-అ-పు-విష్ణుః॥
నన్దా-ఆ-సీ-స్వర్గేనువిశేషః-౨ప్రతిపత్తిథిః-౩షష్ఠీ-౪ఏకాదశీ-౫మణికః-౬సంపత్॥ తె॥ ౨పాడ్యమి-౫బానకుండ.
నన్దాత్మజః-అ-పు-శ్రీకృష్ణః॥
నన్దాత్మజా-ఆ-సీ-దుర్గా॥
నన్దిః-ఇ-(సీ)-ద్యూతాంగమ్-౨ఆనందః॥
నన్దిః ఇ-పు-ఆనందనమ్-౨శివద్వారపాలకః॥
నన్దికః-అ-పు-నందీవృక్షః-౨ఆనందశ్చ॥
నన్దికా-ఆ-సీ-ఇంద్రక్రీడాస్థానమ్-౨అలింజరః-౩షష్ఠీతిథిః-౪ప్రతిపదేకాదశ్యౌచ॥
నన్దికేశ్వరః-అ-పు-శివవాహనః-౨కలాశాస్త్రకర్తా-౩ఈశానపుత్రః॥
నన్దిఘోషః-అ-పు-అర్జునస్యరథః-౨వందిజనఘోషః-౩మంగలఘోషణాచ॥
నన్దితరుః-ఉ-పు-ధవవృక్షః॥
నన్దినీ-ఈ-సీ-సౌరభేయీ-౨కోసలానగరమ్-౩రేణుకా-౪భర్తృభగినీ-౫గౌః-౬గంగా-౭ఉమా-౮వశిష్ఠధేనుః॥ తె॥ ౩రేణుకమను గ్రంథ్యము-౪ఆడుబిడ్డ-౫ఆవు.
నన్దినీతనయః-అ-పు-వ్యాడిమునిః-సచాభిధానకారకః॥
నన్దినీసుతః-అ-పు-వ్యాడిమునిః॥
నన్దిభః-అ-పు-ఈశానపుత్రః॥
నన్దిముఖీన్-పు-గోధూమః॥ తె॥ గోధుమలు.
నన్దివర్ధనః-అ పు-ఉమాపూర్ణిమె-౨స్వర్గః-౩శివః-౪పక్షాన్తః-౫పుత్రః-౬మిత్రమ్ ౭ఆనందవర్ధకశ్చ॥
నన్దివృక్షః-అ-పు-తున్నకః॥ తె॥ నందియనువృక్షము.
నన్దీ-న్-పు-నందికేశ్వరః-౨బలీవర్దః-౩గర్దభాండవృక్షః-౪వటవృక్షః॥ తె॥ ౨ఎద్దు-౩కలుజువ్విచెట్టు-౪మఱ్ఱిచెట్టు.
నన్దీ-ఈ-సీ-మల్లికా-౨దుర్గా॥ తె॥ ౧దివ్వెసుడి
నన్దీముఖీ-ఈ-సీ-తంద్రా॥
నన్దీవృక్షః-అ-పు-కొంకణదేశప్రసిద్ధసుగంధివృక్షవిశేషః-౨అశ్వత్థాకారఃక్షీరవాన్ స్వనామప్రసిద్ధోవృక్షః-౩మేషశృంగీవృక్షః-౪స్థాలీవృక్షః॥
నన్దీశః-అ-పు-నందీ-౨భరతోక్తతాలప్రభేదః॥
నన్దీశ్వరః-అ-పు-శివః-౨నందీశతాలః-౩శివద్వారపాలః॥
నన్దీసరః-స్-న-ఇంద్రసరోవరః॥
నన్ద్యావర్తః-అ-పు-తారావటః-౨చతుర్శాగాలింద పశ్చిమద్వారరహితత్రిభాగద్వారగృహమ్॥ తె॥ ౧నందివర్ధనపుచెట్టు.
నపుంసకమ్-అ-న-క్లీబమ్॥
నపుంసకః-అ-పు-క్లీబః॥
నప్తా-ౠ-పు-పుత్రసుతః-౨పుత్రికాసుతః॥ తె॥ ౧కొడుకుకొడుకు-౨కూఁతురుకొడుకు.
నప్త్రీ-ఈ-సీ-పుత్రసుతా-౨పుత్రీసుతా॥

తె॥౨కుమారునికొమార్తె-౨కూఁతురు కొమార్తె.

నభమ్-అ-న-ఆకాశః-౨మేఘః॥

నభః-అ-పు-శ్రావణమాసః॥

నభః-స్-న-ఆకాశః-౨మేఘః॥

నభఃక్రాన్తీ-న్-పు-సింహః॥

నభఃప్రాణః-అ-పు-పవనః॥

నభఃసత్-ద్-పు-దేవః॥

నభఃసరిత్-ద్-సీ-స్వర్గంగా॥

నభఃస్థితః-అ-త్రి-నరకవిశేషః॥

నభఃస్థితః-అ-పు-ఆకాశస్థితె॥

నభశ్చక్షుః-ఉ-పు-సూర్యః॥

నభశ్చమసః-అ-పు-చంద్రః-౨చిత్రరూపః-౩ఇంద్రజాలమ్॥

నభశ్చరః-అ-పు-సురః-౨అంభోదః-౩పక్షీ-౪విద్యాధరః-౫గ్రహః॥ తె॥ ౧దేవత-౨మేఘము-౩పిట్ట-౪విద్యాధరులను దేవతలు.

నభసమ్ అ-న-ఆకాశమ్॥

నభసఙ్గమః-అ-పు-విహంగః॥

నభస్యః-అ-పు-భాద్రపదమాసః॥

నభస్వాన్-త్-పు-వాయుః॥

నభా-ఆ-సీ-పతద్గ్రహః-౨సూర్యపట్టణమ్॥ తె॥౧తమ్మెతసుకు-౨సూర్యునిప్రోలు.

నభాః-స్-పు-శ్రావణమాసః-౨మృణాలసూత్రమ్-౩ఘ్రాణమ్-౪వర్షాకాలః-౫పతద్గ్రహః॥ తె॥౫తమ్మెతసుకు.

నభాకమ్-అ-న-తమః॥

నభిః-ఇ-పు-అక్షః॥ తె॥ బండిఁదగిలించెడి యిరుసు.

నభోగజః-అ-పు-మేఘః॥

నభోగతిః-ఇ-సీ-ఆకాశగమనమ్॥

నభోఙ్గణః-అ-పు-తారావటః॥ తె॥నందివర్ధనపుచెట్టు.

నభోదుహః-అ-పు-మేఘః॥

నభోద్వీపః-అ-పు-మేఘః॥

నభోధూమః-అ-పు-మేఘః॥

నభోనదీ-ఈ-సీ-స్వర్గంగా॥

నభోమణిః-ఇ-పు-సూర్యః॥

నభోమ్బుపః-అ-పు-చాతకపక్షీ॥

నభోరజః-స్-పు-అంధకారః॥

నభోరేణుః-ఉ-పు-కుజ్ఝటికా॥

నభోలయః-అ-పు-ధూమః॥

నభ్యమ్-అ-త్రి-నభసంబంధీ-నభస్యేదమిత్యర్థేనభ్యమ్॥

నభ్రాట్-జ్-పు-మేఘః॥ తె॥మేఘము.

నమః-౦-౦-నమస్కారః-౨త్యాగః-౩రుతః

నమతః-అ-పు-ప్రభుః-౨ధూమః-౩నటః॥

నమసః-అ-పు-అనుకూలః॥

నమసితః-అ-త్రి-అర్చితః॥ తె॥ పూజింపఁబడ్డవాఁడు.

నమస్కారః-అ-పు-ప్రణామః-౨విషభేదః॥

నమస్కారీ-ఈ-సీ-రక్తపాదీ॥ తె॥అంతరదామర.

నమస్యః-అ-త్రి-నమస్కారయోగ్యః॥

నమస్యా-ఆ-సీ-దేవతాదికృతపూజా॥

నమస్యితః-అ-త్రి-అర్చితః॥ తె॥పూజించఁబడ్డవాఁడు.

నమితః-అ-త్రి-జాతనమస్కారః-౨నామితః

నముచిః-ఇ-పు-రాక్షసవిశేషః-౨స్మరః॥

నముచిద్విట్-ష్-పు-ఇంద్రః॥

నముచిసూదనః-అ-పు-ఇంద్రః॥

నముచీ-న్-పు-రాక్షసవిశేషః॥

నమేరుః-ఉ-పు-పున్నాగవృక్షః-౨రుద్రాక్షః తె॥౧పొన్నచెట్టు.

నమోగురుః-ఉ-పు-నమస్కారైర్గురుః-బ్రాహ్మణః॥

నమ్రః-అ-పు-వేతసః॥ తె॥ ప్రబ్బచెట్టు.
నమ్రః-అ-త్రి-బంధూరః॥ తె॥ వంగినది-
నమ్రకః-అ-పు-వేతసః॥
నమ్రకః-అ-త్రి-నతే॥
నయః-అ-త్రి-న్యాయే-౨నేతరిచ॥
నయః-అ-పు-నాయః-౨నీతిః-౩ద్యూతవిశేషః॥ తె॥ ౧పొందించడము.
నయనమ్-అ-న-నేత్రమ్-౨ప్రాపణమ్-ణీఞ్ ప్రాపణే-ఇత్యస్మాద్భావే అనట్ప్రత్యయః॥
నయనీ-ఈ-సీ-కనీనీ॥
నయనోత్సవః-అ-పు-ప్రదీపః-౨చక్షురుత్సవశ్చ॥
నయనోపాన్తః-అ-పు-అపాంగః॥
నయనౌషధమ్-అ-న-పుష్పకాసీసమ్॥
నయపీఠీ-ఈ-సీ-అష్టకాంగమ్॥
నయవిశారదః-అ-పు-నీతిశాస్త్రజ్ఞః॥
నయాతీ-౦-౦-నశక్యతఇత్యర్థః॥ తె॥ శక్యముకాదు.
నరమ్-అ-న-రామకర్పూరతృణమ్॥
నరః-అ-పు-చతుర్ముఖః-౨అర్జునః-౩అజ్ఞః-౪విష్ణుః-౫మునివిశేషః-౬శివః-౭వృక్షవిశేషః-౮ఇంద్రః-౯మనుష్యజాతిః-౧౦శంకుః॥
నరకః-అ-పు-నిరయః-౨నరకాసురః-౩దేవరాత్రిప్రభేదః॥
నరకజిత్-త్-పు-విష్ణుః॥
నరకదేవతా-ఆ-సీ-నిరయదేవీ॥
నరకస్థః-అ-త్రి-నిరయస్థితే॥
నరకస్థా-ఆ-సీ-వైతరణీనదీ॥
నరకాన్తకః-అ-పు-విష్ణుః॥
నరకామయః-అ-పు-ప్రేతః-౨నిరయరోగశ్చ॥

నరకీలకః-అ-పు-గురుఘ్నః॥
నరగణః-అ-పు-నవనక్షత్రవిశేషః-౨తజ్జాతజనః॥
నరజ్జమ్-అ-న-మేహనే॥
నరజ్జః-అ-పు-వరండకః॥
నరదేవః-అ-పు-భూపాలకః॥ తె॥ భూమినేలువాఁడు.
నరనారాయణౌ-అ-పు-ఋషివిశేషౌ-తౌ-శ్రీకృష్ణార్జునౌ॥
నరనాసాజుష్కరోద్భవమ్-అ-న-శిలాజతు॥
నరపతిః-ఇ-పు-రాజా॥
నరప్రియః-అ-పు-నీలవృక్షః॥
నరప్రియః-అ-త్రి-నరస్యప్రియవస్తుని॥
నరభూః-ఊ-సీ-భారతవర్షః-౨నరోత్పత్తిశ్చ
నరభూమిః-ఇ-సీ-భారతవర్షః॥
నరమానికా-ఆ-సీ-నరమానినీ॥
నరమానినీ-ఈ-సీ-శ్మశ్రుయుక్తనారీ॥
నరమాలా-ఆ-సీ-మనుష్యముండమాలా॥
నరమాలినీ-ఈ-సీ-శ్మశ్రుయుక్తనారీ-౨నరమాలాయుక్తాచ॥
నరమేధః-అ-పు-నరవధాత్మకయజ్ఞవిశేషః-సచ-కలౌవర్జనీయః॥
నరవాహనః-అ-పు-కుబేరః-౨నైరృతిః-౩అశ్వినీసుతౌ॥
నరవాహనః-అ-త్రి-పురుషయానవిశిష్టే॥
నరవిష్వణః-అ-పు-రాక్షసః॥
నరసింహః-అ-పు-నైరృతివాహనమ్-౨దశావతారభేదః॥
నరహరిః-ఇ-పు-నృసింహావతారః॥
నరాధారా-ఆ-సీ-భూమిః॥
నరాధిపః-అ-పు-నరాధిపతిః-రాజా॥
నరాన్తకః-అ-పు-రాక్షసవిశేషః॥
నరాయణః-అ-పు-విష్ణుః॥

నరీ-ఈ-సీ-నారీ॥

నరేన్ద్రః-అ-పు-రాజా-౨విషవైద్యః-౩వార్తికః॥

నర్కుటకమ్-అ-న-నాసికా॥

నర్తకః-అ-పు-మార్గనృత్తజ్ఞః-౨నడతృణమ్-౩పోటగలః-౪వారణః॥ తె॥ ౨కిక్కసగెడ్డి-౩కోలపాల-౪ఏనుఁగు.

నర్తకీ-ఈ-సీ-నటీ-౨కరేణుః-౩నలికానామసుగంధిద్రవ్యమ్॥ తె॥ ౧నాట్యమాడెడు స్త్రీ-౨ఆఁడుయేనుఁగు.

నర్తనమ్-అ-న-నాటకేతరభావాభినయకృన్నాట్యమ్॥

నర్తనప్రియః-అ-పు-మయూరః॥ తె॥ నెమలి

నర్దటకమ్-అ-న-ఛందోవిశేషః॥

నర్మ-న్-న-స్త్రీపురుషవినోదరత్యాశయబోధనమ్॥

నర్మకీలః-అ-పు-పతిః॥

నర్మగర్భః-అ-పు-స్త్రీపురుషవినోదనర్మవిశేషః॥

నర్మటః-అ-పు-ఖర్పరః-౨సూర్యః॥

నర్మఠః-అ-త్రి-విటః-౨చాతకః ౩చూచుకమ్ ౪షిడ్గః॥

నర్మదః-అ-పు-కేలిసచివః॥

నర్మదా-ఆ-సీ-నర్మదానదీ॥

నర్మస్ఫోటః-అ-పు-స్త్రీపురుషవినోదనర్మవిశేషః॥

నర్మస్ఫూర్జః-అ-పు-స్త్రీపురుషవినోదనర్మభేదః॥

నర్మీ-న్-పు-పితృవాక్యకారకః॥

నలమ్-అ-న-పద్మమ్-౨రంధ్రమ్-౩పద్మకువలయాదిపుష్పపత్రకాండమ్-౪జంఘాస్థి॥ తె॥ ౧కమలము-౨బిలము-౩కాఁడ-౪పిక్కెముక.

నలః-అ-పు-సంవత్సరవిశేషః-౨నడతృణమ్-౩నలచక్రవర్తీ-౪కపివిశేషః-౫పితృదేవః॥ తె॥ ౨కిక్కసగెడ్డి.

నలకమ్-అ-న-పంచవిధాస్థిభేదః-౨జంఘాస్థి॥ తె॥ ౨పిక్కెముక.

నలకినీ-ఈ-సీ-జంఘా॥

నలకీలః-అ-పు-జాను॥

నలకూబరః-అ-పు-కుబేరసుతః॥

నలదమ్-అ-న-లామజ్జకమ్-౨మకరందః-౩మాంసికా॥ తె॥ ౧తెల్లవట్టివేఱు

నలదః-అ-త్రి-నలదాతా॥

నలదమ్బుః-ఊ-పు-నింబవృక్షః॥

నలదా-ఆ-సీ-జటామాంసీ॥

నలపట్టికా-ఆ-సీ-తలాచీ॥

నలమీనః-అ-పు-నడతృణచరమత్స్యః॥

నలా-ఆ-సీ-ఉపోదకీ॥ తె॥ బచ్చలి.

నలికమ్-అ-న-రేణుకనామగంధద్రవ్యమ్॥

నలికా-ఆ-సీ-ఆయుధవిశేషః-౨జంఘాస్థి-౩నాడీ-౪సుగంధిద్రవ్యభేదః॥ తె॥ ౨పిక్కెముక.

నలితః-అ-పు-శాకవిశేషః॥

నలినమ్-అ-న-పద్మమ్-౨జలమ్-౩నీలికా॥

నలినః-అ-పు-సారసపక్షీ-౨కృష్ణపాకఫలః॥

నలినీ-ఈ-సీ-పద్మసరః-౨పద్మసమూహః-౩పద్మలతా-౪పద్మమాత్రమ్-౫వ్యోమనిమ్నగా-౬నలికా-౭నారికేలసురా॥

నలినీరుహమ్-అ-న-మృణాలమ్॥

నలినీరుహః-అ-పు-బ్రహ్మాణి॥

నలినేశయః-అ-పు-విష్ణుః॥

నలీ-ఈ-సీ-అంజనకేశీతృణమ్-౨మనశ్శిలా॥ తె॥ ౧గువ్వగుత్తిగడ్డి-౨మణిశిల.

నలీ-న్-పు-నారికేలవృక్షః॥ తె॥ కొబ్బరిచెట్టు.

నలోత్తమః-అ-పు-దేవనలః॥

నల్వః-అ-పు- చతుశ్శతహస్తప్రమాణమూరమ్॥ తె॥నూఱుబారలదూరము.

నల్వవర్త్మగః-అ-త్రి-నల్వపరిమితపథగామిని

నల్వవర్త్మగా-ఆ-సీ-కాకాంగీ॥

నవ-న్-త్రి-నవసంఖ్యావంతః- త్రిలింగేషుసమరూపః-బహువచనాంతోయమ్॥ తె॥ తొమ్మిదిసంఖ్యకలవి.

నవమ్-అ-న-స్తవః॥

నవః-అ-పు- స్తవః-౨రక్తపునర్నవా॥ తె॥ ౧ పొగడుట-౨ఎఱ్ఱగలిజేరు.

నవః-అ-త్రి-నూతనః॥

నవకమ్-అ-న-నవసంఖ్యా॥ తె॥తొమ్మిది.

నవకారికా-ఆ-సీ-నవోఢా-౨నూతనసంక్షిప్తోవివరణశ్లోకః-౩నవీనకర్త్రీచ॥

నవకాలికా-ఆ-సీ-నవీనః॥

నవకృత్వః-౦-౦-నవావృత్తిః॥ తె॥ తొమ్మిదిమార్లు.

నవగ్రహాః-అ-పు-సూర్యాదయోనవ॥

నవచ్ఛాత్రః-అ-పు- ప్రథమమధ్యయనేప్రవృత్తః-నవీనవిద్యార్థీ॥

నవతః-అ-పు-కుథః-కరికంబలః॥

నవతిః-ఇ-సీ- నవతిసంఖ్యా - ౨నవతిసంఖ్యేయః॥అస్యపదస్యసంఖ్యామాత్రేక్వచిద్ద్వివచనబహువచనాంతతాచ॥ తె॥ ౧ తొమ్మన్నూఱు- ౨తొమ్మన్నూఱువస్తువులు.

నవతికః-అ-త్రి-నవతిక్రీతవస్త్రమ్॥

నవతికా-ఆ-సీ-తూలికా॥

నవతికృత్వః-౦-౦-నవత్యావృత్తిః॥ తె॥ తొంబదిమార్లు.

నవతితమః- అ- త్రి- నవతిసంఖ్యాపూరణః॥ తె॥తొంబదోది.

నవతిధా-౦-౦-నవతిప్రకారేణ॥ తె॥తొంబదివిధములుగాను.

నవతిశః-౦-౦-నవతివీప్సా॥ తె॥ తొంబదేసి తొంబదేసి.

నవతీ-ఈ-సీ-నవతిః॥

నవదణ్డమ్-అ-న-రాజ్ఞాంఛత్రవిశేషః॥

నవదలమ్-అ-న-పద్మస్యకేసరసమీపస్థదలమ్ ౨పద్మాదీనాంజటికాకారనవపత్రమ్ - ౩సామాన్యనూతనపత్రమ్ - ౪దలమాత్రంచ॥

నవదీధితిః-ఇ-పు-మంగళగ్రహః॥

నవదుర్గా-ఆ-సీ-నవపత్రికా-యథా॥పత్రికేనవదుర్గేత్వంమహాదేవమనోరమే।పూజాంసమస్తాంసంగృహ్యరక్షమాంత్రిదశేశ్వరి॥ కుమారికా-౧త్రిమూర్తిః-౨కల్యాణీ-౩రోహిణీ- ౪కాలీ-౫చండికా-౬శాంభవీ- ౭దుర్గా- ౮భద్రా-౯ఇతినవనామికాకన్యా॥

నవదోలా-ఆ-సీ-నూతనప్రేంఖా॥

నవధా-౦-౦-నవప్రకారేణ॥ తె॥ తొమ్మిదివిధములుఁగాను.

నవనాడీచక్రమ్- అ - న- రాజ్ఞానవనక్షత్రయుక్త-వక్రరేఖాత్రయాత్మకచక్రమ్॥

నవనీ-ఈ-సీ-నవనీతమ్॥

నవనీతమ్-అ-న-నవోద్ధృతమ్॥ తె॥ వెన్న.

నవనీతకమ్-అ-న-ఘృతమ్॥

నవనీతధేనుః- ఉ- సీ- దానార్థకృతనవనీతమయధేనువిశేషః॥

నవపాఠకః-అ-పు-నూతనాధ్యాపకః॥

నవఫలికా-ఆ-సీ- నవ్యమ్-౨నవజాతరజోంగనా॥

నవమః-అ-త్రి-నవసంఖ్యాపూరణః॥

నవమల్లికా-ఆ-సీ-నవమాలికా॥ తె॥విరజాజి.

నవమాలికా-ఆ-స్త్రీ-సప్తలాలతా॥ తె॥విరజాజి.

నవమీ-ఈ-స్త్రీ-తిథివిశేషః-సా - చంద్రస్యనవమకలా క్రియారూపా - శుక్లపక్షే కృష్ణపక్షేఽపి-పంజికాకారసంకేతేన-ఏతదంకబోధితా॥

నవయౌవనా-ఆ-స్త్రీ-యువతీ॥

నవరఙ్గమ్-అ-న - కాయస్థముఖ్యకులీనానాం పంచదానచతుర్గ్రహణాత్మకకులవిశేషః

నవరత్నమ్-అ-న-నవప్రకారమణయః॥

నవరాత్రమ్-అ-న-ఆశ్వినశుక్లప్రతిపదాదినవమీపర్యంతనవదినకర్తవ్యదుర్గావ్రతవిశేషః॥

నవరాత్రికమ్-అ-న-నవరాత్రమ్॥

నవర్తతే-౦-౦-అమంగలమ్॥ తె॥ అశుభము.

నవవధూః-ఊ-స్త్రీ-నవోఢా-నవీనాభార్యా॥

నవవరికా-ఆ-స్త్రీ-నవోఢా॥

నవవల్లభమ్-అ-న దాహాగురు॥

నవవల్లభమ్-అ-త్రి-నవీనప్రియమ్॥

నవవస్త్రమ్-అ-న-నవీనవసనమ్॥

నవశః-౦-౦-నవీప్సా॥ తె॥ తొమ్మిదేసితొమ్మిదేసి.

నవశాయకః- అ- పు- నవధాగోపాదిజాతివిశేషః॥

నవసూతికా-ఆ-స్త్రీ-ధేనుః-౨నూతనప్రసవాయాంచ॥

నవాంశః-అ-పు-మేషాదిద్వాదశలగ్నానాం నవభాగః॥

నవాఙ్గమ్-అ-న-పాచనవిశేషః॥

నవాఙ్గా-ఆ-స్త్రీ-కర్కటశృంగీ॥

నవాతః-అ-పు-అతిశ్వేతశర్కరా॥ తె॥ నవాతుపంచదార.

నవాన్నమ్-అ-న-నూతనాన్నమ్ - ౨తన్నిమిత్తశ్రాద్ధమ్॥

నవాంబరమ్-అ-న-నూతనవస్త్రమ్॥

నవార్చిః-స్-పు-మంగళగ్రహః-౨నవశిఖాచ

నవాహః-అ-పు-నూతనదినమ్ - ౨ప్రతిపత్తిథిః॥ తె॥౧క్రొత్తదినము-౨పాడ్యమి.

నవికా-ఆ-స్త్రీ-నవశబ్దయుక్తా- నవంకాయత ఇతివ్యుత్పత్తిసిద్ధా॥

నవీనః-అ-త్రి-నూతనః॥

నవై-౦-౦-వితర్కః॥ తె॥ఏమిచెప్పుమా॥

నవోఢా-ఆ-స్త్రీ-నూతనవివాహితా-౨ముగ్ధానాయికాభేదః॥

నవోద్ధృతమ్-అ-న-నవనీతమ్॥

నవోద్ధృతమ్-అ-త్రి-నూతనోద్ధృతే॥

నవ్యః-అ-పు-రక్తపునర్నవా-౨స్తుతిః॥

నవ్యః-అ-త్రి-నూతనః॥ తె॥క్రొత్తది.

నశాకః-అ-పు-కాకభేదః॥

నశితా-ఋ-త్రి-నాశాశ్రయః॥

నశ్యత్ప్రసూతికా-ఆ-స్త్రీ-మృతవత్సా॥

నశ్వరః-అ-త్రి-నాశప్రతియోగీ॥

నష్టః-అ-త్రి-తిరోహితః-౨నాశితః॥ తె॥ ౧ఓడిపోయిదాగినవాఁడు.

నష్టచన్ద్రః-అ-పు-సౌరభాద్రస్యోభయపక్షే చతుర్థ్యాముదితశ్చంద్రః॥

నష్టచేష్టతా-ఆ-స్త్రీ-ప్రలయః॥

నష్టాగ్నిః-ఇ-పు-యస్యాగ్నిహోత్రిణః ప్రమాదాదినాకారణాంతరేణవా అగ్నిర్నష్టో నిర్వాణః స్యాత్సః॥

నష్టాప్తిసూత్రమ్-అ-న-కించిత్ప్రాప్తచోరనీతద్రవ్యమ్॥

నష్టేందుకలా-ఆ-స్త్రీ-కుహూః॥

నస్-స్-స్త్రీ-నాసికా॥ తె॥ముక్కు.

నసా-ఆ-స్త్రీ-నాసికా॥ తె॥ముక్కు.

నస్తమ్-అ-న-నస్యమ్॥

నస్తః-అ-పు-నాసికా॥

నష్టా-ఆ-సీ-నాసాకృతంఛిద్రమ్॥

నస్తితః-అ-పు-నస్యోతః॥ తె॥ ముక్కుఁగుట్టిన యెద్దు.

నస్తోతః-అ-పు-నస్తితః॥

నస్యమ్-అ-న-నాసికాదేయచూర్ణాది॥

నస్యమ్-అ-త్రి-నాసాయాహితె-౧తత్సంబంధినిచ॥

నస్యః-అ-పు-ప్రగ్రహః॥

నస్యా-ఆ-సీ-నాసికా॥

నస్యోతః-అ-పు-నస్తితః॥ తె॥ ముక్కుఁగుట్టిన యెద్దు.

నహ-౦-౦-ప్రత్యారంభః॥ తె॥ కానిపనిఛీవద్దనడము.

నహవై-౦-౦-నిషేధః॥

నహి-౦-౦-అభావః॥ తె॥ లేదు, కాదు.

నహుషః-అ-పు-దేవయోనిసర్పవిశేషః - ౨ రాజవిశేషః॥

నహుషాఖ్యమ్-అ-న-తగరపుష్పమ్॥

నహుషాత్మజః-అ-పు-యయాతిః॥

నా-౦-౦-నహి-అభావః॥

నా-ఆ-సీ-నాభిః-౨సంజ్ఞానమ్ - ౩ వాద్యమ్॥

నా-ఋ-పు-పురుషసామాన్యమ్-౨పరశుః-౩శివః॥ తె॥ ౧మగవాఁడు-౨గండ్రగొడ్డలి-౩శంకరుఁడు.

నాకః-అ-పు-స్వర్గః-౨ఆకాశః-౩జలమ్ - ౪ సూర్యః॥

నాకనాథః-అ-పు-ఇంద్రః॥

నాకనాయకః-అ-పు-ఇంద్రః॥

నాకనాయకపురోహితః-అ-పు-బృహస్పతిః॥

నాకీ-న్-పు-దేవతా॥

నాకుః-ఉ-పు-వల్మీకః-౨పర్వతః-౩మునిః - ౪ కులటాగృహమ్॥ తె॥ ౧పుట్ట.

నాకులః-అ-పు-నకులపుత్రః॥

నాకులః-అ-త్రి-నకులసంబంధిని॥

నాకులీ-ఈ-సీ-సురసా-౨గంధనాకులీ-౩యవతిక్తా-౪శ్వేతకంటకారీ-౫కందవిశేషః॥ తె॥ ౧సర్పాక్షిచెట్టు-౨మంపరాస్న-౩పద్మను నెఱుచెట్టు.

నాకుసద్మా-న్-పు-సర్పః॥ తె॥ పాము.

నాక్రః-అ-పు-జంబుకవిశేషః॥ తె॥ మొసలిమూతినక్క.

నాక్షత్రమ్-అ-న-నక్షత్రసంబంధి॥

నాక్షత్రః-అ-పు-మాసవిశేషః॥

నాక్షత్రికః-అ-పు-నాక్షత్రమాసః॥

నాక్షత్రికీ-ఈ-సీ-నక్షత్రదశా॥

నాక్షత్రికీ-ఈ-త్రి-నక్షత్రసంబంధిని॥

నాగమ్-అ-న-వంగమ్-౨రసాంతరమ్- ౩సీసకమ్-౪కరణవిశేషః॥ తె॥ ౧తగరము - ౩ సీసము.

నాగః-అ-పు-ఉద్గారప్రవర్తమానవాయుః-౨సర్పః-౩తంతునాగః-౪నమేరువృక్షః-౫నాగరంగవృక్షః-౬నాగకేసరవృక్షః-౭గజః-౮సజాతీయసమూహశ్రేష్ఠః-నిత్యముత్తరపదె - ౯మేఘః-౧౦ముస్తా - ౧౧నాగదంతః - ౧౨పర్వతః-౧౩గ్రాహః-౧౪వృష్ఠమ్-౧౫సర్పజాతిః॥ తె॥ ౩ నెగడు-౪పొన్నచెట్టు - ౫నారంజిచెట్టు-౧౧ద్వారబంధపునిడుపుకమ్మి.

నాగకఙ్కణః-అ-పు-శివః॥

నాగకన్దః-అ-పు-హస్తికందః॥

నాగకర్ణః-అ-పు-రక్తైరండః॥

నాగకింజల్కమ్-అ-న-నాగకేసరపుష్పమ్॥

నాగకింజల్కః-అ-పు-నాగకేసరవృక్షః॥

నాగకుమారికా-ఆ-సీ-గుడూచీ-౨మంజిష్ఠా॥

నాగకేసరః-అ-పు-కేసరవృక్షః॥

నాగగన్ధా-ఆ-సీ-నాకులీకందః॥

నాగగర్భమ్-అ-న-సిందూరమ్॥

నాగచ్ఛత్రా-ఆ-సీ-నాగదంతీ॥

నాగజమ్-అ-న-సిందూరమ్-౨వంగమ్॥

నాగజమ్-అ-త్రి-నాగజాతె॥

నాగజిహ్వా-ఆ-సీ-చిత్రపత్రికా॥ తె॥ కోల పాలచెట్టు.

నాగజిహ్వికా-ఆ-సీ-మనఃశిలా॥

నాగజీవనమ్-అ-న-వంగమ్॥

నాగతుమ్బీ-ఈ-సీ-భూతుంబీ॥ తె॥ నేలానుగుచెట్టు.

నాగదన్తః అ-పు- గృహనిర్గతదారు - ౨గజదంతః॥

నాగదన్తకః-అ-పు-ద్వారశాఖా॥ తె॥ద్వారబంధపునిడుపుకమ్మి.

నాగదన్తికా-ఆ-సీ-వృశ్చికాలీ॥

నాగదన్తీ- ఈ - సీ- నాగస్ఫోటా-౨వేశ్యా॥ తె॥౧నాగదంతిచెట్టు.

నాగదమనీ-ఈ సీ-ఈశ్వరీ॥ తె॥ఈశ్వరిచెట్టు

నాగదలోపమమ్-అ-న-వరూషఫలమ్॥

నాగదైవికా-ఆ-సీ-దశమీతిథిః॥

నాగద్రుః-ఉ-పు-సనుంతముగ్ధా॥

నాగనిర్వ్యూహః-అ-పు-నాగదంతకః॥

నాగపత్రా-ఆ-సీ-నాగదమనీ॥

నాగపత్రీ-ఈ-సీ-లక్ష్మణా॥

నాగపదః-అ-పు-షోడశరతిబంధాంతర్గతద్వితీయబంధః॥

నాగపాశః-అ-పు-(స్త్రీ)రతికరణమ్- ౨వరుణపాశః॥ తె॥౧బంధము.

నాగపాశకః-అ-పు-రతిబంధవిశేషః॥

నాగపుష్పమ్-అ-న- పున్నాగవృక్షః-౨చంపకవృక్షః॥ తె॥ ౧పొన్నచెట్టు-౨సంపెంగచెట్టు.

నాగపుష్పః- అ - పు- నాగకేసరవృక్షః-౨పున్నాగవృక్షః-౩చంపకః॥

నాగపుష్పఫలా-ఆ-సీ-కుష్మాండీ॥

నాగపుష్పికా-ఆ-సీ-స్వర్ణయూథీ॥

నాగపుష్పీ-ఈ-సీ-నాగదమనీ॥

నాగఫలః-అ-పు-పటోలః॥

నాగబన్ధః-అ-పు- అభినయసంయుతహస్తవిశేషః॥

నాగబన్ధుః- ఉ - పు- అశ్వత్థవృక్షః-౨నాగానాంబాంధవశ్చ॥

నాగబలః-అ-పు-భీమసేనః॥

నాగబలః-అ-త్రి-హస్తితుల్యబలవతి॥

నాగబలా-ఆ-సీ-గాంగేరుకీ॥ తె॥జిబిలికచెట్టు

నాగబలాకారా-ఆ-సీ-గాంగేరుకీ॥ తె॥జిబిలికచెట్టు.

నాగభృత్-త్-పు-డుండుసర్పః॥

నాగమథనీ-ఈ-సీ-జాంబవీ॥ తె॥ దంతిచెట్టు.

నాగమల్లః-అ-పు-ఐరావతః॥

నాగమాతా-ఋ-సీ-తులసీ॥

నాగమారః-అ-పు-కేశరాజః॥

నాగమారః-అ-త్రి-హస్తిమారకే॥

నాగయష్టిః-ఇ-సీ-పుష్కరిణ్యాదిస్థితకాష్ఠవిశేషః॥

నాగరమ్-అ-న-ముస్తా- ౨రతిబంధః-౩శుంఠీ౪నాగరదేశీయాక్షరంచ॥

నాగరః-అ-త్రి-విదగ్ధః-౨నగరోద్భవః॥ తె॥౧నేర్పరి-౨పట్టణమందుబుట్టినవాఁడు.

నాగరః-అ-పు-ధూళికదంబః-౨పాతకః-౩నిహ్నవః- ౪బహుచేష్టకః- ౫విషాదః- ౬ముముక్షుః॥ తె॥౧వసంతకడిమిచెట్టు.

నాగరః-అ-(సీ)-శుంఠీ॥ తె॥శుంఠి.

నాగరకః-అ-పు-రతిబంధవిశేషః॥

నాగరక్తమ్ అ-న- సిందూరమ్- ౨నాగస్యశోణితంచ॥

నాగరఘనః-అ-పు-నాగరముస్తా॥
నాగరఙ్గః-అ-పు-తిలభావివృక్షః॥ తె॥ నారంజిచెట్టు.
నాగరముస్తా-ఆ-సీ-ముస్తాప్రభేదః॥
నాగరాజః-అ-పు-శేషః॥
నాగరాహ్వమ్-అ-న-శుంఠీ॥
నాగరికమ్-అ-న-రతిబంధవిశేషః॥
నాగరీ-ఈ-సీ-స్నుహీ-౨విదగ్ధానారీ-౩నాగరపత్నీ॥
నాగరీ-ఈ-త్రి-నగరభవః॥
నాగరుకః-అ-పు-నాగరంగః॥
నాగరేణుః-ఉ-పు-సిందూరమ్॥
నాగరేయకః-అ-త్రి-నగరసంబంధీ॥
నాగలతా-ఆ-సీ-లింగమ్॥
నాగలోకః-అ-పు-చతుర్థాధోలోకః॥
నాగవమ్-అ-న-నాగవకరణమ్॥
నాగవల్లరీ-ఈ-సీ-నాగవల్లీ॥
నాగవల్లికా-ఈ-సీ-నాగవల్లీ॥
నాగవల్లీ-ఈ-సీ-తాంబూలవల్లీ॥
నాగవారికః-అ-పు-రాజకుంజరహస్తిపః-౨గరుడః-౩గణస్థరాజః-౪మయూరః॥
నాగవీటః-అ-పు-టాంకరః॥
నాగవీథీ-ఈ-సీ-అశ్విన్యాదినక్షత్రత్రయఘటితగ్రహస్థానత్రయాంతర్గతోత్తరస్థానస్థపథవిశేషః॥
నాగశుణ్డీ-ఈ-సి-డాంగరీ-౨హస్తిశుండీ॥ తె॥ ౧ఖురాసానిపుచ్చె-౨హస్తిశుండిచెట్టు.
నాగసమ్భవమ్-అ-న-సిందూరమ్॥ తె॥సిందూరము.
నాగసుగన్ధా-ఆ-సీ-నాకులీ॥ తె॥ సర్పాక్షిచెట్టు.
నాగస్తోకకమ్-అ-న-వత్సనాభః॥

నాగస్ఫోతా-ఆ-సీ-దంతీ-౨నాగదన్తీ॥
నాగహనుః-ఉ-పు-నఖః-౨నఖనామగంధద్రవ్యమ్॥ తె॥౧నఖముచిప్ప.
నాగహస్త్రీ-ఈ-సీ-వంధ్యాకర్కోటకీ॥
నాగా-ఆ-సీ-తాంబూలవల్లీ॥
నాగాఖ్యః-అ-పు-నాగకేసరః॥
నాగాఙ్వలా-ఆ-సీ-నాగయష్టిః॥
నాగాఙ్గనా-ఆ-సీ-హస్తినీ-౨నాగయష్టిః॥
నాగాధిపః-అ-పు-అనంతః॥
నాగాన్తకః-అ-పు-గరుడః-౨ఇంద్రః-౩శివః-౪పీరకంకణమ్॥
నాగాభ్రకమ్-అ-న-అభ్రకవిశేషః॥
నాగారాతిః-ఇ-పు-వంధ్యాకర్కోటకీ॥
నాగార్జునః-అ-పు-కలిశకాంతకభేదః॥
నాగాలావుః-ఉ-సీ-కుంభతుంబీ॥
నాగాశనః-అ-పు-గరుడః॥
నాగాస్ఫోటా-ఆ-సీ-నాగదంతివృక్షః॥
నాగాహ్వమ్-అ-న-హస్తిపురమ్-౨సీసకభేదః॥ తె॥౧ఢిల్లి-౨సీసములోభేదము.
నాగాహ్వా-ఆ-సీ-లక్ష్మణాకందః॥
నాగినీ-ఈ-సీ-మాచ్ఛాయికః॥ తె॥ గొల్లజిడ్డుచెట్టు.
నాగీ-ఈ-సీ-సర్పజాతిః-౨నాగదంతివృక్షః-౩సర్పస్త్రీ॥
నాగోదమ్-అ-న-ఉదరత్రాణమ్॥
నాగోదరమ్-అ-న-ఉదరత్రాణమ్॥
నాచికేతుః-ఉ-పు-అగ్నిః॥
నాటః-అ-పు-నృత్యమ్-౨దేశవిశేషః॥
నాటకమ్-అ-న-గద్యపద్యప్రాకృతభాషామయగ్రంథవిశేషః॥
నాటకః-అ-(సీ)-రూపకవిశేషః-౨నాటకఖేలనమ్॥ తె॥ ౨నాటకరీతిని వేషముఁగట్టియాడడము.

నాటకః-అ-పు-కామాఖ్యాస్థపర్వతభేదః॥
నాటకః-అ-త్రి-నర్తకే॥
నాటామ్రః-అ-పు-తరంబుజః॥
నాటారః-అ-పు-నట్యాపత్యమ్॥
నాటికా-ఆ-సీ-నాటకవిశేషః॥
నాటేయః-అ-పు-నట్యాపత్యమ్॥
నాటేరః-అ-పు-నాట్యస్త్రీసుతః॥
నాట్యమ్-అ-న-సర్వరసప్రధాననాట్యమ్-౨నాటకాదిదశరూపక మాత్రాభినయకృన్నాట్యమ్-౩నృత్తగీతవాద్యయోగః
నాట్యధర్మికా-ఆ-సీ-దర్శనార్థశాస్త్రోక్తనాట్యమ్॥
నాట్యపుష్పకమ్-అ-న-త్రిభాగకుంకుమచందనచూర్ణః॥ తె॥ బుక్కాలోభేదము.
నాట్యప్రియః-అ-పు-శివః॥
నాట్యశాలా-ఆ-సీ-ప్రాసాదద్వారసమీపగృహమ్॥
నాట్యాలఙ్కారః-అ-పు-నాట్యభూషణహేతుః॥
నాట్యోక్తిః-ఇ-సీ-నాటకవిషయకవచః-నటానాంకర్మనాట్యంతత్రోక్తిః నాట్యోక్తిః॥
నాడిః-ఇ-సీ-నాడీ॥
నాడికమ్-అ-న-కాలశాకమ్॥
నాడికా-ఆ-సీ-ఘటికాకాలః॥
నాడికేలః-అ-పు-నారికేలః॥
నాడిచీరమ్-అ-న-నిర్వేష్టనమ్॥
నాడిన్ధమః-అ-పు-స్వర్ణకారః॥ తె॥ కంసాలి
నాడిన్ధయః-అ-ద్వ-నాడీపానకర్తా॥
నాడిపత్రమ్-అ-న-నాడీచః॥
నాడీ-ఈ-సీ-ఘటికాకాలః-౨ధమనీ-౩దూర్వాతృణమ్-౪వ్రణవిశేషః-౫బాణాంగమ్-౬నాలమ్-౭కుహకచర్యా-౮శిరోగండః॥ తె॥ ౧గడియ-౨బోలునరము-౬గొట్టము.
నాడీకః-అ-పు-శాకవిశేషః॥
నాడీకలాపకః-అ-పు-సర్పాక్షీ॥
నాడీకేలః-అ-పు-నారికేలః॥
నాడీచః-అ-పు-శాకవిశేషః॥
నాడీచక్రమ్-అ-న-భగాంతర్నాడీసమూహః॥
నాడీచరణః-అ-పు-పక్షీ॥
నాడీజఙ్ఘః-అ-పు-వాయసః-౨మునివిశేషః-౩బకవిశేషః॥ తె॥ ౧కాకి.
నాడీతరఙ్గః-అ-పు-కాకోలః-౨హిండకః-౩రతహిండకః॥
నాడీతిక్తః-అ-పు-తృణనింబః॥ తె॥ నేపాళవేము.
నాడీదేహః-అ-పు-భృంగీ॥
నాడీనక్షత్రమ్-అ-న-జన్మనక్షత్రమ్-తస్మాద్దశమషోడశాష్టాదశ త్రయోవింశపంచవింశనక్షత్రాణిచ॥
నాడీవిగ్రహః-అ-పు-భృంగీ॥
నాడీవ్రణః-అ-పు-వ్రణవిశేషః-౨సర్వదాగలద్వ్రణః॥ తె॥ ౧శెలవేసినకురుపు.
నాడీశాకః-అ-పు-నాడీకః॥
నాడీస్నేహః-అ-పు-భృంగీ॥
నాడీహిఙ్గు-ఉ-న-హింగుభేదః॥
నాణకమ్-అ-న-ముద్రాచిహ్నితనిష్కాది॥
నాత్రమ్-అ-న-విచిత్రమ్-౨ప్రజ్ఞః-౩శివః॥
నాథః-అ-త్రి-స్వామీ॥
నాథః-అ-పు-ఇంద్రః-౨ఐశ్వర్యయుక్తః॥
నాథవాన్-త్-త్రి-పరాధీనః-౨ప్రభువిశిష్టశ్చ॥
నాథహరిః-ఇ-పు-పశుః॥
నాదః-అ-పు-స్వాధిష్ఠానహృదయసంజాత

సంగీతధ్వనిః-౨ధ్వనిః-౩అర్ధచంద్రాకృతివర్ణః-సచానుస్వారవదుచ్చార్యః-౪బ్రహ్మస్వరూపఘోషవిశేషః॥

నాదాలాబూః-ఊ-సీ-గోరక్షతుంబీ॥ తె॥ కుండానుఁగుచెట్టు.

నాదేయమ్-అ-న-సింధుదేశనదీజాతసైంధవలవణమ్-౨సౌవీరాంజనమ్॥

నాదేయః-అ-పు-ముస్తా-౨వానీరవృక్షః॥ తె॥ ౧తుంగముస్తె॥

నాదేయః-అ-త్రి-నదీభవః॥

నాదేయీ-ఈ-సీ-పరివ్యాధః-౨వైజయంతికా-౩భూమిజంబుకా-౪జపా-౫నాగరంగవృక్షః॥ తె॥ ౧నీటిప్రబ్బచెట్టు-౨తక్కెడుచెట్టు-౩నేలనేరెడుచెట్టు-౪దాసనచెట్టు-౫నారంజిచెట్టు.

నానన్దా-ఋ-సీ-భర్తృభగినీ॥ తె॥ ఆఁడుబిడ్డ

నానా-౦-౦-వినార్థః-౨అనేకః-౩ఉభయార్థః-౪భిన్నాంశః-౫విజాతీయః॥ తె॥ ౧గాకయనుట.

నానాకన్దః-అ-పు-పిండాలుః-౨బహుమూలంచ॥

నానాధ్వనిః-ఇ-పు-కాహలావేణువీణాదిశబ్దః॥

నానాన్దా-ఋ-సీ-భర్తృభగినీ॥ తె॥ ఆఁడుబిడ్డ.

నానారూపః-అ-త్రి-బహువిధః॥

నానావర్ణః-అ-పు-బహువిధశుక్లాదివర్ణః-౨బ్రాహ్మణక్షత్రియాదిశ్చ॥

నానావిధః-అ-త్రి-అనేకప్రకారః॥

నానుష్ఠేయమ్-అ-త్రి-అననుష్ఠేయమ్॥

నాన్త్రిమ్-అ-న-స్తోత్రమ్॥

నాన్దికరః-అ-పు-నాందీకరః॥

నాన్దీ-ఈ-సీ-రూపకాంగవిశేషః-౨తాలప్రాణకలావిశేషః-౩దేవద్విజనృపాద్యాశీర్యుక్తస్థితిః-౪ఆదిః॥

నాన్దీకః-అ-పు-తోరణస్తంభః॥

నాన్దీకరః-అ-త్రి-మంగళపాఠకః-౨భేరీప్రాయానాందీతద్వాదనశీలః॥

నాన్దీపటః-అ-పు-కూపాదిముఖబంధనమ్॥

నాన్దీముఖమ్-అ-న-వృద్ధిశ్రాద్ధే॥

నాన్దీముఖః-అ-పు-కూపాదిముఖబంధనమ్-౨వృద్ధిశ్రాద్ధభుక్పితృగణః॥

నాన్దీముఖీ-ఈ-సీ-సామగేతరవృద్ధిశ్రాద్ధభుజ్మాతృగణః॥

నాన్దీవాదీ-న్-త్రి-మంగలపాఠకః-౨భేరీవాదనశీలః॥

నాపితః-అ-పు-పాంచాలస్త్రీతిలఘాతుకజాతః॥ తె॥ మంగలవాఁడు.

నాపితశాలికా-ఆ-సీ-నాపితశాలా॥

నాభాః-స్-పు-నాసికా॥ తె॥ ముక్కు.

నాభాగః-అ-పు-అంబరీషాఖ్యరాజః॥

నాభిః-ఇ-ద్వ-వీణాదిప్రదేశసర్వతంత్రీస్థానమ్-౨కస్తూరీ-౩మధ్యవృత్తమ్॥ తె॥ ౩ ౩బొడ్డు.

నాభిః-ఇ-సీ-రథచక్రమధ్యరంధ్రమ్॥

నాభిః-ఇ-పు-ప్రధానః-౨క్షత్రియః-౩నృపవిశేషః-౪తిలకః-౫విషమ్॥

నాభికః-అ-పు-పిష్టచక్రకః॥ తె॥ నారె.

నాభికణ్టకః-అ-పు-ఆవర్తః॥

నాభికా-ఆ-సీ-కటభిః॥ తె॥ నల్లగినియచెట్టు.

నాభిగుడకః-అ-పు-స్ఫీతనాభిః॥

నాభిగోలకః-అ-పు-నాభిగుడకః॥

నాభిజః-అ-పు-బ్రహ్మ॥

నాభిజన్మా-న్-పు-చతుర్ముఖః॥

నాభిదఘ్నః-అ-త్రి-నాభిప్రమాణః॥ తె॥ బొడ్డులోఁతు.

నాభిద్వయసః-అ-త్రి-నాభిప్రమాణః॥ తె॥ బొడ్డులోఁతుది.

నాభినాలా-ఆ-సీ-నాభిసంబంధినీనాడీ॥

నాభిభూః-ఊ-పు-బ్రహ్మ॥

నాభిమాత్రః-అ-త్రి-నాభిప్రమాణః॥ తె॥ బొడ్డులోఁతుగలది.

నాభివర్షః-అ-పు-భారతవర్షః॥

నాభీ-ఈ-సీ-(స్త్రీ)కలాస్థానవిశేషః॥ తె॥ బొడ్డు.

నాభీలమ్-అ-న-నాభిగర్భాండః-౨వంక్షణమ్॥ తె॥ ౨గెజ్జ.

నాభీలా-ఆ-సీ-ఉత్తమస్త్రీ॥

నాభ్యమ్-అ-త్రి-నాభిసంబంధీ॥

నాభ్యావర్తః-అ-పు-పతిప్రియలక్షణమ్॥

నామ-న్-న-నామధేయమ్-౨మంత్రః-౩ప్రసిద్ధిః-౪అభ్యుపగమః-౫కుత్సః-౬సంభావ్యమ్॥

నామ-౦-౦-సంబోధనమ్-౨ప్రకాశ్యమ్-౩సంభావ్యమ్-౪క్రోధః-౫ఉపగమః-౬కుత్సనః-౭కించిదర్థః-౮అలీకమ్-౯విస్మయః-౧౦సత్యమ్-౧౧ధారణమ్॥ తె॥ ౧ఓయి-౫అంగీకారము.

నామకరణమ్-అ-న-సంస్కారవిశేషః॥

నామద్వాదశీ-ఈ-సీ-వ్రతవిశేషః॥

నామధేయమ్-అ-న-నామ॥ తె॥ పేరు.

నామశాస్త్రమ్-అ-న-నిఘంటుః॥

నామశేషః-అ-త్రి-మృతః॥

నామాపరాధః-అ-పు-సాధునిందాదిరూపమరదృష్టజనకవ్యాపారవిశేషః॥

నామాపరాధీ-న్-త్రి-నామాపరాధకృత్॥

నాయః-అ-పు-నయః-౨ప్రాపణమ్॥ తె॥ ౧పొందించడము.

నాయకమ్-అ-న-హారమధ్యరత్నమ్॥

నాయకః-అ-పు-స్వామీ-౨నేతా-౩హారమధ్యమణిః-౪అగ్రేసరికః-౫సేనాపతిః-౬శృంగారసాధకః॥

నాయకాధిపః-అ-పు-నరేంద్రః॥

నాయికా-ఆ-సీ-దుర్గాశక్తిః॥

నారమ్-అ-త్రి-నరసంబంధిని॥

నారమ్-అ-న-జనసమూహః-౨జలమ్॥ తె॥ ౧మనుష్యసముదాయము-౨ఉదకము.

నారః-అ-పు-తర్ణకః-౨మనుష్యః-౩జలమ్॥ తె॥ ౧లేఁగదూడ-౨మనుజులు-౩నీళ్లు.

నారకః-అ-పు-నరకః॥

నారకః-అ-త్రి-నరకస్థితజంతుః॥

నారకీ-న్-త్రి-నరకస్థః॥

నారకీటః-అ-పు-అశ్మకీటః-౨స్వదత్తాశావిహంతా॥

నారఙ్గమ్-అ-న-పిప్పలీరసః-౨నాగరంగవృక్షః॥ తె॥ ౧పిప్పలిరసము-౨నారంజిచెట్టు

నారఙ్గః-అ-పు-విటః-౨జంతుః-౩యమజః-౪ఫలవృక్షవిశేషః॥

నారట్టః-అ-పు-స్ఫుటితభూమిః॥ తె॥ నెఱియలువాఱినభూమి.

నారదః-అ-పు-నాగరంగవృక్షః-౨శైలవిశేషః-౩దేవమునిః-౪మేఘః-౫వ్యోమ-౬చందనద్రుమః-౭సముద్రః-౮భేకః-౯బకః॥ తె॥ ౧నారంజిచెట్టు-౮కప్ప-౯కొంగ.

నారదా-ఆ-సీ-నదీ॥ తె॥ ఏఱు.

నారహాటః-అ-పు-సంగీతధ్వనివిశేషః॥

నారా-ఆ-సీ-రమా-౨పార్వతీ-౩జలమ్॥ తె॥ ౧లక్ష్మి-౨గౌరి.

నారాచః-అ-పు-తాలపత్రలేఖనీ-౨ప్రక్ష్వేడనః-౩జలకరీ॥ తె॥ ౧గంటము-౨అద్దినపబాణము.

నారాచికా-ఆ-సీ-నారాచీ॥

నారాచీ-ఈ-సీ-పషణికా-౨సమ్యక్సంగతిః-౩కృత్యా॥ తె॥౧శాణము-చీరణమున్న.

నారాయః-అ-పు-విష్ణుః-౨శంకరః॥

నారాయణమ్-అ-న-కల్యాణమ్-౨వారి-౩జయః-౪జలావర్తః-౫ఐశ్వర్యాంతరమ్-౬భేకః॥

నారాయణః-అ-పు- విష్ణుః-౨అశ్వత్థవృక్షః-౩శివః-౪మహాపద్మమ్-౫మత్స్యః-౬వృషభః-౭రీతిః-౮చతుర్ముఖః- ౯మహాదైత్యః-౧౦పూరుః- ౧౧చంద్రః- ౧౨హిమాలయః - ౧౩సముద్రః-౧౪కపిత్థవృక్షః-౧౫సూర్యః- ౧౬జామీవృక్షః-౧౭అగ్నిః॥ తె॥౨రావిచెట్టు-౧౪వెలగచెట్టు ౧౬జామిచెట్టు.

నారాయణః-అ-త్రి-ఉత్పన్నజంతుః॥

నారాయణక్షేత్రమ్- అ-న- గంగాప్రవాహావధిహస్తచతుష్టయమితనారాయణస్వామికస్థానమ్॥

నారాయణతైలమ్-అ-న- ఔషధపక్వతైలప్రభేదః॥

నారాయణప్రియః-అ-పు శివః॥

నారాయణమునిః-ఇ-పు-పశ్చిమసముద్రాంతరస్థితవరుణక్రీడాపర్వత వాసిమునిః॥

నారాయణాస్త్రమ్-అ-న -విష్ణోరస్త్రభేదః॥

నారాయణీ-ఈ-సీ-పార్వతీ-౨ఋశ్యప్రోక్తా-౩రమా-౪కాంతా-౫చంద్రికా-౬వాణీ-౭గోపుచ్ఛమ్-౮మహిషీ-౯ఆశ్రమాంతరమ్- ౧౦గంగా॥ తె॥ ౨పిల్లిపీచర-౫వెన్నెల.

నారికేరః-అ-పు-నారికేళవృక్షః॥ తె॥ కొబ్బరిచెట్టు.

నారికేలః-అ-పు-తృణరాజవృక్షః॥ తె॥ నారికెడపుచెట్టు.

నారికేలక్షీరీ-ఈ-సీ- సితాగవ్యాజ్యసంయుక్తగోదుగ్ధపక్వసూక్ష్మీకృతనారికేలఖండమ్॥

నారీ-ఈ-సీ-వనితా-౨మార్ప్వి-౩మనుష్యజాతిః॥ తె॥౧ఆఁడుది- ౨వింటినారి- ౩మనుష్యజాతి.

నారీకేలః-అ-పు-నారికేలః॥

నారీకేలీ-ఈ-సీ-నారికేలః॥

నారీచమ్-అ-న-శాకవిశేషః॥

నారీతరఙ్గకః-అ-పు-షిడ్గః॥

నారీదూషణమ్ అ-న-స్త్రీణాందోషః॥

నారీష్టా-ఆ-సీ-మల్లికా॥

నార్యఙ్గః-అ-పు-నాగరంగః॥

నాలమ్-అ-న-తృణాదికాండమ్- ౨నాలీ-౩వివరమ్-౪శేషః ॥ తె ॥ ౧గడ్డిమొదలయినవాటికాఁడ-౨కంసాలియూదుగొట్టము ౩బిలము.

నాలః-అ-పు-నలే॥

నాలః- అ- త్రి- పద్మకువలయాదిపుష్పపత్రకాండమ్॥ తె॥ కాఁడ.

నాలవంశః-అ-పు-నలః॥

నాలా-ఆ-సీ-నాలమ్॥

నాలిః-ఇ-సీ-నాడీ॥

నాలికమ్-అ-న-పద్మమ్॥ తె॥కమలము.

నాలికః-అ-పు-కరంకః-౨మహిషః॥ తె॥ ౧టెంకాయగరిగె.

నాలికా-ఆ-సీ-నాలమ్- ౨ఘుల్లీరంధ్రమ్- ౩వివరమ్-౪వేణుభాజనమ్॥ తె॥ ౧గొట్టము-౨పొయిసందు-౩రంధ్రము-౪వెదురుగొట్టము.

నాళికేరః-అ-పు-నారికేళవృక్షః॥ తె॥కొబ్బరిచెట్టు.

నాలికేలః-అ-పు-తృణరాజవృక్షః॥ తె॥ నారికేడపుచెట్టు.

నాలిజఙ్ఘః-అ-పు-ద్రోణకారకః॥

నాలితా-ఆ-సీ-స్వనామఖ్యాతశాకః॥

నాలీ-ఈ-సీ-శ్రీతాలీ-౨తృణాదికాండమ్-౩నాలమ్-౪శాకకలంబకః॥ తె॥ ౧ శ్రీతాలము-౨కాడ-౩కంసాలియూదుగొట్టము.

నాలీకమ్-అ-న-పద్మమ్-౨పద్మషండః॥

నాలీకః-అ-పు-అశ్వః-౨శరః-౩ఖమ్-౪కింజల్కః॥

నాలీకినీ-ఈ-సీ-పద్మసమూహః॥

నాలీవ్రణః-అ-పు-నాడీవ్రణః॥

నావిః-ఇ-పు-ద్విధనుః ప్రమాణమ్॥ తె॥ రెండుబారలప్రమాణము.

నావికః-అ-పు-కర్ణధారః॥ తె॥ ఓడదాటించువాఁడు.

నావికీ-ఈ-సీ-ఇంద్రసభా॥

నావ్యః-అ-త్రి-నౌతరణయోగ్యనద్యాదికమ్

నాశః-అ-పు-మరణమ్-౨తిరోధానమ్॥

నాశిన్-త్రి-నాశవిశిష్టః॥

నాసఙ్గతిః-ఇ-సీ-అలంకారవిశేషః॥

నాసత్యదస్రౌ-అ-పు-అశ్వినీసుతౌ - ద్వివచనాంతోయమ్॥

నాసత్యా-ఆ-సీ-అశ్వినీనక్షత్రమ్॥

నాసత్యౌ-అ-పు-అశ్వినీసుతౌ - ద్వివచనాంతోయమ్॥

నాసా-ఆ-సీ- చుంబనస్థానవిశేషనాసికా-౨ద్వారోపరిస్థితదారు - ౩వాసకవృక్షః॥ తె॥ ౧ముక్కు.

నాసాచ్ఛిన్నీ-ఈ-సీ-పూర్ణికావక్షీ॥

నాసాదక్షిణావర్తః-అ-పు - ధనపుత్రవృద్ధిలక్షణమ్॥

నాసాదారు-ఉ-న - ద్వారోర్ధ్వస్థితకాష్ఠమ్॥

నాసాపుటః-అ-పు-ధమనీ ॥ తె॥ ముక్కురంధ్రము.

నాసామచ్ఛః-అ-పు-హానిప్రదలక్షణమ్॥

నాసాలుః-ఉ-పు-కట్ఫలవృక్షః॥

నాసావామావర్తః-అ-పు-విధవాలక్షణమ్॥

నాసాసంవేదనః-అ-పు-కాండీరలతా॥

నాసికన్ధమః-అ-త్రి- నాసికాంశబ్దాయమానాంకరోతియః- ౨నాసికయాశబ్దకర్తాచ॥

నాసికన్ధయః-అ-త్రి -నాసికయాపిబతియః॥

నాసికా-ఆ-సీ-నాసా॥ తె॥ ముక్కు.

నాసికామలమ్-అ-న-నాసాస్థితమలమ్॥

నాసిక్యమ్-అ-న-నాసికా॥

నాసిక్యకమ్-అ-న-నాసికా॥

నాసిక్యౌ-అ-పు-అశ్వినీసుతౌ - నిత్యద్వివచనాంతోయమ్॥

నాసీరమ్-అ-న- నాయకస్యాగ్రేసారికాసేనా॥

నాసీరః-అ-పు-అగ్రేసరః॥

నాసీరః-అ-(సీ)-అగ్రేసరసైన్యమ్॥

నాస్తి-౦-౦-సత్తానిషేధకః॥ తె॥ లేదన్నది.

నాస్తికః-అ-పు-పాషండః-ఈశ్వరనాస్తిత్వవాదీ॥

నాస్తికతా-ఆ-సీ పరలోకనాస్తికత్వమ్॥

నాస్తిదః-అ-పు-ఆమ్రవృక్షః॥

నాస్యమ్-అ-త్రి-నాసాయాంభవమ్॥

నాస్యా-ఆ-సీ-త్రిషా॥ తె॥ ఎద్దుముక్కుత్రాడు.

నాహః-అ-పు-బంధనమ్-౨కూటమ్॥

నాహలః-అ-పు-మ్లేచ్ఛజాతివిశేషః॥

నాహుషిః-ఇ-పు-యయాతిరాజః॥

ని-౦-౦-అభావః-౨అతిశయః-౩సద్భావః-౪భృశార్థః-౫నిశ్చయః ౬నిషేధః- ౭సం

శయః-౮క్షేపః-౯కౌశలమ్-౧౦ఉపరమః-౧౧సామీప్యమ్-౧౨ఆశ్రయః-౧౩దానమ్-౧౪మోక్షః-౧౫అన్తర్భావః-౧౬బంధనమ్-౧౭రాశ్యధోభావః-౧౮విన్యాసః-౧౯నిత్యార్థః॥

నిః-ర్-౦-నిశ్చయః-౨నిషేధః॥

నిః-స్-౦-నిర్ణయః-౨నిషేధః-౩సాకల్యమ్-౪అతీతమ్॥

నిః-ఇ-పు-నిషాదస్వరస్థానమ్॥

నిః-౦-౦-నిశ్చయః-౨నిషేధః-౩సుఖప్రాప్తిః-౪అభావః-౫ప్రాదురర్థః-౬పృథక్కృతిః-౭భేదః-౮నిగ్రహః-౯కార్త్స్న్యమ్-౧౦ఉపభోగః-౧౧నిరోధః-౧౨భేదనమ్-౧౩వృతిః॥

నిఃకాసితః-అ-త్రి-నిష్కాసితః॥

నిఃక్రామితః-అ-త్రి-నిష్క్రామితః॥

నిఃక్షత్రః-అ-త్రి-క్షత్రియశూన్యదేశాది॥

నిఃప్రభః-అ-త్రి-నిష్ప్రభః॥

నిఃశబ్దః-అ-పు-శబ్దరహితః॥

నిఃశలాకః-అ-త్రి-రహః-నిర్జనమ్॥

నిఃశల్యా-ఆ-సీ-దంతీవృక్షః॥

నిఃశూకః-అ-పు-ముండశాలిః॥

నిఃశేషమ్-అ-త్రి-సమస్తమ్-౨శేషరహితం చ॥

నిఃశోధ్యమ్-అ-త్రి-శోధితమ్॥

నిఃశ్రయణీ-ఈ-సీ-కాష్ఠఘటితసోపానమ్॥ తె॥నిచ్చెన.

నిఃశ్రయిణీ-ఈ-సీ-నిశ్రయణీ॥

నిఃశ్రేణిః-ఇ-సీ-అధిరోహిణీ-౨ఖర్జూరీవృక్షః

నిఃశ్రేణికా-ఆ-సీ-తృణవిశేషః॥

నిఃశ్రేణీ-ఈ-సీ-నిఃశ్రయణీ॥

నిఃశ్రేయసమ్-అ-న-శుభమ్-౨మోక్షః-౩విద్యా-౪అనుభావః-౫భక్తిః॥

నిఃశ్రేయసః-అ-పు-శంకరః॥

నిఃషమమ్-౦-౦-నిందా-౨శోకః॥

నిఃసఙ్గః-అ-త్రి-మేలనరహితః॥

నిఃసన్ధిః-ఇ-త్రి-దృఢః-౨సంధిరహితః॥

నిఃసమ్పాతః-అ-పు-నిశీథః॥

నిఃసరణమ్-అ-న-మరణమ్-౨ఉపాయః-౩గృహాదిముఖమ్-౪నిర్వాణమ్-౫నిర్గమః॥

నిఃసారః-అ-పు-శాఖోటవృక్షః-౨శోనాకప్రభేదః॥

నిఃసారః-అ-త్రి-సారరహితే॥

నిఃసారణమ్-అ-న-నిఃసరణమ్-౨గృహాదీనాం ప్రవేశనిర్గమాదిపథః॥

నిఃసారా-ఆ-సీ-కదలీవృక్షః॥

నిఃసారితః-అ-త్రి-బహిష్కృతః-౨సారాభావవాంశ్చ॥

నిఃస్నేహః-అ-త్రి-స్నేహశూన్యః॥

నిఃస్నేహా-ఆ-సీ-అతసీ॥ తె॥నల్లగసిచెట్టు

నిఃస్రావః-అ-పు-భక్తరసః-భక్తసముద్భవమండః॥

నిఃస్వః-అ-త్రి-దరిద్రః-౨జ్ఞాతిరహితశ్చ॥

నిక్-శ్-సీ-రాత్రిః॥

నికటమ్-అ-న-సమీపమ్॥

నికటః-అ-త్రి-దేశతఃకాలతస్సమీపస్థః॥

నికరః-అ-పు-సమూహః-౨సారః-౩న్యాయః-౪దేయధనాంతరమ్॥

నికర్షణమ్-అ-న-పట్టణాదిపశ్చిమభాగభూమిః॥

నికషః-అ-పు-శాణః॥ తె॥ బంగారముఒరిపెడిరాయి.

నికషా-౦-౦-సామీప్యమ్-౨మధ్యమ్॥ తె॥దగ్గర.

నికషా-ఆ-సీ-రాక్షసమాతా॥

నికషాత్మజః-అ-పు-నైరృతః॥

నికసః-అ-పు-నికషః॥
నికామమ్-అ-న-యథేప్సితమ్॥
నికామః-అ-త్రి-ఇచ్ఛాధికవస్తు॥
నికాయః-అ-పు-గృహమ్ - ౨సమానధర్మమనుష్యాదిసమూహః-౩లత్యః - ౪అసంహతానామేకత్రకరణమ్ - ౫పరమాత్మా॥ తె॥౧ఇల్లు.
నికాయ్యః-అ-పు-గృహమ్॥ తె॥ఇల్లు.
నికారః-అ-పు-తిరస్కారః-౨అకృత్యకరణజనితదుఃఖవికారః- ౩ధాన్యోత్క్షేపణమ్॥ తె॥ ౧పండ్లకొఱకడము మొదలైనవి-౩తూర్పెత్తేటందుకు పైకెఁజిమ్మడము.
నికారణమ్-అ-న-మారణమ్॥ తె॥చంపడము.
నికాశః-అ-పు-తుల్యః-౨నిశ్చయః॥
నికాసః-అ-త్రి-నీకాశః॥
నికుఞ్చకః-అ-పు-పరిమాణవిశేషః- ౨వానీరవృక్షః॥ తె॥౧సోలెడు.
నికుఞ్చితమ్-అ-న-అంగహారాంతర్గతశిరోవిశేషః॥
నికుఞ్జః-అ-(సీ)-లతాదిపిహితోదరః॥ తె॥ పొదరిల్లు.
నికుఞ్జికామ్లా-ఆ-సీ- కుంజికావృక్షప్రభేదః॥
నికుమ్భః-అ-పు-నాగదంతివృక్షః- ౨కుంభకర్ణసుతః॥
నికుమ్భాఖ్యబీజమ్-అ-న-జయపాలః॥
నికుమ్భితమ్-అ-న-నృత్యవిషయకాష్టోత్తరశతకరణాంతర్గతకరణవిశేషః॥
నికుమ్భీ-ఈ-సీ-దంతీవృక్షః॥
నికురమ్బమ్-అ-న-సమూహః॥
నికృతః-అ-త్రి- విప్రకృతః - ౨కుటిలహృదయః-౩విప్రలబ్ధః-౪నీచః॥ తె॥ ౧రాజుచేతనవమానింపఁబడ్డవాఁడు- రెండవతగవునందోడినవాఁడున్ను - ౨కపటపుడెందముఁగలవాఁడు-౩వంచనఁజేయఁబడ్డవాఁడు-౪అల్పుఁడు.
నికృతిః-ఇ-సీ-అన్యాయార్థబోధనమ్-౨శాఠ్యమ్ - ౩భర్త్సనమ్-౪శఠః॥ తె॥౧కపటభేదము.
నికృష్టః-అ-త్రి-జాతివృత్తహీనః॥
నికేతమ్-అ-న-కేతనమ్॥ తె॥ఇల్లు.
నికేతః-అ-పు-నికేతనమ్॥ తె॥ఇల్లు.
నికేతనమ్-అ-న-గృహమ్॥ తె॥ఇల్లు.
నికేతనః-అ-పు-పలాండుః॥
నికేసరః-అ-పు-కుబ్జకః॥ తె॥కుబ్జకమను చెట్టు
నికోచకః-అ-పు-అంకోలవృక్షః॥ తె॥ ఊడుగుచెట్టు.
నికోఠకః-అ-పు-నికోచః॥
నిక్వణః-అ-పు-వీణాదిధ్వనిః॥
నిక్వాణః-అ-పు-వీణాదిధ్వనిః॥
నిక్షణమ్-అ-న-చుంబనమ్॥
నిక్షా-ఆ-సీ-లిక్షా-యూకః॥
నిక్షిప్తమ్-అ-త్రి-న్యస్తమ్- ౨స్థాపితధనాది॥
నిక్షేపః-అ-పు-నిధానమ్- ౨గణనాపూర్వకోపనిధిః॥ తె॥౧పాఁతిపెట్టుకొన్నసొమ్ము-౨లెక్కపెట్టిదాఁచనిచ్చినసొమ్ము.
నిఖర్వమ్-అ-(సీ)-దశఖర్వసంఖ్యా- దశసహస్రకోటయః॥
నిఖర్వః-అ-త్రి-వామనః॥
నిఖిలః-అ-త్రి-సమస్తః॥ తె॥అంతటాను.
నిగడః-అ-(సీ)-హస్తినాంలోహమయపాదబంధోపకరణమ్॥
నిగడితః-అ-త్రి-బద్ధః॥
నిగణః-అ-పు-హోమధూమః॥
నిగదః-అ-పు-నిగాదః॥ తె॥ తెలియచెప్పుట.
నిగమః-అ-పు-పట్టణమ్-౨నిశ్చయః- ౩వేదః-౪పంథాః-౫వణిక్పథః॥
నిగమాశ్వః-అ-పు-శివః॥

నిగరః-అ-పు-భోజనమ్॥

నిగరణమ్-అ-న-ఉద్గిరణమ్-౨భోజనమ్॥ తె॥ ౧మ్రింగడము-౨భోజనము.

నిగరణః-అ-పు-గళః-౨హోమాదిధూమః॥ తె ౧కంఠము.

నిగలః-అ-పు-అతిరోగకారిమీనః॥

నిగలః-అ-(స్త్రీ)-అందూః॥ తె॥ ఏనుఁగుకాళ్లకు వేయుసంకెళ్లు.

నిగాదః-అ-పు-అశ్వగలోద్దేశః-౨నిగదః॥ తె॥ ౧గుఱ్ఱపుగొదలకింద-౨తెలియచెప్పుట.

నిగానమ్-అ-న-వచనీయతా॥ తె॥ నిందచేయడము.

నిగారః-అ-పు-నిగరణమ్॥ తె॥ మ్రింగడము-తినడమున్ను.

నిగాలః-అ-పు-అశ్వగలోద్దేశః - ౨కంఠః॥ తె॥౧గుఱ్ఱపుగొదలకింద-౨కంఠము.

నిగాలః-అ-త్రి-గలీయః॥

నిగాలవాన్-త్-పు-అశ్వః॥

నిగుః-ఉ-పు-మనః-౨మలమ్ - ౩మూలమ్-౪మనోజ్ఞమ్-౫చిత్రకర్మ॥

నిగూఢః-అ-పు-వనముద్గః॥

నిగూఢః-అ-త్రి-గుప్తః॥

నిగ్రహః-అ-పు-నిరోధః-౨వాయుః- ౩సీమారభర్త్సనమ్-౪చికిత్సా-౫విష్ణుః॥ తె॥ ౧ఒద్దనికాకుండాచేయడము- ౪బెదిరించడము.

నిగ్రాహః-అ-పు-నిరోధః-౨నిగ్రహః॥ తె॥ ౧అడ్డగించడము.

నిఘః-అ-పు-యుద్ధమ్ - ౨సమంతతస్తుల్యారోహపరిణాహవస్తు॥ తె॥ ౧జగడము-౨అంతటాసమమగు ఆరుగురాశి మొదలైనది.

నిఘణ్టికా-ఆ-స్త్రీ-గులంచకందః॥

నిఘణ్టుః-ఉ-పు-అమరవిశ్వప్రకాశాదిః॥

నిఘసః-అ-పు భోజనమ్॥

నిఘాతః-అ-పు-అనుదాత్తస్వరః॥

నిఘాతిః-ఇ-స్త్రీ-లోహఘాతీ - లౌహమయదండః॥

నిఘాతికా-ఆ-స్త్రీ-కూటహననః॥ తె॥ లోహపుసిల్పులదాగలి.

నిఘుష్టమ్-అ-న-ఘుష్టమ్-ఘోషణమ్॥

నిఘృష్వః-అ-పు-ఖురః-౨వాయుః- ౩ఖరః-౪మార్గః-౫వరాహః॥

నిఘ్నః-అ-త్రి-గుణకారవాన్- ౨పరాధీనః॥

నిఘ్నః-అ-పు-గుణకారః॥

నిచయః-అ-పు-సమూహః-౨నిశ్చయః॥ తె॥ ౧సముదాయము.

నిచికీ-ఈ-స్త్రీ-నైచికీ-ఉత్తమగౌః॥

నిచితః-అ-త్రి ఆచితః॥ తె॥పరవఁబడ్డది.

నిచులః-అ-పు-వేతసః-౨ఇలసః - ౩నిచోలః॥ తె॥ ౧ప్రబ్బచెట్టు-౨నీటిగన్నేరు- ౩గవిసెన, పక్కదుప్పటి.

నిచులకమ్-అ-న-నిచోలకః॥

నిచృత్-త్-స్త్రీ-ఏకాక్షరన్యూనత్రిపాదీమంత్రః॥

నిచోలః-అ-పు-ప్రచ్ఛదపటః॥ తె॥ గవిసెన-౨పక్కదుప్పటి.

నిచోలకః-అ-పు-భటాదేశ్చోలాకృతిసన్నాహః॥

నిచోలనమ్-అ-న-దర్శనమ్॥

నిచ్ఛపిః-ఇ-స్త్రీ-తీరభుక్తిదేశః॥

నిచ్ఛివిః-ఇ-స్త్రీ-వర్ణసంకరజాతిభేదః॥

నిజః-అ-పు-అనుజపుత్రాదిబలమ్॥

నిజః-అ-త్రి-స్వీయః-౨అవినాశీ-౩నిత్యః॥

నిజావణః-అ-పు-నాట్యచతుర్దశాంగవిశేషః॥

నిటా-శ్-సీ-రాత్రిః॥

నిటలమ్-అ-న-ఫాలమ్॥ తె॥నుదురు.

నిటలాక్షః-అ-పు-శివః॥

నిటాలమ్-అ-న-ఫాలమ్॥ తె॥నుదురు.

నిడీనమ్-అ-న-పక్షిగతివిశేషః- ౧శయ్యాన మ్॥

నిణ్ణికా-ఆ-సీ-కలాయవిశేషః॥

నితమ్బః-అ-పు-(స్త్రీ)కటిపశ్చాద్భాగః - ౨అద్రికటకః-౩కటిః-౪స్కంధః-౫కూలమ్ ౬శిఖరమ్॥

నితమ్బినీ-ఈ-సీ-పృథునితంబస్త్రీ-౨స్త్రీమాత్రమ్॥ తె॥౧పెద్దపిఱుదులుగలయాండుది.

నితరామ్-౦-౦-సుతరామ్॥

నితలమ్-అ-న-తృతీయాధోలోకః॥

నితాన్తమ్-అ-న-అతిశయః॥

నితాన్తః-అ-త్రి-అతిశయవాన్॥

నితాన్తః-అ-పు-ప్రభాతమ్॥

నిత్యమ్-అ-న-అత్యంతమ్-౨ఆకాశమ్॥

నిత్యః-అ-త్రి-శాశ్వతః-౨అత్యంతవాన్॥

నిత్యకర్మ-న్-న- ప్రత్యవాయజనకాభావప్రతియోగికార్యమ్॥

నిత్యకా-ఆ-సీ-విషముష్టివృక్షః॥ తె॥ ముషిడిచెట్టు.

నిత్యక్షౌరమ్-అ-న-వైధేతరక్షౌరమ్ - రాగప్రాప్తకేశచ్ఛేదనమ్॥

నిత్యగతిః-ఇ-పు-వాయుః॥

నిత్యదా-౦-౦-సర్వదా॥

నిత్యదానమ్-అ-న- ప్రతిదినకర్తవ్యదానమ్॥

నిత్యపుష్పికా-ఆ-సీ-గుడబలా॥ తె॥ కొమ్మనగొజ్జెపెండిచెట్టు.

నిత్యప్రళయః-అ-పు-చతుర్విధప్రళయాంతర్గతప్రళయవిశేషః॥

నిత్యయౌవనః-అ-త్రి-స్థిరయౌవనః॥

నిత్యయౌవనా-ఆ-సీ-ద్రౌపదీ॥

నిత్యలోలుపా-ఆ-సీ-పంపరా॥ తె॥ పంపరపనసచెట్టు.

నిత్యవైకుణ్ఠః-అ-పు-విష్ణోఃస్థానవిశేషః॥

నిత్యసున్దరీ-ఈ-సీ-బ్రహ్మపురీ॥

నిత్యా-ఆ-సీ-కైలాసః-౨పార్వతీ - ౩మనసాదేవీ-౪శక్తివిశేషః॥

నిత్యానధ్యాయః-అ-పు-సర్వథావర్జనీయవేదపాఠకాలాదిః॥

నిత్యానిత్యవస్తువివేకః - అ-పు- బ్రహ్మైవనిత్యంవస్తుతతోన్యదఖిలమనిత్యమితివివేచనమ్॥

నిత్యాభైరవీ-ఈ-సీ-భైరవీవిశేషః॥

నిదమ్-అ-న-విషమ్॥

నిదగ్ధః-ఉ-పు-మనుష్యః॥

నిదర్శనమ్-అ-న-దృష్టాంతః॥

నిదర్శనా-ఆ-సీ-అలంకారవిశేషః॥

నిదాఘః-అ-పు-గ్రీష్మర్తుః-౨స్వేదః - ౩ఆతపః-౪ఉష్ణః॥ తె॥౨చెమట-౩ఎండ.

నిదాఘకరః-అ-పు-సూర్యః॥

నిదాఘకాలః-అ-పు-గ్రీష్మర్తుః॥

నిదానమ్-అ-న-ఆదికారణమ్- ౨వత్సదామాది-౩ఖండనమ్-౪రోగనిర్ణయః-౫కారణక్షయః-౬శుద్ధిః - ౭తపఃఫలయాచనమ్-౮అవసానమ్-౯కారణమ్॥

నిదిగ్ధః-అ-త్రి-ఉపచితః॥ తె॥ అలకడముచేత పెట్టినగోడయున్ను-కొలకుపెట్టినధాన్యాదికమున్ను.

నిదిగ్ధా-ఆ-సీ-ఏలా॥

నిదిగ్ధికా-ఆ-సీ-జలూకా-౨కంటకారికా॥ తె॥ ౧జెలగ-౨వాకుడుచెట్టు.

నిదిధ్యాసనమ్-అ-న-పునఃపునఃస్మరణమ్॥

నిదేశః-అ-పు-ఆజ్ఞా-౧కథనమ్-౨ఉపాంతమ్ ౩భాజనమ్॥

నిదేశినీ-ఈ-సీ-దిక్॥

నిదేష్టా-ఋ-త్రి-నిదేశకర్తా॥

నిద్రా-ఆ-సీ-వ్యభిచారిభావభేదస్స్వాపః-౧మేధ్యామనస్సంయోగః॥

నిద్రాణః-అ-త్రి-శయితః॥ తె॥ నిద్రఁబోయినవాఁడు)

నిద్రారిః-ఇ-పు-తృణనింబవృక్షః॥ తె॥ నేపాలవేము.

నిద్రాలుః-ఉ-సీ-వార్తాకీ-౧వనబర్బరికా-౨నలీనామగంధద్రవ్యమ్॥

నిద్రాలుః-ఊ-త్రి-నిద్రాశీలః॥

నిద్రావృక్షః-అ-పు-అంధకారః॥

నిద్రాసజ్ఞననమ్-అ-న-శ్లేష్మా॥

నిధనమ్-అ-న-నాశః-సతుఅదర్శనంమరణం చ-౧కులమ్- తత్తుకులస్థానమ్-కులము
నిధనః-అ-త్రి-ధనహీనే॥ (ఖ్యాశ్చ॥)

నిధనః-అ-(సీ)-మరణమ్-౧కులమ్॥

నిధాజీవనః-అ-పు-కర్మకరః॥ తె॥ దినకూలివాఁడు.

నిధానమ్-అ-న-పద్మశంఖాదినిధిః-౧నిక్షేపః ౨ఆధారః-౩కార్యావసానే ప్రవేశస్థానమ్॥ తె॥ దాఁచుకొన్నసొమ్ము, పాఁతిపెట్టినసొమ్మున్ను

నిధార్యః-అ-త్రి-ఉత్సాహహీనకార్యకర్తా॥

నిధావకః-అ-పు-కాకసంఘః-౧శస్త్రమ్-౨దగ్ధకాష్ఠమ్ - ౩వ్యాఘ్రపుచ్ఛమ్ - ౪కుక్కుటమైథునమ్॥

నిధిః-ఇ-పు-పద్మశంఖాదినిధిః-౧నిధిసంఖ్యా-౨నిధిసంఖ్యావంతః-౩నవసంజ్ఞా-౪నలికానామగంధద్రవ్యమ్- ౫జీవకౌషధిః-౬ఆధారః॥

నిధినాథః-అ-పు-కుబేరః॥

నిధువనమ్-అ-న-సురతమ్-౧కంపః॥

నిధ్యానమ్-అ-న-దర్శనమ్॥

నిధ్వానః-అ-పు-శబ్దః॥

నినదః-అ-పు-ధ్వనిః॥

నినాదః-అ-పు-ధ్వనిః॥

నిన్దకః-అ-త్రి-నిందాకారకః॥

నిన్దతలః-అ-త్రి-నిందితహస్తః॥

నిన్దనమ్-అ-న-నిందా॥

నిన్దా-ఆ-సీ-అపవాదః॥

నిన్దాస్తుతిః-ఇ-సీ-అలంకారవిశేషః॥

నిన్దితః-అ-త్రి-నిందాయుక్తః॥

నిన్దుః-ఊ-సీ-మృతవత్సా-౧నందుః-ఇతిచపాఠః॥

నిపః-అ-(సీ)-కలశః-౧కదంబవృక్షః॥

నిపతః-అ-పు-పాతః॥ తె॥ చదవడము.

నిపత్యా-ఆ-సీ-పిచ్ఛిలభూమిః॥

నిపాకః-అ-పు-పాకః॥

నిపాఠః-అ-పు-పాఠః॥ తె॥ చదవడము.

నిపాతః-అ-పు-అనేకాంతః - ౧విద్యాదిః-౨శుభమ్-౩మృత్యుః॥

నిపాతనమ్-అ-న- అవనాయః॥ తె॥ క్రిందికిపడద్రోయ్యడము.

నిపానమ్-అ-న-కూపసమీపజలాశయః॥ తె॥ నూతివద్దిగాడి.

నిపావః-అ-పు-ఘటః॥ తె॥ నీళ్లకడవ.

నిపుణః-అ-త్రి-అభిజ్ఞః॥ తె॥ నేర్పరి.

నిఫలా-ఆ-సీ-జ్యోతిష్మతీ॥

నిఫేనమ్-అ-న-అఫేనమ్॥

నిబద్ధవత్-త్-న-వీణాదిజాతసంగీతమ్॥

నిబన్ధమ్-అ-న-గీతమ్॥

నిబన్ధః-అ-పు-ఆనాహరోగః-౧గ్రంథస్యవృత్తిః-౨నింబవృక్షః-౩బంధనమ్॥

నిబన్ధనమ్-అ-న-వీణాతంత్రీబంధనస్థానమ్-౨ హేతుః-౩ బంధనమ్॥

నిబన్ధనః-అ-త్రి-గ్రంథితః॥ తె॥ కూర్చఁబడ్డది.

నిబన్ధనా-ఋ-పు-నిబంధకర్తా-గ్రంథకర్తా॥

నిబన్ధితః-అ-త్రి-గ్రంథితః॥ తె॥ కూర్చఁబడ్డది.

నిబర్హణమ్-అ-న-మారణమ్॥ తె॥ చంపడము.

నిబిడః-అ-త్రి-సాంద్రః॥ తె॥ దట్టమయినది.

నిబిడితమ్-అ-న-చుంబనవిశేషః॥

నిబిరీసః-అ-త్రి-సాంద్రః॥ తె॥ దట్టమయినది.

నిభమ్-అ-న-కపటః॥

నిభః-అ-పు-వ్యాజః॥

నిభః-అ-త్రి-నిత్యముత్తరపదే-౧ తుల్యః - ౩ ప్రకాశః॥

నిభాలనమ్-అ-న-దర్శనమ్॥

నిభూతమ్-అ-త్రి-అతీతమ్॥

నిభృతః-అ-త్రి-వినీతః-౨ నిర్జనః॥

నిమజ్జథుః-ఉ-పు-శయనమ్॥

నిమజ్జనమ్-అ-న-స్నానమ్॥

నిమన్త్రణమ్-అ-న-నియోజనవిశేషః- అత్ర యస్యాకరణే ప్రత్యవాయస్తన్నిమంత్రణమ్॥

నిమయః-అ-పు-వినిమయః॥ తె॥ సాటాకోటి.

నిమిః-ఇ-పు-ఇక్ష్వాకురాజపుత్రః॥

నిమిత్తమ్-అ-న-చిహ్నమ్-౨ లక్ష్యమ్- ౩ హేతుః॥ తె॥ గురుతు.

నిమిత్తకమ్-అ-న-చుంబనమ్॥

నిమిత్తకారణమ్-అ-న-సమవాయికారణాసమవాయికారణాభ్యాం-భిన్నమ్ - తృతీయకారణం యథా, ఘటం ప్రతికులాలదండచక్రసలిలసూత్రాది॥

నిమిత్తకృత్-త్-పు-కాకః॥

నిమిత్తవిత్-ద్-పు-దైవజ్ఞః॥

నిమిషః-అ-పు-త్రింశల్లవమాత్రకాలః- ౨ లఘ్వక్షరోచ్చారణకాలః-౩ అక్షినిమీలనసమకాలః-౪ పక్ష్మనిపాతనమ్॥ తె॥ ౨ లఘువైనయక్షరము నుచ్చరించునంత కాలము-౩ ఱెప్పపాటు వేసినంతకాలము. ౪ కనుఱెప్పవ్రాల్పడము-

నిమీలనమ్-అ-న-మృతిః-౨ అక్షినిమీలనమ్-౩ నిమేషః॥ తె॥ ౧ చావడము - ౨ కన్నులు మూయడము.

నిమీలికా-ఆ-స్త్రీ-వ్యాజః-౨ నిమీలనంచ॥

నిమేయః-అ-పు-నైమేయః-౨ పరివర్తః॥

నిమేషః-అ-పు-త్రింశల్లవమాత్రకాలః- ౨ లఘ్వక్షరోచ్చారకాలః- ౩ అక్షినిమీలనసమకాలః-౪ తాలమానాష్టకాష్ఠాకాలః-౫ పక్ష్మక్రియాభేదః॥ తె॥ ౨ లఘువైనయక్షరమునుచ్చరించునంత కాలము - ౩ ఱెప్పపాటువ్రేసినంతకాలము- ౫ కనుఱెప్పవ్రాల్పడము.

నిమేషకృత్-త్-స్త్రీ-విద్యుత్॥

నిమేషరుక్-చ్-పు-ఖద్యోతః॥

నిమ్నః-అ-త్రి-రంధ్రమ్-౨ గంభీరః॥ తె॥ ౧ బెజ్జము-౨ లోఁతుఁగలది.

నిమ్నగః-అ-త్రి-నీచగామిని॥

నిమ్నగా-ఆ-స్త్రీ-నదీ॥

నిమ్బః-అ-పు-పిచుమందవృక్షః॥ తె॥ వేపచెట్టు

నిమ్బకః-అ-పు-నింబవృక్షః॥

నిమ్బతరుః-ఉ-పు-పారిభద్రవృక్షః- ౨ పిచుమందవృక్షః॥ తె॥ ౧ బాడిదపుచెట్టు-౨ వేఁపచెట్టు.

నిమ్బపత్రః-అ-పు-రుచకా॥ తె॥ ఇల్లిందచెట్టు

నిమ్బబీజః-అ-పు-రాజాదనీవృక్షః॥

నిమ్బా-ఆ-స్త్రీ-లక్ష్మీః॥

నిమ్బూకః-అ-పు-వృక్షవిశేషః॥

నియతః-అ-త్రి-నియమయుక్తః-౨ నిత్యః॥

నియతకమ్-అ-న-అర్ధోరుకమ్॥ తె॥ సగము తొడలదనుకఁ దొడుఁగుకొనెడు లాగు.

నియతిః-ఇ-సీ-భాగ్యమ్-౨నియమః॥

నియతీ-ఈ-సీ-దుర్గా॥

నియతేన్ద్రియః-అ-త్రి-సంయతేంద్రియః-ఇంద్రియదమనశీలః॥

నియన్తా-ఋ-పు-సూతః-౨శాస్తా॥ తె॥ ౧రథసారథి.

నియన్త్రితః-అ-త్రి-అబాధః-౨అనర్గలః॥

నియమః-అ-పు-స్థిరబుద్ధిః-౨శాస్త్రప్రాప్తవ్రతమ్-౩పరతత్త్వానురక్తిగృహీతశౌచసంతోషతపస్స్వాధ్యాయేశ్వరపూజాదిః-౪ప్రతిజ్ఞా-౫ఆజ్ఞా-౬యంత్రణా-౭యోగాంగమ్॥ తె॥ ౬నియమించడము.

నియమనమ్-అ-న-నియమః॥

నియమనః-అ-పు-నింబవృక్షః॥ తె॥ వేఁపచెట్టు.

నియమితః-అ-త్రి-కృతనియమః-౨బద్ధః॥

నియాతనమ్-అ-న-అవనాయః॥ తె॥ క్రిందికి బడద్రొయ్యడము.

నియానః-అ-పు-నియమః-౨శివః॥

నియామకః-అ-పు-పోతవాహః-౨కర్ణధారః-౩నియంతా॥ తె॥ ౧తండేలు.

నియామకః-అ-త్రి-నియంతా॥

నియుక్తః-అ-త్రి-నియోగవిశిష్టః-౨అవధారితః-౩ఆజ్ఞప్తః॥

నియుతమ్-అ-న-లక్షసంఖ్యా-౨లక్షసంఖ్యావంతః॥ తె॥ ౧లక్ష-౨లక్షవస్తువులు.

నియుద్ధమ్-అ-న-మల్లయుద్ధమ్॥ తె॥ జెట్టిపోట్లాట.

నియుద్ధకుశలః-అ-పు-మల్లః॥ తె॥ జెట్టీవాఁడు.

నియోగః-అ-పు-ఆజ్ఞా-౨సంప్రేషః-౩అవధారణమ్॥ తె॥ ౨నియోగించడము.

నియోగీ-న్-త్రి-నియోగవిశిష్టః॥

నియోగ్యః-అ-త్రి-నియోగార్హః-ప్రభుః॥

నియోజనమ్-అ-న-ఆజ్ఞా॥

నియోజ్యః-అ-త్రి-భృత్యః॥ తె॥ జీతగాఁడు.

నియోద్ధా-ఋ-పు-కుక్కుటః-౨బాహుయుద్ధకారీ చ॥ (న్యస్థానమితి సూర్యసిద్ధాన్తే)

నిరక్షదేశః-అ-పు-వ్యక్షదేశః-పలభాశూ }

నిరఙ్కుశః-అ-త్రి-నిరర్గలః॥ తె॥ అడ్డములేనిది.

నిరఙ్కుశా-ఆ-సీ-గాంగెరుకీ॥ తె॥ జబిలిక చెట్టు.

నిరఞ్జనః-అ-త్రి-అంజనశూన్యః॥

నిరఞ్జనః-అ-పు-చిత్రవర్ణయజ్ఞార్ఘహారిణః-౨నిర్దోషః॥

నిరఞ్జనా-ఆ-సీ-పూర్ణిమా॥

నిరన్తరః-అ-త్రి-సాంద్రః॥ తె॥ దట్టనితయుచుఁగలది.

నిరన్తరాభ్యాసః-అ-పు-స్వాధ్యాయః-౨సతతావృత్తిశ్చ॥

నిరపత్రపః-అ-త్రి-ధృష్టః-నిర్లజ్జః॥

నిరపేక్షః-అ-త్రి-అనపేక్షః॥

నిరయః-అ-పు-నరకః॥ తె॥ చచ్చినవాండ్రజీవునిదండించునది.

నిరర్గలమ్-అ-న-విశృంఖలమ్॥ తె॥ అడ్డములేనిది.

నిరర్థకః-అ-త్రి-మోఘః॥ తె॥ వ్యర్థమయినది.

నిరవః-అ-పు-నీరవః, రవాభావః-౨అపాలనంచ॥

నిరవగ్రహః-అ-పు-స్వతంత్రః-౨వృష్టిప్రతిబంధాభావశ్చ॥ తె॥ ౧స్వతంత్రుఁడు.

నిరవహాలికా-ఆ-సీ-ప్రాచీరమ్॥

నిరశనమ్-అ-న-భోజనాభావః॥

నిరసః-అ-పు-నీరసః-రసాభావః॥

నిరసః-అ-త్రి-తద్వతి॥

నిరసనమ్ అ-న-తిరస్కారః-౧ప్రత్యాఖ్యానమ్-౨నిష్ఠ్యూతిః॥ తె॥ ౧కాదనడము.

నిరసా-ఆ-సీ-నిఃశ్రేణికాతృణమ్॥

నిరస్తః-అ-త్రి-త్వరితోదితవాక్-౧ధనుర్ముక్తబాణః-౨ప్రత్యాఖ్యాతః-౩త్యక్తః-౪నిష్ఠ్యూతః-౫త్వరితః-౬నిరాకృతః॥ తె॥ ౨రెండవతగవునకొచ్చినవాఁడు.

నిరస్థికా-ఆ-సీ-జలౌకా॥ తె॥ జెలగ.

నిరాకరణమ్-అ-న-నివారణమ్॥

నిరాకరిష్ణుః-ఉ-త్రి-తిరస్కరణశీలః॥

నిరాకారః-అ-పు-తిరస్కారః-౧ఆకాశః-౨విష్ణుః-౩శివః-౪పరమాత్మా॥

నిరాకారః-అ-త్రి-ఆకారరహితః॥

నిరాకృతః-అ-త్రి-ప్రత్యాఖ్యాతః॥ తె॥ రెండోతగవునకొచ్చినవాఁడు.

నిరాకృతిః-ఇ-త్రి-అనాకారె-౧అస్వాధ్యాయె॥

నిరాకృతిః-ఇ-పు-విస్మృతవేదః॥ తె॥ వేదము మఱచినవాఁడు.

నిరాకృతిః-ఇ-సీ-ప్రత్యాఖ్యానమ్॥ తె॥ కాదనడము.

నిరాక్రాన్తా-ఆ-సీ-సుష్కవంధ్యా॥ తె॥ ఎద్దెక్కనిగొడ్డావు.

నిరాచారః-అ-త్రి-అనాచారః-నిర్నవిద్యతె ఆచారోయస్యసః॥

నిరాతపః-అ-త్రి-ఆతపశూన్యే॥

నిరాతపా-ఆ-సీ-రాత్రిః॥

నిరాబాధః-అ-త్రి-పక్షాభాసవిశేషః॥

నిరామయః-అ-త్రి-విగతరోగః॥ తె॥ రోగము పోయినవాఁడు

నిరామయః-అ-పు-నిరోగః-౧సూకరః॥ తె॥ ౧ రోగము లేనివాఁడు.

నిరామర్షమ్-అ-న-నిరుద్యోగః॥ తె॥ ఉద్యోగము లేనిది.

నిరామాలుః-ఉ-పు-కపిత్థః॥

నిరాలమ్బా-ఆ-సీ-ఆకాశమాంసీ॥

నిరావృకః-అ-పు-ఈహామృగః॥ తె॥ తోఁడేలు.

నిరాశః-అ-త్రి-ఆశాశూన్యః॥

నిరాసనమ్-అ-న-నిరాసనః-౧వధః-౨అనిష్టమ్॥

నిరాహారః-అ-త్రి-ఆహారరహితః॥

నిరిఙ్గిణీ-ఈ-సీ-తిరస్కరిణీ॥

నిరిన్ద్రియః-అ-త్రి-ఇంద్రియశూన్యః॥

నిరీక్షణమ్-అ-న-దర్శనమ్॥

నిరీక్షితమ్-అ-త్రి-అవలోకితమ్॥

నిరీశమ్-అ-న-ఫాలః॥

నిరీశమ్-అ-త్రి-ఈశశూన్యే-౧నాస్తికేచ॥

నిరీషమ్-అ-న-నిరీశమ్॥

నిరీహః-అ-పు-విష్ణుః॥

నిరీహః-అ-త్రి-ఈహాశూన్యే॥

నిరుక్తమ్-అ-న-వేదాంగనిరుక్తశాస్త్రమ్॥

నిరుక్తః-అ-త్రి-కథితః॥

నిరుక్తిః-ఇ-సీ-అలంకారవిశేషః॥

నిరుద్ధః-అ-త్రి-సంరుద్ధః-రోధవిశిష్టః॥

నిరుద్యోగః-అ-త్రి-నిరుద్యమః-ఉద్యోగాభావవిశిష్టః॥

నిరుద్యోగః-అ-పు-నిష్ప్రయోజనః॥

నిరుపద్రవః-అ-త్రి-ఉత్పాతరహితః॥

నిరుపమః-అ-త్రి-ఉపమారహితః॥

నిరుపేక్షః-అ-త్రి-అనుపేక్షః-ఉపేక్షాశూన్యః-నాస్తిఉపేక్షాయస్యసః॥

నిరూఢః-అ-పు-నిరూఢలక్షణాకశ్శబ్దః॥

నిరూఢలక్షణా-ఆ-సీ-శక్తితుల్యలక్షణా॥

నిరూఢా-ఆ-సీ-లక్షణావిశేషః॥

నిరూపణమ్-అ-న-నిదర్శనమ్-౧నిర్ణీతమ్-౨విచారః॥

నిరూపణః-అ-పు-లోచనమ్-౧విచారః॥

నిరూపితః-అ-త్రి-కృతనిరూపణః-నియుక్తః

నిరూహః-అ-పు-వస్తిభేదః-అనిశ్చితః-౩తర్కః॥

నిరృతిః-ఇ-సీ-ప్రేతకలా-అనిరుపద్రవః-౩అలక్ష్మీః॥

నిరృతిః-ఇ-త్రి-నిరుపద్రవః॥

నిరృతిః-ఇ-పు-దిక్పాలవిశేషః॥

నిరృథః-అ-పు-సాధువేదః॥

నిరోద్ధవ్యమ్-అ-త్రి-రక్షణీయమ్॥

నిరోధః-అ-పు-నిగ్రహః-నాశః. తె॥ ౧బద్ధనిశాకుండా చెయ్యడము-నశించడము

నిర్గః-అ-పు-వింశతిత్రింశద్గ్రామాత్మకదేశః తె॥ఇరువది-ముప్పది యూళ్లుగలదేశము

నిర్గతః-అ-త్రి-నిశ్శేషేణగతః-బహిఃప్రాప్తః

నిర్గన్ధమ్-అ-త్రి-గంధశూన్యమ్॥

నిర్గన్ధనమ్-అ-న-నిర్గ్రంథనమ్-మారణమ్॥

నిర్గన్ధపుష్పీ-ఈ-సీ-శాల్మలీవృక్షః॥

నిర్గుణః-అ-పు-సత్వరజస్తమోగుణాతీతః-పరమేశ్వరః॥

నిర్గుణః-అ-త్రి-విద్యాదిశూన్యే॥

నిర్గుణ్డీ-ఈ-సీ-నిర్గుండీ॥

నిర్గుణ్డీ-ఈ-సీ-సింధువారవృక్షః-శేఫాలికావృక్షః-౩కరహాటః॥ తె॥ ౧వావిలిచెట్టు-నల్లవావిలిచెట్టు.

నిర్గూఢః-అ-పు-వృక్షకోటరమ్॥

నిర్గ్రన్థః-అ-పు-నిర్గ్రంథమతప్రవర్తకః-దరిద్రః-౩నగ్నః॥ (పరిభదః॥)

నిర్గ్రన్థకః-అ-పు-క్షపణః-నిష్ఫలః-౩అ

నిర్గ్రన్థనమ్-అ-న-మారణమ్॥ తె॥చంపడము.

నిర్గ్రన్థికః-అ-పు-క్షపణః॥

నిర్గ్రన్థికః-అ-త్రి-నిపుణే-హీనేచ॥

నిర్గ్రామః-అ-త్రి-గ్రామాన్నిష్క్రాంతః॥ తె॥ఊరుబయలు వెళ్లినవాఁడు.

నిర్ఘటమ్-అ-న-బహుమానుషసంకీర్ణహట్టమ్-కరశూన్యహట్టమ్ ౩ఘటశూన్యంచ

నిర్ఘణ్టః-అ-పు-నిర్ఘంటనమ్-నిఘంటుః-గణసంగ్రహః-గ్రంథానాంసూచీతిఖ్యాతః

నిర్ఘాతః-అ-పు-వాయ్వభిహతవాయుప్రపతనజన్యశబ్దవిశేషః॥ తె॥పిడుగు.

నిర్ఘోషః-అ-పు-ధ్వనిః॥ తె॥శబ్దము.

నిర్జనః-అ-త్రి-జనశూన్యస్థానాది-విజనః॥

నిర్జరమ్-అ-న-సుధాయామ్॥

నిర్జరః-అ-త్రి-జరారహితే॥

నిర్జరః-అ-పు-దేవః॥

నిర్జరసర్షపః-అ-పు-దేవసర్షపవృక్షః॥

నిర్జరా-ఆ-సీ-గుడూచీ-తాలపర్ణీ॥

నిర్జలః-అ-త్రి-జలశూన్యదేశాది॥

నిర్జితః-అ-త్రి-ప్రాప్తపరాజయః-వశీకృతః

నిర్జితేన్ద్రియగ్రామః-అ-త్రి-యతిః॥

నిర్జీవః-అ-త్రి-జీవాత్మరహితః-ప్రాణశూన్యః॥

నిర్ఝరః-అ-పు-పర్వతద్రవత్ప్రవాహః-సూర్యఘోటకః-౩తుషానలః॥ తె॥ ౧సెలయేఱు.

నిర్ఝరః-అ-త్రి-తుములః-అవ్యక్తః॥

నిర్ఝరా-ఆ-సీ-గుడూచీలతా-తాలపత్రీ॥

నిర్ఝరిణీ-ఈ-సీ-నదీ॥

నిర్ఝరీ-ఈ-సీ-నిర్ఝరః-నదీ॥

నిర్ఝరీ-న్-పు-పర్వతః॥

నిర్ణయః-అ-పు-నిశ్చయః-విచారః-౩విరోధపరిహారః-౪అధికరణవిశేషః॥

నిర్ణయనమ్-అ-న-నిర్ణయః॥

నిర్ణయపాదః-అ-పు-చతుష్పాదవ్యవహారాంతర్గతవ్యవహారవిశేషః-తస్యరూపంమిలితానాంసభాసదాంపరాజితోయమిత్యవధారణమ్॥

నిర్ణాయనమ్-అ-న-మాతంగాపాంగదేశః॥
నిర్ణిక్తమ్-అ-త్రి-అపనీతమలమ్-శోధితమ్॥
నిర్ణీతమ్-అ-త్రి-కృతనిర్ణయః॥
నిర్ణేజకః-అ-పు-రజకః॥ తె॥ చాకలివాఁడు.
నిర్దటః-అ-త్రి-పరాపవాదరక్తః - ౨దయాశూన్యః-౩తీవ్రః-౪మత్తః-౫నిష్ప్రయోజనః॥
నిర్దయః-అ-త్రి-దయాశూన్యః॥
నిర్దరమ్-అ-న-నిర్భయమ్-౨సారమ్॥
నిర్దరమ్-అ-త్రి-కఠినే-౨అపత్రపేచ॥
నిర్దహః-అ-త్రి-పరదోషోక్తిపరః - ౨నిష్ఠురభాషీ॥
నిర్దహనః-అ-పు-భల్లాతకః - ౨అగ్నిశూన్యశ్చ॥
నిర్దహనీ-ఈ-సీ-మూర్వాలతా॥
నిర్దిగ్ధః-అ-త్రి-బలీ-మాంసబలః॥
నిర్దిష్టః-అ-త్రి-నిశ్చితః॥
నిర్దేశః-అ-పు-ఆజ్ఞా-౨కథనమ్-౩ఉపాంతః॥
నిర్దోషః-అ-త్రి-దోషరహితః॥
నిర్ధనః-అ-పు-జరద్గవః॥
నిర్ధనః-అ-త్రి-ధనశూన్యే॥
నిర్ధర్మః-అ-త్రి-ధర్మరహితః॥
నిర్ధారః-అ-పు-నిశ్చయః - జాతిగుణక్రియాణాముత్కర్షేణాపకర్షేణ వాసజాతీయాత్పృథక్కరణమ్-౨ధారారహితశ్చ॥
నిర్ధారణమ్-అ-న-నిశ్చయః-౨నిర్ధారః॥
నిర్ధారణః-అ-పు-నిశ్చయః॥
నిర్ధారితమ్-అ-త్రి-కృతనిశ్చయః॥
నిర్ధార్యమ్-అ-త్రి-నిర్ధారణీయమ్ - నిర్ధారితవ్యమ్-౨నిర్భయకర్మకర్తా॥
నిర్ధూతమ్-అ-త్రి-ఖండితమ్-పరిత్యక్తమ్॥
నిర్ధౌతమ్-అ-త్రి-ప్రక్షాళితమ్॥
నిర్ణిక్తః-అ-త్రి-క్షాళనాదిపరిశుద్ధవస్తు॥

నిర్బన్ధః-అ-పు-అభినివేశః॥ తె॥ అభిప్రాయము.
నిర్బర్హణమ్-అ-న-నిబర్హణమ్॥
నిర్బీజా-ఆ-సీ-లఘుద్రాక్షా॥ తె॥ కిసుమిసిపండు.
నిర్భటః-అ-త్రి-దృఢః॥
నిర్భయః-అ-త్రి-భయరహితః॥
నిర్భరమ్-అ-న-అతిశయః॥
నిర్భరః-అ-త్రి-అతిశయవాన్॥
నిర్భర్త్సనమ్-అ-న-తర్జనమ్-౨అలక్తః॥ తె॥ ౧బెదిరించడము-౨లత్తుక.
నిర్భర్త్సితమ్-అ-త్రి-కృతనిర్భర్త్సనః॥
నిర్భాగ్యః-అ-త్రి-భాగ్యరహితః॥
నిర్మణ్డలః-అ-పు-తఁటునాగః॥ తె॥ నెగడు.
నిర్మదః-అ-పు-మదహీనగజః॥ తె॥ మదముడిగినఏనుఁగ.
నిర్మదః-అ-త్రి-మదశూన్యే॥
నిర్మథ్యః-అ-పు-స్నేహపక్వః॥ తె॥ పుల్లఫేణీలు.
నిర్మథ్యా-ఆ-సీ-నలికా॥
నిర్మన్థ్యదారు-ఉ-న-అరణిః - యజ్ఞేఅగ్న్యుత్థాపనార్థంఘర్షణీయకాష్ఠమ్॥
నిర్మలః-అ-పు-శ్వేతవర్ణః॥
నిర్మలః-అ-త్రి-శ్వేతవర్ణవాన్-౨మలరహితః॥
నిర్మలోపలః-అ-పు-స్ఫటికః॥
నిర్మాణమ్-అ-న-నిర్మితిః-౨సారః-౩సమంజసమ్॥ తె॥ ౧నిర్మించడము.
నిర్మాల్యమ్-అ-న-పూజితవిసర్జితమ్॥
నిర్మాల్యా-ఆ-సీ-స్పృక్కా॥ తె॥ స్పృక్కయనుగ్రంథ్యము.
నిర్మితమ్-అ-త్రి-కృతనిర్మాణమ్-౨రచితమ్॥
నిర్మితిః-ఇ-సీ-నిర్మాణమ్॥

నిర్ముక్తః-అ-త్రి-త్యక్తసంయోగః॥

నిర్ముక్తః-అ-పు-ముక్తకంచుకసర్పః - ౨ముక్తసంసారః॥ తె॥ ౧పొరవిడిచినపాము-౨సంసారమునువిడిచినవాఁడు.

నిర్ముటమ్-అ-న-కరశూన్యహట్టః॥

నిర్ముటః-అ-పు-వనస్పతిః - అపుష్పవృక్షః-౨సూర్యః-౩ఖర్పరః॥

నిర్మోకః-అ-పు-సర్పకంచుకః-౨వర్మ-౩వ్యోమ-౪మోచనమ్॥

నిర్యన్త్రణః-అ-త్రి-నిరర్గలః॥ తె॥ అడ్డములేనిది.

నిర్యాణమ్-అ-న- గజాపాంగదేశః-౨మరణమ్-౩నిర్గమః॥

నిర్యాతనమ్-అ-న-వైరశుద్ధిః - ౨దానమ్-౩న్యాసధనార్పణమ్-౪ఋణాదిశుద్ధిః-౫మారణమ్॥ తె॥ ౧పగతీర్చుకొనడము.

నిర్యామః-అ-పు-పోతవాహః॥ తె॥ ఓడగంబముమీఁదినుండియుపాయముఁజెప్పెడివాఁడు-ఓడతండేలున్న.

నిర్యాసః-అ-పు-వృక్షరసః॥ తె॥ బంక.

నిర్యుక్తికమ్-అ-త్రి-యుక్తిరహితమ్॥

నిర్యూషః-అ-పు-నిర్యాసః॥

నిర్యూహః-అ-పు-వృక్షరసః- ౨శేఖరః - ౩ద్వారమ్-౪నాగదంతకః-౫రసః॥ తె॥ ౧చెట్టుఁగొట్టితేవచ్చినరసము.

నిర్లక్షణః-అ-త్రి-లక్షణహీనః॥

నిర్లయినీ-ఈ-సీ-సర్పకంచుకః॥ తె॥ పాముకుబుసము.

నిర్లిప్తః-అ-పు-శ్రీకృష్ణః॥

నిర్లిప్తః-అ-త్రి-లేపరహితః॥

నిర్లేపః-అ-త్రి-లేపశూన్యః- ౨అసంగరహితః-౩పాపశూన్యః॥

నిర్లోహః-అ-(సీ)-బోలమ్॥ తె॥ బాలింతబోలు

నిర్ల్వయనీ-ఈ-సీ-సర్పత్వక్॥ తె॥ పాముకుబుసము.

నిర్వచనమ్-అ-న-నిరుక్తిః-నిశ్చయకథనమ్॥

నిర్వపణమ్-అ-న-దానమ్॥ తె॥ ఇవ్వడము.

నిర్వర్ణనమ్-అ-న-దర్శనమ్॥

నిర్వహణమ్-అ-న-నాట్యపంచమసంధిః - ౨నిష్ఠా॥

నిర్వాణమ్-అ-న-మోక్షః- ౨గజమజ్జనమ్-౩నిర్వృతిః- ౪వినాశః-౫అపవర్గః - ౬విశ్రాంతిః-౭నిశ్చలమ్-౮శూన్యమ్ - ౯విద్యోపదేశనమ్- ౧౦నాభిదేశేజప్యప్రణవపుటితమాతృకాపుటితమూలమంత్రమ్-౧౧అస్తగమనమ్॥ తె॥ ౧ముక్తి- ౨పనుఁగనుకడగడము.

నిర్వాణః-అ-పు-భృత్యః-౨భారికః॥ తె॥ ౧దాసుఁడు-౨బరువుమోసెడువాఁడు.

నిర్వాణః-అ-త్రి-శాంతమునిః - ౨శాంతవహ్న్యాదిః॥

నిర్వాతః-అ-పు-గతేవాయుః॥

నిర్వాతః-అ-త్రి-వాయుసంచారరహితః॥

నిర్వాదః-అ-పు- నిందా- ౨జనవాదః- ౩వాదాభాసః-౪నిశ్చితవాదః॥

నిర్వాపః-అ-పు- నివాపః-ప్రేతభిన్నమృతపితృద్దేశ్యకదానమ్॥

నిర్వాపణమ్-అ- న- మారణమ్ - ౨దానమ్॥ తె॥ ౧చంపడము.

నిర్వార్యః-అ-త్రి-సత్త్వసంపదాసంపత్స్వార్యకర్తా-౨భయవిక్రమ వ్యసనాభ్యుదయాదౌనిర్వికారంమనః సత్త్వంతత్సంపదాసంపతన్- ఉద్యమంకుర్వన్ యోనిః శంకోభూత్వాకర్మకురుతే సనిర్వార్య ఉచ్యతే-౩అవారణీయశ్చ॥

నిర్వాసనమ్-అ-న-మారణమ్-౨నగరాదేర్బ

హిమప్రవృతిః॥ తె॥ ౧చంపడము-౨వెళ్లఁగొట్టడము.

నిర్వాహః-అ-పు-నివృత్తిః-సమాప్తిః॥

నిర్వాహణమ్-అ-న-నిర్వహణమ్-నాట్యోక్తౌప్రస్తుతకథాసమాప్తిః॥

నిర్వికల్పకమ్-అ-న-ప్రకారతావిశేష్యతానాపన్నసంబంధానవగాహ్యతీంద్రియజ్ఞానమ్॥

నిర్వికల్పసమాధిః-ఇ-పు-జ్ఞాతృజ్ఞానాదిభేదలయేఅద్వితీయవస్తుని తదాకారాకారితాయా బుద్ధివృత్తైరతితరా మేకీభావేనావస్థానమ్॥

నిర్వికారః-అ-త్రి-వికారశూన్యః॥

నిర్విన్ధ్యా-ఆ-సీ-నిర్వింధ్యానదీ॥

నిర్విన్నః-అ-త్రి-నిర్విత్తివిశిష్టః- నిర్వేదయుక్తః॥

నిర్వివారమ్-అ-న-గజకర్ణమూలమ్॥

నిర్విశజ్ఞా-ఆ-సీ-ప్రజాసృష్టిస్థలమ్-౨బ్రాహ్మః॥

నిర్విషా- ఆ - సీ- అపవిషా॥ తె॥ అపవిషమను గ్రంథ్యము.

నిర్విష్టః-అ-త్రి-కృతనిర్వేశః-౨ప్రాప్తః- ౩స్థితః-౪వివాహితః-౫కృతాగ్నిహోత్రః॥

నిర్వీరమ్-అ-త్రి-వీరశూన్యమ్॥

నిర్వీరా-ఆ-సీ-అవీరా-పతిపుత్రవిహీనా॥

నిర్వృతమ్-అ-న-గృహమ్॥

నిర్వృతిః-ఇ-సీ-సుఖమ్-౨నాశః-౩సుస్థితిః-౪అస్తంగమనమ్-౫మోక్షః-౬మృత్యుః॥

నిర్వృత్తః-అ-త్రి-సిద్ధః-౨నిష్పన్నః॥ తె॥ ౧సిద్ధమయినది.

నిర్వృత్తిః-ఇ-సీ- మనస్తోషః- ౨మోక్షః- ౩ప్రత్యాగతిః-౪నిష్పాదః॥

నిర్వృత్తిః-ఇ-త్రి-వృత్తిరహితే॥

నిర్వేదః-అ-పు- వ్యభిచారిభావవిశేషః- ౨నిరాశాప్రయుక్తబుద్ధిః॥ తె॥ ౨నిరాసఁజేసుకొనడము.

నిర్వేశః-అ-పు-భృతిః- ౨సుఖదుఃఖప్రాప్తిః-౩సమూర్ఛనమ్॥ తె॥ ౧జీతము,కూలిన్ని.

నిర్వేష్టనమ్-అ-న-నాడిచీరమ్॥

నిర్వేష్టనమ్-అ-త్రి-వేష్టనరహితే॥

నిర్వ్యథనమ్-అ-న-రంధ్రమ్-౨వ్యథాభావః-౩నిశ్చయేనవ్యథనంచ॥

నిర్వ్యూఢమ్-అ-త్రి-త్యక్తమ్-౨సమాప్తమ్

నిర్హరణమ్-అ- న- శవదాహః- ౨నిశ్శేషేణహరణంచ॥

నిర్హాదః-అ-పు-ధ్వనిః॥

నిర్హారః-అ-పు- అభ్యవకర్షణమ్॥ తె॥ ఒంటనాటినబాణములుపెఱికడము.

నిర్హారీ-న్-త్రి-దూరవ్యాపిసుగంధద్రవ్యమ్॥ తె॥కర్పూరాదికము.

నిర్హ్రాదః-అ-పు-ధ్వనిః॥ తె॥శబ్దము.

నిలయః-అ-పు-గృహమ్॥ తె॥ఇల్లు.

నిలిజ్ఞికా-ఆ-సీ-గౌః॥ తె॥ఆవు.

నిలిమ్పః-అ-పు-దేవః॥

నిలిమ్పనిర్ఝరీ-ఈ-సీ-గంగా॥

నిలిమ్పా-ఆ-సీ-స్త్రీగవీ॥

నిలిమ్పికా-ఆ-సీ-సౌరభేయీ॥

నిలీనమ్-అ-త్రి-నిఃశేషేణలీనమ్॥

నివపనమ్-అ-న-పితృద్దేశ్యకదానమ్॥

నివరా-ఆ-సీ-కుమారీ-అవివాహితా॥

నివర్తికమ్-అ-న-రతిబంధవిశేషః॥

నివసతిః-ఇ-సీ-గృహమ్॥

నివసథః అ-పు- గ్రామః॥

నివసనమ్-అ-న-గృహమ్-౨వస్త్రమ్॥

నివహః-అ-పు-సమూహః- ౨వాయువిశేషః

నివాకః-అ-పు- న్యూనాధికాభావవచనమ్॥ తె॥ఎక్కువతక్కువ లేకపలకడము-

నివాతః-అ-పు-దృఢసన్నాహః- ౨ఆశ్రయః ౩వాతవర్జితః॥

నివాతకవచః-అ-పు-దైత్యవిశేషః॥

నివాపః-అ- (సీ)- పిత్రర్థకృతతర్పణాదిదానమ్-౨దానమాత్రంచ॥

నివారః- అ - పు - నివారణమ్-ఇతినిపూర్వవృధాతోర్భావేఘఞ్ ప్రత్యయేననిష్పన్నః॥

నివారణమ్-అ-న- నిశ్చయేనవారణమ్-నిరాకరణమ్॥

నివారితః-అ-త్రి-కృతనివారణః॥

నివాసః-అ-పు-గృహమ్॥ తె॥ఇల్లు,

నివాసనమ్-అ-న-గృహమ్॥

నివాసీ-న్-త్రి- నివాసవిశిష్టః-నివాసకర్తా॥

నివిరాగః-అ-త్రి-స్థిరప్రేమవాన్॥

నివిరీసమ్-అ-త్రి-నిబిడమ్॥

నివిష్టమ్-అ-త్రి - నివేశయుక్తమ్ - ఆవిష్టమ్-ప్రవిష్టమ్॥

నివీతమ్-అ-న-కంఠలంబితయజ్ఞసూత్రమ్॥

నివీతః- అ- త్రి- ప్రావృతః - ౨హారవల్లంబమానయజ్ఞసూత్రమ్॥ తె॥ ౧కప్పుకొనేడిబట్ట- ౨పేరుగా వేసుకొన్నజందెము.

నివీతీ-న్-పు-నివీతయుక్తః-కంఠలంబితయజ్ఞసూత్రవిశిష్టః॥

నివృత్-త్-పు-జనపదః॥ తె॥పల్లెటూరు- పల్లెలదేశమున్ను.

నివృతః-అ-త్రి-పరిక్షిప్తః-౨నివీతమ్॥ తె॥ ౧చుట్టుకొనఁబడినది.

నివృతిః-ఇ-సీ-వివాహాద్యుత్సవః - ౨విష్ణుదండః॥

నివృత్తః-అ-త్రి-నివృత్తివిశిష్టః-విరతః॥

నివృత్తాత్మా-న్-పు-విష్ణుః॥

నివృత్తిః-ఇ-సీ-నిర్వృత్తిః-అప్రవృత్తిః॥

నివేదనమ్-అ-న-ఆవేదనమ్-విజ్ఞాపనమ్- ౨సమర్పణమ్॥

నివేదితమ్-అ-త్రి-కృతనివేదనమ్॥

నివేశః-అ-పు-గృహమ్-౨స్కంధావారః-౩ఉద్వాహః-౪విన్యాసః॥ తె॥ ౨దండువిడిచినస్థలము-౪ఉంచడము.

నివేశనమ్-అ-న-స్కంధావారః॥ తె॥ దండువిడిపట్టు.

నివేశనీయః-అ-త్రి-నివేశనార్హః॥

నివేశ్యః-అ-త్రి-నివేశనీయః॥

నిశఠః-అ-పు-బలదేవపుత్రః॥

నిశమనమ్-అ-న-మారణమ్-౨దర్శనమ్ - ౩శ్రవణమ్॥ తె॥౧చంపడము.

నిశా-ఆ-సీ-రాత్రిః-౨హరిద్రా-౩దారుహరిద్రా॥ తె॥౧రాతిరి-౨పసపు- ౩మ్రానిపసపు,

నిశాకరః-అ-పు-చంద్రః-౨కుక్కుటః॥

నిశాకేతుః-ఉ-పు-చంద్రః॥

నిశాగణః-అ-పు-రాత్రిసమూహః॥

నిశాచరః-అ-త్రి-రాత్రిచరమాత్రే॥

నిశాచరః-అ-పు-గోమాయుః-౨సర్పః-౩రాక్షసః-౪ఉలూకః-౫ఖేచరః-౬చంద్రః॥ తె॥౧నక్క-౨పాము-౩రాక్షసుఁడు-౪గుడ్లగూబ- ౫ఆకసమందుసంచరించేది-౬చందురుఁడు.

నిశాచరీ-ఈ-సీ-శంఖినీ-౨ఉలూకస్త్రీ-౩జారస్త్రీ- ౪కేశినీనామసుగంధిద్రవ్యమ్॥ తె॥ ౧కల్లిచెట్టు-౨ఆఁడుగుడ్లగూబ-౩ఱంకుబోఁతు.

నిశాచర్మ-న్-న-అంధకారః॥

నిశాజలమ్-అ-న-హిమమ్॥

నిశాటః-అ-పు-రాక్షసః॥ తె॥అసురుఁడు,
నిశాటకః-అ-పు-గుగ్గులుః॥
నిశాటనః-అ-పు-పేచకః-౨నిశాచరశ్చ॥
నిశాటీ-ఈ-సీ-తైలపాయికా-౨రాక్షసస్త్రీ
॥తె॥౧గబ్బిలము.
నిశాతః-అ-త్రి-శోణితః॥ తె॥ నెత్తురు.
నిశాదః-అ-పు-నిషాదః-౨నిశాభుక్చ॥
నిశాదర్శీ-న్-పు-ఘూకః॥ తె॥ గుడ్లగూఁబ.
నిశాదిః-ఇ-సీ-సంధ్యా॥ తె॥సాయంకాలము.
నిశానామ్నీ-ఈ-సీ-హరిద్రా॥ తె॥ పసపు,
నిశాన్తమ్-అ-న-గృహమ్-౨ఉషా॥
నిశాన్తః-అ-పు-ప్రభాతమ్॥ తె॥ ప్రాతఃకాలము.
నిశాన్తః-అ-త్రి-శాంతః-౨కుపితః॥
నిశాన్ధః-అ-త్రి-రాత్ర్యంధే॥
నిశాన్ధా-ఆ-సీ-జతుకాలతా॥
నిశాపతిః-ఇ-పు-చంద్రః-౨కర్పూరః॥
నిశాపుష్పమ్-అ-న-ఉత్పలమ్॥
నిశాబలః-అ-పు-మేష-వృష-మిథున-కర్కట
ధనుః-మకర-రాశయః॥
నిశాభఙ్గా-ఆ-సీ-ముద్గపుచ్ఛీ॥
నిశామణిః-ఇ-పు-ఖద్యోతః-౨చంద్రః॥ తె॥
౧మెఱుఁగుఁడుపురుఁగు.
నిశామనమ్-అ-న-దర్శనమ్-౨శ్రవణమ్ - ౩
ప్రతిచ్ఛాయా-౪గజదంతాంతరాలమ్॥
తె॥౧చూచుట-౨వినుట - ౩ప్రతిబింబ
ము-౪ఏనుఁగుదంతపునడిమిభాగము.
నిశామృగః-అ-పు-శృగాలః॥ తె॥నక్క.
నిశాయ్యః-అ-పు-గృహమ్॥ తె॥ఇల్లు.
నిశారః-అ-పు-సర్వాంగప్రావరణమ్॥ తె॥
సర్వాంగపావడ.
నిశారణమ్-అ-న-మారణమ్ - ౨రాత్రియు
ద్ధంచ॥ తె॥౧చంపడము.

నిశారణః-అ-పు-రాత్రిశబ్దే॥
నిశారత్నః-అ-పు-చంద్రః॥
నిశారుకః-అ-పు-రూపకభేదః। తాలవిశేషః॥
నిశావనః-అ-పు-శణతృణమ్॥ తె॥ శణమను
తెల్లు.
నిశావా-ఆ-సీ-జతుకీలతా॥ తె॥ సురళితీఁగ,
నిశావృన్దమ్-అ-న-రాత్రిగణః- బహునిశాః॥
నిశావేదీ-న్-పు-కుక్కుటః॥
నిశాహసః-అ-పు-కుముదమ్॥
నిశాహ్వా-ఆ-సీ-హరిద్రా॥ తె॥పసపు.
నిశితమ్-అ-న-లోహమ్॥
నిశితః-అ-పు-శాణితః॥
నిశితః-అ-త్రి-శాతః॥ తె॥ వాడిగాచెయ్యఁబ
డ్డది.
నిశిపతిః-ఇ-పు-చంద్రః॥
నిశిపుష్పా-ఆ-సీ- శేఫాలికా॥ తె॥ నల్లవావిలి
చెట్టు.
నిశిపుష్పికా-ఆ-సీ-శేఫాలికా॥ తె॥ నల్లవావి
లిచెట్టు।
నిశిపుష్పీ-ఈ సీ-శేఫాలికా॥ తె॥ నల్లవావిలి
చెట్టు.
నిశీథః-అ-పు-అర్ధరాత్రిః-౨రాత్రిః॥
నిశీథినీనాథః-అ-పు-చంద్రః॥
నిశీథ్యా-ఆ-సీ-రాత్రిః॥
నిశీథినీ-ఈ-సీ-రాత్రిః॥ తె॥ రాతిరి.
నిశీథ్యా-ఆ-సీ-రాత్రిః॥
నిశుమ్భః-అ-పు-వధః-౨దానవవిశేషః॥
నిశుమ్భనమ్-అ-న-మారణమ్॥ తె॥చంపడము
నిశుమ్భమర్దినీ-ఈ-సీ-దుర్గా॥
నిశుమ్భశుమ్భహననీ-ఈ-సీ-దుర్గా॥
నిశుమ్భీ-న్-పు-బుద్ధవిశేషః॥
నిశైతః-అ-పు-బకః॥
నిశ్చయః-అ- పు- నిర్ణయః॥ తె॥ నిజము.

నిశ్చలః-అ-త్రి-అచలః॥
నిశ్చలా-ఆ-సీ-శాలపర్ణీ-౨పృథివీ॥
నిశ్చలాఙ్గః-అ-పు-బకః॥
నిశ్చలాఙ్గః-అ-త్రి - పర్వతాదౌస్పందరహితేచ॥
నిశ్చాయకః-అ-త్రి-నిశ్చయకర్తా॥
నిశ్చారకః-అ-పు-పురీషక్షయః - ౨వాయుః ౩స్వచ్ఛందమ్॥
నిశ్చిన్తః-అ-త్రి-చింతారహితః॥
నిశ్చీయమానః-అ-త్రి-నిశ్చయవిషయః॥
నిశ్చుక్కణమ్-అ-న-దంతశాణమ్॥
నిశ్చేష్టః-అ-త్రి-చేష్టారహితః॥
నిశ్రేయసమ్-అ-న-మోక్షః - ౨కల్యాణమ్॥
నిశ్రేయసః-అ-పు-చంద్రచూడః॥
నిశ్వాసః-అ-పు-బహిర్ముఖశ్వాసః॥
నిశ్వాససంహితా-ఆ-సీ- శివప్రణీతశాస్త్రవిశేషః॥
నిశ్విణ్ణః-అ-త్రి- అవమత్యాఅద్భుతేనవాచేష్టారహితః॥ తె॥ అవమానముచేతఁగాని-ఆశ్చర్యముచేతఁగానిమైగ-అచుట-కదలకనుండుట.
నిశ్శబ్దః-అ-పు- తాలమానలఘుచతుష్టయకాలః॥
నిశ్శబ్దా-ఆ-సీ-రాత్రిః॥
నిశ్శలాకమ్-అ-న-రహస్యమ్॥
నిశ్శలాకః-అ-త్రి-రహస్యస్థలాదికమ్॥
నిశ్శృఙ్గః-అ-పు-వాతప్రమీః॥ తె॥ గాలికెదుఱుగానడుచుమృగము.
నిశ్శేషః-అ-త్రి-అఖిలః॥ తె॥ సమస్తము.
నిశ్శోధ్యః-అ-త్రి-క్షాళనఘాలనాదిపరిశుద్ధః॥
నిశ్శ్రేణిః-ఇ-సీ-అధిరోహిణీ-౨పరూషీ॥ తె॥ ౧నిచ్చెన-౨పేరీఁతచెట్టు.
నిషఙ్గః-అ-పు-తూణీరమ్-౨సంగః॥ తె॥ ౧.అంబులపొది-౨చేరిక.
నిషఙ్గథిః-ఇ-పు-సమాలింగః-౨ధన్వీ-౩రథః-౪స్కంధః-౫తృణమ్-౬సారథిః॥
నిషఙ్గీ-న్-పు-ధనుర్ధరః॥
నిషఙ్గినః-అ-పు-ధనుర్ధరః॥
నిషదః-అ-పు-నిషాదస్వరః॥
నిషద్యా-ఆ-సీ-ఆపణః-౨హట్టః - ౩క్షుద్రఖట్వా॥ తె॥ ౧అంగడి,
నిషద్వరః-అ-పు-కర్దమః-౨కర్మ॥ తె॥ ౧బురద
నిషద్వరీ-ఈ-సీ-నిశా॥ తె॥ రాత్రి.
నిషధః-అ-పు-నిషధపర్వతః-౨దేశవిశేషః-౩నిషధదేశరాజా- ౪కఠినమ్ - ౫నిషాదస్వరః॥
నిషధేశః-అ-పు-నలచక్రవర్తీ॥ తె॥ నలుడనువాఁడు.
నిషాదః-అ-పు-సంగీతస్వరవిశేషః - ౨బ్రాహ్మణపురుష-శూద్రస్త్రీసుతః - ౩చండాలః॥
నిషాదనమ్-అ-న-అలంకారవిశేషః॥
నిషాదీ-న్-పు-ఆధోరణః॥ తె॥ మావటీఁడు.
నిషిద్ధమ్-అ-త్రి-నిషేధవిషయః॥
నిషిద్ధైకరుచిః-ఇ-సీ-అయోగ్యకర్మకర్తా॥ తె॥ అనాచారప్రవర్తకుఁడు.
నిషూదనమ్-అ-న-మారణమ్॥ తె॥ చంపడము
నిషేకః-అ-పు-గర్భాధానమ్॥
నిషేకాదికృత్-త్-పు-గర్భాధానాదికర్తా॥
నిషేధః-అ-పు-ప్రతిషేధః॥
నిషేధాభాసాక్షేపః-అ-పు- అలంకారవిశేషః॥
నిషేవణమ్-అ-న-అభిషవః-౨శేవనమ్॥ తె॥ ౧సోమముపిండడము-౨సేవించడము.
నిషేవనమ్-అ-న-సేవా॥
నిషేవ్యః-అ-త్రి-సేవనీయః॥

నిష్కమ్-అ-న-పదకమ్-౨కర్షమాత్రసువర్ణమ్-౩పలమ్-౪దీనారమ్-౫సాష్టస్వర్ణశతమ్॥ తె॥ ౧రత్నస్థాపితమైనపదకపుబిళ్ల-౨ముద్రిక.

నిష్కః-అ-పు-పదకమ్-౨కర్షమాత్రసువర్ణమ్-౩పలమ్-౪దీనారః-౫సాష్టస్వర్ణశతమ్-౬బహిష్కృతమ్-౭గోపాలః-౮కిరాతః॥ తె॥ ౧రత్నస్థాపితమైనపదకపుబిళ్ల-౨ముద్రిక.

నిష్కః-అ-(సీ)-సాష్టశతసువర్ణః-౨హేమ-౩ఉరోభూషణమ్-౪పలమ్-౫దీనారః-౬స్వర్ణకర్షః-౭స్వర్ణపలమ్-౮కంఠభూషా-౯మాషకచతుష్టయమ్-౧౦షోడశద్రమ్యః॥

నిష్కణ్ఠః-అ-పు-వరుణవృక్షః॥

నిష్కర్షః-అ-పు-నిశ్చయః॥

నిష్కలమ్-అ-త్రి-కలాశూన్యమ్-౨నష్టవీర్యమ్-౩బ్రహ్మ॥

నిష్కలః-అ-పు-నిర్వీర్యః-౨ఆధారః॥

నిష్కలా-ఆ-సీ-విగతార్తవా-౨వృద్ధా॥ తె॥ ౧ముట్లుడిగినయాఁడుది.

నిష్కలీ-ఈ-సీ - ఋతుహీనా-నివృత్తరజస్కా॥

నిష్కా-ఆ-సీ-వృద్ధాంగనా॥

నిష్కాలకః-అ-పు - ముండితలోమాఘృతాభ్యక్తః ప్రాయశ్చిత్తార్హః॥

నిష్కాశః-అ-పు-ప్రాసాదాద్యుపస్థానమ్॥

నిష్కాసితః-అ-త్రి-అవకృష్టః॥ తె॥ వెళ్లఁగొట్టబడ్డవాఁడు.

నిష్కుటః-అ-పు-గృహారామః-౨కోటరమ్-౩గృహమ్-౪కవాటమ్-౫కేదారమ్॥ తె॥ ౧పెరటితోఁట-౪తలుపు-౫మడి.

నిష్కుటిః-ఇ-సీ-పలా॥

నిష్కుటీ-ఈ-సీ-పలాలతా-౨త్రిపుటాలతా తె॥ ౧పలకిచెట్టు-౨పిన్నయేలకితీఁగె.

నిష్కుమ్భః-అ-పు-దంతీవృక్షః॥

నిష్కుమ్భః-అ-త్రి-కుంభశూన్యే॥

నిష్కుశితః-అ-త్రి-నిష్కోశితః॥

నిష్కుషః-అ-పు-కోటరమ్॥ తె॥ తొఱ్ఱ.

నిష్కుహః-అ-పు-కోటరమ్॥ తె॥ తొఱ్ఱ.

నిష్కూహః-అ-పు-కోటరమ్॥ తె॥ తొఱ్ఱ.

నిష్కృతిః-ఇ-సీ-నిర్ముక్తిః॥

నిష్క్రమః-అ-పు-ధీశక్తిః-౨నిర్గమః-౩దుష్కులమ్-౪నిష్క్రమణసంస్కారః॥ తె॥ ౧బుద్ధిబలము-౨బయలువెడలుట - ౩చెడుకులము.

నిష్క్రమణమ్-అ-న-దశసంస్కారాంతర్గతసంస్కారవిశేషః॥

నిష్క్రయః-అ-పు-భృతిః- వేతనమ్ - ౨బుద్ధియోగః-౩సామర్థ్యమ్-౪నిర్గతిః-౫ప్రత్యుపకారః-౬వినిమయః॥

నిష్క్రాన్తః-అ-త్రి-నిర్గతః॥

నిష్క్రామమ్-అ-న-కన్నికాచలనవిశేషః॥ తె॥ కనిగ్రుడ్డుత్రిప్పుట.

నిష్క్రాముః-అ- పు - తాలప్రాణక్రియావిశేషః॥

నిష్క్రియమ్-అ-న-బ్రహ్మ॥

నిష్క్రియమ్-అ-త్రి-క్రియాశూన్యే॥

నిష్క్వాథః-అ-పు-మాంసాదిక్వాథః॥

నిష్టమమ్-౦-౦-గర్హ్యమ్॥ తె॥ అసహ్యముగాను.

నిష్ట్యః-అ-పు-మ్లేచ్ఛజాతివిశేషః॥

నిష్ఠః-అ-త్రి-స్థితః॥

నిష్ఠా-ఆ-సీ-నాట్యపంచమసంధిః- ౨నాశః-౩నిష్పత్తిః-౪అంతః- ౫తాత్పర్యమ్ - ౬యాచ్ఞా- ౭నిర్వాహణమ్॥ తె॥ ౧నాట్య

మండలిఅయిదవసంధి - ౨నాశము - ౩కార్యమగుట-౪తుద-౫తాత్పర్యము-౬యాచించుట - ౭నిర్వహించుట, నెఱవేర్చుటయున్ను.

నిష్ఠానమ్-అ-న-తేమనమ్ ॥ తె॥ పాలతిమ్మనము.

నిష్ఠితమ్-అ-త్రి-నితరాంస్థితమ్ - ౨నిష్ఠావిశిష్టః-౩నిశ్చయేనస్థితశ్చ॥

నిష్ఠీవః-అ-పు-నిష్ఠీవనమ్॥

నిష్ఠీవనమ్-అ-న-నిష్ఠ్యూతిః॥ తె॥ఉమియడము

నిష్ఠురః-అ-త్రి-పరుషవాక్-౨కఠినః॥

నిష్ఠురా-ఆ-సీ-రజతమ్॥

నిష్ఠేవః-అ-(సీ)-నిష్ఠీవనమ్॥ తె॥ఉమియడము

నిష్ఠేవః-అ-త్రి-నిష్ఠీవనమ్॥ తె॥ఉమియడము.

నిష్ఠేవనమ్-అ-న-నిష్ఠ్యూతిః॥ తె॥ ఉమియడము.

నిష్ఠ్యా-ఆ-సీ-స్వాతీనక్షత్రమ్- ౨చండాలేతరాంత్యజాతివిశేషః॥

నిష్ఠ్యూతః-అ-త్రి - నుత్తః-౨ఉద్వాంతః- ౩క్షిప్తమ్॥ తె॥ ౧త్రోయఁబడ్డది-౨వెళ్లకక్కఁబడ్డది.

నిష్ఠ్యూతిః-ఇ-సీ-నిష్ఠీవనమ్॥ తె॥ఉమియడము

నిష్ణాతః-అ-త్రి-నిపుణః॥ తె॥ నేర్పరి॥

నిష్పక్వః-అ-త్రి-క్వథితః॥ తె॥అగ్నిచేతమఱిగినది,కషాయాదికమున్ను.

నిష్పత్తిః-ఇ-సీ-సమాప్తిః-౨సిద్ధిః॥

నిష్పత్రమ్-అ-న- హరితాలకమ్॥ తె॥ హరిదలము.

నిష్పత్రకృతః-అ- పు- సపత్రాతిరిక్తబాణవ్యథాయుక్తమృగేతరజంతుః॥

నిష్పత్త్రాకృతః-అ-పు- సపత్త్రాతిరిక్తబాణవ్యథాయుక్తమృగః॥

నిష్పత్త్రాకృతిః-ఇ-సీ-సపత్త్రాకృతిః-అత్యంతపీడా॥

నిష్పత్రికా-ఆ-సీ-శరీరవృత్తః॥

నిష్పన్నః-అ-త్రి-సిద్ధః॥ తె॥సిద్ధమయినది.

నిష్పాదనమ్-అ-న- నిష్పత్తిః-౨నిష్పత్తిఃయుక్తిః॥

నిష్పాదనా-ఆ-సీ-నిష్పత్తిప్రేరణమ్॥

నిష్పాదితమ్-అ-త్రి-కృతనిష్పాదనమ్॥

నిష్పాద్యమ్-అ-త్రి-నిష్పాదనీయమ్-సాధ్యమ్

నిష్పావః-అ-త్రి-నిర్వికల్పః-౨శ్వేతశింబీ॥

నిష్పావః-అ-పు-నిష్పావః-౨బలహరః-౩పవః-౪శూర్పపవనః-౫పవనః-౬కడంగరః-౭శింబికా-౮నిర్వికల్పకః॥ తె॥౧అనపచెట్టు-౨అనుములు - ౩ధాన్యముతూర్పెత్తడము-౪చేటగాలి-౫వాయువు-

నిష్పావకః-అ-పు-శ్వేతశింబీ॥

నిష్పావీ-ఈ-సీ-శింబీవిశేషః॥

నిష్ప్రతిభః-అ-త్రి-అజ్ఞః-జడః॥

నిష్ప్రత్యూహః-అ-త్రి-నిర్విఘ్నః॥

నిష్ప్రభః-అ-త్రి- అరోకః॥ తె॥ కాంతిపోయినది.

నిష్ప్రయోజనమ్-అ-త్రి- ప్రయోజనరహితమ్॥

నిష్ప్రవాణమ్-అ-త్రి-తంత్రవిముక్తవాసః-నూతనవస్త్రమ్॥

నిష్ప్రవాణిః-ఇ-త్రి-తంత్రకమ్॥ తె॥ క్రొత్తబట్ట.

నిష్ఫలః-అ-త్రి-ఫలశూన్యః॥

నిష్ఫలా-ఆ-సీ-పంచపంచాశదబ్దేభ్యఊర్ధ్వంగతరజస్కా॥

నిష్ఫలీ-ఈ-సీ-నిష్ఫలా॥

నిష్షమమ్-౦-౦-కాలప్రవతనమ్॥ తె॥ ఆలస్యముగాను.

నిసమ్పాతః-అ-పు-నిస్సంపాతః-నిశీథః॥
నిసర్గః-అ-పు-స్వభావః-అనిర్మితిః-౩ త్యాగః॥
నిసిన్ధుః-ఉ-పు-వృక్షవిశేషః॥
నిసూదనమ్-అ-న-నిహింసనమ్-వధః॥
నిసృతా-ఆ-సీ-త్రివృతా॥
నిసృష్టః-అ-త్రి-న్యస్తః-౨మధ్యస్థమ్॥ తె॥ ౧ దాఁచబడ్డధనాదికము.
నిసృష్టకః-అ-త్రి-నికృష్టః॥
నిసృష్టార్థః-అ-పు-దూతవిశేషః॥
నిష్కః-అ-పు- షోడశాద్యమాషకతులామాన సువర్ణమ్॥
నిస్తనీ-ఈ-సీ-వటికా-౨స్తనహీనాచ॥
నిస్తరణమ్-అ-న-మరణోపాయః-౨నిర్గమః ౩ముక్తిః॥
నిస్తర్హణమ్-అ-న-మారణమ్॥ తె॥ చంపడము
నిస్తలమ్-అ-త్రి-వర్తులమ్-౨చలమ్-౩తలమ్ ॥ తె॥౧గుండ్రనిది.
నిస్తలమ్-అ-న-జలమ్॥ తె॥నీళ్లు.
నిస్తారః-అ-పు-నిస్సరణమ్-ఉద్ధారః॥
నిస్తారబీజమ్-అ-న- సంసారతరణకారణమ్॥
నిస్తితీర్షత్-త్-త్రి-నిస్తరితుమిచ్ఛత్॥
నిస్తుషక్షీరః-అ-పు-గోధూమః॥
నిస్తుషరత్నమ్-అ-న-స్ఫటికః॥
నిస్తుషితమ్-అ-త్రి-త్యక్తమ్- ౨త్వగ్విహీనమ్-౩లఘూకృతమ్॥
నిస్తేజాః-స్-త్రి-తేజోరహితః॥
నిస్త్రింశః-అ-పు-ఖడ్గః-౨మత్స్యః॥ తె॥ ౧ముప్పదియంగుళములకెక్కువైనకత్తి-౨ చేప.
నిస్త్రింశః-అ-త్రి-క్రూరః-౨త్రింశచ్ఛా(న్యః॥)
నిస్త్రింశధారీ-న్-త్రి-ఖడ్గధారీ॥
నిస్త్రింశపత్రకః-అ-పు- సింహుండః॥ తె॥ బొమ్మచెముడుచెట్టు.
నిస్త్రింశపత్రికా-ఆ-సీ-స్నుహీవృక్షః॥
నిస్త్రైణపుష్పికః-అ-పు-రాజధత్తూరకః॥
నిస్త్వచా-ఆ-సీ-వరూషీ॥ తె॥ పేరీతచెట్టు.
నిస్స్నేహఫలా-ఆ-సీ-శ్వేతకంటకారీ॥
నిస్పన్దః-అ-పు-స్పందనమ్॥
నిస్పన్దః-అ-త్రి-స్పందరహితః- ౨ఈషత్కంపశూన్యః॥
నిస్పన్దతరమ్-అ-త్రి-ఏకాంతస్పందరహితమ్
నిస్పృహః-అ-త్రి-స్పృహాశూన్యః॥
నిస్పృహా-ఆ-సీ- అగ్నిశిఖావృక్షః- ౨స్పృహాయాఅభావశ్చ॥
నిస్యన్దః-అ-పు-స్యందనమ్-క్షరణమ్॥
నిస్రమ్-అ-న-దారు॥ తె॥కఱ్ఱ.
నిస్రావః-అ-పు-భక్తసముద్భవమండమ్॥ తె॥ గంజిమీఁదిమీగడ.
నిస్వనః అ-పు-ధ్వనిః-౨నిశ్శబ్దశ్చ॥
నిస్వానః-అ-పు-ధ్వనిః-౨నిశ్శబ్దశ్చ॥
నిస్సరణమ్-అ-న-గ్రామాద్యగ్రభూమిః-౨వారినిర్గమః-౩నిస్సారః-౪ఉపాయః-౫ నిర్గమః॥ తె॥౧ఊరిముందటిభూమి.
నిస్సాణః-అ-పు-చర్మాచ్ఛాదితవాద్యవిశేషః
నిస్సారకః-అ-పు- తాలప్రాణకలావిశేషః॥
నిస్సారా-ఆ-సీ-కదలీవృక్షః॥ తె॥ అరటిచెట్టు.
నిస్స్రావః-అ-పు- అన్నసముద్భవమండమ్ ॥ తె॥గంజిమీఁదిమీగడ,
నిస్స్వః-అ-త్రి-దరిద్రః॥
నిస్స్వా-ఆ-సీ-అష్టవిధనాయికాదూతీభేదః॥
నిహతమ్-అ-న-గుణకారః॥
నిహతః-అ-పు-అనుదాత్తస్వరః॥
నిహతః-అ-త్రి-గుణకారవాన్॥
నిహననమ్-అ-న-మారణమ్॥ తె॥ చంపడము.
నిహన్తా-ఋ-త్రి-హననకర్తా॥
నిహారః-అ-పు-నీహారః॥ తె॥మంచు.

నిహాకా-ఆ-సీ-గోధికా - ౨గోధా॥ తె॥౧నీటు డుము-౨ఉడుము.

నిహారః-అ-పు-నీహారః॥ తె॥మంచు.

నిహింసనమ్-అ-న-మారణమ్॥ తె॥చంపడము

నిహితః-అ-త్రి-న్యస్తః॥ తె॥ఉంచఁబడినది.

నిహీనః-అ-త్రి-నీచః॥ తె॥అల్పుఁడు.

నిహ్నవః-అ-పు-గూఢాభిప్రాయవచనమ్-౨ కపటః-౩అవిశ్వాసః-౪అపహ్నవః-౫ని కృతిః॥ తె॥ ౪కప్పడము-దాఁచడమున్న- ౫నిరాకరణము.

నిహ్నుతిః-ఇ-సీ-నిహ్నవః॥

నిహ్రాదః అ-పు-శబ్దః॥

నీకః-అ-పు-వృక్షవిశేషః॥

నీకాయ్యః-అ-పు-గృహమ్॥ తె॥ఇల్లు.

నీకారః-అ-పు-న్యక్కారః॥

నీకాశః-అ-పు-రహస్యమ్-౨ప్రకాశః - ౩ని శ్చయః॥

నీకాశః-అ-త్రి-ఉత్తరపదే-౧తుల్యః॥

నీకేతనమ్-అ-న-గృహమ్॥ తె॥ఇల్లు.

నీచః-అ-పు-పామరః॥ తె॥నీచుఁడు.

నీచః-అ-త్రి-ఖర్వః॥ తె॥పొట్టిది.

నీచకః-అ-త్రి-వామనః-ఖర్వః॥

నీచకః-అ-పు-సప్తలాలతా ॥ తె॥ విరజాజి చెట్టు.

నీచకా-ఆ-సీ-నైచికీ-ఉత్తమగవీ॥

నీచకీ-న్-పు-ఉచ్చః-ఉపరిభాగః- ౨ఉత్తమగ వీమాంశ్చ॥

నీచకీ-ఈ-సీ-నైచికీ॥

నీచకైః-స్-౦-నీచైః॥

నీచగమ్-అ-న-జలమ్॥

నీచగమ్-అ-త్రి-పామరే॥

నీచగా-ఆ-సీ-నిమ్నగా-నదీ॥

నీచభోజ్యః-అ-పు-పలాండుః॥

నీచభోజ్యః-అ-త్రి-పామరభక్ష్యః॥

నీచవజ్రమ్-అ-న-వైక్రాంతమణిః॥

నీచికీ-ఈ- సీ - రూపశీలాధికక్షీరాధికగుణవ ద్గౌః॥ తె॥ సొగసగురూపముఁగలదియు నె క్కుడుపాలనిచ్చుయావు.

నీచైః-౦-౦-స్వల్పః॥

నీడః-అ-(సీ)-కులాయః-౨స్థానమ్॥ తె॥ ౧పిట్ట గూడు-౨ఉనికిపట్టు.

నీడజః-అ-పు-పక్షీ॥ తె॥పిట్ట.

నీడజేన్ద్రః-అ-పు-గరుడః॥

నీడోద్భవః-అ-పు-విహంగః॥ తె॥పక్షి.

నీతమ్-అ-న-ధనమ్-౨ధాన్యమ్- ౩విహారకః॥ తె॥౧ధనము-౨ధాన్యము - ౩విహరిం చుట.

నీతః-అ-త్రి-వినీతః-౨ఆనీతః-౩ప్రాప్తః॥ తె॥ ౧శిక్షింపఁబడినది-౨తేబడినది-౩పొంద బడినది.

నీతిః-ఇ-త్రి-ప్రాపణమ్-౨నయః ॥ తె॥ ౧ పొందించుట-౨న్యాయము.

నీతిఘోషః-అ-పు-బృహస్పతిరథః - ౨నయ ధ్వనిశ్చ॥

నీతిసారః-అ-పు- ఇంద్రంప్రతిబృహస్పత్యు క్తనీతిశాస్త్రవిశేషః॥

నీథమ్-అ-న-జలమ్॥

నీథః-అ-పు-నియంతా- ప్రాపయితా॥

నీధ్రమ్-అ-న-వలీకమ్- ౨వనమ్- ౩నేమిః-౪ చంద్రః- ౫రేవతీనక్షత్రమ్-౬నీవ్రఃపి పాఠః॥

నీపః-అ-పు-కదంబవృక్షః-౨నీలాశోకః- ౩బం ధూకవృక్షః॥ తె॥౧మొగులుకడిమిచెట్టు- ౨నల్లయశోకము.

నీయమానమ్-అ-త్రి-ప్రాప్యమాణమ్॥

నీరమ్-అ-న-జలమ్-౨రసః॥ తె॥౧నీళ్లు.

నీరజమ్-అ-న-కుష్ఠౌషధిః-౨పద్మమ్-౩ముక్తా
నీరజమ్ అ-త్రి-జలజాతె॥
నీరజః-అ-పు-ఉద్రజంతుః-౨ఉశీరీ॥
నీరజః-స్-త్రి-నిర్ధూళిదేశపుష్పాది॥
నీరజః-స్-సీ-అరజస్కాయామ్॥
నీరతః-అ-త్రి-విరతః-రమణాభావవాన్॥
నీరదః-అ-పు-మేఘః-౨ముస్తకమ్॥
నీరదః-అ-త్రి-రదశూన్యే॥
నీరధిః-ఇ-పు-సముద్రః॥
నీరనిధిః-ఇ-పు-సముద్రః॥
నీరన్ధ్రమ్-అ-న-ఆకాశమ్-౨ఛిద్రరహితమ్॥
నీరన్ధ్రః-అ-త్రి-సాంద్రః॥ తె॥ దట్టమయినది.
నీరసః-అ-పు-దాడిమః॥
నీరసః-అ-త్రి-రసశూన్యే॥
నీరసస్యకా-ఆ-సీ-కార్పాసః॥ తె॥ ప్రత్తి చెట్టు.
నీరాఖుః-ఉ-పు-ఉద్రః-జలనకులః॥
నీరాజనమ్-అ-న- వాహనాయుధాదేర్నిఃశేషేణ రాజనంయత్ర సానీరాజనా-౨నీరస్యశాంత్యుదకస్య అజనంక్షేపోయత్ర సానీరాజనా వా॥
నీరిన్దుః-ఉ-పు-అశ్వశాఖోటవృక్షః॥
నీరుక్-జ్-ద్వ-రోగాభావః॥
నీరుక్-జ్-త్రి-రోగశూన్యే॥
నీరుజమ్-అ-న-కుష్ఠౌషధిః॥
నీరుజః-అ-త్రి-రోగాభావవాన్॥
నీరూపమ్-అ-న-ఆకాశమ్॥
నీరూపమ్-అ-త్రి-రూపాభావవిశిష్టమ్॥
నీరూపః-అ-పు-వాయుః-౨పరమాత్మా॥
నీలమ్-అ-న-నీలరత్నమ్-౨నీలీ- ౩కాచలవణమ్-౪తాళీశపత్రమ్-౫విషమ్ - ౬సౌవీరాంజనమ్-౭తుత్థమ్-౮నృత్యాంగాష్టోత్తరశతకరణాంతర్గతకరణవిశేషః॥

నీలః-అ-పు-నిధివిశేషః-౨కాలవర్ణః- ౩కటివిశేషః-౪అద్రివిశేషః-౫మణివిశేషః-౬వానరాంతరః-౭నీలౌషధిః- ౮లాంఛనమ్-౯మంజుఘోషః-౧౦వటవృక్షః॥
నీలః-అ-త్రి-కాలవర్ణవాన్॥
నీలకమ్-అ-న-కాచలవణమ్-౨వర్తలోహమ్
నీలకః-అ-పు-అశనవృక్షః॥
నీలకణ్ఠమ్-అ-న-మూలకె॥
నీలకంణ్ఠః-అ-పు-పీతముండపక్షీ-౨శివః-౩మయూరః-౪కలవింకః-౫సర్పః- ౬ఖంజరీటపక్షీ॥ తె॥ ౧బంగారుపిచ్చుక-౨శివుఁడు ౩నెమలి-౪ఊరపిచ్చుక-౫పాము-౬కాటుకపిట్ట.
నీలకణ్ఠాక్షమ్-అ-న-రుద్రాక్షమ్॥
నీలకణ్ఠాక్షమ్-అ-త్రి-ఖంజనాక్షే॥
నీలకన్దః-అ-పు-మహిషకందభేదః-౨నీలవర్ణమూలంచ॥
నీలకమలమ్-అ-న- నీలవర్ణపద్మమ్-౨నీలవర్ణజలంచ॥
నీలకురణ్టకః-అ-పు-నీలఝింటీ॥
నీలక్రాన్తా-ఆ-సీ-విష్ణుక్రాంతా॥
నీలక్రౌఞ్చః-అ-పు-నీలబకః॥
నీలగన్ధిః-ఇ-పు- రక్తకృష్ణవర్ణమిత్రలోహితరత్నమ్॥ తె॥ కెంపులోభేదము.
నీలగ్రీవః-అ-పు-మహాదేవః॥
నీలగ్రీవః-అ-త్రి-నీలవర్ణగ్రీవాయుక్తే॥
నీలఙ్గుః-ఉ-పు-క్రిమిః-౨బంభరః-౩మసారః తె॥ ౧పురుగు-౨తుమ్మెద.
నీలచర్మన్ - న- పరూషకమ్ - ౨నీలవర్ణాజినంచ॥
నీలజమ్-అ-న-వర్తలోహమ్॥
నీలజమ్-అ-త్రి-నీలజాతే॥
నీలజమ్బూటః-అ-పు- కాకజంబూవృక్షః॥ తె

కాకినేరేడుచెట్టు.

నీలఝిణ్టీ-ఈ-సీ- నీలవర్ణఝింటీపుష్పవృక్షః॥

నీలఝషా-ఆ-సీ- సరోవిశేషః-౨అప్సరోవిశేషః-౩తటిత్॥ తె॥౩ మెఱుపు.

నీలతరుః-ఉ-పు-నారికేలః॥

నీలతాలః-అ-పు-హింతాలః-౨తమాలః॥ తె॥ ౧గిరుకతాడిచెట్టు- ౨సముద్రతీరమందలినల్లనిఆకులుఁగలచీఁకటిచెట్టు.

నీలదంశః-అ-పు-మశకః॥ తె॥దోమ-

నీలదంష్ట్రిః- అ- పు- షణ్ముఖః॥ తె॥ కుమారస్వామి.

నీలదూర్వా-ఆ-సీ-హరితదూర్వా॥

నీలద్రుమః-అ-పు-నీలసర్జవృక్షః॥ తె॥ నల్లవేగిసచెట్టు-

నీలధ్వజః-అ-పు-తమాలవృక్షః॥ తె॥సముద్రతీరమందలినల్లనిఆకులుఁగలచీకటిచెట్టు.

నీలధ్వజః-అ-త్రి-నీలధ్వజావిశిష్టే॥

నీలనిర్గుణ్డీ-ఈ-సీ-నీలసింధువారః॥

నీలనిర్యాసకః-అ-పు-నీలసర్జకవృక్షః॥ తె॥ నల్లవేగిసచెట్టు.

నీలపఙ్కమ్-అ-న- అంధకారః-౨కృష్ణవర్ణకర్దమశ్చ॥

నీలపత్రమ్-అ-న-ఇందీవరమ్॥

నీలపత్రమ్-అ-త్రి-కృష్ణవర్ణపత్రయుక్తే॥

నీలపత్రః-అ-పు-నీలసర్జవృక్షః- ౨గుండతృణమ్-౩అశ్మంతకవృక్షః-౪నీలాశనవృక్షః ౫దాడిమః॥ తె॥౧నల్ల వేగిసచెట్టు-

నీలపద్మమ్-అ-న-నీలకమలమ్॥

నీలపిచ్ఛః-అ-పు-శ్యేనపక్షీ॥ తె॥ డేగపిట్ట.

నీలపునర్నవా-ఆ- సీ- కృష్ణవర్ణపునర్నవాశాకమ్॥

నీలపుష్పమ్-అ-న- గ్రంథిపర్ణమ్- ౨నలవర్ణకుసుమంచ॥

నీలపుష్పః-అ-పు-మహాశృంగః॥ తె॥ నల్లగుంటకలగర.

నీలపుష్పా-ఆ-సీ- విష్ణుక్రాంతా॥ తె॥ విష్ణుక్రాంతచెట్టు.

నీలపుష్పికా-ఆ-సీ-అతసీ-౨నీలీ॥

నీలపుష్పీ-ఈ-సీ-నీలపుష్పా-

నీలపృష్ఠః-అ-పు-రోహితాఖ్యమీనః॥

నీలఫలా-ఆ-సీ-జంబూః॥

నీలభః-అ-పు-చంద్రః- ౨జలదః-౩భ్రమరః॥

నీలభృఙ్గరాజః-అ-పు- నీలవర్ణభృంగరాజః॥

నీలమణిః-ఇ-పు- విష్ణుక్రాంతాపుష్పద్యుతినీలరత్నమ్॥

నీలమణ్డలమ్-అ-న-గిరిపీలు॥ తె॥ చిట్టీఁతచెట్టు

నీలమాధవః-అ-పు-విష్ణుః॥

నీలమాషః-అ-పు-రాజమాషః॥

నీలమీలికః-అ-పు-ఖద్యోతః॥

నీలమృత్తికా-ఆ-సీ-పుష్పకాసీసమ్-౨కృష్ణవర్ణమృచ్చ॥

నీలయష్టిః-ఇ-సీ-మహానీలీ॥ తె॥ పెద్దనీలిచెట్టు

నీలరసః-అ-పు-సర్జకవృక్షః॥ తె॥ వేగిసచెట్టు

నీలలోహమ్-అ-న-వర్తలోహమ్॥

నీలలోహితః-అ-పు-శివః- ౨నీలరక్తమిశ్రితవర్ణశ్చ॥

నీలలోహితా-ఆ-సీ- భూమిజంబుః- ౨శివానీచ॥

నీలవర్ణమ్-అ-న-గిరిపీలు॥ తె॥ చిట్టీఁతచెట్టు.

నీలవర్షాభూః-ఊ-సీ-నీలపునర్నవా॥

నీలవర్షాభూః-ఊ-పు-కృష్ణభేకే॥

నీలవల్లీ-ఈ-సీ-వందా॥

నీలవసనః-అ-పు-శనైశ్చరః॥

నీలవసనః-అ-త్రి-నీలవర్ణయుక్తే॥

నీలవస్త్రమ్-అ-న-కృష్ణవర్ణవసనమ్॥

నీలవస్త్రః-అ-పు-బలరామః॥

నీలవాహః-న్-పు-శనిగ్రహః॥

నీలవుహ్నా-ఆ-సీ-నీలబృధ్నా॥

నీలవృక్షః-అ-పు-వృక్షప్రభేదః॥

నీలవృన్తకమ్-అ-న-తూలమ్॥

నీలవృషః-అ-పు-కృష్ణవర్ణవృషః- ౨వృషవిశేషః॥

నీలవృషా-ఆ-సీ-వార్తాకీ॥

నీలవ్రతమ్-అ-న- వ్రతవిశేషః- ౨నీలలోహితవ్రతంచ॥

నీలశిగ్రుః-ఉ-పు- శోభాంజనః॥ తె॥ మునుగచెట్టు.

నీలశీర్షః-అ-పు-గోలాంగూలః॥ తె॥ కొండముచ్చు.

నీలసర్జః-అ-పు-సునీలకవృక్షః॥ తె॥ నల్ల వేగిసచెట్టు.

నీలసారః-అ-పు-నీలసర్జవృక్షః॥ తె॥ నల్ల వేగిసచెట్టు.

నీలసిన్దువారః-అ-పు-కృష్ణవర్ణసిందువారవృక్షః॥

నీలా-ఆ-సీ-సప్తలాలతా- ౨కాంభోజికా-౩ముక్తికా-౪ఇంద్రాశ్వః॥ తె॥ ౧విరజాజిచెట్టు-౨నల్ల దింటెనచెట్టు-౩ఈగె- ౪ఉచ్చైశ్రవము.

నీలాక్షః-అ-పు-హంసః॥ తె॥ అంచ.

నీలాఙ్గః-అ-పు- బహుగుణప్రదమీనః- ౨వడ్బింమః-౩పారసపక్షీ-౪చావపక్షీ॥ తె॥ ౨మండగబ్బితేలు-౪పాలపిట్ట.

నీలాఙ్గుః-ఉ-పు-కృమిః॥

నీలాఙ్గుః-ఉ-సీ-భంభరాల్యామ్- ౨సుషిరమ్

నీలాఞ్జనమ్,అ-న-సౌవీరాంజనమ్- తత్తుఉపధాతువిశేషః-౨తుత్థమ్॥

నీలాఞ్జనా-ఆ-సీ-విద్యుత్॥

నీలాఞ్జనీ-ఈ-సీ-కాలాంజనీక్షుపః॥

నీలాఞ్జసా-ఆ-సీ-అప్సరోభేదః- ౨నదీవిశేషః-౩విద్యుత్॥

నీలాపరాజితా-ఆ-సీ - నీలవర్ణాపరాజితాలతా॥

నీలాబ్జమ్-అ-న-నీలోత్పలమ్॥

నీలామ్బరమ్-అ-న-తాలీశపత్రమ్ - ౨నీలవస్త్రంచ॥

నీలామ్బరః-అ-త్రి-నీలవస్త్రయుక్తః॥

నీలామ్బరః-అ-పు-బలరామః- ౨నైరృతిః-౩క్రూరలోచనః- ౪చండాలః - ౫శేషసర్పః॥

నీలామ్బుజన్మ-న్-న-ఇందీవరమ్॥ తె॥ నల్లక (లువ.)

నీలామ్లానః-అ-పు-పుష్పవృక్షభేదః॥

నీలామ్లీ-ఈ-సీ-క్షుపభేదః॥

నీలాలుః-ఉ-పు-కందభేదః॥

నీలాశ్మా-న్-పు-నీలమణిః॥

నీలాసనః-అ-పు-అశనవృక్షవిశేషః- ౨ప్రియాశాలప్రభేదః-౩రతిబంధవిశేషః

నీలికా-ఆ-సీ-శైవాలవిశేషః-౨శేఫాలికా-౩నీలినీ-౪నేత్రరోగవిశేషః॥ తె॥ ౨నల్లవావిలిచెట్టు-౩నీలిచెట్టు.

నీలికాలా-ఆ-సీ-నీలినీ॥ తె॥ నీలిచెట్టు.

నీలినీ- ఈ-సీ-క్లీతకికా-౨శ్యామత్రిపుటా - ౩అజమీఢస్యపత్నీ॥ తె॥ ౧నీలిచెట్టు.

నీలీ-ఈ-సీ-ఝింటీ-౨నీలినీ- ౩మహానీలీ - ౪భూమిః-౫నీలవర్ణవద్వస్తు॥ తె॥ ౧నల్లపెద్దగోరంట-౨నీలిచెట్టు- ౩పెద్దనీలిచెట్టు-౪కనుబొమ్మ - ౫నల్లనివర్ణముఁగల వస్తువు.

నీలీరాగః-అ-పు-స్థిరప్రేమ-౨నీలవర్ణః-౩నాయకనాయికయోఃపూర్వరాగవిశేషః

నీలోత్పలమ్-అ-న- మన్మథబాణవిశేషనీలోత్పలమ్॥

నీలోత్పలీ-న్-పు-మంజుఘోషః॥

నీవరః-అ-పు- వణిజకమ్-౨వా స్తవ్యమ్-౩పరివ్రాట్-౪పంకః॥

నీవాకః-అ-పు-మహార్ఘ హేతోర్ధాన్యాదిషు జనానామాదరాతిశయః - ౨తులాధరణాధిక్యమ్-౩క్రమాక్రమాదరః-౪మూల్యాధిక్య హేతోర్నిశ్చయేనపరిచ్ఛేదనం

నీవారః-అ-పు-అకృష్టధాన్యమ్॥ తె॥నివ్వరివడ్లు.

నీవిః-ఇ-సీ-ఉచ్ఛ్రయః॥ తె॥ స్త్రీకోకకట్టు-పోఁకముడిన్ని.

నీవిః-ఇ-పు-వార్ధుషికః॥

నీవీ-ఈ-సీ-ఉచ్ఛ్రయః-౨మూలధనమ్-౩పరిపణః-౪బంధనాలయః-౫అంతర్వేదిః- ౬ వేణీమూలమ్॥ తె॥౧స్త్రీకోకకట్టు-పోఁకముడిన్ని- ౨మొదటిసొమ్ము- అనగాఅసలుసొమ్ము-౩పందెముకట్టినద్రవ్యము.

నీవృత్ -త్-పు-జనపదః॥ తె॥పల్లెటూరు- పల్లెలదేశమున్ను.

నీవ్రమ్-అ-న-పటలప్రాంతః॥ తె॥ ఇంటిచూరు.

నీశారః-అ-పు-సర్వాంగ ప్రావరణమ్॥ తె॥ సర్వాంగపావడ.

నీహారః-అ-పు-హిమమ్॥ తె॥మంచు.

నీహోరః-అ-పు-హిమమ్॥ తె॥మంచు.

ను-౦-౦-తర్కః-౨పృచ్ఛా-౩వికల్పః- ౪ప్రత్యుక్తిః-౫సముచ్చయః-౬ఉపమానమ్-౭జిజ్ఞాసా-౮పాదపూరణమ్-౯ఉత్ప్రేక్షా-౧౦విషాదః-౧౧స్వల్పార్థః- ౧౨వికారః ॥ తె॥ ౧ఈలాగోఆలాగోయని యూహించడము - ౨ప్రశ్న-అడుగుటయున్ను-౩రెంటనొకటి-విధము- ౪ప్రతిమాట- ౫పరస్పరనిరపేక్షములైనయివయవవస్తువులకునొక క్రియతో సంబంధముకలుగుట-౬ఒకవస్తువుతో సరిపోల్చుట-౭తెలియఁగోరుట- ౮పాదపూర్తి-౯ఉత్ప్రేక్షించుట-౧౦దుఃఖము- ౧౧కొంచెమనుట-౧౨వికారము.

నుః-ఉ-పు-అస్త్రమ్-౨తరణీ-౩కాలః॥ తె॥ ౧బాణము-౨ఓడ-౩కాలము.

నుః-ఉ-త్రి-స్తుతిః॥ తె॥పొగడుట.

నుతమ్-అ-త్రి-స్తుతమ్॥

నుతిః-ఇ-సీ-స్తోత్రమ్-౨పూజా॥

నుత్తః-అ-త్రి-విద్ధః॥ తె॥త్రొయ్యఁబడ్డది.

నున్నః-అ-త్రి-నుత్తః॥ తె॥ త్రొయ్యఁబడ్డది.

నూతః-అ-త్రి-స్తుతః॥

నూతనః-అ-త్రి-నవీనః॥ తె॥క్రొత్తది.

నూత్నః-అ-త్రి-నూతనః॥ తె॥క్రొత్తది.

నూదః-అ-పు-బ్రహ్మదారువృక్షః॥

నూనమ్-౦-౦-తర్కః-౨నిశ్చయః-౩ఉత్ప్రేక్షా-౪అసత్యమ్-౫స్వల్పమ్-౬ప్రయోజనమ్-౭భావార్థః-౮నిగ్రహః॥ తె॥౧ఊహించుట-౨నిశ్చయము - ౩ఉత్ప్రేక్షించుట-౪అసత్యము- ౫తక్కువ - ౬ప్రయోజనము-౭భావార్థకము-౮నిరోధించుట.

నూపురః-అ-(సీ)-మంజీరః-౨రంగభేదః-౩అలంకారభేదః॥ తె॥౧కాలియందె- ౨నాట్యశాలలోనిభేదము-౩నూపురాలంకారము,

నృకేసరీ-న్-పు-నరసింహావతారః॥

నృగః-అ-పు-రాజవిశేషః॥

నృచక్షాః-స్-పు-రాక్షసః॥

నృచక్షుః-ఉ-పు-సునీథరాజపుత్రః॥

నృతిః-ఇ-సీ-నర్తనమ్॥

నృతూః-ఊ-పు-జలక్రిమిః-౨నర్తకః-౩భూ

మిః-౨దీర్ఘః॥ తె॥ ౧నీళ్లలోపురుగు.

నృత్తమ్-అ-న - నాటకేతరభావాభినయకృన్నాట్యమ్॥ తె॥ శరీరహస్తనేత్రాభినయములచేతభావమునుజూపుచునాడెడి నాట్యము.

నృత్తిః-ఇ-సీ-నర్తనమ్-౨క్రిమిః॥ తె॥ ౧అభిప్రాయప్రకాశకాభినయయుక్తమగు నర్తనము-౨పురుగు.

నృత్యమ్-అ- న- నాటకేతరభావాభినయకృన్నాట్యమ్ ॥ తె॥ శరీరహస్తనేత్రాభినయములచేతభావమునుజూపుచునాడెడి నాట్యము.

నృదేవః-అ-పు-రాజా॥

నృధర్మా-న్-పు-కుబేరః॥

నృధర్మా-న్-త్రి-నరధర్మయుక్తే॥

నృపః-అ-పు-భూపాలకః॥ తె॥ భూమిపాలించెడిరాజు.

నృపకన్దః-అ-పు-రాజపలాండుః॥

నృపజః-అ-పు-కూశ్మాండలతా॥ తె॥ గుమ్మడి చెట్టు.

నృపతిః-ఇ-పు-కుబేరః-౨రాజా॥

నృపతిప్రియః-అ-పు-కృష్ణాగరువృక్షః॥ తె॥ నల్లయగరుచెట్టు.

నృపతివల్లభః-అ-పు-ఔషధవిశేషః॥

నృపద్రుమః-అ-పు-ఆరగ్వధః-౨రాజాదనీవృక్షః॥ తె॥ ౧తేలచెట్టు-౨పాలచెట్టు.

నృపప్రియమ్-అ-న-ఆకుల్యమ్॥ తె॥ నేలతంగెడు.

నృపప్రియః-అ-పు- వేష్టవంశః-౨రాజపలాండుః-౩రామశరః- ౪శాలిధాన్యమ్-౫ఆమ్రమ్॥

నృపప్రియఫలా-ఆ-సీ-వార్తాకీ॥

నృపప్రియా-ఆ-సీ-రాజఖర్జూరీ ౨కేతకీ॥

నృపబదరమ్-అ-న-తత్ఫలే॥

నృపబదరః-అ-పు-రాజబదరవృక్షః॥

నృపమన్దిరమ్-అ-న-రాజసదనమ్॥

నృపమాఙ్గల్యకమ్-అ-న-ఆహుల్యవృక్షః॥

నృపలక్ష్మ-న్-న-సితచ్ఛత్రమ్॥ తె॥ రాజులకు పట్టె తెల్లగొడుగు.

నృపలిఙ్గధరః-అ-పు-రాజవేషధారీ॥

నృపవల్లభః-అ-త్రి-రాజప్రియే॥

నృపవల్లభః-అ-పు-రాజామ్రవృక్షః॥ తె॥ రాచమామిడి.

నృపవల్లభా-ఆ-సీ- కేలికాపుష్పమ్-౨రాజమహిషీచ॥

నృపసభమ్-అ-న-నృపశాలా - ౨నృపసమూహః॥ తె॥ ౧రాజసభ-౨రాజులగుంపు.

నృపాత్మజా-ఆ-సీ-కటుతుంబీ-౨రాజకన్యా॥

నృపాధ్వరః-అ-పు-రాజసూయయజ్ఞః॥

నృపాన్నమ్-అ-న- రాజాన్ననామధాన్యమ్-౨రాజ్ఞ ఓదనంచ॥

నృపాభీరమ్-అ-న-భక్తతూర్యమ్- రాజభోజనకాలీనవాద్యవిశేషః॥

నృపామయః-అ-పు- రాజయక్ష్మాఖ్యరోగః-౨రాజ్ఞోరోగశ్చ॥

నృపావర్తమ్-అ-న-రాజావర్తరత్నమ్॥

నృపాసనమ్-అ-న-రాజాసనమ్॥

నృపాహ్వయః-అ-పు-రాజపలాండుః-౨నృపనామాచ॥

నృపోచితః-అ-పు-రాజమాషః॥

నృపోచితః-అ-త్రి-రాజయోగ్యే॥

నృయజ్ఞః-అ-పు-అతిథిసేవా॥

నృవరాహః-అ-పు-వరాహరూపధృగ్భగవదవతారః॥

నృశంసః-అ-త్రి-పరపీడారతః॥ తె॥ ఒకరినిపీడించుటయందాసక్తిఁగలవాఁడు.

నృపః-అ-పు-క్షీరికావృక్షః॥ తె॥ పాలచెట్టు.

నృసింహః-అ-పు-విష్ణుః-౨షోడశరతిబంధాంతర్గతనవమబంధః-౩నరశ్రేష్ఠశ్చ॥

నృసేనమ్-అ-(పు)-నృణాం సేనా॥

నృసోమః-అ-పు-నరశ్రేష్ఠః॥

నృహరిః-ఇ-పు-నృసింహావతారః॥

నేజకః-అ-(న)-నిర్ణేజకః-రజకః॥

నేతా-ఋ-పు-నింబవృక్షః-౨అధ్వర్య్యగణవిశేషఋత్విక్॥ తె॥ ౧వేపచెట్టు.

నేతా-ఋ-త్రి-స్వామీ-౨నింబవృక్షః-౩ప్రాపయితాచ॥

నేత్రమ్-అ-న-చుంబనస్థానభేదలోచనమ్-౨జ్ఞానేంద్రియవిశేషః-౩మథిగుణః-౪ద్విసంజ్ఞా-౫వస్త్రమ్-౬తరుమూలమ్-౭జటా-౮నదీ-౯రథః॥ తె॥ ౧కన్ను-౩కవ్వపుత్రాడు,

నేత్రః-అ-త్రి-నాయకః-౨నేతా-౩నాడీ-౪బస్తిశలాకా॥

నేత్రచ్ఛదః-అ-పు-పక్ష్మ॥ తె॥ కనుతెప్ప.

నేత్రపర్యన్తః-అ-పు-అపాంగః॥

నేత్రపర్యన్తః-అ-త్రి-నయనావధికే॥

నేత్రపిణ్డః-అ-పు-బిడాలః-౨చక్షుర్గోలకశ్చ

నేత్రపుష్కరా-ఆ-సీ-రుద్రజటా॥

నేత్రభేషజమ్-అ-న-పరివ్యాధః-౨పుష్పకాసీసమ్॥ తె॥ ౧నీటుప్రబ్బచెట్టు.

నేత్రమచ్ఛః-అ-పు-అశుభలక్షణమ్॥

నేత్రమీనా-ఆ-సీ-యవతిక్తాలతా॥

నేత్రయోనిః-ఇ-పు-ఇంద్రః॥

నేత్రరఞ్జనమ్-అ-న-కజ్జలమ్॥ తె॥ కాటుక.

నేత్రరోగః-అ-పు-చక్షూరోగః॥

నేత్రరోగహా-న్-పు-వృశ్చికాలీవృక్షః॥

నేత్రరోగహా-న్-త్రి-చక్షూరోగనాశకే॥

నేత్రామయః-అ-పు-చక్షూరోగః॥

నేత్రాంబు-ఉ-న-అశ్రు॥ తె॥ కన్నీరు-

నేత్రారిః-ఇ-పు-సేహుండవృక్షః॥ తె॥ జెముడుచెట్టు.

నేత్రీ-ఈ-సీ-లక్ష్మీః-౨నాడీ-౩నదీ-౪ప్రాణకర్త్రీచ॥

నేత్రోపమఫలః-అ-పు-వాతాదః॥

నేత్రౌషధమ్-అ-న-పుష్పకాసీసమ్-౨చక్షురోగౌషధమాత్రంచ॥

నేత్రౌషధీ-ఈ-సీ-అజశృంగీ॥

నేదిష్ఠః-అ-త్రి-అతిసమీపస్థః-౨నిపుణమ్॥

నేదిష్ఠః-అ-పు-అంకోలవృక్షః॥

నేదీయాన్-స్-త్రి-అతిసమీపస్థః॥

నేపః-అ-పు-పురోహితః-౨ఉదకమ్॥

నేపథ్యమ్-అ-న-వేషః-౨స్వాభావవ్యతిరిక్తవస్త్రాద్యలంకృతశోభా-౩రంగభూమిః॥ తె॥ ౧వేసము-౨స్వాభావికమైనదిగాక వస్త్రాలంకారములచేత దోడగుటవలనగలిగెడుశోభ-౩రంగస్థలము, నాట్యస్థలమున్ను.

నేపాలః-అ-పు-స్వనామప్రసిద్ధదేశః॥

నేపాలతామ్రమ్-అ-న-తామ్రవిశేషః॥

నేపాలనిమ్బః-అ-పు-నెపాలదేశోద్భవనింబః॥

నేపాలికా-ఆ-సీ-శిఖరికా॥ తె॥ నేపాళపుచెట్టు.

నేమః-అ-త్రి-ఊనః॥ తె॥ కొంత, సగము.

నేమః-అ-పు-కాలః-౨గర్తః-౩ప్రాకారః-౪కైతవమ్-౫అవధిః-౬ఖండమ్-౭నాట్యాదిః-౮అన్యః-౯సాయంకాలః-౧౦మూలమ్-౧౧ఊర్ధ్వమ్॥ తె॥ ౧కాలము-౨రంధ్రము-౩ప్రాకారము-౪నెపము

నేమిః-ఇ-సీ-ప్రధిః-౨కూపోపరిస్థపట్టప్రాంతభాగః-౩భూమిస్థకూపపట్టః-ఇత్యన్యే-

౪కూపస్యసమీపేరజ్జుధారణార్థం త్రిదారుయంత్రమ్-ఇతిస్వామీ॥ తె॥ ౧బండికల్లుచుట్టువేసినఇనుపకట్టు.

నేమిః-ఇ-ద్వ-త్రి-కా॥ తె॥ మాతిగిరక

నేమిః-ఇ-పు- తినిశవృక్షః-౨జినవిశేషః॥ తె॥ ౧నెమ్మిచెట్టు.

నేమిచక్రః-అ-పు-పరీక్షిద్వంశజః-అసీమకృష్ణస్యపుత్రః॥

నేమిద్రుః-ఉ-పు- కదరవృక్షః॥ తె॥ తెల్లతుమ్మచెట్టు.

నేమీ-ఈ-సీ-నేమిః॥

నేమీ-న్-పు-నింబవృక్షః॥ తె॥ వేఁపచెట్టు.

నేష్టా-ఋ-పు-ఋత్విక్- ౨అధ్వర్యుగణవిశేషఋత్విక్॥

నైకటికః-అ-త్రి-నికటవర్తీ॥

నైకట్యమ్-అ-న-నికటత్వమ్॥

నైకట్యమ్-అ-త్రి-నికటభవే॥

నైకభేదః-అ-త్రి- ఉచ్చావచమ్ - అనేకప్రకారః॥

నైకషేయః-అ-పు-నికషాపుత్రః-రాక్షసః॥

నైగమః-అ-పు-సార్థవాహః-౨ఉపనిషత్ -౩నాపితః-౪పాశుపతాదిః॥ తె॥ ౧వర్తకుఁడు-౨వేదశాఖలోనియుపనిషత్తు-౩మంగలివాఁడు-౪పాశుపతాస్త్రము మొదలైనది.

నైగమః-అ-త్రి-నాగరః॥ తె॥ పట్టణసంబంధివస్తు.

నైచికమ్ అ-న-శిరోదేశః॥

నైచికీ-ఈ-సీ - రూపశీలాధికక్షీరాధికగుణవద్గౌః-౨రూపాఢ్యతుః॥

నైజమ్-అ-త్రి-నిజసంబంధి-స్వీయమ్॥

నైత్యమ్-అ-న-నిత్యత్వమ్॥

నైపాలః-అ-పు-నేపాలనింబః॥

నైపాలః-అ-త్రి-నేపాలదేశసంబంధిని॥

నైపాలికమ్-అ-న-తామ్రమ్॥

నైపాలీ-ఈ-సీ-నవమల్లికా-౨మనశ్శిలా- ౩శేఫాలికా-౪నీలీ॥

నైపుణమ్-అ-న-నైపుణ్యమ్॥

నైపుణ్యమ్-అ-న-నిపుణతా॥

నైబిడ్యమ్-అ-న-వంశపుతాక్కరగుణవిశేషః ౨నిబిడతా చ॥

నైమిత్తికమ్-అ-త్రి-నిమిత్తజన్యమ్॥

నైమిత్తికక్రియా-ఆ-సీ-నిమిత్తనిశ్చయవదధికారికర్తవ్యకర్మ॥

నైమిత్తికదానమ్-అ-న- నిమిత్తనిశ్చయవదధికారికర్తవ్యదానమ్॥

నైమిత్తికలయః-అ-పు-ప్రళయవిశేషః॥

నైమిత్తికస్నానమ్-అ-న- నిమిత్తనిశ్చయవదధికారికర్తవ్యస్నానమ్॥

నైమిశః-అ-పు- పక్వహింతాలమ్- ౨నిమిపుత్రః-౩హరః-౪హరిః-౫అరణ్యవిశేషః-౬చాంపేయవృక్షః - ౭రణః- ౮పర్వతమూర్ధా॥ తె॥ ౧గిరుకతాటిపండు-౨నిమియనువానికొమరుఁడు- ౩శివుఁడు-౪వెన్నుఁడు-౫నైమిశారణ్యమను పుణ్యవనము- ౬నాగకేసరపుచెట్టు-౭యుద్ధము-౮కొండశిఖరము.

నైమిషారణ్యమ్-అ-న-అరణ్యవిశేషః॥

నైమేయః- అ- పు - వినిమయః॥ తె॥ సాటాకోటి.

నైయగ్రోధమ్-అ-న-న్యగ్రోధఫలమ్-౨న్యగ్రోధజాతచమసాది॥

నైయఙ్కవమ్- అ- త్రి- న్యంకుమృగజాతవస్త్రచర్మాది॥

నైయత్యమ్-అ-న-నియతత్వమ్॥

నైయాయికః- అ- పు- సప్తపదార్థతర్కశాస్త్రజ్ఞః॥

నైరన్తర్యమ్-అ-న-నిరంతరత్వమ్॥

నైరాశ్యమ్-అ-న-ఆశాయాఅభావః॥

నైరుక్తమ్-అ-త్రి-నిరుక్తసంబంధి॥

నైర్ఋతః-అ-పు-దిక్పాలవిశేషః॥

నైరృతాత్మజా-ఆ-సీ-పశ్చిమసముద్రాంతరస్థవరుణభార్యా॥

నైరృతిః-ఇ-పు-దిక్పాలవిశేషః॥

నైరృతిః-ఇ-సీ-ప్రేతకలా॥

నైరృతీ-ఈ-సీ-అవాచీప్రతీచ్యోర్మధ్యాదిక్-నైరృతకోణః॥

నైర్గుణ్యమ్-అ-న నిర్గుణత్వమ్॥

నైర్మల్యమ్-అ-న-నిర్మలత్వమ్ - ౨విషయవైరాగ్యమ్॥

నైలీ-ఈ-సీ-ఝింటీ-౨నీలినీ-౩మహానీలీ - ౪భూః-౫నీలవర్ణవద్వస్తు॥ తె॥ ౧నల్లపెద్దగోరంట-౨నీలిచెట్టు- ౩పెద్దనీలిచెట్టు-౪కనుబొమ్మ-౫నల్లనివర్ణముఁగలవస్తువు

నైల్యమ్-అ-న-నీలస్వభావః-నీలిమా॥

నైవేద్యమ్-అ-త్రి-నివేదనీయద్రవ్యమ్॥

నైవేశికమ్-అ-న- నివేశనార్థంగార్హస్థాయయత్క్రన్యాదీయతేతత్॥

నైశః-అ-త్రి-రాత్రిజాతః-౨నిశాసంబంధీ॥

నైశికః-అ-త్రి-రాత్రిభవః-౨నిశాసంబంధీ॥

నైశ్చిత్యమ్-అ-త్రి-వివాహోత్సవః - ౨నిశ్చితత్వమ్॥

నైషధః-అ-త్రి-నిషధసంబంధిన॥

నైషధః-అ-పు-నలచక్రవర్తీ॥ (విశేషము}

నైషధకః-అ-పు-వ్రీహివిశేషః॥ తె॥ ధాన్య}

నైషికః-అ-పు-కర్మకరః॥ తె॥దినకూలివాడు.

నైష్కికః-అ-పు-రూపాధ్యక్షః - టంకకపతిః- ౨పురుషాశ్వాదిరూప, ఘటితమ్, రజతమ్,రూప్యమ్, తస్యాధ్యక్షః॥ తె॥౧రూపాయాలఖజాంచీ॥

నైష్ఠికః-అ-పు- బ్రహ్మచారివిశేషః-బ్రహ్మచర్యం కృత్వాయావజ్జీవం - గురుకులేఏవావసతిసః॥

నైసర్గికః-అ-త్రి-స్వాభావికః॥

నైస్త్రింశికః-అ-త్రి-అశిహేతిః॥ తె॥ పొడుగుకత్తిఁగలవాఁడు,

నో-౦-౦-అభావః-౨హీనార్థః - ౩వినార్థః॥ తె॥౧లేదు-కాదు.

నోదాః-స్-పు-ఋత్విక్॥

నోధాః-స్-పు-ఋషిభేదః॥

నోపస్థాతా-ఋ-త్రి-దూరస్థః-న- ఉపసమీపెతిష్ఠతియఃసః-౨హీనార్థివిశేషః॥

నౌః-ఔ-సీ-తరణిః-౨అనేకాః॥ తె॥ ౧ఓడ-౨కాలము.

నౌకా-ఆ-సీ- నద్యాదిసంతరణార్థకాష్ఠాదినిర్మితయానవిశేషః॥

నౌకాదణ్డః-అ-పు-క్షేపణీ॥

నౌతార్యమ్-అ-త్రి-నావ్యమ్-నౌకాగమ్యదేశాది॥

న్యమ్-అ-న-వరాహః-౨ప్రకారః॥

న్యకారుకా-ఆ-సీ-శకృత్కీటః - విష్ఠాక్రిమిః॥

న్యక్కారః-అ-పు-తిరస్కారః॥

న్యక్షమ్-అ-న-కార్త్స్న్యమ్-౨తృణమ్॥

న్యక్షః-అ-పు-మహిషః-౨పరశురామః॥ తె॥ ౧దున్నపోఁతు-౨పరశురాముఁడు.

న్యక్షః-అ-త్రి-నికృష్టః-౨కృత్స్నః॥

న్యగ్రోధః-అ-పు-వటవృక్షః-౨వ్యామః- ౩శమీవృక్షః-౪అపలాయితసేనా - ౫శిఫః॥ ౬విషపర్ణీ- ౭మోహనాఖ్యౌషధిః॥ తె॥౧మఱ్ఱిచెట్టు-౨బార- ౩జమ్మిచెట్టు-౪పారనిదండు-౫ఊడ.

న్యగ్రోధపరిమణ్డలః-అ-పు-వ్యామపరిమితోచ్ఛ్రయపరిణాహఃపురుషః॥

న్యగ్రోధపరిమణ్డలా-ఆ-స్త్రీ-అంగనావిశేషః॥

న్యగ్రోధా-ఆ స్త్రీ-న్యగ్రోధీ॥ తె॥ ఎలుకచెవి చెట్టు.

న్యగ్రోధీ-ఈ-స్త్రీ-వటవృక్షః-౨మూషకపర్ణీ-౩విషపర్ణీ-౪మోహనాఖ్యౌషధిః॥ తె॥౧మఱ్ఱిచెట్టు-౨ఎలుకచెవిచెట్టు-౩విషపర్ణిచెట్టు-౪మోహనయనుఓషధము.

న్యఙ్-చ్-త్రి-ఖర్వః-౨నిమ్నః-౩కార్త్స్న్యమ్॥ తె॥౧పొట్టివాఁడు.

న్యఙ్కుః-ఉ-పు-శిశుః-౨పవనా-౩జ్వరః-౪క్లేదనమ్-౫అసురవిశేషః-౬సుషేణవృక్షః-౭విపులోన్నతత్రికహరిణాకారమృగః-౮గురుగృహవాసిశిష్యః-౯మీనః-౧౦మునిః-౧౧రజసి-౧౨విష్ఠా-౧౩మణివిశేషః॥ తె॥౧పిల్ల-౨వండడము-౪పండడము-౬ఓఁకచెట్టు-౭జింకపోఁతు.

న్యఙ్కుభూరుహః-అ-పు-శోణకవృక్షః॥ తె॥ పెద్దమానుచెట్టు.

న్యఞ్చితమ్-అ-త్రి-అధఃక్షిప్తమ్॥

న్యయః-అ-పు-అపచయః॥

న్యర్బుదమ్-అ-న-దశార్బుదసంఖ్యా-౨దశార్బుదసంఖ్యావంతః॥

న్యవకిలః-అ-పు-కర్దమః॥ తె॥బురద.

న్యస్తః-అ-త్రి-నిసృష్టః॥ తె॥ దాఁచుకొన్నది.

న్యస్తశస్త్రః-అ-పు-పితృలోకః॥

న్యస్తశస్త్రః-అ-త్రి-త్యక్తశస్త్రః॥

న్యాక్యమ్-అ-న-భృష్టతండులమ్॥

న్యాదః-అ-పు-భోజనమ్॥

న్యాభ్యమ్-అ-న-అక్షనాభిలగ్నతైలమ్॥ తె॥ బండిరంధ్రమునకును ఇరుసునకును రాచే తైలము.

న్యాయః-అ-పు-వ్యవహారః-౨అభ్రష్టధర్మః-౩తర్కశాస్త్రమ్-౪విష్ణుః॥ తె॥౧తగవు-౨చెడనిధర్మము-౩న్యాయశాస్త్రము,

న్యాయగతమ్-అ-న-ఉచితమ్॥ తె॥ తగినది.

న్యాయసారిణీ-ఈ-స్త్రీ- యుక్తిపూర్వకకర్మకారిణీ॥

న్యాయీ-న్-త్రి-న్యాయవాన్॥

న్యాయ్యః-అ-త్రి-ఉచితః॥ తె॥ తగినది-

న్యాసః-అ-పు- సంగీతాంశవిశేషః-౨ఉపనిధిః-౩త్యాగః-౪కాశికాఖ్యపాణినిసూత్రవ్యాఖ్యానగ్రంథవిశేషః-౫పూజాజపాదేః ప్రాగ్విఘ్ననాశ మంత్రసిద్ధ్యాద్యర్థం దేహాంతర్బహిర్వర్ణాది విన్యాసః॥ తె॥ ౨లెక్కలేకుండాముద్రించి దాఁచనిచ్చినసొమ్ము.

న్యుఙ్ఖః-అ-పు-సామవేదేనియతప్రణవషట్కమ్-౨దీర్ఘవానయమితినయనానందః-౩సమ్యక్-౪మనోజ్ఞః॥

న్యుబ్జమ్-అ-న- కర్మరంగఫలమ్-౨శ్రాద్ధాదిపాత్రభేదః॥

న్యుబ్జః-అ-త్రి- రోగభుగ్నః-౨కుబ్జః- ౩అధోముఖః॥ తె॥ ౧గూనివాఁడు-౨పొట్టివాఁడు- ౩క్రిందిమొగము నుంచుకొనెడి వాఁడు

న్యుబ్జః-అ-పు-రోగవిశేషః॥

న్యుబ్జఖడ్గః-అ-పు-కుబ్జఖడ్గః॥

న్యూఙ్ఖః-అ-పు-షడోంకారసమూహః-౨షోడశోంకారసమూహః॥

న్యూఙ్ఖః-అ-త్రి-మనోజ్ఞః॥ తె॥మనోహరము, సుందరము.

న్యూనమ్-అ-న-రహితమ్॥ తె॥ఒకలెక్కలో మరియొకలెక్క తీసివేయడము.

న్యూనః-అ-త్రి-ఊనః-౨గర్హ్యః॥

న్యూనతాద్రూప్యరూపకమ్-అ-న-అలంకారవిశేషః॥

న్యూనపఞ్చాశద్భావః-అ-పు- ఊనపంచాశద్భావః॥

న్యూనాభేదరూపకమ్-అ-న- అలంకారవిశేషః॥

నృస్థిమాలీ-న్-పు-శివః॥

నృస్థిమాలీ-న్-త్రి-నరాస్థిమాలావిశిష్టః॥

ప

పమ్-అ-న- సమ్మతిః-౨హేమ-౩పాపమ్-౪పానమ్-౫వ్రతమ్-౬అన్నమ్॥ తె॥ ౧సమ్మతి-౨బంగారు- ౩పాపము-౪త్రాగుబోతు-౫వ్రతము-౬కూడు.

పః-అ-పు- పంచమస్వరస్థానమ్- ౨పవనః-౩శైలః-౪ప్రకాశః-౫కౌస్తుభః-౬తుణః-౭శుభలగ్నమ్- ౮ప్రకృష్టార్థః-౯జటా॥ తె॥ ౧సప్తమస్వరములలో పంచమస్థానము-౨గాలి- ౩కొండ- ౪ప్రకాశము-౫కౌస్తుభరత్నము-౬తుణకాలము-౭శుభలగ్నము-౮గొప్పదియనుట-౯జేట.

పః-అ-త్రి-ఆర్తః॥ తె॥ ఆపదనొందినవాఁడు.

పక్కణః-అ-పు-శబరాలయః॥

పక్తపాడః-అ-పు-వృక్షవిశేషః॥

పక్తా-ఋ-త్రి-పాకకర్తా॥

పక్తా-ఋ-పు-అగ్నిః॥

పక్తిః-ఇ-సీ-పచనమ్-౨గౌరవమ్॥

పక్తిశూలమ్-అ-న-పరిణామశూలమ్॥

పక్త్రిమ్-అ-న-గార్హపత్యాగ్నిః॥

పక్త్రిమమ్-అ-త్రి-పాకిమమ్-పాకాజ్జాతం

పక్వః-అ-త్రి-వినాశోన్ముఖః- ౨కాలపక్వబుద్ధ్యాదిః॥ తె॥ ౧పండినది-౨కాలమునందు పక్వమైనబుద్ధ్యాదులు.

పక్వకృత్-త్-పు-నింబవృక్షః॥

పక్వకృత్-త్-త్రి-పాకకర్తా॥

పక్వరసః-అ-పు-మద్యమ్॥

పక్వవారి-ఇ-న-కాంజికమ్-౨పంకవారిఇత్యపిపాఠః-౩పక్వజలంచ॥

పక్వాన్నమ్-అ-త్రి-కృతపాకతండులాది॥

పక్వాశయః-అ-పు-నాభ్యధోభాగః॥

పక్షమ్-అ-న- నిజమైత్రసమాశ్రితసంబంధాధికార సముద్భవభృత్యోపచార గృహీతసప్తవిధబలమ్-౨ద్విసంజ్ఞా॥

పక్షః-అ-పు- పంచదశాహోరాత్రః- ౨పక్షిపత్రమ్-౩వాజః- ౪సహాయః-౫దేహాంగమ్-౬తర్కవిషయసాధ్యమ్-౭నృపగజః-౮బలమ్-౯పరతంత్రః-౧౦చుల్లీరంధ్రమ్-౧౧పార్శ్వమ్ - ౧౨మిత్రమ్-౧౩కచః-౧౪గ్రహః-౧౫విరోధః- ౧౬దండపూర్వః-౧౭గరుడపూర్వః-౧౮నృత్యమ్-౧౯హస్తః-౨౦అంతికః-౨౧భిత్తిః-౨౨కచాత్పరశ్చేత్ బృందమ్ - ౨౩పక్షద్వారమ్-౨౪గజపార్శ్వమ్- ౨౫కేశాదేఃపరితోబంధః॥ తె॥ ౧పదియేనుదినములు, అనగాఁబున్నమ, అమావసలతో జేరియుండుదినములు - ౨పిట్టఱెక్క-౩అంపగఱి. అనగా, బాణమునందుండు పక్షిఱెక్క-౪తోడు-౫శరీరాంగము-౬పర్వతో వహ్నిమాన్, ధూమాత్, అనుచోటధూమహేతుకవహ్నిసాధ్యకస్థలమునందుండు సందిగ్ధసాధ్యవత్తగు పర్వతముపక్షము-౭అంబారీయేనుఁగు-౮బలము-౯పరాధీనము- ౧౦పొయిద్వారము-౧౧ప్రక్క-౧౨చెలికాఁడు-౧౩తలవెండ్రుకలు-౧౪గ్రహము-౧౫పగ- ౧౭నాట్యము-౧౯చెయ్యి - ౨౦సమీపము-దగ్గిరయున్న-౨౧గోడ- ౨౨కచశబ్దమునకుఁబరమందుండునపుడు బృందము, స

మూహము-౨౩ఱెక్క-తలుపు-౪పను గు ప్రక్క-౫కొవ్వు.

పక్షకః-అ-పు-పక్షద్వారమ్-౨పార్శ్వమ్॥ తె॥ ౧దిడ్డివాకిలి-౨పక్క॥

పక్షచరః-అ-పు-యూథభ్రష్టమృగః-౨పక్షచరః-౩ద్విజః-౪ఖగః-౫పృథక్చారివారణః॥ తె॥ ౧కదుపులోనుండివిడిబడ్డమృగము-౨ఒంటఱిగాఁదిరుగు ప్రాణి-౩బ్రాహ్మణుఁడు-౪పక్షి-౫ఒంటఱిగాఁదిరుగుపనుఁగు.

పక్షతిః-ఇ-త్రి-ప్రథమాతిథిః-౨పక్షిపక్షమూలమ్॥ తె॥ ౧పాడ్యమి-౨పిట్టఱెక్క మొదలు.

పక్షద్వారమ్-అ-న-పక్షకః॥ తె॥ దిడ్డివాకిలి.

పక్షబిన్దుః-ఉ-పు-కంకపక్షీ॥ తె॥ రాబులుఁగు.

పక్షభాగః-అ-పు-గజపార్శ్వభాగః॥ తె॥ పనుఁగుప్రక్క వైపు.

పక్షసఞ్చితకః-అ పు-అభినయసంయుక్తహస్తవిశేషః॥ తె॥ అభినయముతోఁగూడుకొనినసంయుక్తమనుహస్తము.

పక్షాన్తః-అ-పు-అమావాస్యా-౨పూర్ణిమా తె॥ ౧అమవస-౨పున్నమ.

పక్షిణీ-ఈ-సీ-ఆగామివర్తమానాహర్యుక్తరాత్రిః-౨ఆగామివర్తమానరాత్రియుక్తాహః-౩బందీ-౪కారా-౫పూర్ణిమా-౬ఉపోదకీ॥ తె॥ ౩కైదుచెయ్యబడ్డవాడు ౪బందిఖానాయిల్లు-౬బచ్చలి.

పక్షిరాజమ్-అ-న-విషవైద్యతంత్రవిశేషః॥

పక్షిరాజః-అ-పు-గరుడః॥ తె॥ విష్ణువాహనము.

పక్షిశాలా-ఆ-సీ-నీడమ్॥

పక్షిసింహః-అ-పు-గరుడః॥

పక్షిస్వామీ-న్-పు-గరుడః॥

పక్షీ-న్-పు-నవసంజ్ఞా-౨విహంగః-౩బాణః॥

పక్షీ-న్-(న-పక్షోవిద్యతేయస్య॥

పక్తుః-ఉ-త్రి-పాకకర్తా॥

పక్ష్మ-న్-న-నేత్రచ్ఛదః-౨గరుత్-౩అక్షిరోమ-౪కింజల్కః-౫తంత్వాద్యంశః-౬అణీయః-౭చుల్లీరంధ్రమ్॥ తె॥ ౧కనుఱెప్ప-౨పక్షిఱెక్క-౩కనుఱెప్పవెండ్రుక-౪పువ్వుదారము,అనగా-కేసరము-౫సూక్ష్మములగు నూలు మొదలగువానియొనకలు-౬మిగులచిన్నది-౭పొయిరంధ్రము.

పఙ్కః-అ (సీ)-పాపమ్-౨కర్దమః॥ తె॥ ౧పాపము-౨బురద.

పఙ్కకర్బటః-అ-పు-జలయుక్తపంకమ్॥

పఙ్కకీరః-అ-పు-కోయష్టిపక్షీ॥

పఙ్కక్రీడః-అ-త్రి-కర్దమఖేలకః॥

పఙ్కక్రిడః-అ-పు-సూకరః॥ తె॥ పంది.

పఙ్కగడకః-అ-పు-మత్స్యవిశేషః॥

పఙ్కగతిః-ఇ-సీ-పంకగడకమత్స్యః॥

పఙ్కగ్రాహః-అ-పు-మకరః॥

పఙ్కజమ్-అ-న-పద్మమ్॥ తె॥ కమలము.

పఙ్కజన్మ-న్-న-పద్మమ్॥

పఙ్కజినీ-ఈ-సీ-పద్మసమూహః-౨పద్మాకరః॥

పఙ్కణః-అ-పు పక్కణః-శబరాలయః॥

పఙ్కప్రభా-ఆ-సీ-కర్దమయుక్తనరకవిశేషః

పఙ్కమణ్డూకః-అ-పు-శంబూకః॥

పఙ్కముష్టిః-ఇ-సీ-స్పృక్కా॥ తె॥ స్పృక్కయనుగ్రంథ్యము.

పఙ్కరుట్-హ్-న-పద్మమ్॥

పఙ్కరుహమ్-అ-న-పద్మమ్॥

పఙ్కవాసః-అ-పు-కర్కటః॥

పఙ్కశుక్తిః-ఇ-సీ-దుర్నామా॥

పఙ్కశూరణః-అ-పు-శాలూకః॥

పఙ్కారః-అ-పు-శైవలః-౨సేతుః-౩సోపానమ్-౪జలకుబ్జకః॥

పఙ్కిలః-అ-త్రి-పంకసహితదేశః॥

పఙ్కజమ్-అ-న-పద్మమ్॥ తె॥ కమలము.

పఙ్కేరుహమ్-అ-న-పద్మమ్॥ తె॥ పద్మము.

పఙ్కేరుహః-అ-పు-సారసపక్షీ॥

పఙ్క్తిః-ఇ-సీ-వృక్షాదిపఙ్క్తిః-౨దశమచ్ఛందః-౩దశసంజ్ఞా-౪పృథివీ-౫గౌరవమ్-౬పాకః॥

పఙ్క్తిగ్రీవః-అ-పు-రావణః॥

పఙ్క్తిచరః-అ-పు-కురరపక్షీ॥

పఙ్క్తిదూషకః-అ-పు-అపాంక్తేయః-శ్రాద్ధభోజనార్హబ్రాహ్మణః॥

పఙ్క్తిపావనః-అ-పు-శ్రేణిపవిత్రకర్తా-శ్రాద్ధభోజనార్హబ్రాహ్మణః॥

పఙ్క్తిబీజః-అ-పు-బర్బ్బూరవృక్షః॥

పఙ్క్తిరథః-అ-పు-దశరథరాజః॥

పఙ్గుః-ఉ-పు-శనిః॥

పఙ్గుః-ఉ-త్రి-శ్రోణః॥ తె॥ పిచ్చుకవలెకుంటే వాఁడు.

పఙ్గులః-అ-పు-సితకాచాభఘోటకః॥

పఙ్గుల్యహారిణీ-ఈ-సీ-శిఙ్ఢీక్షుపః॥

పఙ్గూః-ఊ-సీ-శ్రోణా॥ తె॥ పిచ్చుకవలెకుంటే యాఁడుది.

పచః-అ-త్రి-పచతియః-పాకకర్తా-౨అస్యార్థేకేపచకశ్చ॥

పచతః-అ-పు-సూర్యః-౨అగ్నిః-౩ఇంద్రః॥

పచతకల్పమ్-అ-న-ఈషదూనస్యపాకస్యకర్తా॥

పచతితమామ్-మ్-౦-అతిశయపచనమ్॥ తె॥ మిక్కిలిగావండడము.

పచతితరామ్-మ్-౦-అతిపచనమ్॥ తె॥ మిక్కిలిగావండడము.

పచత్పుటః-అ-పు-సూర్యమణివృక్షః॥

పచన్-త్-త్రి-పాకకర్తా॥

పచనమ్-అ-త్రి-పాకః॥

పచనః-అ-పు-అగ్నిః॥

పచనః-అ-త్రి-పాకకర్తా॥

పచనీ-ఈ-సీ-వనబీజపూరకః॥

పచన్తీ-ఈ-సీ-పాకకర్త్రీ॥

పచమానః-అ-త్రి-పాకకర్తా॥

పచమ్పచా-ఆ-సీ-దారుహరిద్రా॥ తె॥ మ్రానిపసపు-

పచలిమః-అ-త్రి-పక్వః॥ తె॥ ఉడికినది.

పచా-ఆ-సీ-పాకః॥ తె॥ వండడము.

పచిః-ఇ-పు-అగ్నిః-౨పచధాతుః-౩పచనంచ

పచేలిమః-అ-పు-సూర్యః-౨అగ్నిః॥

పచేలిమః-అ-త్రి-కర్తురనాయాసేనస్వయంపక్వః॥

పచేలుకః-అ-పు-సూదః-పాచకః॥

పచ్ఛః-స్-౦-పాదంపాదమ్॥

పచ్యమానః-అ-త్రి-వర్తమానపచనకర్మతాశ్రయః-వర్తమానపాకవిశిష్టతండులాది॥

పజ్జః-అ-పు-శూద్రః॥

పఞ్చన్-న్-త్రి-సంఖ్యావిశేషః-౨బహువచనాంతోయమ్॥

పఞ్చకమ్-అ-త్రి-పంచ॥

పఞ్చకమ్-అ-న-పా[illegible]న్యైనయుద్ధభూమిః-౨పంచసంఖ్యా॥ తె॥ ౧సాధారణమయినజగడముఁజేయుస్థలము-౨ఐదు.

పఞ్చకపాలః-అ-త్రి-పంచకపాలేషుసంస్కృతఃపురోడాశాదిః॥

పఞ్చకర్మ-న్-న-పంచప్రకారశారీరికచికిత్సావిశేషః॥

పఞ్చకర్మన్-అ-న-పంచానాంకర్మణాంసమాహారః॥

పఞ్చకర్మీ-ఈ-సీ-పంచానాంకర్మణాంసమాహారః॥

పఞ్చకషాయః-అ-పు- మహాస్నానీయపంచప్రకారకషాయద్రవ్యమ్॥

పఞ్చకృత్యః-అ-పు-పక్తపాడవృక్షః॥

పఞ్చకృత్వః-స్-౦-పంచావృత్తిః॥ తె॥ ఐదుమార్లు.

పఞ్చకోణమణ్డలః-అ-త్రి-శుక్రమండలమ్॥

పఞ్చకోలమ్-అ-న-పాచనవిశేషః॥

పఞ్చకోశాః అ-పు- కోశాఇవాత్మాచ్ఛాదకత్వేనకోశాః-తేచపంచవిధాః- యథా-అన్నవికారత్వాత్ స్థూలశరీరమ్-అన్నమయకోశః-౨పంచకర్మేంద్రియసహితప్రాణపంచకంప్రాణమయకోశః- ౩ పంచజ్ఞానేంద్రియసహితంమనః-మనోమయకోశః-౪పంచజ్ఞానేంద్రియసహితాబుద్ధిఃవిజ్ఞానమయకోశః-౫అహంకారాత్మకోవిద్యాత్మకోవా ఆనందమయకోశః-ఇతి-పంచకోశాః.

పఞ్చక్షారగణః-అ-పు- క్షారపంచకమ్-పంచలవణమ్॥

పఞ్చఖట్వమ్-అ-(పు)- పంచఖట్వాఃసమాహృతాః- పంచానాంఖట్వానాంసమాహారః॥

పఞ్చగణరోగః-అ-పు- విదారీగంధాబృహతీపృశ్నిపర్ణీనిదిగ్ధికాశ్వదంష్ట్రాః- ఏతామిలితాః॥

పఞ్చగవమ్-అ-(పు)- పంచానాంగవాంసమాహారః-పంచగావఃసమాహృతాః॥

పఞ్చగవధనః-అ-త్రి - పంచగావోధనంయస్య॥

పఞ్చగవ్యమ్-అ-న- గోసంబంధిపంచప్రకారద్రవ్యమ్- తత్తుగోమయ-గోమూత్ర-దుగ్ధదధి-ఘృతరూపమ్॥

పఞ్చగుః-ఉ-త్రి-పంచభిర్గోభిఃక్రీతః॥

పఞ్చగుప్తః-అ-పు-కచ్ఛపః- ౨చార్వాకమతమ్॥

పఞ్చగుప్తిరసా-ఆ-సీ-స్పృక్కా॥

పఞ్చగూఢః-అ-పు-కూర్మః॥ తె॥ తాఁబేలు.

పఞ్చచామరమ్-అ-న-షోడశాక్షరపాదచ్ఛందోవిశేషః॥

పఞ్చచీరః-అ-పు-మంజుఘోషః॥

పఞ్చచూడా-ఆ-సీ-అప్సరోవిశేషః॥

పఞ్చజనః-అ-పు-పురుషసామాన్యమ్ - ౨దైత్యవిశేషః॥

పఞ్చజనీ-ఈ-సీ- పంచానాంజనానాంసమాహారః॥

పఞ్చజనీనః-అ-పు-భఁడః॥

పఞ్చజనీనః-అ-త్రి-పంచజనసంబంధిని- ౨పంచజన్యాఃప్రభూశ్చ॥ (వాఁడు.

పఞ్చజనీనకః-అ-పు-వర్షధరః॥ తె॥ ఖోజ్జా

పఞ్చజన్యః-అ-పు-అశ్వః॥ తె॥ సజ్జము.

పఞ్చజ్ఞానః-అ-పు-బుద్ధః॥

పఞ్చతక్షమ్-అ (పు) - పంచానాంతక్ష్ణాంసమాహారః॥

పఞ్చతత్త్వమ్-అ-న- పంచభూతమ్- ౨మద్యమాంసమత్స్యముద్రామైథునరూపమ్॥

పఞ్చతన్మాత్రమ్-అ-న- తామసాహంకారోత్పన్నమహాభూతోపాదాన కారణశబ్దస్పర్శరూపరసగంధాః - ౨తదాశ్రయద్రవ్యాణిచ॥

పఞ్చతపాః-స్-త్రి- అగ్నిచతుష్టయసూర్యైస్తత్పంచకసాధ్యతపోవిశిష్టః॥

పఞ్చతయమ్-అ-త్రి-పంచావయవమ్॥

పఞ్చతా-ఆ-సీ-మరణమ్- ౨పంచభావః॥ తె॥ ౧చావు-౨ఐదవుట॥

పఞ్చతిక్తమ్-అ-న-తిక్తద్రవ్యపంచకమ్॥

పఞ్చతీర్థీ-ఈ-సీ-తీర్థపంచకమ్॥

పఞ్చత్వమ్-అ-న-నిధనమ్-ప్రపంచభావః॥ తె॥ ౧చావు-౨ఐదవుట.

పఞ్చనఖః-అ-పు-వ్యాఘ్రః-౨గజః-౩కూర్మః తె॥ ౧చిఱుతపులి-౨ఏనుఁగు-౩తాఁబేలు.

పఞ్చనఖీ-ఈ-సీ-గోధా॥ తె॥ ఉడుము.

పఞ్చనదమ్-అ-న-పంచానాంనదీనాంసమాహారః॥

పఞ్చనదః-అ-పు-పంచనదీయుక్తదేశవిశేషః

పఞ్చనిమ్బమ్-అ-న-నింబవృక్షస్యపత్రత్వక్పుష్పఫలమూలాని॥

పఞ్చనీ-ఈ-సీ-శారిశృంఖలా॥

పఞ్చనీరాజనమ్-అ-న-పంచానాంనీరాజనానాంసమాహారః॥

పఞ్చభృఙ్గః-ఉ-పు-కాకః-౨కోకిలః॥ తె॥ ౧కాకి-౨కోయిల.

పఞ్చదశ-న్-త్రి-పంచదశసంఖ్యావంతః॥ తె॥ పదియేనువస్తువులు.

పఞ్చదశః-అ-త్రి-పంచదశపూరణః॥ తె॥ పదియేనవది.

పఞ్చదశకమ్-అ-న-పంచదశసంఖ్యా॥ తె॥ పదియేను.

పఞ్చదశధా-అ-౦-పంచదశప్రకారేణ॥ తె॥ పదియేనువిధములుఁగాను.

పఞ్చదశీ-ఈ-సీ-అమా-౨పూర్ణిమా-౩వేదాంతగ్రన్థవిశేషశ్చ॥

పఞ్చదీర్ఘమ్-అ-న-శరీరపంచావయవలక్షణవిశేషః॥

పఞ్చదీర్ఘాః-అ-పు-బాహునేత్రహనుజానునాసికాసురాజలక్షణమ్॥

పఞ్చధా-అ-౦-పంచప్రకారేణేత్యర్థః॥ తె॥ ఐదుప్రకారములుగాను.

పఞ్చపక్షీ-న్-పు-త్రికాలజ్ఞానార్థశివప్రణీతప్రశ్నగ్రంథవిశేషః॥

పఞ్చపర్ణికా-ఆ-సీ-గోరక్షీక్షుపః॥

పఞ్చపల్లవమ్-అ-న-ఆమ్రాదిపత్రపంచకమ్-యథా-ఆమ్రజంబూకపిత్థానాంబీజపూరకబిల్వయోః-గంధకర్మణిసర్వత్రవృక్షాణాంపంచపల్లవమ్-౨వైదికకర్మణిఘటోపరిదేయపంచపల్లవంయథా-ఆమ్రాశ్వత్థవటపర్కటీయజ్ఞోడుంబరాణి౩తాంత్రికకర్మణిపంచపల్లవంయథా-పనసామ్రంతథాశ్వత్థంవటంవకుళమేవచ-పంచపల్లవముక్తంచమునిభిస్తంత్రవేదిభిః॥

పఞ్చపాత్రమ్-అ-న-పంచపాత్రసమాహారః॥

పఞ్చపిత్తమ్-అ-న-పిత్తపంచకమ్॥

పఞ్చపూలీ-ఈ-సీ-పంచపూలసమాహారః॥ తె॥ ఐదుగడ్డికట్టలజత.

పఞ్చప్రదీపః-అ-పు-పంచదీపయుక్తారాత్రికమ్॥

పఞ్చప్రసాదః-అ-పు-దేవగృహవిశేషః॥

పఞ్చఫలీ-ఈ-సీ-పంచఫలసమాహారః॥ తె॥ ఐదుపండ్లజత.

పఞ్చబన్ధః-అ-పు-నష్టద్రవ్యస్యపంచమాంశదండః॥

పఞ్చబాణమ్-అ-న-పంచానాంబాణానాంసమాహారః॥

పఞ్చబాణః-అ-పు-కామదేవః॥

పఞ్చబాణః-అ-త్రి-పంచబాణవిశిష్టే॥

పఞ్చభక్ష్యాః-అ-పు-దధిక్షీరఘృతతైలజలసంస్కృతపిష్టపంచభక్ష్యాః॥

పఞ్చభద్రః-అ-పు-పంచస్థానేషుపుష్పితోశ్వవిశేషః-౨పాచనవిశేషః॥

పఞ్చభద్రకః-అ-త్రి-వ్యసనవాన్॥ తె॥ వ్యసనముఁగలవాఁడు.

పఞ్చభూతమ్-అ-న-పంచానాంభూతానాం క్షిత్యప్తేజో మరుద్వ్యోమ్నాం సమాహారః॥

పఞ్చసుమ్-అ-న-మైథునమ్॥

పఞ్చమః-అ-పు-సంగీతస్వరవిశేషః - ౨చండాలః-౩యతిః-౪దేవతావిశేషః-౫పంచపూరణః॥ తె॥ ౧కోకిలస్వరమువంటి పంచమస్వరము-౨మాలవాఁడు ౩సన్యాసి-౪దేవతావిశేషము-౫ఐదవది.

పఞ్చమః-అ-త్రి-పంచపూరణః-౨చతురః-౩హృద్యః॥ తె॥౧అయిదవది-౨సమర్థుడు ౩మనోహరము.

పఞ్చమహాయజ్ఞాః-అ-పు-గృహస్థకర్తవ్యపంచప్రకారనిత్యకర్మాణి॥

పఞ్చమారః-అ-పు-బలదేవపుత్రః॥

పఞ్చమాస్యః-అ-పు-కోకిలః॥

పఞ్చమీ-ఈ-సీ-పంచమీతిథిః-౨పాండవస్త్రీ ౩పంచపూరణీ॥ తె॥౧పంచమీతిథి-౨ద్రౌపదీదేవి

పఞ్చముఖః-అ-పు-సింహః-౨శివః॥

పఞ్చముఖీ-ఈ-సీ-వాసకః-౨జవాపుష్పవిశేషశ్చ॥

పఞ్చముద్రా-ఆ-సీ-పూజాయాంకర్తవ్యా పంచప్రకారముద్రా॥

పఞ్చమూత్రమ్-అ-న-గవాజామేషీమహిషీగర్దభీమూత్రమ్॥

పఞ్చమూలమ్-అ-న-స్వనామఖ్యాతపాచనమ్-త్రివిధమ్-యథా-బృహత్స్వల్పం తృణాఖ్యంచ-౧ఆద్యంయథా-బిల్వశ్యోనాకః గాంభారీపాటలాగణికారికా-కఫవాతహరంశ్రేష్ఠంపంచమూలమిదంమహత్ - ౨ద్వితీయంయథా-శాలపర్ణీపృశ్నిపర్ణీబృహతీద్వయగోక్షురం-వాతపిత్తహరంవృష్యం కనీయఃపంచమూలకమ్-౩తృతీయంయథా కుశఃకాశఃశరోదర్భ ఇక్షుశ్చేతి తృణోద్భవః, ఇతిపంచమూలమ్॥

పఞ్చమూలీ-ఈ-సీ-స్వల్పపంచమూలపాచనమ్॥

పఞ్చయజ్ఞాః-అ-పు-గృహస్థకర్తవ్యపంచప్రకారయజ్ఞవిశేషాః॥

పఞ్చరక్షకః-అ-పు-పక్వపొడవృక్షః॥

పఞ్చరత్నమ్-అ-న-పంచానాంరత్నానాంసమాహారః॥

పఞ్చరసా-ఆ-సీ-ఆమలకీ॥

పఞ్చరాత్రమ్-అ-న-గ్రన్థవిశేషః - ౨పంచనిశాః॥

పఞ్చలక్షణమ్-అ-న-పురాణమ్॥

పఞ్చలవణమ్-అ-న-పంచానాంలవణానాంసమాహారః॥

పఞ్చలాఙ్గలకమ్-అ-న-మహాదానభేదః॥

పఞ్చలోహమ్-అ-న-సౌరాష్ట్రికలోహమ్॥

పఞ్చలోహకమ్-అ-న-పంచానాంలోహకానాంధాతూనాంసమాహారః - యథా-సువర్ణరజతతామ్రవంగనాగాని॥

పఞ్చవక్త్రః-అ-పు-శివః-౨సింహః॥ తె॥ ౧హరుఁడు-౨సింగము.

పఞ్చవటః-అ-పు-ఉరస్కటః॥

పఞ్చవటీ-ఈ-సీ-పంచప్రకారవృక్షవిశేషః॥

పఞ్చవన్యకా-ఆ-సీ-గోరక్షీ॥ తె॥ గోరక్షిచెట్టు.

పఞ్చవర్ణమచ్ఛః-అ-పు-నపుంసకత్వలక్షణమ్॥

పఞ్చవల్కలమ్-అ-న-వల్కలపంచకమ్॥

పఞ్చశః-స-ం-పంచవీప్సా॥ తె॥ఐదేసి.

పఞ్చశరః-అ-పు-మన్మథః॥ తె॥మారుఁడు.

పఞ్చశాఖమ్-అ-న- పంచానాంశాఖానాంస మాహారః॥

పఞ్చశాఖః-అ-పు-హస్తః॥ తె॥ముంజెయ్యి॥

పఞ్చశాఖః అ-త్రి-పంచశాఖావిశిష్టె॥

పఞ్చశిఖః-అ-పు-సింహః- అధర్మస్యహింసా ఖార్యాయాంజాతోమునివిశేషః॥

పఞ్చశూరణః-అ-పు-పంచప్రకారశూరణః॥

పఞ్చశైరీషకమ్-అ-న- శిరీషవృక్షస్యకుసుమ మూలఫలపత్రత్వచః॥

పఞ్చషాః అ-త్రి- పంచవా- షడ్వా-పరిమా ణంయేషాంతే బహువచనాంతోయమ్॥ తె॥ఐదు-ఆరువస్తువులు.

పఞ్చసస్యమ్-అ-న-సస్యపంచకమ్-తత్తుధా న్య,ముద్గ,తిల,యవ, శ్వేతసర్షపరూపమ్ సర్షపస్థానేమాషోపి॥

పఞ్చసిద్ధౌషధిః-ఇ- పు- పంచప్రకారౌషధివి శేషః॥

పఞ్చసుగన్ధకమ్-అ-న- పంచప్రకారసుగంధి ద్రవ్యమ్॥

పఞ్చసూక్ష్మాః-అ-పు- కేశదంతపర్వాంగులి నఖాః॥ తె॥తలవెండ్రుకలు,పండ్లు,గణు పులు,వ్రేళ్లు,గోళ్లు.

పఞ్చసూనా-ఆ-సీ-పంచప్రకారప్రాణివధ స్థానమ్॥

పఞ్చస్వరా-ఆ-సీ- ప్రజాపతిదాసవైద్యకృత శిశురిష్ట మాతృరిష్ట పితృరిష్ట స్త్రీపుంన పుంసక జ్ఞానసుఖదుఃఖరిష్టభేదాది యో గ మృత్యుజ్ఞాన నిర్ణయఇతి సప్తాధ్యా యాత్మకజ్యోతిర్గ్రంథవిశేషః॥

పఞ్చస్వరోదయః-అ-పు- జ్యోతిశ్శాస్త్రవిశే షః॥

పఞ్చా-న్-త్రి- సమరూపః- అపంచసంఖ్యా వంతః॥ తె॥ ౧సమరూపము- ౨ఐదింటి సంఖ్యగలది.

పఞ్చాగ్ని-ఇ-న-పంచాగ్నిసమాహారః॥ తె॥ఐ దగ్నులజత.

పఞ్చాఙ్గమ్-అ-న-ఏకవృక్షస్యత్వక్పత్రపుష్ప మూలఫలానాంసమాహారః- అపురశ్చ రణవిశేషః- ౩వారతిథినక్షత్రయోగక రణాత్మకపంజికా॥

పఞ్చాఙ్గః-అ-పు-కమఠః-౨అశ్వవిశేషః-౩ప్ర ణామవిశేషః॥

పఞ్చాఙ్గగుప్తః-అ-పు-కచ్ఛపః॥

పఞ్చాఙ్గీ-ఈ సీ-ఖలీనః॥ తె॥గుఱ్ఱపుకళ్లెము.

పఞ్చాఙ్గులః-అ-పు-ఎరండవృక్షః॥ తె॥ ఆము దపుచెట్టు

పఞ్చాఙ్గులః- అ- త్రి- పంచాంగులపరిమాణ యుక్తే॥

పఞ్చాఙ్గులిః-ఇ-త్రి-పంచాంగులయోాయస్య సః॥

పఞ్చాఙ్గులీ-ఈ-సీ-తన్నామౌషధీక్షుపః॥

పఞ్చాతపా-ఆ-సీ-తపస్యావిశేషః॥

పఞ్చాననః-అ-పు- శివః-౨సింహః - ౩అత్యు గ్రః॥

పఞ్చామరాః- ఆ- సీ- పంచప్రకారామరల తాది॥

పఞ్చామృతమ్-అ-న- శర్కరాదుగ్ధఘృతదధి మధుఘటితమ్॥

పఞ్చామృతయోగః-అ-పు- గుడూచీగోక్షు ర ముసలీ ముండికా శతావరీణాం సం యోగః॥

పఞ్చామ్నాయాః అ-పు-శివపంచవక్త్రనిర్గ తపంచప్రకారశైవశాస్త్రవిశేషః॥

పఞ్చామ్రమ్-అ-న- వృక్షవిశేషాణాంసమా

హారః- యథా - అశ్వత్థమేకం పిచుమర్ద మేకం న్యగ్రోధమేకం దశపుష్పజాతీః॥ ద్వే ద్వే తథా దాడిమమాతులంగే పంచామ్రవాపీ నరకం న యాతి॥

పఞ్చామ్లమ్-అ న-అమ్లపంచకం యథా- కోల దాడిమవృక్షామ్లైరమ్లవేతససంయుతైః చతురమ్లం చ పంచామ్లం మాతులుంగ సమన్వితమ్॥

పఞ్చారీ-ఈ-సీ-శారిశృంఖలా॥

పఞ్చార్చిః స్-పు-బుధగ్రహః॥

పఞ్చాలః-అ-పు-దేశవిశేషః॥

పఞ్చాలాః-అ-పు నీవృద్విశేషః- ౨బహువచనాంతోయమ్॥

పఞ్చాలికా-ఆ-సీ-పుత్తలీ॥

పఞ్చాలీ-ఈ-సీ-వస్త్రాదికృతపుత్రికా- ౨గీత విశేషః-౩శారిశృంఖలా॥

పఞ్చావటమ్-అ-న-ఉరస్కటమ్- ఞాలోపవీతమ్॥

పఞ్చావస్థః-అ-పు-శవః॥

పఞ్చావస్థః-అ-త్రి-పంచావస్థాయుక్తే॥

పఞ్చావిః-ఇ-పు- సార్ధద్వివత్సరవృషః॥ తె॥ రెండేండ్లనరకోడె.

పఞ్చావీ-ఈ-సీ-సార్ధద్వివత్సరగౌః॥ తె॥ రెండేండ్లనరయావు.

పఞ్చాశః-అ-త్రి-పంచాశత్పూరణః॥ తె॥ ఏబదవది.

పఞ్చాశచ్ఛశః-స్-౦-పంచాశద్వీప్సా॥ తె॥ ఏబదేసి.

పఞ్చాశత్-త్-సీ-పంచాశత్సంఖ్యా॥ తె॥ ఏబది.

పఞ్చాశత్-త్-త్రి-పంచాశత్సంఖ్యావంతః॥ తె॥ఏబదివస్తువులు.

పఞ్చాశతికా-ఆ-సీ- పంచాశత్పరిమితవస్త్రమ్ తె॥ ఏబదింటికికొన్నబట్ట.

పఞ్చాశత్కృత్వః-స్-౦-పంచాశదావృత్తిః॥ తె॥ఏబదిమాఱులు.

పఞ్చాశద్ధా-ఆ-౦- పంచాశత్ప్రకారేణ॥ తె॥ ఏబందిధములుగాను.

పఞ్చాస్యః-అ-పు-సింహః-౨శివః- ౩అంజనేయః-౪ప్రాజ్ఞః॥ తె॥౧సింగము- ౨హరుఁడు-౩హనుమంతుఁడు-౪నేర్పరి.

పఞ్చాహః-అ-పు-దినపంచకమ్॥ తె॥ ఐదుదినములు.

పఞ్జికా-ఆ-సీ-వ్యాఖ్యానమ్ - ౨వ్యాఖ్యానగ్రంథః॥ తె॥౧జాడ- ౨టీకాగ్రంథము.

పఞ్చేన్ద్రియమ్-అ-న- పంచానాం జ్ఞానేంద్రియాణాం సమాహారః-౨పంచకర్మేంద్రియం చ॥

పఞ్చేషుః-ఉ-పు-కామదేవః॥

పఞ్చేష్టికమ్ అ-న-గ్రహదృష్టలగ్నమ్- ౨మరకటమైథునమ్॥ తె॥౧గ్రహదోసమువలనముట్టునగు మేషాదిలగ్నము - ౨ఆఁడుకోఁతి, మగకోఁతియును జేరుట- సంభోగమున్న.

పఞ్చోపవిషమ్-అ-న - ఉపవిషపంచకమ్-యథా-స్నుహ్యర్కకరవీరాణిలాంగలీవిషముష్టికా - పఞ్చాన్యుపవిషాణ్యాహుఃపంచపాండిత్యశాలినః॥

పఞ్చోష్మాణః-అ-పు- ఆహారపాచకశరీరస్థ పంచాగ్నయః॥

పఞ్జరమ్ అ-న-గృహశుకశారికాదిపలాయన ప్రతిబంధకః॥ తె॥పిట్టలపంజరము.

పఞ్జరః-అ-పు-శరీరమ్- ౨దేహాస్థిసమూహః- ౩కలియుగమ్ - ౪గవాంనీరాజనావిధిః॥

పఞ్జరాఖేటః-అ-పు-మత్స్యమారణోపాయః

పఞ్జలః-అ-పు-కోలకందః॥

పఞ్జిః-ఇ-సీ-సూత్రనాలికా-౧పఞ్జికా చ॥

పఞ్జికా-ఆ-సీ-తూలనాలికా-౨టీకావిశేషః-౩అగ్రసంధానీ-౪పంచాంగమ్-౫నిశ్శేషపదవ్యాఖ్యాత్రీ - ౬తిథివారాదిజ్ఞాపికా-౭ఆయవ్యయలిఖనాద్యా చ॥

పఞ్జికారకః-అ-పు-కాయస్థజాతిః-౨పంజికాకారశ్చ॥

పఞ్జీ-ఈ-సీ-పంజిః-నాలికా-౨పంజికా-౩గ్రంథవిశేషః॥

పఞ్జీకరః-అ-పు-కాయస్థః॥

పటమ్-అ-న-వస్త్రమ్॥ తె॥ బట్ట.

పటః-అ-(సీ)-శోభనవస్త్రమ్ - ౨చిత్రపటః॥

పటః-అ-పు-ప్రియాలువృక్షః-౨సుచేలకమ్-౩వస్త్రమ్-౪పురస్కృతః॥ తె॥ ౧మొరలిచెట్టు-౨మంచిబట్ట - ౩సాధారణవస్త్రము-౪మొదటిది.

పటకః-అ-పు-శిబిరమ్॥

పటకారః-అ-పు-తంతువాయః॥ తె॥ సాలెవాడు.

పటకుటీ-ఈ-సీ-వస్త్రవేశ్మ॥ తె॥ డేర.

పటచ్చరమ్-అ-న-జీర్ణవస్త్రమ్॥ తె॥ పాతబట్ట

పటచ్చరః-అ-పు చోరః॥

పటమణ్డపః-అ-పు-పటగృహమ్॥ తె॥ డేర.

పటమయమ్-అ-న-వస్త్రగృహమ్- ౨శాటీ॥

పటరకః-అ-పు-గుంద్రవృక్షః॥

పటలమ్-అ-న-ఛదిః-౨సమూహః - ౩నేత్రరోగః-౪వల్కలమ్॥ తె॥ ౧ఇంటికప్పు-౨గుంపు-౩కంటిరోగము-౪నారబట్ట.

పటలమ్-అ-(పు)-సమూహః- ౨దృష్టిగావరకమ్॥

పటలః-అ-పు - అంతర్మలరూపశోణరత్నదోషః-౨నీలరత్నదోషః - ౩పుష్యరాగదోషః-౪గోమేధదోషః-౫తిలకః-౬పరిచ్ఛేదః॥ తె॥ ౧లోనలుపుగల కెంపులదోషము ౨ఇంద్రనీలములోనిదోషము - ౩పుష్యరాగములోనిదోషము - ౪గోమేధికములోనిదోషము-౫నొసటిబొట్టు- ౬భాగము-తునకయున్న.

పటలః-అ-ద్వి-గ్రంథః-౨వృక్షః - ౩వృక్షస్థానేవృంతోపి పాఠః॥

పటలప్రాన్తమ్-అ-న-గృహచాలికాంతభాగః॥ తె॥ కోణిగెచూరు.

పటలీ-ఈ-సీ-సమూహః-౨ఛదిః॥ తె॥ ౧గుంపు-౨ఇంటికప్పు.

పటవాపః-అ-పు-వస్త్రగృహమ్॥

పటవాసః-అ-పు-వస్త్రగృహమ్-౨శాటీ॥

పటవాసకః-అ-పు - కర్పూరకుంకుమమిశ్రచందనచూర్ణః॥ తె॥ బుక్కాలోభేదము.

పటహః-అ-పు-యుద్ధసంరంభః-౨రణభేర్యాదిధ్వనిః॥

పటహః-అ-(సీ)-ఆనకః॥ తె॥ తప్పెట.

పటాకః-అ-పు-పక్షివిశేషః॥

పటాకా-ఆ-సీ-ధ్వజవస్త్రమ్॥

పటాకావాసః-స్-న-ఉచ్ఛ్రితమ్॥ తె॥ దేవాలయపుజెండ.

పటాలుకా-ఆ-సీ-జలౌకా॥

పటిః-ఇ-సీ-పటభేదః- ౨వాగులిః-౩కుంభికాద్రుమః॥

పటికా-ఆ-సీ-పటిః-వస్త్రమ్॥

పటిష్ఠః-అ-త్రి-అతిశయపటుః॥

పటీ-ఈ-సీ- సుచేలకమ్-౨వస్త్రమ్-౩స్యూతాంశుకయుగమ్-౪అల్పపటః॥ తె॥ ౧మంచిబట్ట-౨బట్ట - ౩దుప్పటి- ౪చిన్నవబట్ట.

పటీయాన్-స్-త్రి-అతిశయపటుః॥

పటీరమ్-అ-న-తితవుః-౨తుంగమ్-౩మూలక

మ్-౪ కేదారః-౫ వారిదః-౬ వేణుసారః-౭ వాతికః-౮ చందనమ్-౯ ఖదిరమ్-౧౦ ఉదరమ్.౧౧ కందర్పః-౧౨ అహారణీయమ్

పటీరః-అ-పు-చందనవృక్షః॥ తె॥ గంధపుచెట్టు

పటు-ఉ-న- సింధుదేశనదీజాతసైంధవలవణమ్॥ తె॥ సైంధవలవణము.

పటుః-ఉ-పు-కటోలలతా-౨ విద్యాసమర్థః-౩ సూక్ష్మానః॥ తె॥ ౧ చేఁతిపొట్ల-౨ విద్యయందు సామర్థ్యముఁగలవాఁడు-౩ శరీరము చాఁచనిబంటు.

పటుః-ఉ-త్రి-తీక్ష్ణః-౨ నిరోగః-౩ నిపుణః-౪ శక్తః॥ తె॥ ౧ వాఁడి-౨ రోగములేనివాఁడు-౩ నేర్పరి-సమర్థుడున్ను-౪ శక్తుఁడు.

పటుకః-అ-పు-పటోలః॥

పటుకర్ణికా-ఆ-సీ-కర్పణీ॥ తె॥ చిలుపాలచెట్టు.

పటుకర్ణీ-ఈ-సీ-కంకుష్ఠమ్॥ తె॥ కంకుష్ఠమను చెట్టు.

పటుకల్పః-అ-త్రి-ఈషదూనః పటుః॥

పటుజాతీయః-అ-త్రి-పటుప్రకారః॥

పటుతృణకమ్-అ-న-లవణతృణమ్॥

పటుద్రుమః-అ-పు-కదరవృక్షః॥ తె॥ తెల్లతుమ్మచెట్టు.

పటుపత్రికా-ఆ-సీ-క్షుద్రచంచుక్షుపః॥

పటుపర్ణికా-ఆ-సీ-క్షీరిణీవృక్షః॥

పటుపర్ణీ-ఈ-సీ-స్వర్ణక్షీరీ॥

పటురూపః-అ-త్రి-అతిశయపటుః॥

పటేన్దుః-ఉ-పు-పలాండుః॥ తె॥ నీరుల్లి.

పటోటజమ్-అ-న-ఛత్రాకః॥

పటోలమ్-అ-న-వస్త్రభేదః- తత్తుగుజ్జరదేశీయవిచిత్రపట్టవస్త్రమ్॥

పటోలః-అ-పు-కటోలలతా-౨ పటలః-౩ పాటలః-౪ గజబంధనదారు॥ తె॥ ౧ చేఁతిపొట్లచెట్టు-౨ సమూహము- ౩ పాటలవర్ణము-౪ ఏనుఁగుకట్టుకొయ్య.

పటోలకః-అ-పు-శుక్తిః॥

పటోలికా-ఆ-సీ-జాలీలతా॥ తె॥ పొట్లచెట్టు.

పటోలీ-ఈ-సీ-జ్యోత్స్నీ॥

పట్టమ్-అ-న-నగరమ్॥

పట్టః-అ-పు-చతుష్పథమ్-౨ పేషణాశ్మా-౩ లలాటభూషణమ్॥ తె॥ ౧ నాలుగుత్రోవలు గలిసినదారి-౨ సన్నికల్లు-౩ నొసలియందిడికొను భూషణము.

పట్టః-అ-ద్వ-వ్రణాదిబంధః-౨ పీఠమ్-౩ లేఖ్యవిశేషః-౪ రాజ్యకాలాభిషేకయోగ్యపట్టికా॥ తె॥ ౧ వ్రణములనుకట్టునట్టికట్టు-౨ పీట- ౩ దానపట్టా మొదలయినది- ౪ పట్టాభిషేకకాలమున నుదుటఁగట్టెడుపట్ట

పట్టకః-అ-పు-పట్టః॥

పట్టకర్మన్-న- అనుకర్షోపర్యనేకఫలకకృతదారు॥ తె॥ రథానుకర్షముమీఁదికఱ్ఱ.

పట్టజమ్-అ-న-వస్త్రభేదః- పటవస్త్రమ్॥

పట్టణమ్-అ-న-నగరమ్॥ తె॥ పత్తనము.

పట్టదేవీ-ఈ-సీ-మహాదేవీ॥

పట్టణమ్-అ-న పత్తనమ్॥

పట్టనీ-ఈ-సీ-పత్తనమ్॥

పట్టరఙ్గమ్-అ-న-పత్తరంగమ్॥

పట్టరఞ్జనకమ్-అ-న-పత్తరంగమ్॥

పట్టశాకమ్-అ-(సీ)-నాలితాశాకమ్॥

పట్టసః-అ-పు-ఆయుధవిశేషః॥ తె॥ ఒకానొక ఆయుధము.

పట్టార్హా-ఆ-సీ-మహాదేవీ॥

పట్టికా-ఆ-సీ- అధికరణమ్॥ తె॥ కమ్మరివాని దాగలి.

పట్టికాఖ్యః-అ-పు- తిరీటకః॥ తె॥ పట్టికాలోధ్రివృక్షము.

పట్టికాలోధ్రః-అ-పు-రక్తలోధ్రః॥
పట్టిలః-అ-పు-పూతికరజః॥
పట్టిలోధ్రః-అ-పు-పట్టికాలోధ్రః॥
పట్టిలోధ్రకః-అ-పు-పట్టికాలోధ్రః॥
పట్టిశః-అ-పు-అస్త్రవిశేషః॥
పట్టిసః-అ-పు-అస్త్రవిశేషః॥
పట్టీ-ఈ-సీ-పట్టికాలోధ్రః-౧లలాటభూషా-౨తలసారకమ్-అశ్వవక్షస్థలబంధనరజ్జుః
పట్టీ-న్-పు-తిరీటకవృక్షః ౧లలాటభూషణమ్ ౨లాక్షాప్రసాదనః॥ తె॥ ౧పట్టికాలోధ్రము-౨నొసటిభూషణము-౨లత్తుక.
పట్టోలికా-ఆ-సీ-క్లృప్తకీలా -౧వ్యవస్థాపత్రమితికేచిత్-౨పాట్టాఇతిచకేచిత్॥
పఠనమ్-అ-న-వాచనమ్॥
పఠమఞ్జరీ-ఈ-సీ- శ్రీరాగస్యచతుర్థరాగిణీ-తస్యాన్యాసాంశగ్రహాఃపంచమః- గానసమయస్తుఏకప్రహరదివసోత్తరమ్॥
పఠసమఞ్జరీ-ఈ-సీ-రాగిణీవిశేషః॥
పఠిః-ఇ-సీ-పఠనమ్-పాఠః॥
పఠితః-అ-త్రి-వాచితః-కృతపాఠః॥
పఠితవ్యమ్-అ-త్రి-పఠనీయమ్-పాఠ్యమ్॥
పణః-అ-పు-క్రయః- ౧కర్షపరిమితముద్రితతామ్రపణః-౨భృతిః-౩ద్యూతమ్- ౪గ్లహః-౫ఆయః-౬ఇంద్రియమ్-౭సత్త్వమ్-౯జీవాత్మా-౧౦పరమాత్మా - ౧౧ప్రణవః-౧౨కార్యమర్మ - ౧౩శ్వాసః-౧౪చతుర్ముఖః-౧౫శివః॥ తె॥ ౧కానడము-౨కర్షమెత్తుతామ్రముద్ర-అనగాఁ బదియాఱుమాషకములయెత్తుగాని-ముప్పదిరెండు గురివెందగింజల యెత్తుగాని యనుట-౩కూలి-౪జూదము-౫పందెము.
పణగ్రన్థిః-ఇ-పు-హట్టః॥
పణనమ్-అ-న-విక్రయః॥

పణఫరమ్-అ-న- లగ్నాద్ద్వితీయపంచమాష్టమైకాదశలగ్నాః॥
పణవః-అ-పు-స్వల్పపటహః-౨గజనక్రంధః॥ తె॥౧చిన్నతప్పెట-౨పనుఁగుతొండ.
పణవా-ఆ-సీ-పణవః-గాయనపటహః॥
పణసః-అ-పు-పనసవృక్షః॥ తె॥పనసచెట్టు,
పణాఙ్గనా-ఆ-సీ-వేశ్యా॥
పణాయా-ఆ-సీ- క్రయవిక్రయవ్యవహారః॥
పణాయితః-అ-త్రి-ప్రణుతః॥ తె॥ స్తుతదేవతాదులు.
పణాస్థి-ఇ-న-కపర్దకమ్-వరాటకః॥
పణాస్థికమ్-అ-న-వరాటకః॥
పణితమ్-అ-త్రి-స్తుతమ్-౧వ్యవహృతమ్॥
పణితవ్యః-అ-త్రి-విక్రేయః - ౧స్తోతవ్యమ్॥ తె॥౧అమ్మతగ్గది.
పణ్డః-అ-పు-నపుంసకపురుషః-౨నిష్ఫలంచ॥ తె ౧పుంసకత్వములేనిపురుషుఁడు.
పణ్డా-ఆ-సీ-యథార్థగ్రాహకబుద్ధిః॥
పణ్డాపూర్వమ్-అ-న-ఫలాజనకాదృష్టమ్॥
పణ్డాపూర్వమ్-అ-త్రి-తద్విశిష్టః॥
పణ్డితః-అ-పు-విద్వాన్॥ తె॥విద్వాంసుఁడు,
పణ్డితమానీ-న్-త్రి-పండితాభిమానీ॥
పణ్డితమ్మన్యః-అ-త్రి- ఆత్మానంపండితమ్మన్యతేయఃసః॥
పణ్డిభః-అ-పు-వరుణవాహః॥
పణ్యః-అ-త్రి-విక్రేయః-౧స్తోతవ్యమ్॥ తె॥ ౧అమ్మతగ్గది.
పణ్యవీథికా-ఆ-సీ-విపణిః॥ తె॥ అంగళ్లబజారు.
పణ్యవీథీ-ఈ-సీ-క్రయవిక్రయస్థానమ్॥
పణ్యశాలా-ఆ-సీ-హట్టః- ౧విక్రయగృహంచ॥
పణ్యస్త్రీ-ఈ-సీ-వేశ్యా॥ తె॥ సానిది.

పణ్యా-ఆ-సీ-జ్యోతిష్మతీలతా॥ తె॥ ఎకుడుతీఁగె-

పణ్యాఙ్గనా-ఆ-సీ-వేశ్యా॥

పణ్యాజీవః-అ-పు-సార్థవాహః॥ తె॥ క్రయవిక్రయకారుఁడు-దుకాణదారిన్ని.

పణ్యాజీవకమ్-అ-న-హట్టః- ౨పణ్యజీవకమిత్యపి పాఠః॥

పణ్యాన్ధా-ఆ-సీ-తృణవిశేషః- ౨పణ్యంధా ఇత్యపి పాఠః॥

పత్-ద్-పు-పాదః-౨పతగః-౩హృత్॥

పతమ్-అ-త్రి-పుష్టమ్॥

పతగః-అ-పు-పక్షీ॥ తె॥ పిట్ట,

పతఙ్గమ్-అ-న-సుతమ్-పారదమ్-౨చందనభేదః॥

పతఙ్గః-అ-పు-సూర్యః-౨శలభః-౩వ్రీహివిశేషః-౪బిడాలః-౫ఖగః-౬శరః-౭పారదః॥ తె॥ ౧వేఁడివేలుపు-౨మిడుత-౩ధాన్యవిశేషము-౪పిల్లి-౫పిట్ట-౬బాణము ౭పాదరసము॥

పతఙ్గమః-అ-పు-మధూలకవృక్షః-౨విహగః తె॥ ౧నీటిప్పచెట్టు-౨పిట్ట.

పతఙ్గాకర్షిణీ-ఈ-సీ-వన్యశ్శింబీ॥ తె॥ ధాన్యవిశేషము.

పతఙ్గికా-ఆ-సీ-పుత్రికా॥ తె॥ తెరయీఁగె.

పతఞ్చికా-ఆ-సీ-ధనుర్జ్యా॥

పతఞ్జలిః ఇ-పు-శ్వేతజాతిసర్పరాజవిశేషః-౨మునివిశేషః-సతుపాతంజలదర్శనపాణినిటీకామహాభాష్యాదిగ్రంథకర్తా॥

పతత్రమ్-అ-న-పక్షపక్షః॥ తె॥ పిట్టఱెక్క.

పతత్రిః-ఇ-పు-విహంగః॥ తె॥ పిట్ట.

పతత్రీ-న్-పు-విహంగః॥ తె॥ పిట్ట.

పతద్గ్రహః-అ-పు-ప్రతిగ్రాహః॥ తె॥ తమ్మెతసుకు.

పతద్గ్రాహః-అ-పు-ప్రతిగ్రాహః॥ తె॥ తమ్మెతసుకు.

పతద్భీరుః-ఉ-పు-శ్యేనః॥ తె॥ డేగ.

పతన్-త్-పు-పక్షీ॥ తె॥ పిట్ట.

పతన్-త్-త్రి-పాతుకః॥ తె॥ పడేస్వభావముఁగలది.

పతనమ్-అ-న-పాతః-౨ద్విజాతికర్మభ్యో హానిః పతనం పరత్ర చాసిద్ధిస్తమేకేనరకమ్-౩పాపమ్॥

పతయః-అ-పు-చంద్రః-౨పక్షీ-౩పతంగః॥

పతయాలుః-ఉ-త్రి-పతనస్వభావవాన్॥ తె॥ పడేనైజముఁగలవాఁడు.

పతసః-అ-పు-పక్షీ-౨చంద్రః-౩పతంగః॥

పతాకః-అ-పు-అభినయహస్తవిశేషః-౨దేశవిశేషః॥ తె॥ ౧అభినయముతోఁగూడుకొనినసంయుతమనేహస్తము-౨ఒకానొకదేశము.

పతాకస్వస్తికః-అ-పు-అభినయసంయుక్తహస్తవిశేషః॥ తె॥ అభినయముతోఁగూడుకొనినసంయుక్తమనుహస్తము.

పతాకా-ఆ-సీ-తాలప్రాణక్రియాభేదః-౨ధ్వజః-౩సౌభాగ్యమ్-౪అంకః-౫కేతుః॥

పతాకీ-న్-త్రి-పతాకాధరః-౨రిష్టారిష్టబోధకచక్రవిశేషః॥ తె॥ నిశానీపట్టేవాఁడు.

పతింవరా-ఆ-సీ-స్వయంవరా-౨కృష్ణజీరకః తె॥ ౧తానుకోరీపతినివరించుస్త్రీ-౨నల్లజీలకఱ్ఱ.

పతిః-ఇ-త్రి-అధిపతిః॥

పతిః-ఇ-పు-భర్తా-౨శృంగారరసప్రధాననాయకవిశేషః-౩స్వామీ-౪మూలమ్-౫గతిః॥ తె॥ ౧మగడు.

పతిఘ్నీ-ఈ-సీ-పతినాశకహస్తరేఖావిశేషః ౨స్వామిహంత్రీచ॥

పతితమ్-అ-న-మరీచమ్॥ తె॥మిరియాలచెట్టు.
పతితః-అ-త్రి-చలితః- గలితః - ౨పతనాశ్ర యః-౩ పాతివ్రత్యపిశిష్టః॥
పతితా-ఆ-సీ- తాలప్రాణక్రియావిశేషః॥
పతివత్నీ-ఈ-సీ-ఏకపత్నీ-౨సభర్తృకా॥ తె॥ ౧ఒక పెనిమిటిఁగలస్త్రీ- ౨ముత్తైదువు.
పతివ్రతా-ఆ-సీ-సాధ్వీ॥ తె॥పతివ్రత.
పత్రంః-అ-న్వ-పక్షీ॥
పత్రేరః-అ-త్రి-గంతా॥
పత్రేరః-అ-పు-అథకః-౨గర్తః॥
పత్త్రజమ్-అ-న-రక్తచందనమ్ - ౨వృక్షవిశేషః॥
పత్తనమ్-అ-న-పట్టణమ్-మహతీపురీ- ౨మృదంగః॥
పత్తిః-ఇ-పు-పదాతిః-౨వీరః॥ తె॥ ౧కాలిబంటు-౨శూరుఁడు.
పత్తిః-ఇ-సీ-ఏకైకైకరథత్ర్యశ్వపంచపదాతి సముదాయసేన- ౨గమనమ్॥ తె॥ ౧ఒక ఏనుఁగ ఒకరథముమూఁడుగుఱ్ఱములు - అయిదుగురుకాలిబంట్లుఁగలసేన- ౨పోవుట.
పత్తిసంహతిః-ఇ-సీ-పదాతిసమూహః॥
పత్త్రూరమ్-అ-న-పత్తంగ॥
పత్త్రూరః-అ-పు-బర్హిపర్ణీ॥ తె॥ మయూరశిఖ చెట్టు॥
పత్నీ-ఈ-సీ-యజ్ఞాధికారిభార్యా॥
పత్నీసంయాజః-అ-పు-మంత్రవిశేషః- ౨ఏకపత్నీవ్రతస్థః॥
పత్న్యాటః-అ-పు-పత్నీగృహమ్॥
పత్రమ్-అ-న-దలమ్-౨వరాంగకమ్- ౩వత్రకమ్-రపక్షిపక్షకః- ౫వాహనసామాన్యమ్-౬ఛురికా॥ తె॥ ౧ఆకు - ౨లవంగపుచెక్క-౩ఆకుపత్రికము-రపిట్టరెక్క-౫సామాన్యమయినవాహనము-౬సూరకత్తి
పత్రకమ్-అ-న-రోమశచ్ఛదః-౨పత్రభంగః ౩పత్త్రాస్త్రమ్॥ తె॥ ౧ఆకుపత్రికము- ౨మకరికాపత్త్రాదులు- ౩పండ్లుకోసు కొనెడుచాకు.
పత్రకిః-అ-పు-శాతించశాకె॥
పత్రకాహలా-ఆ-సీ-పింజోలా-పత్రశబ్దః॥
పత్రకృచ్ఛ్రః-అ-పు-పర్ణకృచ్ఛ్రవ్రతమ్॥
పత్రగుప్తః-అ-పు-త్రికంటః॥
పత్రఘనా-ఆ-సీ-సాతలావృక్షః॥
పత్రజమ్-అ-న-పత్త్రాంగమ్ - రక్తచందనమ్॥
పత్రఝంకారః-అ-పు-పురోటిః॥
పత్రణా-ఆ-సీ-శరపత్రరచనా॥
పత్రతణ్డులీ-ఈ-సీ-యవతిక్తా॥
పత్రతరుః-ఉ-పు-దుష్టదిరః॥
పత్రదారకః-అ-పు-క్రకచః॥
పత్రనాడికా-ఆ-సీ-పత్రశిరా॥
పత్రపరశుః-ఉ-పు-వ్రశ్చనః॥ తె॥ఆకుతాయి.
పత్రపా-ఆ-సీ-స్వభావలజ్జా॥ తె॥ స్వభావము గాఁబుట్టినలజ్జ.
పత్రపాలః-అ-పు-ఆయతాచ్ఛూరికా॥
పత్రపాలీ-ఈ-సీ-కర్తరీ॥
పత్రపాశ్యా-ఆ-సీ - స్వర్ణాదిరచితలలాటాభరణమ్॥ తె॥చేరుచుక్క-బొట్టు.
పత్రపిశాచికా-ఆ-సీ-జలత్రా॥
పత్రపుష్పః-అ-పు-రక్తతులసీ-౨క్షుద్రపత్రతులసీ॥
పత్రపుష్పకః-అ-పు-భూర్జపత్రమ్॥
పత్రపుష్పా-ఆ-సీ- తులసీ-౨క్షుద్రపత్రతులసీ॥
పత్రబన్ధః-అ-పు-పుష్పరచనా॥
పత్రబాలః-అ-పు-తులాధటః॥

పత్రభఙ్గమ్-అ-న-పత్రకమ్ ॥ తె॥ ఆకుపత్రికము.

పత్రభఙ్గః అ-పు- స్తనకపోలాందౌకస్తూరికాదిరచితపత్రావలీ॥ తె॥ మకరికాపత్రాదులు.

పత్రభఙ్గీ-ఈ సీ-పత్రభంగః॥

పత్రయౌవనమ్-అ-న- పల్లవమ్ - నూతనపత్రమ్॥

పత్రరథః-అ-ద్వ-పక్షీ॥ తె॥ పిట్ట.

పత్రలమ్-అ-న- ద్రప్సమ్-అఘనదధి॥

పత్రలతా-ఆ-సీ-పత్రభంగః- ౨దీర్ఘకౌక్షేయకః॥ తె॥ ౧మకరికాపత్రాదులు-౨ఆకువలెదడదడలాడుపెద్దపిరంగుకత్తి.

పత్రలా-ఆ-సీ-ఫలా-౨ఖర్జూరవృక్షః॥ తె॥ ౧ పలకిచెట్టు-౨ఖర్జూరపుచెట్టు.

పత్రలేఖా-ఆ-సీ-పత్రభంగీ॥ తె॥ స్త్రీ స్తనకంఠాదులయందు వ్రాయుమకరికాపత్రాదులు.

పత్రవల్లీ-ఈ-సీ-పత్రభంగః- ౨రుద్రజటా-౩పలాశీలతా-౪పర్ణలతా చ॥

పత్రవాహః-అ-పు-బాణః॥

పత్రవాహః-అ-త్రి-లిపివాహకే॥

పత్రవీర్యకః-అ-పు-వేత్రః- ౨ఋజువేణుః తె॥ ౧పేంపచెట్టు-౨తిన్నని వెదురు.

పత్రశాకః-అ-పు-షడ్విధశాకాంతర్గతపత్రాత్మకశాకః॥

పత్రశిరా-ఆ-సీ-పత్రభంగః- ౨పర్ణనాడీ చ॥

పత్రశ్రేణీ-ఈ-సీ-ద్రవంతీ-౨పర్ణపంక్తిశ్చ.

పత్రశ్రేష్ఠః-అ-పు-బిల్వః॥

పత్రసూచిః-ఇ-పు-కంటకమ్॥

పత్రస్నుక్-హ-సీ-శ్వానజిహ్వా॥ తె॥ ఆకుచెముడు.

పత్రహిమమ్-అ-న-హిమదుర్దినమ్॥

పత్రాఖ్యమ్-అ-న- తేజపత్రమ్-౨తాలీశపత్రమ్॥

పత్రాఙ్గమ్-అ-న-రక్తచందనమ్-౨పద్మకమ్-౩రక్తచందనసదృశకాష్ఠవిశేషః-౪భూర్జమ్॥ తె॥ ౧ఎఱ్ఱగంధము-౨పుష్కరమూలము.

పత్రాఙ్గః-అ-పు-ధూర్తః॥ తె॥ ఉమ్మెత్తచెట్టు.

పత్రాఙ్గులిః-ఇ-సీ-పత్రభంగః॥ తె॥ మకరికాపత్రాదులు.

పత్రాఞ్జనమ్-అ-న-మసీ॥

పత్రాఞ్జలిః-ఇ పు-భూస్తృణమ్॥ తె॥ చిప్పగడ్డి

పత్రాఢ్యమ్-అ-న-పిప్పలీమూలమ్-౨పర్వతతృణమ్-౩హరితాలకవిశేషః॥ తె॥ ౩ తాలకము.

పత్రాన్యమ్-అ-న-పత్తంగమ్॥

పత్రాలుః-ఉ-పు-కాసాలుః-౨ఇక్షుదర్భా॥

పత్రావలిః-ఇ-సీ-గైరికమ్- ౨పత్రశ్రేణీ చ॥

పత్రావలీ-ఈ-సీ-పత్రభంగః- ౨ననదుర్గాసంప్రదానకమధుమిశ్రిత యవచూర్ణయుక్తనవాశ్వత్థపత్రాణి- ౩దేవాదిసన్నిధౌ సందిగ్ధవస్తునోరేక తరావధారణార్థక బ్రాహ్మణబాలకోత్తోలిత తత్తత్సందేహకోటిలిఖితపత్రసమూహశ్చ॥

పత్రాస్త్రమ్-అ-న-తీక్ష్ణపత్రికా॥ తె॥ ఫలాదులుకోసెడుకత్తి.

పత్రికా-ఆ-సీ-పత్రికా-౨పత్రాస్త్రమ్॥ తె॥ ౧ వీణెమెట్టు - ౨ పండ్లుకోసుకొనెడుచాకు

పత్రికాఖ్యః-అ-పు-కర్పూరభేదః॥

పత్రికాఖ్యః-అ-త్రి-పత్రికానామకే॥

పత్రిణీ-ఈ-సీ-పల్లవః॥

పత్త్రీ-న్-త్రి-పత్రవిశిష్టే॥

పత్త్రీ-ఈ-సీ-హరితపత్రికా- ౨పత్రాస్త్రమ్-

౩ పర్ణమ్॥ తె॥ ౧ పచ్చాకుచెట్టు - ౨ పండు, కాయ, కోసెడుకత్తి-౩ ఆకు.

పత్త్రీ-న్-పు-శ్యేనః-౨పక్షీ-౩ బాణః-౪వృక్షః ౫ రథీ ౬ పర్వతః- ౭ తాలః - ౮ శ్వేతకిణిహీ-౯ గంగాపత్త్రీ-౧౦ పాచీ॥ తె॥ ౧ డేగ-౨పిట్ట-౩ అమ్ము.

పత్త్రోపస్కరః-అ-పు-కాసమర్దః॥

పత్త్రోర్ణమ్-అ-న-ధౌతకౌశేయమ్॥ తె॥ తెల్ల పట్టుబట్ట.

పత్త్రోర్ణః-అ-పు-శోనాకః ॥ తె॥ దుందిలపు చెట్టు.

పత్సలమ్-అ-న-పంథాః॥

పథః-అ-పు-మార్గః॥ తె॥ దారి.

పథన్-త్-పు-పథః-౨గమనకర్తాచ॥

పథకః-అ-పు-మత్స్యభేదహింసకః॥ తె॥ చేపలవాఁడు.

పథికః-అ-పు-అధ్వగః॥ తె॥ తెరువరి.

పథికః-అ-త్రి-పంథానంగచ్ఛతియః॥

పథికసన్తతిః-ఇ-సీ-పథికసంఘః॥

పథికా-ఆ-సీ-కపిలద్రాక్షా॥

పథికీ-ఈ-సీ-అధ్వగస్త్రీ ॥ తె॥ దారినడుచు యాఁడుది.

పథిద్రుమః-అ-పు-ఖదిరవృక్షః - ౨ శ్వేతఖదిరః-౩ కదరవృక్షః॥ తె॥ ౧ చండ్రచెట్టు-౩ తెల్లతుమ్మచెట్టు.

పథిలః-అ-త్రి-పథికః॥

పథివాహకః-అ-త్రి-శాకునికః-౨నిష్ఠురః- ౩ భారవాహకశ్చ॥

పథ్యమ్-అ-త్రి-చికిత్సావౌహితకారకమ్-హితమ్॥

పథ్యమ్-అ-న-సైంధవః॥

పథ్యః-అ-పు-హరీతకీవృక్షః॥ తె॥ కరకచెట్టు.

పథ్యశాకః-అ-పు-తండులీయశాకః॥

పథ్యా-ఆ-సీ-హరీతకీ-౨వృగేర్వారుః- ౩ చిర్భిటా-౪వంధ్యాకర్కోటకీ॥

పథ్యాపథ్యమ్-అ-న- రోగాణాంహితాహితకారకద్రవ్యాణి॥

పదమ్-అ-న-చిహ్నమ్-౨వంచనమ్- ౩కలాస్థానవిశేషః-౪పాదః-౫వ్యాజః- ౬స్థానమ్-౭త్రాణమ్- ౮కిరణమ్ - ౯వ్యవసాయః-౧౦సుబంతమ్-౧౧తిఙంతమ్ - ౧౨సాయకః-౧౩వస్తు- ౧౪వాక్యమ్ - ౧౫వ్యవసితమ్-౧౬పదాంకః - ౧౭గీతాంశః-౧౮షడంగులః ॥ తె॥ ౧గురుతు-౨మోసము- ౩ ఒకానొకకళాస్థానము-౪అడుగు-౫ నెపము-౬స్థలము - ౭రక్షణము-౮కిరణము-౯ప్రయత్నము-ఉద్యోగమున్ను-౧౦సుబంతము- ౧౧తిఙంతము-౧౨బాణము-౧౩పదార్థము- ౧౪వాక్యము-౧౫ఉద్యోగము- ౧౬కాలియడుగుజాడ-౧౭పాట-౧౮ఆఱంగుళములు.

పదకః-అ-పు-నిష్కః-౨వేదపదవేత్తృకః॥ తె॥ ౧రత్నస్థాపితమైనపదకపుబిల్ల - ౨వేదమునందుఁ బదము నధ్యయనము చేసినవాఁడు.

పదగః-అ-పు-పదాతిః॥ తె॥ కాలిబంటు.

పదచ్ఛకః-అ-పు-ప్రతిరూపధరా॥ తె॥ కంసాలివడేచ్చు.

పదన్యాసః-అ-పు-గోక్షురః - ౨పదస్యవిన్యాసః॥

పదభఞ్జనమ్-అ-న-నిరుక్తమ్- ౨గూఢార్థశబ్దవ్యాఖ్యా-

పదభఞ్జికా-ఆ-సీ-పంజికా॥

పదమాలా-ఆ-సీ-మోహనశీలావిద్యా-౨పదశ్రేణీచ॥

పదవిః-ఇ-సీ-మార్గః॥ తె॥తోవ.

పదవీ-ఈ-సీ-మార్గః॥ తె॥మార్గము.

పదష్ఠీవమ్-అ-న- యుగపదుపస్థిత చరణజాను నీ- పదంచఅష్ఠీవాచద్వంద్వస్సమాహారః॥

పదాఙ్కః-అ-పు-క్రమాంకః-పాదచిహ్నమ్

పదాఙ్గీ-ఈ-సీ-హంసపదీ॥

పదాఙ్గుష్ఠమ్-అ-న-(స్త్రీ)కలాస్థానవిశేషః॥

పదాజిః-ఇ-పు-పదహతిః-౨మార్గః-౩యుద్ధమ్ తె॥౧కాలిబంటు-౨త్రోవ-౩జగడము.

పదాతః-అ-పు-పాదాతికః॥

పదాతిః-ఇ-పు-పత్తిః॥ తె॥కాలిబంటు.

పదాతికః-అ-పు-పదాతిః॥

పదాతిగః-అ-పు-పదాతిః॥ తె॥ కాలిబంటు.

పదారః-అ-పు-పాదధూలిః-౨పాదాలిందః॥

పదార్థః-అ-పు - పదానాంఘటపటాదీనాంఅర్థాభిధేయః॥

పదార్థనిదర్శనా-ఆ-సీ-అలంకారవిశేషః॥ తె॥ ఒకానొకయలంకారము.

పదార్థావృత్తిదీపకమ్-అ-న - అలంకారవిశేషః॥ తె॥ఒకానొకయలంకారము.

పదావృత్తిదీపకమ్-అ-న - అలంకారవిశేషః॥ తె॥ఒకానేకయలంకారము.

పదాసనమ్-అ-న-పాదపీఠమ్॥

పదికః-అ-పు-పదాతిః॥ తె॥కాలిబంటు.

పదూతా-ఆ-సీ - ఆపార్ష్ణికాకటిచ్యుతా॥ తె॥(స్త్రీ)లుకట్టుకొనుగాగరా - పురుషుండుతొడుగుతమానుయును.

పద్గః-అ-పు-పదాతిః॥ తె॥కాలిబంటు.

పద్ధతిః-ఇ-సీ-మార్గః-౨వృక్షాదిపఙ్క్తిః॥

పద్ధతీ-ఈ-సీ-పఙ్క్తిః-౨వర్త్మ - ౩గ్రంథార్థబోధకగ్రంథః - ౪పదవీ-సాచఘోషవసుమిత్రాదిరూపా.

పద్ధిమమ్-అ-న-పదస్యశీతలతా॥

పద్మమ్-అ-న-దశమహాఖర్వసంఖ్యా - ౨దశమహాఖర్వసంఖ్యావంతః - ౩హస్తిబిందుః॥

పద్మః-అ-పు-పద్మవ్యూహః-౨సర్పః - ౩పద్మజః-౪బలదేవః- ౫షోడశరతిబంధాంతర్గతప్రథమబంధః॥ తె॥ ౧పద్మవ్యూహము-౨పాము-౩నలువ-౪బలరాముఁడు.

పద్మః-అ-(సీ)-నిధివిశేషః-౨కమలమ్॥ తె॥౧పద్మమనునిధి-౨తమ్మిపువ్వు.

పద్మకమ్-అ-న-పుష్కరమ్- ౨గజబిందుజాలమ్-౩పద్మకాష్ఠమ్-౪జాలకమ్॥ తె॥ ౧పుష్కరమూలపుచెట్టు- ౨ఏనుఁగుదేహపుతెల్లమచ్చలపొడ- ౩తామరకాఁడ - ౪మొగ్గ.

పద్మకన్దః-అ-పు-కమలకందః॥

పద్మకాష్ఠమ్-అ-న-ఓషధివిశేషః॥

పద్మకీ-న్-పు-భూర్జవృక్షః॥

పద్మకేశరః-అ-(సీ)-కింజల్కః॥

పద్మకేసరః-అ-పు-నమేరువృక్షః॥ తె॥ పొన్నచెట్టు.

పద్మకోశః-అ-పు - అభినయహస్తవిశేషః॥ తె॥ఒకానొకఅభినయహస్తము.

పద్మగన్ధమ్- అ- త్రి- పద్మస్యేవగంధోయస్యతత్॥

పద్మగన్ధనిశ్వాసః-అ-పు-నృపలక్షణమ్॥

పద్మగన్ధి-ఇ-త్రి-పద్మస్యేవగంధోయస్యతత్॥

పద్మగర్భః-అ-పు- విష్ణుః-౨తటాకః- ౩సాలగ్రామః-౪బ్రహ్మా॥ తె॥ ౧విష్ణువు-౨చెఱువు-౩సాలగ్రామము-౪నలువ.

పద్మచారిణీ-ఈ-సీ-పద్మవతీ-౨ఉత్తరాపథభవస్వనామఖ్యాతవృక్షవిశేషః॥ తె॥౧ముడుగుదామర.

పద్మతన్తుః-ఉ-పు-మృణాలమ్॥

పద్మదర్శనః-అ-పు-శ్రీవాసః॥

పద్మనాభః-అ-పు-విష్ణుః-౨భావిజినవిశేషః॥

పద్మనాభిః-ఇ-పు-విష్ణుః॥ తె॥ వెన్నుఁడు.

పద్మనాలమ్-అ-న-మృణాలమ్॥

పద్మపత్రమ్-అ-న-పుష్కరమ్- ౨కమలదళం చ॥ తె॥౧పుష్కరమూలమను చెట్టు.

పద్మపర్ణమ్-అ న-పద్మపత్రమ్॥

పద్మపలాశలోచనః- అ- పు- విష్ణుః-౨పద్మపుష్పదళాకారచక్షుర్విశిష్టత్వాత్॥

పద్మపాణిః-ఇ-పు-బ్రహ్మా-౨బుద్ధః-౩సూర్యః

పద్మపుష్పః-అ-పు-కర్ణికారవృక్షః-౨పికాంగపక్షీ॥

పద్మప్రభః-అ-పు- చతుర్వింశతివృత్తార్హదంతర్గతషష్ఠార్హన్॥

పద్మప్రభః-అ-త్రి-పద్మతుల్యప్రభాయుక్తే॥

పద్మప్రియా-ఆ-సీ- జరత్కారుమునిపత్నీ-మనసా దేవీ॥

పద్మబన్ధః-అ-పు-చిత్రకావ్యవిశేషః-శబ్దాలంకారప్రభేదః॥

పద్మబన్ధుః-ఉ-పు-సూర్యః-౨భ్రమరః॥

పద్మబీజమ్-అ-న-కమలబీజమ్॥

పద్మబీజాభమ్-అ-న-మఖాన్నమ్॥

పద్మభూః-ఊ-పు-బ్రహ్మా॥

పద్మముఖీ-ఈ-సీ- పద్మసదృశముఖవిశిష్టే॥

పద్మయోనిః-ఇ-పు-బ్రహ్మా॥

పద్మరాగః- అ- పు- ఉద్యద్దర్కద్యుతిశోణరత్నమ్॥ తె॥ కెంపులో భేదము.

పద్మరేఖా-ఆ-సీ-కోటిధనిలక్షణమ్॥

పద్మలాఞ్ఛనః-అ-పు-విధిః- ౨లోకేశ్వరః- ౩అర్కః-౪ధనదః॥ తె॥౧విష్ణువు-౨చక్రవర్తి-౩ సూర్యుఁడు-౪కుబేరుఁడు.

పద్మలాఞ్ఛనా-ఆ-సీ-సరస్వతీ- ౨తారా-౩లక్ష్మీః॥ తె॥౧సరస్వతీదేవి-౨నక్షత్రము ౩కలుములజవరాలు. (దామర)

పద్మవతీ-ఈ-సీ-పద్మచారిణీ॥ తె॥ ముణుగు

పద్మవర్ణకమ్-అ-న-పుష్కరమూలమ్॥

పద్మవర్ణకమ్-అ-త్రి-పద్మతుల్యవర్ణయుక్తే॥

పద్మవాసా-ఆ-సీ-లక్ష్మీః॥

పద్మా-ఆ-సీ-లక్ష్మీః-౨హంజికా-౩పద్మచారిణీ ౪స్థలపద్మినీ-౫సరస్వతీ-౬నీలపద్మమ్-౭గౌరీ-౮కుసుంభీ॥ తె॥౧లచ్చి- ౨చిఱుతేకుచెట్టు-౩ముణుగుదామర-౪మెట్టతామర-౫సరస్వతీ-౬నల్లనిపద్మము-౭పార్వతీ-౮ఆడుజింక.

పద్మాకరః-అ-పు-తటాకః॥ తె॥చెఱువు.

పద్మాక్షమ్-అ-న-పద్మబీజమ్॥

పద్మాక్షమ్-అ-త్రి-పద్మతుల్యాక్షే॥

పద్మాటః-అ-పు-ప్రపున్నాటః॥ తె॥తగిరిసెచెట్టు.

పద్మాదిరచనా-ఆ-సీ - రంగవల్లీ॥ తె॥ పెట్టినముగ్గు॥

పద్మాలయా-ఆ-సీ-లక్ష్మీః- ౨లవంగమ్॥ తె॥ ౧కలుములజవరాలు-౨లవంగము.

పద్మావతీ-ఈ-సీ-మనసాదేవి-౨నదీవిశేషః - ౩పద్మచారిణీ-౪జయదేవపత్నీ॥

పద్మావతీప్రియః-అ-పు- జరత్కారుమునిః-౨జయదేవశ్చ॥

పద్మాసనమ్-అ-న-రతిబంధవిశేషః- ౨ఆసనవిశేషః॥ తె॥ ౧పద్మాసనమనురతిబంధము-౨పద్మాసనమను ఆసనము.

పద్మాసనః-అ-పు-బ్రహ్మా॥

పద్మాహ్వా-ఆ-సీ-పద్మచారిణీ॥

పద్మినీ-ఈ-సీ-తాలప్రాణక్రియాభేదః-౨పద్మసరః-౩పద్మసమూహః-౪పద్మలతా-౫స్త్రీజాతివిశేషః-౬కరిణీ॥

పద్మినీకాన్తః-అ-పు-సూర్యః॥
పద్మినీవల్లభః-అ-పు-సూర్యః॥ తె॥ సూర్యుడు
పద్మీ-న్-పు-గజః-౨చంద్రః॥
పద్మేశయః-అ-పు-విష్ణుః॥
పద్మోత్తరః-అ-పు-కుసుంభః॥
పద్మోత్తరాత్మజః-అ-న-జినచక్రవర్తివిశేషః
పద్మోద్భవమ్-అ-న-అలక్తః-౨లాక్షా॥ తె॥ ౧లత్తుక-౨లక్క.
పద్మోద్భవః-అ-పు-చతుర్ముఖః॥ తె॥ నలువ-
పద్మోద్భవా-ఆ-సీ-మనసాదేవీ (త్యమ్॥
పద్యమ్-అ-న-గణపాదబద్ధకవికృతిః-౨శా
పద్యః-అ-పు-శూద్రః॥ తె॥ నాలవజాతివాఁడు
పద్యః-అ-త్రి-పాదసముద్భవః॥ తె॥ పాదము నఁబుట్టినది.
పద్యా-ఆ-సీ-మార్గః-౨స్తుతిః॥ తె॥ ౧త్రోవ.
పద్రః-అ-పు-గ్రామః-౨గ్రామపథః-౩భూలోకః-౪దేశభేదః॥
పద్వః-అ-పు-భూలోకః-౨రథః-౩పంథాః॥
పద్వాన్-న్-పు-పంథాః॥
పనవః-అ-పు-స్వల్పపటహః-౨గజస్కంధః॥ తె॥ ౧చిన్నతప్పెట.
పనసః-అ-పు-కంటకిఫలవృక్షః-౨కపిరోగవిశేషః॥ తె॥ ౧పనసచెట్టు.
పనసతాలికా-ఆ-సీ-కంటకిఫలమ్॥
పనాయితః అ-త్రి-ప్రణుతః॥
పనితః-అ-త్రి-ప్రణుతః॥
పన్థాః-న్-పు-మార్గః॥ తె॥ త్రోవ.
పన్నః-అ-పు-అధోగమనమ్॥
పన్నః-అ-త్రి-ప్రస్తః॥ తె॥ జారినది.
పన్నగః-అ-పు-సర్పజాతిః-౨పద్మకాష్ఠమ్॥
పన్నగకేశరః-అ-పు-నాగకేసరపుష్పమ్॥
పన్నగాఙ్కః-అ-పు-పశ్చిమసముద్రాంతరస్థవరుణపాశః॥

పన్నగాశనః-అ-పు-గరుడః॥ తె॥ గరుత్మంతుఁడు.
పన్నగీ-ఈ-సి-సర్పజాతిః-౨మనసాదేవీ॥
పన్నద్ధా-ఆ-సీ-చర్మపాదుకా॥
పన్నధ్రీ-ఈ-సీ-పాదత్రాణమ్॥ తె॥ మీఁగాలు నగముకప్పియుండెడుపైజారు.
పపిః-ఇ-త్రి-పానకర్తా॥
పపిః-ఇ-పు-చంద్రః॥
పపీః-ఈ-పు-సూర్యః-౨చంద్రః॥
పపీతిః-ఇ-సీ-తుల్యపానమ్॥ తె॥ కూడిపానము సేయడము.
పపుః-ఉ-పు-పాలకః॥
పపుః-ఉ-సీ-ధాత్రీ॥
పమరా-ఆ-సీ-గంధద్రవ్యవిశేషః॥
పమ్పరా-ఆ-సీ-పృథులావృక్షః॥ తె॥ పంపరపనసచెట్టు.
పమ్పా-ఆ-సీ-ఓఢ్రదేశస్థనదీవిశేషః॥
పయమ్-అ-న-జలమ్-౨దుగ్ధమ్॥ తె॥ ౧ఉదకము-౨పాలు.
పయః-స్-న-జలమ్-౨దుగ్ధమ్॥ తె॥ ౧జలము-౨పాలు.
పయఃకన్దా ఆ-సీ-క్షీరవిదారీ॥
పయఃపాయికా-ఆ-సీ - పయఃపానమ్॥ తె॥ పాలుత్రాగడము.
పయఃఫేనీ-ఈ-సీ-దుగ్ధఫేనీక్షుపః॥
పయశ్చయః-అ-పు-జలసమూహః॥
పయసమ్-అ-న-జలమ్-౨క్షీరమ్॥ తె॥ ౧ఉదకము-౨పాలు.
పయస్యమ్-అ-న-క్షీరసంభవమ్॥ తె॥ నెయ్యి పెరుగు, చల్ల మొదలయినవి.
పయస్యః-అ-పు-బిడాలః॥
పయస్యా-ఆ-సీ-క్షీరకాకోలీ - ౨స్వర్ణక్షీరీ॥ తె॥ ౨కంకుష్ఠమను చెట్టు.

పయస్వలః-అ-పు-ఛాగః॥

పయస్వినీ-ఈ-సీ-దుగ్ధతుంబీ-౨క్షీరకాకోలీ-౩దోగ్ధ్రీ-౪రవిఖావరీ॥ తె॥ ౧పాలానుగు చెట్టు- ౨క్షీరకాకోలిచెట్టు- ౩పాలిచ్చుచున్నయావు-౪రాతిరి.

పయోగడః-అ-పు-ఘనోపలః-౨ద్వీపః॥

పయోఘనః-అ-పు-ఘనోపలః॥

పయోజన్మా-న్-పు-మేఘః॥

పయోధరః-అ-పు-౧స్త్రీకుచః-౨మేఘః॥

పయోధాః-స్-పు-సముద్రః- ౨జలాధారః॥

పయోధిః-ఇ-పు-సముద్రః॥

పయోధికమ్-అ-న-సముద్రఫేనః॥

పయోనిధిః-ఇ-పు-సముద్రః-

పయోరః-అ-పు-ఖదిరః॥

పయోలతా-ఆ-సీ-క్షీరవిదారీ॥

పయోవ్రతః-అ-పు-పయోమాత్రపానరూపవ్రతవిశేషః- ౨ద్వాదశాహసాధ్యవిష్ణువ్రతవిశేషః॥

పయోష్ణిజాతా-ఆ-సీ-సరస్వతీనదీ॥

పయోష్ణీ-ఈ-సీ-నదీవిశేషః - ౨స్తనమూలమ్-౩మేఘః॥

పరమ్-అ-న-కేవలమ్-౨మోక్షః॥

పరమ్-న్-౦-కేవలమ్-౨పరమాత్మా- ౩సత్యమ్-౪నివృత్తిః॥

పరః-అ-పు-కటోలలతా-౨శత్రుః-౩పరమాత్మా॥ తె॥ ౧చేఁదిపొట్ల.

పరః-అ- త్రి-జ్యేష్ఠః-౨శ్రేష్ఠః-౩అన్యః-౪దూరః-౫పరః॥ తె॥ ౧పెద్దవాఁడు-౨శ్రేష్ఠుఁడు-౩మఱియొకఁడు-౪దవ్వు-౫అవలిది

పరఃశతమ్-అ-త్రి- శతాత్పరమ్-శతాధిక
పరఃశ్వః-౦-౦-శ్వఃపరాహః॥ (సంఖ్యా॥)

పరఃసహస్రమ్-అ-త్రి- సహస్రాత్పరమ్ సహస్రాదికసంఖ్యా॥

పరకీయః-అ-త్రి-అన్యదీయః॥

పరకీయా-ఆ-సీ - శృంగారరసప్రధానపరకీయానాయికా॥

పరక్షేత్రమ్-అ-న-పరపత్నీ-౨పరశరీరమ్-౩పరభూమిః॥

పరగ్రన్థిః-ఇ-పు-పర్వావధిః- అంగులిపర్వా॥

పరచ్ఛన్దః-అ-త్రి-పరాధీనః॥

పరఛిద్రమ్-అ-న-పరదోషః॥

పరజమ్ అ-న-ఝూరికాఫలః॥ తె॥ బరివెంకచెట్టు.

పరజః-అ-పు-తిలయంత్రమ్- ౨కరవాలః-౩ఫేనః॥ తె॥ ౧గానుగు-౨పెద్దకత్తి.

పరజాతః-అ-త్రి-పరైధితః॥ తె॥ కొనిపెంచినబంటు.

పరజితః-అ-త్రి-పరపుష్టః-౨శత్రుణాపరాజితః॥

పరఞ్జమ్-అ-న-ఇంద్రఖడ్గః॥

పరఞ్జః-అ- పు- తైలయంత్రమ్ - ౨ఛురికాఫలకః-౩ఫేనః॥

పరఞ్జనః-అ-పు-వరుణః॥

పరఞ్జయః-అ-పు- వరుణః-౨శత్రుజయకర్తా

పరఞ్జా-ఆ-సీ-కాహలాద్యాదిధ్వనిః॥ తె॥ బాఁకా మొదలగువాఁటిధ్వని.

పరతమ్-అ-న-పరతసంఖ్యా-౨పరతసంఖ్యావంతః॥

పరతన్త్రః-అ-త్రి-పరాధీనః॥ తె॥ ఒకరియధీనమునసున్నవాఁడు.

పరత్రభీరుః-ఉ-త్రి-ధార్మికః-పరకాలభయశీలః॥

పరత్వమ్-అ-న-పరతా-పరస్యభావః॥

పరదారః-అ-పు-పరభార్యా॥

పరదుఃఖమ్-అ-న-అన్యజనపీడా॥

పరద్వేషీ-న్-త్రి-విదూషకః-పరద్వేష్టా॥

పరధిష్ణుః-ఉ-త్రి-జంగమస్థావరాత్మకః॥ తె॥ స్థావరజంగమములు-అనగా-ప్రాణములు లేని ప్రాణములుకలవి.

పరధ్యానమ్-అ-న-ధ్యానవిశేషః॥

పరన్తపః-అ-త్రి-పరతాపీ-పరాన్ తపతియః

పరపదమ్-అ-న-శ్రేష్ఠస్థానమ్-౨ముక్తిః॥

పరపాకనివృత్తః-అ-పు-పరోద్దేశ్యకపాకరహితః-పంచయజ్ఞాకర్తా॥

పరపాకరతః-అ-పు-పరపాకరుచిః-ప్రాతః పంచయజ్ఞాన్నిర్వర్త్యపరాన్నభోజీ॥

పరపిణ్డాదః-అ-త్రి-సర్వదాపరాన్నభక్షకః॥ తె ॥ ఎల్లప్పుడితరులయన్నముదినువాఁడు.

పరపురుషః-అ-త్రి-విష్ణుః - ౨అన్యపుమాన్-ఉపనాయకః॥

పరపురుషః-అ-పు-కోకిలః॥ తె॥ కోయిల.

పరపుష్టః-అ-త్రి-పరేణపోషితే॥

పరపుష్టమహోత్సవః-అ-పు-ఆమ్రః॥

పరపుష్టా-ఆ-సీ-పరకీయా-౨వేశ్యా॥

పరపూర్వా-ఆ-సీ-పరోన్యఃపూర్వోభర్తా యస్యాస్సా.

పరప్రతినప్తా-ఋ-పు-వృద్ధప్రపౌత్రః॥

పరప్రపౌత్రః-అ-పు-వృద్ధప్రపౌత్రః॥

పరభాగః-అ-పు-గుణోత్కర్షః-౨సుసంపత్-౩శేషాంశశ్చ॥

పరభుక్తః-అ-త్రి-అన్యేనభక్షితే॥

పరభుక్తా-ఆ-సీ-అన్యపురుషసంభోగవిశిష్టా॥

పరభృత్-త్-పు-వాయసః-౨కోకిలః॥ తె॥ ౧కాకి-౨కోయిల.

పరభృతః-అ-త్రి-పరపోషితె॥

పరభృతః-అ-పు-కోకిలః॥ తె॥ కోయిల.

పరమమ్-అ-న-అనుజ్ఞానమ్-౨ఓంకారః.

పరమమ్-మ్-ం-అంగీకారః॥ తె॥సమ్మతము.

పరమః-అ-పు-పరమాత్మా॥

పరమః-అ-త్రి-ఉత్కృష్టః-౨ప్రధానం-౩ఆద్యః-౪ఓంకారదః-౫అగ్రేసరః॥

పరమగతిః-ఇ-సీ-ముక్తిః॥

పరమగతిః-ఇ-త్రి-మోక్షహేతౌ॥

పరమగవః-అ-ద్వి-శ్రేష్ఠగౌః॥

పరమత్వమ్-ద్-త్రి-సమరూపః-౨ఉత్కృష్టయుష్మదర్థః॥ తె॥ఉత్కృష్టమయిననీవు.

పరమపఞ్చ-న్-త్రి-సమరూపః-ఉత్కృష్టపంచసంఖ్యావంతః॥

పరమపదః-అ-(సీ)-శ్రేష్ఠస్థానమ్- ౨పరదేవతాచరణః॥

పరమబ్రహ్మ-న్-న-పరమేశ్వరః-నారాయణః॥

పరమర్షిః-ఇ-పు-భేలాదిఋషివిశేషః॥

పరమషట్-ష్-త్రి-ఉత్కృష్టషట్సంఖ్యావంతః॥

పరమసప్త-న్-త్రి-ఉత్కృష్టసప్తసంఖ్యావంతః॥

పరమసర్వః-అ-త్రి-పరమసర్వద్రవ్యమ్॥ తె ఉత్కృష్టమయినసర్వవస్తువున్ను.

పరమస్వధర్మా న్-త్రి-పరమస్స్వోధర్మో యస్యసః

పరమహంసః-అ-పు-యత్యాశ్రమవిశేషః ౨సన్యాసివిశేషః॥

పరమాణుః-ఉ-పు-పృథివ్యాదిభూతచతుష్టయానాండ్వ్యణుకానామవయవః-సచనిత్యఃనిరవయవఃతతఃసూక్ష్మమపినాస్తి.

పరమాణ్వఙ్గకః-అ-పు-విష్ణుః॥

పరమాత్మా-న్-పు-పరంబ్రహ్మ॥

పరమాద్వైతః-అ-పు-విష్ణుః॥

పరమాన్నమ్-అ-న-పాయసమ్॥ తె ॥పరమాన్నము.

పరమాయుః-స్-న-జీవితకాలః॥

పరమాయుషః-అ-పు-అశనవృక్షః॥

పరమార్థః-అ-పు- ఉత్కృష్టవస్తు-౨యథార్థః

పరమార్హతః-అ-పు-జైనరాజర్షివిశేషః॥

పరమాహమ్-ద్-త్రి-ఉత్కృష్టాస్మదర్థః॥ తె॥ శ్రేష్ఠుఁడయిన నేను.

పరమాహః-అ-పు-పరమదినమ్॥ తె॥ పరమదినము.

పరమృత్యుః-ఉ-పు- కాకః-పరేభ్యో మృత్యురస్య॥

పరమేశ్వరః-అ-పు-శివః-౨విష్ణుః॥ తె॥ ౧హరుఁడు-౨వెన్నుఁడు.

పరమేష్ఠినీ-ఈ-సీ-బ్రాహ్మీ-౨పరమేష్ఠినః స్త్రీ చ॥

పరమేష్ఠీ-న్-పు- చతుర్ముఖః-౨జినః-౩సాలగ్రామవిశేషః॥

పరమైకః-అ-త్రి-ఉత్కృష్టైకః॥ తె॥ ఉత్కృష్టమైనయొకటి.

పరమ్పదమ్-అ-న-మోక్షః-౨వైకుంఠః॥

పరమ్పరః-అ-పు-మృగవిశేషః-౨ప్రపౌత్రాదిః-౩ప్రపౌత్రతనయః॥

పరమ్పరా-ఆ-సీ పుత్రపౌత్రాదిసంతానః-౨పరిపాటీ - ౩మార్గః. ౪అన్వయః - ౫వధః॥

పరమ్పరాకమ్-అ-న-యజ్ఞపశువధః॥

పరమ్పరీణమ్-అ-త్రి-పరంపరాప్రాప్తమ్॥

పరరుః-ఉ-పు-కేశరాజః॥

పరలోకః-అ-పు- లోకాంతరమ్- తచ్చస్వర్గాది॥

పరలోకగమః-అ-త్రి-మృత్యుః॥

పరవశః-అ-పు-అన్యవశీభూతః॥

పరవాణిః-ఇ-పు-ధర్మాధ్యక్షః-౨సత్వరః-౩కార్తికేయవాహనోమయూరః-౪వత్సరః॥ తె॥ ౧ధర్మాని కారి-౨శీఘ్రము, త్వరయున్న.

పరవాన్-త్-త్రి-పరాధీనః॥ తె॥ ఒకరివశమనున్నవాఁడు.

పరవ్రతః-అ-పు-ధృతరాష్ట్రః॥

పరశమ్ అ-న-రత్నవిశేషః॥

పరశవ్యమ్-అ-త్రి-పరశవేహితమ్॥

పరశుః-ఉ-పు-కుఠారః॥ తె॥ గండ్రగొడ్డలి.

పరశుధరః-అ-పు-గణేశః॥

పరశురామః-అ-పు-జమదగ్నిసుతః॥ తె॥ పరశురాముఁడు.

పరశ్వః-స్-౦-శ్వఃపరేహని॥ తె॥ ఎల్లుండి.

పరశ్వథః-అ-పు-పరశుః॥ తె॥ గండ్రగొడ్డలి.

పరశ్శతః-అ-త్రి-శతాధికసంఖ్యావంతః॥ తె॥ నూఱధికముగాఁగలవస్తువులు.

పరసంజ్ఞకః-అ-పు-ఆత్మా॥

పరస్పరమ్-అ-త్రి- అన్యోన్యమ్॥ తె॥ ఒకటితోనొకటి.

పరస్మైపదమ్-అ-న- దశలకారాణాంప్రత్యేకంపూర్వనవవిభక్తయః॥

పరస్వధః-అ-పు-కుఠారః॥

పరస్సహస్రః-అ-త్రి-సహస్రాధికసంఖ్యావాన్॥ (ర్కోటకీ

పరా-ఆ-సీ- అర్థరూపవాక్ - ౨వంధ్యాక

పరా-ఆ-౦-విహీనమ్-౨ఆవృత్తిః-౩అనాసక్తనివృత్తమ్-౪ప్రాధాన్యమ్-౫ప్రాతిలోమ్యమ్-౬ధర్షణమ్-౭అభిముఖ్యమ్-౯భృశార్థమ్- ౧౦విక్రమః- ౧౧గతిః-౧౨వధః-౧౩ఉపసర్గవిశేషః-అస్వార్థభంగః-౧౪అనాదరః-౧౫న్యగ్భావః॥

పరాక్-చ్-త్రి- పరాఅంచతీ-ప్రతిలోమగమనాశ్రయః॥

పరాక్-క్-౦-తిర్యగర్థః॥ తె॥ అడ్డముగా.

పరాకః-అ-పు- వ్రతవిశేషః-౨ఖడ్గః-౩క్షుద్రః-౪రోగవిశేషః-౫జంతువిశేషః॥

పరాకకృచ్ఛ్రః-అ-(సీ,-తప్తకృచ్ఛ్రవిశేషః॥

పరాక్పుష్పీ-ఈ-సీ-అపామార్గః॥

పరాక్రమః-అ-పు- శరీరస్థబలమ్-౨శరీరస్థసామర్థ్యమ్-౩శౌర్యమ్-౪ఉద్యోగః॥

పరాగః-అ-పు- పుష్పరజః-౨స్నానీయమ్-౩ధూలిః॥ తె॥ ౧పుప్పొడి-౨నలుగుపిండి-౩ధూళి.

పరాఙ్గదః-అ-పు-శివః॥

పరాఙ్గవః-అ-పు-సముద్రః॥

పరాఙ్ముఖః-అ-త్రి-పరాచీనః॥ తె॥ పెడమొగము చేసినవాఁడు.

పరాచితః-అ-త్రి-పరైధితః॥ తె॥ కొన్నపెంపుడుబంటు.

పరాచీనః-అ-త్రి-పరాఙ్ముఖః॥ తె॥ పెడమొగము చేసికొనినవాఁడు.

పరాజయః-అ-పు-రణేభఙ్గః॥ తె॥ ఓడిపోవడము.

పరాజితః- అ - త్రి- పరాభూతః॥ తె॥ ఓడినవాఁడు.

పరాజితః-అ-పు-శివఖడ్గః॥

పరాఞ్జః అ-పు-తైలయంత్రః-౨ఫేనః-౩ఛురికాదళమ్॥

పరాత్పరః-అ-పు-శ్రేష్ఠాదపి శ్రేష్ఠః-సచ శ్రీకృష్ణః॥

పరాత్ప్రియః-అ-పు-తృణవిశేషః॥

పరాదనః-అ-పు-పారసీకఘోటకః॥

పరాధిః-ఇ-సీ-ఆఖేటః॥ తె॥ వేఁట.

పరాధీనః-అ-త్రి-అస్వతంత్రః॥ తె॥ ఒకనివశమునను న్నవాఁడు.

పరానసా-ఆ-సీ-చికిత్సా॥

పరాన్నమ్-అ-న- అన్యస్వామికభక్తపిష్టకాది- ౨పరకర్తృకసస్యపాకజద్రవ్యమాత్రమ్-౩పరస్పృష్టాన్నమ్॥

పరాన్నః-అ-త్రి-పరాన్నభక్షకః॥ తె॥ ఒకరియన్నముఁదినువాఁడు,

పరాపమ్-అ-త్రి-పరేపమ్॥

పరాపరమ్-అ-న-గిరిపీలు॥ తె॥ చిట్టీఁతచెట్టు

పరాపరగురుః-ఉ-పు-గురువిశేషః- సతుభగవతీ॥

పరాభవః-అ-పు- తిరస్కారః-౨సంవత్సరవిశేషః-౩ప్రణాశః॥ తె॥ ౧తిరస్కారము-౨అఱువదిసంవత్సరములలోనొకటి-౩నశించుట.

పరాభూతః-అ-త్రి-పరాజితః॥ తె॥ ఓడినవాఁడు.

పరామర్శః-అ-పు-యుక్తిః - వివేచనమ్-౨వ్యాప్తివిశిష్టపక్షధర్మతాజ్ఞానమ్॥

పరామృతమ్-అ-న-వర్షణమ్॥

పరామృష్టః-అ-త్రి- సంబద్ధః - సంబంధయుక్తః-౨కృతపరామర్శః॥

పరాయణమ్-అ-న-ఆశ్రయః॥

పరాయణః-అ-త్రి-తత్పరః-౨అభీష్టః॥ తె॥ ౧ఒకపదార్థమునందుఁదగిలినమనస్సుఁగలవాఁడు-౨తనమనసునకిష్టమగునది.

పరాయత్తమ్-అ-త్రి-పరాధీనమ్॥

పరారి-ఇ-౦-పూర్వతరాబ్దః॥ తె॥ మునియేఁడు

పరారిః-ఇ-త్రి-గతశత్రుః॥

పరారిత్నః-అ-త్రి-పూర్వతరవత్సరసంబంధీ

పరారుః-ఉ-పు-కారవేల్లః॥

పరారుకః-అ-పు-ప్రస్తరః॥

పరార్ధమ్-అ-న-శతార్ధసంఖ్యా-౨పరార్ధసంఖ్యావంతః॥

పరార్థ్యః-అ- త్రి- సజాతీయసమూహాముఖ్యః॥

పరావతమ్-అ-న-పరూషకమ్॥

పరావరః-అ-పు-సముద్రః॥ తె॥ మున్నీరు.

పరావర్తః-అ-పు-పరివర్తః-వినిమయః॥

పరావహః-అ-పు-సప్తవాయ్వంతర్గతసప్తమవాయుః - సతుపరివహావాయోరూర్ధ్వస్థితః॥

పరావిద్ధః-అ-పు-కుబేరః॥

పరావేదీ-ఈ-సీ-బృహతీ॥

పరాశరః-అ-పు - వ్యాసపితా - శక్తిముని పుత్రః॥

పరాశరీ-న్-పు-పారాశరీ-చతుర్థాశ్రమీ- పరాశరేణప్రోక్తంభిక్షుసూత్రమ్- పారాశరంతద్వేత్యధ్యేతివాయనాయెతి- పరాశరీతిప్రాస్వాదిశ్చ॥

పరాశ్రయా-ఆ-సీ - వృక్షోపరిజాతలతావిశేషః॥

పరాసనమ్-అ-న-మారణమ్॥ తె॥ చంపడము.

పరాసుః-ఉ-త్రి-మృతః॥ తె॥ చచ్చినవాఁడు.

పరాసుతా-ఆ-సీ-మృతత్వమ్- ౨ నిద్రాపరవశతా॥

పరాస్కందీ-న్-పు-తస్కరః॥ తె॥ దొంగ.

పరాస్తమ్-అ-త్రి-నిరస్తమ్-పరాజితమ్॥

పరాహః-అ-పు-పరదినమ్॥

పరాహ్ణః-అ-పు-అపరాహ్ణః-వికాలః- పరంచ. తదహశ్చేతికర్మధారయః॥

పరి-ఇ-౦-లక్షణమ్- ౨ ఇత్థంభూతాఖ్యానమ్- ౩ భాగః-౪ వీప్సా-౫ సర్వతోభావః - ౬ భూషణమ్-౭ ఆలింగనమ్ - ౮ వర్జనమ్-౯ ప్రకాశః-౧౦ ప్రాణధారణమ్-౧౧ సంహతిః- ౧౨ అగ్రమ్ - ౧౩ అతిభయమ్- ౧౪ నీచః-౧౫ కదర్థః- ౧౬ త్యక్తజీవితః॥ తె॥ ౧ ఆనవాలు-౨ ఇట్లనుట - ౩ భాగము- ౪ అతిశయము- ౫ అంతటనుండడము-౬ తొడవు- ౭ కౌఁగిలించుట-౮ విడుచుట-౯ ప్రకాశింపఁజేయుట-౧౦ ప్రాణధారణము-౧౧ సమూహము-౧౨ ముందు- ౧౩ మిగులభయము-౧౪ తక్కువ- ౧౫ కుత్సితార్థము-౧౬ ప్రాణమువిడిచినవాఁడు.

పరికః-అ-పు- ప్రమథః॥ తె॥ ప్రమథగణము.

పరికథా-ఆ-సీ-వాఙ్మయభేదః॥

పరికమ్పః-అ-పు-భయమ్-౨ కంపః॥

పరికరః-అ-పు-సమూహః-౨ అవసక్థికః- ౩ దర్పణాద్యుపకరణమ్- ౪ అలంకారభేదః- ౫ పరివారః-౬ పర్యంకః-౭ వివేకః- ౮ ఆరంభః- ౯ ప్రగాఢగాత్రికాబంధః॥ తె॥ ౧ దళము-౨ యోగపట్టె- ౩ అద్దము మొదలైనది-౪ ఒకానొకయలంకారము-౫ పరిజనము-౬ మంచము-శయ్య- ౭ తెలివి-౮ మొదలుపెట్టుట - ౯ గాత్రికాబంధవిశేషము.

పరికరాఙ్కురః-అ-పు - అలంకారవిశేషః॥ తె॥ ఒకానొకయలంకారము.

పరికర్మ-న్-న-శరీరశుద్ధికరణమ్ ॥ తె॥ దేహమాలిన్యముపోఁగొట్టుకొనడము.

పరికర్మా-న్-పు-పరిచారకః-సేవకః॥

పరికర్మీ-న్-త్రి-భృత్యః॥ తె॥ సేవకుఁడు.

పరికాఙ్క్షితః-అ-త్రి-తపస్వీ॥

పరికూటమ్-అ-న-పురద్వారకూటకమ్॥

పరికోణీ-ఈ-సీ-చోచా ॥ తె ॥ నారికెడపు బొండము.

పరిక్రమః-అ-పు- తాలప్రాణకలావిశేషః- ౨ విలాసార్థసంచారః॥ తె॥ ౧ తాలప్రాణకలావిశేషము-౨ వేడుకగాఁదిరుగుట

పరిక్రమసహః-అ-పు-ఛాగలః॥

పరిక్రియా-ఆ-సీ-పరిసర్పః-॥ తె॥ అంతటాయుండడము.

పరిత్తుః-అ-పు-కర్దమః॥ తె॥ బురద.

పరిక్షిత్-త్-పు-అభిమన్యుపుత్రః॥

పరిక్షిప్తః-అ-త్రి-నీవృతః-౨సర్వతోభావేన క్షేపయుక్తంచ॥ తె॥ ౧చుట్టుకొన్నది.

పరిఖా-ఆ-సీ- రాజధాన్యాదివేష్టనఖాతమ్॥

పరిఖ్యాతః-అ-త్రి-విఖ్యాతః-పరిసర్వతోభావేనఖ్యాతః ప్రథితః- ఇతిపరిపూర్వఖ్యాధాతోః కర్తరిక్తప్రత్యయేననిష్పన్నః॥

పరిగణితః-అ- త్రి - సర్వతోభావేనగణనాయుక్తః॥

పరిగతః-అ-త్రి-ప్రాప్తః-౨విస్మృతః-౩జ్ఞాతః-౪చేష్టితః-౫గతః-౬వేష్టితః॥

పరిగృహ్యా-ఆ-సీ-నారీ॥

పరిగ్రహః-అ-పు-దర్పణాద్యుపకరణమ్ - ౨మూలమ్. ౩పరిజనః-౪భార్యా-౫పాశః ౬ఆదానమ్॥ తె॥ ౧అద్దము మొదలైనది-౨వేఱు-౩చుట్టునుండుజనము - ౪పెండ్లాము-౫త్రాడు-౬చేకొనుట.

పరిగ్రాహః-అ-పు-యజ్ఞవేదివిశేషః॥

పరిఘః-అ-పు-పంచాంగయోగవిశేషః-౨పరిఘాతనః-౩ముద్గరః-౪ఘటకః-౫ప్రాకారః-౬గోపురమ్-౭కాచకలశః॥ తె॥ ౧పంచాంగయోగవిశేషము- ౨లాటీకఱ్ఱ-౩ఇనుపకట్లకఱ్ఱ-౪కడవ - ౫కోటచుట్టుగాని, పట్టణముచుట్టుగాని, గుడిచుట్టుగానియుండు ప్రాకారము-౬గోపురము ౭గాజుకుండ.

పరిఘట్టనః-అ-పు-తీక్ష్ణప్రభేదీ॥ తె॥ అర్థచంద్రాకారమైనగండ్రగొడ్డలి.

పరిఘట్టనా-ఆ-సీ-నాటకాంగవిశేషః॥

పరిఘా-ఆ-సీ-ఖేయమ్-౨అర్గలమ్॥ తె॥ ౧అగడిత-౨తలుపుగడియ.

పరిఘాతః-అ-పు-అస్త్రమ్-౨హననమ్॥

పరిఘాతనమ్-అ-న-సర్వతోభావేనహననమ్॥

పరిఘాతనః-అ-పు-పరిఘః॥ తె॥ లాటీకఱ్ఱ.

పరిఘోషః-అ-పు-శబ్దః- ౨మేఘశబ్దః - ౩అవాచ్యః॥

పరిఙ్గలః-అ-పు-పాశకాదానమ్॥ తె॥ సొగటాలపాచికలుపుచ్చికొనడము.

పరిచయః-అ-పు-స్నేహపూర్వకవిశ్వాసః॥ తె॥ స్నేహప్రధానముగునమ్మకము.

పరిచరః-అ-పు-పరిధిస్థః॥ తె॥ చౌకీపారాలు జాగ్రతచేసేసరదారుఁడు.

పరిచర్యా-ఆ-సీ-సేవా॥ తె॥ కొలుచుట.

పరిచాయ్యః-అ-పు - చయనాగ్నిః షయా ప్రయోజ్యశబ్దః- ౨గ్రామకామకనివ్యమాణచయనమ్॥

పరిచారకః-అ-పు-భృత్యః॥ తె॥ సేవకుఁడు.

పరిచారికా-ఆ-సీ-దాసీ॥ తె॥ సేవకురాలు.

పరిచార్యః-అ-త్రి-సేవ్యః-పరిచర్యతెసా॥

పరిచితః-అ-త్రి-పరిచయవిశిష్టః॥

పరిచేయమ్-అ-త్రి-పరిచయయోగ్యమ్॥

పరిచ్ఛదః-అ-పు-పరివారః - ౨హస్త్యశ్వవస్త్రకంబలాది-౩ఆచ్ఛాదనమ్॥

పరిచ్ఛన్దః-అ-పు-పరిచ్ఛదః॥

పరిచ్ఛన్నః-అ-త్రి- పరిచ్ఛదవిశిష్టః - ౨సర్వతోభావేనాచ్ఛాదితః - సంవృతః॥

పరిచ్ఛిత్తిః-ఇ-సీ-నిశ్చయః॥ తె॥ నిశ్చయము.

పరిచ్ఛిన్నః-అ-త్రి- పరిచ్ఛేదవిశిష్టః - అవధిప్రాప్తః-౨సర్వతోభావేనఛేదవిశిష్టశ్చ

పరిచ్ఛేదః-అ-పు-గ్రంథవిచ్ఛేదః-౨సీమా-అవధిః॥

పరిచ్ఛేదనమ్-అ-న-సోత్ప్రాసహాసః॥ తె॥ ఎత్తిపొడుస్తూనవ్వడము.

పరిజనః-అ-పు-పరివారః-పోష్యవర్గః- ౨నియతసన్నిధివర్తిపరిచారకః॥

పరిజన్మా-న్-పు-చంద్రః-౨అగ్నిః॥

పరిజవా-న్-పు-ఇంద్రః-౨అగ్నిః॥

పరిజల్పితమ్-అ-న- దశాంగచిత్రజల్పాంతర్గతద్వితీయజల్పనమ్॥

పరిడీనకమ్-అ-న-పక్షిగతివిశేషః॥

పరిణతమ్-అ- న- లాభార్థప్రయుక్తధనమ్॥ తె॥లాభమునకై యిచ్చినధనము.

పరిణతః-అ-పు - తిర్యగ్దంతప్రహారిగజః॥ తె॥ కొమ్ములనడ్డముగాఁద్రిప్పి పొడిచెడు పసుఁగ.

పరిణతః-అ-త్రి-కాలపక్వః॥ తె॥పరిపక్వమైనది-వృద్ధిమైనదిన్ని.

పరిణయః-అ-పు-వివాహః॥ తె॥ పెండ్లి.

పరిణామః-అ-పు- అలంకారవిశేషః. ౨ప్రకృత్యన్యథాభావః॥ తె॥ ౧ఒకానొకయలంకారము-౨స్వభావముకానిది.

పరిణామదర్శీ-న్-త్రి-చరమకాలప్రేక్షీ పశ్చాద్దర్శీ॥

పరిణామశూలః-అ-పు-రోగవిశేషః॥

పరిణామీ-న్-పు-జామీవృక్షః॥ తె॥ జామిచెట్టు.

పరిణాయః-అ-పు-శారినయనమ్॥ తె॥ సొగటాలు కచ్చడము - పాచికలు వెయ్యడమున్ను

పరిణాహః-అ-పు-వస్త్రాదివిశాలతా॥ తె॥ వెడలుపు.

పరిణేతా-ఋ-పు-భర్తా॥

పరితః-స్-౦-సర్వతఇత్యర్థః॥ తె॥ అంతటా

పరితాపః-అ-పు-జ్వరవిశేషః-౨భయమ్ - ౩కంపః-౪శోకః॥ తె॥ ౧పరితాపమనుజ్వరము-౨వెఱపు-౩వణకుట-౪శోకము.

పరితుష్టః-అ-త్రి-పరితోషయుక్తః॥

పరితోషః-అ-పు-సర్వతోభావేనతుష్టిః- సంతోషః॥

పరిత్యాగః-అ-పు- సర్వతోభావేనవర్జనమ్॥

పరిత్రాణమ్-అ-న-హస్తవారణమ్ - ౨రక్షణమ్॥ తె॥ ౧చంపఁబోఁగాఅడ్డగించుకొని రక్షించడము.

పరిధిస్థః-అ-పు-పరిచరః॥ తె॥ చౌకీపారాలు జాగ్రతచేసేసరదారుఁడు.

పరిదానమ్-అ-న-వినిమయః॥ తె॥ సాటాకోటి

పరిదేవనమ్-అ-న-విలాపః॥ తె॥ కలవరింత.

పరిదేవనా-ఆ-స్త్రీ-శోకనిమిత్తోవిలాపః॥

పరిధానమ్-అ-న-అధోంశుకమ్॥ తె॥ కట్టుకొనుబట్ట.

పరిఘాయః-అ-పు-జలస్థానమ్-౨పరిచ్ఛేదః ౩నితంబః॥ తె॥ ౧ఉదకముండుండెడితావు ౨పరిచ్ఛేదము-భాగమున్ను- ౩పిఱుదు.

పరిధిః-ఇ-పు-సూర్యాదిపరివేషః-౨సాలః-౩యజ్ఞీయతరుశాఖా- ౪ఆయుధవిశేషః- ౫అంగారః॥ తె॥౧సూర్యాదిపరివేషము ౨కోట- ౩యజ్ఞార్హమైననేడిచెట్టుమొదలగువాఁటికొమ్మలు - ౪ఒకానొకఆయుధము-౫బొగ్గు.

పరిధిస్థః-అ-పు - పరిచరః౨యోద్ధకాలేపరప్రహారాత్ రథరక్షకే - ౩ప్రజాసామంతవ్యవస్థాపన కారిణీతికేచిత్ - ౪సేనాయాంరాజ్ఞోదండనాయకః॥

పరిధేయమ్-అ-త్రి-పరిధానీయమ్- పరిధానోపయుక్తవస్త్రాది.

పరిపణమ్-అ-న-మూలధనమ్॥ తె॥ మొదటిసొమ్ము.

పరిపదీ-న్-పు-శత్రుః॥ తె॥పగవాఁడు.

పరిపన్థకః-అ-పు-శత్రుః॥ తె॥పగవాఁడు.

పరిపన్థీ-న్-పు-శత్రుః - ౨మార్గప్రహారిచో

రః॥ తె॥౧పగవాఁడు- ౨త్రోవఁగాచికొ
ట్టుదొంగ.
పరిపాకః-అ-పు-పరిపక్వతా-౨నైపుణ్యమ్॥
పరిపాకినీ-ఈ-సీ-త్రివృతా॥
పరిపాటిః-ఇ-సీ-అనుక్రమః॥ తె॥ స్వాధ్యా
యక్రమము.
పరిపాటీ-ఈ-సీ - అనుక్రమః॥తె॥స్వాధ్యా
యక్రమము.
పరిపిష్టకమ్-అ-న-సీసకమ్॥
పరిపుష్కరా-ఆ-సీ గోడుంబా॥
పరిపూతమ్-అ-న-అపాస్తతుషధాన్యమ్-౨
సర్వతోభావేనపవిత్రంచ॥
పరిపూర్ణతా-ఆ-సీ-పరిపూర్ణత్వమ్॥
పరిపూర్ణత్వమ్-అ-న-పరిపూర్ణతా-సంపూ
ర్ణత్వమ్॥
పరిపేలమ్-అ-న-పరిపేలవమ్- కైవర్తీముస్త
కమ్॥
పరిపేలవమ్-అ-న-ముస్తా॥ తె॥ తుంగముస్తె॥
పరిప్లవః-అ-త్రి-క్వచిచ్చలనస్వభావవాన్॥
తె॥హస్తాదికము-అనగా-చలించేది.
పరిప్లవః-అ-పు- జలకుక్కుటః-౨కులాలః ౩
చంచలమ్॥ తె ॥ ౧నీటికోడి-౨కుమ్మర
వాఁడు.
పరిప్లుతా-ఆ-సీ-మదిరా- ౨గ్రామ్యధర్మేవే
దనావతీయోనిః॥
పరిబృంహితమ్-అ-త్రి- సర్వతోభావేనకరి
గర్జితమ్ - ౨సర్వతోభావేన దీప్తివిశిష్ట
మ్-౩సర్వతోభావేనవృద్ధివిశిష్టమ్- ౪స
ర్వతోభావేనధ్వనివిశిష్టమ్॥
పరిబర్హః-అ-పు-రాజయోగ్యవస్తు-౨అగ్నిః
౩పరిచ్ఛదః-౪పరివారః॥ తె॥౧రాజులకు
దగినవస్తువు-౨అగ్గి-౩ఒకభాగము,తు
నకయున్న-౪పరిజనము.

పరిభవః-అ-పు- తిరస్కారః॥ తె ॥ అవమాన
ము,తిరస్కారమున్ను)
పరిభావః-అ-పు-తిరస్కారః॥ తె॥ తిరస్కార
ము,అవమానమున్ను.
పరిభాషణమ్-అ-న-సదూషణోపహాస్యవచ
నమ్-౨ఆలాపః-౩నియమః॥ తె॥౧ఉడక
రించుమాట - ౨మాట్లాడుట-౩ నియమ
ము.
పరిభాషా-ఆ-సీ-పరిష్కృతంభాషణమ్ - ప
దార్థవివేచకాచార్యాణాం యుక్తియు
క్తావాక్ - ౨గ్రంథస్యసంక్షేపనిర్వా
హార్థసంకేతనవిశేషః॥
పరిభుతమ్-అ-త్రి-అనాదృతమ్॥
పరిభూతః-అ-త్రి-తిరస్కృతః॥ తె॥ తిరస్క
రింపఁబడినవాఁడు.
పరిభ్రమః-అ-పు-సర్వతోభ్రమణమ్॥
పరిమణ్డలః-అ-త్రి-వర్తులః॥ తె॥గుండ్రనిది
పరిమలః-అ.పు- విమర్దోద్భవజనమనోహర
గంధః- ౨కుంకుమకర్పూరాదిమర్దనమ్-
౩రతోపమర్దవికసద్దేహరాగాదిసౌరభ
మ్॥ తె॥ ౧ఇంపగువాసన-౨రెండుమూ
డువస్తువులుకలిపినూఱడము- ౩సంభో
గశ్రమవలననలిగి ఎఱ్ఱనైన దేహమంద
లియంగరాగపుపరిమళము.
పరిమాణమ్-అ-న-ద్రవయమ్॥ తె॥కుంచము,
మానిక మొదలయినది.
పరిమార్గ్యమ్-అ-త్రి పరిమృజ్యమ్ - పరిశోధ
నీయమ్॥
పరిమార్జనమ్-అ-న-ఖాద్యభేదః-మధుమస్తక
మ్-౨పరిశోధనంచ॥
పరిమితమ్-అ-త్రి-యుక్తమ్-౨పరిమాణవిశి
ష్టమ్॥
పరిమృజ్యమ్-అ-త్రి-పరిమాణవిశిష్టమ్॥

పరిమేయమ్-అ-త్రి-పరిమాణవిశిష్టమ్॥

పరిమోషీ-న్-త్రి-పరిమోషణశీలః-చౌరః॥

పరిరమ్భః-అ-పు-ఆలింగనమ్॥ తె॥ కౌఁగిలించడము.

పరివత్సరః-అ-పు-సంవత్సరః॥ తె॥ సంవత్సరము.

పరివర్జనమ్-అ-న-మారణమ్॥ తె॥ చంపడము.

పరివర్తః-అ-పు-వినిమయః-౨కల్పాంతః-౩పరిభ్రమః-౪కూర్మరాజః-౫పలాయనమ్ తె॥౧సాటాకోటి-౨క్షయము-నాశము-౩తిరుగులాడుట-౪కూర్మరాజు-౫పరుగెత్తుట.

పరివర్తనమ్-అ-న-నాటకాంగవిశేషః॥

పరివర్తనకమ్-అ-న-రతిబంధవిశేషః॥ తె॥ ఒకానొకరతిబంధము.

పరివర్తితమ్-అ-న-రతిబంధవిశేషః॥ తె॥ ఒకానొకరతిబంధము.

పరివసథః-అ-పు-గ్రామః॥ తె॥ గ్రామము.

పరివసితః-అ-త్రి-ఉపచరితగుర్వాదిః॥

పరివస్యితః-అ-త్రి-ఉపచరితగుర్వాదిః॥ తె॥ ఉపచరించినగురువు మొదలగు పెద్దలు.

పరివహః-అ-పు-సప్తవాయ్వంతర్గతషష్ఠవాయుః - సతుసువహావాయోరుపరిస్థితః॥

పరివాదః-అ-పు-నిందా-౨వీణావాదనసాధనమ్॥ తె॥౧జాత్యాచారములచేదూషించుట-౨వీణవాయించుటకుసాధనము.

పరివాదకః-అ-త్రి-పరివాదకర్తా॥

పరివాదినీ-ఈ-సీ-సప్తతంత్రీవీణా-౨పరివాదవిశిష్టాచ॥ తె॥ ౧ఏఁడుతంత్రులుఁగలవీణ.

పరివాదీ-న్-త్రి-పరివాదకర్తా-౨పరివాదవిశిష్టః॥

పరివాపః-అ-పు-పర్యుప్తిః-౨ఆలవాలమ్-౩పరిచ్ఛదః॥ తె॥౧విత్తడము-౨పాదు-౩ఒకభాగము-తునకయున్న.

పరివాపణమ్-అ-న-చూడాకర్మ॥ తె॥ పుట్టువెంట్రుకలుతీయడము.

పరివాపనమ్-అ-న-ముండనమ్॥ (బడ్డది.)

పరివాపితః అ-త్రి-ముండితః॥ తె॥గొరుగఁ

పరివారః-అ-పు-దర్పణాద్యుపకరణమ్-౨కోశః-౩పరిజనః॥ తె॥ ౧అద్దము మొదలైనది.

పరివాహః-అ-పు- తటాకాతిశయజలనిర్గమనార్థకృతజలనిర్గమః-౨రాజభోగ్యవస్తు

పరివాహ్యవాన్-త్-పు-తటాకః॥ తె॥ చెఱువు.

పరివిణ్ణః-అ-పు-పరివిత్తిః॥

పరివిత్తః-అ-పు-అనుజేవివాహితేఽవివాహితజ్యేష్ఠః॥ తె॥ తమ్మునకుఁబెండ్లియైయుండగా-బెండ్లికానియన్న.

పరివిత్తిః-ఇ-పు-అనుజేవివాహితేఽవివాహితజ్యేష్ఠః॥ తె॥ తమ్మునకుఁబెండ్లియైయుండగా-బెండ్లికానియన్న.

పరివిన్దన్-త్-పు-పరివేదనకర్తా॥

పరివిష్ణు-ఉ-న-సర్వతోవిష్ణుః-విష్ణుం-విష్ణుంపరిఇత్యవీభావేదుర్గాదాసః - ౨విష్ణుంవర్జయిత్వేత్యన్యే॥ (యొక్క-విల్లు.)

పరివీతమ్-అ-న-బ్రహ్మధనుః॥ తె॥ బ్రహ్మ

పరివృఢః-అ-త్రి-అధిపః॥

పరివృతః-అ-త్రి-పరీవృతః-౨పరిప్రాప్తః-౩జ్ఞాతః॥ తె॥ ౧నలుప్రక్కలఁజుట్టుకొనఁబడినది-౨పొందఁబడినది-౩తెలిసినది.

పరివృత్తిః-ఇ-పు-పరివిత్తిః॥

పరివృత్తిః-ఇ-సీ-అలంకారవిశేషః॥ తె॥ ఒకానొకయలంకారము.

పరివృహితమ్-అ-త్రి-సర్వతోభావేనవృద్ధివిశిష్టమ్-౨సర్వతోభావేనోద్యమవిశిష్టమ్

పరివేత్తా-ఋ-పు-జ్యేష్ఠేఅవివాహితేపివాహితానుజః॥

పరివేదనమ్-అ-న-వేదనమ్-౨వేదనా॥

పరివేదినీ-ఈ-సీ-పరివేత్తుః(స్త్రీ)॥

పరివేల్లమ్-అ-న-దాసపురమ్॥ తె॥ భద్రముంగ గడ్డి.

పరివేశమ్-అ-న-సూర్యాదిపరివేషః॥

పరివేశః-అ-పు-పరభృతిః॥ తె॥ కోయిల.

పరివేషః-అ-పు-సూర్యాదిపరివేషః - ౨వేష్టనమ్॥

పరివేషణమ్-అ-న-వేష్టనమ్ - ౨భోజనార్థం భోజనపాత్రేఅన్నాదేర్దానమ్॥

పరివేష్టనమ్-అ-న-సూర్యాదిపరివేషః॥

పరివేష్టితమ్-అ - త్రి - సర్వతోభావేనవేష్టితమ్॥

పరివ్యాధః-అ-పు-విదులః-౨కర్ణికారః॥ తె॥ ౧నీఱుప్రబ్బచెట్టు-౨కొండగోఁగుచెట్టు.

పరివ్రజ్యా-ఆ-సీ-కార్యార్థపర్యటనమ్॥

పరివ్రాజః-అ-పు-పరివ్రాట్॥

పరివ్రాజకః-అ-పు-పరివ్రాట్॥

పరివ్రాజిః-ఇ-పు-శ్రావణీ॥

పరివ్రాట్-జ్-పు-చతుర్థాశ్రమీ-యతిః॥

పరివ్రాడ్-జ్-పు-చతుర్థాశ్రమీ॥

పరిశఙ్కనీయః-అ-త్రి - సర్వతోభావేనశంకావిషయః॥

పరిశిష్టమ్-అ-న-పరిశేషవిశిష్టమ్- అవశిష్టార్థబోధకగ్రంథః॥

పరిశుష్కమ్-అ-న-మాంసవ్యంజనభేదః॥

పరిశుష్కమ్-అ-త్రి-సర్వతోనీరసః॥

పరిశోధః-అ-పు-పరిశోధనమ్- సర్వతోభావేనశుద్ధిః॥

పరిశోషః-అ-పు-సర్వతోభావేనశుష్కతా॥

పరిశ్రమః-అ-పు-పరిశ్రాంతిః॥

పరిశ్రయః-అ-పు-సభా-౨ఆశ్రయః॥

పరిశ్రాన్తః-అ-త్రి- సర్వతోభావేనశ్రాంతియుక్తః॥

పరిశ్రుతః-అ-త్రి - సర్వతోభావేనశ్రవణవిశిష్టః॥

పరిశ్లేషః-అ-పు-ఆశ్లేషః॥

పరిషత్-ద్-సీ-సభా॥

పరిషదః-అ-పు-పారిషదః॥

పరిషద్యః-అ-పు-పరిషద్వలః॥

పరిషద్వలః-అ-త్రి-స్వామీ॥

పరిషద్వలః-అ-పు-సభాసదః॥

పరిష్కణ్ణః-అ-త్రి-పరిస్కందః॥

పరిష్కన్దః-అ-త్రి-పరిస్కందః-పరపుష్టః॥

పరిష్కారః-అ-పు-ఆభరణమ్-౨నిర్ణయః॥

పరిష్కృతః-అ-త్రి-అలంకృతః-౨వేష్టితః-౩ఆహితసంస్కారః॥ తె॥ ౧అలంకరించుకొన్నవాఁడు.

పరిష్కృతభూమిః ఇ-సీ-వేదిః॥

పరిష్టిః-ఇ-సీ-శ్రాద్ధబ్రాహ్మణాద్యన్వేషణమ్ ౨ప్రాకామ్యమ్-౩పరిచర్యా॥ తె॥ వెదకుట-౨ప్రాకామ్యమనుసిద్ధి- ౩శుశ్రూష-ఊడిగము.

పరిష్టోమః-అ-పు-పరిస్తోమః॥

పరిష్వఙ్గః-అ-పు-ఆలింగనమ్॥ తె॥ కౌఁగిలించుకొనుట.

పరిసఙ్ఖ్యా-ఆ-సీ-అలంకారవిశేషః॥ తె॥ ఒకానొకయలంకారము.

పరిసభ్యః-అ-పు-పరిషద్యమ్ - సభాసదః- సర్వతోభావేనసభాయాంసాధుః॥

పరిసరః-అ-పు-గ్రామపర్వతాదిసమీపభూమిః-౨మృత్యుః-౩దైవమ్॥

పరిసర్పః-అ-పు - పరిక్రియా-పరిజనాదినా వేష్టనమ్-౨సమంతాత్ సర్పణమ్॥

పరిసర్యా-ఆ-స్త్రీ-సేవా-౨పరిసారః॥ తె॥ ౧అం తటతిరగడము. (గడము.)

పరిసారః-అ-పు-పరిసర్యా॥ తె॥ అంతటతిర

పరిస్రుతా-ఆ-స్త్రీ-సురా॥ తె॥ కల్లు

పరిస్కన్దః-అ-పు-పరైర్ధితః॥ తె॥ కొనిపెంచి నబంటు.

పరిస్కన్నః-అ-పు-పరపురుషః - పరేణ ప్రతి పాలితః॥

పరిస్తోమః-అ-పు- గజోపరిచిత్రకంబలః॥ తె॥ ఏనుఁగుమీఁదపరిచెడిచిత్రకంబలము.

పరిస్పన్దః- అ- పు-దర్పణాద్యుపకరణమ్-౨పు ష్పాదిరచనా॥ తె॥ ౧అద్దము మొదలగును పకరణములు-౨పూలుకట్టుట.

పరిస్పన్దనమ్-అ-న- సర్వతోభావేనకంపనమ్

పరిస్పన్దమానః-అ-త్రి - సర్వతోభావేనకం పమానః॥

పరిస్యన్దః-అ-పు-పరిస్పందః॥

పరిస్రుత్-త్-స్త్రీ-సురా॥ తె॥ కల్లు.

పరిస్రుతః-అ- త్రి-ప్రవయుక్తః - సర్వతో భావేనక్షరితః॥

పరిస్రుతా-ఆ-స్త్రీ-వారుణీ-మదిరా॥

పరిహారః-అ-పు- కరః-౨పరిహరణమ్॥ తె॥ ౧ ముంజెయ్యి-౨విడిచిబెట్టడము.

పరిహార్యః-అ-పు-పరిహార్యః-వలయః॥

పరిహార్యః-అ-త్రి-పరిహరణీయః॥

పరిహాసః-అ-పు- స్త్రీపురుషవినోదపరస్ప రాపహాస్యమ్॥

పరీక్షకః-అ-త్రి-పాత్రాపాత్రపరీక్షకః॥

పరీక్షణమ్-అ-న-పరీక్షా- రాజ్ఞాధర్మకామా ర్థభయైరమాత్యాదేర్భావతత్వనిరూప ణమ్-౨సర్వతోభావేనదర్శనంచ॥

పరీక్షా- ఆ - స్త్రీ - పరిశీలనమ్॥ తె॥ పరిశీలనచే యుట.

పరీక్షిత్-త్-పు- రాజవిశేషః॥ తె॥ పరీక్షున్మ హారాజు.

పరీక్షితః-అ-పు-అభిమన్యుపుత్రః॥

పరీణాయః-అ-పు-పరిణాయః- శారాణాంస మంతాన్నయనమ్॥

పరీతమ్-అ-త్రి-పరివేష్టితమ్॥

పరీతత్-త్-త్రి- సర్వతోభావేనవిస్తృతమ్

పరీధావీ-న్-పు-సంవత్సరవిశేషః॥ తె॥ అఱు వదిసంవత్సరములలోనొకటి.

పరీభావః-అ-పు-తిరస్కారః॥ తె॥ తిరస్కార ము.

పరీమలః-అ-పు- విమర్దోద్భవజనమనోహర గంధః- ౨కుంకుమకర్పూరాదిమర్దనమ్- ౩రతోపమర్దవికసద్దేహరాగాదిసౌరభ మ్॥ తె॥ ౧ఇంపగువాసన-౨రెండుమూఁ డువస్తువులకలిపినూఱడము.

పరీరమ్-అ-న-ఫలమ్॥

పరీరమ్భః-అ-పు- ఆలింగనమ్॥ తె॥ కౌఁగలిం చుట.

పరీవర్తః-అ-పు-పరివర్తనమ్-౨కూర్మరాజః

పరీవాదః-అ-పు-నిందా॥ తె॥ జాత్యాచారము లచేతదూషించుట.

పరీవారః-అ-పు-జంగమః- ౨ఖడ్గకోశః-౩పరి చ్ఛదః॥ తె॥ ౧తిరుగులాడెడుజంతువు-౨ క త్తియొఱ - ౩ఒకభాగము, తునకయు న్ను.

పరీవాహః-అ-పు- జలోచ్ఛ్వాసః - ౨రాజ యోగ్యవస్తు.

పరీవృఢః-అ-త్రి-స్వామీ॥ తె॥ దొర, ప్రభువు న్ను.

పరీవృతః-అ-త్రి- పరివృతః-౨పరిప్రాప్తః-౩ జ్ఞాతః॥ తె॥ ౧నలుప్రక్కలఁజుట్టుకొనఁబ డినది-౨పొందఁబడినది-౩తెలిసినది.

పరీష్టిః-ఇ-పు- అన్వేషణా- ౨పరిచర్యా- ౩ప్రాకామ్యమ్॥

పరీసారః-అ-పు-పరిసర్యా-సర్వతోగమనమ్

పరీహారః-అ-పు-అవజ్ఞా॥

పరీహాసః-అ-పు-స్త్రీపురుషవినోదపరస్పరాపహాస్యమ్॥

పరుః-స్-న-వేణ్వాదిగ్రంథిః- ౨గిరిపీలుః॥ తె॥ ౧కొప్పుముడి, జెడముడిన్ని- ౨చిట్టీంతచెట్టు.

పరుః-ఉ-పు-వేణ్వాదిగ్రంథిః-౨వాలమృగః-౩సముద్రః-౪స్వర్గలోకః- ౫పర్వతః॥ తె॥ ౧కొప్పుముడి, జెడముడిన్ని-౨పెద్దచమరీమృగము.

పరుత్-త్-౦-గతాబ్దః॥ తె॥ నిరుడు.

పరుత్తః-అ-త్రి-పరుద్భవః॥

పరుద్వారః-అ-పు-ఘోటకః॥

పరుషమ్- అ- న- గిరిపీలు-౨నిష్ఠురవాక్యమ్॥ తె॥ ౧చిట్టీంతచెట్టు.

పరుషః-అ-త్రి-నిష్ఠురః- ౨రూక్షః-౩కర్బురః తె॥ ౧పరుషము-౨కొవ్వనాడుట-౩చిత్రవర్ణము.

పరుషకమ్-అ-న-గిరిపీలు॥ తె॥ చిట్టీంతచెట్టు.

పరుషకః-అ-పు-పరూషీ॥ తె॥ పేరీంతచెట్టు.

పరుషోక్తికః-అ-త్రి-నిష్ఠురవక్తా॥

పరూషమ్-అ-న-ఫలవృక్షభేదః॥

పరూషః అ-పు-ఖర్జూరవృక్షః॥ తె॥ ఖర్జూరపుచెట్టు.

పరూషకమ్-అ-న-పరూషమ్॥

పరూషీ-ఈ-సీ-నిస్త్వచమ్॥ తె॥ పేరీంతచెట్టు

పరేతః-అ-పు-నరకస్థితప్రాణి-౨భూతవిశేషః-౩యమః॥ తె॥ ౧నరకమునను న్నజంతువు-౨భూతములలోనొకటి-౩జముడు

పరేతః-అ-త్రి-మృతః॥ తె॥ చచ్చినవాఁడు.

పరేతరాట్-జ్-పు-కృతాంతః॥ తె॥ జముఁడు.

పరేద్యవి-ఇ-౦-పరేహ్ని॥ తె॥ మరునాడు.

పరేద్యుః-స్-౦-పరదినమ్॥

పరేవమ్-అ-త్రి-పరాగతా ఆపో యత్ర॥

పరేషుకా-ఆ-సీ- బహుసూతిః॥ తె॥ చాలా యీతలీనినయావు.

పరేష్టిః-ఇ-పు-చతుర్ముఖః॥ తె॥ నలువ.

పరేష్టుకా-ఆ-సీ-బహుసూతిః-బహుప్రసూతా గాః॥

పరేష్ణుకా-ఆ- సీ- బహుసూతిః॥ తె॥ చాలా యీతలీనినయావు.

పరైధితః-అ-పు-కోకిలః॥

పరైధితః-అ-త్రి-పరాచితః॥ తె॥ కొనిపెంచినబంటు.

పరోక్షః-అ-పు-తపస్వీ॥

పరోక్షః-అ-త్రి- అప్రత్యక్షః॥ తె॥ ఇంద్రియములకగుపడనిది.

పరోఢా-ఆ-సీ- పరకీయాభేదసంగుప్తిప్రాధాన్యపరోఢా నాయికా॥ తె॥ పరకీయనాయకీభేదము.

పరోపకారః-అ-పు-పరేషాముపకృతిః॥

పరోవరీణః-అ-త్రి- -శ్రేష్ఠాశ్రేష్ఠయుక్తః॥

పరోష్ణీ-ఈ-సీ- తైలపాయికా॥ తె॥ గబ్బిలము.

పర్కటమ్-అ-న- ఉద్వేగమ్॥ తె॥ పోఁకబొండము.

పర్కటః-అ-పు-కంకపక్షీ॥ తె॥ జాబులుఁగు.

పర్కటిః-ఇ-సీ-ప్లక్షవృక్షః॥ తె॥ జువ్విచెట్టు.

పర్కటీన్-పు-ప్లక్షవృక్షః- ౨పూగాదినూతనఫలమ్॥

పర్కటీ-ఈ-సీ-ప్లక్షవృక్షః-౨పూగాదినూతనఫలమ్॥ తె॥ ౧జువ్విచెట్టు- ౨పోఁకకాయలు మొదలగుక్రొత్తది.

పర్జనీ-ఈ-సీ-దారుహరిద్రా ॥ తె॥ మ్రానిపసపు.

పర్జన్యః-అ-పు-ద్వాదశాదిత్యగణదేవవిశేషః ౨గర్జదంబుదః-౩ మేఘనిర్ఘోషః - ౪ఇంద్రః-౫ దానశీలః-౬ హర్మ్యపృష్ఠమ్॥ తె॥ ౧పండ్రెండుగురుసూర్యులలో నొకఁడు ౨ఉఱుముచున్నమబ్బు-౩ ఉఱుము - ౪ ఇంద్రుఁడు-౫ దాత - ౬ మేడకు వెనుకటి ప్రక్క.

పర్జన్యా-ఆ-సీ-దారుహరిద్రా॥

పర్ణమ్-అ-న-పత్రమ్-౨తాంబూలమ్॥ తె॥౧ ఆకు.

పర్ణః-అ-పు-కింశుకవృక్షః ॥ తె ॥ మోదుగు చెట్టు.

పర్ణకారః-అ-పు-వారజీవీ॥

పర్ణకృచ్ఛ్రమ్-అ-న-నవకృచ్ఛ్రవిశేషః॥ తె॥ తొమ్మిదికృచ్ఛ్రములలో నొకకృచ్ఛ్రము.

పర్ణఖణ్డః-అ-పు-వనస్పతిః-౨తాంబూలైకాంశశ్చ॥

పర్ణచోరకః-అ- పు - చోరకనామగంధద్రవ్యమ్॥

పర్ణధ్వత్-స్-త్రి-పత్రధ్వంసకర్తా॥

పర్ణనరః-అ-పు - పిత్రాదిశవాప్త్యలాభే దాహార్థతత్ప్రతినిధీభూత శరపలాశపత్రరచితోర్ణాతంతువేష్టితయవపిష్టలిప్తనరాకారపుత్తలకః॥

పర్ణభేదినీ-ఈ-సీ-ప్రియంగుః॥ తె॥ ప్రేంకణపు చెట్టు.

పర్ణభోజనః-అ-పు-ఛాగలః॥

పర్ణభోజనః-అ-త్రి-పత్రభక్షకే॥

పర్ణమాచాలః-అ-పు-కర్మరంగవృక్షః॥

పర్ణమృగః-అ-పు-మృగగణవిశేషః॥

పర్ణలతా-ఆ-సీ-నాగవల్లీ॥

పర్ణవల్లీ-ఈ-సీ-పలాశీలతా॥

పర్ణశాలా-ఆ-సీ-మునిగృహమ్॥ తె॥ పర్ణశాల

పర్ణసిః-ఇ-పు-పద్మమ్-౨జలగృహమ్ - ౩ శాకమ్-౪ఆభరణక్రియా॥

పర్ణాలః-అ-పు- శూరయోర్యుద్ధమ్-౨నౌకా-౩ ఖనిత్రమ్॥ తె॥౧శూరులపోరు- ౨ఓడ-౩ గుద్దలి.

పర్ణాశనః-అ-పు-మేఘః॥ తె॥ మబ్బు.

పర్ణాసః-అ-పు-కఠింజరః-౨తులసీ॥ తె॥ ౧కగ్గెర చెట్టు.

పర్ణినీ-ఈ-సీ-మాషపర్ణీ॥

పర్ణీ-న్-పు-కింశుకవృక్షః। తె। మోదుగు చెట్టు

పర్ణోటజమ్-అ-న-పర్ణశాలా॥

పర్దః-అ-పు- కేశసమూహః- ౨అపానోత్సర్గశ్చ॥

పర్దనమ్-అ-న-అపానోత్సర్గః॥

పర్పమ్-అ-న-నవతృణమ్- ౨గృహమ్-౩ ఖంజవాహ్యశకటమ్॥

పర్పటః-అ-పు-తృష్ణాఘ్నః-౨వృకధూమః- ౩ తైలపక్వవిశేషః॥ తె॥ ౧పర్పాటకమను గడ్డి-౨పాపటచెట్టు-౩ అప్పడాలు.

పర్పటద్రుమః-అ-పు-కుంభీవృక్షః॥

పర్పటీ-ఈ-సీ-సౌరాష్ట్రిమృత్తికా- ౨పిష్టకభేదః-౩ ఉత్తరదేశభవసుగంధిద్రవ్యమ్

పర్పరీకః-అ-పు-సూర్యః- ౨వహ్నిః-౩ జలాశయః॥

పర్పికః-అ-ద్వ-ఖంజః॥

పర్యఙ్కః-అ-పు-అవసక్థిః- ౨ఖట్వా-౩ పరికరః॥ తె॥ ౧యోగపట్ట-౨మంచము- ౩ పరివారము.

పర్యఙ్కపాదికా-ఆ-సీ-కోలశింబీ॥

పర్యఙ్కబన్ధనమ్-అ-న- వస్త్రాదినాపృష్ఠజానుజంఘాబంధనమ్॥

పర్యటనమ్-అ-న-కార్యార్థమితస్తతస్సంచారః॥ తె॥తిరుగులాడుట.

పర్యణ్యాః-అ-పు-ఇంద్రః-౨శబ్దాయమానమేఘః॥

పర్యధ్యయనః-అ-త్రి-అధ్యయనాయపరిశ్రాంతః॥ తె॥అధ్యయనముకొఱకుఅలిసినవాఁడు.

పర్యనుయోగః-అ-పు-జిజ్ఞాసా॥

పర్యన్తః-అ-పు-శేషసీమా॥

పర్యన్తభూః-ఊ-సీ-నదీనగరపర్వతాదెకుపాంతభూమిః॥

పర్యన్తికా-ఆ-సీ-గుణభ్రంశః॥

పర్యయః-అ-పు-ఉపాత్యయః॥ తె॥ క్రమము తప్పడము- క్రమముతప్పియవలికిఁబోవడమున్ను.

పర్యయణమ్-అ-న-అశ్వసజ్జా॥

పర్యవస్థా-ఆ-సీ-విరోధనమ్॥ తె॥ కిట్టకుండాయుండడము.

పర్యవస్థాతా-ఋ-త్రి-పర్యవస్థాకర్తా-విరోధీ॥

పర్యవస్థాతా-ఋ-పు-శత్రుః॥ తె॥పగవాడు

పర్యవస్థానమ్-అ-న-విరోధః-౨సర్వతోభావేనావస్థితిశ్చ॥

పర్యస్తః-అ-త్రి-పతితః-౨హతః॥ తె॥ ౧పడినవాఁడు-౨కొట్టఁబడినవాఁడు.

పర్యస్తాపహ్నుతిః-ఇ-సీ-అలంకారవిశేషః॥ తె॥ఒకానొకయలంకారము.

పర్యస్తికా-ఆ సీ-అవసక్థికమ్॥ తె॥ యోగపట్టె.

పర్యాణమ్-అ-న-అశ్వపల్యయనమ్॥

పర్యాప్తమ్-అ-న-యథేప్సితమ్-౨తృప్తిః-౩శక్తిః-౪నివారణమ్॥

పర్యాప్తమ్-మ్-౦-పూర్ణార్థః॥ తె॥ నిండాను.

పర్యాప్తః-అ-త్రి-యథేప్సితవాన్-౨ఇచ్ఛాధికః-౩పరిపూర్ణమ్-౪తృప్తః-౫శక్తః-౬ప్రకాశః॥ తె॥ ౧ఇష్టముగునట్లు-౨ఇచ్ఛయధికముగ-౩నిండుట-౪తనివినొందినవాఁడు-౫సమర్థుఁడు-౬ప్రకాశించుట.

పర్యాప్తతుణ్డః-అ-పు-మకరః॥ తె॥ ముసలి.

పర్యాప్తిః-ఇ-సీ-పరిత్రాణమ్-౨ప్రాప్తిః-౩ప్రకామమ్॥ తె॥ ౧చంపఁబోగానడ్డగించుకొనిరక్షించడము-౨పొందుట-౩మిక్కిలి.

పర్యాయః-అ-పు-అలంకారవిశేషః-౨అనుక్రమః-౩నిర్యాణమ్-౪ప్రకారః-౫అవసరః-౬పకార్థవాచిశబ్దః॥ తె॥ ౧పర్యాయాలంకారము-౨వరుస-౩సుఖము, మోక్షమున్ను-౪మచటియొకవిధము-౫అవసరము-౬సమానార్థములుఁగలశబ్దములు.

పర్యాయశయనమ్-అ-న-ప్రహరికాదీనాంక్రమేణశేవనమ్॥

పర్యాయోక్తిః-ఇ-సీ-అలంకారవిశేషః॥ తె॥ ఒకానొకయలంకారము.

పర్యాసః-అ-పు-అవసరః-౨క్రమః-౩హననమ్॥ తె॥ ౧సమయము-౨క్రమము.

పర్యుగఞ్చనమ్-అ-న-ఋణమ్॥ తె॥అప్పు.

పర్యుదఞ్చనమ్-అ-న-ఋణమ్॥ తె॥అప్పు.

పర్యుదస్తః-అ-త్రి-పర్యుదాసవిశిష్టః॥

పర్యుదాసః-అ-పు-పరిసర్వతోభావేనఉదాస్యతెవిధిర్యత్రసః॥

పర్యుషితమ్-అ-త్రి-వ్యుష్టమ్॥

పర్యుషితభోజీన్-త్రి-వ్యుష్టద్రవ్యభోక్తా॥

పర్యేషణా-ఆ-సీ-శ్రాద్ధబ్రాహ్మణాద్యన్వేషణా॥ తె॥ వెదకుట.

పర్వ-న్-న-అమా-౨పూర్ణిమా-౩ప్రతిపద

మాసంధిః- ౪ ప్రతిపత్పూర్ణిమాసంధిః- ౫ వేణ్వాదిగ్రంధిః-౬ క్షణః- ౭ ప్రస్తావః- ౮ లక్షణాంతరమ్-౯ ఉత్సవః- ౧౦ విషువత్ప్రభృతి॥ తె ॥౧ అమావాస్య-౨ పున్నమ- ౩ పాడ్యమి అమవసంధి - ౪ పాడ్యమి పున్నమసంధి-౫ కొప్పుముడి - జెడముడి నిన్ని-౬ ఉత్సవము- ౭ అవసరము-౮ ఒకవిధమగు గుణము-౯ ఉత్సవము- ౧౦ సంక్రమణాది ఇషువత్పుణ్యకాలము,

పర్వకమ్-అ-న-ఊరుపర్వ॥

పర్వకాణ్డః-అ-పు-అర్కపర్ణః ॥ తె॥ జిల్లేడు చెట్టు.

పర్వకారీ-న్-పు - ధనాదిలోభేనాపర్వసుఅమావాస్యాక్రియాప్రవర్తకః॥

పర్వగామీ-న్-పు-పర్వసుస్త్రీగామీ॥

పర్వణా-ఆ-సీ-నీలమక్షికా॥ తె॥ నల్లటీఁగె.

పర్వతః-అ-పు-శైలః-౨ శ్రీశైలః- ౩ ఋషివిశేషః॥ తె॥ ౧ కొండ-౨ శ్రీశైలము- ౩ ఒకానొకఋషి.

పర్వతకాకః-అ-పు-దోణకాకః॥ తె॥ బొంతుకాకి॥

పర్వతజః-అ-త్రి-గిరిభవవస్తుని॥

పర్వతజా-ఆ-సీ-నదీ॥

పర్వతతృణమ్-అ-న-తృణభేదః॥

పర్వతమోచా-ఆ-సీ-గిరికదళీ॥

పర్వతవాసినీ-ఈ-సీ-ఆకాశమాంసీ - ౨ గాయత్రీ-౩ కాళీ॥

పర్వతాధారా-ఆ-సీ-పృథివీ॥

పర్వతారిః-ఇ-పు-ఇంద్రః॥

పర్వతాశయః-అ-పు-మేఘః॥

పర్వతాశ్రయః-అ-పు-శరభః॥

పర్వతాశ్రయః-అ-త్రి-పర్వతవాసిని॥

పర్వతీయః-అ-త్రి-పర్వతసంబంధి- ౨ పర్వతభవః॥

పర్వతోర్మిః-ఇ-పు-మత్స్యవిశేషః॥

పర్వధిః-ఇ-పు-చంద్రః॥

పర్వపుష్పీ-ఈ-సీ-రామదూతీవృక్షః - నాగదంతీ॥

పర్వపూర్ణతా-ఆ-సీ-సంభారః - ఆయోజనమ్-౨ పర్వణఃపూర్ణత్వంచ॥

పర్వమూలా-ఆ-సీ-శ్వేతా॥

పర్వమూలీ-న్-పు-కోకిలాక్షకః॥ తె॥ గొబ్బిచెట్టు.

పర్వయోనిః-ఇ-సీ-ఇక్ష్వాది॥

పర్వరీణమ్-అ-న-పర్వ॥

పర్వరీణః-అ-పు-పర్వవృంతరసః-౨ గర్వః-౩ మారుతః-౪ పర్ణశిరా - ౫ మృతకమ్ - ౬ ద్యూతకంబలః- ౭ పత్రచూర్ణరసః- ౮ పర్వరీణమ్-ఇత్యపిపాఠః॥

పర్వరుట్-హ-పు-దాడిమః॥

పర్వవల్లీ-ఈ-సీ-మాలాదూర్వా॥

పర్వసన్ధిః-ఇ-పు- ప్రతిపదమాపూర్ణిమాంతరమ్॥ తె॥ పున్నమపాడ్యములకును, అమావాస్యపాడ్యములకుమధ్యకాలము.

పర్వితః-అ-పు-పర్వతమత్స్యః॥

పర్శుః-ఉ-పు-పరశుః॥

పర్శుకా-ఆ-సీ-పార్శ్వాస్థి- ౨ పృష్ఠాస్థి॥ తె॥ ౧ అస్థిపంజరముక్రిందియెముక - ౨ వదిన్నొయెముక.

పర్శుపాణిః-ఇ-పు-గణేశః॥

పర్శురామః-అ-పు-పరశురామః॥

పర్శ్వధః-అ-పు-కుఠారః॥

పర్షత్-ద్-సీ-సభా॥

పర్షద్వలః-అ-త్రి-పారిషదః॥

పలమ్-అ-న- మాంసమ్-౨ చతుఃకర్షపరిమాణసువర్ణమ్-౩ విఘటికా॥

పలః-అ-పు-పలాలః॥

పలక్యా-ఆ-సీ-పాలంక్యశాకః॥
పలగణ్డః-అ-పు-లేపకః॥ తె॥ఉప్పరివాఁడు.
పలఙ్కటః-అ-త్రి-భయశీలః॥
పలఙ్కరః-అ-పు-పిత్తమ్॥
పలఙ్కషః-అ-పు-రాక్షసః-౨గుగ్గులువృక్షః తె॥౧రక్కసుఁడు-౨గుగ్గిలపుచెట్టు.
పలఙ్కషా-ఆ-సీ-గోక్షురకః-౨మూలకమ్-౩లాక్షా-౪అలక్తః॥ తె॥ ౧పమఁగువల్లేరుచెట్టు-౨ముల్లంగిచెట్టు-౩లక్క--౪లత్తుక.
పలప్రియః-అ-పు-ద్రోణకాకః॥ తె॥ బొంతుకాకి.
పలప్రియః-అ-త్రి-మాంసాశని॥
పలభా-ఆ-సీ-మేషసంక్రమణాదర్వాక్సపాదాష్టదినేమధ్యాహ్నే ద్వాదశాంగులశంకుజాచ్ఛాయా॥
పలలమ్-అ-న-మాంసమ్-౨తిలచూర్ణః-౩పంకమ్-౪చరువిశేషః-౫పరిపాకః॥ తె॥౧ఆమిషము-౨నువ్వుపొడుము-౩అడుసు-౪పాయసాన్నము-౫పరిపక్వము,
పలలః-అ-పు-రాక్షసః-౨ఇంద్రపుత్రః॥ తె॥ ౧పాలసుతిండిపోఁతు-౨జయంతుఁడు.
పలలజ్వరః-అ-పు-పిత్తమ్॥
పలలాతురా-ఆ-సి-పంపరా॥ తె॥పంపరపనసచెట్టు.
పలలాశయః-అ-పు-గండరోగః॥
పలవః-అ-పు-మత్స్యధారణోపాయః॥
పలాగ్నిః-ఇ-పు-పిత్తమ్॥
పలాఙ్గః-అ-పు-శిశుమారః॥
పలాణ్డుః-ఉ-పు-యవనేష్టః॥ తె॥నీఱుల్లిచెట్టు.
పలాందః-అ-(న)-రాక్షసః॥
పలాదనః-అ-ద్వ-రాక్షసః॥
పలాదనః-అ-త్రి-మాంసభక్షణశీలే॥

పలాపః-అ-పు-కంఠపాశకః-హస్తికపోలః॥
పలాయనమ్-అ-న-నిద్రావః॥ తె॥ పాఱిపోవడము.
పలాయితః-అ-త్రి-పలాయనవిశిష్టః॥
పలాలః-అ-(సీ)-నిష్ఫలకాండః॥ తె॥ ధాన్యాదులగడ్డి.
పలాలదోహదః-అ-పు-ఆమ్రవృక్షః॥
పలాలీ-ఈ-సీ-మహత్పలాలః॥ తె॥ ధాన్యాదులపెద్దగడ్డి.
పలాశమ్-అ-న-దలమ్॥ తె॥ ఆకు.
పలాశః-అ-పు-పలాశవర్ణః-౨కింశుకవృక్షః ౩కచ్చూరః ౪రాక్షసః॥ తె॥౧ఆకుపచ్చన-౨మోదుగుచెట్టు-౩ఆఱుగండ్లకచ్చూరము-౪రాక్షసుఁడు.
పలాశః-అ-త్రి-పలాశవర్ణవాన్-౨నిర్దయః
పలాశకః-అ-పు-శటీ-౨పలాశవృక్షః॥
పలాశపర్ణీ-ఈ-సీ-అశ్వగంధా॥
పలాశాఖ్యః-అ-పు-నాడీహింగు॥
పలాశాన్తా-ఆ-సీ-గంధపత్రా॥
పలాశీ-న్-పు-వృక్షః-౨రాక్షసః-౩క్షీరివృక్షః॥ తె॥౧చెట్టు-౨పాలసుతిండిపోఁతు.
పలాశీ-ఈ-సీ-క్రోష్టీ-౨లాక్షా-౩లతావిశేషః॥ తె॥౧నల్లనేలగుమ్ముడుచెట్టు.
పలికా-ఆ-సీ-పిణ్యాకమ్॥ తె॥ తెలికపిండి.
పలిక్నీ-ఈ-సీ-వృద్ధా-౨బాలగర్భగౌః॥ తె॥౧ముసలిది-౨తొలుచూలుపెయ్య.
పలిఘః-అ-పు-కాచకలశః-౨ఘటః-౩ప్రాకారః-౪గోపురమ్॥
పలితమ్-అ-న-జరసాకేశశౌక్ల్యమ్-౨మరీచమ్-౩శైలేయమ్॥ తె॥ ౧నెఱయడము, అనగా నెఱసినది-౨మిరియాలు-౩నేలతాడిచెట్టు.
పలితః-అ-పు-కర్దమః-౨వృద్ధః॥ తె॥ ౧బురద.

పలితః-అ-త్రి - జరసా కేశశౌక్ల్యవాన్॥ తె॥ నెఱసినవాఁడు.

పలితా-ఆ-సీ-వృద్ధా॥

పల్యఙ్కః-అ-పు-ఖట్వా-౨బృసీ॥ తె॥ ౧మంచము-౨యత్యాద్యాసనము.

పల్యయనమ్-అ-న-పల్యాణమ్॥ తె॥ గుఱ్ఱపుపల్లము.

పల్యాణమ్-అ-న-పల్యయనమ్॥ తె॥ గుఱ్ఱపుపల్లము.

పల్లః-అ-పు-స్థూలకుశూలకమ్॥

పల్లకణ్టకః-అ-పు-జాతిపత్త్రికా॥ తె॥ జాపత్త్రి.

పల్లవః-అ-(సీ)-కిసలయమ్- ౨విస్తారితః-౩విటపః-౪విస్తరః- ౫బలమ్- ౬శృంగారః- ౭అలక్తరాగః-౮వలయః-౯చాపలః॥ తె ౧చిగురు-౨కోకచెంగు-మైజారున్ను.

పల్లవః-అ-పు-జారః-౨సూదః- ౩గీతాంగమ్ తె॥ ౧లంజకాఁడు-౨వండువాఁడు - ౩గీతాంగము.

పల్లవకః-అ-పు- వేశ్యాపతిః-౨మత్స్యవిశేషః॥

పల్లవద్రుః-ఉ-పు-అశోకవృక్షః॥

పల్లవాత్-ద్-పు-శశః॥ తె॥చౌలపిల్లి.

పల్లవాధారః-అ-పు-శాఖా॥

పల్లవాస్త్రః-అ-పు-మన్మథః॥ తె॥ మదనుఁడు.

పల్లవికః-అ-త్రి-విటః॥ తె॥జారుఁడు.

పల్లవితః-అ-త్రి-లాక్షారక్తః-౨సప్రసవః॥ తె॥ ౧లత్తుకచేత నెఱ్ఱనైనది - ౨చిగిర్చినది-పూచినదిన్ని.

పల్లవీ-న్-పు-వృక్షః॥

పల్లిః-ఇ-సీ-గ్రామకః-౨కుటీసముదాయః-౩కుటీ-౪గ్రామకః-౫గృహమ్ - ౬కుటీగ్రామకయోఃపల్లీతిశాశ్వతః - ౭స్థానమితి స్వామీ॥

పల్లికా-ఆ-సీ-గృహగోధికా॥

పల్లివాహః-అ-పు-తృణభేదః॥

పల్లీ-ఈ-సీ-లతా-౨గృహగోధికా - ౩అల్పగ్రామః-౪కుటిః॥ తె॥౧తీఁగె-౨బల్లి- ౩పల్లె-౪చిన్నయిల్లు-గుడిసెయున్ను.

పల్వలః-అ-(సీ)-అల్పసరః॥ తె॥ పడియకుంట.

పవమ్-అ-న-గోమయమ్॥

పవః-అ-పు-పవనమ్-౨వాయుః॥ తె॥ ౧ధాన్యముతూర్పెత్తడము.

పవనమ్-అ-త్రి-ప్రయతే-౨పవిత్రీకరణంచ॥

పవనమ్-అ-న-పవః-౨కులాలపాకస్థానమ్-౩జలమ్॥ తె॥ ౧ధాన్యముతూర్పెత్తడము-చెరగడమున్ను - ౨కుమ్మరవాని వంటయిల్లు.

పవనః-అ-పు-వాయుః-౨నిష్పావః॥ తె॥౧గాలి

పవననన్దనః-అ-పు-పశ్చిమసముద్రాంతరస్థవరుణః॥

పవనవిజయః-అ-పు- శుభాశుభసూచకశ్వాసవాయుజయోపాయకగ్రంథవిశేషః

పవనవ్యాధిః-ఇ-పు-ఉద్ధవః-శ్రీకృష్ణస్యసఖా ౨వాయురోగశ్చ॥

పవనాత్మజః-అ-పు-హనూమాన్ - ౨హవ్యవాహనః- వాయోరగ్నిరితిస్మరణాత్॥

పవనాలః-అ-పు-ధాన్యవిశేషః॥

పవనాశః-అ-పు-సర్పః॥ తె॥పాము.

పవనాశనః-అ-పు-సర్పః॥ తె॥ పాము.

పవనాశనాశః-అ-పు-గరుడః- ౨మయూరః॥

పవనేష్టః-అ-పు-మహానింబః॥

పవనోమ్బుజమ్-అ-న-పరూషమ్॥

పవమానః-అ-పు-వాయుః-౨నిర్మంథ్యాగ్నిః-సచగార్హపత్యాగ్నిః॥

పవమానాత్మజః-అ-పు- హవ్యవాహనః॥

పవాకా-ఆ-సీ-వాత్యా-చక్రవాతః॥

పవిః-ఇ-పు-వజ్రాయుధమ్-౧వజ్రరత్నమ్-౩అస్త్రధారా॥ తె॥౧నూఱంచులవాలు ౨వజ్రము-౩ఆయుధములయంచు.

పవితమ్-అ-న-మరీచమ్॥

పవితః-అ-త్రి-పూతః॥

పవితా-ఋ-త్రి-పవిత్రతాకారకః॥

పవిత్రమ్-అ-న-విష్ణుచక్రమ్-౨కుశమ్-౩దధికలశః-౪గోమయమ్-౫జలమ్-౬తామ్రమ్-౭బ్రహ్మసూత్రమ్-౮మంత్రః-౯హేమ॥ తె॥ ౧విష్ణువుయొక్క చక్రము-౨కుశదర్భగడ్డి-౩పెరుగుకుండ-౪పేడ-౫జలము-౬రాగి-౭జందెము-౮మంత్రము-౯బంగారము.

పవిత్రః-అ-పు-అశ్వత్థవృక్షః-౨పుత్రజీవః-౩దవనః-౪శంభుః-౫అగ్నిః-౬దర్పణః॥ తె॥ ౧రావిచెట్టు-౨పుత్రజీవిచెట్టు-౩దవనము-౪హరుఁడు-౫నిప్పు-౬అద్దము.

పవిత్రః-అ-త్రి-స్వయంపవిత్రోన్యపవిత్రీకరణక్షమః॥

పవిత్రకమ్-అ-న-జాలారజ్జుః-౨ఆజ్యమ్॥ తె॥ ౧వలత్రాడు-౨నెయ్యి.

పవిత్రకః-అ-పు-కుశః-౨దమనకః-౩అశ్వత్థః-౪ఉదుంబరః॥

పవిత్రధాన్యమ్-అ-న-యవః॥

పవిత్రా-ఆ-సీ-అశ్వత్థికా-౨హరిద్రా-౩తులసీ-౪నదీభేదః॥ తె॥ ౧కండ్లరావిచెట్టు-౨పసపు.

పవిత్రారోపణమ్-అ-న-శ్రీకృష్ణసంప్రదానకోపవీతదానరూపోత్సవవిశేషః॥

పవిత్రారోహణమ్-అ-న-పవిత్రారోపణమ్.

పవిత్రితః-అ-త్రి-శుద్ధః॥

పశవ్యమ్-అ-త్రి-పశుసంబంధి॥ } స్రగా

పశు-ఉ-అ-సమ్యగర్థే-౨దర్శనమ్॥ తె॥౧లె }

పశుః-ఉ-పు-వాలచతుష్పదవత్సింహాదిగవాదిమూషకాదయః॥ తె॥పశుజాతి.

పశుక్రియా-ఆ-సీ-మైథునమ్॥

పశుపతిః-ఇ-పు-శివః-౨వృషభః॥ తె॥౧హరుఁడు-౨ఎద్దు.

పశ్చాత్-౦-౦-ప్రతీచీదిక్-౨చరమః-౩వైరమ్-౪చంచలమ్-౫ఆరంభణవిశేషః-౬ప్రారంభః-౭ఉపాయః॥ తె॥ ౧పడమటిదిక్కు-౨తరువాత, చివర-౩పగ-౪చపలత-౫ఆరంభణవిశేషము-౬మొదలుపెట్టుట-౭ఉపాయము.

పశ్చాత్తాపః-అ-పు-అనుతాపః॥ తె॥ వెనకచింతించుట.

పశ్చిమః-అ-త్రి-అంత్యః-౨పశ్చాద్భాగః॥ తె॥ ౧చివరది-౨వెనకది.

పశ్య-అ-౦-పూజా॥ తె॥చక్కగా.

పశ్యత-అ-౦-పూజా॥ తె॥ చక్కగ, యోగ్యముగ.

పశ్యతోహరః-అ-పు-స్వర్ణకారకః-౨పశ్యతాంధనహారకః॥ తె॥౧కంసాలివాఁడు-౨వచ్చెపువాఁడు.

పశ్యస్త్రీ-ఈ-సీ-వర్ణరూపవాక్-౨వేశ్యా॥ తె॥ ౧రూపసౌందర్యములనుజెప్పునది-౨వెలయాలి.

పశ్యల్లలాటః-అ-పు-శివః॥ తె॥హరుఁడు.

పస్త్యమ్-అ-న-గృహమ్॥ తె॥ఇల్లు.

పా-ఆ-సీ-అంబుధారా-౨సుధా॥

పాః-ఆ-త్రి-పానకర్తా-౨రక్షణకర్తా॥

పాంశవః-అ-పు-లవణవిశేషః॥

పాంశుః-ఉ-పు-పరాగః-౨సస్యార్థచిరసంచితగోమయమ్-౩పర్పటః-౪కర్పూరవిశేషః॥ తె॥ ౧దుమ్ము-౨గెత్తము.

పాంశుకాసీసమ్-అ-న-కాసీసమ్॥

పాంశుకులీ-ఈ-సీ-రాజమార్గః॥

పాంశుకూలమ్-అ-న-అనామవట్టోలికా॥

పాంశుచత్వరః-అ-పు-ఘనోపలః॥

పాంశుచన్దనః-అ-పు-శివః॥

పాంశుచామరః-అ-పు - పటవాసః-౨దూర్వాంచితతటీభూమిః- ౩వర్ధాపకః- ౪ప్రశంసా-౫పురోటిః-౬ధూళిగుచ్ఛకః॥

పాంశుజమ్-అ-న-పాంశులవణమ్॥

పాంశుపత్రమ్-అ-న-వాస్తూకమ్॥

పాంశుమర్దనః-అ-పు-కేదారః॥

పాంశురః-అ-పు-దంశకః-౨పీఠసర్పి-ఖంజః॥

పాంశురాగిణీ-ఈ-సీ-మహామేదా॥

పాంశులః-అ-పు-హరః-౨పాపీ - ౩పుంశ్చలః-౪శంభోఃఖట్వాంగమ్-౫పూతికః॥

పాంశులః-అ-త్రి-పాంశుయుక్తే॥

పాంశులా-ఆ-సీ-కులటా-౨భూమిః- ౩కేతకీ ౪రజస్వలా॥

పాంసనః-అ-త్రి-దూషకః॥

పాంసుః-ఉ-పు-పరాగః॥తె॥దుమ్ము.

పాంసుకాసీసమ్-అ-న-కాసీసనామకపర్వతధాతుః॥తె॥ కాసీసపర్వతమునఁబుట్టిన ధాతువు॥

పాంసుచన్దనః-అ-పు-శివః॥తె॥హరుఁడు.

పాంసుచామరమ్-అ-న-కర్పూరకుంకుమమిశ్రచందనచూర్ణమ్॥తె॥బుకాలోభేదము

పాంసుచామరః-అ- పు- దూర్వాంచితతటీభూమిః-౨నిర్ధాపకః-౩ప్రశంసా॥తె॥౧ గరికెమొలచియున్నభూమి-౨ధైర్యముతోపనులుచేయించువాఁడు-౩ప్రశంస.

పాంసులః-అ-పు-పరాగవర్ణలావకః - ౨జారః-౩శంభుః-౪ఖట్వాంగః॥తె॥ ౧పరాగవర్ణముగలలావకపక్షి - ౨లంజకాఁడు ౩హరుఁడు-౪ఖట్వాంగము.

పాంసులః-అ-త్రి-పరాగచిహ్నితః॥తె॥ధూళిగులుతు॥

పాంసులవణమ్-అ-న- సంబరీదేశరుమాకరజాతలవణమ్॥తె॥సంబరీదేశమునఁబుట్టినయుప్పు.

పాంసులా- ఆ- సీ- జారస్త్రీ-౨భూః॥తె॥౧ అంకులాడి-౨పుడమి.

పాకః-అ-పు- శిశుః-౨పచా-౩రజః-౪విష్ఠా-౫జ్వరః-౬అసురవిశేషః- ౭సుషేణవృక్షః-౮క్లేదనమ్॥తె॥౧పిల్ల-౨వండడము-౩ముట్టురక్తము-౪మలము-౫జ్వరము-౬పాకాసురుఁడు-౭కలివిచెట్టు-౮పండడము.

పాకకృష్ణః-అ-పు-కృష్ణఫలపాకః॥

పాకకృష్ణఫలః-అ-పు-కరమర్దకవృక్షః-౨పాకకృష్ణః॥తె॥౧ఓఁకచెట్టు.

పాకజమ్-అ-న- కాచలవణమ్- ౨పరిణామశూలమ్॥

పాకపుటిః-ఇ-సీ-కులాలపాకపుటీ॥తె॥కుమ్మరఆవము.

పాకపుటీ-ఈ-సీ-కుంభశాలా॥

పాకఫలః-అ-పు-కరమర్దవృక్షః॥తె॥ఓఁకచెట్టు

పాకఫలకృష్ణః-అ-పు- కరమర్దకః॥తె॥ ఓఁకచెట్టు.

పాకభాణ్డమ్-అ-న-పాకపాత్రమ్॥

పాకమత్స్యః-అ-పు-మత్స్యవ్యంజనమ్॥

పాకయజ్ఞః-అ-పు- వృషోత్సర్గగృహప్రతిష్ఠాదీనాంహోమః- చరుహోమాంగకకర్మ॥

పాకయజ్ఞికః-అ-పు-పాకయజ్ఞకర్తా॥

పాకరఞ్జనమ్-అ-న-తేజపత్రమ్॥

పాకలమ్-అ-న-పారిభావ్యమ్॥ తె॥ చెంగలికోష్టు.

పాకలః-అ-త్రి-వ్రణాదిపాకకారిణి.
పాకలః-అ-పు- గజజ్వరః-౨అశ్వః॥ తె॥ ౧ఏనుఁగులకువచ్చెడుజ్వరము-౨గుఱ్ఱము.
పాకలిః-ఇ-సీ-వృక్షవిశేషః॥
పాకలీ-ఈ-సీ-కర్కటీ॥
పాకశాలా-ఆ-సీ-రంధనగృహమ్-పాకస్థానమ్॥ తె॥వంటయిలు.
పాకశాసనః-అ-పు-ఇంద్రః॥ తె॥ఇంద్రుడు.
పాకశాసనిః-ఇ-పు-ఇంద్రసుతః॥ తె॥ జయంతుఁడు.
పాకశుక్లా-ఆ-సీ-మహాశ్వేతా॥ తె॥బలపము
పాకస్థానమ్-అ-న- మహానసమ్॥ తె॥ వంటయిల్లు.
పాకా-ఆ-సీ-వాలికా॥
పాకారిః-ఇ-పు-శ్వేతకాంచనమ్॥
పాకిమమ్-అ-త్రి-పక్త్రిమమ్॥
పాకుకః-అ-పు-సూపకారః॥
పాకోపనాశకః-అ-పు- కరమర్దకవృక్షః॥ తె॥ ఓఁకచెట్టు.
పాక్యమ్-అ-న-బిడలవణమ్॥ తె॥ బిడాలలవణము.
పాక్యః-అ-పు- యవక్షారః॥ తె॥ యవక్షారము.
పాక్షాయణః-అ- త్రి-పక్షసంబంధి-౨పక్షేభవః॥
పాక్షికః-అ-త్రి-పక్షపాతీ- ౨పక్షిఘాతకశ్చ
పాక్షికః-అ-పు-పక్షిఘాతుకః॥ తె॥ పక్షులవేఁటకాఁడు.
పాఖణ్డః-అ-పు-పాషండః॥
పాగలః-అ-పు-ఉన్మత్తః॥
పాచకమ్-అ-న-పిత్తవిశేషః॥
పాచకః-అ-పు- సూదః- ౨అగ్నిః॥ తె॥ ౧అన్నాదులువండెడువాఁడు.

పాచకః-అ-త్రి- అన్నాదిపాకకారకౌషధాదౌ॥
పాచనమ్-అ-న- ప్రాయశ్చిత్తమ్-౨దోషపాచకక్వాథౌషధమ్॥
పాచనమ్-అ-త్రి-పాచయితా॥
పాచనః-అ-పు-అగ్నిః-అమ్లరసః-౩రక్తైరండః॥
పాచనకః-అ-పు-టంకణః॥
పాచనీ-ఈ-సీ-హరీతకీ॥
పాచలమ్-అ-న-పాచనమ్॥
పాచలః-అ-పు-పాచకః-౨అగ్నిః- ౩రాధనద్రవ్యమ్-౪వాయుః॥
పాచీ-ఈ-సీ-లతావిశేషః॥
పాజః-స్-న-బలమ్॥
పాఞ్చకపాలః-అ-త్రి - పంచకపాలయాగసంబంధీ-౨పంచకపాలస్యాయమ్॥
పాఞ్చగుణికః-అ-పు - పంచగుణార్థోత్తమర్ణః॥ తె॥ ఐదురెట్లవడ్డికినిచ్చెడువాఁడు.
పాఞ్చజన్యః-అ-(సీ)-విష్ణుశంఖః - ౨శంఖః॥ తె॥౧విష్ణుశంఖము-౨శంఖము.
పాఞ్చజన్యః-అ-పు-అగ్నిః॥ తె॥అగ్ని.
పాఞ్చజన్యధరః-అ-పు-విష్ణుః॥
పాఞ్చరాత్రికః-అ-పు- పాంచరాత్రికమతప్రవర్తకః॥ తె॥పాంచరాత్రమతస్థుడు.
పాఞ్చాలికా-ఆ-సీ-పంచాలికా॥
పాఞ్చశబ్దికమ్-అ-న-పంచప్రకారవాద్యమ్
పాఞ్చాత్రికః-అ-పు- పాంచాత్రికమతప్రవర్తకః॥ తె॥పాంచాత్రికమతస్థుఁడు.
పాఞ్చార్థికః-అ-పు-పాశుపతః॥
పాఞ్చాలః-అ-త్రి-పంచాలదేశోద్భవః॥
పాఞ్చాలః-అ-పు- సత్కులప్రసూతః-౨తక్షతంతువాయరజకనాపితచర్మకారపంచజాతిసముదాయః- ౩దేశవిశేషః - ౪

రాజా॥ తె॥ ౧మంచికులమునఁబుట్టినవాఁడు-౨వడ్లవాఁడు-సాలెవాఁడు-చాకలివాఁడు-మంగలివాఁడు-మాదిగవాఁడువీరలగుంపు- ౩పాంచాలదేశము-౪ద్రుపదుఁడనురాజు.

పాంచాలికా-ఆ-సీ-౧వస్త్రదంతాదికృతనరమృగాదిరూపమ్-౨సౌధాదిస్తంభనిర్మితపుత్త్రికా-౩ద్రౌపదీ-౪భిత్తిభేదః-౫రీతిభేదః॥ తె॥ ౧బొమ్మ-౨మేడమొదలగువాటిస్తంభములమీఁదఁజేసిపెట్టినబొమ్మ-౩ద్రౌపదీదేవి-౪ఒకజాతీయగోడ-౫రీతిభేదము.

పాంచాలీ-ఈ-సీ-ద్రౌపదీ-౨పుత్త్రికా-౩రీతివిశేషః॥ తె॥ ౧ద్రౌపదీదేవి-౨బొమ్మ-౩ఒకానొకరీతి.

పాట్-౦-౦-సంబోధనమ్॥

పాటకః-అ-పు-మహాకిష్కుః-౧కటకాంతరమ్-౨వాద్యమ్-౩అక్షాదిచాలనమ్-౪మూలద్రవ్యాపచయః-౫రోధః-౬గ్రామైకదేశః॥

పాటచ్చరః-అ-పు-తస్కరః॥ తె॥ దొంగవాఁడు.

పాటనమ్-అ-న-ఘటనమ్॥

పాటలమ్-అ-న-పాటలీపుష్పమ్॥ తె॥ కలిగొట్టుపువ్వు.

పాటలః-అ-పు-౧శ్వేతాధికరక్తవర్ణః-౨మత్స్యవిశేషః-౩ఆశువ్రీహిః॥ తె॥ ౧మిక్కిలితెలుపుకలసినఎఱుపు-౨ఒకానొకమీను-౩ఎఱ్ఱజిలమవడ్లు.

పాటలః-అ-త్రి-శ్వేతాధికరక్తవర్ణవాన్॥ తె॥ ఎక్కుడుతెలుపుకలసినఎఱుపువర్ణముఁగలది.

పాటలద్రుమః-అ-పు-పున్నాగవృక్షః॥

పాటలా-ఆ-సీ-పాటలీనగరమ్-౨కాలస్థాలీ-౩పాటలగౌః-౪దుర్గా॥ తె॥ ౧పాటలీపురము-౨కలిగొట్టుచెట్టు-౩పాటలవర్ణముఁగలయావు.

పాటలాఙ్ఘ్రిః-ఇ-పు-పారావతపక్షీ॥ తె॥ పావురము.

పాటలాపుష్పసన్నిభమ్-అ-న-పద్మకాష్ఠమ్॥

పాటలిః-ఇ-ద్వ-కాలస్థాలీ॥ తె॥ ౧కలిగొట్టుచెట్టు.

పాటలిపుత్రమ్-అ-న-నగరవిశేషః॥

పాటలీ-ఈ-సీ-శంఖపాత్రమ్-౨పాటలానగరమ్-౩కటభిః-౪ముష్కః॥ తె॥ ౧అభిషేకశంఖము-౨పాటలీనగరము-౩నల్లగినియచెట్టు-౪మొక్కపుచెట్టు.

పాటవమ్-అ-న-ఆరోగ్యమ్-౨పటుతా॥ తె॥ ౧రోగములేనిది.

పాటవః-అ-పు-కేమః॥ తె॥ పులిపిరికాయ.

పాటవికః-అ-త్రి-పటుః,ధూర్తః॥

పాటహికా-ఆ-సీ-గుంజా॥

పాటితమ్-అ-త్రి-కృతపాటనమ్॥

పాటీన్-పు-అనేకదంష్ట్రిమత్స్యః॥ తె॥ విస్తారమయినదంతములుఁగలచేఁప.

పాటీ-ఈ-సీ-బలాటూపః-౨పరిపాటీ-అనుక్రమః॥

పాటీరః-అ-పు-వటీరః॥

పాట్యమ్-అ-న-పట్టశాకమ్॥

పాఠః-అ-పు-పఠనమ్-౨వేదపాఠః-౩బ్రహ్మయజ్ఞః॥ తె॥ ౧చదవడము.

పాఠకః-అ-త్రి-ఉపాధ్యాయః-౨ధర్మభాణకః॥

పాఠభూః-ఊ-సీ-బ్రహ్మారణ్యమ్-౨వేదాదిపాఠస్థానమ్॥

పాఠమఞ్జరీ-ఈ-సీ-శారీపక్షిణీ॥

పాఠశాలా-ఆ-సీ-అధ్యయనగృహమ్॥

పాతశాలినీ-ఈ-సీ-శారీపక్షిణీ॥

పాతా-ఆ-సీ-అంబష్ఠాలతా॥ తె॥ పాటచెట్టు.

పాఠికా-ఆ-సీ-పాఠా॥

పాఠీన్-పు-చిత్రకవృక్షః- ౨పాఠపిశిష్టశ్చ॥

పాఠీకుఠః-అ-పు-చిత్రకవృక్షః॥ లము.

పాఠీనమ్-అ-న-చిత్రకమ్॥ తె॥ చిత్రమూ

పాఠీనః-అ-పు-అనేకదంష్ట్రిమత్స్యః-౨పాఠకః-౩గుగ్గులువృక్షః॥ తె॥ ౧ఎక్కుడుదంతములుఁగలచేఁప- ౨ఉపాధ్యాయుఁడు-౩గుగ్గిలపుచెట్టు

పాఠ్యమ్-అ-త్రి-పఠనీయమ్॥

పాడ్యమీ-ఈ-సీ-ప్రతిపత్తిథిః॥ తె॥ మొదటితిథి.

పాణః- అ - పు - పాణిః॥

పాణిః ఇ-సీ-పణ్యవీథీ-హట్టః॥

పాణిః-ఇ-పు-కర్ణేంద్రియవిశేషః-౨హస్తః-౩మాత్రికగుణః-రవిత్తమ్-౪పరంతపః-౬కులికవృక్షః॥ తె॥ ౧కర్మేంద్రియవిశేషము-౨ముంజెయ్యి-౩ముత్తెములోనినీలు రధనము - ౪శత్రుబాధచేయువాఁడు.

పాణికచగ్రహణమ్-అ-న - బాహ్యరతివిశేషః॥

పాణికా-ఆ-సీ-సూర్పాకారక్షేపదారు॥ తె॥ సంగడితెడ్డు.

పాణిగృహీతీ-ఈ-సీ- యజ్ఞాధికారిభార్యా॥ తె॥సోమిదేవి.

పాణిగ్రహణమ్-అ-న-వివాహః॥

పాణిఘః-అ-పు-పాణివాదః॥ తె॥చప్పట్లుకొట్టిబ్రతికెడివాఁడు.

పాణిఘాతః-అ-పు-పాణినాహననమ్॥

పాణిజః-అ-పు-నఖః॥

పాణితలమ్-అ-న-చతుశ్శాణప్రమాణమ్- ౨హస్తాధోభాగశ్చ॥ తె॥౧గిద్దెడు.

పాణినః-అ-పు-పాణినిమునిః॥

పాణినిః-ఇ-పు-మునివిశేషః॥

పాణినీయమ్-అ-త్రి-పాణినినాకృతమ్॥

పాణింధమః-అ-పు-అంధకారసర్పాద్యావృతమార్గః-౨చర్మభస్త్రికా-౩అయస్కారః-౪వాద్యభేదః॥ తె॥ ౧చీఁకటి, పాములుగలత్రోవ-౨కొలిమితిత్తి - ౩కమ్మరవాఁడు-౪వాద్యవిశేషము.

పాణింధయః-అ-త్రి- పాణిద్వారాపానకర్తా

పాణిపాదమ్-అ-న-పాణిపాదసమాహారః॥ తె॥చేతులుకాళ్లసమూహము.

పాణిపీడనమ్-అ-న-వివాహః॥ తె॥ పెండ్లి.

పాణిభుక్-జ్-పు-ఉదుంబరవృక్షః॥

పాణిభుక్-జ్-త్రి-పాణికరణకభోక్తరి॥

పాణిమర్దః-అ-పు-కరమర్దకః॥

పాణిముక్తమ్-అ-న-అస్త్రమ్॥

పాణిరుహః-అ-పు-నఖః॥

పాణివాదః-అ - పు - పాణిఘః॥ తె॥ నాట్యమాడు వాండ్ర వెనుక చప్పట్లుఁ గొట్టువాఁడు.

పాణివాదకః-అ-త్రి-పాణివాదః॥

పాణిసర్గ్యా-ఆ-సీ-రజ్జుః॥

పాణీతలమ్-అ-న-తోలకద్వయమ్॥

పాణౌకరణమ్-అ-న-వివాహః॥ తె॥ పెండ్లి

పాణ్డరమ్-అ-న-కుందపుష్పమ్-౨గైరికమ్॥

పాణ్డరః-అ-త్రి-శ్వేతవర్ణవాన్ - ౨శ్వేతాధికపీతవర్ణవాన్॥

పాణ్డరః-అ-పు-శ్వేతవర్ణః- ౨శ్వేతాధికపీతవర్ణః-౩మరువకవృక్షః॥ తె॥ ౧తెలుపు-౨ఎక్కుడు తెలుపుఁగలిసిన పసపు వర్ణము.

పాణ్డరపుష్పికా-ఆ-సీ-శీతలావృక్షః॥

పాణ్డవః-అ-పు-పాండునందనః॥

పాణ్డవాభీలః-అ-పు-కృష్ణః॥

పాణ్డవాయనః-అ-పు-కృష్ణః॥

పాణ్డవికా-ఆ-స్త్రీ-చటక(స్త్రీ)॥ తె॥ ఆడుయూరపిచ్చుక.

పాణ్డవేయః-అ-త్రి-పాణ్డోరపత్యమ్॥

పాణ్డిత్యమ్-అ-న-పండితభావః-౨పండితకర్మ

పాణ్డుః-ఊ-స్త్రీ-మాషపర్ణీ-౨పాండువర్ణ(స్త్రీ)॥

పాణ్డుః-ఉ-పు-శ్వేతవర్ణః-౨శ్వేతాధికపీతవర్ణః-౩కటోలలతా-౪పాండురోగః-౫పాండురాజః-౬రథవిశేషః॥ తె॥ ౧ తెలుపు-౨ ఎక్కుడుతెలుపుకలిసినపసుపువర్ణము-౩ చేంతిపొట్లతీఁగె-౪ పాండురోగము ౫ పాండురాజు-౬ ఒకానొకరథము.

పాణ్డుః-ఉ-త్రి-శ్వేతవర్ణవాన్-౨శ్వేతాధికపీతవర్ణవాన్॥

పాణ్డుకః-అ-పు-పాండురోగః-౨పాండురాజా-౩పాండువర్ణః॥

పాణ్డుకణ్టకః-అ-పు-అపామార్గః॥

పాణ్డుకమ్బలః-అ-పు-శ్వేతప్రావారః-౨ప్రస్తరభేదః-౩పాండువర్ణకంబలః॥

పాణ్డుకమ్బలీ-న్-త్రి-పాండుకంబలయుక్తే॥

పాణ్డుకమ్బలీ-న్-పు-పాండువర్ణకంబలావృతరథః॥ తె॥ తెల్లకంబళులుకప్పినతేరు.

పాణ్డుజాతమ్-అ-న-పుష్పకాసీసమ్॥

పాణ్డుతరుః-ఉ-పు-ధవళవృక్షః॥

పాణ్డునాగః-అ-పు-పున్నాగవృక్షః-౨శ్వేతహస్తిసర్పౌచ॥

పాణ్డుపత్నీ-ఈ-స్త్రీ-కుంతీ-౨రేణుకా॥ తె॥ ౧ కుంతీదేవి-౨ రేణుకయనుగ్రంథ్యము.

పాణ్డుపత్రీ-ఈ-స్త్రీ-రేణుకా॥

పాణ్డుపృష్ఠః-అ-త్రి-పాండువర్ణపృష్ఠయుక్తః

పాణ్డుఫలః-అ-పు-కటోలలతా॥ తె॥ చేంతిపొట్లతీఁగె.

పాణ్డుఫలా-ఆ-స్త్రీ-చిర్భిటా॥

పాణ్డుభూమః-అ-త్రి-పాండువర్ణభూమియుక్తదేశః॥

పాణ్డుమృత్-ద్-స్త్రీ-దుగ్ధపాషాణః॥ తె॥ ఉల్లిపాషాణము.

పాణ్డుమృత్తికా-ఆ-స్త్రీ-దుగ్ధపాషాణః॥ తె॥ ఉల్లిపాషాణము.

పాణ్డుయావనః-అ-పు-ఖర్జూరవృక్షః॥ తె॥ ఖర్జూరపుచెట్టు.

పాణ్డురమ్-అ-న-శ్విత్రరోగః॥

పాణ్డురః-అ-పు-శ్వేతవర్ణః-౨శ్వేతాధికపీతవర్ణః॥

పాణ్డురః-అ-త్రి-శ్వేతవర్ణవాన్-౨శ్వేతవర్ణాధికపీతవర్ణవాన్-౩కామలారోగః॥

పాణ్డురఙ్గః-అ-పు-ఫలశాకవిశేషః॥

పాణ్డురద్రుమః-అ-పు-కుటజవృక్షః॥ తె॥ కొడిసెచెట్టు.

పాణ్డురపృష్ఠః-అ-త్రి-లక్షణహీః-౨పాండురవర్ణపృష్ఠయుక్తశ్చ॥

పాణ్డురఫలీ-ఈ-స్త్రీ-క్షుద్రక్షుపవిశేషః॥

పాణ్డురా-ఆ-స్త్రీ-కృష్ణవృంతా॥ తె॥ పాదరిచెట్టు.

పాణ్డురాగః-అ-పు-దమనకవృక్షః॥

పాణ్డురాగః-అ-త్రి-పాండువర్ణయుక్తే॥

పాణ్డురాఙ్గకః-అ-పు-దవనమ్॥ తె॥ దవనము.

పాణ్డురేక్షుః-ఉ-పు-శ్వేతేక్షుః॥

పాణ్డులోమశా-ఆ-స్త్రీ-మాషపర్ణీ-౨పాండువర్ణలోమయుక్తాచ॥

పాణ్డులోమా-ఆ-స్త్రీ-మాషపర్ణీ॥

పాణ్డులోమా-ఆ-త్రి-పాండువర్ణలోమయుక్తే॥

పాణ్డుశర్కరా-ఆ-స్త్రీ-రాగవిశేషః॥

పాణ్డుశర్మిలా-ఆ-స్త్రీ-ద్రౌపదీ॥

పాణ్డుసోపాకః-అ-పు- వర్ణసంకరవిశేషః-స తుచాండాలాద్వైదేహ్యాంజాతః॥

పాణ్యః-అ-త్రి-స్తుత్యః॥

పాతః-అ-పు-కనీనికాచలనవిశేషః - ౨పతనమ్॥ తె॥౧కంటిగ్రుడ్లుత్రిప్పుట- ౨పడుట.

పాతః-అ-త్రి-రక్షితః-౨రాహుః॥ తె ॥ ౧రక్షింపఁబడినది.

పాతకః-అ-(సీ) - బ్రహ్మహత్యాదిపాపమ్॥ తె॥బ్రహ్మహత్య మొదలగుపాపము.

పాతఙ్గిః-ఇ-పు-శనైశ్చరః॥ తె॥శనైశ్చరుఁడు.

పాతఞ్జలమ్-అ-న- పతంజలిముని ప్రణీతపాద చతుష్టయాత్మక యోగకాండ నిరూపక దర్శనశాస్త్రవిశేషః॥

పాతనమ్-అ-న నిద్రావికారభేదః - ౨పతనమ్॥ తె॥౧నిద్రావికారము-౨పడుట.

పాతా-ఋ-త్రి-రక్షితా-౨గంధపత్రః॥

పాతాలమ్-అ-న- చతుర్థాధోలోకః- ౨బడబాగ్నిః-౩జలమ్-౪అధోలోకసప్తకసామాన్యమ్॥ తె ॥౧క్రిందినాలవలోకము-౨బడబాగ్ని-౩ఉదకము - ౪సాధారణముగాను గ్రిందియేడులోకములు.

పాతాలః-అ-పు- ఔషధపాకార్థయంత్రవిశేషః॥ సరితీఁగె

పాతాలగరుడీ-ఈ-సీ-ఉదబంధనీ॥ తె॥దూ

పాతాలనిలయః-అ-పు-దైత్యః-౨సర్పః॥

పాతాలౌకాః-స్-పు-దైత్యః॥

పాతాలౌకాః-స్-త్రి-పాతాలవాసిని॥

పాతిః-ఇ-పు-ప్రభుః॥

పాతికః-అ-పు-శిశుమారః॥

పాతిలీ-ఈ-సీ-వాగురా-౨నారీ - ౩మృత్పాత్రభేదః॥

పాతుకః- అ-త్రి- పతనశీలః॥ తె॥పడునట్టిస్వభావముకలవాఁడు.

పాతుకః-అ-పు-ప్రపాతః-౨జలహస్తీ - ౩అతుః॥ తె॥౧కొండచరియ-౨నీటియేనుఁగు ౩సొగటాలపాచిక.

పాత్రమ్-అ-న-సర్వపాత్రసామాన్యమ్-౨భాజనమ్-౩నాట్యనియుక్తస్త్రీపురుషాః-౪యోగ్యః-౫ప్రవీణః- ౬రాజమంత్రీ-౭పత్రమ్- ౮ఉభయతీరమధ్యనదీప్రదేశః-౯స్రువాది హోమపాత్రసామాన్యమ్॥ తె॥౧అన్నిపాత్రములును - ౨కంచము-౩నాట్యమునకునియోగింపబడిన స్త్రీపురుషులు-౪తగినవాఁడు - ౫ప్రవీణుఁడు-౬రాజమంత్రి - ౭ఆకు-౮పటియిరుగట్టులకునడిమి ప్రదేశము-౯స్రుక్కు-మొదలగుహోమపాత్రము.

పాత్రః-అ-పు-ధరణః- ౨పాత్రసామాన్యమ్ ౩భాజనమ్॥ తె॥ ౧పెంపుడుచిలుక-౩ (కంచము.)

పాత్రటః-అ-పు-కర్పటకః॥

పాత్రటః-అ-త్రి-కృశే॥

పాత్రటీరః-అ-పు-యుక్తవ్యాపారమంత్రీ-౨లోహపాత్రమ్-౩కాంస్యపాత్రమ్-౪రజతపాత్రమ్-౫సింహాణమ్- ౬పావకః ౭పింగాశః-౮వాయసః-౯కంకః॥

పాత్రపాలః-అ-పు-తులాధటః॥

పాత్రసంస్కారః-అ-పు-పురోటిః-౨భాజనశుద్ధిశ్చ॥

పాత్రసాత్-త్-౦-దేయమ్॥ తె॥పాత్రము నందివ్వడము.

పాత్రాధీరః-అ-పు-ముక్తవ్యాపారమంత్రీ ౨లోహకాంస్యరజతాదిపాత్రమ్ - ౩ పింగాణమ్-౪పావకః॥

పాత్రీవః-అ-(సీ)- యజ్ఞోపకరణమ్-౨అప్రసిద్ధమ్॥ తె॥ ౧యజ్ఞోపకరణద్రవ్యము-౨అప్రసిద్ధము.

పాత్రీ-ఈ-సీ- సర్వపాత్రసామాన్యమ్- ౨భాజనమ్-౩రథూకర్త్రీ-౪పానకర్త్రీ-౫శోషికా॥ తె॥౨కంచము- ౩రథుచేయునది- ౪పానముచేయునది - ౫ఎండించునది.

పాత్రీయమ్-అ-న-యజ్ఞపాత్రమ్॥

పాత్రీరః-అ-పు-యజ్ఞద్రవ్యమ్॥

పాత్రేసమితః-అ-త్రి-భోజనాదన్యత్రయోనమిలితఃసః-భోజనేష్వేవదక్షః॥

పాత్రోపకరణమ్-అ-న-ఉపభూషణమ్॥

పాత్రిమ్-అ-న-పాపిత్రాతా ॥

పాత్రితా-ఆ-సీ-పాత్రత్వమ్ - ౨విద్యాతపస్యాచారయుక్తతా॥

పాథమ్-అ-న-నవనీతమ్-౨జలమ్ ॥ తె॥ ౧వెన్న-౨ఉదకము.

పాథః-స్-న-జలమ్- ౨అన్నమ్ - ౩పరమాత్మా-౪చిరంతనమ్॥ తె॥ ౧ఉదకము-౨అన్నము - ౩పరమాత్మ- ౪పాఁతది, చాలాకాలమునాటిదిన్ని.

పాథః-అ-పు- నాసాపుటద్వయమ్ - ౨సూర్యః-౩అగ్నిః॥ తె॥౧ముక్కుగోళ్లు.

పాథిః-స్-పు-సముద్రః-౨చక్షుః॥

పాథిః-స్-న-కీలాలమ్॥

పాథేయమ్-అ-న-శంబలమ్- ౨కన్యారాశిః॥ తె॥౧బత్తెము.

పాథోజమ్-అ-న-కమలమ్॥

పాథోదః-అ-పు-మేఘః॥

పాథోధిః-ఇ-పు-సముద్రః॥

పాథోనిధిః-ఇ-పు-సముద్రః॥

పాద్-ద్-పు-పాదః॥

పాదమ్-అ-న-చక్రకారకః॥ తె॥వ్యాఘ్రనఖమను గ్రంథ్యము.

పాదః-అ-పు-కిరణః-౨కర్మేంద్రియభేదః- ౩చరణః-౪పర్వతప్రత్యంతపర్వతః - ౫చతుర్థభాగః-౬బుధ్నః॥ తె॥ ౧కిరణము-౨కర్మేంద్రియభేదము-౩పాదము- ౪కొండదరిమెట్ట-౫నాలవవంతు-౬వేరు.

పాదకటకమ్-అ-న-హంసకః॥ తె॥ కాలికడియము.

పాదకటకః-అ-పు- నూపురః - ౨రవశూన్యహంసాకృతిచరణభూషణమ్॥

పాదకృచ్ఛ్రః-అ-(సీ -ఏకరాత్రమేకభుక్తమేకరాత్రమయాచితమేకరాత్రముపవాసస్తత్పాదకృచ్ఛ్రాఖ్యవ్రతమ్॥ తె॥ఒకనాటి రాత్రియొకపూటభోజనము-ఒకరాత్రియయాచితభుక్తియును- ఒకరాత్రియుపవాసముండుట.

పాదగణ్డిరః-అ-పు-శ్లీపదమ్॥

పాదగ్రహణమ్-అ-న-పాదౌస్పృష్ట్వాగోత్రనామపూర్వకనమస్కారః॥ తె॥ పాదములదాఁకిగోత్రనామపూర్వకముగాఁ బ్రవరజెప్పిమ్రొక్కుట.

పాదచత్వరః-అ-పు-ఛాగః-౨సైకతమ్- ౩పిప్పలః-౪కరకః-౫పరదోషైకప్రవక్తా॥

పాదచారీ-న్-పు-పదాతిః॥

పాదచారీ-న్-త్రి-పద్భ్యాంగమనశీలః॥

పాదజః-అ-పు-శూద్రః ॥ తె ॥ నాలవజాతివాఁడు.

పాదతలమచ్ఛః-అ- పు - కులవృద్ధిలక్షణమ్॥ తె॥కులవృద్ధిచేయువానిగుఱుతు.

పాదత్రాణమ్-అ-న-పన్నద్ధీ-౨పాదుకా॥ తె॥౧పైజారు-౨పావుకోళ్లు.

పాదపః-అ-పు-వృక్షః-౨పాదపీఠమ్ ౩శైలః

పాదపరుహా-ఆ-సీ-వందాకః॥

పాదపా-ఆ-సీ-పాదుకా॥ తె॥పావుకోళ్లు.

పాదపాశః-అ-పు-ఘంటికా- ౨శృంఖలాక

టకమ్॥ తె॥౧ఘుంట-౨గోలుసునకు వేసిన యుంగరము.

పాదపాశీ-ఈ-సీ-ఖడ్డుకా-౨శృంఖలా॥

పాదపీఠమ్-అ-న-పాదస్థాపనాసనమ్॥

పాదపీఠికా-ఆ-సీ-నాపితాదిశిల్పమ్॥

పాదపృష్ఠసచ్ఛః-అ-పు - రోగిలక్షణమ్॥ తె॥ రోగికుండుగుఱుతు.

పాదప్రక్షాళనమ్-అ-న-చరణధౌతమ్॥

పాదప్రధారణమ్-అ-న-పాదుకా॥

పాదప్రహారః అ-పు-పదాఘాతః॥

పాదబన్ధనమ్-అ-న-గోమహిష్యాదికమ్- ౨ చరణోద్దానంచ॥ తె॥ ౧ఆవులుగేదెలు మొదలయినవి,

పాదమాతా-ఋ-సీ-చటక(స్త్రీ)॥ తె॥ ఆఁడు యూరపిచ్చుక.

పాదమూలమ్-అ-న-చరణాధోభాగః॥

పాదరక్షణమ్-అ-న-పాదుకా॥

పాదరజ్జుః-ఉ-సీ- హస్తిపాదబంధనరజ్జుః-౨ చరణబంధనదామమాత్రంచ॥

పాదరథీ-ఈ-సీ-పాదత్రాణమ్॥ తె॥ పైజారు

పాదరోహణః-అ-పు-వటవృక్షః॥

పాదవల్మీకమ్-అ-న-శ్లీపదరోగః॥ తె॥ పాదములు చెదలుతిన్నట్లుండెడురోగము.

పాదవికః-అ-పు-పథికః॥

పాదవిరజాః-స్-సీ-పాదుకా॥

పాదశః-స్-అ-పాదంపాదమ్॥ (వ్రేలు.)

పాదశాఖా-ఆ-సీ- పాదాంగులీ॥ తె॥ కాలి

పాదశైలః-అ-పు-ప్రత్యంతపర్వతః॥

పాదశోథః-అ-పు-పాదగతశోథః॥

పాదస్ఫోటః-అ-పు-విపాదికా॥ తె॥ కాళ్లుపగిలెడుకష్టము.

పాదహారకః-అ-త్రి- చరణద్వారాహరణకర్తా॥

పాదాః-అ-పు- ఉత్తరపదే,నాట్యోక్తపూజ్యః-౨పూజ్యః ౩యతిసంప్రదాయభేదజ్ఞానార్థచిహ్నమ్॥

పాదాగ్రమ్-అ-న-చరణాగ్రభాగః॥

పాదాఙ్గదమ్-అ-న-తులాకోటిః॥ తె॥ పాగడము,బిరుదు,పెండేరమున్న.

పాదాఙ్గుష్ఠాధికతర్జనీ-ఈ-సీ - వైధవ్యలక్షణమ్॥ తె॥ విధవకుండుగుఱుతు-అనఁగాఁ గాలిబొటనవ్రేలికంటె రెండవవ్రేలు పొడవుగానుండుట.

పాదాఙ్గుష్ఠికా-ఆ-సీ- పాదాంగుష్ఠభూషణమ్॥ తె॥ బొబ్బిలికాయ.

పాదాత్-త్-పు-పదాతిః॥

పాదాతమ్-అ-న-పదాతిసమూహః॥ తె॥ కాలిబలము.

పాదాతః-అ-పు-పాదాతిః॥

పాదాతిః-ఇ-పు-పదాతిః॥

పాదాతికః-అ-పు-పదాతిః॥

పాదారకః-అ-పు-పోలిందః॥

పాదాలిన్దః-అ-పు-నౌకా॥

పాదావర్తః-అ-పు-తులా॥ తె॥ ఏతముమీఁది కఱ్ఱ.

పాదావికః-అ-పు-పదాతిః॥

పాదీ-న్-పు- పాదవిశిష్టజలజంతుగణః- ౨చతుర్థాంశభాగీ॥

పాదుః-ఊ-సీ-పాదుకా- ౨ఉపానత్॥ తె॥౧ పావుకోళ్లు-౨చెప్పులు.

పాదుకమ్-అ-న-పాదత్రాణమ్॥ తె॥ పైజారు

పాదుకః-అ-త్రి-గమనశీలః॥

పాదుకా-ఆ-సీ-పాదూః॥ తె॥ పావుకోళ్లు.

పాదుకాకారః-అ-పు-చర్మకారః॥

పాదుకాకృత్-త్-పు-చర్మకారః॥

పాదూః-ఊ-సీ-పాదుకా- ౨ఉపానత్॥ తె॥

౧పావుకోళ్లు-౨చెప్పులు.

పాదూకృత్-త్-పు-చర్మకారః॥ తె॥ గొడారువాఁడు.

పాదోదకమ్-అ-న-చరణధౌతజలమ్॥

పాదోద్ధ్వానామికా-ఆ-సీ- దరిద్రవిధవాలక్షణమ్॥

పాద్యః-అ-త్రి-పాదప్రక్షాళనార్థజలమ్॥

పాధికమ్-అ-న-శంబలమ్॥ తె॥బత్తెము.

పానమ్-అ-న-రక్షణమ్-౨పానమ్-౩భాజనం

పానః-అ-పు-శౌండికః-౨నిశ్వాసః॥

పానకః-అ-పు- ఖండశర్కరాదికృతః॥ తె॥ పానకము-

పానగోష్ఠికా-ఆ-సీ-ఆపానమ్॥ తె॥పదిమంది కూడి మద్యపానముచేసెడిస్థలము.

పానపాత్రమ్-అ-న-చషకమ్॥ తె॥ కల్లుత్రాగేగిన్నె.

పానసీ-ఈ-సీ-కంకసీ॥ తె॥ ఆఁగాకరచెట్టు.

పానవణిక్-జ్-పు-శౌండికః॥

పానభాజనమ్-అ-న-పానపాత్రమ్॥

పానసమ్-అ-న-పనసభవమద్యమ్॥

పానసమ్-అ-త్రి-పనససంబంధిని॥

పానాత్యయః-అ-పు-మదాత్యయరోగః॥

పానిలమ్-అ-న-పానపాత్రమ్॥

పానీయమ్-అ-న-జలమ్॥ తె॥ఉదకము.

పానీయః-అ-త్రి-పేయః- ౨రక్షణీయః॥ తె॥ ౧త్రాగఁదగినది.

పానీయనకులః-అ-పు-ఉద్రః-యథా- ఉద్రస్తుజలమార్జారఃపానీయనకులోవసీ॥

పానీయపృష్ఠజః-అ-పు-కుంభీ॥

పానీయఫలమ్-అ-న-మఖాన్నమ్॥

పానీయమూలకమ్-అ-న-సోమరాజీ॥

పానీయవర్ణికా-ఆ-సీ-వాలుకా॥

పానీయవల్లీ-ఈ-సీ-సుషవీ॥ తె॥ఆరెచెట్టు.

పానీయశాలికా-ఆ-సీ-జలావస్థానగృహమ్॥

పానీయామలకమ్-అ-న-ప్రాచీనామలకమ్॥

పానీయాలుః-ఉ-పు-కందవిశేషః॥

పానీయాశ్నా-ఆ-సీ-బల్బజా॥

పాన్థః-అ-పు-పథికః॥ తె॥ తెరువరి.

పాన్థాహితః-అ-పు-షడ్బిందుః॥ తె॥ మండగబ్బితేలు.

పాపమ్-అ-న-దుష్కృతమ్- ౨అష్టసంజ్ఞా॥

పాపః-అ-త్రి-పాపవాన్-౨పరపీడారతః-౩నికృష్టః॥ తె॥౧పాపి- ౨ఒకరినిపీడించుటయందాసక్తిగలవాఁడు-౩నిందితుఁడు.

పాపకమ్-అ-న-పాపమ్॥

పాపకృత్-త్-త్రి-పాపకర్తా॥

పాపగ్రహః-అ-పు-అర్ధోనచంద్రః- ౨కుజః-౩రాహుః-౪శనిః- ౫పాపైర్యుక్తోబుధః-౬రవిః॥

పాపఘ్నః-అ-పు-తిలః॥

పాపఘ్నః-అ-త్రి-పాపనాశకే॥

పాపచేలికా-ఆ-సీ-పాఠా॥ తె॥ పాటచెట్టు.

పాపచేలీ-ఈ-సీ-పాఠా॥ తె॥పాటచెట్టు.

పాపనాపితః-అ-పు-ధూర్తనాపితః॥

పాపపతిః-ఇ-పు-ఉపపతిః॥

పాపపురుషః-అ-పు-పాపమయాంగనరః॥

పాపముక్తః-అ-త్రి-పాపాన్ముక్తః-నిష్పాపః॥

పాపరోగః-అ-పు-మసూరీరోగః॥

పాపర్ద్ధిః-ఇ-సీ-ఆఖేటః॥ తె॥ వేఁట.

పాపలమ్-అ-న-పరిమాణవిశేషః॥

పాపలమ్-అ-త్రి-పాపగ్రాహకే॥

పాపశమనీ-ఈ-సీ-శమీవృక్షః - ౨పాతకనాశికాచ॥

పాపహరా-ఆ-సీ - శమీవృక్షః॥ తె॥ జమ్మిచెట్టు.

పాపాత్మా-న్-పు-పాపీ॥

పాపీ-న్-పు-పాపయుక్తః॥

పాప్మా-న్-పు-పాపమ్॥ తె॥పాపము॥

పామ-న్-న-విచర్చికా॥

పామః-అ-పు-పాపాత్మా - ౨అపానమారుతః॥ తె॥ ౧పాపాత్ముఁడు-౨అపానవాయువు.

పామఘ్నః-అ-పు-గంధకః॥

పామఘ్నీ-ఈ-సీ-కటుకా॥

పామనః-అ-త్రి-కచ్ఛురః॥ తె॥గజ్జిఁబట్టినవాఁడు.

పామరః-అ-పు-నీచః॥ తె॥నీచుఁడు.

పామరః-అ-త్రి-అజ్ఞః-౨ఖర్వః॥ తె॥ ౧తెలివిలేనివాఁడు-౨పొట్టివాఁడు.

పామరోద్ధారా-ఆ-సీ-గుడూచీ॥ తె॥తిప్పతీగె.

పామా-ఆ-సీ-విచర్చికా॥ తె॥గజ్జి.

పామా-న్-సీ-విచర్చికా॥ తె॥గజ్జి.

పామారిః-ఇ-పు-గంధకః॥

పాయమ్-అ-న-జలమ్॥ తె॥ఉదకము.

పాయముఖమ్-అ-న - బడబాగ్నిః॥ తె॥సముద్రమునందుండుయగ్ని.

పాయమ్పాయమ్-మ్-౦ - పీత్వాపీత్వా॥ తె॥ త్రాగి త్రాగి.

పాయసః-అ-త్రి-పయోవికారః॥

పాయసః-అ-పు-సరళద్రవః॥ తె॥ దేవదారుబంకతో చేసినధూపము.

పాయసః-అ-(సీ)-పరమాన్నమ్॥ తె॥ పరమాన్నము.

పాయికః-అ-పు-పదాతికః॥

పాయుః-ఉ-పు- కర్మేంద్రియవిశేషః॥ తె॥గుదస్థానము.

పాయ్యమ్-అ-త్రి-నిందనీయమ్॥

పాయ్యమ్-అ-న- అంగులీమానమ్ - ౨పానీయమ్-౩నింద్యమ్॥ తె॥ ౧జేన- మూర-గజము మొదలయినది-౨నీరు - ౩ నిందార్థమైనది.

పారమ్-అ-న-ప్రాంతః॥ తె॥ ప్రదేశము.

పారః-అ-(సీ)-పరతీరమ్॥ తె॥అద్దరి.

పారక్-జ్-పు-సువర్ణమ్॥

పారకః-అ-త్రి-పూర్తికారకః- ౨పాలనకారకః-౩ ప్రీతికారకః- ౪వ్యాయామకారకః॥

పారక్యమ్-అ-న-పరలోకహితకర్మ॥

పారగః-అ-త్రి-పారగామీ॥

పారగతః-అ-పు-జినః॥

పారగతః-అ-త్రి-పారగః॥

పారజాయికః-అ-పు-పారదారికః॥

పారటీటః-అ-పు-ప్రస్తరః॥

పారణమ్-అ-న- ఉపవాసవ్రతానంతరదివసకర్తవ్యప్రాథమికభోజనమ్॥

పారణః-అ-పు-మేఘః॥

పారణా-ఆ-సీ-ఉపోషితభుక్తిః॥ తె॥ ఉపవాసముఁజేసినవాని మరునాటి భోజనము.

పారతః-అ-పు-పారదః॥ తె॥ పాదరసము.

పారతన్త్ర్యమ్-అ-న- పరతంత్రతా-పరాధీనత్వమ్॥

పారత్రికమ్-అ-త్రి-పారలౌకికమ్॥

పారదః-అ-పు-సూతః॥ తె॥పాదరసము.

పారదణ్ణకః-అ-పు-దేశవిశేషః-సతుఓఢ్రదేశైకభాగఇతికేచిత్॥

పారదారికః-అ-పు-పారయాయికః-పరదారరతః॥

పారదార్యమ్-అ-న-పరదారగమనమ్॥

పారదేశ్యః-అ-త్రి-ప్రోషితః॥

పారధేనుః-ఉ-పు-ఆయోగవః॥ తె॥ వైశ్యస్త్రీయందుశూద్రజాతుఁడు-అనగా-ఎఱుకలవాఁడు, చంచువాఁడున్ను.

పారధేనుకః-అ-పు - ఆయోగవః॥ తె॥ వైశ్య స్త్రీయందుశూద్రపురుషజాతుడు అనగాఎలుకలవాఁడు-చంచువాఁడున్ను.

పారమార్థికః-అ-త్రి-పరమార్థయుక్తః - ౧ ముఖ్యమ్॥

పారమేష్ఠిః-ఇ-పు-చతుర్ముఖః॥ తె॥ నలువ.

పారమేష్ఠిన్-న్-పు-చతుర్ముఖః॥ తె॥ నలువ.

పారమ్పర్యమ్-అ-న-ఆమ్నాయః-కులక్రమః ౧పరంపరాయాభావశ్చ॥

పారమ్పర్యోపదేశః-అ-పు-ఉపదేశపరంపరా

పారలౌకికమ్-అ-న-పరమాన్నమ్॥ తె॥ పాయసము.

పారలౌకికః-అ-త్రి-పరలోకసంబంధీ॥

పారవతః-అ-పు-కలరవపతీ॥ తె॥ పావురపిట్ట

పారశవః-అ-త్రి-పరసుజాతే॥

పారశవః-అ-పు - బ్రాహ్మణపురుషశూద్రస్త్రీజాతః-౨శస్త్రమ్-౩మౌక్తికమ్-౪అయః॥ తె॥ ౧బ్రాహ్మణునికిని శూద్రస్త్రీకిని పుట్టినవాఁడు - ౨బాణము- ౩ముత్తియము-౪ఉకు.

పారశీకః-అ-పు- పారశీకదేశాశ్వః॥ తె॥ పారశీకదేశపుగుఱ్ఱము.

పారశ్వధః-అ-పు- పరశుధరః॥ తె॥ గండ్రగొడ్డలిపట్టెడువాఁడు.

పారశ్వధికః-అ-పు- పరశుధరః॥ తె॥ గండ్రగొడ్డలిపట్టెడువాఁడు.

పారశ్వయః-అ-పు-సువర్ణమ్॥ తె॥ బంగారము.

పారసికః-అ-పు-పారసీకః॥

పారసీ-ఈ-సీ-పరస్యభాషా, పారసదేశభవవిద్యాది.

పారసీకః-అ-పు-పరసీకదేశోద్భవఘోటకః-౨దేశవిశేషః॥

పారసీకః-అ-త్రి-తద్దేశోద్భవే॥

పారస్త్రైణేయః-అ-పు- వరస్త్రీపుత్రః॥ తె॥ వరస్త్రీపుత్రుఁడు.

పారా-ఆ-సీ- పరంపరా-౨వేదపఠనమ్-౩నదీవిశేషః- పాతుపారిపాత్రపర్వతోద్భవా॥ తె॥ ౧వరుస-౨వేదముజదువుట.

పారాపతః-అ-పు-పారావతః॥

పారాపారః-అ-పు-పారావారః॥

పారాయణమ్-అ-న-సాకల్యవచనమ్-౨పారగతిః-౩అంకుశబంధనమ్-౪కార్త్స్న్యమ్ - ౫పారంసమాప్తింఅయతేగచ్ఛతిప్రాప్నోతి పారాయణమ్ - నంద్యాదిత్వాదనః- ఆవిష్టలింగత్వాద్భిన్నలింగేన సామానాధికరణ్యేపి క్లీబమేవపారాయణమ్॥ తె॥ ౧అంతాచదవడము,అంతానసుట-౨తుదముట్టుట- ౩అంకుశముజారకుండునట్లుకట్టినత్రాడు-౪అంతాను.

పారాయణికః-అ-పు-పాఠకః॥

పారాయణీ-ఈ-సీ-సరస్వతీ- ౨భావనా-౩క్రతుః-౪త్విట్॥ తె॥ ౧సరస్వతీదేవి-౨భావించుట-౩యజ్ఞము- ౪కాంతి.

పారారుకః-అ-పు-ప్రస్తరః॥

పారావతః-అ- పు- మర్కటతిందుకవృక్షః-౨కలరవపతీ॥ తె॥ ౧కోఁతితుమికిచెట్టు-౨పావురాపిట్ట.

పారావతకః-అ-పు- ధాన్యవిశేషః॥ తె॥ పారావతకమనుధాన్యము.

పారావతపటీ-ఈ-సీ- కాకనాసికాలతా॥ తె కాకిదొండచెట్టు.

పారావతపదీ-ఈ-సీ- పారావతాంఘ్రిః-౨కాకజంఘా॥

పారావతాఙ్ఘ్రిః-ఇ-సీ- జ్యోతిష్మతీ॥ తె॥ ఎక్కుడుతీఁగె.

పారావతాఙ్ఘ్రిపిచ్ఛః-అ-పు- వఙ్గదేశీయపారావతః॥

పారావతీ-ఈ-సీ-గోపగీతమ్-౨నదీభేదః-౩లవలీఫలమ్॥

పారావారమ్-అ-న-తటద్వయమ్॥

పారావారః-అ-పు-సముద్రః॥ తె॥ మున్నీరు

పారావారీణః-అ-త్రి- పారావారేగచ్ఛతి యః॥

పారాశరమ్- అ-న- పరాశరోక్తభిక్షుసూత్రమ్॥

పారాశరః-అ-పు-వ్యాసదేవః॥

పారాశరః-అ- త్రి-పరాశరసంబంధిని॥

పారాశరకల్పికః- అ- పు- పారాశరకల్పాధ్యాయీ-౨పారాశరకల్పవేత్తా॥

పారాశరిః-ఇ-పు- వేదవ్యాసః॥

పారాశరీన్-న్-పు-సన్యాసి॥

పారాశర్యః-అ-పు-వ్యాసః॥ తె॥ వ్యాసులు.

పారికాఙ్క్షీ-న్-పు- కృఛ్రచాంద్రాయణాది వ్రతశీలః-౨మునిః॥ తె॥ ౧చాంద్రాయణాదివ్రతశీలుఁడు-౨ఋషి.

పారిఖ్యాతీ-ఈ-సీ-పరిఖ్యాతస్యభావః- ౨పరిఖ్యాతస్యకర్మ॥

పారిఖ్యాత్యమ్-అ-న-పరిఖ్యాతభావః- ౨పరిఖ్యాతకర్మ.

పారిజాతః-అ-పు-దేవవృక్షవిశేషః-౨పారిభద్రః॥

పారిజాతకః-అ-పు-పారిభద్రవృక్షః-౨దేవతరుభేదః॥ తె॥ ౧బాడిదపుచెట్టు.

పారిణాయ్యమ్-అ-త్రి- పరిణయలబ్ధంధనమ్

పారిణాహ్యమ్-అ- త్రి- గృహోపకరణశయ్యాసనకుండకటాహాది

పారితథ్యా-ఆ-సీ-వాలపాశ్యా॥ తె॥ రాగిడిబిల్ల,సిగపువులున్ను.

పారితోషికమ్-అ- త్రి-ఆనతికరమ్-పరితోషజనకద్రవ్యమ్॥

పారిన్ద్రః-అ-పు-సింహః॥

పారిపన్థికః-అ-పు-చోరః॥

పారిపాట్యమ్-అ-న-పరిపాట్యాభావః॥

పారిపాత్రః-అ-పు-పర్వతవిశేషః- సతు,వింధ్యస్యపశ్చిమేమాలవదేశస్యసీమాపర్వతః॥

పారిపాత్రకః-అ-పు-పారిపాత్రపర్వతః॥

పారిపార్శ్వకః-అ-పు- నట్యాఃపార్శ్వస్థః॥

పారిప్లవః-అ-పు-కులాలః-౨గంధమాల్యాది సంహతిః॥ తె॥ ౧కుమ్మరవాఁడు-౨పూలు,గంధము మొదలగునవి.

పారిప్లవః-అ-త్రి- క్వచిచ్చలనస్వభావవాన్॥ తె॥ చలించునది.

పారిప్లావ్యః-అ-పు-హంసః॥ తె॥ అంచ.

పారిభద్రః-అ- పు- వారిజః-౨దేవదారువృక్షః-౩కంటకవృక్షః-౪నింబవృక్షః॥ తె॥ ౧బాడిదపుచెట్టు - ౨దేవదారుచెట్టు - ౩మారెడుచెట్టు-౪వేపచెట్టు.

పారిభద్రకమ్-అ-న-కుష్ఠౌషధిః॥

పారిభద్రకః-అ-పు-దేవదారువృక్షః- ౨పారిజాతకః॥ తె॥ ౧దేవదారువృక్షము-౨పారిజాతపుచెట్టు.

పారిభావికః-అ-పు-హస్తః॥ తె॥ చెయ్యి.

పారిభావ్యమ్-అ-న-కుష్ఠమ్॥ తె॥ చంగలికోష్టు-

పారిమాణ్డల్యమ్-అ-న-పరమాణుపరిమాణం

పారిముఖికః-అ-త్రి-పరిముఖేణతిష్ఠతియః॥

పారియాత్రః-అ-పు-.పారియాత్రపర్వతః॥

పారియాత్రకః- అ- పు- పారియాత్రపర్వతః॥ తె॥ పారియాత్రకపర్వతము.

పారియాత్రికః-అ-పు-పారియాత్రః॥

పారియానికః-అ-పు-అధ్వరథః- పరిఘాతికోపిపాతః॥
పారిరక్షకః-అ-పు-మస్కరీ- తాపసః॥
పారివర్ణమ్-అ-న-మూలకమ్॥ తె॥ ముల్లంగి.
పారిశః-అ-పు-వృక్షవిశేషః॥
పారిషత్-ద్-పు-ప్రమథః॥ తె॥ ప్రమథగణము.
పారిషదః-అ-త్రి-పరిషత్సంబంధిని॥
పారిషదః-అ-పు- శివసభాస్థితప్రమథజాతిః ౨రాజాదిసభాస్థితధర్మజ్ఞః॥ తె॥ ౧శివసభయందుండు ప్రమథులు - ౨రాజసభయందుండు న్యాయవేత్తలు.
పారిషద్యః-అ-పు-సభాస్థితధర్మజ్ఞః॥ తె॥ సభయందుండి న్యాయమెఱుఁగువాఁడు.
పారిహారికః-అ-పు- మాలాకారః॥ తె॥ పూలదండలమ్మెడువాఁడు.
పారిహారికః-అ-త్రి-పరిహారకర్తా॥
పారిహార్యమ్-అ-న-పరిహారత్వే॥
పారిహార్యః-అ-పు - చాటుకారః॥ తె॥ బంగారపుసూడిగాలు.
పారీ-న్-పు-చిత్రకః॥ తె॥ చిత్రమూలము.
పారీ-ఈ-సీ-పరివ్యాధః-౨మల్లకః -౩దోహనభాండమ్-౪పరాగః-౫పానపాత్రమ్-౬హస్తిపాదరజ్జుః॥ తె॥ ౧నీటిప్రబ్బచెట్టు-౨మల్లచిప్ప-౩పాలుపితికెడుకుండ.
పారీక్షితః-అ-పు-పరీక్షితరాజః-జనమేజయః
పారీణః-అ-త్రి-పారగమనకర్తా॥
పారీన్ద్రః-అ-పు-సింహః- ౨అజగరసర్పః॥ తె॥ ౧సింగము-౨కొండచిలువ.
పారీరణః-అ-పు-కమఠః-౨దండః-౩పటశాటకః॥
పారుః-ఉ-పు-వహ్నిః-౨సూర్యః॥
పారుష్యమ్-అ-న-వివాదేపరుషవచనమ్-౨పరుషత్వమ్-౩శక్రవనమ్॥ తె॥ ౧వివాదమందలికఠినవాక్కు-౨కాఠిన్యము-౩ఇంద్రవనము.
పారుష్యః-అ-పు-గీష్పతిః॥ తె॥ బృహస్పతి.
పారెరకః-అ-పు-ఖడ్గః॥
పారేవతమ్-అ-న-రైవతవృక్షః॥ తె॥ ఈడ }
పార్ఘటమ్-అ-న-పాంశుః॥— చెట్టు. }
పార్థః-అ-పు-అర్జునః-౨పృథివీపాలః-౩అర్జునవృక్షః॥ తె॥ ౧ధర్మరాజుతోబుట్టువు.
పార్థక్యమ్-అ-న-పృథక్త్వమ్॥
పార్థవమ్-అ-న-పృథుతా॥
పార్థివమ్-అ-న-తగరపుష్పమ్॥
పార్థివః-అ-పు-సంవత్సరవిశేషః- ౨భూపాలకః-౩తురంగః॥ తె॥ ౧అఱువదిసంవత్సరములలోనొకటి-౨రాజు- ౩గుఱ్ఱము.
పార్థివః-అ-త్రి-భూసంబంధీ॥
పార్థివసభమ్-అ-న-పార్థివసమూహః - ౨పార్థివశాలా॥ తె॥ ౧రాజసమూహము-౨రాజసభ.
పార్థివీ-ఈ-సీ-తుకాక్షీరీ॥ తె॥ తవక్షీరి.
పార్పరః-అ-పు-యక్ష్మః॥
పార్వణః-అ-పు-చంద్రః-౨మృగవిశేషః॥
పార్వణః-అ-(సీ)-పిండదానమ్- ౨పర్వసంబంధీ॥ తె॥ ౧పిండప్రదానము.
పార్వతః-అ-పు-మహానింబః॥
పార్వతః-అ-త్రి-పర్వతసంబంధీ॥
పార్వతికమ్-అ-న - పర్వతసమూహః॥ తె॥ కొండలసముదాయము.
పార్వతీ-ఈ-సీ-గౌరీ- ౨సల్లకీ-౩గోపాలపుత్రికా-౪ద్రౌపదీ-౫జీవనీ- ౬సౌరాష్ట్రమృత్తికా- ౭క్షుద్రపాషాణభేదా-౮ధాతకీ-౯సైంహలీ॥ తె॥ ౧పార్వతీదేవి-౨అందుగుచెట్టు.

పార్వతీకుమారః-అ-పు-పార్వతీపుత్రః॥
పార్వతీనన్దనః-అ-పు-షణ్ముఖః॥ తె॥ కుమారస్వామి.
పార్వతీయః-అ-పు- అక్షోటవృక్షః- ౧ వనపిప్పలీ-౨ మద్యవాసినీ॥ తె॥ ౧ కొండగోలుగుచెట్టు-౧ అడవిపిప్పలి-౨ ఆరెపువ్వు.
పార్వతీలోచనః-అ-పు- తాలప్రాణకలావిశేషః॥
పార్వతేయమ్-అ-న-సౌవీరాంజనమ్॥
పార్వతేయః-అ-త్రి-పర్వతజాతే॥
పార్వతేయః-అ-పు-సూర్యావర్తవృక్షః॥
పార్వరః అ-పు-భక్తసిక్థమ్-౧ కీనాశః- ౨ రాజయక్ష్మా-౩ కదంబకేసరః- ౪ భస్మ॥ తె॥ ౧ కాఁచివిడిచినతేనె-౧ యముఁడు- ౨ క్షయరోగము-౩ కదంబకేసరములు-౪ బూడిదె.
పార్శవః-అ-పు-పర్శుధారియోద్ధా॥
పార్శ్వమ్- అ- న- పర్శూనాంపృష్ఠాస్థీనాంసమూహః॥ తె॥ వీపుయెముకలగుంపు.
పార్శ్వః-అ-త్రి-సమీపే॥
పార్శ్వః- అ- పు- నఖక్షతస్థానవిశేషముష్టితాడనస్థానవిశేషకక్షాధోభాగః-౧ అంతికః॥ తె॥ ౧ ప్రక్క--౧ సమీపము.
పార్శ్వకః-అ-త్రి-శాఠ్యేనవిభవాన్వేషీ॥
పార్శ్వకక్షకేలికీలః- అ- పు - బాహ్యరతిచేష్టావిశేషః॥ (మౌక్తికదోషః॥)
పార్శ్వకృశః-అ-పు- పార్శ్వేనత్వరూప
పార్శ్వఘట్టనమ్-అ-న-రతిబంధవిశేషః॥ తె॥ ఒకానొకరతి.
పార్శ్వతః-స్-౦-పార్శ్వయోరిత్యర్థః॥ తె॥ ప్రక్కలయందనుట.
పార్శ్వతీయః-అ-త్రి-పార్శ్వసంబంధీ - ౧ పార్శ్వతోభవః॥
పార్శ్వపరివర్తనమ్-అ-న-కటిదానమ్- కర్ణికాపరివృత్తిః॥
పార్శ్వభాగః-అ-పు-పక్షభాగః-హస్త్యాదేః పార్శ్వదేశః॥
పార్శ్వశూలః-అ-(సీ)- శూలరోగవిశేషః॥
పార్శ్వస్థః-అ-పు-పార్శ్వస్థితనటః॥
పార్శ్వస్థః-అ-త్రి-సమీపస్థితె॥
పార్శ్వావర్తః-అ-పు- (స్త్రీ)సౌఖ్యలక్షణమ్॥ తె॥ ప్రక్కనుడియాఁడుదానికి సుఖపడుటకుగుఱుతు.
పార్శ్వాస్థి-ఇ-న-శరీరపార్శ్వస్థితాస్థి॥
పార్శ్వికమ్-అ-త్రి-పార్శ్వస్యేదమ్ - పార్శ్వజాతమ్॥
పార్శ్వికః-అ-పు-మాయాకారః॥ తె॥ గారడీవాఁడు.
పార్శ్వోదరప్రియః-అ-పు-కర్కటః॥
పార్షతీ-ఈ-సీ-ద్రౌపదీ॥
పార్షదః-అ-త్రి-పారిషదః॥
పార్షద్యః-అ-త్రి-పార్షదః॥
పార్ష్ణిః-ఇ-ద్వి-గుల్ఫస్యాధోభాగః- పాదగ్రన్థ్యధరః - సతుగర్భస్థస్య మాసద్వయేనభవతి-౧ సైన్యపృష్ఠమ్-౨ పృష్ఠమ్- రాజిగీషా॥
పార్ష్ణిః-ఇ-పు- పశ్చాద్భాగః - ౧ సైన్యపృష్ఠమ్॥
పార్ష్ణిః-ఇ-సీ-ఉన్మత్తనారీ॥ తె॥ వెఱ్ఱిపట్టినయాఁడుది.
పార్ష్ణిగోపీ-ఈ-సీ-పార్ష్ణిత్రా॥ తె॥ పిక్కలుపర్యంతము కప్పియుండెడుతోలుమోజాచెప్పులు.
పార్ష్ణిగ్రాహః-అ-పు- పృష్ఠదేశశత్రుః॥ తె॥ ముందటికిఁబోఁగా వెనుకబాధపెట్టెడుశత్రువు

పార్ష్ణిత్రమ్-అ-న-పశ్చాత్ రక్షకసేనా॥ తె॥ముందుండిరక్షించెడిసేన.

పార్ష్ణిత్రా-ఆ-సీ-పార్ష్ణిత్రాణమ్॥ తె॥ పిక్కలపర్యంతముండు మోజాముచ్చెలు.

పాలః-అ-త్రి-పాలకః॥

పాలః-అ-పు-దారుపతద్గ్రహః॥ తె॥ కొయ్యతమ్మతొట్టి.

పాలకః-అ-త్రి-పాలనకర్తా॥

పాలకః-అ-పు-అశ్వాదిపాలకః-౨పరిపాలకః-౩కబంధః-౪చిత్రకవృక్షః॥ తె॥౧గుఱ్ఱములఁగాచువాఁడు-౨ఏలెడురాజు-౩తలలేనిమొండెము.

పాలకాప్యః-అ-పు-మునివిశేషః-౨ధన్వంతరిః॥

పాలకీ-ఈ-సీ-కుందురుః॥ తె॥కుందురుష్కమను గ్రంథ్యము.

పాలక్యమ్-అ-న-క్షురపత్రికా॥ తె॥పాలంకికూరచెట్టు.

పాలక్యా-ఆ-సీ-వాస్తుకలా॥ తె॥ మట్టుబచ్చలిచెట్టు.

పాలఘ్నః-అ-పు-ఛత్రాకారతృణమ్॥ తె॥గొడుగుగడ్డి.

పాలఙ్కః-అ-పు-అశ్వః-౨పక్షీ-౩సల్లకీ-౪శాకభేదః॥ తె॥౧గుఱ్ఱము-౨పిట్ట.

పాలఙ్కీ-ఈ-సీ-కుందురునామగంధద్రవ్యమ్-౨శాకభేదః॥

పాలఙ్క్యమ్-అ-న-శాకభేదః॥

పాలఙ్క్యా-ఆ-సీ-కుందురుః-౨పాలంకశాకః॥

పాలనమ్-అ-న-సద్యప్రసూతాయాగోఃక్షీరమ్-౨రక్షణమ్॥

పాలనా-ఆ-(పు)-పరిపాలనమ్॥ తె॥ఏలుట.

పాలాశమ్-అ-న-తమాలపత్రమ్॥

పాలాశః-అ-పు-పాలాశవర్ణః॥ తె॥పలాశవర్ణము-అనగా-ఆకుపచ్చవర్ణము.

పాలాశః-అ-త్రి-పాలాశవర్ణవాన్॥ తె॥ ఆకుపచ్చరంగుగలది.

పాలాశషణ్డః-అ-పు-మగధదేశః-౨పలాశసమూహశ్చ॥

పాలిః-ఇ-ద్వి-లతాగ్రమ్-౨అంగప్రదేశః-౩సంజాతశ్మశ్రుయోషిత్-౪ప్రస్థమ్-౫యూకా-౬అంశవిశేషః-౭వారః-౮ప్రదేశాంతరమ్-౯పాత్రమ్-౧౦అస్త్రమ్-౧౧అశ్రిః॥ తె॥౧తీఁగెకొన-౨అంగప్రదేశము-౩మీసములుగలయాఁడుది-౪ప్రస్థము-౫పేను-౬పాలు-౭వారము-౮ప్రదేశాంతరము-౯పాత్రము-౧౦ఆయుధము-౧౧కస్సీలు.

పాలిః-ఇ-పు-చిహ్నమ్॥ తె॥గుఱుతు.

పాలిః-ఇ-సీ-వృక్షాదిపఙ్క్తిః-౨కుండలినీ-౩ఆయుధధారా॥ తె॥ ౧వరుస-౩ఆయుధములయంచు.

పాలికా-ఆ-సీ-ఆళిందాదిస్తంభః-౨కుండలినీ-౩అశ్రిః-౪దధ్యాదిచ్ఛేదనీ॥ తె॥ ౧చోపాస్తంభము-౩కస్సీలు-౪కవ్వము.

పాలితః-అ-పు-శాకోటవృక్షః॥ తె॥ పెద్దటేకుచెట్టు.

పాలితః-అ-త్రి-పుత్రీకృతః॥ తె॥ పెంచుకొనబడినవాఁడు.

పాలినీ-ఈ-సీ-సుషేణికా॥ తె॥ నల్లతెగడ.

పాలిన్దః-అ-పు-కుందురుకః॥

పాలిన్దితః-అ-పు-అశ్మంతకవృక్షః॥

పాలిన్దీ-ఈ-సీ-శ్యామాలతా-౨పాలింధీ-త్రివృతా॥

పాలిన్ధీ-ఈ-సీ-కృష్ణత్రివృతా॥

పాలీ-ఈ-సీ-యూకా-౨సశ్మశ్రుయోషిత్-౩శ్రేణీ-౪స్థాలీ॥

పాలేయమ్-అ-న-పారేవతవృక్షః॥ తె॥ ఈడ చెట్టు.

పాల్లవా-ఆ-స్త్రీ-పల్లవప్రహరణవతీక్రీడా॥ తె॥ చివుళ్లతోఁగొట్టుకొనుట.

పావకః అ-పు-అగ్నిః-౨రక్తచిత్రకః - ౩సదాచారః-౪భల్లాతకవృక్షః-౫విళంగమ్-౬అగ్నిమంథవృక్షః॥ తె॥ ౧అగ్ని - ౨ఎఱ్ఱచిత్రమూలము-౩పరిశుద్ధుఁడు-౪జీడిచెట్టు-౫విళంగసారము-౬కూరనెల్లిచెట్టు

పావకవల్లభః-అ-పు-సర్జరసః॥ తె॥ అందు }
పావకారణిః-ఇ-పు-అగ్నిమంథః॥ (గుబంక }

పావకిః ఇ-పు-కార్తికేయః॥

పావనమ్-అ-న-ప్రాయశ్చిత్తమ్ - ౨గోమయమ్-౩జలమ్-౪రుద్రాక్షమ్-౫కుష్ఠమ్-౬చిత్రకమ్-౭అధ్యాసః॥ తె॥ ౧ప్రాయశ్చిత్తము.

పావనః-అ-పు-సిల్హకమ్-౨వహ్నిః- ౩వ్యాసః-౪పావకః-౫పీతభృంగరాజః - ౬సిద్ధః॥ తె॥ ౧అందుగుబంకతోఁ జేసినధూపద్రవ్యము-౨అగ్ని.

పావనః-అ-త్రి-పవిత్రీకరణదక్షః॥

పావనధ్వనిః-ఇ-పు-శంఖః- ౨పవిత్రశబ్దశ్చ॥

పావనీ-ఈ-స్త్రీ-హరీతకీ-౨తులసీ-౩గౌః - ౪గంగా॥

పాశః-అ-పు-అక్షః-౨రజ్జుః-౩ఛాత్రాదిభ్యః పరోయదినిందార్థః- ౪కర్ణాత్పరాయది సువర్ణార్థః-౫కచాత్పరోయదిసమూహార్థః-౬శస్త్రమ్॥ తె॥ ౧సొగటాలపాచిక-౨త్రాడు-౩ఛాత్రాదులకంటెఁబరమగునపుడునిందార్థకము - ౪కర్ణాములకంటె బరమగునపుడుబంగారు - ౫కచశబ్దమునకంటెఁబరమగునపుడుసమూహార్థము ౬బాణము.

పాశకః-అ-పు-అక్షః॥ తె॥ సొగటాలపాచిక.

పాశపాణిః-ఇ-పు-వరుణః॥

పాశవపాలనమ్-అ-న-ఘాసః॥

పాశితమ్-అ-న-మృగపక్షిధ్వనిః॥ తె॥ మృగములు, పక్షులుచేయుధ్వని.

పాశితః-అ-త్రి-పాశయుక్తః॥

పాశీ-న్-త్రి-పాశధరః॥

పాశీ-న్-పు-వరుణః-౨మహాకుంభీ-౩యమః ౪వ్యాధః॥ తె॥ ౨పెద్దగుమ్ముడుతేకుచెట్టు

పాశీకృతః-అ-త్రి-పాశబద్ధః॥

పాశుపతః-అ-పు-వకాష్ఠిలా-౨పాశుపతమతప్రవర్తకః॥ తె॥ ౧బకపుష్పపుచెట్టు- ౨పాశుపతమతమువాఁడు.

పాశుపతవ్రతమ్-అ-న-పశుపతివ్రతవిశేషః

పాశుపతాస్త్రమ్-అ-న - పశుపతేఃశూలాస్త్రమ్॥

పాశుపాల్యమ్-అ-న - గవాశ్వాదిరక్షణమ్-౨వైశ్యవృత్తిః॥ తె॥ ౧గోవులుగుఱ్ఱములు మొదలగువానిఁగాఁపాడుట- ౨వైశ్యునివర్తనము.

పాశ్చాత్యః-అ-త్రి-అంత్యః- ౨పశ్చాద్భవః॥ తె॥ ౧చివఱది-౨వెనుకపుట్టినది.

పాశ్చాత్యః-అ-పు-వరుణః॥ తె॥ వరుణుఁడు.

పాశ్చాత్యాకరసంభవమ్-అ-న- సాంభరీలవణమ్॥

పాశ్యా-ఆ-స్త్రీ- పాశసమూహః॥ తె॥ త్రాళ్లసముదాయము.

పాషకః-అ-పు-పాదాభరణవిశేషః॥

పాషణ్డః-అ-పు - జటాకమండలుకాషాయాదిధారకవేదబాహ్యక్షపణకాదిః॥ తె॥ జటాకమండలు కాషాయాదులనుధరించి వేదనిషిద్ధులగుక్షపణమతస్థులు.

పాషణ్డకః-అ-పు-పాషండః॥

పాషణ్డీ-న్-పు-పాషండః॥

పాషాణః-అ-పు-శిలా॥ తె॥ రాయి.

పాషాణగర్భకః-అ-పు- అంతఃపాషాణదంభకనీలమణిదోషః॥ తె॥ నీలరత్నములోని దోషము.

పాషాణగైరికమ్-అ-న-గైరికవిశేషః॥

పాషాణదారకః-అ-పు-టంకః॥

పాషాణదారణః-అ-పు-టంకః॥

పాషాణభేదకః-అ-పు-టంకః॥ తె॥ రాళ్లుమలిచెడికాశవులి.

పాషాణభేదనః-అ-పు-వృక్షవిశేషః॥

పాషాణభేదీ-న్-పు-అశ్మఘ్నః॥ తె॥ పిండిబండచెట్టు.

పాషాణీ-ఈ-సీ-క్షుద్రపాషాణః - సతుపరిమాపకవిశేషః॥

పాసకః-అ-పు-అక్షః॥ తె॥ సొగటాలపాచిక.

పాహోతః-అ-పు-బ్రహ్మదారువృక్షః॥

పికః-అ-పు- కోకిలః-౨కాకః-౩కోకః॥ తె॥ ౧ కోయిల-౨కాకి-౩చక్రవాకము.

పికప్రియా-ఆ-సీ-మహాజంబూః॥

పికబన్ధుః-ఉ-పు-ఆమ్రవృక్షః॥

పికమదోద్భవః-అ-పు-చూతవృక్షః॥ తె॥ మామిడిచెట్టు.

పికరాగః-అ-పు-ఆమ్రవృక్షః॥

పికవల్లభః-అ-పు-ఆమ్రవృక్షః॥

పికాక్షః-అ-పు-రోచనీ॥

పికాఙ్గః-అ-పు-పక్షివిశేషః॥

పికానన్దః-అ-పు-వసంతకాలః॥

పికీ-ఈ-సీ-పిక(స్త్రీ)॥ తె॥ ఆఁడుకోయిల.

పికేక్షణా-ఆ-సీ- కోకిలాక్షః- ౨కోకిలచక్షుస్తుల్యచక్షుర్యుక్తా చ॥

పికక్షః-అ-పు-హస్తిశావకః॥ (౧ఇంగువ. }

పిఙ్గమ్-అ-న-రామఠమ్-౨హరితాలమ్॥ తె }

పిఙ్గః-అ-పు- గోరోచనాదికపిలవర్ణః-౨మూషకః॥

పిఙ్గః-అ-ద్వ-బాలకః॥

పిఙ్గః-అ- త్రి-గోరోచనాదికపిలవర్ణవాన్॥

పిఙ్గకపిశా-ఆ-సీ-తైలపాయికా॥

పిఙ్గచక్షుః-స్-పు-కుంభీరః॥

పిఙ్గజటః-అ-పు-శివః.

పిఙ్గలమ్-అ-న-(క్లీ) బేరమ్॥ తె॥ కులు వేలు.

పిఙ్గలః-అ-పు- సూర్యపార్శ్వవర్తిదేవతావిశేషః-౨సంవత్సరవిశేషః-౩గోరోచనాదికపిలవర్ణః-౪నకులః- ౫అగ్నిః-౬మునివిశేషః-౭వానరః-౮రుద్రః-౯నదీవిశేషః-౧౦నిధిభేదః-౧౧స్థావరవిషవిశేషః ౧౨క్షుద్రోలూకః- ౧౩పింగలాచార్యకృతఛందోగ్రంథవిశేషః॥ తె॥ ౪ముంగిస

పిఙ్గలః-అ- త్రి-గోరోచనాదికపిళవర్ణవాన్॥

పిఙ్గలలోహమ్-అ-న-పిత్తలమ్॥

పిఙ్గలా-ఆ-సీ-యామదిగ్గజభార్యా- ౨ఉలూకస్త్రీ- ౩సూర్యనాడీ- ౪రాజనీతిః- ౫వేశ్యా॥ తె॥ ౨ఆఁడుగుడ్లగూబ-౩ముక్కుకుడిరంధ్రము-౪పెరుసిన్గడి.

పిఙ్గలికా-ఆ-సీ-బలాకా॥

పిఙ్గసారః-అ-పు-హరితాలమ్॥

పిఙ్గస్ఫటికః-అ-పు-గోమేదమణిః॥

పిఙ్గా-ఆ-సీ-హరిద్రా-౨ఉమా-౩గోరోచనం ౪హింగు-౫వంశరోచనా-౬నాలికా॥ తె॥ ౧పసపు-౨పార్వతి-౩గోరోచనము

పిఙ్గాక్షః-అ-పు-శివః॥

పిఙ్గాక్షీ-ఈ-సీ-అపుత్రవతీలతకణమ్॥

పిఙ్గాశమ్-అ-న-జాత్యకాంచనమ్॥ తె॥ బంగారులోని భేదము.

పిఙ్గాశః-అ-పు- మత్స్యవిశేషః-౨పల్లీపతిః॥ తె॥ ౧ఒకానొకచేఁప-౨పల్లెలకేలిక

పిఙ్గాశీ-ఈ-సీ-నీలికా॥ తె॥ నీలిచెట్టు.

పిఙ్గాస్యః-అ-పు-పింగాశమత్స్యః॥

పిఙ్గీ-ఈ-సీ-శమీవృక్షః॥

పిఙ్గేక్షణః-అ-పు-శివః॥

పిచణ్డః-అ-పు- కుక్షిః- ౨శయ్యా- ౩పశోరవయవః-౪వక్షః॥ తె॥ ౧కడుపు-౨పడక-౩పశువులయంగము-౪ఱొమ్ము.

పిచణ్డిలః-అ-త్రి-తుందిలః॥ తె॥ బొజ్జగలవాడు

పిచవ్యః-అ-పు-కార్పాసః॥

పిచిణ్డః-అ-పు-ఉదరమ్-౨పశోరవయవః॥

పిచిణ్డికా-ఆ-సీ-పిండికా॥

పిచిణ్డిలః-అ-పు-బృహదుదరయుక్తః॥

పిచుః-ఉ-పు-తూలమ్-౨అసురవిశేషః-౩కుష్ఠరోగః-౪భైరవాస్యభేదః॥ తె॥ ౧దూది.

పిచుకః-అ-పు-ఇంగుదీవృక్షః- ౨శ్రీహస్తినీ॥ తె॥ ౧గారచెట్టు-౨గురుగుచెట్టు.

పిచుతూలమ్-అ-న-తూలః॥

పిచుమన్దః-అ-పు-నింబవృక్షః॥ తె॥ వేపచెట్టు.

పిచుమర్దః-అ-పు-నింబవృక్షః॥ తె॥ వేపచెట్టు.

పిచులః-అ-పు-ఝాబుకః - ౨తూలమ్-౩పింజలమ్-౪జలవాయసః॥ తె॥ ౧సన్నపాకుల ప్రక్కెచెట్టు - ౨దూది-౩పింజలవర్ణము-౪నీటికాకి.

పిచ్చటమ్-అ-న-వంగమ్-౨సీసమ్॥ తె॥ ౧తగరము-౨సీసము.

పిచ్చటః-అ-పు-నేత్రరోగః॥ తె॥ కంటిరోగము

పిచ్ఛమ్-అ-న-శివత్రిశూలమ్- ౨అధరాధోదేశః-౩మయూరపుచ్ఛమ్॥ తె॥ ౧శివుని త్రిశూలము - ౨క్రింది పెదవిక్రిందిపల్లము.

పిచ్ఛః-అ-పు-లాంగూలమ్॥

పిచ్ఛబాణః-అ-పు- శ్యేనపక్షీ॥

పిచ్ఛలదలా-ఆ-సీ-బదరీవృక్షః॥

పిచ్ఛా-ఆ-సీ- శాల్మలీవేష్టః- ౨అశ్వపాదరోగః-౩తుండమ్-౪పూగః- ౫ఘటా-౬కోశః-౭మోచా-౮భక్తసంభూతమండమ్ ౯పఙ్క్తిః-౧౦చోలికా-౧౧ఫణిలాలా॥ తె॥ ౧బూరుగుబంక-౨గుఱ్ఱపుకాలిరోగము-౩తుండము.

పిచ్ఛితికా-ఆ-సీ-శింశపా॥

పిచ్ఛిలః-అ-పు-శ్లేష్మాతకవృక్షః॥ తె॥ విరిగిచెట్టు.

పిచ్ఛిలః-అ-ద్వ- బింబచ్ఛదా॥ తె॥ ఇరుగుడుచెట్టు.

పిచ్ఛిలః అ-త్రి-విజిలః- ౨భక్తమండయుక్తమ్-౩సరసవ్యంజనాది- ౪సూపాది- ౫స్నిగ్ధసూపాది-౬మండయుక్తభక్తమ్-౭జలయుక్తవ్యంజనమ్॥ తె ॥ ౧సారముపితిల్లెడిది.

పిచ్ఛిలకః-అ-పు-ధన్వనవృక్షః॥

పిచ్ఛిలచ్ఛదా-ఆ-సీ-ఉపోదకీ॥

పిచ్ఛిలత్వక్-చ్-పు- నాగరంగవృక్షః- ౨ధన్వనవృక్షః॥

పిచ్ఛిలసారః-అ-పు-మోచరసః॥

పిచ్ఛిలా-ఆ-సీ-శాల్మలీవృక్షః-౨చీరికాలతా-౩శూలపత్రీతృణమ్-౪శింశపా-౫సింధుభేదః-౬కోకిలాక్షః- ౭వృశ్చికాక్షుపః-౮అతసీ-౯కచ్ఛ్వీ॥ తె॥ ౧బూరుగుచెట్టు-౩త్రిశూలిగడ్డి.

పిఞ్ఛమ్-అ-న-విష్ణ్వవతంసః- ౨మయూరబర్హమ్-౩ఖగచ్ఛదః॥ తె॥ ౧విష్ణుశిరోభూషణము-౨నెమలిపురి-౩పక్షిఱెక్క.

పిఞ్జః-అ-త్రి-వ్యాకులః॥ తె॥ వ్యసనపడుట.

పిఞ్జః-అ-పు-మారణమ్-౨కర్పూరభేదః॥ తె॥ ౧చంపడము.

పిఞ్జటః-అ-పు-నేత్రమలమ్-

పిఞ్జనమ్-అ-న-కార్పాసస్ఫోటనధనుః॥

పిఞ్జరమ్-అ-న-౧హరితాలకమ్ - ౨హేమ- ౩నాగకేసరమ్ - ౪పఞ్జ్యాదిబంధనగృహమ్-౫కాయాస్థిబృందమ్॥ తె॥ ౧హరిదలము-౨బంగారము.

పిఞ్జగః-అ-పు-౧రక్తాధికపీతవర్ణః-౨వ్యాకులః-౩హయవిశేషః-౪తామ్రమ్౫పీతః॥ తె॥ ౧ఎఱుపధికముగాఁగలపచ్చరంగు-౨కలత-౩ఒకానొకగుఱ్ఱము - ౪రాగి - ౫పచ్చన.

పిఞ్జరః-అ-త్రి-౧రక్తాధికపీతవర్ణ వాన్-౨వ్యాకులసేనాదిః-౩ధూళివ్యాప్తః॥ తె॥ ౧ఎఱుపధికముగాఁగలపచ్చరంగుగలది - ౨కలతజారిన దండు మొదలైనది- ౩ధూళిచే వ్యాప్తమైనది.

పిఞ్జరకమ్-అ-న-హరితాలకమ్॥

పిఞ్జలమ్-అ-న-హరిద్రాభమ్॥ తె॥పచ్చనికాంతిఁగలది.

పిఞ్జలః-అ-పు- కుశపుత్రః॥ తె॥ కుశునికొమరుఁడు.

పిఞ్జలీ-ఈ-సీ-కుశాంతరవేష్టితప్రాదేశమాత్రసాగ్రకుశపత్రద్వయమ్॥

పిఞ్జా-ఆ-సీ-౧తూలమ్-౨హరిద్రా-౩హింసా॥ తె॥౧దూది-౨పసపు.

పిఞ్జానమ్-అ-న-స్వర్ణమ్॥

పిఞ్జికా-ఆ-సీ-తూలనాలికా॥

పిఞ్జూలమ్-అ-న-వర్తికా॥

పిఞ్జూలా-ఆ-సీ-బద్ధదర్భజాలమ్॥ తె॥దర్భకట్ట

పిఞ్జూషః-అ-పు-తోక్మః॥ తె॥గులిబి.

పిఞ్జోటః-అ-పు-నేత్రమలమ్॥

పిఞ్జోలా-ఆ-సీ-పత్రకాహలా-పత్రశబ్దః॥

పిటమ్-అ-న-చాలః॥

పిటః-అ-పు-పేటః॥

పిటకమ్ అ-న- విస్ఫోటః॥ తె॥ చమటకాయ.

పిటకః-అ-త్రి-విస్ఫోటః॥

పిటకః-అ-పు-మంజూషా॥ తె॥ పెట్టె.

పిటఙ్కాశః-అ-పు-పర్వతోర్మిమత్స్యః॥

పిటఙ్కీ-ఈ-సీ-ఇంద్రవారుణీ॥

పిటఙ్గః-అ-పు-మహాపూర్వాదుః॥ తె॥ పెద్ద దోస.

పిటాకః-అ-పు-మునివిశేషః॥

పిట్టకమ్-అ-న-దంతకిట్టకమ్॥

పిఠః-అ-పు-అష్టాదశసంజ్ఞా॥

పిఠరమ్-అ-న-ముస్తా-౨మంథానదండః॥

పిఠరః-అ-పు-౧కుంభః- ౨శరః-౩వేషః॥ తె॥ ౧కుండ-౨బాణము-౩వేషము.

పిఠరీ-ఈ-సీ-అల్పకుంభః॥ తె॥ చిన్నకుండ.

పిడకః-అ-పు-స్ఫోటకః॥

పిడకా-ఆ-సీ-స్ఫోటకవిశేషః॥

పిడాశుకః-అ-పు-కరుణారసః॥ తె॥ దయారసము.

పిణ్డమ్- అ- న-౧నవనీతమ్- ౨అయః-౩గర్భస్థపిండమ్-౪ఆజీవనమ్-౫జపాపుష్పమ్-౬గజకుంభః-౭సిల్హకమ్-౮ఆలాబూభేదః-౯ఖర్జూరీభేదః-౧౦సాంద్రమ్- ౧౧బలమ్-౧౨గృహాంశః॥ తె॥ ౧వెన్న- ౨ఇనుము-౩కడుపులోనిపిండము-౪కడుపుకూటికిఁజేరుట-౫దాసనపువ్వు - ౬ఏనుఁగుకుంభస్థలము - ౭తగరము- ౮ఆనుగుచెట్టు-౯ఖర్జూరవిశేషము-౧౦దట్టము-౧౧బలము-౧౨ఇంటియంశము.

పిణ్డః-అ-పు-౧తిలకవృక్షః-౨బోలమ్- ౩కబలః-౪నివాపః-౫గోలః-౬బలమ్- ౭సాంద్రమ్-౮దేహైకదేశః - ౯అగారైకదేశః-౧౦దేహమాత్రమ్-౧౧సిహ్లకః-౧౨ఓఢ్రపుష్పమ్-౧౩బృందమ్-౧౪గజకుంభః

౧౫మదనవృక్షః॥ తె॥ ౨బాలింతబోలు-౩పిడచ-౪పిత్రర్థపిండాదికము-౫ముద్దగుండ్రనిదిన్ని.
పిణ్డః-అ-(సీ)-శరీరమ్॥ తె॥ ఒడలు.
పిణ్డః-అ-ద్వి-సమూహః॥ తె॥ సముదాయము,
పిణ్డకమ్-అ-న- హరితాలకమ్- ౨బోలమ్-౩పిండమూలమ్॥ తె॥ ౧హరిదలము.
పిణ్డకః-అ-పు-సిహ్లమ్-౨పిశాచః- ౩పిండాలుః॥ తె॥ ౧అందుగుబంకతో జేసినధూపద్రవ్యము.
పిణ్డకన్దః-అ-పు-పిండాలుః॥
పిణ్డఖర్జూరః-అ-పు-స్వనామఖ్యాతఖర్జూరః॥
పిణ్డఖర్జూరీ-ఈ-సీ- అచ్ఛపిండా॥ తె॥ ముద్దఖర్జూరము.
పిణ్డగోసః-అ-పు-గంధరసః॥
పిణ్డతైలకః-అ-పు-తురుష్కః॥
పిణ్డదః-అ-పు-పిణ్డదానకర్తా॥
పిణ్డపదమ్ అ-న-అంకవిశేషః॥
పిణ్డపాదః-అ-పు-హస్తీ॥
పిణ్డపిణ్యాకః-అ-పు- తురుష్కమ్॥ తె॥ తురుష్కమను గ్రంథ్యము.
పిణ్డపుష్పమ్-అ-న- అశోకవృక్షః- ౨జపావృక్షః-౩కుశేశయమ్॥ తె॥ ౧అశోకపుచెట్టు ౨దాసనచెట్టు-౩కమలము.
పిణ్డపుష్పకః-అ-పు-వాస్తూకమ్॥
పిణ్డఫలా-ఆ-సీ- కటుతుంబీలతా॥ తె॥ చేదానుగుచెట్టు
పిణ్డబీజకః-అ-పు-కర్ణికారవృక్షః॥
పిణ్డముస్తా-ఆ-సీ-నాగరముస్తా॥
పిణ్డమూలమ్-అ-న-గర్జరమ్-౨మూలకభేదః॥
పిణ్డరోపణమ్-అ-న-నాగరంగవృక్షః॥ తె॥ నారంజిచెట్టు.
పిణ్డలః అ-పు- సేతుః॥
పిణ్డసః-అ-పు-భిక్షాశీ-భిక్షోపజీవీ॥
పిణ్డా-ఆ-సీ-హరిద్రా-౨పిండాయసమ్- ౩కస్తూరీభేదః-౪వంశపత్రీ॥ తె॥ ౧పసపు.
పిణ్డాతః-అ-పు-సిహ్లకః॥
పిణ్డాభ్రమ్-అ-న-ఘనోపలః॥
పిణ్డాయసమ్-అ-న-తీక్ష్ణాయసమ్॥
పిణ్డారమ్-అ-న ఫలశాకవిశేషః॥
పిణ్డారకః-అ-పు-క్షపణకః-౨గోపః-౩మహిషీరక్షకః-౪ద్రుమభేదః-౫వికంకతవృక్షః॥
పిణ్డాలమ్-అ-న-హరితాలకమ్॥ తే॥ హరిదలము.
పిణ్డాలుః-ఉ-పు-ఫలశః॥ తె॥ చారకంద.
పిణ్డాలుకమ్-అ-న-ఆలువిశేషః॥
పిణ్డాహ్వా-ఆ-సీ-నాడీహింగు॥
పిణ్డిః-ఇ-సీ-పిండికా॥
పిణ్డికా-ఆ-సీ-రథాంగమధ్యరంధ్రమ్ - ౨జంఘామాంసమ్॥ తె॥ ౧బండినడిమికన్ను-౨తొడలయొక్క మాంసము.
పిణ్డితమ్-అ-న-గణితమ్- ౨సాంద్రమ్ - ౩సిహ్లకమ్॥
పిణ్డితః-అ-పు-తురుష్కః॥
పిణ్డిలః-అ-పు-సేతుః-౨గణకః॥
పిణ్డిలా-ఆ-సీ-గోడుంబా॥
పిణ్డీ-ఈ-పు-పిండీతకః॥ తె॥ మ్రుంగచెట్టు.
పిణ్డీ-ఈ-సీ-సమూహః-౨పిండీతగరః - ౩అలాబూః-౪ఖర్జూరవిశేషః-౫జ్ఞాననిరూపణార్థకోపన్యాసః-౬పిండికా - ౭పిండమ్॥ తె॥ ౧సముదాయము.
పిణ్డీతకః-అ-పు-మదనవృక్షః-౨తగరః-౩ఫణిజ్జకః॥ తె॥ ౧మ్రుంగచెట్టు - ౨గ్రంథితగరపుచెట్టు-౩మరువము.
పిణ్డీతగరః-అ-పు-తగరవిశేషః॥
పిణ్డీతగరకః-అ-పు-తగరమ్॥

పిణ్డీతరుః-ఉ-పు-పుత్రజీవః॥ తె॥ పుత్రజీవి చెట్టు.

పిణ్డీపుష్పః-అ-పు-అశోకవృక్షః॥

పిణ్డీరః-అ-పు-దాడిమవృక్షః-౨హిండీరః॥

పిణ్డీరః-అ-త్రి-నీరసః॥

పిణ్డీశూరః-అ-పు-స్వగేహమాత్రేవసన్పరద్వేషీ॥

పిణ్డోలిః-ఇ-సీ-భుక్తసముజ్ఝితః॥

పిణ్యా-ఆ-సీ-జ్యోతిష్మతీ॥

పిణ్యాకః-అ-(సీ)-పలికా-౨శ్రీవాసః-౩కిణ్వమ్-౪సింధకమ్-౫కుంకుమమ్-౬హింగు తె॥ ౧ తెలికపిండి-౨దేవదారుబంక - ౩ మద్యసారహేతు నానాద్రవ్యజాతము-౪మైనము-౫కుంకుమము-౬ఇంగువు.

పితరః-ఋ-పు-పితృవంశ్యాః॥ తె॥ తండ్రి మొదలయినవారు.

పితరౌ-ఋ-పు-జననీజనకౌ॥

పితా-ఋ-పు-జనకః॥

పితామహః-అ-పు-చతుర్ముఖః - ౨పితృపితా-౩జనకః-౪ఫాలలోచనః-౫విష్ణుః॥ తె॥ ౧ నలువ-౨తండ్రితండ్రి-౩తండ్రి-౪శివుడు-౫విష్ణువు.

పితామహా-ఆ-సీ-గోధేనుః॥

పితామహీ-ఈ-సీ-పితామహపత్నీ॥

పితృకమ్-అ-త్రి-పితృసంబంధి॥

పితృకాననమ్-అ-న-శ్మశానమ్॥

పితృగృహమ్-అ-న-శ్మశానమ్- ౨పితృవేశ్మ॥

పితృతర్పణమ్-అ-న-పితృతీర్థమ్-తత్తుతర్జన్యంగుష్ఠయోర్మధ్యమ్-౨నివాపః-౩తిలః- ౪ పితృతీర్థేనపితృద్దేశ్యకజలదానమ్ - ౫పితౄణాంతృప్తిమాత్రంచ॥

పితృతిథిః-ఇ-పు-అమావాస్యా॥ తె॥ అమవస.

పితృతీర్థమ్-అ-న-గయా-౨తర్జన్యంగుష్ఠయోర్మధ్యమ్ - ౩అంతరాంగుష్ఠదేశిన్యోః పితౄణాంతీర్థముత్తమమ్॥

పితృదానమ్-అ-న - పిత్రాద్యుద్దేశేనాన్నవస్త్రాదిదానమ్॥

పితృదానకమ్-అ-న-పితృద్దేశ్యకదానమ్॥

పితృదేవతా-ఆ-సీ-మఘానక్షత్రమ్॥ తె॥ మఘానక్షత్రము.

పితృపతిః-ఇ-పు-యమః॥ తె॥జముఁడు.

పితృపితా-ఋ-పు-పితామహః॥

పితృప్రసూః-ఊ-సీ-సాయంకాలః - ౨ప్రాతఃకాలః-౩పితామహీచ॥

పితృప్రియః-అ-పు-భృంగరాజః॥

పితృబన్ధుః-ఉ-పు-పితామహభగినీపుత్రః-౨పితామహీభగినీపుత్రః - ౩పితుర్మాతులపుత్రః॥

పితృబాన్ధవః-అ-పు-పితృబంధుః॥

పితృభోజనమ్-అ-న-పితౄణాంభక్షణే॥

పితృభోజనః-అ-పు-మాషః॥

పితృభ్రాతా-ఋ-పు-పితృవ్యః॥

పితృయజ్ఞః-అ-పు-పితృతర్పణమ్॥

పితృలోకః-అ-పు-పితౄణాంభువనమ్॥

పితృవనమ్-అ-న-శ్మశానమ్॥

పితృవనేచరః-అ-పు-శివః॥ తె॥హరుఁడు.

పితృవసతిః-ఇ-సీ-శవశయనస్థానమ్॥

పితృవ్యః-అ-పు-పితృభ్రాతా॥ తె॥ పినతండ్రి పెద్దతండ్రి.

పితృష్వసా-ఋ-సీ-పితుర్భగినీ॥

పితృష్వస్రీయః-అ-త్రి పితృష్వసురపత్యమ్-పితృభాగినేయః॥

పితృసన్నిభః-అ-పు-పితృతుల్యః॥

పితృసూః-ఊ-సీ-సంధ్యా॥

పిత్తమ్-అ-న-మాయుః॥ తె॥పైత్యము.

పిత్తఘ్నీ-ఈ-సీ-గుడూచీ॥ తె॥తిప్పతీఁగె.

పిత్తజ్వరః-అ-పు-పైత్తికజ్వరః॥
పిత్తద్రావీన్-పు-మధురజంబీరవృక్షః॥ తె॥ తియ్యనిమ్మచెట్టు.
పిత్తరక్తమ్-అ-న-రోగవిశేషః॥
పిత్తలమ్-అ-త్రి-పిత్తయుక్తే॥
పిత్తలమ్-అ-న-రీతిః-౨తైజసద్రవ్యమ్-౩పిత్తసంయుతమ్॥ తె॥ ౧ఇత్తడి- ౨తేజోద్రవ్యము-౩పిత్తముతోఁగూడినది.
పిత్తలః-అ-పు-తోయపిప్పలీ॥ తె॥ నీటిపిప్పళ్లు-
పిత్తలా-ఆ-సీ-తోయపిప్పలీ॥ తె॥ నీటిపిప్పళ్లు.
పిత్తారిః-ఇ-పు-పర్పటః-౨లాక్షా-౩బర్బరమ్
పిత్ర్యమ్-అ-న-రజతమ్-౨పితృసంబంధి॥ తె॥ ౧వెండి-౨తండ్రిది.
పిత్ర్యమ్-అ-త్రి-పితృసంబంధిని॥
పిత్ర్యః-అ-పు-జ్యేష్ఠభ్రాతా- ౨మాషః॥
పిత్ర్యా-ఆ-సీ-మఘానక్షత్రమ్-౨పౌర్ణమాసీ
పిత్సన్-త్-పు-విహంగః- ౨పతనేచ్ఛుః-౩నేతా॥ తె॥ ౧పక్షి.
పిత్సన్-త్-త్రి-ప్రతిపన్నే-౨పతనేచ్ఛౌచ॥
పిత్సలమ్-అ-న-పంథాః॥
పిధానమ్-అ-న-ఆచ్ఛాదనమ్-౨గజాచ్ఛాదనపటః-౩శరావః॥ తె॥ ౨ఏనుఁగుమీఁదిబురకా-౩మూకుడు.
పినద్ధః-అ-త్రి-శరీరబద్ధకవచః॥
పినాకః-అ-(సీ)- శివధనుః- ౨త్రిశూలమ్-౩పాంసువర్షమ్॥
పినాకాభ్రకమ్-అ-న-అభ్రకవిశేషః॥ తె॥ పినాకాభ్రకము.
పినాకినీ-ఈ-సీ-వీణావిశేషః- ౨నదీవిశేషః॥
పినాకీన్- పు - శివః - ౨ఏకాదశరుద్రవిశేషః॥
పిన్యాసమ్-అ-న-హింగు॥
పిపతిషన్-త్-త్రి-పతనేచ్ఛుః॥

పిపతిషన్-త్-పు-విహంగమః॥
పిపతిషుః-ఉ-పు-పక్షీ॥
పిపాసా-ఆ-సీ-తృష్ణా॥ తె॥ దప్పి.
పిపాసితః-అ-త్రి-పిపాసాయుక్తః॥
పిపాసుః-ఉ-త్రి-తృషితః ॥ తె॥ దప్పిగొన్నవాఁడు.
పిపీతకః-అ-పు-బ్రాహ్మణవిశేషః॥
పిపీతకీ-ఈ-సీ-వైశాఖశుక్లద్వాదశీ॥
పిపీలకః-అ-పు-పీలకః॥
పిపీలికమధ్యా-ఆ-సీ-ఆర్షబ్రాహ్మీచ్ఛందసోఋగ్న్యనాతురపాదమధ్య త్రిపాదీమంత్రః॥
పిపీలికా-ఆ-ద్వ-లూతా॥ తె॥ చీమ.
పిపీలీ-ఈ-సీ-పిపీలికా॥ తె॥ చీమ.
పిప్పకా-ఆ-సీ-ఖంజరీటీ॥ తె॥ ఆఁడుఉవ్వపిట్ట.
పిప్పటా-ఆ-సీ-ఖాద్యద్రవ్యవిశేషః॥
పిప్పలమ్-అ-న-వస్త్రచ్ఛేదభేదః - ౨జలమ్॥ తె॥ ౧గుడ్డ-౨జలము.
పిప్పలః-అ-పు-అశ్వత్థవృక్షః- ౨నిరంగులపక్షివిశేషః॥ తె॥ ౧రావిచెట్టు- ౨బాతు.
పిప్పలకమ్-అ-న- స్తనవృంతమ్ - ౨సీవనసూత్రమ్॥
పిప్పలా-ఆ-సీ-ఊషణా॥ తె॥ పిప్పలిచెట్టు.
పిప్పలాదః-అ-పు-ఋషివిశేషః- ౨సూర్యకిరణః॥
పిప్పలాశనః-అ-పు-గజః॥ తె॥ ఏనుఁగు.
పిప్పలిః-ఇ-పు-అశ్వత్థవృక్షః॥ తె॥ రావిచెట్టు.
పిప్పలికమ్-అ-న- స్తనవృంతమ్- ౨సీవనసూత్రమ్॥ తె॥ ౧చన్నులవట్రువ- ౨కుట్టుచున్నదారము.
పిప్పలికా-ఆ-సీ-అశ్వత్థికా॥ తె॥ కండ్లరావిచెట్టు.
పిప్పలీ-ఈ-సీ-ఊషణా- ౨గజకర్ణమూలమ్॥ తె॥ ౧పిప్పలిచెట్టు.

పిప్పలీకా-ఆ-సీ-అశ్వత్థీవృక్షః॥ (లిదుంప-}

పిప్పలీమూలమ్-అ-న-గ్రంధికమ్॥ తె॥పిప్ప}

పిప్పికా-ఆ-సీ-దంతమలమ్॥

పిప్లుః-ఉ-పు - దేహస్థకృష్ణవర్ణచిహ్నమ్॥ తె॥ పుట్టుమచ్చ.

పియాలః-అ-పు-వృక్షవిశేషః॥

పిలుకః-అ-పు-పీలువృక్షః॥

పిలువర్ణీ-ఈ-సీ-మోరటా॥

పిల్లః అ-త్రి-క్లిన్నాక్షః - క్లిన్ననేత్రే-క్లీ॥ తె॥పుసికట్టెడుకండ్లు.

పిల్లకా-ఆ-సీ-హస్తినీ॥

పిల్లాకః-అ-పు-పక్షిశిశుః॥ తె॥పిట్టపిల్ల.

పిశఙ్గః-అ-పు-గోరోచనాదికపిలవర్ణః॥

పిశఙ్గః-అ-త్రి- గోరోచనాదికపిలవర్ణవాన్॥

పిశఙ్గీ-ఈ-సీ-గోరోచనాదికపిలవర్ణవతీ॥

పిశాచః-అ-పు-బేతాలాదిపిశాచజాతిః --మార్జాలః-౩ప్రేతః॥

పిశాచకః-అ-పు - గురునాథాదిశివసహచరభూతాని॥

పిశాచకీ-న్-పు-కుబేరః॥

పిశాచకీ-న్-త్రి-గ్రహిలః॥ తె॥ పిచాచముపట్టినవాఁడు.

పిశాచద్రుః-ఉ-పు-శాఖోటవృక్షః॥

పిశాచవృక్షః-అ-పు-శాఖోటవృక్షః॥

పిశాచసభమ్-అ-న- పిశాచసమూహః-పిశాచశాలా॥

పిశాచా-ఆ-సీ-భూతజటా॥ తె॥జటామాంసి.

పిశాచికా-ఆ-సీ-కూపనిష్ఠభేకస్త్రీ॥ తె॥నూతిలోనియాఁడుకప్ప.

పిశాచీ-ఈ-సీ-మాషపర్ణీ- పిశాచికా-స్త్రీ పిశాచీ-౩గంధమాంసీ॥ తె॥ ౧కాఱుమినపచెట్టు.

పిశితమ్-అ-న-మాంసమ్॥ తె॥నంజుడు.

పిశితా-ఆ-సీ-భూతజటా॥ తె॥ జటామాంసి.

పిశితాశీ-న్-పు-రాక్షసః- మాంసభక్షకః॥

పిశీ-ఈ-సీ-జటామాంసీ॥

పిశునమ్-అ-న-కుంకుమమ్॥ తె॥ కుంకుమము.

పిశునః-అ-పు-కపివక్త్రః-నారదః-౩కాకః॥

పిశునః-అ-త్రి-సూచకః-ఖలః॥ తె॥ ౧కొండెగాఁడు-నీచుఁడు.

పిశునా-ఆ-సీ-స్పృక్కా - తస్కరీ॥ తె॥౧స్పృక్క-యనెడుగ్రంథ్యము - కొండబెండచెట్టు.

పిష్టమ్-అ-న-సీసకమ్-పిష్టకః॥

పిష్టమ్-అ-త్రి-చూర్ణీకృతే॥

పిష్టకమ్-అ-న-తిలచూర్ణమ్॥

పిష్టకః-అ-పు-అపూపసామాన్యమ్- నేత్రరోగః॥ తె॥౧పిండివంటలు - కంటిరోగము.

పిష్టచక్రకః-అ-పు-నాభికమ్॥ తె॥గారె.

పిష్టపమ్-అ-(సీ)-భువనమ్॥

పిష్టపచనమ్-అ-న-పిష్టపాకపాత్రమ్॥

పిష్టపాకభృత్-త్-న- పిష్టపాకపాత్రమ్

పిష్టపూరః-అ-పు-వటకః-పిష్టకవిశేషః॥

పిష్టవర్తిః-ఇ-పు - ముద్గమసూరాదిపిష్టమ్॥

పిష్టసౌరభమ్-అ-న-చందనమ్॥

పిష్టాతః-అ-పు-పటవాసకః- కర్పూరకుంకుమమిశ్రచందనచూర్ణః॥ తె॥ ౧బుక్క-బుక్కాలోభేదము.

పిష్టికమ్-అ-న-తండులోద్భవతక్షీరమ్॥

పిష్టికా-ఆ-సీ-పిష్టద్విదళః॥

పిష్టోడీ-ఈ-సీ-శ్వేతామ్లిః॥

పిహితమ్-అ-న-అలంకారవిశేషః - పక్షక్రియావిశేషః॥ తె॥ ౧ఒకానొకయలంకారము-కనుఱెప్పమూయడము.

పిహితమ్-అ-త్రి-ఆచ్ఛాదితమ్॥

పిచమ్-అ-న-అధరాధోభాగః॥ తె॥ క్రిందిపెదవిక్రిందిపల్లము.

పీఠమ్-అ-న-విష్టరః॥ తె॥ పీఁట.

పీఠకేళిః-ఇ-పు-పీఠమర్దనాయకః॥

పీఠమర్దః-అ- పు - అనుకూలనాయకనర్మసచివః॥

పీఠసర్పి-న్-త్రి-ఖంజః॥

పీఠితః-అ-త్రి-కుఠారాదికృత్తశాఖాదిః॥

పీఠీ-ఈ-సీ-మహాపీఠః॥ తె॥ ఉత్కృష్టమయినపీఠము.

పీడః-అ-ద్వ-కష్టమ్॥ తె॥ కష్టము-బాధ-వ్యథ.

పీడః-అ-త్రి-సమర్థః॥ తె॥ సమర్థుఁడు.

పీడనమ్-అ-న-అవమర్దః॥ తె॥ పీడ బెట్టడము.

పీడా-ఆ-సీ-అవమర్దః- ౨సరళవృక్షః-౩శిరోమాల్యమ్-౪కరుణా॥ తె॥ ౧పీడపెట్టడము

పీడితమ్-అ-న-ఆలింగనవిశేషః- ౨చుంబనవిశేషః-౩రతిబంధవిశేషః॥

పీడితః-అ-త్రి-బాధితః-౨యంత్రితః॥

పీతమ్-అ-న-పానమ్-౨హరితాలమ్॥

పీతః-అ-త్రి-పీతవర్ణవాన్-౨పీతః॥ తె॥ ౨త్రాగబడ్డది.

పీతః-అ-పు-పీతవర్ణః-౨వైశ్యవర్ణః- ౩కుసుంభః-౪అంకోఠః-౫శాఖోటః- ౬పుష్పరాగః॥

పీతకమ్-అ-న- హరితాలకమ్-౨కుంకుమమ్-౩అగురు-౪పద్మకాష్ఠమ్-౫రీతిః - ౬మాక్షికమ్-౭నందీవృక్షః-౮పీతశాలః-౯శోనాకప్రభేదః-౧౦హరిద్రుః-౧౧కింకిరాతవృక్షః॥ తె॥ ౧హరిదలము.

పీతకః-అ-త్రి-పీతవర్ణవాన్॥

పీతకదలీ-ఈ-సీ-స్వర్ణకదలీ॥

పీతకద్రుమః-అ-పు-హరిద్రువృక్షః॥

పీతకన్దమ్-అ-న-గర్జరమ్॥

పీతకరవీరకః-అ-పు- పీతవర్ణకరవీరపుష్పవృక్షః॥

పీతకావేరమ్-అ-న-కుంకుమమ్-౨పిత్తలమ్॥

పీతకాష్ఠమ్-అ-న-మలయపర్వతజాతపీతచందనవృక్షః॥

పీతకీలా-ఆ-సీ-ఆవర్తకీలతా॥

పీతఘోషా-ఆ-సీ-పీతపుష్పఘోషాలతా॥

పీతచన్దనమ్- అ-న - మలయపర్వతజాతపీతచందనమ్॥

పీతచమ్పకః-అ-పు-ప్రదీపః-౨పీతవర్ణచంపకపుష్పవృక్షః॥

పీతతణ్డులః-అ-పు-కంగునీ॥

పీతతణ్డులా-ఆ-సీ-ప్రియంగుః॥ తె॥ కొఱ్ఱలు.

పీతతా-ఆ-సీ-హరిద్రాభతా-పీతత్వమ్॥

పీతతుణ్డః-అ-పు-కారండవపక్షీ॥

పీతతైలమ్-అ-న- స్థౌణేయమ్॥ తె॥ స్థౌణేయమనుగ్రంథ్యము.

పీతతైలా-ఆ-సీ- జ్యోతిష్మతీలతా- ౨మహాజ్యోతిష్మతీ॥

పీతదారు-ఉ-న- దేవదారువృక్షః॥ తె॥ దేవదారుచెట్టు.

పీతదుగ్ధా-ఆ-సీ-ధేనుష్యా- దుగ్ధబంధకైః సంస్థితా గౌః॥

పీతద్రుః- ఉ- పు- సరలదేవదారువృక్షః-౨దారుహరిద్రా॥ తె॥ ౨మ్రానిపసపు.

పీతద్రుమః-అ-పు-సరళదేవదారువృక్షః॥

పీతనమ్-అ-న-కుంకుమమ్- ౨హరితాలకమ్- ౩పీతదారు॥ తె॥ ౧కుంకుమము-౨హరిదలము.

పీతనః-అ-పు- కపీతనవృక్షః॥ తె॥ అంబాల (పు)చెట్టు.

పీతనకః-అ-పు-ఆమ్రాతకః॥

పీతనస్యః-అ-పు- శాఖోటవృక్షః॥ తె॥ పెద్దబేకుచెట్టు.

పీతనీ-ఈ-సీ-విదారిగంధా॥ తె॥ ముయ్యాకుపొన్న.

పీతపర్ణీ-ఈ-సీ-శ్విత్రఘ్నీ॥

పీతపాదః-అ-త్రి-పీతచరణయుక్తః॥

పీతపాదా-ఆ-సీ-శారికాపక్షీ॥

పీతపుష్పమ్-అ-న-ఆహుల్యవృక్షః-౨హరిద్రాభకుసుమంచ॥

పీతపుష్పః-అ-పు-కర్ణికారవృక్షః-౨చంపకవృక్షః-౩పీతఝింటీ-౪పిండీతకభేదః॥ తె॥ ౧కొండగోగుచెట్టు.

పీతపుష్పా-ఆ-సీ-కాసమర్దకః॥ తె॥ కసిందచెట్టు.

పీతపుష్పీ-ఈ-సీ-శణపుష్పీ॥ తె॥ పచ్చజనపచెట్టు

పీతఫలః-అ-పు-శాఖోటవృక్షః-౨కర్మారవృక్షః॥

పీతఫలకః-అ-పు-శాఖోటవృక్షః॥

పీతబీజః-అ-త్రి-పీతవర్ణబీజయుక్తే॥

పీతబీజా-ఆ-సీ-మేంథీ॥ తె॥ మెంతిచెట్టు.

పీతభద్రః-అ-పు-కర్ణికారవృక్షః॥ తె॥ కొండగోగుచెట్టు.

పీతభృఙ్గరాజః-అ-పు-పీతవర్ణభృంగరాజః॥

పీతమణిః-ఇ-పు-పుష్పరాగః॥

పీతమాక్షికమ్-అ-న-మాక్షికమ్॥

పీతముణ్డః-అ-పు-నీలకంఠః॥ తె॥ బంగారుపిచ్చుక.

పీతముద్గః-అ-పు-ముద్గవిశేషః॥

పీతమూలకమ్-అ-న-గర్జరమ్॥

పీతయూథీ-ఈ-సీ-స్వర్ణయూథీ॥

పీతరక్తమ్-అ-న-పుష్పరాగమణిః॥

పీతరాగమ్-అ-న-కింజల్కమ్-౨శిక్థకమ్.

పీతరాగః-అ-పు-పీతవర్ణే॥

పీతరాగః-అ-త్రి-తద్వతి॥

పీతరోహిణీ-ఈ-సీ-కాశ్మరీ॥

పీతలః-అ-పు-పీతవర్ణః॥

పీతలః-అ-త్రి-తద్యుక్తే॥

పీతలకమ్-అ-న-పిత్తలమ్॥

పీతలోహమ్-అ-న-పిత్తలభేదః॥ (కతాచ॥)

పీతవాలుకా-ఆ-సీ-హరిద్రా-౨పీతవర్ణసి

పీతవాసాః-స-పు-శ్రీకృష్ణః॥

పీతవాసాః-స-త్రి-పీతవస్త్రయుక్తే॥

పీతవృక్షః-అ-పు-శోనాకవృక్షభేదః-౨సర

పీతశాలః-అ-పు-అశనవృక్షః॥ (ళవృక్షః॥)

పీతసారమ్-అ-న-మలయపర్వతజాతపీతచందనమ్-౨గోమేధికరత్నమ్॥

పీతసారః-అ-పు-అంకోలవృక్షః-౨బర్బూరవృక్షః॥ తె॥ ౧ఊడుగుచెట్టు-౨తుమ్మచెట్టు

పీతసారకః-అ-పు-సర్జకవృక్షః-౨నింబవృక్షః-౩అంకోలవృక్షః॥ తె॥ ౧వేగిసచెట్టు.

పీతసారి-ఇ-న-స్రోతోంజనమ్॥

పీతసాలకః-అ-పు-పీతవర్ణసాలవృక్షః॥

పీతస్ఫటికః-అ-పు-పుష్పరాగమణిః॥

పీతా-ఆ-సీ-కపిలశింశపావృక్షః-౨హరిద్రా-౩దారుహరిద్రా-౪మహాజ్యోతిష్మతీ-౫ప్రియంగుః-౬గోరోచనా-౭అతివిషా॥ తె॥ ౧పచ్చయిరుగుడుచెట్టు-౨పసపు-౩మ్రానిపసపు.

పీతాఙ్గః-అ-పు-శ్యోనాకవృక్షభేదః॥

పీతాబ్ధిః-ఇ-పు-అగస్త్యమునిః॥

పీతాభమ్-అ-న-మలయపర్వతజాతపీతచందనమ్॥

పీతాభః-అ-పు-ఇంద్రః-౨కుబేరః॥

పీతామ్బరమ్-అ-న-విష్ణువస్త్రమ్॥ తె॥ విష్ణువస్త్రము.

పీతామ్బరః-అ-త్రి-పీతవస్త్రయుక్తే॥

పీతామ్బరః-అ-పు-విష్ణుః-౨నదవిశేషః-౩శై

త్యవిశేషః-౪ఖాగ్యయుక్తః-౫గోకరీషః తె॥౧విష్ణువు-౨పీతాంబరనదము - ౩పీతాంబరుఁడనురక్కసుఁడు-౪అదృష్టము గలవాఁడు-౫ఆవుపేఁడతోఁజేసినపిడకలు-పరుపిడకలున్న.
పీతాబ్ధరా-ఆ-సీ-గౌరీ॥ తె॥ పార్వతీదేవి.
పీతాబ్ధరీ-ఈ-సీ-గౌరీ॥ తె॥సర్వమంగళ.
పీతాశ్మన్-పు-పుష్పరాగమణిః॥
పీకః-ఇ-సీ-పానమ్-౨తుండా॥
పీతిః-ఇ-పు-అశ్వః-౨పానమ్॥ తె॥౧గుఱ్ఱము-౨త్రాగడము.
పీతికా-ఆ-సీ-పీతవచా-౨హరిద్రా - ౩దారుహరిద్రా-౪స్వర్ణయూథీ॥
పీతీన్-పు-పీతిః-ఘోటకః॥
పీతుః-ఉ-పు-సూర్యః-౨అగ్నిః-౩యూథపతిః
పీత్వా-అ-౦-పానంకృత్వా తె॥పానముచేసి
పీథమ్-అ-న-క్షీరమ్-౨జలమ్-౩నవనీతమ్ - ౪ఘృతమ్-౫అగ్నిః-౬కాలః॥ తె॥ ౧పాలు-౨ఉదకము-౩వెన్న.
పీథః-అ-పు-అర్కః॥ తె॥ జేఁడివేలుపు.
పీథిః-ఇ-పు-పీతిః-ఘోటకః॥
పీనమ్-అ-న-ఆనందః॥ తె॥సంతసము.
పీనః-అ-పు-స్వేదః॥ తె॥ చెమట.
పీనః-అ-త్రి-స్థూలః॥ తె॥లావుది.
పీనసః-అ-పు-ప్రతిశ్యాయః॥ తె॥పడిసెము.
పీనసా-ఆ-సీ-కర్కటీ॥
పీనసీన్-త్రి-పీనసరోగీ॥
పీనస్కన్ధః-అ-పు-సూకరః॥ తె॥అడవిపంది.
పీనాహః-అ-పు-కూపముఖబంధనమ్ - ౨కుశమ్॥ తె॥౧మాతివాయికట్టు - ౨కుశదర్భగడ్డి.
పీనోధ్నీ-ఈ-సీ-పీవరస్తనీ॥ తె॥పెద్దపాదుగుఁగలయావు.

పీపరిః-ఇ-పు-హ్రస్వప్లవృక్షః॥
పీయుః-ఉ-పు-కాలః-౨ఘూకః-౩రవిః- ౪కాకః॥ తె॥౧కాలము-౨గుడ్లగూబ.
పీయూషమ్-అ-న-అమృతమ్-౨యజ్ఞసోమః-౩శర్కరా-౪ద్రాక్షా॥ తె॥ ౧అమృతము-౨యజ్ఞమునందుసోమము - ౩పంచదార-౪ద్రాక్షచెట్టు.
పీయూషః-అ-పు - నవప్రసూతగోక్షీరమ్॥ తె॥ముఱ్ఱుపాలు, జున్నుపాలు.
పీయూషః-అ-త్రి-మాత్సర్యయుక్తః॥ తె॥ ఓర్వజాలనివాఁడు.
పీయూషమహాః-స్-పు-చంద్రః॥
పీయూషరుచిః-ఇ-పు-చంద్రః-౨అమృతప్రియశ్చ॥
పీలకః-అ-పు-పిపీలికా॥ తె॥చీమ.
పీలుః-ఉ-పు-గుడఫలవృక్షః- ౨కమలవల్లభః-౩గజః-౪ప్రమాణమ్-౫పరమాణుః- ౬కాండః-౭పుష్పమ్-౮అస్థిఖండమ్-౯బాణః-౧౦కృమిః-౧౧కోంకణాదిదేశప్రసిద్ధఃఫలవృక్షవిశేషః॥ తె॥ ౧గోలుగుచెట్టు-౨పిన్నవరగోఁగుచెట్టు-౩ఏనుఁగు.
పీలుకః-అ-పు-పక్షిశిశుః॥ తె॥పిట్టపిల్ల.
పీలునీ-ఈ-సీ-మూర్వా॥
పీలుపత్రః-అ-పు-మోరటలతా॥
పీలుపర్ణీ-ఈ-సీ-మూర్వా-౨మురుంగీ- ౩బింబికా॥ తె॥౧చాగచెట్టు- ౨చేకొండిచెట్టు-౩దొండచెట్టు
పీవన్-త్రి-స్థూలమ్॥
పీవరః-అ-త్రి-స్థూలః॥ తె॥లావుది.
పీవరః-అ-పు-కచ్ఛపః॥ తె॥ తాఁబేలు.
పీవరస్తనీ-ఈ-సీ-పీనోధ్నీ- ౨స్థూలస్తనయుక్తానారీచ॥ తె॥ ౧పెద్దపాదుగుఁగలయావు- ౨పెద్దచనులతోఁగూడికొనినయాఁడుది.

పీవరా- ఆ -స్త్రీ - అశ్వగంధా-౨శతావరీ-౩ స్థూలాచ॥

పీవరీ- ఈ - స్త్రీ- బల్యా-౨శుకభార్యా-౩శతమూలీ-౪సాలపర్ణీ-౫తరుణీ-౬గాః॥ తె॥ ౧పెన్నేరుచెట్టు.

పీవాన్-పు-జలవాన్-౨వాయుః-౩స్థూలః॥

పీవా-ఆ-స్త్రీ-ఉదకమ్॥

పీవాన్-త్రి-పీవరః॥ తె॥లావుది.

పుంలిఙ్గమ్-అ-న-పుంచిహ్నమ్॥

పుంలిఙ్గః-అ-పు-శబ్దవాచకతాయామ్॥

పుంవృషః-అ-పు-గంధమూషికః - ౨పుంగవశ్చ॥

పుంశ్చలః-అ-పు-వ్యభిచారీ॥

పుంశ్చలీ-ఈ-స్త్రీ-జారస్త్రీ- ౨బుధగ్రహభార్యా॥ తె॥౧అంకులాడి-౨బుధునియాలు

పుంశ్చిహ్నమ్-అ-న-శిశ్నః॥

పుంసవనమ్-అ-న-క్షీరమ్- ౨షోడశకర్మవిశేషః॥ తె॥౧పాలు - ౨షోడశకర్మములలో నొకకర్మము.

పుంస్త్వమ్-అ-న-శుక్రమ్-౨పురుషత్వంచ॥

పుంస్త్వవిగ్రహః-అ-పు-భూతృణమ్॥

పుక్కశః-అ-పు-చండాలః॥

పుక్కషః-అ-పు-చండాలః॥

పుక్కసః-అ-పు-చండాలః॥

పుక్కసః-అ-త్రి-అధమః॥

పుక్కసీ-ఈ-స్త్రీ-కాలికా-౨నీలీ॥

పుఙ్ఖః-అ-పు-శ్యేనః॥ తె॥ డేగ.

పుఙ్ఖః-అ-ద్వ-బాణపుంఖః ॥ తె ॥ నారిమీఁద మోపెడిపింజ.

పుఙ్ఖలోభః-అ-పు-నైరృతిశూలమ్॥

పుఙ్ఖా-ఆ-స్త్రీ-తాలప్రాణకలావిశేషః॥

పుఙ్గః-అ-(స్త్రీ)-సమూహః॥

పుద్గలః-అ-పు ఆత్మా॥

పుఙ్గవః-అ-పు-ఉత్తరపదే- సజాతీయసమూహశ్రేష్ఠః-౨వృషభః-౩భేషజాంతరమ్॥

పుచ్ఛమ్-అ-న-లోమవల్లాంగూలే- ౨కలా (పేచ॥

పుచ్ఛః-అ-పు-పశ్చాద్భాగే॥

పుచ్ఛః-అ-(స్త్రీ)-లాంగూలః- ౨పశ్చాద్భాగః॥ తె॥౧తోఁక-౨వెనుకటిప్రక్క.

పుచ్ఛటి-ఇ-న-అంగులిమోటనమ్॥

పుచ్ఛదా-ఆ-స్త్రీ-లక్ష్మణాకందః॥

పుచ్ఛీన్-పు-అర్కవృక్షః-౨కుక్కుటః॥

పుచ్ఛీన్-త్రి-లాంగూలయుక్తే॥

పుఞ్జః-అ-పు-మూషకః - ౨ధాన్యాదిరాశిః॥ తె॥౧ఎలుక-౨ధాన్యము మొదలగురాశి.

పుఞ్జికా-ఆ-స్త్రీ-కరకః॥ తె॥వడగల్లు.

పుఞ్జిలః-అ-పు-తృణస్తంబః॥ తె॥గడ్డికాఁడ.

పుటమ్-అ-న-జాతిఫలమ్- ౨పత్రాదికృతపుటః॥ తె॥౧జాజికాయ-౨దొప్ప.

పుటః-అ-(స్త్రీ)-అశ్వఖురః॥

పుటః-అ-త్రి-ఆచ్ఛాదనమ్- ౨పత్రాదిరచితః ౩పుష్పాద్యాధారః - ౪మిథఃసంశ్లేషః॥

పుటః-అ-పు-నేత్రచ్ఛదః - ౨పత్రాదికృతపుటః॥ తె॥౧కనుఱెప్ప-౨దొప్ప.

పుటకమ్-అ-న-పద్మమ్- ౨స్వార్థిక ప్రత్యయే పుటశబ్దార్థోప్యత్ర॥

పుటకన్దః-అ-పు-కోలకందః॥

పుటకినీ-ఈ-స్త్రీ-పద్మినీ-పద్మయుక్తదేశః- పద్మసమూహః-పద్మలతాచ॥

పుటగ్రీవః-అ-పు-గర్గరీ-౨తామ్రకుంభః॥

పుటన్నటమ్-అ-న-పరివేల్లతృణమ్॥ తె॥భద్రతుంగగడ్డి. (ధుమరొట్టె.

పుటపాకః-అ-పు-శాగణికః॥ తె॥ముద్రగో

పుటభేదః-అ-పు-జలనిర్గమః- ౨ఆతోద్యమ్-౩నగరమ్॥ తె॥౧కాలువ - ౨చతుర్విధవాద్యము-౩నగరము

పుటభేదనమ్-అ-న-పట్టణమ్॥ తె॥ ప్రోలు.

పుటాలుః-ఉ-పు-కోలకందః॥

పుటికా-ఆ-సీ-ఏలా॥

పుటితమ్-అ-న-హస్తపుటమ్-౨పాటితమ్॥

పుటితమ్-అ-త్రి-స్యూతే-౨ఆద్యంతప్రణవాదియుక్తమన్త్రాదౌ-౩పుటప్రాప్తేచ॥

పుటీ-ఈ-సీ-పత్రాదికృతపుటః-౨కౌపీనమ్-౩ఆచ్ఛాదనమ్॥ తె॥ ౧దొప్ప.

పుటోటజమ్-అ-న-శ్వేతచ్ఛత్రమ్॥

పుటోదకః-అ-పు-నారికేలః॥

పుణ్డ్రః-అ-పు-తిలకః॥

పుణ్డరీ-న్-పు-హస్తినాం మనుష్యాణాంచ చతుష్వ్యఃక్షుద్రవిటపః-శాలపర్ణీపత్రతుల్యపత్రః-౨కేచిత్తుపూర్వదశకంపద్మకాష్ఠేప్రచక్షతే॥

పుణ్డరీ-ఈ-సీ-పుండరీకమ్॥ తె॥ తెల్లతామర.

పుణ్డరీకమ్-అ-న-శ్వేతాబ్జమ్-౨పౌండర్యమ్-౩సితచ్ఛత్రమ్-౪తీర్థవిశేషః-౫భేకః॥ తె॥ ౧తెల్లతామర-౨పుండరీకమను గ్రంథ్యము-౩రాజులకుపట్టెడు తెల్లగొడుగు-౪పుండరీకమనుతీర్థము-౫కప్ప.

పుణ్డరీకః-అ-పు-అగ్నిదిగ్గజః-౨శార్దూలః-౩మునివిశేషః-౪యజ్ఞవిశేషః-౫ఇక్షువిశేషః-౬సామాన్యగజః-౭వరుణశంఖః-౮చంద్రధనుః-౯మత్స్యవిశేషః-౧౦సహకారః-౧౧గణధరః-౧౨రాజిలసర్పః-౧౩గజజ్వరః-౧౪దమనకవృక్షః-౧౫కమండలుః-౧౬శ్వేతవర్ణః-౧౭కుష్ఠభేదః తె॥ ౧తూరుపు-దక్షిణములకుమధ్యమూలయందుండుదిగ్గజము-౨పెద్దపులి-౩ఒకానొకముని-౪పౌండరీకమనుజన్నము-౫తెల్లచెఱకు-౬సాధారణమగుపనుఁగు-౭వరుణునిచిందము-౮చంద్రునివిల్లు-౯ఒకానొకచేఁప.

పుణ్డరీకః-అ-(సీ)-కుష్ఠరోగః॥ తె॥ తెల్లపొడలకుష్ఠు.

పుణ్డరీకప్రియః-అ-పు-మహాతలలోకస్థగాలవమునిః॥ తె॥ మహాతలలోకమందున్న గాలవముని.

పుణ్డరీకాక్షమ్-అ-న-పుండర్యమ్॥

పుణ్డరీకాక్షః-అ-పు-విష్ణుః-౨కుబేరః॥

పుణ్డరీయకమ్-అ-న-పౌండర్యమ్॥ తె॥ పుండరీకమను గ్రంథ్యము.

పుణ్డర్యమ్-అ-న-పుండరీయకమ్॥ తె॥ పుండరీయకమను గ్రంథ్యము.

పుణ్డలీకః-అ-త్రి-క్షుద్రః॥ తె॥ క్షుద్రుఁడు.

పుణ్డారమ్-అ-న-సూర్యశంఖః॥ తె॥ సూర్యుని చిందము.

పుణ్డ్రః-అ-పు-శ్వేతేక్షుః-౨తిలకః-౩దేశవిశేషః-౪క్రిమిః-౫అతిముక్తలతా-౬దైత్యవిశేషః-౭పుండరీకః॥ తె॥ ౧తెల్లచెఱకు-౨బొట్టు-౩ఒకానొకదేశము-౪పురుగు-౫పువ్వులగురివెందతీఁగె-౬ఒకానొకరాక్షసుఁడు-౭పులి.

పుణ్డ్రకమ్-అ-న-చక్రకారః॥ తె॥ వ్యాఘ్రమను గ్రంథ్యము.

పుణ్డ్రకః-అ-పు-అతిముక్తలతా-౨తిలకవృక్షః-౩ఇక్షుభేదః॥ తె॥ ౧పువ్వులగురివెందతీఁగె.

పుణ్డ్రకేళిః-ఇ-పు-హస్తీ॥

పుణ్యమ్-అ-న-ధర్మః-౨అంబు-౩పుష్పమ్-౪స్వర్గమ్॥

పుణ్యః-అ-త్రి-పుణ్యవాన్-౨పవిత్రీకరణదక్షః-౩మనోజ్ఞః॥

పుణ్యకమ్-అ-న-అద్యుపవాసవ్రతమ్॥

పుణ్యకవ్రతమ్-అ-న-పతిసౌభాగ్యస్యశ్రీకృష్ణతుల్యపుత్రస్యచజనకః(స్త్రీ)కర్తవ్యనియమవిశేషః॥

పుణ్యకృత్-త్-త్రి-పుణ్యకర్తా-ధార్మికః॥

పుణ్యక్రియా-ఆ-సీ-కీర్తిః॥

పుణ్యగన్ధః-అ-పు-చంపకః॥

పుణ్యగన్ధా-ఆ-సీ-అంబష్ఠా॥ తె॥ అడవిమొల్ల.

పుణ్యజనః-అ-పు- నైరృతిః-౨యక్షః-౩సుజనః-౪రాక్షసః॥

పుణ్యజనేశ్వరః-అ-పు-కుబేరః॥ తె॥కుబేరుడు

పుణ్యతృణమ్-అ-న-శ్వేతకుశమ్॥

పుణ్యదర్శనః-అ-పు-చాషపక్షీ॥

పుణ్యఫలమ్-అ-న-ధర్మజన్యఫలే॥

పుణ్యఫలః-అ-పు-వనభేదః॥

పుణ్యభాక్-జ్-త్రి-పుణ్యవిశిష్టః॥

పుణ్యభూః-ఊ-సీ-ఆర్యావర్తదేశః॥

పుణ్యభూమిః- ఇ- సీ- హిమవద్వింధ్యమధ్యప్రాక్సముద్రాదిపశ్చిమసముద్రపర్యంతదేశః-౨పుత్రసూః॥

పుణ్యరాజిః-ఇ-పు-నక్షత్రలోకః॥

పుణ్యవతీ-ఈ-సీ-నైరృతిపట్టణమ్॥

పుణ్యవాన్-త్-త్రి-ధన్యః॥ తె॥ధన్యుఁడు

పుణ్యశ్లోకః-అ-పు-విష్ణుః-౨యుధిష్ఠిరః-౩నలరాజః॥

పుణ్యశ్లోకా-ఆ-సీ-ద్రౌపదీ-౨సీతా॥

పుణ్యసాగరమ్-అ-న-పుష్కరమ్॥ తె॥పుష్కరమూలపుచెట్టు.

పుణ్యా-ఆ-సీ-తులసీ-౨పుణ్యజనికాచ॥

పుణ్యాత్మాన్-న్-త్రి-పుణ్యస్వభావః॥

పుణ్యాహమ్-అ-న-పుణ్యదినమ్॥

పుణ్యాహవాచనమ్-అ-న- దైవాదికర్మాదౌ మంగళార్థంపుణ్యాహమితిశబ్దస్యవారత్రయకథనమ్॥

పుత్తలీ-ఈ-సీ-అంజలికారికా॥ తె॥ సున్నపుగచ్చుబొమ్మ.

పుత్తికా-ఆ-సీ- బాష్పికా- ౨పతంగికా॥ తె॥ ౧మెట్టతోఁటకూర-౨తెలియాఁగ.

పుత్రః-అ-పు-సుతః॥ తె॥కొమరుఁడు-

పుత్రకః-అ-పు-పుత్రః-౨శరభః- ౩ధూర్తః ౪శైలవిశేషః-౫వృక్షభేదః-౬పతంగకః ౭అనుకంపాన్వితజనః॥

పుత్రకన్దా-ఆ-సీ-లక్ష్మణాకందః॥

పుత్రకా-ఆ-సీ-పుత్రికా॥

పుత్రజననీ-ఈ-సీ-లక్ష్మణా॥ తె॥ లక్ష్మణపంజిచెట్టు.

పుత్రజీవః-అ-పు-అక్షఫలః॥ తె॥పుత్రజీవిచెట్టు

పుత్రజీవకః-అ-పు-పుత్రజీవకవృక్షః॥

పుత్రజీవకః-అ-త్రి-పుత్రస్యజీవకే॥

పుత్రదా-ఆ-సీ-వంధ్యాకర్కోటకీ-౨లక్ష్మణాకందః-౩గర్భదాత్రీక్షుపః॥

పుత్రదాత్రీ-ఈ-సీ-మాలవేప్రసిద్ధోలతావిశేషః॥

పుత్రధాత్రీ-ఈ-సీ- అశ్మజాతా॥ తె॥ పుత్రధాత్రిచెట్టు.

పుత్రపత్రా-ఆ సీ-పుత్రధాత్రీ॥ తె॥ పుత్రధాత్రిచెట్టు.

పుత్రప్రదా-ఆ-సీ-క్షవికా॥

పుత్రభద్రా-ఆ-సీ బృహజ్జీవంతీ॥

పుత్రశృఙ్గీ-ఈ-సీ-అజశృంగీ.

పుత్రశ్రేణీ-ఈ-సీ-మూషికపర్ణీ॥

పుత్రసూః-ఊ-సీ-పుత్రజనికా॥

పుత్రాన్నాదః-అ-త్రి-పుత్రాన్నభోజీ॥

పుత్రికా-ఆ-సీ- బాష్పికా-౨పతంగికా-౩వస్త్రదంతాదికృతనరమృగపక్ష్యాది రూపమ్-౪సుతా॥ తె॥ ౧మెట్టతోఁటకూర-౨తెలియాఁగ-౩బొమ్మ-౪కూఁతురు-

పుత్రికాపుత్రః-అ-పు-వివాహకాలనిబంధిత పుత్రికాపుత్రః॥

పుత్రికాప్రసూః-ఊ-సీ-పుత్రికాజననీ॥

పుత్రికాసుతః-అ-పు-పుత్రికాయాఃపుత్రః-౨పుత్రికైవపుత్రః॥

పుత్రిణీ-ఈ-సీ-పుత్రవతీ॥

పుత్రీ-న్-పు-పుత్రయుక్తః॥

పుత్రీ-ఈ-సీ-సుతా-౨వృతువిశేషః॥ తె॥ ౧ కూఁతురు.

పుత్రీయమ్-అ-త్రి-పుత్ర్యమ్-పుత్రసంబంధి॥

పుత్రేష్టిః-ఇ-సీ-పుత్రనిమిత్తకయాగవిశేషః॥

పుత్రేష్టికా-ఆ-సీ-పుత్రనిమిత్తకయాగవిశేషః॥

పుత్రౌ-అ-పు-పుత్రదుహితరౌ-౨ద్వివచనాంతోయమ్॥

పుత్ర్యమ్-అ-త్రి-పుత్రీయమ్-౨పుత్రనిమిత్తసంయోగః-౩పుత్రనిమిత్తోత్పాతోవా॥

పుద్గలః-అ-పు-జీవః-౨దేహః-౩మూర్తిమత్-౪సంసారీ-౫సుందరాకారః॥ తె॥ ౧ జీవము-౨ఒడలు-౩ఆకారముఁగలది-౪కుటుంబి-౫చక్కనివాఁడు.

పుద్గలః-అ-త్రి-సుందరాకారః-౨రూపాదిమద్ద్రవ్యమ్॥

పునః-ర్-౦-అప్రథమః-౨భేదః-౩ప్రశ్నః-౪ఆవృత్తిః-౫వ్యవచ్ఛేదః॥ తె॥ ౧ రెండవసారి-౩అనుగుట-౪మరల-౬అన్యోవే.

పునఃపునః-ర్-౦-అసకృదర్థః॥ తె॥ మాటిమాటికిని.

పునఃపునా-ఆ-సీ-నదీవిశేషః॥

పునఃసంస్కారః-అ-పు-ద్వితీయవారోపనయనాదిసంస్కారః॥

పునరాగమనమ్-అ-న-ద్వితీయవారాగమనమ్॥

పునరుక్తమ్-అ-న-పునర్వారకథనమ్॥

పునరుక్తజన్మా-న్-పు-బ్రాహ్మణః॥

పునర్నవః-అ-పు-నఖః॥

పునర్నవా-ఆ-సీ-జీవలోదనీ॥ తె॥ గలిజేరుచెట్టు

పునర్భవః-అ-పు-సంసారః-౨కరరుహః-౩రక్తపునర్నవా॥ తె॥ ౧ సంసారము-౨గోరు.

పునర్భవః-అ-త్రి-పునర్వారజాతే॥

పునర్భవా-ఆ-సీ-చంద్రకలా॥

పునర్భవీ-న్-పు-ఆత్మా॥

పునర్భూః-ఊ-సీ-దిధిషూః॥ తె॥ మారుమనువుస్త్రీ.

పునర్భూః-ఊ-పు-కరరుహః॥ తె॥ గోరు.

పునర్యువా-న్-పు-చంద్రః॥ తె॥ చంద్రుఁడు.

పునర్వసుః-ఉ-ద్వి-పునర్వసునక్షత్రమ్-౨కాత్యాయనమునిః॥ తె॥ ౧ ఇరువదేడునక్షత్రములలోనొకటి-౨కాత్యాయనముని.

పునర్వసూః-ఊ-సీ-పునర్వసునక్షత్రమ్-౨ద్వివచనాంతోయమ్॥ తె॥ ౧ పునర్వసునక్షత్రము.

పునర్వృషా-ఆ-సీ-కదలీతరుః॥ తె॥ అరటిచెట్టు

పునష్ఠూలః-అ-పు-బ్రహ్మచారీ॥

పున్నాగమ్-అ-న-పద్మమ్॥ తె॥ పద్మము.

పున్నాగః-అ-పు-నమేరువృక్షః-౨పురుషశ్రేష్ఠః-౩పాండుసర్పః-౪సితోత్పలమ్-౫జాతిఫలమ్॥ తె॥ ౧ సురపొన్నచెట్టు-౨పురుషశ్రేష్ఠుఁడు-౩తెల్లపాము-౪తెల్లకలువ.

పున్నాటః-అ-పు-చక్రమర్దః॥

పున్నాడః-అ-పు-చక్రమర్దః॥

పున్నామనరకః-అ-పు-పుత్ - ఇతినామకనరకవిశేషః॥

పున్నామా-న్-పు-నమేరువృక్షః॥ తె॥ సురపొన్నచెట్టు.

పుప్ఫులః-అ-పు-ఉదరస్థవాయుః॥

పుప్ఫుసః-అ-పు-పద్మబీజాధారః-౨వామపార్శ్వస్థమలాశయః-౩ఫుప్ఫుసోపిపాతః॥

పుబ్బా-ఆ-సీ-పుబ్బానక్షత్రమ్॥ తె॥ పుబ్బయనునక్షత్రము.

పుమాన్-స్-పు-పురుషసామాన్యమ్ - ౨పరమాత్మా-౩చతుర్ముఖః-౪ఇంద్రః-౫కుబేరః-౬శివః-౭వసంతః॥

పురమ్-అ-(పు)-హట్టాదివిశిష్టస్థానమ్ - ౨బహుగ్రామీయవ్యవహారస్థానమ్॥

పురమ్-అ-న-పట్టణమ్-౨గృహమ్-౩శరీరమ్-౪త్రిసంజ్ఞా-౫గృహోపరిగృహమ్-౬పాటలీనగరమ్-౭పుత్రః॥ తె॥౧ప్రోలు-౨ఇల్లు-౩ఒడలు-౪మూఁడు-౫మేడ-౬పాటలీనగరము-౭కొమరుఁడు.

పురః-అ-పు-గుగ్గులువృక్షః - ౨దరీగృహమ్॥ తె॥౧గుగ్గిలపుచెట్టు-౨గుహాయిల్లు.

పురః-స్-౦-అగ్రే-౨పూర్వదిగ్దేశకాలేషుసప్తమీపంచమీప్రథమార్థేషు - ౩ప్రథమః-౪నిత్యః-౫మృత్యుః-౬మర్యాదా-౭వీర్యమ్॥ తె॥౧ఎదుట.

పురఃసరః-అ-త్రి-అగ్రగామీ॥

పురచ్ఛదౌ-అ-పు-కుచౌ॥

పురజః-అ-పు-అగ్నిదేవశంఖః॥ తె॥ అగ్నిదేవునిశంఖము.

పురజ్యోతిః-స్-న-అగ్నిలోకః॥ తె॥ అగ్నిలోకము.

పురజ్ఞానః-అ-పు-జీవః॥

పురజ్ఞానీ-ఈ-సీ-బుద్ధిః॥

పురఞ్జయః-అ- పు - సూర్యవంశీయరాజవిశేషః॥

పురఞ్జయః-అ-త్రి-పురజయకర్తా॥

పురఞ్జరః-అ-పు-బాహుమూలమ్ - ౨విష్ణుఘటః॥ తె॥౧భుజము-౨విష్ణువుయొక్కడాలు.

పురటమ్-అ-న-సువర్ణమ్॥

పురణః-అ-పు-సముద్రః॥

పురతః-స్-౦-అగ్రే-౨ప్రథమే॥ తె॥ ౧ఎదుట-౨మొదట.

పురతటీ-ఈ-సీ-హట్టీ-౨క్షుద్రహట్టః॥

పురద్వారమ్-అ-న-నగరద్వారమ్॥

పురద్విట్-ష్-పు-శివః॥

పురన్దః-అ-పు-ఇంద్రః॥ తె॥దేవేంద్రుఁడు.

పురన్దరమ్-అ-న-చవికమ్॥

పురన్దరః-అ-పు-ఇంద్రః-౨బాహుమూలమ్॥ తె॥౧దేవేంద్రుఁడు-౨భుజము.

పురన్దరా-ఆ-సీ-గంగా॥

పురన్ధ్రిః-ఇ-సీ- పతిపుత్రసుహృత్త్రాదిమతీ-౨స్త్రీమాత్రమ్॥

పురన్ధ్రీ-ఈ-సీ-కుటుంబినీ- ౨స్త్రీమాత్రమ్॥ తె॥౧కుటుంబమునుపోషించెడియాఁడుది

పురప్రియా-ఆ-సీ-అనాసికా॥ తె॥ అనాసచెట్టు.

పురశ్ఛదః-అ-పు-తృణవిశేషః॥

పురస్కన్ధౌ-అ-పు-కుచౌ- ౨ద్వివచనాంతోయమ్॥ తె॥చన్నులు.

పురస్కారః-అ- పు-పురస్క్రియా-౨అభిశాపః-౩అరిగ్రహణమ్- ౪అగ్రకరణమ్-౫పూజనమ్-౬స్వీకారః-౭సేకః॥

పురస్కృతః-అ-త్రి-అరిగ్రస్తః-౨స్వీకృతః-౩అగ్రేకృతః-౪అర్చితః-౫అభిశస్తః-౬సిక్తః॥ తె॥౧పగతునికైవశమైనది- ౨తీసికొనబడినది- ౩ఎదుటగజేయఁబడినది-౪పూజింపఁబడినది.

పురస్తాత్-త్-౦-పంచమీసప్తమీప్రథమార్థేషుపూర్వదిగ్దేశకాలేషు-౧ప్రథమే - ౨అగ్రతోర్థే॥ తె॥౧మొదట-౨ఎదుట.

పురస్సరః-అ-పు-అగ్రేసరః॥ తె॥శ్రేష్ఠుఁడు.

పురా-ఆ-సీ-పూర్వదిక్ - ౧సుగంధిద్రవ్యవిశేషః॥

పురా-ఆ-౦-ప్రబంధః-౧చిరాతీతమ్ - ౨నికటాగామికమ్-౩ప్రథమమ్ - ౪కల్యాణమ్-౫గతిః-౬వీచిః॥ తె॥ ౧వాక్యరచనచేయడము-౧పూర్వపుది- ౨సమీపభవిష్యదర్థము-౩మొదటిది-౪వివాహము-౫గమనము-౬తరంగము.

పురాకృతమ్-అ-త్రి-ప్రారబ్ధకర్మ - పూర్వకాలకృతపుణ్యాది॥

పురాణమ్-అ-న-స్కాందాదిపురాణమ్- ౧అష్టాదశసంజ్ఞా-౨కథా॥

పురాణః-అ-పు- పణః॥

పురాణః-అ-(సీ)-కార్షాపణే॥

పురాణః-అ-త్రి-పురాతనః॥ తె॥ప్రాఁతది.

పురాణగః-అ-పు-బ్రహ్మ॥

పురాణగః-అ-త్రి-పురాణగాయకే॥

పురాణపురుషః-అ-పు-విష్ణుః॥

పురాతనః-అ-త్రి-పురాణః॥ తె॥ పూర్వకాలపుది.

పురాతలమ్-అ-న-సప్తమాధోలోకః॥

పురాధ్యక్షః-అ-త్రి-నగరాధికృతః॥

పురారిః ఇ-పు-శివః॥

పురార్ధవిస్తరః-అ-పు-ఖేటః॥

పురావసుః-ఉ-పు-భీష్మః॥

పురావృత్తమ్-అ-న-పూర్వవృత్తాంతనిబంధనమ్॥

పురాసినీ-ఈ-సీ-సహదేవీలతా॥

పురాసుహృత్-ద్-పు-శివః॥

పురిః-ఇ-సీ-పురీ-౧నదీ॥

పురిః-ఇ-పు-రాజా॥

పురీ-ఈ-సీ-పట్టణమ్ - ౧గృహమ్-౨శరీరమ్॥ తె॥౧పత్తనము-౧ఇల్లు-౨ఒడలు.

పురీతత్-త్-(సీ)-ఆంత్రమ్॥ తె॥ పేగు.

పురీమోహః-అ-పు-ధుస్తూరః॥ తె॥ఉమ్మెత్త.

పురీషమ్-అ-న-గుదమలమ్॥ తె॥మలము.

పురీషణః-అ-పు-పురీషమ్॥

పురీషమః-అ-పు-మాషః॥

పురుః-ఉ-పు-దేవలోకః-౧నృపభేదః-సచయయాతేః కనిష్ఠపుత్రః - ౨పరాగః-౩దైత్యః॥

పురుః-ఉ-త్రి-అదభ్రః- ౧నదీభేదః॥ తె॥ ౧ఎక్కువది,గొప్పదిన్ని.

పురుకుత్సః-అ-పు-చక్రవర్తివిశేషః॥

పురుకుత్సవః-అ-పు-ఇంద్రరిపువిశేషః॥

పురుదమ్ - అ - న - సువర్ణమ్ ॥ తె ॥ బంగారము.

పురుదంశకః-అ-పు-హంసః॥ తె॥అంచ.

పురుదంసాః-స్-పు ఇంద్రః॥ తె॥ఇంద్రుఁడు.

పురుభూః-ఊ-త్రి-అదభ్రః॥ తె॥ ఎక్కువది-

పురుభూతమ్-అ-న-వితలలోకః॥

పురుషః-అ-పు-జీవః-౧నమేరువృక్షః-౨తిలకవృక్షః- ౩పురుషసామాన్యమ్ - ౪మనుష్యజాతిః- ౫దాతా - ౬పరమాత్మా-౭సాంఖ్యయోగజ్ఞః॥ తె॥ ౧పొన్నచెట్టు.

పురుషకమ్-అ-న-ఘోటకానామూర్ధ్వస్థితిః॥

పురుషకారః-అ-పు-పురుషస్యకృతిః - పౌరుషమ్॥

పురుషకుఞ్జరః-అ-పు-పురుషశ్రేష్ఠః॥

పురుషత్రా-ఆ-౦-పురుషమ్-౧పురుషౌ-౨పురుషాన్-౩పురుషే-౪పురుషయోః- ౫పురుషేషు॥

పురుషత్వమ్-అ-న-పురుషస్యభావః - ౨పుంస్త్వంచ॥

పురుషదఘ్నః-అ-త్రి - ఊర్ధ్వవిస్తృతదోః పాణిపురుషమానమ్॥ తె॥మనిషిచెయ్యెత్తుపొడుగు॥

పురుషదన్తికా-ఆ-సీ-మెదా॥

పురుషద్వయసమ్-అ-త్రి- ఊర్ధ్వవిస్తృతదోః పాణిపురుషప్రమాణమ్॥ తె॥మనిష్యిచెయ్యెత్తుపొడుగు॥

పురుషద్వేషీ-న్-త్రి-పురుషద్వేషశీలః

పురుషనాగః-అ-పు-పురుషశ్రేష్ఠః॥

పురుషపుఙ్గవః-అ-పు-పురుషశ్రేష్ఠః॥

పురుషపుణ్డరీకః-అ-పు-పురుషవ్యాఘ్రః- నరశ్రేష్ఠః-౨జినరాజవిశేషః॥

పురుషమాత్రమ్-అ-త్రి-ఊర్ధ్వవిస్తృతదోః పాణిపురుషమానమ్॥ తె॥ మనిషిచెయ్యెత్తుపొడుగు.

పురుషర్షభః-అ-పు-పురుషశ్రేష్ఠః॥

పురుషవ్యాఘ్రః-అ-పు-గృధ్రః-౨పురుషశ్రేష్ఠః॥ తె॥౧గెద్ద.

పురుషశార్దూలః-అ-పు-పురుషశ్రేష్ఠః॥

పురుషసింహః-అ-పు-పురుషశ్రేష్ఠః- ౨జినరాజవిశేషః॥

పురుషాఙ్గనా-ఆ-సీ-బుధభార్యా॥

పురుషాద్యః-అ-పు- ఆదినాథనామాజినవిశేషః-౨విష్ణుశ్చ॥

పురుషాధమః-అ-పు--నికృష్టనరః॥

పురుషార్థః-అ-పు- పురుషస్యప్రయోజనమ్॥

పురుషాస్థిమాలీ-న్-పు-శివః॥

పురుషీ-ఈ-సీ-మనుష్యజాతిః॥

పురుషోత్తమః-అ-పు-విష్ణుః-౨శివః॥ తె॥ ౧విష్ణువు-౨హరుఁడు. (శుపస్త్రీ.)

పురుషోత్తమా-ఆ-సీ-దైత్యకన్యా॥ తె॥ రా}

పురుహః-అ- త్రి -అదభ్రః॥ తె॥ ఎక్కువది.

పురుహు-ఉ- త్రి- ప్రచురమ్॥

పురుహూః-ఊ-త్రి-అదభ్రః॥ తె॥ ఎక్కువది

పురుహూతః-అ-పు-ఇంద్రః- ౨మన్మథః॥ తె ౧దేవేంద్రుఁడు-౨మదనుఁడు.

పురూరవః-అ-పు- విశ్వదేవవిశేషః-౨చక్రవర్తివిశేషః॥

పురూరవాః-స్-పు- విశ్వదేవవిశేషః- ౨చక్రవర్తివిశేషః॥

పురోగః-అ-త్రి-అగ్రేసరః॥ తె॥ శ్రేష్ఠుఁడు.

పురోగతిః-ఇ-త్రి-అగ్రగే॥

పురోగతిః-ఇ-పు-శునకః॥ తె॥ జేపి.

పురోగమః-అ-త్రి -అగ్రేసరః॥ తె॥ ముఖ్యుని ముంమునడిచెడివాఁడు-

పురోగా-ఆ-సీ-మలయాద్రిజాతనదీవిశేషః

పురోగామీ-న్-త్రి-అగ్రేసరః॥ తె॥ముఖ్యుని ముందునడిచెడివాఁడు.

పురోచనః-అ-పు-కుబేరవాహననరః॥ తె॥ కుబేరునివాహనుఁడగునరుఁడు.

పురోవనః-అ- త్రి -ప్రాజ్ఞః॥ తె॥ తెలిసినవాఁడు, సమర్థుఁడున్ను.

పురోటిః-ఇ పు-పత్రఝంకారః॥

పురోడాః-శ్ -పు-హవిః॥

పురోడాశః-అ-పు-సంస్కృతపిష్టమ్-౨హుతశేషః-౩సోమరసః॥ తె॥ ౧పురోడాశము-౨హోమముఁజేయగామిగిలినది

పురోడాశ్యమ్-అ-త్రి - పురోడాశీయమ్- ౨హవిర్యోగ్యమ్ ౩పురోడాశాయహితమ్

పురోత్కటః-అ-పు- అగ్నిలోకః॥ తె॥ అగ్నిలోకము.

పురోద్భవా-ఆ-సీ-మహామేదా॥

పురోధాః-స్-పు-పురోహితః॥ తె॥ పౌరోహితుఁడు.

పురోభాగీ-న్-త్రి-పరదోషాన్వేషణకర్తా॥ తె॥ పరులదోసము నువెదకువాఁడు.

పురోహకః-అ-పు-బౌకాక్రణః॥ తె॥ గుఱ్ఱపుబౌక్కెన.

పురోహితః-అ-పు-పురోధాః॥ తె॥ పురోహితుఁడు.

పులః-అ-త్రి-విపులః॥ తె॥ విస్తారము॥

పులః-అ-పు-పులకః॥ తె॥ గగుర్పాటు.

పులకమ్-అ-న-రేచకనామకగంధద్రవ్యమ్॥ తె॥ రేచకమనుగంధద్రవ్యము.

పులకః-అ-పు-౧కదంబవృక్షః-౨క్రిమికీటః-౩రోమోద్గమః-౪హీరకమ్-౫గజాన్నపిండః-౬హరితాలమ్-౭మణిదోషవిశేషః-౮గంధర్వవిశేషః-౯అసురాజీ-౧౦ఖల్వర్కః॥ తె॥ ౧మొసులుకడిమి-౨చెట్టునబుట్టెపురుగు-౩గగుర్పాటు-౪వజ్రము-౫పనుఁగకిచ్చెడిఅన్నపుకబళము-౬హారిదళము.

పులకః-అ-(స్త్రీ)-అర్కమణిదోషః-౨పఙ్క్తిః॥ తె॥ ౧అర్కమణిదోషము-౨వరుస.

పులకా-ఆ-స్త్రీ-అనాసికా॥ తె॥ అనాసచెట్టు.

పులకాఙ్గః-అ-పు-వరుణపాశః॥ తె॥ వరుణునిపాశము.

పులకాలయః-అ-పు-కుబేరః॥ తె॥ కుబేరుఁడు.

పులకీ-న్-పు-ధారాకదంబః॥

పులకోద్గమః-అ-పు-రోమాంచః॥ తె॥ గగుర్పాటు.

పులస్తిః-ఇ-పు-పులస్త్యమునిః॥

పులస్తిః-ఇ-ద్వ-కర్ణవేష్టనమ్॥ తె॥ పురుషులచెవిపోఁగులు.

పులస్త్యః-అ-పు-సప్తర్షీణాంమధ్యేఋషివిశేషః॥

పులహః-అ-పు-సప్తర్షివిశేషః-౨పితృవిశేషః

పులా-ఆ-స్త్రీ-జిహ్వాపర్శ్వలంబిస్వల్పజిహ్వా॥ తె॥ కొండనాలుక.

పులాకః-అ-పు-సంక్షేపః-౨తుచ్ఛధాన్యమ్-౩అన్నసిక్థమ్-౪మత్స్యః-౫కమనీయమ్ తె॥ ౧సంక్షేపము-౨పొల్లు-౩అన్నకణము-౪చేఁప-౫మనోహరము,సుందరమున్న.

పులాకజా-ఆ-స్త్రీ-రతీదేవీ॥ తె॥ మన్మథునిపెండ్లాము.

పులాకనః-అ-పు-ఇంద్రః-౨బాహుజః-౩మహేశః॥ తె॥ ౧ఇంద్రుఁడు-౨క్షత్రియుఁడు-౩మహేశ్వరుఁడు.

పులాకీ-న్-పు-వృక్షః॥

పులాయితమ్-అ-న-అశ్వగతిః॥

పులినమ్-అ-న-తోయోత్థితతటమ్-౨జలాదచిరోత్థితంతటమ్-౩తత్క్షణతోయయుక్తద్వీపమ్-౪క్రమేణోత్థితంతటమ్-౫జలమధ్యస్థముత్థితంతటమ్-౬ద్వీపమ్-౭పయసిగళితేదృష్టసైకతమ్॥ తె॥ ౭ఇసుకతిన్నె-అనగా-నీటువెలిసినపిదపఁగనబడుఇసుకతిన్నె.

పులిన్దః-అ-పు-వ్యాధేతరపులిందజాతిః-౨దేశవిశేషః-౩మార్జారః-౪శ్వేతకుక్కుటః తె॥ ౧పులిందకులమువాఁడు-అనగా-ఎఱుకలలోనిభేదము-౨పులిందదేశము-౩పిల్లి-౪తెల్లకోడి.

పులోమజా-ఆ-స్త్రీ-శచీదేవీ॥ తె॥ ఇంద్రునిపెండ్లాము.

పులోమజిత్-త్-పు-ఇంద్రః॥ తె॥ దేవేంద్రుడు.

పులోమద్విట్-ష్-పు-ఇంద్రః॥

పులోమభిత్-ద్-పు-ఇంద్రః॥

పులోమా-న్-పు-అసురవిశేషః-౨ఇంద్రస్యశ్వశురః॥

పులోమారిః-ఇ-పు-ఇంద్రః॥

పుల్కశః-అ-పు-చండాలః॥ తె॥ మాలవాఁడు.

పుల్కసః-అ-పు-శ్వపచః-౨చండాలః-౩అధమః॥ తె॥ ౧బోయవాఁడు - ౨మాలవాఁడు-౩అధముఁడు.

పుల్లమ్-అ-న-పుష్పమ్॥ తె॥ పువ్వు.

పుల్లః-అ-త్రి-వికసితపుష్పవృక్షాదిః॥

పుల్లరికః-అ-పు-సర్పః॥ తె॥ పాము.

పుల్లిఙ్గమ్-అ-న-శిశ్నః॥

పుషా-ఆ-స్త్రీ-లాంగలికీవృక్షః॥

పుషితః-అ-త్రి-పుష్టః॥ తె॥ పోషించఁబడ్డది, బలిసినదిన్ని.

పుష్కరమ్-అ-న-ఆకాశమ్ - ౨జలమ్-౩పద్మమ్-౪పుష్కరమూలమ్- ౫కరిహస్తాగ్రమ్-౬యుద్ధమ్-౭వాద్యముఖమ్-౮మదః ౯అశిధారా-౧౦భేషజవిశేషః- ౧౧పంజరమ్-౧౨అంశః-౧౩ద్వీపభేదః-౧౪తీర్థభేదః-౧౫ఖడ్గఫలమ్- ౧౬ఖడ్గకోశః-౧౭కాండమ్॥ తె॥ ౧ఆకసము-౨ఉదకము-౩తమ్మి-౪పుష్కరమూలపుచెట్టు-౫ఏనుఁగుతొండపుకొన-౬జగడము - ౭మద్దెల మొదలగువాద్యములముఖము - ౮మదము-౯కత్తిదారు-౧౦ఒకానొకవైద్యుఁడు-౧౧పిట్టగూఁడు.

పుష్కరః-అ-పు-మృదంగః-౨సర్పః- ౩సప్తద్వీపవిశేషః-౪సారసపక్షీ-౫తీర్థమ్-౬పితృవిశేషః- ౭పశ్చిమసముద్రాంతరస్థవరుణసుతః-౮యోగః-౯రోగవిశేషః-౧౦నృపభేదః-౧౧పర్వతవిశేషః॥ తె॥ ౧మద్దెల-౨పాము-౩పుష్కరద్వీపము- ౪బెగ్గురు-౫పుష్కరతీర్థము- ౬పుష్కరపితృదేవత- ౭పడమటిసముద్రమధ్యమందున్న వరుణపుత్త్రుఁడు- ౮యోగము, సంబంధమున్ను.

పుష్కరదలః-అ-పు-మూలకమ్॥ తె॥ ముల్లంగి చెట్టు.

పుష్కరమూలమ్-అ-న - పుష్కరదేశప్రసిద్ధౌషధివిశేషః॥

పుష్కరమూలకమ్-అ-న- కుష్ఠవృక్షస్యమూలమ్॥

పుష్కరవర్త్మన్-న-పార్ష్ణిత్రా॥ తె॥ పిక్కలపర్యంతము కప్పియుండెడి మోజాచెప్పులు

పుష్కరశిఫా-ఆ-స్త్రీ-పుష్కరమూలమ్॥

పుష్కరప్రజౌ-అ-పు-అశ్వినీకుమారౌ- నిత్యద్వివచనాంతోయమ్॥

పుష్కరా-ఆ స్త్రీ-పద్మచారిణీ॥ తె॥ ముణుగుఁదామర.

పుష్కరాక్షః-అ-పు-పద్మబీజమ్-౨విష్ణుః॥ తె॥ ౧తామరవిత్తు.

పుష్కరాహ్వః-అ-పు-సారసపక్షీ॥ తె॥ బెగ్గురు.

పుష్కరాహ్వయమ్-అ-న-పుష్కరమూలం

పుష్కరిణీ-ఈ-స్త్రీ-శతధనుఃపరిమితసమచతురస్రజలాధారః-౨సరోజినీ-౩హస్తినీ-౪స్థలపద్మినీ-౫పుష్కరమూలమ్॥ తె॥ ౧నలుచదరముగాఁద్రవ్వినబావి-౨తామరకొలను-౩ఆఁడుయేనుఁగు.

పుష్కరీన్-పు-గజః॥ తె॥ ఏనుఁగు.

పుష్కరోపలః-అ-పు-చంద్రకాంతమణిః॥

పుష్కలమ్-అ-న - గ్రాసచతుష్టయాత్మకభిక్షా-౨అష్టకుంచిపరిమాణమ్॥

పుష్కలః-అ-పు-౧మేరువృక్షః - ౨పుష్కలనామకమేఘః-౩తీర్థమ్-౪అక్షయః-౫వరుణపుత్త్రః॥ తె॥ ౧పొన్నచెట్టు-౨పుష్కలమను మేఘము-౩తీర్థము-నీఱు- ౪నాశ

ము లేనిది-౫వరుణునికొమరుఁడు.

పుష్కలః-అ-త్రి-శ్రేష్ఠః-౨సర్వః - ౩పూర్ణః॥ తె॥౧ఉత్తమము-౨అన్నియు-౩నిండినది.

పుష్టః-అ-త్రి-పుషితః॥తె॥ పోషింపఁబడ్డది,బలిసినదిన్ని.

పుష్టిః-ఇ-సీ-వృద్ధిః-౨పోషః-౩అశ్వగంధా-౪షోడశమాతృకాంతర్గత దేవతావిశేషః॥ తె॥౧వృద్ధిబొందుట-౨పోషించుట.

పుష్టికా-ఆ-సీ-జలశుక్తిః॥

పుష్టికాన్తః-అ-పు-గణేశః॥

పుష్టిదా-ఆ-సీ- అశ్వగంధా-౨వృద్ధిః-౩పుష్టిదాత్రీ చ॥

పుష్పమ్-ఆ-(సీ)-కుసుమమ్-౨అష్ఠాణేయమ్-౩ఆర్తవమ్-౪ఘృతమ్-౫అంబు॥ తె॥ ౧అలరు-౨అష్ఠాణేయమనుగ్రంథము-౩ముట్టు రక్తము-౪నెయ్యి-౫ఉదకము.

పుష్పమ్-అ-న-వికాసః-౨ధనదస్యవిమానమ్-౩నేత్రరోగవిశేషః॥ తె॥ ౧వికసించుట.

పుష్పకమ్-అ-న-కుబేరవిమానమ్- ౨రత్నకంకణమ్-౩రసాంజనమ్-౪నీలికా- ౫నేత్రరోగః-౬అంగారశకటీ॥ తె॥౧కుబేరునివిమానము-౨రత్నకంకణము- ౩రసాంజనము-౪నీలిచెట్టు-౫కంటివ్యాధి- ౬కుంపటి.

పుష్పకః-అ-పు-నమేరువృక్షః॥ తె॥సురపొన్నచెట్టు.

పుష్పకరణ్డకమ్-అ-న- ఉజ్జయిన్యాంశివస్యోద్యానమ్॥

పుష్పకరణ్డినీ-ఈ-సీ-ఉజ్జయినీ॥

పుష్పకాల్యః-అ-పు-కుందః॥ తె॥ మొల్లచెట్టు.

పుష్పకాసీసమ్-అ-న-పుష్పకాసీసనామకపర్వతధాతుః॥

పుష్పకీటః-అ-పు-భ్రమరః - ౨కుసుమకృమిమాత్రం చ॥

పుష్పకేతనః-అ-పు-కామదేవః॥

పుష్పకేతుః-ఉ-పు-మన్మథః॥ తె॥ అనంగుఁడు.

పుష్పకేతుః-ఉ-సీ-కుసుమాంజనమ్॥ తె॥కుసుమాంజనము.

పుష్పగిరిః-ఇ-పు- పశ్చిమసముద్రాంతరస్థవరుణక్రీడాపర్వతః॥

పుష్పఘాతకః-అ-పు-వంశః॥

పుష్పచాపః-అ-పు-కామదేవః॥ (కవృక్షః॥ }

పుష్పచామరః-అ-పు- దమనవృక్షః-౨కేత }

పుష్పదః-అ-పు-వృక్షః॥

పుష్పదః-అ-త్రి-పుష్పదాతరి॥

పుష్పదన్తః-అ-పు-వాయుదిగ్గజః-౨విద్యాధరవిశేషః-౩జినభేదః-౪నాగభేదః॥

పుష్పదన్తకః-అ-పు-గంధర్వవిశేషః॥

పుష్పదా-ఆ-సీ-బల్యా॥ తె॥ పెన్నేరుచెట్టు.

పుష్పద్రవః-అ-పు-పుష్పరసః॥

పుష్పధన్వా-న్-పు-మన్మథః॥ తె॥ మదనుఁడు.

పుష్పనిక్షః-అ-పు-భ్రమరః॥

పుష్పన్ధయః-అ-త్రి-పుష్పరసపానకర్తా॥

పుష్పన్ధయః-అ-పు-భృంగః॥ తె॥తుమ్మెద.

పుష్పపథః-అ-పు-యోనిః॥

పుష్పపుచ్ఛీ-ఈ-సీ- పుష్పవత్పుచ్ఛాగ్రాః॥ తె॥ పుష్పమువంటితోఁకఁగలయావు.

పుష్పపుటః-అ-పు- అభినయసంయుతహస్తవిశేషః॥ తె॥ అభినయముతోకూడికొనినయొకానొకహస్తము.

పుష్పపురమ్-అ-న-పాటలీపుత్రనగరమ్॥

పుష్పఫలః-అ-పు- కపిత్థవృక్షః-౨కుష్మాండః॥ తె॥౧వెలగచెట్టు.

పుష్పమఞ్జరికా-ఆ-సీ- యుగ్మఫలికా॥ తె॥దుష్టుపుచెట్టు.

పుష్పమాసః-అ-పు-వసంతః॥

పుష్పరక్తః-అ-పు-సూర్యమణివృక్షః॥

పుష్పరథః-అ-పు-క్రీడాయోగ్యరథః॥ తె॥ విలాసయోగ్యమగు తేరు.

పుష్పరసః-అ-పు-మకరందః। తె। మకరందము

పుష్పరసాహ్వయమ్-అ-న-మధు॥

పుష్పరాగః-అ-పు-మణివిశేషః॥

పుష్పరేణుః-ఉ-పు-పరాగః॥

పుష్పరోచనః-అ-పు-నాగకేసరః॥

పుష్పలః-అ-పు-శ్వేతపుష్పపలాండుః॥ తె॥ తెల్లపువ్వులనీఉల్లి-

పుష్పలావః-అ-పు-మాలాకారః॥ తె॥ పూదండలుగ్రుచ్చియమ్మెడువాఁడు.

పుష్పలావీ-న్-పు-మాలాకారః॥ తె॥ పూలదండలుగ్రుచ్చియమ్మెడువాఁడు.

పుష్పలిట్-హ-పు-భృంగః॥ తె॥ తుమ్మెద.

పుష్పలోలుపః-అ-పు-భృంగః॥ తె॥ తుమ్మెద.

పుష్పవతీ-ఈ-సీ-రజస్వలా॥ తె॥ ముట్టైనయాఁడుది.

పుష్పవన్తౌ-త్-పు-సూర్యచంద్రౌ-నిత్యద్వివచనాంతోయమ్॥

పుష్పవల్లీ-ఈ-సీ-కూశ్మాండః॥ తె॥ గుమ్మడిచెట్టు.

పుష్పవాటికా-ఆ-సీ-భాగ్యవద్గృహారామః॥ తె॥ అదృష్టవంతులయింటి పెరటితోఁట.

పుష్పనాటీ-ఈ-సీ-పుష్పోద్యానమ్॥

పుష్పవాన్-త్-పు-అగ్నిః॥ తె॥ అగ్ని.

పుష్పవాహనః-అ-పు-పుష్కరరాజః॥

పుష్పశకటీ-ఈ-సీ-ఆకాశవాణీ॥

పుష్పశరః-అ-పు-కందర్పః॥

పుష్పశరాసనః-అ-పు-కందర్పః॥

పుష్పశూన్యః-అ-పు-ఉదుంబరః॥

పుష్పశూన్యః-అ-త్రి-కుసుమరహితః॥

పుష్పసమయః-అ-పు-వసంతఋతుః॥

పుష్పసారః-అ-పు-పుష్పద్రవః॥

పుష్పసౌరభా-ఆ-సీ-కలికారీవృక్షః॥

పుష్పస్వేదః-అ-పు-పుష్పద్రవః॥

పుష్పహాసా-ఆ-సీ-రజస్వలా॥

పుష్పహీనా-ఆ-సీ-ఉదుంబరవృక్షః॥

పుష్పా-ఆ-సీ-కర్ణపురీ॥

పుష్పాజీవః-అ-పు-మాలాకారః॥

పుష్పాజీవీ-న్-పు-మాలాకారః॥

పుష్పాఞ్జనమ్-అ-న-అంజనభేదః॥

పుష్పాఞ్జలిః-ఇ-పు-కుసుమాంజలిః - ప్రసూనాంజలిః॥

పుష్పాయుధః-అ-పు-మన్మథః॥

పుష్పావచాయీ-న్-పు-మాలాకారః॥

పుష్పాసవమ్-అ-న-మధు॥

పుష్పాస్త్రః-అ-పు-కందర్పః॥

పుష్పాహ్వా-ఆ-సీ-శతపుష్పా

పుష్పికా-ఆ-సీ-దంతమలమ్-లింగమలమ్॥

పుష్పితః-అ-త్రి-జాతపుష్పః-పుష్పవిశిష్టః॥

పుష్పితాగ్రా-ఆ-సీ-ఛందోవిశేషః॥

పుష్పేన్ద్రః-అ-పు-చంపకవృక్షః॥ తె॥ సంపెగచెట్టు.

పుష్పేషుః-ఉ-పు-కామదేవః॥

పుష్యః-అ-ద్వి-పుష్యమీనక్షత్రమ్-పుష్యరాగరత్నమ్ - పౌషమాసః - కలియుగః॥

పుష్యకృచ్ఛ్రః-అ-(సీ)-తప్తాదినవకృచ్ఛ్రవిశేషః॥

పుష్యమీ-ఈ-సీ-పుష్యనక్షత్రమ్॥ తె॥ ఇరువదేడునక్షత్రములలోనొకటి.

పుష్యరథః-అ-పు - విష్ణురథః - ప్రయాణయోగ్యరథః॥ తె॥ విష్ణువుయొక్క తేరు-ప్రయాణార్హమగురథము.

పుష్యరాగః-అ-పు-పుష్యరాగరత్నమ్॥ తె॥

నవరత్నములలోనొకరత్నము.

పుష్యలకః-అ-పు-గంధమృగః- ౨క్షపణకః-౩ కీలః॥

పుష్యస్నానమ్-అ-న-పుష్యాభిషేకః॥

పుష్యా-ఆ-సీ-పుష్యనక్షత్రమ్॥ తె॥ ఇఱువదే డునక్షత్రములలోనొకటి.

పుస్తమ్-అ-న- లెప్యాదిశిల్పకర్మ - మృదా వాదారుణావాథ వస్త్రేణావ్యథ చర్మ ణా। లోహరత్నైః కృతంవాపిపుస్తమి త్యభిధీయతే-౨పుస్తకమ్॥

పుస్తః-అ-(సీ)- లేప్యాదికర్మ-౨పుస్తకమ్-౩ విజ్ఞానమ్॥ తె॥ ౧సాలెవాఁడుచరిచేయ డము మొదలయినది-౨పొత్తము.

పుస్తకః-అ-(సీ)- కోశః-౨పుస్తమ్॥ తె॥ ౧పు స్తకము.

పుస్తకర్మా-న్-త్రి-లేప్యాదిశిల్పకర్మకర్తా॥

పుస్తీ-ఈ-సీ-పుస్తమ్॥

పూః-ఊ-పు-వాయుః॥ తె॥ గాలి.

పూః-ర్-సీ-పట్టణమ్-౨శరీరమ్-౩పూరణమ్ తె॥౧ప్రోలు-౨ఒడలు-౩నిండించుట.

పూః-స్-సీ-పట్టణమ్-౨శరీరమ్-౩పూరణమ్ తె॥౧పట్టణము-౨శరీరము-౩నిండించుట

పూగమ్-అ-న-గువాకఫలమ్॥

పూగః-అ-పు-బ్రహ్మదారువృక్షః- ౨క్రము కవృక్షః- ౩సమూహః- ౪ఛందః- ౫భా వః॥ తె॥౧గంగరావిచెట్టు-౨పోఁకచెట్టు- ౩సముదాయము.

పూగపాత్రమ్-అ-న-పూగపీఠమ్॥

పూగపీఠమ్-అ-న-పూగపాత్రమ్॥

పూగపుష్పికా-ఆ-సీ-వివాహసంబంధిపుష్ప తాంబూలమ్॥

పూగఫలమ్-అ-న- గువాకఫలమ్॥ తె॥ పోఁక పండు.

పూగరోటః అ-పు-హింతాలవృక్షః॥ తె॥గిరు కతాడిచెట్టు.

పూజకః-అ-త్రి-పూజాకర్తా॥

పూజనమ్-అ-న-పూజా॥

పూజనీ-ఈ-సీ-చటకా॥

పూజా-ఆ-సీ-దేవతాదిసపర్యా॥ తె॥పూజిం చుట.

పూజార్హః-అ-త్రి-పూజాయోగ్యః॥

పూజితః-అ-త్రి-అర్చితః॥ తె॥పూజచేయఁబ డ్డది.

పూజితవ్యః-అ-త్రి-పూజనీయః॥

పూజితుమ్-మ్-౦- అర్చితుమ్॥ తె॥ పూజచే సేటందుకు.

పూజిలః-అ-పు-దేవతా॥

పూజిలః-అ-త్రి-పూజ్యః॥

పూజ్యః-అ-పు-శ్వశురః॥ తె॥మామ.

పూజ్యః-అ-త్రి-ప్రతీక్ష్యః॥ తె॥పూజ్యుఁడు.

పూతమ్-అ-న-అపనీతతుషధాన్యమ్॥

పూతః-అ-పు- శంఖః-౨శ్వేతకుశః-౩వికంక తవృక్షః॥

పూతః-అ-త్రి- పవిత్రీకరణదక్షవస్తు - ౨బ హులీకృతః-౩వస్త్రావిశోధితః॥ తె॥ ౧ప విత్రమైనది - ౨తూర్పెత్తిన ధాన్యము మొదలైనది-౩వడియఁబోసినది.

పూతక్రతాయీ-ఈ-సీ-శచీదేవీ॥ తె॥ దే వేంద్రునియాలు.

పూతక్రతావీ-ఈ-సీ-శచీదేవీ॥ తె॥ దేవేం ద్రునిపెండ్లాము.

పూతక్రతుః-ఉ-పు- ఇంద్రః॥ తె॥ దేవేం ద్రుఁడు.

పూతగన్ధః-అ-పు-బర్బరః॥

పూతతృణః-అ-పు- శ్వేతకుశః॥

పూతద్రుః-ఉ-పు-పలాశవృక్షః॥

పూతధాన్యమ్-అ-న-తిలః॥

పూతనః-అ-పు-సూర్యకిరణః - ౧శీతకరకిరణః॥ తె॥ ౧సూర్యకిరణము-౨చంద్రకిరణము.

పూతనా-ఆ-సీ-హరీతకీవృక్షః-౨భూతజటా ౩రాక్షసీవిశేషః-౪కుబేరపురీ॥ తె॥౧కరక చెట్టు-౨జటామాంసి- ౩పూతనయను రక్కసి-౪కుబేరునిప్రోలు.

పూతనారిః-ఇ-పు-శ్రీకృష్ణః॥

పూతనాసూదనః-అ-పు-శ్రీకృష్ణః॥

పూతనాహా-న్-పు-శ్రీకృష్ణః॥

పూతఫలః-అ-పు-పనసః॥

పూతలికా-ఆ-సీ-అపూపసామాన్యమ్॥ తె॥ అన్నిపిండివంటలున్ను.

పూతా-ఆ-సీ - చంద్రోర్ధ్వప్రసారితకలా- ౨దూర్వా॥ తె॥౧పైగాప్రసరించినచంద్రకళ.

పూతాత్మా-న్-పు-పవిత్రస్వభావః- ౨శుద్ధదేహః॥

పూతి-ఇ-న-రోహిషతృణమ్॥

పూతిః-ఇ-సీ-పవిత్రతా- ౨దుర్గంధః - ౩ఖట్టాశముష్కః॥

పూతికమ్-అ-న-విష్ఠా॥

పూతికః-అ-పు-ప్రకీర్యః-౨లోమశః॥ తె॥ ౧నెమలడుగుమ్రాను-౨బూతపిల్లి.

పూతికరజః-అ-పు-ప్రకీర్యవృక్షః॥ తె॥ నెమలడుగుమ్రాను.

పూతికరజ్జః-అ-పు-కరంజవిశేషః॥

పూతికర్ణకః-అ-పు-కర్ణరోగభేదః॥

పూతికా-ఆ-సీ-గుడబలా॥ తె॥కొమ్మనగొట్టె పిండిచెట్టు.

పూతికాముఖః-అ-పు-శంబూకః॥

పూతికాష్ఠమ్-అ-న-దేవదారువృక్షః-౨సరల దేవదారువృక్షః-౩పవిత్రదారుచ॥

పూతికాష్ఠకమ్-అ-న-సరళవృక్షః॥

పూతిగన్ధమ్-అ-న-రంగమ్॥

పూతిగన్ధః-అ-పు-గంధకః- ౨ఇంగుదీవృక్షః॥

పూతిగన్ధః-అ-త్రి-దుర్గంధః॥

పూతిగన్ధిః-ఇ-త్రి-దుర్గంధవాన్॥ తె॥ దుర్గంధముఁగలది.

పూతిగన్ధికః-అ-పు-ద్రోణపుష్పీ-౨దుర్గంధః॥ తె॥౧పెనుఁగుతుమ్మిచెట్టు.

పూతిగన్ధికా-ఆ-సీ-వాకుచీ॥

పూతితైలా-ఆ-సీ-జ్యోతిష్మతీ॥

పూతిదారు-ఉ-న-దేవదారువృక్షః॥ తె॥ దేవదారుచెట్టు.

పూతినస్యః-అ-పు-నాసారోగభేదః॥

పూతిపత్రః-అ-పు-శోనాకప్రభేదః॥

పూతిపుష్పికా-ఆ-సీ-మాతులుంగా॥

పూతిఫలా-ఆ-సీ-సోమరాజీ॥

పూతిఫలీ-ఈ-సీ-అవల్గుజః॥ తె॥ కాలుగచ్చ.

పూతిమయూరికా-ఆ-సీ-అజగంధా॥

పూతిమయూరీ-ఈ-సీ-వసుగంధికా॥ తె॥ కుక్కవాయింటచెట్టు.

పూతిమారుతః-అ-పు-బిల్వవృక్షః॥ తె॥ మారెడుచెట్టు.

పూతిమేదః-అ-పు-అరిమేదః॥

పూతివాతః-అ-పు-బిల్వవృక్షః- ౨దుర్గంధవాయుశ్చ॥

పూతివృక్షః-అ-పు-శ్యోనాకః-౨పవిత్రదుర్గంధౌతరూచ॥

పూతిశారిజా-ఆ-సీ-ఖట్టాశీ॥

పూతీకః-అ-పు-ప్రకీర్యవృక్షః - ౨గంధమార్జారః॥ తె॥౧నెమలడుగుమ్రాను.

పూతీకరజ్జః-అ-పు-పూతికరంజః॥

పూతీకా-ఆ-సీ-పూతికా॥

పూతారిః-ఇ-పు-వృక్షసారః॥ తె॥ చేవ.

పూతారీ-ఈ-సీ-శేషపట్టణమ్ -౨సరస్వతీ॥ తె॥౧ఆదిశేషునిపట్టణము-౨పలుకులవెలంది.

పూత్కృతమ్-అ-న-రతికూజితమ్-౨బాహ్యరతౌహస్తాదితాడన జాతధ్వనివిశేషః॥ తె॥౧సంభోగకాలమందు స్త్రీకంఠమునఁబుట్టినపావురపుకూఁతవంటిధ్వని-౨బాహ్యరతియందుఁ జేతులచరుచుటవలనఁబుట్టినచప్పుడు.

పూత్యణ్డః-అ-పు- గంధకీటః -౨జంతుభేదః-యస్యనాభౌమృగనాభిర్జాయతే-సః॥

పూనః-అ-త్రి-నష్టః॥

పూపః-అ-పు- అపూపసామాన్యమ్॥ తె॥ పిండివంటలన్నియును.

పూపలా-ఆ-సీ-పోలికా॥

పూపాలీ-ఈ-సీ-పోలీ॥

పూపాష్టకా-ఆ- సీ - ఆగ్రహాయణీపూర్ణిమాయాఃపరతఃకృష్ణాష్టమీ॥

పూపికా-ఆ-సీ-పూలికా॥

పూయమ్-అ-న-క్లిన్నశోణితమ్॥ తె॥ విఱిగిననెత్తురు-చీమున్ను.

పూయనమ్-అ-న-పూయమ్॥

పూయరక్తః-అ-పు-నాసారోగభేదః॥

పూయారిః-ఇ-పు-నింబవృక్షః॥

పూయాలసః-అ-పు-సంధిగతరోగభేదః॥

పూరమ్-అ-న-దాహాగురు॥

పూరః-అ-పు-జలవృద్ధిః-౨వ్రణసంశుద్ధిః-౩ఖాద్యమ్॥ తె॥౧పోటు-౨వ్రణములనుశుద్ధిచేయుట-౩భక్ష్యము.

పూరకః-అ-పు- బీజపూరః -౨గుణకాంకః-౩షోడశచతురన్యతర సంఖ్యకప్రణవబీజాన్యతర జపైనైక నాసాపుటకరణక ప్రాణాయామాంగవాయుపూరణమ్-౪ప్రేతదేహనిష్పాదకాశౌచకాలదేయ దశమపిండమ్॥

పూరకః-అ త్రి-పూరణకర్తరి॥

పూరణమ్-అ-న-పూరణమ్-౨అభీష్టభేదః-౩వృష్టిః-౪కుటన్నటమ్-౫అంకానాంగుణనమ్-౬వాపతంతుః॥ తె॥౧నిండించడము-౨ఇష్టము.

పూరణః-అ-పు-విష్ణుతైలమ్-౨సేతుః - ౩సముద్రః॥

పూరణః-అ-త్రి- పూరకః ॥ తె ॥ నిండించువాఁడు.

పూరణీ-ఈ-సీ-శాల్మలీవృక్షః- ౨వేష్టా॥ తె॥౧బూరుగచెట్టు-౨బంక.

పూరామ్లమ్-అ-న-వృక్షామ్లమ్॥

పూరికా-ఆ-సీ-ఖండనఖండితమ్॥ తె ॥ పూరీలు.

పూరితః-అ-త్రి- పూర్ణః-౨గుణితంచ॥ తె॥౧నిండినది.

పూరీ-ఈ-సీ-చీరికా-౨ఖండఖండితః॥ తె॥ ౧లతావిశేషము-౨పూరీలు.

పూరుషః-అ-పు - పురుషసామాన్యమ్॥ తె॥ మనుష్యసామాన్యము.

పూర్ణమ్-అ-న-ఆకర్ణజ్యాకర్షణమ్॥ తె॥ చెవులవఱకువింటినారినిలాగడము.

పూర్ణః-అ-త్రి-అఖిలః-౨పూరితః-౩శక్తః-౪స్వీయసుఖేచ్ఛావదన్యః॥ తె॥ ౧సమస్తము-౨నిండింపఁబడినది.

పూర్ణకః-అ-పు-తిలకవృక్షః- ౨స్వర్ణచూడపక్షీ॥

పూర్ణకుమ్భః-అ- పు - రాజద్వారస్థితజలపూర్ణకుంభః॥

పూర్ణకోష్ఠా-ఆ-సీ-నాగరముస్తా॥

పూర్ణగర్భః-అ-పు-సంపుటకః॥ తె॥ బూరెలు.

పూర్ణచన్ద్రనిభాననమ్-అ-న- ధరాధిపలక్షణమ్॥ తె॥ పూర్ణచంద్రునివంటి మొగముగలవాఁడు రాజవుననుటకుగుఱుతు.

పూర్ణచన్ద్రా-ఆ-సీ-భగాంతర్లింగనాడీ॥ తె॥ ఉపస్థములోనిలింగనాడి.

పూర్ణచన్ద్రాననమ్-అ-న- రాజపత్నీలక్షణమ్॥ తె॥ పూర్ణచంద్రునిఁబోలు మొగము గలుగుటఘుగువకు రాజపత్నియగుననుటకుగుఱుతు.

పూర్ణపాత్రమ్-అ-న- వివాహోద్యుత్సవేషు నూతనవస్త్రఫలతాంబూలాద్యలంకృతభాజనమ్॥ తె॥ కట్నమివ్వడమునకుసిద్ధముగానుంచినపళ్లెము.

పూర్ణబీజః-అ-పు-బీజపూరః॥

పూర్ణమా-ఆ-సీ-పూర్ణిమా॥

పూర్ణమాసః-అ-పు - పౌర్ణమాసీకర్తవ్యయాగః॥ తె॥ పున్నమనాడుఁజేయుజన్నము.

పూర్ణమాసీ-ఈ-సీ-పూర్ణిమా॥ తె॥ పున్నమ

పూర్ణా-ఆ-సీ- పంచమీతిథిః- ౨దశమీతిథిః-౩ పూర్ణిమాతిథిః॥

పూర్ణానకః-అ-పు- వివాహోద్యుత్సవేషు నూతనవస్త్రపుష్పాద్యలంకృతభాజనమ్-౨ భేరీపటహానిస్స్వనః - ౩ చంద్రరశ్మిః॥ తె॥ ౧ కట్నము కోసము-పండ్లు-పసపు-బట్టలు మొదలైనవియుంచినపళ్లెము.

పూర్ణాలకమ్-అ-న- వార్ధాయనాప్తమ్-౨ పూర్ణానకమపిపాఠః॥

పూర్ణావతారః-అ-పు-నృసింహః-౨రామః॥

పూర్ణికః-అ-పు-స్వర్ణచూడః॥

పూర్ణికా-ఆ-సీ-నాసాగోణీ॥ తె॥ ముక్కుపుటము.

పూర్ణిమా-ఆ-సీ-పౌర్ణమాసీ॥ తె॥ పున్నమ.

పూర్తమ్-అ-న- వాపీకూపతటాకాదిదేవాలయాదికర్మ-౨పాలనమ్॥

పూర్తః-అ-త్రి-పూరితః-౨ఛన్నః॥ తె॥ ౧నిండినది-౨కప్పఁబడినది.

పూర్తిః-ఇ-సీ-పూర్ణతా॥ తె॥ నిండుట, పూర్తియగుటయున్ను.

పూర్యతే-ప-ం-నిషేధార్థః॥ తె॥ కూడదు, (వలదు, తగదు.)

పూర్వః-అ-త్రి- ఆద్యః - ౨దిగ్దేశకాలస్థద్రవ్యాణీ-౩ సమగ్రమ్॥ తె॥ ౧ మొదటిది-౨తూర్పుదిక్కునఁగాని పూర్వకాలమునఁగానియున్నవస్తువు.

పూర్వః-అ-పు-దధి॥ తె॥ పెఱుగు.

పూర్వగఙ్గా-ఆ-సీ-నర్మదానదీ॥

పూర్వజః-అ-పు-జ్యేష్ఠః॥ తె॥ అన్న.

పూర్వజా-ఆ-సీ-జ్యేష్ఠా॥ తె॥ అక్క.

పూర్వజాః-అ-పు- దివ్యపితృగణః - బహువచనాంతోయమ్॥

పూర్వజినః-అ-పు-అతీతజినవిశేషః॥

పూర్వదిక్-శ్-సీ-ప్రాచీదిక్॥

పూర్వదేవః-అ-పు-రాక్షసజాతిః॥ తె॥ రాక్షసకులము.

పూర్వదేశః-అ-పు- ప్రాచీదిగవస్థితజనపదః

పూర్వపక్షః-అ-పు-శుక్లపక్షః-౨శాస్త్రీయప్రశ్నః-సిద్ధాంతవిరుద్ధకోటిః॥

పూర్వపక్షపాదః-అ-పు-చతుష్పాదవ్యవహారాంతర్గతః ప్రథమః పాదః॥

పూర్వపదమ్-అ-న- పరపదప్రాగ్వర్తివిభక్త్యంతప్రకృతిః॥

పూర్వపర్వతః-అ-పు-ఉదయాచలః॥ తె॥ తూర్పుకొండ.

పూర్వపుష్పీ-ఈ-సీ- నాగదంతీవృక్షః॥ తె॥ నాగదంతిచెట్టు.

పూర్వఫల్గునీ-ఈ-సీ-పుబ్బానక్షత్రమ్॥ తె॥ఇ రువదేడునక్షత్రములలోనొకటి.

పూర్వఫల్గునీభవః-అ-పు-బృహస్పతిః॥

పూర్వభద్రపదః-అ-పు-అశ్విన్యాదిసప్తవింశతినక్షత్రాంతర్గతపంచవింశతినక్షత్రమ్

పూర్వభద్రపదాః-ఆ-సీ-అశ్విన్యాదిసప్తవింశతినక్షత్రాంతర్గతపంచవింశతినక్షత్రమ్॥

పూర్వభాద్రపదాః-ఆ-సీ-అశ్విన్యాదిసప్తవింశతినక్షత్రాంతర్గత పంచవింశతినక్షత్రమ్॥

పూర్వముఖః-అ-పు- వానప్రస్థవిశేషః॥ తె॥ వానప్రస్థాశ్రమములోని భేదము.

పూర్వయక్షః-అ-పు-జినవిశేషః॥

పూర్వరఙ్గః-అ-పు- నాటకాద్యంగమ్॥ తె॥నాటకాద్యంగము.

పూర్వరాగః-అ-పు- నాయకనాయికయోర్దశావిశేషః॥

పూర్వరాత్రః-అ-పు- పూర్వారాత్రిః॥ తె॥ ముందురాతిరి.

పూర్వరూపమ్-అ-న- అలంకారవిశేషః॥ తె॥ ఒకానొకయలంకారము.

పూర్వవాదః-అ-పు-వ్యవహారే రాజాదిసమీపే ప్రాగావేదనమ్॥

పూర్వవాదీ-న్-పు- ప్రాగభియోక్తా- ప్రథమవివాదీ॥

పూర్వశైలః-అ-పు-ఉదయపర్వతః॥

పూర్వసరః-అ-త్రి-అగ్రగామీ॥

పూర్వసారః-అ-త్రి-పూర్వసరః॥

పూర్వా-ఆ-సీ-ప్రాచీదిక్-తద్దిగధిపతయః మేషసింహధనూరాశయః॥

పూర్వాః-అ-పు-పూర్వజాః-బహువచనాంతోయమ్॥ తె॥ జ్యేష్ఠులు.

పూర్వాద్రిః-ఇ-పు-ఉదయాచలః॥

పూర్వాభాద్రా-ఆ-సీ- పూర్వాభాద్రానక్షత్రమ్॥ తె॥ ఇరువదేడునక్షత్రములలోనొకటి.

పూర్వామ్నాయీ-న్-పు-పూర్వామ్నాయమతప్రవర్తకః॥ తె॥ పూర్వవేదమతప్రవర్తకుఁడు.

పూర్వాషాఢా-ఆ-సీ- పూర్వాషాఢానక్షత్రమ్॥ తె॥ ఇరువదేడునక్షత్రములలోనొకటి.

పూర్వాహ్ణః-అ-పు-దినాదిభాగః॥

పూర్వాహ్ణకః-అ-త్రి- దినపూర్వభాగజాతః॥ తె॥ పగటియొక్క మొదటిభాగము, తొలుజాము.

పూర్వేణ-ం-ం-పూర్వస్మిన్నదూరదేశే॥ తెతూర్పుదిక్కునదాపుగాను.

పూర్వేద్యుః-స్-ం-పూర్వేహ్ని-ప్రాతఃకాలః-ధర్మవాసరః॥ తె॥ తొలినాడు నిన్న-తెల్లవారి.

పూర్వోత్తరా-ఆ-సీ-పూర్వోత్తరదిఙ్మధ్యదిక్॥ తె॥ఈశాన్యదిగ్భాగము.

పూలః-అ-పు-తృణబంధః॥ తె॥గడ్డికట్ట.

పూలసా-ఆ-సీ-పరివ్యాధః॥ తె॥ నీటిప్రబ్బచెట్టు.

పూషః-అ-పు-బ్రహ్మదారువృక్షః॥

పూషకః-అ-పు-బ్రహ్మదారువృక్షః॥

పూషభాషా-ఆ-సీ-ఇంద్రనగరీ॥

పూషసుహృత్-ద్-పు-శివః॥

పూషా-న్-పు- ద్వాదశాదిత్యగణవిశేషః-సూర్యః॥ తె॥ పన్నిద్దఱుసూర్యులలోనొకఁడు-సూర్యుఁడు.

పూషాధిదేవతా-ఆ-సీ- రేవతీనక్షత్రమ్॥ తె॥ రేవతీనక్షత్రము.

పుష్కరమ్-అ-న- ఆకాశమ్- ౨జలమ్-౩పద్మమ్- ౪పుష్కరమూలమ్- ౫కరిహస్తాగ్రమ్-౬యుద్ధమ్- ౭వాద్యముఖమ్ - ౮మదః - ౯అసిధారా-౧౦భేషజవిశేషః-౧౧పంజరమ్-౧౨అంశః॥ తె॥ ౧మిన్ను-౨ఉదకము-౩కమలము-౪పుష్కరమూలపుచెట్టు-౫ఏనుఁగుతొండపుకొన.

.పుష్కరమ్-అ-న- ఆకాశమ్-౨జలమ్-౩పద్మమ్- ౪పుష్కరమూలమ్- ౫కరిహస్తాగ్రమ్-౬యుద్ధమ్-౭వాద్యముఖమ్-౮మదః-౯అసిధారా-౧౦భేషజవిశేషః-౧౧పంజరమ్ - ౧౨అంశః ॥ తె ॥ ౪పుష్కరమూలము.

పృకా-ఆ-సీ-శాకవిశేషః॥

పృక్తమ్-అ-న-ధనమ్॥

పృక్తః-అ-త్రి-సంయుక్తః॥ తె॥కూడుకొన్నది

పృక్తిః-ఇ-సీ-స్పృష్టిః॥ తె॥ స్పర్శము,అనఁగా తాఁకుట.

పృచ్ఛా-ఆ-సీ- ప్రశ్నః॥ తె॥అడుగుట.

పృతనా-ఆ-సీ-సేనా-౨గజాః ౨౪౩-రథాః-౨౪౩-వాజినః౭౨౯- భటాః౧౨౧౫ ఏతద్యుక్తసేనా॥

పృతనాషాట్-హ-పు-ఇంద్రః- ౨పయోబిందుః-౩కుశాగ్రమ్- ౪సేనానాయకవిశేషః॥ తె॥౧ఇంద్రుఁడు-౨నీటిబిందువు-౩దర్భకొస-౪సేనానాయకుఁడు.

పృథక్-క్-౦- వర్జనమ్-౨భిన్నార్థకః-౩నిందావ్యాపారః-౪కోమలమ్॥ తె॥ ౧గాక-౨అతిరిక్తము-౩నిందింపఁదగినపని-౪లేఁత.

పృథక్త్వమ్-అ-న- చతుర్వింశతిగుణాంతర్గతసప్తమగుణః॥

పృథక్త్వచా-ఆ-సీ-మూర్వా॥

పృథక్పర్ణీ-ఈ-సీ-పృశ్నిపర్ణీ॥ తె॥ కోలపొన్న.

పృథక్క్షేత్రాః- అ- పు- ఏకస్మాన్నానావర్ణస్త్రీజాతపుత్రాః॥

పృథగాత్మతా-ఆ-సీ-వివేకః॥

పృథగాత్మికా-ఆ-సీ-వ్యక్తిః॥

పృథగ్జనః-అ-పు-నీచః-౨మూర్ఖః- ౩పాపీ-౪భిన్నలోకశ్చ॥ తె॥ ౧అల్పుఁడు-౨మూర్ఖుఁడు.

పృథగ్బీజః-అ-పు-భల్లాతకః॥

పృథగ్విధః-అ-పు- నానారూపవాన్॥ తె॥అనేకవిధమయినది.

పృథవీ-ఈ-సీ-పృథివీ॥

పృథా ఆ-సీ-పాండుపత్నీ॥ తె॥ పాండురాజుయొక్క-భార్య.

పృథాజః-అ-పు-అర్జునవృక్షః-౨కుంతీపుత్రః॥

పృథాపతిః-ఇ-పు-పాండురాజః॥ ,

పృథికా-ఆ-సీ-శతపదీ॥

పృథివిః-ఇ-సీ-పృథివీ॥

పృథివీ-ఈ-సీ-భూమిః॥ తె॥పుడమి.

పృథివీపతిః-ఇ-పు-భూపతిః- ౨ఋషభాఖ్యౌషధిః-౩అంతకః॥ తె॥౧రాజు-౨ఋషభమనుఔషధము-౩జముఁడు.

పృథివీపాలః-అ-పు-రాజా॥

పృథివీశక్రః-అ-పు-రాజా॥

పృథుః-ఉ-పు-వానరః- ౨షోడశరాజవిశేషః॥ తె॥౧పృథుడనువానరుఁడు - ౨షోడశమహారాజులలోనొకఁడు.

పృథుః-ఉ- త్రి-విస్తీర్ణః-౨నిపుణః॥ తె॥ ౧గొప్పది.

పృథుః-ఉ-(సీ)-హింగుపత్రీ- ౨సుషవీ - ౩హింగుఫలాశికా॥ తె॥ ౧హింగుపత్రిచెట్టు-౨నల్లజీలకఱ్ఱచెట్టు-౩ఇంగువచెట్టాకు.

పృథుకమ్-అ-(సీ)-చిపిటకః॥ తె॥ అటుకులు.

పృథుకః-అ-త్రి-బాలకః॥

పృథుకణ్ఠః-అ-పు-కీటరాజః ॥ తె॥ కుమ్మరపురుగు.

పృథుకబరీ-ఈ-సీ-స్త్రీప్రశస్తలక్షణమ్॥ తె॥ ప్రశస్తస్త్రీయయ్యెడుగుఱుతు.

పృథుకా-ఆ-సీ-హింగుపత్రీ-౨బాలికా చ॥

పృథుకోలః-అ-పు-రాజబదరః॥

పృథుగుచ్ఛా-ఆ-సీ-గుచ్ఛపుష్పా ॥ తె॥ బంతిచెట్టు.

పృథుచ్ఛదః-అ-పు-హరిదర్భః॥

పృథుచ్ఛదః-అ-త్రి-బృహత్పత్రే॥

పృథుజఘనమ్-అ-న-పూజ్యస్త్రీలక్షణమ్॥

పృథుపత్రః-అ-పు-రక్తలశునః॥

పృథుపలాశికా-ఆ-సీ-శటీ॥

పృథుమూలకమ్-అ-న-రక్తపుష్పపలాండుః॥ తె॥ ఎఱ్ఱపువ్వులుఁగలనీరుల్లి.

పృథురోమా-న్-త్రి-బృహల్లోమయుక్తే॥

పృథురోమా-న్-పు-మత్స్యః॥ తె॥ చేప.

పృథులః-అ-త్రి- ఆయామవిస్తారాభ్యామధికః॥ తె॥ గొప్పది.

పృథులా-ఆ-సీ-పంపరా॥ తె॥ పంపరపనసచెట్టు

పృథులాటా-ఆ-సీ-హింగుపలాశికా॥ తె॥ ఇంగువుచెట్టాకు.

పృథుశిమ్బః-అ-పు-శ్యోనాకప్రభేదః॥

పృథుశిరః-స్-న-నృపపుంగవలక్షణమ్॥ తె॥ రాజశ్రేష్ఠుఁడగుటకుగుఱుతు.

పృథుశేఖరః-అ-పు-పర్వతః॥

పృథుస్కన్ధః-అ-పు-సూకరః॥

పృథుస్తనీ-ఈ-సీ-శచీదేవీ-౨పంపరా॥ తె॥ ౧ఇంద్రునిభార్య - ౨పంపరపనసచెట్టు.

పృథూదరః-అ-పు-మేషః॥

పృథూదరః-అ-త్రి-బృహత్కుక్షౌ

పృథ్వీ-ఈ-సీ-పంచభూతవిశేషభూమిః-౨సముద్రతీరమ్-౩సుషవీ-౪హింగుపలాశికా-౫కోటరాదివిశిష్టరూపమరకతదోషః-౬విద్రుమదోషః॥ తె॥ ౧పుడమి-౨చెలియలికట్ట-౩నల్లజీలకఱ్ఱచెట్టు-౪ఇంగువచెట్టాకు-౫పచ్చలలోనిదోషము-౬పగడములోనిదోషము.

పృథ్వీకా-ఆ-సీ-బృహదేలా-౨సూక్ష్మైలా-౩కృష్ణజీరకః-౪హింగుపత్రీ॥

పృథ్వీకురవకః-అ-పు-శ్వేతమందారకః॥

పృథ్వీజమ్-అ-న-గడలవణమ్॥

పృదాకుః-ఉ-పు-సర్పః-౨వృశ్చికః-౩చిత్రకః-౪వ్యాఘ్రః-౫కుంజరః-౬వృక్షః॥ తె॥ ౧పాము-౨తేలు-౩చిఱుతపులి-౪పులి.

పృథ్వికా-ఆ-సీ-శిశుః-౨చిపిటకః॥ తె॥ ౧పిల్ల-౨అటుకులు.

పృశ్నిః-ఇ-పు-కిరణః-౨కిరాతః-౩అల్పకీకసమ్॥ తె॥ ౧కిరణము-౨బోయవాఁడు-౩అల్పమగునెముక.

పృశ్నిః-ఇ-త్రి-వృత్తః-౨దుర్బలః॥ తె॥ ౧మరుగుజ్జువాఁడు.

పృశ్నికా-ఆ-సీ-కుంభికా॥

పృశ్నిగర్భః-అ-పు-శ్రీకృష్ణః॥

పృశ్నిపర్ణీ-ఈ-సీ-పృథక్పర్ణీ॥ తె॥ కోలపొన్న.

పృశ్నిభద్రః-అ-పు-శ్రీకృష్ణః॥

పృశ్నిశృఙ్గః-అ-పు-విష్ణుః-౨గణేశః॥

పృశ్నీ-ఈ-సీ-కుంభికా॥

పృషత్-త్-న-జలబిందుః॥ తె॥ ఉదకబిందువు.

పృషత్-త్-పు-హరిణః॥ తె॥ ఇఱ్ఱి.

పృషతః-అ-పు-జలబిందుః - ౨శుక్లబిందుమత్కురంగః॥ తె॥ ౧నీటిబిందువు - ౨తెల్లమచ్చలుఁగలయిఱ్ఱి.

పృషతాంపతిః-ఇ-పు-వాయుః॥
పృషతాశ్వః-అ-పు-వాయుః॥
పృషతీ-ఈ-సీ-శ్వేతబిందుయుక్తామృగీ॥
పృషత్కః-అ-పు-బాణః॥ తె॥అమ్ము.
పృషదశ్వః-అ-పు-వాయుః॥ తె॥ తెమ్మెర.
పృషదాజ్యమ్-అ-న-ఘృతమిశ్రితదధి॥ తె॥ నెయ్యికలిసినపెరుగు.
పృషద్వలః-అ-పు-వాయ్వశ్వః॥
పృషన్తిః-ఇ-పు-బిందుః॥
పృషభాషా-ఆ-సీ-అమరావతీ॥
పృషాకరా-ఆ-సీ-క్షుద్రశిలా॥
పృషాతకమ్-అ-న-దధియుక్తగృహమ్॥
పృషోదరః-అ-త్రి-పృషదుదరంయస్య॥
పృషోద్యానమ్-అ-న-క్షుద్రోపవనమ్॥
పృష్టః-అ-త్రి-దగ్ధః॥ తె॥కాలినది.
పృష్టిః-ఇ-పు-కిరణః॥ తె॥కిరణము.
పృష్టిః-ఇ-సీ-స్పృష్టిః॥ తె॥తగలడము.
పృష్ఠమ్-అ-న-దంతక్షతస్థానవిశేషః-౨నఖక్షతస్థానవిశేషః-౩ముష్టితాడనస్థానవిశేషః-౪పశ్చాద్భాగః-౫పృష్ఠమ్॥ తె॥ ౧వెనుకప్రక్క-౨వీపు.
పృష్ఠః-అ-త్రి-కంఠజాతమధ్యమధ్వనిః॥ తె॥ కుత్తికయందుఁబుట్టినమధ్యమధ్వని.
పృష్ఠకర్ణః-అ-పు - వాతదోషఘ్నపృష్ఠకర్ణాఖ్యమీనః॥ తె॥పృష్ఠకర్ణమనుచేఁప,
పృష్ఠగ్రన్థిః-ఇ-పు-గడుః॥
పృష్ఠచక్షుః-ష్-పు-కుళీరః॥ తె॥పీత.
పృష్ఠతః-స్-౦-పృష్ఠే ఇత్యర్థః॥
పృష్ఠదృష్టిః-ఇ-పు-భల్లూకః॥
పృష్ఠమచ్ఛః-అ-పు-ఇష్టకామదలక్షణమ్॥ తె॥ కోరిక లొసగువాఁడగుటకు గుఱుతు.
పృష్ఠమాంసాదః-అ-త్రి-వాక్యాభిధాయీ॥
పృష్ఠమాంసాదనమ్-అ-న-గతకార్యచింతా॥ తె॥గడిచినపనినిగూర్చివిచారించుట.
పృష్ఠవంశః-అ-పు-పృష్ఠాస్థి॥
పృష్ఠవాట్-హ-పు-యుగపార్శ్వగవృషః॥
పృష్ఠవాడ్-హ-పు-యుగపార్శ్వగవృషః॥
పృష్ఠవాహ్యః-అ-పు - భారవాహకవృషః॥
పృష్ఠశృఙ్గః-అ-పు-వనచ్ఛాగః॥
పృష్ఠశృఙ్గీ-న్-పు-భీమసేనః- ౨నపుంసకమ్-౩మహిషః॥
పృష్ఠ్యమ్-అ-న- పృష్ఠనామకరథంతరాదిషడ్విధసామసమూహః॥
పృష్ఠ్యః-అ-పు-పృష్ఠధురంధరాశ్వః॥ తె॥ వీపునబరువుమోసెడుగుఱ్ఱము.
పృష్ణిః-ఇ-పు-కిరణః॥ తె॥కిరణము.
పృష్ణిః-ఇ-త్రి- ప్రశ్నిః- ౨పార్ష్ణిః- తత్రస్త్రీలింగః॥
పేచకః-అ-పు-ఘూకః-౨గజలాంగూలమూలప్రాంతః-౩గుదాచ్ఛాదకమాంసపిండవిశేషః-౪పర్యంకః-౫యూకః- ౬మేఘః॥ తె॥ ౧గుడ్లగూబ- ౨పనుఁగతోఁకమొదలు.
పేచకీ-న్-పు-గజః॥ తె॥పనుఁగు.
పేచిలః-అ-పు-హస్తీ॥
పేచు-ఉ-న-పేచులీ॥
పేచులీ-ఈ-సీ-శాకభేదః॥
పేటమ్-ఉ-న-పేటికా॥ తె॥పెట్టె.
పేటః-అ-పు- కండోలః-౨పేటికా- ౩ప్రహస్తః॥ తె॥౧పెద్దగంప-౨పెట్టె.
పేటకమ్-అ-న- విస్ఫోటః-౨పుస్తకాదీనాం మంజూషా-౩కదంబకమ్॥ తె॥ ౧చమటకాయ.
పేటకః-అ-పు-మంజూషా-౨బృందమ్॥ తె॥౧పెట్టె-౨గుంపు.
పేటకోపేతః-అ-పు- మౌక్తికదోషవిశేషః॥

తె॥ బుడుపులుగానుండుము త్తియపుదోసము.

పేటా-ఆ-సీ-పేటికా॥ తె॥ పెట్టె.

పేటాకః-అ-పు-పేటకః॥

పేటికా-ఆ-సీ-వృత్తివిశేషః॥

పేటీ-న్-త్రి-పేటకః॥

పేటీ-ఈ-సీ-పేటికా॥ తె॥ పెట్టె.

పేఙా-ఆ-సీ-మంజూషా-మహాపేటికా॥

పేత్వమ్-అ-న-అమృతమ్-౨ఘృతమ్॥

పేత్వః-అ-పు-మేషః॥ తె॥ పొట్టేలు.

పేయమ్-అ-న-జలమ్-౨దుగ్ధమ్-౩అష్టవిధాన్నాంతర్గతాన్నవిశేషః॥

పేయమ్-అ-త్రి-పాతవ్యే॥

పేయా-ఆ-సీ-సిక్థసమన్విత పేయద్రవ్యమ్-౨మిశ్రేయా-౩శ్రాణా-౪అచ్ఛమండం

పేయూషః-అ-(సీ)-నవప్రసూతగోక్షీరమ్॥ తె॥ ముఱ్ఱుపాలు,జున్నుపాలున్ను.

పేరుః-ఉ-పు-వహ్నిః-౨సూర్యః-౩సముద్రః

పేరుగభస్తిః-ఇ-పు-సూర్యః॥

పేరోజమ్-అ-న-ఉపరత్నవిశేషః॥

పేలమ్-అ-న-అండకోశః॥

పేలవః-అ-త్రి-మృదులః-౨విరలః-౩కృశః॥ తె॥ ౧మెత్తనిది-౨వెలితిగలబట్ట మొదలయినది.

పేలీ-న్-పు-అశ్వః॥ తె॥ గుఱ్ఱము.

పేశలః-అ-పు-సూత్రధానః-౨ముసలమ్-౩కోకిలః-౪చంద్రశేఖరః॥ తె॥ ౧శరీరముదాచనిబంటు-౨రోకలి-౩కోయిల-౪హరుడు.

పేశలః-అ-త్రి-మృదులః-౨రుచిరః-౩చతురః తె॥ ౧మెత్తనిది-౨మనోహరము.

పేశస్కృత్-త్-పు-కీటవిశేషః॥

పేశిః-ఇ-పు-శతకోటిః॥

పేశిః-ఇ-సీ-అండే-౨మాషవిదలేచ॥

పేశీ-న్-పు-అండః॥ తె॥ గుడ్డు.

పేశీ-ఈ-సీ-అండః-౨జటామాంసీ-౩ఖడ్గపిధానమ్-౪మాంసపిండీ-౫నదీభేదః-౬పిశాచీవిశేషః-౭రాక్షసీవిశేషః॥ తె॥ ౧గ్రుడ్డు-౨జటామాంసి-౩కత్తియొఱ-౪మాంసపిండము.

పేశీకోశః-అ-పు-అండః॥ తె॥ గ్రుడ్డు.

పేషణిః-ఇ-సీ-పేషణశిలా॥

పేషణీ-ఈ-సీ-పేషణశిలా॥

పేషలః-అ-త్రి-పేశలః॥

పేషాకః-అ-పు-పేషణిః॥

పేసలః-అ-త్రి-పేశలః॥

పైఙ్గరాజః-అ-పు-భరద్వాజపక్షీ॥ తె॥ పత్రింత

పైతరః-అ-త్రి-కుంభపక్వభక్ష్యమ్॥ తె॥ ఉండ్రాళ్లు,కుడుములు మొదలయినవి.

పైఠీనసిః-ఇ-పు-మునివిశేషః॥

పైణ్డిన్యమ్-అ-న-భైక్షుజీవికా॥

పైతామహమ్-అ-త్రి-పితామహసంబంధి ధనాది.

పైతామహః-అ-పు-చతుర్ముఖః-౨పితృపితా తె॥ ౧బ్రహ్మ-౨తండ్రితండ్రి,

పైతృకమ్-అ-త్రి-పితృసంబంధి॥

పైతృకభూమిః-ఇ-సీ-పితృసంబంధిస్థానమ్॥

పైతృష్వసేయః-అ-పు-పైతృష్వస్రీయః॥ తె॥ మేనత్తకొడుకు.

పైతృష్వస్రయః-అ-పు-పితృభగినీపుత్రః॥ తె॥ మేనత్తకొడుకు.

పైతృష్వస్రీయః-అ-ద్వ-పితృష్వసురపత్యమ్-పితృభగినీపుత్రః॥

పైతృహ్వాత్-ద్-న-రక్తపుష్పపలాండుః॥ తె॥ ఎఱ్ఱపువ్వులనీఱుల్లి.

పైత్తః-అ-త్రి-పిత్తజవ్యాధిః॥

పైత్తికః-అ-త్రి-పిత్తజవ్యాధిః॥

పైత్రమ్-అ-న- దక్షిణహస్తాంగుష్ఠతర్జనీమధ్యేపితృతీర్థమ్॥ తె॥ పితృతర్పణయోగ్యస్థానము.

పైత్రాహోరాత్రః-అ-పు- మానుషమాసః॥ తె॥ మనుష్యుల నెల-పితృదేవతలదినము.

పైలః-అ-పు-మునివిశేషః॥

పైశాచః-అ-పు- అష్టప్రకారవివాహాంతర్గతాష్టమవివాహః॥

పైశాచః-అ-త్రి-పిశాచసంబంధిని॥

పైశున్యమ్-అ-న-పిశునతా- తచ్చదశవిధపాపాంతర్గతవాఙ్మయపాపవిశేషః॥

పైష్టః-అ-త్రి-పిష్టసంబంధీ॥

పైష్టికమ్-అ-న-పిష్టానాంసమూహః - ౨మద్యవిశేషః॥

పైష్టికః-అ-పు-కాందవః॥ తె॥ అప్లు.

పైష్టికా-ఆ-సీ- అనేకధాన్యసారకృతమద్యమ్॥ తె॥ అనేకధాన్యములతోఁజేసినసారాయి.

పైష్టీ-ఈ-సీ-వివిధధాన్యవికారజామదిరా॥

పోగణ్డః-అ-త్రి-అష్టవర్షపర్యంతబాలః-౨అంగహీనః॥ తె॥ ౧ఎనిమిదేండ్లబాలుఁడు-౨అంగము లేనివాఁడు.

పోటః-అ-పు- వేశ్మభూమిః-౨సంశ్లేషః॥

పోటగలః-అ-పు-నడతృణమ్-౨ఝషః - ౩కాశః॥ తె॥ ౧కిక్కసగడ్డి-౨మీను- ౩తెల్లు.

పోటగలా-ఆ-సీ-అశ్వవాలకః- ౨చిత్రపత్రికా॥ తె॥ ౧అశ్వలాయనదర్భగడ్డి- ౨కోలపాలచెట్టు.

పోటలికా-ఆ-సీ-సంశ్లిష్టవస్త్రాది॥

పోటా-ఆ-సీ- స్త్రీపుంసలక్షణయుక్తస్త్రీ-౨వేశ్యా॥

పోటికః అ-పు-విస్ఫోటకః॥

పోటీ-ఈ-సీ-పృథుజంబీరవృక్షః॥ తె॥ జంబునేరెడుచెట్టు.

పోట్టలీ-ఈ-సీ-వస్త్రబద్ధద్రవ్యమ్॥

పోడమ్-అ-న-పక్వక్రముకమ్॥ తె॥ పానారపుపోఁక.

పోడుః-ఉ-పు-కపాలాస్థితలమ్॥

పోతః-అ-ద్వ-శిశుః॥

పోతః-అ-పు- నౌకావిశేషః-౨శిశుః- ౩దశవర్షగజకలభః- ౪గృహస్థానమ్- ౫వస్త్రమ్-౬సముద్రయానమ్॥

పోతకీ-ఈ-సీ- చటకస్త్రీ-౨పూతికా॥ తె॥ ౧ఆఁడుయూరపిచ్చుక.

పోతజః-అ-పు-కుంజరాదిః॥

పోతక్షః-అ-పు-కేనిపాతకః॥

పోతలకప్రియః-అ-పు-బుద్ధవిశేషః॥

పోతవణిక్-జ్-పు-సాంయాత్రికః॥ తె॥ ఓడకేవుకుపుచ్చుకొన్నవాఁడు.

పోతవహః--అ-పు-నియామకః॥ తె॥ ఓడతండేలు.

పోతవాహః-అ-పు-నియామకః॥ తె॥ ఓడతండేలు.

పోతా-ఋ-పు-బ్రహ్మగణఋత్విగ్విశేషః ౨విష్ణుః॥ తె॥ ౧యజ్ఞమునందు బ్రహ్మగణముతోఁజేరినఋత్విజుఁడు-౨విష్ణువు.

పోతాచ్ఛాదనమ్-అ-న-వస్త్రకుట్టిమమ్॥

పోతాధానమ్-అ-న-క్షుద్రాండమత్స్యసంఘాతః॥

పోతాసః-అ-పు-కర్పూరవిశేషః॥

పోతికా-ఆ-సీ-పూతికా-౨శతపుష్పా- ౩మూలపోతీ॥

పోతోధానమ్-అ-న- మత్స్యసంఘాతః॥ తె॥ చిఱుమీనుకదుపు.

పోత్రమ్-అ-న-సీరముఖాగ్రమ్ - ౨సూకరముఖాగ్రమ్- ౩వహిత్రమ్- ౪వజ్రమ్॥ తె॥౧ నాగంటిమొన-౨పందిముట్టె.

పోత్రాయుధః-అ-పు-సూకరః॥

పోత్రిదంష్ట్రాజః-అ-పు-బదరీసమకిటిదంష్ట్రోద్భవమౌక్తికమ్॥ తె॥ పందిపంటఁబుట్టిన రేఁగుపండంతముత్తియము.

పోత్రిరథా-ఆ-సీ-జినశక్తివిశేషః॥

పోత్రీ-న్-త్రి-పోత్రవిశిష్టః॥

పోత్రీ-న్-పు-సూకరః- ౨మహిషః॥ తె॥౧అడవిపంది-౨ఎనుము.

పోలః-అ-పు - కరభర్జితః॥ తె॥ నానబెట్టి వేయించినగుగ్గిళ్లు.

పోలికః-అ-పు- వైశ్యగ్రామః॥ తె॥వైశ్యుల యూరు.

పోలికా-ఆ-సీ-పిష్టకవిశేషః॥

పోలిన్దః-అ-పు-నౌకావయవభేదః॥

పోలీ-ఈ-సీ-పిష్టకవిశేషః॥

పోలూకః-అ-పు-భృత్యః॥ తె॥కొలువుగాఁడు.

పోషః-అ-పు-పోషణమ్॥

పోషణమ్-అ-న-పుష్టిః-౨ధృతిః॥

పోషయిత్నుః-ఉ-పు- కోకిలః-౨భర్తా॥

పోషయిత్నుః-ఉ-త్రి-పోషణకర్తా॥

పోష్టా-ఋ-పు-పూతీకః

పోష్టా-ఋ-త్రి-పోషణకర్తరి॥

పోష్ట్రవరః-అ- త్రి-పోషకశ్రేష్ఠః॥

పోష్యః-అ-త్రి-పోషణీయః

పోష్యపుత్రః-అ-పు - పాలనాదినాసుతత్వప్రాప్తః॥

పోష్యవర్గః-అ-పు-ప్రతిపాలనీయగణః- సతుమాత్రాదిః॥

పౌంసవనమ్-అ-న - పుంసవనసంస్కారః॥

పౌంస్నమ్-అ-న-పుంస్త్వమ్॥

పౌగణ్డమ్-అ-న-అవస్థావిశేషః॥

పౌణ్డరీకమ్-అ-న- ప్రపౌండరీకమ్॥

పౌణ్డర్యమ్-అ-న-పుండరీయకమ్॥ తె॥ పుండరీయకమను గ్రంథ్యము.

పౌణ్డ్రమ్-అ-న-మన్మథధనుః॥ తె॥ మన్మథుని విల్లు.

పౌణ్డ్రః-అ-పు-వృకోదరశంఖః-౨దేశభేదః-౩ఇక్షుభేదః॥

పౌణ్డ్రకః-అ-పు-ఇక్షుభేదః-౨జాతివిశేషః॥

పౌణ్డ్రవర్ధనః-అ-పు-దేశభేదః॥

పౌణ్డ్రికః-అ-పు-ఇక్షుభేదః॥

పౌతవమ్-అ-న-తులామానమ్॥ తె॥ తూనికెగుండ్లు మొదలైనవి.

పౌతికమ్-అ-న-పవిత్రవస్తుసమూహః॥

పౌత్తికమ్-అ-న-ఘృతవర్ణమధు॥ తె॥ నేతిచాయగలతేనె.

పౌత్రః-అ-పు-పుత్రపుత్రః॥ తె॥ కొడుకుకొడుకు.

పౌత్రీ-ఈ-సీ- పుత్రసుతా - ౨పుత్రికాసుతా॥ తె॥౧కొడుకుకూఁతురు-౨కూఁతురుకూతుఁరు.

పౌనఃపునికః-అ- త్రి-పునఃపునర్భవః॥

పౌనఃపున్యమ్-౦-౦-పునర్వారమ్॥

పౌనర్భవః-అ-పు-పునర్భూపుత్రః॥ తె॥ మాఱుమనువుదానికొడుకు.

పౌరమ్-అ-న-కత్తృణమ్॥ తె॥ కామంచిగడ్డి.

పౌరః-అ- త్రి-పురభవః॥

పౌరకః-అ-పు-గృహబాహ్యోపవనమ్॥

పౌరవః-అ-పు-పురువంశః॥

పౌరస్త్యః-అ-త్రి-ఆద్యః - ౨పురస్తాద్భవః॥ తె॥౧ మొదటిది.

పౌరాణికః-అ-పు-పురాణవేత్తా॥

పౌరుషమ్-అ-న-విక్రమః- ౨పురుషభావః॥

పురుషకర్మ॥ తె॥౧పరాక్రమము-౨పురుషభావము-౩పురుషవ్యాపారము.

పౌరుషః-అ-త్రి- ఊర్ధ్వవిస్తృతదోఃపాణిపురుషప్రమాణమ్॥ తె॥ మనిషిచెయ్యెత్తుపొడుగు.

పౌరుషీ-ఈ-సీ-ఊర్ధ్వవిస్తృతదోఃపాణిపురుషప్రమాణమ్॥ తె॥ మనిషిచెయ్యెత్తుపొడుగు.

పౌరుషేయమ్-అ-న-పురుషకృతకార్యమ్-౨పురుషగణః-౩పురుషహితః- ౪పురుషవికారః॥ తె॥౧పురుషుఁడుచేసినపని- ౨మనుజులగణము-౩మనుజునిహితము-౪మనుష్యవికారము.

పౌరుషేయః-అ-పు- వేదః- ౨సమూహః-౩వధః-౪పురుషస్యపదాంతరమ్॥

పౌరుషేయః-అ-త్రి-పురుషకృతః-౨పురుషవికారః॥

పౌరోగవః-అ-త్రి-పాకగృహాధ్యక్షః॥ తె॥వంటవాఁడు.

పౌరోడాశః-అ- పు- పురోడాశసహచరితమంత్రః॥

పౌరోడాశికః-అ-పు- పురోడాశస్యపౌరోడాశస్యభావావ్యాఖ్యానః॥

పౌర్ణమాసః-అ-పు-యజ్వా ॥ తె ॥ సోమయాజి

పౌర్ణమాసీ-ఈ-సీ-పూర్ణిమా॥ తె॥ పున్నమ.

పౌర్ణహస్తః-అ-పు-వీణాభేదః॥ తె॥వీణలోభేదము.

పౌర్ణిమః-అ-పు-వానప్రస్థవిశేషః॥ తె॥ వానప్రస్థాశ్రమములోనిభేదము.

పౌర్ణిమా-ఆ-సీ-పౌర్ణమాసీ॥ తె॥ పున్నమ.

పౌర్వాణమ్-అ-న-ఉష్ణపర్ణః-౨సురతమ్- ౩దూర్వాతృణమ్॥ తె॥౧ఉష్ణపర్ణిచెట్టు-౨స్త్రీసంభోగము-౩గరికెగడ్డి.

పౌర్వాహ్ణికః-అ-త్రి- పూర్వాహ్ణభవః-౨పూర్వాహ్ణసంబంధీ॥

పౌలస్తీ-ఈ-సీ- శూర్పణఖా - ౨పులస్త్యస్యస్త్రపత్యమ్॥

పౌలస్త్యః-అ-పు-కుబేరః-౨రావణః- ౩విభీషణః॥

పౌలిః-ఇ-పు- అభ్యూషః॥ తె॥ఉడికినగుగ్గిళ్లు.

పౌలోమీ-ఈ-సీ-శచీదేవీ॥ తె॥ ఇంద్రునిపెండ్లాము.

పౌషః-అ-పు-పౌషమాసః-౨మహః-౩యుద్ధమ్ - ౪పుష్యనక్షత్రయుక్తాపౌర్ణమాసీయత్రమాసేసః॥ తె॥ ౧పుష్యమాసము ౨ఉత్సవము-౩జగడము.

పౌషీ-ఈ-సీ-పౌషమాసపూర్ణిమా-౨పుష్యేణయుక్తారాత్రిః॥ తె॥ ౧పుష్యమాసముయొక్కపున్నమ.

పౌష్కరమ్-అ-న-పుష్కరమూలమ్॥

పౌష్కరమూలమ్-అ-న-పుష్కరమూలమ్॥

పౌష్కరిణీ-ఈ-సీ-పుష్కరిణీ॥

పౌష్టికమ్-అ-న-క్షౌరసమయేగాత్రాచ్ఛాదనవస్త్రవిశేషః.

పౌష్ణీ-ఈ-సీ- రేవతీనక్షత్రమ్॥ తె॥ రేవతీనక్షత్రము।

పౌష్పమ్-అ-త్రి-పుష్పనిర్మితమ్-౨పుష్పసంబంధి॥

పౌష్పకమ్-అ-న-కుసుమాంజనమ్॥ తె॥ కుసుమాంజనము.

పౌష్పీ-ఈ-సీ- దేశవిశేషః॥

పౌష్యః-అ-పు-పూషపుత్రః-సచకరవీరపురస్యరాజా॥

ప్తా-ఆ-సీ-జటా॥

ప్యాట్-ట్-౦-సంబోధనమ్॥ తె॥ఓయి.

ప్ర-అ-౦-ప్రాధాన్యమ్-౨ప్రకర్షః-౩వింశత్యుపసర్గాంతర్గత ప్రథమోపసర్గః-౪గతిః-౫ఆరంభః-౬సర్వతోభావః-౭ప్రాథమ్యమ్-౮ఖ్యాతిః-౯ఉత్పత్తిః-౧౦వ్యవహారః॥

ప్రకటః-అ-త్రి-స్ఫుటః॥

ప్రకటితమ్-అ-త్రి-ప్రకాశితమ్॥

ప్రకన్దః-అ-పు-మూలరాజః॥ తె॥ పెండలము.

ప్రకమ్పనమ్-అ-న-కంపాతిశయే॥

ప్రకమ్పనః-అ-పు-వాయుః-౨నరకవిశేషః॥

ప్రకరమ్-అ-న-మాగ్గరమ్॥

ప్రకరః-అ-పు-సమూహః-౨కీర్ణపుష్పాదిః-౩ఉపకారః-౪యథాసంఖ్యవ్యవస్థితిః॥ తె॥౧మూఁక-౨చల్లఁబడినపుష్పాదులు-౩సహాయము-౪యథాయోగ్యవ్యవస్థితి॥

ప్రకరణమ్-అ-న-ప్రస్తావః-౨అభినేయప్రకారః-౩రూపకభేదః-౪గ్రంథసంధిః-౫పాదః-సతుపకార్థావచ్ఛిన్నసూత్రసమూహః॥

ప్రకరీ-ఈ-స్త్రీ-చత్వరావనిః-౨నాట్యాంగమ్॥ తె॥౧ముంగిటనున్నతోఁట.

ప్రకర్షః-అ-పు-ఉత్కర్షః॥

ప్రకాణ్డమ్-అ-న-నీలపుష్పపలాండుః॥ తె॥ నల్లపూలనీరుల్లి.

ప్రకాణ్డః-అ-(స్త్రీ)-నియతలింగః॥ ౧ప్రశస్తవాచకః-౨వృక్షశాఖాధోమూలభాగః॥ తె॥ ౨కొమ్మలక్రిందిమానులోకింది భాగము.

ప్రకాణ్డరః-అ-పు-వృక్షః॥

ప్రకామమ్-అ-న-యథేప్సితమ్॥

ప్రకామః-అ-త్రి-యథేప్సితవాన్-౨ఇచ్ఛాధికవస్తు॥

ప్రకారః-అ-పు-భేదః-౨సాదృశ్యమ్॥ తె॥ ౧భేదము-౨ఉపమానము-దృష్టాంతము-పోలికయును.

ప్రకాశమ్-అ-న-కాంశ్యమ్॥ తె॥కంచు.

ప్రకాశః-అ-పు-ఆతపః-౨ప్రభా-౩కిరణః-౪రౌద్రః-౫ప్రహాసః॥ తె॥ ౧ఎండ-౨కాంతి-౩కిరణము.

ప్రకాశః-అ-త్రి-స్ఫుటః-౨అత్యల్పః-౩అతిప్రసిద్ధః-౪సదృశః॥ తె॥ ౧స్ఫుటమైనది-౨మిక్కిలితక్కువది-౩మిగులప్రసిద్ధుఁడు-౪సమానము.

ప్రకాశకః-అ-త్రి-ప్రకాశకర్తా॥

ప్రకాశకజ్ఞాతా-ఋ-పు-కుక్కుటః॥

ప్రకాశాత్మా-న్-పు-సూర్యః॥

ప్రకాశాత్మా-న్-త్రి-వ్యక్తస్వభావే॥

ప్రకాశితమ్-అ-త్రి-ప్రకాశవిశిష్టమ్॥

ప్రకీర్ణమ్-అ-న-గ్రంథవిచ్ఛేదః-౨చామరం॥

ప్రకీర్ణః-అ-త్రి-విక్షిప్తః-౨విస్తృతః-౩నానాప్రకారమిశ్రితః॥

ప్రకీర్ణః-అ-పు-ప్రకీర్యః॥ తె॥ నెమలడుగుమ్రాను.

ప్రకీర్ణకమ్-అ-న-చామరమ్-౨గ్రంథవిశేషః-౩విస్తరః-౪హయః-౫పాపవిశేషః-౬తాలవిశేషః॥ తె॥౧సురటి-౨ప్రకీర్ణకగ్రంథము-౩వెడల్పు-౪గుఱ్ఱము-౫ప్రకీర్ణమనుపాపము-౬ప్రకీర్ణకమనుతాలము.

ప్రకీర్ణకః-అ-పు-తురంగమః॥

ప్రకీర్తితమ్-అ-త్రి-కథితమ్॥

ప్రకీర్యః-అ-పు-పూతికరజవృక్షః-౨క్రీడాకరజః-౩ఘృతకరంజః॥ తె॥ ౧నెమలడుగుమ్రాను-౨గుత్తినెమలడుగుమ్రాను.

ప్రకుటీ-ఈ-స్త్రీ ఆస్ఫోటాలతా॥ తె॥ అడవిమల్లె.

ప్రకులమ్-అ-న-ప్రశస్తవపుః॥

ప్రకృతః-అ-త్రి- ప్రకరణప్రాప్తః-౨ప్రకర్షేణకృతః॥

ప్రకృతానేకవిషయశ్లేషః-అ-పు-అలంకారవిశేషః॥ తె॥ ఒకానొకయలంకారము.

ప్రకృతాప్రకృతానేకవిషయశ్లేషః- అ- పు- అలంకారవిశేషః॥ తె॥ ఒకానొకయలంకారము.

ప్రకృతిః-ఇ-సీ- ప్రధానమ్- ౨స్వభావః-౩ఏకవింశచ్ఛందః-౪ఏకవింశతిసంజ్ఞా-౫రాజ్యసప్తాంగాని - ౬పౌరశ్రేణిరజకస్వర్ణకారాదిజాతయః - ౭ద్వాదశకృష్ణలతులామానమ్-౮పంచభూతాని - ౯సచివాదిః-౧౦కారణమ్- ౧౧గుహ్యమ్ ౧౨జంతుః-౧౩మాతా॥ తె॥ ౧ప్రధానము-౨స్వభావము-౩ఇరువదొకటోఛందస్సు-౪ఇరువదొకటి- ౫రాజ్యసప్తాంగము-అనఁగా, స్వామ్యమాత్యసుహృత్కోశరాష్ట్రదుర్గబలములు- ౬పురజనులు - అనఁగా, చాకలి, అగసాలి మొదలగువారు- ౭పంట్రెండుకృష్ణములయెత్తు వెండి-౮పృథివి, అప్, తేజస్సు, వాయువు-ఆకాశములు- ౯మంత్రి మొదలగువారు - అనఁగా, సప్తాంగములు- ౧౦ఉపాదానహేతువు- ౧౧భగము - ౧౨ప్రాణిసమూహము-౧౩తల్లి.

ప్రకృష్టమ్-అ-త్రి-ప్రకర్షయుక్తమ్॥

ప్రకోష్ఠః-అ-పు-కూర్పరాధఃప్రదేశః - ౨వితస్తృతకః-౩అలిందః - ౪కక్ష్యాంతరమ్-౫భూషణవిశేషః॥ తె॥ ౧మోచేతిక్రింద మణికట్టుదాకాను-౩చోపా.

ప్రక్షరః-అ-పు - అశ్వకవచః - ౨ప్రఖరఇతి-ప్రక్షురఇతిచపాఠః॥

ప్రక్రన్తా-ఋ-త్రి-ఉపక్రమకర్తా - ఆరంభకర్తా॥

ప్రక్రమః-అ-పు- కార్యస్య ప్రథమారంభః-౨అవసరః-౩క్రమః॥ తె॥ ౧కార్యముతొలుత నారంభించుట- ౨సమయము - ౩క్రమము.

ప్రక్రాన్తః-అ-త్రి - ప్రకరణస్థః-౨ఆరబ్ధః॥

ప్రక్రియా-ఆ-సీ- అధికారః- ౨ప్రకృష్టకార్యంచ॥ తె॥ ౧అధికారము.

ప్రక్లిన్నః-అ-త్రి-తృప్తః-౨ప్రకర్షేణక్లేదయుక్తశ్చ॥

ప్రక్వణః-అ-పు-వీణామాత్రధ్వనిః॥ తె॥ వీణధ్వని.

ప్రక్వాణః-అ పు- వీణామాత్రధ్వనిః॥ తె॥ వీణధ్వని.

ప్రక్షురః-అ-పు-అశ్వసన్నాహః॥

ప్రక్షాళనమ్-అ-న- ధావనమ్॥

ప్రక్షాళితః-అ-త్రి-ధౌతః॥

ప్రక్షేపః-అ-పు-అన్వితమ్ - ౨ఔషధాదిషు క్షేపణీయద్రవ్యమ్॥ తె॥ లెక్కఁకలియగూడడము.

ప్రక్షేపణమ్-అ-న-ప్రకర్షేణక్షేపః॥

ప్రక్ష్వేడనమ్-అ-న-రామబాణః ॥ తె॥ శ్రీరామునిబాణము.

ప్రక్ష్వేడనః-అ-పు-నారాచః॥ తె॥ అచ్చినుపబాణము.

ప్రక్ష్వేడనా-ఆ-సీ-నారాచః॥ తె॥ అచ్చినుపబాణము.

ప్రక్ష్వేదనః-అ-పు-నారాచః॥ తె॥ అచ్చినుపబాణము.

ప్రక్ష్వేదనా-ఆ-సీ-నారాచః॥ తె॥ అచ్చినుపబాణము.

ప్రఖరః-అ-పు-అశ్వకవచమ్-౨కఠినమ్- ౩భ

యమ్-౪ అశ్వతరః-౫ అశ్వా-౬ తురంగసన్నాహః ౭ అతిభయంకరః॥ తె॥ ౧ గుఱ్ఱమునకు వేయుకవచము-౨ కఠినము-౩ భయము-౪ దేవయోనిసర్పవిశేషము-౫ కుక్క-౬ గుఱ్ఱములసన్నాహము-౭ మిక్కిలిభయమును చేయువాఁడు.

ప్రఖ్యః-అ-త్రి-ఉత్తరపదేతుల్యార్థవాచకః

ప్రఖ్యాతః-అ-త్రి-ప్రసిద్ధః-౨ హృష్టః॥ తె॥ ౧ ప్రసిద్ధుఁడు-౨ సంతసిల్లినవాఁడు.

ప్రఖ్యాతవప్తృకః-అ-పు-విఖ్యాతపితృకః॥

ప్రఖ్యాతిః-ఇ-సీ-స్తోత్రమ్-౨ ప్రసిద్ధిః॥

ప్రగణ్డః-అ-పు-కూర్పరోపరిభాగః॥ తె॥ దండచెయ్యి.

ప్రగణ్డీ-ఈ-సీ-బహిః ప్రాకారః-౨ దుర్గప్రాకారభిత్తౌ-శూరాణాంఉపవేశనస్థానాని॥

ప్రగతజానుః-ఉ-త్రి-ప్రగతజానుకః॥

ప్రగతజానుకః-అ-త్రి-యస్యజానునోర్మధ్యేనిత్యంకాదాచిత్కం వామహదంతరాలంసః॥

ప్రగన్దః-అ-పు-పర్పటః॥

ప్రగల్భః-అ-త్రి-ప్రతిభాన్వితః॥ తె॥ ప్రౌఢ.

ప్రగల్భతా-ఆ-సీ-దౌష్ట్యమ్॥

ప్రగల్భా-ఆ-సీ-స్వీయాభేదస్వైరమందీకృతక్రీడానాయికా॥

ప్రగాఢః-అ-పు-కృచ్ఛ్రః-౨ దృఢః॥ తె॥ ౧ కష్టము-౨ దృఢము.

ప్రగాఢకమ్-అ-న-అత్యతిసారః॥ తె॥ ఎడతెగనిపాంచనాలరోగము.

ప్రగాతా-ఋ-త్రి-ఉత్తమగాయకః॥

ప్రగుణః-అ-పు-క్షయః॥ తె॥ నాశము.

ప్రగుణః-అ-త్రి-ఋజుః॥ తె॥ తిన్ననిది.

ప్రగుణ్యః-అ-త్రి-అధికః-౨ శ్రేష్ఠః-౩ ప్రశస్తగుణవాన్॥ తె॥ ౧ ఎక్కుడు-౨ శ్రేష్ఠుఁడు-౩ శ్రేష్ఠమగుగుణముగలవాఁడు.

ప్రగృహ్యమ్-అ-త్రి-సంధిరహితంపదమ్-౨ పదపక్షపరతంత్రబహిర్భూతేషుగృహ్యపక్షంనిపాత్యతే॥

ప్రగే-౦-౦-ప్రభాతమ్॥ తె॥ ప్రాతఃకాలము

ప్రగేతనః-అ-త్రి-ప్రగేభవః॥

ప్రగ్రహః-అ-పు-కిరణః-౨ ఆరగ్వధవృక్షః-౩ రశ్మిః-౪ బందీ-౫ బందీకరణమ్-౬ తులాసూత్రమ్-౭ సంయమః-౮ పూజా-౯ అగ్రళః-౧౦ భుజః-౧౧ స్వర్ణమ్-౧౨ హరిద్రుమః-౧౩ నియమనమ్-౧౪ రశ్మిమాత్రమ్॥ తె॥ ౧ కిరణము-౨ ఱేలచెట్టు-౩ కళ్లెమునుగుచ్చి రౌతుపట్టుకొనులగాము-౪ ఖైదుచెయ్యబడ్డస్త్రీపురుషులు-౫ ఖైదుచెయ్యడము-౬ తక్కెడనాభిత్రాడు-౭ చక్కగావిచారించుట-౮ పూజ, సపర్య-౯ తలుపుగడియ-౧౦ భుజము-౧౧ బంగారము-౧౨ మ్రానిపసుపు-౧౩ ఒకవస్తువునిచ్చి మఱియొకవస్తువును మార్చుకొనుట-౧౪ త్రాడు.

ప్రగ్రాహః-అ-పు-రశ్మిః-౨ తులాసూత్రమ్ ౩ ప్రగ్రహః॥ తె॥ ౧ కళ్లెమును గుచ్చిరౌతుపట్టుకొనులగాము - ౨ తక్కెడనాభిత్రాడు.

ప్రగ్రీవః అ-(సీ)-మత్తాలంబః॥ తె॥ కిటకిటా.

ప్రగ్రీవః-అ-పు-మత్తాలంబః-౨ గరోఖ్నీ - ౩ కుంభః॥ తె॥ ౧ కిటకిటా - ౨ అర్ధచంద్రాకారమయినతలగడ-౩ కుండ.

ప్రగ్రీవా-ఆ-సీ-గ్రీవా-౨ ప్రాసాదః॥ తె॥ ౧ మెడ-౨ మేడ

ప్రఘటావిత్-ద్-త్రి-శాస్త్రగండః॥

ప్రఘణః-అ-పు-అలిందః-౨ తామ్రకుంభః౩

లోహముద్గరః-౭తాపసాగామః-౫స్వప్నవిశేషః॥ తె॥౧ఇంటిచోపా - ౨రాగిబిందె-౩ఇనుపగుదియ - ౪ఋషిస్యాశ్రమతోంట.

ప్రఘనః-అ-పు-ప్రఘణః॥

ప్రఘసః-అ-పు-అసురః॥

ప్రఘాణః-అ-పు-ఆలిందః॥ తె॥ఇంటిచోపా.

ప్రఘాతః-అ-పు-యుద్ధమ్॥ తె॥చీవయాలము.

ప్రఘానః-అ-పు-ప్రఘణః॥

ప్రఘూర్ణః-అ-పు-అతిథిః॥

ప్రఘూర్ణః-అ-త్రి-ప్రకృష్టఘూర్ణయుక్తే॥

ప్రఘోషకః-అ-పు-ధ్వనిః॥

ప్రచక్రమ్-అ-త్రి-చలితసైన్యమ్॥ తె॥ కదిలినదండు.

ప్రచక్షాః-స-పు-బృహస్పతిః॥

ప్రచక్షూ-ఊ-౦-అప్రచక్షుషం, ప్రచక్షుషం, సంపన్నంకరోతీత్యర్థః॥ తె॥కన్నులు కలుగునట్లుగా.

ప్రచణ్డః-అ-పు- లఘుడః-౨శ్వేతకరవీరకః॥ తె॥ ౧సన్నపాపలయొట్ట గన్నేరు-౨తెల్లగన్నేరు.

ప్రచణ్డః-అ-త్రి- ప్రగల్భః-౨ప్రతాపీ-౩దుర్ధర్షః॥ తె॥ ౧బుద్ధిమంతుఁడు, సమర్థుఁడున్ను - ౨ప్రతాపముగలవాఁడు - ౩అసాధ్యమగువాఁడు.

ప్రచణ్డమూర్తిః-ఇ-సీ- వరుణవృక్షః-౨ప్రతాపయుక్తశరీరశ్చ॥

ప్రచణ్డా-ఆ-సీ-దుర్గాయాఅష్టనాయికాంతర్గతనాయికాభేదః-౨శ్వేతదూర్వా॥

ప్రచయః-అ-పు- అనుదాత్తవిశేషః-౨సమూహః॥ తె॥ ౧వేదోచ్చారణమునందు అనుదాత్తవిశేషము-౨గుంపు.

ప్రచరః-అ త్రి-అదభ్రః- ౨పంథాః-౩ప్రకర్షేణగమనంచ॥ తె॥౧ఎక్కువది.

ప్రచరద్రూపః-అ-త్రి-వ్యక్తరూపః॥

ప్రచలాకః-అ-పు-మయూరపింఛమ్॥ తె॥ నెమలిపింఛెము.

ప్రచలాకీ-న్-పు-చిత్రమేఖలకః- ౨మయూరః॥ తె॥ ౧చిత్రమేఖలగలవాఁడు- ౨నెమలి.

ప్రచలాయితః-అ- త్రి-ఘూర్ణితః॥ తె॥ కునికిపాట్లుపడెడువాఁడు.

ప్రచవరః-అ-పు-కాకనాసికాలతా॥ తె॥ కాకిదొండచెట్టు.

ప్రచారః-అ-పు-సంచారః॥ తె॥తిరుఁగుట.

ప్రచాలః-అ-పు- వీణాదండః॥ తె॥ వీణయొక్కదండె.

ప్రచురమ్-అ-త్రి-అనేకమ్॥

ప్రచురపురుషః-అ-పు-చోరః-౨బహునరశ్చ

ప్రచురావర్తాః-అ-పు-స్త్రీమాతృవంశనాశలక్షణమ్-బహువచనాంతోయమ్॥

ప్రచేతసః-అ-పు-వరుణః॥

ప్రచేతసీ-ఈ-సీ-కట్ఫలః-౨ప్రచేతసఃకన్యాచ॥

ప్రచేతా-ఋ-పు-సారథిః॥

ప్రచేతాః-స-త్రి-ప్రకృష్టహృది॥

ప్రచేతాః-స-పు-వరుణః-౨అగ్నిః-౩మునివిశేషః-౪విష్ణుః॥

ప్రచేతీ-ఈ-౦-అప్రచేతః ప్రచేతఃకరోతీత్యర్థః॥ తె॥ అప్రచేతునిఁ బ్రచేతునిగాఁజేయుచున్నాఁడనుట.

ప్రచేలమ్-అ-న-పీతకాష్ఠమ్॥

ప్రచేలకః-అ-పు-ఘోటకః॥

ప్రచోదనీ-ఈ-సీ-కంటకారికా-౨శూర్పకారతెుపదారు॥ తె॥౧వాఁకుడు-౨సంగడితెడ్డు.

ప్రచోదితః-అ-త్రి-ప్రేరితః॥

ప్రచ్ఛదః-అ-పు-ఆచ్ఛాదనమ్॥

ప్రచ్ఛదపటః-అ-పు-ప్రకర్షేణ, చ్ఛాద్యతే,అనేన, సచాసౌపటశ్చేతి॥

ప్రచ్ఛనా-ఆ-సీ-ఆమంత్రణా॥

ప్రచ్ఛన్నమ్-అ-న-అంతర్ద్వారమ్॥ తె॥ ఇంటి లోపలనుండుద్వారము.

ప్రచ్ఛన్నమ్-అ-త్రి-ఆచ్ఛన్నే॥

ప్రచ్ఛర్దికా-ఆ-సీ-వమనమ్॥ తె॥ వాంతి.

ప్రచ్ఛాదనమ్-అ-న-ఉత్తరీయవస్త్రమ్॥

ప్రచ్ఛాదితమ్-అ-త్రి-ఆచ్ఛాదితమ్॥

ప్రజః-అ-పు-పతిః॥

ప్రజనః-అ-పు-గోమైథునాభియోగః-౨గోగర్భగ్రహణకాలః॥ తె॥ ౧ఎద్దువెదగొనడము-౨చూలుకట్టెడుకాలము.

ప్రజననమ్-అ-న-ఉత్పత్తిః-౨యోనిః॥ తె॥ ౧పుట్టుగ-౨ఉపస్థము.

ప్రజనికా-ఆ-సీ-మాతా॥

ప్రజల్పః-అ-పు-వాక్యవిశేషః॥

ప్రజవః-అ-పు-ప్రకృష్టయోగః॥

ప్రజవీ-న్-పు-వేగగామీ॥ తె॥ శీఘ్రముగాబోవువాఁడు.

ప్రజా-ఆ-సీ-(స్త్రీ),పుం,రూపసంతానః-౨జనః॥ తె॥ ౧బిడ్డ-౨జనులు.

ప్రజాగరః-అ-పు-ప్రకర్షేణజాగరణమ్॥

ప్రజాతా-ఆ-సీ-ప్రసూతాపత్యస్త్రీ॥ తె॥ బిడ్డగన్నయాఁడుది.

ప్రజాదః-అ-త్రి-ప్రజాదాతరి॥

ప్రజాదా-ఆ-సీ-గర్భదాత్రీక్షుపః॥

ప్రజాదానమ్-అ-న-రజతమ్॥

ప్రజానత్రీ-ఈ-సీ-పండితా,ప్రాజ్ఞీ॥

ప్రజాపః-అ-పు-రాజా॥

ప్రజాపతిః-ఇ-పు-చతుర్ముఖః-౨సంవత్సరవిశేషః-౩శిశ్నః-౪రాజా-౫అగ్నిః-౬జామాతా-౭అర్కః-౮విశ్వకర్మా-౯అనావృష్టిభయమ్॥ తె॥ ౧నలువ-౨ప్రజాపతిసంవత్సరము-౩శిశ్నము-౪రాజు-౫అగ్ని-౬అల్లుఁడు-౭సూర్యుఁడు-౮విశ్వకర్మ-౯వర్షముకురువనందువలనగలిగెడు భయము.

ప్రజావతీ-ఈ-సీ-జ్యేష్ఠభ్రాతృభార్యా॥ తె॥ వదినె.

ప్రజాస్రః-అ-పు-చతుర్ముఖః॥ తె॥ బ్రహ్మ.

ప్రజాహితమ్-అ-న-జలమ్॥

ప్రజాహితమ్-అ-త్రి-ప్రజోపకారే॥

ప్రజినః-అ-పు-వాయుః॥

ప్రజేశ్వరః-అ-పు-రాజా॥

ప్రజ్ఞః-అ-త్రి-ప్రగతజానుః-౨అభిజ్ఞః॥ తె॥ ౧పంగటికాళ్లవాఁడు-౨పండితుఁడు, సమర్థుడున్ను.

ప్రజ్ఞప్తిః-ఇ-సీ-సంకేతమ్॥

ప్రజ్ఞప్తీ-ఈ-సీ-జినవిద్యాదేవీవిశేషః॥

ప్రజ్ఞా-ఆ-సీ-బుద్ధిః-౨లౌకికవైదికవేదిస్త్రీ-౩సరస్వతీ॥ తె॥ ౧బుద్ధి-౨లౌకికవైదికవ్యవహారములుతెలిసినమగువ-౩వాణి.

ప్రజ్ఞాకాయః-అ-పు-మంజుఘోషః॥

ప్రజ్ఞాచక్షుః-ఉ-పు-ధృతరాష్ట్రః॥

ప్రజ్ఞానమ్-అ-త్రి-పండితః॥

ప్రజ్ఞానమ్-అ-న-చిహ్నమ్-౨బుద్ధిః॥ తె॥ ౧గురుతు-౨తెలివి.

ప్రజ్ఞీ-న్-త్రి-పండితః॥

ప్రజ్ఞుః ఉ-త్రి-ప్రగతజానుః॥ తె॥ పంగటికాళ్లవాఁడు.

ప్రజ్వలితః-అ-త్రి-తేజస్వీ-౨దగ్ధః॥ తె॥ ౧తేజోవంతుఁడు-౨కాలినది.

ప్రడీనమ్-అ-న-పక్షిగతివిశేషః-౨ప్రథమడీ

నం ప్రడీనం ఉడ్డయనాయ క్రమబంధః॥ తె॥ ౧ మీదినుంచి క్రిందికిఁదిగడము.

ప్రణః-అ-పు-పురాణః-పురాణార్థే,వర్తమానాత్ప్రశబ్దాత్, నోవక్తవ్యః॥

ప్రణతః-అ-త్రి-భుగ్నః-౨శిక్షితః॥ తె॥ ౧వంగినది-౨శిక్షింపబడినది.

ప్రణతిః-ఇ-సీ-ప్రణామః॥

ప్రణయః-అ-పు-ప్రీత్యా ప్రార్థనమ్-౨వినయః-౩పరిచయః-౪విస్రంభః-౫ప్రేమ ౬ప్రసవః-౭నిర్వాణః॥ తె॥ ౧ప్రీతిచేతఁ బ్రార్థించుట-౨మంచిమాటలాడడము-౩పరిచయము-౪నమ్మకము-౫ప్రియము

ప్రణయిణీ-ఈ-సీ-భార్యా॥

ప్రణయినీ-ఈ-సీ-వనితా॥ తె॥ ఆఁడుది.

ప్రణయీ-న్-పు-స్వామీ॥

ప్రణయీ-న్-త్రి-ప్రణయయుక్తే॥

ప్రణవః-అ-పు-ఓంకారః॥

ప్రణష్టః-అ-త్రి-ప్రకర్షేణనాశయుక్తః॥

ప్రణాదః-అ-పు-అనురాగజాతశబ్దః-౨తారరవః-౩శ్రోత్రామయః॥ తె॥ ౧ఉత్సాహమువలనఁబుట్టినశబ్దము-౨గట్టిగానఱచుట-౩చెవియందుఁబుట్టినరోగము-

ప్రణామః-అ-పు-నమస్కారః॥ తె॥నమస్కారము.

ప్రణాయ్యః-అ-త్రి-అభిలాషవినిర్ముక్తః-౨అసమ్మతః-౩సంగతః-౪సాధుః-౫ప్రియః॥

ప్రణాలః-అ-పు- పయోమార్గః॥ తె॥ కాలువతూము. వతూము.

ప్రణాలీ-ఈ సీ - పయోమార్గః॥ తె॥ కాలు

ప్రణిధానమ్-అ-న-సమాధిః-౨ప్రయత్నః-౩సమాహితమ్-౪ప్రవేశః॥ తె॥ ౧యోగసమాధి-౨ప్రయత్నము-౩కూడికొనుట-౪ప్రవేశము.

ప్రణిధిః-ఇ-పు-చారః-౨ప్రార్థనా-౩అవధానమ్-౪అనుచరః॥ తె॥ ౧అరకార-౨వేడుట.

ప్రణిపాతః-అ-పు - పాదౌస్పృష్ట్వాగోత్రనామపూర్వకనమస్కారః - ౨అనునయః॥ తె॥ ౧ కాలుతాఁకిగోత్రనామపూర్వకముగానమస్కరించుట-౨ఓదార్చడము-అడుగుకొనడమున్ను.

ప్రణిహితః-అ-త్రి-ప్రాప్తః - ౨విన్యస్తః-౩ధ్యాతః॥ తె॥ ౧పొందబడ్డది-౨ఉంచబడినది-౩ధ్యానముచేయఁబడినది.

ప్రణీతః-అ-పు - స్థానాంతరప్రాపణసంస్కృతాగ్నిః॥ తె॥ మఱియొకస్థలమునం దుంచుటకై సంస్కారముచేయఁబడినయగ్ని.

ప్రణీతః-అ-త్రి - ఉపకాదిసంస్కృతపక్వాన్నాదిః-౨క్షిప్తమ్-౩విహితమ్-౪ప్రవేశితమ్-౫కృతమ్॥ తె॥ ౧ఒండినయన్నము మొదలయినది.

ప్రణీతా-ఆ-సీ-యజ్ఞపాత్రవిశేషః॥

ప్రణుతః-అ-త్రి-స్తుతః॥ తె॥స్తోత్రముచేయఁబడ్డది.

ప్రణేయః-అ-త్రి-నవ్యః॥ తె॥క్రొత్తది.

ప్రతతిః-ఇ-సీ-లతా-౨విస్తారః॥ తె॥ ౧తీఁగె-౨వెడలుపు.

ప్రతతీ-ఈ-సీ-లతా-౨విస్తారః॥ తె॥ ౧తీఁగె-౨వెడలుపు.

ప్రతనః-అ-త్రి-పురాతనః॥ తె॥ పూర్వపుది.

ప్రతనా-ఆ-సీ-హరీతకీవృక్షః॥ తె॥కరకచెట్టు

ప్రతరః-అ-పు-అస్థిసంధిభేదః॥ తె॥ ఎముకలసంధి.

ప్రతర్కణమ్-అ-న-వితర్కః॥

ప్రతర్దనః-అ-పు-గైరికాదిః-౨మద్గాదూతః-

౩దురాత్మా॥ తె॥ ౧జేగురుఱాయి - ౨దుర్గాదూత-౩దురాత్ముఁడు.

ప్రతలమ్-అ-న-పాతాలభేదః॥

ప్రతలః-అ-పు-చపేటః-౨అధోలోకవిశేషః॥ తె॥ ౧చాచినవ్రేళ్లుగలఅఱచెయ్యి - ౨క్రిందిలోకము.

ప్రతానః-అ-పు-విస్తృతః-౨వాయురోగవిశేషః॥

ప్రతానినీ-ఈ-సీ-ప్రతానవతీ-౨విస్తృతాలతాదిః॥

ప్రతాపః-అ-పు-కోశదండజాతతేజః-౨పౌరుషమ్-౩ఆతపః-౪అర్కవృక్షః॥ తె॥ ౧కోశదండమువలనఁబుట్టినతేజస్సు-౨పరాక్రమము-౩ఎండ.

ప్రతాపనమ్-అ-న-పీడనమ్॥

ప్రతాపనః-అ-పు-నరకవిశేషః - సచకుంభీపాకః॥

ప్రతాపశేఖరః-అ-పు- తాలప్రాణకలావిశేషః॥

ప్రతాపసః-అ-పు-అర్కరాజః॥ తె॥ తెల్లజిల్లెడుచెట్టు-

ప్రతారకః-అ-త్రి-వంచకః-౨ధూర్తః॥

ప్రతారణమ్-అ-న-భర్త్సనమ్-౨వంచనమ్॥ తె॥ ౧బెదరించుట-౨మోసపుచ్చుట.

ప్రతారణా-ఆ-సీ-వంచనా॥

ప్రతారితః-అ-త్రి-కృతప్రతారణః॥

ప్రతి-౦-౦-ప్రతినిధిః-౨వీప్సా-౩లక్షణమ్-౪ఇత్థంభూతాఖ్యానమ్-౫భాగః-౬ప్రతిదానమ్-౭ఉత్తరమ్, ఉపసర్గస్తు-౮పరిజ్ఞానమ్-౯పదప్రాప్తిః-౧౦కాలహృతిః - ౧౧నివారణమ్ - ౧౨వ్యలీకావిష్కృతిః-౧౩తుష్టిః-౧౪సేవా-౧౫స్తోకమ్-౧౬యత్నః-౧౭విఘ్నః-౧౮ఉత్సాహః-౧౯అవినాభావః-౨౦అంగీకారః-౨౧నిష్క్రియః-౨౨వ్యావర్తనమ్-౨౩పునరావర్తనమ్-౨౪సంక్షేపః-౨౫స్పర్ధా-౨౬సాదృశ్యమ్-౨౭స్వీకారః-౨౮అభ్యవహారః-౨౯వైపరీత్యమ్-౩౦వినిద్రత్వమ్-౩౧అపేక్షా-౩౨ప్రక్షేపః-౩౩ఆభిముఖ్యమ్-౩౪అవధారణమ్॥ తె॥ ౧ముఖ్యసదృశము-౨ప్రతిదిన్న-౩జ్ఞాపకము - ఒక ప్రకారమునుబొందినదానిగాఁజేయుట-౫భాగము-౬మార్చడము-౭ప్రత్యుత్తరము-౮ఎఱుగుట-౯పదప్రాప్తి-౧౦కాలహరణము - ౧౧నివారించుట - ౧౨అసృతముబయలుపఱచుట-౧౩సంతోషము-౧౪కొలుచుట-౧౫కొంచెము-౧౬ప్రయత్నము-౧౭విఘ్నము-౧౮ఉత్సాహము-౧౯అవినాభావము-౨౦ఒప్పుకొనుట-౨౧ప్రతీకారము-౨౨విడిచియుండుట - ౨౩తిరుగతిరుగుట-౨౪సంక్షేపము-౨౫జగడము-౨౬పోలిక-౨౭తీసికొనుట - ౨౮తినుట-౨౯అట్లుగాకయిట్లనుట-౩౦నిద్రలేకుండుట-౩౧ఇచ్ఛయించుట-౩౨ఉంచుట-౩౩అభిముఖముగానుండుట-౩౪నిశ్చయము.

ప్రతికః-అ-త్రి-కార్షాపణికః - కార్షాపణేన క్రీతః॥

ప్రతికర్మ-న్-న-వేషవిశేషః॥ తె॥ మకరికాపత్త్రాద్యలంకారశోభ.

ప్రతికాయః-అ-పు-శరవ్యమ్-౨ప్రతిరూపకమ్॥

ప్రతికారః-అ-పు-ప్రతీకారః॥

ప్రతికాశః-అ-త్రి-ప్రతీకాశః॥

ప్రతికాసః-అ-త్రి-ప్రతీకాశః॥

ప్రతికూపః-అ-పు-పరిఖా॥

ప్రతికూలః-అ-త్రి-అపసవ్యః॥ తె॥ ప్రతికూలమయినది.

ప్రతికృతిః-ఇ-సీ-ప్రతిమానమ్-౨పూజా- ౩ ప్రతీకారః॥ తె॥ ౧విష్ణువినాయకాదిప్రతిమలు-౨పూజించుట- ౩ ప్రతిక్రియచేయుట-అనగాపగతీర్చుట.

ప్రతికృతివిషయచ్ఛాయికమ్-అ-న- చుంబనవిశేషః॥

ప్రతికృష్టః-అ-త్రి- జాతివృత్తహీనః-౨ద్విరావృత్త్యాకర్షితః॥ తె॥ ౧నీచుఁడు.

ప్రతిక్షణమ్-౦-౦-పౌనఃపున్యమ్॥

ప్రతిక్షయః-అ-పు-రక్షకః॥

ప్రతిక్షిప్తః-అ- త్రి- కూటసాక్షిత్వేననిందితః-౨ప్రేషితః॥ తె॥ ౧ఆక్షేపింపఁబడినవాఁడు-౨పంపఁబడినవాఁడు.

ప్రతిఖ్యాతిః-ఇ-త్రి-దేశప్రఖ్యాతిః॥ తె॥ దేశమునందుఖ్యాతిఁజెందినవాఁడు.

ప్రతిగతమ్-అ-న-పక్షిగతివిశేషః॥

ప్రతిగ్రహః-అ-పు- సేనాపశ్చాద్భాగరాజపరివృతబలమ్-౨దానగ్రహణమ్-౩దానద్రవ్యమ్-౪పతద్గ్రహః॥

ప్రతిగ్రాహః-అ-పు- పతద్గ్రహః-౨ప్రతిగ్రహణంచ॥ తె॥ ౧తమ్మెతసుకు.

ప్రతిఘః- అ- పు - క్రోధః-౨ప్రతిఘాతః-౩మూర్ఛా॥ తె॥ ౧కోపము- ౨పగతీర్చుకొనుట.

ప్రతిఘాతనమ్-అ-న-మారణమ్॥ తె॥ చంపడము.

ప్రతిఘ్నమ్-అ-న-అంగమ్॥

ప్రతిచ్ఛన్దః-స్-న-ప్రతిరూపమ్॥

ప్రతిచ్ఛాయా-ఆ-సీ-ప్రతిమానమ్॥ తె॥ విష్ణువినాయకాదిప్రతిమలు.

ప్రతిజఙ్ఘా-ఆ-సీ-అగ్రజంఘా॥

ప్రతిజల్పః-అ-పు-వాక్యవిశేషః॥

ప్రతిజాగరః-అ-పు-అవేక్షా॥ తె॥ మునుపనుభవించినదానినిమరలకోరడము.

ప్రతిజిహ్వా-ఆ-సీ-ఉపజిహ్వికా॥ తె॥ జిహ్వామూలము.

ప్రతిజిహ్వికా-ఆ-సీ-ప్రతిజిహ్వా॥

ప్రతిజ్ఞా-ఆ- సీ- కర్తవ్యత్వప్రకారకజ్ఞానానుకూలవ్యాపారః- ౨సాధ్యనిర్దేశః-౩సాధ్యాభిధాయికావాక్॥

ప్రతిజ్ఞాతః-అ-త్రి- అంగీకృతః॥ తె॥ అంగీకరింపఁబడ్డది.

ప్రతిజ్ఞానమ్-అ-న-పునర్జ్ఞానమ్॥ తె॥ తిరిగితెలియడము.

ప్రతిజ్ఞేయః-అ-త్రి-ప్రతిజ్ఞాతవ్యే॥

ప్రతిజ్ఞేయః-అ-పు-స్తుతిపాఠకః॥

ప్రతితా-ఆ-సీ-లతా॥

ప్రతితాలః-అ-పు-తాలవిశేషః॥

ప్రతితాలీ-ఈ-సీ-తాలకోద్ఘాటనయంత్రం

ప్రతిదానమ్-అ-న- ఉపనిధిపునర్దానమ్॥ తె॥ దాచుకొన్నసొమ్ముతిరిగియివ్వడము.

ప్రతిదారణమ్-అ-న-యుద్ధమ్॥

ప్రతిదినమ్-అ-న- ప్రత్యహమ్, దినమ్, దినంప్రతి॥

ప్రతిదివా-న్-పు-సూర్యః- ౨ప్రతిదినంచ॥

ప్రతిదీవా-న్-పు-సూర్యః॥

ప్రతిదేయమ్-అ-త్రి-క్రీతద్రవ్యస్యదుష్టత్వబుద్ధ్యాపరావృత్త్యదానమ్॥

ప్రతిద్వన్ద్వీ-న్-పు-శత్రుః॥ తె॥ పగవాఁడు.

ప్రతిధ్వనిః-ఇ-పు-ప్రతినాదః॥

ప్రతిధ్వానమ్-అ-న-ప్రతిధ్వనిః॥

ప్రతినప్తా-ఋ-పు-ప్రపౌత్రః॥

ప్రతినవమ్-అ-త్రి-నూతనమ్॥

ప్రతినిధిః-ఇ-పు-ప్రతిమానమ్-౨ముఖ్యసదృశః॥ తె॥విష్ణు,వినాయకాదిప్రతిమలు.

ప్రతిపః-అ-పు-శాంతనురాజః॥

ప్రతిపక్షః-అ-పు- శత్రుః-౨సాదృశ్యమ్-౩ప్రతివాదీచ॥ తె॥౧పగవాఁడు.

ప్రతిపత్-ద్-స్త్రీ-ప్రథమాతిథిః-౨బుద్ధిః-౩ఢక్కవాద్యమ్॥

ప్రతిపత్తిః-ఇ-స్త్రీ-ప్రగల్భత్వమ్-౨దేఁష్ట్యమ్-౩ప్రవృత్తిః౪గౌరవమ్॥ తె॥౨దుష్టత్వము- ౩పోయినదానిమరలపొందుట- ౪గౌరవము,

ప్రతిపత్తిపటహః-అ-పు-వాద్యవిశేషః॥

ప్రతిపత్తూర్యమ్-అ-న-ఢక్కవాద్యమ్॥

ప్రతిపత్రఫలా-ఆ-స్త్రీ-క్షుద్రకారవేల్లీ॥

ప్రతిపన్నః-అ-త్రి-విదితః-౨అంగీకృతః॥ తె॥౧తెలియబడ్డది.

ప్రతిపర్ణశిఫా-ఆ-స్త్రీ-ద్రవంతీ॥

ప్రతిపాణ్యమ్-అ-త్రి-ప్రతిపాలనీయమ్॥

ప్రతిపాదః-అ-పు-అనునయః॥ తె॥ ఓదార్చడము,మంచిమాటలాడడమున్ను.

ప్రతిపాదకః-అ-త్రి-ప్రతిపత్తిజనకః-బోధకః

ప్రతిపాదనమ్-అ-న-దానమ్-౨ప్రతిపత్తిః-౩బోధనమ్॥ తె॥౧ఇవ్వడము.

ప్రతిపాలకః-అ-త్రి-పాలనకర్తా॥

ప్రతిపాలనమ్-అ-న-రక్షణమ్॥

ప్రతిప్రసవః-అ-పు-నిషిద్ధస్యపునర్విధానం

ప్రతిప్రసూతః-అ-త్రి- ప్రతిప్రసవవిశిష్టః-౨పునఃసంభావితః॥

ప్రతిప్రస్థాతా-ఋ-పు-అధ్వర్యుగణఋత్విగ్విశేషః॥

ప్రతిఫలమ్-అ-న-ప్రతిబింబమ్- ౨ఫలంఫలంచ-౩తుల్యఫలమ్॥

ప్రతిఫలనమ్-అ-న-ప్రతిబింబమ్॥

ప్రతిఫలితమ్-అ- త్రి- ప్రతిబింబితమ్॥

ప్రతిఫుల్లకః-అ-త్రి-ప్రఫుల్లః॥

ప్రతిబద్ధః-అ-త్రి- ప్రతిహతః-౨ప్రతిరుద్ధః॥ తె॥౧అటకాయించబడ్డవాఁడు - ప్రతిపక్షిసామర్థ్యముచేతనిర్విణ్ణుడున్ను.

ప్రతిబధ్యః-అ-త్రి-ప్రతిబంధనీయః-ప్రతిబంధార్హః॥

ప్రతిబన్ధః-అ-పు-ప్రతిష్టంభః॥ తె॥ అడ్డగించుట-విఘ్నమున్ను.

ప్రతిబన్ధకః-అ-పు-విటపః॥

ప్రతిబన్ధకః-అ- త్రి- ప్రతిరోధకః॥

ప్రతిబన్ధిః-ఇ-పు-అనిష్టాంతరప్రసంజకంవాక్యమ్-౨ప్రతిబంధః॥

ప్రతిబలః-అ-త్రి-సమర్థః - ౨తుల్యబలశ్చ॥

ప్రతిబిమ్బమ్-అ-న- ప్రతిమానమ్॥ తె॥ విష్ణువినాయకాదిప్రతిమలు.

ప్రతిభయమ్-అ-న-భయానకరసః॥

ప్రతిభయః-అ-త్రి-భయానకరసవాన్॥

ప్రతిభా-ఆ-స్త్రీ-బుద్ధిః-౨ప్రత్యుత్పన్నమతిత్వమ్- ౩నవనవోన్మేషశాలినీప్రజ్ఞా - ౪దీప్తిశ్చ॥

ప్రతిభాన్వితః-అ-త్రి-ప్రగల్భః॥

ప్రతిభాముఖః-అ-త్రి- ప్రగల్భః- ప్రత్యుత్పన్నమతియుక్తః॥

ప్రతిభావాన్-త్-త్రి-ప్రతిభాన్వితః- ప్రాగల్భ్యయుక్తః॥

ప్రతిభావాన్-త్-పు-రవిః-౨చంద్రః - ౩అగ్నిః-౪ఉన్మేషశాలిచిత్తః॥

ప్రతిభాహానిః-ఇ-స్త్రీ-బుద్ధినాశః॥

ప్రతిభూః-ఊ-పు-లగ్నకః॥ తె॥జామీనుదారుఁడు.

ప్రతిమః-అ-త్రి - ఉత్తరపదస్థసదృశవాచకః॥

ప్రతిమర్త్యః-అ-పు-తాలప్రాణకలావిశేషః

ప్రతిమా-ఆ-సీ-ప్రతిబింబమ్-౨గజదంతస్య బంధః-౩అనుకృతిః॥ తె॥ ౧విష్ణువినాయకాదిప్రతిమలు.

ప్రతిమానమ్-అ-న - గజవాహిన్థస్థానాధోదేశః-౨ప్రతిబింబమ్॥ తె॥ ౧రెండుకొమ్ములనడిమి భాగము-౨విష్ణువినాయకాదిప్రతిమలు.

ప్రతిమార్గకః-అ-పు-పురవిశేషః॥

ప్రతిముక్తః-అ-త్రి-శరీరబద్ధకవచః॥

ప్రతిముఖమ్-అ న-నాట్యద్వితీయసంధిః॥

ప్రతియత్నః-అ-పు-సంస్కారః- ౨అంచనా-౩ఉపగ్రహణమ్- ౪లిప్స-౫ప్రతికారః-౬సతోగుణాంతరాధానమ్- ౭నిగ్రహః॥ తె॥ ౨పుష్పాదులయొక్క రచించడము ౩చెరుపడము.

ప్రతియత్నః-అ-త్రి-ప్రయత్నవతి॥

ప్రతియాతనా-ఆ-సీ- ప్రతిబింబమ్-౨తుల్యయాతనాచ॥ తె॥౧విష్ణువినాయకాదిప్రతిమలు.

ప్రతియోగః-అ-పు-విరోధః॥

ప్రతియోగీ-న్-త్రి-విరోధీ-౨సత్ప్రతిపక్షః॥

ప్రతిరమ్భః-అ-పు ప్రతిలంభః॥

ప్రతిరూపమ్-అ-న- ప్రతిమా॥

ప్రతిరూపకమ్-అ-న- ప్రతిబింబమ్॥

ప్రతిరూపధరా-ఆ-సీ-పదచ్యుకః॥ తె॥ కంసాలవానిహొడచ్చు-

ప్రతిరోధః-అ-పు- తిరస్కారః-౨సత్ప్రతిపక్షః-౩చౌర్యమ్॥

ప్రతిరోధకః-అ-పు-చారః॥

ప్రతిరోధీ-న్-పు-తస్కరః॥ తె॥దొంగ.

ప్రతిష్ఠానమ్-అ-న-కుండిననగరమ్॥

ప్రతిలమ్భః-అ-పు-లాభః॥

ప్రతిలోమః-అ-త్రి-వామః-౨విలోమః॥

ప్రతిలోమజః- అ - త్రి- ప్రతిలోమజాతః, ఉత్తమవర్ణాయాంఅధమవర్ణాజ్జాతః॥

ప్రతిలోమభవః-అ-పు- విలోమవర్ణః॥ తె॥ శ్రేష్ఠజాతిస్త్రీకిని,నీచజాతిపురుషునికిని పుట్టినవాఁడు.

ప్రతివచః-స్-న-ప్రత్యుత్తరమ్॥

ప్రతివచనమ్-అ-న-ప్రతివాక్యమ్॥

ప్రతివసథః-అ-పు-గ్రామః॥ తె॥గ్రామము.

ప్రతివస్తూపమా-ఆ-సీ-అలంకారవిశేషః॥ తె ఒకానొకయలంకారము.

ప్రతివాక్-చ్-సీ-ఉత్తరమ్॥

ప్రతివాక్యమ్-అ-న - ఉత్తరమ్॥ తె॥ మాఱుమాట.

ప్రతివాణిః-ఇ-సీ- ప్రత్యుక్తిః॥

ప్రతివాదీ-న్-త్రి-ప్రతిపక్షః॥

ప్రతివాసరమ్-మ్-౦-ప్రభాతమ్॥

ప్రతివాసరః-అ-పు-ప్రతిదినమ్॥

ప్రతివాసీ-న్-త్రి-ఆసన్నగృహీ- ౨నికటస్థాయీ॥

ప్రతివిషా-ఆ-సీ-అతివిషా॥ తె॥ఉతివస.

ప్రతివిష్ణు-ఉ-న-విష్ణుంవిష్ణుం ప్రతి॥

ప్రతివిష్ణుకః-అ-పు-ముచుకుందవృక్షః॥

ప్రతివేశః-అ-పు-ప్రతివాసిగృహమ్,ఆసన్నగృహాణాంగృహమ్॥

ప్రతివేశవాసీ-న్-త్రి-ప్రతివాసీ॥

ప్రతివేశీ-న్-త్రి-ప్రతివాసీ॥

ప్రతిశాసనమ్-అ-న-శిష్యపుత్రాదీనాహూయకార్యార్థప్రేషణమ్॥

ప్రతిశిష్టమ్-అ-త్రి-ప్రత్యాఖ్యాతమ్ - ౨ప్రేషితమ్॥

ప్రతిశ్రుత్-త్-సీ- ప్రతిధ్వనిః॥ తె॥ ప్రతిశబ్దము.

ప్రతిశ్యా-ఆ-సీ-ప్రతిశ్యాయః॥

ప్రతిశ్యాయః-అ-పు-పీనసః॥ తె॥పడిశము॥

ప్రతిశ్రయః-అ-పు-సత్రశాలా- ౨సభా-౩ ఆశ్రయః॥

ప్రతిశ్రవః-అ-పు-పునశ్శ్రవణబుద్ధిః- ౨అంగీకారః॥

ప్రతిశ్రాయః-అ-పు-సత్రశాలా - ౨సభా- ౩ఆశ్రయః॥

ప్రతిశ్రుత్-త్-సీ-ప్రతిధ్వనిః॥

ప్రతిశ్రుతః-అ-త్రి-అంగీకృతః॥

ప్రతిషిద్ధః-అ-త్రి-ప్రతిషేధవిషయః-నిషిద్ధః

ప్రతిషేద్ధా-ఋ-త్రి-ప్రతిషేధకర్తా॥

ప్రతిషేధః-అ-పు- నిషేధః - ౨అలంకారవిశేషః॥

ప్రతిషేధకః-అ-త్రి-ప్రతిషేధకర్తా॥

ప్రతిష్కః-అ-పు-దూతః॥

ప్రతిష్కశః-అ-పు-ద్యూతమ్॥

ప్రతిష్కశః-అ-త్రి-వార్తాహరః - ౨అగ్రగః-౩సహాయః॥

ప్రతిష్కషః-అ-పు-చర్మరజ్జుః॥

ప్రతిష్కసః-అ-పు-చరః॥

ప్రతిష్కశః-అ-పు-ద్యూతమ్॥

ప్రతిష్కశః-అ-త్రి-వార్తాహరః- ౨అగ్రగః-౩సహాయః॥

ప్రతిష్టంభః-అ-పు-ప్రతిబంధః॥

ప్రతిష్ఠః-అ-పు -సుపార్శ్వనామకవృత్తార్హపితా॥

ప్రతిష్ఠః-అ-త్రి-అతిశయమైనపృథుః॥

ప్రతిష్టంభః-అ-పు-ప్రతిబంధః॥ తె॥ అటకాయించడము.

ప్రతిష్ఠా-ఆ-సీ-చతుర్థచ్ఛందః, ౨సమాప్తిః-౩గౌరవమ్- ౪కార్యనిర్వాహసామర్థ్యమ్-౫స్థితిః-౬యోగ్యనిష్పత్తిః- ౭కీర్తివిస్తారః॥ తె॥౫ఉనికి.

ప్రతిష్ఠానమ్-అ-న-నగరవిశేషః॥

ప్రతిష్ఠితః-అ-త్రి-ప్రతిష్ఠాయుక్తః- గౌరవాన్వితః-౨నిష్పన్నయాగః-౩సంస్కృతః

ప్రతిసరః-అ-త్రి-నియోజ్యః॥

ప్రతిసరః-అ-(సీ)-కరణమ్-౨మండనమ్ - ౩ఆరత్తుమ్॥ తె॥౧దీక్షాదులయందుముంజేతకట్టినమూలుసూత్రము.

ప్రతిసరః-అ-పు-సేనాపృష్ఠమ్-౨మండనమ్-౩మాల్యమ్-౪ఆరత్తుః-౫వ్రణశుద్ధిః-౬నియోజ్యః-౭మంత్రభేదః-౮రత్నకంకణమ్-౯ప్రాతఃకాలః॥

ప్రతిసర్గః-అ-పు-మన్వాదిసృష్టిః॥

ప్రతిసవ్యమ్-అ-త్రి-ప్రతికూలమ్॥

ప్రతిసాన్ధానికః- అ- పు- మాగధః - స్తుతిపాఠకః॥

ప్రతిసీరా-ఆ-సీ-కాండపటః॥ తె॥ తెరచీర-పరదాయున్న,

ప్రతిసూర్యః-అ-పు-కృకలాసః॥ తె॥తొండ.

ప్రతిసూర్యకః-అ-పు-కృకలాసః- ౨ఉపసూర్యకమండలమ్॥ తె॥౧తొండ,

ప్రతిసృష్టః-అ-త్రి-ప్రత్యాఖ్యాతః- ౨ప్రేషితః-౩దత్తః॥ తె॥౧రెండవతగవునకొచ్చినవాఁడు.

ప్రతిసోమా-ఆ-సీ-మహిషవల్లీ॥

ప్రతిస్పర్ధా-ఆ-సీ-ప్రతికక్షా, స్పర్ధా॥

ప్రతిహతః-అ-త్రి- ప్రతిబద్ధః - ౨పరిస్ఖలితః-౩దుష్టః-౪నిరాశః॥ తె॥ ౧అటకాయించబడ్డవాఁడు- ౨ప్రతిపక్షసామర్థ్యముచేతనిర్విణ్ణుకున్న-౩దుర్మార్గుడు.

ప్రతిహర్తా-ఋ-పు - ఉద్గాతృగణఋత్విగ్విశేషః॥

ప్రతిహారః-అ-పు-ద్వారపాలః-౨ఇంద్రజా

లాదిమాయా-౩ద్వారః॥
ప్రతిహారకః-అ-పు-ఇంద్రజాలాదిమాయాకారః॥
ప్రతిహారీ-ఈ-స్త్రీ-రాజానంయాసంభావయతిసా॥
ప్రతిహాసః-అ-పు-కరవీరః - ౨హాసకంప్రతిహాస్యంచ॥ తె॥గన్నేరు.
ప్రతీకః-అ-పు-అవయవః-౨విలోమః- ౩ప్రతావః-౪పకదేశః॥
ప్రతీకః-అ-త్రి-ప్రతికూలః-౨రమ్యః- ౩ప్రణతః-౪అచ్యుతః॥
ప్రతీకారః-అ-పు-కృతాపకారస్య ప్రత్యపకారః-౨చికిత్సా॥
ప్రతీకాశః-అ-త్రి-ఉత్తరపదేతుల్యః॥
ప్రతీక్షా-ఆ-స్త్రీ-ప్రతీక్షణమ్-అపేక్షా॥
ప్రతీక్ష్యః-అ-త్రి-పూజ్యః - ౨ప్రతీక్షణీయశ్చ॥
ప్రతీచీ-ఈ-స్త్రీ-పశ్చిమదిక్॥ తె॥పడమరదిక్కు.
ప్రతీచీనః-అ-త్రి-పశ్చిమదిగ్భవః॥
ప్రతీచ్యః-అ-త్రి-ప్రతీచ్యాంభవః॥
ప్రతీతః-అ-త్రి-ప్రసిద్ధః-౨ప్రథితః-౩హృష్టః-౪పరిజ్ఞాతః-౫విఖ్యాపితః॥
ప్రతీతిః-ఇ-స్త్రీ-జ్ఞానమ్-౨ఖ్యాతిః-౩ఆదరః-౪హర్షః॥
ప్రతీపమ్-అ-న-అలంకారవిశేషః॥ తె॥ ఒకానొకయలంకారము.
ప్రతీపమ్-అ-త్రి-ప్రతికూలమ్॥
ప్రతీపః- అ - పు- శత్రుః-౨చంద్రవంశీయఋతురాజపుత్రః- ౩శాంతనురాజపితాచ॥ తె॥పగవాఁడు.
ప్రతీపదర్శినీ-ఈ-స్త్రీ-వనితా॥ తె॥ఆఁడుది
ప్రతీరమ్-అ-న-నద్యాదితీరమ్॥
ప్రతీవాపః-అ-పు- గలితస్యస్వర్ణాదేర్ద్రవ్యాంతరేణావచూర్ణనమ్- ౨న్యసనమ్-నిక్షేపణమితియావత్ - ౩ఉపద్రవః-౪పానీయౌషధవిశేషః॥
ప్రతీవేశః-అ-పు-ప్రతివేశః॥
ప్రతీవేశీ-న్-త్రి-ప్రతివేశీ॥
ప్రతీహారః-అ-పు- ద్వారమ్-౨ద్వారపాలకః-౩సంధివిశేషః॥
ప్రతీహారీ-ఈ-స్త్రీ-ద్వాస్థితా॥
ప్రతీహారీ-న్-త్రి-ద్వారీ॥
ప్రతీహాసః-అ-పు-కరవీరః॥
ప్రతుదః-అ-పు- గృధ్రాదిః-ఆదినాశ్యేనః-౨కంకః-౩కాకః-౪ద్రోణకాకః-౫ఉలూకః-౬మయూరః॥
ప్రతోదః-అ-పు-అశ్వాదితాడనదండః॥
ప్రతోలిః-ఇ-స్త్రీ-రథ్యా॥ తె॥ రథములుపోవువీధి,
ప్రతోలీ-ఈ-స్త్రీ-రథ్యా-౨అభ్యంతరమార్గః-౩దుర్గనగరద్వారె - ౪హట్టప్రాయోజనాశ్రయె॥
ప్రత్తమ్-అ-త్రి-దత్తమ్॥
ప్రత్నః-అ-త్రి-పురాతనః॥ తె॥ పూర్వకాలపుది.
ప్రత్యక్-చ్-త్రి-ప్రతీచ్యః- ౨పశ్చిమదేశః-౩పశ్చిమకాలః॥
ప్రత్యక్-చ్-౦-పశ్చిమదిగ్దేశౌ॥
ప్రత్యక్శ్రేణీ-ఈ-స్త్రీ-మూషకపర్ణీలతా॥ తె॥ ఎలుకచెవిచెట్టు,
ప్రత్యక్తః-అ-త్రి-అతిసృష్టః॥ తె॥ఇవ్వబడ్డది
ప్రత్యక్పర్ణీ-ఈ-స్త్రీ-అపామార్గః-౨ద్రవంతీ॥ తె॥ఉత్తరేణిచెట్టు.
ప్రత్యక్పుష్పీ-ఈ-స్త్రీ-అపామార్గః॥
ప్రత్యక్షః-అ-త్రి-ఇంద్రియగోచరః॥ తె॥ఇంద్రియములకగుపడ్డది.

ప్రత్యక్షః-అ-పు-అలంకారవిశేషః॥ తె॥ ఒకానొకయలంకారము.

ప్రత్యక్షదర్శనమ్-అ-త్రి-సాక్షీ॥

ప్రత్యక్షవాదీ-న్-పు-బౌద్ధః-ప్రత్యక్షంవదతియః॥

ప్రత్యక్షీ-న్-త్రి-వ్యక్తదృష్టార్థః॥

ప్రత్యగాశాపతిః-ఇ-పు-వరుణః॥

ప్రత్యగ్భవః-అ-త్రి-పశ్చిమదిగ్భవః॥

ప్రత్యగ్రః-అ-త్రి-నవీనః-౨శోధితః॥ తె॥ ౧ నూతనము.

ప్రత్యగ్రథః-అ-పు-అహిచ్ఛత్రదేశః॥

ప్రత్యక్-చ్-త్రి-పశ్చిమదిక్-౨పశ్చిమదేశః ౩పశ్చిమకాలః॥

ప్రత్యఙ్గమ్-అ-న-అవయవవిశేషః॥

ప్రత్యఙ్గః-అ-పు-తాలప్రాణకలావిశేషః॥

ప్రత్యఙ్గిరా-ఆ-సీ-దేవీవిశేషః॥

ప్రత్యదనమ్-అ-న-భోజనమ్॥ తె॥ తిండి.

ప్రత్యనీకమ్-అ-న-అలంకారవిశేషః॥ తె॥ ఒకానొకయలంకారము.

ప్రత్యనీకః-అ-పు-శత్రుః॥ తె॥ పగవాఁడు.

ప్రత్యనీకీ-న్-పు-శత్రుః॥ తె॥ పగవాఁడు.

ప్రత్యన్తః-అ-పు-మ్లేచ్ఛదేశః॥

ప్రత్యన్తః-అ-త్రి-సన్నికృష్టః॥

ప్రత్యన్తపర్వతః-అ-పు- మహాపర్వతసమీపవర్తిక్షుద్రపర్వతః॥

ప్రత్యభియోగః-అ-పు-ప్రత్యపరాధః॥

ప్రత్యభివాదః-అ-పు-అభివాద్యస్యగురోరాశీర్వచనమ్॥

ప్రత్యభివాదనమ్-అ-న- అభివాద్యస్యగురోరాశీర్వచనమ్॥

ప్రత్యయః-అ-పు-రంధ్రమ్-౨విశ్వాసః- ౩అధీనః-౪బుద్ధిః - ౫ఆచారః-౬హేతుః-౭ఖ్యాతిః-౮శపథః-౯సనాథః - ౧౦శబ్దః-౧౧ప్రధనమ్ -౧౨నిశ్చయః - ౧౩స్వాదుః-౧౪సహకారీ॥ తె॥ నమ్మిక.

ప్రత్యయకారిణీ-ఈ-సీ-ముద్రా॥

ప్రత్యయితః-అ-త్రి-ఆప్తః॥ తె॥ నమ్మినసఖుఁడు.

ప్రత్యర్థీ-న్-త్రి-శత్రుః, ప్రతివాదీ॥ తె॥ శత్రువు.

ప్రత్యర్పితమ్-అ-త్రి-ప్రతిదత్తమ్॥

ప్రత్యవసానమ్-అ-న-భోజనమ్॥

ప్రత్యవసితః-అ-త్రి-భక్షితః॥ తె॥ తినఁబడ్డది.

ప్రత్యవస్కన్దః-అ-పు-చతుర్విధోత్తరాంతర్గతోత్తరవిశేషః॥

ప్రత్యవస్కన్దనమ్-అ-న-చతుర్విధోత్తరాంతర్గతోత్తరవిశేషః॥

ప్రత్యవస్థాతా-ఋ-త్రి-శత్రుః॥ తె॥ పగవాఁడు,

ప్రత్యవాయః-అ-పు-పాపమ్-౨దురదృష్టమ్

ప్రత్యశ్మ-న్-న-గైరికమ్॥

ప్రత్యహమ్-మ్-౦-ప్రభాతమ్-౨ప్రతిదినమ్

ప్రత్యాకారః-అ-పు-ఖడ్గపిధానమ్॥ తె॥ కత్తియొఱ.

ప్రత్యాఖ్యాతః-అ-త్రి-నిరాకృతః॥ తె॥ రెండవతగవునకొచ్చినవాఁడు॥

ప్రత్యాఖ్యానమ్-అ-న-నిరసనమ్॥ తె॥ కాదనడము॥

ప్రత్యాగమః-అ-పు-ప్రత్యాగమనమ్॥

ప్రత్యాదిష్టః- అ -త్రి- ప్రత్యాఖ్యాతః॥ తె॥ రెండవతగవునకొచ్చినవాఁడు.

ప్రత్యాదేశః-అ-పు - ప్రత్యాఖ్యానమ్॥ తె॥ కాదనడము.

ప్రత్యాలీఢమ్-అ-త్రి-అశి తె॥ (విశేషః॥)

ప్రత్యాలీఢమ్-అ-న-ధన్వివిన్యస్తపాదస్థితి}

ప్రత్యాశా-ఆ-సీ-ఆకాంక్షా॥

ప్రత్యాసత్తిః-ఇ సీ-సంగతిః॥ తె॥ కలుసుకొనడము.

ప్రత్యాసన్నః-అ-త్రి-నికటవర్తీ॥

ప్రత్యాసరః-అ-పు-వ్యూహపశ్చాద్భాగః॥

ప్రత్యాసారః-అ-పు-వ్యూహస్యపశ్చాద్భాగః-౨ వ్యూహస్యపశ్చాద్వ్యూహాంతరమ్

ప్రత్యాహరణమ్-అ-న-ప్రత్యాహారః॥

ప్రత్యాహారః-అ-పు-నాటకాంగవిశేషః-౨ బాహ్యదృష్టింపరిత్యజ్యాంతర్ముఖత్వమ్-౩ ఇంద్రియప్రత్యాయత్తీకరణమ్॥

ప్రత్యుక్తిః-ఇ-సీ-ప్రత్యుత్తరమ్॥

ప్రత్యుత్క్రమః-అ-పు - వేత్రూణాంపురః ప్రకాశమ్ ప్రధాన ప్రయోజనానుకూల ప్రయోజనానుష్టానమ్॥ తె॥ నలుగురి యెదుట ప్రకటన చేయడము.

ప్రత్యుత్క్రాంతిః ఇ-సీ- ప్రత్యుత్క్రమః॥

ప్రత్యుత్తరమ్-అ- న - ఉత్తరం ప్రతివుత్తరమ్॥

ప్రత్యుత్థానమ్-అ-న- అభ్యుత్థానమ్-గాత్రోత్థానమ్॥

ప్రత్యుత్పన్నః-అ-త్రి-ఉత్పత్తివిశిష్టః॥

ప్రత్యుత్పన్నమతిః-ఇ-త్రి- సూక్ష్మబుద్ధియుక్తః-౨ ప్రతిభాన్వితః॥

ప్రత్యుద్గమః-అ-పు- ప్రత్యుత్థానమ్॥

ప్రత్యుద్గమనమ్-అ-న-ప్రత్యుత్థానమ్॥

ప్రత్యుద్గమనీయమ్-అ-న - ధౌతాంశుకద్వయమ్॥

ప్రత్యుద్గమనీయః-అ-త్రి- సముపస్థానయోగ్యః, పూజనీయశ్చ॥

ప్రత్యుషః-అ-పు- ప్రత్యూషః॥

ప్రత్యుషః-స్-న- ప్రభాతమ్॥ తె॥ ఉదయకాలము.

ప్రత్యూషః-అ-పు-అష్టవసువిశేషః॥

ప్రత్యూషః-అ-(సీ)- ప్రభాతమ్। తె॥ ఉదయకాలము.

ప్రత్యూహః-అ-పు-విఘ్నః॥

ప్రత్యేకమ్-అ-న-ఏకంఏకం ప్రతి॥

ప్రథః- అ - ద్వ - వార్తా - అమర్జనాహ్వయః॥

ప్రథమః-అ-త్రి- ప్రథమద్రవ్యమ్-౨ ప్రవరః॥ తె॥౧ మొదటిది.

ప్రథమకల్పః-అ-పు-ముఖ్యవిధిః॥

ప్రథమత్రిఫలా-ఆ-సీ- హరీతకీ విభీతక్యామలకీత్రయమ్॥ తె॥ కరకతాడియుసిరికలు.

ప్రథమమోభుజమ్-౦-౦- ప్రథమంభుక్త్వా॥ తె॥ ముందుగాతిని.

ప్రథా-ఆ-సీ-స్తోత్రమ్-౨ కులశీలాదిజాతిప్రసిద్ధిః॥

ప్రథితః-అ-త్రి-ప్రసిద్ధః॥

ప్రథితిః-ఇ-సీ-ఖ్యాతిః॥

ప్రథిమాన్-న్-త్రి-అతిశయైనపృథుః॥

ప్రథిమా-ఆ-సీ-పృథోర్భావః- పృథుత్వమ్॥

ప్రథిమీన్-న్-త్రి-ప్రథిమాయుక్తః-స్థూలః॥

ప్రథిష్ఠః-అ-త్రి- అతిశయైనపృథుః - అతిబృహత్॥

ప్రథీయాన్-స్-త్రి - ద్వయోరతిశయైనపృథుః॥

ప్రథుకః-అ-పు-పృథుకః॥

ప్రదః-అ-త్రి- ప్రకర్షేణదదాతియః - ప్రదాతా॥

ప్రదక్షిణమ్-అ-న - దక్షిణావర్తేనదేవముద్దిశ్యభ్రమణమ్॥

ప్రదక్షిణః-అ-పు - దక్షిణావర్తేనదేవముద్దిశ్యభ్రమణమ్॥

ప్రదత్తమ్-అ-త్రి-ప్రకర్షేణదత్తమ్॥

ప్రదరః-అ-పు-బాణః - ౨ భంగః-౩ రోగః-౪

చాపగుణః-౫భీతిః-౬దారుణః - ౭రహస్యమ్-౮స్వయందీర్ణపటః॥
ప్రదర్శితః-అ-త్రి-ఆలోకితః॥
ప్రదలః-అ-పు-బాణః॥
ప్రదానమ్-అ-న-దానమ్- ౨ప్రకృష్టదానం చ॥
ప్రదారణమ్-అ-న-కామ్యదానమ్॥ తె॥ కోరినవస్తువులివ్వడము.
ప్రదిక్-శ్-సీ-విదిక్॥
ప్రదిగ్ధమ్-అ-న-మాంసవ్యంజనభేదః॥
ప్రదిగ్ధమ్-అ-త్రి-ప్రలిప్తే॥
ప్రదీపః-అ-పు-దీపః॥
ప్రదీపనః-అ-త్రి-ప్రకాశకే॥
ప్రదీపనః-అ- పు - దుండుమారసర్పజాతివిశేషః॥
ప్రదీప్తః-అ-త్రి-తేజస్వీ-౨దగ్ధః॥
ప్రదేశః-అ-పు- విస్తృతాంగుష్ఠతర్జనీమధ్యమానమ్-౨దేశః-౩భిత్తిః॥
ప్రదేశనమ్-అ-న-ఉపాయనమ్॥ తె॥ కానుక
ప్రదేశనీ-ఈ-సీ-తర్జనీ॥
ప్రదేశినీ-ఈ-సీ-తర్జనీ॥ తె॥ జుట్టనవ్రేలు.
ప్రదేహః-అ-పు-ప్రలేపః॥
ప్రదోషః-అ-పు-రాత్ర్యారంభః-౨దోషః-౩పాపాత్మా - ౪కపిపుచ్ఛః - ౫మన్మథః ౬వృశ్చికః॥
ప్రద్యు-ఉ-న-ప్రకృష్టాద్యౌః స్వర్గో యస్మాత్ త్ పుణ్యమ్॥
ప్రద్యోతనః-అ-పు-ఇంద్రః-౨సూర్యః - ౩మదనః - ౪శివః - ౫మాధవః॥ తె॥ ౧దేవేంద్రుఁడు-౨సూర్యుఁడు-౩మదనుఁడు- ౪హరుఁడు-౫విష్ణువు.
ప్రద్యుమ్నః-అ-పు-మన్మథః॥ తె॥ మదనుఁడు॥
ప్రద్యోతః-అ-పు-రశ్మిః॥
ప్రద్యోతనమ్-అ-న-దీప్తిః-౨అశ్వముఖపట్టః
ప్రద్యోతనః-అ-పు-ఇంద్రః-౨మాధవః-౩మదనః-౪శివః-౫నృపభేదః-౬సూర్యః॥
ప్రద్రవః-అ-పు-పలాయనమ్॥
ప్రద్రావః-అ-పు- పలాయనమ్॥ తె॥ పారిపోవడము.
ప్రధనమ్-అ-న-యుద్ధమ్-౨దారణమ్॥
ప్రధానమ్-అ-న-ప్రకృతిః - ౨ఏకజాతీయసమూహముఖ్యః-౩పరమాత్మా-౪బుద్ధిః॥
ప్రధానః-అ- (సీ)- కార్యాలోచనయోగ్యముఖ్యమంత్రీ-౨మధ్యమాధికారీ॥
ప్రధిః-ఇ-సీ- నేమిః॥ తె॥ బండికల్లుకుచుట్టూ వేసినయినుపకట్టు.
ప్రధీః-ఈ-త్రి-ప్రకృష్టబుద్ధియుక్తః॥
ప్రధీః-ఈ-సీ-ప్రకృష్టబుద్ధౌ॥
ప్రధూపితా-ఆ-సీ- క్లేశితా-౨సూర్యగంతవ్యదిక్॥
ప్రధూపితః-అ-త్రి- ప్రకర్షేణతప్తేదీప్తే చ॥
ప్రనాలకః-అ-పు-జీవశాకమ్॥ తె॥ జీవశాకము.
ప్రనిఘాతనమ్-అ-న-ప్రణిఘాతనమ్-వధః॥
ప్రనితిః-ఇ-సీ-బంధనమ్॥ తె॥ త్రాఁడ, సంకిళ్లు చేత చేసినకట్టు.
ప్రపఞ్చః-అ-పు-నిష్కృతిః-౨స్తోమః- ౩రచనా-౪విపర్యయః-౫విస్తరః-౬సంసారః ౭ప్రతారణమ్॥
ప్రపఞ్చితమ్-అ-త్రి-విస్తృతమ్-౨భ్రమయుక్తమ్॥
ప్రపథః-అ-త్రి-శిథిలః॥
ప్రపథః-అ-పు-మార్గః॥
ప్రపథ్యా-ఆ-సీ-హరీతకీ॥
ప్రపదమ్-అ-న-పాదాగ్రమ్॥ తె॥ పాదతల

మందుప్రేళ్లతరవాతమెరక.
ప్రపదః-అ-పు-సుతః॥ తె॥కుమారుఁడు.
ప్రపదా-ఆ-సీ-పుత్రికా॥ తె॥కూఁతురు
ప్రపన్నః-అ-త్రి-శరణాగతః॥
ప్రపన్నాడః-అ-పు- ప్రపున్నాడః - చక్రమర్దకః॥
ప్రపా-ఆ-సీ-పానీయదానశాలికా॥ తె॥ చలిపందిరి.
ప్రపాణిః-ఇ-పు-కరస్యాధోదేశః॥
ప్రపాతః-అ-పు- నద్యాదితీరమ్-౨నిరవలంబనపర్వతాదిపార్శ్వమ్-౩సౌప్తికమ్-౪నిర్ఝరః॥ తె॥౩ముచ్చలిపాటు.
ప్రపాథః-అ-పు-మార్గః॥
ప్రపాదికః-అ-పు- మయూరపింఛమ్॥ తె॥ నెమలిపింఁచెము.
ప్రపానమ్-అ-న-అశ్వస్యఉత్తరోష్ఠః॥
ప్రపాయీ-న్-త్రి-పానకర్తా-౨రక్షణకర్తా
ప్రపావనమ్ అ-న-వనభేదః- కామారణ్యమ్
ప్రపితామహః-అ-పు- పితామహపితా-౨విధిః॥
ప్రపితామహీ-ఈ-సీ-ప్రపితామహపత్నీ॥
ప్రపునాడః-అ-పు-ప్రపున్నాడః॥
ప్రపున్నడః-అ-పు-ప్రపున్నాడః॥
ప్రపున్నాటః-అ-పు- ఏడగజః॥ తె॥ తగిరిసెచెట్టు.
ప్రపున్నాడః-అ-పు-చక్రమర్దకః॥
ప్రపున్నాలః-అ-పు-ప్రపున్నాడః॥
ప్రపుల్లః-అ-త్రి-వికసితపుష్పవృక్షాదిః॥
ప్రపూరికా-ఆ-సీ-కంటకారీ॥
ప్రపౌణ్డరీకమ్-అ - న - పౌండర్యమ్-హస్తినాం, మనుష్యాణాంచ చక్షుష్యః క్షుద్రవిటపః, శాలపర్ణీపత్ర తుల్యపత్రః॥ తె॥పుండరీకమను గ్రంధ్యము.

ప్రపౌత్రః-అ-పు-పౌత్రపుత్రః॥ తె॥ మనమడికొడుకు.
ప్రపౌత్రీ-ఈ-సీ-పౌత్రస్యకన్యా॥
ప్రప్రపితామహః-అ-పు-ప్రపితామహపితా
ప్రప్రమాతామహః-అ-పు- ప్రమాతామహపితా॥
ప్రఫుల్లః-అ-త్రి-వికసితపుష్పవృక్షాదిః॥
ప్రబన్ధః-అ-పు-కల్పనాకథా॥
ప్రబన్ధకల్పనా-ఆ-సీ-ప్రబంధస్యకల్పనారచనాబహ్వానృతాస్తోకసత్యాకథా॥
ప్రబర్హః-అ-త్రి- ఏకజాతీయసమూహముఖ్యః॥
ప్రబలమ్-అ-న-ప్రకృష్టబలె॥
ప్రబలః-అ-పు-పల్లవః॥
ప్రబలః-అ-త్రి-ప్రకృష్టబలయుక్తః॥
ప్రబలా-ఆ-సీ-ప్రసారిణీ- ౨ప్రకృష్టబలవతీ॥
ప్రబాలః-అ- (సీ)- రక్తవర్ణవర్తులాకారరత్నవిశేషః॥
ప్రబాలఫలమ్-అ-న-రక్తచందనమ్॥
ప్రబాలికః-అ-పు-జీవశాకః॥
ప్రబుద్ధః-అ-త్రి-ప్రకృష్టజ్ఞానవాన్ - ౨జాగరూకః-౩ప్రఫుల్లః॥
ప్రబోధః-అ-పు- వినిద్రత్వమ్ - ౨ప్రకృష్టజ్ఞానంచ॥
ప్రబోధనమ్-అ-న-అనుబోధః-౨బోధజననంచ॥ తె॥ ౧పరిమళముపోతేతిరిగీపట్టించేద్రవ్యము.
ప్రబోధనీ-ఈ-సీ-దురాలభా-౨ఉత్థానైకాదశీ॥
ప్రబోధికా-ఆ-సీ-మన్మథధాటీ॥
ప్రబోధినీ-ఈ-సీ-ప్రబోధనీ-ఉత్థానైకాదశీ॥
ప్రభఞ్జనః-అ-త్రి-భంజనకర్తా॥
ప్రభఞ్జనః-అ-పు-వాయుః-౨శివత్రిశూలమ్

ప్రభద్రః-అ-పు-పారిభద్రవృక్షః॥ తె॥ బాడిదపుచెట్టు.

ప్రభద్రకః-అ-పు-నింబవృక్షః॥ తె॥ వేపచెట్టు

ప్రభద్రా-ఆ-సీ-ఇంద్రవల్లీ॥ తె॥ సవిరెలచెట్టు.

ప్రభవః-అ-పు- సంవత్సరవిశేషః - ౨విక్రమః-౩అంబుమూలమ్-౪జననకారణమ్-౫ఆద్యః-౬ఉపలబ్ధిః-౭స్థానమ్- ౮జలభేదః-౯జన్మ॥

ప్రభవన్తీ-ఈ-సీ-ప్రభావః॥

ప్రభవిష్ణుః-ఉ-పు- వటుకభైరవస్యాష్టోత్తరశతనామాంతర్గత నామవిశేషః - ౨ప్రభుః॥

ప్రభవిష్ణుః-ఉ-త్రి-ప్రకర్షేణభవనశీలః॥

ప్రభవిష్ణుతా-ఆ-సీ-ప్రభుతా॥

ప్రభా-ఆ-సీ- తేజః-౨ప్రభావః-౩జ్వాలా-౪కుబేరపురీ-౫గోపీవిశేషః-౬దుర్గా-౭సూర్యపత్నీ॥

ప్రభాకరమ్-అ-న-విష్ణుచక్రమ్॥ తె॥ విష్ణువుచక్రము.

ప్రభాకరః-అ-పు- సూర్యః-౨అగ్నిః-౩చన్ద్రః-౪సముద్రః-౫అర్కవృక్షః॥

ప్రభాకీటః-అ-పు-ఖద్యోతః॥

ప్రభాఞ్జనః-అ-పు-శోభాంజనః॥

ప్రభాతమ్-అ-న-ప్రత్యూషః॥

ప్రభావః-అ-పు-ప్రతాపః-౨శక్తిః-౩తేజః॥ తె॥ ౧కోశదండములచేతనయినా, ఆజ్ఞవలనపుట్టినతేజస్సు.

ప్రభావజః-అ-పు-శక్తివిశేషః- ౨ప్రభుత్వసాధకత్వాత్ దండకోశౌప్రభుశక్తిః॥

ప్రభావజా-ఆ-సీ- శక్తిత్రయసంబంధకోశదండజాతప్రభుశక్తిః॥

ప్రభావతీ-ఈ-సీ-మాలినామకోనవింశవృత్తార్ధాన్యతా- ౨గణానాంవీణా- ౩త్రయోదశాక్షరచ్ఛందః॥

ప్రభావాటీ-ఈ-సీ-సహదేవీ॥ తె॥ ముత్తవపులగపుచెట్టు.

ప్రభావాన్-త్-త్రి-ప్రభాయుక్తః॥

ప్రభావితా-ఆ-సీ-ప్రభావః॥

ప్రభాషః-అ-పు-ప్రకృష్టకథనమ్-౨వసుభేదః

ప్రభాసమ్-అ-న-కాంస్యమ్॥ తె॥ కంచు.

ప్రభాసః-అ-పు-అష్టవసువిశేషః- ౨జైనగణాధిపవిశేషః-౩సోమతీర్థమ్॥

ప్రభిన్నః-అ-త్రి-ప్రకృష్టభేదవిశిష్టః॥

ప్రభిన్నః-అ-పు-నూతనమత్తగజః॥

ప్రభుః-ఉ-పు-విష్ణుః-౨పారదః-౩శబ్దః॥

ప్రభుః-ఉ-త్రి-స్వామీ-౨శక్తః-౩ఏకగ్రామాధికారీ॥ తె॥ ౧దేవుడు-౨సమర్థుడు-౩ఒకగ్రామమునకధికారి.

ప్రభుతా-ఆ-సీ-ప్రభుత్వమ్- ౨ఐశ్వర్యమ్॥

ప్రభుభక్తః-అ-పు-ఉత్తమఘోటకః॥

ప్రభుభక్తః-అ-త్రి-స్వామ్యనురక్తః॥

ప్రభూతః-అ-త్రి-అదభ్రః - ౨సంభూతః-౩ఉన్నతమ్॥ తె॥ ౧ఎక్కువది.

ప్రభూష్ణుః-ఉ-త్రి-క్షమః-శక్తః॥

ప్రభృతి-ం-ం-తదాదిః॥

ప్రభేదః-అ-పు-భేదః॥

ప్రభ్రష్టకమ్-అ-న- శిఖాలంబిమాల్యమ్॥ తె॥ కొప్పునవ్రేలేదండ.

ప్రమత్తః-అ-త్రి- ప్రమాదీ, అనవధానతాయుక్తః॥

ప్రమథః-అ-పు-శివసమీపస్థప్రమథజాతిః-౨ఘోటకః॥ తె॥ ౧శివునిదగ్గిరనుండెడిప్రమథగణము.

ప్రమథనమ్-అ-న- వధః-౨క్లేశనమ్-౩విలోడనమ్॥

ప్రమథా-ఆ-సీ-మార్గః-౧హరీతకీ॥
ప్రమథాధిపః-అ-పు-శివః॥ తె॥హరుఁడు.
ప్రమథాలయః-అ-పు-అతలలోకః॥
ప్రమథితమ్-అ-న-నిర్జలతక్రమ్॥
ప్రమదః-అ-పు-ఆనందః - ౧కపోతశుకశారికాకోకిలచాతకాదిజాతయః॥
ప్రమదః-అ-త్రి-మత్తః॥
ప్రమదకాననమ్-అ-న-ప్రమదావనమ్॥
ప్రమదవనమ్-అ-న- అంతఃపురస్త్రీయోగ్యరాజవనమ్॥
ప్రమదా-ఆ-సీ- అతికామవేగయుక్తస్త్రీ-౧అతిగర్వవతీ॥
ప్రమదాకాననమ్-అ-న-ప్రమదవనమ్॥
ప్రమదావనమ్-అ-న - అంతఃపురస్త్రీయోగ్యరాజవనమ్॥
ప్రమనాః-స్-త్రి-తృప్తచిత్తః॥
ప్రమయః-అ-పు-మరణమ్॥
ప్రమా-ఆ-సీ-సమ్యగనుభవః-౧ప్రతిభా -౨సంపత్త్యతిశయః॥ తె॥౧యథార్థజ్ఞానము
ప్రమాణమ్-అ-న-అంగులీమానమ్- ౧ప్రమితిః-౨ఇయత్తా-౩మర్యాదా- ౪శాస్త్రమ్-౫హేతుః-౬ఆప్తః-౭సత్యవాదః-౮ఏకతా-౯నిత్యమ్-౧౦బోధనమ్- ౧౧హింసనమ్- ౧౨విష్ణుః- ౧౩నిత్యక్లీబైకత్వవానయంశబ్దః - ౧౪న్యాయేతుప్రత్యక్షానుమానోపమాన,శబ్దాఃప్రమాణానిఇత్యత్రబహువచనాంతోపి॥ తె॥ ౧ జేన-మూర మొదలైనది.
ప్రమాణబాధితార్థకః-అ- పు-తర్కవిశేషః॥
ప్రమాతామహః-అ-పు-మాతామహపితా॥
ప్రమాతామహీ-ఈ-సీ- ప్రమాతామహపత్నీ.
ప్రమాథః-అ-పు- ప్రమథనమ్.బలాత్ హరణమ్॥
ప్రమాథీ-న్-త్రి-పీడనకర్తా- ౧మారణకర్తా ౨ప్రమథనశీలః- దేహేంద్రియక్షోభక ఇత్యర్థః॥
ప్రమాదః-అ-పు-అనవధానతా॥ తె॥ తప్పడము.
ప్రమాదవాన్-త్-త్రి-ప్రమాదయుక్తః॥
ప్రమాదికా-ఆ-సీ-దూషితాకన్యా॥
ప్రమాదీ-న్-పు-సంవత్సరవిశేషః॥ తె॥అఱువదిసంవత్సరములలోనొకటి.
ప్రమాదీ-న్-త్రి- ప్రమాదవిశిష్టః,అనవధానతాయుక్తః॥
ప్రమాదీచః-అ-పు- సంవత్సరవిశేషః॥ తె॥అఱువదిసంవత్సరములలోనొకటి.
ప్రమాపణమ్-అ-న- మారణమ్॥ తె॥చంపడము.
ప్రమార్జనమ్-అ-న- బాణపరామర్శః॥ తె॥పొదిలోబాణమును-స్పృశించుట.
ప్రమితః-అ-త్రి-జ్ఞాతః॥
ప్రమితిః-ఇ-సీ- యథార్థజ్ఞానమ్॥
ప్రమీఢః-అ-త్రి-ఘనః-౧మూత్రితః॥
ప్రమీతః-అ-త్రి-యజ్ఞహతపశుః-౧మృతః॥
ప్రమీలనమ్-అ-న-తంద్రా॥ తె॥ కునికిపాటును అలసత-సొమ్మసిలడమును.
ప్రమీలా-ఆ-సీ-తంద్రా॥ తె॥కునికిపాటును అలసతచేతసొమ్మసిలబోవడమును.
ప్రముఖమ్-అ-న-తదాత్వమ్.తత్కాలః॥
ప్రముఖః-అ-పు-పున్నాగవృక్షః॥
ప్రముఖః-అ-త్రి- ఏకజాతీయసమూహముఖ్యః-౧ప్రథమః॥
ప్రముత్-ద్-త్రి-హృష్టః॥
ప్రముదితః-అ-త్రి- ఇష్టప్రాప్తిజనితానందయుక్తః॥
ప్రమేహః-అ-పు-రోగవిశేషః॥

ప్రమోచనః-అ-(సీ)-ప్రకృష్టమోచనకర్తా॥
ప్రమోచనీ-ఈ-సీ-గవాక్షీ-గోడుంబా ౼ ౨ ప్రకృష్టమోచనకర్త్రీ॥
ప్రమోదః-అ-పు-ఆనందః॥
ప్రమోదనీ-ఈ-సీ-మల్లికాలతా॥ తె॥ మల్లెచెట్టు.
ప్రమోదితః-అ-పు-కుబేరః॥
ప్రమోదితః-అ-త్రి-ప్రమోదయుక్తః॥
ప్రమోదినీ-ఈ-సీ-జింగినీవృక్షః-౨ప్రకృష్టహర్షయుక్తాచ॥
ప్రమోదూతః-అ-పు-సంవత్సరవిశేషః॥ తె॥ అఱువదిసంవత్సరములలోనొకటి.
ప్రమ్లోచా-ఆ-సీ-అప్సరోవిశేషః॥
ప్రయతః-అ-త్రి-పవిత్రీకర్తా-౨సంచితః-3లబ్ధితః- ४నియతాత్మా- ५ప్రాప్తికనః -౬దాంతః॥
ప్రయత్నః-అ-(సీ)-యత్నః॥ (శిష్టః॥)
ప్రయత్నవాన్-త్-త్రి- ప్రకృష్టయత్నవి
ప్రయస్తః-అ-త్రి-అభిఘారాదిసంస్కృతశాకాదిః॥
ప్రయాగః-అ-పు-తీర్థవిశేషః-౨యజ్ఞః-3అశ్వవిశేషః-४ఇంద్రః॥
ప్రయాగభయః-అ-పు-ఇంద్రః॥
ప్రయాణమ్-అ-న- గజదృక్ -౨పూర్వప్రదేశః-3మరణమ్-४గమనమ్॥ తె॥ ౧పనుం గద్రుక్కు-४పయనము.
ప్రయాతః-అ-పు- సౌప్తికః-౨భృగుః॥
ప్రయాతః-అ-త్రి-గతః॥
ప్రయామః-అ-పు-న్యూనాధికాభావవచనమ్॥ తె॥ ఎక్కువతక్కువలేకుండాపలకడము.
ప్రయాసః-అ-పు-శ్రమః॥ తె॥ ప్రయాసము.
ప్రయుక్తమ్-అ-త్రి-ప్రకర్షేణయుక్తమ్-౨ప్రకృష్టసమాధియుక్తమ్ - 3ప్రకృష్టసంయోగవిశిష్టమ్- ४ప్రకృష్టనిందాయుక్తమ్-५ప్రకృష్టసంయమవిశిష్టమ్॥
ప్రయుక్తమ్-అ-న-హేతౌ॥
ప్రయుక్తిః-ఇ-సీ-ప్రయోజనమ్॥
ప్రయుతమ్-అ-న-దశలక్షసంఖ్యా- ౨దశలక్షసంఖ్యావంతః॥
ప్రయుత్సుః-ఉ-పు- యుద్ధశీలః-౨ఇంద్రః-3పవనః-४మేషః-५యోగీ॥
ప్రయోద్ధార్థః-అ-పు-ప్రత్యుత్క్రమః॥
ప్రయోక్తా-ఋ-త్రి-ప్రయోగకర్తా॥
ప్రయోగః-అ-పు- యత్నః-౨తంత్రమ్-3నిదర్శనమ్-४కుశీదమ్-५క్రియా-౬ఘోటకః॥
ప్రయోగార్థః-అ-పు-ప్రత్యుత్క్రమః॥ తె॥ నలుగురియెదుటప్రకటనచేసుట.
ప్రయోగీ-న్-త్రి-ప్రయోగయుక్తః॥
ప్రయోజకః-అ-త్రి-ప్రయోగకర్తా॥
ప్రయోజనః-అ-(సీ)-కార్యమ్-౨హేతుః॥
ప్రయోజ్యమ్-అ-న-మూలధనే॥
ప్రయోజ్యః-అ-త్రి-ప్రయోక్తుంశక్యః-భృత్యః॥
ప్రరూఢః-అ-పు-జఠరమ్॥
ప్రరూఢః-అ-త్రి-జరఠః- ౨బద్ధమూలః॥ తె॥ ౧కఠినద్రవ్యము.
ప్రరోహః-అ-పు-అంకురః॥
ప్రలపితః-అ-త్రి-కథితః॥
ప్రలమ్బః-అ-పు-హారః-౨రాక్షసవిశేషః-3బలరామః-४నరః-५శాఖా- ౬పయోధరః॥
ప్రలమ్బఘ్నః-అ-పు- బలరామః॥ తె॥ బలరాముఁడు.
ప్రలమ్బభిత్-త్-పు-బలరామః॥

ప్రలమ్బాణ్డః-అ-పు- దీర్ఘాండకోశవిశిష్టః॥

ప్రలమ్బితః-అ-త్రి-ప్రకర్షేణలంబితమాల్యాదిః॥

ప్రలమ్భః-అ-పు-విసంవాదః॥ తె॥ ఒప్పుకొనిలేదనిపోట్లాడడము.

ప్రలయః-అ-పు- మన్వంతరప్రలయః-౨సాత్వికభావభేదః- ౩మరణమ్ - ౪పకసంజ్ఞా-౫మూర్ధా-౬కల్పావసానమ్॥ తె॥ ౨సుఖదుఃఖాదులచేత చేష్టారాహిత్యము.

ప్రలాపః-అ-పు-అనర్థకవచః॥ తె॥అక్కఱలేనిమాట.

ప్రలాపహా-న్-పు-కులత్థాంజనమ్॥

ప్రలీనతా-ఆ-సీ-ప్రలయః॥

ప్రలోకితమ్-అ-న-స్వభావదృగ్విశేషః॥

ప్రల్లకీ-ఈ-సీ-లతా॥

ప్రవక్తా-ఋ-త్రి-ప్రకర్షేణవక్తీయః, వేదాదివాచకః॥

ప్రవచనమ్-అ-న- వేదః-౨ప్రకృష్టవచనమ్॥

ప్రవచనీయమ్-అ-న-ప్రాధాన్యమ్- ౨ప్రవర్తనమ్॥

ప్రవచనీయః-అ-త్రి- ప్రవక్తుమర్హః- ౨ప్రవక్తా॥

ప్రవటః-అ-పు-గోధూమః॥ తె॥గోధుమలు.

ప్రవణః-అ-పు- చతుష్పథమ్-౨తత్పరః॥ తె॥ ౧నాలుగుత్రోవలుకలిసినదారి- ౨ఆసక్తుడు.

ప్రవణః-అ-త్రి- క్రమనిమ్నోర్వీ-౨ప్రహ్వః ౩దక్షః- ౪ఉదరమ్-౫ఆయతః- ౬ప్రగుణః-౭క్షణః-౮ప్లుతః-౯స్నిగ్ధః॥ తె ॥ ౧సాగుడునేల- ౨వంగినది-౩సమర్థుడు.

ప్రవత్స్యత్పతికా-ఆ-సీ-నాయికాభేదః॥

ప్రవయణమ్-అ-న-ప్రతోదః॥

ప్రవయాః-స్-త్రి-అతివృద్ధః॥

ప్రవరమ్-అ-న- సంతతిః-౨గోత్రమ్॥ తె॥౧సంతానము-౨గోత్రము.

ప్రవరః-అ-పు-మునిః॥ తె॥ఒకానొకముని.

ప్రవరః-అ-త్రి-శ్రేష్ఠః॥ తె॥శ్రేష్ఠుడు.

ప్రవర్గః-అ-పు-హోమాగ్నిః॥

ప్రవర్గ్యః-అ-పు-అగ్నిష్టోమాద్యంగభూతయాగవిశేషః॥

ప్రవర్తకః-అ-త్రి-ప్రవర్తనకారీ-౨ప్రవృత్తిజనకః॥

ప్రవర్తనమ్-అ-న-ప్రవృత్తిః-౨ఆరంభః॥

ప్రవర్తనా-ఆ-సీ-ప్రవృత్తిప్రేరణమ్॥

ప్రవర్తితః-అ-త్రి-జాతః॥

ప్రవర్ధనమ్-అ-న-వివర్ధనమ్॥

ప్రవలాకీ-న్-పు-భుజంగః-౨చిత్రమేఖలకః॥

ప్రవహః-అ-పు- కాకగృధ్రోలూకశ్యేనచాషాదిజాతయః-౨గ్రామాద్బహిర్గమనమ్-౩వాయువిశేషః-౪వాయుః॥

ప్రవహణమ్-అ-న-నౌకావిశేషః-౨మనుష్యవాహ్యమ్॥ తె॥౨అందలము మొదలైనది.

ప్రవహ్లిః-ఇ-సీ-ప్రవహ్లికా॥

ప్రవహ్లికా-ఆ-సీ-గూఢార్థకావ్యమ్॥

ప్రవహ్లీ-ఈ-సీ-ప్రవహ్లికా॥

ప్రవాక్-చ్-త్రి- వాచోయుక్తిపటుః-౨ప్రకృష్టవాక్యమ్॥

ప్రవాచకః-అ-త్రి-ప్రకృష్టవక్తా॥

ప్రవాణిః-ఇ-సీ-తంతువాయశలాకికా॥ తె॥ లాకలు.

ప్రవాణీ-ఈ-సీ-తంత్రశలాకా॥

ప్రవాతః-అ-త్రి- బహువాతప్రదేశః॥

ప్రవాదః-అ-పు- ఆమూలకలోకప్రఖ్యాతిః-

ప్రవారః-అ-పు-ప్రవరః,వస్త్రమ్॥

ప్రవారణమ్-అ-న-నిషేధః॥

ప్రవాలః-అ-పు-వీణాదండః-౨నవపల్లవః-౩అంకురః-౪పశుః-౫శిశుః॥

ప్రవాలః-అ-(స్త్రీ)-విద్రుమః॥ తె॥ పగడము.

ప్రవాలకమ్-అ-న- భగాంతర్నాడీచక్రమ్ ౨విద్రుమః॥

ప్రవాలమణిః-ఇ-పు- దంతక్షతవిశేషః॥

ప్రవాసః-అ-పు-విదేశస్థితిః॥

ప్రవాసనమ్-అ-న-మారణమ్॥ తె॥ చంపడము

ప్రవాసీ-న్- త్రి-ప్రవాసవిశిష్టః॥

ప్రవాహః-అ-పు-స్రోతః-౨నిరంతరప్రసరణమ్-౩ప్రకృష్టాశ్వః-౪ప్రవర్తనమ్-౫వ్యవహారః॥ తె॥ ౨ప్రవహించడము.

ప్రవాహకః-అ-పు-రాక్షసః॥

ప్రవాహకః-అ-త్రి-ప్రకృష్టవహనకర్తా॥

ప్రవాహికా-ఆ-స్త్రీ-అతిసారరోగః॥ తె॥ పాచనాలు.

ప్రవాహీ-ఈ-స్త్రీ-వాలుకా॥

ప్రవాహుః-ఉ-పు-కూర్పస్యాధోభాగః॥

ప్రవాహుకమ్-౦-౦- సమానకాలే - ౨ఊర్ధ్వార్థే- ౩ప్రవాహికేతిపాఠాంతరమ్॥

ప్రవికా-ఆ-స్త్రీ-కేతనకూర్చః॥ తె॥ జెండాకుచ్చు.

ప్రవిఖ్యాతిః-ఇ-స్త్రీ-అతిప్రసిద్ధిః॥

ప్రవిదారణమ్-అ-న-యుద్ధమ్- ౨ఆకీర్ణమ్-౩అవదారణమ్॥ తె॥ ౧జగడము.

ప్రవిరః-అ-పు-పీతకాష్ఠమ్॥

ప్రవిశ్లేషః-అ-పు-విధురమ్॥ తె॥ విడివేరుకావడము.

ప్రవిషా-ఆ-స్త్రీ-అతివిషా॥

ప్రవిష్టః-అ-త్రి-ప్రవేశవిశిష్టః॥

ప్రవీణః-అ-త్రి-నిపుణః॥ తె॥ నేర్పరి.

ప్రవీరః-అ-త్రి-ఉత్తమః॥

ప్రవీరః-అ-పు-సుభటః॥

ప్రవృత్తః-అ-త్రి-ప్రవృత్తివిశిష్టః-౨ఆరంభః ౩ప్రకృష్టవర్తనవిశిష్టశ్చ॥

ప్రవృత్తిః-ఇ-స్త్రీ- నిరంతరప్రసరణమ్-౨వార్తాప్రవాహః - ౩ప్రవర్తనమ్-౪అవంత్యాదిదేశః-౫హస్తిమదః- ౬యత్నవిశేషః॥

ప్రవృత్తిజ్ఞః-అ-పు-చారభేదః॥

ప్రవృద్ధః-అ- త్రి- పథితః-౨ప్రసృతః॥ తె॥ ౧ వృద్ధిబొందినది- ౨ఆదోకగా పెరిగినది.

ప్రవృద్ధప్రపితామహః-అ- పు- స్వతస్సప్తమపురుషః॥

ప్రవేకః-అ- పు- ఏకజాతీయసమూహాముఖ్యః॥

ప్రవేటః-అ-పు-యవః॥

ప్రవేణిః-ఇ-స్త్రీ- వేణీ-౨కుథః॥ తె॥ ౧సర్పాకారముగాఅల్లినజెడ-౨ఏనుఁగుమీఁదఁబరిచెడిచిత్రకంబళము.

ప్రవేణీ-ఈ-స్త్రీ-వేణీ-౨కుథః- ౩తాడనమ్-౪గద్యవిశేషః॥ తె॥ ౧సర్పాకారముగాఅల్లినస్త్రీజెడ-౨ఏనుఁగుమీఁదఁబరిచెడిచిత్రకంబళము.

ప్రవేలః-అ-పు-పీతముద్గః॥

ప్రవేశః-అ-పు-అంతర్విగాహనమ్॥

ప్రవేశనమ్-అ-న- తాలప్రాణక్రియావిశేషః-౨ప్రవేశకరణమ్॥

ప్రవేష్టః-అ-పు-భుజః- ౨హస్తిదంతమాంసమ్-౩గజపృష్ఠతల్పనమ్॥ తె॥ ౧బుజము.

ప్రవ్యక్తమ్-అ-త్రి-స్ఫుటమ్॥

ప్రవ్రజితః-అ-పు- బుద్ధభిక్షుశిష్యః-౨ప్రవ్రజ్యాశ్రమవిశిష్టః॥

ప్రవ్రజితా-ఆ-స్త్రీ-మాంసీ-౨ముండీరీ-౩తాపసీ॥

ప్రవ్రజ్యా-ఆ-స్త్రీ- కార్యార్థపర్యటనమ్-౨సన్యాసః॥

ప్రవ్రజ్యావసితః-అ-పు- సన్యాసభ్రష్టః॥

ప్రవ్రాజితా-ఆ-సీ- తపస్వినీ-౨ముండినీ-౩ మాంసికౌషధిః॥

ప్రశంసా-ఆ-సీ-స్తోత్రమ్॥

ప్రశమః-అ-పు-శమతా॥

ప్రశమనమ్-అ-న-మారణమ్-౨శమతా॥

ప్రశస్తమ్-అ-న-లేహ్యాది॥

ప్రశస్తః-అ-త్రి-అభిఘారాదిసంస్కృతశాకాదిః-౨ప్రసిద్ధః-౩కర్పూరాదిసంస్కృతః-౪ప్రశ్రితః-౫వినయనిశ్చలః॥

ప్రశాన్-మ్-త్రి-ప్రకర్షేణశామ్యతియః-శాంతః॥

ప్రశాన్-మ్-పు-శాంతపురుషః॥

ప్రశాన్-మ్-౦-సమానార్థః॥ తె॥ సమము॥

ప్రశాన్తః-అ-త్రి-ప్రకృష్టశమతావిశిష్టః॥

ప్రశాస్తా-ఋ-త్రి- ఋత్విక్- ౨మిత్రమ్ ౩శాసనకర్తా॥

ప్రశేవకః-అ-పు-కకుభః॥ తె॥ వీణెకాయముఖమందుండేకరిది.

ప్రశ్నః-అ-పు-పృచ్ఛా॥ తె॥ అడగడము.

ప్రశ్నదూతీ-ఈ-సీ-ప్రహేలికా॥

ప్రశ్నీ-ఈ-సీ-కుంభికా॥

ప్రశ్రయః-అ-పు - అనునయః॥ తె॥ ఓదార్చడము-అడుగుకోవడమున్ను.

ప్రశ్రితః-అ-త్రి-వినీతః॥

ప్రశ్లథః-అ-త్రి-శిథిలః॥

ప్రష్టా-ఋ-త్రి-ప్రశ్నకర్తా॥

ప్రష్ఠః-అ-పు-అగ్రేసరః॥

ప్రష్ఠః-అ-త్రి-శ్రేష్ఠః॥

ప్రష్ఠవాట్-హ-పు- యుగపార్శ్వగః॥ తె॥ క్రొత్తకాడిక్రిందతోలినఎద్దు.

ప్రష్ఠీ-ఈ-సీ-అగ్రేసరస్యభార్యా॥

ప్రష్ఠౌహీ-ఈ-సీ-బాలగర్భిణీ॥ తె॥ తొలిచూలుపెయ్యపడ్డ.

ప్రసక్తమ్-అ-న-నిత్యమ్॥

ప్రసక్తిః-ఇ-సీ-ప్రసంగః-౨అనుమితిః- ౩ఆపత్తిః॥

ప్రసఙ్గః-అ-పు-శాస్త్రప్రవృత్తిః-౨అసారమ్- ౩సంగతమ్॥

ప్రసత్తిః-ఇ-సీ-ప్రసన్నతా॥

ప్రసత్వరీ-ఈ-సీ-ప్రతిపత్తిః॥

ప్రసత్వా-న్-పు-ధర్మః-౨ప్రజాపతిః॥

ప్రసన్నః-అ-త్రి-నిర్మలః-౨ప్రసాదసహితః॥

ప్రసన్నతా-ఆ-సీ-నైర్మల్యమ్॥

ప్రసన్నా-ఆ-సీ-సురా-౨ప్రసాదవిశిష్టా॥ తె॥ ౧కల్లు.

ప్రసన్నేరా-ఆ-సీ-మదిరా॥

ప్రసభమ్-మ్-౦-బలాత్కారః॥

ప్రసభః-అ-(సీ)-బలాత్కారః॥

ప్రసరః-అ-పు-మార్గః - ౨పల్లవాదిరచితశయ్యా-౩విసర్పణమ్- ౪ప్రీత్యాప్రార్థనమ్-౫వినయః-౬ప్రణయః-౭వేగః-౮సంగరః॥ తె॥ ౩ వ్యాపించడము.

ప్రసరణమ్-అ-న-ఆసారః॥ తె॥ దండువిడుచుట

ప్రసరణీ-ఈ-సీ - ఆసారః॥ తె॥ దండువిడుచుట.

ప్రసరా-ఆ-సీ- తురీ॥ తె॥ సాలెవాడుమాలుకండెవుంచెడునాడె.

ప్రసర్పణమ్-అ-న-గమనమ్-౨ప్రసరణమ్॥

ప్రసవః-అ-పు-ప్రసూతిః-౨పుష్పమ్-౩ఫలమ్-౪సుతః-౫జననమ్-౬అనుజ్ఞా- ౭పారంపర్యప్రసంగః॥

ప్రసవకః-అ-పు-ప్రియాలవృక్షః॥

ప్రసవబన్ధనమ్-అ-న-వృంతమ్॥

ప్రసవస్థలీ-ఈ-సీ-మాతా॥

ప్రసవితా-ఋ-పు-పితా॥

ప్రసవిత్రీ-ఈ-సీ-జనయిత్రీ॥

ప్రసవోద్గమః-అ-పు-పుష్పమ్॥ తె॥ పువ్వు.

ప్రసవ్యః-అ-త్రి-౧ప్రతికూలః-౨దక్షిణః-౩సవ్యః-౪అధీనః-౫అనుకూలః॥ తె॥ ౩ ఎడమది

ప్రసహః-అ-పు-బలాత్కారేణభక్షకపక్షీ-సచకురరశ్యేనాదిః॥

ప్రసహనమ్-అ-న-ఆలింగనే-౨సహనే॥

ప్రసహనమ్-అ-త్రి-తద్వతి॥

ప్రసహనః-అ-పు-హింస్రపశుః॥

ప్రసహా-ఆ-సీ-బృహతికా॥

ప్రసహ్య-అ-ం-హఠార్థకమ్॥ తె॥ బలాత్కారముగా.

ప్రసహ్యచౌరః-అ-పు-హఠాచ్చౌర్యకారీ॥

ప్రసాతికా-ఆ-సీ-అణువ్రీహిః॥

ప్రసాదః-అ-పు-నైర్మల్యమ్-౨అనుగ్రహః-౩కావ్యగుణః-౪స్వాస్థ్యమ్-౫పైతృకముఖ్యాన్నాదిః॥

ప్రసాదకః-అ-పు-అరిష్టవృక్షః॥ తె॥ కుంకుడుచెట్టు.

ప్రసాదనమ్-అ-న-అన్నమ్-౨ప్రసన్నతాకారకమ్॥

ప్రసాదనః-అ-పు-మహానీలీ॥ తె॥ పెద్దనీలి (చెట్టు.)

ప్రసాదనా-ఆ-సీ-సేవా॥

ప్రసాదనీ-ఈ-సీ-చూతభేదః-౨అంబుదఫలీ-౩మహానీలీ॥ తె॥ ౧మామిడిలోభేదము-౨మూలుగుచెట్టు-౩పెద్దనీలిచెట్టు.

ప్రసాధనమ్-అ-న-వేషవిశేషః॥ తె॥ మకరికాపత్రాద్యలంకారశోభ.

ప్రసాధనీ-ఈ-సీ-కేశమార్జనః-౨సిద్ధిః॥ తె॥ ౧దువ్వెన.

ప్రసాధికా-ఆ-సీ-నీవారః॥

ప్రసాధితః-అ-త్రి-అలంకృతః॥ తె॥ అలంకరించుకొన్నవాఁడు.

ప్రసారః-అ-పు-తృణాటవీ-౨ప్రవర్తనమ్॥ తె॥ ౧బీడు.

ప్రసారణమ్-అ-న-పంచవిధకర్మాంతర్గతకర్మవిశేషః-సతువిస్తారరూపః॥

ప్రసారణీ-ఈ-సీ-కటుంభరా-౨ప్రభద్రా॥ తె॥ ౧గొంతెమగోరుచెట్టు-౨సవిరెలచెట్టు.

ప్రసారిణీ-ఈ-సీ-లజ్జాలులతా-౨ప్రసారణీ.

ప్రసారితమ్-అ-న-పక్షక్రియావిశేషః॥

ప్రసారిన్-త్రి-ప్రసరణశీలః॥ తె॥ ప్రసరించేది.

ప్రసారీ-ఈ-సీ-వాయులోకః॥

ప్రసితమ్-అ-న-పూయమ్॥

ప్రసితః-అ-త్రి-తత్పరః॥

ప్రసితిః-ఇ-సీ-బంధనసాధనరజ్జునిగడాదిః॥

ప్రసిద్ధః-అ-త్రి-౧ప్రఖ్యాతః-౨భూషితః॥

ప్రసిద్ధిః-ఇ-సీ-ఖ్యాతిః-౨భూషా॥

ప్రసూః-ఊ-సీ-లతా-౨మాతా-౩అశ్వస్త్రీ-౪కదలీవృక్షః॥

ప్రసూకా-ఆ-సీ-వాజినీ॥

ప్రసూజనయితారౌ-ఋ-పు-జననీజనకౌ॥ తె॥ తల్లితండ్రి.

ప్రసూతమ్-అ-న-పుష్పమ్॥ తె॥ పువ్వు-

ప్రసూతః-అ-పు-సారథిః॥

ప్రసూతః-అ-త్రి-జనితః॥

ప్రసూతా-ఆ-సీ-ప్రసూతికా॥ తె॥ బాలింతరాలు.

ప్రసూతిః-ఇ-సీ-స్త్రీపుంరూపసంతానః-౨ప్రసవః-౩జన్మ॥ తె॥ ౧బిడ్డ-౨బిడ్డగనడము-౩జన్మము.

ప్రసూతికా-ఆ-సీ-ప్రసూతా॥

ప్రసూతిజమ్-అ-న-ప్రసూతివ్యాధికృతకష్టం

ప్రసూనమ్-అ-న-పుష్పమ్-౨ఫలమ్॥

ప్రసూనః-అ-త్రి-జాతః॥

ప్రసూనేషుః-ఉ-పు-కామదేవః॥

ప్రసృతమ్-అ-న-కనీనికాచలనభేదః॥

ప్రసృతః-అ-పు-చులుకః-౨వేగితః-౩వినీతః ౪సంప్రసారః॥ తె॥౧చేరెడు.

ప్రసృతః-అ-త్రి-ప్రవృద్ధః॥ తె॥ ఆదోకగాపెరిగినది.

ప్రసృతా-ఆ-సీ-జంఘా॥ తె॥పిక్క-

ప్రసృతిః-ఇ-సీ- నికుబ్జపాణిః - ౨ద్విపలపరిమాణమ్॥ తె॥౧పుడిసిలి-౨చేరెడు.

ప్రసృతికః-అ-పు- బాహ్యరతితాడనమ్- ౨హస్తభేదః॥

ప్రసేకః-అ-పు-సేచనమ్-౨చ్యుతిః॥

ప్రసేదికా-ఆ-సీ-క్షుద్రారామః॥

ప్రసేదివాన్-స్-త్రి-ప్రసన్నః॥

ప్రసేవః-అ-పు-స్యూతిః-౨ప్రసేవకః॥ తె॥౧దాగర-౨వీణెకాయమొదటికఱిది.

ప్రసేవకః-అ-పు-కకుభః॥ తె॥వీణెకాయముఖమందుండెడికఱిది.

ప్రసోష్యన్తీ-ఈ-సీ-ప్రాప్తప్రసవసమయగౌః॥ తె॥పాడుగుచేసినయావు.

ప్రస్కన్దనమ్-అ-న-విరేకః॥

ప్రస్కన్నః-అ-పు-ఋషివిశేషః॥

ప్రస్కన్నః-అ-త్రి-పతితే॥

ప్రస్తరః-అ-పు-పాషాణః-౨పల్లవాదిరచితశయ్యా-౩మణిః-౪కుథా॥

ప్రస్తరిణీ-ఈ-సీ-గోలోమికా॥

ప్రస్తారః-అ-పు- వృత్తవిస్తారః- ౨ఛందశ్శాస్త్రప్రత్యయవిశేషః॥

ప్రస్తారకః-అ-పు-తాలప్రాణభేదప్రస్తారః ౨ఛందశ్శాస్త్రప్రస్తారః॥

ప్రస్తావః-అ-పు-కార్యోచితసమయః॥

ప్రస్తావనా-ఆ-సీ-ఆరంభః-౨సూత్రధారేణ సహనటీవిదూషకాదీనాం పరస్పరవిచిత్రభాషణమ్॥

ప్రస్తావనాముఖమ్-అ-న- నాట్యార్థసంక్షేపః॥

ప్రస్తిరః-అ-పు-పల్లవాదిరచితశయ్యా॥

ప్రస్తీతః-అ-త్రి-సంహతః-౨ధ్వనితః॥

ప్రస్తీమః-అ-త్రి-సంహతః-౨ధ్వనితః॥

ప్రస్తుతః-అ-త్రి-ప్రాసంగికః-౨నిష్పన్నః-౩ప్రకర్షస్తుతియుక్తః-౪ఉపస్థితః-౫ప్రతిపన్నః-౬ఉద్యుక్తః॥

ప్రస్తుతతుల్యయోగితా-ఆ-సీ- అలంకారవిశేషః॥ తె॥ఒకానొకయలంకారము.

ప్రస్తుతా-ఆ-సీ-ప్రసోష్యంతీ॥ తె॥పాడుగుచేసినయావు.

ప్రస్తుతాఙ్కురః-అ-పు- అలంకారవిశేషః॥ తె॥ఒకానొకయలంకారము.

ప్రస్తోతా-ఋ-పు-ఉద్గాతృగణఋత్విగ్విశేషః॥

ప్రస్తృతః-అ-త్రి-అంతరితః॥

ప్రస్థః-అ-త్రి-ప్రకృష్టస్థితివిశిష్టే॥

ప్రస్థః-అ-పు- పర్వతనితంబాధఃఫలకాకారశిలా- ౨శిరోరుహః - ౩చతుఃకుడుబపరిమాణమ్॥ తె॥౩కుంచెడు.

ప్రస్థపుష్పః-అ-పు- మరువకః-౨స్వల్పపత్రతులసీ- ౩జంబీరభేదః- ౪జంబీరసామాన్యమ్॥ తె॥౧మరువము.

ప్రస్థశః-స్-ం- ప్రస్థమానంప్రస్థమానమిత్యర్థః॥ తె॥కుంచెడేసి.

ప్రస్థానమ్-అ-న- ప్రయాణమ్॥ తె॥తర్లివెళ్లడము.

ప్రస్థానవిఘ్నః-అ-పు-గమనవ్యాఘాతః॥

ప్రస్థాపితః-అ-త్రి-ప్రేషితః- ౨ప్రకర్షేణస్థాపితశ్చ॥

ప్రష్ఠికా-ఆ-సీ-అంబష్ఠా॥.

ప్రష్ఠితః-అ-త్రి-ప్రయాతః॥

ప్రస్ఫుటః-అ-త్రి-ప్రఫుల్లః॥

ప్రస్ఫోటనమ్-అ-న-శూర్పః॥ తె॥ చేట.

ప్రస్మృతిః-ఇ-సీ-విస్మృతిః॥ తె॥ పరాకు.

ప్రస్రవణమ్-అ-న- పర్వతప్రవజ్జలమ్॥ తె॥ ఊటనీలు.

ప్రస్రవణః-అ-పు-మాల్యవత్పర్వతః-౨స్వేదః॥

ప్రస్రావః-అ-పు-మూత్రమ్॥ తె॥ ఉచ్చ.

ప్రస్వానః-అ-పు-ఉచ్చైశ్శబ్దః॥

ప్రస్వేదః-అ-పు-అతిశయఘర్మః॥

ప్రస్వేదాహ్వా-ఆ-సీ- రాస్నా॥ తె॥ పిరంగిచెక్క.

ప్రహతమ్-అ-త్రి-వితతమ్-౨క్షుణ్ణమ్-౩ప్రకర్షేణహింసితమ్-౪గతంచ॥

ప్రహనేమిః-ఇ-పు-చంద్రః॥

ప్రహరః-అ-పు-యామః॥ తె॥ జాము.

ప్రహరణమ్-అ-న-ఆయుధమ్-౨అస్త్రమ్-౩కర్ణీరథః-౪యుద్ధమ్-౫ప్రహారశ్చ॥ తె॥ ౧ఆయుధము.

ప్రహరీ-న్-త్రి-యామికః॥

ప్రహర్షణమ్-అ-న-అలంకారవిశేషః॥ తె॥ ఒకానొకయలంకారము.

ప్రహర్షణః-అ-పు-బుధగ్రహః॥

ప్రహర్షణః-అ-త్రి-హర్షవిశిష్టే-౨హర్షకారకేచ

ప్రహర్షణీ-ఈ-సీ- హరిద్రా-౨త్రయోదశాక్షరపాదచ్ఛందోభేదః॥

ప్రహసనమ్-అ-న-ప్రహాసః-౨రూపకభేదః-౩పరిహాసః-౪ఆక్షేపః॥

ప్రహాసనః-అ-పు- నాటకగ్రంథవిశేషః-౨ప్రకృష్టహాసనమ్॥

ప్రహసన్తీ-ఈ-సీ-అతిముక్తలతా -వసంతమల్లికా॥ తె॥ ౧పువ్వులగురివెంద.

ప్రహస్తః-అ-పు- ప్రతలః-౨రాక్షసవిశేషః॥ తె॥ ౧చాంచినవ్రేళ్లుంగలఅఱచెయ్యి.

ప్రహారః-అ-పు-ఆఘాతః॥

ప్రహారణమ్-అ-న-కామ్యదానమ్॥

ప్రహారవల్లీ-ఈ-సీ-మాంసరోహిణీ॥

ప్రహాసః-అ-పు-శివః-౨నటః-౩సోమతీర్థమ్-౪అట్టహాసః॥

ప్రహాసీ-న్-పు-ప్రకృష్టంహాసయతి, హసతిచయః॥

ప్రహిః-ఇ-పు-కూపః॥ తె॥ నుయ్యి.

ప్రహితమ్-అ-న-కూపః॥

ప్రహితః- అ- త్రి - ధనుర్ముక్తబాణః-౨శాస్త్రజ్ఞః॥

ప్రహీణః-అ-త్రి-పరిత్యక్తః॥

ప్రహుతమ్-అ-న-భూతయజ్ఞః॥

ప్రహృష్టకః-అ-పు-వాయసః॥ తె॥ కాకి.

ప్రహేణకమ్-అ-న-పిష్టకవిశేషః॥

ప్రహేలకమ్-అ-న-ప్రహేణకమ్॥

ప్రహేలికా-ఆ-సీ-గూఢార్థవత్కావ్యమ్॥

ప్రహ్రాదః-అ-పు-ప్రహ్లాదః॥

ప్రహ్లత్తిః-ఇ-సీ-ప్రీతిః॥

ప్రహ్లన్నః-అ త్రి- ఇష్టప్రాప్తిజనితానందయుక్తః॥

ప్రహ్లాదః-అ-పు- హర్షః-౨దానవాంతరమ్॥

ప్రహ్వః-అ-త్రి-నమ్రః-౨ఆసక్తః॥

ప్రాంశుః-ఉ-త్రి-ఉన్నతః॥ తె॥ పొడుగుది.

ప్రాక్-చ్-పు-ప్రాచ్యః॥

ప్రాక్-చ్-౦-అతీతార్థః-౨పూర్వదిగ్దేశకాలేషు॥

ప్రాకషికః-అ-పు-షిడ్గః-౨మాయానర్తకః

ప్రాకామ్యమ్-అ-న-శివలీలావిభూతివిశేషః

ప్రాకారః-అ-పు-సాలః॥ తె॥ కోట.

ప్రాకృతః-అ-త్రి-నీచః-౨ భాషాభేదః, సచ సంస్కృత ప్రకృతికః-౩ ప్రకృతిసంబంధీ॥ తె॥ ౧ అల్పుఁడు.

ప్రాకృతజ్వరః-అ-పు-వర్షాశరద్వసంతేషు త్రిషు ఋతుషు క్రమేణ వాతపిత్తకఫజజ్వరః॥

ప్రాకృతదోషః-అ-పు-వర్షాశరద్వసంతేషు క్రమేణకుపితో వాతఃపిత్తంకఫశ్చ॥

ప్రాకృతప్రలయః-అ-పు-ప్రకృతేర్లయః॥

ప్రాకృతమానుషః-అ-పు-సామాన్యమనుష్యః॥

ప్రాకృతమిత్రమ్-అ-న-స్వదేశవ్యవహితదేశావస్థితరాజాది॥

ప్రాకృతశత్రుః-ఉ-పు-ఏకవిషయాభినివేశిరాజాదిః॥

ప్రాకృతికః-అ-త్రి-ప్రకృతివికారః-౨ ప్రకృతిసంబంధీ॥

ప్రాక్తనః-అ-త్రి-ప్రాగ్భవః॥

ప్రాక్తనకర్మ-న్-న-భాగ్యమ్-౨ పురాకృతకార్యంచ॥

ప్రాక్ఫలః-అ-పు-పనసః॥

ప్రాక్ఫల్గునీ-ఈ-సీ-పూర్వఫల్గునీ॥

ప్రాక్ఫల్గునీభవః-అ-పు-బృహస్పతిః॥

ప్రాక్ఫల్గునీభవః-అ-త్రి-పూర్వఫల్గున్యాం జాతః॥

ప్రాక్ఫాల్గునః-అ-పు-బృహస్పతిః॥

ప్రాక్ఫాల్గునేయః-అ-పు-బృహస్పతిః॥

ప్రాఖర్యమ్-అ-న-ప్రఖరత్వమ్,తీక్ష్ణతా॥

ప్రాగభావః-అ-పు-సంసర్గాభావవిశేషః॥

ప్రాగల్భ్యమ్-అ-న-ప్రగల్భతా-౨ స్త్రీణామయత్నజభావవిశేషః॥

ప్రాగుదీచీ-ఈ-సీ-పూర్వోత్తరవిదిక్॥

ప్రాగేతరామ్-మ్-౦-అతిపూర్వమ్-౨ ప్రాక్తరమ్॥ తె॥ ౧ మిక్కిలిపూర్వమయినది.

ప్రాగ్జ్యోతిషమ్-అ-న-ప్రాగ్జ్యోతిషనగరమ్॥

ప్రాగ్జ్యోతిషః-అ-పు-కామరూపదేశః, సఃఏషనరకరాజపురమ్॥

ప్రాగ్బాహుః-ఉ-పు-గోధా॥ తె॥ ఉడుము.

ప్రాగ్భవః-అ-త్రి-పూర్వదిగ్భవః॥

ప్రాగ్భారః-అ-పు-అతిశయః-౨ పర్వతాగ్రభాగః॥ తె॥ ౧ అతిశయము.

ప్రాగ్భావః-అ-పు-ఉత్కర్షః॥ తె॥ ఎక్కువ, మిక్కిలినిన్న.

ప్రాగ్రహరః-అ-త్రి-సజాతీయసమూహశ్రేష్ఠః॥

ప్రాగ్రాటమ్-అ-న-అఘనదధి॥

ప్రాగ్ర్యః-అ-త్రి-సజాతీయసముఖ్యః॥

ప్రాగ్వంశః-అ-పు-వైశ్వదేవగృహప్రాగ్భాగస్త్రేతాగ్నిగృహమ్-౨ పూర్వకులం॥

ప్రాఘాతః-అ-పు-యుద్ధమ్॥

ప్రాఘారః-అ-పు-శ్చ్యోతః॥ తె॥ తొణికిమొలకడము॥

ప్రాఘుణః-అ-పు-అతిథిః॥

ప్రాఘుణకః-అ-పు-అతిథిః॥ తె॥ యాచకుఁడు.

ప్రాఘుణికః-అ-పు-అతిథిః॥

ప్రాఘూర్ణకః-అ-పు-అతిథిః॥ తె॥ యాచకుడు

ప్రాఘూర్ణికః-అ-పు-అతిథిః॥

ప్రాఞ్చ్-చ్-త్రి-పూర్వదిక్-౨ పూర్వదేశః-౩ పూర్వకాలః॥

ప్రాఙ్గః-అ-పు-పణవవాద్యమ్-౨ గృహభూమిః॥

(భూమిః॥)

ప్రాఙ్గణమ్-అ-న-పణవవాద్యమ్-౨ గృహ

ప్రాజ్ఞ్యాయః-అ-పు.-చతుర్ధోత్తరాంతర్గతోత్తరవిశేషః॥

ప్రాచారః-అ-త్రి-ఆచారప్రచ్యుతః॥
ప్రాచార్యః-అ-త్రి-ప్రాప్తాచార్యఃశిష్యాదిః॥
ప్రాచికా-ఆ-సీ - శ్యేనస్త్రీ-౧వనమక్షికా ॥ తె॥౧ఆఁడుడేగ-౨అడవిఈగ.
ప్రాచీ-ఈ-సీ-ప్రాగ్దిక్- ౧హరితపత్రికా-౩ పూజకపూజ్యయోరగ్రం ॥ తె॥౧తూర్పు-౨వచ్చాకుచెట్టు.
ప్రాచీనమ్-అ-న-వృతిః॥ తె॥కంచెకోట॥
ప్రాచీనః-అ-త్రి-పూర్వదిగ్దేశకాలభవః॥
ప్రాచీనతిలకః-అ-పు-చంద్రః॥
ప్రాచీనపనసః-అ-పు-బిల్వమ్॥
ప్రాచీనబర్హిః-స్-పు-ఇంద్రః-౧రాజవిశేషః
ప్రాచీనా-ఆ-సీ-పాఠా- ౧రాస్నా- ౩ప్రాగ్భవాచ॥ తె॥౧పాటచెట్టు.
ప్రాచీనామలకమ్-అ-న-పానీయామలకమ్॥
ప్రాచీనావీతమ్-అ-న - దక్షిణభుజవామపార్శ్వస్థితయజ్ఞసూత్రమ్॥ తె॥ అపసవ్యముగా వేసికొన్నజందెము.
ప్రాచీనావీతీ-న్-పు-ప్రాచీనావీతవిశిష్టః-౧ప్రతిష్ఠాపయతియజ్ఞోపవీతమితిశేషః॥
ప్రాచీపతిః-ఇ-పు-ఇంద్రః॥
ప్రాచీరమ్-అ-న-వృతిః॥ తె॥కంచెకోట.
ప్రాచేతసః-స్ - పు - ప్రాచీనబర్హీరాజపుత్రాః-నిత్యబహువచనాంతోయమ్॥
ప్రాచేతసః-అ-పు-వాల్మీకిః॥
ప్రాచేతసోపజ్ఞమ్-అ-న-వాల్మీకినాదౌజ్ఞాతం రామాయణమ్॥
ప్రాచ్యః-అ-త్రి-పూర్వదేశీయే॥
ప్రాచ్యః-అ-పు- శరావత్యవధిప్రాగ్దక్షిణదేశః॥
ప్రాజకః-అ-పు-సారథిః॥
ప్రాజనమ్-అ-న-తోదనమ్॥ తె॥ ములుకోల.
ప్రాజాపత్యమ్-అ-న- అధికారః- ౧ఇష్టివిశేషః- ౩ద్వాదశాహసాధ్యవ్రతవిశేషః-౪రోహిణీనక్షత్రమ్॥
ప్రాజాపత్యః-అ-పు- జైనరాజభేదః- ౧ప్రయాగః-౩కాయనామకవివాహః॥
ప్రాజాపత్యకృచ్ఛ్రః-అ- (సీ)- పాదకృచ్ఛ్రత్రిగుణః॥ రివిశేషః॥}
ప్రాజాపత్యబ్రహ్మచారీ-న్-పు-బ్రహ్మచా}
ప్రాజాపత్యా-ఆ- సీ- ఆర్షచ్ఛందఃకృతమంత్రపాదవిశేషః॥
ప్రాజితా-ఋ-త్రి- ప్రకృష్టగంతా॥
ప్రాజితా-ఋ-పు-రథసారథిః॥
ప్రాజ్ఞః-అ-పు-పండితః-౧కల్కిదేవస్యజ్యేష్ఠభ్రాతా-౩రాజశుకః॥
ప్రాజ్ఞః-అ-త్రి-పండితః-౧దక్షః॥
ప్రాజ్ఞమానీ-న్-త్రి-పండితాభిమానీ॥
ప్రాజ్ఞా-ఆ-సీ-అతిధీమతీ-౧బుద్ధిః॥
ప్రాజ్ఞీ-ఈ- సీ- లౌకికవైదికవ్యవహారవేదీస్త్రీ-౧పండితపత్నీ॥
ప్రాజ్యః-అ- త్రి-అదభ్రః॥ తె॥ఎక్కువది
ప్రాఞ్జలః-అ- త్రి-సరలః॥
ప్రాట్-ఛ్-పు-శిష్యః॥ తె॥శిష్యుఁడు.
ప్రాడ్వివాకః-అ-పు-వ్యవహారదర్శీ॥ తె॥ తగవరి.
ప్రాణః-అ-పు-అసుః-౧బ్రహ్మ- ౩బోలః-౪శావ్యజీవః-౫అనిలః- ౬బలమ్- ౭ధాతృపుత్రః॥
ప్రాణకః-అ-పు- సత్వజాతీయః-ప్రాణిమాత్రమ్-౧జీవకద్రుమః-౩చోలః॥
ప్రాణథః-అ-పు-వాయుః-౧బలవాన్-౩ప్రజాపతిః-౪తీర్థమ్॥
ప్రాణదమ్-అ-న-జలమ్-౧రక్తమ్॥
ప్రాణదః-అ-పు- చతుర్ముఖః- ౧జీవనామకగంధద్రవ్యమ్॥

ప్రాణదా-ఆ-సీ-ఋద్ధివృద్ధిః-౨హరీతకీ॥

ప్రాణనమ్-అ-న-జీవనమ్॥

ప్రాణనః-అ-పు-గలః॥

ప్రాణనాథః-అ-పు-భర్తా-౨యమః॥ తె॥ ౧ మగఁడు-౨జముఁడు.

ప్రాణన్తః-అ-పు-వాయుః-౨రసాంజనమ్॥

ప్రాణన్తీ-ఈ-సీ-క్షుత్-౨హిక్కా॥

ప్రాణప్రదా-ఆ-సీ-ఋద్ధినామకౌషధమ్॥

ప్రాణభాస్వాన్-త్-పు-సముద్రః॥

ప్రాణమయకోశః-అ-పు-కర్మేంద్రియసహితప్రాణాదిపంచకమ్॥

ప్రాణసంయమః-అ-పు-ప్రాణాయామః॥

ప్రాణసద్మ-న్-న-శరీరమ్॥ తె॥ ఒడలు.

ప్రాణసమా-ఆ-సీ-పత్నీ॥

ప్రాణహారకమ్-అ-న-వత్సనాభః॥

ప్రాణహారకః-అ-త్రి-అసునాశకః॥

ప్రాణా-ఆ-సీ-పక్షిణీవిశేషః॥

ప్రాణాః-అ-పు-అసవః॥ తె॥ ప్రాణములు.

ప్రాణాయామః-అ-పు-రేచకపూరకాదివాయుబంధనమ్॥

ప్రాణిః-ఇ-పు-ఖడ్గయుద్ధమ్॥

ప్రాణిద్యూతమ్-అ-న-సమాహ్వయః॥ తె॥ కోళ్లు,గొఱ్ఱెలు,పిగిలిపిట్టలు మొదలయిన వాఁటిజూదము.

ప్రాణీ-న్-త్రి-ప్రాణవిశిష్టః॥

ప్రాణీ-న్-పు-మనుష్యాదిజంతుః॥

ప్రాణీత్యమ్-అ-న-ఋణమ్॥

ప్రాణేశః-అ-పు-పతిః॥

ప్రాణేశా-ఆ-సీ-భార్యా॥

ప్రాతః-ర్-౦-ప్రభాతమ్-౨సూర్యోదయావధిత్రిముహూర్తకాలః॥

ప్రాతఃకృత్యమ్-అ-న-ప్రభాతకర్తవ్యకర్మ॥

ప్రాతఃసన్ధ్యా-ఆ-సీ-సంధ్యాదేహపూర్వార్ధమ్॥

ప్రాతఃస్నానమ్-అ-న-ప్రభాతకర్తవ్యావగాహనాది॥

ప్రాతరాశః-అ-పు-ప్రాతఃకాలీనభోజనమ్॥

ప్రాతర్గేయః-అ-పు-ప్రాతఃకాలేగేయఈశ్వరాది-స్తుతిపాఠకః॥

ప్రాతర్గేయః-అ-త్రి-ప్రభాతగాతవ్యః॥

ప్రాతర్భోక్తా-ఋ-పు-కాకః॥

ప్రాతర్భోక్తా-ఋ-త్రి-ప్రభాతభోజనకర్తా

ప్రాతర్భోజనమ్-అ-న-ప్రాతరాశః॥

ప్రాతాః-స్-పు-గోధాః॥ తె॥ ఉడుము.

ప్రాతికా-ఆ-సీ-జవా॥

ప్రాతిపదికమ్-అ-న-నామ్ని॥

ప్రాతిపదికః-అ-పు-అగ్నిః॥

ప్రాతిబోధ్యమ్-అ-న-చుంబనవిశేషః॥

ప్రాతిభావ్యమ్-అ-న-ప్రతిభువోభావః॥

ప్రాతివేశినీ-ఈ-సీ-అష్టవిధనాయికాదూతీవిశేషః॥

ప్రాతిస్వికమ్-అ-త్రి-అసాధారణమ్॥

ప్రాతిహారః-అ-పు-ప్రాతిహారికః॥

ప్రాతిహారకః-అ-పు-ప్రాతిహారికః॥

ప్రాతిహారికః-అ-పు-మాయాకారః॥

ప్రాతీపః-అ-పు-ప్రతీపపుత్రః॥

ప్రాథమకల్పికః-అ-పు-ప్రథమారంభమాణశిష్యః॥

ప్రాథమికః-అ-త్రి-ప్రథమభవః॥

ప్రాథమ్యమ్-అ-త్రి-ప్రథమస్యభావః॥

ప్రాదుః-స్-౦-ప్రకటమ్-౨జన్మ-౩నామరసంభావ్యమ్-౪ఉల్లాసః-౫ప్రయత్నః॥

ప్రాదుర్భావః-అ-పు-ఆవిర్భావః॥

ప్రాదేశః-అ-పు-విస్తృతాంగుష్ఠతర్జనీమధ్య

మానమ్-౧దేశమాత్రమ్॥ తె॥ ౧లుడి తెడు.

ప్రాదేశనమ్-అ-న-దానమ్॥ తె॥ ఇవ్వడము.

ప్రాదోషః-అ-త్రి-ప్రదోషసంబంధీ॥

ప్రాదోషికః-అ-త్రి-ప్రదోషసంబంధీ॥

ప్రాధాన్యమ్-అ-న-ప్రధానత్వమ్॥

ప్రాధ్వమ్-అ-న-బంధనమ్- ౧దూరమార్గః॥

ప్రాధ్వమ్-వ్-౦ - బంధనహేతుకానుకూల్యార్థః-౧నమ్రమ్॥

ప్రాధ్వః-అ-త్రి-నీతః- ౧దూరపథః - ౨ప్రహ్వః-౩బంధః-౪రథః॥

ప్రాన్తః-అ-పు-నద్యాదితీరమ్॥

ప్రాన్తతః-స-౦-ప్రాంతభాగే॥

ప్రాన్తదుర్గమ్-అ-న-శాఖానగరమ్॥ తె॥ పేట.

ప్రాన్తరమ్-అ-న-శూన్యదూరమార్గః- ౧సమీపమార్గః- ౨గ్రామద్వయభూనిర్ణయః-౩విపినమ్-౪కోటరమ్॥ తె॥ ౨పొలిమేర.

ప్రాన్తశూన్యమ్-అ-న - దూరశూన్యపథః-౧ఛాయాదిరహితపథః॥

ప్రాపణమ్-అ-న-నయనమ్-౧ప్రాప్తిః-౨ప్రాప్తిప్రేరణా-౩ప్రకర్షేణవ్యాపనమ్॥

ప్రాపణికః-అ-పు-పణ్యవిక్రయీ॥

ప్రాపణీయమ్-అ-త్రి- ప్రాప్యమ్-ప్రాప్యతే యత్॥

ప్రాపేయః-అ-పు-గంధర్వగణవిశేషః॥

ప్రాప్తః-అ-త్రి-ఉపపన్నః- ౧లబ్ధః - ౨న్యాయ్యః॥ తె॥ ౧పొందుకొన్నది - ౨పొందబడ్డది.

ప్రాప్తధనః-అ-త్రి-ధనంప్రతిప్రాప్తః॥ తె॥ ధనముపొందినవాడు.

ప్రాప్తపఞ్చత్వమ్-అ-త్రి-మృతమ్॥

ప్రాప్తభావః-అ-పు-జాతోక్షః॥

ప్రాప్తభావః-అ-త్రి-లబ్ధసత్తాదా॥

ప్రాప్తరూపః-అ-త్రి-బుధః- ౧మనోజ్ఞః॥

ప్రాప్తవ్యమ్-అ-త్రి-ప్రాప్యమ్॥

ప్రాప్తిః-ఇ-స్త్రీ-శివలీలావిభూతివిశేషః - ౧ఉదయః-౨అధిగమః-౩సంహతిః-౪ప్రాప్తిః॥

ప్రాప్యః-అ-త్రి-గమ్యః॥ తె॥ పొందతగ్గది.

ప్రాబోధికః-అ-పు-ఉషఃకాలః - ప్రాబోధకోపిపాఠః॥

ప్రాభవమ్ అ-న-ప్రభుత్వమ్॥

ప్రాభాకరః-అ-పు - మీమాంసకవిశేషః॥

ప్రాభినికః-అ-పు-వైణవికః॥ తె॥ పిల్లనగ్రోవినూదువాడు.

ప్రాభృతమ్-అ-న-ఉపాయనమ్॥ తె॥ కానుక

ప్రాభృతకమ్-అ-న-ప్రాభృతమ్॥

ప్రామాణికః-అ-త్రి- హైతుకః - ౧మర్యాదార్హః-౨శాస్త్రజ్ఞః-౩పరిచ్ఛేదకః- ౪ప్రమాణకర్తా॥

ప్రామాణ్యమ్-అ-న- ప్రమాకరణత్వమ్॥

ప్రామాణ్యవాదః- అ- పు- ప్రమాకరణతాకథనమ్-తద్వతితత్ప్రకారకత్వరూపప్రమాత్వకథనమ్ - ౧చింతామణిన్యాయగ్రంథవిశేషః॥

ప్రామాద్యః-అ-పు- వాసకః-౧ప్రమాదః॥

ప్రామిత్యమ్-అ-న-ఋణమ్-౧మృతత్వంచ

ప్రాయః-అ-పు- దేహత్యాగార్థసర్వసంగపరిత్యాగవతోనిరాహారవ్రతమ్ - ౧వయః-౨మృత్యుః-౩తుల్యార్థః - ౪బాహుల్యమ్-౫భూమా-౬అంతగమనమ్-౭మహాప్రస్థానమ్-౮అతర్కః॥ తె॥ ౧ప్రాయోపవేశము.

ప్రాయః-స-౦-బాహుల్యమ్॥ తె॥ తరుచుగా॥

ప్రాయశ్చిత్తమ్-అ-న - పాపక్షయమాత్ర సాధనంకర్మ॥

ప్రాయికమ్-అ-త్రి-బాహుళ్యేభవమ్॥

ప్రాయోజ్యమ్-అ-త్రి- ప్రయోజనార్థమ్

ప్రాయోపవిష్టః-అ-త్రి- ప్రాయోపవేశవిశిష్టః- ప్రాయేణమృత్యుపర్యంతానశనేనోపవిష్టః॥

ప్రాయోపవేశః-అ-పు- సన్యాసపూర్వకానశనస్థితిః॥

ప్రారబ్ధః-అ-పు- ప్రాలబ్ధః- శరీరారంభకాదృష్టవిశేషః- యథాప్రారబ్ధమశ్నన్నభిమానశూన్యః॥

ప్రారబ్ధిః-ఇ-సీ-గజబంధనరజ్జుః॥

ప్రారమ్భః-అ-పు- ప్రకర్షేణఆరంభః॥

ప్రార్థనా-ఆ-(పు)-అమనయః॥ తె॥అడుగుకొనడము-ఓదార్పడమున్ను.

ప్రార్థనా-ఆ-సీ-అభియానమ్- ౨యాచ్ఞా-౩లతాగృహమ్-౪ప్రభుసన్నిధిః॥

ప్రార్థనీయమ్-అ-న-ద్వాపరయుగమ్॥

ప్రార్థనీయమ్-అ-త్రి-ప్రార్థనావిషయె॥

ప్రార్థితః-అ-త్రి-యాచితః- ౨శత్రుసంరుద్ధః-౩పిహితః॥

ప్రాలమ్బమ్-అ-న-కంఠలంబిమాల్యమ్॥ తె॥ పేరుగావేసుకొన్నపూలదండ.

ప్రాలమ్బికా-ఆ-సీ- కంఠలంబమానభూషా॥ తె॥పేరులుగొలుసులున్ను.

ప్రాలీన్-పు-కురంగః॥ తె॥ఇఱ్ఱి.

ప్రాలేయమ్-అ-న-నీహారః॥ తె॥మంచు.

ప్రాలేయాంశుః-ఉ-పు-చంద్రః॥

ప్రావటః-అ-పు-యవః॥

ప్రావరః-అ-పు-ప్రాచీరమ్॥

ప్రావరణమ్-అ-న-ఉత్తరీయవస్త్రమ్॥

ప్రావారః-అ-పు-ఉత్తరీయమ్॥ తె॥ పైబట్ట.

ప్రావారకీటః-అ-పు-కీటవిశేషః॥

ప్రావృట్-ష్-సీ-వర్షర్తుః॥

ప్రావృడత్యయః-అ-పు-శరత్కాలః॥

ప్రావృతః-అ-త్రి-నివీతః॥ తె॥కప్పుకొనేబట్ట.

ప్రావృతిః-ఇ-సీ-ప్రాచీరమ్॥

ప్రావృషా-ఆ-సీ-వర్షర్తుః॥

ప్రావృషాయణీ-ఈ- సీ - కండూరాలతా॥ తె॥దూలగొండి.

ప్రావృషికః-అ-పు-మయూరః॥

ప్రావృషికః-అ-త్రి-ప్రావృట్కాలభవః॥

ప్రావృషిజః-అ-పు-భేకః॥ తె॥కప్ప.

ప్రావృషేణ్యః-అ-త్రి-ప్రాచుర్యమ్- ౨ప్రావృట్కాలభవమ్॥

ప్రావృషేణ్యః-అ-పు-నీపవృక్షః- ౨కుటజవృక్షః॥ తె॥౧ మొగులుకడిమిచెట్టు- ౨కొడిసెచెట్టు. (నర్నవా॥

ప్రావృషేణ్యా-ఆ-సీ-కపికచ్ఛుః-౨రక్తపు

ప్రావృష్యమ్-అ-న-వైదూర్యమ్॥

ప్రావృష్యమ్-అ-త్రి-ప్రావృషిభవె॥

ప్రావృష్యః-అ-పు-కుటజః-౨ధారాకదంబః ౩వికంటకః॥

ప్రావేశనమ్-అ-న-శిల్పిగృహమ్॥

ప్రాశితమ్-అ-న-పితృయజ్ఞః॥

ప్రాశితమ్-అ-త్రి-భక్షితె॥

ప్రాశ్నికః-అ-పు-సభ్యః॥

ప్రాశ్నికః-అ-త్రి- ప్రశ్నకర్తా॥

ప్రాసః-అ-పు-కుంతః॥ తె॥ ఈటె.

ప్రాసకః-అ-పు-పాశకః- ౨ప్రాసాస్త్రమ్॥

ప్రాసఙ్గః-అ-పు-ద్వితీయయుగమ్॥ తె॥ ఎద్దులకు గుత్తాలకుమెడక్రిందిరెండోకాఁడి.

ప్రాసఙ్గ్యః-అ-పు-ప్రాసంగవాహః॥ తె॥ తలకాఁడిన్ని- మెడక్రిందరెండోకాఁడిన్ని పూనినయెద్దు.

ప్రాసాదః-అ-పు-దేవగృహమ్- ౧భూపతిగృహమ్॥

ప్రాసాదకుక్కుటః-అ-పు-పారావతః॥

ప్రాసికః-అ-పు-కుంతధరః॥ తె॥ ఈఁటెపట్టే వాఁడు.

ప్రాస్థికః-అ-త్రి - ప్రస్థంసంభవతిప్రాస్థికః కటాహః-ప్రస్థం స్వస్మిన్ సమావేశయ తీత్యర్థః-౧ప్రాస్థికీబ్రాహ్మణీ-౨ ప్రస్థమ వహరతిపచతి వేత్యర్థః॥

ప్రాహః-అ-పు-నృత్యోపదేశః॥

ప్రాహుణకః-అ-పు-అతిథిః॥ తె॥ యాచకుఁడు.

ప్రాహ్ణః-అ-పు-దినాదిభాగః॥

ప్రాహ్ణః-౦-౦-అహ్నఆరంభః ॥ తె॥ ప్రొద్దున.

ప్రాహ్ణే-౦-౦-ప్రాహ్ణఇత్యర్థః॥ తె॥ ప్రొద్దున

ప్రాహ్ణేతనః-అ-త్రి- పూర్వాహ్ణ సంబంధీ॥

ప్రాహ్ణేతరామ్-౦-౦ - అతిశయపూర్వాహ్ణే॥

ప్రియః-అ-పు-తాలప్రాణకలావిశేషః- ౧భర్తా-౨మృగవిశేషః-౩ఋద్ధినామౌషధమ్-౪జీవకౌషధమ్॥ తె॥ ౧మగఁడు.

ప్రియః-అ-త్రి-హృద్యః॥

ప్రియకః-అ-పు-కదంబవృక్షః-౧సర్జకవృక్షః-౨ప్రియంగుః- ౩మృదుఘనరక్తకృష్ణరోమహరిణః-౪అలిః-౫కుంకుమమ్- ౬పీతశాలకః-౭అశనవృక్షః॥ తె॥ ౧మొగులు కడిమి - ౨వేగిసచెట్టు - ౩ ప్రేంకణపు చెట్టు.

ప్రియకారః-అ-త్రి-ప్రియకారకః॥

ప్రియకారీ-ఈ-సీ-బృహజ్జీవంతీ-౧శ్వేతకంటకారీ-౨అశ్వగంధా॥

ప్రియఙ్గు-ఉ-న-కుంకుమమ్॥ తె॥ కుంకుమము.

ప్రియఙ్గుః-ఉ-సీ-ప్రియకః- ౧కంగుధాన్యమ్॥ ౨పిప్పలీ-౩రాజికా॥ తె॥ ౧ప్రేంకణపుచెట్టు-౨కొఱ్ఱలు-౩పిప్పళ్లు-౪నల్లావాలు.

ప్రియజనః-అ-పు-ప్రౌఢభావజ్ఞః- ౧హృద్యలోకః॥

ప్రియజీవః-అ-పు-శోనాకః॥ తె॥ దుందిలపు (చెట్టు)

ప్రియతమః-అ-పు-మయూరశిఖావృక్షః॥

ప్రియతమః-అ-త్రి-అతిశయప్రియః॥

ప్రియతరః-అ-త్రి-అనయోరతిశయేనప్రియః

ప్రియతా-ఆ-సీ-స్నేహః॥

ప్రియతోషణః-అ-పు-షోడశబంధాతిరిక్తరతిబంధవిశేషః॥

ప్రియతోషణః-అ-త్రి-ప్రియస్యతుష్టికారిణీ॥

ప్రియత్వమ్-అ-న-ప్రియతా॥

ప్రియదర్శనః-అ-త్రి-ప్రియవస్తు॥ తె॥ ఇష్టమయినవస్తువు.

ప్రియదర్శనః-అ-పు-శుకపక్షీ.౧క్షీరికావృక్షః

ప్రియదర్శనీ-ఈ-సీ- శమీవృక్షః॥ తె॥ జమ్మిచెట్టు.

ప్రియప్రాయః-స్-న-ప్రియవాక్యమ్॥

ప్రియప్రేప్సుః-అ-త్రి-ఇష్టార్థోద్యుక్తమ్ - ఉత్సుకః॥

ప్రియమధుః-ఉ-పు-బలరామః॥

ప్రియంవదః-అ-పు-ఖేచరవిశేషః॥

ప్రియంవదః-అ-త్రి-ప్రియవాదీ॥

ప్రియంవదా-ఆ-సీ- మాలతీలతా॥ తె॥ జాజిచెట్టు.

ప్రియవర్ణీ-ఈ-సీ-ప్రియంగుః॥

ప్రియవాదికా-ఆ- సీ- వివాహాదిప్రయుక్తవాద్యమ్- ౧వివాహాదిప్రయుక్తవాద్యధ్వనిః॥

ప్రియవాదీ-న్-త్రి-మనోజ్ఞవక్తా॥

ప్రియసఖః-అ-పు-ఖదిరః॥

ప్రియసత్యమ్-అ-న-సూనృతవాక్యమ్॥
ప్రియసన్దేశః-అ-పు-చంపకవృక్షః॥
ప్రియసాలకః-అ-పు-అసనవృక్షః॥
ప్రియా-ఆ-సీ-ప్రియవనితా-౨ఏలా-౩మల్లికా-౪మదిరా-౫వార్తా॥
ప్రియామ్బు-ఉ-న-తత్ఫలే హృద్యజలే చ॥
ప్రియామ్బుః-ఉ-పు-ఆమ్రవృక్షః॥
ప్రియాలః-అ-పు-వృక్షభేదః॥
ప్రియాలా-ఆ-సీ-ద్రాక్షా॥
ప్రియాలుః-ఉ-పు-రాజాదనవృక్షః-౨చారకః॥ తె॥ ౧ మొదలిచెట్టు-౨చారచెట్టు.
ప్రియాలుః-ఉ-సీ-ద్రాక్షాలతా॥ తె॥ ద్రాక్షచెట్టు.
ప్రియాలుకః-అ-పు-పీతనవృక్షః॥ తె॥ అంబాలపుచెట్టు.
ప్రియోదితమ్-అ-త్రి-చాటువాక్యమ్-౨ప్రియవాక్యవిషయశ్చ॥
ప్రీణః-అ-త్రి-పురాతనః-౨ప్రీతః॥
ప్రీణనమ్-అ-న-తర్పణమ్॥ తె॥ తృప్తిబొందడము.
ప్రీణసః-అ-పు-గండకః॥
ప్రీతమ్-అ-న-నర్మ॥
ప్రీతః-అ-త్రి-ఇష్టప్రాప్తిజనితానందయుక్తః
ప్రీతిః-ఇ-సీ-పంచాంగయోగవిశేషః-౨ఆనందః-౩ప్రేమ-౪స్మరపత్నీ॥ తె॥ ౨సుఖము.
ప్రీతిజుషా-ఆ-సీ-అనిరుద్ధపత్నీ॥
ప్రీతిదః-అ-పు-భండః॥
ప్రీతిదః-అ-త్రి-హర్షసుఖప్రేమదాతరి॥
ప్రీతిదత్తమ్-అ-న-ప్రీత్యాదత్తవస్తు-౨ఖావెప్రీతిదానమ్॥
ప్రీతిభోజ్యమ్-అ-త్రి-ప్రీత్యాభక్షణీయమన్నాది.
ప్రీతుః-ఉ-పు-పక్షీ॥ తె॥ పిట్ట.

ప్రుష్టః-అ-త్రి-దగ్ధః॥
ప్రేక్షకూటః-అ-పు-చక్షుర్గోలకః॥
ప్రేక్షణమ్-అ-న-చక్షుః-౨దర్శనమ్॥
ప్రేక్షా-ఆ-సీ-బుద్ధిః-౨నృత్తమ్-౩ఈక్షణమ్-౪నృత్యేక్షణమ్-౫శాఖా॥
ప్రేక్షాధామన్-న-శరలక్షకరణఖలూరికా॥ తె॥ శరాభ్యాసముఁజేయుగరిడీశాల
ప్రేఙ్ఖః-అ-పు-భృత్యః॥ తె॥ విధేయుఁడు.
ప్రేఙ్ఖః-అ-ద్వ-ప్రేంఖోలికా॥ తె॥ చాత॥
ప్రేఙ్ఖన్-త్-త్రి-చలనవిశిష్టః-౨సంసక్తవిశిష్టః॥
ప్రేఙ్ఖా-ఆ-సీ-రతిబంధవిశేషః-౨పర్యటనమ్-౩వాజిగతిః-౪నృత్యమ్-౫దోలా॥ తె॥ ౩గుఱ్ఱములయొక్క-ఊర్ధ్వాధోగమనము.
ప్రేఙ్ఖితః-అ-త్రి-ఆధూతః॥ తె॥ కదిలింపఁబడినది.
ప్రేఙ్ఖోలనమ్-అ-న-ప్రేంఖోలికా॥ తె॥ చాత.
ప్రేఙ్ఖోలా-ఆ-సీ-ప్రేంఖోలికా॥ తె॥ చాత.
ప్రేఙ్ఖోలికా-ఆ-సీ-డోలా॥ తె॥ చౌత॥
ప్రేఙ్ఖోలితః-అ-త్రి-తరలితః॥ తె॥ ఊఁగింపఁబడ్డది.
ప్రేఙ్ఖాణకమ్-అ-న-రతిబంధవిశేషః॥ తె॥ ఒకానొకరతి.
ప్రేతః-అ-పు-నరకస్థప్రాణీ-౨భూతాంతరమ్॥
ప్రేతః-అ-త్రి-మృతః॥
ప్రేతకార్యమ్-అ-న-మృతస్యదాహాదిసపిండీకరణాంతంకర్మ॥
ప్రేతగృహమ్-అ-న-శ్మశానమ్॥
ప్రేతతర్పణమ్-అ-న-మరణావధిసపిండీకరణపర్యంతంప్రేతశబ్దోల్లేఖేనజలదానమ్
ప్రేతనదీ-ఈ-సీ-వైతరణీ॥
ప్రేతపటహః-అ-పు-మరణకాలేవాదనీయవాద్యవిశేషః॥

ప్రేతపతిః-ఇ-పు-యమః-

ప్రేతపిణ్డః-అ-పు- మరణావధిసపిండీకరణపర్యంతంప్రేతసంప్రదానకపిండాకారాన్నమ్॥

ప్రేతపురమ్-అ-న-యమాలయః॥

ప్రేతరాక్షసీ-ఈ-స్త్రీ-తులసీ॥

ప్రేతవనమ్-అ-న-శ్మశానమ్॥

ప్రేతవాహితః-అ-త్రి-భూతావిష్టః॥

ప్రేతశిలా-ఆ-స్త్రీ-పిండదానార్థగయాస్థితప్రస్తరవిశేషః॥

ప్రేతశౌచమ్-అ-న-మృతసంస్కారాది॥

ప్రేతా-ఆ-స్త్రీ-ప్రేతభావాపన్నా-అమృతా

ప్రేత్య-అ-౦-భవాంతరమ్॥ తె॥ మరణానంతరముందవ్యోడిశరీరపరిగ్రహము.

ప్రేమన్-న్-న-నర్మ॥

ప్రేమపాతనమ్-అ-న-రోదనమ్॥

ప్రేమా-న్-(స్త్రీ)-స్నేహః॥

ప్రేమా.న్-పు- స్నేహః- ౨వాసవః-౩వాయుః॥

ప్రేమాలిఙ్గనమ్-అ-న- స్నేహేనపరిష్వంగః ౨ నాయక నాయికయో రాలింగనవిశేషః॥

ప్రేమీ-న్-త్రి-ప్రేమయుక్తః॥

ప్రేయః-స్-న- అలంకారవిశేషః-౨ప్రియమ్

ప్రేయకః-అ-పు-మత్స్యవిశేషః॥ తె॥ ఒకానొకచేప.

ప్రేయసీ-ఈ-స్త్రీ-వనితా॥

ప్రేయాన్-స్-త్రి-అతిప్రియః॥

ప్రేయాన్-స్-పు-ప్రియః॥

ప్రేయోపత్యః-అ-పు-కంకపక్షీ॥ తె॥ రాఁబులుగు.

ప్రేరణమ్-అ-న-ప్రేషణమ్॥

ప్రేరణా-ఆ-స్త్రీ-చోదనా-ఫలభావనా॥

ప్రేరితః-అ-త్రి-ప్రేషితః॥

ప్రేగ్త్వరీ-ఈ-స్త్రీ-నదీ॥

ప్రేర్త్వా-న్-పు-సముద్రః॥

ప్రేషః-అ-పు-ఆజ్ఞా- ౨ప్రేషణమ్ - ౩మర్దనమ్-౪క్లేశః-౫ఉన్మాదః-౬ఛాందసః- ౭ మంత్రిః-౮భృత్యవర్గః॥

ప్రేషణమ్-అ-న-ప్రేరణమ్॥

ప్రేషితమ్-అ-త్రి-ప్రేరితమ్॥

ప్రేష్టా-ఆ-స్త్రీ-వనితా॥

ప్రేష్ఠః-అ-త్రి-అతిశయెనప్రియః-౨శ్రేష్ఠః ౩అగ్రః॥

ప్రేష్ఠా-ఆ-స్త్రీ-ప్రేయసీ-౨జంఘా॥

ప్రేష్యః-అ-త్రి-భృత్యః - ౨ప్రేరణీయశ్చ॥ తె॥౧జీతగాఁడు.

ప్రేష్యా-ఆ-స్త్రీ-దాసీ॥

ప్రైషః-అ-పు-క్లేశః-౨మర్దనమ్-౩ఉన్మాదః ౪ప్రేషణమ్॥

ప్రైష్యః-అ-పు-ప్రేష్యః॥

ప్రోక్తః-అ-త్రి-ఉక్తః॥ తె॥ చెప్పఁబడ్డది.

ప్రోక్తా-ఆ-స్త్రీ-కండూరాలతా ॥ తె ॥ దూలగొండి.

ప్రోక్షణమ్-అ-న-యజ్ఞపశుహననమ్- ౨సేచనమ్-౩వధః॥

ప్రోక్షితః-అ-త్రి-యజ్ఞహతపశుః- ౨సిక్తః॥

ప్రోజ్జాసనమ్-అ-న-మారణమ్॥

ప్రోజ్ఝితమ్-అ-త్రి-త్యక్తమ్॥

ప్రోఞ్ఛనమ్-అ-న- ప్రవర్జనమ్- లోపనమ్॥

ప్రోణ్ఠః-అ-పు-పతద్గ్రహః॥

ప్రోతమ్-అ-న-వస్త్రమ్॥

ప్రోతః-అ-త్రి-గుంభితః-౨వస్త్రమ్॥

ప్రోతోత్సాదనమ్-అ-న-వస్త్రకుట్టిమమ్ - ఛత్రమ్॥

ప్రోష్ఫలః-అ-పు-వృక్షవిశేషః॥

ప్రోత్ఫుల్లమ్-అ-త్రి-వికసితమ్॥

ప్రోత్సాహః-అ-పు-ప్రకృష్టోత్సాహః॥

ప్రోథః-అ-పు-అధ్వగః - ౨నాసాపుటద్వయమ్॥ తె॥౨ముక్కు-౨గొల్లు.

ప్రోథః-అ-త్రి-ప్రథితః-౨స్థాపితః - ౩అధ్వగః॥

ప్రోథః-అ-(సీ)-అశ్వఘోణా-౨కటిః- ౩స్త్రీగర్భః॥ తె॥౧గుఱ్ఱపుముక్కు - ౨నడుము ౩స్త్రీగర్భము.

ప్రోషః-అ-పు-దాహః॥ తె॥ కాలడము.

ప్రోషితః-అ-త్రి-ప్రవాసగతః॥

ప్రోషితభర్తృకా-ఆ- సీ - దేశాంతరగతె కాంతె సంతాపవ్యాకులనాయికా॥ తె॥ పెనిమిటి దేశాంతరము వెళ్లినపుడు సంతాపించుచుండు నాయిక.

ప్రోష్టిలః-అ-పు-అయోఘనః॥ తె॥ కమ్మరిసనమ్మెట.

ప్రోష్ఠః-అ-పు.ప్రోష్ఠీమత్స్యః॥

ప్రోష్ఠపదః-అ-పు- భాద్రపదమాసః॥ తె॥ పన్నెండు నెలలలోనొకటి,

ప్రోష్ఠపదాః-ఆ-సీ- పూర్వాభాద్రానక్షత్రమ్-౨ఉత్తరాభాద్రపదనక్షత్రమ్॥

ప్రోష్ఠపదీ-ఈ-సీ-భాద్రీపూర్ణిమా॥

ప్రోష్ఠపాదః అ-త్రి-ప్రోష్ఠపదాసుజాతః

ప్రోష్ఠీ-ఈ-ద్వి-మత్స్యభేదః॥

ప్రోష్ఠీ-న్-పు-పైత్యహారిమీనః॥

ప్రోహః-అ-త్రి-నిపుణః-౨తర్కః॥

ప్రోహః-అ-పు-ప్రకృష్టతర్కః-౨గజాంఘ్రిః ౩చర్మ॥

ప్రౌఢః-అ-త్రి- ప్రవృద్ధః-౨ ప్రగల్భః-౩నిపుణః-౪ప్రకర్షేణవూఢశ్చ॥ తె॥౧వృద్ధిపొందినది.

ప్రౌఢపాదః - అ - పు - ఆసనారోపితపాదతలః,ఆసనోపరి పాదతలద్వయసంయోగపూర్వకోపవేష్టా-౨వస్త్రాదినాకృతపృష్ఠజానుజంఘాబంధః - వస్త్రాదిద్వారా పృష్ఠజానుజంఘాద్వయదృఢబంధనపూర్వకోపవేష్టా॥

ప్రౌఢా-ఆ-సీ- త్రింశద్వర్షాదారభ్యపంచాశద్వర్షపర్యంతవయస్త్రీ॥

ప్రౌఢిః-ఇ-సీ-సామర్థ్యమ్॥

ప్రౌఢోక్తిః-ఇ-సీ- అలంకారవిశేషః॥ తె॥ ఒకానొకయలంకారము.

ప్రౌణః అ-త్రి-నిపుణః॥

ప్రౌష్ఠపదః-అ-పు -భాద్రమాసః॥

ప్రౌహః-అ-పు-ప్రకర్షేణోహః॥

ప్లక్షః-అ-పు-సప్తద్వీపవిశేషః-౨జటీ- ౩గర్దభాండవృక్షః- ౪పిప్పలవృక్షః-౫గృహద్వారపార్శ్వమ్॥ తె॥ ౧ఏడుదీవులలో నొకటి-౨జువ్విచెట్టు-౩కలుజువ్విచెట్టు-౪రావిచెట్టు.

ప్లక్షద్వీపః-అ-పు-సప్తద్వీపాంతర్గతద్వీపవిశేషః॥

ప్లవమ్-అ-న- కైవర్తీముస్తకమ్- ౨గంధతృణమ్॥

ప్లవః-అ-పు-సంవత్సరవిశేషః-౨ఉడుపమ్-౩భేకః-౪సుపార్శ్వకవృక్షః-౫జలకుక్కుటః-౬చండాలః - ౭క్రమనిమ్నమహీభాగః-౮జలవాయసః-౯వానరః-౧౦పూతిగంధః-౧౧కారండవపక్షీ- ౧౨ప్లుతగమనమ్-౧౩-కులకః-౧౪చేలకః-౧౫శబ్దః-౧౬కైవర్తః॥ తె॥ ౧తెప్ప-౩కప్ప-౪కలుజువ్విచెట్టు-౭సాగుడునేల.

ప్లవః-అ-త్రి-ప్లుతగే॥

ప్లవకః-అ-పు-కీలకః-౨చండాలః-౩భేకః-౪ప్లక్షః॥ తె॥౧మరగాళ్లుకట్టిఆడెడువాడు

ప్లవగః-అ-పు-౧వానరః-౨మండూకః-౩అరుణసారథిః-౪ప్లవపక్షీ-౫శిరీషవృక్షః॥

ప్లవగతిః-ఇ-పు-భేకః॥

ప్లవఙ్గః-అ-పు-సంవత్సరవిశేషః-౨భేకః-౩వానరః-౪సూర్యసారథిః-౫ప్లక్షవృక్షః॥

ప్లవఙ్గమః-అ-త్రి-ప్లుతగతియుక్తే॥

ప్లవఙ్గమః-అ-పు-భేకః-౨వానరః॥ తె॥౧కప్ప-౨క్రోతి.

ప్లవనమ్-అ-న-ముస్తా॥ తె॥తుంగముస్తె॥

ప్లవనః-అ-త్రి-ప్రవణః-క్రమనిమ్నభూమిః॥

ప్లవాకా-ఆ-సీ-తరణిః॥ తె॥ఓడ.

ప్లవికా-ఆ-సీ-నద్యాదితరణయోగ్యసాధనవిశేషః॥

ప్లాక్షమ్-అ-న-ప్లక్షవృక్షస్యఫలమ్-౨ప్లక్షస్యవికారః-౩ప్లక్షస్యసమూహః-౪ప్లక్షస్యభావః-౫ప్లక్షస్యేదమ్-౬ప్లక్షస్యహితమ్॥

ప్లావనమ్-అ-న-ద్రవద్రవ్యస్యోర్ధ్వప్రాపణమ్-౨మజ్జనమ్-బహుతరజలసంయోగః॥

ప్లావితమ్-అ-త్రి-జలాదిమగ్నస్థానాది॥

ప్లావీ-న్-పు-విహంగః॥

ప్లిహా-న్-పు-ప్లీహరోగః॥

ప్లీహఘ్నః-అ-పు-పారిభద్రవృక్షః-౨అంకోలవృక్షః॥ తె॥౧బాడిదపుచెట్టు-౨ఊడుగుచెట్టు.

ప్లీహశత్రుః-ఉ-పు-రోచనః॥ తె॥ ములుమోదుగుచెట్టు.

ప్లిహా-ఆ-సీ-ప్లిహారోగః॥

ప్లీహా న్-పు-హృదయవామభాగస్థపీతమాంసమ్॥

ప్లీహారిః-ఇ-పు-అశ్వత్థవృక్షః॥

ప్లీహాశత్రుః-ఉ-పు-ప్లీహశత్రుః-౨ప్లీహఘ్నవృక్షః॥

ప్లుక్షిః-ఇ-పు-అగ్నిః-౨స్నేహః-౩గృహదాహః॥

ప్లుతమ్-అ-న-అశ్వగతివిశేషః-౨స్వరవిశేషః॥

ప్లుతః-అ-పు-కాలమానలఘుత్రయమ్-౨తాలప్రాణాంగభేదః॥

ప్లుషః-అ-పు-దహనమ్॥

ప్లుష్టః-అ-త్రి-దగ్ధః॥ తె॥కాలినది.

ప్లోషః-అ-పు-దాహః॥ తె॥కాలడము.

ప్సా-ఆ-సీ-భక్షణమ్॥

ప్సాతః-అ-త్రి-భక్షితః॥ తె॥తినబడినది.

ప్సానమ్-అ-న-భోజనమ్॥

ఫ

ఫమ్-అ-న-రూక్షోక్తిః-౨ఫుత్కృతిః-౩నిష్ఫలభాషణమ్॥

ఫః-అ-పు-ఝంఝానిలః-౨ఆస్ఫోటః-౩ఫూత్కారః-౪పార్వణమ్-౫కథామాత్రః-౬నిష్ఫలోక్తిః-౭పినాకః-౮సూర్యవర్షః॥

ఫః-అ-త్రి-పరోక్షః-౨అపస్మారకః॥

ఫక్కికా-ఆ-సీ-అసద్వ్యవహారః॥

ఫఞ్జికా-ఆ-సీ-బ్రాహ్మణయష్టికా-౨దేవతాడః-౩దురాలభా॥

ఫఞ్జిపత్రికా-ఆ-సీ-ఆఖుపర్ణీ॥

ఫఞ్జీ-ఈ-సీ-భార్గీ॥

ఫట్-ట్-౦-విఘ్ననిరాకారః-౨అస్త్రబీజమ్

ఫటః-అ-ద్వ-ఫణా॥

ఫటా-ఆ-సీ-ఫణా-౨దంతః-౩కితవః॥

ఫడిఙ్గా-ఆ-సీ-ఝిల్లికా॥

ఫణః-అ-ద్వి-స్ఫటా॥ తె॥ పాముపడిగె.
ఫణకరః-అ-పు-భుజంగః॥
ఫణధరః-అ-పు-సర్పః॥
ఫణధరధరః-అ-పు-శివః॥
ఫణభృత్-త్-పు-సర్పః॥
ఫణవాన్-త్-పు-సర్పః॥
ఫణా-ఆ-సీ-సర్పఫటా॥
ఫణాకరః-అ-పు-సర్పః॥ తె॥ పాము.
ఫణాధరః-అ-పు-సర్పః॥ తె॥ పాము.
ఫణాభవః-అ-పు-సర్పః॥ తె॥ పాము.
ఫణావాన్-త్-పు-సర్పః॥ తె॥ పాము.
ఫణిః-ఇ-పు-సర్పః॥ తె॥ పాము.
ఫణిఖేలః-అ-పు-భారతీపక్షీ॥
ఫణిచక్రమ్-అ-న-వివాహాదికర్మసుశుభాశుభజ్ఞానార్థంసప్తవింశతినక్షత్రఘటితసర్పాకారత్రినాడికచక్రమ్॥
ఫణిజిహ్వా-ఆ-సీ-మహాశతావరీ॥ తె॥ పెద్దపిల్లిపీచరచెట్టు.
ఫణిజిహ్వికా-ఆ-సీ-శారిబా॥ తె॥ గూడపాలచెట్టు.
ఫణిజ్జకః-అ-పు-మరువకః-౨తులసీ॥ తె॥ ౧మరువము-౨తులసి.
ఫణిజ్ఝకః-అ-పు-క్షుద్రపత్రతులసీ-౨జంబీరభేదః-౩జంబీరసామాన్యః॥
ఫణితః-అ-త్రి-ప్రణుతః॥
ఫణితల్పగః-అ-పు-విష్ణుః॥
ఫణిపాశమ్-అ-న-రతిబంధవిశేషః॥ తె॥ ఒకానొకరతిబంధము.
ఫణిప్రియః-అ-పు-వాయుః॥
ఫణిఫేణః-అ-పు-అహిఫేణః॥
ఫణిలతా-ఆ-సీ-తాంబూలవల్లీ॥
ఫణివల్లీ-ఈ-సీ-నాగవల్లీ॥
ఫణిహా (స్త్రీ)-ఈ-సీ-గంధనాకులీ॥
ఫణిహారీ-ఈ-సీ-యాసః॥ తె॥ పిన్నరేగటిదూలగొండి.
ఫణిహృత్-ద్-సీ-క్షుద్రదురాలభా॥
ఫణీ-న్-పు-సర్పః-౨సర్పిణీనామకౌషధిః॥ }
ఫణీశ్వరః-అ-పు-అనంతః॥ తె॥ ౧పాము. }
ఫణ్డః-అ-పు-జఠరమ్॥
ఫత్కారీ-న్-పు-పక్షిమాత్రమ్॥
ఫరమ్-అ-న-ఫలకమ్॥
ఫరువకమ్-అ-న-పూగపాత్రమ్
ఫర్పరీకమ్-అ-న-మార్దవే॥
ఫర్పరీకః-అ-పు-చపేటః॥
ఫర్పరీకా-ఆ-సీ-పాదుకా-౨మదనః॥
ఫలమ్-అ-న-ఫలితశలాటుః-౨తకోలఫలమ్-౩జాతిఫలమ్-౪ఖేటకః-౫ఫాలమ్-౬లాభః-౭వైద్యశాస్త్రనిర్ణీతఫలత్రయమ్-౮బాణాగ్రమ్-౯సస్యమ్-౧౦ఫలకమ్-౧౧ధనమ్-౧౨భోగః-౧౩బీజమ్-౧౪హేతుకృతమ్-౧౫శల్యమ్-౧౬వ్యుష్టిః-౧౭నిష్పత్తిః-౧౮భోగజాతిజమ్-౧౯ముక్తా-౨౦ధాన్యగణః-౨౧ఆర్తవమ్॥ తె॥ ౧పండు-౨తక్కోలఫలము-౩జాజికాయ-౪డాలు-౫నాగంటికఱ్ఱు-౯పైరు.
ఫలః-అ-పు-వంచయష్టిహారః-౨కుటజవృక్షః
ఫలకమ్-అ-(సీ)-చర్మ॥
ఫలకమ్-అ-న-శ్రోణీ॥
ఫలకః-అ-పు-కమలవల్లభః-౨శివః-౩విష్ణుః-౪అస్థిఖండమ్-౫నాగకేసరమ్-౬కాష్ఠాదిపట్టకమ్-౭రజకపట్టమ్॥ తె॥ ౧పిన్నవరగోగు-౨హరుడు-౩విష్ణువు.
ఫలకః-అ-(సీ)-ఖేటకః॥ తె॥ డాలు.
ఫలకపాణిః-ఇ-పు-చర్మీ॥ తె॥ డాలును, అరిగెయునుపట్టెడువాడు.

ఫలకర్కశా-ఆ-సీ-వనకోలిః॥

ఫలకీ-న్-త్రి-ఫలకాన్వితే॥

ఫలకీ-న్-పు-ఫలకపాణిః-౨ చిలీచీమః॥ తె॥ ౧ డాలుపట్టెడువాఁడు-౨ నడగడ్డిలోచేఁప

ఫలకృచ్ఛ్రః-అ-(సీ)- తప్తాదినవకృచ్ఛ్రవిశేషః॥

ఫలకృష్ణః-అ-పు-కరమర్దకః-౨ పానీయామలకమ్॥ తె॥ ౧ వాఁక చెట్టు.

ఫలకేసరః-అ-పు-నారికేళవృక్షః॥

ఫలకోశకః-అ-పు-ముష్కః॥

ఫలగ్రహిః-ఇ-త్రి-ఫలేగ్రహిః॥

ఫలగ్రాహీ-న్-పు-వృక్షః॥

ఫలగ్రాహీ-న్-త్రి-ఫలగ్రహణకర్తా॥

ఫలచమసః-అ-పు - దధిమిశ్రితవటత్వక్చూర్ణమ్॥

ఫలచోరకః-అ-పు-చోరకనామగంధద్రవ్యం

ఫలత్రయమ్-అ-న- ద్రాక్షాపరూషకాశ్మర్యః-౨ త్రిఫలా॥

ఫలత్రికమ్-అ-న-వైద్యశాస్త్రనిర్మితఫలత్రయమ్॥

ఫలదః-అ-పు-వృక్షః॥

ఫలదః-అ-త్రి-ఫలదాతా॥

ఫలపఞ్చామ్లమ్-అ-న-అమ్లపంచఫలమ్॥

ఫలపాకః-అ-పు-కరమర్దవృక్షః-౨ పానీయామలకమ్॥ తె॥ ౧ వాఁక చెట్టు.

ఫలపాకాన్తా-ఆ-సీ-ఓషధిః, ధాన్యకదల్యాదిః॥

ఫలపాకీ-న్-పు-గర్దభాండః॥

ఫలపుచ్ఛః-అ-పు-వరండాలుః॥

ఫలపుష్పా-ఆ-సీ-పిండఖర్జూరీ॥

ఫలపూరః-అ-పు- మాతులుంగవృక్షః॥ తె॥ మాదీఫలపు చెట్టు.

సలపూరకః-అ-పు-బీజపూరః॥

ఫలభూమిః-ఇ-సీ-కర్మఫలభోగస్థానమ్॥

ఫలముఖ్యా-ఆ-సీ-అజమోదా॥

ఫలముద్గరికా-ఆ-సీ-పిండఖర్జూరః॥

ఫలముస్తా-ఆ-సీ-అపామార్గః॥ తె॥ ఉత్తరేణి చెట్టు.

ఫలరేచనః-అ-పు- పీలువృక్షః॥ తె॥ గోలుగు చెట్టు.

ఫలలక్షణా-ఆ-సీ-ప్రరోహజనవతీలక్షణా॥

ఫలలుబ్ధః-అ-పు-స్వల్పప్రసవనారికేళవృక్షః

ఫలవర్తులమ్-అ-న-కాలింగమ్॥

ఫలవాన్-త్-త్రి-విద్యమానఫలవృక్షః॥

ఫలవృక్షకః-అ-పు-పనసః॥

ఫలశః-అ-పు-పిండాలుః॥ తె॥ చారకందచెట్టు

ఫలశాకమ్-అ-న- షడ్విధశాకాంతర్గతఫలరూపశాకమ్॥

ఫలశ్రుతిః-ఇ-సీ-కర్మఫలశ్రవణమ్॥

ఫలశ్రేష్ఠః-అ-పు-ఆమ్రవృక్షః॥

ఫలషాడబః-అ-పు-దాడిమవృక్షః॥ తె॥ దానిమ్మచెట్టు.

ఫలసః-అ-పు-పనసవృక్షః॥

ఫలసారీ-న్-పు- అరిష్టవృక్షః॥ తె॥ కుంకుడుచెట్టు.

ఫలస్నేహః-అ-పు-అక్షోటః॥ తె॥ కొండగోలుగు చెట్టు.

ఫలహారీ-ఈ-సీ-కాలీ॥

ఫలా-ఆ-సీ-ప్రియంగుః॥ తె॥ ప్రేంకణపుచెట్టు

ఫలాఢ్యా-ఆ-సీ-కాష్ఠకదలీ॥

ఫలాదనః-అ-పు-శుకపక్షీ॥

ఫలాదనః-అ-త్రి-ఫలభక్షకః॥

ఫలాధ్యక్షమ్-అ-న-క్షీరికా॥ తె॥ పాలచెట్టు.

ఫలాధ్యక్షః-అ-త్రి-ఫలానాంఅధికృతే॥

ఫలాన్తః-అ-పు-వంశః॥

ఫలామ్లమ్-అ-న-వృక్షామ్లమ్॥

ఫలామ్లః-అ-పు-అమ్లవేతసః॥

ఫలావశః-అ-పు-కరమర్దకవృక్షః॥ తె॥ ఓంక చెట్టు.

ఫలాశనః-అ-త్రి-ఫలభక్షకః॥

ఫలాశనః-అ-పు-శుకః॥ తె॥ చిలుక.

ఫలిః-ఇ-పు-మత్స్యవిశేషః॥

ఫలికా-ఆ-సీ-నిష్పావీ॥

ఫలితమ్-అ-త్రి-ఫలమస్యజాతమ్॥

ఫలితమ్-అ-న-హారవిశేషః-౨ఉష్పితమ్-౩లలితమ్॥

ఫలితః-అ-పు-వృక్షః॥

ఫలినః-అ-త్రి-పనసః-౨ఫలవతివృక్షః॥

ఫలినీ-ఈ-సీ-ప్రియంగుః-౨శక్రపుష్పీ॥ తె॥ ౧ ప్రేంకణపుచెట్టు-౨తరిగొట్టచెట్టు.

ఫలీ-న్-త్రి-ఫలసహితవృక్షః॥ తె॥ పండ్లతో కూడికొనిన చెట్టు.

ఫలీ-ఈ-సీ-ప్రియంగుః-౨ఫలిమత్స్యః॥ తె॥ ౧ ప్రేంకణపుచెట్టు.

ఫలూషః-అ-పు-లతాభేదః॥

ఫలేగ్రహిః-ఇ-త్రి-ప్రతివత్సరఫలవద్వృక్షః

ఫలేగ్రాహిః-ఇ-పు-యథాసమయంఫలధరవృక్షః॥

ఫలేన్ద్రః-అ-పు-బృహజ్జంబుః॥

ఫలేపుష్పా-ఆ-సీ-క్షుద్రక్షుపవిశేషః॥

ఫలేరుహః-అ-పు-తాలవృక్షః॥ తె॥ తాటిచెట్టు.

ఫలేరుహా-ఆ-సీ-పాటలీవృక్షః॥ తె॥ కలిగొట్టుచెట్టు.

ఫలోత్తమా-ఆ-సీ-లఘుద్రాక్షా-౨వైద్యశాస్త్రనిర్ణీతఫలత్రయమ్॥ తె॥ ౧కిసుమిసుచెట్టు-౨కరక తాడియాసిరికెలు.

ఫలోత్పత్తిః-ఇ-పు-ఆమ్రవృక్షః॥

ఫలోదయః-అ-పు-స్వర్గః-౨లాభః॥

ఫల్యః-అ-పు-విసారితాంగమ్॥

ఫల్గుః-ఉ-సీ-కాకోదుంబరికావృక్షః-౨గయాస్థనదీభేదః-౩రేణుభేదః-౪మిథ్యావాక్యమ్-౫వసంతర్తుః॥ తె॥ ౧ బ్రహ్మమేడిచెట్టు.

ఫల్గుః-ఉ-త్రి-పామరోక్తిః-౨తులాదివన్నిస్సారవస్తు॥

ఫల్గుదా-ఆ-సీ-గయానదీ॥

ఫల్గునః-అ-పు-అర్జునః-౨కాకోదుంబరికావృక్షః-౩ప్రథితః-౪ఫాల్గునమాసః॥ తె॥ ౨బ్రహ్మమేడిచెట్టు.

ఫల్గునాలః-అ-పు-ఫాల్గునమాసః॥

ఫల్గునీ-ఈ-సీ-కాకోదుంబరికా-౨నక్షత్రవిశేషః-తచ్చపూర్వఫల్గునీ-ఉత్తరఫల్గునీచ॥ తె॥ ౧ బ్రహ్మమేడిచెట్టు.

ఫల్గువాటికా-ఆ-సీ-కాకోదుంబరికా॥

ఫల్గువృన్తాకః-అ-పు-శ్యోనాకవృక్షభేదః॥

ఫల్గూత్సవః-అ-పు-ఫల్గుకరణకగోవిందోద్ధవః॥

ఫల్యమ్-అ-న-కుసుమమ్॥

ఫల్లః-అ-పు-బాణవిశేషః॥ తె॥ బోడమ్మ.

ఫల్లకీ-న్-పు-మత్స్యవిశేషః॥

ఫల్లఫలః-అ-పు-శూర్పవాతః॥

ఫల్లీ-ఈ-సీ-ఫల్లాతకీవృక్షః-౨కాలః-౩ఆర్ద్రమ్-౪సూరణః॥ తె॥ ౧జీడిచెట్టు-౨కాలము-౩అల్లము-౪కంద.

ఫల్లూకః-అ-పు-పక్షిశిశుః॥

ఫా-ఆ-సీ-నిష్ఠురోక్తిః-౨కలా-౩కేలిః-౪కుటీ॥

ఫాః-ఆ-పు-సంతాపః-౨నిష్ఫలభాషణమ్-౩వృద్ధిః-౪వర్ధకః॥

ఫాట్-ట్-౦-సంబోధనమ్॥ తె॥ ఓయి.

ఫాటకీ-ఈ-సీ-స్ఫటీ॥

ఫాణిః-ఇ-సీ-గుడః-౨కరంభః॥

ఫాణితమ్-అ-న-ద్రవరూపశర్కరా॥ తె॥కుండలోపోసియుంచెడు పెలుగువంటి పంచదార.

ఫాణ్టః-అ-త్రి-అనాయాసకృతః - కషాయభేదః॥ తె॥ ప్రయాసము లేకుండా చేసిన కషాయాదికము,

ఫాలమ్-అ-న-హాలోపకరణమ్॥

ఫాలః-అ-పు-కృషకః-౧మహాదేవః- ౨బలదేవః-౩నవవిధదివ్యాంతర్గతాష్టమదివ్యమ్ తె॥౧నాగంటికఱ్ఱు,

ఫాలః-అ-త్రి-కార్పాసః॥ తె॥ ప్రత్తికాయవలనయయినబట్ట.

ఫాలచూలికమ్-అ-న-చామరమ్॥ తె॥ సురటి.

ఫాలాః-అ-పు-జంబీరబీజాని॥

ఫాలాక్షమ్-అ-న.పీతోశీరమ్॥

ఫాలాక్షః-అ-పు-శివః॥ తె॥హరుఁడు.

ఫాల్గునః-అ-పు-ఫాల్గునమాసః-౧గుడాకేశః-౨నదీజవృక్షః-౩అర్జునవృక్షః - ౪ఫల్గునీనక్షత్రయుక్తా పౌర్ణమాసీ, యస్మిన్ మాసేసః॥

ఫాల్గునానుజః-అ-పు- వసంతకాలః- ౧అర్జునస్యకనిష్ఠభ్రాతా చ॥

ఫాల్గునికః-అ-పు-ఫాల్గునమాసః॥ తె॥ ఫాల్గునమాసము.

ఫాల్గునీ-ఈ-సీ-ఫాల్గునపూర్ణిమా- ౧పూర్వఫల్గునీనక్షత్రమ్-౨ఉత్తరఫల్గునీనక్షత్రమ్॥

ఫిః-ఇ-పు-పాపః- ౧నిష్ఫలవాక్యమ్-౨కోపః॥

ఫిఙ్గకః-అ-పు-పక్షివిశేషః॥

ఫుః-ఉ-పు-మంత్రకమ్ - ౧తుచ్ఛవాక్యమ్॥

ఫుకః-అ-పు-పక్షీ॥

ఫుటః-అ-త్రి-సర్పఫణా॥

ఫుట్-౦-౦-అనుకరణశబ్దః - ౧తుచ్ఛభాషణమ్॥

ఫుత్కరః-అ-పు-అగ్నిః॥

ఫుత్కారః-అ-పు-ఫుత్కరణమ్॥

ఫుత్కృతిః-ఇ-సీ-ఫుత్కారః॥

ఫుప్ఫుసః-అ-పు-పుప్ఫుసః-కోష్ఠవిశేషః- సచ హృదయ నాడికాసం లగ్నాశయ విశేషః॥

ఫుల్ఫిః-ఇ-సీ-ఫలనమ్॥

ఫుల్లః-అ-త్రి-వికసితపుష్పవృక్షాదిః॥

ఫుల్లతువరీ-ఈ-సీ-స్ఫటికా॥ తె॥పుల్లతొవరిమన్ను.

ఫుల్లదామ-న్-న-ఛందోభేదః॥

ఫుల్లఫాలః-అ-పు-శూర్పవాతః॥

ఫుల్లరీకః-అ-పు-దేశః-౧సర్పః॥

ఫుల్లలోచనః-అ-పు-మృగవిశేషః॥

ఫుల్లలోచనః-అ-త్రి- ప్రఫుల్లనేత్రయుక్తే॥

ఫుల్లిః-ఇ-సీ-వికాశః॥

ఫేణః-అ-పు-ఫేనః-తరలద్రవ్యోపర్యుత్థితబుద్బుదాకారవస్తు-౧హిండీరః॥

ఫేణీ-ఈ-సీ - స్వనామఖ్యాతమిష్టాన్నవిశేషః॥

ఫేణ్టోలిః-ఇ-సీ-భోజనత్యక్తాన్నాదికమ్॥

ఫేత్కారిణీ-ఈ-సీ-తంత్రవిశేషః॥

ఫేత్కారీయః-అ-పు-తంత్రవిశేషః॥

ఫేనః-అ-పు-పిండాలునిర్యాసః- ౧డిండీరః-౨అహిఫేనః-౩ఫేణః॥ తె॥౧చారకందజిగురు-౨నురుగు-౩నల్లమందు.

ఫేనకః-అ-పు-పిండాలునిర్యాసః-౧ఫేనః-౨పిష్టకవిశేషః॥ తె॥౧చారకందజిగురు.

ఫేనకా-ఆ-సీ-జలపక్వతండులచూర్ణమ్॥

ఫేనదుగ్ధా-ఆ-సీ-దుగ్ధఫేనీక్షుపః॥

ఫేనలః-అ-త్రి-ఫేనవాన్॥

ఫేనవాన్-త్-త్రి-ఫేనిలః॥

ఫేనవాహీ-న్-పు-వస్త్రమ్॥

ఫేనా-ఆ-స్త్రీ-సాతలాక్షుపః॥

ఫెనాగ్రమ్-అ-న-బుద్బుదమ్॥

ఫెనాశనిః-ఇ-పు-ఇంద్రః॥

ఫేనికః-అ-పు-తైలపక్వవిశేషః॥ తె॥ ఫేణీలు.

ఫెనికా-ఆ-స్త్రీ-పక్వాన్నవిశేషః॥

ఫెనిలమ్-అ-న-బదరీఫలమ్ - ౨మదనఫలమ్॥
తె॥ ౧ రేఁగుబండు.

ఫేనిలః-అ-పు-అరిష్టవృక్షః - ౨రీఠాకరంజః-
౩బదరవృక్షః॥ తె॥ ౧కుంకుడుచెట్టు-౨గు
త్తినెమలడుగుమాని.

ఫేనిలః-అ-త్రి-ఫెనవాన్॥

ఫేరః-అ-పు-శృగాలః॥

ఫేరవః-అ-త్రి-ధూర్తే,హింస్రేచ॥

ఫేరవః-అ-పు-జంబుకః-౨నృపః-౩రాక్షసః॥

ఫేరుః-ఉ-పు-జంబుకః॥ తె॥ నక్క.

ఫెలమ్-అ-న-భుక్తసముజ్ఝితమ్, ఉచ్ఛిష్టమ్॥

ఫేలకః-అ-పు-భుక్తసముజ్ఝితమ్॥

ఫేలా-ఆ-స్త్రీ-భోజనత్యక్తమ్॥

ఫెలిః-ఇ-స్త్రీ-భోజనత్యక్తాన్నాదికమ్॥

ఫేలికా-ఆ-స్త్రీ-ఉచ్ఛిష్టమ్॥

ఫెలీ-ఈ-స్త్రీ-భుక్తసముజ్ఝితమ్॥

బ

బమ్-అ-న-భూరికాలః-౨కలహః-౩పక్షః-౪
గర్వః-౫పర్వ॥

బః-అ-పు-కుంభః-౨వరుణః-౩బిందుః-౪వికల్పః-౫గజః-౬గురుః- ౭మదః - ౮బలవిస్తారః-౯బకః-౧౦దారిద్ర్యమోచనమ్॥

బః-అ-త్రి-అమలః॥

బంహిష్ఠః-అ-త్రి-అతిశయబహుళః॥

బకః-అ-పు- బకోటః-౨కుబేరః-౩రాక్షసవిశేషః-౪స్వనామఖ్యాతపుష్పవృక్షః-౫యంత్రవిశేషః॥ తె॥ ౧వాలుకొంగ.

బకః-అ-(స్త్రీ)- ఏకాష్ఠీలా॥ తె॥ బకపుష్పపుచెట్టు.

బకచిఞ్చికా-ఆ-స్త్రీ-మత్స్యవిశేషః॥

బకజిత్-త్-పు-భీమసేనః॥

బకధూపః-అ-పు-వృకధూపః॥

బకనిసూదనః-అ-పు-భీమసేనః-౨శ్రీకృష్ణః॥

బకపుష్పమ్-అ-న-అగస్తికుసుమమ్॥

బకపుష్పః-అ-పు-బకవృక్షః॥

బకవృత్తిః-ఇ-పు-బకతుల్యవర్తనవిశిష్టః॥

బకవైరీన్-పు-భీమసేనః-౨శ్రీకృష్ణః॥

బకవ్రతీన్-పు-మిథ్యావినీతః,బకవృత్తిః॥

బకాచీ-ఈ-స్త్రీ-బకచించికామత్స్యః॥

బకారిః-ఇ-పు-శ్రీకృష్ణః॥

బకులః-అ-పు-స్వనామఖ్యాతపుష్పవృక్షః॥

బకులా-ఆ-స్త్రీ-కటుకా॥

బకులీ-ఈ-స్త్రీ-కాకోలీ॥

బకూలః-అ-పు-బకులవృక్షః॥

బకేరుకా-ఆ-స్త్రీ- బలాకా-౨వాతావర్జితశా
ఖా॥

బకోటః-అ-పు-బకపక్షీ॥ తె॥ వాలుకొంగ.

బగలా-ఆ-స్త్రీ-కర్కటః-౨బంగాలీతిచనామాంతోయమ్॥ తె॥ ౧ఎఱ్ఱగుమ్మడిచెట్టు.

బఙ్గాలః-అ-పు-బంగాలదేశేక్షుః॥

బఙ్గాలీ-ఈ-స్త్రీ-కదలీవిశేషః॥ తె॥ కొమ్మరఁటిచెట్టు.

బఠరః-అ-పు-ముస్తా॥ తె॥ తుంగముస్తె.

బడబమ్-అ-న-పాతాళమ్॥

బడబా-ఆ-స్త్రీ- అశ్వ(స్త్రీ)-౨కుంభదాసీ - ౩యోషిద్భేదః- ౪ద్విజ(స్త్రీ)-౫అశ్వినీనక్షత్రమ్-౬బాడబాగ్నిః॥

బడబాకృతః-అ-పు- పంచదశదాసాంతర్గత

దానవిశేషః-కుత్రచిత్, బడబాభృతో, బడబాహృతోపిపాఠః॥
బడబాగ్నిః-ఇ-పు-సముద్రస్థాగ్నిః॥
బడబానలః-అ-పు-బడబాగ్నిః-౨లంకాయా దక్షిణె పృథివ్యాశ్చతుర్థభాగరూపస్థానవిశేషః॥
బడబానలః-అ-పు-అగ్నినిర్యాసః॥ తె॥అగ్నిజారము.
బడబాముఖమ్-అ-న-పాతాలమ్॥
బడబాముఖః-అ-పు-ఔర్వాగ్నిః॥
బడబాసుతౌ-అ-పు-అశ్వినీకుమారౌ॥
బడబాహృతః-అ-పు-బడబాకృతః॥
బడభిః-ఇ-సీ-బడభీ॥
బడభీ-ఈ-సీ-గృహచూడా-౨చంద్రశాలా
బడా-ఆ-సీ-బటకః॥
బడిత్రః-అ-త్రి-శూలాకృతః॥ తె॥ కరకుట్లు.
బడిశమ్-అ-న-మత్స్యబంధనమ్॥ తె॥గాలము
బడిశీ-ఈ-సీ-మత్స్యబంధనమ్॥ తె॥గాలము.
బణ్డారః-అ-పు- కృపణః-౨ఘోషః-౩మహిషరక్షకః॥ తె॥ ౩గేదెలుకాఁచేవాఁడు.
బత-అ-౦- సంబోధనమ్-౨ఖేదః-౩అనుకంపా-౪సంతోషః-౫విస్మయః॥ తె॥ ౧ఓయియనుట - ౨అయ్యోయనుట- ౩అయ్యయ్యో-౪అన్నా-౫ఔరా.
బదరమ్-అ-న-బదరీఫలమ్-౨సేవిఫలమ్-౩కార్పాసఫలమ్-౪కోలివిశేషః॥
బదరః-అ-పు-బదరీవృక్షః-౨దేవసర్షపవృక్షః ౩కార్పాసాస్థి॥
బదరః-అ-ద్వి- కార్పాసవృక్షః॥ తె॥ ప్రత్తిచెట్టు.
బదరఫలీ-ఈ-సీ-భూబదరీ॥
బదరవల్లీ-ఈ-సీ-భూబదరీ॥
బదరా-ఆ-సీ-కార్పాసీ-౨పలాపర్ణీ-౩విష్ణుక్రాంతా-౪నదీవిశేషః॥ తె॥ ౧ప్రాఁచితీఁగె.
బదరామలకమ్-అ-న-ప్రాచీనామలకమ్॥
బదరిః-ఇ-సీ-కోలివృక్షః॥
బదరికాశ్రమః-అ-(సీ)-తీర్థవిశేషః॥
బదరీ-ఈ-సీ-కువలీ-౨కార్పాసవృక్షః-౩కార్పాసీ-౪ఘోటజటీ॥ తె॥ ౧రేఁగుచెట్టు-౨ప్రత్తిచెట్టు-౩ప్రాఁచితీఁగె-౪గొట్టెచెట్టు
బదరీచ్ఛదా-ఆ-సీ-హస్తికోలివృక్షః-౨శంఖనఖీ॥
బదరీపత్రః-అ-పు- నలీనామగంధద్రవ్యమ్॥
బదరీఫలా-ఆ-సీ-నీలశేఫాలికా॥
బదరీశైలః-అ-పు- హిమాలయపర్వతైకదేశః॥
బద్ధః-అ-త్రి-కీలితః॥ తె॥కట్టఁబడ్డవాఁడు.
బద్ధగుదమ్-అ-న-ఉదరరోగవిశేషః॥
బద్ధప్పి-ఇ-న-బద్ధపాణిః, బద్దాప్పితిచపాఠః॥
బద్ధఫలః-అ-పు-కరంజకవృక్షః॥
బద్ధముష్టిః-ఇ-త్రి-దృఢముష్టిః,కృపణః॥
బద్ధమూలమ్-అ-త్రి-దృఢమూలమ్,ఉత్పాటనార్హమూలమ్॥
బద్ధరసాలః-అ- పు- త్రివిధరాజామ్రాంతర్గతామ్యుత్తమామ్రః॥
బద్ధశిఖః-అ-త్రి-శిశుః- ౨శిఖాబంధనవిశిష్టః॥
బద్ధశిఖా-ఆ-సీ-ఉచ్చటా-౨సంబద్ధకేశశ్చ॥
బధిరః-అ-త్రి-ఏడః॥ తె॥చెవటివాఁడు.
బన్దికా-ఆ-సి-విదుషికాలతా- ౨బందీ॥ తె॥౧పొట్టికాఁకరచెట్టు-౨కయిదుచేసేయిల్లు
బన్దీ-ఈ-సీ- ప్రగ్రహః- ౨బందీకరణమ్॥ తె॥ ౧కైదుచెయ్యఁబడ్డవాఁడు - ౨కైదుచెయ్యడము.
బన్ధః-అ- పు- ఆధిః- ౨బంధనమ్-౩శరీరమ్-౪గృహాదివేష్టనమ్॥ తె॥౧తాకట్టు.
బన్ధకమ్-అ-న-ఋణాయస్థాపితంవస్తు॥

బన్ధకః-అ-పు- వినిమయః-౨ఆధిః- ౩రతహిండకః॥

బన్ధకీ-ఈ-సీ- జారిణీ - ౨కరేణుః॥ తె॥౧జారత్వముఁగలది-౨ఆఁడుపనుఁగు.

బన్ధతన్త్రమ్-అ-న-చతురంగమ్॥ తె॥ చెతురంగము.

బన్ధనమ్ అ-న-ఉద్దానమ్-౨ప్రశితిః-౩వధః॥ తె॥౧కుట్టివెయ్యడము-౨బొండ, సంకెళ్లుచేత చేసినకయిదు.

బన్ధనవేశ్మన్-న-కారాగారమ్॥

బన్ధనస్తమ్భః-అ-పు-హస్తిబంధనస్తంభః॥

బన్ధనాలయః-అ-పు-కారాగారమ్॥

బన్ధనీ-ఈ-సీ-గాంగేరుకీ॥ తె॥జిబిలిక చెట్టు.

బన్ధికా-ఆ-సీ-జంఘాచరణసంధిః॥ తె॥సీలమండకీలు.

బన్ధితః-అ-త్రి-కుఠారాదికృన్తశాఖాదిః॥

బన్ధిత్రమ్-అ-న-కామదేవః-౨చర్మవ్యజనమ్॥

బన్ధుః-ఉ-పు-సగోత్రపురుషః-౨చతుస్సంజ్ఞా ౩బంధూకవృక్షః-౪భర్తా-౫మిత్రమ్॥

బన్ధుః-ఉ-సీ-భార్యా॥

బన్ధుకః-అ-పు-బంధుజీవకవృక్షః-౨పీతసారకవృక్షః॥ తె॥౧మంకెనచెట్టు-౨వేగినచెట్టు

బన్ధుజీవః-అ-పు-బంధూకవృక్షః॥ తె॥మంకెనచెట్టు.

బన్ధుజీవకః- అ - పు-బంధూకః॥ తె॥మంకెనచెట్టు.

బన్ధుతా-ఆ-సీ-జ్ఞాతిసమూహః - ౨బంధోర్భావః॥

బన్ధురమ్-అ-న-ముకుటమ్॥

బన్ధురః- అ - పు- ఋషభాఖ్యవృక్షః-౨కలహంసః-౩బంధూకవృక్షః-౪(స్త్రీ)చిహ్నమ్-౫తిలకల్కమ్-౬బధిరః-౭విడంగః-౮బకః-౯విహంగః॥ తె॥ ౨మధురముగాపలికెడుఅంచ-౩మంకెనచెట్టు.

బన్ధురః-అ-త్రి-రమ్యః- ౨ఉన్నతానతః-౩నమ్రః॥ తె ॥ ౨పొడుగుఁగలిగివంగినది-౩వంగినది.

బన్ధురా-ఆ-సీ-వేశ్యా॥

బన్ధురాః-అ-పు- సక్తవః, బహువచనాంతోయమ్॥

బన్ధురాలీ-ఈ-సీ-మక్షికా॥

బన్ధులః-అ-త్రి-సుందరః-౨నమ్రః॥

బన్ధులః-అ-పు-కులటాసుతః-౨బంధూకః॥ తె౧గుడిశవేటుదానికొడుకు.

బన్ధూకః-అ-పు-బంధుజీవకవృక్షః-౨పీతసారకవృక్షః-౩పుష్పవృక్షవిశేషః॥ తె॥౧మంకెనచెట్టు-౨వేఁగిసచెట్టు.

బన్ధూకపుష్పః-అ-పు-సర్జకవృక్షః- ౨బీజకః॥ తె॥౧వేఁగిసచెట్టు.

బన్ధూరః-అ-పు-వివరమ్॥

బన్ధూరః-అ-త్రి- నమ్రః-౨రమ్యః॥ తె॥౧వంగినది.

బన్ధూలిః-ఇ-పు-బంధూకవృక్షః॥ తె॥మంకెనచెట్టు.

బన్ధ్యః-అ-త్రి- ఋతుప్రాప్తావపిఫలరహితవృక్షాదిః-౨బంధనీయః॥

బభ్రవీ-ఈ-సీ-దుర్గా॥

బభ్రిః-ఇ-పు-వజ్రమ్॥

బభ్రుః-ఉ-పు-నకులః-౨కృశానుః-౩శంభుః-౪విపులః-౫విష్ణుః-౬మునివిశేషః- ౭ధాతా-౮విలాసః-౯ఆజ్యమ్-౧౦దేశభేదః ౧౧సితావరశాకః॥ తె॥౧ముంగిస.

బభ్రుః-ఉ-త్రి-పింగలః-౨ఖలతిః॥

బభ్రుధాతుః-ఉ-పు-సువర్ణగైరికమ్॥

బమ్భరః-అ-పు-భృంగః॥

బమ్భా-ఆ-సీ-భేరీ-౨భేరీధ్వనిః॥

బరణికా-ఆ-సీ-సోమలతా॥ తె॥పుల్లతీఁగె.

బర్కరః-అ-పు-తరుణచతుష్పాజ్జంతుః॥

బర్బటః-అ-పు-రాజమాషః॥

బర్బటీ-ఈ-సీ-పణ్యయోషా-౨వ్రీహిభేదః॥

బర్బరమ్-అ-న-హింగులమ్-౨శుష్కపత్రమ్ ౩పీతచందనమ్॥

బర్బరః-అ-పు-హంజికా-౨సుమాషః-౩పామరః-౪కేశవిన్యాసః-౫దేశవిశేషః-౬కీటవిశేషః-౭నృత్తవిశేషః-౮ధ్వనివిశేషః-౯ఆయుధధ్వనిః-౧౦చక్రలః॥ తె॥ ౧చిఱుతేకుచెట్టు-౨బొబ్బర్లు.

బర్బరకమ్-అ-న-శ్వేతచందనమ్॥

బర్బరా-ఆ-సీ-అజగంధినీ-౨శోకపుష్పమ్॥ తె॥ ౧వాయింటచెట్టు.

బర్బరాటః-అ-పు-కటాక్షః-౨తరుణాదిత్యరోచిః-౩స్త్రీపయోధరోత్సంగకాంతదంతనఖాని॥

బర్బరీ-ఈ-సీ-క్షుద్రవృక్షవిశేషః॥

బర్బరీకః-అ-పు-బ్రాహ్మణయష్టికావృక్షః-౨కుటిలకుంతలః-౩అజగంధికా-౪మహాకాలః॥

బర్బరోథమ్-అ-న-శ్వేతచందనమ్॥

బర్బా-ఆ-సీ-బర్బరీ॥

బర్బిః-ఇ-పు-ఘస్మరః॥

బర్బూరః-అ-పు-యుగళాక్షకవృక్షః॥ తె॥ తుమ్మచెట్టు.

బర్వీ-ఈ-సీ-హింసుపత్రీ॥ తె॥ హింగుపత్రిచెట్టు.

బర్హమ్-అ-న-స్థౌణేయమ్-౨పర్ణమ్-౩మయూరపిచ్ఛమ్-౪పరీవారః॥ తె॥ ౧స్థౌణేయమను గ్రంథ్యము-౨ఆకు.

బర్హః-అ-పు-ప్రాధాన్యమ్-౨ఉద్యోగః-౩వృద్ధిః-౪పరివారః-౫దర్పః॥

బర్హః-అ-(సీ)-పింఛమ్॥

బర్హణమ్-అ-న-తగరమ్-౨పత్రమ్॥ తె॥ ౧గ్రంథితగరము.

బర్హపుష్పమ్-అ-న-స్థౌణేయమ్॥ తె॥ స్థౌణేయమను గ్రంథ్యము.

బర్హిః-స్-త్రి-అర్చ్యః॥

బర్హిః-స్-పు-అగ్నిః-౨హవనమ్-౩దీప్తిః-౪యజ్ఞః-౫చిత్రకమ్॥

బర్హిః-స్-౦-కుశః॥

బర్హిః-స్-న-కుశమ్-౨గ్రంథిపర్ణమ్॥ తె॥ ౧కుశదర్భగడ్డి.

బర్హిఃపుష్పమ్-అ-న-గ్రంథిపర్ణమ్॥

బర్హిఃశుష్మా-న్-పు-అగ్నిః॥

బర్హిఃష్ఠమ్-అ-న-హ్రీబేరమ్॥

బర్హికుసుమమ్-అ-న-గ్రంథిపర్ణమ్॥

బర్హిచూడమ్-అ-న-స్థౌణేయమ్॥ తె॥ స్థౌణేయమను గ్రంథ్యము.

బర్హిణః-అ-పు-మయూరః॥ తె॥ నెమలి.

బర్హిణవాహనః-అ-పు-కార్తికేయః॥

బర్హిధ్వజా-ఆ-సీ-చండీ॥

బర్హిపర్ణీ-ఈ-సీ-పత్తూరః॥ తె॥ మయూరశిఖిచెట్టు.

బర్హిర్జ్యోతిః-స్-పు-వహ్నిః॥

బర్హిర్ముఖః-అ-పు-దేవః॥

బర్హిశ్శుష్మః-అ-పు-అగ్నిః॥

బర్హిశ్శుష్మా-న్-పు-అగ్నిః॥

బర్హిషదః-అ-పు-పితృగణవిశేషః॥

బర్హిష్కేశః-అ-పు-అగ్నిః॥

బర్హిష్ఠమ్-అ-న-సరలద్రవః-౨హ్రీబేరమ్॥ తె॥ ౧దేవదారుబంకతోచేసినధూపద్రవ్యము-౨కురువేఱు.

బర్హీ-న్-పు-మయూరః॥ తె॥ నెమలి.

బలమ్-అ-న-రాజ్యసప్తాంగభేదహస్త్యశ్వరథపదాతిసమూహాః-౨సేనాంగచతురంగబలమ్-౩శరీరస్థబలమ్-౪శరీరస్థ

సామర్థ్యమ్-౫స్థౌల్యమ్-౬గంధః-౭రూపమ్-౮రసః-౯శుక్రమ్-౧౦వపుః-౧౧పల్లవమ్-౧౨రక్తః॥

బలః-అ-పు-౧బలరామః-౨దైత్యవిశేషః-౩కాకః-౪వరుణవృక్షః॥

బలః-అ-త్రి-బలవాన్॥

బలకులా-ఆ-సీ-కులుత్థః॥ తె॥ఉలవలు.

బలక్షః-అ-పు-శ్వేతవర్ణః॥

బలక్షః-అ-త్రి-శ్వేతవర్ణవాన్॥

బలజమ్-అ-న-౧క్షేత్రమ్-౨పురద్వారమ్-౩సస్యమ్-౪యుద్ధమ్॥

బలజమ్-అ-త్రి-బలజన్యః॥

బలజా-ఆ-సీ-వరయోషా-౨యూథీ॥

బలదః-అ-పు-౧జీవకః-౨పౌష్టికకర్మాంగహోమాగ్నిః॥

బలదః-అ-త్రి-బలదాతా॥

బలదా-ఆ-సీ-అశ్వగంధా॥

బలదీనతా-ఆ-సీ-గ్లానిః॥

బలదేవమ్-అ-న-త్రాయమాణౌషధిః॥

బలదేవః-అ-పు-బలరామః-౨వాయుః॥

బలదేవా-ఆ-సీ-త్రాయమాణౌషధిః॥

బలప్రసూః-ఊ-సీ-రోహిణీ, బలరామమాతా॥

బలభద్రః-అ-పు-౧బలరామః-౨త్రాయమాణౌషధిః-౩అనంతః-౪బలశాలీ-౫లోధ్రః-౬గవయః॥

బలభద్రా-ఆ-సీ-౧దేవబలా-౨కుమారీ॥ తె॥౧కలుక్రాంతచెట్టు.

బలభద్రికా-ఆ-సీ-వార్షికవృక్షః॥ తె॥ కలుక్రానుఁగుచెట్టు.

బలరఙ్కుః-ఉ-పు-హంసవాదిః॥ తె॥పక్షివిశేషము.

బలరామః-అ-పు-బలభద్రః॥

బలలః-అ-పు-బలరామః॥

బలవత్-త్-౦-నిర్భరమ్॥ తె॥ లెస్స,మిక్కిలి

బలవర్ధినీ-ఈ-సీ-జీవకౌషధిః॥

బలవాన్-త్-త్రి-మాంసలః॥ తె॥ బలిసినవాఁడు.

బలవిన్యాసః-అ-పు-యుద్ధార్థం సైన్యస్య దేశవిశేషే విభజ్య దుర్లంఘ్యత్వ నిమిత్తం స్థాపనమ్॥

బలశమ్-అ-న-మత్స్యవేధనమ్॥ తె॥ గాలము.

బలసూదనః-అ-పు-ఇంద్రః॥

బలస్థితిః-ఇ-సీ-శిబిరమ్॥

బలహన్-న్-పు-శ్లేష్మా॥

బలహరః-అ-పు-నిష్పావః॥ తె॥అనుములు.

బలా-ఆ-సీ-నాట్యోక్తక నిష్ఠభగినీ-౨కరవిందా-౩సహదేవీ-౪త్రిపుటా-౫షోడశవర్షస్త్రీ-౬స్వనామఖ్యాతౌషధవిశేషః-౭విద్యావిశేషః॥ తె॥ ౧కటివేఁపచెట్టు-౩ముత్తవపులగపు చెట్టు -౪పిన్నయేలకిచెట్టు.

బలాకః-అ-పు-బకజాతిః-౨క్షుద్రబకజాతిః

బలాకా-ఆ-సీ-బిసకంఠికా ॥ తె ॥ తెల్లకొక్కెర.

బలాఙ్గికా-ఆ-సీ-రామవీణా॥

బలాటః-అ-పు-ముద్గః॥

బలాత్-౦-౦-హఠాత్॥

బలాత్కారః-అ-పు-రభసః॥ తె॥బలవంతము

బలాత్మికా-ఆ-సీ-హస్తిశుండీవృక్షః॥

బలాద్యా-ఆ-సీ-బలా॥

బలానుజః-అ-పు-విష్ణుః॥

బలామోటా-ఆ-సీ-నాగదమనీ॥

బలాయః-అ-పు-వరుణవృక్షః॥

బలారిః-అ-పు-ఇంద్రః॥

బలారాతిః-ఇ-పు-ఇంద్రః॥

బలారిః-ఇ-పు-ఇంద్రః॥
బలాలకః-అ-పు-పానీయామలకమ్॥
బలాశః-అ-పు-శ్లేష్మా॥
బలాసః-అ-పు-కఫః॥ తె॥ తెమడ.
బలాసమః-అ-పు-బుద్ధః॥
బలాహకః-అ-పు-విష్ణురథాశ్వవిశేషః-౨మేఘః-౩దేవయోనిసర్పవిశేషః-౪పర్వతవిశేషః-౫ఇంద్రః-౬మేఘరాజః-౭ముస్తకః-౮దైత్యవిశేషః-౯రమాగర్భోద్భవః కల్కిదేవపుత్రః॥
బలాహ్వకన్దః-అ-పు-గులంచకందః॥
బలిః-ఇ-పు-భూతబలిః-౨భూతయజ్ఞః-౩బలిభూపతిః-౪కరః-౫పూజోపహారః-౬యమదండః-౭గృహదారువిశేషః-౮చామరదండః॥ తె॥ ౫అప్పనము-పన్ను.
బలిః-ఇ-సీ-ఉదరస్థవలిః-౨జరాశ్లథచర్మ-౩గృహదారుప్రభేదః-౪గుదాంకురః॥ తె॥ ౧కడుపుమీఁదిమడతలు.
బలికా-ఆ-సీ-అతిబలా॥
బలిదానమ్-అ-న-దేవోద్దేశేనయథావిధిపూజోపహారత్యాగః-౨దుర్గాదిదేవతోద్దేశేన సంకల్పపూర్వకఛాగాది పశుఘాతనమ్॥
బలిధ్వంసీ-న్-పు-విష్ణుః॥
బలినః-అ-త్రి-వలిభః-జరయాశ్లథచర్మయుక్తః॥
బలినన్దనః-అ-పు-బాణాసురః॥
బలినీ-ఈ-సీ-వాట్యాలకః॥
బలిపుష్టః-అ-పు-వాయసః-౨బకః॥ తె॥ ౧కాకి-౨కొంగ.
బలిపోదకీ-ఈ-సీ-ఉపోదకీ॥
బలిప్రియః-అ-పు-లోధ్రవృక్షః॥
బలిభుక్-జ్-పు-చటకః-౨వాయసః॥ తె॥ ౧ఊరపిచ్చుక-౨కాకి.
బలిమన్దిరమ్-అ-న-అధోలోకః॥
బలిమాన్-త్-త్రి-వలినః-జరయాశ్లథచర్మయుక్తః॥
బలిముఖః-అ-పు-వానరః॥
బలిస్థః-అ-పు-ఉష్ట్రః॥ తె॥ లొట్టిపిట్ట.
బలిష్ఠః-అ-త్రి-అతిశయబలవాన్॥
బలిష్ణుః-ఉ-త్రి-అవమానితః॥
బలిసద్మ-న్-న-చతుర్థాధోలోకః॥
బలిహా-న్-పు-విష్ణుః॥
బలీ-న్-పు-బలరామః-౨ఉష్ట్రః-౩మహిషః-౪వృషభః-౫సూకరః-౬కఫః-౭కుందవృక్షః-౮మాషః॥
బలీ-న్-త్రి-బలయుక్తః॥
బలీ-ఈ-సీ-బలిః-జరయాశ్లథచర్మ॥
బలీయాన్-స్-త్రి-అతిశయబలయుక్తః॥
బలీవర్దః-అ-పు-వృషభః॥ తె॥ ఎద్దు.
బలూలః-అ-త్రి-బలవాన్॥
బల్బజః-అ-పు-ఉలపః॥
బల్బజా-ఆ-సీ-తృణవిశేషః॥
బల్మజాః-అ-పు-ఇక్ష్వాలికా॥ తె॥ మొదవగడ్డి.
బల్యమ్-అ-న-ప్రధానధాతుః-శుక్రమ్॥
బల్యమ్-అ-త్రి-బలకరమ్॥
బల్యః-అ-పు-బుద్ధభిక్షుకః॥
బల్యా-ఆ-సీ-భూతవల్లీ-౨అతిబలా-౩అశ్వగంధా-౪శ్రీమ్రిడీకువః-౫ప్రసారిణీ॥ తె॥ ౧పెన్నేరుచెట్టు.
బవః-అ-పు-బవకరణమ్॥
బష్కయః-అ-పు-షణ్మాసగోవత్సమ్॥ తె॥ ఆఱు నెలలదూడ.
బష్కయిణీ-ఈ-సీ-చిరప్రసూతాగౌః-౨షణ్మాసవత్సగౌః॥ తె॥ ౧తడవుగాయీనినఆవు-౨ఆఱునెలలదూడగలఆవు.
బష్కయిణీ-ఈ-సీ-చిరప్రసూతాగౌః॥

బష్కయిణీ-ఈ-సీ-చిరప్రసూతా గౌః॥

బస్తః-అ-పు-అజః॥ తె॥ మేకపోతు.

బస్తకమ్-అ-న-పాంసులవణమ్॥ తె॥ బుఱిమా కరజాతలవణము.

బస్తకర్ణః-అ-పు-శాలవృక్షః॥

బస్తగన్ధా-ఆ-సీ- పూతిమయూరీ॥ తె॥ కుక్కవాయింటచెట్టు.

బస్తాన్త్రీ-ఈ-సీ- కాలానుసారీ-౨అజశృంగీ-౩భగలాండీ-౪చందనా॥ తె॥ ౧అడవిమామెనచెట్టు- ౨వద్దిచెట్టు- ౩గాడిదగడపరచెట్టు-౪సుగంధిపాలచెట్టు.

బస్తిః-ఇ-ద్వ- నాభేరధోభాగః-౨వస్త్రస్య దశా॥

బస్తికర్మాఢ్యః-అ-పు-అరిష్టవృక్షః॥

బస్తిమలమ్-అ-న- మూత్రమ్॥

బహిః-స్-౦-బాహ్యమ్॥ తె॥ బైట.

బహిఃకుటీచరః-అ-పు-కులీరః॥

బహితః-అ-త్రి-అవహితః॥

బహిత్రమ్-అ-న-నౌకావిశేషః॥

బహిత్రకమ్-అ-న-జలయానమ్॥

బహిర్ధ్వజా-ఆ-సీ-పార్వతీ॥

బహిర్ద్వారమ్-అ-న- బాహ్యద్వారమ్॥ తె॥ తలవాకిలి.

బహిర్ద్వారప్రకోష్ఠకమ్-అ-న-గృహస్య ద్వారాద్బహిః ప్రకోష్ఠమ్॥

బహిర్బీజః-అ-పు-భల్లాతవృక్షః॥ తె॥ నల్లజీడిచెట్టు.

బహిర్భూతః-అ-త్రి-బహిర్గతః॥

బహిర్ముఖః-అ-త్రి-విముఖః॥

బహిశ్చరః-అ-పు-కర్కటః॥

బహుః-ఉ-త్రి-అదభ్రః-౨త్ర్యాదిసంఖ్యా॥ తె॥ ౧ఎక్కువది.

బహుకః-అ-పు- గౌపుచ్ఛికః- ౨ప్రచ్ఛన్నాకారనరః- ౩దాత్యూహః-౪కర్కటః- ౫అర్కః-౬దాత్యూహః- ౭జలఖాతకః॥ తె॥ ౧సంగడి.

బహుకణ్టకః-అ-పు- తుజాలకః- ౨క్షుద్రగోక్షురః-౩యవాసః-౪హింతాలః॥ తె॥ ౧ఆరుదొండచెట్టు.

బహుకణ్టకా-ఆ-సీ-అగ్నిదమనీ॥

బహుకణ్టా-ఆ-సీ-కంటకారీ॥

బహుకన్దః-అ-పు-సూరణః॥

బహుకన్దా-ఆ-సీ-కర్కటీ॥

బహుకరః-అ-త్రి- ఖలపూః-౨బహుకార్యకర్తా॥ తె॥ ౧కళ్లముబాగుచేసేవాఁడు.

బహుకరః-అ-పు-ఉష్ట్రః॥

బహుకరీ-ఈ-సీ-సమ్మార్జనీ॥ తె॥ చీపురు.

బహుకర్ణికా-ఆ-సీ-ఆఖుకర్ణీ॥

బహుకా-ఆ-సీ-నదీవిశేషః॥ తె॥ ఒకానొకనది

బహుకూర్చః-అ-పు-మధునాలికేరికః॥

బహుఖరస్కన్ధః-అ-పు-చారః॥ తె॥ చారచెట్టు.

బహుగన్ధమ్-అ-న-త్వచమ్॥

బహుగన్ధః-అ-పు-కుందురుకః॥

బహుగన్ధదా-ఆ-సీ-కస్తూరీ॥

బహుగన్ధా-ఆ-సీ-జీరణా- ౨చంపకలిః - ౩యూథికా॥ తె॥ ౧నల్లజీలకఱ్ఱ.

బహుగర్హ్యవాక్-చ్-త్రి-వాచాటః॥ తె॥ తరుచుమాటలాడెడువాఁడు.

బహుగ్రన్థిః-ఇ-పు-ఝాబుకః॥

బహుచ్ఛిన్నా-ఆ-సీ-కందగుడూచీ॥

బహుతః-స్-౦-బహుభ్యః॥

బహుతన్త్రిః-ఇ-త్రి-బహుతంత్రవిశిష్టః॥

బహుతన్త్రీః-ఈ-త్రి-బహుతంత్రవిశిష్టః॥

బహుతన్త్రీకః-అ-త్రి- బహుతంత్రవిశిష్టః॥

బహుతరకణిశః-అ-పు-రాగీధాన్యమ్॥

బహుతా-ఆ-సీ-బహూనాంభావః॥
బహుతిక్తా-ఆ-సీ-కాకమాచీ॥
బహుతిథః-అ-త్రి-బహూనాంపూరణః॥
బహుత్ర-౦-౦-బహుషు॥
బహుత్రా-ఆ-౦ - బహూన్‌బహుష్వేత్యర్థద్వయె॥
బహుత్వమ్-అ-న-బహూనాంభావః॥
బహుత్వక్-చ్-పు-ప్రియాలువృక్షః- ౨భూర్జవృక్షః॥ తె॥ ౧మొరలిచెట్టు-౨భుజపత్రిచెట్టు.
బహుత్వక్కః-అ-పు-భూర్జవృక్షః॥
బహుత్వచః-అ-పు-మధుశిగ్రువృక్షః॥ తె॥ఎఱ్ఱమునగచెట్టు.
బహుదణ్డికః-అ-త్రి-బహుదండవిశిష్టః॥
బహుదా-ఆ-సీ-బాహుదానదీ॥
బహుదుగ్ధః-అ-పు-గోధూమః॥
బహుదుగ్ధా-ఆ-సీ-బహుక్షీరాగౌః॥
బహుదుగ్ధికా-ఆ-సీ-స్నుహీవృక్షః ॥ తె॥ చెముడుచెట్టు.
బహుధా-ఆ-౦-బహుప్రకారేణేత్యర్థః॥ తె॥ అనేకవిధములుగాను.
బహుధాన్యః-అ-పు-సంవత్సరవిశేషః॥
బహుధారమ్-అ-న-వజ్రమ్॥
బహునాడికః-అ-త్రి-కాయః॥
బహునాడీకః-అ-త్రి-దివసః-౨స్తంభః॥
బహునాదః-అ-పు-శంఖః॥
బహుపటుః-ఉ-త్రి-ఈషదూనఃపటుః - ౨బహుషుకర్మసుదక్షశ్చ॥
బహుపట్టః-అ-పు-భూర్జవృక్షః॥ తె॥ భుజపత్రిచెట్టు.
బహుపత్రమ్-అ-న-అభ్రకమ్॥
బహుపత్రః-అ-పు పలాండుః॥
బహుపత్రః-అ-త్రి-అనేకపత్రయుక్తః॥
బహుపత్రా-ఆ-సీ-వృత్తమల్లికా-౨గృహకన్యకా॥ తె॥ ౧బొడ్డుమల్లె - ౨కలుబందచెట్టు.
బహుపత్రికా-ఆ-సీ-భూమ్యామలీ - ౨మెథికా-౩మహాశతావరీ॥
బహుపత్రీ-ఈ-సీ-లింగినీ-౨గృహకన్యా - ౩తులసీ-రజతుకా-౫బృహతీ - ౬గోరక్షదుగ్ధా॥
బహుపర్ణః-అ-పు-సప్తచ్ఛదవృక్షః॥
బహుపర్ణః-అ-త్రి-అనేకపత్రయుక్తః॥
బహుపర్ణికా-ఆ-సీ-ఆఖుకర్ణీ॥
బహుపర్ణీ-ఈ-సీ-మెథికా॥
బహుపాకః-అ-త్రి- సూరణాదికృతఖలమ్॥ తె॥ ఎనిపినకందనల్లేరుమొదలైనవాఁటిపులవ,
బహుపాత్-ద్-పు-వటవృక్షః ॥ తె॥ మఱ్ఱిచెట్టు.
బహుపాదః-అ-పు-వటవృక్షః॥
బహుపుత్రః-అ-పు-సప్తపర్ణః॥
బహుపుత్రః-అ-త్రి-అనేకపుత్రవిశిష్టః॥
బహుపుత్రా-ఆ-స-లింగినీ॥ తె ॥ లింగిదొండచెట్టు.
బహుపుత్రికా-ఆ-సీ-మహాశతావరీ- ౨మెంథీ ॥ తె॥ ౧పెద్దపిల్లిపీచరచెట్టు-౨మెంతిచెట్టు.
బహుపుత్రీ-ఈ-సీ-శతమలీ॥
బహుపుష్పః-అ-పు-పారిభద్రవృక్షః॥
బహుపుష్పికా-ఆ-సీ-ధాతకీ॥
బహుప్రజః-అ-పు-ముంజతృణమ్-౨సూకరః
బహుప్రజః-అ-త్రి - బహ్వీప్రజాయస్యేతివ్యుత్పత్త్యా॥
బహుప్రజా-ఆ-సీ-వాతంగినీ - ౨సూకరః॥ తె॥౧పులుగుడుచెట్టు,

బహుప్రతిజ్ఞః-అ-త్రి-అనేకపదసంకీర్ణపూర్వపక్షవిశిష్టవ్యవహారః॥

బహుప్రదః-అ-త్రి-వదాన్యః॥ తె॥ చాలా యిచ్చెడువాఁడు.

బహుప్రసూః-ఊ-సీ - బహుసంతానప్ర (సవకారిణీ॥

బహుఫలః-అ-పు-కదంబవృక్షః-౨వికంకతః-౩తేజఃఫలః॥

బహుఫలా-ఆ-సీ-మృగేర్వారుః-౨ఆమలకీవృక్షః-౩నీపవృక్షః-౪రోగహారీ-౫క్షువికా-౬మాషపర్ణీ-౭కాకమాచీ-౮త్రిపుసీ-౯శశాండులీ॥ తె॥ ౧పాపరబుడమచెట్టు-౨ఉసిరికచెట్టు-౩మొగులుకడిమిచెట్టు-౪బూడిదెగుమ్మడిచెట్టు.

బహుఫలికా-ఆ-సీ-భూబదరీ॥

బహుఫలీ-ఈ-సీ-మృగేర్వారుః-౨ఆమలకీ॥

బహుఫేనా-ఆ-సీ-సాతలా॥

బహుబలః-అ-పు-సింహః॥

బహుబలః-అ-త్రి-అతిశయబలయుక్తే॥

బహుబీజమ్-అ-న-గండగాత్రమ్॥

బహుబీజకమ్-అ-న-తక్కోలఫలమ్-౨గండగాత్రమ్॥

బహుమఞ్జరీ-ఈ-సీ-తులసీ॥

బహుమలః-అ-పు-సీసకమ్॥

బహుమలః-అ-త్రి-అనేకమలయుక్తే॥

బహుమార్గమ్-అ-న-చత్వరమ్॥

బహుమార్గమ్-అ-త్రి-అనేకపథయుక్తే॥

బహుమూర్తిః-ఇ-సీ-వనకార్పాసః-౨నానాకారశ్చ॥

బహుమూర్ధా-న్-పు-విష్ణుః॥

బహుమూలమ్-అ-(పు)-ఇక్కటః-౨శిగ్రుః-౩స్థూలసరః॥

బహుమూలః-అ-పు-శరః॥ తె॥ తెల్లు.

బహుమూలః-అ-త్రి-అనేకమూలయుక్తే॥

బహుమూలకమ్-అ-న-తక్కోలా॥ తె॥ తక్కోలపుచెట్టు.

బహుమూలకః-అ-పు-ఇక్కటః॥

బహుమూలా-ఆ-సీ-శతావరీ॥

బహుమూలికా-ఆ-సీ-అంబష్ఠా॥ తె॥ బరుసులడ్డసరము.

బహుమూలీ-ఈ-సీ-మాకందీ॥

బహుమూల్యమ్-అ-న-అధికధనక్రీతవస్త్రమ్-౨అధికధనక్రీతవస్తు॥

బహురన్ధ్రికా-ఆ-సీ-మేదా॥

బహురన్ధ్రీ-న్-పు-సమదలః॥ తె॥ కమ్మెచ్చు.

బహురసా-ఆ-సీ-మహాజ్యోతిష్మతీ॥

బహురుహా-ఆ-సీ-కందగుడూచీ॥

బహురూపః-అ-త్రి-నానారూపయుక్తః॥

బహురూపః-అ-పు-సర్జరసః-౨శివః-౩విష్ణుః-౪కామదేవః-౫సరటః-౬బ్రహ్మా-౭కేశః-౮బుద్ధవిశేషః॥ తె॥ ౧యక్షధూపము.

బహురూపకః-అ-పు-జాహకజంతుః॥

బహురూపా-ఆ-సీ-దుర్గా॥

బహురేఖాః-ఆ-సీ-దుఃఖిలక్షణమ్॥

బహురేతః-అ-పు-బ్రహ్మా॥

బహురోమా-న్-పు-మేషః॥

బహురోమా-న్-త్రి-లోమశః॥

బహులమ్-అ-న-ఛందః-౨నభః-౩సితమరీచం

బహులః-అ-త్రి-అదభ్రః-౨అసితః॥

బహులః-అ-పు-అగ్నిః-౨కృష్ణపక్షః.౩అర్జునః

బహులగన్ధా-ఆ-సీ-ఏలా॥

బహులచ్ఛదః-అ-పు-రక్తశిగ్రుః॥

బహులవణమ్-అ-న-ఔవరకమ్॥

బహులా-ఆ-సీ-కృత్తికానక్షత్రమ్-౨శ్రవణేచ్ఛావద్బుద్ధిః-౩సమ్మార్జనీ-౪ఏలాలతా-౫భూః-౬గౌః-౭నీలికా-౮దేవీవిశేషః॥

తె॥3 చీపురు-రపలకితీఁగె.
బహులాః-ఆ-సీ- కృత్తికానక్షత్రమ్, నిత్యబహువచనాంతోయంశబ్దః॥
బహులాజ్గకా-ఆ-సీ-అజశృంగీ॥ తె॥వద్దిచెట్టు.
బహులీకృతః-అ-త్రి-పూతః॥ తె॥ తూర్పెత్తినధాన్యము.
బహువల్కః-అ-పు-చారకః॥ తె॥ చారచెట్టు.
బహువల్లీ-ఈ-సీ-డోడితూపః॥
బహువారః-అ-పు-శ్లేష్మాతకవృక్షః॥
బహువారకః-అ-పు-శ్లేష్మాతకవృక్షః॥
బహువిధః-అ-త్రి-నానారూపవాన్॥ తె॥ అనేకవిధమయినది.
బహువిస్తీర్ణా-ఆ-సీ-కుచికావృక్షః॥
బహువీర్యః-అ-పు- విభీతకవృక్షః-౨తండులీయశాకః-3 శాల్మలీవృక్షః-౪మరువః॥ తె॥౧తాఁడిచెట్టు.
బహువీర్యా-ఆ-సీ-భూమ్యామలీ॥
బహువ్రీహిః-ఇ-త్రి- ప్రచురధాన్యయుక్తః
బహువ్రీహిః-ఇ-పు-సమాసవిశేషః॥
బహుశః-స్-ం-బహూనిబహూనీత్యర్థః॥ తె॥ చాలాచాలా.
బహుశత్రుః-ఉ-పు-చటకః॥
బహుశల్యః-అ-పు-రక్తఖదిరః॥
బహుశల్యః-అ-త్రి-అనేకశల్యయుక్తః॥
బహుశాలః-అ-పు-స్నుహీ॥
బహుశిఖా-ఆ-సీ-జలపిప్పలీ- ౨అనేకశిఖాచ॥
బహుసన్తతిః-ఇ-పు-బ్రహ్మయష్టిః॥
బహుసన్తతిః-ఇ-త్రి-అనేకసంతానయుక్తః
బహుసమ్పుటః-అ-పు-విష్ణుకందః॥
బహుసారః-అ-పు-ఖదిరః॥
బహుసీమా-ఆ-సీ-అనేకసీమావతీ(స్త్రీ)॥
బహుసుతా-ఆ-సీ-నారాయణీ॥ తె॥ పిల్లపీచరచెట్టు.
బహుసూః-ఊ - సీ- సూకరీ-౨బహుప్రసవాచ॥
బహుసూతిః- ఇ - సీ- బహ్వపత్యాగౌః-౨బహుసంతానప్రసవాచ॥
బహుస్రవా-ఆ-సీ-సల్లకీవృక్షః-౨అనేకక్షరణశీలాచ॥
బహుస్రుతః-అ-పు-వరుణశంఖః॥
బహుస్వనః-అ-పు-ఘూకః॥ తె॥ గుడ్లఁగూఁబ
బహుస్వనః-అ-త్రి-అనేకశబ్దయుక్తః॥
బహూదకః-అ-పు-యతివిశేషః॥
బహ్వపత్యః-అ-ద్వ-సూకరః - ౨మూషకః॥
బహ్వపత్యః-అ-త్రి-బహుసంతానయుక్తః॥
బహ్వాశీన్-త్రి-భక్షకః- ౨బహ్వాశావిశిష్టః॥ తె॥౧తిండిపోతు.
బహిష్ఠః-అ-త్రి-అతిశయమైనబహులః॥ తె॥మిక్కిలిబహులమైనది.
బహ్వృక్-చ్-పు - బహ్వృక్శాఖాధ్యేతా॥
బహ్వృక్-చ్-సీ-ఋగ్వేదః॥
బహ్వృక్-చ్-న-సూక్తమ్॥
బహ్వృచీ-ఈ-సీ-ఋగ్వేదవేత్తుఃపత్నీ॥
బా-ఆ-సీ- ఆహలీ-౨వల్లీ-3శృంఖలా॥
బాకమ్-అ-త్రి-బకసంబంధీ- ౨బకస్యేదమ్॥
బాడః-అ-పు-వేష్టనమ్॥
బాడబమ్-అ-న-బడబాగణః- ౨రతిబాధవిశేషః॥ తె॥౧అశ్వ(స్త్రీ)సమూహము.
బాడబః-అ-పు-బడబాగ్నిః- ౨బ్రాహ్మణః-3 మార్వీ॥
బాడబకమ్-అ-న-రతిబంధవిశేషః॥
బాడబాగ్నిః-ఇ-పు-బాడబానలః॥
బాడబాగ్ర్యః-అ-పు-బ్రాహ్మణశ్రేష్ఠః॥
బాడబేయః-అ-పు-బలీవర్దః-౨నాసత్యౌ - 3 ద్విజః॥ తె॥౧ఎద్దు.
బాడబేయౌ-అ-పు-అశ్వినీకుమారౌ॥

బాడబ్యమ్-అ-న-బ్రాహ్మణసమూహః॥

బాడాసుః-ఉ-సీ-దారుతక్షణీ॥ తె॥ వడ్లవాని చాడిదె.

బాడిఙ్గనః-అ-పు-వార్తాకుః॥

బాడిరః-అ-పు-భృత్యః॥

బాఢమ్-అ-న-అతిశయః-౨ప్రతిజ్ఞా॥

బాఢమ్-మ్-౦-అనుమతిః-౨దృఢమ్॥ తె॥ ౨గట్టిగా.

బాఢః-అ-త్రి-అతిశయవాన్॥

బాణః-అ-పు-శరః-౨బాణాసురః॥ తె॥ ౧తెల్లు-౨బలిచక్రవర్తికొడుకు.

బాణః-అ-ద్వ-సాయకః-౨ఝింటీ॥ తె॥ ౧అమ్ము-౨నల్లపెద్దగోరంట.

బాణగఙ్గా-ఆ-సీ-రావణబాణనిర్భిన్నసోమేశ్వరగిరిభవనదీవిశేషః॥

బాణదణ్డః-అ-పు-వాప్రదండః॥

బాణనామా-న్-సీ-కర్తృణమ్॥ తె॥ కామంచిగడ్డి.

బాణపత్రా-ఆ-సీ-ధాన్యవిశేషః॥

బాణపుఙ్ఖా-ఆ-సీ-శరపుంఖా॥

బాణపుఙ్ఖీ-న్-పు-మణికాచః॥ తె॥ వెంపలిచెట్టు

బాణపురమ్-అ-న-బాణరాజనగరమ్॥

బాణభట్టః-అ-పు-గ్రంథకారవిశేషః॥

బాణయుద్ధమ్-అ-న-బాణరాజేనసహశ్రీకృష్ణస్యసంగ్రామః॥

బాణలిఙ్గమ్-అ-న-నర్మదానద్యుద్భవశివలింగమ్॥

బాణవారః-అ-పు-కంచుకః॥ తె॥ దూదిబొంత,చొక్క.

బాణసుతా-ఆ-సీ-ఉషా॥

బాణహస్తః-అ-పు-అభినయహస్తవిశేషః॥

బాణహా-న్-పు-విష్ణుః॥

బాణా-ఆ-ద్వ-నీలఝింటీ॥

బాణా-ఆ-సీ-కోలా-౨జీరకః-౩బాణమూలమ్॥ తె॥ ౧పిప్పళిచెట్టు.

బాణాకారమణ్డలః-అ-త్రి-బుధమండలమ్॥

బాణారిః-ఇ-పు-విష్ణుః॥

బాణాశ్రయః-అ-పు-ధనుః॥

బాణాసనమ్-అ-న-ధనుః॥

బాదరః-అ-పు-కార్పాసవృక్షః॥

బాదరః-అ-త్రి-ఫాలః॥ తె॥ ప్రత్తికాయమొదలైనకాయవల్లపుట్టినబట్ట.

బాదరా-ఆ-సీ-కార్పాసవృక్షః॥

బాదరాయణః-అ-పు-వ్యాసఋషిః-౨ఉన్మత్తః-౩నిష్ప్రయోజనపూరుషః॥

బాదరాయణిః-ఇ-పు-వ్యాసదేవః॥

బాదరికః-అ-త్రి-బదరచయనకర్తా॥

బాదలమ్-అ-న-మధుయష్టికా॥

బాదామమ్-అ-న-స్వనామఖ్యాతఫలమ్॥

బాదిరమ్-అ-న-బదరీసదృశసూక్ష్మఫలవృక్షః

బాధః-అ-పు-ప్రతిబంధకః-౨న్యాయమతేసాధ్యాభావవత్పక్షః॥

బాధకః-అ-పు-స్త్రీరోగవిశేషః॥

బాధకః-అ-త్రి-బాధాజనకః॥

బాధనమ్-అ-న-పీడా-౨ప్రతిబంధకః॥

బాధా-ఆ-సీ-దుఃఖమ్-౨కష్టమ్-౩నిషేధః॥

బాధితః-అ-త్రి-బాధాయుక్తః॥

బాధిర్యమ్-అ-న-బధిరస్యభావః-౨కర్ణరోగవిశేషః॥

బాధ్యమ్-అ-త్రి-బాధనీయమ్॥

బాధ్యతా-ఆ-సీ-బాధ్యత్వమ్॥

బాన్ధకినేయః-అ-త్రి-కులటాసుతః॥ తె॥ గుడిసెవేటుదానికొడుకు.

బాన్ధవః-అ-పు-సమానగోత్రపురుషః-౨సుహృత్॥

బాభ్రవీ-ఈ-సీ-దుర్గా॥

బారకీరః-అ-పు-ద్వారగ్రాహీ-౨బాడబః-౩యూకా-౪వేణివేధినీ-౫నీరాజితహయః॥

బార్బటీరః-అ-పు-త్రపు-౨ఆమ్రాస్థి-౩అంకురః-౪గణికాసుతః॥

బాలమ్-అ-న-హ్రీబేరమ్॥ తె॥కురువేలు

బాలః-అ-పు-అష్టరజఃప్రమాణరేణుః-౨పంచవర్షగజపోతః-౩ఖరః-౪కచ్ఛః-౫అశ్వపుచ్ఛమ్-౬గజపుచ్ఛమ్-౭శిరోభవాచ్ఛాదనవిశేషః-౮ఘోటకశిశుః-౯నారికేలః-౧౦పుచ్ఛః-౧౧మత్స్యవిశేషః॥ తె॥౩గాడిదె.

బాలః-అ-త్రి-అష్టవర్షపర్యంతబాలః-౨మూర్ఖః॥

బాలకమ్-అ-న-అంగులీయమ్-౨హ్రీబేరమ్౩వలయమ్-౪కేశః॥ తె॥౨కురువేలు.

బాలకః-అ-పు-చూడాకర్మపర్యంతబాలః-౨హయవాలధిః-౩హస్తివాలధిః-౪అంగులీయకమ్-౫వలయమ్-౬హ్రీబేరమ్॥ తె౧పుట్టువెండ్రుకలుతీయనివాఁడు.

బాలకః-అ-త్రి-అజ్ఞః॥

బాలకృష్ణః-అ-పు-కరమర్దకః॥ తె॥ఓఁకచెట్టు

బాలచర్యమ్-అ-న-బాలకస్యచరిత్రే॥

బాలచర్యః-అ-పు-కార్తికేయః॥

బాలతనయః-అ-పు-ఖదిరవృక్షః-౨బాలకపుత్రశ్చ॥ తె॥౧చంద్రచెట్టు.

బాలతన్త్రిమ్-అ-న-గర్భిణీచర్యా॥

బాలతృణమ్-అ-న-శష్పమ్॥ తె॥ లేఁతకసువు.

బాలదలకః-అ-పు-ఖదిరవృక్షః॥

బాలపత్రః-అ-పు-ఖదిరవృక్షః॥ తె॥ చంద్రచెట్టు.

బాలపత్రకః-అ-పు-ఖదిరవృక్షః॥ తె॥ చంద్రచెట్టు.

బాలపుష్పికా-ఆ-సీ-యూథికా॥

బాలభద్రకః-అ-పు-విషభేదః॥

బాలభైషజ్యమ్-అ-న-రసాంజనమ్-౨బాలకస్యౌషధంచ॥

బాలభోజ్యః-అ-పు-చణకః॥

బాలభోజ్యః-అ-త్రి-బాలకభక్షణీయః

బాలమూషికా-ఆ-సీ-గిరికా॥ తె॥ చిట్టెలుక.

బాలయజ్ఞోపవీతమ్-అ-న-ఉపవీతివిశేషః॥

బాలరాజమ్-అ-న-వైదూర్యమ్॥

బాలరాజః-అ-పు-బాలకశ్రేష్ఠః॥

బాలరోగః-అ-పు-బాలకస్యవ్యాధిః॥

బాలవః-అ-పు-బాలవకరణమ్॥

బాలవత్సః-అ-పు-కపోతపక్షీ॥ తె॥ గువ్వపిట్ట,

బాలవాయజమ్-అ-న-వైదూర్యమ్॥

బాలవాసః-స్-న-కేశనిర్మితవస్త్రమ్-౨బాలకస్యవస్త్రంచ॥

బాలవాహ్యః-అ-పు-వనచ్ఛాగః॥

బాలవాహ్యః-అ-త్రి-బాలకవహనీయః॥

బాలవ్యజనమ్-అ-న-చామరమ్-౨బాలకస్యవ్యజనంచ॥

బాలవ్రతః-అ-పు-మంజుఘోషనామకపూర్వజినవిశేషః॥

బాలసన్ధ్యాభః-అ-పు-అరుణవర్ణః॥

బాలసూర్యమ్-అ-న-వైదూర్యమణిః॥

బాలసూర్యః-అ-పు-ప్రాతఃకాలీనసూర్యః॥

బాలసూర్యకమ్-అ-న-వైదూర్యమ్॥

బాలహస్తః-అ-పు-వాలధిః-లోమయుక్తలాంగూలమ్॥

బాలా-ఆ-సీ-పార్వతీ-౨యువతిః-౩ఇంద్రఘాటీ-౪నారికేళః-౫హారిద్రా-౬మల్లికాభేదః-౭అలంకారభేదః-౮మేధ్యమ్-౯త్రుటిః-౧౦స్త్రీ-౧౧ఘృతకుమారీ-౧౨హ్రీబేరమ్-౧౩అంబష్ఠా-౧౪నీల

ఝుంటీ-౧౫ఏకవర్షవయస్కా-గౌః-౧౬ ఊనద్వివార్షికీకన్యా॥

బాలాక్షీ-ఈ-సీ-కేశపుష్పావృతః॥

బాలార్కః-అ-పు-ప్రాతఃకాలీనసూర్యః-౨కన్యారాశిస్థసూర్యః॥

బాలికా-ఆ-సీ-బాలా-కన్యా-౨వాలుకా౩పత్రకాహలా-౪కర్ణభూషణమ్-౫ఏలా॥

బాలినీ-ఈ-సీ-అశ్వినీనక్షత్రమ్॥

బాలిశమ్-అ-న-ఉపధానమ్॥

బాలిశః-అ-త్రి-అవివేకీ-౨శిశుః॥

బాలిశః-అ-పు-శిశుః॥

బాలీశః-అ-పు-మూత్రకృచ్ఛ్రరోగః॥

బాలుః-ఉ - సీ - ఏలవాలుకనామగంధద్రవ్యం॥

బాలేయమ్-అ-న-క్షుద్రమూలకమ్॥ తె॥ పిన్నముల్లంగి.

బాలేయః-అ-త్రి-మృదుః-౨బాలహితః॥

బాలేయః-అ-పు-గార్దభః-౨అంగారవల్లరీ-౩బలిహృతః-౪వృతిః-౫చాణక్యమూలకమ్॥ తె॥౧గాడిదె.

బాలేయశాకః-అ-పు-హంజికా॥ తె॥ చిఱితేఁకుచెట్టు

బాలేష్టః-అ-పు-బదరః॥

బాలేష్టః-అ-త్రి-బాలకాభిలాషితే॥

బాలోపవీతమ్ అ-న-బాలకపరిధానవస్త్రమ్ ౨ద్విజబాలకానాంయజ్ఞసూత్రంచ॥

బాల్యమ్-అ-న-దంతజననపర్యంతవయః॥

బాష్కలః-అ-పు-భేటః-౨భాష్యకారః॥

బాష్కలః-అ-త్రి-పృథులః॥

బాష్పమ్-అ-న-ఆరామశాకమ్-౨అశ్రు॥ తె॥ ౧తోటకూర-౨కన్నీఱు.

బాష్పః-అ-పు-ఊష్మా-౨లోహః-౩అశ్రుః॥ తె॥౧వెట్ట.

బాష్పకః-అ-పు-మారిషః॥

బాష్పకా-ఆ-సీ-హింగుపత్రీ॥

బాష్పికా-ఆ-సీ-పుత్రికా - ౨హింగుపలాశికా॥ తె॥౧మెట్టతోటకూర-౨ఇంగువచెట్టాకు.

బాష్పీ-ఈ-సీ-హింగుపత్రీ॥ తె॥హింగుపత్రిచెట్టు.

బాష్పీకా-ఆ-సీ-హింగుపత్రీ॥

బాస్తకమ్-అ-న-పాంసులవణమ్॥ తె॥ రుమాకరజలవణము.

బాస్పః-అ-పు-ఊష్మా॥

బాస్పేయః-అ-పు-నాగకేసరః॥

బాహలః-అ-పు-బాహుః॥

బాహా-ఆ-సీ-భుజః॥

బాహాబాహవి-౦-౦ - బాహుభిర్బాహుభిర్యుద్ధంతత్॥

బాహాబాహి-ఇ-౦-బాహుభిర్గృహీత్వాప్రవర్తమానమ్యుద్ధమ్॥

బాహుః-ఉ-ద్వ-భుజః॥

బాహుకః-అ-పు-నలరాజా॥

బాహుకుణ్ఠః-అ-త్రి-కుంఠితబాహుయుక్తః॥

బాహుకుస్థః-అ-పు-పక్షః॥

బాహుజః-అ-త్రి-బాహుజాతే॥

బాహుజః-అ-పు-క్షత్రియః- ౨స్వయంజాతతిలః-౩కీరః॥

బాహుత్రాణమ్-అ-న - అస్త్రఘాతనివారణార్థబాహుబద్ధలోహాది॥

బాహుదమ్-అ-న-కేయూరం॥ తె॥ బాహుపురి.

బాహుదన్తీ-న్-పు-ఇంద్రః॥

బాహుదా-ఆ-సీ-బహుదానదీ-౨బాహుదాత్రీచ॥

బాహుభూషా-ఆ-సీ-కేయూరమ్- ౨బాహుభూషణమాత్రంచ॥

బాహుభేదీ-న్-పు-విష్ణుః॥

బాహుభేదీ-న్-త్రి-బాహుభేదకే॥

బాహుమూలమ్-అ-న-కక్షః॥

బాహుయుద్ధమ్-అ-న- భుజాభ్యాంసంగ్రామః॥

బాహులమ్-అ-న-బాహుత్రాణమ్- ౨బహులభావశ్చ॥

బాహులః-అ-పు- కార్తికమాసః - ౨సంగీతధ్వనివిశేషః - ౩అగ్నిః - ౪శాక్యమునిసుతః॥

బాహులేయః-అ-పు-షణ్ముఖః॥

బాహుల్యమ్-అ-న-బహుత్వమ్॥

బాహువారః-అ-పు-శ్లేష్మాతకవృక్షః॥

బాహుసహస్రభృత్-త్-పు - కార్తవీర్యార్జునః॥

బాహూః-ఊ-సీ-భుజః॥

బాహూబాహవి-ఇ-అ- బాహుభిర్బాహుభిర్గృహీత్వా ప్రవర్తమానయుద్ధమ్॥

బాహ్లికమ్-అ-న-కుంకుమమ్-౨హింగు॥

బాహ్లికః-అ-పు-బాహ్లీకదేశజాశ్వః- ౨బాహ్లీకదేశః-౩రాజవిశేషః॥

బాహ్లీకమ్-అ-న-కుంకుమమ్-౨రామఠమ్॥

బాహ్లీకః-అ-పు-బాహ్లీకదేశజాశ్వః- ౨బాహ్లీకదేశః-౩రాజవిశేషః- ౪గంధర్వవిశేషః॥

బిడ్-డ్-సీ-విష్ఠా॥

బిడ్గన్ధమ్-అ-న-బిడ్లవణమ్॥

బిడ్లవణమ్-అ-న-బిడమ్॥

బిడ్వరాహః-అ-పు-గ్రామ్యసూకరః॥

బిడమ్-అ-న-బిడలవణమ్॥

బిడారకః-అ-పు-బిడాలః॥

బిడాలః-అ-పు- మార్జాలః-౨నేత్రపీడా-౩నేత్రౌషధివిశేషః॥ తె॥ ౧పిల్లి-౨నేత్ర రోగము.

బిడాలకమ్-అ-న-హరితాలమ్॥

బిడాలకః-అ-పు- బిడాలః- ౨నేత్రరోగస్య ఔషధవిశేషః॥

బిడాలపదమ్-అ-న-మార్జారచరణే॥

బిడాలపదః-అ-పు-తోలకద్వయపరిమాణమ్

బిడాలపదకమ్-అ-న-కర్షపరిమాణమ్॥

బిడాలీ-ఈ-సీ-విదారీ॥

బిడీనమ్-అ-న-ఖగగతివిశేషః॥

బిడులః-అ-పు-వేతసవృక్షః॥

బిడోజాః-స్-పు-ఇంద్రః॥

బిడౌజాః-స్-పు-ఇంద్రః-౨మహిమః॥

బిడౌజాః-స్-త్రి-తేజోవిశేషాంకః॥

బిదమ్-అ-న-బిడలవణమ్॥

బిన్దుః-ఉ-పు-తాలమానాసుద్రుతద్వయకాలః-౨జలబిందుః- ౩అనుస్వారః- ౪ద్రుతః-౫అర్ధప్రకృతిః-౬శుక్రమ్-౭ఖమ్-౮పరివేషణమ్-౯భ్రూమధ్యమ్-౧౦సరః ౧౧దంతక్షతభేదః-౧౨రూపకార్ధప్రకృతిః-౧౩జ్ఞానశీలః॥ తె॥ ౩(౦).

బిన్దుకః-అ-పు-దంతక్షతవిశేషః॥

బిన్దుచిత్రకః-అ-పు-మృగభేదః॥

బిన్దుజాలమ్- అ- న- హస్తిశుండోపరివిచిత్రబిందుసమూహః॥

బిన్దుజాలకమ్-అ-న-గజస్యముఖాదిస్థాబిందుసమూహః॥

బిన్దుతన్త్రిః-అ-పు-అక్షః-౨తురంగకః॥

బిన్దుపత్రకః-అ-పు-భూర్జవృక్షః॥

బిన్దుమాలా-ఆ-సీ-దంతక్షతవిశేషః॥

బిన్దుమాలీ-న్-పు-తాలప్రాణకలాభేదః॥

బిన్దురేఖకః-అ-పు-పక్షిభేదః॥

బిన్దుసరః-స్-న-సరోవరవిశేషః॥

బిన్దుసారమ్-అ-న-విషవైద్యతంత్రభేదః॥

బిబ్బోకః-అ-పు-(స్త్రీ)హావవిశేషః॥ తె॥ శృంగారచేష్ట.

బిభీషకః-అ-పు-భయమ్-౨వాతాయుః॥

బిమ్బమ్-అ-న-బింబికాఫలమ్-౨యోనిః- ౩ కాంతాగృహమ్-౪ప్రతిబింబమ్ - ౫క మండలుః॥

బిమ్బః-అ-పు-కృకలాసః॥

బిమ్బః-అ-(సీ)- చంద్రసూర్యాదిమండలమ్-౨ప్రతిబింబమ్-౩ ప్రతిబింబప్రకృతిః- ౪ ప్రతికృతిః-౫లాంఛనమ్॥

బిమ్బకమ్-అ-న-చంద్రసూర్యమండలమ్- ౨ బింబికాఫలమ్॥

బిమ్బకః-అ-పు-కృకలాసః॥ తె॥ ఊసరవెల్లి.

బిమ్బచ్ఛదా-ఆ-సీ-మహాశ్యామా॥ తె॥ ఇరుగుడుచెట్టు.

బిమ్బజా-ఆ-సీ-బింబికా॥

బిమ్బటః-అ-పు-సర్షపః॥

బిమ్బవృన్తకః-అ-పు-దుత్తూరః॥ తె॥ఉమ్మెత్త చెట్టు.

బిమ్బసీ-ఈ-సీ-ప్రగాఢకః॥ తె॥అతిపాచనాలరోగము.

బిమ్బా-ఆ-సీ-బింబికా॥

బిమ్బికా-ఆ సీ- తుండికేరీలతా - ౨చంద్రసూర్యమండలమ్॥ తె॥౧దొండచెట్టు.

బిమ్బీ-ఈ-సీ-బింబికా॥

బిమ్బుః-ఉ-సీ-గువాకః॥

బిమ్బోష్ఠః-అ-త్రి- బింబావివఓష్ఠాయస్య॥

బిమ్బోష్ఠమ్-అ-న-(స్త్రీ)సుఖవల్లతుణమ్॥

బిమ్బోష్ఠః-అ- త్రి- బింబావివఓష్ఠాయస్య॥

బిలమ్-అ-న-రంధ్రమ్-౨దేవనిర్మితగుహా॥

బిలః-అ-పు-ఉచ్చైశ్రవాః-౨వేతసః॥

బిలకారీ-న్-పు-మూషకః॥

బిలేశయః-అ-పు-సర్పః-౨బిలేశయా- ౩ఆఖుః-౪నకులః-౫సింహః-౬వరమాత్మా॥

బిలేశయా-ఆ-సీ-గోధా॥ తె॥ఉడుము.

బిల్మమ్-అ-న-భస్మభాజనమ్-౨శిరస్త్రాణమ్॥ తె॥౧విభూతిసంచి మొదలయినది.

బిల్వమ్-అ-న-శలమ్-౨బిల్వవృక్షస్యఫలమ్-౩పలపరిమాణమ్॥ తె॥౧పదుముల్లు.

బిల్వః-అ-పు-మాలూరవృక్షః॥ తె॥౧మారెడుచెట్టు.

బిల్వగన్ధః-అ-పు-పణ్ణాసః॥ తె॥గగ్గెరచెట్టు.

బిల్వజాః-అ-పు-ఇక్ష్వాలికా॥ తె॥ మొదవగడ్డి

బిల్వపేషికా-ఆ-సీ-శుష్క-బిల్వఖండమ్॥

బిల్వా-ఆ-సీ-హింగుపత్రీ॥

బిసమ్-అ-న-మృణాలమ్॥ తె॥తామరతూండు తీఁగెయున్ను.

బిసకణ్ఠికా-ఆ-సీ- బలాకా ॥ తె ॥ తెల్లకొక్కెర.

బిసఖణ్డమ్-అ-న-పద్మలతాశిఫా॥ తె॥ తామర ఊడ-తామరతీఁగె.

బిసజమ్-అ-న-పద్మమ్॥ తె॥ తామర.

బిసనాసికా-ఆ-సీ-బలాకా ॥ తె ॥ తెల్లకొక్కెర.

బిసప్రసూనమ్-అ-న-పద్మమ్॥

బిసినీ-ఈ-సీ-పద్మసరః-౨పద్మసమూహః- ౩ పద్మలతా॥

బీజమ్-అ-న-కారణమ్-౨రేతః-౩తత్వమ్- ౪ అన్నమ్- ౫అంకురకారణమ్ - ౬తత్వావధానమ్- ౭మజ్జా-౮గణితవిశేషః-౯మంత్రః॥

బీజః-అ-పు-ప్రకాశః-౨బలమ్-౩గర్వః॥

బీజకమ్-అ-న-బీజమ్॥

బీజకః-అ-పు-సర్జకవృక్షః-౨మాతులుంగకః॥ తె॥౧వేఁగిసచెట్టు.

బీజకృత్-త్-న-వాజీకరణమ్॥

బీజకోశః-అ-పు-వరాటకః ॥ తె॥ తామర మద్దు.
బీజగర్భః-అ-పు పటోలః॥
బీజగర్భకః-అ-పు-కటోలలతా॥ తె॥ చేఁతిపాట్లచెట్టు.
బీజగుప్తిః-ఇ-సీ-శింబీ॥
బీజధాన్యమ్-అ-న-ధాన్యకమ్॥
బీజపాదపః-అ-పు-భల్లాతకః॥
బీజపుష్పమ్-అ-న-మరువకః- ౨కపిత్థవృక్షః- ౩మదనవృక్షః॥
బీజపుష్పీ-ఈ-సీ-యావనాలః॥ తె॥జొన్నలు
బీజపూరః-అ-పు-మాతులుంగకః- ౨జామీవృక్షః॥ తె॥౧మాదిఫలపుచెట్టు.
బీజపూర్ణః-అ-పు-ఛోలంగః-౨బీజపూరః॥
బీజపేశికా-ఆ-సీ-అండకోశః॥
బీజఫలకః-అ-పు-బీజపూరః॥
బీజమాతృకా-ఆ-సీ-పద్మబీజమ్॥
బీజరత్నః-అ-పు-మాషకలాయః॥
బీజరుహః-అ-పు-శాల్యాదిః॥
బీజరేచనమ్-అ-న-జయపాలః॥
బీజవపనమ్-అ-న - క్షేత్రేబీజస్యక్షేపణమ్॥
బీజవృక్షః-అ-పు-అసనః॥
బీజసఞ్చయః-అ-పు-బీజసంగ్రహః॥
బీజసూః-ఊ-సీ-పృథ్వీ॥
బీజస్నేహః-అ-పు-కింశుకవృక్షః॥ తె॥ మోదుగుచెట్టు.
బీజా-౦-౦-బీజనే॥
బీజా-ఆ-సీ-బీజావాపః॥ తె॥విత్తులువిత్తడము
బీజాకృతః-అ-త్రి-ఉప్తకృష్టః॥ తె॥దున్నివిత్తులువేసినపొలము. (చెట్టు.)
బీజాఢ్యః-అ-పు-కూశ్మాండః॥ తె॥ గుమ్మడి
బీజామ్లమ్-అ-న-వృక్షామ్లమ్॥
బీజీ-న్-పు-పితా॥
బీజీ-న్-త్రి-బీజవిశిష్టః॥
బీజోదకమ్ అ-న-కరకా॥
బీజోప్తిచక్రమ్-అ-న- బీజవపనజన్యశుభాశుభజ్ఞానార్థసర్పాకారచక్రమ్॥
బీజ్యః-అ-త్రి-కులసంభవః॥
బీజ్యః-అ-పు- చతుర్వర్ణేష్వేకవర్ణజాతః-౨సత్కులప్రసూతః॥
బీభత్సః-అ-పు-అర్జునః॥
బీభత్సః-అ త్రి-క్రూరః-౨ఘృణాత్మా- ౩వికృతిః-౪పాపీ- ౫శృంగారాద్యష్టరసాంతర్గతషష్టరసః॥
బీభత్సుః-ఉ-పు-అర్జునః॥
బుక్కమ్-అ- త్రి - వక్షోభ్యంతరమాంసవిశేషః॥
బుక్కః-అ-పు-ఛాగః॥
బుక్కః-అ-ద్వ-సమయె॥
బుక్కనమ్-అ-న-కుక్కురశబ్దః॥
బుక్కా-ఆ-సీ-బుక్కమ్-౨శోణితమ్॥
బుక్కాన్-న్-పు-బుక్కమ్॥
బుక్కాగ్రమాంసమ్-అ-న-హృదయమ్॥
బుక్కారః-అ-పు-సింహధ్వనిః॥
బుక్కీ-ఈ-సీ-బుక్కమ్॥
బుద్ధః-అ-త్రి-జ్ఞాతః॥ తె॥ తెలియఁబడ్డది.
బుద్ధః-అ-పు-బుద్ధదేవః-౨విద్వాన్॥
బుద్ధద్రవ్యమ్-అ-న-స్తూపికమ్॥
బుద్ధవేదః-అ-పు-సాంగవేదాధ్యాయీ॥
బుద్ధిః-ఇ-సీ-మతిః-౨సామాన్యజ్ఞానమ్॥
బుద్ధిమాన్-త్-పు-మాంథీలవః-౨మనుష్యః-౩ఆయస్తః॥ తె॥ ౧పెద్దకూఁకటిమూఁగపిట్ట.
బుద్ధిమాన్-త్-త్రి-ప్రస్తుతః- ౨బుద్ధిమాన్॥ తె॥౧స్తోత్రముచేయఁబడినవాఁడు-౨బుద్ధిమంతుఁడు.

బుద్ధిసహాయః-అ-పు - మంత్రీ - ౨అమాత్య
స్సహాయకర్తాచ॥

బుద్ధీన్ద్రియమ్-అ-న-జ్ఞానేంద్రియమ్॥

బుద్బుదః-అ-పు-అంబుస్ఫోటః - ౨గర్భస్థావ
యవవిశేషః॥ తె॥ ౧నీటిబుగ్గ.

బుధః-అ-పు-దేవః-౨బుధగ్రహః-౩పండితః॥

బుధచక్రమ్-అ-న-బుధగ్రహస్యస్వసంచా
రాదష్టాదశదినోత్తర రాశ్యంతరసం
చారనక్షత్రావధిసప్తవింశతినక్షత్రఘ
టితనరశుభాశుభజ్ఞానార్థ నరాకారచ
క్రమ్॥

బుధప్రియమ్-అ-న-మరకతరత్నమ్॥

బుధవారః-అ-పు-సౌమ్యవారః॥

బుధసానుః-ఉ-పు-పర్ణమ్-౨యజ్ఞపురుషః॥

బుధసుతః-అ-పు-పురూరవశ్చక్రవర్తీ॥

బుధా-ఆ-సీ-జటామాంసీ॥

బుధానః-అ-పు-బృహస్పతిః-౨పండితః-౩ప్రి
యవాదీ॥

బుధాష్టమీ-ఈ-సీ-వ్రతవిశేషః॥

బుధితః-అ-త్రి-విదితః॥ తె॥ తెలియఁబడ్డది.

బుధ్నః-అ-పు-మూలమ్-౨శిఫా-౩శివః॥ తె॥ ౧
వేఱు-౨ఊడ-౩హరుఁడు.

బుబుధానః-అ-పు-ఆచార్యః- ౨దేవః-౩పండి
తః॥

బుభుక్షా-ఆ-సీ-క్షుత్॥ తె॥ ఆఁకలి.

బుభుక్షితః-అ-త్రి- క్షుధితః॥ తె॥ ఆఁకలిగొ
న్నవాఁడు.

బురుడః-అ-పు-కటకారః॥ తె॥ చాపలు మొద
లైనవిఅల్లే మేదరవాఁడు.

బులిః-ఇ-సీ-భగమ్॥

బుషమ్-అ-న-ధాన్యత్వక్॥ తె॥ ధాన్యపుపొల్లు

బుసమ్-అ-న-గోకరీషేంధనమ్-౨ధాన్యత్వ
క్-౩దధ్యధోభాగః॥ తె॥ ౧ఊకచెత్త-
౨పొల్లు-౩తోడుబెట్టినకుండలోని అడు
గుపెఱుగు.

బుసా-ఆ-సీ-నాట్యోక్తకనిష్ఠభగినీ॥

బుసీ-ఈ-సీ-పశ్చిమసముద్రాంతరస్థవరు
ణోద్యాననదీ॥

బుస్తమ్-అ-న-మాంసపిండకవిశేషః-౨స్థాలీ
భృష్టమాంసమ్-౩పనసాదిఫలస్యాసార
భాగః॥

బుస్తః-అ-త్రి-మాంసశష్కులీ॥ తె॥ మాంస
పుగారె.

బుస్తా-ఆ-సీ-మాంసవికారః॥

బూక్కమ్-అ-త్రి-హృదయమ్॥

బృంహణః-అ-పు-పుష్టికారకః॥

బృంహితమ్-అ-న-గజధ్వనిః॥ (యము.

బృన్దమ్-అ-న-సమూహః॥ తె॥ సముదా

బృన్దః-అ-పు-దశార్బుదః- శతకోటిరితియా
వత్॥

బృన్దా-ఆ-సీ-దైత్యకాంతా-౨హరిద్రా-౩తు
లసీ-౪కేదారరాజకన్యా-౫రాధాషోడ
శనామాంతర్గతనామవిశేషః॥

బృన్దారః-అ-త్రి-మనోజ్ఞః॥

బృన్దారకః-అ-పు-దేవః-౨శివః॥

బృన్దారకః-అ-త్రి-శ్రేష్ఠః-౨మనోజ్ఞః॥

బృన్దావనమ్-అ-న-స్వనామఖ్యాతతీర్థమ్॥

బృన్దావనేశ్వరః-అ-పు-శ్రీకృష్ణః॥

బృన్దావనేశ్వరీ-ఈ-సీ-రాధా॥

బృన్దిష్ఠః-అ-త్రి-అతిశయేనమనోజ్ఞః॥ తె॥ మి
క్కిలిరమ్యమైనది.

బృన్దీయాన్-స-త్రి-బృందిష్ఠః॥

బృహచ్చఞ్చుః-ఉ-పు-మహాచంచుశాకః॥

బృహచ్చిత్తః-అ-పు-ఫలపూరః॥

బృహచ్ఛత్రః-అ-పు-కిరీటకవృక్షః॥ తె॥ పట్టి
కాలోధ్రము.

బృహచ్ఛదః-అ-పు-చండా॥ తె॥ చెండయను గ్రంథ్యము.

బృహచ్ఛల్కః-అ-పు-చింగటమత్స్యః॥

బృహజ్జీవన్తీ-ఈ-సీ- బృహజ్జీవంతికావృక్షః॥

బృహడ్ఢక్కా-ఆ-సీ-ఢక్కావిశేషః॥

బృహత్-త్-పు-కురండః॥ తె॥బుడ్డ.

బృహత్-త్-న-సామవిశేషః॥

బృహత్-త్-త్రి-విస్తీర్ణః॥ తె॥గొప్పది-

బృహతికా-ఆ-సీ- ఉత్తరీయమ్-౧బృహతీ॥ తె॥౧పైబట్ట.

బృహతీ-ఈ-సీ-విశ్వావసువీణా-౨కంటకారికా-౩వార్తాకీ- ౪నవమచ్ఛందః- ౫నవసంఖ్యా-౬వాక్-౭మహతీ-౮వారిధానీ-౯వస్త్రవిశేషః - ౧౦పశ్చిమసముద్రాంతరస్థవరుణభార్యా॥ తె॥౨వాఁకుడుచెట్టు-౩నేలములక.

బృహతీనాథః-అ-పు- పశ్చిమసముద్రాంతరస్థవరుణః॥

బృహతీపతిః-ఇ-పు-బృహస్పతిః॥

బృహత్కః-అ-త్రి-బృహత్॥

బృహత్కన్దః-అ-పు- గృంజనః-౨విష్ణుకందః॥

బృహత్కాలశాకః-అ-పు-శోథజిహ్మః॥

బృహత్కాశః-అ-పు-ఖడ్గటః॥

బృహత్కుక్షిః-ఇ- త్రి-తుందిలః॥ తె॥ బొజ్జగలవాఁడు.

బృహత్కోశాతకీ-ఈ-సీ- హస్తికోశాతకీ॥ తె॥పనుఁగుబీఱచెట్టు.

బృహత్తాలః-అ-పు-హింతాలః॥

బృహత్తిక్తా-ఆ-సీ-పాఠా॥

బృహత్తృణః-అ-పు-వంశః॥

బృహత్పత్రః-అ-పు-హస్తికందః॥

బృహత్పత్రా-ఆ-సీ-త్రిపర్ణికా॥(ధ్రువృక్షః)

బృహత్పర్ణః-అ-పు-తిరీటకః-౨పట్టికాలోధ్రః- ౨హింతాలః॥

బృహత్పాటలిః-ఇ-పు-ధుస్తూరః॥

బృహత్పాదః-అ-పు-వటవృక్షః॥

బృహత్పారేవతమ్-అ-న- మహాపారేవతమ్

బృహత్పాలీ-న్-పు-వనజీరః॥

బృహత్పీలుః-ఉ-పు-మహాపీలుః॥ తె॥ పెద్దవరగోఁగుచెట్టు.

బృహత్పుష్పా-ఆ-సీ- సప్తలాలతా॥ తె॥ విరజాజి.

బృహత్పుష్పీ-ఈ-సీ-కింకిణీ-౨వనపుష్పీ॥ తె॥ ౧గిలుకచెట్టు-౨పచ్చజనపచెట్టు.

బృహత్ఫలః-అ-పు-పనసవృక్షః॥ తె॥పనస.

బృహత్ఫలా-ఆ-సీ-తిక్తబీజా-౨మహేంద్రవారుణీ-౩కూష్మాండీ-౪మహాజంబూః॥ తె॥౧పెద్దచేఁదానుఁగుచెట్టు.

బృహత్త్వక్-చ్-పు-గ్రహనాశనవృక్షః॥

బృహదఙ్గః-అ-పు-మతంగజః॥

బృహదమ్లః-అ-పు-రుజాకరః॥

బృహదసృజ్మూర్తిః-ఇ-పు-గోమారిః॥ తె॥ పెద్దగోమారి-

బృహదేలా-ఆ-సీ-స్థూలైలా॥

బృహద్గృహః- అ-పు-కారుషదేశః, బృహద్గృహ ఇత్యపిపాఠః॥

బృహద్గోలమ్-అ-న-శీర్ణవృంతమ్॥(తాలః॥)

బృహద్దలః-అ-పు-పట్టికాలోధ్రః- ౨హింతాలః॥

బృహద్బరూటకః-అ-త్రి- భటిత్రమ్॥ తె॥కరకుట్లు.

బృహద్బీజః-అ-పు-ఆమ్రాతకః॥

బృహద్భట్టారికా-ఆ-సీ-దుర్గా॥

బృహద్భానుః ఉ-పు-అగ్నిః-౨చిత్రకవృక్షః

బృహద్రథః-అ-పు-ఇంద్రః-౨సామవిశేషః ౩మంత్రవిశేషః-౪యజ్ఞపాత్రవిశేషః

బృహద్రథా-ఆ-సీ-నదీవిశేషః॥

బృహద్రావీ-న్-పు-క్షుద్రోలూకః॥

బృహద్వల్కః-అ-పు-పట్టికాలోధ్రః॥
బృహద్వల్లీ-ఈ-సీ-పానీయవల్లీ ॥ తె॥ ఆరె చెట్టు.
బృహద్వాతః-అ-పు-అశ్మరీహరః॥
బృహద్వారుణీ-ఈ-సీ-మహేంద్రవారుణీ
బృహన్నలః-అ-పు-బాహుః-౨పోటగలః-౩ అర్జునః॥
బృహన్నలా-ఆ-సీ-అర్జునః॥
బృహస్పతిః-ఇ-పు-సురగురుః॥
బృహస్పతిచక్రమ్-అ-న-నృణాంశుభాశుభ జ్ఞానార్థంబృహస్పతిసంచారకాలీననక్షత్రాదిన ష్టవింశతినక్షత్రయుక్త నరాకారచక్రమ్॥
బేకటః-అ-పు-మత్స్యభేదః-౨తరుణః-౩విదూషకః॥
బేతాలః-అ-పు-భూతావిష్టశవః-౨పిశాచవిశేషః॥
బేరమ్-అ-న-కాశ్మీరమ్-౨దేహః౩వారిగణః
బేరః-అ-పు-కుబేరః-౨మషీనీరమ్-౩మూర్ఛితః॥
బేలః-అ-త్రి-పుంజితః-౨ధీరః॥
బేలా-ఆ-సీ-యువతిః-౨మహిషీ-౩వాయుభార్యా॥
బైడాలవ్రతమ్-అ-న-దుష్టాచారవిశేషః॥
బైడాలవ్రతిః-ఇ-పు-అంగనాద్యభావాత్కృతబ్రహ్మచర్యః॥
బైడాలవ్రతికః-అ-పు-ధర్మతపస్వీ॥
బైడాలవ్రతీన్-పు-భండతాపసః॥
బైదః-అ-త్రి-పండితసంబంధీ॥
బైల్వమ్-అ-న-బిల్వఫలమ్॥
బైల్వమ్-అ-త్రి-బిల్వసంబంధీ॥
బైసమ్-అ-న-వర్మమ్-౨అసారమ్-౩విరోధకార్యమ్॥

బోకడీ-ఈ-సీ-బస్తాంద్రీ॥
బోక్కాణః-అ-పు-చర్మపాత్రమ్-౨పురోహకః॥ తె॥ ౧పీడలోనీటుపారబోసెడుబొక్కెన-౨గుఱ్ఱపుబొక్కెన.
బోద్ధా-ఋ-త్రి-బోధకర్తా॥
బోధః-అ-(పు)-అవగతిః॥ తె॥ తెలియడము.
బోధకః-అ-పు-సూచకః,బాధకోపిపాఠః॥
బోధకరః-అ-పు-వైతాళికః॥ తె॥ మేలుకొలుపులుపాడెడువాఁడు.
బోధజ్ఞః-అ-పు-అభిప్రాయవేత్తా-౨శ్రీ (కృష్ణః
బోధనమ్-అ-న-గంధదీపనమ్-౨వేదనమ్-౩విజ్ఞాపనమ్॥
బోధనీ-ఈ-సీ-బోధః-౨పిప్పలీ-౩కార్తికశుక్లైకాదశీ॥
బోధనీయః-అ-త్రి-బోధ్యః॥
బోధవాసరః-అ-పు-భగవతఃప్రబోధదినమ్
బోధానః అ-పు-గీష్పతిః-౨విజ్ఞః-౩బుధభేదః
బోధామ్బకః-అ-పు-క్షుద్రఫలః॥ తె॥ నేల (పోఁకచెట్టు.
బోధిః-ఇ-త్రి-జ్ఞాతా॥
బోధిః-ఇ-పు-అశ్వత్థవృక్షః-౨సమాధిః-౩కుక్కుటః-౪బుద్ధిః॥
బోధికా-ఆ-సీ-జీరణా-౨వ్యాధ(స్త్రీ)॥ తె॥ ౧నల్లజీలకఱ్ఱచెట్టు-౨ఎఱుకుది.
బోధితమ్-అ-త్రి-జ్ఞాపితమ్॥
బోధితరుః-ఉ-పు-అశ్వత్థవృక్షః॥
బోధితవ్యమ్-అ-త్రి-జ్ఞాపితవ్యమ్॥
బోధిద్రుమః-అ-పు-అశ్వత్థవృక్షః॥ తె॥ రావిచెట్టు.
బోధివాలకః-అ-పు-శివలలాటాక్షమ్॥
బోధివృక్షః-అ-పు-అశ్వత్థవృక్షః॥
బోధిసత్త్వమ్-అ-న-బుద్ధివిశేషః॥
బోధిసత్త్వః-అ-పు-అశ్వత్థవృక్షః॥ తె॥ రావిచెట్టు.

బోమ్బలః-అ-పు-సంగీతధ్వనివిశేషః॥
బోలమ్-అ-న-ఆజ్యమ్-౨తకోలమ్-౩మధు
బోలః-అ-పు-జాతిరసః॥ తె॥ బాలింతబోలు.
బోలకః-అ-పు-లేఖకః॥
బోలా-ఆ-సీ-అంబూభ్రమః॥ తె॥సుడి.
బోహిత్థమ్-అ-న-నౌకావిశేషః॥
బౌద్ధమ్-అ-న-బుద్ధకృతనిరీశ్వరశాస్త్రమ్॥
బౌద్ధః-అ-త్రి-బుధసంబంధీ॥
బౌద్ధః-అ-పు-బుద్ధశాస్త్రావలంబీ॥
బౌధః-అ-పు-బుధస్యపుత్రః॥
బ్రతతిః-ఇ-సీ-లతా-౨విస్తారః॥
బ్రధ్నః-అ-పు-సూర్యః-౨శిఫా- ౩అర్కవృక్షః-౪శివః-౫రోగవిశేషః॥ తె॥ ౨ఊడ.
బ్రహ్మన్-న-పంచాంగయోగవిశేషః-౨ముక్తిః-౩వేదః-౪తత్త్వమ్-౫తపః-౬నాదః ౭శబ్దః-౮జ్ఞానమ్- ౯పరమాత్మా - ౧౦ యజ్ఞః॥
బ్రహ్మకన్యకా-ఆ-సీ-సరస్వతీ॥
బ్రహ్మకర్మసమాధిః-ఇ-పు - బ్రహ్మణ్యేవకర్మాత్మకసమాధిశ్చిత్తైకాగ్ర్యం యస్య॥
బ్రహ్మకుణ్డమ్-అ-న-బ్రహ్మణానిర్మితసరోవరవిశేషః॥
బ్రహ్మకూటః-అ-పు-పర్వతవిశేషః॥
బ్రహ్మకూర్చమ్-అ-న-వ్రతవిశేషః॥
బ్రహ్మకోశీ-ఈ-సీ-అజమోదా॥
బ్రహ్మగర్తా-ఆ-సీ-ఆదిత్యభక్తా॥
బ్రహ్మగర్భః-అ-పు-షణ్ముఖః॥
బ్రహ్మగర్భా-ఆ-సీ-దీప్యః॥ తె॥ఓమము.
బ్రహ్మగిరిః-ఇ-పు-బ్రహ్మశైలః॥
బ్రహ్మఘ్నీ-ఈ-సీ-గృహకన్యా-౨బ్రహ్మహతినీచ॥
బ్రహ్మచర్యమ్-అ-న-ఆశ్రమవిశేషః॥
బ్రహ్మచారణీ-ఈ-సీ-భార్గీ॥
బ్రహ్మచారిణీ-ఈ-సీ- కరణీనామకవృక్షః-౨దుర్గా-౩బ్రహ్మీశాకః-౪బ్రహ్మచర్యవ్రతధారిణీ॥
బ్రహ్మచారీ-న్-పు-వటుః- ౨బ్రహ్మదారువృక్షః॥ తె॥౨గంగరావిచెట్టు.
బ్రహ్మజటా-ఆ-సీ-దమనకవృక్షః॥
బ్రహ్మజా-ఆ-సీ-శుక్రభార్యా॥
బ్రహ్మజీవీ-న్-పు-ద్విజకార్యేషుమూల్యేనపరిచారకః॥
బ్రహ్మజ్ఞః-అ-పు-శ్రీగోపాలః॥
బ్రహ్మజ్ఞః-అ-త్రి-బ్రహ్మవేత్తా॥
బ్రహ్మజ్ఞానమ్-అ-న-బ్రహ్మవిషయకజ్ఞానం
బ్రహ్మజ్ఞానీ-న్-త్రి-బ్రహ్మజ్ఞానవిశిష్టః॥
బ్రహ్మణ్యః-అ-పు-బ్రహ్మదారువృక్షః - ౨శనిః-౩విష్ణుః-౪ముంజతృణమ్-౫తూలవృక్షః॥ తె॥౧గంగరావిచెట్టు.
బ్రహ్మణ్యః-అ-త్రి-బ్రాహ్మణహితః॥
బ్రహ్మణ్యదేవః-అ-పు-శ్రీకృష్ణః॥
బ్రహ్మతరుః-ఉ-పు-కింశుకవృక్షః॥ తె॥ మోదుగచెట్టు.
బ్రహ్మతాలః-అ-పు-చతుర్ముఖతాలః- సతుదశతాలాత్మకః॥
బ్రహ్మతీర్థమ్-అ-న-పుష్కరమూలమ్- ౨పుష్కరతీర్థమ్॥
బ్రహ్మత్వమ్-అ-న-బ్రహ్మస్వరూపమ్॥
బ్రహ్మదణ్డః-అ-పు-బ్రాహ్మణయష్టికా-౨వసిష్ఠస్యసిద్ధయష్టిః॥ (దండిచెట్టు}
బ్రహ్మదణ్డీ-ఈ-సీ-వారాహీ॥ తె॥ బ్రహ్మ}
బ్రహ్మదత్తః-అ-పు- ఇక్ష్వాకువంశీయరాజవిశేషః॥
బ్రహ్మదర్భా-ఆ-సీ-యవానికా॥
బ్రహ్మదారు-ఉ-న-బ్రహ్మచారివృక్షః॥ తె॥ గంగరావిచెట్టు.

బ్రహ్మదైత్యః-అ-పు - ప్రేతయోనిప్రాప్త బ్రాహ్మణః॥
బ్రహ్మనన్దా-ఆ-సీ-బ్రహ్మపురీ॥
బ్రహ్మనాభః-అ-పు-విష్ణుః॥
బ్రహ్మనాలమ్-అ-న- కాశ్యాంచక్రతీర్థస్య పూర్వభాగేపితామహేశ్వరలింగస్యాధస్తీర్థవిశేషః॥
బ్రహ్మనిర్వాణమ్-అ-న- బ్రహ్మనిర్వృతిః॥
బ్రహ్మనిష్ఠః-అ-పు-బ్రహ్మదారువృక్షః॥ తె॥ గంగరావిచెట్టు.
బ్రహ్మపత్రమ్-అ-న-పలాశపత్రమ్॥
బ్రహ్మపర్ణీ-ఈ-సీ-పృశ్నిపర్ణీ॥
బ్రహ్మపవిత్రః-అ-పు-కుశః॥
బ్రహ్మపాదపః-అ-పు-పలాశవృక్షః॥
బ్రహ్మపుత్రః-అ-పు- కేతుగ్రహః - 2మకరాక్షజాతిసర్పవిషమ్- 3నారదాదిః-4మేఘాధిపబలాహకః॥
బ్రహ్మపుత్రీ-ఈ-సీ-చటకస్త్రీ- 2రతీదేవీ॥ తె॥ 1ఆడుయూరపిచ్చుక.
బ్రహ్మబన్ధుః-ఉ-పు-అధిక్షిప్తః-2నిర్దేశః॥ తె॥ 1కూటసాక్షియైననిందితుఁడు.
బ్రహ్మబన్ధూః-ఊ-పు-అధిక్షేపః॥
బ్రహ్మబిన్దుః-ఉ-పు- వేదాధ్యయనకాలముఖవిప్రుట్॥
బ్రహ్మబృన్దా-ఆ-సీ-బ్రహ్మపురీ॥
బ్రహ్మభూతిః-ఇ-సీ-సంధ్యా॥
బ్రహ్మభూమిజా-ఆ-సీ-సింహలీ॥
బ్రహ్మభూయమ్-అ-న- బ్రహ్మసాయుజ్యమ్॥
బ్రహ్మమూర్ధభిత్-ద్-పు-శివః॥
బ్రహ్మమూర్ధభృత్-త్-పు-శివః॥
బ్రహ్మమేఖలః-అ- పు - ముంజతృణమ్॥ తె॥ ముంజగడ్డి.
బ్రహ్మయజ్ఞః-అ-పు-వేదపాఠః॥
బ్రహ్మయష్టిః-ఇ-సీ-భార్గీ॥
బ్రహ్మయోనిః-ఇ-పు- గాంధారదేశః - 2యోగిశరీరమ్ - 3అధ్యాత్మశాస్త్రమ్॥
బ్రహ్మయోనీ-ఈ-సీ- కురుక్షేత్రేసరస్వతీతీరేపృథూదకనికటేతీర్థవిశేషః॥
బ్రహ్మరన్ధ్రమ్-అ-న-ఉత్తమాంగమ్॥
బ్రహ్మరాక్షసః-అ-పు-భూతవిశేషః - 2మహాదేవస్యగణవిశేషః॥
బ్రహ్మరాత్రః-అ-పు - బ్రహ్మముహూర్తః॥
బ్రహ్మరాత్రిః-ఇ-పు- యాజ్ఞవల్క్యమునిః॥
బ్రహ్మరాత్రిః-ఇ-సీ-బ్రహ్మణోనిశాయామ్॥
బ్రహ్మరీతిః-ఇ-సీ-హంజికా-2రజతమ్-3రాజరీతిః॥ తె॥ 1చిటితేకుచెట్టు-2వెండి-3హెునిత్తడి.
బ్రహ్మర్షిః-ఇ-పు-వశిష్ఠాదిమునిగణః॥
బ్రహ్మర్షిదేశః-అ-పు - కురుక్షేత్రాదిదేశచతుష్టయమ్॥
బ్రహ్మలోకః-అ- పు - బ్రహ్మణోభువనమ్॥
బ్రహ్మవద్యమ్-అ-న-బ్రహ్మణోవాక్యమ్॥
బ్రహ్మవద్యా-ఆ-త్రి-కథా॥
బ్రహ్మవర్చసమ్-అ-న - ఆచారాధ్యయనసమృద్ధిః॥
బ్రహ్మవర్తః-అ-పు-బ్రహ్మావర్తదేశః॥
బ్రహ్మవర్ధనమ్-అ-న-తామ్రమ్॥
బ్రహ్మవాదః-అ-పు-వేదపాఠః॥
బ్రహ్మవాదినీ-ఈ-సీ-గాయత్రీ॥
బ్రహ్మవాదీ-న్-పు-వేదాంతాధ్యాయీ॥
బ్రహ్మవిద్యా-ఆ-సీ-బ్రహ్మజ్ఞానమ్॥
బ్రహ్మవృక్షః-అ-పు-పలాశవృక్షః- 2ఉదుంబరః॥
బ్రహ్మవృత్తిః-ఇ-సీ - బ్రాహ్మణస్యజీవనోపాయః॥
బ్రహ్మవేదః-అ-పు-బ్రహ్మజ్ఞానమ్॥

బ్రహ్మవేదః-ఇ-పు - హిమవద్వింధ్యమధ్యప్రాక్సముద్రాది పశ్చిమసముద్రపర్యంతదేశః॥

బ్రహ్మవైవర్తమ్-అ-న - అష్టాదశమహాపురాణాంతర్గతదశమపురాణమ్॥

బ్రహ్మశల్యః-అ-పు-సోమవల్కః॥

బ్రహ్మశాసనమ్-అ-న-బ్రహ్మవిచారగృహమ్

బ్రహ్మశాసనః-అ-పు - నవద్వీపస్యపూర్వదక్షిణకోణెగంగాపారెగ్రామవిశేషే॥

బ్రహ్మసంహితా-ఆ-సీ - భగవత్సిద్ధాంతసంగ్రహగ్రంథవిశేషః॥

బ్రహ్మసమ్భవః-అ-పు- ద్విపృష్ఠనామకజైనవిశేషః॥

బ్రహ్మసర్పః-అ-పు-సర్పవిశేషః॥

బ్రహ్మసాయుజ్యమ్-అ-న-బ్రహ్మస్వరూపమ్॥

బ్రహ్మసావర్ణిః-ఇ-పు-దశమోమనుః॥

బ్రహ్మసూః-ఊ-పు-మన్మథః-౨అనిరుద్ధః॥

బ్రహ్మసూత్రమ్-అ-న-౧పుష్కరమ్- ౨యజ్ఞసూత్రమ్॥ తె॥౧పుష్కరమూలపుచెట్టు ౨జందెము.

బ్రహ్మసూనుః-ఉ-పు - ఇక్ష్వాకువంశోద్భవరాజవిశేషః॥

బ్రహ్మసోమమ్-అ-న-అగ్నినిర్యాసః॥ తె॥ అగ్నిజారము.

బ్రహ్మసోమా-ఆ-సీ-బ్రాహ్మీ ॥ తె॥ బ్రహ్మిచెట్టు.

బ్రహ్మస్వమ్-అ-న-బ్రాహ్మణసంబంధిధనమ్॥

బ్రహ్మహత్యా- ఆ-సీ- బ్రహ్మణోహననమ్॥

బ్రహ్మహవిః-స్-న-అర్ప్యమాణంహవిరపిబ్రహ్మైవ॥

బ్రహ్మహా-న్-పు-బ్రహ్మఘ్నః॥

బ్రహ్మహుతమ్-అ-న- పంచమహాయజ్ఞాంతర్గతయజ్ఞవిశేషః - సతు అతిథిపూజనరూపః॥

బ్రహ్మా-న్-పు-చతుర్ముఖః-౨త్రివేదవిన్మహర్త్విక్-౩నవసంఖ్యా-౪చంద్రః - ౫అర్కః-౬విప్రః-౭శివః-౮కేశవః॥

బ్రహ్మా-ఆ-సీ-బ్రాహ్మీ॥ తె॥బ్రాహ్మిచెట్టు.

బ్రహ్మాగ్రభూః-ఊ-పు-ఘోటకః॥

బ్రహ్మాఞ్జలిః-ఇ- పు - వేదాధ్యయనకాలకృతాంజలిః॥

బ్రహ్మాణీ-ఈ-సీ-సరస్వతీ-౨రక్తపుచ్ఛికా॥ తె॥౨నల్లిగండ్లపాము.

బ్రహ్మాణ్డమ్-అ-న-భువనకోశః॥

బ్రహ్మాత్మభూః-ఊ-పు-అశ్వః॥

బ్రహ్మాదనీ-ఈ-సీ-హంసపదీ॥

బ్రహ్మాద్రిజాతా-ఆ-సీ-గోదావరీ॥

బ్రహ్మాపేతః-అ-పు-మాఘమాసెసూర్యనికటస్థితరాక్షసః॥

బ్రహ్మామ్భః-స్-న-గోమూత్రమ్॥

బ్రహ్మారణ్యమ్-అ-న-వేదపాఠభూమిః॥

బ్రహ్మార్పణమ్-అ-న- బ్రహ్మణిసమర్పణమ్॥

బ్రహ్మావర్తః-అ-పు-దేశవిశేషః॥

బ్రహ్మాసనమ్-అ-న - ధ్యానయోగార్థనిర్మితస్వస్తికాద్యాసనమ్॥

బ్రహ్మాస్త్రమ్-అ-న - బ్రహ్మస్వరూపాస్త్రమ్॥

బ్రహ్మిష్ఠా-ఆ-సీ-దుర్గా॥

బ్రహ్మీ-ఈ-సీ-బ్రాహ్మణస్త్రీ-౨పంకగడకమత్స్యః-౩ఫంజికావృక్షః-౪శాకభేదః॥

బ్రహ్మీఘృతమ్-అ-న-ఔషధవిశేషః॥

బ్రహ్మోతమ్-అ-త్రి- బ్రహ్మణిఆసమ్యక్ప్రకారేణఊతంగ్రథితమ్॥

బ్రహ్మోత్తరమ్-అ-త్రి - బ్రాహ్మణస్వామికభూమ్యాది॥

బ్రహ్మోద్యమ్-అ-న - బ్రహ్మణోవాక్యమ్॥

బ్రహ్మోద్యా-ఆ-త్రి-బ్రహ్మణఃకథా॥

బ్రహ్మోపనేతా-ఋ-పు-పలాశవృక్షః-౨ బ్రాహ్మణోపనయనకర్తా॥

బ్రహ్మోదనమ్-అ-న-యజ్ఞేఋత్విగ్భ్యోదత్తమన్నమ్॥

బ్రాహ్మమ్-అ-న-దక్షిణాంగుష్ఠమూలబ్రహ్మతీర్థమ్॥

బ్రాహ్మః-అ-పు-నారదః-౨వివాహవిశేషః

బ్రాహ్మణమ్-అ-న-వేదవిశేషః-౨బ్రాహ్మణసమూహః॥

బ్రాహ్మణః-అ-త్రి-అవచ్ఛేదః॥ తె॥ పరిష్కరించఁబడ్డది.

బ్రాహ్మణః-అ-పు-విప్రః-౨మాధవః-౩మహేశః॥

బ్రాహ్మణత్రా-ఆ-౦-బ్రాహ్మణాధీనమ్॥

బ్రాహ్మణబ్రువః-అ-పు-అన్యజాతికర్మోపజీవిబ్రాహ్మణః॥

బ్రాహ్మణయష్టికా-ఆ-సీ-హంజికా॥ తె॥ చిఱుతేకుచెట్టు.

బ్రాహ్మణయష్టీ-ఈ-సీ-భార్గీ॥

బ్రాహ్మణహితః-అ-త్రి-బ్రాహ్మణస్యహితకారీ॥

బ్రాహ్మణాచ్ఛంసః-అ-పు-ఆహారవిశేషః-౨రత్నవిశేషః-౩ఆహ్వానవిశేషః॥

బ్రాహ్మణాచ్ఛంసీ-న్-పు-బ్రహ్మగణఋత్విగ్విశేషః॥

బ్రాహ్మణాయనః-అ-పు-శుద్ధసంతానజో విప్రః॥

బ్రాహ్మణార్థః-అ-త్రి-బ్రాహ్మణాయవిహితః॥ తె॥ బ్రాహ్మణునికొరకైనది.

బ్రాహ్మణీ-ఈ-సీ-హంజికా-౨స్పృక్కా-౩రాజరీతిః-౪ద్విజపత్నీ-౫రక్తపుచ్ఛికా॥ తె॥ ౧చిటితేకుచెట్టు-౨స్పృక్కయను గ్రంథ్యము-౩పొలుగన్నెతడి-౪బ్రాహ్మణుని పెండ్లాము-౫నల్లిగండ్లపాము.

బ్రాహ్మణ్యమ్-అ-న-బ్రాహ్మణసమూహః-౨బ్రాహ్మణభావః-౩బ్రాహ్మణకర్మ॥

బ్రాహ్మణ్యః-అ-పు-శనిగ్రహః॥

బ్రాహ్మోహోరాత్రః-అ-పు-దైవద్విసహస్రయుగకాలః-సపవమానుష ద్వికల్పకాలః॥

బ్రాహ్మీగాయత్రీ-ఈ-సీ-వైదికగాయత్రీచ్ఛందః॥

బ్రాహ్మీపిఙ్గా-ఆ-సీ-రజతమ్॥

బ్రాహ్మీ-ఈ-సీ-సప్తమాతృకావిశేషః-౨రోహిణీనక్షత్రమ్-౩సరస్వతీ-౪వాక్-౫మండూకీ-౬లఘుబ్రాహ్మీ-౭మత్స్యాక్షీ-౮గోరోచనవర్ణపిపీలికా-౯బ్రాహ్మణస్త్రీ॥ తె॥ ౫బ్రహ్మీచెట్టు-౬లఘుబ్రాహ్మీయనుచెట్టు-౭పొన్నగంటిచెట్టు

బ్రాహ్మీకన్దః-అ-పు-వారాహీకందః॥

బ్రాహ్మీజగతీ-ఈ-సీ-వైదికజగతీచ్ఛందః॥

బ్రాహ్మీత్రిష్టుప్-భ్-సీ-వైదికత్రిష్టుప్ఛందః॥

బ్రాహ్మీపఙ్క్తిః-ఇ-సీ-వైదికపఙ్క్తిచ్ఛందః

బ్రాహ్మీబృహతీ-ఈ-సీ-వైదికబృహతీచ్ఛందః॥

బ్రాహ్మ్యనుష్టుప్-భ్-సీ-వైదికానుష్టుప్ఛందః॥

బ్రాహ్మ్యుష్ణిక్-హ-సీ-వైదికోష్ణిక్ఛందః

బ్రువన్-త్-త్రి-కథయన్॥

బ్రువాణః-అ-త్రి-వక్తా॥

బ్రుషీ-ఈ-సీ-యత్యాద్యాసనమ్॥

బ్రుసీ-ఈ-సీ-యత్యాద్యాసనమ్॥

భ

భమ్-అ-న-నక్షత్రమ్-౨గగనమ్-౩ రాశిః- ౪ పుండ్రః-౫ గ్రహః॥

భః-అ-పు-శంభుః-౨భ్రమరః-౩ భావః- ౪శు క్రః-౫అంశుః-౬జలదః - ౭సాత్త్వికః॥

భక్తమ్-అ-న-అన్నమ్-౨భాగహారః॥

భక్తః-అ-త్రి -భాగహారవాన్ -౨తత్పరః॥

భక్తకరః-అ-పు-కృత్రిమధూపః॥

భక్తకరః-అ- త్రి -భక్తకారకే॥

భక్తకారః-అ- త్రి -పాచకః॥

భక్తతా-ఆ-సీ-భక్తత్వమ్॥

భక్తతూర్యమ్-అ-న-భోజనకాలేవాదనీయ తూర్యమ్॥

భక్తదాసః-అ- పు - పంచదశదాసాంతర్గత దాసవిశేషః॥

భక్తమణ్డః-అ-(సీ)-అన్నాగ్రరసః॥

భక్తిః-ఇ-సీ-భాగః-౨సేవా-౩ యోగః- ౪ర చనా-౫భావః॥

భక్తికా-ఆ-సీ-చీరికాలతా- ౨పక ప్ర కారః॥

భక్తిమాన్-త్ -త్రి-భక్తియుక్తః॥

భక్తియోగః-అ- పు-పరమేశ్వరేభజనసం బంధః

భక్తిరసః-అ-పు-భక్తిరేవరసః॥

భక్తిలః-అ-పు-సాధుఘోటకః॥

భక్తిలః-అ-త్రి-భక్తిదాతా॥

భక్షకః-అ-త్రి-బహ్వాసీ॥ తె॥తిండిపోతు.

భక్షటకః-అ-పు-క్షుద్రగోక్షురకః॥

భక్షణమ్-అ-న - ద్రవేతరద్రవ్యగలాధఃకర ణమ్॥

భక్షణీయమ్-అ-త్రి-భక్ష్యద్రవ్యమ్॥

భక్షపత్రా-ఆ-సీ-నాగవల్లీ॥

భక్షితః-అ-త్రి-చర్వితః॥ తె॥తినఁబడ్డది.

భక్ష్యః-అ-త్రి-అపూపసామాన్యమ్॥ తె॥ పిం డివంటలన్నియును.

భక్ష్యకారః-అ-త్రి-ఆపూపికః॥ తె॥ భక్ష్య ములువండెడువాఁడు.

భక్ష్యాభక్ష్యమ్-అ-న-ఖాద్యాఖాద్యద్రవ్యం॥

భక్ష్యాలాబూః-ఊ-సీ-రాజాలాబుః॥

భగమ్-అ-న-ఆకాశమ్- ౨స్వర్గః - ౩(స్త్రీ)చి హ్నమ్-౪ శ్రీః-౫వీర్యమ్-౬ఇచ్ఛా - ౭ జ్ఞానమ్-౮వైరాగ్యమ్-౯కీర్తిః- ౧౦మా హాత్మ్యమ్-౧౧ఐశ్వర్యమ్-౧౨యత్నః- ౧౩ధర్మః-౧౪మోక్షః- ౧౫పుంసాంగు దముష్క మధ్యభాగః-౧౬(స్త్రీ)- ౧౭య శః-౧౮సౌభాగ్యమ్-౧౯కాంతిః - ౨౦ సూర్యః-౨౧శంభువిశేషః-౨౨చంద్రః ౨౩పూర్వఫల్గునీనక్షత్రమ్॥

భగః-అ-పు-ద్వాదశాదిత్యగణవిశేషః-౨నక్ష త్రస్థానవిశేషః-౩ శ్రీః-౪ధర్మః - ౫వై రాగ్యమ్-౬యత్నః-౭ఆశ్చర్యమ్-౮యు క్తిః-౯ఇచ్ఛా-౧౦వీర్యమ్-౧౧తపః-౧౨ కీర్తిః - ౧౩మాహాత్మ్యమ్-౧౪జ్ఞానమ్- ౧౫కాంతిః-౧౬కామః-౧౭ మోక్షః॥

భగః-అ-(సీ)-యోనిః॥

భగణః-అ పు-నక్షత్రసమూహః- ౨శీఘ్రగా మినాం గ్రహాణామల్పేన కాలేనమంద గామినాం గ్రహాణాం మహతాకాలేన పూర్వగత్యాపాతానాం పశ్చిమగత్యా పరివర్తనేనాశ్విన్యాది రేవత్యంత నక్ష త్రభోగకాలః-౩షష్టివికలాభిఃకలా,ష ష్టికలాభిర్భాగ(స్త్రిం)శద్భాగై రాశిర్ద్వా దశరాశిభిర్భగణః॥

భగదక్షిణావర్తః-అ-పు-రాజపత్నీలక్షణమ్॥

భగదత్తః-అ-పు- నరకరాజస్య జ్యేష్ఠపుత్రః-

భగదైవతమ్-అ-న- పూర్వఫల్గునీనక్షత్రమ్॥ తత్తుబృహస్పతేర్జన్మనక్షత్రమ్॥

భగదైవ్యా-ఆ-సీ-పుబ్బానక్షత్రమ్॥

భగన్దరః-అ-పు-గుదస్థానసమీపవ్రణః॥

భగభక్షకః-అ-పు-కుండాశీ॥

భగవతీ-ఈ-సీ-పార్వతీ-౨సరస్వతీ-౩పూజ్యా-౪గంగా॥

భగవాన్-త్-త్రి-పూజ్యః॥

భగవాన్-త్-పు-బుద్ధదేవః-౨పూజ్యః-౩విష్ణుః-౪శివః॥

భగవామావర్తః-అ-పు-వంధ్యాలక్షణమ్॥

భగసంస్పర్శనమ్-అ-న-బాహ్యారతివిశేషః॥

భగాఙ్కురః-అ-పు-భగాంతర్లింగనాడీ॥

భగాలమ్-అ-న-నృకరోటిః॥

భగాలీ-న్-పు-శివః॥

భగినీ-ఈ-సీ-స్వసా-౨స్త్రీమాత్రమ్॥ తె॥ ౧తోఁడఁబుట్టినది.

భగీ-ఈ-సీ-కలంజమ్॥ తె॥ గంజావిచెట్టు.

భగీరథః-అ-పు-షోడశరాజవిశేషః॥

భగోః-స్-౦-సంబోధనమ్॥ తె॥ ఓయి.

భగోలః-అ-పు-భపంజరమ్-నక్షత్రచక్రమ్॥

భగ్నమ్-అ-త్రి-పరాజితమ్-౨చూర్ణితమ్॥

భగ్నమ్-అ-న-రోగవిశేషః॥

భగ్నపాదర్క్షమ్-అ-న-పుష్కరాఖ్యనక్షత్రషట్కమ్॥

భగ్నపృష్ఠః-అ-పు-సమ్ముఖః-౨ముటితమేరుదండః॥

భగ్నసన్ధిః-ఇ-పు-శరీరస్యసంధిస్థానభంగరోగవిశేషః॥

భగ్నసన్ధికమ్-అ-న-ఘోలమ్॥

భగ్నాత్మా-న్-పు-చంద్రః॥

భగ్నాశః-అ-త్రి-హతాశః-దీర్ఘతృష్ణాభంగయుక్తః॥

భగ్నీ-ఈ-సీ-భగినీ॥

భఙ్కారీ-ఈ-సీ-దంశః॥

భఙ్క్తా-ఋ-త్రి-భంగకర్తా॥

భఙ్గః-అ-పు-తరంగః-౨ఖండః-౩పరాజయః-౪రోగవిశేషః-౫కౌటిల్యమ్-౬భయమ్-౭విచ్ఛిత్తిః-౮రోగమాత్రమ్-౯గమనమ్-౧౦జలనిర్గమః॥

భఙ్గః-అ-(సీ)-ఇచ్ఛా॥

భఙ్గవాసా-ఆ-సీ-హరిద్రా॥

భఙ్గసార్థః-అ-త్రి-కుటిలః॥

భఙ్గా-ఆ-సీ-మాతులీ-౨వృక్షవిశేషః-౩శణాఖ్యసస్యమ్-౪త్రివృతా-౫ఔషధవిశేషః॥ తె॥ ౧జనపవిత్తులు.

భఙ్గాకటః-అ-పు-భంగారజః॥ తె॥ జనపవిత్తులనూఁగు.

భఙ్గానః-అ-పు-మత్స్యవిశేషః॥

భఙ్గారీ-ఈ-సీ-దంశః॥

భఙ్గిః-ఇ-సీ-పృథక్ప్రకారః-౨విచ్ఛేదః-౩కౌటిల్యభేదః-౪విన్యాసః-౫కల్లోలః-౬భంగః-౭వ్యాజః-౮ఛలనిభః॥

భఙ్గిమా-న్-పు-భంగిః॥

భఙ్గీ-ఈ-సీ-ప్రకారః-౨రచనా॥

భఙ్గురః-అ-పు-నద్యావంకః॥

భఙ్గురః-అ-త్రి-వక్రః-౨నశ్వరః॥

భఙ్గురా-ఆ-సీ-ప్రియంగుః-౨అతివిషా॥ తె॥ ౧ప్రేంకణపుచెట్టు-౨అతివసచెట్టు.

భఙ్గ్యః-అ-త్రి-భంగాభవనోచితక్షేత్రమ్॥ తె॥ జనుముపండెడుభూమి.

భచక్రమ్-అ-న-రాశిచక్రమ్॥

భజన్-త్-త్రి-భాగకర్తా-౨సేవా॥

భజనమ్-అ-న-భాగః-౨సేవా॥

భజమానః-అ-త్రి-యుక్తః-౨భాగకర్తా-౩సేవాకర్తా॥ తె॥ ౧తగినది.

భఞ్జకః-అ-త్రి-భంజనకర్తా॥

భఞ్జన్-త్-త్రి-వర్తమానభంజనాశ్రయః॥

భఞ్జనమ్-అ-న-మోటనమ్॥
భఞ్జనః-అ-పు-శంఖారావః॥
భఞ్జనకః-అ-పు-ముఖరోగవిశేషః॥
భఞ్జరుః-ఉ-పు-దేవకులోద్భూతతరుః॥
భఞ్జలీ-ఈ-సీ - గోమూత్రికాద్యశ్వగతివిశేషః॥ తె॥ పాముపలెత్రిప్పిత్రిప్పినడిపించేది.
భఞ్జా-ఆ-సీ-అన్నపూర్ణా॥
భటః-అ-పు-యోధః-౨పామరభేదః-౩ప్రగుణః-౪మ్లేచ్ఛభేదః-౫రజనీచరః-౬వర్ణసంకరవిశేషః॥ తె॥ ౧కాలిబంటు-౩తిన్ననివాఁడు,
భటా-ఆ-సీ-ఇంద్రవారుణీ॥
భటార్థః-అ-త్రి - భటాయవిహితధృతిప్రక్లృతిః॥ తె॥ బంటుకొరకైనజీతము మొదలయినది.
భటిత్రః-అ-త్రి-శూలాకృతః॥ తె॥ కరకుట్టు,
భట్టః-అ-పు-జాతివిశేషః॥
భట్టాచార్యః-అ-పు - తుతాతభట్టమతంమీమాంసాశాస్త్రమ్-పతదుభయశాస్త్రవేత్తా॥
భట్టారః-అ-త్రి-పూజ్యః॥
భట్టారకః-అ-పు-నాట్యోక్తరాజా-౨త్రిదశః-౩మునిః- ౪సూత్రధారః -౫చమత్కారమతమ్-౬దారుభేదనశీలః॥
భట్టారకవారః-అ-పు-రవివారః॥
భట్టిః-ఇ-పు - స్వనామఖ్యాతరామకథాశ్రయమహాకావ్యమ్॥
భట్టినీ-ఈ-సీ- నాట్యపరిభాషితరాజపట్టాభిషిక్తభార్యేతరభార్యా-౨ద్విజపత్నీ-౩భోగినీ॥ తె॥ ౧భోగార్థమయినస్త్రీ.
భడః-అ-పు-వర్ణసంకరజాతివిశేషః॥
భడిలః-అ-పు-బాలః-౨ప్రశంసా-౩సేవకః-౪శూరః॥

భడిలః-అ-త్రి-అచింతావాన్॥
భణితమ్-అ-త్రి-శబ్దితమ్-౨కథితమ్॥
భణితిః ఇ-సీ-వాక్యమ్॥
భణ్టాకీ-ఈ-సీ-వార్తాకీ-౨బృహతీ॥
భణ్టుకః-అ-పు-శ్యోనాకవృక్షః - భండుకోపిపాఠః॥
భణ్డః-అ-పు-హస్తాదివర్జితః॥
భణ్డకః-అ-పు-ఖంజనపక్షీ॥
భణ్డనమ్-అ-న-యుద్ధమ్-౨కవచమ్ - ౩శ్వపచః-౪వివర్తనమ్-౫ఖలికాలః॥
భణ్డహాసినీ-ఈ-సీ-గణికా॥
భణ్డా-ఆ-సీ-జారిణీ॥
భణ్డిః-ఇ-సీ-వీచిః॥
భణ్డికా-ఆ-సీ-మంజిష్ఠా॥
భణ్డిన్యః-అ-పు-సమష్ఠిలః॥ తె॥ సమష్ఠిలచెట్టు.
భణ్డిరః-అ-పు-శిరీషవృక్షః॥ తె॥ దిరిసెనచెట్టు
భణ్డిలః-అ-పు-శిరీషవృక్షః॥
భణ్డిలః-అ-త్రి-శుభః-౨దూతః-౩శిల్పీ॥
భణ్డీ-ఈ-సీ-మంజిష్ఠా-౨శిరీషవృక్షః॥
భణ్డీన్-న్-పు-శిరీషవృక్షః॥ తె॥ దిరిసెనచెట్టు.
భణ్డీతకీ-ఈ-సీ-మంజిష్ఠా॥
భణ్డీరః-అ-పు-శిరీషవృక్షః - ౨తండులీయః-౩సమష్ఠిలక్షుపః॥ తె॥ ౧దిరిసెనచెట్టు ౨చిల్లికూరచెట్టు.
భణ్డీరలతికా-ఆ-సీ-మంజిష్ఠా॥
భణ్డీరీ-ఈ-సీ-మంజిష్ఠా॥ తె॥ మంజిష్ఠతీఁగె.
భణ్డీలః-అ-పు-శిరీషవృక్షః-౨మంజిష్ఠా॥ తె॥ ౧దిరిసెనచెట్టు.
భణ్డుకః-అ-పు-మత్స్యవిశేషః॥
భణ్డూకః-అ-పు-శ్యోనాకవృక్షః॥
భదన్తః-అ-త్రి-పూజితః॥
భదన్తః-అ-పు - నాట్యోక్తక్షపణకసౌగతాదిః-౨మాయాదేవీసుతః-౩సుతేజః॥

భదాకః-అ-(సీ)-మంగలమ్॥

భద్రమ్-అ-(పు)- కరణవిశేషః- తత్తువిష్టిభద్రాత్వేన ప్రసిద్ధంఅశుభదమ్॥

భద్రమ్-అ-న- మంగళమ్-౨కిణ్వమ్- ౩సుఖమ్-౪హేమ-౫ముస్తకమ్॥ తె॥ ౨పిల్యము నెదుచెట్టు.

భద్రః-అ-పు-శుభకర్మాదౌపురప్రచారయోగ్యగజః-౨వృషభః-౩రుద్రః-౪రామభద్రః-౫శివః-౬ఖంజరీటః-౭కదంబకః-౮నవశుక్లబలాంతర్గతబలదేవః-౯రామచరః-౧౦సుమేరుః-౧౧స్నుహీ-౧౨సాధ్యమాళికానాంపద్ధతివిశేషః॥

భద్రః-అ-త్రి-రమ్యమ్-౨శ్రేష్ఠః॥

భద్రకమ్-అ-న-భద్రముస్తకమ్॥

భద్రకమ్-అ-త్రి-మనోజ్ఞః॥

భద్రకః-అ-పు-దేవదారువృక్షః॥

భద్రకణ్టః-అ-పు-గోక్షురః॥

భద్రకాలీ-ఈ-సీ-పార్వతీ- ౨గండోలీ-౩ఓషధివిశేషః॥ తె॥ ౨కందిరీగ.

భద్రకాశీ-ఈ-సి-భద్రముస్తా॥

భద్రకుమ్భః - అ - పు - రాజద్వారస్థితజలకుంభః॥

భద్రగన్ధికా-ఆ-సీ-ముస్తకమ్॥

భద్రఙ్కరః-అ-త్రి-మంగలకారకః॥

భద్రచూడః-అ-పు-లంకాస్థాయీ॥

భద్రజః-అ-పు-ఇంద్రయవః॥

భద్రతరణిః-ఇ-పు-కుబ్జనామకవృక్షః॥

భద్రతరలీ-ఈ-సీ-సప్తలా॥ తె॥ విరజాజి.

భద్రతరుణీ-ఈ-సీ-కుబ్జకవృక్షః॥

భద్రతురఙ్గమ్-అ- న- జంబూద్వీపస్యనవవర్షాంతర్గతవర్షవిశేషః॥

భద్రదన్తికా-ఆ-సీ-దంతీవృక్షభేదః॥

భద్రదారు-ఉ-న-దేవదారువృక్షః- ౨సరళకాష్ఠమ్॥

భద్రదార్వాదికః-అ-పు-ఔషధగణవిశేషః.

భద్రనామా-న్-పు-కాష్ఠకుట్టపక్షీ॥

భద్రనామికా-ఆ-సీ-త్రాయంతీవృక్షః॥

భద్రనిధిః-ఇ-పు-మహాదానవిశేషః॥

భద్రపదా-ఆ-సీ-పూర్వభాద్రపదోత్తరభాద్రపదానక్షత్రమ్॥

భద్రపర్ణా-ఆ-సీ-కటంభరావృక్షః॥

భద్రపర్ణీ-ఈ-సీ-గంభారీ- ౨ప్రసారిణీ॥ తె॥ ౧గుమ్ముడుచెట్టు.

భద్రబలనః-అ-పు-బలరామః॥

భద్రబలా- ఆ-సీ-కటంభరా-౨బలా॥ తె॥ ౧గొంతెమగోరుచెట్టు.

భద్రమల్లికా-ఆ-సీ-గవాక్షీ॥

భద్రముఞ్జః-అ-పు-ముంజేయుః॥ తె॥ కాకివెదురు.

భద్రముస్తకః-అ-పు- గుంద్రా॥ తె॥ భద్రముస్త.

భద్రముస్తా-ఆ-సీ-భద్రముస్తకః॥

భద్రయవమ్-అ-న-ఇంద్రయవః॥ తె॥ కొడిసెకాయ.

భద్రరేణుః-ఉ-పు-ఐరావతహస్తీ॥

భద్రలతా-ఆ-సీ-మాధవీ॥ తె॥ మాధవితీఁగె.

భద్రవత్-త్-న-దేవదారు॥

భద్రవతీ-ఈ-సీ-మహాకుంభీ॥ తె॥ పెద్దగుమ్ముడుతేకు.

భద్రవర్మా-న్-పు-నవమల్లికా॥

భద్రవల్లికా-ఆ-సీ-గోపవల్లీ॥

భద్రవల్లీ-ఈ-సీ- మల్లికా-౨మాధవీలతా-౩లతావిశేషః॥

భద్రశ్రయమ్-అ-న-చందనమ్॥

భద్రశ్రీః-ఈ-సీ-చందనవృక్షః॥

భద్రసుతః-అ-పు-ఖడ్గః॥

భద్రసురః-అ-పు-కఠారుః॥ తె॥ చేతికటారి

భద్రసోమా-ఆ-సీ-గంగా॥

భద్రా-ఆ-సీ-స్వర్ధేనువిశేషః-౨ద్వితీయాతిథిః-౩సప్తమీతిథిః-౪ద్వాదశీతిథిః-౫మహాకుంభీ-౬సహదేవీ-౭మందాకినీ-౮రాస్నా-౯అనంతా-౧౦శేఫాలికా-౧౧ధేనుదంతీ-౧౨త్రాయమాణా-౧౩కృష్ణా-౧౪ప్రసారిణీ-౧౫కట్ఫలమ్-౧౬జీవంతీ-౧౭అపరాజితా-౧౮నీలీ-౧౯బలా-౨౦శమీ-౨౧వచా-౨౨దంతీ-౨౩హరిద్రా-౨౪శ్వేతదూర్వా-౨౫కాశ్మరీ-౨౬సారిబావిశేషః-౨౭గౌః-౨౮కాకోదుంబరికా-౨౯గంగాయాస్త్రిస్రోతోంతర్గతస్రోతోవిశేషః-౩౦బుద్ధశక్తివిశేషః-౩౧ఛాయాగర్భజాతాసూర్యకన్యా-౩౨సుభద్రా-౩౩విష్టిభద్రా॥ తె॥౫పెద్దగుమ్ముడుతీఁగ-౬ముత్తవపులగపుచెట్టు, ౮రాస్నఅనేగ్రంధ్యము-౯సుగంధిపాలచెట్టు-౧౦నల్లవావిలిచెట్టు-౧౨త్రాయమాణమనెడిఓషధి.

భద్రా-ఆ-౦-మంగలార్థముండనమ్॥

భద్రాకరణమ్-అ-న-వపనమ్॥

భద్రాఖ్యా-ఆ-సీ-కారవేల్లీ॥ తె॥ కాఁకరచెట్టు

భద్రాత్మజః-అ-పు-ఖడ్గః॥

భద్రాకరః-అ-పు-అష్టాదశక్షుద్రద్వీపాంతర్గతద్వీపవిశేషః॥

భద్రాలపత్రికా-ఆ-సీ-గంధాలీ॥

భద్రాలీ-ఈ-సీ-గంధాలీ॥

భద్రావతీ-ఈ-సీ-కట్ఫలవృక్షః॥

భద్రాశ్రయః-అ-పు-చందనమ్॥

భద్రాశ్వమ్-అ-న-భువోనవవర్షాంతర్గతవర్షవిశేషః॥

భద్రాసనమ్-అ-న-దార్వ్యాదికృతరాజాసనమ్॥

భద్రేశ్వరః-అ-పు-కల్పగ్రామస్థశివః॥

భద్రైలా-ఆ-సీ-స్థూలైలా॥

భద్రోదనీ-ఈ-సీ-బలా-౨నాగబలా॥

భస్త్రసఙ్కరః-అ-పు-ఛత్రాకః॥ తె॥ కుక్కగొడుగు.

భన్దిలమ్-అ-న-శుభమ్-౨కంపః-౩దూతః॥

భన్థుకః-అ-పు-భారతవర్షాంతర్గతదేశవిశేషః॥

భపఞ్జరమ్-అ-న-నక్షత్రచక్రమ్॥

భపతిః-ఇ-పు-చంద్రః॥

భమ్భః-అ-పు-ధూమః॥

భమ్భరాళికా-ఆ-సీ-భంకారీ॥

భమ్భరాలీ-ఈ-సీ-మక్షికా॥

భమ్భాసారః-అ-పు-మగధరాజవిశేషః॥

భయమ్-అ-త్రి-ఘోరే॥

భయమ్-అ-న-భయానకరసస్థాయీభావః-౨భీతిః-౩కులకపుష్పమ్॥

భయః-అ-పు-రోగ॥

భయఙ్కరమ్-అ-న-భయానకరసః॥

భయఙ్కరః-అ-త్రి-భయానకరసవాన్॥

భయడిణ్డిమః-అ-పు-సంగ్రామపటహః॥

భయదః-అ-పు-భృంగః॥

భయద్రుతః-అ-త్రి-పలాయితః॥

భయనాశనీ-ఈ-సీ-దేవబలా-౨భయనాశకర్త్రీచ॥ తె॥౧కలుక్రాంతచెట్టు.

భయభీతః-అ-త్రి-త్రాసేనాతంకితః॥

భయభ్రష్టః-అ-త్రి-భయద్రుతః॥

భయా-ఆ-సీ-యమభగినీ॥

భయానకః-అ-పు-నవరసవిశేషః-౨శార్దూలః-౩రాహుః॥

భయానకః-అ-త్రి-భయానకరసవాన్॥

భయాపహః-అ-పు-రాజా॥

భయావహమ్-అ-న-భయానకరసః॥

భయావహః-అ-త్రి- భయానకరసవాన్॥

భయాహ్వయః-అ-పు-వీరభద్రః॥

భరః-అ-పు- అతిశయః - ౧వింశతితులాపరిమాణరజతసువర్ణాదిః-౨భారః॥ తె॥ ౧బారువు-౨బరువు.

భరటః-అ-పు-కులాలః-౧కర్మకరః॥ తె॥౧కూలివాఁడు.

భరణమ్-అ-న-భృతిః-౧వేతనమ్- ౨పోషణమ్॥ తె॥౧జీతము-కూలిన్ని.

భరణః-అ-పు-భరణీనక్షత్రమ్॥

భరణీ-ఈ-సీ-భరణీనక్షత్రమ్- ౧తటాకస్య జలాగమనార్థకృతయంత్రమ్- ౨ధరణీ-౩గాండీవమ్॥ తె॥౧తూము.

భరణీభూః-ఊ-పు-రాహుగ్రహః॥

భరణీయః-అ-త్రి-భరణయోగ్యః॥

భరణ్డః-అ-పు-షితా-౧భర్తా-౨భూపాలః-౩వృషః-౪భూమిః-౫క్రిమిః॥

భరణ్యమ్-అ-న-భృతిః॥ తె॥జీతము-కూలిన్ని.

భరణ్యభుక్-జ్-త్రి-కర్మకరః॥

భరణ్యా-ఆ-సీ-వేతనమ్॥

భరణ్యాహ్వా-ఆ-సీ-పర్వపుష్పీ॥

భరణ్యుః-ఉ-పు-శరణ్యుః-మిత్రమ్-౧అగ్నిః-౨చంద్రమాః-౩ఈశ్వరః॥

భరత్-త్-పు-పక్షీ-౧ప్లవంగః॥

భరతః-అ-పు-షోడశరాజవిశేషః- ౧శైలూషః-౨శబరః-౩రామసోదరః- ౪భరతవర్షమ్-౫దుష్యంతపుత్రః-౬నటః- ౭నాట్యశాస్త్రకర్తా-౮తంతువాయః॥ తె॥౧మేళముకట్టుకొనిజీవించెడువాఁడు.

భరతఖణ్డమ్-అ-న- భారతవర్షాంతర్గతకుమారికాఖండమ్॥

భరతపుత్రకః-అ-పు-నటః॥

భరతప్రసూః-ఊ-సీ-కేకయీ॥

భరతాగ్రజః-అ-పు-శ్రీరామః॥

భరథః-అ-పు-లోకపాలః॥

భరద్వాజః-అ-పు- వ్యాఘ్రాటపక్షీ- ౧మునివిశేషః-౨ద్రోణః-౩ద్రోణపుత్రః-౪దేశవిశేషః॥ తె॥౧పత్రింత.

భరద్వాజకః-అ-పు-వ్యాఘ్రాటపక్షీ॥

భరిణీ-ఈ-సీ-హరిద్వర్ణః॥

భరితః-అ-త్రి-పూరితః-౧భరిత్రః - ౨హరిద్వర్ణః॥ తె॥౧మోసేది.

భరిత్రః-అ-త్రి-భరితః॥ తె॥ మోసేది.

భరిమా-న్-పు-భరణమ్॥

భరుః-ఉ-పు-భర్తా-౧విష్ణుః-౨సముద్రః- ౩స్వర్ణమ్-౪శివః॥

భరుజః-అ-పు-జంబుకః॥

భరుటకమ్-అ-న-భృష్టామిషమ్॥

భర్గః-అ-పు-శివః-౧జ్యోతిః- ౨ఆదిత్యాంతర్గతతేజః-౩భర్జనమ్॥

భర్గః-స్-న-తేజః-౧రేతః॥

భర్గీ-ఈ-సీ-నేత్రాధోదేశః॥ తె॥ కటుమర్లు.

భర్గ్యః-అ-పు-భర్గః॥

భర్జనమ్-అ-న-భృష్టిః॥

భర్తవ్యమ్-అ-త్రి-భరణీయమ్॥

భర్తా-ఋ-త్రి-ధాతరి-౧పోష్టరిచ॥

భర్తా-ఋ-పు-పతిః-౧పోషకః॥ తె॥౧మగఁడు

భర్తృఘ్నీ-ఈ-సీ-పతిఘాతినీ॥

భర్తృదారకః-అ-పు - నాట్యోక్తయువరాజః-౧కుమారః॥

భర్తృదారికా-ఆ- సీ - నాట్యోక్తరాజకుమారీ॥

భర్తృహరిః-ఇ-పు-స్వనామఖ్యాత కావ్యకర్తృరాజవిశేషః॥

భర్త్సనమ్-అ-న-ప్రతారణమ్॥ తె॥ బెదిరించడము.

భర్త్సపత్త్రికా-ఆ-సీ-మహానీలీ॥

భర్మ-న్-న-సువర్ణమ్-౨భృతిః-౩ధుస్తూరః-౪నాభిః॥ తె॥ ౧బంగారము-౨కూలి, జీతమున్ను.

భర్మమ్-అ-న-సువర్ణమ్-౨భృతిః - ౩నాభిః॥ తె॥౧బంగారము.

భర్మణ్యా-ఆ-సీ-వేతనమ్॥

భర్మా-న్-పు-భానుః॥

భలతా-ఆ-సీ-రాజబలా॥

భలన్దనః-అ - పు - కాన్యకుబ్జదేశీయనృపవిశేషః॥

భల్లః-అ (సీ)-శస్త్రభేదః॥

భల్లః-అ-పు-భల్లూకః-౨బాణః॥

భల్లకః-అ-పు-భల్లూకః॥

భల్లపుచ్ఛీ-ఈ-సీ-గవేశకా-గోరక్షతండులా

భల్లాటమ్-అ-న-శశిధ్వజరాజపురమ్॥

భల్లాతః-అ-పు-బహిర్బీజవృక్షః॥ తె॥ నల్లజీడిచెట్టు.

భల్లాతకమ్-అ-న- బహిర్బీజవృక్షః॥ తె॥ నల్లజీడిచెట్టు.

భల్లాతకః-అ-పు- బహిర్బీజవృక్షః॥ తె॥ నల్లజీడిచెట్టు.

భల్లాతకీ-ఈ-సీ-బహిర్బీజవృక్షః॥ తె॥నల్ల (జీడిచెట్టు

భల్లికా-ఆ-సీ-భల్లాతకీ॥

భల్లీ-ఈ-త్రి-భల్లాతకః॥

భల్లీ-ఈ-సీ-బాణః॥

భల్లుకః-అ-పు-అచ్ఛభల్లః॥ తె॥ ఎలుఁగుబంటి.

భల్లుజః-అ-పు-వానరః॥ తె॥క్రోఁతి

భల్లుఙ్గః-అ-పు-వేణుః॥

భల్లూకః-అ-పు-అచ్ఛభల్లః- ౨మహిషాక్షవృక్షః-౩శోనకవృక్షః-౪వానరః॥ తె॥ ౧ఎలుఁగుబంటి-౨మహిసాక్షిచెట్టు- ౩దుందిలపుచెట్టు-౪క్రోఁతి.

భల్లూదః-అ-పు-భల్లూకః॥

భవమ్-అ-న-భవ్యమ్॥

భవః-అ-పు-ఏకాదశరుద్రవిశేషః-౨శివః-౩సంసారః-౪సత్తా-౫మంగలమ్ - ౬ప్రాప్తిః-౭జన్మ-౮ఉపాదానమ్-౯ఋ (తిః॥

భవకః-అ-పు-ఆశీర్వాచకః॥

భవఘస్మరః-అ-పు-దావానలః॥

భవఘ్నీ-ఈ-సీ-నీలవిష్ణుక్రాంతా॥ తె॥ నల్లవిష్ణుక్రాంత.

భవత్-త్-త్రి-యుష్మదర్థః - ౨వర్త (నార్థమ్॥

భవతి-ఇ-౦-సత్తా॥ తె॥ఉండడము.

భవతీ-ఈ-సీ- బాణభేదః,సతువిషాక్తః-౨దీప్తిమతీ॥

భవతు-ఉ-౦-అసూయోపగమః॥ తె॥ కోపము చేతనంగీకరించుట,అలాగే కానియ్యి అని.

భవదారు-ఉ-న-దేవదారువృక్షః॥

భవదీయమ్-అ-త్రి-భవతఇదమ్॥

భవనమ్-అ-న-గృహమ్-౨భావః॥

భవనాశినీ-ఈ-సీ-సరయూనదీ॥

భవనీయమ్-అ-త్రి-భవితవ్యమ్॥

భవన్తః-అ-పు-కాలభేదః,సతువర్తమానః॥

భవన్తిః-ఇ-పు-వర్తమానకాలః॥

భవభూతిః-ఇ-పు-కవివిశేషః - ౨మహాదేవస్యైశ్వర్యంచ॥

భవరుట్-ద్-సీ-ప్రేతపటహః॥

భవా-ఆ-సీ-పార్వతీ॥

భవాత్మజా-ఆ-సీ-మనసాదేవి॥

భవాదృక్-శ్-త్రి-భవాదృశః॥ తె॥నీవంటిది

భవాదృక్షః-అ-త్రి-భవాదృశః॥ తె॥ ప్రసిద్ధమయిననీవంటివాఁడు.

భవాదృశః-అ-త్రి- భవాదృశః॥ తె॥ ప్రసిద్ధ మయిననీవంటివాఁడు.

భవాన్-త్-త్రి-యుష్మదర్థః॥

భవానీ-ఈ-సీ-పార్వతీ॥

భవానీగురుః-ఉ-పు- హిమాలయపర్వతః॥

భవాబ్ధిః-ఇ-పు-సంసారరూపసముద్రః॥

భవాభీష్టః-అ-పు-గుగ్గులుః॥

భవాయనా-ఆ-సీ-గంగా॥

భవికమ్-అ-న-మంగళమ్॥

భవికమ్-అ-త్రి-తద్వతి॥

భవితః-అ-త్రి-అతీతోత్పత్తికః,భూతః॥

భవితవ్యమ్-అ-న-శుభమ్-౨భాగ్యమ్॥

భవితవ్యమ్-అ-త్రి-భవనీయమ్॥

భవితవ్యతా-ఆ-సీ-భాగ్యమ్॥

భవితా-ఋ- త్రి- పునఃపునర్భవనశీలకే }

భవినః-అ-పు-కావ్యకర్తా॥ (శాదిః॥) }

భవిలః-అ-పు-షిడ్గః-౨భవ్యః॥

భవిష్ణుః-ఉ-త్రి-పునఃపునర్భవనశీలకేశాదిః

భవిష్యమ్-అ-న-శుభమ్-౨భాగ్యమ్॥

భవిష్యః-అ-త్రి-భవిష్యత్కాలః॥

భవిష్యత్-త్-త్రి-కాలవిశేషః॥

భవుకమ్-అ-న-శుభమ్॥

భవేశః-అ-పు-శ్మశ్రు॥ తె॥ గెడ్డము,మీసము లవెంట్రుకలు.

భవ్యమ్-అ-త్రి-భావి- ౨మనోజ్ఞః--౩సత్య మ్-౪శుభమ్॥ తె॥ ౧కాఁబోవుపని-౨మ నోహరము.

భవ్యమ్-అ-న-శుభమ్-౨సత్యమ్- ౩ఫలమ్॥

భవ్యః-అ-పు-కర్మరంగవృక్షః॥

భవ్యః-అ-(సీ)-రసభేదే॥

భవ్యా-ఆ-సీ-ఉమా-౨గజపిప్పలీ॥

భషః-అ-పు-కుక్కురః॥

భషకః-అ-పు-శ్వా॥ తె॥కుక్క.

భషణమ్-అ-న-బుక్కనమ్॥

భషా-ఆ-సీ-స్వర్ణక్షీరీ॥

భషితమ్-అ-న-శునకధ్వనిః॥

భషీ-ఈ-సీ-శునీ॥

భసత్-త్-సీ-కాష్ఠమ్-౨అశ్వమాంసమ్-౩ జఘనమ్॥

భసనః-అ-పు-భ్రమరః॥

భసన్తః-అ-పు-కాలః॥

భసలః-అ-త్రి-భృంగః॥

భసితమ్-అ-న-భస్మ॥

భసితః-అ-పు-ధవళవర్ణః-౨రజ్జుః-౩జలమ్॥

భసూచకః-అ-పు-దైవజ్ఞః॥

భస్త్రకా-ఆ-సీ- చర్మప్రసేవికా॥ తె॥ కొలిమితిత్తి.

భస్త్రా-ఆ-సీ-చర్మప్రసేవికా॥

భస్త్రికా-ఆ-సీ-భస్త్రా॥

భస్త్రికః-అ-పు- నదీతరణరోగ్యసాధనవిశేషః॥

భస్త్రీ-ఈ-సీ-భస్త్రా॥

భస్మ-న్-న-దగ్ధభసితమ్॥

భస్మకమ్-అ-న-విడంగమ్-౨రోగవిశేషః-౩ర జతమ్॥

భస్మకారః-అ-పు-రజకః॥

భస్మగన్ధా-ఆ-సీ-రేణుకా॥

భస్మగన్ధికా-ఆ-సీ- రేణుకాఖ్యగంధద్రవ్యమ్

భస్మగన్ధినీ-ఈ-సీ-రేణుకా॥ తె॥ రేణుకమను గ్రంథ్యము.

భస్మగర్భః-అ-పు-తినిశవృక్షః॥

భస్మగర్భా-ఆ-సీ- శింశపావృక్షః - ౨రేణుకా॥ తె॥౧కంపుయిరుగుడుచెట్టు-౨రేణుకమను గ్రంథ్యము.

భస్మతూలమ్-అ-న-గ్రామకూటః- ౨పాంశువర్షణమ్-౩హిమమ్॥

భస్మరోహా-ఆ-సీ-దగ్ధావృక్షః॥

భస్మవర్ణః-అ-పు-కుక్కుభవతీః॥ తె॥ గంపవులుఁగు.

భస్మవేధకః-అ-పు-కర్పూరః॥

భస్మాఙ్గరాగః-అ-పు-శివః॥

భా-ఆ-సీ-తేజః-౧దీప్తిః-౩భూమిః-౪భూషణమ్॥

భాః-స్-పు-సూర్యః॥

భాః-స్-ద్వ-తేజః॥

భాః-స్-సీ-కిరణః-౧ద్యుతిః-౩శోచిత్యమ్॥

భాఃకరః-అ-పు-సూర్యః॥

భాక్-జ్-సీ-తేజః-౧ప్రాప్తమ్॥ తె॥ ౧పొందినది.

భాకుటః-అ-పు-మత్స్యవిశేషః॥

భాకూటః-అ-పు - పర్వతభేదః - ౧మత్స్యభేదః॥

భాకోశః-అ-పు-సూర్యః॥

భాక్తమ్-అ-త్రి-పారిభాషికమ్, గౌణమ్-౧భక్తసంబంధినిచ॥

భాక్తికః-అ-త్రి-అన్యేనపోష్యః॥

భాగః-అ-పు-భాగ్యమ్-౧భాగహారః- ౩రూపకాదిగ్రంథార్థమ్-౪చతుర్థాంశః - ౫రూప్యార్థకః-౬ఏకదేశః॥

భాగధేయమ్-అ-న-భాగ్యమ్-౧భాగః॥

భాగధేయః-అ-పు-బలిః-౧దాయాదః- ౩ప్రత్యయః॥ తె॥౧పన్ను-అప్పనము.

భాగవతమ్-అ-న - అష్టాదశపురాణాంతర్గతమహాపురాణవిశేషః॥

భాగవతః-అ-త్రి-భగవద్భక్తః॥

భాగికమ్-అ-త్రి-సవృద్ధికముద్రాది॥

భాగినేయః-అ-పు-భగినీసుతః ॥ తె॥ మేనల్లుఁడు. }

భాగినేయీ-ఈ-సీ-భగినీసుతా॥ తె॥ మేనఁగోడలు. }

భాగీరథీ-ఈ-సీ-గంగా॥

భాగురిః ఇ-పు- స్మృతివ్యాకరణకర్తృమునివిశేషః॥

భాగ్యమ్-అ-త్రి-భాగికః-౧భాగయోగ్యంచ

భాగ్యమ్-అ-న- శుభాశుభాత్మక ప్రారబ్ధమ్-౧శోభాధికవిధిః॥

భాఙ్గీనః-అ-త్రి- భంగాభవనోచితక్షేత్రమ్ ॥ తె॥జనుము పండెడు నేల.

భాజనమ్-అ-న-దేవవృక్షాంగవృక్షభేదః- ౧అమత్రమ్- ౩సర్వపాత్రసామాన్యమ్-౪యోగ్యమ్॥ తె॥౧కంచము,

భాజితమ్-అ-న-భాగహారః॥

భాజితః-అ-త్రి-భాగహారవాన్॥

భాజీ-ఈ-సీ-వ్యంజనవిశేషః॥

భాజ్యమ్-అ-న-భాగహారః॥

భాజ్యః-అ-త్రి-భాగహారవాన్॥

భాటకః-అ-(సీ)-వ్యవహారార్థందత్తశకటాదిలభ్యధనమ్॥

భాటకః-అ-పు-అవక్రయః॥ తె॥బాడిగె.

భాణః-అ-పు - నాటకాదిదశరూపకాంతర్గతరూపకవిశేషః॥

భాణ్డమ్-అ-న-మార్జనమ్-౧నటః-౩వణిజ్మూలధనమ్-౪అశ్వభూషణమ్-౫ఘటః - ౬దుఃఖమ్-౭నిషేధః-౮నదీకూలద్వయమధ్యమ్॥ తె॥౩బండారము, అసలున్ను.

భాణ్డః-అ-పు-గర్దభాండవృక్షః॥

భాణ్డః-అ-త్రి-సర్వపాత్రసామాన్యమ్-౧విభూషణమ్॥

భాణ్డపుటః-అ-పు-నాపితః॥

భాణ్డపుష్పః-అ-పు-సర్పవిశేషః॥

భాణ్డాకీ-ఈ-సీ-బృహతీ॥ తె॥ నేలములక చెట్టు

భాణ్డాగారమ్-అ-న-ధనగృహమ్॥ తె॥ ఖజానాకొట్టు.

భాణ్డాగారః-అ-పు-గృహవిశేషః॥

భాణ్డారీ-న్-పు-భాండాగారాధ్యక్షః॥

భాణ్డారీ-ఈ-సీ-బృహతీ ॥ తె ॥ నేలములక చెట్టు.

భాణ్డిః-ఇ-పు- నాపితస్యక్షురాద్యాధారః॥

భాణ్డిలః-అ-పు-నాపితః॥

భాణ్డివాహః-అ-పు-నాపితః॥

భాణ్డీ-న్-పు-శిరీషవృక్షః॥ తె॥ దిరిసెనచెట్టు.

భాణ్డీ-ఈ-సీ-మంజిష్ఠాలతా ॥ తె॥ మంజిష్ఠ తీఁగె.

భాణ్డీరః-అ-పు-రాజవిశేషః - ౨భర్మనిర్మిత వాసః-౩సువర్ణమ్॥

భాతమ్-అ-న-ప్రభాతమ్-౨దీప్తిః॥

భాతమ్-అ-త్రి-తద్వతి॥

భాతిః-ఇ-సీ-శోభా॥

భాతుః-ఉ-పు-సూర్యః-౨దీప్తః॥

భాద్రః-అ-పు-భాద్రపదమాసః- ౨భాద్రపదనక్షత్రయుక్తా పౌర్ణమాసీ యస్మిన్ మాసేసః॥

భాద్రపదః-అ-పు-భాద్రపదమాసః॥

భాద్రపదాః-ఆ-సీ- పూర్వాభాద్రానక్షత్రమ్-౨ఉత్తరభాద్రపదానక్షత్రమ్॥

భాద్రపదీ-ఈ-సీ-భాద్రపదపూర్ణిమా॥

భాద్రమాతురః-అ-పు-భద్రమాతృసుతః॥ తె॥ మంచితల్లిఁగలవాఁడు.

భానుః-ఉ-పు-సూర్యః-౨కిరణః-౩శివః-౪అర్కవృక్షః-౫ప్రభుః-౬వృత్తార్హత్పితృవిశేషః॥

భానుః-ఉ-సీ-భానుమతీ॥

భానుః-ఉ-త్రి-జరాయుక్తః-౨మదాంధః-౩వారివాహః॥

భానుఫలా-ఆ-సీ-కదలీ॥

భానుభూమిః-ఇ-సీ-మహాతలలోకః॥

భానుమతీ-ఈ-సీ- విక్రమాదిత్యరాజపత్నీ॥

భానుమాన్-త్-పు-సూర్యః॥

భానుమాన్-త్-త్రి-దీప్తియుక్తే॥

భానువారః-అ-పు-ఆదివారః॥

భానుశః-అ-పు-అశ్వపార్శ్వావర్తః॥

భానేమిః-ఇ-పు-సూర్యః॥

భామః-అ-పు-క్రోధః-౨రవిః-౩దీప్తిః-౪భగినీపతిః॥ తే॥ ౧పగ-౨సూర్యుఁడు- ౩కాంతి.

భామా-ఆ-సీ-వనితా॥ తె॥ ఆఁడుది.

భామినీ-ఈ-సీ-శృంగారచేష్టాయుక్తస్త్రీ-౨స్త్రీమాత్రమ్॥

భామినీవిలాసః-అ-పు- జగన్నాథమిశ్రపండితరాజకృత కావ్యగ్రంథవిశేషః॥

భామీ-న్-త్రి-క్రోధీ॥

భారః-అ-పు-వింశతితులాప్రమాణసువర్ణరజతాదిః-౨భరః-౩ద్విసహస్రపలభారః ౪వీవధః॥ తె॥ ౧బారువు, పుట్టెడుమన్ను-౨బరువు.

భారకః-అ-పు-భారవాహకః ॥ తె॥ బరువు మోసెడుకూలివాఁడు.

భారణ్డః-అ-పు- ఉత్తరకురుదేశజశకునపక్షీ॥

భారతమ్-అ-న- భారతగ్రంథః - ౨భరతవర్షమ్॥

భారతః-అ-(సీ)-హిమవత్పర్వతదక్షిణసేతు పర్యంతదేశః-౨జంబూద్వీపః॥

భారతః-అ-పు-శైలూషః-౨శంభుః-౩అగ్నిః ౪భరతస్యాపత్యమ్॥ తె॥ ౧మేళముకట్టి జీవించెడువాఁడు.

భారతవర్షమ్-అ- న - జంబూద్వీపస్యనవవర్షాంతర్గతవర్షవిశేషః॥

భారతీ-ఈ-సీ-సరస్వతీ-౨వాక్-౩యతిసంప్రదాయభేదజ్ఞానార్థచిహ్నమ్- ౪తులసీ-౫విద్యుత్-౬ఛందోవిశేషః- ౭కైశి

క్యాదివృత్తివిశేషః-౭పక్షిభేదః-౮బ్రాహ్మీ॥

భారద్వాజమ్-అ-న-అస్థి॥

భారద్వాజః-అ-పు- భరద్వాజగోత్రాపత్యమ్-౨ద్రోణాచార్యః- ౩ద్రోణపుత్రః-౪వ్యాఘ్రః-౫వ్యాఘ్రాటపక్షీ- ౬మంగళగ్రహః-౭బృహస్పతిపుత్రః॥ తె॥ ౫పత్రింత.

భారద్వాజీ-ఈ-సీ-అతిబలా - ౨కుష్టనుత్॥ తె॥౧అతిబలచెట్టు- ౨అడవిప్రత్తిచెట్టు.

భారయః-అ-పు-భారద్వాజపక్షీ॥

భారయష్టిః-ఇ-సీ-కాకోటీ॥ తె॥ కావడిబద్ద.

భారవమ్-అ-న-ధనుర్గుణః॥

భారవాహః-అ-పు-భారికః॥ తె॥ బరువు మోసేకూలి వాఁడు॥

భారవాహీ-ఈ-సీ-నీలీ॥

భారవిః-ఇ-పు-కవివిశేషః॥

భారవీ- ఈ-సీ-తులసీ॥

భారవృక్షః-అ-పు-కాక్షీనామకగంధద్రవ్యం

భారహరః-అ-పు-భారవాహకః॥

భారహారః-అ-పు-భారవాహకః॥

భారిః-ఇ-పు-సింహః॥

భారికః- అ - పు - భారవాహకః॥ తె॥బరువు మోసేకూలివాఁడు,

భారిటః-అ-పు-పక్షివిశేషః॥

భారీ-న్-పు-భాతవాహకః॥

భారీ-న్-త్రి-భారయుక్తః॥

భారౌహీ-ఈ-సీ-భారవాహికా॥

భార్గవః-అ-పు-శుక్రః-౨రేణుకాసుతః-౩గజః-౪సుధన్వా-౫పరశురామః- ౬భారతవర్షమధ్యేప్రాచ్యదేశాంతర్గత దేశ విశేషః॥ తె॥౨పరశురాముఁడు.

భార్గవప్రియః-అ-పు-వజ్రరత్నమ్॥

భార్గవీ-ఈ-సీ-లక్ష్మీః-౨దూర్వాతృణమ్-౩ఉమా-౪వాణీ-౫తులసీ॥ తె॥ ౨గరికెగడ్డి.

భార్గీ-ఈ-సీ-వృక్షవిశేషః॥

భార్ద్వాజీ-ఈ-సీ-భారద్వాజీ॥

భార్యా-ఆ-సీ-పత్నీ॥

భార్యాటః-అ-పు-అన్యార్థంస్వస్త్రీదాతా॥

భార్యాటికః-అ-పు- స్త్రీజితః-౨హరిణవిశేషః॥

భార్యాతికః- అ - పు- భార్యాప్రధానపురుషః-౨హరిణవిశేషః॥

భార్యాపతీ-ఇ-పు- దంపతీ, నిత్యద్వివచనాంతోయంశబ్దః॥ తె॥ దంపతులు.

భార్యారుః-ఉ-పు-శైలవిశేషః- ౨మృగవిశేషః-౩పరభార్యోత్పాదితపుత్రవాన్॥

భార్యావృక్షః-అ-పు-పతంగవృక్షః॥

భాలమ్-అ-న-భ్రువోరూర్ధ్వభాగః-౨తేజః॥

భాలః-అ-పు-నిటలమ్-౨మహః-౩శాలసంధవృక్షః॥ తె॥౧నుదురు.

భాలదర్శనమ్-అ-న-సింధూరమ్॥

భాలదృక్-శ్-పు-శివః॥

భాలలోచనః-అ-పు-శివః॥

భాలాఙ్కః-అ-పు-కరపత్రమ్-౨శాకభేదః-౩రోహితమత్స్యః- ౪మహాలక్షణసంపన్నపురుషః-౫కచ్ఛపః-౬హరః- ౭లలాటచిహ్నమ్॥

భాలుకః-అ-పు-భల్లూకః॥ తె॥ ఎలుఁగుమంటి

భాలూకః-అ-పు-భల్లూకః॥ తె॥ ఎలుగుమంటి

భాల్లుకః-అ-పు-భల్లూకః॥ తె॥ ఎలుఁగుమంటి.

భాల్లూకః-అ-పు-భల్లూకః॥ తె॥ఎలుగుమంటి.

భావః-అ-పు- సంవత్సరవిశేషః- ౨నాట్యోక్తవిద్వాన్ - ౩మానసవికారః- ౪అభిప్రాయః-౫పదార్థః-౬సత్తా-౭క్రియా-౮చేష్టా-౯ఆత్మా - ౧౦యోనిః- ౧౧లీ

లా-౧౨స్వభావః-౧౩విభూతిః-౧౪జంతుః-౧౫శబ్దవృత్తినిర్వృత్తః-౧౬సురతత్వరితమ్-౧౭వికల్పనాదిః-౧౮ప్రాప్తిః-౧౯జన్మ-౨౦రససంబంధీ-౨౧బుధః-౨౨గౌరవితః-౨౩అభినయాంతరమ్-౨౪ధాత్వర్థః-౨౫ఉపదేశః-౨౬సం(సారః॥

భావః-అ-త్రి-భవసంబంధీ॥

భావకః-అ-పు-భావః,మానసోవికారః॥

భావకః-అ-త్రి-సత్తాశ్రయః॥

భావజః-అ-పు-మన్మథః॥

భావతః-అ-త్రి-భవదీయః॥

భావత్కః-అ-త్రి-భవదీయః॥

భావనమ్-అ-న-భవ్యమ్-౨భావనా॥

భావనా-ఆ-(పు)- అనుభూతార్థసంస్మృతిః-౨యత్నః- ౩పర్యాలోచనమ్-౪అధివాసనమ్॥

భావబోధకః-అ-పు-అనుభావః॥

భావవిజయా-ఆ-సీ-మన్మథధాటీ॥

భావవృత్తః-అ-పు-బ్రహ్మా,భావః సృష్టిః తత్రవృత్తః ప్రవృత్తః॥

భావశబలతా-ఆ-సీ-అలంకారవిశేషః॥

భావసన్ధిః-ఇ-పు-అలంకారవిశేషః॥

భావాటః-అ-పు-భావకః ౨సాధుః-౩నివేశః ౪కాముకః-౫నటః॥

భావానుగా-ఆ-సీ-ఛాయా॥

భావాలీనా-ఆ-సీ-ఛాయా॥

భావికమ్-అ-న-అలంకారవిశేషః॥ తె॥ ఒకానొకయలంకారము.

భావితః-అ-త్రి-వాసితః-౨లబ్ధః- ౩శుద్ధః-౪చింతితః-౫మిశ్రితః॥ తె॥౧పరిమళింపచెయ్యఁబడ్డది-౨పొందఁబడ్డది.

భావిత్రమ్-అ-న- త్రైలోక్యమ్,స్వర్గ, మర్త్య,పాతాలమ్॥

భావినీ-ఈ-సీ-స్త్రీవిశేషః-౨భావః, ౩శృంగారచేష్టావిశేషో విద్యతేఅస్యాఃభావినీ ౪-స్త్రీమాత్రమ్-౫వర్తమానప్రాగ్భావప్రతియోగినీచ॥

భావీ-న్-త్రి-భవిష్యత్కాలః॥

భావుకమ్-అ-న-శుభమ్॥

భావుకః-అ-త్రి- భవనాశ్రయః,భవతియః.

భావుకః-అ-పు-భగినీపతిః- ౨రసవిశేషభావనాచతురః॥ తె॥౧బావమరిది.

భావోదయః-అ-పు-అలంకారవిశేషః॥

భావ్యమ్-అ-న-అవశ్యభవితవ్యమ్॥

భాషణమ్-అ-న-కథనమ్॥

భాషా ఆ-సీ-వాక్-౨సరస్వతీ॥

భాషాఙ్గమ్-అ-న-సంగీతాంగమ్॥

భాషాపరిచ్ఛేదః-అ-పు-విశ్వనాథన్యాయపంచాననకృతన్యాయపరిభాషాగ్రంథః॥

భాషాపాదః-అ-పు-చతుష్పాద్వ్యవహారాంతర్గతప్రథమపాదః॥

భాషితమ్-అ-న-వచనమ్॥

భాషితః-అ-త్రి-ఆఖ్యాతః॥ తె॥ చెప్పఁబడ్డది.

భాష్యమ్-అ-న- సూత్రవ్యాఖ్యానగ్రంథః-౨గృహవిశేషః॥

భాష్యః-అ-త్రి-కథనీయః॥

భాష్యకారః-అ-పు-మహాభాష్యకర్తామునిః॥

భాసః-స్-న-దీప్తిః॥

భాసః-అ-పు-ప్రభా-౨పక్షివిశేషః- ౩గోష్ఠమ్-౪కుక్కుటః-౫గృధ్రః - ౬సువర్ణచూడా-౭కిష్కుః-౮పర్వ॥ తె॥౧కాంతి-౨ఒకతరహాపక్షి-౩పశువులదొడ్డి-౪కోడి-౫గ్రద్ద-౬పాలపిట్ట - ౭జేనెడు - ౮ఉత్సవము.

భాసన్తః-అ-పు- సుందరాకారః - ౨భాసపక్షీ-౩సూర్యః-౪చంద్రః- ౫నక్షత్రమ్॥

భాసన్తః-అ-త్రి-సుందరాకారః॥
భాసన్తీ-ఈ-సీ-నక్షత్రమ్॥
భాసుః-ఉ-పు-సూర్యః॥
భాసురమ్-అ-న-కుష్ఠౌషధమ్॥
భాసురః-అ-త్రి-మనోహరః॥
భాసురః-అ-పు-స్ఫటికః-౨వీరః॥
భాసురపుష్పా-ఆ-సీ-వృశ్చికాలీ॥
భాసురా-ఆ-సీ-అశ్వినీనక్షత్రమ్-౨మహాతలలోకః॥
భాస్కరమ్-అ-న-సువర్ణమ్॥
భాస్కరః-అ-పు-సూర్యః-౨జవాదిః-౩పావకః-౪మారుతః-౫కవివిశేషః॥ తె॥ ౨జవ్వాది.
భాస్కరప్రియః-అ-పు-శోణరత్నమ్॥ తె॥ కెంపు.
భాస్కరేష్టా-ఆ-సీ-ఆదిత్యభక్తా॥
భాస్వతీ-ఈ-సీ-సూర్యపట్టణమ్॥
భాస్వరమ్-అ-న-కుష్ఠౌషధమ్॥
భాస్వరః-అ-పు-దినమ్-౨సూర్యః॥
భాస్వరః-అ-త్రి-దీప్తియుక్తః॥
భాస్వాన్-త్-పు-సూర్యః-౨ఉద్దీప్తః-౩అర్కవృక్షః-౪వీరః॥
భాస్వాన్-త్-త్రి-భాసురః॥
భిక్షః-అ-త్రి-భిక్షితః॥
భిక్షా-ఆ-సీ-యాచ్ఞా-౨సేవా-౩భృతిః-౪భిక్షితవస్తు॥
భిక్షాకః-అ-పు-భిక్షుకః॥
భిక్షాకీ-ఈ-సీ-భిక్షుకీ॥
భిక్షాచరః-అ-ద్వ-భిక్షుకః॥
భిక్షాటనమ్-అ-న-భిక్షార్థగమనమ్॥
భిక్షాశిత్వమ్-అ-న-పైశున్యమ్॥
భిక్షాశీ-న్-పు-భిక్షుకః॥
భిక్షుః-ఉ-పు-సన్యాసీ-౨భిక్షుమతప్రవర్తకః॥

భిక్షుకః-అ-ద్వ-భిక్షోపజీవీ॥
భిక్షుకః-అ-పు-సన్యాసీ॥
భిక్షుసఙ్ఘాటీ-ఈ-సీ-చీవరః॥ తె॥ సన్యాసులశాటి.
భిణ్డః-అ-పు-భిండాక్షుపః॥
భిణ్డకః-అ-పు-భిండాక్షుపః॥
భిణ్డా-ఆ-సీ-క్షుపవిశేషః॥
భిణ్డివాలః-అ-పు-సృగః॥ తె॥ ఇనుపఅలుగుకఱ్ఱసాగు.
భిణ్డీతకః-అ-పు-భిండావృక్షః॥
భిత్-ద్-సీ-ప్రభేదః॥
భిత్-ద్-త్రి-భేదకర్తా॥
భిత్తమ్-అ-న-ఖండః॥
భిత్తిః-ఇ-సీ-కుడ్యమ్-౨భేదనమ్-౩అవకాశః-౪ప్రదేశః-౫ప్రభా॥ తె॥ ౧గోడ.
భిత్తికా-ఆ-సీ-కుడ్యమ్-౨పల్లీ॥
భిత్తిచౌరః-అ-పు-చోరవిశేషః॥
భిత్తిపాతనః-అ-పు-మహామూషకః॥
భిత్వరమ్-అ-న-భేదనద్రవ్యమ్॥
భిత్వరః-అ-పు-ధూర్తః-౨వైరీ॥
భిదకమ్-అ-న-లాంగలమ్-౨వజ్రమ్॥ తె॥ ౧నాగలి.
భిదకః-అ-పు-భేదకః॥
భిదా-ఆ-సీ-భేదనమ్-౨ధాన్యకమ్॥ తె॥ ౨కొత్తిమెఱుడము.
భిదిః-ఇ-పు-వజ్రాయుధమ్॥
భిదిరమ్-అ-న-వజ్రాయుధమ్॥
భిదుః-ఉ-పు-వజ్రాయుధమ్॥
భిదురమ్-అ-న-వజ్రాయుధమ్॥
భిదురః-అ-పు-ప్లక్షవృక్షః॥
భిదేలిమః-అ-పు-కృతాంతః॥
భిద్యః-అ-పు-నదః॥
భిద్రః-అ-(సీ)-వజ్రమ్॥

భిన్దిపాలః-అ-పు-సృగః॥ తె॥ ఇనుపఅలుగుకఱ్ఱ సాగు.

భిన్నః-అ-పు-భిన్నకోణచ్ఛలశోణరత్నదోషః-౧నీలరత్నదోషః॥

భిన్నః-అ-త్రి-దారితః-౨అన్యః-౩మిశ్రః॥

భిన్నకః-అ-పు-బౌద్ధః॥

భిన్నగాత్రికా-ఆ-సీ-కర్కటీ॥

భిన్నగ్రన్థికా-ఆ-సీ-మహాశ్రావణికా॥ తె॥ పెద్దబోడతరపుచెట్టు.

భిన్నభిన్నాత్మా-న్-పు-చణకః॥

భిన్నయోజనీ-ఈ-సీ-పాషాణభేదకవృక్షః॥

భిన్నవిషయనిన్దాస్తుతిః-ఇ-సీ-అలంకారవిశేషః॥

భిన్నవిషయస్తుతినిన్దా-ఆ-సీ-అలంకారవిశేషః॥

భిన్నార్థకః-అ-త్రి-అన్యః॥

భిన్నీ-ఈ-సీ-క్షతమ్॥ తె॥ గాయము.

భియా-ఆ-సీ-భయమ్॥

భిరిణ్టికా-ఆ-సీ-శ్వేతగుంజా॥

భిల్లః-అ-పు-చండాలేతరాంత్యజాతివిశేషః

భిల్లగవీ-ఈ-సీ-గవయీ॥

భిల్లతరుః-ఉ-పు-లోధ్రః॥

భిల్లపత్త్రికః-అ-పు-రక్తఖిత్॥ తె॥ ఎఱ్ఱయుత్తరేణి.

భిల్లభూషా-ఆ-సీ-గుంజా॥

భిల్లీ-ఈ-సీ-లోధ్రః॥

భిషక్-జ్-త్రి-వైద్యః॥ తె॥ వైద్యుఁడు.

భిషక్ప్రియా-ఆ-సీ-గుడూచీ॥ తె॥ తిప్పతీఁగె.

భిషజ్జ్యమ్-అ-న-ఔషధమ్॥

భిషగ్భద్రా-ఆ-సీ-భద్రదంతికా॥

భిషజ్మాతా-ఋ-సీ-వాసకః॥

భిష్మిటా-ఆ-సీ-దగ్ధాన్నమ్॥

భిష్మిటా-ఆ-సీ-దగ్ధాన్నమ్॥

భిష్మిష్టా-ఆ-సీ-దగ్ధాన్నమ్॥

భిస్సటా-ఆ-సీ-ఝిల్లీ॥ తె॥ అన్నపుమాడుచెక్కలు.

భిస్సా-ఆ-సీ-అన్నమ్॥ తె॥ బువ్వ.

భిస్సిటా-ఆ-సీ-దగ్ధాన్నమ్॥

భీః-ఈ-సీ-భయమ్॥

భీః-ఈ-పు-ఖగః॥

భీతమ్-అ-న-భయమ్॥

భీతః-అ-త్రి-చకితః॥ తె॥ భయపడ్డవాఁడు.

భీతిః-ఇ-సీ-భయమ్-౨కంపః॥

భీభత్సమ్-అ-న-నవరసవిశేషః॥ తె॥ నవరసములలోనొకటి.

భీభత్సః-అ-పు-అర్జునః॥ తె॥ అర్జునుఁడు.

భీభత్సః-అ-త్రి-భీభత్సరసవాన్-౨క్రూరః-౩హింస్రః-౪ఘృణావాన్॥

భీభత్సుః-ఉ-పు-అర్జునః॥

భీమమ్-అ-న-భయానకరసః॥

భీమః-అ-పు-శివః-౨వృకోదరః-౩విదర్భరాజః-౪అమ్లవేతసః-౫భయానకరసః-౬మహాదేవస్యాష్టమూర్త్యంతర్గతాకాశమూర్తిః॥ తె॥ ౧హరుఁడు-౨భీముఁడు-౩విదర్భదేశపురాజు-౪పుల్లప్రబ్బచెట్టు

భీమః-అ-త్రి-భయానకరసవాన్॥

భీమనాదః-అ-పు-సింహః॥

భీమరః-అ-పు-యుద్ధమ్॥

భీమరథః-అ-పు-తామసమనువంశజాతాసురవిశేషః॥

భీమరథీ-ఈ-సీ-భీమరథీనదీ-౨జనానామవస్థావిశేషః॥

భీమవిక్రాన్తః-అ-పు-సింహః॥

భీమవిక్రాన్తః-అ-త్రి-భయానకవిక్రమవిశిష్టః॥

భీమశాసనః-అ-పు-యమః॥

భీమసేనః-అ-పు-వృకోదరః॥ తె॥ భీముఁడు.

భీమహాసమ్-అ-న-ఇంద్రతూలమ్-భీష్మహాసమపిపాఠః॥

భీమా-ఆ-స్త్రీ-దుర్గా-౨రోచనాఖ్యగంధద్రవ్యమ్-౩కశా॥

భీమాదేవీ-ఈ-స్త్రీ-దుర్గా॥

భీమైకాదశీ-ఈ-స్త్రీ-భైమీ, సాచమాఘశుక్లైకాదశీ॥

భీరుః-ఊ-స్త్రీ-భయస్వభావవతీ-౨స్త్రీ-౩శతావరీ-౪కంటకారీ-౫శతపాదికా.౬అజా-౭ఛాయా॥

భీరుః-ఉ-పు-శృగాలః-౨వ్యాఘ్రః-౩ఇక్షుభేదః॥

భీరుః-ఉ-త్రి-కాతరః-౨భయశీలః॥

భీరుకమ్-అ-న-వనమ్॥

భీరుకః-అ-పు-పేచకః-౨ఇక్షుభేదః॥

భీరుకః-అ-త్రి-కాతరః॥ తె॥ భయపడెడువాఁడు॥

భీరుచేతాః-స్-పు-కురంగః॥

భీరుపత్రః-అ-పు-చుంచురః॥ తె॥ ఎలుకజీడిచెట్టు.

భీరుపత్రీ-ఈ-స్త్రీ-శతమూలీ॥

భీరుభావకమ్-అ-న-పశ్చిమసముద్రాంతరస్థవరుణసౌధమ్॥

భీరుహృదయః-అ-పు-మృగః॥

భీరూః-ఊ-స్త్రీ-భయశీలానారీ॥

భీలభూషణా-ఆ-స్త్రీ-గుంజా॥

భీలుః-ఉ-త్రి-భీరుః॥

భీలుకః-అ-త్రి-భీరుః-౨భల్లూకః॥

భీషణమ్-అ-న-భయానకరసః-౨సల్లకీరసః

భీషణః-అ-పు-తుజాలకః-౨భయానకరసః-౩కుందురుకః-౪కపోతః-౫హింతాలః-౬శివః-౭సల్లకీ॥ తె॥ ౮ఆరుదొండచెట్టు.

భీషణః-అ-త్రి-భయానకరసవాన్॥

భీష్మమ్-అ-న-భయానకరసః-౨విక్రమః-౩దృఢబంధనమ్॥

భీష్మః-అ-పు-రుద్రః-౨గాంగేయః-౩రాక్షసః॥

భీష్మః-అ-త్రి-భయానకరసవాన్॥

భీష్మజననీ-ఈ-స్త్రీ-గంగా॥

భీష్మపఞ్చకమ్-అ-న-కార్తికశుక్లపక్షీయైకాదశ్యాదిపూర్ణిమాంత పంచతిథికర్తవ్యవ్రతవిశేషః॥

భీష్మరత్నమ్-అ-న-హిమాలయోత్తరదేశజాతశుక్లవర్ణప్రస్తరవిశేషః॥

భీష్మసూః-ఊ-స్త్రీ-గంగా॥

భీష్మాష్టమీ-ఈ-స్త్రీ-మాఘశుక్లాష్టమీ॥

భుక్కమ్-అ-న-శునకధ్వనిః॥

భుక్కనమ్-అ-న-శునకధ్వనిః॥

భు[?]న్-అ-న-భక్షణమ్॥

భుక్తః-అ-త్రి-భక్షితః॥ తె॥ తినఁబడ్డది.

భుక్తసముజ్ఝితమ్-అ-త్రి-పూర్వంభుక్తంతత్ శేషంపశ్చాత్సముజ్ఝితంత్యక్తమ్॥

భుక్తిః-ఇ-స్త్రీ-భోజనమ్॥

భుక్తిప్రదః-అ-పు-ముద్గః॥

భుక్తిప్రదః-అ-త్రి-భోగదాతా॥

భుక్త్వా-అ-౦-భోజనంకృత్వా॥ తె॥ భోజనముచేసి.

భుగ్నః-అ-త్రి-కుంచితః॥ తె॥ వంగినదిన్ని, విరిగినదిన్ని.

భుజః-అ-పు-భూర్జవృక్షః॥ తె॥ భుజపత్రిచెట్టు

భుజః-అ-ద్వ-బాహుః-౨పాణిః॥

భుజః-అ-త్రి-భరిత్రః॥ తె॥ మోసేది.

భుజకోటరః-అ-పు-కక్షః॥

భుజగః అ-పు-సర్పః-౨విటః॥

భుజగదారణః-అ-పు-గరుడః॥

భుజగాన్తకః-అ-పు-గరుడః॥

భుజగాభోజీ-న్-పు-మయూరః॥
భుజగాశనః-అ-పు-గరుడః॥
భుజఙ్గః-అ-పు-సర్పః-౨విటః॥
భుజఙ్గఘాతినీ-ఈ-సీ-వృక్షవిశేషః - ౨సర్పనాశినీచ॥
భుజఙ్గజిహ్వా-ఆ-సీ-మహాసమంగా-౨సర్పరసనాచ॥
భుజఙ్గప్రయాతమ్-అ-న- ద్వాదశాక్షరపాదచ్ఛందః॥
భుజఙ్గభుక్-జ్-పు-మయూరః-౨గరుడః॥ తె॥ ౧ నెమలి.
భుజఙ్గభోజీ-న్-పు-రాజసర్పః॥
భుజఙ్గమమ్-అ-న-సీసకమ్॥
భుజఙ్గమః-అ-పు-సర్పః॥
భుజఙ్గలతా-ఆ-సీ-నాగవల్లీ॥
భుజఙ్గహా-న్-పు-గరుడః॥
భుజఙ్గాక్షీ-ఈ-సీ-నాకులీ ॥ తె ॥ సర్పాక్షిచెట్టు.
భుజఙ్గాఖ్యః-అ-పు-నాగకేసరః॥
భుజదక్షిణావర్తః-అ-పు - పాతివ్రత్యలక్షణమ్॥
భుజమధ్యః-అ-పు-సుఖభోగిలక్షణమ్॥
భుజవామావర్తః-అ-పు-దరిద్రీలక్షణమ్॥
భుజశిరః-స్-న-స్కంధః॥
భుజా-ఆ-సీ-బాహుః-౨కరః॥
భుజాకణ్టః-అ-పు-హస్తనఖః॥
భుజాదలః-అ-పు-హస్తః॥
భుజాన్తరమ్-అ-న- క్రోడమ్-౨హస్తప్రభేదశ్చ॥
భుజిః-ఇ-పు-వహ్నిః॥
భుజిష్యః-అ-పు-భృత్యః-౨సహాయః - ౩హస్తసూత్రమ్-౪స్వతంత్రః - ౫రోగః॥ తె॥ ౧జీతగాఁడు.
భుజిష్యః-అ-త్రి-స్వచ్ఛందః॥

భుజిష్యా-ఆ-సీ-దాసీ-౨వేశ్యా॥
భుజ్యుః-ఉ-పు-అగ్నిః-౨అన్నమ్-౩భోజనమ్-౪భాజనమ్॥
భుఞ్జన్-త్-త్రి-భోగకర్తా॥
భుఞ్జానః-అ-త్రి-భోగకర్తా॥
భువః-స్-౦-అంతరిక్షమ్॥
భువనమ్-అ-న-జలమ్-౨విష్టపమ్- ౩చతుర్దశసంఖ్యా-౪మధూచ్ఛిష్టమ్- ౫ఆకాశమ్॥
భువనకోశః-అ-పు- భూగోలః॥
భువనాధీశ్వరః-అ-పు-ఏకాదశరుద్రవిశేషః
భువన్యుః-ఉ-పు-శివః-౨అగ్నిః- ౩సూర్యః-౪చంద్రః-౫గరుడః-౬విషాణవాన్॥
భువర్లోకః-అ-పు- భూరాదిసప్తలోకాంతర్గతద్వితీయలోకః॥
భువిః-స్-న-సముద్రః॥
భూ-౦-౦-రసాతలమ్॥
భూః-ఊ-సీ-భూమిః-౨స్థానమ్-౩యజ్ఞాగ్నిః
భూః-స్-౦-భూమిః॥
భూకమ్-అ-న-ఛిద్రమ్-౨కాలః॥.
భూకః-అ-పు-అంధకారః॥
భూకచ్ఛూరః-అ-పు-క్షుద్రశ్లేష్మాతకః॥ తె॥ కిచవిరిగిచెట్టు.
భూకదమ్బః-అ-పు-అలంబుషవృక్షః॥
భూకదమ్బకః-అ-పు-యవానీ॥
భూకన్దః-అ-పు-ఛత్రాకః॥
భూకమ్పః-అ-పు - భూమికంపనమ్, సచఅద్భుతవిశేషః॥
భూకమ్పనగతిః-ఇ-సీ-దుర్భగాలక్షణమ్॥
భూకర్బుదారకః-అ-పు-వృక్షవిశేషః॥
భూకలః-అ-పు-దుర్వినీతాశ్వః॥
భూకశ్యపః-అ-పు-వసుదేవః॥
భూకాకః-అ-పు-స్వల్పకంకః-౨క్రౌంచః- ౩నీలకపోతః॥

భూకుమ్భీ-ఈ-సీ-భూపాటలీ॥
భూకుష్మాణ్డీ-ఈ-సీ-విదారీ॥
భూకూశ్మాణ్డః-అ-పు-(క్రోష్టి)॥ తె॥నల్లనేలగుమ్మడుచెట్టు.
భూకేశః-అ-పు-శైవలః-౨వటః॥
భూకేశా-ఆ-సీ-రాక్షసీ॥
భూకేశీ-ఈ-సీ-అవల్గుజః॥
భూక్షిత్-త్-పు-సూకరః॥
భూఖర్జూరీ-ఈ-సీ-క్షుద్రఖర్జూరీ॥
భూగరమ్-అ-న-విషమ్॥
భూగర్భః-అ-పు-భవభూతిః॥
భూగోలః-అ-పు-భువనకోశః॥
భూచ్ఛాయమ్-అ-న-అంధకారః॥
భూచ్ఛాయా-ఆ-సీ-అంధకారః॥
భూజః-అ-పు-బహుత్వగ్వృక్షః॥ తె॥ భుజ }
భూజన్తుః-ఉ-పు-భూనాగః॥ పత్రిచెట్టు. }
భూజమ్బుః-ఊ-సీ-గోధూమః-౨వికంకతఫలమ్-౩భూమిజంబూః॥
భూజమ్బూః-ఊ-సీ-గోధూమః-౨వికంకతఫలమ్॥
భూతమ్-అ-త్రి-ప్రాణీ-౨అతీతమ్-౩వృత్తమ్-౪సమమ్-౫ప్రాప్తమ్-౬సత్యమ్॥
భూతమ్-అ-న-గురునాథాదిశివసహచరభూతజాతిః-౨పిశాచాదిః-౩భూమ్యాదిః,పృథివ్యప్తేజోవాయ్వాకాశపంచకమ్-౪జంతుః-౫సత్త్వమ్-౬యుక్తమ్-౭న్యాయ్యమ్-౮ఉచితమ్॥
భూతః-అ-పు-ఊర్ధ్వముఖాదిబాలగ్రహభూతజాతిః-౨పంచసంజ్ఞా-౩కుమారః-౪యోగీంద్రః-౫కృష్ణచతుర్దశీ॥
భూతః-అ-త్రి-ప్రాప్తః-౨న్యాయ్యః-౩యథార్థః-౪అతీతకాలః-౫ఉత్తరపదేసదృశః॥
భూతకేశః-అ-పు-గోలోమీ॥ తె॥ మరులుజెడచెట్టు.
భూతకేశీ-ఈ-సీ-భూతకేశః-౨శేఫాలికా-౩నీలసింధువారః॥
భూతకేశీ-న్-పు-భూస్తృణమ్॥ తె॥చిప్పగడ్డి.
భూతక్రాన్తిః-ఇ-సీ-భూతావేశః॥
భూతగన్ధా-ఆ-సీ-మురానామగంధద్రవ్యమ్
భూతఘ్నః-అ-పు-ఉష్ట్రః-౨భూర్జవృక్షః॥
భూతఘ్నః-అ-త్రి-భూతనాశకః॥
భూతఘ్నీ-ఈ-సీ-తులసీ-౨ముండితికా॥
భూతచతుర్దశీ-ఈ-సీ-గౌణకార్తికకృష్ణచతుర్దశీ,సాచయమచతుర్దశీ॥
భూతజటా-ఆ-సీ-జటామాంసీ॥
భూతద్రాపి-న్-పు-భూతాంకుశవృక్షః-౨రక్తకరవీరః॥
భూతద్రుమః-అ-పు-శ్లేష్మాంతకవృక్షః॥
భూతధాత్రీ-ఈ-సీ-భూమిః॥
భూతనాథః-అ-పు-శివః॥
భూతనాథా-ఆ-సీ-ఖరపత్రా॥ తె॥ బరివెంకచెట్టు.
భూతనాయికా-ఆ-సీ-దుర్గా॥
భూతనాశనమ్-అ-న-మధూచ్ఛిష్టమ్-౨రుద్రాక్షమ్॥ తె॥౧మైనము.
భూతనాశనః-అ-పు-భల్లాతకః-౨సర్షపః॥
భూతపత్రీ-ఈ-సీ-తులసీ॥
భూతపాదపః-అ-పు-శ్లేష్మాతకవృక్షః॥ తె॥విరిగిచెట్టు.
భూతపుష్పః-అ-పు-శ్యోనాకవృక్షః॥
భూతపూర్ణిమా-ఆ-సీ-ఆశ్వినీపూర్ణిమా॥
భూతబ్రహ్మా-న్-పు-దేవలః॥
భూతభావనః-అ-పు-విష్ణుః-౨వటుకభైరవః
భూతభృత్-త్-పు-విష్ణుః॥
భూతమారీ-ఈ-సీ-చీడానామగంధద్రవ్యం

భూతయజ్ఞః-అ-పు-భూతబలిః॥

భూతలికా-ఆ-సీ-వృకార్కా॥

భూతవల్లీ-ఈ-సీ-శ్వేతసురసా-౨బల్యా॥ తె॥౧ తెల్లవావిలిచెట్టు-౨పెన్నేరుచెట్టు.

భూతవాసః-అ-పు-కలిద్రుమః॥

భూతవాసకః-అ-పు-శాఖోటవృక్షః॥ తె॥ పెద్దబేఁకుచెట్టు.

భూతవిక్రియా-ఆ-సీ-అపస్మారరోగః॥

భూతవృక్షః-అ-పు-మహిషాక్షవృక్షః-౨శాఖోటవృక్షః-౩శోనకవృక్షః॥ తె॥౧మహిసాక్షిచెట్టు-౨పెద్దబేఁకుచెట్టు-౩దుందిలపుచెట్టు. జెడచెట్టు.

భూతవేశః-అ-పు-గోలోమీ॥ తె॥ మరులు

భూతవేశీ-ఈ-సీ-శ్వేతసురసా॥ తె॥ తెల్లవావిలిచెట్టు.

భూతశుద్ధిః-ఇ-సీ-పూజాదౌబీజవిశేషద్వారా వామకుక్షిస్థిత పాపపురుష దహన పూర్వకశరీరశోధనమ్॥

భూతసఞ్చారః-అ-పు-భూతోన్మాదరోగః॥

భూతసఞ్చారీ-ఈ-సీ-దావానలః॥

భూతసమ్ప్లవః-అ-పు-యుగాంతప్రలయః॥

భూతసర్గమ్-అ-న-భూతసృష్టిః॥

భూతసారః-అ-పు-శ్యోనాకప్రభేదః॥

భూతసారీ-ఈ-సీ-త్రిఫలా॥ తె॥ వైద్యశాస్త్రమందుమూడేసికాయలజత.

భూతహన్త్రీ-ఈ-సీ-వంధ్యాకర్కోటకీ-౨నీలదూర్వా॥

భూతహరః-అ-పు-గుగ్గులుః॥

భూతహారి-ఇ-న-దేవదారు॥

భూతా-ఆ-సీ-కృష్ణచతుర్దశీ॥

భూతాఙ్కుశః-అ-పు-స్వనామఖ్యాతవృక్షః

భూతాత్మా-న్-పు-ధాతా-౨దేహః-౩శివః-౪యుద్ధమ్-౫విష్ణుః॥

భూతారి-ఇ-న-హింగు॥

భూతార్తః-అ-త్రి-భూతావిష్టః॥

భూతాలీ-ఈ-సీ-భూపాటలీ-౨ముసలీ॥ తె॥ ౧నేలకలిగొట్టు.

భూతావాసః-అ-పు-విభీతకవృక్షః-౨విష్ణుః తె॥౧తాఁడిచెట్టు.

భూతావిష్టః-అ-త్రి-పిశాచగ్రస్తః॥

భూతావేశీ-ఈ-సీ-శ్వేతసురసా॥ తె॥ తెల్లవావిలిచెట్టు.

భూతిః-ఇ-సీ-శివలీలావిభూతిరూపఅణిమాదిః-౨భస్మమ్-౩సంపత్తిః-౪అష్టసంజ్ఞా-౫మాతంగశృంగారః-౬జన్మ-౭సత్తా-౮అవకల్కనమ్-౯ఋద్ధినామౌషధమ్-౧౦రోహిషతృణమ్-౧౧భూతృణమ్॥

భూతిః-ఇ-త్రి-భటిత్రః॥ తె॥కరకుట్టు.

భూతికమ్-అ-న-గంధతృణమ్-౨భూస్తృణమ్-౩భూనింబః-౪దివ్యమ్॥ తె॥౧వాసనగడ్డి-౨చిప్పగడ్డి-౩తురకవేఁపచెట్టు.

భూతికః-అ-పు-యమానీ॥

భూతికామః-అ-పు-రాజమంత్రీ-౨బృహస్పతిః-౩శరద్ఘ్నః॥

భూతికామః-అ-త్రి-ఐశ్వర్యాభిలాషీ॥

భూతికీలః-అ-పు-భూఖాతః॥

భూతిగర్భః-అ-పు-భవభూతికవిః॥

భూతినిధానమ్-అ-న-ధనిష్ఠానక్షత్రమ్॥

భూతిమాన్-త్-త్రి-ఐశ్వర్యయుక్తః॥

భూతీకమ్-అ-న-గంధతృణమ్-౨భూనింబః-౩యమానీ-౪కత్తృణమ్॥ తె॥ ౧వాసనగడ్డి.

భూతుమ్బీ-ఈ-సీ-నాగతుంబీ॥ తె॥ నేలానుగుచెట్టు.

భూతృణమ్-అ-న-గంధతృణమ్॥ తె॥ వాసనగ

భూతృణః-అ-పు-భూస్తృణమ్॥ తె॥ చిప్పగడ్డి

భూతేశః-అ-పు-శివః॥ తె॥ముక్కంటి.
భూత్తమమ్-అ-న-సువర్ణమ్॥
భూదరీభవా-ఆ-సీ-ఆఖుకర్ణీ॥
భూదారః-అ-పు-సూకరః॥
భూదేవః-అ-పు-బ్రాహ్మణః॥ తె॥ బాఁపఁడు.
భూధనః-అ-పు-రాజా॥
భూధరః-అ-పు- పర్వతః-౨రాజా-౩విష్ణుః-౪యంత్రభేదః॥
భూధాత్రీ-ఈ-సీ- భూమ్యామలీ- ౨వటుకభైరవః॥
భూధ్రః-అ-పు-పర్వతః॥
భూనాగః-అ-పు-గండూపదః॥ తె॥ఎఱ్ఱ.
భూనిమ్బః-అ-పు-కిరాతతిక్తః॥ తె॥ నేలవేము చెట్టు.
భూనీపః-అ-పు-భూమికదంబః॥
భూనేతా-ఋ-పు-రాజా॥
భూపః-అ-పు-భూమిపాలకః॥
భూపతిః-ఇ-పు- విష్ణుః-౨రాజా-౩వటుకభైరవః-౪ఋషభౌషధమ్॥
భూపదః-అ-పు-వృక్షః॥
భూపదీ-ఈ-సీ-మల్లికాలతా॥
భూపలాశః-అ-పు-వృక్షభేదః॥
భూపాటలీ-ఈ-సీ-కుంభీ॥ తె॥ నేలకలిగొట్టు॥
భూపాలః-అ-పు-రాజా॥
భూపుత్రీ-ఈ-సీ-సీతా॥
భూపేష్టః-అ-పు-రాజాదనీవృక్షః॥
భూబదరీ-ఈ-సీ-క్షుద్రకోలీ॥
భూభర్తా-ఋ-పు-పృథివీపతిః॥
భూభుక్-జ్-పు-రాజా॥
భూభృత్-త్-పు-పర్వతః-౨నృపః॥
భూమకః-అ-పు-సాగ్రకః॥ తె॥బిల్లుచెట్టు.
భూమయీ-ఈ-సీ-ఛాయా॥
భూమయీన్-త్రి-మృదాత్మికః॥
భూమయీరకః-అ-పు-పక్షివిశేషః॥
భూమా-న్-పు-బహుత్వం-౨విరాట్పురుషః
భూమిః-ఇ-సీ- ధరణీ-౨స్థానమాత్రమ్-౩జిహ్వా-౪యోగినామవస్థావిశేషః॥
భూమికః-అ-పు-పక్షివిశేషః॥
భూమికదమ్బః-అ-పు-కదంబవిశేషః॥
భూమికా-ఆ-సీ-నాట్యసిద్ధవేషః- ౨రచనా॥
భూమికురువకః-అ-పు- అర్కరాజః॥ తె॥ తెల్లజిల్లేడుచెట్టు.
భూమిఖర్జూరికా-ఆ-సీ- క్షుద్రఖర్జూరీ॥
భూమిఖర్జూరీ-ఈ-సీ-భూమిఖర్జూరికా॥
భూమిచమ్పకః-అ-పు-పుష్పవృక్షవిశేషః॥
భూమిజమ్-అ-న-గౌరసువర్ణమ్॥
భూమిజః-అ-పు-అంగారకః- ౨నరకాసురః-౩భూమికదంబః-౪మనుష్యః॥
భూమిజగుగ్గులుః-ఉ-పు-ఆశాపురగుగ్గులుః॥
భూమిజనకః-అ-పు-పృథునామకరాజః॥
భూమిజమ్బుః-ఉ-సీ-క్షుద్రజంబుః॥
భూమిజమ్బుకా-ఆ-సీ- నాదేయీ॥ తె॥ నేలనేరేడుచెట్టు.
భూమిజమ్బూః-ఊ-సీ-భూజంబుః॥
భూమిజా-ఆ-సీ-సీతా॥
భూమిజీవీ-న్-పు-వైశ్యః॥
భూమిదేవః-అ-పు-బ్రాహ్మణః॥
భూమిపః-అ-పు-రాజా॥
భూమిపక్షః-అ-పు-వాతాశ్వః॥
భూమిపిశాచః-అ-పు-తాలవృక్షః॥ తె॥ తాటిచెట్టు.
భూమిపిశాచకః-అ-పు-తాలవృక్షః॥ తె॥ తాటిచెట్టు.
భూమిమణ్డః-అ-పు-అష్టపాదికా॥
భూమిమణ్డపభూషణా-ఆ-సీ- మాధవీలతా॥
భూమిరక్షకః-అ-పు-వాతాశ్వః॥

భూమిలగ్నా-ఆ-సీ-శంఖపుష్పీ॥ తె॥ శంఖపుష్పిచెట్టు. (ప్రా_ప్తిశ్చ॥)
భూమిలాభః-అ-పు- మరణమ్- ౨భూమి
భూమిలేపనమ్-అ న-గోమయమ్- ౨భూమెల్లేపశ్చ॥
భూమివర్ధనః-అ-(సీ)-శవః॥
భూమిసమ్భవా-ఆ-సీ-సీతా॥
భూమిస్నుః-ఉ-పు-గండూపదః॥ తె॥ఎఱ్ఱ.
భూమిస్పృక్-శ్-పు-వైశ్యః-౨నరః-౩చౌరవిశేషః-౪అంధః-౫ఖంజః॥
భూమీ-ఈ-సీ-ధరణీ-౨స్థానమాత్రమ్॥
భూమీన్ద్రః-అ-పు-రాజా॥
భూమీరుహః-అ-పు-వృక్షః॥
భూమీసహః-అ-పు-వృక్షవిశేషః॥
భూమ్యామలకీ-ఈ-సీ-క్షుపవిశేషః॥
భూమ్యామలీ-ఈ-సీ-భూమ్యామలకీ॥
భూమ్యాహుల్యమ్-అ-న-క్షుపవిశేషః॥
భూయః-స్-౦-పునరర్థమ్॥
భూయాన్-స్-త్రి-అదభ్రః॥ తె॥ ఎక్కువది.
భూయిష్ఠః-అ-త్రి-అదభ్రః॥ తె॥ ఎక్కువది.
భూయుక్తా-ఆ-సీ-భూమిఖర్జూరీ॥
భూరి-ఇ-న-సువర్ణమ్॥ తె॥బంగారము.
భూరిః-ఇ-పు-భూరిసంఖ్యా-౨భూరిసంఖ్యావర్తితః-౩బ్రహ్మా-౪ఇంద్రః-౫విష్ణుః - ౬ఈశ్వరః॥
భూరిః-ఇ-త్రి-అదభ్రః॥ తె॥ఎక్కువది.
భూరిక్-జ్-సీ-పృథివీ॥
భూరిగన్ధా-ఆ-సీ-మురా॥ తె॥ మురయనుఔషధము.
భూరిగమః-అ-పు-గర్దభః॥
భూరిజమ్-అ-న-సువర్ణకశాకమ్॥
భూరిజః-అ-పు - ఏకాశురాధిక త్రిపాదీమంత్రః॥

భూరిదావా-న్-పు-భూరిదదాతియః॥
భూరిదుగ్ధా-ఆ-సీ-వృశ్చికాలీ॥
భూరిపత్రః-అ-పు-ఉఖర్వలతృణమ్॥
భూరిపలితదా-ఆ-సీ-పాండురఫలీ॥
భూరిపాత్-ద్-పు-అగ్నినక్రజరాయుః॥
భూరిపుష్పా-ఆ-సీ-శతపుష్పా॥
భూరిప్రేమా-న్-పు-చక్రవాకః॥
భూరిఫేనా-ఆ-సీ-చర్మకసా॥ తె॥ సంబరేణిచెట్టు
భూరిబలా-ఆ-సీ-అతిబలా॥
భూరిమల్లీ-ఈ-సీ-అంబష్ఠా॥
భూరిమాయః-అ-పు-జంబుకః॥ తె॥ నక్క.
భూరిమాయుః-ఉ-పు-జంబుకః॥ తె॥ నక్క.
భూరిరన్ధ్రః-అ-పు-కాన్దవికః॥ తె॥అట్టు,
భూరిశః-స్-౦-భూరిభూరీతివీప్సా॥ తె॥ చాలాచాల.
భూరిశ్రవాః-స్-పు-చంద్రవంశీయసోమదత్తరాజపుత్రః॥ (రుగుచెట్టు)
భూరుణ్డీ-ఈ-సీ-శ్రీహస్తినీవృక్షః॥ తె॥ గు
భూరుహః-అ-పు-వృక్షః॥
భూర్జః-అ-పు- స్వనామఖ్యాతవృక్షవిశేషః॥
భూర్జకణ్టకః-అ-పు-వర్ణసంకరజాతివిశేషః॥
భూర్జపత్రః-అ-పు-భూర్జవృక్షః॥
భూర్ణిః-ఇ-సీ-పృథివీ-౨మరుభూమిః॥
భూర్లోకః-అ-పు-అంతరీక్షాదధోలోకః॥
భూలగ్నా-ఆ-సీ-శంఖపుష్పీ॥
భూలతా-ఆ-సీ-కించులుకః॥ తె॥ఎఱ్ఱ.
భూశక్రః-అ-పు-భూపాలకః॥
భూశయః-అ-పు-నకులగోధాదిః॥
భూశేలుః-ఉ- పు - క్షుద్రశ్లేష్మాతకవృక్షః॥ తె॥కీచవిరిగిచెట్టు.
భూశ్రవాః-స్-పు-వల్మీకః॥ తె॥పుట్ట.
భూషణమ్-అ-న- దేవవృక్షాంగవృక్షభేదః

౨అలంక్రియా-౩ఆభరణమ్॥ తె॥ ౨శృంగారించుకొనడము-౩ఆభరణము.

భూషణః-అ-పు-విష్ణుః॥

భూషా-ఆ-స్త్రీ-విభూషణమ్-౨అలంక్రియా॥ తె॥ ౧నగ-౨శృంగారించుకొనడము.

భూషాస్నిగ్ధాఙ్గకారిణీ-ఈ-స్త్రీ-శుక్లోపశలాకికా॥ తె॥ సొమ్ములు మెఱుఁగుఁజేసెడు మెఱుఁగుటాయి.

భూషితః-అ-త్రి-అలంకృతః॥ తె॥ అలంకరించఁబడ్డది.

భూష్ణుః-ఉ-త్రి-పునర్భవనశీలకేశాదిః॥

భూసుతః-అ-పు-మంగళగ్రహః॥

భూసుతా-ఆ-స్త్రీ-మురుంగీ-౨రామభార్యా॥ తె॥ ౧చేకొణిదిచెట్టు.

భూస్తృణమ్-అ-న-మాలాతృణమ్॥ తె॥ చిప్పగడ్డి.

భూస్పృక్-శ్-పు-మనుష్యః॥

భూస్ఫోటకః-అ-పు-ఛత్రాకః॥ తె॥ పుట్టకొక్కు.

భూస్వర్గః-అ-పు-సుమేరుపర్వతః॥

భృకుంసః-అ-పు-స్త్రీవేషధారినాట్యపురుషః॥

భృకుంసకః-అ-పు-భృకుంసః॥

భృకుటిః-ఇ-స్త్రీ-భ్రూభంగః॥

భృకుటీ-ఈ-స్త్రీ-భ్రుకుటిః॥

భృగుః-ఉ-పు-పర్వతతటః-౨శుక్రః-౩శంభుః-౪జమదగ్నిః-౫ప్రతాపః-౬భృంగరాజః-౭అగ్నిః॥ తె॥ ౬గుంటకలగరచెట్టు

భృగుపతిః-ఇ-పు-పరశురామః॥

భృగుసుతః-అ-పు-శుక్రః-౨పరశురామశ్చ॥

భృగూలావతిః-ఇ-పు-పరశురామః॥

భృఙ్గమ్-అ-న-వరాంగకమ్-౨కుంతలః-౩అభ్రకమ్॥ తె॥ ౧లవంగపుచెక్క.

భృఙ్గః-అ-పు-భృంగరాజః-౨ధూమ్రాటపక్షీ-౩షట్పదః-౪విటః-౫వా ధూమ్రవవృక్షః-౬శిరోరుహః-౭ఖడ్గః॥ తె॥ ౧గుంటకలగరచెట్టు-౨కూఁకటిమూఁగపిట్ట-౩తుమ్మెద-౪విటుఁడు-౫ఇప్పచెట్టు.

భృఙ్గకః-అ-పు-రాజవాసనపక్షీ॥

భృఙ్గజమ్-అ-న-అగురు॥

భృఙ్గజా-ఆ-స్త్రీ-భార్గీ॥

భృఙ్గపర్ణికా-ఆ-స్త్రీ-సూక్ష్మైలా॥

భృఙ్గప్రియా-ఆ-స్త్రీ-మాధవీలతా॥

భృఙ్గమూలికా-ఆ-స్త్రీ-భ్రమరచ్ఛల్లీ॥

భృఙ్గమోహీ-న్-పు-చంపకః॥ తె॥ సంపెగ.

భృఙ్గరజః-అ-పు-భృంగరాజః॥

భృఙ్గరజాః-స్-పు-భృంగరాజః॥

భృఙ్గరాజః-అ-పు-కేశరంజనః-౨భృంగః-౩ధూమ్రాటః-౪మరకటః-౫శివః-౬మాణిక్యమ్॥ తె॥ ౧గుంటకలగరచెట్టు.

భృఙ్గరిటః-అ-పు-శివద్వారపాలః॥

భృఙ్గరీటః-అ-పు-శివద్వారపాలః॥

భృఙ్గరోలః-అ-పు-కీటవిశేషః॥

భృఙ్గవల్లభః-అ-పు-ధారాకదంబః-౨భూమికదంబః॥

భృఙ్గవల్లభా-ఆ-స్త్రీ-భూమిజంబూః॥

భృఙ్గసోదరః-అ-పు-కేశరాజః॥

భృఙ్గాణః-అ-పు-భృంగః॥

భృఙ్గానన్దా-ఆ-స్త్రీ-యూథికా॥

భృఙ్గాభీష్టః-అ-పు-ఆమ్రవృక్షః॥

భృఙ్గారమ్-అ-న-లవంగమ్-౨సువర్ణమ్॥

భృఙ్గారః-అ-పు-భృంగరాజః-౨స్వర్ణఘటితవారిపాత్రమ్॥ తె॥ ౧గుంటకలగరచెట్టు.

భృఙ్గారిః-ఇ-స్త్రీ-కేవికాపుష్పమ్॥

భృఙ్గారికా-ఆ-స్త్రీ-ఝిల్లికా॥

భృఙ్గారీ-ఈ-సీ-ఝిల్లికా॥ తె॥ చిమ్మెట.

భృఙ్గారుః-ఉ-పు- కనకాలుకా-౨ఝిల్లికా॥ తె॥ ౧ రాజద్వారమందలి బంగారపుగిండీచెంబు-౨చిమ్మెట.

భృఙ్గాహ్వః-అ-పు-పక్షివిశేషః- ౨జీవకః-౩ భృంగరాజః॥ తె॥ ౧ ఒకతరహాపిట్ట.

భృఙ్గాహ్వా-ఆ-సీ-భ్రమరచ్ఛల్లీ॥

భృఙ్గిః-ఇ-పు-భృంగీ॥

భృఙ్గిణీ-ఈ-సీ-వటీవృక్షః॥

భృఙ్గిరిటిః-ఇ-పు-భృంగీశ్వరః॥

భృఙ్గిరిటీ-ఈ-సీ-చిత్రపత్రికా॥ తె॥ కోలపాలచెట్టు.

భృఙ్గీ-ఈ-సీ-అతివిషా॥

భృఙ్గీ-న్-పు-భృంగీశ్వరః-౨వటవృక్షః॥

భృఙ్గీఫలః-అ-పు-ఆమ్రాతకవృక్షః॥

భృఙ్గీశః-అ-పు-మహాదేవః॥

భృఙ్గేరిష్టిః-ఇ-పు-భృంగీ॥

భృఙ్గేష్టా-ఆ-సీ-ఘృతకుమారీ-౨భార్గీ-౩తరుణీ-౪కాకజంబూః॥

భృజ్జనమ్-అ-న-భ్రాష్ట్రమ్॥ తె॥ మంగలము.

భృజ్జనః-అ-పు-అంబరీషః॥

భృతః-అ-త్రి-పూరితః-౨భృతః॥ తె॥ ౧ నిండించఁబడ్డది-౨భరించఁబడ్డది.

భృతకః-అ-పు-కర్మకారః॥ తె॥ కూలివాఁడు.

భృతిః-ఇ-సీ-కర్మణ్యా-౨భరణమ్॥ తె॥ ౧ జీతము, కూలి-౨భరించడము.

భృతిభుక్-జ్-పు-కర్మకరః॥ తె॥ కూలివాఁడు.

భృత్యః-అ-పు-జీవితార్థాగతబలమ్-౨కింకరః తె॥ ౨జీతగాఁడు.

భృత్యా-ఆ-సీ-భృతిః॥ తె॥ కూలి, జీతము.

భృమిః-ఇ-పు-వాయువిశేషః-౨జలాదిభ్రమణమ్॥

భృశమ్-అ-న-అతిశయః॥

భృశమ్-మ్-౦-ప్రకర్షః-౨అత్యర్థమ్॥

భృశః-అ-త్రి-అతిశయవాన్॥

భృషత్-ద్-పు-పాషాణః॥

భృష్టః-అ-త్రి-భర్జితః॥ తె॥ వేయించినది.

భృష్టతణ్డులః-అ-పు-భర్జనవిశిష్టధాన్యనికరః॥

భృష్టయవః-అ-పు-భర్జనవిశిష్టయవః॥

భృష్టాన్నమ్-అ-న-భృష్టతండులః॥

భృష్టిః-ఇ-సీ-భర్జనమ్-౨శూన్యమ్-౩వాటికా॥ తె॥ ౧ వేఁపించినది.

భ్రూకుటిః-ఇ-సీ-భ్రూభంగః॥

భేకః-అ-త్రి-కాతరః॥

భేకః-అ-పు-మండూకః-౨మేఘః॥ తె॥ ౧ కప్ప

భేకటః-అ-పు-మత్స్యభేదః॥

భేకనిః-ఇ-పు-మత్స్యవిశేషః, భేకలి ఇతిచ }

భేకపర్ణీ-ఈ-సీ-మండూకపర్ణీ॥ (పాఠః॥ }

భేకభుక్-జ్-పు-సర్పః॥

భేకీ-ఈ-సీ-మండూక(స్త్రీ)॥ తె॥ ఆఁడుకప్ప.

భేగా-ఆ-సీ-అగ్నిదేవసౌధమ్॥

భేడః-అ-పు-మేషః॥

భేడీ-ఈ-సీ-భేడభార్యా॥

భేత్తా-ఋ-త్రి-భేదకర్తా॥

భేదః-అ-పు-రాజచతురుపాయవిశేషః-౨భేదనమ్-౩విశేషః-౪ఉపజాపః-౫కల్యాణమ్-౬శర్మ॥ తె॥ ౧ ఉభయశత్రువులకు విరోధపెట్టుట-౨బద్దలు చేయుట.

భేదకః-అ-త్రి-విదారకః-౨రేచకౌషధాదిః-౩పృథక్కారకః॥

భేదకాతిశయోక్తిః-ఇ-సీ- అలంకారవిశేషః

భేదనమ్-అ-న-స్ఫుటనమ్-౨హింగు॥ తె॥ ౧ బద్దలుకావడము.

భేదనః-అ-పు-అమ్లవేతసః-౨సూకరః॥

భేదముఖ్యకః-అ-పు- కచ్చూరకః॥ తె॥ కచోరము.

భేదితః-అ-త్రి-దారితః॥ తె॥బద్దలయినది.

భేదీ-న్-పు-అమ్లవేతసః॥

భేదీ-న్-త్రి-భేదకర్తా-౨తద్విశిష్టః॥

భేమరమ్-అ-న-భిమరమ్॥

భేనః-అ-పు-సూర్యః-౨చంద్రః॥

భేరః-అ-పు-పటహః-౨భేరీ॥

భేరటః-అ-పు-శ్వేతసురసా॥ తె॥ తెల్ల వావిలి చెట్టు.

భేరిః-ఇ-స్త్రీ-బృహఢ్ఢక్కా॥

భేరీ-ఈ-స్త్రీ-దుందుభిః॥ తె॥నగారా॥

భేరుణ్డమ్-అ-న-గర్భధారణమ్॥

భేరుణ్డమ్-అ-త్రి-భయానకః॥

భేరుణ్డః-అ-పు-దేవతావిశేషః-౨పక్షివిశేషః ౩భయంకరః॥

భేరుణ్డా-ఆ-స్త్రీ-దేవతావిశేషః౨యక్షిణీభేదః

భేరున్డః-అ-పు-జంబుకః॥

భేలమ్-అ-త్రి-భీరుః- ౨మూర్ఖః-౩చంచలః॥

భేలః-అ-పు-ప్లవః-౨మునివిశేషః-౩భేలకమ్॥

భేలకః-అ-(స్త్రీ)-నద్యాదితరణసాధనవస్తు॥

భేషజమ్-అ-న-ఔషధమ్॥

భేషజాఙ్గమ్-అ-న-అనుపానమ్॥

భైక్షమ్-అ-న-భిక్షాసమూహః॥

భైమీ-ఈ-స్త్రీ- దమయంతీ- ౨పార్వతీ-౩భీమైకాదశీ॥

భైరవమ్-అ-న-భయానకరసః॥

భైరవః-అ-త్రి-భయానకరసవాన్॥

భైరవః-అ-పు-క్షేత్రపాలః- ౨భర్గః-౩నదవిశేషః- ౪రాగభేదః - ౫భయానకరసః॥ తె॥౧భైరవుఁడు-౨శివుఁడు.

భైరవీ-ఈ-స్త్రీ-పార్వతీ॥ తె॥గౌరి.

భైరవీ-న్-పు-భైరవమతప్రవర్తకః॥

భైషజమ్-అ-న-లావకపక్షీ- ౨భేషజంచ॥

భైషజ్యమ్-అ-న-ఔషధమ్॥

భోః-స్-౦-సంబోధనమ్-౨ప్రశ్నః-౩విషాదః॥ తె॥౧ఓయి.

భోక్తవ్యమ్-అ-త్రి-భోజనీయమ్॥

భోక్తా-ఋ-త్రి-భోజనకర్తా॥

భోక్తా-ఋ-పు-విష్ణుః-౨భర్తా॥

భోక్తుమ్-మ్-౦-భోజనార్థమ్॥ తె॥ భోజనము చేసేటందుకు.

భోగః-అ-పు- సర్పశరీరమ్-౨అన్నావృత్తివ్రాకారగోమూత్రకాది పంచభేదభోగవ్యవహారః-౩అష్టసంజ్ఞా-౪భోజనమ్-౫విత్తమ్-౬నిర్వేశః-౭పాలనమ్- ౮సుఖమ్- ౯వనితాదిభృతిః - ౧౦రాజ్యమ్-౧౧సర్పఫణా- ౧౨ఆదినాహస్త్యశ్వాదికర్మకారణాంచభృతిః-౧౩అభ్యవహారః-౧౪సర్పః-౧౫దేహః-౧౬మానమ్ ౧౭పుణ్యపాపజననయోగ్యకాలః-౧౮విభవభేదః॥

భోగగృహమ్-అ-న-వాసగృహమ్॥

భోగదేహః-అ-పు-స్వర్గనరకభోగార్థంసూక్ష్మశరీరమ్॥

భోగపాలః-అ-పు-అశ్వరక్షకః॥

భోగపాలః-అ-త్రి-భోగరక్షకః॥

భోగపిశాచికా-ఆ-స్త్రీ-క్షుధా॥

భోగభూమిః-ఇ-స్త్రీ- సుఖస్థానమ్-౨భారతవర్షాతిరిక్తవర్షమ్॥

భోగవతీ-ఈ-స్త్రీ-పాతాళనదీ-౨శేషసర్పనగరీ-౩ఊనవంశజయోషిత్ ౪కౌటిల్యమ్ ౫భుక్తిః-౬రక్షా॥

భోగవాన్-త్-పు-సర్పః-౨నాట్యమ్- ౩గానమ్॥

భోగవాన్-త్-త్రి-భోగవిశిష్టః॥

భోగసద్మ-న్-న-వాసగృహమ్॥

భోగార్హ్యమ్-అ-న-ధాన్యమ్॥

భోగావలీ-ఈ-సీ - స్తుతిపాఠకస్యస్తుతిః-౨నాగపురీ॥

భోగావాసః-అ-పు-వాసగృహమ్॥

భోగికః-అ-పు-అశ్వరక్షకః॥

భోగికాన్తః-అ-పు-వాయుః॥

భోగినీ-ఈ-సీ - రాజపట్టాభిషిక్తభార్యేతరభార్యా॥

భోగివల్లభమ్-అ-న-చందనమ్॥

భోగివాసః-అ-పు-చందనవృక్షః॥ తె॥ మంచిగంధపుచెట్టు.

భోగీ-న్-పు-సర్పః-౨కలింగః-౩భూపః - ౪గ్రామణీః-౫సుఖీ-౬ఈశానః- ౭నాపితః-౮వైయావృత్తికరః॥ తె॥ ౧పాము-౨కొడిసెచెట్టు-౩భూమిపాలించెడువాఁడు-౪ఊరిదొర.

భోగీన్ద్రః-అ-పు-అనంతదేవః॥

భోగీశః-అ-పు-అనంతదేవః॥

భోగ్యమ్-అ-న-ధనమ్- ౨ధాన్యమ్ - ౩ఆధిభేదః॥

భోగ్యమ్-అ-త్రి-భోగార్హః॥

భోగ్యా-ఆ-సీ-వేశ్యా-౨భోగ్యాభూః॥

భోజః-అ-పు-రాజవిశేషః-౨గోపాలః - ౩మందః-౪సౌభాగ్యశాలీ.

భోజకటః-అ-పు-భోజదేశః॥

భోజనమ్-అ-న-ఆహారః॥

భోజపతిః-ఇ-పు-కంసరాజః॥

భోజపురమ్-అ-న-స్వనామఖ్యాతదేశః॥

భోజమ్భోజమ్-మ్-౦-భుక్త్వాభుక్త్వా॥ తె॥ తినితిని.

భోజయితా-ఋ-త్రి- భోజనకారయితా-౨భోగవ్రవోజకః॥

భోజాధిపః-అ-పు-కంసరాజః॥

భోజ్యమ్-అ-త్రి-భోజనీయద్రవ్యమ్॥

భోజ్యసమ్భవః-అ-పు - శరీరస్థరసధాతుః॥

భోటాఙ్గః-అ-పు-దేశవిశేషః॥

భోభో-౦-౦-సంబోధనమ్॥

భోరుణః-అ-పు-పురోహకః॥ తె॥ గుజ్జుపుబోకెన.

భోలిః-ఇ-పు-ఉష్ట్రః॥

భౌతః-అ-పు-దేవలః-౨భూతయజ్ఞః॥

భౌతికమ్-అ-న-ముక్తా॥

భౌతికమ్-అ-త్రి-భూతసంబంధీ॥

భౌతికః-అ-పు-మహాదేవః॥

భౌతీ-ఈ-సీ-రాత్రిః॥

భౌత్యః-అ-పు - భూతిమునిపుత్రశ్చతుర్దశోమనుః॥

భౌమః-అ-పు-అంగారకః-౨నరకాసురః- ౩అంబరః-౪రక్తపునర్నవా॥

భౌమః-అ-త్రి-భూమిభవః॥

భౌమజలమ్-అ-న- భూమిసంబంధిసలిలమ్॥

భౌమనః-అ-పు-విశ్వకర్మా॥

భౌమరత్నమ్-అ-న-ప్రవాలమ్॥

భౌమికః-అ-త్రి-భూమ్యాధికారీ॥

భౌమీ-ఈ-సీ-సీతా॥

భౌరికః-అ-పు-కనకాధ్యక్షః॥ తె॥ వరహాలఖజాంజీ.

భ్రకుంశః-అ-పు-స్త్రీవేషధారినాట్యపురుషః॥ తె॥ స్త్రీవలెనేయాడెడు పురుషుఁడు.

భ్రకుంసః-అ-పు - స్త్రీవేషధారినాట్యపురుషః॥ తె॥ స్త్రీవలెనేయాడెడుపురుషుడు.

భ్రకుటిః-ఇ-సీ-భ్రూభంగః॥

భ్రమః-అ-పు-మిథ్యామతిః-౨జలనిర్గమః- ౩భ్రాంతిః - ౪కుండాఖ్యశిల్పియంత్రమ్॥ తె॥ ౩గిరగిరతిరగడము.

భ్రమణమ్-అ-న-కనీనికాచలనవిశేషః-౨భ్రమః॥ తె॥ ౧గిరగిరతిరగడము.

భ్రమణః-అ-పు-భృంగః॥
భ్రమణీ-ఈ-సీ-ఖలీనః - ౨కారండికా-౩ క్రీడాట్యా॥ తె॥ ౧గుఱ్ఱపుకళ్లెము
భ్రమత్కుటీ-ఈ-సీ-తృణాదిచ్ఛత్రమ్॥
భ్రమరః-అ-పు- అభినయహస్తవిశేషః - ౨ భృంగః-౩ కాముకః-౪మధుద్రుమః - ౫ భ్రమరకః॥ తె॥ ౪ఇప్పచెట్టు-౫ముంగురులు.
భ్రమరః-అ-పు-భూ్రిః॥
భ్రమరకః-అ-(సీ)-కురలః-౨లట్వా - ౩భృంగః-౪బాలమూషికః-౫అంబూభ్రమః॥ తె॥ ౧నుదుటసంచరించెడిముంగురులు-౨బొంగరము-౩తుమ్మెద.
భ్రమరకాణ్డా-ఆ-సీ-భూమిజంబుకా॥ తె॥ నేలనేరేడుచెట్టు.
భ్రమరకీటః-అ-పు-కీటవిశేషః॥
భ్రమరచ్ఛల్లీ-ఈ-సీ-లతావిశేషః॥
భ్రమరప్రియః-అ-పు-ధారాకదంబః
భ్రమరమారీ-ఈ-సీ - మాలవదేశప్రసిద్ధపుష్పవృక్షవిశేషః॥
భ్రమరా-ఆ-సీ-భ్రమరచ్ఛల్లీ॥
భ్రమరాతిథిః-ఇ-పు-చంపకః॥
భ్రమరానన్దః-అ-పు-వకులః-౨అతిముక్తకః-౩రక్తామ్లానః॥
భ్రమరాలకః-అ-(సీ)-కురలాః॥ తె॥నుదుటచెలించెడిముంగురులు.
భ్రమరాలకః-అ-పు- లలాటస్థితచూర్ణకుంతలః॥
భ్రమరీ-ఈ-సీ-పుత్రధాత్రీ-౨జతుకీ - ౩భ్రమరస్త్రీ॥ తె॥ ౧పుత్రధాత్రిచెట్టు-౨సురలితీఁగె-౩ఆఁడుతుమ్మెద.
భ్రమరేష్టః అ-పు-శ్యోనాకప్రభేదః॥
భ్రమరేష్టా-ఆ-సీ-భార్గీ-౨భూమిజంబూః॥
భ్రమరోత్సవః-అ-పు - అతిముక్తలతా॥ తె॥ పూలగురివెందతీఁగె.
భ్రమరోత్సవా-ఆ-సీ-మాధవీలతా॥ తె॥ మాధవితీఁగె.
భ్రమాసక్తః-అ-పు-శస్త్రమార్జకః॥
భ్రమిః-ఇ-సీ-భ్రమః॥ తె॥ గిరగిరతిరగడము.
భ్రమీ-న్-త్రి-భ్రమవిశిష్టః॥
భ్రమీ-ఈ-సీ-భ్రమః॥ తె॥ గిరగిరతిరగడము.
భ్రష్టః-అ-త్రి-గలితః॥ తె॥జారినది.
భ్రాజకమ్-అ-న-పిత్తమ్॥
భ్రాజిష్ణుః-ఉ-పు-విష్ణుః॥
భ్రాజిష్ణుః-ఉ-త్రి-రోచిష్ణుః॥ తె॥ భూషణాదులచేత ప్రకాశించువాఁడు.
భ్రాతరౌ-ఋ-పు- ఏకోదరస్త్రీపురుషయుగ్మమ్-౨ఏకోదరపురుషయుగ్మమ్॥
భ్రాతా-ఋ-పు-ఏకగర్భజాతః॥
భ్రాతృకః-అ-త్రి-భ్రాతృయోగ్యః॥
భ్రాతృజః-అ-(న)-భ్రాతృవ్యః॥ తె॥తోఁడబుట్టినవానికొడుకు.
భ్రాతృజాయా-ఆ-సీ-భ్రాతృభార్యా॥
భ్రాతృపత్నీ-ఈ-సీ-భ్రాతృజాయా॥
భ్రాతృపుత్రః-అ-ద్వ-భ్రాతృజః॥
భ్రాతృభగిన్యౌ-ఈ-సీ- భ్రాతరౌ, నిత్యద్వివచనాంతోయంశబ్దః॥
భ్రాతృవ్యః అ-త్రి-భ్రాతృజః-౨అరిః॥ తె॥ ౧తోఁడబుట్టినవానికొడుకు.
భ్రాతృశ్వశురః-అ-పు-పతిజ్యేష్ఠభ్రాతా- ౨భ్రాతుఃపత్న్యాఃపితా చ॥
భ్రాత్రీయః-అ-త్రి-భ్రాతృసంబంధీ॥
భ్రాత్రీయః-అ-పు-భ్రాతృజః॥ తె॥తోఁడబుట్టినవానికొడుకు.
భ్రాన్తమ్-అ-న-చుంబనవిశేషః-౨భ్రమణం॥
భ్రాన్తః-అ-పు-రాజధుస్తూరః-౨మత్తహస్తీ
భ్రాన్తః-అ-త్రి-భ్రామితః॥ తె॥ చుట్టుత్రిప్పబడ్డది॥

భ్రాన్త్యాపహ్నుతిః-ఇ-సీ-అలంకారవిశేషః॥

భ్రాన్తిః-ఇ-సీ-మిథ్యామతిః-౨భ్రమః-౩అనవస్థితిః॥ తె॥ ౧గిరగిరతిరగడము.

భ్రాన్తిహరః-అ-త్రి-భ్రమనాశకః॥

భ్రాన్త్యజ్ఞః-అ-పు-అలంకారవిశేషః॥

భ్రామకమ్-అ-న-అయస్కాంతవిశేషః॥

భ్రామకః-అ-త్రి-భ్రమజనకః॥

భ్రామకః-అ-పు-జంబుకః-౨ధూర్తః-౩సూర్యావర్తః-౪అశ్వవిశేషః॥

భ్రామరమ్-అ-న-రతిబంధవిశేషః-౨భ్రమరకృతశ్వేతవర్ణమధు-౩గ్రామః॥

భ్రామరః-అ-త్రి-భ్రమరసంబంధీ॥

భ్రామరః-అ-పు-భ్రమరకః॥ తె॥ముంగురులు

భ్రామరీ-ఈ-సీ-పార్వతీ॥

భ్రాష్టః-అ-పు-తైతిలః॥ తె॥పంచదారవెయ్యని గోధుమపూరి.

భ్రాష్ట్రిమ్-అ-న-ఆకాశమ్-౨అంబరీషమ్॥

భ్రాష్ట్రిః-అ-పు-అంబరీషః॥ తె॥మంగలము॥

భ్రుకుంశః-అ-పు-స్త్రీవేషధారినాట్యపురుషః॥ తె॥స్త్రీవలెనెఆడెడుపురుషుఁడు॥

భ్రుకుంసః-అ-పు-స్త్రీవేషధారినాట్యపురుషః॥ }

భ్రుకుటిః-ఇ-సీ-భ్రూభంగః॥

భ్రుకుటీ-ఈ-సీ క్రోధాదినాభ్రువఃకౌటిల్యం

భ్రూః-ఊ-సీ-నేత్రోర్ధ్వరోమరేఖా-౨ప్రభవః॥ తె॥౧కనుబొమ్మ॥

భ్రూకుంశః-అ-పు-స్త్రీవేషధారినాట్యపురుషః॥ తె॥స్త్రీవలెనెఆడెడుపురుషుఁడు॥

భ్రూకుంసః-అ-పు-స్త్రీవేషధారినాట్యపురుషః॥ తె॥స్త్రీవలెనెఆడెడుపురుషుఁడు॥

భ్రూకుటిః-ఇ-సీ-భ్రూభంగః॥

భ్రూణః-అ-పు-గర్భస్థశిశుః-౨అర్భకః-౩శ్రోత్రియద్విజః॥ తె॥ ౧కడుపులోనిపిల్ల॥

భ్రూణహత్యా-ఆ-సీ-గర్భస్థబాలకహననం॥

భ్రూణహా-న్-త్రి-గర్భస్థబాలకహంతా॥

భ్రూభఙ్గః-అ-పు-భ్రువఃకౌటిల్యమ్॥

భ్రూమచ్ఛః-అ-పు-పుత్రనాశలక్షణమ్॥

భ్రూమధ్యరోమాణి-న్-న-పతిహంత్రీలక్షణమ్-బహువచనాంతోయమ్॥

భ్రూమధ్యావర్తః-అ-పు-జారిణీలక్షణమ్॥

భ్రేషః-అ-పు-యథోక్తధర్మభ్రంశః॥

భ్రేషః-అ-త్రి-భ్రష్టః॥ తె॥చెడిపోయినవాఁడు.

భ్రేషణమ్-అ-న-చలనమ్॥

మ

మమ్-అ-న-జనః॥

మః-అ-పు-మధ్యమస్వరస్థానమ్-౨శంభుః-౩ధాతా-౪చంద్రః-౫అగ్నిః-౬జీవః-౭యమః-౮సమయః-౯విషమ్-౧౦మధుసూదనః॥

మకరః-అ-పు-నిధివిశేషః-౨రాశివిశేషః-౩యాదోవిశేషః॥ తె॥౩ మొసలి.

మకరకుణ్డలమ్-అ-న-మకరాకృతికర్ణభూషణమ్॥

మకరకేతనః-అ-పు-కందర్పః॥

మకరధ్వజః-అ-పు-మన్మథః-౨రససిందూరవిశేషః॥

మకరన్దమ్-అ-న-కింజల్కః॥

మకరన్దః-అ-పు-తాలప్రాణకలావిశేషః-౨పుష్పరసః-౩కూటపుష్పః॥ తె॥ ౩కుందయనెడుచెట్టు.

మకరన్దవతీ-ఈ-సీ-పాటలాపుష్పమ్-౨మధువిశిష్టాచ॥

మకరన్దాట్టహాసః-అ-పు-కుందః॥ తె॥ మొల్లచెట్టు.

మకరన్దౌకః-స్-న-పుష్పమ్॥

మకరరేఖా-ఆ-సీ-ధనిలక్షణమ్॥

మకరవ్యూహః-అ-పు- మకరాకారసైన్యవిన్యాసః॥
మకరాకరః-అ-పు-సముద్రః॥
మకరాకారః-అ-పు-షడ్గ్రంథః- ౨మకరవత్సాకృతిశ్చ॥
మకరాజ్ఞః-అ-పు-సముద్రః-౨కామదేవః
మకరాలయః-అ-పు-సముద్రః॥
మకరాశ్వః-అ-పు-వరుణః॥
మకరీ-న్-పు-సముద్రః॥
మకుటమ్-అ-న-ముకుటమ్॥
మకుటమ్-అ-త్రి - వలయాకారబద్ధజటాసమూహః-౨కిరీటమ్॥
మకుతిః-ఇ-సీ-శూద్రశాసనమ్॥
మకురః-అ-పు-దర్పణః-౨మల్లికాకుసుమమ్-౩కులాలదండః-౪వకులః- ౫కోరకః॥
మకులః-అ-(సీ)-వకులః-౨ముకులః॥
మకుష్టకః-అ-పు-గజముద్గః॥ తె॥ పసుఁగపెసలు.
మకుష్ఠః-అ-త్రి-మంథరః॥
మకుష్ఠః-అ-పు-మండలమ్-౨వ్రీహివిశేషః॥
మకుష్ఠకః-అ-పు-వనముద్గః॥
మకూలకః-అ-పు-నాగదంతివృక్షః॥
మక్కల్లః-అ-పు-శూలరోగవిశేషః॥
మక్కులమ్-అ-న-శిలాజతు॥
మక్కోలః-అ-పు-ఖటికా॥
మక్షః-అ-పు- స్వదోషాచ్ఛాదనమ్ - ౨క్రోధః-౩సమూహః॥
మక్షువీర్యః-అ-పు-ప్రియాలవృక్షః॥
మక్షికా-ఆ-సీ-బంధురాలీ॥ తె॥ ఈగ.
మక్షికామలమ్-అ-న-సిక్థకమ్॥
మక్షీకా-ఆ-సి-మక్షికా॥
మఖః-అ-పు-యజ్ఞః॥
మఖత్రాతా-ఋ-పు-రామః॥
మఖవన్-త్-పు-ఇంద్రః॥
మఖవాన్-త్-పు-ఇంద్రః॥
మఖానలః-అ-పు-యజ్ఞాగ్నిః॥
మఖాన్నమ్-అ-న-ఖాద్యబీజభేదః॥
మఖాసుహృత్-ద్-పు-శివః॥
మగధః-అ-పు-వందీ-౨దేశవిశేషః॥ తె॥ ౧భట్రాజు.
మగధా-ఆ-సీ-పిప్పలీ॥
మగధేశ్వరః-అ-పు-జరాసంధరాజః-౨మగధదేశాధిపమాత్రమ్॥
మగధోద్భవః-అ-త్రి-మగధదేశజాతః॥
మగధోద్భవా-ఆ-సీ-పిప్పలీ॥
మగధోషితమ్-అ-న-తక్కోలఫలమ్॥
మగ్నః-అ-త్రి-స్నాతః॥
మఘమ్-అ-న-పుష్పవిశేషః॥
మఘః-అ-ద్వ-మఘానక్షత్రమ్-౨శుంఠీ॥
మఘః-అ-పు-యజ్ఞః-౨ద్వీపవిశేషః- ౩దేశవిశేషః॥
మఘవతీ-ఈ-సీ-ఇంద్రాణీ॥
మఘవన్-త్-పు-ఇంద్రః॥
మఘవా-న్ - పు - ఇంద్రః - ౨జినానాంద్వాదశచక్రవర్త్యంతర్గత చక్రవర్తివిశేషః॥
మఘవాన్-త్-పు-ఇంద్రః॥
మఘా-ఆ-సీ-ఔషధవిశేషః- ౨అశ్విన్యాదిసప్తవింశతి నక్షత్రాంతర్గత దశమనక్షత్రమ్॥
మఘాత్రయోదశీ-ఈ-సీ-మఘానక్షత్రయుక్తభాద్రకృష్ణత్రయోదశీ॥
మఘాభవః-అ-పు-శుక్రగ్రహః॥
మఘాభవః-అ-త్రి-మఘానక్షత్రజాతః॥
మఘాభూః-ఊ-పు-శుక్రాచార్యః॥
మఘీ-ఈ-సీ-ధాన్యభేదః॥

మఘోనీ-ఈ-సీ-శచీదేవీ॥

మఙ్కురః-అ-పు-ముకురః॥

మఙ్క్షణమ్-అ-న-జంఘాత్రాణమ్॥

మఙ్క్షు-ఉ-౦- శీఘ్రార్థః- ౨భృశార్థః- ౩ ప్రతాపః॥

మఙ్ఘ్రణమ్-అ-న-జంఘాత్రాణమ్॥

మఙ్క్తా-ఋ-త్రి-స్నానకర్తా॥

మఙ్గలమ్-అ-త్రి-తద్వతి॥

మఙ్గలమ్-అ-న- శుభమ్-౨ద్రవ్యాంగమ్-౩ సర్వార్థలక్షణమ్॥ తె॥ ౧బుద్ధివృద్ధియనేఓషధి॥

మఙ్గలః-అ-పు-అంగారకః॥

మఙ్గలచణ్డికా-ఆ-సీ-మంగలచండీ॥

మఙ్గలచణ్డీ-ఈ-సీ-దుర్గా॥

మఙ్గలచ్ఛాయః-అ-పు-ప్లక్షవృక్షః॥ తె॥జువ్విచెట్టు-

మఙ్గలపాఠకః-అ-పు-వందీ॥

మఙ్గలప్రదః-అ-త్రి-మంగలదాతా॥

మఙ్గలప్రదా-ఆ-సీ-హరిద్రా॥ తె॥పసపు.

మఙ్గలా-ఆ-సీ-హరిద్రా-౨శ్వేతదూర్వా-౩పార్వతీ-౪పతివ్రతా-౫కరంజభేదః-౬వృత్త్యర్హస్మృతివిశేషః-౭నీలదూర్వా తె॥౧పసపు-౨తెల్లగరికె.

మఙ్గలాగురు-ఉ-న- అగురుచతుష్టయాంతర్గతాగురువిశేషః॥

మఙ్గలాహ్వా-ఆ-సీ- దేవబలా॥ తె॥ కలుక్రాంతచెట్టు.

మఙ్గల్యమ్-అ-న-కృష్ణాగురువిశేషః- ౨దధిమధ్యభాగః-౩చందనమ్-౪స్వర్ణమ్-౫సిందూరమ్॥ తె॥ ౨తోడుంబెట్టినకుండలోపైదియును,అడుగుదియునుంగాకనడిమిపెరుగు.

మఙ్గల్యః-అ-త్రి-మనోజ్ఞః॥

మఙ్గల్యః-అ-పు-అశ్వత్థవృక్షః-౨అరిష్టవృక్షః ౩రీఠాకరంజః-౪త్రాయమాణః-౫బిల్వవృక్షః-౬మసూరః-౭జీవకః-౮నారికేళః-౯కపిత్థః॥ తె॥ ౧రావిచెట్టు-౨కుంకుడుచెట్టు-౩గుత్తినెమలడుంగుబ్రాను.

మఙ్గల్యకః-అ-పు-మసూరః॥ తె॥చిరుసెనగలు

మఙ్గల్యకుసుమా-ఆ-సీ-శంఖపుష్పీ॥

మఙ్గల్యనామధేయా-ఆ-సీ-జీవంతీ॥

మఙ్గల్యా-ఆ- సీ- జీవా-౨శమీ-౩రోచనా-౪ప్రియంగుః-౫శతపుష్పః-౬శంఖపుష్పీః ౭శుక్లవచా- ౮మల్లికాగంధయుక్తాగురు-౯అధఃపుష్పీ-౧౦మిసీ- ౧౧మాషపర్ణీ- ౧౨జీవంతీ- ౧౩ఋద్ధిః- ౧౪హారిద్రా-౧౫చీడా-౧౬దూర్వా॥ తె॥౧పాలకూర-౨జమ్మిచెట్టు.

మఙ్గా-ఆ-సీ-లక్ష్మీః-౨గంగా-౩గౌరీ॥

మఙ్గినీ-ఈ-సీ-నౌకా॥

మచర్చికా-ఆ-సీ-ప్రశస్తః॥

మచ్ఛః-అ-పు-మీనః- ౨మచ్ఛః॥ తె॥ ౧చేప-౨మచ్చ.

మజీలః-అ-పు-రజకగ్రామః॥

మజ్జకృత్-త్-న-అస్థి॥

మజ్జనమ్-అ-న-స్నానమ్-౨మజ్జా॥

మజ్జసముద్భవమ్-అ-న-శుక్రమ్॥

మజ్జా-న్-పు-సారః-౨అస్థిస్నేహః॥ తె॥౧చేవ-౨ఎముకలలోనిక్రొవ్వు.

మజ్జా-ఆ-సీ-సారః-౨అస్థిస్నేహః॥ తె॥ ౧చేవ-౨ఎముకలలోనిక్రొవ్వు.

మజ్జాజః-అ-పు-భూమిజగుగ్గులుః॥

మజ్జారసః-అ-పు-శుక్రమ్॥

మజ్జాసారమ్-అ-న-జాతీఫలమ్॥

మజ్జికా-ఆ-సీ-రసాలా॥ తె॥ పెరుగులోఅనేకద్రవ్యములుంగూర్చిచేసినది.

మఞ్జూషా-ఆ-సీ-మంజూషా॥

మఞ్చః-అ-పు-ఖట్వా-౨కర్ణవంశః- ౩ఉచ్చమండపవిశేషః॥ తె॥౧మంచము.

మఞ్చకః-అ-పు-ఖట్వా-౨ఇంద్రకోశః॥

మఞ్చకాశ్రయః-అ-పు-మత్కుణః॥ తె॥నల్లి

మఞ్చమణ్డపః-అ-పు- సస్యరక్షార్థకుటీరమ్॥

మఞ్జరమ్-అ-న-ముక్తా-౨తిలకవృక్షః- ౩వల్లీ

మఞ్జరిః-ఇ-సీ-వల్లరీ॥ తె॥ పూగుత్తి, చిగురుగుత్తిన్ని.

మఞ్జరీ-ఈ-సీ-వల్లరీ-౨స్థూలముక్తా- ౩తిలకవృక్షః-౪తులసీ॥ తె॥౧పూగుత్తి-చిగురుగుత్తిన్ని.

మఞ్జరీకః-అ-పు-మృదుమరువకః॥ తె॥ మృదుమరువము.

మఞ్జరీనమ్రః-అ-పు- వేతసవృక్షః॥

మఞ్జా-ఆ-సీ-మంజరీ-౨ఛాగీ॥ తె॥౧పూగుత్తి.

మఞ్జిః-ఇ-పు-మంజరీ॥ తె॥పూగుత్తి.

మఞ్జికా-ఆ-సీ- వేశ్యా॥

మఞ్జిఫలా-ఆ-సీ-కదళీ॥

మఞ్జిష్టా-ఆ-సీ-అరుణవల్లీ॥ తె॥ మంజిష్ఠతీగె.

మఞ్జిష్ఠా-ఆ-సీ-అరుణవల్లీ॥ తె॥ మంజిష్ఠతీగె.

మఞ్జీ-ఈ-సీ-మంజరీ॥ తె॥పూగుత్తి.

మఞ్జీరః-అ-పు- మంథానదండరజ్జుబంధనార్థస్తంభః॥

మఞ్జీరః -అ-(సీ)-నూపురః॥ తె॥ కాలిఅందె.

మఞ్జుః-ఉ-త్రి-మనోహరః॥

మఞ్జుకేశీ-న్-పు-శ్రీకృష్ణః॥

మఞ్జుకేశీ-న్-త్రి-సుందరకేశవిశిష్టః॥

మఞ్జుగమనః-అ-త్రి-సుందరగామిని॥

మఞ్జుగమనా-ఆ-సీ-హంసీ॥

మఞ్జుఘోషః-అ-పు-పూర్వజినభేదః - ౨ఉపాస్యదేవతావిశేషః॥

మఞ్జుఘోషా-ఆ-సీ - స్వర్గవేశ్యావిశేషః॥

మఞ్జుపాఠకః-అ-పు-శుకపక్షీ॥

మఞ్జుపాఠకః-అ-త్రి-సుందరపాఠకర్తా॥

మఞ్జుప్రాణః-అ-పు-బ్రహ్మా॥

మఞ్జుభద్రః-అ-పు-జినవిశేషః॥

మఞ్జులమ్-అ-న-జలాంచనమ్-౨నికుంజః- ౩శబలః॥

మఞ్జులః-అ-త్రి-మనోహరః॥

మఞ్జులః-అ-పు-జలరంకపక్షీ॥

మఞ్జువాణీ-ఈ-సీ-శచీ-౨గౌరీ-౩శుభాంగనా॥

మఞ్జువాణీప్రియః-అ-పు - సుతలలోకస్థితవాత్స్యాయనమునిః॥

మఞ్జుశ్రీః-ఈ-పు-మంజుఘోషః॥

మఞ్జుషా-ఆ-ద్వి-పిటకః॥ తె॥ పెట్టె.

మఞ్జూషా-ఆ-సీ-ఘ్రాణీ-౨పిటకః-౩పాషాణః-౪మంజిష్ఠా॥

మటచీ-ఈ-సీ-పాషాణవృష్టయః-౨రక్తవర్ణక్షుద్రపక్షివిశేషః॥

మటతీ-ఈ-సీ-వర్షోపలః॥ తె॥వడగండ్లు.

మటస్ఫటిః-ఇ-పు-దర్పారంభః॥

మట్టకమ్-అ-న-గృహస్యశిరోభాగః॥

మఠః-అ-పు-సన్యాసిబ్రహ్మచార్యాదిమఠః-౨గంత్రీరథః॥

మఠరః-అ-పు మునివిశేషః॥

మఠ్యః-అ-పు-తాలప్రాణకలావిశేషః॥

మడకః-అ-పు-సస్యభేదః॥

మడుః-ఉ-పు-చూచకః॥ తె॥తుడుము.

మడ్డుః-ఉ-పు-వాద్యవిశేషః॥

మడ్డుకః అ-పు మడ్డువాద్యమ్॥

మణిః-ఇ-పు-దేవయోనిసర్పవిశేషః-౨వృశ్చికపుచ్ఛాగ్రశూకమ్ - ౩భగాంతర్లింగనాడీ-౪రత్నమ్-౫మేఖలా-౬వలయమ్ ॥ తె॥౨తేలుకొండి.

మణిః-ఇ-ద్వి-అజాకంఠస్తనః- ౨అలంజరః- ౩శిశ్నాగ్రమ్-౪అశ్మజాతిః- ౫ముక్తాది

కమ్-౬యోరన్యగ్రభాగః - ౭ నాగవిశే షః-౨మణిబంధః॥
మణికమ్-అ-న-అలింజరః॥ తె॥ పెద్దబాన.
మణికః-అ-పు-అలంజరః॥ తె॥ పెద్దబాన.
మణికణ్ఠః-అ-పు-చాషపక్షీ॥ తె॥ పాలపిట్ట.
మణికర్ణికా-ఆ-స్త్రీ-కాశీస్థతీర్థవిశేషః॥
మణికాచః-అ-పు-బాణపుంఖః॥ తె॥ వెంపలిచెట్టు.
మణికాననమ్-అ-న-కంఠః- ౨రత్నవనంచ॥
మణికారకః-అ-పు-వైకటికః॥ తె॥ రత్నములను సానపట్టువాఁడు.
మణికూటః-అ-పు-పర్వతవిశేషః॥
మణిఖనిః-ఇ-పు-మణేరాకరః॥
మణిగ్రీవః-అ-పు-కుబేరపుత్రః॥
మణిగ్రీవః-అ-త్రి-రత్నకంధరః॥
మణిచ్ఛిద్రః-అ-పు-ఋషభాఖ్యౌషధమ్॥
మణిచ్ఛిద్రా-ఆ-స్త్రీ-మేదా- ౨ఋషభాఖ్యౌషధం॥ తె॥౧ మేదఅనేచెట్టు.
మణిజ్యోతిః-స్-న-వాయుధనుః॥
మణితమ్-అ-న-రతికూజితమ్॥
మణితారకః-అ-పు-సారసపక్షీ॥
మణిద్వీపః-అ-పు-శేషసర్పఫణా॥
మణిద్వీపః-అ- (స్త్రీ)- క్షీరసముద్రమధ్యేపద్మరాగాదిమణిమయాంతర్ద్వీపః॥
మణిధనుః-స్-న-ఇంద్రధనుః॥
మణిపర్వతః-అ-పు-గిరివిశేషః॥
మణిపురమ్-అ-న - షట్చక్రాంతర్గతనాభిమధ్యస్థతృతీయచక్రమ్॥
మణిపుష్పకః-అ-పు-సహదేవశంఖః॥
మణిపూరః-అ-పు-నాభిః- ౨అంతష్షట్చక్రవిశేషః॥ తె॥౧బొడ్డు.
మణిప్రభా-ఆ-స్త్రీ-నైరృతిభార్యా॥
మణిబన్ధః-అ-పు-ప్రకోష్ఠాధఃప్రదేశః- ౨రాజవిశేషః-౩పర్వతవిశేషః॥
మణిబీజః-అ-పు-దాడిమవృక్షః॥
మణిభద్రః-అ-పు- జినానాంపూర్వయక్షవిశేషః॥
మణిభిత్-ద్-పు-వజ్రరత్నమ్॥
మణిభిత్తిః-ఇ-స్త్రీ-శేషసర్పసౌధమ్॥
మణిభూమిః-ఇ-స్త్రీ-రత్నస్యఖనిః॥
మణిమణ్టపమ్-అ-న-నైరృతిసౌధమ్॥
మణిమణ్టపా-ఆ-స్త్రీ-శేషపట్టణమ్॥
మణిమణ్డపః-అ-పు- రత్నమయగృహమ్॥
మణిమన్థమ్-అ-న- సింధుదేశనదీజాతసైంధవలవణమ్-౨పర్వతవిశేషః॥
మణిమాన్-త్-త్రి-మణివిశిష్టః - రత్నభూషితః॥
మణిమాన్-త్-పు-సూర్యః॥
మణిమాలా-ఆ-స్త్రీ-దంతక్షతవిశేషః-౨హారవిశేషః-౩కాంతిః-౪లక్ష్మీః॥
మణిరాగమ్-అ-న-హింగులమ్॥
మణిరాగః-అ-పు-మణేర్వర్ణః॥
మణిరాగకః-అ-పు-హింగులమ్॥ తె॥ ఇంగిలీకము.
మణివః-అ-పు-నాగవిశేషః॥
మణివప్రా-ఆ-స్త్రీ-శేషసర్పపట్టణమ్॥
మణివేష్టిః-ఇ-స్త్రీ-చతుర్ముఖదండః॥
మణిశేఖరమ్-అ-న-యమసౌధమ్॥
మణిసరః-అ-పు-ముక్తాహారః॥
మణిసోపానః-అ-పు- మణిముక్తాగ్రథితయష్టికా॥ తె॥ మణులుముత్తెములుకూర్చినహారము.
మణీ-ఈ-స్త్రీ-రత్నమ్॥
మణీచకమ్-అ-న- చంద్రవర్ణరూప్యమ్॥
మణీచకః-అ-పు-మత్స్యరంగపక్షీ॥
మణీదః-అ-పు-బ్రహ్మదండః॥

మణీవ-౦-౦-మణితుల్యమ్॥
మణీవకమ్-అ-న-పుష్పమ్॥
మణ్టకః-అ-పు-తైతిలః॥ తె॥ పంచదారలేని గోధుమపూరి.
మణ్టపమ్-అ-న-సభావిశేషః॥
మణ్టపః-అ-(సీ)-జనాశ్రయః॥ తె॥ చావడి.
మణ్టపీ-ఈ-సీ-క్షుద్రోపోదకీ॥
మణ్ఠః-అ-పు-వటకవిశేషః॥
మణ్డమ్-అ-న-శాకమ్॥ (మీగడ)
మణ్డః-అ-(సీ)- సర్వరసద్రవ్యసారః॥ తె॥
మణ్డః-అ-పు-సారః-౨పింఛమ్ - ౩ఏరండవృక్షః-౪భూషణమ్-౫శాకభేదః - ౬దర్దురః-౭భక్తాదిభవరసః॥
మణ్డకః-అ-పు-అతిముక్తలతా- ౨పిష్టకవిశేషః-౩గీతాంగవిశేషః॥ తె॥౧పువ్వులగురివెంద.
మణ్డనమ్-అ-న-విభూషణమ్॥
మణ్డనః-అ-త్రి- అలంకరణశీలభూషణాదిః॥
మణ్డనా-ఆ-సీ-అలంకరణమ్॥ తె॥ అలంకరించడము.
మణ్డపః-అ-త్రి-మండపానకర్తా॥
మణ్డపః-అ-(సీ)-జనాశ్రయః॥ తె॥చావడి.
మణ్డపా-ఆ-సీ-నిష్పావీ॥
మణ్డపీఠిః-ఇ-సీ-దిగ్వ్యగ్రమ్॥
మణ్డయన్తః-అ-పు-అన్నమ్-౨వధూసంఘః-౩నటః-౪అలంకారః॥
మణ్డయన్తీ-ఈ-సీ-యోషిత్॥
మణ్డరీ-ఈ-సీ-ఘుర్ఘురీ॥
మణ్డలమ్-అ-త్రి-బింబమ్॥
మణ్డలమ్-అ-న-వలయాకారవస్తు- ౨సమూహః - ౩సర్వతోభద్రాదిసప్తభేదయుక్తమండలవ్యూహః-౪ధన్వివిన్యస్తపాదస్థితిభేదః- ౫గుడమిశ్రపిష్టకృతః - ౬ద్వాదశరాజసమూహః - ౭ప్రతిసూర్యమండలమ్-౮ఇంద్రఖడ్గః-౯సూర్యాదిమండలమ్ - ౧౦నాట్యత్రిచతుఃఖండకృతక్రియా-౧౧నఖక్షతవిశేషః-౧౨కుష్ఠమ్-౧౩చత్వారింశద్యోజనదేశః॥ తె॥ ౫అటిసెలు.
మణ్డలః-అ-పు-శ్వా- ౨ప్రతిసూర్యమండలః-౩సూర్యాదిమండలః-౪మండనమ్ - ౫నాట్యత్రిచతుఃఖండకృతక్రియా- ౬నఖక్షతభేదః- ౭కుష్ఠమ్ - ౮చత్వారింశద్యోజనదేశః॥
మణ్డలకమ్-అ-న- కోశమ్-౨బింబమ్-౩దర్పణః॥ తె॥౧గుండ్రనికుష్ఠు.
మణ్డలకః-అ-పు-కుక్కురః॥
మణ్డలనృత్యమ్-అ-న-మండలాకారనృత్యమ్
మణ్డలపత్రికా-ఆ-సీ-రక్తపునర్నవా॥
మణ్డలాగ్రః-అ-పు-ఖడ్గః॥
మణ్డలాధీశః-అ-పు-మండలేశ్వరః॥
మణ్డలాయితమ్-అ-న-వర్తులమ్॥
మణ్డలికః-అ-పు- వింశతియోజనవిస్తారదేశపాలకః॥
మణ్డలీ-ఈ-సీ- సమూహః-౨శునకః- ౩సూర్యాదిమండలమ్-౪ప్రతిసూర్యమండలమ్-౫నాట్యత్రిచతుఃఖండకృతక్రియా-౬కుష్ఠమ్- ౭చత్వారింశద్యోజనదేశః॥
మణ్డలీ-న్-పు- మార్జారః-౨శునకః-౩మండలాధిపతిః-౪సూర్యః-౫శుక్రః-౬సర్పః ౭వటవృక్షః॥
మణ్డలేశః-అ-పు-మండలేశ్వరః॥
మణ్డలేశ్వరః-అ-పు-చత్వారింశద్యోజనభూపాలకలక్షగ్రామాధిపతిద్రుపదాదిః॥
మణ్డహారకః-అ-పు- సురాజీవీ ॥ తె ॥ కల్లుబిలివాఁడు.

మణ్డా-ఆ-సీ-ధాత్రీ-౨అసురా॥

మణ్డితః-అ-పు-బౌద్ధగణాధిపవిశేషః॥

మణ్డితః-అ-త్రి-అలంకృతః॥ తె॥అలంకరించుకొన్నవాఁడు.

మణ్డుకః-అ-పు-భేకః-౨గోనసః॥ తె॥౧కప్ప-౨కొండచిలువ.

మణ్డుకాభ్రికమ్-అ-న-అభ్రికవిశేషః॥

మణ్డూకమ్-అ-న-బంధవిశేషః॥

మణ్డూకః-అ-పు-భేకః-౨గోనసః-౩శౌణకః౪మునివిశేషః-౫గాఢతేజాః॥ తె॥౧కప్ప ౨కొండచిలువ.

మణ్డూకపత్త్రా-ఆ-సీ-బ్రాహ్మీ॥ తె॥ బ్రహ్మిచెట్టు.

మణ్డూకపర్ణః-అ-పు-శోనకః-౨నడకః-౩కపీతనవృక్షః॥ తె॥౧దుందిలపుచెట్టు.

మణ్డూకపర్ణీ-ఈ-సీ-మంజిష్ఠాలతా-౨విక్రాంతా-౩గోజిహ్వికా-౪ఆదిత్యభక్తా౫ఓషధివిశేషః॥ తె॥౧మంజిష్ఠతీఁగె-౨మండూకబ్రహ్మిచెట్టు.

మణ్డూకమాతా-ఆ-సీ-బ్రాహ్మీ-౨భేకమాతా చ॥

మణ్డూకా-ఆ-సీ-మంజిష్ఠా॥

మణ్డూకీ-ఈ-సీ-భేకస్త్రీ-౨మండూకపర్ణీ-౩ఆదిత్యభక్తా-౪బ్రాహ్మీ-౫క్షుపవిశేషః౬ధృష్టయోషిత్॥ తె॥౧ఆఁడుకప్ప-౨మండూకబ్రహ్మిచెట్టు.

మణ్డూరమ్-అ-న-సింహాణమ్॥ తె॥ ఇనుపదిట్టము.

మణ్డోదకమ్-అ-న-చిత్రరాగః-విచిత్రవర్ణః-౨ఆతర్పణమ్-౩ఆలింపనా॥

మణ్డోదరీ-ఈ-సీ-రావణభార్యా॥

మత్-౦-౦-అనహమహమ్॥

మతమ్-అ-న-సమ్మతమ్॥

మతః-అ-త్రి-సమ్మతః-౨పూజితః॥

మతఙ్గః-అ-పు-మునివిశేషః-౨చండాలః-౩శైలః-౪పార్వతీపుత్రః-౫మేఘః॥

మతఙ్గజః-అ-పు-గజః॥ తె॥ఏనుఁగు.

మతఙ్గమః-అ-పు-గజః॥ తె॥ఏనుఁగు.

మతల్లికా-ఆ-సీ-ప్రశస్తః॥

మతిః-ఇ-సీ-బుద్ధిః-౨వ్యభిచారిభావవిశేషః-౩ఇచ్ఛా-౪వాక్-౫స్మృతిః॥

మతిదా-ఆ-సీ-జ్యోతిష్మతీ-౨శిమ్మృడీక్షుపః॥

మతిభ్రమః-అ-పు-బుద్ధిభ్రంశః॥

మతిభ్రాన్తిః-ఇ-సీ-బుద్ధిభ్రంశః॥

మతిమాన్-త్-పు-సూక్ష్మబుద్ధిశిష్యః॥

మతివిభ్రంసః-అ-పు-ఉన్మాదరోగః॥

మతిష్ఠః-అ-త్రి-అతిశయబుద్ధిమాన్॥

మత్కుః-అ-పు-మత్కుణః॥ తె॥నల్లి.

మత్కః-అ-త్రి-మత్సంబంధీ॥

మత్కుః-ఉ-పు-దుర్వినీతః-౨ప్రభుః॥

మత్కుణః-అ-పు-దుర్దంశః-౨నిర్విషాణగజః౩నిశ్శ్మశ్రుపూరుషః-౪మహిషః-౫నారికేళః-౬జంఘాత్రాణమ్ ॥ తె ॥ ౧నల్లి.

మత్కుణా-ఆ-సీ-అజాతలోమభగమ్॥

మత్కుణారిః-ఇ-పు-ఇంద్రాశనః॥

మత్కులీన్-న్-పు-ఛత్త్రాకః ॥ తె॥ కుక్కగొడుగు.

మత్తః-అ-పు-మత్తగజః-౨ధుస్తూరః-౩కోకిలః-౪మహిషః॥

మత్తః-అ-త్రి-సురాపానాదిమత్తః-౨ఇష్టప్రాప్తిజనితానందయుక్తః॥

మత్తకాశినీ-ఈ-సీ-మదప్రకాశితస్త్రీ॥

మత్తకాసినీ-ఈ-సీ-ఉత్తమస్త్రీ॥

మత్తకీశః-అ-పు-హస్తీ॥

మత్తదః-అ-పు-మమాధికః॥

మత్తవారణమ్-అ-న ప్రాసాదవీథీనాంవ

రండః-ఇతిపాత్రియః- 3 ప్రాసాదవీథీ
నాంకుండవృత్తివృతిః- కుందవృత్తివృతిరి
త్యపిపాఠః-రపూగచూర్ణః॥

మత్తవారణః-అ-పు-మత్తాలంబః - ౨గర్భో
ణీ-3 మదగజః-రఉపాశ్రియః॥ తె॥ ౧క
టకటాలు - ౨అర్ధచంద్రాకారమైనతల
గడ.

మత్తా-ఆ-సీ-మదిరా॥

మత్తాలమ్బమ్-అ-న-ఉపాశ్రయః॥ తె॥ కటక
టాలు.

మత్తాలమ్బః-అ-పు-ప్రాంగణావరణమ్॥

మత్తాలమ్బమ్-అ-న-ఉపాశ్రయః॥ తె॥ కట
కటాలు.

మత్తేభగమనా-ఆ-సీ-మత్తగజగామినీస్త్రీ॥

మత్యమ్-అ-న-దాత్రాదీనాంముష్టిః॥

మత్సః-అ-పు-మత్స్యః॥

మత్సగణ్డః-అ-పు-వ్యంజనవిశేషః॥

మత్సరః-అ-పు-అన్యోదయద్వేషః - ౨మక్షి
కా-3 క్రోధః॥

మత్సరః-అ-త్రి-అన్యోదయద్వేషవాన్-౨
కృపణః-3 ఆత్మధికారవిశేషః॥

మత్సరా-ఆ-సీ-మక్షికా॥

మత్సరీ-న్-పు-అన్యశుభద్వేష్టా॥

మత్స్యః-అ-ద్వ-జలజంతువిశేషః॥

మత్స్యః-అ-పు-మీనజాతిః- ౨విరాటదేశః-
3 ద్వాదశరాశిః- ౪అష్టాదశపురాణాం
తర్గతపురాణవిశేషః- ౫దశావతారాం
తర్గతప్రథమావతారః- ౬దేశవిశేషెబ
హువచనాంతోయమ్॥

మత్స్యకరణ్డికా-ఆ-సీ - మత్స్యరక్షణపా
త్రమ్॥

మత్స్యగన్ధా-ఆ-సీ- లాంగలీవృక్షః-౨జల
పిప్పలీ-౩వ్యాసమాతా॥

మత్స్యఘణ్టః-అ-పు- స్వనామఖ్యాతమత్స్య
వ్యంజనమ్॥

మత్స్యజాలమ్-అ-న-ఆనాయః॥

మత్స్యణ్డికా-ఆ-సీ-శర్కరావిశేషః॥

మత్స్యణ్డీ-ఈ-సీ-ఖండవికారః॥

మత్స్యధానీ-ఈ-సీ-కువేణీ॥ తె॥ చేఁపలబుట్ట

మత్స్యనాశకః-అ-పు-కురరపక్షీ॥

మత్స్యనాశకః-అ-త్రి-మత్స్యనాశకర్తా॥

మత్స్యనాశనః-అ-పు-కురరపక్షీ॥

మత్స్యన్ది-ఇ-న-ఘనీభూతశర్కరా॥

మత్స్యపిత్తా-ఆ-సీ-కటురోహిణీ॥

మత్స్యబన్ధినీ-ఈ-సీ-మత్స్యధానీ॥

మత్స్యబన్ధీ-న్-పు-ధీవరః॥

మత్స్యభేదోద్భవః-అ-పు- మండకోశాకా
రమత్స్యవిశేషజాతమౌక్తికమ్॥

మత్స్యరఙ్కః-అ-పు-మత్స్యరంగపక్షీ॥

మత్స్యరఙ్గః-అ-పు-పక్షివిశేషః॥

మత్స్యరాజః-అ-పు- రోహితమత్స్యః-౨వి
రాటరాజః॥

మత్స్యరాట్-జ్-పు-మకరః॥ తె॥ మొసలి.

మత్స్యరేఖా-ఆ-సీ-మహాభోగిలక్షణమ్॥

మత్స్యవిన్నా-ఆ-సీ-కటుకా॥

మత్స్యవేధనమ్-అ-న-బడిశమ్॥ తె॥ గాలము.

మత్స్యవేధనీ-ఈ-సీ-మద్గుపక్షీ-౨బడిశమ్॥

మత్స్యసఙ్ఘాతః-అ-పు- పోతోద్ధానమ్॥ తె॥ చి
ఱుమీలకదుపు. (విశేషః॥

మత్స్యసన్తానికః- అ- పు- మత్స్యవ్యంజన

మత్స్యాక్షః-ఇ-పు-వృత్తాదిరేఖాయుక్తత్వ
రూపమౌక్తికదోషః॥

మత్స్యాక్షీ-ఈ-సీ- లోహమారకః॥ తె॥ పొ
న్నగంటిచెట్టు.

మత్స్యాణ్డీ-ఈ-సీ-హిలమోచికా॥

మత్స్యాదనీ-ఈ-సీ-జలపిప్పలీ॥

మత్స్యాశనః-అ-పు-మత్స్యరంగపక్షీ॥

మత్స్యాశనః-అ-త్రి-మత్స్యభక్షకః॥

మత్స్యీ-ఈ-సీ-మీనజాతిస్త్రీ-౨ఉపోదకీ॥ తె॥ ౨పొలముబచ్చలి.

మత్స్యోదరీ-ఈ-సీ-సత్యవతీ-౨కాశీస్థతీర్థవిశేషః॥

మథః-అ-పు-ధూమ్రాటపక్షీ॥ తె॥ కూఁకటిమూఁగపిట్ట.

మథనమ్-అ-న-విలోడనమ్॥

మథనః-అ-పు-గణికారికావృక్షః॥

మథితమ్-అ-న-నిర్జలమథితగోరసః॥ తె॥ నీళ్లుపోయక చేసినచల్ల.

మథితః-అ-త్రి-ఆలోడితః-౨నిఘృష్టః॥

మథురా-ఆ-సీ-స్వనామఖ్యాతపురీ॥

మథురేశః-అ-పు-శ్రీకృష్ణః॥

మథూరా-ఆ-సీ-మథురా॥

మదః-అ-పు-వ్యభిచారిభావవిశేషః-౨గర్వః-౩గజమదః-౪గజమేఢ్రజాతమదః-౫అష్టసంజ్ఞా-౬విద్యాధనాతిశయజాతగర్వః-౭హర్షః-౮రేతః-౯కస్తూరీ-౧౦మద్యమ్-౧౧క్షైబ్యమ్,మత్తతేతియావత్-౧౨అనదః-౧౩కల్యాణవస్తు॥

మదకటః-అ-పు-షండః॥

మదకలః-అ-పు-మత్తగజః-౨అవ్యక్తప్రలాపీ

మదకలః-అ-త్రి-అవ్యక్తవాక్॥

మదకోహలః-అ-పు-గోపతిః॥ తె॥ అచ్చుబోడిచినయాఁబోతు.

మదగన్ధః-అ-పు-సప్తచ్ఛదవృక్షః॥

మదగన్ధా-ఆ-సీ-మదిరా-౨అతసీ॥

మదఘ్నీ-ఈ-సీ-నాగమథనీ॥ తె॥ దంతిచెట్టు.

మదనమ్-అ-న-మధూచ్ఛిష్టమ్-౨బ్రహ్మజటా॥ తె॥ ౧మైనము.

మదనః-అ-పు-మన్మథః-౨తాలప్రాణకలావిశేషః-౩ధూలికదంబవృక్షః-౪పిండీతకః-౫దుత్తూరః-౬అతిముక్తలతా-౭పక్షీ-౮శిగ్రువృక్షః-౯శల్యః-౧౦వసంతః-౧౧నాగరమ్-౧౨పుండ్రకః-౧౩కపిత్థవృక్షః॥ తె॥ ౩వసంతకడిమిచెట్టు-౪ప్రంగచెట్టు-౫ఉమ్మెత్తచెట్టు-౬పువ్వులగురివెంద-౮మునుఁగచెట్టు-౧౩వెలగచెట్టు.

మదనకః-అ-పు-మదనకవృక్షః॥

మదనకాకురవః-అ-పు-పారావతః॥

మదనగోపాలః-అ-పు-శ్రీకృష్ణః॥

మదనచతుర్దశీ-ఈ-సీ-చైత్రశుక్లచతుర్దశీ॥

మదనత్రయోదశీ-ఈ-సీ-చైత్రశుక్లత్రయోదశీ॥

మదనద్రోణీ-ఈ-సీ-కనకచ్ఛదా॥ తె॥ గేదంగిమొగలి.

మదనపాఠకః-అ-పు-కోకిలః॥

మదనమోహనః-అ-పు-శ్రీకృష్ణః॥

మదనశలాకా-ఆ-సీ-కామోద్దీపకౌషధమ్-౨శారికాపక్షీ-౩కోకిలా॥

మదనసారికా-ఆ-సీ-పక్షిభేదః॥

మదనా-ఆ-సీ-సురా॥

మదనాఙ్కుశః-అ-పు-లింగమ్-౨నఖమ్॥

మదనాద్రకః-అ-పు-కోద్రవః॥

మదనాయుధః-అ-పు-భగమ్॥

మదనాయుషః-అ-పు-కామవృద్ధిక్షుపః॥

మదనాలయః-అ-పు-యోనిః-౨ప్రజాపతిః-౩పంకజాదిః॥

మదనావస్థా-ఆ-సీ-కామావస్థా॥

మదనీ-ఈ-సీ-మెంథికా-౨వేదముఖ్యా-౩మెంథీ-౪సురా-౫అతిముక్తకః॥ తె॥ ౧మెంతిచెట్టు-౨జవాదిపిల్లి-౩మెంతులు.

మదనీయా-ఆ-సీ-మల్లికాలతా॥

మదనేచ్ఛాఫలః-అ-పు-బంధురసాలః॥

మదనోత్సవః-అ-పు-ఉత్సవవిశేషః॥
మదనోత్సవా-ఆ-సీ-స్వర్గవేశ్యా॥
మదప్రయోగః-అ-పు-కరిణాంమదోద్గమః॥
మదప్రియా-ఆ-సీ-పీతవచా॥
మదభఞ్జనీ-ఈ-సీ-శతమూలీ॥
మదమత్తకః-అ-పు-కలంజః ॥ తె ॥ గంజాయి చెట్టు.
మదయన్తికా-ఆ-సీ-మల్లికా॥
మదయన్తీ-ఈ-సీ-మల్లికా-౨మిత్రసహానామకరాజభార్యా॥ తె॥ ౧మల్లెచెట్టు.
మదయిత్నుః-ఉ-న-మద్యమ్॥
మదయిత్నుః-ఉ-పు-సిద్ధిః- ౨కామదేవః-౩శౌండికః-౪మదయుక్తః-౫మేఘః॥
మదరాగః-అ-పు-మన్మథః-౨కుక్కుటః- ౩వత్సరాంతః॥
మదవిక్షిప్తః-అ-పు-మత్తహస్తీ॥
మదవృద్ధః-అ-పు-గజః॥
మదశాకః-అ-పు-ఉపోదకీ॥
మదశౌణ్డమ్-అ-న-జాతీఫలమ్ ॥ తె ॥ జాజికాయ.
మదసానః-అ-పు-హంసః॥ తె॥ అంచ.
మదసారః-అ-పు-తూలవృక్షః॥
మదస్థలమ్-అ-న-మదస్థానమ్॥
మదస్థానమ్-అ-న-శుండాపానమ్॥ తె॥ నలుగురుకూడిత్రాగెడియిల్లు.
మదహస్తినీ-ఈ-సీ-మహాకరంజః॥
మదహేతుః-ఉ-పు-ధాతకీ-౨మత్తతాకారణంచ॥
మదాంవరః-అ-పు-మత్తహస్తీ॥
మదాఢ్యః-అ-పు-తాలవృక్షః॥
మదాఢ్యః-అ-త్రి-మదయుక్తః॥
మదాఢ్యా-ఆ-సీ-లోహితఝింటీ॥
మదాతఙ్కః-అ-పు-మదాత్యయరోగః॥
మదాత్యయః-అ-పు- మద్యపానాదిజన్యరోగవిశేషః॥
మదామ్నాతః-అ-పు-గజఢక్కా॥
మదారః-అ-పు-ద్విరదః-౨ధూర్తః-౩సూకరః-౪కాముకః - ౫గంధభేదః - ౬నృపభేదః॥
మదార్మదః-అ-పు-ఫలకమత్స్యః॥
మదాలాపీ-న్-పు-కోకిలః॥
మదావహః-అ-పు-మధూకవృక్షః॥ తె॥ ఇప్పచెట్టు.
మదాహ్వః-అ-పు-కస్తూరీ॥
మదిరః-అ-పు-రక్తఖదిరః॥
మదిరా-ఆ-సీ-సురా-౨కుబేరసుతా॥
మదిరాక్షీ-ఈ-సీ-వనితా॥ తె॥ ఆడుది.
మదిరాగృహమ్-అ-న - మద్యస్యగృహమ్॥
మదిరాసఖః-అ-పు-ఆమ్రవృక్షః॥
మదిష్ఠా-ఆ-సీ-సురా॥ తె॥ కల్లు.
మదీ-ఈ-సీ-చషకవస్తు-౨కృషకవస్తు॥
మదీయమ్-అ-త్రి-మమఇదమ్॥
మదోగ్రతా-ఆ-సీ - వ్యభిచారిభావవిశేషః॥
మదోత్కటః-అ-పు-కపోతః-౨మత్తగజః॥ తె॥ ౧గువ్వపిట్ట.
మదోత్కటా-ఆ-సీ-పరివ్యాధః- ౨మదిరా॥ తె॥ ౧నీటిప్రబ్బచెట్టు.
మదోదగ్రా-ఆ-సీ-నారీ॥
మదోద్ధతః-అ-త్రి-మత్తః॥
మద్గుః-ఉ-పు- జలకాకః-౨మత్స్యవిశేషః-౩కంకాలపక్షీ॥ తె॥ ౧నీటికాకి.
మద్గురః-అ-పు- మత్స్యవిశేషః॥
మద్గురసీ-ఈ-సీ-శృంగీమత్స్యః॥
మద్గురుః-ఉ-పు-జలమగ్నమీనః॥ తె॥ బొమ్మిడాయచేప.
మద్యమ్-అ-న-సురా॥ తె॥ కల్లు.

మద్య కేసరః-అ-పు-వకులవృక్షః॥ తె॥ పొగడ చెట్టు.

మద్యగన్ధః-అ-పు-వకులవృక్షః॥ తె॥ పొగడ చెట్టు.

మద్యద్రుమః-అ-పు-మాడవృక్షః॥

మద్యపఙ్కః-అ-పు-సురాకల్కః॥

మద్య పాచనీ-ఈ-సీ-ధాతకీ॥ తె॥ ధాతకీపుష్ప ము.

మద్య పాసనమ్-అ-న- పానరుచకభక్ష్యమ్॥

మద్యపుష్పా-ఆ-సీ-ధాతకీ॥

మద్యబీజమ్-అ-న- నానాద్రవ్యకృతసురాబీజమ్॥

మద్యమణ్డః-అ-పు-మద్యఫేనః॥

మద్యవాసినీ-ఈ-సీ-పార్వతీయా॥ తె॥ ఆరె పువ్వు.

మద్యష్ఠీలః-అ-పు-మధూకః॥ తె॥ ఇప్ప చెట్టు.

మద్యసన్ధానమ్-అ-న-సురాసజ్జీకరణమ్-వంశాంకురఫలాదీన్ బహుకాలంసంధాయ యత్క్రియతే తత్॥

మద్యామోదః-అ-పు-వకుళవృక్షః

మద్రః-అ-పు-దేశవిశేషః-౨రాజవిశేషః-౩హర్షః॥

మద్రకః-అ-త్రి-మద్రదేశభవః॥

మద్రకారః-అ-త్రి-మద్రంకరః॥

మద్రఙ్కరః-అ-త్రి-మంగళకారకః॥

మద్రసుతా-ఆ-సీ-మద్రరాజకన్యా॥

మద్రా-ఆ-సీ-నదీవిశేషః॥

మద్రా-ఆ-౦-మంగలార్థముండనమ్॥

మద్రాకరణమ్-అ-న- చూడాకర్మ॥ తె॥ పుట్టు వెంట్రుకలుతియ్యుటము॥

మద్వర్గీణః-అ- త్రి-మద్వర్గసంబంధీ॥

మద్వర్గీయః-అ- త్రి-మద్వర్గసంబంధీ॥

మద్వర్గ్యః-అ-త్రి-మద్వర్గసంబంధీ॥

మద్వాన్-న్-పు-శివః॥

మధిరా-ఆ-సీ-స్వాధీనదృగ్విశేషః॥

మధు-ఉ-న-దేవవృక్షాంగవృక్షవిశేషః-౨జలమ్-౩దుగ్ధమ్-౪మకరందః-౫ఆజ్యం-౬మద్యమ్-౭రసభేదః॥

మధుః-ఉ-సీ-జీవంతీవృక్షః॥

మధుః-ఉ-(సీ)-మార్ద్వీకమ్-౨క్షౌద్రమ్॥ తె॥ ౧ఇప్పపువ్వులతో చేసినసారాయి॥

మధుః-ఉ-పు-చైత్రమాసః-౨వసంతర్తుః-౩మధుమ్రమః-౪దైత్యవిశేషః-౫అశోకవృక్షః-౬యష్టిమధుకమ్॥

మధుకమ్-అ-న-యష్టిమధుకా-౨త్రపు॥

మధుకః-అ-పు-మధుమ్రమః-౨కేకీ - ౩మండూకః-౪వసంతః-౫భ్రమరః - ౬హింతాలవృక్షః-౭తాలవృక్షః- ౮మద్యపాయీ॥ తె॥ ౧ఇప్పచెట్టు-౨నెమలి- ౩కప్ప-౪వసంతుడు-౫తుమ్మెద-౬గిరుకతాడిచెట్టు- ౭తాటిచెట్టు - ౮కల్లుత్రాగెడు వాడు.

మధుకణ్ఠః-అ-పు-కోకిలః॥

మధుకన్దమ్-అ-న-మోహనమ్॥ తె॥ మోహన పుదుంప.

మధుకరమ్-అ-న-భిక్షాన్నమ్॥

మధుకరః-అ-పు-జీవకః-౨భృంగః॥ తె॥ ౧జీవకమను గ్రంథ్యము-౨తుమ్మెద.

మధుకరః-అ-త్రి-యాచకః॥

మధుకర్కటికా-ఆ-సీ-మధురజంబీరవిశేషః-౨మధుఖర్జూరికా॥

మధుకర్కటీ-ఈ-సీ-మధుబీజపూరః॥

మధుకా-ఆ-సీ-మధుయష్టికా-౨మధుపర్ణీవృక్షః-౩కృష్ణవర్ణకంగునీ॥

మధుకుక్కుటికా-ఆ-సీ-జంబీరవిశేషః॥

మధుకుక్కుటీ-ఈ-సీ-జంబీరవిశేషః॥

మధుకృత్-త్-పు-భ్రమరః॥

మధుకేశటః-అ-పు-భ్రమరః॥

మధుకైటభౌ-అ-పు-అసురవిశేషౌ॥

మధుకోశః-అ-పు-మధుమక్షికాకృతకోశః-౧ఛాగముపట్టు॥

మధుక్రమః-అ-పు-మధువారః॥ తె॥ కల్లుత్రాగుపాత్రమార్చుకొనెడువరుస.

మధుక్షీరః-అ-పు-ఖర్జూరవృక్షః-

మధుఖర్జూరికా-ఆ-సీ-ఖర్జూరవిశేషః॥

మధుగన్ధః-అ-పు-మధూకవృక్షః- ౨వకులవృక్షః॥ తె॥ ౧ఇప్పచెట్టు-౨పొగడచెట్టు.

మధుగాయనః-అ-పు-కోకిలః॥

మధుగుఞ్జనః-అ-పు-శోభాంజనవృక్షః॥

మధుఘోషః-అ-పు-కోకిలః॥

మధుచ్ఛదా-ఆ-సీ-మయూరశిఖా॥

మధుజమ్-అ-న-సిక్థకమ్॥

మధుజమ్బీరః-అ-పు-మధురజంబీరః॥

మధుజా-ఆ-సీ-పృథివీ-౨సీతా॥

మధుజిత్-త్-పు-విష్ణుః॥

మధుతృణమ్-అ-న-ఇక్షుః॥ తె॥ చెఱకు.

మధుతృణః-అ-పు-ఇక్షుః॥ తె॥ చెఱకు.

మధుత్రయమ్-అ-న-మధురత్రయమ్॥

మధుదీపః-అ-పు-కామదేవః॥

మధుదూతః-అ-పు-ఆమ్రవృక్షః॥

మధుదూతీ-ఈ-సీ-పాటలావృక్షః॥

మధుద్రుః-అ-పు-భ్రమరః॥

మధుద్రవః-అ-పు - స్వల్పప్రసవనారికేళవృక్షః-౨రక్తశిగ్రుః॥

మధుద్రుమః-అ-పు-మధూకః॥ తె॥ ఇప్పచెట్టు

మధుధాతుః-ఉ-పు-మాక్షికమ్॥

మధుధాతుకమ్-అ-న-మాక్షికనామకపర్వతధాతుః॥

మధుధూర్తః-అ-పు-ధూళికదంబః॥ తె॥ వసంతకడిమిచెట్టు.

మధుధూలిః-ఇ-సీ-ఖండః॥

మధుధేనుః-ఉ-సీ-దానార్థమధ్వాదినిర్మితసవత్సాగౌః॥

మధునాలికేరకః-అ-పు-మధునారికేలః॥

మధునీ-ఈ-సీ-తులసీవిశేషః॥

మధునేతా-ఋ-పు-భ్రమరః॥

మధున్యా-ఆ-సీ-మాధవీ॥ తె॥ కల్లుబెల్లము.

మధుపః-అ-పు-భృంగః॥ తె॥ తుమ్మెద.

మధుపర్కమ్-అ-న-దధిసంయుక్తమధు॥

మధుపర్కః-అ-పు- షోడశోపచారపూజాంతర్గతషష్ఠోపచారః॥

మధుపర్ణికా-ఆ-సీ-గంభారీ-౨నీలినీ - ౩వారాహక్రాంతా-౪గుడూచీ-౫సుదర్శనా॥ తె॥ ౧గుమ్ముడుచెట్టు-౨నీలిచెట్టు.

మధుపర్ణీ-ఈ-సీ-గుడూచీలతా-౨నీలిః-౩వికల్పః-౪గంభారీవృక్షః॥ తె॥ ౧తిప్పతీఁగె.

మధుపాకా-ఆ-సీ-వృత్తకర్కటీ॥ తె॥ కరుబూజాదోస.

మధుపాయీ-న్-పు-భ్రమరః॥

మధుపాయీ-న్-త్రి-మధుపానకర్తా॥

మధుపాలికా-ఆ-సీ-గంభారీ॥

మధుపిఙ్గలలోచనే-అ-న-పురుషస్యైశ్వర్యదీర్ఘాయుష్యలక్షణమ్॥

మధుపీలుః-ఉ-పు-మహాపీలుః॥ తె॥ పెద్దవరగోఁగు.

మధుపురీ-ఈ-సీ-మథురా॥

మధుపుష్పః-అ-పు-మధుద్రుమః - ౨శిరీషవృక్షః-౩అశోకవృక్షః-౪వకులవృక్షః॥

మధుపుష్పకః-అ-పు-ఉచ్ఛాదనః॥ తె॥ లొద్దుగుచెట్టు.

మధుపుష్పా-ఆ-సీ-దంతీవృక్షః - ౨నాగదంతీవృక్షః॥ (జంబుః॥)

మధుప్రియః-అ-పు-బలరామః- ౨భూమి)

మధుఫలః-అ-పు-మధునారికేళః-౨వికంకతవృక్షః॥

మధుఫలా-ఆ-సీ-వృత్తకర్కటీ॥ తె॥ కరుబూజాదోస.

మధుఫలికా-ఆ-సీ-మధుఖర్జూరికా॥

మధుబహులా-ఆ-సీ-వాసంతీలతా॥

మధుబీజః-అ-పు-దాడిమః॥

మధుబీజపూరః-అ-పు-మధుకర్కటికా॥

మధుభిత్-ద్-పు-విష్ణుః॥

మధుమక్షికా-ఆ-సీ-కీటవిశేషః॥

మధుమజ్జా-న్-పు-ఆఖోటవృక్షః॥

మధుమతీ-ఈ-సీ-కాశ్మరీవృక్షః-౨నదీవిశేషః

మధుమథనః-అ-పు-విష్ణుః॥

మధుమల్లీ-ఈ-సీ-మాలతీ॥

మధుమస్తకమ్-అ-న-పిష్టకవిశేషః॥

మధుమాధ్వీకమ్-అ-న-మద్యమ్॥

మధుమారకః-అ-పు-భ్రమరః॥

మధుమీనగన్ధివీర్యమ్-అ-న- నృపలక్షణమ్॥

మధుమూలమ్-అ-న-ఆలుకమ్॥

మధుయష్టిః-ఇ-సీ-ఇక్షుః॥

మధుయష్టికా-ఆ-సీ-యష్టిమధుకమ్॥

మధుయష్టీ-ఈ-సీ-మధుయష్టికా॥

మధురమ్-అ-న-వంగమ్-౨విషమ్॥

మధురః-అ-పు- మధురరసః-౨మధుశిగ్రుః-౩రాజామ్రవృక్షః-౪విష్ణుః- ౫జీవకః-౬రక్తేక్షుః- ౭గుడః-౮శాలిః॥ తె॥ ౨ఎఱ్ఱమునుఁగచెట్టు-౩రాచమామిడిచెట్టు

మధురః-అ-త్రి-మధురరసవాన్-౨సుందరః ౩స్వాదుః-౪ప్రియః॥

మధురకః-అ-పు-జీవకవృక్షః॥

మధురకణ్టకః-అ-పు-మత్స్యవిశేషః॥

మధురజమ్బీరః-అ- పు- పిత్తద్రావీ॥ తె॥ తియ్యనిమ్మచెట్టు.

మధురజమ్బలః-అ-పు-పిత్తద్రావీ॥ తె॥ తియ్యనిమ్మచెట్టు.

మధురత్రయమ్-అ-న- సితామాక్షికంసర్పిశ్చ॥

మధురత్రిఫలా-ఆ-సీ- ద్రాక్షాకాశ్మర్యఖర్జూరీఫలత్రయమ్॥

మధురత్వచః-అ-పు-ధవవృక్షః॥

మధురనిస్వనా- ఆ - సీ- మధురస్వరయుక్తా నారీ॥

మధురప్రియా-ఆ-సీ-కమలావృక్షః॥

మధురఫలః-అ-పు-రాజబదరః॥

మధురవల్లీ-ఈ-సీ-మధుబీజపూరః॥

మధురసః-అ-పు-ఇక్షుః-౨తాలః॥

మధురసా-ఆ-సీ-మూర్వా - ౨గోస్తనీద్రాక్షా-౩దుగ్ధికా॥ తె॥ ౧చాఁగచెట్టు.

మధురస్రవా-ఆ-సీ-పిండఖర్జూరీ॥

మధురా-ఆ-సీ-మధురాపట్టణమ్-౨పాలంక్యశాకమ్-౩శతపుష్పా-౪కశేరుకః- ౫మేదా- ౬మధుయష్టికా - ౭మధుకర్కటికా-౮శతావరీ - ౯బృహజ్జీవంతీ - ౧౦కోలీ-౧౧మిశ్రేయా॥ తె॥ ౨పాలంకిచెట్టు - ౩పెద్దసదాపచెట్టు - ౪నమ్మదుంప-౧౧చిన్నసదాపచెట్టు.

మధురామ్రఫలః-అ-పు-రేఫలః॥

మధురామ్లకః-అ-పు-ఆమ్రాతకః॥

మధురాలాపా-ఆ-సీ-శారికా॥

మధురాలావనీ-ఈ-సీ-రాజాలాబుః॥

మధురికా-ఆ-సీ-మిశ్రేయా॥ తె॥ పిన్నసదాపచెట్టు.

మధురిపుః-ఉ-పు-విష్ణుః॥

మధురేణుః-ఉ-సీ-కటభీవృక్షః ॥ తె॥ నల్లగినియచెట్టు.

మధురోదకః-అ-పు-జలసముద్రః-సతుస్వాదూదకమయః పుష్కరద్వీపవేష్టితస్స

ప్తసముద్రాణాం శేషసముద్రః॥
మధులమ్-అ-న-మద్యమ్॥
మధులగ్నః-అ-పు-రక్తశోభాంజనః॥
మధులతా-ఆ-సీ-శూలీతృణమ్॥
మధులికా-ఆ-సీ-రాజికా॥
మధులిట్-హ-పు-భృంగః॥
మధులేహీ-న్-పు-భ్రమరః॥
మధులోలుపః-అ-పు-భ్రమరః॥
మధువనమ్-అ-న-మధురాయాంవనవిశేషః-౨కిష్కింధాయాంసుగ్రీవస్యవనవిశేషః॥
మధువనః-అ-పు-కోకిలః॥
మధువల్లీ-ఈ-సీ-యష్టిమధు - ౨క్లీతనకమ్॥
మధువాక్-చ్-పు-కోకిలః॥ తె॥కోయిల.
మధువారః-అ-పు-మధుక్రమః॥ తె॥కల్లుత్రాగెడుపాత్రవరుసనుమార్చుకొనడము.
మధువ్రతః-అ-పు-షట్పదః॥
మధుశర్కరా-ఆ-సీ-మధుజాతశర్కరా॥
మధుశాఖః-అ-పు-మధుష్ఠీలః॥
మధుశిగ్రుః-ఉ-పు-సింహకేశీవృక్షః॥ తె॥ ఎఱ్ఱమునుఁగచెట్టు-
మధుశేషమ్-అ-న-సిక్థకమ్॥
మధుశ్రేణీ-ఈ-సీ-మూర్వా॥ తె॥ చాగచెట్టు
మధుశ్వాసా-ఆ-సీ- జీవంతీవృక్షః॥
మధుష్ఠీలః-అ-పు- మధూకవృక్షః॥ తె॥ ఇప్పచెట్టు.
మధుష్ఠీవః-అ-పు-మధూకవృక్షః॥ తె॥ఇప్పచెట్టు
మధుసఖః-అ-పు-మన్మథః॥
మధుసస్యకమ్-అ-న- పారేవతవృక్షః॥ తె॥ ఈడెచెట్టు.
మధుసస్యకః-అ-పు-ఖర్జూరవృక్షః॥
మధుసారథిః-ఇ-పు-మన్మథః॥
మధుసిక్థకః-అ-పు-స్థావరవిషభేదః॥
మధుసుహృత్-ద్-పు-కామదేవః॥

మధుసూదనః-అ-పు-విష్ణుః-౨భ్రమరః-౩ఆయుక్తః-౪శంకరః-౫చంద్రః॥
మధుసూదనీ-ఈ-సీ-పాలంకీశాకమ్॥
మధుస్రవః-అ-పు-మధూకవృక్షః-౨మోరటలతా॥ తె॥౧ఇప్పచెట్టు.
మధుస్రవా-ఆ-సీ-జీవా-౨శ్వేతగుంజా-౩మురుంగీ-౪హంసపదీ-౫పిండఖర్జూరీ॥ తె॥౧పాలకూరచెట్టు-౨తెల్లగురివెంద౩చేకొణదిచెట్టు-౪హంసపాదిచెట్టు-౫ముద్దఖర్జూరము.
మధుస్రవాః-స్-పు- మధూకవృక్షః॥ తె॥ఇప్పచెట్టు.
మధుస్వరః-అ-పు-కోకిలః॥
మధుహా-న్-పు-విష్ణుః॥
మధూకమ్ అ-న-యష్టిమధుకమ్॥
మధూకః-అ-పు-మధుద్రుమః-౨కేకీ-౩మండూకః-౪వసంతః-౫భ్రమరః-౬హింతాలవృక్షః-౭తాలవృక్షః-౮మద్యపాయీ॥ తె॥౧ఇప్పచెట్టు-౨నెమలి-౩కప్ప-౪వసంతుఁడు-౫తుమ్మెద-౬గిరుకతాడిచెట్టు-౭తాటిచెట్టు-౮కల్లుత్రాగెడువాఁడు.
మధూచ్ఛిష్టమ్-అ-న-సిక్థకమ్॥ తె॥మైనము.
మధూనికా-ఆ-సీ-తృణహాతృణమ్॥ తె॥ తృణధాన్యవిశేషము.
మధూపఘ్నమ్-అ-న-మధురా॥
మధూపఘ్నఃఅ-పు-మధురా॥
మధూలః-అ-పు-జలజగిరిజమధూకవృక్షౌ॥
మధూలకః-అ-పు- గౌరశాకః-౨నాగదంతీ-౩హ్రస్వపుష్పీ॥ తె॥ ౧నీటిప్పచెట్టు-౨నాగదంతిచెట్టు-౩పిన్నయిప్పచెట్టు.
మధూలజః-అ-పు-మధూలకః॥ తె॥ నీటిప్పచె
మధూలిః-ఇ- సీ- మద్యమ్-౨మకరందః॥ తె॥ ౧కల్లు-౨పూలరసము.

మధూలికా-ఆ-సీ-సుమనోరజః-౨మూర్వా॥ ॥తె॥౧పుష్పొడి-౨చాఁగచెట్టు.

మధూలీ-ఈ-సీ-మద్యమ్-౨మకరందః॥ తె॥ ౧కల్లు-౨పూలరసము.

మధ్యమ్-అ-న- మధ్యమకృతనృత్తగీతవాద్య లయః-౨తాలమానలఘుకాలః-౩మధ్య ప్రదేశః-౪మధ్యమావృత్తిః-౫మందత్వ శీఘ్రుత్వోభయేతరత్వయుక్త నృత్యావ యవకగమనవిశేషః-౬అవసానమ్॥

మధ్యః-అ-పు - గ్రహస్ఫుటసాధకాంకవిశే షః-సచఅహర్గణజాతదేశాంతరాదిసం స్కారరహితాంకరూపగ్రహః॥

మధ్యః-అ-(సీ)-అవలగ్నమ్-౨సమమ్-౩న్యా య్యమ్-౪అవకాశః॥ తె॥౧నడుము.

మధ్యః-అ-త్రి-అధమః- ౨కంఠజాతమధ్యమ ధ్వనిః॥

మధ్యగన్ధః-అ-పు-ఆమ్రవృక్షః॥

మధ్యతః-స్-౦-మధ్యాత్ -౨మధ్యే॥

మధ్యదేశః-అ-పు - భారతవర్షమధ్యదేశః॥

మధ్యదేశ్యః-అ-త్రి-మధ్యదేశోద్భవః॥

మధ్యన్దినః-అ-పు-బంధూకవృక్షః॥

మధ్యపఞ్చమూలకమ్-అ-న- పంచమూలపా చనవిశేషః॥

మధ్యమః-అ-పు-సంగీతస్వరవిశేషః- ౨సం గీతస్వరమధ్యమగ్రామః- ౩ఉపపతిభే దః-౪మృగభేదః॥

మధ్యమః-అ-(సీ)-అవలగ్నమ్- ౨మధ్యాంగు లిః॥ తె॥౧నడుము-౨నడిమివ్రేలు.

మధ్యమః-అ-త్రి- కంఠజాతమధ్యమధ్వనిః- ౨మధ్యస్థః॥

మధ్యమచ్ఛః-అ-పు - ప్రజానాశలక్షణమ్॥

మధ్యమపాణ్డవః-అ-పు-అర్జునః॥

మధ్యమభృతకః-అ-పు-కృషీవలభృతకః॥

మధ్యమలోకః-అ-పు-పృథివీ॥

మధ్యమసఙ్గ్రహః-అ-పు - స్త్రీసంగ్రహణ లేఖ్యవివాదవిశేషః-సతుగంధమాల్యవ స్త్రభూషాదిప్రేరణరూపః॥

మధ్యమసాహసమ్-అ- న - బలదర్పితేనవా సఃపశ్వన్నపానాదీనాం భంగాక్షేపోప మర్దాదిరూపం సహసా క్రియ మాణం కర్మ॥

మధ్యమసాహసః-అ-పు-దండవిశేషః- సతు పంచశతపణరూపః॥

మధ్యమా-ఆ-సీ- పదరూపవాక్ - ౨అహిత కారిణ్యపిప్రియె హితాహిత చెష్టావతీ నాయికా - ౩ద్వాదశవర్షదృష్టరజస్కా స్త్రీ-౪త్ర్యక్షరఛందః- ౫కారా - ౬క ర్ణికా॥

మధ్యమికా-ఆ-సీ-దృష్టరజస్కానారీ॥

మధ్యమీషమ్-అ-త్రి-మధ్యమమ్॥

మధ్యమెశ్వరః-అ - పు - కాశీస్థశివలింగవి శేషః॥

మధ్యయవః-అ-పు- షట్ శ్వేతసర్షపపరిమా ణమ్॥

మధ్యరాత్రః-అ-పు-నిశామధ్యః॥

మధ్యలోకః-అ-పు-పృథ్వీ॥

మధ్యలోకేశః-అ-పు-రాజా॥

మధ్యవృత్తమ్-అ-న-నాభిః॥ తె॥బొడ్డు.

మధ్యస్థః-అ-త్రి-మధ్యస్థాయీ- ౨ఉభయప క్షహీనః - ౩స్వార్థావిరోధేనపరార్థఘ టకః॥

మధ్యస్థలమ్-అ-న-కటిదేశః॥

మధ్యా-ఆ-సీ-సంగీతశ్రుతివిశేషః-౨స్వీయా భేదసమానలజ్జామదనమధ్యానాయికా ౩తృతీయచ్ఛందః॥ (విశేషః॥)

మధ్యాసారితక్రియా-ఆ-సీ - నాటకాంగ

మధ్యాహ్నః-అ-పు-దినమధ్యభాగః॥
మధ్వలః-అ-పు-మధువారః॥
మధ్వాలు-ఉ-న-మూలవిశేషః॥
మధ్వాలుకమ్-అ-న-కందవిశేషః॥
మధ్వాసవః-అ-పు- మధుకృతమద్యమ్॥ తె॥ తేనెచేఁత చేసినసారాయి.
మధ్వాసవనికః-అ-పు-శౌండికః॥
మధ్విజా-ఆ-సీ-మదిరా॥
మనమ్-అ-న-మానసమ్-౨మోహనమ్॥
మనః-అ-పు-జటామాంసీ॥
మనః-స్-న - కర్మజ్ఞానాత్మకేంద్రియరూపమానసమ్-౨మనీషా॥
మనఃశిలః-అ-పు-మనశ్శిలా॥
మనఆపః-అ-త్రి-మనోజ్ఞః॥
మననమ్-అ-న-బుద్ధిః॥
మనశ్శిలా-ఆ-సీ-మనోగుప్తా-రక్తవర్ణధాతువిశేషః॥ తె॥ మణిశిల.
మనసా-ఆ-సీ-దేవీవిశేషః॥
మనసాదేవీ-ఈ-సీ-మనసా॥
మనసిజః-అ-త్రి-మనోజాతః॥
మనసిజః-అ-పు-మన్మథః॥
మనసిశయః-అ-పు-కామదేవః॥
మనస్కారః-అ-పు-చిత్తపరిపూర్తిః॥
మనస్తాపః-అ-పు-మనఃపీడా॥
మనస్తాలః-అ-పు.దుర్గాయాఃసింహః॥
మనస్థః-అ-త్రి-మనస్థితవస్తు॥
మనస్వినీ-ఈ-సీ-ప్రశస్తమనాఃస్త్రీ॥
మనస్వీ-న్-పు-శరభః॥
మనస్వీ-న్-త్రి-ప్రశస్తమనోయుక్తః॥
మనాక్-క్-౦-స్వల్పః-౨మందః-౩నీచః-౪నిందావ్యవసాయః-౫తిరోహితః॥
మనాకా-ఆ-సీ-హస్తినీ॥
మనాక్కరమ్-అ-న-మంగల్యా-మల్లికాగంధయుక్తాగురు॥
మనాక్కరమ్-అ-త్రి-ఈషత్కారకః॥
మనాయీ-ఈ-సీ-మనోఃపత్నీ॥
మనావీ-ఈ-సీ-మనఃపత్నీ॥
మనితః-అ-త్రి-విదితః॥ తె॥ తెలియఁబడ్డది.
మనీకమ్-అ-న-అంజనమ్॥
మనీయా-ఆ-సీ-బుద్ధిః॥
మనీవణః-అ-పు-వాలమృగః॥ తె॥ పెద్దచమరీమృగము.
మనీషా-ఆ-సీ-బుద్ధిః॥
మనీషీ-న్-త్రి-బుద్ధియుక్తః॥
మనీషీ-న్-పు-పండితః॥
మనుః-ఉ-పు- చతుర్దశసంజ్ఞా - ౨వైవస్వతాదిః-౩మంత్రః॥
మనుః-ఉ-సీ-మనుభార్యా॥
మనుజః-అ-పు-మనుష్యజాతిః - ౨పుంద్రదేశీయః॥
మనుజీ-ఈ-సీ-మానుషీ॥
మనుభూః-ఊ-పు-మనుష్యః॥
మనురాట్-జ్-పు-కుబేరః॥
మనుషః-అ-పు-మనుష్యజాతిః॥
మనుషీ-ఈ-సీ.మానుషీ॥
మనుష్యః-అ-పు-మర్త్యః-౨కృష్ణః - ౩ప్రవృద్ధః॥
మనుష్యత్రా-ఆ-౦- మనుష్యాన్మనుష్యేషిత్యర్థద్వయే॥
మనుష్యధర్మా-న్-పు-కుబేరః॥
మనుష్యయజ్ఞః-అ-పు-అతిథిసపర్యా॥
మనుష్యవాహ్యమ్-అ-న- రథగర్భకః॥ తె॥ అందలము మొదలయినది.
మనుష్యసభా-ఆ-సీ-మనుష్యసమూహః-౨మనుష్యశాలా॥
మనుష్యీ-ఈ-సీ-మానుషస్త్రీజాతిః॥

మనూజః-అ-పు-మనుష్యజాతిః-౨పుండ్రదేశీయః॥

మనోగవీ-ఈ-సీ-ఇచ్ఛా॥

మనోగుప్తా-ఆ-సీ-మనశ్శిలా॥ తె॥ మణిశిల.

మనోజన్మా-న్-పు-కందర్పః॥

మనోజవః-అ-త్రి-పితృతుల్యః-౨అతిశయవేగవాన్॥

మనోజవః-అ-పు- వరుణపాశః-౨విష్ణుః-౩మనసో వేగః॥

మనోజవసః-అ-త్రి-పితృసన్నిభకుమారః.

మనోజవా-ఆ-సీ-అగ్నిజిహ్వావృక్షః॥

మనోజవృద్ధిః-ఇ-పు-కామవృద్ధియుపః॥

మనోజసః-అ-త్రి-పితృసన్నిభః॥

మనోజ్ఞమ్-అ-న-సరలకాష్ఠమ్॥

మనోజ్ఞః-అ-త్రి-మనోహరః॥

మనోజ్ఞా-ఆ-సీ-మాలతీలతా-౨మనశ్శిలా-౩రాజపుత్రీ-౪వంధ్యాకర్కోటకీ-౫ఆవర్తకీ-౬స్థూలజీరకః-౭మదిరా॥ తె॥ ౧జాజిచెట్టు-౨మణిశిల.

మనోభవః-అ-పు-కందర్పః॥

మనోభూః-ఊ-పు-కామదేవః॥

మనోయోనిః-ఇ-పు-కామదేవః॥

మనోరథః-అ-పు-ఇచ్ఛా॥

మనోరమమ్-అ-న-నాటకాంగవిశేషః॥

మనోరమః-అ-త్రి-మనోహరః॥

మనోరమా-ఆ-సీ- కాకనాసికా॥ తె॥ ఎఱ్ఱతేగడ.

మనోహతః-అ-త్రి- ప్రతిహతః॥ తె॥ అటకాయించఁబడ్డవాఁడు, ప్రతిపక్షసామర్థ్యముచేతనిర్విణ్ణుడున్ను.

మనోహరమ్-అ-న-సువర్ణమ్॥

మనోహరః-అ పు- కుందమ్-౨కూటపుష్పమ్॥ తె॥ ౧మొల్లచెట్టు౨కుందయనుచెట్టు

మనోహరః-అ-త్రి-సుందరః॥

మనోహరా-ఆ-సీ- జాతీ-౨స్వర్ణయూథీ॥

మనోహర్తా-ఋ-త్రి-మనోహరణకర్తా॥

మనోహారిన్-త్రి-హృద్యః॥

మనోహ్వా-ఆ-సీ-మనశ్శిలా ॥ తె॥ మణిశిల.

మన్తవ్యమ్-అ-త్రి-మననీయమ్॥

మన్తా-ఋ-పు-జీవేశ్వరతత్వవేత్తా-౨మంత్రీ॥

మన్తుః-ఉ సీ-బుద్ధిః॥

మన్తుః-ఉ-పు-కుంకుమమ్-౨అపరాధః- ౩మనుష్యః-౪ప్రజాపతిః॥ తె॥ ౨తప్పు.

మన్త్రః-అ-(సీ)-గూఢోక్తిః-౨వేదాంశః- ౩దేవాదిసాధనమ్॥ తె॥ ౧రహస్యపుమాట

మన్త్రకృత్-త్-పు-మంత్రీ॥

మన్త్రగణ్డకః-అ-పు-విద్యా॥

మన్త్రగూఢః-అ-పు-చరః॥

మన్త్రగృహమ్-అ-న-మంత్రణాగారమ్॥

మన్త్రజా-ఆ-సీ-శక్తిత్రయసంబద్ధమంత్రశక్తిః॥

మన్త్రజిహ్వః-అ-పు-అగ్నిః॥

మన్త్రజ్ఞః-అ-పు-చరః॥

మన్త్రజ్ఞః-అ-త్రి-మంత్రజ్ఞాతా॥

మన్త్రణమ్-అ-న-మంత్రణా॥ ణమ్॥ }

మన్త్రణా-ఆ-సీ- రహసికర్తవ్యావధారణమ్॥ }

మన్త్రతః-స్-౦-మంత్రాత్॥

మన్త్రదాతా-ఋ-త్రి-మంత్రదానకర్తా॥

మన్త్రదీధితిః-ఇ-పు-వహ్నిః॥

మన్త్రపూతః-అ-త్రి-మంత్రేణపవిత్రీకృతః॥

మన్త్రపూతాత్మా-న్-పు-గరుడః॥

మన్త్రవిత్-ద్-పు-చరః॥

మన్త్రవిత్-ద్-త్రి-మంత్రజ్ఞాతా॥

మన్త్రసిద్ధికృత్-త్-పు- పుత్రజీవః॥ తె॥ పుత్రజీవిచెట్టు.

మన్త్రస్పృక్-శ్-త్రి-మంత్రకరణకస్పర్శకర్తా-మంత్రేణస్పృశతి.

మన్త్రితః-అ-త్రి - మంత్రేణసంస్కృతః॥

మన్త్రీ-న్-పు-. రాజకార్యాలోచనయోగ్యసచివః॥

మన్థః-అ-పు-మంథానః-౧సార్తవః-౩నేత్రామయః-౪దివాకరః॥ తె॥ ౧కవ్వము - ౨పిండిసంబంధమయినది.

మన్థజమ్-అ-న-నవనీతమ్॥

మన్థదణ్డకః-అ-పు-మన్థానదండః॥

మన్థద్రుః-ఉ-పు-మహాకుంభీ॥ తె॥ పెద్దగుమ్ముడు తేకుచెట్టు.

మన్థనమ్-అ-న-విలోడనమ్-౧కుంథనమ్॥

మన్థనః-అ-పు-మంథానదండః॥

మన్థనఘటీ-ఈ-సీ-దధిమంథనపాత్రమ్॥

మన్థరమ్-అ-న-కుసుంభీ॥

మన్థరః-అ-పు-కోశః-౧ఫలమ్ - ౩బాధః-౪మంథానః-౫సూచకః - ౬మందగామియోద్ధా-౭కోపః॥

మన్థరః-అ-త్రి-మందః-౧పృథుః-౩వక్రః- ౪జడః-౫నీచః॥

మన్థరా-ఆ-సీ-కెకయ్యాదాసీ॥

మన్థరుః-ఉ-పు-చామరవాతః॥

మన్థశైలః-అ-పు-మందరాద్రిః॥

మన్థా ఆ-సీ-మేథికా॥

మన్థాః-న్-పు-మంథానః-౧శాస్త్రమ్-౩ద్రవిణమ్॥ తె॥ ౧కవ్వము.

మన్థానః-అ-పు-మంథదండకః- ౧ఆరగ్వధః॥

మన్థానకః-అ-పు-తృణభేదః॥

మన్థినీ-ఈ-సీ-దధిమంథనపాత్రమ్॥

మన్థోదధిః-ఇ-పు-క్షీరసముద్రః॥

మన్దమ్-అ-న-అపటు॥ తె॥ చల్లగా॥

మన్దః-అ-త్రి-మంద్రధ్వనిః-౧అలసః-౩ఖలః-౪మూర్ఖః-౫స్వైరః- ౬స్వల్పః - ౭నిర్భాగ్యః-౮రోగీ॥ తె॥ ౧బద్ధకుడు.

మన్దః-అ-పు-శనిః-౧గజజాతివిశేషః - ౩యమః-౪ప్రళయః॥

మన్దగః-అ-త్రి-మృదుగామీ॥

మన్దగామీ-న్-త్రి-మృదుగమనశీలః॥

మన్దజననీ-ఈ-సీ-శనైశ్చరమాతా॥

మన్దటః-అ-పు-పారిభద్రవృక్షః॥

మన్దతా-ఆ-సీ- ఆలస్యమ్ - ౧మందత్వంచ॥

మన్దనమ్-అ-న-స్తోత్రమ్॥

మన్దపాలః-అ-పు-పార్వతీదూతవిశేషః - ౧మునివిశేషః-౩క్రిమివిశేషః॥

మన్దపీడితమ్-అ-న-రతిబంధవిశేషః॥

మన్దరః-అ-త్రి-బహులః-౧మందః॥

మన్దరః-అ-పు-స్వర్గః-౧మందరాచలః-౩అష్టయష్టికాహారః-౪మందగామీ - ౫మందారవృక్షః-౬శనైశ్చరః - ౭బహుళః॥ తె॥ ౪మెల్లగా వెళ్లువాఁడు.

మన్దరోష్ఠమ్-అ-న-శిలాజతు॥

మన్దలమ్-అ-న-బ్రహ్మజటా॥

మన్దవరాహఘాతకమ్-అ-న-రతిబంధవిశేషః

మన్దవర్ధనః-అ-పు-నైరృతిపుత్రః॥

మన్దసానః-అ-పు-అగ్నిః-౧ప్రాణః-౩నిద్రా

మన్దసానుః-ఉ-పు-స్వప్నః-౧జీవః॥

మన్దస్మితమ్-అ-న-మందహాసః॥

మన్దహాసః-అ-పు-మందస్మితమ్॥

మన్దా-ఆ-సీ-నాసికావిశేషః- ౧సంక్రాన్తివిశేషః-సాఉత్తరఫల్గున్యుత్తరాషాఢోత్తరభాద్రపదారోహిణీనక్షత్రేషురవిసంక్రాంతిశ్చేత్తదాభవతి ॥ తె ॥ ౧చిన్నముక్కు.

మన్దాకమ్-అ-న- స్తవనమ్॥

మన్దాకినీ-ఈ-సీ-ఆకాశగంగా-౨షష్టివత్సర స్త్రీ-౩స్వైరిణీ-౪స్వర్ణముద్రా॥

మన్దాక్రాన్తా-ఆ-సీ-ఛందోవిశేషః॥

మన్దాక్షమ్-అ-న-లజ్జా॥

మన్దాగ్నిః-ఇ-పు-కఫద్వారాల్పజఠరానలః॥

మన్దాయుః-ఉ-త్రి-అల్పాయుః॥

మన్దారః-అ-పు-దేవవృక్షవిశేషః-౨పారిభద్రవృక్షః-౩అర్కపర్ణః-౪రాజార్కః ౫ధూర్తః-౬తీర్థవిశేషః॥ తె॥ ౨బాడిదపుచెట్టు-౩జిల్లేడుచెట్టు-౪రాచజిల్లేడుచెట్టు.

మన్దాలయమ్-అ-న-పీతపద్మమ్॥

మన్దాస్యమ్-అ-న-లజ్జా॥

మన్దికుకురః-అ-పు-మత్స్యవిశేషః-మల్లికుకుడోపిపాఠః॥

మన్దిరమ్-అ-న-పట్టణమ్-౨గృహమ్॥

మన్దిరః-అ-పు-గృహమ్-౨మకరాలయః-౩జానుపశ్చాద్భాగః॥

మన్దిరపశుః-ఉ-పు-బిడాలః॥ తె॥ పిల్లి.

మన్దిరా-ఆ-సీ-మందిరమ్॥ తె॥ ఇల్లు.

మన్దీ-న్-పు-బ్రాహ్మణః-౨దైత్యవిశేషః-౩ఇంద్రతనయః-౪ఆనందకలితః॥

మన్దురా-ఆ-సీ-అశ్వశాలా-౨సమీపాధికవస్తు॥

మన్దోదరీ-ఈ-సీ-రావణభార్యా॥

మన్దోదరీశః-అ-పు-రావణః॥

మన్దోదరీసుతః-అ-పు-ఇంద్రజిత్॥

మన్దోష్ణమ్-అ-న-కించిదుష్ణమ్॥

మన్దోష్ణః-అ-త్రి-కించిదుష్ణవాన్॥

మన్ద్రః-అ-త్రి-హృదయజాతగంభీరధ్వనిః-౨యుద్ధకాలవాహనయోగ్యగజః॥

మన్థనీ-ఈ-సీ-గర్గరీ॥ తె॥ పెరుగుతరిచెడుకుండ.

మన్థరః-అ-పు-సూచకః-౨ఆకాశః-౩మంథానః-౪వృద్ధిః-౫చక్రమ్॥ తె॥ ౩కవ్వము.

మన్థరః-అ-త్రి-మధ్యః॥

మన్థరా-ఆ-సీ-కుంభీ॥

మన్థానః-అ-పు-వైశాఖః॥ తె॥ కవ్వము.

మన్మథః-అ-పు-మదనః-౨సంవత్సరవిశేషః-౩కపిత్థః-౪కామచింతా॥ తె॥ ౩వెలగచెట్టు.

మన్మథడోలికా-ఆ-సీ-భగాంతర్లింగనాడీ॥

మన్మథానన్దః-అ-పు-మహారాజచూతః॥

మన్మథాలయః-అ-పు-ఆమ్రః॥

మన్మనః-అ-పు-గద్గదధ్వనిః॥

మన్యా-ఆ-సీ-పూర్ణచంద్రయుక్తరాత్రిమద్దినమ్-౨పశ్చాద్గ్రీవశిరా॥ తె॥ ౨పెడతలపెద్దనరము.

మన్యాకా-ఆ-సీ-మన్యా॥

మన్యుః-ఉ-పు-శోకః-౨క్రోధః-౩క్రతుః-౪దైన్యమ్॥

మన్యుః-ఉ-త్రి-క్రోధయుక్తః-౨వైరాగ్యహీనః॥

మన్యే-ఏ-అ-వితర్కార్థః॥ తె॥ తోఁచుచున్నది.

మన్వన్తరమ్-అ-న-ఏకసప్తతిదివ్యయుగకాలః-౨మనుకాలమధ్యచరిత్రమ్॥

మపష్టః-అ-పు-వనముద్గః॥

మపష్టకః-అ-పు-వనముద్గః॥

మపుష్టకః-అ-పు-వనముద్గః॥

మమ-అ-అ-మమత్వమ్॥ తె॥ నాదియనుట.

మమతా-ఆ-సీ-దర్పః-అభిమానః-౨మమత్వమ్॥

మమతాయుక్తః-అ-పు-కృపణః॥

మమతాయుక్తః-అ-త్రి-అభిమానాదివిశిష్టః

మమత్వమ్-అ-న-మదీయత్వమ్-౨స్నేహః॥

మమాపతాలః-అ-పు-విషయః॥

మయః-అ-పు-ఉష్ట్రః-౧అసురవిశ్వకర్మా-౩ అశ్వతరనామకదేవయోనిసర్పః॥

మయటః-అ-పు-తృణయుక్తహర్మ్యః- ౧హలంతశ్చేత్తద్రూపార్థే ప్రాచుర్యార్థే చ మయట్ ఇతి ప్రత్యయోభవతి.

మయష్టకః-అ-పు-వనముద్గః॥

మయష్టికః-అ పు-ఋషిముద్గః॥ తె॥ పిల్లపెసరు.

మయా-ఆ-సీ- చికిత్సా॥

మయీ-ఈ-సీ-మయస్య స్త్రీజాతిః-ఉష్ట్రీ॥

మయుః ఉ-పు-అశ్వముఖః- ౧మృగవిశేషః॥

మయుకః-అ-పు-మయూరః॥ తె॥ నెమలి.

మయురాజః-అ-పు-కుబేరః॥

మయుష్టకః-అ-పు-వనముద్గః॥

మయూఖః-అ-పు-కిరణః-౧జ్వాలః-౩ ప్రభా

మయూరః-అ-పు-అభినయహస్తవిశేషః- ౧ కాకోదుంబరికా-౩దీప్యః- ౪కుక్కుటః- ౫శిఖావలః-౬స్థాణేయమ్- ౭అపామార్గః-౮బర్హిచూడా-౯కవివిశేషః॥ తె॥ ౧ బ్రహ్మమేడిచెట్టు-౩ఓమము- ౭ఉత్తరేణిచెట్టు.

మయూరకమ్-అ-న-మయూరతుత్థమ్॥

మయూరకః-అ-పు-మృదుమరువకః-౧అపామార్గః-౩మయూరః-౪తుత్థకమ్- ౫మయూరశిఖా॥ తె॥౧మృదుమరువము-౧ఉత్తరేణి.

మయూరగ్రీవకమ్-అ-న-తుత్థమ్॥

మయూరచటకః-అ-పు-గృహకుక్కుటః॥

మయూరచూడమ్ అ-న-స్థాణేయమ్॥

మయూరచూడా-ఆ-సీ-మయూరశిఖా॥

మయూరజఘ్నః-అ-పు-శ్యోనాకః॥

మయూరతుత్థమ్-అ-న-తుత్థమ్॥

మయూరపదకమ్-అ-న-నఖక్షతవిశేషః॥

మయూరవిదలా-ఆ-సీ-అంబష్ఠా॥

మయూరశిఖా-ఆ-సీ- స్వనామఖ్యాతక్షుపవిశేషః॥ (రవెల్లి)

మయూరారిః-ఇ-పు-కృకవాకుః॥ తె॥ఊస

మయూరికా-ఆ-సీ-అంబష్టా॥

మయూరీ-ఈ-సీ-ఉపోదకీ- ౧మయూరస్త్రీ॥ తె॥౧పాలముబచ్చలిచెట్టు - ౧ఆడునెమలి.

మరః-అ-పు-మన్మథః- ౧మరణమ్-౩వృషః॥

మరకః-అ-పు-మారిః॥

మరకతమ్-అ-న-గారుత్మతరత్నమ్॥ తె॥పచ్చ

మరకతపత్రీ-ఈ-సీ-ఫాచీ॥

మరక్తమ్-అ-న-మరకతమణిః॥

మరణమ్-అ-న- వ్యభిచారీభావభేదః-౧మృతిః-౩వత్సనాభః॥

మరతః-అ-పు-మరణమ్॥

మరతకమ్-అ-న-గారుత్మతరత్నమ్॥ తె॥పచ్చ

మరదః-అ-పు-గోవిందః-౧శివః॥

మరన్దః-అ-పు-పుష్పరసః॥ తె॥మకరందము.

మరన్దకః-అ-పు-మకరందః॥

మరన్దౌకః-స్-న-పుష్పమ్॥

మరాకాలీ-ఈ-సీ-వృశ్చికాలీ॥

మరారః-అ-పు-సస్యరక్షణస్థానమ్॥

మరాలః-అ-పు- హంసః-౧కజ్జలమ్-౩కారండవః-౪తురంగమః- ౫వారివాహః- ౬దాడిమీవిపినమ్- ౭ఖలః॥

మరాలకః-అ-పు-కలహంసః॥

మరిః-ఇ-పు-మరుస్థలమ్॥

మరిచమ్-అ-న- వేల్లజమ్- ౧కక్కోలకమ్॥ తె॥౧మిరియాలు.

మరిచః-అ-పు-మరువవృక్షః॥

మరిచపత్రకః-అ-పు-సరలవృక్షః॥

మరిమా-న్-పు-మృత్యుః॥

మరీచమ్-అ-న- ఊషణమ్-౨వేల్లజమ్॥ తె॥౧ మిరియాలచెట్టు-౨మిరియాలు.
మరీచిః-ఇ-ద్వ- కిరణః-౨కృపణః-౩షట్త్రిసరేణుపరిమాణమ్॥
మరీచిః-ఇ-పు-సప్తర్షివిశేషః-౨కృష్ణసారః॥
మరీచికా-ఆ-సీ-మృగతృష్ణా॥
మరుః-ఉ-పు-నిర్జలభూమిః-౨ధరాధరః-౩కులిశమ్-౪కోపః॥
మరుకః-అ-పు-కురంగః॥ తె॥ఇఱ్ఱి.
మరుజః-అ-పు-నఖీనామగంధద్రవ్యమ్॥
మరుజః-అ-త్రి-మరుదేశజాతః॥
మరుజా-ఆ-సీ-మృగేర్వారుః॥
మరుటా-ఆ-సీ-ఉచ్చలలాటయుక్తస్త్రీ॥
మరుణ్డా-ఆ-సీ-ఉచ్చలలాటానారీ॥
మరుత్-త్-పు- వాయుః-౨మరువకః-౩దేవః॥ తె॥౨మరువపుచెట్టు.
మరుత్-త్-న-గ్రంథిపర్ణే॥
మరుత్-త్-సీ-స్పృక్కా॥ తె॥ స్పృక్కయను గ్రంథ్యము.
మరుతః-అ-పు- వాయుః-౨దేవః-౩ఘంటాపాటలివృక్షః॥
మరుత్కరః-అ-పు-రాజమాషః॥
మరుత్క్రియా-ఆ-సీ-అపానోత్సర్గః॥
మరుత్తః-అ-పు-షోడశరాజవిశేషః॥
మరుత్తకః-అ-పు-మరువకః॥
మరుత్పథః-అ-పు-ఆకాశమ్॥ తె॥ఆకసము.
మరుత్పాలః-అ-పు-ఇంద్రః॥
మరుత్పుత్రః- అ - పు- భీమసేనః-౨హనూమాన్॥
మరుత్ప్లవః-అ-పు-సింహః॥
మరుత్ఫలమ్-అ-న-ఇంద్రధనుః॥
మరుత్వాన్-త్-పు- ఇంద్రః-౨మారుతః-౩మేఘః॥
మరుత్సఖః-అ-పు-ఇంద్రః-౨అగ్నిః॥
మరుదాన్దోలః-అ-పు-ధవిత్రమ్॥
మరుదిష్టః-అ-పు-గుగ్గులుః॥
మరుద్ధ్వజమ్-అ-న-వాతతూలమ్॥
మరుద్భవా-ఆ-సీ-ప్రాతిమయూరీ॥ తె॥కుక్కవాయింటచెట్టు.
మరుద్రథః-అ-పు-అశ్వః-౨దేవరథః॥
మరుద్రుమః-అ-పు-విట్ఖదిరః॥
మరుద్వర్త్మ-న్-న- ఆకాశమ్॥ తె॥ ఆకసము.
మరుద్వాహః- అ-పు-ధూమః-౨అగ్నిః॥
మరుద్వీపః-అ-పు-ఉష్ట్రః॥
మరుద్వృతా-ఆ-సీ-కావేరీనదీ॥
మరుద్వృధః-అ-పు-జనార్దనః-౨సామభేదః౩యాగపాత్రభేదః॥
మరున్మాలా-ఆ-సీ-స్పృక్కా॥ తె॥ స్పృక్కయను గ్రంథ్యము.
మరుపత్రీ-ఈ-సీ- హింగుపత్రీ॥ తె॥ హింగుపత్రిచెట్టు.
మరుప్రియః-అ-పు-ఉష్ట్రః॥
మరుభూః- ఊ - సీ- దాశేరకదేశః-౨నిర్జలభూమిశ్చ॥
మరుభూరుహః-అ-పు-కరీరవృక్షః॥
మరుభూరుహః-అ-త్రి- మరుభూమిజాతః॥
మరులః-అ-పు-కారండవపక్షీ॥
మరువః-అ-పు-వృక్షవిశేషః॥
మరువకః-అ-పు-పిండీతకః-౨ప్రస్థపుష్పః-౩కంటకివృక్షవిశేషః-౪జంబీరభేదః- ౫పుష్పవృక్షవిశేషః-౬యూపవిశేషః-౭వ్యాఘ్రః-౮వరాహః-౯భయానకః॥ తె॥ ౧ మ్రంగచెట్టు-౨మరువము.
మరువృధా-ఆ-సీ-కృష్ణవేణీనదీ॥
మరుసమ్భవమ్-అ-న- చాణక్యమూలకమ్॥

మరుసమ్భవా-ఆ-సీ-మహేంద్రవారుణీ-౨ క్షుద్రమరాలభా॥

మరుసమ్భూతమ్-అ-న-క్షుద్రమూలకమ్॥ తె॥పిన్నముల్లంగి.

మరూకః-అ-పు- మయూరః-౨శటీ॥ తె॥ ౧ నెమలి.

మరూద్భవా-ఆ-సీ- కార్పాసీ-౨యవాసః-౩ క్షుద్రఖదిరః॥

మరోలిః-ఇ-పు-మకరః॥

మరోలికః-అ-పు-మకరః॥

మర్కః-అ-పు-మనః- ౨మారుతః-౩ దేహః॥

మర్కకః-అ-పు-గలగండపక్షి॥

మర్కటః-అ-(సీ)-కాకపక్షః॥ తె॥ నీలుతుమికి చెట్టు.

మర్కటః-అ-పు- వానరః- ౨ఊర్ణనాభః-౩ కాంతిః-౪రతిబంధః- ౫ బ్రహ్మచారీ- ౬ సూకరః-౭స్థావరవిషభేదః-౮గలేగండ పక్షి॥ తె॥౧ కోఁతి-౨సాలెపురుగు.

మర్కటః-అ- త్రి-కుటిలః॥

మర్కటకః-అ-పు- లూతా- ౨సస్యభేదః-౩ వానరః-౪మత్స్యభేదః-౫ దైత్యః॥ తె॥౧ సాలెపురుగు.

మర్కటతిన్దుకః-అ-పు-కుపీలుః॥

మర్కటపిపీలికా-ఆ-సీ-స్వల్పకృష్ణపిపీలికా॥

మర్కటపిప్పలీ-ఈ-సీ- అపామార్గః॥ తె॥ ఉత్తరేణి చెట్టు.

మర్కటప్రియః-అ-పు-క్షీరవృక్షః॥

మర్కటవాసః-అ-పు-లూతాతంతుః॥

మర్కటశీర్షమ్-అ-న-హింగులమ్॥

మర్కటాస్యమ్-అ-న-తామ్రమ్॥

మర్కటాస్యః-అ-త్రి- వానరముఖం-తద్వతి

మర్కటీ-ఈ- సీ- వల్లికరజః-౨కండూరాలతా-౩అపామార్గః-౪వానరస్త్రీ॥ తె॥౧ క్రోఁతివన్నెక్రాఁనుఁగుచెట్టు- ౨దూలగొండిచెట్టు-౩ఉత్తరేణిచెట్టు- ౪ఆఁడుక్రోఁతి.

మర్కటేన్దుః-ఉ-పు-కాకతిందుకవృక్షః॥

మర్కరః-అ-పు-భృంగరాజః॥

మర్కరా-ఆ-సీ-స్త్రీయోనిస్థానేజాతశూలరోగః-౨దరీ-౩భాండమ్-౪సురంగా-౫నిష్కలా స్త్రీ॥

మర్కవల్లీ-ఈ-సీ-ఉత్తుండీ॥ తె॥గురుజచెట్టు

మర్జూః-ఊ-సీ-శుద్ధిః॥

మర్జూః-ఊ-పు-రజకః-౨శుద్ధిః॥

మర్తః-అ-పు-మనుష్యః-౨మాణవకః॥

మర్త్యః-అ-పు-మనుష్యసామాన్యమ్-౨భూమలోకః॥

మర్త్యత్రా-ఆ-౦-మర్త్యాన్ మర్త్యేష్వి త్యర్థద్వయే॥

మర్దనమ్-అ-న-సంవాహనమ్-౨చూర్ణనమ్॥ తె॥౧ కాళ్లు మొదలయినవి పిసకడము.

మర్దలః-అ-పు-మృదంగః॥ తె॥మద్దెల.

మర్దితః- అ - త్రి- ప్రాప్తః-౨ఘృష్టః॥ తె॥౧ పొందఁబడ్డది-౨నూరఁబడ్డది.

మర్మ-న్-న- ప్రాణసంచరణస్థానమ్-౨స్వరూపమ్॥ తె॥౧ఆయమువట్టు.

మర్మః-అ-పు-మత్స్యవిశేషః॥

మర్మకీలః-అ-పు-భర్తా॥

మర్మజ్ఞః-అ-త్రి-మర్మవిత్-తత్త్వజ్ఞః -మర్మస్వరూపంసంధిస్థానం వా తజ్జానాతి యః సః॥

మర్మరః-అ-పు-వస్త్రపర్ణధ్వనిః॥

మర్మరీ-ఈ-సీ-పీతదారు- ౨దారుహరిద్రా॥

మర్మరీకః-అ-పు-దీనః॥

మర్మవిత్-ద్-పు-మర్మజ్ఞః॥

మర్మవేదీ-న్-పు-మర్మవిత్॥

మర్మస్పృక్-శ్-త్రి-అరుంతుదః॥ తె॥ మర్మములనునొప్పించువాఁడు.

మర్మావిత్-ద్-త్రి-సంధిస్థానవేధకర్తా-౨మర్మజ్ఞః॥

మర్మావిద్-ద్-త్రి-సంధిస్థానవేధకర్తా - ౨మర్మజ్ఞః॥

మర్మికః-అ-త్రి-మర్మవిత్॥

మర్యా-ఆ-౦-సీమావబంధనమ్॥ తె॥ హద్దుచేయడము.

మర్యాదకః-అ-త్రి-మర్యాదాకర్తా॥

మర్యాదా-ఆ-సీ-సముద్రతీరమ్ - ౨గ్రామద్వయమధ్యభూనిర్దేశః - ౩రాజకృతమర్యాదా-౪ఆచారః-౫నిష్ఠా॥ తె॥ ౧చెలియలికట్ట-౨పొలిమేర.

మర్యాలుః-ఉ-పు-గ్రామకందః॥ తె॥ ఊరకందచెట్టు.

మర్షః-అ-పు-క్షమా॥

మర్షణమ్-అ-న-క్షమా॥ తె॥ఓర్పు.

మర్షితమ్-అ-న-భావేక్తక్షమా॥

మర్షితః-అ-త్రి-క్షమాయుక్తః॥

మర్షితవాన్-త్-త్రి-క్షాంతః॥

మలమ్-అ-న-పాపమ్-౨కిట్టమ్ - ౩పురీషమ్॥

మలః-అ-(సీ)-ఋతురక్తమ్-౨శారీరమలమ్॥
మలిః-అ-త్రి-కృపణః॥

మలకణ్టకమ్-అ-న-నేత్రమూలమ్॥ తె॥ ముక్కు-వైపుకొలికి.

మలఘ్నః-అ-పు-శాల్మలీకందః॥

మలఘ్నః-అ-త్రి-మలనాశకః॥

మలఘ్నీ-ఈ-సీ-నాగదమనీ॥

మలజమ్-అ-న-పూయః॥

మలజః-అ-త్రి-మలోద్భవః॥

మలదూషితః-అ-త్రి-మలినః॥

మలద్రావీ-న్-పు-జయపాలః॥

మలనమ్-అ-న-మర్దనమ్॥

మలనః-అ-పు-పటవాసః॥

మలపూః-ఊ-సీ-కాకోదుంబరికా॥

మలభుక్-జ్-పు-కాకః॥

మలభేదినీ-ఈ-సీ-కటుకా॥

మలమాసః-అ-పు-అధికమాసః॥

మలయమ్-అ-న-అరణ్యమ్ - ౨ఉద్యానమ్॥

మలయః-అ-పు-చందనాచలః-౨దేశవిశేషః ౩ఆరామః-౪నందనవనమ్-౫అష్టాదశోపద్వీపాంతర్గతద్వీపవిశేషః-౬ఋషభదేవస్యశతపుత్రాంతర్గతపంచమపుత్రః

మలయగన్ధినీ-ఈ-సీ-ఉమాసఖీవిశేషః॥

మలయజః-అ-(సీ)-చందనవృక్షః-౨రాహుః॥

మలయా-ఆ-సీ-త్రివృత్ - ౨చందనవృక్షః॥

మలయాచలః-అ-పు-మలయపర్వతః॥

మలయానిలః-అ-పు-వసంతకాలీనవాయుః॥

మలయూః-ఊ-సీ - కాకోదుంబరికా॥ తె॥ బ్రహ్మమేడిచెట్టు.

మలయోత్థమ్-అ-న-మలయపర్వతజాతపీతచందనమ్॥

మలయోద్భవమ్-అ-న-చందనమ్॥

మలవిలాసినీ-ఈ-సీ-శంఖపుష్పీ॥

మలహన్తా-ఋ-పు-శాల్మలీకందః॥

మలహరః-అ-పు-శివః॥

మలా-ఆ-సీ-భూమ్యామలకీ॥

మలాకర్షీ-ఈ-సీ-హాడికః॥

మలాకా-ఆ-సీ-కామినీ-౨హస్తినీ- ౩దూతీ॥

మలాపకర్షణమ్-అ-న-పాపమోచనమ్ - ౨మలదూరీకరణమ్॥

మలాపహమ్-అ-న - నవవిధపాపాంతర్గతపాపవిశేషః॥

మలాపహా-ఆ-సీ-ధూమ్రపత్రా - ౨నదీవిశేషః॥ తె॥౧పొగచెట్టు.

మలాపహారిణీ-ఈ-స్త్రీ-నదీవిశేషః॥

మలారిః-ఇ-పు-సర్వక్షారః॥

మలినమ్-అ-న- ఘోలమ్- ౧దోషః- ౨టంకణః॥

మలినః-అ-పు- ప్రకాశహీనరూపవజ్రరత్నదోషః-౧నీలరత్నదోషః-౨వైడూర్యదోషః-౩రవిభ్రమదోషః॥

మలినః-అ-త్రి-మలినవస్త్ర-౧దూషితః- ౨కృష్ణవస్త్ర॥

మలినముఖః-అ-త్రి-క్రూరః-ఖలః- ౧మ్లానవదనంచ॥

మలినముఖః-అ-పు-కృశానుః-౧భృంగః - ౨గోలాంగూలః-౩ఖలః-౪ప్రేతః॥

మలినామ్బు-ఉ-న-మసీ॥

మలినాస్యః-అ-త్రి-ఖలః॥

మలినీ-ఈ-స్త్రీ-రజస్వలా॥

మలిమ్లుచః-అ-పు-మశకః-౧తస్కరః- ౨పవనః-౩నీహారః-౪నీవారాంకురః- ౫పాపవిశేషః॥ తె॥౧దోమ.

మలిష్టా-ఆ-స్త్రీ-రజస్వలానారీ॥

మలీమసమ్-అ-న-పుష్పకాసీసమ్-౧లోహ॥

మలీమసః-అ-త్రి-మలినః॥

మలూకః-అ-పు-విహంగః॥ తె॥పిట్ట.

మల్లః-అ-పు-కాశికా-౧నియుద్ధకుశలః- ౨దృఢాంగపుంజాదిః-౩మత్స్యః- ౪కపోతపక్షీ-౫కపోలమ్ - ౬వర్ణసంకరజాతివిశేషః-౭దేశవిశేషః॥ తె ॥-౧ప్రమిడి-౨జెట్టి.

మల్లః-అ-త్రి-శ్రేష్ఠః॥

మల్లకః-అ-ద్వి-పాత్రీ-౧చతురంగులమ్- ౨దీపాధారః॥ తె॥౧మల్లచిప్ప- ౨అపకకర్మమందువండెడుపిండివంట.

మల్లకః-అ-పు-కంకపక్షీ-౧దంతః॥ తె॥ ౧బాబులుగు.

మల్లకా-ఆ-స్త్రీ-మల్లికా-౧ప్రదీపః॥

మల్లజమ్-అ-న-మరీచమ్॥

మల్లతూర్యమ్-అ-న-వాద్యవిశేషః॥

మల్లనాగః-అ-పు-ఐరావతగజః-౧వాత్స్యాయనమునిః- ౨లేఖహారః - ౩కామశాస్త్రవిశేషః॥

మల్లభూః-ఊ-స్త్రీ-మల్లభూమిః॥

మల్లభూమిః-ఇ-స్త్రీ-మల్లక్రీడాస్థానమ్ - ౧దేశవిశేషశ్చ॥

మల్లయాత్రా-ఆ-స్త్రీ-మల్లానాంయుద్ధార్థగమనవిశేషః॥

మల్లయుద్ధమ్-అ-న- మల్లానాంసంగ్రామః॥

మల్లా-ఆ-స్త్రీ- నారీ-౧పత్రవల్లీ - ౨మల్లికా॥

మల్లారః-అ-పు-రాగవిశేషః - సతుషణ్ణాం రాగాణాంమధ్యేద్వితీయః॥

మల్లారీ-ఈ-స్త్రీ-వసంతరాగస్యరాగిణీ - ౧మేఘరాగస్యరాగిణీ॥

మల్లిః-ఇ-పు-చతుర్వింశతివృత్తార్హతాం మధ్యేఊనవింశజినః॥

మల్లిః-ఇ-స్త్రీ-మల్లికా॥

మల్లికః-అ-పు-వేత్రః- ౧మలినచంచుచరణయుక్తశ్వేతహంసః-౨మీనః- ౩దేశవిశేషః-౪నృణాంఉపాధివిశేషః ॥ తె॥ ౧పేంపచెట్టు.

మల్లికా-ఆ-స్త్రీ- మన్మథబాణభేదః - ౧తాలప్రాణకలాభేదః- ౨తృణశూన్యలతా-౩నందీ-౪కాశికా- ౫భిక్షాపాత్రమ్-౬మాఘమాసః॥ తె॥౨మల్లెచెట్టు-౩దివ్వెసుడి.

మల్లికాక్షః-అ-పు- మలినచంచుచరణయుక్తశ్వేతహంసః-౧శ్వేతనేత్రాశ్వః॥

మల్లికాఖ్యః-అ-పు - మలినచంచుచరణయుక్తహంసః॥

మల్లికాఖ్యా-ఆ-సీ - త్రిపురమాలీపుష్పమ్॥
మల్లికాగన్ధమ్-అ-న-మంగలాగురు॥
మల్లికాపుష్పః-అ-పు-కుటజవృక్షః- ౨కరుణవృక్షః - ౩స్వనామఖ్యాతపుష్పవృక్షః॥
మల్లికామోదః-అ-పు- తాలప్రాణకలావిశేషః॥
మల్లికామోదినీ-ఈ-సీ - వృత్తమల్లికా॥ తె॥ బొడ్డుమల్లె.
మల్లిగన్ధి-ఇ-న-కృష్ణాగురువిశేషః॥
మల్లిపత్రమ్-అ-న ఛత్రాకః॥
మల్లీ-ఈ-సీ- మృత్పాత్రమ్- ౨తృణశూన్యమ్॥ తె॥౨మల్లెచెట్టు.
మల్లీకరః-అ-త్రి-చోరః॥
మల్లీతాలః-అ-పు-తాలప్రాణకలావిశేషః
మల్లుః-ఉ-పు-భాలూకః॥
మల్లూకః-అ-పు-క్రిమిః॥ తె॥పురుగు.
మవితః-అ-త్రి-బద్ధః॥
మశకః-అ-పు- మలిమ్లుచః-౨క్షుద్రరోగః॥ తె॥౧దోమ.
మశకీ-న్-పు- ఉదుంబరవృక్షః॥
మశహరీ-ఈ-సీ- మశకనివారకప్రావరణవిశేషః॥
మశాకః-అ-పు-పక్షీ॥ తె॥పిట్ట.
మశునః-అ-పు-కుక్కురః॥
మషిః- ఇ - సీ - మేలా-౨దగ్ధమషీ॥ తె॥౧సయ్యి-౨మసి.
మషికూపీ-ఈ-సీ-మస్యాధారః॥
మషిధానమ్-అ-న-మస్యాధారః॥
మషిలేఖ్యదలః-అ-పు-శ్రీతాలవృక్షః॥
మసనమ్-అ-న-సోమరాజీవృక్షః॥
మసరా-ఆ-సీ-మసూరః॥
మసారమ్-అ-న- నీలరత్నమ్॥
మసారః-అ-పు-ఇంద్రనీలమణిః॥
మసారకః-అ-పు-ఇంద్రనీలమణిః॥
మసిః-ఇ-ద్వి-లిపిప్రయోజనా, లేఖనద్రవ్యమ్-౨శేఫాలికావృంతమ్॥
మసిః-ఇ-సీ- మేలా॥ తె॥సయ్యి.
మసికా-ఆ-సీ- శేఫాలికా,మలికా ఇతిపాఠః॥
మసిధానమ్-అ-న-మస్యాధారః॥
మసినమ్-అ-న-సపిండకమ్॥
మసిపణ్యః-అ-పు- లేఖకః॥
మసిప్రసూః-ఊ సీ-మస్యాధారః॥
మసిమణిః-ఇ-సీ-మస్యాధారః॥
మసివర్ధనమ్-అ-న-రసగంధః॥
మసీ-ఈ-సీ-శతపుష్పా-౨మధుకా-౩మాంసీ రజమోదా॥ తె ॥ ౧పెద్దసదాప-౨పిన్నసదాపచెట్టు- ౩జటామాంసీ-రజో (మము.)
మసీజలమ్-అ-న-మసీకాలీ॥
మసీధానీ-ఈ-సీ-మస్యాధారః॥
మసీనా-ఆ-సీ-స్వనామఖ్యాతసస్యమ్॥
మసురః-అ-పు-మసూరకలాయః॥
మసురః-అ-ద్వి- మంగల్యకః॥ తె॥ చిఱుసెనగలు.
మసురా- ఆ - సీ- వేశ్యా-౨వ్రీహిప్రభేదః॥
మసూరః-అ-ద్వి- మంగల్యకః॥ తె॥ చిఱుసెనగలు.
మసూరః-అ-పు-స్వర్ణకారః-౨మత్కుణః॥ తె॥౧కంసాలివాఁడు-౨నల్లి.
మసూరకః-అ-పు-ఉపబర్హవిశేషః॥
మసూరవిదళా-ఆ-సీ-సుషేణికా॥ తె॥నల్లతేగడచెట్టు,
మసూరా- ఆ - సీ - వేశ్యా-౨మసూరకలాయః॥ తె॥౧సాని-
మసూరికా-ఆ-సీ-మశూచికారోగః॥
మసూరీ-ఈ-సీ-పాపరోగః, సతువసంతరోగః-౨త్రివృత్ -౩రక్తత్రివృత్ ॥

మసృణః-అ-త్రి- చిక్కణః-౨కర్కశః॥ తె॥ ౧చిక్కనదిన్ని,నున్ననదిన్ని.

మసృణా-ఆ-సీ-ఉమా-౨ఉమా॥

మస్కరః-అ-పు-వేణుః॥ తె॥ వెదురు.

మస్కరీన్-పు-సన్యాసీ-౨గోపాలకః॥

మస్కరీన్-త్రి-దురాసదమ్॥

మస్తమ్-అ-న-శిరః॥

మస్తకః-అ-(సీ)-శిరః॥

మస్తకస్నేహః-అ-పు-శిరోమజ్జా॥

మస్తకాఖ్యః-అ-పు-వృక్షశిరః॥

మస్తదారు-ఉ-న-దేవదారు-

మస్తమూలకమ్-అ-న-శిరోధః॥

మస్తరః-అ-పు-తరుపల్లవః-౨కరీరకోశః॥

మస్తిష్కమ్-అ-న-గోర్దమ్॥ తె॥ శిరస్సునందుండెడి నేతిముద్దవంటి మెదడు.

మస్తిష్కః-అ-పు-కుమారికాదానమ్-౨కుంకుమాంకితవక్షః॥

మస్తు-ఉ-న-దధిభవమండమ్॥ తె॥ పెరుగుమీఁది మీఁగడ.

మస్తులుఙ్గః-అ-పు-మస్తిష్కమ్॥

మస్తులుఙ్గకః-అ-పు-మస్తిష్కమ్॥

మహః-అ-పు- వివాహాద్యుత్సవః-౨తేజః-౩యజ్ఞః-౪మహిషః॥

మహః-స్-న-తేజః-౨ఉత్సవః-౩యజ్ఞః॥

మహాకః-అ-పు-గుణసంపూర్ణపురుషః-౨హరిః-౩కచ్ఛపః॥

మహాక్కః-అ-పు-బహులామోదః॥

మహత్-త్-న-రాజ్యమ్॥

మహత్-త్-త్రి-వృద్ధః॥

మహతీ-ఈ-సీ-శతతంత్రీయుక్తనారదవీణా ౨మహద్రాజ్యమ్-౩విశాలమ్- ౪బృహతీ-౫వార్తాకీ॥

మహత్తత్త్వమ్-అ-న-చతుర్వింశతితత్త్వాంతర్గతద్వితీయతత్త్వమ్॥

మహత్తరః-అ-ద్వ-శూద్రః॥

మహత్తరః-అ-త్రి-అతిశయమహతి॥

మహత్త్వమ్-అ-న-మహతోభావః॥

మహద్బిలమ్-అ-న-ఆకాశమ్॥

మహద్వీరమ్-అ-న-శేషసర్పోద్యానమ్॥

మహానిశా-ఆ-(పు)-మహారాత్రినిశా॥

మహర్లోకః-అ-పు- భూరాదిసప్తలోకాంతర్గతచతుర్థలోకః॥

మహర్షభీ-ఈ-సీ-కపికచ్ఛుః॥

మహర్షిః-ఇ-పు-వ్యాసాదిః॥

మహల్లకః-అ-పు-అంతఃపురరక్షకః॥

మహల్లికః-అ-పు-అంతఃపురరక్షకః॥

మహసమ్-అ-న-జ్ఞానమ్-౨ప్రకారః॥

మహా-ఆ-సీ-గౌః-౨గోపవల్లీ॥ తె॥ ౧ఆవు.

మహాకచ్ఛః-అ-పు-సముద్రః-౨వరుణః-౩పర్వతః॥

మహాకణ్టకినీ-ఈ-సీ-విశ్వపారకమ్॥

మహాకణ్ఠః-అ-పు- దేవయోనిసర్పవిశేషః॥

మహాకన్దః-అ-పు-లశునమ్- ౨రసోనకః - ౩మూలకమ్-౪చాణక్యమూలకమ్-౫రక్తలశునమ్॥ తె॥౧తెల్లఉల్లి.

మహాకపిత్థః-అ-పు-బిల్వవృక్షః॥ తె॥ మారెడుచెట్టు.

మహాకరఞ్జః-అ-పు-కరంజవిశేషః॥

మహాకర్ణికారః-అ-పు-ఆరగ్వధః॥

మహాకాణ్డీ-ఈ-సీ-గిరికర్ణికా॥ తె॥ తెల్లగినియచెట్టు,

మహాకాయః-అ-పు-నందీ-౨హస్తీ-౩బృహచ్ఛరీరమ్॥

మహాకార్తికీ-ఈ-సీ-రోహిణీనక్షత్రయుక్తాకార్తికీపూర్ణిమా॥

మహాకాలః-అ-పు-శివః- ౨విషముష్టివృక్షః-

౩ ప్రసూతవిశేషః॥ తె॥ ౨ముసిణిచెట్టు.
మహాకాలీ-ఈ-సీ-పార్వతీ- ౨పాతాలగరుడీ-౩ బ్రహ్మజటా॥ తె॥ ౨దూసరితీఁగ.
మహాకావ్యమ్-అ-న- కావ్యశాస్త్రవిశేషః॥
మహాకుముదా-ఆ-సీ-కాశ్మరీ॥
మహాకుమ్భా-ఈ-సీ-భద్రవతీ॥ తె॥ పెద్దగుమ్మడు తేఁకు.
మహాకులః-అ-త్రి-ఉత్తమకులజాతః॥
మహాకులః అ-పు-సత్కులప్రసూతః॥
మహాకులికః-అ-పు- సత్కులప్రసూతః॥
మహాకులీనః-అ-త్రి-సత్కులప్రసూతః॥
మహాకూపః-అ-పు-బృహత్కూపః॥
మహాకూలః-అ-పు-మహాకులః॥
మహాకృష్ణమృగః-అ-పు-రురుః॥ తె॥ నల్లచారలు, తెల్లమచ్చలుఁగలదుప్పి.
మహాకోశఫలా-ఆ-సీ-దేవదాలీలతా॥
మహాకోశాతకీ-ఈ-సీ-హస్తికోశాతకీ॥ తె॥ పనుఁగుబీఱ.
మహాక్రోధీ-న్-పు-కర్కోటకః॥
మహాక్షితిః-ఇ-సీ- మహాక్షితిసంఖ్యా- ౨మహాక్షితిసంఖ్యావంతః॥
మహాక్షోణీ-ఈ-సీ-దశక్షోణీసంఖ్యా-౨దశక్షోణీసంఖ్యావంతః॥
మహాక్షోభమ్-అ-న- దశక్షోభసంఖ్యా-౨దశక్షోభసంఖ్యావంతః॥
మహాఖర్వమ్-అ-న-దశఖర్వసంఖ్యా-౨దశఖర్వసంఖ్యావంతః॥
మహాగదః-అ-పు-జ్వరః॥
మహాగన్ధమ్-అ-న-హరిచందనమ్-౨బోలమ్
మహాగన్ధః-అ-పు-కుటజవృక్షః-౨జలవేతసః॥
మహాగన్ధా-ఆ-సీ-క్రకరః-౨నాగబలా- ౩ కేవికాపుష్పమ్-౪చాముండా॥ తె॥ ౧ వెఱుతురుచెట్టు.

మహాగవః-అ-పు-గవయః॥
మహాగిరిః-ఇ-పు-బౌద్ధభేదః-౨బృహత్పర్వ (తశ్చ)
మహాగురుః-ఉ-పు-అతిగురుః॥
మహాగుల్మా-ఆ-సీ-సోమవల్లీ॥
మహాగుహా-ఆ-సీ-పృశ్నిపర్ణీ॥
మహాగోధూమః-అ-పు-బృహద్గోధూమః॥
మహాగ్రీవః-అ-పు-శ్వేతకేసరవత్కురంగః ౨ఉష్ట్రః॥
మహాగ్రీవః-అ-త్రి-బృహద్గ్రీవాయుక్తః॥
మహాగ్రీవీ-న్-పు-ఉష్ట్రః॥ తె॥ లొట్టిపిట్ట.
మహాఘాసః-అ-పు- మహతోదేశస్యమహత్యాభూమెర్వాఘాసః॥
మహాఘూర్ణా-ఆ-సీ-సురా - ౨అతిశయభ్రమిశ్చ॥
మహాఘోరః-అ-త్రి- అతిశయభయానకః॥
మహాఘోరః-అ-పు-నరకవిశేషః॥
మహాఘోషమ్-అ-న-హట్టమ్॥
మహాఘోషః-అ-త్రి-బృహచ్ఛబ్దయుక్తః॥
మహాఘోషః-అ-పు-అతిఘోషణమ్॥ తె॥ చాటడము.
మహాఘోషా-ఆ-సీ- కర్కటశృంగీ - ౨కుంచురుకీ॥
మహాఙ్గః-అ-త్రి-బృహదవయవయుక్తః॥
మహాఙ్గః-అ-పు-రక్తచిత్రకః-౨ఉష్ట్రః॥ తె॥ ౧ఎఱ్ఱచిత్రమూలము-౨లొట్టిపిట్ట.
మహాచఞ్చుః-ఉ-పు-శాకవిశేషః - ౨బృహచ్చంచుయుక్తపక్షీచ॥
మహాచణ్డః-అ-పు-యమభృత్యః॥
మహాచణ్డః-అ-త్రి-ప్రచండః॥
మహాచారీ-ఈ-సీ-నాటకాంగవిశేషః॥
మహాచ్ఛదః-అ-పు-దేవతాడవృక్షః-౨బృహత్పత్రంచ॥
మహాచ్ఛాయః-అ-పు-వటవృక్షః॥ తె॥ మఱ్ఱి (చెట్టు.)

మహాచ్ఛాయః-అ - త్రి - బృహచ్ఛాయాయుక్తః॥
మహాచ్ఛిద్రః-అ-త్రి- బృహచ్ఛిద్రయుక్తః॥
మహాచ్ఛిద్రా-ఆ-సీ-మహామేదా॥
మహాజః-అ-పు-బృహచ్ఛాగః॥
మహాజః-అ-త్రి-మహాకులోద్భవః॥
మహాజటా-ఆ-సీ-బృహజ్జటా- ౨రుద్రజటా॥
మహాజనః-అ-పు-సాధుః॥
మహాజమ్బుః-ఉ-సీ-బృహజ్జంబువృక్షః॥ తె॥ పెద్దనేరేడుచెట్టు.
మహాజమ్బూః-ఊ-సీ-సురసావృక్షః॥ తె॥ పెద్దనేరేడుచెట్టు.
మహాజవః-అ-పు-గవయః-౨శ్రీకారీమృగః॥
మహాజవః-అ-త్రి-అతి వేగయుక్తః॥
మహాజాతిః-ఇ-సీ-వసంతమల్లికా- ౨శ్రేష్ఠవర్ణశ్చ॥
మహాజాతీయః-అ-త్రి - మహతః ప్రకారః॥
మహాజాలీ-న్-త్రి-బృహజ్జాలవాహకః॥
మహాజాలీ-ఈ-సీ-రాజకోశాతకీ-౨పీతవర్ణఘోషా॥ తె॥౧ పెద్దబీర.
మహాజ్యైష్ఠీ-ఈ-సీ-నక్షత్రవిశేషాదియుక్తజ్యేష్ఠీపూర్ణిమా - ౨జ్యైష్ఠసంవత్సరశ్చ జ్యేష్ఠామూలోపగె జీవెవర్క్షంస్యాత్ శక్ర దైవతమితివిష్ణుధర్మోత్తరోక్తేర్గ్రాహ్యః॥
మహాజ్యోతిష్మతీ-ఈ-సీ-లతావిశేషః॥
మహాజ్వాలః-అ-పు-హోమాగ్నిః॥
మహాజ్వాలా-ఆ-సీ - జినానాంవిద్యాధరీవిశేషః-౨బృహదగ్నిశిఖాచ॥
మహాఝూటీ-ఈ-సీ-తులసః॥ తె॥ పెద్దబట్ట.
మహాఢ్యః-అ-పు-కదంబః॥
మహాఢ్యః-అ-త్రి-అతిశయధనవాన్॥
మహాతమఃప్రభా-ఆ-సీ-నరకవిశేషః-సచాతిశయాంధకారమయః॥
మహాతరుః-ఉ-పు-స్నుహీవృక్షః - ౨బృహద్వృక్షశ్చ॥
మహాతలమ్-అ-న-పంచమాధోలోకః॥
మహాతారా-ఆ-సీ - జినానాందేవీవిశేషః॥
మహాతాలీ-ఈ-సీ-ఆవర్తకీ॥
మహాతిక్తః-అ-త్రి-అతిశయతిక్తరసయుక్తః
మహాతిక్తః-అ-పు-మహానింబవృక్షః॥ తె॥ పెద్దవేము.
మహాతిక్తా-ఆ-సీ-యవతిక్తా-౨పాఠా॥ తె॥౧ పద్మమను చెట్టు.
మహాతీక్ష్ణః అ-త్రి-అతిశయతీక్ష్ణః॥
మహాతీక్ష్ణా-ఆ-సీ-భల్లాతకవృక్షః॥
మహాతేజః-స్-న-పారదః॥
మహాతేజాః-స్-పు-కార్తికేయః- ౨అగ్నిః॥
మహాతేజాః-స్- త్రి-అతిశయతేజస్విని॥
మహాత్మా-న్- త్రి-ఉత్తమస్వభావయుక్తః
మహాదంష్ట్రః-అ-పు-మత్స్యవిశేషః॥
మహాదణ్డః-అ-పు-యమదూతప్రభేదః-౨బృహద్దండశ్చ॥
మహాదన్తః-అ-పు-గజదంతః - ౨బృహద్దంతమాత్రంచ॥
మహాదన్తః-అ-త్రి-తద్వతి॥
మహాదానమ్-అ-న-శ్రేష్ఠదానమ్॥
మహాదారు-ఉ-న-వృద్ధదారు॥ తె॥ వృద్ధదారుకమను చెట్టు.
మహాదేవః-అ-పు-శివః॥
మహాదేవీ-ఈ-సీ-పార్వతీ-౨రాజ్ఞీ॥
మహాదైత్యః-అ-పు- భౌత్యమన్వంతరీయదైత్యవిశేషః॥
మహాద్రుమః-అ-పు-అశ్వత్థవృక్షః- ౨బృహద్వృక్షశ్చ॥
మహాద్రోణః-అ-పు-రాజక్షవః॥ తె॥ పెద్దతుమ్మిచెట్టు.

మహాద్రోణా-ఆ-సీ-వృక్షవిశేషః॥

మహాద్రోణీ-ఈ-సీ - మహాద్రోణాక్షుపః॥

మహాద్వన్ద్వః-అ-పు-యుద్ధవాద్యమ్-౨అతిశయకలహశ్చ॥

మహాధనమ్-అ-త్రి-అతిశయధనయుక్తే ॥

మహాధనమ్-అ-న - అధికధనక్రీతవస్త్రమ్-౨అధికధనక్రీతవస్తు - ౩సిహ్లకమ్ - ౪కృషిః॥

మహాధాతుః-ఉ-పు-స్వర్ణమ్॥

మహాన్-త్-పు-కోవిదారవృక్షః ॥ తె॥ దేవకాంచనపుచెట్టు.

మహాన్-త్-త్రి - ఆయామవిస్తారాదిభిరధికః-౨పూజ్యః॥ తె॥౧గొప్పది.

మహానటః-అ-పు-శివః॥

మహానదీ-ఈ-సీ-పురుషోత్తమక్షేత్రాంతర్గతకటకస్యోత్తరదేశస్థ నదీవిశేషః - ౨గంగా॥

మహానన్దః-అ-పు-మోక్షః॥ తె॥ ముక్తి.

మహానన్దా-ఆ-సీ-సురా-౨మాఘశుక్లనవమీ ౩నదీవిశేషః॥

మహానన్దిః-ఇ-పు-నందివర్ధనరాజపుత్రః॥

మహానరకః-అ-పు- అతిశయనానాప్రకారయాతనాస్థానమ్॥

మహానలః-అ-పు-దేవనాలకః- ౨బృహదగ్నిశ్చ॥ తె॥౧అడవికిక్కిసగడ్డి.

మహానవమీ-ఈ-సీ-ఆశ్వినశుక్లనవమీ॥

మహానసమ్-అ-న-పాకగృహమ్॥ తె॥ వంటయిల్లు.

మహానాగః-అ-పు-నమెరువృక్షః॥ తె॥సురపొన్నచెట్టు.

మహానాటకమ్-అ-న-నాటకవిశేషః - ౨స్వనామఖ్యాత హనూమద్రచితరామచరిత్రగ్రంథవిశేషః॥

మహానాడీ-ఈ-సీ-కండరా॥

మహానాదః-అ-పు-సింహః-౨కుంజరః - ౩వర్షకాబ్దః-౪మహాశబ్దః-౫కర్ణః-౬ఉష్ట్రః ౭శంఖః-౮కాహలవాద్యమ్॥

మహానిద్రా-ఆ-సీ-మరణమ్॥

మహానిధిః-ఇ-పు-మహాసధసంఖ్యా - ౨మహానిధిసంఖ్యావంతః॥

మహానిమ్బః-అ-పు-బ్రహ్మదారువృక్షః - ౨హిమద్రుమః-౩కట్వాంగవృక్షః॥ తె॥ ౧గంగరావిచెట్టు-౨పెద్దవేపచెట్టు- ౩పెనుద్రుమాను.

మహానిశా-ఆ-సీ-అర్ధరాత్రిః॥ (వర్ణశ్చ॥)

మహానీచః-అ-పు-రజకః- ౨అతిశయహీన

మహానీలః-అ-పు-దేవయోనిసర్పవిశేషః- ౨భృంగరాజః-౩మణివిశేషః॥ తె॥౨గుంటకలగరచెట్టు.

మహానీలా-ఆ-సీ-కాకశ్యామా-౨కృష్ణపుష్పీపుష్పచ్ఛాయ నీలరత్నమ్ - ౩మహాజంబుః॥ తె॥౧నల్లతీగె - ౨వెన్నవెమురుపువ్వువంటికాంతిగలనీలరత్నము.

మహానీలీ-ఈ-సీ- ప్రసాదనీ - ౨నీలాపరాజితా॥ తె॥౧పెద్దనీలిచెట్టు.

మహానుభావః-అ-త్రి-మహాశయః॥

మహానేమిః-ఇ-పు-వాయసః॥

మహాన్తః-అ-పు- నవధాభక్తియుక్తకృష్ణభక్తాః-తెశివశేషధర్మాదయః॥

మహాపక్షః-అ-పు-కారండవపక్షీ॥ తె॥ కన్నెలేడిపిట్ట.

మహాపక్షీ-న్-పు-ఘూకః॥ తె॥ గుడ్లగూబ.

మహాపఞ్చమూలమ్-అ-న - బిల్వోఽగ్నిమంథశ్శోనాకః కాశ్మర్యః పాటలాతథా। సర్వైస్తు మిలితై రేతైస్స్యా న్మహాపంచమూలకమ్॥

మహాపఞ్చవిషమ్-అ-న - బృహద్విషపంచకమ్, యథా- శృంగీచ కాలకూటశ్చ ముస్తకోవత్సనాభకః ॥ శంఖకర్ణీతియో గోయంమహాపంచవిషాభిధః॥

మహాపత్త్రః-అ-త్రి-బృహత్పర్ణయుక్తః॥

మహాపత్త్రః-అ-పు- గుచ్ఛపత్త్రః- ౧తాలః॥ తె॥ ౧పడాకులపొన్న- ౧తాటిచెట్టు.

మహాపత్త్రా-ఆ-సీ-మహాజంబుః॥

మహాపథమ్-అ-న-రాజమార్గః-౨దుర్గతిః-౩మన్మథలోకః॥

మహాపథః-అ-పు-ప్రధానపథః॥

మహాపథగమః-అ-పు-మరణమ్॥

మహాపద్మమ్-అ-న-దశపద్మసంఖ్యా-౨దశపద్మసంఖ్యావంతః-౩శుక్లపద్మమ్॥

మహాపద్మః-అ-పు-నిధివిశేషః- ౨దేవయోని సర్పవిశేషః-౩చండా[illegible]లతుకోటిసంఖ్యా॥ తె॥౩ చండయను గ్రంథ్యము.

మహాపాతకమ్-అ-న-పాపవిశేషః॥

మహాపాతకీన్-త్రి-పంచప్రకారమహాపాతకయుక్తః॥

మహాపాపమ్-అ-న-మహాపాతకమ్॥

మహాపారేవతమ్- అ- న- మహారైవతకవృక్షః॥ తె॥ పెద్దయీాడచెట్టు.

మహాపాశః-అ-పు-యమదూతవిశేషః॥

మహాపాసకః-అ-పు-బుద్ధభిక్షుకః॥

మహాపిణ్డీతకః-అ-పు- స్థూలఫలః॥ తె॥ పెద్ద మ్రంగచెట్టు.

మహాపిణ్డీతరుః-ఉ-పు-మహాపుత్రజీవః॥ తె॥ మహాపుత్రజీవిచెట్టు.

మహాపితరౌ-ఋ-పు-మాతాపితరౌ॥ తె॥ తలిదండ్రులు-

మహాపీలుః-ఉ-పు-బృహత్పీలుః॥ తె॥ పెద్దవరగోఁగుచెట్టు.

మహాపురాణమ్-అ- న- ఏకాదశలక్షణయుక్తవ్యాసప్రణీతాష్టాదశసంఖ్యకపురాణవిశేషః॥

మహాపురుషః-అ- పు- శ్రేష్ఠనరః-౨నారాయణః॥

మహాపురుషదన్తా-ఆ-సీ-మహామేదా॥ తె॥ మహామేదయనుచెట్టు.

మహాపురుషదన్తికా-ఆ-సీ- మహాశతావరీ॥ తె॥ పెద్దపిల్లిపీచర.

మహాపుష్పా-ఆ-సీ-అపరాజితా॥

మహాపృష్ఠః-అ-పు-ఉష్ట్రః-౨బృహత్పృష్ఠః॥

మహాప్రకృతిః-ఇ-సీ-దుర్గా॥

మహాప్రభః-అ-త్రి-అతిశయదీప్తియుక్తః॥

మహాప్రభః-అ-పు-దీపప్రభా॥

మహాప్రభుః-ఉ-పు- మహాసత్త్వః-౨రాజా-౩ఇంద్రః-౪శివః॥

మహాప్రళయః-అ-పు-త్రిలోకనాశః॥

మహాప్రసాదః-అ-పు-విష్ణునైవేద్యాదిః-౨అతిశయప్రసన్నతా చ॥

మహాప్రాంశుః-ఉ-పు- నారికేళవృక్షః॥ తె॥ కొబ్బరిచెట్టు. (విశేషః॥

మహాప్రాణః-అ-పు-ద్రోణకాకః- ౨వర్ణ

మహాఫలమ్-అ-న-బృహత్ఫలే॥

మహాఫలః-అ- పు- తిక్తబీజా-౨నారికేళవృక్షః-౩బిల్వవృక్షః॥ తె॥౧పెద్దచేఁదానుఁగుచెట్టు.

మహాఫలా-ఆ-సీ-మహాజంబూః॥ తె॥ పెద్ద

మహాఫేనా-ఆ-సీ-హిండీరః॥ నేరేడు

మహాబలమ్-అ- న- ఆకాశమ్-౨ఘటః-౩చిత్తమ్-౪కుహరమ్॥

మహాబలః-అ-పు-బుద్ధః-౨వాయుః॥

మహాబలః-అ-త్రి-బలవాన్॥

మహాబలా-ఆ-సీ- సహదేవీ-౨బలా॥ తె౧॥

ముత్తవపులగపుచెట్టు - ౧అతిబలయను చెట్టు,
మహాభాష్పమ్-అ-న- శాకినీ॥ తె॥ పెటుగు తోటకూర.
మహాబిలమ్-అ-న- ఆకాశమ్-౧బృహచ్ఛిద్రంచ॥
మహాబీజ్యమ్- అ-న- విటపమ్, తత్తు ముష్కవఙ్క్షణయోరంతరమ్॥
మహాబృహతీ-ఈ-సీ-వార్తాకీ॥
మహాబోధిః-ఇ-పు-బుద్ధః॥
మహాబ్రాహ్మణః-అ-పు-నిందితబ్రాహ్మణః
మహాభటః-అ-పు-అతిశయయోద్ధా॥
మహాభద్రా-ఆ-సీ-గంగా-౧కాశ్మరీ॥
మహాభారతమ్-అ-న- వ్యాసప్రణీతేతిహాసశాస్త్రమ్॥
మహాభీతా-ఆ-సీ-లజ్జాలువృక్షః॥
మహాభీతా-ఆ-త్రి-అతిశయభయయుక్తే॥
మహాభీమః-అ-పు- శాంతనురాజః-౧భృంగినామకశివద్వారపాలః॥
మహాభీమః-అ-త్రి-అతిశయభయానకః॥
మహాభీరుః-ఉ-పు-గోపాలికాఖ్యకీటవిశేషః
మహాభీరుః-ఉ-త్రి-అతిభయశీలె॥
మహాభీష్మః-అ-పు-శాంతనురాజః॥
మహాభూతమ్-అ-న-పృథివ్యాదిపంచభూతం
మహాభూరిః-ఇ-పు-మహాభూరిసంఖ్యా- ౧మహాభూరిసంఖ్యావంతః॥
మహాభృఙ్గః-అ-పు-నీలపుష్పః॥ తె॥ గుంటకలగరచెట్టు.
మహాభైరవః-అ-పు-శరభరూపీహరః॥
మహాభోగా-ఆ-సీ-దుర్గా॥
మహామణ్డూకః-అ-పు-పీతమండూకః॥
మహామతిః-ఇ-పు-అతిబుద్ధిమాన్॥
మహామదః-అ-పు-మత్తహస్తీ- ౧అతిశయహర్షః॥
మహామదః-అ-త్రి-అతిశయమత్తతా - ౧తద్యుక్తః॥
మహామనాః-స-త్రి-ఉదాత్తః॥ తె॥ పురుషార్థములయందధికేచ్ఛఁగలవాఁడు.
మహామలః-అ-పు-వాయుః-౧విషవిశేషః-౨మహాపీలుః-౩యమః-౪సీసకమ్॥ తె॥ ౨ పెద్దవరగోఁగుచెట్టు.
మహామాంసీ-ఈ-సీ-రుదంతీ॥ తె॥రుదంతియను చెట్టు.
మహామాత్రః-అ-త్రి-ఉన్నతః॥
మహామాత్రః-అ-పు - కార్యాలోచనయోగ్యముఖ్య మంత్రీ - ౧గజారోహకప్రభుః-౨హస్తిపకః-౩సముద్రః॥ తె॥౨మావంతుఁడు-
మహామాత్రీ-ఈ-సీ-మహామాత్రస్యభార్యా॥
మహామానసీ-ఈ-సీ - జినానాంవిద్యాదేవీభేదః॥
మహామాయా-ఆ-సీ-దుర్గా - ౧మహతీమాయాచ॥
మహామాయీ-ఈ-సీ-దుర్గా॥
మహామారీ-ఈ-సీ-మహాకాళీ - ౧అతిశయమారకశ్చ॥
మహామార్గః-అ-పు - మహామార్గమతప్రవర్తకః॥
మహాముఖమ్-అ-న-బృహన్ముఖె॥
మహాముఖః-అ-పు-కుంభీరః॥
మహాముఖః-అ-త్రి.-తద్వతి॥
మహాముని-ఇ-న-ఔషధమ్-౧ధన్యాకమ్॥
మహామునిః-ఇ-పు- రుద్రాక్షః-౧అగస్త్యః-౨అగస్త్యమునిః-౩బుద్ధః-౪కృపాచార్యః-౫కాలః-౬వ్యాసః-౭తుంబురువృక్షః॥ తె॥౧రుద్రాక్షచెట్టు-౨అగసిచెట్టు
మహామూర్ధా-న్-పు-శివః॥

మహామూర్ధా-న్-త్రి-బృహన్మస్తకయుక్తె॥

మహామూలః-అ-పు-రాజపలాండుః॥

మహామూల్యమ్-అ-త్రి-తద్యుక్తె॥

మహామూల్యమ్-అ-న-మహార్ఘః॥ తె॥ గొప్ప విలువ.

మహామూల్యః-అ-పు-పద్మరాగమణిః॥

మహామూషికః-అ-పు-బృహదుందురుః॥

మహామృగః-అ-పు-హస్తిశరభః॥

మహామృత్యుః-ఉ-పు-శివః॥ తె॥ హరుఁడు.

మహామృత్యుఞ్జయః-అ-పు-శివస్యమంత్రవిశేషః॥

మహామేఘః-అ-పు-శివః-౨అతిశయమేఘశ్చ

మహామేదః-అ-పు-అష్టవర్గేప్రసిద్ధౌషధవిశేషః-౨బృహన్మేదశ్చ॥

మహామేదా-ఆ-సీ-వసుచ్ఛిద్రా॥ తె॥ మహామేదయనుచెట్టు.

మహామైత్రః-అ-పు-బుద్ధభేదః॥

మహామోహః-అ-పు-కూటపుష్పః-౨భోగేచ్ఛారూపాజ్ఞానమ్ - ౩సంసారమూలకారణరాగరూపమోహః-౪మహామోహజనకకామరాజబీజమ్॥ తె॥ ౧కుందయనుచెట్టు.

మహామ్లమ్-అ-న-తింతిడీకమ్॥

మహాయతిః-అ-పు-అర్హదుపాసకవిశేషః॥

మహాయజ్ఞః-అ-పు-వేదపాఠాదిరూపపంచప్రకారయజ్ఞః॥

మహాయశస్కః-అ-త్రి-అతిశయయశోవిశిష్టః

మహాయశాః-స్-పు-భూతాన్నాదివిశేషః॥

మహాయశాః-స్-త్రి-అతిశయయశోయుక్తె

మహాయుగః-అ-పు-చతుర్యుగకాలః॥

మహాయోగీ-న్-పు-పితృదేవతావిశేషః॥

మహారజతమ్-అ-న-సువర్ణమ్-౨ధుస్తూరః-౩బృహద్రౌప్యంచ॥

మహారజనమ్-అ-న-కుసుంభమ్-౨సువర్ణమ్-౩ప్రతివాదసంధానమ్ - ౪ప్రతిపత్తిః-౫భోజనమ్॥ తె॥ ౧కుసుంభాపువ్వు.

మహారణ్యమ్-అ-న-మహావనమ్॥ తె॥ పెద్దయడవి.

మహారథః-అ-పు-ఏకాదశసహస్రధన్వియోద్ధా-౨శివః-౩బృహద్రథశ్చ॥

మహారమ్భమ్-అ-న-గడలవణమ్॥

మహారసమ్-అ-న-తండులోదకమ్॥

మహారసః-అ-పు-కుబ్జకః-౨ఖర్జూరః-౩కోశాకారః-౪కశేరుః॥

మహారసాష్టకమ్-అ-న-అష్టధాతువిశేషాః॥

మహారాజః-అ-పు-నఖః-౨కుబేరః-౩గజారూఢః - ౪పూర్వజినవిశేషః- ౫శ్రేష్ఠరాజః॥ తె॥ ౧గోరు.

మహారాజకః-అ-పు-మహారాజికగణః॥

మహారాజచూతః-అ-పు-ఉత్తమామ్రః॥

మహారాజద్రుమః-అ-పు-ఆరగ్వధః॥

మహారాజికః-అ-పు-ద్విశతషడ్వింశతిమహారాజకగణదేవతాజాతిః॥

మహారాత్రః-అ-పు-నిశామధ్యమ్॥

మహారాత్రిః-ఇ-సీ-బ్రహ్మలయోపలక్షితామహాప్రళయరాత్రిః- ౨మహాఈశ్వరస్యరాత్రిః - బ్రహ్మమరణోపలక్షితారాత్రిరిత్యర్థః- ౩అర్ధరాత్రాత్పరంముహూర్తద్వయమ్- ౪ఆశ్వినశుక్లాష్టమీ-౫నవరాత్రమ్॥

మహారాష్ట్రః-అ-పు-దేశవిశేషః॥

మహారాష్ట్రీ-ఈ-సీ-జలపిప్పలీ - ౨శాకభేదః - ౩అష్టాదశభాషాంతర్గతభాషావిశేషః॥

మహారిష్టః-అ-పు-మహానింబవిశేషః॥

మహారుద్రః-అ-పు-మహాదేవః॥

మహారూపః-అ-త్రి - అతిశయరూపయుక్తే॥
మహారూపః-అ-పు-సర్జరసః-౨శివః॥
మహారూపకమ్-అ-న-నాటకమ్॥
మహారోగః-అ-పు-పాపరోగః॥
మహారోగీ-న్-పు-మహారోగయుక్తః॥
మహారోమా-న్-పు-శివః॥
మహారోమా-న్-త్రి - బృహద్రోమయుక్తే॥
మహారౌరవః-అ-పు-నరకవిశేషః॥
మహార్ఘః-అ-త్రి-మహామూల్యః॥ తె॥ చాలా విలువగలది.
మహార్ఘః-అ-పు-లావకపక్షీ॥
మహార్ణవః-అ-పు- మహాసముద్రః-౨శివః॥
మహార్థః-అ-పు-వృక్షవిశేషః॥
మహార్ద్రకమ్-అ-న-నవార్ద్రకమ్॥
మహార్బుదమ్-అ-న-దశార్బుదమ్- శతకోటి సంఖ్యా॥
మహార్హమ్-అ-న-శ్వేతచందనమ్॥
మహాలక్ష్మీః-ఈ-సీ-సరస్వతీ-౨రాధా - ౩ నారాయణశక్తిః॥
మహాలయమ్-అ-న-బ్రహ్మలోకః॥
మహాలయః-అ-పు-విహారః-౨తీర్థమ్- ౩పరమాత్మా-౪సౌరాశ్వినీయకృష్ణపక్షః॥
మహాలికటభీ-ఈ-సీ-శ్వేతకిణిహీవృక్షః॥
మహాలిఙ్గః-అ-పు- శివః - ౨బృహల్లింగయుక్తశ్చ॥
మహాలీలసరస్వతీ-ఈ-సీ - తారావిశేషః॥
మహాలోధ్రః-అ-పు-లోధ్రవిశేషః॥
మహాలోలః-అ-పు- కాకః॥
మహాలోలః-అ-త్రి-అతిచంచలః॥
మహాలోహమ్-అ-న-అయస్కాంతః॥
మహావక్షాః-స్-పు-శివః॥
మహావక్షాః-స్-త్రి-బృహద్వక్షయుక్తే॥
మహావనమ్-అ-న-మహారణ్యమ్-౨బృందావనస్థచతురశీతివనాంతర్గతవనవిశేషశ్చ॥
మహావపః-అ-పు-మహాదేవః॥
మహావరా-ఆ-సీ- దూర్వా॥ (గవాన్॥
మహావరాహః-అ-పు - వరాహరూపీభ
మహావరోహః-అ-పు-ప్లక్షవృక్షః॥
మహావల్లీ-ఈ-సీ-మాధవీలతా॥
మహావసః-అ-పు-శిశుమారః॥
మహావాక్యమ్-అ-న-యోగ్యతాకాంక్షాసత్తియుక్తవాక్యసమూహః - ౨న్యాయమతేతు- స్వఘటకానేకనామలభ్యతాదృశార్థకమ్ - ప్రకృత్యర్థ, మాత్రావచ్ఛిన్నప్రత్యయార్థబోధం ప్రత్యయోగ్యవాక్యంవా-౩తత్వమసీతిఆదివాక్యమ్-౪ప్రతిష్ఠాదావుత్సర్గవాక్యంచ॥
మహావిద్యా-ఆ-సీ-దేవీవిశేషః॥
మహావిరాట్-జ్-పు-మహావిష్ణుః॥
మహావిషః-అ-పు-ద్విముఖసర్పః॥
మహావిషువమ్-అ-న-మేషసంక్రాంతిః॥
మహావిషువచక్రమ్-అ-న- నక్షత్రఘటితనరాకారచక్రమ్॥
మహావిష్ణుః-ఉ-పు-మహావిరాట్॥
మహావీచిః-ఇ-పు-నరకవిశేషః॥
మహావీరః-అ-పు-గరుడః- ౨శూరః - ౩సింహః-౪మఖానలః-౫వజ్రః- ౬శ్వేతతురంగః-౭సంచానపక్షీ-౮అంతిమజినః-౯కోకిలః- ౧౦ధనుర్ధరః- ౧౧ఏకవీరవృక్షః౧౨లక్ష్మణః- ౧౩అంగదాదిః- ౧౪హనూమాన్-౧౫యజ్ఞపాత్రమ్-౧౬హరిః-౧౭అగ్నిః॥
మహావీరః-అ-త్రి-ప్రవరః-౨శూరః॥
మహావీరా-ఆ-సీ-క్షీరకాకోలీ॥
మహావీర్యః-అ-పు-బ్రహ్మా-౨బుద్ధభేదః-౩వారాహీకందః॥

మహావీర్యః-అ-త్రి-అతిశయబలయుక్తే॥

మహావీర్యా-ఆ-సీ-మహాశతావరీ-౨సంజ్ఞా-సాచసూర్యపత్నీ-౩వనకార్పాసీ॥ తె॥౧ పెద్దపిల్లిపీచరచెట్టు.

మహావృక్షః-అ-పు-మహాపీలుః- ౨సింహుండః॥ తె॥౧పెద్దవరగోఁగుచెట్టు-౨బొమ్మచెముడుచెట్టు.

మహావేగః-అ-త్రి-అతిజవః-తద్యుక్తే॥

మహావేగః-అ-పు-వానరః-౨శివః॥

మహావ్యాధిః-ఇ-పు- మహారోగః - సతుకుష్ఠాదిః॥

మహావ్యాహృతిః-ఇ-సీ- ప్రణవస్వాహాయుక్తవ్యాహృతిత్రయమ్॥

మహావ్రణమ్-అ-న-దుష్టవ్రణమ్॥

మహావ్రతమ్-అ-న-ద్వాదశవార్షికవ్రతమ్ ౨శరత్కాలీనదుర్గాపూజనమ్- ౩అరుణోదయకాలీనమాఘస్నానమ్॥

మహావ్రతీన్-త్రి-మహావ్రతయుక్తే॥

మహావ్రతీన్-పు - మహావ్రతమతప్రవర్తకః-౨శివః-౩ఉరస్కలః॥

మహావ్రీహిః-ఇ-పు-ధాన్యవిశేషః॥

మహాశక్తిః-ఇ-త్రి-తద్యుక్తే॥

మహాశక్తిః-ఇ-పు-కార్తికేయః-౨అతిశయపరాక్రమః॥

మహాశఙ్ఖమ్-అ-న-నిటలమ్ - ౨దశశంఖసంఖ్యా-౩దశశంఖసంఖ్యావంతః॥

మహాశఙ్ఖః-అ-పు-మానుషాస్థి-౨సర్పవిశేషః ౩కర్ణనేత్రయోర్మధ్యగతాస్థి-౪బృహచ్ఛంఖః-౫నిధివిశేషః॥

మహాశఠః-అ-పు-రాజధుస్తూరః॥

మహాశఠః-అ-త్రి-అతిధూర్తః॥

మహాశణపుష్పికా-ఆ-సీ-బృహచ్ఛణపుష్పీ॥

మహాశణపుష్పీ-ఈ-సీ-వృత్తపర్ణీ॥ తె॥ తెల్లజనపచెట్టు.

మహాశతా-ఆ-సీ-మహాశతావరీ॥ తె॥ పెద్దపిల్లిపీచరచెట్టు.

మహాశతావరీ-ఈ-సీ-సురసా॥ తె॥ పెద్దపిల్లిపీచరచెట్టు.

మహాశయః-అ-పు-సముద్రః॥

మహాశయః-అ-త్రి-మహేచ్ఛః॥ తె॥పురుషార్థములయందధికేచ్ఛఁగలవాఁడు.

మహాశయ్యా-ఆ-సీ-రాజశయ్యా- ౨బృహచ్ఛయ్యాచ॥

మహాశరః-అ-పు-స్థూలశరః॥

మహాశల్కః-అ-పు-చింగటమత్స్యః - ౨బృహచ్ఛల్కశ్చ॥

మహాశాకమ్-అ-న-బృహచ్ఛాకవిశేషః॥

మహాశాఖా-ఆ-సీ-నాగబలా॥

మహాశాన్తా-ఆ-సీ-బలిదైత్యసభా॥

మహాశాలిః-ఇ-పు-స్థూలశాలిః॥

మహాశివః-అ-పు-మహాదేవః॥

మహాశీతః-అ-త్రి-అతిశీతవీర్యయుక్తే॥

మహాశీతా-ఆ-సీ-శతమూలీ॥

మహాశుక్తిః-ఇ-సీ-ముక్తామాతా - సాచశుక్తిః-౨బృహచ్ఛుక్తిశ్చ॥

మహాశుక్లః-అ-త్రి-అతిశుక్లవర్ణయుక్తే॥

మహాశుక్లా-ఆ-సీ-సరస్వతీ॥

మహాశుభ్రమ్-అ-న-రజతమ్॥

మహాశుభ్రః-అ-త్రి- అతిశుభ్రవర్ణయుక్తే॥

మహాశూద్రః-అ-పు- ఆభీరః ॥ తె ॥ గొల్లవాఁడు.

మహాశూద్రీ-ఈ-సీ- ఆభీరస్యభార్యా-౨ఆభీరజాతిస్త్రీ॥ తె॥ ౧గొల్లవానిపెండ్లాము-౨గొల్లజాతియాఁడుది.

మహాశౌణ్డీ-ఈ-సీ-శ్వేతకినిహీవృతుః॥

మహాశ్మశానమ్-అ-న-కాశీపురీ॥

మహాశ్యామా-ఆ-సీ-బింబచ్ఛదా-౨కృష్ణశింశుపావృక్షః-౩వృద్ధదారకః॥ తె॥ ౧ఇరుగుడుచెట్టు-౨నల్లయిరుగుడుచెట్టు-౩వృద్ధదారకమనుచెట్టు.

మహాశ్రమణః-అ-పు-బుద్ధవిశేషః॥

మహాశ్రావణికా-ఆ-సీ-భిన్నగ్రంథికా - ౨క్షుపవిశేషః॥ తె॥ ౧పెద్దబోడతరపుచెట్టు

మహాశ్రీః-ఈ-సీ-బుద్ధశక్తివిశేషః॥

మహాశ్వేతమ్-అ-న-అధోలోకవిశేషః॥

మహాశ్వేతః-అ-పు-బ్రహ్మకమండలుః-౨చంద్రః॥

మహాశ్వేతపర్ణీ-ఈ-సీ-మహాశణపుష్పీ॥ తె॥ తెల్లజనపచెట్టు.

మహాశ్వేతా-ఆ-సీ-క్షీరవిదారీ-౨వంధ్యకర్కోటకశృంగీ-౩అశ్మంతకవృక్షః-౪గిరికర్ణికా-౫పాకశుక్లా॥ తె॥ ౧పాలుగలనేలగుమ్ముడు-౪తెల్లగినియచెట్టు-౫బలపము.

మహాషష్ఠీ-ఈ-సీ-దుర్గా॥

మహాష్టమీ-ఈ-సీ-ఆశ్వినశుక్లాష్టమీ॥

మహాసన్నః-అ-పు-కుబేరః-౨అతినికటశ్చ॥

మహాసఫరః-అ-పు-బృహత్ప్రోష్ఠీమత్స్యః॥

మహాసమఙ్గా-ఆ-సీ-వృక్షవిశేషః॥

మహాసర్జః-అ-పు-సర్జకవృక్షః-౨పనసవృక్షః తె॥ ౧వేగిసచెట్టు-౨పనసచెట్టు.

మహాసహః-అ-త్రి-అతిక్షమే॥

మహాసహః-అ-పు-కుబ్జకవృక్షః॥

మహాసహా-ఆ-సీ-అమ్లానవృక్షః-౨సప్తలాలతా-౩మాషపర్ణీ॥ తె॥ ౧తెల్లపెద్దగోరంట-౨విరజాజి-౩కారుమినపచెట్టు.

మహాసాన్తపనమ్-అ-న-వ్రతవిశేషః॥

మహాసాన్తపనకృచ్ఛ్రః-అ-(సీ)-గోమూత్ర, గోమయ,గోక్షీర,దధిసర్పిఃకుశోదకాని షడ్దినంపీత్వాసప్తదినోపవాసః॥

మహాసారః-అ-పు-మష్కదిరః॥

మహాసాహసమ్-అ-న-అతిబలాత్కారకృతకార్యమ్ - ౨అతిశయదండః - ౩అతిదుష్కృతకర్మా-౪అతిశయద్వేషః॥

మహాసాహసికః-అ-త్రి-చౌరః-౨అతిసాహసయుక్తశ్చ॥

మహాసింహః-అ-పు-శరభః-౨బృహత్సింహః

మహాసితా-ఆ-సీ-మహాశతావరీ-౨మహాశణపుష్పీ॥ తె॥ ౧పెద్దపిల్లిపీచరచెట్టు-౨తెల్లజనపచెట్టు.

మహాసుఖమ్-అ-న-శృంగారః-౨అతిశయానందః॥

మహాసుఖమ్-అ-త్రి-తద్వతి॥

మహాసుఖః-అ-పు-బుద్ధః॥

మహాసుగన్ధః-అ-త్రి-అతిసుగంధయుక్తే॥

మహాసుగన్ధా-ఆ-సీ-గంధనాకులీ॥

మహాసూక్ష్మః-అ-త్రి-అతిశయసూక్ష్మే॥

మహాసూక్ష్మా-ఆ-సీ-వాలుకా॥

మహాసేనః-అ-పు-షణ్ముఖః-౨మహాసైన్యవాన్-౩శివః-౪మహాసేనాపతిః॥

మహాస్కన్ధః-అ-త్రి-బృహతీస్కంధయుక్తః

మహాస్కన్ధా-ఆ-సీ-జంబువృక్షః॥

మహాస్థలీ-ఈ-సీ-పృథివీ-౨శ్రేష్ఠస్థానంచ॥

మహాస్థానమ్-అ-న-ఆకాశం-౨దేవసభా॥

మహాస్థానః-అ-పు-శివః-౨విష్ణుః-౩సముద్రః

మహాస్థానా-ఆ-సీ-చతుష్పథమ్॥

మహాస్నాయుః-ఉ-పు-కండరా॥

మహాస్రగ్వీ-న్-పు-శివః॥ (హచ్ఛబ్దః॥)

మహాస్వనః-అ-పు-మల్లతూర్యమ్-౨బృ

మహాస్వనః-అ-త్రి-తద్యుక్తే॥

మహాహనుః-ఉ-పు-శివః॥

మహోహనుః-ఉ-త్రి-బృహద్ధనుయుక్తే॥

మహోహవిః-స్-న-గవ్యఘృతమ్-౨విష్ణుః॥

మహోహాసః-అ-పు-అట్టహాసః॥

మహోహిగన్ధా-ఆ-సీ-గంధనాకులీ॥

మహోహ్రస్వః-అ-త్రి-అతిఖర్వః॥

మహోహ్రస్వా-ఆ-సీ-కపికచ్ఛుః॥

మహిః-ఇ-సీ-భూమిః-౨నదీ-౩నాసికాంతః॥ తె॥౩ముక్కు-చివర.

మహికా-ఆ-సీ-హిమమ్॥

మహితమ్-అ-న-శివత్రిశూలమ్॥

మహితః-అ-త్రి-అతిహితః-౨దృప్తః

మహినమ్-అ-న-రాజ్యమ్॥

మహిన్ధకః-అ-పు-మూషకః-౨నకులః- ౩కులటాముఖమ్-౪శిక్యమ్॥

మహిమా-న్-పు-శివలీలావిభూతివిశేషః-౨మహత్వమ్॥

మహిరః-అ-పు-సూర్యః॥

మహిలా-ఆ-సీ- చతుర్వింశతివత్సరవనితా-౨గుంద్రా-౩సింధుదేశరాజపట్టణమ్-౪రేణుకానామకగంధద్రవ్యమ్ - ౫స్త్రీమాత్రమ్॥ తె॥౨ప్రేంకణపుచెట్టు.

మహిలాహ్వయా-ఆ-సీ- ప్రియంగుః॥ తె॥ ప్రేంకణపుచెట్టు.

మహిషః-అ-పు-లులాయః- ౨దుర్వినీతః-౩మహిషాసురః॥ తె॥౧దున్నపోతు.

మహిషకన్దః-అ-పు-మహాకందవిశేషః॥

మహిషఘ్నీ-ఈ-సీ-దుర్గా॥

మహిషధ్వజః-అ-పు - యమః-౨అర్హద్విశేషః॥

మహిషమర్దినీ-ఈ-సీ-దుర్గా॥

మహిషవల్లీ-ఈ-సీ-లతావిశేషః॥

మహిషవాహనః-అ-పు-యమః॥

మహిషాక్షః-అ-పు-కాలరసః- ౨సర్జరసః॥ తె॥౧మహిసాక్షిచెట్టు.

మహిషాక్షకః-అ-పు-గుగ్గులుః॥

మహిషాసురః-అ-పు-రంభాసురపుత్రః॥

మహిషాసురసమ్భవా-ఆ-సీ - భూమిజగుగ్గులుః॥

మహిషాసురహన్త్రీ-ఈ-సీ-దుర్గా॥

మహిషీ-ఈ-సీ- పట్టాభిషిక్తరాజభార్యా-౨లులాయీ-౩ఓషధిభేదః॥ తె॥ ౨గేదె.

మహిషీప్రియా-ఆ-సీ-శూలపత్రీ॥ తె॥ త్రిశూలిగడ్డి.

మహిష్మతీ-ఈ-సీ-మాహిష్మతీపురమ్ - ౨విద్యావిశేషః - ౩ఇంద్రజాలమ్ - ౪పార్వతీ॥

మహీ-ఈ-సీ-భూమిః-౨నదీ-౩నాసికాంతః ౪గోః-౫హిలమోచికా॥ తె॥ ౩ముక్కు-చివర.

మహీక్షిత్-త్-పు-భూపాలకః॥

మహీజమ్-అ-న-ఆర్ద్రకమ్॥

మహీజమ్-అ-త్రి-భూమిజాతే॥

మహీజః-అ-పు-మంగలగ్రహః॥

మహీధకః-అ-పు-వ్యాఘ్రయుద్ధమ్- ౨వరాహదంష్ట్రాగ్రవిస్ఫులింగమ్॥

మహీధ్రః-అ-పు-పర్వతః॥

మహీపాలః-అ-పు-భూపాలః॥

మహీప్రాచీరమ్-అ-న-సముద్రః॥

మహీభృత్-త్-పు-పర్వతః-౨రాజా॥

మహీమయః-అ-త్రి-మృత్తికానిర్మితః॥

మహీరుహః-అ-పు-వృక్షః॥

మహీలతా-ఆ-సీ-గండూపదః॥ తె॥ఎఱ్ఱ.

మహీసః-అ-పు-గృహద్రుమః॥ తె॥ పాలకేంకుచెట్టు.

మహీసుతః-అ-పు - అంగారకః-౨నరకాసురః॥

మహీసుతా-ఆ-సీ-జానకీ॥

మహుల్లకః-అ-పు-అంతఃపురపాలకః॥

మహేచ్ఛః-అ-త్రి-మహాశయః॥ తె॥ పురుషార్థములయందధికేచ్ఛఁగలవాఁడు.

మహేన్ద్రః-అ-పు-ఇంద్రః- ౨మహేంద్రపర్వతః-౩విష్ణుః॥

మహేన్ద్రకదలీ-ఈ-సీ-కదలీభేదః॥

మహేన్ద్రనగరీ-ఈ-సీ-అమరావతీ॥

మహేన్ద్రవారుణీ-ఈ-సీ - లతావిశేషః॥

మహేన్ద్రా-ఆ-సీ-నదీవిశేషః॥

మహేన్ద్రాణీ-ఈ-సీ-ఇంద్రభార్యా॥

మహేరణా-ఆ-సీ-సల్లకీవృక్షః॥ తె॥ అందుగుచెట్టు.

మహేరుణా-ఆ-సీ-సల్లకీవృక్షః॥

మహేలా-ఆ-సీ-వనితా॥

మహేలికా-ఆ-సీ-నారీ॥

మహేశః-అ-పు-శివః॥

మహేశబన్ధుః-ఉ-పు-శ్రీఫలవృక్షః॥

మహేశ్వరః-అ-పు-శివః-౨ప్రభాకరః- ౩పరాత్పరః-౪ఐశ్వర్యగర్వితః॥

మహేశ్వరకరచ్యుతా-ఆ-సీ-కరతోయానదీ

మహేశ్వరీ-ఈ-సీ-రజతమ్-౨రాజరీతిః - ౩మహేశ్వరపత్నీ-౪అపరాజితా-౫కాంస్యమ్॥ తె॥ ౧వెండి-౨హెలున్నత్తడి.

మహైరణ్డః-అ-పు-స్థూలైరండః॥

మహైలా-ఆ-సీ-స్థూలైలా॥

మహోక్షః-అ- పు- ఘనవృషః॥ తె ॥ ఆఁబోఁతు.

మహోటికా-ఆ-సీ-బృహతీ॥

మహోటీ-ఈ-సీ-బృహతీ - ౨బృహదుత్పలంచ॥

మహోజ్ఞా-ఆ-సీ-విద్యుత్ ॥ తె॥ మెరుపు.

మహోత్తమః-అ-పు-పితృదేవతావిశేషః॥

మహోత్పలమ్- అ - న - పద్మమ్-౨మస్తకమాంసమ్-౩నీలపద్మమ్- ౪సారసపక్షీ॥

మహోత్సవః-అ-పు - అతిశయసుఖజనకకర్మ॥

మహోత్సాహః-అ-పు - రాజ్యాంగప్రాప్తరాజపురుషః - ౨అతిశయోద్యమశ్చ

మహోత్సాహః-అ-త్రి- ఉత్కృష్టకార్యకర్తా॥

మహోదధిః-ఇ-పు-సముద్రః-౨ఇంద్రః-౩సధ్వనిః॥

మహోదయమ్-అ-(పు)-ఈశానపట్టణమ్-౨కన్యాకుబ్జనగరమ్॥

మహోదయః-అ-పు-అధిపవిశేషః-౨త్యాగః-౩గర్వః॥

మహోదయా-ఆ-సీ-నాగబలా॥

మహోదరీ-ఈ-సీ-మహాశతావరీ॥

మహోదరీన్-త్రి- బృహదుదరయుక్తః॥

మహోదికా-ఆ-సీ-బృహతీ॥ తె॥ నేలములకచెట్టు.

మహోదేవః-అ-పు-శివః॥

మహోద్యమః-అ-త్రి-ఉత్కృష్టకార్యోయత్నకర్తా॥

మహోద్రేకః-అ-పు - మహానింబవృక్షః॥ తె॥ పెద్దవేము.

మహోన్నతః-అ-పు-తాలవృక్షః॥ తె॥ తాటిచెట్టు.

మహోన్నతః-అ-త్రి- అత్యున్నతియుక్తః

మహోన్నతిః-ఇ-సీ-అతిశయవృద్ధిః॥

మహోన్నదః-అ-పు-మత్స్యవిశేషః॥

మహోన్మదః-అ-త్రి-అత్యున్మత్తః॥

మహోరగమ్-అ-న-తగరమూలమ్॥

మహోరగః-అ-పు-సర్పగణవిశేషః-౨బృహత్సర్పమాత్రంచ॥

మహోల్కా-ఆ-సీ-ఉల్కావిశేషః॥

మహౌజసమ్-అ-న-విష్ణుచక్రమ్॥

మహౌజాః-స్-త్రి-అతితేజోయుక్తః॥

మహౌషధమ్-అ-న-అతివిషా-౨లశునమ్-౩శుంఠీ-౪భూమ్యాహుల్యమ్-౫వారాహీకందః-౬వత్సనాభః-౭పిప్పలీ॥ తె॥ ౧అతివస-౨వెల్లుల్లి-౩శుంఠి.

మహౌషధిః-ఇ-సీ-బ్రాహ్మీ-౨స్థలపద్మినీ-౩దూర్వా-౪లజ్జాలుక్షుపః-౫మహాప్రాసీయద్రవ్యవిశేషః-౬శ్రేష్ఠౌషధిశ్చ॥ తె॥ ౧బ్రహ్మిచెట్టు-౨ముణుగుఁదామర.

మహౌషధీ-ఈ-సీ-శ్వేతకంటకారీ-౨శుంఠీ-౩రంభావృక్షః-౪ఫలత్రయమ్-౫బ్రాహ్మీ-౬కటుకా-౭అతివిషా-౮హిలమోచికా॥ తె॥ ౧తెల్లవాకుడుచెట్టు-౨శుంఠి-౩అరఁటిచెట్టు-౪కరకతాడియుసిరికలు.

మహ్రా-ఆ-సీ-బ్రాహ్మీ॥ తె॥ గోరోచనవర్ణపుచీమ.

మా-ఆ-సీ-మానమ్-౨మృతిః-౩వేలా-౪మేధా-౫(స్త్రీ)సుధ్యమ్-౬మాతా॥

మా-అ-ం-నివారణమ్-౨అతోర్థః-౩వశ్యార్థః-౪నిషేధః-౫మహితవ్యాపారః-౬చలనమ్॥ తె॥ ౧ఒద్దు.

మాః-స్-పు-చంద్రః-౨మాసః॥

మాంసమ్-అ-న-జటామాంసీ-౨రక్తజధాతువిశేషః॥

మాంసః-అ-పు-కిరాతవేషః-౨కాకోలీ-౩జటా-౪కాలః-౫కీటః॥

మాంసః-అ-(సీ)-పలలమ్॥ తె॥ మాంసము.

మాంసః-అ-త్రి-అసారః॥

మాంసకారి-ఇ-న-రక్తమ్॥

మాంసగన్ధికః-అ-పు-శశమాంసకాంతిశోణరత్నమ్॥ తె॥ కెంపులోభేదము.

మాంసచ్ఛదా-ఆ-సీ-మాంసరోహిణీవిశేషః

మాంసజమ్-అ-న-మెదః॥

మాంసతేజః-స్-న-మెదః॥

మాంసదలనః-అ-పు-శ్లేష్మఘ్నవృక్షః॥

మాంసద్రావీ-న్-పు-అమ్లవేతసః॥

మాంసపచనమ్-అ-న-మాంసపాకః॥

మాంసపేశీ-ఈ-సీ-గర్భస్థావయవవిశేషః॥

మాంసఫలా-ఆ-సీ-వార్తాకీ॥

మాంసభక్షకః-అ-పు-మాంసభక్షణకర్తా॥

మాంసమాసా-ఆ-సీ-మాషపర్ణీ॥

మాంసరోహిణీ-ఈ-సీ-సుగంధిద్రవ్యభేదః॥

మాంసలమ్-అ-న-కావ్యస్యగౌడీరీత్యంతర్గతస్యఓజోగుణస్యాంగవిశేషః॥

మాంసలః-అ-త్రి-బలవాన్-౨స్థూలః॥ తె॥ ౧బలిసినవాఁడు.

మాంసలఫలా-ఆ-సీ-వృంతాకీ॥

మాంసలస్ఫిజౌ-జ్-సీ-పుత్రవతీలక్షణమ్॥

మాంసలాదర్శగణ్డా-అ-పు-(స్త్రీ)యాఃపూజ్యలక్షణమ్॥ (యకర్తా॥)

మాంసవిక్రయీ-న్-త్రి-ఆమిషవిక్ర

మాంసశష్కులః-అ-(సీ)-బుస్తమ్॥ తె॥ మాంసపుగారె.

మాంసశుష్కలీ-ఈ-సీ-బుస్తమ్॥ తె॥ మాంసపుగారె.

మాంససారః-అ-పు-మెదః॥

మాంసస్నేహా-ఆ-సీ-చర్మ॥

మాంసికః-అ-పు-వైతంసికః॥ తె॥ మృగపక్షిమాంసములమ్ముకొనెడివాఁడు.

మాంసినీ-ఈ-సీ-జటామాంసీ॥

మాంసీ-ఈ-సీ-జటామాంసీ-౨కకోలీ-౩మాంసచ్ఛదా॥

మాంసేష్టా-ఆ-సీ-వల్గులా॥

మాంస్పచనః-అ-త్రి-మాంస్పాకః॥ తె॥ మాంసముతోవండినభక్ష్యములు.

మాంస్పాకః-అ-పు-మాంసపాకః॥

మాంస్పాకః-అ-త్రి-మాంస్పచనః॥ తె॥ మాంసముతో వండినభక్ష్యములు.

మాకన్దః-అ-పు-చూతవృక్షః॥ తె॥ మామిడి చెట్టు.

మాకన్దీ-ఈ-సీ-ఆమలకఫలమ్-౨నగరభేదః-౩పీతచందనమ్॥ తె॥ ౧ఉసిరికాయ.

మాకరీ-ఈ-సీ-మాఘశుక్లసప్తమీ॥

మాకలిః ఇ పు ఇంద్రసారథిః-౨చంద్రః॥

మాక్షికమ్-అ-న-వృక్షమూలేవనమాక్షికకృతతైలవర్ణమధు-౨ధాతువిశేషః॥

మాక్షికః-అ-పు-మాక్షికనామకపర్వతధాతుః॥

మాక్షికజమ్-అ-న-సిక్థకమ్॥

మాక్షికధాతుః-ఉ-సీ-మాక్షికనామపర్వతధాతుః॥

మాక్షికఫలః-అ-పు-మధునాలికేరికః॥

మాక్షికాశ్రయమ్-అ-న-సిక్థకమ్॥

మాక్షీకమ్-అ-న-మధు॥

మాక్షీకశర్కరా-ఆ-సీ-సితాఖండః॥

మాగధః-అ-త్రి-మగధదేశోద్భవః॥

మాగధః-అ-పు-జీరకః-౨వందీ-౩క్షత్రియస్త్రీవైశ్యపురుషజాతః-౪జరాసంధరాజః-౫శుక్లజీరకః॥ తె॥ ౧జీలకఱ్ఱచెట్టు-౨భట్రాజు.

మాగధాదేవీ-ఈ-సీ-రాధికా॥

మాగధీ ఈ-సీ-అంబష్ఠా-౨పిప్పలీ-౩భాషావిశేషః॥ తె॥ ౧అడవిమొల్ల.

మాఘః-అ-పు-మాఘమాసః-౨కవివిశేషః॥

మాఘట్టకః-అ-పు-రక్తభిత్॥ తె॥ ఎఱ్ఱయుత్తరేణి.

మాఘవతీ-ఈ-సీ-పూర్వదిక్॥

మాఘవనమ్-అ-న-ఇంద్రసంబంధివస్తు॥

మాఘీ-ఈ-సీ-మాఘపూర్ణిమా॥

మాఘోనీ-ఈ-సీ-పూర్వాదిక్॥

మాఘ్యః-అ-(సీ)-కుందమ్॥ తె॥ మొల్లచెట్టు.

మాఙ్గల్యమ్-అ-న-మంగలాయహితమ్॥

మాఙ్గల్యార్హా-ఆ-సీ-త్రాయమాణాలతా॥

మాచః-అ-పు-పంథాః॥

మాచలః-అ-పు-గ్రాహః-౨రోగః-౩వందీ-౪చోరః॥

మాచికా-ఆ-సీ-మక్షికా-౨అంబష్ఠా॥

మాచిపత్రమ్-అ-న-సురపర్ణమ్॥ తె॥ మాచిపత్రిచెట్టు.

మాచిరమ్-అ-న-శీఘ్రమ్॥

మాచీపత్రమ్-అ-న-సురపర్ణమ్॥

మాచ్ఛాయికమ్-అ-న-నాగినీ॥ తె॥ గొల్లజిడ్డుచెట్టు.

మాజలః-అ-పు-చాషపక్షీ॥

మాఞ్జిష్ఠమ్-అ-న-లోహితవర్ణః॥

మాఞ్జిష్ఠః-అ-త్రి-మంజిష్ఠారక్తః॥ తె॥ మంజిష్టచేతరక్తవర్ణమయినది.

మాఞ్జిష్ఠః-అ-పు-రక్తాధికపీతవర్ణః॥

మాటామ్రకః-అ-పు-వృక్షభేదః॥

మాఠరః-అ-పు-సూర్యపార్శ్వవర్తిదేవవిశేషః-౨ద్విజవిశేషః-౩వ్యాసః-౪శౌండికః॥

మాడః-అ-పు-వృక్షవిశేషః॥

మాడవః-అ-పు-వర్ణసంకరజాతివిశేషః॥

మాడిః-ఇ-సీ-రాజగృహమ్॥

మాడ్డుకః-అ-పు-మాడ్డుకికః-మడ్డువాదకః॥

మాఢిః-ఇ-సీ-దేశవిశేషః-౨మకరికాపత్త్రాదిభంగః-౩దైన్యమ్-౪ప్రకోపనమ్॥

మాఢీ-ఈ-సీ-దంతశిరా॥

మాణకమ్-అ-న కందవిశేషః॥

మాణకః-అ-పు-స్వనామఖ్యాతవృక్షః॥

మాణవః-అ-పు-మనుష్యః-౨బాలకః-౩షోడశయష్టికహారః॥

మాణవకః-అ-పు-వింశతియష్టికాహారః - ౨బాలకః- సచషోడశవర్షపర్యంతప్రథమవయస్కః-౩కుపురుషః-౪వటుః॥

మాణవీనమ్-అ-త్రి-మాణవసంబంధీ॥

మాణవ్యమ్-అ-న-మాణవసమూహః॥ తె॥ చిన్నవాండ్రసమూహము.

మాణిః-ఇ-పు-రత్నమ్॥

మాణికా-ఆ-సీ-అష్టపలపరిమాణమ్॥

మాణిక్యమ్-అ-న-శోణరత్నమ్॥ తె॥ కెంపు.

మాణిక్యా-ఆ-సీ-గృహగోధికా- ౨పాతాళశేషసర్పసభా॥

మాణిచలిః-ఇ-పు-గుహ్యకనామా॥

మాణిబన్ధమ్-అ-న- సింధుదేశనదీజసైంధవలవణమ్॥

మాణిమన్థమ్-అ-న-సింధుజలవణమ్॥

మాతఙ్గః-అ-పు-గజః-౨చండాలః - ౩తత్త్రియ(స్త్రీ)లుబ్ధకజాతః-౪అశ్వత్థవృక్షః- ౫అర్హనుపాసకవిశేషః॥ తె॥ ౩మాదిగవాండు.

మాతఙ్గమకరః-అ-పు-మహామత్స్యభేదః॥

మాతఙ్గీ-ఈ-సీ-పార్వతీ- ౨వసిష్ఠభార్యా-౩దశమహావిద్యాంతర్గతనవమవిద్యా॥

మాతరపితరౌ-ఋ-పు-జననీజనకౌ॥ తె॥ తలితండ్రులు.

మాతరిశ్వా-న్-పు-వాయుః॥

మాతలిః-ఇ-పు-ఇంద్రసారథిః॥

మాతలిః-ఇ-త్రి-భాగ్యవాన్-౨బుద్ధిశాలీ॥

మాతా-ఆ-సీ-జననీ-యథా-విశ్వేశ్వరీంవిశ్వమాతాంచండికాంప్రణమామ్యహమ్॥ ఇతిశివరహస్యేదుర్గాస్తవదర్శనాత్-ఆబంతోయంశబ్దః॥

మాతా-ఋ-సీ- పార్వతీ-౨జననీ-౩గౌః-౪మాతృకాసప్తకమ్॥

మాతా-ఋ-త్రి- మాపకః॥ తె॥ కొలిచెడువాండు.

మాతాపితరౌ-ఋ-పు-జననీజనకౌ॥ తె॥ తలిదండ్రులు.

మాతామహః-అ-పు-మాతృజనకః॥ తె॥ తల్లితండ్రి.

మాతామహాః-అ-పు- మాతృవంశ్యాః॥ తె॥ తల్లివంశమువారు.

మాతామహీ- ఈ- సీ- మాతామహపత్నీ, మాతృమాతా॥

మాతాలీ-ఈ-సీ-మాతుఃసఖీ॥

మాతుమ్-మ్-ం-పరిమాతుమిత్యర్థే॥ తె॥ కొలిచేటందుకు.

మాతులః-అ-పు-ఉన్మత్తః-౨మాతృభ్రాతా-౩సర్పవిశేషః- ౪మదనద్రుమః- ౫వ్రీహివిశేషః॥ తె॥ ౧ఉమ్మెత్తచెట్టు-౨మేనమామ.

మాతులకః-అ-పు-ధుస్తూరవృక్షః॥

మాతులపుత్రకః-అ- పు- దుత్తూరఫలమ్-౨మాతులసుతః॥ తె॥ ౧ఉమ్మెత్తకాయ-౨మేనమామకూంతురు.

మాతులా-ఆ-సీ-మాతులపత్నీ॥

మాతులానీ-ఈ-సీ-భంగా-౨మాతులపత్నీ-౩కలాయః-౪శణః-౫ప్రియంగువృక్షః తె॥ ౧జనపవిత్తులు - ౨మేనమామపెండ్లాము.

మాతులాహిః-ఇ-సీ-మాలుధానః॥ తె॥ మర్లుంబాము.

మాతులీ-ఈ-సీ-మాతులభార్యా-౨భంగా॥

మాతులుఙ్గః-అ-పు-వరుణవాహః

మాతులుఙ్గకః- అ- పు- ఫలపూరవృక్షః॥ తె॥ మాదిఫలపుచెట్టు.

మాతులుఙ్గా-ఆ-స్త్రీ-మధుకుక్కుటీ॥

మాతులుఙ్గికా-ఆ-స్త్రీ-వనబీజపూరః॥

మాతృకచ్ఛిదః-అ-పు-పరశురామః॥

మాతృకా-ఆ-స్త్రీ-సప్తమాతృకాంతర్గతా-౨ నాట్యక్రియావిశేషః-౩ మాతృకాపుస్తకమ్-౪ న్యాసః- ౫ కరణమ్- ౬ స్వరః-౭ ఉపమాతా-౮ మాతా-౯ ధాతృకా-౧౦ దేవీభేదః-౧౧ వర్ణమాలా- ౧౨ కరణమ్॥ తె॥ ౨ రెండుపాదములతోను రెండుమార్లుదిరగడము

మాతృకేశటః-అ-పు-మాతులః॥

మాతృఘాతుకః-అ-పు-ఇంద్రః॥

మాతృదోషఘ్నీ-ఈ-స్త్రీ-గోదావరీ॥

మాతృనన్దనః-అ-పు- కరంజకవృక్షః-౨ కార్తికేయః॥ తె॥ ౧ కానుగుచెట్టు.

మాతృబన్ధుః-ఉ-పు-మాతృబాంధవః॥

మాతృబాన్ధవః-అ-పు- మాతృబంధుః - సచ మాతామహభగినీపుత్రః-౧ మాతామహీభగినీపుత్రః౨ మాతృమాతులపుత్రశ్చ

మాతృభావః-అ-పు-వృత్తశంఖః॥ తె॥ చుట్టుగుల్ల.

మాతృముఖః-అ-పు-జడః॥

మాతృవాహినీ-ఈ-స్త్రీ-వల్గులాపక్షీ॥

మాతృశర్ధితః-అ-పు-అవివేకీ॥

మాతృశాసితః-అ-పు-మూర్ఖః॥

మాతృష్వసా-ఆ-స్త్రీ-మాతృభగినీ॥

మాతృష్వసేయః-అ-పు-మాతృభగినీపుత్రః

మాతృష్వసేయీ- ఈ - స్త్రీ- మాతృభగినీకన్యా॥

మాతృష్వస్త్రీయః-అ-పు-మాతృభగినీపుత్రః

మాతృష్వస్త్రీయా-ఆ-స్త్రీ-మాతృభగినీకన్యా

మాతృసింహీ-ఈ-స్త్రీ-వాసకః॥

మాత్రమ్-అ-న-అవధారణమ్-౨ కార్త్స్న్యమ్-౩ సంశయః-౪ స్వార్థః- ౫ అక్షరాంశః-౬ వృత్తాంశః-౭ ధనమ్ ॥ తె ॥ ౧ నిశ్చయము.

మాత్రా-ఆ-స్త్రీ-లవః-౨ పరిచ్ఛదః-౩ వర్ణః-౪ మానమ్-౫ కర్ణాదిభూషణమ్- ౬ కాలవిశేషః-౭ ఇంద్రియవృత్తిః-౮ అంశః॥ తె॥ ౧ అల్పపరిమాణము.

మాత్సరః-అ-పు-అన్యోదయద్వేషః॥

మాత్సర్యమ్-అ-న-మత్సరస్యభావః,పరశుభద్వేషః॥

మాత్స్యికః-అ-పు-మత్స్యహింసకః॥

మాథః-అ-పు-పంథాః-౨ మంథనమ్॥

మాథురః-అ-పు-మథురాయాఆగతః॥

మాదః-అ- పు- గర్వః-౨ విద్యాధనాతిశయగర్వః॥

మాదకః-అ-పు-దాత్యూహపక్షీ॥

మాదకః-అ-త్రి-మదకారకద్రవ్యే॥

మాదనమ్-అ-న-లవంగమ్॥

మాదనమ్-అ-త్రి-హర్షకారయితా॥

మాదనః-అ-పు- మన్మథవికారవిశేషః-౨ మదనవృక్షః-౩ ధుస్తూరః॥

మాదనీ-ఈ-స్త్రీ-మాకందీ-౨ విజయా॥

మాదృక్-శ్ -త్రి-మాదృశః॥ తె॥ నావంటిది.

మాదృక్షః-అ-త్రి-మాదృశః॥ తె॥ నావంటిది.

మాదృశః-అ-త్రి-మాదృక్షః॥ తె॥ నావంటిది.

మాద్యమ్-అ-న-త్రిగవః॥ తె॥సిరగడపుచెట్టు.

మాద్రీ-ఈ-స్త్రీ-అతివిషా-౨ పాండుపత్నీ॥ తె॥ ౧ అతివస.

మాద్రీపతిః-ఇ-పు-పాండురాజః॥

మాధవమ్-అ-న-వనితావస్త్రమ్॥

మాధవః-అ-పు-విష్ణుః-౨ వైశాఖమాసః - ౩

మధూకవృక్షః-౭వసంతః-౫మధుపః-౬శర్కరా-౭వారుణచ్ఛత్రమ్-౮మధూకవృక్షః-౯కృష్ణముద్గః॥

మాధవకః-అ-పు- ద్రాక్షాఫలకృతమద్యమ్॥

మాధవప్రియః-అ-పు-కర్కః॥ తె॥ ఎఱ్ఱగుమ్మడి.

మాధవికా-ఆ-సీ-మాధవీలతా॥

మాధవీ-ఈ-సీ- వసంతమల్లికా- ౨౦౦౫ప్రియా-౩అతిముక్తలతా-౪నెపాళికా-౫వెశ్యావిటసంధానకర్త్రీ-౬మధుంధరా౭విపాగమః-౮మద్యమ్-౯తులసీ - ౧౦మిసిః- ౧౧మధుశర్కరా - ౧౨దుర్గా-౧౩మాధవస్యపత్నీ॥ తె॥౧మాధవితీఁగె-౩పుప్పులగురివెంద-౪నేపాళపుచెట్టు-౫కుంటెనకత్తె-౬కల్లుబెల్లము - ౮కల్లు

మాధవీలతా-ఆ- సి - స్వనామఖ్యాతపుష్పలతా॥

మాధవేష్టా-ఆ-సీ-వారాహీకందః॥

మాధవోచితమ్-అ-న-కక్కోలకమ్॥

మాధవోద్భవః-అ-పు-రాజాదనీ॥

మాధుకః-అ-పు-వర్ణసంకరజాతివిశేషః॥

మాధుమతాః-అ-పు - కాశ్మీరదేశోద్భవాః-బహువచనాంతోయమ్॥

మాధురమ్-అ-న-మల్లికా॥

మాధురమ్-అ-త్రి-మధురసంభవమ్॥

మాధురీ-ఈ-సీ-మద్యమ్॥

మాధుర్యమ్-అ-న-స్త్రీహావవిశేషః-౨వ్యాధగీతికా-౩మధురస్యభావః-మధురత్వమ్॥ తె ॥ ౨వ్యాఘ్రపక్ష్యాదులకొరకుఎఱుకలవాఁడుపట్టెడుఈల.

మాధ్యందినమ్-అ-న-మధ్యాహ్నమ్॥

మాధ్యమమ్-అ-త్రి-మధ్యేభవమ్॥

మాధ్యస్థ్యమ్-అ-న-మధ్యస్థస్యభావః-౨మధ్యస్థకరణమ్॥

మాధ్వీకమ్-అ-న-మాధ్వీకమ్॥

మాధ్వికమ్- అ-న- మధూకపుష్పకృతమద్యమ్॥ తె॥ ఇప్పపువ్వులతోఁజేసినసారాయి

మాధ్వీ-ఈ-సీ-పుష్పద్రవాదిమధుసారమయమద్యమ్-౨మధురకంటకామత్స్యః॥

మాధ్వీకమ్-అ-న-మధూకపుష్పకృతమద్యం

మాధ్వీకఫలః-అ-పు-మధునాలికేరికః॥

మాధ్వీమధురా-ఆ-సీ-మధురఖర్జూరికా॥

మానమ్-అ-న- తులామానప్రస్థమానాంగులీమానసామాన్యమ్-౨ప్రమాణమ్॥

మానః-అ-పు-గర్వః-౨స్త్రీకోపవిశేషః- ౩చిత్తోన్నతిః॥ తె॥ ౩గర్వభేదము.

మానకమ్-అ-(సీ)-మాణకమ్॥

మానగ్రన్థిః-ఇ-పు-అపరాధః॥

మానధానికా-ఆ-సీ-కర్కటీ॥

మాననీయమ్-అ-త్రి-మాన్యమ్॥

మానరన్ధ్రా-ఆ-సీ-తామ్రీ॥

మానవః-అ-పు-మనుష్యః-౨బాలః॥

మానవకః-అ-త్రి- అష్టవర్షపర్యంతబాలః-౨కుత్సితపురుషః॥

మానవర్జితః-అ-త్రి-మానరహితః-౨నీచః॥

మానవీ-ఈ-సీ-మానుషస్యస్త్రీజాతిః-౨శాసనదేవతావిశేషః- ౩స్వాయంభువమనుకన్యా॥

మానవౌఘః-అ- పు- తారావిద్యాయాఃపీతస్యోత్తరేవాయవ్యాదీశపర్యంతం పూజ్యగురుపఙ్క్తివిశేషః॥

మానవ్యమ్-అ-న-మానవసమూహః॥

మానసమ్-అ-న-మనః-౨అభిప్రాయః- ౩సరోవరవిశేషః॥

మానసః-అ-త్రి-మనోభవః॥

మానసః-అ-పు-క్రౌంచద్వీపవైశ్యః॥

మానసజపః-అ-పు- ధియావర్ణశ్రేణ్యుచ్చారణమ్॥

మానసతీర్థమ్-అ-న- రాగాదిరహితంమనః॥
మానసపూజా-ఆ-సీ- మనోరచితద్రవ్యకరణకసపర్యా॥
మానసవ్రతమ్-అ-న-అహింసాది॥
మానసా-ఆ-(పు)-మానససరః॥
మానసాలయః అ-పు-హంసః॥
మానసికమ్-అ-త్రి-మనోభవమ్॥
మానసీ-ఈ-సీ-విద్యాదేవీవిశేషః-౨మనోభవాచ॥
మానసూత్రమ్-అ-న-కటిసూత్రమ్॥ తె॥ పురుషుని మొలత్రాడు.
మానసౌకాః-స్-పు-హంసః॥
మానికా-ఆ- సీ- అంజలిద్వయపరిమాణమ్-౨మద్యమ్॥ తె॥౧మానెడు.
మానినీ-ఈ-సీ- ప్రణయకోపయుక్తస్త్రీ-౨ఫలీవృక్షః॥
మానీ-న్- త్రి-మానవిశిష్టః-౨సింహః॥
మానుజః-అ-పు- మనుష్యజాతిః౨పుండ్రదేశీయః॥
మానుషః-అ-పు-మనుష్యజాతిః॥
మానుషికమ్-అ-త్రి-మనుష్యస్యకర్మాది॥
మానుషీ- ఈ- సీ- మనుష్యస్త్రీజాతిః-౨చికిత్సావిశేషః॥
మానుష్యమ్-అ-న- మనుష్యస్యభావః,మనుష్యత్వమ్-౨మనుష్యశరీరమ్॥
మానుష్యకమ్-అ-న-మనుష్యసమూహః॥
మానోజ్ఞకమ్-అ-న-మనోజ్ఞత్వమ్॥
మాన్థిలవః-అ-పు-రాజభృంగపక్షీ॥ తె॥ పెద్దకూఁకటిమూగ.
మాన్ద్యమ్-అ-న-రోగః-౨మందతాచ॥
మాన్ధాతా-ఋ-పు-షోడశరాజవిశేషః॥
మాన్యః-అ-త్రి-అర్చ్యః॥
మాన్యస్థానమ్-అ-న-పూజ్యత్వకారణమ్॥

మాన్యా-ఆ-సీ-మరున్మాలా-౨పూజ్యాచ॥
మాపత్యః-అ-పు-కామః॥
మాపనమ్-అ-న-పరిమాణే॥
మాపనః-అ పు-తూలః॥
మామకః-అ-త్రి-మమత్వయుక్తః॥
మామకః-అ-పు-మాతులః-౨కృపణః॥
మామకీనమ్-అ-త్రి-మదీయమ్॥
మాయః-అ-పు-పీతాంబరః-౨అసురః॥
మాయా-ఆ-సీ-రతీదేవీ-౨పార్వతీ-౩కపటః౪హరిద్వారమ్-౫శాంబరీ-౬దంభః-౭కృపా-౮పీతాంబరమ్-౯అంబరమ్-౧౦అవిద్యా-౧౧లక్ష్మీః-౧౨బుద్ధిః-౧౩శఠతా-౧౪రాజ్ఞాంయుద్ధోపాయవిశేషః-౧౫బుద్ధమాతా-౧౬విసదృశప్రతీతిసాధనంమాయః - ౧౭అఘటనఘటనపటీయసీమాయా॥ తె॥౫ఇంద్రజాలము మొదలయినది.
మాయాకారః-అ- పు - ఇంద్రజాలాదిమాయాకారకః॥ తె॥గారిడీవాఁడు.
మాయాకృత్ -త్ -పు-మాయాకారః॥
మాయాజీవీ-న్ -పు-ప్రాతిహారికః॥
మాయాతిః-ఇ-పు-నరబలిః॥
మాయాదః-అ పు-కుంభీరః॥
మాయాదేవీసుతః-అ-పు- శాక్యబుద్ధదేవః॥
మాయాఫలమ్-అ-న-ఫలవిశేషః॥
మాయామోహః-అ-పు-విష్ణుదేహనిర్గతాసురమోహకపురుషవిశేషః॥
మాయావతీ-ఈ-సీ-రతిః॥
మాయావసికః-అ-త్రి-పరప్రతారకః॥
మాయావాన్-త్ -పు-కంసరాజః॥
మాయావాన్-త్ -త్రి - మాయాయుక్తః॥
మాయావీ-న్-పు - ఇంద్రజాలాదిమాయాకారః-౨బిడాలః॥

మాయావీ-న్-త్రి-మాయా॥ తె॥ అబద్ధము చేసెడువాఁడు.

మాయాసీతా-ఆ-సీ - యోగేనఅగ్నికృతసీతా ప్రతికృతిః॥

మాయాసుతః-అ-పు-బుద్ధః॥

మాయికమ్-అ-న-మాయాఫలమ్-మాయికా మాద్రికా ఇత్యపి పాఠః॥

మాయికః-అ-పు-మాయాకారః॥

మాయీ-న్-పు - ఇంద్రజాలాదిమాయాకరః-౧మాయావీ-౨అగ్నిః-౩శివః-౪చతుర్ముఖః-౫విష్ణుః-౬దైత్యః-౭కామః॥ తె॥౧అబద్ధము చేసెడువాఁడు.

మాయుః-ఉ-ద్వి-పిత్తమ్॥ తె॥ పైత్యము.

మాయురాజః-అ-పు-కుబేరపుత్రః॥

మాయూరమ్-అ-న-మయూరసమూహః-౧పుగవిశేషః-౨తృణకీటః-౩దేశవిశేషః-౪ద్వీపవిశేషః॥ తె॥౧నెమళ్లగుంపు.

మాయూరః-అ-త్రి-మయూరసంబంధీ॥

మాయూరికః-అ-పు - మయూరహింసకః॥ తె॥ నెమళ్లనుఁజంపెడువాఁడు.

మాయూరీ-ఈ-సీ-అజమోదా॥

మారః-అ-పు-మన్మథః-౧మరణమ్-౨వృషః-౩విఘ్నః-౪ధుత్తూరః॥

మారకః-అ-పు-మరకః-౧పక్షివిశేషః॥

మారకః-అ-త్రి-మారణకర్తా॥

మారకర్మహన్-న్-పు - శింబికాఖ్యతృణధాన్యవిశేషః॥

మారజిత్-త్-పు-బుద్ధదేవః॥

మారణమ్-అ-న-విశసనమ్॥ తె॥ చంపడము.

మారణ్డః-అ-పు- సర్పాండః - ౧గోమాయుమండలమ్-౨మార్గః॥ తె॥౧పాముగ్రుడ్డు

మారదః-అ-పు-గోవిందః-౧శివః॥ తె॥ ౧విష్ణువు-౨హరుఁడు.

మారద్విపకరః-అ-పు-శిశ్నః॥

మారిః-ఇ-సీ-మసూచికారోగః-౧మారణమ్-౨వర్షః॥

మారిచికమ్-అ-త్రి- మరీచేనసంస్కృతమ్॥

మారితః-అ-పు-నష్టీకృతః-౧భస్మీకృతః॥

మారివ్యసనవారకః-అ-పు - రాజర్షివిశేషః॥

మారిషః అ-పు-నాట్యోక్తపూజ్యః - ౧చంచలకః-౨కనకమ్-౩అంబుధిః-౪సింహః-౫వరాహః॥ తె॥౧నీరుచిర్తిచెట్టు.

మారిషా-ఆ-సీ-దక్షమాతా॥

మారీ-ఈ-సీ-చండీ-౧జనక్షయః-౨లక్ష్మీః-౩పుంశ్చలీ-౪మాహేశ్వరీశక్తిః॥

మారీచమ్-అ-న-తక్కోలఫలమ్॥

మారీచః-అ-పు-యాచకః-౧ద్విజః-౨దానవవిశేషః-౩మునివిశేషః-౪రాజహస్తీ॥

మారీచీ-ఈ-సీ- దేవతాభేదః-సాతుమాయాదేవీ॥

మారుణ్డః-అ-పు-సర్పాండః- ౧పంథాః-౨గోమయమండలమ్॥

మారుతః-అ-పు-వాయుః-౧మరువకః॥ తె॥౧గాలి-౨మరువముచెట్టు.

మారుతవ్రతమ్-అ-న-రాజధర్మవిశేషః॥

మారుతాత్మజః-అ-పు-ఆంజనేయః॥

మారుతాపహః-అ-త్రి-వాయునాశకే॥

మారుతాపహః-అ-పు-జంబీరవృక్షః॥ తె॥ నిమ్మచెట్టు.

మారుతాశనః-అ-పు-సర్పః॥ తె॥పాము.

మారుతాశనః-అ-త్రి-వాయుమాత్రభక్షకే

మారుతిః-ఇ-పు-భీమసేనః- ౧హనూమాన్॥

మారుతీ-ఈ-సీ-స్వాతీనక్షత్రమ్॥

మార్కటమ్-అ-న-రతిబంధవిశేషః-౧మర్కటసంబంధః॥

మార్కటీ-ఈ-సీ- వల్లీకరజః॥ తె॥ క్రోతివన్నెక్రాఁగుచెట్టు.

మార్కణ్డః-అ-పు-మార్కండేయమునిః॥

మార్కణ్డికా-ఆ-స్త్రీ-నదీసర్జవృక్షః- ౧లతావిశేషః॥ తె॥౧మద్దిచెట్టు.

మార్కణ్డీయమ్-అ-న-భూమ్యాహుల్యమ్॥

మార్కణ్డేయః-అ-పు-మృకండుమునిపుత్రః॥

మార్గః-అ-పు-మార్గశీర్షమాసః-౧తాలప్రాణవిశేషః-౨వర్త్మ-౩కస్తూరీ-౪అన్వేషణమ్-౫మృగశీర్షనక్షత్రమ్-౬బౌద్ధోక్తజ్ఞానవిశేషః-౭గుదమ్-౮విష్ణుః॥ తె॥౪వెదకుట.

మార్గకః-అ-పు-అగ్రహాయణమాసః॥

మార్గణమ్-అ-న-అన్వేషణమ్-౧యాచ్ఞా-౨ప్రణయః॥

మార్గణః-అ-పు-బాణః॥

మార్గణః-అ-త్రి-యాచకః॥

మార్గణకః-అ-పు-యాచకః॥

మార్గణా-ఆ-స్త్రీ-యాచ్ఞా॥

మార్గణా-ఆ-(పు)-అన్వేషణమ్॥ తె॥ వెదుకుట

మార్గధేనుః-ఉ-పు-యోజనపరిమాణమ్॥

మార్గధేనుకమ్-అ-న-యోజనమ్॥

మార్గశిరః-అ-పు-మార్గశీర్షమాసః

మార్గశీర్షః-అ-పు-మార్గశీర్షమాసః॥

మార్గశీర్షీ-ఈ-స్త్రీ-మార్గశీర్షమాసపూర్ణిమా

మార్గసారితకమ్-అ-న- నాటకాంగవిశేషః॥

మార్గికః-అ-త్రి-మృగహంతా-౧పథికః॥

మార్గికః-అ-పు-వ్యాధః॥ తె॥ బోయవాఁడు.

మార్గితః-అ-త్రి-అన్వేషితః॥ తె॥ వెదకబడ్డది.

మార్గ్యమ్-అ-త్రి-మార్జనీయమ్-౧అన్వేషణీయంచ॥

మార్జః-అ-పు-విష్ణుః-౧రజకః-౨మార్జనమ్॥

మార్జనమ్-అ-న- ప్రోంఛనాదినాఅంగనిర్మలీకరణమ్॥

మార్జనః-అ-పు-తిరీటవృక్షః-౧శ్వేతలోధ్రః॥ తె॥౧ఎఱ్ఱలొద్దుగుచెట్టు.

మార్జనా-ఆ-స్త్రీ-మర్దలభేదధ్వనిః- ౧స్నానాదికృతశరీరనిర్మలత్వమ్॥

మార్జనీ-ఈ-స్త్రీ-పార్వతీ-౧దూతీ-౨సమ్మార్జనీ-౩మాలికాంతరమ్॥ తె॥౨చీఁపురు.

మార్జనీయః-అ - త్రి- మార్జనయోగ్యః-౧అగ్నిః-౨శోధనమ్॥

మార్జవః-అ-పు-భృంగరాజః॥ తె॥గుంటకలగరచెట్టు.

మార్జారః-అ-పు-అగస్త్యః-౧రక్తచిత్రకః-౨బిడాలః-౩ఖట్వాంగః॥ తె॥౧తెల్లగసిచెట్టు-౧ఎఱ్ఱచిత్రమూలము.

మార్జారకః-అ-పు-మయూరః॥

మార్జారకణ్ఠః-అ-పు-మయూరః॥

మార్జారకన్యకా-ఆ-స్త్రీ-చాముండా॥

మార్జారకర్ణికా-ఆ-స్త్రీ-చాముండా॥

మార్జారకర్ణీ-ఈ-స్త్రీ-చాముండా॥

మార్జారగన్ధా-ఆ-స్త్రీ-ముద్గపర్ణీవిశేషః॥

మార్జారగన్ధికా-ఆ-స్త్రీ-దుగ్ధపర్ణీ॥ తె॥పిల్లపెసరచెట్టు.

మార్జారీ-ఈ-స్త్రీ-కస్తూరీ-౧జంతువిశేషః॥

మార్జారీయః-అ-పు- బిడాలః-౧శూద్రః-౨కాయశోధనమ్॥

మార్జాలః-అ-పు-బిడాలః॥ తె॥పిల్లి.

మార్జాలకమ్-అ-న-రతిబంధవిశేషః॥

మార్జాలీయః-అ-పు-శూద్రః-౧బిడాలః- ౨కాయశోధనమ్॥

మార్జికా-ఆ-స్త్రీ-రసాలా॥ తె॥ పెరుగులోననేకద్రవ్యములుఁగూర్చి చేసినది.

మార్జితః-అ-త్రి-శోధితః॥

మార్జితా-ఆ-స్త్రీ-రసాలా- సతుదధిఖండమధుసర్పిమరిచాదికృతకర్పూరాదివాసిత సద్భక్ష్యవిశేషః॥

మార్తణ్డః-అ-పు-సూర్యః-౨అర్కవృక్షః-౩సూకరః॥

మార్తణ్డవల్లభా-ఆ-సీ-ఆదిత్యభక్తా-౨సూర్యపత్నీచ॥

మార్తాణ్డః-అ-పు-సూర్యః-౨సూకరః-౩కవిః ౪కపిః-౫సింహాదిః-౬బుద్ధిప్రసాదః॥

మార్తాణ్డః-అ-త్రి-అనవస్థితః॥

మార్తికః-అ-పు-శరావః॥

మార్తికః-అ-త్రి-మృత్తికానిర్మితః॥

మార్దమ్-అ-న-క్షౌరద్రావణమ్॥ తె॥ చౌటయుప్పు.

మార్దఙ్గమ్-అ-న-పత్తనమ్॥

మార్దఙ్గమ్-అ-త్రి-మృదంగవాదకే॥

మార్దఙ్గికః-అ-పు-మౌరజికః॥ తె॥ మద్దెలవాయించెడువాఁడు.

మార్దవమ్-అ-న-పరదుఃఖప్రదర్శనాత్పీడాబుద్ధిః-౨మృదుతా॥

మార్దవః-అ-పు-వర్ణసంకరజాతివిశేషః॥

మార్షః-అ-పు-నాట్యోక్తపూజ్యః-౨మారిషశాకః॥

మార్షికః-అ-పు-మారిషశాకః॥

మార్ష్టిః-ఇ-సీ-మార్జనమ్-౨తైలమ్రుంతుణమ్॥

మార్ష్టిః-ఇ-సీ-స్నానాదికృతశరీరనిర్మలత్వమ్

మాలమ్-అ-న-క్షేత్రమ్-౨కపటమ్-౩వనమ్

మాలః-అ (సీ)-ఉన్నతభూమిః॥ తె॥దిబ్బ.

మాలః-అ-పు-పర్ణాసః-౨చండాలేతరాంత్యజాతివిశేషః-౩జనః-౪దేశవిశేషః-౫విష్ణుః॥ తె॥౧గగ్గెరచెట్టు.

మాలకమ్-అ-న-స్థలపద్మమ్॥

మాలకః-అ-(సీ)-ఉన్నతభూమిః-౨నింబవృక్షః-౩పర్ణాసః॥ తె॥౧దిబ్బ-౨వేఁపచెట్టు ౩గగ్గెరచెట్టు.

మాలకా-ఆ-సీ-మాల్యమ్॥

మాలకౌశః-అ-పు-రాగవిశేషః॥

మాలచక్రకమ్-అ-న-సక్థ్యూరుపర్వసంధిః॥

మాలతీ-ఈ-సీ-జాతిః-౨నాయకావిశేషః-౩జ్యోత్స్నా-౪నదీవిశేషః-౫రజనీ-౬శతాంగా-౭కాకమాచీ-౮విశాలా॥ తె॥ ౧జాజి.

మాలతీతీరజః-అ-పు-టంకణః॥

మాలతీతీరసమ్భవమ్-అ-న-శ్వేతటంకణమ్

మాలతీపత్రికా-ఆ-సీ-జాతీపత్రీ॥

మాలతీఫలమ్-అ-న-జాతీఫలమ్॥ తె॥ జాజికాయ

మాలయః-అ-పు-చందనవృక్షః॥

మాలయః-అ-త్రి-మలయసంబంధీ॥

మాలవః-అ-పు-దేశవిశేషః-౨కర్షకః-౩వాతూలః॥

మాలవికా-ఆ-సీ-త్రివృత్॥

మాలవీ-ఈ-సీ-పాఠా-౨యష్టిమధుకమ్॥ తె॥౧పాటచెట్టు-౨యష్టిమధుకము.

మాలసీ-ఈ-సీ-కెశపృష్టవృక్షః-౨రాగిణీవిశేషః-౩మేఘరాగస్యపత్నీ॥

మాలా-ఆ-సీ-పఙ్క్తిః-౨మాల్యమ్-౩స్పృక్కా॥ తె॥౨పువ్వులదండ-౩స్పృక్కయను గ్రంథ్యము. (రేణి.)

మాలాకణ్టః-అ-పు-అపామార్గః॥ తె॥ఉత్తరేణి.

మాలాకన్దః-అ-పు-మూలవిశేషః॥

మాలాకారః-అ-పు-పుష్పలావః॥ తె॥ పూలదండలమ్ము వాఁడు.

మాలాగ్రన్థిః-ఇ-పు-మాలాదూర్వా॥

మాలాతృణమ్-అ-న-భూతృణమ్॥

మాలాతృణకమ్-అ-న-భూస్తృణమ్॥ తె॥ చిప్పగడ్డి.

మాలాదీపకమ్-అ-న-అలంకారవిశేషః॥

మాలాదూర్వా-ఆ-సీ-దూర్వావిశేషః॥

మాలాదీపకమ్-అ-న-అలంకారవిశేషః॥
మాలాదూర్వా-ఆ-సీ-దూర్వావిశేషః॥
మాలాఫలః-అ-పు-రుద్రాక్షః॥ తె॥ రుద్రాక్ష చెట్టు.
మాలారిష్టా-ఆ-సీ-పాఠీ॥
మాలాలికా-ఆ-సీ-పృక్కా॥
మాలాలీ-ఈ-సీ-పృక్కా॥
మాలిః-ఇ-పు-సుకేశరాక్షసపుత్రః॥
మాలికః-అ-పు-మాలాకారః-౨పక్షిభేదః-౩ రంజకః॥
మాలికా-ఆ-సీ-మాల్యమ్-౨రాజగృహమ్-౩దేవవృక్షాంగవృక్షభేదః-౪సప్తలా-౫పుత్రీ-౬గ్రీవాలంకరణమ్-౭నదీవిశేషః-౮సురా-౯ముమా॥
మాలినీ-ఈ-సీ-మాలాకార(స్త్రీ)-౨గౌరీ-౩స్వర్ణదీ-౪చంపానగరీ-౫నదీభేదః-౬అగ్నిశిఖావృక్షః-౭దురాలభా-౮వృత్తభేదః-సచపంచదశాక్షరపాదచ్ఛందః॥
మాలిన్యమ్-అ-న-మలినత్వమ్॥
మాలీ-న్-పు-మాలాకారః-౨సుకేశరాక్షసపుత్రః॥
మాలీ-ఈ-సీ-మాల్యమ్॥ తె॥ పువ్వులదండ.
మాలీయః-అ-పు-మ్లేచ్ఛపుచ్ఛికా॥ తె॥ ఎఱ్ఱకోడిజుట్టుతోఁటకూరచెట్టు.
మాలుః-ఉ-సీ-పత్రలతా-౨నారీ॥ తె॥ ౧మకరికాపత్రాదులు.
మాలుఙ్గః-అ-పు-కేసరపూరకవృక్షః॥ తె॥ పుల్లమాదిఫలపుచెట్టు.
మాలుధానః-అ-పు-మాతులాహిః॥ తె॥ మఱ్ఱిపాము.
మాలుధానీ-ఈ-సీ-లతాభేదః॥
మాలూకః-అ-పు-కృష్ణార్జకః॥
మాలూరః-అ-పు-బిల్వవృక్షః-౨కపిత్థవృక్షః॥ తె॥ ౧మారేడుచెట్టు.
మాలేయా-ఆ-సీ-స్థూలైలా॥
మాల్యమ్-అ-న-మాలా-౨పుష్పమ్॥
మాల్యపుష్పః-అ-పు-శణతృణమ్॥ తె॥ శణముతెల్లు.
మాల్యపుష్పికా-ఆ-సీ-శణపుష్పీ॥ తె॥ పచ్చజనపచెట్టు.
మాల్యవాన్-త్-పు-మాల్యవత్పర్వతః॥
మాల్లః-అ-పు-వర్ణసంకరజాతివిశేషః- సచలేటాత్తీవరకన్యాయాంజాతః॥
మాల్లవీ-ఈ-సీ-మల్లయాత్రా॥
మాశబ్దికః-అ-త్రి-నిషేధకర్తా॥
మాషః-అ-పు-పచెలిమః-౨కాకాండోలః-౩మానభేదకర్షః-౪మూర్ఖః-౫త్వగ్దోషభేదః॥ తె॥ ౧మినుములు-౨తృణధాన్యవిశేషము.
మాషకః-అ-పు- మాసకః - పంచరత్తికపరిమాణమ్॥
మాషకలాయః- అ- పు- స్వనామఖ్యాతసస్యమ్॥ (మినపచెట్టు.
మాషపర్ణీ-ఈ-సీ- కాంభోజీ॥ తె॥ కాఱు}
మాషభక్తబలిః-ఇ-పు- మాషతండులదధిమిశ్రితపూజోపహారవిశేషః॥
మాషవర్ధకః-అ-పు-స్వర్ణకారః॥
మాషశః-స్-ం - మాషంమాషందదాతీత్యర్థః॥ తె॥ మినుపగింజమినుపగింజచొప్పునిచ్చువాఁడు.
మాషాదః-అ-పు-కచ్ఛపః॥
మాషాదః-అ-త్రి-మాషభక్షకః॥
మాషీణమ్-అ-త్రి- మాషభవనోచితక్షేత్రమ్॥ తె॥ మినుములుపండెడుక్షేత్రము.
మాషౌదనమ్-అ-న-కృసరవిశేషః॥ తె॥ మినపపులగము.

మాష్యః-అ-త్రి-మాషభవనోచితక్షేత్రమ్॥ తె॥మినుములుపండెడుక్షేత్రము.

మాసః-అ-పు-శుక్లకృష్ణపక్షాత్మకకాలః-౨ ద్వాదశసంజ్ఞా-౩ మాషపరిమాణమ్॥ తె॥ ౧ నెల.

మాసకః-అ-పు-మాషకపరిమాణమ్॥

మాసజ్ఞః-అ-పు-దాత్యూహపక్షీ॥

మాసజ్ఞః-అ-త్రి-మాసజ్ఞాతా॥

మాసనమ్-అ-న-సోమరాజీ॥

మాసమానమ్-అ-న-మాసపరిమాణే॥

మాసమానః-అ-పు-వత్సరః॥

మాసరః-అ-పు-అన్నసముద్భవమండః॥ తె॥ గంజిమీఁదిమీఁగడ.

మాసవర్తికా-ఆ-సీ-సర్షపీపక్షివిశేషః॥

మాసాన్తః-అ-పు-అమావాస్యా-౨సంక్రాంతిదినమ్॥

మాసికమ్-అ-న-అమావాస్యాకృతశ్రాద్ధమ్॥

మాసికః-అ-త్రి-మాససంబంధీ॥

మాసురీ-ఈ-సీ-శ్మశ్రుః॥

మాసురీణః-అ-త్రి-మసూరభవనోచితక్షేత్రమ్॥ తె॥ చిఱుసెనగలుపండెడునేల.

మాస్మ-అ-ం-నివారణమ్॥ తె॥ వద్దు.

మాహనః-అ-పు-బ్రాహ్మణః॥

మాహాకులః-అ-త్రి-మహాకులోద్భవః॥

మాహాకులీనః-అ-త్రి-మహాకులీనః॥

మాహాత్మ్యమ్-అ-న-మహాత్మతా,మహిమేతియావత్॥

మాహానామికః-అ-పు-మహానామ్నీరుచాంవేత్తా బ్రాహ్మణః॥

మాహానామ్నికః-అ-పు-మహానామ్నీరుచాంవేత్తా బ్రాహ్మణః॥

మాహారజనః-అ-త్రి-మహారజనరక్తః॥

మాహినమ్-అ-న-రాజ్యమ్॥

మాహిరః-అ-పు-ఇంద్రః॥

మాహిషికః-అ-పు-మహిషీపతిః. వ్యభిచారిణ్యానురక్తపతిః॥

మాహిష్యః-అ-పు-గోరతుకః-౨చంద్రః-౩ రాజా॥ తె॥ ౧ క్షత్రియునికిని, వైశ్యస్త్రీకినిఁబుట్టినవాఁడు.

మాహేన్ద్రః-అ-పు-శుభదండవిశేషః॥

మాహేన్ద్రః-అ-త్రి-మహేంద్రసంబంధీ॥

మాహేన్ద్రీ-ఈ-సీ-సప్తమాతృకావిశేషః-౨కదలీవిశేషః-౩ గౌః॥ తె॥ ౨బొంతుఅరఁటిచెట్టు.

మాహేయః-అ-త్రి-మహ్యాఅపత్యమ్॥

మాహేయః-అ-పు-విద్రుమః॥ తె॥ పగడము.

మాహేయీ-ఈ-సీ-గౌః॥ తె॥ ఆవు.

మాహేశీ-ఈ-సీ-దుర్గా॥

మాహేశ్వరీ-ఈ-సీ-సప్తమాతృకావిశేషః-౨యవతిక్తా॥ తె॥ ౨పద్మమనెడుచెట్టు.

మితారీ-న్-పు-చతుర్ముఖః॥

మిణ్ఠః-అ-త్రి-విటః॥

మితః-అ-త్రి-జ్ఞాతః-౨పరిచ్ఛిన్నః-౩ శబ్దితః-రక్షితః॥

మితఙ్గమః-అ-ద్వ-హస్తీ॥

మితఙ్గమః-అ-త్రి-పరిమితగామిని॥

మితద్రుః-ఉ-పు-సముద్రః॥

మితమ్పచః-అ-త్రి-అతిలోభీ-౨పరిమితపాకకర్తా చ॥

మితాశనః-అ-త్రి-పరిమితభోజీ॥

మితిః-ఇ-సీ-మానమ్-౨పరిమాణమ్-౩ పరిచ్ఛేదః॥

మిత్రమ్-అ-న-బంధుః॥

మిత్రః-అ-పు-ద్వాదశాదిత్యగణవిశేషః-౨సూర్యః-౩ శత్రుదేశానంతరనృపః-౪సుహృత్॥ తె॥ ౪ స్నేహితుఁడు.

మిత్రయుః-ఉ-పు-సుహృత్॥

మిత్రయుద్ధమ్-అ-న-సుహృత్సంగ్రామః॥

మిత్రలబ్ధిః-ఇ-సీ-సుహృత్ప్రాప్తిః॥

మిత్రలాభః-అ-పు-సుహృత్ప్రాప్తిః॥

మిత్రవత్సలః-అ-త్రి-మిత్రప్రియః॥

మిత్రశీః-స్-త్రి-సుహృత్ శాస్తా - మిత్రం శాస్తియః॥

మిత్రా-ఆ-సీ-సుమిత్రా॥

మిత్రీమ్-అ-న-శత్రోఃపరమ్॥

మిథః-స్-౦-రహస్యమ్-౨అన్యోన్యమ్- ౩ ప్రతిజ్ఞా॥

మిథిః-ఇ-పు- నిమిరాజపుత్రః- సతుజనక (రాజః॥

మిథిలా-ఆ-సీ-మిథిలానగరమ్॥

మిథునమ్-అ-న-రాశివిశేషః - ౨స్త్రీపురుషద్వంద్వమ్॥

మిథునమ్-మ్-౦-ఉభౌ॥ తె॥ రెండు.

మిథునరేఖా-ఆ-సీ-పుత్రవృద్ధిలక్షణమ్॥

మిథునీ-న్-పు-ఖంజరీటపక్షీ॥ తె॥ కాటుకపిట్ట.

మిథ్యా-ఆ-౦-అప్రమాణమ్॥ తె॥ అబద్ధము.

మిథ్యాదృష్టిః-ఇ-సీ-పరలోకనాస్తికతా॥

మిథ్యాధ్యవసితిః-ఇ-సీ-అలంకారవిశేషః॥

మిథ్యానిరసనమ్-అ-న-శపథః॥

మిథ్యాభియోగః-అ-పు-మిథ్యావాదః-శతం మే ధారయసీత్యాది మిథ్యోద్భావనమ్॥

మిథ్యాభిశంసనమ్-అ-న-మిథ్యాపాపారోపణమ్॥

మిథ్యాభిశాపః-అ-పు-మిథ్యాపవాదః॥

మిథ్యామతిః-ఇ-సీ- భ్రాంతిః॥

మిథ్యాసాక్షీ-న్-పు-కూటసాక్షీ॥

మిథ్యోత్తరమ్-అ-న-చతుర్థోత్తరాంతర్గతోత్తరవిశేషః॥

మిదచ్ఛకః-అ-పు-ప్రతిరూపధరా॥ తె॥ కంసాలిపడెచ్చు.

మిద్ధమ్-అ-న-ఆలస్యమ్-౨నిద్రా - ౩చిత్తాభిసంక్షేపః॥

మిన్మినః-అ-త్రి-సానునాసికవాగ్విశిష్టః॥

మిరఙ్కః-అ-పు-క్షత్రియగ్రామః॥

మిరుః-ఉ-పు-మరుస్థలమ్॥

మిలితమ్ అ-త్రి-మిశ్రితమ్॥ తె॥ లెక్కకలియఁగూడడము.

మిలిన్దః-అ-పు-భృంగః॥ తె॥ తుమ్మెద.

మిశిః-ఇ-సీ-మధురికా-౨శతపుష్పా- ౩జటామాంసీ॥

మిశీ-ఈ-సీ-జటామాంసీ-౨మధురికా॥

మిశ్రమ్-అ-న-చాణక్యమూలకమ్- ౨మిశ్రితమ్॥

మిశ్రః-అ-త్రి-రతికూజితమ్-౨కరంబః॥ తె॥ ౨కలిసినది.

మిశ్రః-అ-పు-తాలప్రాణజాతివిశేషః-౨గజజాతివిశేషః-౩శ్రేష్ఠః॥

మిశ్రకమ్-అ-న- వంగవిశేషః- ౨దేవోద్యానమ్॥ తె॥౧కొంచమునల్లనితగరము-

మిశ్రకః-అ-పు-సంగీతధ్వనివిశేషః॥

మిశ్రకావనమ్-అ-న-ఇంద్రస్యోద్యానమ్॥

మిశ్రజః-అ-పు-ఖసరః॥

మిశ్రణమ్-అ-న- సంయోజనమ్ - ఏకత్రీకరణమ్॥

మిశ్రపుష్పా-ఆ-సీ- మేథికా-

మిశ్రవర్ణమ్-అ-న-కృష్ణాగురు॥

మిశ్రవర్ణః-అ-త్రి-నానావర్ణయుక్తః॥

మిశ్రవర్ణఫలా-ఆ-సీ-వార్తాకీ॥

మిశ్రశబ్దః-అ-పు-వేస్తరః॥ తె॥ వేసడము.

మిశ్రితమ్-అ-త్రి- మిలితమ్-౨గౌరవితమ్॥ తె॥౧లెక్కకలియఁగూడడము.

మిశ్రితా-ఆ-సీ- మందాదిసప్తధాసంక్రాంత్యంతర్గతసంక్రాంతివిశేషః॥

మిశ్రేయః-అ-ద్వ-శితశివా॥ తె॥ పిన్నసదాపచెట్టు.

మిశ్రేయా-ఆ-సీ- మధురికా-౧శతపుష్పా॥
మిషమ్-అ-న-కపటః-౧స్పర్ధనమ్-౨తృష్ణా-౩పిపాసా-౪వీప్సా॥ తె॥౨ఆశ.
మిషః-అ-పు-వ్యాజః॥
మిషిః-ఇ-సీ-జటామాంసీ-౧మధురికా-౨శతపుష్పా॥
మిషికా-ఆ-సీ-జటామాంసీ॥
మిషీ-ఈ-సీ-వ్యాజః॥
మిష్టమ్-అ-త్రి-సిక్తమ్-౧స్పర్ధితమ్॥
మిష్టః-అ-పు-మధురరసః॥
మిష్టాన్నమ్-అ-న-మధురద్రవ్యమ్॥
మిసిః-ఇ-ద్వ-మిశ్రేయా॥ తె॥ పిన్నసదాపచెట్టు.
మిసికః-అ-పు-సర్పబిలమ్॥
మిసీ-ఈ-సీ-మధురికా-౧జటామాంసీ-౨శతపుష్పా-౩ఉశీరీ-౪అజమోదా॥
మిహికః-అ-పు-వాయుఖడ్గః॥
మిహికా-ఆ-సీ-నీహారః॥ తె॥మంచు.
మిహిరః-అ-పు-సూర్యః-౧పవనః-౨చంద్రః-౩వృద్ధః-౪కామః-౫మూర్ఖః-౬అర్కవృక్షః-౭విక్రమాదిత్యభూపస్యనవరత్నాంతర్గతరత్నవిశేషః॥
మిహిరాణః-అ-పు-శివః॥
మీఢమ్-అ-న-మూత్రమ్॥
మీఢః-అ-త్రి-శకృత్సృష్టమూత్రాదిః॥
మీఢుష్టమః-అ-పు-సూర్యః-౧శివః-౨తాలద్రుమాగ్రమ్-౩తస్కరః॥
మీఢ్వః-అ-పు-మునివిశేషః-౧స్వల్పః-౨పుత్రః-౩శార్దూలః॥
మీఢ్వాన్-స్-పు-శివః॥
మీనః-అ-పు-రాశివిశేషః-౧మత్స్యః॥
మీనకేతనః-అ-పు-మన్మథః॥
మీనగోధికా-ఆ-సీ-జలాశయః॥
మీనఘాతీ-న్-పు-బకః॥
మీనఘాతీ-న్-త్రి-మత్స్యఘాతకే॥
మీననేత్రా-ఆ-సీ-గండదూర్వా॥
మీనరః-అ-పు-మకరః॥
మీనరఙ్కః-అ-పు- మత్స్యాశనపక్షీ-మత్స్యరంగ ఇత్యపిపాఠః॥ (పిట్ట.)
మీనవల్లికా-ఆ-సీ-వర్తికా॥ తె॥మీనవల్లంకి
మీనవృద్ధిః-ఇ-సీ-నీలపుష్పపలాండుః॥ తె॥నల్లపూలుగలవుల్లి.
మీనా-ఆ-సీ-ఉషాకన్యా॥
మీనాక్షీ-ఈ-సీ-కుబేరసుతా-౧మత్స్యాక్షీ-౨గండదూర్వా॥
మీనాగ్రవల్లభా-ఆ-సీ - పాలక్యశాకమ్॥ తె॥పాలంకికూర.
మీనాణ్డీ-ఈ-సీ-శర్కరా॥
మీనాస్మిణః-అ-పు- దర్దురామ్రః - ౧ఖంజనః॥
మీనాలయః-అ-పు-సముద్రః॥
మీమాంసకః-అ - పు - మీమాంసాశాస్త్రవేత్తా॥
మీమాంసా-ఆ-సీ- ప్రమాణైరర్థవిచారణమ్॥
మీరః-అ-పు-సముద్రః- ౧పర్వతైకదేశః-౨సీమా-౩పానీయమ్॥
మీలమ్-అ-న-వనమ్॥
మీలనమ్-అ-న-పక్ష్మభిరావణమ్॥
మీలాపకః-అ-పు-కురంటకః॥ తె॥ పచ్చపువ్వులుగల పెద్దగోరంట.
మీలితమ్-అ-త్రి-అప్రఫుల్లమ్॥
మీలితమ్-అ-న-అలంకారవిశేషః॥
మీవరః-అ-త్రి-హింస్రః- ౧సేనానీ- ౨పూజ్యః॥
మీవా-న్-పు-వాయుః॥
మీవా-ఆ-సీ-ఉదరకృమిః-౧శీకరః- ౨సారః॥

మీస్థః-అ-పు-మీనః-౧మహాకాలః॥
మః-ఉ-పు-బంధనమ్-౧పింగళః-౨భేదః-౩వర్గః-౪మోక్షః-౫చింతా॥
ముకన్దకః-అ-పు-పలాండుః॥
ముకుమ్-౦-౦- నిర్వాణమ్-౧భక్తిరసః- ౨ప్రేమ॥
ముకుః-ఉ-పు-ముక్తిః॥
ముకుటమ్-అ-న కిరీటమ్॥
ముకుటీ-ఈ-స్త్రీ-అంగులిమోటనమ్॥
ముకున్దః-అ-పు- విష్ణుః-౧నిధివిశేషః-౨కుందురుః-౩పారదః - ౪రత్నవిశేషః॥ తె॥ ౨కుందురుష్కమనెడు గ్రంథ్యము- ౩పాదరసము-౪ఒకానొకరత్నము.
ముకున్దకః-అ-పు- తాలప్రాణకలావిశేషః-౧పలాండుః-౨యష్టికవ్రీహిః॥
ముకున్దుః-ఉ-పు-కుందురుః॥
ముకురః-అ-పు-దర్పణః-౧కులాలదండః-౨మల్లికాకుసుమమ్-౩వకులవృక్షః-౪కులవృక్షః-౫కోరకః॥
ముకులః-అ-(స్త్రీ)- ఈషద్వికసితకలికా- ౧శరీరమ్-౨ఆత్మా॥
ముకులః-అ-పు-అభినయహస్తవిశేషః॥
ముకుష్టః-అ-పు-వనముద్గః॥
ముకుష్టకః-అ-పు-వనముద్గః॥
ముకూలకః-అ-పు-దంతివృక్షః॥
ముక్తః-అ-త్రి-పరిత్యక్తః-౧మోక్షప్రాప్తః
ముక్తకమ్-అ-న- కరయంత్రమ్॥ తె॥ బాణము నారినిఁగూర్చి వ్రేళ్లనుపట్టెడు పట్టు.
ముక్తకఞ్చుకః-అ-త్రి-ఉజ్ఝితకంచుకే॥
ముక్తకఞ్చుకః-అ-పు- నిర్ముక్తసర్పః॥ తె॥ కుబుసమూడ్చినపాము।
ముక్తచక్షుః-స్-పు-సింహః॥
ముక్తచక్షుః-స్-త్రి-ముక్తనేత్రే॥

ముక్తబన్ధా-ఆ-స్త్రీ-వార్షికమల్లికా॥
ముక్తరసా-ఆ-స్త్రీ-రాస్నా॥
ముక్తరసా-ఆ-త్రి-త్యక్తరసే॥
ముక్తా-ఆ-స్త్రీ-మౌక్తికమ్-౧రాస్నా॥
ముక్తాకలాపః-అ-పు-ముక్తాహారః॥
ముక్తాగారమ్- అ - న- శుక్తిః-౧మౌక్తికగృహంచ॥
ముక్తాపుష్పః-అ-పు- కూటపుష్పః॥ తె॥ కుందయను చెట్టు.
ముక్తాప్రసూః-ఊ-స్త్రీ-శుక్తిః॥
ముక్తాప్రాలమ్బః-అ-పు-ముక్తాహారః॥
ముక్తాఫలమ్-అ-న-మౌక్తికమ్-౧కర్పూరమ్-౨లవలీఫలమ్- ౩వోపదేవకృతగ్రంథవిశేషః॥
ముక్తాముక్తః-అ-త్రి-క్షిప్తాక్షిప్తః॥
ముక్తాలతా-ఆ-స్త్రీ-ముక్తాహారః॥
ముక్తావలీ-ఈ-స్త్రీ-ముక్తాహారః - ౧మౌక్తికశ్రేణీచ॥ తె॥ ౧అచ్చముత్తెములహారము
ముక్తాస్ఫోటః-అ-పు-శుక్తిః॥
ముక్తాస్ఫోటా-ఆ-స్త్రీ-శుక్తిః॥
ముక్తిః-ఇ-స్త్రీ- మోక్షః-౧మోచనమ్॥
ముక్తిదమ్-అ-న-భగవన్నామవిశేషః॥
ముక్తిదమ్-అ-త్రి-ముక్తిదాతా॥
ముక్తిమణ్డపః-అ-పు విశ్వేశ్వరస్యదక్షిణపార్శ్వస్థమండపః- ౧శ్రీజగన్నాథమందిరదక్షిణపార్శ్వస్థమండపశ్చ॥
ముక్తిముక్తః-అ-పు-సిహ్లకమ్॥
ముఖమ్-అ-న-నాట్యప్రథమసంధిః-౧గ్రామాగ్రభూమిః-౨వక్త్రమ్-౩ప్రధానమ్ ౪ప్రారంభః-౫ఉపాయః-౬ద్వారమ్ ౭తాంత్రమ్-౮శబ్దః-౧౦ నాటకః- ౧౧ వేదః॥ తె॥ ౧ఊరిముందటిభూమి-౨నోరు
ముఖః-అ-పు-డహుః॥

ముఖగన్ధః-అ-పు-శిగ్రువృక్షః॥ తె॥ మునుగ }
ముఖగన్ధకః-అ-పు-పలాణ్డుః॥ చెట్టు }
ముఖఘణ్టా-ఆ-స్త్రీ-హులహులీధ్వనిః॥
ముఖచీరీ-ఈ-స్త్రీ-జిహ్వా॥
ముఖజః-అ-పు-బ్రాహ్మణః॥
ముఖజః-అ-త్రి-వక్త్రజాతే॥
ముఖతీయమ్-అ-త్రి-ముఖసంబంధి॥
ముఖదూషణః-అ-పు-పలాండుః॥
ముఖధావనమ్-అ-న-ఆస్యప్రక్షాళనమ్॥
ముఖధౌతా-ఆ-స్త్రీ-బ్రాహ్మణయష్టికా॥
ముఖనిరీక్షకః-అ-పు-అలసః॥
ముఖనివాసినీ-ఈ-స్త్రీ-సరస్వతీ॥
ముఖపూరణమ్-అ-న-గండూషః॥
ముఖపూర్ణమ్-అ-న-గండూషః॥ తె॥ పుక్కిట నీళ్లుఁబట్టుట.
ముఖప్రియః-అ-త్రి-వక్త్రరోచకే॥
ముఖప్రియః-అ-పు-ఆమ్లపంపరా॥ తె॥ పుల్ల పంపరపనస చెట్టు.
ముఖభూషణమ్-అ-న-వీటికా॥ తె॥ తాంబూలము.
ముఖమణ్డనః-అ-పు-తిలకవృక్షః॥
ముఖమణ్డనకః-అ-పు-తిలకవృక్షః॥
ముఖమణ్డనకః-అ-త్రి-ఆస్యభూషకే॥
ముఖమోదః-అ-పు-శోభాంజనః॥
ముఖయన్త్రణమ్-అ-న-కవికా॥
ముఖరః-అ-త్రి-దుష్టనిష్ఠురవచనః॥ తె॥ అక్కర లేనిమాటలుప్రేలెడువాఁడు.
ముఖరః-అ-పు-కాకః-౨శంఖః॥
ముఖరోగః అ-పు-వక్త్రామయః॥
ముఖరోగహా-న్-పు- అరిమేదవృక్షః॥ తె॥ కంపుతుమ్మచెట్టు.
ముఖలాఙ్గలః-అ-పు-సూకరః॥
ముఖవల్లభః-అ-పు-దాడిమవృక్షః॥
ముఖవల్లభః-అ-త్రి-ముఖప్రియే॥
ముఖవాచికా-ఆ-స్త్రీ-అంబష్ఠా॥
ముఖవాద్యమ్-అ-న-వక్త్రనాలవాద్యమ్-౨ ముఖస్యముఖేనచవాద్యంచ॥
ముఖవాసః-అ-పు-గంధతృణమ్॥
ముఖవాసనః- అ-పు- ముఖవాసనగంధద్రవ్యమ్॥ తె॥ యక్షకర్దమము మొదలైనది.
ముఖవిద్వల్లీ-ఈ-స్త్రీ-తైలపాయికా॥ తె॥ గ }
ముఖవిలుణ్ఠికా-ఆ-స్త్రీ ఛాగీ॥ (బ్బిలము. }
ముఖవిష్ఠా-ఆ-స్త్రీ-తైలపాయికా॥ తె॥ గబ్బిలం
ముఖశఫః-అ-పు-దుర్ముఖః॥
ముఖశుద్ధిః-ఇ-స్త్రీ-వక్త్రశోధనమ్॥
ముఖశోధనమ్-అ-న-త్వచమ్॥
ముఖశోధనః-అ-పు-కటురసః॥
ముఖశోధీ-న్-పు-జంబీరః॥
ముఖష్ఠిలః-అ-త్రి-దుర్ముఖః॥
ముఖసమ్భవః-అ-పు బ్రాహ్మణః॥
ముఖసురమ్-అ-న-తాలసురా॥
ముఖస్రావః-అ-పు-లాలా॥
ముఖాగ్నిః-ఇ-పు-దావాగ్నిః-౨శరముఖదత్తవహ్నిః॥
ముఖామయః-అ-పు-ముఖరోగః॥
ముఖాఙ్గకః-అ-పు-అఙ్గకః॥
ముఖాస్త్రః-అ-పు-కర్కటః॥
ముఖీశాలా-ఆ-స్త్రీ- సంవేశినీ॥ తె॥ తలవాకిటి చావడి.
ముఖోల్కా-ఆ-స్త్రీ-దావానలః॥
ముఖ్యః-అ-పు-ప్రథమఃకల్పః॥
ముఖ్యః-అ-త్రి-సజాతీయసమూహప్రధానః
ముఖ్యసర్గః-అ-పు-స్థావరసృష్టిః॥
ముగూహః-అ పు-దాత్యూహపక్షీ॥
ముగ్ధః-అ-త్రి - సౌమ్యః-౨నవః-౩మూఢః-౪సుందరః॥.

ముగ్ధబోధమ్-అ-న-వోపదేవకృతవ్యాకరణవిశేషః॥

ముగ్ధా-ఆ-స్త్రీ-స్వీయానాయికాభేదలజ్జావిజితమన్మథనాయికా॥

ముఙ్క్షః-అ-పు-గోలీఢః॥ తె॥ మొక్కపుచెట్టు.

ముచకః-అ-పు-అలక్తః-౨లాక్షా॥ తె॥ ౧లత్తుక-౨లక్క.

ముచప్రత్రా-ఆ-స్త్రీ-ధారీ॥ తె॥ కోరెందచెట్టు.

ముచికున్దమ్-అ-న-సూర్యశంఖః॥

ముచికున్దః-అ-పు-చతుర్ముఖః-౨కుబెరధనుః॥

ముచిరః-అ-త్రి-దాతా॥

ముచిరః-అ-పు-ధర్మః-౨వాయుః-౩దేవతా॥

ముచుకున్దః-అ-పు-పుష్పవృక్షవిశేషః-౨మాంధాతృరాజపుత్రః॥

ముచుటీ-ఈ-స్త్రీ-అంగులిమోటనమ్-౨ముష్టిః॥

ముఞ్చకః-అ-పు-ముష్కకవృక్షః॥

ముఞ్జః-అ-పు-అగ్నిస్ఫులింగః-౨బ్రహ్మమేఖలః-౩రాజవిశేషః-౪హిమవత్పర్వతపృష్ఠదేశస్థగిరిః-౫శరః॥ తె॥ ౧అగ్నిమిణుగురులు-౨ముంజగడ్డి-౩భోజరాజపితృవ్యుఁడు.

ముఞ్జకః-అ-పు-గోలీఢవృక్షః॥ తె॥ మొక్కపుచెట్టు.

ముఞ్జకేశః-అ-పు-విష్ణుః॥

ముఞ్జకేశీ-న్-పు-విష్ణుః॥

ముఞ్జరమ్-అ-న-శాలూకమ్॥

ముఞ్జా-ఆ-స్త్రీ-బద్ధదర్భజాలమ్-౨పార్వతీ॥

ముఞ్జాతకః-అ-పు-పుష్పశాకభేదః॥

ముఞ్జేక్షుః-ఉ-పు-భద్రముంజః॥ తె॥ కాకివెదురుచెట్టు.

ముణ్డమ్-అ-న-శిరః-౨బోలమ్-౩ముండాయసమ్॥

ముణ్డః-అ-పు-దైత్యవిశేషః-౨రాహుగ్రహః-౩నాపితః-౪స్థాణువృక్షః॥

ముణ్డః-అ-(స్త్రీ)-మూర్ధా॥

ముణ్డః-అ-త్రి-ముండితః-౨ముండాసురః-౩రాహుగ్రహః-౪అలంబుషః-౫వజ్రభేదః-౬పీతిఖగః॥ తె॥ ౧బోడితలవాఁడు

ముణ్డకమ్-అ-న-మస్తకమ్॥

ముణ్డకః-అ-పు-నాపితః॥

ముణ్డచణః-అ-పు-మల్లః॥ తె॥ జెట్టీవాఁడు.

ముణ్డచణకః-అ-పు-కలాయః॥

ముణ్డనమ్-అ-న-క్షౌరమ్-౨త్రాణమ్॥

ముణ్డఫలః-అ-పు-నారికేలవృక్షః॥

ముణ్డశాలిః-ఇ-పు-శాలిభేదః॥

ముణ్డా-ఆ-స్త్రీ-శరీరవియుక్తశిరః-౨అయోవిశేషః॥

ముణ్డాఖ్యా-ఆ-స్త్రీ-మహాశ్రావణికా॥

ముణ్డాయసమ్-అ-న-లోహమ్॥

ముణ్డితమ్-అ-న-లోహమ్॥

ముణ్డితః-అ-త్రి-వాపితః-౨పరివాపితః॥ తె॥ ౧బోడితలవాఁడు-౨గొఱిగఁబడ్డది.

ముణ్డితికా-ఆ-స్త్రీ-వృక్షవిశేషః॥

ముణ్డీ-న్-పు-శ్రావణీ-౨నాపితః॥ తె॥ ౧బోడతరపుచెట్టు-౨మంగలివాఁడు.

ముణ్డీరః-అ-పు-తండులీయః॥ తె॥ చిర్రికూరచెట్టు.

ముణ్డీరపాథిః-ఇ-పు-సూర్యః॥

ముణ్డీరికా-ఆ-స్త్రీ-ముండితికా॥

ముత్-త్-స్త్రీ-వృద్ధినామౌషధమ్॥

ముత్-ద్-స్త్రీ-ఆనందః-౨కళత్రమ్-౩ఖాద్యమ్-౪వైశాఖః॥

ముతజ్గీ-ఈ-స్త్రీ-అగస్త్యవృక్షః॥ తె॥ తెల్లయగసిచెట్టు.

ముత్యమ్-అ-న-మౌక్తికమ్॥ తె॥ ముత్తెము.

ముదా-ఆ-స్త్రీ-హర్షః-యథా-సుఖమానందధుర్మ్మదా॥

ముదితః-అ-త్రి - ఆనందితః- ౧ఆలింగన
ముదితా-ఆ-సీ-హర్షః॥ (విశేషః॥
ముదిరః-అ-పు-మేఘః-౨భోజనమ్- ౩కాముకః-౪భేకః॥ తె॥౨తినడము.
ముదీ-ఈ-సీ-జ్యోత్స్నా॥
ముద్గః-అ-పు-ధాన్యవిశేషః - ౨పక్షివిశేషః॥ తె॥౧పెసలు. (సరచెట్టు.
ముద్గపర్ణీ-ఈ-సీ-కాకముద్గా॥ తె॥ పిల్లపె
ముద్గభుక్-జ్-పు-ఘోటకః॥ తె॥ గుఱ్ఱము.
ముద్గభోజీ-న్-పు-అశ్వః॥ తె॥గుఱ్ఱము.
ముద్గమోదకః-అ-పు-మోదకవిశేషః॥
ముద్గరమ్-అ-న-మల్లికాభేదః॥
ముద్గరః-అ-పు-మల్లికా-౨ద్రుఘణః-౩లోష్టాదిభేదనః-౪ఔషధమ్-౫మత్స్యభేదః-౬అస్త్రభేదః॥ తె॥౧మల్లెచెట్టు- ౨కుటుచటెనుపమడ్డు-౪ఓసుము.
ముద్గరకః-అ-పు-కర్మారః॥
ముద్గలమ్-అ-న-రోహిషతృణమ్॥
ముద్గలః-అ-పు-అమోఘనః- ౨ఆయుధవిశేషః-౩హర్యశ్వరాజపుత్రః - ౪గోత్రకారకమునివిశేషః॥ తె॥౧కమ్మరవా
ముద్గష్టః-అ-పు-వనముద్గః॥ (నిసమ్మెట
ముద్గష్టకః-అ-పు-వనముద్గః॥
ముద్గార్ద్రవటః-అ-పు-వటకవిశేషః॥
ముద్రా-ఆ-సీ-అలంకారవిశేషః - ౨ప్రశంసా-౩స్వరూపమ్-౪ఊర్మికాక్షరమ్- ౫అక్షరయుక్తోర్మికా॥ (హ్నితః॥
ముద్రాఙ్కితః-అ-త్రి - ముద్రయాచి
ముద్రాఙ్కితా-ఆ-సీ-టంకశాలా॥
ముద్రాలిపిః-ఇ-సీ- పంచధాలిప్యంతర్గతలిపివిశేషః॥
ముద్రికా-ఆ-సీ-అంగులిముద్రా॥ తె॥ అక్షరములుచెక్కినయుంగరము.

ముద్రితమ్-అ-త్రి-అప్రఫుల్లమ్-౨ముద్రాంకితశ్చ॥
ముధా-ఆ-౦-వ్యర్థకమ్॥ తె॥నిరర్థకము.
మునిః-ఇ-పు-బుద్ధదేవః-౨కింశుకవృక్షః - ౩తుంబురుః-౪కుశః-౫సప్తసంజ్ఞా-౬మానవ్రతీ-౭దమనకవృక్షః - ౮వంగసేనతరుః॥ తె॥౨మోదుగుచెట్టు- ౩తుంబురనుగ్రంథ్యము-౪కుశదర్భగడ్డి.
మునిః-ఇ-సీ-మానవ్రతయుక్తస్త్రీ॥
మునిఖర్జూరికా-ఆ-సీ-ఖర్జూరీప్రభేదః॥
మునిచ్ఛదః-అ-పు-సప్తచ్ఛదవృక్షః॥
మునిజటిలః-అ-పు-దవనః॥ తె॥దవనము.
మునితరుః-ఉ-పు-బకవృక్షః॥
మునిద్రుమః-అ-పు-అతసీవృక్షః- ౨శ్యోనాకవృక్షః-౩శ్యోణాకప్రభేదః-౪బకవృక్షః॥ తె॥౧నల్లయగసిచెట్టు.
మునినిర్మితః-అ-పు-డిండిశః॥
మునిస్థురా-ఆ-సీ- మెంథీ॥ తె॥ మెంతిచెట్టు.
మునిపిత్తలమ్-అ-న-తామ్రమ్॥
మునిపుఙ్గవః-అ-పు-మునిశ్రేష్ఠః॥
మునిపుత్రః-అ-పు-దమనకవృక్షః- ౨మునిసుతశ్చ॥
మునిపుత్రకః-అ-పు-ఖంజనః॥
మునిపుష్పమ్-అ-న-బకపుష్పమ్॥
మునిపూగః-అ-పు-గువాకవిశేషః॥
మునిప్రియః-అ-పు-ప్రియాలుః॥ తె॥ మొరలిచెట్టు.
మునిభేషజమ్-అ-న-అగస్త్యవృక్షః-౨హరీతకీ-౩లంఘనమ్॥ తె॥౧అగసిచెట్టు.
మునిసువ్రతః-అ-పు-బుద్ధవిశేషః॥
మునిస్థానమ్-అ-న-ఆశ్రమః॥
మునీన్ద్రః-అ-పు- బుద్ధదేవః-౨మునిశ్రేష్ఠః॥
ముముక్షుః-ఉ-పు-ముక్తిమిచ్ఛుః॥

ముముచానః-అ-పు-మేఘః॥
ముమూర్షుః-ఉ-త్రి-ఆసన్నమృత్యుః॥
మురమ్-అ-న-వేష్టనమ్॥
మురః-అ-పు-మురాసురః-౨అశ్వవిశేషః॥
మురగణ్డః-అ-పు-వరణ్డః॥
మురఙ్గీ-ఈ-సీ-వన్యశిగ్రుః-౨భూశీతా-౩ప్రచీరః॥ తె॥ ౧కాఱుమునుగచెట్టు-౨మెట్టతామరచెట్టు-౩కాకిదొండచెట్టు-
మురజః-అ-పు-మర్దలః॥ తె॥మద్దెల॥
మురజఫలః-అ-పు-పనసవృక్షః॥
మురజా-ఆ-సీ-కుబేరపత్నీ॥
మురణ్డః-అ-పు-లంపాకదేశః-౨తద్దేశస్థే పుంభూమ్ని॥
మురదః-అ-పు-విష్ణుశంఖః॥ తె॥ పాంచజన్యము
మురన్దలా-ఆ-సీ-నర్మదానదీ॥
మురప్రియా-ఆ-సీ-ఈశానభార్యా॥
మురమర్దనః-అ-పు-విష్ణుః॥
మురరిపుః-ఉ-పు-విష్ణుః॥
మురలా-ఆ-సీ-నర్మదానదీ॥
మురలీ-ఈ-సీ-వేణుః॥ తె॥పిల్లనగ్రోవి.
మురలీధరః-అ-పు-శ్రీకృష్ణః॥
మురహా-న్-పు-విష్ణుః॥
మురా-ఆ-సీ-తాలపర్ణీ॥ తె॥మురయనుఓషధి
మురారిః-ఇ-పు-విష్ణుః॥
మురిః-ఇ-పు-మరుస్థలమ్॥
మురీ-ఈ-సీ-ధారీ॥ తె॥ కోరిందచెట్టు.
మురుగీ-ఈ-సీ-క్షీరమోరటా॥ తె॥ చేకొణదిచెట్టు.
మురుఙ్గీ-ఈ-సీ-క్షీరమోరటా॥ తె॥ చేకొణదిచెట్టు.
ముర్భిణీ-ఈ-సీ-అంగారధానికా॥
ముర్మురః-అ-పు-తుషాంగారః-౨సూర్యాశ్వః-౩మన్మథః॥ తె॥ ౧ఊకనిప్పు-౨సూర్యునిగుఱ్ఱము.

ముర్మురీ-ఈ-సీ-ధారీ॥ తె॥ కోరెందచెట్టు.
ముశటీ-ఈ-సీ-సితకంగుః॥
ముశలికా-ఆ-సీ-పల్లీ॥
ముశలీ-ఈ-సీ-తాలమూలీ-౨పల్లీ॥
ముషలః-అ-(సీ)-అయోగ్రమ్॥ తె॥ రోఁకలి.
ముషలాముషలి-౦-౦-ముషలైశ్చముషలైశ్చప్రహృత్యయుద్ధంవృత్తమ్॥
ముషలీ-ఈ-సీ-తాలమూలికా-౨గృహగోధికా॥
ముషల్యః-అ-త్రి-ముషలవధ్యః॥
ముషా-ఆ-సీ-మూషా॥
ముషితమ్-అ-న-చౌర్యమ్॥
ముషితః-అ-త్రి-చోరితః-౨ఖండితః-౩మృతః॥ తె॥౧దొంగిలింపఁబడ్డది.
ముష్కః-అ-పు-క్షౌరద్రుమః-౨అండకోశః-౩అద్రిః-౪సంఘాతః॥ తె॥ ౧ముష్కమనెడుచెట్టు-౨వృషణములు.
ముష్కకః-అ-పు-గోలీఢవృక్షః-౨క్షౌరవృక్షః॥ తె॥౧మొక్కపుచెట్టు-౨ముష్కమనెడుచెట్టు-
ముష్కరః-అ-త్రి-కుటిలః॥
ముష్కరః-అ-పు-గోలీఢః॥ తె॥ మొక్కపుచెట్టు
ముష్టమ్-అ-న-చౌర్యమ్॥ తె॥ దొంగతనము.
ముష్టిః-ఇ-సీ-అభినయహస్తవిశేషః-౨బాహ్యరతితాడనహస్తవిశేషః-౩చతుఃపాణితలపరిమాణమ్॥ తె॥౩సోలెడు.
ముష్టిః-ఇ-పు-గోలీఢవృక్షః॥ తె॥ మొక్కపుచెట్టు.
ముష్టిః-ఇ-ద్వ-ఖటః॥ తె॥పిడికిలి.
ముష్టికః-అ-పు-కంసరాజమల్లవిశేషః-౨స్వర్ణకారః॥
ముష్టికాన్తకః-అ-పు-బలదేవః॥
ముష్టిచణః-అ-పు-మల్లః॥ తె॥ జెట్టీవాఁడు.
ముష్టిద్యూతమ్-అ-న-ద్యూతక్రీడావిశేషః॥

ముష్టింధయః-అ-పు-బాలకః॥

ముష్టిబన్ధః-అ-పు-సంగ్రాహః॥ తె॥ పిడికిలి.

ముష్టీముష్టి- ఇ -౦- ముష్టిభిర్ముష్టిభిర్గృహీత్వాప్రవర్తమానయుద్ధమ్॥

ముష్కకః-అ-పు- రాజసర్షపః, వృష్టక ఇతివాపాఠః॥

ముసజ్జీ -ఈ-సీ- కాకనాసికాలతా॥ తె॥ కాకిదొండచెట్టు.

ముసలః-అ-(సీ)-అయోగ్రమ్- ౨ఆయుధమ్॥ తె॥ ౧రోఁకలి.

ముసలీ-ఈ-సీ-తాళీ-౨గృహగోధికా- ౩తాలమూలీ-౪ఆఖుపర్ణీ॥ తె॥ ౧నేలతాడిచెట్టు-౨బల్లి-౪ఎలకచెవిచెట్టు.

ముసలీ-న్-పు-బలరామః-౨గోధా॥ తె॥ ౨ఉడుము.

ముసల్యః-అ-త్రి-ముసలకరణకవధయోగ్యః

ముసుణ్ఢః-అ-పు- అయఃకంకణయుతపరిఘః-౨నైరృతిఖడ్గః-౩అగ్న్యాయుధమ్॥ తె॥ ౧ఇనుపకట్లలాటీకఱ్ఱ.

ముసుణ్ఢీ-ఈ-సీ- అయఃకంకణయుతపరిఘః॥ తె॥ ఇనుపకట్లలాటీకఱ్ఱ.

ముస్తమ్-అ-న-విషవిశేషః॥

ముస్తః-అ-పు-ముస్తకమ్॥

ముస్తకమ్-అ-(సీ)-ముస్తా॥ తె॥ తుంగముస్తె,

ముస్తకః-అ-పు-స్థావరవిషభేదః॥

ముస్తా-ఆ-సీ-ముస్తకః-౨ముస్తాకః॥ తె॥ ౧తుంగముస్తె-౨కోలతుంగముస్తె.

ముస్తాకః-అ-(సీ)-మేఘనామా॥ తె॥ కోలతుంగముస్తె.

ముస్తాదః-అ-పు-సూకరః॥

ముస్తాభమ్-అ-న-ముస్తకవిశేషః॥

ముస్తుః-ఉ-పు-ముష్టిః॥

ముస్రమ్-అ-న-ముసలమ్॥

ముహిరః-అ-పు-కామః-౨మూర్ఖః॥

ముహుః-స్-౦-అసకృదర్థః॥ తె॥ మాటిమాటికిన్ని-తిరిగిన్ని.

ముహురీ-ఈ-సీ-రాజ్యవిశేషః॥ తె॥ జేనెడు సొన్నాయి.

ముహుర్భాషా-ఆ-సీ-పునఃపునఃకథనమ్॥

ముహూర్తః-అ-(సీ)-విఘటికాకాలః - ౨అల్పకాలః॥

ముహూర్తా-ఆ-సీ-యమభార్యా॥

ముహేరః-అ-పు-మూర్ఖః॥

మూః-ర్-సీ-మూర్ఛా॥

మూః-ఊ-సీ-బంధనమ్॥

మూకః-అ-త్రి-వాక్యరహితః॥

మూకః-అ-పు-మత్స్యః-౨దైత్యః-౩దీనః॥

మూకలః-అ-పు-కృతాంతః-౨రాక్షసః॥

మూఖరః-అ-పు-మూకః-౨బధిరః - ౩వారివారణమస్తకః॥

మూఢః-అ-పు-మూర్ఛా-౨ధారారహితకోణరూపవజ్రమణిదోషః॥ తె॥ ౨ వాఁడిలేనికోణములుఁగలుగుట.

మూఢః-అ-త్రి-అవివేకీ-౨బాలః-౩తంద్రితః ౪జడః॥

మూఢకమ్-అ-న-దంతక్షతవిశేషః॥

మూతః-అ-త్రి-బద్ధతృణాదిః॥ తె॥ కట్టఁబడ్డకట్ట.

మూతః-అ-పు-ఆతంచనమ్ - ౨ఉపధానకమ్॥

మూత్రమ్-అ-న-శిశ్నమలమ్॥ తె॥ మూత్రము

మూత్రకృచ్ఛ్రమ్-అ-న-అశ్మరీరోగః॥ తె॥ మూత్రద్వారమందుఱాయి పెఱుగడము.

మూత్రదోషః-అ-పు-ప్రమేహః॥

మూత్రనిరోధః-అ-పు - మూత్రప్రతిబంధకరోగవిశేషః॥

మూత్రపతనః-అ-పు-గంధమార్జారః॥

మూత్రపుటమ్-అ-న-నాభేరధోభాగః॥

మూత్రఫలా-ఆ-సీ-ఛర్దినీ॥ తె॥ చేఁతిదోస చెట్టు.

మూత్రలమ్-అ-న-త్రపుషమ్॥

మూత్రలమ్-అ-త్రి-మూత్రవర్ధకే॥

మూత్రలా-ఆ-సీ-కర్కటీ-౧వాలుకీ॥

మూత్రాఘాతః-అ-పు-ప్రస్రావరోధకరోగవిశేషః॥

మూత్రాశయః-అ-పు-నాభేరధోదేశః॥

మూత్రితః-అ-త్రి-శిశ్నోత్సృష్టమూత్రాదిః॥

మూరిః-ఇ-పు-మరుస్థలమ్॥

మూర్ఖః-అ-పు-మాషః-౧గాయత్రీరహితః॥

మూర్ఖః-అ-త్రి-అవివేకీ॥

మూర్ఖకః-అ-పు-గౌలీధవృక్షః। తె। మొక్క పుచెట్టు.

మూర్ఖతా-ఆ-సీ-మూర్ఖత్వమ్॥

మూర్ఖభ్రాతృకః-అ-పు-మూర్ఖోభ్రాతాయస్యసః॥

మూర్ఛః-అ-త్రి-మూర్ఛారోగవాన్-౧కల్మలః॥ తె॥౧మూర్ఛనుఁబొందడము.

మూర్ఛనా-ఆ-సీ-సంగీతస్వరారోహణావరోహణాంతర యోగః-౧ఏకవింశతిసంజ్ఞా॥

మూర్ఛనా-ఆ-(పు)-మర్దలవాదనమ్॥

మూర్ఛా-ఆ-సీ-సమ్మోహః॥

మూర్ఛాలః-అ-త్రి-మూర్ఛితః॥ తె॥ మూర్ఛరోగముఁవాఁడు.

మూర్ఛితః-అ-త్రి-మూర్ఛారోగీ-౧సోఛ్రయః-౨మూఢః-౩దృఢః-౪వ్యాప్తః॥

మూర్ణః-అ-త్రి-బద్ధః॥

మూర్తః-అ-త్రి-కఠినః-౧మూర్తిమాన్-౨మూర్ఛనమ్॥

మూర్తిః-ఇ-సీ-శరీరమ్-౧కాఠిన్యమ్-౨యవదండః-౩ప్రతిమా॥

మూర్తిమత్-త్-న-శరీరమ్॥

మూర్తిమాన్-త్-త్రి-కఠినద్రవ్యమ్॥

మూర్ధకః-అ-పు-క్షత్రియః॥

మూర్ధకర్ణీ-ఈ-సీ-ఛత్రమ్॥

మూర్ధఖోలమ్-అ-న-ఛత్రమ్॥

మూర్ధజః-అ-త్రి-మూర్ధ్నిజాతే॥

మూర్ధజః-అ-పు-కేశః॥ తె॥ వెంట్రుకలు.

మూర్ధజరఞ్జనమ్-అ-న-కేదారశృంగమ్॥ తె॥ బోదారుశృంగి.

మూర్ధన్యః-అ-త్రి-మూర్ధనిభవః॥

మూర్ధపుష్పః-అ-పు-శిరీషవృక్షః॥

మూర్ధరసః-అ-పు-భక్తఫేనః॥

మూర్ధవేష్టనమ్-అ-న-ఉష్ణీషః॥

మూర్ధా-న్-పు-(స్త్రీ)కలాస్థానవిశేషః-౧ముష్టితాడనస్థానవిశేషః-౨శిరః॥

మూర్ధాభిషిక్తః-అ-పు-క్షత్రియః-౧ప్రధానమ్-౨మంత్రీ॥

మూర్ధాభిషిక్తః-అ-త్రి-ప్రభుః॥

మూర్ధావసిక్తః-అ-పు-క్షత్రియః-౧బ్రాహ్మణపురుషక్షత్రియస్త్రీజాతః॥

మూర్ధ్వా-న్-పు-శిరః॥

మూర్వా-ఆ-సీ-మోరటా॥ తె॥ చాఁగచెట్టు.

మూలమ్-అ-న-నికుంజః-౧బుధ్నః-౨ఉదుంబరభేదః-౩ఆదిః-౪సమీపః-౫నక్షత్రవిశేషః-౬మూలవిత్తమ్-౭నిజమ్-౮చరణమ్-౯టీకార్హగ్రంథః-౧౦సూరణమ్-౧౧పిప్పలీమూలమ్-౧౨పుష్కరమూలమ్॥ తె॥౧పాదరిల్లు-౧వేలు-౨పాలు, పిండి కలిపిచేసినపిండివంటభేదము.

మూలః-అ-త్రి-అశ్విన్యాదిసప్తవింశతినక్షత్రాంతర్గతోనవింశనక్షత్రమ్-౧సింహపుచ్ఛాకారః॥

మూలకః-అ-(సీ)-మూలకః॥ తె॥ ముల్లంగిచెట్టు.

మూలకః-అ- పు- చతుస్త్రింశత్ స్థావరవిష జాత్యంతర్గతవిష భేదః॥

మూలకదలః-అ-పు-మురుంగీ॥ తె॥ కాలుము నుగచెట్టు.

మూలకపర్ణీ-ఈ-సీ-శోభాంజనః॥

మూలకపల్లవః-అ-పు-శిగ్రువృక్షః॥ తె॥ ము నుగచెట్టు.

మూలకమూలా-ఆ-సీ- క్షీరకంచుకీవృక్షః॥

మూలకర్మ-న్-న - ఓషధిమూలాదికృతస్తం భనాదిః-౨ఊనపంచాశదుపపాత కాంత ర్గతోపపాతకవిశేషః-౩మంత్రౌషధాది నావశీకరణమ్॥

మూలకారః-అ-పు-మూలగ్రంథకర్తా॥

మూలకారికా-ఆ-సీ-చుల్లీ-౨మూలగ్రంథా ర్థప్రకాశపద్యమ్ - ౩మూలధనస్యవృద్ధి విశేషశ్చ॥

మూలకృచ్ఛ్రమ్-అ-న-ఏకాదశవిధపర్ణకృచ్ఛ్ర వ్రతాంతర్గతవ్రతవిశేషః॥

మూలకృచ్ఛ్రః-అ - (సీ) - తప్తాదినవకృచ్ఛ్రవి శేషః॥

మూలజమ్-అ-న-ఆర్ద్రికమ్॥

మూలజః-అ-పు-ఉత్పలాదిః॥

మూలజః-అ-త్రి-మూలోద్భవే॥

మూలత్రికోణమ్ అ- న - అర్కాదిగ్రహా ణాంరాశిరుపగృహవిశేషః - సతురవేః సింహః-చంద్రస్యవృషః కుజస్యమేషః- బుధస్యకన్యా-గురోర్ధనుః- భృగోస్తులా- శనేఃకుంభః॥

మూలదేవః-అ-పు-కంసరాజః॥

మూలద్రవ్యమ్-అ-న-మూలధనమ్॥

మూలధనమ్-అ-న-పరిపణః ॥ తె॥ మొదటి సొమ్ము.

మూలధనః-అ-పు-కుబేరశంఖః॥

మూలపర్ణీ-ఈ-సీ-మండూకపర్ణీ॥

మూలపుష్కరమ్-అ-న- పుష్కరమూలమ్॥

మూలపోతీ-ఈ-సీ-పూతికాశాకభేదః॥

మూలప్రకృతిః-ఇ-సీ-ఆద్యాశక్తిః॥

మూలఫలదః-అ-పు-పనసవృక్షః॥

మూలభద్రః-అ-పు-కంసరాజః॥

మూలరసః-అ-పు- మోరటలతా॥

మూలవిభుజః-అ-పు-రథః॥

మూలశాకటః-అ-త్రి- మూలభవనోచితక్షే త్రమ్॥ తె॥ముంపలమ్యోడినేల.

మూలశాకినమ్-అ-న- మూలభవనోచితక్షే త్రమ్॥ తె॥ వేల్లుపండెడునేల.

మూలసస్యకః-అ-పు-వితున్నకః॥ తె॥ చెంచ లిచెట్టు.

మూలస్థానమ్- అ న- ఆకాశమ్- ౨పరమా త్మా॥

మూలస్థానా-ఆ-సీ-గౌరీ॥

మూలా-ఆ-సీ- శతావరీ-౨ మూలనక్షత్రం

మూలా-ఆ-(పు)-మూలానక్షత్రమ్॥

మూలాధారమ్-అ-న-వితలలోకః- ౨అంతః షట్చక్రవిశేషః॥

మూలాధారః- అ- పు- గుహ్యాలింగయోర్మ ధ్యేఅంగులిద్వయమితస్థానమ్, సతుశరీ రస్థసకలనాడీనాంమూలస్థానమ్॥

మూలాహ్వమ్-అ-న-మూలకమ్॥

మూలికః-అ-పు-వృక్షమూలస్థతపస్వీ॥

మూలీ-న్-పు-వృక్షః॥

మూలీ-ఈ-సీ-జ్యేష్ఠీ॥

మూలేరః-అ-పు-జటా॥

మూల్యమ్-అ-త్రి-ప్రతిష్ఠాయోగ్యః-౨రోప ణయోగ్యః॥

మూల్యమ్-అ-న-అవక్రయః-౨భృతిః॥ తె॥౧ వెల,ధర-౨కూలి,జీతము.

మూషః-అ-ద్వి-మూషికః-౨తైజసావర్తనీ॥
మూషకః-అ-ద్వి-ఉందురుః॥
మూషకః-అ-పు-ఇలికః-౨స్వర్ణకారః॥ తె॥౧ ఎలుక-౨కంసాలివాఁడు.
మూషకకర్ణీ-ఈ-సీ-ఆఖుకర్ణీ॥
మూషకపర్ణీ-ఈ-సీ-ఉపచిత్రా॥ తె॥ ఎలుకచెవిచెట్టు
మూషకమారీ-ఈ-సీ-సుతశ్రేణీవృక్షః॥
మూషకా-ఆ-సీ-మూషికా॥
మూషకారాతిః-ఇ-పు-బిడాలః॥ తె॥పిల్లి.
మూషా-ఆ-సీ-తైజసావర్తనీ-౨దేవతాడకః ౩మూషిక(స్త్రీ)జాతిః-౪గవాక్షః॥ తె॥౧ సువర్ణాదిలోహములుకరిగెడుమూస.
మూషాకర్ణీ-ఈ-సీ-ఆఖుకర్ణీ॥
మూషాతుత్థమ్-అ-న-నీలతుత్థమ్॥
మూషికః-అ-పు-జంతువిశేషః॥
మూషికపర్ణీ-ఈ-సీ-జలజతృణవిశేషః॥
మూషికా-ఆ-సీ-దేవదాలికా - ౨మూషక(స్త్రీ)-౩మూషా॥ తె॥౧డావరడంగిచెట్టు-౨ఆఁడెలుక.
మూషికాజ్యః-అ-పు-గణేశః॥
మూషికాఞ్చనః-అ-పు-గణేశః॥
మూషికారాతిః-ఇ-పు-బిడాలః॥ తె॥పిల్లి.
మూషికాహ్వయః-అ-పు-మూషికపర్ణీ॥
మూషితః-అ-త్రి-చోరితః॥ తె॥ దొంగిలింపఁబడ్డది.
మూషిపర్ణికా-ఆ-సీ-మూషికపర్ణీ॥
మూషీ-ఈ-సీ - మూషాస్వర్ణాద్యావర్తనపాత్రమ్-౨మహామూషికః॥
మూషీకః-అ-ద్వి-మూషికః॥
మూషీకకర్ణీ-ఈ-సీ-మూషికపర్ణీ॥
మూషీకా-ఆ-సీ-ఉందురుః॥
మూష్యాయణః-అ-త్రి-అజ్ఞాతపితృకః - గూఢోత్పన్నః॥
మృకణ్డకః-అ-పు-మృకండుమునిః॥
మృకణ్డుః-ఉ-పు-మునివిశేషః॥
మృగః-అ-పు-మృగశిరోనక్షత్రమ్-౨కురంగః ౩మృగయాకర్తృగజః-౪అన్వేషణమ్-౫కురంగజాతిః-౬పశుః-౭యాచనమ్-౮మృగయా-౯మార్గశీర్షమాసః-౧౦యజ్ఞవిశేషః-౧౧మృగనాభిః-౧౨మకరరాశిః॥ తె॥౩. వేఁటాడెడియేనుఁగు-౪వెదకడము-౮వేఁట.
మృగక్షీరమ్-అ-న-మృగీదుగ్ధమ్॥
మృగగామినీ-ఈ-సీ-విడంగమ్-౨మృగసదృశగమనశీలాచ॥ తె॥౧వాయువిళంగము.
మృగచర్మజమ్-అ-న-జవాదినామకగంధద్రవ్యమ్॥
మృగచర్మజమ్-అ-త్రి-మృగచర్మజాతే॥
మృగచేటకః-అ-పు-ఖట్టాసః॥
మృగజాలికా-ఆ-సీ-మృగబంధనార్థజాలమ్॥
మృగజీవనః-అ-పు-వ్యాధః॥
మృగణా-ఆ(పు)అన్వేషణమ్॥ తె॥ వెదకడము
మృగతృట్-ష్-సీ-మృగతృష్ణా॥
మృగతృషా-ఆ-సీ-మృగతృష్ణా॥
మృగతృష్ణా-ఆ-సీ-మరీచికా॥ తె॥ ఎండమావులు.
మృగతృష్ణికా-ఆ-సీ-మృగతృష్ణా॥
మృగదంశకః-అ-పు-శునకః॥ తె॥కుక్క.
మృగధూర్తః-అ-పు-శృగాలః॥ తె॥నక్క.
మృగధూర్తకః-అ-పు-జంబుకః-౨భల్లూకః॥ తె॥౧నక్క-౨ఎలుఁగుబంటి.
మృగనాభిః-ఇ-ద్వి-కస్తూరీ॥
మృగనాభిజా-ఆ-సీ-కస్తూరీ॥
మృగనేత్రా-ఆ-సీ-మృగోమృగశిరా నేతా ప్రాపయితాయస్యారాత్రేఃసారాత్రిః

మృగపతిః-ఇ-పు-సింహః॥

మృగపాలికా-ఆ-సీ- గంధమృగః॥ తె॥కస్తూరిపిల్లి.

మృగపిప్లుః-ఉ-పు-చంద్రః॥

మృగప్రియమ్-అ-న-పర్వతతృణమ్॥

మృగబన్ధినీ-ఈ-సీ-మృగబంధనార్థజాలమ్॥

మృగభక్షా-ఆ-సీ-జటామాంసీ॥

మృగమదః-అ-పు-కస్తూరీ॥

మృగమదవాసా-ఆ-సీ-కస్తూరీమల్లికా॥

మృగమర్దకః-అ-పు-జంబుకః॥ తె॥నక్క.

మృగమాతృకా-ఆ-సీ- స్వల్పావర్తవన్మృగవిశేషః॥

మృగయా-ఆ-సీ-ఆఖేటః॥ తె॥ వేఁట.

మృగయుః-ఉ-పు-వ్యాధః-౨బ్రహ్మా- ౩ గోమాయుః॥ తె॥౧బోయవాఁడు.

మృగరసా-ఆ-సీ-సహదేవీ॥

మృగరాజః-అ-పు-సింహః॥

మృగరాట్-జ్-పు-సింహః॥

మృగరాటికా-ఆ-సీ-జీవంతీ॥

మృగరిపుః-ఉ-పు-సింహః॥

మృగరోమజమ్-అ - త్రి- పశులోమజాతవస్త్రాది॥

మృగలాఞ్ఛనః-అ-పు-చంద్రః॥

మృగవధాజీవః-అ-పు-వ్యాధః॥

మృగవల్లభః-అ-పు-కుందరతృణమ్॥

మృగవాసనః-అ-పు-వాయుః॥

మృగవాహనః-అ-పు-వాయుః॥

మృగవ్యమ్-అ-న-ఆఖేటః॥ తె॥ వేఁట.

మృగశిరః-స్-న- సప్తవింశతినక్షత్రాంతర్గతపంచమనక్షత్రమ్॥

మృగశిరా-ఆ-సీ-మృగశిరోనక్షత్రమ్॥

మృగశిరాః-స్-(సీ)-మృగశిరోనక్షత్రమ్॥

మృగశీర్షమ్-అ-న-మృగశిరోనక్షత్రమ్॥

మృగశీర్షః-అ-పు- అభినయహస్తవిశేషః-౨మృగశిరోనక్షత్రమ్॥

మృగశీర్షా-ఆ-సీ-మృగశిరోనక్షత్రమ్॥

మృగశీర్షన్-న్-పు-మృగశిరోనక్షత్రమ్॥

మృగసింహకః-అ- పు- తృణసింహః॥ తె॥సింహభేదము.

మృగా-ఆ-సీ-సహదేవీలతా॥

మృగాక్షీ-ఈ-సీ-మృగోర్వారుః-౨మృగనేత్ర(స్త్రీ)-౩అంత్యయామః॥ తె॥౧పాపరబుడమచెట్టు.

మృగాఙ్కః-అ-పు-చంద్రః-౨శివః-౩కర్పూరః-౪వాయుః-౫మృగచిహ్నమ్॥

మృగాజీవః-అ-పు-తరక్షుః-౨వ్యాధః॥ తె॥౧శివంగి-౨బోయవాఁడు.

మృగాణ్డజా-ఆ-సీ-కస్తూరీ॥

మృగాత్-ద్-పు-శార్దూలః॥

మృగాదనః-అ-పు-తరక్షుః॥ తె॥శివంగి.

మృగాదనీ-ఈ-సీ- మృగోర్వారుః-౨ఇంద్రవారుణీ-౩సహదేవీ- ౪క్షుద్రవ్యాఘ్రీచ॥ తె॥౧పాపరబుడమచెట్టు.

మృగాన్తకః-అ-పు-చిత్రవ్యాఘ్రః॥

మృగారాతిః-ఇ-పు-కుక్కురః-౨మృగశత్రుః

మృగారిః-ఇ- పు - సింహః-౨వ్యాఘ్రః-౩కుక్కురః-౪రక్తశిగ్రుః॥

మృగార్దనః-అ-పు-తరక్షుః॥ తె॥శివంగి.

మృగావిత్-ద్-పు-వ్యాధః॥ తె॥బోయవాడు

మృగితః-అ-త్రి-అన్వేషితః॥ తె॥ వెదకఁబడ్డది.

మృగీ-ఈ-సీ-కురంగజాతిః- ౨వనితావిశేషః ౩పులహభార్యా-౪త్ర్యక్షరచ్ఛందోవిశేషః-౫అపస్మారరోగః॥

మృగేక్షణా-ఆ-సీ- మృగేర్వారుః-౨మృగనయనా(స్త్రీ)చ॥

మృగేన్ద్రః-అ-పు-సింహః॥

మృగేన్ద్రచటకః-అ-పు-శ్యేనపక్షీ॥
మృగేన్ద్రాణీ-ఈ-సీ-వాసకః॥
మృగేర్వారుః-ఊ-సీ-శ్వేతేంద్రవారుణీ॥
మృగేష్టః-అ-పు-ముద్గరవృక్షః॥
మృగోర్వారుః-ఊ-సీ-గజచిర్భిటా॥ తె॥ పాపరబుడముచెట్టు.
మృగ్యః-అ-త్రి-మృగితవ్యః,అన్వేషణీయః॥
మృజః-అ-పు-వాద్యవిశేషః॥
మృజా-ఆ-సీ-శుద్ధిః॥
మృజ్యమ్-అ-త్రి-మార్జనీయమ్॥
మృడః-అ-పు-శివః॥
మృడజ్యణః-అ-పు-బాలకః॥
మృడా-ఆ-సీ-దుర్గా॥
మృడానీ-ఈ-సీ-పార్వతీ॥
మృడీ-ఈ-సీ-దుర్గా॥
మృడీకః-అ-పు-హరిణః॥
మృణాలమ్-అ-(సీ)- బిసమ్ - మృణ్యతేహింస్యతేభక్షణాద్యర్థంయత్ ॥ తె॥ తామరతూఁడు, తామరతీఁగె,
మృణాలమ్-అ-న-వీరణమూలమ్॥
మృణాలినీ-ఈ-సీ-పద్మినీ,సాతు-౧పద్మయుక్తదేశః-౨పద్మసమూహః-౩పద్మలతా చ॥
మృణాలీ-ఈ-సీ-అల్పబిసః॥
మృణాలీన్-న్-పు-పద్మః॥
మృత్-ద్-సీ-మృత్తికా-౨తువరీ॥
మృతమ్-అ-న- యాచ్ఞాజీవనమ్-౨మృత్యుః॥
మృతః-అ-త్రి-ప్రమీతః-౨యాచితవస్తు॥ తె॥ ౧చచ్చినవాఁడు.
మృతకమ్-అ-న-శవః-౨మరణాశౌచమ్॥
మృతకల్పః-అ-త్రి-మృతప్రాయః- ఈషదూనోమృతః॥
మృతకాన్తకః-అ-పు-శృగాలః॥
మృతజీవః-అ-పు-తిలకవృక్షః॥

మృతణ్డః-అ-పు-సూర్యః-౨సూర్యపితా॥
మృతమత్తః-అ-పు-శృగాలః॥
మృతమత్తకః-అ-పు-శృగాలః॥
మృతవత్సా-ఆ-సీ-మృతాపత్యా - అజీవత్సంతానా॥
మృతవర్థ్యా-ఆ-సీ-అల్పాయుఃశిశుజననీ॥
మృతసఞ్జీవనీ-ఈ-సీ-గోరక్షదుగ్ధా- ౨మృతజీవనార్థికావిద్యా॥
మృతస్నాతః-అ-త్రి- మృతోద్దేశేనస్నాతః॥
మృతస్నానమ్-అ-న-మృతోద్దేశేనస్నానమ్॥
మృతస్వమోక్తా-ఋ-పు-రాజర్షిః॥
మృతాణ్డః-అ-పు-సూర్యః॥
మృతామదమ్-అ-న-తుత్థమ్॥
మృతాలకమ్-అ-న-ఆఢకీ॥
మృతిః-ఇ-సీ-మరణమ్-౨అష్టసంజ్ఞా॥
మృత్కరః-అ-పు-కుంభకారః॥
మృత్కాంస్యమ్-అ-న-శరావః॥
మృత్కిరా-ఆ-సీ-ఘుర్ఘురీ॥
మృష్ఖలినీ-ఈ-సీ-చర్మకషావృక్షః॥
మృత్తాలమ్ అ-న-ఆఢకీ॥
మృత్తాలకమ్- అ- న- తువరికా-౨సౌరాష్ట్రమృత్తికా॥ తె॥ ౧తొవరిమన్ను.
మృత్తికా-ఆ-సీ-మృత్-౨తువరికా॥ తె॥ ౧ }
మృత్ఫలీ-ఈ-సీ-కుష్ఠౌషధమ్॥ (మన్ను }
మృత్యుః-ఉ-పు-కృతాంతః-౨కంసః॥
మృత్యుః-ఉ-ద్వ-మరణమ్॥
మృత్యుఞ్జయః-అ-పు-శివః॥ సము. }
మృత్యునాశకః-అ-పు-పారదః॥ తె॥ పాదర }
మృత్యునాశకః-అ-త్రి-మరణహారకే॥
మృత్యుపుత్రః-అ-పు-కేతుగ్రహః॥
మృత్యుపుష్పః-అ-పు-ఇక్షుః॥ తె॥ చెఱకు॥
మృత్యుపుష్పన్ధయః-అ-పు-వేణుః॥ తె॥ వెదురు
మృత్యుప్రసూనః-అ-పు-ఇక్షుః॥ తె॥ చెఱకు.

మృత్యుఫలః-అ-పు-మహాకాలః-౨కువల్లీ॥ తె॥ ౧ముసిణిచెట్టు-౨రేఁగుచెట్టు.

మృత్యుఫలా-ఆ-సీ-కదళీ॥ తె॥ అరఁటిచెట్టు.

మృత్యుబీజః-అ-పు-వంశః॥

మృత్యుభఙ్గురకః-అ-పు - మరణకాలవాదనీయపటహః॥

మృత్యుభృత్యః-అ-పు-రోగః॥ తె॥ వ్యాధి॥

మృత్యువఞ్చనః-అ-పు-శివః-౨బిల్వవృక్షః-౩దండకాకః॥

మృత్యుసూతిః-ఇ-పు-కులీరః॥

మృత్యుసూతిః-ఇ-సీ-కర్కటీ - మృత్యవేసూతిఃప్రసవోయస్యాఃసా॥

మృత్సా-ఆ-సీ-ప్రశస్తమృత్తికా॥

మృత్స్నా-ఆ-సీ-ప్రశస్తమృత్తికా - ౨తువరికా॥ తె॥ ౨తొవరిమన్ను.

మృత్స్నాభాణ్డకః-అ-పు-భాండవిశేషః॥

మృద్-ద్-సీ-మృత్తికా॥

మృదఙ్కురః-అ-పు-హారీతపక్షీ॥

మృదఙ్గః-అ-పు-మర్దలః-౨ఘోషః-౩పటహః ౪వంశః॥

మృదఙ్గఫలః-అ-పు-పనసవృక్షః॥

మృదఙ్గఫలికా-ఆ-సీ-ధామార్గవః॥ తె॥ చేఁతిబీఅచెట్టు.

మృదఙ్గఫలినీ-ఈ-సీ-కోశాతకీ॥

మృదఙ్గీ-ఈ-సీ-ఘోషాతకీ॥

మృదా-ఆ సీ-మృత్తికా॥

మృదాకరః-అ-పు-వజ్రమ్॥

మృదితః-అ-త్రి-చూర్ణీకృతః॥

మృదినీ-ఈ-సీ-ప్రశస్తమృత్తికా॥

మృదు-ఉ-న-కోమలమ్॥ తె॥ మృదువుగాను.

మృదుః- ఉ- సీ- సంగీతశ్రుతిజాతివిశేషః-౨గృహకన్యాయామ్॥ (మృదువైనది.

మృదుః-ఉ-త్రి-కోమలః-౨అనుష్ణః॥ తె॥ ౧ }

మృదుకాన్తిః-ఇ-పు-పాకశుక్లా॥ తె॥ బలము.

మృదుకృష్ణాయసమ్-అ-న-సీసకమ్॥

మృదుకోశః-అ-పు-భగభేదః॥

మృదుగణః-అ-పు-చిత్రానురాధామృగశిరోరేవతీనక్షత్రాణి॥

మృదుగమనా- ఆ - సీ- హంసీ-౨ముందగమనాస్త్రీచ॥

మృదుచర్మి-న్-పు-భూర్జవృక్షః॥ తె॥ భుజపత్రిచెట్టు.

మృదుచర్మి-న్-త్రి-కోమలత్వగ్విశిష్టే॥

మృదుచ్ఛదః-అ-పు-అక్షోటవృక్షః- ౨భూర్జవృక్షః-౩కుక్కురద్రుః-౪శ్రీతాలః॥

మృదుతా-ఆ-సీ-మృదుత్వమ్॥

మృదుతాలః-అ-పు-శ్రీతాలవృక్షః-౨కోమలతాలశ్చ॥

మృదుత్వక్-చ్-పు- భూర్జవృక్షః॥ తె॥ భుజపత్రిచెట్టు.

మృదుత్వచః-అ-పు-భూర్జవృక్షః॥

మృదుద్రుమః-అ-పు- కర్ణికారవృక్షః॥ తె॥ కొండగోఁగుచెట్టు.

మృదున్నకమ్-అ-న-సువర్ణమ్॥

మృదుపత్రమ్-అ-త్రి-తద్వతి॥

మృదుపత్రమ్-అ-న-కోమలపర్ణే॥

మృదుపత్రః-అ-పు-నలః॥

మృదుపత్రీ-ఈ-సీ-చిల్లీశాకమ్॥

మృదుపర్వకః-అ-పు-వేత్రః॥

మృదుపర్వకః-అ-త్రి-కోమలపర్వవిశిష్టే॥

మృదుపుష్పః-అ-త్రి- కోమలకుసుమయుక్తే॥

మృదుపుష్పః-అ-పు-శిరీషవృక్షః॥ తె॥ దిరిసెనచెట్టు.

మృదుఫలః-అ-పు-పరూషీ-౨వికంకతః- ౩మధునాలికేరికః॥ తె॥ ౧పేరీతచెట్టు.

మృదుఫలః-అ-త్రి-కోమలఫలవతి॥

మృదుభాషణమ్-అ-న-(స్త్రీ)పుత్రవత్వలతు ణమ్॥ చెముడు.

మృదురేచనీ-ఈ-సీ-పత్రస్నుహీ॥ తె॥ఆకు

మృదురోమవాన్-త్-పు-శశః॥ తె॥ చెవుల

మృదులమ్-అ-న-జలమ్॥ (పిల్లి.)

మృదులః-అ-త్రి-కోమలః॥ తె॥ మృదువైనది.

మృదులతా-ఆ-సీ-శూలపుత్రీ॥ తె॥ త్రిశూలి గడ్డి.

మృదులోమకః-అ-పు-శశకః॥

మృదులోమకః-అ-త్రి-కోమలరోమవిశిష్టః॥

మృదువాతః-అ-పు-మందమారుతః॥

మృదుసస్యకః-అ-పు-ఆమలకీ॥ తె॥ నేలయుసిరికచెట్టు.

మృదూత్పలమ్-అ-న-నీలపద్మమ్॥

మృద్గః-అ-పు-మత్స్యభేదః॥

మృద్గర్భః-అ-పు-అంతర్మృదాభాసకనీలరత్నదోషః॥

మృద్వఙ్గమ్-అ-న-వంగమ్-౨కోమలావయవశ్చ॥

మృద్వీ-ఈ-సీ-కోమలాంగీ-౨కపిలద్రాక్షా॥

మృద్వీకా-ఆ-సీ-గోస్తనీ॥ తె॥ద్రాక్షచెట్టు.

మృధమ్-అ-న-యుద్ధమ్॥ తె॥బవరము.

మృధా-౦-౦-మృషా॥

మృన్మరుః-ఉ-పు-పాషాణః॥

మృషా-ఆ-౦-అప్రమాణకమ్-౨వృథా॥ తె॥ ౧అబద్ధము.

మృషార్థకమ్-అ-న-అత్యంతాసంభవార్థవాక్యమ్॥

మృషాధ్యాయీ-న్-పు-బకః॥

మృషాలకః-అ-పు-ఆమ్రవృక్షః॥

మృషావాదః-అ-పు-మిథ్యావాక్యమ్॥

మృషావాదీ-న్-త్రి-మిథ్యావాదకః-౨మిథ్యాభియోక్తా చ॥

మృషోద్యమ్-అ-న-మిథ్యావాక్యమ్॥

మృషోద్యః-అ-త్రి-మిథ్యావాదీ॥

మృష్టమ్-అ-న-మరీచమ్॥

మృష్టః-అ-పు-తిందుకవృక్షః॥ తె॥ నల్లతుమికిచెట్టు.

మృష్టః-అ-త్రి-క్షాళనఘాళనాదిశుద్ధద్రవ్యం

మృష్టేరుకః-అ-పు-వదాన్యః-౨మిష్టాశీ-౩అతిథిద్విట్॥

మే-౦-౦-మయేత్యర్థః॥

మేకః-అ-పు-ఛాగః॥

మేకలకన్యకా-ఆ-సీ-నర్మదానదీ॥

మేకలాద్రిజా-ఆ-సీ-నర్మదానదీ॥

మేక్షణమ్-అ-న-యజ్ఞీయపాత్రవిశేషః॥

మేఖలకన్యకా-ఆ-సీ-నర్మదానదీ॥

మేఖలా-ఆ-సీ-పర్వతమధ్యభాగః-౨అష్టసర(స్త్రీ)కటిసూత్రమ్-౩త్సరునిబంధనమ్-౪కాంచీదామ-౫(శ్రో)ణిస్థానమ్॥ తె॥౩కత్తిపరుజుమూంతి.

మేఖలాపదమ్-అ-న-కటీ॥ తె॥నడుము.

మేఘః-అ-పు-వారిదః-౨గజపాదజాతమదః ౩ముస్తకః-౪రాక్షసః॥

మేఘకఫః-అ-పు-కరకా॥

మేఘకాలః-అ-పు-వర్షర్తుః॥

మేఘచిన్తకః-అ-పు-చాతకపక్షీ॥

మేఘజమ్-అ-త్రి-మేఘభవవస్తు.

మేఘజః-అ-పు-కుక్కుటాండసమమేఘజాతమాక్తికమ్॥

మేఘజాలమ్-అ-న-అభ్రియమ్॥

మేఘజీవనః-అ-పు-చాతకపక్షీ॥

మేఘజ్యోతిః-ఇ-పు-వజ్రాగ్నిః॥

మేఘజ్యోతిః-స్-న-మేఘాగ్నిః॥

మేఘడమ్బరమ్-అ-న-నీలచ్ఛత్రమ్॥ తె॥రాజులకుపట్టెడునల్లగొడుగు.

మెఘడమ్బరః-అ-పు-మెఘస్యాడంబరః॥
మెఘతిమిరమ్-అ-న-మెఘచ్ఛన్నదినమ్॥
మెఘదీపః-అ-పు-విద్యుత్॥
మెఘద్వారమ్-అ-న-ఆకాశమ్॥
మెఘనాదః-అ-పు-తండులీయః - ౨ఇంద్రజిత్-౩వరుణః-౪పలాశవృక్షః- ౫మెఘశబ్దః॥ తె॥ ౧చిఱ్ఱికూరచెట్టు.
మెఘనాదజిత్-త్-పు-లక్ష్మణః॥
మెఘనాదానులాసకః-అ-పు-మయూరః॥
మెఘనాదానులాసీ-న్-పు-మయూరః॥ తె॥ నెమలి.
మెఘనామా-న్-పు-ముస్తాకః- ౨అభ్రకః॥ తె॥ ౧కోలతుంగముస్తెచెట్టు - ౨అభ్రకము.
మెఘనాశనః-అ-పు-కందః॥ తె॥ కందచెట్టు,
మెఘనిర్ఘోషః-అ-పు-మెఘశబ్దః॥
మెఘపర్ణికః-అ-పు-కాకజంబూః॥ తె॥ కాకినేరేడుచెట్టు.
మెఘపుష్పమ్-అ-న-జలమ్- ౨పిండాభ్రమ్-౩నదీజలమ్॥
మెఘపుష్పః-అ-పు-విష్ణురథాశ్వవిశేషః॥
మెఘపుష్పా-ఆ-సీ-పరివ్యాధః॥ తె॥నీటిప్రబ్బచెట్టు.
మెఘప్రసవః-అ-పు-జలమ్॥
మెఘభూతిః-ఇ-పు-వజ్రమ్॥
మెఘమాలః-అ-పు- రమాగర్భజాతకల్కిదెవపుత్రః॥
మెఘమాలా-ఆ-సీ-మెఘశ్రేణీ॥
మెఘయోనిః-ఇ-పు-ధూమః॥
మెఘరాగః-అ-పు-షడ్రాగాంతర్గతరాగవిశేషః॥
మెఘరిణీ-ఈ-సీ-సప్తలాలతా॥ తె॥విరజాజి
మెఘలకన్యకా-ఆ-సీ-నర్మదానదీ॥

మెఘవర్ణా-ఆ-సీ-నీలీవృక్షః॥
మెఘవర్త్మ-న్-న-ఆకాశమ్॥
మెఘవహ్నిః-ఇ-పు-వజ్రాగ్నిః॥
మెఘవాహనః-అ-పు-ఇంద్రః॥
మెఘవేశ్మ-న్-న-ఆకాశమ్॥
మెఘసారః-అ-పు-చీనకర్పూరః॥
మెఘసుహృత్-ద్-పు-మయూరః॥
మెఘస్తనితోద్భవః-అ-పు - వికంకతవృక్షః॥
మెఘాఖ్యమ్-అ-న-ముస్తకమ్॥
మెఘాగమః-అ-పు-వర్షాకాలః- ౨మెఘస్యాగమనంచ॥
మెఘానన్దా-ఆ-సీ-బలాకా॥
మెఘానన్దీ-న్-పు-మయూరః॥
మెఘాన్తః-అ-పు-శరత్కాలః॥
మెఘాభః-అ-పు-కాకజంబూః॥ తె॥ కాకినేరేడుచెట్టు.
మెఘాస్థి-ఇ-న-కరకా॥
మెఘాస్పదమ్-అ-న-ఆకాశమ్॥
మెఘోదరః-అ-పు-అర్హాత్పితా॥
మెచకమ్-అ-న-స్రోతోంజనమ్-౨అంధకారః ౩నీలాంజనమ్॥
మెచకః-అ-పు-కృష్ణవర్ణః-౨మయూరపత్రాక్షి-౩ధూమః-౪మెఘః-౫శోభాంజనః॥ తె॥౧నల్లనివర్ణము-౨నెమలియాకెకన్ను
మెచకః-అ-త్రి-కృష్ణవర్ణవాన్॥
మెచకా-ఆ-సీ-కృష్ణమనశ్శిలా-౨తిమిరమ్॥
మెచకాపగా-ఆ సీ-యమునానదీ॥
మెచకాభిదా-ఆ-సీ- పాతాలగరుడీలతా॥
మెటులా-ఆ-సీ-ఆమలకీ॥
మెఢః-అ- పు- మేషః-౨హస్తికపః॥ తె॥ ౧పొట్టేలు.
మెఢ్రః-అ-పు-శిశ్నః-౨మేషః॥ తె॥౨పొట్టేలు
మెఢ్రశృఙ్గీ-ఈ-సీ-మేషశృంగీవృక్షః॥

మెణ్టః-అ-పు-హస్తిపకః॥

మెణ్ఠః-అ-పు-హస్తిపకః॥

మెణ్ఢః-అ-పు-మేషః॥

మెథిః-ఇ-పు-ఖలేపశుబంధనార్థన్యస్తదారు

మెథికా-ఆ-సీ-క్షుపవిశేషః॥

మెథినీ-ఈ-సీ-మేథికా॥

మెథీ-ఈ-సీ-మెథికా॥

మెదః-అ-పు- అరిమేదః- ౧చండాలేతరాంత్యజాతివిశేషః॥ తె॥ ౧కంపుతుమ్మచెట్టు-౧మాలవానికంటె కడపటిజాతివాఁడు.

మెదః-స్-న-హృదయవ్యాపిమజ్జా-౧రోగవిశేషః॥ తె॥ ౧హృదయముచుట్టునుండెడి క్రొవ్వు.

మెదఃసారా-ఆ-సీ-మేదా॥

మెదకః-అ-పు-పిష్టకృతమద్యమ్- ౧మద్యార్థనానాద్రవ్యయుతపిష్టమ్॥

మెదజః-అ-పు- భూమిజగుగ్గులుః - ౧మేదోభవశ్చ॥

మెదరః-అ-పు-కుంచరుః॥ తె॥ కుంచురువృ-మనెడుగ్రంథ్యము.

మెదఘముద్భవా-ఆ-సీ-మేదా॥ తె॥ మేదయనుచెట్టు.

మెదస్కృత్-త్-న-మాంసమ్॥

మెదా- ఆ- సీ- అష్టవర్గప్రసిద్ధౌషధివిశేషః॥ తె॥ మేదయనుచెట్టు.

మెదినీ-ఈ-సీ-భూమిః-౧మేదా-౨కాశ్మరీ॥

మెదినీద్రవః-అ-పు-ధూళిః॥

మెదురః-అ-త్రి-సాంద్రస్నిగ్ధః॥ తె॥ చిక్కన నునుపుఁగలది.

మెదురా-ఆ-సీ-కాకోలీ॥

మెదోజమ్-అ-న-అస్థి॥

మెదోద్భవా-ఆ-సీ-మేదా॥

మెదోద్ధ్రుః-అ-పు- వర్ణసంకరజాతిభేదః

మెదోవతీ-ఈ-సీ-మేదా॥

మెధః- అ - పు- క్రతుః-౧అపవిత్రశీలః-౨పవిత్రః-౩రథంతరసామ॥

మెధా-ఆ-సీ-ధారణావద్బుద్ధిః-౧యమపత్నీ ౨కారిః॥ తె॥ ౨నాగఁటిమేడి

మెధాః-స్-పు-స్వాయంభువమనుపుత్రః॥

మెధాకృత్-త్-న-సితావరశాకమ్॥

మెధాకృత్-త్-త్రి-మేధాకారకే॥

మేధాజిత్-త్-పు-కాత్యాయనమునిః॥

మేధాతిథిః-ఇ-పు- మనుసంహితాటీకాకృత్-౧మునివిశేషః॥

మేధారుద్రః-అ-పు-కాళిదాసః॥

మేధావతీ-ఈ-సీ-మహాజ్యోతిష్మతీ-౧మేధావిశిష్టాచ॥

మెధావినీ-ఈ-సీ-శారికా॥

మేధావీ-న్-పు- శుకః-౧సూక్ష్మబుద్ధిశిష్యః-౨మదిరా॥

మేధావీ-న్-త్రి-మెధాయుక్తః॥

మేధిః-ఇ-పు- ఖలన్యస్తపశుబంధనస్తంభః॥ తె॥ కళ్లమునఁబాఁతినస్తంభము.

మేధిః-ఇ-సీ-ఖలమ్-౧కారీలాంగూలమ్॥ తె॥ ౧కళ్లము-౧మేడితోఁక.

మేధిరః-అ-త్రి-మేధావీ॥

మెధిష్ఠః-అ-త్రి-అతిశయమెధాయుక్తః॥

మెధ్యః-అ-పు-ముంజతృణమ్-౧ఖదిరః-౨యవః-౩ఛాగః॥ తె॥ ౧ముంజగడ్డి.

మేధ్యః-అ-త్రి-పవిత్రీకరణవస్తు॥

మేధ్యా-ఆ-సీ- జ్యోతిష్మతీ-౧శంఖపుష్పీ-౨రక్తవచా-౩రోచనా-౫కేతకీ-౬బ్రాహ్మీ-౭శ్వేతవచా-౮శమీ-౯మండూకీ॥ తె॥ ౧జ్యోతిష్మతిచెట్టు-౧శంఖపుష్పిచెట్టు. (మవత్పత్నీ॥)

మేనకా-ఆ-సీ- స్వర్వేశ్యావిశేషః-౧హి

మెనకాత్మజా-ఆ-సీ-పార్వతీ॥

మెనకాప్రాణేశః-అ-పు-హిమాలయః॥

మెనా-ఆ-సీ-మెనకా॥

మెనాజా-ఆ-సీ-పార్వతీ॥

మెనాదః- అ - పు - బిడాలః-౨ఛాగః-౩మయూరః॥

మెనాధరః-అ-పు-హిమాలయః॥

మెన్థికా-ఆ-సీ-మేంథీ॥ తె॥ మెంతిచెట్టు.

మెన్థీ-ఈ-సీ-మెంథికా-౨దీపనీ॥ తె॥ ౧ మెంతిచెట్టు-౨ మెంతులు.

మెరకః-అ-పు-విష్ణుశత్రు భేదః॥

మెరుః-ఉ-పు-హెమాద్రిః-౨ధన్వా॥

మెరుకః-అ-పు-యక్షధూపః॥

మెరుధన్వా-న్-పు-శివః॥

మెరుసావర్ణః-అ-పు-ఏకాదశమనుః॥

మెలకః-అ-పు-కాంతిః॥

మెలకలవణమ్-అ-న-ఔషరలవణమ్॥

మెళచ్ఛలుకః-అ-పు-చిత్రకః॥ తె॥ చిఱుతపులి.

మెలనమ్-అ-న-సంగః॥ తె॥ కలియడము.

మెలమణిః-ఇ-పు-మెలామండః॥ తె॥ సయ్యిబుడ్డి.

మెలా-ఆ-సీ-మేలకః-౨మసిః-౩అంజనమ్-౪మహానీలీ॥

మెలానన్దా-ఆ-సీ-మస్యాధారః॥

మెలామణ్డః-అ-పు-మెలమణిః॥ తె॥ సయ్యిబుడ్డి.

మెలామ్బుః-ఉ-పు-మస్యాధారః॥

మేషః-అ-పు-రాశివిశేషః-౨ఉరభ్రః- ౩ఔషధవిశేషః॥ తె॥ ౨పొట్టేలు.

మేషకః-అ-పు-జీవశాకః॥ తె॥ జీవశ్శాకము.

మేషకలమ్బః-అ -పు - మేషలోమనిర్మితవస్త్రమ్॥

మేషగ్రీవా-ఆ-సీ-దాశీత్వలక్షణమ్॥

మేషలోచనః-అ-పు-చక్రమర్దః- ౨మేషచక్షుస్తుల్యచక్షుశ్చ॥

మేషవల్లీ-ఈ-సీ-అజశృంగీ॥

మేషవిలోచనః-అ-పు-మహానీలీ॥ తె॥ పెద్దనీలిచెట్టు.

మేషవిషాణికా-ఆ-సీ-మేషశృంగీ॥

మేషశృఙ్గః-అ-పు-స్థావరవిషభేదః॥

మేషశృఙ్గీ-ఈ-సీ-బస్తాంత్రీ- ॥ తె॥ వర్దిచెట్టు

మేషా-ఆ-సీ-త్రుటిః॥

మేషాక్షికుసుమః-అ-పు-చక్రమర్దః॥

మేషాణ్డః-అ-పు-ఇంద్రః॥

మేషాన్త్రీ-ఈ-సీ-బస్తాంత్రీవృక్షః॥

మేషాలుః-ఉ-పు-బర్బరావృక్షః॥

మేషాహ్వయః-అ-పు-చక్రమర్దః॥

మేషికా-ఆ-సీ-మేషీ॥

మేషీ-ఈ-సీ-అవిః- ౨శినిశవృక్షః - ౩జటామాంసీ॥ తె॥ ౧గొఱ్ఱె.

మేసూరణమ్-అ-న-దశమలగ్నమ్॥

మేహః-అ-పు- వీర్యస్రావకప్రమెహరోగః-౨బహుమూత్రరోగః-౩మేషః॥

మేహఘ్నీ-ఈ-సీ-హరిద్రా॥ తె॥ పసపు.

మేహనమ్-అ-న-శిశ్నః-౨మూత్రమ్॥

మేహనః-అ-పు-ముష్కకవృక్షః॥

మేహనా-ఆ-సీ-మహిలా॥

మెహమానః-అ-పు-చండా॥ తె॥ చండయను గ్రంథ్యము పురీషోత్సర్గః॥

మైత్రమ్-అ-న-అనూరాధానక్షత్రమ్-౨

మైత్రమ్-అ-త్రి-మిత్రసంబంధీ॥

మైత్రః-అ-పు- బ్రాహ్మణః- ౨మిత్రసంబంధీ

మైత్రభమ్-అ-న-అనూరాధానక్షత్రమ్॥

మైత్రావరుణః-అ-పు-వాల్మీకిగణఋత్విగ్విశేషః॥

మైత్రావరుణిః-ఇ-పు-అగస్త్యః-౨వాల్మీకిః॥

మైత్రీ-ఈ-సీ-అనూరాధానక్షత్రమ్-౨మిత్రకర్మ-౩మిత్రభావః॥

మైత్రీబలః-అ-పు-బుద్ధః॥

మైత్రేయః-అ-పు-బుద్ధభేదః-౨మునివిశేషః॥

మైత్రేయః-అ-త్రి-మిత్రసంబంధీ॥

మైత్రేయికా-ఆ-సీ-మిత్రయుద్ధమ్॥

మైత్ర్యమ్-అ-న-మిత్రభావః-౨మిత్రకర్మ॥

మైథిలీ-ఈ-సీ-సీతా॥

మైథునమ్-అ-న-సురతమ్-౨సంగతిః-౩అగ్న్యాధానమ్॥

మైథునికా-ఆ-సీ-సురతమ్॥

మైథునీన్-న్-పు-పారసపక్షీ॥ తె॥ బెగ్గురుపిట్ట.

మైనాకః-అ-పు-మైనాకపర్వతః॥

మైనాకస్వసా-ఋ-సీ-పార్వతీ॥

మైనికః-అ-పు-మీనహింసకః॥

మైన్దః-అ-పు-విష్ణువధ్యాసురవిశేషః-౨వానరవిశేషః॥

మైన్దహా-న్-పు-విష్ణుః॥

మైరేయమ్-అ-న-ధాతకీకుసుమగుడయుతధాన్యోదకనిర్మితమద్యమ్॥

మోక్షః-అ-పు-ముక్తిః-౨గోలీఢవృక్షః-౩మృత్యుః-౪మోచనమ్॥ తె॥ ౨ మొక్కపుచెట్టు-౪విడిచిపెట్టడము.

మోక్షకః-అ-పు-ముష్కకవృక్షః॥

మోక్షోపాయః-అ పు-ముక్తిసాధనమ్॥

మోఘః-అ-పు-దీనః-౨ప్రాచీరమ్॥

మోఘః-అ-త్రి-నిరర్థకః-౨హీనమ్॥

మోఘపుష్పా-ఆ-సీ-వంధ్యా॥

మోఘా-ఆ-సీ-పాటలీవృక్షః-౨విడంగమ్॥ తె॥ ౧కలిగొట్టుచెట్టు.

మోఘోలిః-ఇ-పు ప్రాచీరమ్॥

మోచమ్-అ-న-కదలీఫలమ్॥ తె॥ అరటిపండు

మోచః-అ-పు-శిగ్రువృక్షః॥ తె॥ మునగచెట్టు.

మోచకః-అ-పు-శిగ్రువృక్షః-౨క్షారవృక్షః-౩కదలీవృక్షః-౪మోక్షః-౫విరాగీ॥ తె॥ ౧మునగచెట్టు-౨ముష్కమనుచెట్టు-౩అరటిచెట్టు.

మోచకా-ఆ-సీ-మోచనీ॥ తె॥ మడమలుకప్పియుండెడిముచ్చెలు.

మోచకీ-ఈ-సీ-కింకిణీ॥ తె॥ గిలుకచెట్టు.

మోచనమ్-అ-న-మోక్షః-౨కల్కనమ్-౩దంభః-౪శాఠ్యమ్॥

మోచనిస్రవః-అ-పు-శాల్మలీవేష్టా॥ తె॥ బూరుగుబంక.

మోచనీ-ఈ సీ-శాల్మలీవృక్షః-౨మోచికా-౩మోక్షకక్రీచ॥ తె॥ ౧బూరుగుచెట్టు-౨మడమలు కప్పియుండెడి పాపోసులు, చెప్పులున్ను.

మోచరసః-అ-పు-శాల్మలీనిర్యాసః॥

మోచా-ఆ సీ-కదలీవృక్షః-౨శాల్మలీవృక్షః-౩నీలీవృక్షః॥ తె॥ ౧అరటిచెట్టు-౨బూరుగుచెట్టు.

మోచాటః-అ-పు-కృష్ణజీరః-౨రంభాస్థి-౩మలయోద్భవః॥

మోచాస్రుః-ఉ-పు-శాల్మలీవేష్టా॥ తె॥ బూరుగుబంక.

మోచీ-ఈ-సీ-హిలమోచికా॥

మోటకమ్-అ-న-పితృదానార్థద్విగుణభుగ్నకుశత్రయమ్॥

మోటకీ-ఈ-సీ-రాగిణీవిశేషః॥

మోటనమ్-అ-న-చూర్ణీకరణమ్-౨ఆక్షేపః॥

మోటనః-అ-పు-వాయుః॥

మోటనకమ్-అ-న-ఏకాదశాక్షరఛందోవిశేషః॥

మోటా-ఆ-సీ-బలా॥

మోటాయితమ్-అ-న- స్త్రీణాంస్వాభావిక దశవిధా లంకారాంతర్గతా లంకారవిశేషః॥

మోణః-అ-పు- శుష్క ఫలమ్-౨నక్రః-౩మక్షికా-౪సర్పకరండః॥

మోదః-అ-పు-హర్షః॥

మోదకః-అ-(సీ)- సజ్జః-౨హర్షః- ౩గుడః-౪యవాసశర్కరా - ౫శర్కరాదిద్రవ్యాపక్వౌషధవిశేషః॥ తె॥ ౧పూరణముంచెట్టినబిల్లకుడుము.

మోదకః-అ-త్రి-హర్షకః॥

మోదకః-అ-పు-వర్ణసంకరజాతివిశేషః,నచ శూద్రాయాంతు క్షత్రియాజ్జాతః॥

మోదకప్రియః-అ-పు- వినాయకః- ౨చతుర్ముఖః॥

మోదకీ-ఈ-సీ-విష్ణుగదా॥

మోదనమ్-అ-న-సిక్థకమ్-౨హర్షః॥

మోదమోదినీ-ఈ-సీ-జంబూః॥

మోదయన్తీ-ఈ-సీ-వనమల్లికా॥

మోదా-ఆ-సీ-అజమోదా॥

మోదాఖ్యః-అ-పు-ఆమ్రవృక్షః॥

మోదాఢ్యా-ఆ-సీ- అజమోదా-౨హర్షయుక్తాచ॥

మోదితః-అ-త్రి-హర్షయుక్తః॥

మోదినీ-ఈ-సీ- అజమోదా-౨మల్లికా-౩యూథికా-౪కస్తూరీ-౫మదిరా-౬మల్లికాపుష్పవిశేషః॥ (వేలు

మోద్యమ్-అ-న-నీలోశీరమ్॥ తె॥ నల్లవట్టి

మోరటమ్-అ-న-గోరసః-౨ఇక్షుమూలమ్-౩అంకోలప్రసూనమ్- ౪గోప్రసూత్యనంతరసప్తరాత్రపరక్షీరమ్॥ తె॥౧చల్ల ౨చెఱకువేరు-౩ఊడుగుపువ్వు.

మోరటః-అ-పు-లతాప్రభేదః॥

మోరటకమ్-అ-న-ఇక్షుమూలమ్॥

మోరటా-ఆ-సీ-మూర్వా॥ తె॥ చాగచెట్టు

మోషకః-అ-పు- స్వర్ణకారః- ౨తస్కరః॥ తె॥౧కంసాలివాఁడు-౨దొంగవాఁడు.

మోషణమ్-అ-న-లుంఠనమ్-౨ఛేదనమ్- వధః

మోషయిత్నుః-ఉ-పు-కోకిలః- ౨ద్వేషః-౩మాద్గాదనమ్॥

మోషితా-ఋ-త్రి- మోషణకర్తా-చౌరః॥

మోష్టా-ఋ-పు-తస్కరః॥ తె॥దొంగ.

మోహః-అ-పు-మూర్ఛా-౨అవిద్యా- ౩అరిషడ్వర్గవిశేషః-౪నాయికాదిదర్శనజాతసంతోషః॥

మోహనమ్-అ న-అతిశయమదః-౨సురతమ్ ౩కందవిశేషః॥ తె॥ ౩మోహనపుమంప

మోహనః-అ-త్రి- మోహకారకః॥

మోహనః-అ-పు-మన్మథవికారవిశేషః-౨ధుస్తూరవృక్షః॥

మోహనా-ఆ-సీ- త్రిపురమాలీపుష్పమ్-౨మరున్మాలా॥

మోహనీ-ఈ-సీ-ఉపోదకీ-౨వటపత్రీ॥

మోహరాత్రిః-ఇ-సీ-దైనందినప్రళయః-౨జన్మాష్టమీరాత్రిః॥

మోహశాస్త్రమ్-అ-న-అవిద్యాజనకగ్రంథః

మోహినీ-ఈ-సీ- చిత్రపత్రికా- ౨వటపత్రికా-౩ఆవర్తనీ-౪తుండీ-౫లక్ష్మణా॥ తె॥ ౧కోలపాలచెట్టు-౨కుక్కపాలచెట్టు-౩నులిదడచెట్టు-౪నల్లఉమ్మెత్తచెట్టు- ౫లక్ష్మణవంజిచెట్టు.

మౌకలిః-ఇ-పు-వాయసః॥

మౌకులిః-ఇ-పు-కాకః॥

మౌక్తికమ్-అ-న-ముక్తాఫలమ్॥

మౌక్తికతణ్డులః-అ- పు- తారతండులః॥ తె॥ తెల్లజొన్నలు.

మౌక్తికప్రసవా-ఆ-స్త్రీ-శుక్తిః॥

మౌక్తికఫలా-ఆ-స్త్రీ-కుండలీ॥ తె॥ ఉప్పిచెట్టు.

మౌక్తికశుక్తిః-ఇ-స్త్రీ-శుక్తిః॥

మౌఖరీ-ఈ-స్త్రీ-ముఖరభావః-౨ముఖరకర్మ॥

మౌఖర్యమ్-అ-న- ముఖరభావః - ౨ముఖరకర్మ॥

మౌఖికమ్-అ-త్రి-ముఖసంబంధీ॥

మౌఞ్జీ-ఈ-స్త్రీ-త్రౌణీ॥ తె॥ముంజగడ్డితోఁజేసిన మొలత్రాఁడు.

మౌఞ్జీతృణాఖ్యః-అ-పు-ముంజః॥

మౌఞ్జీపుత్రా-ఆ-స్త్రీ-బల్బజా॥

మౌఞ్జీబన్ధః-అ-పు- ముంజమేఖలాబంధనమ్-ఉపనయనమితియావత్॥

మౌఢ్యమ్-అ-న-మోహః॥

మౌణ్డమ్-అ - న - గుడమిశ్రపిష్టాదికృతభక్ష్యమ్॥ తె॥కొబ్బరివుండలు.

మౌద్గల్యః-అ-పు-ముద్గలమునిపుత్రః॥

మౌద్గాలః-అ-పు-కాకః॥

మౌద్గీనమ్-అ-న- ముద్గభవనోచితక్షేత్రమ్॥

మౌద్గీనః-అ-త్రి- ముద్గభవనోచితక్షేత్రమ్॥ తె॥ పెసలువండెడునేల.

మౌద్గౌదనమ్-అ-న-కృసరవిశేషః॥ తె॥ పెసరపులగము.

మౌనమ్-అ-న-వ్రతాదావభాషణమ్॥

మౌనీ-న్-పు-మునిః॥

మౌనీ-న్-త్రి-మౌనయుక్తే॥

మౌనేయః-అ-పు- గంధర్వగణవిశేషః॥

మౌరజికః-అ-త్రి-మార్దంగికః॥ తె॥ మద్దెల వాయించువాఁడు.

మౌర్ఖః-అ-పు-శిష్యః॥

మౌర్ఖ్యమ్-అ-న-జాడ్యమ్॥

మౌర్వీ-ఈ-స్త్రీ-కార్ముకజ్యా-౨అజశృంగీ॥ తె॥ ౧వింటినారి.

మౌర్వీఘాతః-అ-పు-కిణః॥ తె॥ వింటినారినొరిసినకాయ.

మౌలః-అ-పు-చులుకః-౨సంగః॥

మౌలా-ఆ-స్త్రీ-మషీ॥ తె॥సయ్యి.

మౌలిః-ఇ-ద్వ-కిరీటమ్-౨సంయుతకేశాః-౩చూడా॥

మౌలిః-ఇ-స్త్రీ-భూమిః॥

మౌలిః-ఇ-పు-కంకేలివృక్షః॥

మౌలికమ్-అ-త్రి- మూలసంబంధిని, మౌలసంబంధిని చ॥

మౌలికః-అ-పు-కులీనభిన్నః॥

మౌషలమ్-అ-న-ముషలవత్॥

మౌషలమ్-అ-త్రి-ముషలసంబంధిని॥

మౌష్టా- ఆ- స్త్రీ- ముష్టిప్రహారణవతీక్రీడా॥ తె॥పిడిగుద్దులాట.

మౌసలమ్పాతా-ఆ-స్త్రీ - ముసలపాతవద్యుద్ధాదికమ్॥ తె॥ రోకండ్లతోనుయుద్ధము-దంచడమున్న.

మౌహూర్తః-అ-పు-జ్యౌతిషికః॥

మౌహూర్తికః-అ-పు-జ్యౌతిషికః॥

మ్రక్షః-అ-పు-స్వదోషగూహనమ్-౨మ్రక్షణంచ॥

మ్రక్షణమ్-అ-న-తైలమ్ - ౨ద్రవ్యస్యద్రవ్యాంతరేణసంయోజనమ్ - ౩స్నేహనమ్-౪రాశీకరణమ్॥

మ్రదిమా-న్-పు-మృదుతా॥

మ్రదిష్ఠః-అ-త్రి-అతిశయమైనమృదుః॥ తె॥ మిక్కిలిమృదువైనది.

మ్రదీయాన్-స్- త్రి ద్వయోరతిశయమైనమృదుః॥

మ్రా-ఆ-స్త్రీ-స్వర్ణమ్-౨కామరూపీ॥

మ్రాతనమ్-అ-న-కైవర్తీముస్తకమ్॥

మ్లుక్తమ్-అ-న-చోరితమ్॥

స్లక్ష్ణణమ్-అ-న-అభ్యంజనమ్॥ తె॥ నూనెచే శరీరమంతయునురాచుకొనడము.

మ్లానమ్-అ-త్రి-మలినమ్॥

మ్లానిః-ఇ-సీ-గాత్రవినామః॥ తె॥ వాడడము.

మ్లాయనీ-ఈ-సీ-జపావృక్షః॥ తె॥ దాసన చెట్టు.

మ్లిష్టమ్-అ-న-అస్పష్టవాక్యమ్॥

మ్లిష్టః-అ-త్రి-అవిస్పష్టవచనమ్ - ౨మ్లానః॥

మ్లేచ్ఛమ్-అ-న-హింగులమ్॥

మ్లేచ్ఛః-అ-పు-హింగులమ్-౨పాపరతః- ౩నీచజాతిః-౪అపభాషణమ్॥ తె॥ ౧ఇంగిలీకము.

మ్లేచ్ఛకన్దః-అ-త్రి-లశునమ్॥ తె॥ తెల్లవుల్లి.

మ్లేచ్ఛజాతిః-ఇ-త్రి - గోమాంసఖాదకబహువిరుద్ధభాషకసర్వాచారహీనవర్ణః

మ్లేచ్ఛతామ్రమ్-అ-న-తామ్రవిశేషః॥ తె॥ రాగిలోని భేదము.

మ్లేచ్ఛదేశః-అ-పు- శరావతీనద్యంతనైరృతభాగదేశః॥

మ్లేచ్ఛపుచ్ఛికా-ఆ-సీ-మాలీయమ్॥ తె॥ ఎఱ్ఱకోడిజుట్టుతోఁటకూరచెట్టు.

మ్లేచ్ఛభోజనమ్-అ-న-యావకః॥

మ్లేచ్ఛభోజనః-అ-పు-గోధూమః॥

మ్లేచ్ఛమణ్డలమ్-అ-న-మ్లేచ్ఛదేశః॥

మ్లేచ్ఛముఖమ్-అ-న-తామ్రమ్॥

మ్లేచ్ఛాశః అ-పు-గోధూమః - ౨మ్లేచ్ఛభోజనః॥

మ్లేచ్ఛాస్యమ్-అ-న-తామ్రమ్॥

మ్లేచ్ఛితమ్-అ-త్రి-మ్లేచ్ఛభాషా॥

య

యః-అ-పు-త్యాగః-౨నిలయః-౩వాయుః-౪యమః-౫ధాతా-౬మాతా- ౭కామః-౮యశః-౯యోగః-౧౦యానమ్-౧౧యాతా- ౧౨సర్వనామాయద్శబ్దార్థ ఇతియావత్॥

యకః-అ-పు-యః॥

యకృత్-త్-న-కాలఖండమ్॥ తె॥ కడుపులో నిక్లోమముక్రిందనుండెడి నల్లనిమాంసదళము,

యకృదాత్మికా-ఆ-సీ-తైలపాయికా॥ తె॥ ×బ్బిలము,

యకృద్వైరీన్-పు-రోహితకవృక్షః॥

యక్షః-అ-పు-కుబెరః- ౨కుబెరాదియక్షజాతిః-౩శునకః॥

యక్షః-అ-ద్వ-గుహ్యకః॥

యక్షకర్దమః-అ-పు- కర్పూరాగరుకస్తూరీతక్కోలఘుసృణాన్వితచందనమ్॥

యక్షతరుః-ఉ-పు-వటవృక్షః॥

యక్షధూపః-అ-పు-సర్జరసః- ౨సరళవృక్షరసః॥

యక్షరసః-అ-పు-పుష్పమద్యమ్॥

యక్షరాజః-అ-పు-కుబెరః॥

యక్షరాట్-జ్-పు-కుబెరః॥

యక్షరాట్పురీ-ఈ-సీ-అలకా- సాచకైలాసపర్వతస్థితకుబెరపురీ॥

యక్షరాత్రిః-ఇ-సీ-కార్తికీపూర్ణిమా॥

యక్షసాధనమ్-అ-న-యక్షోపాసనా॥

యక్షాక్షీ-ఈ-సీ-శూకజంబుకా॥ తె॥ గచ్చచెట్టు.

యక్షాగారః-అ-పు-వటః॥ తె॥ మఱ్ఱిచెట్టు.

యక్షామలకమ్-అ-న-పిండఖర్జూరఫలమ్॥

యక్షావాసః-అ-పు-వటవృక్షః॥ తె॥ మర్రి చెట్టు,

యక్షిణీ-ఈ-సీ- కుబేరపత్నీ - అయక్షభార్యాచ॥

యక్షీ-ఈ-సీ-కుబేరపత్నీ॥

యక్షోడుమ్బరకమ్-అ-న-అశ్వత్థఫలమ్॥

యక్ష్మః-అ-పు-క్షయరోగః॥

యక్ష్మఘ్నీ-ఈ-సీ-ద్రాక్షా॥

యక్ష్మా-న్-పు-క్షయరోగః॥

యచ్ఛన్-త్-త్రి - దానకర్తా-ఉపరమకర్తా॥

యజతః-అ-పు-ఋత్విక్॥

యజతిః-ఇ-పు-యాగః-యథా-యజతిషుయే యజామహం కుర్యాన్నానుయాజేషు॥

యజత్రః-అ-పు-అగ్నిహోత్రీ॥

యజన్-త్-పు-యాగకర్తా॥

యజనమ్-అ-న-యాగః - తత్తుబ్రాహ్మణస్య షట్కర్మాంతర్గతకర్మవిశేషః॥

యజన్తః-అ-పు-యాగకర్తా॥

యజమానః-అ-పు- ఋత్విగాదినియంతృక యజ్ఞకర్తా-అగృహస్థః॥

యజాకః-అ-త్రి-దానకర్తా॥

యజిః-ఇ-పు-యష్టా॥

యజుః-స్-న-యజుర్వేదః॥

యజుర్వేదః-అ-పు-వేదవిశేషః॥

యజుషీ-ఈ-సీ - వైదికచ్ఛందఃకృతమంత్రపాదవిశేషః॥

యజ్ఞః-అ-పు-అధ్వరః-అశివః॥

యజ్ఞకృత్-త్-పు-యాగకర్తా॥

యజ్ఞజాగరః-అ-పు-కుశః॥ తె॥ కుశదర్భగడ్డి.

యజ్ఞనామికా-ఆ-సీ-మఘానక్షత్రమ్॥

యజ్ఞపశుః-ఉ-పు-ఘోటకః-అఛాగశ్చ॥

యజ్ఞపురుషః-అ-పు-విష్ణుః॥

యజ్ఞభాజనమ్-అ-న-యజ్ఞపాత్రమ్॥

యజ్ఞభూషణః-అ-పు-శ్వేతదర్భః॥

యజ్ఞయోగ్యః-అ-పు-ఉదుంబరవృక్షః॥

యజ్ఞయోగ్యః-అ-త్రి-యాగార్హః॥

యజ్ఞవల్లీ-ఈ-సీ-సోమవల్లీ॥

యజ్ఞవాటః-అ-పు-యజ్ఞస్థానమ్॥

యజ్ఞవృక్షః-అ-పు-వికంకతః- అవటీవృక్షః॥ ॥ తె॥౧కానరేగుచెట్టు.

యజ్ఞశ్రేష్ఠా-ఆ-సీ-సోమవల్లీ॥

యజ్ఞసాధనః-అ-పు-విష్ణుః॥

యజ్ఞసారః-అ-పు-యజ్ఞోదుంబరవృక్షః॥

యజ్ఞసూత్రమ్-అ-న - బ్రహ్మసూత్రమ్॥ తె॥జందెము.

యజ్ఞస్థానమ్-అ-న-యజ్ఞవాటః॥

యజ్ఞాఙ్గమ్-అ-న-యాగావయవే॥

యజ్ఞాఙ్గః-అ-పు-ఉదుంబరవృక్షః-అఖదిరవృక్షః-౩బ్రాహ్మణయష్టికా॥ తె॥ ౧మేడిచెట్టు-౩చిఱుతేకుచెట్టు.

యజ్ఞాఙ్గా-ఆ-సీ-సోమవల్లీ॥

యజ్ఞాన్తః-అ-పు-అవభృథః-అయాగశేషశ్చ

యజ్ఞారిః-ఇ-పు-శివః-అరాక్షసశ్చ॥

యజ్ఞార్హః-అ-పు- చిత్రవర్ణయజ్ఞార్హహరిణః॥

యజ్ఞికః-అ-పు-పలాశవృక్షః॥

యజ్ఞియమ్-అ-త్రి-యజ్ఞకర్మార్హమ్- అయజ్ఞాయహితమ్॥

యజ్ఞియః-అ-పు-ద్వాపరయుగమ్॥

యజ్ఞియదేశః-అ-పు-యాగకరణోపయుక్తదేశః॥

యజ్ఞియశాలా-ఆ-సీ-యాగమండపమ్॥

యజ్ఞీయమ్-అ-త్రి-యజ్ఞహితసర్వవస్తు॥

యజ్ఞీయః-అ-పు- ముంజతృణమ్ - అఉదుంబరవృక్షః॥ తె॥౧ముంజెగడ్డి.

యజ్ఞీయబ్రహ్మపాదపః-అ- పు - వికంతకవృక్షః॥

యజ్ఞియవటుః-ఉ-సీ-కింశుకః॥ తె॥ మోదుగ చెట్టు.

యజ్ఞేశ్వరః-అ-పు-విష్ణుః॥

యజ్ఞేష్టమ్-అ-న-దీర్ఘరోహిషకతృణమ్॥

యజ్ఞోదుమ్బరః-అ-పు-ఉదుంబరవృక్షః॥

యజ్ఞోపవీతమ్-అ-న-బ్రహ్మసూత్రమ్-౨ఉత్తరీయమ్॥ తె॥౧జందెము-౨పైబట్ట.

యజ్యుః-ఉ-పు-అధ్వర్యుః-౨యజమానః॥

యజ్వనాంపతిః-ఇ-పు-చంద్రః॥

యజ్వా-న్-పు-విధివద్యజ్ఞకర్తా॥

యత్-ద్-త్రి-బుద్ధిస్థత్వోపలక్షితధర్మావచ్ఛిన్నమ్-సర్వనామవిశేషః-౨హేతుః॥

యత్-ద్-౦-హేతుః॥

యతః-స్-౦-హేతుః-౨యస్మాదిత్యర్థః-౩క్రమణమ్॥

యతమః-అ-త్రి-బహూనాంమధ్యేనిర్ధారితైకః-౨యేషాంమధ్యేయః॥

యతరః-అ-త్రి-ద్వయోర్మధ్యేనిర్ధారితైకః-౨అనయోర్మధ్యేయః॥

యతిః-ఇ-పు-తాలప్రాణకలాభేదః-౨జితేంద్రియః-౩విరతః-౪వికారః॥

యతిః-ఇ-త్రి-బహువచనాంతయద్శబ్దార్థకః॥

యతిః-ఇ-సీ-సమయః-౨శ్లోకవిశ్రమః-౩విధవా-౪రాగః-౫సంధిః-౬జిహ్వేష్టవిశ్రామస్థానమ్-౭వాద్యాంగప్రబంధవిశేషః॥

యతిచాన్ద్రాయణమ్-అ-న-వ్రతవిశేషః॥

యతినీ-ఈ-సీ-విధవా॥

యతిమైథునమ్-అ-న-యతిగోప్యరతిః॥

యతీ-ఈ-సీ-విధవా॥

యతీ-న్-పు-జితేంద్రియః॥

యతుకా-ఆ-సీ-వృక్షవిశేషః॥

యతూకా-ఆ-సీ-వృక్షవిశేషః॥

యత్నః-అ-పు-ఉద్యోగః-౨రూపాదిచతుర్వింశతిగుణాంతర్గతగుణవిశేషః॥

యత్నవాన్-త్-త్రి-యత్నవిశిష్టః॥

యత్ర-అ-౦-యస్మిన్నిత్యర్థే-౨పుణ్యకర్మభేదః-౩వ్యాపారభేదనమ్॥

యథా-అ-౦-ఇవార్థః-౨ఏవనప్రకారేణేత్యర్థః-౩యోగ్యత్వమ్-౪వీప్సా-౫అర్థానతిక్రమః-౬సామీప్యమ్॥ తె॥౧వలెను-౨పలాగా.

యథాకామీ-న్-త్రి-స్వేచ్ఛాచారీ॥

యథాకామ్యమ్ అ-న-యథాకామభావః-౨యథాకామకర్మ॥ తె॥౧యథేచ్ఛఁగలవాడుకావడము-౨యథేచ్ఛగలవానిపని

యథాక్రమమ్-మ్-౦-క్రమానతిక్రమణమ్

యథాజాతః-అ-త్రి-అవివేకీ॥

యథాతథమ్-మ్-౦-సత్యమ్॥

యథాతథా-ఆ-౦-అనాదృతిః॥ తె॥ఏమయిన.

యథాపూర్వమ్-అ-న-పూర్వదిగ్దేశకాలానురూపమ్॥

యథాముఖీనః-అ-త్రి-ముఖప్రతిబింబాశ్రయః॥

యథాయథమ్-మ్-౦-ఆత్మవచనమ్-౨ఆత్మీయవచనమ్॥

యథార్థమ్-అ-త్రి-సత్యమ్॥

యథార్థమ్-మ్-౦-సత్యమ్॥

యథార్హమ్-౦-౦-యథాయోగ్యమ్॥

యథార్హవర్ణః-అ-పు-చారః॥ తె॥ హరకార.

యథావిధి-ఇ-౦-విధిమనతిక్రమ్య॥

యథాశక్తి-ఇ-న-శక్తిమాత్రమ్॥

యథాశాస్త్రమ్-అ-న-శాస్త్రానుసారి-౨శాస్త్రమనతిక్రమ్య॥

యథాసఙ్ఖ్యమ్-అ-న-అలంకారవిశేషః॥

యథాసుఖః-అ-పు-చంద్రః॥

యథాస్థితమ్-అ-త్రి-సత్యమ్॥

యథాస్వమ్-మ్-౦-ఆత్మవచనమ్-౧ఆత్మీయ వచనమ్॥

యథేప్సితమ్-అ-న-పర్యాప్తమ్॥

యథేప్సితః-అ-త్రి-పర్యాప్తవాన్॥

యథేష్టమ్-అ-న-ఇష్టమనతిక్రమ్య॥

యథేష్టచారీ-న్-పు-పక్షీ॥

యథేష్టాచరణః-అ-త్రి-యథేష్టాచారీ॥

యథేష్టాచారీ-న్-పు-స్వేచ్ఛాచారీ॥

యథోచితమ్-అ-త్రి-యథాయోగ్యమ్॥

యథోదితమ్-అ-న-యథోక్తమ్॥

యదా-అ-౦ - యస్మిన్ కాలే-౧వైరానుబంధః-౩గోపాలకర్మ॥ తె॥౧ఎప్పుడు.

యది-ఇ-౦- పక్షాంతరమ్-౧సంభావనా ॥ తె॥౧ఐతేఅట్టాయెనా.

యదీయమ్-అ-త్రి-యత్సంబంధి॥

యదుః-ఉ-పు-దేవయానజాన్యాంతో యయాతేర్జ్యేష్ఠపుత్రః-౧దశార్హాదేశః.

యదునాథః-అ-పు-శ్రీకృష్ణః॥

యదుపతిః-ఇ-పు-శ్రీకృష్ణః॥

యదృచ్ఛా-అ-సీ-స్వైరితా॥ తె॥యథేచ్ఛము

యద్వా-౦-౦-యది॥

యద్వత్-త్-౦-ప్రశ్నః-౧వితర్కః-౩నీచః ర ప్రభలః॥

యద్వా-ఆ-సీ-బుద్ధిః-౧పక్షాంతరంచ॥

యన్తా-ఋ-త్రి-విరతికారకే॥

యన్తా-ఋ-పు-రథసారథిః-౧హస్తిపః॥ తె॥ ౧మావటీఁడు.

యన్త్రిమ్-అ-న-దేవాద్యధిష్ఠానమ్-౧పాత్రభేదః-౩నియంత్రణా-౪అగ్నియంత్రమ్ ౫వాద్యమ్-౬దారుయంత్రాది॥

యన్త్రికమ్-అ-న-యంత్రశాస్త్రమ్॥

యన్త్రిగృహమ్-అ-న-తైలిశాలా॥

యన్త్రిగోలః-అ-పు-కలాయవిశేషః॥

యన్త్రిణమ్-అ-న-యమనమ్-౧బంధనమ్-౩రక్షణమ్॥

యన్త్రిణా-ఆ-సీ- తిరచ్ఛదా॥ తె॥ గడ్డిలోభేదము.

యన్త్రిపాతితః-అ-పు-సంయానమ్॥ తె॥జంతికలు.

యన్త్రిపేషణీ-ఈ-సీ-పేషణార్థయంత్రమ్॥

యన్త్రికా-ఆ-సీ-పత్న్యాఃకనిష్ఠాభగినీ॥

యన్త్రితః-అ-త్రి-బద్ధః॥

యన్త్రీ-న్-పు-యంత్రవిశిష్టః॥

యమమ్-అ-న-వస్తుద్వయమ్॥

యమః-అ-త్రి-యమజః॥

యమః-అ-పు- కృతాంతః ౧యమలః-౩దేహేంద్రియాదివైరాగ్యగృహీతసత్యాహింసాస్తేయాదిః-౪పరోపద్రవాద్యుపరమః-౫ద్విసంజ్ఞా-౬ధ్వాంక్షః- ౭శరీరసాధనాపేక్షనిత్యకర్మ॥ తె॥౧కవలవారు

యమకమ్-అ-న-వస్తుద్వయమ్- ౧యమజః॥ తె॥౧కవలవారు.

యమకః-అ-త్రి-యమజః॥

యమకః-అ-పు-సంయమః॥ (పత్నీ)

యమకాలిన్దీ-ఈ-సీ- సంజ్ఞా,పాచసూర్య)

యమకీటః-అ-పు-ఘుర్ఘురనామాకీటః॥

యమకోటిః-ఇ-సీ-లంకాయాఃపూర్వస్యాం వధివ్యాశ్చతుర్థభాగేదేశవిశేషః॥

యమఘణ్టః-అ-పు-యోగవిశేషః॥

యమజః-అ-పు-యమః॥

యమజః-అ-త్రి- ఏకకాలీనైకగర్భజాతసంతానద్వయమ్॥

యమదగ్నిః-ఇ-పు-జమదగ్నిమునిః॥

యమదలః-అ-పు- అశ్మయోనిః॥ తె॥ వృక్షభేదము.

యమదూతః-అ-పు-యమస్యచరః॥

యమదూతకః-అ-పు-కాకః౹యమదూతశ్చ

యమదూతికా-ఆ-సీ-తింతిడీవృక్షః॥

యమదేవతా-ఆ-సీ-భరణీనక్షత్రమ్॥

యమద్రుమః-అ-పు-శాల్మలీవృక్షః॥ తె॥ బూరుగుచెట్టు.

యమద్వితీయా-ఆ- సీ- కార్తికశుక్లద్వితీయా॥

యమధారః-అ-పు- పార్శ్వద్వయధారయుక్తాస్త్రవిశేషః॥

యమనమ్-అ-న-బంధః-౨ఉపరతిః॥ తె॥ ౧శమించడము,

యమనః-అ-పు-యమః॥

యమనికా-ఆ-సీ-యవనికా॥

యమపత్నీ-ఈ-సీ-యమస్యభార్యా॥

యమప్రియః-అ-పు-వటవృక్షః॥

యమభగినీ-ఈ-సీ-యమునా॥

యమమధ్యచాన్ద్రాయణమ్-అ-న-చాంద్రాయణవ్రతషట్కవిశేషః-౨తిథివృద్ధ్యాచరేత్పిండాన్ శుక్లేశిఖ్యండసమ్మితాన్-ఏకైకం హ్రాసయేత్కృష్ణే పిండం వై యమమధ్యమె-ఇత్యుక్తలక్షణః॥

యమరాజః-అ-పు-యమునా॥

యమరాట్-జ్-పు-కృతాంతః॥

యమలమ్-అ-న-యుగ్మమ్॥

యమలః-అ-పు-యుగ్మః-౨ద్విసంజ్ఞా॥ తె॥ ౧కవలవారు.

యమలపత్రకః-అ-పు-అశ్మంతకవృక్షః-౨కోవిదారవృక్షః॥

యమలార్జునహా-న్-పు-శ్రీకృష్ణః॥

యమలార్జునౌ-అ-పు- గోకులస్థార్జునవృక్షద్వయమ్॥

యమలీ-ఈ-సీ-చోటికాద్వయమ్ - చోటీశాటీపర్యాయే హేమచంద్రేణగణితాసైవచోటికా॥

యమవాహనః-అ-పు-మహిషః॥

యమవ్రతమ్-అ-న- రాజధర్మవిశేషః, సతు పక్షపాతంవినాపాపినాంశాసనరూపః.

యమస్వసా-ఆ-సీ-దుర్గా-౨యమునా॥

యమానికా-ఆ-సీ-యమానీ-అజమోదా॥

యమానీ-ఈ-సీ-యమానికా॥

యమాన్తకః-అ-పు-శివః॥

యమీ-న్-పు-మునిః॥

యమీ-ఈ-సీ-యమునానదీ॥

యమునా-ఆ-సీ-కాళిందీనదీ-౨దుర్గా॥

యమునాజనకః-అ-పు-సూర్యః॥

యమునాభిత్-ద్-పు-బలదేవః॥

యమునాభ్రాతా-ఋ-పు-కృతాంతః॥

యమేరుకా-ఆ-సీ-దండఢక్కా॥

యయాతిః-ఇ-పు-షోడశరాజవిశేషః॥

యయీ-న్-పు-మహాదేవః॥

యయుః-ఉ-పు-అశ్వః-౨అశ్వమేధయాగదీక్షితోత్సృష్టాశ్వః-౩బ్రాహ్మణః॥

యయూః-ఉ-సీ-దీర్ఘయష్టిః॥

యర్హి-ఇ-ం-యస్మిన్ కాలే॥ తె॥ఎప్పుడో.

యవః-అ-పు-అష్టయూకారేణుప్రమాణమ్-౨గోధూమః-౩శితశూకః- ౪అంగులిస్థయవాకారరేఖావిశేషః॥ తె॥ ౨గోధుములు-౩యవలనెడుధాన్యము.

యవకః-అ-పు-వ్రీహివిశేషః॥

యవక్యమ్-అ-త్రి-యవకభవనోచితమ్॥ తె॥ చిన్నయవలుపండెడి నేల.

యవక్షారః-అ-పు-పాక్యః॥ తె॥ యవక్షారము

యవక్షోదః-అ-పు-యవచూర్ణమ్॥

యవగణ్డః-అ-పు-యువగండః॥

యవజః-అ-పు-యవక్షారః-౨యవానీ॥

యవజోద్భవమ్-అ-న-తవక్షీరమ్॥

యవతిక్తా-ఆ-సీ-మహాతిక్తా॥ తె॥పద్మము నేడు చెట్టు.

యవతైలమ్-అ-న-యవచూర్ణాదియుక్తపక్వ తైలవిశేషః॥

యవనః-అ-త్రి-వేగీ॥

యవనః-అ-పు-తురుష్కః- ౨మ్లేచ్ఛవిశేషః ౩ దేశవిశేషః-౪ వేగః-౫ వేగాధికాశ్వః ౬ గోధూమః-౭గర్జరతృణమ్-౮మునివిశేషః॥ తె॥౧తురుష్కమను గ్రంథ్యము.

యవనద్విష్టః-అ-పు-గుగ్గులుః॥

యవనప్రియమ్-అ-న - మరీచమ్॥ తె॥ మిరియాలు.

యవనాచార్యః-అ-పు- జ్యోతిఃశాస్త్రకర్తృ మునివిశేషః॥

యవనానీ-ఈ-సీ-యవనస్యలిపిః॥

యవనారిః-ఇ-పు-శ్రీకృష్ణః॥

యవనాలః-అ-పు-ధాన్యవిశేషః॥

యవనాలజః-అ-పు-యవక్షారః॥

యవనికా-ఆ-సీ-కాండపటః - ౨ప్రతిసీరా॥ తె॥౧తెర- ౨తెరచీరె, పరదాయున్ను.

యవనీ-ఈ-సీ-యవానీనామకౌషధిభేదః- ౨ యవనభార్యాచ॥

యవనేష్టమ్-అ-న-మరీచమ్ - ౨సీసకమ్ - ౩ గృంజనమ్॥ తె॥ ౧మిరియాలచెట్టు- ౨సీసము.

యవనేష్టః-అ-పు-నింబవృక్షః- ౨పలాండుః॥ తె॥౧వేపచెట్టు-౨నీరుల్లి.

యవనేష్టా-ఆ-సీ-ఖర్జూరీ॥

యవఫలః-అ-పు-వేణుః-౨జటామాంసీ - ౩ కుటజవృక్షః-౪ప్లక్షవృక్షః॥ తె॥-౧వెదురు-౩కొడిసెచెట్టు-౪జువ్విచెట్టు.

యవమధ్యమ్-అ - న - చాంద్రాయణప్రభేదః॥

యవమధ్యకః-అ-పు-తాలప్రాణయతిభేదః॥

యవమధ్యా-ఆ-సీ - ఆర్షబ్రాహ్మీచ్ఛందసోర ధికాక్షర పాదమధ్య త్రిపాదీమంత్రః॥

యవమయః-అ-త్రి-యవనిర్మితః॥

యవలాసః-అ-పు-యవక్షారః॥

యవశూకః-అ-పు-యవక్షారః॥

యవశూకజః-అ-పు-యవక్షారః॥

యవసమ్-అ-న-తృణమ్॥

యవసురమ్-అ-(పు) - యవసంబంధిసురా॥

యవాగూః-ఊ-సీ-శ్రాణా॥ తె॥గంజి.

యవాగ్రజః-అ-పు-యవక్షారః॥ తె॥ యవక్షారము.

యవానః-అ-త్రి-వేగీ॥

యవానికా-ఆ-సీ-దీప్యః॥ తె॥ఓమము.

యవానీ-ఈ-సీ-దీప్యకః॥ తె॥ఓమము.

యవాపత్యమ్-అ-న-యవక్షారః॥

యవామ్లజమ్-అ-న-సౌవీరకమ్॥

యవాషా-ఆ-సీ-యాషశర్కరా॥ తె॥ పంచదారలో భేదము.

యవాసః-అ-పు-యాసః॥ తె॥ పిన్నరేగటి దూలగొండి.

యవాసకః-అ-పు-దురాలభా॥

యవాసశర్కరా-ఆ-సీ- యవాసరసఘటితశర్కరా॥

యవాసా-ఆ సీ-గుండాసినీతృణమ్॥

యవాహ్వః-అ-పు-యవక్షారః॥

యవిష్ఠః-అ-త్రి-అతిశయయువా॥

యవిష్ఠః-అ-పు-కనిష్ఠః॥ తె॥తమ్ముడు.

యవిష్ఠా-ఆ-సీ-కనిష్ఠా॥ తె॥ చెల్లెలు.

యవీయసీ-ఈ-సీ-కన్యాకుబ్జా-౨కనిష్ఠా॥ తె॥ ౧కొమ్మపొట్లచెట్టు-౨చెల్లెలు.

యవీయాన్-స్-త్రి-యువా-౹కనిష్ఠః॥
యవీయాన్-స్-పు-కనిష్ఠః॥ తె॥ తమ్ముఁడు.
యవోత్థమ్-అ-న-సౌవీరకమ్॥
యవ్యమ్-అ-త్రి-యవభవనోచితక్షేత్రమ్॥
తె॥యవలుపండెడు నేల.
యవ్యః-అ-పు-మాసః - యథాయవ్యద్వ
యశః-స్-న-కీర్తిః॥ (యం శ్రావణాదీతి
యశఃపటహః-అ-పు-రాజప్రయాణఢక్కా
॥ తె॥ఢంకకతవణె-అనిన్ని అందురు.
యశఃశేషః-అ-త్రి-మృతః॥
యశదమ్-అ-న-ధాతువిశేషః॥
యశస్కరః-అ-త్రి-కీర్తికారకః- ౹యశస్క
రీవిద్యా॥ (చెట్టు.
యశస్కరీ-ఈ-సీ- జీవా॥ తె॥పాలకూర
యశస్యా-ఆ-సీ- జీవంతీ - ౹ఋద్ధినామౌ
షధిః॥
యశస్వాన్-త్-త్రి-కీర్తివిశిష్టః॥
యశస్వినీ-ఈ-సీ-వనకార్పాసీ-౹యవతిక్తా
౩మహాజ్యోతిష్మతీ॥
యశస్వి-న్-త్రి-యశోవిశిష్టః॥
యశోదః-అ-పు-పారదః॥ తె॥పాదరసము.
యశోదః-అ-త్రి-యశోదాతరి॥
యశోదా-ఆ-సీ-నందపత్నీ॥
యశోవతీ-ఈ-సీ-ఈశానపట్టణమ్॥
యష్టా-ఋ-పు - ఋత్విగాదినియంతృక
యజ్ఞకర్తా॥
యష్టిః-ఇ-పు-ధ్వజదండః-౹భుజదండః॥
యష్టిః-ఇ-సీ-మౌక్తికమాలా॥ తె ॥ముత్తెము
లహారపుపేట.
యష్టిః-ఇ-ద్వి-దండః-౹మధూకః-౩ఆయుధ
విశేషః-౪ధ్వజః॥ తె॥౧చేపట్టుకఱ్ఱ.
యష్టికమ్-అ-న-యష్టిమధుకమ్॥
యష్టికః-అ-పు-జలకుక్కుటః-౹దండశ్చ॥

యష్టికా-ఆ-సీ-హారభేదః-౹వాపీ- ౩యష్టి
మధుకా-౪లగుడః॥
యష్టిగ్రహః-అ-పు-యష్టిధారకః॥
యష్టిమధు-ఉ-న-యష్టిమధుకమ్॥
యష్టిమధుకమ్-అ-న-మధుయష్టికా॥ తె॥య
ష్టిమధుకపుచెట్టు.
యష్టిమధుకా-ఆ-సీ-యష్టిమధు॥
యష్టీ-ఈ-సీ-యష్టిమధు॥
యష్టీకమ్-అ-న-యష్టిమధు॥
యష్టీపుష్పః-అ-పు-పత్రజీవవృక్షః॥
యష్టీమధు-ఉ-న-మిష్టమూలవిశేషః॥
యష్ట్యాహ్వమ్-అ-న-యష్టిమధు॥
యస్కః-అ-పు-మునివిశేషః॥
యహ్వః-అ-పు-యజమానః॥
యా-ఆ-సీ-యానమ్-౹మంజరీ-౩శోభా-౪
లక్ష్మీః-౫నిర్మితిః॥
యాగః-అ-పు-యజ్ఞః॥
యాచకః-అ-త్రి-అర్థీ॥ తె॥యాచకుఁడు.
యాచన్-త్-త్రి-యాచకః॥
యాచనమ్-అ-న-యాచ్ఞా॥
యాచనకః-అ-త్రి-యాచకః॥
యాచనా-ఆ-సీ-అర్థనా॥ తె॥అడగడము.
యాచమానః-అ-త్రి-యాచకః॥
యాచితమ్-అ-న-యాచనవృత్తిః॥
యాచితమ్-అ-త్రి-ప్రార్థితవస్తుని॥
యాచితకమ్-అ-న- యాచ్ఞయాప్తమ్ ॥తె॥
ఎరువడిగితెచ్చుకొన్నది.
యాచితుమ్-మ్-౦- అర్థయితుమ్॥ తె॥ యా
చించేటందుకు.
యాచ్ఞా-ఆ-సీ-యాచనా-౹భిక్షా॥
యాజః-అ-పు-యజ్ఞభూమిః-౹అన్నమ్॥
యాజకః-అ-పు- ఋత్విక్-౹రాజమాతం
గః-౩యాజ్ఞికః-౪మత్తహస్తీ॥

యాజనమ్-అ-న- యాగక్రియాకారణా,త త్తుబ్రాహ్మణస్య షట్కర్మాంతర్గతకర్మ విశేషః॥
యాజిః-ఇ-పు-యజ్ఞః-౨యాగకర్తా॥
యాజిః-ఇ-సీ-పూజా॥
యాజుషమ్-అ-త్రి-యజుర్వేదసంబంధీ॥
యాజ్ఞదత్తిః-ఇ-పు-కుబేరః॥
యాజ్ఞవల్క్యః-అ-పు-ధర్మశాస్త్రప్రయోజకమునివిశేషః॥
యాజ్ఞసేనీ-ఈ-సీ-ద్రౌపదీ॥
యాజ్ఞికః-అ-పు- దర్భభేదః-౨యాజకః- ౩ యజ్ఞకర్తా- ౪రక్తఖదిరః-౫పలాశః- ౬ అశ్వత్థః॥
యాజ్ఞిక్యమ్-అ-న-యజ్ఞః॥
యాజ్యమ్-అ-న-యాగలబ్ధధనాది॥
యాజ్యమ్-అ-త్రి-యజనీయమ్॥
యాజ్యా-ఆ-సీ-యజుర్వేదః॥
యాత్-త్-౦-ప్రకారః-౨వినిద్రా-౩చంచలమ్-౪రోమహర్షణమ్॥ తె॥౪గగిరిపొడవడము.
యాతమ్-అ-న-అంకుశఘాతకృతగజగతిః॥
యాతః-అ-త్రి-గతః॥
యాతనా-ఆ-సీ-నరకతీవ్రవేదనా॥
యాతయామమ్-అ-త్రి-గతరసమ్- ౨జీర్ణమ్-౩భుక్తోజ్ఝితమ్॥
యాతా-ఋ-త్రి-గమనకర్తా॥
యాతా-ఋ-సీ-పతిభ్రాతృజాయా - ౨శ్వశ్రూః - ౩మాతులభార్యా॥ తె॥ ౧తోడికోడలు- ౨అత్త- ౩మేనమామభార్య॥
యాతాయాతమ్-అ-న-గమనాగమనమ్॥
యాతికః-అ-పు-పాంథః॥
యాతు-ఉ-న-రాక్షసః॥
యాతుః-ఉ-పు-కాలః-౨అధ్వగః-౩వాయుః
యాతుః-ఉ- త్రి-గంతా - ౨క్రియాపదంచేత్ గచ్ఛతు॥
యాతుఘ్నః-అ-పు-గుగ్గులుః॥
యాతుధానః-అ-పు-రాక్షసః॥
యాతుఫలా-ఆ-సీ-ఖర్జూరః॥
యాత్రికః-అ-పు-పాంథః॥
యాత్యమ్-అ-త్రి-యతితవ్యమ్॥
యాత్యః-అ-పు-నరకస్థితప్రాణీ॥
యాత్రా-ఆ-సి-ప్రస్థానమ్-౨గతిః-౩యాపనమ్-౪దేవోత్సవః॥ తె॥౧తర్లిపోవడము॥
యాథాకామీ-ఈ-సీ-యథాకామభావః-౨యథాకామకర్మ॥ తె ॥ ౧యథేచ్ఛగలవానిధర్మము - ౨యథేచ్ఛగలవానికర్మము.
యాదః-స్-న-క్రూరజలజంతుః॥
యాదఃపతిః-ఇ-పు-సముద్రః- ౨వరుణః॥
యాదఈశః-అ-పు-సముద్రః॥
యాదవమ్-అ-న-గోసంఖ్యా॥ తె॥ ఆవులుగోదెలుమొదలైనలెక్క॥
యాదవః-అ-పు-శ్రీకృష్ణః॥
యాదవీ-ఈ-సీ-దుర్గా॥
యాదసాంపతిః-ఇ-పు-వరుణః-౨సముద్రః॥
యాదస్పతిః-ఇ-పు-వరుణః-౨సముద్రః॥
యాదృక్-చ్-త్రి-యాదృశః ॥ తె॥ఎటువంటిదో.
యాదృశః-అ-త్రి-యాదృశః॥ తె॥పలా (గంటిదో॥)
యాదృశః-అ-త్రి-యాదృశః॥ తె॥పలాగంటిదో.
యాదోనాథః-అ-పు-సముద్రః॥
యాదోనివాసః-అ-పు-జలమ్॥
యానమ్- అ-న- రాజషాడ్గుణ్యాంతర్గతప్రయాణమ్- ౨వాహనసామాన్యమ్- ౩గతిః॥ తె॥౧దండెత్తిపోవడము.

యానపాత్రమ్ అ-న-నౌకాభేదః॥

యానముఖమ్-అ-న-రథాదిపురోభాగః॥

యాపనమ్-అ-న-ప్రస్థాపనమ్-౧నిరసనమ్-౨కాలక్షేపః॥

యాప్తా-ఆ-సీ-జటా॥

యాప్యః-అ-త్రి-నికృష్టః-౧వ్యాధివిశేషః-౨యాపనీయః,క్షేపణీయకాలాదిః॥

యాప్యయానమ్-అ-న-శిబికా॥ తె॥ పాలకి.

యాభమ్-అ-న-మైథునమ్॥

యామః-అ-పు-ప్రహారః - ౧పరోపద్రవాభ్యుపరమః-౨యమః-౩సంయుతః ॥ తె॥ ౧జాము.

యామఘోషః-అ-పు-కుక్కుటః॥

యామఘోషా-ఆ-సీ-యంత్రవిశేషః॥

యామనాలీ-ఈ-సీ-యామఘోషా॥

యామనేమిః-ఇ-పు-ఇంద్రః॥

యామలమ్-అ-న- యుగలమ్ - ౧తంత్రశాస్త్రవిశేషః॥

యామలః - అ - పు - యామలమతప్రవర్తకః॥

యామవతీ-ఈ-సీ-రాత్రిః॥

యామా-ఆ-సీ-రాత్రిః॥

యామాతా-ఋ-పు-జామాతా॥

యామార్ధమ్-అ-న-ప్రహరస్యార్ధమ్॥

యామిః-ఇ-సీ-స్వసా-౧కులస్త్రీ-౨స్వసా భగినీ-౩యామినీ-౪ధర్మస్యపత్నీ॥

యామికః-అ-పు-ఆరక్షః॥ తె॥ గస్తితిరిగెడి బంటు, రౌతు.

యామికభటః-అ-పు-ప్రహరికః॥

యామికా-ఆ-సీ-రాత్రిః॥

యామిత్రమ్-అ-న - లగ్నాత్సప్తమరాశిః॥

యామినీ-ఈ-సీ-రాత్రిః-౧హరిద్రా॥

యామినీపతిః-ఇ-పు-చంద్రః- ౧కర్పూరమ్॥

యామీ-ఈ-సీ-రాత్రిః-౧దక్షిణదిక్-౨కులస్త్రీ.

యామీరః-అ-పు-కాండవః-౧చంద్రః॥

యామీరా-ఆ-సీ-నిశా॥

యామునమ్-అ-త్రి-యమునాసంబంధిని॥

యామునమ్-అ-న-సౌవీరాంజనశిలా॥

యామునేష్టకమ్-అ-న-సీసకమ్॥

యామేయః-అ-పు-భాగినేయః॥

యామ్యః-అ-పు-అగస్త్యః-౧చందిరః-౨చందనవృక్షః॥

యామ్యా-ఆ-సీ- భరణీనక్షత్రమ్- ౧అవాచీదిక్॥

యామ్యాయనమ్ - అ - న - దక్షిణాయనమ్॥

యామ్యోద్భూతః-అ-పు-శ్రీతాలవృక్షః॥

యాయజూకః-అ-పు-యజ్ఞకరణశీలః॥

యాయయాకః-అ-పు-పునఃపునర్యాగకర్తా

యాయావరః-అ-పు- గృహస్థభేదః-౧అశ్వమేధీయాశ్వః-౨జరత్కారుమునిః-౩పునఃపునర్గమనశీలః॥

యావః-అ-పు-అలక్తః-౧లాక్షా॥ తె॥ ౧లత్తుక-౧లక్క.

యావకః-అ-పు-కుల్మాషః- ౧యావాన్నమ్-౨అలక్తకః॥ తె॥ ౧కాలుమినుములు.

యావజ్జీవమ్-అ-న-యావదాయుః - జీవనపర్యంతమ్॥

యావత్-త్-౦-సాకల్యమ్-౧అవధిః-౨మానమ్-౩పరిమాణనిశ్చయః-౪భవిష్యదర్థః ౫సాతత్యమ్॥ తె॥ ౧ఎంతో-౧ఎందాక-౨ఎంతమాత్రము-౪ఎన్నడో.

యావత్-త్-త్రి - పరిమాణనిశ్చయః॥ తె॥ ఎంతమాత్రము.

యావతిథః-అ-పు-యావత్పరిమాణమ్॥

యావదమన్త్రిమ్-అ-త్రి-అమంత్రపర్యంతమ్॥ (తమ్॥)
యావదమన్త్రిమ్-వ్-ం-అమంత్రపర్యం

యావనః-అ-పు-పిండకః॥ తె॥ అందుగుబంకతోఁజేసినధూపద్రవ్యము.

యావనాలః-అ-పు-జోనాలః॥ తె॥జొన్నలు.

యావనాలశరః-అ-పు-శరభేదః॥

యావనాలీ-ఈ-సీ-యావనాలశర్కరా॥

యావశూకః-అ-పు-యవక్షారః॥

యావసః-అ-పు-యవసమూహః॥

యావ్యమ్-అ-త్రి-మిశ్రణీయమ్, యవాయతేయత్॥

యాశోధరేయః-అ-పు-శాక్యమునిపుత్రః॥

యాష్టికః-అ-పు-యష్టిధరః॥ తె॥ దుడ్డుకఱ్ఱపట్టెడువాఁడు.

యాసః-అ-పు-యవాసః॥ తె॥ పిన్నరేగటిమూలగొండిచెట్టు.

యాసా-ఆ-సీ-మదనశలాకపక్షీ॥

యుక్-జ్-త్రి-సమాధిమాన్-ఇయుక్మమ్॥

యుక్-ం-ం-నిందా॥

యుక్-జ్-సీ-త్రిశతధనుః ప్రమాణదూరమ్॥ తె॥మున్నూఱుబారలదూరము.

యుక్తమ్-అ-న-హస్తచతుష్టయమ్॥

యుక్తః-అ-పు-అభ్యస్తయోగః॥

యుక్తః-అ-త్రి-సంయుతః-ఇన్యాయ్యః-౩అన్వితః-రఉచితః॥ తె॥ఁగూడుకొన్నది-౩లెక్కకలియఁగూడినది-రతగినది.

యుక్తః-స్-ం-న్యాయ్యమ్॥

యుక్తరసా-ఆ-సీ-రాస్నా॥ తె॥పిరంగిచెక్క

యుక్తా-ఆ-సీ-వృక్షవిశేషః॥

యుక్తాయః-స్-న-కాష్ఠకుద్దాలః॥ తె॥ కఱ్ఱగుద్దలి.

యుక్తిః-ఇ-సీ-అలంకారవిశేషః-ఇన్యాయః౩యోజనా-రఉపాయః॥ తె॥ ౩యోచించుట.

యుగమ్-అ-న-ఋద్ధిర్వృద్ధినామకౌషధియుగమ్-ఇవస్తుద్వయమ్-౩హస్తచతుష్టయప్రమాణమ్-రకృతాదియుగమ్॥

యుగః-అ-పు-చతుస్సంజ్ఞా-ఇరథసీరాద్యంగమ్॥ తె॥ఇకాఁడి.

యుగకీలకః-అ-పు-యుగకాష్ఠస్యకీలకః॥

యుగన్ధరః-అ-పు-యత్రరథస్యయుగకాష్ఠమాసజ్యతేతత్ర-ఇరథస్యాశ్వాయత్రబధ్యంతే తద్యుగకాష్ఠంతద్యుగంధ రతియుగంధరః-౩పర్వతవిశేషః॥

యుగన్ధరః-అ-(సీ)-కూబరః॥ తె॥ రథమునకుకాఁడికినివేసిననొగలు.

యుగపత్-త్-ం-ఏకకాలః॥ తె॥ ఒకేసారి

యుగపత్రః-అ-పు-కోవిదారవృక్షః-ఇయుగ్మపర్ణవృక్షమాత్రంచ॥

యుగపత్రకః-అ-పు-కోవిదారవృక్షః॥ తె॥ దేవకాంచనపుచెట్టు.

యుగపత్రికా-ఆ-సీ-శింశుపావృక్షః॥

యుగపార్శ్వగః-అ-పు-అభ్యాసార్థంలాంగలపార్శ్వబద్ధాగౌః॥

యుగలమ్-అ-న-వస్తుద్వయమ్॥

యుగలమన్త్రః-అ-పు-లక్ష్మీనారాయణాదిమంత్రః॥

యుగలాక్షకః-అ-పు-బర్బరవృక్షః॥ తె॥ తుమ్మచెట్టు.

యుగలాఖ్యః-అ-పు-బర్బరవృక్షః-ఇయుగ్మనామకశ్చ॥

యుగలీ-ఈ-సీ-వస్తుద్వయమ్॥

యుగాంశకః-అ-పు-వత్సరః-ఇయుగవిభాజకశ్చ॥

యుగాన్తః-అ-పు-యుగాంతకాలః॥

యుగ్మమ్-అ-న-వస్తుద్వయమ్॥

యుగ్మః-అ-పు-యమలః॥ తె॥ కవలవారు.

యుగ్మపత్రమ్-అ-న-యుగలపర్ణే॥

యుగ్మపత్రః-అ-పు-రక్తకాంచనవృక్షః॥

యుగ్మపత్రికా-ఆ-సీ-శింశుపావృక్షః॥

యుగ్మపదమ్-అ-న-రతిబంధవిశేషః॥

యుగ్మపర్ణః-అ-పు-కోవిదారవృక్షః- ౨సప్త పర్ణవృక్షః॥

యుగ్మఫలా-ఆ-సీ-ఇంద్రచిర్భిటీ- ౨వృశ్చికాలీ-౩గంధికా॥

యుగ్మఫలికా-ఆ-సీ-క్షీరిణీ॥ తె॥ముష్టువుచెట్టు

యుగ్మాదరః-అ-పు - తిథివిశేషయోగేనతిథి ఖండవిశేషస్యాదరణమ్॥

యుగ్మాదరణమ్-అ-న-యుగ్మతిథిపూజ్యతా॥

యుగ్యమ్-అ-న-వాహనసామాన్యమ్॥

యుగ్యః-అ-పు-యుగంధరః॥ తె॥ కాఁడిపూఁచెడియెద్దు.

యుజ్-జ్-పు-యోగకర్తా॥

యుజ్జీన్-న్-పు-వర్ణసంకరజాతివిశేషః॥

యుజానః-అ-పు-సారథిః॥

యుజౌ-అ-పు- అశ్వినీకుమారౌ-నిత్యద్వివచనాంతోయంశబ్దః॥

యుజ్ఞానః-అ-పు-విప్రః-౨సారథిః - ౩భావనాసహకారేణసర్వజ్ఞః॥

యుత్-ద్-న-నిందా॥

యుత్-ధ్-సీ-యుద్ధమ్॥

యుతమ్-అ-న-గజస్యయంతృపాదఘాతకృతగతిః-౨యోజితమ్॥ తె॥ ౨ఒకలెక్క-మరియొకలెక్కతోకలియఁగూడడము.

యుతః-అ-త్రి-సంయుక్తః - ౨వృథగ్భూతః॥ తె॥గకూడికొన్నది.

యుతకమ్-అ-న-వస్తుద్వయమ్- ౨యుక్తమ్-౩సంశ్రయః- ౪వసనాంచలః- ౫తూర్పాగ్రమ్-౬యౌతకమ్-౭చలనాగ్రమ్ ౮మైత్రీకరణమ్-౯సంశయః - ౧౦స్త్రీవస్త్రభేదః॥ తె॥ ౩చేరియున్నది-౬చాలతొడవు॥

యుతా-ఆ-సీ-సంగీతమూర్ఛనాస్థితయుతా॥

యుద్-ధ్-సీ-యుదమ్॥

యుద్ధమ్-అ-న-కార్ముకమ్-౨రణః॥

యుద్ధజితా-ఆ-సీ-సాలాకరీ॥ తె॥ యుద్ధముచేసితెచ్చినయాఁడుది.

యుద్ధరఙ్గః-అ-పు-కార్తికేయః॥

యుద్ధసారః-అ-పు-ఘోటకః॥

యుద్ధానః-అ-పు-క్షత్రియః॥

యుధికః-అ-త్రి-యోద్ధా॥

యుధిష్ఠిరః-అ-పు- అజాతశత్రుః-౨శకనృపభేదః॥ తె॥ ౧ధర్మరాజు.

యుధీయః-అ-త్రి-యోద్ధా॥

యుధ్మః-అ-పు-సంగ్రామః-౨ధనుః-౩బాణః ౪యోద్ధా-౫శేషసంగ్రామః-౬శరభః

యుయుః-ఉ-పు-అశ్వః॥

యుయుక్షురః-అ-పు-క్షుద్రవ్యాఘ్రః॥

యుయుధానః-అ-పు- సాత్యకిః-౨ఇంద్రః-౩క్షత్రియః-౪యోద్ధా చ॥

యువకః-అ-పు-యువా॥

యువగణ్డః-అ-పు- యూనోగండస్థవ్రణ (విశేషః)

యువతిః-ఇ-సీ-శిగ్రువృక్షః-౨వనితా-౩షోడశవర్షాదారభ్యవత్రింశద్వర్షపర్యంతస్త్రీ॥ తె॥ ౧మునుగచెట్టు.

యువతీ-ఈ-సీ- రక్తాంబష్ఠా-౨వనితా॥ తె॥ ౧ఎఱ్ఱఅడవిమొల్ల-౨ఆఁడుది

యువతీష్టా-ఆ-సీ-స్వర్ణయూథికా॥

యువనాశ్వః-అ-పు- సూర్యవంశీయరాజవిశేషః॥

యువనాశ్వజః-అ-పు-మాంధాతృరాజః॥

యువజానిః-ఇ-పు-యువతీపతిః॥

యువరాజః-అ-పు-అంగరాజః-౨రాజపుత్రః తె॥౧యువరాజు.

యువా-న్-పు-సంవత్సరభేదః-౨యౌవనావస్థావిశిష్టః- ౩షోడశవర్షాత్త్రింశద్వర్షపర్యంతవయస్కః- ౪ కేచిత్తుషోడశవర్షాత్స ప్తతివర్షపర్యంతవయస్కః॥

యువా-న్-త్రి-వయస్థః-౨శ్రేష్ఠః-౩నిసర్గబలశాలీ॥

యూః-ఊ-స్త్రీ-యూషః॥

యూకః-అ-పు-ఇంద్రలుప్తః॥

యూకా-ఆ-స్త్రీ- అష్టత్ర్యారేణుప్రమాణమ్॥ తె॥పేను.

యూతిః-ఇ-స్త్రీ-మిశ్రణమ్॥ తె॥ కలవడము.

యూథమ్-అ-న-సజాతీయపశుసమూహః-౨బృందమాత్రమ్॥

యూథనాథః-అ-పు-వన్యకరిణాంసమూహస్య-ఈశ్వరః॥

యూథపః-అ-పు-గజబృంద శ్రేష్ఠః॥

యూథభ్రష్టః-అ-పు-యూథాత్పలాయితహస్తీ

యూథిః-ఇ-స్త్రీ-అంబష్ఠా-౨మాగధీ- ౩కురంటకః॥ తె॥౧అడవి మొల్ల-౩ గోరంట.

యూథికా-ఆ-స్త్రీ- అంబష్ఠా-౨నేపాలికా॥ తె॥ ౧అడవి మొల్ల-౨నేపాళపు చెట్టు.

యూథీ-ఈ-స్త్రీ-యూథికా॥

యూథీనః-అ-పు-యూథపః॥

యూనిః-ఇ-స్త్రీ-యోగమ్. మిశ్రణమ్॥

యూనీ-ఈ-స్త్రీ-యువతీ॥

యూపః-అ-(స్త్రీ) యజ్ఞేపశుబంధనకాష్ఠమ్॥

యూపః-అ-పు-బ్రహ్మదారువృక్షః- ౨యజ్ఞపశుబంధనదారు- ౩జయస్తంభః॥ తె॥౧గంగరావి చెట్టు.

యూపకటకః-అ-పు- యజ్ఞసమాప్తిసూచకంపశుబంధాద్యర్థంయజ్ఞభూమౌయత్కాష్ఠమారోప్యతేసయూపః - తస్యశిరసివలయాకృతిర్డమరుకాకృతిర్వాయః కాష్ఠవికారఃసః- ౨యూపమూలేనిహితలోహవలయః॥

యూపకర్ణః-అ-పు-యూపైకదేశః॥

యూపక్షోభః-అ-పు-మరువకః॥ తె॥ మరువము చెట్టు.

యూపద్రుః-ఉ-పు-ఖదిరవృక్షః॥

యూపద్రుమః-అ-పు- ఖదిరవృక్షః - ౨రక్తఖదిరః॥

యూపలక్ష్యః-అ-పు-పక్షీ॥

యూపాగ్రమ్-అ-న- యూపస్యాగ్రభాగః॥

యూషమ్-అ-(స్త్రీ)-ముద్గాదిక్వాథరసః॥

యూషః-అ-పు- సూపః-౨ముద్గకులుత్థాదినిర్యూహః- ౩బ్రహ్మదారువృక్షః॥ తె॥ ౧ముద్గపప్పు-౨కట్టు.

యూషశర్కరా-ఆ-స్త్రీ-యవాసా॥ తె॥ పంచదారలోని భేదము.

యేన-అ-౦-యద్ధేతునేత్యర్థః॥

యోక్తా-ఋ-త్రి-యోగకర్తా॥

యోక్త్రమ్-అ-న-యోత్రమ్॥ తె॥ పలుపు.

యోగః-అ-పు-సప్తవింశతిసంజ్ఞా- ౨అన్విత మ్-౩సన్నహనమ్ ౪ధ్యానమ్ - ౫యుక్తిః-౬సంగతిః - ౭ఉపాయః - ౮ప్రయోగః-౯భేషజమ్ - ౧౦విష్కంభాదియోగః-౧౧విప్రలబ్ధఘాతీ- ౧౨అపూర్వార్థసంప్రాప్తిః-౧౩వపుస్థైర్యమ్- ౧౪ద్రవ్యమ్-౧౫కార్మణమ్ - ౧౬నైయాయికః-౧౭చారః-౧౮సూత్రమ్॥ తె॥ ౨లెక్కకలియఁగూడడము.

యోగక్షేమమ్-అ-న - అనాగతానయనాగతరక్షణే॥

యోగచరః-అ-పు-హనూమాన్॥

యోగజమ్-అ-న-అగురు॥

యోగజమ్-అ-త్రి-యోగజాతే॥

యోగజః-అ-పు - అలౌకికసన్నికర్షవిశేషః॥

యోగదానమ్-అ-న-ఛలేనదానమ్॥

యోగనాలికః-అ-పు-మత్స్యవిశేషః॥

యోగనిద్రా-ఆ-సీ-దుర్గా॥

యోగపట్టః-అ-పు-అవసక్థికః॥

యోగపదకమ్-అ-న- పూజాదౌధార్యోత్తరీయవిశేషః॥

యోగపీఠమ్-అ-న-దేవానాంయోగాసనమ్

యోగమాయా-ఆ-సీ-భగవతీ - సాచవిష్ణుమాయా॥

యోగరఙ్గః-అ-పు-నారంగః॥

యోగరూఢః-అ-పు-యోగార్థసహభావేన రూఢ్యర్థబోధకశబ్దః॥

యోగవాహః-అ-పు-అనుస్వారః-౨విసర్గః-౩జిహ్వామూలీయః - ౪ఉపధ్మానీయః॥

యోగవాహీ-ఈ-సీ-క్షారవిశేషః - ౨పారదశ్చ॥

యోగసమ్బన్ధాతిశయోక్తిః - ఇ- సీ - అలంకారవిశేషః॥ (ప్రాయః॥

యోగసారః - అ-పు - సర్వరోగహరో

యోగాధమనమ్-అ-న-ఛలేనబంధకమ్॥

యోగారఙ్గః-అ-పు-నారంగః॥

యోగారూఢః-అ-పు- ఇంద్రియార్థతత్సాధనకర్మానాసక్తః॥

యోగాసనమ్-అ-న-బ్రహ్మాసనమ్॥

యోగిదణ్డః-అ-పు-వేత్రః॥

యోగినీ-ఈ-సీ-బ్రాహ్మపురీ - ౨యోగయుక్తానారీ-భగవత్యాః సఖీరూపా, ఆవరణదేవతా॥

యోగిముఖప్రియః-అ-పు - నాగరంగవృక్షః

యోగీ-న్-పు-యోగయుక్తః॥

యోగీశ్వరః-అ-పు- యోగినాంశ్రేష్ఠః- సతుయాజ్ఞవల్క్యమునిః॥

యోగీశ్వరీ-ఈ-సీ-దుర్గా॥

యోగేశః-అ-పు-యాజ్ఞవల్క్యః॥

యోగేశ్వరః-అ-పు-శ్రీకృష్ణః॥

యోగేశ్వరీ-ఈ-సీ-వంధ్యాకర్కోటకీ॥

యోగేష్టమ్-అ-న-సీసకమ్॥ తె॥ సీసము.

యోగ్యమ్-అ-న-ద్రవ్యాంగమ్ - ౨ధనుర్విద్యాభ్యాసః-౩అపూపః- ౪యానమ్-౫చందనమ్॥ తె॥ ౧బుద్ధివృద్ధియనుఓషధి.

యోగ్యః-అ-పు-పుష్యనక్షత్రః॥

యోగ్యః-అ-త్రి-నిపుణః- ౨ఉపాయవాన్-౩శక్తః-౪యోగః-౫అర్హః॥

యోగ్యతా-ఆ-సీ-క్షమతా-౨శాబ్దబోధకారణవిశేషః - సతుపదార్థానాంపరస్పరసంబంధేబాధాభావః॥

యోగ్యా-ఆ-సీ-కరిలా-౨అభ్యాసః-౩అర్కయోషిత్ -౪శాస్త్రాభ్యాసః॥ తె॥ ౧ఎజ్జికలిజేరుచెట్టు.

యోజనమ్-అ-న-చతుష్క్రోశమానమ్-౨పరమాత్మా-౩యోగః॥ తె॥ ౧ఆమడ.

యోజనః-అ-పు-లతాపూగః॥ తె॥ తీఁగెపోఁకచెట్టు. (త్యవతీ॥

యోజనగన్ధా-ఆ-సీ-కస్తూరీ-౨సీతా-౩స

యోజనగన్ధికా-ఆ-సీ-సత్యవతీ-౨కస్తూరీ- ౩సీతా॥

యోజనగన్ధీ-ఈ-సీ-సీతా-౨కస్తూరీ-౩వ్యాసమాతా॥

యోజనపర్ణీ-ఈ-సీ-మంజిష్ఠా॥

యోజనవల్లికా-ఆ-సీ-మంజిష్ఠా॥

యోజనవల్లీ-ఈ-సీ-మంజిష్ఠా॥ తె॥ మంజిష్ఠతీఁగె.

యోజనా-ఆ (పు)-యోజనమ్॥ తె॥ యోచించడము.

యోజితమ్-అ-న-మిశ్రితమ్॥ తె॥ లెక్కకలియఁగూడడము.

యోజ్యమ్-అ-న-అన్వితమ్ ॥ తె॥ లెక్కకలియఁగూడడము.

యోటకః-అ-పు - యోటనమ్ - మెలనమితి యావత్ ॥

యోతుః-ఉ-పు-పరిమాణమ్॥

యోత్రమ్-అ-న-యోక్త్రమ్॥ తె॥పలుపు.

యోద్ధా-ఋ-పు-భటః॥ తె॥ కాలిబంటు.

యోధః-అ-పు-భటః॥ తె॥ కాలిబంటు,

యోధనమ్-అ-న-యుద్ధమ్-౨అస్త్రమ్॥

యోధసంరావః-అ-పు- అన్యోన్యంయోధానాంయుద్ధాయాహ్వానమ్॥

యోధేయః-అ-పు-యోద్ధా॥

యోనలః-అ-పు-సస్యవిశేషః॥

యోనిః-ఇ-సీ-దేశ్యచుంబనస్థానవిశేషః॥

యోనిః-ఇ-పు- సువర్ణాదిధాతుజన్మభూమిః-౨కారణమ్-౩రత్నజన్మభూమిః॥

యోనిః-ఇ-ద్వ- భగః-౨ఆకరః-౩కారణమ్-౪జలమ్॥

యోనికన్దః-అ-పు-యోనిరోగవిశేషః॥

యోనిజమ్-అ-త్రి-యోనినిఃసృతశరీరమ్॥

యోనిదేవతా-ఆ-సీ- పూర్వఫల్గునీనక్షత్రమ్

యోనినాసా-ఆ-సీ-భగోపరిబీజమ్॥

యోనిముచ్ఛః-అ-పు-పతిహంత్రీలక్షణమ్-

యోనిముద్రా - ఆ - సీ- భగవత్యాఃపూజాయాఃప్రదర్శనీయాంగులీరచితయోన్యాకారముద్రావిశేషః॥

యోనిరఞ్జనమ్-అ-న-ఆర్తవమ్ ॥ తె॥ స్త్రీలఋతువు.

యోనిరోగః-అ-పు-భగగదః॥

యోనిలిఙ్గమ్-అ-న-భగాంతర్లింగనాడీ॥

యోనిశూలఘ్నీ-ఈ-సీ-సుషవీ॥ తె॥ నల్లజీలకఱ్ఱ.

యోన్యర్శః-స్-న-యోనిజాతరోగవిశేషః॥

యోషా-ఆ-సీ-వనితా॥

యోషాభూషా-ఆ సీ-హారిద్రా॥ తె॥ పసపు.

యోషిత్-త్-సీ-వనితా॥ తె॥ఆఁడుది.

యోషితా-ఆ-సీ-వనితా॥ తె॥ఆఁడుది.

యోషిత్ప్రియా-ఆ-సీ-హరిద్రా॥ తె॥పసపు.

యౌకా-ఆ-సీ ఉచ్ఛ్వాసానురోధః॥ తె॥ ఊఁపిరికుట్టు.

యౌక్తికః-అ-పు-నర్మసచివః॥

యౌక్తికః-అ-త్రి-యుక్తియోగ్య॥

యౌగకః-అ-త్రి-యోగసంబంధీ॥

యౌగికః-అ-త్రి - ప్రకృతిప్రత్యయయోగలభ్యార్థవాచకః॥

యౌజనశతికః-అ - త్రి-యోజనశతగమన(కర్తా॥)

యౌజనికః-అ-త్రి- ఏకయోజనగమనకర్తా॥

యౌతకమ్-అ-న-హరణమ్॥ తె॥ అల్లునకూఁతునకిచ్చినసొమ్ము.

యౌతవమ్-అ-న-పరిమాణమ్॥

యౌతుకమ్-అ-న-యౌతకమ్౧- వివాహకాలేదంపత్యోఃలబ్ధంధనమ్- ౨ఉపచారాదన్నప్రాశనాదిసంస్కారకాలలబ్ధమపి॥

యౌధిష్ఠిరమ్-అ-త్రి-యుధిష్ఠిరసంబంధి॥

యౌధేయః-అ-పు-యోద్ధా॥

యౌనమ్-అ-న-యోనిసంబంధాధీనపాపమ్॥

యౌవతమ్-అ-న-యువతీసమూహః-౨యౌవనమ్-౩పరిమాణమ్॥

యౌవనమ్-అ-న-షోడశవర్షమారభ్యపంచాశద్వర్షపర్యంతవయః॥

యౌవనకణ్టకమ్-అ-(సీ)-యువగండః॥

యౌవనలక్షణమ్-అ-న-లావణ్యమ్- ౨స్తనః॥

యావనాశ్వః-అ-పు-మాంధాతా॥
యావనాశ్వకః-అ-పు-మాంధాతృరాజః॥
యావనికా-ఆ-సీ-షోడశవర్షమారభ్యపంచాశద్వర్షపర్యంతవయః॥
యాష్మాకమ్-అ-త్రి-యుష్మద్ సంబంధి॥
యాష్మాకీనమ్-అ-త్రి-యుష్మద్ సంబంధి॥

ర

రమ్-అ-న-మూర్ధా-౨బుధిరమ్ - ౩ధ్యానమ్-౪వ్యోమ-౫అండః-౬కుక్షిః- ౭వక్రమ్-౮భయమ్॥
రః-అ-పు-పావకః-౨కామః-౩తుయః - ౪వజ్రమ్-౫శయః-౬స్మృతిః-౭మార్గణః॥
రః-అ-త్రి-విరసః-౨స్త్యానమ్-౩తీక్ష్ణః॥
రంహః-స్-న-వెగః॥
రకః-అ-పు-ఆదిత్యకాంతిః-౨ఆసారః-౩వి (మలమ్॥)
ర_క్తమ్-అ-న-హింగులమ్-౨కుంకుమమ్ - ౩తామ్రమ్-౪రుధిరమ్- ౫(ప్రా)చీనామలకమ్॥
ర_క్తః-అ-పు-ర_క్తవర్ణః-౨రోచనః-౩అల_క్తః-౪లాక్షా॥ తె॥ ౨ములుమోదుగచెట్టు-౩లత్తుక-౪లక్క.
ర_క్తః-అ-త్రి-ర_క్తవర్ణవాన్-౨అనుర_క్తః-౩రంజకద్రవ్యేణకోపేనవార_క్తవస్తు॥
ర_క్తకః-అ-పు-అశోకవృక్షః- ౨బంధుజీవకః-౩ర_క్తవస్త్రమ్-౪అనురాగీ॥ తె॥ ౨మంకెనచెట్టు.
ర_క్తకన్దః-అ-పు-విద్రుమః-౨రాజపలాండుః ౩రక్తాలుః॥
ర_క్తకన్దలః-అ-పు-ప్రవాళమ్॥
ర_క్తకమలమ్-అ-న-ర_క్తవర్ణోత్పలమ్॥
ర_క్తకహ్లలమ్-అ-న-రక్తోత్పలమ్॥

ర_క్తకరవీరః-అ-పు - లోహితవర్ణకరవీరపుష్పవృక్షః॥ (వృక్షవిశేషః॥)
ర_క్తకాఞ్చనః-అ-పు-స్వనామఖ్యాతపుష్ప
ర_క్తకాణ్డా-ఆ-సీ-ర_క్తపునర్నవా॥
ర_క్తకాష్ఠమ్-అ-న-ప_త్తంగమ్- ౨లోహితవర్ణదారుచ॥
ర_క్తకుముదమ్-అ-న-ర_క్తకైరవమ్॥
ర_క్తకుసుమః-అ-పు-లఘుడః-౨పారిభద్రః॥ తె॥౧గసన్నపాకులఎఱ్ఱగన్నేఱు.
ర_క్తకెసరః-అ-పు-నమెరువృక్షః- ౨పారిభద్రః॥ తె॥౧గసురపొన్నచెట్టు.
ర_క్తకైరవమ్-అ-న-ర_క్తకుముదమ్॥
ర_క్తకోకనదమ్-అ-న-రక్తోత్పలమ్॥
ర_క్తఖదిరః-అ-పు-ర_క్తవర్ణఖదిరవృక్షః॥
ర_క్తగన్ధకమ్-అ-న-బోలమ్॥
ర_క్తగుల్మః-అ-ద్వ-ర_క్తజగుల్మరోగః॥
ర_క్తఘ్నః-అ-పు-రోహనః॥ తె॥ ములుమోదుగచెట్టు.
ర_క్తఘ్నీ-ఈ-సీ-దూర్వావిశేషః॥
ర_క్తచన్దనమ్-అ-న-లోహితచందనమ్॥
ర_క్తచిత్రకః-అ-పు-చి(త్రాం)గః॥ తె॥ ఎఱ్ఱచిత్రమూలము.
ర_క్తచూర్ణమ్ అ-న-సిందూరమ్- ౨ర_క్తవర్ణచూర్ణమాత్రంచ॥
ర_క్తచూర్ణకః-అ-పు-కాంపిల్యః॥ తె॥కంపిల్లమను గ్రంథ్యము.
ర_క్తజన్తుకః-అ- పు- భూనాగః-౨ర_క్తవర్ణజంతుమాత్రంచ॥
ర_క్తజిహ్వః-అ-పు-సింహః॥
ర_క్తజిహ్వః-అ-త్రి- ర_క్తవర్ణజిహ్వాయు_క్తః
ర_క్తజిహ్వా-ఆ-సీ-(స్త్రీ)ముఖవల్లకుణమ్॥
ర_క్తజూర్ణః-అ-పు- ఉద్దాలకః॥ తె॥ జొన్నలలోభేదము-

రక్తఝిణ్టీ-ఈ-సీ-రక్తవర్ణఝింటీపుష్పవృక్షః

రక్తతుణ్డః-అ-పు-శుకపక్షీ॥ తె॥ చిలుకపిట్ట.

రక్తతుణ్డః-అ-త్రి-లోహితముఖయుక్తః॥

రక్తతుణ్డకః-అ-పు-భూనాగః॥

రక్తతృణా-ఆ-సీ-గోమూత్రికా॥

రక్తత్రివృత్-త్-సీ-రక్తవర్ణత్రివృతా॥

రక్తదన్తికా-ఆ-సీ-చండికా॥

రక్తదన్తీ-ఈ-సీ-పార్వతీ॥

రక్తదలా-ఆ-సీ-నలికా-౨చివిల్లికా॥

రక్తదృక్-శ్-త్రి-రక్తవర్ణచక్షుర్విశిష్టే॥

రక్తదృక్-శ్-పు-పారావతః॥

రక్తద్రుమః-అ-పు-గోమూత్రీ॥ తె॥ ఎఱ్ఱవేఁగిసచెట్టు.

రక్తధాతుః-ఉ-పు-గైరికమ్-౨తామ్రమ్-౩రక్తవర్ణధాతుమాత్రంచ॥

రక్తనఖాః-అ-పు-భాగ్యవతీలక్షణమ్॥

రక్తనయనః-అ-పు-చకోరః॥ తె॥ వెన్నెలపులుఁగు

రక్తనామకమ్-అ-న-కుంకుమమ్

రక్తనాలః-అ-పు-కుణంబః-౨జీవశాకమ్॥ తె॥౧కొయ్యతోఁటకూర-౨జీవశాకము

రక్తనాసికః-అ-పు-పేచకః॥

రక్తనాసికః-అ-త్రి-లోహితనాసాయుక్తే

రక్తనిర్యాసకః-అ-పు-గోమూత్రీ॥ తె॥ ఎఱ్ఱవేఁగిసచెట్టు.

రక్తపః-అ-త్రి-రక్తపానకర్తా॥

రక్తపః-అ-పు-రక్షః॥

రక్తపక్షః-అ-పు-గరుడః॥

రక్తపత్రికా-ఆ-సీ-నాకులీ-౨రక్తపునర్నవా-౩లోహితపత్రంచ॥

రక్తపదీ-ఈ-సీ-క్షుద్రవృక్షవిశేషః॥

రక్తపద్మః-అ-(సీ)-రక్తవర్ణకమలమ్॥

రక్తపర్ణీ-ఈ-సీ-జాతధాతకీ॥ తె॥ సురుగుడుచెట్టు

రక్తపల్లవః-అ-పు-అశోకవృక్షః-౨లోహితపత్రంచ॥

రక్తపా-ఆ-సీ-జలూకా-౨ఢాకినీ॥ తె॥౧జెలగ

రక్తపాః-ఆ-సీ-జలూకా॥ తె॥ జెలగ.

రక్తపాకీ-ఈ-సీ-బృహతీ॥

రక్తపాతా-ఆ-సీ-జలౌకా॥ తె॥ జెలగ.

రక్తపాదః-అ-పు-శుకపక్షీ॥ తె॥ చిలుకపిట్ట.

రక్తపాదః-అ-త్రి-లోహితచరణయుక్తే॥

రక్తపాదతలమ్-అ-న-రాజపత్నీలక్షణమ్॥

రక్తపాదీ-ఈ-సీ-నమస్కారీ॥ తె॥ అంతరతామర.

రక్తపాయినీ-ఈ-సీ-జలౌకా॥ తె॥ జెలగ.

రక్తపాయీ-న్-పు-రక్తపానశీలః॥

రక్తపారదమ్-అ-న-హింగులమ్॥

రక్తపారదః-అ-పు-జటాధరే॥

రక్తపిణ్డమ్-అ-న-జవాపుష్పమ్॥

రక్తపిణ్డకః-అ-పు-రక్తాలుః॥

రక్తపిత్తమ్-అ-న-రోగవిశేషః॥

రక్తపిత్తహా-ఆ-సీ-రక్తఘ్నీ॥

రక్తపుచ్ఛికా-ఆ-సీ-బ్రాహ్మణీ॥ తె॥ నల్లిఁగండ్లపాము.

రక్తపునర్నవా-ఆ-సీ-రక్తవర్ణపునర్నవాశాకః॥

రక్తపుష్పః-అ-పు-కరవీరః-౨రోహితవృక్షః-౩రక్తకాంచనవృక్షః-౪దాడిమవృక్షః-౫బకవృక్షః-౬బంధూకవృక్షః-౭పున్నాగవృక్షః-౮కింశుకవృక్షః-౯రోచనః తె॥౮మోదుగచెట్టు-౯ములుమోదుగచెట్టు.

రక్తపుష్పకః-అ-పు-పారిభద్రవృక్షః-౨గోమూత్రీ-౩పలాశవృక్షః-౪పర్పటః-౫శాల్మలీవృక్షః॥ తె॥ ౧బాడిదపుచెట్టు-౨ఎఱ్ఱవేఁగినచెట్టు.

రక్తపుష్పా-ఆ-సీ-శాల్మలీవృక్షః॥

రక్తపుష్పికా-ఆ-సీ-భూపాటలీవృక్షః-౨మద్యవాసినీ-౩లజ్జాలుః-౪రక్తపునర్నవా॥ తె॥౧నేలకలిగొట్టుచెట్టు-౪ఎఱ్ఱగలిజేరు.

రక్తపుష్పీ-ఈ-సీ-లాలనీ-౨ఆవర్తనీ-౩కరణీనామకవృక్షః-౪ఉష్ట్రకర్ణీ॥ తె॥౧ఎఱ్ఱగసిచెట్టు-౨నులిదడచెట్టు-౪ఉష్ట్రకర్ణియనుచెట్టు.

రక్తపుష్పీ-న్-పు-లశునమ్॥ తె॥ తెల్లవుల్లి.

రక్తపూరకమ్-అ-న-వృక్షామ్లమ్॥

రక్తప్రసవః-అ-పు-రక్తకరవీరః-౨రక్తామ్లానః॥

రక్తఫలః-అ-పు-వటవృక్షః॥ తె॥ మఱ్ఱిచెట్టు.

రక్తఫలా-ఆ-సీ-బింబికా-౨స్వర్ణవల్లీ॥ తె॥౧దొండచెట్టు.

రక్తఫేణజః-అ-పు-వామపార్శ్వస్థక్లోమః॥

రక్తబాష్పమ్-అ-న-రక్తకుణంబః॥ తె॥ ఎఱ్ఱకొయ్యతోటకూర.

రక్తబిన్దుః-ఉ-పు-రక్తబిందురూపనీలమణిదోషః॥

రక్తబిన్దుకా-ఆ-సీ-లక్ష్మణా॥ తె॥లక్ష్మణవంజిచెట్టు

రక్తబీజః-అ-పు-గోమూత్రీ-౨దాడిమవృక్షః॥ తె॥ ౧ఎఱ్ఱవేగిసచెట్టు-౨దానిమ్మచెట్టు.

రక్తబీజకా-ఆ-సీ-తరటీ॥ తె॥తరట్టిచెట్టు.

రక్తభిత్-ద్-పు-క్షుద్రాపామార్గః॥ తె॥ఎఱ్ఱయుత్తరేణి.

రక్తమచ్ఛః-అ-పు-మంత్రిలక్షణమ్॥

రక్తమఞ్జరః-అ-పు-నిచులవృక్షః॥

రక్తమణ్డలమ్-అ-న-రక్తోత్పలమ్॥

రక్తమత్స్యః-అ-పు-రక్తవర్ణమత్స్యవిశేషః

రక్తమూలకః-అ-పు-దేవసర్షపవృక్షః॥

రక్తమూలా-ఆ-సీ-లజ్జాలువృక్షః॥

రక్తమేహః-అ-పు-ప్రమేహరోగవిశేషః॥

రక్తమోక్షణమ్-అ-న-శోణితస్రావః॥

రక్తయష్టిః-ఇ-సీ-మంజిష్ఠా॥

రక్తయష్టికా-ఆ-సీ-మంజిష్ఠా॥

రక్తయావనాలః-అ-పు-తువరయావనాలః॥

రక్తరేఖాః-ఆ-సీ-సుఖిలక్షణమ్॥

రక్తరేణుః-ఉ-పు-సిందూరమ్-౨పలాశకలికా-౩పున్నాగవృక్షః-౩వస్త్రభేదః-౪కోపశీలః॥

రక్తరేణుకా-ఆ-సీ-పలాశకలికా॥

రక్తరైవతకమ్-అ-న-మహాపారావతః॥ తె॥ పెద్దఈడచెట్టు.

రక్తర్ధికమ్-అ-న-సుఖమ్-౨స్నానమ్-౩మంగళదివసః॥

రక్తలశునః-అ-పు-రక్తవర్ణమూలవిశేషః॥

రక్తలా-ఆ-సీ-కాకతుండీ॥

రక్తలోచనః-అ-పు-కపోతః॥

రక్తలోచనః-అ-త్రి-లోహితలోచనయుక్తే

రక్తవటీ-ఈ-సీ-మసూరికా॥

రక్తవరటీ-ఈ-సీ-మసూరికా॥

రక్తవర్గః-అ-పు-దాడిమః-౨కింశుకమ్-౩లాక్షా-౪బంధూకమ్-౫నిశాద్వయమ్-౬కుసుంభపుష్పమ్-౭మంజిష్ఠా॥

రక్తవర్ణః-అ-పు-ఇంద్రగోపః॥

రక్తవర్ధనః-అ-పు-వార్తాకుః॥

రక్తవర్షాభూః-ఊ-సీ-రక్తపునర్నవా॥

రక్తవసనః-అ-పు-సన్న్యాసీ॥

రక్తవాతః-అ-పు-రోగవిశేషః॥

రక్తవాలుకమ్-అ-న-సిందూరమ్॥

రక్తవాలుకా-ఆ-సీ-సిందూరమ్॥

రక్తవృన్తా-ఆ-సీ-సేఫాలికా॥

రక్తవృష్టిః-ఇ-సీ-రుధిరవర్షణమ్,తత్తుఉత్పాతవిశేషః॥

రక్తశాలిః-ఇ-పు-రక్తవర్ణధాన్యవిశేషః॥

రక్తశాసనమ్-అ-న-సిందూరమ్॥

రక్తశిగ్రుః-ఉ-పు-శ్రీహస్తినీ-౨రక్తశోభాంజనవృక్షః॥ తె॥౧గురుగుచెట్టు.

రక్తశీర్షకః-అ-పు-సరళద్రవః॥

రక్తశృఙ్గికమ్-అ-న-విషమ్॥

రక్తశృఙ్గీ-న్-పు-విషభేదః॥

రక్తసంజ్ఞమ్-అ-న-కుంకుమమ్॥

రక్తసఙ్కోచకమ్-అ-న-నీలోత్పలమ్॥ తె॥నల్లగలువ.

రక్తసఙ్కోచకమ్-అ-న-కుంకుమమ్॥

రక్తసన్దశికా-ఆ-సీ-జలౌకా॥

రక్తసన్ధ్యకమ్-అ-న-రక్తోత్పలమ్॥ తె॥ ఎఱ్ఱతామర.

రక్తసరోరుహమ్-అ-న-రక్తపద్మమ్॥

రక్తసర్షపః-అ-పు-రాజికా॥

రక్తసహా-ఆ-సీ-రక్తామ్లానః॥

రక్తసారమ్-అ-న-రక్తచందనమ్ - ౨పత్త్రంగమ్॥

రక్తసారః-అ-పు-గోమూత్రీ॥ తె॥ఎఱ్ఱవేగిసచెట్టు.

రక్తసృక్విణీ-న్-న-భాగ్యవతీలక్షణమ్- నిత్యద్వివచనాంతోఽయంశబ్దః॥

రక్తసౌగన్ధికమ్-అ-న-రక్తకల్హారమ్॥

రక్తస్రావః-అ-పు- వేతసామ్లః- ౨రక్తపతనంచ॥

రక్తహంసా-ఆ-సీ-రాగిణీవిశేషః॥

రక్తా-ఆ-సీ-ఉష్ణకర్ణీవృక్షః- ౨గుంజా- ౩లాక్షా-౪మంజిష్ఠా॥

రక్తాకారః-అ-పు-ప్రవాలః॥

రక్తాక్తమ్-అ-న-రక్తచందనమ్॥

రక్తాక్తమ్-అ-త్రి-శోణితమిశ్రితే॥

రక్తాక్షః-అ-త్రి-రక్తవర్ణచక్షుర్యుక్తే॥

రక్తాక్షః-అ-పు- మహిషః-౨దైత్యభేదః- ౩పారావతః-౪చకోరః-౫క్రూరః॥

రక్తాక్షీ-న్-పు-సంవత్సరవిశేషః॥

రక్తాఙ్గమ్-అ-న-జీవంతీ-౨కుంకుమమ్॥

రక్తాఙ్గః-అ-పు- కాంపిల్యః-౨భౌమః-౩విద్రుమః-౪మత్కుణః-౫మండలమ్॥ తె॥ ౧కంపిల్లమను గ్రంథ్యము.

రక్తాఙ్గీ-ఈ-సీ-జీవంతీ-౨మంజిష్ఠా॥

రక్తాతిసారః-అ-పు-రోగవిశేషః॥

రక్తాధారః-అ-పు-చర్మ॥

రక్తాన్తపర్పటీ-ఈ-సీ-ఆస్ఫోటా॥ తె॥ ౧అడవిమల్లెచెట్టు.

రక్తాపహమ్-అ-న-బోలమ్॥

రక్తాపామార్గః-అ-పు - రక్తవర్ణాపామార్గక్షుపః॥

రక్తామ్బరమ్-అ-న-కాషాయవస్త్రమ్॥

రక్తామ్బరమ్-అ-త్రి-తద్యుక్తే॥

రక్తామ్బరః-అ-పు-రక్తాంబరమతప్రవర్తకః॥

రక్తామ్రః-అ-పు-కోశామ్రః॥

రక్తామ్లానః-అ-పు-రక్తవర్ణపుష్పవిశేషః॥

రక్తార్బుదః-అ-పు-రోగవిశేషః॥

రక్తార్మ-న్-న-నేత్రరోగభేదః॥

రక్తార్శః-అ-పు-అర్శోరోగవిశేషః॥

రక్తాలుః-ఉ-పు-రక్తవర్ణాలువిశేషః॥

రక్తావర్తకః-అ-పు-పక్షివిశేషః॥

రక్తాస్యః-అ-పు-అనిలజః॥ తె॥ఎఱ్ఱమూంతిక్రోంతి

రక్తిః-ఇ-సీ-అనురక్తిః॥

రక్తికా-ఆ-సీ-గుంజాలతా-౨రాజికా - ౩రత్తికాపరిమాణంచ॥ తె॥౧గురివెందతీగె.

రక్తేక్షుః-ఉ-పు-రక్తవర్ణేక్షుః॥ తె॥ ఎఱ్ఱచెఱకు.

రక్తైరణ్డః-అ-పు-వ్యాఘ్రతలః॥ తె॥ ఎఱ్ఱాముదపుచెట్టు.

రక్తైర్వారుః-ఉ-పు-ఇంద్రవారుణీ॥

రక్తోత్పలమ్-అ-న-రక్తపద్మమ్॥
రక్తోత్పలః-అ-పు-శాల్మలీవృక్షః॥
రక్తోత్పలాభః-అ-పు-శోణవర్ణః॥
రక్తోత్పలాభః-అ-త్రి-తద్యుక్తే॥
రక్తోపలమ్-అ-న-గైరికమ్॥
రక్షః-స్-న-రావణాదిరాక్షసజాతిః॥
రక్షః-అ-పు-త్రాణమ్॥ తె॥రక్షించడము.
రక్షకః-అ-త్రి-రక్షాకర్తా॥
రక్షణమ్-అ-న-రక్షా॥
రక్షణారకః-అ-పు-మూత్రకృచ్ఛ్రరోగః-రక్షణీరకోపిపాఠః॥
రక్షణిః-ఇ-స్త్రీ-త్రాయమాణాలతా॥
రక్షస్సభమ్-అ-న-రక్షస్సమూహః- ౨రాక్షసశాలా॥
రక్షా-ఆ-స్త్రీ-దగ్ధమషీ- ౨అలక్తః- ౩లాక్షా ॥తె॥ ౨లత్తుక-౩లక్క.
రక్షాపత్రమ్-అ-న-భూర్జత్వక్॥
రక్షాపత్రః-అ-పు-భూర్జవృక్షః॥
రక్షాపేక్షకః-అ-పు-శుద్ధాంతపాలకః- ౨ఉద్యానపాలకః-౩ద్వారపాలకః-౪రుచిః-౫షిడ్గః-౬రంగాజీవీ॥
రక్షాబీజః-అ-పు-అరిష్టవృక్షః॥ తె॥ కుంకుడుచెట్టు.
రక్షికా-ఆ-స్త్రీ-రక్షా॥
రక్షితః-అ-త్రి-త్రాతః॥ తె॥రక్షింపబడినది.
రక్షితా-ఋ-పు-రక్షాకర్తా॥
రక్షివర్గః-అ-పు-రాజాంగరక్షకసమూహః॥
రక్షోఘ్నమ్-అ-న-తండులోదకమ్ - ౨హింగు॥ తె॥౧పులిగడుగు.
రక్షోఘ్నః-అ-పు-భల్లాతకవృక్షః-౨సర్షపః॥ తె॥౧నల్లజీడిచెట్టు-౨ఆవాలు.
రక్షోఘ్నీ-ఈ-స్త్రీ-వచా॥
రక్షోజననీ-ఈ-స్త్రీ-రాత్రిః - ౨రాక్షసమాతా చ॥
రక్షోహా-న్-పు-గుగ్గులుః॥
రక్ష్ణః-అ-త్రి-త్రాణమ్॥ తె॥రక్షించడము.
రఘుః-ఉ - పు - సూర్యవంశీయదిలీపరాజపుత్రః॥
రఘుకారః-అ-పు-కాళిదాసః॥
రఘుద్వహః-అ-పు-శ్రీరామః॥
రఘునన్దనః-అ-పు-శ్రీరామః॥
రఘునాథః-అ-పు-శ్రీరామః॥
రఘుపతిః-ఇ-పు-శ్రీరామః॥
రఘువంశః-అ-పు - కాళిదాసకృతరఘురాజాన్వయ వర్ణన మహాకావ్య గ్రంథవిశేషః॥
రఘువంశతిలకః-అ-పు-శ్రీరామః॥
రఘువరః-అ-పు-శ్రీరామః॥
రఙ్కుః-అ-త్రి-దరిద్రః-౨మల్లః ॥ తె॥ ౧దరిద్రుఁడు-౨జెట్టీవాఁడు.
రఙ్కుః-ఉ-పు-శ్వేతరురుః-౨శివః-౩దుకుద్ధరః॥ తె॥౧తెల్లదుప్పి.
రఙ్గమ్-అ-న-వంగమ్-౨వైకుంఠమ్॥ తె॥౧తగరము.
రఙ్గమ్-అ-(స్త్రీ)ధాతువిశేషః॥
రఙ్గః-అ-పు-నాట్యస్థానమ్-౨నారంగవృక్షః ౩రాగః-౪రణస్థలమ్-౫రత్నగుణః - ౬ధ్వనిః-౭రంగప్లుతస్వరః॥ తె॥ ౨నారంజిచెట్టు.
రఙ్గకాష్ఠమ్-అ-న-పత్తంగమ్॥
రఙ్గజమ్-అ-న-సిందూరమ్॥
రఙ్గజీవకః-అ-పు- చిత్రకారః - ౨నాట్యకారశ్చ॥
రఙ్గతాలః-అ-పు-తాలప్రాణకలాభేదః॥
రఙ్గదః-అ-పు-ఖాదిరః॥ తె॥కవిరి.
రఙ్గదా-ఆ-స్త్రీ-స్ఫటీ॥
రఙ్గదాయకమ్-అ-న-కంకుష్ఠమ్॥

రఙ్గనృఘా-ఆ-సీ-స్ఫటికః॥

రఙ్గద్యోతః-అ-పు-తాలప్రాణకలాభేదః॥

రఙ్గద్వారమ్-అ-న-నాటకాంగభేదః॥

రఙ్గనాయకమ్-అ-న-విడంగనామకద్రవ్యమ్

రఙ్గపత్రీ-ఈ-సీ-నీలీవృక్షః॥

రఙ్గపుష్పీ-ఈ-సీ-నీలీవృక్షః॥

రఙ్గప్రదీపకః-అ-పు- తాలప్రాణకలాభేదః॥

రఙ్గప్రియా-ఆ-సీ-మాధవీ॥ తె॥ మాధవితీఁగె.

రఙ్గబీజమ్-అ-న-రూప్యమ్॥

రఙ్గభూతిః-ఇ-సీ-కోజాగరపూర్ణిమా॥

రఙ్గభూమిః-ఇ సీ మల్లభూమిః-౨నాట్యభూమిశ్చ॥

రఙ్గమల్లీ-ఈ-సీ-వీణా॥

రఙ్గమాణిక్యమ్-అ-న-మాణిక్యరత్నమ్॥

రఙ్గమాతా-ఋ-సీ-కుట్టనీ - ౨భూరుహామయః॥ తె॥౧కుంటెనకత్తె.

రఙ్గమాతృకా-ఆ-సీ-లాక్షా॥

రఙ్గలాసినీ-ఈ-సీ-నేపాలికా॥

రఙ్గవల్లీ-ఈ-సీ-వర్ణకారికా॥ తె॥ రచించిన ముగ్గు.

రఙ్గశాలా-ఆ-సీ-నాట్యగృహమ్॥

రఙ్గాఙ్గా-ఆ-సీ-స్ఫటీ॥

రఙ్గాజీవః-అ-పు-చిత్రకారః-౨నటః॥ తె॥ ౧ ముచ్చెవాఁడు.

గఙ్గాభరణః-అ-పు-తాలప్రాణకలావిశేషః॥

రఙ్గారిః-ఇ-పు-కరవీరః॥

రఙ్గావతారకః-అ-పు-రంగావతారీ-౨నృత్యగీతస్థానే గీతవాద్యాదినాతదనుగుణతయా ప్రసంగీ - ౩నటగాయనవ్యతిరిక్తరంగావతరణజీవీ॥

రఙ్గావతారీ-న్-పు-నటః॥

రఙ్గిణీ-ఈ-సీ-శతమూలీ-౨కైవర్తికా॥

రఙ్గీ-న్-త్రి-రంగవిశిష్టః॥

రఙ్ఘః-స్-న-రంహః-వేగః॥

రచనమ్-అ-న-నిర్మాణమ్॥

రచనా-ఆ-సీ - పుష్పమకరికాపత్త్రాదిరచనా॥ తె॥దండలుకట్టడము మొదలయినవి.

రచనా-ఆ-(పు)-గద్యపద్యాదిరచనా॥

రచితః-అ-త్రి-కృతః॥

రజమ్-అ-న-భూపరాగః-౨కుసుమరేణుః॥

రజః-అ-పు-భూపరాగః-౨కుసుమరేణుః - ౩గుణభేదః-౪ఆర్తవమ్॥

రజః-స్-న-గుణవిశేషః- ౨అష్టాణుప్రమాణరజః-౩ఆర్తవమ్-౪పరాగః-౫కుసుమరేణుః॥ తె॥౧రజోగుణము - ౩రజస్వలనెత్తురు-౪ధూళి.

రజఃపుష్పః-అ-పు-కేతకీవృక్షః॥ తె॥ మొగలిచెట్టు.

రజఃశయః-అ-పు-కుక్కురః॥

రజఃసారథిః-ఇ-పు-వాయుః॥

రజకః-అ-పు- తంతువాయసతీస్వర్ణకారజాతః-౨శుకః॥ తె॥ ౧చాకలివాఁడు - ౨చిలుక.

రజకీ-ఈ-సీ-రజకపత్నీ॥

రజతమ్-అ-న-రుధిరమ్-౨అష్టలోహవిశేషః-౩దంతిదంతః-౪నక్షత్రమ్- ౫హేతుః-౬హేమ - ౭రూప్యముద్రికాకృతిముక్తాహారః-౮ప్రాదః-౯శైలః॥ తె॥౧రక్తము ౨వెండి.

రజతః-అ-త్రి-ధవళః॥

రజతద్యుతిః-ఇ-పు-హనూమాన్॥

రజతద్రుమః-అ-పు-రథద్రుమః॥ తె॥నల్లమద్దిచెట్టు.

రజతప్రస్థః-అ-పు-కైలాసపర్వతః॥

రజతాచలః-అ-పు-కైలాసపర్వతః॥

రజతాద్రిః-ఇ-పు-కైలాసపర్వతః॥

రజనమ్-అ-న-రాగః॥
రజనిః-ఇ-పు-రాత్రిః॥
రజనిః-ఇ-సీ-రాత్రిః-౨అశ్మయోనివృతుః-3 హరిద్రా-౪నీలికా-౫లాక్షా॥
రజనీ-ఈ-సీ-రాత్రిః-౨అశ్మయోనివృతుః-3 హరిద్రా-౪నీలికా-౫లాక్షా॥
రజనీకరః-అ-పు-చంద్రః॥
రజనీగన్ధా-ఆ-సీ-స్వనామఖ్యాతశ్వేతవర్ణపుష్పవిశేషః॥
రజనీచరః-అ-పు-రాక్షసః-౨చోరః-3యామికభటశ్చ॥
రజనీజలమ్-అ-న-నీహారః॥ తె॥ మంచు.
రజనీపుష్పః-అ-పు-పూతికరంజః॥
రజనీముఖమ్-అ-న-ప్రదోషః॥
రజనీహాసా-ఆ-సీ-శేఫాలికాపుష్పమ్॥
రజసానః-అ-పు-సంధ్యారాగమిశ్రితమేఘః
రజసానుః-ఉ-పు-మేఘః-౨చిత్తమ్॥
రజస్వలః-అ-పు-మహిషః-౨వృషభః॥
రజస్వలా-ఆ-సీ-ఋతుమతీ॥
రజిః-ఇ-పు-చంద్రవంశీయరాజవిశేషః॥
రజోఘ్నమ్-అ-న-హరితాలకమ్॥ తె॥ హరిదలము.
రజోపహమ్-అ-న-గైరికనామపర్వతధాతుః
రజోబలమ్-అ-న-అంధకారః॥
రజోరసమ్-అ-న-అంధకారః॥
రజోహరః-అ-పు-రజకః॥
రజ్జుః-ఉ-సీ-గుణః-౨వేణీ॥ తె॥ ౧త్రాడు-౨జెడ.
రఞ్జకమ్-అ-న-హింగులమ్॥
రఞ్జకః-అ-పు-పరండః-౨కంపిల్లకః-3ప్రీతిజనకః-౪వస్త్రాదిరాగకర్తాచ॥ తె॥ ౧ఆముదపుచెట్టు.
రఞ్జనమ్-అ-న-రక్తచందనమ్-౨హింగులమ్॥
రఞ్జనః-అ-పు-రాగజనకః-౨ముంజతృణమ్॥
రఞ్జనకః-అ-పు-కట్ఫలః॥
రఞ్జనద్రుః-ఉ-పు-అచ్ఛుకవృక్షః॥
రఞ్జనీ-ఈ-సీ-నీలినీ-౨హరిద్రా-3గుంద్రా-౪మంజిష్ఠా॥ తె॥ ౧నీలిచెట్టు-౨పసుపు-3ప్రేంకణము-౪మంజిష్ఠతీఁగె.
రటితమ్-అ-న-అగ్నిజ్వాలాధ్వనిః॥
రటితమ్-అ-త్రి-కథితమ్॥
రణమ్-అ-న-వ్రణమ్-౨మయూరాండః॥ తె॥ ౨నెమలిగుడ్డు.
రణః-అ-(సీ)-యుద్ధమ్॥
రణః-అ-పు-క్వణనమ్-౨కణః-3గతిః॥ తె॥ ౧ధ్వనిచేయడము.
రణగృహమ్-అ-న-సాలద్వారోపరిస్థితగృహమ్॥ తె॥ కోటవాకిటిమీఁదియిల్లు.
రణతూర్యమ్-అ-న-యుద్ధవాద్యమ్॥
రణప్రియమ్-అ-న-ఉశీరమ్॥
రణప్రియః-అ-పు-శ్యేనపక్షీ॥ తె॥ డేగపిట్ట.
రణమత్తః-అ-పు-హస్తీ॥
రణముష్టిః-ఇ-పు-విషముష్టివృక్షః॥
రణరఙ్గః-అ-పు-రణకాతరహస్తీ॥
రణరణమ్-అ-న-ఉద్వాహనమ్॥
రణరణః-అ-పు-మశకః॥
రణరణకమ్-అ-న-ప్రియవస్తుప్రాప్తిత్వరావిశేషః॥
రణరణకః-అ-పు-ఉత్కంఠా॥
రణసఙ్కులమ్-అ-న-తుములమ్॥
రణసఙ్ఘట్టః-అ-పు-రణసమూహధ్వనిః॥
రణాలఙ్కరణః-అ-పు-కంకపక్షీ॥
రణ్డః-అ-త్రి-అర్ధచర్మావచ్ఛిన్నావయవః-౨ధూర్తః॥
రణ్డకః-అ-పు-అఫలవృక్షః॥
రణ్డా-ఆ-సీ-మూషకపర్ణీ-౨విధవా॥ తె॥ ౧ఎలుకచెవిచెట్టు.

రణ్డాశ్రమీ-న్-పు- అష్టచత్వారింశద్వత్సరో పరిభార్యావిహీనః॥

రతమ్-అ-న-సురతమ్-౨గుహ్యమ్॥

రతః-అ-త్రి-ఆసక్తః॥

రతకీలః-అ-పు-కుక్కురః-౨సురతకంటకశ్చ॥

రతకూజితమ్-అ-న-మైథునకాలీనవాక్॥

రతగురుః-ఉ-పు-పతిః॥

రతజ్వరః-అ-పు-కాకః॥

రతతాలీ-న్-పు-షిడ్గః॥

రతతాలీ-ఈ-సీ-కుట్టనీ॥

రతనారీచః-అ-పు-రతివల్లభః - ౨కుక్కురః ౩సీత్కారః॥

రతనిధిః ఇ-పు-ఖంజనః॥

రతర్ధికమ్-అ-న-దివసః-౨సుఖస్నానమ్-౩అష్టమంగలమ్॥

రతవ్రణః-అ-పు-కుక్కురః॥

రతశాయీ-న్-పు-కుక్కురః॥

రతహిణ్డకః-అ-పు-స్త్రీచోరః-౨లంపటః॥

రతాథినీ-ఈ-సీ-మైథునాభిలాషిణీ॥

రతాన్దుకః-అ-పు-కుక్కురః॥

రతాన్ధ్రీ-ఈ-సీ-కుజ్ఝటిః॥

రతామర్దః-అ-పు-కుక్కురః॥

రతాయనీ-ఈ-సీ-వేశ్యా॥

రతిః-ఇ-సీ-రతిదేవీ - ౨గుహ్యేంద్రియగుణః ౩తాలప్రాణకలావిశేషః - ౪సంగమః ౫శృంగారస్థాయీభావః-౬రాగః॥

రతికుహరమ్-అ-న-యోనిః॥

రతిక్రియా-ఆ-సీ-మైథునమ్॥

రతిగృహమ్-అ-న- యోనిః- ౨రమణమందిరంచ॥

రతినాగః-అ-పు-షోడశబంధాంతర్గతపంచదశబంధః॥

రతిపతిః-ఇ-పు-మన్మథః॥

రతిపాశకః-అ-పు-రతిబంధవిశేషః॥

రతిప్రియః-అ-పు-కామదేవః-౨సురతప్రియశ్చ॥

రతిమదా-ఆ-సీ-అప్సరసః॥

రతిమన్దిరమ్-అ-న - యోనిః - ౨మైథునగృహమ్॥

రతిమిత్రః-అ-పు-రతిబంధవిశేషః॥

రతిరమణః-అ-పు-కామదేవః॥

రతిలతమ్-అ-న-నిధువనమ్॥

రతిలీలః-అ-పు-తాలప్రాణకలాభేదః॥

రతిలోభా-ఆ-సీ-శచీదేవీ॥

రతిసత్వరా-ఆ-సీ-చిరంజీవా॥

రతిసున్దరః-అ-పు-రతిబంధవిశేషః॥

రతిహాంవీరః-అ-పు-చంద్రపుత్రః॥

రతీ-ఈ-సీ-రతీదేవీ॥

రతూః-ఊ-సీ-దేవనదీ-౨సత్యవాక్॥

రతోద్వహః-అ-పు- కోకిలః॥

రత్నమ్-అ-న-నవసంజ్ఞా - ౨నవరత్నసామాన్యమ్-౩ధాన్యకోశః-౪శ్రేష్ఠః॥

రత్నకన్దళః-అ-పు-ప్రవాళమ్॥

రత్నకూటః-అ-పు-పర్వతవిశేషః॥

రత్నగర్భః-అ పు-కుబేరః-౨సముద్రః॥

రత్నగర్భా-ఆ-సీ-భూమిః॥

రత్నద్వీపమ్-అ-న-రత్ననిర్మితస్థానమ్॥

రత్నధేనుః-ఉ-సీ-మహాదానవిశేషః॥

రత్ననిధిః-ఇ-పు-ఖంజనపక్షీ॥

రత్నపారాయణమ్-అ-న-సర్వరత్నస్థానమ్

రత్నప్రభా-ఆ-సీ- జినానాంనరకవిశేషః॥

రత్నమీనాభిధాకరః-అ-పు-సముద్రః॥

రత్నముఖ్యమ్-అ-న-హీరకమ్॥

రత్నముట్-ష్-పు-రత్నచోరః॥

రత్నరాట్-జ్-న-మాణిక్యమ్ - ౨రత్నశ్రేష్ఠశ్చ॥

రత్నవతీ-ఈ-సీ-పృథివీ-౨రత్నయుక్తాచ॥

రత్నవర్షుకమ్-అ-న-పుష్పకరథః॥
రత్నవర్షుకమ్-అ-త్రి-రత్నవర్షణశీలె॥
రత్నవృక్షః-అ-పు-విద్రుమః॥
రత్నవేదిః-ఇ-సీ-సూర్యలోకః॥
రత్నసానుః-ఉ-పు- మెరుః-౨కైలాసః-౩హిమాలయః-౪చక్రవాలః॥
రత్నసానుః-ఉ-త్రి-కాముకమ్॥
రత్నసూః-ఊ-సీ-భూమిః॥
రత్నాకరమ్-అ-న-ఆకరమ్॥తె॥గని.
రత్నాకరః-అ-పు-సముద్రః-౨కుబెరః-౩ఇంద్రః-౪వరుణాలయః॥
రత్నాకరా-ఆ-సీ-భూమిః॥
రత్నాఙ్కః-అ- పు - విష్ణురథః - ౨రత్నచిహ్నంచ॥
రత్నాచలః-అ-పు- దానార్థమణిమయపర్వతః
రత్నాభరణమ్-అ-న-మణిమయాలంకరణం
రత్నావలిః-ఇ-సీ-అలంకారభేదః॥
రత్నిః-ఇ-ద్వ-ముష్టిః॥తె॥పిడికిలి.
రత్యకక్షీరః-అ-పు-మహానింబవృక్షః॥తె॥ పెద్దవేము.
రత్యఙ్గమ్-అ-న-యోనిః॥
రథః-అ-పు-వేతసః-౨చక్రీ- ౩పకధన్వా యోద్ధా-౪దెహః-౫రథద్రుమః-౬వెత్రమ్-౭చరణః॥తె॥౧ప్రబ్బచెట్టు-౨తేఱు.
రథకట్యా-ఆ-సీ-రథసమూహః॥
రథకడ్యా-ఆ-సీ-రథసమూహః॥
రథకరః-అ-పు-రథకారః॥
రథకారః-అ-పు - మాహిష్యజాతిపురుషకరణజాతిస్త్రీసుతః॥తె॥వడ్లవాఁడు.
రథకుటుమ్బీ-న్-పు-రథసారథిః॥
రథగర్భకః-అ-పు-మనుష్యవాహ్యః॥తె॥అందలము మొదలయినది॥
రథగుప్తిః-ఇ-సీ-రథసంరక్షకవ్యాఘ్రచర్మాదిః॥
రథగోపనమ్-అ-న-రథగుప్తిః॥
రథచక్రకః-అ-పు-చక్రవాకః॥తె॥జక్కవపిట్ట.
రథచరణః - అ - పు - చక్రవాకపక్షీ- ౨రథచక్రః॥
రథచరణనామా-న్-పు-చక్రవాకపక్షీ॥
రథద్రుః-ఉ-పు-తినిశవృక్షః॥తె॥నెమ్మిచెట్టు.
రథద్రుమః-అ-పు- అజకర్ణవృక్షః॥తె॥నల్లమద్దిచెట్టు.
రథనమ్-అ-న-మారణమ్॥
రథన్తరమ్-అ-న-సామభేదః॥
రథన్తరః-అ-త్రి-రథేనతరతియః॥
రథపదమ్-అ-న-రథాంగమ్॥తె॥ బండిపుంఁడ॥
రథపర్యాయః-అ-పు-వెతసవృక్షః॥
రథపాదః-అ-పు-చక్రమ్॥
రథప్రా-ఆ-సీ-నదీవిశేషః॥
రథాఙ్గమ్-అ-న-రథచక్రమ్-౨బుద్ధివృద్ధ్యౌషధిద్వయమ్॥
రథాఙ్గః-అ-పు-విష్ణుచక్రమ్-౨చక్రవాకపక్షీ
రథాఙ్గపాణిః-ఇ-పు-విష్ణుః॥
రథాఙ్గాహ్వయనామకః-అ-పు- చక్రవాకపక్షీ.
రథాఙ్గీ-ఈ-సీ-బుద్ధిః॥
రథాన్తరః-అ-పు-కల్పభేదః॥
రథాభ్రః-అ-పు-వెతసవృక్షః॥
రథాభ్రపుష్పః-అ-పు-వెతసః॥
రథారోహీ-న్-పు-రథస్థయుద్ధకర్తా॥
రథికః-అ-పు-రథయుద్ధకుశలః-౨తినిశవృక్షః॥
రథినః-అ-పు-రథీ॥
రథిమృగః-అ-పు-వానరః॥
రథిరః-అ-పు రథీ॥
రథీ-న్-పు-రథికః - రథయుద్ధకుశలః॥
రథీనః-అ-పు-రథయుద్ధకుశలః॥
రథోద్వహః-అ-పు-నాగరంగవృక్షః॥తె॥నారంజిచెట్టు.

రథ్యమ్-అ-న-చక్రమ్॥
రథ్యః అ-పు-రథవహనయోగ్యాశ్వః॥
రథ్యా-ఆ-సీ-రథగమనయోగ్యవీథిః-౨రథసమూహః॥
రథ్యామృగః అ-పు-శునకః॥
రథ్యావాదః-అ-పు-వీథివార్తా॥
రదః-అ-పు-దంతః-౨విలేఖనమ్॥ తె॥౧పల్లు.
రదచ్ఛదః స్-న-దశనవాసః॥ తె॥ పెదవి.
రదచ్ఛదః-అ-పు-దశనవాసః॥ తె॥ పెదవి.
రదనమ్-అ-న-ఉత్ఖననె॥
రదనః-అ-పు-దంతః॥ తె॥పల్లు.
రదనచ్ఛదః-అ-పు-ఓష్ఠః-౨అధరః॥
రదనీ-న్-పు-హస్తీ॥
రదనీ-ఈ-సీ-కాష్ఠకుద్దాలః-౨జిత్యా॥ తె॥౧కఱ్ఱగుద్దలి-౨గొర్తినాగలి.
రదీ న్-పు-గజః॥
రదీ-ఈ-సీ-జిత్యా॥ తె॥గొర్తినాగలి.
రన్తిదేవః-అ-పు-షోడశరాజవిశేషః-౨విష్ణుః ౩కుక్కురః॥
రన్తుః-ఉ-సీ-వర్త్మ-౨నదీ॥
రన్ధనమ్-అ-న-పాకః॥
రన్ధ్రమ్-అ-న-బిలమ్-౨నవసంఙ్ఖ్యా-౩దూషణమ్॥
రన్ధ్రకణ్టః-అ-పు-జాలబర్బూరకః॥
రన్ధ్రవంశః-అ-పు-ఛిద్రయుక్తవంశః॥
రన్ధ్రవభ్రుః-ఉ-పు-ఉందురుః॥
రన్ధ్రి-న్-పు-నడతృణమ్॥ తె॥కిక్కసగడ్డి.
రభః-అ-పు-శరావః-౨ఉత్సంగః-౩రాసభః ౪వకులద్రుమః॥
రభసః-అ-పు-అనాలోచితార్థప్రారంభః-౨హర్షః-౩సమ్మదః-౪వేగః-౫నృత్తభేదః॥
రమమ్-అ-న-మనోహరమ్॥
రమః-అ-పు-కాంతః-౨స్మరః-౩రక్తాశోకవృక్షః॥
రమకః-అ-పు-కాంతః॥
రమఠమ్-అ-న-హింగు॥
రమఠధ్వనిః-ఇ-పు-హింగు॥
రమణమ్-అ-న-పటోలమూలమ్-౨జఘనమ్-౩జంభనమ్-౪క్రీడనమ్॥ తె॥౧పొట్లవేరు
రమణః-అ-పు-పతిః-౨కామదేవః-౩గర్దభః-౪వృషణః ౫మహారిష్టః॥ తె॥ ౧మగఁడు.
రమణకమ్-అ-న-జంబూద్వీపాంతర్గతవర్షవిశేషః-సతురమ్యకవర్షః॥
రమణా-ఆ-సీ-రమణీ॥
రమణీ-ఈ-సీ-రమమాణస్త్రీ-౨బాలాఖ్యవృక్షః-౩నారీ॥ తె॥౧క్రీడించెడుయాఁడుది
రమణీయమ్-అ-త్రి-మనోహరమ్॥
రమణ్యమ్-అ-త్రి-రమణీయమ్॥
రమతిః-ఇ-పు-నాయకః-౨స్వర్గః-౩కాకః-౪కాలః-౫కామదేవః॥
రమన్తిః-ఇ-పు-నాయకః-౨స్వర్గః॥
రమా-ఆ-సీ-లక్ష్మీః॥
రమానాథః-అ-పు-శ్రీకృష్ణః॥
రమాపతిః-ఇ-పు-శ్రీకృష్ణః॥
రమాప్రియమ్-అ-న-పద్మమ్॥
రమావేష్టః-అ-పు-శ్రీవాసః॥
రమితా-ఋ-త్రి-రతిప్రాపితా॥
రమేశ్వరః-అ-పు-విష్ణుః॥
రమ్భః-అ-పు-వేణుః-౨వానరవిశేషః-౩మహిషాసురపితా॥
రమ్భత్-ద్-సీ-ప్రభాసురః-౨హంసః॥
రమ్భా-ఆ-సీ-స్వర్వేశ్యాభేదః-౨కదలీవృక్షః-౩గౌరీ-౪గోధ్వనిః-౫వేశ్యా॥
రమ్భాతృతీయా-ఆ-సీ-వ్రతవిశేషకాలః॥
రమ్భితమ్-అ-న-గవాంధ్వనిః॥

రమ్భోరూ-ఊ-పు- పూజ్యస్త్రీలక్షణమ్-ద్వివచనాంతోయంశబ్దః॥

రమ్భోరూః-ఊ-సీ - కదలీసమానోరుస్త్రీ॥

రమ్యమ్-అ-న-పటోలమూలమ్ - ౧ప్రధానధాతుః॥

రమ్యమ్-అ-త్రి-మనోహరమ్-౧నమ్రమ్॥ తె॥ ౧వంగినది.

రమ్యః-అ-పు-చంపకవృక్షః- ౨బకవృక్షః॥

రమ్యకమ్-అ-న-వర్షవిశేషః - ౧పటోలమూలమ్॥

రమ్యపుష్పః-అ-పు-శాల్మలీవృక్షః॥

రమ్యఫలః-అ-పు-కారస్కరవృక్షః॥

రమ్యా-ఆ-సీ-రతిః౧రాత్రిః- ౩స్థలపద్మినీ॥

రమ్రః-అ-పు-అరుణవర్ణః-౧శోభా॥

రయః-అ-పు-వేగమాత్రమ్ - ౧ప్రవాహః॥

రయిష్ఠః-అ-పు-కుబేరః-౧అగ్నిః-౩చతుర్ముఖః

రరః-అ-పు-కంటకభేదః॥

రరాటీ-ఈ-సీ-లలాటః॥

రరీన్-పు-పూత్కారః-౧హారః॥

రరీముఖః-అ-పు-శరభః-౧గౌరీతపః॥

రల్లకః-అ-పు-కంబళః-౧పక్ష్మ - ౩మృగవిశేషః॥ తె॥౧గొంగళి.

రవః-అ-పు-ధ్వనిః-౧సర్జరసః॥

రవణమ్-అ-న-కాంస్యమ్-౧రవశ్చ॥

రవణః-అ-ద్వా-ఘంటా॥ తె॥పిడిగంట.

రవణః-అ-త్రి-శబ్దనః-౧తీక్ష్ణః-౩భండకః - ౪చంచలః॥ తె॥౧ఓలిగొంతుకవాఁడు, భేరి మొదలయినదిన్ని.

రవణః-అ-పు-భృంగః-౧రాసభః- ౩ఉష్ట్రః-౪కోకిలః॥

రవథః-అ-పు-కోకిలః॥

రవిః-ఇ-పు-సూర్యః-౧పింగలా నాడీ ౩అర్కవృక్షః॥ తె॥౧ముక్కుకుడిరంధ్రము.

రవికాన్తః-అ-పు-సూర్యకాంతమణిః॥

రవిచక్రమ్-అ-న- నరాకారసూర్యచక్రవిశేషః॥

రవిజః-అ-పు-శనైశ్చరః॥

రవితనయః-అ-పు-సావర్ణికమనుః-౧వైవస్వతమనుః-౩శనిః-౪యమశ్చ॥

రవిదేవతా-ఆ-సీ-సప్తమీతిథిః॥

రవినన్దనః-అ-పు-సుగ్రీవః - ౧సావర్ణిమనుః-౩వైవస్వతమనుః-౪శనిః- ౫యమశ్చ॥

రవినాథమ్-అ-న-పద్మమ్॥

రవినాథః-అ-పు-బంధూకవృక్షః॥

రవిపత్రః-అ-పు-ఆదిత్యపత్రక్షుపః॥

రవిప్రియమ్-అ-న-రక్తకమలమ్-౧తామ్రం

రవిప్రియః-అ-పు-కుందురుః-౧ఆదిత్యపత్రః ౩రక్తకరవీరః-౪లకుచః॥ తె॥౧కుందురుష్కమను గ్రంథ్యము.

రవిభక్తిః-ఇ-సీ-కుపోతకః॥ తె॥ ఆదిత్యభక్తి చెట్టు.

రవిమణ్డలః-అ-పు - సాంద్రప్రసవనారికేళవృక్షః॥

రవిరత్నకమ్-అ-న-మాణిక్యమ్॥

రవిలోచనః-అ-పు-విష్ణుః॥

రవిలోహమ్-అ-న-తామ్రమ్॥

రవిసంజ్ఞకమ్-అ-న-తామ్రమ్॥

రవిసూనుః-ఉ-పు-శనైశ్చరః॥

రవీన్దమ్-అ-న-పద్మమ్॥

రశనా-ఆ-సీ - షోడశసరస్త్రీకటిసూత్రమ్॥

రశితమ్-అ-న-మేఘగర్జితమ్-౧ధ్వానః॥

రశ్మిః-ఇ పు -కిరణః-౧ప్రగ్రాహః- ౩ద్యుతిః-౪పక్ష్మ॥ తె॥౧గుఱ్ఱపుకళ్లెపులగాము.

రశ్మిపతిః-ఇ-పు-ఆదిత్యపత్రక్షుపః॥

రసమ్-అ-న-బోలమ్॥

రసః-అ-పు-జలగుణః-౧జలమ్-౩సూపః-౪వ

ట్సంజ్ఞా-౫పారదః - ౬బోలమ్-౭శృంగారాదిరసః-౮మధురాదిరసః-౯సువర్ణమ్-౧౦ రేతః-౧౧నిర్యాసః- ౧౨రాగః-౧౩గరళమ్-౧౪పాదపః-౧౫ఆస్వాదః-౧౬ధ్వనిః-౧౭సుధా-౧౮గుణః-౧౯దేహధాతుః-౨౦ఘృతాదిః-౨౧బ్రహ్మ॥ తె॥౧ద్రవము-౩ముద్దపప్పు- ౫పాదరసము-౬బాలింతబోలు ౧౫రుచి,

రసకః-అ-పు-నిష్కాథమాంసః॥

రసకర్పూరమ్-అ-న-కర్పూరరసః॥

రసకేశరమ్-అ-న-కర్పూరమ్॥

రసగన్ధమ్-అ-న-బోలమ్॥

రసగన్ధః-అ-పు-గంధరసః॥

రసగన్ధకః-అ-పు-గంధరసః-౨గంధకః॥

రసగర్భమ్-అ-న-రసాంజనమ్-౨హింగులం॥

రసఘ్నః-అ-పు-టంకణః॥

రసజమ్-అ-న-రక్తమ్॥

రసజః-అ-పు-గుడః-౨మద్యకీటః॥

రసజ్ఞః-అ-త్రి-రసవేత్తా॥

రసజ్ఞః-అ-పు-సరసః-౨భృంగః- ౩పండితః-౪బృహస్పతిః॥

రసజ్ఞా-ఆ-సీ-రసనా॥ తె॥ నాలుక.

రసజ్యేష్ఠః-అ-పు-మధురరసః-౨శృంగారరసశ్చ॥

రసతేజః-స్-న-రక్తమ్॥

రసదాలికా-ఆ-సీ-పుండ్రకేక్షుః॥

రసద్రావీ-న్-పు-మధురజంబీరః॥

రసధాతుః-ఉ-పు-పారదః॥ తె॥పాదరసము.

రసధేనుః-ఉ- పు - దానార్థైక్షురసనిర్మితా ధేనుః॥

రసనమ్-అ-(పు)-జిహ్వా-పాచజలేంద్రియమ్

రసనమ్-అ-న-స్నేహః-౨కషాయః-౩ద్రవః-౪విషమ్- ౫హేమ-౬రూప్యమ్ - ౭అన్నమ్-౮రాస్నా-౯ధ్వనిః - ౧౦ఫలినీ-౧౧నిర్యాసః॥ తె॥౮మంపరాస్న - ౧౦ ప్రేంకణము-౧౧బంక.

రసనః-అ-పు-స్వాదుః॥

రసనా-ఆ-సీ-జిహ్వా - ౨షోడశసరస్త్రీకటిసూత్రమ్-౩రాస్నా-౪గంధభద్రా॥

రసనాథః-అ-పు-పారదః॥ తె॥ పాదరసము.

రసనాయకః-అ-పు-శివః॥

రసనాలిట్-హ-పు-కుక్కురః॥ (త్తరి॥)

రసనాలిట్-హ- త్రి-రసనయా లేహనక

రసనేత్రికా-ఆ-సీ-మనఃశిలా॥

రసపాకజః-అ-పు-గుడః॥

రసఫలః-అ-పు-నారికేళవృక్షః॥

రసబద్ధకః-అ-పు-ఇలిపాషాణః॥ తే॥ ఉల్లిపాషాణము.

రసబన్ధనమ్-అ-న-కేదారశృంగమ్॥ తె॥ బోదారుశృంగి.

రసభవమ్-అ-న-రక్తమ్॥

రసమఞ్జరీ-ఈ-సీ - నాయకనాయికాభేదకగ్రంథవిశేషః॥

రసమయః-అ-త్రి-రసస్వరూపః-రసాత్మకః

రసమర్దనమ్-అ-న-పారదచూర్ణీకరణమ్॥

రసమారణమ్-అ-న - పారదస్యమారణమ్॥

రసమూర్ఛనమ్-అ-న- పారదస్యమూర్ఛాకరణమ్॥ (రము)

రసయోనిః-ఇ-పు-టంకణమ్॥ తె॥ వెలిగా

రసరాజః-అ-పు-పారదః- ౨రసాంజనమ్॥

రసలేహః-అ-పు-పారదః॥

రసవత్-త్-న-అలంకారభేదః॥

రసవతీ-ఈ-సీ-మహానసః॥ తె॥ వంటయిల్లు

రసవాన్-త్-త్రి-రసవిశిష్టః॥

రసశోధనమ్-అ-న-టంకణః-౨పారదశుద్ధిః॥

రససిన్దూరమ్-అ-న-ఔషధవిశేషః॥

రసస్థానమ్-అ-న-హింగులమ్-౨శరీరస్యరసస్థలంచ॥

రసా-ఆ-స్త్రీ-భూమిః-౨సల్లకీ-౩ప్రభద్రా-౪జిహ్వా-౫పాతా-౬కంగుః-౭ద్రాక్షా-౮కాకోలీ॥ తె॥ ౨అందుగుచెట్టు-౩నవిరెలచెట్టు.

రసాఖనః-అ-పు-కుక్కుటః॥

రసాగ్రజమ్-అ-న-రసాంజనమ్॥

రసాఞ్జనమ్-అ-న-తార్క్ష్యశైలమ్॥ తె॥ రసాంజనము॥

రసాఢ్యః-అ-పు-ఆమ్రాతకః॥

రసాతలమ్-అ-న-చతుర్థాధోలోకః-౨సప్తపాతాళసామాన్యమ్॥

రసాదనీ-ఈ-స్త్రీ-కుశింశుపావృక్షః॥ తె॥ కంపుయిరుగుడుచెట్టు.

రసాదానమ్-అ-న-శోషణమ్-౨భూమిదా(నంచ॥

రసాధారః-అ-పు-సూర్యః-౨రసస్యాధారశ్చ॥

రసాధికః-అ-పు-టంకణః-౨అధికరసశ్చ॥

రసాధికా-ఆ-స్త్రీ-కాకోలీద్రాక్షా॥

రసాభాసః-అ-పు-అనౌచిత్యవిశిష్టరసః॥

రసామృతా-ఆ-స్త్రీ-ఆమలకీవృక్షః॥ తె॥ ఉసిరికచెట్టు.

రసామ్లమ్-అ-న-వృక్షామ్లమ్-౨చుక్రమ్॥

రసామ్లః-అ-పు-అమ్లవేతసః॥

రసాయకః-అ-పు-తృణవిశేషః॥

రసాయనమ్-అ-న-కిణ్వమ్-౨గౌరసః-౩జరావ్యాధిహరౌషధమ్-౪కటిః-౫విషమ్॥ తె॥ ౧పిల్వమనుచెట్టు-౨చల్ల.

రసాయనః-అ-పు-పక్షిరాజః-౨విషమ్॥

రసాయనఫలా-ఆ-స్త్రీ-హారీతకీ॥

రసాయనశ్రేష్ఠః-అ-పు-పారదః॥

రసాయనీ-ఈ-స్త్రీ-గుడూచీ-౨కాకమాచీ-౩మహాకరంజః-౪గోరక్షదుగ్ధా-౫మాంసచ్ఛదా॥

రసాలమ్-అ-న-సిహ్లకమ్-౨బోలమ్॥

రసాలః-అ-పు-చూతవృక్షః-౨ఇక్షుః-౩పనసః-౪కుందరతృణమ్-౫గోధూమః-౬పుండ్రకనామేక్షుః॥

రసాలసా-ఆ-స్త్రీ-నాడీ॥

రసాలా-ఆ-స్త్రీ-ద్రాక్షా-౨ఇక్షుః-౩శిఖరిణీ-౪దూర్వా-౫జిహ్వా॥ తె॥ ౧ద్రాక్షచెట్టు-౨చెఱకు-౩పెఱుగులోననేకద్రవ్యములువేశిచేసినది.

రసాలిహా-ఆ-స్త్రీ-శీర్ణనాలా॥

రసాలీ-ఈ-స్త్రీ-పుండ్రకేక్షుః॥

రసాశ్వాసా-ఆ-స్త్రీ-పలాశీలతా॥

రసాస్వాదీన్-పు-భ్రమరః॥ తె॥ తుమ్మెద.

రసాస్వాదీన్-త్రి-రసాస్వాదవిశిష్టః॥

రసాహ్వః-అ-పు-సరలద్రవః॥

రసికః-అ-త్రి-సరసః॥

రసికః-అ-పు-పానకః-౨పానకృతమద్యసారః-౩సారసపక్షీ-౪తురంగః-౫హస్తీ॥

రసికా-ఆ-స్త్రీ-రసాలా-౨ఇక్షురసః-౩కాంచీ-౪రసనా॥

రసికేశ్వరః-అ-పు-శ్రీకృష్ణః॥

రసితమ్-అ-న-మేఘనిర్ఘోషః-౨రుతమ్॥

రసితమ్-అ-త్రి-స్వర్ణాదిఖచితె॥

రసునః-అ-పు-లశునః॥

రసేన్ద్రః-అ-పు-పారదః॥

రసోత్కృష్టః-అ-పు-తండులీయశాకమ్॥ తె॥ చిఱ్ఱికూర.

రసోత్తమః-అ-పు-ముద్గః-౨శ్రేష్ఠరసశ్చ॥

రసోద్భవమ్-అ-న-హింగులమ్॥

రసోద్భవమ్-అ-త్రి-రసజాతె॥

రసోనః-అ-పు-రసునః॥

రసోనకః-అ-పు-లశునమ్॥ తె॥ తెల్లవుల్లి.

రసోపలమ్-అ-న-మౌక్తికమ్॥

రస్నమ్-అ-న-ద్రవ్యమ్॥

రస్యమ్-అ-న-రక్తమ్॥

రస్యా-ఆ-స్త్రీ-రాస్నా-౨పాఠా॥ తె॥ ౧పిరంగిచెక్క.

రహః-స్-౦-రహస్యస్థలమ్॥

రహః-స్-న-ఏకాంతః-౨రహస్యస్థలమ్- ౩సురతమ్-౪శైవాలః- ౫మధువ్రతమ్- ౬భీతిః॥

రహటః-అ-పు-యంత్రవిశేషః॥ తె॥ రాట్నము.

రహతిః-ఇ-స్త్రీ-రథవేగః॥

రహసః-అ-పు-సాగరః-౨వ్యోమ.

రహస్యమ్-అ-న-ఏకాంతమ్॥

రహస్యః-అ-త్రి-ఏకాంతభవః॥

రహస్యా-ఆ-స్త్రీ-నదీవిశేషః- ౨రాస్నా - ౩పాఠా॥

రహా-ఆ-స్త్రీ-రమా-౨వాణీ-౩గౌరీ॥

రహితమ్-అ-త్రి-వర్జితమ్॥ తె॥ ఒకలెక్కలో మరియొకలెక్క తీసివేయడము.

రా-ఆ-స్త్రీ-హేమ-౨శాలా-౩ఆశంసా- ౪గతిః-౫దానమ్॥

రాః-ఐ-పు-విత్తమ్-౨శబ్దః॥

రాః-ఐ-ద్వి-ధ్వనిః-౨స్వర్ణమ్॥

రాకః-అ-పు-సూర్యః॥

రాకా-ఆ-స్త్రీ-పూర్ణేందుపూర్ణిమా-౨ద్వాదశవర్షదృష్టరజ(స్త్రీ)-౩కచ్ఛూః- ౪దధిమథనరజ్జుః-౫నవరజస్వలా-౬నదీవిశేషః

రాక్షసః-అ-పు-నైరృతః-౨సంవత్సరవిశేషః ౩గణహాసకః-౪అసురః ॥ తె॥ ౩బలురక్కసిచెట్టు.

రాక్షసీ-ఈ-స్త్రీ-చండా-౨రాక్షస(స్త్రీ) - ౩దంష్ట్రా ౪-బృహద్దంతేతియావత్ - ౫సాయాహ్నవేలా॥ తె॥ ౧చండయనుగ్రంథ్యము.

రాక్షా-ఆ-స్త్రీ-అలక్తః-౨లాక్షా॥ తె॥ ౧లత్తుక-౨లక్క.

రాగః-అ-పు-సరిగమాద్యాలింగితగీతమ్ -౨అనురాగః-౩మాధుర్యమ్-౪లక్షాదిః-౫త్విట్ - ౬గాంధారాదిరాగః - ౭రంజనమ్- ౮మాత్సర్యమ్- ౯లోహితాదిః- ౧౦నృపః- ౧౧చంద్రః- ౧౨సూర్యః- ౧౩క్లేశాదిః॥

రాగచూర్ణః-అ-పు- ఖదిరవృక్షః-౨మన్మథః- ౩రక్తవాలుకః-౪లాక్షారసః॥

రాగచ్ఛన్నః-అ-పు-కామదేవః॥

రాగచ్ఛన్నః-అ-త్రి-రాగేణాచ్ఛన్నః॥

రాగదః-అ-పు-తైరణీడుపః॥

రాగదః-అ-త్రి-రాగదాతా॥

రాగదా-ఆ-స్త్రీ-స్ఫటికః॥

రాగదాలిః-ఇ-పు-మసూరః॥

రాగపుష్పః-అ-పు-బంధూకః-౨రక్తామ్లానః॥

రాగపుష్పీ-ఈ-స్త్రీ-జపా॥

రాగప్రసవః-అ-పు-బంధూకః ౨రక్తామ్లానః

రాగయుక్-జ్-పు-మాణిక్యమ్,రాగదృక్-ఇతిపాఠోపి॥

రాగరజ్జుః-ఉ-పు-కామదేవః॥

రాగలతా-ఆ-స్త్రీ-కామదేవపత్నీ॥

రాగవర్ధనః-అ-పు- తాలప్రాణకలాభేదః॥

రాగవృన్తః-అ-పు-కామదేవః॥

రాగషాడవః-అ-పు- దాడిమద్రాక్షాయుక్తముద్గయూషః॥

రాగసూత్రమ్-అ న-తులాసూత్రమ్-౨పట్టసూత్రమ్॥

రాగాఙ్గమ్-అ-న-సంగీతాంగమ్॥

రాగాఙ్గీ-ఈ-స్త్రీ-మంజిష్ఠా॥

రాగాఢ్యా-ఆ-సీ-మంజిష్ఠా॥
రాగారుః-ఉ-త్రి-ఆశౌందత్వాదానవిముఖః
రాగాలప్తిః-ఇ-సీ-రాగాభివ్యక్తివిశేషః॥
రాగాశనిః-ఇ-పు-బుద్ధః॥
రాగిణీ-ఈ-సీ-విదగ్ధానారీ - ౨మెనకాయా జ్యేష్ఠకన్యా-౩జయశ్రీనామ్నీలక్ష్మీః౪షట్రాగాణాంపత్నీ - ౫తైలపాయికా ॥తె॥౫ఎఱ్ఱాకులతోంటకూర.
రాగీ-న్-త్రి-అనురక్తః- ౨కాముకః - ౩రజ్ఞ్యా-౪తృణధాన్యవిశేషః॥
రాగీ-న్-పు-అశోకవృక్షః॥
రాఘవః-అ-పు-శ్రీరామః-౨మహామీనభేదః -౩జలదః॥
రాఘవాయణః-అ-పు-రామాయణః॥
రాఙ్కలః-అ-పు-వృక్షకంటకః॥
రాఙ్కవమ్-అ-త్రి- మృగరోమజవస్త్రమ్ ॥ తె॥శకలాతు-శాలూ మొదలయినది.
రాఙ్గణమ్-అ-న-పుష్పవిశేషః॥
రాజకమ్-అ-న-నృపసమూహః॥
రాజకమ్-అ-త్రి-దీప్తికారకె॥
రాజకః-అ-పు-రాజని॥
రాజకదమ్బః-అ-పు-కదంబవిశేషః॥
రాజకన్యా-ఆ-సీ- కేవికాపుష్పమ్-౨నృపసుతాచ॥
రాజకర్కటీ-ఈ-సీ-చీనాకర్కటీ॥
రాజకశేరు-ఉ-న-కందవిశేషః॥
రాజకశేరుః-ఉ-పు-భద్రముస్తా॥
రాజకస్తూరికా-ఆ-సీ-శుంఠీ॥తె॥సొంటి.
రాజకీయః-అ-త్రి-రాజసంబంధీ॥
రాజకుమారః-అ-పు-రాజపుత్రః॥
రాజకుష్మాణ్డః-అ-పు-వార్తాకీ॥
రాజకోశాతకీ-ఈ-సీ- కోశఫలాలతా॥తె॥ పెద్దబీఱ.

రాజకోషాతకీ-ఈ-సీ-ఝింగాకవిశేషః॥
రాజక్షులః-అ-పు-మహాద్రోణః॥తె॥ పెద్దతుమ్మిచెట్టు.
రాజక్షువకః-అ-పు సర్షపః॥
రాజఖర్జూరీ-ఈ-సీ-శ్రేష్ఠఖర్జూరీ॥
రాజగామి-ఇ-త్రి-రాజసంబంధి॥
రాజగిరిః-ఇ-పు-శాకభేదః॥
రాజగురుః-ఉ-పు-రాజపురోహితః॥
రాజగ్రీవః-అ-పు-మత్స్యవిశేషః॥
రాజఘః-అ-త్రి-తీక్ష్ణః-౨రాజహంతా॥
రాజచిహ్నకమ్-అ-న-ఉపస్థః, చిహ్నానాం స్త్రీపుంవిభాజకానాంరాజాఇతివ్యుత్పత్త్యాసిద్ధమ్॥
రాజచూడామణిః-ఇ-పు-తాలప్రాణకలా విశేషః॥
రాజజమ్బూః-ఊ- సీ- సుపరిచ్ఛదవృక్షః-౨పిండఖర్జూరకః॥తె॥౧రాచనేరేడుచెట్టు ౨ముద్దఖర్జూరము.
రాజయక్ష్మా-న్-పు-క్షయరోగః॥
రాజతమ్-అ-త్రి-రజతనిర్మితమ్॥
రాజతమ్-అ-న-రజతె॥
రాజతరుః-ఉ-పు-కర్ణికారవృక్షః౨ఆరగ్వధః
రాజతరుణీ-ఈ-సీ-పుష్పవిశేషః॥
రాజతా-ఆ-సీ-రాజత్వమ్॥
రాజతాలః-అ-పు-తాలప్రాణకలాభేదః-౨గువాకవృక్షః॥
రాజతినిశః-అ-పు-సుఖాశః॥
రాజత్వమ్-అ-న-రాజభావః॥
రాజదణ్డః-అ-పు-రాజశాసనమ్॥
రాజదన్తః-అ-పు- పురోదంతః॥తె॥ముందటిపల్లు.
రాజదేశీయః-అ-పు-ఈషదసమాప్తౌరాజా॥ తె॥రాజంతవాఁడు.

రాజదేశ్యః-అ-పు-ఈషదసమాప్తోరాజా॥ తె॥ రాజంతవాఁడు.

రాజధత్తూరకః-అ-పు-బృహద్ధుస్తూరః॥

రాజధర్మః-అ-పు-రాజ్ఞాంకర్తవ్యంకర్మ॥

రాజధానకమ్-అ-న-రాజపురమ్॥

రాజధానీ-ఈ-సీ-పట్టణమ్-రాజధానికా॥

రాజధాన్యమ్-అ-న-శ్యామాకః॥

రాజధుస్తూరకః-అ-పు-బృహద్ధుస్తూరః॥

రాజనామా-న్-పు-పటోలః॥

రాజనారాయణః-అ-పు-తాలప్రాణకలా విశేషః॥

రాజనీతిః-ఇ-సీ-రాజ్ఞాంనయః॥

రాజనీలమ్-అ-న-మరకతమణిః॥

రాజన్యః-అ-పు-క్షత్రియః-౨రాజపుత్రః-౩అగ్నిః-౪క్షీరికావృక్షః॥

రాజన్యకమ్-అ-న-క్షత్రియసమూహః॥

రాజన్వాన్-త్-త్రి-సురాజవద్దేశః॥

రాజపటోలః-అ-పు-పటోలః॥

రాజపటోలీ-ఈ-సీ-మధురపటోలీ॥

రాజపట్టః-అ-పు-మణివిశేషః॥

రాజపట్టికా-ఆ-సీ-చాతకపక్షీ॥

రాజపత్నీ-ఈ-సీ-కమలావృక్షః॥

రాజపథః-అ-పు-రాజమార్గః॥

రాజపర్ణీ-ఈ-సీ-ప్రసారిణీలతా॥

రాజపలాణ్డుః-ఉ-పు-రక్తవర్ణపలాండుః॥

రాజపీలుః-ఉ-పు-మహాపీలువృక్షః॥ తె॥ పెద్దవరగోఁగుచెట్టు.

రాజపుత్రః-అ-పు-బుధగ్రహః-౨మహారాజచూతః-౩వర్ణసంకరజాతివిశేషః-౪రాజనందనః॥

రాజపుత్రికా-ఆ-సీ-శరారిపక్షీ-౨రాజకన్యా చ॥

రాజపుత్రీ-ఈ-సీ-రేణుకా-౨తిక్తబీజా-౩రాజరీతిః-౪జాతీ-౫చుచుందరీ-౬మాలతీ-౭రాజకన్యా చ॥ తె॥ ౧రేణుకమను గ్రంథ్యము-౨పెద్దచేఁదానుఁగుచెట్టు-౩పెరున్నిత్తడి.

రాజపుష్పః-అ-పు-నాగకేసరపుష్పవృక్షః॥

రాజపుష్పీ-ఈ-సీ-కరణీనామకవృక్షః॥

రాజప్రియా-ఆ-సీ-కరణీనామకవృక్షః॥

రాజఫణిజ్ఝకః-అ-పు-నాగరంగవృక్షః॥

రాజఫలమ్-అ-న-పటోలమ్॥

రాజఫలా-ఆ-సీ-జంబూః॥

రాజబఙ్గాలః-అ-పు-తాలప్రాణకలాభేదః

రాజబదరమ్-అ-న-రక్తామలకమ్-౨లవణమ్॥

రాజబదరః-అ-పు-ఉత్తమకోలిః॥

రాజబలా-ఆ-సీ-కటుంభరా॥ తె॥ గొంతెమగోరుచెట్టు.

రాజబీజీ-న్-త్రి-రాజవంశజాతః॥

రాజభట్టికా-ఆ-సీ-హాపుత్రీపక్షీ॥

రాజభద్రకః-అ-పు-కుష్ఠమ్-౨నింబః-౩పారిభద్రక ఇతిసాధుపాఠః॥

రాజభూయమ్-అ-న-రాజసాయుజ్యమ్॥ తె॥ అన్యుఁడు రాజు కావడము.

రాజభృఙ్గః-అ-పు-మాంథిలవః॥ తె॥ పెద్దకూఁకటిమూఁగపిట్ట.

రాజభోగ్యమ్-అ-న-జాతీకోశమ్॥

రాజభోగ్యః-అ-పు-ప్రియాలవృక్షః॥

రాజమణ్డూకః-అ-పు-బృహద్భేకః॥

రాజమల్లః-అ-పు-రాజ్ఞాంమల్లః॥

రాజమార్గః-అ-పు-దశధనుర్విస్తారగజఘోటకసాధారణమార్గః॥

రాజమాషః-అ-పు-అలసాంద్రః॥ తె॥ అలచందలు.

రాజమిత్రః-అ-పు-మన్మథః॥

రాజముద్గః-అ-పు-ముకుష్టకః॥

రాజయక్ష్మః-అ-పు-క్షయరోగః॥

రాజయక్ష్మా-న్-పు-క్షయరోగః॥

రాజయోగ్యః-అ-త్రి-రాజార్హః॥

రాజరఙ్గమ్-అ-న-రజతమ్॥

రాజరాజః-అ-పు-కుబేరః-౨దుర్యోధనః-౩సార్వభౌమః-౪సుధాకరః-౫మహాభాగ్యయుక్తః-౬శివః॥

రాజరీతిః-ఇ-స్త్రీ-బ్రహ్మరీతిః॥ తె॥ చాయనిత్తడి.

రాజర్షిః-ఇ-పు-ఋతుపర్ణాదిరాజః॥

రాజలక్ష్మా-న్-పు-యుధిష్ఠిరః॥

రాజలక్ష్మీః-ఈ-స్త్రీ-రాజశ్రీః॥

రాజవంశ్యః-అ-త్రి-రాజవంశజాతః॥

రాజవర్తిజ్జినీ-ఈ-స్త్రీ-వాతంగినీ॥ తె॥ పులుగుడుచెట్టు.

రాజవర్త్మ-న్-న-రాజపథః॥

రాజవల్లభః-అ-పు-రాజాదనీ-౨రాజామ్రః-౩రాజబదరః-౪నారాయణదాసకవిరాజకృతద్రవ్యగుణగ్రంథవిశేషః॥

రాజవల్లభః-అ-త్రి-నృపప్రియః॥

రాజవల్లీ-ఈ-స్త్రీ-తోయవల్లీ॥

రాజవాన్-త్-త్రి-రాజమాత్రవద్దేశః-౨దుష్టరాజవద్దేశః॥

రాజవాహః-అ-పు-ఘోటకః॥

రాజవాహ్యః-అ-త్రి-రాజవహనీయః॥

రాజవాహ్యః-అ-పు-ఔపవాహ్యః॥ తె॥ సవారీయేనుఁగు.

రాజవిః-ఇ-పు-చాషః॥ తె॥ పాలపిట్ట.

రాజవిద్యాధరః-అ-పు-తాలప్రాణకలాభేదః॥

రాజవృక్షః-అ-పు-ఆరగ్వధః-౨తులసీ-౩జానకః-౪ప్రియాలుః-౫సువర్ణతరుః॥ తె॥ ౧తేలచెట్టు-౩నేరవంజిచెట్టు.

రాజవృక్షా-ఆ-స్త్రీ-కాసమర్దకః॥ తె॥ కసిందచెట్టు.

రాజశణః-అ-పు-పట్టః॥

రాజశఫరః-అ-పు-ఇల్లిశమత్స్యః॥

రాజశయ్యా-ఆ-స్త్రీ-రాజ్ఞఃశయనీయమ్॥

రాజశాకః-అ-పు-వాస్తూకమ్॥

రాజశుకః-అ-పు-పక్షివిశేషః॥

రాజశృఙ్గమ్-అ-న-రాజచ్ఛత్రమ్॥

రాజశృఙ్గః-అ-పు-మద్గురమత్స్యః॥

రాజసః-అ-త్రి-రజోగుణోద్భవః॥

రాజసదనమ్-అ-న-రాజగృహమ్॥

రాజసభా-ఆ-స్త్రీ-రాజశాలా-౨రాజసమూహః॥

రాజసర్పః-అ-పు-సర్పభక్షకసర్పః॥

రాజసర్షపః-అ-పు-సర్షపవిశేషః॥

రాజసాత్-త్-౦-రాజాధీనమ్॥

రాజసాయుజ్యమ్-అ-న-రాజభూయమ్॥ తె॥ అన్యుఁడు రాజు కావడము.

రాజసారసః-అ-పు-మయూరః॥

రాజసీ-ఈ-స్త్రీ-దుర్గా-౨రజోగుణసంబంధినీచ॥

రాజసూయమ్-అ-న-యజ్ఞభేదః-౨అన్నభేదః-౩శైలభేదః-౪ఉత్పలమ్॥

రాజసూయః-అ-పు-రాజకర్తృయజ్ఞవిశేషః॥

రాజసైర్యకః-అ-పు-కురంటకః॥ తె॥ పచ్చపువ్వులపెద్దగోరంట.

రాజస్కన్ధః-అ-పు-ఘోటకః॥

రాజస్వమ్-అ-(స్త్రీ)-రాజధనమ్॥

రాజస్వర్ణః-అ-పు-రాజధుస్తూరకః॥

రాజహంసః-అ-పు-లోహితచంచుచరణశ్వేతహంసః-౨రాజశ్రేష్ఠః-౩కలహంసః-౪కదంబః॥

రాజహర్షణమ్-అ-న-తగరమ్॥ తె॥ గ్రంథిత
గరము.

రాజహస్తీ-న్-పు-రాజగజః॥

రాజహాసకః-అ-పు-మత్స్యవిశేషః॥

రాజా-న్-పు-చంద్రః-౧కటోలలతా-౩క్ష
త్రియః-౪భూపాలకః-౫షోడశసంజ్ఞా-
౬రాజరోగః-౭ఇంద్రః-౮యక్షః-౯
సూర్యః-౧౦పరమాత్మా॥ తె॥ ౧చేంతి
పొట్ల.

రాజా-న్-త్రి-స్వామీ॥

రాజాతనః-అ-పు-ప్రియాలువృక్షః॥

రాజాదనమ్-అ-న-ప్రియాలువృక్షః-౨క్షీరి
కా-౩కింశుకః॥ తె॥౧మొరలిచెట్టు-౨పా
లచెట్టు.

రాజాదనః-అ-పు-కింశుకవృక్షః॥ తె॥ మోదు
గచెట్టు.

రాజాదనీ-ఈ-సీ-వృక్షవిశేషః॥

రాజానుజీవీ న్-త్రి-రాజోపజీవీ॥

రాజాన్నమ్-అ-న-ఆంధ్రదేశోద్భవశాలివిశే
షః-౨రాజస్వామికభక్తమ్॥

రాజామ్రః-అ-పు-కోకిలోత్సవవృక్షః॥ తె॥
రాచమామిడిచెట్టు.

రాజామ్లః-అ-పు-అమ్లవేతసః॥

రాజార్కః-అ-పు-కాష్ఠిలః॥ తె॥రాచజిల్లేడు
చెట్టు.

రాజార్హమ్-అ-త్రి-రాజయోగ్యః॥

రాజార్హమ్ అ-న-అగురు॥

రాజార్హా-ఆ-సీ-జంబూః॥

రాజాలాబుః-ఉ-సీ-స్వాదుతుంబీ॥

రాజాలుకః-అ-పు-మహాకందః॥

రాజావర్తః-అ-పు-రాజావర్తనామకశిలా॥

రాజాహిః-ఇ-పు-ద్విముఖసర్పః॥ రేఖా}

రాజిః-ఇ-సి-సాంద్రతృణాదిపఙ్క్తిః-౨}

రాజికా-ఆ-సీ-కృష్ణికా-౨కేదారః-౩ఖేటః-
౪శ్రేణీ॥ తె॥౧నల్లావాలు-౩గాలు.

రాజికాఫలః-అ-పు-గౌరసర్షపః॥

రాజితఫలః-అ-పు-రాజామ్రవృక్షః॥ తె॥రా
చమామిడిచెట్టు.

రాజిఫలా-ఆ-సీ-చీనాకర్కటీ॥

రాజిమాన్-త్-పు-కటోలః॥ తె॥చేంతిపొట్ల
చెట్టు. (చెట్టు.}

రాజిరాజః-అ-పు-కటోలః॥ తె॥ చేంతిపొట్ల}

రాజిలః-అ-పు-క్షీరాకారనిర్విషద్విశిరస్స
ర్పః-౨మత్స్యవిశేషః॥

రాజీ-ఈ-సీ-సాంద్రతృణాదిపఙ్క్తిః॥

రాజీఫలః-అ-పు-పటోలః॥

రాజీవమ్-అ-న-పద్మమ్-౨రక్తకువలయమ్॥

రాజీవః-అ-పు-విశాలనేత్రమీనః-౨పృష్ఠత
శ్చంద్రకాంతిమన్మృగః॥

రాజీవః అ-త్రి-రాజోపజీవీ॥

రాజేన్ద్రః-అ-పు-మండలేశ్వరాత్ దశగు
ణో రాజా॥ (శవృక్షః॥}

రాజోద్వేజనసంజ్ఞకః-అ-పు-భూతాంకు}

రాజ్ఞీ-ఈ-సీ-రాజపత్నీ-౨సూర్యపత్నీ-౩
కాంస్యః-౪నీలీ॥

రాజ్యమ్-అ-న-రాజ్ఞ ఇదమ్॥

రాజ్యక్తా-ఆ-సీ-పిష్టరాజికాదధిలవణమిశ్రిత
సూక్ష్మాలాబూఖండాది॥

రాజ్యటాలః-అ-పు-శ్లేష్మాతకవృక్షః॥ తె॥విరి
గిచెట్టు.

రాజ్యాఙ్గమ్-అ-న-రాజ్యస్యోపాయః॥

రాట్-జ్-పు-భూపాలః॥

రాట్-జ్-త్రి-స్వామీ॥

రాటిః-ఇ-సీ-యుద్ధమ్-౨శరారిపక్షీ॥

రాడిః-ఇ-సీ-శరారిపక్షీ॥

రాఢకః-అ-పు-స్వనామఖ్యాతదేశః॥

రాఢా-ఆ-సీ-శోభా - ౧సూక్ష్మః- ౩పురీవి శేషః॥
రాఢీయః-అ-త్రి-రాఢదేశోద్భవః॥
ఢాణమ్-అ-న-పర్ణమ్-౨శిఖండః॥
రాత్రమ్-అ-న-జ్ఞానమ్- యథా- రాత్రంచ జ్ఞానవచనంజ్ఞానంపంచవిధంస్మృతం। తేనేదంపంచరాత్రంచప్రవదంతిమనీషిణః
రాత్రకమ్ అ-న-పంచరాత్రమ్॥
రాత్రకః-అ-పు-విటః॥ తె॥విటుఁడు.
రాత్రా-ఆ-సీ-రాత్రిః॥
రాత్రిః-ఇ-సీ-నిశా-౨హరిద్రా॥
రాత్రికరః-అ-పు-చంద్రః॥
రాత్రిచరః-అ-త్రి-రాత్రౌగమనకర్తా॥
రాత్రిచరః-అ-పు-రాక్షసః॥
రాత్రిచరీ-ఈ-సీ-రాక్షసీ॥
రాత్రిజమ్-అ న-నక్షత్రమ్॥
రాత్రిజలమ్-అ-న-కుజ్ఝటికా॥
రాత్రిజాగరః-అ-త్రి- రాత్రౌజాగరణకర్తరి
రాత్రిజాగరః-అ-పు-శునకః॥
రాత్రిజాగరదః-అ-పు-మశకః॥
రాత్రిఞ్చరః-అ-త్రి-రాత్రౌగమనకర్తరి॥
రాత్రిఞ్చరః-అ-పు-రాక్షసః॥
రాత్రిపుష్పమ్-అ-న-ఉత్పలమ్॥
రాత్రిపుష్పీ-ఈ-సీ-మాలతీలతా॥ తె॥జాజి॥
రాత్రిమటః-అ-త్రి-రాత్రౌగమనకర్తరి॥
రాత్రిమటః-అ-పు-రాక్షసజాతిః॥
రాత్రిమణిః-ఇ-పు-చంద్రః॥
రాత్రివాసః-స్-న-అంధకారః- ౨రాత్రౌశయనకాలీనపరిధేయవస్త్రమ్॥
రాత్రివిగమః అ-పు-ప్రభాతమ్॥
రాత్రివిశ్లేషగామీ-న్-పు-చక్రవాకః॥
రాత్రివేదః-అ-పు-కుక్కుటః॥
రాత్రివేదీ-న్-పు-కుక్కుటః॥
రాత్రిహాసః-అ-పు- శ్వేతోత్పలమ్॥
రాత్రిహిణ్డకః-అ-పు-అంతఃపురరక్షకః॥
రాత్రీ-ఈ-సీ-రాత్రిః॥
రాత్ర్యటః-అ-త్రి-రాత్రౌగమనకర్తా॥
రాత్ర్యటః-అ-పు-రాక్షసః॥
రాత్ర్యన్ధః-అ-త్రి- రాత్రౌదృష్టిహీనోనరః॥
రాధన్తరిః-ఇ-పు-ఇంద్రగజః॥
రాద్ధమ్-అ-త్రి-పక్వమ్-౨సిద్ధమ్॥
రాద్ధాన్తః-అ-పు-సిద్ధాంతః॥
రాధః-అ-పు-వైశాఖమాసః॥
రాధనమ్-అ-న-సాధనమ్-౨ప్రాప్తిః-౩తో(షణమ్॥
రాధనా-ఆ-సీ-భాషణమ్॥
రాధా- ఆ-సీ-కాంతిః - ౨విశాఖానక్షత్రమ్- ౩కర్ణస్యోపమాతా- ౪గోపికావిశేషః- ౫తటిత్ -౬విష్ణుక్రాంతా- ౭ఆమలకీవృక్షః-౮ధన్విచిత్రభేదః॥
రాధాకాన్తః-అ-పు-శ్రీకృష్ణః॥
రాధాతనయః-అ-పు-కర్ణః॥
రాధాభేదీ-న్-పు-అర్జునః॥
రాధావేధీ-న్-పు-అర్జునః॥
రాధేయః-అ-పు-కర్ణః॥
రాప్యః-అ-త్రి-కథనీయః॥
రాబుకమ్-అ-న-సర్వజాతిభూపతిసమూ(హః॥
రామమ్-అ-న-చక్రవర్తినీ-౨కుష్ఠమ్- ౩వాస్తుకమ్॥ తె॥౧చక్రవర్తికూరచెట్టు.
రామః-అ-పు-బలరామః-౨రాఘవః- ౩పరశురామః- ౪వృకమారకవ్యాఘః - ౫త్రిసంజ్ఞా-౬విష్ణుః- ౭చతుర్ముఖః - ౮శివః- ౯స్థవిరః॥
రామః-అ-త్రి-మనోజ్ఞః-౨నీలః-౩శ్వేతః॥
రామకరీ-ఈ-సీ-రామకలీరాగిణీ॥
రామకర్పూరకః-అ-పు - స్వనామఖ్యాతతృణమ్॥

రామగిరిః-ఇ-పు-పర్వతవిశేషః-చిత్రకూటప ర్వతః॥
రామచన్ద్రః-అ-పు-శ్రీరామః॥
రామచ్ఛర్దనకః-అ-పు-మదనవృక్షః-రామా చ్ఛర్దనక ఇతిచపాఠః॥
రామజననీ-ఈ-సీ-బలదేవమాతా - ౧కౌస ల్యా-౨రేణుకాచ॥
రామఠమ్-అ-న-హింగు॥ తె॥ఇంగువు.
రామఠః-అ-పు-అంకోఠవృక్షః॥
రామఠీ-ఈ-సీ-నాడీహింగు॥
రామణః-అ-పు-గిరినింబః-౧తిందుకః॥
రామణీయకమ్-అ-న-రమణీయభావః- ౧ర మణీయకర్మ॥
రామతరుణీ-ఈ-సీ-తరుణీపుష్పమ్॥
రామదూతః-అ-పు-హనూమాన్॥
రామదూతీ-ఈ-సీ-తులసీవిశేషః॥
రామపూగః-అ-పు-గువాకవిశేషః॥
రామబాణః-అ-పు-ఔషధవిశేషః॥
రామభద్రః-అ-పు-శ్రీరామః॥
రామలవణమ్-అ-న-శాంభరిలవణమ్॥
రామవల్లభమ్-అ-న-త్వచమ్॥
రామవల్లభమ్-అ-త్రి-రామప్రియె॥
రామవీణా-ఆ-సీ-వీణావిశేషః॥
రామశరః-అ-పు-శరవృక్షభేదః॥
రామశీతలా-ఆ-సీ-ఆరామశీతలా॥
రామసఖః-అ-పు-సుగ్రీవః॥
రామసేనకః-అ-పు-భూనింబః-౧కట్ఫలః॥
రామా-ఆ-సీ-జాతధాతకీ - ౧కామశాస్త్ర ప్రవీణస్త్రీ-౨హింగులినీ-౪గౌరీ - ౫ల క్ష్మీః-౬వాణీ-౭రంభా-౮రతీదేవీ - ౯అ శోకః-౧౦గోరోచనా-౧౧గైరికమ్॥
రామాయణమ్-అ-న-రామేణరావణవధకా వ్యమ్॥

రామాలిఙ్గనకామః-అ-పు-రక్తామ్లానః॥
రామావత్సఘోపమః-అ-పు-చక్రవాకః॥
రామావ్యా-ఆ-సీ-జాతధాతకీ॥ తె॥ సురుగు డుచెట్టు.
రామిలః-అ-పు-రమణమ్-౧కామః॥
రామ్భః-అ-పు - వైశ్యబ్రహ్మచారిధార్యవే ణుదండః-౧సన్యాశిధార్యదండః॥
రామ్యకా-ఆ-సీ-జాతధాతకీ॥ తె॥ సురుగుడు చెట్టు-
రాయణమ్-అ-న-పీడా॥
రాయణీ-ఈ-సీ-గంగా॥
రాయభాటీ-ఈ-సీ-నదీస్రోతోవిశేషః॥
రాలః-అ-పు-సర్జరసః॥
రాలకార్యః-అ-పు-సాలవృక్షః॥
రావః-అ-పు-ధ్వనిః॥
రావణః-అ-పు-కాకతిందుకః-౧కటోలలతా ౨గణహాసకః-౪రావణాసురః-౫ధ్వనిః॥ తె॥౧చిట్టితుమికిచెట్టు-౨చేంతిపొట్లచెట్టు ౩బలురక్కసిచెట్టు.
రావణగఙ్గా-ఆ-సీ-సింహాలదెశస్థనదీవిశేషః
రావణసూదనః-అ- పు - కార్తవీర్యః - ౨ రామః॥
రావణహస్తః-అ-పు-వీణావిశేషః॥
రావణారిః ఇ-పు-రామః॥
రావణిః-ఇ-పు-రావణజ్యేష్ఠపుత్రః॥
రాశిః-ఇ-ద్వ-ధాన్యాదిపుంజః- ౧క్వచిద్ద్రో ణపరిమాణమ్-౨మేషాదిః॥ తె॥ ౧చేలె డులోసగము.
రాశిచక్రమ్-అ-న-మెషాదిద్వాదశరాశ్యా దియుక్తవృత్తమ్॥
రాష్ట్రమ్-అ- సీ-విషయః - విషయోజనప దః- ౨ఉపద్రవః-ఉపద్రవోనరకాదిః॥
రాష్ట్రమ్-అ- న-వింశతిత్రింశద్గ్రామాత్మక

దేశః - ౧ రాజ్యసప్తాంగవిశేషః - ౨ ఉత్పాతః॥

రాష్ట్రనివాసీ-న్-పు-జానపదః - దేశవాసీ॥

రాష్ట్రవృద్ధికరీ-ఈ-సీ-బదరీవృక్షః॥ తె॥ రేఁగుచెట్టు.

రాష్ట్రికా-ఆ-సీ-కంటకారికా॥ తె॥ వ్రాఁకుడుచెట్టు.

రాష్ట్రియః-అ-పు - నాట్యోక్తరాజశ్యాలకః॥ తె॥ రాజుపెండ్లాముతోడఁబుట్టినవాఁడు.

రాష్ట్రీయః-అ-పు- నాట్యోక్తరాజశ్యాలః॥

రాష్ట్రీయః-అ-త్రి-రాష్ట్రసంబంధీ॥

రాసః-అ-పు-గోపాలక్రీడా- ౧ కోలాహలధ్వనిః-౨ రసః-౩ నర్మగోష్ఠీ - ౪ తారమ్-౫ సేవకః-౬ సేవా॥

రాసభః-అ-పు-ఖరః॥

రాసభవన్దినీ-ఈ-సీ-మల్లికా॥

రాసభీ-ఈ-సీ-గర్దభీ॥

రాసమణ్డలమ్-అ-న-శ్రీకృష్ణస్యరాసక్రీడాస్థలమ్॥

రాసా-ఆ-సీ-ఉష్ట్రశిశుః॥

రాసేరసః-అ-పు-గోష్ఠీ-౧ రాసః-౨ శృంగారః-౩ రససిద్ధిః-౪ రసావాసః-౫ షష్ఠీజాగరకః-౬ ఉత్సవః-౭ పరిహాసః॥

రాసేశ్వరీ-ఈ-సీ-రాధా॥

రాస్నా-ఆ-సీ-ఏలాపర్ణీ-౧ గంధనాకులీ-౨ రక్తపాదీ॥ తె॥ ౧ పిరంగిచెక్క - ౧ దుంపరాస్న-౨ అంతరఁదామర.

రాహటః- అ - పు - మంత్రీ-౧ ప్రేరితః-౨ వసంతః॥

రాహుః-ఉ-పు-రాహుగ్రహః-౧ త్యాగః॥

రాహుకః-అ-పు-కేతుగ్రహః॥

రాహుగ్రహః-అ-పు-రాహుః॥

రాహుగ్రాహః-అ-పు- చంద్రసూర్యయోర్గ్రహణమ్॥

రాహుచక్రమ్-అ-న-రవ్యాదిసప్తవారేషు అశ్వగత్యా వామావర్తేన యామార్ధం ప్రాప్యసప్తదిక్షురాహోర్గమనమ్॥

రాహుచ్ఛత్రమ్-అ-న-ఆర్ద్రకమ్॥

రాహుత్తః-అ-పు-అశ్వారోహకః॥ తె॥ గుఱ్ఱపురౌతు॥

రాహుదర్శనమ్-అ-న - రాహోశ్చాక్షుషజ్ఞానమ్ - గ్రహణమితియావత్॥

రాహుభేదీ-న్-పు-విష్ణుః॥

రాహుమూర్ధభిత్-ద్-పు-విష్ణుః॥

రాహురత్నమ్-అ-న-గోమేదకః॥

రాహులసూః-ఊ-పు-బుద్ధః॥

రాహువల్లభమ్-అ-న-గోమేధికమ్॥

రాహుస్పర్శః-అ-పు-ఉపరాగః॥

రాహుహా-న్-పు-విష్ణుః॥

రాహూచ్ఛిష్టః-అ-పు-లశునః॥

రాహూత్సృష్టః-అ-పు-లశునః॥

రిః-ఇ-పు-ఋషభస్వరస్థానమ్- ౧ స్రవః-౨ క్షయః॥

రిః-ఇ-సీ-రుగ్జాలమ్-౧ ఇచ్ఛా-౨ కాంతిః॥

రికమ్-అ-న- త్వరితమ్ - ౧ చిత్తమ్- ౨ వ్యవహారః॥

రిక్తమ్-అ-న-కాననమ్-౧ శూన్యమ్॥

రిక్తః-అ-త్రి-శూన్యః॥

రిక్తకః-అ-త్రి-గజదిగ్ధకపిత్థవచ్ఛూన్యవస్తు॥

రిక్తా-ఆ-సీ-చతుర్థీతిథిః-౧ నవమీ-౨ చతుర్దశీ॥

రిక్తికా-ఆ-సీ-కనిష్ఠభ్రాతృజాయా॥ తె॥ మఱఁదలు.

రిక్థమ్-అ-న-విత్తమ్॥

రిక్థహారీ-న్-పు- దాయాదః- ౧ పిండదాతా ౨ మాతులః- ౩ వటబీజమ్- ౪ ద్వ్యాముష్యాయణః॥

రిక్థీ-న్-త్రి-ధనహారీ-౨ధనీ॥

రిఙ్ఖా-ఆ-సీ-లిఙ్ఖా-యూకా॥

రిఙ్ఖః-అ-పు-విసంవాదః-౨నర్తకః॥ తె॥ ౧ఒప్పుకొని లేదనిపోట్లాడడము - ౨ ఆడెడువాఁడు.

రిఙ్ఖణమ్-అ-న-స్ఖలనమ్॥

రిఙ్ఖనమ్-అ-న-స్ఖలనమ్॥

రిఙ్ఖా-ఆ-సీ-అశ్వఖురమ్- ౨అశ్వగతివిశేషః-౩గతివిశేషః॥ తె॥ ౧గుఱ్ఱపుడెక్క- ౨కుప్పించియూరకడము.

రిఙ్గణమ్-అ-న-స్ఖలనమ్॥

రిఙ్గనమ్-అ-న-స్ఖలనమ్॥

రిఙ్గిణిః-ఇ-సీ-ముద్గపర్ణీ॥ తె॥ పిల్లిపెసరచెట్టు.

రిఙ్ఖోళీ-ఈ-సీ-సమూహః॥

రిటిః ఇ-సీ-అగ్నిజ్వాలాధ్వనిః-౨వాద్యమ్-౩కాలలవః॥

రిత్తికా-ఆ-సీ-కనిష్ఠభ్రాతృజాయా॥ తె॥ మఱదలు.

రిధమః అ-పు-కామః-౨వసంతః॥

రిపుః-ఉ-పు-శత్రుః ౨చండా-౩లగ్నాపేక్షయా షష్ఠలగ్నమ్॥ తె॥ ౨చండయను గ్రంథ్యము.

రిపుఘాతినీ-ఈ-సీ-లతావిశేషః॥

రిప్ఫమ్-అ-న-లగ్నాపేక్షయా ద్వాదశరాశిః

రిప్రః-అ-త్రి-అధమః॥

రిమః-అ-పు-అరిమెదవృక్షః॥ తె॥ కంపుతుమ్మచెట్టు.

రిమేదః-అ-పు-అరిమెదః॥

రిమెదకః-అ-పు-అరిమెదః॥ తె॥ కంపుతుమ్మచెట్టు

రిరీ-ఈ-సీ-పిత్తలః॥

రిశ్యః-అ-పు-మృగః॥

రిషిః-ఇ-పు-ఋషిః॥

రిష్టమ్-అ-త్రి-తద్వతి॥

రిష్టమ్-అ-న-అశుభమ్-౨క్షేమమ్-౩పాపమ్-౪నాశః-౫ఖడ్గః॥

రిష్టః-అ-పు-ఖడ్గః-౨ఫేణిలః-సతురక్తశిగ్రుః

రిష్టకః-అ-పు-రక్తశిగ్రుః॥

రిష్టిః-ఇ-సీ-అశుభమ్-౨శస్త్రభేదః॥

రిష్టిః-ఇ-పు-ఖడ్గః-౨సమృద్ధిః॥

రిష్యః-అ-పు-మృగవిశేషః॥

రిష్వః-అ-త్రి-వధకః-

రీ-ఈ-సీ-గతిః-౨రవః- ౩వధః-ఇతిరీధాత్వర్థదర్శనాత్॥

రీజ్యా-ఆ-సీ-ఘృణా॥

రీటః-అ-పు-కీచకః-౨కీటః॥

రీఠా-ఆ-సీ-రీఠాకరంజః॥

రీఠాకరఞ్జః-అ-పు-స్వనామఖ్యాతవృక్షః॥

రీఢకః-అ-పు-పృష్ఠవంశః॥

రీఢా-ఆ-సీ-తిరస్కారః॥

రీఢాకరజః-అ-పు- కుంభబీజకః॥ తె॥ గుత్తినెమలడుగుచెట్టు.

రీణః-అ-త్రి-స్రుతః॥ తె॥ కాఱినవస్తువు.

రీతిః-ఇ-సీ- సంగీతమ్- ౨అష్టలోహవిశేషః ౩స్యందః-౪లోహకిట్టకః- ౫వైదర్భీప్రభృతిః-౬మర్యాదా-౭ప్రకారః॥ తె॥ ౨ఇత్తడి-౩కాఱడము.

రీతికమ్-అ-న-పుష్పాంజనమ్॥

రీతికా-ఆ-సీ- ఫుల్లతువరీ - ౨కుసుమాంజనం ౩పిత్తలంచ॥ తె॥ ౧పుల్లతొవరిమన్ను.

రీతిపుష్పమ్-అ-న-కుసుమాంజనమ్॥

రు-ఉ-౧-ప్రభా-౨వైరాగ్యమ్- ౩కర్మ-౪రచయనక్రియా॥

రుః-ఉ-పు-భయమ్-౨యుద్ధమ్-౩ధ్వనిః॥

రుక్-చ్-సి-తేజః-౨ఋగ్వేదః-౩ఇచ్ఛా-౪శారికాశుకవాక్॥

రుక్-జ్-సి-రోగః-౨దీప్తిః॥

రుక్షః-అ-త్రి-బహుప్రదః॥

రుక్ప్రతిక్రియా-ఆ-సీ-చికిత్సా॥ తె॥ వైద్యము

రుక్మమ్-అ-న-విత్తమ్-౨సువర్ణమ్- ౩లోహమ్-౪వ్యోమ-౫కాంచనలేపనమ్-౬నాగకేసరమ్-౭ధుస్తూరః॥

రుక్మకారకః-అ-పు-స్వర్ణకారః॥

రుక్మవతీ-ఈ-సీ-రతీదేవీ॥

రుక్మవేదికా-ఆ-సీ-నైరృతిపురీ॥

రుక్మాఙ్గదః-అ-పు-రాజవిశేషః॥

రుక్మిణీ-ఈ-సి-కృష్ణమహిషీవిశేషః- ౨స్వర్ణక్షీరీ॥

రుక్మిణీవ్రతమ్-అ-న-వ్రతవిశేషః॥

రుక్మిదర్పః-అ-పు-బలదేవః॥

రుక్మిదారీ న్-పు-బలదేవః॥

రుక్మిభిత్ -ద్-పు బలదేవః॥

రుక్మీ-న్-పు-భీష్మకరాజజ్యేష్ఠపుత్రః॥

రుక్షః-అ-త్రి-అప్రేమ-౨అదిక్వణః॥

రుక్సద్మ-న్-న-పురీషమ్॥

రుగ్ణః-అ-త్రి-భుగ్నః-౨రోగీ॥ తె॥ వంగినది, విరిగినదిన్ని.

రుచకమ్-అ-న-సౌవర్చలలవణమ్- ౨సువర్చలనామకక్షారః-౩ఉత్కంఠా-౪విడంగమ్-౫మాల్యమ్-౬అశ్వాభరణమ్॥

రుచకః-అ-పు- ప్రాక్పశ్చిమాలిందవదుత్తరంవినాత్రిభాగద్వారగృహమ్-౨పరండవృక్షః-౩మాతులుంగకః-౪పంచవిధాస్థిభేదరదనః-౫మంగళద్రవ్యమ్ - ౬కరభూషణమ్॥ తె॥ ౨ఆముదపుచెట్టు- ౩మాదిఫలపుచెట్టు-౫కుంకుమాదికము.

రుచకా-ఆ-సీ-ఇంద్రవల్లీ॥ తె॥ ఇల్లిందచెట్టు.

రుచా-ఆ-సీ-ప్రభా-౨ఇచ్ఛా - ౩శారికాశుకవాక్॥

రుచిః-ఇ-పు-విశ్వదేవభేదః॥

రుచిః-ఇ-సీ-కిరణః-౨ప్రభా-౩అభిషంగః॥

రుచికః-అ-పు- బిల్వవృక్షః॥ తె॥ మారేడు }
రుచితమ్-అ-త్రి-మిష్టవస్తు॥ (చెట్టు }

రుచిఫలమ్-అ-న-మృతాహ్వమ్॥

రుచిరమ్-అ-న-మూలకమ్- ౨కుంకుమమ్- ౩లవంగమ్॥

రుచిరమ్-అ-త్రి-మనోహరమ్॥

రుచిరా-ఆ-సీ-గోరోచనా॥

రుచిరాఞ్జనః-అ-పు-శోభాంజనః

రుచిరాశ్వః-అ-పు-రాజవిశేషః-సతుదేవాపేః శ్వశురః-౨సుందరఘోటకశ్చ॥

రుచిషమ్-అ-న-రుజీషమ్॥ తె॥ బూరెలమూకుడు.

రుచిష్యమ్-అ-త్రి-మిష్టవస్తు- ౨అభిప్రేతమ్॥

రుచీ-ఈ-సీ-రుచిః॥

రుచ్యమ్-అ-న-సౌవర్చలమ్॥

రుచ్యః-అ-పు-కతకవృక్షః-౨శాలిధాన్యమ్ }
రుచ్యః-అ-త్రి-మనోహరః॥ (౩పతిః॥ }

రుచ్యకన్దః-అ-పు-సూరణః॥

రుచ్యా-ఆ-సీ-జీరణా॥ తె॥ నల్లజీలకఱ్ఱ.

రుజా-ఆ-సీ-రోగః-౨భంగః ౩మేషీ-౪కుష్ఠం

రుజాకరమ్-అ-న-కర్మరంగఫలమ్॥

రుజాకరః-అ-పు-వ్యాధిః॥

రుజాకృత్ -త్ -పు-బింబికా॥ తె॥ దొండచెట్టు

రుజాసః-అ-పు-ధన్వనవృక్షః॥

రుట్-ష్-సీ-క్రోధః॥

రుణత్కారా-ఆ-సీ-సుఖసందోహ్యగౌః॥

రుణ్డః-అ-పు-కబంధః॥

రుణ్డా-ఆ సీ-దేహవిముక్తశిరః॥

రుణ్డికా-ఆ-సీ-దూతికా-౨రణక్షితిః-౩ద్వారవిద్యాధరః॥

రుత్ -ద్-సీ-దుఃఖహేతుః-౨దుఃఖమ్- ౩రోగః-౪శబ్దః॥

రుతమ్-అ-న-ఉంఛశిలవృత్తిజీవనమ్॥

రుదథః-అ పు-కుక్కురః-౨ఛాత్రమ్॥

రుదన్తికా-ఆ-సీ-క్షుద్రక్షుపవిశేషః॥

రుదన్తీ-ఈ-సీ-స్రువంతీ ॥ తె ॥ రుదంతియను చెట్టు.

రుదితమ్-అ-త్రి-క్రందనమ్-తద్వతి॥

రుదితమ్-అ-న-ధ్వనియుక్తరోదనమ్॥

రుద్ధః-అ-త్రి-ఆవృతః॥ తె॥పొదగఁబడ్డది॥

రుద్రః-అ-పు-ఏకాదశరుద్రగణదేవతాః- ౧శివః-౨ఈశానః-౩ఏకాదశసంజ్ఞా- ౪రోదయితా-౫అగ్నిః-౬యజ్ఞః-౮నాదాత్మకః-౯జ్వరః-౧౦పర్యాయః-౧౧ఏకగ్రామాధికారీ॥

రుద్రకవచమ్-అ-న- శివనామసమూహేనసర్వాంగరక్షకమ్॥

రుద్రకృత్-త్-పు-విశ్వదేవభేదః॥

రుద్రగణః-అ-పు-శివపార్షదసమూహః॥

రుద్రచణ్డీ-ఈ-సీ- రుద్రయామలోక్తదేవీమాహాత్మ్యమ్॥

రుద్రజః-అ-పు-పారదః॥

రుద్రజటా-ఆ-సీ-జటావల్లీ॥ తె॥ రుద్రజడ చెట్టు.

రుద్రదేవతా-ఆ-సీ-అష్టమీతిథిః॥

రుద్రపత్నీ-ఈ-సీ-అతసీ-౨దుర్గా॥

రుద్రపర్ణికా-ఆ-సీ-లాలనీ ॥ తె॥ ఎఱ్ఱగిసె చెట్టు.

రుద్రపుష్పీ-ఈ-సీ-జపా॥

రుద్రప్రియా-ఆ-సీ-హరీతకీ- ౨పార్వతీచ॥

రుద్రబలిః-ఇ పు-రుద్రాయదత్తబలిః॥

రుద్రభూః-ఊ-సీ-శ్మశానః॥

రుద్రవింశతిః-ఇ-పు- ప్రభవాదిషష్టివర్షాంతర్గతశేషవింశతివర్షాణి॥

రుద్రవీణా-ఆ-సీ-వీణాభేదః॥

రుద్రసర్గః-అ-పు-రుద్రకర్తృకసృష్టిః॥

రుద్రసావర్ణిః-ఇ-పు-ద్వాదశో మనుః॥

రుద్రసూః-ఊ-సీ-ఏకాదశపుత్రజననీ॥

రుద్రాక్రీడః-అ-పు-శ్మశానమ్॥

రుద్రాక్షః-అ-పు-మాలాఫలః॥ తె॥రుద్రాక్షచెట్టు.

రుద్రాణీ-ఈ-సీ-పార్వతీ-౨శుక్రభార్యా-౩రుద్రజటా॥

రుద్రారిః-ఇ-పు-మన్మథః॥

రుద్రావాసః-అ-పు-కాశీపురీ॥

రుద్రీ-ఈ-సీ-వీణాభేదః-

రుధిరమ్-అ-న- శరీరస్థరసభవధాతుః - ౨కుంకుమమ్॥ తె॥౧రక్తము.

రుధిరః-అ-పు-మంగళగ్రహః॥

రుధిరాఖ్యమ్-అ-న-మణిభేదః॥

రుధిరోద్గారీ-న్-పు-సంవత్సరవిశేషః॥

రున్ద్రమ్-అ-త్రి - ఆయామవిస్తారాదిభిరధికమ్॥ తె॥గొప్ప.

రుపిడః-అ-పు-ధూమికా॥ తె॥ పొగవంటిచీఁకటి.

రుభెటిః-ఇ-సీ-ధూమికా॥ తె॥పొగవంటిచీఁకటి.

రుమా-ఆ-సీ-లవణఫలనభూమిః- ౨సంబరీదేశలవణాకరః-౩సుగ్రీవభార్యా॥ తె॥౧ఉప్పుపండెడుభూమి-౨ఉప్పగని.

రుమురః-అ-పు-తాంబూలరసః॥ తె॥ తాంబూలపుకఱ.

రుమ్రః-అ-పు-అరుణః॥

రురుః-ఉ-పు-మహాకృష్ణమృగః-౨దైత్యభేదః॥ తె॥ ౧నల్లచారలు తెల్లమచ్చలుఁ గల మప్పి.

రురుబాహుః-ఉ-పు-పక్షివిశేషః॥

రురుబిస్తః-అ-పు-చతుఃకర్షతులామానసువర్ణమ్॥

రువుః-ఉ-పు-ఏరండవృక్షః-౧రక్తైరండః॥
రువుక్-క్-పు-ఏరండవృక్షః॥
రువూకః-అ-పు-ఏరండవృక్షః॥
రుశత్-త్-త్రి-అశుభవాక్॥
రుషా-ఆ-స్త్రీ-క్రోధః॥
రుషిః-ఇ-పు-వ్యాసాదిమునిః॥
రుషితః-అ-త్రి-క్రోధయుక్తః॥
రుష్టః-అ-త్రి-క్రోధయుక్తః॥
రుహః-అ-త్రి-జాతః-౨ఆరూఢః॥
రుహకమ్-అ-న-ఛిద్రమ్॥
రుహా-ఆ-స్త్రీ-దూర్వా-౨మహాసమంగా॥ తె॥ ౧గరికెగడ్డి.
రుహారుహికా-ఆ-స్త్రీ-ఉత్కంఠా॥
రుహాలిః-ఇ-స్త్రీ-ధూమికా॥ తె॥ పొగవంటి (చీకటి)
రుహ్వా-న్-పు-వృక్షః॥
రూః-ఊ-స్త్రీ-రూపమ్-౨ధ్వనిః-౩భీతిః॥
రూః-ఊ-ద్వి-ఛేదనమ్-౨భేదనమ్॥
రూక్షః-అ-పు-వృక్షః-౨వరకతృణమ్॥
రూక్షః-అ-త్రి-అప్రేమా-౨అమసృణః-౩ (క్రమః॥)
రూక్షగన్ధకః-అ-పు-గుగ్గులుః॥
రూక్షణాత్మికా-ఆ-స్త్రీ-లంకాధాన్యమ్॥
రూక్షదర్భః-అ-పు-హరిదర్భః॥
రూక్షపత్రః-అ-పు-శాఖోటవృక్షః॥
రూక్షప్రియః-అ-పు-ఋషభౌషధమ్॥
రూక్షరోమశాఙ్గమ్-అ-న - అపుత్రవల్లీలక్షణమ్॥
రూక్షస్వాదుఫలః-అ-పు-ధన్వనవృక్షః॥
రూక్షా-ఆ-స్త్రీ-దంతీవృక్షః॥
రూటికా-ఆ-స్త్రీ-తామ్రబృంది॥ తె॥ఎఱ్ఱతోటకూరచెట్టు. (రితః॥)
రూఢః-అ-త్రి-ప్రసిద్ధః-౨నిశ్చితః-౩అంకు
రూఢిః ఇ-స్త్రీ-జన్మ-౨ప్రాదుర్భావః- ౩రూఢశబ్దనిష్ఠశక్తిః॥

రూపమ్-అ-న- అగ్నిగుణః - ౨ఈషదసమాప్తిః-౩స్వభావః-౪నీలపీతాదిరూపమ్-౫సౌందర్యమ్-౬ఆకారః- ౭నాటకమ్-౮నాణకమ్-౯పశుః- ౧౦ గ్రంథావృత్తిః-౧౧శ్లోకః-౧౨సంస్కృతశబ్దః - ౧౩చక్షురింద్రియగోచరః॥ తె॥ ౨కొంచెముగా తక్కువ-౮ముద్ర వేసినముద్రిక-౧౩అగుపడునది.
రూపమ్-అ-త్రి-ఉత్తరపదే, తుల్యవస్తు॥
రూపకమ్-అ-న-అలంకారవిశేషః- ౨పకసంజ్ఞా-౩నాటకమ్॥
రూపకాతిశయోక్తిః-ఇ - స్త్రీ - అలంకారవిశేషః॥
రూపకాలప్తిః-ఇ-స్త్రీ - సంగీతరాగాభివ్యక్తిభేదః॥
రూపగర్భా-ఆ-స్త్రీ-విశ్వరూపీ॥ తె॥ మూరుకొండచెట్టు.
రూపతత్త్వమ్-అ-న-శీలమ్॥
రూపధారీ-న్-త్రి-సౌందర్యవిశిష్టః॥
రూపనాశనః-అ-పు-పేచకః॥
రూపవత్-త్-త్రి-రూపసంపన్నమ్॥
రూపవాన్-త్-త్రి-ఆకారవిశిష్టః- ౨సౌందర్యయుక్తః॥
రూపాజీవా-ఆ-స్త్రీ-వేశ్యా॥
రూపాణమ్-అ-న-శిబికా॥ తె॥పాలకి.
రూపాస్త్రః-అ-పు-కామదేవః॥
రూపికా-ఆ-స్త్రీ-శ్వేతార్కవృక్షః॥
రూపేశ్వరీ-ఈ-స్త్రీ- దేవీవిశేషః-సాతుప్రభవాదిషష్టివర్షాంతర్గతైకవింశవర్షేపూజ్యా॥
రూప్యమ్-అ-న-రౌప్యమ్- ౨రాజముద్రితసువర్ణరజతతామ్రాదికమ్-౩రజతమ్- ౪స్వర్ణరజతభూషణమ్॥

రూప్యమ్-అ-త్రి-సురూపమ్॥
రూప్యమాషః-అ-పు- ద్వి ప్రకృతితులామానమ్॥ తె॥ రెండు ప్రకృతులయెత్తు వెండి.
రూప్యా-ఆ-సీ-అశ్వ భేదివృక్షః-౨విశ్వరూపీ॥ తె॥ ౨మూరుకొండచెట్టు.
రూప్యాధ్యక్షః-అ-పు-నైష్కికః॥
రూవుకః-అ-పు-ఏరండః॥
రూషకః-అ-పు-వాసకః॥
రూషితమ్-అ-త్రి-గుండితమ్॥
రే-ప-౦-నీచసంబోధనమ్॥ తె॥ ఓరి.
రేకః-అ-పు-శంకా-౨విరేకః-౩అధమః - ౪హారః-౫హారిః-౬మేఘః॥ తె॥ ౨అతిరేకము.
రేకణః-స-న-స్వర్ణమ్॥
రేకా-ఆ-సీ-సందేహః॥
రేఖా-ఆ-సీ - నాట్యచతుర్దశాంగభేదలలితస్థానమ్-౨సాంద్రతృణాదిపఙ్క్తిః - ౩గోశ్రేణీ- ౪పాణిపాదతలరేఖా- ౫రేఖా॥ తె॥ ౩తంగేడుచెట్టు-౫గీత.
రేఖాగణితః-అ-పు శ్రీజయసింహామహారాజపండితద్విజసమ్రాట్ జగన్నాథకృతగణితగ్రంథవిశేషః॥
రేఖాభూమిః-ఇ-సీ - లంకాసుమెరుపర్వతయోర్మధ్యసూత్రగతదేశః॥
రేచకమ్-అ-న-రేచకనామకగంధద్రవ్యమ్-౨వాయునిర్బంధభేదః - ౩స్త్రీవస్త్రభేదః-౪కంకుష్టమృత్తికా॥ తె॥ ౩లోపలిగాగర.
రేచకః-అ-పు-హస్తికర్ణః, ౨యవక్షారః- ౩జయపాలవృక్షః-౪తిలకవృక్షః-౫క్రీడాద్ధజలనిక్షేపయంత్రమ్॥ తె॥ ౧గోణాము-గోచియును.
రేచకీ-ఈ-సీ-హారీతకీ॥ తె॥ కరక చెట్టు

రేచనమ్-అ-న-మలభేదనమ్॥
రేచనః-అ-పు- అంకోలవృక్షః - ౨కమలవల్లభః॥ తె॥ ౧ఊడుగుచెట్టు-పిన్నవరగోగుచెట్టు.
రేచనకః-అ-పు-కంపిల్లకః॥
రేచనపల్లవః-అ-పు- ఆరగ్వధవృక్షః॥ తె॥ తేలచెట్టు.
రేచనా-ఆ-సీ-కాంపిల్లకః॥
రేచనీ-ఈ-సీ-త్రివృతా-౨గుంద్రా- ౩రోచనికా॥ తె॥ ౧తెల్లతేగడిచెట్టు.
రేచితమ్-అ-న-౧ద్రావికారభేదః-౨అశ్వగతిభేదః॥ తె॥ ౨నట్వాలుత్రొక్కుడము.
రేచీ-ఈ-సీ-కంపిల్లకః-౨అంకోఠః॥
రేచీ-న్-పు-తిలకవృక్షః॥
రేట్-జ్-పు-అగ్నిః॥
రేటః-అ-పు-జంబీరః॥ తె॥ నిమ్మచెట్టు.
రేటిః-ఇ-సీ-వహ్నిరటితమ్-౨అశ్వరటితమ్॥
రేణుః-ఉ-ద్వ-పరాగః॥ తె॥ ధూళి॥
రేణుః-ఉ-సీ-వక్షాటః॥ (క్షః॥
రేణుః-ఉ-పు-పర్పటకః-౨రేణుకా-౩పాం
రేణుకా-ఆ-సీ-హరేణుః-౨జమదగ్నిపత్నీ-౩తుషః- ౪రేణుః॥ తె॥ ౧రేణుకమను గ్రంథ్యము.
రేణుకాసుతః-అ- త్రి-పరశురామః॥
రేణురూషితః-అ-పు-గర్దభః॥
రేణురూషితః-అ-పు-ధూళిమ్రక్షి తె॥
రేణువాసః-అ-పు-భ్రమరః॥
రేణుసారః-అ-పు-కర్పూరః॥
రేణుసారకః-అ-పు-కర్పూరః॥
రేణ్వాఖ్యః-అ-పు-పర్పటః॥ తె॥ పర్పాటకము గడ్డి.
రేతః-స-న-వీర్యమ్- ౨సలిలమ్-౩బలమ్ - ౪రోగః-౫పారదః- ౬ప్రకాండః - ౭జంత్వండః॥

రేతః-అ-త్రి-మాంసాశనః॥
రేతజా-ఆ-సీ-వాలుకా॥
రేతనమ్-అ-న-శుక్రమ్॥
రేత్యమ్-అ-న-పిత్తలమ్॥
రేత్రమ్-అ-న-రేతః-౨పీయూషమ్-౩పటవాసః-౪సూతకమ్॥
రేపః-అ-త్రి-నిందితః-౨క్రూరః-౩కృపణః॥
రేఫః-అ-పు-రవర్ణః-౨రాగః॥
రేఫః-అ-త్రి-నికృష్టః-౨శబ్దః-౩రవర్ణః-౪ధర్మః॥
రేఫాః-స్-త్రి-క్రూరః-౨అధమః-౩దుష్టః-౪కృపణః॥
రేభణమ్-అ-న-గవాంధ్వనిః॥
రేరిహాణః-అ-పు-శివః-౨అంబరమ్-౩అసురః-౪చోరః॥
రేవటమ్-అ-న-దక్షిణావర్తశంఖః॥
రేవటః-అ-పు-వేణుః-౨వాతూలః-౩విషవైద్యః-౪సూకరః॥
రేవతః-అ-పు-ఆరగ్వధవృక్షః-౨జంబీరః-౩రాజవిశేషః॥ తె॥ ౧ రేలచెట్టు.
రేవతిః-ఇ-సీ-కామదేవపత్నీ॥
రేవతీ-ఈ-సీ-రేవతీనక్షత్రమ్-౨బలరామభార్యా-౩మాతృకాభేదః-౪స్త్రీగవీ-౫దుర్గా॥
రేవతీభవః-అ-పు-శనైశ్చరః॥
రేవతీరమణః-అ-పు-బలరామః॥
రేవతీశః-అ-పు-బలరామః॥
రేవథుః-ఉ-పు-ధ్వనిః-౨కుక్కుటః॥
రేవన్తః-అ-పు-అశ్వశిక్షకః॥
రేవన్తమనుసూః-ఊ-సీ-సంజ్ఞా.
రేవన్తీ-ఈ-సీ-రేవతీనక్షత్రమ్॥
రేవా-ఆ-సీ-నర్మదానదీ-౨నీలీ-౩రతీదేవీ-౪రేవతీనక్షత్రమ్॥

రేవాః-స్-పు-అధమః-౨క్రూరః-౩కృపణః॥
రేషణమ్-అ-న-మారణమ్॥ తె॥ చంపడము.
రైవతమ్-అ-న-సామవిశేషః-౨పారేవతః॥ తె॥ ౧ సామములోని భేదము-౨ఈడచెట్టు.
రైవతః-అ-పు-స్వర్ణాలువృక్షః-౨శైలభేదః-౩శంకరః-౪దైత్యవిశేషః-౫వర్తమానకల్పీయఃపంచమోమనుః-సతురేవతీగర్భేదుర్దమరాజపుత్రః॥
రైవతకమ్-అ-న-పారేవతవృక్షః॥
రైవతకః-అ-పు-రైవతపర్వతః॥
రైవతకః-అ-త్రి-రేవత్యాఅపత్యమ్॥
రోకమ్-అ-న-రంధ్రమ్-౨నౌకా-౩చలమ్॥
రోకః-అ-పు-దీప్తిః-౨మూకః॥
రోగః-అ-పు-వ్యాధిః॥
రోగఘ్నమ్-అ-న-ఔషధమ్॥
రోగఘ్నమ్-అ-త్రి-రోగనాశకే॥
రోగపతిజ్వరః-అ-పు-క్షయరోగజ్వరః॥
రోగభూః-ఊ-సీ-శరీరమ్॥
రోగరాజః-అ-పు-రాజయక్ష్మా॥
రోగరాట్-జ్-పు-క్షయరోగః॥
రోగలక్షణమ్-అ-న-నిదానమ్॥
రోగవః-అ-పు-క్రముకవృక్షః॥ తె॥ పోక (చెట్టు)
రోగశాన్తకః-అ-పు-వైద్యః॥
రోగశిలా-ఆ-సీ-మనఃశిలా॥
రోగశిల్పీ-ఈ-సీ-వృక్షవిశేషః॥
రోగశ్రేష్ఠః-అ-పు-జ్వరః॥
రోగహమ్-అ-న-ఔషధమ్॥
రోగహారీ-న్-పు-జామీవృక్షః-౨బహుఫలా॥ తె॥ ౧ జామిచెట్టు-౨బూడిదెగుమ్మడిచెట్టు,
రోగహారీ-న్-త్రి-వైద్యః॥
రోగాకరః-అ-పు-రుచకా॥ తె॥ ఇల్లిందచెట్టు.

రోగితరుః-ఉ-పు-అశోకవృక్షః॥
రోగివల్లభమ్-అ-న-ఔషధమ్॥
రోగివల్లభమ్-అ-త్రి-రోగిప్రియమ్॥
రోగీ-న్-త్రి-రోగయుక్తః॥ (ధినిచ
రోగ్యమ్-అ-త్రి-అపథ్యమ్-౨రోగసంబం }
రోచకః-అ-పు-క్షుధా-౨కదళీ-౩రాజప
లాండుః-౪అవదంశః-౫గ్రంథిపర్ణభేదః
రోచకః అ-త్రి-రుచికారకే॥
రోచదన్తః-అ-పు-రోచదంతమతప్రవర్తకః
రోచనః-అ-త్రి-రోచకే॥
రోచనః-అ-పు-జంబీరః-౨రోహిణీ-౩కూట
శాల్మలిః-౪గోరోచనా-౫రక్తకల్హారమ్
౬వరస్త్రీ-౭కరంజః-౮దాడిమః-౯శ్వే
తశిగ్రుః-౧౦పలాండుః౧౧ఆరగ్వధః॥
తె॥౧నిమ్మచెట్టు-౨ములుమోదుగచెట్టు
౩పిన్నబూరుగుచెట్టు-౫ఎఱ్ఱకలువ.
రోచనకః-అ-పు-జంబీరః॥
రోచనఫలః-అ-పు-బీజపూరకః॥
రోచనఫలా-ఆ-సీ-చిర్భిటా॥
రోచనా-ఆ-సీ-రక్తకల్హారమ్-౨గోరోచ
నా-౩వరయోషిత్॥
రోచనికః-అ-త్రి-రోచనాయుక్తః॥ తె॥ గో
రోచనముతోకూడికొన్నది. (రోచనీ
రోచనికా-ఆ-సీ-వంశరోచనా-౨శుండా }
రోచనీ-ఈ-సీ-త్రివృతా-౨కాంపిల్యః-౩ఆ
మలకీ-౪గోరోచనా-౫మనఃశిలా-౬
గుండారోచనీతిఖ్యాతవణిక్ద్రవ్యమ్॥
తె॥౧తెల్లతేగడ-౨కంపిల్లము.
రోచమానః-అ-పు-అశ్వగ్రీవాస్థరోమా
రోచిః-స్-న-ప్రభా॥ వర్తః॥ }
రోచిష్ణుః ఉ-పు-పక్షివిశేషః॥
రోచిష్ణుః ఉ-త్రి-భ్రాజిష్ణుః॥ తె॥ భూషణము
లచేతప్రకాశించువాఁడు.

రోచీ-ఈ-సీ-హిలమోచికా॥
రోచీ-న్-త్రి-రోచిష్ణుః॥ (యః
రోచ్యమ్-అ-త్రి-ప్రకాశ్యమ్-౨ప్రీతివిష }
రోట్-ష్-త్రి-హింస్రః వధకః॥
రోటికా-ఆ-సీ-పిష్టకవిశేషః॥
రోదః-స్-న-ఆకాశః-౨భూమిః-౩స్వర్గః॥
రోదనమ్-అ-న-ధ్వనియుక్తరుదితమ్-౨బా
హ్యరతిహస్తతాడనజాతధ్వనిభేదః-౩
అశ్రు॥ తె॥౩కన్నీరు.
రోదనికా-ఆ-సీ-యవాసః॥
రోదనీ-ఈ-సీ-యాసః॥ తె॥ పిన్నరెగటిమూల
గొండిచెట్టు.
రోదసీ-౦-౦-స్వర్గః-౨భూమిః॥
రోదసీ-స్-న-స్వర్గపృథివ్యౌ॥
రోదసీ-ఈ-సీ-భూమిః-౨ఆకాశమ్॥
రోదస్యౌ-ఈ-సీ-ఆకాశభూమీ॥
రోధః-అ-పు-నదీతీరమ్॥
రోధః-స్-న-నద్యాదితీరమ్॥
రోధనమ్-అ-న-రోధే॥
రోధనః-అ-త్రి-రోధకర్తా॥
రోధవక్రా-ఆ-సీ-నదీ-యథా, నిమ్నగారోధ
వక్రాచప్రవంతీ సింధురాపగేతి ప
రోధోవక్రా-ఆ-సీ-నదీ॥ ర్యాయః॥ }
రోధోవతీ-ఈ-సీ-నదీ॥
రోధ్రమ్-అ-న-అపరాధః-౨పాపమ్॥
రోధ్రః-అ-పు-లోధ్రః॥
రోధ్రపుష్పః-అ-పు-మధూకవృక్షః॥
రోధ్రపుష్పిణీ-ఈ-సీ-ధాతకీవృక్షః॥
రోపమ్-అ-న-ఛిద్రే॥
రోపః-అ-పు-బాణః-౨అదర్శనమ్-౩ఆరోప
ణమ్॥ తె॥౨అగుపడకపోవడము.
రోపణమ్-అ-న-విమోహనమ్-౨జననమ్-౩
ప్రాదుర్భావః-౪అంజనవిశేషః॥

రోపణః-అ-పు-బాణః॥
రోపణచూర్ణమ్-అ-న- నయనాంజనవిశేషః॥
రోపణీవర్తిః-ఇ-సీ-నేత్రాంజనభేదః॥
రోప్యాతిరోప్యః-అ-పు-ధాన్యవిశేషః॥
రోమ-న్-న-శిరోముఖవ్యతిరిక్తసర్వాంగ } (జాతలోమ॥
రోమమ్-అ-న-జలమ్॥ }
రోమః-అ-పు-రంధ్రమ్॥
రోమకమ్-అ-న- పాంశులవణమ్ - ౨అయస్కాంతభేదః॥
రోమకన్దః-అ-పు-పిండాలుః॥
రోమకపత్తనమ్-అ-న-దేశవిశేషః॥
రోమకర్ణకః-అ-పు-శశః॥ తె॥చెవులపిల్లి.
రోమకూపః-అ-పు-లోమవివరమ్॥
రోమకేశరమ్-అ-న-చామరమ్॥ తె॥సురటి.
రోమగుచ్ఛమ్-అ-న-చామరమ్॥ తె॥సురటి.
రోమగుచ్ఛః-అ-పు-చామరమ్॥ తె॥సురటి.
రోమగుచ్ఛకమ్-అ-న-చామరమ్॥ తె॥సురటి
రోమన్థః-అ-పు - చర్వితచర్వణమ్॥ తె॥ నెమరువెయ్యడము.
రోమభూమిః-ఇ-సీ-చర్మ॥
రోమరః-అ-పు-మెదురాఖ్యమీనః॥
రోమరాజిః-ఇ-సీ-కాలికా॥ తె॥నూగారు
రోమరాజీ-ఈ-సీ-కాలికా॥ తె॥నూగారు.
రోమలతా-ఆ-సీ-లోమావళిః॥
రోమవాన్-త్-త్రి-లోమవిశిష్టః॥
రోమవికారః-అ-పు-రోమాంచః॥
రోమవిక్రియా-ఆ-సీ-రోమాంచః॥
రోమశః అ-త్రి - లోమశః॥ తె॥ ఒడలంతట రోమములుగలవాఁడు.
రోమశః-అ-పు-సూకరః - ౨గృహసూకరః ౩మేషః-౪పిండాలుః-౫కుంభీ॥ తె॥౨పందికొక్కు. (త్రికము. }
రోమశచ్ఛదమ్-అ-న-పత్రమ్॥ తె॥ ఆకుప }

రోమశఫలః-అ-పు-టెండిశవృక్షః॥
రోమశా-ఆ-సీ-కుణంబః- ౨దగ్ధావృక్షః - ౩ లోమశావ॥ తె॥ ౧కొయ్యతోటకూర.
రోమశీ-ఈ-సీ-త్రపుకర్కటీ॥ తె॥ ములుదోసచెట్టు.
రోమశుకమ్-అ-న-స్థౌణేయకమ్॥
రోమహర్షః-అ-పు-రోమాంచః॥
రోమహర్షణమ్-అ-న-రోమాంచమ్- ౨విభీతకః॥ తె॥౧గగుర్పొడవడము- ౨తాండ్రచెట్టు.
రోమహర్షణః-అ-పు-మునివిశేషః॥
రోమాఞ్చః-అ-పు-సాత్త్వికభావవిశేషః - ౨రోమహర్షణమ్॥
రోమాఞ్చికా-ఆ-సీ-రుదంతీ॥ తె॥రుదంతిచెట్టు
రోమాఞ్చితః-అ-త్రి-జాతపులకః-రోమాంచవిశిష్టః॥
రోమాలీ-ఈ సీ-వయఃసంధిః-౨రోమావలీచ
రోమాలుః-ఉ-పు-పిండాలుః॥
రోమాలువిటపీ-న్-పు-కుంభీవృక్షః॥
రోమావలీ-ఈ-సీ- నాభేరూర్ధ్వలోమశ్రేణీ
రోమాశ్రయఫలా-ఆ-సీ-ఝుంఝురిష్టాక్షుపః
రోమోద్గమః-అ-పు-రోమాంచః॥
రోమోద్భేదః-అ-పు-రోమాంచః॥
రోలః-అ-పు-ఆర్ద్రకమ్-౨సూరణః॥
రోలమ్బః-అ-పు-భృంగః-౨మరుభూమిః- ౩ విశ్వాసహీనః॥
రోశంపా ఆ-సీ-ఇచ్ఛా॥
రోషః-అ-పు-క్రోధః॥
రోషణః-అ-పు-వరూషీ- ౨నికషోపలః - ౩పారదః-౪ఊషరభూమిః॥ తె ॥ ౧పేరీతచెట్టు.
రోషణః-అ-త్రి-క్రోధయుక్తః॥
రోహః-అ-పు-అంకురః॥
రోహకః-అ-పు-ప్రేతభేదః॥

రోహకః-అ-త్రి-వోఢరి॥

రోహణమ్-అ-న-శుక్రమ్-౧జన్మ-౨ప్రాదుర్భావః॥

రోహణః-అ-పు-పర్వతవిశేషః॥

రోహన్తః-అ-పు-వృక్షభేదః-౧వృక్షమాత్రమ్

రోహన్తీ-ఈ-సీ-లతాభేదః-౧లతామాత్రమ్

రోహిః-ఇ-పు-రోచనః-౧బీజమ్-౨వృక్షః-౩ధార్మికః॥ తె॥ ౦ములుమోదుగచెట్టు.

రోహిణమ్-అ-న-కాలభేదః-సతుదివసీయనవమముహూర్తః॥

రోహిణః-అ-పు రోహిణీనక్షత్రమ్-౧పారిభద్రవృక్షః-౨వటవృక్షః-౩గలశుండీ-౪ఉపజీవీ॥ తె॥ ౧బాడిదపుచెట్టు - ౨మఱ్ఱిచెట్టు.

రోహిణిః-ఇ-సీ-రోహిణీనక్షత్రమ్॥

రోహిణికా-ఆ-సీ-కోపాదినారక్తవర్ణా(స్త్రీ)॥

రోహిణీ-ఈ-సీ-రోహిణీనక్షత్రమ్-౧రంజకద్రవ్యేణవాకోపేనవారక్తద్రవ్యమ్-౨అవివాహితనవవర్షకన్యా-౩గౌః-౪మార్గః-౫ఉమా-౭కటురోహిణీ-౮సోమవల్కః-౯కందః-౧౦రోగవిశేషః-౧౧నదీవిశేషః॥ తె॥ ౩ఆవు - ౮తెల్లతుమ్మ (చెట్టు.)

రోహిణీపతిః-ఇ-పు-చంద్రః॥

రోహిణీరమణః-అ-పు-వృషభః-౧వసుదేవశ్చ

రోహిణీవల్లభః-అ-పు-చంద్రః-౧వసుదేవశ్చ

రోహిణీశః-అ-పు-చంద్రః-౧వసుదేవశ్చ॥

రోహిణ్యష్టమీ-ఈ-సీ-రోహిణీనక్షత్రయుక్తభాద్రకృష్ణాష్టమీ॥

రోహిత్-త్-పు-సూర్యః-౧వర్ణభేదః-౨మత్స్యభేదః॥

రోహిత్-త్-సీ-ఋశ్యజాతి(స్త్రీ)-౧లతాభేదః॥ తె॥ ౦మమబిడి.

రోహితమ్-అ-న-ఋజురూపేంద్రధనుః-౧రుధిరమ్-౨కుంకుమమ్॥ తె॥ ౦కొరడు-౧నెత్తురు.

రోహితః-అ-పు-రక్తమీనః-౧పారిభద్రవృక్షః-౨రోచనః-౩శాఖామృగవిశేషః-౪రక్తవర్ణః-౫అగ్నివాహనః॥ తె॥ ౦ఎఱ్ఱమీను ౧బాడిదపుచెట్టు - ౨ములుమోదుగచెట్టు-౩ఖేచరీమృగము.

రోహితః-అ-త్రి-రక్తవర్ణవాన్-౧రంజకద్రవ్యేణకోపేనవారక్తవస్తు॥

రోహితకః-అ-పు-రోచనః॥ తె॥ ములుమోదుగచెట్టు.

రోహితా-ఆ-సీ-రాగాదినారక్తవర్ణా॥

రోహితాశ్వః-అ-పు-అగ్నిః-౧హరిశ్చంద్రరాజపుత్రః॥

రోహితికా-ఆ-సీ-రాగేణకోపేనవారక్తద్రవ్యమ్॥

రోహితేయః-అ-పు-రోహితకవృక్షః॥

రోహిషమ్-అ-న-కత్తృణమ్॥ తె॥ కామంచిగడ్డి.

రోహిషః-అ-పు-గర్దభాకారమృగః-౧మత్స్యభేదః॥ తె॥ ౦కొండగొఱ్ఱె.

రోహీన్-న్-పు-రోచనః-౧వటవృక్షః-౨అశ్వత్థవృక్షః॥ తె॥ ౦ములుమోదుగచెట్టు.

రోహీతకః-అ-పు-రోహితకవృక్షః॥

రౌక్మవతేయః-అ-పు-అనిరుద్ధః॥

రౌక్ష్యమ్-అ-న-రూక్షతా॥

రౌచనికమ్-అ-న-దంతమలమ్॥ తె॥ పండ్లపాచి.

రౌచ్యః-అ-పు-మనువిశేషః-౧బిల్వకాష్ఠ (దండః)

రౌద్రమ్-అ-న-నవరసవిశేషః-౧అతిభీషణమ్-౨తీవ్రమ్॥

రౌద్రః-అ-పు-వీరభద్రః-౧క్షయరోగజ్వరః-౨సూర్యతేజః-౩రసవిశేషః-౪హేమం

తబియితుః-౬యమః॥

రౌద్రః- అ - త్రి - రుద్రసంబంధీ-౨రౌద్రరసవాన్-౩తీవ్రః-౪భీషణః॥

రౌద్రా-ఆ-సీ-పార్వతీ॥

రౌద్రిః-ఇ-పు-సంవత్సరభేదః॥

రౌద్రీ-ఈ-సీ-ఆర్ద్రానక్షత్రమ్-౨చండీ- ౩రుద్రజటా॥

రౌప్యమ్-అ-న-రూప్యమ్॥

రౌమమ్-అ-న-శాంభరిలవణమ్॥

రౌమకమ్-అ-న- రుమాకరభవపాంసులవణమ్॥

రౌమలవణమ్-అ-న-శాంభరిలవణమ్॥

రౌరవః అ-త్రి-చంచలః-౨ధూర్తః- ౩ఘోరః॥

రౌరవః-అ-పు-నరకభేదః-౨ఘోరః॥

రౌహిట్-ష్-పు-రౌహిషమృగః॥

రౌహిణమ్-అ-న- దినస్యనవమముహూర్తః

రౌహిణః-అ-పు-రోహిణీనక్షత్రమ్ - ౨మేషః-౩మత్స్యః ౪చందనవృక్షః॥

రౌహిణేయమ్-అ-న-మరకతమణిః॥

రౌహిణేయః-అ-త్రి-గోవత్సః॥

రౌహిణేయః-అ-పు-బలరామః - ౨బుధగ్రహః-౩వత్సః॥

రౌహిషమ్-అ-న-కత్తృణమ్॥

రౌహిషః-అ-పు-గర్దభాకారమృగః-౨రోహితమత్స్యః॥ తె॥ ౧కొండగొర్రె.

రౌహిషీ-ఈ-సీ-మృగీ-౨దూర్వా॥

ల

లమ్-అ-న-లవణమ్॥

లః-అ-పు-ఖండనమ్-౨లాలసః-౩లక్ష్మీః-౪లశునమ్-౫లగుడః-౬సరలః- ౭నాలమ్-౮విష్ణుః-౯ఇంద్రః॥

లః-అ-త్రి-ఆదానమ్॥

లకమ్-అ-న-లలాటమ్-౨నీవారశూకః॥

లకచః-అ-పు-లకుచవృక్షః॥

లకుచః-అ-పు-లికుచవృక్షః॥ తె॥ కమ్మరేగు చెట్టు.

లక్తకః-అ-పు-అలక్తకః-౨జీర్ణవస్త్రఖండం

లక్తకర్మా-న్-పు-రక్తవర్ణలోధ్రః॥

లక్షమ్-అ-న-మిషమ్-౨శరవ్యమ్ - ౩లాంఛనమ్॥ తె॥ ౧గురి

లక్షః-అ-(సీ)-లక్షసంఖ్యా-౨లక్షసంఖ్యా (వంతః॥)

లక్షకమ్-అ-న-లక్షయతియత్॥

లక్షణమ్-అ-న-చిహ్నమ్-౨శరవ్యమ్- ౩నామ-౪దర్శనమ్॥ తె॥ ౧గురి.

లక్షణః-అ-పు-సౌమిత్రిః-౨సారసపక్షీ॥

లక్షణా-ఆ-సీ-రక్తబిందుకా- ౨సారసస్త్రీ-౩హంసీ॥ తె॥ ౧లక్ష్మణపంజి చెట్టు- ౨ఆడుబెగ్గురుపిట్ట.

లక్షభార్యః-అ-పు-శశిబిందునామకరాజః॥

లక్షా-ఆ-సి-లక్షమ్-దశాయుతసంఖ్యా॥

లక్షితః-అ-త్రి- ఆలోచితః-౨దృష్టః - ౩అంకితః-౪లక్షణాశ్రయశ్చ॥

లక్షితలక్షణా-ఆ-సీ-లక్షితలక్షణా॥

లక్షితా-ఆ- సీ - పరకీయాంతర్గతనాయికా భేదః॥

లక్ష్మ-న్-న-చిహ్నమ్-౨ప్రధానమ్॥

లక్ష్మణమ్-అ-న-చిహ్నమ్-౨నామ॥

లక్ష్మణః-అ-త్రి-సంపన్నః॥

లక్ష్మణః-అ-పు-రామసోదరః- ౨సారసపక్షీ॥ తె॥ ౨బెగ్గురు.

లక్ష్మణప్రసూః-ఊ-సీ-సుమిత్రా॥

లక్ష్మణా-ఆ-సీ-సారసస్త్రీ- ౨శ్వేతకంటకారీ-౩ఓషధిభేదః- ౪లక్ష్మణాకందః-౫దుర్యోధనకన్యా॥ తె॥ ౧ఆడుబెగ్గురు.

లక్ష్మీః-ఈ-సీ-రమా-౨శమీవృక్షః-౩హరిద్రా-౪ద్రవ్యాంగమ్-౫లక్ష్మీతులసీ-౬పద్మచారిణీ-౭మాచ్ఛాయికః-౮సంపత్తిః-౯శోభా-౧౦మర్గా-౧౧ఫలినీవృక్షః-౧౨వీరయోషిత్-౧౩ముక్తా-౧౪మోక్షప్రాప్తిః॥ తె॥ ౨జమ్మిచెట్టు-౪బుద్ధివృద్ధియనుఓషధి-౬ముణుఁగుఁదామర-౭గొల్లజిడ్డను చెట్టు.

లక్ష్మీకాన్తః-అ-పు-నారాయణః॥

లక్ష్మీగృహమ్-అ-న-రక్తోత్పలమ్-౨లక్ష్మీవేశ్మ చ॥

లక్ష్మీజనార్దనః-అ-పు-సాలగ్రామవిశేషః

లక్ష్మీతాలః-అ-పు-శ్రీతాలవృక్షః-౨తౌర్యత్రికస్యపరిచ్ఛేదవిశేషః॥

లక్ష్మీనారాయణః-అ-పు-సాలగ్రామవిశేషః॥

లక్ష్మీనృసింహః-అ-పు-సాలగ్రామవిశేషః॥

లక్ష్మీపతిః-ఇ-పు-విష్ణుః-౨నృపః-౩గణపతిః-౪శంకరః-౫యమః ౬లవంగవృక్షః-౭పూగః॥

లక్ష్మీపుత్రః-అ-పు-మన్మథః-౨హయః-౩కుశః-౪లవః॥

లక్ష్మీపుష్పః-అ-పు-పద్మరాగమణిః॥

లక్ష్మీఫలః-అ-పు-బిల్వవృక్షః॥ తె॥ మారేడు చెట్టు.

లక్ష్మీవత్-త్-త్రి-సంపద్వత్॥

లక్ష్మీవాన్-త్-పు-పనసవృక్షః-౨శ్వేతరోహితవృక్షః॥

లక్ష్మీవాన్-త్-త్రి-శ్రీయుక్తః॥

లక్ష్మీవృక్షః-అ-పు-బిల్వవృక్షః॥ తె॥ మారేడు చెట్టు.

లక్ష్మీవేష్టః-అ-పు-శ్రీవేష్టః॥

లక్ష్మీశః-అ-పు-విష్ణుః-౨తాలప్రాణకలా

భేదః-౩చూతవృక్షః॥

లక్ష్మీసమాహ్వయా-ఆ-సీ-సీతా॥

లక్ష్మీసహజః-అ-పు-చంద్రః॥

లక్ష్మ్యారామః-అ-పు-వనభేదః॥

లక్ష్యమ్-అ-న-మిషమ్-౨శరవ్యమ్-౩సంఖ్యా-౪లాంఛనమ్॥ తె॥ ౨గురి.

లక్ష్యమ్-అ-త్రి-దృశ్యమ్-౨లక్షణయాబోధ్యః॥

లక్ష్యా-ఆ-సీ-వాయుపట్టణమ్॥

లగడమ్-అ-త్రి-చారు॥

లగత్-త్-౦-ప్రకారః-౨అవినీతిః-౩భాస్వత్॥

లగితమ్-అ-త్రి-సంగయుక్తమ్॥

లగుడః-అ-పు-భిండివాలః॥ తె॥ ఇనుపఅలుగుకఱ్ఱసాగు.

లగ్నమ్-అ-న-రాశ్యుదయః॥

లగ్నః-అ-త్రి-సక్తః-౨లజ్జితః॥

లగ్నః-అ-పు-మత్తగజః-౨స్తుతిపాఠకః॥

లగ్నకః-అ-పు-ప్రతిభూః॥ తె॥ పూఁటకాఁపు.

లగ్నికా-ఆ-సీ-నగ్నికా॥

లఘట్-ట్-పు-వాయుః॥

లఘటిః-ఇ-పు-వాయుః॥

లఘిమా-న్-పు-శివలీలావిభూతివిశేషః-౨లఘుత్వమ్॥

లఘిష్ఠః-అ-త్రి-అతిశయమైనలఘుః-౨అత్యల్పః॥

లఘీయాన్-స్-త్రి-అయమనయోరేషాం వా అతిశయమైనలఘుః॥

లఘు-ఉ-త్రి-వేగవాన్-౨మనోజ్ఞః-౩నిస్సారః-౪అల్పః॥

లఘు-ఉ-న-వేగః-౨లామజ్జకమ్-౩అగురు॥ తె॥ ౨వట్టివేఱు.

లఘుః-ఊ-సీ-పృక్కా-నామఓషధిః॥

లఘుః-ఉ-పు-తాలమానద్రుతద్వయకాలః ౨లోకప్రసిద్ధపంచ లఘూచ్చారణకా

కాలః - ౩ తాలప్రాణాంగభేదః-రస్పృక్కా--౪(స్త్రీ)జాతివజ్రగుణః-౬ఉత్ప్లుతిః ॥ తె॥రస్పృక్కయనెడుద్రవ్యము - ౪నీళ్లమీఁదనుంచగాదబ్బునమునుగకపోవుట-౬ఎగరడము.

లఘుకః-అ-పు-క్షుద్రఫలః॥ తె॥ నేలపోకచెట్టు

లఘుకాయః-అ-పు-ఛాగః-౨క్షుద్రశరీరశ్చ॥

లఘుకాశ్మర్యః అ-పు-కట్ఫలవృక్షః॥

లఘుఖట్వికా-ఆ-సీ-క్షుద్రఖట్వా॥

లఘుగణః-అ - పు - అశ్వినీపుష్యహస్తనక్షత్రాణి॥

లఘుగర్గః-అ-పు-త్రికంటకమత్స్యః॥

లఘుదర్భికా-ఆ-సీ-హ్రగెర్వారు॥

లఘుజఙ్గలః-అ-పు-లావకపక్షీ॥

లఘుడః-అ-పు-ప్రచండః- ౨లోహమయప్రహరణవిశేషః॥ తె॥౧సన్నపాకులఎఱ్ఱగన్నేఱు-౨ఇనుపమడ్డు.

లఘుదన్తీ-ఈ-సీ-క్షుద్రదంతీవృక్షః॥

లఘుదున్దుభిః-ఇ-పు-ద్రగడవాద్యమ్

లఘుద్రాక్షా-ఆ-సీ-ఫలోత్తమా ॥ తె॥ కిసిమిసు.

లఘునామ-న్-న-అగురు॥

లఘుపఞ్చమూలమ్-అ-న- క్షుద్రపంచమూలపాచనమ్- తత్తు శాలపర్ణీపృశ్నిపర్ణీవార్తాకీకంటకారికా । గోక్షురః పంచభిశ్చైతైఃకనిష్ఠంపంచమూలకమ్॥

లఘుపత్రకః-అ-పు- రోచనీ-గుండారోచనీతిఖ్యాతః॥

లఘుపత్రీ - ఈ-సీ-అశ్వత్థీవృక్షః॥

లఘుపిచ్ఛిలః-అ-పు-క్షుద్రశ్లేష్మాతకః॥ తె॥ కీచవిరిగిచెట్టు.

లఘుపుష్పః-అ-పు-భూమికదంబః॥

లఘుబదరః-అ-పు-క్షుద్రకోలిః॥

లఘుబదరీ-ఈ-సీ-భూబదరీ॥

లఘుబ్రాహ్మీ-ఈ-సీ-సూక్ష్మపత్రా॥ తె॥ లఘుబ్రహ్మిచెట్టు.

లఘుమన్థః-అ-పు-క్షుద్రాగ్నిమంథః॥

లఘుమాంసః-అ-పు-తిత్తిరిపక్షీ॥

లఘుమాంసీ-ఈ-సీ-గంధమాంసీ॥

లఘులయమ్-అ-న-లామజ్జకమ్॥ తె॥ తెల్లవట్టివేఱు.

లఘుశేఖరః-అ-పు-తాలప్రాణకలాభేదః॥

లఘుశేలుః-ఉ-పు-క్షుద్రశ్లేష్మాతకః॥ తె॥ కీచవిరిగిచెట్టు.

లఘుసదాఫలా-ఆ-సీ-లఘూదుంబరికా॥

లఘుహస్తః-అ-పు-శీఘ్రవేధీ॥

లఘుహేమదుగ్ధా-ఆ-సీ- లఘూదుంబరికా॥

లఘూదుమ్బరికా-ఆ-సీ-క్షుద్రోదుంబరికా॥

లఘ్వీ-ఈ-సీ- వేసరబద్ధశకటమ్- ౨లఘుద్రవ్యమ్॥

లఙ్కా-ఆ-సీ-సతీనకః-౨రావణపురీ- ౩కులటా-౪శాకినీ॥ తె॥౧లంకలనెడువడ్లు.

లఙ్కాదాహీ-న్-పు-హనూమాన్॥

లఙ్కాధిపతిః ఇ-పు-రావణః॥

లఙ్కాపతిః-ఇ-పు-రావణః॥

లఙ్కాపికా-ఆ-సీ-పృక్కా॥

లఙ్కాయికా-ఆ-సీ-పృక్కా॥

లఙ్కారికా-ఆ-సీ-పృక్కా॥

లఙ్కాస్థాయీ-న్-పు-వృక్షవిశేషః॥

లఙ్కాస్థాయీ-న్-త్రి-లంకావాసీ॥

లఙ్కినీ-ఈ-సీ-ఖలీనః॥ తె॥గుఱ్ఱపుకళ్లెము.

లఙ్కేశః-అ-పు-రావణః॥

లఙ్కోపికా-ఆ-సీ-పృక్కా॥

లఙ్కోయికా-ఆ-సీ- స్పృక్కా॥ తె ॥స్పృక్కయను ద్రవ్యము.

లఙ్గః-అ-పు-సంగః-౨పిఙ్గః॥

లఙ్గూలమ్-అ-న-లాంగూలమ్॥
లఙ్ఘద్యోః-ఓ-పు-వాయుః॥
లఙ్ఘనమ్-అ-న-ఉపవాసః-౨క్రమణమ్-౩ప్లవనమ్-౪అశ్వతృతీయగతిః॥
లఙ్ఘనగతిః-ఇ-పు-చటకః॥ తె॥ ఊరపిచ్చుక.
లఙ్ఘనీ-ఈ-స్త్రీ-ఇంద్రధాటీ॥
లజకారికా-ఆ-స్త్రీ-లజ్జాలులతా॥
లజాభాసః-అ-పు-కుక్కుభపక్షీ॥ తె॥ గంపపులుఁగు.
లజ్జా-ఆ-స్త్రీ-త్రపా-౨లజ్జాలుః॥
లజ్జాలుః-ఉ-ద్వ-క్షుపవిశేషః॥
లజ్జాలూః-ఊ-స్త్రీ-రక్తపాదీ॥ తె॥ అంతరతామర.
లజ్జాలూః-ఊ-త్రి-లజ్జాశీలః॥
లజ్జాశీలః-అ-త్రి-లజ్జావిశిష్టః॥
లజ్జితః-అ-త్రి-హ్రీతః॥ తె॥ శిగ్గుపడ్డవాఁడు.
లజ్జితా-ఆ-స్త్రీ-అవస్థాభేదజదృగ్భేదః॥
లజ్జిరీ-ఈ-స్త్రీ-లజ్జాలుః॥
లజ్యా-ఆ-స్త్రీ-లజ్జా॥
లఞ్చః-అ-పు-ఉత్కోచః॥ తె॥ లంచము.
లఞ్జః-అ-పు-పదః-౨కచ్ఛః-౩పుచ్ఛః॥
లఞ్జా-ఆ-స్త్రీ-ప్రవాహః-౨జారిణీ-౩లక్ష్మీః-౪నిద్రా॥
లఞ్జికా-ఆ-స్త్రీ-వేశ్యా॥
లటః-అ-పు-ప్రమాదవచనమ్-౨దోషః॥
లటకః-అ-పు-దుర్జనః॥
లటపర్ణమ్-అ-న-త్వచమ్॥
లటహః-అ-త్రి-కార్యకుశలః-౨మనోహరవస్తు.
లట్టః-అ-పు-దుర్జనః॥
లట్వః-అ-పు-లడ్డుకః-౨గ్రామచటకః-౩జాతివిశేషః-౪తురంగమః॥ తె॥ ౧లడ్డు-చలిమిడిముద్ద-౨ఊరపిచ్చుక.

లట్వా-ఆ-స్త్రీ-భ్రమరకః-౨కరంజభేదః-౩వాద్యభేదః-౪పక్షివిశేషః-౫కుసుంభమ్॥ తె॥ ౧బొంగరము.
లడహః-అ-త్రి-మనోజ్ఞః॥
లడ్డః-అ-త్రి-దుర్జనః॥
లడ్డుకః-అ-పు-పిష్టకవిశేషః॥
లణ్డమ్-అ-న-విష్టా॥
లణ్డుకః-అ-పు-లట్వః॥ తె॥ లడ్డూలు.
లణ్డ్రిజః-అ-త్రి-లండ్రదేశజాతః - యథా-పూర్వామ్నాయేనవశతం షడశీతిః ప్రకీర్తితాః॥ ఫిరంగభావయాతం త్రాస్తేషాంసంసాధనాత్ భువి॥ అధిపామండలానాంచ సంగ్రామేష్వపరాజితాః॥ ఇంగ్లీషానవషట్పంచ లండ్రజాశ్చాపి భావినః - ఇతిమేరతంత్రే-౨౩ ప్రకాశః॥ లండ్రస్తు-అధునాలండనాఇతిఖ్యాతః - ఇంగ్లీషానాంరాజధానీచ॥
లతా-ఆ-స్త్రీ-వల్లీ-౨శాఖా-౩ప్రియంగుః-౪అతిముక్తకః-౫స్పృక్కా-౬జ్యోతిష్మతీ-౭సా-౮కైవర్తికా-౯ముక్తాయష్టికా-౧౦కస్తూరికా-౧౧దూర్వా-౧౨పిపీలికా-౧౩ఊర్ణనాభిః॥ తె॥ ౧తీఁగె-౨కొమ్మ-౩ప్రేంకణపుచెట్టు-౪పువ్వులగురివెంద-౫స్పృక్కయనుగ్రంథ్యము-౬వెక్కుడుతీఁగె-౮కైవర్తికమనుచెట్టు-౯ముత్తెములహారపుపేట-౧౩సాలెపురుగు.
లతాకన్దః-అ-పు-క్రోష్టీ॥ తె॥ నల్లగుమ్మడు.
లతాకరఞ్జః-అ-పు-కుబేరాక్షీ॥ తె॥ తీఁగెక్రానుఁగుచెట్టు.
లతాకస్తూరికా-ఆ-స్త్రీ-తక్కోలా॥ తె॥ తక్కోలపుచెట్టు.
లతాకస్తూరీ-ఈ-స్త్రీ-తక్కోలఫలమ్॥

లతాఙ్కురః-అ-పు-హింతాలవృక్షః॥ తె॥ గి రకతాడిచెట్టు.
లతాజిహ్వః-అ-పు-సర్పః॥
లతాతరుః-ఉ-పు - నారంగవృక్షః-౨తాల వృక్షః-౩ సాలవృక్షః॥
లతాద్రుమః-అ-పు-లతాశాలః॥
లతాన్తమ్-అ-న-పుష్పమ్॥
లతావనసః-అ-పు-ఫలలతావిశేషః॥
లతావృక్షా-ఆ-సీ-సముద్రాంతా॥
లతాప్రతానినీ-ఈ-సీ- శాఖాప్రచయవ (తీలతా॥)
లతాఫలమ్-అ-న-పటోలః॥
లతాబాహూ-ఉ-పు-(స్త్రీ)సుఖవల్లతృణమ్॥
లతాభద్రా-ఆ-సీ-భద్రాలీవృక్షః॥
లతామణిః-ఇ-పు-ప్రవాళః॥
లతామరుత్-త్-పు-వృక్షః॥
లతామాధవీ-ఈ-సీ-మాధవీలతా॥
లతామారిషిః-ఇ-సీ-శాణితా॥ తె॥తీఁగెచిట్రి.
లతాయష్టిః-ఇ-సీ-మంజిష్ఠా॥
లతాయావకమ్-అ-న-ప్రవాలమ్॥
లతారసనః-అ-పు-సర్పః॥
లతార్కః-అ-పు-దుర్ద్రుమః॥ తె॥పచ్చనీఉల్లి
లతాలకః-అ-పు-హస్తి॥
లతావేష్టః-అ-పు-షోడశరతిబంధాంతర్గతతృ తీయబంధః-౨దేశవిశేషః॥
లతావేష్టనమ్-అ-న-ఆలింగనభేదః॥
లతావేష్టితకమ్-అ-న-ఆలింగనభేదః॥
లతాశఙ్ఖః-అ-పు-సాలవృక్షః॥
లతికా-ఆ-సీ-లతా॥ తె॥తీఁగె॥
లత్తికా-ఆ-సీ-గోధా॥
లపనమ్-అ-న-ముఖమ్-౨భాషణమ్॥
లపితమ్-అ-న-వచనమ్॥
లపితః-అ-త్రి-భాషితః॥ తె॥చెప్పఁబడ్డది.
లప్సికా-ఆ-సీ-ఖాద్యవిశేషః॥
లబ్ధమ్-అ-న-భాగహారః॥
లబ్ధః-అ-త్రి-ప్రాప్తః॥
లబ్ధః-అ-పు-భాగహారవాన్॥
లబ్ధవర్ణః-అ-పు-పండితః॥
లబ్ధా-ఆ-సీ-నాయికాభేదః॥
లభసః-అ-పు-వాజిబంధనరజ్జుః-౨ధనమ్- ౩ యాచకః॥
లభ్యమ్-అ-త్రి-ఉచితమ్-౨లబ్ధవ్యమ్॥
లమకః-అ-పు-షిడ్గః॥
లమ్పటః-అ-పు-వకులవృక్షః-౨షిడ్గః॥ తె॥ ౧ పొగడచెట్టు.
లమ్పటః-అ- త్రి-విషయలోలుపః॥
లమ్పాకః-అ-పు-లంపటః-౨దేశభేదః॥
లమ్పాపటహః-అ-పు-పటహవాద్యమ్॥
లమ్బః-అ-పు-ప్లుతగతిః-౨ఉల్లంఘనం,ప్రలంఘ నంచాత్ర॥
లమ్బః-అ-పు-నర్తకః-౨అంగమ్- ౩కాంతః- ౪ఉత్కోచః-౫ఋతుభేదః - ౬ఊర్ధ్వాత్ దాలంబమానేరేఖాసూత్రంవా-౭దీర్ఘః
లమ్బకర్ణః-అ-త్రి-తద్యుక్తే॥
లమ్బకర్ణః-అ-పు-శశః-౨అంకోలవృక్షః- ౩ చగలః-౪రాక్షసః-౫హస్తి-౬శ్యేనపక్షి ౭దీర్ఘశ్రోత్రమ్॥ తె॥౧చెవులపిల్లి.
లమ్బకేశః అ-పు-విష్టరః- సతువివాహకాలె వరోపవేశనార్థంసార్ధద్వితయవామావ ర్తవలితాధోముఖాఅసంఖ్యాతదర్భాః- ౨కేశోత్తాగ్రమ్॥
లమ్బకేశః-అ-త్రి-దీర్ఘకేశయుక్తే॥
లమ్బదన్తః-అ-త్రి-బృహద్దశనవిశిష్టే॥
లమ్బదన్తా-ఆ-సీ-సైంహలీపిప్పలీ॥
లమ్బనమ్-అ-న-నాభిలంబితకంఠికాదిః - ౨ లంబశబ్దార్థాశ్చాత్ర॥
లమ్బనః-అ-పు-కఫః॥

లమ్బబీజా-ఆ-సీ-సైంహలీపిప్పలీ॥
లమ్బమానమ్-అ-త్రి- లంబాయమానవస్తు॥
లమ్బా-ఆ-సీ-కటుతుంబీ-౨లక్ష్మీః-౩గౌరీ-౪దక్షకన్యావిశేషః-౫హిమాలయకన్యావిశేషః॥ తె॥౧చేదానుగుచెట్టు.
లమ్బాధరా-ఆ-సీ-ధటూ॥ తె॥ త్రాసు - తక్కెడ.
లమ్బికా-ఆ-సీ-శుండికా॥ తె॥కొండనాలుక.
లమ్బితః-అ-త్రి-స్రంసితః-౨శబ్దితః- ౩లంబమానమాల్యాదిశ్చ॥
లమ్బనః-అ-పు-సప్తయష్టిముక్తాహారః॥ తె॥ ఏడుపేటలముత్తెములహారము.
లమ్బుషా-ఆ-సీ-శ్రావణీ॥ తె॥ బోడతరపుచెట్టు.
లమ్బోదరః-అ-త్రి-ఔదరికః॥
లమ్బోదరః-అ-పు-వినాయకః॥
లమ్బోష్ఠః-అ-త్రి-లంబమానోష్ఠయుక్తః॥
లమ్బోష్ఠః-అ- పు - దుర్భగాలక్షణమ్ - ౨ఉష్ట్రః॥
లమ్బౌష్ఠః-అ-పు-ఉష్ట్రః॥
లమ్బౌష్ఠః-అ-త్రి-దీర్ఘోష్ఠవిశిష్టః॥
లమ్భనమ్-అ-న-ప్రతిలంభః-౨ధ్వనిః॥
లమ్భా-ఆ-సీ-వాటశృంఖలా॥
లయమ్-అ-న-లామజ్జకమ్ ॥ తె ॥ తెల్లవట్టివేరు.
లయః-అ-పు-తాలప్రాణకలాభేదః-౨ఘూతాంతరాళవర్తికాలః-౩నాశః-౪సంశ్లేషణమ్॥
లయపుత్రీ-ఈ-సీ-నర్తకీ॥
లయారమ్భః-అ-పు-నటః॥
లయాలమ్భః-అ-పు-నటః॥
లలజ్జిహ్వః-అ-పు-ఉష్ట్రః-౨కుక్కురః॥
లలజ్జిహ్వః-అ-త్రి-హింస్రః॥

లలత్-త్- త్రి-విలాసయుక్తః-౨ఉన్మంథనవిశిష్టః-౩జిహ్వాక్రియావిశిష్టః-౪ఔపవిశిష్టః-౫వీప్సావిశిష్టః-౬ఉపసేవావిశిష్టః౭భావణవిశిష్టః-౮ఉత్క్షేపవిశిష్టః॥
లలదమ్బః-ఉ-పు-లింపాకః॥
లలనమ్-అ-న-కేలిః-౨చాలనమ్॥
లలనః-అ-పు-చారకః-౨సర్జరసః - ౩బాలః-౪సాలః-౫ప్రియాలః॥ తె॥ ౧చారచెట్టు
లలనా-ఆ-సీ-విలాసవతీ-౨జిహ్వా - ౩నారీభేదః॥
లలనాప్రియమ్-అ-న-హ్రీబేరమ్॥
లలనాప్రియః-అ-పు-కదంబః- ౨కామినీవల్లభశ్చ॥
లలన్తికా-ఆ-సీ-గ్రైవేయాధస్స్రసరః-౨గోధా॥ తె॥౧సాతులడీ మొదలయినది.
లలాకః-అ-పు- మేహనమ్॥
లలాటమ్-అ-న-చుంబనస్థానభేదః - ౨దంతక్షతస్థానభేదః-౩భాలమ్॥
లలాటకమ్-అ-న-ప్రశస్తలలాటమ్ -౨లలాటమాత్రంచ॥
లలాటన్తపః-అ-పు-సూర్యః॥
లలాటమచ్ఛః-అ-పు-స్థానచ్యుతిలక్షణమ్॥
లలాటమధ్యావర్తః-అ-పు - పతిహంత్రీలక్షణమ్॥
లలాటరేఖాః-ఆ-సీ-ఆయుర్లక్షణమ్॥
లలాటికా-ఆ-సీ-స్వర్ణాదిరచితలలాటాభరణమ్-౨లలాటస్థచందనమ్॥
లలాటీ-ఈ-సీ-చుంబనస్థానభేదః -౨దంతక్షతస్థానభేదః-౩భాలమ్॥
లలామ-న్-న-నిత్యముత్తరపదే-మనోహరవస్తు-౨భూషణమ్-౩తిలకమ్-౪లాంఛనమ్- ౫ధ్వజః- ౬పంక్తిః - ౭శృంగమ్-౮ప్రధానమ్-౯వాలధిః-౧౦అశ్వః-౧౧

ప్రభావః౧౨లలామమ్॥

లలామమ్-అ-న- భూషణమ్- ౨తిలకమ్-౩ లాంఛనమ్-౪ధ్వజః-౫పంక్తిః-౬శృంగమ్ ౭ప్రధానమ్-౮వాలధిః-౯అశ్వః-౧౦ ప్రభావః-౧౧రంమ్యమ్- ౧౨పుండ్రమ్ ౧౩అశ్వలలాటేఅన్యవర్ణచిహ్నమ్-౧౪ గవాదీనాంలలాటచిత్రమ్- ౧౫మనో హరవస్తు-నిత్యముత్తరపదే॥

లలామకమ్-అ-న - పురుషశిఖాపురోన్యస్త మాల్యమ్ - ౨లలాటోపరిముక్తాజాలవ ద్భాసురమాల్యమ్॥ తె॥౧పిల్లజుట్టునఁగ ట్టినదండ॥

లలామా-ఆ-స్త్రీ-శుభికా॥ తె॥నుదుటఁగట్టెడు బాశికము॥

లలామీ-ఈ-స్త్రీ-కర్ణభూషణవిశేషః॥

లలిః-ఇ-స్త్రీ-నాట్యచతుర్దశాంగవిశేషః॥

లలితమ్-అ-న-(స్త్రీ)హావవిశేషః-౨అలంకార విశేషః-౩విలాసః॥

లలితః-అ-పు-తాలప్రాణకలాభేదః॥

లలితః-అ-త్రి-మనోజ్ఞః-౨చలితః॥

లలితకాన్తా-ఆ-స్త్రీ-మంగలచండికా॥

లలితా-ఆ-స్త్రీ-రతీ-౨శచీ-౩పార్వతీ-౪కస్తూ రీ-౫నారీ-౬నదీవిశేషః॥

లలితాసప్తమీ-ఈ-స్త్రీ-భాద్రశుక్లసప్తమీ॥

లవమ్-అ-న-లవంగమ్- ౨మేషాదిలోమ -౩ జాతీఫలమ్-౪లామజ్జకమ్-౫ఈషత్॥

లవః-అ-పు-శతత్రుటితమాత్రకాలః-౨తాల మానాష్టగుణకాలః-౩అల్పపరిమాణమ్ ౪లవనమ్-౫శ్రీరామసుతః- ౬విలాసః ౭లేఖః-౮లావానామాపక్షీ॥ తె॥ ౪ధా న్యాదులుకోయ్యడము॥

లవఙ్గమ్-అ-న - స్వనామఖ్యాతవణిక్ద్రవ్యభేదః॥

లవఙ్గకమ్-అ-న-లవంగమ్॥

లవఙ్గకలికా-ఆ-స్త్రీ-లవంగమ్॥

లవఙ్గలతా-ఆ-స్త్రీ - పుష్పవిశేషః - ౨రాధా యాఃసఖీవిశేషశ్చ॥

లవణమ్-అ-న-క్షారరసయుక్తద్రవ్యమ్- ౨ ఛేదనమ్॥

లవణః-అ-పు-లవణరసః- ౨ప్రియాలువృక్షః ౩సాగరః-౪దైత్యవిశేషః॥ తె॥౨మొరలి చెట్టు,

లవణః-అ-త్రి- లవణరసవాన్ - ౨లావణ్య యుక్తశ్చ॥

లవణకింశుకా-ఆ-స్త్రీ-మహాజ్యోతిష్మతీ॥

లవణక్షారః-అ-పు-లోణారక్షారః॥

లవణఖానిః-ఇ-స్త్రీ- సాంభరిలవణోత్పత్తిస్థా నమ్-౨లవణాకరమాత్రంచ॥

లవణతృణమ్-అ-న-తృణవిశేషః॥

లవణత్రయమ్-అ-న- సైంధవమ్,బిడమ్,రుచ కంచ॥

లవణధేనుః-ఉ-పు - దానార్థలవణాదినిర్మిత ధేనుః॥

లవణమదః-అ-పు-లోణారక్షారః॥

లవణా-ఆ-స్త్రీ-కాంతిః- ౨నదీభేదః- ౩మహా జ్యోతిష్మతీ॥

లవణాకరః-అ-పు-లవణసముద్రః-౨లవణఫ లనభూమిః॥

లవణాచలః-అ-పు- దానార్థలవణాదినిర్మిత పర్వతః॥

లవణాబ్ధిజమ్-అ-న-సాముద్రలవణమ్॥

లవణారజమ్-అ-న-లోణారక్షారః॥

లవణోక్తా-ఆ-స్త్రీ-జ్యోతిష్మ[illegible]-సా॥ తె॥వెక్కు డుతీఁగె॥

లవణోత్తమమ్-అ-న-సైంధవమ్॥

లవణోత్థమ్-అ-న-లోణారక్షారః॥

లవణోదః-అ-పు-లవణసముద్రః॥

లవణోదధిః-ఇ-పు-లవణసముద్రః॥

లవనమ్-అ-న-అభిలావః॥ తె ॥ ధాన్యాదుల కోయ్యడము.

లవనీ-ఈ-సీ-కుండలీ-౨ఫలవృక్షవిశేషః॥ తె॥ ౧ఉప్పిచెట్టు.

లవలీ-ఈ-సీ-ఫలవృక్షవిశేషః॥

లవాకః-అ-పు-ఛేదనద్రవ్యమ్-౨ఛేదనమ్॥

లవాణకః-అ-పు-దాత్రాదిః॥

లవిః-ఇ-త్రి-భిదురః॥

లవిత్రమ్-అ-న-దాత్రమ్॥ తె॥ కొడవలి॥

లశునమ్-అ-న-మహాకందః॥ తె॥ వెల్లుల్లి.

లశునపటః-అ-పు-అంతశ్వేతరూపశోణరత్నదోషః॥

లశూనః-అ-పు-లశునః॥

లష్వః-అ-పు-నర్తకః॥

లసత్-త్-న - నాట్యహస్తపాదముద్రాయోగః॥

లసా-ఆ-సీ-హరిద్రా॥

లసికా-ఆ-సీ-లాలా॥

లసితః-అ-పు-తాలప్రాణకలాభేదః॥

లసీకా-ఆ-సీ-ఇక్షురసః- ౨త్వఙ్మాంసమధ్యగరసః॥

లస్తః-అ-త్రి-శ్లిష్టః-౨క్రీడితః-౩శిల్పయుక్తః

లస్తకః-అ-పు-ధనుర్మధ్యస్థానమ్॥

లస్తకీ-న్-పు-ధనుః॥

లహరిః-ఇ-సీ-మహాతరంగః॥

లహరీ-ఈ-సీ-మహత్తరంగః॥

లా-ఆ సీ-నేత్రమ్-౨గ్రహణమ్-౩దానమ్॥

లాకులః-అ-పు-లాకులమతప్రవర్తకః॥

లాక్షకీ-ఈ-సీ-సీతా॥

లాక్షణికః-అ-పు- లక్షణయా ప్రతిపాదకః-౨లక్షణాత్మకవృత్తిమత్పదత్వమ్ లాక్షణికత్వమ్॥

లాక్షా-ఆ-సీ-అలక్తకః-౨రాక్షా॥ తె॥ ౧లత్తుక-౨లక్క.

లాక్షాతరుః-ఉ-పు-పలాశవృక్షః॥

లాక్షాప్రసాదః-అ-పు-పట్టికాలోధ్రవృక్షః॥

లాక్షాప్రసాదనః- అ - పు - పట్టికాలోధ్రవృక్షః॥

లాక్షావృక్షః-అ-పు- కోశామ్రః - ౨పలాశవృక్షః॥

లాక్షికః-అ-త్రి-లాక్షారక్తః॥ తె॥ లత్తుకచేత నెఱ్ఱనైనది.

లాఘవమ్-అ-న-ఆరోగ్యమ్-౨లఘుత్వమ్॥

లాఙ్గలమ్-అ-న-శిశ్నః-౨హాలః-౩కుసుమవిశేషః-౪తాలః-౫గృహదారువిశేషః॥ తె॥ ౨నాగలి.

లాఙ్గలగ్రహః-అ-పు-కృషకః॥

లాఙ్గలచక్రమ్-అ-న- కృషికర్మణిహలాకారచక్రవిశేషః॥

లాఙ్గలదణ్డః-అ-పు- లాంగలమధ్యస్థకాష్ఠమ్॥

లాఙ్గలపద్ధతిః-ఇ-సీ-లాంగలరేఖా॥

లాఙ్గలికః-అ-పు-స్థావరవిషభేదః॥

లాఙ్గలికా-ఆ-సీ-కందూరాలతా॥ తె॥ దూలగొండిచెట్టు.

లాఙ్గలికీ-ఈ-సీ-కండూరాలతా- ౨కలికాలీ॥ తె॥ ౧దూలగొండిచెట్టు-౨తరిగొఱ్ఱలోని భేదము.

లాఙ్గలీ-ఈ-సీ-తోయపిప్పలీ- ౨లాంగలాకారపుష్పజలజశాకవిశేషః॥

లాఙ్గలీ-న్-పు-నారికేళవృక్షః-౨బలరామః-౩సర్పః॥ తె॥ ౧కొబ్బరిచెట్టు.

లాఙ్గులమ్-అ-న-పుచ్ఛమ్॥

లాఙ్గూలమ్-అ-న-పుచ్ఛమ్-౨శిశ్నః-౩కుసూలః॥ తె॥ ౧తోక.

లాఙ్గూలః-అ-పు-అభినయహస్తభేదః॥

లాఙ్గూలికా-ఆ-స్త్రీ-పృశ్నిపర్ణీ॥

లాఙ్గూలీ-న్-పు-వానరః-౨ఋషభనామౌషధమ్॥

లాజమ్-అ-న-ఉశీరమ్॥ తె॥ వట్టివేలు.

లాజః-అ-పు-ఆర్ద్రతండులః॥

లాజపుష్పః-అ-పు-కరంజకవృక్షః॥ తె॥ కానుగుచెట్టు.

లాజా-ఆ-స్త్రీ-అక్షతః॥

లాజాః-అ-పు-భృష్టధాన్యమ్-బహువచనాంతోయమ్॥ తె॥ పేలాలు.

లాఞ్ఛనమ్-అ-న-చిహ్నమ్ - ౨నామ - ౩దోషః॥

లాఞ్ఛనః-అ-పు- రాగిధాన్యమ్-లాంఛనీతిచ పాఠః॥

లాటః-అ-పు-దేశవిశేషః-౨శుకః - ౩ప్రభావః-౪వస్త్రమ్-౫జీర్ణభూషణాది॥

లాటీ-ఈ-స్త్రీ-ఇంద్రశంఖః॥

లాడ్డుకికమ్-అ-న-లడ్డుకసమూహః॥ తె॥ లడ్డూముద్దలపోగు.

లాపః-అ-పు-విలాపః-౨సంలాపః॥

లాప్యమ్-అ-త్రి-కథనీయమ్॥

లాబుః-ఉ-స్త్రీ-అలాబుః॥

లాబూః ఊ-స్త్రీ-అలాబుః॥

లాభః-అ-పు-వృద్ధిః-౨ఫలమ్॥ తె॥ గవడ్డి-౨క్రయవిక్రయములవల్లవచ్చినలాభము

లాభ్యమ్-అ-న-లాభః॥

లామజ్జకమ్-అ-న-నలదమ్॥ తె॥ తెల్లవట్టివేలు

లాలనమ్-అ-న-అత్యంతస్నేహకరణమ్॥

లాలనీ-ఈ-స్త్రీ-రుద్రపర్ణికా ॥ తె॥ ఎఱ్ఱగసిచెట్టు.

లాలసః-అ-ద్వ-అతికాంక్షా- ౨ప్రార్థనా-౩ఔత్సుక్యమ్-౪అతిరేచనమ్॥

లాలసః-అ-త్రి-విషయలంపటః॥

లాలసీకమ్-అ-న-పిచ్ఛిలమ్॥

లాలా-ఆ-స్త్రీ-సృణికా॥ తె॥ చొంగ.

లాలాటికమ్-అ-న-ఆలింగనవిశేషః॥

లాలాటికః-అ-త్రి-లలాటసంబంధీ॥

లాలాటికః-అ-పు-కార్యాక్షమః - ౨ప్రభోర్భాలదర్శీ-౩నీచః-౪ఉపకారపరాఙ్ముఖః॥

లాలాటికా-ఆ-స్త్రీ-పత్రపాశ్యా॥ తె॥ చేరుచుక్క-బొట్టు.

లాలామేహః-అ-పు-ప్రమేహవిశేషః॥

లాలావిషః-అ-పు-లూతాదిః॥

లాలావృక్షః-అ-పు-నారికేళః॥ తె॥ కొబ్బరిచెట్టు.

లాలాస్రావః-అ-పు- ఊర్ణనాభః॥

లాలికః-అ-పు-మహిషః॥

లాలిత్యమ్-అ-న-లలితస్యభావః॥

లావః-అ-పు-లావకపక్షీ॥ తె॥ లావుకపిట్ట.

లావకః-అ-పు-చిత్రయోధిః॥ తె॥ లావుకపిట్ట.

లావణమ్-అ-త్రి-లవణేసంస్కృతమ్- ౨లవణసంబంధిచ॥

లావణమ్-అ-న-నస్యా॥

లావణికమ్-అ-త్రి-లవణేనసంస్కృతమ్- ౨లవణసంబంధిచ॥

లావణికమ్-అ-న-లవణపాత్రే॥

లావణికః-అ-పు-లవణవిక్రేతా॥

లావణ్యమ్-అ-న-లవణత్వమ్- ౨సౌందర్యవిశేషః॥

లావణ్యార్జితమ్-అ-న-వివాహకాలీనంశ్వశురాభ్యాందత్తంధనమ్॥

లావా-ఆ-స్త్రీ-పక్షివిశేషః॥

లాసః-అ-పు-నృత్యమాత్రమ్-౨స్త్రీణాంనృత్యమ్-౩యూషః॥

లాసకమ్-అ-న-మట్టకమ్॥

లాసకః-అ-త్రి-లాస్యకారః॥

లాసకః-అ-పు-మయూరః-౨లాస్యకారీ- ౩ లసకః-౪వేష్టః॥

లాసకీ-ఈ-స్త్రీ-నాట్యస్త్రీ॥

లాసికా-ఆ-స్త్రీ- నాట్యస్త్రీ॥

లాస్ఫోటనీ-ఈ-స్త్రీ-ఆస్ఫోటనీ-వేధనికా॥

లాస్యమ్-అ-న - కోమలకరణాంగవిక్షేపవత్కైశికీవృత్తిప్రధాననాట్యమ్ - ౨తౌర్యత్రికమ్-౩సంతోషాదిః॥

లాస్యః-అ-పు-నర్తకః॥

లాస్యకమ్-అ-న-నృత్యమ్॥

లాస్యా-ఆ-స్త్రీ-నర్తకీ॥

లిః-ఇ-పు-శ్రమః-౨ఐక్యమ్-౩నాశనమ్ - ౪శ్రేష్ఠః-౫సామ్యమ్ -౬అంతః - ౭వలయమ్॥

లికుచమ్-అ-న-చక్రమ్॥

లికుచః-అ-పు-లకుచః॥ తె॥ కమ్మరేగుచెట్టు.

లికుచసఙ్కులః-అ-పు- కుబ్జకనామకవృక్షః॥

లిక్షా-ఆ-స్త్రీ-లిక్షా॥

లిక్షా-ఆ-స్త్రీ- యూకాండమ్ - ౨పరిమాణవిశేషః॥

లిఖః-అ-పు-లేఖనమ్॥

లిఖనమ్-అ-న-లేఖనమ్-లిపిః॥

లిఖితమ్-అ-త్రి-లిఖితపత్రాదౌ॥

లిఖితమ్-అ-న-లిపిః॥

లిఖితః-అ-పు-మునివిశేషః- యథా-పరాశరవ్యాసశంఖలిఖితాదక్షుగోతమౌ ॥ శాతాతపోవశిష్ఠశ్చ ధర్మశాస్త్రప్రయోజకాః॥

లిఖ్యా-ఆ-స్త్రీ-పరిమాణవిశేషః॥

లిగు-ఉ-న-మనః॥

లిగుః-ఉ-పు- కురంగః - ౨భూప్రదేశః - ౩మూర్ఖః॥

లిఙ్గమ్-అ-న-చిహ్నమ్-౨శిశ్నః- ౩సాధ్యగవకమ్-౪శివమూర్తిః - ౫సాంఖ్యోక్తప్రకృతిః-౬సామర్థ్యమ్॥

లిఙ్గకః-అ-పు-కపిత్థవృక్షః॥

లిఙ్గనాడీ-ఈ-స్త్రీ-భగాంతర్లింగనాడీ॥

లిఙ్గబీజా-ఆ-స్త్రీ-సిధ్రకా॥ తె॥లింగపాట్లచెట్టు

లిఙ్గవర్ధః-అ-పు-కపిత్థవృక్షః- ౨శిశ్నవృద్ధికరణమ్॥

లిఙ్గవర్ధినీ-ఈ-స్త్రీ-అపామార్గః॥

లిఙ్గవృత్తిః-ఇ-పు-దంభకాషాయకమండలుజటాధారణజీవీ॥

లిఙ్గాలికా-ఆ-స్త్రీ-క్షుద్రమూషికః॥

లిఙ్గినీ-ఈ-స్త్రీ-శివవల్లీ-౨కైవర్తికా-౩అష్టవిధనాయికాదూతీవిశేషః॥ తె॥ ౧లింగిదొండచెట్టు-౨కైవర్తికమనెడుచెట్టు.

లిఙ్గీ-న్-పు- దంభేనకాషాయకమండలుజటాధారణజీవీ-౨హస్తీ॥

లివః-అ-పు-ఉపలేపనమ్॥ తె॥ ఇల్లలకడము.

లిపిః-ఇ-స్త్రీ-లిఖితమ్॥ తె॥వ్రాసినవ్రాత.

లిపికరః-అ-పు-లేఖకః॥

లిపికా-ఆ-స్త్రీ-లిపిః॥

లిపికారః-అ-పు-లేఖకః॥ తె॥వ్రాసెడువాడు

లిపీ-ఈ-స్త్రీ-లిపిః॥

లిప్తః-అ-త్రి-దిగ్ధః-౨భక్షితః - ౩విషాక్తః॥ తె॥౧పూయఁబడినది.

లిప్తకః-అ-త్రి-విషలిప్తబాణః॥

లిప్తికః-అ-త్రి-దండః॥

లిప్సా-ఆ-స్త్రీ-ఇచ్ఛా॥

లిప్సుః-ఉ-త్రి-లబ్ధుమిచ్ఛుః॥

లిభిః-ఇ-స్త్రీ-లిఖితమ్॥ తె॥ వ్రాశినవ్రాత.

లిమ్పః-అ-పు-లేపనకర్తా॥

లిమ్పటః-అ-పు-షిడ్గః॥

లిమ్పాకమ్-అ-న-నింబూకవిశేషః॥

లిమ్పాకః-అ-త్రి-మూర్ఖః॥

లిమ్పాకః-అ-పు-జంబీరః-౧ఖరః॥
లిక్షా-ఆ-సీ-శ్వేతయూకః॥ తె॥ చీరపేను.
లివిః-ఇ-సీ-లిపిః॥
లివికరః-అ-పు-లిపికరః॥
లివిఙ్కరః-అ-పు-లిపికారః॥
లివీ-ఈ-సీ-లిపిః॥
లిప్వః-అ-పు-నర్తకః॥
లీక్కా-ఆ-సీ-లిక్షా॥
లీక్షా-ఆ-సీ-దింకః॥ తె॥ ఈరు.
లీఢః-అ-త్రి-ఆస్వాదితః॥
లీనః-అ-పు-లయప్రాప్తః॥
లీలా-ఆ-సీ-స్త్రీణాంహావభేదః- ౧స్త్రీపురుషవినోదాలింగనాదిః-౨ కేళిః-౩విలాసః ౪క్రియా॥
లీలావతీ-ఈ-సీ-కేలియుక్తా-౧విలాసవతీ-౨ శృంగారభావచేష్టాన్వితా- ౩లేఖావిశిష్టా-౪భాస్కరాచార్యపత్నీ - తత్కృతాంకగ్రంథః-౬వేశ్యావిశేషః - ౭న్యాయగ్రంథవిశేషః॥
లీలావిలోకితః-అ-పు- తాలప్రాణక్రియాభేదః॥
లీలోద్యానమ్-అ-న-దేవవనమ్॥
లుక్-క్-పు-లోపః॥
లుక్కాయితః-అ-త్రి-అంతర్హితః॥
లుఙ్గః-అ-పు-మాతులుంగః॥ తె॥ పుల్లమాదిఫలపుచెట్టు.
లుఙ్గుమః-అ-పు-చోలంగః॥
లుఠనమ్-అ-న-అశ్వస్యభూమౌ పునఃపునః శ్రమోపహాననమ్॥
లుఠితః-అ-త్రి-ఉపావృత్తః॥ తె॥ పొర్లాడెడు గుఱ్ఱము.
లుఠితః-అ-పు-కణిః॥ తె॥ గరిడీలోతీరినవస్తాదు
లుణ్టకః-అ-పు-శాకవిశేషః॥
లుణ్టా-ఆ-సీ-లుఠనమ్॥
లుణ్టాకః-అ-పు-తస్కరః॥
లుణ్టాకీ-ఈ-సీ-చోర(స్త్రీ)॥
లుణ్ఠకః-అ-త్రి-స్తైయకారకః॥
లుణ్ఠనమ్-అ-న-లుఠనమ్॥
లుణ్ఠా-ఆ-సీ-లుఠనమ్॥
లుణ్ఠాకః-అ-పు-కాకః॥
లుణ్ఠీ-ఈ-సీ-లుఠనమ్॥
లుణ్డికా-ఆ-సీ-న్యాయసారిణీ॥
లుప్-ప్-పు-లోపః॥
లుప్తమ్-అ-న-మృగాదిబంధనస్థానమ్-౧చౌర్యధనమ్॥
లుప్తః-అ-త్రి-త్యక్తః - ౧లుప్తః॥ తె॥ ౧లోపముఁజేయఁబడినది.
లుప్తోపమా-ఆ-సీ-అలంకారవిశేషః॥
లుబ్ధః-అ-త్రి-ఫలాభిలాషుకః-౧గృధ్నుః॥ తె॥ ౧లుబ్ధుఁడు-౨విషయేచ్ఛఁగలవాఁడు.
లుబ్ధః-అ-పు-మృగయుః॥
లుబ్ధకః-అ-పు-ఆర్ద్రానక్షత్రమ్ -౧వ్యాధః-౨లోభవాన్॥ తె॥ ౧బోయెవాఁడు-వీడురజక(స్త్రీ)-స్వర్ణకారజాతుఁడు.
లుభితః-అ- త్రి-విమోహితః॥
లులాయః-అ-పు-మహిషః॥ తె॥ ఎనుఁబోఁతు॥
లులాయకన్దః-అ-పు-మహిషకందః॥
లులాయకాన్తా-ఆ-సీ-మహిషీ॥
లులాయీ-ఈ-సీ-మహిషీ॥ తె॥ గెదె.
లులితః-అ-త్రి-ఆందోళితః॥
లుషభః-అ-పు-మత్తహస్తి॥
లూతికా-ఆ-సీ-లూతా॥ తె॥ సాలెపురుగు.
లూతా-ఆ-సీ-లూషికా-౧లూతాపట్టః-౨పిపీలికా- ౩రోగవిశేషః॥ తె॥ ౧సాలెపురుగు-౨సాలెపురుగుమగ్గము.
లూతారిః-ఇ-పు-దుగ్ధఫేనీక్షుపః॥

లూతికా-ఆ-సీ-మర్కటకః॥

లూనః-అ-త్రి-కృత్తః॥ తె॥ కోయ్యఁబడినది॥

లూనకః-అ-పు-భేదితః-౨పశుః॥

లూనిః-ఇ-సీ-ఛేదః॥

లూమన్-న-లాంగూలమ్॥ తె॥తోఁక.

లూమమ్-అ-న-లాంగూలమ్॥

లూమవిషః-అ-పు-వృశ్చికాదిః॥

లెఖః-అ-పు-దేవః-౨లెఖ్యమ్॥ తె॥ ౨జాబు.

లెఖకః-అ-పు-లెఖనకర్తా॥

లెఖనమ్-అ-న-తర్జనమ్-౨భూర్జవృక్షః-౩లిపిన్యాసః॥ తె॥ ౩వ్రాయడము.

లెఖనః-అ-పు-కాశః॥

లెఖనకృత్-త్-పు-చపలనామకపర్వతధాతుః॥

లెఖనికః-అ-పు-లెఖహారకః-౨పరహస్తేనలెఖకః-౩స్వహస్తేనలెఖకః॥

లెఖనీ-ఈ-సీ-లిఖ్యతేఅనయా-లెఖనసాధనవస్తు॥

లెఖనీయః-అ-త్రి-లెఖ్యమ్॥

లెఖర్షభః-అ-పు-ఇంద్రః॥

లెఖశాటః-అ-పు-శ్లేష్మాతకవృక్షః॥ తె॥విరిగిచెట్టు.

లెఖహారః-అ-పు-పత్రవాహకః॥

లెఖహారకః-అ-పు-పత్రవాహకః॥

లెఖా-ఆ-సీ-సాంద్రతృణాదిపఙ్క్తిః-౨లిపిః॥

లెఖార్హ్యః-అ-పు-శ్రీతాలవృక్షః॥

లెఖార్హ్యః-అ-త్రి-లెఖనయోగ్యః॥

లెఖితమ్-అ-త్రి-లెఖ్యతేయత్-లిఖితమ్॥

లెఖినీ-ఈ-సీ-కలమః॥ తె॥ కాగిదమువ్రాసెడుకలము మొదలయినది.

లెఖ్యమ్-అ-త్రి-లిఖితవ్యమ్-౨వ్యవహారాంగకక్రియాపాదాంగమ్॥

లెఖ్యచూర్ణికా-ఆ-సీ-తూలికా॥

లెఖ్యపత్రమ్-అ-న-లెఖనీయపత్రే॥

లెఖ్యపత్రః-అ-పు-తాలవృక్షః॥

లెఖ్యపత్రకః-అ-పు-తాలవృక్షః॥ తె॥ తాటిచెట్టు.

లెణ్డమ్-అ-న-గూథః॥

లెపః-అ-పు-భోజనమ్-౨శ్వేతావృతత్వరూపమరకతదోషః-౩గర్వః-౪నిందితః-౫క్రూరః-౬సుధా-౭లెపనమ్॥ తె॥ ౬సున్నము.

లెపకః-అ-పు-పలగండః॥ తె॥ ఉప్పరవాఁడు.

లెపనమ్-అ-న-ఉపలెపనమ్-౨ఆహారః॥ తె॥ ౧ఇల్లలకడము.

లెపనః-అ-పు-తురుష్కనామగంధద్రవ్యమ్॥

లెపీ-న్-పు లెపకః॥

లెపీ-న్-త్రి-లెపకర్తరి, లెపఃశిష్టేచ॥

లెప్యమ్-అ-త్రి-లెపనీయమ్॥

లెప్యకృత్-త్-పు-లెపకః॥

లెప్యమయీ-ఈ-సీ-కాష్ఠాదిఘటితపుత్తలికా॥

లెప్యస్త్రీ-ఈ-సీ-సుగంధద్రవ్యలిప్తాస్త్రీ॥

లెయః-అ-పు-సింహరాశిః॥

లెలిహానః-అ-పు-సర్పః-౨శివః॥

లెలిహానః-అ-త్రి-పునఃపునఃలెహనకర్తరి॥

లెలిహానా-ఆ-సీ-ముద్రావిశేషః॥

లెలీహానః-అ-పు-సర్పః॥

లెశః-అ-పు అలంకారవిశేషః-౨అల్పపరిమాణమ్॥

లెష్టుః-ఉ-పు-లోష్టమ్॥ తె॥మంటిగడ్డ.

లెష్టుఘ్నః-అ-పు-లెష్టుభేదనః॥

లెష్టుభేదనః-అ-పు-లోష్టభంగసాధనముద్గరః

లెసికః-అ-పు-హస్త్యారోహకః॥

లెహః-అ-పు-ఆహారః॥

లెహనమ్-అ-న-జిహ్వయారసగ్రహణమ్॥

లెహినః-అ-పు-టంకణమ్॥

లెహ్యమ్-అ-న-అమృతమ్॥

లైఙ్గమ్-అ-న-లింగపురాణమ్॥

లైఙ్గీ-ఈ-సీ-లింగినీ॥

లైఙ్గిన్-త్రి-లింగసంబంధీ॥

లోకః-అ-పు-భువనమ్-౧త్రిసంజ్ఞా- ౨మనుష్యజాతిః॥

లోకకాన్తా-ఆ-సీ-ఋద్ధినామౌషధమ్॥

లోకచక్షుః-స్-పు-సూర్యః-౧జనస్యలోచనంచ॥

లోకజిత్-త్-పు-బుద్ధదేవః॥

లోకతుషారః-అ-పు-కర్పూరః॥

లోకనాథః-అ-పు-బుద్ధః-౧బ్రహ్మా- ౨విష్ణుః ౩శివః॥

లోకపాలః-అ-పు-దిక్పాలకః-౧రాజా॥

లోకపాలకః-అ-పు-భూమిపాలకః॥

లోకపావనమ్-అ-న-విష్ణుచక్రమ్॥

లోకబాన్ధవః-అ-పు-సూర్యః॥

లోకబాహ్యః-అ-పు-సర్వాచారవర్జితః॥

లోకమాతా-ఋ-సీ-లక్ష్మీః-౧గంగా॥

లోకమాతా-ఋ-పు-వరుణః॥

లోకలోచనః-అ-పు-సూర్యః॥

లోకవినాయకః-అ-పు-గ్రహవిశేషః॥

లోకవిశ్రుతిః-ఇ - సీ - అమూలకలోకప్రవాదః॥

లోకసమ్మతమ్-అ-న-చంద్రచ్ఛత్రమ్॥

లోకాయతమ్-అ-న-చార్వాకశాస్త్రమ్

లోకాయతికః-అ-పు-చార్వాకశాస్త్రవేత్తా

లోకాలోకః-అ-పు-చక్రవాళపర్వతః॥

లోకేశః-అ-పు - చతుర్ముఖః - ౧బుద్ధభేదః- ౨పారదః॥

లోకేశ్వరః-అ-పు-బుద్ధభేదః-౧భువనానాం జనానాంచ ప్రభుశ్చ॥

లోకేశ్వరాత్మజా-ఆ-సీ-బుద్ధశక్తిభేదః॥

లోకోక్తిః-ఇ-సీ-అలంకారవిశేషః॥

లోచమ్-అ-న-అశ్రు॥

లోచకః-అ-పు-దీపకిట్టమ్- ౧క్షీరపానవ్రతతపస్వీ-౨మాంసపిండమ్ - ౩అక్షితారా ౪కజ్జలమ్-౫(స్త్రీ)లలాటాభరణమ్- ౬కదలీవృక్షః-౭రక్తవస్త్రమ్ - ౯నీలవర్ణః-౧౦కర్ణపూరః-౧౧మౌర్వీ-౧౨భ్రూః॥

లోచనమ్-అ-న- (స్త్రీ)కలాస్థానభేదః- ౧నేత్రమ్॥

లోచనహితా-ఆ-సీ-తుత్థాంజనమ్॥

లోచనా-ఆ-సీ-బుద్ధశక్తిభేదః॥

లోచనామయః-అ-పు-చక్షురోగవిశేషః॥

లోచనీ-ఈ-సీ-మహాశ్రావణికా॥

లోచమర్కటః-అ-పు-లోచమస్తకః॥

లోచమస్తకః-అ-పు-దీప్యః॥ తె॥ఓమపుచెట్టు

లోటులః-అ-పు-అభిలోటకః॥

లోడః-అ-త్రి- కదాచిచ్చలనస్వభావవాన్ ॥తె॥హస్తాదికము.

లోణతృణమ్-అ-న-లవణతృణమ్॥

లోణా-ఆ-సీ-క్షుద్రామ్లికా॥

లోణామ్లా-ఆ-సీ-క్షుద్రామ్లికా॥

లోణారమ్-అ-న-క్షారవిశేషః॥

లోతమ్-అ-న-స్తైయధనమ్॥

లోతః-అ-(సీ)-నేత్రాంబు-౧చిహ్నమ్-౨లవణమ్-౩అశ్రుపాతః॥

లోత్రమ్-అ-న-లోతమ్-౧నేత్రజలమ్॥

లోధః-అ-పు- స్వనామఖ్యాతలోధ్రవృక్షః॥

లోధ్రమ్-అ-న-అపరాధః-౧కిల్బిషమ్ - ౨విద్రావః-౩అద్రిభేదః-౪రేవతీనక్షత్రమ్ ౫సితాననః॥

లోధ్రః-అ-పు-గాలవవృక్షః॥ తె॥ తెల్లలొద్దుగుచెట్టు.

లోధ్రకవృక్షః-అ-పు-లోధ్రః॥

లోధ్రద్రుమః-ఉ-పు-జంబీరవృక్షః-౨గాలవవృక్షః॥ తె॥౧నిమ్మచెట్టు-౨లొద్దుగుచెట్టు.

లోధ్రపుష్పః-అ-పు-మధూకవృక్షః-౨సుగంధిధాన్యమ్॥ తె॥౧ఇప్పచెట్టు-౨పరిమళించెడివడ్లు.

లోపః-అ-పు-తిరోధానమ్-౨హీనత్వమ్॥ తె॥౧అగుపడకపోవడము.

లోపా-ఆ-సీ-అగస్త్యమునిపత్నీ॥

లోపాకః-అ-పు-శృగాలః॥

లోపాపకః-అ-పు-శృగాలః॥

లోపాపికా-ఆ-సీ-శృగాలీ॥

లోపాముద్రా-ఆ-సీ-అగస్త్యభార్యా॥

లోపాశః-అ-పు-వృద్ధజంబుకః॥ తె॥ వఱడు నక్క

లోపాశకః-అ-పు-శృగాలః॥

లోపాశికా-ఆ-సీ-శృగాలీ॥

లోప్త్రమ్-అ-న-చోరహృతద్రవ్యమ్॥

లోప్త్రమ్-అ-న-ముషితద్రవ్యమ్॥ తె॥ దొంగిలినసొమ్ము.

లోప్త్రీ-ఈ-సీ లోప్త్రమ్॥

లోభః-అ-పు-ఆకాంక్షా,పరద్రవ్యాభిలాషః

లోభీన్-త్రి-లోభయుక్తః॥

లోభ్యః-అ-పు-ముద్గః॥

లోభ్యః-అ-త్రి-లోభనీయౌ॥

లోమ-న్-న - శిరోముఖవ్యతిరిక్తసర్వాంగజాతలోమ॥

లోమమ్-అ-న-లాంగూలమ్॥

లోమకమ్-అ-న-అయస్కాంతవిశేషః॥

లోమకరణీ-ఈ-సీ-మాంసచ్ఛదా॥

లోమకర్ణః-అ-పు-శశకః॥

లోమకర్ణః-అ-త్రి- లోమయుక్తకర్ణవిశిష్టే॥

లోమఘ్నమ్-అ-న-ఇంద్రలుప్తకమ్॥

లోమఘ్నమ్-అ-త్రి-లోమఘాతకే॥

లోమపాదః-అ పు-అంగదేశీయరాజవిశేషః సతుఋష్యశృంగమునిశ్వశురః॥

లోమపాదపూః-ఊ-సీ-పురీవిశేషః॥

లోమఫలమ్-అ-న-భవ్యమ్॥

లోమభిదలమ్-అ-న-హరితాలకమ్॥ తె॥హరిదలము॥

లోమవిషః-అ-పు-వ్యాఘ్రాదిః॥

లోమశః-అ-పు-కూలకః-౨మేంఢః-౩మునివిశేషః॥ తె॥౧బూతపిల్లి-౨గొఱ్ఱె-౩ఒకానొకముని.

లోమశః-అ-త్రి- రోమశః॥ తె॥శరీరాద్యంతము రోమములుఁగలవాఁడు.

లోమశకాణ్డా-ఆ-సీ-కర్కటీ॥

లోమశపర్ణినీ-ఈ-సీ-మాషపర్ణీ॥

లోమశపుష్పకః-అ-పు-శిరీషవృక్షః॥

లోమశమార్జారః-అ-పు-మార్జారవిశేషః॥

లోమశా-ఆ-సీ-జటామాంసీ-౨సృగాలీ-౩జటిలా-౪శూకశింబీ-౫కాకజంఘా-౬మహామేదా-౭అతిబలా-౮శాకినీవిశేషః॥ తె॥౧జటామాంసియను ద్రవ్యము - ౪దూలగొండి-౫వెలుమసందిచెట్టు-౭పెద్దముత్తవపులగము-౮తోఁటకూరలోని భేదము.

లోమసాతనమ్-అ-న-లోమపాతనమ్॥

లోమహర్షణమ్-అ-న-రోమాంచః॥

లోమహర్షణః-అ పు-సూతః॥

లోమహృత్-త్-పు-హరితాలమ్॥

లోమాలికా-ఆ-సీ-శృగాలికా॥

లోలమ్-అ-న-బదరీఫలమ్॥ తె॥ రేఁగుఁబండు॥

లోలః-అ-త్రి-చంచలః-౨విషయలంపటః॥

లోలా-ఆ-సీ-పంచాశద్వర్షాదారభ్యపంచసప్తతివర్షపర్యంతస్త్రీ-౨జిహ్వా-౩తృష్ణారకమలమ్-౪లక్ష్మీః॥

లోలార్కః-అ-పు-సూర్యః॥

లోలికా-ఆ-సీ-చాంగేరీ॥

లోలితః-అ-త్రి-ప్రేంఖోలితః॥ తె॥ ఊగించఁబడినది.

లోలీ-ఈ-సీ-నాసికాంతః॥ తె॥ ముక్కుకొనవర॥

లోలుపః-అ-త్రి-విషయలంపటః॥

లోలుపా-ఆ-సీ-రతీదేవీ॥

లోలుభః-అ-త్రి-లోలుపః॥ తె॥ విషయలంపటుఁడు.

లోష్టమ్-అ-న-లోహమలమ్-౨లేష్టుః॥

లోష్టః-అ-(సీ)-లేష్టుః॥ తె॥ మంటిగెడ్డ.

లోష్టఘ్నః-అ-పు-లేష్టుభేదనః॥

లోష్టభేదనః-అ-పు-కోటిశః॥ తె॥ గెడ్డలుబద్దలుకొట్టెడుకొయ్యపీఁట

లోష్టుః-ఉ-పు-లోష్టమ్॥ తె॥ మంటిగెడ్డ.

లోహమ్-అ-న-అష్టలోహసామాన్యమ్-౨అగురు.

లోహః-అ-(సీ)-అయః-౨అగురు-౩కృష్ణాగురు-౪రుధిరమ్॥ తె॥ ౧ఇనుము,

లోహః-అ-పు-శస్త్రమ్॥

లోహకణ్టకః-అ-పు-మదనవృక్షః-౨లోహమయకంటకశ్చ॥

లోహకాన్తమ్-అ-న-అయస్కాంతమ్॥

లోహకాన్తః-అ-పు-అయస్కాంతః॥

లోహకారః-అ-పు-లోహకారకః॥

లోహకారకః-అ-పు-వ్యోకారః॥

లోహకిట్టమ్-అ-న-లోహమలమ్॥

లోహచూర్ణమ్-అ-న-లోహకిట్టమ్॥

లోహజమ్-అ-న-లోహకిట్టమ్-౨కాంస్యమ్॥

లోహజిత్-త్-పు-వజ్రరత్నమ్॥

లోహద్రావీ-న్-పు-టంకణమ్॥

లోహనాలః-అ-పు-నారాచః॥

లోహపృష్ఠః అ-పు-కంకపక్షీ॥ తె॥ రాబులుగు

లోహమయమ్-అ-త్రి-లోహాత్మకమ్-౨లోహనిర్మితమ్॥

లోహమారకః-అ-పు-మత్స్యాక్షీ॥ తె॥ పొన్నగంటిచెట్టు.

లోహలః-అ-పు-శృంఖలాచార్యః॥

లోహలః-అ-త్రి-అస్ఫుటవాదీ॥

లోహవరమ్-అ-న-స్వర్ణమ్॥

లోహశర్మటిః-ఇ-పు-అయస్కారసాధనవిశేషః॥ తె॥ సమ్మెట.

లోహశ్లేషణః-అ-పు-టంకణః॥

లోహసఙ్కరమ్-అ-న-వర్తలోహమ్-౨మిశ్రితతైజసంచ॥

లోహాఖ్యమ్-అ-న-అగురు॥

లోహాభిసారః-అ-పు-యుద్ధసన్నద్ధానాం వాహానవమీ సజ్జితానాం వా రాజ్ఞాంనీరాజనమ్-౨సీరాజితరాజప్రయాణమ్-౩ప్రయాణసమయె అన్యగృహవిన్యస్తాయుధవస్త్రాదిః-౪యుద్ధసన్నద్ధానాం రాజ్ఞామాయుధనిస్సరణస్థలమ్-౫లోహాభిహారః॥ తె॥ ౩నిగ్గము.

లోహాభిహారః-అ-పు-శస్త్రభృతాంరాజ్ఞాంనీరాజనావిధిః-౨మహానవమీదీక్షాయాం అశ్వాదీనాంనీరాజనసతిపశ్చాత్ శస్త్రధారిణాంరాజ్ఞాంయఃశాస్త్రోక్తోనిర్మంథనప్రధానోవిధిః ప్రస్థానాత్ప్రాక్సలోహాభిహారః-౩లోహస్యశస్త్రస్యఅభిహారః సర్వతోహరణమత్రేతిబహువ్రీహిః॥

లోహార్గలమ్-అ-(పు)-లోహకీలకే॥

లోహార్గలః-అ-పు-తీర్థవిశేషః॥

లోహి-ఇ-న-శ్వేతటంకణమ్॥

లోహికా-ఆ-సీ-లోహపాత్రమ్॥

లోహితమ్-అ-న-రుధిరమ్-౨కుంకుమమ్-౩

కుచందనమ్-౨గోశీర్షమ్-౩పత్తంగమ్-౪హరిచందనమ్-౫తృణకుంకుమమ్-౬యుద్ధమ్॥

లోహితః-అ-పు-రక్తవర్ణః-౧అంగారకః-౨నదవిశేషః-౩రోహితమత్స్యః-౪మృగవిశేషః-౫సర్పః-౬సురాంతరః-౭మసూరః-౮రక్తాలుః-౯రక్తశాలిః-౧౦బలదేవః॥

లోహితః-అ-త్రి-రక్తవర్ణవాన్॥

లోహితకమ్-అ-న-శోణరత్నమ్-౧రీతిః॥ తె॥ ౧కెంపు. ౨పద్మరాగమణిః॥

లోహితకః-అ-పు-మంగళగ్రహః॥

లోహితచన్దనమ్-అ-న-కుంకుమమ్-౨రక్తచందనంచ॥

లోహితపుష్పకః-అ-పు-దాడిమవృక్షః॥

లోహితప్రియః-అ-పు-వాయులోకః॥

లోహితమృత్తికా-ఆ-సీ-గైరికమ్-౨రక్తవర్ణమృత్తికాచ॥

లోహితా-ఆ-సీ-రంజకద్రవ్యేణకోపెనవారక్తద్రవ్యమ్-౨వరాహక్రాంతా-౩రక్తపునర్నవా॥

లోహితాక్షః-అ-త్రి-రక్తవర్ణచక్షుర్యుక్తె

లోహితాక్షః-అ-పు-మహిషః-౨విష్ణుః-౩కోకిలః॥

లోహితాఙ్గః-అ-పు-అంగారకః-౨కంపిల్లకః

లోహితాననః అ-పు-నకులః॥

లోహితాననః-అ-త్రి-రక్తవర్ణముఖె॥

లోహితాయః-స-న-తామ్రమ్॥

లోహితాయసమ్-అ-న-రక్తవర్ణలోహజాతిః॥

లోహితాశ్వః-అ-పు-అగ్నిః-౨హరిశ్చంద్రసుతః॥

లోహితాహిః-ఇ-పు-రక్తసర్పః॥ తె॥ రక్తపాడ

లోహితికా-ఆ-సీ-రంజకద్రవ్యేణవాకోపెనవారక్తద్రవ్యమ్॥

లోహినీ-ఈ-సీ-రంజకద్రవ్యేణవాకోపెనవారక్తద్రవ్యమ్-౨రక్తవర్ణాస్త్రీ॥

లోహోత్తమమ్-అ-న-స్వర్ణమ్॥

లౌకాయతికః-అ-పు-తార్కికభేదః-౨చార్వాకశాస్త్రవేత్తా॥

లౌకికః-అ-త్రి-లోకవ్యవహారసిద్ధః॥

లౌకికతా-ఆ-సీ-లోకవ్యవహారసిద్ధత్వమ్-శిష్టాచారెఅస్యభూరిప్రయోగః॥

లౌకికాగ్నిః-ఇ-పు-అసంస్కృతాగ్నిః॥

లౌహః-అ-పు-లోహః॥

లౌహచారకః-అ-పు-నరకభేదః-యత్రనిగడైర్బధ్యంతె॥

లౌహజమ్ అ-న-మండూరమ్॥

లౌహభాణ్డమ్-అ-న-లోహనిర్మితభాండె॥

లౌహభాణ్డః-అ-పు-అశ్మభాలమ్॥

లౌహభూః ఊ-సీ-కరిసీ-పాతులోహపాత్రవిశేషః॥

లౌహమలమ్-అ-న-లోహమలమ్॥

లౌహశఙ్కుః-ఉ-పు-నరకవిశేషః-యత్రసూచీభిశ్ఛిద్యతె-౨లౌహనిర్మితకీలకశ్చ

లౌహా-ఆ-సీ-లౌహభూః॥

లౌహోత్మా-ఆ-సీ-లౌహభూః॥

లౌహితః-అ-పు-శివత్రిశూలమ్-౨లోహితః

లౌహితః-అ-త్రి-లోహితసంబంధీ॥

లౌహితీ-ఈ-సీ-లోహితవర్ణః॥

లౌహితీకః-అ-త్రి-లోహితవర్ణతుల్యః॥

లౌహిత్యమ్-అ-న-లోహితవర్ణః॥

లౌహిత్యః-అ-పు-సముద్రః-౨వ్రీహిః-౩నదభేదః-సచబ్రహ్మపుత్రః॥ తె॥ ౨వడ్లు.

వ

వ-అ-౦-చింతనమ్- ౨హరిద్రవ్యభావనా- ౩ప్రతారకః॥

వమ్-అ-న-ప్రచేతాః-౧వరుణబీజమ్

వః-అ-పు-సాంత్వనమ్ - ౨వాయుః - ౩సంయమః-౪వరుణః-౫స్మరః-౬భయమ్-౭నిస్సారః-౮పూజ్యః-౯మనోరథః-౧౦బాహుః-౧౧కల్యాణమ్-౧౨బలవాన్-౧౩వసతిః-౧౪వరుణాలయః-౧౫శార్దూలః ౧౬వస్త్రమ్-౧౭శాలూకమ్ - ౧౮వదనమ్ ✻ వఃపుమాన్వరుణేసిద్ధా భగితో మొగతెతువా - గన్ధనేతస్తు సన్త్రానేపుంస్యేవవపనేస్మృతః॥ తె॥ ౧౯దార్బడము.

వః-స్-౦-వివాదః॥

వంశః-అ-పు-రాజాదివంశః-౨వేణుః-౩ఆధారదండః-౪గోత్రమ్-౫సమూహః-౬గృహోర్ధ్వకాష్ఠమ్- ౭మురలీ- ౮వేత్రః ॥ తె॥ ౨వెదురు - ౩వెన్నెముక-౬వెన్ను శ్రేణి-౭పిల్లనగ్రోవి-౮బెత్తు.

వంశకమ్-అ-న-అగురువృక్షః॥

వంశకః-అ-పు- మత్స్యవిశేషః - ౨ఇక్షువిశేషః॥

వంశకఫమ్-అ-న- ఆకాశోడ్డీయమానసూత్రమ్॥

వంశకర్పూరరోచనా-ఆ-సీ-వంశరోచనా॥

వంశక్షీరీ-ఈ-సీ-తుకాక్షీరీ॥ తె॥ తవక్షీరి॥

వంశజః-అ-త్రి-సద్వంశజాతః॥

వంశజః-అ-పు- వంశాకారెక్షుః-౨వేణుయవః॥ తె॥ ౧వెదురువంటిచెఱకు.

వంశజా-ఆ-సీ-తుకాక్షీరీ॥ తె॥ తవాక్షీరి.

వంశతణ్డులః-అ-పు-వేణుయవః॥

వంశధాన్యమ్-అ-న-వేణుయవః॥

వంశనర్తీన్-పు-కోహాటికః॥ తె॥ దొమ్మరివాఁడు

వంశనాలికా-ఆ-సీ-వంశీ॥

వంశనేత్రమ్-అ-న-ఇక్షుమూలమ్॥

వంశపత్త్రమ్-అ-న-హరితాలకమ్- ౨వంశస్యదలమ్॥ తె॥ ౧హరిదలము.

వంశపత్త్రః-అ-పు-నలః॥

వంశపత్త్రకమ్-అ-న-హరితాలమ్॥

వంశపత్త్రకః-అ-పు- క్షుద్రమత్స్యవిశేషః- ౨నలః-౩శ్వేతేక్షుః॥

వంశపత్త్రపతితమ్-అ-న- సప్తదశాక్షరపాదచ్ఛందోవిశేషః॥

వంశపత్త్రీ-ఈ-సీ-హింగుపలాశికా- ౨నాడీహింగు-౩తృణవిశేషః॥ తె॥ ౧ఇంగువుచెట్టాకు.

వంశపీతః-అ-పు-కణగుగ్గులుః॥

వంశపుష్పా-ఆ-సీ-సహదేవీలతా॥

వంశపూరకమ్-అ-న-ఇక్షుమూలమ్॥

వంశరోచనా-ఆ-సీ-తుకాక్షీరీ॥ తె॥ తవక్షీరి.

వంశలోచనా-ఆ-సీ వంశరోచనా-స్వనామఖ్యాత వంశపర్వస్థిత శ్వేతవర్ణౌషధవిశేషః॥

వంశశర్కరా-ఆ-సీ-వంశలోచనా॥

వంశశలాకా-ఆ-సీ-వీణామూలమ్-౨వంశనిర్మితశలాకా చ॥

వంశస్తనితమ్-అ- న - ద్వాదశాక్షరపాదచ్ఛందోవిశేషః॥

వంశస్థవిరమ్-అ-న-ద్వాదశాక్షరపాదచ్ఛందోవిశేషః॥

వంశాగ్రమ్-అ-న-వంశాంకురః॥

వంశాఙ్కురః-అ పు-వంశస్యాంకురః॥

వంశానుచరితమ్-అ-న-రాజాదివంశచరిత్రం

వంశికమ్-అ-న-అగురు॥

వంశికా-ఆ-సీ-అగురువృక్షః-౨వంశీ॥

వంశీ-ఈ-సీ- తుకాక్షీరీ- ౨మురలీ - ౩కర్షచతుష్టయమ్॥ తె॥ ౧తవక్షీరి

వంశ్యః-అ-త్రి-సద్వంశజాతః॥

వకులః-అ-పు-కేసరవృక్షః॥ తె॥ పొగడచెట్టు.

వక్తవ్యమ్-అ-న-వాక్యమ్-౨వార్తికమ్॥

వక్తవ్యః-అ-త్రి-గర్హ్యః-౨దీనః-౩వక్తుంయోగ్యః॥

వక్తా-ఋ-త్రి-రాజసభాదిమునిర్భీకత్వేనాభివాదుకః-౨విద్వన్మధ్యేప్రకృతోపయోగివాచకః॥

వక్తిః-ఇ-సీ-పాఠా॥ తె॥పాటచెట్టు.

వక్తుమ్-మ్-౦-భాషితుమ్॥ తె॥పలికేటందుకు

వక్త్రమ్-అ-న-ముఖమ్-౨వృత్తభేదః-౩తగరమూలమ్-౪వస్త్రభేదః॥

వక్త్రఖురః-అ-పు-దంతః॥

వక్త్రజః-అ-పు-బ్రాహ్మణః॥

వక్త్రతాలమ్-అ-న-ముఖవాద్యమ్॥

వక్త్రపట్టః-అ-పు-అశ్వాన్నభోజనపాత్రం

వక్త్రభేదీ-న్-పు-తిక్తరసః॥

వక్త్రభేదీ-న్-త్రి-ముఖభేదకే॥

వక్త్రవాసః-అ-పు-నారంగః-౨ముఖగంధశ్చ॥

వక్త్రశోధనమ్-అ-న-భవ్యమ్-౨ముఖశుద్ధికరణంచ॥

వక్త్రశోధనః-అ-పు-జంబీరవృక్షః॥ తె॥నిమ్మచెట్టు

వక్త్రశోధీ-న్-పు-జంబీరః॥

వక్త్రశోధీ న్-త్రి-ముఖశోధకే॥

వక్త్రాసరః-అ-పు-అధరమధు॥

వక్రమ్-అ-న-జలనిర్గమః-౨తగరమ్-౩సరలద్రవః-౪గురువస్తు-౫వెల్లితమ్-౬ప్రతీపమ్-౭వామమ్-౮పుటభేదః-౯మరుద్భవః॥ తె॥౧తూముకాలువ-౨గ్రంథితగరము-౩దేవదారుబంకతోఁజేసినధూపద్రవ్యము.

వక్రమ్-అ-త్రి-అరాలమ్॥ తె॥వంకరది.

వక్రః-అ-పు-అంగారకః-౨లతావంశః-౩క్రూరః-౪శనైశ్చరః॥ తె॥ ౨తీఁగెవెదురు.

వక్రకణ్టః-అ-పు-బదరవృక్షః-౨కుటిలకంటకశ్చ॥

వక్రకణ్టకః-అ-పు-ఖదిరవృక్షః॥

వక్రఖడ్గః-అ-పు-కరవాలః॥

వక్రగ్రీవః-అ-పు-ఉష్ట్రః॥

వక్రచఞ్చుః-ఉ-పు-శుకపక్షీ॥

వక్రతాలమ్-అ-న-వాద్యవిశేషః-వక్రనాలమితివాపాఠః॥

వక్రతాలీ-ఈ-సీ-ముఖవాద్యమ్॥

వక్రతుణ్డః-అ-పు-శుకపక్షీ

వక్రదంష్ట్రః అ-పు-సూకరః॥

వక్రనక్రః-అ-పు-పిశునః-౨శుకపక్షీ॥

వక్రనాలమ్-అ-న-ముఖవాద్యమ్॥

వక్రనాసికః-అ-పు-పెచకః॥

వక్రనాసికః-అ-త్రి-కుటిలనాసాయుక్తే॥

వక్రపాణిః-ఇ-పు-నాటకాంగవిశేషః॥

వక్రపుచ్ఛః-అ-ద్వ-కుక్కురః-౨సలోమకుటిలలాంగూలంచ॥

వక్రపుష్పః-అ-పు-కింశుకవృక్షః-౨బకవృక్షః॥ తె॥౧మోదుగచెట్టు.

వక్రభణితమ్-అ-న-కుటిలవాక్యమ్॥

వక్రమః-అ-పు-పలాయనమ్॥

వక్రలాఙ్గూలమ్-అ-న-కుటిలపుచ్ఛః॥

వక్రలాఙ్గూలః-అ-పు-కుక్కురః॥

వక్రవక్త్రః-అ-పు-సూకరః॥

వక్రవక్త్రః-అ-త్రి-కుటిలముఖవిశిష్టః॥

వక్రవాలధిః-ఇ-పు-కుక్కురః-౨కుటిలపుచ్ఛశ్చ॥

వక్రశల్యా-ఆ-సీ-కుటుంబినీక్షుపః॥

వక్రశృఙ్గీ-ఈ-సీ-వక్రశృంగగౌః॥ తె॥ వంకర

కొమ్ములుగలయావు.

వక్రాఙ్గమ్-అ-న-కవాటవక్రవృత్తః - ౨కుటిలాగ్రభాగశ్చ

వక్రాఙ్గమ్-అ-త్రి-కుటిలావయవే॥

వక్రాఙ్గః-అ-పు-చక్రవాకపక్షీ-౨హంసః॥

వక్రాఙ్గీ-ఈ-సీ-కటుకరోహిణీ॥

వక్రిః-ఇ-త్రి-అనృతభాషీ॥

వక్రీ-న్-పు-బుద్ధః॥

వక్రీ-న్-త్రి-వక్రవిశిష్టే॥

వక్రోక్తిః-ఇ-సీ-అలంకారవిశేషః॥

వక్రోష్ఠికా-ఆ-సీ-అదృష్టరదహాస్యమ్॥

వక్షమ్-అ-త్రి-వక్రమ్॥ తె॥వంకరది.

వక్షః-స్-న-స్త్రీకలాస్థానభేదదంతక్షతస్థానభేదవక్షః॥ తె॥ఱొమ్ము.

వక్షఃపృష్ఠాదితాడనమ్-అ-న - బాహ్యరతివిశేషః॥

వక్షణమ్-అ-న-వక్షః॥

వక్షోజమ్-అ-న-స్తనః॥

వక్షోరుహః-అ-పు-స్తనః॥

వక్షోరోమాణి-న్-న-వైధవ్యలక్షణమ్॥

వగాహః-అ-పు-అవగాహః॥

వగ్నుః-ఊ-పు-వక్తా-౨వావదూకః॥

వగ్రహః-అ-పు-వర్షప్రతిబంధః॥ తె॥వఱపు.

వగ్రాహః-అ-పు-వర్షప్రతిబంధః॥ తె॥వఱపు.

వఙ్కః-అ-పు-పల్యాణభాగః- ౨వక్రత్వమ్॥

వఙ్కా-ఆ-సీ-వల్గాగ్రభాగః॥

వఙ్కిలః-అ-పు-కంటకః॥

వఙ్క్యః-అ-త్రి-వక్రమ్॥

వఙ్క్రి-ఇ-న-పార్శ్వాస్థి॥

వఙ్క్రిః-ఇ-(సీ)-వాద్యభేదః-౨గృహదారు-౩పార్శ్వాస్థి॥

వఙ్క్షణః-అ-పు-ఊర్వస్థిసంధిః॥ తె॥గజ్జ.

వఙ్క్షుః-ఊ-సీ-గంగాస్రోతోవిశేషః-సాచకేతుమాలవర్షస్థాగంగా॥

వఙ్గమ్-అ-న-తమరకమ్-౨సీసమ్॥ తె॥ ౧తగరము.

వఙ్గః-అ-పు-కురంగః- ౨దేశవిశేషః - ౩వృంతాకః-౪చంద్రవంశీయబలిరాజపుత్రః ౫కార్పాసః॥ తె॥ ౧కొంచెముపొడుగుగ కలయిఱ్ఱి.

వఙ్గజమ్-అ-న-సిందూరమ్॥

వఙ్గజమ్-అ-త్రి-వంగదేశజాతే॥

వఙ్గనః-అ-పు-వార్తాకుః॥

వఙ్గశుల్బజమ్-అ-న-కాంస్యమ్॥

వఙ్గసేనః-అ-పు-బకవృక్షః॥

వఙ్గసేనకః-అ-పు-అగస్త్యః॥ తె॥ తెల్లయగిసిచెట్టు.

వఙ్గారిః-ఇ-పు-హరితాలమ్॥

వఙ్గాలీ-ఈ-సీ-భైరవరాగస్యరాగిణీ॥

వచః-స్-న-వచనమ్॥

వచః-అ-పు-శుకః॥

వచక్నుః-ఉ-పు-బ్రాహ్మణః॥

వచక్నుః-ఉ-త్రి-వావదూకః॥

వచణ్డీ-ఈ-సీ-శారికా-౨వర్తిః - ౩శస్త్రభేదః-వచండా-వరండాఇతిచపాఠః॥

వచత్నుః-ఉ-పు-వక్తా-౨విప్రః॥

వచనమ్-అ-న-వచః-౨శుంఠీ॥ తె॥౧మాట.

వచనగ్రాహీ-న్-త్రి-వచనేస్థితః॥

వచనీయమ్-అ-న-వచనమ్॥ తె॥మాట.

వచనీయః-అ-త్రి-కథనీయః॥

వచనీయతా-ఆ-సీ-నిగానమ్ ॥ తె॥ నిందించడము.

వచనేస్థితః-అ-త్రి-వచనేతిష్ఠతియః॥

వచనోపక్రమః-అ-పు-వాక్యారంభః॥

వచరః-అ-పు-కుక్కుటః-౨శఠః॥

వచలుః-ఉ-పు-శత్రుః॥

వచస్కరః-అ-పు-వచనేస్థితః॥

వచా-ఆ-సీ-ఉగ్రగంధా-౨శారికా॥ తె॥ ౧ నల్లవస

వచోగ్రహః-అ-పు-కర్ణః॥

వజ్రమ్-అ-(సీ)-వజ్రాయుధమ్ - ౨వజ్రనామకరత్నమ్-౩ఆమలకః॥

వజ్రమ్-అ-న - పంచాంగరోగవిశేషః - ౨హ్రీబెరమ్-౩జాలకమ్-౪ధాత్రీ-౫కాంజికమ్-౬వజ్రపుష్పమ్- ౭లోహవిశేషః॥

వజ్రః-అ-పు-శలలః-౨కృష్ణప్రపౌత్రః-౩కపివిశేషః-౪స్నుహీవృక్షః- ౫కోకిలాక్షువృక్షః-౬శ్వేతకుశః॥ తె॥౧ఏదుమృగము-౪చెముడు.

వజ్రకమ్-అ-న-పద్మినీశలాటుః॥ తె॥ తామరకాయ.

వజ్రకః-అ-పు-సింహుండః॥ తె॥ బొమ్మచెముడు

వజ్రకఙ్కటః-అ-పు-హనూమాన్॥

వజ్రకణ్టకః-అ-పు-స్నుహీవృక్షః- ౨కోకిలాక్షువృక్షః॥

వజ్రకణ్టకా-ఆ-సీ- కోకిలాక్షువృక్షః - ౨సింహుండః॥ తె॥౧గొలిమిడిచెట్టు- ౨బొమ్మచెముడుచెట్టు.

వజ్రకన్దః-అ-పు-వజ్రకర్ణః॥

వజ్రకపాలీ-న్-పు-బుద్ధవిశేషః॥

వజ్రకాలికా-ఆ-సీ-మాయాదేవీ॥

వజ్రకేతుః-ఉ-పు-నరకరాజః॥

వజ్రక్షారమ్-అ-న-క్షారవిశేషః॥

వజ్రచర్మా-న్-పు ఖడ్గీ-గండకమ్॥

వజ్రజిత్-ద్-పు-గరుడః॥

వజ్రజ్వాలా-ఆ-సీ-వజ్రాగ్నిః॥

వజ్రటీకః-అ-పు- వజ్రకపాలీనామకబుద్ధః॥

వజ్రతుణ్డః-అ-పు-గరుడః-౨గణేశః-౩గృధ్రః-౪మశకః॥

వజ్రదక్షిణః-అ-పు-ఇంద్రః॥

వజ్రదన్తః-అ-పు-సూకరః-౨మూషికః॥

వజ్రదశనః-అ-పు-మూషికః॥

వజ్రద్రుః-ఉ-పు-సింహుండః॥ తె॥ బొమ్మచెముడుచెట్టు.

వజ్రద్రుమః-అ-పు-స్నుహీవృక్షః॥

వజ్రధరః-అ-పు-ఇంద్రః-౨జినవిశేషః॥

వజ్రనిర్ఘాతః-అ-పు-వజ్రనిర్ఘాతధ్వనిః॥

వజ్రనిర్ఘోషః-అ-పు-నిర్ఘాతధ్వనిః॥ తె॥పిడుగుధ్వని.

వజ్రనిష్పేషః-అ-పు-నిర్ఘాతధ్వనిః॥ తె॥ పిడుగుధ్వని.

వజ్రపాణిః-ఇ-పు-ఇంద్రః॥

వజ్రపుష్పమ్-అ-న-తిలపుష్పమ్॥ తె॥ నువ్వుబువ్వు.

వజ్రపుష్పా-ఆ-సీ-శతపుష్పా॥

వజ్రబీజకః-అ-పు-లతాకరంజవృక్షః॥ తె॥తీఁగెక్రానుఁగుచెట్టు.

వజ్రభిమః-ఉ-పు-మత్కుణః॥

వజ్రమూలీ-ఈ-సీ-మాషపర్ణీ॥

వజ్రరదః-అ-పు-సూకరః- ౨వజ్రతుల్యదంతశ్చ॥

వజ్రరథః-అ-పు-క్షత్రియః॥

వజ్రవల్లీ-ఈ-సీ-బర్బూరవృక్షః- ౨వజ్రాక్షీ॥ తె॥౧తుమ్మచెట్టు-౨నల్లేరుచెట్టు.

వజ్రవారాహీ-ఈ-సీ-మాయాదేవీ॥

వజ్రవృక్షః-అ-పు - నదీవటః॥ తె॥ నల్లమఱ్ఱిచెట్టు.

వజ్రవ్రణః-అ-పు - ఉత్పాదనవృక్షః॥ తె॥లొంద్దుగుచెట్టు.

వజ్రశల్యః-అ-పు-శల్యకనామాజంతుః॥

వజ్రశృఙ్ఖలా-ఆ-సీ-విద్యాదేవీ॥

వజ్రసదృశః-అ-పు-వైక్రాంతః॥

వజ్రసూర్యః-అ-పు-బుద్ధవిశేషః॥

వజ్రహాసః-అ-పు-శివఖడ్గః॥

వజ్రహేతుః-ఉ-పు-ఉద్దీపకః॥ తె॥ కొండచీమ

వజ్రా-ఆ-సీ-గుడూచీలతా - ౨స్నుహీవృక్షః-౩దుర్గా॥

వజ్రాక్షీ-ఈ-సీ-బర్బూరః-౨వజ్రవల్లీ॥ తె॥ ౧తుమ్మచెట్టు-౨నల్లేరుచెట్టు.

వజ్రాఙ్గః-అ-పు-సర్పః - వక్రాంగ ఇతి వా పాఠః॥

వజ్రాఙ్గః-అ-త్రి-వజ్రతుల్యాంగయుక్తే॥

వజ్రాఙ్గీ-ఈ-సీ-౧వేధుకా- ౨అస్థిసంహారీ॥

వజ్రాభః-అ-పు-దుగ్ధపాషాణః॥

వజ్రాభః-అ-త్రి-హీరకతుల్యదీప్తిమతి॥

వజ్రాభ్రకమ్-అ-న-అభ్రకవిశేషః॥

వజ్రాలయః-అ-పు-కైలాసః॥

వజ్రావర్తమ్-అ-న-రామకార్ముకమ్॥

వజ్రాశనిః-ఇ-పు-వజ్రమ్॥

వజ్రాస్థిశృఙ్ఖలా-ఆ-సీ-కోకిలాక్షవృక్షః॥

వజ్రీ-న్-పు-ఇంద్రః-౨సింహుండః- ౩మహిషః-౪కకోరః-౫బుద్ధః॥ తె॥ ౨బొమ్మచెముడుచెట్టు.

వజ్రీ-ఈ-సీ-కంకుష్ఠా॥ తె॥ కంకుష్ఠమను గ్రంథ్యము,

వఞ్చకః-అ-పు-జంబుకః-౨గృహబభ్రుః॥ తె॥ ౧నక్క-౨ఊరముంగిస.

వఞ్చకః-అ-త్రి-ధూర్తః॥

వఞ్చథః-అ-పు-ధూర్తః-౨వంచనా-౩కోకిలః

వఞ్చనా-ఆ-(పు)-ప్రతారణమ్॥

వఞ్చితః-అ-త్రి-విప్రలబ్ధః॥ తె॥ వంచింపఁబడినవాఁడు.

వఞ్చుకః-అ-త్రి-ప్రతారణశీలః॥

వఞ్చ్యమ్-అ-త్రి-గమనీయమ్॥

వఞ్జులః-అ-పు-తినిశవృక్షః -౨వేతసః- ౩అశోకః-౪హంససాచివపక్షీ- ౫జలకరంకః-౬నికుంజః-౭శంబరః-౮మంజుః॥ తె॥ ౧నెమ్మిచెట్టు-౨ప్రబ్బచెట్టు.

వఞ్జులప్రియః-అ-పు-వేతసవృక్షః॥

వఞ్జులా-ఆ-సీ- వంజులానదీ- ౨బహుదుగ్ధాగౌః॥

వటః-అ-పు-న్యగ్రోధవృక్షః - ౨వరాటః॥ తె॥ ౧మఱ్ఱిచెట్టు-౨గవ్వ.

వటః-అ-త్రి - వాగురాబద్ధరజ్జుః॥ తె ॥ వలత్రాఁడు.

వటకః-అ-పు-నదీవటః-౨భక్ష్యవిశేషః- ౩అష్టమాషకపరిమాణమ్॥ తె॥ ౧నల్లమఱ్ఱిచెట్టు-౨బొట్టివడియము.

వటపత్రః-అ-పు-సితార్జకః॥

వటపత్రా-ఆ-సీ-త్రిపురమాలీపుష్పవృక్షః॥

వటపత్రికా-ఆ-సీ-విశల్యా॥ తె॥ కుక్కపాలచెట్టు.

వటపత్రీ-ఈ-సీ-పాషాణభేదీవిశేషః॥

వటఫలపార్ష్ణి-ఇ-పు-పుత్రవతీలతృణమ్॥

వటమూలగః-అ-పు-శివః॥

వటరః-అ-పు-కుక్కుటః-౨వేష్టః-౩శఠః - ౪చోరః-౫చంచలః॥

వటవాసీ-న్-ద్వి-యక్షః॥

వటవాసీ-న్-త్రి-వటవృక్షవాసకర్తా॥

వటాకరః-అ-పు- వాగురాబంధనగుణః॥ తె॥ ఉరికివలకుఁగట్టిన త్రాఁడు.

వటారకా-ఆ-సీ-రజ్జుః॥

వటావీకః-అ-పు-చోరవిశేషః॥

వటిః-ఇ-సీ-ఉపజిహ్వికా॥

వటికా-ఆ-సీ-వటీ॥

వటీ-ఈ-సీ-నదీవటః-౨వర్తికా॥ తె॥ ౧నల్లమఱ్ఱి

వటీ-న్-త్రి-రజ్జుః॥

వటుః-ఉ-పు-అష్టవర్షపర్యంతబాలః - ౨బ్రహ్మచారీ-౩విష్ణుః-౪కుటన్నటవృక్షః॥

వటుకః-అ-పు-భైరవః-౨శివః-౩బాలకః॥

వటుకః-అ-పు-భైరవః-౨శివః-౩బాలకః॥
వటూకరణమ్-అ-న-ఉపనయనమ్॥
వఠరః-అ-త్రి-శఠః-౨మందః॥
వఠరః-అ-పు-శరః-౨వేషః-౩ఘటః॥
వడ్రమ్-అ-త్రి-బృహత్॥
వణమ్-అ-న-కపర్దః-౨ఉద్యానమ్-౩వనమ్-౪ నిర్గమనమ్॥ తె॥౧గవ్వ.
వణః-అ-పు-శబ్దః॥
వణజిః-ఇ-పు-వణజికరణమ్॥
వణవాస్తుకః-అ-పు-కుణంబః॥ తె॥ కొయ్యతోటకూర.
వణిక్-జ్-పు-సార్థవాహః-౨వణిక్కరణమ్॥ తె॥౧క్రయవిక్రయకారకుఁడు.
వణిక్-జ్-సీ-వాణిజ్యమ్॥
వణిగ్బన్ధుః-ఉ-పు-నీలీవృక్షః॥
వణిగ్భావః-అ-పు-వైశ్యవృత్తిభేదః॥
వణిగ్వహః-అ-పు-ఉష్ట్రః॥
వణిజః-అ-పు-వణిక్-౨బవాద్యేకాదశకరణాంతర్గతషష్ఠకరణమ్॥
వణిజ్యా-ఆ-(పు)-సకలవస్తుక్రయవిక్రయః॥
వణ్టః-అ-పు-భాగః-౨దాత్రముష్టిః-౩అకృతోద్వాహః॥
వణ్టకః-అ-పు-పకాంశః॥
వణ్ఠః-అ-పు-అకృతోద్వాహః-౨ఖర్వః-౩కుంతాయుధః॥
వణ్ఠరః-అ-పు-స్థగికారజ్జుః-౨కుక్కురస్య లాంగూలమ్-౩కరీరకోశః-౪తాలస్యపల్లవమ్-౫పయోధరః॥
వణ్ఠాలః-అ-పు-శూరయుద్ధమ్-౨నౌకా-౩ఖనిత్రమ్॥
వణ్డః-అ-త్రి-హస్తాదివర్జితః॥
వణ్డః-అ-పు-ఛిన్నపుచ్ఛబలీవర్దః-౨అనావృతమేఢ్రః॥ తె॥౧తోఁక కోసినయెద్దు.
వణ్డా-ఆ-సీ-పాంశులా॥
వత్-త్-౦-సామ్యమ్-౨తదర్హమ్॥ తె॥ ౧వలెను-౨దానివంటిది.
వతంసః-అ-పు-అవతంసః-౨శేఖరః॥ తె॥ ౧చెవికొననుండెడుపువ్వపల్లవాదులు.
వతణ్డః-అ-పు-మునిభేదః॥
వతూః-ఊ-సీ-దేవనదీ-౨సత్యవాక్-౩పంథాః-౪అక్షిరోగః॥
వతోకా-ఆ-సీ అవతోకా॥
వత్తూరః-అ-పు-మత్స్యశ్రీః॥ తె॥ పొన్నగంటిచెట్టు
వత్సమ్-అ-న-వక్షః॥
వత్సః-అ-పు-సంవత్సరః-౨పుత్రః-౩కుటజః॥
వత్సః-అ-(సీ)-శకృత్కరిః॥ తె॥ ఆవులేఁగ దూడ.
వత్సకమ్-అ-న-పుష్పకాసీసమ్॥
వత్సకః-అ-పు-కళింగః-౨ఇంద్రయవః॥ తె॥౧కొడిసెచెట్టు.
వత్సకబీజమ్-అ-న-ఇంద్రయవః॥
వత్సకామా-ఆ-సీ-వత్సాభిలాషిణీగౌః-౨పుత్రాదికామాస్త్రీచ॥
వత్సతరః-అ-పు-దమ్యః॥ తె॥తరిపిదూడ.
వత్సతరీ-ఈ-సీ-వృషోత్సర్గేవృషపత్నీత్వేన కల్పితాత్రిహాయణీగౌః॥
వత్సదన్తః-అ-పు-బాణః॥
వత్సనాభః-అ-పు- అలగర్దజాతిసర్పవిషమ్-౨విషవృక్షవిశేషః-సతుస్థావరవిషభేదః
వత్సపత్తనమ్-అ-న-భారతవర్షస్యోత్తరదేశవిశేషః॥
వత్సపాలః-అ-పు-శ్రీకృష్ణః-౨బలదేవః॥
వత్సరః-అ-పు-సంవత్సరః-౨షష్టిసంజ్ఞా॥ తె॥ ౨ఏఱువది,
వత్సరాన్తకః-అ పు-ఫాల్గునమాసః॥
వత్సలః-అ-పు-శృంగారాదిదశరసాంతర్గతరసవిశేషః॥

వత్సలః-అ-త్రి-స్నేహవాన్॥
వత్సలా-ఆ-సీ-వత్సకామా గౌః॥
వత్సా-ఆ-సీ-పుత్రికా॥
వత్సాక్షీ-ఈ-సీ-గోడుంబా॥
వత్సాదనః-అ-పు-వృకః॥
వత్సాదనీ-ఈ-సీ-గుడూచీ-౨పాతాలగరుడీ॥ తె॥౧తిప్పతీఁగె-౨దూసరితీఁగె.
వత్సీయః-అ-పు-ఆభీరః॥ తె॥గొల్లవాఁడు.
వదః-అ-త్రి-వక్తా॥
వదనమ్-అ-న-ముఖమ్॥
వదనాసవః-అ-పు-అధరమధు॥
వదన్తిః-ఇ-సీ-కథా॥
వదన్తీ-ఈ-సీ-కథా॥
వదన్యః-అ-త్రి - బహుప్రదః॥ తె॥చాలాయిచ్చెడువాఁడు.
వదాన్యః-అ-త్రి - బహుప్రదః॥ తె॥చాలాయిచ్చెడువాఁడు.
వదాన్యః-అ-పు-అగ్నిః-౨మనోహరభాషీ ౩కుబెరః-౪వరుణః-౫చంద్రః.
వదామమ్-అ-న-ఫలవిశేషః॥
వదాలః-అ-పు-మత్స్యవిశేషః॥
వదాలకః-అ-పు-పాఠీనమత్స్యః॥
వదావదః-అ-పు-రాజసభాదిషునిశ్శంకవక్తా
వధః-అ-పు-మారణమ్॥
వధకః-అ-పు-వధకర్తా-౨హింస్రః-౩వ్యాధిః ౪మృత్యుః॥
వధత్రమ్-అ-న-అస్త్రమ్॥
వధస్థలీ-ఈ-సీ-ప్రాణివధస్థలమ్॥
వధస్థానమ్-అ-న-వధస్థలీ॥
వధాఙ్గకమ్-అ-న-కారావేశ్మ॥
వధార్హః-అ-త్రి-వధ్యః॥
వధీన్-త్రి-వధకర్తా - ప్రాణవియోగఫలకవ్యాపారోవధః తన్నిష్పాదకత్వంచ సాక్షాత్పరస్పరోదాసీనం స్మృతికార పరిగణితంవధిత్వమ్॥
వధుకా-ఆ-సీ-వనితా॥
వధూః-ఊ-సీ-స్పృక్కా - ౨వనితా - ౩భార్యా-౪స్నుషా-౫నవోఢా-౬శారిబా ౭గంధఫలీ॥ తె॥౧స్పృక్క-యను గ్రంథ్యము-౪కోడలు-౭సుగంధిపాలచెట్టు॥
వధూజనః-అ-పు-యోషిత్॥
వధూటశయనమ్-అ-న-గవాక్షః॥
వధూటిః-ఇ-సీ - పుత్రభార్యా - ౨అల్పవధూః॥
వధూటీ-ఈ-సీ-వనితా-౨స్నుషా॥
వధూత్సవప్రసవః-అ-పు-రక్తామ్లానః॥
వధోద్యతః-అ-త్రి-పరవధాయోద్యుక్తః॥
వధ్యః-అ- త్రి-శీర్షచ్ఛేద్యః॥ తె॥తలకొట్టఁదగ్గవాఁడు.
వధ్యపాలః-అ-పు-కారాగృహరక్షకః॥
వధ్రమ్-అ-న-సీసకమ్-౨వధ్రమ్॥
వధ్రీ-ఈ-సీ-వరత్రా॥ తె॥తోలువాఱు॥
వనమ్-అ-(పు)-బహువృక్షయుక్తస్థానమ్॥
వనమ్-అ-న-జలమ్-౨అరణ్యమ్-౩పురసమీపకృత్రిమవనమ్-౪సప్తసంజ్ఞా-౫ప్రధానమ్-౬నిలయః-౭ప్రసవః-౮రక్తమ్-౯ప్రవాహః॥
వనకదలీ-ఈ-సీ-కాష్ఠకదలీ॥
వనకన్దః-అ-పు-వనసూరణః- ౨ధరణీకందః॥
వనకార్పాసీ-ఈ-సీ-వనోద్భవకార్పాసః॥
వనకోలిః-ఇ-సీ-వనజబదరీ॥
వనగవః-అ-పు-గవయః॥ తె॥అడవిగోవు.
వనగుప్తః-అ-పు-చారకః॥ తె॥చారచెట్టు.
వనగోచరః-అ-పు-వ్యాధః॥
వనగౌః-ఓ-సీ-గవయః॥
వనచన్దనమ్-అ-న-అగురు-౨దేవదారు.

వనచన్ద్రికా-ఆ-సీ-మల్లికా॥

వనచమ్పకః-అ-పు-వనజచంపకపుష్పవృక్షః॥

వనచూలినీ-ఈ-సీ-జపావృక్షః ॥ తె॥ దాసన చెట్టు.

వనచ్ఛాగః-అ-పు-అరణ్యఛగలః॥

వనజమ్-అ-న-పద్మమ్॥

వనజః-అ-పు-పీతముండాదిజాతిః- ౨కుంజరః ౩వనసూరణః-౪ముస్తకః॥

వనజా-ఆ-సీ-ముద్గపర్ణీ-౨ముస్తా- ౩అరణ్యకార్పాసీ-౪వమ్యోపోదకీ- ౫అశ్వగంధా- ౬గంధపత్రా-౭మిశ్రేయా-౮ఐంద్రమ్॥ తె॥౧పిల్లపెసరచెట్టు.

వనజీరః అ-పు-వనోద్భవజీరకః॥

వనతిక్తః-అ-పు-హరీతకీ॥

వనతిక్తా-ఆ-సీ-వనతిక్తికా॥

వనతిక్తికా-ఆ-సీ-పాఠా॥ తె॥పాటచెట్టు.

వనదః-అ-పు-మేఘః॥

వనదః-అ-త్రి-వనదాతరి॥

వనదమనః-అ-పు-అరణ్యదమనః॥

వనదీపః-అ-పు-చంపకవృక్షః॥

వనధేనుః-ఉ-సీ-గవయీ॥

వనపల్లవః-అ-పు-శోభాంజనవృక్షః-౨అరణ్యజపత్రంచ॥

వనపాంశులః-అ-పు-వ్యాధః॥

వనపిప్పలీ-ఈ-సీ-వక్షీరః॥ తె॥అడవిపిప్పలిచెట్టు

వనపుష్పా-ఆ-సీ-శతపుష్పా॥

వనపూరకః అ-పు-వనబీజపూరకః॥

వనప్రియమ్-అ-న-త్వచమ్॥

వనప్రియః-అ-త్రి-అరణ్యప్రియమాత్రే॥

వనప్రియః-అ-పు-చారకః-౨కోకిలః॥ తె॥ ౧చారచెట్టు.

వనఫలః-అ-పు-గజపిప్పలీ॥

వనబన్ధః-అ-పు-తటాకః॥

వనబర్బరః-అ-పు-కృష్ణార్జకః॥

వనబర్బరికా-ఆ-సీ-అరణ్యజబర్బరీ॥

వనబహ్నిః-ఇ-పు-దావానలః॥

వనబీజః-అ-పు వనబీజపూరకః॥

వనబీజకః-అ-పు-వనబీజపూరకః॥

వనబీజపూరకః-అ-పు-అరణ్యజాతబీజపూరః

వనభద్రికా-ఆ-సీ-భద్రబలా॥

వనభుక్-జ్-పు-ఋషభౌషధమ్॥

వనమక్షికా-ఆ-సీ-దంశః॥

వనమల్లీ-ఈ-సీ-వనోద్భవమల్లికా॥

వనమాలా-ఆ-సీ-విష్ణుమాలికా॥

వనమాలినీ-ఈ-సీ-వారాహీ- ౨ద్వారకాపురీ॥

వనమాలీ-న్-పు-విష్ణుః॥

వనమాలీ-ఈ-సీ-సప్తలా॥ తె॥విరజాజిచెట్టు

వనముక్-చ్-పు-మేఘః॥

వనముద్గః-అ-పు-మకుష్టకః॥

వనముద్గా-ఆ-సీ-ముద్గపర్ణీ॥

వనమూతః-అ-పు-మేఘః॥

వనమూర్ధజా-ఆ-సీ-కర్కటశృంగీ॥

వనమోచా-ఆ-సీ-కాష్ఠకదలీ॥

వనయాథికా-ఆ-సీ-వృక్షవిశేషః॥

వనరః-అ-పు-వానరః॥

వనరాజః-అ-పు-సింహః- ౨వనస్యరాజాచ॥

వనలక్ష్మీః-ఈ-సీ-కదలీ॥

వనవల్లరీ-ఈ-సీ-నిఃశ్రేణికాతృణమ్॥

వనవాసనః-అ-పు-ఖట్టాసః॥

వనవాసీ-న్-పు-ఋషభనామౌషధమ్ - ౨ముష్కకవృక్షః-౩వారాహీకందః - ౪శాల్మలీకందః-౫నీలమహిషకందః॥

వనవాసీ న్-త్రి-వనవాసకర్తా॥

వనవిలాసినీ-ఈ-సీ-శంఖపుష్పీ॥ తె॥ శంఖపుష్పిచెట్టు.

వనవృన్తాకీ-ఈ-సీ-బృహతీ॥

వనవ్రీహిః-ఇ-పు-నీవారః॥

వనశూకరీ-ఈ-స్త్రీ-కపికచ్ఛుః-౨ఆరణ్యవరాహీచ॥

వనశృఙ్గాటః-అ-పు-గోక్షురకః॥ తె॥పసుఁగపల్లేరుచెట్టు.

వనశృఙ్గాటకః-అ-పు-గోక్షురకః॥

వనశోభనమ్-అ-న-పద్మమ్॥

వనశోభనమ్-అ-త్రి-వనస్యశోభాకర్తరి॥

వనశ్వా-న్-పు-గంధమార్జాలః-౨వంచకః-౩వ్యాఘ్రః॥ తె॥౨నక్క.

వనసఙ్కటః-అ-పు-మసూరః॥

వనసమూహః-అ-పు-అరణ్యసంహతిః-౨జలసమూహశ్చ॥

వనసరోజినీ-ఈ-స్త్రీ-వనకార్పాసీ॥

వనసూరణః-అ-పు-వనోద్భవౌల్లః॥

వనస్థః-అ-పు-మృగః॥

వనస్థః-అ-త్రి-వనవాసిని॥

వనస్థా-ఆ-స్త్రీ-అశ్వత్థికా-౨హరీతకీవృక్షః-౩అత్యమ్లపర్ణా॥ తె॥౧కండ్లరావిచెట్టు-౨కరకచెట్టు-౩పుల్లబచ్చలిచెట్టు.

వనస్పతిః-ఇ-పు-వృక్షసామాన్యమ్ - ౨అపుష్పఫలవద్వృక్షః-౩వటవృక్షః॥ తె॥ ౩మఱ్ఱిచెట్టు.

వనహరిద్రా-ఆ-స్త్రీ-అరణ్యజహరిద్రా॥

వనహాసః-అ-పు-కాశతృణమ్-౨కుందవృక్షః॥

వనహాసకః-అ-పు-కాశతృణమ్॥

వనాఖుః-ఉ-పు-శశకః॥

వనాఖుకః-అ-పు-ముద్గః॥

వనాజః-అ-పు-వనచ్ఛాగః॥

వనాటుః-ఉ-పు-వర్ణ్యాణా-నీలమక్షికా॥

వనామలః-అ-పు-కృష్ణపాకఫలః॥

వనామ్రః-అ-పు-కోశామ్రః॥

వనాయుః-ఉ-పు-దేశవిశేషః॥

వనాయుజః-అ-పు-వనాయుదేశాశ్వః॥

వనారిష్టా-ఆ-స్త్రీ-వనహరిద్రా॥

వనార్చకః-అ-పు-మాలాకారః॥ తె॥ పూలదండలమ్మెడువాఁడు.

వనార్ద్రికా-ఆ-స్త్రీ-వనభవార్ద్రికమ్॥

వనాలికా-ఆ-స్త్రీ-హస్తిశుండీ॥

వనాశ్రయః-అ-పు-ద్రోణకాకః॥ తె॥ బొంతకాకి.

వనాహిరః-అ-పు-సూకరః॥

వనిః-ఇ-పు-అగ్నిః॥

వనితః-అ-త్రి-యాచితః-౨సేవితః॥

వనితా-ఆ-స్త్రీ-నగ్నచ్ఛదా-౨నారీ-౩అత్యంతానురాగయోషిత్॥ తె॥ ౧నల్లవిష్ణుక్రాంత.

వనిష్ఠుః-ఉ-పు-యజ్ఞపశుదీర్ఘాన్త్రమ్॥

వనీ-ఈ-స్త్రీ-వనమ్॥

వనీ-న్-పు-వానప్రస్థః॥

వనీకః-అ-త్రి-యాచకః॥

వనీపకః-అ-త్రి-యాచకః॥

వనీయకః-అ-త్రి-యాచకః॥

వనీరః-అ-పు-వనపిప్పలీ॥

వనేక్షుద్రా-ఆ-స్త్రీ-కరంజః॥

వనేచరః-అ-పు-అరణ్యచారీ॥

వనేజ్యః-అ-పు-బర్బరసాలః॥

వనేసర్జః-అ-పు-అశనవృక్షః॥

వనోత్సాహః-అ-పు-ఖడ్గమృగః॥

వనోద్భవా-ఆ-స్త్రీ-వనకార్పాసీ॥

వనోన్మా-ఆ-స్త్రీ-సప్తలా॥ తె॥విరజాజిచెట్టు.

వనౌకాః-స్-పు-వానరః॥

వనౌషధిః-ఇ-స్త్రీ-మండూకపర్ణీ॥ తె॥ మండూకబ్రహ్మిచెట్టు.

వన్దకః-అ-పు-హంజికా-౨వందకమతప్రవర్తకః॥ తె॥౧చిఱుతేకుచెట్టు.

వన్దకా-ఆ-స్త్రీ-వంద్యా॥

వన్దకః-అ-పు-స్తోతా-౧స్తుత్యః॥

వన్దనమ్-అ-న- పాదౌస్పృష్ట్వాగోత్రనామపూర్వకనమస్కారః- ౧అభివాదనమ్-౨స్తుతిః-౩వదనమ్॥

వన్దనమాలా-ఆ-స్త్రీ-తోరణమ్ - ౧రంభాస్తంభచతుష్టయవేష్టితామ్రపత్రరచితమాలా॥ తె॥౧ద్వారమందుఁగట్టినతోరణము

వన్దనమాలికా-ఆ-స్త్రీ- బహిర్ద్వారోపరిశుభదామాలా॥

వన్దనా-ఆ-స్త్రీ-స్తుతిః-౧హోమభస్మనాతిలకమ్

వన్దనీ-ఈ-స్త్రీ-నతిః-౧జీవాతుః-౨వటీ-౩యాచనకర్మ॥

వన్దనీయః-అ-త్రి-స్తవనీయః॥

వన్దనీయః-అ-పు-పీతభృంగరాజః॥

వన్దనీయా-ఆ-స్త్రీ-గోరోచనా॥

వన్దా-ఆ-స్త్రీ-వృక్షరుహా-౧తస్కరీ-౨భిక్షుకీ॥ తె॥౧వదనికె-౨కొండబెండచెట్టు.

వన్దాకః-అ-పు-వృక్షోపరివృక్షః॥

వన్దాకా-ఆ-స్త్రీ-వందా॥

వన్దాకీ-ఈ-స్త్రీ-వందా॥

వన్దారః-అ-పు-వృక్షరుహా॥ తె॥వదనికె॥

వన్దారుః-ఉ-త్రి-అభివాదనశీలః॥

వన్దిః-ఇ-స్త్రీ-ఆకృష్టమనుష్యగవాదిః- ౧సోపానకః॥

వన్దిగ్రాహః-అ-పు-అగ్న్యాయుధదేవతాగారభేదకః॥

వన్దిచౌరః-అ-పు-వందిగ్రాహః॥

వన్దినీ-ఈ-స్త్రీ-కనీనికా॥

వన్దిపాఠః-అ-పు-స్తుతిగ్రంథః॥

వన్దీ-ఈ-స్త్రీ-వందిః॥

వన్దీ-న్-పు-మాగధః॥ తె॥భట్రాజు.

వన్దీకారః-అ-పు-వందిగ్రాహః॥

వన్ద్యా-ఆ-స్త్రీ-వందా-౧గోరోచనా॥

వన్ద్రమ్-అ-న-కల్యాణమ్॥

వన్ద్రః-అ-త్రి-పూజకః॥

వన్ధ్యః-అ-త్రి-అఫలవృక్షాదిః॥

వన్ధ్యా-ఆ-స్త్రీ-వంధ్యానారీ-౧వశా-౨బాలాఖ్యగంధద్రవ్యమ్-౩యోనిరోగవిశేషః॥ తె॥౧గొడ్రాలు- ౨గొడ్డుపోయినఆవు

వన్ధ్యాకర్కోటకీ-ఈ-స్త్రీ-తిక్తకర్కోటకీ॥

వన్యమ్-అ-న-పరివెల్లమ్॥ తె॥భద్రతుంగగడ్డి.

వన్యమ్-అ-త్రి-వనోద్భవమ్॥

వన్యః-అ-పు-వనసూరణః-౧వారాహీకందః-౨దేవనలః॥

వన్యశిమ్బీ-ఈ-స్త్రీ-పతంగాకర్షిణీ॥ తె॥ధాన్యభేదము.

వన్యసితప్రసూనా-ఆ-స్త్రీ-మిశ్రేయా॥ తె॥ పిన్నసదాపచెట్టు.

వన్యా-ఆ-స్త్రీ-వనసమూహః- ౧గోపాలకర్కటీ-౨జలసంహతిః-౩ముద్గపర్ణీ-౪గుంజా-౫మిశ్రేయా-౬భద్రముస్తా-౭గంధపత్రా॥ తె॥౧బుడమచెట్టు.

వన్యోపోదకీ-ఈ-స్త్రీ-లతావిశేషః॥

వన్రః-అ-పు-అంశీ-భాగీ॥

వపః-అ-పు-కేశముండనమ్-౧బీజవపనమ్॥

వపనమ్-అ-న-ముండనమ్-౧బీజావాపః॥

వపనీ-ఈ-స్త్రీ-నాపితశాలా॥

వపా-ఆ-స్త్రీ-రంధ్రమ్-౧నాభిసమీపస్థవస్త్రరూపవపా॥

వపిలః-అ-పు-పితా॥

వపుః-స్-న-శరీరమ్-౧శుభాకారః॥

వపుఃస్రవః-అ-పు-శరీరస్థరసధాతుః॥

వపునః-అ-పు-దేవతా॥

వపుషా-ఆ-స్త్రీ-హవుషా॥

వపుష్టమా-ఆ-స్త్రీ-పద్మచారిణీ॥

వప్తా-ఋ-పు-పితా-౧వతిః-౨కవిః॥

వప్తా-ఋ-త్రి-వాపకః॥ తె॥విత్తులువిత్తెడివాఁడు.

వప్రమ్-అ-(సీ)-ధూలికుట్టిమః-౧క్షేత్రమ్-౩కెదారమ్-౨తీరమ్-౪సెతుః॥ తె॥౧పుట్టకోట-౪గట్టు.

వప్రమ్-అ-న-సీసకమ్॥ తె॥సీసము.

వప్రః-అ-పు-పర్వతసాన్వధోభాగసమభూమిః-౧తాతః-౩ప్రాకారః-౨ప్రజాపతిః॥

వప్రా-ఆ-సీ-మంజిష్ఠా॥

వప్రిః-ఇ-పు-క్షేత్రమ్-౧దుర్గతిః-౩సముద్రః

వప్రీ-ఈ-సీ-వల్మీకః॥

వమః-అ-ద్వ-వమనమ్॥

వమథుః-ఉ-పు-వమనమ్-౧గజతుండశీకరః॥

వమనమ్ అ-న-ఛర్దనమ్-౧అర్దనమ్-౩ఆహుతిః

వమనః-అ-పు అంకోలవృక్షః-౧పిండీతకః-౩శణః-౨వాంతిః॥ తె॥౧ఊడుగుచెట్టు-౧మంగచెట్టు-౩శణమను జెల్లు.

వమనీ-ఈ-సీ-కార్పాసః-౧జలౌకా॥ తె॥౧ప్రత్తిచెట్టు-౧జెలగ.

వమనీయః-అ-త్రి-వమనయోగ్యః॥

వమనీయా-ఆ-సీ-మక్షికా॥

వమిః-ఇ-సీ-వమనమ్॥ తె॥వాంతి॥

వమిః-ఇ-పు-హుతాశనః-౧ధూర్తః॥

వమితః-అ-త్రి-వమనకృతవస్తు॥

వమ్శః-అ-పు-వంశః॥

వమ్రా-ఆ-సీ-ప్రమువాసపిపీలికావిశేషః॥ తె॥చెట్టునతెట్టెబెట్టెడునల్లచీమ.

వమ్రీ-ఈ-సీ-ప్రమువాసపిపీలికావిశేషః॥ తె॥చెట్టునతెట్టెబెట్టెడునల్లచీమ.

వమ్రీకూటః-అ-పు-వల్మీకః॥

వయః-స్-న-పక్షీ-౧బాల్యాదివయః-౩యావనమ్-౨వత్సరః॥

వయఃస్థః-అ-త్రి-యువా॥

వయస్థః అ-త్రి-యువా॥

వయస్థా-ఆ-సీ-ఆమలకీవృక్షః-౧మత్స్యాక్షీ-౩వాయసోలీ-౨కాకోలీ౪శాల్మలీవృక్షః-౬గుడూచీలతా-౭సూక్ష్మైలాలతా॥ తె॥౧ఉసిరికచెట్టు-౧పొన్నగంటిచెట్టు-౩కాలుకొల్లిచెట్టు-౨కాకోలిచెట్టు-౪బూరుగుచెట్టు-౬తిప్పతీఁగె-౭పిన్నయేలకితీఁగె.

వయస్యః-అ-పు-నూతనమిత్రమ్॥

వయస్యా-ఆ-సీ-చిత్రపత్రికా-౧సఖి॥ తె॥౧కోలపాలచెట్టు.

వయునమ్-అ-న-జ్ఞానమ్॥

వయునః-అ-పు-దేవతాగారమ్॥

వయోధాః-స్-పు-యువా॥

వయోవజ్ఞమ్-అ-న-సీసకమ్॥

వరమ్-౦-౦-మనాక్ప్రియమ్॥

వరమ్-అ-న-కుంకుమమ్-౧త్వచమ్-౩బాలకమ్-౨ఆర్ద్రకమ్-౪ఈషదిష్టమ్॥

వరః-అ-పు-నిధివిశేషః-౧ఇచ్ఛా-౩చటకః-౨పతిః-౪వృతిః-౬జామాతా-౭దేవప్రసారః-౮జ్యేష్ఠః-౯మత్స్యవిశేషః-౧౦విటః॥ తె॥౧ఊరపిచ్చుక-౨మగఁడు-౪వరించడము-౬అల్లుఁడు-౮అన్న.

వరః-అ-త్రి-శ్రేష్ఠః॥

వరంవరా-ఆ-సీ-చక్రపర్ణీ॥

వరకమ్-అ-న-పోతాచ్ఛాదనమ్-౧ధౌతాధౌతసాధారణవస్త్రమ్॥

వరకః-అ-పు-పక్షివిశేషః-౧సారవర్జితః-౩కూర్మపృష్ఠమ్-౨కంకణకీలః-౪వనముద్గః-౬పర్పటః॥ తె॥౧వరిగెలు-౨కంకణపుచీల

వరక్రతుః-ఉ-పు-ఇంద్రః॥

వరచన్దనమ్-అ-న-కాలెయకమ్-౧దేవదారు

వరటమ్-అ-న-కుందపుష్పమ్॥

వరటః-అ-పు-హంసః-౧కీటవిశేషః॥

వరటః-అ-ద్వి-గంధోలీ॥ తె॥ కందిరీగ.

వరటా-ఆ-సీ-హంస(స్త్రీ)-౧వరలా-౨కుసుంభబీజమ్॥

వరటీ-ఈ-సీ-హంసీ-౧గంధోలీ॥

వరట్టికా-ఆ-సీ-కుసుమ్భబీజమ్॥

వరణమ్-అ-న-వృతిః-౧వేష్టనమ్-౨పూజనాది॥ తె॥ ౧పరించడము.

వరణః-అ-పు-ప్రాకారః-౧వరుణవృక్షః-౨ఉష్ట్రః-౩సంక్రమః-౪పాత్రమ్-౫తిక్తశాకః॥ తె॥ ౧కోట-౩చేలకట్ట-౪గిండీ-౫ఉలిమిడిచెట్టు.

వరణసీ-ఈ-సీ-వారాణసీ॥

వరణా-ఆ-సీ-నదీవిశేషః-సాతువారాణస్యుత్తరసీమా॥

వరణ్డః అ-పు-తృణసంచయః-౧ముఖరోగః-౨బడిశసూత్రమ్-౩వస్త్రమ్-౪అంతరావేదిః-౫సముదాయః-౬బద్ధవస్తు॥

వరణ్డకః-అ-త్రి-విశాలః-౧భయసంపన్నః-౨కృపణః॥

వరణ్డకః-అ-పు-ముఖరోగః-౧మాతంగవేదిః-౨యౌవనకంటకః-౩వర్తులః-౪భిత్తిః॥ తె॥ ౧నోరుడికెడురోగము.

వరణ్డా-ఆ-సీ-శారికా-౧వర్తిః-౨శస్త్రభేదః॥

వరణ్డాలుః-ఉ-పు-ఏరండవృక్షః॥

వరతిక్తః-అ-పు-కుటజవృక్షః॥

వరతిక్తికా-ఆ-సీ-పాఠా॥

వరతర్కరీ-ఈ-సీ-రేణుకానామగంధద్రవ్యం

వరత్రా-ఆ-సీ-నధ్రీ-౧గజమధ్యబంధనచర్మరజ్జుః॥ తె॥ ౧తోలువారు.

వరత్వచమ్-అ-న-శ్రేష్ఠవల్కలె॥

వరత్వచః-అ-పు-నింబవృక్షః॥

వరదః-అ-త్రి-సమర్థకః-౧అతిప్రసన్నః-౨శాంతచేతాః॥ తె॥ ౧కొడుకులకునిండు భాగమునిచ్చువాఁడు.

వరదా-ఆ-సీ-కన్యా-౧ఆదిత్యభక్తా-౨అశ్వగంధా-౩వరదాత్రీచ॥

వరదాచతుర్థీ-ఈ-సీ-మాఘశుక్లచతుర్థీ॥

వరదాతుః-ఉ-పు-వృక్షవిశేషః॥

వరదానమ్-అ-న-తీర్థవిశేషః-౧సంవృతార్థప్రదానమ్॥ తె॥ ౧కోరినవరమివ్వడము

వరదారుః-ఉ-పు-గృహద్రుమః॥ తె॥ పాలకేటుచెట్టు.

వరద్రుః-ఉ-పు-అగరువృక్షః॥

వరన్ధకః-అ-పు-యక్షః-౧వాయుః-౨నీహారః-౩సవః॥

వరపర్ణాఖ్యః-అ-పు-క్షీరకంచుకీవృక్షః॥

వరప్రదః-అ-త్రి-వరదాతరి॥

వరప్రదా-ఆ-సీ-లోపాముద్రా॥

వరఫలమ్-అ-న-తత్ఫలె-శ్రేష్ఠఫలెచ॥

వరఫలః-అ-పు-నారికేళవృక్షః॥

వరబాహ్లీకమ్-అ-న-కుంకుమమ్॥

వరముఖీ-ఈ-సీ-రేణుకానామగంధద్రవ్యమ్

వరయితా-ఋ-పు-పితా-౧పతిః॥ తె॥ ౧మగఁడు.

వరరుచిః-ఇ-పు-కవివిశేషః॥

వరలః-అ-ద్వి-వరటః॥

వరలబ్ధః-అ-పు-చంపకవృక్షః॥

వరలబ్ధః-అ-త్రి-వరప్రాప్తౌ॥

వరలా-ఆ-సీ-హంసీ-౧వరటాచ॥

వరలీ-ఈ-సీ-వరటా॥

వరవత్సలా-ఆ-సీ-శ్వశురభార్యా॥

వరవర్ణినీ-ఈ-సీ-హరిద్రా-౧పురుషవర్ణనీయస్త్రీ-౨లాక్షా-౩రోచనా-౪ఫలినీ-౫గౌరీ-౬సరస్వతీ-౭లక్ష్మీః॥ తె॥ ౧పసపు-౨లక్క-౩గోరోచనము-౪[illegible]

వరవర్ణీ-ఈ-సీ-కంకుష్ఠా ॥ తె॥ కంకుష్ఠమను చెట్టు.

వరవృద్ధః-అ-పు-శివః॥ తె॥హరుఁడు.

వరా-ఆ-సీ-హరిద్రా-౧కాంభోజికా- ౩వైద్యశాస్త్రనిర్ణీతఫలత్రయమ్ - ౪గుడూచీ-౫మేదా-౬బ్రాహ్మీ-౭విడంగమ్-౮పాఠా॥ తె॥౧పసపు-౨నల్లదింటెనచెట్టు

వరా-ఆ-(పు)-శతావరీ॥

వరాకః-అ-పు-శివః-౨యుద్ధమ్॥

వరాకః-అ-త్రి -అనామధేయః-౨వ్రతమ్-(౩ఖడ్గః

వరాఙ్గమ్-అ-త్రి-తద్యుక్తే॥

వరాఙ్గమ్ అ-న-భగః-౨శిరః-౩గుదమ్-౪మతంగః-౫శేఫః॥

వరాఙ్గః-అ-పు-హస్తీ-౨విష్ణుః॥

వరాఙ్గకమ్-అ-న-చోచమ్-౨గుడత్వాక్॥ తె॥ ౧లవంగపుచెక్క.

వరాఙ్గకః-అ-త్రి-శ్రేష్ఠావయవయుక్తే॥

వరాఙ్గనా-ఆ-సీ-శ్రీతాలీ-౨అతిప్రశస్తాంగయుక్తా(స్త్రీ)॥ తె॥౧శ్రీతాలపుచెట్టు.

వరాఙ్గరూపోపేతః-అ-పు-శ్రేష్ఠరూపయుక్తః

వరాఙ్గీ-న్-పు-అమ్లవేతసః॥

వరాఙ్గీ-న్-త్రి-శ్రేష్ఠాంగయుక్తే॥

వరాఙ్గీ-ఈ-సీ-హరిద్రా॥ తె॥పసపు.

వరాటః-అ-పు-కపర్దః-౨రజ్జుః॥ తె॥౧గవ్వ.

వరాటకః-అ-పు-కపర్దః-౨రజ్జుః- ౩పద్మబీజమ్

వరాటకః-అ-ద్వ-బీజకోశః-౨కపర్దకః॥ తె॥౧తామరదుద్దు.

వరాటకరజాః-స్-పు-నాగకేసరవృక్షః॥

వరాటిః-ఇ-పు-స్థూలశాటకః॥ తె॥ముతకబట్ట

వరాటికా-ఆ-సీ-కపర్దకః॥

వరాణః-అ-పు-ఇంద్రః-౨వరుణవృక్షః॥

వరాణసీ-ఈ-సీ-కాశీ॥

వరాదనమ్-అ-న-రాజాదనమ్॥

వరాపరా-ఆ-సీ - లతామారిషః॥ తె॥తీఁగెచిత్రిచెట్టు.

వరాభిదః-అ-పు- అమ్లవేతసః - ౨శ్రేష్ఠనామాచ॥ (పాఠః॥

వరాగ్రసః-అ-పు-కరమర్దః- కరామ్లఇతివా

వరారకమ్-అ-న-హీరకమ్॥ (హః

వరారోహః-అ-పు-అశ్వారోహః-౨ఈరో

వరారోహా-ఆ-సీ-ఉపరిసురతలోల(స్త్రీ) - ౨కటిః॥

వరారోహీ-ఈ-సీ-నారికేలవృక్షః॥

వరార్ధమ్-అ-న-తుల్యచందనకుంకుమచూర్ణః॥ తె॥బుక్కాలోభేదము.

వరాలకమ్-అ-న-లవంగమ్॥

వరాలకః-అ-పు-కరమర్దకవృక్షః॥ తె॥ వాఁకచెట్టు.

వరాలిః-ఇ-పు చంద్రః-౨సంగీతరాగవిశేషః

వరాలికా-ఆ-సీ-దుర్గా॥ (బట్ట.

వరాశిః-ఇ-పు-స్థూలశాటకః॥ తె॥ ముదుగు

వరాశ్రయః-అ-పు-అతిముక్తః॥ తె॥ పువ్వులగురివెంద.

వరాసనమ్-అ-న-ఓఢ్రపుష్పమ్- ౨ఉత్తమాసనంచ॥

వరాసనః-అ-పు-షిడ్గః-౨ద్వారపాలః॥

వరాసవా-ఆ-సీ-కుబ్జా॥

వరాసిః-ఇ-పు-స్థూలశాటకః॥ తె॥ముదుగు

వరాసీ-ఈ-సీ-మ్లానవాసః॥ (బట్ట.

వరాహః-అ-పు-సూకరః-౨నిత్యముత్తరపదేసజాతీయసమూహశ్రేష్ఠః- ౩విష్ణుః- ౪శైలభేదః-౫ముస్తా-౬వాసరః-॥ తె॥౧అడవిఁబంది.

వరాహకన్దః-అ-పు-వారాహీ॥

వరాహకర్ణీ-ఈ-సీ-బల్యా ॥ తె॥ పెన్నేరుచెట్టు.

వరాహకాన్తా-ఆ-సీ-వారాహీవృక్షః॥
వరాహకాలీ-న్-పు-సూర్యమణిపుష్పవృక్షః
వరాహక్రాన్తా-ఆ-సీ-క్షుపవిశేషః॥
వరాహనామా-న్-పు-వారాహీకందః॥
వరాహికా-ఆ-సీ-కపికచ్ఛుః॥
వరాహీ-ఈ-సీ-చటకస్త్రీ-౨సూకరస్త్రీ-౩భద్రముస్తా-౪శూకరకందః॥ తె॥ ౧ఆఁడు పూరపిచ్చుక-౨ఆఁడుఅడవిఁబంది.
వరివసితః-అ-త్రి-ఉపచరితగుర్వాదిః॥
వరివస్యా-ఆ-సీ-సేవా॥
వరివస్యితః-అ-త్రి-ఉపచరితగుర్వాదిః॥
వరిశీ-ఈ-సీ-బడిశీ॥
వరిషమ్-అ-న-వత్సరః॥
వరిషాః-ఆ-సీ-వర్షాః-బహువచనాంతోయం
వరిషాప్రియః-అ-పు-చాతకపక్షీ॥
వరిష్ఠమ్-అ-న-తామ్రమ్-౨మరీచమ్॥ తె॥ ౧రాగి-౨మిరియాలు.
వరిష్ఠః-అ-పు-తిత్తిరిపక్షీ-౨ప్రవరః॥ తె॥ ౧తీతువుపిట్ట.
వరిష్ఠః-అ-త్రి-అతిశయమైనోరుః॥ తె॥మిక్కిలి గొప్పయయినది.
వరిష్ఠా-ఆ-సీ-ఆదిత్యభక్తా॥
వరిష్ణుః-ఉ-త్రి-స్థావరః॥
వరీ-ఈ-సీ-నారాయణీ-౨సూర్యపత్నీ॥ తె॥౧పిల్లిపీచరచెట్టు.
వరీయాన్-స్-పు- పంచాంగయోగవిశేషః-౨అతియావా॥
వరీయాన్-స్-త్రి-సత్తమః - ౨వరిష్ఠః - ౩యోగ్యః-౪అత్యురుః॥
వరీషుః-ఉ-పు-కామః॥
వరుటః-అ-పు-మ్లేచ్ఛజాతివిశేషః॥
వరుడః-అ-పు-అంత్యజజాతివిశేషః॥
వరుణః-అ-పు-ద్వాదశాదిత్యగణదేవవిశేషః ౨దిక్పాలవిశేషః- ౩తిక్తశాకః - ౪సప్తలా-౫జలమ్-౬పర్వతవిశేషః॥ తె॥ ౩ఉలిమిడిచెట్టు-౪విరజాజి. (గడు.}
వరుణపాశకః-అ-పు-తంతునాగః॥ తె॥ నె}
వరుణసుతా-ఆ-సీ-యమభార్యా॥
వరుణాత్మజః-అ-పు-ఇంద్రసారథిః॥
వరుణాత్మజా-ఆ-సీ-సురా॥
వరుణానీ-ఈ-సీ-వరుణభార్యా॥
వరుత్రమ్-అ-న-ఉత్తరీయవస్త్రమ్॥
వరులః-అ-పు-సంభక్తః॥
వరూథమ్-అ-న-సుకృతమ్ - ౨వేశ్మ - ౩తనుత్రాణమ్-౪చర్మ॥
వరూథః-అ-పు- రథరక్షకవ్యాఘ్రచర్మాదిః॥
వరూథినీ-ఈ-సీ-సేనా-౨దేవకన్యావిశేషః-౩పితృలోకః॥
వరేణ్యమ్-అ-న-కుంకుమమ్॥
వరేణ్యః-అ-త్రి-సజాతీయసమూహముఖ్యః
వరేన్ద్రీ-ఈ-సీ-గౌడదేశః॥
వరేశ్వరః-అ-పు-శివః॥
వరోటమ్-అ-న-మరువకపుష్పమ్॥
వరోలః-అ-ద్వి-వరటః॥
వర్కరః-అ-పు-యువపశుః- ౨మేషశాబకః-౩పరిహాసః-౪ఛాగః॥
వర్కరాటః-అ-పు-కటాక్షః- ౨తరుణాదిత్యరోచిః- ౩నారీపయోధరోత్సంగకాంతదత్తనఖక్షతః॥
వర్కుటః-అ-పు-అంతర్గలః-౨అర్గలః॥
వర్గః-అ-పు-ప్రాణినామప్రాణినాంవాసజాతీయసమూహః - ౨స్వైనస్వగుణః-౩అధ్యాయః॥ తె॥౨అన్నిఅన్ని.
వర్గమూలమ్-అ-న - గణితాధికారవర్గభాగహారః ॥ తె॥ వర్గమునకుమూలముచేయడము.

వర్గోత్తమః-అ-పు-చరానాంఅర్థాత్ మేషకర్కటతులా మకరరాశీనాం ప్రథమో అంశః-౨స్థిరాణాంఅర్థాత్ వృషసింహవృశ్చికకుంభరాశీనాం పంచమోఽంశః-౩ ద్వ్యాత్మకానాం అర్థాత్ మిథునకన్యాధనుర్మీనరాశీనాంనవమోఽంశశ్చ॥

వర్చః-స్-న-జ్వాలః-౨విట్-౩ప్రభా-౪రూపమ్॥ తె॥ ౨మలము.

వర్చటీ-ఈ-సీ-వ్రీహివిశేషః-౨పణ్యయోషిత్॥

వర్చస్కః-అ-(సీ)-పురీషమ్॥

వర్చస్వీ-న్-పు-చంద్రః॥

వర్చాః-స్-పు-చంద్రపుత్రః॥

వర్చ్చురః-అ-పు-మత్స్యభేదః॥

వర్జనమ్-అ-న-త్యాగః-౨హింసా-౩మారణం

వర్జనీయమ్-అ-త్రి-వర్జనయోగ్యమ్॥

వర్జితమ్-అ-న-రహితమ్॥ తె॥ ఒకలెక్కలో మరియొకలెక్క తీసివేయడము.

వర్జితః-అ-త్రి-త్యక్తః॥

వర్జ్యః-అ-త్రి-వర్జనీయః॥

వర్ణమ్-అ-న-కుంకుమమ్॥

వర్ణః-అ-(సి)-పంచాశద్వర్ణాన్యతమః॥

వర్ణః-అ-పు-నీలపీతాదిః-౨బ్రాహ్మణాదిః-౩గజోపరిచిత్రకంబళః-౪చతుస్సంజ్ఞా-౫స్వర్ణమ్-౬కడారః-౭స్తుతిః-౮గుణః-౯శోభా-౧౦యశః-౧౧విలేపః-౧౨గీతిక్రమః॥

వర్ణకమ్-అ-న-హరితాలమ్-౨గాత్రానులేపనయోగ్యంపిష్టంఘృష్టంవా సుగంధిద్రవ్యమ్-౩చందనమ్॥

వర్ణకః-అ-పు-తిలకవృక్షః-౨చారణః-౩మండలమ్॥

వర్ణకః-అ-ద్వ-నీల్యాదిలేపనద్రవ్యమ్॥

వర్ణకః-అ-(సీ)-లేపనమ్-౨ప్రకారః॥ తె॥ ౧ఒంటపూచినగందము.

వర్ణకవిః-ఇ-పు-కుబేరపుత్రః॥

వర్ణకారః-అ-పు-చిత్తపరిపూర్తిః॥

వర్ణకారికా-ఆ-సీ-రంగవల్లీ॥ తె॥ ముగ్గు.

వర్ణకూపికా-ఆ-సి-మస్యాధారః॥

వర్ణచారకః-అ-త్రి-చిత్రకారః॥

వర్ణచిత్రాదిః-ఇ-పు-గజోపరిచిత్రకంబళః॥

వర్ణజ్యేష్ఠః-అ-త్రి-స్వవర్ణాపేక్షోత్తమవర్ణః॥

వర్ణతాలః-అ-పు-తాలప్రాణకలాభేదః॥

వర్ణతూలిః-ఇ-సీ-లేఖనీ॥

వర్ణతూలికా-ఆ-సీ-లేఖనీ॥

వర్ణతూలీ-ఈ-సీ-లేఖనీ॥

వర్ణదమ్-అ-న-మలయపర్వతజాతపీతచందనమ్

వర్ణదః-అ-త్రి-వర్ణదాతా॥

వర్ణదాత్రీ-ఈ-సీ-హరిద్రా॥

వర్ణదాత్రీ-ఈ-త్రి-వర్ణదాతా॥

వర్ణదూతః-అ-పు-లిపిః॥

వర్ణధర్మః-అ-(సీ)-బ్రాహ్మణక్షత్రియవైశ్యశూద్రాణాంకర్తవ్యంకర్మ॥

వర్ణనమ్-అ-న-స్తోత్రమ్-౨విస్తరణమ్-౩శుక్లాదివర్ణయోజనమ్-౪దీపనమ్॥

వర్ణనా-ఆ-సీ-గుణకథనమ్॥

వర్ణనీయమ్-అ-త్రి-వర్ణ్యమ్॥

వర్ణపాత్రమ్-అ-న-చిత్రకారస్యనీల్యాదిరాగస్యాధారః॥

వర్ణపుష్పః-అ-పు-కురంటకః॥ తె॥ పచ్చపెద్దగోరంటచెట్టు.

వర్ణపుష్పకః-అ-పు-రాజతరుణీపుష్పవృక్షః॥

వర్ణప్రసాదనమ్-అ-న-అగురు॥

వర్ణభిన్నః-అ-పు-తాలప్రాణకలాభేదః॥

వర్ణమాత్రికా-ఆ-సీ-తాలప్రాణకలావిశేషః॥

వర్ణమాతా-ఆ-సీ-లేఖనీ॥
వర్ణమాతృకా-ఆ-సీ-సరస్వతీ॥
వర్ణమాలా-ఆ-సీ-జాతిమాలా- ౨అక్షరశ్రేణీ-తత్రసంస్కృతవర్ణాః౫౦, జపమాలాయామ్౫౧,ఇంగ్రెజీయవర్ణాః౨౬, ఫరాసీయాః౨౩, హిబరూఅర్థాత్ ఇహూదీయాః౨౨, ఆరబీయాః౨౮, పారసీయాః౩౧, తురస్కీయాః౩౩, రుశీయాః౪౧, గ్రీక్ అర్థాత్ ఇయునానీయాః౨౪,లాటిన్ దేశీయాః౨౨,డచ్ అర్థాత్ ఓలందాజీయాః౨౬, స్పాన్ దేశీయాః౨౭,ఇటలి దేశీయాః౨౦, తాతారీయాః౨౦౨, బ్రహ్మదేశీయాః౪౯, చీనదేశీయవర్ణాఃశబ్దాత్మకాఃతచ్చబ్దసంఖ్యాః౮౦౦౦౦.
వర్ణయతిః-ఇ-పు-తాలప్రాణకలాభేదః॥
వర్ణరూపిణీ-ఈ-సీ-సరస్వతీ॥
వర్ణరేఖా-ఆ-సీ-కఠినీ॥
వర్ణలేఖా-ఆ-సీ-కఠినీ॥
వర్ణలేఖికా-ఆ-సీ-కఠినీ॥
వర్ణవతీ-ఈ-త్రి-వర్ణవిశిష్టే॥
వర్ణవతీ-ఈ-సీ-హరిద్రా-౨వహ్నిజాతః॥ తె॥ ౧పసవు.
వర్ణవిలోడకః అ-పు - శ్లోకస్తేనః - ౨సంధిచోరః॥
వర్ణసఙ్కరః-అ-పు-మిశ్రితజాతిః॥
వర్ణసిః-ఇ-పు-జలమ్॥
వర్ణా-ఆ-సీ-ఆఢకీ॥
వర్ణాజ్కా-ఆ-సీ-లేఖనీ॥
వర్ణాటః-అ-పు-గాయనః- ౨చిత్రకరః - ౩స్త్రీకృతజీవనః॥
వర్ణాత్మా-న్-పు-శబ్దః॥
వర్ణాభిలాషిణీ-ఈ-సీ- హరిద్రా॥ తె॥పసపు.
వర్ణార్హః-అ-పు-ముద్గః॥
వర్ణి-ఇ-న-స్వర్ణమ్॥
వర్ణికః-అ-పు-లేఖకః॥
వర్ణికర్ణికా-ఆ-సీ - నదీసగవృక్షః॥ తె॥ మద్దిచెట్టు.
వర్ణికా-ఆ-సీ-కఠినీ-౨మసిః-౩కాంచనస్యోత్కర్షః॥
వర్ణితః-అ-త్రి-ప్రణుతః॥ తె॥స్తోత్రముచేయఁబడ్డది.
వర్ణినీ-ఈ-సీ-హరిద్రా-౨వనితా॥
వర్ణీ-న్-త్రి-వర్ణసంబంధీ॥
వర్ణీ-న్-పు-బ్రహ్మచారీ- ౨దంభకాషాయకమండలుజటాధారణజీవీ-౩లేఖకః- ౪చిత్రకరః-౫రమ్యః-౬మూర్ఖః॥
వర్ణీ-ఈ-సీ-ఆఢకీ॥ తె॥కందులు॥
వర్ణుః-ఉ-పు-నదవిశేషః-౨ఆదిత్యః॥
వర్తకమ్-అ-న-వర్తలోహమ్॥
వర్తకః-అ-పు-ఆనాయః-౨వలనక్రమః-౩అశ్వఖురమ్-౪వ్యవహర్తా- ౫లోహవిశేషః॥ తె॥౧వల-౨వెలిసెపిట్ట-౩గుఱ్ఱపుడెక్క.
వర్తకా-ఆ-సీ-మీనవల్లికా। తె॥మీలవల్లంకిపిట్ట
వర్తజన్మా-న్-పు-మేఘః॥
వర్తతే-ఎ-౦-సొల్లుంతనవచనమ్॥ తె॥ఎత్తిపొడవడము॥
వర్తనమ్-అ-న-జీవనోపాయః- ౨వింశత్యాదిగ్రామదేశః॥
వర్తనః-అ-పు-ప్రవర్తనశీలకాలాదిః॥
వర్తనిః-ఇ-పు-పూర్వదేశః॥
వర్తనీ-ఈ-సీ-పేషణమ్-౨పంథాః॥
వర్తమానః-అ-పు-ప్రయోగాధికరణీభూతకాలః - ౨ఆరబ్ధాపరిసమాప్తిర్వర్తమానఃకాలః॥

వర్తమానః-అ-త్రి-తత్కాలవృత్తౌ॥

వర్తరూకః-అ-పు-నదీవిశేషః- ౨కాకనీడః-౩ జలావటః-౪ద్వారపాలః॥

వర్తలోహమ్-అ-న-లోహవిశేషః॥

వర్తిః-ఇ-సీ-అనుగవంతీ - ౨గాత్రానులేపనీ ౩దశా-౪మణిరంజకద్రవ్యమ్-౫వ్రణభేషజభేదః-౬నయనాంజనమ్ - ౭లేఖా॥ తె॥ ౧బట్టమొదటిబద్దె-౨పరిమళద్రవ్యాదులుఁగూర్చినగందపుబిల్ల- ౩దీపపువత్తి ౪వత్తి.

వర్తికః-అ-పు-పక్షివిశేషః॥

వర్తికా-ఆ-సీ-అజశృంగీ-౨మీనవల్లికా॥ తె॥ ౧వద్దిచెట్టు-౨మీలవల్లంకిపిట్ట,

వర్తిష్ణుః-ఉ-త్రి-వర్తనశీలః॥

వర్తిష్యమాణః-అ-త్రి- భవిష్యత్కాలాదిః-వర్తమానప్రాగభావాశ్రయః॥

వర్తీ-ఈ-సీ-వర్తిః॥

వర్తీన్-త్రి-వర్తిష్ణుః॥

వర్తులమ్-అ-న-గృంజనమ్॥

వర్తులమ్-అ-త్రి-వృత్తమ్॥ తె॥ గుండ్రనిది.

వర్తులః-అ-పు-కలాయవిశేషః॥

వర్తులమణ్డలః-అ-త్రి-సూర్యమండలః॥

వర్తులా-ఆ-సీ-తర్కుపాటీ॥

వర్తులీ-ఈ-సీ-గజపిప్పలీ॥

వర్త్మ-న్-న-మార్గః-౨పక్ష్మ॥ తె॥ ౨కనుతెప్ప.

వర్త్మనిః-ఇ-సీ-పంథాః॥

వర్త్మనీ-ఈ-సీ-మార్గః-౨జీవనోపాయః॥

వర్త్మా-న్-పు-పథికః॥ తె॥ తెఱవటి.

వర్ధమ్-అ-న-సీసకమ్॥

వర్ధః-అ-పు-బ్రాహ్మణయష్టికా- ౨పూర్తిః- ౩ఛేదః॥

వర్ధకః-అ-పు-బ్రాహ్మణయష్టికా॥

వర్ధకః-అ-త్రి-పూరకే-౨ఛేదకేచ॥

వర్ధకిః-ఇ-పు-రథకారః॥ తె॥ వడ్లవాఁడు.

వర్ధకిన్-పు-వర్ణసంకరజాతివిశేషః॥

వర్ధనమ్-అ-న-ఛేదనమ్-౨వృద్ధిః॥ తె॥ ౧తునకలుఁజేయడము.

వర్ధనః-అ-త్రి-వృద్ధిశీలః॥

వర్ధనః-అ-పు-తాలప్రాణకలాభేదః॥

వర్ధనీ-ఈ-సీ-సమ్మార్జనీ-౨వారిధానీ॥ తె॥ ౧చీపురు-౨గరిగెపిడత.

వర్ధమానః-అ-పు-అభినయసంయుతహస్తవిశేషః- ౨దక్షిణంవినాత్రిభాగాళిందత్రిద్వారగృహమ్-౩పరండః-౪భూషణమ్-౫శరావః॥ తె॥ ౩ఆముదపుచెట్టు-౫మూకుడు.

వర్ధమానకః-అ-త్రి-వృద్ధివిశిష్టః - ౨శరావః॥ తె॥ ౨మూకుడు.

వర్ధాపనమ్-అ-న-నాడీచ్ఛేదనమ్॥

వర్ధితమ్-అ-న-గుణకారః॥

వర్ధితః-త్రి-గుణకారవాన్- ౨ప్రసృతః- ౩పూరితః-౪ఛన్నః॥

వర్ధిష్ణుః-ఉ-త్రి-వృద్ధిశీలః॥

వర్ధ్యమ్-అ-న-పాదుకా॥ తె॥ పావుకోళ్లు, చెప్పులుమ్న.

వర్ధ్రిమ్-అ-న-చర్మ॥

వర్ధ్రీ-ఈ-సి-చర్మరజ్జుః॥

వర్నాటః-అ-పు-గాయనః-౨చిత్రకరః - ౩స్త్రీకృతజీవనః॥

వర్పః-స్-న-రూపమ్॥

వర్మ-న్-న-తనుత్రాణమ్॥ తె॥ కవచము.

వర్మకణ్టకః-అ-పు-పర్పటః॥

వర్మకషా-ఆ-సి-సప్తలా॥

వర్మా-న్-పు-క్షత్రియస్యపద్ధతిః॥

వర్మిః-ఇ-పు-మత్స్యవిశేషః॥

వర్మితః అ-త్రి-కవచాలంకృతః॥

వర్మ్యూషః-అ-పు-మత్స్యవిశేషః॥

వర్యః-అ-పు-కామదేవః॥

వర్యః-అ-త్రి- సజాతీయసమూహముఖ్యః॥

వర్యా-ఆ-సీ-స్వయంవరా॥ తె॥ తాను కోరి పతినివరించుయాఁడుది.

వర్వణా-ఆ-సీ-నీలమక్షికా॥

వర్వరా-ఆ-సీ-పుష్పభేదః-౧శోకభేదః- ౨మక్షికాభేదః॥

వర్షమ్-అ-(సీ)-వృష్టిః- ౧హిమవత్పర్వతదక్షిణసేతుపర్యంతదేశః-౨వత్సరః-౩మేఘః

వర్షః-అ-పు-వత్సరః-౧నవసంజ్ఞా-౨భారతాదివర్షమ్॥

వర్షకః-అ-పు-హంజికా॥ తె॥ చిఱుతేఁకుచెట్టు

వర్షకరీ-ఈ-సీ-ఝిల్లీకా॥

వర్షకేతుః-ఉ-పు-రక్తపునర్నవా॥

వర్షకోశః అ-పు-దైవజ్ఞః-౧మాసః॥

వర్షజమ్-అ-త్రి- వృష్టిజాతమ్ - ౧వత్సరజాతమ్-౨జంబూద్వీపజాతమ్-౩ద్వీపాంశజాతమ్-౪ మేఘజాతమ్॥

వర్షణమ్-అ-న-వర్షమ్॥

వర్షణిః-ఇ-సీ-వర్తనమ్-౧కృతిః- ౨క్రతుః-౩వర్షణమ్॥

వర్షధరః-అ-పు-అంతఃపురపాలకనపుంసకః॥ తె॥ఖోజ్జావాఁడు.

వర్షధర్షః-అ-పు-అంతఃపురపాలకనపుంసకః॥ తె॥ఖోజ్జావాఁడు.

వర్షపర్వతః-అ-పు-వర్షవిభాజకగిరిః॥

వర్షపాకీ-న్-పు-పీతనవృక్షః - ౧బిల్వవృక్షః॥ తె॥౧అంబాళవుచెట్టు-౨మారేడుచెట్టు.

వర్షపుష్పా-ఆ-సీ-సహదేవీలతా॥

వర్షప్రియః-అ-పు-చాతకపక్షీ॥

వర్షవరః-అ-పు-అంతఃపురపాలకనపుంసకః॥ తె॥ఖోజ్జావాఁడు.

వర్షవృద్ధిః-ఇ-సీ-జన్మతిథిః॥

వర్షాః-ఆ-సీ-వర్షర్తుః-బహువచనాంతోయం

వర్షాంశః-అ-పు-మాసః॥

వర్షాఘోషః-అ-పు-మహామండూకః॥

వర్షాగ్రః-అ-పు-మాసః॥

వర్షాగ్రీ-ఈ-సీ-పునర్నవా॥

వర్షాభవః-అ-పు-రక్తపునర్నవా॥

వర్షాభవః-అ-త్రి-వర్షాజాతే॥

వర్షాభూః-ఊ-ద్వ-భేకః॥ తె॥కప్ప.

వర్షాభూః-ఊ-సీ-పునర్నవా-౧భేకీ॥

వర్షాభూః-ఊ-త్రి-వర్షాభవే॥

వర్షాభూః-ఊ-పు-ప్లవః-౧భేకః- ౨ఇంద్రగోపః-౩భూలతా॥

వర్షాభ్వీ-ఈ-సీ-భేక(స్త్రీ)-౧పునర్నవా॥ తె॥ ౧గలిజేరుచెట్టు.

వర్షామదః-అ-పు-మయూరః॥

వర్షాప్లుఃపారణవ్రతః-అ-పు - చాతకపక్షీ॥

వర్షారాత్రః-అ-పు-వర్షాకాలీనరాత్రిః॥

వర్షార్చిః-స్-పు-మంగళగ్రహః॥

వర్షాలజాయికా-ఆ-సీ-పృకా॥

వర్షావసానః-అ-పు-శరత్కాలః॥

వర్షికమ్-అ-త్రి- వర్షాసంబంధి - ౧వర్షసంబంధి॥

వర్షికమ్-అ-న-అగురువృక్షః॥

వర్షికా-ఆ-సీ-బద్ధదర్భజాలమ్॥ తె॥ దర్భకట్ట.

వర్షిష్ఠమ్-అ-న-హ్రీబెరమ్॥ తె॥ కురువేఱు.

వర్షిష్ఠః-అ-త్రి - అతిశయవృద్ధః - అయమహనరోఽరతిశయమైనవృద్ధః॥

వర్షీయాన్-స్-త్రి-అతివృద్ధః॥ తె॥ తొంబదేఁడులుమించినవాఁడు.

వర్షుకః-అ-త్రి-వర్షణకర్తా॥

వర్షకాబ్దః-అ-పు-వర్షణశీలమేఘః॥

వర్షైజః-అ-త్రి- వర్షాకాలజాతః - ౨వత్సరజాతః॥

వర్షోపలః-అ-పు-కరకః॥ తె॥ వడిగండ్లు.

వర్ష్మ-న్-న-శరీరమ్-౨ప్రమాణమ్-౩అతిసుందరాకృతిః॥

వర్ష్మమ్-అ-న-శరీరమ్॥

వలః-అ-పు-ఆశ్చర్యకార్యమ్-౨జాలమ్ - ౩మాయాంతరమ్॥

వలక్యా-ఆ-స్త్రీ-పాలక్యశాకమ్॥ తె॥ పాలఁకికూరచెట్టు.

వలక్షమ్-అ-త్రి-శ్వేతవర్ణవత్॥

వలక్షః-అ-పు-శ్వేతవర్ణః॥

వలగ్నః-అ-(స్త్రీ)-మధ్యమ్॥ తె॥ నడుము.

వలజః-అ-(స్త్రీ)-గోపురమ్-౨క్షేత్రమ్-౩సస్యమ్-౪సంగరః॥

వలజా-ఆ-స్త్రీ-వల్గుదర్శనా- ౨చారు(స్త్రీ)-౩ (భూః)

వలతీ-ఈ-స్త్రీ- ప్రాసాదోపరిమండలికా॥

వలనమ్-అ-న-కనీనికాచలనభేదః॥

వలభిః-ఇ-స్త్రీ-గోపానసీ-౨చంద్రశాలా - ౩ప్రాసాదోపరిచత్వరమ్- ౪గృహాచ్ఛాదనమ్-౫కంకణమ్-౬(స్త్రీ)నాభిః॥ తె॥ ౧ఇంటిచూరుకప్పు.

వలభీ-ఈ-స్త్రీ-గోపానసీ-౨చంద్రశాలా - ౩ప్రాసాదోపరిచత్వరమ్-౪గృహాచ్ఛాదనమ్-౫కంకణమ్-౬(స్త్రీ)నాభిః॥ తె॥ ౧ఇంటిచూరుకప్పు.

వలయమ్-అ-న-పంచవిధాస్థిభేదః॥

వలయమ్-అ-(స్త్రీ) - కటకమ్॥ తె॥ ముంగాముఱుఁగు.

వలయః-అ-పు-కంఠరోగః- ౨కుండలాకారః॥ తె॥ ౨గుండ్రనిది.

వలయితః-అ-త్రి-వేష్టితః॥ తె॥ చుట్టఁబడినది॥

వలాసకః-అ-పు- పికః-౨భేకః- ౩మధూకః-౪పద్మకేసరః॥

వలిః-ఇ-స్త్రీ-ఉదరస్థవలిః- ౨చామరదండః-౩గృహదారువిశేషః-౪జరాశ్లథచర్మ॥ తె॥ ౧కడుపుమీఁదిమడతలు-౪మడత.

వలితకోశః-అ-పు-భగభేదః॥

వలినమ్-అ-న- వలిభః॥ తె॥ ముడతలుఁగలశరీరమువాఁడు.

వలిభమ్-అ-న-మహాతలలోకః॥

వలిభః-అ-త్రి-వలినః- ౨(స్త్రీ)వస్త్రపురోభాగవలయః॥ తె॥ ఒడలునిండామడతలుఁగలవాఁడు-౨కొకకుచ్చెళ్లు.

వలిరః-అ-త్రి-కేకరః॥ తె॥ మెల్లకంటివాఁడు.

వలిశమ్-అ-న-బడిశమ్॥

వలిశిః-ఇ-స్త్రీ బడిశమ్॥

వలిశీ-ఈ-స్త్రీ-బడిశమ్॥

వలీ-ఈ-స్త్రీ-ఉదరస్థవలిః- ౨చామరదండః-౩గృహదారువిశేషః - ౪జరాశ్లథచర్మ॥ తె॥ ౧కడుపుమీఁదిమడతలు-౪మడత.

వలీకమ్-అ-న-పటలప్రాంతః॥ తె॥ ఇంటిచూరు

వలీనః-అ-పు-వృశ్చికః॥

వలీనకః-అ-పు-కేతకీ॥

వలీముఖః-అ-పు-వానరః॥ తె॥ కోఁతి.

వలీసజ్ఞః-అ-పు- కశాగ్రమ్- ౨వానరీసంగమః-౩వల్మీకమూలమ్॥ తె॥ ౧కొరడాచివర.

వలూకమ్-అ-న-పద్మమూలమ్॥

వలూకః-అ-పు-పక్షివిశేషః॥

వల్కమ్-అ-న-వృక్షత్వక్-౨శకలమ్॥

వల్కః-అ-పు-పట్టికాలోధ్రః॥

వల్కతరుః-ఉ-పు-పూగవృక్షః॥

వల్కద్రుమః-అ-పు-భూర్జవృక్షః॥

వల్కలమ్-అ-(సీ)-వృక్షత్వక్॥
వల్కలమ్-అ-న-త్వచమ్॥
వల్కలః-అ-పు-తిరీటకవృక్షః-౨త్వక్కృతవస్త్రమ్॥ తె॥ ౧పట్టికాలోధ్రము.
వల్కలా-ఆ-సీ-శిలావల్కా॥
వల్కలోధ్రః-అ-పు-పట్టికాలోధ్రః॥
వల్కవాన్-త్-పు-మత్స్యః॥
వల్కవాన్-త్-త్రి-వల్కయుక్తే॥
వల్కిలః-అ-పు-కంటకః॥
వల్కుతమ్-అ-న-వల్కలః॥
వల్గనమ్-అ-న-ప్లుతగమనమ్-౨బహుభాషణమ్
వల్గా-ఆ-సీ-వాగా॥ తె॥ గుఱ్ఱపుకళ్లెముతగిలించెడివాగె.
వల్గితమ్-అ-న-అశ్వగతివిశేషః-౨గమనమ్-౩బహుభాషణమ్॥ తె॥ ౧ఒకవైపునఒకవైపుగానడవడము.
వల్గు-ఉ-న-పక్ష్మరోమ-౨మార్గనమ్॥ తె॥ ౧కనుఱెప్పమీఁదిరోమము.
వల్గుః-ఉ-పు-ఛాగః॥
వల్గుః-ఉ-త్రి-మనోహరః॥
వల్గుకమ్-అ-న-చందనమ్-౨విపినమ్-౩పణమ్
వల్గుకః-అ-త్రి-రుచిరే॥
వల్గుపత్రః-అ-పు-వనముద్గః॥
వల్గులా-ఆ-సీ-వాకుచీ-౨పక్షివిశేషః॥
వల్గులికా-ఆ-సీ-తైలపాయికా॥
వల్భనమ్-అ-న-భక్షణమ్॥
వల్మికః-అ-(సీ)-వామలూరుః॥ తె॥ ౧పుట్ట.
వల్మికిః-ఇ-(సీ)-వల్మీకః॥
వల్మీకః-అ-పు-వాల్మీకిమునిః-౨రోగవిశేషః॥
వల్మీకః-అ-(సీ)-వామలూరుః-౨రోగవిశేషః॥ తె॥ ౧పుట్ట.
వల్మీకపురసమ్భవః-అ-పు-సుతలలోకస్థవాత్స్యాయనమునిః॥

వల్మీకశీర్షమ్-అ-న-స్రోతోంజనమ్॥
వల్మీకసమ్భవః-అ-పు-వాల్మీకిఋషిః॥
వల్మీకసమ్భవా-ఆ-సీ-భూతుంబీ॥ తె॥ నేలానుఁగుచెట్టు.
వల్మీకిః-ఇ-పు-వల్మీకః॥
వల్మీకూటమ్-అ-న-వల్మీకః॥
వల్లః-అ-పు-నిష్పావః-౨రూప్యమాషః-౩ద్విప్రకృతితులామానమ్-౪నిషేధః॥ తె॥ ౧అనుములు - ౩రెండుప్రకృతులయెత్తు.
వల్లకిః-ఇ-పు-వీణా-౨సల్లకీవృక్షః॥ తె॥ ౨అందుగుచెట్టు.
వల్లకీ-ఈ-సీ-వీణా-౨సల్లకీవృక్షః॥ తె॥ ౨అందుగుచెట్టు.
వల్లభః-అ-త్రి-ప్రియవస్తు-౨అధ్యక్షః॥
వల్లభః-అ-పు-కులీనాశ్వః-౨దయితః-౩అధ్యక్షః॥
వల్లభపాలకః-అ-త్రి-అశ్వరక్షకః॥
వల్లభా-ఆ-సీ-ప్రియా॥
వల్లరమ్-అ-న-శాడ్వలమ్-౨నిర్జరస్థానమ్-౩కుంజః॥
వల్లరిః-ఇ-సీ-లతా-౨మంజరీ-౩జ్యోతిర్గంధా-౪ఖిల్లక్షేత్రమ్॥ తె॥ ౨పూగుత్తి-౩వేఁపుడుపిండి.
వల్లరీ-ఈ-సీ-లతా-౨మంజరీ-౩జ్యోతిర్గంధా-౪ఖిల్లక్షేత్రమ్॥ తె॥ ౨పూగుత్తి-౩వేఁపుడుపిండి.
వల్లవః-అ-పు-గోపః-౨భీమసేనః॥
వల్లవః-అ-త్రి-సూపకారః-౨ఆభీరః॥ తె॥ ౧పప్పుకూరలు వండెడువాఁడు - ౨గొల్లవాఁడు.
వల్లవీ-ఈ-సీ-వల్లవజాతి(స్త్రీ)-౨వల్లవపత్నీ॥
వల్లిః-ఇ-సీ-లతా-౨కర్కోటకీ-౩అత్యమ్లపర్ణా-౪కైవర్తికా-౫ఆఢకీ-౬అజమోదా-౭పుష్పభేదః-౮పృథివీ॥ తె॥ ౧తీఁగె-౨కర్కాటకశృంగి-౩పుల్లబచ్చలిచెట్టు-౪

కైవర్తికమనుచెట్టు- ౫కందులు - ౬ఓమము.

వల్లికమ్-అ-న-విద్రుమః॥ తె॥ పగడము.

వల్లికణ్టకారికా-ఆ-సీ-అగ్నిదమనీక్షుపః॥

వల్లికరజః-అ-పు-మర్కటీ॥ తె॥ కోఁతివన్నెక్రానుఁగుచెట్టు.

వల్లికా-ఆ-సీ-శ్రీవల్లీ॥ తె॥ శ్రీవల్లిచెట్టు.

వల్లిదూర్వా-ఆ-సీ-మాలాదూర్వా॥

వల్లిముద్గః-అ-పు-మకుష్టకః॥

వల్లిశాకటపోతికా-ఆ-సీ-మూలపోతీ॥

వల్లిసూరణః అ-పు-అత్యమ్లపర్ణీ॥

వల్లిసూరణా-ఆ-సీ-అత్యమ్లపర్ణా॥ తె॥ పుల్లబచ్చలిచెట్టు.

వల్లీ-ఈ-సీ-లతా-౨కర్కటకీ- ౩అత్యమ్లపర్ణా-౪కైవర్తికా-౫ఆఢకీ-౬అజమోదా ౭పుష్పభేదః॥ తె॥ ౧తీఁగె-౨కర్కటకశృంగి-౩పుల్లబచ్చలిచెట్టు-౪కైవర్తికమనుచెట్టు-౫కందులు-౬ఓమము.

వల్లీగడః-అ-పు-మత్స్యవిశేషః॥

వల్లీజమ్-అ-న-మరీచమ్॥ తె॥ మిరియాలచెట్టు

వల్లీబదరీ-ఈ-సీ-భూబదరీ॥

వల్లీవృక్షః-అ-పు-సాలవృక్షః

వల్లురమ్-అ-న-కుంజమ్ - ౨మంజరీ- ౩క్షేత్రమ్-౪నిర్జలస్థానమ్-౫శాద్వలః-౬గహనమ్ వల్లరమితిచపాఠః॥

వల్లూరమ్-అ-న-సూకరమాంసమ్-౨శంకరకరః॥ తె॥ ౧పందిమాంసము-౨శివునిహస్తము.

వల్లూరః-అ-పు-వనక్షేత్రమ్- ౨వహనమ్-౩ఔషధమ్॥

వల్లూరః-అ-త్రి - ఉత్తప్తః - ౨సూకరమాంసమ్-౩వనక్షేత్రమ్-౪వాహనమ్- ౫ఊషరభూమిః॥ తె॥ ౧ఎండినమాంసము.

వల్ల్యా-ఆ-సీ-ధాత్రీవృక్షః॥

వశమ్-అ-న-అధీనమ్॥

వశః-అ-త్రి-ఆయత్తః॥

వశః-అ-పు-ఇచ్ఛా-౨ప్రభుత్వమ్ - ౩అధీనత్వమ్-౪వేశ్యాగృహమ్-౫జన్మ॥

వశంవదః-అ-త్రి-వశంవదనీయః- ఆయత్తకరవాక్యవక్తా॥

వశకా-ఆ-సీ-వశ్యానారీ॥

వశక్రియా-ఆ-సీ-సంవననమ్॥ తె॥ వశముఁజేసికొనడము.

వశగా-ఆ-సీ-వశీభూతా॥

వశా-ఆ-సీ-వనితా-౨భర్తృభగినీ-౩గజస్త్రీ ౪వంధ్యాగౌః-౫దుహితా- ౬వంధ్యా-౭గౌః॥ తె॥ ౧ఆఁడుబిడ్డ-౪గొడ్డుబోయిన యావు-౬గొడ్రాలు-౭ఆవు.

వశాకుః-ఉ-పు-విహంగః॥

వశాఢ్యకః-అ-పు-శిశుమారః॥

వశాపాయిన్-న్-పు-కుక్కురః॥

వశి-ఇ-న-వశిత్వమ్॥

వశికః-అ-త్రి-శూన్యమ్॥

వశికా-ఆ-సీ-అగురుః॥

వశితా-ఆ సీ-వశిత్వమ్॥

వశిత్వమ్-అ-న-శివలీలావిభూతిభేదః-౨వశ్యమ్

వశినీ-ఈ-సీ-శమీవృక్షః-౨వందా॥

వశిరమ్-అ-న- అకృత్రిమసాముద్రలవణమ్-౨కిణిహీ-౩అంభఃకణః॥ తె॥ ౨గినియచెట్టు.

వశిరః-అ-పు-గజపిప్పలీ- ౨చవ్యమ్ - ౩అపామార్గః-౪వచా-౫తపనః॥

వశిష్ఠః-అ-పు-స్వనామఖ్యాతమునివిశేషః॥

వశీకమ్-అ-న-గజదిగ్ధకపిత్థవచ్ఛూన్యవస్తు.

వశీకరణమ్-అ-న-మన్మథవికారవిశేషః-౨మణిమంత్రౌషధైరాయత్తీకరణమ్॥

వశీభూతః-అ-త్రి-వశ్యతాంప్రాప్తః॥

వశీరః-అ-పు-గజపిప్పలీ॥

వశ్యమ్-అ-న-లవంగమ్॥

వశ్యః-అ-త్రి-పరవశగతః॥

వశ్యకా-ఆ-సీ-వశగాస్త్రీ॥

వశ్యా-ఆ-సీ-గోరోచనా-౨వశీభూతానారీ॥

వషట్-ట్-౦-దేవతాహావిర్దానమ్ - ౨మంత్రపల్లవభేదః॥

వషట్కారః-అ-పు-దేవోద్దేశ్యకయాగః॥

వషట్కర్తా-ఋ-పు-మహాత్మవిశేషః-౨ద్రవ్యార్జనపరః-౩వాద్యభేదః॥

వషట్కృతః-అ-త్రి-అగ్నిహుతహవిః॥

వసతిః-ఇ-సీ-జినదేవతాలయః-౨స్థానమ్-౩నిశా-రజన్మ॥

వసతీ-ఈ-సీ-వాసః-౨యామినీ-౩నికేతనమ్

వసనమ్-అ-న-వస్త్రమ్-౨నివాసః- ౩స్త్రీకటీభూషణమ్॥

వసనా-ఆ-సీ-స్త్రీకటీభూషణమ్॥

వసన్తః-అ-పు-తాలప్రాణకలాభేదః - ౨వసంతర్తుః॥

వసన్తకః-అ-పు-శ్యోనాకప్రభేదః॥

వసన్తకుసుమః-అ-పు-శ్లేష్మాతకవృక్షః॥ తె॥ విరిగిచెట్టు.

వసన్తకుసుమాకరః-అ-పు-ఔషధవిశేషః॥

వసన్తఘోషీ-న్-పు-కోకిలః॥

వసన్తజా-ఆ-సీ-వాసంతీలతా॥

వసన్తతిలకమ్-అ- న - చతుర్దశాక్షరపాదచ్ఛందోవిశేషః-౨పుష్పవిశేషః- ౩ఔషధవిశేషః॥

వసన్తదూతః-అ-పు-పంచమధ్వనిః-౨కోకిలః ౩చూతః॥

వసన్తదూతీ-ఈ-సీ-కృష్ణవృంతా- ౨వసంతమల్లికా-౩పాటలీ-౪అతిముక్తకః॥ తె॥ ౧పాదరిచెట్టు-౩కలిగోట్టుచెట్టు - ౪బండగురివెందచెట్టు.

వసన్తద్రుః-ఉ-పు-ఆమ్రవృక్షః॥

వసన్తసఖః-అ-పు-కామదేవః॥

వసా-ఆ-సీ-మాంసస్నేహః॥ తె॥ మాంసములోనిక్రొవ్వు-అదేమాంసమలము.

వసాఢ్యః-అ-పు-శిశుమారః॥

వసారమ్-అ-న-అభిప్రాయః॥

వసిః-ఇ-పు-వసనమ్॥

వసిరమ్-అ-న-సాముద్రలవణమ్-౨గజపిప్పలీ

వసిష్ఠః-అ-పు-సప్తర్షివిశేషః॥

వసిష్ఠకుశికికా-ఆ- సీ - వసిష్ఠకౌశికయోర్వివాదః॥

వసు-ఉ-న-ద్రవ్యాంగమ్- ౨జలమ్-౩జీవః-౪రత్నమ్-౫హాటకమ్-౬శ్యామమ్॥ తె॥ ౧ఋద్ధివృద్ధియనుఓషధులు.

వసు-ఉ-(సీ)-విత్తమ్-౨సువర్ణమ్॥ తె॥ ౧ధనము-౨బంగారు.

వసు-ఉ-త్రి-మధురమ్-౨శుష్కమ్॥

వసుః-ఉ-పు-అష్టవసుగణదేవతావిశేషః-౨విశ్వదేవవిశేషః-౩అగ్నిః-౪కిరణః - ౫పకాష్ఠీలః-౬వికిరణః- ౭అష్టసంజ్ఞా - ౮యోక్త్రమ్-౯కుబేరః-౧౦రాజా- ౧౧సాధుః-౧౨పీతముద్గః-౧౩వృక్షః - ౧౪పుష్కరిణీ-౧౫శివః-౧౬సూర్యః- ౧౭కులీనకాయస్థస్యపద్ధతివిశేషః॥ తె॥ ౫బకపుష్పపుచెట్టు-౬ఉద్చింతచెట్టు.

వసుః-ఉ-సీ-గౌః-౨దీప్తిః-౩వృద్ధౌషధమ్॥

వసుకమ్-అ-న-సాంభరిలవణమ్- ౨పాంశవమ్-౩వాస్తూకమ్॥

వసుకః-అ-పు-అర్కపర్ణః-౨ఈశ్వరవల్లికా-౩లతావిశేషః - ౪రుమాకరపాంసులవణమ్॥ తె॥ ౧జిల్లేడుచెట్టు.

వసుకీటః-అ-పు-యాచకః॥

వసుఖేటమ్-అ-న-ఖటకభేదః॥

వసుగన్ధికా-ఆ-సీ-పూతిమయూరీ॥ తె॥ కుక్కవాయింటచెట్టు.

వసుగర్భా-ఆ-సీ-భూమిః॥

వసుచ్ఛిద్రా-ఆ-సీ-మహామేదా॥ తె॥ మహామేదయనుచెట్టు.

వసుదః-అ-పు-కుబేరః॥

వసుదః-అ-త్రి-ధనధాతరి॥

వసుదా-ఆ-సీ-భూమిః॥

వసుదేవః-అ-పు-విష్ణుజనకః॥

వసుదేవతా-ఆ-సీ-ధనిష్ఠానక్షత్రమ్॥

వసుదేవభూః-ఊ-పు-శ్రీకృష్ణః॥

వసుదైవ్యా-ఆ-సీ-ధనిష్ఠానక్షత్రమ్-అనవమీతిథిః

వసుధర్మికా-ఆ-సీ-స్ఫటికః॥

వసుధా-ఆ-సీ-భూమిః॥

వసుధాఖర్జూరికా-ఆ-సీ-భూఖర్జూరికా॥

వసుధానగరమ్-అ-న-పశ్చిమసముద్రాంతరస్థవరుణపట్టణమ్॥

వసుధారా-ఆ-సీ-జినశక్తివిశేషః-అకుబేరపురీ॥

వసునామకః-అ-పు-రాజార్కః॥ తె॥ రాచజిల్లేడుచెట్టు.

వసున్ధరా-ఆ-సీ-భూమిః॥

వసుపట్టః-అ-పు-పకాష్ఠీలా॥ తె॥ బకపుష్పపుచెట్టు.

వసుపుష్పః-అ-పు-పకాష్ఠీలా॥ తె॥ బకపుష్పపుచెట్టు

వసుప్రాణః-అ-పు-అగ్నిః॥

వసుభా-ఆ-సీ-పునర్వసునక్షత్రమ్॥

వసుమతీ-ఈ-సీ-భూమిః॥

వసురా-ఆ-సీ-వేశ్యా॥

వసురోచిః-స్-న-యజ్ఞః॥

వసులః-అ-పు-దేవతా॥

వసుశ్రేష్ఠమ్-అ-న-రూప్యమ్॥

వసుసేనః-అ-పు-కర్ణరాజః॥

వసుస్థలీ-ఈ-సీ-కుబేరపురీ॥

వసుహట్టః-అ-పు-బకవృక్షః॥

వసుహట్టకః-అ-పు-బకవృక్షః॥

వసూకమ్-అ-న-సాంభరిలవణమ్ - అబకపుష్పమ్॥

వస్కః-అ-పు-అధ్యవసాయః॥

వస్కయః-అ-పు-పకహాయనోవత్సః॥

వస్కరాటికా-ఆ-సీ-వృశ్చికః॥

వస్తమ్-అ-న-గృహమ్॥

వస్తః-అ-ద్వి-దశాః॥ తె॥ బట్టమొదటిబద్దె.

వస్తయః-అ-(న).వస్త్రస్యదశాః॥

వస్తా-ఋ-పు-పితా॥

వస్తిః-ఇ-ద్వి-నాభ్యధోభాగః-అదశా॥ తె॥ గపొత్తికడుపు-అబద్దె.

వస్తు-ఉ-న-ద్రవ్యమ్॥

వస్తుకమ్-అ-న-వాస్తూకమ్॥

వస్తూకీ-ఈ-సీ-శ్వేతచిల్లీశాకః॥

వస్త్యమ్-అ-న-గృహమ్॥

వస్త్రమ్-అ-న-దేవవృక్షాంగవృక్షభేదః-అవసనమ్॥

వస్త్రకుట్టిమమ్-అ-న-ఛత్రమ్ - అవస్త్రగృహంచ॥

వస్త్రగృహమ్-అ-న-వస్త్రనిర్మితశాలా॥

వస్త్రగ్రన్థిః-ఇ-పు-పరిధానవస్త్రస్యగ్రంథనమ్॥

వస్త్రపఞ్జలః-అ-పు-కోలకందః॥

వస్త్రపుత్రికా-ఆ-సీ-వస్త్రనిర్మితపుత్తలికా

వస్త్రభూషణః-అ-పు-సాకరుండవృక్షః॥

వస్త్రభూషణా-ఆ-సీ-మంజిష్ఠా॥

వస్త్రభేదకః-అ-పు-సౌచికః॥ తె॥ బట్టలుకుట్టెడుచిప్పవాండ్రు.

వస్త్రభేదీ-న్-పు-సౌచికః॥ తె॥ బట్టలుకుట్టెడు దిప్పెవాఁడు.

వస్త్రయోనిః-ఇ-ద్వ-త్వక్ఫలక్రిమిరోమా
వస్త్రరఞ్జనః-అ-పు-కుసుమ్భః. (ణి

వస్నమ్-అ-న-వేతనమ్ - ౨వసనమ్ - ౩ద్రవ్యమ్-౪మూల్యమ్-౫ధనమ్-౬మృతిః-౭త్వక్॥

వస్నః-అ-పు-మూల్యమ్-౨అత్షి - ౩కరండః॥ తె॥ ౧విలువ-అసలుధర.

వస్ననమ్-అ-న-కటిభూషణమ్॥

వస్నసా-ఆ-సీ-స్నాయుః॥ తె॥ నరము.

వస్వౌకసారా-ఆ-సీ- అలకాపట్టణమ్-౨ఇంద్రపురమ్॥

వస్వౌకసారా-ఆ-సీ- ఇంద్రపురీ-౨ఇంద్రనదీ ౩కుబేరపురీ-౪కుబేరనదీ॥

వహః-అ-పు-గోపతిస్కంధప్రదేశః- ౨వతుర్ద్రోణపరిమాణమ్- ౩గవాంశ్వాసః-౪వాహనమ్-౫పవనః - ౬ఘోటకః-౭పంథాః-౮నదః॥ తె॥ ౨పదియాఱుతూములు

వహతః-అ-పు-వృషః-౨పాంథః॥

వహతిః-ఇ-పు-బలీవర్దః-౨వాయుః- ౩సచివః॥ తె॥ ఎద్దు-

వహతీ-ఈ-సీ-నదీ॥

వహతుః-ఉ-పు-పథికః-౨వృషః॥

వహనమ్-అ-న-పోటాడః॥

వహన్తః-అ-పు-వాయుః॥

వహలః-అ-పు-పోతః॥

వహలః-అ-త్రి-దృఢః॥

వహలగన్ధమ్-అ-న-శంబరచందనమ్॥

వహలచక్షుః-ఉ-పు-మేషశృంగీ॥

వహలత్వచః-అ-పు-శ్వేతలోధ్రః॥

వహలా-ఆ-సీ-శతపుష్పా-౨స్థూలైలా॥

వహా-ఆ-సీ-నదీ॥

వహోరుః-ఉ-పు-స్నాయుః॥ తె॥ నరము.

వహిత్రమ్-అ-న-నౌకాభేదః॥

వహేడుకః-అ-పు-విభీతకవృక్షః॥

వహ్నిః-ఇ-పు-అగ్నిః-౨దిక్పాలవిశేషః - ౩త్రిసంజ్ఞా-౪ఉష్ణః-౫హయః - ౬చిత్రకః-౭భల్లాతకః-౮నింబుకః-౯రేఫః॥

వహ్నికరీ-ఈ-సీ-ధాత్రీశ్వరీ॥

వహ్నికాష్ఠమ్-అ-న-దాహాగురుః॥

వహ్నిగన్ధః-అ-పు-యక్షధూపః॥

వహ్నిగర్భః-అ-పు-వంశః॥

వహ్నిగర్భకః-అ-పు-అశ్వత్థవృక్షః॥ తె॥ రావిచెట్టు.

వహ్నిగర్భా-ఆ-సీ-శమీవృక్షః॥ తె॥ జమ్మిచెట్టు

వహ్నిచక్రా-ఆ-సీ-కలికారీవృక్షః॥

వహ్నిజః-అ-పు-వహ్నిభవసువర్ణమ్॥

వహ్నిజ్వాలా-ఆ-సీ-ధాతకీవృక్షః॥

వహ్నిదమనీ-ఈ-సీ-అగ్నిదమనీక్షుపః॥

వహ్నిదీపకః-అ-పు-కుసుంభమ్॥

వహ్నిదీపికా-ఆ-సీ-అజమోదా॥

వహ్నిదేవతా-ఆ-సీ-ప్రథమాతిథిః॥

వహ్నినామా-న్-పు-చిత్రకః-౨భల్లాతకః॥

వహ్నినీ-ఈ-సీ-జటామాంసీ॥

వహ్నిపుష్పా-ఆ-సీ-ధాతకీ॥ తె॥ ధాతకీకుసుమము.

వహ్నిపుష్పీ-ఈ-సీ-ధాతకీ॥

వహ్నిబీజమ్-అ-న-నింబుకమ్-౨స్వర్ణమ్॥

వహ్నిభోగ్యమ్-అ-న-ఘృతమ్॥

వహ్నిమన్థః-అ-పు-గణికారికావృక్షః - ౨అగ్నిమంథః॥

వహ్నిమారకమ్-అ-న-జలమ్॥

వహ్నిమిత్రః-అ-పు-వాయుః॥

వహ్నిరేతాః-స్-పు-శివః॥

వహ్నిలోహకమ్-అ-న-కాంస్యమ్॥

వహ్నివధూః-ఊ-సీ-స్వాహా॥

వహ్నివర్ణమ్-అ-న-రక్తోత్పలమ్॥

వహ్నివల్లభః-అ-పు-సర్జరసః॥

వహ్నిశిఖమ్-అ-న-కుసుంభమ్-౨కుంకుమమ్ తె॥౧కుసుంబాపువ్వు.

వహ్నిశిఖరః-అ-పు-లాంచమస్తకః॥

వహ్నిశిఖా-ఆ-సీ-ఫలినీ-౨కలికారీ-౩ధాతకీ॥

వహ్నిసంజ్ఞకః-అ-పు-చిత్రకః॥ తె॥ చిత్రమూలము.

వహ్నిసఖః-అ-పు-జీరకః-౨వాయుః॥ తె॥ ౧జీలకఱ్ఱ-౨గాలి.

వహ్యమ్-అ-న-వాహనమ్-౨శకటమ్॥

వహ్యా-ఆ-సీ-మునిపత్నీ॥

వా-అ-౦-ఇవార్థః-౨ఇతరవ్యవచ్ఛేదః- ౩వికల్పః-౪నవకల్పః-౫అవధారణమ్- ౬విచారః-౭సంకల్పః॥ తె॥ ౧వలెను-౨అయ్యేవె-౫నిశ్చయము॥

వాః-ర్-న-జలమ్॥

వాః-ఋ-(పు)-జలమ్॥

వాఃకిటిః-ఇ-పు-జలసూకరః॥

వాఃపుష్పమ్-అ-న-లవంగమ్॥

వాఃసదనమ్-అ-న-జలాధారః॥

వాంశః-అ-త్రి-వంశసంబంధీ॥

వాంశికః-అ-పు-వంశీవాదకః॥

వాంశీ-ఈ-సీ-వంశరోచనా॥

వాంసికః-అ-పు - వేణుధ్మః॥ తె॥పిల్లనగ్రోవియూదెడువాఁడు.

వాక్-చ్-సీ - కర్మేంద్రియభేదముఖబిలమ్-౨అక్షరపదవాక్యార్థాత్మకవచః- ౩సరస్వతీదేవీ॥ తె॥౧నోరు-౨మాట.

వాకుచీ-ఈ-సీ-ఔషధవిశేషః॥

వాకులమ్-అ-న-వకులఫలమ్॥

వాకూచీ-ఈ-సీ-అవల్గుజః॥ తె॥ కాలుగచ్చ.

వాకోచీ-ఈ-సీ-అవల్గుజః॥ తె॥కాలుగచ్చ.

వాక్కిరః-అ-పు-శ్యాలకః॥

వాక్ఛలమ్-అ-న-వాక్యవ్యాజః॥

వాక్పతిః ఇ-పు-చతుర్ముఖః - ౨బృహస్పతిః॥

వాక్పతిః-ఇ- త్రి - గద్యపద్యాత్మకప్రబంధకర్తా॥

వాక్పారుష్యమ్-అ-న- అప్రియవాక్యోచ్చారణమ్ - తత్తుసప్తధావ్యసనాంతర్గతవ్యసనవిశేషః॥

వాక్యమ్-అ-న-వాగింద్రియగుణః-౨తిజంతసుబంతసమూహః-౩తిజంతసమూహః-౪సుబంతసమూహః- ౫కారకక్రియాయుక్తపదసమూహః-౬శ్వేతలవణమ్॥ తె॥౧మాటలాడడము.

వాక్యార్థనిదర్శనా-ఆ-సి-అలంకారవిశేషః॥

వాగరః-అ-పు-పశురోగః-౨వారకః-౩శాణః ౪నిర్ణయః-౫బాడబః ౬వృకః- ౭ముముక్షుః-౮పండితః-౯పరిత్యక్తభయః॥

వాగా-ఆ-సీ-వల్గా॥ తె॥గుఱ్ఱపుకళ్లెమునుతగిలించెడివాగె.

వాగారుః-ఉ-త్రి-ఆశౌహంతా॥

వాగాశనిః-ఇ-పు-బుద్ధః॥

వాగీశః-అ-పు-చతుర్ముఖః-౨బృహస్పతిః॥

వాగీశః-అ - త్రి-గద్యపద్యాత్మకప్రబంధ(కర్తా॥)

వాగీశా-ఆ-సి-సరస్వతీ॥

వాగీశ్వరః-అ-త్రి-వాచామీశ్వరః॥

వాగీశ్వరః-అ-పు - చతుర్ముఖః - ౨మంజుఘోషః॥

వాగీశ్వరీ-ఈ-సీ-సరస్వతీ॥

వాగుజీ-ఈ-సీ-సోమరాజీ॥

వాగుణః-అ-పు-కర్మరంగః॥

వాగుదః-అ-పు-పక్షివిశేషః॥

వాగురా-ఆ-సీ-మృగపక్షిబంధనీ॥ తె॥ఉరి-(వల.)

వాగురికః-అ-పు-జాలికః॥ తె॥ఉరులు- వలలు వేసిపిట్టలను-మృగములనుఁబట్టువాఁడు.

వాగ్గులిః-ఇ-పు- తాంబూలీ - రాజ్ఞాంతాంబూలదాతా॥

వాగ్గులికః-అ-పు-తాంబూలదః॥

వాగ్దరిద్రః-అ-త్రి-మితభాషీ॥

వాగ్దలమ్-అ-న-ఓష్ఠాధరౌ॥

వాగ్దుష్టః-అ-పు-వ్రాత్యః॥

వాగ్దుష్టః-అ-త్రి-వాచాదోషయుక్తః॥

వాగ్దేవతా-ఆ-సీ-సరస్వతీ॥

వాగ్దేవీ-ఈ-సీ-సరస్వతీ॥

వాగ్ద్విజః-అ-పు-శారిః॥ తె॥ గోరింకపిట్ట,

వాగ్మీ-న్-పు-శుకః.౧వాచస్పతిః॥

వాగ్మీ-న్-త్రి- విద్వన్మధ్యేప్రకృతోపయోగివక్తా॥ (కల్యః॥)

వాగ్యః-అ- త్రి-వాగ్దరిద్రః- ౧నిర్వేదః-౨

వాగ్యతః-అ- త్రి-వాక్యసంయతః॥

వాగ్యాసః-అ-త్రి- అశక్త్యాదినావాచంయచ్ఛతియః॥

వాఙ్కః-అ-పు-సముద్రః॥

వాఙ్మతీ-ఈ-సీ-నదీవిశేషః॥

వాఙ్మయమ్-అ- త్రి- వాక్యాత్మకమ్॥

వాఙ్మయీ-ఈ-సీ-సరస్వతీ॥

వాఙ్ముఖమ్-అ-న-ఉపన్యాసః॥

వాచః-అ-పు-మత్స్యవిశేషః॥

వాచంయమః-అ-పు-మునిః-౧మౌనవ్రతీ॥

వాచకః-అ-పు-శాస్త్రశిక్షితవాక్- ౧పురాణాదిపాఠకః॥

వాచకలుప్తా-ఆ-సీ-అలంకారభేదః॥

వాచకోపమానలుప్తా-ఆ - సీ - అలంకారవిశేషః॥ (శేషః॥)

వాచకోపమేయలుప్తా-ఆ-సీ-అలంకారవి

వాచనమ్-అ-న-పఠనమ్-౧కథనమ్॥

వాచనకమ్-అ-న- ప్రహేళికా॥

వాచసాంపతిః-ఇ-పు-బృహస్పతిః॥

వాచస్పతిః-ఇ-పు-బృహస్పతిః॥

వాచా-ఆ-సి-వాక్-౧భారతీ॥

వాచాటః-అ-త్రి-బహుగర్హ్యవాక్॥ తె॥ అక్కఱమాలిన బహువాక్కులుపలికెడు వాఁడు.

వాచాలః-అ-త్రి- బహుగర్హ్యవాక్ - ౧బహువ్యాయామకః॥

వాచికమ్-అ-త్రి-వాచాకృతమ్॥

వాచికమ్-అ-న-సందేశవాక్ - ౧వాగ్జనితశృంగారభావః॥

వాచికః-అ-పు-వాక్యారంభః॥

వాచికపత్రమ్-అ-న-లిపిః-౧సంవాదపత్రమ్

వాచికహారకః-అ-పు-లేఖనమ్॥

వాచోయుక్తిః-ఇ-త్రి-వాగ్మీ॥

వాచోయుక్తిపటుః-ఉ-త్రి- విద్వన్మధ్యేయుక్తియుక్తవచనకర్తా॥

వాచ్యమ్-అ-న- ప్రతిపాదనమ్-౧దూషణమ్

వాచ్యః-అ-త్రి-నింద్యః- ౧హీనః - ౨వక్తుంయోగ్యః॥

వాచ్యప్రశ్నోత్తరమ్-అ-న-అలంకారభేదః॥

వాజమ్-అ-న-ఘృతమ్-౧యజ్ఞః- ౨అన్నమ్-౩వారి॥

వాజః-అ-పు-పక్షః-౧అన్నమ్-౨జలమ్-౩స్వనః-౪ఘృతమ్-౫మునిః-౬నిర్మలః- ౭వైరాగ్యమ్-౮మాధవాలయః॥ తె॥ ౧అంపగఱి-ఱెక్క.

వాజపేయమ్-అ-(సీ)-యాగవిశేషః - సతుశ్రౌతసప్తసంస్థాంతర్గతపంచమయాగః

వాజభోజీ-న్-పు-వాజపేయయాగః॥

వాజసనేయః-అ-పు-జనమేజయకృతవేదార్థగ్రంథః॥

వాజసనేయీ-న్-పు-యజుర్వేదీ॥
వాజిగన్ధా-ఆ-సీ-అశ్వగంధా॥
వాజిదన్తః-అ-పు-వాసకః॥
వాజిదన్తకః-అ-పు-వైద్యమాతా॥ తె॥ అడ్డసరపుచెట్టు.
వాజినమ్-అ-న-ఆమిక్షామస్తు॥
వాజినీ-ఈ-సీ-అశ్వగంధా-౨ఘోటకీ॥
వాజిపృష్ఠః-అ-పు-అమ్లానవృక్షః॥
వాజిపేయమ్-అ-న-యజ్ఞభేదః-౨అన్నభేదః
వాజిభక్షః-అ-పు-చణకః॥ తె॥ సెనగలు.
వాజిభోజనః-అ-పు-ముద్గః॥ తె॥ పెసలు.
వాజిమాన్ త్-పు-పటోలః॥
వాజిశాలా-ఆ-(పు) - అశ్వశాలా॥ తె॥గుఱ్ఱములతబేల.
వాజీ-న్-పు-విహంగః-౨అశ్వః- ౩బాణః-౪వాసకః॥
వాజీకరణమ్-అ-న-వీర్యవృద్ధికరణమ్॥
వాఞ్ఛా-ఆ-సీ-ఇచ్ఛా॥
వాఞ్ఛితమ్-అ-త్రి-అభిలషితమ్॥
వాఞ్ఛినీ-ఈ-సీ-వాంఛినీయానారీ॥
వాఞ్ఛనీ-ఈ-త్రి-వాంఛినీయమాత్రే॥
వాటః-అ-పు-మార్గః - ౨వృతిః॥ తె॥ ౨కంచెకోట.
వాటః-అ-త్రి-పుష్పవాటికాదిః- ౨వీధిః॥ తె॥ ౧తోఁట-౨వాడకట్టు.
వాటశృఙ్ఖలా-ఆ-సీ-పథరోధకశృంఖలా॥
వాటికా-ఆ-సీ-పాలికా - ౨గ్రామమధ్యవృక్షః-౩శిరీషవృక్షః॥
వాటీ-న్-త్రి- వెష్టితస్థలభాగః-యజ్ఞవాటముపసృత్యఇతిరామభద్రోక్తిః- వాటఃపంథాఇతిబహవః - వాటోవృద్ధిరితిమధుః-వాటంవాటశ్చ-ఇతిభరతః॥
వాటీ-ఈ-సీ-వృతిః- ౨సహదేవీ॥ తె॥౧కంచెకోట-౨ముత్తవపులగపుచెట్టు.
వాటీదీర్ఘః-అ-పు-ఇత్కటవృక్షః॥
వాటుకీ-ఈ-సీ-ఉర్వారుః॥ తె॥నక్కదోస (చెట్టు.
వాట్టకమ్-అ-న-భృష్టయవః॥
వాట్యపుష్పీ-ఈ-సీ-వాట్యాలకః॥
వాట్యా-ఆ-సీ-కార్పాసః - ౨వాట్యాలకః॥ తె॥౧ప్రత్తి.
వాట్యాపుష్పీ-ఈ-సీ-సహదేవీ॥ తె॥ముత్తవపులగపుచెట్టు.
వాట్యాయనీ-ఈ-సీ - అతిబలా॥ తె॥అతిబలయనుచెట్టు.
వాట్యాలః-అ-పు-వాట్యాలకః॥
వాట్యాలకః-అ-పు-సహదేవీ॥ తె॥ముత్తవపులగపుచెట్టు.
వాట్యాలీ-ఈ-సీ-వాట్యాలకః॥
వాణిః-ఇ-సీ-సరస్వతీ-౨వాక్-౩మూల్యమ్౪బలాహకః॥
వాణిః-ఇ-పు-ఖ్యాతిః॥ తె॥ నేయడము.
వాణిజః అ-పు-సార్థవాహః-౨బాడబాగ్నిః॥ తె॥౧క్రయవిక్రయకారకుఁడు.
వాణిజికః-అ-పు-బాడబాగ్నిః-౨వణిక్ - ౩ధూర్తః॥
వాణిజ్యమ్-అ (పు) - సకలవస్తుక్రయవిక్రయః-౨వైశ్యవృత్తిః॥
వాణిజ్యా-ఆ-సీ-వాణిజ్యమ్॥
వాణినీ-ఈ-సీ-నర్తకీ-౨మత్తస్త్రీ-౩విదగ్ధా-౪దూతీ-౫ముగ్ధా॥
వాణీ-ఈ-సీ-సరస్వతీ-౨వాక్-౩రామా-౪పరాక్రమః॥
వాణీశః-అ-పు-చతుర్ముఖః॥
వాతః-అ-పు-వాయుః-౨పిండీతకవృక్షః - ౩రోగవిశేషః॥ తె॥౨మ్రంగచెట్టు.
వాతకః-అ-పు-శణపర్ణీ॥ తె॥నోమిదచెట్టు.

వాతకర్మ-న్-న-మరుత్క్రియా॥
వాతకీ-న్-త్రి-వాతరోగీ॥
వాతకుమ్భః-అ-పు-గజాలికాధఃపిండః॥ తె॥ ఏనుఁగుపిన్నదుదుటిక్రిందిబుడిపె.
వాతకేతుః-ఉ-పు-ధూలిః॥
వాతకేళిః-ఇ-పు - కలాలాపః - ౨షిడ్గదంతక్షతః॥
వాతగామీ-న్-పు-ఖగః॥
వాతగుల్మః-అ-పు-వాతులః- ౨రోగవిశేషః॥
వాతఘ్నీ-ఈ-సీ-సహదేవీ-౨వాతంగినీ॥ తె॥ ౧ముత్తవపులగపుచెట్టు - ౨పురుగుడుచెట్టు.
వాతఘ్నీ-ఈ-సీ-వాతఘ్నీ॥ తె॥ పురుగుడుచెట్టు.
వాతతూలమ్-అ-న-ఆకాశోడ్డీయమానసూత్రమ్॥
వాతదోషహా-న్-పు-పృష్ఠకణ్టాఖ్యమీనః॥
వాతధ్వజః-అ-పు-మేఘః॥
వాతపుత్రః-అ-పు-హనూమాన్- ౨భీమసేనః-౩మహాధూర్తః॥
వాతపోతః-అ-పు-కింశుకవృక్షః॥ తె॥ మోదుగచెట్టు.
వాతపోథః-అ-పు-కింశుకవృక్షః॥ తె॥ మోదుగచెట్టు.
వాతప్రమీః-ఈ-పు-వాతమృగః- ౨అశ్వః-౩నకులః॥ తె॥ ౧గాలికెదురుగానడిచెడుకొమ్ములేనిఇఱ్ఱిమృగము.
వాతఫుల్లాన్త్రమ్-అ-న-పుప్ఫుసః॥
వాతమజః-అ-పు-వాతమృగః॥
వాతమణ్డలీ-ఈ-సీ-వాత్యా॥
వాతమృగః-అ-పు-వాతప్రమీః॥ తె॥ గాలికెదుఱుగానడిచెడుఇఱ్ఱివంటిమృగము,
వాతరక్తమ్-అ-న-రోగవిశేషః॥
వాతరక్తఘ్నః-అ-పు-కుక్కురవృక్షః॥
వాతరక్తారిః-ఇ-పు-పిత్తఘ్నీలతా॥
వాతరఙ్గః-అ-పు-అశ్వత్థః॥
వాతరథః-అ-పు-మేఘః॥
వాతరాయణః-అ-పు- ఉన్మత్తః - ౨నిష్ప్రయోజనపురుషః-౩కాండమ్ - ౪కరపాత్రమ్-౫కూటః-౬పరసంక్రమః- ౭నరశ్రమః॥
వాతరూషః-అ-పు-ఇంద్రధనుః-౨వాతూలః-౩ఉత్కోచః॥
వాతరోగః-అ-పు-వాయువ్యాధిః॥
వాతరోగీ-న్-త్రి-వాతరోగయుక్తః॥
వాతర్ధిః-ఇ-పు- కాష్ఠలోహోభయనిర్మితపాత్రమ్॥
వాతలః-అ-పు-చణకః॥
వాతలః-అ-త్రి-వాయుకారకే॥
వాతలమణ్డలీ-ఈ-సీ-వాత్యా॥
వాతలిఙ్గీ-న్-త్రి-వాతరోగవాన్॥
వాతవాన్-త్-త్రి-వాయుయుక్తః॥
వాతవైరీ-న్-పు-వాతాదః॥
వాతవైరీ-న్-త్రి-వాయుశత్రౌ॥
వాతవ్యాధిః-ఇ-పు-వాతరోగః॥
వాతశీర్షమ్-అ-న-బస్తిః॥
వాతశోణితమ్-అ-న-వాతరక్తరోగః॥
వాతసహః-అ-త్రి-అత్యంతవాయుయుక్తః॥
వాతసారథిః-ఇ-పు-అగ్నిః॥
వాతస్కన్ధః-అ-పు- ఆకాశస్యభాగవిశేషః॥ యత్రవాయుర్వహతి॥
వాతహా-న్-పు-వాతఘ్నః- వాయునాశకౌషధమ్॥
వాతాటః-అ-పు-సూర్యాశ్వః-౨వాతమృగః
వాతాణ్డః-అ-పు-ముష్కరోగవిశేషః॥
వాతాదః-అ-పు-ఫలవృక్షవిశేషః॥

వాతాపిః-ఇ-పు-అసురవిశేషః॥
వాతాపిద్విట్-ష్-పు-అగస్త్యమునిః॥
వాతాపిసూదనః-అ-పు-అగస్త్యః॥
వాతాపిహా-న్-పు-అగస్త్యః॥
వాతామోదా-ఆ-సీ-కస్తూరీ॥
వాతాయమ్-అ-న-పత్రమ్॥ తె॥ ఆకు.
వాతాయనమ్-అ-న-గవాక్షః॥
వాతాయనః-అ-పు-ఘోటకః॥
వాతాయుః-ఉ-పు-వాతప్రమీః-౨కురంగః-౩చిరాయుః॥ తె॥ ౧గాలికెదురుగాపోయెడుమృగము-౨ఇఱ్ఱి-౩ఊరకాకి.
వాతారిః-ఇ-సీ-పుత్రధాత్రీ॥ తె॥ పుత్రధాత్రిచెట్టు.
వాతారిః-ఇ-పు-ఏరండవృక్షః-౨శతమూలీ-౩పుత్రధాత్రీ-౪శేఫాలికా-౫యవానీ-౬భార్గీ-౭స్నుహీ-౮విడంగః-౯సూరణః-౧౦భల్లాతకః-౧౧జతుకా॥
వాతాలీ-ఈ-సీ-వాత్యా॥
వాతాశ్వః-అ-పు-కులీనాశ్వః॥
వాతాసహః-అ-త్రి-వాతులః॥
వాతిః-ఇ-పు-వాయుః-౨సూర్యః-౩చంద్రః॥
వాతికః-అ-పు-వాయుజవ్యాధిః॥
వాతిగః-అ-పు-భంటాకీ॥
వాతిగః-అ-త్రి-ధాతువాదిని॥
వాతిగమః-అ-పు-వార్తాకుః॥
వాతిఙ్గణః-అ-పు-వార్తాకః॥ తె॥ వంగచెట్టు.
వాతిఙ్గనః-అ-పు-వార్తాకుః॥
వాతీయమ్-అ-న-కాంజికమ్॥
వాతులః-అ-పు-వాత్యా॥
వాతులః-అ-త్రి-వాతవికారాసహః-౨ఉన్మత్తః॥
వాతులిః-ఇ-సీ-తరుతూలికా॥
వాతూలః-అ-త్రి-వాతసహః-౨వాతూలాగమః॥
వాతూలః-అ-పు-వాత్యా-౨ఉన్మత్తః॥
వాతోనః-అ-త్రి-వాయుహీనే॥
వాతోనా-ఆ-సీ-గోజిహ్వాక్షుపః॥
వాత్యా-ఆ-సీ-మండలాకారవాయుః॥ తె॥ సుడిగాలి॥
వాత్సకమ్-అ-న-గోవత్ససమూహః॥
వాత్సల్యమ్-అ-న-వత్సలస్యభావే॥
వాత్సల్యః-అ-పు-రసవిశేషః॥
వాత్సీపుత్రః-అ-పు-నాపితః॥
వాత్స్యః-అ-పు-వత్సర్షిగోత్రాపత్యమ్॥
వాత్స్యాయనః-అ-పు-కలాశాస్త్రకర్తృమునిః-౨సుతలలోకస్థమునివిశేషః-౩శివః-౪వైనతేయః-౫అగ్నిః॥
వాత్స్యాయనః-అ-త్రి-చిత్రప్రకాశకః॥
వాదః-అ-పు-యథార్థబోధేచ్ఛోర్వాక్యమ్
వాదకః-అ-త్రి-వాద్యకరః-౨వక్తా॥
వాదకేలిః-ఇ-సీ-కలాలాపః-౨షిడ్గదంతలేఖనమ్॥
వాదనమ్-అ-న-చతుర్విధవాద్యధ్వనిః॥
వాదరఙ్గః-అ-పు-అశ్వత్థవృక్షః॥
వాదవాదీ-న్-పు-జినభేదః॥
వాదాన్యః-అ-త్రి-వదాన్యః॥
వాదాలః-అ-పు-మత్స్యవిశేషః॥
వాది-న్-న-సంగీతాంశభేదః॥
వాదిః-ఇ-త్రి-విద్వాన్॥
వాదికః-అ-పు.జైనశాస్త్రవేత్తా॥
వాదిత్రమ్-అ-న-తతానద్ధసుషిరఘనచతుర్విధవాద్యమ్-౨చతుర్విధవాద్యధ్వనిః॥
వాదిరాట్-జ్-పు-మంజుఘోషః॥
వాదిశః-అ-త్రి-సాధువాదీ॥
వాదీ-న్-త్రి-వక్తా-౨అర్థీ॥
వాదీ-న్-పు-స్వరరాజః॥
వాద్యమ్-అ-న-దేవవృక్షాంగవృక్షభేదః-౨త

తానద్ధసుషిరఘనచతుర్విధవాద్యమ్॥

వాద్యనిర్ఘోషః-అ-పు-చతుర్విధవాద్యధ్వనిః॥

వాధ్రోణవాయసః-అ-పు-శైలజకాకః॥ తె॥ కొండకాకి.

వాధుక్యమ్-అ-న-వివాహః॥

వాధూః-ఊ-పు-వహిత్రమ్॥

వాధ్రాణసః-అ-పు-ఖడ్గమృగః॥

వాధ్రీణసః-అ-పు-ఖడ్గమృగః-౨శ్వేతస్థవిరబస్తకః॥ తె॥ ౨తెల్లముసలిమేకపోతు.

వానమ్-అ-న-స్యూతిః-౨సురంగా-౩సౌరభ్యమ్-౪గతిః॥

వానః-అ-త్రి-శుష్కఫలమ్-౨శుష్కః-౩వనసంబంధీ॥

వానప్రస్థః-అ-పు-వానప్రస్థాశ్రమస్థః-౨మధూకః-౩కింశుకవృక్షః॥ తె॥ ౨ఇప్పచెట్టు-౩మోదుగచెట్టు.

వానరః-అ-పు-మర్కటః-౨కుంజరః॥

వానరప్రియః-అ-పు-క్షీరివృక్షః॥

వానరాక్షః-అ-పు-వనచ్ఛాగః॥

వానరాఘాతః-అ-పు-లోధ్రవృక్షః॥

వానరీ-ఈ-సీ-మర్కటీ-౨శూకశింబీ॥

వానరేన్ద్రః-అ-పు-సుగ్రీవః॥

వానలః-అ-పు-వావయః॥

వానస్పత్యః-అ-పు-పుష్పేభ్యఃఫలవద్వృక్షః

వానా-ఆ-సీ-వర్తికాపక్షీ॥

వానాయుః-ఉ-పు-కురంగః-౨దేశవిశేషః-సతుభారతవర్షస్యఉత్తరపశ్చిమేవర్తతే॥

వానాయుజః-అ-పు-వనాయుదేశోత్పన్నఘోటకః॥

వానీరః-అ-పు-వేతసః॥ తె॥ ప్రబ్బచెట్టు.

వానీరకః-అ-పు-ముంజతృణమ్॥

వానీరజమ్-అ-న-పారిభావ్యమ్॥ తె॥ చెంగలికోష్టు॥

వానేయమ్-అ-న-ముస్తా॥ తె॥తుంగముస్తె.

వాన్తః-అ-త్రి-వమితః-౨బంధురః॥ తె॥ ౧బయలువెళ్లినది.

వాన్తాదః-అ-పు-కుక్కురః॥

వాన్తిః-ఇ-సీ-వమనమ్॥

వాన్తికృత్ఫలః-అ-పు-అరిష్టవృక్షః॥ తె॥ కుంకుడుచెట్టు.

వాన్తిదా-ఆ-సీ-కటుకీవృక్షః॥

వాన్తిశోధనీ-ఈ-సీ జీరణా॥ తె॥నల్లజీలకఱ్ఱ

వాన్తిహృత్-త్-పు-లౌహకంటకవృక్షః॥

వాన్యా-ఆ-సీ-వనసమూహః॥

వాపః-అ-పు-వపనమ్॥

వాపకః-అ-త్రి-వపనకారయితా॥

వాపదణ్డః-అ-పు-వేమా॥ తె॥ సాలెవాండ్రునేసెడుపలక.

వాపిః-ఇ-సీ-దీర్ఘికా॥ తె॥ పెద్దకోనేరు.

వాపితమ్-అ-న-ధాన్యవిశేషః॥

వాపితః-అ-త్రి-ముండితః-౨బీజాకృతః॥ తె॥ ౨విత్తబడినది.

వాపీ-ఈ-సీ-దీర్ఘికా॥ తె॥ పెద్దకోనేరు.

వాపీహః అ-పు-చాతకపక్షీ॥

వాప్యమ్-అ-త్రి-వపనీయెవాపీభవేచ॥

వాప్యమ్-అ-న-పారిభావ్యమ్॥ తె॥ చెంగలి }

వాప్యః-అ-పు-వ్రీహిభేదః॥ (కోష్టు. }

వామమ్-అ-న-ద్రవిణమ్॥

వామః-అ-పు-పయోధరః-౨హరః-౩కామః

వామః-అ-త్రి-రమ్యః-౨ప్రతీపః-౩హ్రస్వః-౪సవ్యః॥ తె॥ ౪ఎడమవైపుది.

వామదృక్-శ్-సీ-నారీ॥

వామదేవః-అ-పు-శివః॥

వామనమ్-అ-(సీ)-దేవయానమ్॥

వామనః-అ-పు-యమదిగ్గజః-౨దిగంబరః-౩పశుజన్మ-౪అంకోఠవృక్షః॥

వామనః-అ-త్రి-ఖర్వః॥ తె॥పొట్టివాఁడు.
వామనేత్రమ్-అ-న-దీర్ఘ ఈకారః॥
వామలూరః-అ పు-వల్మీకః॥
వామలూరుః-ఉ-పు-వల్మీకః॥
వామలోచనా-ఆ-సీ-సుందరలోచన(స్త్రీ)॥
వామవేధశుద్ధిః-ఇ-సీ - స్వరాశ్యపేక్షయా ద్వాదశచతుర్థ నవమగృహస్థోవిరుద్ధోపి చంద్రః యదిశుక్రశనికుజజీవార్క-యుక్తగృహాత్ సప్తమగృహేతిష్ఠతితదాన రాణాంఅఖిలసితఫలదాతా భవతి- యది తుసితశనికుజజీవార్క-యుక్త గృహాత్ దశమ పంచమాష్టమ గృహేతిష్ఠతితదా నరాణాం స్వరాశ్యపేక్షయా యథా సంఖ్యం అష్టమపంచమద్వితీయ గృహ గోపిచంద్రః ప్రచురఫలదాతా భవతి * యథా-సితశనికుజజీవార్కా స్త ఇందుర్న రాణాంవ్యయసుఖనవమస్థోపీష్ట దాతాథ తేషాం॥ఖసుతనిధనగశ్చైన్మృత్యుపుత్రా ర్థగోపి ప్రచురశుభఫలంస్యాద్వామవేధే నశుద్ధిః - వామవేధత్వంచద్యూనజన్మేతి పవమత్రేతి వక్ష్యమాణవచనాద్వ్యాఖ్యామె కార్థత్వాద్బోధ్యమ్॥
వామా-ఆ-సీ-వనితా-౨గౌరీ - ౩వాణీ - ౪ లక్ష్మీః॥
వామాక్షి-ఇ-న- వామచక్షుః - ౨దీర్ఘఈ కారః॥
వామాక్షీ-ఈ-సీ-వామలోచనా॥
వామాచారః-అ-పు-ఆచారవిశేషః॥
వామాపీడనః-అ-పు-పీలువృక్షః॥
వామికా-ఆ-సీ-చండికా॥
వామిలః అ-త్రి-దాంభికః-౨వామః॥
వామీ-ఈ-సీ-అశ్వ(స్త్రీ)-౨శృగాలీ- ౩రాసభీ-౪కరభ(స్త్రీ)॥ తె॥౧ఆఁడుగుఱ్ఱము - ౨ఆఁడునక్క--౩ఆఁడుగాడిదె-౪ఆఁడులొట్టిపిట్ట.
వామీన్-పు-వేస్తరః॥ తె॥ వేసడము.
వామోరూః-ఊ-సీ-నారీవిశేషః-వామాసుందరౌఊరుయస్యాస్సా॥
వాయకః-అ-పు-సమూహః॥
వాయదణ్డః-అ-పు-వేమా॥ తె॥ సాలెవాఁడు నేసెడిపలక.
వాయనమ్-అ-న-పిష్టకవిశేషః॥
వాయవీ-ఈ-సీ-ఉత్తరపశ్చిమదిక్॥
వాయవ్యమ్-అ-త్రి-వాయుసంబంధిదిశాది॥
వాయసః-అ-పు-అగరుద్రుమః-౨కాశేక్షుః ౩కాకః-౪శ్రీవాసః-౫కాకోదుంబరికా ౬కాకమాచీ॥ తె॥౨కుందుతెల్లు- ౬కామంచిచెట్టు.
వాయసతుణ్డకః-అ-పు-వినాయకః॥
వాయసాదనీ-ఈ-సీ-మహాజ్యోతిష్మతీ-౨కాకతుండీ॥
వాయసారాతిః-ఇ-పు-ఘూకః॥
వాయసాలీ-ఈ-సీ-వయస్థా॥ తె॥ కాఱుకొల్లిచెట్టు.
వాయసాహ్వా-ఆ-సీ-కాకనామా-౨కాకమాచీ॥
వాయసీ ఈ-సీ-ఉత్తుండీ-౨కాకమాచీ॥ తె॥ ౧గురుజచెట్టు-౨కామంచిచెట్టు.
వాయసేక్షుః-ఉ-పు-కాశః॥
వాయసోలికా-ఆ-సీ-కాకోలీ॥
వాయసోలీ-ఈ-సీ-కాకోలీ॥
వాయుః-ఉ-పు-పంచభూతవిశేషః॥
వాయుకేతుః-ఉ-పు-ధూలిః॥
వాయుగణ్డః-అ-పు-అజీర్ణః॥
వాయుగుల్మః-అ-పు-అంభసాంభ్రమః॥
వాయుదారుః-ఉ-పు-మేఘః॥
వాయుపుత్రః-అ-పు-భీమః-౨హనూమాన్॥

వాయుఫలమ్-అ-న-శక్రకార్ముకమ్-౨కరకా
వాయుభక్ష్యః-అ-పు-సర్పః- ౨వాతభక్షు
వాయురోషా-ఆ-సీ-రాత్రిః॥ (కెద్రి॥
వాయుర్వర్త్మా-న్-పు-ఆకాశః॥
వాయువాహః-అ-పు-ధూమః॥
వాయువాహినీ-ఈ-సీ-వాయుసంచారిణీ
వాయుషః-అ-పు-మత్స్యవిశేషః॥ (శిరా
వాయుసఖః- అ- పు- అగ్నిః-౨చర్మప్రసేవికా॥ తె॥౨కొలిమితిత్తి.
వాయుసఖా-ఇ-పు-అగ్నిః॥
వాయ్వాస్పదమ్-అ-న-ఆకాశః॥
వారమ్-మ్-౦-అసకృత్॥ తె॥మాటిమాటికిని
వారమ్-అ-న-మద్యభాజనమ్॥
వారః- అ - పు- సమూహః-౨అహోరాత్రః-౩అవసరః-౪ద్వారమ్- ౫కుబ్జవృక్షః॥ తె॥౨ఆదివారము మొదలైనది.
వారంవారమ్-మ్-౦-అసకృదర్థః॥ తె॥మరిన్ని మాటిమాటికిన్ని.
వారకమ్-అ-న-కష్టస్థానమ్-౨హ్రీబేరమ్॥
వారకః-అ-పు- క్షుద్రశ్లేష్మాతకః-౨అశ్వగతిః-౩అశ్వవిశేషః-౪నిషేధకః॥ తె॥ ౧కీచవిరిగిచెట్టు.
వారకః-అ-త్రి-నిషేధకః॥
వారకీ-న్-పు-శత్రుః-౨చిత్రాశ్వః-౩పర్ణాజీవీ-౪పయోధిః॥
వారకీరః-అ-పు- శ్యాలకః-౨వారగ్రాహీ-౩బాడబః-౪యూకా- ౫వేణివేధినీ- ౬నీరాజితహయః॥
వారజః-అ-పు-పక్షీ॥
వారఙ్గః-అ-పు-ఖడ్గాదిముష్టిః॥
వారటమ్-అ- న - క్షేత్రమ్-౨క్షేత్రస
వారటా-ఆ-సీ-హంసీ॥ (మూహః॥

వారణమ్-అ-వ-ఖేటకమ్-౨నిషేధః॥ తె॥౧
వారణః-అ-పు-గజః॥ (డాలు
వారణబుసా-ఆ-సీ-కదలీ॥ తె॥ అరఁటిచెట్టు.
వారణవల్లభా-ఆ-సీ-కదళీవృక్షః॥
వారణసీ-ఈ-సీ-వారాణసీ॥
వారణా-ఆ-సీ-సముద్రతీరమ్॥ తె॥చెలియ
వారణాసీ-ఈ-సీ-కాశీపురీ॥ లికట్ట.
వారణీయమ్-అ-త్రి-వారణయోగ్యమ్॥
వారత్రమ్-అ-న-చర్మబంధనీ॥
వారబుసా-ఆ-సీ-కదళీ॥ తె॥అరఁటిచెట్టు.
వారముఖ్యా-ఆ-సీ-జనసత్కృతవేశ్యా॥
వారయితా-ఋ-పు-పతిః॥
వారలా-ఆ-సీ-వరటా-౨హంసీ॥
వారలీకః-అ-పు-బల్బజా॥
వారవధూః-ఊ-సీ-వారముఖ్యా॥
వారవాణః-అ-(సీ)-కంచుకః-౨కవచః॥ తె॥౧దూదిబొంతచొక్కా.
వారవాణిః-ఇ-పు-వంశీవాదకః - ౨ఉత్తమగాయకః-౩ధర్మాధ్యక్షః-౪సంవత్సరః॥
వారవాణిః-ఇ-సీ-వేశ్యా॥
వారవాణీ-ఈ-సీ-వారముఖ్యా॥
వారవిలాసినీ-ఈ-సీ-వేశ్యా॥
వారవృషా-ఆ-సీ-కదళీ॥
వారసున్దరీ-ఈ-సీ-వేశ్యా॥
వారసేవా-ఆ-సీ-వేశ్యానాంక్రమః - ౨తాపాంగణః॥
వారస్త్రీ-ఈ-సీ-వేశ్యా॥
వారాణసీ-ఈ-సీ-కాశీపురీ॥
వారాణసేయః-అ-త్రి-వారాణసీజాతః॥
వారాన్నిధిః-ఇ-పు సముద్రః॥
వారాసనమ్-అ-న-జలాధారః॥
వారాహమ్-అ-న-తీర్థవిశేషః॥
వారాహః-అ-పు-మహాపిండీతకవృక్షః॥

వారాహః-అ-త్రి-వరాహసంబంధీ॥
వారాహకర్ణీ-ఈ-సీ-అశ్వగంధా॥
వారాహపత్రీ-ఈ-సీ-అశ్వగంధా॥
వారాహీ ఆ-సీ-భూమిః॥
వారాహాఙ్గీ-ఈ-సీ-దంతీవృక్షః॥
వారాహీ-ఈ-సీ- సప్తమాతృకావిశేషః-౧ బ్రహ్మదండీ-౨ కార్ష్ణి-౩ తాలీ-౪ వరాహక్రాన్తా-౫ కాదివాచనీ॥ తె॥ ౧బ్రహ్మదండిచెట్టు-౨ పాఁదితీఁగె- ౩ నేలతాడిచెట్టు-౫ పొట్టిగుమ్మడిచెట్టు.
వారాహ్యా-ఆ-సీ-వరాహఋషిసుతా॥
వారి- ఇ - న - జలమ్-౧శర్కరా-౨ గజపాదరజ్జుః॥
వారిః-ఇ-సీ- ఆయుధధారా-౧వాక్ - ౨ సరస్వతీ- ౩ గజబంధనీ - ౪ హస్తిబంధనభూమిః ౫ వందిః॥
వారికణ్టకః-అ-పు-శృంగాటకః॥
వారికర్ణికా-ఆ-సీ-ఖమూలీ॥
వారికర్పూరః-అ-పు-ఇల్లిశమత్స్యః॥
వారికుబ్జః-అ-పు-శృంగాటకః॥
వారికుబ్జకః-అ-పు-శృంగాటకః॥
వారిక్రిమిః-ఇ-పు-జలౌకా॥ తె॥ జెలగ.
వారిచత్వరః-అ-పు-కుంభికా॥
వారిచరః- అ- పు- మత్స్యః-౧జలచరజంతుమాత్రంచ॥
వారిచామరమ్-అ-న-శైవాలః॥ తె॥ నాచు.
వారిజమ్-అ- న- ద్రోణీలవణమ్-౧గౌరసువర్ణమ్-౨పద్మమ్-౩లవంగమ్॥
వారిజః-అ-పు- పారిభద్రవృక్షః- ౧శంఖః-౨ శంబూకః॥ తె॥ గబాడిదపుచెట్టు.
వారిణాథః-అ-పు-వరుణః-౧వారిదః-౨ సముద్రః-౩ నాగలోకః॥
వారితస్కరః-అ-పు-మేఘః-౧సూర్యః॥
వారిత్రా-ఆ-సీ-ఛత్రమ్॥
వారిదమ్-అ-న-బ్రహ్మఖెటః॥
వారిదః-అ-పు-మెఘః-౧ముస్తకః॥
వారిద్రః-అ-పు-చాతకపక్షీ॥
వారిధిః-ఇ-పు-సముద్రః॥
వారినాథః-అ-పు-వరుణః-౧సముద్రః-౨ (మెఘః
వారినిధిః-ఇ-పు-సముద్రః॥
వారిపథికః-అ-త్రి-జలపథగామీ॥
వారిపర్ణః-అ-పు-కుంభికా॥ తె॥ తూఁడికూర.
వారిపర్ణీ-ఈ-సీ-కుంభికా॥ తె॥ తూఁడికూర.
వారిపాలికా-ఆ-సీ-ఖమూలికా॥
వారిప్రవాహః-అ-పు-నిర్ఝరః॥
వారిప్రశ్నీ-ఈ-సీ-వారిపర్ణీ॥
వారిబదరా-ఆ-సీ-ప్రాచీనామలకమ్॥
వారిభవమ్-అ-న-స్రోతోంజనమ్॥
వారిభవ్యమ్-అ-న-పారిభావ్యమ్॥ తె॥ చెంగలికోష్టు.
వారిమసిః-ఇ-పు-మెఘః॥
వారిముక్-చ్-పు-మెఘః॥
వారిమూలీ-ఈ-సీ-వారిపర్ణీ॥
వారిరథః-అ-పు-భేలకః॥
వారిరాశిః-ఇ-పు-సముద్రః॥
వారిరుహమ్-అ-న-కమలమ్॥
వారిరుహమ్-అ-త్రి-జలజాతే॥
వారిలోమా-న్-పు-వరుణః॥
వారివదనమ్-అ-న-ప్రాచీనామలకమ్॥
వారివరమ్-అ-న-కరమర్దకమ్॥
వారివల్లభా-ఆ-సీ-విదారీ॥
వారివాలకమ్-అ-న- హ్రీబెరమ్॥
వారివాసః-అ-పు-శౌండికః॥
వారివాహః-అ-పు-మెఘః-౧ముస్తా॥
వారివాహనః-అ-పు-మెఘః॥
వారిశః-అ-పు-విష్ణుః॥

వారిసమ్భవమ్-అ-న-లవంగమ్-౨సౌవీరాంజనమ్-౩ఉశీరమ్॥

వారిసమ్భవః-అ-పు-యావనాలశరః॥

వారీ-ఈ-స్త్రీ-గజగ్రహణభూమిః-౨అవహితః॥ తె॥ ౧ఏనుఁగలనుపట్టెడుస్థలము-౨ఏనుఁగలనుఁబట్టుటకుఁద్రవ్విన గొయ్యి

వారీటః-అ-పు-హస్తీ॥

వారీయమ్-అ-న-హస్తికందవృక్షః॥

వారీశః-అ-పు-సముద్రః॥

వారుః-ఉ-పు-విజయకుంజరః॥

వారుటః-అ-పు-ఖట్వాః-౨అంతశయ్యా॥

వారుణమ్-అ-న-జలమ్॥

వారుణమ్-అ-త్రి-వరుణసంబంధిని॥

వారుణకర్మ-న్-న-జలాశయఖననాది॥

వారుణిః-ఇ-పు-అగస్త్యమునిః॥

వారుణీ-ఈ-స్త్రీ-శతభిషఙ్నక్షత్రమ్-౨ఖలీనః-౩మూర్వా-౪మద్యమ్-౫ప్రత్యగ్దిక్-౬యమభార్యా-౭గండదూర్వా-౮దూర్వా-౯ఇంద్రవారుణీ-౧౦శతభిషానక్షత్రయుక్తచైత్రకృష్ణత్రయోదశీ॥ తె॥ ౨గుఱ్ఱపుకళ్ళెము-౩చాఁగచెట్టు.

వారుణీవల్లభః-అ-పు-వరుణః॥

వారుణ్డః-అ-పు-ఫణినాంరాజా॥

వారుణ్డః-అ-(స్త్రీ)-నౌసేకపాత్రమ్-౨నేత్రమలమ్-౩కర్ణమలమ్॥

వారుణ్డీ-ఈ-స్త్రీ-ద్వారపిండీ॥

వారేణ-అ-౦-అసకృదర్థః॥ తె॥ మరిన్ని.

వారేన్ద్రీ-ఈ-స్త్రీ-దేశవిశేషః-అధునా రాజశాహీనామకదేశైకదేశః॥

వార్క్షీ-ఈ-స్త్రీ-స్త్రీవిశేషః॥

వార్క్ష్యమ్-అ-న-వనమ్॥

వార్క్ష్యమ్-అ-త్రి-వృక్షసంబంధిని॥

వార్పః-అ-పు-హంసః॥

వార్ణికః-అ-త్రి-లేఖకః॥

వార్తమ్-అ-న-ఫల్గు-౨ఆరోగ్యమ్॥

వార్తః-అ-పు-వృతిః-౨మన్యుః-౩రోగః॥

వార్తః అ-త్రి-విగతరోగః-౨వృత్తిశాలీ॥

వార్తకః-అ-పు-శాకబిల్వకః-౨పక్షివిశేషః॥ తె॥ ౧వంగచెట్టు.

వార్తకీ-ఈ-స్త్రీ-బృహతీ॥ తె॥ నేలములకచెట్టు.

వార్తా-ఆ-స్త్రీ-వృత్తాంతః-౨జీవనోపాయః-౩వార్తాకః-౪కృష్యాదిః-౫వర్తనమ్॥

వార్తాకః-అ-పు-వార్తాకుః-౨వార్తకపక్షీ॥

వార్తాకిన్-న్-పు-వార్తాకుః॥

వార్తాకీ-ఈ-స్త్రీ-బృహతీ-౨వార్తాకుః॥

వార్తాకుః-ఉ-స్త్రీ-స్వనామఖ్యాతఫలవృక్షః॥

వార్తాకుః-ఉ-పు-శాకబిల్వకః॥ తె॥ వంగచెట్టు

వార్తాయనః-అ-పు-ప్రవృత్తజ్ఞః॥

వార్తావహః-అ-పు-వైవధికః॥ తె॥ కేపి వాడు,

వార్తావృత్తిః-ఇ-పు-గృహస్థవిశేషః॥

వార్తికమ్-అ-న-ఉక్తానుక్తదురుక్తార్థవ్యక్తికారకగ్రంథః॥

వార్తికః-అ-పు-తాలప్రాణమార్గవిశేషః-౨దూతః-౩పక్షివిశేషః॥ తె॥ ౨వర్తమానములనుకొంచుఁబోవ్యేడువాఁడు.

వార్తికా-ఆ-స్త్రీ-పక్షివిశేషః॥

వార్త్రఘ్నః-అ-పు-అర్జునః-౨జయంతః॥

వార్త్రఘ్నః-అ-త్రి-వృత్రఘ్నసంబంధీ॥

వార్దరమ్-అ-న-కృష్ణలాబీజమ్-౨దక్షిణావర్తశంఖః-౩కాకచించా-౪భారతీ-౫కృమిజమ్-౬జలమ్-౭ఆమ్రబీజమ్॥

వార్దలమ్-అ-న-దుర్దినమ్॥

వార్దలః-అ-పు-మేలానందా-సాతుమస్యాధారః॥

వార్ధకమ్-అ-న-వార్ధక్యమ్-౨వృద్ధసమూహః ॥తె॥౧ఏఁబదియేండ్లకుఁబై పడినయీడు.

వార్ధక్యమ్-అ-న-వృద్ధత్వమ్॥తె॥ఏఁబదియేండ్ల కుతరువాతియీడు.

వార్ధ్రాకః-అ-పు-పక్షివిశేషః॥

వార్ధ్రాణీ-ఈ-సీ-గలంతికా॥ తె॥ గరిగెపిడత.

వార్ధిః-ఇ-పు-సముద్రః॥తె॥మున్నీరు.

వార్ధిభవమ్-అ-న-ద్రోణీలవణమ్॥

వార్ధుషిః-ఇ-త్రి-వార్ధుషికః॥

వార్ధుషికః-అ-త్రి-సంవత్సరభేదః-౨వృద్ధ్యాజీవః॥తె॥ ౨వడ్డికినిచ్చిబ్రతికెడువాఁడు.

వార్ధుష్యమ్-అ-న-ధాన్యవర్ధనమ్॥

వార్ధేయమ్-అ-న-ద్రోణీలవణమ్॥

వార్ధ్రిమ్-అ-(పు)-చర్మరజ్జుః॥

వార్ధ్రీణసః-అ-పు- పశువిశేషః - ౨పక్షివిశేషః॥

వార్ధ్రీనసః-అ-పు-గండకః॥

వార్భటః-అ-పు-కుంభీరః॥

వార్మణమ్-అ-న-కవచసమూహః॥

వార్మిణమ్-అ-న-వర్మిసమూహః॥

వార్ముక్-చ్-పు-మేఘః॥

వార్యమ్-అ-త్రి-వారిసంబంధి॥

వార్యుద్భవమ్-అ-న-పద్మమ్॥

వార్యుద్భవమ్-అ-త్రి-జలజే॥

వార్రాశిః-ఇ-పు-సముద్రః॥

వార్వటః-అ-పు-బహిత్రమ్॥

వార్వణా-ఆ-సీ-నీలీమక్షికా॥

వార్షకమ్-అ-న-సుద్యుమ్నకృతపృథివీదళభాగాంతర్గతభాగవిశేషః॥

వార్షభాణవీ-ఈ-సీ - వృషభాణుకన్యా-శ్రీరాధా॥

వార్షికమ్-అ-న-బలభద్రికా॥ తె॥ కలుక్రానుఁగుచెట్టు.

వార్షికః- అ- త్రి- వర్షభవః- ౨వర్షాకాలోద్భవశ్చ॥

వార్షికా-ఆ-సీ-వార్షికమల్లికా॥

వార్షికీ-ఈ-సీ-దేవబలా- ౨వర్షకర్తవ్యపూజాదిః॥తె॥౧కలుక్రాంతచెట్టు.

వార్షిలా-ఆ-సీ-కరకా॥

వార్షుకః-అ-త్రి-వర్షణశీలః॥

వాలమ్-అ-న-హ్రీబేరమ్॥తె॥కురువేరు.

వాలః-అ-పు-మత్స్యవిశేషః - ౨అష్టరజఃప్రమాణరేణుః-౩కేశమ్-౪లాంగూలః-౫ఖడ్గః॥

వాలకః-అ-(సీ)-పారిహార్యః॥

వాలకః-అ-త్రి-అంగురీయకే॥

వాలధిః-ఇ-పు-రోమగుచ్ఛవత్పుచ్ఛమ్॥

వాలపాశ్యా-ఆ-సీ-పారితథ్యా॥ తె॥ రాగిడీబిల్ల.

వాలమూలమ్-అ-న-హరితాలకమ్॥తె॥హరిదలము

వాలమృగః-అ-పు-సృమరః॥ తె॥ పెద్దచమరీమృగము.

వాలవాయజమ్-అ-న-వైడూర్యరత్నమ్॥

వాలశృఙ్గీ-న్-పు-మత్స్యభేదః॥

వాలహస్తః-అ-పు- కేశసమూహః-౨రోమగుచ్ఛవత్పుచ్ఛః॥

వాలిః-ఇ-పు-ఇంద్రనందనః॥

వాలికా-ఆ-సీ-కంఠాదౌనిమ్నదేశః॥తె॥ కంఠము మొదటిగుంట.

వాలీ-న్-పు-ఇంద్రనందనః॥

వాలుః-ఉ-పు-ప్రవాహః- ౨గోపుచ్ఛమ్-౩శాఖా॥

వాలుకమ్-అ-న- విషవిశేషః - ౨హరివాలుకమ్-౩ఏలవాలుకమ్॥ తె॥౨కూఁతురుబుడమచెట్టు.

వాలుకః-అ-పు-పానీయాలుః॥

వాలుకనన్దనః-అ-త్రి-కస్తూరికా॥
వాలుకనన్దనా-ఆ-సీ-గంగా-౨సస్యాంతరమ్ ౩బాల్యమ్॥
వాలుకా-ఆ-సీ- సికతాః-౨యంత్రవిశేషః- ౩శాఖాహస్తపాదాది- ౪కర్కటీ-౫కర్పూరః॥
వాలుకాగడః-అ-పు-మత్స్యవిశేషః॥
వాలుకాత్మికా-ఆ-సీ-శర్కరా॥
వాలుకాత్మికా-ఆ-త్రి-వాలుకామయే॥
వాలుకాప్రభా-ఆ-సీ-నరకవిశేషః॥
వాలుకామయమ్-అ-త్రి-సికతామయమ్॥
వాలుకాయన్త్రమ్- అ- న- ఔషధపాకార్థయంత్రవిశేషః॥
వాలుకాస్పర్శః-అ-పు- సికతారేణుయుక్తాభనీలమణిదోషః॥
వాలుకాస్వేదః-అ- పు- తప్తవాలుకాభిస్థాపనమ్॥
వాలుకీ-ఈ-సీ-కర్కటీభేదః॥
వాలుజీ--ఈ-సీ-కర్కటీ॥
వాలుఙ్గికా-ఆ-సీ-కర్కటీ॥
వాలుఙ్గీ-ఈ-సీ-కర్కటీ॥
వాలూకః-అ-పు-విషభేదః॥
వాల్కః-అ-త్రి-క్షౌమమ్॥ తె॥ నారతోచేసినబట్ట.
వాల్కలమ్-అ-త్రి-వల్కలనిర్మితమ్॥
వాల్కలీ-ఈ-సీ-మదిరా॥
వాల్మికిః-ఇ-పు-వాల్మీకముని॥
వాల్మీకమ్-అ-న-ఇంద్రధనుః॥
వాల్మీకః-అ-పు-రామాయణకర్తాముని॥
వాల్మీకఫలః అ-పు-పృథుజంబీరః॥
వాల్మీకిః-ఇ-పు-ప్రాచేతసః॥
వాల్లవేయః-అ-పు-బలీవర్దః॥ తె॥ఎద్దు.
వాల్లీనః- అ- త్రి- వల్లిభవనోచితక్షేత్రమ్॥

తె॥తీఁగెలువిస్తరించియయ్యెడుభూమి.
వావదూకః-అ- త్రి- విద్వన్మధ్యేప్రకృతోపయోగివక్తా॥
వావయః-అ-పు-తులసీవిశేషః॥
వావుటః-అ-పు-బహిత్రమ్॥
వావృత్తః-అ- త్రి-వృతః॥ తె॥ వరించఁబడ్డది.
వాశకః-అ-పు- వాజిదంతకః॥ తె॥అడ్డసరపుచెట్టు.
వాశా-ఆ-సీ-ఆటరూషః॥ తె॥అడ్డసరము.
వాశిః-ఇ-పు-అగ్నిః॥
వాశికా-ఆ-సీ-వాసకః॥
వాశితమ్-అ-న-మృగపక్షిధ్వనిః॥
వాశితః-అ-త్రి-సురభీకృతః॥
వాశితా-ఆ-సీ స్త్రీమాత్రమ్-౨కరిణీ॥
వాశిష్ఠః-అ-త్రి-వసిష్ఠసంబంధీ॥
వాశిష్ఠీ-ఈ-సీ-గోమతీనదీ॥
వాశీ-ఈ-సీ-బాడాసుః॥ తె॥ వడ్లవానిబా } (డితె.
వాశురా-ఆ-సి-రాత్రిః॥
వాశ్రమ్-అ-న-మందిరమ్-౨చతుష్పథః॥
వాశ్రః-అ-పు-దివసః॥
వాసః-అ-పు-గృహమ్- ౨దేహః-౩ఆటరూషకః-౪వస్త్రమ్-౫అవస్థానం-౬సుగంధిః॥
వాసః-స్-న-వస్త్రమ్-౨పత్రకమ్॥
వాసఃకుటీ-ఈ-సి-పటగృహమ్॥ తె॥ డేరా.
వాసకః-అ-పు- వృక్షవిశేషః-౨గానాంగవిశేషః॥
వాసకర్ణీ-ఈ-సి-యజ్ఞశాలా॥
వాసకసజ్జా-ఆ-సి-స్వీయాదినాయికాభేదః
వాసకసజ్జికా-ఆ-సి- కేలీగృహమాత్మానమలంకృత్యప్రియార్థంస్మరానాయికా॥
వాసకా-ఆ-సి-వాసకవృక్షః॥
వాసగృహమ్-అ-న- గృహాంతర్గృహమ్-౨శయనగృహమ్॥

వాసతః-అ-పు-గర్దభః॥
వాసతేయీ-ఈ-సీ-గృహమ్-౧రాత్రిః॥
వాసనమ్-అ-త్రి-వసనసంబంధి॥
వాసనమ్-అ-న-వసనమ్-౧జ్ఞానమ్-౨రూపకమ్-౩గంధః॥
వాసనా-ఆ-సీ-ప్రత్యాశా-౧జ్ఞానమ్-౨స్మృతిహేతుః-౩దేహాత్మబుద్ధిజన్యమిథ్యాసంస్కారః-౪దుర్గా.
వాసనా-ఆ-(పు)-అనుభూతార్థస్మృతిః॥
వాసన్తః-అ-త్రి-అవహితే॥
వాసన్తః అ-పు-ధూళికదంబః-౧కోకిలః-౨విటః-౩ఉష్ట్రః-౪ముద్గః-౫కృష్ణముద్గః-౬మదనవృక్షః॥ తె॥ ౧వసంతకడిమిచెట్టు.
వాసన్తకమ్-అ-త్రి-వసంతసంబంధి॥
వాసన్తికః-అ-త్రి-పరిహాసకః॥
వాసన్తీ-ఈ-సీ-వసంతదూతీ-౧అతిముక్తలతా-౨పాటలా-౩క్రమెలకః॥ తె॥ ౧వసంతకాలపుమల్లె-౨పువ్వులగురివెంద.
వాసయోగః-అ-పు-చూర్ణి॥ తె॥బుక్కా-మొదలయినది.
వాసరః-అ-పు-నాగభేదః॥ తె॥పాము.
వాసరః-అ-(సి)-దినమ్॥ తె॥పగలు.
వాసరేయీ-ఈ-సీ-రాత్రిః॥
వాసవః-అ-పు-ఇంద్రః॥
వాసవీ-ఈ-సీ-వ్యాసమాతా॥
వాససజ్జా-ఆ-సీ-నాయికాభేదః॥
వాసా-ఆ-సీ-వాసకః॥
వాసాగారమ్-అ-న-వాసగృహమ్॥
వాసిః-ఇ-పు-కుఠారభేదః॥
వాసికా-ఆ-సీ-వాజిదంతకః॥ తె॥ అడ్డసరపుచెట్టు.
వాసితమ్-అ-న-మృగపక్షిధ్వనిః-౧వస్త్రవేష్టితమ్-౨రక్తోశీరమ్-౩జ్ఞానమాత్రమ్॥
వాసితః-అ-త్రి-భావితః॥ తె॥ కర్పూరాదులచేతపరిమళింపజేసినద్రవ్యము.
వాసితా-ఆ-సీ-వనితా-౧కరేణుః॥
వాసినీ-ఈ-సీ-శుక్లఝింటీ॥
వాసిష్టమ్-అ-న-రుధిరమ్॥
వాసిష్ఠః-అ-పు-వసిష్ఠగోత్రాపత్యమ్॥
వాసీ-ఈ-సీ-తక్షణీ॥
వాసుః-ఉ-పు-విష్ణుః-౧పునర్వసుః॥
వాసుకమ్-అ-న-వైకుంఠమ్॥
వాసుకిః-ఇ-పు-దేవయోనిసర్పరాజః॥
వాసుకేయః-అ-పు-వాసుకిః॥
వాసుదేవమ్-అ-న-నీరమ్-౧సువర్ణమ్॥
వాసుదేవః-అ-పు-విష్ణుః-౧పరమాత్మా॥
వాసుదేవతః-స-౦-వాసుదేవంప్రతీత్యర్థః॥
వాసుదేవప్రియఙ్కరీ-ఈ-సీ-శతావరీ-౧శ్రీకృష్ణప్రియకారిణీచ॥
వాసుపూజ్యః-అ-పు-జినవిశేషః॥
వాసుభద్రః-అ-పు-శ్రీకృష్ణః॥
వాసురా-ఆ-సీ-రాత్రిః-౧వాసితా-౨భూమిః॥
వాసూః-ఊ-సి-నాట్యోక్తబాలికా॥
వాసౌకః-స-న-వాసగృహమ్॥
వాస్తవమ్-అ-న-యథార్థభూతమ్॥
వాస్తవికమ్-అ-త్రి-పరమార్థభూతంవస్తు॥
వాస్తవేయా-ఆ-సీ-రాత్రిః॥
వాస్తవ్యః-అ-త్రి-స్థాతుంయోగ్యః॥ తె॥ ఉండునది.
వాస్తు-ఉ-న-వాస్తూకశాకమ్॥
వాస్తుః-ఉ-(సీ)-గృహమ్-౧నిర్మితగృహగ్రామాదిభూమిః ౨సీమా-౩సురంగా-౪పురీ
వాస్తుః-ఉ-పు-సురః॥
వాస్తుకమ్-అ-న-చక్రవర్తినీ॥ తె॥ చక్రవర్తికూర.

వాస్తుకః-అ-పు-వాస్తుపురుషః - ౨ప్రమార్జనమ్-౩విలుంఠనమ్॥

వాస్తుకదలా-ఆ-సీ - పాలక్యా॥ తె॥ మట్టుబచ్చలిచెట్టు.

వాస్తుకీ-ఈ-సీ-చిల్లీశాకమ్॥

వాస్తుపతిః-ఇ-పు-ఇంద్రః॥

వాస్తూకమ్-అ-న-శాకవిశేషః॥

వాస్తేయమ్-అ-త్రి-వస్తిసంబంధి-౨వస్త్రసంబంధి-౩వస్తుసంబంధి-౪వాస్తుసంబంధి॥

వాస్తోష్పతిః-ఇ-పు-ఇంద్రః॥

వాస్త్వ్యమ్-అ-న-గృహమ్॥

వాస్థః-అ-త్రి-వారితిష్ఠతియః॥

వాస్రమ్-అ-న-మందిరమ్-౨చతుష్పథమ్॥

వాస్రః-అ-పు-దినమ్॥ తె॥ పగలు॥

వాస్త్రః-అ-త్రి-వస్త్రావృతరథః - ౨వస్త్రసంబంధీచ॥

వాహః-అ-త్రి-వహనకర్తా॥

వాహః-అ-పు-అగ్నిచయనకర్తా-౨అశ్వః-౩అర్ధఖారీ-౪ద్విగోణీపరిమాణమ్-౫వృషభః-౬యానభేదః॥ తె॥ ౩పందుము - ౪రెండుగోనెలపరిమాణము.

వాహకః-అ-త్రి-వహనకర్తా॥ (రౌతు.

వాహకః-అ-పు-అశ్వారోహః॥ తె॥ గుఱ్ఱపు

వాహఘ్నః-అ-పు-తృణధాన్యవిశేషః॥

వాహద్విషన్-త్-పు-మహిషః॥

వాహనమ్-అ-న-యానసామాన్యమ్॥

వాహనః-అ-పు-అజగరః-౨అగ్నిః॥ తె॥ ౧పెనుఁబాము.

వాహశ్రేష్ఠః-అ-పు-అశ్వః॥

వాహసః-అ-పు-అజగరః-౨వారినిర్యాణమ్-౩సునిషణ్ణకమ్॥

వాహా ఆ-సీ-భుజః॥

వాహావాహవి-౦-౦-బాహుయుద్ధమ్॥

వాహికః-అ-పు-ఢక్కా - ౨గోవాహః-శకటాది-౩భారవాహకశ్చ॥

వాహిత్థమ్-అ-న-గజకుంభాధస్థానమ్॥ తె॥ పిన్ననుదుటిబుడుసుక్రిందు.

వాహినీ-ఈ-సీ-నదీ-౨సేనా - గజాః ౮౧-రథాః౮౧-వాజినః౨౪౩-భటాః౪౦౫-పతద్వ్యక్తసైన్యమ్॥

వాహినీపతిః-ఇ-పు- సేనానాయకః - ౨సముద్రః॥

వాహీకః-అ-పు-దేశభేదః-౨జర్తికజాతిః॥

వాహ్యమ్-అ-న-యానమ్॥

వాహ్యః-అ-త్రి-వహనీయః-౨బహిః॥

వి-ఇ-౦-పృథగ్భావః-౨విలోలనమ్ - ౩నిగ్రహః-౪నియోగః-౫పదపూరణమ్ - ౬నిశ్చయః-౭అసహనమ్-౮హేతుః - ౯అవ్యాప్తిః-౧౦వినియోగః - ౧౧ఉపదగ్ధః-౧౨పరిభవః-౧౩శుద్ధమ్-౧౪అవలంబనమ్-౧౫విజ్ఞానమ్-౧౬విశేషః - ౧౭గతిః-౧౮ఆలంభః-౧౯పాలనమ్-౨౦ఉపసర్గవిశేషః- అస్యార్థాః విశేషవైరూప్యనఞ్ అర్థగతిదానేషు॥

విః-ఇ-పు-విహంగః-౨చక్షుః-౩వ్యోమ - ౪వాతః-౫పరమాత్మా॥ తె॥ ౧పిట్ట

విః-ఇ-ద్వి-పక్షీ॥

వింశః-అ-త్రి-వింశతిపూరణః॥ తె॥ ఇఱువదవది,

వింశకః-అ-త్రి-వింశతిః॥

వింశతిః-ఇ-సీ- వింశతిసంజ్ఞా - ౨వింశతిసంఖ్యావంతః॥

వింశతికః-అ-త్రి-వింశతిక్రీతవస్త్రమ్॥

వింశతికృత్వః-స-౦-వింశతివారమ్॥ తె॥ ఇఱువదిమారులు.

వింశతితమః-అ-త్రి-వింశః॥

వింశతిధా అ-౦-వింశతిప్రకారేణ॥ తె॥ఇరువదివిధములుగాను.

వింశతిశః-స్-న-వింశతివీప్సా ॥ తె॥ ఇరువదేసి.

వింశీ-ఈ-సీ-వింశతిః॥

వికమ్-అ-న-సద్యఃప్రసూతాయాగోఃక్షీరం

వికః-అ-పు-వాయసః-౨చంద్రః- ౩వికాసనమ్॥

వికఙ్కటః-అ-పు-గోక్షురః॥

వికఙ్కతః-అ-పు-స్రుచాంవృక్షః॥ తె॥ కానరేఁగుచెట్టు.

వికఙ్కతా-ఆ-సీ-అతిబలా॥

వికచమ్-అ-న-స్థౌణేయమ్॥ తె॥ స్థౌణేయమను గ్రంథ్యము.

వికచః-అ-పు-క్షపణః-౨కేతుః॥

వికచః-అ-త్రి-వికసితపుష్పవృక్షాదిః- ౨కేశశూన్యః॥

వికచా-ఆ-సీ-మహాశ్రావణికా॥

వికచ్ఛః-అ-త్రి-కచ్ఛరహితః- ముక్తకచ్ఛః॥

వికటః-అ-పు-విస్ఫోటకః-౨పాకురుండవృక్షః

వికటః-అ-త్రి-విస్తీర్ణః-౨విరూపకః- ౩విరుద్ధరూపీ-౪విరలః॥ తె॥౧గొప్పది- ౨మిక్కిలీ వంకరది.

వికటా-ఆ-సీ-మాయాదేవీ - సాచబౌద్ధదేవీభేదః॥

వికటాఙ్గులయః-ఇ-సీ-విధవాలక్షణమ్-బహువచనాంతోఽయమ్॥

వికణ్టకః-అ-పు-యవాసః-౨వృక్షవిశేషః॥

వికత్థనమ్-అ-న-మిథ్యాశ్లాఘా॥

వికమ్పితః-అ-త్రి-విశేషేణకంపవిశిష్టః॥

వికరః-అ-పు-రోగః॥

వికరాలమ్-అ-త్రి-ఆయామవిస్తారాదిభిరధికమ్॥ తె॥గొప్పది.

వికర్ణః-అ-పు-దుర్యోధనపక్షీయశూరః॥

వికర్ణికః-అ-పు-సారస్వతదేశః॥(కుమారః}

వికర్తనః-అ-పు-సూర్యః- ౨ధృతరాష్ట్ర}

వికర్మకృత్-త్-త్రి-నిషిద్ధకర్మకారీ॥

వికర్మస్థః-అ-త్రి-నిషిద్ధకృత్॥

వికర్మికః-అ-పు-హట్టాధ్యక్షః॥ తె॥ బాజారు మీదిపారుపత్తెగాఁడు.

వికర్షః-అ-పు-బాణః॥

వికర్షణమ్-అ-న-ఆకర్షణమ్॥

వికలః-అ-త్రి-నెమః-౨విచ్ఛిన్నః॥ తె॥౧కొంత-సగము. (ణీయుక్తః॥}

వికలపాణికః-అ- పు - స్వభావహీనపా}

వికలా-ఆ-సీ-ఋతుహీనా॥

వికలాఙ్గః-అ-త్రి- స్వభావతోన్యూనాంగః॥

వికలీ-ఈ-సీ-ఋతుహీనా॥

వికల్పః-అ-పు-ఇచ్ఛారహితబుద్ధిః-౨అలంకారవిశేషః-౩భ్రాంతిః-౪కల్పః॥

వికశ్వరః-అ-త్రి-వికాసీ॥

వికషా-ఆ-సీ-మంజిష్ఠా - ౨మాంసరోహిణీ॥

వికసః-అ-పు-చంద్రః॥

వికసా-ఆ-సీ-మంజిష్ఠా॥ తె॥మంజిష్ఠతీఁగె.

వికసితమ్-అ-త్రి-దలానామన్యోన్యవిశ్లేషః॥

వికస్వరః-అ-పు-అలంకారభేదః॥

వికస్వరః-అ-త్రి-వికసనశీలః॥ తె॥ వికసించెడిపుష్పాదులు.

వికస్వరా-ఆ-సీ-రక్తపునర్నవా॥

వికారః-అ-పు-తిరస్కారః - ౨ప్రకృత్యన్యథాభావః-౩తన్మయః॥

వికారీ-న్-పు-సంవత్సరభేదః॥

వికాలః-అ-పు-దైవపైత్రాదికర్మణివిరుద్ధ}

వికాలకః-అ-పు-వికాలః॥ (కాలః॥}

వికాలికా-ఆ-సీ-మానరంధ్రా-తామ్రీ॥

వికాశః-అ-పు-విజనః-౨వ్యక్తిః॥

వికాశనమ్-అ-న-వికాశః॥
వికాశీ-న్-త్రి-వికాసశీలః॥
వికాసపర్యాయః-అ-పు-అలంకారభేదః॥
వికాసీ-న్-త్రి-వికసనశీలః॥
వికిరమ్-అ-న-గజకుంభస్థలమధ్యమ్॥
వికిరః-అ-పు-విహంగః-౨వాలుకా-౩కూపః-౪పూజాకాలీన విఘ్నోత్సారణార్థక్షేపణీయతండులాదిః॥
వికిరణమ్-అ-న-విక్షేపణమ్-౨విహింసనమ్-౩విజ్ఞానమ్॥
వికిరణః-అ-పు-అర్కపర్ణః-౨కాష్ఠీలః॥ తె॥౧జిల్లేడుఆకు-౨ఉచ్చింతచెట్టు.
వికీర్ణః-అ-త్రి-విక్షిప్తః॥
వికీర్ణరోమన్-న-స్థౌణేయమ్॥
వికీర్ణసంజ్ఞమ్-అ-న-స్థౌణేయమ్॥
వికుక్షిః-ఇ-పు-ఇక్ష్వాకురాజపుత్రః॥
వికుర్వాణః అ-త్రి-తృప్తచిత్తః॥ తె॥నిండాఉమనస్సుగలవాఁడు.
వికుస్రః-అ-పు-చంద్రః॥ (చూపు.
వికూణనమ్-అ-న-కటాక్షః॥ తె॥ కడకంటి)
వికూణికా-ఆ-సీ-నాసికా॥ (ముక్కు.
వికూణికా-ఆ-సీ- నాసికాభేదః॥ తె॥ నడ్డి)
వికృతమ్-అ-న-భీభత్సరసః॥
వికృతః-అ-త్రి-భీభత్సరసవాన్-౨రోగీ-౩కురూపీ-౪అసంస్కృతః-౫రుదితః॥
వికృతిః-ఇ-సీ- వికాసక్షోభవిక్షేపైర్మనోజాతవికారః-౨కించిత్ప్రకృత్యన్యథాభావః-౩త్రయోదశచ్ఛందః॥
వికృతిః-ఇ-పు-సంవత్సరవిశేషః॥
వికృతీ-ఈ-సీ-రోగః-౨డింబః-౩వికారః-౪మద్యాదిః॥
వికృతోక్తిః-ఇ-సీ-అలంకారవిశేషః॥
వికృష్టః-అ-త్రి-విశేషేణకర్షితః-ఆకృష్టః॥
వికృష్టః-అ-పు-దీర్ఘఖలూరికా॥ తె॥పొడుగుగరిడీశాల.
వికృష్టా-ఆ-సీ- నాసికాభేదః॥ తె॥ ముకుగోళ్లుపైకెగసియుండెడిముక్కు,
వికేశీ-ఈ-సీ-పటవర్తిః - ౨కేశవర్జితా - ౩మహీరూపశివస్యపత్నీ॥
వికోకః-అ-పు-వృకాసురపుత్రః॥
వికోశః-అ-త్రి-కోశరహితః-నిష్కోశః॥
విక్కః-అ-పు-వింశతివత్సరగజకలభః॥
విక్రమః-అ-పు- సంవత్సరవిశేషః - ౨అతిశయబలమ్-౩క్రమణమ్-౪శౌర్యమ్-౫విష్ణుః-౬విక్రమాదిత్యరాజా-౭చరణః॥
విక్రమాదిత్యః-అ-పు-విక్రమార్కః॥
విక్రమాదిత్యకథమ్-అ- న - విక్రమార్కకంథా॥
విక్రమార్కః-అ-పు- కలిశకాంతభేతః॥ తె॥ విక్రమార్కుఁడు.
విక్రమీ-న్-పు-సింహః-౨విష్ణుః॥
విక్రమీ-న్-త్రి-అతిశక్తివిశిష్టః॥
విక్రయః-అ-పు-విపణః॥ తె॥అమ్మకము.
విక్రయణమ్-అ-న-విక్రయః॥
విక్రయికః-అ-పు-విక్రేతా॥ తె॥ అమ్మెడువాఁడు.
విక్రయీ-న్-త్రి-విక్రయకర్తా॥
విక్రాంతమ్-అ-న-వైక్రాంతమణిః॥
విక్రాంతః-అ-పు-శూరః-౨సింహః॥
విక్రాంతా-ఆ-సీ-మండూకపర్ణీ॥ తె॥ మండూకబ్రహ్మిచెట్టు.
విక్రాంతిః ఇ-సీ-అశ్వగతిః-౨విక్రమశ్చ॥
విక్రాయికః-అ-పు-విక్రేతా॥
విక్రియా-ఆ-సీ వికాసక్షోభవిక్షేపైర్మనోజాతవికారః - ౨కించిత్ప్రకృత్యన్యథాభావః॥

విక్రీతః-అ-త్రి-కృతవిక్రయః॥

విక్రుష్టమ్-అ-త్రి-నిష్ఠురమ్॥

విక్రేతా-ఋ-త్రి-విక్రయికః॥ తె॥ అమ్మెడువాఁడు.

విక్రేయః-అ-త్రి-పణితవ్యః॥ తె॥ అమ్మఁదగినది

విక్లబః అ-త్రి-భయవివశః॥

విక్లిన్నమ్ అ-త్రి-ఆక్లీర్ణమ్- ౨జీర్ణమ్ - ౩ఆర్ద్రిమ్॥

విక్షుతః-అ-పు-విశేషేణక్షుతః॥

విక్షావః-అ-పు-కాసః-౨క్షవణమ్॥ తె॥ ౧దగ్గు-౨తుమ్మడము.

విక్షిప్తః-అ-త్రి-త్యక్తః॥

విక్షిప్తా-ఆ-సీ-తాలప్రాణక్రియాభేదః॥

విక్షీణకః-అ-పు-దేవసంగః - ౨హారీగుణపుత్రః-౩క్రవ్యాలహీసుతః॥

విక్షీరః-అ-పు-అర్కవృక్షః॥

విక్షేపః-అ-పు-తాలప్రాణక్రియాభేదః- ౨బాణమోచనమ్॥

విక్షేపశక్తిః-ఇ-సీ-మాయాశక్తిః॥

విఖః-అ-త్రి - విగతనాసికః॥ తె॥ ముక్కిడివాఁడు.

విఖానాః-స్-పు-బ్రహ్మ॥

విఖాసా-ఆ-సీ-జిహ్వా॥

విఖుః-ఉ-త్రి - విగతనాసికః॥ తె॥ ముక్కిడివాఁడు.

విఖురః-అ-పు-రాక్షసః-౨చోరః॥

విఖ్యః-అ-త్రి-గతనాసికః॥

విఖ్యాతః-అ-త్రి-ప్రసిద్ధః॥

విఖ్యాతిః-ఇ-సీ-ప్రసిద్ధిః॥

విఖ్యాపనమ్-అ-న-వ్యాఖ్యానమ్॥

విఖ్రః-అ-త్రి - విగతనాసికః॥ తె॥ ముక్కిడివాఁడు.

విఖ్రుః-ఉ-త్రి-అనాసికః-౨భిన్ననాసికః॥

విగణనమ్-అ-న-ఋణముక్తిః॥

విగతః-అ-త్రి-నిష్ప్రభః - ౨విశేషేణగతః॥ తె॥ ౧కాంతిపోయినది.

విగతశ్రీకః-అ-త్రి-శ్రీరహితః॥

విగతార్తవా-ఆ-సీ - పంచపంచాశదబ్దేభ్యః ఊర్ధ్వంనివృత్తరజస్కా॥

విగన్ధకః-అ-పు-ఇంగుదీవృక్షః॥

విగన్ధికా-ఆ-సీ-హపుషా॥

విగమః-అ-పు-నాశః॥

విగరః-అ-పు-పర్వతః-౨వాయుభోక్తా- ౩వస్త్రహీనః॥

విగర్హణమ్-అ-న-నిందనమ్-౨భర్త్సనమ్॥

విగర్హణా-ఆ-సీ-నిందనమ్- ౨భర్త్సనమ్॥

విగర్హితః-అ-త్రి-నిందితః-౨నిషిద్ధః॥

విగలితః-అ-త్రి-స్ఖలితః॥

విగాఢః-అ-త్రి-స్నాతః-అవగాహితః॥

విగానమ్-అ-న-నిందా॥

విగాహమానః అ-త్రి - విలోడనకర్తా-అవగాహనకర్తా॥

విగుణః-అ-పు-గుణవైపరీత్యవిశిష్టః॥

విగూఢః-అ-త్రి-గర్హితః-౨గుప్తః॥

విగ్రః అ-త్రి-విగతనాసికః॥ తె॥ ముక్కిడివాఁడు

విగ్రహః-అ-(సీ)-యుద్ధమ్॥

విగ్రహః-అ-పు-శరీరమ్- ౨రాజషాడ్గుణ్యభేదయుద్ధకరణమ్-౩యుద్ధమ్-౪విస్తారః-౫విభాగః-౬వాక్యభేదః॥

విగ్రహావరమ్-అ-న-పృష్ఠమ్॥

విఘటికా-ఆ-సీ-కలాత్రయసమకాలః॥

విఘట్టితమ్-అ-త్రి-విశేషేణచాలితమ్॥

విఘట్టితమ్-అ-న-చుంబనభేదః॥

విఘట్టినీ-ఈ-సీ-శివసభా॥

విఘసమ్-అ-న-సిక్థకమ్॥

విఘసః-అ-పు-దేవతాతిథిశిష్టాన్నాదికమ్॥

విఘాతః-అ-(సీ)-వ్యాఘాతః॥

విఘాతీ-న్-త్రి-నివారకః-౨ఘాతుకః॥

విఘ్నః-అ-పు-వినాయకః-౨అంతరాయః-౩బిల్వవృక్షః॥

విఘ్నకారీ-న్-త్రి-ఘోరదర్శనః-౨విఘాతీ॥

విఘ్ననాయకః-అ-పు-గణేశః॥

విఘ్ననాశకః-అ-పు-గణేశః॥

విఘ్ననాశనః-అ-పు-గణేశః॥

విఘ్నరాజః-అ-పు-వినాయకః॥

విఘ్నవినాయకః-అ-పు-వినాయకః॥

విఘ్నశాకమ్-అ-న-కుణంబః॥ తె॥ గొయ్యతోటకూర.

విఘ్నహారీ-న్-పు-గణేశః॥

విఘ్నహారీ-న్-త్రి-విఘ్ననాశకే॥

విఘ్నితః-అ-త్రి-జాతవిఘ్నః॥

విఘ్నేశః-అ-పు-గణేశః॥

విఘ్నేశానకాన్తా-ఆ-సీ-శ్వేతదూర్వా॥

విఙ్ఖః-అ-పు-అశ్వఖురః॥ తె॥ గుఱ్ఱపుడెక్క.

విచకః-అ-పు-అదాతా-౨ఖర్జూరః-౩వకులః-౪వల్మీకాగ్రసర్పః॥

విచకిలః-అ-పు-మల్లీప్రభేదః-౨మదనకవృక్షః॥

విచక్షణః-అ-త్రి-నిపుణః॥

విచక్షణః-అ-పు-పండితః-౨అశ్వగలావర్తః॥

విచక్షణా-ఆ-సీ-నాగదంతీ॥

విచక్షుః-స్-త్రి-విమనాః-౨విగతచక్షుః॥

విచయః-అ-పు-అన్వేషణమ్॥ తె॥ వెదకుట.

విచయనమ్-అ-న-అన్వేషణమ్॥ తె॥ వెదకుట.

విచర్చికా-ఆ-సీ-లక్ష్మీః-౨పామా॥ తె॥ ౨గజ్జి.

విచలః-అ-త్రి-అస్థిరః॥

విచలితః-అ-త్రి-స్ఖలితః-పతితః॥

విచారః-అ-పు-చిత్తసంతాపః-౨విహగః-౩మారుతః-౪మేఘః-౫విమానః-౬ఆలోచనమ్॥

విచారణమ్-అ-న విచారః॥

విచారణా-ఆ-సీ-ప్రమాణైరర్థపరీక్షణమ్॥

విచారణీయమ్-అ-త్రి-విచార్యమ్-శాస్త్రమ్॥

విచారితః-అ-త్రి-ఆలోచితః॥

విచార్యమ్-అ-త్రి-విచారితవ్యమ్॥

విచాలమ్-అ-త్రి-అభ్యంతరమ్॥

విచిః-ఇ-ద్వ-వీచీ-తరంగః॥

విచికిత్సా-ఆ-సీ-సంశయః॥

విచికిలః-అ-పు-మల్లికా-౨దమనః॥ తె॥ ౧మల్లెచెట్టు-౨దవనము.

విచిత్రమ్-అ-న-అలంకారవిశేషః॥

విచిత్రః-అ-త్రి-కర్బురవర్ణః-తద్వతి-౨ఆశ్చర్యమ్॥

విచిత్రః-అ-పు-అశోకవృక్షః॥

విచిత్రకమ్-అ-న-అద్భుతరసః॥

విచిత్రకః-అ-పు-భూర్జవృక్షః॥

విచిత్రకః-అ-త్రి-అద్భుతరసవాన్॥

విచిత్రదేహః-అ-పు-మేఘః॥

విచిత్రదేహః-అ-త్రి-ఆశ్చర్యశరీరే-నానావర్ణదేహే చ॥

విచిత్రవీర్యః-అ-పు-చంద్రవంశీయరాజవిశేషః॥

విచిత్రవీర్యసూః-ఊ-సీ-సత్యవతీ॥

విచిత్రా-ఆ-సీ-మృగేర్వారుః॥

విచిత్రాఙ్గః-అ-పు-మయూరః-౨వ్యాఘ్రః॥

విచిత్రాఙ్గః-అ-త్రి-ఆశ్చర్యశరీరే॥

విచిన్తకః-అ-పు-పరామర్శః-౨దేవసంఘః-౩వీరః॥

విచీ-ఈ-సీ-తరంగః॥

విచేతాః స్-త్రి-విగతచిత్తః॥

విచేష్టితః-అ-త్రి-విగతః-౨ఈహితః॥

విచ్ఛన్దకః-అ-పు-ఈశ్వరసద్మప్రభేదః॥

విచ్ఛర్దకః అ-పు-విచ్ఛందకః॥

విచ్ఛాయమ్-అ-న-పక్షిచ్ఛాయా - సమాసె షష్ఠ్యంతాత్ పరాచ్ఛాయా క్లీబెస్యాత్ - సా చెత్ బహూనాంసంబంధినీస్యాత్ వీనాం పక్షిణాంచ్ఛాయా విచ్ఛాయమ్॥

విచ్ఛాయమ్-అ-త్రి-ఛాయారహితః॥

విచ్ఛాయః-అ-పు - ఆకాశోభవజ్రరత్నదోషః-౨నీలరత్నదోషః॥

విచ్ఛిత్తిః-ఇ-సీ-స్త్రీహావవిశేషః-౨లెపనమ్-౩భేదః॥

విచ్ఛిన్నః-అ-త్రి-సమాలబ్ధః-౨విభక్తః-౩కుటిలః॥

విచ్ఛిన్నరేఖాః-ఆ-సీ-అల్పాయుర్లక్షణమ్॥

విచ్ఛేదః-అ-పు-వియోగః-౨విరహః-౩భెదః॥

విచ్యుతః-అ-త్రి-విగతః-౨విక్షురితః॥

విచ్యుతిః-ఇ-సీ-వియోగః॥

విజనమ్-అ-న-రహస్యమ్॥

విజనమ్-అ-త్రి-రహస్యస్థలాదికమ్॥

విజననమ్-అ-న-ప్రసవః॥

విజన్మా న్-త్రి-జారజః-విరుద్ధజన్మవిశిష్టః॥

విజపిలమ్-అ-న-పంకః॥

విజయః-అ-పు-వత్సరభేదః - ౨కలిశకాంతకభేదః-౩తుర్రాగ్నిమంథవృక్షః- ౪అర్జునః-౫జయః-౬సర్షపః-౭విష్ణుద్వారపాలకః-౮శివఖండః-౯యమదండః- ౧౦విమానః-౧౧కల్కిపుత్రః- ౧౨భైరవవంశీయకల్పరాజపుత్రః॥ తె॥ ౩పిన్నవెల్లిచెట్టు-౬ఆవాలు.

విజయకుఞ్జరః-అ-త్రి-రాజవాహ్యహస్తీ॥

విజయచ్ఛన్దః-అ-పు-పంచశతయష్టికాహారః

విజయనన్దనః-అ-పు- ఇక్ష్వాకువంశజరాజవిశేషః॥

విజయమర్దలః-అ-పు-ఢక్కా॥

విజయా-ఆ-సీ-వైజయంతికా- ౨పార్వతీ-౩తిథివిశేషః-౪ఉమాసఖీ-౫విశ్వామిత్రోపాసితవిద్యావిశేషః- ౬యమభార్యా-౭హరీతకీ-౮వచా-౯జయంతీ-౧౦సెఫాలికా-౧౧మంజిష్ఠా-౧౨శమీభేదః- ౧౩అగ్నిమంథః- ౧౪మాదకద్రవ్యవిశేషః॥ తె॥౧తక్కెడచెట్టు.

విజయానన్దః-అ-పు- తాలప్రాణకలాభేదః॥

విజయాసప్తమీ-ఈ-సీ-రవివారెశుక్లపక్షీయాసప్తమీ॥

విజయీ-న్-త్రి-జయయుక్తః॥

విజయినః-అ-త్రి-విజిలమ్॥

విజరమ్-అ-న-వృంతమ్॥ తె॥ తొడిమె.

విజరః-అ-త్రి-జరారహితః॥

విజలమ్-అ-త్రి-విజిలమ్-౨నిర్జలంచ॥

విజలా-ఆ-సీ-సహదెవీ॥ తె॥ ముత్తవపులగపుచెట్టు.

విజల్పః-అ-పు-వాక్యవిశేషః॥

విజాతః-అ-త్రి-విజన్మ॥

విజాతా-ఆ-సీ-జాతాపత్యా॥

విజాతీయః-అ-త్రి - విభిన్నధర్మాక్రాంతః-౨విశేషజాతివిశిష్టః॥

విజిగీషః-అ-త్రి-జయెచ్ఛుః॥

విజిగీషా-ఆ-సీ-స్వోదరపూరణాశక్తినిమిత్తకనిందాత్యాగెచ్ఛా-౨వ్యవహారః-౩ప్రకర్షః-౪విజయేచ్ఛాచ॥

విజిగీషావివర్జితః-అ-త్రి- కెవలముదరాధీనః॥

విజిగీషుః-ఉ-త్రి-జయెచ్ఛాశీలః॥

విజితః-అ-త్రి-పరాజితః॥

విజితా-ఋ-పు-పృథక్-౧భీతః-౩కంపితః॥
విజితిః-ఇ-సీ-విజయః॥
విజినః-అ-త్రి-విజిలమ్॥
విజిబిలమ్-అ-త్రి-విజిలమ్॥
విజిలమ్-అ-త్రి పిచ్ఛిలమ్॥ తె॥ సారముప్పతి ల్లెడునది.
విజిహ్మః-అ-త్రి-వక్రః॥
విజులః-అ-పు-శాల్మలీకందః॥
విజృమ్భణమ్-అ-న-జృంభణమ్- ౨వికసనమ్॥
విజృమ్భితమ్-అ-న-చేష్టా॥
విజృమ్భితః-అ-త్రి- వికస్వరః-౨జృంభాయుక్తశ్చ॥
విజ్జనమ్-అ-త్రి-విజిలమ్॥
విజ్జలమ్-అ-న-బాణమ్-౨విజిలమ్॥
విజ్జిలమ్-అ-న-విజిలమ్॥
విజ్జులమ్-అ-న-త్వచమ్॥
విజ్జులికా-ఆ-సీ-జతుకా॥
విజ్ఞః అ-త్రి-నిపుణః॥ తె॥ నేర్పరి.
విజ్ఞబుద్ధిః-ఇ-సీ-జటామాంసీ॥
విజ్ఞాతః-అ-త్రి- ప్రసిద్ధః॥
విజ్ఞానమ్-అ-న- శిల్పకర్మమోక్షేతరశాస్త్రబుద్ధిః-౨కర్మ - ౩కార్మణమ్-౪జ్ఞానమ్॥
విజ్ఞానపాదః-అ-పు-యోగీంద్రః - ౨సత్యధర్మపరాయణః॥
విజ్ఞానమయకోశః-అ-పు - జ్ఞానేంద్రియైస్సహితాబుద్ధిః॥
విజ్ఞానమాతృకః-అ-పు-బుద్ధః॥
విజ్ఞానికః-అ-త్రి-జ్ఞానవిశిష్టః-విజ్ఞః॥
విజ్ఞాపనమ్-అ-న-బోధనమ్॥
విజ్ఞాప్తిః-ఇ-సీ-విజ్ఞాపనమ్॥
విజ్ఞేయమ్-అ-త్రి-విజ్ఞాతవ్యమ్॥
విజ్ఞామరమ్-అ-న-ఛత్రగోళశుభ్రదేశః॥
విజ్ఞోలీ-ఈ-సీ-వర్త్మః॥

విట్-శ్-పు-వైశ్యః-౨మనుజః- ౩ప్రవేశః॥
విట్-శ్-ద్వ-జనః॥
విట్-శ్-సీ-గుదమలమ్-౨ప్రవేశః॥
విట్-ష్-సీ-విష్ఠా-౨కన్యా॥
విట్కారికా-ఆ-సీ-పక్షివిశేషః॥
విట్పతిః-ఇ-పు-జామాతా॥
విట్సారికా-ఆ-సీ-పక్షివిశేషః॥
విటః-అ-పు-దక్షిణసాయకనర్మసచివః- ౨భుజంగః-౩లవణమ్-౪మూషకః-౫ఖదిరవృక్షః-౬గిరిః॥
విటఙ్కః-అ-(సీ)-కపోతపాలికా॥ తె॥ చోపాస్తంభములమీది శ్రేణి.
విటఙ్కకః-అ-(సీ)-విటంకః॥
విటపః-అ-(సీ)-వృక్షవిస్తారః-౨అగ్నిశిఖా- ౩పల్లవః-౪స్తంబః - ౫వృక్షస్కంధోర్ధ్వశాఖా॥ తె॥ అతరిగొట్టులోని భేదము - ౪. దుబ్బు.
విటపః-అ-పు-విటశ్రేష్ఠః॥
విటపీ-న్-పు-వృక్షః-౨వటః॥
విటప్రియః-అ-పు-ముద్గరవృక్షః॥
విటమాక్షికః-అ-పు-ధాతువిశేషః॥
విటలవణమ్-అ-న-బిడ్లవణమ్॥
విటాలికా-ఆ-సీ- దీర్ఘపత్రా॥ తె॥ బలుగలిజేరుచెట్టు.
విటిః-ఇ-సీ-పీతచందనమ్॥ (చెట్టు.)
విట్ఖదిరః-అ-పు-అరిమెదః॥ తె॥ కంపుతుమ్మ
విట్చరః-అ-పు-గ్రామసూకరః॥
విఠరః-అ-పు-వాగ్మీ॥
విడఙ్గమ్-అ-(సీ)-చిత్రతండులా-౨విడంగనామకద్రవ్యమ్-౩నాగరమ్॥ తె॥ వాయువిళంగపుచెట్టు-౩శొంఠి.
విడఙ్గః-అ-త్రి-అభిజ్ఞః॥
విడఙ్గా-ఆ-సీ-వైశ్యజాతిస్త్రీ॥

విడమ్బనమ్-అ-(పు)-అనుకరణమ్-౨ప్రతారణమ్॥

విడమ్బితమ్-అ-త్రి-కృతవిడంబనా॥

విడుః-ఉ-పు-గజకుంభమధ్యమ్-౨జలగజః॥

విదులః-అ-పు-వేతసః॥ తె॥ ప్రబ్బచెట్టు.

విదులా-ఆ-సీ-పరివ్యాధః॥ తె॥ నీటుప్రబ్బచెట్టు.

విదూరజమ్-అ-న-వైడూర్యరత్నమ్॥

విద్ధః-అ-త్రి-విస్థాజాతః॥

వితంసః-అ-పు-మృగపక్షిబంధనోపకరణమ్॥ తె॥ ఉరులు - వలలు మొదలయినవి.

వితణ్డః-అ-పు-అర్గలత్రయయుతకవాటబంధనయంత్రమ్-౨గజః॥

వితణ్డా-ఆ-సీ-స్వపక్షస్థాపనాపరపక్షవ్యుదాసః-౨కచ్వీశాకః-౩శిలాహ్వయః-౪కరవీరీ-౫దర్వీ॥

విततమ్-అ-న-తంత్రిమద్వీణాదివాద్యమ్॥

విततః-అ-త్రి-విస్తృతః-౨వ్యాప్తః-౩వీణాదివాద్యమ్॥

వితతిః-ఇ-సీ-సమూహః-౨విస్తారః॥

వితథః-అ-త్రి-అనృతవాక్॥

వితథ్యమ్-అ-త్రి-అసత్యమ్॥

వితద్రుః-ఉ-సీ-నదీవిశేషః॥

వితస్తుః-ఉ-సీ-విధవా॥

వితస్తుః-ఉ-పు-ఉఝ్ఝితాశ్వః॥ తె॥ పాగాలో నుంచివిడిపించికొనినగుఱ్ఱము.

వితరణమ్-అ-న-త్యాగః॥ తె॥ ఇవ్వడము.

వితర్కః-అ-పు-సంశయః-౨వ్యభిచారిభావవిశేషః-౩తర్కః-౪ఊహా॥ తె॥ ౩తర్కించడము.

వితర్కణమ్-అ-న-వితర్కః॥

వితర్దిః-ఇ-సీ-వేదికా॥ తె॥ అరుగు.

వితర్దితకమ్-అ-న-రతిబంధవిశేషః॥

వితర్దీ-ఈ-సీ-వేదికా॥

వితర్ద్ధిః-ఇ-సీ-వేదికా॥

వితర్దికా-ఆ-సీ-వేదికా॥

వితర్ద్ధీ-ఈ-సీ-వేదికా॥

వితలమ్-అ-న-పాతాళభేదః॥

వితలః-అ-పు-ద్వితీయాధోలోకః-౨దాడిమబీజమ్॥

వితస్తిః-ఇ-ద్వి-ద్వాదశాంగుళప్రమాణమ్॥ తె॥ జేనెడు॥

వితానమ్-అ-న-వృత్తివిశేషః-౨అవసరః॥

వితానః-అ-త్రి-శూన్యః-౨మందః-౩తుచ్ఛః

వితానః-అ-(సీ)-సమూహః-౨ఉల్లోచః-౩సద్మ-౪విస్తారః-౫యజ్ఞః॥ తె॥ ౨చందువా, మేలుకట్టు.

వితానః-అ-పు-వృత్తివిశేషః-౨అవసరః-౩క్రతుకర్మ॥

వితానకః-అ-(సీ)-చంద్రాతపః॥

వితానకః-అ-పు-మాడవృక్షః॥

వితానమూలకమ్-అ-న-ఉశీరమ్॥

వితున్నమ్-అ-న-మూలసస్యకమ్॥ తె॥ చెంచలికూర.

వితున్నకమ్-అ-న-మయూరతుత్థమ్-౨కుస్తుంబురు॥ తె॥ ౧మైలతుత్తము-౨ధనియాలు.

వితున్నకః-అ-పు-భూధాత్రీ॥ తె॥ నేలయుసిరికచెట్టు.

వితున్నా-ఆ-సీ-భూమ్యామలకీ॥

వితున్నికా-ఆ-సీ-భూమ్యామలకీ॥

వితృషః-అ-పు-విహంగః॥

విత్తమ్-అ-న-ధనమ్-౨జ్ఞానమ్॥

విత్తః-అ-త్రి-ప్రసిద్ధః-౨విచారితః-౩లబ్ధః॥

విత్తదః-అ-త్రి-ధనదాతా॥

విత్తిః-ఇ-సీ-విచారః-౨సద్భావః-౩జ్ఞానమ్-౪లాభః-౫స్తంభనమ్॥

విత్తేశః-అ-పు-కుబేరః॥

విత్రస్తః-అ-త్రి-త్రాసయుక్తః॥
విత్రాసః-అ-పు-భయమ్॥
విత్సనః-అ-పు-వృషభః॥
విథురః-అ-పు-చోరః-౨రాక్షసః॥
విథ్యా-ఆ-సీ-గోజిహ్వా॥
విదః-అ-పు-పండితః॥
విదంశః-అ-పు-అవదంశః॥
విదగ్ధః-అ-పు-రక్తాధికపీతవర్ణః॥
విదగ్ధః-అ-త్రి- రక్తాధికపీతవర్ణవాన్ - ౨అగ్రామ్యః-౩నిపుణః-౪పండితః॥
విదగ్ధతా-ఆ-సీ-విదగ్ధత్వమ్॥
విదగ్ధా-ఆ-సీ-పరకీయాంతర్గతనాయికాభేదః
విదథః-అ-పు-యోగీ-౨కృతీ॥
విదన్-త్-త్రి-ప్రాజ్ఞః-౨ఆత్మవిత్ - ౩చంద్రః ౪శంకరః॥
విదరమ్-అ-న-విశ్వసారకమ్॥
విదరః-అ-పు-భేదనమ్॥ తె॥ బద్దలుకావడము.
విదరోష్ట్యః-అ-పు-శవవాహనమ్॥ తె॥కటువు
విదర్భః-అ-ద్వ-కుండిననగరమ్॥
విదర్భః-అ-పు-రాజవిశేషః-౨దేశవిశేషః-౩. మరుస్థలమ్॥
విదర్భజా-ఆ-సీ-అగస్త్యపత్నీ-౨దమయంతీ-౩రుక్మిణీచ॥
విదర్భసుభ్రూః-ఉ-సీ దమయంతీ॥
విదలమ్-అ-న-శశశృంగశాకమ్-౨దాలీ - ౩దాడిమకల్కః- ౪వంశాదికృతపాత్రవిశేషః॥ తె॥౨కందులు-పెసలు మొదలయినవాఁటిపప్పు.
విదలః-అ-పు-రక్తకాంచనః-౨పిష్టకః॥
విదలా-ఆ-సీ-త్రివృత్ - ౨పత్రశూన్యా॥
విదా-ఆ-సీ-వేదనమ్-౨కన్యా-౩మనీషా॥ తె॥ ౧తెలియడము.
విదాయః-అ-పు-గమనానుమతిః॥
విదారః-అ-పు-దారణమ్- ౨రణః - ౩జలోచ్ఛ్వాసః॥
విదారకమ్-అ-న-వజ్రక్షారమ్॥
విదారకః-అ-పు- శుష్కనదీస్థానాదిషుకృతగర్తః-జలమధ్యస్థితతరుశిలాదిః॥ తె॥ దోరువు.
విదారణమ్-అ-న-సమరః-౨ద్వైధీభావః-౩విడంబనమ్॥
విదారణః-అ-పు-కర్ణికారవృక్షః॥
విదారణః-అ-ద్వ-యుద్ధమ్॥
విదారా-ఆ-సీ-కశెరుకమ్॥ తె॥ములువెలగ (చెట్టు.)
విదారిః-ఇ-సీ-పక్షిణామధోగతిః॥
విదారికా-ఆ-సీ-శాలపర్ణీ॥
విదారిగన్ధా-ఆ-సీ-అంశుమతీ॥ తె॥ ముయ్యాకుపొన్నచెట్టు.
విదారిణీ-ఈ-సీ-కాశ్మరీ॥
విదారీ-న్-త్రి-విదారణకర్తా॥
విదారీ-ఈ-సీ-క్షీరశుక్లా-౨పాలపర్ణీ॥ తె॥ ౧తెల్లనేలగుమ్ముడుచెట్టు.
విదారీగన్ధా-ఆ-సీ-శాలపర్ణీ॥
విదారుః-ఉ-పు-క్రకచపాదః-కృకలాసః॥
విదాహి-ఇ-న-దాహజనకద్రవ్యమ్॥
విదిక్-శ్-సీ-ఆగ్నేయాదికోణః॥
విదిక్చజ్గః-అ-పు-హరిద్రాంగవక్షీ॥
విదితః-అ-పు-కవిః॥
విదితః-అ-త్రి-బుద్ధః-౨అంగీకృతః॥ తె॥౧ తె(లియఁబడినది.)
విదిథః-అ-పు-పండితః-౨యోగీ॥
విదీర్ణః-అ-త్రి-కృతవిదారణః॥
విదుః-ఉ-పు-గజకుంభమధ్యమ్॥
విదురః-అ-పు-నాగరః-౨ధీరః- ౩వ్యాసదాస్యాస్సుతః॥
విదురః-అ-త్రి-జ్ఞాతా॥
విదురజమ్-అ-న-వైడూర్యరత్నమ్॥

విదులః-అ-పు-వేతసః-౧అంబువేతసః-౨గంధరసః॥ తె॥౧ప్రబ్బచెట్టు.
విదులా-ఆ-సీ-పరివ్యాధః॥ తె॥ నీఱుప్రబ్బచెట్టు.
విదుషీ-ఈ-సీ-పండితాస్త్రీ॥
విదుష్మతీ-ఈ-త్రి-పండితవతీ॥
విదూః-ఊ-పు-విదుః-గజకుంభయోర్మధ్యం
విదూరమ్-అ-త్రి-అతిదూరస్థదేశాది॥
విదూరగః-అ-త్రి-అతిదూరగంతా॥
విదూరజమ్-అ-త్రి-అతిదూరజాతె॥
విదూరజమ్-అ-న-వైడూర్యరత్నమ్॥
విదూరథః-అ-పు-రాజవిశేషః॥
విదూరభూమిః ఇ-సీ-విదూరదేశః-యత్ర వైదూర్యమణిరుత్పద్యతే॥
విదూరాద్రిః-ఇ-పు-విదూరదేశస్థపర్వతః॥
విదూషకః-అ-పు-ధృష్టనాయకనర్మసచివః-౧చాటుకారః-౨పరనిందాకరః॥
విదూషణమ్-అ-న-విశేషేణదూషణమ్॥
విదూషికా-ఆ-సీ బంధికా॥ తె॥ పొట్టికాఁకర.
విదేశః-అ-పు-పరదేశః-దేశాంతరః॥
విదేహః-అ-త్రి-కాయశూన్యః॥
విదేహః-అ-పు-మన్మథః-౧దేహశూన్యః-౨జనకాన్వయభూమిపః॥
విదేహా-ఆ సీ-మిథిలానగరమ్॥
విద్ధః-అ-త్రి-నుత్తః-౧ఛిద్రితః-౨తాడితః-౩సాదృశ్యమ్॥ తె॥౧తొయ్యఁబడినది-౨రంధ్రము చెయ్యఁబడినది.
విద్ధకమ్-అ-న-ఆలింగనవిశేషః॥
విద్ధకర్ణః-అ-పు-విద్ధకర్ణీ॥
విద్ధకర్ణా-ఆ-సీ-విద్ధకర్ణీ॥
విద్ధకర్ణికా-ఆ-సీ-విద్ధకర్ణీ॥
విద్ధకర్ణీ-ఈ-సీ-పాఠా॥ తె॥ పాటచెట్టు.
విద్యతే-ఏ-ం-సత్తా॥ తె॥ ఉన్నది.

విద్యమానః-అ-త్రి-వర్తమానః॥
విద్యా-ఆ-సీ-బ్రహ్మజ్ఞానమ్-౧చతుష్షష్టిసంజ్ఞా-౨జ్ఞానహేతుకా-౩దుర్గా-౪గణికారికా॥ తె॥౨చదువు.
విద్యాచణః-అ-త్రి-విద్యయాఖ్యాతః॥
విద్యాచుఞ్చుః-ఉ-త్రి-విద్యయాఖ్యాతః॥
విద్యాదలః-అ-పు-భూర్జవృక్షః॥
విద్యాదానమ్-అ-న-అధ్యాపనమ్ -౧పుస్తకదానమ్॥
విద్యాదేవీ-ఈ-సీ- జినషోడశదేవ్యంతర్గతదేవీవిశేషః-౧సరస్వతీచ॥
విద్యాధనమ్-అ-న-విద్యయాఆర్జితధనమ్॥
విద్యాధరః-అ-పు-జీమూతవాహనాదివిద్యాధరజాతిః-౧షోడశరతిబంధాంతర్గతరచరమబంధః॥
విద్యావాన్-త్-త్రి-విద్యావిశిష్టః॥
విద్యుజ్జిహ్వః-అ-పు-రాక్షసవిశేషః॥
విద్యుజ్జ్వాలా-ఆ-సీ-కలికారీవృక్షః-౧తటిత్ప్రభా చ॥
విద్యుత్-త్-త్రి-నిష్ప్రభః॥
విద్యుత్-త్-సీ-తటిత్-౧నదీ-౨మాయా-౩జ్యోత్స్నా-౪సంధ్యా॥
విద్యుతా-ఆ-సీ-తటిత్॥ తె॥ మెఱుపు.
విద్యుత్కేశః-అ-పు-రాక్షసవిశేషః॥
విద్యుత్ప్రియమ్-అ-న-కాంస్యమ్॥
విద్యుత్వాన్-త్-త్రి-విద్యుద్విశిష్టః॥
విద్యున్మాలా-ఆ-సీ - అష్టాక్షరపాదచ్ఛందోవిశేషః॥
విద్యున్మాలీ-న్-పు-రాక్షసవిశేషః॥
విద్రమ్-అ-న-ఛిద్రమ్॥
విద్రధిః ఇ-సీ-వ్రణవిశేషః॥ తె॥ గర్భములో పుట్టినాభిలోబయలువెళ్లెడిపురుఁగు.
విద్రధినాశనః-అ-పు-శోభాంజనవృక్షః॥

విద్రవః-అ-పు-పలాయనమ్-౧బుద్ధిః - ౩నిం
దా-౪క్షరణమ్॥
విద్రావః-అ-పు-పలాయనమ్॥
విద్రావితమ్-అ-త్రి-పలాయితమ్॥
విద్రుతః-అ-త్రి-ద్రుతః॥ తె॥కరఁగఁబడినది.
విద్రుమః అ-పు-వృక్షః-౧పల్లవః- ౩ ప్రవా
ళః॥ తె॥ ౩పగడము. (గుత్తికడ్డి.
విద్రుమలతా-ఆ-సీ-నలీతృణమ్॥ తె॥ గుర్వ
విద్రుమలతికా-ఆ-సీ-నలికా॥
విద్వత్కల్పః-అ-త్రి- ఈషదూనోవిద్వాన్॥
విద్వత్తమః-అ-త్రి- అయమేషామతిశయేన
విద్వాన్॥
విద్వత్తరః-అ-త్రి-అయమనయోరతిశయేన
విద్వాన్॥
విద్వద్దేశీయః-అ-త్రి విద్వత్కల్పః॥
విద్వద్దేశ్యః-అ-త్రి-విద్వత్కల్పః॥(పండితః)
విద్వాన్-స్-త్రి-ఆత్మవిత్-౧ప్రాజ్ఞః- ౩
విద్వాన్-స్-పు-పండితః-౧ఆత్మవిత్ - ౩చం
ద్రః-౪శంభుః॥
విద్విషః-అ-పు-శత్రుః॥
విద్విషః-అ-త్రి-విద్వేషకే॥
విద్వేషః-అ-పు-విరోధః॥
విద్వేషకః-అ-త్రి-విద్వేష్టా-ద్వేషకర్తా॥
విద్వేషణమ్-అ-న-విద్వేషః॥
విద్వేషణీ-ఈ-సీ-స్త్రీవిశేషః॥
విద్వేషీ-న్-త్రి-విద్వేషవిశిష్టః॥
విద్వేషీ-న్-పు-శత్రుః॥
విధః-అ-పు-విధానమ్-౧హస్త్యన్నమ్-౩ప్ర
కారః-౪వేధనమ్-౫ఋద్ధిః॥
విధతా-ఋ-పు-చతుర్ముఖః॥
విధవః-అ-పు-విధూననమ్-౧గరుత్మాన్॥ తె॥
౧విసరడము.
విధవనమ్-అ-న-విధూననమ్॥ తె॥విసరడము

విధవా-ఆ-సీ-విశ్వస్తా॥ తె॥ మగఁడులేనిది
విధవ్యమ్-అ-న-విధూననమ్॥ తె॥విసరడము
విధా-ఆ-సీ-భృతిః ౧సమృద్ధిః- ౩విధానమ్
౪ప్రకారః-౫గజాన్నమ్॥ తె॥ ౧జీతము
కూలిన్ని-౫నిండారు.
విధాః-స్-పు-బ్రహ్మ॥
విధాతా-ఋ-పు-చతుర్ముఖః-౧మన్మథః- ౩
భృగుమునిపుత్రః-౪మదిరా॥
విధాతృభూః-ఊ-పు-నారదమునిః॥
విధాత్రాయుః స్-పు-సూర్యశోభా-బ్రహ్మ
ణోవయః॥
విధాత్రీ-ఈ-సీ-పిప్పలీ-౧విధానకర్త్రీ॥
విధానమ్-అ-న-లేపనా-౧ఉపాయః- ౩ప్రే
రణమ్-౪ధనమ్-౫ప్రాకారః-౬హస్తిక
వళః-౭పూజా-౮వైరకర్మ॥
విధానకమ్-అ-న-వ్యథా॥
విధానకమ్ అ-త్రి-విధానవేత్తరి॥
విధానగః-అ-పు-పండితః॥
విధాయకః-అ-త్రి-విధానకర్తా॥
విధాయీ-న్-త్రి-విధానకర్తా॥
విధావ్యమ్-అ-న-విధూననమ్॥ తె॥విసరడము
విధిః-ఇ-పు-చతుర్ముఖః-౧భాగ్యమ్- ౩అలం
కారవిశేషః-౪వేదశాస్త్రోక్తవిధిః - ౫
నియోగః-౬విధానమ్-౭కాలః - ౮ప్ర
కారః-౯కల్పః॥ (మప్రవాకాదిః)
విధిదర్శీ న్-పు- యజ్ఞన్యూనాతిరిక్తదర్శిసా
విధిదేశకః-అ-పు-సదస్యః॥
విధిదైవతః-అ-పు-అభిజిన్నక్షత్రమ్॥
విధివత్ -౦-౦-యథావిధి॥
విధిఘ్నః-ఊ-త్రి-స్థావరజంగమాత్మకః॥
విధిసారథిః-ఇ పు-శివః॥
విధుః-ఉ-పు-విష్ణుః-౧చంద్రః-౩ కాలః-౪వవ
నః-౫అగ్నిః-౬రక్షః-౭కర్పూరః- ౮గజ

కుంభమధ్యమ్-౯ బ్రహ్మే-౧౦ ఆయుధః॥
విధుతః-అ-త్రి-త్యక్తః-౨కంపితః॥ తె॥౧విడవ బడ్డది.
విధుతిః-ఇ-సీ-విధూననమ్॥ తె॥విసరడము.
విధుననమ్-అ-న-కంపనమ్॥
విధున్తుదః-అ-పు-రాహుః॥
విధుపఞ్జరః-అ-పు-ఖడ్గః॥
విధుప్రియా-ఆ-సీ-చంద్రపత్నీ॥
విధురమ్-అ-న-ప్రవిశ్లేషః-౨వైఫల్యమ్॥ తె॥ ౧ వేఱుకావడము.
విధురః-అ-పు-భార్యాహీనః॥
విధురః-అ-త్రి-క్లిష్టః-౨విశ్లిష్టః-౩విక్లబః॥
విధురా-ఆ-సీ-రసాలా॥
విధువః అ-పు-విధూననమ్॥ తె॥విసరడము.
విధువనమ్ అ-న-విధూననమ్॥ తె॥విసరడము-
విధూతమ్-అ-త్రి-కంపితమ్-౨త్యక్తమ్॥
విధూతిః ఇ-సీ-విధూననమ్॥ తె॥ విసరడము.
విధూననమ్-అ-(పు)-విధువనమ్॥ తె॥ విసరడము.
విధూనితమ్-అ-త్రి-కంపితమ్॥
విధూన్యమ్-అ-న-విధూననమ్॥ తె॥విసరడము
విధూయమ్-అ-న-విధూననమ్ ॥ తె॥ విసరడము.
విధృతమ్-అ-త్రి-విశేషేణధృతమ్॥
విధేయః-అ-త్రి-ధర్మోపదేశగ్రాహీ॥
విధేయతా-ఆ-సీ- విధేయత్వమ్-విధిజన్యబాధవిషయత్వమ్॥
విధ్వంసః-అ-పు-వినాశః॥
విధ్యాక్షేపః-అ-పు-అలంకారభేదః॥
వినతః-అ-త్రి-ప్రణతః-౨భుగ్నః- ౩శిక్షితః॥
వినతా-ఆ-సీ - పెటికాభేదః - ౨తార్క్ష్య మాతా॥
వినతాసూనుః-ఉ-పు-అరుణః- ౨గరుడశ్చ॥

వినదః-అ-పు-విన్యాకవృక్షః॥
వినమ్రమ్-అ-న-తగరమ్॥ తె॥గ్రంథితగరము
వినమ్రకమ్-అ-న-తగరపుష్పమ్॥
వినయమ్-అ-త్రి-వణిక్-౨క్షిప్తః-౩నిభృతః-౪విజితేంద్రియః॥
వినయః-అ-పు-నమ్రత్వమ్-౨శిక్షా-౩ధర్మః-౪ఆచారః-౫ప్రశాంతిః॥
వినయగ్రాహీ-న్-త్రి-ధర్మోపదేశగ్రాహీ॥
వినయస్థః-అ-త్రి-ఆజ్ఞాకారీ॥
వినయా-ఆ-సీ-వాట్యాలకః॥
వినశనమ్-అ-న-కురుక్షేత్రమ్-తచ్చహస్తినాయాఉత్తరపశ్చిమేవర్తతే-౨వినాశశ్చ॥
వినష్టః-అ-త్రి-నాశాశ్రయః-ధ్వంసవిశిష్టః-౨పతితః॥
వినష్టిః-ఇ-సీ-వినాశః॥
వినసః-అ-త్రి-గతనాసికః॥
వినా-ఆ-౦-వర్జనమ్-౨భావనార్థకమ్॥ తె॥ ౧ గాకయనుట.
వినాకృతమ్-అ-త్రి-త్యక్తమ్॥
వినాడీ-ఈ-సీ-త్రికాలాసమకాలః॥
వినాయకః-అ-పు-బుద్ధదేవః-౨హేరంబః- ౩గరుడః-౪గురుః॥
వినాయికా-ఆ సీ-గరుడపత్నీ॥
వినారుహా-ఆ-సీ-త్రిపర్ణికా॥
వినాశః-అ-పు-అదర్శనమ్- ౨రాక్షసః - ౩నాశః॥
వినాశకః-అ-త్రి-వినాశకర్తా॥
వినాశీ-న్-త్రి-వినాశకరణశీలః॥
వినాశోన్ముఖః-అ-త్రి-పక్వః - ౨నాశోద్యతశ్చ॥ తె॥౧పండినది.
వినాసకః-అ-త్రి-గతనాసికః॥
వినాహః-అ-పు-కూపాననపిధానకః॥
వినిక్షిప్తః-అ-త్రి-వినిక్షేపాశ్రయః॥

వినిద్రః-అ-త్రి-ఉన్మీలితః-౨నిద్రారహితశ్చ॥
వినిద్రత్వమ్-అ-న-ప్రబోధః-౨నిద్రారహితత్వంచ॥
వినిపాతః-అ-పు-దైవాదివ్యసనమ్- ౨నిపాతః-౩అవమానః॥
వినిమయః-అ-పు-పరిదానమ్-౨బంధకః॥ తె॥ ౧ఒకవస్తువునిచ్చియొకవస్తువుపుచ్చుకొనడము.
వినియోగః-అ-పు ఫలెఅర్పణమ్- ౨వినియోజనమ్॥
వినియోజితః-అ-త్రి-వినియుక్తః॥
వినిర్ధూతః-అ-త్రి-దురవస్థయాచలితః॥
వినిర్భయః-అ పు-సాధ్యగణవిశేషః- ౨భయరహితశ్చ॥
వినిర్వృత్తః-అ-త్రి-సమాప్తః-౨నిష్పన్నః॥
వినివృత్తః-అ-త్రి-నివృత్తివిశిష్టః-౨శాంతః॥
వినిహతః-అ-త్రి-వినష్టః॥
వినీతః-అ-పు-శిక్షితాశ్వః- ౨వినయనిశ్చలః-౩వణిక్-౪దమనకవృక్షః- ౫శిక్షితవృషభాదిః॥
వినీతః-అ-త్రి-ఉపనీతః-౨శిక్షితః - ౩నిభృతః-౪నిర్జితేంద్రియః॥
వినీతకమ్-అ-(సి)-వైనీతకమ్-పరస్పరావాహనమ్॥
వినీయః-అ-పు-కల్కః-౨పాపమ్॥
వినేతా-ఋ-పు-శివః-౨రాజా॥
వినేయః-అ-త్రి- నేతవ్యః॥
వినోక్తిః-ఇ-సీ-అలంకారవిశేషః॥
వినోదః-అ-పు-(స్త్రీ)పురుషైః కేళ్యాదిభిః కాలయాపనమ్-౨క్రీడా॥
విన్దుః-ఉ-త్రి-లౌకికవైదికాద్యజ్ఞః॥
విన్దపత్రీ-ఈ-సీ-జ్వరాపహా॥
విన్ధసః-అ-పు-చంద్రః॥

విన్ధ్యః-అ-పు-వింధ్యపర్వతః-౨వ్యాధః॥
విన్ధ్యకూటః-అ-పు-అగస్త్యమునిః॥
విన్ధ్యకూటనః-అ-పు-అగస్త్యః॥
విన్ధ్యవాసినీ-ఈ-సీ-దుర్గా॥
విన్ధ్యవాసీ-న్-పు-వ్యాడిముని॥
విన్ధ్యస్థః-అ-పు-వ్యాడిమునిః॥
విన్ధ్యా-ఆ-సీ-లవలీవృక్షః-౨త్రుటిః॥
విన్ధ్యావళీ-ఈ-సీ-బాణరాజమాతా॥
విన్ధ్యావళీపుత్రః-అ-పు-బాణరాజః॥
విన్ధ్యావళీసుతః-అ-పు-బాణరాజః॥
విన్ధ్యైజాశః-అ-పు-విభీతకవృక్షః॥ తె॥ తాండెచెట్టు.
విన్నః-అ-త్రి-విచారితః-౨ప్రాప్తః-౩జ్ఞాతః-౪స్థితః॥
విన్యస్తః-అ-త్రి-కృతవిన్యాసః॥
విన్యాకః-అ-పు-విన్ధవృక్షః॥
విన్యాసః-అ-పు-స్థాపనమ్-౨రచనమ్॥
విపక్షః-అ-పు-శత్రుః॥
విపఞ్చికా-ఆ-సీ-వీణా॥
విపఞ్చీ-ఈ-సీ-వీణా-౨కేళిః॥
విపణః-అ-పు-విక్రయః॥ తె॥ అమ్మడము.
విపణిః-ఇ-ద్వి-పణ్యవీథికా-౨ఆపణః-౩పణ్యమ్ తె॥ ౧అంగళ్లబజారు-౨అంగడి.
విపణీ-న్-పు-వణిక్॥
విపణీ-ఈ-సీ-హట్టః॥
విపత్-ద్-సీ-ఆపత్॥
విపతిః-ఇ పు-విహంగః॥ తె॥ పిట్ట.
విపత్తిః ఇ-సీ-ఆపత్-౨యాతనా॥
విపత్తిప్రతీకారః-అ-పు - రాజపంచాఙ్గవిశేషః॥ తె॥ ఆపదమల్లించికొనడము.
విపథః-అ-పు - జయాదిత్యకృతమ్ - ౨దుష్టమార్గః॥
విపద్-ద్-సీ-విపత్తిః॥

విపదా-ఆ-సీ-విపత్॥

విపన్నమ్-అ-త్రి-నష్టమ్-౧సర్పః॥

విపన్నః-అ-పు-సర్పః॥

విపరీతః-అ-త్రి-విపర్యయః-౧షోడశబంధాంతర్గతదశమబంధః॥

విపరీతా-ఆ-సీ-కాముకీ॥

విపర్ణకః-అ-పు-పలాశవృక్షః॥

విపర్యయః-అ-పు-వ్యత్యయః॥ తె॥ ఈవలదిఆవల-ఆవలదిఈవలనుండడము.

విపర్యాయః-అ-పు-విపరీతమయనమ్ - అన్యస్యాన్యరూపగ్రహణమ్॥

విపర్యాసః-అ-పు - నియతస్థానంపరిత్యజ్యాన్యత్రస్థితిః॥

విపవ్యమ్-అ-త్రి-శోధనీయమ్॥

విపశః-అ- త్రి - మరణాదిహేతుభిఃపరవశహృదయః॥

విపశీన్-న్-పు-బుద్ధభేదః॥

విపశ్చిత్-త్-పు-పండితః॥

విపాకః-అ-పు-భాగ్యమ్-౧పరిపాకః-౨స్వాదుః-౩దుర్గతిః-౪పచనమ్-౫స్వేదః-౬ఫలమ్-౭పరిణామః॥ తె॥ ౧పండడము-౨తీపి-౩దురదృష్టము.

విపాట్-శ్-సీ-విపాశానదీ॥ (పగిలెడికుష్ఠు

విపాటికా-ఆ-సీ-సిహుల్లికా ॥ తె॥ చేతులు

విపాఠః అ-పు-బాణః॥

విపాదికా-ఆ-సీ-పాదస్ఫోటః - ౧ప్రహేళికా॥ తె॥ ౧కాళ్లుపగిలెడికుష్ఠు.

విపాశః-అ-త్రి-పాశవర్జితః॥

విపాశా-ఆ-సీ-విపాశానదీ॥

విపినమ్-అ-న-అరణ్యమ్॥ తె॥ అడవి.

విపినక్రమః-అ-పు-వర్తకః॥ తె॥ వెలిచెపిట్ట.

విపులః-అ-పు-అగాధః-౧మేరుపశ్చిమభూధరః-౨సుమేరుః-౩హిమాచలః॥

విపులః-అ-త్రి- ఆయామవిస్తారాభ్యామధికః॥ తె॥ గొప్పది॥

విపులరసః-అ-పు-ఇక్షుః॥ తె॥ చెఱకు.

విపులా-ఆ-సీ-భూమిః-౧ఆర్యాచ్ఛందభేదః

విపులాస్రవా-ఆ-సీ-ఘృతకన్యా॥

విపూయః-అ-పు-ముంజః॥

విప్రుట్-ష్-సి-జలబిందుః॥

విప్రః-అ-పు-బ్రాహ్మణః-౧అశ్వత్థః॥

విప్రకారః-అ-పు-తిరస్కారః-౧అకృత్యకరణజనితముఖవికారః॥ తె॥ ౧పండ్లుకొఱకడము మొదలయినవి॥

విప్రకాష్ఠమ్-అ-న-తూలవృక్షః॥

విప్రకృతః-అ-త్రి-నికృతః॥ తె॥ రాజుచేతయే వగింపఁబడ్డవాఁడు-రెండవతగవునయోడినవాఁడున్ను.

విప్రకృతిః-ఇ సి-విప్రకారః॥

విప్రకృష్టమ్-అ-న-దూరమ్॥

విప్రకృష్టః-అ-త్రి-దేశతఃకాలతోదూరస్థః॥

విప్రకృష్టకమ్-అ-త్రి-దూరమ్॥

విప్రచిత్తిః-ఇ-పు-దనుపుత్రః॥

విప్రతిపత్తిః-ఇ-సీ-విరోధః-౧వికృతిః॥

విప్రతిషిద్ధమ్-అ-త్రి-నిషిద్ధమ్॥

విప్రతిసారః-అ-పు-విప్రతీసారః॥ (శయః

విప్రతీసారమ్-అ-న- కౌకృత్యమ్-౧అను

విప్రతీసారః-అ-పు-పశ్చాత్తాపః॥

విప్రదహః-అ-పు - ఫలమూలాదిశుష్కద్రవ్యమ్॥

విప్రప్రియః-అ-పు-పలాశవృక్షః॥

విప్రప్రియః-అ-త్రి-బ్రాహ్మణవల్లభే॥

విప్రయాణమ్-అ-న-పలాయనమ్॥

విప్రయుక్తః-అ-త్రి-విశ్లిష్టః॥

విప్రయోగః-అ-పు-విప్రలంభః॥ తె॥ ఎడ

విప్రలబ్ధః-అ-త్రి-వంచితః॥ (బాయడము.

విప్రలబ్ధా-ఆ-సీ- సంకేతనికేతనేప్రియమనవలోక్య సమాకులహృదయనాయికా॥
విప్రలమ్భః అ-పు విసంవాదః- ౧విప్రయోగః-౩విచ్ఛేదః-౪వంచనమ్- ౫శృంగారరసభేదః-౬శృంగారాంగవిశేషః॥ తె॥౧ ఒప్పుకొని లేదనిపోట్లాడడము - ౨ఎడబాయుట.
విప్రలాపః-అ పు-విరోధోక్తిః-౧విప్రలంభః ౩అపార్థకవచనమ్॥
విప్రలోభీ-న్-పు-కింకిరాతవృక్షః॥
విప్రశ్నికా-ఆ-సీ-ఈక్షణికా॥ తె॥సోదెకత్తె
విప్రియః-అ-పు-అపరాధః॥
విప్రియః-అ-త్రి-అప్రియః॥
విప్రుట్-ష్-సీ-బిందుః॥
విప్రోషితః-అ-త్రి-ప్రవాసితః॥
విప్లవః-అ-పు-దేశోపద్రవః-౧అస్త్రకలహః
విప్లావః-అ-పు-అశ్వస్యప్లుతగతిః॥
విప్లుట్-ష్-సీ-విప్రుట్॥
విప్లుతః-అ-త్రి-వ్యసనార్తః॥
విఫలమ్-అ-త్రి-నిరర్థకమ్॥
విఫలా-ఆ-సీ-దంతరోగజనకమీనః-౧కేతకీ॥
విబన్ధః-అ-పు-ఆనాహః॥ తె॥ మలమూత్రములనుబంధించెడురోగము.
విబాధా-ఆ సీ-విహేఠనమ్॥
విబుద్ధః-అ-పు-విశారదః॥ తె॥ బాగాచదువుకొనినశిష్యుఁడు.
విబుధః-అ-పు-దేవః-౧విద్వాన్- ౩చంద్రః॥
విబుధానః-అ-పు-ఆచార్యః-౧పండితః - ౩దేవః॥
విబోధః-అ-పు-వ్యభిచారిభావవిశేషః॥
విబోధనమ్-అ-న-ప్రబోధనమ్॥
విబ్రువన్-త్-త్రి-విరుద్ధవక్తా॥
విభక్తః-అ-త్రి-ప్రాప్తవిభాగః॥
విభక్తజః-అ-పు- విభాగానంతరంగర్భాధానేనజాతః॥
విభక్తిః-ఇ-సీ-విభాగః- ౧స్వాదిః త్యాదిశ్చ॥
విభజనీయమ్-అ-త్రి-విభాజ్యమ్ - ౧భజనార్హ్యమ్॥
విభవః-అ-పు-సంవత్సరభేదః - ౧సంపత్తిః- ౩విత్తమ్॥
విభా-ఆ-సీ-కిరణః-౧ప్రకాశః-౩శోభా॥
విభాకరః-అ-పు-సూర్యః-౧అగ్నిః- ౩అర్కవృక్షః-౪చిత్రకవృక్షః॥
విభాగః-అ పు-భాగః॥
విభాజనః-అ-పు-తండులీయః॥ తె॥చిర్రికూర.
విభాజ్యమ్-అ-త్రి-విభజనీయమ్॥
విభాణ్డకః-అ-పు-మునివిశేషః॥
విభాణ్డీ-ఈ-సీ-ఆవర్తనీ॥ తె॥ నులిదడచెట్టు
విభాతమ్-అ-న- ప్రభాతమ్॥
విభావః-అ-పు-పరిచితిః- ౧కామోద్దీపనమ్-౩రక్తోశీలమ్॥
విభావనమ్-అ-న-అలంకారవిశేషః - సచవినాకారణం ఉపనిబద్ధమానోపి కార్యోదయరూపః॥
విభావనా-ఆ-సి-అలంకారభేదః॥
విభావరీ-ఈ-సీ-రాత్రిః-౧హరిద్రా-౩కుట్టినీ ౪వక్రయోషిత్ -౫వివాదవస్త్రముండీ-౬మాఖర్యనిరత(స్త్రీ)- ౭మెదావృక్షః॥ తె॥ ౧పసపు.
విభావసుః-ఉ-పు-సూర్యః- ౧అగ్నిః- ౩ఇందుః-౪హారభేదః-౫విష్ణుః-౬చోరః-౭చిత్రకవృక్షః-౮అర్కవృక్షః॥
విభావితః-అ-త్రి- విచింతితః-౧విశేషేణఉత్పాదితః-౩విశేషణప్రాపితః- ౪విమిశ్రయితః॥
విభాషా-ఆ-సీ-వికల్పః॥

విభిన్నః-అ-త్రి-విభక్తః-౨విదీర్ణః॥
విభీతకః-అ-పు-కర్షఫలః - ౨నైర్ఋతశంఖః ॥తె॥౧తాండ్రచెట్టు.
విభీదకః-అ-పు-కర్షఫలః॥తె॥తాండ్రచెట్టు.
విభీషణః-అ-పు-నడతృణమ్- ౨రావణానుజః ॥తె॥౧కికర్ సగడ్డి.
విభీషణః-అ-త్రి-భయంకరః॥
విభీషికా-ఆ-సీ-భయప్రదర్శనమ్॥
విభుః-ఉ-త్రి-స్వామీ-౨నిత్యః-౩సర్వగతః॥
విభుః-ఉ-పు-శివః-౨ప్రభుః- ౩సర్వగతః-౪బ్రహ్మ-౫భృత్యః-౬విష్ణుః - ౭వ్యాపకః ౮నిత్యః-౯అగ్ని-౧౦ఇంద్రుడు॥
విభూతిః-ఇ-సీ- శివలీలావిభూతిః - ౨సంపత్తిః॥తె॥౧అణిమాదులు.
విభూతిద్వాదశీ-ఈ-సీ- వ్రతవిశేషః॥
విభూషణమ్-అ-న-ఆభరణమ్॥
విభూషా-ఆ-సీ-కాంతిః-౨భూషణమ్॥
విభూషితః-అ-త్రి-అలంకృతః॥
విభృతః-అ-త్రి-ధృతః-౨పుష్టః॥
విభ్రమః-అ-పు-స్త్రీహావవిశేషః - ౨సంశయః-౩భ్రాంతిః-౪శోభా - ౫చేష్టా-౬అలంకారః॥
విభ్రమా-ఆ-సీ-వార్ధక్యమ్॥
విభ్రాట్-జ్-త్రి-భ్రాజిష్ణుః॥తె॥భూషణములచేతప్రకాశించెడువాఁడు.
విభ్రాడ్-జ్-త్రి- అలంకారాదినాదీప్తశీలః॥
విభ్రాన్తః-అ-త్రి-విభ్రమయుక్తః॥
విభ్రాన్తశీలః-అ-పు - ఉన్మత్తః - ౨వానరః-౩చంద్రసూర్యమండలమ్॥
విభ్రాన్తిః-ఇ-సీ-విభ్రమః॥
విమతః-అ-త్రి-విరుద్ధమతివిశిష్టః॥
విమతః-అ-పు-శత్రుః॥
విమనస్కః-అ-త్రి-విమనాః॥
విమనాః-స్-త్రి-విచారగ్రస్తః॥
విమయః-అ-పు-వినిమయః॥
విమర్దః-అ-పు-కాలంకతవృక్షః-౨విమర్దనమ్
విమర్దకః-అ-పు-చక్రమర్దః॥
విమర్దనమ్-అ-న-కుంకుమకర్పూరాదిసంఘట్టనమ్॥తె॥నూఱడము.
విమర్దోత్థః-అ-పు- మర్దనాజ్జాతసుగంధాదిః॥
విమర్శనమ్-అ-న-పరామర్శః-వితర్కః॥
విమర్షః-అ-పు-విచారణా॥
విమలమ్-అ-న- తారహేమద్విధాకృతమ్-తత్పూపరసవిశేషః॥
విమలమ్-అ-త్రి-నిర్మలమ్- ౨శ్వేతవర్ణవత్॥
విమలః-అ-పు-శ్వేతవర్ణః॥
విమలః-అ- ద్వ - విమలనామకపర్వతశిలాభేదః॥
విమలదానమ్-అ-న - నిత్యనైమిత్తికకామ్యదానమ్- ౨ఈశ్వరప్రీణనార్థదానంచ॥
విమలమణిః-ఇ-పు-స్ఫటికః॥
విమలా-ఆ-సీ- భూమిభేదా - ౨బృహస్పతిభార్యా॥
విమలాత్మకః-అ-త్రి-నిర్మలః॥
విమలాద్రిః-ఇ-పు-శత్రుంజయపర్వతః॥
విమలార్థకః-అ-త్రి-నిర్మలః॥
విమాంసః-అ-పు - అశుద్ధమాంసమ్-తత్తుకుక్కురాదిమాంసమ్॥
విమాతా-ఋ-సీ-మాతృసపత్నీ॥
విమాతృజః-అ-పు-వైమాత్రేయః॥తె॥సవతితల్లికొడుకు.
విమానః-అ-(సీ)- ఇంద్రవిమానమ్ - ౨సప్తభూమికరాజభవనమ్ - ౩దేవయానమ్॥
విమానః-అ-పు-దిగంబరః-౨పశుజన్మా॥
విమార్గః-అ-పు-సమ్మార్జనీ-౨కుపథః॥
విముక్తః-అ-త్రి-విశేషేణముక్తః-౨త్యక్తః

విముక్తిః-ఇ-సీ-విమోచనమ్-౨మోక్షః॥

విముఖః-అ-త్రి-బహిర్ముఖః-౨విరతః॥

విముద్రః-అ-త్రి-ప్రఫుల్లః-౨ముద్రారహితశ్చ॥

విమోక్షణమ్-అ-న-విమోచనమ్-పరిత్యజనమ్॥

విమోచనమ్-అ-న-దూరీకరణమ్-౨విముక్తిః

విమోహనమ్-అ-న-వైచిత్రీకరణమ్॥

విమోహనః-అ-పు-ఈశానశంఖః॥

విమోహితః-అ-త్రి-మోహయుక్తః-ముగ్ధః॥

వియచ్చారీ-న్-పు-చిల్లః॥

వియచ్చారీ-న్-త్రి-ఆకాశగామీ॥

వియత్-త్-న-ఆకాశమ్॥ తె॥ ఆకసము.

వియద్గఙ్గా-ఆ-సీ-ఆకాశగంగా॥

వియద్భూతిః-ఇ-సీ-అంధకారః॥

వియన్మణిః-ఇ-పు-సూర్యః॥

వియమః-అ-పు-పరాపకారకర్మనివృత్తిః-౨దుఃఖమ్॥

వియాతః-అ-త్రి-సభానిశ్శంకితః॥

వియామః-అ-పు-పరోపద్రవకర్మనివృత్తిః॥

వియుక్తః-అ-త్రి-వియోగవిశిష్టః॥

వియోగః-అ-పు-విరహః॥

వియోగభాక్-జ్-త్రి-విచ్ఛేదయుక్తః॥

వియోగీ-న్-పు-చక్రవాకః॥

వియోగీ-న్-త్రి-వియోగయుక్తే॥

వియోజితః-అ-త్రి-వియోగప్రాపితః॥

విరక్తః-అ-త్రి-విరాగయుక్తః-౨అననురక్తః

విరక్తా-ఆ-సీ-దుర్భగా-౨అననుకూలా॥

విరక్తిః-ఇ-సీ-విరాగః॥

విరఙ్గమ్-అ-న-కంకుష్ఠమ్॥

విరచనః-అ-పు-సూర్యః-౨రాక్షసవిశేషః-౩చంద్రః-౪అగ్నిః-౫యుద్ధదుర్మదః॥

విరచనః-అ-త్రి-పవిత్రః॥

విరచితః-అ-త్రి-విశేషేణరచితః-నిర్మితః॥

విరజస్తమాః-స్-పు-సత్వగుణవిశిష్టః॥

విరజా-ఆ-సీ-నైరృతభార్యా-౨దీక్షాభేదః-౩కపిత్థానీవృక్షః-౪దూర్వా॥

విరజాః-స్-సీ-విగతార్తవా॥

విరజీ-ఈ-ం-విరజఃకరోతీత్యర్థే॥ తె॥ రజస్సులేకుండా॥

విరఞ్చః-అ-పు-బ్రహ్మ॥

విరఞ్చిః-ఇ-పు-బ్రహ్మ॥

విరటః-అ-పు-రాజవిశేషః-౨స్కంధః-౩కాలాగురు॥

విరణమ్-అ-న-వీరణతృణమ్॥

విరతః-అ-త్రి-నివృత్తః॥

విరతిః-ఇ-సీ-ఉపరామః॥ తె॥ చాలించడము.

విరథః-అ-పు-రోగీ-౨సుకృతీ॥

విరలమ్-అ-న-దధి॥

విరలః-అ-త్రి-శ్లథః॥ తె॥ వెలితిఁగలబట్టమొదలయినది.

విరలజానుకః-అ-త్రి-వక్రజానువిశిష్టః॥

విరలద్రవా-ఆ-సీ-శ్లక్ష్ణయవాగుః॥

విరలా-ఆ-సీ-కాచహారిణీవృక్షః॥

విరహః-అ-పు-వియోగః॥

విరహిణీ-ఈ-సీ-భృతిః-౨విచ్ఛేదవిశిష్టానారీ॥

విరహితః-అ-త్రి-త్యక్తః-౨విహీనః

విరహీ-న్-పు-విరహవిశిష్టః॥

విరహోత్కణ్ఠితా-ఆ-సీ-ఉత్కనాయికా॥

విరాగః-అ-పు-అననురాగః-రాగశూన్యః॥

విరాగార్హః-అ-త్రి-విరాగయోగ్యః॥

విరాజః-అ-పు-విరాట్॥

విరాజమానః-అ-త్రి-దీప్తివిశిష్టః॥

విరాజితః-అ-త్రి-శోభితః-దీప్తః॥

విరాట్-జ్-పు-గరుడః-౨ద్వైతురన్యాన

త్రిపాదీమంత్రః-౩ ఋత్త్రియః-౪ బ్రహ్మా
౫ విష్ణుః-౬ రుద్రః॥
విరాటః-అ-పు - దేశవిశేషః - ౨ తద్దేశీయ
రాజా॥
విరాటకః-అ-పు-రాజపట్టః॥
విరాటజః-అ-పు-విరాటదేశీయహీరకః॥
విరాటజః-అ-త్రి-విరాటరాజజా తె॥
విరాణీ-న్ పు-హస్తీ॥
విరాధః-అ-పు-దైత్యవిశేషః-౨ రాజవిశేషః॥
విరాధనమ్-అ-న-పీడా॥
విరాధానమ్-అ-న-పీడా - వివాధానమితి చ
పాఠః॥
విరామః-అ పు-తాలమానానుసృతః-౨ తా
లప్రాణాంగభేదః-౩ మాతంగః - ౪ పర
వర్ణాభావః॥
విరాలః-అ-పు-బిడాలః॥
విరాలిః-ఇ-పు-కీటరాజః॥ తె॥కుమ్మరపురుగు
విరాలీ-ఈ-సీ-బ్రహ్మపురీ॥
విరావః-అ-పు-ధ్వనిః-౨ గజస్కంధదేశః॥
విరావిణీ-ఈ-సీ-మార్జాలీ-౨ నదీవిశేషః - ౩
రోదనమ్॥
విరావీ-న్-త్రి-విరావవిశిష్టః॥
విరావీ-ఈ-సీ-చంద్రలోకః॥
విరిక్తః-అ-త్రి-కృతవిరేకః॥
విరిచనః-అ-పు-చతుర్ముఖః॥
విరిచినః-అ-పు-చతుర్ముఖః॥
విరిఞ్చః-అ-పు-చతుర్ముఖః-౨ విష్ణుః-౩ శివః॥
విరిఞ్చనమ్-అ-న-మారుతః- ౨ పరమాత్మా॥
విరిఞ్చనః-అ-పు-చతుర్ముఖః- ౨ మహాదేవః.
౩ పులస్త్యః॥
విరిఞ్చనా-ఆ-సీ - ఘంటాపథః - ౨ జినదైవ
తమ్
విరిఞ్చిః-ఇ-పు-చతుర్ముఖః-౨ శివః-౩ విష్ణుః॥

విరిబ్ధః-అ-పు-స్వరః॥
విరుద్ధః-అ-త్రి-విరోధవిశిష్టః॥
విరూక్షణమ్-అ-న-శాపః॥ తె॥తిట్టు.
విరూఢః-అ-త్రి-బద్ధః-౨ జాతః- ౩ ఆరోహణ
విశిష్టః॥ తె॥ ౨ పుట్టినది.
విరూపమ్-అ న-పిప్పలీమూలమ్॥
విరూపః-అ-త్రి-కుత్సితః-౨ కురూపః॥
విరూపః-అ-పు సుకన్నో రాజపుత్రః॥
విరూపకః-అ-త్రి-వికటః-౨ విరుద్ధరూపీ॥ తె॥
౧ మిక్కిలి వికారమైనది- ౨ విరుద్ధరూపముగ
లది. (భా ౩ అతివిషా॥)
విరూపా-ఆ-సీ యమభార్యా - ౨ దురాల}
విరూపాక్షః-అ-పు-శివః-౨ రుద్రభేదః॥
విరూపికా-ఆ-సీ-కురూపా॥
విరూపీ న్-పు-జాహకజంతుః॥
విరూపీ-న్-త్రి-కురూపవిశిష్టః॥
విరూపీ-ఈ-సీ-కాకమాచీ॥
విరేకః-అ-పు-జలద్రోణీ-౨ విచారః-౩ రహస్య
మ్-౪ గానలభేదః॥ తె॥ ౧ నీళ్లపడవ.
విరేచకః-అ-త్రి-రేచకః విరేకకారకః॥
విరేచనమ్-అ-న-విరేకః॥
విరేచనః-అ-పు-పీలువృక్షః॥
విరేఫః-అ-పు-నదమాత్రమ్-౨ రేఫశూన్యశ్చ
విరేభితః-అ-త్రి-శబ్దితః॥
విరోకమ్-అ-న-ఛిద్రమ్॥
విరోకః-అ-పు-సూర్యకిరణః॥
విరోచనః అ-త్రి-వక్త్రః॥
విరోచనః-అ-పు-సూర్యః - ౨ రాక్షసవిశేషః
-౩ చంద్రః - ౪ అగ్నిః - ౫ యుద్ధదుర్మదః
౬ అర్కవృక్షః - ౭ రోహితకవృక్షః - ౮
శ్యోనాకప్రభేదః-౯ ఘృతకరంజః॥
విరోచనసుతః-అ-పు-బలిరాజా॥
విరోచనీ-ఈ-సీ-నదీవిశేషః-౨ శక్త్యంతరమ్-

3 విచిత్రమ్॥
విరోచీ-న్-పు-సూర్యస్యఘర్మకరకిరణః॥
విరోధః-అ-పు-విద్వేషః॥ (డము.)
విరోధనమ్-అ-న-పర్యవస్థా॥ తె॥ కిట్టకపోవ
విరోధాభాసః-అ-పు-అలంకార భేదః॥
విరోధికృత్-త్-పు-కలిశ కాంత భేదః-౨సం వత్సర భేదః॥
విరోధినీ-ఈ-సీ-విరోధకారికా॥
విరోధీ-న్-త్రి-విరోధవిశిష్టః॥
విరోధీ-న్-పు-సంవత్సర భేదః-౨శత్రుః॥
విరోధోక్తిః-ఇ-సీ-పరవచనవిరోధవచనమ్॥
విలక్షః-అ-త్రి-విస్మయాన్వితః॥ తె॥ వితాకు పడ్డవాఁడు.
విలక్షణమ్-అ-త్రి- భిన్నః - ౨విశేషలక్షణ యుక్తంచ॥
విలక్షణమ్-అ-న-హేతుశూన్యస్థితిః॥ తె॥ నివ్వెఱపడుట.
విలక్షణా-ఆ-సీ-శయ్యావిశేషః॥
విలగ్నమ్-అ-(సీ)-మధ్యమ్॥ తె॥ నడుము.
విలగ్నః-అ-త్రి-సంలగ్నః॥
విలజ్జః-అ-త్రి-లజ్జారహితః॥
విలపనమ్-అ-న-విలాపః-భాషణమ్॥
విలమ్బః-అ-పు-లంబనమ్-౨గౌణః॥
విలమ్బనమ్-అ-న-అశీఘ్రమ్- ౨ప్రభవాదిష ష్టిసంవత్సరాంతర్గతద్వాత్రింశవర్షమ్॥
విలమ్బితమ్-అ-న-విలంబకృతనృత్తగీత వాద్య లయః॥
విలమ్బితమ్-అ-త్రి-అశీఘ్రమ్॥
విలమ్బీ-న్-త్రి-సంవత్సరవిశేషః- ౨విలంబ విశిష్టః॥
విలమ్భః-అ-పు-అతిసర్జనమ్॥ తె॥ అత్యంతవిత రణము.
విలయః-అ-పు-ప్రళయః॥

విలలా-ఆ-సీ-శ్వేతబలా॥
విలవాసః-అ-పు-జాహకజంతుః॥
విలసన్-త్-త్రి-విలాసయుక్తః॥
విలానకః-అ-పు-మన్మథశంఖః॥
విలాపః అ-పు-పరిదేవనమ్॥ తె॥ కలవరింత.
విలాలః-అ-పు-యంత్రమ్-౨బిడాలః॥
విలాసః-అ-పు-స్త్రీణాంహావభేదః౨లీలా-3 భావః-౪గన్మథశంఖః- ౫యమశంఖః
విలాసకాననమ్-అ-న- క్రీడావనమ్-విలాస॥ విపినమ్॥
విలాసమన్దిరమ్-అ-న-క్రీడాగృహమ్॥
విలాసవిభవానసః-అ త్రి-లుబ్ధః॥
విలాసినీ-ఈ-సీ-నారీ-౨వేశ్యా॥
విలాసీ-న్-పు-భోగీ-౨వ్యాలః- 3చంద్రశం ఖః-౪కృష్ణః-౫అగ్నిః-౬చంద్రః - ౭స్మ రః-౮హరః॥
విలీనః-అ-త్రి-విద్రుతః॥ తె॥ కరఁగఁబడ్డది.
విలేఖనమ్-అ-న-లేఖనమ్॥
విలేపః-అ-పు-లేపః॥
విలేపనమ్-అ-న-వర్ణకమ్-౨సమాలంభః॥ తె॥ ౧వంటపూఁచినగంధము - ౨పూయడ ము, నలుగుఁబెట్టడము-నున్న.
విలేపనీ ఈ-సీ-యవాగూః-౨సువేషస్త్రీ॥
విలేపిణీ-ఈ-సీ-తరలా-౨సువేషః - 3అంగ నా॥ తె॥ ౧గంజి.
విలేపీ న్-త్రి-లేపనకర్తా॥
విలేపీ-ఈ-సీ-యవాగూః॥ తె॥ గంజి.
విలేప్యః-అ-పు-యవాగూః॥ తె॥ గంజి.
విలేప్యః-అ-త్రి-విలేపనీయః॥
విలోకనమ్-అ-(పు)-ఆలోకనమ్॥
విలోకితమ్-అ-త్రి-ఆలోకితమ్॥
విలోకితమ్-అ-న-స్వభావదృగ్విశేషః॥
విలోచనమ్-అ-న-చంద్రధనుః-౨చక్షుః- 3

దర్శనంచ॥
విలోచనః-అ-పు-విశ్వదేవభేదః-౨సూర్యః॥
విలోటకః-అ-పు-నలమీనః॥
విలోడనమ్-అ-న-మంథనమ్॥
విలోడితమ్-అ-న-తక్రమ్॥ తె॥ చల్ల॥
విలోడితమ్-అ-త్రి-ఆలోడితె॥
విలోపః-అ-పు-విశేషేణలోపః॥
విలోభః-అ-పు-విలోభనమ్-విశేషలోభః॥
విలోమమ్-అ-న-చోరఘట్టకమ్॥
విలోమమ్-అ-త్రి-విపరీతమ్॥
విలోమః-అ-పు-ప్రతీపః-౨భుజంగః-౩వరుణః-౪శ్వా-౫విలోమజాతిః॥
విలోమకః-అ-పు-విపరీతః॥
విలోమజిహ్వః-అ-పు-హస్తీ॥
విలోమవర్ణః-అ-పు-ప్రతిలోమభవః॥ తె॥ నీచజాతిపురుషునికిని అధిక జాతిస్త్రీకిని పుట్టినవాఁడు.
విలోమికా-ఆ-సీ-కాకనాసికా॥ తె॥ కాకిదొండచెట్టు.
విలోమీ-ఈ-సీ-ఆమలకీ॥
విలోలః-అ-త్రి-చంచలః॥
విల్లమ్-అ-న-ఆలవాలమ్-౨హింగుః॥
విల్లమూలా-ఆ-సీ-వారాహీకందః॥
విల్లసూః-ఊ-సీ-ప్రసూతదశపుత్రా॥
విల్లికా-ఆ-సీ-కపిత్థపత్రా॥ తె॥ చేతరాసిమారచెట్టు.
వివః-స్-న-తేజః॥
వివక్షా-ఆ-సీ-వక్తుమిచ్ఛా-౨శక్తిః॥
వివక్షితః-అ-త్రి-వక్తుమిష్టః-౨శక్యార్థః॥
వివదమానః-అ-త్రి-వివాదకర్తా॥
వివధః-అ-పు-పర్యాహారః-సతుధాన్యతండులాదిః-౨అధ్వా-౩భాగః-౪ఉపరితోబద్ధశిక్యస్కంధవాహ్యకాష్ఠమ్-౫భారః॥
వివధికః-అ-పు-వైవధికః॥
వివరమ్-అ-న-రంధ్రమ్-౨దూషణమ్-౩గర్తః
వివరః-అ-పు-రహితమ్॥ తె॥ ఒక లెక్కలోఁ బొక లెక్కతీసివేయడము.
వివరణమ్-అ-న-వ్యాఖ్యా॥
వివరనాలికా-ఆ-సీ-వేణుః॥
వివర్ణః-అ-పు-సంకీర్ణవిలోమజాతిః-౨నీచః
వివర్ణః-అ-త్రి-అవివేకీ॥
వివర్తః-అ-పు-సముదాయః-౨అపవర్తనమ్-౩నృత్యమ్॥
వివర్తనమ్-అ-న-కనీనికాచలనభేదః-౨పరివర్తనమ్॥ తె॥ పొర్లడము.
వివర్తితమ్-అ-న-వత్మక్రియాభేదః॥
వివశః-అ-త్రి-అరిష్టదుష్టధీః-౨అవశ్యాత్మా॥
వివస్వతీ-ఈ-సీ-సూర్యనగరీ॥
వివస్వాన్-త్-పు-ద్వాదశాదిత్యగణవిశేషః-౨సూర్యః-౩విబుధః-౪అర్కవృక్షః-౫వైవస్వతమనుః॥
వివాకః-అ-త్రి-వివేచనకర్తా॥
వివాదః-అ-పు-ధనాదినిమిత్తవివాదః॥
వివాదానుగతః-అ-త్రి-వివాదకర్తా॥
వివాదీన్-త్రి-వివాదకర్తా॥
వివాదీన్-పు-సంగీతస్వరశత్రుః॥
వివాహః-అ-పు-పరిణయః॥
వివాహితః-అ-ద్వి-కృతవివాహః॥
వివాహ్యః-అ-పు-జామాతా॥
వివాహ్యః-అ-త్రి-వివాహయోగ్యః॥
వివిక్తమ్-అ-న-రహస్యమ్॥
వివిక్తః-అ-త్రి-రహస్యస్థలాదిః-౨పవిత్రీకరణదత్తవస్తు-౩అసంపృక్తః॥
వివిక్తా-ఆ-సీ-దుర్భగా-వివిక్తాఇతిచపాఠః॥
వివిధః-అ-త్రి-నానారూపవాన్॥
వివీతః-అ-పు-భూమివిశేషః॥

వివీతభర్తా-ఋ-పు-వివీతభూస్వామీ॥
వివృక్తా-ఆ-సీ-దుర్భగా॥
వివృతమ్-అ-త్రి-విస్తృతమ్॥
వివృతా-ఆ-సీ-క్షుద్రరుగ్భేదః॥
వివృతాక్షః-అ-పు-కుక్కుటః॥
వివృతిః-ఇ-సీ-వ్యాఖ్యానగ్రంథః॥
వివృత్తమ్ అ-త్రి-చలితమ్॥
వివృత్తా-ఆ-సీ-క్షుద్రరుగ్భేదః॥
వివృత్తాక్షః అ-పు-కుక్కుటః॥ తె॥ కోడి.
వివృత్తిః-ఇ-సి-చక్రవద్భ్రమణమ్ - ఘూర్ణనమ్॥
వివేకః అ-పు-అంబువాహకద్రోణీ-౨ఈశ్వరః ప్రపంచభిన్న ఇత్యాదిజ్ఞానమ్॥
వివేకితా-ఆ-సీ-వివేకిత్వమ్॥
వివేకీ-న్-పు-దేవసేనరాజపుత్రః- ౨విచారకర్తా॥
వివేకీ-న్-త్రి-వివేకవిశిష్టే॥
వివేచకః-అ-పు-వివేచనకర్తా॥
వివేచనమ్-అ-న-వివేకః॥
వివేచనీయః-అ-త్రి-వివేచ్యః॥
వివోఢా-ఋ-పు-వరః-౨పతిః॥
విశంవరా-ఆ-సీ-పల్లీ॥
విశఙ్కః-అ-త్రి-శంకారహితః॥
విశఙ్కటః-అ-త్రి-విస్తీర్ణః॥ తె॥ గొప్పది.
విశదః-అ-పు-శ్వేతవర్ణః- ౨అవ్యక్తః- ౩శుచిః ౪కుబేరసౌధమ్॥
విశదః-అ-త్రి-శ్వేతవర్ణవాన్-౨అవ్యక్తః॥
విశయః-అ-పు-సంశయః-౨ఆశ్రయః॥
విశయీ-న్-త్రి-సంశయీ॥
విశరః-అ-పు-మారణమ్॥
విశరణమ్-అ-న-మారణమ్॥
విశల్యః-అ-త్రి-శల్యరహితః॥
విశల్యకరణీ-ఈ-సీ-ఓషధివిశేషః॥
విశల్యకా-ఆ-సీ-హిరలీ॥ తె॥ నల్లఉప్పిచెట్టు.
విశల్యకృత్-త్-పు-విశాలీవృక్షః॥
విశల్యకృత్-త్-త్రి-విశల్యకారీ॥
విశల్యా-ఆ-సీ-వటపత్రికా-౨గులూచీ- ౩శక్రపుష్పీ-౪కలికాలీ-౫వృశ్చికాలికా-౬త్రిపుటీ-౭లాంగలీ॥ తె॥ ౧కుక్కపాలచెట్టు-౨తిప్పతీగె-౩తరిగొబ్బచెట్టు- ౪తరిగొబ్బలో భేదము-౫తేలుకొండిచెట్టు- ౬తేగడచెట్టు-౭నీరుపిప్పలి.
విశసనమ్-అ-న-మారణమ్॥
విశసనః-అ-పు-ఖడ్గః॥
విశసితః-అ-త్రి-మారితః॥
విశస్తః-అ-త్రి-అవినీతః॥
విశస్తా-ఋ-పు-చాండాలః॥
విశా-ఆ-సీ-అశ్వవిష్ఠా॥ తె॥ గుఱ్ఱపులద్దె.
విశాకరః-అ-పు-భద్రచూడః॥
విశాఖః-అ-పు-షణ్ముఖః-౨కరిల్లకః-౩యాచకః॥ తె॥ ౨కాకరచెట్టు.
విశాఖజః-అ-పు-నారంగః॥
విశాఖజః-అ-త్రి-విశాఖజాతే॥
విశాఖలమ్-అ-న - యుద్ధకాలేమధ్యేవిన్యస్తపాదద్వయమ్॥
విశాఖా-ఆ-సీ-విశాఖానక్షత్రమ్-౨కరిల్లకః॥
విశాయః-అ-పు-పర్యాయశయనమ్॥ తె॥ చౌకీ పారాలయందు నొకరితరువాతనొకరు నిద్రపోవడము.
విశారణమ్ అ-న-మారణమ్॥
విశారదః-అ-పు-వకులవృక్షః- ౨విబుధః - ౩ఘూర్జరగ్రామః॥ తె॥ ౧పొగడచెట్టు.
విశారదః-అ-త్రి- ప్రగల్భః-౨విద్వాన్-౩ప్రసిద్ధః-౪శ్రేష్ఠః॥
విశారదా-ఆ-సీ-క్షుద్రదురాలభా॥
విశాలమ్-అ-త్రి-విస్తీర్ణమ్॥ తె॥ గొప్పది.

విశాలః-అ-పు-మృగభేదః-౨పక్షిభేదః-౩నృప భేదః-౪వృక్షభేదః॥
విశాలకటిః-ఇ-సీ-ధనపుత్రవల్లక్షణమ్॥
విశాలతా-ఆ-సీ-వస్త్రాదివరిణాహః॥ తె॥ వెడల్పు.
విశాలతైలగర్భః-అ-పు-అంకోలవృక్షః॥
విశాలత్వక్-చ్-పు-సప్తపర్ణవృక్షః॥ తె॥ ఏడాకులఅరటిచెట్టు.
విశాలనేత్రా-అ-న-(స్త్రీ)సుఖవల్లక్షణమ్॥
విశాలపత్రః-అ-పు-కాసాలుః-౨శ్రీతాలః॥
విశాలపాదా-అ-పు- మరరాజపూజితలక్ష(ణమ్)
విశాలఫలికా-ఆ-సీ-నిష్పావీ॥
విశాలా-ఆ-సీ-ఉజ్జయనీపురీ- ౨ఇంద్రవారుణీ॥ తె॥౩పెద్దపాపరచెట్టు.
విశాలాక్షః-అ-త్రి-సునేత్రః॥
విశాలాక్షః-అ-పు-హరిః-౨తార్క్ష్యః-౩హరః
విశాలాక్షీ-ఈ-సీ-బ్రహ్మసభా- ౨పార్వతీ-౩నాగదంతీ-౪చతుఃషష్టియోగిన్యంతర్గతయోగినీవిశేషః॥
విశాలీ-ఈ-సీ-అజమోదా॥
విశాలోరః-స్-న- ధనధాన్యభోగిలక్షణమ్॥
విశిఖః-అ-పు-బాణః-౨తోమరః-౩శరవృక్షః॥
విశిఖః-అ-త్రి-శిఖారహితః॥
విశిఖః-అ-ద్వి-విశాఖానక్షత్రమ్॥
విశిఖా-ఆ-సీ-అభిప్రాయః-౨రథ్యా - ౩ఖనిత్రీ-౪నాపితస్త్రీ॥ తె॥ ౨రథములునడిచెడువీధి.
విశిఖికా-ఆ-సీ-కార్యార్థమితస్తతసంచారః॥
విశిపమ్-అ-న-మందిరమ్॥
విశిష్టః-అ-త్రి-యుక్తః-౨విశేషేణశిష్టశ్చ॥
విశిష్టః-అ-పు-విష్ణుః॥
విశిష్టాద్వైతవాదీ-న్- త్రి - ప్రకృతిపురుషయోర్భిన్నత్వేపిమిలితయోస్తయోర్బ్రహ్మత్వవాదీ॥

విశీర్ణః-అ-త్రి-శుష్కః॥
విశీర్ణపర్ణః-అ-పు-నింబవృక్షః॥
విశుద్ధమ్-అ-త్రి- విశేషేణశుద్ధమ్ - ౨నిభృతమ్-౩సత్యమ్-౪షట్చక్రాంతర్గతపంచమచక్రమ్- తత్తుకంఠస్థంఅకారాదిషోడశస్వరయుక్త ధూమ్రవర్ణ షోడశదలపద్మమ్॥
విశుద్ధిః ఇ-సీ-సమః-౨శోధనమ్॥
విశృంఖలమ్-అ-త్రి-నిరర్గలమ్॥ తె॥ అడ్డములేనిది.
విశేషః-అ-పు-అలంకారభేదః- ౨అవయవః-౩వ్యక్తిః-౪తిలకః-౫భేదః- ౬అత్యంతః-౭రమ్యః-౮ద్రవ్యయోర్యుత్తమవస్తు- ౯శరీరధ్వనిః॥
విశేషకః-అ-పు-అలంకారవిశేషః-౨విశేషః-౩వాహకః-౪తిలకవృక్షః॥
విశేషకః-అ-త్రి-విశేషయితరి.
విశేషకః-అ-(సీ)-తిలకః॥ తె॥బొట్టు.
విశేషకచ్ఛేద్యమ్-అ-న-చతుఃషష్టికలాంతర్గతషష్ఠకలా-సాతుతిలకేషునానావిచ్ఛేదరచనా॥
విశేషగుణః-అ-పు-బుధ్యాదిషట్కమ్- ౨రూపాదిచతుష్టయః-౩స్నేహః-౪స్వాభావికద్రవత్వమ్-౫అదృష్టః - ౬భావనా-౭శబ్దః॥
విశేషణమ్-అ-న-ఉపసర్జనమ్॥ తె॥ అంగభూతము.
విశేషదృక్ - శ్ - పు - విశేషదృజ్మతప్రవర్తకః॥
విశేషనిబన్ధనాప్రస్తుతప్రశంసా - ఆ - సీ-అలంకారభేదః॥
విశేషవిధిః-ఇ-పు-అల్పవిషయకవిధిః॥
విశేషవ్యాప్తిః-ఇ-సీ-వ్యాప్తిభేదః॥

విశేషితమ్-అ-త్రి-భిన్నమ్-వ్యవచ్ఛిన్నమ్॥
విశేషోక్తిః-ఇ-సీ-అలంకారవిశేషః॥
విశేష్యమ్-అ-న-ప్రధానమ్॥
విశేష్యః-అ-త్రి-ధర్మిపదార్థః - సచద్రవ్యాదిః-విశిష్యతేయః-ఘటపటాదిః-౨భాసమానవైశిష్ట్యానుయోగీ॥
విశోకః-అ-త్రి-శోకరహితః॥
విశోకః-అ-పు-అశోకవృక్షః॥
విశోధనీ-ఈ-సీ-నీలినీ- ౨నాగదంతీవృక్షః-౩బ్రహ్మపురీ॥ తె॥ నీలిచెట్టు.
విశోధినీ-ఈ-సీ-కుబేరపురీ-౨నాగదంతీ॥
విశోధినీబీజమ్-అ-న-జయపాలః॥
విశ్నః-అ-పు-దీప్తిః-౨గతిః॥
విశ్రణనమ్-అ-న-దానమ్॥
విశ్రబ్ధః-అ-త్రి-అనుద్భటః-౨శాంతః-౩విశ్వస్తః-౪అత్యర్థః-౫గాఢః॥
విశ్రబ్ధనవోఢా-ఆ-సీ-ముగ్ధానవోఢాభేదః॥
విశ్రమః-అ-పు-శ్రమాపనయః- ౨ఛందశ్శాస్త్రవిరామః॥
విశ్రమ్భః-అ-పు-విశ్వాసః॥
విశ్రాణనమ్-అ-న-దానమ్॥
విశ్రాన్తః-అ-త్రి-శ్రాంతియుక్తః॥
విశ్రాన్తః-అ-పు-నేత్రాంతః॥ తె॥ క్రేగన్ను.
విశ్రాన్తిః-ఇ-సీ-విశ్రామః-౨తీర్థవిశేషః॥
విశ్రామః-అ-పు-శ్రమాపనయః॥
విశ్రావః-అ-పు-దేశప్రఖ్యాతిః॥
విశ్రిః-ఇ-పు-మృత్యుః॥
విశ్రుతః-అ-త్రి-ప్రసిద్ధః- ౨జ్ఞాతః - ౩సంహృష్టః॥
విశ్రుతిః ఇ-సీ-విఖ్యాతిః॥
విశ్లేషః-అ-పు-విరహః-౨ఊనమ్- ౩విధురః॥ తె॥ ౧ఒకలెక్కలోమరియొకలెక్కతీసివేయడము-౩భార్యాహీనుఁడు.

విశ్వమ్-అ-న-జగతీ-౨శుంఠీ-౩బోలమ్॥
విశ్వః-అ-త్రి-సకలమ్॥
విశ్వః-అ-పు-శుంఠీ ౨జనః- ౩గణదేవతావిశేషః- ౪స్థూలశరీరవ్యష్ట్యుపహితచైతన్యమ్-౫పరిమాణవిశేషః॥
విశ్వక్-౦-౦-సర్వతః॥
విశ్వకద్రుః-ఉ-త్రి-ఖలః॥
విశ్వకద్రుః-ఉ-పు-మృగయాకుశలశునకః-౨ఖలః-౩ధ్వాంతమ్॥
విశ్వకద్రా-ఆ-సీ-క్రోష్టీ॥ తె॥ నల్లనేలగుమ్ముడుచెట్టు.
విశ్వకర్మజా-ఆ-సీ-సూర్యభార్యా॥
విశ్వకర్మసుతా-ఆ-సీ-కుబేరభార్యా॥
విశ్వకర్మా-న్-పు-విశ్వకర్తా-౨అర్కః- ౩చతుర్ముఖః-౪మునివిశేషః-౫చంద్రః- ౬సుతలలోకస్థవాత్స్యాయనమునిః॥
విశ్వకా-ఆ-సీ-గంగాచిల్లీ॥
విశ్వకృత్-త్-పు-విశ్వకర్మా॥
విశ్వకేతుః-ఉ-పు-అనిరుద్ధః॥
విశ్వక్సేనా-ఆ-సీ-ప్రియంగువృక్షః॥
విశ్వగః-అ-పు-బ్రహ్మ॥
విశ్వగన్ధమ్-అ-న-బోలమ్॥
విశ్వగన్ధః-అ-పు-పలాండుః॥
విశ్వగన్ధా-ఆ-సీ-పృథివీ॥
విశ్వగోప్తా-ఋ-పు-విష్ణుః-౨ఇంద్రః॥
విశ్వగ్రన్థిః-ఇ-సీ-హంసపదీ॥
విశ్వగ్వాయుః-ఉ - పు - సర్వతోగామిపవనః॥
విశ్వజ్-చ్-త్రి-సర్వత్రగామీ॥
విశ్వజర్కరః-అ-పు-నేత్రమ్॥
విశ్వచక్రమ్-అ-న-మహాదానవిశేషః॥
విశ్వచక్రాత్మా-న్-పు-విష్ణుః॥
విశ్వజిత్-త్-పు- వరుణపాశః - ౨యాగ

భేదః॥

విశ్వతః-స్-౦-సర్వతః॥

విశ్వదేవః-అ-పు-గణదేవతావిశేషః - ౨త్ర యోదశసంజ్ఞా॥

విశ్వదేవా-ఆ-సీ-హ్రస్వగవేధుకా-౨నాగబలా-౩అరుణపుష్పదండోత్పలః॥

విశ్వదేవా-ఋ-పు-భగాంతర్లింగనాడీ॥

విశ్వద్ర్యజ్-చ్-త్రి- సర్వత్రగమనకర్తా॥

విశ్వధారిణీ-ఈ-సీ-భూమిః॥

విశ్వనాథః-అ-పు-శివః॥

విశ్వపర్ణీ-ఈ-సీ-భూమ్యామలకీ॥

విశ్వపాః-ఆ-పు-విశ్వపాలనకర్తా- ౨తుపరమేశ్వరః॥

విశ్వప్రభః-అ-పు-ఈశాననగరమ్॥

విశ్వప్సా-న్-పు-అగ్నిః-౨చంద్రః-౩దేవః౪విశ్వకర్మా-౫సూర్యః॥

విశ్వబలా-ఆ-సీ-గాంగెరుకీ॥ తె॥జిబిలికచెట్టు

విశ్వబోధః-అ-పు-బుద్ధః॥

విశ్వభూః-ఊ-పు-బుద్ధభేదః॥

విశ్వభేషజమ్-అ-న-శుంఠీ॥

విశ్వభోజాః-స్-పు-సర్వభుక్॥

విశ్వమదా-ఆ-సీ-అగ్నిజిహ్వా॥

విశ్వమ్భరః-అ-పు-విష్ణుః-౨ఇంద్రః-౩మహాదేవః-రన్ధ్రపాంతరమ్॥

విశ్వమ్భరా-ఆ-సీ-భూమిః॥

విశ్వమ్భరః-అ-పు-విష్ణుః- ౨ఇంద్రః- ౩మహాదేవః-రన్ధ్రపాంతరమ్॥

విశ్వాయుః-ఉ-పు-వాయుః॥

విశ్వరూపమ్-అ-న-అగురు॥

విశ్వరూపః-అ-పు-విష్ణుః॥

విశ్వరూపకమ్-అ-న-కృష్ణాగురు॥

విశ్వరూపీ-ఈ-సీ - రూపగంధా॥ తె॥మూరుకొండ॥

విశ్వరేతాః-స్-పు-చతుర్ముఖః॥

విశ్వరోచనః-అ-పు-నాడీచశాకః॥

విశ్వలా-ఆ-సీ-గాంగెరుకీ॥ తె॥ జిబిలికచెట్టు.

విశ్వవేదాః-స్-పు-సర్వజ్ఞః॥

విశ్వసహా-ఆ-సీ-అగ్నిజిహ్వావిశేషః॥

విశ్వసారమ్-అ-న-తంత్రవిశేషః॥

విశ్వసారకమ్-అ-న-విదరవృక్షః॥

విశ్వసితః-అ-త్రి-విశ్వస్తః॥

విశ్వసృక్-జ్-పు-బ్రహ్మా॥

విశ్వసృట్-జ్-పు-చతుర్ముఖః॥

విశ్వస్తః-అ-త్రి-నిభృతః-౨విశ్వాసపాత్రః॥

విశ్వస్తా-ఆ-సీ-విధవా॥

విశ్వస్థా-ఆ-సీ-శతావరీ॥

విశ్వా-ఆ-సీ-అతివిషా-౨పృథివీ- ౩యమభార్యా-రపిప్పలీ॥ తె॥౧అతివస.

విశ్వాచీ-ఈ-సీ-స్వర్వేశ్యావిశేషః॥

విశ్వాత్మా-న్-పు-చతుర్ముఖః-౨విష్ణుః॥

విశ్వాధాయాః-స్-పు-దేవతా॥

విశ్వామిత్రః-అ-పు-గాధేయః॥ తె॥విశ్వామిత్రుండు.

విశ్వామిత్రప్రియః-అ-పు-నారికేళః॥

విశ్వారాట్-జ్-పు-విశ్వేషురాజతేయః॥

విశ్వావసుః-ఉ-పు-సంవత్సరభేదః - ౨గంధర్వభేదః-౩నిశా॥

విశ్వాసః-అ-పు-ప్రత్యయః॥ తె॥నమ్మిక.

విశ్వాసఘాతకః-అ-త్రి - విశ్వాసంహంతియః-విశ్రంభనాశకః॥

విశ్వే-అ - పు-త్రయోదశవిశ్వదేవగణదేవతాః-బహువచనాంతోయమ్॥

విశ్వేదేవాః-అ పు-అగ్నిః - ౨శ్రాద్ధదేవః॥

విశ్వేశః-అ-పు-శివః-కాశీస్థమహాదేవః॥

విశ్వేశ్వరః-అ-పు-శివః-కాశీస్థమహాదేవః॥

విశ్వౌషధమ్-అ-న-శుంఠీ॥

విషమ్-అ-(సీ)-సర్పవిషమ్॥

విషమ్-అ-న-జలమ్-౧పద్మకేసరమ్-౨బోలం ౩వత్సనాభః-౪సామాన్యవిషమ్॥

విషకణ్టకినీ-ఈ-సీ-వంధ్యాకర్కోటకీ॥

విషకన్దః-అ-పు-నీలకందః॥

విషఘ్నా-ఆ-సీ-గుడూచీ॥

విషఘాతీ-న్-పు-శిరీషవృక్షః॥

విషఘాతీ-న్-త్రి-విషనాశకే॥

విషఘ్నః-అ-పు-శ్లేష్మాతకవృక్షః - ౧శిరీషవృక్షః-౨యవాసః-౩విభీతకః-౪చంపకవృక్షః॥ తె॥౧విరిగిచెట్టు.

విషఘ్నః-అ-త్రి-విషనాశకే॥

విషఘ్నా-ఆ-సీ-హరిద్రా॥

విషఘ్నికా-ఆ-సీ - గిరికర్ణికా॥ తె॥ తెల్లగినియచెట్టు॥

విషఘ్నీ-ఈ-సీ-నీలినీ- ౧హిలమోచికా- ౨ఇంద్రవారుణీ-౩వనబర్బరికా-౪స్వల్పఫలా- ౫భూమ్యామలీ- ౬రక్తపునర్నవా-౭హరిద్రా- ౮వృశ్చికాలీ - ౯మహాకరంజః॥ తె॥౧నీలిచెట్టు.

విషజిహ్వః-అ-పు-దేవతాడవృక్షః॥

విషజ్వరః అ-పు-మహిషః- ౧విషజజ్వరశ్చ॥

విషణిః-ఇ-పు-సర్పవిశేషః॥

విషణ్డమ్-అ-న-మృణాలమ్॥

విషణ్ణః-అ- త్రి - అవసత్త్యాద్ప్రాప్తేన వాచేష్టారహితః॥

విషణ్ణతా-ఆ-సీ-జడతా॥

విషతిన్దుః-ఉ-పు-కారస్కరవృక్షః-౧కుపీలుః

విషతిన్దుకః-అ-పు-విషముష్టివృక్షః॥

విషదమ్-అ-న-పుష్పకాసీసమ్॥

విషదః-అ-పు-శుక్లవర్ణః॥

విషదంష్ట్రా-ఆ-సీ-సర్పకంకాలీ॥

విషదన్తకః-అ-పు-సర్పః॥

విషదర్శనమృత్యుకః-అ-పు-చకోరపక్షీ॥

విషద్రుమః-అ-పు-కారస్కరవృక్షః॥

విషధరః-అ-పు-సర్పః-౧మేఘః-౨శివః-౩కాసారః-౪సముద్రః॥

విషధర్మా-ఆ-సీ-కులత్థయా॥

విషధాత్రీ-ఈ-సీ-జరత్కారుమునిపత్నీ॥

విషనాశనః-అ-పు-గరుడః-౧శిరీషవృక్షః॥

విషనాశనః-అ-త్రి-విషనాశకే॥

విషనాశనీ-ఈ-సీ-దేవదాలికా॥ తె॥ డావరడంగిచెట్టు.

విషనాశినీ-ఈ-సీ-సర్పకంకాలీ॥

విషముత్-ద్-పు-శోనాకవృక్షః॥

విషపుష్పమ్-అ-న-నీలపద్మమ్-౧విషయుక్తపుష్పంచ॥

విషపుష్పః-అ-పు-ఛర్దనవృక్షః॥

విషపుష్పకః అ-పు-పిండీతకః- ౧విషపుష్పభక్షణజన్యరోగః॥ తె॥౧ముంగచెట్టు.

విషభుజఙ్గః-అ-పు-విషయుక్తసర్పః॥

విషమమ్-అ-న-అలంకారవిశేషః - ౧అజాపయుక్॥ తె॥ ౧బాణమునకుఁజిక్కనివ్యగము.

విషమః-అ-పు-తాలప్రాణగ్రహభేదః - ౧తాలప్రాణకలాభేదః - ౨తాలప్రాణయతిభేదః-౩అయుగ్మరాశిః-నతు-మేషః మిథునఃసింహఃతులాధనుఃకుంభశ్చ॥

విషమః-అ-త్రి-అయుక్॥ తె॥ బేసి.

విషమచ్ఛదః-అ-పు-సప్తపర్ణవృక్షః॥ తె॥ ఏడాకులఅరఁటిచెట్టు.

విషమనయనః-అ-పు-శివః॥

విషమన్త్రిః-అ-పు-సర్పధారకః॥

విషమమయమ్-అ-త్రి-విషమాదాగతమ్॥

విషమరూప్యమ్-అ-త్రి-విషమాదాగతమ్॥

విషమర్దనికా-ఆ-సీ-గంధనాకులీ॥

విషమర్దనీ-ఈ-సీ-గంధనాకులీ॥

విషమవిభాగః-అ-పు-అసమానాంశః॥

విషమశిష్టః-అ-పు-దోషవిశేషః-సచ- అనుచితశాసనరూపః-మహాద్వైషమ్యమ్॥

విషమస్తనా-అ-పు-దరిద్రాలక్షణమ్॥

విషమస్థః-అ-త్రి-అసమానస్థితః- ౨ఉపప్లవదేశస్థః॥

విషమాక్షః-అ-పు-శివః॥

విషమాయుధః-అ-పు-మన్మథః॥

విషమీయమ్-అ-త్రి-విషమాదాగతమ్॥

విషముష్టిః-ఇ-సీ-కారస్కరః-౨అనుముష్టిః॥ తె॥ ౧ముషిడిచెట్టు-౨ముషిడిలోభేదము

విషమృత్యుః-ఉ-పు-జీవంజీవపక్షీ॥

విషయః-అ-పు-శబ్దాదిపంచభూతగుణః-౨దేశః - ౩ఆశ్రయః-౪యస్యయోజ్ఞాతస్తస్యసః-౫జనపదః॥

విషయాజ్ఞానమ్-అ-న-తంద్రా॥

విషయాయీ-న్-పు-రాజా - ౨వైషయికజనః-౩ఇంద్రియః-౪కామదేవః - ౫విషయాసక్తపూరుషః॥

విషయి-న్-న-ఇంద్రియమ్॥

విషయీ-న్-పు-రాజా-౨స్మరః- ౩వైషయికః-౪ధ్వనిః-౫ఆరోప్యమాణః॥

విషయీ-న్-త్రి-విషయాన్వితః॥

విషరాజికా-ఆ-సీ-కుంద్రుణా॥ తె॥ తెల్లబల్లి.

విషరూపా-ఆ-సీ-అతివిషా॥

విషలమ్-అ-న-విషమ్॥

విషలతా-ఆ-సీ-ఇంద్రవారుణీ॥

విషవిద్యా-ఆ సీ-విషచికిత్సా॥

విషవృక్షః-అ-పు-విషముష్టివృక్షః॥

విషవైద్యః-అ-పు-విషచికిత్సకః॥

విషవైరిణీ-ఈ-సీ-నిర్విషా॥

విషశాలూకః-అ-పు-పద్మకందః॥

విషశూకః-అ-పు-భృంగరోలః॥

విషశృఙ్గీ-న్-పు-భృంగరోలః॥

విషసూచకః-అ-పు-చకోరపక్షీ॥

విషసృక్కా-న్-పు-భృంగరోలః॥

విషహన్త్రీ-ఈ-సీ-నిర్విషా- ౨అపరాజితా॥ తె॥ ౧నిర్విషమ నెదుగ్రంథ్యము.

విషహరః-అ-త్రి-గరళనాశకౌషధాదిః॥

విషహరః-అ-పు-గోలీఢః॥ తె॥ మొక్కపుచెట్టు

విషహరా-ఆ-సి-మనసాదేవీ॥

విషహరీ-ఈ-సీ-మనసాదేవీ॥

విషహా-ఆ-సీ-దేవదాలీలతా-నిర్విషా॥

విషా-ఆ-సీ-అతివిషా-౨బుద్ధిః॥ తె॥ ౧అతివస.

విషాఙ్కురః-అ-పు-శల్యాస్త్రమ్॥

విషాణమ్-అ-న-కుష్ఠౌషధమ్-౨పశుశృంగమ్-౩హస్తిదంతః-౪కోలదంతః॥

విషాణః-అ-(సీ)- పశుశృంగమ్ - ౨క్రోడదంష్ట్రా-౩గజదంతః॥

విషాణికా-ఆ-సీ-ఆవర్తనీ- ౨సాతలా - ౩కర్కటశృంగి-౪మేషశృంగీ॥ తె॥ ౧నులిదడచెట్టు-౨సంబరేణిచెట్టు.

విషాణీ-న్-పు-గజః-౨వృషభః - ౩ఋషభనామౌషధమ్-౪శృంగాటకః॥

విషాణీ-ఈ-సీ- మేషాదివిషాణః-౨క్షీరకాకోలీ-౩వృశ్చికాలీ-౪తింతిడీ ॥ తె॥ ౧చిన్నకొమ్ము.

విషాదః-అ-పు-వ్యభిచారిభావవిశేషః-౨ఖేదః

విషాదనీ-ఈ-సీ-పలాశీలతా॥

విషాననః-అ-పు-సర్పః॥

విషాన్తకః-అ-పు-శివః॥

విషాన్తకః-అ-త్రి-విషనాశకే॥

విషాపహః-అ-పు-ముష్కకవృక్షః॥

విషాపహా-ఆ-సీ-అంకోలః-౨నిర్విషా - ౩ఇంద్రవారుణీ-౪నాగదమనీ- ౫అర్కమూ

లా-౬-సర్పకంకాలికా॥ తె॥ ౧ఉడుగు చెట్టు.
విషాభావా-ఆ-సీ-నిర్విషా॥
విషాయుధమ్-అ-న-విషయుక్తాస్త్రే॥
విషాయుధః-అ-పు-సర్పః॥
విషారః-అ-పు-సర్పః॥
విషారాతిః-ఇ-పు-కృష్ణధత్తూరకః॥
విషారిః-ఇ-పు-మహాచంచుశాకః - ౨ఘృతకరంజః॥
విషాస్యః-అ-పు-సర్పః॥
విషాస్యః-అ-త్రి-విషయుక్తముఖే॥
విషాస్యా-ఆ-సీ-భల్లాతకః॥
విషు-౦-౦-సామ్యమ్-౨నానారూపమ్॥
విషుణః-అ-పు-విషువమ్॥
విషుపమ్-అ-న-విషువమ్॥
విషువమ్-అ-న-సమరాత్రిందివకాలః॥
విషువత్-త్-న-సమరాత్రిందివకాలః॥
విషువాన్-త్-పు-సమరాత్రిందివకాలః॥
విషోపలః-అ-పు-గౌరీపాషాణః॥
విషౌషధీ-ఈ-సీ-నాగదంతీ॥
విష్కమ్భః-అ-పు - పంచాంగయోగవిశేషః-౨అర్గలః-౩నాటకాంగమ్-౪విస్తారః-౫ప్రతిబంధః॥ తె॥అతలుపుగడియ.
విష్కమ్భిన్-న్-పు-అర్గలా॥
విష్కలః-అ-పు-గ్రామ్యసూకరః॥
విష్కిరః-అ-పు-విహంగః-౨మయూరః-౩కుక్కుటః-౪లావవర్తకవార్దాకవర్తికాతిత్తిర్యాదిజాతయః॥
విష్టః-అ-త్రి-ప్రవిష్టః॥
విష్టపమ్-అ-న-భువనమ్॥
విష్టభమ్-అ-న-విష్టపమ్॥
విష్టమ్భః-అ-పు-గర్వః-౨ప్రతిబంధః-౩వైధ్యమ్-౪రోగవిశేషః సతుఅనాహరోగః
విష్టమ్భిన్-న్-త్రి-విష్టంభరోగజనకః-౨విష్టంభరోగవిశిష్టశ్చ॥
విష్టరమ్-అ-(సీ)-పీఠమ్॥
విష్టరః-అ-పు-కుశముష్టిః-౨వృక్షః॥
విష్టరశ్రవాః-స్-పు-విష్ణుః॥
విష్టరా-ఆ-సీ-గుంజాశిస్నీ॥
విష్టరుహా-ఆ-సీ-స్వర్ణకేతకీ- విష్టారుహాఇతి చపాఠః॥
విష్టా-ఆ-సీ-పురీషమ్-౨గోపుచ్ఛమ్॥
విష్టారః-అ-పు-ఛందోవిశేషః
విష్టిః-ఇ-త్రి-కర్మకరః॥
విష్టిః-ఇ-సీ-విష్టికరణమ్-౨నరకబాధా-౩బలాత్కారః-౪కర్మవేతనమ్॥ తె॥రవనికయ్యేడికూలి.
విష్ఠలమ్-అ-న-దూరస్థానమ్॥
విష్ఠా-ఆ-సీ-౬విధప్రకారేణోదరేతిష్ఠతియా
విష్ణు-ఉ-న-జలమ్-౨రమః-౩ప్రభా॥
విష్ణుః-ఉ-పు- ద్వాదశాదిత్యగణదేవవిశేషః ౨నారాయణః-౩వసుదేవతావిశేషః-౪వైద్యః-౫పవనః॥
విష్ణుః-ఉ-సీ-గౌరీ-౨అవిద్యా॥
విష్ణుఋక్షమ్-అ-న-శ్రవణానక్షత్రమ్॥
విష్ణుకన్దః-అ-పు-మూలవిశేషః
విష్ణుక్రాన్తా-ఆ-సీ- అపరాజితా - ౨నర్మచ్ఛదా॥ తె॥ ౧ఎఱ్ఱవిష్ణుక్రాంతచెట్టు-౨నల్ల విష్ణుక్రాంతచెట్టు.
విష్ణుగుప్తః-అ-పు-వాత్స్యాయనమునిః- ౨విష్ణుకందః॥
విష్ణుగుప్తకమ్-అ-న-చాణక్యమూలకమ్॥
విష్ణుచక్రమ్-అ-న-హస్తస్థరేఖామయచక్రవిశేషః-౨రేఖాంతరానాకులంరేఖామయచక్రమ్-౩సుదర్శనచక్రంచ॥
విష్ణుతీర్థమ్-అ-న-ఆకాశమ్॥

విష్ణుతైలమ్-అ-న- అశ్వినీకుమారకృతపక్వ తైలవిశేషః॥

విష్ణుదైవతమ్-అ-త్రి-విష్ణ్వధిష్ఠాతృదేవతాకమ్-౨శ్రవణానక్షత్రమ్॥

విష్ణుదైవత్యమ్-అ-త్రి-విష్ణ్వధిష్ఠాతృదేవతాకమ్-౨శ్రవణానక్షత్రమ్॥

విష్ణుదైవత్యా-ఆ-సి-ద్వాదశీతిథిః- ౨ఏకాదశీతిథిః॥

విష్ణుధర్మః-అ-పు-శాస్త్రవిశేషః॥

విష్ణుధర్మోత్తరమ్-అ-న- సంహితావిశేషః॥

విష్ణుపఞ్జరమ్-అ-న-విష్ణుకవచవిశేషః॥

విష్ణుపదమ్-అ-న-ఆకాశః-౨సముద్రః - ౩పద్మమ్-౪విష్ణోస్థానమ్॥

విష్ణుపదీ-ఈ-సీ-గంగా-౨సంక్రాంతిః - ౩ద్వారకా॥

విష్ణుపదీచక్రమ్-అ-న - జ్యేష్ఠాగ్రహాయణభాద్రఫాల్గునమాసీయ రవిసంక్రమకాలీన నక్షత్రవిన్యాసాంగక శుభాశుభఫల జ్ఞాపకనరాకారచక్రమ్॥

విష్ణుభక్తిః-ఇ-సీ-భగవత్సేవా॥

విష్ణుమాయా-ఆ-సీ-దుర్గా॥

విష్ణుయశాః-స్-పు-బ్రహ్మయశఃపుత్రః॥

విష్ణురథః-అ-పు-గరుడః-౨విష్ణోఃస్యందనశ్చ॥

విష్ణురాతః-అ-పు-పరీక్షిద్రాజః॥

విష్ణులిఙ్గీ-ఈ-సీ-వర్తికాపక్షీ॥

విష్ణువల్లభా-ఆ-సీ-తులసీ-౨లక్ష్మీః-౩అగ్నిశిఖావృక్షః॥

విష్ణువాహనః-అ-పు-గరుడః

విష్ణువాహ్యః-అ-పు-గరుడః॥

విష్ఫారః-అ-పు-మౌర్వీధ్వనిః॥ తె॥వింటినా(ఱిధ్వని.)

విష్యః-అ-త్రి-విషప్రయోగవధ్యః॥

విష్యదా-ఆ-సీ-క్రోష్టీ॥ తె॥ నల్లనేలగుమ్మడుచెట్టు.

విష్వః-అ-త్రి-హింస్రః॥

విష్వక్-చ్-త్రి-విష్వంఅంచతి॥

విష్వక్-చ్-న-విషువమ్॥

విష్వక్-చ్-పు-సమస్తః-౨ఐశ్వర్యమ్-౩తిలకః-౪కోకిలాక్షీ॥

విష్వక్-చ్-౦-సర్వత్ర॥ తె॥ అంతటానున్న.

విష్వక్సేనః-అ-పు-విష్ణుః-౨దివసః- ౩విష్ణోర్నిర్మాల్యధారీ-౪త్రయోదశమనుః॥

విష్వక్సేనప్రియా-ఆ-సీ-కార్ష్ణీ-౨లక్ష్మీః - ౩త్రాయమాణౌషధిః॥ తె॥౧ప్రాంచితీగె.

విష్వక్సేనా-ఆ-సీ-ప్రియంగుః- ౨దేవసేనా-౩చంద్రకన్యా॥ తె॥౧ప్రేంకణపుచెట్టు.

విష్వణనమ్-అ-న-భోజనమ్-౨శబ్దకరణమ్॥

విష్వద్ర్యఙ్-చ్-త్రి - సర్వత్రయాయీ॥ తె॥ అంతటావెళ్లువాఁడు.

విష్వాణః-అ-పు-భక్షణమ్॥

విసంవాదః-అ-పు-విప్రలంభః॥ తె॥ఒప్పుకొని లేదనిపోట్లాడడము.

విసఙ్కటః-అ-పు-సింహః-౨ఇంగుదీవృక్షః॥

విసరః-అ-పు-సమూహః-౨ప్రసరః॥

విసర్గః-అ-పు-పాయ్వింద్రియగుణః- ౨త్యాగః-౩విసర్జనీయః-౪మలమ్- ౫సూర్యాయనభేదః॥

విసర్జనమ్-అ-న-దానమ్-౨ప్రేషణమ్- ౩పరిత్యాగః॥

విసర్జితా-ఆ-సీ-కాలప్రాణక్రియాభేదః॥

విసర్పః-అ-పు-రోగవిశేషః॥

విసర్పఘ్నమ్-అ-న - మధూచ్ఛిష్టమ్॥ తె॥మైనము॥

విసర్పణమ్-అ-న-ప్రసరః॥ తె॥వ్యాపించడము

విసర్పిః-ఇ-పు-విసర్పః॥

విసర్పిణీ-ఈ- సీ - యవతిక్తా॥ తె॥వద్మమను చెట్టు.

విసలమ్-అ-న-పల్లవః॥
విసారమ్-అ-న-దారు॥
విసారః-అ-పు-మత్స్యః॥
విసారిణీ-ఈ-సీ-మాషపర్ణీ॥
విసారితః-అ-త్రి-ప్రసారితః॥
విసారీ-న్-త్రి-ప్రసరణశీలః॥
విసారీ-న్-పు-మత్స్యః॥
విసారీ-ఈ-సీ-వాయులోకః॥
విసూరితమ్-అ-న-అనుతాపః॥
విసూరితా-ఆ-సీ-జ్వరభేదః॥
విసృతః-అ-త్రి-తతః॥ తె॥ చాపఁబడ్డకంబలి మొదలయినది.
విసృత్వరః-అ-త్రి-ప్రసరణశీలః-౨విసరణమ్
విసృమరః-అ-త్రి-ప్రసరణశీలః తె॥విరిసేది॥
విసృష్టః-అ-త్రి-నిక్షిప్తః-౨విశేషేణసృష్టశ్చ
విస్తః-అ-(సీ)-హేమ్నోతుః- అశీతిరత్తికాప రిమితస్వర్ణమ్॥
విస్తరమ్-అ-న-ప్రపంచః॥ తె॥విస్తరించడము
విస్తరః-అ-పు-శబ్దసంబంధివ్యాసః-౨విస్తారః-౩ప్రణయః-౪పీఠః-౫సమూహః॥ తె॥ ౧శబ్దములవిఱివి॥
విస్తారః-అ-పు-వ్యాసః॥ తె॥విఱివి.
విస్తీర్ణః-అ-త్రి-విపులః॥ తె॥గొప్పది.
విస్తీర్ణపర్ణమ్-అ-న-మానకమ్॥
విస్తృతః-అ-త్రి-తతః॥ తె॥ చాపఁబడ్డకంబలి మొదలయినది.
విస్తృతనితమ్బః-అ-పు-పూజ్యస్త్రీలక్షణమ్॥
విస్పష్టః-అ-త్రి-సుస్పష్టః॥ (వది.
విస్ఫారమ్-అ-త్రి-ఘాయిద్ధమ్॥ తె॥ఎక్కు-
విస్ఫారః-అ-పు-మౌర్వీధ్వనిః॥ తె॥వింటినారి ధ్వని.
విస్ఫారితః-అ-త్రి-ప్రకాశితః-౨చలితః॥
విస్ఫురితః-అ-త్రి-స్ఫూర్తివిశిష్టః-౨చంచలః
విస్ఫులిఙ్గః-అ-పు-సౌరాష్ట్రికవిషమ్॥
విస్ఫోటః-అ-పు-పిటకః॥ తె॥ చెమటకాయ.
విస్మయః-అ-పు-అద్భుతరసస్థాయిభావః-౨అద్భుతరసః-౩గర్వః॥
విస్మయాన్వితః-అ-త్రి-విస్మయయుక్తః-ఆశ్చర్యవిశిష్టః॥
విస్మాపనః-అ-పు-కుహకః-౨గంధర్వనగరమ్ ౩కామదేవః-౪విస్మాయనంచ॥
విస్మితః-అ-త్రి-విస్మయాన్వితః॥
విస్మితిః-ఇ-సీ-విస్మరణమ్॥ డ్డది.
విస్మృతః-అ-త్రి-అంతర్గతః॥ తె॥ మరవఁబ
విస్మృతిః-ఇ-సీ-అపస్మృతిః॥ తె॥పరాకు.
విస్రమ్-అ-న-ఆమగంధి॥
విస్రః-అ-త్రి - అపక్వమత్స్యమాంసాదివ దామద్రవ్యమ్॥
విస్రగన్ధమ్-అ-న-హరితాలకమ్॥ తె॥ హరిదళము.
విస్రగన్ధా-ఆ-సీ-హపుషా॥
విస్రగన్ధిః-ఇ-పు-హరితాలమ్॥
విస్రబాణః-అ-పు-మూలకః॥ తె॥ ముల్లంగి చెట్టు.
విస్రబ్ధమ్-అ-న-అత్యర్థమ్॥
విస్రబ్ధః-అ-త్రి-కర్మస్థిరః - ౨శాంతః - ౩విశ్వస్తః॥
విస్రమ్భః-అ-పు-విశ్వాసః-౨కేలికలహః-౩స్నేహః-౪శాసనమ్-౫హింసనమ్-౬ప్రణయః॥
విస్రమ్భీ-న్-త్రి-విశ్వాసీ-౨ప్రణయీ॥
విస్రసా-ఆ-సీ-జరా॥ తె॥ముదిమి.
విస్రా-ఆ-సీ-హపుషా॥
విస్రుతః-అ-త్రి-విస్తృతః॥
విహః-అ-పు-ఇతికర్తవ్యతావైకల్యమ్॥ తె॥ పనిమీఁదతోఁచకపోవడము.

విహగః-అ-పు-సాయకః-౨పక్షీ - ౩సూర్యః-౪చంద్రః-౫గ్రహః॥

విహఙ్గః-అ-పు-సాయకః-౨పక్షీ-౩మేఘః-౪చంద్రః-౫సూర్యః॥

విహఙ్గమః-అ-పు-ఖగః॥ తె॥పిట్ట

విహఙ్గమా-ఆ-సీ-భారయష్టిః॥

విహఙ్గరాజః-అ-పు-గరుడః॥

విహఙ్గికా-ఆ-సీ- భారయష్టిః॥ తె॥ కావడిబద్ద

విహత్-త్-సీ-గర్భోపఘాతినీగౌః॥

విహతః-అ-పు-బుద్ధదెవాలయః॥

విహతః-అ-త్రి-విశేషేణహతః॥

విహననమ్-అ-న-విఘ్నః- ౨హింసా-౩తూలపింజలః॥

విహరః-అ-పు-వియోగః॥

విహరణమ్-అ-న-విహారః॥

విహరితా-ఆ-సీ-కలంజః॥ తె॥గంజావిచెట్టు.

విహసితమ్-అ-న- దంతపఙ్క్తిమాత్రదర్శనకరహాసః॥

విహస్తః-అ-పు-విహ్వలః-౨చండః॥

విహస్తః-అ-త్రి-శోకాదినాకింకర్తవ్యతామూఢః॥

విహా-౦-౦-స్వర్గః॥

విహాపితమ్-అ-న-దానమ్॥

విహాయః-స్-(సీ)-ఆకాశః॥

విహాయసః-అ పు-పక్షీ॥

విహాయసః-అ (సీ)-ఆకాశః॥

విహాయసా-౦-౦-ఆకాశః॥

విహాయాః-స్-(సీ)-ఆకాశః॥

విహాయాః-స్-పు-విహంగమః॥

విహాయితమ్-అ-న-దానమ్॥ తె॥ఇవ్వడము.

విహారః-అ-(సి)- (స్త్రీ)పురుషవనవిహారాదిక్రీడా-౨విలాసార్థసంచారః॥

విహారః-అ-పు-ఉపవనమ్-౨సుగతాలయః-౩క్రీడార్థంపద్భ్యాంగమనమ్-౪భ్రమణమ్-౫స్కంధః-౬లీలా-౭బిందురేఖకపక్షీ-౮వైజయంతః॥

విహారీ-న్-త్రి-పరిక్రమీ-విహారకర్తా॥

విహితః-అ-త్రి-విధేయః॥

విహితిః-ఇ-సీ విధానమ్॥

విహీనః-అ-త్రి-విశేషేణహీనః-౨త్యక్తః॥

విహృతమ్-అ-న-(స్త్రీ)ణాంహావభేదః॥

విహృతిః-ఇ-సీ-విశేషేణహరణమ్-౨విశేషేణబలాత్కారః॥

విహేఠః-అ-పు-విహేఠనమ్॥

విహేఠనమ్-అ-న-హింసా-౨మర్దనమ్ - ౩విడంబనమ్-౪విబాధా॥

విహ్వలః-అ-త్రి-భయనిశ్చేష్టితః॥

వీః-ఈ-పు-గమనమ్॥

వీకః-అ-పు-వాయుః-౨పక్షీ-౩మనః॥

వీకాశః-అ-పు-రహః-౨ప్రకాశః॥

వీక్షమ్-అ-త్రి-విస్మయః-౨దృశ్యమ్-౩దృష్టిః

వీక్షణమ్-అ-న-విశేషేణఈక్షణమ్-దర్శనమ్॥

వీక్షా-ఆ-ద్వి-దృష్టిః॥ తె॥చూపు.

వీక్షాపన్నః-అ-త్రి-విస్మయాపన్నః॥

వీక్షావిభ్రమః-అ-పు-దృష్టివిలాసః॥ తె॥ చూపుయొక్క విలాసము.

వీక్షితః-అ-త్రి-విశేషేణఈక్షితః-దృష్టః॥

వీక్ష్యమ్-అ-న- విస్మయః-౨దృశ్యమ్॥

వీక్ష్యః-అ-త్రి-లాసకః-౨వాజీ-౩దృశ్యః॥

వీఙ్ఖా-ఆ-సీ-శూకశింబీ-౨గతిభేదః- ౩నర్తనమ్-౪అశ్వగతిభేదః-౫సంధిః॥

వీచిః-ఇ-త్రి-చంచలః॥

వీచిః-ఇ-ద్వి-తరంగః- ౨కుంతలవక్రత్వమ్-౩స్వల్పః-౪పఙ్క్తిః-౫సుఖమ్-౬నరకః॥

వీచిమాలీ-న్-పు-సముద్రః॥

వీచీ-ఈ-సీ-వీచిః॥

వీచీతరఙ్గః-అ-పు-న్యాయవిశేషః - సతుశ్రో

౨తేశబ్దస్యఉత్పత్తికారణరూపః॥
వీజనమ్-అ-న-తాలవృంతమ్॥ తె॥ విసనకఱ్ఱ.
వీటిః-ఇ-సీ-తాంబూలవల్లీ-౨సుసజ్జీకృతతాంబూలమ్॥ (లము.)
వీటికా-ఆ-సీ-తాంబూలమ్॥ తె॥ తాంబూ
వీటీ-ఈ-సీ-తాంబూలవల్లీ-౨సుసజ్జీకృతతాంబూలమ్॥
వీణా-ఆ-సీ వల్లకీ-౨విద్యుత్॥
వీణాదణ్డః-అ-పు-వీణాస్థితాలాబూపరికాష్ఠం
వీణానుబన్ధః-అ-పు-ఉపనాహః॥
వీణావాదః-అ-త్రి-వైణికః॥ తె॥ వీణవాయించువాఁడు.
వీణావాదకః-అ-పు-వీణావాద్యకర్తా॥
వీణాస్యః-అ-పు-నారదః॥
వీతమ్-అ-న-యంతృపాదాంకుశఘాతాభ్యాంజాతగజగమనమ్-౨అసారః॥
వీతః-అ-త్రి-శాంతః-౨గతః॥
వీతంసః-అ-పు-మృగపక్షిణాంబంధనోపకరణమ్-౨మృగపక్షిణాంవిశ్వాసహేతోః ప్రావరణమ్॥ తె॥౧ఉరులు, వలలు మొదలయినవి.
వీతదమ్భః-అ-త్రి-అకల్కనః॥ తె॥దంభములేనివాఁడు.
వీతనః-అ-పు-కృకపార్శ్వద్వయమ్॥
వీతభయః-అ-పు-విష్ణుః॥
వీతరాగః-అ-త్రి-విగతరాగః॥
వీతరాగః-అ-పు-బుద్ధదేవః-౨శాక్యబుద్ధదేవః॥
వీతశోకః-అ-పు-అశోకవృక్షః॥
వీతశోకః-అ-త్రి-విగతశోకః॥
వీతిః-ఇ-సీ-గతిః-౨వర్ణః-౩ప్రభా-౪మదః-౫స్వరః॥
వీతిః-ఇ-పు-అశ్వః॥
వీతిహోత్రః-అ-పు-అగ్నిః-౨సూర్యః॥
వీథిః-ఇ-సీ-వీథీ॥
వీథికా-ఆ-సీ-వీథిః॥
వీథీ-ఈ-సీ-విరలవృక్షాదిపఙ్క్తిః-౨నాటకగ్రంథవిశేషః-౩వర్త్మ-౪గృహపఙ్క్తిః॥
వీథ్యఙ్గః-అ-త్రి-నాటకభేదః॥
వీధ్రమ్-అ-న-నభః-౨వాయుః-౩అగ్నిః॥
వీధ్రః-అ-త్రి-విమలః॥
వీధ్రః-అ-పు-స్ఫటికాదికమివనిర్మలవస్తు॥
వీనాహః-అ-పు-కూపస్యముఖబంధనమ్॥
వీపా-ఆ-సీ-విద్యుత్॥
వీప్సా-ఆ-సీ-క్రియాగుణద్రవ్యైర్యుగపద్వ్యాప్తుమిచ్ఛా॥
వీరమ్-అ-న-కుంకుమమ్-౨తండులోదకమ్-౩శృంగోన్నతమ్-౪శృంగి-౫నడః-౬మరిచమ్-౭పుష్కరమూలమ్-౮ఉశీరమ్-౯ఆరూకమ్॥ తె॥ ౨పులిగడుఁగు.
వీరః-అ-త్రి-ఉత్తమః-౨సుభటః॥
వీరః-అ-పు-నవరసవిశేషః-౨శూరః-౩వీరభద్రః॥
వీరకః-అ-పు-కటః-౨దేశవిశేషః-౩ఉలూకాండః-౪కమఠః॥ తె॥౧చాప.
వీరజయన్తికా-ఆ-సీ-యుద్ధేవీరకృతనాట్యమ్॥
విరణమ్ అ-న-వీరతృణమ్॥ తె॥అవురుగడ్డి.
వీరణకన్థా-ఆ-సి-వీరణదేశజాతకంథా॥
వీరణీ-ఈ-సీ-కంతావౌనిమ్నదేశః॥ తె॥కంతము మొదటిగుంట.
వీరతరమ్-అ-న-వీరణమ్॥
వీరతరః-అ-పు-శరః॥
వీరతరాసనమ్-అ-న-ఆసనవిశేషః॥
వీరతరుః-ఉ-పు-నదీసర్జవృక్షః-౨క్రకరః-౩కోకిలాక్షవృక్షః-౪బిల్వాంతరవృక్షః-౫

భల్లాతకః॥ తె॥ ౧మద్దిచెట్టు-౨వెనుతురు చెట్టు.

వీరతృణమ్-అ-న-వీరణమ్॥ తె॥అవురుగడ్డి॥

వీరధన్వా-న్-పు-మన్మథః॥

వీరన్ధరః-అ-పు-మయూరః-౨నదీవిశేషః-౩ వ్యాఘ్రయుద్ధమ్-౪చర్మప్రావరణః॥

వీరపత్నీ-ఈ-స్త్రీ-వీరస్యభార్యా॥

వీరపత్రా-ఆ-స్త్రీ-విజయా॥

వీరపర్ణమ్-అ-న-సురపర్ణమ్॥

వీరపాణమ్- అ- న - యుద్ధాద్యంతయోర్వీర కృతమద్యపానమ్॥

వీరపానమ్-అ-న-యుద్ధాద్యంతయోర్వీరకృతమద్యపానమ్॥

వీరపిష్టకమ్-అ-న-సీసకభేదః॥ తె॥సీసములో భేదము. (చెట్టు.)

వీరపుష్పీ-ఈ-స్త్రీ-సిందూరీ॥ తె॥ సిందూరి

వీరబాహుః-ఉ-పు-విష్ణుః॥

వీరభద్రమ్ అ-త్రి-ఉత్కృష్టమ్॥

వీరభద్రః-అ-పు-ఏకాదశఋద్రవిశేషః-౨ అశ్వమేధాశ్వః-౩వీరశ్రేష్ఠః-౪వీరణమ్ ౫ప్రమథవిశేషః-౬వీరభద్రః॥

వీరభద్రకమ్-అ-న-వీరణమ్॥

వీరభార్యా-ఆ-స్త్రీ-వీరపత్నీ॥

వీరమాతా-ఋ-స్త్రీ-వీరజననీ॥

వీరముద్రికా-ఆ స్త్రీ - పాదమధ్యాంగులీభూషణమ్॥ తె॥వీరమద్దెల.

వీరరజః-స్-న-సిందూరమ్-౨వీరస్యధూళిశ్చ

వీరరేణుః-ఉ-పు-భీమసేనః॥

వీరవతీ-ఈ-స్త్రీ-మాంసరోహిణీ॥

వీరవత్సా-ఆ-స్త్రీ-వీరజననీ॥

వీరవిక్రమః-అ-పు - తాలప్రాణకలాభేదః॥

వీరవిప్లావకః-అ-పు-శూద్రద్రవ్యేణహోమకర్తా॥

వీరవృక్షః-అ-పు- భల్లాతకవృక్షః - ౨కకుభద్రుమః॥

వీరసూః-ఊ-స్త్రీ-వీరస్యమాతా॥

వీరసేనమ్-అ-న-ఆరూకవృక్షః॥

వీరసేనః-అ-పు-నలరాజపితా॥

వీరసేనజః-అ-పు-నలచక్రవర్తీ॥

వీరసైన్యః-అ-పు-లశునమ్॥ తె॥ వెల్లుల్లి.

వీరస్కన్ధః-అ-పు-మహిషః॥

వీరహా-న్-త్రి-వీరహంతా॥ గ్నికః

వీరహా-న్-పు - ఉత్సర్గేష్టింకృత్వాత్యక్తా

వీరా-ఆ-స్త్రీ-కృష్ణశింశుపా-౨మహాశతావరీ ౩వాయసోలీ-౪క్షీరకాకోలీ - ౫గృహకన్యకా-౬కుశః-౭పతిపుత్రవతీ - ౮రంభా-౯చాంగేరీ-౧౦కైలాసః - ౧౧పలవాలుకా-౧౨మురా-౧౩బ్రాహ్మీ- ౧౪ అతివిషా-౧౫మదిరా॥ తె॥ ౧నల్లయిరుగుడుచెట్టు-౨పెద్దపిల్లిపీచరచెట్టు- ౩కాలుకొల్లిచెట్టు-౪క్షీరకాకోలిచెట్టు- ౫కలబందచెట్టు-౬కుశదర్భగడ్డి.

వీరాఖ్యః-అ-పు-లతాకరంజః॥ తె॥తీఁగెక్రానుఁగుచెట్టు.

వీరామ్లః-అ-పు-అమ్లవేతసః॥

వీరారుకమ్-అ-న-ఆరూకమ్॥

వీరాశంసనమ్-అ- న - అతిభయంకరయుద్ధభూమిః॥ (వేశనమ్)

వీరాసనమ్-అ-న- భిత్త్యాద్యనాశ్రిత్యోప

వీరిణీ-ఈ-స్త్రీ-అసిక్నీ॥

వీరుత్-ధ్-స్త్రీ-లతాప్రతానీ-౨విటపః- ౩శాఖా-౪గుల్మః॥ తె॥ ౧దట్టముగానల్లుకొనెడుతీఁగెచెట్టు-౨చెట్టుయొక్కవిస్తారము ౩కొమ్మ-౪పొద.

వీరుధా-ఆ-స్త్రీ-వీరుత్॥

వీరేశః-అ-పు-శివః॥

వీరేశ్వరః-అ-పు-వీరభద్రః॥
వీరోజ్ఝః-అ-పు-హోమాకర్తా॥
వీరోపజీవికః-అ-పు-అగ్నిహోత్రముపజీవికాయస్య॥
వీర్యమ్-అ-న-అతిశక్తిః-౨రేతః-౩శరీరస్థబలమ్-౪సామర్థ్యమ్-౫పరాక్రమః॥
వీర్యజః-అ-పు-పుత్రః॥
వీర్యజనికా-ఆ-సీ-వంపరా॥ తె॥వంపరపనసచెట్టు
వీర్యవాన్-త్-త్రి-మాంసలః-౨వీర్యయుక్తశ్చ॥
వీర్యవృద్ధికరమ్-అ-న-శుక్రవృద్ధికారకౌషధాది
వీర్యా-ఆ-సీ-వీర్యమ్॥
వీవధః-అ-పు-పర్యాహారః-౨అధ్వా-౩భారః
వీవధికః-అ-ద్వ-భారవాహకః॥
వీహారః-అ-పు-మహాలయః-సతుబుద్ధమందిరమ్-౨విహారః॥
వృకః-అ-పు-సూర్యః-౨శౌనకః-౩ఈహామృగః-౪జఠరానలః-౫కుంభోదరః-౬దీనః॥ తె॥౨దుందిలము-౩తోఁడేలు.
వృకదంశః-అ-పు-కుక్కురః॥
వృకధూపః-అ-పు-కృత్రిమధూపః-౨సరలద్రవః॥ తె॥ ౧అనేకద్రవ్యములుకలసినధూపద్రవ్యము-౨దేవదారుబంకతోఁజేసినధూపద్రవ్యము.
వృకధూమః-అ-పు-దండీనః॥ తె॥నీళ్లమీదపాఁకేతీఁగె.
వృకధూమకః-అ-పు-పర్పటః॥ తె॥పావటచెట్టు.
వృకధూర్తః-అ-పు-శృగాలః॥
వృకా-ఆ-సి-అంబష్ఠా॥
వృకాక్షీ-ఈ-సీ-త్రివృత్॥
వృకారాతిః-ఇ-పు-కుక్కురః॥
వృకారిః-ఇ-పు-కుక్కురః॥
వృకీ-ఈ-సీ-పాఠా॥ తె॥పాటచెట్టు.

వృకోత్పలః-అ-పు-కర్ణికారః॥
వృకోదరః-అ-పు-భీమసేనః॥
వృక్కా-ఆ-సీ-నాగమథనీ-౨అగ్రమాంసమ్॥ తె॥౧దంతిచెట్టు-౨వృక్కయనుగుండె.
వృక్ణః-అ-త్రి-కృత్తః॥ తె॥కోయఁబడ్డది.
వృక్యా-ఆ-సీ-అగ్రమాంసమ్॥ తె॥ వృక్కయనుగుండె.
వృక్షః-అ-పు-పాదపః॥
వృక్షకమ్-అ-న-కర్కటకశృంగీ-౨ఫలమ్॥
వృక్షకః-అ-పు-రాశివిశేషః॥
వృక్షచరః-అ-పు-వానరః॥
వృక్షఛాయమ్-అ-న-అనేకవృక్షఛాయాః॥
వృక్షఛాయా-ఆ-సీ-ఏకవృక్షఛాయా॥
వృక్షధూపః-అ-పు-సరలద్రవః॥ తె॥ దేవదారుబంకతోఁజేసినధూపద్రవ్యము.
వృక్షనాథః-అ-పు-వటవృక్షః॥
వృక్షపాకః-అ-పు-వటవృక్షః॥
వృక్షప్రధానికా-ఆ-సీ-మహాశ్యామా॥ తె॥నల్లతీఁగె.
వృక్షభక్షా-ఆ-సీ-వందాకః॥
వృక్షభవనమ్-అ-న-వృక్షకోటరమ్॥
వృక్షభిత్-ద్-సీ-వాసీ॥
వృక్షభిద్-ద్-సీ-వాసీ॥
వృక్షభేదీ-న్-పు-వృక్షాదనః॥ తె॥ బరమా-గొడ్డలిన్ని,
వృక్షమర్కటికా-ఆ-సీ-జంతువిశేషః॥
వృక్షమృద్భ్వః-ఊ-పు-జలవేతసః॥
వృక్షరుహా-ఆ-సీ-వందా॥ తె॥వదనికె॥
వృక్షవాటికా-ఆ-సీ-మంత్రిగృహారామః-౨వేశ్యాగృహారామః॥
వృక్షశః-అ-పు-గోధా॥ తె॥ఉడుము.
వృక్షాదనః-అ-పు-వృక్షచ్ఛేదీ-౨చలదలః-౩మధుచ్ఛత్రమ్-౪ప్రియాలః॥ తె॥ ౧బర

మా. గొడ్డలిన్ని-౨రావిచెట్టు-౩మధుచ్ఛత్రము-౪మొరటచెట్టు.

వృక్షాదనీ-ఈ-సీ-వృక్షరుహా - ౨విదారిగం ధా-౩కల్పకవద్వల్లీ॥ తె॥౧వదనికె-౨ము య్యాకు పొన్నచెట్టు - ౩అడవికాఁకర చెట్టు.

వృక్షాదిరుహకమ్-అ-న-ఆలింగనమ్॥

వృక్షాదిరూఢమ్-అ-న-ఆలింగనవిశేషః॥

వృక్షాధిగూఢకమ్-అ-న-ఆలింగనమ్॥

వృక్షామ్లమ్-అ-న-తింత్రిణీకమ్ ॥ తె॥ చింత పండు.

వృక్షామ్లః-అ-పు-ఆమ్రాతకః॥

వృక్షార్హా-ఆ-సీ-మహామేదా॥

వృక్షాలయః-అ-పు-పక్షీ॥

వృక్షావాసః-అ-పు-వృక్షకోటరవాసీ॥

వృక్షాశ్రయీ-న్-పు-క్షుద్రోలూకః॥

వృక్షోత్పలః-అ-పు-కర్ణికారః॥

వృజనమ్-అ-న-పాపమ్-౨ఆకాశమ్- ౩నిరాకరణమ్॥

వృజనః-అ-పు-కేశః॥

వృజనః-అ-త్రి-కుటిలే॥

వృజిః-ఇ-సీ-వ్రజభూమిః॥

వృజినమ్-అ-త్రి-వక్రమ్॥ తె॥వంకరది.

వృజినమ్-అ-న-పాపమ్- ౨రక్తచర్మ-౩భు (గ్నమ్॥)

వృజినః-అ-పు-క్లేశః॥

వృత్-త్-పు-వృక్కా- ॥ తె ॥ వృక్కయను గుండె.

వృతః-అ-త్రి-కేనచిద్వృంతః॥ తె॥వరించఁ (బడ్డది.)

వృతవత్రా-ఆ-సీ-పుత్రధాత్రీ॥

వృతిః ఇ సీ-ప్రాచీనమ్-౨వరణమ్-౩వాదః॥ తె॥౧కంచెకోట-౨వరించడము.

వృతిఙ్కరః-అ-పు-వికంకతవృక్షః॥

వృతిఙ్కరః-అ-త్రి-వృతికారకే॥

వృత్తమ్-అ-న-సదాచారః- ౨స్వరూపమ్-౩పద్యమ్-౪జీవనమ్ - ౫చరితమ్-౬వలయితమ్॥

వృత్తః-అ-పు-కూర్మః॥

వృత్తః-అ-త్రి-వర్తులః-౨వృతః-౩అతీతః - ౪దృఢః॥ తె॥ ౧గుండ్రనిది-౨వరించఁబడ్డది.

వృత్తకణ్టకః-అ-పు-సప్తలాలతా ॥ తె ॥ విరజాజి.

వృత్తకర్కటీ-ఈ-సీ-అదద్భుజా ॥ తె॥ కరుబూజాదోసచెట్టు.

వృత్తకృత్తమ్-అ-న-మధూనికా॥ తె॥తృణధాన్యవిశేషము. (డిచెట్టు)

వృత్తకోశః-అ-పు-దేవతాడః॥ తె॥దేవతా (డిచెట్టు)

వృత్తగన్ధి-ఇ-న-గద్యవిశేషః॥

వృత్తగుణ్డః-అ-పు-తృణవిశేషః॥

వృత్తచటకః-అ-పు-పక్షివిశేషః॥

వృత్తజానుః-ఉ-పు-పుత్రవతీలక్షణమ్॥

వృత్తతః-స్-౦-వృత్తేన॥

వృత్తతణ్డులః-అ-పు-యావనాలః॥

వృత్తతృణః-అ-పు- శృంగబేరాభమూలకతృణమ్॥

వృత్తనిష్పావికా-ఆ-సీ-నఖనిష్పావీ॥

వృత్తపర్ణీ-ఈ-సీ-మహాశణపుష్పీ-౨పాఠా॥ తె॥౧తెల్లజనపచెట్టు.

వృత్తపుష్పః-అ-పు-కుబ్జకనామకవృక్షః- ౨శిరీషః-౩కదంబః-౪వాణీరః- ౫ముద్గరః॥

వృత్తపుష్పీ-ఈ-సీ-వృత్తమల్లికా॥ తె॥బొడ్డుమల్లె.

వృత్తఫలమ్-అ-న-మరీచమ్॥ తె॥ మిరియాలచెట్టు.

వృత్తఫలః-అ-పు-దాడిమః-౨బదరః॥

వృత్తఫలా-ఆ-సీ-వార్తాకీ-౨శశాండులీ-౩ఆమలకీ॥

వృత్తబీజః-అ-పు-భిండా॥
వృత్తబీజకా-ఆ-సీ-పాండురఫలీ॥
వృత్తబీజా-ఆ-సి-ఆఢకీ॥
వృత్తమల్లికా-ఆ-సీ-వృత్తపుష్పీ॥ తె॥బొండు మల్లెచెట్టు.
వృత్తశఙ్ఖః-అ-పు-శంఖణః॥ తె॥చుట్టుగుల్ల.
వృత్తస్థః-అ-త్రి-వృత్తేతిష్ఠతియః॥
వృత్తా-ఆ-సీ-హస్తికోశాతకీ- ౨ఖుంఖురిష్టా వృక్షః-౩ రేణుకా-౪ ప్రియంగుః-౫మాంసరోహిణీ॥ తె॥గపనుఁగుబీఅచెట్టు.
వృత్తాధ్యయనర్ధిః ఇ-సీ-బ్రహ్మవర్చసమ్॥
వృత్తాన్తః-అ-పు-వార్తా-౨ప్రకరణమ్- ౩ ప్రకారః-౪కార్త్స్న్యమ్-౫ఏకాంతవాచకః-౬ప్రస్తావః-౭అవసరః-౮భావః॥
వృత్తిః-ఇ-సీ-జీవనోపాయః-౨కైశిక్యారభటీభారతీసాత్వతీవృత్తయః-౩వర్తనమ్-౪టీకా॥
వృత్తిస్థః-అ-పు-సరటః॥
వృత్తిస్థః-అ-త్రి-వృత్తౌతిష్ఠతి॥
వృత్తేర్వారుః-ఉ-పు-మధ్యభిజా॥
వృత్తోర్వారుః-ఉ-సీ-వృత్తకర్కటీ॥ తె॥ కరుబూజాదోసచెట్టు.
వృత్యమ్-అ-త్రి-వరణీయమ్॥
వృత్రః-అ-పు-సర్పః-౨ధ్వాంతమ్- ౩దైత్యవిశేషః-౪రిపుః-౫ఘనః-౬శైలభేదః- ౭చక్రమ్॥
వృత్రద్విట్-ష్-పు-ఇంద్రః॥
వృత్రభోజనః-అ-పు-గండీరః॥
వృత్రహః-అ-పు-ఇంద్రః॥
వృత్రహణః-అ-పు-ఇంద్రః॥
వృత్రహా-న్-పు-ఇంద్రః॥
వృత్రారిః-ఇ-పు-ఇంద్రః॥
వృథా-ఆ-౦-నిరర్థకః-౨అశాస్త్రవిధిః - ౩స్వచ్ఛః-౪అనవస్థితిః॥
వృథామాంసమ్-అ-న- దేవపిత్రనుద్దిష్టమాంసమ్॥
వృద్ధమ్-అ-న-అశ్మపుష్పమ్॥ తె॥ తాఁబుపువ్వు.
వృద్ధః-అ-పు-స్థవిరః-౨సూరిజనః- ౩వృద్ధదారకః॥
వృద్ధః-అ-త్రి-సమృద్ధః-౨గతయౌవనః-౩పండితః॥
వృద్ధకాకః-అ-పు-కాకవిశేషః॥
వృద్ధకోటరపుష్పీ-న్-పు- వృద్ధదారుకవృక్షః॥
వృద్ధగఙ్గా-ఆ-సీ-నదీవిశేషః॥
వృద్ధత్వమ్-అ-న-వార్ధక్యమ్॥ తె॥ ఏఁబదియేండ్లతరువాతయీడు.
వృద్ధదారకః-అ-పు-జుంగలతా॥ తె॥ బొద్దికూరచెట్టు.
వృద్ధదారు-ఉ-న-వృద్ధదారకవృక్షః॥
వృద్ధదారుకమ్-అ-న-మహాదారు॥ తె॥ వృద్ధదారుకమనుచెట్టు.
వృద్ధనాభిః-ఇ-త్రి-ఉన్నతనాభిః॥
వృద్ధప్రపితామహః-అ- పు- స్వతష్షష్ఠపురుషః॥ తె॥తనకాజవతాత.
వృద్ధబలా-ఆ-సీ-మహాసమంగా॥
వృద్ధరాజః-అ-పు-అమ్లవేతసః॥
వృద్ధవాహనః-అ-పు-ఆమ్రవృక్షః॥
వృద్ధవిభీతకః-అ-పు-ఆమ్రాతకః॥
వృద్ధశ్రవాః-స్-పు-ఇంద్రః॥
వృద్ధసంఘః-అ-పు-వృద్ధానాంసమూహః॥
వృద్ధసూత్రకమ్-అ-న-ఇంద్రతూలమ్॥
వృద్ధా-ఆ-సీ-పలిక్నీ॥ తె॥ముసలిది.
వృద్ధాఙ్గులిః-ఇ-సీ-హస్తపాదయోస్థూలాంగులిః॥
వృద్ధిః-ఇ-సీ-వృద్ధినామరోగః-౨ద్రవ్యాంగమ్-౩చర్మకీలః - ౪రాజత్రివర్గిభేదభూ

తామహదాధిక్యస్థితిః-౪కుసీదమ్-౫గుణకారః-౬ఋద్ధిః-౭మోదః-౮సుఖమ్॥ తె॥౨ఋద్ధివృద్ధియనుఓషధి-౩కంతి-౪వడ్డి-౫వృద్ధిబొందడము.

వృద్ధికా-ఆ-సీ-ఋద్ధినామౌషధమ్॥

వృద్ధిజీవికా-ఆ-సీ-వృద్ధిజీవనమ్॥

వృద్ధిదః అ-పు-జీవకః-౨శూకరకందః॥

వృద్ధిదః-అ-త్రి-వృద్ధిదాతరి॥

వృద్ధిశ్రాద్ధమ్- అ- న- ఆభ్యుదయికశ్రాద్ధమ్॥

వృద్ధోక్షః-అ-పు-జరద్గవః॥ తె॥ముదియెద్దు.

వృధసానః-అ-పు-మనుష్యః॥

వృధసానుః-ఉ-పు-పురుషః- ౨పత్రమ్ - ౩కృతిః॥

వృధ్యమ్-అ-త్రి-వర్ధనీయమ్॥

వృధ్యాజీవః-అ-త్రి-వార్ధుషికః॥ తె॥ వడ్డిచేత బ్రతికెడువాఁడు.

వృన్తమ్-అ-న- పుష్పపత్రాదిబంధనమ్- ౨పయోధరాగ్రమ్-౩ధారా॥ తె॥ ౧తొడిమె

వృన్తపుష్పకః-అ-పు-ధూళీకదంబః॥ తె॥వసంతకడిమిచెట్టు. (ట్టు)

వృన్తపుష్పా-ఆ-సీ-నాగదమనీ॥ తె॥దంతిచె

వృన్తా-ఆ-సీ- ప్రియంగుః॥ తె॥ ప్రేంకణపు

వృన్తాకః-అ-పు-వార్తాకీ॥ (చెట్టు)

వృన్తాకీ-ఈ-సీ-వార్తాకీ॥

వృన్తితా-ఆ-సీ-కటుకా॥

వృశమ్-అ-న-శృంగిబేరమ్॥ తె॥అల్లము.

వృశః-అ-పు-ఉందురుః-౨వాసకః॥

వృశా-ఆ-సీ-ఓషధీవిశేషః॥

వృశ్చకః-అ-ద్వి-శూకకీటః॥ తె॥కందిరీఁగ.

వృశ్చికః-అ-పు-రాశివిశేషః- ౨ద్రోణః॥ తె॥ ౧తేలు.

వృశ్చికప్రియా-ఆ-సీ-పూతికా॥

వృశ్చికర్ణీ-ఈ-సీ-ఆఖుకర్ణీ॥

వృశ్చికా-ఆ-సీ- శ్వేతపునర్నవా॥ తె॥ తెల్లగలిజేరుచెట్టు.

వృశ్చికాలికా-ఆ-సీ- ఉష్ట్రధూమః॥ తె॥ తేలుమణిచెట్టు.

వృశ్చికాలీ-ఈ-సీ-క్షుపవిశేషః॥

వృశ్చికౌషధమ్-అ-న- కాష్ఠశారిబా॥ తె॥ తెల్లసుగంధిపాలచెట్టు.

వృశ్చిపత్రీ-ఈ-సీ-వృశ్చికాలీ॥

వృశ్చీరః-అ-పు- శ్వేతపునర్ణవా॥

వృశ్చ్యః-అ-పు- ద్విత్రికోణాకారమూత్రికదోషః॥

వృషమ్-అ-న-బ్హ్మమ్॥

వృషః-అ-పు- వృషభరాశిః- ౨సంవత్సరవిశేషః-౩పుణ్యమ్-౪వాజిదంతకః-౫పురుషజాతివిశేషః-౬వృషభః-౭రేతః-౮శుక్రః-౯జలమ్-౧౦హాయః-౧౧బలమ్- ౧౨వాలుకమ్॥

వృషః-అ-ద్వి-శృంగీ-౨మూషకః॥ తె॥౧వృషభమనుచెట్టు-౨ఎలుక.

వృషః-ఆ-త్రి-రేతస్వీ-౨శ్రేష్ఠః॥

వృషకర్ణీ-ఈ-సీ-సుదర్శనా॥

వృషగన్ధా-ఆ-సీ-బస్తాంత్రీ॥

వృషగన్ధికా-ఆ-సీ- ఛగలాండీ॥ తె॥ గాడిదెగడపరచెట్టు.

వృషచక్రమ్-అ-న- కృషికర్మోక్తవృషాకారచక్రమ్॥

వృషణః-అ-పు-ముష్కః॥

వృషణశ్వః-అ-పు-ఇంద్రస్యఘోటకః॥

వృషణ్వసు-ఉ-న-ఇంద్రస్యధనమ్॥

వృషదంశకః-అ-పు-మార్జారః॥ తె॥పిల్లి.

వృషధ్వజః-అ-పు-శివః-౨హేరంబః-౩పుణ్యకర్మా॥

వృషధ్వాంక్షీ-ఈ-సీ-నాగరముస్తా॥

వృషనాశనః-అ-పు-విడంగః॥

వృషపతిః-ఇ-పు-షండః-౨శివః

వృషపత్రికా ఆ-సీ-బస్తాంత్రీ॥

వృషపర్ణీ-ఈ-సీ-ఆఖుపర్ణీ-౨వృక్షవిశేషః॥

వృషపర్వా-న్-పు- శివః - ౨దైత్యభేదః- ౩భృంగారువృక్షః-౪కశేరుః॥

వృషభః-అ-పు-శృంగీ-౨బలీవర్దః-౩స్వరవిశేషః-౪వరాహపుచ్ఛరంధ్రమ్ - ౫ఇభకర్ణః- ౬ఉత్తరపదేశ్రేష్ఠార్థః॥ తె॥ ౧వృషభమను చెట్టు-౨ఎద్దు.

వృషభగతిః-ఇ-పు-శివః॥

వృషభధ్వజః-అ-పు-శివః-౨అహర్చ్ఛిదః॥

వృషభాక్షీ-ఈ-సీ-ఇంద్రవారుణీ॥

వృషభాక్షీ-ఈ-త్రి-వృషచక్షుషి॥

వృషభానుః-ఉ-పు-సూరభానపుత్రః॥

వృషభాసా-ఆ-సీ-అమరావతీ॥

వృషభీ-ఈ-సీ-శూకశింబీ- ౨నాగస్త్రీ-౩విధవా॥

వృషయః-అ-పు-ఆశ్రయః॥

వృషలః-అ-పు-శూద్రః-౨చంద్రగుప్తః-౩వాజీ-౪అధార్మికః॥

వృషలాత్మజః-అ-త్రి-అధార్మికజాతః-౨శూద్రోద్భవశ్చ॥

వృషలీ-ఈ-సీ- అవివాహితద్వాదశవర్షదృష్టరజస్త్రీ-౨వంధ్యా-౩శూద్రజాతిస్త్రీ-౪ఋతుమతీ-౫మృతప్రజా॥

వృషలీపతిః-ఇ-పు-వృషలీవివాహకర్తా॥

వృషలోచనః-అ-పు-మూషికః॥

వృషలోచనః-అ-త్రి-వృషనయనే॥

వృషవాహనః-అ-పు-శివః॥

వృషశత్రుః-ఉ-పు-విష్ణుః॥

వృషసృక్కిన్-పు-భృంగరోలః॥

వృషస్యన్తీ-ఈ-సీ- సురతేచ్ఛాయుక్తస్త్రీ॥

వృషా-న్-పు-ఇంద్రః-౨ఉక్షా-౩నరః - ౪కర్ణః-౫వేదనాజ్ఞానమ్-౬సుఃఖమ్-౭ఘోటకః॥ తె॥ ౨ఎద్దు.

వృషా-ఆ-సీ-కండూరా-౨మూషికపర్ణీ- ౩మర్కటః-౪సింహః॥ తె॥ ౨ఎలుకచెవిచెట్టు

వృషాకపాయీ-ఈ-సీ-శచీదేవీ- ౨లక్ష్మీః-౩గౌరీ-౪స్వాహా- ౫జీవంతీ- ౬శతావరీ॥

వృషాకపిః-ఇ-పు-అగ్నిః- ౨శివః-౩విష్ణుః - ౪చంద్రః॥

వృషాకరః-అ-పు-మాషః॥

వృషాఙ్కః-అ-పు-శివః-౨సజ్జనః- ౩సాధ్యః-౪భల్లాతకవృక్షః-౫షకదంతః॥

వృషాఙ్కజః-అ-పు-డమరుః॥

వృషాహ్వనః-అ-పు-శివః॥

వృషాణకః-అ-పు-శివః॥

వృషాన్తకః-అ-పు-విష్ణుః॥

వృషాయణః-అ-పు-చటకః-౨శివశ్చ॥

వృషాహారః-అ-పు-బిడాలః॥

వృషీ-న్-పు-మయూరః॥

వృషీ-ఈ-సీ- వ్రతినాంకుశాదిమయాసనం॥

వృషోత్సర్గః-అ-పు- శ్రాద్ధాదౌవత్సతరీచతుష్టయసహిత త్రిశూలచక్రాంకిత వృషత్యాగః॥

వృష్టిః ఇ-సీ-వర్షమ్॥ తె॥ వాన.

వృష్టిః-ఇ-పు-మేషః॥ తె॥ పొట్టేలు.

వృష్టిః-ఇ-ద్వ-కిరణః॥

వృష్టిఘ్నిః-ఇ-త్రి-వృష్టినాశకే॥

వృష్టిఘ్నీ-ఈ-సీ-భృంగపర్ణికా॥

వృష్టిజీవనః-అ-త్రి-దేవమాతృకదేశః- వృష్టిర్జీవనంయస్యాసః॥

వృష్టిభూః-ఊ-పు-భేకః॥ తె॥ కప్ప.

వృష్టిభూః-ఊ-త్రి-వృష్టిభవే॥

వృష్ణిః-ఇ-పు-యాదవః- ౨మేషః - ౩పాపం

డః-౪రశ్మిః-౫ఇంద్రః-౬అగ్నిః-౭పవనః॥

వృష్ణిః-ఇ-త్రి-పృశ్నిః॥ తె॥ మరుగుజ్జువాఁడు.

వృష్ణిగర్భః-అ-పు-శ్రీకృష్ణః॥

వృష్యమ్-అ-న-వాజీకరమ్॥

వృష్యః-అ-త్రి-శుక్రవృద్ధికారకౌషధాదిః॥

వృష్యః-అ-పు-మాషః॥ తె॥మినుములు.

వృష్యకన్దా-ఆ-సీ-విదారీ॥

వృష్యగన్ధా-ఆ-సీ-వృద్ధదారకః॥

వృష్యగన్ధికా-ఆ-సీ-అతిబలా॥

వృష్యబలదః-అ-పు-శితికక్షః॥ తె॥నల్లచంక }

వృష్యవల్లికా-ఆ-సీ-విదారీ॥ లగద్ద. }

వృష్యవల్లీ-ఈ-సి-(క్రోష్టీ)॥ తె॥ నల్లనేలగుమ్మడుచెట్టు.

వృష్యా-ఆ-సీ-ఋద్ధినామౌషధమ్-౨శతావరీ-౩ఆమలకీ॥

వేకటః-అ-పు-వైకటికః-౨మత్స్యభేదః-౩యువా-౪విదూషకః॥

వేగః-అ-పు-విషముష్టివృక్షః-౨బాణగమన తీవ్రమ్-౩ప్రవాహః-౪సంతోషః-౫జవః-౬స్వర్గప్రియః-౭శృంగారభావః-౮వీర్యాత్రాదిప్రవృత్తిః॥

వేగనాశనః-అ-పు-శ్లేష్మా॥

వేగసరః-అ-పు-వేగగామిహయః॥

వేగితః-అ-త్రి-వేగవిశిష్టః॥

వేగిహారిణః-అ-పు-శ్రీకారీమృగః॥

వేగీ-న్-త్రి-శీఘ్రగామీ॥

వేచా-ఆ-సీ-మూల్యమ్॥

వేజానీ-ఈ-సీ-సోమరాజీ॥

వేటా-ఆ-సీ-విటజనాశ్రయస్థానమ్॥

వేడమ్-అ-న-సాంద్రవిచ్ఛిన్నచందనమ్॥

వేడా-ఆ-సీ-నౌకా-వెడీతిక్వచిత్పాఠః॥

వేధమికా-ఆ-సీ-రొటికావిశేషః॥

వేణః-అ-పు-వర్ణసంకరజాతివిశేషః - సతు అంబష్ఠాయాంవైదేహకాజ్జాతః-౨త్రేతాయుగీయసూర్యవంశీయచతుర్థనృపః॥

వేణిః-ఇ-సీ-ప్రవేణీ-౨జలసమూహః॥ తె॥౧సర్పాకారముగానల్లినస్త్రీజెడ.

వేణికా-ఆ-సీ-కేశబంధనవిశేషః॥

వేణిమాధవః అ-పు-ప్రయాగస్థపాషాణమయచతుర్భుజదేవతావిశేషః॥

వేణివేధనీ-ఈ-సీ-జలౌకా॥

వేణీ-ఈ-సీ నదీవిభక్తజలమ్-౨దేవదాలికా ౩దేవతాడః-౪ప్రవేణీ - ౫మేలనమ్-౬దేవశౌండః॥ తె॥ ౧పాయ-౨బావరడంగిచెట్టు-౩దేవతాడిచెట్టు-౪సర్పాకారముగానల్లినస్త్రీజెడ. (ట్టు)

వేణీరః-అ-పు-అరిష్టవృక్షః॥ తె॥కుంకుడుచె }

వేణీసంహారః-అ-పు-భట్టనారాయణకృతసప్తాంకయుక్తనాటకవిశేషః॥

వేణుః-ఉ-త్రి-మురలీ-౨వంశః॥ తె॥౧పిల్లనఁగ్రోవి-౨వెదురు.

వేణుకమ్-అ-న-తోత్రమ్॥

వేణుకః-అ-పు- వేణుధ్మః॥ తె॥ పిల్లనఁగ్రోవినూఁదువాఁడు.

వేణుకర్కరః-అ-పు-కరీరవృక్షః॥

వేణుజః-అ-పు- అంకోలప్రమాణవేణుజాతమౌక్తికమ్॥

వేణుధ్మః-అ-పు-వైణవికః॥ తె॥ పిల్లనఁగ్రోవినూఁదువాఁడు.

వేణునమ్-అ-న-మరిచమ్, వేణుజమితిపాఠః

వేణునిస్సృతిః-ఇ-పు-ఇక్షుః॥ తె॥చెఱకు-

వేణుపత్రీ-ఈ-సీ-వంశపత్రీవృక్షః॥

వేణుయవః-అ-పు-వైణవమ్॥ తె॥ వెదురుబియ్యము.

వేణువాదః-అ-పు-వైణుకః॥

వేణువిదారితమ్-అ-న-రతిబంధవిశేషః॥

వేణ్ణా-ఆ-సీ-వేణ్ణానదీ-౨గ్రామసీమార్గలః-౩స్త్రీణాముత్సవకాలః-౪నిశాంతః॥

వేతః-అ-పు-వేత్రః॥

వేతనమ్-అ-న-భృతిః॥ తె॥జీతము,కూలినిచ్చు

వేతసః-అ-పు-నిచులః॥ తె॥ ప్రబ్బచెట్టు.

వేతసామ్లః-అ-పు-అమ్లవేతసః॥

వేతసీ-ఈ-సీ-నిచులః॥ తె॥ప్రబ్బచెట్టు.

వేతస్వాన్-త్-త్రి- బహువేతసదేశః॥ తె॥ ప్రబ్బచెట్లుచాలాకలదేశము.

వేత్తా-ఋ-త్రి-జ్ఞాతా॥

వేత్తా-ఋ-పు-జీవేశ్వరతత్వవేత్తా॥

వేత్రః-అ-పు-పత్రవీర్యకః-౨ఋజువేణుః॥ తె॥ ౧పేపచెట్టు-౨తిన్నని వెదురు.

వేత్రకీయః-అ-త్రి- వేత్రసమూహయుక్త దేశాదిః॥

వేత్రధరః-అ-త్రి-యష్టిధారకః॥

వేత్రధరః-అ-పు-ద్వారపాలః॥

వేత్రధారకః-అ-పు-ద్వారపాలః॥

వేత్రవతీ-ఈ-సీ- వేత్రవతీనదీ॥

వేత్రహా-న్-పు-ఇంద్రః॥

వేత్రావతీ-ఈ-సీ- వేత్రవతీనదీ॥

వేత్రాసనమ్-అ-న-వేత్రనిర్మితాసనమ్॥

వేత్రాసురః-అ-పు-స్వనామఖ్యాతాసురః॥

వేత్రీ-న్-పు-ద్వారపాలకః॥

వేత్రీ-న్-త్రి-వేత్రయుక్తః॥

వేదః-అ-పు- శ్రుతిః-౨అవపన్నతా-౩చతుస్సంజ్ఞా-౪ఛందః-౫యజ్ఞాంగమ్॥ తె॥౨కూడుకొనవడము - ౫దర్భలతోఁగట్టిన మార్జని.

వేదకాలేయకః-అ-పు-శివః॥

వేదగర్భః-అ- పు- అగ్నిః-౨బ్రహ్మా-౩బ్రాహ్మణః॥

వేదగుప్తిః-ఇ-సీ- బ్రాహ్మణాదికర్తృకవే }
వేదణ్డః-అ-పు-గజః॥ తె॥ఏనుఁగు. (దరక్షా }

వేదనా-ఆ-(పు)-కష్టమ్- ౨సంవేదః-౩జ్ఞానవిశేషానుభవః॥ తె॥౨వాదిప్రతివాదులపరస్పరప్రగల్భత్వము.

వేదనిన్దకః-అ-పు-నాస్తికః-౨బుద్ధశ్చ॥

వేదనీ-ఈ-సీ-దీపనీ॥ తె॥ మెంతులు.

వేదపారగః-అ-పు- వేదవేత్తా॥

వేదమాతా-ఋ-సీ- గాయత్రీ-౨దుర్గా॥

వేదముఖ్యా-ఆ-సీ-గంధవేశికా॥ తె॥జవ్వాదిపిల్లి.

వేదవతీ-ఈ-సీ-కుశధ్వజరాజకన్యా॥

వేదవదనమ్-అ-న-వ్యాకరణమ్॥

వేదవాసః-అ-పు- బ్రాహ్మణః॥

వేదవిత్-ద్-పు-విష్ణుః॥

వేదవిత్-ద్-త్రి-వేదజ్ఞః॥

వేదవ్యాసః-అ-పు-మునివిశేషః॥

వేదాః-స్-పు-శ్రుతిః॥

వేదాగ్రణీ-ఈ-సీ-సరస్వతీ॥

వేదాఙ్గమ్-అ-న- శ్రుత్యవయవవత్పరికారశాస్త్రమ్॥

వేదాది-ఇ-న-ప్రణవమ్॥

వేదాదిబీజమ్-అ-న-ప్రణవమ్॥

వేదాదివర్ణః-అ-పు-ప్రణవః॥

వేదాధిపః-అ-పు-వేదానామధిపతిః॥

వేదాన్తః-అ-పు-ఉపనిషత్॥

వేదాన్తీ-న్-పు-వేదాంతాధ్యాయీ॥

వేదాభ్యాసః-అ-పు-వేదానుశీలనమ్॥

వేదారః-అ-పు-కృకలాసః॥

వేది ఇ-న-అంబష్ఠా॥

వేదిః-ఇ-సీ- యాగార్థసంస్కృతచతురస్రభూమిః ౨అంగులిముద్రా॥ తె॥ ౧అరుగు.

వెదిః ఇ-పు-బుధః॥
వేదికా-ఆ-సీ-వితర్దిః-౨రత్నోత్కర్మికా॥ తె॥ ౧అరుగు - ౨రత్నఖచితమైనయుంగరము.
వేదిజా-ఆ-సీ-ద్రౌపదీ॥
వేదితః-అ-త్రి-జ్ఞాపితః॥
వేదితవ్యమ్-అ-త్రి-వేద్యమ్॥
వేదితా-ఋ-త్రి-జ్ఞాతా॥
వేదిమధ్యః-అ-పు-తాలప్రాణయతిభేదః॥
వేదీ-ఈ-సీ-వెదిః-౨సరస్వతీ॥
వేదీ-న్-త్రి-జ్ఞాతా॥
వేదీ-న్-పు-చతుర్ముఖః-౨పండితః॥
వేదీశః-అ-పు-బ్రహ్మా॥
వేదోక్తః-అ-త్రి-శ్రుతికథితః॥
వేదోదయః-అ-పు-సూర్యః॥
వేదోగితః-అ-త్రి-వేదోక్తః॥
వేద్యమ్-అ-న-లక్ష్యమ్॥ తె॥ గురి.
వేద్యమ్-అ-త్రి-వేదితవ్యమ్॥
వేధః-అ-పు-వ్యధః॥ తె॥ రంధ్రము చేయడము.
వేధకమ్-అ-న-ధాన్యకమ్॥
వేధకః-అ-పు-కర్పూరః-౨అమ్లవేతసః॥
వేధకః-అ-త్రి-వేధకర్తరి॥
వేధనికా-ఆ-సీ - మణిశంఖాది వేధనోపకరణమ్॥ (మెధికా
వేధనీ-ఈ-సీ-హస్తికర్ణవేధనాస్త్రమ్-౨
వేధముఖ్యః-అ-పు-కర్పూరః॥
వెధముఖ్యకః-అ-పు-హరిద్రావృక్షః॥
వేధముఖ్యా-ఆ-సీ-కస్తూరీ॥
వేధసమ్-అ-న-బ్రాహ్మతీర్థమ్-అంగుష్ఠమూలమ్॥ డితః॥
వేధాః-స్-పు-చతుర్ముఖః - ౨విష్ణుః- ౩వం
వేధితః-అ-త్రి-భిద్రితః॥ తె॥ రంధ్రము చేయఁబడ్డది.
వేధినీ-ఈ-సీ-రక్తపా-౨మెధికా॥

వేధీ-న్-త్రి-వేధకర్తా-౨వేధవిశిష్టః॥
వేధీ-న్-పు-అమ్లవేతసః॥
వేధ్యమ్-అ-న-లక్ష్యమ్॥
వేధ్యమ్-అ-త్రి-వేధనీయే॥
వేనః-అ-పు-ప్రజాపతిః॥
వేన్నా-ఆ-సీ-నదీవిశేషః॥
వేపః-స్-న-అనవద్యమ్॥
వేపథుః-ఉ-పు-సాత్త్వికభావవిశేషః-౨కంపః
వేపనమ్-అ-న-కంపనమ్॥
వేమః-అ-పు-వాపదండః॥
వేమకరః-అ-పు-చపలనామకపర్వతధాతుః॥
వేమా-న్-ద్వ-వాయదండః॥ తె॥ సాలెవాఁడునేసెడుపలక. (మమ్
వేరమ్-అ-న-శరీరమ్-౨వార్తాకుః-౩కుంకు
వేరః-అ-త్రి-కేకరః॥ తె॥ మెల్లకంటివాఁడు.
వేరకమ్-అ-న-కర్పూరమ్॥
వేరటమ్-అ-న-బదరీఫలమ్॥ తె॥ రేఁగుఁబండు.
వేరటః-అ-పు-మిశ్రితః-౨నీచః॥
వేలమ్-అ-న-ఉపవనమ్॥
వేలా-ఆ-సీ-సముద్రతీరమ్- ౨కాలోచితసమయః-౩మర్యాదా-౪సముద్రాంబువికారః-౫సుఖమృతిః- ౬బుధస్త్రీ- ౭రోగః-౮వారి॥ తె॥ ౧చెలియలికట్ట.
వేలాకూలమ్-అ-న-తామలిప్తదేశః॥
వేలాయామ్-మ్-౦-తీరమ్॥ తె॥ గట్టు.
వేలిభుక్ప్రియః-అ-పు-సౌరభయుక్తామ్రః॥
వెల్లమ్-అ-(సీ) విడంగమ్॥ తె॥ విడంగసారము
వెల్లః-అ-పు- గమనే, ఇతి వెల్లధాత్వర్థదర్శనాత్॥ చెట్టు
వెల్లజమ్-అ-న-మరీచమ్॥ తె॥ మిరియాలు
వెల్లనమ్-అ-న- భూమావశ్వస్యలుంఠనమ్-౨రోటికాదినిర్మాణార్థస్థూలవర్తులకాష్ఠవిశేషః॥

వెల్లనీ-ఈ-సీ-మాలాదూర్వా॥

వేల్లన్తరః-అ-పు-క్రకరః॥ తె॥ వెనుతురుచెట్టు

వేల్లహలః-అ-పు-కెలినాగరః॥

వెల్లిః-ఇ-సీ-లతా॥

వేల్లిశాఖ్యా-ఆ-సీ-వృక్షవిశేషః॥

వేల్లితమ్ అ-న-గమనమ్॥

వెల్లితః-అ-త్రి-కుంచితః-౨ఆధూతః-౩ప్లుతః ॥ తె॥ ౧కుంగినది-౨కదిలించఁబడ్డది-౩దాటుచున్నది.

వెశః-అ-పు-వేశ్యావాటికా-౨వెషః-౩గృహమాత్రమ్॥

వెశకః-అ-పు-గృహమ్॥

వెశకః-అ-త్రి-వెశకారకె॥

వేశదానః-అ-పు-సూర్యశోభా॥

వేశన్తః-అ-పు-పల్వలమ్-౨అగ్నిః॥ తె॥ ౧పడియకుంట.

వేశరః-అ-పు-అశ్వతరః॥

వేశవారః-అ-పు-ఉపస్కరః॥ తె॥ సంబారు,

వెశస్థానమ్ అ-న-గోత్రమ్-౨వెశ్యాగృహం

వేశికా-ఆ-సీ-ప్రవేశనమ్॥

వేశీజాతా-ఆ-సీ-పుత్రధాత్రీలతా॥

వేశ్మ-న్-న-గృహమ్॥

వేశ్మకలిఙ్గః-అ-పు-చటకః॥

వేశ్మకూలః-అ-పు-చచెండా॥

వేశ్మనకులః-అ-పు-గంధమూషికః॥

వేశ్మభూః - ఊ - సీ - గృహకరణయోగ్యభూమిః॥

వేశ్మస్థూణా-ఆ-సీ-గృహస్తంభః॥

వేశ్యమ్-అ-న-వెశ్యాలయః॥

వేశ్యా-ఆ-సీ-వారస్త్రీ-౨టుండుకావృక్షః॥

వేశ్యాచార్యః-అ-పు-పీఠమర్దః॥

వేశ్యాజనసమాశ్రయః-అ-పు-వేశ్యాలయః॥

వేశ్వరః-అ-పు-అశ్వతరః॥

వేషః-అ-పు- స్వభావవ్యతిరిక్తవస్త్రభూషణాద్యలంకృతశోభా॥ తె॥ వేషము.

వేషణః-అ-పు-కాసమర్దః॥

వేషణా-ఆ-సీ-విక్షున్నకవృక్షః॥

వేషధారీ-న్-పు-చలతపస్వీ॥

వేషధారీ-న్-త్రి-వేషధారకె॥

వేషవారః-అ-పు-ఉపస్కరః॥ తె॥ సంబారు.

వేష్టః-అ-పు-వెష్టనమ్-౨శ్రీవేష్టః - ౩నిర్యాసః॥

వెష్టకమ్-అ-న-ఉష్ణీషః-౨నిర్యాసః-౩శ్రీవెష్టః

వెష్టకః-అ-త్రి-వెష్టనకారకె॥

వెష్టకః-అ-పు-వృక్షనిర్యాసః॥ తె॥ బంక.

వెష్టనమ్-అ-న-కర్ణశష్కులీ-౨ఉష్ణీషమ్-౩పరివారణమ్॥ తె॥ ౨పాగ-౩చుట్టుకొనడము.

వెష్టనకః-అ-పు-రతిబంధవిశేషః॥

వెష్టనవెష్టకః-అ-పు-రతిబంధవిశేషః॥

వెష్టవంశః అ-పు-కంటకినః॥

వెష్టసారః-అ-పు-శ్రీవెష్టః॥

వెష్టితమ్-అ-న-రుద్ధమ్-౨లాశకః- ౩కరణాంతరమ్॥

వెష్టితః-అ త్రి-వలయితః॥ తె॥ చుట్టఁబడ్డది.

వెష్పః-అ-పు-పానీయమ్॥

వేసగః అ-పు-వామీ॥ తె॥ వేసడము.

వెసనమ్-అ-న-ద్విదలచూర్ణమ్॥

వెసరః-అ-పు-అశ్వతరః॥

వెసవారః-అ-పు-ఉపస్కరః॥ తె॥ సంబారు.

వెస్తరః-అ-పు-వామీ॥ తె॥ వేసడము.

వెహాత్-త్-సీ-గర్భోపఘాతిగౌః॥ తె॥ ఈచుకొపొయ్యెడుస్వభావముఁగలఆవు.

వెహద్గర్భా-ఆ-సీ-ఉపఘాతినీ॥ తె॥ ఈచుకొపొయ్యెడుస్వభావముఁగలఆవు.

వేహారః-అ-పు-స్వనామఖ్యాతదెశః॥

వై-ఐ-౦- ఇతరవ్యవచ్ఛేదః - ౨పాదపూరణమ్-౩సంబోధనమ్- ౪అనునయః - ౫వాక్యారంభః-౬ప్రసిద్ధిః- ౭హృద్యవ్యాపారః-౮సిద్ధకర్మ॥

వైకక్షమ్-అ-న-తిర్యగ్వక్షోలంబిమాల్యమ్॥

వైకక్షకమ్-అ-న - ఉరసితిర్యక్ ఉపవీతవత్ కంఠాత్ క్షిప్తమాల్యమ్॥

వైకక్షికమ్-అ-న-ఉరసితిర్యక్ క్షిప్తమాల్యం

వైకక్ష్యకమ్-అ- న - ఉరశితిర్యక్ క్షిప్తమాల్యమ్॥ తె॥ఉత్తరీయమువలె వేసినదండ.

వైకటికః-అ-పు-మణికారః॥ తె॥రత్నములను సానపట్టెడువాఁడు.

వైకతికః-అ-పు-మణికారః॥ తె ॥ రత్నములను సానపట్టెడువాఁడు.

వైకర్ణః-అ-పు-వాత్స్యమునిః॥

వైకల్పికః-అ-త్రి-వికల్పేనభవః॥

వైకల్యమ్-అ-న-వికలత్వమ్॥

వైకారవః-అ-పు-షోడశరాజభేదాంగరాజః

వైకుణ్ఠః-అ-పు-విష్ణుః-౨మహాద్రోణః - ౩శక్రః-౪విష్ణుమందిరమ్-౫క్షుద్రపత్రకః॥ తె॥౨పెద్దతుమ్మిచెట్టు.

వైకృతమ్-అ-న-భీభత్సరసః॥

వైకృతమ్-అ-త్రి- తదాలంబనేమాంసశోణితాదౌచ॥

వైకృతిః-ఇ-సీ-త్రయోవింశతిసంజ్ఞా॥

వైకృత్యమ్-అ-న-భీభత్సరసః॥

వైకృశ్యమ్-అ-త్రి- తదాలంబనే॥

వైక్రాన్తః-అ-పు-వజ్రసదృశమణిః॥ తె॥ వైక్రాంతమణి.

వైఖరీ-ఈ-సీ-వాక్యరూపవాక్॥

వైఖానసః-అ-పు-వానప్రస్థః॥

వైగుణ్యమ్-అ-న-విగుణత్వమ్॥

వైఘానసః-అ-పు-వానప్రస్థభేదః॥

వైఘానసా-ఆ-సీ- యజ్ఞపిష్టభర్జనపాత్రమ్॥

వైచక్షణ్యమ్ అ-న-విచక్షణత్వమ్॥

వైచిత్ర్యమ్-అ-న-విచిత్రతా॥

వైజననః-అ-పు-సూతిమాసః॥ తె॥ ప్రసూతియయ్యెడునెల.

వైజయన్తః-అ-పు-ఇంద్రసౌధమ్-౨ధ్వజః-౩షణ్ముఖః-౪రాజసన్నిధిః - ౫వేశ్యాసంభోగజనితరోగః॥ తె॥౨జెండా.

వైజయన్తికః-అ-పు-పతాకాధరః ॥ తె॥ టెక్కెముపట్టెడువాఁడు.

వైజయన్తికా-ఆ-సీ-అగ్నిమంథవృక్షః- ౨జయంతీవృక్షః-౩పతాకా॥ తె॥ ౧తక్కెడుచెట్టు.

వైజయన్తీ-ఈ-సీ-ధ్వజః-౨తర్కారీ-౩విష్ణుమాలికా-౪విష్ణుప్రాకారః॥ తె॥౧జెండ.

వైజయిః-ఇ-పు-మఘవా-సతుజినచక్రవర్తివిశేషః॥

వైజయికమ్-అ-త్రి-విజయసంబంధీ॥

వైజికమ్-అ-న-శిగ్రుతైలమ్- ౨హేతుః - ౩ఆత్మా॥

వైజికః-అ-పు-సద్యోంకురః॥

వైజికః-అ-త్రి-బీజసంబంధిని॥

వైజ్ఞానికః-అ-త్రి-నిపుణః॥ తె॥ నేర్పరి.

వైడూర్యమ్-అ-న-విడూరజమ్॥ తె॥వైడూర్యరత్నము.

వైణః-అ-పు-వేణుజీవీ॥

వైణవమ్-అ-న-వేణుయవః ॥ తె॥ వేదురుబియ్యము.

వైణవః-అ-పు-ఉపనయనవేణుదండః॥

వైణవికమ్-అ-న-వేణుసమూహః॥ తె॥ వెదుళ్లగుంపు.

వైణవికః-అ-పు-వేణుధ్మః॥ తె॥ పిల్లనఁగ్రోవినూదువాఁడు॥

వైణవీ-ఈ-సీ-వంశలోచనా॥

వైణికః-అ-పు- వీణావాదకః॥ తె॥ వీణవాయించెడువాఁడు.

వైణుకమ్-అ-న-గజస్యతోదనదండమ్,తత్తు హస్తిచాలనార్థంలౌహముఖవంశదండం

వైణుకః-అ-పు-వేణువాదకః॥

వైణుకీయః-అ-త్రి-వేణుసంబంధీయః॥

వైణ్యః-అ-పు- పృథుః, సతుసూర్యవంశీయ పంచమరాజః॥

వైతంసికః అ-త్రి-మాంసవిక్రేతా॥

వైతంసికః- అ - పు - కౌటికః॥ తె॥మృగవఽషి మాంసములనమ్మువాఁడు.

వైతనికః-అ-పు-కర్మకరః॥ తె॥దినకూలివాడు

వైతస్తిః-ఇ-పు- శాకభేదః-౨మునిభేదః-౩విస్తారః-౪నిరర్థకః॥

వైతరణిః-ఇ-సీ-నరకసింధుః॥

వైతరణీ-ఈ-సీ-నరకస్థనదీ॥

వైతసః-అ-పు-అమ్లవేతసః॥

వైతానికః-అ-పు-శ్రౌతహోమమ్॥

వైతానికః అ-త్రి-వితానసంబంధీయే॥

వైతాలికః-అ-పు-బోధకరః॥ తె॥ మేలుకొలుపులుపాడెడువాఁడు

వైత్రకమ్-అ-త్రి-వేత్రసంబంధి॥

వైత్రకేయః-అ-త్రి-వేత్రసంబంధీయః॥

వైదగ్ధమ్-అ-న-విదగ్ధత్వమ్॥

వైదగ్ధీ-ఈ-సీ-భంగిః-

వైదగ్ధ్యమ్-అ-న-విదగ్ధభావః-౨విదగ్ధకర్మ॥

వైదర్భమ్-అ-న-వాక్యవక్రత్వమ్॥

వైదర్భమ్-అ-త్రి-విదర్భసంబంధివి॥

వైదర్భః-అ-పు-విదర్భదేశీయరాజః॥

వైదర్భీ-ఈ-సీ-దమయంతీ॥

వైదలమ్-అ-న- భిక్షుకస్యమృణ్మయాది } పాత్రమ్

వైదలః-అ-పు-పిష్టకః॥

వైదికః-అ-పు-వేదజ్ఞబ్రాహ్మణః॥

వైదికః-అ-త్రి-వేదోక్తే॥

వైదికబ్రహ్మచారీ-న్-పు-బ్రహ్మచారివిశేషః

వైదిశః-అ-పు- కాకజంబూః॥ తె॥ కాకినేరేడుచెట్టు.

వైదిశ్యమ్-అ- త్రి-విదిశాయాఅదూరభవం నగరమ్॥

వైదుషీ-ఈ-సీ-విద్వద్భావః-౨విద్వత్కర్మ॥

వైదుష్యమ్-అన-విద్వద్భావః-౨విద్వత్కర్మ

వైదూర్యమ్-అ-న-విడూరజమ్॥ తె॥ వైడూర్యరత్నము.

వైదేహః-అ-పు- రాజభేదః-౨గరుడః-౩మన్మథః॥

వైదేహకః-అ-పు- సార్థవాహః-౨బ్రాహ్మణస్త్రీవైశ్యజాతః॥ తె॥ ౧క్రయవిక్రయకారుఁడు.

వైదేహికః-అ-పు-వణిక్॥

వైదేహీ-ఈ-సీ-పిప్పలీ-౨వైశ్యస్త్రీ-౩సీతా ౪రోచనా॥

వైద్యమ్-అ-న-వేదాంతశాస్త్రమ్॥

వైద్యః-అ-త్రి-వేదసంబంధీయః॥

వైద్యః-అ-పు- చికిత్సకః- ౨సర్వజ్ఞః- ౩చంద్రః- ౪సూర్యః- ౫అగ్నిః- ౬వైరాగ్యయుక్తః॥

వైద్యకమ్-అ-న-ఆయుర్వేదః - చికిత్సాశాస్త్రమ్॥

వైద్యనాథః-అ-పు-అతలలోకస్థితశివః--౨దేశవిశేషః॥

వైద్యబన్ధుః-ఉ-పు- ఆరగ్వధవృక్షః-౨వైద్యస్యబంధుశ్చ॥

వైద్యమాతా-ఋ-సీ-వాజిదంతకః॥

వైద్యముఖ్యకః-అ-పు-కచ్ఛూరకః॥ తె॥కచోరము.

వైద్యసింహీ-ఈ-సీ-వాసకవృక్షః॥

వైద్యా-ఆ-సీ-కమలావృతః॥
వైద్యుతీ-ఈ-సీ-వాయుపత్నీ॥
వైద్యోతా-ఆ-సీ-కైలాసః॥
వైధః-అ-త్రి-విధిబోధితః॥
వైధనికా-ఆ-సీ-ఆసోఫ్లటనీ॥ తె॥ రత్నములను రంధ్రిముచేసెడిపిడిసాన.
వైధాత్రః-అ-పు-సనత్కుమారః॥
వైధాత్రీ-ఈ-సీ-బ్రాహ్మీ॥
వైధూమాగ్నీ-ఈ-సీ-శాల్వదేశీయనగరీ॥
వైధేయః-అ-త్రి- అవివేకీ-౨విధిసంబంధీ-౩ విధేయసంబంధీచ॥
వైధృతః-అ-పు-యమప్రతీహారః॥
వైధృతిః-ఇ-సీ- పంచాంగయోగవిశేషః॥
వైనతకమ్-అ-న-హోమాజ్యపాత్రమ్॥
వైనతేయః-అ-పు-గరుడః-౨అశ్వః
వైనయికః-అ-పు-శస్త్రాభ్యాసరథః॥
వైనయికః-అ-త్రి-వినయసంబంధిని॥
వైనాయికః-అ-పు-బౌద్ధః॥
వైనాయికా-ఆ-సీ-చతుర్థీతిథిః॥
వైనాశికమ్-అ-న-నాడీనక్షత్రవిశేషః, సతు జన్మర్క్షాద్గావధిత్రయోవింశనక్షత్రమ్॥
వైనాశికః-అ-త్రి-వినాశసంబంధీయె॥
వైనాశికః-అ-పు-క్షణికః-౨పరతంత్రః - ౩ ఊర్ణనాభః॥
వైనీతకః-అ-త్రి-వినీతసంబంధిని॥
వైనీతకః-అ-(సీ)-పరంపరావాహనమ్॥ తె॥ రెండుమూడుజోళ్లు గుఱ్ఱములనుకట్టిన వాహనము.
వైన్యః-అ-పు-పృథురాజః॥
వైన్యా-ఆ-సీ-సురసానదీ॥
వైపరీత్యమ్-అ-న-విపరీతస్యభావః॥
వైపరీత్యలజ్జాలుః-ఉ-ద్వా-స్వల్పతయాపబృహత్ఫలాలజ్జాలుః॥
వైభవః-అ-పు-విభవస్యభావః॥

వైభాజిత్రమ్-అ-న-విభాజయితుర్ధర్మమ్॥
వైభ్రమ్-అ-న-వైకుంఠమ్॥
వైభ్రాజమ్-అ-న-దేవోద్యానమ్॥
వైమాత్రః-అ-పు-వైమాత్రేయః॥
వైమాత్రా-ఆ-సీ-విమాతృకన్యా॥
వైమాత్రేయః-అ-పు-విమాతృజః॥ తె॥ సవతితల్లికొడుకు.
వైముక్తమ్-అ-న-తద్భవే॥
వైముక్తః-అ-త్రి-ముక్తివిశిష్టః॥
వైమేయః-అ-పు-వినిమయః॥
వైయాకరణః-అ-పు-సూర్యః-౨వ్యాకరణశాస్త్రవేత్తా॥
వైయాకరణః-అ-త్రి-వ్యాకరణసంబంధీ-౨ వ్యాకరణవేత్తా॥
వైయాకరణభార్యః-అ-పు-వైయాకరణోభార్యాయస్య॥ (రథః)
వైయాఘ్రః-అ-త్రి-వ్యాఘ్రచర్మావృత
వైయాఘ్రపద్యః-అ-పు-గోత్రకారకమునివిశేషః॥
వైయాసికః-అ-పు-వ్యాసస్యాపత్యమ్॥
వైయాసికీ-న్-త్రి-వ్యాసేనకృతసంహి
వైయుష్టః-అ-త్రి-ప్రాతర్భవః॥ తాదిః
వైరమ్-అ-న-విరోధః॥
వైరక్తమ్-అ-న-విరక్తతా॥
వైరజ్జికః-అ-త్రి-వీతరాగః॥
వైరనిర్యాతనమ్-అ-న-వైరశుద్ధిః॥ తె॥ పగతీర్చుకొనడము.
వైరప్రతిక్రియా-ఆ-సీ-వైరనిర్యాతనమ్॥
వైరశుద్ధిః-ఇ-సీ- ప్రతీకారః॥ తె॥ పగతీర్చుకొనడము.
వైరాగికః-అ-త్రి-విరాగార్హః॥
వైరాగీ-న్-త్రి-విషయేచ్ఛారహితః, వైరాగ్యయుక్తః॥

వైరాగ్యమ్-అ-న-విషయతుచ్ఛధీః॥
వైరాజమ్-అ-న-సామభేదః॥
వైరాటః-అ-పు-ఇంద్రగోపకీటః॥
వైరాటః-అ-త్రి-విరాటసంబంధిని॥
వైరాట్యా-ఆ-స్త్రీ-జినషోడశవిద్యాదేవ్యంతర్గతదేవీవిశేషః॥
వైరాతజ్కః-అ-పు-అర్జునవృక్షః॥
వైరానుబన్ధీ-న్-పు-విష్ణుః-౨సూర్యఘర్మకరకిరణః॥
వైరారోహః-అ-పు-మహాయుద్ధమ్॥
వైరీ-న్-త్రి-వీరసంబంధిని॥
వైరీ-న్-పు-శత్రుః॥
వైరూపమ్-అ-న-సామభేదః॥
వైరూప్యమ్-అ-న-విరూపతా॥
వైరోచనః-అ-పు-బలిః-౨బుద్ధః - ౩అగ్నిపుత్రః-౪సూర్యపుత్రః-౫సిద్ధగణః॥
వైరోచననికేతనమ్-అ-న-పాతాళమ్॥
వైరోచనిః-ఇ-పు-బుద్ధః-౨బలిరాజః - ౩సూర్యపుత్రః॥
వైరోచనీ-ఈ-స్త్రీ-లక్ష్మీః॥
వైరోచిః-ఇ-పు-బాణదైత్యః॥
వైరోద్ధారః-అ-పు- కృతాపకారస్య ప్రత్యపకారః॥
వైలక్షణ్యమ్-అ-న-విలక్షణత్వమ్॥
వైవధికః-అ-పు-వార్తావహః॥ తె॥ కేఫీవాడు
వైవర్ణ్యమ్-అ-న-సాత్వికభావభేదః॥
వైవసికః-అ-పు-కర్మకరః॥ తె॥దినకూలివాడు
వైవస్వతః-అ-పు-కృతాంతః - ౨రుద్రవిశేషః-౩శనిః-౪సప్తమోమనుః॥
వైవస్వతీ-ఈ-స్త్రీ-దక్షిణదిశా॥ (శురః॥
వైవాహికః-అ- పు-కన్యాపుత్రయోః శ్వ
వైవాహికః-అ-త్రి-వివాహసంబంధిని॥
వైశమ్పాయనః-అ-పు-మునివిశేషః॥

వైశస్త్రమ్-అ-న-అధికారః-౨శస్త్రాభావవిశిష్టత్వమ్॥
వైశాఖమ్-అ-న-ధన్విన్య స్తపాదస్థితిభేదః॥
వైశాఖః-అ-పు-వైశాఖమాసః - ౨మంథానః॥ తె॥ కవ్వము.
వైశాఖీ-ఈ-స్త్రీ-వైశాఖపూర్ణిమా-౨రక్తపునర్నవా॥ కవిశేషః॥
వైశికః-అ పు-శృంగారరసప్రధాననాయ
వైశిష్టమ్-అ-న- విశిష్టత్వమ్-తత్తుసంబంధపదార్థః॥
వైశేషికః-అ-పు-సప్తపదార్థతత్వవేత్తా॥
వైశ్యః-అ-పు-ఊరుజః॥ తె॥ కోమటివాడు.
వైశ్యా-ఆ-స్త్రీ-వైశ్యజాతిస్త్రీ॥
వైశ్రవణః-అ పు-కుబేరః॥
వైశ్రవణాలయః-అ-పు-వటవృక్షః- ౨కుబేరపురీచ॥
వైశ్రవణావాసః-అ-పు-వటవృక్షః-౨కుబేరగృహశ్చ॥
వైశ్రవణోదయః-అ-పు-వటవృక్షః॥
వైశ్రావణః-అ-పు-కుబేరః॥
వైశ్వదేవః-అ-పు-విశ్వదేవసంబంధి హోమాదిః॥
వైశ్వదేవికా-ఆ-స్త్రీ-ఉత్తరాషాఢా- ౨విశ్వదేవభావః-౩విశ్వదేవకర్మ॥
వైశ్వానరః-అ-పు- అగ్నిః-౨చిత్రకవృక్షః॥
వైశ్వీ-ఈ-స్త్రీ-ఉత్తరాషాఢానక్షత్రమ్॥
వైషమ్యమ్-అ-న-విషమత్వమ్॥
వైషయికః-అ-త్రి-విషయసంబంధీ॥
వైష్టుతమ్-అ-న-హోమభస్మ॥
వైష్ట్రమ్-అ-న-పిష్టపమ్-౨ద్యౌః-౩వాయుః-౪విష్ణుః॥
వైష్ణవమ్-అ-న-శ్రవణనక్షత్రమ్- ౨ధన్వివిన్యస్తపాదస్థితిభేదః - హోమభస్మ॥

వైష్ణవమ్-అ-త్రి-విష్ణుసంబంధీ॥

వైష్ణవః-అ-పు-అభినయసంయుతహస్తభేదః ౨విష్ణుమత ప్రవర్తకః॥

వైష్ణవీ-ఈ-స్త్రీ-సప్తమాతృకాభేదః-౨తులసీ॥ తె॥ ౨తవక్షీరి.

వైష్ణికా-ఆ-స్త్రీ-టంకసాలా॥

వైసారిణః-అ-పు-మత్స్యః॥

వైసూచనమ్-అ-న- నాట్యేపురుషస్య స్త్రీ వేషధారణమ్॥

వైహార్యః-అ-త్రి-పరిహాసేనలాలనీయః॥

వైహాసికః-అ-త్రి-పరిహాసకః॥

వోటా-ఆ-స్త్రీ-దాసీ॥

వోడః-అ-పు-గువాకః॥ (శేషః

వోడ్రః-అ-పు- గోనససర్పః-౨మత్స్యవి}

వోడ్రీ-ఈ-స్త్రీ-పణచతుర్థాంశః॥

వోఢజః-అ-పు-గర్భిణ్యనంతరవివాహితస్త్రీ జాతపుత్రః॥

వోఢవ్యః-అ-త్రి-వహనీయః॥

వోఢా-ఋ-త్రి-ధర్తా॥ తె॥ధరించువాఁడు.

వోఢా-ఋ-పు-కులాలః-౨సూతః॥ తె॥౧కుమ్మరివాఁడు-౨సారథి.

వోఢుః-ఉ-పు- పితృగృహస్థితప్రోషితభర్తృకాపుత్రః॥

వోదః-అ-త్రి-ఆర్ద్రః॥

వోదాలః-అ-పు-మత్స్యవిశేషః॥

వోరకః-అ-పు-లేఖకః॥

వోరటః-అ-పు-కుందపుష్పమ్॥

వోరపట్టీ-ఈ-స్త్రీ-మందురా॥

వోరవః-అ-పు-ధాన్యవిశేషః॥

వోరుఖానః-అ-పు-పాటలవర్ణాశ్వః॥

వోలికా-ఆ-స్త్రీ-గోధూమపిష్టశర్కరాదికృతభక్ష్యవిశేషః॥ తె॥ బొబ్బట్లు.

వౌషట్-ట్-౦-భేదః॥

వ్యంశకః-అ-పు-పర్వతః॥

వ్యంసకః-అ-పు-వంచకః॥

వ్యంసికః-అ-పు-మాయాకారః॥ తె॥ గారడీవాఁడు.

వ్యంసితః-అ-త్రి-ప్రతారితః॥

వ్యకటః-అ-త్రి-విశారదః॥ తె॥ చదువుకొన్నశిష్యుఁడు.

వ్యక్తః-అ-త్రి-స్పష్టః-౨విదితః॥

వ్యక్తదృష్టార్థః-అ-పు-సాక్షీ॥

వ్యక్తగూఢః-అ-పు-విష్ణుః॥

వ్యక్తరూపః-అ-త్రి-స్పష్టరూపయుక్తః॥

వ్యక్తిః-ఇ-స్త్రీ-పృథక్స్వరూపమ్॥

వ్యగ్రః-అ-త్రి-వ్యావృతః-౨ఆకులః-౩వ్యాసక్తః॥

వ్యఙ్గః-అ-త్రి-హీనాంగకః॥

వ్యఙ్గః-అ-పు- కాలకః-౨భేకః-౩ముఖరోగవిశేషః॥ తె॥౧పుట్టుమచ్చ-౨కప్ప.

వ్యఙ్గ్యః-అ-త్రి-వ్యంజనయాబోధ్యోర్థః॥

వ్యజః-అ-పు-వ్యజనమ్॥ (కఱ్ఱ

వ్యజనమ్-అ-న-తాలవృంతకమ్॥ తె॥విసన}

వ్యఞ్జకః-అ-పు-నాట్యాభినయః॥

వ్యఞ్జనమ్-అ-న-చిహ్నమ్-౨శ్మశ్రు-౩యజ్ఞపశుకర్తవ్యసంస్కారః-౪సూపః-౫తేమనమ్-౬అవయవః- ౭అక్షరమ్-౮వేష్టనమ్-౯ముకుటోష్ణీషమ్-౧౦షడబ్దాశ్వదంతః-౧౧అనుద్ధృతమ్॥ తె॥౨గడ్డముమీసముల వెంట్రుకలు-౪ముద్దపప్పు-

వ్యఞ్జనా-ఆ-స్త్రీ-శబ్దస్యవృత్తివిశేషః॥

వ్యడమ్బకః-అ-పు-ఎరండవృక్షః॥ తె॥ ఆముదపుచెట్టు.

వ్యణ్డా-ఆ-స్త్రీ-కండూరాలతా॥ తె॥దూలగొండిచెట్టు.

వ్యతికరః-అ-పు-వ్యసనమ్-౨వ్యతిషంగః॥

వ్యతిక్రమః-అ-పు- క్రమవిపర్యయః॥
వ్యతిరిక్తః-అ-త్రి- వ్యతిరేకవిశిష్టః,భిన్నః॥
వ్యతిరేకః-అ-పు-అలంకారవిశేషః॥
వ్యతిషఙ్గః-అ-పు-పరస్పరమేలనమ్॥
వ్యతిహారః-అ-పు-పరస్పరక్రియా॥
వ్యతీతః-అ-త్రి-అతీతః॥
వ్యతీపాతః-అ-పు-పంచాంగయోగభేదః॥
వ్యతీహారః-అ-పు-పరీవర్తః- ౨పరస్పరమేక జాతీయక్రియాకరణమ్॥
వ్యత్యయః-అ-పు-విపర్యయః॥ తె॥ ఈవలిది, యావలనావలిదియీవలనుండడము.
వ్యత్యాసః-అ-పు-నియతస్థానాదన్యత్రస్థితః ౨హోమభేదః-౩న్యూనాధికతమః-౪తరుచ్ఛాయావరోధకః॥
వ్యథః-అ-పు- వేధః॥ తె॥రంధ్రముచేయడము.
వ్యథకః-అ-త్రి-వ్యథాకారీ॥
వ్యథా-ఆ-సీ-కష్టమ్॥
వ్యథితః-అ-త్రి-పీడితః-దుఃఖితః॥
వ్యధః-అ-పు- వేధః॥
వ్యధ్యః-అ-పు-ధనుర్గుణః॥
వ్యధ్వః-అ-పు-దుష్టమార్గః॥
వ్యపదేశః-అ-పు-మిషః॥
వ్యపాకృతిః-ఇ-సీ-అపహ్నవః-అస్వీకారః॥
వ్యభిచారః-అ-పు- కదాచారః-భ్రష్టాచారః॥
వ్యభిచారి-ఇ న - చతుస్త్రింశత్ప్రకారశృంగారభావవిశేషః॥
వ్యభిచారిణీ-ఈ-సీ-పరపురుషగామినీ॥
వ్యభిచారీ-న్-త్రి-వ్యభిచారవిశిష్టః॥
వ్యయమ్-అ-న-లగ్నాద్ద్వాదశస్థానమ్॥
వ్యయః-అ-పు-సంవత్సరవిశేషః - ౨అర్థాది వ్యయః॥ తె॥ఖర్చుకావడము.
వ్యయితః-అ-త్రి-కృతవ్యయః॥
వ్యయీ-న్-త్రి-వ్యయయుక్తః॥

వ్యర్థమ్-అ-త్రి-నిరర్థకమ్॥
వ్యలీకమ్-అ-న-లజ్జా-౨వంచనమ్-౩సస్యమ్-౪అశ్వఖురమ్-౫దుఃఖమ్-౬వైలక్ష్యమ్-౭అప్రియకార్యమ్॥ తె॥ ౩పండినపంట-౪గుఱ్ఱపుడెక్క.
వ్యలీకః-అ-పు-కామావేశకృతాపరాధః॥
వ్యలీకా-ఆ-సీ-మీనవల్లికా॥ తె॥ మీలవల్లకింపిట్ట.
వ్యవకలనమ్-అ-న-వియోగః-హీనః॥
వ్యవకలితమ్-అ-న-వ్యవకలనమ్॥
వ్యవకలితః-అ-త్రి-కృతవ్యవకలనః॥
వ్యవకా-ఆ-సీ-శైవాలభేదః॥
వ్యవచ్ఛిన్నమ్-అ-త్రి-భిన్నమ్॥
వ్యవచ్ఛేదః-అ-పు-బాణగమనమ్॥
వ్యవధా-ఆ-సీ-ఆచ్ఛాదనమ్॥
వ్యవధానమ్-అ-న-ఆచ్ఛాదనమ్॥
వ్యవధాయకః-అ-త్రి-వ్యవధానకర్తా॥
వ్యవధిః-ఇ-పు-వ్యవధానమ్॥
వ్యవసాయః-అ-పు-ఉద్యోగః॥
వ్యవసాయీ-న్-త్రి-వ్యవసాయవిశిష్టః - ౨వాణిజ్యకారకః॥
వ్యవసితమ్-అ-న-నిశ్చయః॥
వ్యవసితః-అ-త్రి-ప్రతారితః-౨అనుష్ఠితః- ౩నిశ్చితః॥
వ్యవస్థా-ఆ-సీ-శాస్త్రనిరూపితవిధిః॥
వ్యవస్థానమ్-అ-న-వ్యవస్థితౌ॥
వ్యవస్థానః-అ-పు-విష్ణుః॥
వ్యవస్థితః-అ-త్రి- విధిపూర్వకస్థితః-వ్యవస్థాపితః॥
వ్యవహర్తా-ఋ-పు- వ్యవహారకర్తా-ప్రాడ్వివాకఇతియావత్ - ౨కాయస్థస్యోపాధివిశేషశ్చ॥
వ్యవహారః-అ-పు-ధనాద్యర్థవివాదః- ౨న్యాయః-౩ద్యూతమ్-౪సంబంధః-౫దండః-

౬వాక్ప్రయోగః॥ తె॥౨తగవు.
వ్యవహారజ్ఞః-అ-పు-ప్రాప్తవ్యవహారః॥
వ్యవహారజ్ఞః-అ-త్రి-వ్యవహారజ్ఞాతరి॥
వ్యవహారదర్శనమ్-అ-న-న్యాయదర్శనమ్॥
వ్యవహారపదమ్-అ-న - వాదినారాజ్ఞినివేదనమ్॥
వ్యవహారమాతృకా-ఆ- సీ- వ్యవహారోపయోగిక్రియా॥
వ్యవహారమార్గః-అ-పు- వ్యవహారవిషయః॥
వ్యవహారవిధిః-ఇ-పు-వ్యవహారస్యవిధానమ్
వ్యవహారవిషయః-అ-పు-వ్యవహారపదమ్॥
వ్యవహారస్థానమ్-అ-న-వ్యవహారపదమ్ - ౨వ్యవహారవిషయః॥
వ్యవహారికః-అ-త్రి-వ్యవహారయోగ్యః॥
వ్యవహారికా-ఆ-సీ-లోకయాత్రా -౨సమ్మార్జనీ-౩ఇంగుదీవృక్షః॥
వ్యవహారీ-న్-త్రి-వ్యవహారవిశిష్టః॥
వ్యవహార్యః-అ-త్రి-వ్యవహారణీయః॥
వ్యవహితః-అ-త్రి-వ్యవధానవిశిష్టః॥
వ్యవాయమ్-అ-న-తేజః॥ ౩విఘ్నః॥
వ్యవాయః-అ-పు-సురతమ్-౨తిరోధానమ్-
వ్యవాయీ-న్-ద్వ-కాముకః॥
వ్యసనమ్-అ-న- అశుభమ్-౨ఆసక్తిః-౩విపత్తిః- ౪నిష్ఫలోద్యమః- ౫దైవానిష్టఫలమ్-౬పాపమ్-౭కామజదోషః-౮కోపజదోషః-౯భ్రంశః॥
వ్యసనార్తః-అ-త్రి-ద్యూతాదివ్యసనపీడితః॥
వ్యసనీ-న్-త్రి- వ్యసనవాన్॥
వ్యస్తః-అ-త్రి-అప్రగుణః ॥ తె ॥ చెదిరినది, విడ్డది.
వ్యస్తపదమ్-అ-న- ఋణాదానాభియోగె-పదాంతరేణోత్తరమ్॥
వ్యస్తారమ్-అ-న-హస్తిమదప్రయోగః॥
వ్యాకరణమ్-అ- న- వ్యాకరణశాస్త్రమ్-౨

జ్యాటంకారః-౩స్ఫుటీకృతిః॥
వ్యాకులః-అ- త్రి - శోకాదినాకింకర్తవ్యతామూఢః॥
వ్యాకులాత్మా-న్-త్రి- శోకాభిహతచిత్తః॥
వ్యాకూతిః-ఇ-సీ-భంగిః॥
వ్యాకృతిః-ఇ-సీ-పృథక్ప్రకారః॥
వ్యాకోచః-అ-త్రి-వికసితపుష్పవృక్షాదిః॥
వ్యాకోశః-అ-త్రి-వికసితః॥
వ్యాఖ్యా ఆ-సీ-వివరణమ్॥
వ్యాఖ్యాగమ్యమ్-అ-న-ఉత్తరాభాసభేదః-వ్యాఖ్యయావివరణేనగమ్యతేజ్ఞాయతెయత్॥
వ్యాఖ్యాతః-అ-త్రి-భాషితః-౨జితః॥
వ్యాఘాతమ్-అ-న-పంచాంగయోగవిశేషః
వ్యాఘాతః- అ- పు- అలంకారవిశేషః-౨విఘ్నః-౩ప్రహారః॥ తె॥౩ దెబ్బ.
వ్యాఘ్రః-అ- పు- రక్తైరండః-౨శార్దూలః-౩ఉత్తరపదెసజాతిసమూహశ్రేష్ఠః-౪కరండః-౫దైత్యవిశేషః- ౬మునివిశేషః॥
వ్యాఘ్రతలమ్-అ-న - చక్రకారకమ్॥ తె॥ వ్యాఘ్రనఖమనుగ్రంథ్యము.
వ్యాఘ్రతలః-అ-పు-రక్తైరండః॥
వ్యాఘ్రదలః-అ-పు ఏరండవృక్షః॥
వ్యాఘ్రనఖమ్-అ-న-చక్రకారకమ్- ౨కందవిశేషః-౩నఖక్షతవిశేషః॥ తె॥ ౧వ్యాఘ్రనఖమనుగ్రంథ్యము.
వ్యాఘ్రనఖః-అ-పు-స్నుహీవృక్షః-౨వ్యాలనఖః-౩వ్యాఘ్రస్యనఖశ్చ॥
వ్యాఘ్రనఖకమ్-అ-న-నఖక్షతమ్॥
వ్యాఘ్రనాయకః అ-పు-శృగాలః॥
వ్యాఘ్రపాత్-ద్-పు-వికంకతవృక్షః-౨మునివిశేషః॥ తె॥౧కానరేఁగుచెట్టు.

వ్యాఘ్రపాత్-ద్-త్రి-వ్యాఘ్రతుల్యచరణే
వ్యాఘ్రపాదః-అ-పు-వికంకతవృక్షః-౨ వికంటకవృక్షః॥ తె॥ ౧ కానరేగుచెట్టు.
వ్యాఘ్రపుచ్ఛః-అ.పు-ఏరండవృక్షః॥ తె॥ ఆముదపుచెట్టు.
వ్యాఘ్రముఖమ్-అ-న-దాసీత్వలక్షణమ్॥
వ్యాఘ్రాటః-అ-పు-భరద్వాజపక్షీ॥ తె॥ పక్రింత.
వ్యాఘ్రాదనీ-ఈ-సీ-త్రివృతా॥
వ్యాఘ్రాస్యమ్-అ-న-వ్యాఘ్రస్యముఖ॥
వ్యాఘ్రాస్యః-అ-పు-బిడాలః॥
వ్యాఘ్రీ ఈ-సీ-కంటకారికా-౨ వ్యాఘ్రపత్నీ చ॥ తె॥ ౧ వాకుడుచెట్టు.
వ్యాజః-అ-పు-కపటః-౨ మిషమ్-౩ శాఠ్యమ్॥
వ్యాజనిద్రా-ఆ-సీ-అలంకారవిశేషః॥
వ్యాజస్తుతిః-ఇ-సీ-అలంకారవిశేషః-౨ కపటప్రశంసా॥
వ్యాజోక్తిః-ఇ-సీ-అలంకారవిశేషః-౨ ఛలవాక్యమ్॥
వ్యాడః-అ-పు-సర్పః-౨ హింస్రజంతుః-౩ ఇంద్రః-౪ వంచకః॥
వ్యాడాయుధమ్-అ-న-వ్యాఘ్రనఖాఖ్యగంధద్రవ్యమ్॥
వ్యాడిః-ఇ-పు-కోశకారమునివిశేషః॥
వ్యాత్యుక్షీ-ఈ-సీ-రసికానామన్యోన్యంజలక్రీడనమ్॥
వ్యాదాయ-అ-౦-వివృత్య॥ తె॥ తెఱచుకొని.
వ్యాదిశః-అ-పు-విష్ణుః॥
వ్యాదీర్ణవదనః అ-పు-సింహః॥
వ్యాధః-అ-పు-మృగయుః-౨ దుష్టః॥
వ్యాధభీతః-అ-పు-మృగః॥
వ్యాధామః-అ-పు-వజ్రమ్॥
వ్యాధావః-అ-పు-వజ్రాయుధమ్॥

వ్యాధిః ఇ-పు-వ్యభిచారిభావభేదః-౨ పారిభావ్యమ్-౩ రోగః॥ తె॥ ౨ చెంగలికోష్టు.
వ్యాధిఘాతః-అ-పు-ఆరగ్వధవృక్షః॥
వ్యాధిఘాతకః-అ-పు-ఆరగ్వధవృక్షః॥
వ్యాధితః-అ-త్రి-రోగీ॥
వ్యాధిహన్తా-ఋ-పు-వారాహీకందః॥
వ్యాధిహన్తా-ఋ-త్రి-వ్యాధిఘాతకే॥
వ్యాధుతః-అ-త్రి-కంపితః॥
వ్యాధూతః-అ-త్రి-కంపితః॥
వ్యానః-అ-పు-సర్వశరీరవ్యాపివాయుః॥
వ్యానతమ్-అ-న-రతిబంధవిశేషః॥
వ్యాపకః-అ-త్రి-విశేషేణాప్నోతియః-౨ తద్వన్నిష్ఠాత్యంతాభావాప్రతియోగీ-౩ ఆచ్ఛాదకః॥
వ్యాపకన్యాసః-అ-పు-శిరస్తః, పాదాంతం, పాదతః, శిరోంతం, మూలమంత్రవిన్యాసః॥
వ్యాపద్-ద్-సీ-మృత్యుః-౨ ఆపత్॥
వ్యాపనమ్-అ-న-ఆచ్ఛాదనమ్-౨ వ్యాప్తిః॥
వ్యాపన్నః-అ-త్రి-మృతః॥
వ్యాపాదః-అ-పు-ద్రోహచింతనమ్॥
వ్యాపాదనమ్-అ-న-మారణమ్-౨ పరానిష్టచింతనమ్॥
వ్యాపాదితః-అ-త్రి-ద్రోహచింతితః-౨ మారితః॥
వ్యాపారః-అ-పు-కర్మ॥
వ్యాపారిన్-త్రి-వ్యాపారవిశిష్టః-వ్యవసాయీ॥
వ్యాపికా-ఆ-సీ-వ్యాపినీ॥
వ్యాపిన్-త్రి-విష్ణుః-౨ వ్యాపకః-౩ ఆచ్ఛాదకః॥
వ్యాపృతః-అ-త్రి-వ్యాపారయుక్తః॥
వ్యాపృతః-అ-పు-కర్మసచివః॥
వ్యాపృతిః-ఇ-సీ-వ్యాపనమ్॥

వ్యాప్తమ్-అ-న-పారిభావ్యమ్॥ తె॥ చెంగలికోష్టు.

వ్యాప్తః-అ-త్రి-సమాక్రాంతః॥

వ్యాప్తిః-ఇ-సీ-వ్యాపనమ్-౨లాభః॥

వ్యాప్యమ్-అ-న-పారిభావ్యమ్-౨సాధనమ్॥ తె॥ ౧చెంగలికోష్టు.

వ్యాప్యః-అ-త్రి-వ్యాప్తివిశిష్టః-వ్యాపనీయః

వ్యామః-అ-పు ధూమః-౨వ్యాయామః॥ తె॥ ౧పొగ-౨బార.

వ్యాసనమ్-అ-న-వ్యామః-తిర్యక్ప్రాన్తైస్తత తయోఃసహస్తయోర్బాహ్వోరంతరమ్॥

వ్యాయతః-అ-త్రి-దృఢః-౨దీర్ఘః-౩వ్యాపృతః-౪అతిశయః॥ తె॥ ౧బోడితలవాఁడు.

వ్యాయామః-అ-(సీ)-వ్యామః॥ తె॥ బార.

వ్యాయామః-అ-పు-వ్యోమ-౨సంచారః-౩దుర్గసంభృతిః॥

వ్యాయోగః-అ-పు-నాటకగ్రంథవిశేషః॥

వ్యాలః-అ-పు-సర్పః-౨రక్తచిత్రకః-౩వ్యాఘ్రః-౪దుష్టగజః-౫శ్వాపదః-౬అర్థవ్యయః॥ తె॥ ౨ఎల్లు చిత్రమూలము-౩పెద్దపులి.

వ్యాలః-అ-త్రి-శఠః-౨ధూర్తః॥

వ్యాలకమ్-అ-న-హస్తికందః॥ తె॥ వృక్షవిశేషము.

వ్యాలకః-అ-పు-దుష్టగజః॥

వ్యాలఖడ్గః-అ-పు-వ్యాళనఖః॥

వ్యాలగన్ధా-ఆ-సీ-నాకులీ॥

వ్యాలగ్రాహః-అ-పు-వ్యాళగ్రాహీ॥

వ్యాలగ్రాహీ-న్-పు-సర్పగ్రాహకః॥

వ్యాలజిహ్వా-ఆ-సీ-మహాసమంగా॥

వ్యాలదంష్ట్రిః-అ-పు-గోక్షురః॥

వ్యాలదంష్ట్రీ-న్-పు-త్రికంటకః॥ తె॥ పెద్దపల్లేరుచెట్టు.

వ్యాలదారు-ఉ-న-చిత్రకమ్॥ తె॥ చిత్రమూలపుచెట్టు.

వ్యాళనఖః-అ-పు-గంధద్రవ్యవిశేషః॥

వ్యాళపత్రా-ఆ-సి-పర్వారుః॥

వ్యాళబలః-అ-పు-వ్యాళనఖః॥

వ్యాళమృగః-అ-పు-చిత్రవ్యాఘ్రః॥

వ్యాళమ్బః-అ-పు-రక్తైరండః

వ్యాలాయుధమ్-అ-న - చక్రకారకమ్॥ తె॥ వ్యాఘ్రనఖమను గ్రంథ్యము.

వ్యాళాయుధః-అ-పు-వ్యాళనఖః॥

వ్యావక్రోశీ-ఈ-సీ-అన్యోన్యాక్రోశనమ్॥

వ్యావభాసీ-ఈ-సీ-వ్యావక్రోశీ॥

వ్యావర్తః-అ-పు-నాభికంటకః-తత్రఆవర్తకోఽపిపాఠః॥

వ్యావహారికః-అ-పు-కరణః-౨మంత్రీ॥ తె॥ ౧వైశ్యునికిని శూద్రస్త్రీకిని పుట్టినవాఁడు.

వ్యానహారీ-ఈ-సీ-పరస్పరహరణమ్॥

వ్యావహాసీ-ఈ-సీ-పరస్పరహాసః॥ తె॥ ఇద్దఱునవ్వుకొనడము.

వ్యావృత్తః-అ-త్రి-వృతః-౨ఆవృతశ్చ॥

వ్యావృత్తిః-ఇ-సీ-స్తోత్రమ్॥

వ్యాసః-అ-పు-పారాశర్యః-౨విస్తారః-౩మానభేదః-౪పాఠకబ్రాహ్మణః-౫గోలస్యమధ్యరేఖా॥

వ్యాసక్తః-అ-త్రి - విశేషేణాసక్తః - సంలగ్నః॥

వ్యాసఙ్గః-అ-పు-విశేషేణఆసంగః॥

వ్యాసమాతా-ఋ-సీ-వేదవ్యాసజననీ॥

వ్యాసిద్ధః-అ-త్రి-నిషిద్ధః॥

వ్యాహతః-అ-త్రి-విశేషేణాహతః-౨వ్యర్థః॥

వ్యాహారః-అ-పు-వచః॥

వ్యాహృతిః-ఇ-సీ-వ్యాహారః-౨మంత్రవిశేషః॥

వ్యుతః-అ-త్రి-స్యూతమ్॥

వ్యుతిః-ఇ-సీ-ఊతిః-తంతుసంతతిః॥

వ్యుత్క్రమః-అ-పు-క్రమవిపర్యయః-వ్యతిక్రమః॥

వ్యుత్థానమ్-అ-న-స్వతంత్రత్వకర్మణమ్-౨ప్రతికూలతా-౩ప్రతిరోధః-౪నిరోధాచరణమ్-౫సమాధినివృత్తిః॥

వ్యుత్పత్తిః-ఇ-సీ-విశేషేణోత్పత్తిః-౨సంస్కారః॥

వ్యుత్పన్నః-అ-త్రి-శాస్త్రజ్ఞః॥

వ్యుత్పాదకః-అ-త్రి-వ్యుత్పత్తిజనకః॥

వ్యుష్టమ్-అ-న-ప్రభాతమ్-౨దివసః-౩ఫలమ్-౪పర్యుషితమ్॥

వ్యుష్టః-అ-త్రి-ఉషితః-౨దగ్ధః॥

వ్యుష్టిః-ఇ-సీ-ఫలమ్-౨సమృద్ధిః-౩స్తుతిః॥

వ్యూఢమ్-అ-న-విన్యస్తమ్-౨సమూహః॥

వ్యూఢః-అ-త్రి-విస్తీర్ణః-౨పృథుః॥

వ్యూఢకఙ్కటః-అ-త్రి-కవచాలంకృతః॥

వ్యూఢా-ఆ-సీ-వ్యూహరచనాధిష్ఠితచతురంగబలమ్॥

వ్యూఢిః-ఇ-సీ-విన్యాసః-౨సంహతిః-౩పృథులతా॥

వ్యూతమ్-అ-త్రి-ఊతమ్-తంతుసంతతమ్॥

వ్యూతిః-ఇ-సీ-వాణిః॥ తె॥ నేయడము.

వ్యూహః-అ-పు-సర్వద్రవ్యసమూహః-౨గర్వః-౩తర్కః-౪దండాద్యాకారస్థితచతురంగబలరచనా॥

వ్యూహనమ్-అ-న-సైన్యసంస్థానమ్॥

వ్యూహపార్ష్ణిః-ఇ-పు-వ్యూహపశ్చాద్భాగః-౨వ్యూహస్యపశ్చాద్వ్యూహాంతరమ్-౩వ్యూహమధ్యమ్॥

వ్యో-ఒ-౦-అయోబీజమ్॥ తె॥ ఇనుమమ్యోడిటాయి.

వ్యోకారః-అ-పు-లోహకారకః॥ తె॥ ఇనుముచేసెడిజాతి.

వ్యోమ-న్-న-ఆకాశః-౨జలమ్-౩భాస్కరస్యార్చనాశ్రయః-౪అభ్రకమ్॥

వ్యోమకేశః-అ-పు-శివః॥

వ్యోమకేశీ-న్-పు-శివః॥

వ్యోమచారిపురమ్-అ-న-శౌభపురమ్॥

వ్యోమచారీ-న్-పు-దేవతా-౨పక్షీ-౩చిరజీవీ-౪ద్విజాతః॥

వ్యోమధూమః-అ-పు-మేఘః॥

వ్యోమనమ్-అ-న-ఆకాశమ్॥

వ్యోమనాసికా-ఆ-సీ-భారతీపక్షీ॥

వ్యోమమఞ్జరమ్-అ-న-పతాకా॥

వ్యోమమణ్డలమ్-అ-న-పతాకా-౨ఆకాశంచ

వ్యోమముద్గరః-అ-పు-నిర్ఘాతః॥

వ్యోమయానమ్-అ-న-ఇంద్రవిమానమ్॥ తె॥ ఇంద్రునివిమానము.

వ్యోమస్థలీ-ఈ-సీ-భూమిః-౨నభస్థలంచ॥

వ్యోమాభః-అ-పు-బుద్ధః॥

వ్యోమోదకమ్-అ-న-దివ్యోదకమ్॥

వ్యోషమ్-అ-న-త్రికటుకమ్॥ తె॥ శుంఠి-పిప్పలి-మిరియాలు,పలకులు-అకుపత్రికము-లవంగములును.

వ్రజమ్-అ-న-వ్రజనమ్-గమనమ్॥

వ్రజః-అ-పు-సమూహః-౨గోష్ఠమ్-౩అధ్వా-౪గోకులమ్-౫పఙ్క్తిః॥ తె॥ ౪మంద.

వ్రజకః-అ-పు-తపస్వీ॥

వ్రజకిశోరః-అ-పు-శ్రీకృష్ణః॥

వ్రజనాథః-అ-పు-శ్రీకృష్ణః॥

వ్రజభూః-ఊ-పు-కేలికదంబః॥

వ్రజభూమిః-ఈ-సీ- వ్రజభూమిః॥
వ్రజభూమిః-ఈ- త్రి- వ్రజజాతే॥
వ్రజమణ్డలమ్-అ-న-వ్రజభూమిః॥
వ్రజమోహనః-అ-పు-శ్రీకృష్ణః॥
వ్రజవరః-అ-పు-శ్రీకృష్ణః॥
వ్రజవల్లభః-అ-పు-శ్రీకృష్ణః॥
వ్రజాఙ్గనా-ఆ-సీ గోపీ॥
వ్రజ్యా-ఆ-సీ-కార్యార్థమితస్తతఃపర్యటనమ్ -౨ప్రయాణమ్-౩సమూహః- ౪గర్వః॥
వ్రణమ్-అ-న-క్షతమ్॥ తె॥గాయము.
వ్రణః-అ-(సీ)-ఈర్మమ్॥ తె॥కురుపు.
వ్రణః-అ-పు-కిణః॥ తె॥వింటినారి యొ ఱసిన కాయ.
వ్రణకృత్-త్-పు-భల్లాతకః॥
వ్రణకృత్-త్-త్రి-క్షతకారకే॥
వ్రణకేతుఘ్నీ-ఈ-సీ-దుగ్ధఫేణీక్షుపః॥
వ్రణద్విట్-ష్-పు-బ్రాహ్మణయష్టికా॥
వ్రణద్విట్-ష్ త్రి-వ్రణద్వేషకే॥
వ్రణహః-అ-పు-ఏరండవృక్షః॥
వ్రణహః-అ-త్రి-వ్రణఘాతకే॥
వ్రణహా-ఆ-సీ-గుడూచీ॥
వ్రణహృత్-త్-పు-కలికారీవృక్షః॥
వ్రణారిః-ఇ-పు-బోలమ్-౨అగస్త్యవృక్షః॥
వ్రతః-అ-(సీ)-శాస్త్రప్రాప్తవ్రతః॥
వ్రతః-అ-పు-పంచసంజ్ఞా॥
వ్రతతిః-ఇ-సీ-విస్తారః-౨లతా॥
వ్రతతీ-ఈ-సీ-లతా-౨విస్తారః॥
వ్రతభిక్షా-ఆ- సీ - ఉపనయనకాలదత్తవటుభిక్షా॥
వ్రతసఙ్గ్రహః-అ-పు-దీక్షా॥
వ్రతాదేశః-అ-పు-ఉపనయనమ్॥
వ్రతీ-న్-పు- ఋత్విగాదినియంతృకయజ్ఞకర్తా-౨వివాహార్థంకృతస్నాతకవ్రతః॥
వ్రశ్చనమ్-అ-న-ఛేదనమ్॥
వ్రశ్చనః-అ-పు-పత్రపరశుః॥ తె॥ కమ్మరవాని ఆకుటాయి.
వ్రాజిః-ఇ-పు-వాయుః॥
వ్రాతః-అ-పు-సమూహః-౨ఉపనయనాది సంస్కారహీనద్విజపుత్రాదిః॥
వ్రాతీనః-అ-పు-సంఘజీవీ॥
వ్రాత్యః-అ-పు - ఉపనయనాదిసంస్కారహీనద్విజః- ౨వ్రాత్యపుత్రాదిః - ౩వ్రాత్యవంశజాతః॥
వ్రాత్యస్తోమః-అ-పు-యజ్ఞవిశేషః॥
వ్రీడః-అ- త్రి-లజ్జా॥
వ్రీడనమ్-అ-న-లజ్జా॥
వ్రీడా-ఆ-సీ-వ్యభిచారీభావవిశేషః॥
వ్రీలమ్-అ- త్రి-లజ్జా॥
వ్రీహిః-ఇ-పు-ధాన్యసామాన్యమ్ - ౨పాటలః॥ తె॥౧వడ్లు-౨ఎఱ్ఱబుడమవడ్లు.
వ్రీహికః-అ- త్రి- ధాన్యవిశిష్టః॥
వ్రీహికాఞ్చనః-అ-పు-మసూరః॥
వ్రీహిపర్ణీ-ఈ.సి-శాలపర్ణీ॥
వ్రీహిభేదః-అ-పు-ధాన్యవిశేషః॥
వ్రీహిమయః-అ - పు - వ్రీహినిర్మితపురోడాశః॥
వ్రీహిరాజికః-అ-పు-కంగుధాన్యమ్॥
వ్రీహిశ్రేష్ఠః-అ-పు-శాలిధాన్యమ్॥
వ్రీహీ-న్-త్రి-వ్రీహియుక్తయోత్రాదిః॥
వ్రీహ్యాగారమ్-అ-న-ధాన్యగృహమ్॥
వ్రైహః-అ-త్రి-వ్రీహినిర్మితః॥
వ్రైహేయమ్-అ-త్రి- వ్రీహ్యుత్పత్త్యుచితమ్ తె॥వడ్లుపండెడుభూమి.

శ

శమ్-అ-న-మనోహరమ్-౨మంగళమ్- ౩కీర్తిః-౪శక్రాయుధమ్-౫స్వర్గః-౬కామితద్రవ్యమ్ ౭ద్రవ్యాంగమ్ - ౮శాస్త్రమ్-౯శ్రేయః॥ తె॥ ౭బుద్ధివృద్ధియనెడు ఓషధి॥

శమ్-అ-త్రి-పరోక్షమ్॥

శమ్-మ్-౦-ఆనందః-౨కల్యాణమ్ - ౩హృద్యమ్-౪మూకక్రియాపరః॥

శః-అ-పు-వల్మీకః-౨శివః-౩కూర్మః- ౪నృపః-౫శివ్యః-౬తనూకృతిః-౭శాంతిః-౮శకునమ్-౯సుఖమ్॥

శంయా-ఆ-సీ-బుద్ధిః॥

శంయీ-ఈ-సీ-అజగరః॥ తె॥ పెనుఁబాము.

శంయుః-ఉ-త్రి-శుభాన్వితః॥

శంయుః-ఊ-పు-అజగరః॥ తె॥ పెనుఁబాము.

శంవః-అ-పు-ముసలాగ్రస్థలోహమండలకః ౨వజ్రమ్॥

శంవః-అ-త్రి-శుభాన్వితః॥

శంవరమ్-అ-న-జలమ్॥

శంసకః-అ-పు-తురుష్క(గా)మః॥

శంసా-ఆ-సీ-స్తుతిః-౨అభిలాషః॥

శంసితమ్-అ-త్రి-అభిశస్తమ్-౨ప్రోక్తమ్॥

శంస్తా-ఋ-పు-స్తోతా-౨హోతా॥

శంస్థః-అ-త్రి శుభాన్వితః॥

శంస్థా-ఆ-(న)-శుభాన్వితా॥

శంస్యః-అ-త్రి-హింస్యః-౨స్తుత్యః॥

శకః-అ-పు-అశ్వవిష్ఠా-౨గోమయమ్- ౩దేశభేదః-౪రాజభేదః॥ తె॥ ౧గుఱ్ఱపులద్దె.

శకటః-అ-(సీ)-అనః - ౨విష్ణువధ్యాసురవిశేషః-౩ద్విసహస్రపలపరిమాణమ్- ౪తినిశవృక్షః॥ తె॥ ౧బండి.

శకటబిలః-అ-పు-జలకుక్కుటః॥ తె॥ నీటికోడి.

శకటహా-న్-పు-శ్రీకృష్ణః॥

శకటహా-న్-త్రి-శకటనాశకే॥

శకటాఙ్గః-అ-పు-నాగరంగవృక్షః॥ తె॥ నారంజిచెట్టు.

శకటాహ్వా-ఆ-సీ-రోహిణీనక్షత్రమ్॥

శకటీ-ఈ-సీ-అనః॥ తె॥ బండి-

శకలమ్-అ-న-వల్కలమ్-౨త్వక్- ౩రాగద్రవ్యమ్-౪ఖండమ్॥

శకలమ్-అ-(సీ)-ఖండమ్॥

శకలః-అ-పు-మత్స్యః-౨విహంగః॥

శకలీ-న్-పు-మత్స్యః॥

శకవః-అ-పు-హంసః॥

శకాన్తకః-అ-పు- విక్రమార్కః - ౨శాలివాహనః॥

శకారః-అ-పు-చండాలేతరాంత్యజాతిభేదః

శకారిః-ఇ-పు-విక్రమాదిత్యరాజః॥

శకునమ్-అ-న-మంగలాశంసినిమిత్తమ్॥

శకునః-అ-పు-విహంగః॥

శకునజ్ఞా-ఆ-సీ-జ్యైష్ఠీ॥

శకునజ్ఞా-ఆ-త్రి-శకునజ్ఞాతరి॥

శకునదాతృ-ఋ-పు శమీవృక్షః॥

శకునిః-ఇ-పు-పక్షీ- ౨శకునికరణమ్ - ౩సౌబలః॥

శకునిప్రపా-ఆ-సీ- పక్షిణః-పానీయశాలా॥

శకునీ-ఈ సీ-చటక(స్త్రీ)-౨శ్యామాపక్షీ॥ తె॥ ౧ఆఁడుయూరపిచ్చుక.

శకునీశ్వరః-అ-పు-గరుడః॥

శకున్తః-అ-పు-విహంగః-౨చాసః॥ తె॥ ౨పాలపిట్ట.

శకున్తలా-ఆ-సీ - మేనకాప్సరస్సువిశ్వామిత్రేణజనితాకన్యా॥

శకున్తలాత్మజః-అ-పు-భరతరాజః॥

శకున్తిః-ఇ-పు-విహంగః॥

శకులః-అ-పు-మత్స్యః- ౨మత్స్యవిశేషః-౩

ముస్తా॥ తె॥౧బేడిసమీను-౨తుంగముస్తె.

శకులగణ్డః-అ-పు-శౌలమత్స్యః॥

శకులాక్షకః-అ-పు-గండోలీ॥ తె॥ తీఁగెగఱికె.

శకులాక్షీ-ఈ-సీ-గండదూర్వా॥

శకులాదనీ-ఈ-సీ-కటురోహిణీ- ౨తోయ
(పిప్పలీ॥)

శకులార్భకః-అ-పు-మత్స్యశిశుః॥

శకులీ-ఈ-సీ-మత్స్యవిశేషః॥

శకులీ-న్-పు-మత్స్యః॥

శకృత్-త్-న-పురీషమ్॥

శకృత్కరిః-ఇ-ద్వ-గోవత్సః॥ తె॥ లేఁగదూడ.

శకృత్కరీ-న్-పు-గోవత్సః॥ తె॥ లేఁగదూడ.

శకృత్కారః-అ-త్రి-మలత్యాగకారకః॥

శకృద్ద్వారమ్-అ-న-మలద్వారమ్॥

శక్కరః-అ-పు-వృషః॥

శక్కరిః-ఇ-పు-వృషః॥

శక్కరీ-ఈ-సీ-ఛందోభేదః-౨నదీభేదః-౩
(మెఖలా॥)

శక్తః-అ-త్రి-సమర్థః॥

శక్తిః ఇ-సీ-పార్వతీ-౧శరీరస్థబలమ్-౨శరీరస్థసామర్థ్యమ్-౩త్రిసంజ్ఞా-౪కాసూః-౫ప్రభుత్వాదిశక్తిత్రయమ్-౬దుర్గాది దేవతా॥ తె॥౪ఆయుధభేదము.

శక్తిగ్రహః-అ-పు-శివః-౧కార్తికేయః- ౨శబ్దశక్తిజ్ఞానమ్॥

శక్తిగ్రాహకః-అ-పు-వ్యాకరణోపమానాదిః-౧శక్తిగ్రహీతా చ॥

శక్తిధరః-అ-పు-షణ్ముఖః-౧శివః॥

శక్తిధరః-అ-త్రి-శక్తిధారకే॥

శక్తిపర్ణః-అ-పు-సప్తపర్ణవృక్షః॥

శక్తిపాణిః-ఇ-పు-కార్తికేయః॥

శక్తిభృత్-త్-పు-కార్తికేయః॥

శక్తిభృత్-త్-త్రి-శక్త్యస్త్రధారకే॥

శక్తిహేతికః-అ-త్రి - శక్త్యస్త్రధారియోద్ధా॥

శక్త్యగ్ధః-అ-పు- శ్రమద్వారాకుక్షిలలాటగ్రీవాసూత్పన్నోష్మఘర్మః దీర్ఘనిశ్వాసశ్చ

శక్త్రిః-ఇ-పు-వశిష్ఠమునేర్జ్యేష్ఠపుత్రః॥

శక్నః-అ-త్రి-ప్రియంవదః॥

శక్నుః-ఉ-త్రి-ప్రియంవదః॥

శక్మా-న్-పు-శక్తిః॥

శక్యః-అ-త్రి-సమర్థనీయః-౧శక్త్యాశ్రయః-వాచ్యః॥

శక్యతావచ్ఛేదకమ్-అ-త్రి- శక్యాంశే,భాసమానధర్మః॥

శక్రః-అ-పు-ఇంద్రః-౧కలింగః-౨శుక్రః-౩అర్జునద్రుమః-౪అరవిందమ్ - ౫ప్రతాపః-౬మర్యాదాహీనః- ౭జ్యేష్ఠానక్షత్రమ్॥ తె॥౧కొడిసెచెట్టు.

శక్రక్రీడాచలః-అ-పు-సుమేరుపర్వతః॥

శక్రగోపః-అ-పు-ఇంద్రగోపకీటః॥

శక్రచాపసముద్భవా-ఆ-సీ- భూతుంబీ॥ తె॥ నేలానుఁగుచెట్టు.

శక్రజః అ-పు-కాకః॥

శక్రజః-అ-త్రి-ఇంద్రజాతే॥

శక్రజిత్-త్-పు-రావణపుత్రః॥

శక్రజిత్ త్-త్రి-ఇంద్రజేతరి॥

శక్రధనుః-స్-న-ఇంద్రధనుః॥

శక్రధ్వజః-అ-పు-ఇంద్రధ్వజః॥

శక్రనన్దనః-అ-పు-అర్జునః-౧జయంతః॥

శక్రనన్దనః-అ-త్రి- ఇంద్రానందకారకే॥

శక్రపర్యాయః-అ-పు-కుటజవృక్షః-౧ఇంద్రవాచకశ్చ॥
(టజవృక్షః)

శక్రపాదపః-అ-పు-దేవదారువృక్షః-౧కు

శక్రపుష్పికా-ఆ-సీ-అగ్నిశిఖావృక్షః॥

శక్రపుష్పీ-ఈ-సీ-విశల్యా॥ తె॥ తరిగొట్టిచెట్టు.

శక్రబీజమ్-అ-న-ఇంద్రయవః॥

శక్రభవనమ్-అ-న-స్వర్గః॥
శక్రభిత్-ద్-పు-ఇంద్రజిత్॥
శక్రభూభవా-ఆ-సీ-ఇంద్రవారుణీ॥
శక్రమాతా-ఋ-సీ-భార్గీ-౨ఇంద్రజననీచ
శక్రమాతృకా-ఆ-సీ-శక్రధ్వజాంగయష్టివిశేషః॥
శక్రమూర్ధా-న్-సీ-వల్మీకః॥
శక్రవల్లీ-ఈ-సీ-ఇంద్రవారుణీ॥
శక్రవాహనః-అ-పు-మేఘః॥
శక్రశరాసనమ్-అ-న-ఇంద్రధనుః॥
శక్రశాఖీ-న్-పు-కుటజవృక్షః॥
శక్రశాలా-ఆ-సీ-ప్రతిశ్రయః॥
శక్రశిరః-అ-పు-వల్మీకః-౨ఇంద్రమస్తకశ్చ॥
శక్రసారథిః ఇ-పు-మాతలిః॥
శక్రసుతః-అ-పు-వాలివానరః-౨ఇంద్రపుత్రమాత్రంచ॥
శక్రసుధా-ఆ-సీ-పాలంకీ॥
శక్రసృష్టా-ఆ-సీ-హరీతకీ॥
శక్రాఖ్యః-అ-పు-పేచకః॥
శక్రాఖ్యః-అ-త్రి-ఇంద్రనామకే॥
శక్రాణీ-ఈ-సీ-శచీ॥
శక్రాశనమ్-అ-న-భంగా॥
శక్రాశనః-అ-పు-కుటజవృక్షః॥
శక్రాహ్వః అ-పు-ఇంద్రయవః॥
శక్రాహ్వః-అ-త్రి-ఇంద్రనామకే॥
శక్రిః-ఇ-పు-మేఘః-౨వజ్రమ్-౩హస్తీ-౪పర్వతః॥
శక్రోత్థానమ్-అ-న-శక్రధ్వజోత్సవః॥
శక్రోత్సవః-అ-పు ఇంద్రస్యఉత్సవః॥
శక్రోర్వారుః-ఉ-సీ-ఇంద్రవారుణీ॥ తె॥ పెద్దపాపర.
శక్లః-అ-పు-ప్రియంవదః॥
శక్వరః-అ-పు-బలీవర్దః॥ తె॥ ఎద్దు.

శక్వరీ-ఈ-సీ-చతుర్దశచ్ఛందః-౨చతుర్దశసంజ్ఞా-౩వర్ణసంకరజాతి(స్త్రీ)-౪కాంచీ-౫నదీ॥
శక్వా-న్-పు-హస్తీ॥
శఙ్కః-అ-పు-శకటాదివాహకవృషభః॥
శఙ్కరః-అ-పు-శివః॥
శఙ్కరప్రియః-అ-త్రి-శివవల్లభే॥
శఙ్కరప్రియః-అ-పు-తిత్తిరిః॥ తె॥ తీతుపిట్ట.
శఙ్కరావాసః-అ-పు-కర్పూరభేదః-౨కైలాసశ్చ॥
శఙ్కరీ-ఈ-సీ-మంజిష్ఠా-౨శమీ-౩శంకరభార్యా
శఙ్కవృత్తః-అ పు-అస్థిసంధిభేదః॥
శఙ్కా-ఆ-సీ-సంశయః-౨భయమ్-౩వ్యభిచారీభావభేదః॥
శఙ్కితః-అ-త్రి-చండా-౨అధీరః-౩వితర్కితః॥ తె॥ ౧చెండయనుగ్రంథ్యము-౨భయపడువాఁడు.
శఙ్కితవర్ణకః-అ-పు-చారః॥
శఙ్కుః-ఉ-పు-వారికిటిః-౨స్థాణుః-౩హంసః-౪శల్యమ్-౫పర్ణశిరాజాలమ్-౬సంఖ్యా-౭మేహనమ్-౮కీలః-౯శంకరః-౧౦వల్మీకభేదః-౧౧రోగభేదః-౧౨మత్స్యభేదః-౧౩వకులః-౧౪కామదేవః-౧౫వల్లీ-౧౬విభూతిః-౧౭శివభక్తగంధర్వః॥ తె॥ ౧నీఱుపంది-౨మోడు-౪చిలుకకట్టె ఆయుధపుఅలుగున్న-౫ఆకునరములపోగు-౮మేకు.
శఙ్కుకర్ణః-అ-పు-వామీ-౨గర్దభః-౩ఉష్ట్రః,
శఙ్కుచిః-ఇ-పు-శంకుమత్స్యః॥
శఙ్కుతరుః-ఉ-పు-సాలవృక్షః॥
శఙ్కురః-అ-త్రి-త్రాసదాయీ॥
శఙ్కులా-ఆ-సీ-దారుభేదీ॥ తె॥ ఉలి.
శఙ్కులాఖణ్డః-అ-పు-శంకులయాకృతఖండః॥ తె॥ ఉలిచేతనరికినతునక.

శఙ్కువృక్షః అ-పు-సాలవృక్షః॥
శఙ్కే-ఏ-ం-వితర్కే॥ తె॥ తోఁచుచున్నది.
శఙ్కోచః-అ-పు-శంకుమత్స్యః॥
శఙ్కోచిః-ఇ-పు-మత్స్యవిశేషః॥
శఙ్ఖమ్-అ-న- శంఖసంఖ్యా-౧శంఖసంఖ్యావంతః॥
శఙ్ఖః-అ-పు- నిధివిశేషః-౧దేవయోనిపీతసర్పవిశేషః- ౨నఖః-౩ఫాలాస్థి-౪అలిః-౫తారకాత్మజః- ౬ఋషిభేదః-౭కపిభేదః॥ తె॥ ౨నఖముచిప్ప-౩నుదుటియెముక-౪కణత.
శఙ్ఖః-అ-(సీ)-కంబుః॥
శఙ్ఖకమ్-అ-న-వలయః॥
శఙ్ఖకః-అ-(సీ)-కంబుః॥
శఙ్ఖకః-అ-పు-శిరోరోగః॥
శఙ్ఖకర్ణా-అ-పు-దుశ్శీల(స్త్రీ)లక్షణమ్॥
శఙ్ఖకారః-అ-పు-వర్ణసంకరజాతివిశేషః, సతుశూద్రాగర్భేవిశ్వకర్మారసజాతః॥
శఙ్ఖచరీ-ఈ-సీ-లలాటికా॥
శఙ్ఖచర్చీ-ఈ-సీ-లలాటికా॥
శఙ్ఖచూర్ణమ్-అ-న-శంఖజాతచూర్ణమ్॥
శఙ్ఖజః-అ-పు - కపోతాండాకృతిశంఖజాతమౌక్తికమ్॥
శఙ్ఖజః-అ-త్రి-శంఖజాతవస్తుని॥
శఙ్ఖణః-అ-పు-వృత్తశఙ్ఖః॥ తె॥ చుట్టుగుల్ల.
శఙ్ఖద్రావీ-న్-పు-అమ్లవేతసః॥
శఙ్ఖధరా-ఆ-సీ-హిలమోచికా॥
శఙ్ఖధ్మః-అ-పు-శంఖవాదకః॥
శఙ్ఖధ్మాః ఆ-పు-శంఖవాదకః॥
శఙ్ఖనఖః-అ-పు- క్షుద్రశంఖః- ౧నఖీనామగంధద్రవ్యమ్-౨బృహన్నఖీ॥ తె॥ ౧నత్తగుల్ల.
శఙ్ఖనఖా-ఆ-సీ-శంఖనఖీ
శఙ్ఖపాలః-అ-పు-దేవయోనిసర్పభేదః-౧సూర్యః॥
శఙ్ఖపుష్పీ-ఈ-సీ- శుక్లకందా॥ తె॥ శంఖపుష్పిచెట్టు.
శఙ్ఖప్రస్థః-అ-పు-చంద్రస్యచిహ్నమ్॥
శఙ్ఖభృత్-త్-పు-విష్ణుః॥
శఙ్ఖముఖః-అ-పు-కుంభీరః॥
శఙ్ఖమూలమ్-అ-న-మూలకమ్॥
శఙ్ఖయూథిః-ఇ-సీ-శ్వేతాంబష్ఠా॥ తె॥ తెల్లయడవిమొల్ల.
శఙ్ఖవీథిః-ఇ-పు-మత్స్యభేదః॥
శఙ్ఖాఖ్యః-అ-పు-బృహన్నఖీ॥
శఙ్ఖాహ్వా-ఆ-సీ-శంఖపుష్పః॥ తె॥ శంఖపుష్పిచెట్టు.
శఙ్ఖికా-ఆ-సీ-తృణవిశేషః॥
శఙ్ఖినీ-ఈ-సీ-కేశినీ-౧(స్త్రీ)జాతిభేదః-౨శ్వేతపున్నాగః-౩చోరపుష్పీ-౪శ్వేతబృందా-౫శ్వేతచుక్రా-౬బుద్ధశక్తిభేదః-౭యవతిక్తా-౯శంఖయుక్తా-౧౦ఉపదేవతావిశేషః॥ తె॥ ౧కల్లిచెట్టు.
శఙ్ఖినీఫలః-అ-పు-శిరీషవృక్షః॥
శఙ్ఖినీవాసః-అ-పు-శాఖోటవృక్షః॥
శఙ్ఖీ-న్-పు-విష్ణుః-౧సముద్రః-౨శాంఖికః॥
శఙ్ఖీ-న్-త్రి-శంఖవిశిష్టే॥
శచిః-ఇ-సీ-ఇంద్రపత్నీ॥
శచీ-ఈ-సీ-ఇంద్రాణీ-౧శతావరీ॥ తె॥ ౧పిల్లిపీచరచెట్టు.
శచీపతిః-ఇ-పు-ఇంద్రః॥
శటః-అ-త్రి-అమ్లః॥
శటా-ఆ-సీ-జటా॥
శటిః-ఇ-సీ-శటీ॥
శటీ-ఈ-సీ-గంధమూలీ॥ తె॥ నల్లనియతివస.
శట్టకమ్-అ-న-ఘృతజలమిశ్రితశాలిచూర్ణమ్॥ (హేమ్)
శఠమ్-అ-న-తగరమ్-౧కుంకుమమ్-౨లో
శఠః-అ-పు-ధుత్తూరః-౧పత్యంతరాభావశ్చం

గారనాయకభేదః-౩అలసః-౪మూర్ఖః-౫మధ్యస్థపురుషః॥ తె॥౧ఉమ్మెత్తచెట్టు.
శఠః-అ-త్రి-కుటిలహృదయః॥
శఠతా-ఆ-స్త్రీ శఠస్యభావః॥
శఠామ్బా-ఆ-స్త్రీ-అంబష్ఠా॥
శణమ్-అ-న-క్షుపవిశేషః॥
శణః-అ-పు-అంఘ్రిపనసః-౨శరః- ౩మాల్యపుష్పః॥ తె॥౧వేఱుపనసచెట్టు - ౨జెల్లుచెట్టు-౩శణపునుజెల్లు.
శణఖః-అ-పు-చణకః॥ తె॥ సెనగలు.
శణఘణ్టికా-ఆ-స్త్రీ-శణపుష్పీ॥ తె॥ పచ్చజనుముచెట్టు.
శణపత్రా-ఆ-స్త్రీ-ఋదంతీ॥ తె॥రుదంతిచెట్టు.
శణపత్రికా-ఆ-స్త్రీ-కింకిణీ॥ తె॥ గిరుకచెట్టు.
శణపర్ణీ-ఈ-స్త్రీ- అపరాజితా॥ తె॥ సోమిందచెట్టు.
శణపుష్పికా-ఆ-స్త్రీ-కింకిణీ॥ తె॥గిరుకచెట్టు.
శణపుష్పీ-ఈ-స్త్రీ-శణికా॥ తె॥పచ్చజనుము.
శణసూత్రమ్-అ-న-జాలరజ్జుః॥ తె॥ వలత్రాఁ(డు
శణాలుకః-అ-పు-ఆరేవతవృక్షః॥
శణికా-ఆ-స్త్రీ-శణపుష్పీ॥
శణీరమ్-అ-న-శోణమధ్యస్థపులినమ్-౨దర్దరీతటమ్॥
శణ్డమ్-అ-న-పద్మాదిసమూహః॥
శణ్డః-అ-పు- పద్మాదిసమూహః-౨నపుంసకమానుషః-౩గ్రామసూకరః॥
శణ్డిలః-అ-పు-మునివిశేషః॥
శతమ్-అ-న- శతసంఖ్యా-౨శతసంఖ్యావంతః-౩బహుసంఖ్యా- ౪బహుసంఖ్యావంతః॥ తె॥౧నూఱు.
శతకః-అ-త్రి-శతసంఖ్యావిశిష్టః॥
శతకీర్తిః ఇ-పు-భావ్యర్హద్విశేషః॥
శతకున్దః-అ-పు-ఇలసభేదః॥ తె॥ సన్నపాకుల తెల్లగన్నేరుచెట్టు.
శతకున్దః-అ పు-కరవీరః॥
శతకుమ్భః అ-పు-పర్వతవిశేషః॥
శతకోటిః-ఇ-పు- వజ్రాయుధమ్- ౨శతకోటిసంఖ్యాసంఖ్యేయే॥ తె॥౨నూఱుకోట్లు
శతక్రతుః-ఉ పు-ఇంద్రః॥
శతఖణ్డమ్-అ-న-సువర్ణమ్-౨శతభాగశ్చ॥
శతగ్రన్థిః-ఇ-స్త్రీ-దూర్వా॥
శతఘ్నీ॥-ఈ-స్త్రీ-శస్త్రభేదః-౨వృశ్చికాలీ-౩కరంజకః-౪గలరోగవిశేషః॥
శతచ్ఛదః-అ-పు- కాష్ఠకుట్టపక్షీ-౨శతదళపద్మంచ॥
శతచ్ఛదా-ఆ-స్త్రీ-సప్తలా॥ తె॥విరజాజి.
శతతమః-అ-త్రి-శతస్యపూరణః॥
శతతారా ఆ-స్త్రీ-శతభిషఙ్నక్షత్రమ్॥
శతదన్తికా ఆ-స్త్రీ-నాగదంతీ॥
శతదాడీ-ఈ స్త్రీ-గిరికర్ణికా॥ తె॥ తెల్లగినియచెట్టు.
శతద్రుః-ఉ స్త్రీ శతద్రునదీ॥
శతధా-ఆ-స్త్రీ-దూర్వా॥
శతధా-౦-౦-శతప్రకారమ్॥
శతధామా-న్-పు-విష్ణుః॥
శతధారమ్-అ-న-వజ్రమ్॥
శతధారస్-అ-త్రి-శతధారాయుక్తే॥
శతధృతిః-ఇ-పు-చతుర్ముఖః - ౨ఇంద్రః - ౩స్వర్గః॥
శతనన్దః-అ-పు-చతుర్ముఖః-౨మహాదేవః-౩గరుడః-౪గౌతమసుతః-౫గణనాయకః॥
శతపత్రమ్ అ-న-పద్మమ్॥
శతపత్రః-అ పు-రాజకీరః-౨దార్వాఘాటః-౩శిఖావలః॥
శతపత్రకః-అ-పు-దార్వాఘాటః॥ తె॥ వడ్లంగిపిట్ట,అనగా-మ్రానుకోయిల.

శతపత్రనివాసః-అ-పు- బ్రహ్మా॥
శతపత్రనివాసః-అ-త్రి-పద్మస్థే॥
శతపత్రికా-ఆ-సీ-శతపత్రీ॥
శతపత్రీ-ఈ-సీ-శివవల్లభా ॥ తె ॥ చేమంతి చెట్టు.
శతపథికః-అ-త్రి-నానాపథగామీ- ౨నానా మతావలంబీ॥
శతపదచక్రమ్-అ-న - నామ్నానక్షత్రజ్ఞా నార్థంచక్రమ్॥
శతపదీ-ఈ-సీ-కర్ణజలూకా -౨శతావరీ॥ తె॥ గనల్లజెర్రి.
శతపద్మమ్-అ-న-శ్వేతకమలమ్॥
శతపర్వకః-అ-పు అనేకపర్వకేతుః॥ తె॥చా లాకణుపులుఁగలచెఱకు.
శతపర్వా-న్-పు-వేణుః-౨ఇక్షుభేదః॥
శతపర్వా-న్-(సీ)-దూర్వా-౨అపచయః॥
శతపర్వా-ఆ-సి-దూర్వా-౨భార్గవభార్యా-౩వచా.౪కోజాగరపూర్ణిమా-౫కటుకా
శతపర్వికా-ఆ-సీ-వచా-౨దూర్వా-౩యవః॥ తె॥గనల్లవస-౨కటికెగడ్డి.
శతపర్వేశః-అ-పు-శుక్రగ్రహః॥
శతపల్లవా-ఆ-సీ-భూమిజంబుకా॥ తె॥ నేల నేరేడుచెట్టు.
శతపాత్ ద్-సీ-కర్ణజలౌకాః॥
శతపాద్-ద్-సీ-కర్ణజలౌకాః॥
శతపాదికా-ఆ-సీ-కాకోలీ- ౨కర్ణజలౌకాః॥
శతపుష్పః-అ-పు-భారవిః - సతుకిరాతార్జునీయగ్రంథకర్తా॥
శతపుష్పా-ఆ-సీ-సితచ్ఛత్రా॥ తె॥పెద్దసదాపచెట్టు.
శతపుష్పికా-ఆ-సీ శతపుష్పా॥
శతప్రసూనా-ఆ-సీ-శతపుష్పా॥ (ఱు)
శతప్రాసః-అ-పు-కరవీరః॥ తె॥ వాడగన్నే

శతబీజా-ఆ-సీ-దుగ్ధతుంబీ॥ తె॥ పాలానుఁగు చెట్టు-
శతభిషక్-జ్-సీ-శతభిషఙ్నక్షత్రమ్॥
శతభిషా-ఆ-సీ-శతభిషానక్షత్రమ్॥
శతభీరుః-ఉ-సి-మల్లికా - ౨శతంబహవోపి యోగినోభీరవోఽస్యాః ఇతిశతభీరుః-శీతభీరురితిచపాఠః- తదాగ్రైష్మికత్వే నశీతాద్బిభేతీతిశీతభీరుః॥
శతమఖః అ-పు-ఇంద్రః॥
శతమన్యుః-ఉ-పు-ఇంద్రః॥
శతమానమ్-అ-న-పలపరిమాణరజతసువర్ణే॥
శతమానః అ-(సీ)-రూప్యపలమ్-౨ఆఢకః॥
శతమార్జః-అ-పు-అసిధావకః॥ తె॥చికిలీచేసెడువాఁడు.
శతమూలా-ఆ-సి-దూర్వా-౨వచా॥
శతమూలికా-ఆ-సీ-ద్రవంతీ॥
శతమూలీ-ఈ-సీ-నారాయణీ॥ తె॥ పిల్లిపీచర చెట్టు.
శతయష్టికః-అ-పు-శతలతికహారః॥
శతరుద్రీయమ్-అ-త్రి- శతంరుద్రా దేవతా అస్య॥
శతరూపా-ఆ-సీ- బ్రహ్మణఃకన్యావత్నీచ॥
శతలుమ్పః-అ-పు-భారవిః॥
శతలుమ్పకః-అ-పు-భారవిః॥
శతవీర్యా-ఆ-సీ-గోలోమీ-౨శతావరీ-౩కపిలద్రాక్షా॥ తె॥గతెల్లగఱిక.
శతవేధీ-న్-పు అమ్లవేతసః॥ తె॥ పుల్లబచ్చలి చెట్టు.
శతసహస్రమ్-అ-న-శతగుణితసహస్రమ్-లక్షమితియావత్॥
శతహ్రాదః-అ-పు-వజ్రమ్॥
శతహ్రాదా-అ-సి-విద్యుత్ -౨వజ్రమ్-౩దక్షకన్యావిశేషః॥ తె॥ గమెఱుపు.

శతాక్షీ-ఈ-సీ-రాత్రిః-౧శతపుష్పా- ౨పార్వతీ॥

శతాఙ్గః-అ- పు-యుద్ధయోగ్యరథః- ౧తినిశవృక్షః॥

శతానకమ్-అ-న-శ్మశానమ్

శతానన్దమ్-అ-న-సౌధమ్-౧శయ్యా॥

శతానన్దః-అ-పు-చతుర్ముఖః- ౧మహాదేవః- ౨గరుడః - ౩గౌతమసుతః - ౪గణనాయకః॥

శతానీకః-అ-త్రి-వృద్ధః॥

శతానీకః-అ-పు-మునిః-౧రాజవిశేషః॥

శతారమ్-అ-న-వజ్రమ్॥

శతారుః-స్-న-కుష్ఠభేదః॥

శతారుషీ-ఈ-సీ కుష్ఠభేదః॥

శతాలుః-ఉ-పు-బిల్వః॥ తె॥మారేడుచెట్టు.

శతావరీ-ఈ-సీ-నారాయణీ - ౧ఇంద్రభార్యా-౨శటీ॥ తె॥౧పిల్లిపీచర.

శతావర్తః-అ-పు-విష్ణుః॥

శతావర్తిన్-న్-పు-విష్ణుః॥

శతాహ్వా-ఆ-సీ శతపుష్పా-౧శతావరీ॥

శతికః-అ-త్రి-శతక్రీతవస్త్రమ్॥ తె॥ నూటెంటికికొన్నవస్త్రము.

శతేరః అ పు శత్రుః-౧హింసా॥

శత్యః-అ త్రి-శతక్రీతవస్త్రమ్ - ౧శతస్యవికారః-౨ధనపతిసంయోగః॥

శత్రిః ఇ-పు-హస్తీ॥

శత్రుః ఉ-పు-స్వదేశానంతరంనృపః - ౧రిపుః-౨పట్సంజ్ఞా॥

శత్రుకెశీ-ఈ-సీ-నారాయణీ॥ తె॥ పిల్లిపీచర చెట్టు.

శత్రుఘ్నః అ-పు-శ్రీరామస్యభ్రాతా॥

శత్రుఘ్నజననీ ఈ-సీ-సుమిత్రా॥

శత్రుజిత్ త్-పు-రాజవిశేషః॥

శత్రుఞ్జయః-అ-పు-విమలాద్రిః॥

శత్రుఞ్జయః-అ-త్రి-శత్రుజేతా॥

శత్రుస్తపః-అ-త్రి-వైరితాపకృత్॥

శత్రుమర్దనః-అ-పు-శత్రుఘ్నః॥

శత్వరీ-ఈ-సీ-రాత్రిః॥

శదః-అ-పు-ఫలమూలాదిః॥

శదీ-ఈ-సీ-గంధమూలీ॥ తె॥ నల్లయతివస.

శద్రిః-ఇ-పు- మేఘః-౧జిష్ణుః-౨హస్తీ॥

శద్రిః ఇ-సీ-విద్యుత్ -౧ఖండః॥

శద్రుః-ఉ-త్రి-పతనకర్తా-౧గంతా॥

శనకావళిః-ఇ-పు-గజపిప్పలీ॥

శనపర్ణీ-ఈ-సీ-కటుకీ॥

శనిః-ఇ పు-శనైశ్చరః॥

శనిచక్రమ్-అ-న - నృణాంశుభాశుభజ్ఞానార్థంశనిభోగ్యనక్షత్రాదిసప్తవింశతి నక్షత్రయుక్తనరాకారచక్రమ్॥

శనిజమ్-అ-న-మరీచమ్॥ తె॥మిరియాలు.

శనిప్రసూః ఊ-సీ-ఛాయా॥

శనిప్రియమ్-అ-న-నీలరత్నమ్॥

శనివారః-అ-పు-మందవాసరః॥

శనైః-స్-౦-అద్రుతమ్-౧స్వైరమ్॥ తె॥ ౧మెల్లఁగా.

శనైశ్చరః-అ-పు-శనిః॥

శప్-౦-౦-స్వీకారః॥

శపః అ పు-కుణపః-౧కాముకః॥ తె॥౧శవము.

శపథః-అ పు- అనృతంవదన్ ఘోరంనరకమ్ యస్యామిత్యేవంరూపంమిథ్యానిరసనమ్॥

శపనమ్-అ-న-శపథః॥

శప్తః-అ-పు-తృణవిశేషః॥

శప్తః-అ-త్రి-అభిశాపగ్రస్తః॥

శఫమ్-అ-(సి)-అశ్వాదిఖురమ్- ౧తరుమూలమ్॥ తె॥౧అశ్వాదులయొక్క డెక్క.

శఫమ్-అ-న-వృక్షమూలమ్ - ౧గవాదీనాంఖురః॥

శఫరః-అ-ద్వ-మత్స్యవిశేషః॥

శఫరాధిపః-అ-పు-ఇల్లీశమత్స్యః॥

శఫరీ-ఈ-ద్వ-హైత్యవారిమీనః॥ తె॥ ఎగిరిపడెడు చేఁప.

శబః-అ-పు-శవః॥

శబరమ్-అ-న-ధ్యాసుకమ్॥ తె॥ ధ్యామకమనెడు గ్రంథ్యము.

శబరః-అ-పు-పత్త్రవసనధారిశబరజాతిః-౧శంకరః-౨పానీయమ్-౩శస్త్రవిశేషః-౪హస్తః॥

శబరలోధ్రః-అ-పు-శ్వేతలోధ్రః॥

శబరాలయః-అ-పు-పక్కణః॥ తె॥ ఎఱుకపల్లె.

శబరావాసః-అ-పు-శబరాలయః॥

శబలమ్-అ-(సీ)-పాథేయమ్॥ తె॥ దారిబత్తెము, చద్దిన్ని.

శబలః-అ-పు-తిలతండులవన్మిశ్రవర్ణః-౧రక్తాధికపీతవర్ణః-౨యమదూతభేదః-౩విష్ణుదూతభేదః-౪చంద్రః॥

శబలః-అ-త్రి-తిలతండులవన్మిశ్రవర్ణవాన్-౧రక్తాధికపీతవర్ణవాన్॥

శబలా-ఆ-సీ-శబలవర్ణాగౌః॥

శబలీ-ఈ-సీ-నానావర్ణవద్వస్తు-౧శబలవర్ణాగౌః॥ తె॥ ౧మైలవర్ణపుఆవు.

శబ్దః-అ-పు-ఆకాశగుణః-౧శాస్త్రశిక్షితవాక్-౨ధ్వనిః-౩అలంకారభేదః-౪అక్షరమ్-౫యశః-౬గీతమ్-౭ఆకాశమ్-౮వాద్యం

శబ్దకారః-అ-త్రి-శబ్దంకరోతియః॥

శబ్దగ్రహః-అ-పు-శ్రోత్రమ్-౧శబ్దస్యజ్ఞానం చ॥ తె॥ ౧చెవి.

శబ్దనమ్-అ-న-శబ్దమాత్రె॥

శబ్దనః-అ-త్రి-గదనః-౧భేర్యాదికమ్॥ తె॥ ౧ఒకనిగొంతుకవాఁడు.

శబ్దభేదీ-న్-పు-గుదః-౧అర్జునః-౨బాణవిశేషః

శబ్దవేధీ-న్-పు-అర్జునః-౧దశరథరాజః-శబ్దవేధీఇత్యేవంలబ్ధకీర్తిరేతియావత్॥

శబ్దాధిష్ఠానమ్-అ-న-కర్ణః॥

శమః-అ-పు-శాంతరసస్థాయిభావః-౧శాంతిః-౨మిత్రమ్-౩శామిత్రమ్-౪రోగమార్గః-౫కర్దమాంబరః॥ తె॥ ౧క్రోధాదులులేకపోవడము.

శమకః-అ-త్రి-శాంతికారకః॥

శమథః-అ-పు-శాంతిః-౧సచివః॥ తె॥ ౧క్రోధాదులులేకపోవడము-౧మంత్రి.

శమనమ్-అ-న-శాంతిః-౧వధః-౨చర్వణమ్॥

శమనః-అ-పు-యమః-౧మృగభేదః-౨కల }

శమనస్వసా-ఋ-సీ-యమునా॥ (యః }

శమనీ-ఈ-సీ-రాత్రిః॥

శమనీసదః-అ-పు-నిశాచరః, రాక్షసః॥

శమలమ్-అ-న-పురీషమ్-౧పాపమ్॥

శమసత్-త్-పు-గృధ్రభేదః-౧మక్షికాక్రాంతవీరుత్-౨మాషభక్షమ్॥

శమాన్తకః-అ-పు-కామదేవః॥

శమిః-ఇ-సీ-శింబా॥ తె॥ కందులు మొదలైనవాఁటిపొట్టు.

శమితః-అ-త్రి-శాంతిమాపన్నః॥ తె॥ శాంతిఁ బొందినది.

శమిరః-అ-పు-శమీవృక్షః॥

శమిరోహః-అ-పు-శివః॥

శమీ-న్-త్రి-శాంతః॥

శమీ-ఈ-సీ-సక్తుఫలా-౧శింబా॥ తె॥ ౧జమ్మిచెట్టు-౧కందులు మొదలైనవాఁటిపొట్టు

శమీకః-అ-పు-మునివిశేషః॥

శమీగర్భః-అ-పు-అగ్నిః-౧బ్రాహ్మణః॥

శమీదలా-ఆ-సీ-రక్తపాదీ॥ తె॥ అంతరదామర.

శమీధాన్యమ్-అ-న- మాషాదిశింబాధాన్యమ్ తె॥పొట్టుఁగలధాన్యము-

శమీపత్రా-ఆ-సీ-లజ్జాలువృక్షః॥ (ట్టు॰}

శమీరః-అ-పు-శమీభేదః॥ తె॥చిన్నజమ్మిచె}

శమీస్థః-అ-పు-అగ్నిః-౨ప్రజాపతిః॥

శమ్పా-ఆ-సీ-విద్యుత్ -౨శంఖధ్వనిః॥ తె॥ ౧ మెఱుపు.

శమ్పాకః-అ-పు- ఆరగ్వధవృక్షః-౨విపాకః-౩యావకః॥ తె॥ ౧ ఱేలచెట్టు.

శమ్పాతః-అ-పు-ఆరగ్వధవృక్షః॥

శమ్బః-అ-పు-వజ్రాయుధమ్-౨ముసలాగ్రస్థలోహమండలకమ్-౩లోహకాంచీ-౪అనులోమకర్షణమ్-౫దరిద్రః॥

శమ్బః-అ-త్రి-శుభాన్వితః॥

శమ్బరమ్-అ-న- జలమ్-౨వ్రతమ్-౩విత్తమ్-౪చిత్రమ్॥

శమ్బరః-అ-పు-రక్తన్యంకురుః- ౨మాయా-౩రాక్షసభేదః-౪బోధిః-౫మత్స్యభేదః-౬శైలభేదః-౭యుద్ధమ్-౮శ్రేష్ఠః - ౯చిత్రకవృక్షః- ౧౦లోధ్రః - ౧౧అర్జునవృక్షః॥ తె॥౧ ఎఱ్ఱజింకపోఁతు-౬ఇంద్రజాలము మొదలైనది.

శమ్బరకన్దః-అ-పు-వారాహీకందః॥

శమ్బరచన్దనమ్-అ-న చందనవిశేషః॥

శమ్బరసూదనః-అ-పు-కామదేవః॥

శమ్బరారిః-ఇ-పు-మన్మథః॥

శమ్బరీ-ఈ-సీ-మూషకపర్ణీ-౨మాయా॥ తె॥ ౧ఎలుకచెవిచెట్టు. (మత్సరః॥}

శమ్బలః-అ-(సీ)-కూలమ్-౨పాథేయమ్-౩}

శమ్బలీ-ఈ-సీ - వేశ్యావిటసంధానకర్త్రీ॥ తె॥కుంటెనకత్తె.

శమ్బా-ఆ-౦-పునఃకర్షణమ్॥ తె॥దున్ననేల మళ్లీదున్నడము.

శమ్బాకృతమ్-అ-త్రి-ద్విగుణాకృతమ్ ॥ తె॥ రెండుమార్లుదున్నినపొలము.

శమ్బుః-ఉ-పు-జలశుక్తిః॥ తె॥కప్పచిప్ప.

శమ్బుకః-అ-పు-జలశుక్తిః- ౨గజకుంభాంతః౩దానవభేదః॥

శమ్బుకః-అ-పు-శంబూకః॥

శమ్బూకః-అ-ద్వ-జలశుక్తిః-౨జలజంతువిశేషః॥ తె॥౧కప్పచిప్ప.

శమ్బూకః-అ-పు-తండులకణః-౨గజకుంభాంతభాగః-౩శూద్రతాపసః- ౪దైత్యవిశేషః- ౫శంఖః-౬క్షుద్రశంఖః॥ తె॥౧నూకలు.

శమ్బూకా-ఆ-సీ-జలశుక్తిః॥

శమ్భః-అ-పు-వజ్రాయుధమ్- ౨సుఖీ-౩ముసలాయసమండలమ్॥ తె॥౩రోకటిపొన్ను

శమ్భలః-అ-పు-గ్రామవిశేషః॥

శమ్భలీ-ఈ-సీ-కుట్టనీ॥

శమ్భుః-ఉ-పు-ఏకాదశరుద్రభేదః-౨శివః- ౩చతుర్ముఖః-౪విష్ణుః-౫బుద్ధః॥

శమ్భుతనయః-అ-పు- కార్తికేయః - ౨గణేశశ్చ॥

శమ్భునన్దనః-అ-పు-గణేశః- ౨కార్తికేయశ్చ

శమ్భుప్రియా-ఆ-సీ-ఆమలకీ-౨దుర్గాచ॥

శమ్భువల్లభమ్-అ-న-శ్వేతకమలమ్॥

శమ్భువల్లభమ్-అ-త్రి-శివప్రియః॥

శమ్యః-అ-పు-తాలప్రాణక్రియాభేదః॥

శమ్యా-ఆ-సీ-యుగకీలకమ్-౨యాగపాత్రభేదః॥ తె॥౧కాఁడినడుమవేసెడితమిరెచీల

శమ్యాకమ్-అ-న-పీతోత్పలమ్॥

శమ్యాకః-అ-పు - ఆరగ్వధవృక్షః॥ తె॥ఱేలచెట్టు.

శమ్యాక్షేపః-అ-పు-భ్రమితక్షిప్తయష్టిప్రాప్తయావద్భూప్రదేశః॥

శయః-అ-పు-కృకలాసః-౨హస్తః-౩శయ్యా ౪సర్పభేదః - ౫హృదయమ్॥ తె॥౧తొండ-౨ముంజెయ్యి.

శయణ్డః-అ-త్రి-నిద్రాశీలః॥

శయతః-అ-పు-నిద్రాలుః॥

శయథః-అ-పు-అజగరః-౨మృత్యుః- ౩నిద్రాలుః-౪వరాహః-౫మత్స్యః॥

శయథుః-ఉ-పు-మృత్యుః-౨అజగరః॥

శయనమ్-అ-(స్త్రీ)-నిద్రా - ౨సురతమ్ - ౩శయ్యా॥ తె॥౩మంచముమీఁదిపఱుపు.

శయనీయమ్-అ-త్రి-శయనయోగ్యః॥

శయనీయమ్-అ-న-శయనమ్॥ తె॥ మంచముమీఁదవఱచినపఱుపు.

శయనీయకమ్-అ-న-శయ్యా॥

శయన్దకః-అ-పు-కృకలాసః॥ తె॥తొండ॥

శయానః-అ-పు-సరటః॥ తె॥తొండ॥

శయానకః-అ-పు-సర్పః-౨కృకలాసః॥

శయాలుః-ఉ-పు-జంబుకః-౨అజగరః - ౩కుక్కుటః॥ తె॥౧నక్క.

శయాలుః-ఉ-త్రి-నిద్రాశీలః॥ తె॥నిద్రబోతు.

శయితః-అ-పు-వసంతకుసుమః॥ (దు.

శయితః-అ-త్రి-నిద్రాణః॥ తె॥నిద్రపోయినవా

శయితవాన్-త్-త్రి-నిద్రాలుః॥

శయుః-ఉ-పు-అజగరః॥ తె॥పెనుఁబాము

శయునః-అ-పు-అజగరః॥ తె॥ పెనుఁబాము॥

శయ్యా-ఆ-స్త్రీ-శయనమ్- ౨శబ్దగుంభః॥ తె॥౧మంచముమీఁదవఱచెడిపఱుపు.

శరమ్-అ-న-జలమ్- ౨తగరమ్॥ తె॥౨గ్రంథితగరము.

శరః-అ-పు-నక్షత్రభేదః-౨శణః - ౩ముంజెయుః-౪బాణః-౫దధ్యగ్రభాగః- ౬పంచసంజ్ఞా-౭కిరణః॥ తె॥౨తెల్లు - ౩కాకివెదురు-౫తోడుబెట్టినకుండలోపైపెటుగు

శరఘాతః-అ-పు-బాణఘాతః॥

శరజమ్-అ-న-హైయంగవీనమ్- ౨నవనీతమ్॥

శరజన్మా-న్-పు-షడాననః॥ తె॥ కుమారస్వామి.

శరటః-అ-పు-కుసుంభశాకః-౨కృకలాసః॥

శరణమ్-అ-న-గృహమ్-౨రక్షణమ్ - ౩రక్షకః-౪వధః॥

శరణా-ఆ-స్త్రీ. ప్రసారణీ॥

శరణాగతః-అ-త్రి-శరణాపన్నః॥

శరణార్థీ-న్-త్రి-శరణాగతః॥

శరణార్పకః-అ-త్రి-శరణాపన్నః॥

శరణీ-ఈ-స్త్రీ - పంథాః - ౨ప్రసారిణీ - ౩జయంతీ॥

శరణ్డః-అ-పు-పక్షీ-౨కాముకః-౩ధూర్తః- ౪శరటః-౫భూషణభేదః- ౬చతుష్పాత్॥

శరణ్యః-అ-త్రి-శరణీయమ్॥

శరణ్యా-ఆ-స్త్రీ-దుర్గా॥

శరణ్యుః-ఉ-పు-వారిదః-౨వాతః౩భరణ్యుః

శరత్-ద్-స్త్రీ-శరదృతుః-౨వత్సరః-౩వీణాహస్తః-౪లింగమ్-౫ఇషుః॥

శరత్కామీ-న్-పు-కుక్కురః॥

శరత్పద్మమ్-అ-న-సితాంభోజమ్॥

శరత్పర్వ-న్-న-కౌజాగరపూర్ణిమా॥

శరత్పుష్పమ్-అ-న-ఆహుల్యమ్ - ౨శరమధ్యపకుసుమంచ॥

శరద్-త్-స్త్రీ-శరత్॥

శరదన్తః-అ-పు-హేమంతః॥

శరదా-ఆ-స్త్రీ-శరదృతుః-౨వత్సరః॥

శరదిజమ్-అ-త్రి-శరత్కాలజాతమ్॥

శరదుదాశయమ్-అ-న- శరత్కాలీనసరోవరమ్॥

శరధిః-ఇ-పు-తూణః॥

శరనామా-న్-పు-ముంజః॥

శరపుఙ్ఖః-అ-పు-బాణస్యపక్షౌ॥

శరపుఙ్ఖా-ఆ-సీ-శ్వేతపుంఖా॥ తె॥ తెల్లవెంపలిచెట్టు.

శరపుష్పా-ఆ-సీ-పూతిమయూరీ॥ తె॥ కుక్కవాయింటచెట్టు.

శరభః-అ-పు-వీరభద్రః-౧శరభమృగః-౨మల్లకః-౩శరభః-౪రాక్షసః-౫శిశుపాలసుతః-౬కపిభేదః-౭యోగిభేదః॥ తె॥ ౨మల్లచిప్ప.

శరభలీలః-అ-పు-తాలప్రాణకలాభేదః॥

శరభూః-ఊ-పు-కార్తికేయః॥

శరమయమ్-అ-త్రి-శరనిర్మితమ్॥

శరమల్లః-అ-పు-పక్షివిశేషః-౧బాణయోద్ధాచ॥

శరలః-అ-త్రి-విగీతః-౧స్వచ్ఛహృదయః॥

శరలకమ్-అ-న-జలమ్॥

శరవః-అ-పు-శివః-౧ఉదంచనమ్॥ తె॥ ౧మూకుడు.

శరవణోద్భవః-అ-పు-షణ్ముఖః॥

శరవనోద్భవః-అ-పు-కార్తికేయః॥

శరవాణిః-ఇ-పు-శరముఖమ్-౧శరః-౨శరజీవీ-౩పదాతిః॥

శరవ్యమ్-అ-న-లక్ష్యమ్॥ తె॥ గురి.

శరాటిః-ఇ-సీ-శరాలిపక్షీ॥

శరాడిః-ఇ-సీ-శరాలిపక్షీ॥

శరాతిః-ఇ-సీ-శరాలిపక్షీ॥

శరాభ్యాసః-అ-పు-బాణశిక్షా॥

శరారిః-ఇ-పు-ఆటిః॥ తె॥ ఆఁడేలు.

శరారుః-ఉ-త్రి-హింసాశీలః॥

శరారోపః-అ-పు-ధనుః॥

శరాలిః-ఇ-సీ-శరారిపక్షీ॥

శరాలికా-ఆ-సీ-శరారిపక్షీ॥

శరాలీ-ఈ-సీ-శరారిపక్షీ॥

శరావః-అ-(సీ) ఉదంచనమ్-౧కుడవద్వయపరిమాణమ్-తత్తుచతుష్షష్టితోలకాత్మకమ్॥

శరావతీ-ఈ-సీ-శరావతీనదీ॥

శరావాపః-అ-పు-కార్ముకమ్॥

శరావార్ధమ్-అ-న-కుడవపరిమాణమ్ - తత్తుద్వాత్రింశత్తోలకాత్మకమ్॥

శరావాసః-అ-పు-కార్ముకమ్॥

శరాశ్రయః-అ-పు-తూణః॥

శరాసః-అ-పు-కార్ముకమ్॥

శరాసనమ్-అ-న-కార్ముకమ్॥

శరాస్యమ్-అ-న-ధనుః॥

శరిమాన్-పు-ప్రసవః॥

శరీ-ఈ-సీ-పరకాతృణమ్॥

శరీరమ్-అ-న-దేహః - శీర్యతేరోగాదినాయత్॥

శరీరజః-అ-పు-రోగః-౧కామదేవః-౨పుత్రః

శరీరజః-అ-త్రి-దేహజాతే॥

శరీరసంస్కారః-అ-పు - దేహసంస్కారకర్మ-౧శరీరస్యశోభనంమార్జనంచ॥

శరీరావరణమ్-అ-న-చర్మ-౧కాయవేష్టనంచ

శరీరాస్థి-ఇ-న-అస్థిపంజరః॥ తె॥ పక్కటెముకలగుంపు.

శరీరీన్-పు-మనుష్యాదిజంతుః॥

శరుః-ఉ-పు-కాండః-౧అమర్షః-౨క్రోధః-౩వజ్రమ్-౪బాణః-౫ఆయుధమ్॥

శరేష్టః-అ-పు-ఆమ్రః॥

శర్కరకః-అ పు-మధురజంబీరః॥

శర్కరజా-ఆ-సీ-సితాఖండః॥

శర్కరా-ఆ-సీ-శర్కరావద్దేశః-౧సితా-౨గుడః-౩రోగభేదః-౪శిలాభేదః-౫శకలమ్-౬అల్పకలాపః-౭కర్పరాంశః-౮ఋగ్వేదః॥ తె॥ ౧మొరవమన్నుగలదేశము - ౨పంచదారపొడుముగానుండునది,

శర్కరాజంబీరః-అ-పు-మధురజంబీరః॥ తె॥ తియ్యనిమ్మచెట్టు.
శర్కరాచలః-అ-పు-దానార్థకృత్రిమశర్కరామయాచలవిశేషః॥
శర్కరాధేనుః-ఉ-స్త్రీ- దానార్థశర్కరానిర్మితా ధేనుః॥
శర్కరాప్రభా-ఆ-స్త్రీ-జినానాంనరకవిశేషః
శర్కరావాన్-త్-త్రి - కర్పరాంశబహుళదేశః॥
శర్కరాసప్తమీ-ఈ-స్త్రీ- వైశాఖశుక్లాస (ప్తమీ)
శర్కరికః-అ-త్రి-శర్కరావాన్॥
శర్కరిలః-అ-త్రి-శర్కరావద్దేశః॥ తె॥ మొరపయిసుకగలదేశము.
శర్కరీ-ఈ-స్త్రీ-ఛందోవిశేషః-౨నదీ - ౩ మెఖలా-౪లెఖనీ॥
శర్కరోదకమ్-అ-న-శర్కరాయుక్తజలమ్॥
శర్కరావాన్-త్-స్త్రీ-శర్కరావద్దేశా- ౨శర్కరావద్ద్రవ్యమ్॥ తె॥ ౨ మొరపమన్నుగలఘటాదులు.
శర్ధః-అ-పు-అపానోత్సర్గః॥
శర్ధజహః-అ-పు-మాషః॥
శర్ధనమ్-అ-న-అధోవాయుః॥
శర్మ-న్-త్రి-తద్వతి॥
శర్మ-న్-న-ఆనందః॥
శర్మరః-అ-పు-వస్త్రభేదః॥
శర్మరా-ఆ-స్త్రీ-దారుహరిద్రా॥
శర్మా-న్-పు-బ్రాహ్మణస్యోపాధివిశేషః॥
శర్యా-ఆ-స్త్రీ-రాత్రిః॥
శర్యాతిః-ఇ పు- రాజభేదః- ౨బాణభేదః-౩ వింధ్యపర్వతః॥
శర్వః-అ-పు-శివః-౨కుబ్జనామకవృక్షః- ౩ఉదంచనమ్॥ తె॥ ౩ మూకుడు.
శర్వరమ్-అ-న-తమః-౨కందర్పః॥
శర్వరా-ఆ-స్త్రీ-రాత్రిః॥
శర్వరీ-ఈ-స్త్రీ-రాత్రిః- ౨హరిద్రా - ౩ సంధ్యా-౪యోషిత్॥
శర్వలా-ఆ-స్త్రీ-తోమరః॥ తె॥ నేజా॥
శర్వా-ఆ-స్త్రీ-శర్వాణీ॥
శర్వాణీ-ఈ-స్త్రీ-పార్వతీ॥
శర్శరీకః-అ-పు-హింస్రః-౨ఖలః- ౩అశ్వః-౪మంగలాభరణమ్-౫అగ్నిః॥
శలమ్-అ-న-శల్లకీలోమ॥
శలః-అ-పు-శలలః-౨శలలలోమ-౩భృంగి-౪క్షేత్రభేదః-౫బ్రహ్మా- ౬కుంతాస్త్రమ్ ౭ఉష్ట్రః॥ తె॥ ౧పదుమ్మృగము - ౨పదుముల్లు.
శలకః-అ-పు-మద్యఘటపరివేష్టనమ్-౨మద్యపానపాత్రమ్-౩మర్కటః॥
శలజ్జః-అ-పు-లోకపాలః-౨లవణవిశేషః॥
శలభః-అ-పు-పతంగః॥ తె॥ మిడుత.
శలభచ్ఛాయమ్-అ-న-షష్ఠీతత్పురుషెబహుశలభచ్ఛాయా॥ తె॥నీడ.
శలలమ్-అ-న-శలలలోమ॥ తె॥ పదుముల్లు,
శలలః-అ-పు-శలలమృగః॥ తె॥ పదుమ్మృగము.
శలలీ-న్-పు-శలలమృగః॥ తె॥పదుమ్మృగము.
శలలీ-ఈ-స్త్రీ-శలలలోమ॥ తె॥పదుముల్లు.
శలాకా-ఆ-స్త్రీ-బద్ధదర్భజాలమ్- ౨శల్యమ్-౩మదనవృక్షః - ౪శారికా౫సల్లకీ- ౬ఛత్త్రాదికాష్ఠీ-౭శరః-౮ఆలెఖ్యకూర్చికా -౯అస్థి॥ తె॥ ౧దర్భకట్ట.
శలాకాపరి-౦-౦-శలాకాక్రీడాయాంపరాజయః॥
శలాకాపురుషాః-అ-పు-బౌద్ధానాంత్రిషష్టిదైవపురుషాః-తత్రద్వాదశచక్రవర్తినః చతుర్వింశతిజినాః- నవవాసుదేవాః-నవబలదేవాః-నవప్రతివాసుదెవాశ్చ॥

శలాటః-అ-పు-శకటపరిమాణమ్॥
శలాటుః-ఉ-పు-బిల్వః-౨మూలవిశేషః॥ తె॥ ౧మారేడుచెట్టు
శలాటుః-ఉ-త్రి-అపక్వఫలమ్॥
శలాభోలిః-ఇ-పు-ఉష్ట్రః॥
శలాలు-ఉ-న సుగంధిద్రవ్యవిశేషః॥
శలాలుకః-అ-త్రి- శలాలునాక్రీతంవస్తు.
శలాలుకీ-ఈ-సీ-శలాలునాక్రీతంవస్తు॥
శలీ-ఈ-సీ-స్వల్పశల్యకః॥
శల్కమ్-అ-న-శకలమ్-౨వల్కలమ్-౩వస్త్రమ్ ౪లవణమ్-౫కాంతిః॥
శల్కలమ్-అ న-మత్స్యవల్కలమ్-౨వృక్ష(త్వక్)
శల్కలీన్-పు-మత్స్యః॥
శల్కిన్-పు-మత్స్యః॥
శల్పదా-ఆ-సీ-మేదా॥
శల్పపర్ణికా-ఆ-సీ-మేదా॥
శల్మలిః-ఇ-సీ-శాల్మలీ॥ తె॥ బూరుగుచెట్టు.
శల్మలీ-ఈ-సీ-శాల్మలీవృక్షః॥
శల్యమ్-అ-న-శంకుః-౨క్ష్వేడః-౩ఇషుః-౪తోమరమ్-౫వంశకంటికా-౬దుస్సహమ్-౭దుర్వాక్యమ్-౮పాపమ్-౯అస్థి॥ తె ౧చిఱుతకట్టె,ఆయుధపుఅలుగునున్ను.
శల్యః-అ-(సీ)-శస్త్రవిశేషః॥
శల్యః-అ-పు- పిండీతకః-౨శలలః- ౩శరః-౪తోమరః-౫భూపభేదః-౬మదనద్రుమః తె॥ ౧గ్రుంగచెట్టు- ౨పముపృగము-౫శల్యుడు.
శల్యకః-అ-పు-మత్స్యవిశేషః-౨కదరవృక్షః-౩శలలః॥ తె॥ ౧ఒకానొకచేప-౨తెల్లతుమ్మ-౩పముపృగము.
శల్యపర్ణీ-ఈ-సీ-మేదా॥ తె॥ మేదయనుచెట్టు
శల్యరోమా-న్-పు శలలః॥ తె॥ పదుపంది.
శల్యలోమన్-న-శలలీ॥

శల్యారిః-ఇ-పు-యుధిష్ఠిరః॥
శల్లమ్-అ-న-త్వక్॥
శల్లః-అ-పు భేకః॥
శల్లకమ్ అ-న-త్వక్॥
శల్లకః-అ-పు-శోణవృక్షః॥
శల్లకీ-ఈ-సీ-పశువిశేషః-౨వృక్షవిశేషః॥
శల్లకీద్రవః-అ పు-సిహ్లకః॥
శల్వః-అ-పు-శాల్వదేశః॥
శవమ్-అ-(సీ)-కుణపమ్॥ తె॥ పీనుఁగు,
శవమ్-అ-న-నీరమ్॥
శవకామ్యః-అ-పు-కుక్కురః॥
శవయానమ్-ఆ-న-శవవాహనార్థఖట్వా॥
శవరథః-అ-పు-శవయానమ్॥
శవశానమ్-అ-న-శ్మశానమ్॥
శవసానః-అ-పు-పథికః॥
శశః అ-పు-లంబకర్ణః- ౨పురుషజాతిత్రయమైకః - ౩బోలమ్-౪లోధ్రః॥ తె॥ ౧చెవులపిల్లి-౩బాలింతబోలు- ౪లొద్దుగుచెట్టు.
శశకః-అ-పు-శశః॥
శశధరః-అ-పు-చంద్రః-౨కర్పూరః॥
శశప్రియమ్-అ-న-సితోత్పలమ్-౨మౌక్తికమ్॥ తె॥ ౨ముత్తెము.
శశప్లుతమ్-అ-న-నఖక్షతభేదః॥
శశప్లుతకమ్-అ-న-నఖాఘాతః॥
శశబిన్దుః-ఉ-పు-విష్ణుః-౨రాజవిశేషః-సతుచిత్రరథపుత్రః॥
శశభృత్-త్-పు-చంద్రః॥
శశభృద్భృతః-అ-పు-శివః॥
శశమదః-అ-పు-కస్తూరీ॥
శశలోమన్-న-శశకస్యరోమ॥
శశశిమ్బికా-ఆ-సీ-జీవంతీ॥
శశస్థలీ-ఈ-సీ - అంతర్వేదీ-సాచగంగాయమునయోర్మధ్యదేశః॥

శశాఙ్కః-అ-పు-చంద్రః-౨కర్పూరః॥

శశాణ్డులిః-ఇ-సీ-కర్కటీభేదః॥

శశాదః-అ-పు-శ్యేనపక్షీ॥ తె॥ డేగపిట్ట

శశాదనః-అ-పు-శ్యేనః॥ తె॥ డేఁగ.

శశికలా-ఆ-సీ-పఞ్చదశాక్షరపాదచ్ఛన్దోవిశేషః॥

శశికాన్తమ్-అ-న-కుముదమ్॥

శశికాన్తః-అ-పు-చంద్రకాంతమణిః॥

శశిదేవః-అ-పు-రంతిదేవః॥

శశిధ్వజః-అ-పు-భల్లాటపురరాజః॥

శశిప్రభమ్-అ-న-కుముదమ్-౨ముక్తా॥

శశిప్రభమ్-అ-త్రి-చంద్రప్రభాయుక్తే॥

శశిప్రభా-ఆ-సీ-జ్యోత్స్నా॥

శశిబిన్దుః-ఉ-పు-షోడశరాజవిశేషః॥

శశిభూషణః-అ-పు-శివః॥

శశిలేఖా-ఆ-సీ-చంద్రకలా-౨గుడూచీ-౩వృత్తభేదః॥

శశివాటికా-ఆ-సీ-పునర్నవా॥

శశిశృఙ్గమ్-అ-న-శాకవిశేషః॥

శశిశేఖరః-అ-పు-శివః-౨బుద్ధభేదః॥

శశీ-న్-పు-చంద్రః॥

శశోర్ణమ్-అ-న-శశలోమజమ్॥ తె॥ కుందేటిబొచ్చుతోచేసినగొంగళి,

శశ్వత్-త్-ం-అసకృదర్థః-౨నిరంతరమ్-౩సహార్థః-౪సదార్థః॥ తె॥ ౧మరిన్ని, మాటిమాటికిన్ని.

శశ్వద్బాలః-అ-పు-షణ్ముఖః॥

శశ్వద్విపుటః-అ-పు-ఉష్ట్రః॥

శష్కులః-అ-పు-భిత్తిః॥

శష్కులీ-ఈ-సీ-తిలకూటభేదః-౨కర్ణరన్ధ్రమ్॥ తె॥ ౧చక్కిలాలు.

శష్పమ్-అ-న-కృష్ణదూర్వా-౨ప్రతిభా-౩బాలతృణమ్॥

శష్పః-అ-పు-ప్రతిభాహానౌ॥

శసనమ్-అ-న-యజ్ఞపశువధః॥

శస్తమ్-అ-(సీ)-శుభమ్॥

శస్తమ్-అ-న-క్షేమా॥

శస్తః-అ-త్రి-ప్రణుతః-౨ప్రశస్తమ్॥ తె॥ ౧స్తోత్రముచెయ్యఁబడ్డవాఁడు.

శస్తకమ్-అ-న-అంగులీత్రాణమ్॥

శస్తకేశకః-అ-త్రి-ప్రశస్తకేశయుక్తః॥

శస్త్రమ్-అ-న-ఆయుధమ్-౨శంసా-౩వాక్యమ్-౪లోహమ్॥

శస్త్రః-అ-పు-ఖడ్గః॥

శస్త్రకమ్-అ-న-అయః॥ తె॥ ఇనుము.

శస్త్రకోశతరుః-ఉ-పు-మహాపిండీతరుః॥ తె॥ మహాపుత్రజీవిచెట్టు.

శస్త్రజీవీ-న్-పు-శస్త్రాజీవః॥

శస్త్రధారణజీవకః-అ-త్రి-శస్త్రాజీవః॥

శస్త్రపాణిః-ఇ-పు-శస్త్రహస్తః॥

శస్త్రభృత్-త్-పు-శస్త్రధారీ॥

శస్త్రమార్జః-అ-పు-శస్త్రమార్జనకర్తా॥

శస్త్రహతః-అ-త్రి-శస్త్రాఘాతేనమృతః॥

శస్త్రాజీవః-అ-పు-ఆయుధజీవీ॥

శస్త్రాభ్యాసః-అ-పు-అస్త్రశిక్షా॥

శస్త్రాయసమ్-అ-న-లోహమ్॥

శస్త్రీ-న్-త్రి-శస్త్రవిశిష్టః॥

శస్త్రీ-ఈ-సీ-ఛురికా-౨చర్మభేదినీ-౩అల్పశస్త్రమ్॥ తె॥ ౧మొలనుంచుకొనెడుచూరకత్తి-౨తోళ్లుకోసెడుకత్తి.

శస్పమ్-అ-న-ప్రతిభాహానిః-౨బాలతృణమ్॥

శస్యమ్-అ-త్రి-ప్రశస్తమ్-౨ఫలమ్-౩గుణః॥

శా-ఆ-సీ-దేవపూజా-౨శక్తిః-౩శోభా-౪రమా॥

శాంశపః-అ-పు-శింశపాయావికారశ్చమసః

శాంశపాయనః-అ-పు-మునివిశేషః॥

శాకమ్-అ-న - ఉపోదక్యాదిపత్రరంభాదిపుష్పవేణ్వాదికకీరకంటకార్యాది కవచవరాంగకాదిత్వక్కూశ్మాండాదిక ఫలకందాదిమూలతింత్రిణ్యాద్యగ్రఆథక్యాద్యస్థిశాకిన్యాదికాండదశభేదశాకమ్॥ తె॥ ఈపదివిధములకూరలు.

శాకమ్-అ-(సీ)-శాకసామాన్యమ్-౨హరీతకీ॥

శాకః-అ-పు-సప్తద్వీపవిశేషః- ౨గృహద్రుమః-౩ రాజభేదః ౪శక్తిః॥ తె॥ ౨టేకుచెట్టు.

శాకగ్రన్థిః-ఇ-సీ-శాకవిశేషః॥

శాకచక్రికా-ఆ-సీ-చించా॥ (వోఢా)

శాకటమ్-అ-త్రి- శకటస్యేదమ్- ౨శకట

శాకటః-అ-పు-శకటవాహకః- ౨శ్లేష్మాంతకవృక్షః॥ తె॥ ౧బండినికట్టెడుయెద్దు.

శాకటాఖ్యః-అ-పు-ధవవృక్షః॥

శాకటాయనః- అ- పు- మునిభేదః-౨ఆమ్నాతః-౩ తాలుమేలనమ్-౪శాలాభేదః॥

శాకటికః-అ-త్రి-శకటగామీ॥

శాకటీనః-అ-పు-వి-శతితులాపరిమాణమ్॥

శాకతరుః-ఉ-పు-శాకవృక్షః॥

శాకపత్రః-అ-పు-శిగ్రుః॥

శాకబాలెయః-అ-పు-బ్రహ్మయష్టిః॥

శాకబిల్వః అ-పు-వార్తాకుః॥

శాకబిల్వకః-అ-పు-వార్తాకుః॥ తె॥వంగచెట్టు

శాకమ్భరీ-ఈ-సీ-దుర్గా-౨నగరవిశేషః-శాంభరీతిఖ్యాతః॥

శాకమ్భరీయమ్-అ-న- ఆజమెరాఖ్యదెశాంతర్గత శాంభరనగరీయజలాశయవిశేషాద్భవలవణమ్॥

శాకయోగ్యః-అ-పు-ధాన్యకమ్॥

శాకరః-అ-పు-బలీవర్దః॥ తె॥ఎద్దు.

శాకరాజః-అ-పు-వాస్తూకమ్॥

శాకలః-అ-పు- శకలెనప్రోక్తమధీయతెశకలాస్తైషాం సంఘోఅంకో ఘోషో వా-పరంపరాసంబంధోఅంకః॥

శాకలికః-అ-త్రి-శకలేనయుక్తః॥ తె॥ తునకతోఁగూడుకొనినది.

శాకవీరః-అ-పు-జీవశాకః-౨వాస్తూకశాకః॥ తె॥౧జీవశాకము.

శాకవృక్షః-అ-పు-తరువిశేషః॥

శాకశాకటమ్-అ-న-శాకక్షేత్రమ్॥ తె॥ కూరలయ్యెడుమడి.

శాకశాకినమ్-అ-న-శాకక్షేత్రమ్॥ తె॥ కూరలయ్యెడుమడి.

శాకశ్రేష్ఠః-అ-పు-వాస్తూకశాకమ్॥

శాకశ్రేష్ఠా-ఆ-సీ-జీవంతీ-౨డోడీక్షుపః - ౩వార్తాకుః॥

శాకా-ఆ-సీ-హరీతకీ॥

శాకాఖ్యమ్-అ-న-పత్రపుష్పాది - ౨వ్యంజనయోగ్యంపత్రపుష్పాదిశాకపదవాచ్యం ఆదినాఫలమూలాదిగ్రహః-యదుక్తమ్ మూలపత్రకరీరాగ్ర ఫలకాండాధిరూఢకమ్॥ త్వక్పుష్పంకరకంచైవశాకందశవిధంస్మృతమ్॥ తత్ర-మూలంమూలకాదెః-పత్రంపటోలాదేః- కరీరంవంశాంకురాది-అగ్రంవెత్రాదెః- ఫలంకుష్మాండాదెః-కాండంఉత్పలాదినాడీ- అధిరూఢంతాలాస్థిమజ్జా- అధిరూఢోఅంకురఇతికెచిత్ - త్వక్మాతులుంగాదెః - పుష్పంకోవిదారాదెః-కరకంఛత్రికా॥శక్యతెభోక్తుంఅనెనేతిశాకమ్॥

శాకాఖ్యః-అ-పు-శాకవృక్షః॥

శాకాఙ్గమ్-అ-న-మరీచమ్॥ తె॥ మిరియాలు.

శాకామ్లమ్-అ-న-వృక్షామ్లమ్॥

శాకాఙ్గభేదనమ్-అ-న-చక్రమ్॥

శాకాలాబుః-ఈ-సీ-రాజాలాబుః॥

శాకినీ-ఈ-సీ-మహాబావ్చః॥ తె॥ పెలుగుతోంటకూర. (ము చెట్టు.

శాకీ-ఈ-సీ-మహాచ్ఛాదకమ్॥ తె॥ పెద్ద తేం

శాకుటః-అ-పు-ఆరామశాకభేదః॥

శాకుణః-అ-త్రి-పరోత్తాపీ॥

శాకునః-అ-పు-పశుపక్ష్యాదిరూపశకునద్వారా మనుష్య శుభాశుభ నిశ్చాయక గ్రంథః॥

శాకునికః-అ-పు-జీవాంతకః॥ తె॥ పిట్టలుపట్టి జీవించెడువాఁడు.

శాకునేయః-అ-పు-డుండులపక్షీ॥

శాకునేయః-అ-త్రి-శకునసంబంధిని॥

శాకున్తలేయః-అ-పు-భరతరాజః॥

శాకున్తలేయః-అ-త్రి-శకుంతలాసంబంధిని॥

శాకులికః-అ-త్రి-శకులాన్ హంతియః॥

శాకులికః-అ-పు-మత్స్యభేదహింసకః॥

శాకోటః-అ-పు-గంధమూలఘ్నః॥ తె॥ పెద్ద తేంకుచెట్టు.

శాకోరవల్లికా-ఆ-సీ-ఉత్తుండీ॥ తె॥ గురుజ

శాక్కరః-అ-పు-అనడ్వాన్॥ (చెట్టు.

శాక్తః-అ-త్రి-శక్తిః దేవతా యస్యసః, శక్త్యుపాసకః॥

శాక్తః-అ-పు-శక్తిమతప్రవర్తకః॥

శాక్తధర్మరతః-అ-పు-అతలలోకస్థితాగస్త్యః॥

శాక్తీకః-అ-పు-శక్త్యాయుధధరః॥ తె॥ బల్లెము పట్టెడువాఁడు.

శాక్త్యః-అ-త్రి-శక్త్యుపాసకః॥

శాక్యః-అ-పు-శాక్యమతప్రవర్తకః॥

శాక్యమునిః-ఇ-పు-శాక్యబుద్ధదేవః॥

శాక్యసింహః-అ-పు-శాక్యబుద్ధదేవః॥

శాక్రీ-ఈ-సీ-దుర్గా-౨శక్రపత్నీ చ॥

శాఖః-అ-పు-కార్తికేయః-౨ధృతిః॥

శాఖా-ఆ-సీ-వృక్షశాఖా-౨మూలపత్రీ-౩భుజః-౪నికటః-౫వేదవిభాగః-౬ద్వారశాఖా-౭పాదః-౮ఆంగికమ్-౯కృత్యమ్-౧౦కక్ష్యాంతరమ్॥ తె॥ ౧కొమ్మ-౨త్రిశూలిగడ్డి.

శాఖాకణ్టః-అ-పు-స్నుహీవృక్షః॥

శాఖానగరమ్-అ-న-ఉపపట్టణమ్॥ తె॥ పేట.

శాఖాపిత్తః-అ-పు-పాణిపాదాంశపాలదాహః॥

శాఖాపురమ్-అ-న-శాఖానగరమ్॥

శాఖామృగః-అ-పు-వానరః॥

శాఖామ్లా-ఆ-సీ-వృక్షామ్లా॥

శాఖారణ్డః-అ-పు-అన్యశాఖాధ్యేతా॥

శాఖారథ్యా-ఆ-సీ-షోడశహస్తప్రస్థపథః॥

శాఖాలః-అ-పు-వానీరవృక్షః॥

శాఖాశిఫా-ఆ-సీ-వటాదీనాం శాఖాసంబంధిశిఫా॥

శాఖీ-న్-పు-వృక్షః-౨వేదః-౩తురుష్కాఖ్యజనః-౪రాజభేదః॥

శాఖోటః-అ-పు-వృక్షవిశేషః॥

శాఖ్యః-అ-త్రి-శాఖాసంబంధీ॥

శాగణికః-అ-పు-పుటపాకః॥ తె॥ గోధుమరొట్టె మొదలయినది.

శాఘోటా-ఆ-సీ-ఖరపత్రా॥ తె॥ బరివెంక

శాఙ్కరమ్-అ-న-ఛందోభేదః॥ (చెట్టు

శాఙ్కరః-అ-పు-బలీవర్దః॥ తె॥ ఎద్దు.

శాఙ్కరిః-ఇ-పు-స్కందః-౨హేరంబః-౩పావకః-౪మునిః॥

శాఙ్కుచీ-ఈ-సీ-శఙ్కోచమత్స్యః॥

శాఙ్ఖమ్-అ-న-శంఖధ్వనిః॥

శాఙ్ఖః-అ-త్రి-శంఖసంబంధీ॥

శాఙ్ఖికః-అ-పు-శాంబవికః॥ తె॥ సంకుపూసలుచేసెడువాఁడు.

శాఙ్గుష్ఠా-ఆ-సీ-గుంజా॥

శాటః-అ-పు- స్యూతాంశుకయుగమ్॥ తె॥ (దుప్పటి.)

శాటకః-అ-(సీ)-పటః-౧నాటకభేదః॥

శాటికా-ఆ సీ-శటీ॥

శాటీ-ఈ-సీ- స్యూతాంశుకయుగమ్-౧యత్వాద్యంశుకమ్॥ తె॥౧దుప్పటి.

శాట్యాయనమ్-అ-న- ప్రకృతకర్మవైగుణ్యప్రశమనార్థ హోమః॥

శాట్యాయనః-అ-పు-మునివిశేషః॥

శాఠ్యమ్-అ-న- అన్యార్థబోధనమ్-౧శఠభావః-౩శఠకర్మ॥ తె॥౧కపటభేదము.

శాడ్వలమ్-అ-న-హరితమ్॥ తె॥పచ్చిక.

శాడ్వలః-అ-త్రి-శాదహరితదేశః॥ తె॥ పచ్చికఁగలదేశము.

శాణమ్- అ - న - పరిమాణమ్-౧శణనిర్మితవస్త్రమ్॥ తె॥ ౧కొలగిద్దెడు.

శాణః-అ-పు-మాషచతుష్టయమ్॥

శాణలతా-ఆ-సీ-లతామారిషః॥ తె॥ తీఁగెదిజ్జికూర.

శాణా-ఆ-సీ-వాయువాహనః॥

శాణా-ఆ-ద్వి-నికషోపలః-౧కరపత్రకమ్॥ తె౧బంగారమునొరిసెడుఱాయి-౨ఱంపము

శాణాజీవః అ-పు-అస్త్రమార్జకః॥

శాణిః ఇ-పు-పట్టవృక్షః॥

శాణితః-అ-త్రి-తీక్ష్ణీకృతః,కృతశాణః॥

శాణీ-ఈ- సీ- నికషోపలః-౧ప్రావరణాంతరమ్॥ తె॥౧బంగారమునొరిసెడుఱాయి.

శాణీరమ్-అ-న- శోణనదమధ్యస్థతటః-౧దగ్ధరీనదీతటః॥

శాణ్డిల్యః- అ - పు - బిల్వః-౧మునిభేదః-౩వహ్నిభేదః॥ తె॥౧మారేడుచెట్టు.

శాతమ్-అ-న-ఆనందః॥

శాతః-అ-త్రి- కృశః-౧నిశితః- ౩దుర్బలః-౪ధుస్తూరః॥ తె॥౧వాఁడిగాచెయ్యఁబడ్డది ౩బక్క-వాఁడు.

శాతకుమ్భమ్-అ-న- సువర్ణమ్-౧ధుస్తూరః॥

శాతకుమ్భః-అ-పు-కరవీరవృక్షః॥

శాతకుమ్భా-ఆ-సీ-అశ్వమారకః॥

శాతకౌమ్భమ్-అ-న-స్వర్ణమ్॥

శాతనమ్-అ-న- కార్శ్యమ్-౧వినాశనమ్॥

శాతపత్రకః-అ-పు-చంద్రప్రకాశః॥

శాతపత్రికా-ఆ-సీ-శతపత్రభావః - ౧శతపత్రకర్మ॥

శాతభీరుః-ఉ-పు-మదనమాలీ- మల్లికాభేదః

శాతమానమ్-అ-త్రి-శతమానేనక్రీతమ్॥

శాతలా-ఆ-సీ-సాతలా॥

శాతోదరమ్-అ-న- భాగ్యవతీలక్షణమ్॥

శాత్రవమ్-అ-న-శత్రుత్వమ్- ౧శత్రుసమూహః॥

శాత్రవః-అ-పు-శత్రుః॥

శాదః-అ-పు-కర్దమః-౧బాలతృణమ్॥

శాదఘ్నః-అ-పు - అంగారవల్లరీ॥ తె॥నిప్పువన్నెక్రానుఁగుచెట్టు.

శాదహరితః-అ-త్రి-శాద్వలః॥

శాద్వలః-అ-త్రి- శాదహరితదేశః॥ తె॥పచ్చికఁగలదేశము.

శానః-అ పు-శాణః॥

శానపాదః-అ-పు- పారిపాత్రపర్వతః - ౧చందనఘర్షణపాషాణః॥

శానీ-ఈ-సీ-ఇంద్రవారుణీ॥

శాన్తమ్-మ్-ం-వారణమ్॥

శాన్తమ్-అ-న-ఆనందః॥

శాన్తః-అ-పు-రసవిశేషః-౧అతిముక్తః॥

శాన్తః-అ-త్రి శమితః- ౧శాంతరసవాన్॥

తె॥ ౧ శాంతిబొందినవాడు.

శాన్తనవః-అ-పు-శాంతనురాజపుత్రః-భీష్మః॥

శాన్తనుః ఉ-పు-ద్వాపరయుగస్యచంద్రవంశీయైకవింశరాజః-౨ కరకటీ॥

శాన్తా ఆ-సీ-ఋశ్యశృంగప్రియా-౨ శమీభేదః॥

శాన్తిః-ఇ-పు-వృత్తార్హద్విశేషః- ౨ జినచక్రవర్తివిశేషః-౩ దశమమన్వంతరీయేంద్రః

శాన్తిః-ఇ-సీ-కామక్రోధాదిరాహిత్యమ్-౨ మంగలమ్॥

శాన్తికామః-అ-త్రి-శాంత్యభిలాషీ॥

శాన్తిగృహమ్-అ-న-శాంత్యాలయః - యజ్ఞాంతే శాంతికుంభజలేన స్నానస్యగృహమ్॥

శాన్త్వమ్-అ-న-సాంత్వమ్॥

శాన్త్వతిః-ఇ-సీ-బ్రాహ్మణయష్టికా- శ్వాన్తతిరితిచపాఠః॥

శాపః-అ-పు-ఆక్రోశః-౨ శపథః॥ తె॥ ౧ తిట్టు.

శాపటికః-అ-పు-మయూరః॥ తె॥ నెమలి.

శాపాస్త్రః-అ-పు-మునిః॥

శాపిజాతికః-అ-పు-ఫ్రాతికః॥ తె॥ బూతపిల్లి.

శాపితః అ-పు-శ్లేష్మాతకవృక్షః ॥ తె॥ విరిగిచెట్టు.

శాఫరికః-అ-పు-మత్స్యభేదహింసకః॥

శాబకః-అ-పు-శిశుః॥ తె॥ పిల్ల.

శాబరః-అ-త్రి-శబరసంబంధీ॥

శాబరః-అ-పు-లోధ్రః-౨ పాపమ్- ౩ అపరాధః-౪ శివఖేటః - ౫ శబరస్వామికృతభాష్యవిశేషః-౬ శివకృతతంత్రవిశేషః॥ తె॥ ౧ తెల్లలొద్దుగుచెట్టు.

శాబరభేదాఖ్యమ్-అ-న-తామ్రమ్॥

శాబరీ-ఈ-సీ-శూకశింబీ॥

శాబరోత్సవః-అ-పు-మ్లేచ్ఛకృతోత్సవః॥

శబ్దః-అ-త్రి-శబ్దసంబంధీ॥

శాబ్దపర్యాయః-అ-పు-అలంకారభేదః॥

శాబ్దబోధః-అ-పు-శబ్దార్థజ్ఞానమ్ - ౨ పదార్థజ్ఞానజన్యజ్ఞానమ్॥ (కరణః॥)

శాబ్దికః-అ-పు-శబ్దశాస్త్రవేత్తా- వైయా(

శాబ్దికః-అ-త్రి-శబ్దసంబంధీ॥

శాబ్దీ-ఈ-సీ-సరస్వతీ॥

శామ-న్-న-సామ॥

శామతీ-ఈ-సీ-సామవేదః॥

శామనమ్-అ-న-శాంతిః-౨ వధః॥

శామనః-అ-పు-శమనః॥

శామనీ-ఈ-సీ-దక్షిణాదిక్॥

శామవల్కః-అ-పు-శిరీషవృక్షః॥ తె॥ దిరిసెనచెట్టు.

శామాకః-అ-పు-తృణబిందుకః॥ తె॥ చామలు.

శామిత్రమ్-అ-న-యజ్ఞమ్-౨ పశుబంధనమ్-౩ యజ్ఞపాత్రమ్॥

శామినీ-ఈ-సీ-అగ్నిదేవసౌధమ్॥

శామిరః-అ-పు - పశుబంధనరూపకులాలధర్మః-౨ పశుబంధనమ్-౩ ఖడ్గపాత్రమ్- ౪ యజ్ఞపాత్రమ్-౫ యాజనమ్॥

శామీలమ్-అ-న-భస్మ॥

శామీలీ-ఈ-సీ-స్రుక్॥

శామ్బరీ-ఈ-సీ-రతిదేవీ-౨ మాయా॥ తె॥ ౨ గారడీమొదలయినమాయలు.

శామ్బవికః-అ-పు-శాంఖికః॥

శామ్బుకః-అ-పు-జలశుక్తిః॥

శామ్బూకః-అ-పు-శంబూకః॥

శామ్భవమ్-అ-న-దేవదారు॥

శామ్భవః-అ-పు-కర్పూరః-౨ శివమల్లీ - ౩ గుగ్గులుః-౪ విషభేదః-౫ శంభుపుత్రః- ౬ శంభుపూజకః॥

శాంభవః-అ-త్రి-శంభుసంబంధీ॥

శాంభవీ-ఈ-సీ-పార్వతీ-౨నీలదూర్వా॥

శాయికా-ఆ సీ-శయనమ్॥ తె॥ పఱుండడము.

శారః-అ-పు-ప్రియాలువృక్షః-౨పవనః-౩పీతాధికనీలవర్ణః॥ తె॥ ౧ మొరలిచెట్టు.

శారః-అ-త్రి-పీతాధికనీలవర్ణవాన్॥

శారఙ్గః-అ-త్రి-కర్బురవర్ణవిశిష్టే॥

శారఙ్గీ-ఈ-సీ-వాద్యయంత్రవిశేషః॥

శారదమ్-అ-న-శ్వేతకమలమ్-౨సస్యమ్॥

శారదః-అ-త్రి-ప్రత్యగ్రప్రతిభః-౨భయంకరః-౩ఛాదనమ్-౪జలపిప్పలీ॥

శారదః-అ-పు-వత్సరః-౨సప్తపర్ణః-౩వ్రీహిభేదః-౪పీతముద్గః॥ తె॥ ౨పడాకులఅరఁటిచెట్టు.

శారదా-ఆ-సీ-సరస్వతీ-౨పార్వతీ-౩కాలానుసారీ॥ తె॥ ౩అడవిమామెన.

శారదికమ్ అ-న-శ్రాద్ధమ్॥

శారదికః-అ-పు-రోగః॥

శారదీ-ఈ-త్రి-శరత్కాలీనే॥

శారదీ-ఈ-సీ-సప్తవర్ణః-౨సహా-౩తోయపిప్పలీ-౪గోత్రశ్రేణీ॥ తె॥ ౧పడాకులఅరఁటిచెట్టు-౨పిన్నగోరంటచెట్టు - ౪తంగేడుచెట్టు.

శారముఖః-అ-పు-దీర్ఘశూకః॥ తె॥ పొడుగుముల్లుగలధాన్యము.

శారిః-ఇ-పు-వాగ్ద్విజః-౨హస్తిపల్యాణమ్॥ తె॥ ౧మాటలాడెడుపిట్ట- ౨పనుఁగమీఁదిగంత-చాడోలు.

శారిః-ఇ-సీ-శృణ్వంతీ-౨శారికా॥ తె॥ ౧సొగటాసారె-౨గోరింక.

శారికః-అ-పు-ద్యూతకారః॥

శారికా-ఆ-సీ- గోటికా-౨వీణాదివాదనమ్॥ తె॥ ౧గోరింక.

శారిఫలమ్-అ-(సీ)-ద్యూతాస్తరణమ్॥ తె॥ సొగటాలపాళి మొదలయినది.

శారిఫలకః-అ-(సీ)-శారిఫలమ్॥

శారిబా-ఆ-సీ- ఫణిజిహ్వికా-౨ఉత్పలశారిబా॥ తె॥ ౧గూడపాలచెట్టు-౨నల్లసుగంధిపాలచెట్టు.

శారిశృఙ్ఖలా-ఆ-సీ-పాశకవిశేషః॥

శారీ-ఈ-సీ-కుశమ్॥ తె॥ దర్భగడ్డి.

శారీరమ్-అ-న-వృషః॥

శారీరమ్-అ-త్రి-శరీరజాతే॥

శారీరకమ్-అ-న- శంకరాచార్యకృతవేదాంతమీమాంసాభాష్యమ్॥

శారీరికః-అ-త్రి-శరీరసంబంధీ॥

శారుకః-అ-త్రి-హింసకః॥

శార్కః-అ-పు-శర్కరా॥

శార్కకః-అ-పు-క్షీరోపరిఫేనః-౨శర్కరాపిండమ్॥

శార్కరమ్-అ-న-ఛందోభేదః॥

శార్కరః-అ-త్రి-శర్కరావద్దేశః- ౨శర్కరావద్ద్రవ్యమ్॥ తె॥ ౧ మొరపైనయిసుకగలదేశము - ౨ మొరపయిసుకగలఘటాదులు.

శార్కరః-అ-పు-దుగ్ధఫేనః॥

శార్కరకః-అ-త్రి- శర్కరాబహుళదేశః॥

శార్కరికః-అ-త్రి - శర్కరాబహుళదేశః॥

శార్కరీయః-అ-త్రి - శర్కరాయుక్తదేశః॥

శార్ఙ్గమ్-అ-న-విష్ణుధనుః-౨ధనుః॥

శార్ఙ్గః-అ-త్రి-శృంగసంబంధిని॥

శార్ఙ్గః-అ-పు-పక్షివిశేషః॥

శార్ఙ్గకీశా-ఆ-సీ-గోలత్తికా॥ తె॥ ఆఁడుఉవ్వపిట్ట.

శార్ఙ్గేష్టా-ఆ-సీ-మహాకరంజః- శార్ఙ్గేష్టా ఇతి చపాఠః॥ (చెట్టు.)

శార్ఙ్గేష్టా-ఆ-సీ-కాకనాసా॥ తె॥ కాకిదొండ}

శార్ఙ్గీ-న్-పు-విష్ణుః-౨ధన్విమాత్రమ్॥

శార్దూలః-అ-పు-సింహః- ౨వ్యాఘ్రః - ౩ఉత్తరపదేసజాతీయసమూహశ్రేష్ఠః- ౪వ్యాఘ్రపురః-౫పక్షివిశేషః-౬చిత్రకః

శార్దూలలలితమ్-అ-న- ధృతివృత్తౌ అష్టాదశాక్షరపాదచ్ఛందో విశేషః॥

శార్దూలవాహనః-అ-పు-పంచవింశతిపూర్వజినాంతర్గతజినవిశేషః॥

శార్దూలవిక్రీడితమ్-అ-న- అతిధృతివృత్తౌ ఊనవింశతిపాదఛందో విశేషః॥

శార్దూలీ-ఈ-సీ-శార్దూల(స్త్రీ)॥

శార్వరమ్-అ-న-తమః॥ తె॥ చీకటి.

శార్వరః-అ-పు-చంద్రః॥

శార్వరః-అ-త్రి-హింస్రః॥

శార్వరీ-న్-పు-సంవత్సరభేదః॥

శార్వరీ-ఈ-సీ-రాత్రిః॥

శార్వీ-ఈ-సీ-వాయుపట్టణమ్॥

శాలః-అ-త్రి- యోగ్యః॥

శాలః-అ-పు- వేగవత్త్మీనః-౨వృక్షః- ౩సర్జతరపత్నీభ్రాతా॥ తె॥ ౧ఉరుజమీను-౩వెపపె చెట్టు.

శాలగ్రామః-అ-పు-క్షేత్రవిశేషః॥

శాలఙ్కటఙ్కటః-అ-పు-సుకేశీరాక్షసః,సవిద్యుత్కేశభార్యా శాలంకటంకటాయాఃపుత్రః॥

శాలఙ్కాయనః-అ-పు- మునిభేదః- ౨చందనమ్॥ మాతా}

శాలఙ్కాయనజీవసూః- ఊ- సీ - వ్యాస}

శాలఙ్కిః-ఇ-పు-మునిభేదః॥

శాలజః-అ-పు-శాలమత్స్యః॥

శాలనిర్యాసః-అ-పు-సర్జరసః॥

శాలపర్ణీ-ఈ-సీ-వృక్షవిశేషః॥

శాలభఞ్జికా-ఆ-సీ- వేశ్యా- ౨కాష్ఠాదినిర్మితపుత్రికా॥

శాలభఞ్జీ-ఈ-సీ-కాష్ఠాదినిర్మితపుత్రికా॥

శాలనః-అ-పు-లోధ్రః॥

శాలవేష్టః-అ-పు-శాలనిర్యాసః॥

శాలసారః-అ-పు-ద్రుమః-౨హింగుః॥

శాలా-ఆ-ద్వ- గృహమ్- ౨సభా-౩స్కంధశాలా॥ తె॥ ౨చావడి.

శాలాకీ-న్-పు- అస్త్రవైద్యః- ౨నాపితః-౩శైలధారీ॥

శాలాక్షా-ఆ-సీ-ఈశానవిదిక్॥

శాలాజీ-ఈ-సీ-పుత్తలికా॥

శాలాజిరమ్-అ-(సీ)-శరావః॥ తె॥ మూకుడు.

శాలాక్షిః-ఇ సీ-శాకభేదః॥

శాలానీ-ఈ-సీ-విదారీ॥

శాలామృగః-అ-పు-శృగాలః॥

శాలారమ్-అ-న-హస్తినఖః-౨సోపానమ్-౩పక్షిపంజరః॥

శాలాలుకః-అ-త్రి-శలాలునాక్రీతంవస్తు.

శాలాలుకీ-ఈ సీ-శలాలునాక్రీతంవస్తు.

శాలావృకః-అ-పు- వానరః-౨కుక్కురః - ౩శృగాలః-౪వృకః-౫బిడాలః॥

శాలిః-ఇ-పు-మత్స్యభక్షీ- ౨వ్రీహిభేదః-౩కలమషష్టికాదిధాన్యమ్ - ౪గంధమార్జారః॥ తె॥ ౧పొన్నగంటికూర-౪జవ్వాదిపిల్లి.

శాలిః-ఇ-సీ-శారిః॥ తె॥ సొగటాపావె.

శాలికః-అ-పు-శౌల్కికః-౨తంతువాయః-౩శిల్పిగ్రామః॥ తె॥ ౧సుంకరి-౨సాలెవాడు

శాలికా-అ-సీ-విదారికా॥

శాలిఞ్చః-అ-పు-శాకవిశేషః॥
శాలినీకరణమ్-అ-న-న్యగ్భావనమ్-తిరస్కారఇతియావత్॥ (టిచెట్టు)
శాలిన్దః-అ-పు-మత్స్యస్త్రీ॥ తె॥ పొన్నగం
శాలిపర్ణీ-ఈ-సీ-మాషపర్ణీ॥
శాలిపిష్టమ్-అ-న-స్ఫటికమ్॥
శాలివాహనః-అ-పు-కలిశకాంతకభేదః॥
శాలిహోత్రః-అ-పు-ఘోటకః॥
శాలిహోత్రీ-న్-పు-అశ్వః॥
శాలీ-న్-త్రి-శాలాసంబంధీ-౨పదాంతేయుక్తవాచకః॥
శాలీ-ఈ-సీ-కృష్ణజీరకః॥
శాలీ-న్-పు పీలుః॥ తె॥ గోలుగుచెట్టు.
శాలీనః-అ-పు-గృహస్థవిశేషః॥
శాలీనః-అ-త్రి-అధృష్టః-౨శాలాసంబంధీచ॥ తె॥ ౧పిటికివాఁడు.
శాలీనా-ఆ-సీ-మిశ్రేయా॥
శాలు-ఉ-న-శాలూకమ్॥
శాలుః-ఉ-పు-కషాయద్రవ్యమ్-౨చోరకాఖ్యౌషధిః-౩భేకః॥
శాలుకమ్-అ-న-కుముదాదిమూలమ్॥
శాలూకమ్-అ-న-జాతీఫలమ్-౨కుముదాదిమూలమ్॥ తె॥ ౧జాజికాయ.
శాలూకః-అ-పు-మండూకః-౨కుముదాదిమూలమ్॥
శాలూరమ్-అ-న-ఉత్పలకందమ్॥
శాలూరః-అ-పు-భేకః॥
శాలేయమ్-అ-న-శతపుష్పా॥
శాలేయః-అ-పు-మిశ్రేయా॥ తె॥ పిన్నసదాపచెట్టు.
శాలేయః-అ-త్రి-శాల్యుద్భవోచితక్షేత్రమ్॥ తె॥ రాజనపువడ్లుపండెడుభూమి.
శాలోత్తరీయః-అ-పు-పాణినిమునిః॥

శాల్మలః-అ-పు-శాల్మలీవృక్షః-౨ద్వీపవిశేషః॥
శాల్మలచ్ఛదః-అ-పు-గుచ్ఛపత్రః॥ తె॥ పెడాకులపొన్నచెట్టు.
శాల్మలిః-ఇ-ద్వ-సప్తద్వీపభేదః-౨పిచ్ఛిలా-౩నరకవిశేషః-యత్రశాల్మలికంటకైఃపీడ్యంతే॥ తె॥ ౨బూరుగచెట్టు.
శాల్మలికః-అ-పు-రోహితకవృక్షః॥
శాల్మలినీ-ఈ-సీ-శాల్మలీ॥ తె॥ బూరుగచెట్టు.
శాల్మలిపత్రకః-అ-పు-సప్తచ్ఛదవృక్షః॥
శాల్మలిస్థః-అ-పు-గరుడః॥
శాల్మలీ-ఈ-సీ-శాల్మలీవృక్షః॥
శాల్మలీ-న్-పు-గరుడః॥
శాల్మలీకన్దః-అ-పు-శాల్మలివృక్షమూలమ్॥
శాల్మలీఫలః-అ-పు-తేజఃఫలవృక్షః॥
శాల్మలీవేష్టః-అ-పు-శాల్మలినిర్యాసః॥
శాల్మలీవేష్టకః-అ-పు-శాల్మలీవేష్టః॥
శాల్వః-అ-పు-దేశవిశేషః॥
శావమ్-అ-త్రి-కపివర్ణవత్-౨శవసంబంధిఆశౌచమ్॥ తె॥ ౧కపిశవర్ణము-౨మృతాశౌచము.
శావః-అ-పు-కపివర్ణః॥
శాశ్వతమ్-అ-న-ఆకాశమ్॥
శాశ్వతః-అ-త్రి-ధ్రువః॥ తె॥ నాశరహితము.
శాశ్వతః-అ-పు-సూర్యః-౨శంకరః-౩పితృ
శాశ్వతా-ఆ-సీ-భూమిః॥ (భేదః॥)
శాష్కులికమ్-అ-న-శష్కులీసమూహః॥ తె॥ చక్కిలాలసమూహము-
శాసనమ్-అ-న-ఆజ్ఞా-౨నిష్కరగ్రామః-౩వేదశాస్త్రనిగ్రహః-౪రాజ్ఞోయోగః-౫ప్రహరణమ్-౬భూమ్యాదిదానార్థలేఖ్యమ్-౭కర్మ-౮వాక్యమ్॥ తె॥ ౨పన్నులేనిగ్రామము.

శాసనః-అ-పు-దాశగ్రామః॥

శాసనహరః-అ-పు-దూతః॥ తె॥ వర్తమానములు గొంచుకొనిపోయెడువాఁడు.

శాసశేఖరా-ఆ-సీ-శమీ॥ తె॥జమ్మిచెట్టు.

శాసితః-అ-త్రి-కృతశాసనః॥

శాసితా-ఋ-త్రి-శాస్తా॥

శాస్తా-ఋ-పు-బుద్ధదేవః-౨భైరవః॥

శాస్తా-ఋ-త్రి-శాసకః॥

శాస్తిః-ఇ-సీ-శాసనమ్॥

శాస్త్రమ్-అ-త్రి-శస్త్రభవః॥

శాస్త్రమ్-అ-న-షట్సంజ్ఞా-౨వ్యాకరణాది శాస్త్రమ్-౩శాసనమ్॥

శాస్త్రకృత్-త్-పు-ఋషిః॥

శాస్త్రకృత్-త్-త్రి-శాస్త్రకర్తరి॥

శాస్త్రగణ్డః-అ-త్రి-ప్రఘుటావిత్॥

శాస్త్రచక్షుః-ష్-న-వ్యాకరణమ్॥

శాస్త్రచారణః-అ-త్రి-శాస్త్రదర్శీ॥

శాస్త్రజ్ఞః-అ-పు-శాస్త్రవేత్తా॥

శాస్త్రతత్వజ్ఞః-అ-పు-గణకః॥

శాస్త్రదర్శీ-న్-త్రి-శాస్త్రజ్ఞః॥

శాస్త్రవిత్-త్-సీ-శాస్త్రజ్ఞః॥

శాస్త్రవిప్రతిషిద్ధః-అ-త్రి-శాస్త్రనిషిద్ధః॥

శాస్త్రశిల్పీ-న్-పు-కాశ్మీరదేశః ౨తద్దేశస్థే పుంభూమ్ని॥

శాస్త్రికా ఆ-సీ-వాయుపత్నీ॥

శాస్త్రీ న్-త్రి-శాస్త్రజ్ఞః॥

శాస్త్రీ-ఈ-సీ-వాయులక్ష్మీః॥

శాస్యః-అ-త్రి-శాసనీయః॥

శాస్యా-ఆ-సీ-అవస్థాభేదజద్వగ్భేదః॥

శిః-ఇ-పు-శంభుః-౨మంగళమ్-౩శాంతిః॥

శింశపా-ఆ-సీ- బింబచ్ఛదా॥ తె॥ ఇరుగుడు చెట్టు.

శింశుమారః- అ - పు- అంబుమర్కటః-౨అచ్యుతః॥ తె॥౧పిడక మొసలి.

శిక్-చ్-సీ-శిక్యమ్॥

శికుః-ఉ-త్రి-అవ్యవసాయీ॥

శిక్యమ్-అ-న- ద్రవ్యరక్షార్థరజ్జుమయాధారవిశేషః॥

శిక్యా-ఆ-సీ-శిక్యమ్॥

శిక్యితమ్-అ-త్రి-శిక్యస్థాపితవస్తు॥

శిక్షణమ్-అ-న-విద్యోపాదానమ్॥

శిక్షా-ఆ-సీ- వేదాంగశిక్షాశాస్త్రమ్-౨శిక్షణమ్-౩శ్యోనాకవృక్షః॥

శిక్షాకరః-అ-పు-వ్యాసః॥

శిక్షాకరః-అ-త్రి-శిక్షాకర్తా॥

శిక్షాగురుః-ఉ-పు- విద్యాదాతాగురుః,మంత్రాద్యుపదేశకర్త్రాదీక్షాగురుః॥

శిక్షితః-అ-త్రి-నిపుణః-౨కారితః॥ తె॥ ౧నేర్పరి-౨శిక్షింపఁబడ్డవాఁడు.

శిక్షితాక్షరః-అ-పు-శిక్షాకారీ-౨ఛాత్రః॥

శిఖకః-అ-పు-లేఖకః॥

శిఖగ్రీవమ్-అ-న-మయూరతుత్థమ్॥ తె॥ మైలతుత్తము.

శిఖణ్డః-అ-పు-మయూరవాలః-౨చూడః॥ తె॥ ౧నెమలిపురి-౨జుట్టు.

శిఖణ్డకమ్-అ-న-మయూరపుచ్ఛమ్॥

శిఖణ్డకః-అ-పు-కాకపక్షః॥ తె॥ పిల్లజుట్టు.

శిఖణ్డికః-అ-పు-కుక్కుటః॥

శిఖణ్డికా-ఆ-సీ-కాలగుంజా॥ తె॥నల్లగురివెంద చెట్టు.

శిఖణ్డినీ-ఈ-సీ-గుంజా-౨యూథిః॥

శిఖణ్డీ-ఈ-సీ-అంబష్ఠా॥ తె॥ అడవిమొల్లచెట్టు

శిఖణ్డీ-న్-పు- మయూరః-౨ద్రుపదపుత్రః-౩బాణః-౪కలాపః-౫కుక్కుటః-౬గుంజా

శిఖరమ్-అ-(సి)- పర్వతశిఖరమ్-౨వృక్షాద్యగ్రమ్॥

శిఖరమ్-అ-న-లవంగమ్-౨పక్వదాడిమబీజమ్

౩మాణిక్యశకలమ్-౪కోటిః-౫శిలాభేదః-౬ఖట్వాంగమ్-౭హరివాలుకమ్-౮కక్షా-౯కటిః॥ తె॥ ౪అంచు మొన.

శిఖరః-అ-పు-అభినయహస్తభేదః॥

శిఖరవాసినీ-ఈ-సీ-దుర్గా॥

శిఖరా-ఆ-సీ-మూర్వా॥

శిఖరికా-ఆ-సీ-నేపాలికా॥ తె॥ నేపాళపు (చెట్టు.)

శిఖరిణీ-ఈ-సీ-రసాలా-౨ద్రోణమాలీ-౩వృత్తభేదః-౪మల్లికా॥ తె॥ ౧పెరుగులోననేకద్రవ్యములుకూర్చిచేసినది.

శిఖరీ-న్-పు-పర్వతః-౨వృక్షః-౩వృక్షరుహా-౪తల్వకనామగ్రంథ్యమ్-౫కోయష్టికః॥ తె॥ ౩వదనికె-౫గుడ్డికొక్కెరాయి.

శిఖలోహితః-అ-పు-వృక్షవిశేషః॥

శిఖా-ఆ-సీ-అగ్నిజ్వాలా-౨మయూరచూడా-౩చూడా-౪శిఫా-౫శాఖాగ్రమ్॥ తె॥ ౩మగవానిజుట్టు-౪చెట్టువ్రూడ-౫కొమ్మచివర.

శిఖాకన్దమ్-అ-న-గృంజనమ్॥

శిఖాణ్డకః-అ-పు కాకపక్షః॥

శిఖాతరుః-ఉ-పు-దీపవృక్షః॥

శిఖాధరః-అ-పు-మయూరః-౨మంజుఘోషః

శిఖాధారః-అ-పు-మయూరః॥

శిఖామూలమ్-అ-న-గృంజనమ్॥

శిఖాయోగమ్-అ-న-విషవైద్యతంత్రభేదః॥

శిఖాలుః-ఉ-పు-మయూరశిఖా॥

శిఖావతీ-ఈ-సీ-మూర్వా॥

శిఖావరః-అ-పు-పనసవృక్షః॥

శిఖావలః అ-పు-మయూరః॥ తె॥ నెమలి.

శిఖావలా-ఆ-సీ-మయూరశిఖా॥

శిఖావాన్-త్-త్రి-శిఖాయుక్తః॥

శిఖావాన్-త్-పు-అగ్నిః-౨చిత్రకవృక్షః-౩కేతుగ్రహః॥

శిఖావృక్షః-అ-పు-దీపస్తంభః॥

శిఖావృద్ధిః-ఇ-సీ-కాయికావృద్ధిః, ప్రాత్యహికదేయలాభః॥

శిఖికణ్ఠమ్-అ-న-తుత్థమ్॥

శిఖిగ్రీవమ్-అ-న-తుత్థమ్॥

శిఖిజమ్-అ-న-మరీచమ్॥

శిఖిధ్వజః-అ-పు-ధూమః-౨కార్త్తికేయః॥

శిఖినీ-ఈ-సీ-మయూరశిఖా॥

శిఖిపుచ్ఛమ్-అ-న-మయూరపిచ్ఛమ్॥

శిఖిప్రియః-అ-పు-లఘుబదరః॥

శిఖిమణ్డలః-అ-పు-వరుణవృక్షః॥

శిఖిమోదా-ఆ-సీ-అజమోదా॥

శిఖియూపః-అ-పు-శ్రీకారీమృగః॥

శిఖివర్ధకః అ-పు-కుష్మాండః॥

శిఖివాహనః-అ-పు-షణ్ముఖః॥

శిఖివ్రతమ్-అ-న-వ్రతవిశేషః॥

శిఖీ-న్-పు-అగ్నిః-౨కేతుగ్రహః-౩కుక్కుటః-౪మయూరః-౫ద్రుమః॥

శిగ్రుః-ఉ-పు-శోభాంజనః-౨అశోకవృక్షః॥ తె॥ ౧మునగచెట్టు.

శిగ్రుః-ఉ-(సీ)-సర్వశాకసామాన్యమ్॥

శిగ్రుజమ్-అ-న-శ్వేతమరీచమ్-౨శిగ్రుభవే, త్రి॥ తె॥ ౧మునుగవిత్తులు.

శిగ్రుఫలః-అ-పు-శిగ్రుః॥ తె॥ మునుగచెట్టు.

శిగ్రుబీజమ్-అ-న-శోభాంజనబీజమ్॥

శిఙ్ఘాణమ్-అ-న-కాచపాత్రమ్-౨లోహమలమ్-౩నాసికామలమ్॥

శిఙ్ఘాణకః-అ-పు-శ్లేష్మా॥

శిఙ్ఘాణకః-అ-(సీ)-నాసికామలమ్॥

శిఙ్ఘితమ్-అ-త్రి-ఘ్రాతమ్॥

శిఞ్జిఞ్జికా-ఆ-సీ-పురుషకటిసూత్రమ్॥

శిఞ్జా-ఆ-సీ-మౌర్వీధ్వనిః॥

శిఞ్జితమ్-అ-న-భూషణధ్వనిః॥

శిఞ్జినీ-ఈ-సీ-మౌర్వీ-॥అనూపురః॥ తె॥౧ వింటి నారి.

శిఞ్జిన్-త్రి-భూషణశబ్దవిశిష్టః॥

శిణ్డాకీ-ఈ-సీ-ఖాద్యద్రవ్యవిశేషః॥

శితమ్-అ-త్రి-శాంతమ్-॥నిశితమ్॥

శితద్రుః-ఉ-సీ-శతద్రునదీ-॥తీరమోరటః॥

శితపః-అ-పు-సర్జరసః॥

శితశూకః-అ-పు-యవః॥ తె॥యవలనువడ్లు.

శితిః-ఇ-త్రి-శుక్లః-॥కృష్ణః॥

శితిః-ఇ-పు-భూర్జః॥

శితిః-ఇ-సీ-ధవళవర్ణః-॥కృష్ణవర్ణః॥

శితిః-ఇ-ద్వి-భూర్జసారౌ॥

శితికక్షః-అ-పు-చరడః॥ తే॥ నల్లచంకలగద్ద.

శితికణ్ఠః-అ-పు-శివః-॥దాత్యూహపక్షీ॥

శితిచారః-అ-పు-శాకవిశేషః॥

శితిచ్ఛదః-అ-పు-హంసః॥

శితిపక్షః-అ-పు-హంసః॥

శితిసారకః-అ-పు-తిందుకః॥ తె॥ నల్లతుమికిచెట్టు.

శిథిలమ్-అ-న-మందబంధనమ్-॥మంథరత్వమ్-౩సంయోగవిశేషః॥

శిథిలమ్-అ-త్రి-విరలః-॥శ్లథమ్॥ తె॥౧ వెలితిఁగలబట్ట మొదలయినది-॥చిక్కినశరీరాదికము-వదులైనదిన్ని.

శినిః-ఇ-పు-క్షత్రియభేదః॥

శినేర్నప్తా-ఋ-పు-సాత్యకిః॥

శిపవిష్టః-అ-పు-శిపివిష్టః॥

శిపిః-ఇ-పు-రశ్మిః॥

శిపివిష్టః-అ-పు-శివః-॥ఖలతిః-౩దుష్టచర్మా-రవిష్ణుః॥ తె॥౧బట్టతలవాఁడు.

శిప్రః-అ-పు-సరోవరవిశేషః॥

శిప్రా-ఆ-సీ-నదీవిశేషః॥

శిఫః-అ-పు-శిఫా॥

శిఫా-ఆ-సీ-పద్మలతాకందః-॥శిఫా-౩శాఖా-రమాంసీ-౪నదీ-౬మాతా॥ తె॥ ౧తామరదుంప-౨చెట్టు.

శిఫాకః-అ-పు-పద్మమూలమ్॥

శిఫాకన్దః-అ-పు-కరహాటః॥ తె॥తామరదుంప.

శిఫాధరః-అ-పు-శాఖా॥

శిఫారుహః-అ-పు-వటవృక్షః॥

శిబిః-ఇ-పు-షోడశరాజవిశేషః-॥హింస్రపశుః॥

శిబికా-ఆ-సీ-యాప్యయానమ్॥ తె॥పాలకి.

శిబిపిష్టః-అ-పు-మహాదేవః-॥శిపివిష్టశబ్దార్థోప్యత్ర॥

శిబిరమ్-అ-న-స్కంధావారః॥ తె॥దండువిడిచినస్థలము

శిబిరః-అ-పు-ధాన్యభేదః॥

శిబివల్లభః-అ-పు-చూతవృక్షః॥

శిఖ్రికా-ఆ-సీ-ఇంగాలః॥ తె॥బొగ్గు.

శిమ్బృడీ-ఈ-సీ-క్షుపవిశేషః॥

శిమ్బః-అ-పు-చక్రమర్దకః॥

శిమ్బా-ఆ-సీ-ముద్గాదిత్వక్॥ తె॥ కందిపొట్టు మొదలయినది.

శిమ్బిః-ఇ-సీ-ముద్గాదిత్వక్॥ తె॥ కందిపొట్టు మొదలయినది.

శిమ్బికః అ-పు-కృష్ణముద్గః-॥వాహఘ్నః॥ తె॥౧నల్లపెసలు-॥తృణధాన్యభేదము.

శిమ్బికా-ఆ-సీ-శింబా॥

శిమ్బినీఫలః-అ-పు-శిరీషః॥

శిమ్బిపర్ణికా-ఆ-సీ-ముద్గపర్ణీ॥

శిమ్బిపర్ణీ-ఈ-సీ-ముద్గపర్ణీ॥

శిమ్బీ-ఈ-సీ-ముద్గాదిత్వక్-॥ముద్గపర్ణీ-౩కపికచ్ఛూః॥ తె॥౧కందిపొట్టు మొదలైనది-౩దూలగొండి.

శిరః-అ-పు-పిప్పలీమూలమ్-॥మస్తకమ్-౩శయ్యా-౪అజగరః॥ తె॥౧పిప్పలిదుంప.

శిరః-అ-(సీ)-మూర్ధా॥ తె॥తల.

శిరః-న్-న-వృక్షాద్యగ్రమ్-౧ప్రధానమ్-౩ సేనాగ్రమ్-౪మూర్ధా-౫భాగః॥ తె॥ ౪ తల.

శిరఃకపాలీ-న్-పు-నరమస్తకకపాలధారీ } సన్యాసి

శిరఃఫలః-అ-పు-నారికేళః॥

శిరజః-అ-పు-కేశః॥

శిరసిజః-అ-పు-కేశః॥

శిరసిరుహః-అ-పు-కేశః॥

శిరస్కమ్-అ-న-శిరస్త్రాణమ్॥

శిరస్యమ్-అ-త్రి-శిరస్సంబంధిని॥

శిరస్యా-ఆ-సీ-రుండా॥ తె॥ కొట్టివేసినతల.

శిరస్త్రమ్-అ-న-శిరస్త్రాణమ్॥

శిరస్త్రాణమ్-అ-న-శిరస్త్రమ్॥ తె॥ ఇనుపగొలుసులతోకట్టినకుళ్లాయి.

శిరస్థాపీ-న్-పు-గజః॥

శిరస్యః-అ-పు-శీర్షణ్యః॥ తె॥ జాలుముడివేసిన కేశజాలము.

శిరస్నాతమ్-అ-న-ఉన్మృక్తకమ్॥ తె॥ పాదములవరకునుండెడుఅంగి.

శిరా-ఆ-సీ-ధమనీ॥ తె॥ బోలునరము.

శిరాపత్రః-అ-పు-హింతాలవృక్షః-౧కపిత్థః

శిరాలమ్-అ-న-కర్మరంగమ్॥

శిరాలః-అ-త్రి-స్థూలశిరాః॥ తె॥ పెద్దతల } (వాడు)

శిరాలకః-అ-పు-అస్థిభంగవృక్షః॥

శిరావృత్తమ్-అ-న-సీసకమ్॥

శిరిః-ఇ-పు-ఖడ్గః-౧శరః-౩హింస్రః౪శలభః

శిరీషః-అ-పు-కపీతనవృక్షః-౧గజపృష్ఠమ్-౩మరుస్థలమ్-౪పానపాత్రమ్-౫మార్జనీభూతభస్మ॥

శిరీషపత్రా-ఆ-సీ-గిరికర్ణికా॥ తె॥ తెల్లగినియచెట్టు.

శిరీషపత్రికా-ఆ-సీ-శ్వేతకిణిహీ॥ (టిల్లు.)

శిరోగృహమ్-అ-న-చంద్రశాలా॥ తె॥ మిద్దె

శిరోగ్రీవమ్-అ-న-కృకమ్॥ తె॥ ముచ్చిలిగుంట మీఁదిబుడిపె.

శిరోధరా-ఆ-సీ-గ్రీవా॥ తె॥ మెడ.

శిరోధిః-ఇ-సీ-గ్రీవా॥ తె॥ మెడ.

శిరోమణిః-ఇ-ద్వి-మస్తకధార్యరత్నమ్-౧పండితస్యఉపాధివిశేషశ్చ॥

శిరోనుధ్యావర్తః-అ-పు-వైధవ్యలక్షణమ్॥

శిరోమర్మా-న్-పు-సూకరః॥

శిరోరత్నమ్-అ-న-శిరోమణిః॥

శిరోరుజా-ఆ-సీ-సప్తపర్ణవృక్షః-౧మస్తకరోగశ్చ॥

శిరోరుట్-హ-పు-కేశః॥

శిరోరుహః-అ-పు-కేశః॥

శిరోర్తిః-ఇ-సీ-శిరఃపీడా॥

శిరోవల్లీ-ఈ-సీ-బర్హిచూడా॥

శిరోవృత్తమ్-అ-న-మరీచం॥ తె॥ మిరియాలు.

శిరోవృత్తఫలః-అ-పు-రక్తాపామార్గః॥

శిరోవేష్టః-అ-పు-ఉష్ణీషః॥

శిరోవేష్టనమ్-అ-న-శిరఃప్రావరణమ్॥

శిరోస్థి-ఇ-న-మస్తకాస్థి॥

శిలమ్-అ-న-కణిశాద్యర్జనమ్॥ తె॥ చేనుమకోసినతరవాతమళ్లలోఁబడ్డయెన్నులనేరుకొనడము,

శిలః-అ(సీ)-ఉంఛః-౧జీవనోపాయవిశేషః॥

శిలః-అ-పు-గండూపదః॥ తె॥ ఎఱ్ఱ.

శిలగర్భజః-అ-పు-పాషాణభేదనః॥

శిలా-ఆ-సీ-దెహల్యధోదారు-౧పాషాణః-౩నేపాళమనశ్శిలా-౪నదీభేదః-౫లాక్షా॥ తె॥ గడపక్రిందిబురదకమ్మి-౩నేపాళమణిశిల.

శిలాకర్ణీ-ఈ-సీ-సల్లకీవృక్షః॥

శిలాకుట్టకః-అ-పు-టంకః॥

శిలాజమ్-అ-న-శైలేయమ్-౧లోహమ్॥

శిలాజతు-ఉ-న-శిలామదః॥ తె॥ శిలాజత్తు.
శిలాఞ్జనీ-ఈ-సీ-కాలాంజనీవృక్షః॥
శిలాటకః-అ-పు-అట్టః-౨బిలమ్॥
శిలాత్మజమ్-అ-న-లోహమ్॥
శిలాత్మికా-ఆ-సీ-మూషా॥ డచెట్టు}
శిలాదః-అ-పు-పాషాణభేదీ॥ తె॥ పిండిబం}
శిలాదద్రుః-ఉ-పు-శైలేయమ్॥
శిలాధాతుః-ఉ-పు-సితోపలః-౨గైరికభేదః, సతుపీతవర్ణః॥
శిలాపట్టః-అ-పు-పేషణార్థశిలా॥
శిలాపుత్రః-అ-పు-పేషణయోగ్యశిలా॥
శిలాపుష్పమ్-అ-న-శైలేయమ్॥
శిలాభవమ్-అ-న-శైలేయమ్॥
శిలాభేదః-అ-పు-పాషాణభేదీవృక్షః॥
శిలారమ్భా-ఆ-సీ-కాష్ఠకదలీ॥
శిలావల్కా-ఆ-సీ ఔషధద్రవ్యవిశేషః॥
శిలావ్యాధిః-ఇ-పు-శిలాజతు॥ తాసనంచ॥}
శిలాసనమ్-అ న-శైలేయమ్-ప్రస్తరనిర్మి}
శిలాసన్ధిః-ఇ-పు - పర్వతశిలాసంధిః॥ తె॥}
శిలాసారమ్ అ-న-లోహమ్॥ (లోయ.}
శిలాహ్వమ్-అ-న-శిలాజతు॥
శిలిః-ఇ పు-భూర్జపత్రవృక్షః॥
శిలిః-ఇ-సీ-ద్వారాధఃస్థితకాష్ఠమ్॥
శిలిన్దః అ-పు-మత్స్యవిశేషః॥
శిలీ-ఈ-సీ-గండూపద(స్త్రీ)-౨ద్వారాధఃస్థితకాష్ఠమ్ ౩ స్తంభశీర్షమ్॥ తె॥ ౧ఆఁడువెఱ్ఱి
శిలీన్ధ్రమ్-అ-న- కదలీపుష్పమ్-౨కరకా - ౩ త్రిపుటా-రవకమ్॥
శిలీన్ధ్రః-అ॥పు-ఛత్రాకః-౨మీనభేదః-౩గండూపదీ॥ తె॥ ౧కుక్కగొడుగు.
శిలీన్ధ్రకమ్-అ-న-గోమయచ్ఛత్రికా॥
శిలీన్ధ్రీ-ఈ-సీ- విహంగీభేదః-౨గండూపదీ-౩ మృత్తికా॥

శిలీపదః-అ-పు-పాదరోగవిశేషః॥
శిలీముఖః అ- పు- భృంగః-౨బాణమ్ ౩యుద్ధమ్-౪జడీభూతః॥
శిలేయమ్-అ-న-శైలజమ్॥
శిలేయమ్-అ-త్రి-శిలాసంబంధిని॥
శిలోచ్చయః-అ-పు-పర్వతః॥
శిలోఞ్ఛః-అ పు-శిలోంఛవృత్తిద్వయజీవనః
శిలోత్థమ్-అ-న-శైలేయమ్॥
శిలోద్భవమ్-అ-న- శైలేయమ్ - ౨చందనవిశేషః॥
శిలోద్భూతా-ఆ-సీ-గుండిలా-౨గుండాలా॥
శిలౌకాః-స్-పు-గరుడః॥
శిల్పమ్-అ-న-శిల్పికృతకర్మ-౨బాహ్యాభ్యంతరచతుష్షష్టికలాః॥ తె॥ ౧శిల్పియొక్క-పనివాఁడితనము. (జనితః॥)
శిల్పకారః-అ-పు-వ్యావహారిక(స్త్రీ)శూద్ర)
శిల్పకారీన్-త్రి-శిల్పకర్మకర్తా॥
శిల్పశాలా-ఆ-(పు) స్వర్ణకారాదీనాంకర్మగృహమ్॥
శిల్పశాస్త్రమ్-అ-న-శిల్పకర్మగ్రంథః॥
శిల్పికా-ఆ-సీ-తృణవిశేషః॥
శిల్పినీ-ఈ-సీ-అష్టవిధనాయికాదూతీభేదః-౨నగ్నికా-౩కోలదలౌషధిః॥
శిల్పిశాలా-ఆ-(పు)-శిల్పశాలా॥
శిల్పీ-న్-త్రి-శిల్పకర్తా-౨శిల్పసంబంధీచ॥
శిల్పీ-న్-పు- తక్షతంతువాయనాపితరజకచర్మకారపంచజాతిసామాన్యమ్-౨వ్యావహారవధూశూద్రజాతః॥ తె॥ ౧కాసెవాఁడు.
శిల్పీ-ఈ-సీ-నఖః॥ తె॥ నఖముచిప్ప.
శివమ్-అ-న-శుభమ్-౨జలమ్- ౩మానమ్ - ౪మోక్షః-౫ఆకాశమ్-౬సుఖమ్॥
శివమ్-అ-(సీ)-పంచాంగయోగభేదః॥

మ్-అ- త్రి-పవిత్రీకరణదక్షవస్తు॥
శివః-అ-పు-హరః-౨గుగ్గులువృక్షః౩శ్లేష్మాతకవృక్షః-౪వాతప్రమీః-౫పద్మరాగః-౬వాలుకమ్-౭పుండరీకద్రుమః-౮కీరః-౯వేదః-౧౦జాలగోలకః॥ తె॥౩విరిగిచెట్టు-౪గాలికెమురుగానడిచెడుమృగము.
శివకః-అ-పు - కీలకః ॥ తె ॥ పసులకట్టెడుకొయ్య.
శివకరః-అ-పు-చతుర్వింశతిభూతాత్మాదంతర్గతజినవిశేషః॥
శివకరః-అ-త్రి- మంగళకారకె॥
శివకాఞ్చీ-ఈ-సీ-పురీవిశేషః॥
శివకీర్తనః-అ-పు-భృంగరీటః-౨విష్ణుః-౩శైవః
శివగతిః-ఇ-పు-భూతాత్మాద్విశేషః॥
శివఘర్మజః-అ-పు-అంగారకః॥
శివఙ్కరః-అ-త్రి-క్షేమంకరః॥ తె॥ శుభముఁజేసెడువాఁడు.
శివచతుర్దశీ-ఈ-సీ-చతుర్దశీకర్తవ్యశివవ్రతవిశేషః॥
శివజః-అ-పు-శుక్రః॥
శివజ్ఞా-ఆ-సీ లింగినీ-౨శివోపాసికా- ౩మంగళజ్ఞాత్రీ॥ తె॥౧లింగిదొండచెట్టు.
శివజ్ఞానమ్-ఆ-న- శుభాశుభకాలబోధకశాస్త్రమ్॥
శివతాతిః-ఇ-త్రి-శివంకరః॥ తె॥ శుభముఁజేసెడువాఁడు.
శివదత్తమ్-అ-న-విష్ణుచక్రమ్- ౨శివేనశివాయవా, దత్తంద్రవ్యమాత్రంచ॥ తె॥ ౧సుదర్శనము.
శివదారు-ఉ-న-దెవదారువృక్షః॥
శివదూతికా-ఆ-సీ-మాతృకావిశేషః॥
శివదూతీ-ఈ-సీ-దుర్గా-౨యోగినీవిశేషః॥
శివద్రుమః-అ-పు-బిల్వవృక్షః॥
శివద్విష్టా-ఆ-సీ-కేతకీ॥
శివధాతుః-ఉ-పు-దుగ్ధపాషాణః॥ తె॥ఉల్లిపాషాణము.
శివనాభిః-ఇ-పు-శివలింగవిశేషః॥
శివనామకః-అ-పు-ఈశానః॥
శివపురీ-ఈ-సీ-కాశీ॥
శివప్రియమ్-అ-న-రుద్రాక్షమ్॥
శివప్రియమ్-అ-త్రి-శివస్యప్రియద్రవ్యే॥
శివప్రియః-అ-పు బకవృక్షః-౨స్ఫటికః-౩ధుస్తూరః॥
శివప్రియా-ఆ-సీ-దుర్గా॥
శివబీజమ్-అ-న-పారదః॥ తె॥ పాదరసము.
శివమల్లకః-అ-పు-అర్జునవృక్షః॥
శివమల్లికా-ఆ-సీ-వసుకః॥
శివమల్లీ-ఈ-సీ-పకాష్ఠీలా-౨శ్రీమల్లీ॥ తె॥౧బకపుష్పపుచెట్టు-౨శ్రీవల్లిచెట్టు.
శివరసః-అ-పు-త్ర్యహోష్ణపర్యుషితరసః॥
శివలోకః-అ-పు-కైలాసః - ౨శివస్యభువనమ్, జనశ్చ॥
శివవల్లభః-అ-పు- అరణ్యపర్ణః - ౨కాకజంబూః-౩శతపత్రీ॥ తె॥౧జిల్లేడుచెట్టు- ౨కాకినేరేడుచెట్టు-౩చేమంతిచెట్టు.
శివవల్లభః-అ-త్రి-శివప్రియె॥
శివవల్లభా-ఆ-సీ- పార్వతీ-౨శతపత్రీ॥
శివవల్లికా-ఆ సీ-లింగినీ॥
శివవల్లీ-ఈ-సీ-లింగినీ॥ తె॥ లింగిదొండచెట్టు.
శివవాహనః-అ-పు-అనడ్వాన్॥
శివశేఖరః-అ-పు-బకవృక్షః-౨ధుస్తూరః-౩శివస్యమస్తకశ్చ॥
శివసాయుజ్యమ్-అ-న-మోక్షవిశేషః - సచశివేనసహయోగః॥
శివసున్దరీ-ఈ-సీ-దుర్గా॥
శివా-ఆ-సీ-పార్వతీ-౨అజగరః-౩శమీ-౪ఆ

మలకీ-౫భూధాత్రీ-౬హరీతకీ - ౭పాతా-౮జంబుకః-౯నదీవిశేషః॥ తె॥ ౧పెసుంబాము-౩జమ్మిచెట్టు - ౫నేలయుసిరికెచెట్టు-౭పాటచెట్టు.

శివాతుమ్-అ-న-రుద్రాతుమ్॥

శివాటికా-ఆ-సీ-వంశపత్రీ॥

శివాత్మకమ్-అ-న-సైంధవమ్॥

శివాత్మకమ్-అ-త్రి-శివమయె॥

శివానీ-ఈ-సీ-జయంతీవృక్షః-౨దుర్గా॥

శివాపీడః-అ-పు-బకవృక్షః-౨శివాశివయోః శేఖరశ్చ॥

శివాప్రియః-అ-పు-ఛాగః॥

శివాప్రియః-అ- త్రి - శివస్యశివాయాఅప్రియవస్తుని, వల్ల భేచ॥

శివాఫలా-ఆ-సీ శమీవృక్షః॥

శివారాతిః-ఇ-పు - కుక్కురః - ౨శివాశివయోఃశత్రుశ్చ॥

శివాలయమ్-అ-న-శ్మశానమ్॥ (గృహమ్)

శివాలయః-అ-పు- రక్తతులసీ - ౨శివస్య

శివాలుః-ఉ-పు-శృగాలః॥ తె॥ నక్క.

శివాస్మృతిః-ఇ-సీ-జయంతీవృక్షః॥

శివాహ్లాదః-అ-పు - బకవృక్షః - ౨శివస్య

శివాహ్వా-ఆ-సీ-రుద్రజటా॥ (నందశ్చ॥

శివాహ్వా-ఆ-త్రి-శివనామకె॥

శివిః-ఇ-పు-హింస్రపశుః-౨భూర్జవృక్షః- ౩రాజవిశేషః॥

శివికా-ఆ-సీ-యాప్యయానమ్॥ తె॥ పాలకి.

శివీరథః-అ-పు-యాప్యయానమ్॥ తె॥ పాలకి.

శివెజనః-అ-పు-జ్వరభేదః॥

శివెష్టః అ-పు-కాకజంబూః॥ తె॥ కాకినేరే

శివెష్టః-అ-త్రి-శివప్రియె॥ (డుచెట్టు.

శివెష్టా-ఆ-సీ-దూర్వా॥

శిశిరః-అ-త్రి-శీతవస్తు॥

శిశిరః-అ-(సీ) శిశిరర్తుః॥

శిశిరః-అ-పు-శీకరః॥

శిశుః-ఉ-పు-అర్భకః-౨మత్స్యభేదః॥ తె॥ ౧పండ్లురానివాఁడు.

శిశుకః-అ-పు-చలన్మీనః- ౨శింశుమారః- ౩శిశుః॥ తె॥ ౧ఉలుచమీను-౨పిడకమొసలి ౩పిల్ల.

శిశుగన్ధా-ఆ-సీ-మల్లికావిశేషః॥

శిశుచాన్ద్రాయణమ్-అ-న-వ్రతవిశేషః॥

శిశుతా-ఆ-సీ-శిశుత్వమ్॥

శిశుత్వమ్-అ-న-దంతజననపర్యంతవయః॥

శిశుపాలః-అ-పు-చెదిదెశరాజః॥

శిశుపాలకః-అ-పు-దమఘోషసుతః- ౨కెళికదంబవృక్షః॥

శిశుపాలకః-అ-త్రి-బాలకపాలకె॥

శిశుపాలహా-న్-పు-శ్రీకృష్ణః॥ (వవిశేషః॥

శిశుభావః-అ-పు-శిశుత్వమ్-౨ాంత్రికభా

శిశుమారః-అ-పు-జలజంతువిశేషః॥

శిశువాహకః-అ-పు-వనచ్ఛాగలః॥

శిశువాహకః-అ-త్రి-బాలకవోఢరి॥

శిశువాహ్యకః-అ-పు-వనచ్ఛాగః॥

శిశ్నః-అ-పు-మెఢ్రః॥

శిశ్విదానః-అ- త్రి - పరిశుద్ధకర్మకః- ౨దురాచారవాన్॥

శిష్టః-అ-త్రి-శాంతః-౨సుబుద్ధిః-౩ధీరః॥

శిష్టాచారః-అ-పు-సాధువ్యవహారః॥

శిష్టిః-ఇ-సీ-ఆజ్ఞా॥

శిష్యః-అ-త్రి-ఉపదిశ్యః॥

శిష్యః-అ-పు-అంతెవాసీ॥ తె॥ శిష్యుఁడు.

శిహ్లాకః-అ-పు-గంధద్రవ్యవిశేషః, శిలారసః

శీః-ఈ సీ-శాంతిః-౨శయనమ్॥

శీకరమ్-అ-న-సరళద్రవః॥

శీకరః-అ- పు- అంబుకణః-౨గజహస్తాద్రవు

దః-౩శబలః-౪వాతశ్రుతః॥
శీఘ్రమ్-అ-న-వేగః-౨చక్రాంగమ్-౩శరః॥
శీఘ్రః-అ-త్రి-వేగవాన్॥
శీఘ్రగః-అ-త్రి-ద్రుతగామీ॥
శీఘ్రగః-అ-పు-వాయుః॥
శీఘ్రగామిన్-త్రి-ఆశుగమనశీలః॥
శీఘ్రచేతనః-అ-పు-కుక్కురః॥
శీఘ్రచేతనః-అ-త్రి-ద్రుతచేతనాయుక్తే॥
శీఘ్రజన్మన్-పు-కరంజవిశేషః॥
శీఘ్రపత్రః-అ-పు-శిగ్రుః॥ తె॥ మునగచెట్టు.
శీఘ్రపుష్పః-అ-పు-అగస్త్యవృక్షః॥
శీఘ్రవేధిన్-పు-క్షిప్రశరవేధకర్తా॥
శీఘ్రా-ఆ-సీ-దంతీవృక్షః॥
శీఘ్రియః-అ-పు-శివః-౨విష్ణుః-౩శీఘ్రియుక్తః-౪మార్జారయుద్ధమ్॥
శీఘ్రియమ్-అ-త్రి-ద్రుతసంబంధి-౨శీఘ్రభవమ్॥
శీతమ్-అ-న-శీతగుణః-౨సింధుదేశనదీజసైంధవలవణమ్॥ తె॥౧చల్లదనము.
శీతః-అ-పు-వేతసః-౨శ్లేష్మాతకః-౩పర్పటః-౪నింబః-౫కర్పూరః-౬హిమఋతుః॥ తె॥౧ప్రబ్బచెట్టు-౨విరిగిచెట్టు.
శీతః-అ-త్రి-శీతగుణవాన్-౨అలసః॥ తె॥౧చల్లనది-౨మందుడు.
శీతకః-అ-పు-శీతకాలః-౨సుస్థితః-౩దీర్ఘసూత్రీ-౪అశనపర్ణీ-౫వృశ్చికః॥
శీతకః-అ-త్రి-అలసః॥ తె॥బద్ధకుడు.
శీతకరః-అ-పు-చంద్రః॥
శీతకరః-అ-త్రి-శీతలపాణియుక్తేశీతకా(రిణిచ)
శీతకషాయః-అ-పు-హిమకషాయః॥
శీతకిరణః-అ-పు-చంద్రః॥
శీతకుమ్భః-అ-పు-కరవీరః॥
శీతకుమ్భీ-ఈ-సీ-జలజవృక్షవిశేషః॥

శీతకృచ్ఛ్రః-అ-పు-వ్రతవిశేషః॥
శీతక్షారమ్-అ-న-శ్వేతటంకణమ్॥
శీతగన్ధమ్-అ-న-శ్వేతచందనమ్॥
శీతగుః-ఉ-పు-చంద్రః॥
శీతచమ్పకః-అ-పు-దర్పణమ్-౨ప్రదీపః॥
శీతపర్ణీ-ఈ-సీ-అర్కపుష్పికా॥
శీతపల్లవా-ఆ-సీ-భూమిజంబుః॥
శీతపాకినీ-ఈ-సీ-కాకోలీ-౨మహాసమంగా
శీతపాకీ-ఈ-సీ-వాట్యాలకః-౨కాకోలీ-౩గుంజా॥
శీతపిత్తహరా-ఆ-సీ-కుండలీ॥ తె॥ఉప్పిచెట్టు.
శీతపుష్పమ్-అ-న-పరిపేలమ్॥
శీతపుష్పః-అ-పు-శిరీషవృక్షః॥
శీతపుష్పకమ్-అ-న-శైలేయమ్॥
శీతపుష్పకః-అ-పు-అర్కవృక్షః॥
శీతపుష్పా-ఆ-సీ-అతిబలా॥
శీతప్రభః-అ-పు-కర్పూరః॥
శీతప్రభః-అ-త్రి-శీతలప్రభాయుక్తే॥
శీతప్రియః-అ-పు-పర్పటః॥
శీతఫలః-అ-పు-ఉదుంబరః-౨శేలుః॥
శీతబలా-ఆ-సీ-మహాసమంగా॥
శీతభానుః-ఉ-పు-చంద్రః॥
శీతభీరుః-ఉ-త్రి-శీతభీతే॥
శీతభీరుః-ఉ-సీ-మల్లికా॥ తె॥మల్లెచెట్టు.
శీతమఞ్జరీ-ఈ-సీ-శేఫాలీ॥
శీతమయూఖః-అ-పు-చంద్రః-౨కర్పూరః॥
శీతమరీచిః-ఇ-పు-చంద్రః-౨కర్పూరః॥
శీతమూలకమ్-అ-న-ఉశీరమ్॥
శీతమూలకమ్-అ-త్రి-శీతలమూలయుక్తే॥
శీతరమ్యః-అ-త్రి-శీతరమణీయె॥
శీతరమ్యః-అ-పు-ప్రదీపః॥
శీతరశ్మిః-ఇ-పు-చంద్రః-౨కర్పూరః॥
శీతలమ్-అ-న-మధురజలమ్-౨పుష్పకాసీసమ్

౩శైలజమ్-౪కమలయోద్భవమ్-తత్తుచందనమ్-౫పద్మకమ్-౬మౌక్తికమ్-౭శైత్యమ్-౮వీరణమూలమ్॥
శీతలమ్-అ-త్రి-శీతవస్తు॥
శీతలః అ-పు-చంపకః-౨మన్మథధనుః-౩పశ్చిమసముద్రాంతరస్థవరుణపాశః॥
శీతలకమ్-అ-న-సితోత్పలమ్॥
శీతలకః-అ-పు-మరువకః॥
శీతలచ్ఛదః-అ-పు-చంపకః-౨శీతలపత్రంచ॥
శీతలజలమ్-అ-న-ఉత్పలమ్-౨హిమవారిచ॥
శీతలతా-ఆ-సి-శీతలత్వమ్॥
శీతలత్వమ్-అ-న-జడతా-౨శీతలతాచ॥
శీతలప్రదః-అ-త్రి-హిమదాతరి॥
శీతలప్రదః-అ-పు-చందనమ్॥ తె॥ గంధము.
శీతలవాతకః-అ-పు-అశనపర్ణీ॥
శీతలా-ఆ-సీ-ఆస్ఫోటా-౨విళంగమ్-౩శణపర్ణీ-౪శక్తిభేదః-౫అనాసికా॥ తె॥ ౧తెల్లదింటెనచెట్టు-౨వాయువిళంగము-౩సోమిందచెట్టు-౫అనాసచెట్టు.
శీతలీ-ఈ-సీ-జలజవృక్షవిశేషః॥
శీతవల్కః-అ-పు-ఉదుంబరః॥
శీతవల్కః-అ-త్రి-శీతలవల్కలె॥
శీతవారకః-అ-పు-శ్రీహస్తినీ ॥ తె॥ గురుగుచెట్టు.
శీతవారా ఆ-సీ-సహదేవీ॥ తె॥ ముత్తవపులగపుచెట్టు.
శీతవీర్యకః-అ-పు-ప్లక్షవృక్షః॥ తె॥ జువ్వి చెట్టు
శీతవీర్యకః-అ-త్రి-శీతలవీర్యయుక్తే॥
శీతశివమ్-అ-న-అశ్మపుష్పమ్-౨సింధుదేశనదీజాతసైంధవలవణమ్-౩శింబి॥ తె॥ ౧జాతిపువ్వు-౩పొట్టు.
శీతశివః-అ-పు-మధురికా-౨సక్తుఫలావృక్షః॥
శీతశివా-ఆ-ద్వి-మిశ్రేయా-౨శమీవృక్షః॥ తె॥ ౧పిన్నసదాపచెట్టు.

శీతశూకః-అ-పు-యవః॥
శీతశూకః-అ-త్రి-శీతలశూకయుక్తే॥
శీతసంవాసా-ఆ-సీ-అతిముక్తః॥ తె॥ పువ్వులగురివెందచెట్టు.
శీతసహః-అ-పు-పీలుః॥ తె॥ గోలుగుచెట్టు.
శీతసహః-అ-త్రి-శీతసహనీయె॥
శీతసహా-ఆ-సీ-వసంతమల్లికా॥
శీతా-ఆ-సీ-స్థలపద్మినీ-౨లాంగలపద్ధతిః॥ తె॥ ౨నాగంటిచాలు.
శీతాంశుః-ఉ-పు-కర్పూరః-౨చంద్రః॥
శీతాంశుతైలమ్-అ-న-కర్పూరతైలమ్॥
శీతాఙ్గీ-ఈ-సీ-హంసపదీవృక్షః॥
శీతాఙ్గీ-ఈ-త్రి-శీతలాంగె॥
శీతాదః-అ-పు-దంతరోగవిశేషః॥
శీతాద్రిః-ఇ-పు-హిమవత్పర్వతః॥
శీతాబలా-ఆ-సి-మహాసమంగా॥
శీతార్తః-అ-పు-శీతేనపీడితః॥
శీతాలుః ఉ-త్రి-శీతార్తః॥
శీతాశ్మా-న్-పు-చంద్రకాంతమణిః॥
శీతికా-ఆ-సీ-వటపత్రికా॥ తె॥ కుక్కపాలచెట్టు.
శీతీభావః-అ-పు-మోక్షః-౨శీతలత్వంచ॥
శీతోత్తమమ్-అ-న-జలమ్॥
శీత్కారః-అ-పు-వరస్త్రీణాంరతికాలధ్వనిః
శీత్కృతమ్-అ-న-శీత్కారః॥
శీత్పుటః-అ-పు-భృంగః॥
శీత్యమ్-అ-త్రి-సీత్యమ్,కృష్టమ్॥
శీధుః-ఉ-పు-గజనేత్రమదః-౨పక్వేక్షురసకృతమద్యమ్॥
శీధుః-ఉ-(సీ)-మద్యవిశేషః॥
శీధుగన్ధః-అ-పు-వకులవృక్షః-౨మద్యగంధశ్చ
శీధుపః-అ-త్రి-శీధుపానకర్తా॥
శీనమ్-అ-త్రి-ఘృతాదికద్రవస్పర్శః॥

శీనః-అ-పు-మూర్ఖః-౧అజగరః॥
శీఫాలికా-ఆ సీ-శేఫాలికా॥
శీభవః-అ-పు-శీకరః॥
శీభ్యః-అ-పు-శివః-౧వృషభః॥
శీరః అ-పు-అజగరసర్పః॥ తె॥ పెనుఁబాము.
శీరీన్-పు-హరిదర్భః-హరిద్గర్భ ఇతి వా పాఠః
శీర్ణమ్-అ-న-స్థౌణేయకమ్॥
శీర్ణమ్-అ-త్రి-క్షీణమ్॥ తె॥ తక్కువైనది.
శీర్ణపత్రమ్-అ-న-విశీర్ణపత్రె॥
శీర్ణపత్రః-అ-పు-కర్ణికారవృక్షః - ౧పట్టికాలోధ్రః-౨నింబః॥
శీర్ణపర్ణమ్ అ-న-విశీర్ణపత్రె॥
శీర్ణపర్ణః-అ-పు-నింబవృక్షః॥
శీర్ణపాదః అ-పు-యమః-౧కృశచరణశ్చ॥
శీర్ణపుష్పికా-ఆ-సి-అవాక్పుష్పీ॥
శీర్ణమాలా-ఆ-సీ-పృశ్నిపర్ణీ-౧విశీర్ణమాల్యం చ॥
శీర్ణరోమకమ్-అ-న-స్థౌణేయమ్॥ తె॥ స్థౌణేయమను గ్రంథ్యము.
శీర్ణవృత్తమ్-అ-న-బృహద్గోలమ్॥
శీర్ణవృత్తః-అ పు-ఉర్వారుః॥ తె॥ నక్క దో }
శీర్ణాఙ్ఘ్రిః-ఇ-పు-యమః॥ సచెట్టు }
శీర్ణాఙ్ఘ్రిః-ఇ-త్రి-కృశపాదః॥
శీర్విః-ఇ-త్రి-అపకారకః-౧హింసకః॥
శీర్షమ్-అ-న-శిరః-౧కృష్ణాగురుః॥
శీర్షకమ్-అ-న-శిరస్త్రాణమ్-౧శిరోస్థి-౨జయపరాజయపత్రమ్॥ తె॥ ౧ఇనుపగొలుసులతోకట్టినకుళ్లాయి.
శీర్షకః-అ-పు-రాహుగ్రహః॥
శీర్షఘాతీ-న్-త్రి-మస్తకచ్ఛేదకః॥
శీర్షచ్ఛేదికః-అ-త్రి-వధార్హః॥
శీర్షచ్ఛేద్యః-అ-త్రి-వధ్యః॥ తె॥ తలకొట్టఁదగ్గవాఁడు.

శీర్షణ్యమ్-అ-న-శిరస్త్రాణమ్॥
శీర్షణ్యః-అ-పు-శిరస్యః॥ తె॥ జాలుముడివేసిన కేశజాలము.
శీర్షచ్ఛః-అ-పు-రాజలక్షణమ్॥
శీర్షరక్షమ్-అ-న-శిరస్త్రాణమ్॥
శీలమ్-అ-న-సద్వృత్తమ్-౧స్వభావః-౨సౌందర్యమ్-౩కీలమ్॥
శీలః-అ-పు-అజగరసర్పః-౧చరిత్రమ్॥
శీలనమ్-అ-న-అభ్యసనమ్-౧అతిశాయనమ్ ౨ఉపధారణమ్-౩సేవానుభావనమ్-౪ప్రవర్తనమ్-౫పాఠనిశ్చయః॥
శీలవాన్-త్-త్రి-శీలవిశిష్టః- సత్స్వభావః॥
శీలా-ఆ-సీ-కౌండిన్యమునిపత్నీ-౧సద్వృత్తః
శీలితమ్-అ-న-చీర్ణమ్॥
శీలితమ్-అ-త్రి-అభ్యస్తె॥
శీవలమ్-అ-న-శైవాలమ్-౧శైలేయమ్॥
శీవాన్-పు-అజగరసర్పః॥ తె॥ పెనుఁబాము.
శుంశుమా-ఆ-సీ-శుక్రభార్యా॥
శుంశుమారః-అ-పు-అంబుమర్కటః - ౧శింశుమారచక్రమ్-౨రాజభేదః - ౩మాపురః-౪గ్రీవమధ్యస్థశల్యమ్॥ తె॥ ౧పిడక మొసలి.
శుక్-చ్-సీ-మనశ్శోకః-౧కష్టమ్॥
శుకమ్-మ్-౦ శీఘ్రమ్॥
శుకమ్-అ-న-స్థౌణేయమ్- ౧శిరీషకుసుమమ్-౨పుష్కరమూలమ్॥ తె॥ ౧స్థౌణేయమను గ్రంథ్యము.
శుకః-అ-పు-కీరః-౧సామాన్యపక్షీ - ౨దశాననామాత్యః-౩దేశవిశేషః-౪శౌనకః-౫వ్యాససుతః-౬గంధర్వవిశేషః॥
శుకచ్ఛదమ్-అ-న-స్థౌణేయమ్॥ తె॥ స్థౌణేయమను గ్రంథ్యము.
శుకజిహ్వః-అ-పు-గజః॥ తె॥ ఏనుఁగు.

శుకజిహ్వా-ఆ-సీ-వృక్షవిశేషః॥
శుకతరుః-ఉ-పు-శిరీషవృక్షః॥ తె॥ దిరిసెన చెట్టు.
శుకతుణ్డకః-అ-పు-అభినయహస్తభేదః॥
శుకద్రుమః-ఉ-పు-శిరీషః॥ తె॥ దిరిసెనచెట్టు.
శుకనాసా-ఆ-సీ-శుకజిహ్వా॥
శుకనామా-ఆ-త్రి-శుకసంజ్ఞకే॥
శుకనాశనః-అ-పు-దద్రుఘ్నః॥
శుకనాశనః-అ-త్రి-శుకనాశకే॥
శుకనాసః అ-త్రి-శుకవన్నాసాయుక్తే॥
శుకనాసః-అ-పు-అగస్త్యః-౨శోనకః॥ తె॥ ౧ తెల్లయగిసిచెట్టు-౨దుందిలపుచెట్టు.
శుకపిణ్డిః-ఇ-సీ-శూకశింబీ॥
శుకపుచ్ఛః-అ-పు-గంధకః - ౨శుకస్యలాంగూలంచ॥
శుకపుచ్ఛకమ్-అ-న-స్థౌణేయమ్॥
శుకపుచ్ఛకమ్-అ-త్రి-శుకవత్పుచ్ఛయుక్తే॥
శుకపుష్పమ్-అ-న స్థౌణేయమ్॥ తె॥ స్థౌణేయమనెడు గ్రంథ్యము.
శుకపుష్పః-అ-పు-శిరీషవృక్షః॥
శుకప్రియః-అ-త్రి-శుకవల్లభే॥
శుకప్రియః-అ-పు-శిరీషవృక్షః॥ తె॥ దిరిసెన చెట్టు
శుకప్రియా-ఆ-సీ-జంబూః॥
శుకఫలః-అ-పు-అర్కపర్ణవృక్షః॥ తె॥ జిల్లేడు చెట్టు.
శుకబర్హమ్-అ-న-స్థౌణేయమ్॥ తె॥ స్థౌణేయమనెడు గ్రంథ్యము.
శుకవల్లభః-అ-పు-దాడిమః॥
శుకవల్లభః-అ-త్రి-శుకప్రియే॥
శుకవాహః-అ-త్రి-శుకపక్షివాహకే॥
శుకవాహః-అ-పు-మన్మథః॥
శుకశిమ్బా-ఆ-సీ-కపికచ్ఛూః॥
శుకశిమ్బిః-ఇ-పు-కపికచ్ఛూః॥
శుకాఖ్యా-ఆ-సీ-వృక్షవిశేషః॥
శుకాఙ్గీ-ఈ-సీ-రతిదేవీ॥
శుకాదనః-అ-పు-దాడిమః॥
శుకాదనః-అ- త్రి - శుకస్యాదనీయద్రవ్యమాత్రే॥
శుకాననా-ఆ-సీ-శుకాఖ్యావృక్షః॥
శుకాననా-ఆ-త్రి-శుకతుల్యముఖే॥
శుకీ-ఈ-సీ-కశ్యపపత్నీ-౨శుకపక్షిణీచ॥
శుకుస్తః-అ-పు-కుక్కుభః-౨పక్షీ॥ తె॥ ౧గంపపులుఁగు.
శుకోదరమ్-అ-న-తాలీశపత్రమ్-౨కీరజఠరంచ॥
శుక్తమ్-అ-త్రి-నిష్ఠురమ్-౨పూతమ్-౩అమ్లమ్-౪శ్లిష్టమ్-౫నిర్జనమ్॥
శుక్తమ్-అ-న-తండులోదకమ్-౨మాంసమ్-౩ద్రవద్రవ్యవిశేషః॥ తె॥ ౧పులిగడుగు.
శుక్తః-అ-పు-పరుషః-౨అమ్లః-౩ఘాతః॥
శుక్తా-ఆ-సీ-చుక్రికా॥
శుక్తిః-ఇ-సీ-ముక్తాస్ఫోటః-౨నఖః-౩కపాలశకలమ్-౪నయనామయః - ౫అశ్వావర్తః-౬శంఖః-౭శంఖనఖః - ౮దుర్నామా-౯కర్షద్వయపరిమాణమ్-౧౦చతుస్తోలకపరిమాణమ్॥ తె॥ ౧ముత్తెపుచిప్ప-౨నఖముచిప్ప-౮జెలగ.
శుక్తికా-ఆ-సీ-ముక్తాస్ఫోటః-౨చుక్రికా॥
శుక్తిజమ్-అ-న - శుక్తిజాతమౌక్తికమ్॥ తె॥ ముత్యపుచిప్పలోఁబుట్టినది.
శుక్తిబీజమ్-అ-న-ముక్తా॥
శుక్తిమాన్-త్-పు-శుక్తిమత్పర్వతః॥
శుక్తిస్పర్శః-అ-పు-రజోబిందుస్వంకితాఖ్యానమౌక్తికదోషః॥
శుక్రమ్-అ-న-రేతః-౨అక్షిరోగః-౩పుణ్యమ్-౪స్వర్ణమ్-౫సురా-౬జలమ్॥
శుక్రః-అ-త్రి-శుక్లవర్ణవాన్॥

శుక్రః-అ-పు-అగ్నిః-౨దైత్యగురుః-౩జ్యేష్ఠ మాసః-౪శ్వేతవర్ణః॥ తె॥౧శుక్రాచా(ర్యుఁడు

శుక్రకరః-అ-పు-మజ్జా॥

శుక్రకరః-అ-త్రి-వీర్యకారకే॥

శుక్రభుక్-జ్-పు-మయూరః॥

శుక్రభుక్-జ్-త్రి-రేతోభోజకే॥

శుక్రభూః ఊ-పు-మజ్జా॥

శుక్రభూః ఊ-త్రి-వీర్యజాతమాత్రే॥

శుక్రమాతా-ఆ-సీ-హంజికా॥ తె॥ చిటితేకు

శుక్రలా-ఆ-సీ-ఉచ్చటా॥

శుక్రలా-ఆ-త్రి-వీర్యదాతా॥

శుక్రవారః-అ-పు-భృగువారః॥

శుక్రశిష్యః-అ-పు-రాక్షసజాతిః॥

శుక్రాఙ్గః-అ-పు-మయూరః॥

శుక్రియః అ-త్రి-శుక్రసంబంధీ॥

శుక్లమ్-అ-న-పంచాంగయోగభేదః-౨వీర్యమ్-౩దేవశిశ్నమూలమ్ - ౩రజతమ్-౪నవనీతమ్-౫అక్షిరోగవిశేషః, సతుచక్షుః శుక్లభాగజరోగః॥

శుక్లః-అ-త్రి-శ్వేతవర్ణవాన్॥

శుక్లః-అ-పు-దైత్యగురుః-౨వత్సరభేదః-౩ శ్వేతవర్ణః-౪శ్వేతైరండః-౫శుక్లపక్షః

శుక్లకః-అ-పు శుక్లపక్షః-౨శ్వేతవర్ణశ్చ॥

శుక్లకణ్ఠకః-అ-పు-దాత్యూహపక్షీ॥

శుక్లకణ్ఠకః-అ-త్రి-శ్వేతగలయుక్తే॥

శుక్లకన్దః-అ-పు-మహిషకందః-౨శ్వేతమూలంచ॥

శుక్లకన్దా-ఆ-సీ-అతివిషా-౨శంఖపుష్పీ॥ తె॥ ౧అతివస-౨శంఖపుష్పిచెట్టు.

శుక్లకర్మా-న్-త్రి-అకృష్ణకర్మా,సుకర్మశీలః॥

శుక్లకుష్ఠమ్-అ-న-శ్వేతవర్ణకుష్ఠరోగః॥

శుక్లక్షీరా-ఆ-సీ-కాకోలీ॥

శుక్లత్వమ్-అ-న-శుక్లతా॥

శుక్లమగ్ధః-అ-పు-శృంగాటకః॥

శుక్లదుగ్ధః-అ-త్రి-శ్వేతదుగ్ధయుక్తే॥

శుక్లధాతుః ఉ-పు- కఠినీ-౨శ్వేతవర్ణధాతు ద్రవ్యంచ॥

శుక్లపక్షః-అ-పు-సితపక్షః, చంద్రసంబంధి వృద్ధ్యనుకూలపంచదశకలాక్రియాప్రచయః॥

శుక్లపిష్టఖలమ్-అ-త్రి-పిష్టకృతఖలమ్॥ తె॥ పిండిజావ.

శుక్లపుష్పః-అ-పు-ఛత్రకవృక్షః-౨కుందపుష్పవృక్షః-౩మరువకః॥

శుక్లపుష్పః-అ-త్రి-శ్వేతకుసుమయుక్తే॥

శుక్లపుష్పా-ఆ-సీ-నాగదంతీ-౨శీతకుంభీ॥

శుక్లపుష్పీ-ఈ-సీ-నాగదంతీ॥

శుక్లపృష్ఠకః-అ-పు-సింధుకవృక్షః॥

శుక్లపృష్ఠకః-అ-త్రి-శ్వేతవర్ణపృష్ఠయుక్తే॥

శుక్లబలః-అ-పు-జినవిశేషః॥

శుక్లమణ్డలమ్-అ-న-చక్షుఃశ్వేతక్షేత్రమ్-౨శ్వేతవర్ణగోలలవస్తుచ॥

శుక్లరోహితః-అ-పు-శ్వేతరోహితవృక్షః-౨శుభ్రరోహితమత్స్యశ్చ॥

శుక్లలా-ఆ-సీ-ఉచ్చటా॥

శుక్లలా-ఆ-త్రి-శ్వేతదాతరి॥

శుక్లవర్గః-అ-పు- శ్వేతవర్ణసజాతీయద్ర(వ్యమ్॥

శుక్లవాయసః-అ-పు-బకః-౨శ్వేతకాకశ్చ॥

శుక్లశాలః-అ-పు-గిరినింబః-౨శ్వేతశాలవృక్షశ్చ॥

శుక్లా-ఆ-సీ-శుక్లవచా-౨త్రివృతా - ౩క్షీరకాకోలీ-౪సరస్వతీ॥ తె॥౧తెల్లవస - ౨తెల్ల తేగడ-౩క్షీరకాకోలిచెట్టు.

శుక్లాఙ్గీ-ఈ-సీ-శేఫాలికా॥

శుక్లాఙ్గీ-ఈ-త్రి-శ్వేతావయవయుక్తే॥

శుక్లాపాఙ్గః-అ-త్రి- శ్వేతవర్ణనేత్రాంతే॥

శుక్లాపాఙ్గః-అ-పు-మయూరః॥

శుక్లామ్లమ్-అ-న-అమ్లశాకః॥

శుక్లార్మ-న్-న-నేత్రరోగభేదః॥

శుక్లిమా-న్-పు-శుక్లతా॥

శుక్లీ-ఈ-౦-శుక్లస్సంపద్యత ఇత్యర్థే॥ తె॥ తెలుపుగా.

శుక్లోపలః-అ-పు-శ్వేతప్రస్తరే॥

శుక్లోపలశలాకా-ఆ-సీ-భూషాస్నిగ్ధాంగకారిణీ॥ తె॥ మెరుగుచేసెడుబాయి.

శుక్లోపలా-ఆ-సీ-శర్కరా॥

శుక్షిః-ఇ-పు-వాయుః-౨తెజః-౩చిత్రమ్॥

శుఙ్గః-అ-పు-వటవృక్షః-౨ఆమ్రాతకవృక్షః-౩శూకః॥

శుఙ్గా-ఆ-సీ-పర్కటీవృక్షః-౨నవపల్లవకోశీ-౩ధాన్యాదిశూకశ్చ॥

శుఙ్గాకర్మ-న్-న-పుంసవనసంస్కారవిశేషః

శుఙ్గీ-న్-పు-ప్లక్షవృక్షః-౨వటవృక్షః॥ తె॥ ౧జువ్విచెట్టు-౨మఱ్ఱిచెట్టు.

శుఙ్గీ-న్-త్రి-శుంగావిశిష్టః॥

శుచా-ఆ-సీ-శోకః॥

శుచిః-ఇ-సీ-కశ్యపపత్న్యాస్తామ్రాయాః సుతా॥

శుచిః-ఇ-త్రి-శ్వేతవర్ణవాన్-౨శుద్ధః-౩అనుపహతః॥

శుచిః-ఇ-పు-అగ్నిః-౨ఆషాఢమాసః-౩శృంగారరసః-౪శ్వేతవర్ణః-౫శుక్రః-౬చంద్రః-౭హరః-౮ఉపధిః-౯శుద్ధసచివః-౧౦గ్రీష్మః-౧౧రవిః-౧౨కపిః-౧౩అధ్యాత్మసంవిత్తిః-౧౪బ్రాహ్మణః-౧౫బ్రహ్మచర్యమ్॥

శుచితా-ఆ-సీ-శుచిత్వమ్॥

శుచిద్రుమః-అ-పు-అశ్వత్థవృక్షః-౨శుద్ధవృక్షః॥

శుచిప్రణీః-ఈ-త్రి-ఆచమనమ్॥

శుచిమల్లికా-ఆ-సీ-నవమాలికా॥

శుచిరోచిః-స్-పు-చంద్రః॥

శుచిరోచిః-స్-త్రి-శుక్లకిరణే॥

శుటీరతా-ఆ-సీ-వీర్యమ్॥

శుటీర్యమ్-అ-న-వీర్యమ్॥

శుణ్ఠవణమ్-అ-న-అశ్వగతిభేదః॥

శుణ్ఠః-అ-పు-శృంగిబేరాభమూలకతృణమ్॥

శుణ్ఠిః-ఇ-సీ-శుంఠీ॥ తె॥ సొంటి.

శుణ్ఠీ-ఈ-సీ-నాగరమ్॥ తె॥ సొంటి.

శుణ్ఠ్యమ్-అ-న-శుంఠీ॥ తె॥ సొంటి.

శుణ్డః-అ-త్రి-మదనిర్ఝరః॥

శుణ్డకః-అ-పు-శౌండికః-౨యుద్ధవేణుః॥

శుణ్డరోహః-అ-పు-భూతృణమ్, శృంగరోహ ఇతి పాఠః॥

శుణ్డా-ఆ-సీ-కరిహస్తః-౨వారయోషిత్-౩జలహస్తినీ-౪నలినీ-౫మద్యపానగృహమ్-౬సురా-౭కుట్టనీ॥

శుణ్డా-ఆ-ద్వి-సురా॥

శుణ్డాపానమ్-అ-న-మదస్థానమ్॥ తె॥ నలుగుఱుకూడికల్లుత్రాగెడుయిల్లు.

శుణ్డారః-అ-పు-శౌండికః॥

శుణ్డాలః-అ-పు-గజః-౨గజహస్తః॥

శుణ్డికా-ఆ-సీ-లంబికా-౨శుండాశబ్దార్థోప్యేషా॥ తె॥ ౧కొండనాలుక.

శుణ్డిమూషికా-ఆ-సీ-చుచుందరీ॥

శుణ్డీ-న్-పు-శౌండికః-౨హస్తీచ॥

శుణ్డీ-ఈ-సీ-హస్తిశుండీ॥ తె॥ హస్తిశుండిచెట్టు.

శుతుద్రిః-ఇ-సీ-శతద్రునదీ॥

శుతుద్రుః-ఉ-సీ-శతద్రునదీ॥

శుద్ధమ్-అ-త్రి-శ్వేతవర్ణవత్-౨పవిత్రీకరణదక్షవస్తు-౩కేవలః-౪రాగాంతరామిశ్రితరాగః॥

శుద్ధమ్-అ-న-సంగీతాంశభేదః-౨సైంధవమ్-౩మరిచమ్॥

శుద్ధః-అ-పు-శ్వేతవర్ణః॥

శుద్ధజఙ్ఘః-అ-పు-గర్దభః॥

శుద్ధజఙ్ఘః-అ-త్రి-పవిత్రజంఘాయుక్తే॥

శుద్ధదత్-త్-త్రి-శుద్ధాదంతాయస్యసః,శుక్లదంతయుక్తః॥

శుద్ధమతిః-ఇ-పు-చతుర్వింశతిభూతాత్మాదంతర్గతజినవిశేషః॥

శుద్ధమతిః-ఇ-సీ-పవిత్రబుద్ధౌ॥

శుద్ధమతిః-ఇ-త్రి-తద్వతి॥

శుద్ధవల్లికా-ఆ-సీ-గుడూచీ-౨పవిత్రలతాచ

శుద్ధానుమానమ్-అ-న-అలంకారభేదః॥

శుద్ధాన్తమ్-అ-న-అంతఃపురమ్॥

శుద్ధాన్తః-అ-పు-అంతఃపుర(స్త్రీ)-౨కక్ష్యాంతరమ్-౩రహస్యమ్-౪అశౌచాంతః॥ తె॥ ౨అంతఃపురసమీపాంగణము.

శుద్ధాన్తపాలకః-అ-పు-అంతఃపురరక్షకః॥

శుద్ధాన్తరయుక్-జ్-సీ-సంగీతమూర్ఛనాస్థితయుతాభేదః॥

శుద్ధాన్తా-ఆ-సీ-రాజ్ఞీ॥

శుద్ధాపహ్నుతిః-ఇ-సీ-అలంకారభేదః॥

శుద్ధిః-ఇ-సీ-శోధనమ్-౨దుర్గా-౩వైదికకర్మార్హత్వప్రయోజకసంస్కారవిశేషః॥

శుద్ధోదనసుతః-అ-పు-బుద్ధభేదః॥

శునః-అ-పు-కుక్కురః॥

శునఃశేఫః-అ-పు-మునివిశేషః, సతుఋచీకమునిపుత్రః॥

శునకః-అ-పు-శౌనకః-౨సారమేయః-౩రాజఋషివిశేషః-౪మునివిశేషః॥ తె॥ ౧ దుందిలపుచెట్టు-౨కుక్క.

శునకచఞ్చుకా-ఆ-సీ-క్షుద్రచంచుక్షుపః॥

శునకచిల్లీ-ఈ-సీ-శాకవిశేషః॥

శునకా-ఆ-సీ-పిండాలునాడికా॥ తె॥ చారకందకాఁడ.

శునారః-అ-పు-శునకక్షీరమ్-౨సర్పాండః-౩విసర్పః-౪కలవింకః॥

శునాసీరః-అ-పు-ఇంద్రః॥

శునిః-ఇ-పు-కుక్కురః॥

శునీ-ఈ-సీ-శునక(స్త్రీ)-౨కుష్మాండీ॥

శునీరః-అ-పు-కుక్కురీసమూహః॥

శున్ధ్యః-అ-పు-అగ్నిః॥

శున్యమ్-అ-న-శునీసమూహః॥

శున్యమ్-అ-త్రి-రిక్తే॥

శుభమ్-అ-న-పంచాంగయోగభేదః-౨మంగళమ్-౩వాసురా-౪రజ్జుః॥ తె॥ ౪ఉరికివలకుఁదగిలించినత్రాఁడు.

శుభమ్-మ్-ం-ఆనందః॥

శుభః-అ-పు-విష్కంభాదిసప్తవింశతియోగాంతర్గతత్రయోవింశయోగః॥

శుభః-అ-త్రి-శుభవాన్-౨ఖసంచారిపురమ్

శుభంయుః-ఉ-త్రి-శుభాన్వితః॥

శుభకృత్-త్-పు-సంవత్సరభేదః॥

శుభగన్ధకమ్-అ-న-బోలమ్॥

శుభగన్ధకమ్-అ-త్రి-మంగళగంధయుక్తే॥

శుభగ్రహః-అ-పు-సౌమ్యగ్రహః-సతు, గురుః, శుక్రః, పాపాయుతబుధః, అర్ధాధికచంద్రశ్చ॥

శుభఙ్కరః-అ-పు-స్వనామఖ్యాతాంకశాస్త్రకారకే॥

శుభఙ్కరః-అ-త్రి-మంగళకారకః॥

శుభఙ్కరీ-ఈ-సీ-పార్వతీ॥

శుభదః-అ-పు-అశ్వత్థవృక్షః॥

శుభదః-అ-త్రి-శుభదాతరి॥

శుభదన్తీ-ఈ-సీ-పుష్పదంతేభయోషిత్-౨సుదతీ॥

శుభపత్రికా-ఆ-సీ-శాలపర్ణీ-౨మంగలపత్రికాచ॥

శుభవాసనః-అ-పు-ముఖవాసకరగంధః॥

శుభస్థలీ-ఈ-సీ-సత్రశాలా॥

శుభా-ఆ-సీ-శోభా-౨ కాంతిః-౩ ఇచ్ఛా-౪ వంశరోచనా-౫ గోరోచనా-౬ శమీ-౭ ప్రియంగుః-౮ శ్వేతదూర్వా-౯ దేవసభా-౧౦ ఉమాసఖీవిశేషః-౧౧ మంగళజనికా॥

శుభాంశుః-ఉ-పు-చంద్రః॥

శుభాంగీ-ఈ-సీ-రతిదేవీ-౨ కుబేరభార్యా॥

శుభాచారా-ఆ-సీ-ఉమాసఖీ-౨ శోభనాచారవతీ చ॥

శుభాఞ్జనః-అ-పు-శోభాంజనవృక్షః॥

శుభాన్వితః-అ-త్రి-మంగళయుక్తః॥

శుభికా-ఆ-సీ-లలామా॥ తె॥ నుదిటిపువ్వు భాషికము.

శుభ్రమ్-అ-న-ఉద్దీప్తమ్-౨ అభ్రమ్-౩ జలమ్-౪ అభ్రకమ్॥

శుభ్రః-అ-పు-శ్వేతవర్ణః-౨ చందనమ్॥

శుభ్రః-అ-త్రి-శ్వేతవర్ణవాన్-౨ తేజోవాన్॥

శుభ్రదన్తీ-ఈ-సీ-శుభదంతీ-సా తు పుష్పదంతనామదిగ్గజకరిణీ॥

శుభ్రపుఙ్ఖా-ఆ-సీ-శరపుంఖా॥ తె॥ తెల్ల వెంపలిచెట్టు.

శుభ్రరశ్మిః-ఇ-పు-సూర్యః-౨ చంద్రః-౩ శ్వేతకిరణశ్చ॥

శుభ్రా-ఆ-సీ-తుకాక్షీరీ-౨ స్ఫటికః॥ తె॥ ౧ తవక్షీరి

శుభ్రాంశుః-ఉ-పు-చంద్రః-౨ కర్పూరః॥

శుభ్రాఙ్గీ-ఈ-సీ-ఇంద్రాశ్వః॥

శుభ్రాలుః-ఉ-పు-మహిషకందః-౨ శ్వేతాలుశ్చ॥

శుభ్రిః-ఇ-పు-బ్రహ్మా॥

శుమ్భః-అ-పు-దానవవిశేషః॥

శుమ్భఘాతినీ-ఈ-సీ-దుర్గా॥

శుమ్భమర్దినీ-ఈ-సీ-దుర్గా॥

శుల్కమ్-అ-(సీ)-మార్గాదిగృహ్యమాణశుల్కమ్-౨ కన్యార్థదత్తధనమ్-౩ అశ్వాదిక్రేతృదత్తశుల్కమ్॥ తె॥ ౧ సుంకము-౨ ఓలి-౩ రుసుము.

శుల్బమ్-అ-న-తామ్రమ్-౨ వాగురాబంధనగుణః-౩ కృష్ణభేదః-౪ లేఖ్యమ్-౫ అశ్మ॥ తె॥ ౨ ఉరికి, వలకుఁగట్టిన త్రాఁడు.

శుల్బారిః-ఇ-పు-గంధకః॥

శుల్లమ్-అ-న-రజ్జుః-౨ తామ్రమ్॥

శుశుమా-ఆ-సీ-శుక్రపత్నీ॥

శుశ్రువాన్-త్-త్రి-శ్రవణవిశిష్టః॥

శుశ్రూః-ఊ-సీ-మాతా॥

శుశ్రూషణమ్-అ-న-సేవా॥

శుశ్రూషా-ఆ-సీ-సేవా-౨ శ్రోతుమిచ్ఛా-౩ కథనమ్॥

శుషః-అ-పు-శోషణమ్-౨ గర్తః॥

శుషిః-ఇ-సీ-శోషః-౨ బిలః॥

శుషిరమ్-అ-న-ఫూరకమురల్యాదివాద్యమ్॥

శుషిరా-ఆ-సీ-నదీ-౨ నలీనామగంధద్రవ్యం॥

శుషిలః-అ-పు-వాయుః॥

శుష్కః-అ-త్రి-శోషం ప్రాప్తః॥

శుష్కరేవతీ-ఈ-సీ-మాతృకావిశేషః॥

శుష్కలః-అ-త్రి-ఆమిషమ్-౨ ఆమిషాశీ॥

శుష్కలీ-ఈ-సీ-శుష్కమాంసమ్-౨ మాంసమాత్రమ్॥

శుష్కవరః-అ-పు-మత్స్యభేదః॥

శుష్కవృక్షః-అ-పు-ధవవృక్షః॥

శుష్కవ్రణః-అ-పు-కిణః॥

శుష్కా-ఆ-సీ-నాటకాంగభేదః॥

శుష్కాఙ్గః-అ-పు-ధవవృక్షః॥

శుష్కాఙ్గః-అ-త్రి-స్నేహశూన్యావయవః॥

శుష్కాఙ్గీ-ఈ-సీ-గోధికా॥

శుష్కార్ద్రమ్-అ-న-శుంఠీ॥

శుష్ణః-అ-పు-సూర్యః-౨ అగ్నిః॥

శుష్మ-న్-న-శరీరస్థసామర్థ్య-౧తేజః॥

శుష్మమ్-అ-న-శరీరస్థబలమ్-౧శరీరస్థసామ
 ర్థ్యమ్॥

శుష్మః-అ-పు-సూర్యః-౧అగ్నిః-౨వాయుః-
 ౩పత్నీ-౪అర్చిః॥ (నభః॥)

శుష్మాన్-పు అగ్నిః-౧అర్కః-౨క్షీణః-౩ }

శూకమ్-అ-న-కింశారుః॥ తె॥ వరిముల్లు.

శూకమ్ అ-(సీ)- వ్రీహిసూక్ష్మతీక్ష్ణాగ్రమ్॥
 తె॥వరిముల్లు దివర.

శూకః- అ- పు- ఈశ్వరవల్లికా-౧శృంగమ్॥
 తె॥౧లతావిశేషము.

శూకకః-అ-పు-ప్రావటః-౧రసః॥

శూకకీటః-అ-పు-వృశ్చికః॥ తె॥కందిరీగ.

శూకకీటకః-అ-పు-శూకకీటః॥

శూకజమ్బుకా-ఆ-సీ- యవక్షారీ॥ తె॥ గచ్చ
 చెట్టు-

శూకతృణమ్-అ-న తృణవిశేషః॥

శూకధాన్యమ్-అ-న- యవగోధూమాదిశూ
 కవద్ధాన్యమ్॥

శూకపిణ్డిః-ఇ-సీ-శూకశింబిః॥

శూకపిణ్డీ-ఈ-సీ-శూకశింబిః॥ (కచెట్టు.)

శూకపుష్పీ ఈ-సీ-బృహతీ॥ తె॥ నేలముల }

శూకరః-అ-పు-వరాహః॥

శూకరకన్దః-అ-పు-వారాహీకందః॥

శూకరపాదికా-ఆ-సీ-కోలశింబీ॥

శూకరాక్రాన్తా-ఆ-సీ- వరాహక్రాంతా॥

శూకరీ-ఈ-సీ-వరాహక్రాంతా-౧సూక)

శూకరేష్టః-అ-పు-కసేరుః॥ (రపత్నీచ॥ }

శూకలః అ-పు-శిక్షారహితాశ్వః॥

శూకవలీ-ఈ-సీ-కపికచ్ఛూః॥

శూకవతీ-ఈ-త్రి-శూకయుక్తే॥

శూకవృన్తా-ఆ-సీ-బృహతీ॥ తె॥ నేలములక
 చెట్టు.

శూకశిమ్బా-ఆ-సీ-కపికచ్ఛూః॥ తె॥ దూల
 గొండిచెట్టు (గొండిచెట్టు.)

శూకశిమ్బిః ఇ-సీ-కపికచ్ఛూః॥ తె॥ దూల }

శూకశిమ్బికా-ఆ-సీ-కపికచ్ఛూః॥ తె॥ దూల
 గొండిచెట్టు.

శూకశిమ్బా-ఈ సీ కండూరాలతా॥ తె॥ దూ
 లగొండిచెట్టు.

శూకా-ఆ-సీ-కపికచ్ఛూః॥

శూకాపుష్టః-అ పు-తృణమణిః॥

శూతివర్ణః-అ-పు-ఆరగ్వధః॥

శూద్రమ్-అ-న-రజతమ్-౧మలీమసమ్- ౨ధీ
 రకః॥ తె॥౧వెండి-౨మురికి.

శూద్రః-అ-పు-అంఘ్రిజః॥ తె॥ శూద్రుడు.

శూద్రకః-అ-పు-శూద్రకరాజః॥

శూద్రప్రియః-అ-పు-పలాండుః॥

శూద్రప్రియః- అ - త్రి - శూద్రస్యప్రియ
 ద్రవ్యే॥

శూద్రప్రేష్యః-అ-పు- శూద్రస్యపరిచారక
 బ్రాహ్మణాదిః॥

శూద్రశాసనమ్-అ-న- శూద్రస్యాధికారో
 లేఖ్యపత్రాదిర్వా॥

శూద్రా-ఆ-సి-శూద్రజాతిస్త్రీ॥

శూద్రాన్నమ్-అ-న-శూద్రస్వామికాన్నం

శూద్రాభార్యః-అ-పు- శూద్రాభార్యాయ
 స్యసః-శూద్రాస్వామీ॥

శూద్రార్తా-ఆ-సీ-ప్రియంగువృక్షః॥

శూద్రావేదీ న్-పు-శూద్రావివాహకర్తా॥

శూద్రీ-ఈ-సీ-శూద్రస్యభార్యా॥

శూనః-అ-త్రి-వర్ధితః॥

శూనవాన్-త్-త్రి-వర్ధితః॥

శూనా-ఆ-సీ- ప్రాణివధస్థానమ్- ౧అధోజి
 హ్వికా॥ స్యసః॥ }

శూనావాన్-త్-పు - శూనావిద్యతేయ }

శూన్యమ్-అ-న-అనుస్వారః-౧ఆకాశమ్॥ తె॥ గసున్న.

శూన్యమ్-అ-త్రి-గజదిగ్ధకపిత్థవచ్ఛూన్యవస్తు

శూన్యమధ్యః-అ-త్రి-శూన్యగర్భవస్తుని॥

శూన్యమధ్యాః-అ-పు-నడః॥ తె॥ కికట-సగడ్డి.

శూన్యవాదిన్-న్-పు-సౌగతః-౧నాస్తికశ్చ॥

శూన్యా-ఆ-సీ-నలీ-౧మహాకంటకినీ - ౨వంధ్యా॥

శూరః-అ-పు-సూర్యః-౧కుక్కుటః - ౨వీరః-౩సింహః-౪సూకరః-౫చిత్రకః- ౬సాలః-౭లకుచః-౮మసూరః॥

శూరః-అ-త్రి-వీరః॥

శూరణోద్భుజః-అ-పు-హరిద్రాంగవత్కీ॥

శూరదేవః-అ-పు-చతుర్వింశతిభావ్యర్హదంతర్హాతార్హద్విశేషః॥

శూరసేనః-అ-పు-రాజవిశేషః-౧దేశవిశేషః

శూర్పః-అ-(సీ)- ప్రస్ఫోటనమ్ - ౧కుంభపరిమాణమ్-౨ద్విద్రోణపరిమాణమ్॥ తె॥ ౧ చేట-౧చేటెడు-కుండెడు-౨ద్రోణమనంగా అరచేటెడు.

శూర్పకః-అ-పు-అసురవిశేషః॥

శూర్పకర్ణః-అ-పు-హస్తీ॥

శూర్పకర్ణః-అ-త్రి-కుల్యతుల్యశ్రుతియుక్తే॥

శూర్పకారాతిః-ఇ-పు-కామదేవః॥

శూర్పకారిః-ఇ-పు-మన్మథః॥

శూర్పణఖా-ఆ-సీ-రావణభగినీ॥

శూర్పణఖీ-ఈ-సీ-రావణభగినీ॥

శూర్పపర్ణీ-ఈ-సీ-ముద్గపర్ణీ॥ తె॥ పిల్లపెసరచెట్టు.

శూర్పశ్రుతిః-ఇ-పు-గజః॥

శూర్పాకారమణ్డలమ్-అ-త్రి- రాహుమండలమ్॥

శూర్పీ-ఈ-సీ-శూద్రశూర్పః-౧శూర్పణఖా

శూర్మః-అ-పు-లౌహప్రతిమా॥

శూర్మిః-ఇ-సీ- రజతాద్యయఃపర్యంతలోహకృతప్రతిమా॥

శూర్మికా-ఆ-సీ-లౌహప్రతిమా॥

శూర్మీ-ఈ-సీ-లౌహప్రతిమా॥

శూర్పాహ్వయా-ఆ-సీ-విశాఖానక్షత్రమ్॥

శూలమ్-అ-(సీ)-పంచాంగయోగభేదః - ౧శూలాయుధమ్-౨రోగభేదః॥

శూలమ్-అ-న-విక్రయణమ్॥

శూలః-అ-పు-ఉపరాగాదిదోషః-౧ధ్వజః-౨కఫోణిప్రహారః॥

శూలకః-అ-పు-దుర్వృత్తఘోటకః॥

శూలగ్రన్థిః-ఇ-సీ-మాలాదూర్వా॥

శూలఘాతనమ్-అ-న-మండూరమ్॥

శూలఘ్నః-అ-త్రి-శూలఘాతకే॥

శూలఘ్నః-అ-పు-కచ్ఛూరః॥ తె॥ ఆలుగండ్లకచ్చూరము.

శూలచితమ్-అ-న-రతిబంధవిశేషః॥

శూలద్విట్-ష్-పు-హింగుః॥

శూలధన్వా-న్-పు-శివః॥

శూలధరః-అ-పు-శివః॥

శూలధరా-ఆ-సీ-దుర్గా॥

శూలధారిణీ-ఈ-సీ-దుర్గా॥

శూలధృక్-హ-సీ-దుర్గా॥

శూలధృక్-హ-పు-మహాదేవః॥

శూలనాశనమ్-అ-న-సౌవర్చలలవణమ్॥

శూలపత్రీ-ఈ-సీ-తృణవిశేషః॥ తె॥ త్రిశూలగడ్డి.

శూలపాణిః-ఇ-పు-ఈశానః॥

శూలశత్రుః-ఉ-పు-ఏరండవృక్షః॥ తె॥ ఆముదపుచెట్టు.

శూలహన్త్రీ-ఈ-సీ-యవానీ॥

శూలహృత్-త్-పు-హింగుః॥

శూలా-ఆ-సీ- దుష్టవధకీలకమ్- ౧రతిప్రహా

రః-౩తిలకమ్-౪పణ్యాంగనా॥ తె॥ ౧కొట్టు. (కుట్లు.

శూలాకృతమ్-అ-త్రి-భటిత్రమ్॥ తె॥ కరకుట్లు.

శూలిః ఇ-త్రి-భటిత్రః॥ తె॥ కరకుట్లు.

శూలికమ్-అ-న-శూలాకృతమ్॥

శూలికః-అ-త్రి-శూలయుక్తే॥

శూలికః-అ-పు-శశః॥ తె॥ చెవులపిల్లి

శూలినః-అ-పు-ఖాండీరవృక్షః॥

శూలినీ-ఈ-సీ-కాంభోజీ-౨తాంబూలవల్లీ-౩మాచ్ఛాటుకమ్॥ తె॥ ౧బండిగురివెంద చెట్టు-౩గొల్లజిడ్డుచెట్టు.

శూలీ న్-త్రి-శూలాస్త్రధారకే-౨శూలరోగయుక్తేచ॥

శూలీ-ఈ-సీ-శూలవత్రీ॥ తె॥ త్రిశూలిగడ్డి.

శూలీ-న్-పు-శివః-౨అరణ్యపర్ణః॥ తె॥ ౨జిల్లేడుచెట్టు.

శూలోక్షా-ఆ-సీ-సోమరాజీ॥

శూల్యమ్-అ-త్రి-భటిత్రమ్॥ తె॥ కరకుట్లు.

శృకాలః-అ-పు-శృగాలః॥

శృగాలః-అ-పు-జంబుకః॥

శృగాలకణ్టకః-అ-పు-క్షుపవిశేషః॥

శృగాలకోలిః-ఇ-పు-క్షుద్రకోలివృక్షః॥

శృగాలఘణ్టీ-ఈ-సీ-కోకిలాక్షః॥

శృగాలజమ్బుః-ఉ-పు-గోడుంబః-౨ఘోంటాఫలమ్॥

శృగాలవిన్నా-ఆ-సీ-పృశ్నిపర్ణీ॥

శృగాలికా-ఆ-సీ-శృగాలపత్నీ-౨త్రాసాత్పలాయనమ్-౩భూమికుష్మాండః-౪క్షుద్రశృగాలః॥

శృగాలీ-ఈ-సీ-విద్రవః, పలాయనమితియావత్-౨కోకిలాక్షః-౪విదారీ-౫శృగాలికాచ॥

శృఙ్ఖలః-అ-త్రి-పుంసాంకట్యాభరణమ్-౨హస్త్యాదీనాం లౌహమయపాదబంధోపకరణమ్॥

శృఙ్ఖలకః-అ-పు-దారుపాదబంధనయుక్తోష్ట్రశిశుః-౨శృంఖలశ్చ॥

శృఙ్ఖలా-ఆ-సీ-బర్బూరః-౨వజ్రవల్లీ-౩పుంస్కటీవస్త్రబంధః॥ తె॥ ౧తుమ్మచెట్టు-౨నల్లేరు.

శృఙ్ఖలా-ఆ-త్రి-అందూః-౨పురుషకటిసూత్రమ్॥ తె॥ ౧పసులగసంకెళ్లు-౨మొలత్రాడు.

శృఙ్ఖలితః-అ-త్రి-శృంఖలాయుక్తః,నిగడితః

శృఙ్ఖలీ-ఈ-సీ-కోకిలాక్షవృక్షః॥ తె॥ గొలిమిడిచెట్టు.

శృఙ్గమ్-అ-న-ఖురముఖమ్-౨పట్టణమ్-౩పర్వతశృంగమ్-౪విషాణమ్ ౫ప్రాధాన్యమ్ ౬క్రీడాంబుయంత్రకమ్-౭సాను-౮వర్షమ్॥ తె॥ ౧కొమ్ముబూర-౬చిమ్మిలిగొట్టము.

శృఙ్గః-అ-పు-జీవకః-౨శోకభేదః-౩మునిభేదః తె॥ ౧జీవకమనెడు గ్రంథ్యము-౨బలుసుకూర.

శృఙ్గకమ్-అ-న-అగురు॥

శృఙ్గకః-అ-పు-జీవకవృక్షః॥

శృఙ్గకన్దః-అ-పు-శృంగాటకః॥

శృఙ్గజమ్-అ-త్రి-శృంగజాతే॥

శృఙ్గజమ్-అ-న-అగురు॥

శృఙ్గజః-అ-పు-శరే॥

శృఙ్గబేరమ్-అ-న-ఆర్ద్రకమ్॥ తె॥ అల్లము.

శృఙ్గబేరకమ్-అ-న-ఆర్ద్రకమ్॥

శృఙ్గబేరాభమూలకః-అ-పు-పరకా॥

శృఙ్గమూలః-అ-పు-శృంగాటకః॥

శృఙ్గమోహీ-న్-పు-చంపకః॥

శృఙ్గలా-ఆ-సీ-అజశృంగీ॥

శృఙ్గవాన్-త్-పు-కురువర్షీయసీమాపర్వతః

శృఙ్గాటమ్-అ-న-చతుష్పథమ్॥
శృఙ్గాటః-అ-పు-జలకంటకః-౨స్వాదుకంటకః-౩కామాఖ్యదేశస్థపర్వతః॥
శృఙ్గాటకమ్-అ-న-చతుష్పథమ్-౨ద్వారమ్-౩జలజలతాఫలవిశేషః-౪ఖాద్యవిశేషః తె॥౧నాలుగుత్రోవలుకలిసినదారి.
శృఙ్గాటకః-అ-పు-త్రిశృంగకః॥ తె॥పరికెగెడ్డ
శృఙ్గారమ్-అ-న-లవంగమ్-౨చూర్ణః-౩సిందూరమ్॥
శృఙ్గారః-అ-పు-నవరసభేదః-౨తాలప్రాణకలాభేదః-౩నాట్యమ్-౪గజభూషణమ్ ౫సుందరమ్॥ తె॥౫సౌందర్యము.
శృఙ్గారకమ్-అ-న-సిందూరమ్॥
శృఙ్గారకః-అ-త్రి-శృంగవిశిష్టః-౨స్వార్థేకే శృంగారశ్చత్రపుం.
శృఙ్గారభూషణమ్-అ-న-సిందూరమ్॥
శృఙ్గారయోనిః-ఇ-పు-మన్మథః॥
శృఙ్గారీ-న్-పు-సువేషః-౨కాముకః-౩గజః-౪జయంతః-౫పూగః-౬మాణిక్యమ్॥
శృఙ్గిః-ఇ-సీ-భూషణరూపసువర్ణమ్-౨మత్స్యవిశేషః॥
శృఙ్గికమ్-అ-న-విషభేదః॥
శృఙ్గికా-ఆ-సీ-ప్రతివిషా॥
శృఙ్గిణః-అ-పు-మేషః॥
శృఙ్గిణీ-ఈ-సీ-నదీవటః-౨గౌః॥ తె॥ ౧నల్లమఱ్ఱిచెట్టు-౨ఆవు.
శృఙ్గీ-న్-పు-వత్సనాభవిశేషః-౨పీతనః-౩ప్లక్షవృక్షః-౪సుపార్శ్వకః-౫వటః-౬వృషభః-౭మహిషః॥ తె॥౧వసనాభి-౨అంబాలపుచెట్టు-౩జువ్విచెట్టు-౪కలుజువ్విచెట్టు-౫మఱ్ఱిచెట్టు-౬వృషభమనెడుచెట్టు-౭మన్నపోతు.
శృఙ్గీ-ఈ-సీ-మద్గుర(స్త్రీ)-౨అతివిషా-౩కులీరశృంగీ-౪భూషణరూపసువర్ణమ్-౫జీవకః॥ తె॥౧ఆఁడుబొమ్మడాయి-౨అతివస౩కర్కటకశృంగి॥
శృఙ్గీ-న్-త్రి-శృంగయుక్తః॥
శృఙ్గీకనకమ్-అ-న-భూషణరూపసువర్ణమ్॥
శృణిః-ఇ-సీ-అంకుశః॥
శృణ్వీ-ఈ-సీ-శారిః॥ తె॥సొగటాలు.
శృతమ్-అ-త్రి-పక్వక్షీరాజ్యపయాంసి-౨క్వథితమ్॥
శృతకీర్తిః-ఇ-పు-దేవర్షిః-౨దానశీలః॥
శృతకీర్తిః-ఇ-సీ-నదీ-౨భరతభార్యా॥
శృధుః-ఉ-పు-బుద్ధిః-౨గుదమ్॥
శృధూః-ఊ-పు-కుత్సితః-౨అపానమ్॥
శేగుణ్ణః-అ-పు-అర్జకః॥ తె॥ తెల్లగగ్గెరచెట్టు.
శేఖరమ్-అ-న-లవంగమ్-౨శిగ్రుమూలమ్॥
శేఖరః-అ-పు-ఆపీడః॥ తె॥ శిఖయెందుగట్టిగాకట్టినపూలదండ.
శేఖరీ-ఈ-సీ-వందా॥
శేణవీ-ఈ-సీ-బుద్ధిః॥
శేణా-ఆ-సీ మనీషా॥ తె॥బుద్ధి.
శేపః అ-పు-శిశ్నః॥
శేపః-న్-న-శిశ్నః॥
శేపాలః-అ-పు-శైవాలః॥
శేఫః-అ-పు-శిశ్నః॥
శేఫః-న్-న-శిశ్నః॥
శేఫాలిః-ఇ-పు-శేఫాలికా॥
శేఫాలికా-ఆ-సీ-నీలికా॥ తె॥నల్లవావిలిచెట్టు
శేఫాలీ-ఈ-సీ-శేఫాలికా-౨నీలసింధువారః॥
శేముషీ-ఈ-సీ-బుద్ధిః॥
శేలకః-అ-పు-శ్లేష్మాతకః॥ తె॥విరిగిచెట్టు.
శేలినీ-ఈ-సీ-శారిః॥ తె॥సొగటాసారె॥
శేలుః-ఉ-పు-శ్లేష్మాతకవృక్షః॥ తె॥విరిగిచెట్టు
శేవః-అ-పు-శిశ్నః-౨ఉన్నతః-౩అహిః॥

శేవధిః-ఇ-పు-పద్మశంఖాదినిధిః॥

శేవలమ్-అ-న-శైవాలమ్॥

శేవలః-అ-పు-జలనీలీ॥ తె॥ నాఁచు.

శేవలినీ-ఈ-సీ-నదీ॥

శేవాలమ్-అ-న-జలనీలీ॥ తె॥ నాఁచు.

శేవాలీ-ఈ-సీ-ఆకాశమాంసీ॥

శేషమ్-అ-న-ప్రసాదః॥

శేషః-అ-పు-బలరామః-౨సహస్రశిరస్సర్పః ౩వధః-౪గజః-౫స్వీకృతేతరవస్తు॥

శేషః-అ-త్రి-ఉపయుక్తశేషః॥ తె॥ మిగిలినది.

శేషత్వమ్-అ-న-ఉపకారిత్వమ్-౨పారార్థ్యమ్-పరోద్దేశ్యప్రవృత్తికత్వమ్-౩శేషస్య భావః॥

శేషరాత్రిః-ఇ-సీ-రాత్రిశేషః॥

శేషా-ఆ-సీ-స్వయంప్రసాదీకృతమాల్యాక్షతాదిః-౨అక్షతాదిదానమ్-౩స్వనిర్మాల్యమ్॥

శేషాద్రిః-ఇ-పు-అంజనాచలః॥

శైక్షః-అ-పు-ప్రథమారంభమాణశిష్యః॥ తె॥ నూతనవిద్యాభ్యాసము జేసెడుశిష్యుడు

శైక్షికః-అ-త్రి-శిక్షాశాస్త్రవేత్తా॥

శైఖరికః-అ-పు-అపామార్గః॥ తె॥ ఉత్తరేణిచెట్టు.

శైఖరేయః-అ-పు-అపామార్గః॥ తె॥ ఉత్తరేణిచెట్టు.

శైత్యమ్-అ-న-శీతలత్వమ్॥

శైథిల్యమ్-అ-న-శిథిలత్వమ్॥

శైనేయః-అ-పు-సాత్యకిః॥

శైరీయకః-అ-పు-నీలఝింటీ - శైరేయకోపి పాఠః॥

శైలమ్-అ-న-శైలేయమ్-౨తార్క్ష్యశైలమ్॥ తె॥ ౨రసాంజనము.

శైలః-అ-పు-పర్వతః॥

శైలకమ్-అ-న-శైలజమ్॥

శైలగన్ధమ్-అ-న-శాబరచందనమ్॥

శైలగర్భాహ్వా-ఆ-సీ-శిలావల్కా॥

శైలజమ్-అ-న-సుగంధిద్రవ్యవిశేషః॥

శైలజమ్-అ-త్రి-పర్వతజాతే॥

శైలజా-ఆ-సీ-సైంహలీ - ౨గజపిప్పలీ - ౩దుర్గా॥

శైలధన్వా-న్-పు-మహాదేవః॥

శైలధరః-అ-పు-శ్రీకృష్ణః॥

శైలనిర్యాసమ్-అ-న-శిలాజతు॥

శైలపత్రః-అ-పు-బిల్వవృక్షః॥

శైలబీజః-అ-పు-భల్లాతకవృక్షః॥

శైలభిత్తిః-ఇ-సీ-టంకః॥

శైలరాజః-అ-పు-హిమాలయపర్వతః॥

శైలవల్కలా-ఆ-సీ-శిలావల్కలా॥

శైలశిఖరమ్-అ-న-సముద్రః॥

శైలసుతా-ఆ-సీ-పార్వతీ-౨జ్యోతిష్మతీ॥

శైలాఖ్యమ్-అ-న-శైలజమ్॥

శైలాగ్రమ్-అ-న-శిఖరమ్॥

శైలాజమ్-అ-న-శైలేయమ్॥

శైలాటః-అ-పు-కిరాతః-౨సింహః-౩దేవలః ౪శుక్లకాచః॥

శైలాదిః-ఇ-పు-శిలాదపుత్రః॥ తె॥ శ్రీశైలము

శైలాలీ-న్-పు-శైలూషః॥ తె॥ మేళగాఁడు.

శైలిక్యః-అ-పు-సర్వలింగీ॥

శైలీ-ఈ-(పు)-శీలవతోర్భావకర్మణి॥

శైలూషః-అ-పు-బిల్వః-౨శైలాలీ॥ తె॥ ౧మారేడుచెట్టు-౨మేళముకట్టిజీవించెడువాఁడు.

శైలూషికః-అ-పు-నటవృత్త్యన్వేషీ॥

శైలూషికీ-ఈ-సీ-శైలూషికజాతిస్త్రీ॥

శైలేన్ద్రః-అ-పు-హిమాలయః॥

శైలేన్ద్రస్థః-అ-పు-భూర్జవృక్షః॥

శైలేయమ్-అ-న-అశ్మపుష్పమ్-౨సింధులవ

ణమ్-౩ తాలపర్ణీ॥ తె॥౧జాతిపువ్వు.

శైలేయమ్-అ-త్రి-శైలసంభవమ్-౨శిలా (తుల్యమ్॥

శైలేయః-అ-పు-చంచరీకః॥

శైలేయీ-ఈ-సీ పార్వతీ॥

శైలోద్భవా-ఆ-సీ-క్షుద్రపాషాణభేదీ॥

శైల్యమ్-అ-త్రి-శిలాసంబంధి॥

శైల్యమ్-అ-న-శైలభావః-౨శైలకర్మ॥

శైవమ్-అ-న-శైవాలః॥౨శివపురాణమ్॥

శైవమ్-అ-త్రి-శివసంబంధిని॥

శైవః-అ-పు-శైవమతప్రవర్తకః-౨ధుస్తూరః-౩వసుకః॥

శైవలమ్-అ-న-పద్మకాష్ఠమ్-౨జలాంచలమ్॥

శైవలః-అ-పు-శైవాలే॥

శైవలినీ-ఈ-సీ-నదీ॥

శైవవృక్షా-ఆ-సీ-మహామేదా॥ తె॥ మహామేదయను చెట్టు.

శైవాలమ్-అ-న-జలనీలీ॥ తె॥ నాచు.

శైవాలః-అ-(సీ)-జలనీలీ॥ తె॥ నాచు.

శైవ్యః-అ-పు-శ్రీకృష్ణస్య ఘోటకవిశేషః॥

శైవ్యః-అ-త్రి-శివసంబంధిని॥

శైశవమ్-అ-న-దంతజననపర్యంతవయః-౨మార్దవమ్॥

శైశిరః-అ-పు-శ్యామచటకః॥

శైశిరః-అ-త్రి-శిశిరసంబంధిని॥

శైష్యోపాధ్యాయికా-ఆ-సీ-శిష్యోపాధ్యాయిభావః-౨శిష్యోపాధ్యాయికర్మ.

శోః-స-౦-ఉత్సాః॥ తె॥అసహ్యపడడము.

శోకః-అ-పు-కరుణారసస్థాయిభావః-౨పుత్రమరణాదిజాతమనశ్శోకః॥

శోకనాశః-అ-పు-అశోకవృక్షః॥

శోకహారీ-ఈ-సీ-వనబర్బరికా॥

శోకారిః-ఇ-పు-కదంబవృక్షః॥

శోచనమ్-అ-న-శోకః॥

శోచనా-ఆ-సీ-శోకోత్పాదనా॥

శోచిః-ష-న-తేజః-౨శుద్ధిః-౩కిరణః॥

శోచిష్కేశః-అ-పు-అగ్నిః-౨చిత్రకవృక్షః॥

శోచ్యకః-అ-త్రి-అవరః,క్షుద్రః॥

శోటీర్యమ్-అ-న-వీర్యమ్॥

శోఠః-అ-త్రి-మూర్ఖః-౨అలసః-౩ధూర్తః-౪నీచః-౫పాపరతః॥

శోణమ్-అ-న-సిందూరమ్-౨రుధిరమ్॥

శోణమ్-అ-త్రి-రక్తవర్ణవత్॥

శోణః-అ-పు-రక్తవర్ణః-౨శోణనదః-౩రక్తవర్ణాశ్వః-౪అరలుపాదపః-౫అగ్నిః॥

శోణకః-అ-పు-కుటన్నటః॥ తె॥ దుందిలపుచెట్టు

శోణఝిణ్టికా-ఆ-సీ-రక్తసైరేయః॥

శోణఝిణ్టీ-ఈ-సీ-కురువకః-౨కంటకినీ॥

శోణపః-అ-పు-టంకః-౨ద్విధరణతులామానమ్॥

శోణపత్రః-అ-పు-రక్తపునర్నవా॥

శోణపద్మకమ్-అ-న-రక్తకమలమ్॥

శోణపుచ్ఛకః-అ-పు-పక్షివిశేషః॥

శోణపుష్పకః-అ-పు-కోవిదారః॥

శోణపుష్పీ-ఈ-సీ-శిందూరీ॥ తె॥ సిందూరి చెట్టు.

శోణమూలః-అ-పు-మూలరాజః॥ తె॥ పెండలము.

శోణరత్నమ్-అ-న-లోహితకమ్॥ తె॥ కెంపు.

శోణా-ఆ-సీ-యవాగూః-౨మనీషా॥ తె॥ ౧గంజి-౨బుద్ధి.

శోణాకః-అ-పు-వృక్షవిశేషః॥

శోణితమ్-అ-న-రుధిరమ్॥

శోణితపురమ్-అ-న-బాణపురమ్॥

శోణితాహ్వయమ్-అ-న-కుంకుమమ్॥

శోణితోత్పలమ్-అ-న-రక్తోత్పలమ్॥

శోణీ-ఈ-సీ-రక్తద్రవ్యమ్-౨రక్తోత్పలతుల్యవర్ణా(స్త్రీ)॥

శోణోపలః-అ-పు-మాణిక్యమ్॥

శోథః-అ-పు-శ్వయథుః-౨శోథనమ్॥ తె॥ ౧ వాపురోగము.

శోథకః-అ-పు-శోథః॥

శోథఘ్నీ-ఈ-సీ-పునర్నవా-౨శాలపర్ణీ॥

శోథఘ్నీ-ఈ-త్రి-శోథనాశకే॥

శోథజిత్-త్-పు-భల్లాతకః॥

శోథజిహ్వః-అ-పు-పునర్నవా॥

శోథహృత్-త్-పు-భల్లాతకః॥

శోథహృత్-త్-త్రి-శోథహారకే॥

శోధకమ్-అ-న-కంకుష్ఠమ్॥

శోధకమ్-అ-త్రి-శుద్ధికారకే॥

శోధనమ్-అ-న-శోధనక్రియా-౨విష్ఠా - ౩ కాసీసమ్॥ తె॥ ౧పరిశుద్ధము చేయడము.

శోధనః-అ-పు-నింబూకః॥

శోధనః-అ-త్రి-పరిశుద్ధికర్తృద్రవ్యమ్॥

శోధనీ-ఈ-సీ-సమ్మార్జనీ-౨తామ్రవల్లీ- ౩ నీలీ॥ తె॥ ౧చీపురు.

శోధనీబీజమ్-అ-న-జయపాలః॥

శోధనీయః-అ-త్రి-శోధితవ్యః॥

శోధితమ్ అ-త్రి-సమ్మృష్టమ్॥ తె॥ వస్త్రాదుల చేత శోధించిన ద్రవ్యము.

శోధ్యమ్-అ-న-రహితమ్॥ తె॥ ఒక లెక్కలో మరియొక లెక్క తీసివేయడము.

శోనకః-అ-పు-కుటన్నటః॥ తె॥దుందిలపుచెట్టు.

శోఫః-అ-పు-శోథః॥

శోఫఘ్నీ-ఈ-సీ-శాలపర్ణీ-౨రక్తపునర్నవా

శోఫనాశనః-అ-పు-నీలవృక్షః॥

శోఫనాశనః-అ-త్రి-శోథనాశకే॥

శోఫహృత్-త్-త్రి-శోథహారకే॥

శోఫహృత్-త్-పు-భల్లాతకవృక్షః॥

శోభః-అ-పు-శ్వయథుః॥ తె॥ వాపురోగము.

శోభకృత్-త్-పు-సంవత్సరవిశేషః-౨భల్లాతవృక్షః-౩ వేశ్యాముఖమ్-౪తాంబూలమ్-౫గంధలేపనమ్॥ తె॥౨జీడిచెట్టు.

శోభఘ్నీ-ఈ-సీ-పునర్నవా ॥ తె॥ గలిజేరు చెట్టు.

శోభనమ్-అ-న-పంచాంగయోగభేదః-౨శుభమ్॥

శోభనమ్-అ-త్రి-మనోహరమ్॥

శోభనః-అ-పు-గ్రహః- ౨విష్కంభాదిసప్తవింశతియోగాంతర్గతపంచమయోగః॥

శోభనకః-అ-పు-శోభాంజనవృక్షః॥

శోభనకః-అ-త్రి-శోభనశబ్దకారకే॥

శోభనా-ఆ-సీ-హరిద్రా-౨గోరోచనా॥

శోభా-ఆ-సీ-కాంతిః- ౨స్త్రీణాంహారభేదః- ౩ఇచ్ఛా॥

శోభాంజనః-అ-పు-శిగ్రుః॥ తె॥మునగచెట్టు.

శోలీ-ఈ-సీ-వనహరిద్రా॥

శోషః-అ-పు-క్షయరోగః-౨శ్వయథుః- ౩శోషణమ్॥ తె॥౨వాపురోగము.

శోషణమ్-అ-న-రసాకర్షణమ్- ౨స్నేహరహితీకరణమ్-౩శుంఠీ॥

శోషణః-అ-పు-కామదేవస్యబాణవిశేషః-౨శ్యోనాకవృక్షః॥

శోషసమ్భవమ్-అ-న-పిప్పలీమూలమ్॥

శోషాపహా-ఆ-సీ-క్లీతనకమ్॥

శోషాపహా-ఆ-త్రి-శోషనాశకే॥

శోషితః-అ-త్రి-కృతశోషణః॥

శౌకమ్-అ-న-శుకసమూహః-౨రతిభేదః- ౩ రతిబంధభేదః॥

శౌకరమ్-అ-న-తీర్థవిశేషః॥

శౌకరవమ్-అ-న-తీర్థవిశేషః॥

శౌక్తః-అ-త్రి-తండులఖండఖలః॥ తె॥నూకల జావ.

శౌక్తికేయమ్-అ-న-మౌక్తికం॥ తె॥ ముత్తెము

శౌక్తేయమ్-అ-న-ముక్తా॥

శౌక్తేయమ్-అ-త్రి-శుక్తిసంబంధి॥

శౌక్లికేయః-అ-పు-రాజిలజాతిసర్పవిశేషః॥

శౌక్ల్యమ్-అ-న-శుక్లభావః-శుక్లకర్మ॥

శౌచమ్-అ-న-శుచితా॥

శౌచమార్గికః-అ-పు-శౌచమార్గికమతప్రవర్తకః॥

శౌచాచారః అ-పు-శుద్ధికర్మా॥

శౌచికః-అ-పు-వర్ణసంకరవిశేషః॥

శౌచేయః-అ-పు-రజకః॥

శౌటీరః-అ-పు-త్యాగీ-వీరః॥

శౌటీరః-అ-త్రి-గర్వాన్వితే॥

శౌటీర్యమ్-అ-న-వీర్యమ్-గర్వః॥

శౌణ్డః-అ-పు-కుక్కుటః॥

శౌణ్డః-అ-త్రి- సురాపానాదిమత్తః-విఖ్యాతః॥

శౌణ్డర్యమ్-అ-న-అహంకారః॥

శౌణ్డిః-ఇ-సీ-జలపక్కిః-రచవ్యమ్॥ తె॥ రచవ్యము.

శౌణ్డికః-అ-పు-సురాజీవీ॥ తె॥ కల్లునమ్ముకొని బ్రతికెడుకబ్బిలివాఁడు.

శౌణ్డిన్-పు-శౌండికః॥

శౌణ్డీ-ఈ-సీ పిప్పలీ-కటభిః- 3 జలపక్కిః-రచవ్యమ్॥ తె॥ ౧పిప్పలిచెట్టు - ౨నల్లగినియచెట్టు-రచవ్యము.

శౌణ్డీరః-అ-త్రి-ఉన్ముఖః-గర్వితః॥ తె॥ ౧మీఁసముచూచెడువాఁడు.

శౌణ్డీర్యమ్-అ-న-గర్వః॥

శౌద్ధోదనిః-ఇ-పు-శాక్యబుద్ధదేవ॥

శౌద్రః-అ-పు-ద్వాదశవిధపుత్రాంతర్గతపుత్రవిశేషః-సతుబ్రాహ్మణక్షత్రియవైశ్యాన్యతమాత్-శూద్రాయాంజాతః

శౌద్రః-అ-త్రి-శూద్రసంబంధిని॥

శౌధికా-ఆ-సీ-రక్తకంటః॥

శౌనకః-అ-పు-మునివిశేషః॥

శౌనికః-అ-పు-మాంసవిక్రయకర్తా - వ్యాధః ॥

శౌభమ్-అ-న-హరిశ్చంద్రపురమ్॥

శౌభః-అ-పు-దేవతా-గువాకః॥

శౌభనేయః-అ-త్రి-శోభనసంబంధీ॥

శౌభాఞ్జనః-అ-పు-శోభాఁజనవృక్షః॥

శౌభికః అ-పు-ఇంద్రజాలికః॥

శౌభ్రేయః-అ-త్రి-శుభ్రాయాఅపత్యమ్-శుభ్రసంబంధినిచ॥

శౌరిః-ఇ-పు-విష్ణుః-సర్జకః-3 శనైశ్చరగ్రహః॥ తె॥ వేఁగిసచెట్టు.

శౌర్పికః-అ-త్రి-శూర్పపరిమితమ్॥

శౌర్ప్యః-అ-త్రి-శూర్పపరిమితమ్॥

శౌర్యమ్-అ-న-శరీరస్థబలమ్-శరీరస్థసామర్థ్యమ్॥

శౌల్కః అ-త్రి-శుల్కసంబంధీ॥

శౌల్కః-అ-పు-ఆకరికః॥ తె॥సుంకరి.

శౌల్కికః-అ-పు-శుల్కాధ్యక్షః॥

శౌల్కికేయః-అ-పు- విషభేదః - శుల్కికోదేశభేదస్తత్రభవఃశౌల్కికేయః॥

శౌల్బికః-అ-పు-తామ్రకుట్టకః॥ తె॥ కంచరివాఁడు.

శౌవమ్-అ-న-శునఃసంకోచః - శునోబృందమ్-3 శ్వోభవమ్॥

శౌవనమ్-అ-న- శునోభావః - శునోఅపత్యమ్॥

శౌవస్తికమ్-అ-త్రి-భావిదినస్థాయివస్తు॥

శౌవాపదమ్-అ-త్రి-శ్వాపదసంబంధి॥

శౌష్కలః-అ-త్రి-మాంసభక్షకః॥

శౌష్కలః-అ-పు-శుష్కమాంసవ్యవణకః॥

శ్చ్యోతః-అ-పు-ప్రాఘారః ॥ తె॥ తొణికిచిలుకుట.

శ్మన్-న-ముఖమ్॥

శ్మశానమ్-అ-న రుద్రభూమిః॥

శ్మశానవాసినీ-ఈ సీ-కాశీ॥

శ్మశానవాసిన్-పు-శివః॥

శ్మశానవాసిన్-త్రి-శ్మశానేవాసకర్తరి॥

శ్మశానవేశ్మన్-పు-మహాదేవః॥

శ్మశ్రు-ఉ-న-అవచూలమ్॥ తె॥ గడ్డము, మీసములవెంట్రుకలు.

శ్మశ్రుముఖీ-ఈ-సీ-శ్మశ్రుయుక్తానారీ॥

శ్యానమ్-అ-న-అగ్నిధూమః॥

శ్యానః-అ-త్రి-గతః॥

శ్యానః-అ-పు-ఘృతాదికద్రవస్పర్శః॥

శ్యామమ్-అ-న-మరిచమ్-౨లవణమ్॥ తె॥ ౧ మిరియాలచెట్టు-౨ఉప్పు.

శ్యామః-అ-పు-పీలువృక్షః-౨కమలవల్లభః-౩కృష్ణవర్ణః-౪ప్రయాగః-౫వటః-౬వృద్ధదారుకః-౭ఘనః-౮వృద్ధః, ౯కోకిలః-౧౦ధుస్తూరః-౧౧శ్యామాకః-౧౨దమనకవృక్షః-౧౩గంధతృణమ్॥ తె॥ ౧గోలుగుచెట్టు-౨పిన్నవరగోఁగుచెట్టు.

శ్యామః-అ-త్రి-కృష్ణవర్ణవాన్-౨హరిద్వర్ణవాన్॥ తె॥ ౨ఆకుపచ్చనది.

శ్యామకమ్-అ-న-రోహిషతృణమ్॥

శ్యామకః-అ-పు-తృణబిందుకః॥ తె॥ చామలు

శ్యామకణ్ఠః-అ-పు-మయూరః-౨శివః-౩వ }
శ్యామకన్దా-ఆ-సీ-అతివిషా॥ (క్రిమివిశేషః॥)

శ్యామకాణ్డా-ఆ-సీ-గండదూర్వా॥

శ్యామగ్రన్థిః-ఇ-సీ-గండదూర్వా॥

శ్యామచూడా-ఆ-సీ-గుంజా॥

శ్యామపత్రః-అ-పు-తమాలవృక్షః॥

శ్యామపుచ్ఛః-అ-పు-సుఖలతృణమ్॥

శ్యామలః-అ-త్రి-కృష్ణవర్ణవాన్॥

శ్యామలః-అ-పు-కృష్ణవర్ణః-౨అశ్వత్థః-౩మహాభృంగః॥ తె॥ ౧నల్లగుంటకలగర.

శ్యామలచూడా-ఆ-సీ-గుంజా॥

శ్యామలతా-ఆ-సీ-స్వనామఖ్యాతలతా॥

శ్యామలా-ఆ-సీ-పార్వతీ-౨కటభీ-౩అశ్వగంధా-౪జంబూః-౫కస్తూరీ॥ తె॥ ౨నల్లగినియచెట్టు.

శ్యామలికా-ఆ-సీ-నీలీ॥

శ్యామలేతుః-ఉ-పు-కృష్ణేతుః॥

శ్యామసున్దరః-అ-పు-శ్రీకృష్ణః॥

శ్యామా-ఆ-సీ-యమభార్యా-౨ఉత్పలశారిబా-౩శమీవృక్షః-౪ప్రియంగుః-౫సుషెణికా-౬షోడశవర్షస్త్రీ-౭నిశా-౮సోమలతా-౯అప్రసూతాంగనా-౧౦వాగుజీ-౧౧యమునా-౧౨కృష్ణత్రివృతా-౧౩నీలికా-౧౪గుగ్గులుః-౧౫గుంద్రా-౧౬కృష్ణా-౧౭అంబికా-౧౮గుడూచీ-౧౯కస్తూరీ-౨౦వటపత్రీ-౨౧వందా-౨౨నీలపునర్నవా-౨౩పిప్పలీ-౨౪హరిద్రా-౨౫నీలదూర్వా-౨౬తులసీ-౨౭పద్మబీజమ్-౨౮గౌః-౨౯ఛాయా-౩౦శింశపా-౩౧పక్షివిశేషః॥ తె॥ ౨నల్లసుగంధిపాలచెట్టు-౩జమ్మిచెట్టు-౪ప్రేంకణపుచెట్టు-౫నల్లతేగడచెట్టు-౬యౌవనమధ్యస్థురాలు.

శ్యామాకః-అ-పు-తృణధాన్యవిశేషః॥

శ్యామాఙ్గః-అ-పు-బుధగ్రహః॥

శ్యామాఙ్గః-అ-త్రి-కృష్ణకళేబరే॥

శ్యామాక్షీ-ఈ-సీ-నీలాక్షీ॥

శ్యాలః-అ-పు-పత్నీభ్రాతా॥

శ్యాలికః-అ-పు-శ్యాలః॥

శ్యాలికా-ఆ-సీ-పత్న్యాభగినీ॥

శ్యావః-అ-పు-కపివర్ణః॥

శ్యావః-అ-త్రి-కపివర్ణవాన్॥

శ్యావతైలః-అ-పు-చూతః॥ తె॥ మామిడిచెట్టు

శ్యావదన్-త్-త్రి-కృష్ణపీతమిశ్రితవర్ణదంతయుక్తః॥

శ్యావదన్తః-అ-త్రి- స్వాభావికకృష్ణవర్ణదశనయుక్తః- ౨ప్రధానదంతద్వయమధ్యస్థక్షుద్రదంతవిశిష్టః- ౩ ప్రధానదంతోపరిదంతాంతరయుక్తః॥

శ్యావదన్తకః-అ-త్రి- స్వాభావికకృష్ణవర్ణదశనయుక్తః-౨ప్రధానదంతద్వయమధ్యస్థక్షుద్రదంతవిశిష్టః-౩ ప్రధానదంతోపరిదంతాంతరయుక్తః॥

శ్యైతః-అ-త్రి-శుభ్రవర్ణవాన్॥

శ్యైతః-అ-పు-శుక్లవర్ణః॥

శ్యైతకోలకః-అ-పు-మత్స్యవిశేషః॥

శ్యేనః-అ-పు-శశాదనః-౨యాగః-౩పాండురవర్ణః॥ తె॥ ౧డేగ.

శ్యేనఘణ్టా-ఆ-సీ-నాగదంతివృక్షః॥

శ్యేనచిత్-త్-పు-శ్యేనచయనకర్తా॥

శ్యేనా-ఆ-సీ-అమారుభార్యా॥

శ్యైనీ-ఈ-సీ-ఉత్పలవర్ణవద్వస్తు-౨శ్యేతవస్తు ౩ శ్యేన(స్త్రీ)॥

శ్యేనోత్థః-అ-పు-శ్యేనోత్థానమ్॥ తె॥ డేగలు లేవడము.

శ్యైనమ్పాతా-ఆ-సీ- శ్యేనపాతవన్మృగయా

శ్యోనాకః-అ-పు-వృక్షవిశేషః॥

శ్రత్-౦-౦-శ్రద్ధా॥

శ్రథనమ్-అ-న-వధః- ౨యత్నః-౩పునఃపునర్హర్షణమ్- ౪బంధనమ్- ౫మోక్షణమ్- ౬శిథిలీకరణమ్॥

శ్రద్దధానః-అ-త్రి-శ్రద్ధాయుక్తః॥

శ్రద్ధా-ఆ-సీ-ఇచ్ఛా-౨ఆస్తిక్యమ్- ౩యమపత్నీ-౪కార్యాసక్తిః - ౫శాస్త్రార్థేదృఢప్రత్యయః॥

శ్రద్ధాలుః-ఉ-సీ-దోహదవతీ॥ తె॥ వేవిళ్లుఁగల యాఁడుది.

శ్రద్ధాలుః-ఉ-త్రి-శ్రద్ధాయుక్తః॥

శ్రద్ధావాన్-త్-త్రి-శ్రద్ధాయుక్తః॥

శ్రన్థః-అ-పు-విష్ణుః-౨శ్రంథధాత్వర్థోప్యత్ర

శ్రన్థనమ్-అ-న-పుష్పాదిరచనా-౨మారణమ్ ౩ గ్రంథనమ్॥ తె॥ ౧పువ్వులుగుచ్చడము ౨చంపడము.

శ్రథితమ్-అ-త్రి-గ్రంథితమ్-౨బద్ధః-౩కృతవధః-౪ముక్తః-౫హర్షితః॥ తె॥ ౧కూర్పఁబడ్డది.

శ్రపితమ్-అ-త్రి-క్వాథితదుగ్ధజలభిన్నపక్వద్రవ్యమ్॥

శ్రపితా-ఆ-సీ-కాంజికమ్॥

శ్రమః-అ-పు-వ్యభిచారీభావభేదః - ౨ప్రయాసః॥

శ్రమణః-అ-త్రి-నింద్యజీవీ-౨తరుణద్రవ్యమ్ ౩విమలః॥

శ్రమణః-అ-పు-శ్రమణమతప్రవర్తకః॥

శ్రమణా-ఆ-సీ-భిక్షాకృదవ్యభిచారిణీ॥

శ్రమీ-న్-త్రి-శ్రమవిశిష్టః॥

శ్రయః-అ-పు-ఆశ్రయః॥

శ్రయణమ్-అ-న- శ్రయః॥ తె॥ ఆశ్రయించడము.

శ్రవః-అ-పు-శ్రోత్రమ్- ౨క్షరణమ్॥ తె॥ ౧చెవి.

శ్రవః-స్-న-శ్రోత్రమ్॥ తె॥ చెవి.

శ్రవణమ్-అ-న-శ్రావః॥ తె॥ వినడము.

శ్రవణః-అ-పు- దిగంబరః-౨శ్రవణానక్షత్రమ్

శ్రవణః-అ-(సీ)-కర్ణః॥

శ్రవణశీర్షికా-ఆ-సీ-శ్రావణీవృక్షః॥

శ్రవణా-ఆ-సీ-ముండరికావృక్షః॥

శ్రవణా-ఆ (పు)-శ్రవణనక్షత్రమ్॥

శ్రవా-ఆ-సీ-ద్రవ్యాంగమ్॥ తె॥ బుద్ధివృద్ధియనెడునౌషధి.

శ్రావ్యః-అ-పు- బలియోగ్యపశుః, యజ్ఞియపశుః॥

శ్రవిష్ఠా-ఆ-సీ-ధనిష్ఠానక్షత్రమ్॥

శ్రవిష్ఠాజః-అ-పు-బుధగ్రహః॥

శ్రవిష్ఠాజః-అ-త్రి-తత్రజాతే॥

శ్రవ్యః-అ-త్రి-శ్రోతవ్యః॥

శ్రాణమ్-అ-త్రి-పక్వమ్-౨ఘృతదుగ్ధజలభిన్నపక్వద్రవ్యమ్॥

శ్రాణా-ఆ-సీ-యవాగూః॥

శ్రాద్ధమ్-అ-న-పిత్రర్థందేశకాలవిధికృతబ్రాహ్మణభోజనమ్॥

శ్రాద్ధః-అ-త్రి-శ్రద్ధాయుక్తః॥

శ్రాద్ధదేవః-అ-పు-కృతాంతః-౨మనుభేదః॥

శ్రాద్ధశాకమ్-అ-న-కాలశాకమ్॥

శ్రాద్ధికః-అ-త్రి-శ్రాద్ధభోక్తా-౨శ్రాద్ధసంబంధిద్రవ్యమ్॥

శ్రాద్ధిన్-త్రి-శ్రాద్ధభోక్తా॥ (డు

శ్రాన్తః-అ-త్రి-శ్రమవాన్॥ తె॥ అలసినవాఁ

శ్రాన్తః-అ-పు-శాంతః,జితేంద్రియః॥

శ్రాన్తసంవాహనమ్-అ-న-శ్రమాన్వితస్య ఆసనాదిప్రదానద్వారా శ్రమోపశమనమ్॥

శ్రాన్తా-ఆ-సీ-అవస్థాభేదజన్యగ్లానిః॥

శ్రాపటికః-అ-పు-ఛాయాకారః॥ తె॥ గొడుగుపట్టెడువాఁడు.

శ్రామః-అ-పు-మాసః-౨మండపః-౩కాలః॥

శ్రామణేరః-అ-పు-జినభిక్షుశిష్యః॥

శ్రాయః-అ-త్రి-శ్రీసంబంధిని॥

శ్రాయః-అ-పు-శ్రయణమ్॥ తె॥ ఆశ్రయించడము.

శ్రాయసః-అ-త్రి-శ్రేయసిజాతః॥

శ్రావః-అ-పు-శ్రవణమ్॥ తె॥ వినడము.

శ్రావకః-అ-త్రి-శ్రోతరి॥

శ్రావకః-అ-పు-శ్రావకమతప్రవర్తకః॥

శ్రావణః-అ-పు-శ్రావణమాసః-౨పాషండః

శ్రావణా-ఆ-సీ-ఆర్ద్రా॥

శ్రావణీ-ఇ-సీ-శ్రావణమాసపూర్ణిమా॥

శ్రావణికః-అ-పు-శ్రావణమాసః॥

శ్రావణికా-ఆ-సీ-సోమలతా॥ తె॥ పుల్లతీఁగె.

శ్రావణీ-ఈ-సీ-శ్రావణమాసపూర్ణిమా-౨హపుషా॥ తె॥ అబోడతతపుచెట్టు.

శ్రావస్తీ-ఈ-సీ-ధర్మపత్తనాఖ్యదేశః॥

శ్రావిష్ఠీయః-అ-త్రి-శ్రవణానక్షత్రసంబం

శ్రితః-అ-త్రి-ఆశ్రితః-౨సేవితః॥ (ధీయః॥

శ్రితవాన్-త్-త్రి-సేవాకారకః॥

శ్రియమ్మన్యా-ఆ-సీ-ఆత్మానం శ్రియంమన్యతేయా॥

శ్రీః-ఈ-త్రి-శోభాయుక్తః॥

శ్రీః-ఈ-పు-రాగవిశేషః॥

శ్రీః-ఈ-సీ-లక్ష్మీః-౨సరస్వతీ-౩పార్వతీ-౪సంపత్తిః-౫బుద్ధిః-౬వేషరచనా-౭శోభా-౮సరలవృక్షః-౯లవంగమ్-౧౦విషమ్-౧౧బిల్వవృక్షః-౧౨విభూతిః-౧౩ఆదిత్యప్రభా-౧౪త్రివర్గః-౧౫ఉపకరణమ్-౧౬అధికారః-౧౭కీర్తిః-౧౮వృద్ధిః-౧౯సిద్ధిః-౨౦కమలమ్-౨౧వృద్ధినామౌషధమ్-౨౨వృత్త్యాగ్న్మాతా॥

శ్రీకణ్ఠః-అ-పు-శివః-౨కురుజాంగలదేశః॥

శ్రీకణ్ఠపదలాఞ్ఛనః-అ-పు-భవభూతిః॥

శ్రీకణ్ఠసఖః-అ-పు-కుబేరః॥

శ్రీకన్దా-ఆ-సీ-వంధ్యాకర్కోటకీ॥

శ్రీకరమ్-అ-న-రక్తోత్పలమ్॥

శ్రీకరః-అ-పు-విష్ణుః-౨స్మృతిగ్రంథకారవి

శ్రీకరః-అ-త్రి-శ్రీకారకే॥ (శేషః॥

శ్రీకరణమ్-అ-న-లేఖనీ॥

శ్రీకలనాభిదః-అ-పు-తాలప్రాణకలాభేదః

శ్రీకాన్తః-అ-పు-విష్ణుః॥ (ణమ్

శ్రీకారశమ్బలీకర్ణా-అ-పు-భాగ్యవతీలక్ష

శ్రీకారీ-న్-పు-మృగవిశేషః॥
శ్రీకీర్తిః ఇ-పు-తాలప్రాణకలాభేదః॥
శ్రీకృష్ణకృచ్ఛ్రమ్-అ-(సీ) - తప్తాదినవకృచ్ఛ్రవిశేషః॥
శ్రీఖణ్డః-అ-(సీ)-చందనమ్॥
శ్రీగర్భః-అ-పు-విష్ణుః-౨ఖడ్గః॥
శ్రీగిరిః-ఇ-పు-శ్రీశైలః॥
శ్రీగ్రహః-అ-పు-పక్షిణఃపానీయశాలా॥
శ్రీఘనమ్-అ-న-దధి॥
శ్రీఘనః-అ-పు-బుద్ధదేవః॥
శ్రీచక్రమ్-అ-న-యంత్రభేదః- ౨యోనిస్థానమ్-౩ఇంద్రరథచక్రమ్-౪భూమండలమ్.
శ్రీజః-అ-పు-మన్మథః॥
శ్రీతాలః-అ- పు - తాలవృక్షసదృశవృక్షవిశేషః॥
శ్రీతాలీ-ఈ-సీ-దృఢదలా ॥ తె॥ శ్రీతాలవృక్షము.
శ్రీదః-అ-త్రి-శోభాదాతరి॥
శ్రీదః అ-పు-కుబేరః॥
శ్రీధరః-అ-పు-విష్ణుః-౨హస్తిపః॥ తె॥ ౨మావటీఁడు.
శ్రీనన్దనః-అ-పు-కామదేవః॥
శ్రీనికేతనః-అ-పు-విష్ణుః॥
శ్రీనివాసః-అ-పు-విష్ణుః॥
శ్రీపమ్-అ-త్రి-శ్రియంపాతియత్॥
శ్రీపతిః-ఇ-పు-విష్ణుః-౨భూపః-౩శంకరః - ౪యాగాంతరమ్-౫వాణీశః - ౬అనంతనామకసర్పః॥
శ్రీపథః-అ-పు-రాజమార్గః॥
శ్రీపర్ణమ్-అ-న-పద్మమ్-౨గంధపత్రా॥ తె॥ ౨కూరనెల్లిచెట్టు.
శ్రీపర్ణః-అ-పు-విష్ణుః-౨శివః-౩బిల్వవృక్షః-౪ఇక్షుఖండః॥ తె॥ ౩మారేదుచెట్టు.

శ్రీపర్ణికా-ఆ-సీ-కైడర్యః॥ తె॥ గుమ్ముడుతేకు
శ్రీపర్ణీ-ఈ-సీ-గంభారీ-౨గంధపత్రా-౩కట్ఫలః॥ తె॥ ౧గుమ్ముడుచెట్టు - ౨కూరనెల్లిచెట్టు-౩గుమ్ముడుతేఁకుచెట్టు.
శ్రీపిష్టః-అ-పు-సరళవృక్షరసః॥
శ్రీపుత్రః-అ-పు-అశ్వః-౨కామదేవశ్చ॥
శ్రీపుష్పమ్-అ-న-లవంగమ్-౨పద్మకాష్ఠమ్॥
శ్రీఫలః-అ-పు-బిల్వః-౨నదీసర్జః॥ తె॥ ౧మారేడుచెట్టు.
శ్రీఫలా-ఆ-సీ-నీలీ-౨క్షుద్రకారవెల్లీ.
శ్రీఫలికా-ఆ-సీ-క్షుద్రకారవెల్లీ-౨మహానీలీవృక్షః॥
శ్రీఫలీ-ఈ-సీ-నీలినీ-౨రాత్రిః॥ తె॥ ౧నీలిచెట్టు
శ్రీభద్రా-ఆ-సీ-భద్రముస్తకః॥
శ్రీభ్రాతా-ఋ-పు-అశ్వః-౨చంద్రః॥
శ్రీమతిః-ఇ-సీ-రాధా॥
శ్రీమతీ-ఈ-సీ-శ్రీయుక్తా॥
శ్రీమలాపహా-ఆ-సీ-ధూమ్రపత్రా॥
శ్రీమస్తకః-అ-పు-రసోనః-౨లక్ష్మీశిరశ్చ॥
శ్రీమాన్-త్-పు-విష్ణుః-౨తిలకవృక్షః-౩వృషభాఖ్యవృక్షః-౪శుకః-౫గోపతిః-౬శివః-౭ఇంద్రః ॥ తె ॥ ౫అచ్చుబోసినయాఁబోఁతు
శ్రీమాన్-త్-త్రి-సంపద్వాన్- ౨మనోజ్ఞః
శ్రీముఖః-అ-పు-సంవత్సరభేదః॥
శ్రీమూర్తిః-ఇ-సీ-దేవవిగ్రహః॥
శ్రీయుక్తః-అ-త్రి-లక్ష్మీవిశిష్టః-శ్రీమాన్- ౨జీవత్పురుషనామ్నః పూర్వం దాతవ్యోయమ్॥
శ్రీయుతః-అ-త్రి-లక్ష్మీవిశిష్టః-శ్రీమాన్- ౨జీవత్పురుషనామ్నః పూర్వం దాతవ్యోయమ్॥
శ్రీరసః-అ-పు-శ్రీవేష్టః॥

శ్రీరాగః-అ-పు-షడ్రాగాణాంమధ్యేతృతీయరాగః॥

శ్రీరామః-అ-పు-రామచంద్రః॥

శ్రీలః-అ-త్రి-సంపద్వాన్-౨శోభాయుక్తశ్చ

శ్రీలతా-ఆ-సీ-మహాజ్యోతిష్మతీ॥

శ్రీవత్సః-అ-పు-విష్ణుః-౨విష్ణులాంఛనమ్-౩గోత్రభేదః-౪చాంపేయః॥

శ్రీవత్సకీ-న్-పు-హృద్వక్త్రావర్తహయః॥

శ్రీవత్సభృత్-త్-పు-విష్ణుః॥

శ్రీవత్సలాఞ్ఛనః-అ-పు-విష్ణుః॥

శ్రీవత్సాఙ్కః-అ-పు-అచ్యుతః-౨వృషః॥ తె॥ ౨ఆబోతు.

శ్రీవరాహః-అ-పు-విష్ణుః॥

శ్రీవల్లీ-ఈ-సి-శివవల్లీ-౨వార్షికమల్లికా॥ తె॥ ౧శ్రీవల్లిచెట్టు.

శ్రీవాటీ-ఈ-సీ-నాగవల్లీభేదః॥

శ్రీవారకః-అ-పు-సితావరశాకః॥

శ్రీవాసః-అ-పు-సరలద్రవః-౨పద్మమ్-౩విష్ణుః॥ తె॥ ౧దేవదారుబంకతోఁజేసినధూపద్రవ్యము.

శ్రీవాసాః-స్-పు-సరళద్రవః॥

శ్రీవిద్యా-ఆ-సీ-మహావిద్యావిశేషః॥

శ్రీవృక్షః-అ-పు-అశ్వత్థః-౨బిల్వవృక్షః॥

శ్రీవృక్షకః-అ-పు-అశ్వస్యహృదావర్తః॥

శ్రీవృక్షకీ-న్-పు-అశ్వభేదః॥

శ్రీవేష్టః-అ-పు-సరలద్రవః॥ తె॥ దేవదారుబంకతోఁజేసినధూపద్రవ్యము.

శ్రీశః-అ-పు-విష్ణుః॥

శ్రీసంజ్ఞమ్-అ-న-లవంగమ్॥

శ్రీసహోదరః-అ-పు-చంద్రః॥

శ్రీహస్తినీ-ఈ-సీ-భూరుండీ॥ తె॥ కుసుకుచెట్టు.

శ్రుగ్వారుః-ఉ-పు-వికంకతవృక్షః॥

శ్రుఘ్నికా-ఆ-సీ-సర్జికాక్షారః॥

శ్రుతమ్-అ-న-శాస్త్రమ్॥

శ్రుతః-అ-త్రి-పక్వక్షీరాదికమ్-౨అవధృతః తె॥ ౧కాఁగినపాలుమొదలయినది.

శ్రుతకీర్తిః-ఇ-సీ-జనకభ్రాతృకుశధ్వజరాజకన్యా॥

శ్రుతకీర్తిః-ఇ-పు-దేవర్షా॥

శ్రుతకీర్తిః-ఇ-త్రి-కీర్తియుక్తె॥

శ్రుతదేవీ-ఈ-సి-సరస్వతీ॥

శ్రుతబోధః-అ-పు-కాళీదాసకృతఛందోగ్రంథవిశేషః॥ (శ్రుతాదిః॥)

శ్రుతర్షిః-ఇ-పు-ఋషివిశేషః,సతుసు

శ్రుతశ్రవోనుజః-అ-పు-శనైశ్చరగ్రహః॥

శ్రుతశ్రోణీ-ఈ-సీ-ద్రవంతీ॥

శ్రుతాదానమ్-అ-న-బ్రహ్మవాదః॥

శ్రుతాన్వితః-అ-త్రి-శాస్త్రజ్ఞః॥

శ్రుతాయుః-ఉ-పు-సూర్యవంశీయరాజవిశేషః॥ (శార్ఙ్గః॥)

శ్రుతార్థః-అ-పు-శాబ్దబోధవిషయాభూ

శ్రుతిః-ఇ-సి-వేదః-౨సంగీతస్వరప్రథమశ్రవణమ్-౩కర్ణః-౪వార్తా-౫ఆకర్ణః౬ధర్మశాస్త్రమ్-౭శ్రవణానక్షత్రమ్॥-తె॥ ౩చెవి.

శ్రుతికటః-అ-పు-ప్రాంచల్లాహః-౨పాపశోధనమ్-౩అహిః॥

శ్రుతికటుః-ఉ-పు-కఠోరశబ్దః-౨అలంకారస్యదోషవిశేషః॥

శ్రుతికథితః-అ-త్రి-శ్రుత్యుక్తః॥

శ్రుతిజీవికా-ఆ-సీ-ధర్మశాస్త్రమ్-౨వేదజీవనోపాయశ్చ॥

శ్రుతితత్పరః-అ-త్రి-సకర్ణః-౨వేదాభ్యాసరతశ్చ॥

శ్రుతిధరః-అ-త్రి-శ్రుతిమాత్రధారకః,శ్ర

— వణమాత్రేణాభ్యాసకర్తా॥
శ్రుతివర్జితః-అ-త్రి-బధిరః-౨వేదరహితశ్చ॥
శ్రుతివేధః-అ-పు-కర్ణవేధః॥
శ్రుతిస్ఫోటా-ఆ-సీ-కర్ణస్ఫోటాలతా॥
శ్రువమ్-అ-న-స్రువే॥
శ్రువః-అ-పు-యాగః॥
శ్రువా-ఆ-సీ-మూర్వా॥
శ్రువావృక్షః-అ-పు-వికంకతవృక్షః॥
శ్రేఢీ-ఈ-సీ-అంకవిశేషః, భిన్నంభిన్నంయత్కించిద్ద్రవ్యాదికమేకీక్రియతేతద్గణనాయాః శ్రేఢ్యామిశ్రప్రాయత్వాత్తద్గణనానంతరమారబ్ధః శ్రేఢీవ్యవహారః॥
శ్రేణిః-ఇ-సీ-వృక్షాదిపఙ్క్తిః॥
శ్రేణిః-ఇ-ద్వి-తక్షతంతువాయరజకచర్మకారనాపితాః-౨ఏకజాతీయసమూహః
శ్రేణికః-అ-పు-మగధదేశీయరాజవిశేషః॥
శ్రేణికా-ఆ-సీ-పటగృహమ్॥ తె॥ ఢేరా.
శ్రేణికామణిః-ఇ-పు-రుద్రాక్షః॥ తె॥ రుద్రాక్షచెట్టు.
శ్రేణీ-ఈ-సీ-తక్షతంతువాయరజకచర్మకారనాపితాః-౨ఏకజాతీయసమూహః
శ్రేయః-స్-న-ధర్మః-౨పుణ్యమ్-౩మోక్షః-౪శుభమ్॥
శ్రేయః-స్-త్రి-అతిప్రశస్తే॥
శ్రేయసీ-ఈ-సీ-హరీతకీ-౨పాఠా-౩కరిపిప్పలీ-౪రాస్నా-౫శుభయుక్తాచ॥
శ్రేయాంశః-అ-పు-వృత్తార్హద్విశేషః॥
శ్రేయాన్-స్-త్రి-శ్రేయః-౨శ్రేష్ఠః-౩ప్రశస్తః॥
శ్రేష్ఠమ్-అ-న-గోదుగ్ధమ్॥
శ్రేష్ఠః-అ-త్రి-శ్రేష్ఠవస్తు॥
శ్రేష్ఠః-అ-పు-గోలీఢః-౨కుబేరః-౩నృపః-౪ద్విజః-౫విష్ణుః॥ తె॥ ౧మొక్కపుచెట్టు.
శ్రేష్ఠకాష్ఠః-అ-పు-గృహద్రుమః॥ తె॥ పాలటేకుచెట్టు.
శ్రేష్ఠపుష్పీ-ఈ-సీ-కరణీనామకవృక్షః॥
శ్రేష్ఠా-ఆ-సీ-పద్మచారిణీ-౨మేదా॥ తె॥ ౧ముణుఁగుదామరచెట్టు.
శ్రేష్ఠాన్నమ్-అ-న-వృక్షామ్లమ్॥
శ్రేష్ఠాశ్రమః-అ-పు-గృహస్థాశ్రమః-ఆశ్రమత్రయాణాంపాలకత్వాత్॥
శ్రేష్ఠీ-న్-పు-కులోత్తమశిల్పీ॥
శ్రోణః-అ-త్రి-పంగుః-౨పక్వః॥ తె॥ ౧పిచ్చుకవలెకుంటువాఁడు.
శ్రోణా-ఆ-సీ-శ్రవణానక్షత్రమ్-౨యవాగూః॥ తె॥ ౧ఇరువదేడునక్షత్రములలోనొకటి-౨గంజి.
శ్రోణిః-ఇ-(పు)-కటిః-౨స్త్రీణాంకలాస్థానవిశేషః॥ తె॥ ౧నడుముక్రిందితొడలమీఁదిభాగము.
శ్రోణిఫలమ్-అ-న-కటిః॥
శ్రోణిఫలకమ్-అ-న-కటిపార్శ్వః॥
శ్రోణిబిమ్బమ్-అ-న-కటిసూత్రమ్॥
శ్రోణిసూత్రమ్-అ-న-ఖడ్గబంధనసూత్రమ్-౨కటిబంధనసూత్రమ్॥
శ్రోణీ-ఈ-సీ-కటిః-౨స్త్రీణాంకలాస్థానవిశేషః-౩పంథాః॥ తె॥ ౧నడుముక్రిందితొడలమీఁదిభాగము.
శ్రోతః-స్-న-కర్ణః-౨నదీవేగః-౩ఇంద్రియమ్
శ్రోతవ్యమ్-అ-త్రి-శ్రవణీయమ్॥
శ్రోతా-ఋ-త్రి-శ్రవణకర్తా॥
శ్రోత్రమ్-అ-న-జ్ఞానేంద్రియభేదకర్ణః॥ తె॥ చెవి.
శ్రోత్రమచ్ఛః-అ-పు-నాశలక్షణమ్॥
శ్రోత్రియః-అ-పు-వేదాధ్యాయివిప్రః॥
శ్రోత్రియతా-ఆ-సీ-శ్రోత్రియధర్మః॥
శ్రౌతమ్-అ-న-గార్హపత్యాహవనీయదక్షిణాగ్నయః॥

శ్రౌతః-అ-త్రి-శ్రుతివిహితధర్మాదిః॥
శ్రౌతసికః-అ-పు- శ్రౌతసికమతప్రవర్తకః॥
శ్రౌత్రమ్-అ-న-కర్ణః-౨శ్రోత్రియకర్మ - ౩ శ్రోత్రకర్మచ॥
శ్రౌషట్ ట్-ం-దేవతాహావిర్దానమ్॥
శ్రౌష్ఠీ-ఈ-సీ-శ్రవణేచ్ఛావద్బుద్ధిః॥
శ్ర్యాదిఫలమ్-అ-న-ఆమలకీ॥ తె॥ఉసిరికచెట్టు
శ్ర్యాహ్వామ్-అ-న-పద్మమ్॥
శ్లక్ష్ణమ్-అ-త్రి-అల్పమ్-౨మనోహరమ్॥
శ్లక్ష్ణః-అ-త్రి-ప్రియంవదః-౨సూక్ష్మః॥ తె॥౧ మంచిమాటలాడెడువాఁడు- ౨సన్నపు ది-కొంచెపుదిన్ని.
శ్లక్ష్ణకమ్-అ-న-పూగఫలమ్-౨మనోహరంచ
శ్లక్ష్ణత్వక్-చ్-పు-అశ్మంతకవృక్షః- ౨సుంద రవల్కలశ్చ॥
శ్లథమ్ అ-త్రి-విరలమ్-౨సిథిలమ్ - ౩ ప్రస్థ మ్॥ తె॥ ౧వెలితిఁగలబట్టమొదలైనది-౨ శిథిలావయవములుఁగలశరీరాదికము-చి క్కినది-ఒదులైనదిన్ని.
శ్లాఘా-ఆ-సీ-స్తోత్రమ్- ౨ప్రేమకృతమిథ్యా స్తోత్రమ్-౩ఇచ్ఛా-౪ప్రశంసా - ౫పరి చర్యా॥
శ్లాఘ్యః-అ-త్రి-శ్లాఘనీయః॥
శ్లిప-ఉ-న-జ్యోతిశ్శాస్త్రమ్॥
శ్లికుః-ఉ-పు-భృత్యః-౨షిడ్గః॥
శ్లిపదమ్-అ-న-పాదవాల్మీకమ్॥ తె॥ కాళ్లుచె దలుతిన్నట్టుండెడి నెదురోగము.
శ్లిషా-ఆ-సీ-ఆలింగనమ్॥
శ్లిష్టః-అ-త్రి-శ్లేషయుక్తశబ్దాదిః-భిన్నార్థ కైకరూపాన్వితవాక్యమ్॥
శ్లీపదమ్-అ-న-స్ఫీతపాదాది॥
శ్లీపదప్రభవః-అ-పు-ఆమ్రవృక్షః॥
శ్లీపదాపహః-అ-పు-పుత్రజీవవృక్షః॥
శ్లీలః-అ-త్రి-సంపద్వాన్॥
శ్లేషః-అ-పు-అలంకారభేదః-౨సంధిః॥ తె॥ ౨ కలియడము.
శ్లేష్మకః-అ-పు-కఫః॥
శ్లేష్మఘనా-ఆ-సీ-మాలీ-౨కటిల్లకః - ౩ఫణి జ్ఝకః-౪మల్లికా-౫కేతకీ॥
శ్లేష్మఘ్నః-అ-త్రి-శ్లేష్మనాశకే॥
శ్లేష్మఘ్నా-ఆ-సీ-మల్లికా-౨కేతకీ॥
శ్లేష్మఘ్నీ-ఈ-సీ-జ్యోతిష్మతీ-౨మల్లికా-౩ త్రికటుః॥
శ్లేష్మణః-అ-త్రి-కఫరోగీ॥
శ్లేష్మణా-ఆ-సీ-వృక్షవిశేషః॥
శ్లేష్మలః-అ-పు-వృక్షవిశేషః॥
శ్లేష్మలః-అ-త్రి-కఫరోగీ॥
శ్లేష్మహః-అ-పు-కట్ఫలవృక్షః॥
శ్లేష్మహః-అ-త్రి-కఫనాశకే॥
శ్లేష్మా-న్-పు-కఫః॥ తె॥ తెమడ.
శ్లేష్మాతః-అ-పు-శ్లేష్మాతకవృక్షః॥
శ్లేష్మాతకః-అ-పు-బహువారకః॥ తె॥ విరిగి చెట్టు.
శ్లేష్మాన్తకః-అ-పు-వృక్షవిశేషః॥ తె॥ విరిగి చెట్టు.
శ్లేష్మికః-అ-త్రి-శ్లేష్మోద్భవః-౨శ్లేష్మసంబం ధీయః॥
శ్లోకః-అ-పు-కీర్తిః-౨పాదబద్ధపద్యమ్॥
శ్వః-స్-ం-అనాగతాహః॥ తె॥ రేపు.
శ్వక్షురా-ఆ-సీ-గవాదనీ ॥ తె ॥ తెల్లవిష్ణు క్రాంత.
శ్వగణః-అ-పు-కుక్కురసమూహః॥
శ్వగణికః-అ-పు-వ్యాధః॥ తె॥బోయవాఁడు
శ్వఋచ్ఛసః-అ-పు-పక్షిశిశుః॥ తె॥పిట్టపిల్ల.
శ్వదంష్ట్రికః-అ-పు-గోక్షురః॥
శ్వదంష్ట్రా-ఆ-సీ-గోక్షురకః॥ తె॥ పసుఁగప ల్లేరు.

శ్వధూర్తః-అ-పు-శృగాలః॥ తె॥ నక్క.

శ్వనిశమ్-అ-న - శ్వానఃకస్యాంచిచ్చతుర్ద శ్యాముపవసంతిత ద్రాత్రిః॥

శ్వనిశా- ఆ- సీ - శ్వానఃకస్యాంచిచ్చతుర్ద స్యాముపవసంతిత ద్రాత్రిః॥

శ్వపక్-చ్-పు-చండాలః॥

శ్వపచః-అ-పు-చండాలః॥

శ్వపాకః-అ-పు చండాలః॥

శ్వఫలః-అ-పు-బీజపూరః॥

శ్వఫల్కః-అ-పు-వృష్ణిపుత్రః॥

శ్వభీరుః-ఉ-పు-జంబుకః॥

శ్వభ్రమ్-అ-న-రంధ్రమ్-॥పాతాలమ్॥

శ్వయథుః-ఉ పు శోఫః॥ తె॥ వాపురోగము.

శ్వయథుః-ఉ-త్రి-నిద్రాలుః॥

శ్వయీచీ-ఈ-సీ-పీడా॥ వృత్తిః॥

శ్వవృత్తిః-ఇ-సీ-సేవాజీవనమ్- ॥శూద్ర

శ్వవ్యాఘ్రః-అ-పు-హింస్రపశుః॥

శ్వశురః-అ-పు- దంపత్యోఃపితా-॥పూజ్యః॥ తె॥ మామ.

శ్వశురౌ-అ-పు-శ్వశ్రూశ్వశురౌ,ద్వివనాం తోయమ్॥ తె॥ అత్తమామలు.

శ్వశుర్యః-అ-పు-శ్యాలకః-॥దేవరః॥

శ్వశ్రూః-ఊ-సీ-దంపత్యోర్జననీ॥ తె॥ అత్త.

శ్వశ్రూశ్వశురౌ- అ - పు- శ్వశ్రూశ్వశుర యోఃస హోక్తిః॥

శ్వశ్రేయసమ్-అ-త్రి-కల్యాణయుక్తె॥

శ్వశ్రేయసమ్-అ-న- శుభమ్-॥సుఖమ్-॥ప రానందః॥

శ్వసనమ్-అ-న-నిశ్వాసః॥

శ్వసనః-అ-పు- వాయుః-॥పిండీతకవృక్షః॥ తె॥ ॥మ్రంగ చెట్టు.

శ్వసనాశనః-అ-పు-సర్పః॥

శ్వసనేశ్వరః-అ-పు-అర్జునవృక్షః॥

శ్వసనోత్సుకః-అ-పు-సర్పః॥

శ్వసితమ్-అ- న- బాహ్యరతౌహస్తతాడన జాతధ్వనివిశేషః॥

శ్వసునః-అ-పు-తుతఘ్నవృక్షః॥

శ్వస్తనమ్-అ-త్రి-భవిష్యద్వస్తు॥

శ్వస్త్యమ్-అ-త్రి-శ్వోభవవస్తు.

శ్వా-న్-పు-శునకః॥

శ్వాగణికః-అ-త్రి-శ్వగణ్యేనచరతియః॥

శ్వాగణికః-అ-పు-వ్యాధః॥ తె॥ బోయవాడు

శ్వాదన్తః-అ పు-కుక్కురదశనః॥

శ్వానః-అ-పు-కుక్కురః॥ తె॥ కుక్క.

శ్వానచిల్లికా-ఆ-సీ-శునకచిల్లీ॥

శ్వానజిహ్వా-ఆ-సీ-పత్రస్నుహీ॥ తె॥ ఆకుజె ముఁడు.

శ్వానబర్బరికా-ఆ-సీ-పూతిమయూరీ॥ తె॥ కు క్కవాయింటచెట్టు.

శ్వానీ-ఈ-సీ-కుక్కురీ॥

శ్వావదః-అ-పు- హింస్రపశుః-॥వ్యాఘ్రః॥

శ్వావిట్-ష్-పు-దృఢకర్పరః॥ తె॥ గంపదిప్ప.

శ్వాలః-అ-పు-శునకః॥

శ్వావిత్-థ్-పు-శల్యః॥ తె॥ పదుమృగము.

శ్వాశ్వః-అ-పు-భైరవః॥

శ్వాసః-అ-పు-శ్వసితమ్- ॥వాయుః-౩రోగ విశేషః, సతుబలవాన్ మహాపాతకజః॥

శ్వాసకాసః-అ-పు-శ్వాసయుక్తకాసరోగః ॥శ్వాసజనకకాసః॥

శ్వాసకుఠారః-అ- పు- శ్వాసరోగస్యౌషధ విశేషః॥

శ్వాసపాదః-అ-పు-వికంకతః॥ తె॥ కానరేఁగు

శ్వాసప్రశ్వాసధారణమ్- అ- న- ప్రాణా యామః॥

శ్వాసహేతిః-ఇ-సీ నిద్రా॥

శ్వాసారి-ఇ-న-పుష్కరమ్॥ తె॥ పుష్కరమూ

లమును చెట్టు. (మ్మ చెట్టు.)
శ్వాసారిః-ఇ-పు-బర్బూరవృక్షః॥ తె॥ తు
శ్వాసీన్-పు-వాయుః॥
శ్వాసీన్-త్రి-శ్వాసయుక్తః॥
శ్విత్రమ్-అ-న-కుష్ఠమ్॥ తె॥ తెల్ల పొడలకుష్ఠు.
శ్విత్రఘ్నీ-ఈ-సీ-పీతపర్ణీ॥
శ్విత్రిన్-త్రి శ్విత్రరోగయుక్తః॥
శ్వేతమ్-అ-న-రజతమ్॥
శ్వేతః-అ-పు-శుభ్రవర్ణః-౧ శ్వేతమతప్రవర్తకః-౨ శ్వేతద్వీపః-౩ అద్రిభేదః-౪ కపర్దకః-౫ శుక్రగ్రహః-౬ శ్వేతాభ్రః-౭ శంఖః-౮ జీవకః-౯ శివావతారవి
శ్వేతః-అ-త్రి-శ్వేతవర్ణవాన్॥ శేషః॥
శ్వేతకమ్-అ-న-రూప్యమ్॥
శ్వేతకః-అ-పు-శిగ్రుః॥ తె॥ మునగచెట్టు.
శ్వేతకణ్టకః-అ-పు-బర్బూరవృక్షః-౨ నాగదంతివృక్షః॥ తె॥ ౧ తుమ్మ చెట్టు.
శ్వేతకణ్టకారీ-ఈ-సీ-దుగ్ధరా-౨ శ్లాఘ్యా శ్లాఘ్యగుణోత్కర్షసారః-౩ అలంకారభేదః॥ తె॥ ౧ తెల్లవాకుడు చెట్టు.
శ్వేతకన్దా-ఆ-సీ-అతివిషా॥
శ్వేతకాకః-అ-పు-సాముద్రకః॥ తె॥ తెల్ల
శ్వేతకిణిహీ-ఈ-సీ-వృక్షవిశేషః॥ (కాకి.
శ్వేతకుఞ్జరః-అ-పు-ఐరావతహస్తీ-౨ శు
శ్వేతకుశః-అ-పు-తృణవిశేషః॥ (క్లగజశ్చ॥
శ్వేతకేతుః-ఉ-పు-బుద్ధః-౨ కేతుగ్రహవిశేషః॥
శ్వేతకేశః-అ-పు-రక్తశిగ్రుః-౨ శుక్లకచశ్చ॥
శ్వేతకోలః-అ-పు-శఫరమత్స్యః॥
శ్వేతగరుత్-త్-పు-హంసః॥
శ్వేతగరుతః-అ-పు-హంసః॥
శ్వేతగుఞ్జా-ఆ-సీ-శుక్లగుంజా॥
శ్వేతచన్దనమ్-అ-న-శుక్లచందనమ్॥

శ్వేతచిల్లీ-ఈ-సీ-శాకభేదః॥
శ్వేతచ్ఛదః-అ-పు-హంసః-౨ గంధపత్రః॥
శ్వేతజీరకః-అ-పు-అజాజీ॥ తె॥ తెల్లజీలకఱ్ఱ చెట్టు.
శ్వేతటఙ్కకమ్-అ-న-శ్వేతటంకణమ్॥
శ్వేతటఙ్కణమ్-అ-న-క్షారవిశేషః॥
శ్వేతదూర్వా-ఆ-సీ-శుక్లదూర్వా॥
శ్వేతద్విపః-అ-పు-ఇంద్రహస్తీ-౨ శుక్లగజశ్చ॥
శ్వేతద్వీపః-అ-పు-చంద్రద్వీపః-సచవైకుంఠాఖ్యవిష్ణుధామ॥
శ్వేతధాతుః-ఉ-పు-దుగ్ధపాషాణః॥ తె॥ ఉల్లిపాషాణము. (౩ కర్పూరః॥
శ్వేతధామాన్-పు-చంద్రః-౨ అబ్ధిఫేనః
శ్వేతనీలః-అ-పు-మేఘః-౨ శుక్లనీలవర్ణశ్చ॥
శ్వేతవటః-అ-పు-శ్వేతవటమతప్రవర్తకః॥
శ్వేతపత్రః-అ-పు-హంసః॥
శ్వేతపత్రరథః-అ-పు-బ్రహ్మా॥
శ్వేతపద్మమ్-అ-న-సితాంభోజమ్॥
శ్వేతపర్ణా-ఆ-సీ-వారిపర్ణీ॥
శ్వేతపర్ణాసః-అ-పు-శ్వేతతులసీ॥
శ్వేతపాటలా-ఆ-సీ-శుక్లపాటలావృక్షః॥
శ్వేతపిఙ్గః-అ-పు-సింహః॥
శ్వేతపిఙ్గలః-అ-త్రి-శుక్లకపిలవర్ణయుక్తః॥
శ్వేతపిఙ్గలః-అ-పు-సింహః॥
శ్వేతపిఙ్గలకః-అ-పు-సింహః॥
శ్వేతపిణ్డీతకః-అ-పు-మహాపిండీతరుః॥ తె॥ మహాపుత్రజీవిచెట్టు.
శ్వేతపుఙ్ఖా-ఆ-సీ-శరపుంఖా॥ తె॥ తెల్లవెంపలిచెట్టు.
శ్వేతపుష్పః-అ-త్రి-శుక్లపుష్పయుక్తః॥
శ్వేతపుష్పః-అ-పు-తిక్తశాకః॥ తె॥ ఉలిమిడి చెట్టు.

శ్వేతపుష్పకః-అ-పు-కరవీరవృక్షః॥

శ్వేతపుష్పా-ఆ-సీ-ఘోషాతకీ- ౨నాగదంతీ- ౩న్యగ్రోధ్యాంకుః॥

శ్వేతపుష్పికా-ఆ-సీ-పుత్రధాత్రీ॥ తె॥పుత్రధాత్రి చెట్టు.

శ్వేతపుష్పీ-ఈ-సీ-న్యగ్రోధ్యాంకుః- ౨మహాశణపుష్పీ॥ తె॥౧పాపరబుడమచెట్టు- ౨తెల్లజనుముచెట్టు.

శ్వేతప్రసూనకః-అ-పు-వృక్షవిశేషః॥

శ్వేతప్రసూనకః-అ-త్రి-శుక్లపుష్పయుక్తే॥

శ్వేతబాష్పమ్-అ-న- శ్వేతారామశాకమ్॥ తె॥ తెల్లతోటకూర.

శ్వేతబిన్దుకః-అ-పు-పాంథాహితః॥ తె॥ మండగబ్బితేలు.

శ్వేతబృహతీ-ఈ-సీ - శ్వేతమహాబాదికా॥ తె॥ తెల్ల నేలములక.

శ్వేతభణ్డా-ఆ-సీ-శ్వేతాపరాజితా॥

శ్వేతమచ్ఛః-అ-పు-దారిద్ర్యలక్షణమ్॥

శ్వేతమధ్యా-ఆ-సీ-ముస్తా॥ తె॥ తుంగముస్త.

శ్వేతమన్దారకః-అ-పు-వృక్షవిశేషః॥

శ్వేతమరిచమ్-అ-న-శోభాంజనబీజమ్- ౨శుక్లమరిచంచ॥ గవిత్తులు.

శ్వేతమరీచమ్-అ-న-శిగ్రుజమ్॥ తె॥ మును

శ్వేతమహాబాదికా-ఆ-సీ - శ్వేతబృహతీ॥ తె॥ తెల్ల నేలములక.

శ్వేతమాలః-అ-పు-మెఘః-౨ధూమః॥

శ్వేతయూకః అ-పు-ధేనుకః॥ తె॥ చీరపేను.

శ్వేతరక్తః-అ-పు-పాటలవర్ణః॥

శ్వేతరఞ్జనమ్-అ-న-సీసకమ్॥

శ్వేతరథః-అ-పు-శుక్రగ్రహః - ౨శుక్లవర్ణస్యందనశ్చ॥

శ్వేతరాజీ-ఈ-సీ-చచెండా॥

శ్వేతరోచిః-స్-పు-చంద్రః॥

శ్వేతరోహితః-అ-పు-గరుడః-౨వృక్షవిశేషః

శ్వేతలోధ్రః-అ-పు-పట్టికాలోధ్రః॥

శ్వేతవచా-ఆ-సీ-అతివిషా-౨శుక్లవచా॥

శ్వేతవల్కలః-అ-పు-ఉడుంబరవృక్షః- ౨

శ్వేతవాః-హ-పు-ఇంద్రః॥(శుక్లత్వక్చ॥

శ్వేతవాజీ-న్-పు-చంద్రః-౨అర్జునః-౩శుక్లఘోటకశ్చ॥ (న్యాసీ

శ్వేతవాసాః-స్-పు-శుక్లవస్త్రధారిస

శ్వేతవాసాః-స్-త్రి- పరిహితశుక్లవసనే॥

శ్వేతవాహః-అ-పు-అర్జునః-౨ఇంద్రః॥

శ్వేతవాహనః-అ-పు-చంద్రః-౨అర్జునః - ౩మకరః॥ (న్యాంస్త్రీ॥

శ్వేతవాహీ-న్-పు-అర్జునః - ౨ఇంద్రా

శ్వేతవుహ్నా-ఆ-సీ-వనతిక్తా॥ రుశ్చ॥

శ్వేతవృక్షః-అ-పు-వరుణవృక్షః- ౨శుక్లత

శ్వేతవ్యాఘ్రీ-ఈ-సీ-శ్వేతకంటకారీ॥

శ్వేతశరపుఙ్ఖా-ఆ-సీ-క్షుపవిశేషః॥

శ్వేతశాకః-అ-పు-తిక్తశాకః॥ తె॥ ఉలిమిడిచెట్టు.

శ్వేతశింశపా-ఆ-సీ-శుక్లశింశపావృక్షః॥

శ్వేతశిగ్రుః-ఉ-పు-శుక్లశోభాంజనః॥

శ్వేతశిమ్బిః-ఇ-పు-నిష్పావః॥ తె॥ అనుములు.

శ్వేతశుఙ్గః-అ-పు-యవః॥

శ్వేతశుఙ్గః-అ-త్రి-శుక్లశుంగాయుక్తే॥

శ్వేతశూరణః-అ-పు-వనశూరణః॥

శ్వేతసర్పః-అ-పు-వరుణవృక్షః-౨శుక్లవర్ణాహిశ్చ (ద్రవ్యమ్॥

శ్వేతసాన్ద్రికః-అ-పు-తిల్వనామకగ్రంథి

శ్వేతసారః-అ-పు-కదరః॥ తె॥ తెల్లతుమ్మ.

శ్వేతసారా-ఆ-సీ-గవాదనీ॥ తె॥ తెల్లవిష్ణుక్రాంతచెట్టు. విలిచెట్టు.

శ్వేతసురసా-ఆ-సీ-భూతకేశీ॥ తె॥ తెల్లవా

శ్వేతస్పన్దా-ఆ-సీ-అపరాజితా॥

శ్వేతా-ఆ-సీ-మాలతీ-౨లక్ష్మీతులసీ-౩స్ఫటికః-౪వరాటికా-౫కాష్ఠమ్-౬శంఖినీ-౭పాటలా-౮అతివిషా-౯అపరాజితా-౧౦శ్వేతబృహతీ-౧౧శ్వేతకంటకారీ-౧౨పాషాణభేదీ-౧౩శిలావల్కలా-౧౪శ్వేతదూర్వా-౧౫వంశరోచనా-౧౬శర్కరా-౧౭వృక్షభేదః॥ తె॥గజాజి.

శ్వేతాద్యా-ఆ-సీ-శ్వేతశింశపా॥ తె॥ తెల్లయిరుగుడుచెట్టు.

శ్వేతాభః-అ-పు-వరుణః॥

శ్వేతామ్లిః-ఇ-సీ-క్షుపవిశేషః॥

శ్వేతార్కః-అ-పు-శుక్లార్కవృక్షః॥

శ్వేతావరః-అ-పు-సితావరశాకః॥

శ్వేతాహ్వా-ఆ-సీ-శితపాటలా॥

శ్వేతేక్షుః-ఉ-పు-శుక్లవర్ణేక్షుః॥

శ్వేతోదరః-అ-పు-కుబేరః-౨శుక్లవర్ణజఠరశ్చ॥

శ్వేతౌహీ-ఈ-సీ-ఇంద్రాణీ॥

శ్వైత్రమ్-అ-న-శ్విత్రమ్॥

శ్వోవసీయః-స్-త్రి-మంగళమ్॥

శ్వోవసీయసమ్-అ-న-శుభమ్॥

ష

షమ్-అ-న-గర్భః-౨మోక్షః-౩అవసానమ్॥

షః-అ-పు-నిర్వాణమ్-౨హింసా-౩స్వాపః-౪స్వర్గః-౫విషయః-౬దానభేదః-౭షట్సంఖ్యా-౮సాంప్రతమ్॥

షః-అ-త్రి-పరోక్షః-౨శ్రేష్ఠః॥

షట్-ష్-త్రి-షట్సంఖ్యావంతః॥ తె॥ ఆఱువస్తువులు.

షట్కమ్-అ-న-షట్సంఖ్యా॥ తె॥ఆఱు.

షట్కర్మ-న్-న-షట్ప్రకారశాంతాదికర్మ॥

షట్కర్మా-న్-పు-షట్కర్మకర్తృద్విజః॥

షట్కూటా-ఆ-సీ-భైరవీవిశేషః॥

షట్కృత్వః-స్-౦-షడావృత్తిః॥ తె॥ ఆఱుమార్లు.

షట్కోణమ్-అ-న-లగ్నాత్ షష్ఠగృహం,తత్తురిపుస్థానమ్॥

షట్చక్రమ్-అ-న-శరీరస్థపద్మాకారషట్ప్రకారచక్రమ్॥

షట్చరణః-అ-పు-భ్రమరః-౨యూకా-౩షట్పాదశ్చ॥

షట్తాలః-అ-పు-తాలప్రాణకలాభేదః॥

షట్తిలీ-న్-త్రి-జన్మతిథ్యాదౌతిలకరణకషట్కర్మకారీ॥

షట్త్రింశత్-త్-సీ-సంఖ్యావిశేషః॥

షట్పితాపుత్రకః-అ-పు-తాలప్రాణకలాభేదః॥

షట్పదః-అ-పు-భృంగః॥ తె॥తుమ్మెద-

షట్పదప్రియః-అ-పు-నాగకేసరవృక్షః॥

షట్పదాతిథిః-ఇ-పు-చంపకవృక్షః-౨ఆమ్రవృక్షః॥

షట్పదానన్దవర్ధనః-అ-పు-కింకిరాతవృక్షః॥

షట్పదానన్దా-ఆ-సీ-వార్షికమల్లికా॥

షట్పదీ-ఈ-సీ-యూకా-౨భ్రమరపత్నీచ॥

షట్ప్రజ్ఞః-అ-పు-కాముకః-౨ధర్మాదిశాస్త్రవిజ్ఞః॥

షట్శః-స్-౦-షడ్వీప్సా॥ తె॥ఆఱేసియాఱేసి

షడక్షీణః-అ-పు-మత్స్యః॥

షడఙ్గమ్-అ-న-శరీరస్యషడవయవమ్-౨వేదాంగషట్శాస్త్రాణి-౩షట్ప్రకారగవ్యవిశేషః॥

షడఙ్గః-అ-పు-గోక్షురః॥ తె॥పనుఁగపల్లేలు

షడఙ్గజిత్-త్-పు-విష్ణుః॥

షడఙ్గజిత్-త్-త్రి-షడంగజేతరి.

షడధికః-అ-పు షడధికమతప్రవర్తకః॥

షడభిజ్ఞః-అ-పు-బుద్ధదేవః॥

షడశీతిః-ఇ సీ-రవిసంక్రాంతివిశేషః, సాతు మిధునకన్యాధనుర్మీనరాశిషుభవతి - ౨ షడధికాశీతిసంఖ్యా.

షడశీతిచక్రమ్-అ-న- మిధునకన్యాధనుర్మీనరాశిస్థరవేః శుభాశుభఫలజ్ఞానార్థం నక్షత్రాంగనరాకారచక్రమ్॥

షడష్టకమ్-అ-న-యోగవిశేషః, సతువరకన్యయోః స్వస్వరాశ్యపేక్షయా పరస్పర షష్ఠాష్టమరాశిసంబంధః॥

షడాననః-అ-పు-కుమారస్వామీ॥

షడికః-అ-పు-నిర్ఘాతః॥ తె॥ పిడుగు.

షడున్నతాః-ఆ-సీ-కక్షకుక్షిస్కంధోరఃఘాలనాసికాః॥

షడూషణమ్-అ-న-మిశ్రితషట్కటుద్రవ్యం

షడ్గయా-ఆ-సీ-షడ్విధగయా॥

షడ్గవమ్-అ-న- షణ్ణాంగవాంసమాహారః॥

షడ్గవమ్-అ-త్రి-గోషట్కయుక్తహలాది-౨ ప్రత్యయవిశేషః॥

షడ్గ్రన్థః-అ-పు-హస్తివారణః॥ తె॥ ఆఱుక ణుపులక్రాను(గు చెట్టు.

షడ్గ్రన్థా-ఆ-సీ-వచా-౨ శ్వేతవచా-౩ శటీ-౪ మహాకరంజః॥ తె॥ ౧ నల్లవస.

షడ్గ్రన్థి-ఇ-న-పిప్పలీమూలమ్॥

షడ్గ్రన్థిః-ఇ-పు-షట్పర్వణి॥

షడ్గ్రన్థికా-ఆ-సీ-గంధమూలీ॥ తె॥ నల్లయ }

షడ్గ్రన్థీ-ఈ-సీ-వచా॥ (తివస. }

షడ్జః-అ-పు సంగీతస్వరభేదః-౨ షడ్జగ్రామః

షడ్తారా-ఆ-సీ-కృత్తికానక్షత్రమ్॥

షడ్దుర్గమ్-అ-న-షట్ప్రకారకోట్టమ్॥

షడ్ధా-ఆ-౦-షట్ప్రకారేణ॥ తె॥ ఆఱువిధము లు(గాను.

షడ్బిన్దుః-ఉ-పు-పాంథాహితః॥ తె॥ మండగ బ్బితేలు.

షడ్భాగః-అ-పు అగ్నిస్ఫులింగః-౨ బలిః॥ తె॥ ౨ అప్పనము.

షడ్భుజా-ఆ-సీ-ఫలలతావిశేషః-౨ చండికా

షడ్రసః-అ-పు- మధురాదిషట్ప్రకారరసః॥

షడ్రాత్రమ్-అ-న-షడహః॥

షడ్రేఖా-ఆ-సీ- వృత్తకర్కటీ॥ తె॥ కరుబూజాదోస.

షడ్లవణమ్-అ-న- సృజ్జోపేతంపంచలవణమ్

షడ్వక్త్రః-అ-పు-కార్తికేయః॥

షడ్విధమ్-అ-త్రి-షట్ప్రకారమ్॥

షణ్డః-అ-పు- శుక్రః- ౨ నపుంసకమానుషః- ౩ వర్షధరః- ౪ గోపతిః-౫ వంధ్యపురుషః- ౬ గ్రామసూకరః॥ తె॥ ౩ ఖోజావాఁడు ౪ అచ్చుబోసినయాఁబోతు.

షణ్డః-అ-(సీ)-పద్మాదిసమూహః॥

షణ్డాలీ-ఈ- సీ- తైలమానమ్-౨ సరసీ-౩ కాముక(స్త్రీ).

షణ్ఢః అ-పు-నపుంసకః॥

షణ్మాస్యః-అ-త్రి-షాణ్మాస్యః॥

షణ్ముఖమ్-అ-న-షట్సంఖ్యాకవదనే॥

షణ్ముఖః-అ-పు-కార్తికేయః॥

షణ్ముఖా-ఆ-సీ-షడ్భుజా॥

షణ్ముఖీ-ఈ-సీ- వృత్తకర్కటీ-౨ షణ్ణాంముఖానాంసమాహారః॥ తె॥ ౧ కరుబూజాదోస-౨ ఆఱుమొగములజత.

షష్టిః-ఇ-సీ-షష్టిసంఖ్యా-౨ షష్టిసంఖ్యావంతః॥ తె॥ ౧ అఱువది-౨ అఱువదివస్తువులు

షష్టికమ్-అ-త్రి- షష్టిక్రీతవస్త్రమ్॥ తె॥ అఱువదింటికిఁగొన్నది.

షష్టికః-అ-పు-వ్రీహివిశేషః॥

షష్టికా-ఆ-సీ-షష్టికధాన్యమ్॥

షష్టికృత్వః-స-౦-షష్ట్యావృత్తిః॥

షష్టిక్యమ్-అ-త్రి-షష్టికభవనోచితమ్॥ తె॥ షష్టికధాన్యముపండెడుక్షేత్రము.

షష్టితమః-అ-త్రి-షష్టిపూరణః॥ తె॥ అఱువదవది.

షష్టిధా-అ-౦-షష్టిప్రకారేణ॥ తె॥ అఱువదివిధములుగాను.

షష్టిమత్తః-అ-పు-హస్తీ॥

షష్టిలతా-ఆ-సీ-భ్రమరమారీ॥

షష్టిహాయనః-అ-పు-గజః- ౨ధాన్యవిశేషః- ౩షష్టిసంఖ్యకవత్సరః॥

షష్టిహాయనః-అ - త్రి - తత్సంఖ్యవయోయుతే॥

షష్ట్యః-అ-త్రి-షష్టిక్రీతవస్త్రమ్॥

షష్ఠః-అ-త్రి-షట్పూరణః॥ తె॥ ఆఱువది.

షష్ఠకః-అ-త్రి-షష్ఠః॥

షష్ఠాలుకాలకమ్-అ-న-ద్విత్ర్యహానంతర (భుక్తమ్॥

షష్ఠికా-ఆ-సీ-షష్ఠీ॥

షష్ఠీ-ఈ-సీ-షష్ఠీతిథిః-౨పార్వతీ॥

షా-ఆ-సీ-రమా॥

షాట్-ట్-౦-సంబోధనమ్॥

షాడవః-అ-పు-షట్స్వరయుక్తసంగీతరాగః॥

షాడ్గుణ్యమ్-అ-న- సంధివిగ్రహాదిరాజషా (డ్గుణాః॥

షాణ్మాతురః-అ-పు-షణ్ముఖః॥

షాత్వణత్వికః-అ-త్రి- షత్వణత్వవిధాయకశాస్త్రవ్యాఖ్యానమ్॥

షాష్ఠః-అ-త్రి-షష్ఠః॥

షాష్ఠిహాయనః-అ-పు-గజః-౨ధాన్యవిశేషః॥

షిడ్గః-అ-పు-కాముకః॥

షిడ్గః-అ-త్రి-విటః॥

షుః-ఉ-పు-గర్భవిమోచనమ్॥

షూః-ఊ-సీ-గర్భవిమోచనమ్॥

షాడన్-త్-పు-షడ్దంతయుక్తవృషః॥

షోడశ-న్-త్రి-సమరూపోనిత్యబహువచనః- ౨షోడశసంఖ్యావంతః॥

షోడశః-అ-త్రి-షోడశసంఖ్యాపూరణః॥ తె॥ పదియాఱవది.

షోడశకమ్-అ-న-షోడశసంఖ్యా॥ తె॥ పది (యాఱు.

షోడశకలాః-ఆ-సీ-చంద్రమండలస్యషడశ్రికదశభాగాః॥

షోడశధా-ఆ-౦-షోడశప్రకారేణ॥ తె॥ పదియాఱువిధములుగాను.

షోడశాంశుః-ఉ-పు-శుక్రః॥

షోడశాంశుః-ఉ-త్రి-షోడశకిరణయుక్తే॥

షోడశాఙ్గః-అ-పు- షోడశప్రకారసుగంధిద్రవ్యమిశ్రితధూపః॥

షోడశాఙ్గః-అ-త్రి-షోడశావయవయుక్తే॥

షోడశాఙ్ఘ్రిః-ఇ-పు-కర్కటః-౨షోడశచరణయుక్తే-త్రి॥

షోడశారమ్-అ-న-షోడశదళపద్మమ్- ౨జలాశయోత్సర్గీయవేదికోపరికర్తవ్యచక్రం

షోడశార్చిః-స్-పు-శుక్రగ్రహః॥

షోడశార్చిః-స్-త్రి-షోడశశిఖాయుక్తే॥

షోడశికాగ్రమ్-అ-న-పలపరిమాణమ్॥

షోడశీ-ఈ-సీ-షోడశసంఖ్యాపూరణీ-౨ద్వాదశ మహావిద్యాంతర్గత విద్యావిశేషః॥ తె॥ ౧పదియాఱవది.

షోడశీ-న్-పు-యజ్ఞపాత్రవిశేషః॥

షోఢా-ఆ-౦-షట్ప్రకారేణేత్యర్థః॥ తె॥ ఆఱువిధములుగాను.

షోఢాన్యాసః-అ-పు - విధినాశరీరేమంత్రవిన్యాసః॥

ష్ఠ్యుమః-అ-పు-చంద్రః-౨దీప్తిః॥

ష్ఠ్యూమః-అ-పు-చంద్రః-౨తేజః॥

స

సమ్-అ-న- స్యందనపథమ్-౧జ్ఞానమ్-౩ధ్యానమ్-౪నివారణమ్॥

సమ్-మ్-౦- అభేదః-౧సమీచీనమ్-౩సారసమ్-౪సంగతిః॥

సః-అ-పు- షడ్జస్వరస్థానమ్-౧ఉమాసుతః-౩వాయుః-౪బుధః-౫సత్యప్రతిజ్ఞా-౬ఈశ్వరః-౭సర్పః-౮పక్షీ-౯విష్ణుః॥

సంజ్ఞమ్-అ-న-పీతకాష్ఠమ్॥

సంజ్ఞపనమ్-అ-న-మారణమ్-౧విజ్ఞాపనంచ॥ తె॥ ౧చంపడము.

సంజ్ఞప్తిః-ఇ-సీ- మారణమ్-౧విజ్ఞాపనంచ॥

సంజ్ఞా- ఆ- సీ- నామధేయమ్-౧సూర్యభార్యా-౩చైతన్యమ్- ౪హస్తాదినాసూచనా-౫పరిభాషా-౬గాయత్రీ॥

సంజ్ఞాసుతః-అ-పు-శనిః॥

సంజ్ఞుః-ఉ- త్రి- సంహతజానుకః॥ తె॥ ముడికాళ్లవాడు.

సంయః-అ-పు-కంకాలః॥

సంయత్-త్-ద్వి-యుద్ధమ్॥

సంయతః-అ- త్రి-బద్ధః-౧కృతసంయమః॥

సంయత్వరః- అ - పు- వాగ్యతః-౧జంతుసమూహః॥

సంయద్వరః-అ-పు-నృపః॥

సంయద్వరః-అ-పు-దినమ్॥ తె॥పగలు.

సంయన్తా- ఋ- త్రి- సంయమనకర్తా, నియంతా॥

సంయమః-అ-పు- పరపీడాదికరణనివృత్తిః-౧వ్రతాద్యంగపూర్వదిన కర్తవ్యాచారః॥ తె॥చాలించడము.

సంయమకః- అ - త్రి- నియంతా-౧సంయమీచ॥

సంయమనమ్-అ-న- రతిబంధవిశేషః-౧వనమ్-౩పురీ-౪నియమః॥

సంయమనీ-ఈ-సీ-యమపట్టణమ్॥

సంయమితమ్-అ-త్రి-గ్రథితమ్॥ తె॥ కూర్చంబడ్డది.

సంయమీ-న్-పు-మునిః॥

సంయమీ-న్-త్రి-నిగృహీతేంద్రియః॥

సంయాత్రా-ఆ-సీ- ద్వీపాంతరగమనమ్॥

సంయానమ్-అ-న-సమ్యగ్గమనమ్॥

సంయానః-అ-పు-యంత్రపాతితః॥ తె॥ జంతికలు.

సంయామః-అ-పు-పరపీడాదికరణనివృత్తిః॥ తె॥చాలించడము.

సంయావః-అ-పు-ఘృతక్షీరాదిపక్వగోధూమః-౧పిష్టకవిశేషః॥

సంయుక్-జ్-త్రి-గుణవాన్-౧సంయుక్తశ్చ

సంయుక్తమ్-అ-త్రి-సంయుతమ్॥ తె॥ కూడుకొన్నది.

సంయుగః అ-పు-యుద్ధమ్- ౧సంయోగశ్చ॥

సంయుతమ్-అ-త్రి-సంహితమ్॥ తె॥ కూడుకొన్నది.

సంయోగః-అ-పు-మేలనమ్- ౧న్యాయమతే గుణపదార్థః- సచసంబంధవిశేషః - అప్రాప్తవస్తుద్వయస్య ప్రాప్తిః॥

సంయోగపృథక్త్వమ్-అ-న-న్యాయవిశేషః

సంయోగవిరుద్ధమ్-అ-న-పరస్పరసంయోగె నరోగజనకఖాద్యద్రవ్యమ్॥

సంయోగితః-అ-త్రి-జాతసంయోగః॥

సంయోగీ-న్-త్రి-సంయోగవిశిష్టః॥

సంయోజనమ్-అ-న-మైథునమ్ - ౧సంయోగశ్చ॥

సంయోజితః-అ-త్రి- పదార్థఃపదార్థాంతరేణసంయుక్తీకృతః॥

సంరబ్ధః-అ-పు-భయమ్ - ౨ఇష్టానిష్టకార్యజాతస్ఖలనత్వరా - ౩ఉద్దేశ్యకార్యజాతవ్యగ్రతా॥ తె॥ ౩తొందర.

సంరావః-అ-పు-ధ్వనిః॥

సంరావీ-న్-త్రి-ప్రశస్తశబ్దవిశిష్టః॥

సంరూఢః-అ-త్రి-అంకురితః- ౨ప్రౌఢః॥

సంరోధః-అ-పు-రోధనమ్-౨క్షేపః॥

సంలగ్నః-అ-త్రి-సంయుక్తః॥

సంలయః-అ-పు-నిద్రా-౨ప్రళయశ్చ॥

సంలాపః-అ-పు-పరస్పరభాషణమ్-౨అన్యోన్యంప్రీతిభాషణంసంలాపః॥

సంవత్-త్-ం-సంవత్సరః॥

సంవత్సరః-అ-పు - ఉత్తరాయణదక్షిణాయనాత్మకవత్సరః॥

సంవద్-ం-ం-వత్సరః॥

సంవదనమ్-అ-న-ఆలోచనమ్-౨వశీకరణమ్-౩సంవాదః॥

సంవదనా-ఆ-సీ-సంవదనమ్-వశక్రియా॥

సంవననమ్-అ-న-సంవదనమ్॥

సంవరమ్-అ-న-జలమ్- ౨బౌద్ధవ్రతవిశేషః॥

సంవరః-అ-పు-దైత్యవిశేషః- ౨మత్స్యవిశేషః-౩హరిణవిశేషః॥

సంవర్చలా-ఆ-సీ-హంజికా-౨రవిభక్తిః- ౩బ్రాహ్మీ॥ తె॥ ౧చిఱితేఁకుచెట్టు- ౨ఆదిత్యభక్తిచెట్టు-౩బ్రహ్మిచెట్టు.

సంవర్తః-అ-పు-వత్సరః - ౨మన్వంతరప్రళయః-౩మేఘభేదః-౪విభీతకః- ౫మునివిశేషః॥ తె॥ ౧సంవత్సరము-౨మన్వంతరప్రళయము-౩సంవర్తకమనుమేఘము.

సంవర్తకమ్-అ-న-బలరామహలమ్- ౨విభీతకః॥ తె॥ ౨తాఁడిచెట్టు.

సంవర్తకః-అ-పు- బలదేవః - ౨బలదేవస్యలాంగలమ్-౩బడబానలః॥

సంవర్తకీ-న్-పు-బలదేవః॥

సంవర్తయాచకః-అ-పు-పురుత్తః॥ తె॥ షోడశరాజవిశేషము.

సంవర్తలమ్-అ-న-బలరామహలమ్॥

సంవర్తిః-ఇ-సి-సంవర్తికా॥

సంవర్తికా-ఆ-సీ-పద్మనవదలః॥

సంవర్ధకః-అ-త్రి-సంవర్ధనకారీ॥

సంవర్ధనమ్-అ-న-సమ్యగ్వృద్ధిః-౨సందీపనమ్

సంవర్ధితః-అ-త్రి-సమ్యగ్వృద్ధివిశిష్టః॥

సంవలితః-అ-త్రి-మిశ్రితః-ఏకత్రీకృతః॥

సంవశనమ్-అ-న-వశక్రియా॥ తె॥ వశముచేసికొనడము.

సంవసథః-అ-పు-గ్రామః॥

సంవహః-అ-పు-సప్తవాయ్వంతర్గతప్రశస్తవాయుః-సతుఉద్వహావాయోరుపరిస్థః

సంవాటికా-ఆ-సీ-శృంగాటకః॥

సంవాదః-అ-పు-సందేశవాక్యమ్-సమాచారఇతియావత్॥

సంవాదీ-న్-పు-సంగీతస్వరమంత్రీ॥

సంవాసః-అ-పు-గృహమ్-౨పురవాసినాంవిహారార్థంపురమధ్యేబహిర్వాఅనావృతస్థానమ్॥

సంవాహః-అ-పు-అంగవిమర్దకః॥

సంవాహకః-అ-పు-అంగమర్దకః॥ తె॥ శరీరముపిసికెడువాఁడు.

సంవాహనమ్-అ-న-కరచరణాదిమర్దనమ్-౨వాహనమ్-౩భారాదిః॥ తె॥ ౧కాళ్లుమొదలయినవిపిసకడము.

సంవిత్-ద్-సీ-బుద్ధిః-౨ప్రతిజ్ఞానమ్ - ౩సంభాషా-౪క్రియాకారః ౫తోషణమ్- ౬ప్రతిజ్ఞా-౭సంకేతః-౮ఆచారః-౯నామ ౧౦సంగరః॥

సంవిత్తిః-ఇ- సీ- జనసంవాదః - ౨ప్రతిప(త్తిః-౩చేతనా॥

సంవిదల్లః-అ-పు-అంతఃపురపాలకః॥
సంవిదితః-అ-త్రి-అంగీకృతః॥
సంవిదారణమ్-అ-న-సంగరః-౨విదారణమ్॥
సంవిషా-ఆ-సీ-అతివిషా॥
సంవీక్షణమ్-అ-న-అన్వేషణమ్॥
సంవీతమ్-అ-న-హారవల్లంబియజ్ఞసూత్రమ్ తె॥పేరుగా వేసుకొన్నజందెము.
సంవీతమ్-అ-త్రి-ఆవృతమ్॥ తె॥ ఆవరింపఁబడ్డది.
సంవృతమ్-అ-త్రి-సంయుతమ్॥
సంవృతః-అ-పు-ఆవృతః॥
సంవృత్తః-అ-పు-వరుణః॥
సంవృత్తిః-ఇ-సీ-సమ్యక్ప్రకారేణవర్తనమ్ ౨ఆవరణమ్॥
సంవృత్తికా-ఆ-సీ-పద్మనవదలః॥
సంవేగః-అ-పు-ఇష్టానిష్టకార్యజాతస్ఖలనత్వరా॥
సంవేదః-అ-పు-వేదనమ్ - ౨జ్ఞానవిషయానుభవః॥ తె॥౧వాదిప్రతివాదులయొక్కపరస్పరప్రగల్భత్వము.
సంవేశః-అ-పు-నిద్రా-౨ఉద్దేశ్యకార్యవ్యగ్రతా-౩ఆసనమ్॥ తె॥౪తొందర.
సంవేశనమ్-అ-న-రతిక్రియా॥
సంవేశినీ-ఈ-సీ-ముఖశాలా॥ తె॥తలవాకిటిచావడి.
సంవ్యానమ్-అ-న-ఉత్తరీయమ్-౨ఛాదనమ్-౩అంశుకమ్॥ తె॥౧పైబట్ట.
సంశప్తకః-అ-పు- శపథంకృత్వాయుద్ధాదనివర్తీ॥
సంశయః-అ-పు-సందేహః॥
సంశయానః-అ-త్రి-సంశయయుక్తః॥
సంశయాపన్నమానసః-అ-త్రి- సంశయవిషయః-౨సంశయయుక్తః॥
సంశయాలుః-ఉ-త్రి-సంశయితా॥
సంశయితా-ఋ-త్రి-సంశయకర్తా॥
సంశరణమ్-అ-న-రణారంభః॥
సంశితః-అ-త్రి-సునిశ్చితః॥ తె॥నిశ్చయింపఁబడ్డది.
సంశుద్ధిః-ఇ-సీ-సమ్యక్శోధనమ్- ౨శరీరమార్జనమ్॥
సంశుష్కమ్-అ-త్రి-ఆతపాదినాసంశోషితవస్తు.
సంశోధనమ్-అ-న-సంశుద్ధిః॥
సంశోధితమ్-అ-త్రి-శుద్ధీకృతవస్తు॥
సంశ్చత్-త్-న-కుహకః॥
సంశ్యానః-అ-త్రి-శీతేనసంకుచితః॥
సంశ్రయః-అ-పు-ఆశ్రయః॥
సంశ్రవః-అ-పు-శ్రవణగతబుద్ధిః॥
సంశ్రితః-అ-త్రి-ఆశ్రితః॥
సంశ్రుతమ్-అ-త్రి-అంగీకృతమ్॥
సంశ్లిష్టః-అ-త్రి-ఆశ్లిష్టః॥
సంశ్లేషః-అ-పు-సన్నిపాతః-౨ఆలింగనమ్॥ తె॥౧కూడంగలియుట.
సంశ్వత్-త్-న-మాయా॥
సంసక్తమ్-అ-త్రి-అవ్యవహితమ్॥ తె॥ తగిలియున్నది.
సంసక్తిః-ఇ-సీ-సంసక్తతా॥
సంసత్-ద్-సీ-వేదధర్మజ్ఞసభా॥
సంసప్తకః-అ-పు-శపథంకృత్వాయుద్ధాదనివర్తీ॥
సంసరణమ్-అ-న - దశధనుర్విస్తారరాజమార్గః-౨అసంబాధచమూగతిః-౩సంసారః ౪పురనిర్గమః-౫రణారంభః- ౬పురద్వారమ్॥
సంసర్గః-అ-పు-సంబంధః-సచనమవాయాదిః
సంసర్గాభావః-అ-పు-సంబంధరహితత్వమ్-

౧న్యాయము తెలభావపదార్థవిశేషః॥
సంసర్గీ-న్-త్రి-సంసర్గవిశిష్టః॥
సంసర్పః-అ-పు-సమ్యక్ప్రకారేణగమనమ్-౨సర్పాదిగమనవద్గమనమ్॥
సంసర్పీ-న్-త్రి-సంసర్పవిశిష్టః, సమ్యగ్గమనశీలః॥
సంసారః-అ-పు-సంసృతిః-౨సంకల్పః-౩సంభవః॥ తె॥ ౧సంసారము.
సంసారగురుః-ఉ-పు-కామదేవః-౨జగద్గురుః
సంసారమార్గః-అ-పు-యోనిః॥
సంసారమోక్షణమ్-అ-త్రి-భవతారకమ్॥
సంసారమోక్షణమ్-అ-న-భవమోచనే॥
సంసారీ న్-పు-సంసారవిశిష్టప్రాణీ-౨శరీరీ
సంసిద్ధిః-ఇ-సీ-స్వభావః-౨ముదో(గా-౩ సమ్యక్సిద్ధిః॥
సంసృతిః-ఇ-సీ-సంసారః॥
సంసృష్టః-అ-త్రి-సంసర్గః-౨వమనాదినా సంశుద్ధః-౩విభాగానంతరంమైత్ర్యాత్ పితృభ్రాతృపితృవ్యభ్రాతృపుత్రాణాంయథాయథం ఏకత్రావస్థానంసంసర్గఃతద్యుక్తః॥
సంసృష్టత్వమ్-అ-న-సంసృష్టస్యభావః॥
సంసృష్టిః-ఇ-సీ-అలంకారభేదః॥
సంసృష్టీ-న్-పు-సంసృష్టత్వవిశిష్టః॥
సంస్కారః-అ-పు-అనుభూతార్థసంస్మృతిః॥
సంస్కారజః-అ-త్రి-సంస్కారేణజాతః॥
సంస్కారవర్జితః-అ-త్రి-దశసంస్కారహీనే
సంస్కారవర్జితః-అ-పు-వ్రాత్యః॥
సంస్కృతమ్-అ-న-లక్షణోపేతమ్॥
సంస్కృతః-అ-త్రి-శాస్త్రజ్ఞః-౨విభూషితః-౩లక్షణోపేతః-౪ప్రశస్తః-౫నిర్మలీకృతః॥
సంస్క్రియా-ఆ-సీ-శవదాహాదిక్రియా-౨సంస్కారశ్చ॥
సంస్తరః-అ-పు-ప్రస్తరః-౨అధ్వరః॥
సంస్తవః అ-పు-పరిచయః-౨సమ్యక్స్తుతిశ్చ॥ తె॥ ౧స్నేహపూర్వకవిశ్వాసము.
సంస్తవానః-అ-త్రి-సద్వక్తా-౨వాగ్మీ-౩ఉద్గాతా-౪హర్షః॥
సంస్తావః-అ-పు-ద్విజయజ్ఞేషూద్గాత్రాదీనాం ఇంద్రాదిస్తోత్రకరణార్థముపవిష్టభూమిః॥
సంస్తుతః-అ-త్రి-సమ్యక్ప్రకారేణస్తుతిప్రాప్తః, సమ్యక్స్తవవిషయీభూతః॥
సంస్తువానః-అ-పు-ఉద్గాతా॥
సంస్త్యాయమ్-అ-న-సమూహః-౨రథచక్రం
సంస్త్యాయః-అ-(సీ)-గృహమ్॥
సంస్త్యాయః-అ-పు-గృహాంగణమ్-౨విస్మృతిః
సంస్థః-అ-పు-చరః-౨నిజరాష్ట్రికః॥
సంస్థః-అ-త్రి-స్థితః-౨మృతః॥
సంస్థా-ఆ-సీ-రాజకృతమర్యాదా-౨స్థితిః-౩వ్యవస్థా-౪సమాప్తిః-౫ఆకారః-౬మృత్యుః-౭వ్యక్తిః-౮సాదృశ్యమ్-౯సభా॥
సంస్థానమ్-అ-న-ఆకృతిః-౨మృత్యుః-౩సన్నివేశః-౪చతుష్పథమ్॥
సంస్థాపనమ్-అ-న-సమ్యక్స్థితిప్రాపణమ్-స్థిరీకరణమ్॥
సంస్థితః-అ-త్రి-మృతః-౨సమ్యక్స్థితివిశిష్టః॥
సంస్థితిః-ఇ-సీ-మరణమ్-౨సంస్థానమ్-౩గృహమ్॥
సంస్పర్శః-అ-పు-సమ్యక్స్పర్శః-సతుత్వగింద్రియగ్రాహ్యగుణవిశేషః॥
సంస్పర్శా-ఆ సీ-చక్రవర్తినీ॥ తె॥ చక్రవర్తికూర.
సంస్ఫాలః-అ-పు-మేషః॥
సంస్ఫుటః-అ-త్రి-వికసితః॥
సంస్ఫేటః-అ-పు-యుద్ధమ్॥

సంస్ఫేటిః-ఇ-పు-యుద్ధమ్॥
సంస్ఫోటః-అ-పు-యుద్ధమ్॥
సంస్మరణమ్-అ-న-సంస్మృతిః - సంస్కారజన్యజ్ఞానమ్॥
సంస్మృతిః-ఇ-సీ-సంస్మరణమ్॥
సంహతః-అ-త్రి-దృఢసంధిః-౨సంగతమ్॥ తె॥ ౧దృఢమైనకీళ్లుగలశరీరాదికము - బలిసినగట్టిశరీరమున్న.
సంహతజానుః-ఉ-త్రి-లగ్నజానుకః॥
సంహతజానుకః-అ-త్రి-లగ్నజానుకః॥
సంహతలః-అ-పు - సంగతప్రతలహస్తద్వయమ్॥ తె॥ వ్రేళ్లుచాచిరెండుచేతులుకలిపినది.
సంహతిః-ఇ-సీ-సమూహః॥
సంహననమ్-అ-న-శరీరమ్-౨కరచరణాదిమర్దనమ్॥ తె॥ ౨కాళ్లుమొదలయినదిపిసకడము
సంహరాఖ్యః-అ-పు-పావకనామాగ్నిః॥
సంహారిః-ఇ-పు-వృషః-౨భాస్కరః॥
సంహర్షః-అ-పు-ప్రమోదః- ౨స్పర్ధా - ౩వాయుః॥
సంహవనమ్- అ- న- చతుశ్శాలమ్॥ తె॥ భవంతి॥
సంహా-ఆ-సీ-హృతిః॥
సంహారః-అ-పు-యుగాంతః-౨సంక్షిప్తగ్రంథః-౩నరకభేదః-౪సంహరణమ్॥
సంహారగముద్రా-ఆ-సీ- విసర్జనముద్రా॥
సంహితమ్-అ-త్రి-సంయుతమ్॥ తె॥ కూడుకొన్నినది.
సంహితపుష్పికా-ఆ-సీ-మిశ్రేయా॥
సంహితా-ఆ-సీ-వర్ణసంయోగః - ౨వేదైకదేశః-౩శాస్త్రమ్॥
సంహూతిః-ఇ-సీ-బహుజనకృతాహ్వానమ్॥
సంహృతః-అ-త్రి-కృతసంహారః॥
సంహృతిః-ఇ-సీ-సంహారః॥
సంహారోక్తిః-ఇ-సీ-అలంకారభేదః॥
సకః-అ-పు-పూర్వోక్తపరామర్శకః॥
సకణ్టకః-అ-పు-శైవాలః-౨కరంజవిశేషః॥
సకణ్టకః-అ-త్రి-కంటకయుక్తః॥
సకరః-అ-త్రి-హస్తయుక్తః - ౨రాజస్వవిశిష్టః-౩శుండయుక్తః-౪కిరణవిశిష్టః॥
సకరుణః-అ-త్రి-కరుణాయుక్తః-సదయః॥
సకర్ణః-అ-త్రి-శ్రవణశీలః-౨కర్ణయుక్తశ్చ॥
సకర్మకః అ-పు-కర్మయుక్తధాతుః-కర్మాన్వయిక్రియార్థకః॥
సకలమ్-అ-త్రి-నిఖిలమ్॥
సకలాదృతా-ఆ-సీ-బహురంధ్రీ॥ తె॥ కమసాలికమ్మెచ్చు.
సకా-ఆ-సీ-పూర్వోక్తపరామర్శకః॥
సకామః-అ-త్రి-కామనావిశిష్టః॥
సకాశః-అ-త్రి-సమీపః॥
సకురుణ్డః-అ-పు-సాకురుండవృక్షః॥
సకులః-అ-పు-శకులమత్స్యః॥
సకులీ-ఈ-సీ-మత్స్యవిశేషః॥
సకుల్యః-అ-త్రి-సగోత్రః॥
సకృత్ -త్ -౦-ఏకావృత్తిః-౨సదార్థః- ౩సహార్థః॥ తె॥ ౧ఒకమారు - ౨ఎప్పుడున్ను-౩కూడాను
సకృత్ప్రజః-అ- త్రి-జాతైకమాత్రాపత్యః॥
సకృత్ప్రజః-అ-పు-వాయసః॥
సకృత్ఫలా-ఆ-సీ-కదలీ॥
సకృద్గర్భః-అ-పు-ఖసరః॥
సకృద్గర్భా-ఆ-సీ-ఏకమాత్రగర్భిణ్యామ్॥
సకృద్వీరః-అ-పు-ఏకవీరవృక్షః॥
సక్తః-అ-త్రి-అవిరతః-౨ఆసక్తశ్చ॥
సక్తవః-అ-పు-కదంబః॥ తె॥ పేలపిండి.

సక్తిః-ఇ-స్త్రీ-సంగః॥

సక్తుః-ఉ-పు-భృష్టయవాదిచూర్ణః॥

సక్తుకః-అ-పు-విషభేదః॥

సక్తుఫలా-ఆ-స్త్రీ-శమీ॥ తె॥ జమ్మిచెట్టు.

సక్తుఫలీ-ఈ-స్త్రీ-శమీవృక్షః॥ తె॥ జమ్మిచెట్టు.

సక్థి-ఇ-న-ఊరుః-౨శకటావయవవిశేషః॥

సక్షమః-అ-త్రి-క్షమతావిశిష్టః-౨క్షమావిశిష్టః॥

సక్షారః-అ-త్రి-లవణయుక్తః॥

సఖః-అ-పు-మిత్రః॥

సఖః-అ-త్రి-సహాయః॥

సఖప్పచమ్-అ-న-కోష్ణజలమ్॥ తె॥ అన్నవు (పెసరు.

సఖా-ఇ-పు-మిత్రః॥

సఖితా-ఆ-స్త్రీ-సఖ్యమ్॥

సఖిత్వమ్-అ-న-సఖ్యమ్॥

సఖీ-ఈ-స్త్రీ-వయస్యా-౨అష్టవిధనాయికాదూతీభేదః॥ తె॥ ౧చెలికత్తె.

సఖ్యమ్-అ-న-సౌహార్దమ్॥ తె॥ స్నేహము.

సగన్ధః-అ-త్రి-గంధయుక్తః॥

సగన్ధః-అ-పు-సుహృత్॥

సగరః-అ-పు-వత్సనాభవిషమ్-౨సగరచక్రవర్తి-౩కులాలః॥ తె॥ ౩కుమ్మరివాఁడు.

సగర్భః-అ-పు-సహోదరః॥

సగర్భా-ఆ-స్త్రీ-గర్భవతీ-౨సహోదరా॥

సగర్భ్యః-అ-పు-ఏకోదరభ్రాతా॥

సగోత్రమ్-అ-న-కులమ్॥

సగోత్రః-అ-పు-సమానగోత్రపురుషః॥

సగ్ధిః-ఇ-స్త్రీ-సహభోజనమ్॥ తె॥ నలుగురుకూడిభోజనముచేయడము.

సఙ్కటమ్-అ-త్రి-సంబాధమ్॥ తె॥ ఇఱుకైనస్థలము మొదలయినది.

సఙ్కటా-ఆ-స్త్రీ-దేవీవిశేషః॥

సఙ్కటాక్షః-అ-పు-ధవవృక్షః॥

సఙ్కటాక్షః-అ-త్రి-కటాక్షసహితః॥

సఙ్కథనమ్-అ-న-సమ్యగ్భాషణమ్॥

సఙ్కథా-ఆ-స్త్రీ-పరస్పరభాషణమ్-౨సమ్యక్కథనంచ॥

సఙ్కరః-అ-పు-అలంకారభేదః-౨అవకరః-౩చతుర్జాతిషు భిన్నజాతి మాతాపితృజాతఅనులోమవిలోమాత్మకవర్ణః-౪వైద్యకరండః॥ తె॥ ౨చీఁపురుచేనూడ్చినకసువుకుప్ప.

సఙ్కరసఙ్కరః-అ-పు-అలంకారభేదః॥

సఙ్కరీ-ఈ-స్త్రీ-నవదూషితకన్యా॥

సఙ్కరీకరణమ్-అ-న-నవవిధపాపాంతర్గతపాపవిశేషః॥

సఙ్కర్షణమ్-అ-న-ఆకర్షణమ్-౨సమ్యక్ప్రకారేణకర్షణమ్॥

సఙ్కర్షణః-అ-పు-బలరామః॥

సఙ్కలః-అ-పు-సంకలనమ్-యోగః॥

సఙ్కలనమ్-అ-న-ఏకత్రీకరణమ్-యోజనమ్॥

సఙ్కలితమ్-అ-న-గణితశాస్త్రఅధికారభేదః॥

సఙ్కలితమ్-అ-త్రి-సంగూఢః॥ తె॥ కొంచముగాకుదర్చఁబడ్డది.

సఙ్కల్పః-అ-పు-ఇచ్ఛావద్బుద్ధిః॥

సఙ్కల్పజః-అ-పు-మన్మథః॥

సఙ్కల్పజన్మా-న్-పు-కామదేవః॥

సఙ్కల్పభవః-అ-పు-కామదేవః॥

సఙ్కల్పయోనిః-ఇ-పు-కామదేవః॥

సఙ్కసుకః-అ-త్రి-ఖారయష్టిః-౨అస్థిరః॥ తె॥ ౧కావటిబద్ద-౨దేనియందున్నునిలకడలేనివాఁడు.

సఙ్కారః-అ-పు-అగ్నిచ్ఛటోత్కారః-౨సమ్మార్జన్యవమార్జితః॥ తె॥ ౨ఊడ్చినకసువుకుప్ప.

సఙ్కారీ-ఈ-సీ-నరదూషితకన్యా॥
సఙ్కాశః-అ-త్రి-తుల్యవస్తు-౧అంతికః॥
సఙ్కిలః-అ-పు-దహనోల్కా॥
సఙ్కీర్ణమ్-అ-న-సంగీతాంశభేదః॥
సఙ్కీర్ణమ్-అ-త్రి-ఆకీర్ణమ్-౧అపరిశుద్ధమ్॥ తె॥ ౧ఎడుము లేక నిండియున్నది.
సఙ్కీర్ణః-అ-పు-తాలప్రాణజాతిభేదః-౨చాతుర్వర్ణ్యైర్భిన్నజాతి మాతాపితృజాతానులోమవిలోమాత్మకవర్ణాః॥
సఙ్కీర్ణసఙ్కరః-అ-పు-సంకీర్ణజాతిషుపునస్సంకరేణోత్పన్నః॥
సఙ్కీర్తనమ్-అ-(పు)-సమ్యక్ప్రకారేణ దేవతానామోచ్చారణమ్-౨గుణాదికథనమ్॥ (సంస్తుతః॥
సఙ్కీర్తితః-అ-త్రి-సమ్యగుచ్చరితః-౨}
సఙ్కుః-ఊ-సీ-వేదముఖ్యా॥ తె॥ జవ్వాదిపిల్లి
సఙ్కుచితమ్-అ-న-సంకోచయుక్తమ్-అప్రఫుల్లమ్॥
సఙ్కుమదః-అ-పు-జవాదిః॥
సఙ్కులమ్-అ-త్రి-అసంగతవాక్-౨సంకీర్ణమ్-౩వ్యాకులమ్॥ తె॥ ౨ఎడుము లేక-నిండినది.
సఙ్కృతిః-ఇ-సీ-చతుర్వింశచ్ఛందః-౨చతుర్వింశతిపంజ్ఞా॥
సఙ్కేతః-అ-పు-సంకేతః॥
సఙ్కోచమ్-అ-న-కుంకుమమ్॥
సఙ్కోచః-అ-పు-మీనః-౨బంధః-౩బహువిషయకవాక్యార్థాదేరల్పవిషయస్థాపనమ్-౪రోధః, జడీభావ ఇత్యర్థః॥
సఙ్కోచనీ-ఈ-సీ-లజ్జాలులతా॥
సఙ్కోచపర్యాయః-అ-పు-అలంకారభేదః
సఙ్కోచపిశునమ్-అ-న-కుంకుమమ్॥
సఙ్క్రన్దనమ్-అ-న-రోదనే॥
సఙ్క్రన్దనః-అ-పు-ఇంద్రః-౨దేవభూమిః-౩వృశ్చికాంతకః-౪అర్ఘకః॥
సఙ్క్రమః-అ-పు-వరణమ్॥ తె॥ చేలగట్టు.
సఙ్క్రమః-అ-(సీ)-నద్యాదౌ కాష్ఠాదిబద్ధసేత్వాదిః-౨క్రమణమ్-౩సంకరః-౪వైద్యః॥ తె॥ ౧వంతెన మొదలయినది.
సఙ్క్రమణమ్-అ-న-గమనమ్-౨సూర్యస్య రాశ్యంతరప్రవేశః॥
సఙ్క్రాన్తః-అ-త్రి-సంక్రాంతివిశిష్టః-౨ప్రాప్తః-౩గతః-౪క్రమాగతధనాది॥
సఙ్క్రాన్తచ్ఛాయకమ్-అ-న-చుంబనవిశేషః
సఙ్క్రాన్తిః-ఇ-సీ-రాశ్యంతరసంయోగానుకూలవ్యాపారః॥
సఙ్క్రాన్తిచక్రమ్-అ-న-నరాణాం శుభాశుభజ్ఞానార్థనక్షత్రాంకితనరాకారచక్రం
సఙ్క్రామః-అ-పు-దుర్గసంచరః॥
సఙ్క్లేదః-అ-పు-ఆర్ద్రీభావః॥
సఙ్క్షయః-అ-పు-నాశః-౨ప్రళయః॥ (స్తైః॥
సఙ్క్షిప్తః-అ-త్రి-కృతసంక్షేపః, సంక్షేపవిశి
సఙ్క్షుబ్ధః-అ-త్రి-సంచలనవిశిష్టః-౨ఆకులమ్॥
సఙ్క్షేపః-అ-పు-సంక్షిప్తగ్రంథః॥
సఙ్క్షేపణమ్-అ-న-సమసనమ్-౨విస్తీర్ణానాం సంక్షేపః, ప్రపంచకరణవైపరీత్యమ్॥ తె॥ ౧అక్కడక్కడనున్నవి ప్రోగుచేయుట.
సఙ్క్షోభః-అ-పు-చాంచల్యమ్, సంచలనమ్॥
సఙ్ఖ్యమ్-అ-త్రి-సంఖ్యేయే॥
సఙ్ఖ్యమ్-అ-న-యుద్ధమ్॥
సఙ్ఖ్యతా-ఆ-సీ-సంఖ్యాత్వమ్, సంఖ్యేయతా॥
సఙ్ఖ్యా-ఆ-సీ-ప్రమాణైరర్థపరీక్షణమ్-౨సంఖ్యా॥ తె॥ ౨లెక్క.
సఙ్ఖ్యాతమ్-అ-త్రి-కృతసంఖ్యమ్॥
సఙ్ఖ్యాతమ్-అ-న-నిశ్చితసంఖ్యావిశేషక్రముకాదిః॥

సఙ్ఖ్యానమ్ అ-న-సంఖ్యా॥
సఙ్ఖ్యావాన్-త్-త్రి-సంఖ్యాయుక్తే॥
సఙ్ఖ్యావాన్-త్-పు-పండితః॥
సఙ్ఖ్యేయమ్-అ-త్రి-సంఖ్యాయోగ్యమ్॥
సఙ్ఖ్యేయమ్-అ-న-సంఖ్యావత్॥ తె॥ సంఖ్యగల వస్తువు.
సఙ్గః-అ-పు-మేలనమ్॥ తె॥ కలియడము.
సఙ్గణికా-ఆ-సీ-అప్రతిరూపకథా॥
సఙ్గతమ్-అ-న-సౌహార్దమ్॥
సఙ్గతమ్-అ-త్రి-యుక్తియుక్తవాక్యమ్॥
సఙ్గతభ్రావా-ఊ-సీ-దరిద్రవతీలక్షణమ్॥
సఙ్గతిః-ఇ-సీ-ప్రత్యాసక్తిః-౨జ్ఞానమ్॥ తె॥ ౧ పరస్పరముకలుసుకొనుట.
సఙ్గమమ్-అ-న-యోజితమ్॥ తె॥ లెక్క-కలియంగూడుట.
సఙ్గమః-అ-పు-యోగః॥ తె॥ కలియడము.
సఙ్గమః-అ-(సీ)-సంయోగః॥ తె॥ సంగమము.
సఙ్గరమ్-అ-న-శమీఫలమ్-౨విషమ్॥
సఙ్గరః-అ-పు-యుద్ధమ్-౨క్రియాకారః - ౩ ప్రతిజ్ఞా-౪ఆపత్-౫బుద్ధిః-౬అంగీకారః
సఙ్గవః-అ-పు-ప్రాతఃకాలాత్పరంముహూర్తత్రయమ్॥
సఙ్గీ న్-త్రి-సంగవిశిష్టః॥
సఙ్గీతమ్-అ-న-గీతవాద్యద్వయయోగః- ౨ నృత్తగీతవాద్యత్రయయోగః॥
సఙ్గీతిః-ఇ-సీ-ఆలాపః-౨సంగీతంచ॥
సఙ్గీర్ణమ్-అ-త్రి-అంగీకృతమ్॥
సఙ్గుప్తః-అ-పు-బుద్ధభేదః॥
సఙ్గుప్తః-అ-త్రి-సంగోపనాశ్రయే॥
సఙ్గూఢః-అ-త్రి-సంక్షిప్తః॥ తె॥ గుప్తముచెయ్యఁబడ్డది.
సఙ్గోపనమ్ అ-న-సమ్యక్ప్రకారేణగోపనమ్॥
సఙ్గ్రహః-అ-పు-సంక్షిప్తగ్రంథః - ౨స్వీకారః-౩ఉచ్ఛ్రాయః - ౪సంక్షేపః - ౫మహోద్యోగః॥
సఙ్గ్రహణీ-ఈ-సీ-గ్రహణీరోగః॥
సఙ్గ్రహణా-ఆ-సీ-కరవర్తికా॥ తె॥ బాణము వేయునప్పుడుబొటనవ్రేలికిఁదగిలించెడు యుంగరము.
సఙ్గ్రామః-అ-పు యుద్ధమ్॥
సఙ్గ్రాహః-అ-పు ఖేటకముష్టిః - ౨ముష్టిబంధః॥ తె॥ ౧డాలుపిడి-౨పిడికిలి.
సఙ్గ్రాహీ-న్-పు-కుటజవృక్షః॥
సఙ్గ్రాహీ-న్-త్రి-ధారకే॥
సఙ్ఘః-అ-పు-ప్రాణిసమూహః॥
సఙ్ఘచారీ న్-పు-మత్స్యః॥
సఙ్ఘచారీ న్-త్రి-బహుభిఃసహగామిని॥
సఙ్ఘజీవీ న్-త్రి-వ్రాతీనః॥ (గడి.
సఙ్ఘటీ ఈ-సీ-కొలద్వయఘటితః॥ తె॥ సం}
సఙ్ఘట్టః-అ-పు-అన్యోన్యవిమర్దనమ్- ౨గఠనమ్ ౩చక్రవిశేషశ్చ॥
సఙ్ఘట్టనమ్-అ-(పు)-మేలనమ్-౨గఠనమ్ - ౩ఘటనా॥
సఙ్ఘట్టా-ఆ-సీ-లతా॥
సఙ్ఘతలః అ-పు-మిలితప్రతలద్వయమ్॥
సఙ్ఘపుష్పీ-ఈ-సీ-ఘాతకీ॥ (సంసర్పః॥}
సఙ్ఘర్షః-అ-పు-సంఘర్షణమ్-౨స్పర్ధా-౩}
సఙ్ఘాటకమ్-అ-న-రతిబంధవిశేషః॥
సఙ్ఘాటికా-ఆ-సీ-యుగ్మమ్-౨కుట్టనీ-౩జలకంటకమ్-౪ఘ్రాణమ్॥
సఙ్ఘాతః-అ-పు- నాట్యేపంచవారంద్విపాదక్రమణమ్-౨నరకభేదః - ౩సమూహః-౪ఘాతః॥
సఙ్ఘాతపత్రికా-ఆ-సీ-శతపుష్పా॥
సఙ్ఘుషితమ్-అ-త్రి- సమ్యగ్ఘోషనాశ్రయః॥
సఙ్ఘుష్టమ్-అ-త్రి-సమ్యగ్ఘోషనాశ్రయః॥

సఙ్ఘోటనా-ఆ-సీ-నాటకాంగభేదః॥
సచిల్లకః-అ-త్రి-క్లిన్నచక్షుః॥
సచివః-అ-పు-మిత్రమ్-౨మంత్రీ॥
సచివామయః-అ-పు-విసర్పః॥
సచేష్టః-అ-పు-ఆమ్రః॥
సచేష్టః-అ-త్రి-చేష్టయాసహవర్తమానే॥
సచ్చారా-ఆ-సీ-హరిద్రా॥
సచ్చిత్-త్-న-బ్రహ్మ॥ (రూపమ్॥
సచ్చిదానన్దమ్-అ-న-నిత్యజ్ఞానసుఖస్వ }
సజః-అ-పు-మోదకః॥ తె॥పూరణముబెట్టినబిల్లకుడుము.
సజగ్ధిః-ఇ-సీ-సహభోజనమ్॥ తె॥ నలుగురుఁ కూడిభోజనముచేయడము.
సజమ్బాలః-అ-త్రి-పంకిలః॥
సజాతిః-ఇ-పు-సమానజాతి(స్త్రీ)పుంసోః పుత్రః-౨సమానజాతౌ-త్రి॥
సజాతీయః-అ-త్రి-సమానధర్మాక్రాంతః॥
సజూః-ష్-౦-సహార్థః॥ తె॥కూడాను.
సజూః-ష్-త్రి-ప్రీతియుక్తా-౨సేవాయుక్తా॥
సజ్జః-అ-త్రి-కవచాలంకృతః-౨సంభృతః-౩సన్నద్ధః॥
సజ్జనమ్-అ-న-ఉపరక్షణమ్॥ తె॥ దండుకుచుట్టూవేశినకంపకోట.
సజ్జనః-అ-పు-సత్కులప్రసూతః॥ తె॥ మంచికులమునఁబుట్టినవాఁడు.
సజ్జనా-ఆ-సీ-గజశృంగారః॥
సజ్జా-ఆ-సీ-వేశః-౨సన్నాహః॥
సజ్జితః-అ-త్రి-భూషితః-౨వర్మితః-సన్నద్ధః॥
సఞ్చః-అ-పు-పుస్తకలేఖనార్థపత్రచయః॥
సఞ్చత్-త్-పు-ప్రతారకః॥
సఞ్చయః-అ-పు-సమూహః॥
సఞ్చయనమ్-అ-న-సంచయః॥ (హకర్తా॥ }
సఞ్చయీ-న్-త్రి-సంచయవిశిష్టః-సంగ్ర }

సఞ్చరః-అ-పు-మార్గః॥
సఞ్చలనమ్-అ-(పు)-కంపనమ్॥
సఞ్చానః-అ-పు-శ్యేనపక్షీ॥
సఞ్చాయ్యః-అ-పు-సోమపానవద్యజ్ఞః॥
సఞ్చారః-అ-పు-సంచరణమ్॥
సఞ్చారజీవీ-న్-త్రి-శరణాపన్నః॥
సఞ్చారికా-ఆ-సీ-దూతికా-౨యుగళమ్-౩కుట్టనీ-౪ఘ్రాణమ్॥
సఞ్చారిణీ-ఈ-సీ-హంసపదీ॥
సఞ్చారీ-న్-పు-భావభేదః-౨సంగీతాలంకారభేదః-౩వాయుః-౪ధూపః॥
సఞ్చారీ-న్-త్రి-సంచలనశీలః॥
సఞ్చాలీ-ఈ-సీ-గుంజా॥
సఞ్చితికా-ఆ-సీ-బదరీఫలమ్॥ తె॥ రేఁగుపండు
సఞ్చిత్రా-ఆ-సీ-మూషికపర్ణీ॥
సఞ్చేయమ్-అ-త్రి-సంచయనీయమ్॥
సఞ్జః-అ-పు-బ్రహ్మ-౨శివః॥
సఞ్జయః-అ-పు-అన్వితమ్-౨శూద్రవిశేషః॥ తె॥౧లెక్కకలియఁగూడడము.
సఞ్జవనమ్-అ-న-చతుశ్శాలమ్॥ తె॥భవంతి.
సఞ్జా-ఆ-సీ-ఛాగీ॥
సఞ్జీవనమ్-అ-న-సంజీవనమ్-౨సమ్యక్ప్రకారేణప్రాణధారణంచ॥
సఞ్జీవనీ-ఈ-సీ-రుదంతీవృక్షః॥
సఞ్జ్వరః-అ-పు-అగ్నిసంతాపః-౨ఔష్ణ్యమ్॥ తె॥౧కాల్చడము.
సటమ్-అ-న-జటా॥
సటా-ఆ-సీ-జటా-౨కేసరః॥
సటాఙ్కః-అ-పు-సింహః॥
సటికా-ఆ-సీ-గంధపత్రా॥
సటీ-ఈ-సీ-జటా-౨ద్విఖండవస్త్రమ్॥ తె॥ ౨దుప్పటి.
సటాప్వా-ఆ-పి-పక్షిభేదః-౨వాద్యమ్॥

సరీ-ఈ-సీ-శరీ॥

సణ్డః-అ-పు-నపుంసకమానుషః॥

సణ్డిశః-అ-పు-సందంశః॥

సణ్డీనమ్-అ-న-పక్షిగతిభేదః॥ తె॥ చెట్టునుండి మరియొకచెట్టుమీఁదికిఁబోవుట.

సత్-త్-న-నక్షత్రమ్-౨విద్యమానమ్-౩అభ్యర్హితమ్-౪బ్రహ్మ॥

సత్-త్-త్రి-సత్యమ్-౨విద్వత్-౩శ్రేష్ఠమ్-౪సాధు-౫భవత్॥

సతతమ్-అ-న-అత్యంతమ్॥

సతతః-అ-త్రి-అత్యంతవాన్॥

సతత్వమ్-అ-న-స్వభావః॥

సతర్కః-అ-త్రి-తర్కేణసహవర్తమానః-సావధానః॥

సతిః-ఇ-సీ-దానమ్-౨అవసానమ్॥

సతీ-ఈ-సీ-పార్వతీ-౨లాలనీ-౩నగ్నచ్ఛదా-౪పతివ్రతా-౫సౌరాష్ట్రీమృత్తికా-౬దానమ్-౭అవసానమ్॥ తె॥ ౨ఎఱ్ఱగసి-౩నల్లవిష్ణుక్రాంత.

సతీనః-అ-పు-వంశః-౨సతీలకః॥

సతీనకః-అ-పు-లంకా॥ తె॥ లంకలనెడువడ్లు.

సతీపతిః-ఇ-పు-కృతాంతః-౨శివః॥

సతీపుత్రః-అ-పు-వినాయకః॥

సతీర్థః-అ-పు-పరస్పరైకగురుశిష్యః॥

సతీర్థ్యః-అ-పు-ఏకగురుశిష్యః॥ తె॥ ఒకగురువుదాపునచదువుకొన్నవాఁడు.

సతీలః-అ-పు-వంశః-౨వాయుః-౩కలాయః॥

సతీలకః-అ-పు-కలాయః॥

సతీలా-ఆ-సీ-కలాయవిశేషః॥

సతుషమ్-అ-న-తుషయుక్తసస్యమ్-౨ధాన్యమ్॥

సతృట్-ష్-త్రి-తృష్ణాయుక్తః॥

సతేరః-అ-పు-తుషః॥

సత్కదమ్బః-అ-పు-కేళికదంబః॥

సత్కర్తా-ఋ-పు-విష్ణుః॥

సత్కర్మ-న్-న-వేదవిహితక్రియా॥

సత్కాఞ్చనారః-అ-పు-రక్తకాంచనః॥

సత్కాణ్డః-అ-పు-చిల్లః॥

సత్కారః-అ-పు-పూజా-౨శవదాహాదిక్రియా॥

సత్కార్యః-అ-పు-సాంఖ్యశాస్త్రవేత్తా॥

సత్కులీనః-అ-పు-సత్కులోద్భవః॥

సత్కృతః-అ-త్రి-పూజితః॥

సత్కృతిః-ఇ-సీ-సత్కారః॥

సత్క్రియా-ఆ-సీ-శవదాహాదిక్రియా-౨సమ్మానమ్॥

సత్తమః-అ-త్రి-శ్రేష్ఠః-౨పూజ్యః॥

సత్తా-ఆ-సీ-సామాన్యమ్-౨నిశ్చింతః-౩సారవద్వస్తు॥

సత్త్రమ్-అ-న-యజ్ఞః-౨సదాదానమ్-౩ఆచ్ఛాదనమ్-౪అరణ్యమ్-౫కైతవమ్-౬ధనమ్-౭గృహమ్-౮దానమ్-౯సరోవరమ్-౧౦యాగవిశేషః॥

సత్త్రమ్-మ్-౦-సహ॥

సత్త్రశాలా-ఆ-సీ-అన్నాదిదానగృహమ్॥

సత్త్రా-౦-౦-సహ॥

సత్త్రాజిత్-త్-పు-రాజవిశేషః॥

సత్త్రిః-ఇ-పు-మేఘః-౨హస్తీ॥

సత్త్రిః-ఇ-త్రి-జయశీలః॥

సత్త్రిజాతకమ్-అ-న-వ్యంజనవిశేషః॥

సత్త్రీ-న్-పు-గృహపతిః॥

సత్త్వమ్-అ-న-ప్రకృతేర్గుణవిశేషః-అత్ర సత్త్వంప్రకాశకజ్ఞానంసుఖంహేతుః-౨ద్రవ్యమ్-౩అసుః-౪వ్యవసాయః-౫పిశాచాదిః-౬బలమ్-౭స్వభావః-౮ఆత్మా-౯చిత్తమ్-౧౦రసః-౧౧ఆయుః-౧౨తు

బెరః-౧ ౩ ధనమ్-౧౪ ఆత్మతా॥

సత్త్వః-అ-(సీ)-జంతుః॥

సత్త్వతా-ఆ-సీ-సత్త్వస్యభావః॥

సత్త్వసమ్పన్నః-అ-త్రి- సత్త్వప్రాప్తః॥

సత్త్వస్థః-అ-త్రి-సత్త్వవృత్తిశాలీ-సత్త్వప్రధానః॥

సత్పత్రిమ్-అ-న-పద్మస్యనవదళమ్॥

సత్పథః-అ-పు-సమీచీనకృతమార్గః॥

సత్పశుః ఉ-పు-యజ్ఞీయపశుః॥

సత్పుత్రః-అ-పు-ఉత్తమసంతానః-౨ వేదాదివిహితపిత్రాదికార్యకర్తా॥

సత్ప్రతిగ్రహః అ-పు- సాధుజనదత్తద్రవ్యగ్రహణమ్॥ (యోగి॥)

సత్ప్రతిపక్షః-అ-పు- తుల్యవ్యక్తిః- ప్రతి

సత్ఫలః-అ-పు-దాడిమవృక్షః-౨శోభనఫలవద్వృక్షశ్చ॥

సత్యమ్-అ-న-సత్యవాక్-౨శపథః-౩పథ్యం

సత్యమ్-అ-(సీ)-సత్యలోకః॥

సత్యమ్-అ-౦-ప్రశ్నః-౨ఽర్ధాంగీకారః॥

సత్యః-అ పు-విశ్వదేవభేదః॥

సత్యః-అ-త్రి-సత్యవచనవాన్-౨సాధుః॥

సత్యకమ్-అ-త్రి-తద్వ్యక్తై॥

సత్యంకమ్- అ - న- సత్యాపనమ్॥ తె॥జట్టీ, బయానా మొదలైనది.

సత్యంకరణమ్-అ-న-సత్యాపనమ్॥ తె॥జట్టీ, బయానా మొదలైనది.

సత్యంకారః-అ-పు-సత్యాపనమ్॥ తె॥ జట్టీ, బయానా మొదలయినది.

సత్యంకారకృతః-అ-త్రి- అవశ్యంమయైతత్కర్తవ్యమితిసత్యంకృత్వాయద్దేయం

సత్యతపాః-స్-పు-మునివిశేషః॥

సత్యధృతిః-ఇ-పు-ఋషివిశేషః॥

సత్యనారాయణః-అ-పు- దేవతావిశేషః॥

సత్యఫలః-అ-పు-బిల్వవృక్షః॥

సత్యభారతః-అ-పు- వేదవ్యాసః॥

సత్యయుగమ్-అ- న- చతుర్యుగానాంప్రథమయుగమ్॥

సత్యయౌవనః-అ-పు-విద్యాధరః॥

సత్యరతః-అ-పు-సత్యవ్రతరాజపుత్రః॥

సత్యలోకః-అ పు- సప్తలోకాంతర్గతలోకవిశేషః॥

సత్యవచాః-స్-పు-ఋషిః॥

సత్యవచాః-స్ త్రి-సత్యవాదిని॥

సత్యవతీ-ఈ-సీ- వ్యాసమాతా-౨నారదపత్నీ-౩ఋచీకమునిపత్నీ॥

సత్యవతీ-ఈ- త్రి-సత్యవిశిష్టే॥

సత్యవతీసుతః-అ-పు- వ్యాసః॥

సత్యవాక్-చ్-పు- ఋషిః-౨కాకః॥

సత్యవాక్-చ్- త్రి-సత్యవాదిని॥

సత్యవాదీ న్- త్రి-యథార్థవక్తా॥

సత్యవాన్-త్ -పు-రాజవిశేషః॥

సత్యవాన్-త్ -త్రి-సత్యవతి॥

సత్యవృత్తః-అ-త్రి-సత్యవాదీ॥

సత్యవ్రతః-అ-పు- త్రేతాయుగేసూర్యవంశీయపంచవింశరాజః,సచత్రిశంకుః॥

సత్యసంకాశః-అ-త్రి-సత్యసన్నిభః॥

సత్యసంగరః-అ-పు-కుబేరః-౨అన్యాయరహితయుద్ధంచ॥

సత్యసంధః- అ- పు- రామానుజభరతః-౨జనమేజయః-౩శ్రీరామచంద్రః॥

సత్యసంధః-అ-త్రి-సత్యప్రతిజ్ఞే॥

సత్యసంధా-ఆ-సీ-ద్రౌపదీ॥

సత్యా-అ-సి-సీతా-౨సత్యవతీ-౩దుర్గా॥

సత్యాకృతిః-ఇ-సీ- సత్యంకారః॥ తె॥జట్టీ,బయానా మొదలయినది.

సత్యాగ్నిః-ఇ-పు-అగస్త్యమునిః॥

సత్యానృతమ్-అ-న- ఉంఛశిలవృత్తికృషివృత్తిద్వయరూపవైశ్యధర్మః॥

సత్యాపనమ్-అ-న- సత్యంకారః॥ తె॥ జట్టీ-బయానా మొదలయినది.

సత్యాపనా-ఆ-సీ-సత్యాకృతిః॥

సత్యోద్యః-అ-త్రి-సత్యవాదీ॥

సత్రమ్-అ-న-కపటః-౨అరణ్యమ్-౩యజ్ఞః-౪అనేకదినకృతయజ్ఞః-౫సదాదానమ్-౬అంశుకమ్-౭పాథేయమ్-౮సాధనమ్-౯సురాలయః-౧౦త్రిరాత్రాదిః-౧౧పాపమ్-౧౨సమర్థకః॥

సత్రమ్-మ్-౦-సహార్థః॥ తె॥ కూడా.

సత్రః-అ-త్రి-సతాంరక్షకః॥

సత్రశాలా-ఆ-సీ-ప్రతిశ్రయః॥ తె॥ సత్రముపెట్టెడుశాల.

సత్రా-ఆ-౦-సహార్థః॥ తె॥ కూడా.

సత్రిజాతకమ్-అ-న-మాంసవ్యంజనవిశేషః

సత్రీ-న్-పు- వార్తాహరణార్థందూరదేశస్థచారః॥

సత్వమ్-అ-త్రి- గుణభేదః- ౨స్త్రీసన్నిధానాదికజాతమనోవికారః- ౩జలజంతుః-౪పృథివ్యాదిద్రవ్యమ్- ౫పిశాచాదిః-౬వ్యవసాయః-౭స్వభావః-౮ప్రాణః-౯బలమ్-౧౦స్వాంతమ్-౧౧సత్తా॥

సత్వః-అ-(సీ)-జంతుః॥

సత్వరమ్-అ-న-వేగః॥ తె॥ వేగిరము.

సత్వరః-అ-త్రి-వేగవాన్॥

సత్వా-ఆ-సీ-మనుష్యదేవాదిః॥

సత్సరః-అ-పు-రంగదః॥ తె॥ కవిరి.

సథుత్కారమ్-అ-న- అంబూకృతమ్- ౨థూత్కారేణసహవర్తమానంచ॥

సదః-స్-న-ధర్మజ్ఞసభా॥

సదంశకః-అ-పు-కర్కటః॥

సదంశకః-అ-త్రి-దంశయుక్తః॥

సదంశవదనః-అ-పు-కంకపక్షీ॥

సదఞ్జనమ్-అ-న-కుసుమాంజనమ్॥

సదనమ్-అ-న-గృహమ్-౨జలమ్॥ తె॥ ౧ఇల్లు.

సదర్థనిదర్శనా-ఆ-సీ-అలంకారవిశేషః॥

సదస్యః-అ-పు - యజ్ఞస్యానాతిరిక్తదర్శిసోమప్రవాకాదిః-౨సభాస్థితధర్మజ్ఞః॥

సదా-ఆ-౦-సర్వకాలే॥ తె॥ ఎప్పుడున్ను.

సదాః-స్-సీ-ధర్మజ్ఞసభా॥

సదాగతిః-ఇ-పు- వాయుః-౨నిర్వాణమ్-౩కల్లోలః॥

సదాచారః-అ-పు - సాధూనామాచరణమ్॥

సదాతనః-అ-పు-విష్ణుః॥

సదాతనః-అ-త్రి-శాశ్వతః॥

సదాతోయా-ఆ-సీ-ఏలాపర్ణీ-౨కరతోయా

సదాదానమ్-అ-న-నిత్యదానే॥

సదాదానః-అ-పు-ఇంద్రగజః॥

సదానన్దః-అ-పు-శివః॥

సదానన్దః-అ-త్రి-సతతాహ్లాదయుక్తః॥

సదానర్తః-అ-పు-ఖంజనపక్షీ॥

సదానీరవహా-ఆ-సీ-కరతోయానదీ॥

సదానీరా-ఆ-సీ కరతోయానదీ॥

సదాపుష్పః-అ-పు-కుందః-౨అర్కరాజః- ౩కూటపుష్పః॥ తె॥ ౧మొల్ల-౨తెల్లజిల్లేడు ౩కుందయనెడుచెట్టు.

సదాపుష్పీ-ఈ-సీ-రక్తార్కవృక్షః॥

సదాప్రసూనః-అ-పు-రోహితకః-౨కుందః॥

సదాఫలః-అ-పు-ఉదుంబరవృక్షః- ౨బిల్వః-౩నారికేలవృక్షః॥ తె॥ ౧మేడిచెట్టు-౨మారేడుచెట్టు-౩కొబ్బరిచెట్టు.

సదాఫలా-ఆ-సీ-త్రిసంధిపుష్పమ్-౨వార్తాకువిశేషః॥

సదాభద్రా-ఆ-సీ-గంభారీవృక్షః॥

సదాయోగీ-న్-పు-విష్ణుః- ౨హరిశయనేమధుమాంసవర్జనఫలభాగీ॥

సదాశివః-అ-పు-శివః॥

సదృక్-శ్-త్రి-తుల్యః॥

సదృక్షః అ-త్రి-పూర్వోత్తరవ్యస్తత్వేధర్మిణితుల్యః॥

సదృశః-అ-త్రి-తుల్యవస్తు-౨ఉచితః॥

సదేశః-అ-త్రి-దేశతఃకాలతస్సమీపస్థః॥

సద్భూతః అ-త్రి-సత్యమ్॥

సద్మ-న్-న-గృహమ్-౨నీరమ్॥

సద్యః-అ-౦-తత్క్షణః॥ తె॥అపుడు.

సద్యఃకృతమ్-అ-న-నామ-౨తత్క్షణకృతే-త్రి

సద్యఃశోథా-ఆ-సీ-కపికచ్ఛూః॥

సద్యస్కః-అ-త్రి-నూతనమ్॥

సద్యోజాతః అ-పు-వత్సః-౨శివః॥

సద్యోజాతః-అ-త్రి-తత్క్షణోత్పన్నః॥

సద్యోభావీ-న్-పు-తర్ణకః-౨సద్యోజాతవత్సః॥

సద్రుః ఉ-త్రి-గమనకర్తా॥

సద్వంశ్యః-అ-పు-సత్కులప్రసూతః॥

సద్వసథః-అ-పు-గ్రామః॥

సద్వృత్తమ్-అ-త్రి-తద్యుక్తే॥

సద్వృత్తమ్-అ-న-సాధుస్వభావః - సచ్చరిత్రమ్॥

సద్వృత్తిభాక్-జ్-త్రి సద్వృత్తివిశిష్టః॥

సధర్మచారిణీ-ఈ-సీ-భార్యా॥

సధర్మా-న్-త్రి-సదృశః-౨సమానధర్మయుక్తశ్చ॥

సధర్మిణీ-ఈ-సీ-భార్యా॥

సధర్మీ-న్-త్రి-సమానధర్మచారీ॥

సధవా-ఆ-సీ-జీవత్పతికా॥

సధిః-ఇ-పు-అగ్నిః॥

సధిః-స్-పు-వృషభః॥

సధ్రీచీ-ఈ-సీ-సఖీ॥ తె॥ చెలికత్తె.

సధ్ర్యఙ్-చ్-త్రి-సహగామీ॥ తె॥కూడావెళ్లువాఁడు. (౩పండితః॥

సన్-త్-పు-కాలః-౨సత్కులప్రసూతః-

సనః-అ-పు-ఘంటాపాటలివృక్షః॥

సనః-అ-ద్వా-హస్తికర్ణాస్ఫాలః॥

సనః-స్-న-పురీషమ్-౨విమలమ్-౩మహితమ్

సనకః-అ-పు-దేవభేదః-౨మునిభేదః॥

సనత్-౦-౦-సర్వదా॥

సనత్-త్-పు-చతుర్ముఖః॥

సనత్కుమారః-అ-పు-వైధాత్రః॥ తె॥ సనత్కుమారుఁడు.

సనన్దః-అ-పు - బ్రహ్మణఃపుత్రచతుష్టయాంతర్గతపుత్రవిశేషః॥

సనా-ఆ-సీ-ఆమలకీవృక్షః-౨గౌరీ-౩కాంతిః

సనా-ఆ-౦-నిత్యమ్॥

సనాః-ఆ-త్రి-మానవః॥

సనాత్-౦-౦-నిత్యమ్-౨విష్ణుః॥

సనాతనః-అ-త్రి- శాశ్వతః-౨చతుర్ముఖః-౩విష్ణుః ౪శివః- ౫పితౄణామతిథిః- ౬దివ్యమనుష్యః-౭సునిశ్చలః॥

సనాతనతమః అ-పు-విష్ణుః॥

సనాతనీ-ఈ-సీ-దుర్గా-౨లక్ష్మీః-౩సరస్వతీ

సనాథమ్-అ-త్రి- సంయుక్తమ్॥ తె॥ కూడుకొన్నది.

సనాథా-ఆ-సీ-జీవద్భర్తృకా॥

సనాభిః-ఇ-పు-సప్తపురుషమధ్యజ్ఞాతిః॥

సనాభిః-ఇ-త్రి-సదృశః-౨స్నేహయుక్తః॥

సనామకః అ-పు-శోభాంజనః॥

సనామకః-అ-త్రి-సమాననామయుక్తే॥

సనిః-ఇ-పు పూజా-౨దానమ్॥

సనిః-ఇ-ద్వా-అన్వేషణా॥

సనిః- ఇ- సీ - ఇష్టార్థవినయపూర్వకగురుయాచ్ఞా॥

సనితః-అ-త్రి-ప్రతిపన్నః॥

సనిష్ఠీవమ్-అ-న-సనిష్ఠీవమ్॥
సనిష్ఠీవమ్-అ-న-అంబూకృతమ్॥
సనీ-ఈ-సీ-సనిః-౨హస్తికర్ణాస్ఫాలః॥
సనీడః-అ-త్రి-దేశతఃకాలతస్సమీపస్థః-౨నీడయుక్తశ్చ॥
సన్తః-అ-పు-సంహతలః॥
సన్తతమ్-అ-న-అత్యంతమ్॥
సన్తతమ్-అ-త్రి-అత్యంతవాన్॥
సన్తతాభ్యాసః-అ-పు-నిరంతరాభ్యాసః॥
సన్తతిః-ఇ-త్రి-(స్త్రీ)పుంరూపసంతానః-౨గోత్రమ్-౩పఙ్క్తిః-౪విస్తారః-౫పారంపర్యమ్॥ తె॥ ౧బిడ్డ.
సన్తప్తః-అ-త్రి-నిదాఘక్షుత్తృష్ణాదిపీడితః-౨అధ్వగమనాదినా(శ్రా)న్తః॥
సన్తమసమ్-అ-న-సర్వత్రపూర్ణాంధకారః-౨మోహః॥
సన్తర్పణమ్-అ-న-(ద్రా)క్షాదాడిమఖర్జూరీకదళీశర్కరా లాజాచూర్ణమధ్వాజ్యసమ్మిలితమ్॥
సన్తర్పణమ్-అ-త్రి-తృప్తికారకే॥
సన్తానః-అ-పు-దేవవృక్షభేదః-౨పుత్రః-౩గోత్రమ్-౪అవిచ్ఛిత్తిః॥
సన్తానా-ఆ-సీ-పుత్రికా॥
సన్తానార్థః-అ-త్రి-సంతానాయకృతకార్యమ్॥ తె॥ సంతానముకొఱకైనది.
సన్తానికా-ఆ-సీ-క్షీరసారః-౨మర్కటజాలకమ్॥ తె॥ ౧పాలమీఁదిమీగడ-౨సాలెపురుఁగుమగ్గము,
సన్తాపః-అ-పు-మన్మథవికారభేదః-౨అగ్నిసంతాపః-౩ఉష్ణత్వమ్-౪జ్వరభేదః॥ తె॥ ౨కాల్చుడము.
సన్తాపనః-అ-పు-కామదేవస్యపంచబాణాంతర్గతబాణవిశేషః॥
సన్తాపనః-అ-త్రి-సమ్యక్తాపకారకే॥
సన్తాపితః-అ-త్రి-నిదాఘక్షుత్తృష్ణాదిపీడితః
సన్తిః-ఇ-సీ-దానమ్-౨అవసానమ్॥
సన్తుష్టః-అ-త్రి-సంతోషయుక్తః॥
సన్తోషః-అ-పు-సంతుష్టిః॥
సన్త్రావః-అ-పు-పలాయనమ్॥
సన్దంశః-అ-పు-కాకతుండకః॥ తె॥ కమ్మరవానికాఱు.
విశేషః॥
సన్దంశికా-ఆ-సీ-సుచటీ-౨లౌహయంత్ర
సన్దంశీ-ఈ-సీ-కాకతుండకః॥ తె॥ కమ్మరవానికాఱు.
సన్దర్భః-అ-పు-పుష్పాదిరచనా-౨గద్యపద్యాదిరచనా॥ తె॥ ౧పువ్వులుగుచ్చడము మొదలయినవి.
సన్దర్శః-అ-పు-అభినయహస్తభేదః॥
సన్దర్శనమ్-అ-న-సమ్యక్ప్రకారేణదర్శనమ్॥
సన్దానమ్-అ-న-దామ-౨సమ్యగ్దానంచ॥ తె॥ ౧పలుపు.
సన్దానః-అ-పు-గజస్యాష్ఠీవతోరధోభాగః॥
సన్దానికా-ఆ-సీ-అరిఖదిరః॥
సన్దానితమ్-అ-త్రి-గ్రథితమ్-౨బద్ధమ్॥ తె॥ ౧కూర్చఁబడ్డది.
సన్దానినీ-ఈ-సీ-గోగృహమ్॥
సన్దావః-అ-పు-పలాయనమ్॥
సన్దాహః-అ-పు-ముఖతాల్వోష్ఠదాహః॥
సన్దిగ్ధః-అ-త్రి-సందేహయుక్తః॥
సన్దితమ్-అ-న-బద్ధమ్॥ తె॥ కట్టఁబడ్డది.
సన్దిష్టమ్-అ-న-వార్తా॥
సన్దిష్టమ్-అ-త్రి-కథితే॥
సన్దిష్టార్థః-అ-పు-సందేశహరః॥
సన్దిహానః-అ-త్రి-సందిగ్ధః॥
సన్దీ-ఈ-సీ-ఖట్వా॥
సన్దీప్యః-అ-పు-మయూరశిఖావృక్షః॥

సన్దేశః-అ-పు- సంవాదః-౨ స్వనామఖ్యాత మిష్టాన్నవిశేషశ్చ॥

సన్దేశవాక్-చ్-స్త్రీ-సంవాదః॥

సన్దేశహరః-అ-పు-దూతః॥ తె॥ వర్తమానములుకొంచుబోయ్యెడువాఁడు.

సన్దేశహారకః-అ-పు-దూతః॥

సన్దేహః-అ-పు-సంశయః॥

సన్దేహసఙ్కరః-అ-పు-అలంకారభేదః॥

సన్దేహాఙ్కః-అ-పు-అలంకారభేదః॥

సన్దోహః-అ-పు-సర్వద్రవ్యసమూహః॥

సన్ద్రావః-అ-పు-పలాయనమ్॥

సన్ధా-ఆ-స్త్రీ-సాయంప్రాతస్సంధ్యయోరవధిః-౨ ప్రతిజ్ఞా-౩ స్థితిః॥

సన్ధానమ్-అ-న-మార్గ్యాం బాణసంధానమ్-౨ తండులోదకమ్-౩ మద్యపానసమయె భక్ష్యార్థం సర్షప సంస్కృతమాంసఖండమ్-౪ అభిషవః-౫ సంఘటనమ్-౬ గోవత్సబంధనరజ్జుః॥ తె॥ ౧ పులిగడుగు-౨ కన్నెత్రాడు.

సన్ధానితః-అ-త్రి-సంధానవిశిష్టః-సంఘట్టితః

సన్ధానినీ-ఈ-స్త్రీ-గోగృహమ్॥

సన్ధానీ-ఈ-స్త్రీ-సంధానమ్-౨ కుప్యశాలా॥

సన్ధిః-ఇ-పు - రాజషాడ్గుణ్యభేదశాత్రవానుకూలకరణమ్-౨ శ్లేషః-౩ భగః- ౪ సురంగః॥ తె॥ ౨ కలుసుకొనడము.

సన్ధికా-ఆ-స్త్రీ-మద్యసంధానమ్॥

సన్ధిచౌరః-అ-పు-చౌరవిశేషః॥

సన్ధిజీవకః-అ-త్రి- కుసృత్యావిభవాన్వేషీ॥

సన్ధితమ్ అ-త్రి-గ్రథితమ్॥ తె॥ కూర్చఁబడ్డది

సన్ధినీ-ఈ-స్త్రీ-వృషభాక్రాంతా - ౨ అకాలదోగ్ధ్రీగౌః॥ తె॥ ౨ ఎద్దువెదగొనివెంటఁదిరుగుచున్నఆవు.

సన్ధిపూజా-ఆ-స్త్రీ- శారదీయమహాపూజాంతర్గతతృతీయాపూజా॥

సన్ధిబన్ధః-అ-పు-భూమిచంపకః॥

సన్ధిబన్ధనమ్-అ-న-స్నాయుః॥ తె॥ నరము.

సన్ధిమతిః-ఇ-పు - కాశ్మీరదేశీయజయేంద్రరాజమంత్రీ॥

సన్ధిరన్ధ్రికా-ఆ-స్త్రీ-సురంగా॥ తె॥ కన్నము.

సన్ధిలా-ఆ-స్త్రీ సురుంగా-౨ నదీ-౩ మదిరా ॥

సన్ధివేలా-ఆ-స్త్రీ-కాలవిశేషః॥

సన్ధిహారకః-అ-పు-సంధిచౌరః॥

సన్ధ్యా-ఆ-స్త్రీ-సాయంప్రాతఃకాలౌ - ౨ సంధిః-౩ ప్రతిజ్ఞా-౪ సీమా-౫ నదీ-౬ చిత్రా-౭ కుసుమాంతరమ్॥

సన్ధ్యాంశః-అ-పు-యుగసంధిః॥

సన్ధ్యాచలః-అ-పు-పర్వతవిశేషః॥

సన్ధ్యానాటీ-న్-పు-శివః॥

సన్ధ్యాపుష్పీ-ఈ-స్త్రీ-జాతీ॥

సన్ధ్యాబలః-అ-పు-రాక్షసః॥

సన్ధ్యాబలిః-ఇ-పు- శివాలయస్థితమృత్కాష్ఠాదినిర్మితవృషః॥

సన్ధ్యాభ్రమ్ అ-న-సువర్ణగైరికమ్॥

సన్ధ్యాభ్రః-అ - పు - సంధ్యారాగమిశ్రితమేఘః॥

సన్ధ్యామ్రః,అ-పు-సమష్ఠిలః॥ తె॥ సమష్ఠిల (చెట్టు.)

సన్ధ్యారాగమ్-అ-న-సిందూరమ్॥

సన్ధ్యారామః-అ-పు-బ్రహ్మ॥

సన్నమ్-అ-న-అల్పః॥

సన్నః-అ-పు- ప్రియాలవృక్షః॥

సన్నః-అ-త్రి-విశీర్ణః॥

సన్నకః-అ-పు-ఖర్వః॥

సన్నకద్రుః-ఉ-పు-ప్రియాళువృక్షః - ౨ కీటరాజః॥ తె॥ ౧ మొరలిచెట్టు-౨ కుమ్మరిపురుగు.

సన్నద్ధః-అ-త్రి-కవచాలంకృతః-౨సజ్జితః॥

సన్నయః-అ-పు-పశ్చాదవస్థాయిబలమ్-౨సమవాయః-౩సమూహః॥

సన్నహనమ్-అ-న-ప్రయత్నః॥

సన్నాయ్యమ్-అ-న-క్షీరదధికృతహవిర్విశేషః॥

సన్నాహః-అ-పు-అంగత్రాణమ్॥

సన్నాహ్యః-అ-పు-యుద్ధయోగ్యగజః॥

సన్నికర్షః-అ-ద్వ-సాన్నిధ్యమ్॥

సన్నికర్షణమ్-అ-న-సన్నిధిః॥ తె॥ దగ్గిరనుండడము

సన్నికృష్టమ్-అ-న-సమీపమ్॥

సన్నికృష్టః-అ-త్రి-దేశతఃకాలతస్సమీపస్థః-

సన్నితిః-ఇ-పు-విహంగః॥

సన్నిధమ్-అ-న-సన్నిధానమ్॥

సన్నిధానమ్-అ-న-నికటమ్-౨ఆశ్రయః॥

సన్నిధిః-ఇ-పు-సన్నికర్షణమ్ - ౨ఇంద్రియపంచకమ్॥ తె॥౧దాపుననుండడము.

సన్నిపతితః-అ-త్రి-ఏకత్రీకృతః-మిశ్రితః॥

సన్నిపాతః-అ-పు- తాలప్రాణక్రియాభేదః-౨సంశ్లేషః॥ తె॥౨కూడాకలియడము

సన్నిపాతజిత్-త్-పు-తృణబింబః॥ తె॥ వేపాలవేముచెట్టు.

సన్నిపాతనుత్-త్-పు-నేపాళనింబః॥

సన్నిబద్ధః-అ-త్రి-సమ్యక్బంధనయుక్తః॥

సన్నిబన్ధనమ్-అ-న-సమ్యఙ్నిశ్చితబంధనమ్-౨సమ్యగ్విబన్ధనమ్॥

సన్నిభః-అ-త్రి-సదృశః॥

సన్నివిష్టః-అ-త్రి-ఉపవిష్టః-౨నికటః॥

సన్నివృత్తిః-ఇ-సీ-సమ్యఙ్నివర్తనమ్॥

సన్నివేశః-అ-పు- పట్టణాదిపశ్చాద్భూమిః॥

సన్నిహితమ్-అ-త్రి-నికటమ్॥ (మర్పితః॥)

సన్న్యస్తః-అ-త్రి- సమ్యఙ్న్యాసీకృతః-స

సన్న్యాసః-అ-పు-జటామాంసీ-౨శాస్త్రకర్మణాంన్యాసః-౩చతుర్థాశ్రమః॥

సన్న్యాసీ-న్-పు-సన్న్యాసాశ్రమవిశిష్టః-చతుర్థాశ్రమీ॥

సపక్షః-అ-పు- సహాయార్థాయాగతనృపః॥

సపత్నః-అ-పు-శత్రుః॥

సపత్నారిః-ఇ-పు-వంశవిశేషః - యథాబ్రహ్మయష్టిః సపత్నారిర్బహుసంతతి రాశుపః॥

సపత్నీ-ఈ-సీ-సమానపతికా॥

సపత్రకృతః-అ-పు- పత్రపర్యంతలగ్నబాణవ్యాగెతరజంతుః-౨అత్యంతపీడితె-త్రి॥

సపత్రాకరణమ్-అ-న-అత్యంతపీడనమ్॥

సపత్రాకృతః-అ-పు- పత్రపర్యంతలగ్నబాణవ్యథాయుక్తమృగః-౨అత్యంతపీడితె-త్రి

సపత్రాకృతిః-ఇ-సీ-అత్యంతపీడనమ్॥

సపది-ఇ-౦-శీఘ్రరూపార్థే-౨తత్క్షణే॥ తె॥౧శీఘ్రముగా-౨అప్పుడు.

సపర్యా-ఆ-సీ-పూజా॥

సపాదః-అ-త్రి-పాదేనసహావర్తమానః, సతుచరణయుక్తశ్చతుర్థభాగసహితశ్చ॥

సపాదపీఠమ్-అ-త్రి-పాదపీఠయుక్తసింహాసనాది॥

సపిణ్డమ్-అ-న- మోజితమ్॥ తె॥ లెక్కకలియఁగూడడము.

సపిణ్డః-అ-పు-సప్తపురుషమధ్యజ్ఞాతిః॥

సపిణ్డీకరణమ్-అ-న-పూర్ణసంవత్సరక్రియమాణపార్వణైకోద్దిష్టేతికర్తవ్యతాకశ్రాద్ధమ్॥

సపీతకః-అ-పు-రాజకోశాతకీ॥

సపీతిః-ఇ-సీ-తుల్యపానమ్॥ తె॥నలుగురుకూడిపానముచేయడము.

సపీతికా-ఆ-సీ-హస్తిఘోషా॥

సపుత్రః-అ-త్రి-పుత్రేణసహవర్తీ.

సప్తన్-త్రి-సమరూపః-సప్తసంఖ్యావంతః,బహువచనాంతోయమ్॥ తె॥ ఏడు వస్తువులు.

సప్తః-అ-త్రి-సప్తమః॥ క-అలక్త

సప్తః-అ-పు-అలక్తః అలాక్షా॥ తె॥ గలత్తు

సప్తకమ్-అ-న-సప్తసంఖ్యా-సర్పవిషభేదః

సప్తకః-అ-త్రి-సప్తానాంపూరణః-సప్తసంఖ్యావిశిష్టః-3సప్తసంఖ్యా॥

సప్తకీ-ఈ-సీ- సప్తసర(స్త్రీ)కటిసూత్రమ్॥

సప్తకృత్వః స్-౦-సప్తావృత్తిః॥ తె॥ ఏడు మాఱులు.

సప్తగోదావరమ్-అ-న-సప్తానాంగోదావరీణాంసమాహారః॥ (కులపాన్న.

సప్తచ్ఛదః-అ-పు-గుచ్ఛపత్రః॥ తె॥ ఏడా

సప్తజిహ్వః-అ-పు-అగ్నిః॥

సప్తజ్వాలః-అ-పు-అగ్నిః॥

సప్తతన్తుః-ఉ-పు-యజ్ఞః॥

సప్తతిః-ఇ-సీ-నిత్యైకవచనమ్-సంఖ్యామాత్రమ్కుత్రచి ద్విబహువచనాంతత్వమ్

సప్తతికమ్-అ-త్రి-సప్తతిక్రీతవస్త్రమ్॥

సప్తతితమః-అ-త్రి-సప్తతిపూరణః॥ తె॥ డెబ్బదవది.

సప్తతిధా-ఆ-౦-సప్తతిప్రకారేణ॥ తె॥ డెబ్బదివిధములుగాను.

సప్తత్యః-అ-త్రి-సప్తతిక్రీతవస్త్రమ్॥

సప్తదశ-న్-త్రి-సప్తదశసంఖ్యావంతః - బహువచనాంతోయమ్॥

సప్తదశః-అ-త్రి-సప్తదశసంఖ్యాపూరణః॥ తె॥పదు నేడవది. దియేడు

సప్తదశకమ్-అ-న-సప్తదశసంఖ్యా॥ తె॥ ప

సప్తదశధా-ఆ-౦-సప్తదశప్రకారేణ॥ తె॥పదు నేడువిధములుగాను.

సప్తదశీ-ఈ-సీ - సప్తదశసంఖ్యాపూరణః॥ తె॥పదియేడవది.

సప్తదీధితిః-ఇ-పు-అగ్నిః॥

సప్తద్వీపా-ఆ-సీ-పృథివీ॥

సప్తధా-ఆ-౦-సప్తప్రకారేణ॥ తె॥ ఏడువిధములుగాను॥ (ధాతవః॥

సప్తధాతవః-అ- పు-శరీరస్థసప్తసంఖ్యాక

సప్తనాడీచక్రమ్-అ-న - వృష్టిజ్ఞానార్థంగ్రహనక్షత్రాంకిత సప్తనాడికసర్పాకారచక్రమ్॥

సప్తనామా-ఆ-సీ-ఆదిత్యభక్తా॥

సప్తపత్రః-అ-పు-ముద్గరవృక్షః॥

సప్తపదీ-ఈ-సీ- సప్తానాంపదానాంసమాహారః॥

సప్తపర్ణమ్ అ-న-మిష్టాన్నవిశేషః - యథా-ద్రాక్షాదాడిమఖర్జూర మృదితామ్రంసశర్కరంలాజచూర్ణం సమధ్వాజ్యం సప్తపర్ణముదాహృతమ్॥

సప్తపర్ణః-అ-పు-విషమచ్ఛదః॥ తె॥ ఏడాకుల అరఁటిచెట్టు.

సప్తపర్ణీ-ఈ-సీ-లజ్జాలులతా॥

సప్తపుత్రసూః-ఊ-సీ- సప్తపుత్రప్రసూతా

సప్తభద్రః-అ-పు-శిరీషవృక్షః॥ తె॥ దిరిసెన చెట్టు.

సప్తమః-అ-త్రి-సప్తమః॥ తె॥ ఏడవది.

సప్తమీ-ఈ-సీ-సప్తమః॥ తె॥ఏడవది.

సప్తరక్తమ్-అ-న - శరీరస్యరక్తవర్ణసప్తావయవాః- తేచహస్తపాదతలనేత్రాంతరతాలుకాధరజిహ్వానఖాః॥

సప్తరక్తాః-అ-పు - పాణిపాదతలనేత్రాంతతాలుజిహ్వాధరోష్ఠనఖాః॥

సప్తర్షయః-అ-పు-సప్తసంఖ్యకఋషయః పుంభూమ్ని॥

సప్తలా-ఆ-స్త్రీ-నవమాలికా-౨భూరిఫేనా-౩పాటలీ-౪గుంజా॥ తె॥ ౧విరజాజి-౨సంబరేణిచెట్టు-౩కలిగొట్టుచెట్టు.

సప్తశః-స్-౦-సప్తవింశ్నా॥ తె॥పడేసి,పడేసి.

సప్తశతీ-ఈ-స్త్రీ-సప్తశతసమాహారః॥

సప్తశలాకః-అ-పు-వివాహస్యశుభాశుభవిజ్ఞానార్థంతిర్యగూర్ధ్వసప్తరేఖావిశిష్టచక్రవిశేషః॥

సప్తశిరా-ఆ-స్త్రీ-నాగవల్లీ॥

సప్తసప్తిః-ఇ-పు-సూర్యః॥

సప్తసాగరః-అ-పు-మహాదానవిశేషః॥

సప్తసూః-ఊ స్త్రీ-సప్తపుత్రప్రసూతా॥

సప్తహస్తః-అ-పు-అగ్నిః॥

సప్తా-ఆ-స్త్రీ-సప్తతంత్రీవీణా-౨ఈశ్వరీ॥ తె॥ ౨ఈశ్వరిచెట్టు.

సప్తాంశుపుఙ్గవః-అ-పు-శనిగ్రహః॥

సప్తాఙ్గః-అ పు-సప్తపర్ణః॥ తె॥పడాకులరటి

సప్తార్చిః-స్-పు-అగ్నిః-౨క్రూరలోచనః-౩చిత్రకవృక్షః॥

సప్తాశ్వమ్-అ-న-సాహిత్యమ్-౨పాతాలమ్

సప్తాశ్వః-అ-పు-సూర్యః-౨శివః-౩విష్ణుః-౪బ్రహ్మా॥

సప్తాహ్వః-అ-పు-గుచ్ఛపత్రః॥ తె॥ పడాకులపొన్న.

సప్తిః-ఇ-పు-అశ్వః॥

సప్త్యశ్వః-అ-పు-సూర్యః॥

సప్రకరణమ్-అ-న-నాటకగ్రంథభేదః॥

సఫరః-అ-పు-మత్స్యవిశేషః॥

సఫలమ్-అ-త్రి-ఫలవిశిష్టమ్॥

సబన్ధుజః-అ-పు- మాతాపితృసంబంధిచతురంగబలమ్॥

సబలః-అ-త్రి-సైన్యయుక్తః-౨సామర్థ్య(వాన్॥

సబలిః-ఇ-పు-విశాలః॥

సబాధః-అ-పు-పీడాయుక్తః॥

సబ్రహ్మచారీ-న్-పు ఏకపాఠాధ్యాయిశిష్యసహాధ్యాయీ॥

సభర్తృకా-ఆ-స్త్రీ-పతివత్నీ॥ తె॥ముత్తైదువ.

సభా-ఆ-స్త్రీ-గృహమ్-౨శాలా-౩ వేదధర్మజ్ఞసన్నిధిః-౪సమాజః-౫ద్యూతమ్-౬ప్రతిశ్రయః॥

సభాజనమ్-అ-న-చిరకాలాగతబంధుమిత్రదర్శనాదిజాతసుఖానుభవః॥

సభాపతిః ఇ-పు-సమాజాధిపతిః- ౨ద్యూతగృహస్వామీ॥

సభాసత్-ద్-పు-సభాస్థితధర్మజ్ఞః॥

సభాస్తారః-అ-పు-సభాస్థితధర్మజ్ఞః॥

సభికః-అ-పు-ద్యూతకారక॥ తె॥జూదమాడించెడువాఁడు.

సభీకః-అ-పు - ద్యూతకారక॥ తె॥జూదమాడించెడువాఁడు.

సభోచితః-అ-పు-పండితః॥

సభోచితః-అ-త్రి-సభాయోగ్యః॥

సభ్యః-అ-త్రి- ప్రత్యయితః-౨సభాసంబంధీచ॥

సభ్యః-అ-పు-సత్కులప్రసూతః-౨సభా(స్థితధర్మజ్ఞః॥

సమ్-౦-౦-సమార్థః-౨ప్రకృష్టార్థః-౩సంగతః-౪శోభనః-౫సముచ్చయః॥

సమమ్-అ-న- స్వభావదృగ్భేదః - ౨పక్ష్మక్రియాభేదః-౩అలంకారభేదః॥

సమమ్-మ్-౦-సహార్థః॥ తె॥కూడాను.

సమః-అ-త్రి- పూర్వోత్తరవ్యస్తత్వేధర్మిణీతుల్యవస్తు-౩సర్వః-౪సాధుః॥

సమః-అ-పు-తాలప్రాణగ్రహభేదః-౨తాలప్రాణయతిభేదః-౩రాశివిశేషాణాంసంజ్ఞావిశేషః॥

సమకమ్-మ్-౦-సహార్థకమ్॥ తె॥ కూడా.

సమకన్యా-ఆ-సీ- వివాహోపయుక్తా-౨ సదృశకుమారీచ॥
సమకోలః-అ-పు-సర్పః॥ తె॥పాము.
సమక్షః-అ-త్రి-గమనకర్తా॥
సమక్షమ్ అ-త్రి-ప్రత్యక్షమ్॥ తె॥అగుపడ్డది వినఁబడ్డది మొదలయినది.
సమగన్ధకః-అ-పు-కృత్రిమధూపః॥
సమగన్ధికమ్-అ-న-ఉశీరమ్॥
సమగన్ధికమ్-అ-త్రి-తుల్యగంధయుక్తే॥
సమగుల్ఫౌ-అ-పు-భాగ్యవతీలక్షణమ్, ద్వివచనాంతోయమ్॥
సమగ్రః-అ-పు-నాట్యపంచమసంధిః॥
సమగ్రః-అ-త్రి-భూయిష్ఠః-౨అఖిలః॥ తె॥౧ ఎక్కువది-౨సమస్తమునైనది.
సమఙ్గా-ఆ-సీ-మంజిష్ఠా-౨సహదేవీ-౩రక్తపాదీ॥ తె॥౧మంజిష్ఠతీఁగె-౨ముత్తవపులగపుచెట్టు-౩అంతరఁదామర.
సమచతురశ్రమణ్డలమ్-అ-త్రి- చంద్రమండలమ్॥
సమచిత్తమ్-అ-న- ఏకవిషయకాంతఃకర (ణవృత్తిః॥
సమజమ్-అ-న-వనమ్॥
సమజః-అ-పు- విజాతీయపశుసమూహః-౨మూర్ఖసంహతిః॥
సమజ్ఞా-ఆ-సీ-కీర్తిః॥
సమజ్యా-ఆ-సీ-సభా-౨కీర్తిః॥ (నమ్॥
సమఞ్జసమ్-అ-న-ఉచితధర్మస్యాభ్రంశ
సమఞ్జసః-అ-త్రి-సమీచీనః- ౨అభ్యస్తః॥
సమణ్డః-అ-పు-గండీరః॥
సమతలమ్- అ- న - బాహ్యరతితాడనహస్తభేదః॥
సమతా-ఆ-సీ-సమత్వమ్॥
సమతాలః-అ-పు-తాలప్రాణకలాభేదః॥
సమతిరిక్తమ్-అ-న-సవ్యగధికమ్॥
సమత్రయమ్-అ-న-సమభాగహరీతకీనాగరగుడమ్॥
సమదర్శీ-న్- త్రి-సర్వభూతేషుతుల్యదర్శనశీలః॥
సమదలః-అ-పు-బహురంధ్రీ॥ తె॥ కంసాలికమ్మెచ్చు.
సమదృష్టిః-ఇ-సీ-సర్వత్రతుల్యదర్శనమ్॥
సమధికః-అ-త్రి-అతిరిక్తః॥ తె॥ హెచ్చైనది.
సమన్తః-అ-పు-సీమా॥
సమన్తతః-స్-౦-సర్వత్ర-౨శోభనాంతః-౩సుఖాంతః-౪శోభనార్థః - ౫సుఖార్థః॥ తె॥౧అంతట.
సమన్తదుగ్ధా-ఆ-సీ-స్నుహీ॥ తె॥ చెముడు (చెట్టు.
సమన్తభద్రః-అ-పు-బుద్ధదేవః॥
సమన్తభుక్-జ్-పు-అగ్నిః॥
సమన్తాత్-త్-౦ సర్వత్ర॥ తె॥అంతటా.
సమన్యుః-ఉ-పు-శివః-౨క్రోధయుక్తశ్చ॥
సమన్వితః-అ-త్రి-సంయుక్తః॥
సమపదమ్-అ-న- ధన్వినాంపాదయోస్తుల్యరూపతయాధారణమ్॥
సమపదః-అ-పు-రతిబంధవిశేషః॥
సమపాదమ్-అ- న - ధన్వివిన్యస్తపాదస్థితిభేదః॥
సమపీనస్తనా-అ పు-రాజపత్నీలక్షణమ్॥
సమప్రాధాన్యసఙ్కరః-అ-పు - అలంకారభేదః॥
సమభివ్యాహారః-అ-పు-సహితః॥
సమభివ్యాహృతః-అ-పు-సహోచ్చరితః-౨సహితః॥ (స్యమ్॥
సమభిహారః-అ-పు- భృశార్థః-౨పౌనఃపు
సమయః-అ-పు-కాలః-౨సిద్ధాంతః- ౩ప్రతిజ్ఞా-౪సంకేతః-౫ఆచారః - ౬నియమః-౭క్రియాకాలః॥

సమయకారః-అ-పు-సంకేతః॥

సమయా-ఆ-౦-సామీప్యమ్ - ౨మధ్యమ్॥ తె॥ దగ్గిర.

సమరః-అ-(సీ)-యుద్ధమ్॥ తె॥ జగడము.

సమరభః-అ-పు-రతిబంధవిశేషః॥

సమరూప్యః-అ- త్రి - సమస్యసాధోరూప్యాత పూర్వో౽గవాదిః॥

సమర్థః-అ-త్రి-శక్తః-౨హితః- ౩సంబంధః॥

సమర్థతా-ఆ-సీ-సామర్థ్యమ్॥

సమర్థనమ్-అ-న- ఇదముచితమిదమనుచితమితినిశ్చయః-౨సామర్థ్యంచ॥

సమర్థనా-ఆ-సీ-సంప్రధారణా॥ తె॥ పట్టినపట్టుసమర్థించుట.

సమర్ధకః-అ-త్రి-అస్థిరః-౨వరదః॥ తె॥ ౧దేనియందునిలకడలేనివాఁడు - ౨కోడుకులకునిందు భాగమిచ్చువాఁడు.

సమర్పణమ్-అ-న-సమ్యక్ప్రకారేణార్పణం॥

సమర్యాదమ్-అ-న-సమీపమ్॥

సమర్యాదః-అ-త్రి-దేశతఃకాలతఃసమీపస్థః

సమలమ్-అ-న-విష్ఠా॥

సమలమ్-అ-త్రి-ఆవిలె॥

సమవకారః-అ-పు-నాటకగ్రంథభేదః॥

సమవతారః-అ-పు-తీర్థమ్॥

సమవర్తీన్-త్రి-తుల్యవర్తనశీలె॥

సమవర్తీన్-పు-కృతాంతః॥

సమవాకారః-అ-పు-నాటకభేదః॥

సమవాయః-అ-పు-సమూహః- ౨సంబంధవిశేషః॥

సమవేతమ్-అ-త్రి-సంయుతమ్॥ తె॥ కూడుకొన్నది.

సమశ్నవానః-అ-త్రి - సమ్యక్ప్రకారేణ వ్యాప్తివిశిష్టః॥

సమష్టిః-ఇ-సీ-సమస్తః-మిలితః॥

సమష్టిః-ఇ-పు-అనుముష్టికః॥ తె॥ ముసిణిలో భేదము.

సమష్ఠిలః-అ-పు-క్షుపవిశేషః॥

సమష్ఠిలా-ఆ-సీ-గండీరః॥ తె॥ పటువంగచెట్టు

సమష్ఠీలా-ఆ-సీ-సమష్ఠిలా॥

సమసనమ్-అ-న-సంక్షేపణమ్॥ తె॥ అక్కడక్కడనున్నవాఁటినిప్రోగుచెయ్యడము.

సమసుప్తిః-ఇ-పు-యుగాంతః॥

సమసుప్తిః-ఇ-సీ-కల్పాంతః-౨తుల్యశయ (నంచ॥)

సమస్తమ్-అ-త్రి-అఖిలమ్॥

సమస్థః-అ-త్రి-సమానః-సమభావేనస్థితః॥

సమస్థలీ-ఈ-సీ - గంగాయమునయోర్మధ్యదేశః॥

సమస్యా-ఆ-సీ- కవిపరీక్షార్థదత్తసమస్యా॥

సమస్యార్థా-ఆ-సీ-సమస్యా-శ్లోకస్యపాదెనైకేనదత్తేభ్యాంత్రిభిర్వా పూరణమ్॥

సమవ్యా-ఆ-సీ-యశః॥

సమా-ఆ-సీ-సంవత్సరః॥ (తోయమ్॥)

సమాః-ఆ-సీ- సంవత్సరః, బహువచనాం

సమాంశహారీ-న్-త్రి-సమభాగగ్రాహః॥

సమాంశీ-న్-త్రి-తుల్యభాగవిశిష్టః॥

సమాంసమీనా-ఆ-సీ-ప్రతివర్షప్రసూతిః॥

సమాకర్షీ-న్-త్రి-దూరవ్యాపిసుగంధిద్రవ్యమ్॥ తె॥ కర్పూరాదికము.

సమాఖ్యా-ఆ-సీ-కీర్తిః-౨నామా॥

సమాగతః- అ- త్రి - సమ్యగాగమనవిశిష్టః, ఆగమనాశ్రయః॥

సమాగతిః-ఇ-సీ-సమాగమనమ్॥

సమాగమః-అ-పు-సమ్యగాగమనమ్-౨సంప్రాప్తిః॥

సమాఘాతః-అ-పు-యుద్ధమ్-౨వధః॥

సమాచారః-అ-పు-సమ్యగాచరణమ్-౨సంవాదః॥

సమాజః-అ-పు-పశ్వితరమనుష్యాదిసమూహః-౨హస్తీ॥

సమాజ్ఞా-ఆ-స్త్రీ-కీర్తిః॥

సమాధాః-ఆ-పు-నిష్పత్తిః-౨విరోధభంజనమ్-౩సమాధానమ్॥

సమాధానమ్-అ-న-యూపస్తంభమధ్యభాగః-౨సమీచీనగ్రహణమ్-౩నిత్యకర్మ॥

సమాధిః-ఇ-పు-నిశ్చలబుద్ధిః-౨అలంకారభేదః-౩జీవాత్మపరమాత్మనోరైక్యమ్-౪ధ్యానమ్-౫నీవాకః-౬నియమః ౭సమర్థనమ్-౮బంధనమ్-౯వ్యసనమ్-౧౦చేతఃపీడా-౧౧నిష్ఠా॥

సమాధిస్థః-అ-త్రి-సమాధియుక్తః॥

సమానః-అ-పు-నాభిదేశస్థవాయుః॥

సమానః-అ-త్రి-తుల్యవస్తు-౨ఏకః-౩సాధుః

సమానకాలీనః-అ-త్రి-తుల్యకాలోత్పత్తికః

సమానోదర్యః-అ-పు-ఏకోదరభ్రాతా॥

సమాపః-అ-పు-దేవయజనమ్॥

సమాపకః-అ-త్రి-సమాపనకర్తా॥

సమాపనమ్-అ-న-వధః-౨సమాప్తిః-౩పరిచ్ఛేదః-౪సమాధానమ్-౫లబ్ధమ్॥

సమాపన్నమ్-అ-త్రి-సమాప్తః-౨ప్రాప్తః ౩క్లిష్టః-౪వధః॥

సమాపికా-ఆ-స్త్రీ-వాక్యసమాపకక్రియా॥

సమాపితమ్-అ-త్రి-కృతసమాపనమ్॥

సమాప్తః-అ-త్రి-సమాపనప్రాప్తః, సమాప్తివిశిష్టః॥

సమాప్తాలః-అ-పు-పతిః॥

సమాప్తిః-ఇ-పు-అవసానమ్-౨సమర్థనమ్-౩పరిప్రాప్తిః॥

సమాప్యర్థా-ఆ-స్త్రీ-సమస్యా॥

సమాప్యమ్-అ-త్రి-సమాపనీయమ్॥

సమాయః-అ-త్రి-మాయాయుక్తః

సమాయః-అ-పు-సంకేతః॥

సమాయోగః-అ-పు-అస్త్రసంయోగః-౨సమవాయః-౩ప్రయోజనమ్॥

సమాలమ్బీ-న్-పు-భూతృణమ్॥

సమాలమ్భః-అ-పు-విలేపనమ్॥ తె॥ పుయ్యడము,నలుగుఁబెట్టడమున్ను.

సమాలమ్భనమ్-అ-న-కుంకుమాదివిలేపనమ్ ౨సమ్యగ్జ్ఞారణమ్-౩సమ్యక్స్పర్శనమ్॥

సమాలీ ఈ-స్త్రీ-కుసుమాకరః॥

సమావాయః-అ-పు-సమూహః॥

సమావృతః-అ-త్రి-సమ్యక్ప్రకారేణఆవృతః॥

సమావృత్తః-అ-పు-స్నాతకః॥ తె॥ స్నాతకవ్రతముఁజేసినవాఁడు.

సమావృత్తకః-అ-పు-సమావృత్తః॥

సమావేశః-అ-పు-ఏకత్రసహావస్థానమ్॥

సమావేశితః-అ-త్రి-సహావస్థితః-౨ప్రవిష్టః-౩సమావేశప్రాప్తః॥

సమాశ్రయః-అ-పు-సమ్యగాశ్రయః॥

సమాశ్రితః-అ-పు-ఆశ్రితబలమ్॥

సమాసః-అ-పు-సంక్షిప్తగ్రంథః-౨సంక్షేపః-౩సమర్థకః॥

సమాసక్తః-అ-త్రి-సంయుక్తః॥

సమాసజ్జనమ్-అ-న-సమాసంగమ్-మేలనమ్॥

సమాసన్నమ్-అ-త్రి-నికటమ్॥

సమాసవాన్-త్-పు-తున్నవృక్షః॥

సమాసవాన్-త్-త్రి-సమాసవిశిష్టః॥

సమాసాదితః-అ-త్రి-ఆహృతః-౨ప్రాప్తః॥

సమాసాద్యమ్-అ-త్రి-ప్రాప్యమ్॥ తె॥ పొందఁదగినది.

సమాసార్థా-ఆ-స్త్రీ-సమస్యా-శ్లోకస్యపాదేనైకేనద్వాభ్యాంత్రిభిర్వాపూరణమ్॥

సమాసోక్తిః-ఇ-స్త్రీ-అలంకారభేదః॥

సమాహరణమ్-అ-న-సమాహారః॥

సమాహారః-అ-పు- అనేకేషామేకత్రసమావేశనమ్-౧సంక్షేపః॥

సమాహితమ్-అ-న-అలంకారభేదః॥

సమాహితః-అ-పు-యతాత్మా॥

సమాహితః-అ-త్రి-అంగీకృతః-౧వినిహితః-౩సమాధిస్థః-౪సిద్ధః-౫అవధానీ॥

సమాహృతః-అ-త్రి-సమ్యక్ప్రకారేణఆహరణీకృతః- సంగ్రహీతః॥

సమాహృతిః-ఇ-సీ-సంక్షిప్తగ్రంథః॥

సమాహ్వయః-అ-పు-ప్రాణిద్యూతమ్ - ౧యుద్ధమ్-౩నామ॥ తె॥౧కోళ్లు-గొఱ్ఱెలు పిగిలి-పిట్టలు మొదలైనవాంటిజూదము.

సమాహ్వా-ఆ-సీ-గోజిహ్వావృక్షః - ౧సమాఖ్యాచ॥

సమికమ్-అ-న-శైలమ్॥

సమిత్-ధ్-సీ-ఇంధనమ్॥

సమిత్-త్-సీ-యుద్ధమ్॥

సమితా-ఆ-సీ-గోధూమచూర్ణమ్॥

సమితిః-ఇ-సీ-సమూహః-౧సభా-౩యుద్ధమ్-౪సామ్యమ్-౫సంగమః॥

సమిత్కుశమ్-అ-న-సమిత్కుశసమాహారః

సమిథః-అ-పు-అగ్నిః-౧యుద్ధమ్-౩ఆహుతిః॥

సమిధః-అ-పు-అగ్నిః॥

సమిన్ధనమ్-అ-న-సమిత్॥

సమిరః-అ-పు-వాయుః॥

సమీకమ్-అ-న-యుద్ధమ్॥ తె॥జగడము.

-సమీకృతమ్-అ-త్రి-పక్వీకృతమ్॥

సమీక్షమ్-అ-న-సాంఖ్యశాస్త్రమ్ - ౧సమ్యక్దర్శనంచ॥

సమీక్షణమ్-అ-న-అన్వేషణమ్॥ తె॥ వెదకుట.

సమీక్షా-ఆ-సీ-గ్రంథభేదః- ౧తత్వబుద్ధిః॥

సమీచః-అ-పు-సముద్రః॥ తె॥మున్నీరు.

సమీచకః-అ-పు-సురతమ్॥

సమీచీ-ఈ-సీ-మృగీ-౧వందనా॥

సమీచీనమ్-అ-న-యథార్థమ్॥

సమీచీనమ్-అ-త్రి-తద్వతి॥

సమీదః-అ-పు- అతిమృదుగోధూమచూర్ణః॥

సమీనః-అ-త్రి-వత్సరసంబంధీ॥

సమీనికా-ఆ-సీ- ప్రతివర్షప్రసూతాగౌః॥

సమీపమ్-అ-న-సమీపమ్॥ తె॥దగ్గిర.

సమీపః-అ-త్రి-దేశతః కాలతః సమీపస్థః॥

సమీపతా-ఆ-సీ-నైకట్యమ్- సమీపత్వమ్॥

సమీయః అ-త్రి-సమసంబంధీ- ౧తుల్యకారణకః॥

సమీరః-అ-పు-వాయుః-౧శమీవృక్షః॥

సమీరణః-అ-పు-వాయుః-౧మరువకః- ౩పథికః॥ తె॥౧మరువము.

సముఖః-అ-త్రి-వాగ్మీ॥

సముచితః-అ-త్రి-సమ్యగుచితః-ఉపయుక్తః

సముచ్చయః-అ-పు-అలంకారభేదః - ౧అనేకేషామేకత్రసమావేశనమ్॥ తె॥ ౧అదిన్ని ఇదిన్నియనుట.

సముచ్ఛేదః-అ-పు-వినాశః॥

సముచ్ఛ్రయః-అ-పు-ఉత్సేధః- ౧విరోధః-౩ఊర్ధ్వశ్రయణమ్॥

సముచ్ఛ్రాయః-అ-పు-సముచ్ఛ్రయః॥

సముచ్ఛ్రితః-అ-త్రి-ఉచ్చః॥

సముజ్ఝితమ్-అ-త్రి-త్యక్తమ్॥

సముత్క్రమః-అ-పు-ఊర్ధ్వగమనమ్॥

సముత్క్రోశః-అ-పు-కురరపక్షీ-౧ఉచ్చైశ్శబ్దశ్చ॥

సముత్థః-అ-త్రి-సముద్భవః- ౧సముత్థితః॥

సముత్థానమ్-అ-న-సముద్యోగః - ౧వ్యాధీనాంనిర్ణయః- ౩ఊర్ధ్వగమనమ్ - ౪సమ్యక్ప్రకారేణఉత్థానమ్॥

సముత్థితః-అ-పు-సమ్యగుత్థితః॥

సముత్పన్నః-అ-త్రి-సముద్భూతః॥

సముత్పిఞ్జః-అ-పు-వ్యాకులః॥

సముత్పిఞ్జః-అ-త్రి-వ్యాకులసేనాదిః॥

సముత్సుకః-అ-త్రి-సమ్యగుత్కంఠితః- ౨సమ్యగిష్టార్థోద్యుక్తః॥

సముదక్తమ్-అ-త్రి-ఉద్ధృతమ్॥ తె॥ బైటికిఁ దియ్యఁబడ్డది.

సముదయమ్-అ-న-లగ్నమ్॥

సముదయః-అ-పు-సమూహః - ౨యుద్ధమ్-౩సముద్గమః-౪దివసః॥

సముదాగమః-అ-పు-సమంతాజ్జ్ఞానమ్॥

సముదాచారః-అ-పు-ఆశయః॥

సముదాయః-అ-పు-సమూహః- ౨యుద్ధమ్-౩పృష్ఠస్థాయిబలమ్- ౪సముచ్ఛ్రియః॥

సముదితః-అ-త్రి - సమ్యక్ప్రకారేణకథితః-౨సముద్భూతః॥

సముద్గః-అ-పు-రతిబంధభేదః - ౨సంపుటకః॥ తె॥ ౨పెట్టె-సంపుటమున్ను.

సముద్గకః-అ-పు-సంపుటకః- ౨ఛందోవిశేషః॥ తె॥ ౧బరిణె-కరాటమున్ను.

సముద్గకయన్త్రమ్-అ-న-రతిబంధభేదః॥

సముద్గమః-అ-పు-ఊర్ధ్వగతిః-౨ఉత్పత్తిః॥

సముద్గీతమ్-అ-త్రి-ఉచ్చైర్గీతమ్॥

సముద్గీర్ణః-అ-త్రి-వమితః-౨ఉత్తోలితః - ౩కథితః॥

సముద్ధతః-అ-త్రి - పరదుఃఖజనకస్వభావవాన్-౨గర్వితః-౩సముద్గీర్ణః॥

సముద్ధరణమ్-అ-న-వాంతాన్నమ్ - ౨ఉన్నయనమ్॥ తె॥ ౨మీఁదికెత్తుట,

సముద్ధానమ్-అ-న-ఉద్యమః-౨రోగనిర్ణయః

సముద్ధృతమ్-అ-త్రి-సముత్కీర్ణమ్- ౨అపనీతమ్-౩సమ్యక్ప్రకారేణఉద్ధృతమ్॥

సముద్భూతః-అ-త్రి-సముత్పన్నః॥

సముద్రః-అ-పు-అబ్ధిః॥ తె॥ సంద్రము.

సముద్రకఫః-అ-పు-సముద్రఫేనః॥

సముద్రకాన్తా-ఆ-సీ-నదీ-౨స్పృక్కా॥

సముద్రగః-అ-త్రి-సముద్రగామిని॥

సముద్రగా-ఆ-సీ-నదీ - ౨సాతపాత్సముద్రగామినీనదీ॥

సముద్రగృహమ్-అ-న-జలయంత్రగృహమ్॥

సముద్రచులుకః-అ-పు-అగస్త్యమునిః॥

సముద్రదయితా-ఆ-సీ-నదీ॥

సముద్రనవనీతమ్-అ-న-చంద్రః-౨సుధా॥

సముద్రనవనీతకమ్-అ-న-చంద్రః॥

సముద్రపీదః-అ-పు-చంద్రః॥

సముద్రఫలమ్-అ- న - అబ్ధిఫలమ్-ఔషధవిశేషః॥

సముద్రఫేనః-అ-పు- స్వనామఖ్యాతద్రవ్యమ్॥

సముద్రమెఖలా-ఆ-సీ-పృథివీ॥

సముద్రయానమ్-అ-న-పోతమ్॥

సముద్రయాయిన్-త్రి- సముద్రగామీ॥

సముద్రరమణా-ఆ-సీ-పృథ్వీ॥

సముద్రవహ్నిః-ఇ-పు-బాడబానలః॥

సముద్రవిజయః-అ-పు-వృత్తార్హత్పితా॥

సముద్రసుభగా-ఆ-సీ-గంగా॥

సముద్రా-ఆ-సీ-శటీ- ౨శమీ॥

సముద్రాన్తమ్-అ-న-జాతీఫలమ్- ౨సముద్రతీరంచ॥

సముద్రాన్తా-ఆ- సీ- యూసః - ౨కార్పాసః-౩స్పృక్కా॥ తె॥ ౧పిన్నరేఁగటిదూలగొండి-౨ప్రత్తిచెట్టు - ౩స్పృక్కయనెడు గ్రంథ్యము.

సముద్రామ్బరా-ఆ-సీ-పృథ్వీ॥

సముద్రారః-అ-పు-గ్రాహః-౨సేతుబంధః ౩తిమింగిలః॥

సముద్రారుః-ఉ-పు-కుంభీరః-౧సేతుబంధః ౩తిమింగిలమత్స్యః॥
సముద్రియమ్-అ-న- సముద్రజాతసర్వద్రవ్యమ్॥
సముద్రియః అ-త్రి-సముద్రసంబంధీ॥
సముద్రీయః-అ-త్రి-సముద్రసంబంధీ॥
సముద్వరః అ-పు-కింశుకవృక్షః॥ తె॥ మోదుగచెట్టు.
సముద్వృత్తమ్-అ-న-కనీనికాచలనభేదః॥
సమున్దనమ్-అ-న-క్లేదః॥ తె॥ తడియడము.
సమున్నమ్-అ-త్రి-ఆర్ద్రమ్॥ తె॥ తడిసినది.
సమున్నతః-అ-త్రి- సమున్నద్ధః - ౧స్తంభభేదః॥
సమున్నతిః-ఇ-సీ-ఉచ్ఛ్రాయః - ఉత్సేధః॥
సమున్నద్ధః- అ- త్రి- సముద్బద్ధః-౧పండితమ్మన్యః-౩గర్వితః- ౪ప్రభుః - ౫సముద్భూతః-౬ఊర్ధ్వబద్ధః॥
సముల్లజోషమ్-మ్-ం-ఆనందః॥ తె॥ సుఖము
సముపేయివాన్-స్-త్రి-గమనకర్తా-గమనవిశిష్టః॥
సముల్లసత్-త్-త్రి-సమ్యగుల్లాసయుక్తమ్
సముల్లిఖన్-త్-త్రి- పాదాదినాభూమిఖననకర్తా॥
సమూః-ఊ-సీ-చమూరుభేదః॥ తె॥ చమరీమృగభేదము.
సమూఢః-అ-త్రి-పుంజితః- ౧సద్యోజాతః- ౩అనుపహతః-౪భుగ్నః- ౫దమితః-౬వివాహితః-౭శోధితః - ౮మూఢేనసహితశ్చ॥
సమూనా-ఆ-సీ-శ్వేతకేసరవేగవత్తురంగః॥
సమూరః-అ-పు-మృగభేదః॥
సమూరుః-ఉ పు - శ్వేతకేసరవత్తురంగః॥
సమూరుకః-అ పు - శ్వేతకేసరవత్తురంగః॥

సమూలమ్-అ-త్రి - మూలేనసహావర్తమానమ్-మూలసహితమ్॥
సమూహః-అ-పు-సర్వద్రవ్యసమూహః॥
సమూహనీ-ఈ-సీ-సమ్మార్జనీ॥ తె॥ చీపురు.
సమూహ్యః-అ-త్రి- సమ్యగూహయోగ్యః-౧నిర్వాసర్గశ్చేదానంతర్యార్థః॥
సమూహ్యః అ-పు - చయనాగ్నివిషయప్రయుక్తశబ్దః- ౧పశుకామకరిష్యమాణచయనమ్॥
సమృద్ధః-అ-త్రి-సమృద్ధియుక్తః॥
సమృద్ధిః-ఇ-సీ-సంపత్తిః-౧పధా॥ తె॥ ౧నిండారు.
సమృద్ధిః ఇ-త్రి-అధికసంపద్వాన్॥
సమేతః-అ-త్రి-సమ్యక్ప్రాప్తః-సంయు(క్తః॥)
సమేధితః-అ-త్రి-సమ్యగ్వర్ధితః॥
సమోదకమ్-అ-న-మథితార్థాంబుదధి॥
సమ్పః-అ-పు-పతనమ్॥ (భేదః॥)
సమ్పక్వపాకః-అ- పు-తాలప్రాణకలా
సమ్పత్-త్-సీ-సంపత్తిః- ౧గుణోత్కర్షః-౩హారభేదః॥
సమ్పత్తిః-ఇ-సీ-సమృద్ధిః॥
సమ్పదమ్-అ-న-సమంపదయుగమ్॥
సమ్పకాతీ-ఈ-సీ-కృష్ణవృంతా॥ తె॥ పాద(రిచెట్టు.)
సమ్పద్వరః-అ-పు-రాజా॥
సమ్పన్నః-అ-త్రి-సాధిత్తః-౧సహితః - ౩సమృద్ధః॥
సమ్పరాయః-అ-పు-యుద్ధమ్-౧విపత్ - ౩ఆగామికాలః-౪సమీపమ్ - ౫గణికాంగణమ్-౬గజబంధనమ్॥
సమ్పరాయకమ్-అ-న-యుద్ధమ్॥
సమ్పరాయికమ్-అ-న-యుద్ధమ్॥
సమ్పర్కః-అ-పు-సంగమః-౧సంసర్గః॥
సమ్పర్కీ-న్-త్రి-సంపర్కవిశిష్టః॥

సమ్పర్కీయః-అ-త్రి-సంపర్కయుక్తః॥
సమ్పా-ఆ-సీ-విద్యుత్॥
సమ్పాకః-అ-త్రి-తర్కకః-౨ ధృష్టః-౩ అల్పః ౪ లంపటః॥
సమ్పాకః-అ-పు-ఆరగ్వధవృక్షః-౨ సమ్యక్పాకశ్చ॥ తె॥ ౧ తేలచెట్టు.
సమ్పాటః-అ-పు-తర్కుః॥
సమ్పాతః-అ-పు-పతనమ్-౨ పక్షిణాంగతివిశేషః॥
సమ్పాతిః-ఇ-పు-విభీషణామాత్యః-౨ అనూరుపుత్రః॥
సమ్పాతికః-అ-పు-గరుడజ్యేష్ఠపుత్రః॥
సమ్పాదకః-అ-పు-నిష్పాదకః-సంపన్నకర్తా
సమ్పాదనమ్-అ-న-నిష్పాదనమ్॥
సమ్పాదితః-అ-త్రి-నిష్పాదితః॥
సమ్పిడనమ్-అ-న-సమ్యక్ప్రకారేణవ్యథనమ్॥
సమ్పీతిః-ఇ-సీ-సమ్యక్పానమ్॥
సమ్పుటః-అ-పు-కురువకః-౨ పెటా-౩ ఏకజాతీయోభయమధ్యవర్తి-౪ రతిబంధవిశేషః॥
సమ్పుటకః-అ-పు-సముద్గకః-౨ పూర్ణగర్భః॥ తె॥ ౧ భరిణె కరాటమున్ను-౨ బూరెలు.
సమ్పుల్లమ్-అ-త్రి-వికసితపుష్పాదిః॥
సమ్పూర్ణమ్-అ-త్రి-అఖిలమ్-౨ ఆకాశమ్॥
సమ్పూర్ణః-అ-పు-సప్తస్వరయుక్తరాగః॥
సమ్పూర్ణా-ఆ-సీ-ఏకాదశీవిశేషః॥
సమ్పృక్తమ్-అ-త్రి-సంయుక్తమ్॥ తె॥ కూడుకొన్నది.
సమ్ప్రక్షాలీ-న్-పు-వానప్రస్థభేదః॥
సమ్ప్రతి-ఇ-౦-అస్మిన్కాలే॥ తె॥ ఇప్పుడు.
సమ్ప్రతిః-ఇ-పు-అతీతకల్పీయార్హద్భేదః॥
సమ్ప్రతిపత్తిః-ఇ-సీ-ఉత్తరవిశేషః॥
సమ్ప్రతిరోధకమ్-అ-న-ప్రతిబంధకమ్॥
సమ్ప్రతీతిః-ఇ-సీ-సమ్యఖ్యాతిః-౨ సమ్యక్ జ్ఞానమ్॥
సమ్ప్రదాతా-ఋ-త్రి-సంప్రదానకర్తా
సమ్ప్రదానమ్-అ-న-సమ్యక్ప్రకారేణదానమ్-౨ షట్కారకాంతర్గతకారకవిశేషః, సచదిశ్యాసూయాక్రోధేర్ష్యారుచిద్రోహార్థాహ్నుఞ్శ్లాఘస్పృహిశప్రార్థిణాప్రతిశ్రుప్రత్యనుగృధార్యర్థానాం విషయః॥
సమ్ప్రదాయః-అ-పు-గురుపరంపరోపదేశప్రాప్తవేదవ్యాకరణాదివిద్యాస్థానమ్
సమ్ప్రధారణా-ఆ-సీ-సమర్థనా॥ తె॥ పట్టినపట్టుసమర్థించుట.
సమ్ప్రపదమ్-అ-న-భ్రమణమ్॥
సమ్ప్రయోగమ్-అ-న-జలసేతుః-౨ కార్మణమ్॥ తె॥ ౨ మంత్రతంత్రాదియోజన(ము)
సమ్ప్రయోగః-అ-పు-సురతమ్॥
సమ్ప్రయోగీ-న్-పు-కలాకేలిః-౨ కాముకః ౩ సంప్రయోజకః॥
సమ్ప్రవేశనమ్-అ-న-కనీనికాచలనభేదః॥
సమ్ప్రహారః-అ-పు-యుద్ధమ్-౨ గమనమ్॥
సమ్ప్రాప్తః-అ-త్రి-సమ్యక్ప్రకారేణప్రాప్తః॥
సమ్ప్రాప్తిః-ఇ-సీ-సమ్యక్ప్రాపణమ్॥
సమ్ప్రేషః-అ-పు-నియోగః॥ తె॥ నియోగించడము.
సమ్ప్రేషణమ్-అ-న-ద్వాదశాహకృతశ్రాద్ధమ్॥
సమ్ప్రైషః-అ-పు-నియోగః-విధిః॥
సమ్ఫాలః-అ-పు-మేషః॥
సమ్ఫుల్లమ్-అ-త్రి-వికసితపుష్పాదిః॥
సమ్బమ్-అ-న జలమ్-౨ వారద్వయకర్షణం
సమ్బద్ధః-అ-త్రి-సంబంధయుక్తః॥

సమ్బన్ధః-అ-పు-సమృద్ధిః-౨న్యాయః-౩ సంసర్గః॥
సమ్బన్ధః-అ-త్రి-శక్తః-౨హితః॥
సమ్బన్ధీ-న్-త్రి-సంబంధవిశిష్టః॥
సమ్బలమ్-అ-న-పాథేయమ్-౨కూలమ్-౩ వత్సరః॥ తె॥ ౧బత్తెము.
సమ్బలీ-ఈ-సీ-వేశ్యావిటసంధానకర్త్రీ॥ తె తుంటెనకత్తె.
సమ్బహానా-ఆ-ద్వ-ఖనిత్రాదిః॥ తె॥ గడ్డిమొదలైనవికోసెడు కొడవలిగుద్దలి మొదలయినది.
సమ్బాకృతమ్-అ-త్రి-ద్విగుణాకృతమ్॥ తె॥ రెండుమాఱులుదున్నినపొలము.
సమ్బాధః-అ-పు-సంకటస్థలమ్-౨యోనిః-౩భయమ్-౪నరకవర్త్మ॥ తె॥ ౧ఇఱుకుస్థలము మొదలయినది.
సమ్బాధనమ్-అ-న-మదనద్వారమ్-౨శూలాగ్రమ్-౩ద్వారపాలః॥
సమ్బుద్ధః-అ-పు-బుద్ధావతారః॥
సమ్బుద్ధః-అ-త్రి-సమ్యగ్బోధాశ్రయే॥
సమ్బుద్ధిః-ఇ-సీ-సంబోధనమ్॥
సమ్బోధః-అ-పు-బోధనమ్-౨క్షేపః-౩నాశః
సమ్బోధనమ్-అ-న-అన్యత్రవ్యాసక్తస్య కార్యాంతరేణియోజనార్థమాభిముఖ్య విధానమ్॥
సమ్భః-అ-పు-వజ్రాయుధమ్॥
సమ్భలీ-ఈ-సీ-కుట్టనీ॥
సమ్భవః-అ-పు-అలంకారభేదః-౨హేతుః-౩ ఉత్పత్తిః-౪మేళకః-౫కాంతిః॥
సమ్భవితుమ్-ఉ-౦-సంభవాయేత్యర్థే॥ తె॥ సంభవించేటందుకు.
సమ్భవ్యః-అ-పు-కపిత్థః॥
సమ్భవ్యః-అ-త్రి-సంభవనీయే॥
సమ్భషితమ్-అ-న-శునకధ్వనిః॥
సమ్భసితమ్-అ-న-శునకధ్వనిః॥
సమ్భారః-అ-పు-సంభృతః-౨గణః॥
సమ్భారపేశలః-అ-పు-వంశవర్తీ॥ తె॥ దొమ్మరవాఁడు.
సమ్భావనమ్-అ-న-అలంకారభేదః॥
సమ్భావనా-ఆ-సీ-ప్రతీతిః-౨అభిప్రాయః ౩బహుమానః॥
సమ్భావితః-అ-త్రి-సంభావనావిశిష్టః-౨సంభవనయోగ్యః-౩బహుమతః॥
సమ్భాషణమ్-అ-న-బంధుమిత్రసంభాషణం
సమ్భాషా-ఆ-సీ-సంభాషణమ్॥
సమ్భిన్నః-అ-త్రి-సమ్యగ్భేదవిశిష్టః॥
సమ్భుః-ఉ-పు-సంభవతియః॥
సమ్భూతః-అ-త్రి-ఉత్పన్నః॥
సమ్భూతవిజయః-అ-పు-శృతకేవలిసంజ్ఞక బౌద్ధవిశేషః॥
సమ్భూయసముత్థానమ్-అ-న-మిలిత్వైకమత్యావణిజాంకర్మకరణమ్, తత్తువివాద పదవిశేషః॥
సమ్భృతః-అ-త్రి-సమ్యక్పుష్టః-౨సమ్యక్ భృతః-౩సమ్యక్ప్రకారేణధృతః॥
సమ్భృతిః-ఇ-సీ-సమ్యక్పోషణమ్-౨సమ్యగ్భరణమ్-౩సమ్యక్ధారణమ్॥
సమ్భేదః-అ-పు-నదీసముద్రసంగమః-౨సంశ్లేషః-౩స్ఫుటనమ్॥ తె॥ ౨కూడాకలియడము-౩బద్దలుచేయడము.
సమ్భోగః-అ-పు-కరిశుండా-౨భోగః-౩సురతమ్॥
సమ్భోగీ-న్-త్రి-సంభోగవిశిష్టే॥
సమ్భోగీ-న్-పు-కేళినాగరః॥
సమ్భ్రమః-అ-పు-భయమ్-౨ఇష్టానిష్టకా

ర్యజాతస్థలత్వరా- ౨ఉద్దేశ్యకార్యవ్యగ్రతా-౩అత్యాదరః॥ తె॥ ౨తొందర.
సమ్మతిః-ఇ-స్త్రీ-ఇచ్ఛా-౧అనుజ్ఞా౨అనుమతిః
సమ్మదః-అ-త్రి-తద్వతి॥
సమ్మదః-అ-పు-ఆనందః॥
సమ్మర్దః-అ-పు-యుద్ధమ్॥
సమ్మాతురః అ-పు-సతీతనయః॥
సమ్మాగః అ-పు-మత్స్యవిశేషః-౧సమ్యక్ప్రకారేణమత్తతా॥
సమ్మానః-అ-పు-సమాదరః॥
సమ్మాననమ్-అ-న-పూజా॥
సమ్మానితః-అ-త్రి-సమాదృతః - గౌరవితః॥
సమ్మార్జకః-అ-పు-సమ్మార్జనీ॥
సమ్మార్జనమ్-అ-న-సంశోధనమ్॥
సమ్మార్జనీ-ఈ-స్త్రీ-శోధనీ॥ తె॥ చీఁపురు.
సమ్మితః-అ-త్రి- సమానపరిమాణమ్అస్య-సదృశః॥
సమ్మిశ్రః-అ-త్రి-సంయుక్తః॥
సమ్మీల్య-అ-౦-సమీల్య॥ తె॥కండ్లుమూసు }
సమ్ముఖః-అ-త్రి-అభిముఖః॥ (కొని. }
సమ్ముఖీన్-పు-దర్పణమ్॥
సమ్ముఖీనః-అ-త్రి అభిముఖమ్॥
సమ్మూఢః-అ-త్రి-సమ్యఙ్మోహయుక్తః-ముగ్ధః॥
సమ్మూర్ఛజః-అ-పు-తృణాదిః॥
సమ్మూర్ఛనమ్-అ-న-ధూమగంధాదివ్యాపనమ్-౧మూర్ఛా-౨మోహః॥
సమ్మూర్ఛనోద్భవః-అ-పు-మత్స్యాదిః॥
సమ్మృష్టః-అ-త్రి-శోధితః॥ తె॥ శోధించిన }
సమ్మోదః-అ-పు-ప్రీతిః॥ (ద్రవ్యము. }
సమ్యక్-చ్-న-సత్యవాక్॥
సమ్యక్-౦-౦-సముదయః॥
సమ్యక్-చ్-త్రి-సత్యవచనవాన్ - ౧మనోజ్ఞః-౨సంగతః-౩ప్రథమకల్పాదిః॥
సమ్రాట్-జ్-పు - చత్వారింశద్యోజనరాజ్యపాలక రాజసూయకర్తృ యుధిష్ఠిరాదిః-౧అగ్నిః-౨ఇంద్రః-౩విష్ణుః-౪అర్కః-౫మండలేశ్వరః-౬శివః-౭యమః
సమ్రాణిజమ్-అ-న-మహాపారేవతః॥ తె॥ పెద్దఈడచెట్టు.
సయాతికమ్-అ-న-ప్రభాతమ్॥
సయుక్-జ్-పు-సంబంధిగుణవాన్॥ తె॥ దేని సంబంధమైననొక దాని సంబంధమైనగుణముఁగలది.
సయోజితమ్-అ-త్రి-ఉపాహితమ్॥ తె॥ఒకదానితోనొకటికూర్చఁబడ్డది.
సయోనిః-ఇ-త్రి-యోన్యాసహావర్తమానే, సమానోత్పత్తిస్థానకేచ॥
సయోనిః-ఇ-పు-ఇంద్రః - ౧భార్యాసాన్నిధ్యదేశః-౨క్రముకచ్ఛేదనాయః॥ తె॥ ౨ అడకొత్తు.
సరమ్-అ-న-సరోవరః-౧జలమ్॥
సరః-అ-పు-మత్స్యవిశేషః - ౧మౌక్తికమాలా-౨సర్జరసః-౩బాణః-౪దధ్యగ్రమ్-౫గతిః-౬లవణః॥ తె॥ ౧ముత్యాలహార }
సరః-అ-ద్వి-నిర్ఝరే॥ (పు పేట }
సరః-స్-న-కాసారః-౧జలమ్॥ తె॥ ౧మెట్టమడుఁగు.
సరః-అ-త్రి-సారకః-౧గమనకర్తా॥
సరఃకాకః-అ-పు-హంసః॥
సరఃకాకీ-ఈ-స్త్రీ-హంసీ॥
సరకమ్-అ-న-సరోవరః-౧ఆకాశమ్॥
సరకః-అ-త్రి-గతిశీలః॥
సరకః-అ-(స్త్రీ)- మద్యపరివేషణమ్ - ౧మద్యపానపాత్రమ్-౨అభిన్నాధ్వగసఙ్ఘః-౩సీధుః॥

సరక్రియః-అ-పు-మార్గః॥
సరఘా-ఆ-సీ-మధుమక్షికా॥ తె॥ తేనెటీఁగ.
సరజ్జః-అ-పు-చతుష్పాత్-౨పక్షీ॥
సరజమ్-అ-న- నవనీతమ్-హైయంగవీనమ్॥
సరజాః స-సీ-ఋతుమతీస్త్రీ॥
సరటః-అ-పు-వాయుః-౨మేఘః-౩మధుమక్షికా-౪కృకలాసః॥
సరటా-ఆ-ద్వి-కృకలాసః॥ తె॥ తొండ.
సరటిః-ఇ-పు-వాయుః-౨మేఘః॥
సరటీ-ఈ-సీ-కులత్థికా॥ తె॥ ఉలవచెట్టు.
సరటుః-ఉ-పు-కృకలాసః॥ తె॥ తొండ.
సరణమ్ అ-న-లోహమలమ్- ౨గమనంచ॥
సరణా-ఆ-సీ-ప్రసారణీ-౨త్రివృతా॥
సరణా-ఆ-త్రి-గమనకర్తరి॥
సరణిః-ఇ-సీ-మార్గః-౨కంఠరోగః-౩పఙ్క్తిః
సరణీ-ఈ-సీ-పఙ్క్తిః - ౨పంథాః- ౩ప్రసారణీ॥
సరణ్డః-అ-పు-ధూర్తః-౨సరటః - ౩భూషణభేదః-౪కాముకః-౫పక్షీ॥
సరణ్యమ్-అ-త్రి-గమ్యమ్॥
సరణ్యుః-ఉ-పు-మేఘః-౨వాయుః-౩జలమ్-౪వసంతః-౫అగ్నిః॥
సరత్-త్-పు-సూత్రమ్॥
సరత్నిః-ఇ-ద్వి-ముష్టిబద్ధహస్తః॥ తె॥ పిడివెలితిమూర.
సరద్వాన్-త్-పు-గౌతమమునిః - గౌతమమునిపుత్రః॥
సరపత్రికా-ఆ-సీ-పద్మపత్రమ్॥
సరమా-ఆ-సీ-శునకస్త్రీ-౨రాక్షసీభేదః - ౩దేవశునీ-౪కశ్యపపత్నీవిశేషః॥
సరయుః-ఉ-పు-వాయుః॥
సరయుః-ఉ-సీ-నదీవిశేషః॥
సరయూః-ఊ-సీ-సరయూనదీ॥

సరలః-అ-పు-సరలదేవదారు-౨తృణభేదః-౩అష్టాదశవర్ష గజః॥ తె॥ ౨గటిక॥
సరలః-అ-త్రి- ఉదారః - ౨పరకార్యనిర్వాహకః-౩అవక్రః॥ తె॥ ౩తిన్ననిది.
సరలద్రవః-అ-పు-వృక్షధూపః॥ తె॥ దేవదారుబంకతోఁజేసినధూపద్రవ్యము.
సరలా-ఆ-సీ- త్రివృతా-౨నదీభేదః॥ తె॥ ౧తెల్లతెగడచెట్టు.
సరలాఙ్గః-అ-పు-శ్రీవేష్టః॥
సరసమ్-అ-న-సరోవరః॥
సరసమ్-అ-త్రి-రసయుక్తే॥
సరసమ్ముఖితమ్-అ-న-త్రికంటవృక్షః॥
సరసా-ఆ-సీ-శ్వేతత్రివృతా॥
సరసిజమ్-అ-న-పద్మమ్॥
సరసీ-ఈ-సీ-కాసారః॥ తె॥ మెట్టచుడుఁగు.
సరసీకః-అ-పు-సారసపక్షీ॥
సరసీరుహమ్-అ-న-పద్మమ్॥
సరస్వతీ-ఈ-సీ-వాక్-౨సామాన్యనదీ-౩సరస్వతీనదీ-౪జ్యోతిష్మతీ- ౫యతిసంప్రదాయభేదజ్ఞానార్థచిహ్నమ్-౬గౌః - ౭భూః-౮గంగా-౯మత్స్యస్త్రీ ॥ తె॥ ౪జ్యోతిష్మతిచెట్టు.-
సరస్వాన్-త్-త్రి-రసికే॥
సరస్వాన్-త్-పు-సముద్రః-౨మహిషః- ౩పురుషనదః-౪రసికః॥
సరా-ఆ-సీ-నిర్ఝరః-౨ప్రసారిణీ॥
సరావః-అ-పు-శరావః॥
సరిః-ఇ-ద్వి-నిర్ఝరః॥
సరికా-ఆ-సీ-మౌక్తికయష్టికా- ౨హింగుపత్రీ-౩గమనకర్త్రీచ॥ తె॥ ౧ముత్యాలహారపుపేట.
సరిత్-త్-సీ-నదీ-౨సూత్రమ్-౩దుర్గా॥
సరితాన్నాథః-అ-పు-సముద్రః॥

సరితాంపతిః-ఇ-పు-సముద్రః॥
సరిత్వరా-ఆ-సీ-గంగా॥
సరిత్పతిః-ఇ-పు-సముద్రః॥
సరిత్వాన్-త్-పు-సముద్రః॥
సరిత్సుతః-అ-పు-భీష్మః॥
సరిద్వరా-ఆ-సీ-గంగా॥
సరిన్నాథః-అ-పు-సముద్రః॥
సరిమా-న్-పు-గమనమ్-౨వాయుః॥
సరిలమ్-అ-న-సలిలమ్॥
సరిషపః-అ-పు-సర్షపః॥ తె॥ఆవాలు.
సరీ-ఈ-సీ-నిర్ఝరః॥
సరీసృపః-అ-పు-సర్పః॥
సరుః-ఉ-పు-త్సరుః-ఖడ్గముష్టిః॥
సరుః-ఉ-త్రి-సూక్ష్మః॥
సరూపః-అ-త్రి-సదృశః॥
సరూపతా-ఆ-సీ-సమరూపత్వమ్॥
సరోజమ్-అ-న-పద్మమ్-సరోవరజాతే-త్రి॥
సరోజన్మ-న్-న-పద్మమ్॥
సరోజినీ-ఈ-సీ-కాసారః-౨పద్మినీ-౩పద్మమ్.
సరోజీ-న్-పు-బ్రహ్మా॥
సరోత్సవః-అ-పు-సారసపక్షీ॥
సరోధః-అ-త్రి-రుద్ధః,రోధేనసహవర్తమానః
సరోధః-అ-పు-నాశః-౨నిరోధః॥
సరోరుట్-హ న-పద్మమ్॥
సరోరుహమ్-అ-న-పద్మమ్॥
సరోవరః-అ-పు-జలాశయవిశేషః॥
సర్కః-అ-పు-వాయుః-౨మనః-౩ప్రజాపతిః
సర్గః-అ-పు- బ్రహ్మసృష్టిః-౨ఉద్యోగః-౩నిశ్చయః-౪స్వభావః- ౫అధ్యాయః- ౬యుక్తిః- ౭త్యాగః - ౮మోహః - ౯ఉత్సాహః-౧౦అనుమతిః॥
సర్గబన్ధః-అ-పు-మహాకావ్యమ్॥
సర్జః-అ-పు-శాలవృక్షః-౨సర్జరసః-౩పీతశాలః॥
సర్జకః-అ-పు పీతసారకః - ౨జీవకనామకగ్రంథ్యమ్॥ తె॥౧వేఁగిసచెట్టు.
సర్జకాక్షారః-అ-పు-సుఖవర్చకః॥ తె॥సర్జకాక్షారము.
సర్జగన్ధా-ఆ-సీ-రాస్నా॥
సర్జనమ్-అ-న- సైన్యపశ్చాద్భాగః-౨విసర్జనమ్-౩సృష్టిః॥
సర్జనిర్యాసకః-అ-పు-రాలః॥
సర్జమణిః-ఇ-పు-ధూనకః॥
సర్జరసః-అ-పు-యక్షధూపః॥ తె॥సర్జరసము
సర్జిః-ఇ-సీ-సర్జికాక్షారః॥
సర్జికా-ఆ-సీ-సర్జికాక్షారః॥
సర్జికాక్షారః-అ-పు-సర్జికాయానద్యాఃక్షారః॥
సర్జిక్షారః-అ-పు-సర్జికాక్షారః॥
సర్జీ-ఈ-సీ-సర్జికాక్షారః॥
సర్జుః-ఉ-పు- సార్థవాహః॥ తె॥ క్రయవిక్రయకారకుఁడు-
సర్జుః-ఉ-సీ-విద్యుత్॥
సర్జూః ఊ-సీ-విద్యుత్-౨అభిసారః-౩హారః
సర్జ్యః-అ-పు-సర్జరసః॥
సర్జ్యః-అ-త్రి-అర్జనీయే॥
సర్పః-అ-పు-భుజంగః-౨అష్టసంజ్ఞా- ౩నాగకేసరః - ౪గమనమ్ - ౫శ్మశ్రుధారీ,మ్లేచ్ఛజాతివిశేషః॥
సర్పకఙ్కాలికా-ఆ-సీ-వృక్షవిశేషః॥
సర్పకఙ్కాలీ-ఈ-సీ-సర్పకంకాలికా॥
సర్పగన్ధా-ఆ-సీ-వృక్షవిశేషః॥
సర్పఘాతినీ-ఈ-సీ-సర్పకంకాలీభేదః॥
సర్పతృణః-అ-పు-నకులః॥
సర్పదంష్ట్రః-అ-పు-దంతీవృక్షః॥
సర్పదంష్ట్రా-ఆ-సీ-వృశ్చికాలీ॥
సర్పదంష్ట్రికా-ఆ-సీ-అజశృంగీ॥
సర్పదణ్డా-ఆ-సీ-సైంహలీ॥

సర్పదణ్డీ-ఈ-సీ-గోరక్షీ॥ తె॥గోరక్షిచెట్టు.
సర్పదన్తీ ఈ-సీ-నాగదంతీ॥
సర్పదమనీ-ఈ-సీ-వంధ్యాకర్కోటకీ॥
సర్పదుష్టా-ఆ-సీ-అజశృంగీ॥ తె॥ వద్దిచెట్టు.
సర్పదేవతా-ఆ-సీ-పంచమీతిథిః॥
సర్పనామా-ఆ-సీ-సర్పకంకాలీభేదః॥
సర్పనామికా-ఆ-సీ-ఆశ్లేషానక్షత్రమ్॥
సర్పపుష్పీ-ఈ-సీ-నాగదంతీ॥
సర్పఫణజః-అ-పు- గుంజాశారభుజంగశిరో జాతమౌక్తికమ్॥
సర్పభుక్-జ్-త్రి-సర్పభక్షకే॥
సర్పభుక్-జ్-పు- సర్పభక్షకరాజసర్పః-౨ మయూరః॥ మంచిచెట్టు.
సర్పమారీ-ఈ-సీ- కాకమాచీ ॥ తె ॥ కా
సర్పమాలా-ఆ-సీ-సర్పకంకాలీభేదః॥
సర్పరాజః-అ-పు-వాసుకిః॥
సర్పలతా-ఆ-సీ-నాగవల్లీ॥
సర్పశఫరీ-ఈ-సీ మద్గుర(స్త్రీ)॥ తె॥ ఆడుబొమ్మడాయి.
సర్పశిరాః-స్-పు-అభినయహస్తభేదః॥
సర్పసత్రమ్-అ-న-సర్పనాశకయజ్ఞవిశేషః
సర్పసత్త్రీ-న్-పు-జనమేజయరాజః॥
సర్పసహా-ఆ-సీ-సర్పకంకాలీభేదః॥
సర్పహా-న్-పు-నకులః॥ తె॥ముంగిస.
సర్పాక్షమ్-అ-న-రుద్రాక్షమ్॥
సర్పాక్షీ-ఈ-సీ-గంధనాకులీ-౨వృక్షవిశేషః
సర్పాఖ్యః-ఆ-పు-మహిషకందభేదః-౨నాగకేసరః॥
సర్పాఖ్యః-అ-త్రి-సర్పనామకే॥ (శ్రీ
సర్పాజ్ఞీ-ఈ-సీ-సర్పకంకాలీభేదః-౨సైంహ
సర్పాణ్డః-అ-పు-మారండః॥ తె॥పాముగ్రుడ్డు
సర్పాదనీ-ఈ-సీ-నాకులీ॥
సర్పారాతిః-ఇ-పు-గరుడః॥
సర్పారిః-ఇ పు- నకులః-౨గరుడశ్చ॥ తె॥ ౧ ముంగిస.
సర్పావాసమ్-అ- న- చందనమ్-౨సర్పస్థానంచ॥
సర్పాశనః-అ-పు- మయూరః-౨గరుడశ్చ॥
సర్పిః-స్-న-ఆజ్యమ్-౨జలమ్॥
సర్పిణీ-ఈ-సీ-తాలప్రాణక్రియాభేదః-౨ సర్పభార్యా-౩క్షుద్రక్షుపభేదః॥
సర్పిస్సముద్రః-అ-పు-ఘృతసముద్రః॥
సర్పీ-ఈ-సీ-సర్పిణీ॥
సర్పీ-న్-త్రి-గమనకర్తా॥
సర్పిష్టమ్-అ-న-శ్రీఖండచందనమ్॥
సర్పేష్టమ్-అ-న-శ్రీఖండచందనమ్॥
సర్వమ్-అ-త్రి-సర్వనామసకలమ్॥
సర్వః-అ-పు-శివః-౨విష్ణుః॥
సర్వంసహా-ఆ-సీ-భూమిః॥
సర్వకః-అ-త్రి-సకలః॥
సర్వకర్తా-ఋ-పు-బ్రహ్మా॥
సర్వకర్మీణః-అ-త్రి-సకలకర్మకర్తా॥
సర్వకే-౦-౦-సర్వత్ర॥
సర్వకేశీ-న్-పు-నటః॥
సర్వక్షారః-అ-పు-క్షారభేదః॥
సర్వగమ్- అ- న- ఆకాశమ్-౨మానసమ్-౩ తోయమ్॥
సర్వగః-అ-త్రి-సర్వత్రగామిని॥
సర్వగః-అ-పు-శివః-౨వాయుః-౩ బ్రహ్మా-౪ ఆత్మా॥
సర్వగన్ధమ్-అ-న- కర్పూరతక్కోలాగురుసిహ్లకయుతచందనచూర్ణమ్॥ తె॥బుక్కాలోని భేదము.
సర్వగా-ఆ-సీ-ప్రియంగువృక్షః॥
సర్వగ్రన్థిః-ఇ-పు-పిప్పలీమూలమ్॥
సర్వగ్రన్థికమ్-అ-న-పిప్పలీమూలమ్॥

సర్వఘ్నమ్-అ-న-ఛాత్రమ్॥ తె॥ పెద్దజున్ను.
సర్వచర్మీణః-అ-త్రి-సకలచర్మనిర్మితః॥
సర్వజనప్రియా- ఆ- సీ- ద్రవ్యాంగమ్॥ తె॥ బుద్ధివృద్ధియనెడుయోషధి.
సర్వజనీనః-అ-త్రి-సర్వజనసంబంధీ॥
సర్వజిత్-త్-త్రి-సకలజయకర్తా॥
సర్వజిత్-త్-పు-సంవత్సరవిశేషః॥
సర్వజ్ఞః-అ-పు-బుద్ధదేవః-౨శాక్యబుద్ధదేవః ౩శివః-౪కుర్కురః॥
సర్వజ్ఞః-అ-త్రి-తత్వజ్ఞః॥
సర్వజ్ఞా-ఆ-సీ-దుర్గా॥
సర్వతః-స్-౦-సర్వత్ర-౨సర్వస్మాదిత్యర్థే
సర్వతఃసుభా-ఆ-సీ-ప్రియంగువృక్షః॥
సర్వతన్త్రః-అ-పు- సకలతంత్రాధ్యేతా-౨ సకలశాస్త్రంచ॥
సర్వతాపనః-అ-త్రి-సర్వతాపకే॥
సర్వతాపనః-అ-పు-మన్మథః॥
సర్వతిక్తా-ఆ-సీ-కాకమాచీ॥
సర్వతోభద్రమ్-అ-న- వృషోత్సర్గవ్రతప్రతిష్ఠాదౌపూజాధారమండలవిశేషః॥
సర్వతోభద్రః-అ-పు-చతుర్భాగాళిందచతుర్భాగద్వారచతురశ్రగృహమ్-౨నింబః ౩కావ్యచిత్రబంధః- ౪అలకాపట్టణమ్- ౫ఇంద్రనగరీ॥ తె॥౨వేపచెట్టు.
సర్వతోభద్రా-ఆ-సీ-గంభారీ- ౨నటయోషిత్॥ తె॥౧గుమ్ముడుచెట్టు.
సర్వతోముఖమ్-అ-న-జలమ్-౨అంతరిక్షమ్
సర్వతోముఖః-అ-పు- చతుర్ముఖః-౨శివః-౩ క్షేత్రజ్ఞః-౪ఆత్మా-౫స్వర్గః-౬అగ్నిః॥
సర్వత్ర-౦-౦-సర్వదిగ్దేశకాలే॥
సర్వత్రగః-అ-పు-వాయుః॥
సర్వత్రగః-అ-త్రి- సర్వత్రగామిని॥
సర్వత్రగామీ-న్-పు-వాయుః॥
సర్వత్రగామీ-న్-త్రి- సర్వదిగ్దేశకాలేగమనకర్తరి॥
సర్వథా-౦- ౦- ప్రతిజ్ఞా- ౨భృశమ్- ౩హేతుః-౪సర్వప్రకారమ్॥
సర్వదమనః-అ-పు-భరతః॥
సర్వదర్శీ న్-పు-బుద్ధః॥
సర్వదర్శీ-న్-త్రి-సకలదర్శనకర్తరి॥
సర్వదా-ఆ-౦-సర్వకాలే॥ తె॥ఎల్లప్పుడును.
సర్వదేవముఖః-అ-పు-అగ్నిః॥
సర్వదోషఘ్నీ-ఈ-సీ- జీవా॥ తె॥పాలకూర.
సర్వద్రృజ్-చ్-త్రి-సర్వస్యపూజకః॥
సర్వన్దమః-అ-పు- భరతరాజః,సతుశకుంతలాపుత్రః॥
సర్వధారీ న్-పు-సంవత్సరభేదః॥
సర్వధురావహః-అ-పు-సర్వధురీణః॥ తె॥ అన్నివిధములబరువుమోసెడుజంతువు.
సర్వధురీణః-అ-పు- సర్వధురావహః॥ తె॥ అన్నిబరువులుమోసెడుజంతువు.
సర్వపత్రా-ఆ-సీ-బర్బురవృక్షః॥ తె॥ తుమ్మచెట్టు.
సర్వపల్యాణమ్- అ - న- యుద్ధయత్నః॥ తె॥ యుద్ధమునకునాయత్తపడుట.
సర్వపా-ఆ-త్రి-సర్వరక్షణపానకర్తరి॥
సర్వపా-ఆ-సీ-బలిదైత్యభార్యా॥
సర్వపూర్ణత్వమ్-అ-న-సంభారః॥
సర్వప్రియః-అ-త్రి-సకలజనవల్లభః॥
సర్వభక్షా-ఆ-సీ-ఛాగీ॥
సర్వభక్షా-ఆ-త్రి-సర్వభక్షణకర్తా॥
సర్వమఙ్గలా-ఆ-సీ-పార్వతీ॥
సర్వమయః-అ- త్రి-సర్వాత్మకః॥
సర్వమూల్యమ్-అ-న-కపర్దకమ్॥
సర్వమూషకః-అ-పు-కాలః॥
సర్వరసః-అ-పు-సర్జరసః-౨వాద్యభాండభేదః-౩మాషకః॥

సర్వరసోత్తమః-అ-పు-లవణరసః॥
సర్వరాత్రః-అ-పు-సమస్తరజనీ॥
సర్వరీ-ఈ-సీ-రాత్రిః॥
సర్వరీకరః-అ-పు-చంద్రః॥
సర్వరోగహా-న్-సీ-విడంగమ్॥ తె॥ వాయువిడంగము.
సర్వర్తుపరివర్తః-అ-పు-వత్సరః॥
సర్వర్తుఫలమ్-అ-న-సకలర్తుజాతఫలమ్॥
సర్వలా-ఆ-సీ-తోమరః॥ తె॥ నేజా॥
సర్వలిఙ్గీ-న్-త్రి-సకలచిహ్నధారీ॥
సర్వలిఙ్గీ-న్-పు-జటాకమండలుకాషాయాదిధారి వేదబాహ్యభిక్షుకాదిః॥
సర్వలీ-ఈ-సీ-తోమరః॥
సర్వలోహః-అ-పు-లోహమయబాణః-౨సకలధాతుశ్చ॥
సర్వవర్ణికా-ఆ-సీ-గంభారీవృక్షః॥
సర్వవల్లభా-ఆ-సీ-అసతీనారీ॥
సర్వవిషాపహమ్ అ-న-హరితాలెయకమ్॥ తె॥ వృక్షవిశేషము.
సర్వవేదః-అ-పు-సర్వవేదాధ్యేతా బ్రాహ్మణః॥
సర్వవేదః-అ-త్రి-సర్వజ్ఞః॥
సర్వవేదాః-న్-పు-సర్వదక్షిణయాగకర్తా॥
సర్వశాన్తికృత్-త్-పు-భరతరాజః॥
సర్వశాన్తికృత్-త్-త్రి-సకలశమకారకే॥
సర్వసంసర్గలవణమ్-అ-న-ఔషరకమ్॥
సర్వసఙ్గతః-అ-పు-షష్టికాధాన్యమ్॥
సర్వసఙ్గతః-అ-త్రి-సకలసంగతియుక్తే॥
సర్వసహః-అ-పు-గ్రామః॥
సర్వసన్నహనార్థకః-అ-పు-చతురంగసైన్యసన్నాహః॥
సర్వసన్నాహః-అ-పు-సర్వాత్మా-౨సర్వసన్నహనంచ॥

సర్వసహః-అ-పు-గుగ్గులుః॥
సర్వసహః-అ-త్రి-సర్వసహిష్ణుః॥
సర్వసాధనః-అ-పు-తినిశః॥ తె॥ నెమ్మిచెట్టు.
సర్వసిద్ధిః-ఇ-పు-శ్రీఫలః-౨సకలసాధనంచ॥
సర్వస్వమ్-అ-న-సముదాయధనమ్॥
సర్వస్వీ-న్-పు-వర్ణసంకరవిశేషః-సతుగోపకన్యాయాంనాపితాజ్జాతః॥
సర్వహితమ్-అ-న-మరిచమ్॥
సర్వహితమ్ అ-త్రి-సకలహితకారకే॥
సర్వాంశదర్శినీ-ఈ-సీ-బ్రాహ్మణప్రజాసృష్టిస్థలమ్॥
సర్వాఙ్గమ్-అ-న-సకలావయవః॥
సర్వాఙ్గసున్దరరసః-అ-పు-ఔషధవిశేషః॥
సర్వాఙ్గీణః-అ-త్రి-సర్వావయవసంబంధయుక్తః-సర్వావయవవ్యాప్తః॥
సర్వాణీ-ఈ-సీ-దుర్గా॥
సర్వానుకారిణీ-ఈ-సీ-శాలపర్ణీ॥
సర్వానుభూతిః-ఇ-సీ-త్రివృతా॥ తె॥ తెల్లతేగడ.
సర్వాన్నభక్షకః-అ-త్రి-సకలాన్నభోజీ॥
సర్వాన్నభోజీ న్-త్రి-సర్వాన్నభక్షకః॥
సర్వాన్నీనః-అ-త్రి-సర్వాన్నభక్షకః॥
సర్వాభిసన్ధీ-న్-పు-బైడాలవ్రతికః-౨ఛద్మతాపసః॥
సర్వాభిసన్ధీ-న్-త్రి-సకలాభిసంధానవిశిష్టే
సర్వాభిసారః-అ-పు-సర్వౌఘః-౨యుద్ధసన్నద్ధసేనా॥ తె॥ ౧చతురంగబలములతో రాజుయుద్ధమునకునాయత్తంబడుట-౨యుద్ధమునకాయత్తమగుదండు.
సర్వార్థసాధికా-ఆ-సీ-దుర్గా॥
సర్వార్థసాధికా-ఆ-త్రి-సకలప్రయోజనసాధకే॥ (యుక్తే)
సర్వార్థసిద్ధః-అ-త్రి-సకలప్రయోజనసిద్ధి

సర్వార్థసిద్ధః-అ-పు-శాక్యబుద్ధదేవః॥
సర్వార్థానుసాధినీ-ఈ-సీ-దుర్గా॥
సర్వాస్త్రా-ఆ-సీ-షోడశవిద్యాదేవ్యంతర్గత దేవీవిశేషః-౧సకలాస్త్రయుక్తాచ॥
సర్వాహ్ణః-అ-పు-సమస్తదినమ్॥
సర్వీయః-అ-త్రి-సర్వసంబంధీ॥
సర్వేశ్వరః-అ-పు-శివః - ౧సార్వభౌమశ్చ॥
సర్వౌఘమ్-అ-న-ఛాత్రమ్॥ తె॥ పెద్దజున్ను.
సర్వౌఘః-అ-పు-సర్వాభిసారః॥ తె॥ చతురంగబలముతో రాజుయుద్ధమునకు నాయత్తంబడుట.
సర్షపమ్-అ-న-విషభేదః-౧రక్తోఘ్నః॥ తె॥ ౧ఆవాలు
సర్షపః-అ-పు-సస్యవిశేషః॥
సర్షపీ-ఈ-సీ-ఖంజనికా॥
సలమ్-అ-న-జలమ్॥
సలిలమ్-అ-న-జలమ్॥
సలిలకున్తలః-అ-పు-శైవాలః॥ తె॥ నాచు.
సలిలజమ్-అ-న-పద్మమ్॥
సలిలజమ్-అ-త్రి-జలజాతే॥
సలిలాశయః-అ-పు-జలాశయః॥
సలిలేన్ధనః-అ-పు-బాడబానలః॥
సలీలః-అ-త్రి-లీలయాసహవర్తమానః॥
సల్లకః-అ-పు-శోనకః॥ తె॥ దుందిలపుచెట్టు.
సల్లకీ-ఈ-సీ-కుందురుకీ-౧దంశః- ౩పల్లవః॥ తె॥ ౧అందుగుచెట్టు-౨దోమ- ౩చిగురు.
సల్లాపః-అ-పు-రహస్యేమిత్రసంభావణమ్
సవమ్-అ-న-పుష్పరసః-౧జలమ్॥
సవః-అ-పు-యజ్ఞః - ౧సోమరసస్రావణమ్-౩సోమరసస్రావకదినమ్-౪ప్రసవః- ౫చంద్రః-౬అర్కః॥
సవధూకః-అ-త్రి-భార్యాసహవర్తికః॥
సవనమ్-అ-న-స్నానమ్-౧సోమరసస్రావణమ్-౩సోమరసస్రావకదినమ్ - ౪యజనమ్॥
సవయాః-స్-పు-నూతనమిత్రః॥
సవయాః-స్-త్రి-సమానవయస్కః॥
సవయాః-స్-సీ-సమవయస్కా॥
సవరః-అ-పు-సలిలమ్-౧శివః॥
సవర్ణః-అ-త్రి-సదృశః- ౧సమానవర్ణః-తుల్యజాతిః-౩ఏకస్థానోత్పన్నవర్ణః॥
సవర్ణా-ఆ-సీ-సూర్యపత్నీ-ఛాయా॥
సవహా-ఆ-సీ-త్రివృతా॥
సవికాశః-అ-త్రి-వికసితః॥
సవితా-ఋ-పు-సూర్యః॥
సవితృదైవతః-అ-పు-హస్తనక్షత్రమ్॥
సవితృలః-అ-త్రి-సవితృసంబంధీ॥
సవిత్రమ్-అ-న-ప్రసవకరణమ్॥
సవిత్రియః-అ-త్రి-సూర్యసంబంధీయః॥
సవిత్రీ-ఈ-సీ-మాతా-౧గౌః॥
సవిధమ్-అ-న-సమీపమ్॥
సవిధః-అ-త్రి-దేశతఃకాలతఃసమీపస్థః॥
సవిస్మయః-అ-త్రి-విస్మయాపన్నః॥
సవేశమ్-అ-న-సమీపమ్॥
సవేశః-అ-త్రి-దేశతఃకాలతఃసమీపస్థః॥
సవ్యః-అ-పు-చటకః-౧విష్ణుః॥ తె॥ ౧ఊరపిచ్చుక.
సవ్యః-అ-త్రి-వామః-౧దక్షిణః- ౩ప్రతికూలః॥ తె॥ ౧ఎడమది-౨కుడిది.
సవ్యసాచీ న్-పు-అర్జునః॥
సవ్యేష్ఠః-అ-పు-రథసారథిః॥
సవ్యేష్ఠా-ఋ-పు-రథసారథిః॥
సశిష్యః-అ-త్రి-శిష్యేణసహవర్తితః॥
సశూకః-అ-పు-ఆస్తికః॥
సశ్మశ్రుః-ఊ-సీ-శ్మశ్రుయుక్తస్త్రీ॥
ససత్త్వా-ఆ-సీ-గర్భిణీ॥

ససత్త్వా-ఆ-త్రి-ప్రాణియుక్తే॥

ససనమ్-అ-న-యజ్ఞార్థపశుహననమ్ - తస్య రూపాంతరమ్-శమనమ్-శసనమ్॥

ససస్యః-అ-త్రి - సస్యయుక్తభూమ్యాదౌ॥

ససస్యా-ఆ-సీ-నాగదంతీ॥

సస్మితః-అ-త్రి-ఈషద్ధాస్యయుక్తః॥

సస్యమ్-అ-న-వృక్షధాన్యాదిఫలమ్-౨వ్యలీకమ్॥ తె॥౧పంట-౨వరి మొదలైనది.

సస్యకః-అ-పు-మణిభేదః-౨అసిః॥

సస్యజా-ఆ-సీ-కావేరీనదీ॥

సస్యమారీ-న్-పు-మహామూషకః॥

సస్యసంవరః-అ-పు-సాలః॥ తె॥ పఁపె చెట్టు

సస్యసంవరణః-అ-పు-అశ్వకర్ణవృక్షః॥

సస్వేదా-ఆ-సీ-దూషితకన్యా॥

సహ-అ-౦-సాహిత్యమ్-౨ఏకవారః-౩చింతా-౪సంబుద్ధిః-౫హర్షణమ్-౬ధృతిః॥ తె॥౧కూడా.

సహమ్-అ-న-శరీరస్థబలమ్-౨శరీరస్థసామర్థ్యమ్-౩పాంశవలవణమ్॥

సహాః-అ-(సీ)-బలమ్-౨క్షమె-త్రి॥

సహః-స్-న- శరీరస్థబలమ్-౨శరీరస్థసామర్థ్యమ్-౩జ్యోతిః॥

సహః-అ-పు-క్షమా-౨నఖః- ౩అగ్రహాయణమాసః॥ తె॥౧ఓర్పు-౨నఖముదివ్వ.

సహకారః-అ-పు-మధురచూతః॥ తె॥ తియ్యమామిడిచెట్టు.

సహకారీ-న్-పు-ప్రత్యయః॥

సహచరః-అ-పు- కురంటకః-౨మిత్రమ్-౩ప్రతిబంధనం॥ తె॥౧పచ్చములుగోరంట

సహచరః-అ-ద్వ- పీతఝింటీ-౨నీలఝింటీ-౩అనుచరే-త్రి॥

సహచరీ-ఈ-సీ-కురంటకః- ౨భార్యా-౩సఖీ॥ తె॥౧పచ్చములుగోరంట ౩చెలికత్తె

సహజః-అ-పు- ఏకోదరభ్రాతా-౨సహజసువర్ణమ్-౩నిసర్గః॥

సహజా-ఆ-సీ-కైలాసాదిజాతరజతమ్॥

సహజాతః-అ-త్రి- సహోదరః-౨యమజః॥

సహజారిః-ఇ-పు- స్వాభావికశత్రుః॥

సహజోదాసీనః-అ-పు-స్వాభావికపరతరః

సహణ్డుకమ్-అ-న- మాంసవ్యంజనవిశేషః॥

సహదేవః అ పు-పాండవకనిష్ఠః॥

సహదేవా- ఆ- సీ- బలా-౨దండోత్పలః-౩శారివౌషధిః-౪అర్కాన్తా॥

సహదేవీ-ఈ-సీ- క్రకరః-౨దేవసహా- ౩సర్పాక్షీ॥ తె॥౧వెణుతురుచెట్టు-౨సహదేవిచెట్టు.

సహదేవీగణః-అ-పు-ప్రతిష్ఠాయాందేవస్నానార్థమోషధిసమూహః॥

సహధర్మిణీ-ఈ-సీ-యజ్ఞాధికారిభార్యా॥

సహనమ్-అ-న-సార్ధవాహః॥ తె॥ క్రయవిక్రయకారుఁడు.

సహనః-ఆ-పు-క్షమా॥ (లవాఁడు.

సహనః-అ-త్రి-క్షమాశీలః॥ తె॥ఓరుపుఁగ

సహపాంశుకిలః-అ-పు-వయస్యః॥

సహపానమ్-అ-న ఏకత్రమద్యాదిభక్షణమ్

సహపూర్వాహ్ణమ్-అ-న- పూర్వాహ్ణస

సహభావీ-న్-త్రి-సహాయః॥ (దృశమ్॥

సహభోజనమ్-అ-న-ఏకత్రభక్షణమ్॥

సహమరణమ్-అ-న-మృతస్వామిసహితజ్వలచ్చితారోహణపూర్వకమరణమ్॥

సహయాయీ-న్-త్రి-మిలితగామీ॥

సహరసా-ఆ-సీ-ముద్గపర్ణీ॥

సహరి-౦-౦-హరేఃసదృశమ్॥

సహరిః-ఇ-పు-సూర్యే వృషేచ॥

సహర్షః-అ-పు-స్పర్ధనమ్-౨హర్షః॥

సహర్షః-అ-త్రి-హర్షయుక్తః॥

సహసమ్-అ-న-నిద్రావికారభేదః॥

సహసా-ఆ-౦-అతర్కితమ్-౨సద్యోర్థః॥ తె॥ ౧విచారించకదబ్బున-౨అప్పుడు.

సహసానః-అ-పు-మయూరః॥

సహసానుః ఉ-త్రి-క్షమాయుక్తః॥

సహసానుః-ఉ-పు-మయూరః-౨యజ్ఞః॥

సహస్యః-అ-పు-పుష్యమాసః॥

సహస్రమ్-అ-న-సాహస్రసంఖ్యా-౨సహస్రసంఖ్యావంతః॥ తె॥ ౧వెయ్యి-౨వెయ్యివస్తువులు.

సహస్రకాణ్డా-ఆ-సీ-శ్వేతదూర్వా॥ తె॥ తెల్లగఱిక.

సహస్రకిరణః-అ-పు-సూర్యః॥

సహస్రదంష్ట్రః-అ-పు-అనేకదంష్ట్రిషు త్స్యః

సహస్రదంష్ట్రిన్-న్-పు-వోదాలమత్స్యః॥

సహస్రదోః-స్-పు-కార్తవీర్యార్జునః॥

సహస్రధారః-అ-పు-విష్ణుచక్రమ్॥

సహస్రధారా-ఆ-సీ - దేవతాస్నానార్థసహస్రచ్ఛిద్రయుక్తపాత్రగలితజలధారా

సహస్రనయనః-అ-పు-ఇంద్రః॥

సహస్రనేత్రః-అ-పు-ఇంద్రః-౨విష్ణుః॥

సహస్రపత్రమ్-అ-న-పద్మమ్॥

సహస్రపాత్-ద్-పు-చతుర్ముఖః-౨విష్ణుః॥

సహస్రపాదః-అ-పు-మార్తాండః-౨యజ్ఞపురుషః॥

సహస్రబాహుః-ఉ-పు-బాణరాజః॥

సహస్రభుజః - అ - పు - విష్ణుః- ౨కార్తవీర్యార్జునశ్చ॥

సహస్రభుజా-ఆ-సీ-మహాలక్ష్మీః- సాచమహిషాసురమర్దినీ॥

సహస్రమూర్ధః-అ-పు-విష్ణుః॥

సహస్రమూలీ-ఈ-సీ-ద్రవంతీ॥

సహస్రమౌలిః-ఇ-పు-విష్ణుః॥

సహస్రరశ్మిః ఇ-పు-సూర్యః॥

సహస్రవదనః-అ-పు-విష్ణుః॥

సహస్రవీర్యా-ఆ-సీ- మహాశతావరీ-౨దూర్వా॥ తె॥ ౧పెద్దపిల్లిపీచర-౨గఱికగడ్డి.

సహస్రవేధమ్-అ-న-చుక్రమ్-౨కాంజికవిశేషః॥

సహస్రవేధి-ఇ-న-హింగు॥

సహస్రవేధిన్-న్-పు-అమ్లవేతసః- ౨రామఠమ్॥ తె॥ ౧పుల్లప్రబ్బచెట్టు-౨ఇంగువు.

సహస్రవేధిన్-న్-త్రి-సహస్రవేధకర్తరి॥

సహస్రశిఖరః-అ-పు-వింధ్యాద్రిః॥

సహస్రశ్రవణః-అ-పు-విష్ణుః॥

సహస్రహర్యశ్వః-అ-పు- ఇంద్రరథః॥

సహస్రా-ఆ-సీ-అంబష్ఠా॥

సహస్రాంశుః-ఉ-పు-సూర్యః॥

సహస్రాక్షః-అ-పు-ఇంద్రః-౨శివః-౩జనార్దనః-౪వాయసః॥

సహస్రాణీకః-అ-పు- శతానీకరాజపుత్రః

సహస్రాననః-అ-పు-విష్ణుః॥

సహస్రారమ్-అ-న-విష్ణుచక్రమ్-౨ధ్యానగమ్యశిరశ్చక్రమ్॥

సహస్రారః-అ-(సీ) - శిరోవస్థితాధోముఖసహస్రదళకమలమ్॥

సహస్రీ-న్-పు-సహస్రబలాధికారీ॥

సహస్రీ-ఈ-సీ- అంబష్ఠా॥ తె॥ బరుసుఅడ్డసరపుచెట్టు.

సహా-ఆ-సీ- కుమారీ-౨సహదేవీ-౩ముద్గపర్ణీ-౪భూమిః-౫నఖభేషజమ్-౬దండోత్పలా-౭శుక్లఝింటీ-౮రాస్నా-౯స్వర్ణక్షీరీ-౧౦పీతదండోత్పలా-౧౧తరణీపుష్పమ్॥ తె॥ ౧పిన్నగోరంటచెట్టు-౨ముత్తవపులగపుచెట్టు - ౩పిల్లపెసరచెట్టు-౪పుడమి.

సహః-స్-పు- మార్గశీర్ష మాసః-౨హేమంతర్తుః॥

సహచరః- అ-పు-కురంటకః॥ తె॥ పచ్చముగోరంట.

సహదేవీ-ఈ-సీ-శీతవారా॥ తె॥ ముత్తవపులగపుచెట్టు.

సహాయః అ-పు-మిత్రమ్-౨రాజవంశాంగవిశేషః-౩అనుచరః॥ తె॥ ౩కూడావచ్చెడువాఁడు.

సహాయతా- ఆ - సీ- సహాయానాంసమూహః॥ తె॥కూడావచ్చినవారిసమూహము

సహాయత్వమ్-అ-న-సహాయతా॥

సహారః-అ-పు-ఆమ్రవృక్షః- ౨మహాప్రళయః

సహారోగ్యః-అ-త్రి-నీరుక్॥

సహార్దః-అ-త్రి-సప్రేమః॥

సహితః-అ-త్రి-సమభివ్యాహృతః- సంయుక్తః- ౨సంహితః - ౩హితేనసహవర్తమానశ్చ॥

సహితా-ఋ-త్రి-సహనశీలః॥

సహిత్రమ్-అ-న-సహనకరణమ్॥

సహిష్ణుః ఉ-త్రి-సహనశీలః॥

సహిష్ణుతా-ఆ-సీ-సహిష్ణోర్భావః॥

సహురిః-ఇ-పు-సూర్యః॥

సహురిః-ఇ-సీ-పృథివీ॥

సహృదయః-అ-త్రి-హృదయాలుః॥ తె॥ మంచిమనస్సుఁగలవాఁడు.

సహృల్లేఖమ్ అ-న-విచికిత్సితాన్నమ్॥

సహోక్తిః-ఇ-సీ-అలంకారవిశేషః॥

సహోటజః-అ-పు - మునీనాంపర్ణశాలా॥

సహోఢః అ-పు- ద్వాదశవిధపుత్రాన్తర్గతపుత్రవిశేషః-౨యాగర్భిణీసంస్క్రియతేజ్ఞాతాజ్ఞాతాపివాసతీ॥వోఢుఃసగర్భోభవతి సహోఢఇతిచోచ్యతే - ౩యాగర్భవతీ అజ్ఞాతగర్భాజ్ఞాతగర్భావాపరిణీయతేసగర్భః తస్యాంజాతఃపరిణేతుః పుత్రో భవతిసహోఢ ఇతివ్యపదిశ్యతే॥

సహోదరః-అ-పు-ఏకోదరభ్రాతా॥

సహోబలమ్-అ-న-దౌరాత్మ్యమ్॥

సహోవారః అ-త్రి-సాధుః॥

సహ్యమ్-అ-న-ఆరోగ్యమ్-౨సామర్థ్యమ్- ౩సుమధురమ్॥

సహ్యమ్-అ-త్రి-సోఢవ్యమ్॥

సహ్యః-అ-పు-సంహ్యాపర్వతః॥

సహ్యయోనిః-ఇ-సీ-కావేరీనదీ॥

సా-ద్-సీ-దేవకాంతా-౨పూర్వోక్తపరామృశ్యవిషయీభూతా-౩ప్రసిద్ధా॥

సాంయాత్రికః-అ-పు-పోతవణిక్॥ తె॥ఓడకేవుపుచ్చుకొన్నవాఁడు.

సాంయుగీనః-అ-త్రి-యుద్ధకుశలః॥

సాంరావిణమ్-అ- న - సర్వత్రవర్తమానధ్వనిః॥

సాంవత్సరః-అ-త్రి-సంవత్సరసంబంధీ॥

సాంవత్సరః-అ-పు-జ్యౌతిషికః॥

సాంవత్సరికః-అ-త్రి-సంవత్సరేభవః- ౨సంవత్సరంవ్యాప్యభూతః- ౩ప్రతివర్షకర్తవ్యశ్రాద్ధమ్॥

సాంవాదికః-అ-పు-నైయాయికః॥

సాంవాదికః-అ-త్రి-సంవాదదాతరి॥

సాంశయికః-అ-త్రి-సంశయాపన్నమానసః

సాంస్థానికః-అ-త్రి-సమానదేశీయః - ౨సంస్థానయుక్తశ్చ॥

సాంస్రావిణమ్-అ-న- ఋతుస్సర్వఋతుంవ్యాప్యసమ్యక్స్రావః॥

సాకమ్-మ్-ం-సహార్థః॥ తె॥కూడాను.

సాకల్యమ్-అ-న - సముదాయః- ౨సకలస్యభావః॥

సాకల్యవచనమ్-అ-న - పారాయణమ్॥ తె॥ అంతయునుఁజదువుట.

సాకారః అ-త్రి-ఆకారవిశిష్టః॥

సాకురుణ్డః-అ-పు-వృక్షవిశేషః॥

సాకేతమ్-అ-న-అయోధ్యానగరమ్॥

సాక్తుకమ్ అ-న-సక్తుసమూహః॥

సాక్తుకః-అ-పు-యవః-౨సక్తుసంబంధిని-త్రి॥

సాక్షమ్-అ-న- ఏకాదశాహకృతశ్రాద్ధమ్॥

సాక్షరమ్-అ-త్రి-అక్షరయుక్తమ్॥

సాక్షాత్-త్-౦-ప్రత్యక్షమ్-౨తుల్యమ్॥ తె॥ ౧ఎదుట-౨సరిగా.

సాక్షీ-న్-త్రి-వృత్తజ్ఞః॥

సాక్ష్యమ్-అ-న-సాక్షికర్మ॥

సాఖేయః-అ-త్రి-సఖసంబంధీ॥

సాఖ్యమ్-అ-న సఖ్యమ్॥

సాగరమ్-అ-న-సాగరసంఖ్యా-౨సాగరసంఖ్యావంతః॥

సాగరః-అ-పు-సముద్రః-౨గజకర్ణమదః-౩మృగవిశేషః-౪దశపద్మసంఖ్యా॥ తె॥ ౧సంద్రము - ౨ఏనుగచెవినిపుట్టెడు మదము.

సాగరగామినీ-ఈ-సీ-నదీ-౨సూక్ష్మైలా॥

సాగరనేమిః-ఇ-సీ-పృథివీ॥

సాగరమేఖలా-ఆ-సీ-పృథివీ॥

సాగరామ్బరా-ఆ-సీ-భూమిః॥

సాగరోత్థమ్ అ-న-సముద్రలవణమ్॥

సాఙ్కాలమ్-అ-త్రి - సంకలేననిర్వృత్తమ్-సంకలనాజ్జాతమ్॥

సాఙ్కృతిః-ఇ-పు-రంతిదేవః - ౨మునిభేదః॥

సాఙ్క్షేపికః-అ-త్రి-సంక్షిప్తః - ౨సంక్షేపకారకః॥

సాఙ్ఖ్యమ్-అ-న-సాంఖ్యయోగః॥

సాఙ్ఖ్యః-అ-పు-సాంఖ్యశాస్త్రవేత్తా॥

సాఙ్గమః-అ-పు-సంగమః॥

సాఙ్గ్రామికః-అ-పు - సంగ్రామాయప్రభవతి॥

సాఙ్ఘాతికః-అ-త్రి-సమ్యక్ప్రకారేణహనన కారకః- ౨జన్మనక్షత్రావధికషోడశనక్షత్రమ్॥

సాచి-ఇ-౦-తిర్యగర్థః॥ తె॥ అడ్డముగా.

సాచివాటికా-ఆ-సీ- శ్వేతపునర్నవా॥

సాచివ్యమ్-అ-న-సచివస్యభావః॥

సాచీ-ఈ-౦-తిర్యగర్థః॥ తె॥ అడ్డముగా.

సాచీకృతమ్-అ-న-స్వభావదృగ్భేదః॥

సాఞ్జనః-అ-పు-కృకలాసః॥

సాత్-త్-న-బ్రహ్మ॥

సాతమ్-అ-న-ఆనందః-౨దత్తమ్-౩నష్టమ్॥

సాతయః-అ-త్రి-సుఖజనకః॥

సాతలా-ఆ-సీ- భూరిఫేనా॥ తె॥ సంబరేణిచెట్టు.

సాతవాహనః-అ-పు-శాలివాహనరాజః॥

సాతసా-ఆ-సీ-బ్రాహ్మీ॥ తె॥ బ్రహ్మిచెట్టు.

సాతిః- ఇ- సీ- అవసానమ్-౨దానమ్-౩అవమానః॥ తె॥ ౧చాలించడము.

సాతిసారః-అ-త్రి-అతిసారరోగయుక్తః॥

సాతిసారకః-అ-త్రి-అతిసారరోగీ॥

సాతీలకః-అ-పు-సతీలకః॥

సాత్యకిః-ఇ-పు- వృష్ణివంశీయసత్యకపుత్రః

సాత్యవతః-అ-పు-వేదవ్యాసః॥

సాత్యవతేయః- అ- పు- సత్యవతీసుతః, వేదవ్యాసః॥

సాత్వతః-అ-పు- బలరామః-౨సాత్వతమతప్రవర్తకః॥

సాత్వతాః-అ-పు-దేశభేదః, బహువచనాంతోయమ్॥

సాత్వతీ-ఈ-సీ- నాటకవృత్తివిశేషః-౨శిశుపాలమాతా॥

సాత్త్వికః-అ-పు- బ్రహ్మ-౨త్రివిధభావాంతర్గతభావవిశేషః॥

సాత్త్వికః-అ-త్రి-మనోవృత్తిజనితభావః॥ తె॥సాత్త్వికభావము.

సాత్త్వికీ-ఈ-స్త్రీ-దుర్గా-౨పూజావిశేషః॥

సాదః-అ-పు-నైర్మల్యమ్-౨విషాదః-౩శరణమ్-౪గతిః॥

సాదనమ్-అ-న-మారణమ్-౨నైర్మల్యమ్॥

సాదనీ-ఈ-స్త్రీ-కటుకీ॥

సాదిః-ఇ-పు- సారథిః-౨యోద్ధా-౩అవసన్నః ౪వాయుః॥

సాదితః-అ-త్రి-విషాదితః-౨శరణప్రాపితః ౩గమితః॥

సాదీన్-పు అశ్వారోహకః- ౨రథసారథిః- ౩మాతంగారోహకః॥తె॥ ౧గుఱ్ఱపురౌతు-౩మావటీఁడు.

సాదృశ్యమ్-అ-న-సదృశత్వమ్॥

సాధకః-అ-పు-సాధనకర్తా, నిష్పాదకః॥

సాధకా-ఆ-స్త్రీ-దుర్గా॥

సాధనమ్-అ-న-శిశ్నః-౨అనుగమః ౩గతిః-౪సిద్ధిః ౫నివృత్తిః-౬నిర్వృతిః-౭ధావనమ్-౮హేతుః-౯ధనమ్-౧౦హింసా-౧౧యాతనా-౧౨సేనాంగమ్-౧౩మారణమ్-౧౪అర్థసాధనమ్-౧౫ఉపకరణమ్-౧౬సాధ్యార్థః-౧౭వంశః॥

సాధనా-ఆ-స్త్రీ- సిద్ధిః నిష్పాదనా-౨ఆరాధనా॥

సాధనోపాయః-అ-పు- రాజపంచాంగవిశేషః॥

సాధన్తః-అ-త్రి-భిక్షుకః॥

సాధయన్తీ-ఈ-స్త్రీ-ఉపాసనాకర్త్రీ॥

సాధారణః-అ-పు-సంవత్సరభేదః॥

సాధారణః-అ-త్రి-పూర్వోత్తరవ్యాప్తః-౨తుల్యవస్తు-౩సామాన్యమ్॥ తె॥ ౩అందరికిసమమయినది.

సాధారణదేశః-అ-పు- జాంగలానూపలక్షణసంపన్నస్థానమ్॥

సాధారణస్త్రీ-ఈ-స్త్రీ-వేశ్యా॥

సాధారణా-ఆ-స్త్రీ- శృంగారరసప్రధానసామాన్యనాయికా॥

సాధారణీ-ఈ-స్త్రీ-కుంచికా॥

సాధారణ్యమ్-అ-న- కుంచికా-౨సాధారణస్యభావశ్చ॥

సాధికా-ఆ-స్త్రీ-సుషుప్తిః-౨సాధనకర్త్రీ-౩అధికేనసహవర్తమానాచ॥

సాధితః-అ-త్రి-వివాదపరాజితః॥ తె॥ తగవునందోడినవాఁడు.

సాధిష్ఠః-అ-త్రి-అతిశయేనబాఢః॥ తె॥మిక్కిలిదృఢమైనవాఁడు.

సాధిష్ఠః-అ-పు-అశ్వః॥ తె॥గుఱ్ఱము.

సాధీయాన్-స్-త్రి- శోభనః-౨అత్యర్థః- ౩సాధుః-౪అనుమతః॥

సాధు-ఉ-న- క్రియావిశేషణమ్॥ తె॥లెస్సగా.

సాధుః-ఉ-పు- సత్కులప్రసూతః-౨వార్ధుషికః॥

సాధుః-ఉ-త్రి-ఉచితః-౨మనోహరః॥

సాధుజః-అ-త్రి-ఉత్తమకులోద్భవః॥

సాధుమ్రసః-అ-పు- తిక్తశాకః॥ తె॥ఉలిమిడిచెట్టు.

సాధుధీః-ఈ-స్త్రీ-శ్వశ్రూః-౨సుందరబుద్ధిః॥

సాధుధీః-ఈ-త్రి-తద్యుక్తే॥

సాధుపుష్పమ్-అ-న-స్థలపద్మమ్- ౨ఉత్తమకుసుమంచ॥

సాధువాహః- అ- పు- వినీతాశ్వః-౨సుందరవాహనశ్చ॥

సాధువాహీన్-పు-శోభనవహనశీలఘోటకః,సుశిక్షితాశ్వః॥

సాధువాహీ-న్-త్రి- సుందరఘోటకవిశిష్టే
సాధువృక్షః-అ-పు- కదంబతరుః-౨వరుణవృక్షః-౩శోభనతరుశ్చ॥
సాధువృత్తిః-ఇ-స్త్రీ-ఉత్తమజీవికా-౨సద్వ్యవరణమ్-౩సుందరవర్తనమ్॥
సాధృతమ్-అ-న- మయూరసమూహః-౨పఙ్క్త్యావీథీ-౩ఆతపత్రమ్॥
సాధ్యః-అ-పు-ద్వాదశసాధ్యగణదేవతాన్యతమః- ౨ద్వాదశసంజ్ఞా- ౩విష్కంభాదిసప్తవింశతి యోగాంతర్గతైకవింశయోగః॥
సాధ్యః-అ-(స్త్రీ)-పంచాంగయోగవిశేషః॥
సాధ్యః-అ-త్రి-సాధనీయః॥
సాధ్యతావచ్ఛేదకమ్- అ - న- అనుమితివిధేయాంశేభాసమాన ధర్మమ్॥
సాధ్యసిద్ధిపాదః అ-పు- వ్యవహారస్యచతుర్థపాదః,సచనిర్ణయపాదః॥
సాధ్వసమ్-అ న-భయమ్॥
సాధ్వీ-ఈ-స్త్రీ క్షీకాలీ-౨పతివ్రతా॥ తె॥ ౧పిన్నపాలచెట్టు.
సానన్దః-అ-పు- షోడశధృవకాంతర్గతధృవకభేదః-౨గుచ్ఛకరంజః॥
సానన్దః-అ- త్రి-ఆహ్లాదయుక్తే॥
సానన్దూరః-అ-పు-తీర్థవిశేషః॥
సానసిః ఇ-పు-సువర్ణమ్॥
సానికా-ఆ-స్త్రీ-వంశీ॥
సానుః-ఉ (స్త్రీ)- పర్వతనితంబాధఃఫలకాకారశిలా-౨పర్వతసమభూభాగః ౩వనమ్-౪వాత్యా- ౫మార్గః- ౬అగ్రమ్-౭కోవిదః-౮అర్కః-౯పల్లవః॥
సానుజమ్-అ-న-ప్రపౌండరీకమ్॥
సానుజః-అ-పు-తుంబురువృక్షః॥
సానుజః అ-త్రి- అనుజేనసహావర్తమానే, సానుజాతేచ॥
సానుమతిజః-అ-పు- తుంబురుః॥ తె॥ తుంబురుఅనెడుగ్రంథ్యము.
సానుమాన్-త్-పు-పర్వతః॥
సానేయికా-ఆ-స్త్రీ-వంశీ॥
సానేయీ-ఈ-స్త్రీ-వంశీ॥
సాన్తపనమ్-అ-న-వ్రతవిశేషః॥
సాన్తపనకృచ్ఛ్రమ్-అ- (స్త్రీ)- ఏకదినంపంచగవ్యంపీత్వాఅపరదినోపవాసః॥
సాన్తరమ్-అ-త్రి-విరలమ్- ౨అంతరేణసహవర్తమానంచ॥
సాన్త్వమ్-అ-త్రి- అత్యంతమధురవాక్-౨రాజసామోపాయః॥
సాన్త్వమ్-అ-న-దాక్షిణ్యమ్॥
సాన్త్వనమ్-అ-న-అనునయః॥ తె॥ ఓదార్చుడము-అడుగుకొనడము- మంచిమాటలాడడమున్ను.
సాన్త్వనా-ఆ (పు)-సాంత్వనమ్ - సామోపాయః-ప్రియకరణమ్-౨ప్రణయః॥
సాన్త్వవాదః-అ- త్రి- సాంత్వనావాక్యమ్॥
సాన్దీపనిః ఇ-పు-మునివిశేషః॥
సాన్దృష్టికమ్-అ న-వర్తమానకాలఫలమ్-౨దృష్టిపరికల్పనాన్యాయః॥ తె॥ ౧అప్పటిఫలము.
సాన్ద్రమ్-అ-న-ఘనమ్- ౨కాననమ్-౩మృ(దుః॥)
సాన్ద్రః-అ-త్రి-నిబిడః॥ తె॥దట్టమైనది.
సాన్ద్రపుష్పః-అ-పు- విభీతకవృక్షః॥
సాన్ద్రవీ-న్-పు-మధురజంబీరః॥ తె॥ తియ్యనిమ్మచెట్టు.
సాన్ద్రస్నిగ్ధః-అ- త్రి- మెదురః॥ తె॥చిక్కదనము-నునుపునుగలది.
సాన్ధికః-అ-పు-శౌండికః-౨సంధికర్తాచ॥
సాన్ధివేలమ్-అ-త్రి- సంధివేలాయాంభవమ్-

సంధి వేలా సంధ్యా॥

సాన్ధ్యః-అ-త్రి-సంధ్యాసంబంధీయః॥

సాన్ధ్యకుసుమా-ఈ-సీ-త్రిసంధిపుష్పవృక్షః.

సాన్నహనికః-అ-త్రి-సన్నాహవిశిష్టః॥

సాన్నాయ్యమ్-అ-న - క్షీరదధికృతహవిర్వి శేషః॥

సాన్నాయీ-ఈ-సీ-రేవణీ॥ తె॥ ఒడగడి పెడిగెడ.

సాన్నాహ్యః-అ-పు-సంగ్రామయోగ్య గజః॥

సాన్నిధ్యమ్-అ-న-నికటమ్॥

సాన్నిపాతికః-అ-త్రి-సన్నిపాతజరోగః॥

సాన్న్యాసికః-అ-పు-సన్న్యాసీ॥

సాపత్న్యమ్-అ-న-సపత్నీభావే॥

సాపత్న్యః-అ-పు-శత్రుః-౨సపత్నీపుత్రః॥

సాపహ్నవాతిశయోక్తిః-ఇ-సీ- అలంకార భేదః॥

సాపిణ్డ్యమ్-అ-న-సపిండతా॥

సాప్తపదీనమ్-అ-త్రి-సప్తపదసంబంధిని॥

సాప్తపదీనమ్-అ-న-సఖ్యమ్॥

సాప్తపదీనః-అ-పు-మిత్రమ్॥

సాఫల్యమ్-అ-న-సఫలతా॥

సాబ్దీ-ఈ-సీ-ద్రాక్షావిశేషః॥

సామ-న్-న-సామవేదః - ౨రాజచతురుపాయవిశేషః-౩యజ్ఞః-రబర్హిర్ముష్టిః - ౫ సాంత్వమ్॥ తె॥ ౨శత్రువులమమంచి మాటలాడడము.

సామ-అ-౦-నీచః-౨విహీనమ్- ౩ పాలనమ్- రమణికుట్టిమమ్॥

సామకమ్-అ-న-మూలఋణమ్॥

సామకః-అ-పు-తరుశాణః॥

సామగః-అ-పు-సామవేదీ బ్రాహ్మణః॥

సామగర్భః-అ-పు-విష్ణుః॥

సామగీ-ఈ-సీ-సామగబ్రాహ్మణపత్నీ॥

సామగ్రీ-ఈ-సీ-సమగ్రభావః - ౨సమగ్ర కర్మ॥

సామగ్ర్యమ్-అ-న-సమగ్రభావః-౨సమగ్ర కర్మ॥

సామజః-అ-త్రి-సామోత్థే॥

సామజః-అ-పు-గజః॥

సామఞ్జస్యమ్-అ-న-ఔచిత్యమ్॥

సామనీ-ఈ-సీ-పశుబంధనరజ్జుః॥

సామన్తః-అ-పు- స్వవిషయానంతరరాజా॥

సామన్యః-అ-పు-సామవేదజ్ఞబ్రాహ్మణః॥

సామయికః-అ-త్రి-సమయోచితః॥

సామయోనిః-ఇ-పు-సామర్థ్యమ్-౨గజః-౩ విధిః॥

సామయోనిః-ఇ-త్రి-సామోత్థవస్తుని॥

సామర్థ్యమ్-అ-న-యోగ్యతా-౨శక్తిః॥

సామవాయికః-అ-త్రి - సమవాయిసంబంధిని॥

సామవాయికః - అ- పు - సహాయాఢ్యాగిల రాజః॥

సామసమ్భవః-అ-పు-కచ్చూరః॥

సామా-న్-సీ-చటకస్త్రీ॥

సామాచారీ-ఈ-సీ-సమాచారభావః - ౨స మాచారకర్మ॥ తె॥ గుపుంచియాచారము గలవానిధర్మము.

సామాచార్యమ్-అ-న- సమాచారభావః-౨ సమాచారకర్మ॥

సామాజికః-అ-త్రి-సభాసంబంధిని॥

సామాజికః-అ-పు-ధర్మజ్ఞసభాస్థితః॥

సామాన్యమ్-అ న-జాతిః॥ తె॥ అలంకారభే దము.

సామాన్యమ్-అ-త్రి-సాధారణమ్॥ తె॥ అంద రికివక టేయయినది.

సామాన్యనిబన్ధనా ప్రస్తుతప్రశంసా-ఆ-సీ-అలంకారభేదః॥

సామాన్యలక్షణా-ఆ-సీ- అలౌకికసన్నికర్షవిశేషః-సతుఆశ్రయజ్ఞాపకసామాన్యజ్ఞానమ్॥

సామాన్యా-ఆ-సీ- శృంగారరసప్రధానసామాన్యనాయికా॥

సామి-ఇ-౦-సమాంశః-౨జుగుప్సనమ్-౩స్వల్పమ్-౪మనోజ్ఞమ్- ౫అతిసహాయః-౬సమీపమ్-౭సాధనమ్- ౮న్యాయ్యమ్-౯దుర్వినీతః-౧౦విచారః॥ తె॥ ౧సగము-౨నింద.

సామికమ్-అ-న- యజ్ఞపశ్వభిమంత్రణమ్॥

సామికృతః-అ-త్రి-అర్ధీకృతః॥

సామిధేనీ- ఈ - సీ- అగ్నిప్రజ్వలనఋక్సమూహః- ౨ఇంధనమ్-౩సమిత్-౪హోమభేదః॥

సామిపీతః-అ-త్రి-అర్ధపానకృతః॥

సామిభుక్తః-అ-త్రి-అర్ధభుక్తః॥

సామీచీ-ఈ-సీ-వందనా॥

సామీప్యమ్-అ-న-సమీపత్వమ్॥

సాముద్గమణ్డలః-అ-పు-అస్థిసంధిభేదః॥

సాముద్రమ్-అ-త్రి-సముద్రజాతసర్వవస్తు తె॥ సంద్రమునందుఁబుట్టిన అన్నివస్తువులు.

సాముద్రమ్-అ-న-సాముద్రికలవణమ్॥

సాముద్రః-అ-పు-నఖః॥ తె॥నఖముచిప్ప.

సాముద్రకమ్-అ-న-సముద్రలవణమ్-౨సాముద్రోక్తస్త్రీపుంలక్షణగ్రంథః॥

సాముద్రకః-అ-పు- సముద్రజాతమనుష్యః ౨శ్వేతకాకః॥

సాముద్రికః-అ-త్రి-స్త్రీపుంసచిహ్నవేత్తా ౨సముద్రసంబంధీచ॥

సామ్నీ- ఈ- సీ- వైదికచ్ఛందఃకృతమంత్రపాదభేదః॥

సాంపరాయః-అ-పు- యుద్ధమ్-౨విపత్ - ౩ఆగామికాలః-౪సమీపమ్-౫గణికాంగణమ్-౬గజబంధనమ్॥

సాంపరాయికమ్-అ-న-యుద్ధమ్॥

సాంపరాయికః-అ-త్రి-పారలౌకికే॥

సాంప్రతమ్-మ్-౦-ఉచితమ్-౨అస్మిన్ కాలే తె॥ ౧తగినది-౨ఇప్పుడు.

సాంబః-అ-పు శివః॥

సాంబరమ్-అ-న-గడలవణమ్॥

సాంబరీ-ఈ సీ-మాయా॥

సాంబశివః-అ-పు-శివః॥

సాంబ్దికః-అ-పు-నైయాయికః॥

సాంభవీ-ఈ-సీ-రక్తలోధ్రః॥

సామ్యమ్-అ-న- సమతా- సామ్యస్త్వేకస్థానత్వమ్॥

సామ్రాజ్యమ్-అ-న-సమస్తరాజ్యమ్- ౨దశలక్షాధిపత్యమ్॥

సామ్రాణికర్దమః-అ-న- జవాదినామకగంధద్రవ్యమ్॥

సామ్రాణిజమ్-అ-న-మహోపారేవతమ్॥

సాల్లపుష్పా-ఆ-సీ-కరవిందా॥ తె॥కలివెచెట్టు

సాయమ్-అ-న-సాయంకాలః॥

సాయమ్-అ-౦-సాయంకాలఇత్యర్థః॥

సాయః-అ-పు-దినాంతః-౨బాణః-౩సాయోత్సవాదికాలకే॥

సాయంసన్ధ్యా-ఆ-సీ-సాయంకాలోపాస్యదేవతా - ౨సాయంకాలకర్తవ్యోపాసనా-౩సాయంసంధ్యోపాసనాకాలశ్చ॥

సాయకః-అ-పు-బాణః-౨ఖడ్గః-౩క్షీణః - ౪నాశకరః॥

సాయకపుంఖా-ఆ-సీ-శరపుంఖా॥

సాయన్తనః-అ-త్రి-సాయంకాలసంబంధీ॥

సాయాహ్నః-అ-పు-సాయంకాలః॥

సాయికా-ఆ-సీ-క్రమస్థితిః॥

సాయీ-న్-పు-అశ్వారోహః॥

సాయుజ్యమ్-అ-న-సహయోగః-ఏకత్వమ్॥

సాయం-౦-౦-దినాంతే॥

సారమ్-అ-న-జలమ్-౨ధనమ్-౩న్యాయ్యమ్-౪నవనీతమ్-౫లౌహమ్-౬విపినమ్॥

సారః-అ-పు-అలంకారభేదః-౨మజ్జా-౩బలమ్-౪విత్తమ్-౫అర్థః-౬న్యాయ్యః-౭అనుచ్చలనః-౮వజ్రక్షారః-౯వాయుః-౧౦రోగః-౧౧పాశకః-౧౨అతిదృఢః॥ తె॥ చేవ.

సారః-అ-త్రి-వరః॥

సారకః-అ-పు-జయపాలః॥

సారకః-అ-త్రి-విరేచకః॥

సారఖదిరః-అ-పు-దుఃఖదిరః॥

సారగన్ధః-అ-పు-చందనమ్॥

సారగ్రాహీ-న్-త్రి-సారగ్రహణకర్తా॥

సారఘమ్-అ-న-సరఘాకృతఛత్రాకారపటలజాతపీతవర్ణమధు॥

సారఙ్గః-అ-పు-రక్తాధికపీతవర్ణః-౨చాతకః-౩భృంగః-౪కురంగః-౫మాతంగః-౬కపోతః-౭పద్మమ్-౮ఘనః-౯జలమ్-౧౦కందర్పః-౧౧శివః-౧౨సూర్యః-౧౩పక్షిభేదః-౧౪ఛత్రమ్-౧౫రాజహంసః-౧౬చిత్రమృగః-౧౭వాద్యభేదః-౧౮అంశుకం-౧౯మయూరః-౨౦ధనుః-౨౧కేశః-౨౨స్వర్ణమ్-౨౩ఆభరణమ్-౨౪శంఖః-౨౫చందనమ్-౨౬కర్పూరమ్-౨౭పుష్పమ్-౨౮కోకిలః-౨౯పృథివీ-౩౦రాత్రిః-౩౧దీప్తిః-౩౨సింహః॥

సారఙ్గః-అ-త్రి-రక్తాధికపీతవర్ణవాన్॥

సారఙ్గికః-అ-పు-వ్యాధః॥ తె॥ బోయవాఁడు

సారఙ్గీ-ఈ-సీ-రక్తాధికపీతవర్ణద్రవ్యమ్-౨వీణాభేదః॥

సారజమ్-అ-న-నవనీతమ్॥

సారణమ్-అ-న-గంధభేదః॥

సారణః-అ-పు-అతిసారరోగః-౨రావణమంత్రీ-౩భద్రబలా-౪ఆమ్రాతకః॥

సారణిః-ఇ-సీ-తటాకస్యజలాగమనార్థమ్ కృతయంత్రః॥ తె॥ తూము.

సారణిః-ఇ-పు-రావణసచివః॥

సారణికః-అ-త్రి-పథికః॥

సారణికఘ్నః-అ-పు-మార్గప్రహారిచోరః॥

సారణీ-ఈ-సీ-స్వల్పసరిత్-౨అతిసారరోగః॥

సారణ్డః-అ-పు-సర్పాండః॥

సారతరుః-ఉ-పు-కదలీవృక్షః॥

సారథిః-ఇ-పు-సూతః॥

సారదా-ఆ-సీ-సరస్వతీ-౨దుర్గా॥

సారదా-ఆ-త్రి-సారదాతరి॥

సారద్రుమః-అ-పు-ఖదిరః॥

సారపాదపః-అ-పు-ధామనివృక్షః॥

సారభాణ్డమ్ అ-న-అకృత్రిమపాత్రమ్॥

సారమితిః-ఇ-పు-వేదః॥

సారమూషికా-ఆ-సీ-దేవదాలీ॥

సారమేయః-అ-పు-శునకః॥

సారమేయీ-ఈ-సీ-కుక్కురీ॥

సారలోహమ్-అ-న-లౌహసారః॥

సారవమ్-అ-త్రి-సరయూనదీభవమ్॥

సారవర్జితః-అ-త్రి-స్థిరాంశరహితః॥

సారవర్ధితః-అ-పు-వరకః॥ తె॥ వరిగెలు.

సారవల్లీ-ఈ-సీ-ఖగవల్లీ॥ తె॥ అంతరవల్లి తీఁగె.

సారవీరజా-ఆ-సీ-జంబూః॥ తె॥ నేరేడుచెట్టు
సారసమ్-అ-న-పద్మమ్-౨స్త్రీ॥ తె॥ ౧స్త్రీకోకకట్టు.
సారసః-అ-పు-పంకజాకరః-౨చాతుర్యవచనమ్-౩చంద్రః-౪గోనర్దః॥ తె॥౪బెగ్గురుపిట్ట.
సారసః-అ-త్రి-సరోవరోద్భవజలాదిః॥
సారసనమ్-అ-న-త్రిసరస్త్రీకటిసూత్రమ్-౨అధికాంగమ్॥ తె॥ ౨యుద్ధమందునడుమునకట్టెడుపెద్దత్రాడు మొదలైనది.
సారసా-ఆ-సీ-లక్ష్మీః॥
సారసీ-ఈ-సీ-సారసపత్నీ॥
సారస్వతః అ-పు-బిల్వదండః-౨దేశవిశేషః ౩సరస్వతీనదీపుత్రమునివిశేషః-౪సారస్వతదేశోద్భవబ్రాహ్మణః-౫కల్పవిశేషః-౬వ్యాకరణవిశేషః॥
సారస్వతః-అ-త్రి-సరస్వతీసంబంధిని-౨సారస్వతదేశసంబంధినిచ॥
సారస్వతకల్పః-అ-పు-సరస్వత్యుపాసనాప్రకరణమ్॥
సారస్వతవ్రతః-అ-పు-సరస్వత్యావ్రతవిశేషః॥
సారస్వతాః-అ-పు-సారస్వతదేశజాత మనుష్యాః-భూమిన్న
సారస్వతోత్సవః-అ-పు-సరస్వత్యాఉత్సవః
సారా-ఆ-సీ-వన్యసింబీ-౨కృష్ణత్రివృతా-౩దూర్వా॥ తె॥౧ధాన్యభేదము.
సారాలః-అ-పు-తిలః॥
సారిః-ఇ-ద్వి-పాశకః॥
సారిణీ-ఈ-సీ-కపిలశింశపా-౨కటప్భరా-౩సహదేవీ-౪కార్పాసీ-౫దురాలభా-౬రక్తపునర్నవా॥ తె॥ ౧పచ్చయిరుగుడుచెట్టు-౨గొంతెమగోరుచెట్టు.
సారిబా-ఆ-సీ-లతావిశేషః-౨కృష్ణసారిబా-సాతుఃఇంద్రజంబువత్పత్రా సుగంధాకలఘుంటేటిప్రసిద్ధా॥ (౨సప్తలా॥)
సారీ-ఈ-సీ-సారికాపక్షిణీ-౨పాశకః-౩
సారూప్యనిబద్ధనాప్రస్తుతప్రశంసా-ఆ-సీ-అలంకారభేదః॥
సారోష్టికః-అ-పు విషభేదః॥ (క్తః॥
సార్థః-అ-త్రి-అర్థేనసహావర్తమానః,అర్థయుక్తః॥
సార్థః-అ-పు-ప్రాణిసమూహః-౨వణిక్సంఘః॥
సార్థకః-అ-త్రి-అర్థేనసహావర్తమానః॥
సార్థవాహః-అ-పు-వైదేహకః॥ తె॥క్రయవిక్రయకారకుఁడు.
సార్ద్రమ్-అ-త్రి-ఆర్ద్రయుక్తః॥
సార్ద్రమ్-అ-న-ఆర్ద్రమ్॥ తె॥తడిసినది.
సార్ధమ్-౦-౦-సహార్థః॥
సార్ధమ్-అ-త్రి-అర్థేనసహావర్తమానమ్, అర్థయుక్తమ్॥
సార్పిషమ్-అ-త్రి-ఘృతసంస్కృతమ్॥ తె॥ నెయ్యిరాచినది.
సార్పిష్కమ్-అ-త్రి-ఘృతసంస్కృతమ్॥
సార్ప్యః-అ-పు-ఆశ్లేషానక్షత్రమ్॥
సార్ప్యః-అ-త్రి-సర్పసంబంధిని॥
సార్వః-అ-పు-బుద్ధః॥
సార్వః-అ-త్రి-సర్వసంబంధిని॥
సార్వజనికః-అ-త్రి-సకలజనసంబంధీ॥
సార్వజనీనః-అ-త్రి-సార్వజనికః॥
సార్వభౌమః-అ-పు-కుబేరదిగ్గజః-౨సప్తద్వీపసహితభూపాలకహరిశ్చంద్రాదిః॥
సార్వభౌమః-అ-త్రి-సకలభూమిసంబంధిని
సార్వలౌకికః-అ-త్రి-సర్వజనవిదితః॥
సార్వవేద్యః-అ-పు-సకలవేదజ్ఞబ్రాహ్మణః.
సార్షపః-అ-త్రి-సర్షపసంబంధీయశాకతైలాదిః॥

సాలః-అ-పు-వెగవన్మీనః ౧ప్రాకారః-౨వృక్షః-౩సర్జః-౪సర్జరసః॥ తె॥ ౧డుకుజమీను-౨కోట-౩పెద్దచెట్టు.

సాలగమ్-అ-న-సంగీతాంశభేదః॥

సాలజ్గః-అ-పు-రాగస్య ప్రకారవిశేషః॥

సాలనః-అ-పు-సర్జరసః॥

సాలనిర్యాసః-అ-పు సర్జరసః॥

సాలపర్ణీ-ఈ సీ-శాలపర్ణీ॥

సాలపల్లవః-అ-పు-అభినయహస్తభేదః॥

సాలపుష్పమ్-అ-న-స్థలపద్మమ్॥

సాలభఞ్జికా-ఆ-సీ- పాంచాలికా-౧వేశ్యా॥ తె॥ ౧ స్తంభమందుం జేసినబొమ్మ.

సాలరసః-అ పు-రాలః॥

సాలవేష్టః-అ-పు-ధూనకః॥

సాలశృఙ్గమ్ అ-న- కపిశీర్షకమ్॥ తె॥ కోటకొమ్మ.

సాలా-ఆ-సీ-సభా॥

సాలాకరీ-ఈ-సీ-యుద్ధజితస్త్రీ॥

సాలాతురీయః అ-పు-పాణినిమునిః॥

సాలారమ్-అ-న-హస్తినఖః-౧సోపానమ్ ౨పక్షిపంజరమ్॥ తె॥ ౧పురద్వారకూటము

సాలావృకః-అ-పు- వానరః- ౧సారమెయః-౨వృకః-౩జంబుకః॥

సాలుః ఉ-త్రి-కషాయద్రవ్యమ్- ౧చౌరకాఖ్యౌషధమ్॥

సాల్వః-అ-పు-విష్ణువధ్యరాజవిశేషః- ౧దేశవిశేషః-౨తద్దేశస్థేపుంభూమ్ని॥

సాల్వః-అ-త్రి-తద్దేశసంబంధిని॥

సాల్వహా-న్-పు-విష్ణుః॥

సాల్వికః-అ-పు-పక్షివిశేషః॥

సావధానః-అ-త్రి-సచేతనః॥

సావనమ్-అ-న-సవనసంబంధిదినమ్॥

సావనః-అ-పు- యజ్ఞకర్మాంతః-౧యజమానః-౨వరుణః-౩దివసవిశేషః-౪మాసభేదః-౫వర్షవిశేషః॥

సావరః-అ-పు-అపరాధః - ౧పాపమ్-౨అపరాధః॥

సావర్ణః-అ-పు-అష్టమమనుః॥

సావర్ణలక్ష్యమ్-అ-న-చర్మమ్॥

సావర్ణిః-ఇ పు-అష్టమమనుః - సచసూర్యపుత్రః॥

సావిత్రమ్-అ-న-యజ్ఞోపవీతమ్॥

సావిత్రః-అ-పు-శంకరః- ౧బ్రాహ్మణః-౨వసుః-౩సూర్యః-౪గర్భః॥

సావిత్రీ-ఈ-సీ-హస్తానక్షత్రమ్- ౧దేవతాభేదః - ౨సాల్వదేశీయసత్యవద్రాజపత్నీ-౩బ్రహ్మపత్నీ-౪ఉమా॥

సావిత్రీవ్రతమ్-అ - న - జ్యేష్ఠకృష్ణచతుర్దశ్యాంస్త్రీకర్తవ్యనియమవిశేషః॥

సావిత్రీసూత్రమ్-అ-న-యజ్ఞోపవీతమ్॥

సాశయన్దకః-అ పు-గోధా-౧జ్యేష్ఠీ॥ తె॥ ౧ఉడుము.

సాశూకః-అ-పు-కంబళః॥

సాశ్రుధీః-ఈ సీ-శ్వశ్రూః॥

సాష్ఠితామ్రార్ధమ్-అ-న-కాంస్యమ్॥

సాస్నా ఆ-సీ-గోపతిగలకంబలః॥ తె॥ ఆంబోతుగంగడోలు.

సాహచర్యమ్-అ-న- సహచరస్యభావః - సహగమనమ్-౧సహచారః - సామానాధికరణ్యమ్ ఏకాధికరణవృత్తిత్వమ్॥

సాహాయః-అ-త్రి-సహానకారయితా॥

సాహసమ్-అ-న- దండోపాయః - ౧బలాత్కారః-౨దమః-౩కౄరకార్యమ్॥ తె॥ ౨దండుగలోనిభేదము.

సాహసః-అ-పు- స్వబుద్ధిజీవకః - ౧అగ్నివిశేషః॥

సాహసాఙ్కః-అ-పు-విక్రమార్కః-

సాహసికః-అ-త్రి-మనుష్యమారకః - ౧చౌ

రః-౩ పారదారికః-౪పరుషవాదీ-౫అనృతవాదీ॥

సాహస్రమ్-అ-న- సహస్రసమూహః॥ తె॥ వేలసమూహము.

సాహస్రః-అ-త్రి-సహస్రేణక్రీతే - ౨సహస్రసంబంధినిచ॥

సాహస్రః-అ-పు-సాహస్రబలాధికారీ॥

సాహాయకమ్-అ-న-సాహాయ్యమ్॥

సాహాయ్యమ్-అ-న-సహాయతా॥

సాహితీ-ఈ-సీ-సహితయోర్భావః-౨సహితయోఃకర్మ॥ తె॥ ౧సహితములైనశబ్దార్థములయొక్క భావమున్ను-కర్మమున్ను

సాహిత్యమ్-అ-న-సహితయోర్భావః - ౨సహితయోఃకర్మ॥ తె॥ ౧సహితములైనశబ్దార్థములయొక్క భావమున్ను - కర్మమున్ను.

సాహిత్యః-అ-పు-సార్థవాహః॥ తె॥ క్రయవిక్రయకారకుఁడు.

సాహ్వ్యమ్-అ-న-మేలనమ్॥

సాహ్వ్యకృత్-త్-పు-సమభివ్యాహారీ॥

సాహ్వయః-అ-పు - మేషాదిప్రాణిద్యూతమ్-పణయుద్ధమ్॥

సింసితా-ఆ-సీ-పిప్పలీ॥

సింహః-అ-పు-రాశిభేదః-౨మృగేంద్రః-౩సజాతీయసమూహశ్రేష్ఠః॥

సింహకేళిః-ఇ-పు- మంజుఘోషః - ౨జినవిశేషః॥

సింహకేశీ-న్-పు-మధుశిగ్రుః॥ తె॥ ఎఱ్ఱమునగచెట్టు

సింహకేసరః-అ-పు-వకులః॥ తె॥ పొగడచెట్టు.

సింహతలః-అ-పు-సంగతప్రతలహస్తద్వయమ్॥ తె॥ వ్రేళ్లుచాఁచి రెండుచేతులుకలిపినది.

సింహతుణ్డః-అ-పు-సెహుండవృక్షః॥

సింహద్వారమ్-అ-న-ప్రవేశద్వారమ్॥

సింహనన్దనః-అ-పు-తాలప్రాణకలాభేదః

సింహనాదః-అ-పు- తాలప్రాణకలాభేదః ౨క్ష్వేడా॥ తె॥ ౨రణమందుపీరునిపెడబొబ్బ

సింహనాదకః-అ-పు-బుక్కారః॥

సింహనాదికా-ఆ-సీ-దురాలభా॥

సింహపర్ణీ-ఈ-సీ-వాసకః॥

సింహపుచ్ఛికా-ఆ-సీ-చిత్రపర్ణికా॥

సింహపుచ్ఛీ-ఈ-సీ-క్రోష్టువిన్నా॥ తె॥ నక్కతోఁకపొన్నచెట్టు.

సింహపుష్పీ-ఈ-సీ-పృశ్నిపర్ణీ॥

సింహమధ్యమ్-అ-న-నృపలక్షణమ్॥

సింహముఖః-అ-పు-అభినయహస్తభేదః॥

సింహముఖీ-ఈ-సీ-వాసకః॥

సింహయానా-ఆ-సీ-దుర్గా॥

సింహరథా-ఆ-సీ-దుర్గా॥

సింహలమ్-అ-న-శుంఠీ॥

సింహలః-అ-ద్వ-దేశవిశేషః॥

సింహలస్థా-ఆ-సీ-సైంహలీ - ౨సింహలదేశవాసినీచ॥

సింహలాస్థానః-అ-పు- తాలవృక్షసదృశవృక్షవిశేషః॥

సింహలీలః-అ-పు-తాలప్రాణకలాభేదః-౨రతిబంధవిశేషః॥

సింహవాహినీ-ఈ-సీ-దుర్గా॥

సింహవిక్రమమ్ అ-న రతిబంధభేదః॥

సింహవిక్రమః-అ-పు- తాలప్రాణకలా }

సింహవిక్రాన్తః-అ-పు-అశ్వః॥ (భేదః)

సింహవిక్రాన్తః-అ-త్రి- సింహతుల్యవిక్రమవిశిష్టే॥ (భేదః)

సింహవిక్రీడితః-అ-పు-తాలప్రాణకలా }

సింహవిన్నా-ఆ-సీ-మాషపర్ణీ॥ తె॥ కాఱు మినపచెట్టు.
సింహసంహననమ్-అ-న- సింహనాశనే॥
సింహసంహననః-అ-త్రి-సర్వాంగసుందరః
సింహీ-ఆ-సీ-రాహుమాతా॥
సింహాణమ్-అ-న- మండూకమ్- ౨కాచపాత్రమ్-౩నాసికామలమ్॥ తె॥ ౧ఇనుపదిట్టెము-౨గాజుగిన్నె-౩చీమిడి.
సింహానమ్-అ-న లౌహమలమ్॥
సింహాసనమ్-అ-న-స్వర్ణమయరాజాసనమ్
సింహాసనః-అ-పు- షోడశబంధాంతర్గతచతుర్దశబంధః॥
సింహాసనచక్రమ్- అ- న- సప్తవింశతినక్షత్రాంకితనరాకారచక్రత్రయమ్॥
సింహాస్యః-అ-త్రి-సింహతుల్యముఖే॥
సింహాస్యః-అ-పు-వాజిదంతకః॥ తె॥ అడ్డసరపుచెట్టు.
సింహికా-ఆ-సీ-కశ్యపపత్నీ॥
సింహికాసూనుః-ఊ-పు- రాహుః-౨వాస్తుపురుషః॥
సింహీ-ఈ- సీ- బృహతీ-౨శ్వేతబృహతీ- ౩వాజిదంతః-౪ముద్గపర్ణీ-౫శేషపట్టణమ్-౬రాహుమాతా॥ తె॥ ౧నేలములకచెట్టు-౨తెల్లములకచెట్టు - ౩అడ్డసరపుచెట్టు-౪పిల్లపెసరచెట్టు.
సింహీలతా-ఆ-సీ-బృహతీ॥
సింహుణ్డః-అ-పు- వజ్రకంటకః॥ తె॥ బొమ్మచెముడుచెట్టు.
సిక్-చ్-సీ-వస్త్రమ్॥
సికతా-ఆ-సీ- సికతావద్దేశః-౨చూర్ణరూపశర్కరా-౩వాలుకా- ౪రోగాంతరమ్॥ తె॥౨చీనాపంచదార- ౩ఇసుక-౪కంతులరోగము.
సికతాః-అ-పు-వాలుకా, బహువచనాంతోయమ్॥
సికతామయమ్-అ-న-నద్యంతరెనదీరేవాస్థితసైకతమ్॥
సికతావాన్-త్- త్రి- సికతావద్దేశః-౨సికతావద్ద్రవ్యమ్॥ తె॥౨ఇసుక,మంటిచేతఁజేసినఘటాదులు.
సికతిలః-అ- త్రి-సికతావద్దేశః॥
సిక్తః అ-త్రి-సేకాశ్రయః,కృతసేచనః॥
సిక్థమ్-అ-న-మధూచ్ఛిష్టమ్॥
సిక్థః-అ-పు-భక్తపులాకః-౨మధూచ్ఛిష్టమ్॥ తె॥౧అన్నకణము-౨మైనము.
సిక్థకమ్-అ-న-మధూచ్ఛిష్టమ్॥ తె॥ మైనము
సిక్థా-ఆ-సీ-నీలీ॥
సిక్యమ్-అ-న-కాచమ్॥ తె॥ కావటియుట్టి.
సిక్యః అ-పు-గజస్తనమదః॥
సిత్యః-అ-పు-స్ఫటికః॥
సిఙ్ఘణమ్-అ-న-నాసికామలమ్॥
సిఙ్ఘాణమ్ అ-త్రి-నాసికామలమ్-౨మండూకమ్॥ తె॥౧చీమిడి-౨ఇనుపదిట్టెము.
సిఙ్ఘాణకమ్ అ-న-నాసికామలమ్॥
సిఙ్ఘిణీ-ఈ-సీ-నాసికా॥
సిఙ్ఘినీ-ఈ సీ-నాసికా॥
సిచయః-అ-పు-వస్త్రమ్-౨జీర్ణవస్త్రమ్॥
సిఞ్చన్-త్ - త్రి-సేచనకర్తా॥
సిఞ్చతా-ఆ-సీ-పిప్పలీ॥ (౩పల్లవః॥)
సిఞ్జా ఆ-సీ-మౌర్వీధ్వనిః-౨యమభార్యా-
సిఞ్జానమ్-అ-న-పుష్పపరాగః॥
సిఞ్జానః-అ- త్రి-ధ్వన్యమానః॥
సిఞ్జినీ-ఈ-సీ-మౌర్వీ॥ తె॥వింటినారి.
సితమ్-అ-న-రౌప్యమ్-౨మూలకమ్- ౩చందనమ్॥ భేదః-౪శరః॥
సితః అ-పు-శుక్రః-౨శ్వేతవర్ణః-౩వ్రీహి

సితః-అ-త్రి-శ్వేతవర్ణవాన్-౧బద్ధః- ౨అవసితః॥ తె॥ ౧కట్టఁబడ్డది- ౨సరిపుచ్చఁబడ్డది.
సితకణ్టా-ఆ-సీ-శ్వేతకణ్టకారీ॥
సితకణ్టారికా-ఆ-సీ-శ్వేతకంటకారీ॥
సితకణ్ఠః-అ-పు-దాత్యూహపక్షీ॥
సితకణ్ఠః-అ-త్రి-శ్వేతకంఠయుక్తః॥
సితకరః-అ-పు-కర్పూరః-౧చంద్రశ్చ॥
సితకర్ణీ-ఈ-సీ-వాసకః॥
సితకుఞ్జరః-అ-పు-ఇంద్రః-౧ఇంద్రగజః॥
సితగుఞ్జా-ఆ-సీ-శ్వేతగుంజా॥
సితచ్ఛత్రమ్-అ-న-పుండరీకమ్॥ తె॥ రాజులకుపట్టెడు తెల్లగొడుగు.
సితచ్ఛత్రా-ఆ-సీ-శతపుష్పా॥ తె॥ పెద్దసదాపచెట్టు.
సితచ్ఛత్రితః-అ-పు-శ్వేతచ్ఛత్రయుక్తః॥
సితచ్ఛదః-అ-పు-హంసః॥
సితచ్ఛదా-ఆ-సీ-శ్వేతదూర్వా॥
సితత్వచః-అ-పు-ఉత్పాసనః॥ తె॥ లొద్దుగు (చెట్టు)
సితదీధితిః-ఇ-పు-చంద్రః॥
సితదీప్యః-అ-పు-శ్వేతజీరకః॥
సితద్రుః-ఉ-పు-మోరటవిశేషః - ౧శుక్లవర్ణవృక్షశ్చ॥
సితద్రుమః-అ-పు-తిక్తశాకః॥ తె॥ ఉలిమిడిచెట్టు.
సితద్విపః-అ-పు-ఇంద్రగజః॥
సితధాతుః-ఉ-పు-కఠినీ-౧శుక్లవర్ణధాతుమాత్రంచ॥
సితపక్షః-అ-పు-హంసః-౧శుక్లపక్షః॥
సితపక్షిణీ-ఈ-సీ-చటకస్త్రీ॥ తె॥ ఆఁడుయూరపిచ్చుక.
సితపర్ణీ-ఈ-సీ-అర్కపుష్పికావృక్షః॥
సితపాటలికా-ఆ-సీ-శుక్లపాటలావృక్షః॥
సితపుఙ్ఖా-ఆ-సీ-శ్వేతశరపుంఖా॥
సితపుష్పమ్-అ-న-పరివెల్లమ్॥ తె॥ భద్రతుంగగడ్డి.
సితపుష్పః-అ-పు-తగరవృక్షః- ౧శ్వేతరోహితః-౨కాశః॥
సితపుష్పా-ఆ-సీ-మల్లికా॥
సితపుష్పీ-ఈ-సీ-శంఖపుష్పీ॥ తె॥ శంఖపుష్పిచెట్టు.
సితఫేనః-అ-పు-అరిష్టః॥ తె॥ కుంకుడుచెట్టు.
సితమరిచమ్-అ-న-శ్వేతమరిచమ్॥
సితమాషః-అ-పు-రాజమాషః॥
సితరఞ్జనః-అ-పు-పీతవర్ణః॥
సితరశ్మిః-ఇ-పు-చంద్రః॥
సితవర్షాభూః-ఊ-పు-పునర్నవా॥
సితవీర్యా-ఆ-సీ-సూక్ష్మపత్రా॥ తె॥ జీలుగుచెట్టు.
సితశింశపా-ఆ-సీ-శ్వేతశింశపావృక్షః॥
సితశిమ్బికః-అ-పు-గోధూమః- శితశింబికోపిపాఠః॥
సితశివమ్-అ-న-సైంధవలవణమ్॥
సితశూకః-అ-పు-యవః॥
సితశూరణః-అ-పు-వనసూరణః॥
సితసప్తిః-ఇ-పు-అర్జునః-౧శ్వేతాశ్వశ్చ॥
సితసహప్రాజ్ఞః-అ-పు-కమలవల్లభః॥ తె॥ పిన్నవరగోఁగుచెట్టు.
సితసాయకా-ఆ-సీ-శ్వేతశరపుంఖా॥
సితసారః-అ-పు-శాలించశాకః॥
సితసారకః-అ-పు-శాలించశాకః॥
సితసింహీ-ఈ-సీ-శ్వేతకంటకారీ॥
సితసిన్ధుః-ఉ-సీ-గంగా॥
సితసివమ్-అ-న-సింధుదేశనదీజసైంధవలవణమ్॥
సితా-ఆ-సీ-తులసీ-౧శర్కరా-౨మల్లికా-౩శ్వేతకంటకారీ-౪వాకుచీ- ౫విదారీ-౬శ్వేతదూర్వా-౭చంద్రికా-౮కుటుంబి

నీ-౧౧ మద్యమ్-౧౧పింగా-౧౨త్రాయ
మాణా-౧౩ తేజనీ - ౧౪పర్వతజా తాప
రాజితా॥ తె॥ అపంచదార.
సితాంశుః-ఉ-పు-చంద్రః-అకర్పూరః॥
సితాఖణ్డః-అ-పు-మధుజాతశర్కరా॥
సితాగ్రః-అ-పు-కంటకమ్॥
సితాజగ్నః-అ-పు-వాలుకాగడమత్స్యః॥
సితాఙ్గః-అ-పు-శ్వేతరోహితః॥
సితాజాజీ-ఈ-సీ-శ్వేతజీరకః॥
సితాదిః-ఇ-పు-గుడః॥
సితాననః-అ-పు-గరుడః॥
సితాననః-అ-త్రి-శుక్లముఖయుక్తే॥
సితాపాఙ్గః-అ-పు-మయూరః॥
సితాభః-అ-పు-కర్పూరః॥
సితాభా-ఆ-సీ-తక్రాహ్వా॥
సితాభ్రః-అ-పు-కర్పూరః॥
సితాభ్రకమ్-అ-న-కర్పూరమ్॥
సితామ్బరః-అ-పు - శ్వేతవస్త్రపరిహితవ్ర
తీ-అశుక్లవస్త్రపరిధాయిని-త్రి॥
సితామ్భోజమ్-అ-న-శ్వేతపద్మమ్॥
సితార్జకః-అ-పు-శ్వేతతులసీ॥
సితాలకః-అ-పు-శ్వేతమందారకః॥
సితాలతా-ఆ-సీ-శ్వేతదూర్వా॥
సితాలికటభీ-ఈ-సీ-శ్వేతకిణిహీవృక్షః॥
సితావరః-అ-పు-శాకవిశేషః॥
సితావరీ-ఈ-సీ-వాకుచీ॥
సితాసితః-అ-పు-బలరామః - అశుక్రసహి
తశనిః-౩శుక్లసహితకృష్ణశ్చ॥
సితాహ్వయః-అ-పు-శ్వేతశిగ్రుః - అశ్వేత
రోహితః॥
సితాహ్వయా-ఆ-సీ-లక్ష్మీతులసీ॥
సితిః-ఇ-త్రి-శుక్లః-అకృష్ణః॥
సితికణ్ఠః-అ-పు-శివః॥

సితిమా-న్-పు-శుక్లతా-అకృష్ణతా॥
సితివారః-అ-పు-సునిషణ్ణకః॥
సితివాసాః-స్-పు-బలదేవః॥
సితేతుః-ఉ-పు-శ్వేతేతుః॥
సితేతరః-అ-పు-శ్యామశాలిః-అకులత్థః-౩శు
క్లేతరవర్ణశ్చ॥
సితేతరగతిః-ఇ-పు-అగ్నిః॥
సితోదరమ్-అ-న-శుక్లకుక్షి॥
సితోదరః-అ-త్రి-శుక్లకుక్షియుతె॥
సితోదరః-అ-పు-కుబెరః॥
సితోద్భవమ్-అ-న-శ్వేతచందనమ్॥
సితోద్భవమ్-అ-త్రి-శర్కరాజాతె॥
సితోపలమ్-అ-న-కఠీనీ॥
సితోపలః-అ-పు-స్ఫటికః॥
సితోపలా-ఆ-సీ-శర్కరా॥
సిద్ధమ్-అ-న-పంచాంగయోగవిశేషః- అసైం
ధవలవణమ్॥
సిద్ధః-అ-పు-విశ్వావస్వాదిసిద్ధజాతిః-అపుష్య
నక్షత్రమ్-౩చతుర్వింశతిసంజ్ఞా- ౪వ్యా
డ్యాదిః-౫ప్రసిద్ధః-౬ఆతపః- ౭దీప్తః॥
సిద్ధః-అ-త్రి-నిష్పన్నః-అనిత్యః॥ తె॥౧సిద్ధమై
నది.
సిద్ధకః-అ-పు-సింధువారః-అశాలః॥
సిద్ధకామేశ్వరీ-ఈ-సీ - కామాఖ్యాయాఃపం
చమూర్త్యంతర్గతప్రథమమూర్తిః॥
సిద్ధగఙ్గా-ఆ-సీ-మందాకినీ॥
సిద్ధజలమ్-అ-న-కాంజికమ్-అపక్వవారిచ॥
సిద్ధదేవః-అ-పు-శివః॥
సిద్ధధాతుః-ఉ-పు-పారదః॥
సిద్ధపీఠః-అ-పు-సిద్ధస్థానమ్॥
సిద్ధపురమ్-అ - న - భూగోలస్యాధోదేశవి
శేషః॥
సిద్ధపుష్పః-అ-పు-కరవీరవృక్షః॥

సిద్ధప్రయోజనః-అ-పు-గౌరసర్షపః॥
సిద్ధమన్త్రః-అ-పు-సిద్ధిప్రాప్తమంత్రః॥
సిద్ధమోదకః-అ-పు - తవరాజోద్భవఖండః॥
సిద్ధయోగినీ-ఈ-సీ-యోగినీవిశేషః॥
సిద్ధరసః-అ-పు-పారదః-౨రససిద్ధః॥
సిద్ధరసః-అ-త్రి-ధాతుప్రభృతిః॥
సిద్ధవిద్యా-ఆ-సీ-మహావిద్యావిశేషః॥
సిద్ధవిషయఫలోత్ప్రేక్షా-ఆ-సీ- అలంకార భేదః॥
సిద్ధవిషయహేతూత్ప్రేక్షా-ఆ-సీ- అలంకార భేదః॥
సిద్ధసలిలమ్-అ-న-కాంజికమ్॥
సిద్ధసాధనమ్-అ-న-సిద్ధస్యవస్తునఃసాధనమ్॥
సిద్ధసాధనః-అ-పు-గౌరసర్షపః॥
సిద్ధసాధ్యః-అ-పు-మంత్రవిశేషః॥
సిద్ధసిద్ధః-అ-పు-మంత్రవిశేషః॥
సిద్ధసుసిద్ధః-అ-పు-మంత్రవిశేషః॥
సిద్ధసేనః-అ-పు-కార్తికేయః॥
సిద్ధసేవితః-అ-త్రి-సిద్ధజనోపాసితే॥
సిద్ధా-ఆ-సీ-ఋద్ధిః-౨యోగినీవిశేషః॥
సిద్ధాన్తః-అ-పు-రాద్ధాంతః-౨నవవిధజ్యోతిర్గ్రన్థాః॥
సిద్ధాన్తాచారః-అ- పు - తాంత్రికాచారవిశేషః॥
సిద్ధాన్తీ-న్-పు-సిద్ధాంతమతప్రవర్తకః॥
సిద్ధాపగా-ఆ సీ-గంగా॥
సిద్ధాయికా-ఆ-సీ - చతుర్వింశతిబుద్ధశాసనదేవతాంతర్గతదేవీవిశేషః॥
సిద్ధారిః-ఇ-పు-మంత్రవిశేషః॥
సిద్ధార్థః-అ-పు-నదీవటః-౨శ్వేతసర్షపః - ౩ శాక్యసింహః-౪బుధః॥ తె॥ ౧నల్లమఱ్ఱిచెట్టు-౨తెల్లావాలు.
సిద్ధార్థా-ఆ-సీ-చతుర్థజినమాతా॥
సిద్ధార్థీ-న్-పు-సంవత్సరభేదః॥
సిద్ధిః-ఇ-సీ - పంచాంగయోగభేదః - ౨ద్రవ్యాంగమ్-౩రాజపంచాంగవిశేషః - ౪నిష్పత్తిః - ౫పూజాఫలమ్-౬తపస్సిద్ధిః॥ తె॥౨ఋద్ధివృద్ధియనెడు యోషధి.
సిద్ధిగః-అ-పు-వటుకభైరవః॥
సిద్ధిదః-అ-త్రి-సిద్ధిదాతరి॥
సిద్ధియోగః-అ-పు- తిథివారఘటితశుభయోగవిశేషః॥
సిద్ధియోగినీ-ఈ-సీ-యోగినీభేదః॥
సిద్ధిలీ-ఈ- సీ - క్రమావాసపిపీలికాభేదః॥ తె॥ చెట్టునతెట్టెంగట్టెడు గోరోచనవర్ణపుచీమ.
సిద్ధేశ్వరీ-ఈ సీ-దేవీవిశేషః॥
సిద్ధౌఘః-అ-పు-గురుక్రమవిశేషః॥
సిధ్మ-న్-న-త్వక్పుష్పమ్॥ తె॥ పొంగు॥
సిధ్మమ్-అ-న-త్వక్పుష్పమ్॥ తె॥ పొంగు.
సిధ్మలః-అ-త్రి-కిలాసీ - ౨పూతిమత్స్యఖండః॥ తె॥౧పొంగుగలరోగము వాఁడు - ౨రొయ్యపప్పు.
సిధ్మలా-ఆ-సీ-మత్స్యవికృతిః॥
సిధ్మవాన్-త్ - త్రి-కిలాసరోగవిశిష్టః॥
సిధ్మా-ఆ-సీ-కిలాసరోగః॥ తె॥ పొంగరోగము.
సిధ్యః-అ-పు-పుష్యనక్షత్రమ్॥
సిధ్రః-అ-పు-సాధుః-౨వృక్షః॥
సిధ్రకా-ఆ-సీ-లింగబీజా-౨సిధ్రః॥ తె॥ ౧లింగపొట్లచెట్టు-౨పొంగు॥
సిధ్రకావనమ్-అ-న-దేవోద్యానమ్॥
సినమ్-అ-న-శరీరమ్॥
సినః-అ-పు-గ్రాసః-౨కాణః॥
సినః అ-త్రి-శుక్లగుణవిశిష్టే॥
సినీ -ఈ-సీ-శుక్లగుణవిశిష్టా॥

సినీవాలీ-ఈ-సీ - ౧దృష్టేన్దుకలామావాస్యా-౨దుర్గా॥

సిన్దుకః-అ-పు-సిందువారవృక్షః॥

సిన్దువారః-అ-పు-వృక్షవిశేషః॥

సిన్దూరమ్-అ-న-సైమంతికమ్॥ తె॥ సిందూరము.

సిన్దూరః-అ-పు-వృక్షవిశేషః॥

సిన్దూరకారణమ్-అ-న-సీసకమ్॥

సిన్దూరతిలకః-అ-పు-హస్తీ॥

సిన్దూరతిలకా-ఆ-సీ-సధవా నారీ॥

సిన్దూరపుష్పీ-ఈ-సీ-పుష్పవృక్షవిశేషః॥

సిన్దూరీ-ఈ-సీ-వీరపుష్పీ॥

సిన్ధుః-ఉ-పు-౧సముద్రః-౨దేశః-౩పురుషనదః ౪గజమదః-౫రాగోపాంగమ్॥

సిన్ధుః-ఉ-సీ-నదీ॥

సిన్ధుకః-అ-పు-నిర్గుండీ॥ తె॥ వావిలిచెట్టు.

సిన్ధుకఫః-అ-పు-సముద్రఫేనః॥

సిన్ధుకరమ్-అ-న-శ్వేతటంకణమ్॥

సిన్ధుఖేలః-అ-పు-సింధుదేశః॥

సిన్ధుజమ్-అ-న-సైంధవలవణమ్॥

సిన్ధుజమ్-అ-త్రి-సముద్రజాతే॥

సిన్ధుజః-అ-పు-అగ్నినిర్యాసః॥ తె॥ అగ్నిజారము.

సిన్ధుజన్మ-న్-న-సైంధవలవణమ్॥

సిన్ధుజన్మా-న్-పు-చంద్రః॥

సిన్ధుజా-ఆ-సీ-లక్ష్మీః॥ తె॥ కలుములజవరాలు.

సిన్ధుడా-ఆ-సీ-మాలవరాగభార్యా॥

సిన్ధునన్దనః-అ-పు-చంద్రః॥

సిన్ధునాథః-అ-పు-సముద్రః॥

సిన్ధుపుత్రః-అ-పు-౧మర్కటేందుః-౨చంద్రః॥

సిన్ధుపుష్పః-అ-పు-శంఖః॥

సిన్ధుపేణః-అ-పు-తైలపక్వభేదః॥ తె॥ బటాసాలు.

సిన్ధుమన్థజమ్-అ-న-సైంధవలవణమ్॥

సిన్ధురః-అ-పు-గజః॥

సిన్ధురద్వేషీ-న్-పు-సింహః॥

సిన్ధువారః-అ-పు-నిర్గుండీ॥ తె॥ వావిలిచెట్టు.

సిన్ధువారకః అ-పు-సింధువారవృక్షః॥

సిన్ధువారితః-అ-పు-సింధువారవృక్షః॥

సిన్ధువేషణః-అ-పు-గంభారీవృక్షః॥

సిన్ధుశయనః-అ-పు-విష్ణుః॥

సిన్ధూద్భవమ్-అ-న-సైంధవలవణమ్॥

సిన్ధూపలమ్-అ-న-సైంధవలవణమ్॥

సిప్రమ్-అ-న-సరోవరవిశేషః॥

సిప్రః-అ-పు-౧చంద్రః-౨నిదాఘసలిలమ్॥

సిప్రా-ఆ-సీ-సిప్రానదీ-౨మహిషీ-౩నారీకటీ-౪రశనే-౫తాంతః॥

సిధ్యః-అ-పు-సుమావః॥ తె॥ బొబ్బర్లు.

సిమ్-మ్-ం-అల్పమ్-౨రమా-౩వాణీ-౪సుఖావహమ్॥

సిమః-అ-పు-సముదాయః॥

సిమసిమా-ఆ-ం - సిమసిమధ్వనింకరోతీత్యర్థః॥ తె॥ సిమసిమయనడము.

సిమ్బా-ఆ-సీ-ముద్గాదిత్వక్॥ తె॥ కందిపొట్టు మొదలయినది.

సిమ్బిః-ఇ-సీ - శింబా - ౨నఖీనామగంధద్రవ్యమ్॥

సిమ్బిజా-ఆ-సీ-శమీధాన్యమ్॥

సిమ్బీ-ఈ-సీ-నిష్పావీ॥

సిరః-అ-పు-పిప్పలీమూలమ్॥ తె॥ పిప్పలిదుంప.

సిరా-ఆ-సీ-ధమనీ - ౨సస్యమంజర్యగ్రమ్॥ తె॥ గబోలునరము-౨వరివెన్నుచివర.

సిరాలః-అ-పు-వ్యంగః॥ తె॥ పుట్టుమచ్చ.

సిల్హః-అ-పు-పిండకః॥ తె॥ అందుగుబంకతోఁజేసినధూపద్రవ్యము.

సిల్హకీ-ఈ-సీ-శల్లకీవృక్షః॥

సివరః-అ-పు-హస్తీ॥
సిషాధయిషా ఆ-సీ-సాధనేచ్ఛా॥
సిహుణ్డః-అ-పు-స్నుహీవృక్షః॥
సిహుల్లికా-ఆ-సీ-విపాటికా॥ తె॥ చేతులువగిలెడుకుష్ఠము.
సిహ్లః-అ-పు-పిండకః॥ తె॥అందుగుబంకతోఁ జేసినధూపద్రవ్యము.
సిహ్లకః-అ-పు-సిహ్లః॥
సిహ్లకీ-ఈ-సీ-సల్లకీ॥
సిహ్లభూమికా-ఆ-సీ-సల్లకీ॥
సీకరః-అ-పు-శీకరః॥
సీతా-ఆ-సీ-లాంగలపద్ధతిః-౨రామభార్యా-౩గంగా॥ తె॥౧నాగంటిచాలు.
సీతీలకః-అ-పు-సతీలకః॥
సీత్కారమ్-అ-న-మనుష్యాణాంగుణానురాగజశబ్దః॥
సీత్కృతమ్-అ-న-బాహ్యరతౌఅపహస్తాదితాడనజనితధ్వనిభేదః॥
సీత్యమ్-అ-న-ధాన్యమ్॥
సీత్యః-అ-త్రి-కృష్టః॥ తె॥దున్నినపొలము.
సీద్యమ్-అ-న-ఆలస్యమ్॥
సీధుః-ఉ-పు-మద్యమ్-౨మద్యభేదః॥
సీధుగన్ధః-అ-పు-వకులః॥
సీధుపుష్పః-అ-పు-కదంబః-౨వకులః॥
సీధుపుష్పీ-ఈ-సీ-ధాతకీ॥
సీధురసః-అ-పు-ఆమ్రవృక్షః॥
సీధుసంజ్ఞః-అ-పు-వకులవృక్షః॥
సీధ్రమ్-అ-న-గుదః॥ తె॥మలద్వారము.
సీనీ-న్-పు-లక్ష్మీయుతః-౨శాఖాభేదః॥
సీపః-అ-పు-తర్పణాద్యర్థజలపాత్రమ్॥
సీమన్తః-అ-పు-కేశపద్ధతిః-౨సీమంతోన్నయనసంస్కారః॥ తె॥౧పాపిట.
సీమన్తకమ్-అ-న-సింధూరమ్॥
సీమన్తకః-అ-పు-నరకావాసః॥
సీమన్తినీ-ఈ-సీ-వనితా॥
సీమన్తోన్నయనమ్-అ-న-సంస్కారవిశేషః॥
సీమా-న్-పు-(గ్రామ)మద్వయమధ్యభూమిః-౨ఘట్టః-౩క్షేత్రమ్-౪కూలమ్॥ తె॥౧పొలిమేర-౨ఘట్టము.
సీమా-ఆ-సీ-(గ్రా)మద్వయమధ్యభూమిః-౨క్షేత్రమ్-౩కూలమ్॥
సీమికః-అ-పు-వృక్షభేదః-౨వల్మీకః-౩సూక్ష్మకృమిజాతిః॥
సీమీకః-అ-పు-వృక్షవిశేషః॥
సీరః-అ-పు-లాంగలమ్-౨సూర్యః-౩అర్కవృక్షః॥
సీరకః-అ-పు-శిశుమారః-౨సీరశబ్దార్థోప్యత్ర
సీరధ్వజః-అ-పు-చంద్రవంశీయరాజవిశేషః
సీరపాణిః-ఇ-పు-బలరామః॥
సీరా-ఆ-సీ-గాంగెరుకీ॥ తె॥జిబిలికచెట్టు.
సీరీ-న్-పు-బలదేవః॥
సీలన్ధః-అ-పు-మత్స్యభేదః॥
సీవనమ్-అ-న-స్యూతిః॥ తె॥బట్టకుట్టడము.
సీవనీ-ఈ-సీ-లింగమణ్యధఃసూత్రమ్-లింగా(గ్రా)త్ గుహ్యపర్యంతసీవనమ్॥
సీసమ్-అ-న-అష్టలోహవిశేషః॥ తె॥ సీసము.
సీసకమ్-అ-న-యోగేష్టమ్॥ తె॥సీసము.
సీసపత్రకమ్-అ-న-సీసకమ్॥
సీహుణ్డః-అ-పు-సేహుండవృక్షః॥
సు-ఉ-౦-నిర్భరమ్-౨పూజనమ్-౩శోభనమ్-౪స్వాదు-౫(శ్రే)ష్ఠమ్-౬ద్రవః॥
సుకచ్ఛికీ-ఈ-సీ-కార్ష్ణి॥ తె॥ (ప్రా)ఁచితీఁగె
సుకణ్టకా-ఆ-సీ-ఘృతకుమారీ॥
సుకణ్డుః-ఉ-పు-కండూరోగః॥
సుకతా-ఆ-సీ-చండీగౌః॥ తె॥పొట్లావు.
సుకన్దః-అ-పు-కశేరుః॥

సుకన్దకః-అ-పు- పలాండుః-౨వారాహీకం
దః-౩ధరణీకందః॥ తె॥ ౧నీరుల్లి.
సుకన్దకా-ఆ-సీ-కార్షీ॥ తె॥ ప్రాఁచితీఁగె.
సుకన్దీ న్-పు-సూరణః॥
సుకన్యకః అ-త్రి-శోభనాకన్యాయస్య॥
సుకన్యా-ఆ-సీ-శర్యాతిరాజకన్యా-౨శోభ
నాకన్యాచ॥
సుకన్యాకః అ-త్రి-సుకన్యకః॥
సుకరః-అ-త్రి-సులభః॥
సుకరా-ఆ-సీ-అచండీ॥ తె॥ సాదుఆవు.
సుకర్ణకః-అ-పు-హస్తికందః॥
సుకర్ణకః-అ-త్రి-సుందరకర్ణయుక్తే॥
సుకర్ణికా-ఆ-సీ-మూషీకర్ణీ॥
సుకర్ణీ-ఈ-సీ-ఇంద్రవారుణీ॥
సుకర్మ-న్-న-పంచాంగయోగభేదః॥
సుకర్మా-న్-త్రి-శోభనకర్మశీలః,సత్క్రియః
సుకర్మా-న్-పు-దేవశిల్పి॥
సుకలః-అ-త్రి-దాతృభోక్తా॥ తె॥ త్యాగభోగ
వంతుఁడు.
సుకాణ్డః-అ-పు-కారవేల్లః-౨సుందరకాండ
యుక్తవృక్షాదిశ్చ॥
సుకాణ్డికా-ఆ-సీ-కాండీరలతా॥
సుకాణ్డీ-న్-పు-భ్రమరః-౨సుందరకాండ
యుక్తశ్చ॥
సుకామా-ఆ-సీ-దేవబలా॥ తె॥ కలుప్రాం
తచెట్టు.
సుకాలుకా-ఆ-సీ-డోడీక్షుపః॥
సుకాష్ఠకమ్-అ-న-దేవకాష్ఠమ్॥
సుకాష్ఠా-ఆ-సీ-ఖట్వీ॥ తె॥ ఖట్వమనెడుచెట్టు
సుకీరః అ-పు-వేణ్వంకురః॥
సుకున్దకః-అ-పు-పలాండుః॥
సుకున్దనః-అ-పు-బర్బరః॥
సుకుమారః-అ-పు-చంపకః-౨దైత్యభేదః-౩
పుండ్రేక్షుః-౪ఇక్షువః-౫శ్యామాకః॥ తె॥
౧సంపంగిచెట్టు.
సుకుమారః-అ-త్రి-మృదులః॥
సుకుమారకమ్-అ-న-తమాలపత్రమ్॥
సుకుమారకః-అ-పు-శాలిః-౨సుందరబాలకః
సుకుమారా-ఆ-సీ-నదీభేదః॥
సుకుమారీ-ఈ-సీ-నవమాలికా॥
సుకృత్-త్-త్రి-పుణ్యవాన్-౨ధార్మికః॥
సుకృతమ్-అ-న-పుణ్యమ్-౨శుభమ్॥
సుకృతః-అ-త్రి-సుకృతవాన్-౨సుష్ఠుకృతః.
సుకృతిః-ఇ-సీ-పుణ్యమ్-౨మంగళమ్-౩స
త్కర్మ॥
సుకృతీ-న్-త్రి-ధన్యః॥ తె॥ పుణ్యాత్ముఁడు.
సుకేశరః-అ-పు-బీజపూరః॥
సుకేశా-ఆ-త్రి-సుందరకేశయుక్తా॥
సుకేశీ-ఈ-త్రి-శోభనకేశయుక్తే॥
సుకేశీ-ఈ-సీ-స్వర్గవేశ్యాభేదః॥
సుకోలీ-ఈ-సీ-క్షీరకాకోలీ-౨శోభనబదరీ॥
సుకోశకః-అ-పు-కోశామ్రః॥
సుఖమ్-అ-న-ఆనందః-౨జాలమ్-౩ద్రవ్యాం
గమ్-౪స్వర్గః॥ తె॥ ౩బుద్ధివృద్ధియనె
డుయోషధి॥
సుఖమ్-అ-త్రి-ఆనందవత్॥
సుఖకరః-అ-త్రి-సుకరః॥
సుఖకర్ణికా-ఆ-సీ-అతిబలా॥ తె॥ అతిబలయ
నుచెట్టు.
సుఖగః-అ-త్రి-సుఖేనగమనకర్తా॥
సుఖఙ్కరీ-ఈ-సీ-జీవంతీవృక్షః-౨సుఖకరీచ
సుఖఙ్గుణః-అ-పు-శివఖట్వాంగః॥
సుఖచరః-అ-త్రి-సుఖగామీ॥
సుఖచరః-అ-పు-గ్రామవిశేషః॥
సుఖచారః-అ-పు-ఉత్కృష్టాశ్వః॥
సుఖజాతః-అ-త్రి-జాతసుఖః॥

సుఖదమ్-అ-న-విష్ణుపీఠమ్॥

సుఖదః-అ-పు-విష్ణుః-౨తాలభేదః॥

సుఖదః-అ-త్రి-సుఖదాతరి॥

సుఖదా-ఆ-సీ-సుఖదాత్రీ-౨గంగా-౩స్వర్గవేశ్యా-౪శమీవృక్షః॥

సుఖదోహ్యా-ఆ-సీ-సుఖసందోహ్యాగౌః॥

సుఖభాక్-జ్-త్రి-సుఖీ-౨ఇష్టపరిష్వంగః॥

సుఖమోదా-ఆ-సీ-సల్లకీవృక్షః॥

సుఖరాత్రిః-ఇ-సీ-దీపాన్వితామావాస్యారాత్రిః॥

సుఖరాత్రికా-ఆ-సీ-దీపాన్వితామావా (స్యారాత్రిః॥

సుఖవర్చకః-అ-పు-సర్జికాక్షారః॥

సుఖవర్చాః-స్-పు-సర్జికాక్షారః॥

సుఖవాణీ-ఈ-సీ-ఉర్వారుః॥ తె॥ నక్కదోసచెట్టు.

సుఖవాసః-అ-పు-ఫలవిశేషః॥

సుఖసన్దుహ్యా-ఆ-సీ-సుశీలాగౌః॥

సుఖసన్దోహ్యా-ఆ-సీ-సుశీలాగౌః॥

సుఖా-ఆ-సీ-వరుణపట్టణమ్॥

సుఖాత్మకః-అ-పు-మరువకః॥ తె॥ మరువపు (చెట్టు.

సుఖాధారః-అ-పు-స్వర్గః॥

సుఖాధారః-అ-త్రి-సుఖస్యాధారే॥

సుఖామృతమ్ అ-త్రి-విషవైద్యతంత్రభేదః॥

సుఖాయతః-అ-పు-సుశిక్షితాశ్వః॥

సుఖాయనః-అ-పు-సుశిక్షితాశ్వః॥

సుఖావతీశ్వరః-అ-పు-బుద్ధభేదః॥

సుఖావహః-అ-త్రి-సుఖదాతా॥

సుఖాశః-అ-పు-వరుణః-౨రాజతినిశః-౩సుఖభోజనమ్॥

సుఖాశకః-అ-పు-రాజతినిశః॥

సుఖాసీనా-అ-పు-విష్ణుపాదుకే॥

సుఖి-న్-త్రి-సుఖవిశిష్టః॥

సుఖి-న్-పు-యతిః॥ తె॥ సన్యాసి.

సుఖోత్సవః-అ-పు-పతిః-౨ఆనందోత్సవశ్చ॥

సుఖోర్జికః-అ-పు-సర్జికాక్షారః॥

సుగమ్-అ-న-విష్ఠా॥

సుగమ్-అ-త్రి-సుందరగామిని॥

సుగణ్-ణ్-త్రి-సుందరగణకః॥

సుగతః-అ-పు-బుద్ధదేవః॥

సుగతిః-ఇ-పు-అతీతకల్పీయార్హద్భేదః-౨గ్రంథకర్తృవిశేషః॥

సుగన్ధమ్-అ-న-క్షుద్రజీరకమ్-౨గంధతృణమ్ ౩నీలోత్పలమ్-౪చందనమ్-౫గ్రంథిపర్ణమ్॥

సుగన్ధః-అ-పు-రక్తశిగ్రుః-౨గంధకః-౩చణకః-౪భూతృణమ్॥

సుగన్ధః-అ-త్రి-ఇష్టగంధః॥

సుగన్ధకః-అ-పు-రక్తతులసీ-౨గంధకః-౩నాగరంగకః-౪కర్కోటకః॥

సుగన్ధతైలనిర్యాసమ్-అ-న-జవాదినామగంధద్రవ్యమ్॥

సుగన్ధపత్రా-ఆ-సీ-రుద్రజటా॥

సుగన్ధభూతృణమ్ అ-న-గంధతృణమ్॥

సుగన్ధమూలా-ఆ-సీ-స్థలపద్మినీ-౨రాస్నా॥

సుగన్ధా-ఆ-సీ-కామ్యశారిబా-౨మాధవీ-౩కర్కటకశృంగీ-౪అతిగంధినీ-౫గంధనాకులీ-౬జీరణా॥ తె॥ ౧తెల్లసుగంధిపాలచెట్టు-౨మాధవితీఁగె-౪వాయింటచెట్టు ౫దుంపరాస్నచెట్టు-౬నల్లజీలకఱ్ఱచెట్టు

సుగన్ధామలకమ్-అ-న-మిలితౌషధవిశేషః॥

సుగన్ధి-ఇ-న-హరివాలుకమ్-౨ముస్తా ౩కశేరు-౪గంధతృణమ్-౫ధాన్యకమ్-౬పిప్పలీమూలమ్॥ తె॥ ౧కూఁతురుబుడమచెట్టు

సుగన్ధిః ఇ పు-మధుశిగ్రుః-౨సర్జకః-౩సింహః॥ తె॥ ౧ఎఱ్ఱమునగచెట్టు-౨వేఁగిసచెట్టు.

సుగన్ధిః-ఇ-త్రి-ఇష్టగంధవద్రవ్యమ్॥

సుగన్ధికమ్-అ-న-సురపర్ణమ్-౨కహ్లారమ్ - ౩ పుష్కరమూలమ్-౪గౌరసువర్ణమ్-౫ఉశీరమ్॥ తె॥ ౧మాచిపత్రి.

సుగన్ధికః-అ-పు-కపిత్థవృక్షః- ౨మహాశాలిః- ౩తురుష్కః-౪గంధకః॥

సుగన్ధికా-ఆ-సీ-ఈశ్వరీ॥ తె॥ ఈశ్వరిచెట్టు.

సుగన్ధికుసుమః-అ-పు-పీతకరవీరః- ౨సుగంధిపుష్పే-క్లీ॥

సుగన్ధికుసుమా-ఆ-సీ-వృక్కా॥

సుగన్ధితా-ఆ-సీ-సౌగంధిః - సౌరభమ్॥

సుగన్ధిత్రిఫలా-ఆ-సీ-జాతీఫలమ్-౨పూగఫలమ్-౩లవంగకలికాఫలమ్॥

సుగన్ధినీ-ఈ-సీ-ఆరామశీతలా॥

సుగన్ధిమూలమ్-అ-న-ఉశీరమ్॥ చెక్క-

సుగన్ధిమూలా-ఆ-సీ-రాస్నా॥ తె॥ పిరంగి

సుగన్ధిమూషికా-ఆ-సీ-చుచుందరీ॥

సుగన్ధీ-ఈ-సీ-ముస్తా-౨మదనద్రోణీ॥ తె॥ ౧తుంగముస్తె-౨గేదంగి మొగలిచెట్టు.

సుగమః-అ-త్రి-సుఖేనగమ్యతే ప్రాప్యతే యః

సుగహనః-అ-త్రి-నిబిడః॥

సుగృహమ్-అ-న-సుందరాలయః॥

సుగృహః-అ-పు-చంచుసూచికపక్షీ॥

సుగృహీతః-అ-త్రి - సుందరరూపేణకృతగ్రహణః॥

సుగృహీతనామా-న్-పు - శుభకామ్యయా ప్రాతఃస్మర్యతే యః॥

సుగ్రన్థిః-ఇ-పు-చోరకః॥

సుగ్రన్థిః-ఇ-త్రి-సుందరగ్రంథియుక్తే॥

సుగ్రీవమ్-అ-న-విషవిద్యామంత్రభేదః॥

సుగ్రీవః-అ-పు- విష్ణురథాశ్వభేదః - ౨దేవయోనిసర్పభేదః- ౩కిష్కింధాధిపతిః-౪శంకరః-౫హంసః-౬వీరః- ౭ఆయుధభేదః-౮శైలభేదః-౯జలాశయః- ౧౦ఇంద్రః-౧౧సుహృన్ముఖః॥

సుగ్రీవః-అ-త్రి-శోభనగ్రీవః॥

సుగ్రీవీ-ఈ-సీ-కశ్యపపత్నీవిశేషః॥

సుగ్లః-అ-త్రి-అత్యంతహర్షక్షయవిశిష్టః॥

సుఘోషః-అ-పు-నకులస్యశంఖః॥

సుచక్షుః-స్-పు-ఉదుంబరః- ౨విద్వాన్॥ తె॥ ౧మేడిచెట్టు.

సుచక్షుః-స్-న-శోభనలోచనే॥

సుచఞ్చుకా-ఆ-సీ-మహాచంచుశాకః॥

సుచరిత్రా-ఆ-త్రి-శోభనచరిత్రయుక్తే॥

సుచరిత్రా-ఆ-సీ-పతివ్రతా॥

సుచర్మా-న్-పు భూర్జవృక్షః॥ తె॥ భుజపత్రిచెట్టు.

సుచర్మా-న్-త్రి-శోభనచర్మవిశిష్టే॥

సుచారుః-ఉ-త్రి-మనోహరః॥

సుచిత్రకః-అ-పు-మత్స్యరంకః-౨చిత్రసర్పః॥

సుచిత్రకః-అ-త్రి-సుందరచిత్రయుక్తే॥

సుచిత్రబీజా-ఆ-సీ-విడంగా॥

సుచిత్రా-ఆ-సీ-చిర్భిటా॥

సుచిరాయుః-స్-పు-దేవతా॥

సుచుటీ-ఈ-సీ- అగ్న్యాద్యుద్ధరణార్థలోహాదియంత్రవిశేషః॥

సుచేలకః-అ-త్రి-సుందరవస్త్రయుక్తే॥

సుచేలకః-అ-పు-పటః॥ తె॥ మంచిబట్ట

సుచ్ఛత్రీ-ఈ-సీ-శతద్రునదీ॥

సుజనః-అ-పు-ఇంద్రసారథిః-౨సజ్జనః॥

సుజనతా-ఆ-సీ-సౌజన్యమ్॥

సుజలమ్-అ-న-కమలమ్-౨సుందరసలిలంచ

సుజలమ్-అ-త్రి-సుందరజలసంబంధిని॥

సుజల్పః-అ-పు-వాక్యవిశేషః॥

సుజాతా-ఆ-సీ-తువరీ॥

సుజీవన్తీ-ఈ-సీ-స్వర్ణజీవంతీ॥

సుతః-అ-పు-పుత్రః-౹నృపః॥
సుతః-అ-త్రి-అభిషుతః॥
సుతజీవకః-అ-పు-పుత్రజీవకవృక్షః॥
సుతనుః-ఉ-సీ-నారీ-౨శోభనశరీరమ్॥
సుతపాః-స్-పు-సూర్యః-౨మునిః॥
సుతపాదికా-ఆ-సీ-హంసపదీ॥
సుతరామ్-౦-౦-అవధారితార్థప్రతిపాదకం
సుతరాం-రీ-ఈ-సీ-దేవదాలీలతా॥
సుతర్దనః-అ-పు-కోకిలః॥
సుతలమ్-అ-న-వస్తాధోలోకః॥
సుతలః-అ-పు అట్టాలికాబంధః-౨నాగలోక
ప్రభేదః॥
సుతవస్కరా-ఆ-సీ-సప్తపుత్రప్రసూః॥
సుతశ్రేణీ-ఈ-సీ-మూషికపర్ణీ॥ తె॥ ఎలుక
చెవిచెట్టు.
సుతహిబుకయోగః-అ-పు-వివాహోక్త
యోగవిశేషః॥
సుతా-ఆ-సీ-పుత్రీ-౨దురాలభా॥
సుతాత్మజః-అ-పు-పౌత్రః-౨దౌహిత్రః॥
సుతాత్మజా-ఆ-సీ-పౌత్రీ-౨దౌహిత్రీ॥
సుతారకా-ఆ-సి-చతుర్వింశతిబుద్ధశాసనదే
వతాంతర్గతదేవతావిశేషః॥
సుతారకా-ఆ-త్రి-శోభనతారకాయుక్తే॥
సుతిక్తః-అ-పు-పర్పటః॥
సుతిక్తకః-అ-పు- పారిభద్రః-౨భూనింబః॥
సుతిక్తా-ఆ-సి-కోశాతకీ॥
సుతీన్-త్రి-సుతవిశిష్టః॥
సుతీః-ఈ-త్రి-పుత్రేచ్ఛుః-౨పుత్రవదాచర
ణకర్తా॥
సుతీక్ష్ణః-అ-పు-శోభాంజనః-౨శ్వేతశిగ్రుః-
౩మునివిశేషః॥
సుతుఙ్గః అ-త్రి-అతిశయోచ్చే॥
సుతుఙ్గః-అ-పు-నారికేలవృక్షః-౨గ్రహో
చ్చాంశవిశేషః॥
సుతేజనః అ-పు-ధన్వనవృక్షః॥
సుతేజాః-స్-పు - అతీతకల్పీయహ్స్వచ్ఛేదః-
౨ఆదిత్యభక్తా॥
సుతేజాః-స్-త్రి-శోభనతేజోయుక్తే॥
సుతైలా-ఆ-సి-మహాజ్యోతిష్మతీ॥
సుత్తిగా-ఆ-సి-తాడఘా॥ తె॥సుత్తె॥
సుత్యా ఆ-సి-అభిషవః॥ తె॥సోమరసముపిం
డడము, సోమరసముపిండెడివగలున్న.
సుత్రామా-న్-పు-ఇంద్రః॥
సుత్వా-న్-పు-యజ్ఞాంతావభృథస్నాన
సుదక్షిణా-ఆ-సి-దిలీపభార్యా॥ (కర్తా)
సుదక్షిణః-అ-పు-విదర్భరాజః॥
సుదగ్ధికా-ఆ-సి-దగ్ధానామవృక్షః॥
సుదణ్డః-అ-పు-వేత్రః॥
సుదణ్డికా-ఆ-సి-గోరక్షీ॥ తె॥ గోరక్షిచెట్టు.
సుదన్-త్-త్రి-శోభనదంతవిశిష్టః॥
సుదన్తః-అ-పు-నటః-౨శోభనదంతశ్చ॥
సుదన్తీ-ఈ-సి-వాయుదిగ్గజభార్యా॥
సుదర్భా-ఆ-సి-ఇక్షుదర్భా - ౨శోభనకుశ
యుక్తే-త్రి॥
సుదర్శనమ్-అ-(సీ)-విష్ణుచక్రమ్॥
సుదర్శనమ్-అ-న-సరోవిశేషః॥
సుదర్శనః-అ-పు-గృధ్రః-౨జంబూవృక్షః - ౩
ద్వీపభేదః-౪గిరిభేదః॥
సుదర్శనః-అ-త్రి-సురూపాదిః॥
సుదర్శనచూర్ణమ్-అ-న- జ్వరరోగస్యౌష
ధవిశేషః॥
సుదర్శనద్వీపమ్-అ-న-జంబూద్వీపమ్॥
సుదర్శనా-ఆ-సి అమరావతీ - ౨సుదర్శనవృ
క్షః-౩ఆజ్ఞా-౪ఓషధివిశేషః॥
సుదర్శనాఖ్యా-ఆ-సీ-పాతాలగరుడీ॥ తె॥దూ
సరిచెట్టు.

సుదర్శనీ-ఈ-సీ-అమరావతీ॥

సుదలః-అ-పు-క్షీరమోరటా॥

సుదలా-ఆ-సీ-శాలపర్ణీ-౨తరుణీ॥

సుదాన్తః-అ-పు-శాక్యమునిశిష్యవిశేషః॥

సుదామా-న్-పు-మేఘః-౨పర్వతః-౩గోపభేదః-౪సముద్రః-౫ఐరావతః-౬శ్రీకృష్ణశరణాగతవిప్రవిశేషః॥

సుదామా-న్-త్రి-సుదాతా॥

సుదామా-ఆ-సీ-నదీవిశేషః॥

సుదాయః-అ-పు-హారణమ్-౨వివాహోద్యత్సవేషుబంధుదత్తవస్తుజాతమ్॥ తె॥ ౧అల్లునికిఁగూఁతురునకిచ్చినసొమ్ము-౨కట్నములు.

సుదారుః-ఉ-పు-పారియాత్రపర్వతః॥

సుది-౦-౦-శుక్లపక్షః॥

సుదినమ్-అ-న-శుభదివసః॥

సుదినాహమ్-అ-న-శోభనదినమ్॥

సుదీర్ఘః-అ-త్రి-అతివిస్తారః॥

సుదీర్ఘఘర్మా-ఆ-సీ-అశనపర్ణీ॥

సుదీర్ఘఫలికా-ఆ-సీ-వార్తాకువిశేషః॥

సుదీర్ఘా-ఆ-సీ-చీనాకర్కటీ॥

సుదుఃఖితః-అ-త్రి-అతిశయవ్యథితః॥

సుదుర్లభః-అ-త్రి-అతిదుష్ప్రాప్యః॥

సుదుశ్చరః-అ-త్రి-అతిశయదుఃఖేనాచరణీయః॥

సుదుష్కరః-అ-త్రి-అత్యంతక్లేశకరః॥

సుదుస్తరః-అ-త్రి-అతిదుఃఖేనతరణీయః॥

సుదుస్త్యజః-అ-త్రి-అతిదుఃఖేనత్యజ్యః॥

సుదూరమ్-అ-త్రి-అతిదూరస్థః॥

సుదృక్-శ్-త్రి-సుందరచక్షుర్యుక్తః॥

సుదృక్-శ్-న-శోభనచక్షుషి॥

సుదృఢమ్-అ-న-గాఢమ్॥

సుదృఢమ్-అ-త్రి-తద్వతి॥

సుద్యుమ్నః-అ-పు-వైవస్వతమనుపుత్రః॥

సుద్యుమ్నజః-అ-పు-పురూరవశ్చక్రవర్తీ॥

సుద్యౌః-ఓ-పు-ఇంద్రః॥

సుధన్వా-న్-త్రి-ప్రౌఢధానుష్కః-౨విశ్వకర్మ॥

సుధన్వాచార్యః-అ-పు-వ్రాత్యాద్వైశ్యాత్సవర్ణాయాంజాతోజాతివిశేషః॥

సుధర్మః-అ-పు-జినగణాధిపవిశేషః॥

సుధర్మా-ఆ-సీ-దేవసభా॥

సుధర్మా-న్-పు-దేవసభా-౨కుటుంబీ॥

సుధర్మీ-ఈ-సీ-దేవసభా॥

సుధా-ఆ-సీ-అమృతమ్-౨శివవీర్యా-౩లేపభేదః-౪మూర్వా-౫స్నుహీ-౬నిర్వాసనమ్-౭నవనీతమ్-౮చూర్ణః॥ తె॥ ౫జీలుఁగుచెట్టు-౩గారసున్నము-౬చంపడము-౮సున్నము.

సుధాంశుః-ఉ-పు-చంద్రః॥

సుధాంశుతైలమ్-అ-న-కర్పూరతైలమ్॥

సుధాంశురత్నమ్-అ-న-మౌక్తికమ్॥

సుధాకరః-అ-పు-చంద్రః॥

సుధాఙ్గః-అ-పు-చంద్రః॥

సుధాజీవీ-న్-పు-సుధయాలేపనేనజీవతియః

సుధాతక్రః-అ-పు-నాగరంగవృక్షః॥ తె॥ నారంజిచెట్టు.

సుధాతరుః-ఉ-పు-స్నుహీ॥ తె॥ జెముడుచెట్టు

సుధాధారః-అ-పు-చంద్రః-౨అమృతపాత్రంచ॥

సుధానిధిః-ఇ-పు-చంద్రః॥

సుధాపయః-స్-పు-స్నుహీక్షీరమ్॥

సుధాపాణిః-ఇ-పు-ధన్వంతరిః॥

సుధాభుక్-జ్-పు-దేవః॥

సుధాభృతిః-ఇ-పు-చంద్రః-౨యజ్ఞః॥

సుధామయః-అ-పు-భూపాలభవనమ్॥

సుధామయః-అ-త్రి-అమృతాత్మకే॥

సుధామోదకః-అ-పు- యవాసశర్కరా॥
సుధామోదకజః-అ-పు- తవరాజోద్భవఖం
సుధావర్షీ-న్-పు-బ్రహ్మ-౨బుద్ధభేదః॥ (డః
సుధావాసః-అ-పు-చంద్రః॥
సుధావాసా-ఆ-సి-త్రపుషీ॥ (జిచెట్టు
సుధావృక్షః-అ-పు-నాగరంగః॥ తె॥ నారం
సుధాశ్రవా-ఆ-సి-రుదంతీ॥ తె॥రుదంతిచెట్టు
సుధాసఖః- అ - పు- సహకారవృక్షః॥ తె॥తి
 య్యమామిడిచెట్టు. (ద్రుమ్
సుధాసూతిః-ఇ-పు-చంద్రః-౨యజ్ఞః-౩వ
సుధాప్రవా-ఆ-సి-ప్రతిజిహ్వా-౨అలిజిహ్వి
 కా-౩రుదంతీవృక్షః॥
సుధాహరః-అ-పు-గరుడః॥
సుధాహృత్-త్-పు-గరుడః॥
సుధితిః-ఇ-ద్వ-స్వధితిః॥
సుధీః-ఈ-సి-సుందరబుద్ధిః॥
సుధీః-ఈ-పు-పండితః-౨వృషభః॥ తె॥౨ఎద్దు,
సుధీః-ఈ-త్రి-శోభనబుద్ధియుక్తే॥
సుధూమ్యః-అ-పు-స్వాదునామగంధద్రవ్యం
సుధోద్భవః-అ-పు-ధన్వంతరిః॥
సుధోద్భవా-ఆ-సి-హరీతకీ॥
సునన్దమ్-అ-న-బలభద్రస్యముసలమ్॥
సునన్దమ్-అ-త్రి-సుందరానందజనకే॥
సునన్దః-అ-పు- శ్రీకృష్ణస్యపార్షదవిశేషః-౨
 ద్వాదశవిధ రాజగృహాంతర్గత గృహవి
 శేషః॥
సునన్దా-ఆ-సీ-ఉమా-౨గోరోచనా- ౩ నారీ-
 ౪ఉమాసఖీభేదః- ౫అర్కపత్రీవృక్షః॥
సునయనః-అ-పు-మృగః॥
సునయనః-అ-త్రి-శోభనచక్షుర్యుక్తే॥
సునయనా-ఆ-సీ-నారీ॥
సునాకృతః-అ-పు-కర్పూరకః॥
సునాభః-అ-పు-మైనాకపర్వతః॥

సునామద్వాదశీ-ఈ-సీ - ద్వాదశమాసీయ
 ద్వాదశీకర్తవ్యవ్రతవిశేషః॥
సునారః-అ-పు-శునీస్తన్యమ్ - ౨సర్పాండః-
 ౩కలవింకః॥
సునాలకః-అ-పు-బకపుష్పవృక్షః॥
సునాలకః-అ-త్రి-సుందరనాలయుక్తే॥
సునాసికా-ఆ సీ-కాకనాసా-౨శోభననా
సునాసికా-ఆ-త్రి-తద్యుక్తే॥ (సా॥
సునాసీరః-అ-పు-ఇంద్రః-౨సునాశీరశ్చ॥
సునిర్యాసా-ఆ-సీ-జింగినీవృక్షః॥
సునిశ్చితః-అ-పు-బుద్ధభేదః॥ (బడ్డది
సునిశ్చితః-అ-త్రి-నిశ్చితః॥ తె॥ నిశ్చయింప
సునిషణ్ణమ్-అ-న-సునిషణ్ణకశాకమ్॥
సునిషణ్ణకమ్-అ-న-వితున్నకమ్॥ తె॥ చెంచలి
 కూర.
సునిష్టప్తః-అ-త్రి-అత్యుత్తప్తః॥
సునీతిః-ఇ-సీ-శోభననయః- ౨ధృవమాతా॥
సునీతిః-ఇ-త్రి-శోభననీతివిశిష్టే॥
సునీథః-అ-త్రి-సుకృతీ॥ తె॥ పుణ్యాత్ముఁడు.
సునీలమ్-అ-న-లామజ్జకమ్॥
సునీలః-అ-పు-దాడిమః-౨సుందరనీలవర్ణశ్చ॥
సునీలకః-అ-పు-నీలసర్జకః-౨నీలరత్నమ్॥ తె॥
 ౧నల్లవేఁగిసచెట్టు.
సునీలా-ఆ-సీ-అతసీ-౨విష్ణుక్రాంతా-౩జర
 తీతృణమ్॥
సును-ఉ-న-జలమ్॥
సునౌః-ఓ-త్రి-శోభననౌకాన్వితః॥
సునౌః-ఓ-సీ-శోభననౌకాయామ్॥
సున్దః-అ-పు - వానరవిశేషః-౨గాతుసవి
సున్దకమ్-అ-త్రి-మనోహరమ్॥ (శేషః॥
సున్దరః-అ-పు-మన్మథః-౨జయంతః॥
సున్దరద్వేషీ-న్-పు- మన్మథః - ౨ఈశానశం
 ఖః॥

సున్దరాలయమ్-అ-న-పు రాతలలోకః॥
సున్దరీ-ఈ సీ-లావణ్యవతీ-౨సుందరగా॥ తె॥ ౨చకర-నిఅవు.
సున్వన్-త్-త్రి-యజ్ఞకర్తా॥
సుపక్వః అ-పు-సుగంధామ్రః॥
సుపక్వః-అ-త్రి-శోభనపరిణతే॥
సుపత్రమ్ అ-న-తేజపత్రమ్॥ తృణమ్॥
సుపత్రః-అ-పు-ఆదిత్యపత్రః-౨పల్లివాహ
సుపత్రకః-అ-పు-నారికెలవృక్షః- ౨శిగ్రుః॥
సుపత్రా-ఆ-సీ-పాలక్యః-౨రుద్రజటా-౩శతావరీ-౪శమీ-౫శాలపర్ణీ॥ తె॥౧పాలంకికూర.
సుపత్రికా-ఆ-సీ-జతుకా॥
సుపత్రీ-ఈ-సీ- హారితలతా॥ తె॥పచ్చాకు చెట్టు.
సుపథః-అ-పు- సన్మార్గః-
సుపథః అ-త్రి-శోభనపథయుక్తే॥
సుపథ్యా-ఆ-సీ- శ్వేతచిల్లీ॥
సుపథ్యా-ఆ-త్రి-సక్థ్యాద్యే॥
సుపద్మః-అ- పు- పద్మనాభదత్తకృతవ్యాకరణవిశేషః- ౨శోభనపద్మంచ॥
సుపద్మః-ఆ-త్రి-శోభనపద్మవిశిష్టే॥
సుపద్మా-ఆ-సీ-వచా॥
సుపన్థాః-న్-పు-సమీచీనకృతమార్గః॥
సుపరిచ్ఛదః-అ-పు-రాజజంబూః॥ తె॥ రాచనేరేడుచెట్టు.
సుపర్ణమ్-అ-న- అగ్నిమంథవృక్షః-౨అబ్జమ్॥ తె॥౧కూరవెల్లిచెట్టు.
సుపర్ణః-అ-పు- గరుడః-౨తమాలః-౩స్వర్ణచూడః-౪సింధుదేశరాజః॥ తె॥ ౨తేలచెట్టు-౩పాలపిట్ట.
సుపర్ణకః-అ-పు భారద్వాజపక్షీ- ౨గరుడః॥ ౩ఆరగ్వధవృక్షః- ౪సప్తచ్ఛదవృక్షః॥ తె॥౧పట్రింత.

సుపర్ణకేతుః-ఉ-పు-విష్ణుః॥
సుపర్ణా-ఆ-సీ-పద్మినీ॥
సుపర్ణాఖ్యః-అ-పు-నాగకేసరః॥
సుపర్ణికా- ఆ- సీ- స్వర్ణజీవంతీ-౨పలాశీ-౩శాలపర్ణీ-౪రేణుకా-౫వాకుచీ॥
సుపర్ణీ-ఈ సీ-గరుడమాతా-౨కమలినీ॥
సుపర్వా- న్- పు- దేవః-౨వంశః-౩శరః-౪ధూమః-౫పర్వ॥ తె॥ ౨వెదురు-౩తెల్లు-౫కణుపు.
సుపర్వా-ఆ-సీ-శ్వేతదూర్వా॥
సుపల్లవీ-ఈ-సీ-పుత్రధాత్రీ॥ తె॥ పుత్రధాత్రిచెట్టు.
సుపాక్యమ్-అ-న-బిడ్లవణమ్॥
సుపాత్రమ్-అ-న-యోగ్యవ్యక్తిః॥
సుపానః-అ-త్రి-పానయోగ్యః॥
సుపార్శ్వః-అ-పు-చతుర్వింశతివృత్తార్హదంతర్గతవృత్తార్హద్విశేషః- ౨ప్లక్షవృక్షః-౩పక్షివిశేషః॥ (లుజువ్విచెట్టు.
సుపార్శ్వకః-అ-పు-గంధపిప్పలకః॥ తె॥౨
సుపిఙ్గలా-ఆ-సీ-జీవంతీ-౨జ్యోతిష్మతీ॥
సుపీడనమ్-అ-న-కరచరణాదిమర్దనమ్॥
సుపీతమ్-అ-న-గర్జరమ్॥
సుపీవా-న్-త్రి-శోభనపానకర్తా॥
సుపుటః-అ-పు-కోలకందః-౨విష్ణుకందః॥
సుపుత్రికా-ఆ-సీ-జతుకా॥
సుపుష్కరా-ఆ సీ-స్థలపద్మినీ॥
సుపుష్పమ్-అ-న- లవంగమ్-౨ఆహుల్యమ్-౩ప్రపౌండరీకమ్-౪తూలమ్- ౫స్త్రీణాంరజః॥
సుపుష్పః-అ-పు-రక్తపుష్పకః-౨శిరీషః-౩హరిద్రుః-౪రాజతరుణీ॥
సుపుష్పా-ఆ-సీ-కశేరుకమ్॥ తె॥ నమ్మదుంప.

సుపుష్పికా-ఆ-స్త్రీ-జీర్ణదారుః॥ తె॥ వృద్ధదారుకభేదము.

సుపుష్పీ-ఈ-స్త్రీ-శ్వేతాపరాజితా-౨జీర్ణఫంజీ-౩శతపుష్పీ-౪మిత్రేయా-౫ద్రోణపుష్పీ-౬కదళీ॥

సుపూరః-అ-పు-బీజపూరః॥

సుపూరకః-అ-పు-బకపుష్పవృక్షః॥

సుప్తమ్-అ-న-సుసుప్తిః॥

సుప్తః-అ-త్రి-నిద్రితః॥

సుప్తఘాతకః-అ-త్రి-హింస్రః॥

సుప్తజనః అ-పు-అర్ధరాత్రః-౨నిద్రితలోకః॥ (కశ్చ॥)

సుప్తజ్ఞానమ్-అ-న-స్వప్నః॥

సుప్తవిజ్ఞానమ్-అ-న-స్వప్నః॥

సుప్తిః-ఇ-స్త్రీ-వ్యభిచారిభావభేదః-౨నిద్రా-౩స్పర్ధాజ్ఞాతా-౪విస్రంభఘాతీ॥

సుప్రగల్భః-అ-పు-అంతఃపురపాలకః॥

సుప్రగల్లః-అ-పు-అంతఃపురపాలకః॥

సుప్రజాః-స్-(పు)-శోభనసంతానవాన్-౨శోభనసంతానవతీచ॥

సుప్రతిభా-ఆ-స్త్రీ-మదిరా॥

సుప్రతిమః అ-త్రి-అనుపమః॥

సుప్రతిమా-ఆ-స్త్రీ-యోషా॥ తె॥ఆడుది.

సుప్రతిష్ఠా-ఆ-స్త్రీ-పంచమచ్ఛందః - ౨సుందరప్రశంసాచ॥

సుప్రతిష్ఠితః-అ-పు-ఉదుంబరవృక్షః॥

సుప్రతీకః-అ-పు-ఈశానదిగ్గజః-౨మదనః-౩హరః-౪భగదత్తగజః॥

సుప్రతీకః-అ-త్రి-శుభశరీరః॥

సుప్రభః-అ-పు-శుక్లబలః॥

సుప్రభః-అ-త్రి-సుందరప్రభాయుక్తే॥

సుప్రభా-ఆ-స్త్రీ-వాకుచీ - ౨అగ్నిజిహ్వావిశేషః-౩శోభనదీప్తిశ్చ॥

సుప్రభాతమ్-అ-న-శుభసూచకప్రాతఃకాలః ౨ప్రభాతికపాఠ్యమంగలవాక్యమ్॥

సుప్రభాతా-ఆ-స్త్రీ-నదీవిశేషః॥

సుప్రయుక్తః-అ-త్రి - శోభనప్రయోగవిశిష్టః॥

సుప్రయుక్తశరః-అ-పు-కృతహస్తః॥

సుప్రయోగవిశిఖః-అ-పు-కృతహస్తః॥ తె॥గురితప్పకుండా వేసెడివిలుకాడు.

సుప్రలమ్భః అ-పు-సుఖలభ్యః॥

సుప్రలాపః-అ-పు-సువచనమ్॥ (క్తే-త్రి॥

సుప్రసన్నః-అ-పు-కుబెరః-౨సుప్రసాదయు

సుప్రసన్నకః-అ-పు-కృష్ణార్జకః॥

సుప్రసరా-ఆ-స్త్రీ-ప్రసారిణీలతా॥

సుప్రసాదః-అ-పు-శివః-౨ప్రసన్నతాచ॥

సుప్రియా-ఆ-స్త్రీ-సుందరహృద్యా॥

సుఫలః-అ-త్రి-శోభనఫలయుక్తే॥

సుఫలః-అ-పు-రాజజంబూః-౨కర్ణికారః - ౩దాడిమః-౪బదరః-౫ముద్గః - ౬కపిత్థః॥ తె॥౧రాచనేరేడుచెట్టు.

సుఫలా-ఆ-స్త్రీ-ఇంద్రవారుణీ-౨కుష్మాండీ-౩కాశ్మరీ-౪కదళీ-౫కపిలద్రాక్షా॥

సుఫేనమ్-అ-న-సముద్రఫేనమ్॥

సుబన్ధః-అ-పు-తిలః॥

సుబన్ధకః-అ-పు-రాజావర్తనామకశిలా॥

సుబీజమ్-అ-న-సుందరబీజె॥

సుబీజః-అ-త్రి-తద్వతి॥

సుబీజః అ-పు-గసకః॥ తె॥గసగసాలు.

సుబ్రహ్మణ్యః-అ-పు-షణ్ముఖః- ౨ఉద్గాతృగణఋత్విగ్భేదః॥

సుబ్రహ్మవాసుదేవః-అ-పు - బ్రహ్మరూపవసుదేవసుతః॥

సుభగః-అ-పు-టంకణః-౨చంపకః - ౩రక్తామ్లానః-౪అశోకః॥

సుభగః-అ-త్రి-మనోహరః॥

సుభగా-ఆ-సీ-కైవర్తికా-౨హరిద్రా-౩నీలదూర్వా-౪తులసీ-౫ప్రియంగుః-౬కస్తూరీ-౭సువర్ణకదలీ-౮వనమల్లికా-౯పతిప్రియా॥ తె॥ ౧కైవర్తికమనుచెట్టు.

సుభగాసుతః-అ-పు-సౌభాగినేయః॥

సుభఙ్గః-అ-పు-నారికేళవృక్షః॥

సుభద్రః-అ-పు-విష్ణుః-౨రాజభేదః॥

సుభద్రః-అ-త్రి-శోభనమంగళయుక్తే॥

సుభద్రకః-అ-పు-దేవరథః-౨బిల్వవృక్షః॥ తె॥ ౨మారేడుచెట్టు.

సుభద్రా-ఆ-సీ-కూశ్మాండః-౨అర్జునభార్యా॥ తె॥ ౧గుమ్మడిచెట్టు.

సుభద్రాణీ-ఈ-సీ-త్రాయంతీ॥

సుభద్రేశః-అ-పు-అర్జునః॥

సుభాఞ్జనః-అ-పు-శోభాంజనవృక్షః॥

సుభాషితః-అ-పు-బుద్ధభేదః॥

సుభాషితః-అ-త్రి-సుందరకథితే॥

సుభిక్షః-అ-త్రి-సులభభైక్షద్రవ్యమ్-౨సులభభైక్షయుక్తకాలాదిశ్చ॥

సుభిక్షా-ఆ-సీ-ధాతకీ॥ తె॥ ధాతకీకుసుమము.

సుభీరకః-అ-పు-పలాశవృక్షః॥ తె॥ మోదుగచెట్టు.

సుభూః-ఊ-త్రి-సుజన్మ-౨తత్సంబంధినిచ॥

సుభూః-ఊ-సీ-ఉత్కృష్టభూమా॥

సుభూతికః-అ-పు-బిల్వవృక్షః॥ తె॥ మారేడుచెట్టు.

సుభూమః-అ-పు-కార్తవీర్యః॥

సుభూషణా-ఆ-సీ-మాధవీ॥ తె॥ మాధవితీఁగె.

సుభృశమ్-అ-న-బాఢమ్-అతిశయమ్॥

సుభృశమ్-అ-త్రి-తద్వతి॥

సుభ్రుః-ఉ-సీ-నారీ॥

సుభ్రుః-ఉ-త్రి సుందరభ్రూయుక్తః॥

సుభ్రూః-ఊ-సీ-నారీ॥

సుమమ్-అ-న-పుష్పమ్॥

సుమః-అ-పు-చంద్రః-౨నభః॥

సుమఙ్గలా-ఆ-సీ-వాయసోలీ-౨అర్హాతాం మాతా॥

సుమంగలా-ఆ-త్రి-అతిశయక్షేమయుక్తే॥

సుమతః-అ-త్రి-సుందరజ్ఞానవిషయః॥

సుమతిః-ఇ-పు-వర్తమానకల్పీయార్హద్భేదః-౨భూతకల్పీయార్హద్భేదః॥

సుమతిః-ఇ-సీ-శోభనమతౌ-౨విష్ణుయశసః పత్నీ॥

సుమతిః-ఇ-త్రి-సుందరమతియుక్తే॥

సుమదనః-అ-పు-ఆమ్రవృక్షః॥

సుమదాత్మజా-ఆ-సీ-అప్సరసః॥

సుమధురమ్-అ-న-అత్యర్థమధురవాక్యమ్॥

సుమధురః-అ-పు-జీవశాకః॥ తె॥ జీవశాకము.

సుమధురః-అ-త్రి-అతిశయమధురరసయు
సుమనః-అ-త్రి-మనోహరే॥ (క్తే॥

సుమనః-స్-న-పుష్పమ్॥

సుమనః-స్-త్రి-శోభనమనోయుక్తే॥

సుమనః-అ-పు గోధూమః-౨ధుస్తూరః॥

సుమనఃపత్రికా-ఆ-సీ-జాతీపత్రికా॥

సుమనఃఫలమ్-అ-న-జాతీఫలమ్॥

సుమనఃఫలః-అ-పు-కపిత్థవృక్షః॥ తె॥ వెలగ
సుమనసః-స్-సీ-పుష్పమ్ భూమ్ని॥ (చెట్టు.

సుమనా-ఆ-సీ జాతీపుష్పవృక్షః॥

సుమనాః-స్-పు-వేదః-౨సాంగవేదాధ్యాయీ-౩పూతికరంజః-౪నింబః-౫మహాకరంజః-౬గోధూమః॥

సుమనాః-స్-సీ-స్వర్ధేనుభేదః-౨మాలతీ-౩ప్రకీర్యః-౪శతపత్రీ-౫పుష్పమ్॥ తె॥ ౨జాజి-౩నెమలడుగుమ్రాను-౪చేమంతిచెట్టు.

సుమనోరజః-స్-న-పుష్పరజః॥

సుమన్తుః-ఉ-పు-మునివిశేషః॥
సుమన్తుః ఉ-త్రి-అత్యపరాధిని॥
సుమన్త్రిః-అ-పు - కల్కిదేవస్య జ్యేష్ఠభ్రాతా॥
సుమన్దా-ఆ-స్త్రీ-వృత్తమల్లికా-౨రుద్రజటా-౩రోచనా-౪స్త్రీభేదః॥ తె॥ ౧బొడ్డుమల్లె-౨రుద్రజెడ.
సుమన్యుః-ఉ-పు-శివః॥
సుమావః-అ-పు బర్బరః॥ తె॥ బొబ్బర్లు.
సుమిత్రః-అ-పు-రాజభేదః॥
సుమిత్రభూః-ఊ-పు-సగరః-సతుజినానాంచక్రవర్తిభేదః॥
సుమిత్రా-ఆ-స్త్రీ-దశరథపత్నీ॥
సుముఖమ్-అ-న-నఖక్షతవిశేషః- ౨ఉత్తమాస్యంచ॥
సుముఖః-అ-పు-గరుడపుత్రః-౨గణేశః-౩శాకభేదః-౪నాగభేదః-౫పండితః- ౬సితార్జకః-౭వనబర్బరికా-౮బర్బరః॥
సుముఖః-అ-త్రి-మనోజ్ఞః- ౨సుందరాననః॥
సుముఖసూః-ఊ-పు-గరుడః-౨ఉత్తమాననపుత్రపిశాచ॥
సుముఖా-ఆ-స్త్రీ-సుందరీనారీ - ౨సుముఖాశాలాదర్పణః॥
సుముఖీ-ఈ-స్త్రీ-నగ్నచ్ఛదా ॥ తె॥ నల్లవిష్ణుక్రాంతచెట్టు.
సుముష్టిః-ఇ-పు-విషముష్టిక్షుపః॥
సుమూలః-అ-పు-శ్వేతశిగ్రుః॥
సుమూలకమ్-అ-న-గర్జరమ్॥
సుమూలా-ఆ-స్త్రీ-శాలపర్ణీ-౨పృశ్నిపర్ణీ॥
సుమూలా-ఆ-త్రి-సుందరమూలయుక్తః॥
సుమెఖలః-అ-పు-ముంజః॥
సుమెఖలః-అ-త్రి-శోభనమెఖలాయుక్తః॥
సుమేధాః-స్-(త్రి)-సుబుద్ధిః॥
సుమెధాః-స్-స్త్రీ-జ్యోతిష్మతీ॥
సుమెధ్యః-అ-పు-మత్స్యభేదః॥
సుమెరుః-ఉ-పు-మెరుపర్వతః-౨శంకరః॥
సుమెరుః-ఉ-త్రి-ఉత్తమః॥
సుమ్బలుణ్ఠః-అ-పు-కర్పూరకః॥
సుమ్హః-అ-పు-దేశవిశేషః॥
సుయామునః-అ-పు- విష్ణుః-౨వత్సరాజః-౩ప్రాసాదః-౪అద్రివిశేషః-౫మెఘవిశేషః॥
సుయోధనః-అ-పు-దుర్యోధనః॥
సురః-అ-పు-దేవః-౨పండితః॥
సురకరీన్ద్రదర్పాపహా-ఆ-స్త్రీ-గంగా॥
సురకారుః-ఉ-పు-విశ్వకర్మా॥
సురకృతా-ఆ-స్త్రీ-గుడూచీ॥
సురక్తః-అ-త్రి-శోభనరాగయుక్తః-౨అతిశయరక్తవిశిష్టః-౩అత్యనురక్తః॥
సురక్తకః-అ-పు-కోశామ్రః-౨స్వర్ణగైరికం
సురఖణ్డనికా-ఆ-స్త్రీ-వీణాభేదః - సురమండలికాఇతిపాఠాంతరమ్॥
సురగణ్డః-అ-పు-రోగవిశేషః॥
సురగురుః-ఉ-పు-బృహస్పతిః॥
సురగ్రామణీః-ఈ-పు-ఇంద్రః॥
సురజ్జనమ్-అ-న-హింగులమ్-౨పత్తంగమ్॥
సురజ్జః-అ-పు- శిగ్రుః-౨నాగరంగః- ౩గక్తవిశేషః॥ తె॥ ౧మునుగచెట్టు.
సురజ్జదమ్-అ-న-పత్తంగమ్॥
సురజ్జధాతుః-ఉ-పు-గైరికమ్॥
సురజ్జయుక్-జ్-పు-సురంగంకృత్వాఅపహారతియః॥
సురజ్జా-ఆ-స్త్రీ-కైవర్తికా- ౨స్ఫటికః-౩సంధిరంధ్రికా॥ తె॥ ౧కైవర్తికముచెట్టు-౨కన్నము.
సురజ్జికా-ఆ-స్త్రీ-మూర్వా॥
సురజ్జీ-ఈ-స్త్రీ-కాకనాసా-౨రక్తశోభాంజనః

సురజఃఫలః-అ-పు-పనసవృక్షః॥
సురజనీ-ఈ-సీ-రాత్రిః॥
సురజ్యేష్ఠః-అ-పు-చతుర్ముఖః॥
సురజ్ఞనః-అ-పు-గువాకవృక్షః॥
సురతమ్-అ-న-సంగమః॥
సురతః-అ-త్రి-దయాళుః॥
సురతతాలీ-ఈ-సీ-దూతీ-౨శిరఃస్రక్॥
సురతరుః ఉ-పు-రుచకా-౨దేవతరుః॥ తె॥ ౧ ఇల్లిందచెట్టు-
సురతా-ఆ-సీ-దేవత్వమ్-౨సురసమూహః॥
సురతోషకః-అ-పు-కౌస్తుభమణిః॥
సురతోషకః-అ-త్రి- దేవప్రీతికారకే॥
సురథః-అ-పు- చంద్రవంశీయరాజవిశేషః॥
సురదారు-ఉ-న-దేవదారు॥
సురదీర్ఘికా-ఆ-సీ-ఆకాశగంగా॥
సురదున్దుభీ-ఈ-సీ-తులసీ॥
సురద్రుమః-అ-పు-దేవనలః-౨దేవదారు-చ॥
సురద్విట్-శ్-పు-రాక్షసః॥
సురద్విపః-అ-పు-దేవహస్తీ॥
సురధనుః-స్-న-ఇంద్రధనుః॥
సురధూపః-అ-పు-సర్జరసః॥
సురనదీ-ఈ-సీ-గంగా॥
సురనన్దా-ఆ-సీ-నదీవిశేషః॥
సురనాలః-అ-పు-దేవనలః॥
సురనిమ్నగా-ఆ-సీ-గంగానదీ॥
సురనిర్గన్ధమ్-అ-న-పత్రకమ్॥
సురపతిః-ఇ-పు-ఇంద్రః॥
సురపథమ్-అ-న-ఆకాశమ్॥
సురపర్ణమ్-అ-న-దేవపర్ణమ్॥ తె॥ మాచిపత్రి
సురపర్ణికః-అ-పు-సురపున్నాగః॥
సురపర్ణికా-ఆ-సీ-పున్నాగః॥
సురపర్ణీ-ఈ-సీ-పలాశీ॥
సురపాదపః-అ-పు-కల్పవృక్షః॥ (చెట్టు.
సురపాదిః-ఇ-పు-కాకాంగః॥ తె॥ సురపాది
సురపున్నాగః-అ-పు-పున్నాగవృక్షవిశేషః॥
సురపురీ-ఈ సీ-అమరావతీ॥
సురప్రియః-అ-పు- నమేరుః-౨ఇంద్రః-౩సురాచార్యః॥ తె॥ ౧పొన్నచెట్టు.
సురప్రియా-ఆ-సీ-అతసీ॥ తె॥ నల్లఅగసిచెట్టు
సురభి-ఇ-న- స్వర్ణమ్-౨గంధాశ్మ-౩సుందరః-౪సాధుగంధః॥
సురభిః-ఇ-పు-వసంతర్తుః- ౨నీపవృక్షః-౩చంపకవృక్షః-౪చైత్రమాసః-౫స్వర్ణమ్-౬జాతీఫలమ్॥ తె॥ ౨మొగులుకడిమిచెట్టు.
సురభిః-ఇ-సీ-స్వర్గెను భేదః-౨మురా-౩సల్లకీవృక్షః- ౪తులసీ-౫మాతృభేదః॥ తె॥ ౨మురయనెడుఓషధి- ౩అందుగుచెట్టు.
సురభిః-ఇ-త్రి-ఘ్రాణతర్పణగంధకద్రవ్యమ్ ౨సౌమ్యః-౩మనోజ్ఞః॥
సురభికా-ఆ-సీ-స్వర్ణకదలీ॥
సురభిగన్ధిః-ఇ-త్రి-శోభనగంధయుక్తః॥
సురభిచ్ఛదః-అ-పు-కృష్ణనింబః॥ తె॥ కరివేప చెట్టు.
సురభిత్రిఫలా-ఆ-సీ-జాతీపూగలవంగఫల త్రయమ్॥
సురభిత్వక్-చ్-న-బృహదేలా॥
సురభిదారుః-ఉ-పు-సరళవృక్షః॥
సురభిపత్రా-ఆ-సీ- జంబూవృక్షః-౨రాజజంబూః॥
సురభిప్రదమ్-అ-న-శుంఠీ॥
సురభిప్రియా-ఆ-సీ-వార్షికమల్లికా॥
సురభిబాణః-అ-పు-మన్మథః॥
సురభివరిష్ఠా-ఆ-సీ-హరితపత్రికా॥ తె॥ వచ్చాకుచెట్టు.
సురభివల్కలమ్-అ-న-గుడత్వక్॥
సురభిస్రవా-ఆ-సీ-సల్లకీ॥
సురభీ-ఈ-సీ-సుగంధిః-౨సల్లకీ౩గోమాతా
సురభీరసా-ఆ-సీ-సల్లకీవృక్షః॥
సురభూరుహః-అ-పు-దేవదారుః॥

సురమృత్తికా-ఆ-సీ-తువరీ॥
సురమెదా-ఆ-సీ-మహామెదా॥
సురర్షిః-ఇ-పు-నారదాదిః॥
సురలతా-ఆ-సీ-మహాజ్యోతిష్మతీ॥
సురలా-ఆ-సీ-గంగా- ౧నదీవిశేషః॥
సురలాసికా-ఆ-సీ-వంశీవాద్యమ్॥
సురలోకః-అ-పు-స్వర్గః॥
సురవర్తిన్-న-కిణ్వమ్॥ తె॥పిల్యమనెడుచెట్టు
సురవర్త్మన్-న-ఆకాశమ్॥
సురవల్లభా-ఆ-సీ-శ్వేతదూర్వా॥
సురవల్లీ-ఈ-సీ-తులసీ॥
సురవైరిన్-పు-అసురః॥
సురశాఖిన్-పు-కల్పవృక్షః॥
సురశ్రేష్ఠా-ఆ-సీ-బ్రాహ్మీ॥
సురసమ్-అ-న-బోలమ్-౧త్వచమ్-౩గంధతృణమ్-౪తులసీ॥
సురసః-అ-పు-వర్ణాసః॥ తె॥గగ్గెరచెట్టు.
సురసః-అ-త్రి-సమధురః॥
సురసఖః-అ-పు-చూతవృక్షః॥
సురసద్మన్-న-స్వర్గః॥
సురసమ్భవా-ఆ-సీ-ఆదిత్యభక్తా॥
సురసరిత్-త్-సీ-గంగా॥
సురసర్షపకః-అ-పు-దేవసర్షపః॥
సురసా-ఆ-సీ-సురసానదీ- ౧మహాశతావరీ-౩నాకులీ-౪మహాజంబూః-౫తులసీ- ౬ఇంద్రసభా॥ తె॥ ౧పెద్దపిల్లిపీచరచెట్టు-౩సర్పాక్షీచెట్టు-౪పెద్దనేరేడుచెట్టు-౫తులసిచెట్టు-౬ఇంద్రునిసభ.
సురసాష్టః-అ-పు-వృక్షగణవిశేషః॥
సురసిన్ధుః ఉ-సీ-గంగా॥
సురసున్దరీ-ఈ-సీ-అప్సరసః-౧దుర్గా- ౩యోగినీవిశేషః॥
సురా-ఆ-సీ-కాదంబరీ-౧పరభృత్- ౩శారికా-౪భారలీ-౫చషకః॥ తె॥౧కల్లు- ౫కోయిల.
సురాః ఐ-ద్వ-శోభనధనవాన్॥
సురాకపిః-ఇ-పు-మన్మథసుతః॥
సురాకరః-అ-పు-సురాసముద్రః-౧నారికెళవృక్షః॥
సురాఙ్గనా-ఆ-సీ-అప్సరసః-౧దేవపత్నీ॥
సురాచార్యః-అ-పు-బృహస్పతిః॥
సురాజకః-అ-పు-భృంగరాజః॥
సురాజన్-పు-శోభనోరాజా॥
సురాజా-ఆ-సీ-రాజ్యకర్త్రి(స్త్రీ)॥
సురాజీవిన్-పు-శౌండికః॥ తె॥కబ్బిలివాఁడు
సురాపః-అ-త్రి-సురాపానకర్తా॥
సురాపగా-ఆ-సీ-గంగా॥
సురాపా-ఆ-సీ-వార్షికమల్లికా॥
సురాపాణాః-అ-పు పూర్వదేశస్థః- బహువచనాంతోయమ్॥
సురాపానమ్-అ-న-అవదంశః-౧మద్యపానమ్॥
సురాపిన్-పు-వరుణః॥
సురాఫలః అ-పు-నారికెలవృక్షః॥
సురాభాగః-అ-పు-సురాయాఅగ్రభాగః॥
సురామః-అ-పు-రాజామ్రః॥ తె॥ రాచమామిడిచెట్టు.
సురామణ్డః-అ-పు-శారోత్తమః॥ తె॥ కల్లుమీఁదినురుగుతెట్టు.
సురారిః-ఇ-పు-దానవః-౧యక్షః-౩పిశాచః ౪ఝిల్లీరవః-౫భల్లూకః ॥ తె॥ ౫ఎలుగుమంటి.
సురార్హమ్-అ న-సువర్ణమ్- ౧హరిచందనమ్॥ తె॥౧బంగారము.
సురాలయః-అ-పు-మెరుః-౧స్వర్గః- ౩మద్యగృహమ్॥

సురాష్ట్రః-అ-పు-దేశవిశేషః॥

సురాష్ట్రజమ్-అ-న-తువరికా ॥ తె॥ తొవరి మన్ను.

సురాష్ట్రజః-అ-పు-కృష్ణముద్గః- ౨విషభేదః॥

సురాష్ట్రజః అ-త్రి-తద్దేశజాతే॥

సురాహ్వః-అ-పు-దేవదారు- ౨హరిద్రవృక్షః-౩మరువకః॥

సురాహ్వయమ్-అ-న-దేవదారువృక్షః॥

సురి-ఇ-త్రి-శోభనధనవత్॥

సురీ-ఈ-సీ-సురా॥ తె॥కల్లు.

సురుఙ్గః-అ-పు-శోభాంజనః॥

సురుఙ్గా-ఆ-సీ-సురంగా॥

సురుఙ్గాహిః-ఇ-పు-చౌరవిశేషః॥

సురూపమ్-అ-న-తూలమ్॥

సురూపః-అ-త్రి-మనోజ్ఞః-౨బుధః॥

సురూపా-ఆ-సీ-శాలపర్ణీ-౨భార్గీ॥

సురూహకః-అ-పు-గర్దభాఖ్యాశ్వః॥

సురేజ్యః-అ-పు-బృహస్పతిః॥

సురేజ్యా-ఆ-సీ-తులసీ॥

సురేన్ద్రః అ-పు-ఇంద్రః॥

సురేన్ద్రజిత్-త్-పు-గరుడః- ౨ఇంద్రజిచ్చ॥

సురేభమ్-అ-న-రంగమ్॥

సురేవటః-అ-పు-రామపూగః॥

సురేశ్వరః-అ-పు-రుద్రః॥

సురేశ్వరీ-ఈ-సీ-స్వర్గగంగా-౨దుర్గా॥

సురేష్టః-అ-పు-శివమల్లీ-౨శాలః-౩సురపున్నాగః॥

సురేష్టా-ఆ-సీ-బ్రాహ్మీ॥

సురోత్తమః-అ-పు-సూర్యః-౨దేవశ్రేష్ఠశ్చ॥

సురోత్తరః-అ-పు-చందనమ్॥

సురోదః-అ-పు-సురాసముద్రః॥

సులక్షణా-ఆ-సీ-ఉమాసఖీవిశేషః॥

సులక్షణా-ఆ-త్రి-సుందరలక్షణయుక్తే॥

సులభః-అ-త్రి-సుఖలభ్యః॥

సులభా-ఆ-సీ-ధూమ్రపత్రా-౨మాషపర్ణీ॥ తె॥౧పొగచెట్టు.

సులోచనః-అ-పు-హరిణః-౨దుర్యోధనః॥

సులోచనః-అ-త్రి-శోభననేత్రః॥

సులోచనా-ఆ-సీ-మాధవరాజపత్నీ॥

సులోమశా-ఆ-సీ-కాకజంఘా॥

సులోమశా-ఆ-త్రి-శోభనలోమయుతే॥

సులోమా-ఆ-సీ-తామ్రవల్లీ-౨మాంసచ్ఛదా॥

సులోహకమ్-అ-న-పిత్తలమ్॥

సులోహితః-అ-పు-సుందరరక్తవర్ణే॥

సులోహితా-ఆ-సీ-అగ్నిజిహ్వావిశేషః॥

సులోహితా-ఆ-త్రి-తద్వతి॥

సువః-స్-౦-స్వర్గలోకః॥

సువక్త్రః-అ-పు-వనబర్బరీ-౨సుందరాననే-(త్రి)॥

సువచనమ్-అ-న-సుప్రలాపః ॥ తె ॥ మంచి మాట.

సువచనీ-ఈ-సీ-దేవీవిశేషః॥

సువచాః-స్-త్రి-వాగ్మీ॥

సువజ్రకమ్-అ-న-రామకార్ముకమ్॥

సువతంసకః-అ-పు-వాసంతీ-౨మదనోత్పలమ్॥ తె॥౧పూలగురివెంద.

సువనః-అ-పు-చంపకః-౨సూర్యః-౩అగ్నిః-౪చంద్రః॥

సువయాః-స్-సీ-ప్రౌఢాస్త్రీ॥

సువర్చకః-అ-పు-స్వర్జికాక్షారః॥

సువర్చలః-అ-పు-దేశవిశేషః॥

సువర్చలా-ఆ-సీ-బ్రాహ్మీ-౨సూర్యపత్నీ-౩అతసీ-౪సూర్యముఖీపుష్పమ్-౫ఆదిత్యభక్తా॥

సువర్చాః-స్-త్రి-శోభనతేజోవిశిష్టః॥

సువర్చికః-అ-పు-స్వర్జికాక్షారః॥

సువర్చికా-ఆ-సీ-జతుకా॥

సువర్చిన్-న్-పు-స్వర్జికాక్షారః॥

సువర్ణమ్-అ-న-హేమ-౨విత్తమ్-౩కర్షమాత్రమ్-౪హరిచందనమ్-౫స్వర్ణగైరికమ్ ౬నాగకేసరమ్॥

సువర్ణః-అ-(సీ)-హేమ్నోంతః - సచఅశీతిరత్తికాపరిమితస్వర్ణమ్ - ౨కర్షంసువర్ణస్య సువర్ణసంజ్ఞమ్-౩కర్షపరిమాణమ్॥

సువర్ణః-అ-త్రి-సుప్రభః॥

సువర్ణః- అ- పు - గుచ్ఛపత్రః-౨షోడశాద్యమాషకతులామానహేమ- ౩యజ్ఞవిశేషః-౩ధుస్తూరః-౪కణగుగ్గులుః॥ తె॥ ౧ప డాకులపొన్నచెట్టు.

సువర్ణకమ్-అ-న- గంధశాకమ్॥ తె॥ సునర్ణశాకము.

సువర్ణకమ్-అ-త్రి-సుందరవర్ణయుక్తే॥

సువర్ణకః అ-పు-ఆరగ్వధః॥ తె॥ తేలచెట్టు.

సువర్ణకదలీ-ఈ సీ-కదలీవిశేషః॥

సువర్ణకారః-అ-పు-స్వర్ణకారః॥

సువర్ణగైరికమ్-అ-న-గైరికవిశేషః॥

సువర్ణనకులీ-ఈ సీ-మహాజ్యోతిష్మతీ॥

సువర్ణపుష్పః-అ-పు-రాజతరుణీ॥

సువర్ణప్రసరమ్-అ-న-ఏలవాలుకమ్॥

సువర్ణబిన్దుః-ఉ-పు-విష్ణుః॥

సువర్ణయూథీ ఈ-సీ-పీతవర్ణయూథికా॥

సువర్ణవణిక్ జ్ పు-జాతివిశేషః॥

సువర్ణవర్ణః-అ-పు-విష్ణుః॥

సువర్ణవర్ణః-అ-త్రి-సువర్ణవర్ణయుక్తే॥

సువర్ణవర్ణా-ఆ-సీ-హరిద్రా॥ తె॥ పసపు.

సువర్ణా-ఆ-సీ హరిద్రా-౨కృష్ణాగురు-౩వాట్యాలకః-౪స్వర్ణక్షీరీ॥

సువర్ణాఖ్యః-అ-త్రి-నాగకేసరః- ౨ధుస్తూరవృక్షః॥

సువర్ణీ-ఈ-సీ-ఆఖుకర్ణీ॥

సువల్లిః-ఇ సి-సోమరాజీ॥

సువల్లీ-ఈ-సీ-అవల్గుజః॥ తె॥ కాలుగచ్ఛచెట్టు

సువసన్తః-అ-పు-చైత్రావలీ-౨సుందరవసంతకాలః- ౩సుజాతీయవసంతరోగశ్చ॥

సువసన్తకః-అ-పు-వాసంతీ-౨మదనోత్సవః

సువహః-అ-త్రి-సుఖవాహ్యః- ౨సమ్యగ్వాహః॥

సువహా- ఆ- సీ- శేఫాలికా-౨రుద్రజటా-౩నాకులీ-౪సర్పాక్షీ-౫హంసపాదీ-౬సల్లకీ ౭రాస్నా-౮గంధనాకులీ॥ తె॥ ౧నల్లవావిలిచెట్టు-౨రుద్రజడచెట్టు-౫హంసపాదిచెట్టు-౬అందుగుచెట్టు-౭పిరంగిచెక్క-౮దుంపరాస్నము.

సువాసః-పు- శోభనగంధః-౨ఉత్తమనివాసః॥ సచెట్టు.

సువాసకః-అ-పు-ఉర్వారుః॥ తె॥ నక్కదో

సువాసినీ- ఈ-సీ- కృష్ణవృంతా-౨చిరంటీ॥ తె॥ ౧పాదరిచెట్టు-౨పేరంటముఁజేయు చున్నయాఁడుది.

సువిద్-ద్-పు-పండితః॥

సువిద్-ద్-సీ-గుణయుక్తానారీ॥

సువిదః-అ-పు సౌవిదః-౨రాజా॥

సువిదత్-త్-పు-రాజా॥

సువిదత్రమ్-అ-త్రి-కుటుంబః॥

సువిదల్లమ్-అ-న-అంతఃపురమ్॥

సువిదల్లా-ఆ సీ-ఊఢానారీ॥

సువిధిః-ఇ-పు-అర్హద్విశేషః- ౨ఉత్తమవిధానంచ॥

సువినీతః-అ-త్రి- అతిశయవినయవిశిష్టే॥

సువినీతా-ఆ-సీ-సుకరాగౌః॥

సువీరకమ్-అ-న-సౌవీరాంజనమ్॥

సువీరామ్లమ్-అ-న-కాంజికమ్॥

సువీర్యమ్ అ-న - బదరీఫలమ్ - ౨ఉత్తమవీర్యంచ॥

సువీర్యా-ఆ-సీ-వనకార్పాసీ॥

సువృత్తమ్-అ-త్రి-వర్తులమ్॥ తె॥ గుండ్రనిది.

సువృత్తః-అ-పు- సూరణః - ౨సుందరవర్తులశ్చ॥

సువృత్తా-ఆ-సీ-శతపత్రీ- ౨కాకలీద్రాక్షా॥

సువేగా ఆ-సీ-మహాజ్యోతిష్మతీ॥

సువేలః-అ-త్రి- ప్రణతః -౨శాంతః - ౩శైలభేదః॥

సువేశః-అ-పు- శ్వేతేక్షుః॥

సువేషః-అ-త్రి-సుందరవేషయుక్తే॥

సువేషీ-న్-త్రి-సుందరవేషయుక్తః॥

సువ్రతః-అ-త్రి-శోభనవ్రతయుక్తే॥

సువ్రతః అ-పు- భావికల్పీయార్హద్విశేషః- ౨వర్తమానకల్పీయార్హద్విశేషః॥

సువ్రతా-ఆ-సీ-సుఖసందోహ్యాగౌః-౨శోభనవ్రతా- ౩వర్తమానకల్పీయపంచదశజినమాతా॥ తె॥ ౧తిన్నగాపిదుకనిచ్చెడియావు.

సుశర్మా-ఆ-సీ-మైథునవర్తినీస్త్రీ॥

సుశర్మా-న్-త్రి-శోభనసుఖవిశిష్టే॥

సుశర్మా-న్-సీ-మైథునవర్తినీస్త్రీ॥

సుశర్మా-న్-పు-రాజవిశేషః- ౨నిందితబ్రాహ్మణవిశేషః॥

సుశల్యః-అ-పు-ఖదిరః॥

సుశాకమ్-అ-న ఆర్ద్రకమ్॥

సుశాకః-అ-పు-చుంచురః॥ తె॥ ఎలుకజీడిచెట్టు.

సుశాన్తా-ఆ-సీ-శశిధ్వజరాజపత్నీ॥

సుశిఖః-అ-పు-అగ్నిః॥

సుశిఖః-అ-త్రి-ఉత్తమశిఖాయుక్తే॥

సుశిఖా ఆ-సీ-మయూరశిఖా॥

సుశీతః అ-త్రి-శీతవస్తు॥

సుశీతమ్-అ-న-పీతచందనమ్-౨అతిశయశీతంచ॥

సుశీతమ్-అ-త్రి-తద్వతి॥

సుశీతః-అ-పు-హ్రస్వప్లక్షః॥

సుశీతలమ్-అ-న-గంధతృణమ్॥

సుశీతలమ్-అ-త్రి-అతిశీతగుణవిశిష్టే॥

సుశీతా-ఆ-సీ-శతపత్రీ॥

సుశీమః అ-పు-శీతగుణః-౨తద్వతి-త్రి॥

సుశీలః-అ-పు-చోళరాజః॥

సుశీలః-అ-త్రి-శోభనశీలవిశిష్టే॥

సుశీలతా-ఆ-సీ-సత్స్వభావః॥

సుశీలా-ఆ-సీ-స్వర్ధేనుభేదః-౨యమభార్యా

సుశీవికా-ఆ-సీ-వారాహీకందః॥

సుశ్రీకా-ఆ-సీ-సల్లకీ॥

సుశ్రీకా-ఆ-త్రి-సుందరశ్రీయుక్తే॥

సుశ్రుతః-అ-పు-విశ్వామిత్రమునిపుత్రః॥

సుషమః-అ-త్రి-మనోహరః-౨సమః॥

సుషమా-ఆ సీ అధికకాంతిః-౨జినానాంకాలభేదః॥

సుషవీ-ఈ-సీ-కారవెల్లః-౨పానీయవల్లీ- ౩కారవీ॥ తె॥ ౧కాకరచెట్టు-౨ఆరెచెట్టు. ౩నల్లజీలకఱ్ఱ.

సుషిః-ఇ-సీ-రంధ్రమ్-౨శోషః॥

సుషిమః-అ-త్రి-శీతవస్తు-౨మనోహరః॥

సుషిమః-అ-పు-పన్నగాంతరమ్॥

సుషిరమ్-అ-న-పూరకమురల్యాదివాద్యమ్-౨రంధ్రమ్॥

సుషిరమ్-అ-త్రి-సరంధ్రమ్॥

సుషిరః-అ-పు-అనలః॥

సుషిరా-ఆ-సీ-నలీ॥ తె॥ గువ్వగుత్తిగడ్డి.

సుషీమః-అ-పు-సర్పవిశేషః-౨చంద్రకాంతమణిః॥

సుషీమః-అ-త్రి-శీతగుణయుక్తః-౨మనోజ్ఞః

సుషుప్తమ్-అ-న-సుషుప్త్యవస్థా॥

సుషుప్తిః ఇ-సీ-సత్త్వప్రధానం-అజ్ఞానమ్-౨అవస్థావిశేషః-౩సునిద్రా చ॥

సుషుమ్నా-ఆ-సీ- మేరుదండబాహ్యేడా పింగలానాడీమధ్యస్థనాడీవిశేషః॥

సుషేణః-అ-పు-వేతసః-౨కరమర్దకః-౩విష్ణుః ౪సుగ్రీవః-౫వైద్యః॥ తె॥ ౧ప్రబ్బచెట్టు-౨ఓకచెట్టు.

సుషేణికా-ఆ-సీ-కృష్ణత్రివృతా॥ తె॥ నల్లతే గడచెట్టు.

సుషేణీ-ఈ-సీ-త్రివృత్॥

సుషోమా-ఆ-సీ-నదీభేదః॥

సుష్ఠు-ఉ-౦-నిర్భరమ్-౨ప్రశంసనమ్ - ౩ప్ర కారః ౪యోగః-౫చింతనమ్ - ౬సుమ తిః-౭కోమలార్థః॥ తె॥ ౧లెస్స-మిక్కిలి న్ని-౫యోగ్యముగా.

సుష్మమ్-అ-న-రజ్జుః॥

సుసంయతః-అ-త్రి- యథావిధిసంయమవి శిష్టః॥

సుసత్యా-ఆ-సీ-జనకరాజభార్యా॥

సుసమ్పత్-ద్-సీ-సౌభాగ్యమ్॥

సుసహః-అ-త్రి-సుఖసహ్యః॥

సుసారః-అ-పు-రక్తఖదిరః॥

సుసారః-అ-త్రి-అతిశయసారవిశిష్టః॥

సుసారవత్-త్-న-స్ఫటికమ్॥

సుసికతా-ఆ-సీ-శర్కరా - ౨ఉత్తమవాలు కాచ॥

సుసీమా-ఆ-సి-వృత్తార్హస్మితా- ౨ఉత్తమ సీమాచ॥

సుస్థః-అ-త్రి-సుఖేనతిష్ఠతియః-అరోగీ॥

సుస్థతా-ఆ-సీ-ఆరోగ్యమ్॥

సుస్థిరః-అ-త్రి-స్థిరతరః॥

సుస్నా-ఆ-సీ-శమీధాన్యభేదః॥

సుస్నాతః-అ-పు-యజ్ఞాంతస్నానకృత్ - ౨ సుందరరూపకృతస్నానే-త్రి॥

సుస్మితః-అ-త్రి-సుందరఈషద్ధాస్యయుక్తః॥

సుస్మితా-ఆ-సి-స్త్రీభేదః॥

సుస్రవా-ఆ-సీ-సల్లకీ॥ తె॥ అందుగుచెట్టు.

సుహస్తిః-ఇ-పు-బౌద్ధభేదః॥

సుహితః-అ-త్రి-విహితః-౨తృప్తః॥

సుహితా-ఆ-సీ-అగ్నిజిహ్వావిశేషః॥

సుహృత్-ద్-పు-మిత్రమ్ - ౨రాజ్యసప్తాంగ విశేషః॥

సుహృదయః-అ-త్రి-ప్రశస్తమనాః॥

సుహోత్రః-అ-పు-షోడశరాజవిశేషః॥

సూః-ఊ-సీ-ప్రేరణమ్-౨గర్భమోచనమ్॥

సూకః-అ-పు-బాణః-౨వాతః- ౩ఉత్పలమ్॥

సూకరః-అ-పు-వరాహః-౨వ్రీహిభేదః - ౩ కుంభకారః॥ తె॥ ౧అడవిపంది - ౨ధా న్యాదులలోనిభేదము

సూకరీ-ఈ-సీ-వరాహక్రాంతా- ౨సూక రభార్యాచ॥

సూక్తమ్-అ-త్రి-శోభనోక్తివిశిష్టమ్- ౨వే దోక్తస్తోత్రమంత్రాది॥

సూక్తా-ఆ-సీ-శారికా॥

సూక్ష్మమ్-అ-న-అలంకారభేదః- ౨అల్పసూ త్రాదిః-౩కైతవమ్-౪అధ్యాత్మమ్-౫అ ణుః॥ తె॥ ౨సన్నపునూలు మొదలయినది.

సూక్ష్మః-అ-పు-కతకవృక్షః-౨అణుః॥

సూక్ష్మః-అ-త్రి-అల్పః॥ తె॥ సన్నపుది-కొంచ పుదిన్ని.

సూక్ష్మకృష్ణఫలా-ఆ-సీ-మధ్యమజంబువృక్షః

సూక్ష్మతణ్డులః-అ-పు-గసకః॥ తె॥ గసగసాలు

సూక్ష్మతణ్డులా-ఆ-సి-పిప్పలీ॥

సూక్ష్మదః-అ-పు-యమపాశః॥

సూక్ష్మదర్శీ-న్-త్రి-అతిశయబుద్ధిమాన్॥

సూక్ష్మదారు-ఉ-న-తనుకాష్ఠమ్॥

సూక్ష్మపత్రః-అ-పు-ధాన్యకమ్-౨వనజీరకః- ౩దేవసర్షపః-౪లఘుబదరః-౫సువర్ణం

౬వనబర్బరీ- ౭లోహితైతూః- ౮కుక్కుటమ్రః-౯వావలవృక్షః॥
సూక్ష్మపత్రా ఆ-సీ-పరివ్యాధః-౨శీతవీర్యా ౩లఘుబ్రాహ్మీ॥ తె॥ ౧సీటిప్రబ్బచెట్టు-౨జీలుగుచెట్టు-౩లఘుబ్రహ్మిచెట్టు.
సూక్ష్మపత్రికా-ఆ-సీ-శతపుష్పా-౨శతావరీ ౩లఘుబ్రాహ్మీ-౪తూద్రోపోకకీ-౫దురాలభా-౬ఆకాశమాంసీ॥
సూక్ష్మపర్ణా-ఆ-సీ-వృద్ధదారుకభేదః॥
సూక్ష్మవర్ణీ-ఈ-సీ-రామదూతీవృక్షః॥
సూక్ష్మపిప్పలీ-ఈ-సీ-వనపిప్పలీ॥
సూక్ష్మపుష్పీ-ఈ-సీ-యవతిక్తా॥ తె॥ పచ్చమనెడుచెట్టు.
సూక్ష్మఫలః అ-పు-భూకర్బుదారః॥
సూక్ష్మఫలా-ఆ-సీ-భూమ్యామలకీ॥
సూక్ష్మబదరీ-ఈ-సీ-భూబదరీ॥
సూక్ష్మబీజః అ-పు-గసగసః॥ తె॥ గసగసాలు
సూక్ష్మభూతమ్-అ-న-అపంచీకృతాకాశాది భూతమ్॥
సూక్ష్మమక్షికః-అ-పు-మశకః॥
సూక్ష్మమూలా-ఆ-సీ-జయంతీ॥
సూక్ష్మవల్లీ-ఈ-సీ-తామ్రవల్లీ - ౨జతుకా॥
సూక్ష్మవస్త్రమ్-అ-న-అంశుకమ్॥ తె॥ సన్నపుబట్ట.
సూక్ష్మశరీరాణి-అ-న-జ్ఞానేంద్రియపంచకమ్-కర్మేంద్రియపంచకమ్-వాయుపంచకమ్-బుద్ధిమనసీచేతిసప్తదశావయవాని॥
సూక్ష్మశర్కరా-ఆ-సీ-వాలుకా॥
సూక్ష్మశాఖః-అ-పు-జాలబర్బూరః॥
సూక్ష్మశాలిః ఇ-పు-అణుధాన్యవిశేషః॥
సూక్ష్మషట్చరణః-అ-పు-పక్ష్మయూకః॥
సూక్ష్మా-ఆ-సీ-కరణీనామకవృక్షః-౨యూథికా-౩క్షుద్రైలా-౪వాలుకా॥

సూక్ష్మైలా-ఆ-సీ-క్షుద్రైలా॥
సూచః-అ-పు-కుశాంకురః॥
సూచకః-అ-పు-సూత్రధారః-౨జంబుకః-౩జతుకా-౪కాకః ౫శ్వా-౬సూచీ॥ తె॥ ౧మేళనాయకుఁడు.
సూచకః-అ-త్రి-పిశునః॥ తె॥ కొండెగాడు.
సూచనమ్-అ-న-గంధనమ్-జ్ఞాపనమ్॥
సూచనా-ఆ-సీ-వ్యధనమ్-౨అభినయః-౩గంధనమ్-౪దర్శనమ్॥ తె॥ ౨అగపరచడము.
సూచా-ఆ-సీ-సూచీ-౨దర్శనమ్-౩అభినయః ౪వ్యధనమ్॥ తె॥ ౧సూది.
సూచిః-ఇ-సీ-కుశమ్-౨సూచినీ - ౩సురతభేదః-౪కరాద్యభినయః-౫దర్శనమ్॥ తె॥ ౧కుశదర్భగడ్డి-౨సూది.
సూచికః-అ-పు-సూచ్యాజీవతియః॥
సూచికా-ఆ-సీ-సూచిః-౨హస్తిశుండః॥
సూచికాధరః అ-పు-హస్తీ॥
సూచికాభరణమ్-అ-న-ఔషధవిశేషః॥
సూచికాముఖమ్-అ-న-శంఖః॥
సూచికాముఖమ్-అ-త్రి-సూచ్యాస్యే॥
సూచితః-అ-త్రి-కథితః-౨బోధితః॥
సూచినీ-ఈ-సీ-సూచీ-౨రాత్రిః॥ తె॥ ౧సూది-౨రాతిరి.
సూచిపత్రకః-అ-పు-సితావరశాకః॥
సూచిపుష్పః-అ-పు-కేతకవృక్షః॥
సూచిరోమా-న్-పు-వరాహః॥
సూచివదనః-అ-పు-నకులః-౨మశకః॥
సూచివాన్-త్-పు-గరుడః॥
సూచిశాలిః-ఇ-పు-సూక్ష్మశాలిః॥
సూచీ-న్-త్రి-సూచకః॥
సూచీ-ఈ-సీ-కుశమ్-౨సూచినీ-౩సురతభేదః ౪కరాద్యభినయః-౫దర్శనమ్॥ తె॥ ౧కుశదర్భగడ్డి-౨సూది.

సూచీదలః-అ-పు-సితావరః॥
సూచీపత్రా-ఆ-సీ-గండదూర్వా॥
సూచీపుష్పః-అ-పు-కేతకీ॥
సూచీముఖమ్-అ-న-హీరకమ్ - ౨సూచ్యాస్యే-త్రి॥
సూచీముఖః-అ-పు-సితకుశః॥
సూచీరోమా-న్-పు-సూకరః॥
సూచీరోమా-న్-త్రి - సూచీతుల్యలోమవిశిష్టః॥
సూచ్యగ్రస్థూలకః-అ-పు-తృణవిశేషః॥
సూచ్యాస్యః-అ-పు-అభినయహస్తభేదః-౨మూషికః॥
సూచ్యాస్యః-అ-త్రి-సూచీముఖే॥
సూచ్యాహ్వః-అ-పు-సితావరః॥
సూతః-అ-పు-రథసారథిః-౨బ్రాహ్మణస్త్రీక్షత్రియపురుషజాతః-౩పారదః-౪వ్యాసశిష్యః-౫వందీ-౬పౌరోహితః-౭విద్వాన్-౮సత్కవిః-౯క్రమపాఠకః॥ తె॥౧సూతకులము-౩పాదరసము.
సూతః-అ-త్రి-ప్రసూతః-౨ప్రేరితః॥ తె॥ ౧ బిడ్డఁగన్నది.
సూతకమ్-అ-న-జాతమృతాశౌచమ్॥
సూతకః-అ-(సీ)-పారదః॥
సూతకా-ఆ-సీ-సూతికా॥
సూతకాగృహమ్-అ-న-సూతికాగృహమ్॥
సూతతనయః-అ-పు-కర్ణః॥
సూతపుత్రకః-అ-పు-కర్ణః॥
సూతరాట్-జ్-పు-పారదః॥
సూతవేధోద్భవః-అ-పు-సూతవేధజాతసువర్ణమ్॥
సూతిః-ఇ-సీ-స్త్రీపుంభావసంతానః-౨సీవనమ్-౩ప్రసూతిః॥ తె॥౧బిడ్డ-౨కుట్టడము.
సూతికా-ఆ-సీ-నవప్రసూతా॥
సూతికాగృహమ్-అ-న-ప్రసూతిగృహమ్॥ తె॥పురుటిల్లు.
సూతికాభవనమ్-అ-న-ప్రసవగృహమ్॥
సూతికావాసః-అ-పు-ప్రసవగృహమ్॥
సూతికాషష్ఠీ-ఈ-సీ సూతికాగారేజాతబాలకస్యషష్ఠదినేపూజ్యాదేవీవిశేషః॥
సూతిగృహమ్-అ-న-ప్రసవగృహమ్॥
సూతిమాసః-అ-పు-వైజననః॥ తె॥ ప్రసూతియయ్యెడునెల.
సూతీగృహమ్-అ-న-ప్రసవగృహమ్॥
సూత్కారమ్-అ-న-అనుకరణశబ్దవిశేషః॥
సూత్థానమ్-అ-న-౧సుందరోత్థానే॥
సూత్థానః-అ-పు-ఊష్మలః॥ తె॥ శరీరముదాఁచనిబంటు.
సూత్థానః-అ-త్రి-చతురః॥
సూత్వరమ్-అ-న-సురాసంధానమ్॥
సూత్యా-ఆ-సీ-యజ్ఞస్నానమ్-౨సోమలతారసపానమ్॥
సూత్యాశౌచమ్-అ-న-జననాశౌచమ్॥
సూత్రమ్-అ-న-బ్రహ్మసూత్రమ్-౨తంతుః ౩సూచనగ్రంథభేదః-౪వ్యవస్థా॥ తె॥౧జందెము-౨నూలు.
సూత్రకణ్ఠః-అ-పు-బ్రాహ్మణః-౨ఖంజరీటః-౩కపోతః॥
సూత్రకోణః-అ-పు-డమరుః॥
సూత్రకోణకః-అ-పు-డమరుః॥
సూత్రగణ్డికా-ఆ-సీ-తంత్రవాయోపకరణవిశేషః॥
సూత్రతన్తుః-ఉ-పు-సూత్రమ్॥
సూత్రతర్కుటీ-ఈ-సీ-తర్కుటీ॥
సూత్రధరః-అ-పు-సూత్రధారః॥
సూత్రధారః-అ-పు-సూచకః-౨ఇంద్రః-౩నాట్యానంతరసంచారిపాత్రమ్-౪శ

ల్యవ్రభేదః॥ తె॥ ౧ మేళనాయకుఁడు-
సూత్రపుష్పః-అ-పు-కార్పాసః॥
సూత్రభిత్-ద్-పు-సౌచికః॥
సూత్రమధ్యభూః-ఊ-పు-యక్షధూపః॥
సూత్రయన్త్రమ్-అ-న-సూత్రవేష్టనకాష్ఠం
సూత్రలా-ఆ-సీ-తర్కుటీ॥
సూత్రవీణా-ఆ సీ-వీణాభేదః॥
సూత్రవేష్టనమ్ అ-న- త్రసరమ్ ॥ తె॥-నూలుకండె,పట్టెయున్న.
సూత్రామా-న్-పు-ఇంద్రః॥
సూత్రాలీ-ఈ-సీ-గళసూత్రమ్॥
సూత్రీ-న్-పు-కాకః॥
సూత్రీ-న్-త్రి-సూత్రవిశిష్టః॥
సూదః-అ-పు-కర్దమః-౨సూపః-౩సారథ్యమ్ ౪అపరాధః-౫లోధ్రః-౬పాపమ్॥ తె॥ ౭ముద్దపప్పు.
సూదః-అ-త్రి-పాచకః॥ తె॥ అన్నమువండెడు వాఁడు.
సూదనమ్-అ-న-అంగీకరణమ్-౨హననమ్-౩నిక్షేపణమ్॥
సూదనమ్-అ- త్రి-తద్వతి॥
సూదనః-అ-పు-ఘాతుకః-౨ప్రియః॥
సూదశాలా-ఆ సీ-పాకశాలా॥
సూదాధ్యక్షః-అ-పు-పాకశాలాధ్యక్షః॥
సూనమ్-అ-న-పుష్పమ్-౨ప్రసూతిః॥
సూనమ్-అ-త్రి-శూన్యమ్-౨ఫలమ్- ౩జాతః-౪వికసితః
సూనః-అ-పు-అర్కః॥
సూనవాన్-త్-త్రి-జాతః॥
సూనా-ఆ- సీ- అజాదికవధస్థానమ్-౨మేఖలా-౩రశ్మిః-౪నదీ-౫రశనాధఃస్థలమ్-౬హింసా-౭పుత్రీ-౮గలశుండికా॥ తె॥ ౮కొండనాలుక.
సూనీ-న్-పు-వ్యాధః॥
సూనుః-ఉ-పు-సుతః-౨అనుజః-౩సూర్యః-౪దౌహిత్రః-౫సురశ్రేష్ఠః॥
సూనుః-ఊ-సీ-సుతా॥
సూనూః-ఊ-సీ-సుతా॥
సూనృతమ్-అ-త్రి-ప్రియసత్యవాక్-౨ప్రియమ్॥
సూనృతమ్-అ-న-మంగళమ్॥
సూన్మదః-అ-త్రి-ఉన్మత్తః,ఉన్మదిష్ణుః॥
సూన్మాదః-అ-త్రి ఉన్మాదరోగవిశిష్టః॥
సూపః-అ-పు- క్షీరికా-౨వ్యంజనమ్-౩సూపకారః-౪భాండమ్ ౫సాయకమ్॥ తె॥ ౧పాలచెట్టు-౨ముద్దపప్పు.
సూపకల్కః-అ-పు-రసవత్సూపః॥ తె॥ పలచనిపప్పు.
సూపకారః-అ-పు- వల్లవః॥ తె॥పప్పు,కూరలనొండెడు వాఁడు.
సూపధూపనమ్-అ-న-రామఠమ్॥ తె॥ఇంగువ
సూపపర్ణీ-ఈ-సీ-ముద్గపర్ణీ॥
సూపఫాణ్టః-అ-త్రి-సూపఖలభేదః॥ తె॥ చింతపండు వేసిదప్పలముగా కాఁచినపప్పు.
సూపశితః-అ - త్రి- చూర్ణకారసూపః॥ తె॥ కందిపిండికుడుముగావండి పొడుము చేసినది.
సూపశృతః-అ-త్రి-సూపఖలః॥ తె॥ దప్పలముగా కాఁచినపప్పు.
సూపశ్రేష్ఠః అ-పు-ముద్గః॥
సూపాఙ్గమ్-అ-న-హింగు॥
సూమమ్-అ-న క్షీరమ్-౨ఆకాశమ్-౩జలమ్
సూరః-అ-పు-సూర్యః-౨పండితః॥
సూరణః-అ-పు-కందః॥ తె॥కందచెట్టు.
సూరతః-అ-త్రి-దయావాన్॥
సూరసూతః-అ-పు- సూర్యసారథిః॥ తె॥ అనూరుఁడు.
సూరిః-ఇ పు-పండితః-౨సూర్యః॥
సూరీ-ఈ-సీ-రాజసర్షపః॥

సూరిన్-పు-పండితః-౨స్వబుద్ధిజీవకః॥

సూర్క్ష్ణమ్-అ-న-తిరస్కారః-౨ఆదరశ్చ॥

సూర్క్ష్యః-అ-పు-మాషః॥

సూర్క్ష్యా-ఆ-సీ-అసహనమ్॥

సూర్పమ్-అ-(సీ)- శూర్పమ్-౨కుంభపరిమాణమ్॥ తె॥౧చేట-౨కుండెడు,'చేటెడును.

సూర్మిః-ఇ- సీ- స్థూణా - ౨రజితాద్యయఃపర్యంతలోహకృతపుత్తలికా॥

సూర్మీ-ఈ-సీ-శూర్మీ॥

సూర్యః అ-పు- దివాకరః-౨బలిపుత్రః-౩అర్కవర్ణః॥

సూర్యకాన్తః అ-పు-అగ్నిమణిః॥ తె॥సూర్యకాంతమణి.

సూర్యకాన్తిః-ఇ-సీ-పుష్పవిశేషః॥

సూర్యకాలః-అ-పు-దివసః॥

సూర్యకాలానలచక్రమ్ అ-న-నరాణాంశుభాశుభజ్ఞానార్థంనక్షత్రఘటితచక్రవిశేషః॥

సూర్యగ్రహః-అ-పు-సూరః౨సూర్యగ్రహణమ్-౩ రాహుః-౪ కేతుః॥(గ్రహశ్చ॥)

సూర్యజః-అ-పు- సుగ్రీవ వానరః- ౨శని}

సూర్యజా-ఆ-సీ-యమునానదీ॥

సూర్యతనయః-అ పు-శనైశ్చరః-౨యమః॥

సూర్యతనయా-ఆ-సీ-యమునానదీ॥

సూర్యపత్రః-అ-పు-ఆదిత్యపత్రః॥

సూర్యపుత్రః-అ- పు- వరుణః-౨శనిః-౩యమః-౪కర్ణః-౫సుగ్రీవః॥

సూర్యపుత్రీ-ఈ-సీ-విద్యుత్ - ౨యమునా॥

సూర్యఫణిచక్రమ్-అ-న- సర్వకార్యశుభాశుభజ్ఞాపకచక్రవిశేషః॥

సూర్యభక్తః-అ-పు-బంధూకపుష్పవృక్షః॥

సూర్యభక్తః-అ-త్రి-సూర్యపూజకే॥

సూర్యభక్తకః-అ-పు-బంధూకపుష్పవృక్షః॥

సూర్యమణిః-ఇ-పు- సూర్యకాంతమణిః-౨పుష్పవృక్షవిశేషః॥

సూర్యమణ్డలమ్-అ-న- సూర్యసన్నిధివేష్టనమ్-౨సూర్యస్యపరిధిః॥

సూర్యలతా-ఆ-సీ-ఆదిత్యభక్తా॥

సూర్యలోకః-అ-పు-సౌరభువనమ్॥

సూర్యవల్లీ-ఈ-సీ- జాతధాతకీ॥ తె॥సురుగుడుచెట్టు.

సూర్యసంజ్ఞమ్-అ-న-కుంకుమమ్॥

సూర్యసారథిః-ఇ-పు-అరుణః॥ షః॥

సూర్యహృదయమ్-అ-న-సూర్యస్యస్తవవిశే

సూర్యా-ఆ సీ-గవాదనీ- ౨సూర్యభార్యా-౩నవోఢా॥ తె॥౧తెల్లవిష్ణుక్రాంత.

సూర్యార్ఘ్యమ్ అ- న- సూర్యసంప్రదానకార్ఘ్యమ్॥

సూర్యాలోకః-అ-పు ఆతపః॥

సూర్యావర్తః-అ-పు-కుందురుః॥ తె॥ కుందురుష్కమనెడుగ్రంథ్యము.

సూర్యావర్తా-ఆ-సీ-ఆదిత్యభక్తా॥

సూర్యాశ్మా-న్-పు-సూర్యకాంతమణిః॥

సూర్యాశ్వః-అ-పు-వాతాటః॥

సూర్యాస్తమ్-అ న- సూర్యస్యాస్తాచలగమనమ్॥

సూర్యాహ్వమ్-అ-న-తామ్రమ్॥

సూర్యాహ్వమ్-అ-త్రి-సూర్యనామకే॥

సూర్యాహ్వః-అ-పు-అర్కవృక్షః॥

సూర్యేన్దుసఙ్గమః-అ-పు-అమావాస్యాతిథిః

సూర్యోఢః-అ-పు- సూర్యాస్తకాలప్రాప్తాతిథిః-౨అస్తగతసూర్యః॥

సృక్-జ్-పు-సృష్టికర్తా॥

సృకః-అ-పు-కైరవః-౨బాణః-౩పద్మమ్ - ౪వాయుః॥

సృక్కణ్డుః-ఉ-సీ-కండూరోగః॥

సృకాలః అ-పు-శృగాలః॥ తె॥నక్క.
సృక్కన్-న-సృక్కణీ॥
సృక్కమ్-అ-న-సృక్కణీ॥
సృక్కణీ-ఈ-సీ-ఓష్ఠయోః ప్రాంతభాగః॥
సృక్కి-ఇ-న-ఓష్ఠయోః ప్రాంతభాగః॥
సృక్వన్-న-ఓష్ఠప్రాంతభాగః॥
సృక్వమ్-అ-న-ఓష్ఠప్రాంతభాగః॥
సృక్వణీ-న్-న- ఓష్ఠాంతౌ - ద్వివచనాంతోయమ్॥ తె॥ సెలవులు.
సృక్వణీ-ఈ-సీ-ఓష్ఠప్రాంతభాగః॥
సృక్వి-ఇ-న-ఓష్ఠప్రాంతభాగః॥
సృక్విణీ ఇ-న-ఓష్ఠాంతౌ - ద్వివచనాంతోయమ్॥ తె॥ సెలవులు-
సృగ్-జ్-పు-సృష్టికర్తా॥
సృగః-అ-పు-భిండివాలః॥ తె॥ ఇనుపయమ్ముగుఁగలకఱ్ఱ సాగు.
సృగాలః-అ-పు-జంబుకః-౨దైత్యః॥
సృగాలఘంటా-ఆ-సీ-బదర్యాకరః-౨కోకిలాక్షః ౩వజ్రవల్లీ॥ తె॥ ౧తుమ్మచెట్టు-౨గొలిమిడిచెట్టు-౩నల్లేఱుచెట్టు.
సృగాలజమ్బ్వాః-ఊ-సీ-గోతుంబః - ౨ఘోంటాఫలః॥
సృగాలికా-ఆ-సీ-జంబుకః-౨ప్రాసాదః-౩అతిపలాయనమ్॥
సృగాలీ-ఈ-సీ-కోకిలాక్షవృక్షః-౨జంబుకస్త్రీ॥ తె॥ ౧గొలిమిడిచెట్టు.
సృచాంవృక్షః-అ-పు-వికంకతః॥ తె॥ కానరేఁగుచెట్టు.
సృజఃకాక్షారః-అ-పు-సర్జికాక్షారః॥
సృట్-జ్-పు-సృష్టికర్తా॥
సృడ్-జ్-పు-సృష్టికర్తా॥
సృణిః-ఇ పు-శత్రుః॥
సృణిః-ఇ-ద్వ్-అంకుశః-౨అస్త్రమ్॥ తె॥ ౧పనుఁగుఅంకుశము.
సృణికా-ఆ-సి-లాలా॥ తె॥చొంగ.
సృణీ-ఈ-సీ-అంకుశః॥ తె॥అంకుశము.
సృణీకా-ఆ-సీ-లాలా॥ తె॥చొంగ.
సృతః-అ-త్రి-గతః॥
సృతానీ-ఈ-సీ-గాత్రిః॥
సృతిః-ఇ-సీ-మార్గః-౨గమనమ్॥
సృత్వరః-అ-త్రి-గమనకర్తా॥
సృత్వరీ-ఈ-సీ-మాతా-౨గమనకర్త్రీ॥
సృత్వా-ఆ-సీ-విసర్పః-౨వృద్ధిః- ౩ ప్రజాపతిః
సృదరః-అ-పు-సర్పః॥
సృదాకుః-ఉ-పు-వాయుః-౨వజ్రమ్-౩అగ్నిః ౪ప్రతిసూర్యకః-౫మృగః॥
సృదాకుః-ఉ-సీ-నదీ॥
సృపాటః-అ-పు-నదీవిశేషః- ౨పక్షిత్రోటిః-౩అసిధారా-౪పరిమాణభేదః॥
సృపాటికా-ఆ-సీ పక్షిత్రోటిః॥ తె॥పిట్టముక్కు
సృపాటీ-ఈ సీ-నదీవిశేషః-౨పక్షిత్రోటిః-౩అసిధారా-౪పరిమాణభేదః॥
సృప్రః-అ-పు-చంద్రః॥
సృమరః-అ-పు-వాలమృగః॥ తె॥ పెద్దచమరీమృగము.
సృవావృక్షః-అ-పు-వికంకతః॥ తె॥ కానరేఁగుచెట్టు.
సృష్టమ్-అ-త్రి-నిర్మితమ్-౨యుక్తమ్- ౩నిశ్చితమ్-౪బహులమ్-౫భూషితమ్ - ఉత్సృష్టమ్॥
సృష్టిః ఇ సీ-నిర్మాణమ్-౨స్వభావః॥
సృష్టిప్రదా-ఆ-సి-గర్భదాత్రీక్షుపః॥
సెః ఎ-సీ-సేవనమ్॥
సెః-ఎ-త్రి-సేవకః॥
సెకః అ-పు-సేచనమ్॥
సెకపాత్రమ్-అ-న-సెచనమ్॥ తె॥ ఓడలోని నీరు పారఁబోసెడుకఱ్ఱతొట్టె.

సేకిమమ్-అ-న-మూలకమ్॥
సేక్తా-ఋ-పు-భర్తా॥
సేక్తా-ఋ-త్రి-సేచనకర్తా॥
సేక్త్రమ్-అ-న-సేకపాత్రమ్॥
సేచకః-అ-పు-సేక్తా-౨మేఘః॥ తె॥౧తడిపెడువాఁడు.
సేచకః-అ-త్రి-సేకకర్తరి॥
సేచనమ్-అ-న-సేకపాత్రమ్ - ౨పోషణమ్॥ తె॥౧ఓడలోనినీరుపారఁబోసెడుప్రమాణపాత్ర.
సేచనః-అ-పు-ధులిః॥ తె॥ఆఁడుతాబేలు.
సేటుః-ఉ-పు-ఫలవిశేషః॥
సేతికా-ఆ-సీ-కృష్ణలః॥ తె॥ మూఁడుయవలయెత్తు.
సేతుః-ఉ-ద్వి-ఆలిః-౨ప్రకారః- ౩స్రోతః-౪త్రిక్తశాకః-౫చంద్రికా॥ తె॥౧కట్ట- ౪ఉలిమిడిచెట్టు.
సేతుకః-అ-పు-వరుణవృక్షః॥
సేతుభేదీ-న్-పు-దంతీవృక్షః॥
సేతువృక్షః-అ-పు-వరుణవృక్షః॥
సేత్రమ్-అ-న-నిగడః॥
సేధా-ఆ-సీ-ప్రాణివిశేషః॥ తె॥ ఆలుగనెమ్మ జంతువు.
సేధాతుః-ఉ-పు-దృఢకర్పరః॥ తె॥౧౦౧దిప్ప.
సేనా-ఆ-సీ-పృతనా॥ తె॥ చతురంగబలమును దండున్ను. (మూహః॥)
సేనాఙ్గమ్-అ-న- హస్త్యశ్వరథపదాతిస
సేనాచరః-అ-త్రి-సైన్యానుగామీ॥
సేనానీః-ఈ-పు-షణ్ముఖః-౨సేనానాయకః॥
సేనాపతిః-ఇ-పు-కార్తికేయః॥
సేనాముఖమ్-అ-న - త్రిజగత్రిరథనవాశ్వపంచదశపదాతిసేనా॥
సేనారక్షః-అ-పు-సేనారక్షకప్రహరికాదిః

సేన్ద్రిః-అ-పు-దేవః॥
సేఫః-అ-పు-శేఫః॥
సేమన్తీ-ఈ-సీ-పుష్పవిశేషః॥
సేరాహః-అ-పు-పీయూషవర్ణాశ్వః॥
సేరుః-ఉ-త్రి-బంధనకర్తా॥
సేలుః-ఉ-పు-శ్లేష్మాతకః॥ తె॥విరిగిచెట్టు.
సేవమ్-అ-న-సేవిఫలమ్॥
సేవకః-అ-త్రి-అనుజీవీ॥
సేవకః-అ-పు-అనుజీవీ-౨మోదకః- ౩తున్నవాయః॥ తె॥౧అనుసరించిజీవించెడువాఁడు-మంత్రులు మొదలైనవారున్ను - ౨పూరనముఁబెట్టివండినబిల్లకుడుము - ౩చిప్పవాఁడు.
సేవకాలుః ఉ-పు-నిశాభంగావృక్షః॥
సేవధిః-ఇ-పు-పద్మశంఖాదినిధిః॥
సేవనమ్-అ-న-స్యూతిః-౨సేవా॥
సేవనః-అ-పు-అస్థిసంధిభేదః॥
సేవనీ-ఈ-సీ - సూచీ - ౨శరీరావయవసంయోగవిశేషః॥
సేవా-ఆ-సీ-పరిచర్యా॥
సేవి-ఇ-న-ఫలవిశేషః॥
సేవికా-ఆ-సీ-మిష్టాన్నవిశేషః॥
సేవితమ్-అ-న-సేవిఫలే॥
సేవితః-అ-త్రి-సముపాసితగుర్వాదిః - ౨ఆరాధితః-౩ఉపభుక్తః-౪ఆశ్రితః॥
సేవ్యమ్-అ-న-లామజ్జకమ్ ॥ తె॥ తెల్లవట్టివేరు.
సేవ్యః-అ-పు-అశ్వత్థవృక్షః- ౨హిజ్జలవృక్షః॥
సేవ్యః-అ-త్రి-సేవార్హః॥
సేవ్యా ఆ-సీ-వందావృక్షః॥
సైంహః-అ-త్రి-సింహతుల్యః॥
సైంహలీ-ఈ-సీ-సింహపిప్పలీ॥
సైంహికః-అ-పు-రాహుః॥

సైంహికేయః-అ-పు-రాహుగ్రహః॥

సైకతమ్ అ-త్రి-సికతావద్దేశః - ౨సికతావద్ద్రవ్యమ్॥

సైకతమ్-అ-న-నద్యంతరమ్-౨నదీతీరమ్ - ౩ వారిస్థితసైకతమ్॥ తె॥౩ఇసుకదిన్నె.

సైకతికమ్-అ-న-మాతృయాత్రా-౨మంగళసూత్రకమ్॥

సైకతికః-అ-పు-సన్యస్తః-౨తుపణకః॥

సైకతికః-అ-త్రి-సందేహజీవిని॥

సైకతేష్టమ్-అ-న-ఆర్ద్రికమ్॥

సైకతేష్టమ్-అ-త్రి - వాలుకామయప్రియె॥

సైతవాహినీ-ఈ-సీ-బాహుదానదీ॥

సైద్ధాన్తికః-అ-త్రి-సిద్ధాంతజ్ఞః॥

సైనాపత్యమ్-అ-న-సేనాపతెర్భావః - ౨సేనాపతెఃకర్మ॥

సైనాపత్యమ్-అ త్రి-తత్సంబంధిని॥

సైనికః-అ-పు-సేనారతుకః - ౨చతురంగబలమ్॥ తె॥౧దండుకొత్తవాలు.

సైన్ధవమ్-అ-(సీ)-సింధుదెశనదీజాతలవణమ్॥

సైన్ధవః-అ-పు-సింధుదెశజాతాశ్వః॥

సైన్ధవీ-ఈ-సీ-స్వరైనుభేదః॥

సైన్ధీ-ఈ-సీ-తాలాదిరసనిర్యాసః॥

సైన్యమ్-అ-(సీ)-చతురంగబలమ్॥

సైన్యః-అ-పు-విష్ణురథాశ్వభేదః॥

సైమన్తికమ్-అ-న-సిందూరమ్॥

సైరన్ధ్రీ-ఈ-సీ - పరవేశ్మస్థాలంకరణకర్త్రీ- ౨వర్ణసంకరపత్నీ - ౩స్త్రీ- ౪ద్రౌపదీ॥

సైరికః-అ-త్రి-సీరసంబంధిని॥

సైరికః-అ-పు-సీరవాహకః॥ తె॥ నాగంటితోదున్నెడుఎద్దు.

సైరిభః-అ-పు-మహిషః॥

సైరీయః-అ-పు-ఝింటీ॥ తె॥నల్లములుగోరంట

సైరీయకః-అ-పు-ఝింటీ॥

సైరెయః-అ-పు-ఝింటీ॥ తె॥ నల్లములుగోరంట.

సైరెయకః-అ-పు-ఝింటీ॥ తె॥ నల్లములుగోరంటచెట్టు.

సైవాలమ్-అ-న-శైవాలమ్॥ తె॥నాచు.

సోః-ఓ-సీ-పార్వతీ॥

సోకాసః-అ-పు-మృకమరువకః॥ తె॥మృనుకళములమరువము.

సోఢః-అ-త్రి-క్షాంతః॥ తె॥ తుమించబడ్డయవరాధాదికము.

సోఢా-ఋ-త్రి-శక్తః-౨తుమావాన్॥

సోత్కణ్ఠః-అ-త్రి-ఉత్కంఠాయుక్తః॥

సోత్ప్రాసమ్-అ-న-ప్రియవాక్యమ్॥

సోత్ప్రాసః-అ-పు-సశబ్దహాస్యమ్॥

సోత్ప్రాసః-అ-త్రి-సొల్లుంతనవాక్॥ తె॥ ఎత్తిపొడిచెడుమాట.

సోదయమ్-అ-త్రి - ఉదయెనసహవర్తమానమ్-౨వృద్ధియుక్తమ్॥

సోదరః-అ-పు-ఏకోదరభ్రాతా॥

సోదరా-ఆ-సీ-సహోదరాభగినీ॥

సోదర్యః-అ-పు-ఏకోదరభ్రాతా॥

సోభ్రకః-అ-పు-చిత్రసారః॥ తె॥ బిల్లుచెట్టు.

సోనహః-అ-పు-లశునమ్॥

సోన్మాదః-అ-త్రి-భూతాదికృతచిత్తభ్రమసహితః॥

సోపకరణమ్-అ-త్రి-ఉపకరణెనసహవర్తమానమ్॥

సోపకారః-అ-త్రి-ఉపకారవిశిష్టః॥

సోపధమ్-అ-త్రి-సచ్ఛద్మదానాది॥

సోపప్లవః-అ-పు - రాహుగ్రస్తచంద్రసూర్యశ్చ॥

సోపవాసః-అ-త్రి-ఉపవాసవిశిష్టః॥

సోపాకః-అ-పు-శ్వపాకః॥

సోపాధిః-ఇ-త్రి-ఉపాధియుక్తః- ౨ప్రతిలాం

భేచ్ఛాదినాదానాదిః॥
సోపానమ్-అ-న-ఆరోహణమ్॥ తె॥ మెట్లు.
సోమమ్-అ (స్త్రీ) యజ్ఞసోమమ్॥
సోమమ్-అ-న- తండులోదకమ్-౨ఆకాశమ్-౩స్వర్గః॥ తె॥ గపులిగడుగు.
సోమః-అ-పు-అష్టవసుభేదః-౨శివః-౩కుబేరః ౪చంద్రః-౫కూష్మాండలః-౬కర్పూరః-౭అమృతమ్-౮పితృదేవః-౯సమీరః-౧౦వానరః౧౧గిరిభేదః॥ తె॥౫గుమ్మడిచెట్టు
సోమక్షయః-అ-పు అమావాస్యా॥
సోమగర్భః-అ-పు-విష్ణుః॥
సోమజమ్-అ-న-క్షీరమ్॥
సోమజమ్-అ-త్రి-చంద్రజాతే॥
సోమతీర్థమ్-అ-న-ప్రభాసతీర్థమ్॥
సోమధారా-ఆ-స్త్రీ-ఆకాశమ్॥
సోమపః-అ-పు-యజ్ఞసోమపాయీ-౨యజ్ఞశిష్టసోమపాయీ॥
సోమపత్రః-అ-పు-తృణవిశేషః॥
సోమపాః-ఆ-పు-యజ్ఞసోమపాయీ-౨యజ్ఞశిష్టసోమపాయీ॥
సోమపీతీ-న్-పు-యజ్ఞశిష్టసోమపః-౨యజ్ఞసోమపః॥
సోమపీథీ-న్-పు-యజ్ఞసోమపాయీ॥
సోమపీథ్వీ-న్-పు-యజ్ఞసోమపః-౨యజ్ఞశిష్టసోమపః॥
సోమప్లవః-అ-పు-రాహుగ్రస్తచంద్రసూర్యయోః॥
సోమబన్ధుః-ఉ-పు-కుముదః౨సూర్యః-౩బుధః
సోమభూః-ఊ-పు-జినరాజభేదః-౨బుధగ్రహః॥
సోమభూః-ఊ-త్రి-సోమవంశోద్భవే॥
సోమయాగః-అ-పు-సోమలతారసపానాంగకత్రైవార్షికయజ్ఞవిశేషః॥
సోమయాజీ-న్-పు-సోమయాగకర్తా॥
సోమయోని-ఇ-న-చందనవిశేషః॥
సోమరాజః-అ-పు-అవల్గుజః॥ తె॥ కాలుగచ్ఛచెట్టు.
సోమరాజికా-ఆ-స్త్రీ-సోమరాజీ॥
సోమరాజీ-న్-పు-ఓషధివిశేషః॥
సోమరాజీ-ఈ-స్త్రీ-వాకుచీ॥
సోమలతా-ఆ-స్త్రీ-గోధావరీ॥ తె॥పుల్లతీగె.
సోమలతికా-ఆ-స్త్రీ-గుడూచీ॥
సోమవంశః-అ-పు-యుధిష్ఠిరరాజః-౨చంద్రసంతానః॥
సోమవల్కః-అ-పు-కదరః-౨కట్ఫలః॥ తె॥౧తెల్లకుమ్మచెట్టు-౨గుమ్ముడుతేకుచెట్టు
సోమవల్లరీ-ఈ-స్త్రీ-మత్స్యాక్షీ॥ తె॥పొన్నగంటికూర
సోమవల్లికా-ఆ-స్త్రీ-అవల్గుజః॥ తె॥ కాలుగచ్ఛచెట్టు
సోమవల్లీ-ఈ-స్త్రీ-గుడూచీ-౨సోమలతా-౩సోమరాజీ-౪పాతాలగరుడీ-౫బ్రాహ్మీ-౬సుదర్శనా॥ తె॥౧తిప్పతీగె.
సోమవారః-అ-పు సోమస్యభోగ్యదినమ్॥
సోమవిక్రయీ-న్-పు-సోమలతారసవిక్రయకర్తా॥
సోమవృక్షః-అ-పు-కట్ఫలవృక్షః-౨శ్వేతఖదిరః
సోమశకలా-ఆ-స్త్రీ-శశాండులీ-౨చంద్రఖండవిశిష్టా చ॥
సోమసంజ్ఞమ్-అ-న-కర్పూరమ్॥
సోమసారః-అ-పు-శ్వేతఖదిరః॥ తె॥ తెల్లచంద్రచెట్టు. గంధవిశేషశ్చ॥
సోమసిద్ధాన్తః-అ-పు-బుద్ధభేదః-౨జ్యోతిః ప్రవర్తకః॥
సోమసిద్ధాన్తీ-న్-పు-సోమసిద్ధాంతమత
సోమసిన్ధుః-ఉ-పు-విష్ణుః॥
సోమసుత్-త్-పు-యాగేసోమలతారసనిష్పకర్తా॥

సోమసుతః-అ-పు-బుధః॥
సోమసుతా-ఆ-సీ-నర్మదానదీ॥
సోమసూత్రమ్-అ-న-ప్రణాలమ్-తత్తుశివలింగస్థగారీపట్టజలనిర్గమస్థానమ్॥
సోమా-ఆ-సీ-సోమలతా॥ తె॥ పుల్లతీగె.
సోమాఖ్యమ్-అ-న-రక్తకైరవమ్॥
సోమాభా-ఆ-సీ-చంద్రావళీ॥
సోమాయనచాన్ద్రాయణమ్-అ-న-చాంద్రాయణభేదః॥
సోమాలః-అ-త్రి-కోమలః॥
సోమాహః-అ-పు-సోమవారః॥
సోమాహ్వః-అ-పు-చంపకః॥ తె॥ సంపంగిచెట్టు.
సోమేశ్వరః-అ-పు-కాశ్యాంసోమకర్తృకప్రతిష్ఠితశివః॥
సోమోద్భవః-అ-త్రి-సోమజాతే॥
సోమోద్భవా-ఆ-సీ నర్మదానదీ॥
సోల్లుణ్ఠః-అ-పు-సోల్లుంఠనమ్॥
సోల్లుణ్ఠనమ్-అ-త్రి-సోత్ప్రాసవాక్॥ తె॥ ఆయములెత్తియాడెడుమాట-అనగా-పాడుపుడుమాట.
సోల్లుణ్ఠోక్తిః-ఇ-సీ-సవ్యంగోక్తిః॥
సోహలా-ఆ-సీ-అగస్త్యః॥ తె॥ తెల్లయగిసిచెట్టు.
సౌకరః-అ-త్రి-సూకరసంబంధీ॥
సౌకరికః-అ-పు-వ్యాధః॥ తె॥ బోయవాడు.
సౌకర్యమ్-అ-న-అనాయాసః - ౨సూకరస్యక్రియా॥
సౌకాతికమ్-అ-న-మహారోగపీఠమ్-౨మంగలసూత్రమ్॥
సౌక్తికమ్-అ-న-అవస్కందః-౨ధాటీ॥ తె॥ ౧ముచ్చిలిపాటు-౨ముట్టడివెయ్యడము,
సౌత్మ్యమ్-అ-న-సూత్మ్యతా॥

సౌఖశాయనికః-అ-పు-వైతాలికః॥ తె॥ మేలుకొలుపులుపాడెడువాడు.
సౌఖసుప్తికః-అ-త్రి-వైతాలికః॥
సౌఖికః-అ-త్రి-సుఖార్థీ॥
సౌఖ్యమ్-అ-న-సుఖమ్ - ౧అకించిదపికుర్వాణః సౌఖ్యైర్దుఃఖాన్యపోహతి - ౨సుఖత్వమ్॥
సౌఖ్యా-ఆ-సీ-నాశికాభేదః॥ తె॥ బుఱ్ఱముక్కు
సౌగతః-అ-పు-బౌద్ధశాస్త్రవేత్తా॥
సౌగతికమ్-అ-న-మంగలసూత్రమ్॥
సౌగతికః-అ-పు-క్షపణకః- ౨సన్యస్తః ౩ }
సౌగన్ధమ్-అ-న-కత్తృణమ్॥ (సందేహః॥)
సౌగన్ధమ్-అ-త్రి-శోభనగంధయుక్తే॥
సౌగన్ధికమ్-అ-న-కత్తృణమ్-౨కహ్లారమ్-౩పద్మరాగమణిః-౪నీలోత్పలమ్॥
సౌగన్ధికః-అ-పు - దాడిమీకుసుమాభశోణరత్నమ్-౨గంధకః॥ తె॥ ౧కెంపులోనిభే }
సౌగన్ధికా-ఆ-సీ-పద్మభేదః॥ (దము. }
సౌగన్ధ్యమ్-అ-త్రి-సుగంధద్రవ్యమ్॥
సౌచిః-ఇ-పు-సౌచికః॥
సౌచికః-అ-పు-చర్మకారసతీవిప్రజనితః॥ తె॥ బట్టలుకుట్టెడుచిప్పవాడు.
సౌజన్యమ్-అ-న-సుజనతా॥
సౌణ్డీ-ఈ-సీ-పిప్పలీ॥
సౌత్రః-అ-పు-బ్రాహ్మణః-౨నియతప్రయోగాభావధాతువిశేషః॥
సౌత్రః-అ-త్రి-సూత్రసంబంధిని॥
సౌత్రామణీ-ఈ-సీ-యాగవిశేషః॥
సౌదామనీ-ఈ-సీ-విద్యుత్-౨అప్సరోభేదః॥
సౌదామినీ-ఈ-సీ-విద్యుత్-౨తటిద్భేదః-౩అప్సరోభేదః-౪దేశవిశేషః॥
సౌదామ్నీ-ఈ-సీ-విద్యుత్॥
సౌదాయికమ్-అ-త్రి-పితృమాతృభర్తృకులలబ్ధస్త్రీధనమ్॥

సౌదాసః- అ- పు- ఇక్ష్వాకువంశీయఅయోధ్యాధిపతిః॥
సౌధమ్-అ- త్రి-సుధాసంబంధిని॥
సౌధః-అ-పు-వర్ధపాషాణః॥
సౌధః-అ (సీ)-రాజగృహమ్-౨రౌప్యమ్॥
సౌధారః-అ-పు- నాట్యచతుర్దశాంగవిశేషః
సౌధాలన్-అ-న-ఈశానమందిరమ్॥
సౌనన్దమ్-అ-న-బలరామముసలమ్॥
సౌనన్దీ-న్-పు-బలదేవః॥
సౌనికః-అ-పు-అజాదిమాంసవిక్రయీ॥ తె॥ కటికవాఁడు.
సౌన్దర్యమ్-అ-న-సుందరత్వమ్॥
సౌపర్ణమ్-అ-త్రి-సుపర్ణసంబంధీ॥
సౌపర్ణమ్-అ-న-మరకతమ్-౨శుంఠీ॥
సౌపర్ణీ-ఈ-సీ-పాతాలగరుడీలతా॥
సౌపర్ణేయః-అ-పు- గరుడః-౨గాయత్ర్యాదిచ్ఛందాంసి॥
సౌప్తికమ్-అ-న-రాత్రియుద్ధమ్-౨మహాభారతీయపర్వవిశేషః॥
సౌప్తికమ్-అ-త్రి-సుప్తసంబంధిని॥
సౌభమ్-అ-న-హరిశ్చంద్రపురమ్॥
సౌభద్రః-అ-పు-సుభద్రాపుత్రః॥
సౌభద్రః-అ- త్రి-సుభద్రాసంబంధిని॥
సౌభద్రేయః-అ-పు-విభీతకవృక్షః-౨అభి (మన్యుః)
సౌభరిః-ఇ-పు-మునివిశేషః॥
సౌభాగినేయః- అ - త్రి- సుభాగినేయసంబంధీ॥
సౌభాగినేయః-అ-పు-భాగ్యవతీపుత్రః॥
సౌభాగినేయీ-ఈ-సీ- భాగ్యవతీపుత్రికా॥
సౌభాగ్యమ్-అ-న- పంచాంగయోగభేదః-౨టంకణః-౩సిందూరమ్-౪సుభగత్వమ్-॥ తె॥ ౨వెలిగారము.
సౌభాగ్యచిన్తామణిః-ఇ-పు- ఔషధవిశేషః॥
సౌభాఞ్జనః-అ-పు-శిగ్రుః॥ తె॥ మునగచెట్టు
సౌభికః-అ-పు ఇంద్రజాలికః॥
సౌమనసమ్-అ-న-జాతిఫలం॥ తె॥జాజికాయ
సౌమనసా-ఆ-సీ-జాతీపత్రీ॥
సౌమనస్యమ్-అ-న- శ్రాద్ధేపిండదానానంతరబ్రాహ్మణహస్తేపుష్పదానమంత్రః॥
సౌమనస్యాయనీ-ఈ-సీ-మాలతీపుష్పకలికా
సౌమికీ-ఈ-సీ-దీక్షణీయేష్టిః॥
సౌమిత్రః-అ-పు-లక్ష్మణః॥
సౌమిత్రిః-ఇ-పు-లక్ష్మణః॥
సౌమిత్రేయః-అ-పు-కృతాంతః॥
సౌమేధికః-అ-పు-సిద్ధః॥
సౌమేధికః-అ-త్రి- శోభనమేధాసంబంధిని॥
సౌమేరుకమ్-అ-న-సువర్ణమ్- ౨సుమేరుసంబంధిని॥
సౌమ్యః-అ- త్రి-సోమదేవతాకః - ౨రమ్యః-౩అనుగ్రహః॥ తె॥౩శాంతమయినది.
సౌమ్యః-అ-పు-బుధగ్రహః-౨వత్సరభేదః-౩విప్రః-౪భాస్వరః- ౫ఉదుంబరవృక్షః-౬వృషకర్కటకకన్యావృశ్చికమకరమీనరాశయః-౭భూఖండవిశేషః-౮సౌమ్యకృఛ్రవ్రతమ్॥
సౌమ్యకృఛ్రః-అ- (సీ) - తప్తక్షీరఘృతాంబూని చైకైకం త్రిదినంపిబేత్ - ఏకరాత్రోపవాసశ్చ కృఛ్రస్సౌమ్యోయముచ్యతే॥తస్మిన్॥
సౌమ్యగన్ధా ఆ-సీ-శతపత్రీ॥ తె॥ చేమంతిచెట్టు.
సౌమ్యగన్ధీ-ఈ సీ-శతపత్రీ॥
సౌమ్యగ్రహః అ-పు-శుభగ్రహః॥
సౌమ్యధాతుః-ఉ-పు-కఫః॥
సౌమ్యా-ఆ-సీ-విదారిగంధా-౨దుర్గా- ౩మహేంద్రవారుణీ-౪రుద్రజటా-౫మహాజ్యోతిష్మతీ-౬మహిషవల్లీ-౭గుంజా-౮

శాలపర్ణీ-౯ బ్రాహ్మీ-౧౦శటీ- ౧౧వల్లి
కా॥ తె॥౧ముయ్యాకుపొన్నచెట్టు.
సౌమ్యాః-ఆ-సీ-ఇల్వలాః- తాస్తుమృగశిరోన
క్షత్రశిరస్థాఃపంచతారాః॥
సౌరః-అ-పు-శనైశ్చరః - ౨తుంబురువృక్షః-
౩సూర్యైకరాశిభోగావచ్ఛిన్నమాసా (దిః॥
సౌరజః-అ-పు-తుంబురువృక్షః॥
సౌరజః-అ-త్రి-సౌరజాతె॥
సౌరదివసః అ-పు-సూర్యసంబంధిదినమ్- త
త్తురవిభుక్తాంశాధికషష్టిదండైర్ఘ్యవతి॥
సౌరనక్తమ్-అ న-వ్రతవిశేషః॥
సౌరభమ్-అ-న-కుంకుమమ్-౨బోలమ్ - ౩స
ద్గంధః॥
సౌరభేయః అ-పు-బలీవర్దః॥ తె॥యెద్దు.
సౌరభేయః అ-త్రి-సురభిసంబంధిని॥
సౌరభేయీ-ఈ-సీ-నందినీధేనుః - ౨సామా
న్యధేనుః॥
సౌరభ్యమ్-అ-న-చారుత్వమ్-౨సౌగంధ్యమ్-
౩గుణగౌరవమ్॥
సౌరభ్యః-అ-పు-కుబెరః॥
సౌరమాసః-అ-పు-సూర్యైకరాశిభోగావ
చ్ఛిన్నకాలః॥
సౌరసంవత్సరః-అ-పు - సూర్యస్యద్వాదశ
రాశిభోగావచ్ఛిన్నకాలః॥
సౌరసేయః-అ-పు-స్కందః- ౨సురసాయా
అపత్యంచ॥ సచభీష్మాదిః॥
సౌరసైన్ధవః-అ-త్రి- గంగానదీయః
సౌరసైన్ధవః-అ-పు-సూర్యఘోటకః॥
సౌరాష్ట్రమ్-అ-న-కాంస్యమ్॥ తె॥కంచు.
సౌరాష్ట్రః-అ-పు-దేశవిశేషః-౨కుందురుకః
సౌరాష్ట్రకమ్-అ-న-పంచలోహమ్॥
సౌరాష్ట్రజాతః-అ-పు-కాంపిల్యః॥ తె॥కం
సౌరాష్ట్రీ ఆ-సీ-తువరీ॥ (పిల్లము

సౌరాష్ట్రికమ్-అ-న-విషభేదః॥
సౌరాష్ట్రికమ్-అ-త్రి - సౌరాష్ట్రదేశసం
బంధిని॥
సౌరాష్ట్రీ-ఈ-సీ-కరవీరకా॥ తె॥ అపరథా
న్యవిశేషము.
సౌరిః-ఇ-పు-శనైశ్చరః అశనవృక్షః - ౩ఆది
త్యభక్తా॥
సౌరికః-అ-పు-సురాజీవీ-౨స్వర్గః॥ తె॥౧కబ్బి
లివాఁడు.
సౌరిరత్నమ్-అ-న-నీలమణిః॥
సౌరీ-ఈ-సీ-సూర్యస్యాపత్న్య (స్త్రీ)॥
సౌరీయమ్-అ-త్రి-సూర్యాయహితమ్-౨సౌ
ర్యభవః॥
సౌరేయః-అ-పు-శుక్లఝింటీవృక్షః॥
సౌరేయకః-అ-పు-శుక్లఝింటీవృక్షః॥
సౌల్బికః-అ-పు-తామ్రకుట్టకః॥
సౌవమ్-అ-త్రి-స్వస్యఇదమ్- స్వసంబంధి-౨
స్వర్గభవమ్ ౩శాసనమ్॥
సౌవగ్రామికమ్-అ-త్రి - స్వగ్రామభవ
వస్తు॥
సౌవరమ్-అ-త్రి-స్వరసంబంధి॥
సౌవర్చలమ్-అ-న-సువర్చలనామకక్షారమ్॥
తె॥సువర్చలలవణము.
సౌవర్ణమ్-అ-త్రి-సువర్ణసంబంధి- ౨కర్షమి
తహేమసంబంధి॥
సౌవర్ణభేదనీ-ఈ-సీ ప్రియంగుః॥
సౌవస్తికః-అ-త్రి-స్వస్తిసంబంధిని॥
సౌవస్తికః-అ-పు-పురోహితః॥
సౌవాస్తవః-అ-త్రి- సుందరవాస్తుసంబంధీ॥
సౌవిదః-అ-పు-అంతఃపురపాలకః॥
సౌవిదల్లః-అ-పు-అంతఃపురరక్షకః॥
సౌవిదల్లకః-అ-పు-సౌవిదల్లః॥
సౌవీరమ్-అ న-బదరీఫలమ్ - ౨తండులోదక

మ్-3 సౌవీరాంజనశిలా ॥ తె ॥ 2పులిగడుగు.
సౌవీరః-అ-పు-దేశవిశేషః॥
సౌవీరకమ్-అ-న-కాంజికవిశేషః॥
సౌవీరకః-అ-పు-బదరవృక్షః॥
సౌవీరసారమ్-అ-న-స్రోతోఞ్జనమ్॥
సౌవీరాఞ్జనమ్-అ-న-అంజనప్రభేదః॥
సౌశమికన్థమ్-అ-న-ఉశీనరదేశభవసౌశమీనాంకంథా॥
సౌష్ఠవమ్-అ-న-నాట్యాంగభేదః-2అతిశయ్యమ్-3 ప్రశంసనత్వమ్॥
సౌహార్దమ్-అ-న-సఖ్యమ్॥ తె॥ స్నేహము.
సౌహార్దః-అ-పు-సుహృత్పుత్రః॥
సౌహార్ద్యమ్-అ-న-సఖ్యమ్॥ తె॥ స్నేహము
సౌహిత్యమ్-అ-న-తృప్తిః॥ తె॥ తనివి.
సౌహృదమ్-అ-న-సఖ్యమ్॥ తె॥ స్నేహము.
సౌహృదయ్యమ్-అ-న-సఖ్యమ్॥
స్కన్దః-అ-పు-షణ్ముఖః-2నదీకూలమ్-3విచక్షణః-4అంసః॥ తె॥ 4భుజశిరస్సు.
స్కన్దనమ్-అ-న-రేచనమ్-2గమనమ్-3శోషణమ్॥ (ము.
స్కన్దాంశకః-అ-పు-పారదః॥ తె॥ పాదరస
స్కన్ధః-స్-న-అంసః-2ప్రకాండః॥
స్కన్ధః-అ-పు-వృక్షశాఖాధోభాగః-2కంకః 3సమూహః-4ఉపాయవిభాగాంశః-5నృపభేదః-6అవధానమ్-7బుద్ధవృద్ధః-8పండితః 9సమీహావ్యవయోరంశః-10సైన్యమ్-11రూపాదిపంచకమ్ 12బాహుమూలమ్॥ తె॥ 1కొమ్మలక్రిందిమ్రానుయొక్కమీదిభాగము - 2టాంటులుంగు-4దశార్ణదేశపురాజు 12భుజము.
స్కన్ధచాపః-అ-పు-వంశాదినిర్మితశిక్యాధానమ్॥
స్కన్ధజః-అ-పు-శల్లక్యాదిః॥

స్కన్ధజనిః-ఇ-సీ-వటః॥ తె॥ మఱ్ఱిచెట్టు.
స్కన్ధతరుః-ఉ-పు-నారికేళవృక్షః॥ తె॥ కొబ్బరిచెట్టు.
స్కన్ధదేశః-అ-పు-గజస్యస్కంధః-2స్కంధమాత్రమ్॥
స్కన్ధఫలః-అ-పు-నారికేళవృక్షః-2ఉదుంబరవృక్షః॥
స్కన్ధబన్ధనా-ఆ-సీ-మధురికా॥
స్కన్ధమల్లకః-అ-పు-కంకపక్షీ॥
స్కన్ధరుహః-అ-పు-వటవృక్షః॥
స్కన్ధవాహః-అ-పు-శకటాదివాహకవృషః
స్కన్ధవాహకః-అ-పు-శకటాదివాహకవృషః-2స్కన్ధేనవహనకర్తరి-త్రి॥
స్కన్ధశాఖా-ఆ-సీ-వృక్షస్యముఖ్యశాఖా॥
స్కన్ధశృఙ్గః-అ-పు-మహిషః॥
స్కన్ధా-ఆ-సీ-శాఖా-2వీరుత్॥ తె॥ 1కొమ్మ-2తీగె,లత.
స్కన్ధాగ్నిః-ఇ-పు-బృహత్కాష్ఠాగ్నిః॥
స్కన్ధాటికా-ఆ-సీ-భారయష్టిః॥ తె॥ కావడి
స్కన్ధానలః-అ-పు-బృహత్కాష్ఠాగ్నిః॥ (బద్ధ.
స్కన్ధావారః-అ-పు-శిబిరమ్॥ తె॥ దండువిడిచిన స్థలము.
స్కన్ధికః-అ-పు-స్కంధవాహకవృషః॥
స్కన్ధీ న్-పు వృక్షః - 2స్కంధప్రయుక్తే- (త్రి॥
స్కన్నః-అ-త్రి-ప్రస్తః॥ తె॥ జారినది.
స్కన్నపుష్పః-అ-పు-తిలకవృక్షః॥
స్కాన్దవైవికా-ఆ-సీ-షష్ఠీతిథిః॥
స్కాటికా-ఆ-సీ-పక్షివిశేషః॥
స్ఖదనమ్-అ-న-విదారణమ్ 2స్థైర్యమ్-3పాటనమ్-4క్లేశోత్పాదనమ్-5హింసా॥
స్ఖలనమ్-అ-న-రింఖణమ్॥ తె॥ తొట్రుపడడము,జారడము.
స్ఖలితమ్-అ-న-కూటయుద్ధాదినాయుద్ధమ

ర్యాదాయాఃస్ఖలనమ్ - ౨చలితమ్ - ౩భ్రమః॥

స్ఖలితః-అ-త్రి- మత్తః-౨ప్రతిహతః॥ తె॥ ౧మదించినది-౨కొట్టఁబడినది.

స్తటిత్-త్-సీ-విద్యుత్॥ తె॥ మెఱుపు.

స్తనః-అ-పు-(స్త్రీ)ణాంకలాస్థానభేదః-౨చుంబనస్థానభేదః - ౩దంతక్షతస్థానభేదః-౪నఖక్షతస్థానభేదః-౫కుచః॥

స్తననమ్-అ-న-గర్జితమ్-౨ధ్వనిః॥ తె॥ ౧ఉఱు ముడము.

స్తనన్ధయః-అ-త్రి- స్తన్యపః॥ తె॥ పాలుత్రాగెడుశిశువు.

స్తనన్ధయా-ఆ-సీ-అతిబాలికా॥

స్తనన్ధయీ-ఈ-సీ-స్తన్యపః॥ తె॥ పాలుత్రాగెడుశిశువు.

స్తనపః-అ-త్రి- స్తన్యపః॥ తె॥ పాలుత్రాగె (డుశిశువు.)

స్తనపా-ఆ-సీ-అతిబాలికా॥

స్తనపాయికా-ఆ-సీ-అతిబాలికా॥

స్తనభరః-అ-పు-స్థూలస్తనవిశిష్టః॥

స్తనభవః-అ-పు- రతిబంధవిశేషః-౨స్తనజా

స్తనమచ్ఛః-అ-పు-చోరలక్షణమ్॥ (తే-త్రి)॥

స్తనముఖః-అ-పు-స్తనాగ్రభాగః॥

స్తనయిత్నుః-ఉ-పు- మేఘః-౨గర్జితమ్ ౩మృత్యుః-౪రోగః॥

స్తనవృన్తః-అ-పు-స్తనముఖః॥

స్తనశిఖా-ఆ-సీ-స్తనవృంతః॥

స్తనాగ్రమ్-అ-న-స్తనవృంతమ్॥

స్తనాన్తరమ్-అ-న-హృదయమ్-౨(స్త్రీ)వైధవ్యలక్షణవిశేషః॥

స్తనాన్తరావర్తః-అ-పు- వైధవ్యలక్షణమ్॥

స్తనాభోగః-అ-పు-స్తనభరః-౨స్తనస్యపరిపూర్ణతా చ॥

స్తనితమ్-అ-న-మేఘగర్జితమ్-౨బాహ్వోరతాహస్తతాడనజాతధ్వనిభేదః॥

స్తనితఫలః-అ-పు-వికంటకవృక్షః॥

స్తనితాహ్వయః-అ-పు-తండులీయః॥ తె॥ చిఱ్ఱికూర.

స్తన్యమ్-అ-న-క్షీరమ్॥ తె॥ పాలు.

స్తభః-అ-పు-అజః॥ తె॥ మేకపోతు.

స్తబకః-అ-పు-వికసితపుష్పగుచ్ఛః-౨సమూహః॥

స్తబతిః-ఇ-పు-రథకారః-౨సోవిదల్లకః - ౩సూతః-౪అధిపః-౫బృహస్పతిసవనయాజకః॥

స్తబరకః-అ-పు-వ్రగ్రీవః॥ తె॥ అర్ధచంద్రాకారమైనతలగడ.

స్తబ్ధః-అ-త్రి-చేష్టారహితః॥ తె॥ ముడుచుకొన్నది-అణిగియున్నది.

స్తబ్ధరోమా-న్-త్రి-స్తంభితలోమయుక్తః

స్తబ్ధరోమా న్-పు-సూకరః॥ తె॥ అడవిపంది.

స్తభః-అ-పు-ఛాగః॥

స్తమ్బమ్-అ-న-స్తబ్ధత్వమ్-౨స్థూణమ్॥

స్తమ్బః-అ-పు-తృణాదిగుచ్ఛః-౨తృణాదిగుల్మః-౩ద్రుమః-౪అశాఖః-౫అద్రిః॥

స్తమ్బకరిః ఇ-పు-ధాన్యమ్॥

స్తమ్బకారః-అ-త్రి-గుచ్ఛకారకః॥

స్తమ్బఘనః-అ-త్రి-ఖనిత్రాదిః॥ తె॥ గడ్డిమొదలైనవికోసెడుకొడవలి, గుద్దలి, మొదలైనవి.

స్తమ్బఘ్నః-అ-త్రి-ఖనిత్రాదిః॥ తె॥ కొడవలిగుద్దలిమొదలైనవి.

స్తమ్బపూః-ర్-సీ-పురీభేదః॥

స్తమ్బహననమ్-అ-న-స్తంబఘనః॥

స్తమ్బహననీ-ఈ-సీ-స్తంబఘనః॥

స్తమ్బహా-న్-సీ-ఖనిత్రాదిః॥ తె॥ కొడవలిమొదలైనవి.

స్తమ్బేరమః-అ-పు-కుంజరః॥ తె॥ఏనుఁగు.

స్తమ్భః-అ-పు-సాత్త్వికభావభేదః-అజాడ్యమ్ 3 స్థూణా॥ తె॥3 కంబము.

స్తమ్భకరః-అ-త్రి- స్థూణాకారకే- అజాడ్య కారకేచ॥

స్తమ్భకరః-అ-పు-ప్రగ్రీవః॥ తె॥ అర్థచంద్రా కారమైనతలగడ.

స్తమ్భకరిః-ఇ-పు-వ్రీహిః॥ తె॥వడ్లు.

స్తమ్భకిన్-న్-పు-వాద్యవిశేషః॥

స్తమ్భకీ-ఈ-స్త్రీ- చర్మాచ్ఛాదితవాద్యవిశేషః

స్తమ్భనమ్-అ-న-జడీకరణమ్- అషట్కర్మాం తర్గతాభిచారకర్మవిశేషః॥

స్తమ్భనః-అ-పు-అరిమేదః - అకామదేవస్య పంచబాణాంతర్గతబాణవిశేషః॥ తె॥ ౧ కంపుతుమ్మచెట్టు.

స్తమ్భితః-అ-త్రి-జడీభూతః-అజడీకృతః॥

స్తరిమా-న్-పు తల్పమ్॥

స్తరీ ఈ-స్త్రీ-ధూమః॥

స్తవః-అ-పు స్తోత్రమ్॥

స్తవకః-అ-త్రి- స్తవకారకే॥

స్తవరకః-అ-పు-ఆవరకః॥

స్తవేయ్యః-అ-పు-ఇంద్రః॥

స్తావః-అ-పు- స్తవః॥

స్తావకః-అ-త్రి- స్తవకర్తా॥

స్తిమితమ్-అ-త్రి-ఆర్ద్రమ్-అనిశ్చలమ్॥ తె॥౧ తడిసినది-అకదలనిది.

స్తిమ్భిః-ఇ పు-సముద్రః-అబాధా॥

స్తీర్విః-ఇ-పు-నభః- అరుధిరమ్- 3 తృణజాతిః- రఅధ్వర్యుః-౫వయః-౬శక్రః॥

స్తుతమ్-అ-త్రి-ప్రణుతమ్॥ తె॥ స్తోత్రముచే యఁబడ్డది.

స్తుతిః-ఇ-స్త్రీ-స్తోత్రమ్॥

స్తుతినిన్దా-ఆ-స్త్రీ-అలంకారభేదః॥

స్తుతిపాఠకః-అ-పు-వంది॥ తె॥బట్రాజు.

స్తుతివ్రతః-అ-పు-స్తుతిపాఠకః॥

స్తుత్యః-అ- త్రి- స్తవనీయః॥

స్తునకః-అ-పు-ఛాగః॥

స్తుభః-అ-పు-ఛాగః॥

స్తూపః-అ-పు-మృత్తైకతాదిమాలకమ్-అమ రుత్ - 3 రాశిః॥ తె॥౧దిబ్బ-అగాలి- 3 ప్రోగు.

స్తైనమ్-అ-న-స్తైయమ్॥

స్తైనః-అ పు-చౌరః॥

స్తైననా-ఆ-(పు)-చౌర్యమ్॥ తె॥దొంగతనము.

స్తైమః-అ-పు-సముందనమ్॥ తె॥తడియడము.

స్తైయమ్-అ-(స్త్రీ)-చౌర్యమ్॥ తె॥దొంగతనము

స్తైయీ-న్-పు-స్వర్ణకారకః-అచోరః॥ తె॥౧ కంసాలి-అదొంగ.

స్తైనమ్-అ-న-చౌర్యమ్॥

స్తైన్యమ్-అ-న-చౌర్యమ్॥ తె॥ దొంగతనము.

స్తైన్యః-అ-పు-చౌరః॥

స్తైమిత్యమ్-అ-న-జడతా॥

స్తోకమ్-అ-న-క్రియావిశేషణే కించిదర్థః॥ తె॥ కొంచెముగా.

స్తోకః-అ-త్రి-సూక్ష్మః॥ తె॥సన్నపుది-కొంచ పుదిన్ని.

స్తోకః-అ-పు-జలబిందుః-అచాతకపక్షీ॥ తె॥ ౧ నీటిచుక్క-అవానకోయిల

స్తోకకః-అ-పు-చాతకపక్షీ॥ తె॥వానకోయిల.

స్తోకశః-స్-౦ - స్తోకంస్తోకమితివీప్సా॥ తె॥ కొంచెముకొంచెము.

స్తోతా-ఋ-త్రి- స్తవకర్తా॥

స్తోతా-ఋ-పు-హోతా॥

స్తోత్రమ్-అ-న- స్తవః॥

స్తోభః-అ-పు-సామవిచ్ఛేదః-అహేళనమ్- 3 స్తంభనమ్॥

స్తోమమ్-అ-త్రి-వక్రే॥

స్తోమమ్-అ-న-శిరః-౨విత్తమ్-౩ధ్యానమ్-౪ అయోగ్రవేణుదండః॥

స్తోమః-అ-పు-సమూహః-౨స్తోత్రమ్-౩అధ్వరః-౪విషమ్-౫గంధః॥

స్తౌపికమ్-అ-న-బుద్ధద్రవ్యవిశేషః॥

స్త్యానమ్-అ-న-స్నిగ్ధమ్-౨ప్రతిధ్వానమ్-౩ఘనత్వమ్-౪ఆలస్యమ్॥

స్త్యానః-అ-త్రి-సంహతికర్తా-౨ధ్వనికర్తా॥

స్తైన్యః-అ-పు-చౌరః-౨అనృతమ్॥

స్త్రీ-ఈ-సీ-వనితా-౨వజ్రకః॥ తె॥ ౨బొమ్మ చెముడు.

స్త్రీగవీ-ఈ-సీ-ధేనుః॥

స్త్రీఘోషః-అ-పు-ప్రభాతమ్॥

స్త్రీచిత్తహారీ-న్-పు-శోభాంజనః॥

స్త్రీచిత్తహారీ-న్-త్రి-నారీమనోహారిణి॥

స్త్రీచిహ్నమ్-అ-న-యోనిః-౨నారీలక్షణంచ॥

స్త్రీజితః-అ-పు-స్త్రీవశీభూతః॥

స్త్రీతా-ఆ-సీ-స్త్రీత్వమ్॥

స్త్రీధనమ్-అ-న-స్త్రీస్వత్వాస్పదీభూతధనమ్॥

స్త్రీధర్మః అ-పు-ఆర్తవమ్॥ తె॥ ముట్టురక్తము

స్త్రీధర్మిణీ-ఈ-సీ-రజస్వలా॥

స్త్రీధవః-అ-పు-పురుషః॥

స్త్రీపణ్యోపజీవీ-న్-పు - సంభోగార్థమన్యస్మై స్త్రియందత్వా తద్ధనోపజీవీ॥

స్త్రీపరః అ-పు-కాముకః॥

స్త్రీపుంసౌ-స్-పు-స్త్రీపురుషద్వంద్వమ్-ద్వివచనాంతోయమ్॥

స్త్రీపుమాన్-స్-౦-శిఖండి నామకః॥

స్త్రీపూర్వః-అ-పు-స్త్రీజితః॥

స్త్రీప్రియః-అ-పు-ఆమ్రవృక్షః - ౨నారీప్రియద్రవ్యే-త్రి॥

స్త్రీభూషణమ్-అ-న-కేతకీ॥

స్త్రీముఖపః-అ-పు-దోహలః॥

స్త్రీయూః-ఊ-పు-సూపః॥ తె॥ ముద్దపప్పు.

స్త్రీరంజనమ్-అ-న-వీటికా॥ తె॥ తాంబూలము.

స్త్రీసభమ్-అ-న-స్త్రీసమూహః॥

స్త్రీస్వభావః అ-పు-మహల్లకః-౨నారీణాం శీలంచ॥

స్త్రైణమ్-అ-న-స్త్రీస్వభావః॥

స్త్రైణః-అ-త్రి-స్త్రీసంబంధీ-స్త్రియా అపత్యం స్త్రైణః॥

స్థః-అ-త్రి స్థలమ్॥

స్థగః-అ-త్రి ధూర్తః॥

స్థగనమ్-అ-న-అపవారణమ్॥

స్థగితమ్-అ-త్రి-తిరోహితమ్॥

స్థగీ-ఈ-సీ-తాంబూలపాత్రమ్॥

స్థగు-ఉ-న-గడుః॥

స్థణ్డిలమ్-అ-న-అగ్నిస్థాపనార్థంచతురస్రసంస్కృతప్రదేశః॥ తె॥ అలికినస్థలము.

స్థణ్డిలశాయీ-న్-పు-దర్భాదిసంస్కృతభూశయానవ్రతీ॥

స్థణ్డిలసితకమ్-అ-న-వేదిః॥

స్థణ్డిలేశయః-అ-పు-స్థండిలశాయీ॥

స్థపతిః-ఇ-పు-గీష్పతీష్టియజ్వా॥

స్థపతిః-ఇ-త్రి-సత్తమః॥

స్థపుటమ్-అ-న-చుంబనభేదః॥

స్థపుటః-అ-త్రి-నిమ్నోన్నతః-౨విషమసంచారజీవీ॥ తె॥ గనుము వంగినపాలకీదండె మొదలయినది.

స్థపుటా-ఆ-సీ-మాలతీలతా-౨జాజి.

స్థలమ్-అ-న-అసంస్కృతోన్నతభూమిః॥ తె॥ బాగుచెయ్యనిపాటిమెట్టనేల.

స్థలమ్-అ-(పు)-సంస్కృతోన్నతభూమిః॥ తె॥ బాగుపఱచినపాటిమెట్టనేల.

స్థలకన్దః-అ-పు-అగ్రాహ్యకందః॥

స్థలకుముదః-అ-పు-కరవీరః॥
స్థలపద్మమ్-అ-న-స్వనామఖ్యాతపుష్పవిశేష
స్థలపద్మః-అ-పు-మానకః॥
స్థలపద్మినీ-ఈ-స్త్రీ-అతిరువా॥ తె॥ మెట్టఁదామరచెట్టు.
స్థలమఞ్జరీ-ఈ-స్త్రీ-అపామార్గః॥
స్థలశృఙ్గాటః-అ-పు-గోక్షురవృక్షః॥
స్థలశృఙ్గాటకః అ-పు-గోక్షురకవృక్షః॥
స్థలసీమా-న్-పు-స్థండిలః॥
స్థలా-ఆ-స్త్రీ-జలశూన్యకృత్రిమభూమిః॥
స్థలీ-ఈ-స్త్రీ-అసంస్కృతోన్నతభూమిః॥ తె॥ బాగుచెయ్యనిపాటిమెట్టనేల.
స్థలీదేవతా-ఆ-స్త్రీ-గ్రామ్యదేవతా॥
స్థలేరుహా-ఆ-త్రి-స్థలజాతే॥
స్థలేరుహా ఆ-స్త్రీ-కన్యాహ్వా-౨శోకవిశేషః॥
స్థలేశయః-అ-త్రి-స్థలశాయిని॥
స్థలేశయః-అ-పు-క్రోడరురుకురంగాదయః॥
స్థపిః-ఇ-పు-తంత్రవాయః-౨స్వర్గః-౩జంగమః॥
స్థపిరమ్ అ-న-శైలేయమ్॥
స్థవిరః-అ-త్రి-వృద్ధః॥ తె॥ ముసలివాఁడు.
స్థవిరః-అ-పు-బ్రహ్మ॥
స్థవిరా-ఆ-స్త్రీ-మహాశ్రావణీ-౨వృద్ధా చ॥
స్థవిష్ఠః-అ-త్రి-అతిశయేనస్థూలః॥ తె॥ మిక్కిలి లావైనవాఁడు.
స్థవీయాన్-స్-పు-ద్వయోరతిశయేనస్థూలః
స్థసు-ఉ-న-శరీరస్థబలమ్-౨శరీరస్థసామర్థ్యం
స్థాణుః-ఉ-పు-ఏకాదశరుద్రవిశేషః-౨శివః-౩ఈశానః॥
స్థాణుః-ఉ-(స్త్రీ)-శాఖారహితవృక్షః॥ తె॥ మోఁడు.
స్థాణుః ఉ-త్రి-స్థిరః॥ తె॥ స్థిరమైనది.
స్థాణుకర్ణీ-ఈ-స్త్రీ-గవాదనీ॥ తె॥ తెల్లవిష్ణుక్రాంతచెట్టు.

స్థాణుతీర్థమ్-అ-న-తీర్థవిశేషః॥
స్థాణ్డిలః-అ-పు సంస్కృతభూశయానవ్రతీ
స్థాణ్వీశ్వరః-అ-పు-శివలింగవిశేషః॥
స్థాతవ్యమ్-అ-త్రి-స్థాతుంయోగ్యమ్॥ తె॥ ఉండఁదగినది.
స్థానమ్-అ-న-గృహమ్-౨రాజత్రివర్గభేదస్వభావస్థితిః-౩అవకాశః-౪స్థితిః-౫సాదృశ్యమ్-౬సన్నివేశనమ్॥
స్థానకమ్-అ-న-పట్టణమ్-౨ఆలవాలమ్॥
స్థానకః-అ-పు-చర్చిక్యమ్-౨మదిరాదీనాంబుద్బుదః॥ తె॥ ౧గంధాదులయొక్క పైపూఁత.
స్థానచఞ్చలా-ఆ-స్త్రీ-బర్బరీవృక్షః॥
స్థానచ్యుతః-అ-త్రి-స్థానభ్రష్టః॥
స్థానపాలః-అ-పు-స్థానరక్షకః॥
స్థానికః-అ-పు-స్థానాధ్యక్షః॥
స్థానీ న్-త్రి-స్థానవిశిష్టః॥
స్థానీయమ్-అ-త్రి స్థానసంబంధిని॥
స్థానీయమ్-అ-న-పట్టణమ్॥
స్థానే-ఏ-౦-ఉచితమ్-౨హేతుః-౩సాదృశ్యమ్॥ తె॥ ౧తగును.
స్థాపకః-అ-త్రి-స్థాపనకర్తా॥
స్థాపత్యమ్-అ-న-స్థపతేర్భావే॥
స్థాపత్యః-అ-పు-అంతఃపురపాలకః॥
స్థాపనమ్-అ-న-రోపణమ్-౨పుంసవనమ్-౩సమాధిః॥
స్థాపనా-ఆ-స్త్రీ-నాట్యచతుర్దశాంగవిశేషః॥
స్థాపనీ-ఈ-స్త్రీ-పాఠా॥ తె॥ పాటచెట్టు.
స్థాపితః-అ-త్రి-నిశ్చలః-౨జ్ఞప్తః॥
స్థామ-న్-న-సామర్థ్యమ్॥
స్థాయికః-అ-పు-ఏకగ్రామాధికారీ॥
స్థాయిభావః-అ-పు-నవరసస్థితస్వాదుత్వమ్
స్థాయీ-న్-త్రి-స్థితివిశిష్టః॥

స్థాయీ-న్-పు-సంగీతాలంకారభేదః-౨సంగీతగమకభేదః-౩నవరసస్థితస్థాయిభావః॥

స్థాయుకః-అ-పు-ఏకగ్రామాధికృతః॥

స్థాలమ్-అ-న-దధిభాజనమ్-౨భోజనపాత్రమ్॥ తె॥౧పెరుగుకుండ-౨కంచము.

స్థాలా-ఆ సీ చషకః॥ తె॥గిన్నె.

స్థాలీ-ఈ-సీ-కృష్ణవృంతా-౨కుంభః-౩పాటలా॥ తె॥౧పాదరిచెట్టు-౨కుండ-౩కలిగొట్టుచెట్టు.

స్థాలీపక్వమ్-అ-త్రి-స్థాల్యాపక్వాన్నాది.

స్థాలీపాకః-అ-పు-భాజనపక్వాన్నాది.

స్థాలీపులాకః-అ-పు-న్యాయవిశేషః॥

స్థాలీబిలమ్-అ-న-పాకపాత్రస్యాభ్యంతరం

స్థాలీబిలీయః-అ-త్రి-పాకయోగ్యతండులాదిః॥

స్థాలీబిల్యః-అ-త్రి-పాకయోగ్యతండులాదిః॥

స్థాలీవృక్షః-అ-పు-తరుప్రభేదః॥

స్థావరమ్ అ-న-ధనుర్గుణః॥

స్థావరః-అ-త్రి-సంచారహీనశైలవృక్షాదిః

స్థావరాది-ఇ-న-వత్సనాభవిషమ్॥

స్థావిరమ్ అ-న-వృద్ధత్వమ్॥ తె॥ ఏఁబదేండ్లతరవాతివయస్సు.

స్థాసకః-అ-పు-చార్చిక్యమ్-౨జలాదెర్బుద్బుదమ్॥

స్థాసు-ఉ-న-శారీరబలమ్॥

స్థాస్నుః-ఉ-త్రి-చిరకాలావస్థాయీ॥

స్థికః-అ-పు-కటిప్రోథః॥

స్థితమ్-అ-న-రతిభేదః॥

స్థితః-అ-త్రి-గతిహీనః-౨ప్రతిజ్ఞానమ్-౩నిశ్చితమ్-౪ఊర్ధ్వజానుః-౫ముగ్ధః-౬తిష్ఠన్॥ తె॥౪పాడుగుమోకాళ్లవాఁడు-౬నిలుచున్నవాఁడు,ఉన్నవాఁడు.

స్థితప్రేమా-న్-పు-స్థిరతరబన్ధుః॥

స్థితవాహినీ-ఈ-సీ-బాహుదానదీ॥

స్థితిః-ఇ-సీ-రాజకృతమర్యాదా-౨ఆస్యా॥ తె॥౨ఉనికి.

స్థిరః-అ-పు-దేవః-౨పర్వతః-౩కార్తికేయః-౪వృక్షః-౫శనిః-౬మోక్షః-౭అనడ్వాన్-౮ధవవృక్షః-౯వృషసింహవృశ్చికకుంభరాశయః॥

స్థిరః-అ-త్రి-నిశ్చలః-౨కఠినః॥

స్థిరగన్ధః-అ-పు-చంపకవృక్షః॥

స్థిరగన్ధః-అ-త్రి-చిరస్థాయిసౌరభయుక్తే॥

స్థిరగన్ధా-ఆ-సీ-పాటలా-౨కేతకీ॥

స్థిరచక్రః-అ-పు-జినవిశేషః॥

స్థిరచన్దనమ్-అ-న-కాలేయకమ్-౨హరిద్రా॥ తె॥౨మ్రానిపసపు.

స్థిరచ్ఛదః-అ-పు-భూర్జపత్రః॥

స్థిరచ్ఛాయః అ-పు-వృక్షమాత్రమ్-౨ఛాయాతరుః॥

స్థిరజిహ్వః-అ-పు-మత్స్యః॥

స్థిరజీవా-ఆ-సీ-శాల్మలీ॥ తె॥ బూరుగుచెట్టు.

స్థిరజీవితా-ఆ సీ-శాల్మలీవృక్షః॥ తె॥ బూరుగుచెట్టు.

స్థిరతరః-అ-త్రి-చిరకాలావస్థాయీ॥

స్థిరదంష్ట్రః-అ-పు-భుజంగః-౨వరాహాకృతివిష్ణుః-౩ధ్వనిః॥

స్థిరదలః-అ-పు-భూర్జవృక్షః॥ తె॥భుజపత్రిచెట్టు.

స్థిరపత్రః-అ-పు-హింతాలః॥

స్థిరపుష్పః-అ-పు-చంపకవృక్షః-౨వకుళః॥

స్థిరపుష్పీ న్-పు-తిలకవృక్షః॥

స్థిరప్రేమా-న్-త్రి-స్థిరప్రేమవాన్॥

స్థిరఫలా-ఆ సీ-కుష్మాండీ॥

స్థిరమతిః-ఇ-సీ-నిశ్చలాబుద్ధిః॥

స్థిరమతిః-ఇ-త్రి-తద్యుక్తే॥

స్థిరయోనిః-ఇ-పు-ఛాయాతరుః॥
స్థిరయౌవనః-అ-పు-విద్యాధరః॥
స్థిరయౌవనః-అ-త్రి-చిరస్థాయితరుణావస్థ॥
స్థిరరఙ్గా-ఆ-స్త్రీ-నీలీ॥
స్థిరరాగా-ఆ-స్త్రీ-దారుహరిద్రా॥
స్థిరశ్రీః-ఈ-త్రి-స్థిరాలక్ష్మీర్యస్య॥
స్థిరసాధనకః-అ-పు-సిందువారవృక్షః॥
స్థిరసారః-అ-పు-గృహద్రుమః॥ తె॥ పాలటేఁకుచెట్టు.
స్థిరా-ఆ-స్త్రీ-భూమిః-౨విదారిగంధా-3 శాలపర్ణీ॥ తె॥ ౨ముయ్యాకుపొన్న.
స్థిరాంఘ్రిపః-అ-పు-హింతాలవృక్షః॥
స్థిరాయుః-స్-త్రి-చిరజీవిని॥
స్థిరాయుః-స్-పు-శాల్మలీవృక్షః॥ తె॥ బూరుగుచెట్టు.
స్థురీ-న్-పు-స్థౌరీ॥
స్థూణా-ఆ-స్త్రీ-రజతాద్యయఃపర్యంతప్రతిమా-౨స్తంభః-3స్వర్గః॥
స్థూమః-అ-పు-దీప్తిః-౨చంద్రః॥
స్థూరః-అ-పు వృషః-౨మనుష్యః॥
స్థూరీ-న్-పు-ఖరవృషభవత్పృష్ఠేనభారవాహకోలఅశ్వః॥
స్థూలమ్-అ-న-పటగృహమ్॥ తె॥ డేరా.
స్థూలః-అ-పు-పనసః॥
స్థూలః-అ-త్రి పీవరః-౨జిమ్మ్రిజ్ఞః॥ తె॥ ౧లావుది.
స్థూలకః-అ-పు-తృణవిశేషః॥
స్థూలకః-అ-త్రి-స్థూలః॥
స్థూలకఙ్గుః-ఉ-పు-వరకధాన్యమ్॥
స్థూలకణా-ఆ-స్త్రీ స్థూలజీరకః॥
స్థూలకణ్టకః-అ-పు-జాలబర్బూరః॥
స్థూలకణ్టకికా-ఆ-స్త్రీ-శాల్మలివృక్షః॥
స్థూలకణ్టా-ఆ-స్త్రీ-బృహతీ॥

స్థూలకన్దః-అ-పు-వనకందః-౨రక్తలశునః-3సూరణః-౪హస్తికందః-౫మాణకందః॥ తె॥ ౧అడవికంద.
స్థూలకాష్ఠధక్-హ-పు-బృహత్కాష్ఠాగ్నిః॥
స్థూలకాష్ఠాగ్నిః-ఇ-పు-బృహత్కాష్ఠానలః॥
స్థూలక్షేడః-అ-పు-బాణః॥
స్థూలచఞ్చుః-ఉ-పు-మహాచంచుశాకః॥
స్థూలచాపః-అ-పు-తూలపరిష్కారార్థధనుః
స్థూలజఙ్ఘా-ఆ-స్త్రీ-వైధవ్యలక్షణమ్ - ద్వివచనాంతోఽయమ్॥
స్థూలజీరకః-అ-పు జీరకభేదః॥
స్థూలతాలః-అ-పు-హింతాలః॥
స్థూలత్వచా-ఆ-స్త్రీ-కాశ్మరీ॥
స్థూలదణ్డః-అ-పు-దేవనలః॥
స్థూలదన్తకః-అ-పు-చిక్రోడః॥ తె॥ ఉడుత.
స్థూలదర్భః-అ-పు-ముంజః॥
స్థూలదలా-ఆ-స్త్రీ-గృహకన్యా॥
స్థూలనాలః-అ-పు-దేవనాళకః॥ తె॥ అడవికిక్కసగడ్డి.
స్థూలనాసః-అ-పు-సూకరః॥
స్థూలనాసికః-అ-పు - సూకరః - ౨పీననాసాయుక్తే-త్రి॥
స్థూలపటః-అ-త్రి-పీవరవస్త్రయుక్తః॥
స్థూలపట్టః-అ-పు-కార్పాసః॥
స్థూలపట్టాకః-అ-పు-స్థూలవస్త్రమ్॥
స్థూలపాదః-అ-పు-హస్తీ-౨శ్లీపదీ॥
స్థూలపుష్పః-అ-పు-బకవృక్షః॥
స్థూలపుష్పా-ఆ-స్త్రీ-పర్వతజాతాపరాజితా॥
స్థూలపుష్పీ-ఈ-స్త్రీ-నగ్నచ్ఛదా॥ తె॥ నల్లవిష్ణుక్రాంత.
స్థూలఫలః-అ-పు-మహాపిండీతకః॥ తె॥ పెద్దమ్రుంగచెట్టు.
స్థూలఫలా-ఆ-స్త్రీ-శణపుష్పీ॥ తె॥ పచ్చజనపచెట్టు

స్థూలభద్రః-అ-పు- శ్రుతకేవలినామకజైన భేదః॥
స్థూలభూతమ్-అ-న - పంచీకృతాకాశాది భూతమ్॥
స్థూలమరిచమ్-అ-న-కక్కోలమ్॥
స్థూలమూలమ్-అ-న-చాణక్యమూలమ్॥
స్థూలలక్షః-అ-త్రి-వదాన్యః॥ తె॥ చాలాయిచ్చెడువాఁడు.
స్థూలలక్ష్యః-అ-త్రి-బహుప్రదః॥
స్థూలవర్త్మకృత్-త్-పు- బ్రాహ్మణయష్టికా
స్థూలవల్కలః-అ-పు-తిరీటకః॥ తె॥పట్టికాలొద్దిము.
స్థూలవృత్తఫలః-అ-పు-స్నిగ్ధపిండీతకః॥
స్థూలవైదేహీ-ఈ-సీ-గజపిప్పలీ॥
స్థూలశరః-అ-పు-శరవిశేషః॥
స్థూలశాటకః-అ-త్రి-పీనవస్త్రమ్॥
స్థూలశాటకా-ఆ-సీ-స్థూలవస్త్రమ్॥
స్థూలశాటిః-ఇ-పు-వరాశిః॥
స్థూలశాటికా-ఆ-సీ-స్థూలవస్త్రమ్॥
స్థూలశాలిః-ఇ-పు-శాలిధాన్యభేదః॥
స్థూలశీర్షికా-ఆ-సీ-క్షుద్రపిపీలికా॥
స్థూలశీర్షికా-ఆ-త్రి-బృహన్మస్తకే॥
స్థూలషట్పదః-అ-పు-వరోలః॥
స్థూలస్కన్ధః-అ-పు-లకుచః॥
స్థూలహస్తమ్-అ-న-హస్తిశుండమ్॥
స్థూలహస్తః-అ-త్రి-పీనభుజే॥
స్థూలహస్తా-ఆ-పు-దుశ్శీలాలక్షణమ్॥
స్థూలా-ఆ-సీ-గజపిప్పలీ-౨ఎర్వారుః - ౩బృహదేలా॥
స్థూలాంశా-ఆ-సీ-గంధపత్రా॥
స్థూలామ్రః-అ-పు-మహారాజచూతః॥
స్థూలాస్యః-అ-పు-సర్పః॥
స్థూలాస్యః-అ-త్రి-బృహన్ముఖే॥
స్థూలీన్-పు-ఉష్ట్రః॥ తె॥లొట్టిపిట్ట.
స్థూలైరణ్డః-అ-పు-బృహదెరండవృక్షః॥
స్థూలైలా-ఆ-సీ-ఏలావిశేషః॥
స్థూలోచ్చయః-అ-పు-అసాకల్యమ్-౨గజమధ్యమః-౩గతిః-౪గండోపలః-౫వరండః॥
స్థైనః-అ-పు-చండా-౨తస్కరః॥ తె॥ ౧చండయను గ్రంథ్యము.
స్థైమన్-న- శరీరస్థబలమ్ - ౨శరీరస్థసామర్థ్యమ్॥
స్థైయః-అ-పు-వివాదపక్షస్యనిర్ణేతా-౨పురోహితః॥
స్థైయః-అ-త్రి-స్థిరతరే॥
స్థేయాన్-స్-త్రి-చిరకాలావస్థాయీ॥
స్థేష్ఠః-అ-త్రి-అతిస్థిరః॥
స్థైర్యమ్-అ-న-స్థిరత్వమ్॥
స్థైస్యః-అ-పు-జాతిపత్రికా॥ తె॥ జాజిపత్రి.
స్థోరీన్-పు-భారవాహకాశ్వః॥
స్థౌణేయమ్-అ-న-గ్రంథిపర్ణమ్॥ తె॥స్థౌణేయమనెడుగ్రంథ్యము.
స్థౌణేయకమ్-అ-న-సుగంధద్రవ్యభేదః॥
స్థౌరమ్-అ-న-పశుపృష్ఠవాహ్యాభారః॥ తె॥వీపునమోసెడు బరువు.
స్థౌరీ-న్-పు-పృష్ఠధురంధరాశ్వః॥
స్థౌలశీర్షః-అ-త్రి-బృహన్మస్తకయుక్తః॥
స్థౌల్యమ్-అ-త్రి-స్థూలతా॥
స్థ్యామః-అ-పు-తేజః-౨చంద్రః॥
స్నపనమ్ అ-న-స్నానమ్॥
స్నపితః-అ-త్రి-కృతస్నానః॥
స్నవః-అ-పు-స్రవణమ్॥
స్నసా-ఆ-సీ-స్నాయుః॥ తె॥నరము.
స్నాతః-అ-త్రి-కృతస్నానః॥

స్నాతకః-అ-పు - వివాహార్థంస్నాతకవ్రతకర్తా॥

స్నాతుమ్-మ్-ం-స్నానాయేత్యర్థే॥ తె॥స్నానముచేసేటందుకు.

స్నానమ్-అ-న-స్నవనమ్॥

స్నానః-అ-త్రి-స్నానయోగ్యజలాదిః॥

స్నానతృణమ్-అ-న-కుశః॥

స్నానీయమ్- అ - త్రి- స్నానయోగ్యమ్-౨స్నానసంపాదకద్రవ్యమ్॥

స్నాయవః-అ-పు-కపటకృతసాధువేషధారీ

స్నాయీ-న్-త్రి-స్నానకర్తా॥

స్నాయీ-న్-పు- కాకనాసికా-౨స్నానకర్తా॥ తె॥౧కాకిదొండచెట్టు.

స్నాయుః-ఉ-ద్వ-సంధిబంధనమ్॥ తె॥నరము

స్నాయ్వర్మ-న్-న-నేత్రరోగప్రభేదః॥

స్నావః-అ-పు-స్నాయుః,వాయువాహినీ (నాడీ॥)

స్నాహః-అ పు-కవచః॥

స్నిగ్ధమ్-అ-న-సాంద్రమ్॥ తె॥చిక్కదనము

స్నిగ్ధమ్-అ-త్రి- మసృణమ్-౨స్నేహవత్-౩సాంద్రవత్॥ తె॥౧మన్ననది-౨చమురుకలది-౩చిక్కదనముకలది.

స్నిగ్ధః-అ-పు-నూతనమిత్రమ్-౨రక్తైరండః-౩సరళవృక్షః॥

స్నిగ్ధతణ్డులః-అ పు-షష్టిశాలిః॥

స్నిగ్ధతా-ఆ-సీ-ప్రియతా-౨స్నేహః॥

స్నిగ్ధదారుః-ఉ-పు-సరలదేవదారు॥

స్నిగ్ధపత్రకః-అ-పు-గజరతృణమ్-౨ఘృతకరంజః-౩గుచ్ఛకరంజః॥

స్నిగ్ధపత్రా-ఆ-ద్వ- బదరీ-౨పాలక్యమ్-౩కాశ్మరీ॥ (కీకూర

స్నిగ్ధపత్రా-ఆ-సీ-పాలక్యః॥ తె॥ పాలం)

స్నిగ్ధపత్రికా-ఆ-సీ-బదరీ॥ తె॥ రేగుచెట్టు.

స్నిగ్ధపిణ్డీతకః-అ-పు-మదనవృక్షవిశేషః॥

స్నిగ్ధఫలా-ఆ-సీ-నాకులీ॥

స్నిగ్ధా-ఆ-సీ-కాకశ్యామా॥ తె॥నల్లతీగె.

స్నుః-ఉ-పు-సానుః-పర్వతస్యసమభూభాగః

స్నుః-ఉ-సీ-స్నాయుః॥

స్నుః-ఉ-(సీ)- పర్వతనితంబాధఃఫలకాకారశిలా॥ (చెట్టు)

స్నుక్-హ-సీ-స్నుహీవృక్షః॥ తె॥చెముడు

స్నుక్ఛదః-అ-పు-క్షీరకంచుకీవృక్షః॥

స్నుతమ్-అ-త్రి-రీణః॥ తె॥ కారినవస్తువు.

స్నుషః-అ-త్రి-హైన్యక్రియాకరః॥

స్నుషా-ఆ-సీ-జనీ-౨స్నుహీవృక్షః॥ తె॥౧కోడలు-౨చెముడుచెట్టు.

స్నుహా-ఆ-సీ-గండీరీ॥ తె॥చెముడుచెట్టు.

స్నుహిః-ఇ- సీ- స్నుహీవృక్షః ॥ తె ॥ చెముచెట్టు.

స్నుహీ-ఈ-సీ-గండీరీ॥ తె॥ చెముడుచెట్టు.

స్నేహః-అ-పు-ప్రియత్వమ్-౨జలవిశేషః-౩తైలమ్-౪గుణః॥

స్నేహనమ్-అ-న-తైలమర్దనమ్॥

స్నేహనః-అ-పు-చిత్రకః॥ తె॥చిత్రమూలము.

స్నేహప్రియః-అ-పు-ప్రదీపః॥

స్నేహప్రియః-అ-త్రి-తైలాదిప్రియే॥

స్నేహబీజః-అ-పు-ప్రియాలవృక్షః॥

స్నేహబీజః-అ-త్రి- స్నేహకారణే॥

స్నేహభూః-ఊ-పు-శ్లేష్మా॥

స్నేహభూః-ఊ- త్రి-స్నిగ్ధభూమా॥

స్నేహరఙ్గః-అ-పు-తిలః॥

స్నేహవతీ-ఈ-సీ-మేదా॥

స్నేహవతీ-ఈ-త్రి-స్నేహవిశిష్టే॥

స్నేహవస్తిః-ఇ-సీ-అనువాసనవస్తిః॥

స్నేహవిద్ధమ్-అ-న-దేవదారు॥

స్నేహా-న్-పు- రోగవిశేషః-౨బంధుః-౩(చంద్రః॥)

స్నేహాశః-అ-పు-ప్రదీపః॥

స్నేహితః-అ-త్రి-స్నేహయుక్తః॥
స్నేహితః అ-పు-మిత్రమ్॥
స్నేహీన్-త్రి-స్నేహయుక్తః॥
స్నేహీ-న్-పు-చిత్రకః॥ తె॥ చిఱుతపులి.
స్నేహుః-ఉ పు-రోగభేదః-౨చంద్రః॥
స్పన్దః-అ-పు-ప్రస్ఫురణమ్, ఈషత్కంపనమ్
స్పన్దనమ్-అ-న-ఓష్ఠనయనాదిచలనమ్॥ తె॥ కదలడము.
స్పరః-అ-పు-ఉపతాపకారిశత్రురోగాదిః॥
స్పరితా-ఋ-త్రి-దుఃఖకారణమ్-తచ్చ శత్రుమర్జనరోగాది॥
స్పరిశః-అ-పు-స్పర్శః॥
స్పర్తా-ఋ-పు-ఉపతాపకారిశత్రురోగాదిః॥
స్పర్ధా ఆ-సీ-వీరప్రతివీరవివాదః-౨సంఘర్షణమ్-౩సామ్యమ్ ౪క్రమసమున్నతిః
స్పర్శః-అ-పు-వాయుగుణః-౨ఉపతాపకారిశత్రురోగాదిః-౩దానమ్-౪స్పర్శకః॥ తె౧తగలడము-౨ఉపతాపమునుం జేయుశత్రువు-రోగము మొదలయినది-౩ఇచ్చుట-౪తాఁకెడువాఁడు.
స్పర్శకః అ-త్రి-స్పర్శనకర్తా॥
స్పర్శనమ్-అ-న-దానమ్-౨స్పర్శః-౩త్వగింద్రియమ్॥ తె॥ ౨తగలడము.
స్పర్శనః అ-పు-వాయుః-౨జలపురుషః॥
స్పర్శమణిః-ఇ-పు-స్పర్శమాత్రేణస్వర్ణజనకప్రస్తరవిశేషః॥
స్పర్శమణిప్రభవమ్ అ-న-స్వర్ణమ్॥
స్పర్శలజ్జా-ఆ-సీ లజ్జాలువృక్షః॥
స్పర్శశుద్ధా-ఆ-సీ-శతమూలీ॥
స్పర్శస్పన్దః-అ పు-భేకః॥
స్పర్శా-ఆ-సీ-కులటా॥
స్పర్శానన్దాః-ఆ-సీ అప్సరసః॥
స్పష్టా-ఋ-త్రి-ఉపతాపకమాత్రమ్-౨రోగః॥ రాఁరా.
స్పశః-అ-పు చారః-౨ఆహవః॥ తె॥ ౧హే
స్పష్టః-అ-త్రి-స్ఫుటః॥ తె॥ స్ఫుటమైనది.
స్పష్టీకృతమ్-అ-త్రి-వ్యక్తీకృతమ్॥
స్పారః-అ-పు-ఉపతాపకారిశత్రురోగాదిః॥
స్పృక్కా-ఆ-సీ-సముద్రాంతా॥ తె॥ స్పృక్కయనెడు గ్రంథ్యము.
స్పృదాకుః-ఉ-సీ-అనిలః-౨వజ్రః-౩దావాగ్నిః-౪ప్రతిసూర్యః॥
స్పృశా-ఆ-సీ-భుజంగఘాతినీవృక్షః॥
స్పృశీ-ఈ-సీ-కంటకారీ॥
స్పృష్టః-అ-త్రి-కృతస్పర్శః॥
స్పృష్టకమ్-అ-న-ఆలింగనభేదః॥
స్పృష్టా-ఋ-పు-ఉపతాపకారిశత్రురోగాదిః॥
స్పృష్టాస్పృష్టమ్-అ-న-పరస్పరస్పర్శనమ్॥
స్పృష్టాస్పృష్టి-౦-౦-పరస్పరస్పర్శనమ్॥
స్పృష్టిః-ఇ-సీ-స్పర్శః॥ తె॥ తగలడము.
స్పృహణీయమ్-అ-త్రి-వాంఛనీయమ్॥
స్పృహయాలుః-ఉ-త్రి-స్పృహాశీలః॥
స్పృహా-ఆ-సీ-ఇచ్ఛా॥
స్పృహ్యః-అ-పు-మాతులుంగకః॥
స్పృహ్యః అ-త్రి-వాంఛనీయః॥
స్ప్రిష్టా-ఋ పు-ఉపతాపకారిశత్రురోగాదిః॥
స్ఫటః-అ-పు-ఫణా॥
స్ఫటా-ఆ-సీ ఫణా॥
స్ఫటికమ్ అ-న-రాగదా॥ తె॥ స్ఫటికము.
స్ఫటికః-అ-పు-చంద్రకాంతమణిః॥
స్ఫటికా-ఆ-సీ-స్ఫటికారిః॥
స్ఫటికాచలః-అ-పు-కైలాసపర్వతః॥
స్ఫటికాత్మా-న్-పు-స్ఫటికః॥
స్ఫటికాద్రిః-ఇ-పు-కైలాసః॥
స్ఫటికాద్రిభిదః-అ-పు-కర్పూరః॥

స్ఫటికాభిదః-అ-పు-కర్పూరః॥

స్ఫటికాభ్రిః-అ-పు-కర్పూరః॥

స్ఫటికారిః-ఇ-సీ-శ్వేతవర్ణవణిగ్ద్రవ్యభేదః

స్ఫటీ-ఈ-సీ-స్ఫటికారిః॥

స్ఫరణమ్-అ-న-ఓష్ఠనయనాదిస్పందనమ్॥

స్ఫాటకమ్-అ-న-స్ఫటికమ్॥

స్ఫాటకః-అ-పు-జలబిందుః॥

స్ఫాటికమ్-అ-న-స్ఫటికమ్॥

స్ఫాటికః-అ-పు-జలబిందుః॥

స్ఫాటికోపలః-అ-పు-స్ఫటికమ్॥

స్ఫాటీకమ్-అ-న-స్ఫటికమ్॥

స్ఫాతః-అ-త్రి-వృద్ధియుక్తః॥

స్ఫాతిః-ఇ-సీ-వృద్ధిః॥ తె॥ బలియడము.

స్ఫారమ్-అ-న-ప్రచురమ్॥

స్ఫారః-అ-పు-వికటః-౨కనకాదెర్బుద్బుదః॥

స్ఫారః-అ-త్రి-భూయిష్ఠః॥ తె॥ ఎక్కువది.

స్ఫారణమ్-అ-న-స్ఫురణమ్॥

స్ఫారితాలీ-ఈ-సీ-భ్రూభంగః॥

స్ఫాలః-అ-పు-స్ఫూర్తిః॥

స్ఫిక్-చ్-సీ-కటిప్రోథః॥

స్ఫిగ్ఘాతనకః-అ-పు-కట్ఫలః॥

స్ఫిరమ్-అ-త్రి-ప్రచురమ్॥

స్ఫీతః-అ-పు-కాంతిః॥

స్ఫీతః-అ-త్రి-అదభ్రః॥ తె॥ ఎక్కువది.

స్ఫుటః-అ-త్రి-వికసితపుష్పవృక్షాదిః-౨అస్పష్టః-౩వ్యాప్తః॥

స్ఫుటనమ్-అ-న-భేదనమ్॥ తె॥ బద్దలుకావడము.

స్ఫుటబన్ధనీ-ఈ-సీ-పారావతపదీ-౨అస్ఫుటవల్లీతి కేచిత్॥

స్ఫుటా-అ-సీ-ఫణా॥

స్ఫుటిః-ఇ-సీ-పాదస్ఫోటరోగః-౨అనిర్భిన్నకర్కటీఫలమ్॥

స్ఫుటికా-ఆ-సీ-పుల్లతువరీ॥ తె॥ పుల్లతొవరిమన్ను.

స్ఫుటితః-అ-త్రి-వికసితః-౨భిన్నః-౩పరిహసితః-౪వ్యక్తీకృతః॥

స్ఫుటీ-ఈ-సీ-సస్యమ్-౨పాదస్ఫోటః॥

స్ఫుత్కరః-అ-పు-అగ్నిః॥

స్ఫుత్కారః-అ-పు-ఫుత్కారః॥

స్ఫురః-అ-పు-ఫలకమ్-౨స్ఫురణమ్॥

స్ఫురణమ్-అ-న-ఓష్ఠనయనాది-స్పందనమ్॥

స్ఫురణా-ఆ-(పు)-స్ఫూర్తిః॥

స్ఫురన్-త్-త్రి-కంపనయుక్తః,స్ఫూర్తి(విశిష్టః)

స్ఫురితమ్-అ-త్రి-స్ఫురణవిశిష్టే॥

స్ఫురితమ్-అ-న-చుంబనభేదః-౨రతిబంధభేదః-౩పక్షిక్రియాభేదః॥

స్ఫుర్జకః-అ-పు-స్ఫూర్జకవృక్షః॥

స్ఫుర్జథుః-ఉ-పు-వజ్రపతనజనితశబ్దః॥

స్ఫులమ్-అ-న-వస్త్రవేశ్మ॥

స్ఫులనమ్-అ-న-స్ఫురణమ్॥

స్ఫులిఙ్గః-అ-త్రి-అగ్నిస్ఫులింగః॥ తె॥ అగ్నిమిణుగురులు.

స్ఫులిఙ్గినీ-ఈ-సీ-అగ్నిసప్తజిహ్వాంతర్గతజిహ్వావిశేషః॥

స్ఫూర్జః-అ-పు-కాకతిందుకవృక్షః॥ తె॥ చిట్టితుమికిచెట్టు.

స్ఫూర్జకః-అ-పు-తిందుకః॥ తె॥ నల్లతుమికి,

స్ఫూర్జథుః-ఉ-పు-నిర్ఘాతధ్వనిః॥

స్ఫూర్జనః-అ-పు-కాకతిందుకః॥ తె॥ చిట్టితుమికిచెట్టు.

స్ఫూర్జితకః-అ-పు-సోధ్రికః॥ తె॥ బిల్లుచెట్టు.

స్ఫూర్తిః-ఇ-సీ-స్ఫురణమ్॥

స్ఫూర్తిమాన్-త్-త్రి-పాశుపతః॥

స్ఫేయాన్-స్-త్రి-అతిశయేనస్ఫీతః॥ తె॥ మిక్కిలిగొప్పది.

స్ఫేష్ఠః-అ-త్రి-అతిశయమైనస్ఫారః॥ తె॥ మిక్కిలీవిస్తారమైనది.

స్ఫోటః-అ-పు భేదనమ్॥ తె॥బద్దలుచెయ్యడము

స్ఫోటకః-అ-పు-రోగవిశేషః-౨భేదకపరీహాస కయోస్త్రి॥

స్ఫోటనమ్-అ-న-విదారణమ్- ౨ప్రకాశనమ్॥

స్ఫోటనీ-ఈ సీ-మణిశంఖవేధోపకరణమ్॥

స్ఫోటబీజకః-అ-పు-భల్లాతకః॥

స్ఫోటలతా-ఆ-సీ-కర్ణస్ఫోటా ॥ తె॥ బొల్లి బూసరచెట్టు.

స్ఫోటా-ఆ-సీ-ఫణా॥

స్ఫోటాయనః అ-పు-మునివిశేషః॥

స్ఫోటికా-ఆ-సీ - హాపుత్రికా॥

స్ఫ్యమ్-అ-న-ఖడ్గాకారకాష్ఠమ్॥

స్మ-౦-౦ శ్లోకపాదపూరణమ్-౨తద్యోగేఅతీతకాలికీవిభక్తిర్భవతి- యథాహంతిస్మ రావణంరామః॥

స్మయః-అ-పు-గర్వః-౨అద్భుతమ్॥

స్మయాకః-అ-పు-శ్యామకః॥ తె॥చామలు.

స్మరః-అ-పు-మన్మథః-౨స్మరణంచ॥

స్మరకూపకః-అ-పు-భగమ్॥

స్మరకూపికా-ఆ-సీ-యోనిః॥

స్మరగురుః-ఉ-పు-విష్ణుః॥

స్మరగృహమ్-అ-న-యోనిః॥

స్మరచక్రః-అ-పు-రతిబంధవిశేషః॥

స్మరచ్ఛత్రమ్-అ-న-భగోపరిబీజమ్॥

స్మరణమ్-అ-న-స్మృతిః॥

స్మరణాపత్యతర్పకః-అ-పు-కూర్మః॥

స్మరదశా-ఆ సీ-కామావస్థా॥

స్మరధ్వజమ్-అ-న-యోనిః॥

స్మరధ్వజః-అ-పు-శిశ్నః-౨వాద్యమ్

స్మరధ్వజా-ఆ-సీ-పూర్ణచంద్రయుక్తారాత్రిః

స్మరప్రియా-ఆ-సీ-రతిః॥

స్మరమన్దిరమ్-అ-న- భగః - ౨భగాంతఃప్రదేశః॥

స్మరలేఖనీ-ఈ-సీ-శారికాపక్షీ॥

స్మరవల్లభః-అ-పు అనిరుద్ధః॥

స్మరవీథికా-ఆ-సీ-వేశ్యా॥

స్మరవృద్ధిసంజ్ఞః-అ-పు-కామవృద్ధిక్షుపః॥

స్మరసఖః-అ-పు-చంద్రః॥

స్మరస్తమ్భః-అ-పు-ఉపస్థః॥

స్మరస్మర్యః-అ-పు-గర్దభః॥

స్మరహరః-అ-పు-శివః॥

స్మరాగారమ్-అ-న-భగమ్॥

స్మరాఙ్కుశః-అ-పు-ప్రవృద్ధనఖః॥ తె॥ పెంచి దిద్దినగోరు.

స్మరాఙ్కుశః-అ-త్రి-కాముకః॥

స్మరాఙ్గః-అ-పు-చూతవృక్షః॥

స్మరామ్రః-అ-పు-రాజామ్రః॥

స్మరాసవః-అ-పు-లాలా-౨మద్యభేదః॥

స్మార్తమ్-అ-న-స్మృతిశాస్త్రోక్తకర్మ॥

స్మార్తః-అ-త్రి-స్మృతిసంబంధీయః- ౨స్మృతిశాస్త్రవ్యవసాయీ॥

స్మితమ్-అ-న-మందహాసః॥ తె॥చిఱునవ్వు.

స్మితః-అ-త్రి-వికసితపుష్పవృక్షాదిః॥

స్మృతః-అ-త్రి-స్మృతివిషయః- కృతస్మరణః॥

స్మృతిః-ఇ-సీ-మన్వాదిస్మృతిః - ౨వ్యభిచారిభావభేదః-౩ఇష్టానిష్టకార్యవిచారః- ౪అష్టాదశసంజ్ఞా-౫బుద్ధిః-౬స్మరణమ్॥

స్మృతిప్రమాణశబ్దః-అ-పు- అలంకారభేదః॥

స్మృతిభూః ఊ-పు-మన్మథః॥

స్మృతిభూః ఊ-సీ-ధూమ్రపత్రా॥ తె॥ పొగచెట్టు.

స్మృతిమాన్-త్-త్రి-స్మృతివిశిష్టః- చింతావాన్॥

స్మృతివిరుద్ధః-అ-త్రి-ధర్మశాస్త్రవిపరీతః॥

స్మృతిశాస్త్రమ్-అ-న-ధర్మసంహితా॥

స్మృత్యజ్కః-అ-పు-అలంకారభేదః॥

స్మృత్యపేతః-అ-త్రి-స్మృతివిరుద్ధః॥

స్మేరః-అ-త్రి-వికసితః-౨ఈషద్ధసనశీలః॥

స్మేరవిష్కిరః-అ-పు-మయూరః॥

స్యదః-అ-పు-వేగః॥

స్యన్దః-అ-పు-వేగమాత్రమ్॥

స్యన్దనమ్-అ-న-తోయమ్-౨స్రవణమ్-౩గమనమ్॥

స్యన్దనః-అ-పు-తినిశవృక్షః-౨యుద్ధనిమిత్తరథః-౩మారుతః॥ తె॥౧నెమ్మిచెట్టు.

స్యన్దనద్రుమః-అ-పు-తినిశవృక్షః॥ తె॥ నెమ్మిచెట్టు.

స్యన్దనారోహః-అ-పు-రథికః॥

స్యన్దనిః-ఇ-పు తినిశవృక్షః॥ తె॥ నెమ్మిచెట్టు.

స్యన్దనీ-ఈ-సీ-లాలా-౨మూత్రనాడీ॥

స్యన్దా ఆ-సీ-విష్ణుక్రాన్తా॥ తె॥ ఎఱ్ఱవిష్ణుక్రాంత.

స్యన్దితః అ-పు-తిందుకః॥ తె॥నల్లతుమికిచెట్టు

స్యన్దినీ-ఈ-సీ-లాలా॥ తె॥చొంగ.

స్యన్దీ న్-త్రి-స్రవతియః-స్రావకః॥

స్యన్నః-అ-త్రి-స్రుతః॥ తె॥ కారినది.

స్యన్నవీణః-అ-త్రి-స్రుతః॥

స్యమన్తకః-అ-పు-శ్రీకృష్ణస్యహస్తమణిః॥

స్యమీకః-అ-పు-కాలః-౨వల్మీకమ్-౩మేఘః-౪వృక్షవిశేషః॥

స్యమికా-ఆ-సీ-నీలికా॥

స్యాత్-త్-౦-తర్కః॥ తె॥ ఆలాగో-ఈలాగోయనియూహించడము.

స్యాలః-అ-పు-పత్నీభ్రాతా॥

స్యూత్నమ్-అ-న-ఆహ్లాదః॥

స్యూమ్నమ్-అ-న ఆనందః॥

స్యూతః-అ-త్రి ఊతః॥ తె॥కుట్టఁబడ్డది.

స్యూతః-అ-పు-ప్రసేవః॥ తె॥ దాగర.

స్యూతిః-ఇ-సీ-ప్రసేవః-౨సీవనమ్-౩సంతతిః॥ తె॥౧దాగర-౨బట్టకుట్టడము.

స్యూనః-అ-పు-ప్రసేవః-౨కిరణః-౩సూర్యః తె॥౧దాగర.

స్యూమమ్ అ-న-జలమ్-౨రశ్మిః॥

స్యూమః-అ-పు-కిరణః॥

స్యోతః-అ-పు-స్యూతః॥

స్యోనమ్-అ-న-ఆనందః॥

స్యోనః అ-పు-కిరణః-౨ధౌతకటః-౩సూర్యః॥

స్యోనాకః-అ-పు-మహీసాక్షివృక్షః-౨స్యోనకః॥ తె॥౧మహిసాక్షిచెట్టు-౨దుండిలపుచెట్టు.

స్రంసనమ్-అ-న-ఊర్ధ్వగతదోషస్యాధోనయనమ్॥

స్రంసిఫలః-అ-పు-శిరీషవృక్షః॥

స్రంసీ-న్-పు-పీలువృక్షః॥

స్రంసీ-ఈ-సీ-ఉద్వేగః॥ తె॥పోఁకబొండము

స్రంసీ న్-త్రి-అధఃపతనశీలః॥

స్రక్-జ్-సీ-మాల్యమ్॥ తె॥పువ్వులదండ.

స్రగ్వాన్-త్-త్రి-మాల్యవిశిష్టః॥

స్రగ్వీ-న్-త్రి-మాల్యవిశిష్టః॥

స్రజిష్ఠః-అ-త్రి-మాల్యవిశిష్టః॥

స్రజీయాన్-త్-త్రి-మాల్యవిశిష్టః॥

స్రజ్వా-ఆ-సీ-ప్రజాపతిః-౨రజ్జుః-౩తంతుపటసంఘాతః॥

స్రద్ధూః-ఊ-సీ అపానధ్వనిః॥

స్రవః-అ-పు స్రావః॥ తె॥రంధ్రమువలనఁగాఱుట.

స్రవణమ్-అ-న-మూత్రమ్-౨ఘర్మః-౩క్షరణమ్॥

స్రవద్గర్భా-ఆ-సీ-దైవవశాత్పతితగర్భాగౌః.

స్రవద్రఙ్గః-అ-పు-పణగ్రంథిః॥

స్రవన్తీ-ఈ-సీ-నదీ-౨రుదంతీనామకవృక్షః-౩చంద్రమతీనదీ॥

స్రవన్తీ-ఈ-త్రి- తురణవిశిష్టే-యథా-స్రవన్-స్రవంతీ-స్రవత్॥
స్రవా-ఆ-సీ-మూర్వా॥ తె॥చాఁగచెట్టు.
స్రష్టా-ఋ-పు- చతుర్ముఖః-౨శివః-౩సృష్టికర్తా॥
స్రస్తమ్-అ-త్రి-చ్యుతమ్॥ తె॥జారినది.
స్రస్తరః-అ-పు-ఆసనమ్॥
స్రాక్-ర్-౦-శీఘ్రార్థః॥ తె॥ శీఘ్రముగా.
స్రావః-అ-పు-స్రవః॥ తె॥ రంధ్రమువలన కారడము.
స్రావకమ్-అ-న-మరీచమ్॥
స్రావకః-అ-త్రి-తురకః॥
స్రావణీ-ఈ-సీ-ఋద్ధివృక్షః॥
స్రుక్-చ్-సీ-హోమపాత్రమ్-౨గతిః॥
స్రుగ్జిహ్వః-అ-పు-అగ్నిః॥
స్రుగ్దారు-ఉ-న-వ్యాఘ్రపాద్వృక్షః॥
స్రుఘ్నీ-ఈ-సీ-స్వర్జికాక్షారః॥
స్రుఙ్ఞాయః-అ-పు-మహిషః॥
స్రుతః-అ-త్రి-రీణః॥ తె॥ కారినవస్తువు.
స్రుతా-ఆ-సీ-హింగుపత్రీ॥
స్రువః-అ-పు-స్రుగ్భేదహోమపాత్రమ్-౨ హోమార్థమాజ్యగ్రాహకపాత్రమ్॥
స్రువా-ఆ-సీ-మూర్వా-౨సల్లకీ॥
స్రువావృక్షః-అ-పు-వికంకతవృక్షః॥
స్రూః-ఊ-సీ-యజ్ఞపాత్రవిశేషః-౨నిర్ఝరః
స్రోతమ్-అ-న-స్రోతః॥
స్రోతః-స్-న-ఇంద్రియమ్-౨ప్రవాహః-౩జలమ్-౪నదీవేగః-౫అంబునిర్గమద్వారమ్-౬ధారా॥
స్రోతఈశః-అ-పు-సముద్రః॥
స్రోతసికః-అ-పు-స్రోతసికమతప్రవర్తకః॥
స్రోతస్యః-అ-పు-శంకరః-౨కర్ణికారవృక్షః-౩తస్కరః॥
స్రోతస్వతీ-ఈ-సీ-నదీ॥
స్రోతస్వినీ-ఈ-సీ-నదీ॥
స్రోతోఞ్జనమ్-అ-న-సౌవీరాంజనశిలా॥
స్రోతోవహః-అ-పు-తాలప్రాణయతిభేదః
స్వః-అ-త్రి-ఆత్మీయః॥
స్వః-అ-పు-సమానగోత్రపురుషః-౨ఆత్మా.
స్వః-అ-(సీ)-ధనమ్-౨ఆత్మా॥
స్వః-ర్-౦-స్వర్గః-౨ఆకాశః-౩పరలోకః-౪సుఖమ్-౫ద్యుతిః-౬చంద్రకాంతిః॥
స్వకమ్-అ-త్రి-స్వీయమ్ - ఆత్మీయమ్॥
స్వకమ్పనః-అ-పు-వాయుః॥
స్వకర్మ-న్-న-ఆత్మకృతకార్యమ్॥
స్వకీయః-అ-త్రి-స్వీయః॥
స్వకులక్షయః-అ-పు-మత్స్యః-౨నిజవంశనాశశ్చ॥
స్వకులక్షయః-అ-త్రి-తత్కర్తరితద్విశిష్టేచ
స్వగతమ్-అ-న-మనోగతమ్॥
స్వగతమ్-అ-త్రి-ఆత్మప్రాప్తే - ౨తస్మైగతేచ॥
స్వగుప్తా-ఆ-సీ-శూకశింబీ-౨లజ్జాలుః॥
స్వగృహః-అ-(సీ)-నిజాలయము॥
స్వగృహః-అ-పు-కలికారపక్షీ॥
స్వఙ్గమ్-అ-న-శోభనావయవె॥
స్వఙ్గః-అ-త్రి-సుందరాంగవిశిష్టః॥
స్వచ్ఛమ్-అ-న-విమలోపరసః-౨ముక్తా॥
స్వచ్ఛః-అ-పు-శ్వేతవర్ణః-౨స్ఫటికః॥
స్వచ్ఛః-అ-త్రి-శ్వేతవర్ణవాన్ - ౨రోగవిముక్తః-౩నిర్మలః॥
స్వచ్ఛన్దః-అ-త్రి-స్వతంత్రః॥
స్వచ్ఛపత్రమ్-అ-న-అభ్రకమ్॥
స్వచ్ఛపుష్పీ-న్-పు-ద్రోణః॥ తె॥తుమ్మిచెట్టు
స్వచ్ఛమణిః-ఇ-పు-స్ఫాటికః॥
స్వచ్ఛవాలుకమ్-అ-న-విమలోపరసః॥
స్వచ్ఛా-ఆ-సీ-శ్వేతదూర్వా॥

స్వజమ్-అ-న-శోణితమ్॥ తె॥ రక్తము.
స్వజః-అ-త్రి-ఆత్మజాతె॥
స్వజః-అ-పు-సర్పభేదః-౧స్వేదః-౨పుత్రః॥
స్వజనః-అ-పు-సమగోత్రపురుషః॥
స్వజా-ఆ-సీ-కన్యా॥
స్వతః-స్-౦-ఆత్మనః॥
స్వతన్త్రిః-అ-త్రి-స్వైరీ॥ తె॥ స్వతంత్రుడు
స్వత్రః-ఆ-త్రి-అంధకారః॥
స్వత్వమ్-అ-న-శాస్త్రసమ్మతయథేష్టవినియోగార్హత్వమ్-౧అస్వత్వపదార్థాతిరిక్తపదార్థః-౨నిరూపకతాసంబంధేనస్వామిత్వమ్॥
స్వదనమ్-అ-న-భక్షణమ్-౧లేహః॥
స్వదారః-అ-పు-స్వస్త్రీ॥
స్వధర్మమ్-అ-(సీ)-స్వజాత్యుక్తాచారః॥
స్వధా ఆ-సీ-అగ్నిభార్యా॥
స్వధా-ఆ-౦-పితృదేవతాహవిర్దానమ్॥
స్వధాప్రియః-అ-పు-కృష్ణతిలః-౧అగ్నిశ్చ॥
స్వధాభుక్-జ్-పు-పితృగణః-౧దేవతా॥
స్వధితిః-ఇ-ద్వి-పరశుః-౧యాగపాత్రభేదః ౨కార్ముకమ్-౩స్తనమర్దనమ్ - ౪స్తనమూలమ్॥ తె॥ ౧గండ్రగొడ్డలి.
స్వధితిహేతికః-అ-పు-పరశుధరః॥ తె॥ గండ్రగొడ్డలిపట్టెడువాఁడు.
స్వనః-అ-పు-ధ్వనిః॥
స్వనచక్రః-అ-పు రతిబంధవిశేషః॥
స్వనిః-ఇ-పు-శబ్దః॥
స్వనితమ్ అ-న-గర్జితమ్॥
స్వనితమ్-అ-త్రి-ధ్వనితమ్॥ తె॥ ధ్వనిచేసెడు భేర్యాదికము.
స్వనితాహ్వయః-అ-పు-తండులీయః॥
స్వనోత్సాహః-అ-పు-గండకః॥
స్వపనమ్-అ-న-స్వప్నః॥

స్వపిణ్డా-ఆ-సీ-పిండఖర్జూరీ॥
స్వప్నః-అ-పు-స్వప్నః-౧నిద్రా-౨దర్శనమ్ తె॥ ౧కల.
స్వప్నక్-జ్-త్రి-నిద్రాశీలః॥ తె॥ నిదుర పోఁతు.
స్వప్నకృత్-త్-న-సునిషణ్ణకమ్॥
స్వప్నకృత్-త్-త్రి-స్వప్నకారకే॥
స్వప్నదోషః-అ-పు-నిద్రావస్థాయాం రేతస్స్ఖలనమ్॥
స్వబీజమ్-అ-న-నిజకారణేస్వీయవీర్యేచ॥
స్వబీజః-అ-పు ఆత్మా॥
స్వభాజనమ్-అ-న-ఆనందనమ్॥
స్వభానుః-ఉ-పు-సంవత్సరభేదః॥
స్వభావః-అ-పు-నిసర్గః॥
స్వభావోక్తిః-ఇ-సీ-అలంకారభేదః॥
స్వభూః-ఊ-పు-చతుర్ముఖః-౧విష్ణుః- ౨మదనః-౩శివః॥
స్వమేకః-అ-పు-సంవత్సరః॥
స్వయమ్-అ-౦-ఆత్మశబ్దతృతీయార్థః॥ తె॥ ౧తనచేత.
స్వయంవరా-ఆ-సీ-పతింవరా॥ తె॥ తానుకోరినపతినివరించెడుయాఁడుది.
స్వయంహారికా-ఆ-సి-స్త్రీవిశేషః॥
స్వయఙ్కృతః-అ-త్రి-ఆత్మకృతః॥
స్వయఙ్గుప్తా-ఆ-సీ-శూకశింబికా॥
స్వయన్దత్తః-అ-పు- ద్వాదశవిధపుత్రాంతర్గతపుత్రవిశేషః॥
స్వయమ్ప్రభః-అ-పు - చతుర్వింశతిభావ్యర్హదంతర్గతచతుర్థార్హన్॥
స్వయమ్భుః-ఉ-పు-చతుర్ముఖః॥
స్వయమ్భువః-అ-పు-ఆదిమునిః-౧బ్రహ్మా॥
స్వయమ్భువా-ఆ-సీ-ధూమ్రపత్రా॥
స్వయమ్భూః-ఊ-పు-చతుర్ముఖః-౧మన్మథః-౨దైత్యభేదః-౩విష్ణుః-౪శంభుః॥

స్వర్-ర్-౦-స్వర్గః-౨ పరలోకః - ౩ ఆకాశమ్-౪ శోభనమ్॥

స్వరః-అ-పు-ఉదాత్తాదివేదస్వరః - ౨ నిషాదాదిసంగీతస్వరః-౩ సప్తసంజ్ఞా- ౪ వామ-౫ నాసాపవనః ౬ ప్రాణిధ్వనిః - ౭ అచ్॥ తె॥ ౭ అచ్చులు.

స్వరక్షయః-అ పు-మూర్ఛా॥

స్వరపత్తనమ్ అ-న-సామవేదః॥

స్వరభఙ్గః-అ-పు-సాత్త్వికభావభేదః - ౨ గలరోగవిశేషః॥

స్వరభఙ్గీ-న్-పు పక్షివిశేషః॥

స్వరభేదః-అ-పు-స్వరభంగరోగః॥

స్వరమణ్డలికా-ఆ-సీ-వీణావిశేషః॥

స్వరలాసికా-ఆ సీ-వంశీ॥

స్వరసః-అ-పు-శిలాపిష్టకల్కః- ౨ కషాయవిశేషః॥

స్వరా-ఆ-సీ- బ్రహ్మణో జ్యేష్ఠపత్నీ॥

స్వరాంశః-అ-పు-సంగీతశ్రుతిః॥

స్వరాట్-జ్-పు-ద్వ్యక్షరాధికత్రిపాదీమంత్రః - ౨ పఞ్చమధ్యపాదావసానతృతీయపాదవచ్చతుష్పాదీమంత్రః॥

స్వరావగా-ఆ సీ-స్వర్గంగా॥

స్వరాలుః-ఉ-పు-వచా॥

స్వరితః-అ-త్రి-స్వరయుక్తః॥

స్వరితః-అ-పు ఉదాత్తానుదాత్తస్వరసమాహారః॥

స్వరితా-ఋ- పు-ఉపతాపకారిశత్రురో } (గాదిః॥)

స్వరుః స్-పు వజ్రమ్॥

స్వరుః-ఉ-పు-వజ్రాయుధమ్ - ౨ యూపాంశః-౩ అధ్వరః-౪ బాణః-౫ సూర్యప్రభా ౬ వృశ్చికభేదః॥

స్వరుచిః-ఇ-త్రి-స్వతంత్రః॥

స్వరుచిః ఇ-సీ-స్వేచ్ఛయామ్॥

స్వరూపమ్-అ-న స్వభావః॥

స్వరూపః-అ-త్రి-పండితః-౨ మనోజ్ఞః॥

స్వరేణుః-ఉ-సీ-సూర్యపత్నీవిశేషః॥

స్వరోదయఃఅ-పు-స్వరజ్ఞాపకగ్రంథవిశేషః

స్వర్గః-అ-పు-సురలోకః-౨ సుఖమ్-౩ విరోధః ౪ దేవభేదః॥

స్వర్గఙ్గా-ఆ-సీ-మందాకినీ॥

స్వర్గపతిః-ఇ-పు-ఇంద్రః॥

స్వర్గలోకేశః-అ-పు-శరీరమ్- ౨ ఇంద్రశ్చ॥

స్వర్గవధూః-ఊ-సీ-అప్సరసః॥

స్వర్గసరిద్వరా-ఆ-సీ-గంగా॥

స్వర్గాపగా-ఆ సీ-గంగా॥

స్వర్గిగిరిః-ఇ-పు-సుమేరుః॥

స్వర్గిరిః ఇ-పు-సుమేరుః॥

స్వర్గివధూః ఊ-సీ-అప్సరసః॥

స్వర్గీ-న్-పు-దేవః-౨ స్వర్గగామిని-త్రి॥

స్వర్గౌః-ఓ-సీ-స్వర్గధేనుభేదః॥

స్వర్గౌకాః-స్-పు-దేవతా॥

స్వర్గ్యః-అ-త్రి-స్వర్గీయః॥

స్వర్జికః-అ-పు-సర్జికాక్షారః-౨ యవక్షారః॥

స్వర్జికాక్షారః-అ-పు-సర్జిక్షారః॥

స్వర్జిక్షారః అ-పు-స్వర్జికాక్షారః॥

స్వర్జీ-న్-పు-స్వర్జిక్షారః॥

స్వర్ణమ్-అ న-హేమ-౨ ధుస్తూరః- ౩ గౌరసువర్ణశాకమ్-౪ నాగకేసరమ్॥ తె॥ ౧ బంగారము.

స్వర్ణః-అ-పు-నారికేలపట్టకః॥ తె॥ నారికేడపుజౌట-పొత్తినిన్న.

స్వర్ణకణః-అ-పు-కణగుగ్గులుః- ౨ సువర్ణకణా

స్వర్ణకణికా-ఆ.సీ-కనకకణా॥

స్వర్ణకాయః-అ పు-గరుడః॥

స్వర్ణకాయః-అ-త్రి సువర్ణమయశరీరె॥

స్వర్ణకారః-అ-పు- గోరక్షస్త్రీక్షత్రియజని

తః॥ తె॥కంసాలివాఁడు.
స్వర్ణకృత్-త్-పు-స్వర్ణకారః॥
స్వర్ణక్షీరీ-ఈ-సీ-కంకుష్ఠా॥ తె॥కంకుష్ఠమనెడుచెట్టు.
స్వర్ణగైరికమ్-అ-న-గైరికభేదః॥
స్వర్ణగ్రీవా-ఆ-సీ-నాటకశైలపూర్వభాగాత్ నిఃసృతా నదీవిశేషః॥
స్వర్ణచూడః-అ-పు-చాషః॥ తె॥ పాలపిట్ట.
స్వర్ణజమ్-అ-న-రజ్జమ్॥
స్వర్ణజీవన్తీ-ఈ-సీ-వృక్షవిశేషః॥
స్వర్ణదీ-ఈ-సీ-ఆకాశగంగా-౨వృశ్చికాలీ॥
స్వర్ణదీధితిః-ఇ-పు-అగ్నిః॥
స్వర్ణద్రుః-ఉ-పు-ఆరగ్వధవృక్షః॥ తె॥ రేల చెట్టు.
స్వర్ణపక్షః-అ-పు-గరుడః॥
స్వర్ణపద్మా-ఆ-సీ-స్వర్గంగా॥
స్వర్ణపారకః-అ-పు-టంకణః॥
స్వర్ణపారేవతమ్-అ-న-మహాపారేవతమ్॥ తె॥ పెద్దఈడచెట్టు.
స్వర్ణపుష్పః-అ-పు-ఆరగ్వధః-౨చంపకః-౩వావలవృక్షః॥
స్వర్ణపుష్పా-ఆ-సీ-కలికారిః-౨సాతలా-౩స్వర్ణులీ॥ చెట్టు.
స్వర్ణపుష్పీ-ఈ-సీ-సితవీర్యా॥ తె॥జీలుగు
స్వర్ణఫలా-ఆ-సీ-పీతరంభా॥
స్వర్ణబిన్దుః-ఉ-పు-విష్ణుః-౨సువర్ణకణికా చ
స్వర్ణభృఙ్గారః-అ-పు-స్వర్ణభృంగరాజః॥
స్వర్ణమహా-ఆ-సీ-నదీవిశేషః॥
స్వర్ణమాక్షికమ్-అ-న-స్వనామఖ్యాతఉపధాతుః॥
స్వర్ణయూథీ-ఈ-సీ-పీతవర్ణయూథికా॥
స్వర్ణలతా-ఆ-సీ-జ్యోతిష్మతీ॥ తె॥ జ్యోతిష్మతిచెట్టు.
స్వర్ణవణిక్-జ్-పు-వర్ణసంకరజాతివిశేషః.
స్వర్ణవర్ణా-ఆ-సీ-హరిద్రా॥ తె॥పసపు.
స్వర్ణవర్ణా-ఆ-త్రి-సువర్ణసదృశవర్ణయుక్తే
స్వర్ణవల్కలః-అ-పు-శ్యోణాకవృక్షః॥
స్వర్ణవల్లీ-ఈ-సీ-జ్యోతిష్మతీ॥ తె॥ వెఱ్ఱిదుతీఁగె.
స్వర్ణశేఫాలికా-ఆ-సీ-ఆరగ్వధః-౨పీతశేఫాలికా చ॥
స్వర్ణాఙ్గః-అ-పు-ఆరగ్వధః॥
స్వర్ణారి-ఇ-న-గంధకమ్॥
స్వర్ణులీ-ఈ-సీ-క్షుపవిశేషః॥
స్వర్నదీ-ఈ-సీ-స్వర్గంగా॥
స్వర్భానవః-అ-పు-గోమేదకమణిః॥
స్వర్భానుః-ఉ-పు-రాహుగ్రహః॥
స్వర్భానుసూదనః-అ-పు-సూర్యః॥
స్వర్ముఖః-ఊ-పు-చతుర్ముఖః॥
స్వర్యాతః-అ-త్రి-మృతః॥
స్వర్లోకః-అ-పు-స్వర్గః॥
స్వర్వధూః-ఊ-సీ-అప్సరసః॥
స్వర్వాపీ-ఈ-సీ-గంగా॥
స్వర్వేశ్యా-ఆ-సీ-ఉర్వశ్యాద్యప్సరసః॥
స్వర్వైద్యౌ-అ-పు-అశ్వినీసుతౌ॥
స్వలీనః-అ-పు-దానవవిశేషః॥
స్వల్పః-అ-త్రి-అత్యల్పః॥
స్వల్పకేశీ-న్-త్రి-అత్యల్పకేశవిశిష్టే॥
స్వల్పకేశీ-న్-పు-భూతకేశః॥
స్వల్పకేసరీ-న్-పు-కోవిదారః॥
స్వల్పపత్రకః-అ-పు-మధూలకః॥ తె॥ సీతిప్ప చెట్టు.
స్వల్పఫలా-ఆ-సీ-హపుషాభేదః॥
స్వవాసినీ-ఈ-సీ-ఊఢాఅనూఢా వా పితృగృహస్థితా॥
స్వసా-ఋ-సీ-భగినీ॥ తె॥తోడఁబుట్టినది.

స్వస్తి-ఇ-ం-ఆశీః-౨క్షేమమ్-౩పుణ్యమ్ - ౪ మంగళమ్॥

స్వస్తికమ్-అ-న-చతుష్పథమ్- ౨మంగళద్రవ్యమ్ ॥ తె॥ ౧నాలుగుత్రోవలుకలియుదారి.

స్వస్తికః-అ-(సీ)-వితున్నః- ౨ఆఢ్యానాంగృహవిశేషః- ౩యోగాంగాసనవిశేషః॥ తె॥౧చెంచలికూర.

స్వస్తికః-అ-పు - అభినయసంయుతహస్తభేదః - ౨దక్షిణపశ్చిమోత్తరాలిందప్రాగ్ద్వారగృహమ్॥

స్వస్తిముఖః-అ-పు-లేఖః-౨బ్రాహ్మణః॥

స్వస్తిముఖః-అ-త్రి-వందీ॥

స్వస్థః-అ-త్రి-సుస్థః॥

స్వస్త్రీయః-అ-పు-భగినీసుతః॥ తె॥ మేనల్లుఁడు

స్వస్త్రీయా-ఆ-సీ-భాగినేయీ ॥ తె॥ మేనల్లుఁడు. నఁగోడలు

స్వస్త్రీయా-ఈ-సీ- భాగినేయీ॥ తె॥ మే

స్వా-ఆ-సీ-శృంగారరసప్రధానస్వీయానామకనాయికా॥

స్వాతుపాదః-అ-పు-నైయాయికః॥

స్వాతురః-అ-పు-స్వీయాతురః॥

స్వాగతమ్-అ-న-కుశలప్రశ్నః- ౨సుఖేనాగతమ్-౩స్వేనాగతంచ॥

స్వాజ్రికః-అ-పు-మార్దంగికః॥

స్వాచ్ఛన్ద్యమ్-అ-న-స్వచ్ఛందస్యభావః॥

స్వాతన్త్ర్యమ్-అ-న-స్వతంత్రస్యభావః॥

స్వాతిః-ఇ-సీ-సూర్యపత్నీవిశేషః-౨ఖడ్గః॥

స్వాతిః-ఇ-ద్వ-స్వాతీనక్షత్రమ్॥

స్వాతీ-ఈ-సీ-స్వాతీనక్షత్రమ్॥

స్వాదః-అ-పు-రసగ్రహణమ్-౨ప్రీతికరణం॥

స్వాదనమ్-అ-న-రసగ్రహణమ్ - ౨ప్రీతికరణమ్॥

స్వాదితః-అ-త్రి-ప్రీతః-౨ఆస్వాదితః॥

స్వాదుః ఉ-సీ-ద్రాక్షా॥

స్వాదుః-ఉ-పు- జీవకనామగంధద్రవ్యమ్-౨పరిమలః-౩జలమే-౪వనితాధరః॥

స్వాదుః-ఉ-త్రి-మధురః-౨మృష్టః - ౩ఇష్టః-౪మనోజ్ఞః॥ గుపండు.

స్వాదుకణ్టకమ్-అ-న-బదరీఫలమ్॥ తె॥ రేఁ

స్వాదుకణ్టకః-అ-పు-వికంకతః-౨గోక్షురకః ॥ తె॥౧కానరేఁగుచెట్టు- ౨పసుఁగపల్లేరు,

స్వాదుకన్దా-ఆ-సీ-క్రోష్టీ॥ తె॥ నల్లనేలగుమ్మడుచెట్టు.

స్వాదుకా-ఆ-సీ-నాగదంతీ॥

స్వాదుఖణ్డః-అ-పు-గుడః-౨మధురభాగశ్చ॥

స్వాదుగన్ధా-ఆ-సీ- భూమికుష్మాండః - ౨రక్తశోభాంజనః॥

స్వాదుధన్వా-న్-పు-మన్మథః॥

స్వాదుపర్ణకః-అ-పు-గోక్షురకః - ౨వికంకతః-౩కాలీ॥ తె॥౧పసుఁగపల్లేరు - ౨కానరేఁగు-౩పాలముబచ్చలి.

స్వాదువర్ణీ-ఈ-సీ-దుగ్ధికా॥

స్వాదుపాకా-ఆ-సీ-కాకమాచీ॥

స్వాదుపిణ్డా-ఆ-సీ-పిండఖర్జూరీ॥ తె॥ ముద్దఖర్జూరము.

స్వాదుపుష్పః-అ-పు-తుజాలకః ॥ తె ॥ ఆఱుదొండచెట్టు.

స్వాదుఫలమ్-అ-న-బదరీఫలమ్ ॥ తె॥ రేఁగుపండు.

స్వాదుఫలా-ఆ-సీ-కోలిః॥

స్వాదుమజ్జా-న్-పు-అక్షోటః॥ తె॥కొండగోలుగుచెట్టు. చెట్టు

స్వాదుమస్తకః-అ-పు-పరూషీ॥ తె॥ పేరీత

స్వాదుమాంసీ-ఈ-సీ-కాకోలీ॥

స్వాదుమూలమ్-అ-న-గర్జరమ్॥

స్వాదురసా-ఆ-సీ- వాయసోలీ-౨సురా-౩ద్రాక్షా॥ తె॥౧కాలుకొర్లి చెట్టు-౨కల్లు ౩కిసుమిసిచెట్టు.

స్వాదులతా-ఆ-సీ-విదారీ॥

స్వాదుశుద్ధమ్-అ-న-సింధుదేశనదీజసైంధవ లవణమ్॥ (లుగుడుచెట్టు.

స్వాదువారజ్జిణీ-ఈ-సీ-వాతంగినీ॥ తె॥పు)

స్వాద్వమ్లః-అ-పు-దాడిమవృక్షః॥

స్వాద్వీ-ఈ-సీ-గోస్తనీద్రాక్షా॥

స్వాధిష్ఠానమ్-అ-న- షట్చక్రాంతర్గతద్వితీయచక్రమ్॥

స్వాధీనః-అ-త్రి-స్వతంత్రః॥

స్వాధీనపతికా-ఆ-సీ- సాక్షాత్కాజ్ఞాకరప్రియ శృంగారనాయికా॥

స్వాధ్యాయః-అ-పు- బ్రహ్మయజ్ఞాదివేదాధ్యయనమ్-౨జపః-౩వేదః॥

స్వాధ్యాయవాన్-త్-పు - స్వాధ్యాయవిశిష్టః॥

స్వాధ్యాయీ-న్-పు-పత్తనవణిక్-౨వేద)

స్వానః-అ-పు-ధ్వనిః॥ (పాఠకశ్చ॥)

స్వాన్తమ్-అ-త్రి-శబ్దితే॥

స్వాన్తమ్-అ-న-మనః-౨గహ్వరమ్॥

స్వాపః-అ-పు-నిద్రా-౨స్పర్శాజ్ఞతా-౩అజ్ఞానమ్-౪శయనమ్॥

స్వాపతేయమ్-అ-న-విత్తమ్॥ తె॥ధనము.

స్వాపదః-అ-పు-శ్వాపదః॥

స్వాపనమ్-అ-న-స్వప్నః॥

స్వాపిపూరణీ-ఈ-సీ-పునర్నవాభేదః॥ తె॥ గలిజేరులోని భేదము.

స్వాభావికః-అ-త్రి-స్వభావసిద్ధః॥

స్వాభావికా-ఆ-సీ-ముఖయోగ్యనాసికా॥

స్వాభావీ-ఈ-సీ-సూర్యభార్యా॥

స్వామిజఙ్ఘీ-న్-పు-పరశురామః॥

స్వామీ న్-పు-షణ్ముఖః- ౨రాజ్యసప్తాంగవిశేషః-౩నాథః-౪గరుడః॥

స్వామీ-న్-త్రి-అధిపతిః॥

స్వామ్యుపకారకః-అ-పు-అశ్వః॥

స్వాయమ్భువః-అ-పు-ప్రథమమనుః॥

స్వాయమ్భువీ-ఈ-సీ-బ్రాహ్మీ॥

స్వారాట్-జ్-పు-ఇంద్రః॥

స్వారోచిషః-అ-పు-ద్వితీయమనుః॥

స్వార్థః-అ-పు- స్వీయాభిధేయః- ౨స్వకీయధనమ్-౩స్వీయవస్తు-౪ఆత్మప్రయోజనమ్-౫స్వనివృత్తిః-౬లింగార్థవిశేషః॥

స్వాస్థ్యమ్ అ-న-ఆరోగ్యమ్- ౨వసనాశనసమృద్ధిః॥

స్వాహా-ఆ-సీ-అగ్నిభార్యా॥

స్వాహా-అ-౦-దేవతాహవిర్దానమ్॥

స్వాహాప్రియః-అ-పు-అగ్నిః॥

స్వాహాభుక్-జ్-పు-దేవతా॥

స్విత్-త్-౦- ప్రశ్నః-౨వితర్కః-౩కల్యాణమ్-౪శమనమ్-౫కార్యవ్యాపారః॥

స్విదితః-అ-త్రి-స్వేదితః॥

స్విన్నః-అ-త్రి-ఘర్మయుక్తః-౨పక్వమ్॥

స్వీకారః-అ-పు-అంగీకారః- ౨ప్రతిజ్ఞానమ్॥

స్వీయః-అ-త్రి-స్వజనః॥

స్వీయా ఆ - సీ - శృంగారరసప్రధానస్వీయానాయికా॥

స్వేచ్ఛా-ఆ-సీ-స్వకీయేచ్ఛా॥

స్వేచ్ఛామృత్యుః-ఉ-పు- భీష్మః - ౨స్వేచ్ఛయామరణంచ॥

స్వేచ్ఛామృత్యుః ఉ-త్రి-తద్యుక్తే॥

స్వేదః-అ-త్రి-సఘర్మః॥ తె॥ చెమటగలది.

స్వేదః-అ-పు-సాత్త్వికభావభేదః - ౨ఘర్మః॥ తె॥౧చెమట-౨దేశరీరమలము.

స్వేదఘ్నః అ-పు-రథద్రుమః॥ తె॥ నల్లమద్దిచెట్టు.

స్వేదచూషకః-అ-పు-అనుకూలవాయుః॥
స్వేదజః-అ-త్రి- స్వేదజాతక్రిమిదంశాదిః॥
స్వేదనమ్-అ-న-స్వేదః॥
స్వేదనికా-ఆ-సీ-కందుః - ౨భర్జనపాత్రమ్-౩భర్జనశాలాచ॥
స్వేదనీ-ఈ-సీ-కందుః॥ తె॥ పెనము.
స్వేదమలోజ్ఝితదేహః-అ-పు-సర్వకల్పీయజినోత్తమః - ౨స్వేదమలత్యక్తకాయశ్చ॥
స్వేదమలోజ్ఝితదేహః-అ-త్రి-తద్యుక్తే॥
స్వైరమ్-అ-న-క్రియావిశేషణే- ౨యథేచ్ఛమ్॥ తె॥౧మనస్సువచ్చినట్లు.
స్వైరః-అ-త్రి-స్వచ్ఛందః-౨మందః॥ తె॥ ౧తనయిష్టప్రకారముగాఁదిరుగువాఁడు-౨మందుఁడు.
స్వైరతా-ఆ-సీ-స్వైరితా॥
స్వైరిణీ-ఈ-సీ జారస్త్రీ॥
స్వైరితా-ఆ-సీ-యదృచ్ఛా॥ తె॥యథేచ్ఛ.
స్వైరిన్ధ్రీ) ఈ సీ - పరవేశ్మస్థాస్వవశాశిల్పకారిణీనారీ॥
స్వైరీ-న్-త్రి-స్వతంత్రః॥ తె॥ స్వతంత్రుఁడు
స్వోపార్జితః-అ-త్రి-స్వయమార్జితః॥
స్వోరసః-అ-పు-శిలాపిష్టకల్కః॥

హ

హ-అ-౦-పాదపూరణమ్-౨పూజా-౩వికారః-౪నిందా॥
హమ్-అ-న-అస్త్రమ్-౨సుఖమ్-౩క్వణితమ్-౪మణిరోచిః-౫పరబ్రహ్మ- ౬ఆమంత్రణమ్॥
హమ్-మ్-౦-సంబుద్ధిః-౨ప్రసిద్ధిః-౩వికల్పః-౪ప్రకారః-౫సారకర్మ॥

హః-అ-పు- శంకరః-౨విష్ణుః-౩హంసః-౪రణః- ౫రోమాంచః - ౬అశ్వః- ౭ప్రచేతాః-౮గర్వః-౯వైద్యః-౧౦హేతుః॥
హః-అ-త్రి-ఉన్మత్తః-౨హాస్యః॥
హంవీరః-అ-పు-క్షత్రియః॥
హంసః-అ-పు-సూర్యః-౨మహిషః-౩శ్వేతగరుత్ - ౪యతిసంప్రదాయభేదచిహ్నమ్-౫శ్వేతాశ్వః- ౬నిత్యముత్తరపదేసజాతీయసమూహశ్రేష్ఠః-౭స్మరః-౮విష్ణుః-౯నిర్లోభనృపః- ౧౦జీవః-౧౧శ్వేతవృషః-౧౨మంత్రభేదః-౧౩పరమాత్మా-౧౪శివః- ౧౫గంధర్వః - ౧౬జితేంద్రియః-౧౭శరీరవాయుః ౧౮మత్సరః౧౯వృత్తభేదః॥ తె॥౩హంస.
హంసకః-అ-(సీ)-పాదకటకః॥ తె॥ కాళ్లకడియము.
హంసకీలకః-అ-పు-రతిబంధవిశేషః॥
హంసకూటః-అ-పు-కకుత్॥ తె॥ ఆఁబోఁతుమూపురము.
హంసగద్గదా-ఆ-సీ-మధురభాషిణీ॥
హంసగామినీ-ఈ-సీ-నారీవిశేషః-౨బ్రహ్మ(ణీ॥
హంసదాహనమ్-అ-న-అగురు॥
హంసనాదః-అ-పు-తాలప్రాణకలాభేదః॥
హంసనాదినీ-ఈ-సీ- నారీవిశేషః॥
హంసపక్షకః-అ-పు- అభినయహస్తభేదః॥
హంసపదీ-ఈ-సీ-సువః॥ తె॥హంసపాదిచెట్టు
హంసపాదమ్-అ-న-హింగులమ్॥
హంసపాదికా-ఆ-సీ-హంసపదీ॥
హంసపాదీ-ఈ-సీ-హంసపదీవిశేషః॥
హంసబీజమ్-అ-న-హంసడింబః॥
హంసమాలా- ఆ - సీ- కాదంబః-౨హంససమూహః॥
హంసమాషా-ఆ-సీ-మాషపర్ణీ॥

హంసమోచకః-అ-పు- కుశాల్మలిః॥ తె॥ పిన్న బూరుగుచెట్టు.
హంసరథః-అ-పు-బ్రహ్మ॥
హంసలీలః-అ-పు- తాలప్రాణకలాభేదః॥
హంసలోమశమ్-అ-న-కాసీసమ్॥
హంసలోహకమ్-అ-న-పిత్తలమ్॥
హంసవతీ-ఈ-సీ-హంసపదీలతా॥
హంసవతీ-ఈ-త్రి-హంసయుక్తే॥
హంసవాహనః-అ-పు-చతుర్ముఖః॥
హంససాదిః-ఇ-పు-జలరంకుః॥ తె॥ పక్షిభేదము. (లీకము.)
హంసాఙ్ఘ్రిః-ఇ-పు-హింగులమ్॥ తె॥ఇంగి
హంసాధిరూఢా-ఆ-సీ-సరస్వతీ॥
హంసాభిఖ్యమ్-అ-న-రూప్యమ్॥
హంసారూఢః-అ-పు-బ్రహ్మ॥
హంసారూఢా-ఆ-సీ-బ్రహ్మాణీ॥
హంసాస్యః-అ-పు-అభినయహస్తభేదః॥
హంసికా-ఆ-సీ-హంసీ॥
హంసీ-ఈ-సీ-హంస(స్త్రీ)॥
హంసోదకమ్-అ-న-పానీయవిశేషః॥
హంహో-ఎ-౦-సంబోధనమ్॥ తె॥ఓయి.
హంహో-౦-౦-సంబోధనమ్-అదర్పః-౩ దంభః-౪ ప్రశ్నః॥
హక్కారః-అ-పు-గజసమాహ్వానమ్॥
హక్కారః-అ-(సీ)-ఆహ్వానమ్॥
హజాకృతః-అ-పు-బింబికా॥ తె॥దొండచెట్టు
హఞ్జా-౦-౦- నాట్యోక్త్యా చెటీసంబోధనమ్॥
హఞ్జిః-ఇ-పు-క్షుత్॥
హఞ్జికా-ఆ-సీ-బ్రాహ్మణయష్టికా॥ తె॥ చిఱుతేకుచెట్టు.
హఞ్జే-ఎ-౦- నాట్యోక్త్యా దాసీసంబోధనమ్॥
హటపర్ణి-ఇ-న-శైవాలమ్॥
హట్టః-అ-పు-పణ్యవీథికా॥ తె॥అంగళ్లబజారు

హట్టవిలాసినీ-ఈ-సీ-నఖః-౨గంధద్రవ్యవిశేషః-౩హరిద్రా॥ తె॥౧నఖముచిప్ప.
హఠః-అ-పు-బలాత్కారః-౨యోగభేదః- ౩ వారిపర్ణీ॥ తె॥౩తూండిఁకూర.
హఠపర్ణీ-ఈ-సీ-శైవాలః॥
హఠయోగః-అ-పు-యోగవిశేషః॥
హఠాలుః-ఉ-సీ-కుంభికా॥
హఠీ-ఈ-సీ-వారిపర్ణీ॥
హడిః-ఇ-పు-కాష్ఠయంత్రవిశేషః॥
హడికః-అ-పు-నీచజాతివిశేషః॥
హడ్డమ్-అ-న-అస్థి॥
హడ్డకః-అ-పు-నీచజాతివిశేషః॥
హడ్డజమ్-అ-న-మజ్జా॥
హడ్డిః-ఇ-పు-హడ్డిపజాతిః- సతుచాండాలీగర్భే లేటస్యఔరసేనజాతః॥
హడ్డికః-అ-పు-హడ్డిపజాతిః- సతుచాండాలీగర్భే లేటస్యఔరసేనజాతః॥
హడ్డిపః-అ-పు-మలెగ్రహిః॥
హణ్డా-౦-౦-నాట్యోక్త్యానీచసంబోధనమ్-౨ మృత్పాత్రభేదః॥
హణ్డికా-ఆ-సీ-మృత్పాత్రవిశేషః॥
హణ్డికాసుతః-అ-పు-క్షుద్రహండికా॥
హణ్డీ-ఈ-సీ-హండికా॥
హణ్డే-ఎ-౦- నాట్యోక్త్యానీచ(స్త్రీ)సంబోధనం
హతమ్-అ-న-గుణకారః॥
హతః-అ-త్రి-గుణకారవాన్-౨ప్రతిహతః॥ తె॥౨అటకాయింపఁబడ్డవాఁడు-ప్రతిపక్షిసామర్థ్యముచేతనిర్విణ్ణుఁడును.
హతకః-అ-పు-అధమః॥ తె॥పంద.
హతమూర్ఖః-అ-పు-అతిమూర్ఖః॥
హతరాజమ్-అ-న-ఆకుల్యమ్॥ తె॥ నేలతంగేడుచెట్టు.
హతాశః-అ-పు-నిర్దయః॥

హతాశః-అ-త్రి-బలహీనః-౨ఆశారహితః-౩నిర్దయః॥

హతిః-ఇ-సీ-అపకర్షః-౨హత్యాచ॥

హత్నుః ఉ-పు-వ్యాధిః-౨శస్త్రమ్॥

హత్యా-ఆ-సీ-హననమ్॥ తె॥చంపడము.

హథః-అ-పు-విషణ్ణః॥ (చనేహా॥)

హన్-న్-పు-హననకర్తా-తస్య ప్రథమైకవ}

హన-౦-౦-రుషోక్తిః-౨అనునయః॥

హనః అ-పు-హననకర్తా॥

హననమ్-అ-న-మారణమ్-౨పూరణమ్॥

హనీలః-అ-పు-కేతకీ-హలీనోపిపాఠః॥

హనుః-ఉ-పు-భల్లాతవృక్షః-౨ప్రహరణమ్-౩మృత్యుః-౪గలః-౫కపాలావయవః॥ తె॥ గజీడిచెట్టు.

హనుః-ఉ-సీ-నఖః-౨హట్టవిలాసినీ-౩రోగః-౪అస్త్రమ్-౫మృత్యుః॥ తె॥నఖంచిప్ప.

హనుః-ఉ-ద్వ-హనుః॥ తె॥ కంటిక్రింద మొదలుకొని చెక్కిళ్లపార్శ్వభాగము- అదేకటుమర్లున్న.

హనుమాన్-త్-పు-ఆంజనేయః॥

హనూః-ఊ-సీ హనుః॥ తె॥కటుమర్లు.

హనూమాన్-త్-పు-హనుమాన్॥

హనూషః-అ-పు-రాక్షసః॥

హన్త-అ-౦-హర్షః-౨అనుకంపా-౩వాక్యారంభః-౪విషాదః-౫హంతకారః-౬అర్తిః-౭వాదః-౮సంభ్రమః-౯ఖేదః-౧౦అంతకల్పనమ్॥ తె॥౨అయ్యయ్యో-౪అయ్యో-౫పదియారు కబళముల యన్నము.

హన్తకారః-అ-పు-అతిథిదేయాన్నమ్॥

హన్తా ఋ-త్రి-హననకర్తా॥

హన్తుః-ఉ-పు-మృత్యుః-౨మహాగదః॥

హన్తోక్తిః-ఇ-సీ-కరుణారసః॥

హన్నమ్-అ-త్రి-గుదోత్సృష్టపురీషాదికమ్॥

హపుషా-ఆ-సీ-శ్రావణీ॥ తె॥బోడతరపుచెట్టు

హమ్బా-ఆ-సీ-గోధ్వనిః॥

హమ్భా-ఆ-సీ గోధ్వనిః॥

హయః-అ-పు-అశ్వః-౨పురుషజాతిభేదః-౩సప్తసంజ్ఞా-౪ఇంద్రః-౫చమరీమృగః॥

హయకాతరా-ఆ-సీ-అశ్వకాతరావృక్షః॥

హయకాతరికా-ఆ-సీ అశ్వకాతరావృక్షః॥

హయగన్ధమ్-అ-న-కాచలవణమ్॥

హయగన్ధా-ఆ-సీ-అజమోదా - ౨అశ్వగంధా॥

హయగ్రీవః-అ-పు- మధుకైటభహృతవేదోద్ధారార్థంవిష్ణోరవతారవిశేషః-౨విష్ణువధ్యదైత్యవిశేషః॥

హయగ్రీవహా-న్-పు-విష్ణుః॥

హయగ్రీవా-ఆ-సీ-దుర్గా॥

హయఙ్కషః-అ-పు- మాతలిః, సతుఇంద్రసారథిః॥

హయనమ్-అ-న-మనుష్యవాహ్యమ్॥ తె॥అందలము మొదలయినది,

హయనః-అ-పు-సంవత్సరః॥

హయపుచ్ఛీ-ఈ-సీ-మాషపర్ణీ॥ తె॥ కాఱుమినుములు.

హయప్రియః-అ-పు-యవః॥

హయప్రియా-ఆ-సీ- అశ్వగంధా-౨ఖర్జూరీ

హయమారః-అ-పు-కరవీరః॥

హయమారకః-అ-పు-కరవీరకః॥ తె॥ గన్నేఱుచెట్టు.

హయమారణః-అ-పు-అశ్వత్థవృక్షః॥

హయవాహనః-అ-పు-కుబేరః-౨రేవంతః,సతుసూర్యపుత్రః॥

హయవాహనశఙ్కరః-అ-పు-రక్తకాంచనః

హయశీర్షః-అ-పు-విష్ణుః॥

హయా-ఆ-సీ-అశ్వగంధా॥

హయానన్దః-అ-పు-ముద్గః॥
హయాయుర్వేదః-అ-పు-ఘోటకచికిత్సా శాస్త్రవిశేషః॥
హయారిః-ఇ-పు-కరవీరః॥
హయాశనా-ఆ-సీ-సల్లకీవృక్షః॥
హయాహ్వా-ఆ-సీ-అశ్వినీనక్షత్రమ్॥
హయీ-ఈ-సీ-అశ్వస్త్రీ॥
హయేష్టః-అ-పు-యవః॥
హయోత్తమః-అ-పు-కులీనాశ్వః॥
హరః-అ-త్రి-హరణకర్తృకర్మణోః॥
హరః-అ-పు- శివః-౨ఈశానః-౩అగ్నిః-౪గర్దభః-౫విష్ణుః-౬బ్రహ్మా-౭యమః॥
హరకః-అ-త్రి-హరణకర్తా॥
హరకః-అ-పు-చితకః-౨ధూర్తః-౩హారః॥
హరచూడామణిః-ఇ-పు-చంద్రః-౨శివశిరోరత్నంచ॥
హరణమ్ అ-న-యౌతకమ్-౨భాగహారః- ౩తప్తశీతజలమ్-౪హృతిః-౫రేతః-౬స్వర్ణమ్-౭వరాటః॥ తె॥ ౧అల్లునికిఁగూఁతురికిచ్చినసొమ్ము-౨భాగించడము-౪హరించడము.
హరణః-అ-పు-హస్తః॥ తె॥ముంజెయ్యి.
హరతేజః-స్-న-పారదమ్-౨శివవీర్యంచ॥
హరనేత్రమ్-అ-న-సంఖ్యాత్రయమ్ - ౨శివచక్షుశ్చ॥
హరబీజమ్-అ-న-పారదమ్॥ తె॥పాదరసము
హరరూపః-అ-పు-శివః॥
హరవృక్షా-ఆ-సీ-సితవీర్యా॥ తె॥జీలుగుచెట్టు
హరశేఖరా-ఆ-సీ-గంగా॥
హరసః-అ-పు-హర్షః॥ తె॥సంతోషము.
హరహూరా-ఆ-సీ-గోస్తనీద్రాక్షా॥
హరాద్రిః-ఇ-పు-కైలాసపర్వతః॥
హరిః-ఇ-పు-విష్ణుః-౨కృతాంతః, ౩సూర్యః-౪కిరణః-౫సర్పః-౬సింహః-౭వానరః-౮అశ్వః-౯అగ్నిః- ౧౦చంద్రః-౧౧ఇంద్రః-౧౨శుకః-౧౩అనిలః - ౧౪భేదకః-౧౫వర్ణభేదః-౧౬శంకరః - ౧౭జలమ్-౧౮కోకిలః-౧౯మయూరః-౨౦హంసః-౨౧పింగవర్ణః-౨౨హరిద్వర్ణః- ౨౩బ్రహ్మా-౨౪భేకః॥
హారిః-ఇ-సీ-పరివ్యాధః॥ తె॥కోటిప్రబ్బ,
హారిః-ఇ-త్రి-హరిద్వర్ణః-౨కపిలః॥
హారికః-అ-పు-తస్కరః-౨ద్యూతమ్ - ౩పీతహరితవర్ణాశ్వః॥
హరికేలీయః-అ-పు-వంగదేశః॥
హరికేలీయః-అ-త్రి-తద్దేశస్థః॥
హరికేశః-అ-పు - శివః - ౨శివభక్తయక్షవిశేషః॥
హరిక్రాన్తా-ఆ-సీ-విష్ణుక్రాంతా॥
హరిక్లైదః ఉ-పు-భగః॥
హరిచన్దనమ్ -అ-న- మలయపర్వతజాతపీతచందనమ్-౨గోశీర్షమ్ - ౩జ్యోత్స్నా-౪రక్తకుంకుమమ్॥ తె॥ ౨రక్తకృష్ణచందనము.
హరిచన్దనమ్ అ (సీ)-దేవవృక్షభేదః॥
హరిణః-అ-పు-శ్వేతవర్ణః-౨శ్వేతాధికపీతవర్ణః-౩తృణసింహః-౪కురంగః-౫నీలః-౬హరిః-౭హరః-౮శలభః-౯రవిః - ౧౦హంసః॥ తె॥౩సింహభేదము-౪జింక.
హరిణః-అ-త్రి-శ్వేతవర్ణవాన్ - ౨శ్వేతాధికపీతవర్ణవాన్॥
హరిణనర్తకః-అ-పు-కిన్నరః॥
హరిణహృదయః-అ-త్రి-భీరుః॥
హరిణాకృతిః-ఇ-పు-వాతప్రమీమృగః॥ తె॥ గాలికెదురునడచెడుమృగము.
హరిణాక్షీ-ఈ-సీ-హట్టవిలాసినీనామగంధద్రవ్యమ్॥

హారిణాజ్కః-అ-పు-చంద్రః॥

హారిణికః-అ-పు-వ్యాధః॥ తె॥బోయవాఁడు.

హారిణీ-ఈ-సీ-స్వర్గవేశ్యాభేదః- ౧శశజాతిపురుషస్త్రీ-౨హేమప్రతిమా-౩వృత్తవిశేషః-౪హారిణస్త్రీ-౫శుకవర్ణవద్వస్తు-౬కదలీ॥ తె॥౪ఆఁడులేడి.

హారిత్-త్-సీ-దిక్-౧పాలాశవర్ణః-౨హరిద్రా॥

హారిత్-త్-పు-సింహః-౧అశ్వభేదః॥

హారిత్-త్-(సీ)-తృణమ్॥

హారిత్-ద్-త్రి-పలాశవర్ణవాన్॥

హారితమ్-అ-న-స్థౌణేయకమ్॥

హారితః-అ-పు-పలాశవర్ణః- ౧నీలాధికపీతవర్ణః-౨శాద్వలః-౩సింహః - ౪హారితాంత్రికః-౫పీతవర్ణాశ్వః-౬ఋషిభేదః-౭మురుంగీ॥ తె॥౧ఆకుపచ్చ-౨పచ్చిక- ౪పసిరికపిట్ట-౭కాలుమునుగ.

హారితః-అ-త్రి పలాశవర్ణవాన్ - ౧నీలాధికపీతవర్ణవాన్॥

హారితకమ్-అ-న-శాకమ్॥

హారితకః-అ-పు-హారితాంత్రికః॥ తె॥ పసిరికపిట్ట.

హారితపత్రికా-ఆ-సీ-ప్రాచీ॥ తె॥పచ్చాకుచెట్టు.

హారితమఞ్జరీ-ఈ-సీ అశ్మభేదీ-౧విశ్వరూపీ॥ తె॥౧వృక్షవిశేషము - ౧మూరుకొండచెట్టు.

హారితలతా-ఆ-సీ-హారితపత్రికా॥ తె॥ పచ్చాకుచెట్టు.

హారితశాకః-అ-పు-శిగ్రుః॥

హారితా-ఆ-సీ- పలాశవర్ణవద్వస్తు - ౧దూర్వా-౨జయంతీ-౩హరిద్రా - ౪కపిలద్రాక్షా-౫పాచీ-౬నీలదూర్వా॥

హారితామ్రాతః-అ-పు - హారితః॥ తె॥ పసిరికపిట్ట.

హారితాలమ్-అ-న-హారితాలమ్॥ తె॥ హరిదళము.

హారితాలః-అ-పు-పీతవర్ణపక్షివిశేషః॥

హారితాలకమ్-అ-న-నటమండనమ్॥ తె॥ హరిదళము.

హారితాలికా-ఆ-సీ-దూర్వా- ౧సౌరభాద్రశుక్లచతుర్థిహారితాలికా ॥ సౌరభాద్రకృష్ణచతుర్థ్యా ముదితచంద్రస్యనష్టచంద్రఇతిసంజ్ఞా॥

హారితాలీ-ఈ-సీ- నభోలేఖా-౧దూర్వా-౨ఖడ్గలతా- ౩సౌరభాద్రీయనక్షత్రవిశేషయుక్తచతుర్థీ॥

హారితాశ్మ-న్-న-తుత్థమ్-౧పేరోజమ్॥

హారితాలేయకమ్-అ-న-గంధపత్రవృక్షః

హారిత్పర్ణమ్-అ-న-మూలకమ్॥

హారిత్పర్ణమ్-అ- త్రి-హరిద్వర్ణపత్రయుక్తే

హారిదశ్వః-అ-పు-సూర్యః॥

హారిదేవః-అ-పు-శ్రవణానక్షత్రమ్॥

హారిద్గర్భః-అ-పు-హరిద్వర్ణకుశః॥

హారిద్రవః-అ-పు-నాగకేసరచూర్ణమ్॥

హారిద్రా ఆ-సీ-నిశాహ్వా॥ తె॥పసపు.

హారిద్రాఙ్గః-అ-పు-హారితాలపక్షీ॥

హారిద్రాభః-అ-త్రి-పీతవర్ణవాన్॥

హారిద్రాభః-అ-పు-పీతవర్ణః-౧పీతశాలః- ౨కర్పూరకః॥

హారిద్రారాగః-అ-పు-అస్థిరసౌహృదః॥

హారిద్రారాగకః-అ-త్రి-అస్థిరప్రేమవాన్॥

హారిద్రుః-ఉ-పు- దారుహారిద్రా-౧వృక్షః॥ తె॥౧మ్రానిపసపు.

హారిద్వారమ్-అ-న-మాయానగరీ॥

హారినామ-న్-న-శ్రీ హరేరాఖ్యానమ్॥

హారినామా-న్-పు-ముద్గః॥

హారినేత్రమ్-అ-న-శ్వేతపద్మమ్- ౧హరిద్వర్ణచక్షుశ్చ॥

హారినేత్రః-అ-పు-పేచకః॥

హరిన్మణిః-ఇ-పు-మరకతమ్॥ తె॥పచ్చ.
హరిన్మణీ-ఈ-సీ-మరకతమ్॥ తె॥పచ్చ.
హరిన్ముద్గః-అ-పు-శారదముద్గః॥
హరిపర్ణమ్-అ-న-మూలకమ్॥
హరిప్రియమ్-అ-న-కృష్ణచందనమ్- తత్తుకాలీయకమ్-౨ఉశీరమ్॥
హరిప్రియః-అ-పు-శివః-౧కదంబవృక్షః-౩పీతభృంగరాజః-౪విష్ణుకందః-౫కరవీరః-౬శంఖః-౭బంధూకః-౮వాతులః-౯కంచుకః॥
హరిప్రియః-అ-త్రి-జడః-౧వారణమ్॥
హరిప్రియా-ఆ-సీ-లక్ష్మీః-౨తులసీ-౩తిథిభేదః-౪భూమిః॥
హరిబీజమ్-అ-న-హరితాలమ్॥ తె॥ హరిదళము.
హరిభక్తః-అ-పు-హరిసేవకః॥
హరిభద్రమ్-అ-న హరివాలుకమ్॥
హరిభావినీ-ఈ-సీ-హరిభావనాశీలా - హరింభావయితుంశీలంయస్యాఃసా॥
హరిభుక్-జ్-పు-సర్పః॥
హరిమన్థః-అ-పు-గణికారికా-౨చణకః-౩దేశవిశేషః॥
హరిమన్థకః-అ-పు-చణకః॥ తె॥ సెనగలు.
హరిమన్థజః-అ-పు-చణకః-౨కృష్ణముద్గః॥ తె॥౧సెనగలు-౨నల్లపెసలు.
హరిమాన్-త్-పు-కేతకీ॥
హరియః-అ-పు-పీతవర్ణఘోటకః॥
హరిలే-ఏ-౦-నాట్యోక్త్యాచేటికాసంబోధనం
హరిలోచనః-అ-త్రి-హరిద్వర్ణచక్షుర్యుక్తే
హరిలోచనః-అ-పు-ఘూకః॥
హరివంశః-అ-పు-శ్రీకృష్ణస్యసంతానః॥
హరివర్షమ్-అ-న- జంబుద్వీపస్యనవవర్షాంతర్గతవర్షవిశేషః॥
హరివల్లభా-ఆ-సీ-జయా-౨తులసీ-౩లక్ష్మీః
హరివాన్-త్-పు-ఇంద్రః॥
హరివాన్-త్-త్రి-హరివిశిష్టే॥
హరివాలుకమ్-అ-న - ఏలవాలుకమ్ ॥ తె॥ కూశురుబుడమచెట్టు-
హరివాహనః-అ-పు-గరుడః॥
హరివృషమ్-అ-న-హరివర్షమ్॥
హరిశరః-అ-పు-శివః॥
హరిశ్చన్ద్రః అ-పు-చక్రవర్తిభేదః॥
హరిషః-అ-పు-హర్షః॥
హరిషేణః-అ-పు-జినచక్రవర్తివిశేషః॥
హరిసుతః-అ-పు-హరిషేణరాజా- ౨హరేః పుత్రశ్చ॥
హరిహయః-అ-పు-ఇంద్రః-౨సూర్యః-౩కుమారః ౪గణనాథః॥
హరిహరక్షేత్రమ్-అ-న-తీర్థవిశేషః॥
హరిహరప్రియః-అ-పు-బిల్వః॥ తె॥మారేడు.
హరిహరాత్మకమ్-అ-న-హరిహరక్షేత్రే॥
హరిహరాత్మకః-అ-పు-గరుడః- ౨శివవృషః॥
హరీతకమ్-అ-న-సర్వశాకసామాన్యమ్॥
హరీతకః-అ-పు-గృహద్రుమః ॥ తె॥ పాలకేరు.
హరీతకీ-ఈ-సీ-రేచకీ॥ తె॥కరకచెట్టు.
హరీతాలమ్-అ న-హరితాలమ్॥ తె॥ హరిదళము.
హరీషా-ఆ-సీ-మాంసవ్యంజనవిశేషః॥
హరేణుః-ఉ-సీ-రేణుకా-౨తామ్రవర్ణమృగవిశేషః॥ తె॥౧రేణుకమనెడు గ్రంథ్యము
హరేణుః ఉ పు-లంకా- ౨(గా)కుసీమస్థవీరుత్ ॥ తె॥ ౧లంకలనెడు వడ్లు
హరేణుకః-అ-పు-కలాయః॥
హర్తా-ఋ-త్రి-హరణకర్తా॥
హర్తా-ఋ-పు-హారకః-౨సూర్యః॥

హర్త్రీ-ఈ-సీ-హరణకర్త్రీ(స్త్రీ)॥ తె॥ హరించెడు(స్త్రీ)॥

హర్మ-న్-న-జృంభణమ్॥ (ఖితమ్॥

హర్మితమ్-అ-త్రి-క్షిప్తమ్-౨దగ్ధమ్-౩జృం

హర్మ్మటః-అ-పు-కచ్ఛపః-౨సూర్యః॥

హర్మ్యమ్-అ-న-ధనికగృహమ్ - ౨రాజగృహమ్॥

హర్యక్షః-అ-పు-కుబేరః-౨సింహః॥

హర్యతః అ-పు-ఘోటకః- ౨అశ్వమేధీయాశ్వః॥

హర్యశ్వః-అ-పు-వాయుః-౨ఇంద్రః॥

హర్షః-అ-పు-ఆనందః-౨వ్యభిచారిభావభేదః

హర్షకః-అ-త్రి-హర్షకారకః॥

హర్షకః అ-పు-పర్వతవిశేషః॥

హర్షణమ్-అ-న-పంచాంగయోగభేదః - ౨హర్షః॥

హర్షణః-అ-పు-హర్షకః-౨శ్రాద్ధదేవః- ౩చక్షూరోగవిశేషః॥

హర్షణః-అ-త్రి-హర్షకారకః॥

హర్షమాణః-అ- త్రి-హృష్టమానసః॥

హర్షయిత్ను-ఉ-న-స్వర్ణమ్॥

హర్షయిత్నుః-ఉ-త్రి-హర్షణశీలః॥

హర్షయిత్నుః-ఉ-పు-సుతః-౨హేమ॥

హర్షస్వనః-అ-పు-ఆనందధ్వనిః॥

హర్షిణీ-ఈ-సీ-విజయా॥

హర్షితః-అ-త్రి-ఆహ్లాదితః॥

హర్షులః-అ పు-మృగః-౨కాముకః॥

హర్షులః-అ-త్రి-హర్షణశీలః॥

హాలమ్ అ-న-లాంగలమ్ - ౨అఫలనిరీషమ్॥ తె॥౧నాగలి-౨నాగంటిమంప.

హాలః-అ-పు-పారిభద్రః-౨మత్స్యభేదః- ౩ప్రాకారః-౪సర్జకద్రుమః॥ తె॥ ౧బాడిదపుచెట్టు-౨వేంగిసచెట్టు.

హాలర్ద్దీ-ఈ-సీ-హారిద్రా॥ తె॥వసపు.

హాలధరః-అ-పు-బలదేవః-౨హాలికః॥

హాలపుష్పీ-ఈ-సీ-పిండఖర్జూరీ॥

హాలభూతిః-ఇ-సీ-కృషికర్మ॥

హాలభృత్ -త్ -పు-బలదేవః॥

హాలభృతిః-ఇ పు మునివిశేషః-౨కృషికర్మచ

హాలరాక్షమ్-అ-న-ఆహుల్యమ్॥

హాలహాలః-అ-పు-హాలాహలవిషమ్॥

హాలా-ఆ-సీ-సఖీ ౨మద్యమ్-౩పృథివీరజలం

హాలా-ఆ-౦- నాట్యోక్త్యాచేటీసంబోధనమ్॥

హాలాయుధః-అ-పు-బలరామః॥

హాలాహః-అ-పు-నానావర్ణాశ్వః॥

హాలాహలః-అ పు-శ్వేతజాతిసర్పవిషభేదః ౨అశ్వలాలా॥ తె॥ ౨గుజ్జుపుచొంగనురు

హాలిః-ఇ-సీ-జిత్యా॥ తె॥గొర్తినాగలి. (గు.

హాలికారః-అ-పు-చిక్రోడః॥ తె॥ఉడత.

హాలినీ- ఈ - సీ - లాంగలికీవృక్షః-౨హాలసమూహశ్చ॥

హాలిప్రియః-అ-పు-కదంబవృక్షః॥

హాలిప్రియా-ఆ-సీ-సురా॥

హాలీ-ఈ-సీ-కలికారీవృక్షః॥

హాలీ-న్-పు-బలరామః-౨కర్షకః॥

హాలీనః-అ-పు-శాకవృక్షః॥

హాలీమకః-అ-పు- రోగవిశేషః॥

హాలీశా-ఆ-సీ-లాంగలదండః॥

హాల్యమ్-అ-న-వైరూప్యమ్॥

హాల్యమ్-అ-త్రి-కృష్టమ్॥ తె॥ దున్నినపొలము

హాల్యా- ఆ- సీ - జిత్యా-౨హాలసమూహః॥ తె॥౧గొర్తినాగలి.

హాల్లకమ్-అ-న-రక్తోత్పలమ్॥

హాల్లనమ్-అ-త్రి-ప్రచలాయితమ్॥

హాల్లీషమ్-అ-న-స్త్రీణాంసహనర్తనమ్॥

హాల్లీషకమ్-అ-న-స్త్రీణామ్మండలికానృత్యం,

యథామండలేనతు యన్నృత్యం (స్త్రీ)

ణాంహల్లీసకంతుతత్ - ఏకస్యపుంసోబ

హుభిః(స్త్రీ)భిః క్రీడనం-తత్తురాస క్రీడా

హల్లీసకమ్-అ-న-(స్త్రీ)ణామండలికానృత్యమ్

హవః-అ-పు-ఆహ్వానమ్ - ౨ ఆజ్ఞా-౩ యజ్ఞః॥

హవజ్ఞః-అ- పు - కాంస్యపాత్రస్థదధ్యన్నభ క్షణమ్॥

హవనమ్-అ-న-హోమః॥

హవనాయుః-ఉ-పు-అగ్నిః॥

హవనీ-ఈ-సీ-హోమకుండమ్॥

హవనీయమ్-అ-త్రి-హోమీయద్రవ్యమ్ హవ్యమ్॥

హవిః-స్-న-హోతవ్యాన్నాజ్యాదిః-౨ ఆజ్యమ్-౩ జలమ్॥

హవిత్రీ-ఈ-సీ-హోమకుండమ్॥

హవిప్రియః-అ-పు-నీపవృక్షః॥ తె॥ మొగులు కడిమిచెట్టు.

హవిరశనమ్-అ న-ఘృతభోజనే॥

హవిరశనః-అ పు-అగ్నిః॥

హవిర్గన్ధా-ఆ సీ శమీ॥

హవిర్గేహమ్-అ-న- హోమగృహమ్॥

హవిర్మన్థః-అ-పు-గణికారీవృక్షః॥

హవిష్యమ్-అ-న-ఘృతమ్- ౨ హవిష్యాన్నమ్

హవిష్యా-ఆ-సీ-ఆజ్యమ్॥

హవిష్యాన్నమ్-అ- న- ఘృతాదౌభక్షణీయ ద్రవ్యవిశేషః॥

హవిష్యాన్నచాన్ద్రాయణమ్-అ-న-చాంద్రాయణషట్క విశేషః॥

హవై-ఐ-౦-ప్రసిద్ధమ్- ౨ ఆరంభః॥

హవ్యమ్-అ న-దేవతార్థంసియమితాన్నమ్॥

హవ్యపాకః-అ-పు-చరుః॥

హవ్యవాట్-హ-పు-అగ్నిః॥

హవ్యవాహః-అ-పు-అగ్నిః॥

హవ్యవాహనః-అ-పు-అగ్నిః॥

హవ్యాశః-అ-పు-హుతాశనః॥

హవ్యాశనః-అ-పు-అగ్నిః॥

హసః-అ-పు-హాస్యరసః-౨ హాస్యమ్॥ తె॥ ౧ నవ్వు.

హసన్-త్-త్రి-హాస్యంకుర్వన్॥

హసనమ్-అ న-హాస్యరసః॥

హసనీ-ఈ-సీ అంగారశకటీ॥ తె॥ కుంపటి.

హసనీమణిః-ఇ పు-అగ్నిః॥

హసన్తికా-ఆ-సీ-అంగారధానీ॥

హసన్తీ-ఈ-సీ-అంగారశకటీ-౨ మల్లికా-౩ శాకినీభేదః॥ తె॥ ౧ కుంపటి- ౨ మల్లెచెట్టు-౩ తోటకూరలోని భేదము.

హసికా-ఆ-సీ-హాస్యరసః॥

హసితమ్-అ-న-హాస్యరసస్థాయిభావః - ౨ మందహాసః-౩ మన్మథధనుః॥ తె॥ ౧ నవ్వు

హసితః-అ-త్రి-వికసితః-౨ కృతహాసశ్చ॥

హస్తమ్-అ-న-భస్త్రికా॥ తె॥ తిత్తి.

హస్తః-అ-పు-ద్వివితస్తిప్రమాణమ్- ౨ కరః-౩ గజకరః-౪ కేశాత్పరేకలాపార్థః - ౫ సప్రకోష్ఠతలాంగులిః-౬ పాణినః॥ తె॥ ౧ మూరెడు-౨ ముంజెయ్యి-౩ పనుంగతొండము.

హస్తకరోటీ-ఈ-సీ-కర్తృణమ్॥ తె॥ కామంచిగడ్డి.

హస్తకా-ఆ-సీ-ఆయుధవిశేషః॥

హస్తజ్యోడిః ఇ పు-కరజ్యోడివృక్షః॥

హస్తతలమ్-అ-న- బాహ్యారతితాడనహస్తభేదః॥

హస్తధారణమ్-అ న-పరిత్రాణమ్॥ తె॥ చంపంబోగానడ్డగించుకొనుధరించడము.

హస్తపుచ్ఛమ్-అ-న-హస్తావయవవిశేషః॥

హస్తపృష్ఠముచ్ఛః-అ-పు-కులక్షయలక్షణమ్

స్తబిమ్బమ్-అ-న-చర్పిక్యమ్ - ౧కర ప్రతిబింబంచ॥ తె॥ ౧గంధాదులయొక్క-పూఁత.

హస్తవారణమ్-అ-న-పరిత్రాణమ్- ౧కరేణనిషేధనంచ॥ తె॥ ౧చంపఁబోగానడ్డగించుకొనుద్ధరించడము.

హస్తసిద్ధిః-ఇ సీ-భృతిః-౧కరేణసాధనంచ॥

హస్తసూత్రమ్-అ-న-వలయమ్॥

హస్తా-ఆ-ద్వ-హస్తానక్షత్రమ్॥

హస్తాఙ్గులిః-ఇ-పు-కరశాఖా॥

హస్తామలకమ్-అ-న - కరస్థితామలకీఫలమ్-౨వేదాంతగ్రంథవిశేషః॥

హస్తికమ్-అ-న-హస్తిసమూహః॥

హస్తికః-అ-పు-వీణాభేదః॥

హస్తికక్ష్యః-అ-పు-సింహః-౨శార్దూలః॥

హస్తికన్దః-అ-పు-క్షుద్రమూలకః॥ తె॥ పిన్నముల్లంగిచెట్టు.

హస్తికరఞ్జః-అ-పు-మహాకరంజః॥

హస్తికర్ణః-అ-పు-చంచురః-౨చండా-౩నఖమ్-౪రేచకః ౫పలాశగణభేదః॥ తె॥ ౧చిట్టాముదపుచెట్టు- ౨చండయనుగ్రంథ్యము-౩నఖంచిప్ప- ౪గోణాము-గోదిన్నె.

హస్తికర్ణకః-అ-పు-కింశుకభేదః॥

హస్తికర్ణదలః-అ-పు-పలాశభేదః॥

హస్తికోలిః-ఇ-పు-బదరీభేదః॥

హస్తికోశాతకీ-ఈ-సీ- బృహత్కోశాతకీ తె॥పసుఁగుబీఱచెట్టు.

హస్తిగిరిః-ఇ-పు-కాంచీపట్టణమ్॥

హస్తిఘోషా-ఆ-సీ-బృహద్ఘోషా॥

హస్తిఘోషాతకీ-ఈ-సీ-హస్తిఘోషా॥

హస్తిఘ్నః-అ-పు-మనుష్యః॥

హస్తిఘ్నః-అ-త్రి-కరినాశకః॥

హస్తిచారిణీ-ఈ-సీ-మహాకరంజః॥

హస్తిదన్తమ్-అ-న-మూలకమ్॥

హస్తిదన్తః-అ-పు - ద్రవ్యరక్షార్థభిత్తిస్థకీలకః-౨మూలకమ్-౩గజదశనశ్చ॥

హస్తిదన్తకమ్-అ-న-మూలకమ్॥ తె॥ ముల్లంగిచెట్టు.

హస్తిదన్తఫలా-ఆ-సీ-ఏర్వారుః॥

హస్తిద్వయసః-అ-త్రి-గజపరిమాణమ్॥

హస్తినఖః-అ-పు-పురద్వారకూటః॥ తె॥ పట్టణద్వారమందలిజనులు.

హస్తినపురమ్-అ-న-హస్తినీపురమ్॥ తె॥ఢిల్లీ

హస్తినాపురమ్-అ-న- చంద్రవంశీయహస్తినామకరాజనిర్మితనగరమ్॥

హస్తినీ-ఈ-సీ-హస్తినీపురమ్-౨స్త్రీజాతిభేదః-౩వాత్స్యాయనమతేహయజాతపురుషస్త్రీ-౪గజస్త్రీ॥ తె॥౧ఢిల్లి.

హస్తినీపురమ్-అ-న-హస్తినపురమ్॥ తె॥ఢిల్లి.

హస్తిపః-అ-పు-హస్త్యారోహః॥

హస్తిపకః-అ-పు-ఆధోరణః॥ తె॥మావటీఁడు.

హస్తిపత్రః-అ-పు-హస్తికందః॥

హస్తిపర్ణః-అ-పు-చంచురః॥ తె॥ చిట్టాముదపుచెట్టు.

హస్తిపర్ణికా-ఆ-సీ-రాజకోశాతకీ॥

హస్తిపర్ణినీ-ఈ-సీ-మూత్రఫలా॥ తె॥ చేఁతిదోస.

హస్తిపర్ణీ-ఈ-సీ-మోరటాలతా-౨కర్కటీ॥

హస్తిపూరణీ ఈ-సీ- పునర్నవాభేదః॥ తె॥ గలిజేఱులోనిభేదము.

హస్తిమదః-అ-పు-కరిగండక్షరితమదజలమ్॥

హస్తిమల్లః-అ-పు-వినాయకః-౨ఐరావతః-౩భస్మకూటః-౪గ్రామకూటః-౫పాంసువర్షమ్-౬హిమమ్॥

హస్తిరోహణకః-అ-పు-మహాకరంజః॥

హస్తిలోధ్రకః-అ-పు-లోధ్రః॥

హస్తివారణః-అ-పు-షడ్గ్రంథః॥ తె॥ ఆటుక ణుపులగ్రాసుఁగు.

హస్తివాహః-అ-పు-అంకుశః- ౨గజవాహ కశ్చ॥

హస్తివిషాణీ ఈ-సీ-కదళీ॥

హస్తిశుణ్డా-ఆ-సీ-క్షుపవిశేషః॥

హస్తిశుణ్డీ-ఈ-సీ-నాగశుండీ॥ తె॥ హస్తిశుండిచెట్టు.

హస్తిశ్యామాకః-అ-పు-సస్యవిశేషః॥

హస్తిన్-న్-పు-గజః-౨కూశ్మాండః - ౩సర్పః-౪వృశ్చికః॥ తె॥౧ఏనుఁగు.

హస్తే-౦-౦-పాణౌ॥

హస్తేకరణమ్-అ-న-వివాహః॥

హస్త్యః-అ-త్రి-హస్తేనదత్తః - ౨హస్తేన కృతః॥

హస్త్యధ్యక్షః-అ-పు-గజాధ్యక్షః॥

హస్త్యాయుర్వేదః-అ-పు.- గజాయుర్వేదః-హస్తిచికిత్సాశాస్త్రమ్॥

హస్త్యారోహః-అ-పు-ఆధోరణః॥ తె॥ మావటీఁడు.

హస్రః-అ-త్రి-మూర్ఖః॥

హహలమ్-అ-న-హాలాహలమ్॥

హహాః-ఆ-పు-స్వర్గగాయకభేదః॥

హహాః-స్-పు-స్వర్గగాయకభేదః॥

హా-ఆ-సీ-త్యాగః-౨రతిః-౩వీణా॥

హా-ఆ-౧-విషాదః-౨శోకః-౩అర్తిః - ౪జిగుప్సా-౫విస్మయః-౬వికారః-౭రోచనమ్-౮చింతా-౯జ్ఞానకర్మ-౧౦గమనమ్-౧౧సంగతిః॥

హాఙ్గరః-అ-పు-స్వనామఖ్యాతజలజంతుః॥

హాటకమ్-అ-త్రి-స్వర్ణనిర్మితమ్॥

హాటకమ్-అ-న-సువర్ణమ్-౨ధుస్తూరః॥

హాటకమయమ్-అ-త్రి-స్వర్ణమయమ్॥

హాటకేశ్వరః-అ-పు-గోదావరీతీరస్థశివః॥

హాతవ్యమ్-అ-త్రి-త్యక్తవ్యమ్॥

హాత్రమ్-అ-న-వేతనమ్-౨ప్రమథనమ్-౩మరణమ్-౪రాక్షసః॥

హానమ్-అ న-త్యాగః-౨హీనమ్-౩రణోద్వేగః॥ తె॥౧విడిచిపెట్టడము.

హానిః-ఇ-సీ-హ్రాసనమ్ ॥ తె॥ తక్కువకావడము.

హానుకః-అ-త్రి-ఘాతుకః॥

హాన్ద్రిమ్-అ-న-మారణమ్॥

హాపుత్రికా-ఆ-సీ-పక్షివిశేషః॥

హాపుత్రీ-ఈ-సీ-హాపుత్రికా॥

హాఫికా-ఆ-సీ-జృంభా॥

హాయనః-అ-(సీ)-సంవత్సరః-౨అర్చిః॥

హాయనః-అ-పు-వ్రీహివిశేషః- ౨అగ్నిశిఖా॥

హారః-అ-పు-హరణమ్-౨యుద్ధమ్ - ౩ముక్తామాలా॥

హారః-అ-త్రి-ముక్తావలీ- ౨అష్టోత్తరశతయష్టికాహారః-౩హారసంబంధీ॥ తె॥౧అచ్చముత్యాలహారము.

హారకః-అ-పు-చోరః-౨ద్యూతకారః- ౩గద్యమ్-౪విజ్ఞానభేదః॥

హారకః-అ-త్రి-హరణకర్తా॥

హారణా-ఆ-సీ-హరణమ్॥ తె॥ హరించడము

హారహారా-ఆ-సీ-కపిలద్రాక్షా॥

హారహూరః-అ-పు-మద్యమ్॥

హారహూరా-ఆ-సీ ద్రాక్షా॥

హారావలీ ఈ-సీ - పురుషోత్తమకృతకోశవిశేషః-౨హారశ్రేణీచ॥

హారిః-ఇ-పు-హారః॥ తె॥ ముత్యాలహారము.

హారిః-ఇ-సీ- పథికసంతానః - ౨ద్యూతాదిభంగః॥

హారిః-ఇ-త్రి-రుచిరే॥

హారికణ్ఠః-అ-త్రి-హారాన్వితగళః॥
హారికణ్ఠః-అ-పు-కోకిలః- అహారాన్వితగళః॥ తె॥౧కోయిల.
హారిణికః-అ-పు- వ్యాధః-హారిణఘాతుకః॥
హారితమ్-అ-న-స్థాణేయమ్॥ తె॥ స్థాణేయము నెడుగ్రంథ్యము.
హారితః-అ-పు-పలాశవర్ణః- అపక్షివిశేషః॥
హారితకమ్-అ-న-శాకమ్॥
హారిద్రః-అ-పు-కదంబవృక్షః-అహారిద్రావర్ణః-౩విషభేదః॥
హారిద్రః-అ-త్రి-హారిద్రాయుక్తమ్॥ తె॥ పసపులోఁగూడికొన్నది.
హారిద్రకమ్-అ-న-విషభేదః॥
హారీ-ఈ-సీ-ముక్తా॥ (ష్టః॥
హారీ-న్-త్రి-మనోజ్ఞః-అహారకః- ౩హారవిశి
హారీతః-అ-పు-పక్షిభేదః-అమునిభేదః-సచధర్మశాస్త్రకర్తా-౩కైతవః॥
హారీతకః-అ-పు-హారీతపక్షీ॥
హార్దమ్-అ-న-స్నేహః॥
హార్దీ-న్-త్రి-స్నేహయుక్తః॥
హార్యః అ-పు-విభీతకవృక్షః॥ తె॥ తాఁడిచెట్టు
హార్యః-అ-త్రి-హర్తవ్యః॥
హాలః-అ-పు-నృపభేదః-అబలరామః-౩హలః
హాలకః-అ-పు-పీతహరితవర్ణాశ్వః॥
హాలహాలః-అ-(సి)-హాలాహాలవిషమ్॥
హాలహాలమ్-అ-న-విషభేదః॥
హాలా-ఆ-సీ-సురా॥
హాలాస్యః-అ-పు-భూపతిభేదః॥
హాలాహః-అ-పు-చిత్రవర్ణఘోటకః॥
హాలాహలః-అ-(సీ)-విషభేదః-అమద్యమ్॥
హాలాహలః అ-పు-హాలాహలవిషమ్ - అరక్తపుచ్ఛికా-౩జ్యేష్ఠా-౪తాలాంకః॥ తె॥ అనల్లిగండ్లపాము-౩బల్లి.

హాలాహలధరః-అ-పు-సర్పః॥
హాలాహలా-ఆ-సీ-క్షుద్రమూషికా॥
హాలాహలీ-ఈ-సీ-మదిరా॥
హాలికః-అ-త్రి-హాలస్యేదమ్-అహలేనఖనతియః-౩హాలస్యవోఢా॥
హాలికః-అ-పు-హాలవాహః॥ తె॥ నాగంటితో దున్నెడుఎద్దు మొదలయినది.
హాలినీ-ఈ-సీ-స్థూలపల్లీ॥
హాలీ-ఈ-సీ-కనిష్ఠాశ్యాలికా॥
హాలుః-ఉ-పు-దంతః॥
హావః-అ-పు-(స్త్రీ)ణాంశ్శృంగారరసభావజాతక్రియాః- అ(స్త్రీ)ణాంశృంగారభావజక్రియాభేదః॥
హాసమ్-అ-న-రెచకనామకగ్రంథ్యమ్॥
హాసః-అ-పు-హాస్యరసః-అహాస్యమ్॥ తె॥ }
హాసాః-స్-పు-చంద్రః॥ (అనవ్వు.)
హాసికా-ఆ-సీ-హాస్యమ్॥
హాస్తికమ్-అ-న-హస్తిసమూహః॥ తె॥ ఏనుఁగులగుంపు.
హాస్తికః-అ-పు-హస్త్యారోహః॥
హాస్తినమ్-అ-న-హస్తినాపురమ్॥
హాస్తినమ్-అ- త్రి- గజపరిమాణెహస్తహస్తిసంబంధినిచ॥
హాస్తినపురమ్-అ-న-హస్తినాపురమ్॥
హాస్యమ్-అ-న-నవరసభేదః॥ తె॥ నవ్వడము.
హాహాలమ్-అ-న-హాలాహాలవిషమ్॥
హాహా అ-౦-అద్భుతమ్-అఖెదః॥
హాహాః-స్-పు-దెవగంధర్వవిశేషః॥
హాహాః-ఆ-పు-దెవగంధర్వవిశేషః॥
హాహాకారః-అ-పు-రణసమూహధ్వనిః - అశోకధ్వనిః॥
హాహాలమ్-అ-న-విషమ్॥
హాహూః-ఊ-పు-స్వర్గగాయకభేదః॥

హాహూః-స్-పు-స్వర్గగాయక భేదః॥

హి-ఇ-౦-పాదపూరణమ్-౨హేతుః-౩అవధారణమ్-౪స్ఫుటార్థః-౫వినిస్థితిః-౬విశేషః-౭విస్మయః-౮విషాదః-౯వికారః-౧౦శబ్దః॥

హిమ్-మ్-౦-ప్రస్థానమ్-౨సంప్రశ్నః-౩వితర్కః॥

హింసకః-అ-పు-హింస్రపశుః-౨అథర్వవిద్బ్రాహ్మణః-౩శత్రుః॥

హింసకః-అ-త్రి-హింసాకర్తా॥

హింసా-ఆ-సీ-మారణమ్-౨చౌర్యాదిః-౩అభిచారః-౪అధర్మః॥

హింసాకర్మ-న్-న-అభిచారః॥ తె॥ ఒకరినిఁ జంపుటకుఁజేసెడు హోమాదికము.

హింసారుః-ఉ-పు-వ్యాఘ్రః॥

హింసాలుః-ఉ-త్రి-వధశీలః॥

హింసాలుకః-అ-పు-హింసాశీలకుక్కురః॥

హింసాలుకః-అ-త్రి-హననశీలః॥

హింసితః-అ-త్రి-హింసాప్రాప్తః॥

హింసీరః-అ-పు-వ్యాఘ్రః-౨ఖలః॥

హింస్రః-అ-త్రి-హింసాశీలః ప్రహారః॥

హింస్రః-అ-పు-ఘోరః-౨భీమసేనః-౩

హింస్రకః-అ-పు-హింస్రపశుః॥

హింస్రపశుః-ఉ-పు-హింసకజంతుః॥

హింస్రా-ఆ-సీ-భూతజటా-౨జటామాంసి-౩హిరలీ-౪కాకాదనీ॥ తె॥ ౩నల్లయుప్పిచెట్టు.

హికార-ఆ-౦-అనుబంధకః॥

హికార-ఆ-సీ-ఉలూకస్త్రీ॥

హిజ్జారః-అ-పు-తుజాలకః-౨వ్యాఘ్రః॥ తె॥౧ఆలుదొండచెట్టు.

హిఙ్గు-ఉ-న-రామఠమ్॥ తె॥ఇంగువ.

హిఙ్గుణః-అ-పు-మూలకః॥ తె॥ముల్లంగిచెట్టు

హిఙ్గుదీ-ఈ-సీ-బృహతీ॥ తె॥ నేలములకచెట్టు

హిఙ్గునాడికా-ఆ-సీ-నాడీహింగు॥

హిఙ్గునిర్యాసః-అ-పు-నింబః-౨హింగురసః॥ తె॥౧వేపచెట్టు.

హిఙ్గుపత్త్రః-అ-పు-ఇంగుదీవృక్షః॥

హిఙ్గుపత్త్రీ-ఈ-సీ-మరువత్త్రీ॥ తె॥ హింగుపత్రిచెట్టు.

హిఙ్గుపర్ణీ-ఈ-సీ-వంశపత్త్రీ॥

హిఙ్గుపలాశికా-ఆ-సీ-త్వక్పత్త్రీ॥ తె॥ఇంగువుచెట్టాకు.

హిఙ్గులమ్-అ-న-సురంగమ్-౨హింగులనామకపర్వతధాతుః॥ గిలికము.

హిఙ్గులమ్-అ-(సీ)-చూర్ణపారదః॥ తె॥ ఇం

హిఙ్గులా-ఆ-సీ-దేశవిశేషః॥ శేషః॥

హిఙ్గులిః-ఇ-పు-హింగులః-రాగద్రవ్యవి

హిఙ్గులికా-ఆ-సీ-కంటకారీ॥

హిఙ్గులీ-ఈ-సీ-బృహతీ-౨వార్తాకీ॥ తె॥౧నేలములకచెట్టు.

హిఙ్గులుః-ఉ-(సీ)-హింగులః॥

హిఙ్గుశి...టికా-ఆ-సీ-వంశపత్త్రీ॥

హిఙ్గూలమ్-అ-న-మధుమూలమ్॥

హిజ్జః-అ-పు-హిజ్జలవృక్షః॥

హిజ్జలః-అ-పు-వృక్షవిశేషః॥

హిజ్జరః-అ-పు-అందూః॥ తె॥ ఏనుఁగుకాళ్లసంకెళ్లు.

హిజ్జీరః-అ-పు-హస్తిపాదబంధః॥

హిజ్జులః-అ-పు-ఇలసః॥ తె॥ నీటిగన్నేరుచెట్టు. (ఇతిచపాఠః॥

హిడిమ్బః-అ-పు-రాక్షసవిశేషః,హిడంబ

హిడిమ్బజిత్-త్-పు-వృకోదరః॥ తె॥భీముడు

హిడిమ్బనిసూదనః-అ-పు-భీమసేనః॥

హిడిమ్బభిత్-ద్-పు-భీమసేనః॥

హిడిమ్బా-ఆ-సీ-హిడింబరాక్షసభగినీ॥

హిడిమ్బాపతిః-ఇ-పు-భీమసేనః॥

హిడిమ్బారమణః-అ-పు-భీమసేనః॥

హిణ్డనమ్-అ-న-లేఖనమ్-౨సురతమ్-౩భ్రమణమ్॥

హిణ్డీరః అ-పు-హిండీరః॥

హిణ్డీ-ఈ-స్త్రీ-దుర్గా॥

హిణ్డీప్రియతమః-అ-పు-శివః॥

హిణ్డీరః-అ-పు-సముద్రఫేనః-౨వార్తాకుః ౩పురుషః-౪రుచకమ్॥

హితః-అ-త్రి-ధృతః-౨ఇష్టః-౩గతమ్-౪పథ్యమ్-౫మంగళమ్-౬మిత్రమ్॥

హితకః అ-పు-శిశుః॥

హితకారిన్-త్రి-మంగళకారకః॥

హితప్రణీః-ఈ-పు-చారః॥

హితవాదిన్-త్రి-హితకథనశీలః, సత్పరామర్శీ॥

హితా-ఆ-స్త్రీ-హరీతకీ॥

హితావలీ-ఈ-స్త్రీ-ఔషధవిశేషః॥

హితైషిన్-త్రి-హితేచ్ఛాకారీ॥

హితోక్తిః-ఇ-స్త్రీ-పథ్యవచనమ్॥

హిన్తాలః-అ-పు-లతాంకూరః॥ తె॥ గిరుకతాడిచెట్టు.

హిన్దుః ఉ-పు-జాతివిశేషః॥

హిన్దోలః-అ-పు-శ్రావణశుక్లపక్షీయహితభగవద్యాత్రావిశేషః-౨వసంతరాగాంతర్గతరాగవిశేషః॥

హిన్దోలః-అ-(స్త్రీ) ప్రేంఖోలికా-౨సంగీతరాగభేదః॥ తె॥ ౧చౌత.

హిన్దోలకః అ-పు-యానవిశేషః॥

హిన్దోలా-ఆ-స్త్రీ-దోలికా॥

హిబుకమ్-అ-న-ఎకస్మాల్లగ్నాచ్చతుర్థలగ్నమ్॥

హిమమ్-అ-న-నీహారః-౨శ్రీచందనమ్॥

హిమః-అ-పు-హేమంతః-౨హిమాద్రిః-౩చందనవృక్షః-౪చంద్రః-౫కర్పూరః॥

హిమః-అ-త్రి-శీతవస్తు.

హిమకః-అ-పు-వికంకతవృక్షః॥

హిమకరః-అ-పు-చంద్రః-౨కర్పూరః॥

హిమకూటః-అ-పు-శిశిరర్తుః॥

హిమగిరిః-ఇ-పు-హిమాలయపర్వతః॥

హిమజః-అ-పు-మైనాకగిరిః॥

హిమజా-ఆ-స్త్రీ-నదీ-౨గౌరీ-౩శటీ-౪క్షీరిణీ॥

హిమజ్ఝటిః-ఇ-పు-కుజ్ఝటిః॥

హిమతైలమ్-అ-న-కర్పూరతైలమ్॥

హిమదుగ్ధా-ఆ స్త్రీ-కర్వణీ॥

హిమదుర్దినమ్-అ-న-హిమసమూహపాతేనదుఃఖదాయకదినమ్॥

హిమద్యుతిః-ఇ-పు-చంద్రః॥

హిమద్రుమః-అ-పు-మహానింబః॥ తె॥ పెద్దవేము.

హిమధాతుః-ఉ-పు-హిమాలయపర్వతః॥

హిమానీ-ఈ-స్త్రీ-హిమసమూహః॥

హిమపుష్పః-అ-పు-ఉత్సాదనవృక్షః॥ తె॥ లోద్దుగుచెట్టు.

హిమప్రస్థః-అ-పు-హిమాలయః॥

హిమవత్సుతః-అ-పు-మైనాకపర్వతః॥

హిమవత్సుతా-ఆ-స్త్రీ-గంగా-౨ఉమా॥

హిమవాన్-త్-పు-హిమవత్పర్వతః॥

హిమవాన్-త్-త్రి-హిమవిశిష్టః॥

హిమవాలుకః-అ-పు-కర్పూరః॥

హిమవాలుకా-ఆ-స్త్రీ-కర్పూరః॥

హిమశర్కరా-ఆ-స్త్రీ-యావనాలీ॥

హిమసంహతిః-ఇ-స్త్రీ-హిమసమూహః॥

హిమహాసకః-అ-పు-హింతాలవృక్షః॥

హిమా-ఆ-స్త్రీ-సూక్ష్మైలా-౨రేణుకా-౩భద్రముస్తా-౪నాగరముస్తా-౫వృశ్చికా-౬చణికా॥

హిమాంశుః-ఉ-పు-చంద్రః-౨కర్పూరః॥

హిమాంశ్వభిఖ్యమ్-అ-న-రౌప్యమ్॥

హిమాకరీ-ఈ-స్త్రీ-కర్వణీ॥ తె॥ బిరుపాలచెట్టు

హిమాగమః-అ-పు-హేమంతః॥
హిమాద్రిః-ఇ-పు-హిమాలయపర్వతః॥
హిమాద్రిజా-ఆ-సీ-క్షీరిణీ-౨పార్వతీచ॥
హిమాద్రితనయా ఆ-సీ-దుర్గా॥
హిమానీ-ఈ-సీ హిమసమూహః-౨యావనాలశర్కరా॥
హిమాబ్జమ్-అ-న-ఉత్పలమ్॥
హిమారాతిః-ఇ పు అగ్నిః-౨సూర్యః-౩చిత్రకవృక్షః-౪అర్కవృక్షః॥ తె॥ ౧అగ్గి-౨వేండివేలుపు-౩చిత్రమూలపుచెట్టు-౪జిల్లేడుచెట్టు.
హిమారిః ఇ-పు-అగ్నిః-౨సూర్యః॥
హిమాలయః-అ పు-హిమవత్పర్వతః-౨శుక్లఖదిరః॥
హిమాలయా-ఆ-సీ-భూమ్యామలీ॥
హిమావతీ-ఈ-సీ-కంకుష్ఠా॥ తె॥ కంకుష్ఠమనెడుచెట్టు
హిమాశ్రయా-ఆ-సి-స్వర్ణజీవంతీ॥
హిమాహ్వః-అ-పు-కర్పూరః॥
హిమాహ్వయః-అ-పు-కర్పూరః॥
హిమికా-ఆ-సీ-నీహారః॥ తె॥ మంచు.
హిమేలుః-ఉ-త్రి హిమక్లేశితః॥
హిమోత్తరా-ఆ-సీ-కపిలద్రాక్షా॥
హిమోత్పన్నా-ఆ-సీ-యావనాలీ॥
హిమోద్భవా-ఆ-సీ-శటీ॥
హిమ్యః-అ-త్రి-హిమభవః॥
హిరఙ్గుః ఉ-పు-రాహుగ్రహః॥ (టకః॥
హిరణమ్-అ-న-రేతః-౨స్వర్ణమ్-౩వరా
హిరణ్మయమ్-అ-న-భారతవర్షాదినవవర్షాంతర్గతవర్షవిశేషః॥
హిరణ్మయః-అ-పు-బ్రహ్మ॥
హిరణ్మయః-అ-త్రి-సువర్ణమయః॥
హిరణ్యమ్-అ-త్రి-విత్తమ్-౨కృతాకృతహేమరూప్యే-౩సువర్ణమ్-౪మానవిశేషః-౫వరాటః-౬రేతః॥
హిరణ్యకః-అ-పు-కూపకూలమ్-౨జ్యోతిశ్శాస్త్రవిశారదః॥
హిరణ్యకశిపుః-ఉ-పు-రాక్షసభేదః॥
హిరణ్యకశిపుహన్-న్-పు-విష్ణుః॥
హిరణ్యకామధేనుః-ఉ-సీ-షోడశమహాదానాంతర్గతమహాదానవిశేషః॥
హిరణ్యకోషః-అ-పు-కృతాకృతస్వర్ణరూప్యమ్॥
హిరణ్యగర్భః-అ-పు-చతుర్ముఖః॥
హిరణ్యదః-అ-పు-సముద్రః-౨హిరణ్యదాతరి-త్రి॥
హిరణ్యదా-ఆ-సీ-భూమిః-౨సద్విద్యా॥
హిరణ్యనాభః-అ-పు-మైనాకపర్వతః॥
హిరణ్యబాహుః ఉ-పు-శివః-౨శోణపః॥
హిరణ్యరేతాః-స్-పు-అగ్నిః-౨సూర్యః-
హిరణ్యవః-అ-త్రి-ధనవాన్॥ ౩శివః॥
హిరణ్యవర్ణా-ఆ-సీ-నదీ॥
హిరణ్యవాహః అ-పు-శోణనదః॥
హిరణ్యాక్షః-అ-పు-ఆద్యదైత్యవిశేషః॥
హిరణ్యాశ్వః-అ-పు-తులాపురుషాదిషోడశమహాదానాంతర్గతమహాదానవిశేషః॥
హిరలీ-ఈ-సీ-హింస్రా॥ తె॥ నల్లయుప్పిచెట్టు
హిరుక్-శ్-౦-వినార్థః-౨సామీప్యమ్-౩మధ్యార్థః-౪అధమార్థః॥ తె॥ ౧గాకయనుట-౨దగ్గర.
హిలమోచిః-ఇ-సీ-హిలమోచికా॥
హిలమోచికా-ఆ-సీ-శాకవిశేషః॥
హిలమోచీ-ఈ-సీ-హిలమోచికా॥
హిలేయః-అ-పు-మూలకమ్॥ తె॥ ముల్లంగి
హిల్లః-అ-పు-శరారిపక్షీ॥ చెట్టు.
హిల్లోలః-అ-పు-తరంగః-౨రతిబంధవిశేషః॥

హిల్వలా-ఆ-సీ-మృగశిరోనక్షత్రశిరోదేశస్థాః పంచస్వల్పతారకాః॥

హిహి-ఇ-౦-అపధృతిః-౨హేతుః॥

హీ-ఈ-౦-ఆశ్చర్యమ్-౨ఆహ్వానమ్-౩శోకః ౪వ్యాపారః-౫వినయః-౬నయః॥

హీనమ్-అ-న-రహితమ్॥ తె॥ ఒకలెక్కలోమరియొకలెక్క తీసివేయడము.

హీనమ్-అ-త్రి-క్షీణమ్-౨గర్హ్యః-౩త్యక్తమ్-౪అధమః॥ తె॥ ౧తక్కువైనది-౩విడిచిపెట్టఁబడ్డది.

హీనజాతిః-ఇ-త్రి-నీచవర్ణః॥

హీనవర్ణః-అ-త్రి నీచజాతిః॥

హీనవాదిన్-త్రి-వాక్యవర్జితః-౨విరుద్ధార్థవాదీ॥

హీనసఖ్యమ్-అ-న నీచేనసహమిత్రతా॥

హీనాఙ్గః-అ-త్రి-స్వభావతోన్యూనావయవవిశిష్టః॥

హీనాఙ్గీ-ఈ-సీ-క్షుద్రపిపీలికా॥

హీన్తాలః-అ-పు-హింతాలవృక్షః॥

హీరమ్-అ-న-వజ్రమ్॥

హీరః-అ-పు-వజ్రరత్నమ్-౨సింహః-౩సర్పః-౪శంకరః॥

హీరకః-అ-పు రత్నవిశేషః॥

హీరా-ఆ-సీ-లక్ష్మీః-౨పిపీలికా-౩తైలాంబుకః-౪కాశ్మరీ॥ తె॥ ౨చీమ.

హీరాఙ్గః-అ-పు-ఇంద్రస్యవజ్రమ్॥

హీలమ్-అ-న-రేతః॥

హీలమోచకః అ-పు-శాకభేదః॥ తె॥ చిలుకకూరచెట్టు.

హీలుకమ్-అ-న-గౌడీమద్యమ్॥

హీహీ-ఈ-౦-విస్మయః-౨హర్షః॥

హు-ఉ-౦-విస్మయః-౨హర్షః-౩కోపః-౪భర్త్సనమ్-౫దుఃఖాలాపః-౬విచారణమ్॥

హుమ్-మ్-౦-రుషోక్తిః-౨వితర్కః-౩ఊహా-౪పరిప్రశ్నః-౫భర్త్సనమ్-౬అనిచ్ఛా-౭భయమ్-౮స్మృతిః-౯ఆమంత్రణమ్-౧౦నిందా-౧౧ఆచారః-౧౨హేతుః॥

హుఙ్కృతమ్-అ-న-భటధ్వనిః-౨మంత్రధ్వనిః-౩బాహ్వోరతౌహస్తతాడనజాతధ్వనిభేదః॥

హుడః-అ-పు-మేషః-౨చౌరాదినివారణార్థభూమినిహితలోహమయతీక్ష్ణశంకువిశేషః-౩లగుడః॥

హుడుక్కః-అ-పు-వాద్యభేదః-౨దాత్యూహపక్షీ-౩మదమత్తః ౪దండకః-హుడ్డుకఇతిచపాఠః॥

హుడుక్కా-ఆ-సీ-హుడుక్కా-౨దాత్యూహః॥ తె॥ ౧డక్క-౨నూకదుగుండంగిపిట్ట.

హుడుత్-త్-న-వృషశబ్దః॥

హుడుమ్బః-అ-పు-భ్రష్టచిపిటః॥

హుణ్డః-అ-పు-వ్యాఘ్రః-౨బాణవిశేషః-౩గ్రామసూకరః-౪పిశాచః-౫మూర్ఖః॥

హుతమ్-అ-త్రి-అగ్నౌప్రక్షిప్తంఘృతాది-౨కృతాహ్వానమ్॥

హుతమ్-అ-న-హోమః॥

హుతభుక్-జ్-పు-అగ్నిః-౨చిత్రకవృక్షః॥

హుతభుక్ప్రియా-ఆ-సీ-అగ్నిభార్యా॥

హుతవహః-అ-పు-అగ్నిః॥

హుతాశః-అ-పు-అగ్నిః-౨భయమ్॥

హుతాశనః-అ-పు-అగ్నిః-౨మహావీర్యః-౩శివః॥

హుతిః-ఇ-సీ-హవనమ్॥

హుమ్భా-ఆ-సీ-గోధ్వనిః॥

హులహులీ-ఈ-సీ-స్త్రీణాంమంగళజనకముఖశబ్దః॥

హుహుః-ఉ-పు-స్వర్గగాయకభేదః॥
హుహూః-ఊ-పు - గంధర్వవిశేషః - యథా-హాహాహూహూహుహుశ్చద్విపిధోహు హాహాహూహుశ్చతుర్త్రచిత్॥
హుహూః-స్-పు స్వర్గగాయకభేదః॥
హూ ఊం-౦-ప్రగల్భః- ౧నిందా-౩ఆహ్వానమ్-౪రోదనమ్॥
హూంకారః-అ-పు- హూమితిభయానకధ్వనిః॥ (కృతమ్
హూతమ్-అ-త్రి-ఆహూతమ్, ఆహ్వానీ }
హూతిః-ఇ-సీ-ఆహ్వానమ్॥ తె॥ పిలవడము.
హూనః-అ-పు మ్లేచ్ఛజాతివిశేషః- ౨మాదరాజదేశీయస్వర్ణముద్రావిశేషశ్చ॥
హూమ్-౦-౦-ప్రశ్నః- ౨వితర్కః-౩సమ్మతిః-౪క్రోధః-౫భయమ్-౬నిందా-౭అవజ్ఞా, యథా,వితర్కే-హూంచైత్రొపివండితః-ప్రశ్నేహూంకోలంకాధిపతిః - అనుమతౌచహూంకృతంహూం - భయేచ-హూంనగంతవ్యమ్॥
హూరవః-అ-పు శృగాలః॥
హూర్ఛనమ్-అ-న కుటిలత్వమ్॥
హూహుః-ఉ-పు-గంధర్వవిశేషః॥
హూహూః-స్-పు- స్వర్గగాయకభేదః॥
హూహూః-స్-ద్వ-స్వర్గగాయకభేదః॥
హృజ్కృతమ్-అ-న-వనవరాహధ్వనిః॥
హృచ్ఛయః-అ-త్రి-హృదయశాయిని॥
హృచ్ఛయః-అ-పు-మన్మథః-౨ఆత్మా॥
హృచ్ఛూలమ్-అ-న- హృదయజాతశూలరో(గః
హృణీయా-ఆ-సీ-హృణీయా,నిందా॥
హృణీయా-ఆ- సీ- ఘృణార్థకః-౨జుగుప్సా॥ తె॥౧వగవడము.
హృత్-ద్-న-మనః- ౨వక్షస్థలహృదయనామకవృక్కాః-౩వక్షః॥ తె॥౨హృదయము నెడుగుండె.
హృతమ్-అ-న-భాగహారః॥
హృతః-అ-త్రి-భాగహారవాన్॥
హృతిః-ఇ-సీ-హరణమ్॥
హృత్కమ్పః-అ-పు-హృదయకంపనమ్॥
హృదయమ్-అ-న- మనః-౨రతిః-౩ముష్టితాడనస్థానభేదః - ౪వృక్షస్థలహృదయనామకవృక్కాః॥ తె॥ ౩ఱొమ్ము-౪హృదయము నెడుగుండె.
హృదయగ్రంథిః-ఇ పు-హృద్బంధః॥
హృదయఙ్గమమ్-అ- త్రి- సంగతవచనమ్-౨ప్రియవస్తు॥ తె॥౧సరివడ్డమాట.
హృదయవాన్-త్-త్రి-హృదయాలుః॥
హృదయాగమమ్-అ-న- చంద్రసౌధమ్॥
హృదయాత్మా-న్-పు-కంకపక్షీ॥
హృదయాలుః-ఉ- త్రి-సహృదయః॥ తె॥ మంచిమనస్సుఁగలవాఁడు.
హృదయికః-అ- త్రి-హృదయాలుః॥
హృదయీ-న్-త్రి-హృదయాలుః॥
హృదయేశః-అ-పు-భర్తా॥
హృదయేశా-ఆ-సీ-భార్యా॥
హృదహేతుః- ఉ- సీ- పానీయవల్లీపుష్పమ్॥ తె॥ఆతెపుప్వు.
హృదావర్తః-అ-పు- అశ్వహృదయావర్తః॥
హృదిస్పృక్-శ్-త్రి-ప్రియవస్తు-౨హృదయస్పర్శకర్తాచ॥
హృద్గోలః-అ-పు-పర్వతవిశేషః॥
హృద్గోలీయః-అ- త్రి-హృద్గోలపర్వతోద్భవః
హృద్గ్రంథిః-అ-పు-హృద్వ్రణః॥
హృద్యమ్-అ-న-విలేపనమ్॥
హృద్యః-అ-పు-వశ్యకృద్వేదమంత్రః- ౨శ్వేతజీరకః॥
హృద్యః-అ- త్రి-ప్రియవస్తు-౨హితమ్-౩హృ

ఙయజమ్॥

హృద్యగన్ధమ్ అ-న- క్షుద్రజీరకమ్-౨సౌవర్చలమ్॥

హృద్యగన్ధః-అ-పు-బిల్వవృక్షః॥ తె॥మారేడు చెట్టు.

హృద్యగన్ధకమ్ అ-న-సుగంధిపాంసులవణం

హృద్యగన్ధా-ఆ సీ-జాతీ॥

హృద్యగన్ధి-ఇ-న-క్షుద్రజీరకమ్॥

హృద్యా-ఆ-సీ-వృద్ధినామౌషధిః॥

హృద్రోగః-అ-పు- కుంభరాశిః-౨కామః-౩ హృదయపీడా॥

హృద్రోగవైరీ-న్-పు-అర్జునవృక్షః॥

హృద్వణ్టకః-అ-పు-జఠరమ్॥

హృల్లాసః-అ-పు-హిక్కా॥

హృల్లేఖః-అ-పు-విరహః-౨జ్ఞానమ్-౩తర్కః

హృల్లేఖా-ఆ-సీ-ఔత్సుక్యమ్॥

హృషితమ్-అ-త్రి- విస్మృతమ్-౨ప్రీతమ్-౩ ప్రహతమ్ ౪హృష్టరోమ- ౫ప్రణతమ్ ౬వర్మితమ్॥

హృషితమ్-అ-న-రోమాంచః॥

హృషితః-అ-పు-విస్మితః-౨ప్రీతః-౩ప్రణతః.

హృషీ-ఈ-పు-అగ్నిసోమౌఇతి - మహాభారతే మోక్షధర్మః॥

హృషీకమ్ అ-న-ఇంద్రియమ్॥

హృషీకేశః-అ-పు-విష్ణుః॥

హృష్టః-అ-త్రి- ఇష్టప్రాప్తిజనితానందయుక్తః-౨రోమాంచితః-౩విస్మితః-౪హృషితః-౫ప్రహసితః ॥ తె ॥ ౧సంతోషపడ్డ వాఁడు.

హృష్టమానసః-అ-త్రి-హృష్టచిత్తః॥

హృష్టరోమా-న్- త్రి-రోమాంచితః॥

హృష్టిః ఇ-సీ-ఆనందః-౨మానః॥

హే-ప-౦- సంబోధనమ్-౨హూతిః - ౩హేలా-౪అవజ్ఞా- ౫కోపః-౬విచారః॥ తె॥ ౧ఓయి.

హేక్కా-ఆ-సీ-హిక్కా॥

హేఠః-అ-పు-బాధా-౨విహేఠః॥

హేడః-అ-పు-వర్షధరః॥ తె॥ఖోజ్జావాఁడు.

హేడజః-అ-పు-క్రోధః॥

హేడా-ఋ-పు-మార్గప్రహారిచోరః॥ తె॥ దారికొట్టెడుదొంగ.

హేడాబుక్కః-అ-పు-అశ్వవిక్రయకారీ॥

హేతిః-ఇ-సీ-అస్త్రమ్- ౨సూర్యకిరణః-౩అగ్నిశిఖా-౪తేజోమాత్రమ్-౫సాధనమ్

హేతిః-ఇ-ద్వ-అగ్నిజ్వాలః - ౨ఆయుధమ్॥

హేతిః-ఇ-పు-కిరణః-౨దైత్యః॥

హేతుః-ఉ-పు-కారణమ్-౨అలంకారభేదః-౩కర్మ॥

హేతుకః-అ-త్రి-తత్సంబంధిని॥

హేతుకః-అ-పు-బుద్ధదేవః - ౨మహాకాలగలః-౩కారణమ్॥

హేతుతా-ఆ-సీ-కారణతా॥

హేతుమాన్-త్ - త్రి-కారణవాన్॥

హేతౌ-ఔ-౦-నిమిత్తమ్॥

హేత్వపహ్నుతిః-ఇ-సీ-అలంకారభేదః॥

హేత్వాభాసః-అ-పు - సవ్యభిచారాదిహేతుదోషః॥

హేమ-న్-న-సువర్ణమ్-౨ధుస్తూరమ్-౩కేసరమ్-౪హిమః॥ తె॥౧బంగారము.

హేమమ్-అ-న-సువర్ణమ్॥ తె॥బంగారము.

హేమః-అ-పు-నీలాశ్వః - ౨మాషకపరిమాణమ్-౩బుధః॥

హేమకన్దలః-అ-పు-ప్రవాలః॥

హేమకాన్తిః-ఇ-సీ - దారుహరిద్రా॥ తె॥ ౧మానిపసుపు.

హేమకాన్తిః-ఇ-త్రి-స్వర్ణద్యుతిమతి॥

హేమకారః-అ-పు-స్వర్ణకారః॥

హేమకిఞ్జల్కమ్-అ-న-నాగకేసరమ్॥

హేమకూటః-అ-పు-హేమకూటపర్వతః॥

హేమకేతకీ-ఈ-సీ-స్వర్ణకేతకీ॥

హేమకేలిః-ఇ-పు-అగ్నిః॥

హేమకేశః-అ-పు శివః॥

హేమక్షీరీ-ఈ-సీ-స్వర్ణక్షీరీ॥

హేమగన్ధినీ-ఈ-సీ-రేణుకాఖ్యగంధద్రవ్యమ్॥

హేమగౌరః-అ-పు-కింకిరాతవృక్షః॥

హేమగౌరః-అ-త్రి-స్వర్ణవద్గౌరవర్ణయుక్తే

హేమచన్ద్రః-అ-పు-అభిధానచింతామణినామకోశకర్తా॥

హేమజ్వాలః-అ-పు-అగ్నిః॥

హేమతారమ్-అ-న-తుత్థమ్॥

హేమదుగ్ధః-అ-పు-శాఖాఫలోదుంబరవృక్షః॥

హేమదుగ్ధకః-అ-త్రి-పీతవర్ణక్షీరయుక్తే॥

హేమదుగ్ధకః-అ-పు-ఉదుంబరః॥ తె॥ మేడిచెట్టు.

హేమదుగ్ధా-ఆ-సీ-స్వర్ణక్షీరీ॥

హేమదుగ్ధీ-న్-పు-యజ్ఞోదుంబరవృక్షః॥

హేమదుగ్ధీ-ఈ-సీ-స్వర్ణక్షీరీ॥

హేమన్తః-అ-(సీ)-హేమంతర్తుః॥

హేమన్తనాథః-అ-పు-కపిత్థః॥

హేమపర్వతః-అ-పు-సుమేరుగిరిః॥

హేమపుష్పమ్-అ-న-ఆతుల్యమ్-౨జపాపుష్పమ్-౩చంపకః-౪అశోకః॥ తె॥ ౧నేలతంగేడుచెట్టు.

హేమపుష్పః-అ-పు-చంపకవృక్షః॥

హేమపుష్పకః-అ-పు-చంపకః-౨లోధ్రః॥ తె॥౧సంపెంగచెట్టు.

హేమపుష్పికా-ఆ-సీ-పీతాంబష్ఠా॥ తె॥పచ్చ అడవిమొల్ల.

హేమపుష్పీ-ఈ-సీ-మంజిష్ఠా-౨స్వర్ణజీవంతీ-౩ఇంద్రవారుణీ-౪స్వర్ణలీ-౫ముసలీ-౬కంటకారీ॥

హేమఫలా-ఆ-సీ-కదలీ॥

హేమబలమ్-అ-న-మౌక్తికమ్-హేమవలమితిసాధుపాఠః॥

హేమమాక్షికః-అ-పు-మాక్షికభేదః॥

హేమమాలా-ఆ-సీ-యమభార్యా॥

హేమమాలీ-న్-పు-సూర్యః॥

హేమయూథికా-ఆ-సీ-స్వర్ణయూథికా॥

హేమరాగిణీ-ఈ-సీ-హారిద్రా॥

హేమలః-అ-పు-స్వర్ణకారః-౨కృకలాసః-౩శిలాంతరమ్॥

హేమలతా-ఆ-సీ-స్వర్ణజీవంతీ॥

హేమలమ్బః-న్-పు-సంవత్సరభేదః॥

హేమవల్కః-అ-పు-రీఢాకరంజః॥ తె॥ గుత్తినెమలడుగు(మా)ను.

హేమవిమలా-ఆ-సీ-హేమవర్ణవిమలానామకపర్వతధాతుః॥

హేమశఙ్ఖః-అ-పు విష్ణుః॥

హేమశిఖా-ఆ-సీ-స్వర్ణక్షీరీ॥

హేమసారమ్-అ-న-తుత్థమ్॥

హేమసూత్రకమ్-అ-న-హారవిశేషః॥

హేమహస్తిరథః-అ-పు-మహాదానవిశేషః॥

హేమా-న్-సీ-గోశ్రేణీ॥ తె॥ తంగేడుచెట్టు.

హేమా న్-పు-బుధగ్రహః॥

హేమా-ఆ-సీ-దివ్యాంగనా-౨రమా॥

హేమాఙ్గమ్-అ-న-హేమవర్ణశరీరే॥

హేమాఙ్గః-అ-త్రి-హేమవర్ణశరీరవాన్॥

హేమాఙ్గః-అ-పు-తార్క్ష్యః-౨వేధాః-౩సింహః-౪సుమేరుః-౫చంపకవృక్షః-౬విష్ణుః॥

హేమాద్రిః-ఇ-పు-సుమెరుపర్వతః - ౨తు
త్రియరాజవిశేషః॥
హేమాద్రిజరణః-అ-పు-స్వర్ణక్షీరీ॥
హేమాహ్వః-అ-పు-వనచంపకః - ౨ధుస్తూ
రః॥
హేమాహ్వా-ఆ-సీ-కంకుష్ఠా॥ తె॥ కంకుష్ఠమ
నెడుచెట్టు.
హేమ్నః-అ-పు-బుధగ్రహః - యథాహే
లిఃసూర్యశ్చంద్రమాః శీతరశ్మిర్హేమ్నా
విజ్ఞోబోధనశ్చేందుపుత్రః॥
హేయః-అ-త్రి-త్యాజ్యః॥
హేరమ్-అ-త్రి-మకుటభేదః - ౨దైత్యమా
యా-౩హరిద్రా॥
హేరమ్బః-అ-పు-గణేశః-౨మహిషః- ౩శౌ
ర్యగర్వితః-౪బుద్ధవిశేషః॥
హేరమ్బజననీ-ఈ-సీ-దుర్గా॥
హేరమ్బహట్టః-అ-పు-దేశవిశేషః॥
హేరికః-అ-పు-చరః॥
హేరుకః-అ-పు-బుద్ధభేదః-౨మహాకాలగణః
౩శివలింగవిశేషః-౪గణేశః॥
హేలః-అ-పు ప్లవభేదః ॥ తె॥ తెప్పలోనిభే
దము.
హేలఞ్చీ-ఈ-సీ-హిలమోచికా॥
హేలనమ్-అ-న-అవహేలా॥
హేలా-ఆ-సీ-స్త్రీణాంహావభేదః - ౨జ్యో
త్స్నా॥
హేలా-ఆ-ద్వ-తిరస్కారః॥
హేలాబుకః-అ-పు-అశ్వవిక్రయీ॥
హేలిః-ఇ-సీ-హేలా॥
హేలిః-ఇ-పు-సూర్యః-౨ఆలింగనమ్॥

హేవాకః-అ-పు-ప్రకాశమానప్రౌఢరీతిః-౨
స్త్రీణాంశృంగారభావజక్రియాభేదః-
౩అభిజ్ఞతా॥ తె॥ ౩ తెలివి.
హేషా-ఆ-సీ-అశ్వస్వనః॥ తె॥ గుఱ్ఱపుస
హేషిన్-పు-అశ్వః॥ (కిలింత.
హేహీరః-అ-పు-శివః॥
హేహై-ఐ-౦-హూతిః-౨సంబోధనమ్॥
హేహౌ-ఔ-౦-హూతిః-౨సంబోధనమ్॥
హై-ఐ-౦-సంబోధనమ్-౨హూతిః॥ తె॥ ౧
ఓయి.
హైతుకః-అ-పు-సద్యుక్తివ్యవహారీ॥
హైమమ్-అ-న-ప్రాతర్హిమోద్భవజలమ్॥
హైమమ్-అ-త్రి - హిమభవే-౨హేమజా
తేచ॥
హైమః-అ-పు - భూనింబః - ౨హేమ్నోవి
హైమనం-అ-(సీ)-హేమంతర్తుః॥ (కారః॥
హైమనమ్-అ-త్రి-స్వర్ణజాతెహిమజాతేచ
హైమనః-అ-పు-మార్గశీర్షమాసః - ౨హిమ
కాలోద్భవషష్టికధాన్యమ్॥
హైమన్తమ్-అ-(సీ)-హేమంతర్తుః॥
హైమన్తమ్-అ-త్రి-హేమంతసంబంధిని॥
హైమన్తికమ్ అ-న-శాలిధాన్యమ్॥
హైమన్తికమ్-అ-త్రి- హేమంతకాలజాతె॥
హైమముద్రికః-అ-త్రి - స్వర్ణముద్రికావి
శిష్టః॥
హైమలః-అ-(సీ)-హేమంతర్తుః-హైమనఇతి
సాధుపాఠః॥
హైమవతమ్-అ-న-భారతవర్షమ్॥
హైమవతః-అ-పు-విషభేదః॥
హైమవతవర్షమ్-అ న-భారతవర్షమ్॥
హైమవతీ-ఈ-సీ-పార్వతీ-౨గంగా- ౩కర్ప

ణీ-౪ హరీతకీ-౫ శ్వేతవచా-౬ కంకుష్ఠా॥ తె॥ ౩ చిఱుపాలచెట్టు-౫ తెల్లవసచెట్టు-౬ కంకుష్టము నెడుచెట్టు.

హైమా-ఆ-సీ-పీతయూథికా॥

హైమికా-ఆ-సీ-మోహినీ॥ తె॥ నల్లఉమ్మెత్తచెట్టు.

హైమీ-ఈ-సీ-పీతయూథికా॥

హైయఙ్గవీనమ్ - అ - న - హ్యోగోదోహోద్భవఘృతమ్॥ తె॥అప్పుడుతఱచిదీసినవెన్న, ఆవెన్నకాంచిననెయ్యినిన్న.

హైరికః-అ-పు-చౌరః॥

హైహయః-అ-పు-కార్తవీర్యః-౨ దేశవిశేషః॥

హైహయారిః ఇ-పు-పరశురామః॥

హైహేయః-అ-పు-కార్తవీర్యరాజః॥

హో-ఓ-౦-సంబోధనమ్-౨ ఆహూతిః-౩ విస్మయః॥ తె॥౧ ఓయి

హోడః-అ-పు-హావిత్రమ్॥

హోడా ఋ-పు-చోరః॥

హోతా-ఋ-పు-ఋగ్వేదవిన్మహర్త్విక్॥

హోతృకారః-అ-పు-హోతృకారః-హోతురగ్నౌతా॥

హోత్రమ్ అ-న-హవిః॥

హోత్రా-ఆ-సీ-స్తుతిః॥

హోత్రీ-న్-పు-హోతా॥

హోత్రీ-ఈ-సీ-యజమానరూపాశివస్య మూర్తిః॥

హోత్రీయమ్ అ-న-హవిర్గేహమ్॥

హోత్రీయమ్-అ-త్రి-హోత్రసంబంధని॥

హోమః-అ-పు-వైశ్వదేవః-౨ దేవయజ్ఞః॥

హోమకః-అ-పు-హోతా॥

హోమకుణ్డమ్-అ-న-హోమార్థకుండమ్॥

హోమధాన్యమ్-అ-న-తిలః॥

హోమధూమః-అ-పు-హోమీయాగ్నిధూమః॥

హోమభస్మ-న్-న-వైష్ణుతమ్॥

హోమాగ్నిః-ఇ-పు-యజ్ఞవహ్నిః॥

హోమిః ఇ-పు-అగ్నిః-౨ ఘృతమ్-౩ జలమ్॥

హోమీ న్-పు-హోమకర్తా॥

హోమ్యమ్-అ-న-ఘృతమ్॥

హోమ్యమ్-అ-త్రి-హోమీయద్రవ్యమాత్రే॥

హోరా-ఆ-సీ-లగ్నభేదః-౨ అహోరాత్రవికల్పః-౩ రాశ్యర్ధమ్-౪ శాస్త్రమ్-౫ రేఖాభేదః॥

హోలకః అ-పు-తృణాగ్నిభృష్టార్ధపక్వశమీధాన్యమ్॥

హోలాకః-అ-పు-స్వేదవిశేషః॥

హోలాకా-ఆ-సీ-వసన్తోత్సవః॥

హౌ-ఔ-౦-సంబోధనమ్-౨ ఆహూతిః॥ తె॥ ౧ ఓయి.

హౌతృకః-అ-త్రి-హోతృసంబంధీయః॥

హౌమ్యమ్-అ-న-ఘృతమ్॥

హౌమ్యమ్-అ-త్రి-హోమీయద్రవ్యమ్॥

హౌమ్యధాన్యమ్-అ-న-తిలః॥

హ్యః స్-౦-గతాహః॥ తె॥నిన్న.

హ్యస్తనమ్-అ-త్రి-హ్యోభవమ్-గతదివసీయమ్॥

హ్యస్త్యః-అ-త్రి-హ్యస్తనమ్॥

హ్రాణీయా-ఆ-సీ-హ్రీణీయా॥

హ్రదః-అ-పు-నదీమధ్యాగాధజలాశయః-౨ కిరణః॥ తె॥ ౧ లోఁతుమడుగు.

హ్రదగ్రహః-అ-పు-కుంభీరః॥

హ్రదినీ-ఈ-సీ-నదీ॥

హ్రసిమా-న్-పు-హ్రస్వతా॥

హ్రసిష్ఠః-అ-త్రి-అతిశయమైన హ్రస్వః॥ తె॥ మిక్కిలీ కుఱచైనది.

హ్రసీయాన్-స్-త్రి-అతిశయహ్రస్వః॥

హ్రస్వమ్-అ-న-లఘ్వక్షరమ్-౨ వరిమాణవిశేషః-౩ గౌరసువర్ణశాకమ్- ౪ పుష్పకాసీసమ్॥

హ్రస్వః-అ-పు- కృతాంతః- ౨ ఏకమాత్రవర్ణః॥

హ్రస్వః అ-త్రి-ఖర్వః-౨ అల్పః॥ తె॥ ౧ పొట్టివాఁడు.

హ్రస్వకుశః-అ-పు-శ్వేతకుశః॥

హ్రస్వగర్భః-అ-పు-కుశః॥

హ్రస్వగవేధుకా-ఆ-సీ-గాంగేరుకీ॥ తె॥ జిబిలిక చెట్టు.

హ్రస్వజమ్బుః-ఉ-పు-క్షుద్రజంబుః॥

హ్రస్వతణ్డులః-అ-పు-రాజాన్నమ్॥

హ్రస్వదర్భః-అ-పు-శ్వేతకుశః॥

హ్రస్వదా-ఆ-సీ-సల్లకీ॥

హ్రస్వపత్రకః - అ - పు - గిరిజమధూకవృక్షః॥

హ్రస్వపత్రికా-ఆ-సీ- అశ్వత్థికా॥ తె॥ కల్లరావిచెట్టు.

హ్రస్వపుష్పీ-న్-పు- గౌరీవాసః॥ తె॥ పిన్నయిప్పచెట్టు.

హ్రస్వప్లక్షః-అ-పు-సుపార్శ్వకః॥ తె॥ కలుజువ్వి చెట్టు.

హ్రస్వఫలా-ఆ-సీ-కన్యాకుబ్జా॥ తె॥ కొమ్ముపొట్లచెట్టు.

హ్రస్వమూలః-అ-పు-రక్తేక్షుః॥

హ్రస్వశాఖాశిఫః-అ-పు-క్షుపః॥

హ్రస్వా-ఆ-సీ-గాంగేరుకీ-౨ ముద్గపర్ణీ-౩ నాగబలా-౪ భూమిజంబూః- ౫ వామనీచ॥ తె॥ ౧ జిబిలిక చెట్టు.

హ్రస్వాగ్నిః-ఇ-పు-అర్కవృక్షః॥

హ్రస్వాఙ్గః-అ-పు-జీవకః-౨ వామనశ్చ॥ తె॥ ౧ జీవకమనెడు ద్రవ్యము.

హ్రాదః-అ-పు-శబ్దః-౨ హిరణ్యకశిపుపుత్రః॥

హ్రాదనీ-ఈ-సీ- వజ్రాయుధమ్-౨ విద్యుత్ -౩ నదీ.

హ్రాదినీ-ఈ-సీ-వజ్రాయుధమ్-౨ విద్యుత్ -౩ నదీ-౪ సల్లకీ॥ తె॥ ౪ అందుగు చెట్టు.

హ్రాదీ న్-త్రి-శబ్దవిశిష్టః॥

హ్రాసః-అ-పు-శబ్దః-౨ క్షయః॥

హ్రిణీయా-ఆ-సీ-లజ్జా-౨ ఘృణా॥

హ్రితమ్-అ-న-అంశే॥

హ్రితః-అ-త్రి-లజ్జితః-౨ విభక్తః-౩ నీతః॥

హ్రితిః-ఇ-సీ-హృతిః-హరణమ్॥

హ్రీః-ఈ-సీ-పార్వతీ-౨ లజ్జా॥

హ్రీకా-ఆ-సీ-త్రాసః-౨ లజ్జా॥

హ్రీకాన్తికా-ఆ-సీ ఖర్జూరః॥

హ్రీకుః-ఉ-పు-జతుకః-౨ త్రపు॥

హ్రీకుః-ఉ-త్రి-లజ్జితః సలజ్జః॥

హ్రీజితః అ-త్రి-లజ్జాశీలః॥

హ్రీణః - అ - త్రి - లజ్జితః ॥ తె ॥ సిగ్గుఁబడువాఁడు.

హ్రీతః-అ-త్రి-లజ్జితః॥ తె॥ సిగ్గుఁబడువాఁడు

హ్రీబేరమ్-అ-న-బర్హిష్ఠమ్॥ తె॥ కురువేరు.

హ్రీవేలమ్-అ-న-హ్రీబేరమ్॥ తె॥ కురువేరు

హ్రీవేలకమ్-అ-న-హ్రీబేరమ్॥ తె॥ కురు. వేరు.

హ్రేషా-ఆ-సీ-అశ్వస్వనః॥ తె॥ గుఱ్ఱపుసకిలింత.

హ్లాదః-అ-పు - హిరణ్యకశిపుపుత్రః - ౨ ఆహ్లాదః॥

హ్లాదినీ-ఈ-సీ-విద్యుత్-౨ వజ్రమ్ - ౩ శక్తివిశేషః॥

హ్రీః-ఆ-సీ-లజ్జా॥

హ్రీకుః-ఉ-త్రి-హ్రీకుః॥

హ్రీకుః-ఉ-పు-జతుకః-౨ త్రపు॥

హ్రేషా-ఆ-సీ - అశ్వానాంకంఠాద్వినిర్గతజయసూచకశబ్దః॥

సర్వశబ్దసమ్బోధిన్యాః

శుద్ధాశుద్ధపత్రికా.

పుటే.	భాగే	పఙ్క్తౌ.	అశుద్ధమ్.	శుద్ధమ్.
౧	౧	౧౭	ఒంతు	వంతు
,,	,,	౧౮	గుంపు	లేశము
౪	౧	౨౬	ఁ	॥
౧౦	౧	౮	డాఁడు	వాఁడు
,,	౨	౮	యొంతు	వంతు
౧౪	౨	౩౧	ఆనంతరమ్	అనంతరమ్
౧౫	౧	౧	అధికారః	అధికార్థః
,,	,,	౧౬	భూయిష్టః	భూయిష్ఠః
౧౬	౧	౧౩	వకట	ఒకటి
,,	,,	౩౦	పెదివె౨పెదివె	పెదవి౨పెదవి
౧౭	౧	౧	గలది	గలవి
,,	,,	౫	గలది	గలవి
౨౦	౧	౧౪	యెందాసక్తి	యందాసక్తి
,,	౨	౩౦	ఓంతు	వంతు
,,	,,	౩౧	౧౫	౧౨
,,	,,	౩౨	౧౨	౧౫
౨౪	౧	౧౪	యెముఁడు	యముఁడు
,,	,,	౨౬	పరుపాటు	వేరుపాటు
౨౮	౧	౩౩	నెగిసిన	నేసిన
౩౧	౨	౧౫	ఒంతు	వంతు
,,	,,	౩౩	చెసుట	చేయుట
౩౨	౨	౧	గృంకు	గ్రుంకు
౩౪	౨	౨౯	ఇద్మ	ఇధ్మ
౩౬	౨	౨౭	శిష్ఠ	శిష్ట
౩౭	౧	౪	ఎతి	యతి
,,	,,	౬	గరుటుడు	గరుడుఁడు
౪౪	౨	౩౩	అత్రి	అ-త్రి
౪౬	౧	౨౫	ఆసఢ్డ	అసఢ్డ

పు టే.	భా గే.	పఙ్క్తౌ.	అశుద్ధమ్.	శుద్ధమ్.
,,	౨	౧౪	దెయ్యము	దయ్యము
౪౮	౨	౩	కాలము	కాలముగలది
౫౫	౧	౨౬	అస్త్రి	అస్త్ర
౬౦	౨	౮	అచార్యః	ఆచార్యః
౬౧	౧	౧	పొడుస్తూ	పొడుచుచు
,,	,,	౩	పొడుస్తూ	పొడుచుచు
,,	,,	౩౧	జడిసెవాఁడు	జడిసెడువాఁడు
౬౨	౧	౧౪	దాటడపు	దాటుట
౭౨	౧	౫	స్థంభః	స్తంభః
౭౪	౨	౩	మములు	మములలోనొకటి
౭౬	౧	౨౪	భేదనము	భేదము
౭౯	౨	౧౩	ఇదిఅది	ఇది
౮౧	౨	౧౦	ఎమఁని	యముని
౮౨	౨	౧౭	పద్రవములు	పద్రవములలోనొకటి
,,	౨	౩౭	సూన్య	శూన్య
౮౩	౧	౨౩	ఇచ్చేవాఁడు	ఇచ్చువాఁడు
,,	౨	౭	కొంచము	కొంచెము
౮౫	౧	౨	ఎగవూపిరి	ఎగయునూపిరి
,,	,,	౧౨	ప్రకాసించు	ప్రకాశించు
,,	౨	౬	అదేవోఇదేవో	అదేదోఇదేదో
౯౯	౧	౨౭	పొగ్లాడె	పొగ్లాడు
౧౦౦	౧	౬	అయ్యో	అగు
౧౧౩	౨	౨౭	దశననాసః	దశనవాసః
౧౨౭	౨	౨౫	తాలస్రాణ	తాలప్రాణ
,,	,,	౨౮	పుకామ	పు - కామ
౧౨౮	౧	౧౪	తేగ	తీగ
,,	,,	౨౪	వస్రాదులు	వస్త్రాదులు
౧౨౯	౧	౧౨	కర్రాటకః	వర్రాటకః
౧౩౦	౨	౧౪	శేత	శత
,,	,,	౧౯	కపీంద్రః ః	కపీంద్రః
౧౩౪	౨	౨౭	దాకావుండె	దాకనుండు
,,	,,	౨౮	గాయుండె	గానుండు
౧౩౭	౧	౨౭	రాటక	కరాటక
౧౪౧	౨	౧౦	కుండాపనిచేసే	కుండపనిచేసెడు
౧౪౨	౨	౧౦	జీవించె	జీవించు

పు టే.	భా గే.	పఙ్క్తౌ.	అశుద్ధమ్.	శుద్ధమ్.
౧౪౩	౧	౧౯	కింద	క్రింద
,,	,,	౨౪	కింది	క్రింది
౧౪౪	౨	౧౨	వాచ్యాయన	వాత్స్యాయన
,,	,,	౨౧	దాకాయుండె	దాకనుండు
౧౫౧	౧	౪	జునపాలున్ను	జున్నుపాలును
౧౫౨	౧	౧	వర్షాపత్య	వర్షానపత్య
౧౫౩	౨	౩౧	మేరువపర్వతము	మేరుపర్వతము
౧౫౫	౨	౫	పలికెనొకజాహంస	పలికెనొకహంస
౧౫౬	౨	౧౨	పొమ్యోవాఁడు	పోవువాఁడు
౧౫౭	౨	౯	సంరించెవాఁడు	సంచరించువాఁడు
,,	,,	౨౨	అడిగినదెల్లాఇచ్చెయావు	అడిగినవెల్లనిచ్చునావు
౧౬౦	౨	౧౮	పనివాడితనము	పనివానితనము
౧౬౧	౧	౩	నురగ	నురుగు
౧౬౨	౧	౯	కార్శ్య	కార్శ్యమ్
,,	౨	౮	యెముఁడు	యముఁడు
౧౬౫	౨	౨౮	కొండయెందు	కొండయందు
౧౬౮	౧	౫	యనుయొకానొక	యనునొకానొకయా
౧౭౦	౨	౧౦	ఇదేవోఅదేవో	ఇదేదోఅదేదో
౧౭౧	౧	౧౧	కుఱచ	కుఱుచ
౧౭౨	౧	౧౧	పర్యత	పర్యంత
౧౭౩	౧	౯	ఎముఁడు	యముడు
,,	౨	౧౯	నిర్ఘాతః ః	నిర్ఘాతః
౧౭౬	౨	౧౫	ఢేరా	డేగా
౧౭౭	౧	౧౬	పోషించెయాడుది	పోషించునాడుది
౧౭౯	౧	౩౩	బాల్యుఁడు	బాలుఁడు
౧౮౦	౧	౧	దేనియెందు	దేనియందు
౧౮౨	౨	౨౬	కుముఁడను	కుముదుఁడను
౧౮౫	౧	౨౦	తిక్సుతరస	కుత్సితరస
౧౮౭	౧	౨౪	నక్షత్రాణీ	నక్షత్రాణి
,,	౨	౨	యెందు	యందు
౧౮౮	౧	౧౦	వాడౌతూవుండగా	వాడుకాగా
,,	౨	౨౪	తవ్విన	త్రవ్విన
౧౮౯	౧	౬	తిక్సుత	కుత్సిత
,,	౨	౧౪	అ-వు-	ఆ-పు-
౨౦౧	౧	౧౭	అ-వు-	ఆ-పు-

పు టే.	భా గే.	పఙ్క్తి.	అశుద్ధమ్.	శుద్ధమ్.
,,	,,	౨౯	శిడము	సిడము
౨౦౨	౨	౫	అ-వు-	అ-పు-
,,	,,	౩౧	త్-వు-	త్-పు-
౨౦౬	౧	౩౩	మూంసచ్ఛేది	మాంసచ్ఛేది
౨౦౭	౧	౨౨	అంకోఠవృక్షః	అంకోలవృక్షః
౨౦౯	౨	౧౬	ఆయోధ్యా	అయోధ్యా
౨౧౦	౨	౨౬	దానియెందు	దానియందు
౨౧౧	౧	౨౪	మూడోసంవత్సర	మూడవసంవత్సర
,,	,,	౨౫	యెనిమిదో	యెనిమిదవ
౨౧౩	౧	౨౬	అ-వు-	అ-పు-
౨౧౫	౧	౮	వద్వృతాత్	వద్వృత్తాత్
,,	౨	౪	వచ్యాక్షీ	మత్స్యాక్షీ
,,	,,	౨౦	ద్వితీయా	ద్వితీయ
,,	,	౨౧	చాన్యచతుర్థో	చాన్యశ్చతుర్థో
౨౧౮	౨	౧౫	క్రుజ్వక్షీ	క్రుజ్చపక్షీ
౨౨౦	౨	౩౨	వక్షి	పక్షి
౨౨౨	౨	౩	తీపె	తీపు
౨౨౮	౨	౩౩	జనిమి	జనిత
౨౨౭	౧	౨౧	సమ్బధీ	సమ్బన్ధీ
౨౩౦	౧	౧౫	భిజకః	ఖజకః
౨౩౧	౨	౧౦	ఇక్షువి శేషః	ఇక్షువి శేషః
౨౩౩	౧	౩	మూంచ్యుఁడు	మందుఁడు
౨౩౫	౧	౧	వృంద	బృంద
౨౩౭	౧	౧౭	వుండేబుద్ధి	సుండుబుద్ధి
,,	,,	౩౨	పారః	పాఠః
౨౪౦	౧	౨	రాజపర్ణీ	రాజపత్నీ
౨౪౨	౧	౧౦	పెద్దవాఁడు	పెద్దరాయి
,,	,,	౧౧	అ-పు-ఖడ్గ	అ-పు-ఖడ్గీ
౨౪౮	౨	౧౪	అః పు-	అ-పు-
౨౫౦	౧	౨౨	సబంధ	సంబంధ
,,	౨	౧౭	గాజాయనిః	గాఙ్గాయనిః
౨౫౦	౨	౨౧	చుక్రి-కా	చుక్రికా
౨౫౧	౨	౧౭	బంధినిత్రి	బంధిని-త్రి-
,,	,,	౩౩	పుష్పచ్ఛందః ,	పష్పచ్ఛందః
౨౫౬	౧	౭	వంటపుట్టివాఁడు	వంటవాఁడు

పు టే.	భా గే.	పఙ్క్తౌ.	అశుద్ధమ్.	శుద్ధమ్.
౨౫౭	౧	౩౦	అంకోఠవృక్షః	అంకోలవృక్షః
౨౫౯	౨	౨౦	గుఢతయా	గూఢతయా
౨౬౦	౧	౨౦	నల్లవుప్పి	నల్లయుప్పి
౨౬౨	౧	౩౩	పంకసః	పంకస్థః-
౨౬౩	౨	౫	నవుండే	ననుండు
౨౬౪	౨	౧౫	షంఢః	షండః
౨౬౫	౧	౨	రాజుణ	రాజు
...	౨	౭	డాశీ	దాసీ
...	..	౨౮	గాచి	గాచు
౨౬౭	౧	౪	వుండె	నుండు
౨౬౯	౨	౨౮	॥ తె	॥ తె॥
౨౭౦	౨	౨౨	కుండాచేయడము	కుండఁజేయుట
..	..	౨౪	కుండాచేయడము	కుండఁజేయుట
౨౭౧	౧	౨౧	గ్రహించేటందుకు	గ్రహించుటకు
..	౨	౨౬	విశిష్ఠః	విశిష్టః
౨౭౨	౧	౭	కామజనితః	గ్రామజనితః
..	౨	౨౪	ప్రశస్రస్త్రీవా	ప్రశస్తగ్రీవా
౨౭౩	౧	౩	మెడనువుంచుకొనె	మెడనుంచుకొను
..	..	౬	మందువుంచె	మందునుంచు
౨౭౪	౧	౩	శుష్క్రస్థానమ్	శుల్కస్థానమ్
..	౨	౧౧	బహ్వాసీ	బహ్వాశీ
౨౭౮	౧	౪	వుండ	ఉండ
..	౨	౨౯	నాశికా	నాసికా
౨౭౯	౧	౨౩	వుండగాయిదిన్ని	ఉండగానిదియు
..	౨	౧౦	తెకరాలయెందు	తెకరాలయందు
౨౮౧	౨	౧౦	వూళ్లు	ఊళ్లు
౨౮౨	౨	౯	మోష్టః	మోష్ఠః
౨౮౪	౨	౨౧	తృటి	త్రుటి
౨౮౮	౨	౨౭	గాడ్డము	గడ్డము
..	..	౨౮	గాడ్డము	గడ్డము
౨౯౨	౧	౧౬	శృతి	శ్రుతి
..	..	౧౮	శృతి	శ్రుతి
౨౯౬	౨	౬	చర్మాచన్నద్రవ్యమ్	చర్మచ్ఛన్నద్రవ్యమ్
౨౯౭	౨	౧౮	సోద	సొద
౩౦౦	౧	౨౪	భాలః	ఫాలః

పుట.	భాగ.	పఙ్క్తి.	అశుద్ధమ్.	శుద్ధమ్.
౩౦౧	౧	౬	గెడ్డపు	గడ్డపు
..	..	౮	గెడ్డపు	గడ్డపు
..	..	౨౪	కాకిము	కాకము
౩౦౨	౨	౮	వెండృక	వెంద్రుక
..	..	౧౦	శిడము	సిడము
౩౦౩	౨	౨౮	॥తె	॥తె॥
౩౦౪	౧	౧౯	స్తంభనావస్త	స్తంభనావస్థ
౩౧౨	౨	౩	అంగుష్టా	అంగుష్ఠా
..	..	౧౧	కాష్టమ్	కాష్ఠమ్
౩౧౪	౧	౨౦	చెట్టుపూడ	చెట్టునూడ
౩౧౫	౨	౨౯	నివృత్	నీవృత్
౩౧౯	౨	౧౪	శిడము	సిడము
౩౨౦	౧	౯	జలాభిలాషిణీత్రి	జలాభిలాషిణీ-త్రి
౩౨౭	౧	౨౯	మొగల్లు	మగలు
౩౩౭	౨	౨౮	పుసిరిక	ఉసిరిక
౩౩౮	౨	౧౨	సతుత్రియాత్	సఃతుత్రియాత్
౩౪౦	౧	౮	భవతీ	భవతి-
౩౪౨	౨	౨౫	కదరించుకుంటూపోవడము	కదలించుకొనుచుపోవుట
౩౪౫	౧	౩	కూటయత్రమ్	కూటయంత్రమ్
౩౪౮	౨	౧౩	సొమ్మశిలడమున్న	సొమ్మసిలుటయు
..	..	౧౮	సొమ్మశిలపోవడమున్న	సొమ్మసిలపోవుటయు
౩౪౯	౨	౨౫	చేసేటందుకు	చేయుటకు
౩౫౦	౧	౨౧	ముట్టు	సుడి
౩౫౩	౨	౧౮	వేశి--కిందిది	వేసి- క్రిందిది
౩౫౭	౨	౧౧	త్రుమిః	క్రిమిః
౩౫౮	౧	౮	అంకోఠ	అంకోల
౩౫౯	౧	౩౧	సుగ్రీవ	సుగ్రీవ
..	౨	౧౭	యాఁబది	యేఁబది
౩౬౦	౨	౬	బలదేనః	బలదేవః
౩౬౧	౨	౧	అంతాను	అంతయును
..	..	౨	అందాకాను	అందాకను
..	..	౧౮	చిల్లచెటు	చిల్లచెట్టు
౩౬౮	౨	౧౧	ధిగ్ధ	జగ్ధ
౩౭౦	౧	౬	శ్మశ్రృ	శ్మశ్రు
..	.	౨౩	నాశికవాక్	నాసికవాక్

పుటే.	భాగే.	పజ్త్కౌ.	అశుద్ధమ్.	శుద్ధమ్.
..	౨	౧౨	త్రివేగవాన్	త్రి-వేగవాన్
౩౬౩	౧	౧౪	శ్మశ్రృ	శ్మశ్రు
౩౬౮	౨	౨౬	హేతువ	హేతువు-
౩౭౦	౧	౩౦	ఉ-వు	ఉ-పు
౩౭౦	౨	౪	వూరణః	పూరణః
౩౭౩	౧	౬	వఁద్రవాంఙ్లు	వఙ్లవాంద్ర-
౩౯౦	౨	౨౦	దాఢికా	దాడికా
౩౯౧	౨	౫	యొందు	యందు
..	..	౧౪	యొందు	యందు
౩౯౬	౨	౨౦	లాగనవుండె	లాగుననుండు
౩౯౭	౧	౧౪	చెండికా	చండికా
..	౨	౨౦	యాచింజేవాడు	యాచించువాడు
౪౦౧	౨	౨౦	బాల్యుఁడు	బాలుఁడు
౪౦౨	౧	౧౭	స్త్రపత్యం	స్త్ర్యపత్యం
౪౦౬	౧	౧	ఊదు	చూపు
౪౧౧	౧	౫	శృతి	శ్రుతి
..	..	౬	శృతి	శ్రుతి
..	౨	౧౭	ఆంకోఠః	అంకోలః
౪౧౭	౧	౧౩	యుక్తేత్రి	యుక్తే-త్రి
..	౨	౩౨	ప్రవతనం	ప్రపతనం
౪౨౦	౨	౨౫	అ-వు-	అ-పు
౪౨౧	౧	౧౪	కుకుౕరః	కుక్కురః
౪౨౪	౧	౭	దేవఎవ	దేవపవ
..	౨	౧౭	సి-	సీ
౪౨౮	౨	౨౪	సి-	సీ
...	..	౨౫	సి-	సీ
..	..	౨౬	సి-	సీ
..	..	౩౧	సి-	సీ
౪౨౬	౧	౬	ముశిరేయేభ్య	ముసరునేభ్య
..	౨	౨	జెంతువు	జంతువు
..	..	౭	బాణరాజాచ	బాణరాజశ్చ
..	..	౧౨	పయశ్వినీ	పయస్వినీ
౪౨౯	౧	౮	దుర్మనసోర్భావః	దుర్మనసోభావః
..	౨	౨	ధృవః	ధ్రువః-
౪౩౦	౧	౫	స్త్రీద్విత్వే	స్త్రీ-ద్విత్వే

పుట.	భాగే.	పఙ్క్తి.	అశుద్ధమ్.	శుద్ధమ్.
..	..	౨౦	కుండలోయడుగు	కుండలోనడుగు
౪౩౧	౧	౨౪	వెధముఖ్య	వేదముఖ్య
..	౨	౧౭	పడవ	పడవ॥
౪౩౩	౧	౫	సూర్ప	శూర్ప
౪౩౪	౧	౧౬	ఆ-వు	అ-పు
౪౩౫	౧	౮	వస్తుపులు	వస్తువులు
..	..	౩౦	ద్విజబృవః	ద్విజబ్రువః
..	౨	౧౨	జాతత్రియం	జాతిత్రయం
౪౩౭	౧	౨౨	ద్నివరష్ట	ద్వివర్ష
..	౨	౧౬	స్త్రిష్టతి	స్త్రిష్ఠతి
౪౩౯	౨	౨౩	స్ త్రిధన	స్-త్రి-ధన
౪౪౩	౧	౮	దవిః	విధః
౪౪౪	౨	౧౯	నేపుడు	వేపుడు
౪౪౫	౨	౧౫	మత్రః	మంత్రః
౪౪౭	౧	౩౩	జోతిష్మతీ	జ్యోతిష్మతీ
౪౫౫	౨	౧౬	నాశికా	నాసికా
౪౫౬	౧	౨౯	సమష్ఠిలా	సమష్టిలా
..	౨	౨౯	కాంతర	కాంతార
౪౫౭	౧	౩౧	వశిష్ఠ	వసిష్ఠ
౪౬౮	౧	౧౮	కుత్సవః	కుత్సనః
౪౭౧	౧	౪	భావః	భాగః
౪౭౩	౧	౯	గళోదేశః	గళోద్దేశః
..	..	౧౫	గళోదేశః	గళోద్దేశః
..	..	౨౫	బద్దనికాకుండాచేయడము	వలదనికాకుండచేయుట
..	౨	౧౬	పరవంబడ్డది	పరపంబడ్డది
౪౭౫	౧	౨౪	డాంచుకొన్న	డాంచిన
౪౭౮	౧	౭	తగవునకొచ్చిన	తగవునకువచ్చిన
..	..	౧౫	తగవునకొచ్చిన	కగవునకువచ్చిన
..	..	౨౨	సుమ్మ	శుమ్మ
౪౭౯	౧	౧౧	బద్దనికాకుండాచేయడము	వలదనికాకుండచేయుడ
౪౮౦	౧	౨౪	పృథుకరణం	పృథక్కరణం
౪౮౧	౨	౨౩	పితృద్దేశ్యక	పిత్రుద్దేశ్యక
౪౮౨	౧	౧౫	నిర్విృత్తి	నిర్వృత్తి
..	౨	౨౭	పితృద్దేశ్యక	పిత్రుద్దేశ్యక
౪౮౬	౧	౨౫	అ-వు	అ-పు

పుటే.	భాగే.	పఙ్క్తౌ.	అశుద్ధమ్.	శుద్ధమ్.
,,	౨	౨౧	కనిగ్రుద్ధు	కనుగ్రుద్ధు
౪౭-౮	౨	౪	నష్పన్నః	నిష్పన్నః
౪౯౧	౧	౨౯	పిచ్ఛః	పిఞ్ఛః
౪౯౩	౧	౨౮	అ-వు-	అ-పు-
౪౯౫	౨	౧౧	అంకోర	అంకోల
,,	,,	౧౮	దోడగుట	దొడగుట
౪౯౭	౧	౨౪	డాఁచుకొన్నది	డాఁచినది
౪౯౯	౧	౧౬	స ప్తమ	స ప్త
౫౦౦	౨	౮	వెంటృక	వెంట్రుక
౫౦౨	౨	౨౧	తజ్ఞా	తజ్ఞాం
౫౦౪	౧	౨౩	జవా	జపా
౫౦౭	౧	౯	విద్యయెందు	విద్యయందు
,,	౨	౧౨	అభీషేక	అభిషేక
౫౧౦	౧	౨౯	పక్షీపక్షః	పక్షిపక్షః
౫౧౪	౧	౨౭	తమానుయున్న	తమానును
౫౧౫	౨	౧౩	చెలుపు	చెరువు
౫౧౮	౧	౧౬	అ-వు	అ-పు
౫౨౧	౧	౧౩	తద్విత్యతే	తద్విద్యతే
,,	౨	౩౨	అంతటాయుండడము	అంతటనుండుట
౫౨౨	౨	౩౧	పొడుస్తూనవ్వడము	పొడుచుచునవ్వుట
౫౨౩	౨	౧౪	అ-వు	అ-పు
౫౨౫	౨	౨౨	ఇత్యవీభావే	ఇత్యవ్యయీభావే
౫౨౬	౨	౨౬	పరిసఖ్యా	పరిసంఖ్యా
౫౩౦	౧	౧	మితస్థత	మితస్తత
౫౩౧	౧	౯	ఇషువత్పుణ్య	విషువత్పుణ్య
౫౩౩	౧	౪	బృసీ	బ్రుసీ
,,	౨	౩౦	అ-వు	అ-పు
౫౩౬	౧	౧౮	అ-వు	అ-పు
,,	,,	౩౨	అ-వు	అ-పు
౫౩౭	౧	౧౬	కర్ణేంద్రియ	కర్మేంద్రియ
,,	౨	౫	చర్మభస్తికా	చర్మభస్త్రికా
౫౪౩	౧	౧౭	అ-వు	అ-పు-
౫౪౪	౧	౨౦	నందుండుయగ్ని	నందుండునగ్ని
,,	౨	౩౩	చంచువాఁడు	చెంచువాఁడు
౫౪౫	౨	౧౫	అంతాచదవడము	అంతయుచదువుట

పుటే.	భాగే.	పఙ్క్తి.	అశుద్ధమ్.	శుద్ధమ్.
౫౪౭	౨	౨౨	అ-వు	అ-పు
౫౫౧	౨	౯	అ-వు	అ-పు
౫౫౩	౨	౨౪	కడువు	కడుపు
,,	,,	౨౯	అ-వు	అ-పు
౫౫౮	౧	౨౩	అంకోఠః	అంకోలః
౫౬౨	౧	౧౮	స్వేతాబ్జం	శ్వేతాబ్జం
౫౬౭	౨	౧౨	జేపి	వేపి
౫౬౯	౧	౧౬	అశిధారా	అసిధారా
౫౭౨	౧	౭	కర్మా	కర్మ
౫౭౬	౧	౧౦	సింశతి	వింశతిః
౫౮౯	౨	౧౮	ఒండిన	వండిన
౫౯౦	౨	౮	ప్రతిదిన్ని	ప్రతివస్తువున్న
౫౯౪	౨	౨౩	తగవునకొచ్చిన	తగవునకువచ్చిన
౫౯౭	౧	౧౪	జనానుస్టానమ్	జనానుష్ఠానమ్
,,	,,	౧౭	వుత్తరం	ఉత్తరం
౫౯౮	౧	౧౭	అంగుష్ట	అంగుష్ఠ
౬౦౧	౨	౨౦	త్రిఘనః	త్రి-ఘనః
౬౦౩	౧	౨౩	అ-వు	అ-పు
౬౦౫	౨	౩౦	అ-వు	అ-పు
౬౧౭	౨	౧౭	జున్ని	జువ్వి
౬౨౧	౧	౧౧	వృక్షేః	వృక్షే
౬౨౩	౧	౩	బుద్బుదమ్	బుద్బుదమ్
౬౩౭	౧	౨౭	బింబోష్టః	బింబోష్ఠః
౬౩౮	౨	౧౧	షష్ట	షష్ఠ
౬౪౦	౨	౧౯	పెద్ధ	పెద్ద
౬౪౩	౨	౧౫	వశిష్ఠ	వసిష్ఠ
౬౫౪	౧	౩౨	మెనగోడలు	మేనఁగోడలు
౬౭౪	౧	౧౫	వూగుత్తి	పూగుత్తి
౬౭౯	౧	౩౦	మిదఘ్నీ	మదఘ్నీ
౭౦౩	౧	౧౫	అర్భుదమ్	అర్బుదమ్
౭౧౬	౨	౪	నాయకా	నాయికా
౭౪౭	౨	౩౩	దండెతిపోవడము	దండెత్తిపోవుట
౭౫౬	౧	౯	తెల్లవుల్లి	తెల్లఉల్లి
,,	౨	౩౦	సేఫాలికా	శేఫాలికా
౭౬౨	౨	౧౨	బండివుండ	బండియుండ